॥ శ్రీహరిః ॥

సంక్షిప్త మహాభారతము

ప్రథమ ఖండము

(ఆది, సభా, వన, విరాట, ఉద్యోగ, భీష్మ, ద్రోణ పర్వములు)

संक्षिप्तमहाभारतमु - प्रथम खण्डमु (तेलुगु)

త్వమేవ మాతా చ పితా త్వమేవ
త్వమేవ బంధుశ్చ సఖా త్వమేవ ।
త్వమేవ విద్యా ద్రవిణం త్వమేవ
త్వమేవ సర్వం మమ దేవదేవ ॥

హిందీ మూలము :

జయదయాల్ గోయందకా

తెలుగు అనువాదము :

డాక్టర్ కాళ్ళకూరి అన్నపూర్ణ

సంపాదకులు :

డాక్టర్ తిప్పాభట్ల రామకృష్ణమూర్తి

గీతాప్రెస్, గోరఖ్‌పూర్.

Books are also available at—

1. Gita Press, Gorakhpur Ki Pustak-Dukan, Dukan No. 41, 4-4-1, Dilshada Plaza, Sultan Bazar, Hyderabad ✆ (040) 24758311 Mob. 9291205498, 9573650611
2. Secunderabad, Railway Station, Platform No. 1 Mob. 9849276712

Eleventh Reprint 2025 2,000

Total 28,000

❖ **Price : ₹ [redacted] ([redacted] Rupees only)**

कूरियर/डाकसे मँगवानेके लिये
गीताप्रेस, गोरखपुर—273005
www.gitapress.org
gitapressbookshop.in

gitapress_since1923
gitapress_since1923
@GitaPress
@gitapress1923

Printed & Published by :

Gita Press, Gorakhpur—273005

(a unit of Gobind Bhavan-Karyalaya, Kolkata)

✆ **+ 91-9235400242 / 244** **+91-9235400244**

e-mail : **booksales@gitapress.org**

ప్రకాశకుల మనవి

అచతుర్వదనో బ్రహ్మా, ద్విబాహురపరో హరిః ।
అఫాలలోచనశ్శంభుః భగవాన్ బాదరాయణః ॥

త్రిమూర్తి స్వరూపుడైన వ్యాసభగవానుడు త్రికాలాబాధితమైన మహాభారతాన్ని వర్షత్రయకాలావధిగా క్రాంతదర్శియై రచించి భారతీయులకే కాక విశ్వమానవులందరికీ జ్ఞానభిక్ష పెట్టాడు.

శ్రీమహాభారతం పంచమవేదమని ప్రఖ్యాతి చెందింది. ధర్మార్థకామమోక్ష విషయాలతో పాటుగా వివిధశాస్త్ర విషయాలను వ్యాసులవారు ఇందులో క్రోడీకరించారు. అందుకే దీనిని ఆదికవి నన్నయ **ధర్మతత్త్వజ్ఞులు ధర్మశాస్త్రంబని అధ్యాత్మవిదులు వేదాంతమనియు** ఇత్యాదిగా కొనియాడాడు.

భారతం భానుమానిందుర్యది నస్యురమీ త్రయః ।
తతోఽజ్ఞానతమోఽంధస్య కావస్థా జగతో భవేత్ ॥

- పద్మ పురాణం

భారతం, సూర్యచంద్రులు - ఈ మూడూ నశించిపోతే ఈ జగత్తు అజ్ఞానాంధకారంలో మునిగిపోతుంది. జగతిలోని అంధకారాన్ని సూర్యచంద్రులు పారద్రోలినట్లే మానవమనోజగతిలోని అజ్ఞానాన్ని భారతం పారద్రోలుతుంది. జ్ఞానప్రకాశాన్ని కలిగిస్తుంది.

ఈనాడు ప్రజలు అసంతృప్తితో, అసహనంతో, అసూయతో, ఈర్ష్యాద్వేషాలతో, ధనకాంక్షతో, పరస్పరం బాధించుకొంటూ, బ్రతుకు భారమై, మనశ్శాంతి లేక మనుగడసాగిస్తున్నారు. ఈ తరుణంలో మానవమనస్తత్త్వానికి దర్పణమై నిలిచి, అల్లకల్లోలమైన మనసులకు ఆశ్వాసం కలిగిస్తూ నైతికధైర్యాన్ని అందించి, కారుచీకటిలో సూర్యోదయం వలె మార్గదర్శనం చేసే భారతగ్రంథం యొక్క పఠనం అత్యంతావసరంగా తోచకమానదు.

అయితే కాలం మారింది. సంస్కృతభాష వెనుకపడింది. వ్యాసభారతాన్ని పఠించడం అంత సులభంగా కనిపించడం లేదు. కనుక అది ప్రాంతీయ భాషలలోనికి అనువదింపబడవలసిన అవసరం ఏర్పడింది. అది కూడా వచనరూపంలో ఉంటే పాఠకులకు అందుబాటులో ఉంటుంది. ఈ అవసరం గుర్తించి శ్రీ జయదయాల్ గోయందకా వ్యాసభారతాన్ని సంక్షిప్తమహాభారతమనే పేరుతో సరళహిందీవచన రూపంలోకి అనువదించారు.

ఈ సౌలభ్యం, సౌకర్యం ఎక్కువమంది ప్రజలకు చేకూరాలనే తలపుతో ఈ సంక్షిప్తమహాభారతాన్ని ఇప్పుడు తెలుగులో ప్రకటిస్తున్నాము. అనువాదం యథాతథంగా సాగినా శీర్షికలు మాత్రం కొద్దిగా కుదించబడ్డాయి. సామాన్య ప్రజానీకానికి అందుబాటులో ఉండాలని శిష్టవ్యావహారికాన్ని ఎన్నుకోవడం జరిగింది.

ఇది ప్రథమఖండానువాదం. ఇందులో ఆది, సభా, వన, విరాట, ఉద్యోగ, భీష్మ, ద్రోణాలనే మొదటి ఏడు పర్వాలు ఉన్నాయి.

సభాపర్వంలోని రాజ్యపాలనా విధానము, వనపర్వంలోని తీర్థయాత్రావిశేషాలు, నహుషప్రశ్నలు, యక్షప్రశ్నలు, ఉద్యోగపర్వంలోని విదురనీతులు, సనత్సుజాతీయం, భీష్మపర్వంలోని శ్రీమద్భగవద్గీత - ఇటువంటివన్నీ ఈనాటి వారికి అత్యంతోపకారకంగా ఉండే అంశాలు. కనుక తెలుగుపాఠకలోకానికి ఈ సంక్షిప్తమహాభారతానువాదాన్ని అందిస్తున్నాం.

ఈ గ్రంథాన్ని తెలుగులోనికి అనువదించిన **శ్రీమతి డాక్టర్ కాళ్ళకూరి అన్నపూర్ణ,** రిటైర్డ్ తెలుగు రీడరు, S-6, చంటి సదన్, గౌరీశంకరపురం, గుడివాడ-521301, ఫోన్ : 08674-241863 వారికి, సంపాదకత్వం వహించిన **డాక్టర్ తిప్పాభట్ల రామకృష్ణమూర్తి,** రిటైర్డ్ రీడరు, శివాలయం వెనుక, పోలకంపాడు, తాడేపల్లి మండలం, గుంటూరు జిల్లా, ఫోన్ : 08645-272093 వారికి మా కృతజ్ఞతలు.

ఇట్లు
- ప్రకాశకులు

విషయానుక్రమణిక

భీష్మపర్వము

॥ ఓం శ్రీగణేశాయ నమః ॥ ॥ శ్రీ వేద వ్యాసాయ నమః ॥

సంక్షిప్త మహాభారతము

ఆది పర్వము

గ్రంథ ప్రారంభము

నారాయణం నమస్కృత్య నరం చైవ నరోత్తమమ్ ।
దేవీం సరస్వతీం వ్యాసం తతో జయముదీరయేత్ ॥

నారాయణ స్వరూపుడైన శ్రీకృష్ణునికి, నరోత్తముడు అయిన అర్జునునికి, వారి లీలలను ప్రకటించే సరస్వతీదేవికి, దానిని రచించిన వ్యాసునికి నమస్కరించి, ఆసురభావాలను తొలగించి అంతఃకరణశుద్ధి కలిగించే మహాభారతాన్ని చదవాలి.

ఓం నమో భగవతే వాసుదేవాయ
ఓం నమః పితామహాయ
ఓం నమః ప్రజాపతిభ్యః
ఓం నమః కృష్ణద్వైపాయనాయ
ఓం నమః సర్వవిఘ్న వినాయకేభ్యః

పూర్వం ఒకప్పుడు నైమిశారణ్యంలో శౌనకముని పన్నెండేళ్ల సత్రయాగం చేస్తూండగా సూతవంశానికి చెందిన పౌరాణికుడు - రోమహర్షణునికొడుకు ఉగ్రశ్రవుడు అక్కడికి వచ్చాడు. అక్కడ సుఖాసీనులై ఉన్న మునీశ్వరులందరూ చిత్ర విచిత్ర కథలు వినాలనే కుతూహలంతో అతనిచుట్టూ చేరారు. ఉగ్రశ్రవుడు వారికి వినయంగా నమస్కరించి వారి సత్కారాలు పొందాడు. సుఖాసీనుడై వారి తపస్సు గురించి కుశల ప్రశ్నలు వేశాడు. కథాశ్రవణకుతూహలంతో ఉన్న వారిలో ఒక ముని "సూతనందనా! తమరు ఇప్పుడు ఎక్కడినుండి వస్తున్నారు? ఇంత వరకు ఎక్కడ గడిపారు?" అని అడిగాడు. ఉగ్రశ్రవుడు ఇలా సమాధానం చెప్పాడు- "పరీక్షిత్తు కొడుకయిన జనమేజయుడు చేసే సర్పయాగానికి వెళ్లి అక్కడ వ్యాసరచిత భారతంలోని పవిత్రమైన, విచిత్రమైన అనేక కథలను వైశంపాయనుని వల్ల విన్నాను. అనేక ఆశ్రమాలు, తీర్థాలు తిరిగి తిరిగి, పూర్వం పాండవులు, కౌరవులు, ఘోరయుద్ధం చేసిన శమంతపంచక క్షేత్రాన్ని చేరుకున్నాను. అక్కడనుండి మిమ్మల్ని చూడడానికి ఇక్కడకు వచ్చాను. మీరంతా సూర్యాగ్నుల వలె బ్రహ్మతేజస్సుతో విరాజిల్లుతున్నారు. దీర్ఘాయువులు, బ్రహ్మనిష్ఠులు అయిన మీరు స్నానజపహోమాదులు ముగించుకొని పవిత్రంగా ఏకాగ్రమనస్కులై ఉన్నారు. మీకు ఏ కథ వినిపించమంటారో చెప్పండి" అన్నాడు.

ఋషులు "సూతనందనా! కృష్ణద్వైపాయనుడు రచించినది, దేవతలు బ్రహ్మర్షులు కొని యాడినది, విచిత్రమైన పదాలతో పర్వాలతో కూడినది, సూక్ష్మ మైన అర్థన్యాయములతో నిండినది ప్రతి పదంలోను వేదార్థాన్ని నింపుకున్నది, భరతవంశం యొక్క సంపూర్ణ ఇతిహాసం అయినది, శాస్త్ర సమ్మతమయినది, కృష్ణద్వైపాయనుని ఆజ్ఞచే వైశంపాయనుడు జనమేజయ మహారాజునకు వినిపించినది- అయిన వ్యాసమహర్షి యొక్క పుణ్యామయమయిన పాపనాశకమైన వేదమయమైన ఆ సంహితను మేము వినాలనుకుంటున్నాము." అని అడిగారు.

అంతట సూతుడు- "ఆద్యుడు, అంతర్యామి, సర్వేశ్వరుడు యజ్ఞభోక్త; అందరూ స్తుతించే పరమసత్యం, ఓంకార స్వరూపం, వ్యక్తావ్యక్త స్వరూపుడు, సనాతనుడు, లోకాలను రెండింటిని సృష్టించిన జీవనదాత, సర్వశ్రేష్ఠుడు, అవినాశి, మంగళకరుడు, మంగళ స్వరూపుడు, సర్వవ్యాపకుడు అనఘుడు, శుచి, వరేణ్యుడు, చరాచరగురువు అయిన ఆ హృషీకేశునికి నమస్కరించి, సర్వలోకపూజితుడు, అద్భుత కర్ముడు అయిన వ్యాసమహర్షి యొక్క పవిత్రరచన యైన మహాభారతాన్ని వర్ణిస్తాను. ఈ ఇతిహాసాన్ని నిన్న, నేడు, రేపు కూడా కవులు కీర్తిస్తూనే ఉన్నారు, ఉంటారు. ముల్లోకాలలోను గొప్ప జ్ఞాన స్వరూపంగా ఖ్యాతి చెందిన దీనిని ద్విజాతులు సంక్షేపవిస్తరరూపంలో ధారణ చేస్తూనే ఉంటారు. సుశబ్దాలతో వివిధ ఛందస్సులతో కూడి దేవతల మనుష్యుల మర్యాదలను స్పష్టంగా వివరిస్తుందిది.[1]

ఈ జగత్తు అంతా కాంతిహీనమై అజ్ఞానాంధకారంలో మునిగిపోయి ఉన్నప్పుడు ప్రజల ఉత్పత్తికి కారణభూతమైన ఒక గొప్ప అండం పుట్టింది. అది దివ్యమూ, కాంతిమంతమూ అయి ఉంది. శ్రుతి దానిని సత్యము, సనాతనము, జ్యోతిర్మయము అయిన బ్రహ్మాండముగా వర్ణించింది. ఆ బ్రహ్మ అలౌకికము, అచింత్యము, సర్వసమము, అవ్యక్తము,

కారణస్వరూపము, సదసద్రూపము. ఆ అండం నుండి పితామహుడు ప్రజాపతి అయిన బ్రహ్మ ప్రకటమయ్యాడు. అనంతరం పదిమంది ప్రచేతసులు, దక్షుడు, అతని ఏడుగురు కొడుకులు, సప్తఋషులు, పద్నాలుగు మంది మనువులు పుట్టారు. విశ్వేదేవులు, ఆదిత్య వసువులు, అశ్వినీకుమారులు, యక్ష సాధ్యపిశాచ గుహ్యకులు, పితరులు, బ్రహ్మర్షి రాజర్షులు, పంచభూతాలు, దిక్కులు, సంవత్సరాలు ఋతువులు మాసాలు, పక్షాలు, దివారాత్రాలు- ఈ జగత్తులోని సమస్తవస్తుజాలం, ఈ అండం నుండే పుట్టింది. ఋతువులు మారినప్పుడల్లా ఆయా ఋతు చిహ్నాలు పుట్టి గిట్టినట్లుగా ఈ చరాచరజగత్తు అంతా ఎక్కడనుండి పుట్టిందో ఆ పరమాత్మలోనే లీనమైపోతుంది. ఈ రీతిగా సమస్త పదార్థాలను సృష్టించి నశింప చేసే కాల చక్రం అనాదిగా అనంతంగా ఎప్పుడూ నడుస్తూనే ఉంటుంది. దేవతల సంఖ్య సంక్షిప్తంగా (36, 333). ముప్పది ఆరువేల మూడు వందల ముప్పయి మూడు. వివస్వంతుడికి - దివః పుత్రుడు, బృహద్భానుడు, చక్షువు, ఆత్ముడు, విభావసుడు, సవిత, ఋచీకుడు, అర్కుడు, భానుడు, ఆశావహుడు, రవి, మనువు- అనే పన్నెండుమంది కొడుకులున్నారు. వారిలో చివరివాడైన మనువుకి- దేవభ్రాట్, సుభ్రాట్- అనే ఇద్దరు కొడుకులు కలిగారు. సుభ్రాట్‌కి దశజ్యోతి, శతజ్యోతి, సహస్రజ్యోతి అనే వారు ముగ్గురు కొడుకులు. ఈ ముగ్గురూ సంతానవంతులు, విద్వాంసులు, దశజ్యోతికి వేయిమంది, శతజ్యోతికి లక్షమంది, సహస్రజ్యోతికి పదిలక్షల మంది కొడుకులు కలిగారు. వీరినుండే కురు, యదు, భరత, యయాతి, ఇక్ష్వాకు - మొదలైన రాజర్షుల వంశాలు ఉద్భవించాయి. ఈ పరంపరలోనే అనేక వంశాల, ప్రాణుల సృష్టి జరిగింది.

సమస్తలోకాలు, భూత భవిష్యద్వర్తమానాల లోని రహస్యాలు, కర్మ- ఉపాసనా- జ్ఞాన స్వరూపాలైన వేదాలు, యోగాభ్యాసం, ధర్మార్థ కామాలు, సమస్త, శాస్త్రలోక వ్యవహారాలు- పరిపూర్ణంగా ఎరిగినవాడు వ్యాసభగవానుడు. సంపూర్ణ ఇతిహాసాన్ని, వేదాలలోని తాత్పర్యాన్ని వ్యాఖ్యాన రూపంలో ఇందులో పొందుపరిచాడు. పండితులు, జ్ఞానస్వరూపాన్ని భిన్నరీతులలో వ్యాప్తి చేయడానికి అనువుగా వ్యాసభగవానుడు ఈ మహాజ్ఞానాన్నంతటినీ కొన్ని చోట్ల విస్తారంగా, కొన్ని చోట్ల సంక్షేపంగా చెప్పాడు. తన తపశ్శక్తి, బ్రహ్మచర్యం యొక్క మహిమ కారణంగా వేదాలను విభజించిన తరువాత వ్యాసుడు ఈ గ్రంథాన్ని వ్రాశాడు.[2] దీనిని శిష్యులకు ఎలా బోధించాలి అని ఆలోచిస్తూంటే బ్రహ్మదేవుడు లోకహితం కోసం అక్కడికి వచ్చాడు. అతడిని చూసి వ్యాసమహర్షి ఆశ్చర్యంతో చేతులు జోడించి మునులతో సహితంగా ఎదురేగి స్వాగతం పలికి ఆసనంపై కూర్చోపెట్టాడు. అతని అనుమతిపై వారంతా కూడా కూర్చున్నారు. వ్యాసుడు సంతోషంతో ఇలాఅన్నాడు. "భగవాన్! నేను ఒక శ్రేష్ఠమయిన కావ్యాన్ని రచించాను. ఇందులో సమస్తమయిన వైదిక లౌకిక విషయాలూ ఉన్నాయి. వేదాలలోని క్రియా కలాపం, వాని సారభూతమైన ఉపనిషత్తులు, ఇతిహాసపురాణాలు, భూత భవిష్యద్వర్తమాన వృత్తాంతాలు, జరా మృత్యు భయ వ్యాధులు, పదార్థాల భావాభావతత్త్వ నిర్ణయం, వర్ణాశ్రమధర్మాలు, పురాణాలసారం, తపస్సు, బ్రహ్మచర్యం, పృథ్వీ, చంద్ర, సూర్య, గ్రహ నక్షత్ర తారకల, యుగాల వర్ణన- వాని పరిమాణం; ఋగ్యజుస్సామాథర్వణ వేదాలు, అధ్యాత్మ, న్యాయ, శిక్షా చికిత్సా దాన పాశుపత ధర్మాలు; దేవతల మనుష్యుల ఉత్పత్తి; పుణ్య తీర్థక్షేత్రాలు, నదీ పర్వతారణ్య సముద్రాలు; పూర్వకల్పం; దివ్యనగరాలు; యుద్ధకౌశలం, వివిధ భాషలు జాతులు, లోకవ్యవహారం, అన్నిటిలో వ్యాపించి ఉన్న పరమాత్మ- ఇవన్నీ ఇందులో వర్ణించాను. కాని ఈ భూలోకంలో దీనిని వ్రాయగలిగినవాడు దొరకలేదని చింతిస్తున్నాను".

ఇలా అనగానే బ్రహ్మ " మహర్షీ! మీరు తత్త్వజ్ఞాన సంపన్నులు. తపస్వులయిన మునులందరిలో మీరు శ్రేష్ఠులు. మీరు పుట్టినది మొదలు మీ వాక్కు ద్వారా సత్యాన్ని, వేదార్థాన్ని చెప్తున్నారు. కనుక మీరు మీ గ్రంథాన్ని కావ్యంగా చెప్పుకోవడం సమంజసమే. ఇది కావ్యంగానే ప్రసిద్ధి పొందుతుంది. దీనిని మించిన మహాకావ్యం జగత్తులో మరింక రాబోదు. మీరు గ్రంథాన్ని వ్రాయడానికి గణేశుని స్మరించండి" అని చెప్పి తన లోకానికి వెళ్లిపోయాడు. వ్యాసుడు గణేశుని స్మరించగానే భక్తుల కోరికలను ఈడేర్చే గణేశుడు అక్కడికి వచ్చాడు. వ్యాసుడతనికి నమస్కరించి, పూజించి, ఆసీనుడిని చేసి "దేవా! నేను నా మనసులో రచించుకొన్న మహాభారతాన్ని నేను చెప్తూ ఉంటాను. మీరు వ్రాస్తూ ఉండాలి" అని ప్రార్థించాడు. గణేశుడు "నా కలం ఒక్క క్షణం కూడా ఆగదు. అలా అయితే వ్రాయగలను" అన్నాడు. వ్యాసుడు అందుకంగీకరించి, "అర్థం చేసుకున్న తరువాత మాత్రమే వ్రాయాలి" అన్నాడు. గణేశుడు "తథాస్తు" అని వ్రాయడానికి అంగీకరించాడు. వ్యాసుడు ఉద్దేశ్యపూర్వకంగా ఈ గ్రంథంలో

జటిలంగా కొన్ని శ్లోకాలను రచించాడు. వాని విషయంలో అతడు నిశ్చయ పూర్వకంగా ఇలా చెప్పాడు "8, 800 శ్లోకాల అర్థాలను నేను ఎరుగుదును. శుకుడు ఎరుగును. సంజయునికి తెలుసో తెలియదో అనుమానమే". ఆ శ్లోకాలు ఇప్పటికీ ఈ గ్రంథంలో ఉన్నాయి. ఆలోచిస్తేనే గాని వాని అర్థం తేటపడదు. సర్వజ్ఞుడైన గణేశుడు ఒక్కక్షణం ఆ శ్లోకాల అర్థం గురించి ఆలోచించేలోపున వ్యాసమహర్షి ఆపై అనేక శ్లోకాలను చెప్తుండేవాడు.

ఈ మహాభారతం అజ్ఞానాంధకారంలో వెతుకులాడే వారికి కళ్లు తెరిపించే జ్ఞానాంజనశలాక. ధర్మార్థకామ మోక్షాలనే చతుర్విధ పురుషార్థాలను సంక్షేపంగా విస్తరంగా వర్ణించి చెప్పే ఈ మహాభారతం లోకుల అజ్ఞానాంధకారాన్ని పటాపంచలు చేస్తుంది. ఈ భారతమనే చంద్రుడు వేదార్థాలనే వెన్నెలలను విరజిమ్ముతూ లోకుల బుద్ధి అనే కలువలను వికసింపచేస్తాడు. ఇతిహాస రూపమైన ఈ దీపం లోకమనే గర్భగృహాన్ని వెలుగుతో నింపుతుంది. కృష్ణద్వైపాయన భగవానుడు ఈ గ్రంథంలో కురువంశవిస్తారము, గాంధారి ధర్మశీలత, విదురుని ప్రజ్ఞ; కుంతి ధైర్యము, దుర్యోధనాదుల దుష్టత్వము, పాండవుల సత్యనిష్ఠ వర్ణించాడు. ప్రతికథలోను కృష్ణుని అనిర్వచనీయమైన మహిమ ప్రకటితమయింది. ఈమహాభారత కల్పవృక్షం కవులకు ఆశ్రయస్థానం. దీని ఆధారంగానే కవులెందరో తమ తమ కావ్యాలను నిర్మిస్తారు.

ఈ గ్రంథంలో దేవర్షుల, బ్రహ్మర్షుల, దేవతల యొక్క పరమ పవిత్ర కార్యాలు వర్ణింపబడ్డాయి. సనానత పురుషుడైన శ్రీకృష్ణభగవానుని ప్రశంస ప్రతిచోట ఉంది. అతడే సత్యం. అతడే ఋతం. అతడు పరమ పవిత్రుడు, మంగళమయుడు, అవినాశి, అచలుడు, అఖండజ్ఞాన స్వరూపుడైన పరబ్రహ్మ. బుద్ధిమంతులు అతని లీలలను గానం చేస్తూ ఉంటారు. అతడే సత్తు, అసత్తు, సదసత్తు. అతని శక్తి వల్లనే జగత్తు నడుస్తోంది. పాంచభౌతికము, ఆధ్యాత్మికము, ప్రకృతికి మూలభూతమైన సమస్త బ్రహ్మస్వరూపము - అన్నీ అతని స్వరూపమే. సన్యాసులు అతనినే ధ్యానిస్తూ ముక్తులవుతున్నారు. అద్దంలో ప్రతిబింబం వలె సమస్త ప్రపంచాన్ని అతనిలోనే దర్శిస్తున్నారు. ఈ గ్రంథమంతా అతని చరిత్రతో నిండి ఉంది కాబట్టి దీనిని చదివినవాడు పాపవిముక్తుడవుతాడు. ఇతిహాసాలలో సర్వశ్రేష్ఠం అయిన ఈ మహాభారత గ్రంథానికి సత్యామృతాలే శరీరం. ఇతిహాస పురాణాల ద్వారానే వేదార్థాన్ని నిశ్చయించాలి. అట్టి జ్ఞానం లేని అల్పజ్ఞుల వలన తమకు హాని కలుగుతుందేమో అని వేదాలు భయపడుతూ ఉంటాయి. దేవతలు మహాభారతాన్ని ఒకవైపు, నాల్గువేదాలను ఒకవైపు ఉంచి త్రాసులో తూచారట. మహాభారతమే గొప్పదని తేలిందిట. మహత్త్వం వల్లను, భారవత్త్వం వల్లను ఇది మహాభారతం అయింది. తపస్సు, వేదాధ్యయనం, వైదికకర్మానుష్ఠానం, శిలోంఛవృత్తి- ఇవన్నీ నిర్మలమైన మనస్సుతో చేస్తే చిత్తశుద్ధికి హేతువు లవుతాయి. ఈ గ్రంథం చిత్తశుద్ధికి చాలా ప్రాధాన్యం ఇచ్చింది. కనుక దీనిని చదివేటపుడు మనస్సు నిర్మలంగా ఉంచుకోవాలి.

జనమేజయుని తమ్ములకు శాపము - గురుసేవా మహిమ

ఉగ్రశ్రవసుడు చెప్తున్నాడు - "మహర్షులారా! పరీక్షిత్తు కొడుకయిన జనమేజయుడు తన తమ్ముళ్లు శ్రుతసేనుడు, ఉగ్రసేనుడు, భీమసేనుడు అనేవారితో కలిసి కురుక్షేత్రంలో దీర్ఘసత్త్రయాగం చేస్తున్నాడు. అప్పుడక్కడికి ఒక కుక్క వచ్చింది. దానిని జనమేజయుని తమ్ముళ్లు కొట్టి తరిమేశారు. అది ఏడుస్తూ తల్లి దగ్గరకు వచ్చింది. తల్లి దాని ఏడుపుకు కారణమడిగింది. "జనమేజయుని తమ్ముళ్లు నన్నుకొట్టారని" చెప్పింది. తల్లి "నువ్వక్కడ ఏదో అపరాధం చేసి ఉంటావు" అంది. కుక్క "అమ్మా! నేను హవిష్యం వైపు చూడనూ లేదు. నాకనూలేదు. నేనేమీ అపరాధం చేయలేదు" అని చెప్పింది. ఇది విన్న తల్లికి చాలా దుఃఖం కలిగింది. అది జనమేజయుని యజ్ఞశాలకు వచ్చి కోపంతో "నాకొడుకు మీ హవిష్యం వైపు కనీసం చూడలేదు. నాకలేదు. ఏ అపరాధమూ చేయలేదు. అయినా మీరు ఎందుకు కొట్టారు?" అని అడిగింది. జనమేజయుడు, అతని తమ్ముళ్లు ఏమీ సమాధానం చెప్పలేదు. ఆ ఆడుకుక్క "మీరు ఏ అపరాధమూ చేయని నా కొడుకుని కొట్టారు. కనుక మీకు తెలియకుండానే మీకు గొప్ప అశుభం కలుగుతుంది" అంది.(3) దేవతల కుక్క అయిన సరమ శాపం విన్న జనమేజయునకు మహాదుఃఖం కలిగి, మనసు కలత చెందింది. యజ్ఞం పరిసమాప్తం అయ్యాక హస్తినాపురానికి వచ్చి ఆ శాపం వలన కలిగే అరిష్టాన్ని తప్పించగలిగే పురోహితుడికోసం అన్వేషించసాగాడు. ఒకసారి అతడు వేటకోసం వెళ్లి, అక్కడ ఒక ఆశ్రమం చూశాడు. శ్రుతశ్రవుడనే ఋషి అక్కడ నివసిస్తున్నాడు. అతని కొడుకు పేరు సోమశ్రవుడు. సోమశ్రవుని తనకు పురోహితునిగా చేసుకోవాలనే కోరికతో జనమేజయుడు శ్రుతశ్రవునికి నమస్కరించి తన కోరికను తెలిపాడు. ఋషి అంగీకరించి

"నా ఈ కొడుకు గొప్ప తపశ్శాలి. స్వాధ్యాయ సంపన్నుడు. మీ అరిష్టాలన్నీ పోగొట్టకలడు. కాని ఇతనికి ఒక నియమం ఉంది. ఏ బ్రాహ్మణుడయినా ఏ వస్తువు అడిగినా అది తప్పక ఇచ్చివేస్తాడు. అది నీవు చేయగలిగితే ఇతనిని తీసుకువెళ్లు" అన్నాడు. జనమేజయుడు అంగీకరించి అతనిని హస్తినాపురానికి తీసుకొని వెళ్లాడు. తన తమ్ముళ్లను పిలిచి "ఇతనిని నేను పురోహితుడిగా తీసుకువచ్చాను. మీరు ఏమీ ఆలోచించక ఇతని ఆజ్ఞలను పాటించండి" అన్నాడు. వారు అంగీకరించారు.

ఆరోజుల్లో ఆదేశంలో ఆయోదధౌమ్యుడనే ఒక ఋషి నివసిస్తూ ఉండేవాడు. అతనికి ఆరుణి, ఉపమన్యుడు, వేదుడు, అనే ముగ్గురు ప్రధాన శిష్యులు ఉండేవారు. ఆరుణి పాంచాలదేశీయుడు, గురువు అతడిని ఒకసారి పొలానికి కంత మూయమని పంపించాడు. అతడక్కడకు వెళ్లి ఎంతో ప్రయత్నం చేశాడు కాని లాభం లేకపోయింది. చివరికి అతనికి ఒక ఉపాయం స్ఫురించింది. ఆ స్థానంలో తాను అడ్డంగా పడుకొన్నాడు. దానితో నీటిప్రవాహం ఆగింది. కొంతసేపు గడిచాక ఆయోదధౌమ్యుడు శిష్యులను పిలిచి ఆరుణి ఏమయ్యాడని ప్రశ్నించాడు. వారు "మీరే కదా పొలానికి కంత మూయమని పంపారు" అన్నారు. గురువు వారితో "నడవండి, వాడెక్కడకు వెళ్లాడో చూద్దాం" అని పొలం దగ్గరకు వెళ్లి "ఆరుణీ! ఎక్కడున్నావు? రా నాయనా!" అని ఎలుగెత్తి పిలిచాడు. ఆచార్యుని మాటను గుర్తించి ఆరుణి వెంటనే లేచి అతని దగ్గరకు వచ్చాడు. "అయ్యా! మీరు చెప్పినట్లుగా పొలానికి కంత మూయలేకపోయాను. నీళ్ల ప్రవహించిపోతూనే ఉన్నాయి. అందుకని నేనే అడ్డంగా పడుకున్నాను. ఇప్పుడు మీ పిలుపు విని తిన్నగా మీ వద్దకు వచ్చాను. మీ పాదాలకు నమస్కారం. మీకు ఏమి సేవ చేయమంటారు?" అని వినయంగా అన్నాడు. అప్పుడు గురువుగారు "నాయనా! నీవు ఇపుడు పొలం గట్టును ఉద్దలించుకొని (పెకలించి) వచ్చావు కనుక ఉద్దాలకుడనే పేరును పొందుతావు", అని కృపాదృష్టితో చూస్తూ" నీవు నా ఆజ్ఞను పాటించావు. కనుక నీకు మరిన్ని శుభాలు కలుగుతాయి. సమస్త వేదాలు, ధర్మశాస్త్రం అన్నీ నీకు తెలియగలవు". అని ఆశీర్వదించాడు. గురువు వలన వరం పొందిన ఆరుణి యథేచ్ఛగా వెళ్లిపోయాడు.

ఆయోదధౌమ్యుడు తన రెండవ శిష్యుడైన ఉపమన్యుని పిలిచి "వత్సా! గోవులను రక్షిస్తూ ఉండు" అని చెప్పాడు. ఉపమన్యుడు రోజంతా గోవులను మేపి సాయంకాలం ఆశ్రమానికి వచ్చి గురువుకి నమస్కరించాడు. గురువు అతనిని చూచి 'నాయనా! నీవు చాలా లావుగా దృఢంగా కనిపిస్తున్నావు. ఏమి తింటున్నావు? ఏమి తాగుతున్నావు?" అని ప్రశ్నించాడు. "నేను భిక్షమెత్తుకునే తింటున్నాను" అని చెప్పాడు ఉపమన్యువు. "నీవు నాకు నివేదించకుండా భిక్ష స్వీకరించకూడదు" అన్నాడు గురువు. శిష్యుడు ఆమాటను పాటించి భిక్షను అడిగి తెచ్చి గురువుగారికి సమర్పించసాగాడు. గురువు అదంతా తన దగ్గరే ఉంచేసుకోసాగాడు. మామూలుగానే అతడు ఆవులను మేపుకొని సాయంత్రం ఆశ్రమానికి వచ్చి గురువుకి నమస్కరిస్తున్నాడు. ఒకనాడు గురువు "నాయనా! నీ భిక్ష అంతా నేనే తీసేసుకుంటున్నాను. నీవు ఏమి తింటున్నావు?" అని అడిగాడు. అతడు "స్వామీ! మొదటి భిక్ష మీకు సమర్పించి నేను మళ్లీ భిక్షమెత్తుకుని తింటున్నాను" అని చెప్పాడు. గురువు "అలా చేయడం శిష్యునికి అనుచితం. ఎందుకంటే ఇతర భిక్షార్థుల జీవికకు ఆటంకం కలిగించినట్లేకాక నీ లోభబుద్ధికూడ వ్యక్తమవుతుంది" అని చెప్పాడు. ఉపమన్యుడు గురువు మాటను పాటించి గోవులను మేపడానికి వెళ్లిపోయాడు. సాయంకాలం యథావిధిగా తిరిగి వచ్చి గురువుకి నమస్కరించాడు. "ఏమయ్యా! నీ భిక్ష అంతా నేనే తీసుకున్నాను. నీవు రెండవసారి భిక్షకు పోవడం లేదు. అయినా బలంగా చురుకుగా కనిపిస్తున్నావు. ఏమి తింటున్నావు?" అని గురువు మళ్లీ అడిగాడు. ఆవుపాలు తాగి జీవిస్తున్నానన్నాడు శిష్యుడు. నా ఆజ్ఞ లేకుండా ఆవుపాలు త్రాగకూడదన్నాడు గురువు. శిష్యుడు ఆ గురువాజ్ఞ శిరసావహించాడు. మళ్లీ యథాప్రకారంగా గోవులను మేపి సాయంత్రం ఆశ్రమానికి వచ్చి గురువుకి నమస్కరించాడు. "నాయనా! నా మాట పాటించి భిక్షాన్నం సరే. పాలు కూడా త్రాగడం లేదు కదా! మరి ఏమి తింటున్నావు?" అని అడిగాడు గురువు. లేగదూడలు తల్లి పొదుగునుండి పాలు త్రాగేటపుడు పైకెగిరిన నురుగును త్రాగి బ్రతుకుతున్నానని చెప్పాడు ఉపమన్యువు. వెంటనే గురువు "రామ! రామ! దయగల ఆ లేగలు నీమీద జాలిపడి ఎక్కువ నురుగును చిమ్ముతున్న ట్లున్నాయి. నీవు ఆ లేగల ఆహారానికి ఆటంకం కలిగిస్తున్నావు. నీవు అలా త్రాగకూడదు" అన్నాడు. గురువు మాట శిరోధార్యంగా భావించాడు శిష్యుడు. తినడానికిగాని, త్రాగడానికి గాని వేరే దారి లేక ఆకలితో నకనకలాడుతున్న అతడు ఒకరోజు జిల్లేడు ఆకులు తిన్నాడు. ఘాటుగా కారంగా

ఉప్పగా ఉన్న ఆకులను నమిలి ఆ రసాన్ని మ్రింగడంతో అతనికి కంటిచూపు పోయింది. గ్రుడ్డివాడై అటు ఇటు తిరుగుతూ ఒక కూపంలో పడిపోయాడు. సాయంకాలం అయింది. ఉపమన్యువు ఆశ్రమానికి రాలేదు. గురువు శిష్యులను అడిగాడు. ఆవులను మేపడానికి అడవికి వెళ్లాడని వాళ్లు చెప్పారు. "ఉపమన్యువుకి తిండి దొరికే దారి లేకుండా చేశాను. అతనికి కోపం వచ్చి ఉండవచ్చును. అయినా ఇంతవరకు తిరిగి రాలేదు నడవండి అతనిని వెదకుదాం" అని చెప్పి గురువు శిష్యులతో కలిసి అడవికి వెళ్లాడు. అతడు గొంతెత్తి ఉపమన్యువును "నాయనా! ఎక్కడున్నావు? రావయ్యా" అని పిలుస్తూండగా అతని గొంతును గుర్తు పట్టిన ఉపమన్యువు తానక్కడ నూతిలో ఉన్నానని గట్టిగా అరచి చెప్పాడు. కూపంలో ఎలా పడ్డావని గురువు అడిగితే జిల్లేడుఆకులు తిని చూపు పోగొట్టుకోవడంతో నూతిలో పడ్డానని శిష్యుడు సమాధానం చెప్పాడు. గురువు దేవతావైద్యులైన అశ్వినీకుమారులను స్తుతిస్తే చూపును ఇస్తారని చెప్పాడు. ఉపమన్యువు వేదమంత్రాలతో అశ్వినీకుమారులను స్తోత్రం చేశాడు. వారు ప్రత్యక్షమై ఒక అపూపాన్ని ఇచ్చి తినమన్నారు. గురువుకు నివేదించనిదే తాను వారి ఆజ్ఞ పాటించలే నన్నాడు ఉపమన్యువు. ఇంతకుముందు అతని గురువు తమను స్తోత్రం చేస్తే ఇలాగే ఒక అప్పాన్ని ఇచ్చామని; అతడు గురువుకి నివేదించకుండానే తిన్నాడని, కనుక గురువు చేసినట్లే చేయమని చెప్పారు అశ్వినీ దేవతలు. అయినా శిష్యుడందుకంగీకరించలేదు. ఆ దేవతలు "నీ గురుభక్తికి సంతోషించాము. నీకు దంతాలు స్వర్ణమయంగా ఉంటాయి. నీకు చూపు వస్తుంది. నీకు అన్ని విధముల శుభం కలుగుతుంది" అని దీవించారు. వారి అనుమతితో ఉపమన్యువు గురువు దగ్గరకు వెళ్లి జరిగినదంతా చెప్పాడు. గురువు చాలా సంతోషించి "అశ్వినీ కుమారులు చెప్పినట్లు నీకు శుభం కలుగుతుంది. వేదాలు, ధర్మశాస్త్రాలు అన్నీ కూడా నీ బుద్ధికి తమంత తామే స్ఫురిస్తాయి". అని ఆశీర్వదించాడు.

ఆయోదధౌమ్యుని మూడవ శిష్యుడు వేదుడు. ఆచార్యుడు అతనిని ఇంటివద్దనే ఉండి సేవాశుశ్రూషలు చేస్తూ ఉండమని, శుభం కలుగుతుందని" ఆదేశించాడు. అతడు చాలారోజులు ఇంటివద్దనే ఉండి సేవ చేశాడు. గురువు అతనిపై బండెడు భారం మోపేవాడు. అతడు శీతోష్ణాలవలన ఆకలిదప్పుల వలన కలిగే బాధను భరిస్తూ సేవ చేసేవాడు, కాని ఎప్పుడూ ఎదురు చెప్పలేదు. చాలా రోజులకు గురువు సంతోషించి, అతనికి శుభం కలుగుతుందని, సర్వజ్ఞత్వం లభిస్తుందని వరమిచ్చాడు. అతడు బ్రహ్మచర్యాశ్రమం నుండి గృహస్థాశ్రమంలో ప్రవేశించాడు. వేదుడికి కూడా ముగ్గురు శిష్యులున్నారు. గురువు యొక్క గృహంలో ఉండే కష్టాలు తెలిసినవాడు కాబట్టి వేదుడు తన శిష్యులు అలాంటి కష్టాలు పడకూడదని, ఎన్నడూ వారికి శుశ్రూష చేయమనిగాని, పనులు చేయమనికాని ఆదేశించలేదు. ఒకప్పుడు జనమేజయుడు, పౌష్యుడు అనే రాజులిద్దరూ వేదుని తమకు పురోహితునిగా ఎన్నుకొన్నారు. ఆ పురోహితకార్యాలకోసం అతడు బయటకు వెళ్లేటపుడు గృహకార్యాలకోసం తన శిష్యుడైన ఉత్తంకుని నియోగించేవాడు. ఒకసారి వేదమహర్షి బయటనుండి వచ్చి, ఆశ్రమంలోనివారు ఉత్తంకుని ధర్మదీక్షను సదాచారపాలనను ప్రశంసించడం విన్నాడు. అతడు ఉత్తంకుని పిలిచి "నాయనా! నీ ధర్మ దీక్షకు సంతోషించాను. నీవు నాకు చాలా సేవ చేశావు. నీకు శుభమగుగాక! ఇక నీవు వెళ్లవచ్చును". అని అనుజ్ఞ ఇచ్చాడు. ఉత్తంకుడు "మీకు గురుదక్షిణగా ఏమి తెచ్చి ఇవ్వమంటారు?" అని అడిగితే మొదట గురువు అంగీకరించలేదు గాని తరువాత "మా గురుపత్నిని అడుగు" అన్నాడు. అతడు ఆమెను అడిగాడు. ఆమె పౌష్యమహారాజు భార్య ధరించే చెవికుండలాలు అడిగి తెమ్మని, నేటికి నాలుగోరోజున వాటిని ధరించి బ్రాహ్మణులకు భోజనం వడ్డించాలనుకుంటున్నానని, అలా చేస్తే అతనికి శుభం కలుగుతుందని చెప్పింది.

ఉత్తంకుడు అక్కడినుండి బయలుదేరి వెడుతూండగా దారిలో వృషభాన్ని ఎక్కి వస్తున్న ఒక దివ్యపురుషుడు కనిపించాడు. అతడు ఉత్తంకుని పిలిచి వృషభగోమయాన్ని తినమని చెప్పాడు. ఉత్తంకుడు తిననన్నాడు. " నీ గురువు కూడా ఇంతకుముందు ఈ గోమయాన్ని తిన్నాడు. నీవు ఇంకేమీ ఆలోచించక తిను" అన్నాడు ఆ పురుషుడు. ఉత్తంకుడు సరేనని ఆ ఎద్దు పంచితాన్ని తాగి గోమయాన్ని తిని వెళ్లే తొందరలో నడుస్తూనే ఆచమనం చేసి బయలు దేరాడు. అతడు పౌష్యుని దగ్గరకు వెళ్లి దీవించి తాను వచ్చిన పని చెప్పగా రాజు రాణివాసానికి పంపాడు. ఉత్తంకుడికి రాణివాసంలో రాణి ఎక్కడా కనపడక తిరిగివచ్చి ఆవిషయం రాజుకు చెప్పాడు. "అయ్యా! నా భార్య పరమపతివ్రత. ఆమె అశుచులకు కనబడదు" అని రాజు అన్నాడు. ఉత్తంకుడికి వెంటనే తాను నడుస్తూ ఆచమనం చేశానని జ్ఞప్తికి వచ్చింది. రాజు అది విని నడుస్తూ ఆచమనం చేయడం నిషిద్ధం

కదా! అందుకే ఆమె అశుచివైన నీకు కనబడలేదు" అన్నాడు. ఉత్తంకుడు వెంటనే కాళ్లు, చేతులు, ముఖం(నోరు) కడుక్కుని పూర్వాభిముఖుడై కూర్చుండి మూడుమార్లు ఆచమించి, రెండుమార్లు ముఖం తుడుచుకున్నాడు. ఈసారి అంతః పురానికి వెళ్లగానే ఆమె కనపడింది. యోగ్యునిగా తలచి ఆమె ఉత్తంకునికి కుండలాలు ఇస్తూ "నాగరాజు తక్షకుడు ఈ కుండలాలకోసం ఆశపడుతున్నాడు. నీవు అజాగ్రత్తగా ఉంటే అతడు ఎత్తుకొనిపోగలడు. జాగ్రత్త" అంటూ హెచ్చరించింది.

కుండలాలు తీసుకొని బయలుదేరిన ఉత్తంకునకు దారిలో ఒక నగ్న క్షపణకుడు దృశ్యాదృశ్యంగా తన్ను వెన్నంటి వస్తున్నట్లు తోచింది. ఒకచోట కుండలాలు గట్టునపెట్టి నీటికోసం మడుగులోనికి దిగాడు. వెంటనే ఆ క్షపణకుడు కుండలాలను తీసుకొని అదృశ్యమైపోయాడు. ఉత్తంకుడు ఇంద్రుడు పంపిన వజ్రాయుధం యొక్క సహాయంతో నాగలోకం వఱకు అతడిని వెంబడించాడు. ఆ క్షపణకుడే తక్షకుడు. చివరకు తక్షకుడు భయపడి ఆ కుండలాలను ఉత్తంకునకు ఇచ్చివేశాడు. ఉత్తంకుడు సరియైన సమయానికి వచ్చి గురుపత్నికి వానిని ఇచ్చి ఆశీర్వాదం పొందాడు. అనంతరం గురువు అనుమతి తీసుకుని అతడు హస్తినాపురానికి వచ్చాడు. అతనికి తక్షకునిమీద పట్టరాని క్రోధం కలిగింది. ప్రతీకారం తీర్చుకోవాలనుకున్నాడు. ఆ సమయానికి హస్తినాపురానికి చక్రవర్తి అయిన జనమేజయుడు తక్షశిలను జయించి తిరిగి వచ్చాడు. ఉత్తంకుడతనితో రాజా! తక్షకుడు నీ తండ్రిని కాటువేశాడు. దానికి నీవు ప్రతీకారం తీర్చుకో. కాశ్యపుడు అనే బ్రాహ్మణుడు నీతండ్రిని రక్షించడానికి వస్తూంటే తక్షకుడు అతడిని వెనక్కి తిప్పి పంపేశాడు. నీవు ఇప్పుడు సర్పయాగం చేసి, ఆ హోమాగ్నిలో పాపాత్ముడైన ఆ తక్షకుడిని భస్మం చేయి. ఆ దురాత్ముడు నాపట్ల కూడా పెద్ద అపచారమే చేశాడు. నీవు సర్పయాగం చేస్తే నీ తండ్రి మృత్యువుకు ప్రతీకారం తీర్చుకున్నట్లవుతుంది. నాకు కూడా సంతోషం కలుగుతుంది" అన్నాడు.(4)

నాగుల పుట్టుక

శౌనకుడు సూతనందనుని "ఉగ్రశ్రవా! జనమేజయుడు చేసిన సర్పయాగం బారినుండి తక్షకుడిని కాపాడిన ఆస్తీకుని కథ చెప్పు. నీ కథలు మధురంగా మనోహరంగా ఉంటాయి. నీతండ్రితో సమానం నీవు ఈ విషయంలో. అతనిలాగే నీవూ మాకు ఈ కథలు చెప్పు." అని అడిగాడు.

ఉగ్రశ్రవడు చెప్తున్నాడు.- "నా తండ్రి నుండి విన్న ఆ కథను నేను మీకు వినిపిస్తాను. సత్యయుగంలో దక్షప్రజాపతికి కద్రూవినతలు అనే ఇద్దరు కూతుళ్లు ఉండేవారు. తండ్రి వారిని కశ్యపునకిచ్చి పెళ్లి చేశాడు. వారితో సంతుష్టుడైన కశ్యపుడు "మీకేది ఇష్టమో అడగండి. వరం ఇస్తాను" అన్నాడు. కద్రువ సమానతేజస్వులైన వేయిమంది నాగులు కొడుకులుగా కావాలని అడిగింది. వినత అంతకంటె అధికబలవంతులైన ఇద్దరు కొడుకులు కావాలని అడిగింది. కశ్యపుడు "తథాస్తు" అన్నాడు. వారిద్దరూ ఆనందించారు. జాగ్రత్తగా గర్భాన్ని రక్షించుకోమని చెప్పి కశ్యపుడు అడవికి వెళ్లిపోయాడు.

సమయం కాగానే కద్రువ వేయి, వినత రెండు అండాలను కన్నారు. దాసీలు వాటిన్నటినీ నులివెచ్చని పాత్రలలో భద్రపరిచారు. ఐదువందల సంవత్సరాలు పూర్తి అయ్యాక కద్రువ యొక్క అండాలనుండి వేయిమంది పుత్రులు వెలువడ్డారు. కాని వినత అండాలు అలాగే ఉన్నాయి. సిగ్గుతో, మాత్సర్యంతో వినత వానిలో ఒకదానిని పగులకొట్టింది. అందులో నుండి పైభాగం పూర్తిగా ఏర్పడి, క్రింది భాగం ఇంకా ఏర్పడని ఒక శిశువు వెలికి వచ్చాడు. ఆ శిశువు క్రోధంతో "అమ్మా! ఏ సవతిని చూచి అసూయతో తొందరపాటుతో ఈ అండాన్ని పగులకొట్టి నన్ను అసంపూర్ణ శరీరునిగా చేశావో, ఆ సవతికే 500 ఏళ్లు దాసీగా బ్రతుకు" అని శాపం ఇచ్చాడు. మళ్లీ అతడే జాలిపడి "ఈ రెండో అండాన్ని పగలకొట్టకుండా ఉంటే బలవంతుడైన కొడుకు పుడతాడు. అతడు నీ దాస్యాన్ని తొలగిస్తాడు. నీకు ఆ కోరిక కనుక ఉంటే ఈ 500 ఏళ్లు ధైర్యాన్ని చిక్కబట్టుకొని ప్రతీక్షించు" అని చెప్పి ఆకాశంలోకి ఎగిరివెళ్లిపోయాడు. అతడు సూర్యునికి సారథి అయి (అనూరుడు) అరుణుడుగా ప్రసిద్ధిచెందాడు.

ఒకసారి కద్రూవినతలు ఇద్దరూ కలిసి విహరిస్తూండగా వారికి ఒక దివ్యాశ్వం కనబడింది. అది అమృత మథన సమయంలో పుట్టిన శ్రేష్ఠమైన, బలిష్ఠమైన, సుందరమైన, దివ్యమైన ఉచ్చైశ్శ్రవమనే గుఱ్ఱం, దానిని చూచి వాళ్లిద్దరూ వర్ణించి చెప్పుకోసాగారు". అని చెప్తూండగా....

శౌనకుడు "సూతనందనా! దేవతలు అమృతమథనాన్ని ఎక్కడ ఎందుకు చేశారు? అప్పుడు ఉచ్చైశ్శ్రవం ఎలా పుట్టింది?" అని అడిగాడు. సూతుడది విని అమృతమథన కథను చెప్పడం మొదలుపెట్టాడు.

సముద్ర మథనము - అమృతాదులు పుట్టుట

ఉగ్రశ్రవసుడు చెప్పసాగాడు. ఆకాశాన్నంటే స్వర్ణమయమైన శిఖరాలతో సూర్యకాంతిని కూడా కప్పివేయగల తేజఃపుంజంతో ప్రకాశించే మేరు పర్వతం మీద దేవతలందరూ ఒకసారి సమావేశమై అమృతప్రాప్తికోసం సమాలోచన చేయసాగారు. దేవతలు, రాక్షసులు కలిసి సముద్రమథనం చేస్తే అమృతం ప్రాప్తించవచ్చని నారాయణుడు సూచించాడు. నారాయణుని ఆలోచనను అనుసరించి దేవతలు మందరాచలాన్ని పెకలించడానికి ప్రయత్నించారు. కాని మేఘాలవరకు వ్యాపించి ఉన్న శిఖరాలతో, పదకొండు యోజనాల ఎత్తు, అంతే లోతు కలిగిన ఆ మందరపర్వతాన్ని వారు ఏ రీతిగాను కదిలించలేక పోయారు. అంత వారు మందరాచలాన్ని పెకలించే ఉపాయాన్ని చెప్పమని బ్రహ్మవిష్ణువులను ప్రార్థించారు. వారు ఆదిశేషుని ఆ పని చేయమని ఆజ్ఞాపించారు. మహాబలవంతుడైన శేషుడు వనాలు, వనవాసులతో సహితంగా మందరపర్వతాన్ని పెకలించాడు. దేవతలందరూ దానిని మోసుకుంటూ సముద్రతీరాన్ని చేరి మథించడానికి అనుమతిని ఇమ్మని సముద్రుని కోరారు. అమృతంలో భాగం పంచితే, మథించడం వలన కలిగే కష్టాన్ని భరిస్తానన్నాడు సముద్రుడు. దేవతలు సరేనని అంగీకరించి ఆదికూర్మాన్ని ప్రార్థించగా అది మందరాచల భారాన్ని తన వీపున మోసింది. దేవరాజు ఇంద్రుడు సముద్రాన్ని మథించసాగాడు.

ఈ విధంగా సురాసురులు మందరాన్ని కవ్వంగా, వాసుకిని త్రాడుగా చేసుకుని సముద్రాన్ని చిలకసాగారు. వాసుకి ముఖంవైపు రాక్షసులు, తోకచివర దేవతలు పట్టుకున్నారు. రాపిడి వలన వాసుకి ముఖం నుండి అగ్నిజ్వాలలు, పొగలతో కూడిన నిట్టూర్పులు వెలువడసాగాయి. అచిరకాలంలోనే ఆ ఊర్పులు మేఘాలుగా మారి అలసిపోయిన దేవతల మీద వర్షించసాగాయి. పర్వతశిఖరాల నుండి పూలవాన కురిసింది. మేఘం ఉరిమినట్లుగా గంభీరధ్వనులు వెలువడ్డాయి. పర్వతం మీది చెట్లు పరస్పరం రాపిడిపొంది కూలిపోతున్నాయి. వాటి రాపిడి వలన అగ్గి పుట్టింది. ఇంద్రుడు మేఘాలను వర్షింపచేసి ఆ అగ్నిని చల్లార్చాడు. చెట్లపాలు, ఓషధీరసాలు కారి సముద్రంలో కలిశాయి. ఆ పాలు, రసాలు బంగారుమయమైన ఆ పర్వతం మీది మణులనుండి స్రవించిన జలం- వీటి స్పర్శతోనే దేవతలు అమరులైపోయారు. ఆ ఉత్తమ సమ్మిశ్రణంతో సముద్ర జలాలు పాలలా మారిపోయాయి. ఆ పాలనుండి నెయ్యి వచ్చింది. మథించి మథించి అలసిపోయిన దేవతలు బ్రహ్మతో "నారాయణుడు తప్ప దేవతలందరూ అలసిపోయారు. కాని ఇంతవరకు అమృతం పుట్టలేదు" అని వాపోయారు. బ్రహ్మ విష్ణువును వారికి బలమిమ్మని ప్రార్థించాడు. విష్ణువు "ఈ కార్యంలో నిమగ్నమైన వారందరికీ బలాన్ని ఇస్తున్నాను. అందరూ పూర్తిగా శక్తిని వినియోగించి మందరాచలాన్ని తిప్పండి. సముద్రాన్ని క్షుభితం చేయండి" అని ప్రోత్సహించాడు.

విష్ణువు ఇలా అనగానే వారి బలం పెరిగింది. వారు జోరుగా సముద్రాన్ని మథించసాగారు. సముద్రం అంతా ఘూర్ణిల్లిపోయింది. అప్పుడు మొదట చల్లని వెలుగు, తెల్లగా ప్రకాశించే అనేక కిరణాలు కల చంద్రుడు పుట్టాడు. తరువాత లక్ష్మీదేవి, సురాదేవి, తెల్లని గుఱ్ఱం ఉచ్చైశ్రవం పుట్టాయి. నారాయణుడు తన వక్షఃస్థలంమీద ధరించే కౌస్తుభరత్నం, కోరిన కోరికలు తీర్చే కల్పవక్షం, కామధేనువు కూడా అప్పుడే పుట్టాయి. లక్ష్మి, సుర, చంద్రుడు, ఉచ్చైశ్శ్రవం - ఇవన్నీ ఆకాశమార్గంలో దేవలోకానికి చేరుకున్నాయి. అనంతరం దివ్యశరీరంతో ధన్వంతరి అవతరించాడు. అతని చేతిలో అమృతంతో నిండిన కమండలువు చూచి దానవులందరూ "ఇది నాది, ఇదినాది. అంటూ కోలాహలం చేశారు. తరువాత నాలుగు తెల్లని దంతాలతో మెరిసిపోయే పెద్ద ఏనుగు ఐరావతం పుట్టింది. దానిని ఇంద్రుడు స్వీకరించాడు. సముద్రాన్ని బాగా తరవడంతో అందులోంచి కాలకూట విషం పుట్టింది. దాని వాసన సోకగానే ప్రాణులన్నీ చైతన్యం కోల్పోయాయి. బ్రహ్మ ప్రార్థించగా శంకర భగవానుడు దానిని తన కంఠంలో నిలిపి ఉంచాడు. అప్పటి నుండి అతడు 'నీలకంఠుడు' అయ్యాడు. ఇదంతా చూస్తున్న దానవులకు నిరాశ కలిగింది. లక్ష్మికోసం, అమృతం కోసం వారు దేవతలతో వైరం పెట్టుకున్నారు. ఆ సమయంలో విష్ణువు మోహినీరూపంతో వారి దగ్గరకు వచ్చాడు. మూర్ఖులైన వారు విష్ణుమాయను గ్రహించలేక అమృతపాత్రను ఆమెకిచ్చారు. ఆ సమయంలో వారు ఆమె సౌందర్యానికి మోహితులై పోయారు. దేవతలందరూ ఆమె వద్దకు చేరి అమృతాన్ని పానం చేయడం మొదలుపెట్టారు. దైత్యుడైన రాహువు దేవతారూపం ధరించి వారి సరసన చేరి అమృతం త్రాగసాగాడు. అమృతం అతని కంఠం క్రిందికి దిగిందో లేదో సూర్యచంద్రులు అతని రహస్యం కనిపెట్టి వెల్లడించారు. వెంటనే విష్ణువు తన చక్రంతో అతని శిరస్సును ఖండించివేశాడు. పర్వత శిఖరంలా ఉన్న ఆతని శిరస్సు ఆకాశంలో పైకెగిరి గర్జించసాగింది. అతని మొండెం

భూమిమీద పడి అందరినీ భయకంపితులను చేస్తూ కొట్టుకోసాగింది. ఆనాటినుండి సూర్యచంద్రులకు రాహువుతో వైరం స్థిరపడిపోయింది. విష్ణువు దేవతలకు అమృతాన్ని పంచిపెట్టి మోహినీ రూపం విడిచిన తరువాత అసురులమీద రకరకాల భయంకరమైన అస్త్రాలు ప్రయోగించాడు. అంతటితో సముద్రతీరంలో దేవాసురుల మధ్య గొప్పయుద్ధం ప్రారంభమయ్యింది. రకరకాల అస్త్రశస్త్రాలు ఎగురసాగాయి. విష్ణువుయొక్క చక్రాయుధంతో కొంతమంది రాక్షసులు చనిపోతే, దేవతల గదా ఖడ్గశక్త్యాది ఆయుధాలతో కొంతమంది రాక్షసులు నేలకొరిగారు. అన్నివైపుల "కొట్టు, చంపు, నరుకు, పరుగెత్తు, పడగొట్టు, వెంబడించు" అనే ధ్వనులే వినబడసాగాయి. ఇలా యుద్ధం జరుగుతూండగానే విష్ణువు యొక్క రెండురూపాలైన నరనారాయణులు యుద్ధభూమిలో అవతరించారు. నరుని యొక్క దివ్యధనుస్సును చూచి నారాయణుడు తన చక్రాన్ని స్మరించాడు. అది సూర్యతేజస్సుతో వెలుగొందుతూ ఆకాశమార్గాన అక్కడికి వచ్చింది. నారాయణుడు ఆ చక్రాన్ని ప్రయోగించగానే అది దైత్యసేనలో మూలమూలలా జొరబడి కాలాగ్నిలా వేలకొద్దీ అసురులను సంహరించింది. అసురులు కూడా ఆకాశంలో ఎగురుతూ (పర్వతాలను) రాళ్లను వర్షిస్తూ దేవతలను గాయపరచసాగారు. అది చూచిన నరుడు తన బాణాలతో ఆ పర్వతాలను ముక్కలుముక్కలుగా చేసి ఆకాశంలోనే ఎగురగొట్టాడు. సుదర్శన చక్రం గడ్డి పరకలుగా దైత్యులను ఖండించింది. భయపడిన రాక్షసులు భూమిలోను, సముద్రంలోను దాగుకొన్నారు. దేవతలకు విజయం లభించింది. మందరాచలాన్ని గౌరవంగా యథాస్థానంలో ప్రతిష్ఠించారు. ఎవరి స్థానాలకు వారు అందరూ వెళ్లారు. దేవతలు, ఇంద్రుడు ఆనందంతో అమృతాన్ని రక్షించమని నరునకు ఇచ్చారు. ఇదీ సముద్ర మథనం కథ.

కద్రూవినతల కథ - గరుడుని పుట్టుక

ఉగ్రశ్రవసుడు చెపుతున్నాడు. - శౌనకాదిమునులారా! ఉచ్చైశ్శ్రవం పుట్టిన సముద్ర మథనం కథ విన్నారు కదా! ఆ ఉచ్చైశ్శ్రవం అనే గుఱ్ఱాన్ని చూసి కద్రువ వినతను " ఆ గుఱ్ఱం ఏ రంగులో ఉంది" అని అడిగింది. వినత "అది తెల్లగా ఉంది కదా. నీవు ఏ రంగులో ఉంది అనుకుంటున్నావు?" అంది. కద్రువ "అది తెల్లరంగే కాని తోకదగ్గర మాత్రం నల్లగా వుంది. పందెం కాద్దామా? నేను ఓడిపోతే నీకు దాసిని అవుతాను. నీవు ఓడిపోతే నాకు దాసివి కావాలి" అంది. ఇద్దరూ ఇలా పందెం పెట్టుకొని, మరునాడు వచ్చి గుఱ్ఱాన్ని దగ్గరగా పరిశీలిద్దామని అనుకుని ఇంటికి వెళ్లిపోయారు. కద్రువ వినతను ఎలాగైనా మోసపుచ్చాలని తన వేయిమంది కొడుకులను పిలిచి "మీరంతా వెళ్లి ఆ గుఱ్ఱం తోక మీద నల్లని వెంట్రుకలు అనిపించేలా వ్రేలాడండి. అలా చేస్తే నేను వినతకు దాసీని కానక్కరలేదు". అని చెప్పింది. ఆ మాటకు ఒప్పుకోని వారిని "జనమేజయుడు చేసే సర్పయాగంలో అగ్ని మిమ్మల్ని భస్మం చేసివేస్తాడు" అని శపించింది. దైవసంకల్పం వల్లనే కద్రువ తన కొడుకులకు అలాంటిశాపం ఇచ్చింది. బ్రహ్మాది దేవతలందరూ దానిని ఆమోదించారు. ఆ రోజుల్లో బలమైన విషసర్పాలు చాలా ఎక్కువగా ఉండేవి. అవి ఇతరులకు చాలా హాని చేస్తూండేవి. ప్రజల క్షేమం దృష్ట్యా ఇది ఉచితమే అయింది. "ఎవరి వలన ఇతరప్రాణులకు కీడు కలుగుతూ ఉంటుందో వారికి విధి వల్లనే ప్రాణాంతకమైన శిక్ష పడుతుంది" అని చెప్పి బ్రహ్మకూడా కద్రువను ప్రశంసించాడు.

దాసీత్వాన్ని పందెంగా పెట్టుకొన్న కద్రూవినతలు ఆ రాత్రి చాలా రోషావేశాలతో గడిపారు. తెల్లవారగానే ఇద్దరూ దగ్గరనుండి గుఱ్ఱాన్ని చూడడానికి వెళ్లారు. ఈలోగా సర్పాలన్నీ తమ తల్లి కోరిక తీర్చకపోతే తమ్మందరిని రోషంతో కాల్చివేస్తుందని, కోరిక తీర్చితే సంతోషించి శాపాన్ని ఉపసంహరిస్తుందనీ ఆలోచించుకున్నాయి. అవి గుఱ్ఱం తోకను పట్టుకొని నల్లగా చేయడానికే నిశ్చయించుకుని అలాగే చేశాయి. ఇటు కద్రూవినతలు పందెం కాసి, సముద్రం వైపే చూస్తూ ఆకాశమార్గంలో ఆవలితీరం చేరుకున్నారు. ఇద్దరూ గుఱ్ఱం దగ్గర దిగి దాన్ని చూశారు. గుఱ్ఱం శరీరం అంతా చంద్రకాంతితో మెరుస్తూ, తోక మాత్రం నల్లగా కనిపించింది. వినత వెలవెలపోయింది. కద్రువ ఆమెను దాసిగా చేసుకుంది. సమయం ఆసన్నం అయ్యాక తల్లి ప్రమేయం లేకుండానే అండాన్ని పగులకొట్టుకొని మహాతేజశ్శాలి అయిన గరుడుడు బయటకు వచ్చాడు. అతని దేహకాంతితో దిక్కులు మెరిసిపోయాయి. అతని శక్తి, గమనం, తేజస్సు, బలం అసామాన్యం, కళ్లు పచ్చని కాంతితో మెరుస్తున్నాయి. శరీరం అగ్నిలాగ ప్రకాశిస్తోంది. పుడుతూనే ఆకాశంలో ఎంతో ఎత్తుకి ఎగిరాడు. అప్పుడతడు రెండో బడబాగ్నిలా వెలుగొందాడు. దేవతలంతా అగ్నియే ఈ రూపంలో వచ్చాడనుకున్నారు. వారు విశ్వరూపుడైన అగ్నిని శరణుచొచ్చి నమస్కరించి "అగ్నిదేవా! మీరు మీరూపాన్ని వృద్ధి చేయకండి. మీరు

మమ్ము భస్మం చేయాలను కుంటున్నారా? చూడండి. చూడండి మీ తేజోమయమైన రూపం మా వైపు వస్తోంది" అన్నారు. అప్పుడు అగ్ని "దేవతలారా! ఇది నా రూపం కాదు. ఇతడు మహాతేజస్వంతుడయిన వినతకొడుకు గరుడుడు. పక్షిరాజు. ఇతనిని చూచి మీరు పొరపడ్డారు. ఇతడు నాగులను నాశనం చేస్తాడు. దేవతలకు మేలు చేస్తాడు. అసురులకు శత్రువు. మీరు ఇతనికి భయపడనవసరంలేదు. నాతో రండి. ఇతని దగ్గరకు వెళ్దాం". అని అందరూ కలిసి వెళ్లి గరుడుని స్తుతించారు.

దేవతల ఋషుల స్తోత్రం వినిన గరుడుడు "నా భయంకరమయిన శరీరం చూచి ఇంతకుముందు భయపడిన వారంతా ఆ భయం వదలండి. నేను నా శరీరాన్ని, తేజాన్ని తగ్గించుకుంటున్నాను" అన్నాడు. అందరూ ఆనందించి తిరిగి వెళ్లారు.

వినీతురాలు అయిన వినత ఒకనాడు తన కొడుకు దగ్గర కూర్చుని ఉండగా కద్రువ ఆమెను పిలిచి సముద్రంలోపల నాగులకు దర్శనీయమైన స్థలం ఒకటి ఉంది. దానిని చూడాలనుకుంటున్నాను. నన్ను అక్కడకు తీసుకువెళ్లు" అని చెప్పింది. వినత కద్రువను, ఆమె ఆజ్ఞానుసారంగా గరుడుడు నాగులను తమ భుజాలమీద మోస్తూ తీసుకువెళ్తున్నారు. గరుడుడు చాలా ఎత్తులో సూర్యునికి అతి దగ్గరగా వెళ్తున్నాడు. సూర్యకిరణాల వేడిమికి తట్టుకోలేక సర్పాలన్నీ మూర్ఛపోయాయి. కద్రువ ఇంద్రుడిని ప్రార్థించి ఆకాశమంతా మేఘాలు వ్యాపింపచేసింది. వర్షం కురిసింది. పాములన్నీ తేరుకున్నాయి. అవన్నీ తమకు కావలసిన చోటుకి చేరి, ఆ సాగరాన్ని, అందమైన వనాలు మొదలైనవి చూసి యథేచ్ఛగా విహరించాయి. అవి ఆడుతూ, గంతులు వేస్తూ గరుడునితో నీవు ఆకాశంలో ఎగురుతూ ఎంతెంతో అందమైన ద్వీపాలను చూసి ఉంటావు. మమ్మల్ని ఇప్పుడు ఇంకొక అందమైన ద్వీపానికి తీసుకువెళ్లు" అని అడిగాయి. గరుడుడు దుఃఖితుడయ్యాడు. అతడు ఆలోచించి చివరకు తల్లిని "నేను ఈ సర్పాల ఆజ్ఞను ఎందుకు పాటించాలి?" అని అడిగాడు. "నాయనా! ఈ సర్పాల మోసం వల్లనే నేను పందెం ఓడిపోయాను. నా సవతికి దాసిని అయ్యాను" అని చెప్పింది. తల్లికి కలిగిన కష్టానికి గరుడుడు చాలా చింతించాడు. అతడు నాగులతో "నాగులారా! నేను, నా తల్లి ఈ దాస్యాన్నుండి విముక్తి చెందాలంటే మీకు ఏ వస్తువు తెచ్చి ఇవ్వాలి? ఏ విషయం తెలుసుకుని చెప్పాలి? లేదా మీకు ఏమి ఉపకారం చేయాలి? సూటిగా చెప్పండి" అన్నాడు. అప్పుడు ఆ సర్పాలన్నీ "నీ పరాక్రమంతో మాకు అమృతం తెచ్చిపెడితే నిన్ను, నీ తల్లిని దాస్య విముక్తులను చేస్తాము" అన్నాయి.

గరుడుడు అమృతము కొఱకు వెళ్లుట - గజకచ్ఛపముల వృత్తాంతము.

ఉగ్రశ్రవసుడు చెప్తున్నాడు. - శౌనకాది ఋషులారా! గరుడుడు సర్పాల మాట విని తల్లితో "అమ్మా! నేను అమృతం తేవడానికి వెళ్తున్నాను. కాని అక్కడ ఏమి తినాలో తెలియడం లేదు" అన్నాడు. వినత "నాయనా! సముద్రంలో నిషాదుల స్థావరం ఉంది. వారిని తిని నీవు అమృతం తీసుకురావడానికి వెళ్లు. కాని ఈ మాట మాత్రం గుర్తుంచుకో. బ్రాహ్మణులను మాత్రం ఎట్టి పరిస్థితులలోను చంపకు. వారు చంపదగినవారు కారు" అని చెప్పింది. గరుడుడు తల్లి చెప్పిన రీతిగానే ఆ ద్వీపంలోనే నిషాదులను తిని బయల్దేరాడు. కాని పొరపాటున ఒక బ్రాహ్మణుడు అతని గొంతులో ముల్లులా గుచ్చుకోసాగాడు. అతనిని అక్కడే విడిచి అతడు తండ్రి వద్దకు వెళ్లాడు. తండ్రి అతనిని కుశలం అడిగి "నీ అవసరానికి సరిపడే తిండి దొరుకుతోందా?" అని ప్రశ్నించాడు. తల్లి, తాను, కుశలమే అని చెప్పి "కోరినంత తిండి దొరకడం లేదని బాధగా ఉంది. నేను నా తల్లిని దాస్యాన్నుండి ముక్తురాలిని చేయడానికి నాగుల కోరికపై అమృతం తేవడానికి వెళ్తున్నాను. నా తల్లి నన్ను నిషాదులను భోజనంగా ఉపయోగించుకోమని చెప్పింది. కాని కడుపు నిండలేదు. అమృతం తేవడానికి తగిన బలం వచ్చేలా ఏదైనా తిండి ఎక్కడయినా దొరుకుతుందేమో తమరు చెప్పండి" అని అడిగాడు. కశ్యపుడు 'నాయనా! ఇక్కడికి కొద్దిదూరంలోనే ఒక సరస్సు ఉంది. అందులో ఒక ఏనుగు, ఒక తాబేలు ఉంటున్నాయి. అవి రెండూ పూర్వజన్మలో అన్నదమ్ములైనా ఈనాడు శత్రువులు. అవి ఈనాటికీ పరస్పరం కలహించుకుంటూనే ఉన్నాయి. వాటి పూర్వజన్మవృత్తాంతం విను.

పూర్వం విభావసుడు అనే ఒక ఋషి ఉండేవాడు. అతడు పరమకోపిష్ఠి. అతని తమ్ముడు సుప్రతీకుడనే వాడు మిక్కిలి వినయశీలి. ఒకనాడు తమ్ముడు అన్నను ఆస్తిని పంచి ఇవ్వమని అడిగాడు. అది ఇష్టంలేని విభావసుడు "సుప్రతీకా! ధనలోభం చేతనే లోకులు పంపకాలు కోరుకుంటారు. పంపకాలు కాగానే పరస్పరం వైరం పెరుగుతుంది. అప్పుడు

శత్రువులు కూడా వారికి వేర్వేరుగా మిత్రులై, వారిలో భేదభావాన్ని కలుగచేస్తారు. వారి మనసులు విరిగిపోగానే మిత్రులుగా ఉన్న శత్రువులే వారిలోని దోషాలను ఎంచి ఎంచి చూపి వైరభావాన్ని మరింత పెంచుతారు. వేరుపడిన వెంటనే వారి అధఃపతనం ప్రారంభం అయినట్లే. వారు తమ స్నేహాన్ని మర్యాదలను లక్ష్యపెట్టరు. అందుకనే సత్పురుషులు అన్నదమ్ములు వేరు పడడం మంచిదికాదంటారు. పెద్దల, శాస్త్రాల మాటలను పట్టించుకోనివారు పరస్పరం శంకించుకుంటూనే ఉంటారు. వారికి ఏ విధంగానూ నచ్చచెప్పలేము. నీవు ఈ భేదబుద్ధి చేతనే ఆస్తి పంచమని అడుగుతున్నావు. కనుక ఏనుగువై పుట్టు'' అని శాపం ఇచ్చాడు. తమ్ముడు వెంటనే "నేను ఏనుగును అయితే నీవు తాబేలువి కా'' అని ప్రతిశాపం ఇచ్చాడు. నాయనా! ఈ రీతిగా ఇద్దరూ ధనలోభం చేతనే పరస్పరం శాపాలు ఇచ్చుకుని ఏనుగు, తాబేలు అయ్యారు. పరస్పరద్వేషం చేత కలిగిన పరిణామం ఇది. ఆ రెండు పెద్ద పెద్ద జంతువులు ఇప్పటికీ తమలో తాము పోట్లాడుకుంటూనే ఉన్నాయి. ఏనుగు ఆరు యోజనాల ఎత్తు, పన్నెండు యోజనాల పొడుగు ఉంటుంది. తాబేలు మూడు యోజనాల పొడవు, పది యోజనాల వృత్తం కలిగి ఉంటుంది. మదించిన ఆ రెండూ పరస్పరం చంపుకోవాలని ఉవ్విళ్లూరుతున్నాయి. నీవు భయంకరమైన ఆ రెండు జంతువులనూ తిని అమృతం తీసుకురా'' అని వివరించాడు.

కశ్యపుని అనుమతి తీసుకుని గరుడుడు ఆ సరోవరానికి వెళ్లాడు. అతడు ఒక కాలితో ఏనుగును, మరొక కాలితో తాబేలుని పట్టుకొన్నాడు. ఆకాశంలో చాలా ఎత్తులో ఎగురుతూ అలంబతీర్థం చేరుకున్నాడు. అక్కడ మేరు పర్వతం మీద ఎన్నో దేవవృక్షాలు వికసించి ఉన్నాయి. అవి గరుడుని వేగానికి విరిగిపోతాయేమో అన్నట్లుగ కంపించిపోయాయి. అది చూచి గరుడుడు వేరే చోటికి వెళ్లాడు. అక్కడ ఒక పెద్ద వటవృక్షం ఉంది. మహావేగంతో ఎగురుతున్న గరుత్మంతుడిని చూసి ఆ వృక్షం నూరు యోజనాల విస్తీర్ణం కల తన కొమ్మ మీద గజకచ్ఛపాలను పెట్టుకుని తినమని ఆహ్వానించింది. గరుడుడు దానిమీద కాలూనగానే అది పెళపెళమని విరిగిపోయింది. వాలఖిల్యులనే మహర్షులు ఆ కొమ్మను పట్టుకొని తలక్రిందులుగా వేళ్లాడుతూ తపస్సు చేసుకోవడం చూచి గరుత్మంతుడు ఆశ్చర్యపడ్డాడు. ఆ కొమ్మ కింద పడితే వారు చనిపోతారని వెంటనే ముక్కుతో దానిని కిందపడకుండా పట్టుకున్నాడు. ముక్కుతో కొమ్మను, రెండు కాళ్లతో రెండు జంతువులను పట్టుకుని ఆకాశంలో ఎగరసాగాడు. అతని వేగానికి పర్వతాలు కూడా చలించిపోతున్నాయి. మహర్షుల పట్ల దయతో అతడు ఎక్కడా ఆగకుండా అలా ఎగురుతూ ఎగురుతూ గంధమాదన పర్వతానికి తిరిగి చేరుకున్నాడు. కశ్యపుడు "నాయనా! తొందరపడి ఎలాంటి సాహసం చేయకు. సూర్యకిరణాలే ఆహారంగా తపస్సు చేసుకునే ఈ వాలఖిల్యఋషులు కోపించి నిన్ను భస్మం చేయగలరు'' అని కొడుకును హెచ్చరించాడు. తరువాత "గరుడుడు ప్రజాహితం కోరి ఒక గొప్ప కార్యం చేయ తలపెట్టాడు. మీరు ఇతనికి అనుమతి ఇవ్వండి'' అని ఆ ఋషులను ప్రార్థించాడు. ఋషులు అతని మాటను మన్నించి ఆ చెట్టుకొమ్మను వదిలి తపస్సు చేసుకోవడానికి హిమాలయాలకు వెళ్లిపోయారు. గరుడుడు ఆ చెట్టుకొమ్మను పారవేసి ఆ పర్వత శిఖరం మీద కూర్చుని ఆ గజకచ్ఛపాలను తిన్నాడు.

కడుపునిండా తిని దాహం తీర్చుకున్న గరుడుడు ఆ పర్వత శిఖరంపై నుండి పైకి ఎగిరాడు. అప్పుడు దేవతలకు అనేక ఉత్పాతాలు గోచరించాయి. దేవేంద్రుడు బృహస్పతి దగ్గరకు వెళ్లి "గురువర్యా! ఒక్కసారిగా ఇన్ని ఉత్పాతాలు పుట్టాయి. ఎవరైనా శత్రువు నన్ను యుద్ధంలో జయించడానికి రావడం లేదు కదా!'' అని అడిగాడు. అతడు "దేవేంద్రా! నీవు చేసిన అపరాధం వల్లా, పొరపాటు వల్లా, వాలఖిల్య ఋషుల తపోబలం వల్లా వినతాసుతుడైన గరుత్మంతుడు అమృతం తీసుకొని పోవడానికి వస్తున్నాడు. అతడు ఆకాశంలో ఎగురుతూ ఇచ్ఛాను రూపంగా మారిపోగలడు. తన శక్తితో అసాధ్యాలను సాధ్యం చేయగలడు. అతనికి అమృతం తీసుకుని పోగలశక్తి ఉంది'' అని చెప్పాడు. బృహస్పతి మాటలు విన్న ఇంద్రుడు అమృతరక్షకులను "మహాపరాక్రమశాలి అయిన పక్షిరాజు గరుడుడు అమృతాన్ని తీసుకుపోవడానికి వస్తున్నాడు. జాగ్రత్తగా ఉండండి. అతడు అమృతం తీసుకుపోడానికి వీలులేదు'' అని హెచ్చరించాడు. దేవతలూ ఇంద్రుడు కూడా అమృత రక్షణకోసం నిలిచారు. గరుత్మంతుడు అక్కడికి రాగానే అతని రెక్కల వేగానికి ధూళి లేచి దేవతల కళ్లు కప్పేసింది. వారు నిశ్చేష్టులై నిలబడిపోయారు. కళ్లు కనబడక వారు భయభ్రాంతు లయ్యారు. వారు గరుడుడిని చూడలేకపోయారు. స్వర్గలోకమంతా క్షోభించిపోయింది. గరుడుని ముక్కు, రెక్కల తాకిడికి దేవతల శరీరాలు

శిథిలమైపోయాయి. ఇంద్రుడు ధూళిని ఎగురకొట్టమని వాయుదేవుని ఆజ్ఞాపించాడు. ధూళి ఎగిరిపోగానే వెలుతురు కనబడింది. దేవతలు గరుడునిపై దాడిచేశారు. అతడు ఎగురుతూనే గర్జిస్తూ వారి దాడినెదుర్కొంటూ వారికంటె పైకి వెళ్లాడు. వారి దాడులు అతనిని ఏమీ చేయలేకపోయాయి. వారు విఫలులు అయ్యారు. గరుడుని రెక్కల తాకిడికి ముక్కుపోటులకు దేవతల శరీరాలు చిట్లిపోయి రక్తం కారసాగాయి. వారు బెదిరిపోయి చెల్లా చెదరయ్యారు. గరుడుడు మునుముందుకు చొచ్చుకుపోయాడు. అమృతం చుట్టూ అగ్ని జ్వాలలు ఎగయడం చూశాడు. అతడు తన శరీరంలో ఎనిమిది వేల వంద ముఖాలు కల్పించుకుని అనేక నదులలోని నీరు పట్టి తెచ్చి ఎగసే జ్వాలలమీద కుమ్మరించాడు. అగ్ని చల్లారాక అతడు శరీరం కుంచింపచేసుకుని ముందుకు వెళ్లాడు.

(ఇంద్రుడు చేసిన అపరాధం -

ఒకసారి కశ్యపుడు పుత్రులకోసం ఇంద్రాది దేవతలను, వాలఖిల్యాది మునులను సహాయంగా చేసికొని పుత్రకామేష్టి చేస్తున్నాడు. ఆ యాగానికి అవసరమైన సమిధలను ఇంద్రుడు తన బలం కొద్దీ అనాయాసంగా మోసి తెస్తున్నాడు. కాని అంగుష్ఠప్రమాణదేహాలు గల, అల్పసత్త్వులై నిత్యం ఉపవాసాలతో శుష్కించిపోయిన శరీరాలు కల వాలఖిల్యులు అనే మునులు తేలికైన తక్కువ సమిధలనే మోయలేక వడవడ వణకిపోవడం చూసి ఇంద్రుడు హేళనగా నవ్వాడు. వారికి సిగ్గుతోపాటు క్రోధం కలిగింది. వారు ఇంద్రుని కంటె అధికుడై రణవిజయుడైన అగ్ని సదృశుడైన పుత్రుడు పుట్టాలని అతడు రెండవ ఇంద్రుడు అవుతాడని సంకల్పించి మహావీర్యవంతములైన మంత్రాలు చదవసాగారు. భయపడిన ఇంద్రుడు కశ్యపుని వద్దకు వెళ్లి క్షమించమని ప్రార్థించాడు. కశ్యపుడు ఆ మునులతో "అయ్యా! బ్రహ్మ ఇతనిని ముల్లోకాలను రక్షించడానికి ఇంద్రునిగా నియమించాడు. రెండవ ఇంద్రుడంటే అతని మాటకు అన్యథాత్వమే కదా! కాని మీ వాక్కులు వృథా కావు కాబట్టి నాకు పుట్టబోయే కొడుకు పక్షికులానికి ఇంద్రుడవుతాడు" అని చెప్పి ఒప్పించాడు.)

గరుడుడు అమృతము తెచ్చి వినతను దాస్యమునుండి విడిపించుట

ఉగ్రశ్రవసుడు చెపుతున్నాడు - సూర్యకిరణాల వలె తేజోమయమైన బంగారు కాంతి గల శరీరంతో గరుడుడు తీవ్రవేగంతో అమృతం ఉన్న చోటికి చేరాడు. అక్కడ నిరంతరం తిరుగుతున్న ఒక లోహచక్రాన్ని చూశాడు. దాని అంచులు పదునుగా ఉన్నాయి. అందులో అనేక అస్త్రాలు ఉన్నాయి. ఆ చక్రం సూర్యునిలా, అగ్నిలా మండుతూ ఉంది. అది అమృతాన్ని రక్షిస్తోంది. అతడు తన శరీరాన్ని సూక్ష్మంగా చేసుకుని ఒక్క క్షణంలో ఆ చక్రపు ఆకుల సందునుండి లోపలికి దూరిపోయాడు. అక్కడ అమృతభాండాన్ని రక్షిస్తూ రెండు భయంకర సర్పాలు కనిపించాయి. అవి నాలుకలు చాస్తూ ఉన్నాయి. కళ్లు మెరుస్తున్నాయి. శరీరం అగ్నిలా కాంతిమంతంగా ఉంది. అవి చూపుల్లోనే విషం చిలుకుతున్నాయి. గరుడుడు వాటి కళ్లల్లో దుమ్ము చిమ్మి వాటికి కళ్లు కనబడకుండా చేశాడు. ముక్కుతో గోళ్లతో వాటిని పొడిచి పొడిచి చంపాడు. చక్రాన్ని ముక్కలు ముక్కలు చేశాడు. అమృతాన్ని తీసుకుని అతివేగంగా ఎగిరిపోయాడు. అతడు అమృతాన్ని తాను త్రాగకుండా సర్పాలున్న చోటికి బయల్దేరాడు.

ఆకాశమార్గంలో అతనికి శ్రీ మహావిష్ణువు దర్శనమిచ్చాడు. అమృతం తాగాలనే లోభబుద్ధి అతనికి లేనందుకు విష్ణువు సంతోషించి అతనికి వరమిస్తానని, ఇష్టమైనది కోరుకోమని అన్నాడు. గరుడుడు తాను అతని ధ్వజచిహ్నంగా ఉండాలని, అమృతం త్రాగకుండానే అజరుడు అమరుడు కావాలని కోరుకున్నాడు. విష్ణువు 'తథాస్తు' అన్నాడు. గరుడుడు తానుకూడా అతనికి వరమివ్వాలనుకుంటున్నానని, ఏదైనా అడగమని కోరాడు. విష్ణువు అతనిని తనకు వాహనం కమ్మని అడిగాడు. గరుడుడు అంగీకరించాడు. అతని అనుమతి తీసుకుని అమృతంతో బయల్దేరాడు.

అప్పటికి ఇంద్రుని కళ్లు తెరిపిన పడ్డాయి. గరుడుడు అమృతం తీసుకుపోవడం చూసి క్రోధంతో వజ్రాయుధాన్ని ప్రయోగించాడు. అయినా అతడు చెక్కు చెదరక నవ్వుతూ మృదువుగా "ఇంద్రా! ఈ వజ్రాయుధం ఎవరి ఎముకతో చేయబడిందో వారి గౌరవార్థం నేను నా ఈకను ఒకదానిని వదిలివేస్తున్నాను. లేకపోతే నీవు ఆ ఈకను కూడా తుంచలేవు. వజ్రఘాతం నాకేమీ బాధ కలిగించలేదు" అని అంటూ ఒక ఈకను రాల్చాడు. ఇది చూచిన లోకులందరూ ఆనందించి ఇటువంటి రెక్కలు కలిగిన ఈ పక్షి 'సుపర్ణుడు' అని ప్రశంసించారు. ఇంద్రుడు మనసులోనే అతని పరాక్రమాన్ని ప్రశంసించాడు. అతడు గరుడుని నీ పరాక్రమమెంతో తెలుసుకోవాలని, నీతో స్నేహం చేయాలని ఉందని అడిగాడు. దానికి గరుడుడు 'నీ ఇష్టానుసారంగానే మైత్రి చేయవచ్చును.

ఇక బలం సంగతి ఏం చెప్పను? తన గుణాలను తానే పొగడుకోవడం, తన బలాన్ని ప్రశంసించుకోవడం సత్పురుషుల దృష్టిలో మంచిదికాదు. నీవు నన్ను మిత్రునిగా భావించి అడిగితే నేనూ ఆ మైత్రిని పురస్కరించుకొని చెప్తాను. పర్వతాలు, అడవులూ, సముద్రాలు, నదులతో సహితంగా భూమినంతటినీ, దానిపైన ఉన్న మీ స్వర్గలోకాన్ని నేను ఒంటిరెక్కమీద తాల్చి అలసట లేకుండా ఎగురగలను' అన్నాడు. అది విని ఇంద్రుడు "ఇది సంపూర్ణంగా సత్యం. నీవు నా గాఢమైత్రిని అంగీకరించు, నీకు అమృతంతో పని లేకపోతే నాకు ఇచ్చివేయి. ఇది నీవు ఎవరికైనా ఇస్తే వారు మాకు హాని చేస్తారు." అన్నాడు. గరుడుడు "దేవరాజా! అమృతాన్ని తీసుకువెళ్లడానికి ఒక కారణం ఉంది. నేను దీనిని ఎవరికీ ఇవ్వను. నేను దీనిని ఉంచిన చోటినుండి నీవు ఎత్తుకుపోవచ్చును" అన్నాడు. ఇంద్రుడు సంతుష్టుడై వరం అడగమన్నాడు. గరుడునికి సర్పాల దుష్టత్వం, వాటి మోసగుణం కారణంగా తన తల్లికి దాస్యం కలగడం జ్ఞాపకం వచ్చింది. అతడు బలవంతమయిన సర్పాలే తనకు ఆహారం కావాలని కోరుకున్నాడు ఇంద్రుడు 'తథాస్తు' అన్నాడు.

ఇంద్రుడి వద్ద సెలవు తీసుకుని గరుడుడు సర్పాలున్న చోటికి వచ్చాడు. అక్కడే వారి తల్లి కూడా ఉంది. అతడు సంతోషాన్ని ప్రకటిస్తూ వారితో "ఇదిగో అమృతాన్ని తెచ్చాను. తాగడానికి తొందరపడకండి. దీనిని దర్భలమీద ఉంచుతున్నాను. స్నానం చేసి పవిత్రులై దీనిని త్రాగండి. మీరు చెప్పిన పని పూర్తి చేశాను కాబట్టి మీరు అన్నట్లుగా నా తల్లి దాస్యవిముక్తురాలు అయింది". అనగానే సర్పాలన్నీ అందుకు అంగీకరించాయి. సర్పాలన్నీ ఆనందించి స్నానం చేయడానికి వెళ్లగానే ఇంద్రుడు అమృతకలశాన్ని ఎత్తుకుపోయి స్వర్గానికి చేర్చాడు. మంగళ కార్యాలన్నీ పూర్తి చేసుకుని సర్పాలు తిరిగి వచ్చి చూస్తే అమృతం అక్కడలేదు. తాము వినతను దాసీగా చేయడానికి చేసిన మోసానికి ఇది ఫలితం అని అవి అనుకున్నాయి. అయితే అమృతం అక్కడ పెట్టబడింది కనుక దాని అంశ అక్కడకొంత అయినా ఉంటుందని భావించి సర్పాలు కుశలను నాకసాగాయి. దానితో వాటి నాలుకలు రెండుగా చీలిపోయాయి. అమృతస్పర్శ వలన కుశలు పవిత్రంగా భావించబడుతున్నాయి. గరుడుడు కృతకృత్యుడై ఆనందంగా తల్లితో కలిసి జీవించసాగాడు. అతడు పక్షులకు రాజు అయ్యాడు. అతని కీర్తి నాలుగు దిక్కులా వ్యాపించింది. అతని తల్లి సుఖంగా జీవించింది.

సర్పములు మాతృశాపవిముక్తికై ఆలోచించుట

శౌనకుడు "సూతనందనా! తల్లి తమకు శాపం ఇచ్చిందని తెలిసిన నాగులు దాని నివారణకు ఏమి చేశారు?" అని ప్రశ్నించాడు. ఉగ్రశ్రవసుడు దానికి సమాధానం చెప్తున్నాడు. ఆ నాగులలో ఒకడైన శేషుడు కద్రువను మిగిలిన సోదరులను విడిచి ఉగ్రతపస్సు చేయడానికి వెళ్లాడు. అతడు కేవలం గాలిని ఆహారంగా తీసుకుంటూ తన వ్రతాన్ని పూర్తిగా పాటించసాగాడు. ఇంద్రియాలను అదుపులో పెట్టుకుంటూ గంధమాదనం, బదరికాశ్రమం, గోకర్ణం, హిమాలయం మొదలైన పర్వతసానువులలో ఏకాంతంగా నివసించసాగాడు. అంతేకాదు. పవిత్రతీర్థయాత్రలు చేశాడు. అతని శరీరంలో మాంసం, చర్మం, నాడులు అన్నీ ఎండిపోయాయి. బ్రహ్మ అతని ధైర్యానికి, తపస్సుకి మెచ్చుకుని అతనికి ప్రత్యక్షమై "శేషుడా! నీవు ఇంత తీవ్రమైన తపస్సుతో లోకాలకు ఎందుకు సంతాపం కలిగిస్తున్నావు? ఈ ఘోరతపస్సుకు కారణమేమిటి? ప్రజలకు హితమైన కార్యం ఎందుకు చేయవు? నీ కోరిక ఏమిటో చెప్పు" అని అడిగాడు. "దేవా! నా సోదరులందరూ మూర్ఖులు. నేను వారితో కలిసి జీవించలేను. నా ఈ కోరికను మన్నించండి. వారు పరస్పరం శత్రువులులాగ అసూయపడుతున్నారు. వినతాసుతులైన గరుడుని, అరుణుని ద్వేషిస్తున్నారు. ఈ కారణంగానే నేను వారితో వేరుపడి తపస్సు చేసుకుంటున్నాను. వినతకు కొడుకైన గరుడుడు నిస్సందేహంగా మాకు సోదరుడే. నేను తపస్సు చేసి ఈ శరీరం విడిచిపెడతాను. చనిపోయిన తరువాతనైనా నాకు ఈ దుష్టులతో సాంగత్యం తప్పాలి అనేదే నాకు మిగిలిన చింత" అని విన్నవించుకున్నాడు. బ్రహ్మ అతనిని ఓదార్చుతూ "నాయనా! నీ సోదరులు చేసే పనులు నాకు తెలియనివి కావు. తల్లి ఆజ్ఞ ఉల్లంఘించి వారు పెద్ద విపత్తులో పడ్డారు. అగుగాక నేను దానికి పరిహారం సిద్ధం చేసి ఉంచాను. వారిని గురించిన ఆలోచన మాని నీకు ఏమి కావాలో వరం అడుగు. నీ బుద్ధి అదృష్టవశాత్తు ధర్మబద్ధమై ఉంది. కనుక నాకు ఆనందంగా ఉంది. నీ బుద్ధి ఎప్పుడూ ఇలాగే ఉండుగాక" అన్నాడు. శేషుడు తన బుద్ధి ఎప్పుడూ ధర్మం మీద తపస్సుమీద, శాంతియందు నిలకడగా ఉండాలని కోరుకున్నాడు. బ్రహ్మ "నీ ఇంద్రియనిగ్రహానికి, మనోనిగ్రహానికి నాకు ఆనందంగా ఉంది. నా ఆజ్ఞను పాటించి ప్రజాహితంకోసం నీవు ఒకపని చెయ్యి. ఈ భూమి పర్వతాలు, అడవులు, సముద్రాలు, గ్రామాలు, నగరాలు, విహారాలు,

అన్నిటితో కదులుతూ ఉగుతూ ఉంది. అది అచలంగా ఉండేలా నీవు దానిని ధరించు" అన్నాడు. "స్వామీ! మీరు ప్రజాపాలకులు, సమర్థులు, మీ ఆజ్ఞను పాటిస్తాను. భూమి కదలకుండా మోస్తాను. మీరు దానిని నా తలమీద మోపండి" అని అడిగాడు. బ్రహ్మ శేషాహీ! నీకు ఈ భూమి దారి ఇస్తుంది. నీవు దాని లోపలకు చొచ్చుకుపోయి దానిని శిరస్సుపై ధరించు. నాకు చాలా ప్రియమైన కార్యం చేసినవాడవవుతావు." అన్నాడు. బ్రహ్మ చెప్పినట్లుగానే శేషుడు భూవివరం ద్వారా అడుగు వరకు వెళ్లి సముద్రం చేత చుట్టబడిన భూమిని నాలుగు వైపులనుండీ పట్టుకుని తలపై కెత్తుకున్నాడు. అప్పటినుండి అతడు కదలకుండా ఉన్నాడు. బ్రహ్మ అతని ధర్మాన్ని, ధైర్యాన్ని, శక్తిని కొనియాడి తన స్థానానికి చేరుకున్నాడు.

తల్లి శాపం విని వాసుకి సర్పానికి చాలా దుఃఖం కలిగింది. దీనికి ప్రతీకారం ఏమిటి? అని ఆలోచించాడు. తన సోదరులందరినీ పిలిపించి సమావేశపరిచాడు. "తమ్ములారా! తల్లి మనందరికీ శాపం ఇచ్చిందని తెలుసు. బాగా ఆలోచించి మనం దీనికి నివారణోపాయం చూసుకోవాలి. అన్ని శాపాలకు ప్రతీకారం ఉంటుందిగాని తల్లిశాపానికి ప్రతీకారం కనిపించడంలేదు. కాలాన్ని వ్యర్థపుచ్చకూడదు. విపత్తు వచ్చిపడడానికి ముందే ఉపాయం చూసుకుంటే పని జరుగుతుంది. అప్పుడు బుద్ధిమంతులైన సర్పాలన్నీ నిజమే అని ఒప్పుకుని ఆలోచించసాగాయి. ఒకడు బ్రాహ్మణ వేషంలో జనమేజయుని దగ్గరకు వెళ్లి యజ్ఞం చేయవద్దని భిక్ష అడుగుదాం" అన్నాడు. "మనం మంత్రులమై అతడు యజ్ఞం చేయకుండా ఉండేలా సలహా ఇద్దాం" అన్నాడు ఇంకొకడు. మరొకడు పురోహితుని కాటువేసి చంపితే యజ్ఞం దానంతట అదే ఆగిపోతుంది అన్నాడు. అదివిని ధర్మాత్ములు, దయాళువులు అయిన కొందరు "రామ!రామ! బ్రహ్మహత్య చేయాలనే ఆలోచన మూర్ఖత్వంతో కూడినది. అశుభమైనది. ఆపద వచ్చినపుడు ధర్మంగానే రక్షించుకోవాలిగాని అధర్మాన్ని ఆశ్రయిస్తే జగత్తంతా సంపూర్ణంగా తుడిచిపెట్టుకుపోతుంది" అన్నారు. కొందరు మనం మేఘాల్లా మారి యజ్ఞాగ్నిని చల్లార్చి వేద్దాం అన్నారు. యజ్ఞ సామాగ్రిని దొంగిలిద్దామని కొందరు, లక్షలమందిని కాటువేద్దాం అని కొందరు చెప్పారు. చివరికి సర్పాలన్నీ వాసుకితో మాకు తోచిన ఉపాయాలన్నీ చెప్పాము. నీకేది మంచిదని తోస్తే అది చేయి" అని చెప్పాయి. వాసుకి తనకు ఆ ఉపాయాలేమీ నచ్చలేదన్నాడు. వాటిలో అవ్యవహారం ఎక్కువ ఉందన్నాడు. "మనందరం మహాత్ముడైన మన తండ్రి కశ్యపుని ప్రార్థిద్దాం. అతడు చెప్పినట్లు చేద్దాం మనకు హితమైనదే చేయాలి. నేను అందరిలోకి పెద్దవాడిని. మంచి చెడ్డలు నానెత్తినే ఉంటాయి. కనుకనే నేనింత మథనపడుతున్నాను" అన్నాడు.

వారిలో ఏలాపుత్రుడనే నాగుడు అందరి మాటలూ విని వారితో "సోదరులారా! ఆ యజ్ఞాన్ని ఆపడంగాని, జనమేజయుని మనసు మళ్లించడం గాని సాధ్యంకాదు. మన దురదృష్టాన్ని అదృష్టానికే వదిలివేయాలి. ఇతరులను ఆశ్రయించడం వల్ల ఫలితం ఉండదు. ఈ ఆపద నుండి గట్టెక్కడానికి నేను చెప్పేది మీరంతా శ్రద్ధగా వినండి, మన తల్లి ఈ శాపం ఇస్తున్నపుడు భయంకొద్దీ నేను ఆమె ఒళ్లోనే దాగుకొని ఉండిపోయాను. ఆ శాపం విని దేవతలందరూ బ్రహ్మ దగ్గరకు వెళ్లి "దేవా! తన సంతానానికి తానే శాపం ఇచ్చుకునే కద్రువలాంటి కఠిన హృదయం గల స్త్రీలు ఎవరుంటారు? పితామహా! తాముకూడా ఈ శాపాన్ని విని ఆమోదించి ఊరుకున్నారు. నిషేధించలేదు. కారణమేమిటి?" అని అడిగారు. "దేవతలారా! ఈ సమయంలో జగత్తులో సర్పాలు చాలావృద్ధి పొందిఉన్నాయి. అవి బుసలు కొడుతూ భయపెడుతూ విషం చిమ్ముతూ ఉన్నాయి. ప్రజల మేలు కోరే నేను కద్రువను ఆపలేదు. ఈ శాపం వలన క్షుద్రమైన, పాపులైన, విషనాగులే మరణిస్తాయి. ధర్మబద్ధమైనవి సురక్షితంగానే ఉంటాయి. ఇంకొక సంగతి. యాయావర వంశంలో జరత్కారు ఏనే ఋషి పుడతాడు. అతని కొడుకు ఆస్తీకుడు అతడే జనమేజయుని యజ్ఞాన్ని ఆపగలడు. అప్పుడు ధార్మిక సర్పాలకు విముక్తి కలుగుతుంది" అని బ్రహ్మ సమాధానం ఇచ్చాడు. దేవతలు అడిగిన మీదట బ్రహ్మ ఇంకా ఇలా చెప్పాడు. "జరత్కారువు భార్య పేరుకూడా జరత్కారువే. ఆమె వాసుకి చెల్లెలు ఆమెకు పుట్టిన ఆస్తీకుడే సర్పాలకు విముక్తి కలిగిస్తాడు". ఇలా సంభాషించుకుని బ్రహ్మాది దేవతలు తమ తమ లోకాలకు వెళ్లిపోయారు. కాబట్టి వాసుకీ ! నా ఆలోచన ప్రకారం నీ చెల్లెలి వివాహం ఆ జరత్కారు మునితోనే జరగాలి. అతడు వచ్చి భిక్షగా భార్యను యాచించినపుడు నీవు అతనికి నీ చెల్లెలిని ఇవ్వు. ఇదే ఈ విపత్తికి తగిన ఉపాయం" అని చెప్పాడు.

ఏలాపుత్రుని మాటలు విని అందరూ బాగుందని సంతోషించారు. అప్పటినుండి వాసుకి తన చెల్లెలిని ప్రేమగా సాకుతున్నాడు. దీనితరువాత కొద్దిరోజులకే సముద్రమథనం

జరిగింది. అప్పుడు వాసుకి కవ్వపు త్రాడుగా ఉన్నాడు. అందుకని దేవతలు వాసుకిని బ్రహ్మదగ్గరకు తీసుకువెళ్లి ఏలాపుత్రుడు చెప్పిన మాటలనే అతనిచేత చెప్పించారు. వాసుకి జరత్కారుమునిని వెదకమని అతనికి వివాహేచ్ఛ కలిగినపుడు తనకు వెంటనే చెప్పమని తమకు శుభం కలగడానికి అదే నిశ్చితమైన ఉపాయమని చెప్పి సర్పాలను అందుకు నియోగించాడు.

జరత్కారుని కథ - ఆస్తీకుని జననము

శౌనకుడు - సూతనందనా! జరత్కారు ఋషికి ఆపేరు ఎలా కలిగింది? దానికి అర్థమేమిటి? అతనికి ఆస్తీకుడు ఎలా పుట్టాడు?" అని ప్రశ్నించాడు.

ఉగ్రశ్రవసుడు చెప్పసాగాడు- 'జరా' శబ్దానికి క్షయమని, 'కారు' శబ్దానికి దారుణమని అర్థం. అతని శరీరం మొదట చాలా దారుణంగా అంటే బలిష్ఠంగా ఉండేది. తరువాత అతడు తపస్సు చేసి దానిని శిథిలం చేసి క్షీణింపచేసుకున్నాడు. కనుక అతని పేరు జరత్కారువు అయింది. వాసుకి చెల్లెలికి కూడా అందుకే ఆ పేరు వచ్చింది. ఆమె కూడా తపస్సుచేత తన శరీరాన్ని క్షీణింపచేసుకుంది. ఇప్పుడు ఆస్తీకుని పుట్టుకను గూర్చి వినండి.

జరత్కారువు చాలా రోజుల వరకు బ్రహ్మచర్యాన్ని పాటిస్తూ తపస్సులో మునిగిపోయాడు. అతనికి వివాహేచ్ఛ లేదు. అతడు జపతపాలు, స్వాధ్యాయం చేస్తూ నిర్భయంగా స్వచ్ఛందరూపంలో భూమిమీద తిరుగుతూ ఉండేవాడు. అప్పుడు పరీక్షిత్తు భూమిని పాలిస్తున్నాడు. సాయంకాలం అయ్యేసరికి ఎక్కడకు చేరుకుంటాడో అక్కడే ఆగిపోవడం జరత్కారువుకి నియమం. పవిత్ర తీర్థాల్లో స్నానాలు చేస్తూ, సామాన్య పురుషులకు అసంభవమైన నియమాలన్నీ పాటిస్తూ ఉండేవాడు. కేవలం గాలి పీలుస్తూ నిరాహారంగా ఉండడంతో అతని శరీరం ఎండిపోయింది. ఈ విధంగా తిరుగుతూ ఒకసారి అతడు కొందరు పితరులు ఒక గోతిలో అధోముఖులై వ్రేలాడుతూండడం చూశాడు. వారు ఒక ఒంటివేరును పట్టుకొని బ్రతికియున్నారు. ఆ వేరును కూడా ఒక ఎలుక కొద్దికొద్దిగ కొరికి వేస్తోంది. వారు నిరాహారులై బలహీనంగా దీనంగా ఉన్నారు. జరత్కారువు వారి దగ్గరకు వెళ్లి "మీరు పట్టుకుని వ్రేలాడుతున్న వేరును ఎలుక కొరికివేస్తోంది. మీరెవరు? ఆ వేరు పూర్తిగా తెగిపోతే మీరు అధోముఖులై క్రిందికి పడిపోతారు. మిమ్మల్ని ఈ స్థితిలో చూస్తుంటే నాకు చాలా జాలిగా ఉంది. నేను మీకు ఎలా సహాయపడగలను? నా తపస్సులో నాల్గవవంతు, మూడవవంతు లేదంటే అర్ధ భాగంతో అయినా సరే మీరు ఈ ఆపదనుండి బయట పడతారనుకుంటే చెప్పండి. అంతెందుకు నా తపస్సంతా ధారపోసి అయినా మిమ్మల్ని రక్షించాలని ఉంది. మీరు అనుమతించండి" అని అడిగాడు.

పితరులు "నీవు వృద్ధ బ్రహ్మచారివి. మమ్మ్మ రక్షించాలనుకుంటున్నావు. కాని ఈ విపత్తు తపోబలం వలన తొలగిపోదు. ఆ తపోబలం మావద్దనే ఉంది. కాని వంశపరంపర నష్టమవుతున్న కారణంగా ఈ ఘోరనరకంలో పడి ఉన్నాము. నీవు వృద్ధుడివై కూడా జాలితో మా గురించి ఆలోచిస్తున్నావు. కాబట్టి మా మాట విను. మేము యాయావరులనే పేరు గల ఋషులము. వంశపరంపర క్షీణించి పోవడం వలన మేము పుణ్యలోకాలనుండి క్రిందికి పడిపోయాము. మా వంశంలో కేవలం ఒక్కడే బ్రతికి ఉన్నాడు. వాడూ లేనట్లే, వాడు మా దురదృష్టం కొద్దీ తపస్వి అయ్యాడు. అతని పేరు జరత్కారువు. అతడు వేద వేదాంగాలు చదివిన పండితుడే కాదు, నిగ్రహవంతుడు, ఉదారుడు వ్రతసంపన్నుడు కూడ. అతడు తపస్సు మీది లోభంతో మమ్మల్ని ఈ సంకటంలో పడేశాడు. అతనికి అన్నదమ్ములుగాని, భార్యా బిడ్డలు గాని లేరు. అందుకే మేము మూర్ఛపోతూ అనాథల వలె గోతిలో వేలాడుతున్నాము. అయ్యా! నీకు ఎక్కడయినా అతడు తటస్థ పడితే "జరత్కారూ! నీ పితరులు అధోముఖులై గోతిలో వ్రేలాడుతున్నారు. నీవు వివాహం చేసికొని సంతానాన్ని కను. మా వంశానికి ఇపుడు నీవు ఒక్కడివే మిగిలావు. "అని చెప్పు. బ్రహ్మచారీ! నీవు చూస్తున్న వేరే మా వంశాధారం. మా వంశ పరంపరలో నష్టమైన వారే ఈ కొరికి వేయబడిన భాగం. ఈ మిగిలిన వేరే జరత్కారువు. వేరును కొరుకుతున్న ఎలుక మహాబలుడైన కాలుడు. ఏదో ఒక రోజున ఇతడు జరత్కారువును కూడా నశింపచేస్తాడు. అప్పుడు మాకు మరింత విపత్తు కలుగుతుంది. మీరు చూసినదంతా జరత్కారువుతో దయచేసి చెప్పండి. మీరెవరు? బంధువు వలె మా కోసం ఇంత శోకిస్తున్నారు?" అని ప్రశ్నించారు.

వారి మాటలు విని జరత్కారువు మిక్కిలి శోకించాడు. కంఠం రుద్ధమైపోయింది. గద్గద స్వరంతో ఇలా అన్నాడు. "మీరందరూ నా తాత తండ్రులు. నేను మీకు అపచారం చేసిన కొడుకు జరత్కారువును. మీరు నన్ను దండించండి. నేను చేయవలసినది చెప్పండి. వెంటనే పితరులు "నాయనా! అదృష్టవశం వలన నీవు ఇక్కడికి వచ్చావు. చాలా సంతోషించ

దగ్గ విషయం. మంచిది. నీవు ఇంతవరకు వివాహం ఎందుకు చేసుకోలేదో చెప్పు.'' అని అడిగారు. జరత్కారువు "మహాత్ములారా! అఖండ బ్రహ్మచర్యం పాటించి స్వర్గాన్ని పొందాలని నా మనస్సులో నిరంతరం తిరుగాడే కోరిక. ఎప్పటికీ వివాహం చేసుకోకూడదని నా దృఢ సంకల్పం. కాని మీరు తల క్రిందులుగా వ్రేలాడడం చూచి నా సంకల్పం సడలిపోయింది. మీకోసం తప్పక వివాహం చేసుకుంటాను. నా పేరే కలిగిన కన్య దొరికితే, అదికూడా భిక్షారూపంలో అయితే ఆమెను పత్నిగా స్వీకరిస్తాను. కాని ఆమె పోషణ భారం వహించను. ఈ సౌకర్యం లభిస్తేనే వివాహమాడతాను. లేకుంటే లేదు. మీరు చింతించకండి. మీ సుఖం కోసం నాకు పుత్రుడు కలుగుతాడు. మీరు పరలోకంలో సుఖంగా ఉండవచ్చును'' అన్నాడు.

జరత్కారువు తన పితరులకు ఈ రీతిగా చెప్పి భూలోకంలో తిరగసాగాడు. కాని ఒకవైపు అతడు వృద్ధుడని కొందరు పిల్లనివ్వలేదు. మరొకవైపు అతనికి అనురూపవతి అయిన కన్యకూడా దొరకలేదు. నిరాశ చెందిన అతడు అడవిలో తిరుగుతూ పితరులకు మేలు చేయాలని మూడుసార్లు నెమ్మది నెమ్మదిగా "నేను కన్యను యాచిస్తున్నాను. ఇక్కడున్న చరాచర ప్రాణులుగాని, గుప్తంగా ప్రకటంగా ఉన్న ప్రాణులుగాని నా మాట వినును గాక! పితరుల దుఃఖం పోగొట్టడానికి వారి ప్రేరణతో నేను కన్యను భిక్షగా అర్థిస్తున్నాను. నా పేరే కలిగిన కన్యను భిక్షారూపంలో నాకు ఇవ్వాలి. ఆమె పోషణభారం నేను వహించను. అటువంటి కన్యను నాకు ఇవ్వండి" అని పలికాడు. వాసుకి నియమించిన సర్పాలు జరత్కారువు మాటలు విని నాగరాజు వద్దకు వెళ్లాయి. వెంటనే వాసుకి తన చెల్లెలిని తెచ్చి భిక్షారూపంలో అతనికి సమర్పించాడు. జరత్కారువు తన ప్రతిజ్ఞకు భంగం కలిగేలా ఆమెను గూర్చిన వివరాలు తెలుసుకోకుండా ఆమెను స్వీకరించలేదు. ఆమెపేరు ఏమిటని అడగటంతో పాటే ఆమె పోషణభారం వహించనని కూడా చెప్పేశాడు. వాసుకి ఆమె తన చెల్లెలు జరత్కారువని, ఆమె పోషణ రక్షణలు తాను చేస్తానని, అతని కోసమే ఆమెను ఇంతవరకు ఇలా ఉంచానని చెప్పాడు. జరత్కారువు "ఇంతకుముందే నేనీమెను పోషించనని చెప్పాను గదా! ఇంకొక నియమం కూడా ఉంది. ఈమెనాకెప్పుడూ అప్రియం చేయకూడదు. చేస్తే నేను ఈమెను విడిచి వెళ్లిపోతాను" అన్నాడు. వాసుకి ఆ నియమానికి కూడా అంగీకరించాడు. వారిద్దరినీ తన ఇంటికి తీసుకు వెళ్ళి పెళ్లి చేశాడు. జరత్కారువు తన భార్యతో నాగరాజు వాసుకి భవనంలో ఉండసాగాడు. అతడు తన నియమం గురించి ఆమెకు కూడా చెప్పాడు. ఆమె అంగీకరించి మిక్కిలి జాగరూకతతో అతనికి సపర్యలు చేయసాగింది. కొంత కాలానికి ఆమె గర్భం ధరించింది. క్రమంగా నెలలు నిండుతున్నాయి.

ఒకరోజున జరత్కారు ఋషి చాలా అలసిపోయి తన భార్య ఒడిలో తలపెట్టుకుని నిద్రపోతున్నాడు. అంతలో సూర్యాస్తమయసమయం అయింది. భర్తను నిద్రనుండి లేపడం ధర్మమా? ధర్మ విరుద్ధమా అని తర్కించుకొంది. అతి ప్రయత్నంతో అతడు ధర్మపాలన చేస్తూ ఉంటాడు. లేపడం వలన కాని, లేపకపోవడం వలన కాని తాను అపరాధిని కాబోను గదా అని శంకించుకొంది. లేపితే అతనికి కోపం వస్తుందని భయం. లేపక పోతే ధర్మలోపం అవుతుంది. ఇలా తర్కించుకొని చివరకు అతడు కోపించినా సరే. అతనికి మాత్రం ధర్మలోపం కలగకూడదు అని నిశ్చయించుకుంది. మృదుస్వరంతో "స్వామీ! సూర్యాస్తమయం అవుతోంది లేవండి. ఆచమించి సంధ్య వార్చండి. అగ్నిహోత్రానికి వేళ అయింది. పడమటి దిక్కు ఎఱ్ఱవారుతోంది" అని మేలు కొలిపింది. జరత్కారువు నిద్ర లేచాడు. కోపంతో అతని పెదవులు అదురుతున్నాయి. అతడు "నాగినీ! నీవు నన్ను అవమానించావు. ఇక నేను ఇక్కడ ఉండను. వచ్చిన చోటుకే వెళ్తాను. నేను నిద్రిస్తూండగా సూర్యుడు అస్తమించడని నాకుబాగా తెలుసు. అవమానం జరిగిన చోట నిలవడం మంచిది కాదు. నేను వెళ్తున్నాను." అన్నాడు. హృదయాన్ని కంపింపచేసే భర్త మాటలు విని ఆ ఋషిపత్ని "దేవా! నేను మిమ్మల్ని అవమానించడానికి లేపలేదు. మీకు ధర్మలోపం కలుగరాదనే నా ఉద్దేశం'' అంది. జరత్కారువు "ఒకసారి నోటివెంట వచ్చాక అది అబద్ధం కాబోదు. మనమధ్య ఈ నియమం ఉండనే ఉంది కదా! నీవు నీ అన్నతో చెప్పు "అతడు వెళ్లిపోయాడ"ని నేనిక్కడ చాలా సుఖంగా గడిపానని కూడా చెప్పు. నేను వెళ్లాక నీవు బాధపడకు''. అన్నాడు.

మునిపత్ని శోకాతుర అయింది. ఆమె నోరు ఎండిపోయింది. మాట బొంగురుపోయింది. కళ్లు నీటితో నిండాయి. ఆమె హృదయం కంపిస్తూ ఉండగా చేతులు జోడించి "ధర్మజ్ఞా! నిరపరాధిని అయిన నన్ను విడవకండి. నేను ధర్మానికి బద్ధురాలనై మీకు ప్రియం, హితం చేయడంలో లగ్నమైపోయాను. నా అన్న ఒక ప్రయోజనాన్ని ఆశించి

మీతో నా వివాహం జరిపించాడు. ఇంకా అది పూర్తికాలేదు. మా జాతి అన్నదమ్ములకు తల్లి కద్రువ శాపం ఉంది. మీ వలన సంతానం పొందవలసిన అవసరం ఉంది. దాని వలననే వారికి శుభం కలుగుతుంది. మన ఇద్దరి సంయోగం వృధా కాకూడదు. ఇంకా నాకు సంతానం కలగలేదు. నిరపరాధిని అయిన నన్ను విడిచి ఎందుకు వెళ్లిపోతారు?" అని ప్రాధేయపడింది. భార్య మాటలు విని ఋషి "నీ కడుపులో అగ్ని సమాన తేజస్వి అయిన పుత్రుడున్నాడు. అతడు గొప్ప పండితుడు ధర్మాత్ముడు అయిన ఋషి అవుతాడు" అని చెప్పి వెళ్లిపోయాడు.

భర్త వెళ్లాక ఆమె వాసుకి వద్దకు వెళ్లి జరిగిన విషయం చెప్పింది. అది విని వాసుకి బాధపడ్డాడు. "సోదరీ! మేము ఏ ఉద్దేశ్యంతో నిన్ను అతనికిచ్చి వివాహం చేశామో నీకు తెలుసు. నీ కడుపున కొడుకు పుడితే నాగులకు మేలు జరిగేది. అతడు బ్రహ్మ చెప్పినట్లుగా జనమేజయుడు చేసే యజ్ఞాన్నుండి మమ్మల్ని రక్షించేవాడు. నీవు అతనివలన గర్భవతివి అయ్యావా లేదా? నీ వివాహం నిష్ఫలం కారాదనే మా కోరిక. ఒక అన్న తన చెల్లెలిని ఈ విషయమై ప్రశ్నించడం ఉచితం కాదు. అయినా ప్రయోజన గౌరవాన్ని బట్టి నేను నిన్ను ఇలా అడిగాను. ఒకసారి అతడు వెళ్తానని చెప్పాక అతనిని మరల్చడం అసంభవం అని నాకు తెలుసు. అతడెక్కడ శాపం ఇస్తాడో అని నేను అతనితో మాట్లాడను కూడా లేదు. చెల్లెలా! నీవు అన్ని విషయాలూ నాతో చెప్పు. నా మనసులో సంకటాన్ని తొలగించు" అన్నాడు. ఆమె తన అన్న వాసుకికి ధైర్యం చెప్తూ "అన్నయ్యా! నేను కూడా ఈ సంగతిని అతనికి చెప్పాను. అతడు పుత్రుడు పుడతాడనే చెప్పాడు. అతడు వినోదం కోసమైనా ఎప్పుడూ అబద్ధం చెప్పడు. ఇటువంటి సంకట సమయంలో అతని మాట అబద్ధం ఎలా అవుతుంది? అతడు వెళ్తూ వెళ్తూ "నాగినీ! నీ ప్రయోజన సిద్ధికి సంబంధించినంతవరకు ఏమీ చింతించకు. నీ గర్భం నుండి అగ్నివలె సూర్యునివలె తేజస్వి అయిన కొడుకు పుడతాడు." అని చెప్పి వెళ్లాడు. కాబట్టి అన్నయ్యా! నీవు నీ మనసులో ఎలాంటి దుఃఖం పొందవద్దు" అని ఊరడించింది. అది విని వాసుకి ఎంతో ప్రేమతో ఆనందంతో ఆమెకు స్వాగత సత్కారాలు ఏర్పాటు చేశాడు. ఆమె గర్భం శుక్ల పక్ష చంద్రుడిలా వృద్ధి కాసాగింది.

సమయం ఆసన్నమై జరత్కారువు గర్భం నుండి ఒక దివ్యపుత్రుడు ఉద్భవించాడు. అతని పుట్టుకతో మాతృ పితృ వంశాలు రెండింటికీ భయం తీరిపోయింది. క్రమంగా పెరిగి పెద్దవాడై అతడు చ్యవనముని వద్ద వేదాలు సాంగోపాంగంగా అధ్యయనం చేశాడు. ఆ బ్రహ్మచారియైన బాలకుడు బాల్యం నుండే గొప్ప బుద్ధిమంతుడు, సాత్వికుడు అయ్యాడు. అతడు గర్భంలో ఉండగానే తండ్రి అతని విషయమై అస్తి" (ఉన్నాడు) అన్నాడు కాబట్టి అతని పేరు 'ఆస్తీకుడు" అయింది. నాగరాజు వాసుకి గృహంలో మిక్కిలి జాగరూకతతో ప్రయత్నంతో రక్షింపబడుతూ అతని బాల్యం గడిచింది. కొద్దిరోజులలోనే అతడు ఇంద్రుని వలె వృద్ధి చెంది నాగులకు హర్షాన్ని కలిగించాడు.

పరీక్షిత్తు మరణ కారణము

శౌనకుడు "సూతనందనా! జనమేజయ మహారాజు ఉత్తంకుని మాటలు విని తన తండ్రి పరీక్షిత్తు మరణం గురించి ఏమి అడిగాడో అదంతా మాకు సవిస్తరంగా చెప్పండి" అని అడిగాడు.

సూతుడు చెప్పసాగాడు- "జనమేజయుడు తన మంత్రులను పిలిచి "నా తండ్రి పరీక్షిత్తు జీవించి ఉండగా ఏమి జరిగింది? అతడు ఎలా మరణించాడు? అతని మరణకారణం విని లోకానికి మేలు కలిగేలా చేస్తాను" అని అడిగాడు. మంత్రులు " మహారాజా! మీ తండ్రి గొప్ప ధర్మాత్ముడు, ఉదారుడు అయిన ప్రజాపాలకుడు. వారి గురించి సంక్షిప్తంగా వినిపిస్తాము. అతడు మూర్తీభవించిన ధర్మం. ధర్మానుసారంగా కర్తవ్య పరాయణుడై చాతుర్వర్ణాల వారిని రక్షించాడు. మహాపరాక్రమవంతుడై ఈ భూమిని రక్షించాడు. అతడు ఎవరినీ ద్వేషించలేదు. ఎవరూ అతనిని ద్వేషించలేదు. అందరియందు సమదృష్టి కలవాడు. అతని రాజ్యంలో బ్రాహ్మణ క్షత్రియ వైశ్య శూద్రులు- అందరూ ఆనందంగా తమ తమ పనులు నిర్వర్తించుకొనేవారు. అనాథల, విధవల, అంగ విహీనుల పోషణభారం తానే వహించేవాడు. అతడు శ్రీమంతుడు, సత్యవాది, కృపాచార్యుని వద్ద ధనుర్విద్యను అభ్యసించాడు. శ్రీకృష్ణునికి అతడంటే ఎంతో ప్రేమ. అందులో విశేషం ఏముంది? అతడందరకూ ప్రేమ పాత్రుడే. కురువంశం పరిక్షీణం అయిపోయే దశలో పుట్టాడు కాబట్టి అతని పేరు పరీక్షిత్తు అన్నారు. రాజధర్మంలో అర్థశాస్త్రంలో మిక్కిలి నిపుణుడు. అతడు బుద్ధిమంతుడు, ధర్మసేవకుడు, జితేంద్రియుడు, నీతి నిపుణుడు, అరవై ఏళ్లు ప్రజలను పరిపాలించాడు. అనంతరం ప్రజలను దుఃఖంలో ముంచి పరలోకగతుడయ్యాడు. ఇప్పుడు ఈ

రాజ్యం మీ హస్తగతమై ఉంది". అనగానే జనమేజయుడు "మంత్రులారా! మీరు నా ప్రశ్నకు సమాధానం చెప్పలేదు. మా వంశంలోని వారందరూ పూర్వుల సదాచారాలను పాటిస్తూ ప్రజాహితం కోరుతూ వారికి ప్రేమాస్పదులై ఉంటారు. కాని నేను నా తండ్రి మరణానికి కారణం తెలుసుకోవాలను కుంటున్నాను" అని అడిగాడు.

మంత్రులు చెప్పసాగారు- "మహారాజా! మీ తండ్రి పాండురాజువలెనే వేట అంటే మక్కువ చూపేవాడు. ఒకసారి రాజకార్యాలన్నీ మా మీద వదలి అతడు వేటకోసం అడవికి వెళ్లాడు. ఒక లేడిని బాణంతో కొట్టి అది పారిపోతే దానిని వెన్నంటాడు. అతడు ఒంటరిగా పరిగెత్తుతూ ఆ లేడిని తరుముకుంటూ వెళ్లాడు కాని అది దొరకలేదు. అతడు అరవై ఏళ్ల వయసువాడు కాబట్టి అలసిపోయాడు. ఆకలితో ఉన్నాడు. అక్కడ అతనికి ఒక ముని కనిపించాడు. అతడు లేడి గురించి మునిని ప్రశ్నించాడు. కాని అతడు మౌనంలో ఉన్నాడు కాబట్టి మాట్లాడలేదు. ఆకలిదప్పులతో ఉన్న రాజుకి అతడు సమాధానం చెప్పలేదని కోపం వచ్చింది. ఆ ముని మౌనంలో ఉన్నాడని రాజుకి తెలియదు. అతనిని అవమానించాలని వింటికొనతో చచ్చిన పామును ఒకదానిని తీసి అతని మెడలో వేశాడు. రాజు చేసిన పని గురించి ఆముని ఏమీ మాట్లాడక, శాంతంగా ఉండిపోయాడు. రాజు ఉన్నవాడున్నట్లుగా కాలినడకన రాజధానికి చేరుకున్నాడు.

ఆ మునీశ్వరుని పేరు శమీకుడు. అతని కొడుకు శృంగి గొప్ప తేజస్వి, శక్తిమంతుడు. అతడు తన స్నేహితుని వలన పరీక్షిన్మహారాజు మౌనంగా నిశ్చలంగా ఉన్న తన తండ్రి మెడలో చచ్చిన పాముని వేశాడని విన్న వెంటనే క్రోధంతో మండిపడ్డాడు. అతడు చేతిలోకి కమండలుజలం తీసుకుని "నిరపరాధి అయిన నా తండ్రి మెడలో చచ్చిన పామును వేసిన ఆ దుష్టుని తక్షకుడు కోపించి ఏడురోజులులోగా తన విషం చేత భస్మము చేయుగాక! లోకులు నా తపోబలాన్ని చూతురు గాక" అని శపించాడు. ఇలా శాపం ఇచ్చాక శృంగి తండ్రి వద్దకు వెళ్లి జరిగిన విషయమంతా వివరించాడు. శమీకునికి ఇదంతా మంచిది కాదనిపించింది. అతడు శీలగుణసంపన్నుడైన గౌరముఖుడనే తన శిష్యుడిని నీ తండ్రి వద్దకు పంపాడు. అతడు వచ్చి నీ తండ్రితో "మా గురుదేవులు మీకొక సందేశం పంపాడు. "నా కొడుకు మీకు శాపం ఇచ్చాడు. హెచ్చరికగా ఉండండి. తక్షకుడు ఏడు రోజులలోపలే మిమ్మ తన విషాగ్నిచే దహించి వేస్తాడు". అని చెప్పాడు అది విని నీ తండ్రి జాగరూకుడయ్యాడు.

ఏడోరోజున తక్షకుడు వస్తు ఉండగా దారిలో కాశ్యపుడనే ఒక బ్రాహ్మణుని చూచాడు. "విప్రోత్తమా! మీరింత తొందరగా ఎక్కడికి వెళ్తున్నారు? ఏమి చేయాలనుకుంటున్నారు? అని అడిగాడు. అందుకతడు "ఈ రోజు తక్షకుడు రాజుగారిని కాటువేస్తాడు. నేనక్కడికే వెళ్తున్నాను. నేను అతనిని బ్రతికిస్తాను. నేను వెళ్తే తక్షకుడు అతనిని చంపలేడు" అన్నాడు. అప్పుడు తక్షకుడు "నేనే ఆ తక్షకుడిని. నేను కాటు వేశాక అతడిని రక్షించాలని ఎందుకు తలపోస్తున్నావు? నేను కాటు వేశాక అతడిని నీవు బ్రతికించలేవు. నా శక్తి చూడు" అని చెప్పి తక్షకుడు అక్కడున్న ఒక చెట్టును కాటు వేశాడు. తక్షణం ఆ చెట్టు మండి బూడిదయిపోయింది. కాశ్యపుడు తన విద్యాబలం చేత ఆ చెట్టును మళ్లీ పచ్చగా జీవింపచేశాడు. తక్షకుడు ఆ విప్రుని ప్రలోభపెడుతూ "నీకేది కావాలంటే అది ఇస్తాను" అన్నాడు. నేను ధనం కోసమే అక్కడికి వెళ్తున్నాను" అన్న బ్రాహ్మణునితో తక్షకుడు " ఆ రాజు నుండి నీవు ఎంత ధనం ఆశిస్తున్నావో అంత నేనే ఇస్తాను. నీవు ఇక్కడినుండి వెనుతిరిగిపో" అని అర్థించాడు. అది విన్న బ్రాహ్మణుడు తాను కోరిన ధనం లంచంగా పుచ్చుకుని అక్కడినుండి వెళ్లిపోయాడు. అనంతరం తక్షకుడు అదృశ్యంగా రాజభవనానికి చేరుకుని, అక్కడ సావధానంగా కూర్చున్న ధార్మికుడైన నీ తండ్రిని విషాగ్నితో బూడిద చేసేశాడు. తరువాత మీరు పట్టాభిషిక్తులయ్యారు. ఇది చాలా బాధాకరమైన విషయం. అయినా మీరు అడిగారు కాబట్టి ఇది మీకు వినిపించాము. తక్షకుడు మీ తండ్రిని కాటు వేయడమే కాదు, ఉత్తంక ఋషిని కూడా చాలా ఇబ్బందిపెట్టాడు. మీకు ఏది ఉచితమని తోస్తే అది చేయండి" అన్నారు మంత్రులు.

జనమేజయుడది విని "తక్షకుడు కాటు వేస్తే వృక్షం మండి బూడిదవడం, మళ్లీ అది పచ్చగా చిగిరించడం చాలా అద్భుతంగా ఉంది. మీకు ఈ సంగతి ఎవరు చెప్పారు? నిజంగానే తక్షకుడు చాలా అనర్థం కలిగించాడు. అతడు బ్రాహ్మణునికి ధనమిచ్చి తిరిగి పంపకపోతే అతడు తప్పకుండా నా తండ్రిని బ్రతికించేవాడు. అతనిని నేను తప్పక దండిస్తాను ముందు మీరీ కథను చెప్పండి" అని అడిగాడు.

మంత్రులు "మహారాజా! తక్షకుడు కాటు వేసిన చెట్టుమీద అంతకుముందే ఒక మనుష్యుడు ఎండుకట్టెలకోసం ఎక్కి

ఉన్నాడు. ఈ విషయం తక్షకుడికి గాని, బ్రాహ్మణునికి గాని తెలియదు. తక్షకుడు కాటువేయగానే చెట్టుతోపాటు అతడు కూడా భస్మమైపోయాడు. కాశ్యపుని మంత్ర ప్రభావం చేత చెట్టుతోపాటు అతడూ జీవించాడు. వాళ్లిద్దరి సంభాషణ అతడు విని అక్కడినుండి వచ్చాక మాకు తెలియజేశాడు. మేము చూసినదీ విన్నదీ మీకు చెప్పాము. మీకు ఉచితమని తోచినది చేయండి" అని చెప్పారు.

జనమేజయుడు సర్పయాగము చేయుట

ఉగ్రశ్రవసుడు చెపుతున్నాడు - "శౌనకాదిమునులారా ! జనమేజయుడు తన తండ్రి మరణ విషయం విని చాలా దుఃఖించాడు. అతనికి పట్టరాని కోపం వచ్చింది. రెండుచేతులూ రుద్దుకున్నాడు. వేడి నిట్టూర్పులు విడిచాడు. కళ్లల్లో నీరు పొంగి వచ్చింది. అతనికి దుఃఖంతోపాటు శోకమూ, క్రోధమూ కూడా కలిగాయి. శాస్త్రోక్తంగా చేతిలోకి నీరు తీసుకుని- "నా తండ్రి ఎలా మరణించాడో సవిస్తరంగా విన్నాను. అతని మరణానికి కారణమైన ఆ దుష్ట తక్షకుని మీద ప్రతీకారం తీర్చుకోవాలని నిశ్చయించుకున్నాను. అతడు నా తండ్రిని నాశనం చేశాడు. శృంగి శాపం కేవలం ఒక నెపం మాత్రమే. తక్షకుని విషాన్ని పరిహరించగలిగిన, నా తండ్రిని తప్పక బ్రతికించగల కశ్యపుని ధనమిచ్చి మరల్చి పంపేశాడు. ఇదే ప్రత్యక్ష నిదర్శనం, మా మంత్రులు ఆ కాశ్యపుని ప్రార్థించి ఉంటే, అతడు అనుగ్రహించి మా తండ్రిని జీవింపచేసి ఉంటే ఆ తక్షకునికి కలిగే నష్టమేమిటి? ఋషి ఇచ్చిన శాపమూ నెరవేరేది, నా తండ్రి కూడా బ్రతికి ఉండేవాడు. నా తండ్రి మరణించడానికి ముఖ్యకారకుడు తక్షకుడే, కనుక నా తండ్రి మరణానికి నేను ప్రతీకారం తీర్చుకోవాలని నిశ్చయించుకున్నాను" అన్నాడు. మంత్రులందరూ అతడు చేసిన ప్రతిజ్ఞను ఆమోదించారు.

జనమేజయుడు పురోహితుని, ఋత్విజులను పిలిపించి "దుష్టుడైన తక్షకుడు నా తండ్రిని హింసించాడు. నేను అతనిమీద ప్రతీకారం తీర్చుకునే ఉపాయం చెప్తారా? ఆ క్రూర సర్పాన్ని జ్వలించే అగ్నికి ఆహుతి చేయగల యజ్ఞం ఏదైనా ఉందా?" అని ప్రశ్నించాడు. ఋత్విజులు "రాజా! మీకోసమే బ్రహ్మ అలాంటి యజ్ఞాన్ని ఒకదానిని సిద్ధం చేశాడు. ఇది పురాణ ప్రసిద్ధం. ఇది నీవు తప్ప మరెవరూ చేయబోరని పౌరాణికులు చెప్పారు. మాకు ఆ యజ్ఞ విధి తెలుసును" అన్నారు. ఋత్విజుల మాటలు విని జనమేజయుడు తక్షకుడు అగ్నిదగ్ధమైనట్లే తలపోశాడు. జనమేజయుడు తాను ఆ యజ్ఞం చేస్తానని, సామగ్రిని సిద్ధం చేయమని వారికి చెప్పాడు. వేదవేత్తలైన బ్రాహ్మణులు శాస్త్రానుసారంగా యజ్ఞమండప నిర్మాణానికి భూమిని కొలిచి యజ్ఞశాలను తయారు చేయించారు. జనమేజయ మహారాజు యజ్ఞదీక్షితుడయ్యాడు.

ఇదే సమయంలో ఒక విచిత్ర సంఘటన జరిగింది. వాస్తువిద్యానిపుణుడైనట్టి, అనుభవశాలి, బుద్ధిమంతుడు అయిన ఒక సూతుడు యజ్ఞ మండప నిర్మాణం జరిగిన స్థలం, అది కొలవడానికి ఎన్నుకొన్న సమయాన్ని బట్టి యజ్ఞం ఎవరో ఒక బ్రాహ్మణుని వలన ఆగిపోతుంది అని చెప్పాడు. ఇది విన్న జనమేజయుడు తనతో చెప్పకుండా ఎవరినీ యజ్ఞమండపంలోనికి రానీయవద్దని ద్వారపాలకులను ఆదేశించాడు.

సర్పయజ్ఞం యథావిధిగా ప్రారంభమయింది. ఋత్విజులు వారి వారి పనులలో నిమగ్నులయ్యారు. వారి కన్నులు హోమాగ్ని ధూమం చేత ఎఱ్ఱబారి ఉన్నాయి. వారు నల్లని వస్త్రాలు ధరించి మంత్రోచ్చారణ పూర్వకంగా హోమము చేస్తున్నారు. సర్పాలన్నీ లోలోపలే భయపడసాగాయి. నిస్సహాయులైన సర్పాలు వ్యాకుల పాటుతో పరస్పరం పిలుచుకుంటూ, నిట్టూర్పులు విడుస్తూ, తోకలతో పడగలతో ఒకదాని నొకటి పెనవేసుకుంటూ ఎగురుతూ వచ్చి అగ్నిలో పడసాగాయి. తెల్లని, నల్లని, పచ్చని, ఎఱ్ఱని వర్ణాలు గల బాల వృద్ధాదులైన అన్ని రకాల పాములు బుసలు కొడుతూ టపటపమని అగ్నిముఖంలో పడసాగాయి. నాలుగు కోసుల పొడవైనవి, ఆవుచెవి అంత పొట్టివి పైపై పైనుంచే పడిపోతున్నాయి.

ఆ సర్పయజ్ఞానికి చ్యవనవంశీయుడైన చండ భార్గవుడు హోతగా, కౌత్సుడు ఉద్గాతగా, జైమిని, శార్ఙ్గరవ, పింగళులు అధ్వర్యులుగా ఉన్నారు. పుత్ర శిష్య సహితుడైన వ్యాసుడు, ఉద్దాలకుడు, ప్రమతకుడు, శ్వేతకేతువు, అసితుండైన దేవలుడు, మొదలైనవారు సదస్యులుగా ఉన్నారు. పేరు చెప్పి మంత్రం ఉచ్చరించగానే పెద్ద పెద్ద భయంకరమైన సర్పాలు కూడా వచ్చి పడిపోతున్నాయి. సర్పాల కొవ్వు, మేదస్సు కాలువలు కట్టింది. ఘాటైన దుర్గంధం నాలుగు వైపుల వ్యాపించింది. పాముల హాహాకారాలతో ఆకాశం ప్రతిధ్వనించింది. తక్షకుడు భయంతో దేవరాజు ఇంద్రుని శరణు వేడాడు. "దేవేంద్రా! నేను అపరాధినే. అయినా నిన్ను శరణుకోరుతున్నాను నన్ను రక్షించు" అని వేడుకున్నాడు. ఇంద్రుడు ప్రసన్నుడై "నేను నీ రక్షణకోసం ఇంతకుముందే బ్రహ్మదేవునివలన అభయవచనం పొంది ఉన్నాను. సర్పయజ్ఞం వలన నీకేమీ

భయం లేదు. నీవు దుఃఖించకు" అన్నాడు. ఈ మాటలతో తేరుకున్న తక్షకుడు ఇంద్రుని భవనంలోనే ఉండసాగాడు.

ఆస్తీకుడు సర్పయాగమును నివారించుట

ఉగ్రశ్రవసుడు కొనసాగిస్తున్నాడు- జనమేజయుని సర్పయాగంలో అనేక సర్పాలు నశించి పోయాయి. కొద్ది మాత్రమే మిగిలాయి. వాసుకికి చాలా బాధ కలిగింది, భయంతో అతని హృదయం వ్యాకులమయింది. తన చెల్లెలు జరత్కారువుతో "చెల్లెలా! నా ప్రత్యంగము జ్వలించిపోతోంది. దిక్కుతోచడం లేదు. తల తిరిగిపోతోంది. మూర్ఛ క్రమ్ముతున్నట్లుంది. ప్రపంచం గిఱ్ఱున తిరుగుతోంది. గుండె బ్రద్దలయిపోతోంది. నేనుకూడా వివశుడినై ఈ నాలుకలు చాపే అగ్నిలో పడిపోతానేమో అనిపిస్తోంది. ఈ యజ్ఞం ఉద్దేశ్యం అదే. నేను ఈ సమయం కోసమే జరత్కారువుతో నీ వివాహం జరిపించాను. నీవు ఇప్పుడు మమ్మల్ని కాపాడు. బ్రహ్మ చెప్పిన ప్రకారం నీ కొడుకు ఆస్తీకుడు ఈ యజ్ఞాన్ని ఆపగలడు. అతడు బాలుడైనా గొప్ప వేదవేత్త, పెద్దలకు పూజ్యుడు. ప్రస్తుతం అతనికి మమ్మల్ని రక్షించమని చెప్పు." అన్నాడు. అన్నగారి మాటలు విన్న జరత్కారువు అన్ని విషయాలూ చెప్పి, నాగులను రక్షించమని ఆస్తీకుని ప్రేరేపించింది. తల్లి ఆజ్ఞను శిరసావహించి ఆస్తీకుడు వాసుకితో "నాగరాజా! మీరు శాంతించండి. మిమ్మల్ని శాపవిముక్తులను చేస్తాను. నేను యథార్థం చెప్తున్నాను. నవ్వులాటకైనా అబద్ధం చెప్పను. కాబట్టి నా మాటలు నిజమని నమ్మండి. నా మృదువైన మాటలతో జనమేజయ మహారాజును ప్రసన్నుడిని చేసుకుని ఆ యజ్ఞాన్ని ముగింపచేస్తాను. మీరు నన్ను నమ్మండి" అని చెప్పాడు.

ఈ రీతిగా నాగులను ఆశ్వాసించి నాగులకు ముక్తి కలిగించడానికి యజ్ఞాన్ని మాన్పించాలనే ఉద్దేశ్యంతో ఆస్తీకుడు బయలుదేరాడు. అక్కడకు వెళ్ళి యజ్ఞశాల అంతా సూర్యాగ్నులవలె ప్రకాశిస్తున్న సభాసదులతో నిండి ఉండడం చూశాడు. ద్వారపాలురు అతనిని లోనికి పోనీయలేదు. లోనికి పోవాలని అతడు యజ్ఞాన్ని స్తుతించడం మొదలుపెట్టాడు. ఆస్తీకుని యజ్ఞస్తుతిని విన్న జనమేజయుడు అతనిని లోనికి రమ్మని అనుమతించాడు. యజ్ఞ మండపంలోనికి వెళ్ళి ఆస్తీకుడు యజమానుని, సభాసదులను, ఋత్విజులను, అగ్నిని మరింతగా స్తుతించ సాగాడు.

ఆస్తీకుని స్తుతిని విన్న వారందరూ సంతుష్టులయ్యారు. సభాసదుల మనోభావాన్ని గుర్తించిన జనమేజయుడు "బాలుడైనా ఇతడు అనుభవజ్ఞుడైన పెద్దవానిలా మాటలాడుతున్నాడు. ఇతనిని నేను బాలునిగా అనుకోవడం లేదు. పెద్దవానిగానే భావిస్తున్నాను. నేనీతనికి వరం ఇద్దామను కుంటున్నాను. మీ కందరికీ ఇష్టమేనా?" అని అడిగాడు. దానికి సభాసదులు "బ్రాహ్మణుడు బాలుడైనా రాజుకు సమ్మాన్యుడే. ఇక పండితుడైతే చెప్పేదేముంది? కాబట్టి మీరు అతనికి కోరినది ఇవ్వవచ్చును" అన్నారు. జనమేజయుడు "మీరు యథాశక్తిగా నా పని పూర్తిచేయండి. నా ప్రధాన శత్రువు తక్షకుడు. అతడిప్పుడే ఇక్కడకు రావాలి" అనగానే ఋత్విజులు తక్షకుడు ఇంద్రుని శరణువేడాడని, అతడు అతనికి అభయదానం ఇచ్చాడని అగ్నిదేవుడు చెప్పాడు" అని చెప్పారు. క్షణకాలం చింతించిన జనమేజయుడు "ఇంద్రునితో సహితంగా తక్షకుడు వచ్చి అగ్ని కుండంలో పడి భస్మమైపోయే మంత్రాలు చదివి హోమం చేయండి" అన్నాడు. అతని మాటలు విని హోత అలాగే ఆహుతులిచ్చాడు. తక్షణమే ఇంద్రుడు తక్షకుడు ప్రత్యక్షమయ్యారు. ఇంద్రుడు ఆ యజ్ఞాన్ని చూచి భయపడిపోయి తక్షకుడిని వదలి వెళ్ళిపోయాడు. తక్షకుడు అంతకంతకు అగ్నిని సమీపిస్తున్నాడు. అప్పుడు బ్రాహ్మణులు "రాజా! నీ పని పూర్తి అయింది. ఈ బ్రాహ్మణునికి నీవు దానం ఇవ్వవచ్చును" అన్నారు.

జనమేజయుడు "బ్రాహ్మణకుమారా! నీవంటి సత్పాత్రునికి తగిన వరం ఇద్దామనుకుంటున్నాను. కాబట్టి నీకు కావలసిన దానిని ఆనందంగా అడుగు. నేను ఎంత దుష్కరమైనదైనా అది నీకు ఇస్తాను" అన్నాడు. తక్షకుడు అగ్నికుండంలో పడిపోబోతూండడం చూశాడు ఆస్తీకుడు. సమయాన్ని సద్వినియోగం చేసుకున్నాడు. వెంటనే "రాజా! ఈ యజ్ఞకుండంలో పడే పాములు రక్షింపబడాలి, కనుక వెంటనే యజ్ఞం ముగించు. ఇదే నాకు కావలసిన వరం" అన్నాడు. జనమేజయుడు అసంతృప్తిగా "బ్రాహ్మణకుమారా! నీవు బంగారం, వెండి, గోవులు, ఇతరవస్తువులు ఏవైనా సరే కోరుకో. ఇస్తాను ఈ యజ్ఞం ఆపివేయడం నాకిష్టం లేదు" అన్నాడు. ఆస్తీకుడు అందుకంగీకరించలేదు. తన మాతృవంశం మేలు కోసం యజ్ఞం పరిసమాప్తి చేయించడమే తన కోరిక అన్నాడు. జనమేజయుడు ఎంత ఒత్తి చెప్పినా ఇంకొకటి స్వీకరించడానికి అతడు ఒప్పుకోలేదు. అప్పుడక్కడ ఉన్న వేదవేత్తలైన సదస్యులందరూ ముక్తకంఠంతో "అతడేది అడిగాడో అదే అతనికి లభించాలి" అన్నారు.

శౌనకుడు "సూతనందనా! ఆ యజ్ఞంలో గొప్ప గొప్ప పండితులున్నారు కదా! ఆస్తీకునితో వారు మాటలాడుతున్న సమయంలో తక్షకుడు అగ్నిలో ఎందుకు పడిపోలేదు? వారికి అటువంటి మంత్రం స్ఫురించలేదా?" అని సందేహంగా అడిగాడు.

ఉగ్రశ్రవసుడు ఇలా సమాధానం చెప్పాడు- "ఇంద్రుడు వదిలివేయగానే తక్షకుడు మూర్ఛపోయాడు. ఆస్తీకుడు ఆగు, ఆగు, ఆగు అని మూడుసార్లన్నాడు. అందుకనే అతడు ఆకాశంలోనే వ్రేలాడుతూ ఉండిపోయాడు. అగ్నికుండంలో పడలేదు" అని సందేహం తీర్చి తిరిగి "శౌనకా! సభాసదులందరూ పదే పదే చెప్పడంతో జనమేజయుడు" సరే! ఆస్తీకుని కోరిక తీరుగాక. ఈ యజ్ఞం ఆగిపోయింది. మా సూతుడు చెప్పిన మాటకూడ సత్యముగుగాక" అన్నాడు. జనమేజయుడు ఈ మాట అనడంతోనే అందరూ సంతోషించారు. రాజు ఋత్విజులకు, సదస్యులకు, అక్కడకు వచ్చిన ఇతర బ్రాహ్మణులకు అనేక దానాలిచ్చాడు. యజ్ఞం ఆగిపోతుందని చెప్పిన సూతుని కూడా అనేక విధాలుగా సత్కరించాడు. యజ్ఞాంతంలో చేయవలసిన అవబృథస్నానం చేసిన పిమ్మట ఆస్తీకునకు స్వాగత సత్కారాలు చేసి, సంతోషపెట్టి వీడ్కోలు చెప్పాడు. వెళ్లేటప్పుడు తాను చేయబోయే అశ్వమేధ యాగానికి సభాసదునిగా వేం చేయవలసినదని ఆహ్వానించాడు. ఆస్తీకుడు సరేనన్నాడు. అనంతరం వాసుకి గృహానికి వెళ్లి తల్లికి, మేనమామకు జరిగినదంతా వినిపించాడు.

ఆ సమయంలో నాగరాజు వాసుకి సభలో యజ్ఞానికి ఆహుతి కాకుండా మిగిలిన సర్పాలన్నీ చేరాయి. అవన్నీ ఆస్తీకుని నోటి వెంట సంగతి అంతా తెలుసుకుని సంతోషించాయి. అతనిని ప్రేమగా చూస్తూ "నాయనా! నీకేమి వరం కావాలో కోరుకో. నీవు మమ్ము మృత్యుముఖం నుండి తప్పించావు. మాకు చాలా సంతోషంగా ఉంది. నీకు మేము ఏమి ఉపకారం చేయగలము?" అని పదే పదే అడిగాయి. అందుకు ఆస్తీకుడు "సాయం ప్రాతః కాలాలలో ఎవరైతే ఈ ధర్మమయమైన ఉపాఖ్యానాన్ని చదువుతారో వారికి సర్పభయం లేకుండునట్లుగా తనకు వరం ఇమ్మని అడిగాడు. ఇది విని పాములన్నీ సంతోషించి "నీ కోరిక తీరుతుంది. మేము ప్రేమతో, వినయంతో నీ ఈ కోరికను తీరుస్తాము. అసి ఆర్తిమంత, సునీథ- మంత్రాలలో ఏ ఒక్కదానిని అయినా పగలు కాని రాత్రి గాని పఠించినట్లయితే అతనికి సర్పాల వలన భయం కలుగదు." అని దీవించాయి.

ఆ మంత్రాలు క్రమంగా ఇవి.

యో జరత్కారుణా జాతో జరత్కారౌ మహాయశాః ।
ఆస్తీకః సర్పసత్రే వః పన్నగాన్ యోஉభ్యరక్షత ॥
తం స్మరంతం మహాభాగా న మాం హింసితుమర్హథ ॥
(58-24)

జరత్కారువు అనే మునికి జరత్కారువు అనే పేరుగల నాగకన్యకు ఆస్తీకుడనే పేరుమోసిన ఋషి పుట్టాడు. అతడు సర్పయజ్ఞాన్నుండి మీ సర్పాలన్నిటినీ కాపాడాడు. మేము అతనిని స్మరిస్తున్నాము. మీరు మమ్ము కాటు వేయకండి.

సర్పాపసర్ప భద్రం తే గచ్ఛ సర్ప మహావిష ।
జనమేజయస్య యజ్ఞాంతే ఆస్తీకవచనం స్మర ॥
(58-25)

విషసర్పమా! నీవు తొలగిపో! నీకు శుభమగుగాక! నీవు వెళ్లిపో! జనమేజయుని యజ్ఞసమాప్తి సమయంలో ఆస్తీకుడు చెప్పిన దానిని స్మరించండి.

ఆస్తీకస్య వచః శ్రుత్వా యః సర్పో న నివర్తతే ।
శతధా భిద్యతే మూర్ధ్ని శింశవృక్షఫలం యథా ॥
(58-26)

ఆస్తీకుని శపథం విని కూడా వెనుతిరగని సర్పానికి శింశఫలం లాగ తల వేయి ముక్కలవుతుంది.

ధార్మిక శిరోమణి అయిన ఆస్తీకుడు ఈ రీతిగా సర్పయజ్ఞాన్నుండి సర్పాలను రక్షించాడు. శరీరధర్మం పూర్తి అయ్యాక పుత్రపౌత్రులను వదలి ఆస్తీకుడు స్వర్గస్థుడయ్యాడు. ఆస్తీకుని కథ చదివిన వారికిగాని, విన్నవారికి గాని సర్పాల వలన భయం కలుగదు.

వైశంపాయనుడు భారత కథను ప్రారంభించుట

శౌనకుడు అడిగాడు - "సూతనందనా! మహాభారత కథ చాలా పవిత్రమైనది. అందులో పాండవుల కీర్తి వర్ణింపబడింది. సర్పయాగం చేసిన తరువాత జనమేజయుడు ప్రార్థిస్తే వ్యాసమహర్షి ఆ కథను చెప్పమని వైశంపాయనుని ఆజ్ఞాపించాడు. ఆ కథను ఇప్పుడు నేను వినాలనుకుంటున్నాను. అది వ్యాసుని మనస్సాగరం నుండి పుట్టింది. కనుక సర్వరత్న నిలయం. మీరు దానినే వినిపించండి".

ఉగ్రశ్రవసుడు ప్రారంభించాడు - వేదవ్యాస నిర్మితమైన మహాభారతాఖ్యానాన్ని నేను మొదటినుండీ మీకు చెప్తాను. అది చెప్పడం నాకు కూడా చాలా ఆనందదాయకం.

नारायणंनमस्कृत्य नरं चैव नरोत्तमम्
गीताप्रेस, गोरखपुर
देवींसरस्वतींव्यासंततोजयमुदीरयेत्

भगवान् नारायण, नर, भगवती सरस्वती और (महाभारत) के वक्ता व्यासदेवको नमस्कार

Salutations to Lord Nārāyaṇa, Nara, Goddess Saraswatī and Vyāsadeva

सिंह-बाघोंमें बालक भरत

Bharata among the lion-cubs

द्रौपदी-स्वयंवर

Draupadī-Swayaṁvara

पाण्डवोंका वनगमन

Pāṇḍavas on the way to forest

नलका अपने पूर्वरूपमें प्रकट होकर दमयन्तीसे मिलना

Nala meets Damayantī in his original form

भीष्म और अर्जुनका युद्ध

Fight between Bhīṣma and Arjuna

सेनापति द्रोणाचार्य

Droṇācārya the commander-in-chief

अर्जुनका जयद्रथके मस्तकको काटकर समन्त-पञ्चक क्षेत्रसे बाहर फेंकना   Arjuna propels the head of Jayadratha out of Samanta-Pañcaka

జనమేజయుడు సర్పయాగదీక్షితుడు అయి ఉండగా వ్యాస భగవానుడు అక్కడికి వచ్చాడు. శక్తి పుత్రుడైన పరాశరునికి సత్యవతి వలన యమునా నదీసైకతస్థలిలో అతడు పుట్టాడు. అతడే పాండవులకు పితామహుడు. పుడుతూనే అతనికి సాంగోపాంగమైన వేదాలు, ఇతిహాసాలు స్వయంగా బుద్ధికి తోచాయి. అతడు పొందిన ఆ జ్ఞానాన్ని తపస్సు, వేదాధ్యయనం, వ్రతనియమం, ఉపవాసం, స్వాభావికశక్తి, ఆలోచనల ద్వారా కూడా ఇతరులెవరూ పొందలేరు. ఏకీకృతమై ఉన్న వేదాన్ని అతడు నాలుగుగా విభజించాడు. అతడు బ్రహ్మర్షి, త్రికాలవేత్త, సత్యవ్రతుడు, పరమపవిత్రుడు, సగుణ నిర్గుణ తత్త్వజ్ఞుడు. ఇతని దయవలననే ధృతరాష్ట్ర పాండు విదురులు పుట్టారు. అటువంటి వ్యాసుడు తన శిష్యవర్గంతో జనమేజయుని యజ్ఞమండపానికి వచ్చాడు. జనమేజయుడు వెంటనే లేచి ఎదురేగి శిష్టాచారాన్ని పాటిస్తూ అతనిని యజ్ఞమండపంలోనికి తీసుకువెళ్లాడు. సువర్ణ సింహాసనం మీద కూర్చుండపెట్టి విధిపూర్వకంగా అర్చించాడు. తన వంశప్రవర్తకుడయిన అతనికి అర్ఘ్యపాద్యాదులు, గోవులు సమర్పించి సంతుష్టుడయ్యాడు జనమేజయుడు. ఇరువురూ పరస్పరం కుశలం అడిగి తెలుసుకున్నారు. సభాసదులందరూ అతనిని పూజించారు. అతడు కూడా వారిని యథాయోగ్యంగా గౌరవించాడు.

అనంతరం జనమేజయుడు సభాసదులతో కలిసి చేతులు జోడించి "దేవా! మీరు కౌరవపాండవులను కళ్లతో చూసి ఉన్నారు. మీ వలన వారి కథ వినాలని ఉంది. వారు చాలా ధర్మాత్ములు కదా! వారి మధ్య విరోధం కలగడానికి కారణమేమిటి? ఆ ఘోర యుద్ధం ఎలా సంభవించింది? దాని వలన ప్రాణనష్టం ఎంతో జరిగింది. బహుశ; వారి మనసు విధివశాత్తు యుద్ధంవైపు మొగ్గి ఉంటుంది. మీరు దయ ఉంచి ఆ వృత్తాంతం సవివరంగా వినిపించమని వేడుకుంటున్నాను" అని అడిగాడు. అతని ప్రార్థనను విని దగ్గరే ఉన్న వైశంపాయనునితో వ్యాసుడు "వైశంపాయనా! ఈ వృత్తాంతం అంతా నీవు నావలన వినే ఉన్నావు కదా! అది ఇతనికి చెప్పు" అని ఆజ్ఞాపించాడు. గురుదేవుల ఆజ్ఞ తలదాల్చి నిండుకొలువులో వైశంపాయనుడు ఆ కథను ప్రారంభించాడు.

వైశంపాయనుడు మనసులోనే వేదవ్యాసునికి నమస్కరించి బ్రాహ్మణ విద్వాంసులను గౌరవించి కథను ప్రారంభించాడు. "వ్యాస భగవానుడు నిర్మించిన ఈ ఇతిహాసం చాల విస్తృతమైనది, పవిత్రమైనది, లక్ష శ్లోకాల పరిమితి కలిగినది. దీనిని చెప్పినవాడు, విన్నవాడు కూడా బ్రహ్మలోకంలో చరిస్తారు. ఈ పవిత్ర పురాణం వేదంతో సమానం. వినదగిన కథలలో సర్వోత్తమం. ఋషులందరూ దీనిని కొనియాడారు. ధర్మాను కూలమైన అర్థకామాలు ఎలా పొందాలో ఇందులో వివరించారు. మోక్ష తత్త్వాన్ని గుర్తించే బుద్ధి కూడా దీనివలన కలుగుతుంది. దీని శ్రవణ కీర్తనల వలన మనుష్యుల పాపాలు పటాపంచలవుతాయి. ఈ ఇతిహాసాన్ని "జయం" అంటారు. సంసార బంధాలను తొలగించుకోవాలనే శ్రద్ధాళువులకు ఇది తప్పక వినదగినది. ధర్మార్థ కామమోక్షాలన్నీ దీనిలో ఉన్నాయి. దీనిని విన్నా చదివినా వారి పుత్రులు, సేవకులు స్వామిభక్తి కలవారవుతారు. దీన్ని విన్నవారికి త్రికరణశుద్ధి అలవడుతుంది. ఇందులో భరతవంశీయుల జన్మ వర్ణించబడింది. కనుక దీనిని మహాభారతమన్నారు. దీని నామసార్థక్యాన్ని తెలుసుకున్నవారు పాపవిముక్తులవుతారు. వ్యాసభగవానుడు స్నాన సంధ్యాదులు ముగించుకొని రోజూ ఉదయమే దీనిని రచిస్తూ ఉండేవారు, అలా మూడు సంవత్సరాలలో దీనిని పూర్తి చేశారు. కనుక బ్రాహ్మణులు కూడా నియమంగానే దీనిని చదవాలి, చెప్పాలి. సముద్రం, మేరుపర్వతం రత్నాలకు నిలయమైనట్లుగా ఈ మహాభారతం కథారత్నాలకు పుట్టినిల్లు. మహాభారత దానం వలన పృథ్వీ దానఫలితం లభిస్తుంది. ధర్మార్థ కామమోక్షాల విషయమై ఇందులో చెప్పబడిందే సర్వత్ర ఉన్నది.

యదిహాస్తి తదన్యత్ర యన్నేహాస్తి నతత్ క్వచిత్

ఇందులో లేనిది ఇంకెక్కడా లేదు. కాబట్టి మీరు ఈ కథ సావధానంగా సవిస్తరంగా వినండి.(5)

భూభారహరణార్థము దేవతలు అవతరించుట

వైశంపాయనుడు చెప్తున్నాడు- జనమేజయా! జమదగ్ని కొడుకు పరశురాముడు ఇరవై ఒక్కమార్లు భూమి మీది క్షత్రియులను సంహరించాడు. అనంతరం అతడు మహేంద్రగిరి మీద తపస్సుచేసుకోసాగాడు. క్షత్రియ సంహారానంతరం తపస్సు, వైరాగ్యం, ఇంద్రియ నిగ్రహం కల బ్రాహ్మణుల వలన ఆ వంశం పునః స్థాపితమయింది. క్షత్రియులు ధర్మపూర్వకంగా పాలిస్తూ ఉంటే బ్రాహ్మణాది వర్ణాలవారంతా సుఖంగా జీవించారు. రాజులు కామక్రోధాదుల వలన కలిగే దుర్గుణాలన్నీ విడిచి ధర్మానుసారంగా ప్రజాపాలన

చేయసాగారు. సకాలంలో వర్షాలు కురియసాగాయి. బాల్యమరణాలు లేవు. యౌవనానికి ముందు స్త్రీ సంపర్కం లేదు. బ్రాహ్మణులు సాంగోపాంగంగా వేదాన్ని అధ్యయనం చేసేవారు. క్షత్రియులు గొప్ప గొప్ప యజ్ఞాలు చేసే వారికి అధిక దక్షిణలు ఇచ్చేవారు. డబ్బు తీసుకుని శాస్త్రాలు నేర్పేవారు కారు ఆ రోజులలో. శూద్రుల సమక్షంలో వేదాన్ని ఉచ్చరించేవారు కారు. వైశ్యులు ఎడ్లను ఉపయోగించి ఇతరుల చేత వ్యవసాయం చేయించే వారు. కాని స్వయంగా కాడి కట్టేవారు కారు. పశువులు వట్టిపోయినా వాటిని మేపేవారు. దూడలు తల్లిపాలను విడిచేవరకు వాటిని పితికేవారు కారు. వ్యాపారులు తూనికలలో కొలతలలో అన్యాయం చేసేవారు కాదు. అన్ని వర్ణాల వారూ తమ తమ అధికారానుసారంగా ప్రవర్తించేవారు. ధర్మానికి హాని జరగడం అనేదే లేదు. గోవులకు స్త్రీలకు కాలానుగుణంగానే సంతానం కలిగేది. చివరకు లతలు, చెట్లు కూడా ఋతుకాలంలోనే పూచేవి కాచేవి. అది సత్యయుగం.

ఇలా ఆనందం వెల్లివిరుస్తున్న రోజులలోనే క్షత్రియులలో రాక్షసులు పుట్టసాగారు. ఆ సమయంలో దేవతలు యుద్ధాలలో దైత్యులను మాటిమాటికి ఓడించి, వారిని సంపన్నహీనులుగా చేశారు. వారు కేవలం మనుష్యులలోనే కాదు- ఎడ్లు, గుర్రాలు, గాడిదలు, ఒంటెలు, దున్నలు- ఇలా వివిధ రకాల జంతువులలోను పుట్టారు. భూమికి భారం ఎక్కువయింది. దైత్యులు మదోన్మత్తులైన, విశృంఖలత్వం కలిగిన రాజులుగా కూడా పుట్టారు. వారు రకరకాల రూపాలలో భూమిమీద నిండిపోయి ప్రజలను బాధించసాగారు. వారిచేత పీడింపబడిన భూదేవి బ్రహ్మను శరణు వేడింది. శేషుడు, కూర్మం, దిగ్గజాలు కూడా మోయలేనంత భారం పెరిగిపోయింది భూమిమీద. బ్రహ్మదేవుడు భూదేవి భారం తగ్గించడానికి దేవతలను నియమిస్తానని చెప్పాడు. భూమి తిరిగి వచ్చింది.

భూదేవి భారం తగ్గించడానికి దేవతలందరినీ ఆయా అంశలతో భూమిమీద పుట్టమని బ్రహ్మ ఆజ్ఞాపించాడు. గంధర్వాప్సరసలను కూడా అలాగే ఆదేశించాడు. వారంతా సత్యము, హితము, ప్రయోజనకరము, అయిన బ్రహ్మ మాటను అంగీకరించారు. వారంతా కలిసి వైకుంఠంలోని శ్రీమన్నారాయణుని దగ్గరకు వెళ్లారు. అతడు చేతులలో శంఖచక్రాలు ధరించి ఉన్నాడు. పీతాంబరుడై నీలమేఘచ్ఛాయతో విరాజిల్లుతున్నాడు. వక్షస్థలం ఉన్నతమై నేత్రాలు మనోమోహకంగా ఉన్నాయి. శ్రీవత్సలాంఛనుడై, సర్వశక్తిమంతుడై అందరికీ ఆరాధ్యుడైన అతనిని దేవతలందరూ పూజించారు. ఇంద్రుడు అతనిని భూభారం తగ్గించడానికి అంశావతారం ధరించమని ప్రార్థించాడు. భగవంతుడంగీకరించాడు. ఇంద్రుడు అతనితో సమాలోచన చేసి దేవతలకు ఆజ్ఞ ఇచ్చితాను వైకుంఠం నుండి బయల్దేరాడు. తరువాత దేవతలందరూ భూమికి భారం తగ్గించడానికి రాక్షస వినాశం కొఱకు భూమి మీద క్రమంగా ఆయా అంశలతో పుట్టసాగారు. వారు రాజర్షి బ్రహ్మర్షి వంశాలలో పుట్టి అసురులను నాశనం చేయసాగారు. వారు బాల్యం నుండీ మిక్కిలి బలవంతులై ఉండడం చేత అసురులు వారికి హాని చేయలేకపోయారు.

దేవదానవుల పశుపక్ష్యాదుల ఉత్పత్తి

జనమేజయుడు వైశంపాయనుని తనకు దేవదానవులు, యక్ష రాక్షసులు, మనుష్యులు, గంధర్వాప్సరసలు - మొదలైన ప్రాణుల పుట్టుక గురించి తెలుసుకోవాలని ఉందని, అదంతా మొదటి నుండి సవిస్తరంగా ఉన్నదున్నట్లుగ చెప్పమని కోరాడు.

వైశంపాయనుడు చెప్పసాగాడు- మంచిది, స్వయం ప్రకాశమానుడైన ఆ భగవంతునికి నమస్కరించి ప్రాణులు పుట్టడం, నశించడం గురించి చెప్తాను. బ్రహ్మకు మరీచి, అత్రి, అంగిరసుడు, పులస్త్యుడు, పులహుడు, క్రతువు- అనే ఆరుగురు మానస పుత్రులు పుట్టారు. మరీచి కొడుకు కశ్యపుడు, అతని వలననే ఈ సమస్త ప్రాణులు పుట్టాయి. దక్ష ప్రజాపతి తన పదముగ్గురు కన్యలను కశ్యప ప్రజాపతి కిచ్చి వివాహం చేశాడు. వారు అదితి, దితి, దనువు, కాల, దనాయువు, సింహిక, క్రోధ, ప్రాధ, విశ్వ, వినత, కద్రువ, కపిల, ముని- అనేవారు, వారి పుత్రపౌత్రులు అనంతం. అదితికి ధాత, మిత్రుడు, అర్యముడు, శక్రుడు, వరుణుడు, అంశుడు, భగుడు, వివస్వానుడు, పూషుడు, సవిత, త్వష్ట, విష్ణువు - అనే పన్నెండు మంది ఆదిత్యులు పుట్టారు. అందరిలోకి చిన్నవాడైన విష్ణువు గుణాలలో అందరికంటె పెద్ద. దితికి హిరణ్యకశిపుడనే వాడు ఒకడే కొడుకు. అతనికి ప్రహ్లాదుడు, సంహ్లాదుడు, అనుహ్లాదుడు, శిబి, బాష్కలుడు- అనే ఐదుగురు పుత్రులు కలిగారు. అందులో ప్రహ్లాదునికి విరోచనుడు, కుంభుడు, నికుంభుడు, - అనే ముగ్గురు పుత్రులు కలిగారు. విరోచనుని కొడుకు బలి, బలి కొడుకు బాణాసురుడు. బాణాసురుడు శివభక్తుడు. అతడు మహాకాలుడనే పేరుతో ప్రసిద్ధుడు. దనువుకి పుట్టిన నలభైమంది కొడుకులలో విప్రచిత్తి అందరికంటె పెద్దవాడు, కీర్తిమంతుడు, రాజు అయిన వాడు. దానవులు అసంఖ్యాకులు. సింహికకు

సూర్యచంద్రులను గ్రసించే రాహువు పుట్టాడు. క్రూరకు (క్రోధ) సుచంద్రుడు, చంద్రహంత, చంద్రప్రమర్దనుడు మొదలైన పుత్రపౌత్రులు కలిగారు. క్రోధవశనామక గణం కూడా ఉంది. దనాయువుకు విక్షరుడు, బలుడు, వీరుడు, వృత్రాసురుడు అనే నలుగురు కొడుకులు పుట్టారు. కాలకు, వినాశకుడు, క్రోధుడు, క్రోధహంత, క్రోధశత్రువు, కాలకేయుడు- అనే ప్రసిద్ధులైన అసురులు పుట్టారు.

భృగుమహర్షికి అసురపురోహితుడైన శుక్రాచార్యుడు జన్మించాడు. అతనికి కలిగిన నలుగురు కొడుకులలో త్వష్టా ధరుడు, అత్రి ముఖ్యులు. వారు అసురుల చేత యజ్ఞయాగాదులు చేయిస్తూ ఉంటారు. ఈ సురాసుర వంశోత్పత్తి పురాణానుసారంగా చెప్పబడింది. వీరి పుత్రపౌత్రులను లెక్కించడం సాధ్యం కాదు. తార్క్ష్యుడు, అరిష్టనేమి, గరుడుడు, అరుణుడు, ఆరుణి, వారుణి- వీరిని వినతాసుతులుగా పేర్కొంటారు. శేష, అనంత, వాసుకి, తక్షక, భుజంగమ, కూర్మ, కులికాది సర్పాలు కద్రూ సంతానము. భీమసేన, ఉగ్రసేన, సుపర్ణ, నారదాదులు పదహారుమంది దేవగంధర్వులు మునిసుతులు. వీరంతా బలవంతులు, కీర్తిమంతులు, జితేంద్రియులు, ప్రాధకు అనవద్య, మనువంశ మొదలైన కూతుళ్లు, సిద్ధుడు, పూర్ణుడు, బర్హి - మొదలైన కొడుకులు పుట్టారు. ఈమెకే అలంబస, మిశ్రకేశి, విద్యుత్పర్ణ, తిలోత్తమ, అరుణ, రక్షిత, రంభ, మనోరమ, కేశిని, సుబాహు, సురత, సురజ, సుప్రియ - మున్నగు అప్సరసలు, అతిబాహుడు, హాహా, హూహూ, తుంబురుడు అనే నలుగురు గంధర్వులు కూడా కలిగారు. కపిలకు గోవులు, బ్రాహ్మణులు, గంధర్వులు, అప్సరసలు జన్మించారు. అందరి ఉత్పత్తి గురించి చెప్పాను. వీరిలో సర్పాలు, సుపర్ణుడు, రుద్రమరుత్తులు, గోబ్రాహ్మణులు మొదలైన అందరూ ఉన్నారు.

బ్రహ్మమానసపుత్రులు ఆరుగురు కదా! ఏడవవాడు స్థాణుడు. స్థాణుని నుండి పరమతేజస్వంతులైన - మృగవ్యాధ, సర్ప, నిర్ఋతి, అజైకపాద, అహిర్బుధ్న్య, పినాకి, దహన, ఈశ్వర, కపాలి, స్థాణు, భవ - అనే ఏకాదశ రుద్రులు జన్మించారు. అంగిరునికి బృహస్పతి, ఉతథ్యుడు, సంవర్తుడు - అనే ముగ్గురు కొడుకులున్నారు. అత్రికి చాలామంది కొడుకులున్నారు. పులస్త్యుని వలన రాక్షసులు, వానరులు, కిన్నరులు, యక్షులు - ఉత్పన్నులయ్యారు. పులహుని వలన శలభ, సింహ, కింపురుష, వ్యాఘ్ర, యక్ష, ఈహామృగ (తోడేలు) జాతులకు చెందినవారు పుట్టారు. వాలఖిల్యులు క్రతువు కొడుకులు. బ్రహ్మ దక్షిణాంగుష్ఠము నుండి దక్షుడు, వామాంగుష్ఠము నుండి దక్షపత్ని ఉద్భవించారు. దక్షునికి ఆమె వలన ఐదువందల మంది కూతుళ్లు కలిగారు. పుత్రులు నశించి పోవడం వలన దక్షుడు తన కుమార్తెలకు జన్మించిన మొదటి కొడుకులు తనకే చెందాలని నియమం పెట్టి వారి వివాహాలు జరిపించాడు. తన కన్యలలో పదిమందిని ధర్మునకు, ఇరవై ఏడుగురుని చంద్రునకు, పదమూడు మందిని కశ్యపునకు ఇచ్చి వివాహం చేశాడు. కీర్తి, లక్ష్మి, ధృతి, మేధ, పుష్టి, శ్రద్ధ, క్రియ, బుద్ధి, లజ్జ, మతి - అనే పదిమంది ధర్ముని భార్యలు. ఈ పది గుణాలు ధర్మానికి ద్వారాలు కాబట్టి ధర్మపత్నులుగా చెప్తారు. ఇరవై ఏడు నక్షత్రాలే చంద్రుని భార్యలు ఇవి కాలాన్ని సూచిస్తాయి.

బ్రహ్మకు మనువు, అతనికి ప్రజాపతి జన్మించారు. ప్రజాపతికి - ధర, ధ్రువ, సోమ, అహ, అనిల, అనల, ప్రత్యూష, ప్రభాసులనే అష్ట వసువులు జన్మించారు. వారిలో ధరధ్రువలు - ధూమ్రకు, మనస్వినికి సోముడు, రతకు అహుడు, శ్వసకు అనిలుడు, శాండిలికి అనలుడు, ప్రభాతకు ప్రత్యూష ప్రభాసులు పుట్టారు. ధరునికి ఇద్దరు కొడుకులు - ద్రవిణుడు, హుతహవ్యవహుడు. ధ్రువునికి కాలుడు, సోమునికి వర్చుడు- అతనికి శిశిర ప్రాణ రమణులనే ముగ్గురు కొడుకులు కలిగారు. అహునికి జ్యోతి, శమ, శాంత, ముని లనే నలుగురు కొడుకులు పుట్టారు. అనలునికి కుమారుడు అనేవాడు పుట్టాడు. ఇతనిని కృత్తికలు తల్లులై పెంచారు. కనుక ఇతనికి కార్తికేయుడనే పేరు వచ్చింది. ఇతనికి శాఖ, విశాఖ, నైగమేయులనే ముగ్గురు కొడుకులున్నారు. ఇక అనిలునికి శివ వలన మనోజవుడు, అవిజ్ఞాతగతి - అనే ఇద్దరు కొడుకులు కలిగారు. దేవలఋషి ప్రత్యూషుని కొడుకు. అతనికి క్షమావంతుడు, మనీషి- అనే ఇద్దరు కొడుకులు. బ్రహ్మవాదిని, యోగిని అయిన బృహస్పతి చెల్లెలు ప్రభాసునికి భార్య. ఆమె వలన ప్రభాసునికి దేవశిల్పి అయిన విశ్వకర్మ పుట్టాడు. అతడు దేవతలకు ఆభరణాలు, విమానాలు నిర్మిస్తూ ఉంటాడు. మనుష్యులు కూడా ఇతని వృత్తినే అవలంబించి జీవనం సాగిస్తూంటారు. ధర్ముడు బ్రహ్మ యొక్క దక్షిణ స్తనం నుండి మనుష్య రూపంలో ప్రకటమయ్యాడు. శమ, కామ, హర్షులు ముగ్గురూ అతని కొడుకులు. వారికి క్రమంగా ప్రాప్తి, రతి, నంద - అనే ముగ్గురూ భార్యలు. సూర్యుని భార్య బడబకు అశ్వినీ కుమారులు పుట్టారు. అదితికి పన్నెండు

మంది కొడుకులు కదా! ఈ రీతిగా పన్నెండుమంది ఆదిత్యులు, ఎనిమిది మంది వసువులు, పదకొండుమంది రుద్రులు, ప్రజాపతి, వషట్కార - అనే ముప్పది మూడు మంది ముఖ్య దేవతలు అయ్యారు. వీరికి గణాలు కూడా ఉన్నాయి. రుద్రగణం, సాధ్యగణం, మరుద్గణం, వసుగణం, భార్గవగణం, విశ్వేదేవగణం. గరుడుడు, అరుణుడు, బృహస్పతి,- వీరిని ఆదిత్యులుగానే లెక్కిస్తారు. అశ్వినీ కుమారులు, ఓషధులు, పశువులు - మొదలైనవానిని గుహ్యక గణంలో లెక్కిస్తారు. ఈ దేవగణాలను కీర్తించడం వలన పాపం తొలగిపోతుంది.

భృగుమహర్షి బ్రహ్మ హృదయం నుండి పుట్టాడు. భృగువుకి శుక్రాచార్యుడే కాక చ్యవనుడు అనే కొడుకు కూడా ఉన్నాడు. ఇతడు తన తల్లిని రక్షించడానికి గర్భచ్యుతి చెందాడు. ఇతని భార్య ఆరుణి, ఈమె ఊరువు నుండి ఔర్వుడు పుట్టాడు. ఔర్వునికి ఋచీకుడు, అతనికి జమదగ్ని పుట్టారు. జమదగ్ని యొక్క నలుగురు కొడుకులలో చిన్నవాడైన పరశురాముడు అందరికంటె గొప్ప గుణవంతుడు. అతడు శాస్త్రంలోను, శస్త్రంలోను కూడా దిట్ట. ఇతడే క్షత్రియ కులాన్ని నాశనం చేశాడు. బ్రహ్మకు ధాత, విధాత - అనే మరో ఇద్దరు కొడుకులున్నారు. వారు మనువుతో కలిసి ఉండేవారు. కమలవాసిని అయిన లక్ష్మి వీరికి చెల్లెలు. శుక్రుని కూతురు దేవి వరుణునికి భార్య అయింది. ఆమెకు బలుడనే కొడుకు, సుర అనే కూతురు పుట్టారు. ప్రజలు అన్నలోభంతో ఒకరు మరియొకరి హక్కును తినేసే సమయంలో ఈ సుర వలన అధర్ముడు పుట్టాడు. ఇతడు ప్రజలందరిని నాశనం చేస్తూ ఉంటాడు. ఇతని భార్య నిర్‌ృతి. ఇతనికి భయుడు, మహాభయుడు, మృత్యువు - అనే ముగ్గురు భయంకరులైన కొడుకులున్నారు. మృత్యువుకి భార్యా పుత్రులు లేరు.

తామ్రకు కాకి, శ్యేని, భాసి, ధృతరాష్ట్రి, శుకి - అనే ఐదుగురు కూతుళ్లు ఉన్నారు. కాకి వలన ఉలూకాలు, శ్యేని నుండి డేగలు, భాసి వలన కుక్కలు, గద్దలు ధృతరాష్ట్రి వలన హంసలు, కలహంసలు, చక్రవాకాలు, శుకి వలన చిలుకలు జన్మించాయి. క్రోధకు - మృగి, మృగమంద, హరి, భద్రమన, మాతంగి, శార్దూలి, శ్వేత, సురభి, సుర - అనే తొమ్మిది మంది పుత్రికలు కలిగారు. వారిలో మృగికి మృగాలు, మృగమందకు భల్లూకాలు, చమరీ మృగాలు, భద్రమనకు ఐరావతం; హరికి హయములు, వానరాలు, గోవులకు వలె తోకలుండే వేరే పశుజాతి పుట్టాయి. శార్దూలికి సింహాలు, పులులూ, అడవిదున్నలు, మాతంగికి అన్నిరకాల ఏనుగులు, శ్వేతకు శ్వేతదిగ్గజం, పుట్టాయి. సురభికి రోహిణి, గంధర్వి, విమల, అనల - అనే నలుగురు కూతుళ్లు కలిగారు. రోహిణికి ఆవులు, ఎద్దులు, గంధర్వికి గుర్రాలు, అనలకు ఖర్జూరం, తాళం, హింతాళం, తాళి, ఖర్జూరిక, పోక, కొబ్బరి అనే (7) కాయలు కాసే చెట్లు పుట్టాయి. అనల కూతురు శుకి వలననే చిలుకలు జన్మించాయి. సురసకు కంక పక్షులు, సర్పాలు జన్మించాయి. అరుణుని భార్య శ్యేని, ఆమెకు సంపాతి జటాయువు కలిగారు. కద్రువకు సర్పాలు కలిగాయి. ఈ ప్రకారం ముఖ్యమైన అముఖ్యమైన ప్రాణుల పుట్టుక చెప్పబడింది. ఈ వృత్తాంతం విన్నవారికి పాపం నశించి పోవడమే కాక సర్వజ్ఞత్వం కలుగుతుంది. చివరకు ఉత్తమగతి లభిస్తుంది.

దేవదానవాద్యంశములతో భూమియందు పుట్టిన వారిక్రమము - కర్ణజననము

వైశంపాయనుడు చెప్పున్నాడు - జనమేజయా! ఏయే దేవతలు, రాక్షసులు, భూమియందు ఏయే మానవులుగా పుట్టారో వివరిస్తాను విను. దానవరాజు విప్రచిత్తి జరాసంధునిగ, హిరణ్యకశిపుడు శిశుపాలునిగ, సంహ్లాదుడు శల్యునిగ, అనుహ్లాదుడు ధృష్టకేతునిగ; శిబి ద్రుమునిగ; బాష్కలుడు భగదత్తునిగా; కాలనేమి కంసునిగా అవతరించారు.

బృహస్పతి అంశతో భరద్వాజునికి ద్రోణుడు జన్మించాడు. అతడు శ్రేష్ఠుడైన ధనుర్ధారి. ఉత్తమ శాస్త్రవేత్త. పరమతేజస్వి. అతనికి మహాదేవుడు, యముడు, కాలుడు, క్రోధుడు- వీరి అంశలతో కూడిన అశ్వత్థామ పుట్టాడు. వసిష్ఠమహాముని శాపం వలన ఇంద్రుని ఆజ్ఞపై ఎనిమిది మంది వసువులు గంగాదేవి గర్భం నుండి శంతనుపుత్రులుగా అవతరించారు. వారందరిలో చిట్టచివరివాడు భీష్ముడు. అతడు కురువంశ రక్షకుడు. వేదవేత్త, జ్ఞాని, చక్కని వక్త. పరశురామునితో యుద్ధం చేశాడు. రుద్ర గణాల అంశతో కృపాచార్యుడు జన్మించాడు. ద్వాపరుని అంశతో శకుని, మరుద్గణం యొక్క అంశలతో వీరవరుడు, సత్యవాది అయిన సాత్యకి, రాజర్షి ద్రుపదుడు, కృతవర్మ, విరాటుడు జన్మించారు. అరిష్ట పుత్రుడైన హంసుడనే గంధర్వ రాజు యొక్క అంశతో ధృతరాష్ట్రుడు పుట్టాడు. అతని తమ్ముడు పాండురాజు. సూర్యుని యొక్క అంశ అయిన ధర్ముడే విదురుడనే పేరుతో విఖ్యాతికెక్కాడు. కురుకుల కళంకుడు, దుష్టాత్ముడు అయిన దుర్యోధనుడు కలి అంశతో జన్మించాడు. ఇతడు వైరాగ్నిని

ప్రజ్వలింపచేసి ఈ భూమిని బూడిదగా మార్చాడు. పులస్త్య వంశానికి చెందిన రాక్షసులు దుర్యోధనుని నూర్గురు తమ్ములుగా జన్మించారు" వైశ్యస్త్రీ గర్భం నుండి పుట్టిన ధృతరాష్ట్ర కుమారుడు యుయుత్సుడు వీరికంటె వేరు. ధర్ముని అంశతో యుధిష్ఠిరుడు, వాయువు అంశతో భీముడు, ఇంద్రుని అంశతో అర్జునుడు, అశ్వినీదేవతల అంశతో నకుల సహదేవులు పుట్టారు. చంద్రుని కొడుకు వర్చస్సు అభిమన్యుడిగా పుట్టాడు. వర్చస్సు పుట్టే సమయంలో చంద్రుడు దేవతలతో "నా ప్రాణసమానుడైన పుత్రుని పంపడానికి మనసు రావడం లేదు. అయినా ఈ మహాకార్యంలో వెనుకడుగు వేయడమూ ఉచితం అనిపించుకోదు. పైగా రాక్షస సంహారం మనపనే కదా! అందుకని వర్చస్సు మనుష్యునిగా పుట్టడం తప్పనిసరైతే కావచ్చు. కాని అతడు చాలా రోజులు అక్కడ ఉండకూడదు. ఇంద్రుని అంశతో నరావతారం అర్జునుడిగా పుట్టి కృష్ణునితో మిత్రత్వం నెరపుతాడు. నా కొడుకు అర్జునునకే పుత్రునిగా పుట్టాలి. నరనారాయణులు లేని సమయంలో నా కొడుకు చక్రవ్యూహాన్ని భేదిస్తాడు. ఘోరమైన యుద్ధం చేసి గొప్ప గొప్ప రథికులను ఆశ్చర్యంలో ముంచెత్తుతాడు. రోజంతా యుద్ధం చేశాక సాయంత్రం నన్ను చేరుకుంటాడు. (అతని భార్యకు పుట్టినవాడే వంశకర్త అవుతాడు.) అని చెప్పాడు. దేవతలందరూ చంద్రుడు చెప్పిన మాటలను అంగీకరించారు.

జనమేజయా! అతడే మీతాత అభిమన్యుడు. అగ్ని అంశతో ధృష్టద్యుమ్నుడు, ఒక రాక్షసుని అంశతో శిఖండి పుట్టారు. ద్రౌపది పుత్రులైన ప్రతివింధ్యుడు, సుతసోముడు, శ్రుతకీర్తి, శతానీకుడు, శ్రుతసేనుడు అనే అయిదుగురు విశ్వేదేవగణం వలన పుట్టారు.

వసుదేవుని తండ్రి శూరసేనుడు. శూరసేనునికి పృథ అనే రూపవతి అయిన కూతురు ఉన్నది. శూరసేనుడు తన మొదటి సంతానాన్ని సంతానం లేని మేనత్తకొడుకు అయిన కుంతిభోజునికి ఇస్తానని అగ్నిసాక్షిగా మాట ఇచ్చి ఉన్నాడు. కాబట్టి తన కూతురయిన పృథను కుంతిభోజునికి దత్తత ఇచ్చాడు. పృథ చిన్నతనంలో తన తండ్రి అయిన కుంతిభోజుని ఇంటిలో ఉంటూ అతిథులకు సేవాసత్కారాలు చేస్తూ ఉండేది. ఒకసారి ఆమె దుర్వాస మహర్షికి చాలా చక్కగా సేవ చేసింది. అందుకు అతడు మిక్కిలి సంతుష్టుడయ్యాడు. ముని ఆమెకు ఒక మంత్రాన్ని ఉపదేశించి "కల్యాణీ! ఈ మంత్రంతో ఏ దేవతను ఆవాహన చేస్తావో ఆ దేవత అనుగ్రహం వలన నీకు పుత్రుడు కలుగుతాడు. నీ సేవకు సంతోషించాను" అని చెప్పి వెళ్లిపోయాడు. దుర్వాసమహాముని మాటలు విన్న పృథకు (కుంతికి) కుతూహలం కలిగింది. ఆమె ఏకాంతంలో సూర్యుని ఆవాహన చేసింది. అతడు వచ్చి ఆమెకు గర్భాన్ని ప్రసాదించాడు. వెంటనే ఆమెకు కవచ కుండలాలు ధరించిన సూర్యుని వంటి తేజస్సు కలిగిన సర్వాంగసుందరుడైన కొడుకు పుట్టాడు. లోకాపవాదానికి వెరచిన కుంతి ఆ బాలుని రహస్యంగా నదిలో వదిలివేసింది. అధిరథుడనే వాడికి ఆ బాలుడు దొరికాడు. అతడు తన భార్య రాధతో కలిసి ఆ బాలుని కొడుకుగా పెంచుకున్నాడు. వారు ఆ బాలునికి వసుషేణుడు అని పేరు పెట్టారు. అతడే అనంతరం కర్ణునిగా ప్రసిద్ధి చెందాడు. అతడు అస్త్రవిద్యలో అరితేరినవాడు. వేదాంగాలు నేర్చినవాడు, గొప్పదాత, సత్యపరాక్రమాలు కలవాడు. బుద్ధిమంతుడు జపం చేసుకునే సమయంలో ఏ బ్రాహ్మణుడు వచ్చి ఏది అడిగినా తప్పక ఇచ్చేవాడు.

ఒకరోజున అతడు జపం చేసుకుంటున్నాడు. దేవరాజు అయిన ఇంద్రుడు అటు ప్రజలకు, ఇటు తన కొడుకు అర్జునునకు మేలు చేయగోరి బ్రాహ్మణ వేషంలో కర్ణుని దగ్గరకు వచ్చి అతనికి జన్మసిద్ధంగా శరీరంలో పుట్టిన కవచ కుండలాలను ఇమ్మని అడిగాడు. అతడు తన శరీరానికి అంటుకుపోయి ఉన్న కవచాన్ని ఒలిచి కుండలాలు తెంపి ఇచ్చాడు. అతని దానగుణానికి సంతోషించిన ఇంద్రుడు అతనికి శక్తి అనే ఆయుధాన్ని ఇచ్చి "జయశీలీ! ఈ శక్తి ఆయుధాన్ని ప్రయోగించి దేవతలు, రాక్షసులు, మనుష్యులు, గంధర్వులు, సర్పాలు, అసురులు - ఎవరినైనా సరే వెంటనే చంపవచ్చును" అని చెప్పాడు. ఆనాటి నుండి కర్ణుడు వైకర్తనుడిగా ప్రసిద్ధిపొందాడు. అతడు గొప్ప యోధుడు, దుర్యోధనునికి మంత్రి, సఖుడు, ఆ మహాపురుషుడు సూర్యుని అంశతో జన్మించాడు. దేవాధి దేవుడు సనాతనుడు అయిన నారాయణుని అంశతో వాసుదేవుడు జన్మించాడు. బలరాముడు శేషుని అంశతో పుట్టాడు. సనత్కుమారుడు ప్రద్యుమ్నునిగా అవతరించాడు. అనేకమంది దేవతలు యదువంశంలో మనుష్యులై పుట్టారు. ఇంద్రుని ఆజ్ఞానుసారం అప్సరసల అంశతో పదహారువేల మంది స్త్రీలు జన్మించారు. లక్ష్మీదేవి భీష్మకుని కూతురు రుక్మిణిగాను; ఇంద్రాణి ద్రుపదుని యజ్ఞకుండం నుండి పుట్టిన ద్రౌపదిగాను అవతరించారు. సిద్ధి, ధృతి అనేవారు క్రమంగా కుంతి, మాద్రిగా పుట్టారు.

వీరిద్దరూ పాండవులకు తల్లులు, మతి సుబలరాజు కూతురు గాంధారిగా పుట్టింది. ఈ రీతిగా సురాసురులు గంధర్వులు, అప్సరసలు తమ తమ అంశలతో మనుష్యులుగా పుట్టారు.

శకుంతలా దుష్యంతుల వివాహము

జనమేజయుడు వైశంపాయనుని "మహర్షీ! దేవదానవాదుల అంశలతో పుట్టినవారి గురించి విపులంగా వివరించారు. కురువంశ విస్తారం గురించి వినాలని కుతూహలంగా ఉంది' అని అడిగాడు.

వైశంపాయనుడు కొనసాగిస్తున్నాడు. "రాజా! పూరు వంశ ప్రవర్తకుడు దుష్యంత మహారాజు. అనేక ద్వీపాలు, మ్లేచ్ఛ దేశాలు ఇతని అధీనంలో ఉన్నాయి. ప్రజలను చక్కగా పాలించాడు. రాజ్యంలో వర్ణసాంకర్యం లేదు. పంటలు సమృద్ధిగా పండేవి. పాపాత్ముడనే వాడే లేడు అతని రాజ్యంలో. అందరూ ధర్మాత్ములే, కనుకనే ధర్మార్థాలు రెండూ వారికి స్వతః సిద్ధాలు. దొంగతనం, ఆకలి, రోగాలు - వీటి బాధ ఏమాత్రం ఎరుగరు. అందరూ తమ తమ ధర్మాల్ని తాము పాటిస్తూ నిష్కామంగా ధర్మపాలన చేసేవారు. సకాలంలో వర్షాలు కురిసేవి. అన్నం రసవంతంగా ఉండేది. భూమి రత్నాలతో పశుధనంతో సమృద్ధంగా ఉండేది. బ్రాహ్మణులు కర్మనిష్ఠులు. వంచకులు, కపటులు, పాషండులు - వీరి నీడ కూడా వారికి సోకేది కాదు. దుష్యంతుడు మహాబలవంతుడైన యువకుడు. అతడు వనాలు, ఉపవనాలతో సహితంగా మందరాచలాన్ని పెకలించి ఎత్తగలిగినంత శక్తి ఉన్నవాడు. గదాయుద్ధంలోని ప్రక్షేప, విక్షేప, పరిక్షేప, అభిక్షేప - అనే నాలుగు పద్ధతులు తెలిసినవాడు. శస్త్రవిద్యలో ఆరితేరినవాడు. గజారోహణం, అశ్వారోహణం విద్యలలో అతనికి సాటివచ్చేవారే లేరు. అతడు పరాక్రమంలో విష్ణువు. తేజస్సులో సూర్యుడు; ధైర్యానికి సముద్రుడు, క్షమలో భూమి వంటివాడు. నగరవాసులు, దేశవాసులు అందరూ అతనిని గౌరవిస్తారు. అతడు ధర్మబుద్ధితో పరిపాలన చేస్తున్నాడు.

ఒకరోజున దుష్యంత మహారాజు తన చతురంగ బలాలతో ఒక అడవి దారి గుండా వెళ్తున్నాడు. మధ్యలో అతనికి ఒక మనోహరమైన ఆశ్రమ ఉద్యానవనం కనిపించింది. ఆ సుందర వనంలో చెట్లన్నీ పుష్పించి ఉన్నాయి. పచ్చగడ్డితో భూమి అంతా ఆకుపచ్చగా ఉంది. పక్షులన్నీ కలకూజితాలు చేస్తున్నాయి. కొన్ని చోట్ల పక్షుల కుహూ నాదాలూ కొన్నిచోట్ల తుమ్మెదల ఝుంకారాలు వినిపిస్తున్నాయి. అతడు అలా ఉద్యానవనశోభను చూస్తూండగానే అతని దృష్టి అందమైన ఆశ్రమం మీద నిలిచింది. ఆశ్రమంలో అంతటా హోమ, జ్వాలలు ప్రజ్వరిల్లుతున్నాయి. వాలఖిల్యాది ఋషులు, యజ్ఞశాల, పుష్పాలు, జలాశయం వీటితో అత్యంత మనోహరంగా ఉన్నది ఆశ్రమం. దాని ముందు మాలినీ నది ప్రవహిస్తోంది. దాని నీరు అత్యంత రుచికరం. చాలామంది ఋషులు ధ్యానమగ్నులై ఉన్నారు. బ్రాహ్మణులు దేవతారాధన చేస్తున్నారు. రాజుకు తాను బ్రహ్మలోకంలో విహరిస్తున్నట్లనిపించింది. ఆశ్రమంలో కొంతభాగాన్ని మాత్రమే చూసిన అతని కన్నులు, మనసు తృప్తి పొందలేదు. అతడు ఆశ్రమమంతా చూస్తూ తిరుగుతూ కాశ్యప వంశీయుడైన కణ్వముని యొక్క ఏకాంత వాసాన్ని మంత్రి పురోహితులతో సహితంగా ప్రవేశించాడు.

ద్వారం వద్దనే వారిని ఆపివేసి తాను ఒక్కడే లోపలకు వెళ్లాడు. ఆ సమయంలో కణ్వుడు లేడు. శూన్యంగా ఉన్న ఆశ్రమాన్ని చూసి దుష్యంతుడు "ఇక్కడ ఎవరున్నారు?" అని గట్టిగా పిలిచాడు. అతని కంఠధ్వని విని లోపలనుండి తాపసి వేషంలో లక్ష్మీ సమానురాలైన ఒక సుందరి వెలుపలికి వచ్చింది. ఆమె దుష్యంత మహారాజును చూచి గౌరవపురస్సరంగా స్వాగతం పలికింది. స్వాగతసత్కారాలు పూర్తి అయ్యాక ఆమె చిరునవ్వుతో మీకు ఏమి సేవ చేయమంటారు?" అని అడిగింది. దుష్యంతుడు సర్వాంగసుందరి అయిన ఆమె మధురంగా మాట్లాడడం విని ఆమెనే చూస్తూ "నేను పరమభాగ్యశాలి అయిన కణ్వమహాముని దర్శనం కోసం వచ్చాను. వారెక్కడున్నారో దయతో చెప్పు"మని అడిగాడు. శకుంతల "మాతండ్రిగారు పుష్పఫలాల కోసం ఆశ్రమం విడిచి వెళ్లారు. మీరు ఒకటి, రెండు గడియలు నిరీక్షిస్తే వారిని కలుసుకోవచ్చును" అని చెప్పింది. శకుంతల యౌవనాన్ని, అనుపమ సౌందర్యాన్ని చూచి దుష్యంతుడు "సుందరీ! నీవెవరు? నీ తండ్రి ఎవరు? నీవిక్కడికి ఏమి పనిమీద వచ్చావు? నీవు నా మనసును హరించావు. నీ గురించి తెలుసుకోవాలనుకుంటున్నాను" అన్నాడు. శకుంతల అతి మధురంగా తాను కణ్వపుత్రిని అని చెప్పింది. దుష్యంతుడు ఆశ్చర్యంగా "కల్యాణీ! విశ్వవంద్యుడైన కణ్వమహాముని ఆజన్మ బ్రహ్మచారి. ధర్మం స్థానం తప్పుతుందేమోకాని అతడు మాత్రం ధర్మం తప్పడు. ఇట్టి స్థితిలో నీవు అతనికి కూతురువు ఎలా అవుతావు?' అని అడిగాడు. "రాజా! ఒకానొకప్పుడు ఒక ఋషి అడిగితే నా తండ్రి నా జన్మవృత్తాంతాన్ని చెప్పాడు. అందువలన

నాకు తెలిసింది. ప్రతాపశాలి అయిన విశ్వామిత్రుడు తపస్సు చేస్తుండగా, ఇంద్రుడు దానికి విఘ్నం కలిగించడానికి మేనక అనే అప్సరసను పంపించాడు. వారిద్దరికీ నేను పుట్టాను. తల్లి నన్ను వదిలి వెళ్లిపోయింది. శకుంతాలు (పక్షులు) నన్ను సింహ శార్దూలాది క్రూర జంతువుల భయాన్నుండి రక్షించాయి. అందుకని నాపేరు శకుంతల అయింది. కణ్వమహర్షి నన్ను తెచ్చిపెంచాడు. జన్మనిచ్చిన తండ్రి, ప్రాణదాత, అన్నదాత - ఈ ముగ్గురూ తండ్రులని చెప్తారు. కాబట్టి కణ్వమహర్షికి నేను కుమార్తెను." అని చెప్పింది శకుంతల.

అంతట దుష్యంతుడు "సుందరీ! నీవు చెప్పినదానిని బట్టి నీవు బ్రాహ్మణకన్యవు కావు. రాజకన్యవు. కాబట్టి నాకు భార్యవు కావచ్చును. నీవు గాంధర్వ విధిని నన్ను వివాహమాడు. ఇది క్షత్రియులకు ఉత్తమోత్తమమని చెప్తారు." అన్నాడు. దానికి శకుంతల "నా తండ్రి ప్రస్తుతం ఇక్కడ లేరు. మీరు కొద్ది సమయం ప్రతీక్షించినట్లయితే వారు వచ్చి నన్ను మీకు ఇచ్చి వివాహం చేస్తారు" అన్నది. దుష్యంతుడు "నేను నిన్ను కోరుకుంటున్నాను. నీవు స్వయంగా నన్ను వరించాలని కూడా నా కోరిక. మనిషి తనకు తానే బాధ్యుడు. హితైషి, నీవు ధర్మానుసారంగా నిన్ను నీవు సమర్పించుకో." అనగానే శకుంతల "రాజా ! నీవు దీనిని ధర్మంగా ఎంచితే, నన్ను నేను ఇచ్చుకోవడానికి నాకు అధికారం ఉంటే నా ఈ నియమాన్ని విను. నేను యథార్థమే చెప్తున్నాను. నీ తదనంతరం నా కొడుకే సమ్రాట్టు అవుతాడని, నీ జీవిత కాలంలోనే అతడు యౌవరాజ్యాభిషిక్తుడవుతాడని నీవు ప్రతిజ్ఞ చేయాలి. అలా చేస్తే నేను నిన్ను స్వీకరించగలను" అన్నది. దుష్యంతుడు ఇంకేమీ ఆలోచించకుండా ప్రతిజ్ఞ చేసి, ఆమెను గాంధర్వ విధితో వివాహం చేసుకొన్నాడు. ఆమెతో ఇష్టోపభోగాలు అనుభవించిన తరువాత "నేను నిన్ను తీసుకురావడానికి చతురంగ బలాలను పంపి నా అంతః పురానికి సాధ్యమైనంత త్వరలో రప్పించుకొంటాను" అని పదే పదే చెప్పి ఆమెకు విశ్వాసం కలిగించాడు. ఇలా ఆమెను ప్రార్థించి దుష్యంతుడు రాజధానికి వెళ్లిపోయాడు. కణ్వుడు ఇదంతా విని ఏమి చేస్తాడో అని ఆమె మనసులోనే చింతించింది.

కొంతసేపటికి కణ్వుడు ఆశ్రమానికి తిరిగివచ్చాడు. కాని సిగ్గుతో శకుంతల అతని ఎదుటకు రాలేదు. త్రికాలజ్ఞుడైన ముని దివ్యదృష్టితో జరిగినదంతా తెలుసుకుని ప్రసన్నుడై శకుంతలతో "అమ్మాయీ! నీవు నన్ను అడగకుండానే ఏకాంతంగా చేసిన పని ధర్మవిరుద్ధం ఏమీ కాదు. క్షత్రియులకు గాంధర్వ వివాహం శాస్త్రసమ్మతమే. దుష్యంతుడు ఉదారుడు; ధర్మాత్ముడు, గొప్పవాడు. అతని వలన నీకు పుట్టబోయే కొడుకు గొప్ప బలవంతుడవుతాడు. సమస్త భూమండలానికి రాజు అవుతాడు. అతడు శత్రువుల మీదికి దండెత్తినపుడు అతని రథానికి ఎక్కడా అడ్డంకి ఉండదు" అన్నాడు. శకుంతల కోరికపై కణ్వమహర్షి దుష్యంతుని బుద్ధి ధర్మముపైనే లగ్నమై ఉంటుందని, అతని రాజ్యం సుస్థిరంగా ఉంటుందని వరం ఇచ్చాడు.

భరతుని జననము - రాజ్యాభిషేకము

వైశంపాయనుడు కథను కొనసాగిస్తూ- "జనమేజయా! సమయం ఆసన్నం కాగా శకుంతలకు కొడుకు పుట్టాడు. అతడు మిక్కిలి సుందరుడు. బాల్యంలోనే గొప్ప బలిష్ఠునిగా పేరుపొందాడు. కణ్వుడతనికి విధిపూర్వకంగా జాతకర్మాది సంస్కారాలు చేశాడు. ఆ శిశువు దంతాలు తెల్లగా కొనదేలి ఉన్నాయి. నడుము సింహపు నడుములా సన్నగా ఉంది. రెండు చేతులలోనూ చక్రచిహ్నాలు ఉన్నాయి - శిరస్సు పెద్దదిగా, నుదురు ఎత్తుగా ఉంది. అలా ఉన్న అతనిని చూస్తే ఎవరో దేవకుమారుడిలా ఉన్నాడు. ఆరేళ్ల ప్రాయంలోనే అతడు సింహశార్దూలాలను, అడవి పందులను, మదపుటేనుగులను చెట్లకు కట్టివేసేవాడు. ఒక్కొక్కసారి వాటిపై స్వారీ చేసేవాడు. ఒక్కోసారి వాటిని బెదిరించేవాడు, క్రూరమృగాలను దండించడం చూసి ఆశ్రమవాసులు అతనికి సర్వదమనుడని నామకరణం చేశారు. అతడు పరాక్రమశాలి, బలవంతుడు. బాలకుని అద్భుత కృత్యాలను చూచిన కణ్వుడు శకుంతలతో "ఇప్పుడిక ఇతడు యువరాజు కావడానికి అర్హుడయ్యాడు" అన్నాడు. అంతేకాదు వెంటనే శిష్యులను పిలిచి "పుత్ర సహితంగా శకుంతలను భర్త ఇంటిలో దింపి రండి. స్త్రీలు చాలా రోజులు పుట్టినింటిలోనే ఉంటే కీర్తికి, నడతకు, ధర్మానికీ కూడా హాని కలుగుతుంది." అన్నాడు. శిష్యులు అతడు చెప్పినట్లే శకుంతలను, సర్వదమనుని తీసుకుని హస్తినాపురానికి బయలుదేరారు.

తన రాకను ఎటింగించి, రాజు అనుమతించిన పిమ్మట శకుంతల సభాభవనంలోనికి ప్రవేశించింది. శిష్యులు వెను దిరిగారు. శకుంతల సగౌరవంగా "రాజా! వీడు నీ కొడుకు. ఇతనిని ఇప్పుడు యువరాజుగా చేయి. ఈ దేవతుల్యుడైన కుమారుని విషయమై నీవు చేసిన ప్రతిజ్ఞను చెల్లించుకో" అంది. ఆమె మాటలు విన్న దుష్యంతుడు "దుష్టతాపసీ!

నీవు ఎవరి భార్యవు? నాకు ఏమీ గుర్తు లేదు. ధర్మార్థ కామ పరంగా నీతో నాకు ఎట్టి సంబంధమూ లేదు. నీవు వెళ్తావో, ఉంటావో నీ ఇష్టం, నీకు తోచినట్లు చేసుకో" అన్నాడు. దుష్యంతుని మాటలు విన్న శకుంతలకు మూర్ఛ వచ్చినట్లయింది. స్తంభంలాగ నిశ్చలంగా నిలబడిపోయింది. ఆమె కళ్లు కోపంతో ఎరుపెక్కాయి. పెదవులు అదురుతున్నాయి. ఆమె ఓరగా అతనిని చూసింది. కాసేపు ఆగి క్రోధంతోను దుఃఖంతోను అతనితో "మహారాజా! మీరు కావాలని ఇలా ఎందుకు మాట్లాడుతున్నారో నాకు తెలియదు. అధములైనవారే ఇలా మాట్లాడుతారు. నిజమేదో, అబద్ధమేదో మీ హృదయమే చెప్తుంది. మీరు మీ అంతరాత్మను తిరస్కరించకండి. గుండెలమీద చేయి వేసికొని సూటిగా చెప్పండి. మీ మనసు ఒకటి చెప్తోంది. మీరు వేరే చెప్తున్నారు. ఇది మిక్కిలి పాపం. ఆ సమయంలో నేను ఒంటరిగా ఉన్నానని, సాక్ష్యం లేదని మీరు అనుకుంటున్నారేమో! కాని పరమాత్మ అందరి హృదయాలలోను ఉంటాడని మీకు తెలియదా? అతడు అందరి పాపపుణ్యాలు తెలుసుకుంటూ ఉంటాడు. మీరు అతని చెంతనే ఉండి పాపం ఆచరిస్తున్నారు. పాపం చేస్తూ నన్ను ఎవరూ చూడడం లేదని అనుకోవడం అజ్ఞానం. అంతర్యామి అయిన పరమాత్మ ఇదంతా చూస్తూ తెలుసుకుంటూనే ఉంటాడు. సూర్యచంద్రులు, వాయువు, అగ్ని, అంతరిక్షం, పృథివి, జలం, హృదయం, యముడు, దివారాత్రాలు, సంధ్య, ధర్మువు - ఇవన్నీ మనుష్యుడు చేసే పాపపుణ్యాలను తెలుసుకుంటూనే ఉంటాయి.

హృదయగతుడు కర్మసాక్షి, క్షేత్రజ్ఞుడు అయిన పరమాత్మ ఎవరిపట్ల సంతుష్టుడై ఉంటాడో వాని పాపాలన్నిటినీ యముడే స్వయంగా నశింపచేస్తాడు. ఎవరిపట్ల పరమాత్మ సంతుష్టుడు కాడో అతని పాపాలకు యముడు స్వయంగా దండన విధిస్తాడు. ఎవడు తన అంతర్మాను కాదని ఏదో ఒకటి కొంచెంగా చేసి ఊరుకుంటాడో అతనికి దేవతలు కూడా సాయపడరు. ఎందుకంటే అతడు తనకు తానే ఏ సహాయం చేసుకోడు గనుక. నేను స్వయంగా మీ దగ్గరకు వచ్చానుకదా అని నావంటి పతివ్రతను తిరస్కరించకండి. చూడండి ఆదరణీయురాలయిన భార్యను అవమానిస్తున్నారు మీరు. నిండు సభలో సామాన్యుని వలె నన్ను తిరస్కరిస్తున్నారు. నాది అరణ్యరోదనేనా? వినేవారెవరూ లేరా? మీరు నా ఈ ప్రార్థనను అంగీకరించకపోతే మీ శిరస్సు నూరుముక్కలవుతుంది. పురుషుడు తానే పుత్రరూపంలో భార్య ద్వారా జన్మిస్తాడు. కనుకనే ప్రాచీన పండితులు ఆమెను 'జాయ' అని వ్యవహరిస్తుంటారు. సదాచార సంపన్నుని సంతానం తండ్రినే కాక పితరులను కూడా తరింపచేస్తుంది. కనుకనే అతనికి 'పుత్రుడు' అని పేరు. (పుత్రుని వల్ల స్వర్గం లభిస్తుంది. పౌత్రుని వల్ల ఆ స్వర్గానికి అనంతత్వం లభిస్తుంది. ప్రపౌత్రుని వల్ల అనేక తరాలు తరిస్తాయి.)

ఇంటిపనులు చక్కబెట్టడంలో దక్షురాలయి, సంతానం కలిగి పతిని ప్రాణసమానంగా భావించే, పతివ్రతనే భార్య అంటారు. భార్య భర్తకు అర్ధాంగి. ఉత్తమురాలైన సఖి. ధర్మార్థకామాలు సిద్ధించడానికి మూలం. మోక్ష సాధనలో సహాయకురాలు. భార్య సహాయం వల్లనే ఉత్తమకార్యాలు జరుగుతాయి. గృహస్థుడై సుఖాన్ని పొందుతాడు. లక్ష్మీకటాక్షం కలుగుతుంది. భార్య ఏకాంతంలో మధురంగా మాట్లాడే స్నేహితుని వంటిది. ధర్మకార్యాలలో తండ్రి వలె దారి చూపేది, దుఃఖం కలిగినపుడు తల్లిలా ఓదార్చేది భార్యయే. ఘోరారణ్యాలలో కూడా బాటసారులకు భార్యయే విశ్రామస్థానము. వ్యవహారాలలో భార్యాయుక్తుడైన వానినే లోకం విశ్వసిస్తుంది. ఘోరవిపత్తులలోనే కాదు, మరణించాక కూడా భర్తను అనుసరించేది భార్యయే. పతుల సుఖం కోసం స్త్రీలు సతీసహగమనం చేసి, స్వర్గాన్ని ముందుగానే చేరుకుని పతులకు స్వాగతం ఇస్తారు. వివాహం యొక్క ఉద్దేశ్యం ఇదే. ఇహ పరలోకాలలో భార్యను మించిన సహాయకురాలు వేరెవరూ లేరు. భార్య గర్భం నుండి పుట్టిన కొడుకు అద్దంలోని ప్రతిబింబం వంటివాడు. అతనిని చూడగానే అంతులేని ఆనందం కలుగుతుంది. ఆధి వ్యాధులతో బాధపడే పురుషునికి భార్యను చూడగానే ఉపశాంతి కలుగుతుంది. ప్రేమ, ధర్మం, అనురాగం మూర్తీభవించి ఉన్న భార్యపై ఎంత కోపం వచ్చినా అప్రియం చేయలేడు. పుత్రరూపంలో తనకు జన్మనిచ్చేది భార్యయే, ఋషులు కూడా భార్య లేకుండా సంతానం పొందలేరు. ధూళిలో పొర్లాడే బిడ్డనైనా హృదయానికి హత్తుకునే ఆనందాన్నిమించిన ఆనందం ఎక్కడుంటుంది? మీ కుమారుడు మీ ఎదుటనే నిల్చొని ప్రేమగా చూస్తున్నాడు. మీ ఒడిలో కూర్చోవాలని ఉవ్విళ్లూరుతున్నాడు. ఎందుకు ఈ ఆనందాన్ని తిరస్కరిస్తావు? చలిచీమలు కూడా తమగ్రుడ్లను పగలకుండా రక్షించుకుంటాయి. నీవెందుకు నీ కొడుకును రక్షించుకోవు? పుత్రుని కౌగిలించుకొన్నప్పుడు కలిగే సుఖం- సుతిమెత్తని వస్త్రాన్నిగాని, జలాన్ని గాని, భార్యనుగాని తాకినప్పుడు కూడా

కలుగదు. మీ ఈ పుత్రుని కౌగిలించుకోండి.

రాజా! మూడేళ్లు కడుపున మోసిన ఈ పుత్రుడు మీకు సుఖాన్ని కలిగిస్తాడు. వీడు పుట్టినపుడు ఆకాశవాణి "ఈ బాలుడు నూరు అశ్వమేధ యజ్ఞాలు చేస్తాడ"ని చెప్పింది. జాతకర్మ సమయంలో చదివే వేదమంత్రాలు మీకు కూడా తెలుసును కదా! తండ్రి పుత్రుని అభిమంత్రిస్తూ "నీవు నా సర్వాంగాల నుండి పుట్టావు. నా హృదయకోశానివి నాకే పుత్రుడని మరొకపేరు. నా జీవితం వంశపరంపర నీ అధీనంలో ఉన్నాయి. కాబట్టి నీవు నూరేళ్లు సుఖంగా జీవించు" అని చెప్తాడు. ఈ బాలుడు నీ హృదయం నుండి శరీరం నుండి జన్మించాడు. ఈ పుత్ర రూపంలో ఉన్న నిన్ను నీవు ఎందుకు చూడలేవు? నేను మేనకకు జన్మించాను. అయినా పూర్వజన్మలో నేను ఏదో పాపం చేసి ఉంటాను. అందుకే పుట్టగానే తల్లి, ఇప్పుడు భర్త విడిచి పెడుతున్నారు. నీకిష్టం లేకపోతే పోనీ అలాగే నన్ను వదిలెయ్యి. నేను మా ఆశ్రమానికి వెళ్లిపోతాను. కాని ఈ బాలుడు నీ కొడుకు - వీడిని మాత్రం విడువకు" అని ధర్మబద్ధంగా నచ్చబలికింది.

దుష్యంతుడు "శకుంతలా! నీ వలన నాకు తెలియకనే పుత్రుడు జన్మించాడా? ఆడవాళ్లు అబద్ధాలాడతారంటారు. నీ మాటలను ఎవరు నమ్ముతారు? నీ మాట ఒక్కటి కూడా నమ్మతగినదిగా లేదు. నా ఎదుటనే ఇంత సిగ్గు లేకుండా మాట్లాడతావా? మహర్షి విశ్వామిత్రునికి, అప్సరస అయిన మేనకకు నీలాంటి సాధారణ స్త్రీ ఎలా పుట్టింది? మద్దిచెట్టులా ఇంత పొడవున్న ఈతడు నా కొడుకెలా అవుతాడు? పోపో" అని తిరస్కరించాడు. శకుంతల క్రోధంతో "రాజా! అసత్యం చెప్పకు. వెయ్యి అశ్వమేధ యజ్ఞాలకంటె, వేదాలు చదవడం కంటె, సర్వతీర్థాలలో స్నానాలు చేయడం కంటె సత్యవాక్కు చాలా గొప్పది.(5) సత్యాన్ని మించిన ధర్మం లేదు. అసత్యాన్ని మించిన పాపం లేదు. సత్యమే పరమాత్మ, సత్యమే పరబ్రహ్మ, సత్యమే సర్వోత్కృష్టమైన ప్రతిజ్ఞ. నీవు ఆడినమాట తప్పకు. సత్యం నీవెన్నంటి ఉంటుంది- నీకు అసత్యమే ఇష్టమయి, నేను చెప్పిన మాటలు నమ్మకపోతే ఇక్కడినుండి వెళ్లిపోతాను. ఇటువంటి అసత్యవాదులతో నేను కలిసి ఉండలేను. నీవు ఇతడిని కొడుకుగా అంగీకరించినా అంగీకరించకపోయినా నేను కన్న ఈతడు తప్పకుండా ఈ రాజ్యాన్ని పరిపాలిస్తాడు." అని చెప్పి అక్కడినుండి కదిలింది.

అదే సమయంలో పురోహితులతో, మంత్రులతో, ఆచార్యులతో కొలువుతీరి ఉన్న దుష్యంతుని ఉద్దేశించి ఆకాశవాణి ఇలా అంది" రాజా! తల్లి కేవలము బిడ్డను మోసే తోలుతిత్తి వంటిదే. తండ్రియే కొడుకు రూపంలో పుడతాడు. కాబట్టి బిడ్డ తండ్రికి చెందినవాడే అవుతాడు. నీవు నీ కొడుకును స్వీకరించి పోషించు. శకుంతలను తిరస్కరించకు. ఔరస పుత్రుడు యమదండం నుండి కాపాడుతాడు. నీవే ఇతని తండ్రివి. ఇది నిజం. శకుంతల సత్యాన్నే చెప్పింది. నీవు నా ఆజ్ఞపాటించి ఇతనిని స్వీకరించి భరించు. నీవు ఇతని భారం వహించడం వలన ఇతడు భరతుడనే పేరుతో ప్రసిద్ధి కెక్కుతాడు," ఆకాశవాణి మాటలు విని దుష్యంతునకు ఎంతో ఆనందం కలిగింది. అతడు మంత్రి పురోహితులతో "మీరంతా స్వయంగా దేవవాణిని విన్నారు కదా! నేను కూడా ఇతడు నా కొడుకే అనుకుంటున్నాను. కాని నేను కేవలం శకుంతల మాటలనే నమ్మి ఇతనిని కొడుకుగా స్వీకరిస్తే లోకులంతా నన్ను సందేహించడమే కాదు. ఇతని కళంకం కూడా తొలగిపోదు. అందుకనే నేను ఇంత నిర్దయగా వ్యవహరించాను" అని ఆ బాలుడిని స్వీకరించి, యథోచిత మైన సేవలు చేయించాడు. అతని శిరసును ముద్దాడి గాఢంగా కౌగిలించుకున్నాడు. నలుదిక్కులా ఆనందం వెల్లువై పొంగింది. జయజయ ధ్వానాలు చేశారు. దుష్యంతుడు ధర్మానుసారంగా శకుంతలను భార్యగా గౌరవించి ఆదరించి "దేవీ! నేను నిన్ను వివాహమాడిన సంగతిని అన్యులెరుగరు. కాని వీరంతా నిన్ను రాణిగా అంగీకరించాలనే ఇలా క్రూరంగా ప్రవర్తించాను. లేకుంటే నిన్ను నేను మోహించి నీమాట విన్నాననుకుంటారు. నా ఈ పుత్రుని కూడా వీరు యువరాజుగా అంగీకరించరు. నీకు నేను చాలా కోపం తెప్పించాను. అయినా నీవు ప్రణయకోపంతో నన్నుగూర్చి పలికిన అప్రియవాక్యాలకు నేను బాధపడడం లేదు." అని ఓదార్చాడు. ఆమెను అన్నపానాదులచే సంతుష్టిపరచాడు.

యుక్తవయసు రాగానే భరతునికి యువరాజుగా అభిషేకం జరిగింది. అతని పరిపాలన ఈ భూమిపై చాలా దూరం వరకు వ్యాపించింది. అతడు రాజులందరిని వశవర్తులుగా చేసుకుని, ఆర్యధర్మాన్ని అవలంబించి గొప్ప కీర్తిని పొందాడు. భూమండలానికి చక్రవర్తి అయ్యాడు. ఇంద్రుడివలె అనేక యజ్ఞాలు చేశాడు. కణ్వమహర్షి అతనిచేత 'గోవితతము' అనే అశ్వమేధయాగం చేయించాడు. ఆ యజ్ఞంలో బ్రాహ్మణులందరికీ భూరి దక్షిణలిచ్చాడు. కణ్వునకైతే సహస్ర పద్మసంఖ్య కల బంగారు నాణేలు ఇచ్చాడు. భరతుని

పేరు మీదుగానే ఈ దేశానికి భారతదేశమని పేరు వచ్చింది. అతడు వంశకర్త అయ్యాడు. అతని ముందు వెనుకటి రాజులందరూ భారతులనే పేరుతో విఖ్యాతి కెక్కారు. అతని వంశంలో లెక్కింపశక్యం కానంతమంది బ్రహ్మజ్ఞానులైన రాజర్షులు పుట్టారు. నేను ముఖ్యాతిముఖ్యమైన, ధర్మనిష్ఠ కల శీలవంతులైన రాజులను గూర్చి మాత్రమే చెప్తాను.

దక్షప్రజాపతినుండి
యయాతి వఱకు వంశవర్ణనము

వైశంపాయనుడు చెప్తున్నాడు - జనమేజయా! ఇప్పుడు నేను భరత, కురు, పూరు వంశాల ఉత్పత్తి గురించి చెప్తాను. ఇది చాలా మంగళకరం, పవిత్రం అయినది. బ్రహ్మ దక్షిణాంగుష్ఠం నుండి పుట్టిన దక్షుడే ప్రాచేతసదక్షుడు. అతని వలననే ప్రజలందరూ పుట్టారు. అతనికి మొదట తన భార్య అయిన వీరణి వలన వేయిమంది కొడుకులు కలిగారు. నారదుడు వారికి మోక్షజ్ఞానాన్ని ఉపదేశించి వారిని విరక్తులను చేశాడు. తరువాత దక్షునికి ఏభైమంది కుమార్తెలు కలిగారు. వారి ప్రథమ సంతానం తనకు చెందేరీతిగా షరతుపెట్టి వారి వివాహాలు జరిపించాడు. అందులో పదముగ్గురిని కశ్యప ప్రజాపతికిచ్చాడని వెనుక చెప్పబడింది కదా! కశ్యపుని భార్యలలో శ్రేష్ఠురాలయిన అదితికి ఇంద్రుడు, వివస్వానుడు మొదలైన కొడుకులు కలిగారు. వివస్వంతుని పెద్దకొడుకు మనువు, ఆఖరివాడు యముడు. ధర్మాత్ముడయిన మనువు వలననే మానవజాతి అవతరించింది. సూర్యవంశాన్ని మనువంశంగా చెప్తుంటారు. బ్రాహ్మణ క్షత్రియాదులందరూ మానవులు. బ్రాహ్మణులు సాంగములైన వేదాలను అధ్యయనం చేశారు. మనువుకు - వేన, ధృష్ణు, నరిష్యంత, నాభాగ, ఇక్ష్వాకు, కారూష, శర్యాతి, ఇలాకన్య, పృషధ్న, నాభాగారిష్ట- అనే పదిమంది కొడుకులున్నారు. మనువుకి వేరే ఏభైమంది కొడుకులున్నారు. కాని వారు పరస్పరం కలహించుకొని పోరాడి నశించిపోయారు. ఇల వలన పురూరవుడు పుట్టాడు. అతనికి తల్లి, తండ్రి కూడా అతడే. పురూరవుడు సముద్రంలోని పదమూడు ద్వీపాలను పరిపాలించాడు. అతడు మానవుడై కూడా దేవభోగాలు అనుభవించాడు. బలపరాక్రమాలతో మదించి ఉన్మత్తుడై బ్రాహ్మణుల ధనరత్నరాశులను అపహరించాడు. బ్రహ్మలోకం నుండి వచ్చి సనత్కుమారుడు అతనికి ఎంత నచ్చచెప్పినా తలకెక్కలేదు. ఋషులు కోపించి అతనికి శాపమిచ్చారు. అతడు నశించిపోయాడు. స్వర్గం నుండి మూడు రకాలైన అగ్నులను, ఊర్వశి అనే అప్సరసను తీసుకువచ్చిన మహానుభావుడైన పురూరవుడితడే. అతనికి ఊర్వశి వలన - ఆయువు, ధీమంతుడు, అమావసువు, దృఢాయువు, వనాయువు, శతాయువు - అనే ఆరుగురు కొడుకులు కలిగారు. ఆయువుకి స్వర్భానవి వలన నహుషుడు, వృద్ధశర్మ, రజి, గయుడు, అనేనుడు అనే అయిదుగురు కొడుకులు పుట్టారు.

ఆయువు కొడుకు నహుషుడు గొప్ప బుద్ధిమంతుడు, పరాక్రమశాలి, ధర్మబద్ధంగా రాజ్యపరిపాలన చేశాడు. అతని రాజ్యం చోరాదులవలన భయం లేకుండా సుఖంగా ఉండేది. అతడు గర్వంతో ఋషులతో పల్లకి మోయించాడు. అదే అతని నాశనానికి కారణమయింది. అయినా అతడు తన తేజస్సు, తపస్సు, బలపరాక్రమాలు కారణంగా దేవతలను జయించి ఇంద్రపదవిని పొందాడు. నహుషునికి - యతి, యయాతి, సంయాతి, ఆయాతి, అయతి, ధ్రువుడు - అనే ఆరుగురు కొడుకులున్నారు. యతి యోగ సాధనతో బ్రహ్మ స్వరూపుడయ్యాడు. కనుక అతని తమ్ముడు యయాతి రాజు అయ్యాడు. అతడు అనేక యజ్ఞాలు చేసి, భక్తితో దేవతలను, పితరులను ఆరాధించి, ప్రజలను ప్రేమతో పరిపాలించాడు. దేవయాని, శర్మిష్ఠ అని అతనికి ఇద్దరు భార్యలున్నారు. దేవయానికి యదు తుర్వసులు, శర్మిష్ఠకు ద్రుహ్యువు, అనువు, పూరుడు జన్మించారు.

కచ దేవయానుల కథ

జనమేజయుడు వైశంపాయనుని "బ్రాహ్మణోత్తమా! మా వంశంలో పూర్వం పుట్టిన యయాతి బ్రహ్మనుండి పదవవాడు కదా!

బ్రహ్మనుండి యయాతి పదవవాడు.

(బ్రహ్మ - దక్షుడు - అదితి - సూర్యుడు - మనువు - ఇల అనే కన్య - పురూరవుడు - ఆయువు - నహుషుడు - యయాతి.)

అతడు బ్రాహ్మణ స్త్రీ అయిన శుక్రాచార్యుని కూతురు దేవయానిని ఎలా వివాహం చేసుకున్నాడు? ఇది ఎలా తటస్థించింది? మీరు దయచేసి ఆ వృత్తాంతాన్ని నాకు చెప్పండి" అని అడిగాడు.

వైశంపాయనుడు చెప్పసాగాడు - "జనమేజయా! నీ పూర్వజుడైన యయాతి శుక్రాచార్య వృషపర్వుల కుమార్తెలను ఎలా వివాహం చేసుకున్నాడో చెప్తాను విను. ఆ రోజులలో త్రిలోకాధిపత్యం పొందడానికి దేవతలు, అసురులు, పరస్పరం యుద్ధాలు చేస్తూండేవారు. దేవతలు అంగిరసుడైన బృహస్పతిని, అసురులు భార్గవుడైన శుక్రాచార్యుని తమకు గురువులుగా

ఎన్నుకొన్నారు. ఆ ఇద్దరు బ్రాహ్మణులు కూడా పరస్పరం వైరం పెంచుకున్నారు. యుద్ధాలలో చనిపోయిన రాక్షసవీరులను శుక్రాచార్యుడు తన విద్యాబలం వలన బ్రతికిస్తూ ఉండేవాడు. కాని చనిపోయిన దేవవీరులను బృహస్పతి బ్రతికించలేకపోయేవాడు. మృతసంజీవనీ విద్య శుక్రాచార్యునికి తెలుసు. బృహస్పతికి తెలియదు. అందువల్ల దేవతలకు చాలా దుఃఖం కలిగింది. దేవతలందరూ ఆలోచించి బృహస్పతి పెద్ద కొడుకైన కచుని దగ్గరకు వెళ్లి "అయ్యా! మీరే మాకు దిక్కు. మాకు ఈ సహాయం చేసిపెట్టండి. మిక్కిలి తేజస్సు కలిగిన బ్రాహ్మణుడు శుక్రాచార్యుని వద్ద గల సంజీవనీ విద్యను మీరు సత్వరమే సాధించండి. మీకు యజ్ఞంలో భాగం కల్పిస్తాము. శుక్రాచార్యుడు ఇప్పుడు వృషపర్వుని వద్ద ఉంటున్నాడు" అని ప్రార్థించారు. దేవతల ప్రార్థనను అంగీకరించి కచుడు శుక్రాచార్యుని వద్దకు వెళ్లి "గురూత్తమా! నేను మహర్షి అంగిరుని మనుమణ్ణి. దేవగురువైన బృహస్పతి కుమారుడిని నన్ను కచుడంటారు. నన్ను శిష్యునిగా స్వీకరించండి. నేను వేయేండ్లు మీ వద్ద బ్రహ్మచారిగా ఉంటాను. అనుమతించండి" అని వేడుకున్నాడు. అంతట శుక్రాచార్యుడు "నాయనా! స్వాగతం, నీమాటను మన్నిస్తున్నాను. నీవు నాకు పూజ్యుడవు. నిన్ను నేను సత్కరించి, బృహస్పతిని సత్కరించినట్లుగానే భావిస్తాను" అన్నాడు.

కచుడు శుక్రాచార్యుని అనుమతితో బ్రహ్మచర్యం స్వీకరించి, అతని అనుగ్రహం పొందడమేకాకుండా, గురుపుత్రి అయిన దేవయానిని కూడా సంతుష్టపరచసాగాడు. ఇలా ఐదువందల ఏళ్లు గడిచాక రాక్షసులకు కచుని అభిప్రాయం ఏమిటో తెలిసివచ్చింది. వారికి కోపం వచ్చింది. బృహస్పతి మీద ఉండే కోపం వల్లనూ, సంజీవనీ విద్యను రక్షించుకోవాలనే ఉద్దేశ్యం వల్లనూ గోవులను మేపడానికి అడవికి వెళ్లిన కచుని చంపి ముక్కలు ముక్కలుగా ఖండించి తోడేళ్లకు పడేశారు. గోవులు ఒంటరిగా తిరిగివచ్చాయి. ఇది గమనించిన దేవయాని తండ్రి వద్దకు వెళ్లి - తండ్రీ! మీరు అగ్నికృత్యాలు నిర్వర్తించారు. సూర్యాస్తమయం అయింది. గోవులు ఒంటరిగా తిరిగివచ్చాయి. కచుడెందుకు రాలేదు? అతడు చనిపోయి ఉంటాడేమో. లేదా ఎవరైనా చంపివేశారేమో, నేను ఒట్టుపెట్టి మరీ చెప్తున్నాను. కచుడు లేనిదే నేను జీవించలేను" అన్నది. శుక్రాచార్యుడు "అయ్యో! నీకెందుకింత కంగారు? నేను అతనిని రప్పిస్తాను." అని చెప్పి సంజీవనీ విద్యను ప్రయోగించి "కచుడా! రా నాయనా!" అని పిలిచాడు. కచుని అంగాంగాలు తోడేళ్ల శరీరాలను చీల్చుకుని బయటకు వచ్చాయి. అతడు జీవితుడై శుక్రాచార్యుని సముఖానికి వచ్చాడు. దేవయాని అడుగగా జరిగినదంతా చెప్పాడు. ఇలాగే రాక్షసులు చంపితే కచుని రెండవసారి కూడా శుక్రాచార్యుడు బ్రతికించాడు.

మూడవసారి రాక్షసులు కొత్తయుక్తిని పన్నారు. వారు కచుని చంపి, శరీరాన్ని కాల్చివేసి, ఆ బూడిదను మద్యంలో కలిపి శుక్రాచార్యుని చేత త్రాగించారు. దేవయాని తండ్రితో "తండ్రీ! కచుడు పువ్వులు తేవడానికి అడవికి వెళ్లి ఇంతవరకు తిరిగి రాలేదు. మళ్లీ రాక్షసులు అతనిని చంపివేయలేదు కదా! నేను అతడు లేనిదే జీవించలేను. ఇది నిజం" అన్నది. శుక్రాచార్యుడు "బిడ్డా! నేనేమి చేయను? వారు మాటిమాటికి కచుని చంపుతున్నారు" అన్నాడు. దేవయాని పట్టు పట్టడంతో చేసేది లేక అతడు సంజీవనీ విద్యను ప్రయోగించి కచుని పిలిచాడు. కచుడు భీతితో అతని పొట్టలోనుండే మెల్లమెల్లగా తన స్థితిని చెప్పాడు. శుక్రాచార్యుడు "నాయనా! నీ సంకల్పం సిద్ధించింది. దేవయాని నీ సేవలకు ఆనందించింది. నీవు ఇంద్రుడవైతే కావు గదా! నీకు సంజీవనీ విద్యను ఇస్తాను పరిగ్రహించు. నా ఉదరంలో ఇంత వరకు బ్రతికియున్న నీవు బ్రాహ్మణుడవే కాని ఇంద్రుడవు కావు. ఈ విద్యను స్వీకరించి నీవు నా పొట్టను చీల్చుకుని బయటపడు. నా కడుపులో ఉన్నావు కాబట్టి కొడుకుతో సమానం. బయటకు వచ్చి తండ్రిని వలె నన్ను తిరిగి బ్రతికించు" అన్నాడు. శుక్రాచార్యుడు చెప్పినట్లుగానే చేసి, కచుడాతనికి నమస్కరించి "అమృతధార వంటి సంజీవనీ విద్యను నాకిచ్చిన మీరే నా తల్లిదండ్రులు. నేను మీకు కృతజ్ఞుడిని, నేను మీపట్ల ఎన్నటికీ కృతఘ్నుడను కాలేను. వేదపండితుడు జ్ఞానదాత అయిన గురువును ఆదరింపనివాడు పాపాత్ముడై నరకలోకాన్ని పొందుతాడు" అన్నాడు.

రాక్షసులు బ్రాహ్మణ కుమారుడైన కచుని తనకు మద్యంలో కలిపి మోసంతో త్రాగించినందు వలననే తాను వివేకం కోల్పోయానని గుర్తించిన శుక్రాచార్యునకు చాలా కోపం వచ్చింది. ఈనాడు మొదలుకొని మద్యపానం చేసిన బ్రాహ్మణుడు ధర్మభ్రష్టుడవుతాడని, ఇహ పరలోకాలకు రెండింటికీ చెడతాడని ప్రకటించాడు. బ్రాహ్మణులు, దేవతలు, మానవులు అందరూ కూడా తాను ఈరోజు నుండి బ్రాహ్మణులకు చేసిన ఈ ధర్మమర్యాదను గుర్తించాలని హెచ్చరించాడు. కచుడు సంజీవనీ విద్యను పొందాక వేయి సంవత్సరాలు పూర్తి అయ్యేవరకు శుక్రాచార్యునివద్దనే ఉన్నాడు.

సమయం పూర్తికాగానే శుక్రాచార్యుడు అతనికి స్వర్గానికి వెళ్లడానికి అనుమతినిచ్చాడు.

కచుడు బయలుదేరినపుడు దేవయాని అతనివద్దకు వచ్చి "ఋషికుమారా! నీవు సదాచారం, కులీనత, విద్య తపస్సు, జితేంద్రియత్వం కలిగిన ఆదర్శమూర్తివి. నీ తండ్రి నాతండ్రిలాగే పూజ్యుడు. నీవు గురువు యొక్క ఆశ్రమంలో ఉన్నప్పుడు నేను నిన్ను ఎలా చూశానో చెప్పనవసరం లేదు కదా! నీ విద్యాభ్యాసం పూర్తి అయింది. నేను నిన్ను ప్రేమిస్తున్నాను. నీ దాసిని, నన్ను శాస్త్రోక్తంగా వివాహం చేసుకో" అన్నది. వెంటనే కచుడు "సోదరీ! పూజ్యుడైన శుక్రాచార్యుడు నీకు ఎలా తండ్రియో నాకూ అలాగే తండ్రి. నీవు నాకు పూజ్యురాలవు. నీ తండ్రి శరీరం నుండి నీవు వచ్చినట్లుగానే, నేనూ వచ్చాను. కనుక నీవు నాకు సోదరివి. నీ వాత్సల్యపూర్ణమైన నీడలో నేను ఎంతో ఆనందంగా ఇక్కడ గడిపాను. నాకు ఇంటికి వెళ్లడానికి అనుమతినివ్వు, నన్ను ఆశీర్వదించు. నన్ను అప్పుడప్పుడు పవిత్ర భావంతో తలచుకో. గురుదేవులను జాగ్రత్తగా సేవించుకో" అని మృదువుగా పలికాడు. దేవయాని కోపంతో "నేను నిన్ను ప్రేమభిక్ష అడిగాను. నీవు ధర్మం అని తలచిన నీపని నెరవేర్చుకోవడం కోసం నన్ను తిరస్కరిస్తున్నావు. కనుక నీకు సంజీవనీ విద్య పనిచేయదు" అని శపించింది. అందుకు కచుడు - సోదరీ! నిన్ను గురుపుత్రివి అనే కారణంగానే తిరస్కరించాను గాని వేరే ఏ దోషమూ చూచి కాదు. గురుదేవులు కూడా ఈ విషయంలో నన్ను ఏమీ శాసించలేదు. నీవు కావాలనుకుంటే శాపం ఇయ్యి. కాని నేను ఋషిధర్మాన్ని గురించి చెప్పాను. నేను శాపం పొందదగినవాడిని కాను. నీవు ధర్మానుసారంగా ప్రవర్తించక, కామవశవర్తినివై నాకు శాపం ఇచ్చావు. నీ కోరిక ఎన్నటికీ తీరదు. బ్రాహ్మణుడెవరూ నిన్ను వివాహమాడడు. నాకు విద్య సిద్ధించకపోయినా నష్టమేమీ లేదు. నేను నేర్పినవారికి సిద్ధిస్తుంది" అని చెప్పి కచుడు స్వర్గానికి వెళ్లిపోయాడు. దేవతలు కచుని, బృహస్పతిని కొనియాడారు. కచునికి హవిర్భాగం కల్పించారు. యశస్వివి కమ్మని వరమిచ్చారు.

దేవయానీ శర్మిష్ఠల కలహకారణము

వైశంపాయనుడు కొనసాగిస్తున్నాడు - జనమేజయా! కచుడు సంజీవనీ విద్యను నేర్చుకొని రావడంతో దేవతలంతా ఆనందించారు. వారు అతనివద్ద దానిని నేర్చుకున్నారు. వాని పని పూర్తి అయింది. కనుక వారంతా కలిసి దైత్యులమీద దాడి చేయాలని ఇంద్రునిపై ఒత్తిడి చేశారు. ఇంద్రుడు అలాగే అని బయలుదేరాడు. దారిలో ఒక అడవిలో అనేకులు స్త్రీలు కన్పించారు. వారిలో కొంతమంది అక్కడ జలక్రీడలాడుతున్నారు. ఇంద్రుడు వాయురూపంలో గట్టున పెట్టిన వస్త్రాలనన్నిటినీ కలిపేశాడు. కన్యలు జలక్రీడలు చాలించి ఒడ్డుకు వచ్చారు. అసురరాజు వృషపర్వుని యొక్క కూతురు శర్మిష్ఠ పొరపాటున గురుపుత్రి అయిన దేవయాని వస్త్రాలు తీసుకుని ధరించింది. కలహం మొదలయింది. దేవయాని "అరే! నీవు అసురరాజు కూతురవు నాకు శిష్యురాలవు. నా వస్త్రాలెలా ధరించావు? నీవు దురాచారివి. దీని ఫలితం చాలా తీవ్రంగా ఉంటుంది." అంది. దానికి శర్మిష్ఠ "ఆహా! నీ తండ్రి రాత్రిపగలు కూడా నా తండ్రిని విడిచిపెట్టడు. వినయంగా నిలబడి భట్టులాగా పొగడుతూ ఉంటాడు. నీకింత పొగరా?" అంది. దేవయానికి కోపం వచ్చి శర్మిష్ఠ వస్త్రాన్ని లాగింది. దానితో శర్మిష్ఠ ఆమెను నూతిలోకి తోసేసి చనిపోయిందనుకొని వెనక్కి తిరిగి చూడకుండా నగరానికి తిరిగి వచ్చేసింది.

అదే సమయంలో యయాతి మహారాజు వేటాడుతూ గుఱ్ఱం అలిసిపోగా దాహంతో రొప్పుతూ ఆ నూతి దగ్గరకు వచ్చాడు. నూతిలో నీళ్ల లేవు. కాని ఒక అందమైన అమ్మాయిని చూశాడు. అతడు ఆమెను నీవెవరివని ఎలా నూతిలో పడ్డావని అడిగాడు. దేవయాని "దేవాసుర యుద్ధంలో మృతులైన రాక్షసవీరులను తన సంజీవనీ విద్య చేత బ్రతికించే మహర్షి శుక్రాచార్యుని కూతురను నేను. నేను ఇలా ఆపదలో చిక్కుకున్నానని ఆయనకు తెలియదు. నీవు నాకు చేయి అందించి నన్ను బయటకు తీయి. నీవు కులీనుడివని, శాంతుడవని, బలశాలివని, యశస్వివి అని అనుకుంటున్నాను. నూతిలో నుండి బయటకు తీయడం నీవంటి వానికి ధర్మం" అంది. యయాతి బ్రాహ్మణకన్య అని ఆమెను బయటకు తీశాడు. ఆమె అనుమతితో రాజధానికి వెళ్లిపోయాడు.

ఇక్కడ దేవయాని శోకాకులితచిత్తంతో నగర సమీపానికి వచ్చి దాసీని పిలిచి తాను వృషపర్వుని రాజ్యంలో అడుగుపెట్టనని తండ్రికి చెప్పమని కబురు పంపింది. దాసి వెళ్లి శుక్రాచార్యునికి శర్మిష్ఠ చేసిన పని చెప్పింది. శుక్రాచార్యునకు కూతురు దురవస్థ విని చాలా దుఃఖం కలిగింది. వెంటనే ఆమె వద్దకు వెళ్లి ఆమెను హృదయానికి హత్తుకొని "తల్లీ! మనుష్యులు తాము చేసిన కర్మల

ఫలితాలననుసరించి సుఖదుఃఖాలు పొందుతూ ఉంటారు. నీవు చేసిన అనుచిత కృత్యానికి ఇది ప్రాయశ్చిత్త మేమో!" అని ఓదార్చాడు. దేవయాని "తండ్రీ! ఇది ప్రాయశ్చిత్తం అవనీ, కాకపోనీ. ముందు నాకొక విషయం చెప్పు, వృషపర్వుని కూతురు కళ్లు ఎరుపెక్కగా రూక్షవచనాలతో నీ తండ్రి మా వద్ద భట్రాజు, మమ్మల్ని స్తుతిస్తూ, భిక్షమడుగుతూ దానాలు తీసుకుంటూ ఉంటాడు" అంది. ఆమె అన్నది సబబేనా? అలాగే అయితే నేను ఇప్పుడే వెళ్లి శర్మిష్ఠను క్షమించమని అడిగి ఆమెకు సంతోషం కలిగిస్తాను" అంది. శుక్రాచార్యుడు "పుత్రీ! నీవు యాచకుడు, భట్రాజు దానం తీసుకునేవాని యొక్క కూతురివి కావు. ఎవ్వరినీ పొగడని అందరి పొగడ్తలు పొందే పవిత్రుడైన బ్రాహ్మణుని యొక్క కూతురివి. ఈ విషయం వృషపర్వుడికి, యయాతికి, ఇంద్రుడికీ కూడా తెలుసు. అచింత్యమైన బ్రాహ్మణత్వం, నిర్ద్వంద్వమైన ఐశ్వర్యం నా బలం. భూలోక స్వర్గలోకాలలోని అన్నిటిమీద నాకు అధికారం ఉంది. ప్రజలకోసం వర్షాలు కురిపించేదీ నేనే, ఓషధులను పోషించేదీ నేనే. సంతుష్టుడైన బ్రహ్మ నాకు ఈ అధికారం ఇచ్చాడు. నేను సత్యాన్నే చెప్తున్నాను" అన్నాడు. అనంతరం ఆమెను బుజ్జగిస్తూ మరల "తన్ను నిందిస్తున్నా సహించగలిగే పురుషుడు లోకంలో విజయం పొందగలడు అని తెలుసుకో ఎగసిపడే క్రోధాన్ని గుఱ్ఱం లాగా వశంలో ఉంచుకోగలిగిన వాడే అసలైన సారథిగాని, పొడవాటి కళ్లెం పట్టుకొన్నవాడు కాదు. క్రోధాన్ని క్షమతో అణచి వేసేవాడే ఉత్తముడు. క్రోధాన్ని అరికట్టినవాడు, నిందను సహించేవాడు, ఇతరులు వేధించినా దుఃఖపడనివాడు పురుషార్థాలను పొందుతాడు. వంద ఏళ్లు నిరంతరం యజ్ఞం చేసినవానికంటె క్రోధాన్ని దరికి చేరనివ్వనివాడే శ్రేష్ఠుడు. మూర్ఖులు, అల్పులు పరస్పరం కలహిస్తూనే ఉంటారు గాని తెలివైనవారు అలా ఎప్పుడూ చేయరు" అన్నాడు. దేవయాని "తండ్రీ! నేను ఇంకా చిన్నదానినే అయినా ధర్మాధర్మాల మధ్య అంతర్యాన్ని గుర్తించగలను. క్షమ, నింద యొక్క బలాన్ని, దుర్బలత్వాన్ని ఎరుగుదును. తన మేలు కోరుకొనే గురువు ఎప్పుడూ శిష్యుని ధృష్టత్వాన్ని క్షమించకూడదు. అందుకనే నేను ఈ అల్పబుద్ధుల వద్ద ఉండలేను. సదాచారాన్ని, కులీనతను నిందించే మనుష్యుల మధ్య ఉండకూడదు. వాటిని ప్రశంసించే వారి మధ్యనే ఉండాలి" అంది.

దేవయాని మాటలు విన్నాక శుక్రాచార్యుడు ఆపైన ఎలాంటి ఆలోచన లేకుండా వృషపర్వుని కొలువుకూటానికి వెళ్లి క్రోధంతో "రాజా! అధర్మం చేసినవాడికి వెంటనే ఫలితం కనబడకపోయినా, అది మెల్లమెల్లగా అతని మూలాన్ని హరించివేస్తుంది. ఒకవైపు మీరంతా బృహస్పతి కుమారుడు, సేవాపరాయణుడు అయిన కచుని హత్య చేశారు. మరోవైపు నా కుమార్తెను వధించే ప్రయత్నం చేశారు. నేను ఇంక మీ దగ్గర ఉండను. మిమ్మల్ని విడిచి వెళుతున్నాను. నీవు నన్ను వ్యర్థప్రలాపి అనుకుంటున్నావు. అందుకేనా తప్పు చేసినవారిని దండించకుండా ఊరుకున్నావు?" అని అడిగాడు. వృషపర్వుడు చేతులు జోడించి "గురుదేవా! నేను మిమ్మల్ని ఎప్పుడూ అసత్యవాది అని గాని, అధర్మపరులు అనిగాని అనుకోలేదు. మీరు సత్యధర్మపరులే. మీరు మమ్మల్ని విడిచివెళితే మేము సముద్రంలో దూకి చావాలి. మీరు తప్ప మాకు వేరే గతిలేదు" అన్నాడు. శుక్రాచార్యుడు - "ఇదిగో చూడు. నీవు సముద్రంలో దూకి చచ్చినాసరే. ఎక్కడికి వెళ్లినాసరే, కాని నేను నా గారాల పుత్రికి అవమానం జరగడం సహించలేను. నా ప్రాణాలన్నీ ఆమె మీదే. నీవు నీ మేలు కోరితే ఆమెను ప్రసన్నం చేసుకో" అని చెప్పాడు.

వృషపర్వుడు దేవయాని వద్దకు వెళ్లి "అమ్మా! నీవు కోరిన కోరిక తీరుస్తాను. అలుక మాను" అని ప్రార్థించాడు. దేవయాని వేయిమంది దాసీలతో కలిసి శర్మిష్ఠ తనకు సేవచేయాలని, తాను ఎక్కడికి వెళ్లినా తనవెంట రావాలని అడిగింది. వృషపర్వుడు శర్మిష్ఠకు దాది ద్వారా "నీ జాతికి మేలు చేయి. శుక్రాచార్యుడు తన శిష్యులను వదిలిపోవాలనుకుంటున్నాడు. నీవు దేవయాని కోరిక తీర్చు" అని కబురు పంపాడు. శర్మిష్ఠ "దేవయాని, శుక్రాచార్యులు ఎక్కడికీ వెళ్లరు. నేను వారి కోరికలన్నీ నెరవేరుస్తాను" అని చెప్పి ఆమె దేవయానికి దాసిగా ఉండడానికి అంగీకరించింది. ఆమె దేవయానితో "నేను ఇక్కడే కాదు నీవు అత్తవారింటికి వెళ్లినా అక్కడ కూడా నీకు సేవ చేస్తాను" అన్నది. దేవయాని "ఏమి! నీ తండ్రి వద్ద బిచ్చమెత్తుకుంటూ, అతనిని పొగుడుతూ, అతడు ఇచ్చింది పుచ్చుకుంటూ ఉండేవాని కూతుర్ని కదా! నాకు దాసిగా ఎలా ఉంటావు?" అని హేళనగా అడిగింది. అందుకు శర్మిష్ఠ "ఏమయినా సరే. జాతి విపత్తులో ఉన్నప్పుడు రక్షించి తీరాలి. ఇందుకోసమే నేను నీకు దాసిని అయ్యాను. నీకు పెళ్లి అయ్యాక కూడా నీతో వచ్చి నీకు సేవ చేస్తాను" అంది. దేవయాని అలుకమాని శుక్రాచార్యునితో కలిసి ఆశ్రమానికి తిరిగివచ్చింది.

యయాతి దేవయానిని వివాహమాడుట - శుక్రాచార్యుని శాపము.

వైశంపాయనుడు చెప్తున్నాడు - జనమేజయా! ఒకరోజు దేవయాని శర్మిష్ఠతో దాసీలతో కలిసి ఆ వనానికే విహారానికి వెళ్లింది. ఆమె విహరించే సమయంలోనే నహుషనందనుడు యయాతి కూడా అక్కడికి రావడం తటస్థించింది. అతడు బాగా అలిసిపోయి దాహంతోఉన్నాడు. వారందరినీ చూసి కుతూహలంతో వారి దగ్గరకు వచ్చి "ఈ దాసీల మధ్య ఉన్న మీరిద్దరెవరు" అని అడిగాడు. దేవయాని "నేను దైత్యగురువు శుక్రాచార్యుని కూతురిని. ఈమె నా సఖి, దాసి, వృషపర్వుని కూతురు శర్మిష్ఠ. ఈమె సర్వదా నాకు సేవ చేయడానికి నావెంటె ఉంటుంది. ఈ శర్మిష్ఠ దాసీలతో సహితంగా నేను మీ అధీనురాలిని. మిమ్మల్ని నేను నాపతిగా వరిస్తున్నాను. మీరు కూడా నన్ను భార్యగా స్వీకరించండి" అని చెప్పి ప్రార్థించింది. యయాతి "శుక్రనందినీ! నీకు కళ్యాణమగుగాక. నేను నీకు తగిన వరుడిని కాను. మీ తండ్రి నిన్ను క్షత్రియుడికిచ్చి వివాహం చేయడు" అన్నాడు. అందుకు దేవయాని - "రాజా! ఇంతకు ముందు ఎవరూ నా పాణిగ్రహణం చేయలేదు. నూతినుండి పైకి తీసినపుడు నీవే చేశావు. కనుకనే నిన్ను పతిగా వరించాను. ఇక వేరెవరైనా నన్ను ఎలా తాకగలుగుతారు?" అని అడిగింది. యయాతి "ఏమైనా నిన్ను నీ తండ్రి నాకిచ్చి వివాహం చేసేవరకు నేను నిన్ను అంగీకరించలేను" అన్నాడు.

అప్పుడు దేవయాని తన దాదిచేత తండ్రికి కబురు చేసింది. ఆమె చెప్పినదంతా విని శుక్రాచార్యుడు యయాతి మహారాజు వద్దకు వచ్చాడు. యయాతి లేచి నిలబడి చేతులు జోడించి నిలుచున్నాడు. దేవయాని తండ్రితో "తండ్రీ! ఇతడు నహుషుని కొడుకు యయాతి మహారాజు. నేను నూతిలో పడి ఉన్నపుడు వీరే నా చేయి పట్టుకుని నన్ను బయటకు తీశారు. వీరితోనే నా వివాహం జరిపించమని మీ పాదాలంటి వేడుకుంటున్నాను. ఇతనిని తప్ప వేరెవరినీ నేను వివాహమాడజాలను" అంది. దేవయాని మాటలు విని శుక్రాచార్యుడు యయాతితో "నా ప్రియ పుత్రిక నిన్ను పతిగా వరించింది. నేను కన్యాదానం చేస్తాను. నీవు ఈమెను పట్టపురాణిగా చేసుకో" అన్నాడు. యయాతి "బ్రాహ్మణోత్తమా! నేను క్షత్రియుడిని. బ్రాహ్మణకన్యను వివాహం చేసుకుంటే వర్ణసంకర దోషం సంక్రమిస్తుంది. ఆ దోషం నన్ను అంటకుండా ఉండేలా వరం ఇచ్చి నామీద దయచూపండి" అని అడిగాడు. శుక్రాచార్యుడు "నీవు ఏమీ చింతించకు. నీ పాపం నేను పోగొడతాను. నీవు ఈమెను స్వీకరించు. ఈమెను భార్యగా పొంది ధర్మపాలన చేస్తూ సుఖాలు అనుభవించు. నాయనా! వృషపర్వుని కూతురు శర్మిష్ఠను కూడా యథోచితంగా గౌరవించు. కాని ఒక్క శయనవిషయంలో మాత్రం పరిహరించు" అని ఆదేశించాడు. అనంతరం శాస్త్రోక్తంగా దేవయాని వివాహం జరిగింది. శర్మిష్ఠ, దాసీలతో సహితంగా ఆమెను యయాతి తన రాజధానికి తీసుకువెళ్లాడు.

యయాతి రాజధాని ఇంద్రుని అమరావతిలా ఉంది. అక్కడకు తిరిగివచ్చిన యయాతి దేవయానిని అంతఃపురంలో ఉంచాడు. శర్మిష్ఠ, ఇతర దాసీలను దేవయాని అనుమతితో అశోకవనంలో ఉంచాడు. అక్కడ వారికి నివాసం కల్పించి అన్నవస్త్రాల ఏర్పాటు కావించాడు. రాజోచిత భోగాలతో అనేక సంవత్సరాలు గడిచిపోయాయి. దేవయానికి ఒక కొడుకు పుట్టాడు. ఒకసారి అనుకోకుండా యయాతి అశోకవనానికి వెళ్లి అక్కడ శర్మిష్ఠను చూచి ఆగిపోయాడు. రాజు ఏకాంతంగా ఉండడం చూసి శర్మిష్ఠ అతని వద్దకు వెళ్లి చేతులు జోడించి "చంద్రుడు, ఇంద్రుని, విష్ణుని, యమవరుణుల భవనాలలో ఉండే స్త్రీలా నేనుకూడా ఇక్కడ, సురక్షితంగా ఉన్నాను. నామీద ఎవరి దృష్టీ పడదు. మీరు నా కుల శీలాలను, అందచందాలను ఎరుగుదురు. నాకు ఇప్పుడు ఋతుకాలం. దానిని సఫలం చేయమని వేడుకుంటున్నాను" అంది. ఆమె ప్రార్థనలోని ఔచిత్యాన్ని గమనించి రాజు ఆమె కోరికను తీర్చాడు.[6]

యయాతికి దేవయాని వలన యదుతుర్వసులనే ఇద్దరు కొడుకులు, శర్మిష్ఠ వలన ద్రుహ్యు, అను, పూరులనే ముగ్గురు కొడుకులు కలిగారు. ఇలా చాలా రోజులు గడిచిపోయాయి. ఒకసారి దేవయాని యయాతితో కలిసి అశోక వనానికి వెళ్లింది. అక్కడ దేవతామూర్తుల వంటి అందమైన ముగ్గురు కుమారులు ఆడుకోవడం చూసింది. ఆమె ఆశ్చర్యానికి అంతులేకపోయింది. ఆమె "ఆర్యపుత్రా! ఈ సుందరులైన బాలురు ఎవరిబిడ్డలు? వీరి సౌందర్యం మీ సౌందర్యం లాగేఉంది" అని వారిని పిలిచి "మీ పేరులేమిటి? మీరే వంశం వారు? మీ తల్లిదండ్రులెవరు? నిజం చెప్పండి" అని అడిగింది. వారు వేలెత్తి రాజును చూపుతూ "శర్మిష్ఠ మా తల్లి" అంటూనే రాజు దగ్గరికి చనువుగా పరుగెత్తుకు

వచ్చారు. దేవయాని పక్కనే ఉండడంతో రాజు వారిని చేరదీయలేదు. ఎత్తుకోలేదు. వారు నిరాశతో ఏడుస్తూ శర్మిష్ఠ దగ్గరకి వెళ్లిపోయారు. రాజు సిగ్గుతో తలవంచుకున్నాడు. దేవయాని రహస్యం పసిగట్టింది. ఆమె శర్మిష్ఠ దగ్గరకు వెళ్లి "శర్మిష్ఠా, నీవు నాకు అప్రియం చేశావు. నీ అసురస్వభావాన్ని విడిచిపెట్టావు కావు. నీకు నేనంటే భయంలేదు" అని కోపంగా పలికింది. దానికి శర్మిష్ఠ "మధురహాసినీ! నేను రాజర్షిని పొందడం ధర్మబద్ధం. న్యాయబద్ధం కూడా. నేనెందుకు భయపడాలి. నీతోపాటే అతడు నాకు కూడా పతి. నీవు బ్రాహ్మణకన్యవు కాబట్టి నాకంటె అధికురాలివే, కాని ఆ రాజర్షికి నీకంటె నేనే ఎక్కువ ఇష్టురాలిని" అంది. కోపంతో మండిపడిన దేవయాని రాజుతో "నీవు నాకు అప్రియం చేశావు. నేను ఇక్కడ ఉండను" అని చెప్పి ఏడుస్తూ తండ్రి ఇంటికి వెళ్లిపోయింది. యయాతికి దుఃఖం కలిగింది. భయభ్రాంతుడయ్యాడు. ఆమెను వెన్నంటి వెళ్లి అనేకరకాలుగా సముదాయించాడు, బుజ్జగించాడు. కాని ఆమె వినలేదు. ఇద్దరూ శుక్రాచార్యుని దగ్గరకు చేరుకున్నారు.

తండ్రికి నమస్కరించి దేవయాని అతనితో "తండ్రీ! ధర్మాన్ని అధర్మం జయించింది. క్రిందు మీదైంది. శర్మిష్ఠ నాకంటె ముందుంది. ఆమెకు ముగ్గురు కొడుకులు - ఇదిగో ఈ మహారాజు వల్లనే. ధర్మజ్ఞుడై ఉండీ కూడా ఈతడు ధర్మాన్ని ఉల్లంఘించాడు. మీరు ఈతని సంగతి విచారించండి" అంది. శుక్రాచార్యుడు యయాతితో "రాజా! నీవు కావాలనే ధర్మోల్లంఘన చేశావు. కాబట్టి నీవు వృద్ధుడైపోవాలని శాపం ఇస్తున్నాను" అన్నాడు. ఇలా అన్న వెంటనే యయాతి వృద్ధుడైపోయాడు. అతడు శుక్రాచార్యుని వేడుకున్నాడు. అయ్యా! నేనింకా మీ పుత్రిక దేవయానితో తృప్తిగా భోగించలేదు, మా ఇద్దరిమీద దయతలచండి. నేను వృద్ధుడిగా ఉండలేను" అన్నాడు. శుక్రాచార్యుడు "నా మాట అసత్యం కాజాలదు. అయితే నీకింతమాత్రం అవకాశం కలిగించగలను. ఈ నీ వృద్ధాప్యాన్ని ఇతరునికెవరికయినా ఇవ్వగలవు" అన్నాడు. వెంటనే యయాతి "ఆచార్యా! నా ఈ వృద్ధాప్యాన్ని తాను తీసుకుని తన యౌవనాన్ని నాకివ్వగలిగిన కొడుకే ఈ రాజ్యం, కీర్తి, పుణ్యం పొందడానికి అర్హుడవుతాడని అనుగ్రహించండి. చాలు" అని అడిగాడు. శుక్రాచార్యుడు దానికి సమ్మతించి "నన్ను శ్రద్ధతో తలచుకున్నపుడు నీ వృద్ధత్వం ఇతరులకు సంక్రమింపచేయగలవు. ఇక నీకు యౌవనాన్ని ఇచ్చినవాడే రాజు, ఆయుష్మంతుడు, కీర్తిమంతుడు, వంశోద్ధారకుడు కాగలుగుతాడు" అని అనుగ్రహించాడు.

యయాతిమహారాజు రాజధానికి తిరిగివచ్చి మొదట యదువును పిలిచి "నాయనా! నేను ముసలివాడినయి పోయాను. శరీరం ముడుతలు పడింది. తల నెరిసింది, కాని యౌవనభోగాల విషయంలో మాత్రం తనివి తీరలేదు. నీవు నా వృద్ధత్వాన్ని తీసుకుని నీ యౌవనాన్ని ఇవ్వు, వేయి సంవత్సరాలు గడిచాక తిరిగి నీ యౌవనాన్ని నీకు ఇచ్చేస్తాను" అన్నాడు. యదువు 'వృద్ధాప్యంలో అనేకదోషాలు ఉన్నాయి. తినడం, త్రాగడం కూడా సరిగ్గా ఉండదు. శరీరం వంగిపోతుంది. జుట్టు తెల్లబడుతుంది. ఒళ్లంతా ముడుతలు పడుతుంది. శక్తి ఉండదు. ఆనందం ఉండదు, యువతులు అందరూ తిరస్కరిస్తారు. కాబట్టి నేను నీ వృద్ధత్వాన్ని స్వీకరించలేను" అన్నాడు. యయాతి "నీవు నా హృదయం నుండి పుట్టినవాడవురా. అయినా నీ యౌవనం నాకివ్వవా? పో. నీ సంతానానికి రాజ్యార్హత లేదు" అని చెప్పి, తన రెండవ కొడుకు తుర్వసుని పిలిచి అడిగాడు. అతడు కూడా తన యౌవనాన్ని ఇవ్వడానికి ఒప్పుకోలేదు. యయాతి "నీ వంశం కూడా ఇక్కడ ఉండదు. నీవు మాంసం భుజించేవారికి దురాచారులకు, వర్ణసంకరులైన మ్లేచ్ఛులకు రాజువు అవుతావు" అని అతనికి కూడా శాపం ఇచ్చాడు. ఈ విధంగా దేవయాని యొక్క ఇద్దరు కొడుకులకు శాపం ఇచ్చాక యయాతి శర్మిష్ఠ పుత్రుడైన ద్రుహ్యువును పిలిచి తన ముసలితనాన్ని తీసుకుని అతని యౌవనాన్ని ఇమ్మని అడిగాడు. ద్రుహ్యువు "ముసలివాడికి రథగజతురగాదుల వలన గాని, యువతులవలన గాని సుఖం ఉండదు. నాలుక కూడా తడబడుతూ ఉంటుంది. నాకు వృద్ధాప్యం వద్దు" అన్నాడు. యయాతి "ఓరీ! నీవు నీ తండ్రితో ఇలాగేనా మాట్లాడేది? గుర్రాలు, ఏనుగులు, రథాలు, పల్లకీల సంగతి అలా ఉంచు. కనీసం ఎడ్లు, గొర్రెలు, గాడిదలు కూడా లేని నావలు మాత్రమే తిరిగే ప్రాంతాలలో నివసించు. నీకు కూడా రాజ్యం దక్కదు. లోకులు నిన్ను భోజుడంటారు. కేవలం నీకే కాదు నీ వంశం వారందరికీ ఇదే గతి" అని శపించాడు. తరువాత అనుడు కూడా అలాగే తిరస్కరించగా "నీవు నా మాట మన్నించలేదు కాబట్టి నీ సంతానం అంతా యౌవనంలోనే మరణిస్తారు. నీకు అగ్నిహోత్రం చేయడానికి కూడా అధికారం లేదు" అన్నాడు.

ఇలా పుత్రులందరి వలన నిరాశ చెంది, చివరికి పూరుని

పిలిచి "నాయనా! నీవు నాకు ఇష్టుడవు చాలా మంచివాడవు, చూడు ! నేను వృద్ధుడినయిపోయాను. అయినా యువకునిగా తృప్తి పొందలేదు. నీవు నా వృద్ధాప్యం తీసుకుని నీ యౌవనాన్ని ఇవ్వు. విషయభోగాలు అనుభవించాక వేయి సంవత్సరాల అనంతరం నేను నా పాపంతోపాటు వృద్ధత్వాన్ని తిరిగి తీసుకుంటాను" అని ప్రేమగా అడిగాడు. పూరుడు చాలా ఆనందంగా తండ్రి ఆజ్ఞను స్వీకరించాడు. యయాతి "నీ పట్ల నాకు చాలా సంతోషం కలిగింది. నీ ప్రజలు ఎప్పుడూ సుఖంగా జీవిస్తారు" అని ఆశీర్వదించి, శుక్రాచార్యుని ధ్యానించాడు. తన వృద్ధత్వాన్ని పూరునికిచ్చి అతని యౌవనం తాను తీసుకున్నాడు.

యయాతి భోగములనుభవించుట - పూరుని రాజ్యాభిషేకము

వైశంపాయనుడు చెప్తున్నాడు - రాజా! నహుషుని కొడుకయిన యయాతి ఆరీతిగా పూరుని యౌవనాన్ని గ్రహించి ప్రేమోత్సాహాలతో ఇచ్ఛానుసారంగా, సమయానుకూలంగా భోగించసాగాడు. అయితే అతడు ధర్మాన్ని ఎప్పుడూ అతిక్రమించలేదు. యజ్ఞాలతో దేవతలను, శ్రాద్ధకర్మలతో పితరులను, వాత్సల్యంతో కూడిన దానధర్మాలతో దీనజనులను, కోరిన వస్తువులిచ్చి బ్రాహ్మణులను, అన్నపానాదులచే అతిథులను, రక్షణతో వైశ్యులను, సద్వ్యవహారంతో శూద్రులను - ఇలా అందరినీ సంతుష్టులను చేశాడు. దొంగలను, బందిపోటులను దండించాడు. ప్రజలందరూ సుఖసంతోషాలతో జీవించారు. ఇంద్రుని వలె ప్రజలను పాలించాడు. మనుష్యలోకంలోని అన్ని భోగాలను అనుభవించాడు. నందనవనం, అలకాపురి, సుమేరు పర్వతపు ఉత్తరప్రాంతాలలోని భోగాలనుకూడా అనుభవించాడు. ఇలా వేయి సంవత్సరాలు పూర్తి అయ్యాక ధర్మాత్ముడైన యయాతి పూరుని పిలిచి "నాయనా! నీ యౌవనంతో నేను ఇచ్ఛానుసారంగా ఉత్సాహంతో నాకు ఇష్టమైన భోగాలన్నీ అనుభవించాను. భోగాలు అనుభవించడం వలన భోగేచ్ఛ చల్లారదని ఇప్పుడు నాకు నిశ్చయంగా తెలిసింది. నిప్పులో నెయ్యి ఎంత పోసినా మండుతూనే ఉంటుంది. ఈ లోకంలో ఉన్న ఆహారం, బంగారం, పశువులు, స్త్రీలు అన్నీ కలిసి కూడా ఒక కాముకుని కోరికను సంపూర్ణంగా తీర్చలేవు. కాబట్టి సుఖమనేది దానిని పొందడంలో లేదు. విడవడంలోనే ఉంది. దుర్బుద్ధులైనవారు తృష్ణను విడిచిపెట్టలేరు. వారు ముసలివారైనా అది మాత్రం ముసలిదికాదు. అది ప్రాణాంతకమైన రోగం, దానిని విడిచిపెడితేనే సుఖం లభిస్తుంది.

న జాతు కామః కామానాముపభోగేన శామ్యతి ।
హవిషా కృష్ణవర్త్మేవ భూయ ఏవాభివర్ధతే ॥
యత్పృథివ్యాం వ్రీహియవం హిరణ్యం పశవః స్త్రియః ।
ఏకస్యాపి న పర్యాప్తం తస్మాత్తృష్ణాం పరిత్యజేత్ ॥
యా దుస్త్యజా దుర్మతిభిర్యా న జీర్యతి జీర్యతః ।
యోఽసౌ ప్రాణాంతకో రోగస్తాం తృష్ణాం త్యజతః సుఖమ్ ॥

(మహా. ఆది. 85 (12-14)

చూడు. విషయాలను భోగిస్తూండగానే వేయి సంవత్సరాలు పూర్తి అయ్యాయి. అయినా నా తృష్ణ రోజురోజుకీ పెరుగుతూనే ఉంది. కాబట్టి నేను దానిని విడిచి నా మనస్సును బ్రహ్మయందే లగ్నం చేస్తాను. ఆకలి దప్పులు మొదలైన ద్వంద్వాలను గూర్చి చింత లేకుండ శరీరం మీద మమకారాన్ని వదలి లేళ్లవలె వనాలలో విహరిస్తాను. నీవలన నేను సంతోషించాను. నీవు నీ యౌవనాన్ని తీసుకో. నా ప్రియపుత్రుడైన నీవు రాజ్యాన్ని గ్రహించు" అన్నాడు. యథా ప్రకారంగా పూరుడు యౌవనాన్ని పొందాడు. యయాతి వృద్ధుడుగా మారిపోయాడు.

యయాతి మహారాజు తన పెద్ద కొడుకులను కాదని చిన్నవాడైన పూరునికి రాజ్యాభిషేకం చేస్తున్నాడని తెలుసుకుని ప్రజలందరూ బ్రాహ్మణ సహితులై అతని వద్దకు వచ్చారు.. "మహారాజా! మీరు పెద్దవాడైన యదువును వదిలి పూరునికి రాజ్యం ఎందుకు ఇస్తున్నారు? మిమ్మల్ని మేము హెచ్చరిస్తున్నాం" మీరు ధర్మాన్ని రక్షించండి" అన్నారు. అప్పుడు యయాతి "అందరూ నా మాటలను శ్రద్ధగా వినండి. నేను అతనికి ఎప్పటికీ రాజ్యాన్ని ఇవ్వకపోవడానికి తగిన కారణం ఉంది. అతడు నా పెద్దకొడుకే కాని నా ఆజ్ఞ పాటించలేదు. తండ్రి మాట పాటించనివాడు సత్పురుషుల దృష్టిలో పుత్రుడే కాడు. తల్లిదండ్రుల ఆజ్ఞను ఎవడు గౌరవిస్తాడో, వారికి మేలు చేస్తాడో, వారికి సుఖాన్ని కలిగిస్తాడో వాడే పుత్రుడు. పూరుడు తప్ప మిగిలినవారందరూ నా మాటను తిరస్కరించారు. పూరుడు ఒక్కడే నా మాట మన్నించాడు. నన్ను గౌరవించాడు. కాబట్టి అతడే నా వారసుడు వారి తాతగారైన శుక్రాచార్యులే "నీ ఆజ్ఞ పాటించినవాడే రాజు అవుతాడు" అని నాకు వరం ఇచ్చారు". కాబట్టి మీరంతా పూరుడినే రాజును చేయాలని నేను మనవి చేస్తున్నాను." అన్నాడు. ప్రజలందరూ సంతుష్టులై పూరుడినే

రాజును చేశారు. అనంతరం యయాతి వానప్రస్థాశ్రమం స్వీకరించి బ్రాహ్మణులతో, తాపసులతో కలిసి రాజధాని నుండి వెళ్లిపోయాడు. యదువు వలన రాజ్యార్హత లేని యదు వంశీయులు; తుర్వసుని వలన యవనులు; ద్రుహ్యువు వలన భోజులు, అనుడి వలన మ్లేచ్ఛులు ఉదయించారు. జనమేజయా! నీవు జన్మించిన పౌరవ వంశం పూరుని వలననే కలిగింది.

యయాతి అడవులలో కందమూలాలు తింటూ మనసును వశపరుచుకొని క్రోధంమీద విజయం సాధించాడు. ప్రతిదినం దేవతలకు, పితరులకు తర్పణాలు విడుస్తూ అగ్నిహోత్ర కార్యాలు చేసేవాడు. పొలాల్లో దొరికే వరిగింజలను ఏరి తెచ్చి అతిథులకు భోజనం పెట్టి, తాను యజ్ఞశేషంతో ఆకలి తీర్చుకునేవాడు. ఇలా వెయ్యేళ్లు గడిచాయి. ముప్పైఏళ్లు అతడు వాక్కును, మనసును అధీనంలో ఉంచుకొని కేవలం నీటితోనే జీవించాడు. ఒక ఏడాది పాటు నిద్రపోకుండా గాలి మాత్రమే పీల్చి బ్రతికాడు. ఒక ఏడాది పంచాగ్నుల మధ్యలో గడిపాడు. ఆరునెలలు ఒంటికాలి మీద నిలబడి వాయుభక్షణం చేశాడు. ముల్లోకాలలోను అతని కీర్తి వ్యాపించింది. శరీరం శిథిలమయ్యాక అతనికి స్వర్గం ప్రాప్తించింది.

యయాతి స్వర్గమునుండి భ్రష్టుడగుట - పునఃస్వర్గప్రాప్తి

వైశంపాయనుడు చెప్తున్నాడు. - జనమేజయా! యయాతి మహారాజు స్వర్గంలో ఇంద్రుడు, మరుత్తులు, సాధ్యులు, వసువులు - మొదలైన వారంతా తన్ను గౌరవిస్తుండగా సుఖంగా కాలం గడుపుతున్నాడు. ఇలా వేయి సంవత్సరాలు గడిచాయి. ఒకరోజున అతడు విహరిస్తూ విహరిస్తూ ఇంద్రుని వద్దకు వచ్చాడు. ఇద్దరూ చాలా సేపు మాట్లాడుకున్నారు. సంభాషణమధ్యలో ఇంద్రుడు "రాజా! నీవు పూరునికి యౌవనం తిరిగి ఇచ్చివేసి, అతనికి రాజ్యం అప్పగించినపుడు అతనికి ఏమి ఉపదేశించావు?" అని అడిగాడు. దానికి యయాతి ఇలా బదులిచ్చాడు. "నాయనా! పూరూ! నేను నిన్ను గంగా యమునల మధ్య నున్న దేశానికి రాజును చేస్తున్నాను. మిగిలిన సరిహద్దులలోని దేశాన్ని మీ అన్నలు పరిపాలించు కుంటారు. క్రోధ గుణం కలవారికంటె క్షమాగుణం కలవారు, అసహిష్ణుల కంటె సహిష్ణులు ఉత్తములు. పశువులకంటె మనుష్యులు; మూర్ఖులకంటె పండితులు శ్రేష్ఠులు, ఎవరయినా తన్ను బాధించినా వారిని తిరిగి బాధించకుండా ఉండడమే ఉత్తమం. ఎందుకంటె బాధింపబడినవారి దుఃఖమే వారిని నాశనం చేస్తుంది. మనసుకు గుచ్చుకునే కటువైన మాటలు నోటివెంట రాకూడదు. అనుచితమైన ఉపాయం చేత శత్రువును కూడా లోబరచుకోకూడదు. పాపాత్ములు ఇతరులకు కష్టం కలిగేలా మాట్లాడతారు. తమ మాటల ఈటెలతో గాఢంగా, దుస్సహంగా, కటువుగా ఇతరులను బాధించేవారు వాగ్రూపంలో ఉన్న పిశాచాన్ని మోస్తూ ఉంటారు కాబట్టి వారిని చూడడం కూడా పాపమే. ప్రత్యక్షంగా గౌరవించడమే కాకుండా పరోక్షంగా కూడా రక్షిస్తూ ఉంటారు సత్పురుషులు. అలాంటి సత్పురుషులుగా మెలగాలి. దుష్టులు కటువుగా మాట్లాడినా, దానిని సహిస్తూ సత్పురుషుల సాంగత్యంతో వారిలాగే ప్రవర్తించాలి. వాగ్బాణాలను ఉక్కిరిబిక్కిరి అయ్యేలా ప్రయోగిస్తే అందులో తడిసినవారు రాత్రింబవళ్లు విచారిస్తూ ఉంటారు. కాబట్టి అలాంటి వాగ్బాణాలు ఎప్పుడూ ప్రయోగించకూడదు. ముల్లోకాలలోను అన్నింటిని మించిన సంపద - సమస్త ప్రాణుల పట్ల, దయ, స్నేహం కలిగి ఉండడం, యథాశక్తిగా అందరికీ ఎంతో కొంత ఇవ్వడం, మధురంగా మాట్లాడడం. సారాంశమేమంటే కటువుగా మాట్లాడకూడదు. మధురంగా మాట్లాడాలి. ఇతరులను గౌరవించాలి. దాన ధర్మాలు చేయాలి ఇతరులనుండి ఏమీ ఆశించకూడదు. ఇదే సచ్చరిత్రకు మార్గం".

యయాతి చెప్పినదంతా విన్నాక ఇంద్రుడు "మహారాజా! మీరు గృహస్థాశ్రమాన్ని ధర్మబద్ధంగా నిర్వహించి, వానప్రస్థాన్ని స్వీకరించారు. మీరు తపస్సులో ఎవరితో తులతూగగలర"ని అడిగాడు. యయాతి "దేవమనుష్య గంధర్వ ఋషులలో నాతో సమానుడైన తపస్వి నాకెక్కడా కనబడలేదు" అన్నాడు. ఇంద్రుడు "అయ్యో! మీకంటె గొప్పవారిని, మీతో సమానులైన వారిని, మీకంటె తక్కువ వారిని అందరినీ మీరు తిరస్కరించారు. మీ నోటితో మీరే మిమ్మల్ని పొగుడుకున్నారు. మీ పుణ్యం అంతా క్షీణించిపోయింది. ఇక్కడ భోగాలకు పరిమితులున్నాయి. ఇక నీవు భూమికి పతనమవుతావు" అన్నాడు. యయాతి "సరే. అందరినీ అవమానించడం వలన నా పుణ్యం క్షీణించిపోతే నేను ఇక్కడినుండి సత్పురుషుల లోకానికి వెళ్తాను" అని కోరగా ఇంద్రుడు అనుమతించాడు.

యయాతి స్వర్గలోకం నుండి చ్యుతుడై అష్టకుడు, ప్రతర్దనుడు, వసుమంతుడు, శిబి తపస్సుచేసే చోటికి వచ్చి పడ్డాడు. అతడు పడుతూండగా చూచిన అష్టకుడు, "మహాత్మా!

ఇంద్రునిలా ప్రకాశించే మీరు క్రిందికి పడడం చూచి ఆశ్చర్యం కలుగుతోంది. పైనుండి పడుతూ ఇంతవరకు వచ్చారు. ఇక్కడ ఆగండి, విషాదమోహాలు విడిచి మీ సంగతి వినిపించండి. ఈ సత్పురుషుల ఎదుట ఇంద్రుడు మిమ్మల్ని ఏమీ చేయలేడు. దీనదుఃఖితులకు సత్పురుషులే పరమాశ్రమము, అదృష్టవశాత్తు మీరు ఇక్కడికి వచ్చారు. మీ దశ ఏమిటో వివరంగా చెప్పండి" అన్నాడు.

యయాతి "నేను సమస్తప్రాణులను తిరస్కరించడం వలన స్వర్గం నుండి భ్రష్టుడనయ్యాను. నాలో గర్వం ఉంది. అది నరకానికి మూల కారణం. సత్పురుషులెప్పుడూ దుష్టులను అనుకరించకూడదు. ధనధాన్యాల చింత వదిలి ఆత్మకు హితమైన దానిని సాధించేవాడే తెలివైనవాడు. ధనం పొంది పొంగిపోకూడదు. విద్వాంసుడు అహంకరించకూడదు. తన తలపులు, ప్రయత్నాలకంటె విధి బలీయమైనదని తెలిసికొని సంతాపం పొందకూడదు. కష్టాలకు కుంగిపోకూడదు. సుఖాలకు పొంగిపోకూడదు. రెండింటిపట్ల సమాన భావంతో ఉండాలి. అష్టకా! నాకు ఇప్పుడు ఏ మోహమూ లేదు. నా మనస్సులో ఎటువంటి అసూయలేదు. విధి విధానానికి ఎదురీదాలనుకోవడం లేదు. అలా అనుకుని సంతుష్టుడినై ఉన్నాను. సుఖదుఃఖాలు శాశ్వతం కావని తెలుసు. ఇక నాకు దుఃఖం ఎలా కలుగుతుంది? "ఏం చేయాలి? ఏం చేస్తే సుఖం కలుగుతుంది" – అనే జంజాటం నుండి విముక్తుడిని అయ్యాను. కనుక దుఃఖం నా దరిదాపులకి కూడా రాదు" అన్నాడు.

అష్టకుడు "అయ్యా! మీరు అనేక లోకాలలో నివసించారు. నారదునిలా ఆత్మజ్ఞానం కలిగి మాటలాడుతున్నారు. మీరు ప్రధానంగా ఏయే లోకాలలో ఉన్నారో చెప్పండి" అని అడిగాడు.

దానికి యయాతి "నేను మొదట భూలోకంలో సార్వభౌముడైన రాజును. వేయి సంవత్సరాలు మహర్లోకంలో ఉన్నాను. తరువాత వందయోజనాల పొడవు, అంతే వెడల్పు గల, సహస్రద్వారాలతో కూడిన ఇంద్రనగరంలో వేయి వర్షాలు ఉన్నాను. ఆపై వేయి ఏండ్లు ప్రజాపతి లోకం వెళ్లి అక్కడ ఉన్నాను. నందనవనంలో స్వర్గభోగాలు అనుభవిస్తూ లక్షల సంవత్సరాలు నివసించాను. అక్కడ సుఖాసక్తుడనై పుణ్యం క్షీణించిపోగా భూమి మీదికి జారిపోతున్నాను. ధనం తరిగిపోయినపుడు బంధువర్గం ఎలా వదిలివేస్తారో, పుణ్యం క్షీణించి పోతే ఇంద్రాది దేవతలు అలాగే పరిత్యజిస్తారు.

అష్టకుడు "రాజా! ఏ కర్మలను అనుష్ఠించడం ద్వారా మానవులు ఉత్తమలోకాలు పొందుతారు? తపస్సుతోనా? జ్ఞానం తోనా?' అని ప్రశ్నించాడు.

యయాతి చెప్పసాగాడు – "స్వర్గానికి ఏడు ద్వారాలున్నాయి. అవి దానం, తపస్సు, శమము, దమము, లజ్జ, మృదుత్వము, అందరిమీద దయ – అనేవి. గర్వం వలన తపస్సు క్షీణించిపోతుంది, పాండిత్య గర్వంతో పొంగిపోతూ, ఇతరుల కీర్తిని నష్టపరచాలనుకునేవాడికి ఉత్తమలోకాలు కలుగవు. అతని పాండిత్యం అతనికి మోక్షాన్ని ఇవ్వజాలదు. అగ్నిహోత్రం, మౌనం, వేదాధ్యయనం, యజ్ఞం – ఈ నాలుగూ భయాన్ని పారదోలడానికి సాధనాలు. అహంకారంతో అనుచితంగా వీటిని అనుష్ఠిస్తే భయకారణాలు అవుతాయి. సమ్మానం సుఖమని, అవమానం దుఃఖమని అనుకోకూడదు. ఇటువంటి వారినే లోకంలో సత్పురుషులు గౌరవిస్తారు. దుష్టులపట్ల శిష్టుల ఆలోచనలు నిరర్థకం. "నేను దానంచేస్తున్నాను. నేను యజ్ఞం చేస్తున్నాను. నేను చదువుతాను. నేను ప్రతిజ్ఞ చేస్తున్నాను" ఇలాంటి భయాన్ని కలిగించే మాటలు విడిచిపెట్టడం శ్రేయస్కరం.

అష్టకుడు "బ్రహ్మచారి, గృహస్థుడు, వానప్రస్థుడు, సన్యాసి- ఏ ధర్మాలను పాటించడం ద్వారా మరణానంతరం సుఖంగా ఉంటారు?" అని ప్రశ్నించాడు.

యయాతి "బ్రహ్మచారి అయినవాడు గురువు యొక్క ఆజ్ఞానుసారంగా అధ్యయనం చెయ్యాలి. చెప్పకుండానే గురుసేవ చేయాలి. గురువు కంటె ముందుగా మేలుకోవాలి. అతడు నిద్రించిన తరువాత నిద్రపోవాలి. మధురస్వభావం కలిగి ఉండాలి. ఇంద్రియాలను జయించినవాడు, ధైర్యశాలి, జాగరూకుడు, పొరపాటులు చేయనివాడుగా ఉండాలి. ఇలాంటి వాడు శీఘ్రంగా సిద్ధిపొందుతాడు. గృహస్థుడైనవాడు ధర్మానుకూలంగా ధనం సంపాదించి యజ్ఞాలు చేస్తూ, అతిథులకు పెడుతూ ఎవరయినా ఏదైనా ఇచ్చినపుడే తీసుకుంటూ ఉన్నపుడు నిజమైన గృహస్థు అనిపించుకుంటాడు. వానప్రస్థంలో ఉన్నవాడు స్వయంగా తెచ్చుకున్న ఫలమూలాలతో జీవనం సాగించాలి. పాపం చేయకూడదు. ఇతరులకు ఎంతోకొంత ఇస్తూ ఉండాలి. ఎవరికీ కష్టం కలిగించకూడదు. కొద్దిగా తింటూ నియమితమైన పనులే చేయాలి. ఇట్టివాడు శీఘ్రంగా సిద్ధిని పొందుతాడు. సన్యాసి అయినవాడు ఉపన్యాసాలు, వైద్యం, శిల్పాదులు -- మొదలైన ఏ కళాకౌశలంతోను జీవిక కొనసాగించకూడదు. సమస్త సద్గుణాలు కలిగి జితేంద్రియుడై అసంగుడై ఉండాలి. ఎవరి

ఇంట్లోనూ ఉండకూడదు- కొంచెంతోనే కాలం గడుపుకోవాలి. అనేక దేశాలలో ఒంటరిగా, వినయంగా తిరుగుతూ ఉండాలి. అతడే నిజమైన సన్యాసి" అని చెప్పాడు. ఈ రీతిగా అనేకరకాలుగా సంభాషించుకున్న తరువాత యయాతి "దేవతలు తొందరపెడుతున్నారు. నేను ఇక అడుగు మోపుతాను ఇంద్రుని వరం వలన మీ వంటి సత్పురుషుల సాంగత్యం లభించింది" అన్నాడు.

అష్టకుడు "మహాత్మా! స్వర్గంలో నాకెన్ని ఉత్తమలోకాలు ప్రాప్తిస్తాయో, అంతరిక్షంలో, సుమేరుపర్వత శిఖరాల మీద ఎక్కడయినా సరే నా పుణ్యకర్మలకు ఫలస్వరూపమైనది - అదంతా నేను నీకు ధారపోస్తాను. మీరు క్రిందపడరు" అన్నాడు.

యయాతి "నేను బ్రాహ్మణుడిని కానుకదా! దానం ఎలా ప్రతిగ్రహిస్తాను? పూర్వం ఇలాంటి దానాలు నేనూ అనేకం చేసి ఉన్నాను" అన్నాడు. ప్రతర్దనుడు తాను కూడా అంతరిక్షంలో స్వర్గలోకంలో ఆయాలోకాలలో తనకు ప్రాప్తించేదంతా యయాతికి ఇస్తానని, అతడు పడిపోడని స్వర్గానికి వెళ్తాడని అన్నాడు. యయాతి ఏ రాజు కూడా తనకు సమస్కంధుడైన వ్యక్తినుండి దానం గ్రహించడని క్షత్రియుడై ఉండి దానం గ్రహించడం అధమమని, ఇంతవరకు ఏ ఉత్తమ క్షత్రియుడు అలా చేయలేదని, తాను మాత్రం ఎలా చేస్తానని ప్రశ్నించాడు. వసుమంతుడు "రాజా! నా ఉత్తమలోకాలన్నీ నీకు ధారపోస్తాను మీరు దానిని దానంగా భావించి సందేహిస్తే, ఒక గడ్డిపరకను దీనికి బదులుగా ఇచ్చి కొనుగోలు చేయండి" అన్నాడు. యయాతి "ఈ క్రయవిక్రయాలన్నీ మిథ్యయే. నేను ఇలాంటి మిథ్యాచారాన్ని ఎన్నడూ చేయలేదు. సత్పురుషుడైనవాడెవడూ ఇలా చేయడు నేను ఎలా చేస్తాను?" అని తిరస్కరించాడు. శిబి "మహారాజా! నేను ఔశీనరుడైన శిబిని. మీరు ఇలాంటి క్రయవిక్రయాలు చేయడానికి ఇష్టపడకపోతే నా పుణ్యఫలాన్ని స్వీకరించండి. నేను మీకు వాటిని కానుకగా ఇస్తాను. మీరు దానిని స్వీకరించకపోయినా నేను మాత్రం తిరిగి తీసుకోను" అన్నాడు. యయాతి అతనిని ప్రతిభావంతుడని పొగుడుతూనే ఇతరుల పుణ్యఫలాన్ని తాను అనుభవించజాలనన్నాడు. అష్టకుడు తిరిగి "సరే మహారాజా! మీరు విడివిడిగా మా పుణ్యలోకాలు తీసుకోకపోతే సమష్టిగా అందరివీ తీసుకోండి. మేము మా పుణ్యాలన్నీ మీకు ఇచ్చివేసి నరకలోకానికి పోవడానికి కూడా సిద్ధంగా ఉన్నాము" అన్నాడు. యయాతి "నాయనాలారా! మీరు నా స్వభావానికి తగినట్లుగా ప్రయత్నం చేయండి. సత్పురుషులు సత్యపక్షపాతులు. నేను ఎప్పుడూ చేయనిదానిని ఇప్పుడు ఎలా చేస్తాను?" అని ప్రశ్నించాడు. అష్టకుడు "మహారాజా! ఆకాశంలో ఈ అయిదు బంగారు రథాలు ఎవరికోసం ఎదురుచూస్తున్నాయి? ఇవే పుణ్యలోకాలకు తీసుకువెళ్తాయా? అని అడిగారు.

యయాతి "అవును నాయనా! ఈ బంగారు రథాలు మిమ్మల్ని పుణ్యలోకాలకు తీసుకువెళ్లడానికి వచ్చాయి" అన్నాడు. అంతట అష్టకుడు "మహాత్మా! మీరు వీనినెక్కి స్వర్గానికి వెళ్లండి. మేము సమయం చూసుకుని వస్తాము" అన్నాడు. యయాతి "మనందరం స్వర్గంమీద విజయం సాధించాము. కాబట్టి మనందరం కలిసే స్వర్గానికి వెళ్దాము. స్వర్గం యొక్క ప్రశస్తమైన దారి కనబడుతోంది. చూడండి" అన్నాడు. వారందరి యొక్క దానాన్ని పరిగ్రహించకపోవడం వలన యయాతి కూడా స్వర్గానికి అధికారి అయ్యాడు. కాబట్టి అందరూ రథాలెక్కి స్వర్గానికి వెళ్లారు. ఆ సమయంలో వారి ధర్మతేజస్సు చేత స్వర్గం, ఆకాశం ప్రకాశవంతమయ్యాయి. శిబి రథం అన్నింటికంటె ముందుండడం చూచి అష్టకుడు యయాతిని "రాజా! ఇంద్రుడు నా ప్రియమిత్రుడు,నేనే అందరికంటె ముందుగా ఇంద్రుని చేరదామనుకున్నాను కాని శిబి రథం ముందుకుసాగుతోంది ఎందుకు?" అని అడిగాడు. యయాతి "శిబి తనసర్వస్వాన్ని సత్పురుషులకు దానం చేశాడు. దానం, తపస్సు, సత్యం, ధర్మం, హ్రీ, శ్రీ, క్షమ, సౌమ్యత, సేవాతత్పరత - ఈ అన్ని గుణాలూ శిబిలో ఉన్నాయి. ఇన్ని ఉన్నా గర్వం మాత్రం అతనిని తాకనైనా లేదు. కనుకనే అతడు అందరికంటె ముందున్నాడు" అని వివరించాడు. అప్పుడు అష్టకుడు "రాజా! మీరు సత్యం చెప్పండి. మీరెవరు? ఎవరి కుమారులు? మీ వంటి త్యాగిని బ్రాహ్మణులలోగాని క్షత్రియులలోగాని వినియుండలేదు" అని అడిగాడు. యయాతి సమాధానమిస్తూ "నేను నహుష చక్రవర్తి కొడుకు యయాతిని. నా కొడుకు పూరుడు. నేను సార్వభౌముడైన చక్రవర్తిని. నీకు రహస్య విషయం చెప్తున్నాను. మీరంతా నావాళ్లే, మీకు నేను మాతామహుడిని" అని చెప్పాడు. ఈ విధంగా వారు సంభాషించుకుంటూ స్వర్గానికి వెళ్లారు.

పూరువంశ వర్ణనము

జనమేజయుడు వైశంపాయనునితో "దేవా! పూరువంశంలోని కీర్తికాయులైన రాజుల వంశ క్రమం వినాలని ఉంది. ఈ వంశంలో శీలంగాని, సామర్థ్యం గాని, సంతానం

గాని లేనివారెవరూ లేరని నేను అనుకుంటున్నాను" అన్నాడు.

వైశంపాయనుడు "సరే. వ్యాసమహర్షి మీ వంశక్రమాన్ని నాకు చెప్పారు. అదే నేను నీకు చెప్తాను. దక్షుడు, అదితి, వివస్వంతుడు, మనువు, ఇల, పురూరవుడు, ఆయువు, నహుషుడు, యయాతి క్రమంగా జన్మించారు. యయాతికి దేవయాని, శర్మిష్ఠ అని ఇద్దరు భార్యలు. దేవయానికి యదుతుర్వసులు, శర్మిష్ఠకు ద్రుహ్యాను, పూరులు జన్మించారు. యదువు వలన యాదవులు, పూరుని నుండి పౌరవులు వచ్చారు. పూరునికి కౌసల్యవలన జనమేజయుడు జన్మించాడు. అతడు మూడు అశ్వమేధాలు ఒక విశ్వజిద్యాగం చేశాడు. జనమేజయునికి అనంత వలన ప్రచిన్వానుడు, అతనికి అశ్మకి వలన సంయాతి, సంయాతికి వరాంగివలన అహంయాతి పుట్టారు. అహంయాతికి భానుమతి అనే భార్య వలన సార్వభౌముడనే వాడు, అతనికి పత్ని అయిన సునంద వలన జయత్సేనుడు, అతనికి సుశ్రవ వలన అవాచీనుడు, అవాచీనునికి మర్యాద వలన అరిహుడు, అతనికి ఖల్వాంగి వలన మహాభౌముడు, మహాభౌమునికి సుయజ్ఞ వలన అయుతనాయి అతనికి కామవలన అక్రోధనుడు, అతనికి కరంభవలన దేవాతిథి, అతినికి మర్యాద వలన అరిహుడు, అరిహునికి సుదేవ వలన ఋక్షుడు జన్మించారు.

ఋక్షునికి జ్వాలయందు మతినారుడు జన్మించాడు. అతడు సరస్వతీ తీరంలో సర్వగుణసంపన్నమైన యజ్ఞం చేశాడు. యజ్ఞం చేసిన పిదప సరస్వతి అతనిని వరించింది. ఆమెకు తంసువు జన్మించాడు. అతనికి కాళింగి వలన ఈలినుడు, ఈలినుకి రథంతరి వలన దుష్యంతుడు మొదలైన అయిదుగురు కొడుకులు పుట్టారు. దుష్యంతునికి శకుంతల వలన భరతుడు, అతనికి సునందవలన భుమన్యువు, అతనికి విజయ వలన సుహోత్రుడు, అతనికి సువర్ణవలన హస్తి అనేవారు జన్మించారు. హస్తి పేరిట హస్తినాపురం వెలిసింది. హస్తికి యశోధర అనే భార్య వలన వికుంఠనుడు, వికుంఠనునికి సుదేవ వలన అజమీఢుడు జన్మించారు. అజమీఢునికి చాలమంది భార్యలు, వారి వలన నూట ఇరవై నాలుగుమంది కొడుకులు పుట్టారు. వారు అందరూ అనేక వంశాలను విస్తరింపచేశారు. అందులో భరతవంశ ప్రవర్తకుడు సంవరణుడనే రాజు. అతనికి తపతి వలన కురువు జన్మించాడు. కురువు భార్య శుభాంగి. ఆమెకు విదూరథుడు పుట్టాడు. విదూరథునికి సంప్రియవలన అనశ్వుడు, అనశ్వునికి అమృతవలన పరీక్షిత్తు; అతనికి సుయశ వలన భీమసేనుడు, అతనికి కుమారి వలన ప్రతిశ్రవుడు, అతనికి ప్రతీపుడు ఉదయించారు. ప్రతీపునికి సునంద వలన ముగ్గురు కొడుకులు పుట్టారు. వారు దేవాపి, శాంతనుడు, బాహ్లీకుడు. దేవాపి బాల్యంలోనే తపస్సు చేయడానికి వెళ్లిపోయాడు. శంతనుడు రాజు అయ్యాడు. అతడు తన రెండు చేతులతో తాకితే వృద్ధుడు కూడా యువకుడై సుఖంగా ఉండేవాడు. అందుకనే అతనికి శాంతనుడని పేరువచ్చింది. శంతనునికి భాగీరథి అయిన గంగ వలన దేవవ్రతుడు జన్మించాడు. ఇతడే భీష్మునిగా లోక ప్రసిద్ధుడయ్యాడు. భీష్ముడు తండ్రిని సంతోషపెట్టడానికి అతనికి సత్యవతితో వివాహం జరిపించాడు. ఆమెకు విచిత్రవీర్యుడు, చిత్రాంగదుడు అని ఇద్దరు కొడుకులు పుట్టారు. చిత్రాంగదుడు చిన్నతనంలోనే గంధర్వునితో జరిగిన యుద్ధంలో చనిపోయాడు. విచిత్రవీర్యుడు రాజయ్యాడు. అతనికి అంబిక, అంబాలిక అని ఇద్దరు భార్యలు, అతడు సంతానం కలగకుండానే మరణించాడు. అతని తల్లి సత్యవతి దుష్యంతుని వంశం అంతరించిపోతుందని భయపడింది. ఆమె వ్యాసుని స్మరించింది. అతడు రాగానే "నీ సోదరుడు విచిత్ర వీర్యుడు సంతానం లేకుండానే మరణించాడు. అతని వంశాన్ని రక్షించు" అని చెప్పింది. వ్యాసుడు తల్లి ఆజ్ఞను శిరసావహించి అంబికకు ధృతరాష్ట్రుని, అంబాలికకు పాండురాజును, వారి దాసికి విదురుని ప్రసాదించాడు. వ్యాసుని వరం వలన ధృతరాష్ట్రునికి వందమంది కొడుకులు కలిగారు. వారిలో దుర్యోధనుడు, దుశ్శాసనుడు, వికర్ణుడు, చిత్రసేనుడు – అనే నలుగురు ప్రధానులు, పాండుని భార్య కుంతికి యుధిష్ఠిర భీమసేన అర్జునులనే ముగ్గురు కొడుకులు, రెండవ భార్య మాద్రికి నకుల సహదేవులు కలిగారు. ఈ ఐదుగురు ద్రుపదరాజు కూతురు ద్రౌపదిని వివాహమాడారు. ద్రౌపది వలన వీరికి క్రమంగా ప్రతివింధ్యుడు, సుతసోముడు, శ్రుతకీర్తి, శతానీకుడు, శ్రుతకర్మ అనేవారు జన్మించారు.

యుధిష్ఠిరునికి దేవిక అనే మరొక భార్య వలన యౌధేయుడు పుట్టాడు. భీమసేనునికి కాశీరాజ పుత్రి అయిన జలంధర వలన సర్వగుడు అనే కొడుకు, అర్జునునకు శ్రీకృష్ణుని సోదరి అయిన సుభద్ర వలన అభిమన్యుడు పుట్టారు. అభిమన్యుడు గొప్ప గుణవంతుడు – కృష్ణునికి ప్రీతిపాత్రుడు. నకులునకు కరేణుమతి వలన నిరమిత్రుడు, సహదేవునికి విజయవలన సుహోత్రుడు జన్మించారు. భీమసేనునకు వీరందరికంటె ముందు హిడింబ వలన ఘటోత్కచుడు

జన్మించాడు. ఈ రీతిగా పాండవుల కొడుకులు పదకొండుమంది, అయినా అభిమన్యునివలన మాత్రమే వంశం విస్తరించింది. ఇతడు కాకుండా అర్జునునకు ఉలూపి వలన ఇరావంతుడు, చిత్రాంగదవలన బభ్రువాహనుడు ఉదయించారు. వీరిద్దరూ తమ మాతామహుల ఇళ్లవద్దనే ఉండి వారికి ఉత్తరాధికారులయ్యారు. అభిమన్యుడు విరాటకన్య ఉత్తరను వివాహమాడాడు. ఈమె గర్భం నుండి మృతశిశువు జన్మించాడు. అతనిని శ్రీకృష్ణుడు బ్రతికించాడు. అతడు అశ్వత్థామ అస్త్రం వలన చనిపోయాడు. కురువంశం పరిక్షీణించిపోయే దశలో పుట్టాడు కాబట్టి అతడు పరీక్షితుడనే పేరుతో ప్రసిద్ధికెక్కాడు. పరీక్షితుని భార్య మద్రవతి. పుత్రులు మీరే (జనమేజయుడు) మీకు వపుష్టమయందు శతానీకుడు, శంకుకర్ణుడు అని ఇద్దరు కొడుకులు కలిగారు. శతానీకునకు కూడా అశ్వమేధదత్తుడనే కొడుకు పుట్టాడు. ఈ రీతిగా నీకు పూరువంశ క్రమాన్ని నీవడిగినదానికి సమాధానంగా చెప్పాను" అన్నాడు వైశంపాయనుడు.

గంగా శంతనుల వివాహము - భీష్ముడు యువరాజగుట

వైశంపాయనుడు చెప్తున్నాడు - జనమేజయా! ఇక్ష్వాకు వంశంలో మహాభిషుడనే గొప్ప పరాక్రమం కల సత్యనిష్ఠ గల రాజు ఉన్నాడు. అతడనేక అశ్వమేధ యాగాలు, రాజసూయాలు చేసి స్వర్గాన్ని పొందాడు. ఒకరోజున దేవతలు, రాజర్షులతో పాటు మహాభిషుడు కూడా బ్రహ్మ దేవుని కొలువులో ఉన్నాడు. అప్పుడు గంగాదేవి కూడా అక్కడకు వచ్చింది. గాలికి ఆమె వస్త్రం కొంత తొలగింది. సభలో ఉన్నవారంతా ముఖాలు క్రిందికి దించుకున్నారు. కాని మహాభిషుడు మాత్రం ఆమెను నిస్సంకోచంగా చూస్తూ ఉండిపోయాడు. బ్రహ్మ కోపించి మహాభిషుని మర్త్యలోకంలో పుట్టమని ఏ గంగనయితే అతడు చూశాడో ఆమెయే అతనికి అప్రియం చేస్తుందని, ఇతడు ఎప్పుడు ఆమెపై కోపగిస్తాడో అప్పుడు శాపావసానం అవుతుంది అని ఆజ్ఞాపించాడు.

మహాభిషుడు బ్రహ్మ ఆజ్ఞను శిరసావహించి, భూలోకంలో పూరువంశీయుడైన ప్రతీపుడనే రాజుకు కొడుకుగా పుట్టాలని నిశ్చయించుకున్నాడు. గంగ బ్రహ్మకొలువు కూటం నుండి వస్తూంటే దారిలో వసువులు కనపడ్డారు. వారు కూడా వసిష్ఠుని శాపం వల్ల కళ తప్పి ఉన్నారు. వారికి మనుష్యయోని యందు పుట్టాలని శాపం ఉంది. గంగ వారితో మాట్లాడి సంగతి తెలుసుకుని వారిని తన గర్భంలో ధరించడానికి, పుట్టినవెంటనే ముక్తులను చేయడానికి అంగీకరించింది. ఆ అష్టవసువులు తమ తమ ఎనిమిదవ అంశంతో ఒక పుత్రుని మర్త్యలోకంలో ఉండేలా, మాట ఇచ్చారు. కాని అతడు అపుత్రకుడు అవుతాడని చెప్పారు.

ఇక్కడ పూరువంశపురాజు ప్రతీపుడు తన భార్యతో కలిసి గంగాద్వారం దగ్గర తపస్సు చేస్తున్నాడు. ఒకరోజున గంగాదేవి మనోహరాకారంతో అతని చెంతకు వచ్చింది. ప్రతీపుడు ఆమెతో మాట్లాడి, తనకు పుట్టబోయే పుత్రునికి భార్యవు కమ్మని అడిగాడు. గంగ అంగీకరించింది. ప్రతీపుడు భార్యతో కలిసి పుత్రప్రాప్తికోసం గొప్ప తపస్సు చేశాడు. పెద్ద వయసులో అతనికి మహాభిషుడు కొడుకుగా పుట్టాడు. ప్రతీపుడు శాంతుడై ఉండగా అతని వంశం శాంతమై ఉండగా పుట్టడం వల్ల అతనికి "శాంతనుడు" అనే పేరు వచ్చింది. శంతనునికి యౌవనం రాగానే తండ్రి అతనిని పిలిచి "నీ వద్దకు ఒక దివ్యస్త్రీ పుత్రార్థినియై వస్తుంది. ఆమెను గురించిన వివరాలేమీ అడగకు. ఆమె ఏమి చేసినా అడ్డు చెప్పకు" అని చెప్పాడు. శంతనునికి రాజ్యాభిషేకం చేసిన తరువాత ప్రతీపుడు అడవికి వెళ్లిపోయాడు.

ఒకరోజు శంతనుడు వేటాడుతూ గంగాతీరానికి వెళ్లాడు. అక్కడ అతనికి లక్ష్మీదేవిలా ప్రకాశిస్తున్న ఒక అతిలోకసుందరి కనిపించింది. ఆమె రూపలావణ్యాలు చూసి అతడు అబ్బురపడ్డాడు. శరీరం పులకించింది. కళ్లతో జుర్రుకుంటున్నట్లుగా ఆమెకేసి చూడసాగాడు. ఆమెకు కూడా అతనిని చూడగానే మనసులో ప్రేమ పొంగింది. శంతనుడు ఆమె ఎవరని అడుగుతూనే తన్ను పతిగా స్వీకరించమని వేడుకున్నాడు. ఆ దివ్య సుందరి "రాజా! నీకు భార్యను కావడం నాకిష్టమే. కాని నేను చెప్పే నియమం నీవు పాటించాలి. నేను మంచి చేసినా చెడు చేసినా నీవు నన్ను అడ్డుకోకూడదు. నాకు వ్యతిరేకంగా మాటలాడకూడదు. ఈ నియమం నీవు పాటించినంత కాలం నీ దగ్గర నేను ఉంటాను. నీవు నన్ను ఆటంకపరిచినా, కటువుగా మాట్లాడినా తక్షణమే నిన్ను విడిచి వెళ్లిపోతాను" అన్నది. రాజు అందుకు అంగీకరించాడు. గంగాదేవి సంతోషించింది. రాజు ఆమె వివరాలేమీ అడగలేదు.

గంగాదేవి తన శీల సదాచారాలతో రూపసౌందర్యాలతో, ఉదారబుద్ధితో, సద్గుణాలతో సేవిస్తూంటే రాజర్షి శంతనుడు చాలా ఆనందంగా కాలం గడుపుతున్నాడు. ఆ ఆనందంలో

అతనికి ఎన్ని సంవత్సరాలు గడిచిపోయాయో కూడా తెలియలేదు. గంగా దేవికి అప్పటికి ఏడుగురు కొడుకులు పుట్టారు. కాని పుట్టిన వెంటనే వారిని "నీకిష్టమైన పనే చేస్తున్నాను" అంటూ గంగా ప్రవాహంలో వదిలిపెట్టేసేది. శంతనునికి ఇదంతా చూస్తూ కష్టంగా ఉన్నా ఆమె ఎక్కడ తన్ను వదలి వెళ్లిపోతుందో అనే భయంతో ఏమీ మాట్లాడలేకపోయేవాడు. ఏడుగురు కొడుకులకూ ఇదే గతి పట్టింది. ఎనిమిదవ వాడు పుట్టినపుడుకూడా ఆమె నవ్వుతూనే ఉంది. రాజుకు చాలా దుఃఖం కలిగింది. ఆ పుత్రుడు తనకు దక్కాలనే కోరిక కలిగింది. అప్పుడు అతడు "నీవెవరివి? ఎవరికూతురవు? ఈ పిల్లలను ఎందుకు చంపుతున్నావు? పుత్రఘాతినీ! ఇది గొప్ప పాపం" అన్నాడు. అందుకామె "పుత్రేచ్ఛ కలిగిన రాజా! తీసుకో నీ ఈ బిడ్డను నేను చంపడం లేదు నా నియమం ప్రకారం నేను ఇంక ఇక్కడ ఉండలేను. నేను జహ్నుముని కూతురిని గంగను. నన్ను గొప్ప గొప్ప ఋషులందరూ సేవిస్తూంటారు. దేవతల కార్యం సిద్ధించడానికే నేను నీ దగ్గర ఇన్నాళ్లు ఉన్నాను. నాకు పుట్టిన ఈ ఎనమండుగురూ అష్టవసువులు. వశిష్టమహాముని శాపకారణంగా వారు భూలోకంలో జన్మించవలసి వచ్చింది. వీరికి నాకంటె, నీకంటె మంచి తల్లితండ్రులు భూలోకంలో ఎక్కడా దొరకరు. వసువులకు తండ్రి అవడం వలన నీకు అక్షయలోకాలు కలుగుతాయి. పుట్టినవెంటనే విముక్తి కలిగిస్తానని నేను వారికి మాట ఇచ్చాను. అందుకోసమే అలా చేశాను. వారు శాపవిముక్తులయ్యారు. ఇక నేను వెళ్తున్నాను. ఇతడు వసువుల యొక్క ఎనిమిదవ అంశము. ఇతనిని నీవు రక్షించు" అన్నది.

శంతనుడు- వసిష్ఠుడు ఎవరు? అతడు వసువులకు ఎందుకు శాపం ఇచ్చాడు? ఇతడు మనుష్యలోకంలోనే ఉండిపోతగినంత పని ఏమి చేశాడు? వసువులు మనుష్యయోనిలోనే ఎందుకు జన్మించారు? ఇవన్నీ నాకు వివరంగా చెప్పు" అని అడిగాడు. గంగాదేవి చెప్పసాగింది- "లోక ప్రసిద్ధుడైన వశిష్ఠుడు వరుణుని కొడుకు. మేరుపర్వత సమీపంలో అతని అందమైన, పవిత్రమైన సుఖకరమైన ఆశ్రమం ఉంది. అక్కడ ఆయన తపస్సు చేసుకుంటూ ఉంటాడు. కామధేనువు పుత్రి నందినీ ధేనువు అతనికి యజ్ఞహవిష్యాన్ని ఇవ్వడానికి అక్కడే ఉంటుంది. ఒకసారి పృథువు మొదలైన వసువులందరూ భార్యలతో కలిసి ఆ వనానికి వచ్చారు. ఒక వసువు యొక్క భార్య కోరిన కోరికలు తీర్చే నందినీ ధేనువును చూసింది. ఆమె తన భర్త అయిన ద్యునామకుడైన వసువుకు ఆ నందినీ ధేనువును చూపింది. ఆ వసువు అది వసిష్ఠమునిదని, సర్వోత్తమమైనదని, దాని పాలు తాగిన మనుష్యులు వేయి ఏళ్లవరకు జీవించి ఉంటారని చెప్పాడు. అప్పుడామె తన స్నేహితురాలి కోసం అది తనకు కావాలని, దానిని హరించి తెమ్మని అడిగింది. ఆమె మాట విని అతడు మిగిలిన వసువులనందరిని పిలిచాడు. అందరూ కలిసి ఆ గోవును తోలుకుపోయారు. ఆ సమయంలో వారికి - వసిష్ఠుడు గొప్ప తపశ్శాలి అని, తమకు శాపం ఇచ్చి దేవత్వాన్ని లేకుండా చేస్తాడనే ఆలోచనే లేకపోయింది.

వసిష్ఠ మహర్షి పళ్లు- పూలు తీసుకుని ఆశ్రమానికి వచ్చి, వనమంతా గాలించినా దూడ నందినీ ధేనువు ఎక్కడా కనపడలేదు. అతడు దివ్యదృష్టితో చూచి వసువులకు మనుష్య జన్మ కలుగుతుందని శాపం ఇచ్చాడు. తపస్సంపన్నుడు, ప్రభావశాలి అయిన వశిష్ఠుడు తమకు శాపం ఇచ్చాడని తెలుసుకున్న వసువులు అతడిని ప్రసన్నం చేసుకోవడానికి నందినీ ధేనువును తీసుకుని అతని ఆశ్రమానికి వచ్చారు. వసిష్ఠుడు "నేను మీ అందరికీ శాపం ఇచ్చాను. ఏడాదికొక్కరు చొప్పున అందరూ శాపవిముక్తులు అవుతారు. కాని ఈ ద్యునామకుడైన వసువు మాత్రం తన కర్మఫలాన్ని అనుభవించడానికి మనుష్యలోకంలో చాలా రోజులు ఉంటాడు. నేను పలికిన మాటలు ఎన్నడూ అసత్యం కావు. ఈ వసువుకు సంతానం మాత్రం కలుగదు. తండ్రి ఆనందం కోసం అతని మేలు కోరి, స్త్రీపొందుకూడా త్యజిస్తాడు". అని అనుగ్రహించాడు. వసిష్ఠుని మాటలు విని అందరూ నావద్దకు వచ్చి పుట్టగానే మమ్మల్ని నీటిలో వేయమని ప్రార్థించారు. నేనూ అంగీకరించి అలాగే చేశాను. ఈ చివరి శిశువు ఆ ద్యునామకుడైన వసువే. ఇతడు మనుష్యలోకంలో చిరకాలం ఉంటాడు" అని చెప్పి గంగ కుమారుని తీసుకుని అంతర్ధానమైపోయింది.

జనమేజయా! శంతను మహారాజు గొప్ప మేధావి, ధర్మాత్ముడు, సత్యనిష్ఠుడు గొప్ప గొప్ప రాజర్షులు, దేవర్షులు అతనిని గౌరవిస్తూ ఉండేవారు. ఇంద్రియనిగ్రహం, దానం, క్షమ, జ్ఞానం, సంకోచం, ధైర్యం, పరాక్రమం ఇవన్నీ స్వభావసిద్ధంగానే అతనిలో ఉన్నాయి. ధర్మనీతిలో, అర్థనీతిలో మిక్కిలి నిపుణుడు. అతడు కేవలం భరతఖండం వారినే కాదు; యావత్ప్రజలను ఏకత్రితం చేసి రక్షిస్తూ ఉండేవాడు. అతని నడవడిక చూచి ప్రజలందరూ ధర్మమే అర్థకామాలను మించినది అని నిశ్చయంగా తెలుసుకున్నారు. ఆ రోజులలో

ధార్మికులలో అగ్రేసరుడు అతడే. ప్రజలందరూ దుఃఖాలు, భయాలు, బాధలు లేకుండా, రాత్రింబగళ్లు సుఖంగా జీవించేవారు. అతని యొక్క ఉదాత్తమైన పరిపాలన వలన ప్రభావితులై ఇతర సామంత రాజులు కూడా యజ్ఞదానాదులు చేయడంలో శ్రద్ధ చూపేవారు. వర్ణాశ్రమ ధర్మాలు క్రమక్రమంగా వృద్ధి పొందసాగాయి. క్షత్రియులు బ్రాహ్మణులను; వైశ్యులు విప్ర క్షత్రియులను; శూద్రులు బ్రాహ్మణక్షత్రియవైశ్యులను ఆసక్తితో సేవించేవారు. హస్తినాపురం రాజధానిగా చేసుకుని శంతనుడు, సమస్త భూమండలాన్ని ఏలుతూ ఉండేవాడు. అతని పాలనాకాలంలో పశువులను, పందులను లేళ్లను చివరికి పక్షులను కూడా ఎవరూ చంపేవారు కారు. అతడు బ్రాహ్మణులను గౌరవిస్తూ వినయంతో రాగద్వేషాలకు లోనుకాకుండా ప్రజలను పరిపాలించేవాడు. దేవతలకు, ఋషులకు, పితరులకు యజ్ఞాలు జరుగుతూ ఉండేవి. దీనులను, అనాథలను, పశుపక్ష్యాదులను రక్షిస్తూ ఉండేవాడు. అందరూ సత్యాన్నే పలికేవారు. దానాలు చేస్తూండేవారు. ముప్పైఆరు ఏళ్లవరకు బ్రహ్మచారిగా ఉంటూ రాజు వనవాసివలెనే జీవించాడు.

ఒకరోజున శంతనుడు గంగాతీరంలో విహరిస్తున్నాడు. ఒకచోట గంగ సన్నగా ప్రవహించడం చూశాడు. అలా ఉండడం చూసి అతనికి చాలా ఆశ్చర్యం కలిగింది. దానికి కారణం వెతుకుతూ ముందుకు వెళ్లాడు. అక్కడ ఒకచోట ఆజానుబాహుడు, సుందరుడు అయిన ఒక కుమారుడు అస్త్రవిద్యను అభ్యసిస్తూ తన బాణాలతో గంగా ప్రవాహాన్ని అడ్డగించడం చూశాడు. ఆ అలౌకిక దృశ్యాన్ని చూచి పరమాశ్చర్యం పొందాడు. ఆ కుమారుని పుట్టినప్పుడు మాత్రమే చూశాడు కనుక గుర్తుపట్టలేకపోయాడు. అతడు శంతనుని మాయామోహితుడిని చేసి అంతర్ధానమైపోయాడు. శంతనుడు ఆ కుమారుని చూపమని గంగను వేడుకున్నాడు. గంగ దివ్యరూపంతో కొడుకు కుడిచేతిని పట్టుకుని అతని ఎదుట ప్రత్యక్షమయింది. వారి అనుపమ సౌందర్యం, దివ్య ఆభూషణాలు, నిర్మలమైన వస్త్రాలు చూసి శంతనుడు గుర్తించలేకపోయాడు. అప్పుడు గంగ "మహారాజా! వీడు నాకు పుట్టిన మీ ఎనిమిదవ కొడుకు. ఇతనిని మీరు మీ రాజధానికి తీసుకువెళ్లండి. ఇతడు వసిష్ఠుని దగ్గర సాంగోపాంగంగా వేదాధ్యయనం చేశాడు. అస్త్రవిద్యాభ్యాసం పూర్తి చేశాడు. యుద్ధాలలో ఇంద్రునితో సమానుడైన శ్రేష్ఠధనుర్ధరుడు. సురాసురులందరూ ఇతనిని గౌరవిస్తారు. శుక్రాచార్యుని శుక్రనీతి, బృహస్పతి నీతి నేర్చుకున్నాడు. పరశురాముని దగ్గర శస్త్రాస్త్రప్రయోగాలు నేర్చుకున్నాడు. ఇతడు ధర్మార్థనిపుణుడు. వీరుడైన ధనుర్ధరుడు. ఇతనిని నీకు అప్పగిస్తున్నాను. నీవెంట తీసుకువెళ్లు" అని చెప్పింది. శంతనుడతనిని తీసుకుని వచ్చి యువరాజుగా పట్టంగట్టి సుఖంగా జీవిస్తున్నాడు. గంగానందనుడైన దేవవ్రతుని సదాచారశీల సంపత్తికి ప్రజలందరూ ఆనందించారు. ఇలా మరొక నాలుగు సంవత్సరాలు గడిచాయి.

భీష్మ ప్రతిజ్ఞ - సత్యవతీ శంతనుల వివాహము

వైశంపాయనుడు కొనసాగిస్తున్నాడు - జనమేజయా! ఒకరోజు శంతనుడు యమునా నదీ తీరారణ్యంలో విహరిస్తున్నాడు. అక్కడ అతనికి ఒక దివ్యపరిమళం సోకింది. ఎక్కడ నుండి ఆ పరిమళం వస్తోందో తెలియలేదు. ఆ పరిమళం జాడ వెతుకుతూ వెళ్లాడు. అక్కడి పల్లెవారిలో దేవతామూర్తి వంటి ఒక కన్య కనిపించింది. అతడామెను నీవెవరి కూతురువని, అక్కడెందుకున్నావని అడిగాడు. ఆమె తాను దాశకన్యనని తండ్రి ఆజ్ఞపై ధర్మార్థం నావ నడుపుతూ ఉంటానని చెప్పింది. ఆమె సౌందర్యానికి, మాటలలోని మాధుర్యానికి, ఆమె ఒడలి సువాసనకు మోహితుడైన శంతనుడు ఆమెను వివాహమాడాలనుకుని ఆమె తండ్రి వద్దకు వెళ్లి యాచించాడు. దాశరాజు "రాజా! ఈ దివ్యకన్య నాకు దొరికినప్పటినుండి ఆమె వివాహం గూర్చి ఆలోచిస్తూనే ఉన్నాను. కాని ఈమె వివాహ విషయంలో నాదొక కోరిక ఉంది. ఈమెను భార్యగా పొందాలంటే మీరు ఒక ప్రతిజ్ఞ చేయాలి. మీరు ఆడినమాట తప్పనివారు. మీ వంటి వరుడు ఇంకొకడు దొరకడు. కాబట్టి మీరు మాట ఇచ్చి ప్రతిజ్ఞ చేస్తే ఈమెను మీకిచ్చి వివాహం చేస్తాను" అన్నాడు. రాజు "ముందు ఆ ప్రతిజ్ఞ సంగతి చెప్పు. ఇవ్వదగినమాట అయితే ఇస్తాను. లేకుంటే లేదు" అన్నాడు. "ఈమెకు పుట్టిన పిల్లవాడే మీ తదనంతరం రాజు కావాలి. ఇంతకు మించి ఏమీ లేదు." అని బదులిచ్చాడు దాశరాజు.

శంతనుడు కామపీడితుడైనా ఆ నియమానికి అంగీకరించ లేకపోయాడు. కామవశుడై ఆ కన్యనే ధ్యానిస్తూ హస్తినాపురం చేరుకొన్నాడు. తండ్రి చింతను గమనించిన దేవవ్రతుడు ఒకరోజు అతనితో "తండ్రీ! రాజులందరూ మీకు వశవర్తులై ఉన్నారు. మీరు సర్వవిధాలా రక్షితులు. అయినా మీరు దుఃఖితులై నిరంతరం ఏమి ఆలోచిస్తున్నారు? నన్ను కలుసుకోకుండా, గుఱ్ఱం ఎక్కి బయటకు కూడా పోకుండా ఉండేంత

చింత మీకు ఏముంది? మీరు చిక్కిపోయారు. మీ ముఖం పాలిపోయింది. దయచేసి మీ బాధ ఏమిటో చెప్పండి. తీరుస్తాను" అని అడిగాడు. శంతనుడు "నిజమే నాయనా! నాకు విచారంగానే ఉంది. మన ఈ మహావంశానికి నీవు ఒక్కడివే వంశోద్ధారకుడవు. నీవు ఎప్పుడూ అస్త్రశస్త్రాలు ధరించి పరాక్రమం చూపుతూ యుద్ధాలు చేస్తూంటావు. లోకంలో అందరూ చనిపోతూనే ఉండడం చూసి నాకు విచారంగా ఉంది. భగవంతుడు అలా చేయడులే. కాని నీకు ఏమైనా ఆపద కలిగితే ఈ వంశం అంతరించిపోతుంది కదా! నిజంగా నీవు వందమంది కొడుకులకంటె గొప్పవాడివే నేనుకూడా (ఊరికే) వివాహాలు ఎన్నో చేసుకోవాలను కోవడం లేదు. అయినా వంశపారంపర్యాన్ని రక్షించాలనే చింత నన్ను వేధిస్తోంది" అని చూచాయగా తన మనో గతాన్ని ఎరిగించాడు. దేవవ్రతుడు తన బుద్ధికుశలతతో బాగా ఆలోచించి, వృద్ధుడైన మంత్రిని గుచ్చి గుచ్చి అడిగి అసలు కారణమైన దాశరాజు పెట్టిన నియమాన్ని గురించి తెలుసుకున్నాడు.

దేవవ్రతుడు పెద్దలు వృద్ధులు అయిన క్షత్రియులను వెంటబెట్టుకొని దాశరాజు నివాసానికి వెళ్లి, అక్కడ తన తండ్రికోసం స్వయంగా కన్యను ఇమ్మని అడిగాడు. దాశరాజు దేవవ్రతునికి ఘనంగా స్వాగత సత్కారాలు చేసి నిండుసభలో ఇలా అన్నాడు. "భరతవంశ శిరోమణీ! శంతనుని వంశాన్ని రక్షించడానికి నీవు ఒక్కడివే చాలు. అయినా కోరుకోదగిన ఈ సంబంధాన్ని వదులుకుంటే ఇంద్రుడంతటివాడు కూడా పశ్చాత్తాప పడవలసి వస్తుంది. ఈ కన్యను కన్నతండ్రి అయిన రాజు మీకు సాటివచ్చేవాడు. అతడు తన కూతురిని శంతనునికే ఇచ్చి వివాహం చేయమని అనేక పర్యాయాలు నాకు కబురు పంపాడు. అందుకే ఈమెను కోరుకున్న అసితుడైన దేవలునికి నేను మొండి సమాధానం ఇచ్చాను. కాని నేను ఈమెను పెంచిన కారణంగా ఒకరకంగా తండ్రినే, కనుకనే చెప్తున్నాను- ఈ సంబంధంలో ఒకే ఒక్క దోషం ఉంది. సత్యవతికి పుట్టిన కొడుకుకి శత్రువైనవాడు చాలా బలవంతుడు. యువరాజా! మీరు శత్రువు అయినపుడు వాడు గంధర్వుడు కానీ, అసురుడు కానీ జీవించి ఉండలేడు. ఇది ఆలోచించే నేను నీతండ్రికి కన్యనివ్వలేదు" దాశరాజు మాటలు విన్న దేవవ్రతుడు క్షత్రియులందరి సమక్షంలో తన తండ్రి కోరికను తీర్చడానికి "దాశరాజా! నేను శపథం చేసి చెప్తున్నాను- ఈమె కడుపున పుట్టిన కొడుకే మన రాజ్యానికి రాజు అవుతాడు. ఇంతకుముందెన్నడూ ఎవరూ చేయని కఠోర ప్రతిజ్ఞ ఇది. బహుశా ఇకముందు కూడా ఎవరూ చేయరేమో' అని ప్రకటించాడు. దాశరాజుకు ఇంకా తృప్తి కలుగలేదు. అతడు - "యువరాజా! సత్యవతి గురించి మీరు చేసిన ప్రతిజ్ఞ మీ వంటివారికి తగినది గానే ఉన్నది. ఈ విషయంలో నాకేమీ సందేహం లేదు. అయినా మీ పుత్రులు సత్యవతీపుత్రుని రాజ్యాన్ని లాక్కుంటే ఎలా అని నా మనసులో కలిగిన సందేహం" అని మరొక అభ్యంతరం లేవనెత్తాడు. అతని ఉద్దేశ్యం గ్రహించిన దేవవ్రతుడు క్షత్రియులందరి సమక్షంలోను "క్షత్రియులారా! నేను నా తండ్రికోసం ఇంతకుముందే రాజ్యాధికారాన్ని వదలుకున్నాను. సంతాన విషయంలో కూడా ఇప్పుడు ఒక నిశ్చయానికి వచ్చాను. ఈరోజు మొదలుకొని అఖండ బ్రహ్మచర్యాన్ని పాటిస్తాను. సంతానం లేకపోయినా నాకు అక్షయలోకాలు ప్రాప్తిస్తాయి" అని ఎలుగెత్తి చెప్పాడు.

దేవవ్రతుని కఠోర ప్రతిజ్ఞ విని దాశరాజుకు శరీరం రోమాంచితమైంది, కన్యను ఇస్తానని ప్రకటించాడు. దేవతలు, ఋషులు, అప్సరసలు దేవవ్రతునిపై పుష్పవృష్టి కురిపించారు. వారంతా అతనిని భీష్మమైన ప్రతిజ్ఞ చేసినందుకు భీష్ముడని పొగిడారు. అనంతరం భీష్ముడు సత్యవతని రథంపై ఎక్కించుకుని హస్తినాపురానికి వచ్చి తండ్రికి అప్పగించాడు. దేవవ్రతుని ఈ భీషణ ప్రతిజ్ఞను గురించి ప్రజలందరూ గుంపులు కూడి, విడివిడిగానూ కూడా ప్రశంసించడం మొదలుపెట్టారు. నిజంగానే ఇతడు భీష్ముడని వారందరూ అన్నారు. భీష్ముడు చేసిన ఈ దుష్కరమైన పనికి తండ్రి ఎంతగానో సంతోషించాడు. అతడు తన పుత్రునికి జీవితేచ్ఛ ఉన్నంతవరకు మృత్యువు అతనినేమీ చేయలేదని, అతని అనుమతితోనే అది తన ప్రభావం చూపుతుందని వరం ఇచ్చాడు. (స్వేచ్ఛామరణం ప్రసాదించాడు).

చిత్రాంగద విచిత్ర వీర్యుల వృత్తాంతము

వైశంపాయనుడు చెప్తున్నాడు - జనమేజయా! శంతనుని భార్య సత్యవతికి చిత్రాంగదుడు, విచిత్రవీర్యుడు అనే ఇద్దరు కొడుకులు కలిగారు. ఇద్దరూ తెలివైనవారు, పరాక్రమవంతులు. చిత్రాంగదుడు బాలునిగా ఉండగానే శంతనుడు స్వర్గస్థుడయ్యాడు. భీష్ముడు సత్యవతి సమ్మతితో చిత్రాంగదుని రాజసింహాసనంపై కూర్చోపెట్టాడు. అతడు తన పరాక్రమంతో రాజులందరినీ ఓడించాడు. అతడు మనుష్యులెవరూ తనకు సాటిరారని భావించాడు. చిత్రాంగదుడు దేవతలను, అసురులను, మనుష్యులను బలపరాక్రమాలలో తనకంటె తక్కువగా చూస్తున్నాడని తెలుసుకున్న గంధర్వ రాజు

చిత్రాంగదుడు అతనిపై దండెత్తాడు. ఆ ఇద్దరు చిత్రాంగదులకు కురుక్షేత్ర మైదానంలో ఘోరమైన యుద్ధం జరిగింది. సరస్వతీ నదీ తీరంలో మూడేళ్లు పోరాటం సాగింది. మాయావి అయిన గంధర్వరాజు చేతిలో చిత్రాంగదుడు మరణించాడు. భీష్ముడు అతనికి పరలోకక్రియలు నిర్వర్తించి, విచిత్రవీర్యుని రాజుగా అభిషేకించాడు. బాలుడైన విచిత్రవీర్యుడు భీష్ముని ఆజ్ఞానుసారంగా పైతృకమైన రాజ్యాన్ని పాలిస్తున్నాడు. విచిత్రవీర్యుడు రాజు. భీష్ముడు రక్షకుడు, విచిత్రవీర్యుడు యౌవనంలో అడుగిడగానే భీష్ముడు అతనికి వివాహం చేయాలనుకున్నాడు. ఆరోజుల్లోనే కాశీరాజు తన కూతుళ్లకు స్వయంవరం ప్రకటించాడని అతనికి తెలిసింది. అతడు తల్లి అనుమతి తీసుకుని ఒక్కడే రథమెక్కి కాశీకి పయనమయ్యాడు. స్వయంవరంలో రాజులను పరిచయం చేసేటపుడు శంతనుకుమారుడైన భీష్ముని ఒంటరివాడని, వృద్ధుడని తలపోసిన సుందరీమణులు అతనిని దాటుకుని ముందుకు సాగిపోయారు. వారు అతనిని వృద్ధునిగా భావించారు. అక్కడ కూర్చున్న రాజులు అందరూ కూడా తమలో తాము నవ్వుకుంటూ ఈ భీష్ముడు బ్రహ్మచారిగా ఉంటానని ప్రతిజ్ఞ చేశాడు. జుట్టు నెరసి శరీరం ముడుతలు పడిన ఈ ముదుసలి సిగ్గువిడిచి ఇక్కడికి ఎందుకు వచ్చినట్లు? అనుకున్నారు. ఇదంతా చూస్తున్న , వింటున్న భీష్మునికి రోషం వచ్చింది. అతడు తన తమ్మునికోసం ఆ కన్యలను బలవంతంగా హరించి రథంపై కూర్చోపెట్టి అక్కడున్న వారితో "క్షత్రియులు, ధర్మజ్ఞులైన మునులు స్వయం వరవివాహాన్ని కొనియాడుతారు. కాని రాజులారా! నేను మీముందే కన్యలను బలవంతంగా అపహరిస్తున్నాను. మీరు మీ సర్వశక్తులను ఒడ్డి నన్ను గెలవండి, లేదా ఓడిపోయి పారిపొండి. నేను మీ ముందు స్థిరంగా నిలబడి ఉన్నాను." అన్నాడు. ఈ విధంగా సమస్తరాజులను, కాశీరాజును కూడా యుద్ధానికి పురికొలిపి కన్యలను తీసుకుని తాను బయలుదేరాడు.

భీష్ముని ఈ మాటలు విని కోపించిన రాజులు అందరూ కయ్యానికి సిద్ధమై పెదవులు కొరుకుతూ అతనిమీద విరుచుకుపడ్డారు. అద్భుతమైన యుద్ధం జరిగింది. అందరూ భీష్మునిమీద ఒక్కసారిగా పదివేల బాణాలు కురిపించారు. కాని అతడు ఒక్కడే వాని నన్నింటిని ఖండించివేశాడు. వారు బాణవృష్టితో అతనిని అడ్డుకోవాలని చూశారు. కాని ఏ ఒక్కరిదీ పనికిరాలేదు. ఆ భయంకర యుద్ధం దేవాసురసం గ్రామాన్ని తలపించింది. భీష్ముడు యుద్ధస్థలిలో వేలకొద్దీ ధనుస్సులను, బాణాలను, ధ్వజాలను, కవచాలను, శిరస్సులను ఖండించాడు. భీష్ముని అపూర్వమైన ఆ హస్తలాఘవాన్ని, శక్తిని చూచి శత్రువులైనా రాజులందరూ ప్రశంసించారు. భీష్ముడు విజయుడై హస్తినాపురానికి తిరిగి వచ్చాడు. అతడు ఆ ముగ్గురు కన్యలను విచిత్రవీర్యునకు సమర్పించాడు. పెళ్లి ఏర్పాట్లు చేశారు. అప్పుడు కాశీరాజు కూతుళ్లలో పెద్దది అయిన అంబ భీష్మునితో "భీష్మా! నేను ఇంతకుముందే సాళ్వరాజును నా మనసులో పతిగా భావించుకున్నాను. ఇందుకు నాతండ్రి కూడా సమ్మతించాడు. నేను స్వయంవరంలో కూడా అతనినే ఎన్నుకున్నాను. మీరు ధర్మజ్ఞులు నా ఈ మాటను చిత్తగించి ధర్మానుసారంగా నడవండి" అన్నది. భీష్ముడు బ్రాహ్మణులతో ఆలోచించి అంబను ఆమె ఇష్టానుసారంగా వెళ్లమని అనుమతించాడు. మిగిలిన అంబిక, అంబాలికలను ఇద్దరిని విచిత్రవీర్యునకిచ్చి వివాహం జరిపించాడు. వివాహానంతరం విచిత్రవీర్యుడు యౌవనంతో ఉన్మత్తుడై కామాసక్తుడయ్యాడు. అతని భార్యలిద్దరూ అతనిని ప్రేమతో సేవించసాగారు. ఏడేళ్ల వరకు విషయసుఖాలు అనుభవిస్తూ ఉండడంతో నిండు యౌవనంలోనే అతనికి క్షయవ్యాధి సోకింది. ఎంత చికిత్స చేయించినా ఫలితం లేక అతడు మరణించాడు. దానితో ధర్మాత్ముడయిన భీష్ముని మనసు గాయపడింది. అయినా అతడు ధైర్యం చిక్కబట్టుకొని బ్రాహ్మణుల సలహాను పాటించి విచిత్రవీర్యునకు ఉత్తరక్రియలు జరిపించాడు.

కొన్ని రోజులకు వంశాన్ని రక్షించాలనే ఉద్దేశ్యంతో సత్యవతి భీష్ముని పిలిచి "నాయనా! భీష్మా! ఇప్పుడు ధర్మపరాయణుడైన తండ్రికి పిండదానం చేయడం, కీర్తిని, వంశాన్ని రక్షించడం – అనే భారాలు నీ మీద ఉన్నాయి. నిన్ను సంపూర్ణంగా విశ్వసించి నిన్ను ఒక కార్యంలో నియోగిస్తున్నాను. అది నీవు చేయాలి. చూడు నీ తమ్ముడు విచిత్రవీర్యుడు ఈలోకంలో సంతానం లేకుండానే పరలోకవాసి అయిపోయాడు. పుత్రార్థినులైన కాశీరాజు కూతుళ్లయందు నీవు సంతానాన్ని ఉత్పాదించి వంశరక్ష చేయి. నా ఆజ్ఞ మన్నించి నీవు ఈ కార్యం చేసితీరాలి. నీవు స్వయంగా సింహాసనం మీద కూర్చో, ప్రజలను పరిపాలించు" అన్నది. కేవలం తల్లి సత్యవతియే కాకుండా రక్త సంబంధీకులందరూ అలాగే చెప్పారు. అప్పుడు భీష్ముడు "అమ్మా! నీ మాట ఉచితమే. కాని మీ వివాహసమయంలో నేను ఎట్టి ప్రతిజ్ఞ చేసి ఉన్నానో మీకు తెలుసు. నేను మళ్లీ ప్రతిజ్ఞ చేసి

చెప్తున్నాను. త్రిలోకరాజ్యం కాని, బ్రహ్మపదం కాని అంతకంటె ఎక్కువదైన మోక్షం కాని విడిచిపెడతాను తప్ప సత్యాన్ని ఎన్నడూ విడువను. భూమి గంధాన్ని, జలం రసత్వాన్ని, తేజస్సు రూపాన్ని, వాయువు స్పర్శను, సూర్యుడు ప్రకాశాన్ని, అగ్ని ఉష్ణత్వాన్ని, ఆకాశం శబ్దగుణాన్ని, చంద్రుడు శీతలత్వాన్ని ఇంద్రుడు తన బలపరాక్రమాలను, ఇంత ఎందుకు, ధర్మరాజు అయినాసరే తన ధర్మాన్ని విడిచిపెట్టినా గాని నేను నా ప్రతిజ్ఞను విడిచిపెట్టాలనే సంకల్పం కూడా చేయను" అని గట్టిగా చెప్పాడు. భీష్ముడు తన ప్రతిజ్ఞను పునరావృత్తి చేయడం విన్న సత్యవతి అతనితోనే సంప్రతించి, అతని నిశ్చయానుసారంగా వ్యాసుని స్మరించింది. వ్యాసుడు వెంటనే ప్రత్యక్షమై "అమ్మా! నీకు నేనేమి చేయగలను?" అని అడిగాడు. సత్యవతి "నాయనా! నీ తమ్ముడు విచిత్రవీర్యుడు నిస్సంతుగానే మరణించాడు. నీవు అతని క్షేత్రాలలో (భార్యలయందు) పుత్రోత్పత్తి కావించు" అని శాసించింది. వ్యాసుడు అంగీకరించి అంబికయందు ధృతరాష్ట్రుని, అంబాలికయందు పాండుని కన్నాడు. తమ కన్నతల్లుల దోషం వలన ధృతరాష్ట్రుడు గ్రుడ్డివాడిగా, పాండురాజు పాలిపోయి పుట్టారు. అంబిక ప్రేరణ వలన ఆమెదాసి వ్యాసునివలన విదురుని కన్నది. మహాత్ముడైన మాండవ్యముని శాపం వలన యమధర్మరాజే విదురునిగా పుట్టాడు.

మాండవ్య మహర్షి చరిత్ర

జనమేజయుడు - దేవా! బ్రహ్మర్షి శాపం వలన యమధర్మరాజు విదురుడుగా పుట్టాడన్నారు. అంత కాని పని అతడు ఏమి చేశాడు?" అని ప్రశ్నించాడు.

వైశంపాయనుడు ఇలా బదులిచ్చాడు - జనమేజయా! చాలా రోజుల క్రితం సంగతి. మాండవ్యుడనే ఒక ప్రసిద్ధ బ్రాహ్మణుడు ఉండేవాడు. అతడు గొప్ప ధైర్యవంతుడు ధర్మజ్ఞుడు, తపస్వి, సత్యనిష్ఠుడు. అతడు తన ఆశ్రమ ద్వారం దగ్గర ఉన్న చెట్టుకింద రెండు చేతులు పైకెత్తి తపస్సు చేస్తూండేవాడు. మౌనవ్రతం పాటించేవాడు. చాలా రోజులయ్యాక ఒకరోజు బందిపోటులు కొంతసొమ్మును దొంగిలించి ఆ సొత్తుతో అక్కడికి వచ్చారు. చాలా మంది భటులు వెన్నంటి రావడంతో వారు మాండవ్యుని ఆశ్రమంలో ఆ సొత్తు పారవేసి అక్కడ దాగుకున్నారు. భటులు వచ్చి మాండవ్యుని దొంగలు ఎటు పారిపోయారో వెంటనే చెప్పమని, తాము అతడిని వెంబడించాలని అడిగారు. మాండవ్యుడు ఏమీ మాట్లాడలేదు. రాజభటులు అతని ఆశ్రమాన్ని సోదా చేశారు. ధనం, దొంగలు కూడా దొరికారు. భటులు దొంగలను, మాండవ్యుని కూడా బంధించి రాజుముందు ప్రవేశపెట్టారు. రాజు వారిని విచారించి అందరకు కొరత శిక్ష విధించాడు. మాండవ్యుడు శూలారోహణం చేశాడు. చాలారోజులు గడిచినా అన్నపానాలు లేకపోయినా అతడు శూలం మీద బ్రతికి ఉన్నాడేగాని మరణించలేదు. అతడు తన ప్రాణాలు విడువలేదు. అక్కడికే చాలామంది ఋషులు వచ్చారు. ఋషులు రాత్రిసమయంలో పక్షులరూపంలో వచ్చి వాలి తమ దుఃఖాన్ని వెల్లడించేవారు. మీరింతటి అపరాధం ఏమి చేశారని అడిగారు. మాండవ్యుడు నేనెవరిని దోషులుగా చేయను? ఇదంతా నా అపరాధ ఫలమే" అని జవాబిచ్చాడు.

అక్కడి కాపలా దారులు ఋషి కొరత వేయబడి చాలా దినాలయినా అతడు మరణించకపోవడం చూశారు. ఈ సంగతిని రాజుగారికి తెలియచేశారు. రాజు మాండవ్యముని వద్దకు వచ్చి తాను తెలియక అతనిపట్ల గొప్ప అపరాధం చేశానని, క్షమించమని, అనుగ్రహించమని వేడుకున్నాడు. మాండవ్యుడు అతనిపై జాలిపడి క్షమించాడు. అతనిని శూలం మీద నుండి క్రిందికి దించారు. ఎంత ప్రయత్నించినా శూలం అతని శరీరం నుండి వేరుకాలేదు. శూలాన్ని ఖండించారు. గుచ్చుకొని ఉన్న శూలంతోనే అతడు తపస్సు చేసి దుర్లభమైన లోకాలు పొందాడు. అప్పటినుండి అతడు అణిమాండవ్యుడు అయ్యాడు. మాండవ్యఋషి యమధర్మరాజు కొలువు కూటానికి వెళ్లి "నేను తెలియకుండా ఎలాంటి పాపం చేశానని నాకిలాంటి శిక్ష విధించావు? సమాధానం వెంటనే చెప్పు. లేదా నా తపోబలం చూద్దువుగాని" అన్నాడు. ధర్మరాజు "నీవు ఒక చిన్న తుమ్మెదయొక్క తోకలో ముల్లును గుచ్చావు. దాని ఫలితమే ఇది. ఒక చిన్నదానం చేస్తే అనేక రెట్లు ఫలితం కలిగినట్లుగానే అధర్మం చిన్నదయినా దాని ఫలితం ఎన్నో రెట్లు ఉంటుంది" అన్నాడు. అణిమాండవ్యుడు తాను ఎప్పుడలా చేశానని అడిగాడు. ధర్మరాజు "బాల్యంలో" అని చెప్పాడు దానిపై అణిమాండవ్యుడు "బాలకుడు పన్నెండేళ్లు వచ్చేవరకు, ఏ పని చేసినా అది అతనికి అధర్మం కాదు. ఎందుకంటే అతనికి ధర్మాధర్మజ్ఞానం ఉండదు. నీవు చిన్న అపరాధానికి పెద్దశిక్ష వేశావు. అన్ని ప్రాణుల వధకంటె బ్రాహ్మణ వధ ఎక్కువదని నీకు తెలిసే ఉండాలి. కాబట్టి నీవు భూలోకంలో శూద్రయోనియందు పుడతావు. ఈరోజు

నేను లోకంలో కర్మఫలాన్ని గూర్చి నియమాన్ని స్థాపిస్తున్నాను. పద్నాలుగేళ్ల ప్రాయం వరకు చేసిన కర్మఫలాల యొక్క పాపం అంటదు. ఆపై చేసిన కర్మల ఫలం మాత్రం తప్పక అనుభవించవలసి ఉంటుంది" అన్నాడు.

ఈ తప్పుచేసిన కారణంగానే మాండవ్యముని శాపం ఇచ్చాడు. ధర్మరాజు శూద్రయోని యందు విదురునిగా పుట్టాడు. అతడు ధర్మార్థశాస్త్రాలలో నిపుణుడు. క్రోధలోభాలు అతని దరికి కూడా చేరవు. అతడు దూరదర్శి, శాంతిప్రియుడు. సమస్త కురువంశానికి హితైషి.

ధృతరాష్ట్రాదుల వివాహము - పాండురాజు దిగ్విజయము

వైశంపాయనుడు చెప్తున్నాడు - జనమేజయా! ధృతరాష్ట్రపాండు విదురుల పుట్టుకతో కురువంశానికి, కురుజాంగల దేశానికి, కురుక్షేత్రానికి మూడింటికి గొప్ప వైభవం కలిగింది. పంటలు సమృద్ధిగా పండాయి. సమయానికి వర్షాలు తమంత తామే కురవసాగాయి. వృక్షాలు చక్కగా పుష్పించి ఫలించాయి. పశుపక్ష్యాదులన్నీ సుఖంగా ఉన్నాయి. నగరంలో వ్యాపారులు, చేతివృత్తులవారు విద్వాంసులు వృద్ధి చెందారు. సాధువులు సుఖంగా ఉన్నారు. ఎక్కడా దొంగలు కాని పాపులుకాని లేరు. ఒక్క రాజధానిలోనే కాదు దేశమంతటా కృతయుగంలో లాగా కాలం గడుస్తోంది. ఎక్కడా పిసినిగొట్టులుగాని, విధవరాండ్రుగాని లేరు. బ్రాహ్మణుల ఇళ్లల్లో ఎప్పుడూ ఉత్సవాలు జరుగుతూండేవి. భీష్ముడు శ్రద్ధతో ధర్మాన్ని రక్షిస్తున్నాడు. ఆ రోజుల్లో అంతటా ధర్మపరిపాలన సాఫల్యం చెందింది. ధృతరాష్ట్ర పాండు విదురుల పనులు నగరవాసులకు ఆనందాన్ని కలిగించేవి. భీష్ముడు చాలా జాగరూకతతో రాజకుమారులను రక్షించేవాడు. ముగ్గురికీ కాలోచిత సంస్కారాలు జరిగాయి. అందరూ తమతమ అధికారానుసారంగా అస్త్రవిద్యను, శాస్త్రపాండిత్యాన్ని గడించారు. గజశిక్ష పొందారు. నీతి శాస్త్రాధ్యయనం చేశారు. ఇతిహాసపురాణాలు, ఇంకా అనేకమైన ఇతర విద్యలలోను వారు నిధులు. అన్ని విషయాలలోను వారికి కచ్చితమైన అభిప్రాయాలు ఉన్నాయి. పాండురాజు గొప్ప విలుకాడు. ధృతరాష్ట్రుడు గొప్ప బలవంతుడు. ధర్మజ్ఞులలో, ధర్మపరాయణులలో విదురునితో సమానమైనవాడు ముల్లోకాలలోను లేడు. ఆ రోజులలో వీరమాతలలో కాశీరాజ పుత్రికలు, దేశాలలో కురుజాంగలము; ధర్మజ్ఞులలో భీష్ముడు, నగరాలలో హస్తినాపురము చాలా శ్రేష్ఠమని ప్రజలు చెప్పుకునేవారు. ధృతరాష్ట్రుడు పుట్టంధుడు, విదురుడు దాసీపుత్రుడు అయిన కారణంగా పాండురాజుకే రాజ్యాధికారం లభించింది.

గాంధారరాజు సుబలుని పుత్రిక గాంధారి సర్వలక్షణ సంపన్నురాలని, ఆమె శంకరుని ఆరాధించి నూరుగురు పుత్రులు కలుగుతారని వరం పొందిందని భీష్ముడు విన్నాడు. భీష్ముడు గాంధారరాజు దగ్గరకు దూతను పంపాడు. మొదట గాంధారరాజు గ్రుడ్డివానికి తన కూతురిని ఇచ్చి వివాహం చేయడానికి వెనుకాడినా, కులం, ప్రసిద్ధి, సదాచారం - ఇవన్నీ ఆలోచించి వివాహం చేయడానికే నిశ్చయించుకున్నాడు. తనకు కాబోయే భర్తకు కన్నులు లేవని తెలుసుకున్న గాంధారి ఒక వస్త్రాన్ని మడతలు పెట్టి కళ్లకు గంతలు కట్టుకుంది. పతివ్రత అయిన గాంధారి తన భర్తకు అనుకూలంగా నడుచుకోవాలని నిశ్చయించుకుంది. ఆమె సోదరుడు శకుని తన చెల్లెలిని ధృతరాష్ట్రుని వద్దకు చేర్చాడు. భీష్ముని అనుమతితో వివాహం జరిగింది. ఆమె తన నడవడికతో, సద్గుణాలతో తన భర్తకు, కుటుంబానికి ఆనందం కలిగించసాగింది.

యదువంశీయుడైన శూరసేనునకు పృథ అనే అందమైన కూతురు ఉంది. వసుదేవుడు ఆమెకు సోదరుడు. శూరసేనుడు తన కూతురిని సంతానంలేని తన మేనత్తకొడుకు కుంతిభోజునికి దత్తత ఇచ్చాడు. ఈ కుంతిభోజుని ధర్మపుత్రిక పృథ లేక కుంతి. చాలా సాత్వికురాలు, సుందరి, గుణవతి. చాలామంది రాజులు ఆమెకోసం అడిగారు. అందుకని కుంతిభోజుడు స్వయంవరం ఏర్పాటు చేశాడు. స్వయంవరంలో ఆమె వీరుడైన పాండురాజును వరించింది. ఆమెకు పాండురాజుతో విధిపూర్వకంగా వివాహం జరిగింది. పాండురాజు అక్కడినుండి అనేక కట్నకానుకలు గైకొని హస్తినాపురానికి తిరిగి వచ్చాడు. భీష్ముడు పాండురాజుకు ఇంకొక వివాహం చేయాలనుకున్నాడు. అందుకోసం మంత్రి బ్రాహ్మణ, ఋషి, ముని పుంగవులతో చతురంగ బలాలతో సహితంగా మద్రరాజ్య రాజధాని చేరుకున్నాడు. భీష్ముని కోరికపై శల్యుడు ఆనందంగా సాధ్వి అయిన తన చెల్లెలిని పాండురాజుకు సమర్పించాడు. ఆమెను విధి పూర్వకంగా వివాహం చేసుకుని పాండురాజు తన ఇద్దరు భార్యలతో ఆనందంగా కాలం గడుపసాగాడు.

పాండురాజు దిగ్విజయం చేయాలని సంకల్పించాడు. అతడు భీష్మాదులైన పెద్దలయొక్క, అన్నగారైన ధృతరాష్ట్రుని

యొక్క, ఇతర కురువంశీయుల యొక్క అనుమతి తీసుకుని చతురంగబలాలతో జైత్రయాత్రకు బయలుదేరాడు. బ్రాహ్మణులు మంగళాచరణం చేసి ఆశీర్వదించారు. పాండురాజు మొదటగా తమకు అపరాధం కావించిన శత్రువు దశార్ణరాజుపైకి దాడివెడలి అతనిని ఓడించాడు. అనంతరం విజయం పొందడంలో ప్రసిద్ధుడైన వీరుడు మగధరాజు యొక్క రాజగృహానికి వెళ్లి అతనిని సంహరించాడు. అక్కడినుండి అంతులేని సంపదను, వాహనాలను తీసుకుని విదేహపై దండెత్తాడు. అతనిని ఓడించాడు. తరువాత కాశీ, శుంభ, పుండ్ర మొదలైన దేశాలమీద విజయకేతనం ఎగరవేశాడు. అనేక రాజులు పాండురాజుతో పోరాడి నష్టపోయారు. వారందరూ ఓడిపోయి అతనిని భూమండలానికి చక్రవర్తిగా అంగీకరించారు. అంతేకాదు. మణిమాణిక్యాలు, ముక్తాప్రవాళాలు; వెండి బంగారాలు, ఆవులు, గుఱ్ఱాలు, రథాలు మొదలైనవి కానుకలుగా పంపారు. పాండుమహారాజు అవన్నీ తీసుకుని హస్తినాపురానికి తిరిగివచ్చాడు. క్షేమంగా తిరిగివచ్చిన పాండురాజును భీష్ముడు హృదయాలింగనం చేసుకున్నాడు. అతని కళ్లల్లో ఆనందబాష్పాలు నిలిచాయి. పాండురాజు తాను తెచ్చిన ధనమంతా భీష్మునికి, నాయనమ్మ అయిన సత్యవతికి సమర్పించాడు. తల్లి ఆనందానికి అవధులు లేవు.

భీష్ముడు దేవకమహారాజు వద్ద ఒక అందమైన యువతి దాసీపుత్రి ఉన్నదని విన్నాడు. అతడు ఆమెను అడిగి తీసుకునివచ్చి పరమజ్ఞాని అయిన విదురునకిచ్చి వివాహం చేశాడు. విదురునితో సమానులైన గుణవంతులు ఆమెకు అనేకులు జన్మించారు.

ధార్తరాష్ట్రుల జననము

వైశంపాయనుడు చెప్తున్నాడు - ఒకసారి వ్యాసమహర్షి హస్తినాపురంలో గాంధారి దగ్గరకు వచ్చాడు. అతడు సంతుష్టుడయ్యేలా ఆమె సేవాశుశ్రూషలు చేసింది. వ్యాసుడు ఆమెను ఏదైనా వరం కోరుకోమన్నాడు. తనభర్తలాగే బలవంతులయిన వందమంది కొడుకులు కావాలని ఆమె కోరుకుంది. ఆ వరం వల్ల ఆమె గర్భం తాల్చింది. రెండేళ్లయినా గర్భం అలా నిలిచే ఉంది. ఈ మధ్యలో కుంతికి యుధిష్ఠిరుడు జన్మించాడు. స్త్రీ స్వభావమైన తొందరపాటు కారణంగా ధృతరాష్ట్రునికి తెలియకుండా ఆమె గర్భ విచ్ఛేదం చేసుకుంది. ఆమె గర్భం నుండి ఇనుపగుండులా అనిపించే ఒక మాంసపిండం బయటపడింది. రెండేళ్లు కడుపులో ఉన్నాక కూడా అది గట్టిగానే ఉండడం వలన గాంధారి దానిని పారవేయాలనుకుంది. వ్యాసభగవానుడు తన దివ్య దృష్టితో దానిని చూచి వెంటనే ఆమె దగ్గరకు వచ్చాడు. "గాంధారీ! నీవు చేస్తున్నదేమిటి?" అని మందలించాడు. గాంధారి "మహాత్మా! మీ ఆశీర్వాదం వలన గర్భమయితే నాకు ముందే వచ్చింది కాని కుంతికే మొదట కొడుకు జన్మించాడు. రెండేళ్లు కడుపులో ఉన్నా వందమంది కొడుకుల బదులు ఈ మాంసపిండం కలిగింది. ఇదేమిటి ఇలా జరిగింది?" అని తన మనసులో ఆవేదనను ఉన్నదున్నట్లుగా చెప్పింది. వ్యాసుడు "గాంధారీ! నేను ఇచ్చిన వరం నిజమవుతుంది. ఎన్నడూ అసత్యం కాబోదు. ఎందుకంటే నేను నవ్వులాటకైనా అబద్ధం చెప్పను. నీవు వెంటనే వంద కుండలను తెప్పించు వాటిల్లో నేతిని నింపు. వాటిని సురక్షితమైన స్థలంలో జాగ్రత్తగా ఉంచే తగిన ఏర్పాట్లు చేయి. అలాగే ఈ మాంసపిండం మీద చల్లని నీటిని చల్లు" అని చెప్పాడు. నీరు చల్లగానే ఆ పిండం నూరు ముక్కలయింది. ఒక్కొక్క ముక్క వేలెడంత ఉంది. వాటిలో ఒక ముక్క ఎక్కువ ఉంది. వ్యాసుని ఆజ్ఞానుసారం ఆ ముక్కలన్నీ కుండలలో భద్రపరిచారు. వాటిని రెండేళ్ల తరువాత తెరవాలని చెప్పి అతడు హిమాలయాలకు తపస్సు చేసుకోవడానికి వెళ్లిపోయాడు. సమయం కాగానే ఆ మాంస ఖండాలలో ఒకదాని నుండి ముందు దుర్యోధనుడు, ఆ తరువాత గాంధారి యొక్క మిగిలిన పుత్రులు పుట్టారు. యుధిష్ఠిరుడు అంతకుముందే పుట్టాడని తెలుసుకదా! దుర్యోధనుడు పుట్టినరోజునే అత్యంత పరాక్రమం గల భీమసేనుడు కూడా పుట్టాడు. దుర్యోధనుడు పుట్టగానే గాడిదలా అరిచాడు. ఆ శబ్దం విని గాడిదలు, నక్కలు, గద్దలు కాకులు అరవడం మొదలుపెట్టాయి. సుడిగాలి వీచింది. చాలా చోట్ల మంటలు చెలరేగాయి. ఈ ఉపద్రవాలన్నింటితో భయపడిన ధృతరాష్ట్రుడు బ్రాహ్మణులను, భీష్ముని, విదురుని ఇంకా తన దగ్గరబంధువులను, కురు వంశశ్రేష్ఠులను పిలిపించి ఇలా అడిగాడు "మన వంశంలో పాండుకుమారుడు యుధిష్ఠిరుడు రాజకుమారులలో పెద్దవాడు. అతని గుణాలకారణంగానే అతనికి రాజ్యం లభిస్తుంది. ఈ విషయంలో నేను ఏమీ చెప్పవలసినది లేదు. కాని యుధిష్ఠిరుని అనంతరం నా కొడుకుకి రాజ్యం వస్తుందా రాదా ఈ విషయం మీరు నాకు చెప్పండి" అన్నాడు. అతడు చెప్పే ఈ మాట ఇంకా పూర్తికానే లేదు, మాంసాన్ని తినే నక్కలు అరవసాగాయి. ఈ అమంగళసూచకమైన

అపశకునాలు చూచి బ్రాహ్మణులు, విదురుడు "రాజా! నీ ఈ పెద్దకొడుకు పుట్టినపుడు ప్రకటమైన ఈ అశుభలక్షణాల వలన నీ ఈ కొడుకు వంశనాశనానికి కారకుడవుతాడని తెలుస్తోంది. కాబట్టి ఇతనిని విడిచిపెడితేనే శాంతి ఉంటుంది. ఇతనిని పెంచడం వలన దుఃఖం అనుభవించక తప్పదు. నీవు నీ వంశానికి మేలు జరగాలని కోరుకుంటే వందమందిలో ఒకడు తక్కువైనా ఫరవాలేదనుకుని ఇతనిని విడిచిపెట్టు అలా చేసి నీ వంశానికి సమస్తలోకానికి మేలు చేకూర్చు. "కులంకోసం ఒక మనిషిని, గ్రామం కోసం ఒక కులాన్ని; దేశం కోసం ఒక గ్రామాన్ని, ఆత్మకళ్యాణం కోసం సమస్త భూమండలాన్ని త్యాగం చేయాలి" అని శాస్త్రం స్పష్టంగా చెప్తోంది" అని నచ్చచెప్పారు. అందరూ ఎంత చెప్పినా, బుజ్జగించినా కూడా పుత్రస్నేహంతో ధృతరాష్ట్రుడు దుర్యోధనుని విడిచిపెట్టలేకపోయాడు. ఆ నూటొక్క ఖండాలనుండి వందమంది పుత్రులు, ఒక పుత్రిక పుట్టారు. గాంధారి గర్భవతిగా ఉండి ధృతరాష్ట్రునికి సేవలు చేయలేని స్థితిలో ఒక వైశ్య యువతి అతనికి సపర్యలు చేసింది. ఆమె వలన అదే సంవత్సరంలో ధృతరాష్ట్రునికి యుయుత్సుడు అనే కొడుకు కలిగాడు. అతడు గొప్ప కీర్తిమంతుడు, ఆలోచనాశీలుడు అయ్యాడు.

జనమేజయా! ధృతరాష్ట్రుని వందమంది కొడుకుల పేర్లు క్రమంగా చెప్తాను. అందరికంటె దుర్యోధనుడు పెద్దవాడు. రెండోవాడు యుయుత్సుడు, తరువాత వరుసగా 2.దుశ్శాసనుడు. 3. దుస్సహుడు, 4. దుశ్శలుడు, 5. జలసంధుడు, 6. సముడు, 7. సహుడు, 8. విందుడు, 9. అనువిందుడు, 10. దుర్ధర్షుడు 11. సుబాహుడు, 12. దుష్ప్రధర్షణుడు, 13. దుర్మర్షణుడు, 14. దుర్ముఖుడు, 15. దుష్కర్ణుడు, 16. కర్ణుడు 17. వివింశతి, 18. వికర్ణుడు 19. శల్యుడు 20. సత్త్వుడు 21. సులోచనుడు 22. చిత్రుడు 23. ఉపచిత్రుడు 24. చిత్రాక్షుడు 25. చారుచిత్రుడు 26. శరాసనుడు 27. దుర్మదుడు 28. దుర్విగాహుడు 29. వివిత్సుడు 30. వికటాననుడు 31. ఊర్ణనాభుడు 32. సునాభుడు 33. నందుడు 34. ఉపనందుడు 35. చిత్రబాణుడు 36. చిత్రవర్మ 37. సువర్మ 38. దుర్విమోచనుడు 39. అయోబాహుడు 40. మహాబాహుడు 41. చిత్రాంగుడు 42. చిత్రకుండలుడు 43. భీమవేగుడు 44. భీమబలుడు 45. బలాకి 46. బలవర్ధనుడు 47. ఉగ్రాయుధుడు 48. సుషేణుడు 49. కుండోదరుడు 50. మహోదరుడు 51. చిత్రాయుధుడు 52. నిషంగి 53. పాశి 54. వృందారకుడు 55. దృఢవర్మ 56. దృఢక్షత్రుడు 57. సోమకీర్తి 58. అనూదరుడు 59. దృఢసంధుడు 60. జరాసంధుడు 61. సత్యసంధుడు 62. సదస్సువాకుడు 63. ఉగ్రశ్రవుడు 64. ఉగ్రసేనుడు 65. సేనాని 66. దుష్పరాజయుడు 67. అపరాజితుడు 68. పండితకుడు (కుండశాయి) 69. విశాలాక్షుడు 70. దురాధరుడు 71. దృఢహస్తుడు 72. సుహస్తుడు 73. బాణవేగుడు 74. సువర్చసుడు 75. ఆదిత్యకేతుడు 76. బహ్వాశి 77. నాగదత్తుడు 78. అగ్రయాయి 79. కవచి 80. క్రథనుడు 81. దండి 82. ఉగ్రుడు 83. భీమరథుడు 84. వీరబాహుడు 85. అలోలుపుడు 86. అభయుడు 87. రౌద్రకర్ముడు 88. దృఢరథాశ్రయుడు 89. అనాధృష్యుడు 90. కుండభేది 91. విరావి 92. ప్రమథుడు 93 ప్రమాథి 94. దీర్ఘరోముడు 95. దీర్ఘబాహుడు 96. మహాబాహుడు 97. వ్యూఢోరస్కుడు 98. కనకధ్వజుడు 99.కుండాశి 100. విరజసుడు. ఆడపిల్లపేరు దుశ్శల. వీరందరూ గొప్ప పరాక్రమవంతులు, యుద్ధకుశలులు, శాస్త్రపండితులు. ధృతరాష్ట్రుడు వీరికి వయసు రాగానే యోగ్యులయిన కన్యలతో వివాహం జరిపించాడు. దుశ్శలకు జయద్రథునితో వివాహమయింది.

కిందముని శాపము - పాండురాజు వైరాగ్యము

జనమేజయుడు - దేవా! మీరు ఇంతవఱకు ధృతరాష్ట్రుని పుత్రులు జననము, వారిపేర్లు చెప్పారు. ఇక నేను పాండవుల పుట్టుకను గూర్చి వినాలనుకుంటున్నాను" అని అడిగాడు.

వైశంపాయనుడు మొదలుపెట్టాడు - జనమేజయా! ఒకసారి పాండురాజు ఒక అడవిలో తిరుగుతున్నాడు. అది క్రూరమృగాలతో నిండి ఉన్న భయంకరమైన అడవి. అలా తిరుగుతూ తిరుగుతూ ఒకచోట ఒక లేడి ఆడులేడితో మైథునక్రియ జరపడం చూశాడు. ఐదు బాణాలు లాగి కొట్టాడు. అవి రెండూ గాయపడ్డాయి. అప్పుడు ఆ మృగం "రాజా! మనుష్యులలో అత్యంత కాముకుడైనవాడు, క్రోధం కలిగినవాడు, బుద్ధిహీనుడు, పాపి అయినవాడు కూడా ఇలాంటి క్రూర కృత్యం చేయడు. నీవు పాపులైన వారిని, క్రూరకర్మ చేసే వారిని దండించడం ఉచితంగా ఉంటుంది. నావంటి నిరపరాధిని చంపడం వలన నీకేమి లాభం? నేను కిందముడనే మునిని. మనుష్యరూపంలో ఉండి ఈ పని చేయడానికి నాకు సిగ్గు అనిపించి మృగరూపం ధరించి నా భార్యతో విహరిస్తున్నాను. నేను ఎక్కువగా ఈ రూపంలోనే తిరుగుతూ

ఉంటాను. నన్ను చంపడం వలన నీకు బ్రహ్మహత్యా దోషం అయితే కలగదు. ఎందుకంటే ఈ విషయం నీకు తెలియదు కాబట్టి. కాని నేను ఇలాంటి స్థితిలో ఉండగా కొట్టావు అది మాత్రం సర్వథా అనుచితం. కాబట్టి నీవు నీ పత్నితో కలిసి ఉన్నపుడు ఇలాంటి స్థితిలోనే మరణిస్తావు. ఆమె కూడా నీతో సహగమనం చేస్తుంది" అని చెప్పి (కిందముడు) ప్రాణాలు వదిలింది.

మృగరూపంలో ఉన్న కిందముని మరణానికి భార్యాసహితుడైన పాండురాజు దగ్గరి బంధువులెవరో చనిపోయినట్లుగా బాధపడ్డాడు. అతడు దుఃఖార్తుడై మనసులోనే ఇలా అనుకోసాగాడు- "గొప్ప గొప్ప కులీనులు కూడా తమ మనసులను అదుపులో పెట్టుకోలేక కాముని వలలో చిక్కుకుంటున్నారు. తమ దుర్గతిని తామె కొనితెచ్చుకుంటున్నారు. ధర్మాత్ముడైన శంతనుని కుమారుడు నాకు తండ్రి అయిన విచిత్రవీర్యుడు కూడా కామవాసనల కారణంగానే బాల్యంలోనే చనిపోయాడని విన్నాను. నేను అతని కొడుకునే కదా! అయ్యయ్యో! నేను కులీనుడినే. ఆలోచనా శీలుడినే. అయినా నా బుద్ధి దిగజారిపోయింది.(7) నేను ఇంక ఈ బంధాలన్నీ వదిలేసుకుని మోక్షమునందే బుద్ధిని స్థిరంగా నిలుపుతాను. నా తండ్రి వ్యాసమహర్షి వలె జీవిస్తాను. నేనిక నిస్సందేహంగా ఘోరమైన తపస్సు చేస్తాను. ఒక్కొక్క రోజు ఒక్కొక్క చెట్టుక్రింద ఒంటరిగా గడుపుతాను. మౌనసన్యాసినై ఈ ఆశ్రమపదాలలో భిక్ష అడుగుతాను. నాకు గుహలే గృహాలు. మట్టిమీదే శయనిస్తాను. ప్రియమైన అప్రియమైన భావనలన్నీ వదిలివేసి, శోకహర్షాలనుండి బయటపడతాను. నిందాస్తుతులు నాకు సమానం అవుతాయి. ఆశీర్వాదం నమస్కారం, సుఖం, దుఃఖం, పుచ్చుకోవడం - ఇలాంటివేమీ లేకుండా, ఎవ్వరినీ హేళన చేయకుండా, ఎవ్వరిపైనా కోపగించకుండా ఉంటాను. ముఖం ఎప్పుడూ ప్రసన్నంగా ఉండాలి. శరీరంతో అందరికీ మేలు కలగాలి. చరాచరప్రాణులను దేనినీ బాధించను. ప్రాణులనన్నింటినీ నాకన్న బిడ్డలవలె చూసుకుంటాను. ఒకప్పుడు తింటే ఒకప్పుడు ఉపవాసం ఉంటాను. లాభనష్టాల యందు నా బుద్ధి సమభావంతోనే ఉండాలి. ఎవరైనా నా చేతిని ఒక దానిని బాడిసతో నరికివేసి, రెండవదానికి చందనం పూసినా, ఆ రెండింటిలోని చెడును, మంచిని గూర్చి ఏమాత్రం ఆలోచించను. నేను జీవించడానికి ప్రయత్నించను. మరణించడానికీ ప్రయత్నించను. జీవితం మీద ప్రేమగాని, మృత్యువుపై ద్వేషంగాని ఉంచుకోను. మనిషి జీవించి ఉన్నప్పుడు తన మేలు కోసం కోరికతో ఏయే పనులు చేస్తాడో అవన్నీ ఇప్పుడు వదిలిపెట్టేస్తాను ఎందుకంటే అవన్నీ కాలానికి లోబడి ఉంటాయి. కర్మవలన ప్రాప్తించే అనిత్య ఫలాలను ఎందుకు కోరుకుంటాను? పాపాలన్నిటినుండి విముక్తి పొందుతాను. మాయా బంధనాలను తెంచి వేసుకుంటాను. ప్రకృతికి, ప్రాకృత పదార్థాలకు వశుడనుకాక బయటపడి వాయువువలె అంతటా సంచరిస్తాను. మానావమానాలకు గురవుతూ తదనుగుణమైన కామ్యకర్మలు చేస్తూ ఉండేవారు కుక్కలవలె బ్రతుకుతారు.

ఈ రీతిగా ఆలోచించి పాండురాజు దీర్ఘంగా నిట్టూర్చి కుంతీ మాద్రులతో "మీ రిద్దరూ రాజధానికి వెళ్లండి. అక్కడ మాతల్లిని, విదురుని, ధృతరాష్ట్రుని, పితామహి సత్యవతిని, భీష్ముని, రాజపురోహితుని, బ్రాహ్మణులను, మహాత్ములను దగ్గరి బంధువులను, నగరవాసులను, నా ఆశ్రితులను అందరినీ ప్రసన్నం చేసుకుని వారితో పాండురాజు సన్యసించాడని చెప్పండి" అన్నాడు. కుంతీమాద్రులు భర్త మాటలు విని అతడు సన్యసించడానికే నిశ్చయించుకున్నాడని గ్రహించి "ఆర్యపుత్రా! సన్యాసాశ్రమమే కాదు. మాతో కలిసి జీవిస్తూ గొప్ప తపస్సు చేసుకోవడానికి వీలైన మరొక ఆశ్రమం కూడా ఉంది. స్వర్గానికి మీతోపాటు మేమూ వస్తాం. అక్కడకూడా మీరే మాకు పతికావచ్చు. మేముకూడా ఇంద్రియాలను అదుపులో ఉంచుకుని కామసుఖాలకు తిలోదకాలు ఇచ్చి స్వర్గంలో కూడా మిమ్మల్నే పొందడానికి మీతోపాటు తీవ్రమైన తపస్సు చేస్తాము. మహారాజా! మీరు మమ్ము విడిచిపెడితే తప్పకుండా మేము ప్రాణత్యాగం చేస్తాము. ఇందులో సందేహం లేదు" అన్నారు.

తన భార్యల మాటలు విని పాండురాజు "మీరు ధర్మానుసారంగా ఇలాగే చేయాలని నిశ్చయించుకుంటే మంచిదే. నేను సన్యాసం తీసుకోవడం మానేసి వాన ప్రస్థాశ్రమంలోనే ఉంటాను. విషయ సుఖాలను, కామాన్ని వృద్ధిపొందించే భోజనం మాని ఫలమూలాలు తింటూ, నారచీరలు ధరిస్తాను. ఘోరమైన తపస్సు చేస్తూ ఈ అడవిలోనే తిరుగుతాను. ఉభయసంధ్యలలోను స్నానసంధ్యావందనాదులు, అగ్నిహోత్ర కార్యం చేస్తాను.

మృగచర్మాన్ని, జటలను ధరిస్తాను. శీతోష్ణాదులు, సుడిగాలులు వంటి వాటిని ఓర్చుకుంటాను. ఆకలిదప్పులను లెక్కచేయను. దుష్కరమైన ధ్యానం చేస్తాను. పక్వమైనా అపక్వమైనా ఏదో ఒకటి తింటాను. ఫలమూలాలు నీరు, స్తోత్రాలు - వీటితో పితరులను దేవతలను సంతృప్తి పరుస్తాను. మహాత్ములను దర్శిస్తాను. వనవాసులెవ్వరికీ అప్రియం చేయను. గ్రామవాసులతో నాకు సంబంధమే ఉండదు. ఈ రీతిగా వానప్రస్థాశ్రమంలోని కఠోర నియమాలను మృత్యుపర్యంతం పాటిస్తాను" అని చెప్పి తన హారాలు, చూడామణి, కుండలాలు, అతి విలువైన వస్త్రాలు, తన భార్యల విలువైన ఆభరణాలు అన్నీ తీసి బ్రాహ్మణులకు ఇచ్చేశాడు. వారితో "బ్రాహ్మణోత్తములారా! మీరు హస్తినాపురానికి వెళ్లి పాండురాజు అర్థకామాలను, విషయ సుఖాలను విడిచి తన భార్యలతో కలిసి వానప్రస్థుడయ్యాడని చెప్పండి" అన్నాడు. అతని దీనమైన మాటలు విని సేవకులందరూ అయ్యో అయ్యో అని వాపోయారు. వారి కన్నుల నుండి వేడి కన్నీరు ఒలికింది. వారు ధనమంతా తీసుకుని అతికష్టం మీద హస్తినాపురానికి వచ్చారు. "పాండురాజు లేనప్పుడు రాజకార్యాలు చక్కబెట్టే ధృతరాష్ట్రునికి అదంతా ఇచ్చారు. అలాగే వృత్తాంతం అంతా విన్నవించారు. తమ్ముని సంగతి విని ధృతరాష్ట్రునికి చాలా దుఃఖం కలిగింది. అతనికి అన్నపానాలు గాని, నిద్రగాని, భోగాలు గాని రుచించ లేదు. తమ్ముని గూర్చి చింతలో మునిగిపోయాడు.

అక్కడ పాండురాజు భార్యలతో కలిసి ఒకదాని తరువాత మరియొకటిగా దాటుకుంటూ గంధమాదన పర్వతం చేరుకున్నాడు. వారు కందమూల ఫలాలే తింటున్నారు. ఎగుడుదిగుడు నేలల మీద పడుకుంటున్నారు. గొప్ప గొప్ప ఋషులు, సిద్ధులు వారిని ఆదరిస్తున్నారు. ఇంద్రద్యుమ్న సరోవరానికి ముందున్న హంసకూట శిఖరాన్ని దాటి వారు శతశృంగ పర్వతం చేరుకున్నారు. అక్కడ తపస్సు చేసుకుంటున్నారు అక్కడ సిద్ధులు, చారణులు మొదలైన వారంతా వారిని ఎంతో గౌరవించసాగారు. పాండురాజు అందరినీ సేవిస్తూ, ఇంద్రియాలను, మనసును అదుపులో ఉంచుకున్నాడు. ఎప్పుడూ గర్వం ప్రదర్శించలేదు. పాండురాజును అక్కడి మునులు కొందరు సోదరునిగా, కొందరు స్నేహితునిగా, కొందరు పుత్రునిగా తలచి అతని రక్షణ పట్ల, దీక్షపట్ల జాగ్రత్త వహించారు. ఈ రీతిగా పాండు రాజు తపస్సు కొనసాగుతోంది.

పాండవ జననము - పాండురాజు మరణము

వైశంపాయనుడు చెప్తున్నాడు - జనమేజయా! ఆరోజు అమావాస్య తిథి. గొప్ప గొప్ప ఋషులు మహర్షులు బ్రహ్మదర్శనం కోసం బ్రహ్మలోకం ప్రయాణమయ్యారు. పాండుడు మీరు ఎక్కడికి వెళ్తున్నారని అడిగాడు. బ్రహ్మను దర్శించడానికి బ్రహ్మలోకం వెళ్లాలనే వారి ఆలోచనను తెలుసుకుని తన భార్యలతో సహితంగా వారి వెంట నడిచాడు. ఋషులు "రాజా! మార్గం చాలా దుర్గమమైనది. విమానాల గుంపులతో, కిక్కిరిసిపోయి అప్సర స్త్రీలు విహరిస్తూ ఉంటారు. ఎత్తుపల్లాలుగా ఉద్యానాలున్నాయి. నదీ తీరాలున్నాయి. పెద్ద పెద్ద భయంకరమైన కొండలు, గుహలు ఉన్నాయి. అక్కడ అంతా మంచు. చెట్లు ఉండవు. లేళ్లు, పక్షులు కనబడవు, పక్షి కూడా అక్కడ ఎగురలేదు. కేవలం గాలి వెళ్లగలదు. సిద్ధులైన ఋషులు, మహర్షులు మాత్రమే వెళ్లగలుగుతారు. ఇలాంటి దుర్గమమైన మార్గంలో రాజకుమారికలు కుంతి, మాద్రి ఎలా నడువ గలుగుతారు? నీవు నీ భార్యలతో ఈ యాత్రను మానివేయి" అన్నారు. పాండురాజు వారితో - "సంతానహీనులకు స్వర్గద్వారాలు తెరువరు. ఈ మాట ఆలోచిస్తేనే, నా గుండెలు మండిపోతున్నాయి. మనుష్యుడు, పితృ, దేవ, ఋషి, మనుష్య - ఋణాలనే నాలుగు ఋణాలతో పుడతాడు. యజ్ఞాలు చేసి దేవతల, ఋణాన్ని, స్వాధ్యాయాలతో ఋషి ఋణాన్ని, పుత్రులను కని, శ్రాద్ధ క్రియలు చేయడం వలన పితరుల ఋణాన్ని, పరోపకారం వలన మనుష్యుల ఋణాన్ని తీర్చుకోవచ్చును. నేను అన్ని ఋణాలు తీర్చుకున్నాను గాని పితరుల ఋణం మాత్రం నా మీద ఉంది. నా భార్య గర్భం నుండి పుత్రులుదయించాలని నాకోరిక" అన్నాడు. ఋషులు "ధర్మాత్మా! మేము దివ్యదృష్టితో చూశాము. నీకు దేవ సమానులైన కొడుకులు పుడతారు. మీకు దేవతలు ఇచ్చిన ఈ అధికారాన్ని అనుభవించడానికి ప్రయత్నించండి. మీ కోరిక నెరవేరుతుంది" అని ధైర్యం చెప్పారు. పాండు రాజు ఋషుల మాటలు విని ఆలోచనలో పడ్డాడు. కిందమమహాముని శాపం వలన తాను స్త్రీ సమాగమం చేయలేనని అతనికి తెలుసును. మహర్షులు అక్కడినుండి ముందుకు కదలిపోయారు.

ఒకరోజున పాండురాజు తన ధర్మపత్ని కుంతితో ఆమెను పుత్రోత్పత్తి కొఱకు ప్రయత్నం చేయమన్నాడు. దానికి కుంతి "ఆర్యపుత్రా! నా చిన్నతనంలో నన్ను నా తండ్రి అతిథి

సత్కారాలు చేయమని నియోగించాడు. ఆసమయంలో నేను దుర్వాసమహామునిని సేవచేసి సంతోషపెట్టాను. అతడు నాకొక మంత్రాన్ని ఇచ్చి "ఈ మంత్రంతో నీవు ఏ దేవతామూర్తిని ఆహ్వానిస్తావో అతడు ఇష్టమున్నా లేకున్నా నీ అధీనుడవుతాడు" అని వరమిచ్చాడు. మీరు ఆజ్ఞాపిస్తే నేను ఏ దేవతను ఆహ్వానిస్తే ఆ దేవుని వలన సంతానం కలుగుతుంది. చెప్పండి, ఏ దేవుని ఆహ్వానించమంటారు?" అని అడిగింది. పాండు మహారాజు "ఈరోజు నీవు విధి పూర్వకంగా ధర్మరాజును ఆహ్వానించు అతడు ముల్లోకాలలోను గొప్ప పుణ్యాత్ముడు. అతని వలన కలిగిన సంతానం తప్పక ధార్మికుడవుతాడు. అతని ద్వారా పొందిన పుత్రునియొక్క మనస్సు ఎప్పటికీ అధర్మం వైపు మొగ్గదు" అన్నాడు.

అప్పుడు కుంతి ధర్మరాజును ఆవాహన చేసి అతనిని పూజించి, మంత్రజపం చేయడం మొదలుపెట్టింది. దాని మహిమ వలన ధర్మరాజు సూర్యప్రకాశం గల విమానంపై కుంతి దగ్గరకు వచ్చి చిరునవ్వుతో నీకేమి వరం కావాలి అని అడిగాడు. కుంతి కూడా చిరునవ్వుతో తనకు పుత్రుని ప్రసాదించమని అడిగింది. అనంతరం యోగమూర్తి ధరుడైన ధర్మరాజు సంయోగం వలన కుంతి గర్భం ధరించి సమయం ఆసన్నం అయ్యాక పుత్రుని కన్నది. అతడు సూర్యుడు తులారాశిలో ఉండగా శుక్ల పక్ష పంచమినాడు జ్యేష్ఠా నక్షత్రంలో అభిజిన్మూహూర్తంలో పుట్టాడు. (ఇవన్నీ ఆశ్వీయుజ మాసంలో కూడి ఉండవచ్చు) పుట్టిన వెంటనే ఆకాశవాణి "ఈ బాలుడు ధర్మాత్ములలో శ్రేష్ఠుడు, సత్యవాది, గొప్ప వీరుడు, అయి సమస్త భూమిని పాలిస్తాడు. పాండుని ఈ ప్రథమపుత్రుని పేరు యుధిష్ఠిరుడు. ముల్లోకాలలోను గొప్ప పేరు తెచ్చుకుంటాడు" అని పలికింది.

కొన్ని రోజుల తర్వాత పాండుడు మళ్లీ కుంతితో క్షత్రియులు బలమే ప్రధానంగా కలవారు కాబట్టి బలవంతుడైన ఒక పుత్రుని కనమని అడిగాడు. పతి అనుమతి పొంది కుంతి వాయుదేవుని ఆవాహన చేసింది. మహాబలి అయిన వాయుదేవుడు లేడి వాహనం ఎక్కి కుంతి దగ్గరకు వచ్చాడు. కుంతి ప్రార్థన వలన ఆమెకు అతనివలన భయంకరమైన పరాక్రమం కలిగి అత్యంత బలశాలి అయిన భీమసేనుడు పుట్టాడు. అప్పుడు కూడా ఆకాశవాణి బలవంతులందరిలో ఇతడు శ్రేష్ఠుడు అని పలికింది. జనమేజయా! భీమసేనుడు పుట్టినప్పుడు ఒక గొప్ప విచిత్ర సంఘటన జరిగింది. భీమసేనుడు తల్లి పొత్తిళ్లల్లో నిద్రపోతున్నాడు. ఇంతలోనే అక్కడికి ఒక పులి వచ్చింది. భయపడిన కుంతి పరుగుతీసింది. భీమసేనుని మాటే మరిచింది. అతడు తల్లి ఒడినుండి జారి ఒక రాతిపై పడ్డాడు. అది నుగ్గు నుగ్గు అయింది. రాయి నూరు ముక్కలుగా బద్దలవడం చూచి పాండుడు ఆశ్యర్యపడ్డాడు. భీమసేనుడు పుట్టిన రోజునే దుర్యోధనుడు కూడా పుట్టాడు.

పాండురాజు తనకు లోకంలో సర్వశ్రేష్ఠుడనిపించుకునే కొడుకు కలిగితే బాగుండునని, దేవతలలో ఇంద్రుడు శ్రేష్ఠుడు కాబట్టి అతనిని సంతుష్టుని చేస్తే తనకు అలాంటి కొడుకుని ప్రసాదిస్తాడని తలపోశాడు. ఇలా ఆలోచించి అతడు కుంతిని ఒక ఏడాదిపాటు వ్రతాన్ని ఆచరించమని చెప్పాడు" తాను స్వయంగా సూర్యదేవుని ఎదుట ఒంటికాలిపై నిలిచి తదేకధ్యానంతో ఉగ్రమైన తపస్సు చేయడం మొదలుపెట్టాడు. అతని తపస్సుకు మెచ్చుకొనిన ఇంద్రుడు ప్రత్యక్షమై నీకు లోక ప్రసిద్ధుడై, గో బ్రాహ్మణ సాధువులను సేవిస్తూ, శత్రువులను తపింపచేసే కొడుకును ప్రసాదిస్తాను" అని చెప్పాడు. అనంతరం పాండురాజు కుంతిని పిలిచి తాను దేవేంద్రుని వలన వరం పొందానని, కాబట్టి ఈ సారి పుత్రునికోసం ఇంద్రుని ఆవాహన చేయమని చెప్పాడు. కుంతి అలాగే చేసింది. ఇంద్రుడు ప్రత్యక్షమై ఆమెకు అర్జునుని ప్రసాదించాడు. అర్జునుడు పుట్టినపుడు ఆకాశవాణి తన గంభీరమైన స్వరంతో ఆకాశమంతా మారుమ్రోగిపోయేలా "కుంతీ! ఈ బాలుడు కార్తవీర్యార్జునునితో, శంకరభగవానునితో సమానమైన పరాక్రమం కలవాడు. ఇంద్రునివలె ఓటమిని ఎరుగనివాడు. నీ కీర్తిని ఇనుమడింపచేస్తాడు. విష్ణువు తన తల్లి అదితిని సంతోషపెట్టినట్లు ఇతడు నిన్ను సంతోషపెడతాడు. సామంత రాజులను అనేకులను జయించి, మూడు అశ్వమేధయాగాలు చేస్తాడు. భగవంతుడైన శంకరుడు కూడా ఇతని పరాక్రమానికి మెచ్చుకొని అస్త్రాలను ప్రసాదిస్తాడు. ఇంద్రుని ఆజ్ఞపై నివాత కవచులనే రాక్షసులను సంహరించి, అనేక దివ్యాస్త్రాలను శస్త్రాలను పొందుతాడు" అని చెప్పింది. ఆకాశవాణి చెప్పిన ఈ మాటలను కేవలం కుంతియే కాకుండా ఆశ్రమవాసులు, ప్రాణులన్నీ విన్నాయి. ఇది విన్న ఋషులు, మునులు, దేవతలు, సమస్తప్రాణులు ఎంతో సంతోషించాయి. ఆకాశంలో దుందుభులు మ్రోగాయి. పుష్పవృష్టి కురిసింది. ఇంద్రాది దేవతలు, సప్తర్షులు, ప్రజాపతి, గంధర్వులు, అప్సరసలు మొదలైన అందరూ దివ్యవస్త్రభూషణాదులతో అలంకరించుకుని అర్జునుడు పుట్టినప్పటి ఆనందోత్సవాన్ని

జరుపుకున్నారు. దేవతలు జరుపుకున్న ఈ ఉత్సవాన్ని ఋషులు మునులు మాత్రమే దర్శించారు కాని సాధారణ లోకులు చూడలేదు.

ఒకరోజు మాద్రియొక్క బలవంతం వలన పాండురాజు కుంతిని ఏకాంతంగా పిలిచి "నీవు సంతానం కోసం, నా ఆనందంకోసం ఒక కఠినమైన పని చేయాలి. దానివలన నీకు కీర్తి దక్కుతుంది. ఇంతకు ముందటివారు కూడా కీర్తికోసం కఠినమైన పనులు చేశారు. మాద్రికి కూడా సంతానభాగ్యం కలిగించడమే ఆ కఠినమైన పని" అన్నాడు. కుంతి పాండురాజు మాటను తలదాల్చి మాద్రిని పిలిచి కేవలం ఒక్కసారి మాత్రమే ఏ దేవతనైనా ధ్యానిస్తే, అతని వలన అనురూపుడైన కొడుకు పుడతాడని చెప్పింది. మాద్రి అశ్వినీకుమారులను ధ్యానించగా వారు నకుల సహదేవులను కవలలుగా ప్రసాదించారు. ఆ ఇద్దరు బాలకులు అత్యంత సుందరులు. ఆ సమయంలో ఆకాశవాణి "ఈ ఇద్దరూ బలరూపగుణాలలో అశ్వినీకుమారులను మించుతారు. తమ రూప బలధన సంపత్తులచే లోకంలో వెలుగొందుతారు" అని చెప్పింది.

శతశృంగ పర్వతం మీద నివసించే మునులు అందరూ పాండురాజును అభినందించి బాలకులను ఆశీర్వదించారు. వారికి క్రమంగా యుధిష్ఠిరుడు, భీమసేనుడు, అర్జునుడు, నకులుడు, సహదేవుడు అని నామకరణం చేశారు. వారికి వయసులో ఒక్కొక్క ఏడాది తేడా ఉంది. అక్కడి ఋషులు – ఋషిపత్నులు వారిని ఎంతో ముద్దు చేస్తూండే వారు. పాండురాజు కూడా తన భార్యలతో పిల్లలతో ఆనందంగా అక్కడ కాలం గడుపుతున్నాడు.

వసంత ఋతువు వచ్చింది. అడవిలోని చెట్లన్నీ పూచి ఉన్నాయి. వాటి సౌందర్యాన్ని చూసి అందరూ ముగ్ధులవుతున్నారు. పాండురాజు ఆ అడవిలో తిరుగుతున్నాడు. వెంట మాద్రి కూడా ఉంది. ఆమె అందమైన వస్త్రధారణతో చూడచక్కగా ఉంది. యౌవనంలో ఉంది. సన్నని మేలి చీరకట్టింది. ముఖం మీద అందమైన చిరునవ్వు, ఆమెను చూచిన పాండురాజుకు మనసులో దావాగ్నిలాగ కామభావనలు పెచ్చరిల్లాయి. అతడు బలవంతంగా ఆమెను పట్టుకొన్నాడు. ఆమె ఎన్ని విధాల అడ్డు చెప్పినా, వదిలించుకోవాలని ప్రయత్నించినా వదలలేదు. శాపవృత్తాంతాన్ని కూడా లక్ష్యపెట్టనంతగా కామానికి వశుడైపోయాడు. దైవవశం వలన అతడు మైథున క్రియకు పూనుకోగానే విగతజీవుడై పోయాడు. మాద్రి అతని శవం మీదపడి దీనస్వరంతో విలపించసాగింది. కుంతి అయిదుగురు పుత్రులతో కలిసి అక్కడికి వచ్చింది. కొద్ది దూరంలో ఉండగానే మాద్రి పిల్లలను దూరంగా వదిలి ఆమెను ఒంటరిగా అక్కడికి రమ్మంది. అక్కడి దృశ్యం చూడగానే కుంతి శోకగ్రస్తురాలయింది. ఆమె విలపిస్తూ అతనిని ఎప్పుడూ తాను కాపాడుకుంటూ వస్తున్నానని, ఈ రోజు శాపం సంగతి తెలిసి కూడా నీ మాట ఎందుకు వినలేదని ప్రశ్నించింది. మాద్రి తాను ఎంతో వినయంతో భయంతో అతనిని ఆపడానికి ప్రయత్నించానని, కాని ఇలా జరగవలసి ఉన్నందున అతడు మనసును నిగ్రహించుకోలేక పోయాడని చెప్పింది. కుంతి "సరే ఇక నీవు లే. పతిని విడిచి ఇవతలికి రా. ఈ పిల్లలను పెంచి పోషించు, నేను పెద్ద భార్యను కాబట్టి అతనితో సహగమనం చేసే అధికారం నాకే ఉంది. నేను ఇతనిని అనుగమిస్తాను" అన్నది. మాద్రి వెంటనే "సోదరీ! ధర్మాత్ముడైన భర్తతో నేనే సహగమనం చేస్తాను. నేనింకా చిన్నదానిని. నేనే ఇతనితో వెళ్లిపోవాలి. నీవు పెద్దదానివి కాబట్టి నాకు అనుమతినివ్వు. నీవు నా కొడుకులను కూడా నీ కొడుకులుగానే చూసుకో. నా మీది విపరీతమైన కోరికతోనే భర్త మరణించాడు. కాబట్టి కూడా నేనే ఇతనితో సహగమనం చేయాలి" అని చెప్పి భర్తతోపాటు చితి ఎక్కి పరలోకం చేరుకుంది.

కుంతి, పాండవులు హస్తినాపురమునకు వచ్చుట

వైశంపాయనుడు చెప్తున్నాడు – జనమేజయా! పాండురాజు మరణించడం చూసి అక్కడి దివ్యజ్ఞాన సంపన్నులైన మునులు తమలో తాము ఇలా ఆలోచించుకున్నారు. "గొప్ప కీర్తి గడించిన పాండురాజు తన రాజ్యాన్ని దేశాన్ని వదలిపెట్టి తపస్సు చేసుకోవడానికి తాపసులమైన మనలను శరణుచొచ్చాడు. అతడు తన పసిపిల్లలను, భార్యను మనకు అప్పగించి తాను స్వర్గానికి చేరుకున్నాడు. ఇప్పుడు మనం అతని పుత్రులను, అస్థులను, భార్యను అక్కడకు చేర్చడం ఉచితం. ఇదే మన ధర్మం. ఇలా ఆలోచించుకుని ఆ తాపసులు భీష్మునకు, ధృతరాష్ట్రునకు పాండవులను అప్పగించడానికి హస్తినాపురానికి బయలుదేరారు. కొన్ని రోజులకు వారు హస్తినాపురంలోని వర్ధమానమనే ద్వారం దగ్గరకు చేరుకున్నారు. చారణులు మొదలైన దేవతలతో కలిసి మునులు వస్తున్నారని విని ప్రజలంతా చాలా ఆశ్చర్యపడ్డారు. వారు తమ పిల్లాపాపలతో కూడా వారిని చూడడానికి రాసాగారు. ఆ సమయంలో బళ్లమీద, కాలినడకను వచ్చే నాలుగు

వర్ణాలవారితో పెద్ద గుంపు ఏర్పడింది. ఆ సమయంలో ఎవరి మనసుల్లోనూ భేదభావం లేదు. భీష్ముడు, సోమదత్తుడు, బాహ్లికుడు, ధృతరాష్ట్రుడు, విదురుడు, సత్యవతి, కాశీరాజు కూతుళ్లు, గాంధారి, దుర్యోధనాది ధృతరాష్ట్రుని కుమారులు - అందరూ అక్కడికి వచ్చారు. అందరూ ఆ మహర్షులకు నమస్కరించి కూర్చున్నారు. గుంపులోని కోలాహలం తగ్గిన తరువాత భీష్ముడు ఋషులను సత్కరించి తమ రాజ్యం యొక్క, దేశం యొక్క కుశలసమాచారాన్ని తెలియజేశాడు. అందరి సమ్మతితో ఒక ఋషి లేచి నిలబడి "కురువంశ శిరోమణి అయిన పాండురాజు విషయవాసనలు వదలి శతశృంగ పర్వతం మీద నివసించసాగాడు. అతడు బ్రహ్మచర్యవ్రతాన్ని పాటిస్తున్నా, దివ్యమంత్ర ప్రభావం వలన అతనికి ధర్మరాజు అంశవలన యుధిష్ఠిరుడు, వాయువు అంశతో భీమసేనుడు, ఇంద్రుని అంశతో అర్జునుడు, అశ్వినీ కుమారుల అంశతో నకుల సహదేవులు పుట్టారు. మొదటి ముగ్గురు కుంతి కొడుకులు - చివరి ఇద్దరు మాద్రి కొడుకులు. వీరు పుట్టడం, పెరగడం, వేదాధ్యయనం చేయడం చూసి పాండురాజు చాలా సంతోషించాడు. కాని నేటికి పదిహేడు రోజుల క్రితం అతడు పరలోకగతుడయ్యాడు. మాద్రి అతనితోపాటే సహగమనం చేసింది. మీకు ఇక ఏది ఉచితమనిపిస్తే అది చేయండి. ఇవిగో వారిద్దరి అస్థికలు. ఇరుగో అతని కొడుకులు. మీరు ఈపిల్లల మీద వారి తల్లిమీద కనికరించండి. పరలోక క్రియలు పూర్తిఅయ్యాక పితృమేధయజ్ఞం చేయండి" అని చెప్పాడు. ఇలా చెప్పిన వెంటనే ఆ ఋషి, అతనితో పాటు వచ్చినవారు అంతర్ధానం అయిపోయారు. అక్కడున్న వారందరూ సిద్ధులైన ఆ మహర్షులను గంధర్వుల మాయానగరం లాగ దర్శించి మిక్కిలి ఆశ్చర్యపోయారు.

అప్పుడు ధృతరాష్ట్ర మహారాజు విదురుని పిలిచి మహారాజు పాండునికి, మహారాణి మాద్రికి రాజోచితసామగ్రితో అంత్యకర్మలు చేయమని వారికోసం గోవులు, అన్నవస్త్రాలు, కావలసినంత ధనం దానం చేయమని, ఆజ్ఞాపించాడు. విదురుడు ఆ ఆజ్ఞను శిరసావహించి, భీష్ముని అనుమతితో పరమపవిత్రమైన గంగా తీరంలో ఊర్ధ్వలోక క్రియలు చేయించాడు. ఆ సమయంలో పాండురాజు వియోగంతో దుఃఖితులై అందరూ ఏడ్చారు. మంత్రులు వారందరినీ సముదాయించి శాంతింపచేశారు. పాండవులు, రక్తసంబంధీకులు, బ్రాహ్మణులు, నగరవాసులు, శ్రాద్ధక్రియల సందర్భంగా పన్నెండు రోజులు నేలమీదే నిద్రించారు. నగరంలో మచ్చుకైనా సంతోషం కనబడలేదు. కుంతి, ధృతరాష్ట్రుడు, భీష్ముడు తమ బంధువర్గంతో కలిసి పాండురాజుకు శ్రాద్ధం పెట్టి, బ్రాహ్మణులకు భోజనాలు పెట్టారు. దక్షిణగా అనేక రత్నాలను మంచిమంచి గ్రామాలను ఇచ్చారు. సూతకం పూర్తి అయిన తరువాత అందరూ హస్తినాపురానికి తిరిగి వచ్చారు.

సత్యవత్యాదుల దేహత్యాగము

వైశంపాయనుడు చెప్తున్నాడు - జనమేజయా! శ్రాద్ధకర్మలు ముగిశాక పాండురాజు కుటుంబసభ్యులు అందరూ దుఃఖంలో మునిగిపోయారు. సత్యవతి మనుమని మరణంతో దుఃఖంతో పిచ్చిదానిలా అయిపోయింది. వ్యాసమహర్షి తన తల్లి దుఃఖోద్వేగాన్ని చూచి "అమ్మా! సుఖపడే రోజులు గడిచిపోయాయి. రానున్నవి మరింత చెడ్డరోజులు, రోజురోజుకి పాపం పెరిగిపోతోంది. భూమి తన యౌవనాన్ని కోల్పోతోంది. మోసం, వంచన, దోషాలు - వీటికే జయం లభిస్తుంది. ధర్మం, కర్మ, సదాచారం - ఇవి లుప్తమైపోతున్నాయి. కౌరవులు చేసే అన్యాయంతో చాలా పెద్ద వినాశనమే దాపురిస్తుంది. నీవు ఇప్పుడు యోగినివై తపస్సు చేసుకో. ఇక్కడినుండి తప్పుకో. నీ కళ్లతో నీవు వంశనాశనాన్ని చూడలేవు" అని ఉపదేశించాడు.[8] సత్యవతి అతని మాటలకు ఒప్పుకొని అంబికాంబాలికలకు ఈ సంగతి తెలియచేసింది. వారిద్దరితో కలిసి భీష్ముని అనుమతి తీసుకొని అడవికి వెళ్లిపోయింది. అడవిలో వారు ముగ్గురూ తీవ్రమైన తపస్సు చేసి దేహాలను విడిచి, అభీష్టగతులు పొందారు.

పాండవులకు వైదిక సంస్కారాలు జరిగాయి. వారు తమ తండ్రి ఇంటిలో ఆనందంగా పెరగసాగారు. బాల్యంలో వారు దుర్యోధనాదులతో కలిసి ఆడుకునేవారు. వారితో కలిసి మెలిసి ఉండేవారు. పరుగుపందెంలోను, లక్ష్యాన్ని చేరుకోవడంలోను, తినడంలోను, ధూళిని రేగగొట్టడంలోను భీమసేనుడు ధృతరాష్ట్రుని కుమారులను అందరను ఓడించేవాడు. అతడు మెల్లగా వెనుకనుండి వచ్చి వారి తలలు పట్టుకొని ఒకరితో ఒకరిని ఢీ కొట్టించేవాడు. అతడొక్కడే ఆ అన్నదమ్ములందరినీ జుట్టుపట్టుకొని లాగుతూ నేలమీద ఈడుస్తూ ఉండేవాడు. దానితో వారి చర్మాలు చీరుకుపోతూ ఉండేవి. వారిని పదేసిమందిని చంకలలో ఇరికించుకొని నీళ్లల్లో ముంచి, వారు గిల గిల కొట్టుకుంటూ ఉంటే విడిచిపెట్టేవాడు. దుర్యోధనుడు మొదలైన బాలురు

ఏదైనా చెట్టు ఎక్కి పళ్లు కోస్తుంటే, అతడు కాలితో ఆ చెట్టును తన్ని ఊపేసేవాడు. దానితో పళ్లతోపాటు పైనున్న వారుకూడా నేలరాలేవారు. కుస్తీలోగాని, పరుగులోగాని, లేదా ఏరకమైన యుద్ధంలో గాని భీమసేనునితో పోటీపడే వారు లేరు. అయితే భీమసేనునివి బాల్యచేష్టలే కాని దుర్యోధనాదుల మీద ద్వేషం లేదు. కాని దుర్యోధనుని మనసులో మాత్రం భీమసేనుని మీద ద్వేషం గూడు కట్టుకొంది. అతడు తన స్వభావం చేత రాత్రింబగళ్లు ఎప్పుడూ భీమసేనునిలో దోషాలనే ఎంచేవాడు. మోహలోభాల కారణంగా ఎప్పుడూ దోషాలనే ఎంచుతూ ఉండడంతో అతడు స్వయంగా దోషిగా మారాడు. అతడు ఒక నిశ్చయానికి వచ్చాడు. నగరోద్యానంలో నిద్రించే సమయంలో భీమసేనుని గంగలో పడవేసి, యుధిష్ఠిరుని, అర్జునుని బంధించి సమస్త రాజ్యాన్ని తానే ఏలాలని సంకల్పించాడు. ఈ నిశ్చయంతో అతడు అవకాశం కోసం ఎదురు చూడసాగాడు.

దుర్యోధనుడు ఒకసారి జలవిహారం కోసం గంగాతీరంలో ప్రమాణకోటి అనే స్థలంలో పెద్ద పెద్ద డేరాలు, గుడారాలు వేయించాడు. వాటిలో సమస్త సామగ్రి సిద్ధం చేయబడింది. అందరికీ వేర్వేరుగా గదులు ఏర్పాటయ్యాయి. ఆ స్థానానికి ఉదకక్రీడనం అనే పేరు పెట్టారు. ఆరితేరిన వంటవాళ్లు తినడానికి త్రాగడానికి అనేక రకాలను తయారుచేశారు. దుర్యోధనుడు చెప్పగానే యుధిష్ఠిరుడు అక్కడకు వెళ్లడానికి అంగీకరించాడు. అందరూ కలిసి నగరాకారం కల రథాల మీదా, ఏనుగుల మీద అక్కడకు బయల్దేరారు. వారు ప్రజలందరినీ మధ్య దారిలోనే తిరిగి పంపేశారు. తాము మాత్రం అడవి యొక్క సౌందర్యం చూస్తూ ఉద్యానవనానికి చేరుకున్నారు. అక్కడకు చేరుకుని రాకుమారులందరూ ఒకరికొకరు తినిపించుకుంటూ త్రాగించుకుంటూ ఒకే చోటకు చేరారు. దుర్మార్గుడైన దుర్యోధనుడు అంతకుముందే భీమసేనుని చంపడానికి దుర్నీతితో అతని భోజన సామగ్రిలో విషం కలిపి ఉంచాడు. అతడు చాలా తీయగా మాట్లాడుతూ మిత్రునివలె సోదరునివలె బలవంతం చేస్తూ భీమసేనునికి తినే పదార్థాలన్నీ వడ్డించాడు. తెలియక అతడు ఎంత వడ్డిస్తే అంతా తిన్నాడు భీముడు. దుర్యోధనుడు తన పని పూర్తయిందని భావించాడు. తరువాత జలక్రీడ మొదలయింది, జలక్రీడలాడుతూ భీమసేనుడు అలసిపోయాడు. అందరితో కలిసి డేరాలోకి వచ్చి నిద్రపోయాడు. అతనికి నరనరాల్లో విషం పాకడం చేత అచేతనుడై ఉన్నాడు. దుర్యోధనుడు స్వయంగా లతలతో భీమసేనుని శరీరాన్ని శవాన్ని కట్టినట్లుగా కట్టి గంగ యొక్క ఎత్తయిన ఒడ్డునుండి నీళ్లలోకి తోసిపారేశాడు. భీమసేనుడు అలాగే నాగలోకానికి చేరుకున్నాడు. అక్కడ విషసర్పాలు అతనిని బాగా కరిచాయి. పాము కాటుల వల్ల కాలకూట విషప్రభావం తగ్గిపోయింది. పాములు అతనిని మర్మస్థానంలో కూడా కాటు వేయాలని చూశాయి గాని అతని చర్మం కఠినంగా ఉండడం వలన ఏమీ చేయలేకపోయాయి. విషం దిగిపోవడం వలన భీమసేనునికి తెలివి వచ్చింది. సర్పాలను పట్టుకుని అతడు నేలకేసి కొట్టాడు. చాలా పాములు చచ్చిపోయాయి. ఇంకా చాలా పాములు భయపడి పారిపోయాయి. పారిపోయిన పాములు నాగరాజు వాసుకి దగ్గరకు వెళ్లి వృత్తాంతమంతా విన్నవించాయి.

వాసుకి స్వయంగా భీమసేనుని వద్దకు వచ్చాడు. అతని స్నేహితుడు ఆర్యకుడు భీమసేనుని గుర్తుపట్టాడు. ఆర్యకుడు భీమసేనుని తాతకు తాత. అతడు భీమసేనుని ఆదరంగా పలకరించాడు. వాసుకి ఆర్యకునితో మనము ఇతనికి ఏమి కానుక ఇద్దాం ధనరత్న రాశులిచ్చి పంపుదాం" అన్నాడు. అప్పుడు ఆర్యకుడు "నాగరాజా! ఇతడు ధనరత్న రాశులను ఏం చేసుకుంటాడు. మీరు అనుగ్రహిస్తే ఆ పాత్రలలోని రసాన్ని త్రాగనివ్వండి. దానివలన వేల ఏనుగుల బలం కలుగుతుంది" అన్నాడు. నాగులు భీమసేనుని చేత స్వస్తివాచకాలు పలికించారు. అతడు పవిత్రుడై తూర్పుకు తిరిగి కూర్చుండి, రసపానం చేయసాగాడు. బలశాలి అయిన భీమసేనుడు ఒక్కగుక్కలో కుండెడు రసాన్ని త్రాగాడు. అలా ఎనిమిది కుండల రసాన్ని త్రాగి నాగులు చెప్పినట్లుగా ఒక దివ్యమైన శయ్యను చేరి నిద్రించాడు.

ఇక్కడ నిద్రలేచిన తరువాత కౌరవపాండవులు బాగా గంతులేసి ఆడుకుని భీమసేనుడు లేకుండానే హస్తినాపురానికి వెళ్లిపోయారు. భీమసేనుడు ముందుగానే వెళ్లి ఉంటాడు అని వారు తమలో తాము అనుకున్నారు. దుర్యోధనుడు తన పన్నాగం ఫలించినందుకు సంతోషం పట్టలేకపోయాడు. ధర్మాత్ముడైన యుధిష్ఠిరుని యొక్క పవిత్రమైన మనసు భీముని అవస్థను ఊహించనుకూడా లేదు. అతడు దుర్యోధనుని కూడా తనవలెనే మంచివాడు అనుకున్నాడు. అతడు ఇంటికి రాగానే కుంతి వద్దకు వెళ్లి "అమ్మా! భీమసేనుడిక్కడికి వచ్చాడా? మేము అక్కడకూడా అతనికోసం చాలా వెతికాము. కాని కనపడకపోయేసరికి ఇంటికి వచ్చి ఉంటాడు అనుకున్నాను. మీరు అతనిని ఎక్కడకూ పంపలేదు

కదా? నాకు చాలా ఆందోళనగా ఉంది" అని అడిగాడు. ఇది విని కుంతి కంగారు పడింది. ఆమె భీమసేనుడు ఇక్కడికి రాలేదని, అతనికోసం వెతకమని చెప్పింది. కుంతీమాత వెంటనే విదురుని పిలిపించి "భీమసేనుడు కనపడడం లేదు. అందరూ వచ్చేశారు కాని అతడు రాలేదు. దుర్యోధనుని దృష్టిలో అతడెప్పుడూ శత్రువే. దుర్యోధనుడు చాలా క్రూరుడు, నీచుడు, లోభి, లజ్జలేని వాడు. అతడు కోపంతో నా పుత్రుడిని చంపి ఉండడు కదా! నా హృదయం దహించుకుపోతోంది" అన్నది. విదురుడు "అమ్మా! అలాంటి మాటలు నోటివెంట రానీకు. మిగిలిన వారిని జాగ్రత్తగా చూచుకో. దుర్మార్గుడైన ఆ దుర్యోధనుని అడిగితే అతడు ఇంకా మండిపడతాడు. మిగిలిన కుమారులకు కూడా ఆపద కలుగుతుంది. వ్యాసమహర్షి చెప్పిన ప్రకారం నీ కొడుకులు దీర్ఘాయువులు. భీమసేనుడు ఎక్కడ ఉన్నా తప్పక తిరిగి వస్తాడు" అని సముదాయించి వెళ్లాడు. కుంతి మాత్రం చింతిస్తూనే ఉంది.

అక్కడ నాగలోకంలో బలిష్ఠుడైన భీమసేనుడు ఎనిమిదివ రోజున రసం పూర్తిగా అరిగిన తరువాత లేచాడు. నాగులు అతని వద్ద చేరి అతనికి అనేక రకాలుగా ధైర్యం చెప్తూ "నీవు త్రాగిన రసం గొప్ప బలాన్ని ఇస్తుంది. నీవు పదివేల ఏనుగులతో సమానమైన బలవంతుడవు కాగలవు. యుద్ధంలో నిన్ను ఎవరూ జయించలేరు. నీవు ఇప్పుడు దివ్యజలాలలో స్నానం చేసి, పవిత్రమైన తెల్లని వస్త్రాలు ధరించి ఇంటికి వెళ్లు, నీ వియోగంచేత నీ అన్నదమ్ములు చాలా చింతాక్రాంతులై ఉంటారు" అని ఊరడించారు. భీమసేనుడు మళ్లీ అక్కడ తిని త్రాగి దివ్యవస్త్రభూషణాలు అలంకరించుకొని నాగుల అనుమతితో పైకి వచ్చాడు. నాగులతనిని ఆ ఉద్యానవనం వఱకు దిగబెట్టి మాయమయ్యారు. భీమసేనుడు తల్లి వద్దకు వచ్చి ఆమెకు అన్నగారికి నమస్కరించి, తమ్ముల శిరసులను ఆఘ్రాణించాడు. అందరూ ప్రేమతో ఆనందాన్ని పొందారు. భీమసేనుడు దుర్యోధనుని దుశ్చేష్టలన్నీ వర్ణించి చెప్పాడు. నాగలోకంలో తనకు కలిగిన కష్టసుఖాలన్నీ కూడా చెప్పాడు. ధర్మరాజు భీమసేనునికి చాలా ముఖ్యమైన విషయం చెప్పాడు – "సోదరా! ఇక మౌనంగా ఉండు. ఈ సంగతి ఎప్పుడూ ఎవరితోనూ చెప్పకు. మనం చాలా జాగ్రత్తగా ఉంటూ ఒకరినొకరం కాపాడుకోవాలి" అన్నాడు.

దుష్టుడైన దుర్యోధనుడు భీమసేనునికి ఇష్టమైన సారథిని గొంతుపిసికి చంపేశాడు. విదురుడు పాండవులకు మౌనంగానే ఉండమని సలహా ఇచ్చాడు. భీమసేనునికి ఒకసారి భోజనంలో విషం కలిపి పెట్టారు. ఈ సంగతిని యుయుత్సుడు పాండవులకు చేరవేశాడు. అయినా భీమసేనుడు ఆ విషాన్ని తిని అరిగించుకున్నాడు. దుర్యోధనకర్ణ శకునులు ఇలాగే రకరకాలుగా వారిని చంపాలని చూశారు. ఈ ప్రయత్నాలన్నీ తెలిసికూడా పాండవులు విదురుని సలహా అనుసరించి కావాలని మౌనంగా ఉండిపోయారు. ధృతరాష్ట్రుడు మాత్రం వాళ్లందరూ కలిసిమెలిసి ఆడుతూ పాడుతూ ఉన్నారని అనుకున్నాడు. అతడు గురువు కృపాచార్యుని వెదికించి రప్పించి వారిని అతనికి అప్పగించాడు. కౌరవపాండవులు శాస్త్రోక్తంగా కృపాచార్యుని వద్ద ధనుర్వేదం అభ్యసించారు.

కృపద్రోణాశ్వత్థామల జననము

వెంటనే జనమేజయుడు కృపద్రోణాశ్వత్థామల వృత్తాంతాన్ని వివరించమని అడిగాడు.

వైశంపాయనుడు మొదలుపెట్టాడు – జనమేజయా! గౌతమమహర్షి కొడుకు శరద్వంతుడు ధనుర్విద్యతో పాటే పుట్టాడు. ధనుర్వేదంలో లగ్నమైనంతగా అతని మనసు వేదాధ్యయనంలో లగ్నం కాలేదు. తపస్సు చేసి సమస్త శస్త్రాస్త్రాలను సాధించాడు. శరద్వంతుడు చేసే ఘోరతపస్సు, ధనుర్వేదంలో అతని నైపుణ్యం చూసి ఇంద్రుడు భయభ్రాంతుడయ్యాడు. అతడు శరద్వంతుని తపస్సును భంగపరచడానికి జానపది అనే దేవకన్యను పంపాడు. ఆమె శరద్వంతుని ఆశ్రమానికి వచ్చి రకరకాల హావభావాలతో అతనిని ప్రలోభపెట్టసాగింది. ఒక సుందరిని అందులోనూ చీరకట్టుకున్న యువతిని చూచి అతని శరీరం చలించిపోయింది. అతని చేతినుండి ధనుర్బాణాలు జారిపడ్డాయి. అతడు చాలా వివేకం కలవాడు, తపస్సు అంటే ప్రీతి కలవాడు. కాబట్టి ధైర్యంతో తన్ను తాను నిగ్రహించుకున్నాడు. అతని మనసులో కలిగిన వికారానికి అతనికి తెలియకుండానే వీర్యస్ఖలనం అయింది. అతడు ధనుర్బాణాలను, మృగచర్మాన్ని, ఆశ్రమాన్ని, ఆ కన్యను అన్నిటినీ వదిలేసి వెంటనే అక్కడినుండి వెళ్లిపోయాడు. రెల్లుగడ్డి మీద పడిన అతని వీర్యం రెండు భాగాలయింది. అందులోనుండి ఒక కొడుకు, ఒక కూతురు జన్మించారు.

అనుకోకుండా శంతనుమహారాజు తన పరివారంతో అక్కడకు వేటకు వచ్చాడు. సేవకుడొకడు ఆ బిడ్డలను చూశాడు. అతడు వారిని ఏ ధనుర్వేద పారంగతుడైన బ్రాహ్మణసంతానమో అయ్యుంటుందని తలపోసి రాజుకు నివేదించాడు. వారిని చూసి దయతో కరిగిపోయిన మహారాజు

తన బిడ్డలే అన్నట్లుగా వారిని ఇంటికి తీసుకొని వచ్చాడు. రాజు వారికి యథోచిత సంస్కారాలు చేసి వారిని పెంచసాగాడు. వారికి కృపుడు, కృపి అని పేర్లు పెట్టారు. శరద్వంతుడు తపోబలం వలన ఈ సంగతి తెలుసుకుని శంతనుమహారాజు వద్దకు వచ్చి ఆ పిల్లల నామగోత్రాలు చెప్పాడు. పిల్లవానికి నాల్గువిధాలైన ధనుర్వేదాన్ని, వివిధ శస్త్రాలను, వాటిలోని రహస్యాలను అన్నింటినీ నేర్పాడు. కొద్ది రోజులలోనే బాలుడైన కృపుడు అన్ని విషయాలలోను పరమాచార్యుడయ్యాడు. తరువాతి కాలంలో కౌరవపాండవులు, యాదవులు, ఇతర రాజకుమారులు అతని వద్ద ధనుర్విద్య అభ్యసించడం మొదలుపెట్టారు.

ఇంతకంటె ఎక్కువగా కౌరవపాండవులు ధనుర్విద్యలో మెళకువలు తెలుసుకోవాలని భీష్ముడు భావించాడు. ఇప్పుడు వారికి ఎవరో ఒక సాధారణ ఆచార్యుడు నేర్పితే చాలదు. అందుకని అతడు కౌరవపాండవులను ద్రోణాచార్యుని చేతులలో పెట్టాడు. భీష్ముడు చేసిన గౌరవానికి సంతోషించి అతడు రాజకుమారులకు ధనుర్వేదంలో శిక్షణ ఈయసాగాడు. కొద్ది రోజులలోనే రాజకుమారులందరూ అన్ని శాస్త్రాలలోను ప్రవీణులయ్యారు.

మధ్యలో జనమేజయుడు "దేవా! ద్రోణాచార్యుని జన్మవృత్తాంతం ఏమిటి? అతనికి అస్త్రవిద్య ఎలా లభించింది? అతనికి కౌరవులతో గల సంబంధం ఎలాంటిది? అలాగే అశ్వత్థామ జననం గురించి కూడా చెప్పండి" అని అడిగాడు.

వైశంపాయనుడు మొదలుపెట్టాడు -" జనమేజయా! పూర్వం "గంగాద్వారం' అనే చోట భరద్వాజమహర్షి ఉండేవాడు. అతడు నియమ సంపన్నుడు, ప్రసిద్ధుడు. అతడొకసారి యజ్ఞం మొదలుపెట్టాడు. ఆ రోజున అతడు అందరికంటె ముందు కొంతమంది మహర్షులతో కలిసి గంగా స్నానానికి వెళ్లాడు. అక్కడ ఘృతాచి అనే అప్సరస స్నానం చేసి నీటిలో నుండి బయటకు రావడం చూశాడు. ఆమెను చూడగానే భరద్వాజునికి మనసులో కోరిక కలిగింది. వీర్యస్ఖలనం అయింది. దానిని అతడు ద్రోణమనే యజ్ఞ పాత్రలో ఉంచాడు. దానినుండే ద్రోణుడు జన్మించాడు. ద్రోణుడు వేదవేదాంగాలన్నీ అధ్యయనం చేశాడు. భరద్వాజమహర్షి ఆగ్నేయాస్త్రాన్ని అంతకుముందే అగ్నివేశ్యుడనే వాడికి ఇచ్చాడు. అగ్నివేశ్యుడు తన గురువు ఆజ్ఞానుసారం ద్రోణునికి ఆగ్నేయాస్త్రం ఉపదేశించాడు.

పృషతుడనే రాజు భరద్వాజమునికి స్నేహితుడు. ద్రోణుడు పుట్టినపుడే అతనికి ద్రుపదుడు జన్మించాడు. అతడు కూడా భరద్వాజాశ్రమంలో ద్రోణునితోపాటు విద్య నేర్చుకుంటున్నాడు. ద్రోణునితో అతనికి గాఢమైత్రి ఏర్పడింది. పృషతుని మరణానంతరం ద్రుపదుడు ఉత్తరపాంచాలదేశానికి రాజయ్యాడు. భరద్వాజుడు బ్రహ్మసాయుజ్యం పొందాక ద్రోణుడు తన ఆశ్రమంలో ఉంటూ తపస్సు చేసుకోసాగాడు. అతడు శరద్వంతుని కూతురు కృపిని వివాహం చేసుకున్నాడు. ఆమె ధర్మనిష్ఠ, ఇంద్రియ నిగ్రహం కలది. కృపికి, అశ్వత్థామ జన్మించాడు. అతడు పుట్టగానే ఉచ్చైశ్రవం అనే 'అశ్వం' మాదిరిగా 'స్థామ' అంటే శబ్దం చేశాడు. (అశ్వ+స్థామ) కనుక అశ్వత్థామ అయ్యాడు. అశ్వత్థామ పుట్టగానే ద్రోణునికి చాలా సంతోషం కలిగింది. అతడక్కడే ఉండి ధనుర్వేదాన్ని అభ్యసించసాగాడు.

ఈరోజులలోనే ద్రోణునికి- జమదగ్ని నందనుడైన పరశురాముడు బ్రాహ్మణులకు తన సర్వస్వాన్ని దానం చేస్తున్నాడని తెలియవచ్చింది. ద్రోణుడు అతని వద్ద నుండి ధనుర్వేద సంబంధమైన రహస్యాలను, దివ్యాస్త్రాలను పొందాలని అక్కడకు బయలుదేరాడు. తన శిష్యులతో కలిసి మహేంద్ర పర్వతం చేరుకుని పరశురామునికి నమస్కరించాడు. తన్ను తాను పరిచయం చేసుకుంటూ 'నేను అంగిరసుని గోత్రంలో భరద్వాజ మునికి అయోనిజుడుగా పుట్టాను. నేను మీ వద్దనుండి కొద్దిగా పొందాలని వచ్చాను" అన్నాడు. పరశురాముడు తన దగ్గరున్న కొద్ది ధనాన్ని, రత్నాలను బ్రాహ్మణులకు, భూమినంతటినీ కశ్యపమునికి ఇచ్చేశానని, ఇక తన దగ్గర శరీరం, అస్త్రాలు తప్పించి ఇంకేమీ లేవని, వీటిలో ఏమి కావాలో అడగమని చెప్పాడు. ద్రోణుడు ప్రయోగ, రహస్య, ఉపసంహార విధానాలతో సహితంగా సమస్త అస్త్రశస్త్రాలను ఇవ్వమని అడిగాడు. పరశురాముడు వెంటనే సరే అని అవన్నీ నేర్పాడు. అస్త్రశస్త్రాలు పొందిన ద్రోణునకు చాలా సంతోషం కలిగింది. అనంతరం అతడు తన మిత్రుడయిన ద్రుపదుని దగ్గరకు వెళ్లాడు. అక్కడకు వెళ్లి "రాజా! నేను ప్రియమిత్రుడిని, మీరు నన్ను గుర్తుపట్టారా? అని అడిగాడు. ద్రోణుని మాటలకు పాంచాల రాజుకు ఆగ్రహం వచ్చింది. కనుబొమలు ముడిపడ్డాయి. కళ్లు ఎరుపెక్కాయి. "బ్రాహ్మణుడా! నీకు బుద్ధి పరిపక్వమయినట్లు లేదు. నన్ను నీ మిత్రుడిని అని చెప్పుకునేందుకు నీకు కొద్దిగానయినా సంకోచం కలుగలేదా? రాజులకు, పేదలకు మైత్రి ఎక్కడిది? ఒకానొకప్పుడు ఎప్పుడయినా ఉన్నా కాలం గడిచిన కొద్దీ

అది నశించిపోతుంది'' అన్నాడు. ద్రుపదుని మాటలు విన్న ద్రోణుడు కోపంతో వణికిపోయాడు. అతడు మనసులోనే ఒక నిశ్చయానికి వచ్చి కురువంశ రాజధాని అయిన హస్తినాపురానికి వచ్చాడు. అతడక్కడ కొన్నాళ్లు రహస్యంగా కృపాచార్యుని ఇంటిలో ఉన్నాడు.

ఒకరోజున యుధిష్ఠిరుడు మొదలైన రాజకుమారులు నగర బాహ్యప్రదేశానికి వెళ్లి మైదానంలో బంతాట ఆడుతున్నారు. అకస్మాత్తుగా బంతి ఒక నూతిలో పడిపోయింది. దానిని తీయడానికి వారంతా ఎన్నో విధాల ప్రయత్నించారు. కాని ఫలితం లేకపోయింది వారు సిగ్గుపడి ఒకరిముఖం ఒకరు చూసుకోసాగారు. అప్పుడే నిత్యకర్మానుష్ఠానం ముగించుకొని వస్తున్న ఒక బ్రాహ్మణుని మీద వారి దృష్టి పడింది. అతడు నల్లగా బక్కపలుచగా ఉన్నాడు. రాజకుమారులందరూ అతని చుట్టూ చేరి నిలుచున్నారు. రాజకుమారులు విచారంగా ఉండడం చూసి అతడు చిరునవ్వుతో "రామ రామా! మీ క్షత్రియబలానికి, అస్త్ర కౌశలానికి ఇది చాలా అవమానం. మీరు నూతిలోంచి ఒక బంతిని పైకి తీయలేకపోయారా? చూడండి. నేను ఇప్పుడే మీ బంతిని, నా ఈ ఉంగరాన్ని కూడా నూతిలోనుండి తీస్తాను. మీరు నాకు తిండి దొరికే ఏర్పాటు చేయండి'' అని చెప్పి తన ఉంగరాన్ని నూతిలో పడేశాడు. యుధిష్ఠిరుడు కృపాచార్యుల అనుమతి గనుక లభిస్తే శాశ్వతంగా భోజనం దొరికే అవకాశం ఉందన్నాడు. అప్పుడు ద్రోణాచార్యుడు "ఇదిగో చూడండి ఈ పిడికెడు ఈనె పుల్లలను. వీటిని మంత్రించి ఒకదానిని బంతికి గుచ్చుకునేలా చేస్తాను. ఆపైన ఒకదానికొకటి గుచ్చుకునేలా చేసి, మీ బంతిని పైకి తీస్తాను'' అన్నాడు. అతడు చెప్పినట్లే చేసి చూపించాడు. రాజకుమారుల ఆశ్చర్యానికి అంతులేదు. వారు మీ అంగుళీయకాన్ని కూడా తీయండి మరి'' అని అడిగారు. ద్రోణాచార్యుడు బాణాలు ప్రయోగించి బాణాలతో పాటు ఉంగరాన్ని కూడా తీశాడు. రాజకుమారులు "అద్భుతం" పరమాద్భుతం మేము ఇంతకుముందు ఇలాంటి అస్త్రవిద్యను ఎక్కడా చూడనే లేదు. దయచేసి మీరెవరో చెప్పండి. మీకు మేమేమి చేయగలం?'' అని అడిగారు. ద్రోణాచార్యుడు "మీరు మీ తాతగారైన భీష్మునికి సంగతంతా తెలియచేయండి. వారు నా రూపాన్ని గుణాన్ని బట్టి నన్ను గుర్తిస్తారు'' అని చెప్పాడు.

రాజకుమారులు నగరానికి వచ్చి విషయమంతా భీష్మ పితామహునికి నివేదించారు. అంతా విని భీష్ముడు ద్రోణాచార్యుడు నగరానికి వచ్చి ఉంటాడు అని ఊహించాడు. ఇప్పుడిక రాజకుమారులకు ద్రోణాచార్యుని చేతనే శిక్షణ ఇప్పించాలనుకున్నాడు. వెంటనే అతడు స్వయంగా వెళ్లి ద్రోణాచార్యుని తోడ్కొని వచ్చి, అతనిని చక్కగా సత్కరించి, అతని రాకకు కారణమడిగాడు. ద్రోణుడు "భీష్మాచార్యా! నేను బ్రహ్మచారిగా ఉండి విద్య నేర్చుకునే సమయంలోనే పాంచాల రాజపుత్రుడు ద్రుపదుడు కూడా మాతోపాటు ధనుర్విద్య నేర్చుకునేవాడు. మా ఇద్దరి మధ్య గాఢమైత్రి ఉండేది. అతడు నన్ను ప్రసన్నం చేసుకోవడానికి నేను రాజునయినపుడు నీవు కూడా నాతోనే ఉందువు గాని, నా రాజ్యం, సంపద, సుఖాలు – అన్నీ నీ అధీనంలోనే ఉంటాయని నేను ఒట్టువేసి మరీ చెప్తున్నాను'' అనేవాడు. అతని ఈ ప్రతిజ్ఞను జ్ఞాపకం తెచ్చుకుని నేను ఆనందంతో పొంగిపోయేవాడిని. కొన్నాళ్లకు నేను శరద్వంతుని కూతురు కృపిని వివాహం చేసుకున్నాను. ఆమె వలన సూర్యసమానతేజుడయిన అశ్వత్థామ పుట్టాడు.

ఒకసారి గోధనం ఎక్కువగా ఉన్న ఒక ఋషి కుమారుడు పాలు తాగుతున్నాడు. అశ్వత్థామ అతనిని చూచి తనకు కూడా పాలు కావాలని పేచీ పెట్టి ఏడవసాగాడు. అప్పుడు అసహాయుడినైన నా కళ్లు చీకట్లు కమ్మాయి. తక్కువ గోవులున్న వారి దగ్గర గోవుతీసుకుంటే వారి ధర్మకార్యాలకు ఆటంకం కలుగుతుంది. ఎంతసేపు తిరిగినా నాకు పాలిచ్చే ఆవు దొరకలేదు. నేను తిరిగి వచ్చేసరికి చిన్న పిల్లలు కొందరు పిండిని నీళ్లలో కలిపి వాటినే అశ్వత్థామకు పాలని చెప్పి ఆశపెడుతున్నారు. పాపం ఏమీ ఎరుగని అశ్వత్థామ అవి తాగి నేను పాలు తాగాను అని గంతులేస్తూ అంటున్నాడు. నా కొడుకు సంతోషాన్ని దుఃస్థితిని చూచి నా మనసు క్షోభించిపోయింది. నా దరిద్రస్థితిని నేనే తిట్టుకున్నాను. నా ధైర్యం సడలిపోయింది.

భీష్మమహాశయా! నా ప్రియమిత్రుడు ద్రుపదుడు రాజు అయ్యాడని విని నేను భార్యాపుత్రులతో ఆనందంగా అతని రాజధానికి వెళ్లాను. నేను ద్రుపదుడు చేసిన శపథాన్ని విశ్వసించాను. కాని నేను ద్రుపదుని కలిసినపుడు అతడు నన్ను అపరిచితునిలా చూస్తూ "బ్రాహ్మణ దేవుడా! ఇప్పటికీ నీ బుద్ధి వికసించలేదు. లోకవ్యవహారం తెలుసుకోలేక పోతున్నావు. నేను నీ మిత్రుడినని నిర్భయంగా చెప్తున్నావు. సోదరా! మనుష్యులు కలుస్తూ ఉంటారు. విడిపోతూ ఉంటారు ఆనాడు మనమిద్దరం సమానులం కాబట్టి మైత్రి ఉండేది.

ఈనాడు నేను ధనికుడిని నీవు ధనం లేనివాడవు. మైత్రి ఉండడం అర్థం లేని మాట. నేను రాజ్యం కూడా ఇస్తానని ప్రతిజ్ఞ చేశానని నీవు అంటున్నావు. కాని నాకు ఏమీ జ్ఞాపకం లేదు. నీకు ఇష్టమయితే ఒకరోజు కావలసినంత తిని వెళ్లు.'' అని హేళనగా అన్నాడు. నేను అక్కడినుండి వచ్చేసేటపుడు ఒక ప్రతిజ్ఞ చేశాను. ద్రుపదుడు చేసిన అవమానం నా మనసును మండిస్తోంది. నేను నా ప్రతిజ్ఞ తొందరలోనే పూర్తి చేసుకుంటాను. నేను గుణవంతులయిన శిష్యులకు శిక్షణనిచ్చే ఉద్దేశ్యంతో ఇక్కడికి వచ్చాను. నా వలన మీరు ఏమి ఆశిస్తున్నారు? మీకు నేనేమి చేయగలను? అని తన కథంతా చెప్పి అడిగాడు. భీష్ముడు ఇప్పుడు మీరు మీ వింటినారిని దించండి. ఇక్కడ నివసిస్తూ రాజకుమారులకు ధనుర్వేదం, అస్త్రవిద్య నేర్పండి, కౌరవుల ధనం, రాజ్యం, వైభవం- అన్నీ మీవే. మేమందరం మీ ఆజ్ఞానువర్తులం. మీ రాక మా సౌభాగ్యం'' అన్నాడు.

రాజకుమారుల శిక్షణ - పరీక్ష - ఏకలవ్యుని వృత్తాంతము

వైశంపాయనుడు కొనసాగించాడు - "రాజా! ద్రోణాచార్యుడు భీష్మపితామహుని సన్మానాన్ని పొంది హస్తినాపురంలో నివసించడం మొదలుపెట్టాడు. అతడు ద్రోణునికి అన్న వస్త్రాదులకు ధనానికి లోటు లేని ఒక సుందరభవనాన్ని ఉండడానికి ఇచ్చాడు. ద్రోణుడు ధార్తరాష్ట్రులను, పాండవులను శిష్యులుగా స్వీకరించి శాస్త్రోక్తంగా ధనుర్వేదాన్ని నేర్పసాగాడు. ఒకరోజున అతడు తన శిష్యులనందరినీ ఏకాంతంగా పిలిచి "నాదొక కోరిక ఉంది. విలువిద్య నేర్చుకోవడం పూర్తి అయ్యాక నా కోరిక తీర్చగలరా?" అని అడిగాడు. అర్జునుడు మిక్కిలి ఉత్సాహంగా తాను ఆ కోరికను తీరుస్తానన్నాడు. ద్రోణాచార్యుడు ఆనందించాడు. అర్జునుని గాఢంగా కౌగిలించుకున్నాడు. అతని కళ్లల్లో ఆనందబాష్పాలు చిప్పిల్లాయి. ద్రోణాచార్యుడు తన శిష్యులకు రకరకాల దివ్యమైన అలౌకికమైన అస్త్ర ప్రయోగాలు నేర్పిస్తున్నాడు. అతని శిష్యులలో యదువంశీయులు, ఇతర రాజకుమారులు కూడా ఉన్నారు. సూతపుత్రునిగా ప్రసిద్ధికెక్కిన కర్ణుడు కూడా వారిలో ఉన్నాడు. అర్జునుని మనసులో అస్త్రవిద్య పట్ల ఆసక్తి, మక్కువ, ఏకాగ్రత ఎక్కువగా ఉన్నాయి. అతడు ద్రోణాచార్యునికి ఎక్కువగా సేవ చేస్తూండేవాడు. అందుకనే అతడు శిక్షణ పొందడం బాహుబలం చూపడం యత్నించడం అనే దృష్టితో సమస్త శస్త్రాలను ప్రయోగించడంలోను, చాకచక్యంలోను, నిర్దుష్టతలోను అందరికంటె ముందుండేవాడు.

ద్రోణాచార్యునికి తన కొడుకు అశ్వత్థామ మీద ఎనలేని ప్రేమ. నీళ్లు తేవడానికి అందరికీ ఇచ్చే కమండలువులు సన్నమూతి కలవి కావడంతో అవి నింపి తేవడానికి ఆలస్యమయ్యేది. కాని అశ్వత్థామకు ఇచ్చిన కమండలువు వెడల్పుమూతి గలది కావడంతో, తొందరగా నిండిపోయేది. అతడు త్వరగా వచ్చేసేవాడు. ఇతరులు వచ్చేలోగా అతనికి అస్త్రవిద్యలోని రహస్యాలు చెప్పేవాడు. ఈ సంగతి పసిగట్టిన అర్జునుడు తన కమండలువును వారుణాస్త్రంతో వెంటనే నింపి తెచ్చేవాడు. కనుక అతడు కూడా అశ్వత్థామతో సమానంగా రహస్యాలన్నీ నేర్చుకున్నాడు. అతనికంటె ఎందులోనూ వెనకపడలేదు. ఒకరోజున భోజనం చేసే సమయంలో గాలి గట్టిగా వీచి దీపం ఆరిపోయింది. చీకటిలో కూడా చేయి తడుముకోకుండా నోటి దగ్గరకు పోవడం గమనించిన అర్జునుడు గురి తప్పకుండా ఉండడానికి వెలుతురు అవసరం లేదని, అభ్యాసం ఉంటే చాలని తెలుసుకున్నాడు. ఆనాటినుండి అతడు చీకటిలో కూడా అభ్యాసం చేయడం మొదలుపెట్టాడు. ఒకరోజు రాత్రి అర్జునుని ధనుష్టంకారం విన్న ద్రోణాచార్యుడు అతని వద్దకు వచ్చి ఆప్యాయంగా కౌగిలించుకొని "నాయనా! ఈ లోకంలో నిన్ను మించిన ధనుర్ధరుడెవరూ లేకుండా ఉండేలా నిన్ను తయారు చేస్తాను. నేను ఈ మాట నిజంగానే చెప్తున్నాను" అన్నాడు. ఆచార్యుడు రాజకుమారులందరికీ గుర్రాల మీద, ఏనుగుల మీద, రథాల మీద, భూమిమీద నిలబడి యుద్ధం చేయడం, కత్తి తిప్పడం, తోమరం, ప్రాసం, శక్తి మొదలైన ఆయుధాలు ప్రయోగించడం, తుముల యుద్ధం - అన్నింటిలో శిక్షణనిచ్చాడు. ఇవన్నీ నేర్పేటప్పుడు అర్జునునిమీద ప్రత్యేకమైన శ్రద్ధ కనబరిచాడు. ద్రోణాచార్యుడు శిక్షణ గరిపే నైపుణ్యం దేశదేశాల్లో వ్యాపించింది. దూర దూరాలనుండి రాకుమారులు వచ్చేవారు. ఒకరోజున నిషాదరాజు అయిన హిరణ్యధన్వుని కుమారుడు ఏకలవ్యుడు అతని వద్ద అస్త్రవిద్య నేర్చుకోవాలని వచ్చాడు. కాని అతడు నిషాదజాతివాడని ద్రోణాచార్యుడు అతనికి విద్యనేర్పడానికి అంగీకరించలేదు. అతడు తిరిగి వెళ్లిపోయాడు. అడవికి వెళ్లి, అక్కడ ద్రోణాచార్యుని మట్టి ప్రతిమను చేసి, అందులోనే ఆచార్యుని భావించుకొని అత్యంత శ్రద్ధతో, వినయంతో నియమితరూపంలో అస్త్రాభ్యాసం చేయసాగాడు. త్వరలోనే మిక్కిలి నైపుణ్యం సాధించాడు.

ఒకరోజున రాజకుమారులందరూ గురువుగారి అనుమతి తీసుకొని అడవికి వేటకు వెళ్లారు. ఒక అనుచరుడు వేటకుక్కను, రాజకుమారుల సామగ్రిని వెంట తీసుకుని కూడా వెళ్లాడు. ఆ కుక్క తిరుగుతూ తిరుగుతూ ఏకలవ్యుడు బాణ సాధన చేసే చోటుకు వచ్చింది. దుమ్ముకొట్టుకుపోయిన శరీరంతో మాసిన బట్టలతో ఉన్నాడు ఏకలవ్యుడు. నల్లని మృగచర్మాన్ని ధరించి ఉన్నాడు. వెంట్రుకలు జడలు గట్టి ఉన్నాయి. కుక్క అతనిని చూచి మొరగసాగింది. ఏకలవ్యుడు లాగిపెట్టి ఏడుబాణాలతో కొట్టాడు. వాటితో దాని నోరు నిండిపోయింది గాని దానికెక్కడా గాయం కాలేదు. నోటినిండా బాణాలతో కుక్క పాండవుల దగ్గరకు వచ్చింది. ఆ అద్భుత దృశ్యాన్ని చూచి పాండవులందరూ "ఇతడెవరో శబ్దాన్ని బట్టి బాణాలు వేగంగా వేయడంలో నిష్ణాతునిలా ఉన్నాడు " అనుకోసాగారు. వారు వెతకగా ఆ అడవిలో వారికి ఏకలవ్యుడు కనిపించాడు. అతడు ఎడతెగకుండా బాణాలు వేయడం అభ్యసిస్తున్నాడు. అతని రూపురేఖలు మారిపోవడం వలన పాండవులు అతనిని గుర్తించలేక పోయారు. వారు అతనిని అడిగితే తన పేరు ఏకలవ్యుడని, తాను భిల్లరాజు హిరణ్యధన్వుని కొడుకునని, ద్రోణాచార్యుని శిష్యుడిననీ, ఇక్కడ ధనుర్విద్యాభ్యాసం చేస్తున్నానని చెప్పాడు. అప్పుడు అతనిని వారు చక్కగా గుర్తించారు. అక్కడినుండి తిరిగివచ్చాక రాజకుమారులందరూ ద్రోణాచార్యునకు సంగతంతా చెప్పారు. అర్జునుడు "ఆచార్యా! నన్ను మీరు వాత్సల్యంతో దగ్గరకు తీసుకుని "నా శిష్యులలో నిన్నుమించిన వాడుండడు" అని చెప్పారు. కాని మీ శిష్యుడు ఏకలవ్యుడు అందరికంటె నాకంటె కూడా మించిన వాడు" అన్నాడు. అర్జునుని మాటలు విని ద్రోణాచార్యుడు కొంచెం సేపు ఆలోచించాడు. తరువాత అర్జునుని వెంటబెట్టుకొని ఆ అడవికి వెళ్లాడు. అక్కడ జటావల్కల ధారియైన ఏకలవ్యుడు బాణాల మీద బాణాలు వేయడం చూశారు. శరీరం అంతా దుమ్ముకొట్టుకుపోయి ఉంది. అయినా అతనికా ధ్యాస లేదు. గురువును చూచి ఏకలవ్యుడు అతని వద్దకు వెళ్లి సాష్టాంగ నమస్కారం చేశాడు. అతనిని యథోచితంగా పూజించి చేతులు జోడించి నిలబడి "మీ శిష్యుడు మీ సేవకు సిద్ధంగా ఉన్నాడు ఆజ్ఞాపించండి" అన్నాడు. "నీవు నిజంగా నా శిష్యుడవే అయితే నాకు గురుదక్షిణ ఇయ్యి" అన్నాడు ద్రోణాచార్యుడు. ఏకలవ్యునికి చాలా ఆనందం కలిగింది. వెంటనే అతడు "ఆజ్ఞ ఇవ్వండి నా వద్ద మీకు ఈయగూడనిది ఏదీ లేదు" అన్నాడు. ద్రోణాచార్యుడు అతని కుడిచేతి బొటనవ్రేలు ఇమ్మని అడిగాడు. ఏకలవ్యుడు తన మాట మీద నిలబడి ఉత్సాహంతో, ఆనందంగా తన కుడిచేతి బొటనవ్రేలు నరికి గురువుకు సమర్పించాడు. ఆ తరువాత అతనికి బాణ ప్రయోగంలో వెనుకటి లాఘవం, వేగం లేకుండా పోయాయి.

ఒకసారి ద్రోణాచార్యుడు తన శిష్యులకు పరీక్ష పెట్టాలనుకున్నాడు. అతడు నేర్పరి అయిన పనివానిచేత ఒక కృత్రిమ పక్షిని తయారుచేయించి, రాజకుమారులకు తెలియకుండా ఒక చెట్టు మీద వ్రేలాడదీయించాడు. అనంతరం శిష్యులందరితో "మీరంతా ధనుస్సు ఎక్కుపెట్టి సిద్ధంగా ఉండండి. గురిచూసి ఆ పక్షితలను ఎగుర కొట్టాలి" అన్నాడు. మొదటగా యుధిష్ఠిరుని పిలిచి చెట్టుమీద ఉన్న పక్షిని చూశావా అని అడిగాడు. చూశానన్నాడు అతడు. ఆ వృక్షంతో పాటు నన్ను, నీ తమ్ముళ్లను కూడా చూస్తున్నావా అని అడిగాడు. చూస్తున్నానన్నాడు యుధిష్ఠిరుడు "ద్రోణుడు కోపంతో విసుక్కుంటూ 'పో నీవు ఈ లక్ష్యం ఛేదించడానికి పనికిరావు' అన్నాడు. తరువాత అతడు దుర్యోధనుడు మొదలైన వారినందరినీ ఒక్కొక్కరినే పిలిచి అక్కడ నిల్చుండబెట్టి అదే ప్రశ్నవేశాడు. యుధిష్ఠిరుడు చెప్పిన సమాధానాన్నే వారు చెప్పారు. అందరినీ విసుగుకొని అవతలికి పంపేశాడు. చివరికి అర్జునుని పిలిచి "లక్ష్యంవైపు చూడు. తొట్రుపడకు విల్లు ఎక్కుపెట్టి నా ఆజ్ఞను సరిగ్గా విను" అని క్షణకాలం ఆగి ఆచార్యుడు "నీవు ఈ వృక్షాన్ని, పక్షిని, నన్ను చూస్తున్నావా?" అని అడిగాడు. అర్జునుడు "ఆచార్యా! పక్షి తప్ప వేరేదీ నాకు కనిపించడం లేదు" అన్నాడు. ద్రోణాచార్యుడు "అయితే పక్షి ఆకారం ఎలా ఉంది" అని అడిగాడు. అర్జునుడు "నాకు కేవలం దాని తల మాత్రమే కనబడుతోంది. ఆకారం ఎలా ఉందో తెలియదు" అని జవాబిచ్చాడు. ద్రోణాచార్యుని శరీరం ఆనందంతో పులకించిపోయింది. "నాయనా! బాణాన్ని ప్రయోగించు" అన్నాడు. తక్షణమే అర్జునుడు పక్షితలను బాణంతో ఖండించాడు. అర్జునుడు పరీక్షలో నెగ్గడం చూసి ఆచార్యుడు ద్రుపదుడు చేసిన విశ్వాస ఘాతుకానికి అర్జునుడే బదులు తీర్చుకోగలడని భావించాడు.

ఒకసారి గంగలో స్నానం చేసే సమయంలో ద్రోణుని పాదాన్ని ఒక మొసలి పట్టుకుంది. ద్రోణుడు దానిని స్వయంగా విడిపించుకోగలిగినా శిష్యులను పిలిచి మొసలిని చంపి, తన్ను రక్షించమన్నాడు. గురువు మాట ఇంకా పూర్తికాకుండానే అర్జునుడు ఐదు పదునైన బాణాలతో నీటిలో మునిగి ఉన్న

మొసలిని ఛేదించాడు. మిగిలినవారందరూ భయపడుతూ నిలుచున్న చోటనే ఉండిపోయారు మొసలి చచ్చిపోయింది. ఆచార్యుని పాదం వదిలింది. ద్రోణాచార్యుడు సంతోషించి అర్జునునితో "నాయనా! నీకు బ్రహ్మశిరో నామకాస్త్రాన్ని ప్రయోగ ఉపసంహారాలతో ఉపదేశిస్తాను. ఇది చాలా అమోఘమైనది. సాధారణ మానవులమీద ఎప్పుడూ ప్రయోగించకూడదు. సమస్త ప్రపంచాన్ని కాల్చివేయగల శక్తి దీనికి ఉంది" అన్నాడు. అర్జునుడు చేతులు జోడించి అస్త్రాన్ని స్వీకరించాడు "ఇప్పుడు భూలోకంలో నిన్ను మించిన ధనుర్ధరుడెవరూ ఉండరు" అని ద్రోణాచార్యుడు అర్జునుని కొనియాడాడు.

కుమారాస్త్ర విద్యా ప్రదర్శనము

వైశంపాయనుడు చెప్తున్నాడు - జనమేజయా! రాజకుమారుల అస్త్రవిద్యా నైపుణ్యాన్ని చూచి ద్రోణాచార్యుడు కృప భీష్మసోమదత్త బాహ్లిక వ్యాస విదురాదుల ఎదుట ధృతరాష్ట్రునితో "రాజా! రాజకుమారులందరూ అన్ని రకాల విద్యలలోను పరిపూర్ణులయ్యారు. మీరు కోరితే అనుమతిని ఇస్తే వారు తమ అస్త్రవిద్యను అందరి ఎదుట ప్రదర్శించగలరు" అన్నాడు. ధృతరాష్ట్రుడు సంతోషించి "ఆచార్యా! మీరు మాకు గొప్పమేలు చేశారు. మీరు ఎప్పుడు, ఎక్కడ, ఏ విధంగా అస్త్ర కౌశల ప్రదర్శన ఉచితమనుకుంటారో అలాగే చేయండి. దానికి కావలసిన ఏర్పాట్లను ఆజ్ఞాపించండి" అని తన అంగీకారం సూచించాడు ఆపై విదురుని పిలిచి "ఆచార్యుని ఆజ్ఞ మేరకు ఏర్పాట్లు చేయించు. నాకు చాలా కుతూహలంగా ఉంది" అన్నాడు. ద్రోణాచార్యుడు రంగమండపం కోసం ముళ్లచెట్లు, తుప్పలు లేని సమతల ప్రదేశాన్ని ఎన్నుకొన్నాడు. జలాశయాలున్న కారణంగా అది మరింత మనోహరంగా ఉంది. శుభముహూర్తంలో రంగమండపానికి పునాది వేయబడింది. రంగమండపం సిద్ధం అయ్యేసరికి అందులో అనేకరకాల అస్త్రశస్త్రాలు వ్రేలాడదీయబడి ఉన్నాయి. రాజకుటుంబాల స్త్రీ పురుషులకు ఉచితమైన స్థానాలు నిర్మించబడ్డాయి. స్త్రీలకు, సాధారణ - ప్రేక్షకులకు వేర్వేరు స్థానాలున్నాయి. అనుకున్న రోజుకి రాజు ధృతరాష్ట్రుడు, భీష్ముడు, కృపాచార్యునితో సహితంగా అక్కడకు చేరుకున్నాడు. నాలుగువైపులా ముత్యాల జాలరులు వేలాడుతున్నాయి. గాంధారి, కుంతి, ఇంకా అనేక రాజకుటుంబపు స్త్రీలు తమ తమ దాసీలతో సహా వచ్చారు. బ్రాహ్మణక్షత్రియ వైశ్యులు మొదలైనవారు వచ్చి యథాస్థానాలలో కూర్చున్నారు. అక్కడ చేరిన జనం ఉప్పొంగుతున్న సముద్రం వలె ఉంది. వాద్యాలు మ్రోగుతున్నాయి. ద్రోణాచార్యుడు తెల్లని వస్త్రాలు, యజ్ఞోపవీతం, పుష్పమాలలు ధరించి అశ్వత్థామతో కలిసి వచ్చాడు. అతని గడ్డాలు మీసాలు కూడా నెరిసి తెల్లగా ఉన్నాయి.

ద్రోణాచార్యుడు సమయానికి దేవతాపూజ చేసి, వేదవిప్రుల చేత మంగళాచరణం చేయించాడు. రాజకుమారులు మొదట ధనుర్బాణ ప్రయోగంలో తమ కౌశలం చూపారు. అనంతరం గుర్రాల మీద, ఏనుగుల మీద, రథాల మీద ఎక్కి తమ యుద్ధ చాతుర్యం చూపారు. కుస్తీ విద్య ప్రదర్శించారు. కత్తి డాలు తీసుకుని రకరకాలుగా విన్యాసాలు చేస్తూ తమ హస్త నైపుణ్యాన్ని చూపసాగారు. అందరూ వారి వేగాన్ని, లాఘవాన్ని, సౌష్ఠవాన్ని, స్థిరత్వాన్ని, పిడికిలి పట్టులోని ఒడుపునూ చూసి ఆనందించారు. భీమదుర్యోధనులు గదలు తీసుకొని రంగస్థలంలో అడుగుపెట్టారు. పర్వత శిఖరాల వలె దృఢంగా ఉన్న ఆ వీరులు పొడవైన భుజాలతో, నడుముకు బిగించికట్టిన వస్త్రాలతో మిక్కిలి అందంగా ఉన్నారు. వారు మదగజాలవలె ఘీంకరిస్తూ, పాదవిన్యాసాలు చేస్తూ చుట్టూ తిరగసాగారు. విదురుడు ధృతరాష్ట్రునికీ, కుంతికీ గాంధారికి రంగమధ్యంలో జరిగే విషయాలన్నీ పూసగుచ్చినట్లు చెప్తున్నాడు. అప్పుడు ప్రేక్షకులలో కొంతమంది దుర్యోధనునికి, కొంతమంది భీమునికి జయజయ ధ్వానాలు చేస్తూ రెండు భాగాలుగా చీలిపోయారు. సముద్రంలా ఉప్పొంగిపోతున్న ఆ ప్రజల కోలాహలం విని ద్రోణుడు అశ్వత్థామను పిలిచి వారిద్దరిని అడ్డుకోమని, శ్రుతిమించితే ప్రేక్షకులు గడబిడ చేస్తారని చెప్పాడు. అశ్వత్థామ అలాగే చేశాడు.

ద్రోణాచార్యుడు లేచి నిలబడి వాద్యాల మ్రోతను ఆపించి, గంభీరస్వరంతో "ఇప్పుడు మీరు నా ప్రియశిష్యుడైన అర్జునుని అస్త్రకౌశలాన్ని చూస్తారు" అని ప్రకటించాడు. అర్జునుడు రంగస్థలానికి వచ్చాడు. మొదట ఆగ్నేయాస్త్రంతో అగ్ని పుట్టించి వారుణాస్త్రంతో దానిని చల్లార్చాడు. వాయవ్యాస్త్రంతో సుడిగాలిని, పర్జన్యాస్త్రంతో మేఘాలను, భౌమాస్త్రంతో భూమిని, పర్వతాస్త్రంతో పర్వతాలను సృష్టించి చూపించాడు. అతడు అంతర్ధానాస్త్రంతో తాను మాయమయ్యాడు. క్షణంలో అతి దీర్ఘంగా మరుక్షణంలో అతికురచగా మారిపోయాడు. ఊపిరి తీసేంతలో రథం నొగలు మీద ఉన్న అతడు రథం మధ్యలోకి వచ్చాడు. రెప్పపాటులో భూమిమీద నిలిచి అస్త్ర కౌశలం

చూపాడు. ఇవన్నీ ప్రేక్షకులు అత్యాశ్చర్యంతో గమనించారు. అతడు చాలా వేగంగా లాఘవంగా, సౌష్ఠవంతో సున్నితమైన, సూక్ష్మమైన, స్థూలమైన లక్ష్యాలను ఛేదించి తన నైపుణ్యాన్ని ప్రదర్శించాడు. లోహంతో తయారు చేయించిన పందిని అతివేగంగా ఐదు బాణాలతో కొట్టాడు గాని ప్రేక్షకులకు ఒక్క బాణమే కనిపించింది. కదులుతున్న లక్ష్యాన్ని కూడా ఛేదించాడు. తరువాత ఖడ్గ, గదా, ధనుర్యుద్ధాలలో కాళ్లతో, చేతులతో అనేక విన్యాసాలు ప్రదర్శించాడు.

ఇదే సమయంలో కర్ణుడు రంగభూమిని ప్రవేశించాడు. ప్రాణంతో ఉన్న పర్వతం కదిలి వస్తోందా అనిపించింది. కర్ణుడు వస్తూనే అర్జునుని ఉద్దేశించి "అర్జునా! గర్వించకు, నీవు చూపిన విన్యాసాలన్నీ మరిన్ని విశేషాలతో చూపించగలను" అన్నాడు. ప్రేక్షకులలో కలకలం చెలరేగింది. వారంతా యంత్రప్రతిమల్లా ఒకేసారి లేచినిలబడ్డారు. కర్ణుని మాటలు విని అర్జునునికి మొదట కొంత సిగ్గనిపించినా వెంటనే క్రోధం, కలిగింది. కర్ణుడు ద్రోణుని అనుమతితో అర్జునుడు చూపిన విన్యాసాలన్నీ చూపించాడు. ఇది చూచి దుర్యోధనునికి పట్టరాని ఆనందం కలిగింది. అతడు కర్ణుని కౌగిలించుకుని "నా అదృష్టం కొద్దీ నీవు వచ్చావు. నేనూ, నా రాజ్యం నీ అధీనం. ఇష్టం వచ్చిన రీతిగా దీనిని అనుభవించవచ్చును" అన్నాడు. కర్ణుడు "నేను కేవలం మీతో స్వయంగా మైత్రినే కోరుకుంటున్నాను. ఇప్పుడు అర్జునునితో ద్వంద్వ యుద్ధం చేయాలని ఉంది" అన్నాడు. "నీవు మాతో ఉంటూ అన్ని రకాల భోగాలు అనుభవించు మిత్రులకు ఆనందం కలిగించు. శత్రువులను అణగద్రొక్కు" అన్నాడు దుర్యోధనుడు.

కర్ణుడు తన్ను నిండుసభలో అవమానిస్తున్నాడని అర్జునుడు అనుకున్నాడు. అతడు కర్ణునితో "కర్ణా! పిలవకుండా వచ్చినవారికి, పిలువకుండా మాట్లాడిన వారికి పట్టినగతే నా చేతులలో మరణించే నీకూ పడుతుంది" అన్నాడు. కర్ణుడు "అలాగేం? ఈ రంగమండపం అందరికోసం. ఏం- దీనిమీద అధికారం నీ ఒక్కడిదేనా? దుర్బలుడిలా ఎందుకు ఆక్షేపణ చేస్తావు? ధైర్యం ఉంటే ధనుర్బాణాలతో సంభాషించు. నేను నీ గురువు ఎదుటనే నీతలను శరీరం నుండి వేరు చేస్తాను" అన్నాడు. ద్రోణాచార్యుని అనుమతితో అర్జునుడు ద్వంద్వ యుద్ధం చేయడానికి అతనివద్దకు వెళ్లాడు. కర్ణుడు కూడా విల్లమ్ములు తీసుకొని సిద్ధమయ్యాడు.

ఇంతలోనే నీతికోవిదుడైన కృపాచార్యుడు ఆ ఇద్దరూ ద్వంద్వ యుద్ధానికి సిద్ధపడడం చూసి "కర్ణా! పాండు నందనుడు అర్జునుడు కుంతియొక్క ఆఖరి కొడుకు. కురువంశ శిరోమణి అయిన ఈతనికి నీతో ద్వంద్వ యుద్ధం జరుగబోతోంది. కనుక నీవు కూడా నీ తల్లిదండ్రులను వంశాన్ని ప్రకటించు. ఇది తెలిశాకనే యుద్ధం జరుగుతుందా లేదా అనేది నిశ్చయమవుతుంది. ఎందుకంటే రాజకుమారుడు కులశీలాలు తెలియని లేదా కులహీనునితో ద్వంద్వ యుద్ధం చేయడు" అన్నాడు. కర్ణుడు వందబిందెల నీళ్లుకుమ్మరించి నట్లుగా చల్లబడిపోయాడు. ముఖం పాలిపోయింది. తల సిగ్గుతో వంగిపోయింది. దుర్యోధనుడు "ఆచార్యా! శాస్త్రాన్ని అనుసరించి ఉన్నత వంశంలో పుట్టినవాడు, శూరుడు వీరుడు అయినవాడు, సేనాపతి – ఈ ముగ్గురూ రాజులే అవుతారు. కర్ణుడు రాజు కాడనే ఒక్క కారణంతోనే అర్జునుడు అతనితో పోరాటానికి అంగీకరించకపోతే నేను కర్ణునికి అంగదేశాన్ని ఇస్తున్నాను" అని చెప్పి అతడు కర్ణుని బంగారు సింహాసనంపై కూర్చోబెట్టి అప్పటికప్పుడే అభిషేకించాడు. ఆ సమయంలో కర్ణుని పెంపుడు తండ్రి అధిరథునికి ఎంతో ఆనందం కలిగింది. అతనికి ఉత్తరీయం జారిపోయింది. శరీరం అంతా చెమటతో తడిసిపోయింది. దుర్బలుడు అవడం వలన అతని ఎముకలన్నీ బయటకు కనిపిస్తున్నాయి. అతడు వణుకుతూ కర్ణుని వద్దకు వచ్చి "మా బాబు - మాబాబు" అంటూ అతనిని ముద్దు చేయసాగాడు. కర్ణుడు ధనుస్సు విడిచిపెట్టి మిక్కిలి గౌరవంతో అతని పాదాలకు తల ఆనించి నమస్కరించాడు. ఇప్పుడిప్పుడే అతని శిరస్సు అభిషేకజలంతో తడిసి ఉంది. వెంటనే అధిరథుడు తన ఉత్తరీయపు కొంగుతో పాదాలు కప్పుకొన్నాడు. అతనిని ఎదకు హత్తుకొని ప్రేమతో కూడిన కన్నీటితో మళ్లీ అతని శిరసును తడిపాడు. అధిరథుని ఈ చేష్టల వలన పాండు పుత్రులకు అతడు సూతపుత్రుడని తెలిసింది. వెంటనే భీముడు నవ్వుతూ "సూతపుత్రా! అర్జునుని చేతిలో మరణించడానికి కూడా నీకు యోగ్యత లేదు. నీ కులానికి తగినట్టుగా నీవు గుర్రాలను తోలే చర్నాకోల పుచ్చుకో. నీచుడా! నీకు అంగదేశాన్ని ఏలే అర్హత లేదు. ఎక్కడయినా కుక్క యజ్ఞహవిస్సును తినడానికి యోగ్యమైన దవుతుందా?" అని హేళన చేశాడు. కర్ణుడు దీర్ఘంగా నిట్టూర్చి మింటికేసి చూస్తూ ఉండిపోయాడు.

అప్పుడు దుర్యోధనుడు మదగజం లాగ సోదరులమధ్య నుండి ముందుకు దూసుకువచ్చి భీమసేనునితో "భీమసేనా!

నీ నోటివెంట ఇలాంటి మాటలు రాకూడదు. క్షత్రియులలో బలమే ప్రధానమని అందరూ ఒప్పుకున్న విషయం కాబట్టి హీనకులమయినా పరాక్రమ శాలితో యుద్ధం చేయవలసినదే. శూరుల జన్మ, ఏరుల జన్మ తెలుసుకోవడం చాలా కష్టం. కర్ణుడు సహజంగానే కవచకుండల ధారి, సర్వలక్షణసంపన్నుడు. సూర్యుని వంటి తేజస్సుగల ఈ కుమారుని ఒక సూతపత్ని కనగలదా? కర్ణుడు తన బాహుబలంతోను, నా సహకారం తోను కేవలం అంగరాజ్యమే కాదు ఈ సమస్త భూమండలాన్ని పాలించగలడు. నేను చేసిన ఈ పని నచ్చనివారెవరైనా విల్లెక్కుపెట్టవచ్చు" అన్నాడు. రంగమండపం అంతా కోలాహలం చెలరేగింది. ఇంతలో సూర్యాస్తమయం అయింది. దుర్యోధనుడు కర్ణుని చేయి పట్టుకొని బయటకు వెళ్లిపోయాడు. ద్రోణ కృప భీష్ములతో సహా పాండవులు తమ తమ నెలవులకు వెళ్లారు.

ద్రుపద పరాజయము

వైశంపాయనుడు చెప్తున్నాడు - జనమేజయా! రాజకుమారులందరూ అస్త్రవిద్యాభ్యాసంలో పరిపూర్ణత సాధించడం చూసి ద్రోణాచార్యుడు ఇక గురుదక్షిణ తీసుకునే సమయం ఆసన్నమైందని భావించాడు. అతడు వారందరినీ పిలిచి "మీరు యుద్ధంలో పాంచాలరాజు ద్రుపదుని బంధించి తీసుకురండి. ఇదే నాకు మీరిచ్చే అత్యుత్తమమైన గురుదక్షిణ" అని చెప్పాడు. అందరూ ఆనందంతో అతని ఆజ్ఞను పాటించి శస్త్రాస్త్రాలు ధరించి రథాలు ఎక్కి ద్రుపదుని నగరానికి బయలుదేరారు. దుర్యోధనుడు, కర్ణుడు, యుయుత్సుడు, దుశ్శాసనుడు, ఇతర రాజకుమారులు - ఎవరికివారే ముందు తామే ద్రుపదుని పట్టుకోవాలని పోటీపడ్డారు. వారు క్రమంగా ద్రుపదుని రాజ్యం, ఆపై నగరం చేరుకున్నారు. పాంచాలరాజు ద్రుపదుడు వెంటనే కోటలో నుండి బయటకు వచ్చి తన తమ్ముళ్లతో కలిసి వారి మీద శరవృష్టి కురిపించసాగాడు.

దుర్యోధనుడు మొదలైన కౌరవులందరూ విర్రవీగడం చూసి అర్జునుడు ద్రోణాచార్యునితో "ఆచార్యవర్యా! వీరందరూ మొదట తమ ప్రతాపాన్ని చూపనివ్వండి. వీరు ఎలాగూ పాంచాలరాజును పట్టుకోలేరు. తరువాత మావంతు వస్తుంది" అని పలికాడు. అతడు తన అన్నదమ్ములతో కలిసి నగరానికి అరక్రోసు ఇవతలగానే ఆగిపోయాడు. అక్కడ ద్రుపదుడు తన బాణవర్షంతో కౌరవ సేనలను భయకంపితులను చేశాడు. ద్రుపదుని బాణ వేగానికి, లాఘవానికి భయపడిన కౌరవ వీరులకు అతడొక్కడే అయినా అనేక రూపాలుగా కన్పించసాగాడు. ద్రుపదుడు ఘోరమైన బాణవృష్టి కురిపించగా రాజధానిలో శంఖభేరి మృదంగనాదాలతో పాటు సింహనాదాలు పిక్కటిల్లాయి. ధనుష్టంకార ధ్వని ఆకాశాన్ని స్పృశిస్తోంది. ఇటు దుర్యోధనుడు, వికర్ణుడు, సుబాహుడు, దుశ్శాసనుడు మొదలైనవారు కూడా బాణాలు కురిపించడంలో తక్కువ తినలేదు. కాని ద్రుపదుడు అలాతచక్రం (త్రిప్పుచున్న కొఱవి) లాగ అన్నివైపులా తానే తిరుగుతూ అందరినీ ఎదుర్కోసాగాడు. ఆ సమయంలో పాంచాలరాజు రాజధానిలోని సాధారణ పౌరులు బాలురు, వృద్ధులు, స్త్రీలు కూడా కఱ్ఱలు, రోకళ్లు మొదలైనవి చేతబట్టి, వర్షించే మేఘాల్లాగ కౌరవుల మీద విరుచుకుపడ్డారు. కౌరవసైన్యం ఆ విధమైన యుద్ధాన్ని ఒక్క క్షణం కూడా తట్టుకోలేకపోయింది. అరుస్తూ ఏడుస్తూ పాండవుల దగ్గరకు పరుగెత్తుకు వచ్చారు.

కౌరవుల ఆక్రందనలు విని పాండవులు ద్రోణాచార్యుల పాదాలకు ప్రణమిల్లి రథం ఎక్కి బయల్దేరారు. అర్జునుడు యుధిష్ఠిరుని వారించాడు. నకుల సహదేవులను తనకు చక్రరక్షకులుగా చేసుకున్నాడు. భీమసేనుడు గదను ధరించి స్వయంగా సేనకు ముందు నడిచాడు. ద్రుపదుడు మొదలైన వీరులంతా కౌరవులను ఓడించి హర్షనాదాలు చేస్తూ ఉండగానే అర్జునుని రథం దిక్కులను ప్రతిధ్వనింప చేస్తూ అక్కడికి వచ్చింది. పాశహస్తుడైన యమునిలా భీమసేనుడు గదా దండాన్ని ధరించి ద్రుపదుని సైన్యంలోకి చొచ్చుకుపోయి గదా ప్రహారాలతో ఏనుగుల కుంభస్థలాలను పగులకొట్టసాగాడు. గజాశ్వరథ పదాతిదళాలన్నిటినీ ధ్వంసం చేశాడు. అర్జునుడు తన బాణాలతో పాంచాల సేనను కప్పి వేశాడు. మొదట సత్యజితుడు అర్జునునిపై భయంకరమైన బాణాలు వేశాడు కాని కొద్దిసేపటిలోనే అర్జునుడతనిని యుద్ధ విముఖుని చేశాడు. తరువాత అతడు ద్రుపదుని యొక్క ధనుస్సును, ధ్వజాన్ని విరిచి, ఐదు బాణాలతో గుఱ్ఱాలను, సారథిని చంపాడు. ద్రుపదుడు వేరొక విల్లు అందుకోబోయే లోగానే అర్జునుడు కత్తి తీసుకుని తన రథం మీది నుండి ద్రుపదుని రథం మీదకు లంఘించి అతనిని బంధించాడు. అర్జునుడు ద్రుపదుని బంధించి ద్రోణుని దగ్గరకు తీసుకువెళ్లగానే రాజకుమారులందరూ ద్రుపదుని రాజధానిలో స్వైరవిహారం చేశారు. అర్జునుడు భీమసేనునితో "సోదరా! భీమసేనా! ద్రుపదమహారాజు కౌరవ సంబంధీకుడు. అతనిసేనను ఇకపై సంహరించవద్దు, గురుదక్షిణ రూపంలో ద్రుపదుని మాత్రమే ద్రోణాచార్యునకు అప్పగించాలి" అని

చెప్పాడు. భీమసేనునికి యుద్ధం పట్ల తనివి తీరలేదు. అయినా అర్జునుని మాట విని వెనక్కి తిరిగి వచ్చాడు.

ఈ రీతిగా పాండవులు ద్రుపదుని బంధించి ద్రోణాచార్యునకు అప్పగించారు. ద్రుపదుని గర్వమంతా అణిగిపోయింది. రాజ్యం కోల్పోయాడు. అతడు అన్నివిధాలా ద్రోణాచార్యునికి లొంగిపోయాడు. అతని దుఃస్థితిని చూసి ద్రోణాచార్యుడు "ద్రుపదా! నేను బలపూర్వకంగా నీ నగరాన్ని దేశాన్ని జయించాను. నీ ప్రాణం నీ శత్రువు చేతిలో ఉన్నది. నీవు పూర్వపు మైత్రిని పాటించదలచుకున్నావా?" అని అడిగి మళ్లీ కొద్దిగా చిరునవ్వుతో "నీవు నీ ప్రాణాలకు ఆశ వదలుకోనక్కరలేదు. మేము స్వభావ సిద్ధంగానే క్షమాగుణం కల బ్రాహ్మణులం. బాల్యంలో మనం ఇద్దరం ఒకే చోట ఆడుకున్నాం. ఆ బంధం ఈనాటికీ ఉంది. రాజా! మనం మళ్లీ మునుపటి స్నేహితులం కావాలని నా ఆకాంక్ష. నేను నీకు నీ అర్ధరాజ్యాన్ని వరంగా ఇస్తున్నాను. రాజు కానివాడు రాజుకు మిత్రుడు కాలేడని నువ్వే చెప్పావు కదా! కనుక నీ అర్ధరాజ్యాన్ని నేను తీసుకుని రాజునయ్యాను. నీవు గంగకు దక్షిణ తీరాన్ని ఏలుకో. నేను ఉత్తర తీరాన్ని ఏలుకుంటాను. ఇప్పుడు నన్ను నీవు మిత్రునిగా ఎంచుకో" అన్నాడు. ద్రుపదుడు "బ్రాహ్మణోత్తమా! మీ వంటి పరాక్రమవంతులు, ఉదార హృదయులు అయినవారికి ఇది ఆశ్చర్యకరమైన విషయమేమీ కాదు. నేను నిన్ను చూచి సంతోషిస్తున్నాను. మీ అనంతమైన అనురాగాన్ని పొందాలనుకుంటున్నాను" అన్నాడు. అప్పుడు ద్రోణుడు అతనిని బంధవిముక్తుని చేసి, ఆనందంతో సత్కరించి అర్ధరాజ్యం ఇచ్చాడు. ద్రుపదుడు మాకంద దేశంలోని ఉత్తమ నగరమైన కాంపిల్యపురంలో నివసించసాగాడు. దానిని దక్షిణ పాంచాలం అంటారు. అక్కడ చర్మణ్వతీ నది ఉంది. ఈ ప్రకారంగా ద్రోణుడు ద్రుపదుని ఓడించినా, అతనిని రక్షించాడు కాని ద్రుపదునికి సంతోషం లేదు. ఇటు అహిచ్ఛత్రదేశంలోని అహిచ్ఛత్ర నగరంలో ద్రోణాచార్యుడు నివసించ సాగాడు. అర్జునుని పరాక్రమం వల్లనే ద్రోణునికి ఈ రాజ్యం వచ్చింది.

యుధిష్ఠిరుని యౌవరాజ్యాభిషేకము - కణికనీతి

వైశంపాయనుడు చెప్తున్నాడు - "జనమేజయా! ద్రుపదుని ఓడించిన తరువాత ఒక ఏడాదికి ధృతరాష్ట్రుడు యుధిష్ఠిరుని యువరాజుగా అభిషేకించాడు. ఒకవైపు ధర్మరాజులో ధైర్యం, స్థిరత్వం, సహిష్ణుత, దయాళుత్వం, నమ్రత, స్థిరమైన ప్రేమ మొదలైన అనేక సుగుణాలు ఉన్నాయి. రెండోవైపు ప్రజలందరూ ధర్మరాజునే యువరాజుగా కోరుకుంటున్నారు. ధర్మరాజు యువరాజు అయ్యాక శీల సదాచారాల చేత ఆలోచనాశీలం చేత ప్రజలందరూ తన తండ్రి అయిన పాండురాజును కూడా మరిచిపోయేలా చేశాడు.

భీమసేనుడు బలరాముని వద్ద ఖడ్గ, గదా, రథ యుద్ధాలలో ప్రత్యేకశిక్షణ పొందాడు. యుద్ధ శిక్షణ పొంది వచ్చాక అతడు తన సోదరులకు సహాయంగా ఉంటూ వచ్చాడు. ఆ రోజులలో అనేక విశేషాలతో కూడిన శస్త్రాస్త్ర చాలనంలోను, వేగంలోను, లాఘవంలోను అర్జునుని మించిన యోధుడు లేడు. ద్రోణాచార్యుడే అలా భావించాడు. అతడొకసారి కౌరవులందరూ కొలువుదీరి ఉండగా నిండుసభలో అర్జునునితో "అర్జునా! నేను అగస్త్యమహర్షి శిష్యుడయిన అగ్నివేశ్యుని శిష్యుడను. అతని వలన నేను పొందినట్టి బ్రహ్మశిరోనామకాస్త్రాన్ని నీకు ఇచ్చాను. దాని ప్రయోగంలో ఉన్న నియమాలన్నీ నీకు చెప్పే ఉన్నాను. యుద్ధంలో నీవు నేను ఎదురుపడినప్పుడు నాతో యుద్ధం చేయడానికి కూడా నీవు సందేహించనక్కరలేదు. నీ సోదరులు బంధువులు అందరి ఎదుట నేను నిన్ను కోరే గురుదక్షిణ ఇది" అన్నాడు. అర్జునుడు గురుదేవుని ఆజ్ఞను శిరసావహించి అతని పాదాలకు ప్రణమిల్లి ప్రక్కనుండి తొలగిపోయాడు. లోకంలో అర్జునుని మించిన వీరుడు లేడనే విషయం అంతటా వ్యాపించింది.

భీమార్జునులతో సమానంగా సహదేవుడు కూడా బృహస్పతి నీతి శాస్త్రాన్ని నేర్చుకున్నాడు. అతిరథుడయిన నకులుడు కూడా రకరకాల యుద్ధాలలో ఆరితేరాడు. సౌవీరదేశపు రాజు దత్తామిత్రుడు గొప్ప బలవంతుడు, అభిమానధనుడు. గంధర్వులు ఉపద్రవం కలిగిస్తున్నా మూడు సంవత్సరాలు ఎడతెగకుండ యజ్ఞం చేశాడు. అతనిని స్వయంగా పాండురాజు కూడా జయించలేకపోయాడు. అట్టి సౌవీర దేశాధిపతిని అర్జునుడు యుద్ధంలో సంహరించాడు. అంతేకాదు. భీమసేనుని సహాయంతో పూర్వదిక్కును, ఎవరి సహాయంలేకుండా దక్షిణదిక్కును జయించాడు. ఇతర రాజుల ధనసంపదలన్నీ కౌరవ రాజ్యానికి రాసాగాయి. వారి రాజ్యం బాగా వృద్ధి చెందింది. దేశదేశాలలో పాండవులు ప్రసిద్ధులయ్యారు. అందరూ వారివైపు ఆకర్షితులు అవసాగారు.

ఇదంతా చూసి విని ఒక్కసారిగా ధృతరాష్ట్రుని మనసు మారిపోయింది. దురాలోచనలు మెండైన కారణంగా అతనికి మిక్కిలి విచారం కలుగసాగింది. బాధ బాగా పెరిగిపోవడంతో

తనకు నమ్మికమైన రాజనీతి విశారదుడైన కణికుని పిలిపించాడు. అతనితో “కణికుడా! రోజు రోజుకు పాండవులు వృద్ధి పొందుతున్నారు. నాకు చాలా అసూయగా ఉంది. వారితో పొత్తు పెట్టుకోనా? విరోధం పెట్టుకోనా? నీవు నిశ్చయించి చెప్పు. నేను నీ మాట వింటాను” అని అడిగాడు.

కణికుడు ఇలా అన్నాడు. “రాజా! మీరు నా మాట వినండి, నాపై కోపగించకండి. రాజు ఎప్పుడూ దండించడానికి ఉద్యుక్తుడై ఉండాలి. దైవం మీద భారం వేయక పౌరుషాన్ని ప్రకటించాలి. తనలో బలహీనతకు చోటివ్వకూడదు. ఒకవేళ ఉన్నా ఎవరికీ తెలియనివ్వకూడదు. ఇతరుల బలహీనతలను తెలుసుకోవాలి. శత్రువులకు అనిష్టం కలిగించడం మొదలుపెడితే దానిని మధ్యలో ఆపకూడదు. ముల్లుకొన అయినా సరే లోపలకు దిగితే చాలా రోజుల వరకు చీము వస్తూనే ఉంటుంది. శత్రువు బలహీనుడనుకొని కళ్లు మూసుకుని ఉండకూడదు. సమయం అనుకూలం కానప్పుడు అతనిని గురించి వినకూడదు. అతనివైపు చూడకూడదు (విననట్లుగా, చూడనట్లుగా ఉండాలి). కాని జాగ్రత్తగా ఉండాలి ఎప్పుడూ శరణాగతుడైనా శత్రువు మీద జాలి చూపకూడదు. శత్రువు యొక్క మంత్ర బల ఉత్సాహాలనే మూడింటిని, సహాయ, సాధన, ఉపాయ, దేశకాల, విభాగాలనే ఐదింటిని, సామ దాన భేద, దండ, మాయా,ఇంద్రజాలిక ప్రయోగ, శత్రుగూఢచర్యలు – అనే ఏడు రాజ్యాంగాలనీ నష్టపరచాలి. సమయం అనుకూలంగా లేనంత వరకు శత్రువును భుజాల మీద కెక్కించుకుని మోస్తూ ఉండాలి. కాని సమయం రాగానే మట్టికుండను నేలకేసి కొట్టినట్లుగా ముక్కలు చేయాలి.(9) సామదాన భేదదండోపాయాలతో ఏవిధంగానైనా సరే శత్రువును నశింప చేయాలనేదే రాజనీతికి మూల సూత్రం” అని చెప్తూండగా ధృతరాష్ట్రుడు – సామదాన భేదదండోపాయాలతో ఎలాంటి శత్రువులను నాశనం చేయవచ్చునో విశదపరచి చెప్పు” అని అడిగాడు.

కణికుడు చెప్పసాగాడు – మహారాజా! మీకు ఈ విషయమై ఒక కథ చెప్తాను. ఒక అడవిలో మంచి తెలివైన, స్వార్థపరమైన ఒక నక్క ఉంది. దానికి నలుగురు స్నేహితులున్నారు. – పెద్దపులి, ఎలుక, తోడేలు, ముంగిస, అవి కూడా అక్కడే నివసిస్తున్నాయి. ఒకరోజు అవి ఒక పెద్ద బలిసిన చురుకైన లేడినాయకుని చూశాయి. మొదట దానిని పట్టుకోవాలని చూశాయి గాని సాధ్యపడలేదు. తమలో తాము ఆలోచించుకున్నాయి. నక్క ఇలా అంది “ ఈ లేడి పరుగుతీయడంలో చాలా వేగం, బలం, చురుకుతనం గలది. పులి దీనిని ఎన్నోమార్లు చంపాలని ప్రయత్నించింది గాని చంపలేక పోయింది. ఇప్పుడొక ఉపాయం చెప్తాను. అది నిద్రపోతున్నపుడు ఎలుక వెళ్లి మెల్లమెల్లగా దాని కాలు కొరికివేయాలి. ఆపై దానిని మీరు పట్టుకోండి మనందరం కలిసి చక్కగా దానిని తిందాం” అనగానే అన్నీ కలిసి అలాగే చేశాయి. లేడి చచ్చింది. తినే సమయంలో నక్క “సరే. ఇప్పుడు మీరంతా స్నానాలు చేసిరండి. నేను దీనిని జాగ్రత్తగా చూస్తూ ఉంటాను” అంది. అవి వెళ్లగానే నక్క మనసులోనే ఉపాయం ఆలోచించసాగింది. అప్పటికి పెద్దపులి స్నానం చేసి నదినుండి తిరిగి వచ్చింది.

నక్క ఆలోచనలో ఉండడం చూసి పులి “మిత్రమా! నీకేమి బాధ కలిగింది? రా. మనం ఇప్పుడు ఈ లేడిని తిని విందు చేసుకుందాం” అంది. నక్క “బలవంతుడవైన మిత్రమా! ఎలుక నీ బలాన్ని చులకనచేసింది. లేడిని తానే చంపానని, ఇప్పుడు పులి నా సంపాదననే తింటుందని అంది. అందుకని దాని గర్వోక్తులు విని ఇప్పుడు దీనిని తినడం మంచిది కాదనుకుంటున్నాను” అంది. “ఓహో! ఇదా సంగతి. అది నా కళ్లు తెరిపించింది. ఇప్పుడిక నేను స్వశక్తితోనే జంతువులను చంపి తింటాను” అని చెప్పి పులి వెళ్లిపోయింది. ఆ వెంటనే ఎలుక వచ్చింది నక్క దానితో “సోదరా! ముంగిస నాతో పులి లేడిని చంపినప్పుడు దాని మాంసంలో విషం కలిసింది. కాబట్టి నేను దానిని తినను. నీవు అవునంటే నేను ఎలుకను తింటాను అంది. నీ ఇష్టం నీవిప్పుడు ఏమి చేస్తావో చెయ్యి” అంది. ఎలుక భయపడి తన కలుగులో దూరింది. ఇప్పుడు తోడేలు వంతు వచ్చింది. నక్క దానితో “తోడేలు సోదరా! ఈ రోజు పెద్దపులి నీమీద చాలా కోపంగా ఉంది. నీవు క్షేమంగా ఉంటావని నాకు తోచడం లేదు. అది తన భార్యతో కలిసి ఇక్కడకు వస్తోంది. నీకేది మంచిదని తోస్తే అలా చెయ్యి” అంది. తోడేలు తోక ముడిచి పారిపోయింది. ఇంతలో ముంగిస వచ్చింది. నక్క దానితో “చూడు ముంగిసా! నేను ఇంతకుముందే పోట్లాడి పెద్దపులిని, తోడేలును, ఎలుకను తరిమివేశాను. నీకేమైనా సత్తాఉంటే రా. నాతో పోరాడు. ఆపైన లేడి మాంసం తిను” అంది. ముంగిస “అవన్నీ నీతో పోరాడి ఓడిపోయినప్పుడు నాకెలా ధైర్యం చాలుతుంది?” అని అది కూడా అక్కడినుండి వెళ్లిపోయింది. అప్పుడిక నక్క ఒక్కతే లేడి మాంసం తింది.

రాజా! చతురుడైన రాజుకూడా ఇలాగే చేయాలి. పిరికివాడిని భయకంపితుని చేయాలి. పరాక్రమశాలికి చేతులు జోడించాలి. లోభికి కొంత ఇవ్వాలి. సమానుడు బలహీనుడు అయిన వానిపై పరాక్రమం చూపి వశపరచుకోవాలి. శత్రువు ఎవరైనా సరే చంపి తీరాలి. ప్రతిజ్ఞచేసిగాని, ధనం ఎరవేసి కాని, విషంతోనైనా, మోసం చేసి అయినా సరే శత్రువును తుదముట్టించాలి. మనసులో ద్వేషం ఉన్నా పైకి చిరునవ్వు నవ్వుతూ ఉండాలి. చంపాలనే కోరిక ఉన్నప్పుడు, చంపుతున్నప్పుడు కూడా తియ్యగానే మాట్లాడాలి. చంపేశాక దయచూపవచ్చు. సంతాపం ప్రకటించవచ్చు. ఏడవవచ్చును. శత్రువును సంతుష్టునిగా ఉంచవచ్చును గాని అతనిలో దోషం కనబడగానే విరుచుకుపడాలి. సందేహం లేనిచోటనే అధికమైన సందేహాన్ని చూపాలి. ఇటువంటి లోకులే అధికంగా మోసగిస్తూ ఉంటారు. విశ్వసపాత్రుడు కానివానిని విశ్వసించనే అక్కరలేదు. విశ్వాసపాత్రుని కూడా విశ్వసించకూడదు. పాషండుడు, తపస్వి మొదలైన వేషాలలో అంతటా శోధింపబడినవారినే గూఢచారులుగా నియమించాలి. ఉద్యానవనాలు, మెల్లగా షికార్లు చేసే స్థలాలు, మందిరాలు, బాటలు, వీధులు, తీర్థాలు, కూడళ్లు, నూతులు, కొండలు, అడవులు- ఇంకా పదిమంది తిరిగే చోట్లలో గుప్తచారులను అటూ ఇటూ మారుస్తూ ఉండాలి. మాటలలో వినయం, మనసులో కాఠిన్యం, క్రూరకృత్యాలు చేసేటపుడు కూడా చిరునవ్వు నవ్వుతూ మాట్లాడడం - ఇవి నీతినైపుణ్యానికి నిదర్శనాలు. చేతులు జోడించడం, ఒట్లు పెట్టుకోవడం, ఓదార్చడం, కాళ్లు పట్టుకోవడం, ఆశలు రేపడం - ఇవన్నీ సంపదలు తెచ్చే ఉపాయాలు. శత్రువుతో సంధి చేసుకుని నిశ్చింతగా ఉండేవాడికి, సర్వనాశనం అయ్యాకనే తెలివి వస్తుంది. తన సంగతులు శ్రతునికే కాదు మిత్రునికి కూడా తెలియకూడదు. ఎవరికైనా ఆశలు కల్పిస్తే అవి చాలా రోజుల వఱకు తీరేవిగా ఉండకూడదు. మధ్యలో అంతరాయాలు కలిగిస్తూండాలి. కారణాల మీద కారణాలు కల్పించి చెప్తూండాలి. రాజా! పాండుపుత్రుల నుండి మిమ్మల్ని మీరు రక్షించుకోవాలి. వారు దుర్యోధనాదులకంటె బలవంతులు. వారి వలన భయమేమీ లేకుండా, తరువాత పశ్చాత్తాపపడకుండా ఉండేలా ఏదైనా ఉపాయం చూడండి, ఇంతకంటె మించి ఇంకేమి నేను చెప్పగలను?" అని చెప్పి కణికుడు ఇంటికి వెళ్లిపోయాడు. ధృతరాష్ట్రుడు ఇంకా ఎక్కువగా విచారమగ్నుడై ఆలోచించసాగాడు.

పాండవులను వారణావతమునకు పంపుట

వైశంపాయనుడు చెప్తున్నాడు – జనమేజయా! భీమసేనుని శక్తి అపరిమితమని, అర్జునుని అస్త్రజ్ఞానము, అస్త్రపరిశ్రమ విలక్షణమైనవని గ్రహించిన దుర్యోధనునికి హృదయం మండిపోసాగింది. అతడు కర్ణ శకునులతో కలిసి పాండవులను మట్టుపెట్టడానికి అనేక ఉపాయాలు పన్నాడు. కాని వారు బ్రతికి బయటపడుతూనే ఉన్నారు. విదురుని సలహా మేరకు వారు ఎవ్వరికీ విషయాలు వెల్లడి చేయలేదు. నగరవాసులు, పట్టణవాసులు అందరూ పాండవుల గుణ గణాలను నిండుసభలో పొగుడుతూ ఉండేవారు. వారు ఎక్కడయినా రచ్చబండల మీద కలిసినపుడు సభ జరిపి అక్కడే ఈ విషయం గురించి నొక్కివక్కాణిస్తూ ఉండేవారు. "పాండురాజు జ్యేష్ఠపుత్రుడు యుధిష్ఠిరునికే రాజ్యం లభించాలి. ధృతరాష్ట్రునికి గ్రుడ్డివాడు అనే కారణంగా ఇంతకుముందే రాజ్యం దక్కలేదు. ఇప్పుడిక అతడు రాజు ఎలా అవుతాడు? శంతనుని కొడుకైన భీష్ముడు గొప్ప సత్యసంధుడు, ప్రతిజ్ఞాపరాయణుడు. అతడు ముందే రాజ్యాన్ని వదిలేశాడు. ఇక ఇప్పుడు ఎలా పరిగ్రహిస్తాడు? కనుక ఇప్పుడు సత్యపక్షపాతి, కరుణాపరుడు అయిన పాండురాజు పెద్దకొడుకు యుధిష్ఠిరుని రాజుగా చేయడమే మనకు ఉచితం. అతడు రాజు కావడం వలన భీష్మునికిగాని, ధృతరాష్ట్రునికి గాని కలిగే అసౌకర్యం ఏమీ లేదనే విషయంలో సందేహమేమీ లేదు. వారు మిక్కిలి ప్రేమతో అతనిని చూచుకుంటారు" అని వారు అనుకోసాగారు.

ప్రజలు మాట్లాడుకునే ఈ మాటలు విని దుర్యోధనుడు అసూయతో రగిలిపోయేవాడు. అతడు అసూయతో కుంగి కృశించి ధృతరాష్ట్రుని దగ్గరకు వెళ్లి "తండ్రీ! లోకుల నోటివెంట చాలా దుర్మార్గపు వాదాలు వినవస్తున్నాయి. వారు భీష్ముని తప్పించి పాండవులను రాజులుగా చేయాలని కోరుతున్నారు. భీష్మునికి ఇందులో వచ్చే నష్టమేమీ లేదుగాని మనకు మాత్రం చాలా పెద్ద అపాయమే కలుగుతుంది. పాండుడు రాజ్యాన్ని స్వీకరించడం, మీరు మీ అంధత్వం కారణంగా లభించిన రాజ్యాన్ని వదులుకోవడం మొదట్లోనే జరిగిన పెద్ద పొరపాటు. యుధిష్ఠిరునికి రాజ్యం దక్కితే అది ఇంక అతని సంతానానికి వంశపారంపర్యం అవుతుంది. మన గురించి అడిగేవారే ఉండరు. మేమూ, మా సంతానం ఇతరులను ఆశ్రయించి జీవిస్తూ నరకం లాంటి కష్టాలను అనుభవించకూడదనుకుంటే మీరు ఏదో ఒక ఉపాయం ఆలోచించే తీరాలి. అసలు మీరు ముందే రాజ్యాన్ని స్వీకరించి ఉంటే ఇప్పుడు

అనుకోవడానికి ఏమీ ఉండేది కాదు. ఇప్పుడేమి చేయాలి?" అని వాపోయాడు. ధృతరాష్ట్రుడు తన కొడుకు మాటలు, కణికుడు చెప్పిన నీతి వాక్యాలు విని ఊగిసలాడసాగాడు. దుర్యోధనుడు కర్ణ శకుని దుశ్శాసనులతో కలిసి ఆలోచించి ధృతరాష్ట్రునితో "తండ్రీ! మీరు ఏదైనా ఒక చక్కని యుక్తి పన్ని పాండవులను ఇక్కడి నుండి వారణావతానికి పంపివేయండి" అని ప్రార్థించాడు. ధృతరాష్ట్రుడు ఆలోచనలో పడ్డాడు.

ధృతరాష్ట్రుడు కొడుకుతో "నాయనా! నా తమ్ముడు పాండురాజు మిక్కిలి ధర్మాత్ముడు. అతడు అందరితోనూ విశేషించి నాతోనూ చాలా మంచిగా వ్యవహరించేవాడు. అతడు తన అన్నపానాల గురించి లక్ష్యపెట్టలేదు. అన్ని విషయాలూ నాతో చెప్పేవాడు. ఈ రాజ్యం నాదే అనుకునేవాడు. అతని కొడుకు యుధిష్ఠిరుడు కూడా అలాగే ధర్మాత్ముడు, గుణవంతుడు, కీర్తి పరుడు, వంశానికి తగినవాడు. మేము బలవంతంగా అతనిని వంశపారంపర్యంగా వచ్చిన రాజ్యం నుండి ఎలా తొలగించగలం? పైపెచ్చు అతనికి సహాయం చేసేవారు కూడా గొప్పవారే, పాండురాజు మంత్రులను, సేనానులను వారి సంతానాన్ని బాగా పెంచి పోషించాడు. సమస్త నగరవాసులు యుధిష్ఠిరుని పట్ల సంతృప్తులై ఉన్నారు. వాళ్లు కోపించి మనలను చంపివేస్తే? అని సందేహించాడు.

దుర్యోధనుడు సమాధానమిస్తూ "తండ్రీ! రాబోయే ఈ ఆపదను ఊహించే ముందుగానే నేను డబ్బుతో, సన్మానాలతో ప్రజలను ఆకట్టుకొన్నాను. వాళ్లు ముఖ్యంగా మనకే సహాయం చేస్తారు. కోశగారం, మంత్రులు నా అధీనంలోనే ఉన్నారు. ఈ సమయంలో మీరు సామరస్యంగానే పాండవులను వారణావతం పంపినట్లయితే నేను రాజ్యం మీద పూర్తిగా పట్టు సాధిస్తాను. ఆ తర్వాత వాళ్లు తిరిగివచ్చినా కలిగే నష్టమేమీ లేదు" అన్నాడు.

ధృతరాష్ట్రుడు వెంటనే "నేను కూడా అదే జరగాలనుకుంటున్నాను. కాని ఈ పాపపుమాట వారితో ఎలా చెప్పను? భీష్మద్రోణ కృప విదురులు దీనికి సమ్మతించరు. వారికి కౌరవపాండవులు ఇరువురి పట్ల సమానప్రేమయే. ఇరువురి మధ్య ఈ వ్యత్యాసాన్ని వారు సహించరు. మనం ఇలా చేసినట్లయితే కురువంశంలోని ఆ పెద్దలు, ప్రజలు ఎందుకు కోపించకుండా ఉంటారు?" అని అడిగాడు.

దానికి దుర్యోధనుడు "తండ్రీ! భీష్ముడు తటస్థుడు, అశ్వత్థామ నా పక్షమే. ద్రోణుడు అతనికి విరుద్ధంగా నడుచుకోడు. కృపాచార్యుడు తన చెల్లెలిని, బావను, మేనల్లుడిని ఎలా వదులుకుంటాడు? విదురుని సంగతి వదిలెయ్యి. అతడు పైకి తెలియకుండా పాండవులతో కలిసిపోతూ ఉంటాడు. అయితే మాత్రం అతడొక్కడూ ఏమి చేయగలడు? కాబట్టి మీరు ఇంకేమీ ఆలోచించకుండా పాండవులను కుంతీ సహితంగా వారణావతానికి పంపే ఏర్పాటు చేయండి. అప్పుడు మాత్రమే నా మనస్సు శాంతిస్తుంది." అన్నాడు.

అనంతరం దుర్యోధనుడు ప్రజలను తనవైపు తిప్పుకునే ప్రయత్నంలో పడ్డాడు. ధృతరాష్ట్రుడు కొంతమంది మంత్రులను పాండవులకు వారణావతానికి వెళ్లాలనే కోరిక కలిగేలా దానిని వారి దగ్గర ప్రశంసించమని నియోగించాడు. కొంతమంది అందమైన సంపన్నమైన ఆ దేశాన్ని పొగిడితే కొందరు ఆ నగరాన్ని పొగిడారు. మరికొంతమంది అక్కడ జరిగే ఉత్సవాల గురించి తనివి తీరనట్లుగా వర్ణించారు. ఈ రీతిగా వారణావత నగరం గూర్చిన ప్రశంసను అనేకరకాలుగా విని విని పాండవుల మనస్సు కొద్దికొద్దిగా అక్కడికి వెళ్లాలని మొగ్గు చూపసాగింది. సమయాన్ని కనిపెట్టి ధృతరాష్ట్రుడు వారితో "ప్రియపుత్రులారా! ప్రజలు నాకు వారణావత నగరాన్ని గూర్చి గొప్పగా వర్ణించి చెప్పారు. మీరు అక్కడికి వెళ్లాలనుకుంటే సిద్ధంకండి. అక్కడ ఈ రోజు ఉత్సవం కోలాహలంగా జరుగుతోంది చూడండి. మీరు అక్కడ బ్రాహ్మణులకు గోవులను ఎక్కువ దానమివ్వండి. దివ్యులైన దేవతలవలె అక్కడ విహరించి మళ్లీ తిరిగిరండి" అన్నాడు. యుధిష్ఠిరుడు వెంటనే ధృతరాష్ట్రుని పన్నాగాన్ని పసిగట్టాడు. అతడు తాను నిస్సహాయుడినని తెలిసికొని "సరే, మీ మాట ప్రకారమే జరుగుతుంది. ఇందులో మాకు కష్టమేముంది?" అని పలికి, కురువంశపు పెద్దలయిన బాహ్లిక, భీష్మ, సోమదత్తులతోను, తపస్సంపన్నులైన ద్రోణాచార్యుని వంటి గురువులతోను, తల్లులయిన గాంధారి మొదలైన వారితోను దీనంగా "మేము ధృతరాష్ట్రుని ఆజ్ఞానుసారం మా సహచరులు అందరితో కలిసి వారణావత నగరానికి వెళ్తున్నాము. అక్కడి పాపాలు మమ్మేమీ చేయకుండా ఉండేలా మమ్మల్ని దయతో మీరు ఆశీర్వదించండి" అని వేడుకున్నాడు. అందరూ "మీకు శుభమగుగాక! ఎవరి వలన ఎటువంటి హాని కలుగకుండుగాక! మంగళమగుగాక!" అని దీవించారు.

లాక్షాగృహ నిర్మాణము - విదురోపదేశము

వైశంపాయనుడు చెప్తున్నాడు - జనమేజయా! ధృతరాష్ట్రుడు పాండవులను వారణావతానికి వెళ్లమని చెప్పగానే దుష్టుడైన దుర్యోధనునికి చాలా సంతోషం కలిగింది. అతడు తన మంత్రి అయిన పురోచనుడిని రహస్యంగా పిలిచి అతని కుడిచేతిని పట్టుకొని ఆత్మీయంగా "సోదరా! పురోచనా! ఈ రాజ్యానికి నేను ఎలా అధికారినో నీవూ అలాగే అధికారివి. రహస్యంగా సంప్రదించడానికి నీకంటె వేరెవరూ విశ్వాసపాత్రులు, సహాయకులు నాకు లేరు. నా శత్రువులను నిశ్శేషంగా నిర్మూలించే పనిని నీకు అప్పగిస్తున్నాను జాగ్రత్తగా వ్యవహరించాలి. ఇతరులకెవరికీ తెలియకూడదు. తండ్రి ఆజ్ఞప్రకారం పాండవులు కొన్నాళ్లు వారణావతంలో ఉంటారు. నీవు వారి కంటె ముందుగా అక్కడికి వెళ్లు. అక్కడ నగరం పొలిమేరలో జనుము, గుగ్గిలం, వెదుళ్లు మొదలైన వానితో నిప్పు అంటుకుంటే మండి భగ్గుమనే భవనాన్ని ఒకదాన్ని నిర్మింపచేయి. ఆ భవనపు గోడల మీద నెయ్యి, నూనె, కొవ్వు, లక్కరసం కలిపిన మట్టిని పూతగా పూయించు. పాండవులకు పరీక్షించినా కూడా ఈ సంగతి తెలియకూడదు. అందులోనే కుంతి, పాండవులు, వారి మిత్రులు నివసించేలా ఏర్పాటు చేయి. అక్కడ దివ్యమైన ఆసనాలు, వాహనాలు, తల్పాలు ఉండేలా చూడు. వారు నమ్మకం కలిగి నిశ్చింతగా నిద్రపోయే సమయంలో ద్వారానికి నిప్పు ముట్టించు. ఇలా వారు తాము ఉంటున్న భవనంలోనే కాలిపోతే నింద మన మీదికి రాదు." అని చెప్పాడు. పురోచనుడు అలాగే చేస్తానని మాట ఇచ్చి కంచరగాడిదలు కట్టిన బండి మీద వేగంగా అక్కడికి చేరుకున్నాడు. దుర్యోధనుడు చెప్పిన ప్రకారమే అక్కడ భవనం నిర్మింపచేశాడు.

అనుకున్న సమయానికి పాండవులు ప్రయాణం కోసం వేగంగా పరిగెత్తే శ్రేష్ఠమైన గుఱ్ఱాలను రథాలకు కట్టారు. వారు మిక్కిలి దైన్యంతో పెద్దలకు వృద్ధులకు పాదాలకు నమస్కరించి, పిన్నలను ఆలింగనం చేసుకుని ప్రయాణమై వెళ్లారు. అప్పుడు కురువంశంలోని వృద్ధులు చాలామంది, విదురుడు, ప్రజలందరు యుధిష్ఠిరుని వెనుకనే వెళ్లసాగారు. పాండవులు విచారంగా ఉండడం చూసిన బ్రాహ్మణులు నిర్భయంగా తమలో తాము "ధృతరాష్ట్రుని బుద్ధి మందగించింది. అతడు తన కొడుకుల పట్ల పక్షపాతం వహిస్తున్నాడు. ధర్మదృష్టి లోపించిపోయింది. పాండవులు ఎవరికీ ఏమీ అపకారం చేయలేదు. వారి తండ్రి రాజ్యమే వారికి వచ్చింది. దీనిని కూడా ధృతరాష్ట్రుడు ఎందుకు సహించలేకపోతున్నాడు? ధర్మాత్ముడైన భీష్ముడు ఈ అన్యాయాన్ని ఎలా సహిస్తున్నాడో అర్థం కావడం లేదు. మనకు ఇదేమీ రుచించడం లేదు. సహించలేము కూడా. మనందరం ఇప్పుడు హస్తినాపురం వదిలేసి యుధిష్ఠిరుడు ఉండే చోటునే ఉందాం" అనుకోసాగారు. పురజనుల మాటలు విని వారి దుఃఖాన్ని గమనించిన యుధిష్ఠిరుడు "పురజనులారా! ధృతరాష్ట్రుడు మాకు తండ్రి. పెద్దవాడు. గౌరవింపదగినవాడు. అతడు ఏది చెప్పినా మేము నిస్సందేహంగా పాటిస్తాము. ఇది మా నియమం. మీరు మా హితైషులు, మిత్రులు కనుక అయితే మమ్మల్ని అభినందించండి, ఆశీర్వాద పూర్వకంగా మరలిపొండి. మా పనులలో ఏవైనా ఆటంకాలు ఏర్పడినపుడు మాకు ప్రియం హితం చేయండి" అని ప్రార్థించాడు. యుధిష్ఠిరుని ధర్మబద్ధమైన మాటలను విని పురజనులందరూ వారిని ఆశీర్వదించి ప్రదక్షిణ చేసి నగరానికి వెళ్లిపోయారు.

అందరూ వెళ్లిపోయాక అనేకరకాల భాషలు తెలిసిన విదురుడు సాంకేతిక భాషలో యుధిష్ఠిరునితో "నీతికోవిదుడైన పురుషుడు శత్రువు మనోభావాలను గుర్తెరిగి తన్ను తాను రక్షించుకోవాలి. లోహంతో చేయబడకపోయినా శరీరాన్ని నశింపచేసే అస్త్రం కూడా ఒకటుంది. శత్రువు యొక్క ఈ పన్నాగాన్ని ఎవరు తెలుసుకుంటారో వారు మృత్యుముఖం నుండి తప్పించుకుంటారు. నిప్పు గడ్డీగాదంతోపాటు అడవినంతటినీ దహిస్తుంది. కాని బిలంలో నివసించే ప్రాణులు మాత్రం ఆ మంటల నుండి తమ్ము రక్షించు కోగలుగుతాయి. ఇదే జీవించే ఉపాయం. (శత్రువులు మీకోసం నిప్పు తగిలితే మండిపోయే భవనాన్ని తయారుగా ఉంచారు. మీరు దానినుండి బయటపడడానికి సొరంగం తవ్వకోండి - అని అర్థం) గ్రుడ్డివానికి దిక్కుదారి తోచదు. ధైర్యం లేకుండా తెలివి పుట్టదు. నా మాటలను బాగా అర్థం చేసుకోండి. (దారి తెన్ను ముందే చూసుకోండి. రాత్రి వెదకులాట పనికిరాదని అర్థం) శత్రువు ప్రయోగించే లోహేతరమైన ఆయుధాన్ని పొందినవాడు నల్లని సొరంగంలో ప్రవేశించి అగ్ని భయం నుండి బయటపడతాడు. (మీరు సొరంగం ద్వారా అగ్ని ప్రమాదం నుండి తప్పించుకోగలరని అర్థం) తిరుగుతూ తిరుగుతూ ఉంటే దారి దొరుకుతుంది. నక్షత్రాల ద్వారా దిక్కుల జాడ తెలుస్తుంది. పంచేంద్రియాలు వశంలో ఉన్నవానికి శత్రువు ఎలాంటి హాని చేయలేడు. (మీ ఐదుగురు

అన్నదమ్ములు ఒక్కటిగా ఉంటే శత్రువు మిమ్మల్ని ఏమీ చేయలేడు- అని అర్థం)" అని చెప్పాడు. విదురుడు చెప్పినది విని యుధిష్ఠిరుడు "నేను మీ మాటలను బాగా అర్థం చేసుకున్నాను" అన్నాడు. విదురుడు హస్తినకు తిరిగి వచ్చాడు. ఈ ఘటన ఫాల్గున శుద్ధ అష్టమి రోహిణీ నక్షత్రంలో జరిగింది.

లాక్షాగృహ దహనము

వైశంపాయనుడు చెప్తున్నాడు "జనమేజయా! పాండవులు వస్తున్నారనే శుభవార్త విన్న వారణావత ప్రజలు శాస్త్రోక్తంగా మంగళ ద్రవ్యాలు తీసుకుని ఆనందంతో ఉత్సాహంగా వాహనాలెక్కి వారికి ఎదుర్కోలు పలకడానికి వచ్చారు. వారి జయజయధ్వానాలతో దిక్కులు మారుమ్రోగాయి. ఆ పురజనుల మధ్యలో యుధిష్ఠిరుడు ఇంద్రునిలా శోభించాడు. స్వాగతం పలికిన వారికి అభినందనలు తెలుపూ కుంతీ మాతతో కలిసి పాండవులు నగరాన్ని ప్రవేశించారు. మొదట వారు వేదాలు కర్మకాండలు అనుష్ఠించే బ్రాహ్మణులను, తరువాత క్రమంగా పట్టణంలోని అధికారులైన యోధులను, వైశ్యులను, శూద్రులను కలుసుకొన్నారు. పురోచనుడు వారిని సాదరంగా నియమిత స్థలంలో విడిది చేయించాడు. ఆసన భోజనాదులు అమర్చి వారిని సంతుష్ట పరచాడు. పాండవులు సుఖంగా అక్కడ ఉన్నారు. పురప్రజలు తరచుగా వచ్చి పోతూ ఉన్నారు. పదిరోజులు గడిచాక పురోచనుడు వారివద్ద "శివం" అనే పేరున్న ఆ అమంగళకరమైన భవనం యొక్క ప్రస్తావన తెచ్చాడు. అతని ప్రోద్బలంతో పాండవులు సామగ్రి సహితంగా అందులోకి మారి అక్కడే ఉండసాగారు.

ధర్మరాజు ఆ ఇంటిని నాలుగువైపులా పరికించి చూసి భీమసేనునితో "సోదరా! భీమసేనా! చూశావా! ఈ ఇల్లు మూలమూలలా నిప్పుతో మండిపోయే పదార్థాలతో నిర్మించబడింది. నెయ్యి, లక్క, కొవ్వుల వాసనల వలన ఇది నిర్ధారింపబడుతోంది. శత్రువు నియమించిన పనివాళ్ళు చాలా చాకచక్యంగా జనుము, గుగ్గిలం, గడ్డి, గాదం, వెదురు మొదలైనవాటిని నేతితో తడిపి దీనిని నిర్మించారు. మనం నిశ్చింతగా ఉన్నపుడు దీనికి నిప్పు ముట్టించి మండించాలని నిశ్చయంగా పురోచనుని ఉద్దేశ్యం. విదురుడు ముందుగానే దీనిని పసిగట్టాడు. అందుకే మనమీది వాత్సల్యంతో దీనిని గూర్చి సూచించాడు" అన్నాడు. భీమసేనుడు "అన్నయ్యా! అయితే మనం పూర్వం ఉన్నచోటనే ఉండవచ్చు గదా" అని అడిగాడు. అందుకు యుధిష్ఠిరుడు "తమ్ముడా! మనం చాలా జాగ్రత్తగా మనకు తెలిసిన ఈ విషయాన్ని మరుగుపరచి ఇక్కడే ఉండాలి. మన ముఖకవళికల వల్లగాని, నడత వల్లగాని ఎవరికీ ఏ విధమైన అనుమానమూ కలగకూడదు. మనం బయటపడటానికి అదను చూసుకోవాలి. మన భావం పసిగడితే పురోచనుడు మనలను బలవంతంగానైనా ఇందులో కాల్చివేయగలడు. అతడు లోకనిందకు గాని అధర్మానికి గాని వెరవడు. మనం మరణించాక భీష్మపితామహుడు గాని, ఇతరులు గాని కౌరవుల మీదనైనా, పురోచనుని మీదనైనా ఎందుకు రోషం చూపుతారు? అప్పటి కోపం వ్యర్థమే అవుతుంది. మనం ఇక్కడినుండి పారిపోతే దుర్యోధనుడు గూఢచారుల ద్వారా జాడ కనుక్కుని చంపిస్తాడు. ఇప్పుడు అతడే సర్వాధికారి. అతని వద్ద సైన్యం, కోశాగారం కూడా ఉంది. మనదగ్గర ఆ మూడూ లేవు. రా. మనం ఇక్కడ ఉంటూనే అడవిలో బాగా తిరుగుతూనే దారి వెదుకుకొందాం. సురక్షితమైన సొరంగం తవ్వుకొన్నాక ఎవరికీ కర్ణాకర్ణిగా కూడా పాండవులు ప్రాణాలు దక్కించుకొన్నారని తెలియకుండా మనం ఇక్కడినుండి పారిపోదాం" అని నచ్చచెప్పాడు. భీమసేనుడు అన్నగారి మాటను మన్నించాడు.

విదురునికి విశ్వాస పాత్రుడైన ఒక ఖనకుడు (సొరంగం తవ్వేవాడు) పాండవుల వద్దకు వచ్చి "నేను తవ్వకం పనిలో మిక్కిలి నేర్పరిని విదురుని ఆజ్ఞపై ఇక్కడికి వచ్చాను. మీరు నన్ను నమ్మవచ్చును. విదురుడు సంకేతరీతిలో నాతో 'వెళ్లేటపుడు యుధిష్ఠిరునికి మ్లేచ్ఛభాషలో నేను ఏదో చెప్పాను. అతడు "మీ మాటలు నేను బాగా అర్థం చేసుకున్నాను అని అన్నాడు. అని చెప్పి పురోచనుడు త్వరలోనే నిప్పు పెట్టబోతున్నాడు. నేను మీకే విధంగా సహాయం చేయను?" అని అడిగాడు. యుధిష్ఠిరుడు "సోదరా! నేను నిన్ను పూర్తిగా విశ్వసిస్తున్నాను. విదురునిలాగే మామేలు కోరేవాడివే, మమ్మల్ని నీ వాళ్లుగా భావించుకుని అతడు మమ్మల్ని రక్షిస్తున్నట్లుగానే నీవు కూడా రక్షించు. ఈ అగ్నిభయం నుండి మమ్ము రక్షించు. ఈ ఇంటిలో నాలుగువైపుల ఎత్తయిన గోడలున్నాయి. ఒకే ద్వారం ఉంది" అన్నాడు. అప్పుడు ఆ ఖనకుడు యుధిష్ఠిరునికి సాంత్వన కలిగించి కందకాన్ని శుభ్రం చేస్తున్న వంకతో తన పనిలో నిమగ్నం అయ్యాడు. అతడు ఆ ఇంటి నడిమి భాగంలో ఒక పెద్ద సొరంగాన్ని తవ్వాడు. నేల బారుగా తలుపును అమర్చాడు. పురోచనుడు ఆ భవనద్వారం వద్దనే ఎప్పుడూ ఉంటున్నాడు. ఎప్పుడయినా అతడు వచ్చి చూస్తాడేమోనని సొరంగ ద్వారాన్ని పూర్తిగా

మూసి ఉంచాడు.

పాండవులు తమ ఆయుధాలు ధరించి రాత్రులందు చాలా జాగరూకులై ఆ భవనంలో ఉంటున్నారు. పగలంతా వేట నెపంతో అడవిలో తిరుగుతూ ఉండేవారు. తాము విశ్వసించకపోయినప్పటికీ, పూర్తిగా విశ్వాసం ఉన్నట్లుగానే నడుచుకుంటున్నారు. ఆ సొరంగం తవ్వే ఖనకునికి తప్పించి ఇతరులెవ్వరికీ పాండవుల ఈ స్థితి తెలియదు.

ఏడాది గడిచింది పాండవులు భవనంలో నిశ్చింతగా ఉంటున్నారని పురోచనుని ఆలోచన అతనికి ఎంతో ఆనందం కలిగింది. అతని ఆనందం చూసి యుధిష్ఠిరుడు తమ్ముళ్లతో "దుర్మార్గుడైన పురోచనుడు మోసం పారిందనే అనుకుంటున్నాడు అతడు తప్పుదారిన పడ్డాడు. కాబట్టి ఇప్పుడు మనం ఇక్కడనుండి బయటపడాలి. ఆయుధాగారాన్ని పురోచనుడిని కూడా తగలపెట్టి ఎవరికీ తెలియకుండా బయటపడి పారిపోవాలి" అన్నాడు.

ఒకరోజున కుంతీదేవి దానధర్మాలు చేయాలనుకొని బ్రాహ్మణులకు భోజనాలు పెట్టింది. అప్పుడు చాలామంది ఆడవాళ్లు కూడా వచ్చారు. అందరూ తిని, తాగి వెళ్లిపోతున్న సమయంలో ఒక భిల్ల వనిత తన ఐదుగురు కొడుకులతో సహా భోజనం కోసం వచ్చింది. వారంతా మద్యం సేవించి మత్తెక్కి, ఒళ్లు తెలియకుండా లాక్షాభవనంలోనే నిద్రపోయారు. అందరూ నిద్రపోయారు. సుడిగాలి వీస్తోంది. గాఢాంధకారం వ్యాపించింది. పురోచనుడు నిద్రపోతున్న చోటికి వచ్చాడు భీమసేనుడు. ఆ గుమ్మానికి ముందుగా నిప్పు అంటించాడు. తరువాత నాలుగు పక్కలా అగ్నిని ప్రజ్వరిల్ల చేశాడు. క్షణాలలో భయంకరమైన మంటలు వ్యాపించాయి. ఐదుగురు అన్నదమ్ములు తల్లితో సహా సొరంగంలో ప్రవేశించారు. భరించరాని వేడి, ఎర్రని మంటలు నాలుగు ప్రక్కలా వ్యాపించాయి. భవనం, కాలుతున్న చిటపట ధ్వనులు, విరిగిపడిపోతున్న ధమధమ ధ్వనులు వినిపించి పురవాసులు నిద్రలేచి అక్కడికి పరుగెత్తుకొని వచ్చారు. ఆ భవనం తగలబడిపోవడం చూసి వారంతా "దుష్టుడైన దుర్యోధనుని ప్రేరణతో పురోచనుడు ఈ పన్నాగం పన్ని ఉంటాడు. ఏదేమైనా ఇది అతని పనే. ధృతరాష్ట్రుని ఈ స్వార్థం మంచిది కాదు. అయ్యో! సాధువులు, సజ్జనులు అయిన పాండవులను ఇతడు మంటలలో కాల్చి చంపేశాడు. పురోచనుడికి కూడా తగిన శాస్తి జరిగింది. నిర్దయుడైన అతడు కూడా ఈ మంటలలో కాలి బూడిదయిపోయాడు" అనుకుంటూ పురజనులు ఆ రాత్రంతా ఆ భవనం చుట్టూ విలపిస్తూనే ఉన్నారు.

పాండవులు కుంతీమాతతో సహా సొరంగం నుండి అరణ్యంలోకి ప్రవేశించారు. అందరూ శీఘ్రంగా అక్కడినుండి పారిపోవాలనే అనుకున్నారు కాని నిద్రవల్ల, భయం వల్ల సాధ్యం కావడం లేదు. పైగా కుంతివల్ల వేగంగా వెళ్లడం కుదరడం లేదు. అప్పుడు భీముడు తల్లిని మూపుమీద ఎక్కించుకొని, నకుల సహదేవులను చంకనెత్తుకొని, చేతులతో ధర్మజుని, అర్జునుని పట్టుకుని నడిపిస్తూ త్వరత్వరగా ముందుకు సాగిపోయాడు. అలా అతడు వేగంగా నడుస్తూ గంగా తీరాన్ని చేరుకున్నాడు.

కౌరవులు పాండవులకు అపరకర్మలు చేయుట

వైశంపాయనుడు కొనసాగిస్తున్నాడు – జనమేజయా! ఆ సమయంలో విదురుడు పంపిన విశ్వాసపాత్రుడైన ఒక వ్యక్తి పాండవుల వద్దకు వచ్చాడు. విదురుడు చెప్పిన సంకేతాన్ని వారికి చెప్పి, వారితో "నేను విదురునికి విశ్వాసపాత్రుడైన సేవకుడిని. నా కర్తవ్యం నేను గుర్తించాను. విదురుడు చెప్పినట్లుగా మీరు శత్రువులపై విజయం సాధిస్తారు. ఇదిగో ఇక్కడ నావ సిద్ధంగా ఉంది. ఇది ఎక్కి అవతలి తీరం చేరండి" అని చెప్పాడు. పాండవులందరూ నావ ఎక్కాక, విదురుడు వారిని నిర్విఘ్నంగా ముందుకు సాగిపొమ్మని, నిర్భయంగా ఉండమని చాలా ప్రేమతో చెప్పాడని అతడు ధైర్యం చెప్పి వారిని గంగా తీరం చేర్చి వారికి జయం పలికి, వారి కుశలవార్తను విదురునికి చెప్పడానికి వెళ్లిపోయాడు. పాండవులు కూడా గంగాతీరం దాటి, రహస్యంగా ఎవరికంటా పడకుండా వేగంగా ముందుకు కదిలారు.

ఇక్కడ వారణావతంలో రాత్రిగడిచాక పురజనులందరూ పాండవులను చూడడానికి వచ్చారు. మంటలన్నీ చల్లారాక, ఆ భవనం లక్కతో చేసినదని, పురోచనుడు కూడా అందులోనే మాడి పోయాడని వారికి తెలిసింది. ఇదంతా దుర్యోధనుని కుతంత్రమని, ధృతరాష్ట్రునికి తెలిసే ఇది జరిగి వుంటుందని, భీష్మ విదురులు, ఇతర కురువృద్ధులు అధర్మపక్షాన్ని అవలంబించారని వారంతా అనుకున్నారు. తామంతా వెళ్లి ధృతరాష్ట్రునికి "నీ మనోరథం నెరవేరిందని, నీ దుష్కృత్యం వల్ల పాండవులు దగ్ధమై చనిపోయారని చెప్పాలని నిశ్చయించుకున్నారు. వారు ఆ మంటలు తొలగించి చూడగా అయిదుగురు కొడుకులతో సహా చనిపోయిన భిల్ల స్త్రీ కనిపించింది. వారు వారిని పంచపాండవులు కుంతి

అనుకున్నారు. సొరంగం తవ్విన మనుష్యులు ఇంటిని శుభ్రం చేసే వంకతో బూడిదతో ఆ సొరంగాన్ని ఎవరికీ తెలియకుండా మూసేశారు. పురవాసులు ఈ వార్తను ధృతరాష్ట్రునికి చేరవేశారు.

ఈ దుర్వార్తను విని ధృతరాష్ట్రుడు పైపైన దుఃఖాన్ని నటించాడు. పాండవుల, కుంతి మరణవార్త తనకు పాండురాజు మరణవార్తకంటె ఎక్కువ దుఃఖాన్ని కలిగిస్తోందని అతడు అందరి ఎదుట విలపించాడు. వారణావతం వెళ్లి అక్కడ, పాండవులకు, వారి తల్లికి శాస్త్రోక్తంగా అంత్యకర్మలు చేయమని అతడు కౌరవులను ఆజ్ఞాపించాడు. పురోచనుని సోదరులు, బంధువులు కూడా అక్కడికి వెళ్లి అతనికి పరలోక క్రియలు చేయాలని ఆదేశించాడు. పాండవులకు సద్గతులు కలిగేలా బాగా ఖర్చుపెట్టి కర్మలు చేయమని చెప్పాడు. పాండవుల జ్ఞాతులు సోదరులు, ధృతరాష్ట్రుడు అందరూ విలపిస్తూ వారికి తిలాంజలులు ఇచ్చారు. పురప్రజలు ఈదుర్ఘటన విని చాలా విచారించారు. విదురునికి అంతా తెలిసి కూడా అందరితోపాటు విచారం వ్యక్తం చేశాడు.

ఇక్కడ పాండవులు నావ దిగి దక్షిణ దిశగా ముందుకు సాగారు. అప్పుడు నిద్రతో వారి కళ్లు మూతలు పడుతున్నాయి. అందరికీ అలసటగా దాహంగా ఉంది. దట్టమైన అడవి. మార్గం గోచరించడం లేదు. పురోచనుడు చనిపోయినా వారు రహస్యంగానే వెళ్లాలి. అందుకని యుధిష్ఠిరుని ఆజ్ఞానుసారం భీమసేనుడు అందరినీ పూర్వంలాగే ఎత్తుకుని వేగంగా పయనమయ్యాడు. అతని వేగానికి అడవంతా కదిలిపోతున్నట్లుంది. ఆ సమయంలో పాండవులందరూ అలసటతో, దాహంతో, నిద్రతో తూలిపోతున్నారు. ఇక ముందుకు పోవడం కష్టమయింది. ఆ ఘోరారణ్యంలో ఎక్కడా నీటిజాడ లేదు. కుంతి దప్పికతో నీళ్లు కావాలని అడిగింది. భీముడు వారందరినీ ఒక మర్రిచెట్టు క్రింద దింపి, "మీరిక్కడ కాసేపు విశ్రమించండి. నేను నీరు తేవడానికి వెళ్తున్నాను. బెగ్గురు పక్షుల మధురధ్వనులు వినిపిస్తున్నాయి. కాబట్టి ఇక్కడికి దగ్గరలోనే తప్పకుండా సరస్సు ఉండి ఉంటుంది" అన్నాడు. యుధిష్ఠిరుడు అనుమతించాడు. ఆ పక్షుల కూజితాలను బట్టి భీముడు జలాశయాన్ని చేరుకున్నాడు. అక్కడ అతడు కడుపునిండా నీరు త్రాగి, స్నానం చేసి సేద దీరి, తనపై వస్త్రంలో నీటిని నింపుకుని తిరిగి వచ్చాడు.

చెట్టుకింద సోదరులు, తల్లి అలసిసొలసి నిద్రపోవడం చూశాడు. వారిని ఆ స్థితిలో చూడగానే అతనికి దుఃఖం, విషాదం ముంచుకొచ్చాయి. వారిని నిద్రలేపకుండానే తనలో తాను "అయ్యో! హంసతూలికాతల్పాల మీదకూడా నిద్రపట్టని నా ఈ సోదరులు ఈనాడు కటికనేలమీద నిద్రపోతున్నారు. దీనిని చూడవలసి రావడం కంటె సంకటస్థితి ఇంకేముంటుంది నాకు? ఈ నా తల్లి కుంతి వసుదేవుని చెల్లెలు. కుంతిభోజుని పుత్రిక. సుఖాలు అనుభవించిన విచిత్రవీర్యునికి కోడలు. మహాత్ముడైన పాండురాజుకు భార్య. మావంటి కొడుకులకు తల్లి. అయినా కటికనేల మీద గాఢనిద్రలో ఉన్నది. తన ధర్మపరిపాలనతో ముల్లోకాలను ఏలగల యుధిష్ఠిరుడు అలిసిపోయి సాధారణ వ్యక్తిలా నేలమీద పడుకున్నాడు. వర్షాకాలపు మేఘంలా, అందంగా ఉన్న అర్జునుడు, రూపసౌందర్యంలో అందరినీ మించి దేవతలలోని అశ్వినీకుమారులతో సమానులైన నకుల సహదేవులు ఆశ్రయ హీనులై చెట్టుక్రింద పడుకున్నారు. ఇంతకంటె మించిన దుఃఖం ఏముంది? దుర్మార్గుడైన దుర్యోధనుడు మమ్మల్ని ఇంటినుండి వెళ్లగొట్టి, కాల్చి బూడిద చేయడానికి ప్రయత్నించాడు. కాని అదృష్టవశాత్తు బతికి బయటపడ్డాం. ఇప్పుడు చెట్టు కింద ఉన్నాము. ఏం చేయాలి ఏం తినాలి తెలియడం లేదు. దుర్యోధనా! నీవు సుఖంగా ఉన్నావు. యుధిష్ఠిరుడు నిన్ను చంపడానికి అనుమతి ఇవ్వడం లేదు. లేకుంటే నిన్ను నీ మిత్రులతో, బంధువులతో సహా యమసదనానికి పంపి ఉండేవాడిని ఒరే పాపీ! యుధిష్ఠిరుడు నీ మీద కోపగించడం లేదు. నేనేమి చేయను?" అనుకున్నాడు. ఇలా అనుకోగానే అతడు కోపంతో వివశుడైపోయాడు. ఊపిరి దీర్ఘంగా తీయసాగాడు. చేతులు రెండూ నలుపుకోసాగాడు. వారు నిశ్చింతగా నిద్రపోవడం చూసి 'అయ్యో! ఇక్కడికి కొద్దిదూరంలోనే వారణావతనగరం ఉంది. ఇక్కడ చాలా జాగరూకతతో మెలకువగా ఉండాలి. అయినా వీళ్లు నిద్రపోతున్నారు. సరే నేనే మెలకువగా ఉంటాను. అయితే ఈ నీరు ఏమి చేయాలి? వీరింకా అలసి నిద్రిస్తూనే ఉన్నారు. మెలకువ వచ్చాక త్రాగుతారులే" అనుకుని అతడు జాగ్రత్తగా కాపలా కాయడం మొదలు పెట్టాడు.

హిడింబుని వధ

వైశంపాయనుడు చెప్తున్నాడు - జనమేజయా! యుధిష్ఠిరాదులు నిద్రిస్తున్న ఆ అడవికి కొద్దిదూరంలోనే ఒక మద్ది చెట్టుఉంది. దాని మీద హిడింబాసురుడు ఉన్నాడు. వాడు చాలా క్రూరుడు, పరాక్రమవంతుడు, మాంసాహారి. అతని శరీరం అంతా నల్లని నలుపు, కళ్లు పచ్చగా

మెరుస్తున్నాయి. రూపం భయంకరంగా ఉంది. అతని గడ్డం, మీసం, తల వెంట్రుకలు అన్నీ ఎఱ్ఱగా ఉన్నాయి. పెద్దపెద్ద కోరలతో అతని ముఖం అత్యంత భయంకరంగా ఉంది. ఆ సమయంలో అతనికి ఆకలి వేసింది. నరవాసన తగిలి అతడు పాండవులవైపు దృష్టి సారించాడు. తన చెల్లెలు హిడింబను పిలిచి "సోదరీ! చాలా రోజుల తరువాత ఈనాడు నాకు ఇష్టమయిన నరమాంసం లభించే అదృష్టం పట్టినట్లుంది. నోట్లో నీరూరుతోంది. ఈరోజు నాకోరలను వారి శరీరాలలో గుచ్చి వేడి వేడి నెత్తురును తాగుతాను. నీవు వారిని చంపి నా వద్దకు తీసుకురా. మనం ఇద్దరం వారిని తిని, సంతోషంగా నాట్యమాడుదాం" అన్నాడు.

తన అన్నగారి మాట విని ఆ రాక్షసి త్వరత్వరగా పాండవుల వద్దకు వెళ్లింది. అక్కడ ఆమె యుధిష్ఠిరాదులు నిద్రిస్తుండగా, మహాబలవంతుడైన భీమసేనుడు మెలకువగా ఉండడం గమనించింది. భీమసేనుని బలిష్ఠమైన శరీరం, అందమైన రూపం చూసి హిడింబ మనస్సు మారిపోయింది. ఆమె తనలో "ఇతని శరీరం శ్యామలంగా ఉంది. బాహువులు దీర్ఘంగా, కంఠం శంఖంలా, కళ్లు పద్మాలలా సుకుమారంగా ఉన్నాయి. సింహమధ్యముడు, అణువణువునా కాంతి తొణికిసలాడుతోంది. ఇతడు నాకు తగిన భర్త నా అన్న చెప్పిన క్రూరకృత్యాన్ని నేను చేయలేను. అన్నమీది ప్రేమకంటె పతిప్రేమ గొప్పది కదా! వీరిని చంపి తిన్నట్లయితే కొద్దిసేపు మాత్రమే మాకు తృప్తి కలుగుతుంది. కాని ఇతడు బ్రతికి ఉన్నట్లయితే నేను అనేక సంవత్సరాలు సుఖాలను అనుభవించగలను" అని తలపోసింది. ఇలా అనుకుని హిడింబ మానవ కాంతగా మారి భీమసేనుని సమీపించింది. దివ్యమైన వస్త్రాభరణాలు ధరించిన హిడింబాసుందరి కొద్దిగా సంకోచిస్తూ, చిరునవ్వు నవ్వుతూ "పురుషశ్రేష్ఠా! మీరెవరు? ఎక్కడినుండి వచ్చారు? ఈ నిద్రిస్తున్న పురుషులెవరు? ఈ వృద్ధురాలెవరు? వీరంతా ఈ ఘోరారణ్యంలో ఇంట్లో ఉన్నట్లుగా నిశ్చింతగా నిద్రపోతున్నారు. ఈ అరణ్యంలో పెద్ద పెద్ద రాక్షసులున్నారని వీరికి తెలియదు కాబోలు. హిడింబాసురుడయితే ఈ ప్రక్కనే ఉన్నాడు. నేనతని చెల్లెలిని మీ మాంసం తినాలనే కోరికతోనే అతడు నన్ను ఇక్కడికి పంపించాడు. నేను మీ దివ్య సౌందర్యాన్ని చూచి మోహించాను. మిమ్మల్ని తప్ప వేరెవరినీ నేను భర్తగా అంగీకరించనని ప్రమాణపూర్వకంగా నిజం చెప్తున్నాను. మీరు ధర్మజ్ఞులు. మీకు ఉచితమనిపించినది చేయండి, నేను మిమ్మల్ని ప్రేమిస్తున్నాను. మీరు కూడా నన్ను ప్రేమించండి. నేను ఈ నరమాంస భక్షకుడైన రాక్షసుని బారినుండి మిమ్మల్ని కాపాడతాను. మనమిద్దరం సుఖంగా పర్వతగుహలలో నివసిద్దాం. నేను ఆకాశంలో స్వేచ్ఛగా తిరగగలను. మీరు నాతో సాటిలేని ఆనందాలు అనుభవించవచ్చును" అని ప్రాధేయపడింది. దానికి భీమసేనుడు "ఓసీ రాక్షసీ! మా అమ్మ, అన్న, తమ్ముళ్లు సుఖంగా నిద్రపోతున్నారు. నేను వాళ్లను వదిలేసి రాక్షసునికి ఫలహారంగా సమర్పించనా? పైగా నీతో కలిసి కామకేళి సాగించడానికి రానా? బాగుంది. ఇది ఎలా జరుగుతుంది?' అన్నాడు. హిడింబ "నీకు ఏది ఇష్టమో అదే చేస్తాను మీరు వీరందరినీ మేల్కొలపండి, నేను రాక్షసుని బారినుండి కాపాడతాను" అంది. భీముడు "ఆహా! ఇది చాలా బాగుంది. నేను నా సుఖం కోసం దుర్మార్గుడయిన రాక్షసుని వల్ల భయంతో సుఖంగా నిద్రిస్తున్న సోదరులను లేపనా? ప్రపంచంలోని ఏ మానవుడయినా, రాక్షసుడయినా, గంధర్వుడయినా నా ఎదుట నిలువలేడు. సుందరీ! నీవు ఉన్నా సరే, వెళ్లినా సరే. నాకేమీ సంబంధం లేదు" అన్నాడు.

అక్కడ రాక్షసరాజు హిడింబుడు తన చెల్లెలు వెళ్లి చాలాసేపు అయిందని చెట్టు దిగి పాండవుల వైపు వచ్చాడు. ఆ భయంకరుడయిన రాక్షసుని చూడడంతోనే హిడింబ భీమసేనునితో 'చూడు. చూడు. ఆ నరభక్షకుడయిన రాక్షసుడు కోపంతో ఇటు వైపే వస్తున్నాడు. మీరు నా మాట వినండి. నేను ఇష్టానుసారంగా చరించగలను. నాకు రాక్షసులకుండే బలం ఉంది. నేను మిమ్మల్ని అందరినీ తీసుకుని ఆకాశమార్గంలోకి ఎగిరిపోతాను అంది. భీమసేనుడు "సుందరీ! భయపడకు. నేనుండగా వీరికి ఏ రాక్షసుడూ హాని తలపెట్టలేడు. నేను నీ ఎదుటనే అతనిని సంహరిస్తాను. చూడు నా ఈ బాహువులను, పిక్కలను. వీడేమిటి? ఏ రాక్షసుడిని అయినా వీటితో ముద్దగా చేసేస్తాను. నన్ను మనుష్యమాత్రునిగా భావించకు" అన్నాడు. ఈ రీతిగా వారిద్దరూ మాట్లాడుకుంటూ ఉండగానే హిడింబాసురుడు ఆ మాటలు వింటూ అక్కడికి వచ్చాడు. తన చెల్లెలు అందమైన మానవకాంతగా మారి చక్కగా అలంకరించుకుని వయ్యారాలు పోతూ భీమసేనుని పతిగా కోరుకోవడం చూశాడు. అతడు క్రోధంతో ఉక్కిరిబిక్కిరి అవుతూ కళ్లు పెద్దవి చేసి, "హిడింబా! నేను వీరి మాంసం తినాలనుకుంటూ ఉంటే, నీవు దానికి ఆటంకం కలిగిస్తున్నావు. ఇంత నిర్లక్ష్యమా? నీవు మన వంశానికి కళంకం తెస్తున్నావు. ఎవరి అండ చూసుకుని నీవు ఇంతకు తెగిస్తున్నావో అతనినీ

నిన్ను కూడా తెగటారుస్తాను" అని అంటూ పళ్లు పటపట కొరుకుతూ తన చెల్లెలు, పాండవుల మీదికి లంఘించాడు.

భీమసేనుడు అతని విజృంభణను చూచి బెదిరిస్తూ - "నిలు. నిలు. మూర్ఖుడా! నిద్రపోతున్న నా సోదరులను లేపుదామనుకుంటున్నావా? నీ చెల్లెలు మాత్రం ఏం అపరాధం చేసిందని? ధైర్యం ఉంటే నా మీదికి రా. నీకు నే నొక్కడినే సరిపోతాను. ఆడదాని మీద చేయి ఎత్తకు" అంటూ నవ్వుతూ బలంగా అతని చేయి పట్టుకొని దూరంగా ఈడ్చుకుపోయాడు. ఈ రీతిగా ఒకరిని ఒకరు కొట్టుకుంటూ, తోసుకుంటూ చాలా దూరం వెళ్లి, చెట్లను పెకలించి, బొబ్బలు పెడుతూ కొట్టుకోసాగారు. వారి అరుపులకు కుంతికి, పాండవులకు మెలకువ వచ్చింది. వారు తమ ఎదుట నిల్చున్న పరమసుందరి అయిన హిడింబను చూశారు. ఆమె రూపసౌందర్యాలు చూచి ఆశ్చర్యపడి, కుంతీదేవి మృదుమధుర కంఠంతో నెమ్మదిగా "సుందరీ! నీవు ఎవరవు? ఇక్కడకు ఎందుకు ఎక్కడినుండి వచ్చావు?" అని అడిగింది. హిడింబ "ఇదిగో ఈ కనిపించే దట్టమైన నల్లని అడవే నాకూ, నా అన్న హిడింబునికీ నివాస స్థలం. అతడు మిమ్మలను అందరినీ చంపమని నన్ను పంపించాడు. నేను ఇక్కడికి వచ్చి అతి సుందరుడయిన నీ కొడుకును చూచి మోహించాను. నేను మనసులోనే అతనిని పతిగా ఎంచుకొని ఇక్కడినుండి తీసుకుపోవాలని చూశాను. కాని అతడు చలించలేదు నేను ఆలస్యం చేయడం చూచి నా అన్న ఇక్కడికి వచ్చాడు. మీ కుమారుడు అతనిని ఈడ్చుకుంటూ చాలా దూరం తీసుకుపోయాడు చూడండి. ఇప్పుడు వాళ్లిద్దరూ బొబ్బలు పెడుతూ ఒకరితో ఒకరు పెనగులాడుతున్నారు" అని చెప్పింది. హిడింబ మాటలు విని నలుగురు పాండవులు లేచి నిలబడి వారిద్దరూ పరస్పరం జయాభిలాషులై యుద్ధం చేయడం చూశారు. భీమసేనుడు కొద్దిగా వెనుకబడడం చూసి అర్జునుడు భయపడవద్దని, నకుల సహదేవులు తల్లిని రక్షిస్తారని, తాను ఇప్పుడే ఆ రాక్షసుని చంపుతానని అన్నాడు. భీమసేనుడు మాట్లాడకుండా నిలబడి చూడమని, కంగారు పడవద్దని, తన చేతులకు చిక్కిన అతడు తప్పించుకుపోలేడని బదులిచ్చాడు. అప్పుడు భీమసేనుడు క్రోధంతో మండిపడుతూ జంఝామారుతంలా అతనిని పైకెత్తి అంతరిక్షంలో వందసార్లు గిరగిరా తిప్పాడు. అతనితో "ఓరీ రాక్షసా! నీవు వ్యర్థమైన మాంసాహారంతో వ్యర్థంగా శరీరంలో కండలు పెంచావు. నీవు పెరగడం వ్యర్థమే. తిరగడం వ్యర్థమే. నీవు జీవించడమే వ్యర్థమయితే చావడం కూడా వ్యర్థం అవుతుంది" అని చెప్పి భీమసేనుడు అతనిని నేలమీద విసిరి కొట్టాడు. అతని ప్రాణాలు ఎగిరిపోయాయి. అర్జునుడు భీముని కొనియాడుతూ "అన్నయ్యా! ఇక్కడికి వారణావత నగరం ఎక్కువ దూరంలో లేదు. నడు. ఇక్కడినుండి త్వరగా పోదాం. దుర్యోధనునికి మన జాడ ఎక్కడా తెలియకూడదు" అని హెచ్చరించాడు. అనంతరం వారంతా తల్లితో కలిసి బయల్దేరారు. హిడింబ కూడా వారి వెనుక వెనుకనే నడిచింది.

హిడింబా భీమసేనులకు ఘటోత్కచుడు పుట్టుట, పాండవులు ఏకచక్రపురంలో నివసించుట

వైశంపాయనుడు చెప్తున్నాడు. జనమేజయా! రాక్షసి అయిన హిడింబ వెన్నంటి రావడం చూసి భీమసేనుడు "హిడింబా! నాకు తెలుసు. రాక్షసులు మోహినీ విద్యచేత మాయలు ప్రయోగించి ముందుగా ప్రతీకారం తీర్చుకుంటారు. కాబట్టి పో! నీవు కూడా నీ అన్నవెంట వెళ్లు" అనగానే యుధిష్ఠిరుడు "రామ రామ! కోపంతో అయినా ఆడదాని మీద చేయి ఎత్తకూడదు. శరీరాన్ని కాపాడుకోవడం కంటె ధర్మాన్ని కాపాడడం ముఖ్యం. నీవు ధర్మాన్ని రక్షించు. నీవు ఆమె అన్నను చంపావు. ఈమె మనకేమీ నష్టం చేయలేదు కదా!" అన్నాడు. హిడింబ కుంతికి, ధర్మరాజుకు నమస్కరించి కుంతితో "అమ్మా! స్త్రీలకు మదనబాధ ఎంత దుస్సహంగా ఉంటుందో మీకు తెలుసు. మీ కుమారుని కారణంగా నేను చాలా సేపటినుండి బాధను అనుభవిస్తున్నాను. నాకు సుఖం కావాలి. నేను నారక్త సంబంధీకులకు, కుటుంబానికి, ధర్మానికి కూడా తిలోదకాలిచ్చి మీ పుత్రుని పతిగా కోరివచ్చాను. నేను మీకు మీ కుమారునికి కూడా స్వీకరించదగిన దానినే. మీరు నన్ను అంగీకరించకపోతే నేను నా ప్రాణాలు వదిలేస్తాను. ఇది నేను సత్యప్రమాణంగా చెప్తున్నమాట. నా మీద దయ చూపండి. నేను మూఢురాలనో, భక్తురాలనో, సేవకురాలినో ఏది అయినా మీ దానినే. మీ కుమారుని తీసుకువెళ్లి మళ్లీ కొద్ది రోజులలోనే తిరిగి వస్తాను. నన్ను నమ్మండి. మీరు నన్ను స్మరించగానే వచ్చేస్తాను. మీరు ఎక్కడికి చేర్చమంటే అక్కడికి చేరుస్తాను. పెద్ద పెద్ద ఆపదలలోనైనా, కష్టసమయాలలోనయినా నేను మిమ్మల్ని రక్షిస్తాను. మీరు ఒకవేళ ఎక్కడికయినా శీఘ్రంగా వెళ్లాలనుకుంటే నేను నా మూపు మీద మిమ్మల్ని ఎక్కించుకుని వెంటనే అక్కడికి చేర్చగలను. ఆపత్కాలంలో తన ధర్మాన్ని నెరవేర్చినవాడే ధర్మాత్ములలో శ్రేష్ఠుడు" అని పలికింది.

యుధిష్ఠిరుడు హిడింబా! నీవు చెప్పింది బాగుంది, సత్యాన్ని ఎవరూ అతిక్రమించకూడదు. నీవు ప్రతిదినం సూర్యాస్తమయ సమయం వరకు శుచివై భీమసేనుని సేవించుకోవచ్చును. పగలంతా భీమసేనుడు నీతో ఉంటాడు. సాయంకాలం కాగానే అతనిని నీవు నా దగ్గరకు చేర్చాలి" అన్నాడు. రాక్షసి అంగీకరించింది. భీమసేనుడు "నాదొక షరతు ఉంది. కొడుకు కలగనంతవరకు మాత్రమే నేను నిన్ను భార్యగా అంగీకరిస్తాను. కొడుకు పుట్టాక మాత్రం ఇక సంబంధం లేదు" అన్నాడు. హిడింబ దీనికి కూడా అంగీకరించింది. తరువాత ఆమె భీమసేనుని తీసుకుని ఆకాశమార్గంలో ఎగిరిపోయింది. ఆమె ఇప్పుడు సుందరమైన రూపం ధరించి, దివ్యమైన వస్త్రమాల్య భూషణాదులు ధరించి మృదుమధురంగా మాటాలాడుతూ కొండలలో, కోనలలో, అడవులలో, గుహలలో, సరసులలో, నగరాలలో, దివ్య భూములలో భీమసేనునితో కలిసి విహరించసాగింది. కొన్నాళ్లకు ఆమెకు ఒక కొడుకు కలిగాడు. అతడు వికటమైన కన్నులతో, వెడల్పయిన ముఖంతో, దొప్ప చెవులతో, భీషణానాదంతో, ఎర్రని పెదవులతో, పదునైన కోరలతో, పొడవైన బాహువులతో, విశాలకాయంతో, అపరిమిత శక్తిమంతుడై, మాయా విద్యా ప్రవీణునిగా అవతరించాడు. అతడు క్షణకాలంలోనే పెద్ద పెద్ద రాక్షసులకంటె మించి పెరిగి, సద్యోయావనుడై, సర్వాస్త్రవిశారదునిగా, పరాక్రమశాలిగా మారాడు. జనమేజయా! రాక్షస స్త్రీలకు గర్భం ధరించగానే సంతానం కలగడం వారు కామరూపధరులై ఉండడం వెంట వెంటనే జరుగుతాయి.

హిడింబ కొడుకుకి తలమీద వెంద్రుకలు లేవు. అతడు విల్లు ధరించి వచ్చి తల్లిదండ్రులకు నమస్కరించాడు. అతనిని చూసిన వారు అతనికి "ఘటోత్కచుడు" (ఘట - శిరస్సునందు; ఉత్కచః - కేశములు లేనివాడు) అని పేరుపెట్టారు. ఘటోత్కచునికి పాండవుల పట్ల గౌరవం, శ్రద్ధ ఉన్నాయి. వారికి కూడా అతని పట్ల వాత్సల్యం అంకురించింది. భీమసేనుడు పెట్టిన నియమం ముగిసిందని గ్రహించిన హిడింబ అక్కడినుండి వెళ్లిపోయింది. ఘటోత్కచుడు కుంతీమాతకు, పాండవులకు నమస్కరించి "మీరు మాకు పూజ్యులు. మీకు నేను చేయవలసినది నిస్సంకోచంగా చెప్పండి" అని అడిగాడు. కుంతి "నాయనా! నీవు కురువంశంలో పుట్టావు. భీమసేనునితో సమానుడవు. ఈ అయిదుగురి యొక్క కొడుకులలో నీవు పెద్దవాడివి. కాబట్టి అవసరం వచ్చినపుడు వీరికి సహాయపడు" అంది. కుంతి మాటలు విని ఘటోత్కచుడు "నేను రావణ - ఇంద్రజిత్తులతో సమానమైన పరాక్రమం కలవాడిని. విశాల కాయుడిని. మీకు నా సహాయం అవసరమైనపుడు నన్ను స్మరించండి. నేను వస్తాను" అని చెప్పి అతడు ఉత్తరదిశగా వెళ్లిపోయాడు. జనమేజయా! దేవరాజు ఇంద్రుడు కర్ణుని యొక్క శక్తి ప్రయోగాన్ని తట్టుకొనేందుకు ఘటోత్కచుని పుట్టించాడు.

వైశంపాయనుడు చెప్తున్నాడు - జనమేజయా! పాండవులు కొంత ముందుకు వెళ్లి, అక్కడ జుట్టును జడలు కట్టించి, చెట్లనారను, మృగచర్మాలను వస్త్రాలుగా ధరించి, తాపసవేషధారులై తల్లితో కలిసి తిరగసాగారు. వారు ఒక్కొక్కసారి తల్లిని భుజాలపై కూర్చుండబెట్టుకొని తిరిగేవారు. ఒక్కొక్కసారి నెమ్మదిగా నిశ్చింతగా తిరిగేవారు. ఒకసారి వారు శాస్త్రాలను అధ్యయనం చేస్తుండగా వేదవ్యాసమహర్షి అక్కడకు వచ్చారు. వారు వెంటనే లేచి నిలబడి అతనికి పాదాలంటి నమస్కరించారు. వ్యాసుడు "యుధిష్ఠిరా! మీకు కలిగిన ఈ ఆపద ముందే నాకు తెలిసింది. దుర్యోధనాదులు అన్యాయంగా మిమ్మల్ని రాజధాని నుండి వెళ్లగొట్టారు. నేను మీకు మేలు చేయడానికే వచ్చాను. మీరు ఈ దుస్థితికి విచారపడకండి. ఇదంతా మీరు సుఖపడడానికే జరిగింది. నాకు మీరు, ధృతరాష్ట్ర కుమారులు సమానమే అనే విషయంలో సందేహం ఏమీ లేదు. కాని మీ దైన్యం, బాల్యం చూసి మేలుకోరి ఒక మాట చెప్తాను. ఇక్కడికి దగ్గరలోనే ఒక అందమైన పట్టణం ఉంది. అక్కడ మీరు గుప్తంగా చరిస్తూ, నా రాకకోసం నిరీక్షించండి" అని చెప్పాడు.

పాండవులను ఈ విధంగా ఓదార్చి వారిని తీసుకుని అతడు ఏకచక్రాపురం బయల్దేరాడు. అక్కడకు చేరాక అతడు కుంతితో "అమ్మా! నీకొడుకు యుధిష్ఠిరుడు మిక్కిలి ధర్మాత్ముడు. అతడు ధర్మబద్ధంగానే ఈ భూమినంతటినీ జయించి రాజులను పరిపాలిస్తాడు. నీ కొడుకులు, మాద్రి కొడుకులు కూడా మహారథులై తమ రాజ్యంలో ఆనందంగా జీవిస్తారు. వీరు రాజసూయం, అశ్వమేధం వంటి గొప్ప గొప్ప యజ్ఞాలు చేస్తారు. తమ దగ్గరి బంధువులను, మిత్రులను సుఖపెడతారు. పరంపరాగతమైన రాజ్యాన్ని చిరకాలం అనుభవిస్తారు" అని చెప్పి వారిని ఆ నగరంలో ఒక బ్రాహ్మణ గృహంలో విడిది చేయించాడు. వెళ్తూ వెళ్తూ " ఒక నెలరోజుల వరకు నాకోసం నిరీక్షించండి. నేను మళ్లీ వస్తాను. దేశ కాలాలననుసరించి ఆలోచించి మసలుకోండి. మీకు సుఖం

కలుగుతుంది" అని చెప్పాడు. అందరూ చేతులు జోడించి నమస్కరించారు. అతడు వెళ్లిపోయాడు.

కుంతి బ్రాహ్మణ కుటుంబము యొక్క ఆర్తిని పోగొట్టుట

వైశంపాయనుడు చెప్పాడు - జనమేజయా! పాండవులు తమ తల్లి కుంతితో కలిసి ఏకచక్రా నగరంలో ఉంటూ రకరకాల దృశ్యాలు చూస్తూ తిరుగుతున్నారు. భిక్షావృత్తితో జీవిస్తున్నారు. నగరవాసులు వారి సుగుణాలకు ముగ్ధులై వారిని ఎంతో ప్రేమించసాగారు. వారు రోజంతా యాచించి తెచ్చిన దానిని కుంతీదేవి ఎదుట పెట్టేవారు. ఆమె అనుమతితో అందులో సగభాగాన్ని భీమసేనుడు, సగభాగాన్ని మిగిలినవారు తినేవారు. ఇలా చాలా రోజులు గడిచాయి.

ఒకరోజున అందరూ భిక్షకోసం వెళ్లారు. ఏదో కారణంగా భీమసేనుడు మాత్రం తల్లిదగ్గరే ఉండిపోయాడు. ఇంతలో బ్రాహ్మణుని ఇంటిలో ఆక్రందనలు వినిపించాయి. వాళ్లు ఏడుస్తూ విలపిస్తున్నారు. ఇది విని దయార్ద్రహృదయ అయిన కుంతి మనసు ద్రవించిపోయింది. ఆమె భీమసేనునితో "నాయనా! మనం ఈ బ్రాహ్మణుని ఇంటిలో ఉంటున్నాం. వారు మనలను ఎంతో గౌరవిస్తున్నారు. నేను వారికి ఏదయినా ఉపకారం చేయాలని అనుకుంటూ ఉంటాను. కృతజ్ఞత మానవుని లక్షణం. ఎవరయినా తనకు చేసిన ఉపకారం కంటె హెచ్చుగా తిరిగి వారికి చేయాలి. బహుశః ఈ బ్రాహ్మణునికి ఏదో ఆపద కలిగి ఉంటుంది. ఇప్పుడు మనం ఇతనికి ఏదైనా సహాయం చేయగలిగితే మనం ఋణవిముక్తులం కాగలం" అంది.[10] దానికి భీమసేనుడు "అమ్మా! నీవు బ్రాహ్మణునికి వచ్చిన ఆపద ఏమిటో, దానికి గల కారణమేమిటో తెలుసుకుని రా. అది ఎంత కఠినమయినా చేస్తాను" అన్నాడు. కట్టివేయబడిన దూడదగ్గరకు వెళ్లే ఆవులా కుంతి వెంటనే వారి ఇంట్లోకి వెళ్లింది. బ్రాహ్మణుడు తన భార్యా పుత్రులతో దీన ముఖంతో "నాజీవితం వ్యర్థం. ఇది సారహీనం - పరాధీనం. జీవుడు ధర్మార్థకామాలను ఒంటరిగానే అనుభవించాలి. వాటితో కలిగే ఎడబాటే అతనికి గొప్ప దుఃఖాన్ని కలిగిస్తుంది. నిజంగా సుఖాన్ని కలిగించేది మోక్షస్వరూపమే. కాని నా విషయంలో అది జరిగేలా లేదు. ఈ ఆపదనుండి గట్టెక్కే ఉపాయం ఏమీ కనబడడం లేదు. పోనీ నేను నా ఆలుబిడ్డలను తీసుకుని పారిపోనూ లేను. నీవు జితేంద్రియురాలివి. నా ధర్మపత్నివి. దేవతలు నాకు ప్రసాదించిన సఖివి. సహాయకురాలివి. నేను మంత్రపూర్వకంగా నిన్ను వివాహమాడాను. నీవు ఉత్తమకుల సంజాతవు, శీలవతివి, మాతృమూర్తివి. నీవు పతివ్రతవు, నా మేలు కోరే దానివి, రాక్షసుని బారి నుండి నా ప్రాణాన్ని కాపాడుకోవడానికి నిన్ను అతనివద్దకు పంపలేను" అన్నాడు.

భర్తమాటలు విని బ్రాహ్మణి "స్వామి! సాధారణ పురుషునిలా మీరు ఎందుకు శోకిస్తున్నారు? ఏదో ఒకరోజున అందరూ మరణించవలసినవారే. జరిగితీరవలసిన ఈ విషయంలో ఎందుకు శోకించడం? భార్య, కూతురు, కొడుకు అంతా అతనివారే. మీరు వివేకంతో ఆలోచించి శోకం విడిచిపెట్టండి. నేను అతనివద్దకు వెళ్తాను. భార్య తన ప్రాణాలు అర్పించి అయినా సరే భర్తకు మేలు చేయాలి. ఇది సనాతనధర్మం. నేను చేసే ఈ పనివలన మీకు సుఖం కలుగుతుంది. నాకు పరలోకంలో సుఖం, ఈ లోకంలో కీర్తి కలుగుతాయి. నేను మీకు ధర్మం, లాభం కలిగే మాట చెప్తాను. ఏ ఉద్దేశ్యంతో వివాహం జరిగిందో అది పూర్తిగా నెరవేరింది. మీకు నా వలన ఒక కొడుకు, కూతురు కలిగారు. వీరిని మీరు పెంచిపోషించగలిగినట్లుగా నేను పెంచలేను. ప్రాణేశ్వరా! మీరు లేనిదే నేను ఎలా జీవించి ఉండగలను? ఈ పిల్లల గతి ఏమి కావాలి? నేను విధవరాలిగా జీవించినా, ఈ పిల్లలను ఎలా రక్షించగలను? పొగరుబోతు, అయోగ్యుడైన వాడు ఈ పిల్లను కోరితే నేను ఎలా దీనిని కాపాడగలను? పక్షులు మాంసం ముక్క మీద వాలినట్లుగా విధవరాలిమీద దుష్టులు ఆక్రమణ చేస్తారు. నేను అలాంటి జీవితం ఎలా గడపను? ఆడపిల్లను హద్దులలో ఉంచడం, మగపిల్లవాడిని గుణవంతునిగా తీర్చిదిద్దడం నా వల్ల ఎలా సాధ్యం కాగలదు? మీరు పోయాక నేను జీవించలేను. మనమిద్దరం పోయాక ఈ పిల్లలు కూడా అలాగే అవుతారు. ఇలాగ మీరు పోతే నలుగురమూ చనిపోతాం. కాబట్టి నన్ను పంపండి. పతి కంటిముందర మరణించే స్త్రీ సౌభాగ్యశాలిని. నేను కొడుకును కూతురిని కూడా వదిలి వేయగలను. నా జీవితం మీకే అంకితం, పతికి ప్రియం, హితం చేయడం - స్త్రీలకు యజ్ఞం దానం, తపస్సు, వ్రతం చేయడం కంటె మించినది. నేను చెప్పినది మీకు, మీ వంశానికి కూడా మేలు చేకూర్చేది. ఆపత్కాలంలో రక్షించుకోవడానికే పురుషుడు భార్యను, కొడుకును, ధనాన్ని, మిత్రుని సంపాదించుకుంటాడు. ఆపదలో ఆదుకోవడానికి ధనాన్ని రక్షించుకోవాలి. ధనం పోయినా భార్యను రక్షించుకోవాలి. అలాగే ధనం, భార్య రెండూ పోయినా ఆత్మకళ్యాణాన్ని సాధించుకోవాలి. ఇలా

కూడా ఒకప్పుడు జరగవచ్చును. నన్ను స్త్రీ అనే కారణంగా రాక్షసుడు చంపకపోవచ్చును. పురుషుని చంపడం నిశ్చయం. స్త్రీని చంపడం సంశయం. కాబట్టి నన్నే పంపండి. ఇక నేను చేయదగినది కూడా ఏమీ లేదు. మంచి పదార్థాలను అనుభవించండి. ధర్మకార్యాలు చేయండి. పుత్రుడు కూడా కలిగాడు కదా! ఇక నేను పోయినా దుఃఖించలసిన పని ఏముంది? నేను చనిపోయాక మీరు రెండవ వివాహం కూడా చేసుకోవచ్చును. పురుషుడు ఎన్ని పెళ్లిళ్లు చేసుకున్నా అధర్మం కాదు. కాని స్త్రీకయితే అది అధర్మం. ఇవన్నీ ఆలోచించి నా మాట మన్నించండి. పిల్లల రక్షణ కోసం మీరు ఉండండి. నన్ను రాక్షసుని వద్దకు పంపండి" అంది. బ్రాహ్మణుడు ఆమెను కౌగిలించుకుని కన్నీరు కార్చాడు.

తల్లిదండ్రుల ఆ విచారకరమైన మాటలు విని కుమార్తె "మీరిద్దరూ అనాథలవలె ఎందుకు దుఃఖార్తులై ఏడుస్తారు? చూడండి. ధర్మానుసారంగా మీరిద్దరూ ఏదో ఒకరోజున నన్ను విడిచిపెట్టేస్తారు. కాబట్టి ఈరోజే నన్ను వదిలి మిమ్మల్ని ఎందుకు రక్షించుకోకూడదు? లోకులు దుఃఖం నుండి తరింప చేయడానికే సంతానాన్ని కంటారు. నన్ను ఈ సమయంలో మీరెందుకు సద్వినియోగం చేసుకోరు? మీరిద్దరూ చనిపోయాక నా ఈ చిన్ని తమ్ముడు బ్రతకలేడు. మీ ముగ్గురూ చనిపోతే మీ వంశపరంపర నష్టమవుతుంది. నేనే రాక్షసుని దగ్గరకు వెళ్లి ఈ వంశాన్ని నిలుపుతాను. దీనివల్ల నాకు ఇహపరలోకాలు రెండూ కలుగుతాయి." అంది. కూతురి మాటలు విని తల్లిదండ్రులు ఇద్దరూ ఏడవసాగారు. కూతురు కూడా ఏడవకుండా ఉండలేకపోయింది. ముగ్గురి ఏడుపులు విని వారి పిల్లవాడు తన ముద్దుమాటలతో "అమ్మా! నాన్నా! అక్కా! ఏడవకండి" అంటూ ఒక్కొక్కరి దగ్గరికి వెళ్లి ఓదార్చాడు. ఒక చీపురుపుల్లను పట్టుకుని "నేను దీనితో రాక్షసుని చంపేస్తాను" అన్నాడు వచ్చీరాని మాటలతో. అంత దుఃఖంలోను వారికి కొద్దిగా ఆనందం కలిగింది.

కుంతి ఇదంతా వింటూ చూస్తూనే ఉంది. అవకాశం కోసం ఎదురుచూస్తూ వారిని సమీపించింది. మృతుని మీద అమృతం కురిపించినట్లుగా మృదువుగా "బ్రాహ్మణోత్తమా! మీ దుఃఖానికి కారణం ఏమిటి? తెలుసుకుంటే చేతనైన సహాయం చేస్తాను" అంది. బ్రాహ్మణుడు "తపస్వీ! మంచివారు ఇలాగే మాట్లాడుతారు. కాని నా దుఃఖం మనుష్యులవలన తీరేది కాదు. ఈ నగరసమీపంలో బకుడనే రాక్షసుడు నివసిస్తున్నాడు. అతనికి బండెడు అన్నం, రెండెడ్లు రోజూ ఇస్తారు. ఆ బండి తోలుకుని వెళ్లిన మనుష్యుని కూడా అతడు తినేస్తాడు. నగరంలోని ప్రతిగృహస్థు ఇలాగే చేయాలి. అయితే ఈ వంతు ఏడాదికొకసారి వస్తుంది. ఎవరయినా తప్పుకుపోవడానికి ప్రయత్నిస్తే వారి కుటుంబాన్ని అంతటినీ ఆ రాక్షసుడు తినేస్తాడు. ఇక్కడి రాజు సమీపంలోని 'వేత్రకీయగృహం' అనే చోట ఉంటున్నాడు. అతడు అన్యాయపరుడై ఈ ఆపద నుండి ప్రజలను రక్షించడం లేదు. ఈ రోజు మా వంతు వచ్చింది. నేను అతని భోజనం కోసం అన్నాన్ని, ఒక మనుష్యుని పంపించాలి. ఎవరినయినా కొని పంపుదామంటే అంత డబ్బు నా దగ్గరలేదు. నావారిని నేను పంపలేను. ఇక గట్టెక్కే ఉపాయం లేక నాకుటుంబం అంతటినీ తీసుకుని పోదామనుకుంటున్నాను. ఆదుష్టుడు అందరినీ తినేస్తాడు" అని చెప్పాడు. కుంతి "బ్రాహ్మణదేవతా! మీరు భయపడవద్దు. శోకించకండి, బయటపడే మార్గం నాకు తెలుసు. మీకు ఒక్కడే కొడుకు, ఒక్కతే కూతురు. మీ ఇద్దరిలో ఏ ఒక్కరు వెళ్లడం నాకు సబబు అనిపించటం లేదు. నాకు అయిదుగురు కొడుకులున్నారు. అందులో ఒకడు ఆ దుర్మార్గుడైన రాక్షసునికి భోజనం తీసుకువెళ్తాడు" అంది.

బ్రాహ్మణుడు రెండు చెవులూ మూసికొని "హరి హరీ! నా ప్రాణం కోసం అతిథులను చంపలేను. మీరు పెద్ద వంశంలో పుట్టినవారు. ధర్మాత్ములు. అయినా ఒక బ్రాహ్మణునికోసం మీ పుత్రుని త్యాగం చేస్తామంటున్నారు. నేను నా శుభం చూసుకోవాలి కదా! ఆత్మవధ-బ్రాహ్మణవధలలో ఆత్మవధయే శ్రేయస్కరమని నేను అనుకుంటున్నాను. బ్రహ్మహత్యకు ప్రాయశ్చిత్తం లేదు. తెలియక చేసినా బ్రహ్మహత్య కంటె ఆత్మహత్యయే ఉత్తమమైనది. అయినా నన్ను నేను చంపుకోవాలనుకోవడం లేదు. ఇతరుడెవరో నన్ను చంపుతున్నాడు. కాబట్టి ఈ పాపం నాకు అంటదు. ఎవరయినా సరే తన ఇంటికివచ్చి, తన్ను శరణుచొచ్చి రక్షించమని అడిగినపుడు వారిని చంపించడం చాలా క్రూరమైనది. ఆపదలో అయినా అటువంటి నింద్యము, క్రూరము అయిన పని చేయకూడదు. నేను నా భార్యతో కలిసి మరణిస్తాను. ఇదే ఉత్తమం. అంతే కాని బ్రాహ్మణవధ అనే విషయమే నేను ఆలోచించలేను' అన్నాడు. కుంతి "బ్రాహ్మణుడా! నేను కూడా బ్రాహ్మణుని రక్షించాలనే స్థిరనిశ్చయంతో

ఉన్నాను. నా కొడుకుకి అనిష్టం జరగాలని నేను కోరుకోను. మంత్రసిద్ధి కలిగిన బలిష్ఠుడైన, పరాక్రమవంతుడైన నా కొడుకును రాక్షసుడు ఏమీ చేయలేడు. అతడు రాక్షసునికి భోజనం తీసుకువెళ్లినా తప్పించుకుని రాగలడని నాగట్టి నమ్మకం. ఇంతవరకు ఎంతోమంది బలవంతులైన, మహాకాయులైన రాక్షసులు ఇతని చేతిలో మరణించారు. ఒకమాట. ఈ సంగతిని ఎవరికీ చెప్పకండి. లోకులు ఈ విద్యను తెలుసు కోవడానికి నా పుత్రులను ఇబ్బంది పెడతారు" అంది.

కుంతీమాత మాటలతో బ్రాహ్మణ కుటుంబానికి ఆనందం కలిగింది. కుంతి బ్రాహ్మణుని వెంటపెట్టుకుని భీమసేనుని వద్దకు వెళ్లి, నీవు ఈ పని చేయాలి అని ఆజ్ఞాపించింది. భీమసేనుడు చాలా ఆనందంగా తల్లి మాటలకు ఒప్పుకున్నాడు. భీమసేనుడు ఆ పని చేస్తానని మాట ఇచ్చే సమయానికి యుధిష్ఠిరాదులు భిక్షాటనం చేసి తిరిగి వచ్చారు. యుధిష్ఠిరుడు అతని వాలకం చూస్తూనే అంతా గ్రహించాడు. ఏకాంతంలో తల్లి దగ్గర చేరి అతడు "అమ్మా! భీమసేనుడు ఏమి చేయబోతున్నాడు? అది అతని కోరికా? నీవు చేయమని ఆజ్ఞాపించావా?" అని అడిగాడు. కుంతి "నేనే ఆజ్ఞాపించాను" అంది. యుధిష్ఠిరుడు "ఇతరులకోసం నీవు నీ కొడుకును ఆపదలోకి నెట్టే సాహసం చేస్తున్నావు" అని హెచ్చరించాడు. కుంతి "నాయనా! భీమసేనుని గురించి చింతించకు నేను తెలివితక్కువదానినై ఈ పని చేయలేదు. మనం ఈ బ్రాహ్మణుని ఇంటిలో చాలా సుఖంగా ఉంటున్నాం. వారి ఋణం తీర్చుకోవాలంటే ఇదొక్కటే మార్గం. ఉపకారం చేసినవారి ఉపకారాన్ని మర్చిపోకపోవడమే మానవజీవితానికి సాఫల్యం. వారు చేసిన దానికంటె మించి వారికి ఉపకారం చేయాలి. భీమసేనుని మీద నాకు నమ్మకం ఉంది. అతడు పుట్టినప్పుడు నా ఒడినుండి జారిపడ్డాడు. అతని శరీరం పడగానే రాయి నుగ్గునుగ్గు అయిపోయింది. నా నిర్ణయం ధర్మబద్ధమైనది. ఈ పని చేయడం వలన ప్రత్యుపకారం చేసినట్లూ అవుతుంది. ధర్మమూ అవుతుంది" అంది. యుధిష్ఠిరుడు "అమ్మా! నీవు ఆలోచించి, కావాలని చేసినది ఉచితంగానే ఉంటుంది. తప్పక భీమసేనుడు రాక్షసుని చంపుతాడు. ఎందుకంటే నీ మనసులో బ్రాహ్మణుని రక్షించాలనే గొప్ప ధర్మభావన ఉంది. అయితే నగరవాసులెవరికీ ఈ విషయం తెలియనీయవద్దని బ్రాహ్మణునికి గట్టిగా చెప్పాలి" అన్నాడు.

బకాసుర వధ

వైశంపాయనుడు చెప్తున్నాడు - జనమేజయా! తెల్లవారాక భీమసేనుడు రాక్షసునికి భోజనం తీసుకుని బకాసురుని వనానికి వెళ్లి అతనిని పేరుపెట్టి పిలిచాడు. ఆ రాక్షసుడు మహాకాయుడు. అమితమైన బలం, వేగం కలవాడు. అతని కళ్లు ఎర్రగా ఉన్నాయి. గడ్డం, మీసాలు కూడా ఎఱ్ఱగా ఉన్నాయి. చెవులు చేటల్లా ఉన్నాయి. నోరు చెవుల వరకు సాగి ఉంది. చూస్తేనే భయం కలిగేలా ఉన్నాడు. భీమసేనుని కంఠధ్వని విని బకాసురుడు చిటపటలాడాడు. అతడు కనుబొమలు ముడిచి, పళ్లుకొరుకుతూ, భూమి కంపించేలా భీమసేనుని వైపు పరిగెత్తాడు. అతడు అక్కడికి వచ్చి చూసేసరికి భీమసేనుడు తన అన్నాన్ని తింటూ ఉన్నాడు. క్రోధంతో నిప్పులు కక్కుతూ గుడ్లురిమి చూస్తూ "ఒరేయ్! నా ఎదురుగానే నా అన్నాన్ని మెక్కుతున్న ఈ దుర్బుద్ధి ఎవరురా? ఏమీ! యమపురికి పోవాలని ఉందా?" అని గద్దించాడు. భీమసేనుడు నవ్వాడు. నిర్లక్ష్యంగా ముఖం తిప్పుకొని అన్నం తినసాగాడు. అతడు రెండు చేతులూ పైకెత్తి గట్టిగా అరుస్తూ భీమసేనుని చంపడానికి మీదికి ఉరికాడు. అయినా భీమసేనుడు చలించకుండా తాపీగా తిని తాగి చేతులు, ముఖం కడుక్కొని నవ్వుతూ నిలబడ్డాడు. క్రోధంతో రాక్షసుడు విసిరిన చెట్టును అతడు ఎడమచేతితో పట్టుకొన్నాడు. ఇద్దరిమధ్య చెట్లతో పోరాటం మొదలయింది. తీవ్రమైన పోరు సాగింది. అడవిలోని చెట్లన్నీ విరిగిపోయాయి. బకుడు భీమసేనునితో కలియబడ్డాడు. భీముడు అతనిని చేతులతో నొక్కి నలిపేశాడు. అతడు అలిసిపోయాక నేలమీద పడవేసి మోకాళ్లతో పొడిచాడు. అతని గొంతు బిగించి పట్టుకున్నాడు. అతని కట్టువస్త్రాన్ని గట్టిగా పట్టుకొని వంచి నడుము విరగగొట్టాడు. అతడు నోటి నుండి రక్తం కక్కుకున్నాడు. ఎముకలు విరిగిపోయాయి. ప్రాణాలు అనంతవాయువుల్లో కలిసిపోయాయి.

బకాసురుని ఆర్తనాదాలతో అతని కుటుంబ సభ్యులైన రాక్షసులు భయపడి సేవకులతో సహా బయటకు పరుగెత్తుకు వచ్చారు. భయంతో నిశ్చేష్టులయిన వారికి ధైర్యం చెప్తూ భీముడు ఇకపై వారు ఎప్పుడూ మనుష్యులను బాధించకూడదని నియమం విధించాడు. ఒకవేళ పొరపాటుగా నయినా అలా జరిగితే బకునికి పట్టిన గతే పడుతుందని హెచ్చరించాడు. వారు భీమసేనుడు చెప్పినదానికి అంగీకరించారు. భీమసేనుడు బకాసురుని శవాన్ని తీసుకుని నగరద్వారం వద్దకు వచ్చి దానిని అక్కడ వ్రేలాడదీసి నిశ్శబ్దంగా

వెళ్లిపోయాడు. బకాసురుని కుటుంబమంతా అటూ ఇటూ పరుగెత్తి పారిపోయారు. భీమసేనుడు బ్రాహ్మణుని ఇంటికి వెళ్లి యుధిష్ఠిరునికి జరిగినదంతా వివరించాడు.

ఇక్కడ నగరవాసులందరూ ఉదయాన్నే లేచి బయటకు వచ్చి రక్తంతో తడిసి ముద్ద అయి పర్వతంలా ఉన్న బకాసురుని శవాన్ని చూచారు. దానిని చూడగానే వారికి శరీరం గగుర్పొడిచింది. క్షణాలమీద ఈ వార్త నాలుగు వైపులా వ్యాపించింది. నగరంలోని ఆబాలవృద్ధులు, స్త్రీలు అందరూ ఆ దృశ్యాన్ని చూడడానికి బిలబిలలాడుతూ వచ్చారు. అందరూ ఈ అలౌకిక కృత్యాన్ని చూచి ఆశ్చర్య పడి తమ తమ ఇష్టదైవాలకు పూజలు చేశారు. లోకులు ఈ రోజు వంతు ఎవరిది అని ఆరా తీశారు. బ్రాహ్మణుడు యథార్థం చెప్పకుండా "నా వంతు వచ్చిందని నేను నా కుటుంబసభ్యులతో ఏడుస్తూ ఉన్నాను. ఆ సమయంలో ఉదారచరిత్రుడు, మంత్రసిద్ధుడు అయిన ఒక బ్రాహ్మణుడు వచ్చి నా దుఃఖానికి కారణం అడిగాడు. అతడు అనుగ్రహించి నాకు ధైర్యం చెప్పి నమ్మకం కలిగేలా ఆ రాక్షసుడికి తాను అన్నం పట్టుకెళ్తానని, తన గురించి చింతించవద్దని భయపడవద్దని చెప్పాడు. అతడే రాక్షసునికి అన్నం పట్టుకెళ్లాడు. తప్పకుండా ఇది అతని పనే అయి ఉంటుంది" అని చెప్పాడు. నాలుగువర్ణాలవారూ ఆనందంతో బ్రహ్మోత్సవం జరుపుకున్నారు. పాండవులు కూడా ఆ ఉత్సవాన్ని చూస్తూ అక్కడే సుఖంగా నివసించసాగారు.

ద్రౌపదీ ధృష్టద్యుమ్నుల జననము

జనమేజయుడు అడిగాడు - "దేవా! బకాసురుని సంహరించాక పాండవులు ఏమి చేశారు? దయతో సెలవియ్యి" అని.

వైశంపాయనుడు మొదలుపెట్టాడు. - "జనమేజయా! బకాసురుని సంహరించిన తరువాత కూడా పాండవులు వేదాధ్యయనం చేస్తూ ఆ బ్రాహ్మణుని ఇంటిలోనే కాలం గడుపసాగారు. కొన్ని రోజుల తరువాత అక్కడికి ఒక సదాచారసంపన్నుడైన బ్రాహ్మణుడు వచ్చాడు. బ్రాహ్మణుడు అతనిని సత్కరించి ఆతిథ్యమిచ్చాడు. కుంతి పాండవులు కూడా ఆ సత్కారంలో పాలుపంచుకొన్నారు. బ్రాహ్మణుడు సంభాషిస్తూ దేశాలు, తీర్థాలు, నదీనదాలు, రాజులు - అన్నిటినీ వివరించి చెప్తూ ద్రుపద మహారాజు గురించి, ద్రౌపదీ స్వయంవరం గురించి చెప్పాడు. పాండవులు ద్రౌపది పుట్టుకను గూర్చి పూర్తిగా తెలుసుకోవాలనుకున్నారు. అందుపై అతిథిగా వచ్చిన ఆ బ్రాహ్మణుడు ద్రుపదుని పూర్వ చరిత్రను చెప్పసాగాడు - ద్రోణాచార్యుడు ద్రుపదుని ఓడించినప్పటినుండి అతనికి ఒక్క క్షణం కూడా శాంతి లేకపోయింది. మనోవ్యథతో చిక్కి శల్యం అయ్యాడు. ద్రోణాచార్యుని మీద ప్రతీకారం తీర్చుకోవడానికి యజ్ఞకర్మానుష్ఠానం చేయించడంలో ఆరితేరిన బ్రాహ్మణుని కోసం ఆశ్రమాల చుట్టూ తిరగసాగాడు. తనకు ఉత్తమమయిన సంతానం కలగాలని అతడు చింతిస్తూ శోకాతురుడైనాడు. కాని శక్తి, వినయం, విద్య, నడవడిక - దేనిలోనూ ఏ విధంగానూ ద్రోణాచార్యుని క్రిందుపరచడంలో అతడు సఫలుడు కాలేకపోయాడు.

ద్రుపదమహారాజు గంగాతీరంలో తిరుగుతూ తిరుగుతూ కల్మాషీనగర సమీపంలోని ఒక బ్రాహ్మణాగ్రహారానికి చేరుకున్నాడు. అక్కడ ఉన్నవారందరూ బ్రహ్మచర్యవ్రత పాలనం చేసే స్నాతకులే. వారిలో కశ్యప గోత్రీకులయిన ఇద్దరు పరమశాంతులు, వేదాధ్యయన సంపన్నులు, తపోనిష్ఠులు అయిన యాజోపయాజులనే బ్రాహ్మణులు ఉన్నారు. ద్రుపదుడు మొదట చిన్నవాడయిన ఉపయాజుని దగ్గరకు వెళ్లి అతనిని సేవాశుశ్రూషలతో ప్రసన్నుని చేసుకుని, ద్రోణుని చంపగల పుత్రుడు పుట్టేలా ఏదైనా ఒక యజ్ఞం చేయించమని, పదికోట్ల ఆవులను ఇస్తానని, అంతేకాక అతని కోరిక ఏదయినా దానిని పూర్తిగా నెరవేరుస్తానని ప్రార్థించాడు. ఉపయాజుడు అంగీకరించలేదు. మళ్లీ ఒక సంవత్సరం పాటు ద్రుపదుడు అతనిని సేవించాడు. ఉపయాజుడు ద్రుపదునితో "రాజా! నా అన్న యాజుడు ఒకసారి అడవిలో తిరుగుతూ నేలమీద పడి ఉన్న ఒక పండును తీసుకున్నాడు. ఆ ప్రదేశం శుచిగా ఉందా లేదా అని చూడలేదు. అతడు చేసిన ఆ పనిని చూసి ఇతడు ఏ వస్తువునైనా దాని శుచి అశుచులను గురించి పట్టించుకోకుండా స్వీకరిస్తాడని అనిపించింది. నీవు అతని వద్దకు వెళ్లు. అతడు నీచేత యజ్ఞం చేయిస్తాడు" అని చెప్పాడు. ద్రుపదుడు యాజుని సేవించి అతనిని ప్రసన్నం చేసుకుని "ద్రోణుని మించగల, అతనిని యుద్ధంలో చంపగల పుత్రుని నేను కావాలనుకుంటున్నాను. మీరు అటువంటి యజ్ఞం నాచేత చేయించండి నేను మీకు ఒక అర్బుదసంఖ్యగల (పదికోట్లు) గోవులను ఇస్తాను" అని ప్రార్థించాడు. యాజుడు అంగీకరించాడు.

యాజుని ఆధ్వర్యంలో ద్రుపదుని యజ్ఞం చక్కగా జరిగింది. అగ్నికుండం నుండి ఒక దివ్యుడైన కుమారుడు పుట్టాడు. అతని శరీరం అగ్నివలె జాజ్వల్యమానంగా ఉంది. తలమీద కిరీటం, శరీరంపై కవచం ఉన్నాయి. చేతిలో

ధనుర్బాణాలున్నాయి. అతడు సింహనాదం చేశాడు. అగ్ని కుండం నుండి పుడుతూనే ఆ దివ్యుడు రథం ఎక్కి అటు ఇటు తిరిగాడు. పాంచాల పురవాసులందరూ బాగు బాగని పొగిడారు. అదే సమయంలో ఆకాశవాణి "ఈ పుత్రుని వలన ద్రుపదుని శోకం తీరుతుంది. ఇతడు ద్రోణుని చంపడానికే అవతరించాడు" అని చెప్పింది.

ఆ యజ్ఞవేదికనుండే పాంచాలి కూడా జన్మించింది. ఆమె సర్వాంగసుందరి, శ్యామవర్ణం కలది. విశాలమైన పద్మాలవంటి కన్నులతో, నల్లని ముంగురులతో, ఎట్టని పొడవయిన గోళ్లతో, విల్లులా వంగిన కనుబొమలతో, ఎత్తయిన వక్షఃస్థలంతో మనోహరంగా ఉంది. దివ్యవనిత మానవరూపం ధరించి వచ్చినట్లుంది. ఆమె శరీరం నుండి వెలువడిన వికసించిన నల్లకలువల సౌరభం కోసెడు దూరం వరకు వ్యాపించింది. ఆమెవంటి అందగత్తె భూలోకంలోనే లేదు. ఆమె పుట్టగానే కూడా ఆకాశవాణి "ఈ యువతి కృష్ణ, దేవతల అభీష్టం సిద్ధించడానికి, క్షత్రియ సంహారం కోసం పుట్టింది. ఈమె కౌరవులకు భయకారణం అవుతుంది" అని పలికింది. ఈ మాటలు విన్న పాంచాలవాసులందరూ హర్షంతో సింహనాదాలు చేశారు. ఈ దివ్యులయిన పుత్రికాపుత్రులను చూసి ద్రుపదుని భార్య యాజుని వద్దకు వచ్చి వీరిద్దరూ నన్ను తప్ప వేరెవరినీ తల్లిగా అనుకోకూడదు" అని ప్రార్థించింది. రాజు యొక్క ఆనందం కోసం యాజుడు అలాగే అని ఆశీర్వదించాడు.

బ్రాహ్మణులు వారిద్దరికీ నామకరణం చేశారు. వారు "ఈ కుమారుడు గొప్ప ధృష్టునిగ (గట్టివాడు) అసహిష్ణుడుగా కనపడుతున్నాడు. బలరూపధనాలతో, కవచ కుండలాల కాంతితో ప్రకాశిస్తున్నాడు. అగ్నితేజస్సు (ద్యుతి) నుండే పుట్టాడు. కనుక ఇతని పేరు "ధృష్టద్యుమ్నుడు". ఇక ఈ అమ్మాయి నల్లని వర్ణం కలది కనుక 'కృష్ణ' అవుతుంది." అన్నారు. యజ్ఞం సమాప్తం అయ్యాక ద్రోణాచార్యుడు ధృష్టద్యుమ్నుని తన ఇంటికి తీసికొని వెళ్లి శస్త్రాస్త్రవిద్యలలో చక్కని శిక్షణ ఇచ్చాడు. ప్రారబ్ధకర్మ అనుభవింపక తీరదని ప్రాజ్ఞుడైన ద్రోణాచార్యునికి తెలుసును. కనుకనే అతని చేతులలో తనకు మరణం తప్పదని తెలిసినా తన కీర్తిని కాపాడుకోవడానికి అతనికి కూడా అస్త్రవిద్య నేర్పించాడు.

ద్రౌపది పూర్వజన్మ వృత్తాంతము

వైశంపాయనుడు చెప్తున్నాడు - "జనమేజయా! ద్రౌపది పుట్టిన వైనము, ఆమె స్వయంవరము గూర్చి వినిన పాండవుల మనస్సు వివశమయింది. వారి మనసులలోని వ్యాకులతను, వారికి ద్రౌపది పట్ల కలిగిన ప్రీతిని పసిగట్టిన కుంతి "నాయనలారా! మనం ఇక్కడ ఈ బ్రాహ్మణుని గృహంలో చాలా రోజులు ఆనందంగా గడిపాం. ఇక్కడి అన్ని విశేషాలూ చూసేశాము, పదండి. మీకిష్టమయితే పాంచాల దేశానికి వెళ్దాము" అంది. యుధిష్ఠిరుడు "అందరికీ ఇష్టమయితే అలాగే చేయవచ్చు" అన్నాడు. అందరూ అంగీకరించారు. ప్రయాణానికి సిద్ధమయ్యారు.

అదేసమయంలో కృష్ణద్వైపాయనుడు పాండవులను కలుసుకోవడానికి ఏకచక్రా నగరానికి వచ్చాడు. అందరూ ఆయన పాదాలకు నమస్కరించి, చేతులు జోడించి నిలుచున్నారు. వ్యాసుడు పాండవులు చేసిన సత్కారాన్ని స్వీకరించి ఏకాంతంలో వారిని ధర్మం, సదాచారం, శాస్త్రనియమపాలనం, పూజ్యులను, బ్రాహ్మణులను పూజించడం - మొదలైనవానికి సంబంధించిన అన్ని విషయాలను గూర్చి అడిగి, ధర్మార్థ నీతులను ఉపదేశించాడు. చిత్రవిచిత్రమైన కథలు వినిపించాడు. తరువాత ప్రసంగవశాత్తు చెప్పినట్లుగా వారితో "నాయనలారా! పూర్వం ఎప్పటిదో ఈ సంగతి. ఒక మహాత్ముడైన ఋషికి సుందరి, గుణవతి అయిన ఒక కన్య ఉంది. ఆమె రూపవతి, గుణవతి, సదాచారిణి అయినప్పటికి పూర్వ జన్మ పాపాల ఫలితంగా ఈ జన్మలో ఆమెకు వివాహం కాలేదు. ఆమె దుఃఖితురాలై తపస్సు చేయడం మొదలుపెట్టింది. ఆమె తపస్సుకు శంకరుడు సంతుష్టుడై, ప్రత్యక్షమై వరం కోరుకొమ్మని ఆదేశించాడు. భగవంతుడు ప్రత్యక్షమై వరం కోరుకోమని అడగడంతో ఆమె ఆనందంతో ఉబ్బితబ్బిబ్బు అయి సర్వగుణయుక్తుడు అయిన పతి కావాలని పదే పదే అడిగింది. శంకరుడు "నీకు భరతవంశీయులైన వారు అయిదుగురు పతులవుతార"ని చెప్పాడు. కన్య "స్వామీ! మీ అనుగ్రహం వలన ఒక్క పతినే నేను కోరుకుంటున్నాను" అన్నది. శంకరుడు "నీవు నన్ను పతి కావాలని అయిదుసార్లు అడిగావు. నామాట వ్యర్థం కాదు. ఆపై జన్మలో నీకు అయిదుగురు భర్తలు ఉంటారు" అని అనుగ్రహించాడు. పాండవులారా! ఆ దేవరూపిణి అయిన కన్యయే ద్రుపదుని యజ్ఞవేదిక యందు ఆవిర్భవించింది. మీ అందరికీ విధి నిర్ణయానుసారంగా ఆ సుందరే నిశ్చయింపబడింది. మీరు వెళ్లి పాంచాల నగరంలో ఉండండి. ఆమెను పొంది మీరు సుఖంగా ఉంటారు" అని చెప్పి పాండవులను వీడుకొని వ్యాసమహర్షి వెళ్లిపోయాడు.

అంగారపర్ణుని వృత్తాంతము

వైశంపాయనుడు చెప్తున్నాడు – "జనమేజయా! వ్యాసమహర్షి వెళ్లిన తరువాత పాండవులు ఆనందంగా తమ తల్లితో కలిసి పాంచాల నగరానికి బయలుదేరారు. ముందుగా తమకు ఆశ్రయం ఇచ్చిన బ్రాహ్మణుని దగ్గర అనుమతి తీసుకున్నారు. చివరిసారిగా అతనికి ఆదరంగా ప్రణామం చేశారు. వారు ఉత్తర దిశగా ప్రయాణించారు. ఒక పగలూ రాత్రీ అలా నడిచి వారు గంగాతీరంలోని సోమాశ్రయాయణం అనే తీర్థం చేరారు. ఆ సమయంలో అందరికంటె ముందుగా అర్జునుడు కాగడా పుచ్చుకొని నడుస్తున్నాడు. ఆ తీర్థానికి సమీపంలో నిర్మలమైన గంగాజలంలో అంగారపర్ణుడు (చిత్రరథుడు) అనే గంధర్వరాజు తన భార్యలతో కలిసి క్రీడిస్తున్నాడు. అతడు పాండవుల పాదధ్వని విని, వారు నదివైపు రావడం చూసి క్రోధంతో ధనుష్టంకారం చేసి పాండవులతో – "ఓరీ! పగలంతా గడిచాక, ఎఱ్ఱని సంధ్యా సమయానికి రెండు గడియల తరువాతి కాలంలో గంధర్వ యక్షరాక్షసులు తిరుగుతూ ఉంటారు. పగలంతా మనుష్యులు సంచరించవచ్చును. లోభంతో ఏ మనిషి అయినా మేము సంచరించే కాలంలో ఇక్కడికి వస్తే మేము అతనిని అడ్డుకుంటాము. కాబట్టే రాత్రివేళలలో జలప్రవేశం నిషిద్ధం. జాగ్రత్త! దూరంగా తొలగండి. అంగారపర్ణుడనే గంధర్వరాజును నేను ఈ సమయంలో గంగానదిలో విహరిస్తున్నానని మీకు తెలియదా? నేను బలవంతునిగా పేరుకెక్కాను. కుబేరుని సఖుడను. ఆత్మగౌరవానికి ప్రాధాన్యం ఇస్తాను. నా పేరుతోనే ఈ వనం ప్రసిద్ధికెక్కింది. నేను ఈ గంగా తీరంలో ఎక్కడయినా స్వేచ్ఛగా విహరించగలను. ఈ సమయంలో ఇక్కడకు రాక్షసులు, రుద్రగణాలు, దేవతలు, మనుష్యులు ఎవరయినాసరే రాలేరు. మీరెందుకు వస్తున్నారు?" అని గద్దించాడు.

అర్జునుడు "ఓరీ మూర్ఖుడా! సముద్రం, హిమాలయ సానువులు, గంగానదీ స్థలాలు రాత్రిగాని, పగలుకాని, సంధ్యాసమయం కాని ఎవరికి అధీనాలు? కుంటి గ్రుడ్డి; పేద- ధనిక- అందరికీ రాత్రి పగలు గంగాద్వారం తెరిచే ఉంటుంది. ఇక్కడికి రావడానికి ఎవరికీ సమయనియమం లేదు. నీ మాటే నిజమని అంగీకరించినాగాని మేము శక్తి సంపన్నులం. సమయంతో సంబంధం లేకుండానే మేము నిన్ను నలిపివేయగలం. శక్తి హీనులు, నపుంసకులు మాత్రమే మిమ్మల్ని గౌరవిస్తారు. దేవనది అయిన గంగ, సకల శుభాలు ఇచ్చే తల్లి. అందరికీ ఆటంకం లేకుండా ప్రవేశించగలిగేది. నీవు కలిగించే ఆటంకం సనాతనధర్మవిరుద్ధమైనది. నీ కుప్పిగంతులకు భయపడి మేము జలస్పర్శ చేయకుండా ఉంటామా? ఇది జరిగేపని కాదు" అని తిరస్కరించాడు. అర్జునుని మాటలు విని చిత్రరథుడు విల్లు ఎక్కుపెట్టి విషం లాంటి బాణాలు వేశాడు. అర్జునుడు తన కొరివినే డాలులా తిప్పి ఆ బాణాలను ఖండించాడు.

అర్జునుడు "ఓరీ గంధర్వుడా! అస్త్ర విద్యారహస్య విదులైన వారి దగ్గర బెదిరింపులు పనిచేయవు, కాచుకో, నేను నీతో మాయాయుద్ధం చేయను. దివ్యాస్త్రాలు సంధిస్తాను. ఈ ఆగ్నేయాస్త్రాన్ని బృహస్పతి భరద్వాజునికి, భరద్వాజుడు అగ్నివేశ్యునకు; అగ్నివేశ్యుడు నా గురువు ద్రోణాచార్యునికి, అతడు నాకు ఇచ్చాడు. ఇది కాచుకో" అని చెప్పి అర్జునుడు ఆగ్నేయాస్త్రాన్ని వేశాడు. చిత్రరథుడు రథం కాలిపోవడంతో దగ్ధరథుడయ్యాడు. ఆ అస్త్రతేజస్సుకి గింగిరాలు తిరిగిన అతడు రథం నుండి దూకి తలవంచుకున్నాడు. అర్జునుడు ఒక్కసారిగా ముందుకు ఉరికి, అతని కేశపాశం పట్టుకుని ఈడ్చి తన సోదరుల ఎదుటకు తెచ్చాడు. గంధర్వుని భార్య కుంభీనసి తన పతిని రక్షించమని యుధిష్ఠిరుని శరణుకోరింది. ఆమె శరణుచొచ్చి ప్రార్థించడంతో హృదయం ద్రవించిన యుధిష్ఠిరుడు అర్జునుని "ఈ యశోహీనుడిని, పరాక్రమ హీనుడిని, స్త్రీ రక్షితుడిని వదిలివేయి" అని ఆజ్ఞాపించాడు. అర్జునుడు అతనిని విడిచిపెడుతూ "గంధర్వుడా! విచారించకు. వెళ్ళు కురురాజు యుధిష్ఠిరుడు నీకు అభయం ఇచ్చాడు కాబట్టి నీ ప్రాణాలు దక్కాయి. పో" అన్నాడు. అందుకు గంధర్వుడు "నేను ఓడిపోయాను కాబట్టి నా అంగారపర్ణ నామాన్ని వదిలివేస్తున్నాను. దివ్యాస్త్ర రహస్యకోవిదుడైన మిత్రుడు నాకు లభించడం ఎంతోమంచి విషయం. నేను అర్జునునికి గంధర్వుల మాయావిద్యను నేర్పదలచుకొన్నాను. చిత్రరథుడైన నేను ఈనాడు దగ్ధరథుడినయ్యాను. నన్ను ఓడించి కూడా ప్రాణాలతో వదిలారు. మీకు శుభాలు కలగాలి. ఇది చాక్షుష విద్య దీనిని మనువు సోమునికి, సోముడు విశ్వావసువుకు, అతడు నాకు ఇచ్చారు. ఈ విద్యయొక్క ప్రభావం వలన జగత్తులో ఎంత సూక్ష్మవస్తువైనా సరే కళ్లతో స్పష్టంగా చూడగలము. ఆరునెలల పాటు ఒంటికాలిమీద నిలబడినవాడే దీనికి ఉత్తమాధికారి. కాని మీరు నియమపూర్వక వ్రతం పాటించనక్కరలేకుండానే దీనిని స్వీకరించాలని కోరుతున్నాను.

ఈ విద్య వలననే మా గంధర్వులు మనుష్యులకంటె శ్రేష్ఠులుగా ఎంచబడుతున్నారు. నేను మీ అన్నదమ్ములందరికీ గంధర్వులయొక్క దివ్యాశ్వాలను వందవంద చొప్పున ఇస్తాను. అవి వేగం కలిగినవి. సన్నబడినా ఎప్పుడూ అలసిపోనివి. కోరినంతమాత్రాన వస్తాయి. కోరిన చోటికి తీసుకువెళ్తాయి. కోరితే తమ రంగును మార్చగలవు" అన్నాడు. అర్జునుడు "గంధర్వరాజా! నేను నీ ప్రాణాలు రక్షించానని నీవు నాకేది అయినా ఇస్తానంటే నాకు ఇష్టం లేదు" అన్నాడు. దానికి గంధర్వుడు "సత్పురుషులు ఒకచోట కూడినపుడు వారిలో పరస్పరం ప్రేమభావం బలపడుతుంది. నేను మీకు ప్రేమభావంతోనే ఈ కానుక ఇస్తున్నాను. మీరు కూడా నాకు ఆగ్నేయాస్త్రం ఇవ్వండి" అని సూచించాడు. అర్జునుడు "మిత్రమా! ఈ మాట బాగుంది. మనమైత్రి చిరకాలం ఉంటుంది. నీకు ఎవరి వల్ల అయినా భయం ఉంటే చెప్పు. ముందు ఈ సంగతి చెప్పు. నీవు మా మీద ఎందుకు దాడి చేశావు?" అని అడిగాడు.

గంధర్వుడు "మీరు అగ్నికార్యాలు చేయడం లేదు. స్మార్తకార్యాలైనా చేయడం లేదు. పురోహిత బ్రాహ్మణుడయినా మీ వెంటలేడు. కనుకనే నేను దాడి చేశాను. మీ వంశ ప్రతిష్ఠ అందరికీ తెలిసినదే. నారదాదులు చెప్పగా విన్నాను. అంతే కాదు. స్వయంగా భూసంచారం చేస్తున్నపుడు అంతా చూశాను. నాకు మీ గురువులు, తండ్రులు, పెద్దలు అందరూ పరిచితులే. మీ యొక్క పరిశుద్ధమైన అంతఃకరణం, ఉత్తమమైన ఆలోచన, శ్రేష్ఠమైన సంకల్పం తెలిసికూడా నేను మీమీద దాడిచేశాను. ఒకవైపు స్త్రీలముందు అవమానం సహించలేకపోవడం, మరొకవైపు రాత్రివేళలో బలంపెరగడం కారణంగా కూడా క్రోధం ఎక్కువైంది. కాని మీరు శ్రేష్ఠమైన బ్రహ్మచర్యాన్ని చక్కగా పాటిస్తున్నారు. ఆ బ్రహ్మచర్య పాలన కారణంగానే మీరు నన్ను ఓడించగలిగారు. బ్రహ్మచర్యం పాటించనివాడు రాత్రి నన్ను ఎదుర్కొన్నట్లయితే మరణించి తీరవలసినదే. బ్రహ్మచర్యం పాటించకపోయినా ముందు పురోహితుడున్నట్లయితే బాధ్యత అంతా అతని మీదే ఉంటుంది. తపతీనందనా! మనిషి తాను కోరిన పనులు నెరవేర్చుకోవాలంటే జితేంద్రియుడైన పురోహితుని పనులకోసం ఏర్పాటు చేసుకోవాలి. అలభ్యాలు లభ్యం కావాలన్నా, లభించినవి రక్షించుకోవాలన్నా గుణవంతుడైన పురోహితుడు మిక్కిలి అవసరం. తపతీనందనా! బ్రాహ్మణుని సహాయం లేకుండా తన పరాక్రమం వల్లకాని, పురజనులు సేవకులు వలన గాని ఈ భూమిపై విజయాన్ని పొందలేరు. బ్రాహ్మణుని ప్రముఖునిగా చేసుకున్నపుడు మాత్రమే చిరకాలం భూపరిపాలన చేయడం సంభవమవుతుందని నిశ్చయించుకోండి" అని హితముపదేశించాడు.

తపతీ సంవరణుల వివాహము

వైశంపాయనుడు చెప్తున్నాడు - "జనమేజయా! గంధర్వుడు తనను తపతీనందనుడని సంబోధించడం వినిన అర్జునుడు "గంధర్వరాజా! మేము కుంతీపుత్రులము కదా! కాని నీవు తపతీనందనులమని ఎందుకు అన్నావు? ఈ తపతి ఎవరు? మేము తపతీనందనులము ఎలా అయ్యాము?" అని అడిగాడు.

గంధర్వుడు చెప్పసాగాడు - అర్జునా! ఆకాశంలో వెలుగులు చిమ్మే సూర్యుని కాంతి స్వర్గం వరకు వ్యాపించి ఉంటుంది. అట్టి సూర్యుని కూతురు పేరు తపతి. ఆమె కూడా తండ్రివలె మిక్కిలి కాంతి కలది. ఆమె సావిత్రికి చెల్లెలు. తన తపస్సు కారణంగా ముల్లోకాలలో 'తపతి' అనే పేరుతో ప్రసిద్ధి చెందింది. అంతటి రూపవతి దేవతలలో, అసురులలో, యక్షులలో, అప్సరసలలో ఎక్కడా లేదు. సూర్యభగవానుడు ఆమెకు వివాహం చేద్దామంటే ఆమెకు తగిన వరుడెక్కడా లభించలేదు. అతడు మిక్కిలి చింతించసాగాడు.

ఆ రోజులలో పూరు వంశంలోని ఋక్షుని కొడుకయిన సంవరణుడు మిక్కిలి బలవంతుడు, సూర్యారాధకుడు అయి ఉన్నాడు. అతడు ప్రతిదినం సూర్యోదయసమయంలో అర్ఘ్యపాద్య గంధపుష్ప ఉపహారాలతో పవిత్రంగా సూర్యుని పూజిస్తూ ఉండేవాడు. తపోనియమ ఉపవాసాలతో అతనిని సంతుష్టుని చేసేవాడు. అహంకారం లేకుండా భక్తిభావంతో సూర్యుని ఆరాధించేవాడు. మెల్లమెల్లగా సూర్యుని మనసులో 'ఇతడు నాకుమార్తెకు తగిన వరుడు' అనే ఆలోచన రాసాగింది. అది కూడా అలాగే జరిగింది. ఆకాశంలో సూర్యునిలాగే భూమిమీద సంవరణుడు కూడా ప్రకాశమానుడై పూజింపబడుతున్నాడు.

ఒకరోజు సంవరణుడు గుఱ్ఱాన్ని ఎక్కి పర్వత ప్రాంతాలలో అడవులలో వేటాడసాగాడు. ఆకలిదప్పులతో అతని ఉత్తమమైన గుఱ్ఱం మరణించింది. అతడు కాలినడకన తిరగసాగాడు. అప్పుడు అతడొక అందమైన కన్యను చూచాడు. ఏకాంతంలో ఒంటరిగా ఉన్న ఆ కన్యను అతడు తదేకంగా చూడసాగాడు. సూర్యకాంతి భూమిమీదికి ఈ రూపంలో దిగివచ్చిందేమో అనుకున్నాడు. తాను జీవితంలో ఎన్నడూ ఇటువంటి అందకత్తెను చూడలేదు అనుకున్నాడు. రాజు కళ్లు మనసు

ఆమె మీదనే పాతుకుపోయాయి. అతడన్నీ మరచి అటుఇటు కనీసం కొంచెం కూడా కదలలేకపోయాడు. కాస్త చైతన్యం రాగానే బ్రహ్మదేవుడు ముల్లోకాలలోని సౌందర్యాన్ని మథించి ఈ మధురమూర్తిని సృష్టించాడేమో అనుకున్నాడు. ఆమెను సమీపించి "సుందరీ! నీవు ఎవరి కూతురివి? నీపేరేమిటి? ఈ నిర్జనారణ్యంలో ఎందుకు తిరుగుతున్నావు? నీ శరీరకాంతి చేత నీ ఆభరణాలు కూడా మెరుస్తున్నాయి. ముల్లోకాలలో నీవంటి సుందరి ఉండదు. నిన్ను చూచి నా మనసు చలించింది. లాలస పెరిగింది" అని ఒక్కసారిగా గబగబా అడిగాడు. రాజు మాటలు విని ఆమె ఏమీ మాట్లాడలేదు. మబ్బులలో మెఱుపులా తక్షణం అంతర్ధానం అయిపోయింది. రాజు ఆమెను వెదకడానికి ఎంతో యత్నం చేశాడు. ఆమె దొరకకపోవడంతో విలపించి విలపించి మూర్ఛపోయాడు.

సంవరణుడు తెలివితప్పి భూమిమీద పడిపోవడం చూసి తపతి తిరిగి అక్కడకు వచ్చింది. తీయని కంఠంతో "రాజా! లేవండి, లేవండి, మీ వంటి సత్పురుషులు ఇలా అచేతనులై భూమిపై వాలిపోకూడదు" అంది. అమృతగుళికల వంటి మాటలు విని రాజు లేచాడు. అతడు "సుందరీ! నా ప్రాణాలు నీ చేతులలో ఉన్నాయి. నీవు లేనిదే నేను జీవించలేను. నా మీద దయచూపు. ఈ సేవకుని విడువకు. గాంధర్వవిధి పూర్వకంగా నన్ను స్వీకరించు. నాకు ప్రాణభిక్ష పెట్టు" అని వేడుకున్నాడు. తపతి "రాజా! నా తండ్రి జీవించి ఉన్నాడు. నా విషయంలో నేను స్వతంత్రురాలిని కాను. నీవు నిజంగా నన్ను ప్రేమిస్తున్నట్లయితే వచ్చి నా తండ్రితో చెప్పు. పరతంత్రురాలినై మీ వద్ద ఉండలేను. మీ వంటి కులీనుని, భక్తవత్సలుని, విశ్వవిఖ్యాతి చెందిన రాజును పతిగా పొందడానికి నాకు ఏమాత్రం అభ్యంతరం లేదు. మీరు వినయం, నియమం, తపస్సు ద్వారా నా తండ్రిని ప్రసన్నునిగా చేసికొని నన్ను ఇమ్మని అడగండి. నేను సూర్యపుత్రికను, విశ్వవంద్య అయిన సావిత్రికి సోదరిని" అని చెప్పి ఆకాశమార్గాన వెళ్లిపోయింది. సంవరణుడు అక్కడే మూర్ఛితుడయ్యాడు.

ఆ సమయానికి సంవరణుని మంత్రి, పరివారము అతనిని వెతుకుతూ వెతుకుతూ అక్కడికి చేరుకున్నారు. వారు అనేకరకాల ఉపాయాలతో రాజుకు తెలివి రప్పించేందుకు ప్రయత్నించారు. తెలివి వచ్చాక రాజు అందరినీ వెనక్కి పంపేసి, ఒక్క మంత్రిని మాత్రం తన దగ్గర ఉంచుకున్నాడు. అతడు భక్తితో చేతులు జోడించి పైకిచూస్తూ సూర్యభగవానుని ధ్యానించసాగాడు. మనసులోనే అతడు తన పురోహితుడైన వసిష్ఠమహర్షిని తలచుకున్నాడు. పన్నెండోరోజుకి వసిష్ఠుడు వచ్చాడు. అతడు రాజు మనసులోని ఆలోచనలను పసిగట్టి అతనిని ఓదార్చి, అతని ఎదురుగానే సూర్యుని దగ్గరకు వెళ్లడానికి బయలుదేరాడు. సూర్యుని చేరుకున్నాక తన్ను తాను పరిచయం చేసుకున్నాడు. సూర్యుడు అతనికి స్వాగతసత్కారాలు చేసి వచ్చినపని ఏమిటని అడిగాడు. అతడు నమస్కరించి "దేవా! నేను మహారాజు సంవరణుని కోసం మీ కుమార్తె తపతిని ఇమ్మని అర్థిస్తున్నాను. మీకు అతని ఉజ్జ్వలమైన కీర్తి, ధర్మజ్ఞత, నీతిజ్ఞత గురించి తెలిసిందే కదా! నీ కుమార్తెకు అతడే తగిన వరుడని నా ఉద్దేశ్యం" అని చెప్పాడు. సూర్యుడు వెంటనే అంగీకరించి, తన కుమార్తెను అతనివెంట సంవరణుని దగ్గరకు పంపించాడు.

వసిష్ఠుని వెంట వస్తున్న తపతిని చూసి సంవరణుడు తన ఆనందాన్ని పట్టలేకపోయాడు. ఈ రీతిగా సూర్యభగవానుని ఆరాధించి వసిష్ఠుని మహిమ వలన సంవరణుడు తపతిని పొంది ఆమెను విధిపూర్వకంగా వివాహం చేసుకుని, ఆ పర్వతసానువులలోనే సుఖంగా విహరించసాగాడు. ఇలా పన్నెండు సంవత్సరాలు అక్కడే గడిపాడు. రాచకార్యాలు మంత్రిమీద విడిచి పెట్టేశాడు. దానితో ఇంద్రుడు వర్షాలు కురిపించడం మానేశాడు. అనావృష్టి కారణంగా ప్రజలు నశించిపోసాగారు. వర్షాలు లేక పంటలు పండలేదు. ప్రజలు హద్దులు మీరి ఒకరినొకరు దోచుకోసాగారు. అప్పుడు వసిష్ఠుడు తన ప్రభావం చేత వర్షాలు కురిపించి, తపతీ సంవరణులను రాజధానికి తీసుకువచ్చాడు. ఇంద్రుడు యథాపూర్వంగా వానలు కురిపిస్తున్నాడు. పంటలు పండుతున్నాయి. రాజదంపతులు వేల సంవత్సరాలు సుఖాలు అనుభవించారు.

గంధర్వరాజు ఈ కథ చెప్పి "అర్జునా! ఈ సూర్యకన్య తపతియే మీ పూర్వుడైన సంవరణుని భార్య. ఈ తపతికి ఉదయించినవాడే కురువంశ ప్రవర్తకుడైన కురుమహారాజు. ఈ కారణంగానే నిన్ను తపతీనందనా అని సంబోధించాను" అని చెప్పాడు.

విశ్వామిత్రుడు వసిష్ఠుని నందినీ ధేనువును అపహరించుట

వైశంపాయనుడు చెప్తున్నాడు – "జనమేజయా! గంధర్వరాజు చిత్రరథుడు చెప్పగా వసిష్ఠుని మహిమను గూర్చి విన్న అర్జునునికి అతనిని గూర్చి తెలుసుకోవాలని కుతూహలం కలిగింది. వెంటనే "గంధర్వరాజా ! మా పూర్వజులకు

పురోహితుడైన వసిష్ఠుడు ఎవరు? అతని చరిత్ర ఏమిటి? దయచేసి చెప్పు" అని అడిగాడు.

గంధర్వుడు చెప్పసాగాడు. "వసిష్ఠ మహర్షి బ్రహ్మ మానస పుత్రుడు. అతని భార్య అరుంధతి. అతడు తపస్సు చేసి దేవతలకు కూడా జయింపశక్యం కాని కామక్రోధాలను జయించాడు. తన ఇంద్రియాలను వశంలో ఉంచుకున్నాడు కాబట్టి వశిష్ఠుడు అయ్యాడు. విశ్వామిత్రుడు తనకెంత అపచారం చేసినా కోపించలేదు. సరికదా అతనిని క్షమించాడు. విశ్వామిత్రుడు తన వందమంది కొడుకులను వధించినా, తనకు ప్రతీకారం తీర్చుకునే శక్తి ఉన్నా ప్రతీకారం చేయలేదు. యమపురినుండి తన కొడుకులను తెచ్చుకునేంతటి శక్తి సామర్థ్యాలు ఉన్నా, తనకున్న క్షమాగుణం చేత యముని నియమాలను ఉల్లంఘించలేదు. అటువంటి వసిష్ఠుని పురోహితునిగా పొందడం వల్లనే ఇక్ష్వాకు వంశీయులు అయిన రాజులు ఈ భూమిపై విజయాన్ని సాధించారు. అనేక యజ్ఞాలు చేశారు. మీరు కూడా అలాంటి ధర్మాత్ముడైన వేదజ్ఞుడైన బ్రాహ్మణుని పురోహితునిగా చేసుకోండి" అన్నాడు.

అర్జునుడు "గంధర్వరాజా! విశ్వామిత్రుడు, వసిష్ఠుడు కూడా ఆశ్రమవాసులే కదా! ఇద్దరి మధ్యా వైరం ఎందుకు వచ్చింది?" అని అడిగాడు. గంధర్వుడు "ఈ ఉపాఖ్యానం చాలా ప్రాచీనమైనది. లోకానికి తెలిసినది. చెప్తాను విను. కాన్యకుబ్జ దేశానికి గాధి అనే గొప్ప రాజు ఉండేవాడు. అతడు కుశికుని పుత్రుడు. విశ్వామిత్రుని తండ్రి. ఒకసారి విశ్వామిత్రుడు తన మంత్రులతో కలిసి మరుధన్వదేశంలోని అడవులలో వేటాడుతూ అలసి వసిష్ఠుని ఆశ్రమానికి వచ్చాడు. వసిష్ఠుడు అతనికి శాస్త్రోక్తంగా స్వాగత సత్కారాలు చేసి, నందినీ ధేనువు ప్రభావం వలన భక్ష్యభోజ్యలేహ్య చోష్యాదులతో కూడిన భోజనం పెట్టి తృప్తి పరిచాడు. ఈ ఆతిథ్యం వలన విశ్వామిత్రునికి చాలా ఆనందం కలిగింది. అతడు వసిష్ఠుని " మహర్షీ! నేను మీకు ఒక అర్బుదం గోవులను లేదా నా రాజ్యాన్ని అయినా సరే ఇస్తాను. మీరు మీ కామధేనువును నాకివ్వండి" అని వేడుకున్నాడు. వసిష్ఠుడు "నా ఈ పాలిచ్చే ఆవు దేవతలు, అతిథులు, పితరులు, - వీరికోసం ఉంది. మీ రాజ్యం అంతా ఇచ్చినా దానికి బదులుగా ఇవ్వతగినది కాదు" అన్నాడు. విశ్వామిత్రుడు "నేను క్షత్రియుడిని. మీరు బ్రాహ్మణులు, శాంతులు, మహాత్ములు, తపస్స్వాధ్యాయాలలో మునిగి ఉంటారు. దీనిని మీరు ఎలా రక్షించగలరు? మీరు అర్బుదం గోవులకు బదులుగా కూడా దీనిని ఇవ్వకపోతే నేను బలవంతంగా తీసుకుపోతాను. విడిచిపెట్టేది లేదు" అన్నాడు. వసిష్ఠుడు ప్రశాంతంగా "మీరు బలవంతులైన క్షత్రియులు. ఏది చేయాలనుకున్నా వెంటనే చేయగలరు. ఎందుకింకా ఆలోచిస్తున్నారు?" అన్నాడు. విశ్వామిత్రుడు బలవంతంగా దానిని తోలుకొని తీసుకువెళ్తుండగా అది అరుస్తూ వసిష్ఠుని దగ్గరకు వచ్చి నిలబడింది. వసిష్ఠుడు దానిని చూచి "అమ్మా! నేను నీ ఆక్రందనలు వింటున్నాను. విశ్వామిత్రుడు నిన్ను బలవంతంగా లాగుకొని తీసుకువెళ్తున్నాడు. క్షమాశీలుడినైన బ్రాహ్మణుడిని, నేనేమి చేయగలను? అశక్తుడిని" అన్నాడు. నందినీధేనువు "దేవా! వీరు నన్ను కొరడాలతో, కట్టెలతో బాదుతున్నారు. నేను అనాథలాగ ఆక్రందనలు చేస్తున్నాను. మీరు నన్ను ఎందుకు ఉపేక్షిస్తున్నారు?" అని అంగలార్చింది. వసిష్ఠుడు దాని దీనాలాపాలు విని కూడా క్షోభించలేదు. ధైర్యాన్ని విడనాడలేదు. అతడు శాంతంగా "క్షత్రియులకు పరాక్రమం బలమైతే, బ్రాహ్మణులకు క్షమయే బలం. నా ప్రధానబలం క్షమ నా దగ్గర ఉంది. నీకు ఇష్టమయితే నీవు వెళ్లు" అన్నాడు. నందిని "మీరు నన్ను వదిలివేయలేదు కదా! అలా కాకుంటే నన్ను ఎవరూ బలవంతంగా తీసుకువెళ్లలేరు" అంది. వసిష్ఠుడు "కల్యాణి! నిన్ను నేను విడిచిపెట్టలేదు. నీకు శక్తి ఉంటే నీవిక్కడ ఉండు. అదిగో చూడు. నీ దూడను వీళ్లు తాడుకట్టి లాక్కుపోతున్నారు" అని చూపించాడు. వసిష్ఠుని మాటలు విని నందిని తల పైకెత్తింది కళ్లు ఎఱ్ఱబడ్డాయి. అది పిడుగుపాటు ధ్వనిలా అరవసాగింది. దాని భయంకరాకారం చూచి సైనికులు పరుగులు తీశారు. మళ్ళీ వాళ్లు దానిని తీసుకుపోవడానికి ప్రయత్నించగానే అది సూర్యుడిలా దుర్నిరీక్ష్య ప్రకాశంతో కనిపించింది. దాని రోమకూపాలనుండి నిప్పులు కురవసాగాయి. దాని ఒక్కొక్క అంగం నుండి పహ్లవులు, ద్రవిడులు, శకులు, యవనులు, శబరులు, పౌండ్రులు, కిరాతులు, చీనులు, హూణులు, సింహళులు, బర్బరులు, ఖసులు, యునానులు, మ్లేచ్ఛులు పుట్టారు. వారంతా కత్తులు దూసి విశ్వామిత్రుని సైనికుల మీద ఒక్కొక్కరికి ఐదుగురు ఏడుగురు చొప్పున విరుచుకుపడ్డారు. కోలాహలం మిన్ను ముట్టింది. ఆశ్చర్యకరమైన విషయం ఏమిటంటే--- నందిని సైనికులు విశ్వామిత్రుని సైనికులను ప్రాణాంతకమైన దెబ్బలు కొట్టలేదు. అతని సైన్యం పన్నెండు కోసుల దూరం పారిపోయింది వారిని రక్షించేవారెవరూ లేక పోయారు. ఈ బ్రహ్మతేజస్సును చూచి విశ్వామిత్రుడు ఆశ్చర్యచకితుడయ్యాడు. తన క్షాత్రతేజస్సు పట్ల విచారం

కలిగింది. అతడు విచారిస్తూ క్షత్రియబలం ఎందుకూ కొరగానిదని, వాస్తవానికి బ్రహ్మ తేజమే అసలైన బలమని, నిజం చెప్పాలంటే ఈ రెండింటికీ కూడా తపోబలమే ప్రధానం అని అనుకున్నాడు. ఇలా అనుకుని అతడు తన విశాల రాజ్యాన్ని, సంపదను, ప్రాపంచిక సుఖాలను విడిచి తపస్సు చేయడం మొదలుపెట్టాడు. తపస్సిద్ధి పొంది అతడు తన తేజస్సుతో సమస్తలోకాలను నింపేశాడు. బ్రాహ్మణత్వాన్ని పొందాడు. ఇంద్రునితో కలిసి సోమపానం కూడా చేశాడు.

కల్మాషపాదుని వృత్తాంతము

గంధర్వరాజు చిత్రరథుడు కొనసాగించాడు. "అర్జునా! ఇక్ష్వాకు వంశంలో కల్మాషపాదుడనే రాజు ఉండేవాడు. అతడొకసారి వేటకు అడవికి వెళ్లాడు. అతడు తిరిగి వచ్చేటపుడు ఒక్కమనిషి మాత్రమే పట్టగలిగేంత సన్నని మార్గంలో వస్తున్నాడు. అతడు అలసటతో ఆకలి దప్పులతో ఉన్నాడు. అదే మార్గంలో ఎదురుగా శక్తి మహాముని వస్తూ కనిపించాడు. శక్తి వసిష్ఠ మహర్షి యొక్క వందమంది కొడుకులలో పెద్దవాడు. రాజు అతడిని ప్రక్కకు తొలగిదారిమ్మన్నాడు. శక్తిముని సనాతనధర్మం ప్రకారం బ్రాహ్మణులకు దారి విడువడం క్షత్రియుల కర్తవ్యం అన్నాడు. ఇద్దరి మధ్య కొంత వాదం నడిచింది. ఇద్దరిలో ఎవరూ ప్రక్కకు తొలగలేదు. రాజు మరొక ఆలోచన లేకుండా తన చేతిలో ఉన్న కొరడాతో మునిని కొట్టాడు. రాజు చేసింది అన్యాయమనుకొని శక్తి అతనికి రాక్షసునిలా కొరడా ప్రయోగించినందుకు రాక్షసుడివి కమ్మని శాపం ఇచ్చాడు. అతనిని రాక్షసత్వం ఆవహించింది. తనకు అనుచితమైన శాపమిచ్చాడని, కనుక అతని మీదనే తన రాక్షసత్వాన్ని చూపుతానని కల్మాషపాదుడు శక్తిని చంపి తినేశాడు. అంతేకాదు వసిష్ఠుని కొడుకులందరినీ చంపితినేశాడు.

శక్తి మొదలుకొని వసిష్ఠపుత్రులందరినీ చంపి తినడానికి కల్మాషపాదుని రాక్షసత్వమే కారణం. అదేకాకుండా విశ్వామిత్రుడు అంతకుముందే వసిష్ఠుని మీది ద్వేషంతో కింకరుడనే రాక్షసుని కల్మాషపాదుని ఆవేశించి అతని చేత నీచకర్మలు చేయించమని ఆదేశించాడు. వసిష్ఠునికి ఈ విషయం తెలుసు. విశ్వామిత్రుని ప్రేరణ వల్లనే ఇలా జరిగిందని గ్రహించాడు. అయినా అతడు మేరువు భూమిని ధరించినట్లుగా తన శోకావేగాన్ని ధైర్యంతో భరించాడు. ప్రతీకారం తీర్చుకునే శక్తిసామర్థ్యాలు ఉన్నా అతడు ప్రతీకారం తీర్చుకోలేదు.

ఒకసారి వసిష్ఠమహర్షి తన ఆశ్రమానికి తిరిగి వస్తున్నాడు. అతనికి తన వెనుక ఎవరో షడంగసహితమైన వేదాన్ని అధ్యయనం చేస్తున్నట్లు వినిపించింది. తన వెనుక ఉన్నది ఎవరని అడిగాడు. తాను శక్తి మహర్షిభార్య అదృశ్యంతిని అని సమాధానం వచ్చింది. అయితే తన కొడుకైన శక్తి స్వరాన్ని పోలిన స్వరంతో వేదాలు చదువుతున్న దెవరని అడిగాడు. అందుకామె తన గర్భంలో ఉన్న అతని పౌత్రుడని, పన్నెండేళ్లుగా గర్భంలోనే వేదాధ్యయనం చేస్తున్నాడని చెప్పింది. ఇది విన్న వసిష్ఠునికి చాలా ఆనందం కలిగింది. తన వంశం విచ్ఛేదం కాలేదని అనుకున్నాడు. ఇదంతా ఆలోచిస్తూ తిరిగి వస్తూండగా ఒక నిర్జన ప్రదేశంలో కల్మాషపాదుడు కనిపించాడు. కల్మాషపాదుడు విశ్వామిత్రుడు ప్రేరేపించిన రాక్షసుడు ఆవేశించడంతో వసిష్ఠమునిని భక్షించడానికి పరుగెత్తుకు వచ్చాడు. ఆ క్రూరకర్ముడైన రాక్షసుడు చేతిలో ఎండుకట్టె పట్టుకుని పరుగెత్తకురావడం చూచిన అదృశ్యంతి భయపడి వసిష్ఠమునిని రక్షించమని ప్రార్థించింది. వసిష్ఠుడు అతడు రాక్షసుడు కాడని, కల్మాషపాదుడనే రాజు అని, భయపడవద్దని చెప్పి హుంకారమంత్రం చేతనే అతనిని నిరోధించాడు. కమండలు జలం చేతిలోకి తీసుకుని అభిమంత్రించి అతనిపై చల్లాడు. వెంటనే అతడు శాపవిముక్తుడయ్యాడు. పన్నెండు సంవత్సరాల తర్వాత అతడు శాపవిముక్తుడు కావడంతో అతనిలో తేజస్సు పెరిగింది. అతడు యథాస్థితికి వచ్చి చేతులు జోడించి వసిష్ఠమహర్షికి నమస్కరించి "మహర్షీ! నేను సుదాసుని కొడుకును కల్మాషపాదుడనే వాడిని. మీరు నాచేత యజ్ఞాలు చేయిస్తూ ఉంటారు. ఆజ్ఞాపించండి. ఏమి చేయమంటారు?" అని అడిగాడు. వసిష్ఠుడు "నాయనా! ఆ మాటలన్నీ అప్పటివి. ఇప్పుడు వెళ్లు నీ రాజ్యం నీవు పరిపాలించుకో ! ఆ ఈ మాట గుర్తుంచుకో. ఎప్పుడూ ఏ బ్రాహ్మణుని అవమానించకు" అన్నాడు. రాజు అతని ఆజ్ఞ పాటిస్తానని, ఎప్పుడూ బ్రాహ్మణులను అవమానించనని, వారిని ప్రేమతో గౌరవిస్తానని ప్రతిజ్ఞ చేశాడు. క్షమాశీలి అయిన వసిష్ఠుడు తన పుత్రులను చంపిన ఆ రాజుతో కలిసి అయోధ్యా నగరానికి వచ్చి, అతనిని తన అనుగ్రహంతో పుత్రవంతుని చేశాడు.

ఇక్కడ వసిష్ఠుని ఆశ్రమంలో అదృశ్యంతి గర్భంనుండి పరాశరుడు జన్మించాడు. స్వయంగా వసిష్ఠుడే అతనికి జాతకర్మాది సంస్కారాలు చేశాడు. ధర్మాత్ముడైన పరాశరుడు వసిష్ఠునే తన తండ్రిగా భావించి అతనినే తండ్రీ అని పిలిచేవాడు. ఒకరోజున అదృశ్యంతి వసిష్ఠ మహాముని అతనికి తండ్రి కాదని తాత అని చెప్పింది. తండ్రిని రాక్షసుడు చంపేశాడని పరాశరునికి తెలిసింది. అదివిని పరాశరునికి

మనసులో చాలా దుఃఖం కలిగింది. రాజులందరినీ ఓడించాలని నిశ్చయించుకున్నాడు. వసిష్ఠుడు ప్రాచీనకథలన్నీ అతనికి చెప్పి అతనిని ఓదార్చి, క్షమలోనే మేలు ఉందని; క్షమాగుణం కలిగి ఉండమని, ఎవరినీ పరాజితులను చేయవద్దని, రాజుల అవసరం లోకానికి ఉందని అనునయించాడు. వసిష్ఠుడు సముదాయించి బుజ్జగించడంతో పరాశరుడు రాజులను ఓడించాలనే నిశ్చయాన్ని అయితే వదిలిపెట్టాడు కాని రాక్షసవినాశనానికి ఘోరయజ్ఞాన్ని ఒకదానిని ఆరంభించాడు. రాక్షసులందరూ ఆ యజ్ఞంలో నాశనమయిపోవడం చూచిన పులస్త్య మహర్షి, వసిష్ఠ మహర్షి అతనిని బుజ్జగిస్తూ "పరాశరా! క్షమయే పరమధర్మం. మీ పూర్వులందరూ క్షమామూర్తులే. ఇతరుల మృతికి మనుష్యులు కేవలం నిమిత్తమాత్రులు. నీవు ఈ భయంకరమైన క్రోధాన్ని విడనాడు" అని చెప్పారు. వారి ఆజ్ఞ మన్నించి పరాశరుడు క్షమను స్వీకరించి, తన యాగాగ్నిని హిమాలయాలలో విసర్జించాడు. ఆ అగ్ని ఈనాటికీ రాక్షసులను, వృక్షాలను, రాళ్లను దహిస్తూ అక్కడ సంచరిస్తోంది.

పాండవులు ధౌమ్యుని పురోహితునిగా వరించుట

వైశంపాయనుడు చెప్తున్నాడు - "జనమేజయా! గంధర్వరాజు అయిన చిత్రరథుని ద్వారా పురోహితుని యొక్క మహిమను, ప్రసంగవశాత్తు వసిష్ఠ మహర్షి క్షమాశక్తిని గురించి విన్న అర్జునుడు గంధర్వరాజును "మీకు అన్ని విషయాలు తెలుస్తాయి కదా! మాకు యోగ్యుడైన పురోహితుడెవరో చెప్పండి" అని అడిగాడు. అప్పుడు గంధర్వుడు "అర్జునా! ఈ అడవిలోనే ఉత్కోచక తీర్థంలో దేవలమహర్షి తమ్ముడు ధౌమ్యుడు తపస్సు చేసుకుంటున్నాడు. మీకు ఇష్టమయితే అతనిని పురోహితునిగా చేసుకోండి" అని చెప్పాడు. అనంతరం అర్జునుడు గంధర్వరాజుకు విధిపూర్వకంగా ఆగ్నేయాస్త్రాన్ని ఉపదేశించాడు. అతడు ఇస్తానన్న దివ్యాశ్వాలను ప్రస్తుతం అతనిదగ్గరే ఉంచమని, సమయం వచ్చినపుడు తీసుకుంటామని అర్జునుడు ఆదరంగా పలికాడు. ఈ రీతిగా పరస్పరం ఒకరినొకరు గౌరవించుకొని చిత్రరథుడు, పాండవులు భాగీరథీ తీరం నుండి ఎవరిదారిన వారు విడిపోయారు.

పాండవులు ఉత్కోచతీర్థం చేరి ధౌమ్యుని ఆశ్రమానికి వెళ్లి అతనిని పురోహితునిగా ఉండమని ప్రార్థించారు. ధౌమ్యుడు వారికి కందమూల ఫలాలతో స్వాగతమిచ్చి వారి కోరికను అంగీకరించాడు. పాండవులు చాలా ఆనందించారు. వారికి తమ సంపద, రాజ్యం యావత్తు లభించినట్లే అనిపించింది. స్వయంవరంలో ద్రౌపది తమకే దక్కుతుందని కూడా వారికి నమ్మకం కలిగింది. పాండవులు ఇప్పుడు దిక్కులేని వారు కారు. ధర్మాత్ములు, వీరులు అయిన వారి ఆలోచనా సరళి, శక్తి ఉత్సాహాలకు ఫలస్వరూపంగా వారి రాజ్యం వారికి అనతి కాలంలోనే లభిస్తుందని ధౌమ్యునికి కూడా గోచరించింది. మంగళాచారాలు ముగిశాక పాండవులు ద్రౌపదీ స్వయం వరానికి బయలుదేరారు.

ద్రౌపదీ స్వయంవరము

వైశంపాయనుడు చెప్తున్నాడు - "జనమేజయా! పాండవులు తమ తల్లి కుంతితో కలిసి ద్రౌపదీ స్వయంవరం చూడడానికి ద్రుపదుని దేశానికి బయలుదేరి వెడుతూండగా మార్గమధ్యంలో చాలామంది బ్రాహ్మణులు కలిశారు. వారు పాండవులను ఎక్కడినుండి ఎక్కడికి వెళ్తున్నారని అడిగారు. యుధిష్ఠిరుడు తామంతా అన్నదమ్ములమని, కలిసే జీవిస్తామని, ప్రస్తుతం ఏకచక్రానగరం నుండి వస్తున్నామని బదులిచ్చాడు. బ్రాహ్మణులు ఈరోజే పాంచాల దేశపురాజు ద్రుపదుని పట్టణానికి వెళ్లమని, అక్కడ ద్రౌపదీ స్వయంవరమహోత్సవం జరగనున్నదని, తాము కూడా అక్కడికే వెళ్తున్నామని, అందరం కలిసి వెళ్దామని చెప్పారు. యుధిష్ఠిరుడు అంగీకరించాడు. అంతా కలిసి వెళ్తున్నారు. కొంతదూరం వెళ్లాక వేదవ్యాసమహర్షి దర్శనం కూడా వారికి లభించింది. మార్గమధ్యంలో పచ్చని అడవులను, వికసించిన కమలాలతో శోభాయమానంగా ఉన్న సరోవరాలను చూస్తూ అక్కడక్కడ విశ్రమిస్తూ అందరూ ముందుకు సాగుతున్నారు. పాండవుల సచ్చరిత్ర, మధురస్వభావం, తీయని మాటలు, వేదాధ్యన శీలమూ సాటివారందరికీ చాలా ఆనందం కలుగచేశాయి. ద్రుపదుని నగర సమీపానికి వస్తూండగా, అల్లంత దూరంలో కోటగోడలు కనపడగానే పాండవులు ఒక కుమ్మరివాని ఇంటిలో బసచేశారు. వారు అక్కడ ఉంటూ బ్రాహ్మణులలాగానే భిక్షావృత్తితో జీవిస్తున్నారు. వారు పాండుపుత్రులని ఏ ఒక్క నగరవాసుడికీ కూడా తెలియదు.

ద్రుపదునికి తన కూతురు వివాహాన్ని ఎలాగైనా అర్జునునితో జరిపించాలని మనసులోనే చాలా కోరికగా ఉండేది. కాని ఎక్కడా తన మనసులోని కోరికను బయటపెట్టలేదు. ఇతరులెవరూ ఎక్కుపెట్టలేని ధనుస్సును అర్జునుని గుర్తించడం కోసం తయారుచేయించాడు. అంతేకాదు ఆకాశంలో నిరంతరం తిరుగుతూండే ఒక యంత్రాన్ని బిగింపచేశాడు. దాని పైన ఛేదించ వలసిన

లక్ష్యాన్ని ఏర్పాటు చేశాడు. ఆ ధనుస్సుకు నారి బిగించి అక్కడున్న బాణాలను ఎక్కుపెట్టి తిరుగుతున్న యంత్రమధ్యం నుండి ఏ వీరుడు ఆ లక్ష్యాన్ని ఛేదిస్తాడో, అతనికే తన పుత్రిక దక్కుతుందని ద్రుపదుడు చాటింపు వేయించాడు. నగరానికి ఈశాన్య దిక్కులో ఒక సమతల ప్రదేశంలో స్వయంవర మంటపం నిర్మింపబడింది. దానికి నాలుగు వైపులా, విశాలమైన ఆవరణాలు, ప్రాకారాలు, కందకాలు, ద్వారాలు నిర్మించారు. నాలుగు వైపులా వితానాలు (చాందినీలు) కట్టారు. గోడలు ఎత్తుగా రంగురంగుల చిత్రకళతో అలరారుతూ ఆ భవనం హిమాలయంలా కనపడుతోంది. ద్రుపదుడు ఆహ్వానించిన రాజులు, రాజకుమారులు స్వయంవరమండపానికి వచ్చి తమకోసం ఏర్పాటు చేయబడిన ఎత్తయిన పీఠాల మీద కూర్చున్నారు. యుధిష్ఠిరాదులు కూడా బ్రాహ్మణులతో పాటు వచ్చి ద్రుపదుని వైభవాన్ని చూస్తూ, అక్కడ వారితోపాటే వారి మధ్యలో కూర్చున్నారు. ఆ రోజు ఉత్సవాలలో పదహారోరోజు, ద్రుపదుని కుమార్తె కృష్ణ అందమైన వస్త్రాభరణాలను ధరించి, చేతితో బంగారు వరమాలను పట్టుకొని మందగమనంతో రంగమండపానికి వచ్చింది. ధృష్టద్యుమ్నుడు తన సోదరి చెంత నిలిచి గంభీరంగా మృదుమధురంగా "స్వయంవరానికి విచ్చేసిన రాజకుమారులారా! జాగ్రత్తగా వినండి. ఇదిగో విల్లు, ఇవిగో బాణాలు, అదిగో మీ ఎదురుగా లక్ష్యం. తిరుగుతూ ఉన్న ఈ యంత్ర రంధ్రాల మధ్యనుండి అయిదు బాణాల వరకు ఉపయోగించి మీరు లక్ష్యాన్ని ఛేదించాలి. బలవంతుడు, అందగాడు, కులీనుడు అయిన ఏ పురుషుడు ఈ మహాకార్యాన్ని సాధిస్తాడో అతనికి నా ప్రియసోదరి భార్య అవుతుంది. నా ఈ మాట ఎన్నటికీ అసత్యం కాబోదు" అని ప్రకటించాడు. అనంతరం తన చెల్లెలివైపు చూచి "సోదరీ! చూడు. ధృతరాష్ట్రుని పరాక్రమవంతులైన కొడుకులు దుర్యోధనుడు, దుర్విషహుడు, దుర్ముఖుడు, దుష్ప్రధర్షణుడు, వివింశతి, వికర్ణుడు, దుశ్శాసనుడు, యుయుత్సుడు- మొదలైనవారంతా కర్ణుని తోడు తీసుకుని నీ కోసం ఇక్కడికి వచ్చారు. గొప్ప గొప్ప కీర్తి కలవారు, కులీనులు అయిన రాజులు శకుని, వృషకుడు, బృహద్బలుడు మొదలైనవారు స్వయంవరంలో నిన్ను పొందాలని ఇక్కడకు వచ్చారు. అశ్వత్థామ, భోజుడు, మణిమంతుడు, సహదేవుడు, జయత్సేనుడు, విరాటరాజు, సుశర్మ, చేకితానుడు, పౌండ్రక వాసుదేవుడు, భగదత్తుడు, శల్యుడు, శిశుపాలుడు, జరాసంధుడు – ఇంకా ఎందరో రాజాధిరాజులు ఇక్కడున్నారు. ఈ పరాక్రమవంతులైన రాజులలో ఎవరు ఈ లక్ష్యాన్ని ఛేదిస్తారో వారి కంఠంలో నీవు వరమాల వేయాలి" అని చెప్పాడు. ధృష్టద్యుమ్నుడు ఇలా పరిచయం చేస్తున్న సమయంలోనే అక్కడికి రుద్రులు, ఆదిత్యులు, వసువులు, అశ్వినీకుమారులు, సాధ్యులు, మరుద్గణాలు, యమరాజు, కుబేరుడు మొదలైన దేవతలందరూ విమానాల ద్వారా ఆకాశమార్గాన వచ్చి ఉన్నారు. దైత్యులు, గరుడులు, నాగులు, దేవర్షులు, ముఖ్యులు, అముఖ్యులు అయిన గంధర్వులు కూడా వచ్చి ఉన్నారు. వసుదేవకుమారులు బలరాముడు, శ్రీకృష్ణుడు, మిక్కిలి ప్రముఖులయిన యదువంశీయులు, ఇంకా మహానుభావులైనవారు ఎందరో స్వయంవరాన్ని దర్శించడానికి అక్కడికి వచ్చి ఉన్నారు.

ధృష్టద్యుమ్నుడు చెప్పినది వినిన తరువాత దుర్యోధనుడు, సాళ్వుడు, శల్యుడు మొదలైన రాజులు, రాజకుమారులు తమ తమ బలం, విద్య, గుణం మొదలైన వాని క్రమాన్ని అనుసరించి వచ్చి ధనుస్సును వంచి నారి బిగించడానికి ప్రయత్నించారు. కాని వారు దబ్బున జారి నేల మీద పడడంతో ఎదురు దెబ్బతిన్నారు. స్తిమితం తప్పడంతో వారి ఉత్సాహం భగ్నమయింది. దాంతోపాటే వారి కిరీటాలు, హారాలు జారి తెగిపడ్డాయి. నిట్టూర్పులు విడిచారు. వారు ద్రౌపదిని పొందాలనే ఆకాంక్షను విడనాడి తమ తమ స్థానాలకు వెళ్ళి కూర్చున్నారు. దుర్యోధనుడు మొదలైనవారు నిరాశపడి అవమాన దుఃఖితులై ఉండడం చూసి మేటి విలుకాడు అయిన కర్ణుడు లేచాడు. అతడు ధనుస్సు దగ్గరికి వెళ్లి ఒక్కసారిగా దానిని ఎత్తి, చూస్తుండగానే నారి బిగించాడు. క్షణకాలంలో ఇక లక్ష్యాన్ని గురిచేసి కొడతాడనగా ద్రౌపది బిగ్గరగా "నేను సూతపుత్రుని వరించను" అన్నది. ఇది విన్న కర్ణుడు అక్కసుతో నవ్వుతూ సూర్యునికేసి చూసి ఎక్కుపెట్టిన వింటిని కిందపెట్టేశాడు. ఇలా చాలామంది నిరాశతో వెనుతిరగగా శిశుపాలుడు విల్లు ఎక్కుపెట్టడానికి వచ్చాడు. అతడు ధనుస్సు ఎత్తే సమయంలోనే మోకాళ్లు వంగి క్రింద కూలబడ్డాడు. జరాసంధుడికి కూడా అదే గతి పట్టింది. అతడు తన రాజధానికి మరలిపోయాడు. మద్రదేశపు రాజు శల్యుని స్థితి కూడా శిశుపాలుని స్థితిలాగే అయింది. ఈ రకంగా గొప్ప గొప్ప పరాక్రమవంతులయిన రాజులు కూడా లక్ష్యాన్ని ఛేదించలేకపోవడంతో అక్కడున్న సభ అంతా మూగపోయింది. లక్ష్యభేదనం అనేమాటే

వినిపించలేదు. అదే సమయంలో అర్జునుని మనసులో తాను లక్ష్యభేదనం చేయాలనే ఆలోచన కలిగింది.

అర్జునుడు లక్ష్యమును భేదించుట

వైశంపాయనుడు చెప్తున్నాడు – "జనమేజయా! బ్రాహ్మణ సమూహం మధ్యలో అర్జునుడు లేచి నిలుచున్నాడు. మిక్కిలి సుందరుడు, వీరుడు, అయిన అర్జునుడు ధనుస్సు ఎక్కుపెట్టడానికి సిద్ధపడడం చూచి బ్రాహ్మణ సమాజమంతా చకితమైపోయింది. కొందరు అతడు తమను పరిహాసాలపాలు చేయడం లేదు గదా అనుకొన్నారు. కొందరు ఈ కారణంగానే రాజులు బ్రాహ్మణులను ద్వేషిస్తున్నారు అనుకొన్నారు. ఇంకొంత మంది "ఉత్సాహవంతుడైన ఈ వీరుని మనోరథం నెరవేరాలి. చూడండి సింహంలా ఠీవిగా నడుస్తున్నాడు. గజరాజులా బలిష్ఠంగా ఉన్నాడు. ఇతడు అన్నీ చేయగలడు. అతనిలో శక్తి లేకపోతే ఇంత సాహసానికి ఎందుకు పూనుకుంటాడు? తపశ్శక్తి, దృఢనిశ్చయం గల బ్రాహ్మణునికి అసాధ్యమైనది ఏది ఉంటుంది? బ్రాహ్మణుడు తన తపశ్శక్తితో చిన్నది, పెద్దది ఏ పని అయినా చేయగలడు. పరశురాముడు యుద్ధంలో క్షత్రియులను జయించాడు. అగస్త్యుడు సముద్రజలాన్ని త్రాగేశాడు. ఇతడిని మనం ఆశీర్వదించినట్లయితే లక్ష్యాన్ని ఛేదించగలుగుతాడు" అన్నారు. బ్రాహ్మణులంతా ఆశీర్వాదాలు కురిపించసాగారు.

ఈ రీతిగా బ్రాహ్మణులందరూ తలకొకరకంగా మాట్లాడుకుంటున్న సమయంలోనే అర్జునుడు ధనుస్సు దగ్గరకు చేరుకున్నాడు. ధనుస్సుకు ప్రదక్షిణం చేసి, కృష్ణునికి, శివునికి మనసులోనే శిరస్సు వంచి నమస్కరించాడు. ధనుస్సును పైకెత్తాడు గొప్ప గొప్ప వీరులెవరూ ఎత్తలేని, నారి సంధించలేని ఆ ధనుస్సును అర్జునుడు ఏమాత్రం శ్రమలేకుండా ఎత్తాడు. పనిలోపనిగా నారి కూడా కూర్చాడు. అక్కడ ఉన్నవారందరి కళ్లూ ఇంకా అర్జునుని మీద పూర్తిగా కుదురుకోనే లేదు. ఇంతలోనే ఐదుబాణాలు తీసుకుని ఒకదానిని లక్ష్యానికి గురిచేసి కొట్టాడు. అది యంత్రరంధ్రంలో దూరి క్రిందికి జారిపడింది. నలువైపులా కోలాహలం చెలరేగింది. అర్జునుని శిరస్సుపై దేవతలు పుష్పవృష్టి కురిపించారు. బ్రాహ్మణులు తమ ఉత్తరీయాలను ఎగురవేయసాగారు. అర్జునుని చూచిన ద్రుపదుని ఆనందానికి అవధులు లేవు. అతడు మనసులోనే అవసరమయితే తాను తన సైన్యంతో సంపూర్ణంగా అతనికి సహాయపడాలని నిశ్చయించుకున్నాడు. అర్జునుడు తన పని పూర్తిచేయడం చూసిన యుధిష్ఠిరుడు వెంటనే నకుల సహదేవులను వెంటపెట్టుకుని తమ నివాసస్థానానికి వెళ్లిపోయాడు. ద్రౌపది చేతిలో వరమాల పట్టుకుని అర్జునుని సమీపించి అది అతని మెడలో వేసింది. బ్రాహ్మణులు అర్జునుని సత్కరించారు. వారు ద్రౌపదిని వెంటపెట్టుకుని రంగమంటపం నుంచి బయటకు వెళ్లిపోయారు.

ద్రుపదుడు తన కుమార్తె వివాహాన్ని ఒక బ్రాహ్మణునితో జరిపించడానికి సిద్ధపడడం చూసిన రాజులు క్రోధంతో పరస్పరం – "చూశారా? ద్రుపద మహారాజు మనలను గడ్డిపరకకంటె హీనంగా చూసి ఉత్తమురాలయిన తన కుమార్తెను బ్రాహ్మణునికిచ్చి వివాహం చేయాలను కుంటున్నాడు. మనలను పిలిచి ఇలా అవమానపరచకుండా ఉండవలసింది. ఇతడు మనలను కొద్దిగా కూడా పరిగణించడం లేదు. కనుక ఇతనిని మనం ఏమాత్రం ఉపేక్షించకుండా సంహరించడమే ఉచితం. రాజులను ద్వేషించే ఈ దురాత్ముడిని విడిచి పెట్టడానికి తగిన కారణమేమీ లేదు. తన కుమార్తెకు తగిన వరుడు మనలో ఎవరూ లేరనే అనుకున్నాడా ఇతడు? స్వయంవరం క్షత్రియులకే ఉద్దేశింపబడినది. ఇందులో బ్రాహ్మణులు, ప్రవేశించడానికి అధికారం లేదు. ఈ కన్య మనలను వరించకపోతే ఆమెను నిప్పులలో పడవేయాలి. బ్రాహ్మణకుమారుడు చాపల్యం కొద్దీ మనకు అప్రియం చేశాడు. అయితే అతడు బ్రాహ్మణుడు కనుక విడిచిపెట్టడమే ఉచితం" అని నిశ్చయించుకుంటూ తమ తమ ఆయుధాలు దూసి ద్రుపదుని సంహరించడానికి ముందుకురికారు. రాజుల క్రోధం చూచి ద్రుపదుడు భయపడ్డాడు. బ్రాహ్మణులను శరణుచొచ్చాడు. ద్రుపదుని భయం, రాజుల దాడి చూచి భీమసేనుడు, అర్జునుడు వారి మధ్యకు వచ్చారు. రాజులు వారిమీద వాదుకు దిగారు. బ్రాహ్మణులు ఏక కంఠంతో జింక చర్మాలను, కమండలాలను ఊపుతూ "భయపడకండి. మేం మీ శత్రువులతో పోరాడతాం" అన్నారు. అర్జునుడు నవ్వి బ్రాహ్మణులను ఒక వారగా నిలబడి జరిగే చిత్రాన్ని చూడమన్నాడు. తానొక్కడే వారికి ఎక్కువని నచ్చచెప్పాడు. అర్జునుడు ధనుస్సును ఎక్కుపెట్టి భీమసేనునితో కలిసి పర్వతంలా చలించకుండా నిలబడ్డాడు. మదించిన కర్ణుడు మొదలైన వీరులు ఎదుటపడగానే వారి మీద విరుచుకుపడ్డాడు. అక్కడున్న వీరులు అందరూ యుద్ధంలో బ్రాహ్మణులను సంహరించడం అధర్మం కాదని వారిమీద దాడి చేశారు. కర్ణార్జునులు ఎదురుపడ్డారు. అర్జునుడు బాణం లాగి కొట్టాడు. కర్ణుడు యుద్ధరంగంలోనే

మూర్ఛపోయినంత పనయింది. ఇద్దరూ గొప్ప పరాక్రమంతో ఒకరినొకరు జయించాలనే కాంక్షతో తమ తమ హస్త నైపుణ్యాన్ని చూపసాగారు. కర్ణుడు "మీరు బ్రాహ్మణులు అయినప్పటికీ మీరు చూపే ఈ హస్త నైపుణ్యం నాకు చాలా ఆనందం కలిగిస్తోంది. మీ ముఖంలో ఏమాత్రం విచారం కనిపించడం లేదు. పైగా మీ హస్తకౌశలం విలక్షణంగా ఉంది. మీరు సాక్షాత్తు ధనుర్వేదం కాని పరశురాముడు కాని కారు కదా? స్వయంగా విష్ణువో, ఇంద్రుడో తన్ను తాను మరుగుపరుచుకొని నాతో యుద్ధం చేస్తున్నట్లు నాకు అనిపిస్తోంది. నేను క్రోధంతో నిండి యుద్ధం చేసినట్లయితే దేవరాజు ఇంద్రుడు, పాండుసుతుడు అర్జునుడు తప్ప వేరెవరూ నా ఎదుట నిలువలేరని నా నమ్మకం" అన్నాడు. అర్జునుడు "కర్ణా! నేను సాక్షాత్తూ ధనుర్వేదాన్ని కాను, పరశురాముడిని కాను. నేను సమస్త శాస్త్రాల రహస్యాలు తెలిసిన ఒక శ్రేష్ఠుడయిన బ్రాహ్మణ యోధుడిని. మా గురుదేవుల అనుగ్రహం వలన బ్రహ్మాస్త్రం, ఇంద్రాస్త్రం నాకు అభ్యస్తమైనవి. నేను నిన్ను జయించడానికి స్థిరంగా నిలిచి ఉన్నాను. నీవు నీ వేగాన్ని చూపు" అన్నాడు. మహారథి అయిన కర్ణుడు బ్రహ్మాస్త్ర విశారదుడయిన శత్రువు అజేయుడని భావించి యుద్ధం నుండి తొలగిపోయాడు.

కర్ణార్జునులు ఒకరితో ఒకరు తలపడే సమయంలోనే మరొకచోట శల్యభీమసేనులు పరస్పరం పురికొల్పుకుంటూ మదించిన ఏనుగుల వలె యుద్ధం చేయసాగారు. ముందుకు లాగి వెనక్కి వంచి ఒకరినొకరు పడగొట్టడానికి ప్రయత్నిస్తున్నారు. రకరకాల పదఘట్టనలతో పిడిగ్రుద్దులతో గాయపరుస్తున్నారు. రాళ్లు రాపిడి పొందినట్లుగా ఇద్దరి శరీరాలు చిటచిటలాడుతున్నాయి. రెండు గడియల సేపు ఇలా పోరాడాక భీమసేనుడు శల్యుని నేలకు పడగొట్టాడు. బ్రాహ్మణులు అందరూ ఆనందంతో నవ్వసాగారు. భీమసేనుడు తన శత్రువును నేల కూల్చికూడా చంపకపోవడం వారందరికీ చాలా ఆశ్చర్యం కలిగించింది.

ఈ రీతిగా భీమసేనుడు శల్యుని పడగొట్టడం, కర్ణుడు యుద్ధ భూమినుండి తొలగిపోవడంతో అందరికీ సందేహం కలిగింది. అందరి అనుమతితో యుద్ధం ఆపివేయబడింది. శ్రీకృష్ణ భగవానుడు ముందుగానే వారు పాండవులని గుర్తించాడు. కనుక అతడు రాజులందరికీ చాలా సౌమ్యంగా ఈ వ్యక్తి ధర్మానుసారంగా ద్రౌపదిని పొందాడని, కనుక అతనితో యుద్ధం చేయడం ఉచితం కాదని, నచ్చ చెప్పాడు. శ్రీకృష్ణుడు సముదాయించి చెప్పడం చేత, భీమసేనుని పరాక్రమం చూసి విస్మితులయి అందరూ యుద్ధం చాలించి తమ తమ నివాస స్థానాలకు మరలివెళ్లిపోయారు. క్రమక్రమంగా గుంపులు తరిగిపోయాయి. భీమసేనుడు, అర్జునుడు బ్రాహ్మణులు చుట్టూ చేరగా ద్రౌపదిని వెంటపెట్టుకుని తమ నివాసస్థానమైన కుమ్మరి ఇంటికి వెళ్లారు.

భిక్ష తీసుకుని వచ్చే సమయం గడిచిపోయింది. కుంతి తన పుత్రులు సమయానికి రాకపోవడంతో అనేకరకాలుగా శంకిస్తోంది. వాత్సల్య పూరితమైన తల్లి మనసుకిది సహజమే. ఆమె మనసు పరిపరి విధాల శంకించింది. దుర్యోధనాదులైన ధృతరాష్ట్ర పుత్రులు వారికెక్కడైనా అనిష్టం కలిగించలేదు కదా అని ఒకసారి, రాక్షసులతో ఎక్కడా యుద్ధం సంభవించలేదు కదా అని ఒకసారి ఆమె అనుకోసాగింది. ఆ సమయంలో మూడవ జామున భీమసేనుడు అర్జునుడు ద్రౌపదిని తీసుకొని కుమ్మరి ఇంటికి వచ్చారు.

కుంతి మాటననుసరించి ద్రౌపదీ విషయమై పాండవుల ఆలోచన

వైశంపాయనుడు చెప్తున్నాడు – "జనమేజయా! భీమసేనుడు, అర్జునుడు ద్రౌపదిని వెంటపెట్టుకొని ఇంటికి వచ్చి తల్లితో "అమ్మా! మేము ఈ రోజు ఈ భిక్ష తెచ్చాం" అన్నారు. కుంతీమాత అప్పుడు ఇంటిలోపల ఉంది. ఆమె కొడుకులను గాని, వారు తెచ్చిన భిక్షను గాని చూడకుండానే "నాయనా! ఐదుగురు కలిసి దానిని అనుభవించండి" అంది. ఇవతలికి వచ్చి చూశాక అది సాధారణ భిక్ష కాదని, రాజకుమారి ద్రౌపది అని తెలిసి కుంతికి చాలా పశ్చాత్తాపం, కలిగింది. "అయ్యో! నేనేం చేయను?" అని బాధ పడింది. వెంటనే ఆమె ద్రౌపది చేయి పట్టుకొని యుధిష్ఠిరుని దగ్గరకు తీసుకువెళ్ళి "నాయనా! భీమసేనుడు, అర్జునుడు ఈ రాజకుమారి ద్రౌపదిని తీసుకుని లోపలికి వచ్చినపుడు, నేను ఈమెను చూడకుండానే మీరంతా కలిసి అనుభవించండి అన్నాను. నేను ఇంతవరకు ఏ విషయంలోను అబద్ధం చెప్పలేదు. ద్రౌపదికి ధర్మలోపం కలగకుండా, నా మాట అబద్ధం కాకుండా ఉండేలా ఏదైనా ఒక ఉపాయం చెప్పు" అని అడిగింది. యుధిష్ఠిరుడు ఒక్కక్షణం ఆలోచించి అలాగే చేస్తానని తల్లిని ఓదార్చి అర్జునుని పిలిచి "తమ్ముడా! నీవు నియమానుసారంగా ద్రౌపదిని పొందావు. ఇక విధిపూర్వకంగా అగ్నిని వేల్చి ఆమెను పాణిగ్రహణం చేసుకో" అన్నాడు. అందుకు అర్జునుడు "అన్నా! నన్ను మీరు అధర్మపరుని చేయకండి, సత్పురుషులు

ఎవరూ ఎప్పుడూ ఇలా చేయరు. ముందు మీరు, తరువాత భీమసేనుడు ఆ తరువాత నేను పెళ్లి చేసుకోవాలి - ఆపైన నకుల సహదేవుల వివాహం, జరగాలి. కనుక ఈ రాజకుమారిని మీరే వివాహం చేసుకోవాలి. ఇంకొక విన్నపం, మీరు మీ బుద్ధిని ఉపయోగించి ధర్మం, కీర్తి, హితం కలిగేలా ఏది చేస్తే ఉచితమో ఆజ్ఞాపించండి. మేము మీ ఆజ్ఞను పాటిస్తాం" అన్నాడు. పాండవులందరూ మమతానురాగాలతో కూడిన అర్జునుని మాటలు విని ద్రౌపదిని చూడసాగారు. ఆసమయంలో ద్రౌపది కూడా వారివైపు చూస్తోంది. ద్రౌపది యొక్క అందం, మాధుర్యం, సౌశీల్యం చూసి ముగ్ధులై అయిదుగురు సోదరులు ఒకరివైపు ఒకరు చూసుకోసాగారు. వారి మనసులలో ద్రౌపది తిష్ఠవేసింది. యుధిష్ఠిరుడు తన తమ్ముల ముఖకవళికలను బట్టి వారి మనసులలోని భావాన్ని గుర్తించి, వ్యాసమహర్షి మాటలను స్మృతికి తెచ్చుకుని ఒక నిశ్చయానికి వచ్చి "ద్రౌపది మన అందరకు భార్య అవుతుంది" అన్నాడు. దీనితో అందరికీ ఆనందం కలిగింది. వారు ఈ విషయం గురించే మనసులో ఆలోచించసాగారు.

శ్రీకృష్ణభగవానుడు స్వయంవరంలోనే పాండవులను గుర్తించాడు. అన్నగారయిన బలరామునితో కలిసి అతడు పాండవుల నివాసానికి వచ్చాడు. అక్కడ అయిదుగురు అన్నదమ్ములను చూచి వారు ముందుగా ధర్మరాజు పాదాలను స్పృశించి తమ తమ పేర్లను చెప్పుకొన్నారు. పాండవులు వారిని ఎంతో ప్రేమతో ఆదరించి స్వాగతం ఇచ్చారు. ఇద్దరన్న దమ్ములు తమ మేనత్త కుంతికి ప్రణమిల్లారు. కుశల ప్రశ్నల అనంతరం యుధిష్ఠిరుడు శ్రీకృష్ణుని మారువేషాలతో ఉన్న తమను వారు ఎలా గుర్తించారని అడిగాడు. శ్రీకృష్ణుడు నవ్వుతూ" మహారాజా! నివురు గప్పినా నిప్పును లోకులు గుర్తించలేరా? ఈరోజు భీమసేనుడు, అర్జునుడు ప్రదర్శించిన పరాక్రమం పాండవులకు కాక వేరెవరికి సాధ్యమవుతుంది? దుర్యోధనుడు, అతని మంత్రి పురోచనుని కోరిక నెరవేరకపోవడం మన అదృష్టం. ఆనందించదగిన విషయం. మీరు లక్కయింటి అగ్ని జ్వాలల నుండి బతికి బయట పడ్డారు. మీ సంకల్పం సిద్ధిస్తుంది. మీ నిశ్చయం సార్థకమవుతుంది. మేము ఇక్కడ ఎక్కువసేపు మసలితే లోకులకు రహస్యం తెలిసిపోతుంది. కాబట్టి మేము మా విడిదికి వెళ్లడానికి అనుమతించండి" అన్నాడు. యుధిష్ఠిరుడు అనుమతించగా వారిద్దరూ వెంటనే అక్కడినుండి వెళ్లిపోయారు.

భీమసేనుడు, అర్జునుడు ద్రౌపదిని వెంటపెట్టుకుని కుమ్మరి ఇంటికి వెళ్తున్న సమయంలో రాజకుమారుడు ధృష్టద్యుమ్నుడు రహస్యంగా వారిని వెన్నంటాడు. అతడు అన్నివైపుల తన చారులను నియోగించాడు. తాను స్వయంగా జాగరూకుడై పాండవుల చెంతనే ఉన్నాడు. పాండవులు చేస్తున్న పనులన్నీ చాలా జాగ్రత్తగా గమనిస్తున్నాడు. నలుగురు అన్నదమ్ములు భిక్షను తీసుకువచ్చి పెద్దన్నగారయిన యుధిష్ఠిరుని ముందు ఉంచారు. కుంతి ద్రౌపదితో "అమ్మాయీ! ముందు నీవు ఈ భిక్షాన్నంలోంచి దేవతలకు కొంత తీసిపెట్టు. బ్రాహ్మణులకు భిక్ష వెయ్యి. ఆశ్రితులకు పంచు. మిగిలిన అన్నంలో సగం భీమసేనునికి పెట్టు. ఆ సగం ఆరు భాగాలు చేసి మనం తిందాం." అంది. సాధ్వి అయిన ద్రౌపది తన అత్తగారి ఆజ్ఞను ఏమాత్రం సందేహించకుండా ఆనందంగా అమలు చేసింది. భోజనానంతరం అందరికీ దర్భాసనాలు పరిచింది. అందరూ తమ తమ మృగచర్మాలు పరుచుకుని నేలమీదే పడుకున్నారు. పాండవులు తమ తలగడలను దక్షిణదిశవైపు పెట్టుకున్నారు. తలవైపు కుంతి; కాళ్లవైపు ద్రౌపది పడుకున్నారు. పడుకున్న సమయంలో వారు తమలో తాము సేనాధికారులు అయినట్లుగా రథాలు, గుఱ్ఱాలు, ఏనుగులు, కత్తులు గదలు మొదలైన ఇలాంటి చిత్ర విచిత్రమైన మాటలు మాట్లాడుకున్నారు.

ద్రుపదుడు పాండవులను పరీక్షించి తెలిసికొనుట

వైశంపాయనుడు చెప్తున్నాడు - "జనమేజయా! ధృష్టద్యుమ్నుడు పాండవుల మాటలు వినిపించేంత; ద్రౌపది కనిపించేంత దగ్గరగా ఉండి పాండవులను పరిశీలించాడు. అతని అనుచరులు కూడా అతనితో ఉన్నారు. అక్కడ జరిగినది సమస్తం చూసి, విని తన తండ్రి వద్దకు వెళ్లాడు. ద్రుపదుడు విచారగ్రస్తుడై ఉన్నాడు. అతడు కుమారుని చూస్తూనే "నాయనా! ద్రౌపది ఎక్కడికి వెళ్లింది? ఆమెను తీసుకు వెళ్లినవారు ఎవరు? నా కూతురు శ్రేష్ఠుడైన క్షత్రియుడు లేదా బ్రాహ్మణుని చేతిలోనే పడిందా? వైశ్యుని, శూద్రుని చేతిలో పడలేదు కదా! సౌభాగ్యవతి అయిన నా కూతురు అర్జునునికి దక్కి ఉన్నట్లయితే ఎంత బాగుండేది?" అని గబగబా అడిగాడు.

ధృష్టద్యుమ్నుడు "నాన్నగారూ! లక్ష్యాన్ని ఛేదించిన ఆ పరమసుందరుడైన నవయువకుడు కృష్ణమృగ చర్మాన్ని ధరించినవాడు, నిస్సందేహంగా చాలా లాఘవం కలిగినవాడు. వీరుడు. బ్రాహ్మణుల, రాజుల మధ్యనుండి నా సోదరి

ద్రౌపదిని వెంట తీసికొని వెళ్లేటప్పుడు అతని ముఖంలో ఏ విధమైన సంకోచం కనిపించలేదు. అతని దర్పాన్ని చూసి రాజులందరూ క్రోధంతో మండిపడి అతనిమీద దండెత్తారు. అతనికి తోడుగా ఉన్న వ్యక్తి అందరూ చూస్తూండగానే ఒక పెద్దచెట్టు పెరికి తెచ్చి దానితో రాజులను మోదసాగాడు. ఏ ఒక్కరాజు కూడా అతనికి ఏమాత్రం హాని చేయలేకపోయాడు. వారిద్దరూ ద్రౌపదిని తీసుకుని నగరానికి ఆవల ఉన్న కుమ్మరివాని ఇంటికి వెళ్లారు. అక్కడ అగ్నిలా వెలుగొందుతున్న ఒక స్త్రీ మూర్తి కూర్చుని ఉంది. ఆమె తప్పక వారి తల్లియే అయి ఉంటుంది. ఆమె దగ్గర మరొక ముగ్గురు సుందరులైన నవయువకులున్నారు. వారు తమ తల్లి పాదాలకు నమస్కరించి, ద్రౌపదిని కూడా నమస్కరించమని ఆజ్ఞాపించారు. ఆమెను తల్లి వద్ద ఉంచి అన్నదమ్ములందరూ భిక్షాటనకు వెళ్లారు. భిక్ష తీసుకుని తిరిగివచ్చాక, తల్లి ఆజ్ఞను సారంగా ద్రౌపది దానిని దేవతలకు, బ్రాహ్మణులకు నివేదించి, వారందరికి పెట్టి తాను కూడా తిన్నది. ద్రౌపది వారి కాళ్ల వైపు పడుకుంది. అందరూ దర్భాసనాలు, మృగచర్మాలు పరుచుకుని పడుకున్నారు. పడుకునేటపుడు వారు తమలో తాము మాట్లాడుకున్న మాటలు బ్రాహ్మణ వైశ్య శూద్ర వర్ణాలవారు మాట్లాడుకునేవి కావు. అవి నేరుగా యుద్ధానికి సంబంధించినవి. అటువంటివి కులీనులైన క్షత్రియులే మాట్లాడగలుగుతారు. నాకయితే మన కోరిక తీరినట్లే అనిపిస్తోంది. అగ్నిజ్వాలల నుండి పాండవులు బయటపడి నా చెల్లెలిని పొందారనే అనుకుంటున్నాను" అని వివరంగా చెప్పాడు.

ధృష్టద్యుమ్నుని మాటలు విని ద్రుపదునకు చాలా ఆనందం కలిగింది. వెంటనే అతడు వారిని గురించి తెలుసుకోవడానికి తన పురోహితుని పంపాడు. అతడు పాండవుల దగ్గరకు వెళ్లి చిరంజీవులు కండని ఆశీర్వదించి "మహాత్ముడు పాంచాల రాజు అయిన ద్రుపదుడు ఆశీర్వాద పూర్వకంగా మిమ్మల్ని గూర్చి తెలుసుకోవాలనుకుంటున్నాడు. వీర యువకులారా! ఆజాను బాహుడు, నరోత్తముడు అయిన అర్జునుడే తన కుమార్తెను వివాహమాడాలని మహారాజు ద్రుపదునికి చిరకాలంగా ఉన్న కోరిక "భగవత్కృప వల్ల నా కోరిక సఫలమయితే అది ఆనందకరమైన విషయం. ఈ సంబంధం వల్ల నా కోరిక కీర్తి, పుణ్యం, హితం చేకూరుతాయి" అని నన్ను మీకు చెప్పమన్నాడు" అని తెలియచేశాడు. యుధిష్ఠిరుని ఆజ్ఞను అనుసరించి భీమసేనుడు పురోహితునికి స్వాగత సత్కారం చేశాడు. అతడు చాలా ఆనందంతో దానిని స్వీకరించి కూర్చున్నాడు. యుధిష్ఠిరుడు "స్వామి! ద్రుపదమహారాజు స్వయంవరం ప్రకటించి తన కుమార్తెకు వివాహం చేయాలనుకున్నాడు. ఇది క్షత్రియ ధర్మానుకూలమే. ఎవరో ఒక వ్యక్తికి ఇచ్చి పెళ్లిచేయడం స్వయంవరం యొక్క ఉద్దేశ్యం కాదు. ఈ వీరుడు అన్ని నియమాలను పాటిస్తూ నిండు సభలో అతని కుమార్తెను పొందాడు. ఇక ద్రుపదమహారాజు చింతించవలసిన పనిలేదు. దీనివలన అతని చిరకాల వాంఛ కూడా తీరగలదు" అని నర్మగర్భంగా అన్నాడు. ధర్మరాజు యుధిష్ఠిరుడు ఈ రీతిగా చెప్తున్న సమయంలోనే ద్రుపద మహారాజు కొలువునుండి ఇంకొకవ్యక్తి అక్కడికి వచ్చాడు. అతడు యుధిష్ఠిరునితో "ద్రుపద మహారాజు మీకు భోజనాలకు వంట సిద్ధం చేయించారు. మీరు నిత్యకర్మలు అయ్యాక రాజకుమారి కృష్ణతో కలిసి అక్కడికి దయచేయండి. అందమైన గుఱ్ఱాలు కట్టిన రథాలు మీకోసం సిద్ధంగా ఉన్నాయి." అని చెప్పాడు. యుధిష్ఠిరుడు తల్లి కుంతిని, ద్రౌపదిని ఒక రథంలో కూర్చోపెట్టాడు. ఐదుగురు అన్నదమ్ములు ఐదు పెద్ద పెద్ద రథాలలో కూర్చుని రాజభవనానికి బయలుదేరారు.

ద్రుపద మహారాజు పాండవుల ప్రవృత్తిని పరీక్షించడానికి రాజభవనంలో అనేక వస్తువులను అలంకరింపచేశాడు. పళ్లు, పూలు, ఆసనాలు, గోవులు, త్రాళ్లు, విత్తనాలు మొదలైన వ్యవసాయానికి ఉపయోగించే వస్తువులు, ఒకవైపు ఉంచారు. రెండవ గదిలో శిల్పకళకు పనికి వచ్చే సాధనాలు ఉంచారు. రకరకాల ఆటవస్తువులు ఒకవైపు, డాలు, కత్తి, గుఱ్ఱాలు, రథం, కవచం, ధనుస్సు, బాణాలు, శక్తి, తోమరం, భుశుండి వంటి యుద్ధ సామగ్రి మరొక వైపు అలంకరించారు. ఇంకొకచోట విలువైన వస్త్రాభరణాలు అలంకరించారు. పాండవులు అక్కడికి చేరుకోగానే కుంతి, ద్రౌపది రాణివాసంలోకి వెళ్లిపోయారు. అంతఃపుర స్త్రీలు సాదరంగా ఎదురేగి వారిని గౌరవించారు. ఇక్కడ రాజు, మంత్రి, రాజకుమారుడు, అతని ఇష్టమిత్రులు, పరివారము, పెద్ద మనుష్యులు అందరూ పాండవుల శరీరాకృతి, నడకలోని ఠీవి, తేజస్సు, పరాక్రమం మొదలైనవి చూసి ఆనందంతో వారికి స్వాగతం ఇచ్చారు. గొప్ప ఉన్నతమైన, అమూల్యమైన, రాజోచిత సింహాసనాలు అక్కడ వేయబడి ఉన్నాయి. పాండవులు ఏ మాత్రం సంకోచించకుండా వాటిమీద కూర్చున్నారు. దాసదాసీలు బంగారు పాత్రలలోఎంతో వైభవంగా

ఇంపైన భోజనం వడ్డిస్తూంటే వారు ఉచితరీతిని అన్నీ తిన్నారు. భోజనానంతరం అన్ని వస్తువులను చూపే సమయంలో వారు చూడడానికి వెళ్తూ ముందుగా యుద్ధసామగ్రి ఉన్న చోటికి వెళ్లారు. వారి ఈ పనిని చూసిన వారందరికీ మనసులలో వీరు తప్పక పాండు పుత్రులే అనే నిశ్చయం లాంటిది కలిగింది.

పాంచాల రాజు ద్రుపదుడు యుధిష్ఠిరుని విడిగా పిలిచి "మీరు బ్రాహ్మణక్షత్రియవైశ్య శూద్రులలో ఎవరైనా అయి ఉండవచ్చును. మేము ఎలా తెలుసుకోగలం? నా కుమార్తెను పొందడానికి ఈ వేషాలలో వచ్చిన దేవతలు కారుగదా?" అని అడిగాడు. యుధిష్ఠిరుడు "రాజా! మీ కోరిక సఫలమైంది. మీరు ఆనందించండి. నేను మహాత్ముడైన పాండురాజు కుమారుడిని, యుధిష్ఠిరుడిని. నా నలుగురు తమ్ముళ్లు, భీమసేనుడు, అర్జునుడు, నకులుడు, సహదేవుడు, అక్కడున్నారు. మా తల్లి కుంతి, ద్రౌపదితో పాటు రాణి వాసంలో ఉంది" అని నిజం చెప్పాడు.

వ్యాసుడు ద్రౌపది పూర్వజన్మను వివరించుట

యుధిష్ఠిరుని మాటలు విన్న ద్రుపదుని కళ్లు ఆనందంతో విచ్చుకున్నాయి. ఆనందంతో అతడు ఏమీ మాట్లాడలేకపోయాడు. చివరకు అతడు ఏదో ఒకలా తన్ను తాను సంబాళించుకొని యుధిష్ఠిరుని, వారణావతంలోని లాక్షా గృహం నుండి బయటపడి వెళ్లింది మొదలుకొని ఈనాటి వరకు వారు ఎలా జీవించారో అంతా చెప్పమని అడిగాడు. యుధిష్ఠిరుడు సంక్షిప్తంగా వరుసగా అన్ని విషయాలూ చెప్పాడు. అప్పుడు ద్రుపదుడు ధృతరాష్ట్రుని మంచి చెడ్డలు వివరించి నీ రాజ్యం నీకిప్పిస్తానని యుధిష్ఠిరుని ఓదార్చాడు. తరువాత అతనితో "యుధిష్ఠిరా! ఇప్పుడు నీవు అర్జునుని విధిపూర్వకంగా ద్రౌపదిని వివాహం చేసుకొమ్మని ఆదేశించు" అని చెప్పాడు. దానికి యుధిష్ఠిరుడు "నేను కూడా వివాహం చేసుకోవాలి" అని అన్నాడు. ద్రుపదుడు "ఇది చాలా మంచి విషయం. నువ్వే నా కూతురిని వివాహం చేసుకో" అన్నాడు. యుధిష్ఠిరుడు "రాజా! మీ కుమార్తె మాకందరికీ పట్టపురాణి అవుతుంది. మా అమ్మ మాకు అలాగే ఆజ్ఞ ఇచ్చింది. మీరు కూడా దయచేసి మేమందరం క్రమంగా ఆమెను పాణిగ్రహణం చేయడానికి అనుమతి ఇవ్వండి" అని కోరాడు. ద్రుపదమహారాజు "కురువంశభూషణా! మీరేమిటి మాట్లాడుతున్నారు? ఒక రాజుకు ఎంతోమంది రాణులు ఉండగలరు. కాని ఒక స్త్రీకి – అనేకులు పతులుండడమా? – ఇలాంటి మాట ఇంతకుముందు విని కూడా ఉండలేదు. నీవు ధర్మసూక్ష్మాలు తెలిసినవాడివి, పవిత్రుడవు. లోకమర్యాదకు, ధర్మానికి విరుద్ధమైన ఇలాంటి మాటను నీవు ఆలోచించనే కూడదు" అని తిరస్కరించాడు. యుధిష్ఠిరుడు "మహారాజా! ధర్మగతి చాలా సూక్ష్మమైనది. మేమైతే దాని గురించి సరిగా ఎరుగనైనా ఎరుగము. మేము పూర్వులు నడిచిన మార్గంలోనే నడుస్తాము. నా నోటి వెంట ఎన్నడూ అసత్యం రాదు. నా మనసు ఎన్నడూ అధర్మం వైపు వెళ్లదు. నాతల్లి ఇలాంటి ఆజ్ఞ ఇచ్చింది. నా మనసు దానిని అంగీకరించింది" అన్నాడు. ద్రుపదుడు "సరే. మంచిది ముందు నీవు, నీతల్లి, ధృష్టద్యుమ్నుడు అందరూ కలిసి కర్తవ్యాన్ని నిర్ణయించి తరువాత చెప్పండి. దానినను సరించి ఏం చేయాలో రేపు చేద్దాం" అన్నాడు.

అందరూ ఒకచోట చేరి ఆలోచించసాగారు. అదే సమయంలో వ్యాసభగవానుడు అకస్మాత్తుగా వచ్చాడు. అందరూ తమ తమ ఆసనాల నుండి లేచి, అతనికి స్వాగతం పలికి ప్రణామం చేసి ఉన్నతమైన ఒక బంగారు ఆసనం మీద ఆసీనుని చేశారు. అతని అనుమతితో వారంతా యథాప్రకారంగా ఆసీనులయ్యారు. కుశల సమాచారం నివేదించాక ద్రుపద మహారాజు వేదవ్యాసుని "దేవా! ఒకే స్త్రీ అనేకులకు ధర్మపత్ని ఎలా అవుతుంది? అలా అయినపుడు సాంకర్యదోషం ఉంటుందా? ఉండదా? మీరు దయచేసి నా ఈ ధర్మసంకటాన్ని పోగొట్టండి" అని ప్రార్థనా పూర్వకంగా ప్రశ్నించాడు. దానికి వ్యాసుడు "రాజా! ఒక స్త్రీకి అనేకులు భర్తలుండడం లోకాచార, వేద విరుద్ధం కూడా. సమాజంలో ఈ ఆచారం ఎక్కడా అమలులో లేదు. ఈ విషయంలో మీరంతా ఏమేమి ఆలోచించారో ముందు మీ మీ అభిప్రాయాలు చెప్పండి" అని అడిగాడు. ద్రుపదుడు "మహర్షీ! ఇది అధర్మం. లోకాచార, వేదాచార, సదాచారాలకు విరుద్ధమైనది కావడం చేత ఒక స్త్రీ అనేకపురుషులకు భార్య కాజాలదు. నా ఉద్దేశ్యంలో ఇలా చేయడం అధర్మం" అన్నాడు. ధృష్టద్యుమ్నుడు "నా అభిప్రాయం కూడా ఇదే. ఏ సత్పురుషుడయినా సోదరుని భార్యతో ఎలా కలిసి ఉండగలుగుతాడు?" అన్నాడు. యుధిష్ఠిరుడు "నేను మీ అందరి ఎదుటా మరొకసారి ఈ విషయం నొక్కి చెపుతున్నాను. నా నోట అసత్యం, ఎన్నడూ రాదు. నా మనసు అధర్మంవైపు మళ్లదు. నా బుద్ధి నాకు స్పష్టంగా ఆదేశిస్తోంది – ఇది అధర్మం కాదని. శాస్త్రాలలో గురుజనుల మాటయే ధర్మమని

చెప్పబడింది. తల్లి గురుజనులలో సర్వ శ్రేష్ఠురాలు. మాతల్లి "మీరు భిక్షమాదిరిగానే ఈమెను కలిసి మెలిసి పంచుకోండి" అని ఈ విధంగానే ఆజ్ఞాపించింది. నా దృష్టిలో అలా చేయడం ధర్మమే అని తెలుతోంది" అన్నాడు. కుంతి "నా పెద్దకొడుకు యుధిష్ఠిరుడు గొప్ప ధర్మవేత్త. చెప్పినట్లే జరిగింది. నా మాట పొల్లు పోతుందేమోనని నా భయం. కాబట్టి నేను అసత్యదోషాన్నుండి బయటపడే ఉపాయమేమిటో ఇప్పుడు మీరు చెప్పండి" అని అడిగింది. వ్యాసుడు "అమ్మాయీ! అసత్యదోషం నీకు అంటదు. ఇందులో సందేహం లేదు. ద్రుపద మహారాజా! యుధిష్ఠిరుడు చెప్పినది ధర్మానికి విరుద్ధం కాదు. అనుకూలమే. కాని ఇందులోని రహస్యం నేను అందరి ఎదుట చెప్పలేను. కాబట్టి నీవు నాతో ఏకాంత ప్రదేశంలోకి రా" అని చెప్పి వ్యాసుడు ద్రుపదుని చేయిపట్టుకొని ఏకాంతంలోకి తీసుకువెళ్ళాడు. ధృష్టద్యుమ్నుడు మొదలైనవారు. వారి రాకను నిరీక్షిస్తూ అక్కడే కూర్చున్నారు.

వ్యాసుడు ద్రుపదునికి ఏకాంతంలో ద్రౌపది పూర్వపు రెండు జన్మల కథ చెప్పాడు. శంకరభగవానుని వరదానం కారణంగా ఈ ఐదుగురు ద్రౌపదికి భర్తలవుతారని చెప్పాడు. అనంతరం "ద్రుపదా! నేను నీకు దివ్యదృష్టిని ఇస్తున్నాను. దానితో పాండవుల పూర్వజన్మ దేహాలను దర్శించు" అని చెప్పాడు. ద్రుపదుడు వ్యాసుని అనుగ్రహంతో దివ్యదృష్టిని పొంది చూచాడు. పంచ పాండవుల దివ్యరూపాలు మిరుమిట్లు కొలుపుతున్నాయి. వారు అనేకాభరణాలు ధరించి ఉన్నారు. విశాలమైన వక్షఃస్థలాల మీద దివ్యమైన ఉత్తరీయాలు ధరించారు. శివుడో, ఆదిత్యుడో, వసువో అనిపించేలా విరాజిల్లుతున్నారు. తన కుమార్తె ద్రౌపది దివ్యరూపధారిణియై చంద్రకళ లేదా అగ్నికళ వలె ప్రకాశిస్తూ ఉండడం కూడా అతడు గమనించాడు. ఆమెలో భగవానుని దివ్యమాయ ప్రకాశిస్తున్నట్లుగా ఉంది. ఆమె రూపంలో, తేజస్సులో, కీర్తిలో పాండవులకు సర్వథా అనురూపవతిగా కనపడింది. ఈ దృశ్యాన్ని చూచిన ద్రుపదునికి చాలా సంతృప్తి కలిగింది. ఆశ్చర్యంతో అతడు వ్యాసమహర్షి పాదాలు పట్టుకొన్నాడు. "ధన్యుడిని, ధన్యుడిని. మీ అనుగ్రహంలో ఇలాంటి అనుభవం కలగడం పెద్ద విచిత్రమేమీ కాదు" అని ఉద్వేగంతో పలికి, ఇంకా "మహర్షీ! మీరు ద్రౌపది పూర్వజన్మ గురించి చెప్పేంతవరకు, ఈ విచిత్రదృశ్యాన్ని చూచేంతవరకు యుధిష్ఠిరుని మాటలను ఒప్పుకోలేకపోయాను. కాని విధాత సంకల్పం ఇదే అయినపుడు ఎవరు మాత్రం దానిని మార్చగలుగుతారు? మీరు చెప్పినట్లే జరుగుతుంది. శంకర భగవానుడు వరం ఇచ్చాక అది ధర్మమైనా అధర్మమైనా అలాగే జరగాలి కదా! ఇక ఇప్పుడు దీనిలో నా తప్పేమీ లేదని తెలుసుకున్నాను. కనుక పాండవులు ఐదుగురు ఆనందంగా ద్రౌపదిని వివాహమాడవచ్చును. ద్రౌపది అయిదుగురు అన్నదమ్ములకు భార్యగా నిర్ణయింపబడింది కదా!" అని అన్నాడు.

పాండవుల వివాహము

అప్పుడు వ్యాసమహర్షి ద్రుపదునితో కలిసి యుధిష్ఠిరుని వద్దకు వచ్చి "ఈ రోజే వివాహానికి మంచిరోజు. మంచి ముహూర్తం, ఈరోజు చంద్రుడు పుష్యమీనక్షత్రంతో కూడి ఉన్నాడు. కాబట్టి ఈరోజు మీరు ద్రౌపదీ పాణిగ్రహణం చేయండి" అన్నాడు. ఈరోజే వివాహం అని నిర్ణయం అవడంతో ద్రుపదుడు ధృష్టద్యుమ్నుడు మొదలైనవారు వివాహ సంభారాలు సమకూర్చే ఏర్పాటు చేశారు. ద్రౌపదికి మంగళస్నానం చేయించి ఉత్తమ వస్త్రాభరణాలు అలంకరించారు. సమయం కాగానే ద్రౌపదిని వివాహమండపంలోకి తీసుకొని వచ్చారు. రాజకుంటుంబంలోని ఇష్టమిత్రులు, మంత్రులు, బ్రాహ్మణులు, పరిజనులు, పురజనులు చాలా ఆనందంగా వివాహం చూడడానికి వచ్చి తమకు తమకు యోగ్యమైన స్థానాలలో కూర్చొనసాగారు. వివాహ మండపం వర్ణించడానికి అలవికాకుండా ఉంది. స్నానం, స్వస్తివాచకం అయ్యాక పంచపాండవులు కూడా వస్త్రాభూషణాదులతో అలంకరించుకుని ద్రుపదుని ముంగిట్లోకి వచ్చారు. వారికి ముందు తేజశ్శాలియైన పురోహితుడు ధౌమ్యుడు నడుస్తున్నాడు. వేదియందు అగ్ని జ్వలింపచేయబడింది. యుధిష్ఠిరుడు విధి పూర్వకంగా ద్రౌపదిని వివాహం చేసుకున్నాడు. హవనకర్మలు ముగిశాయి. చివరగా అగ్ని ప్రదక్షిణతో వివాహ కర్మ ముగిసింది. ఈ రీతిగానే మిగిలిన అన్నదమ్ములు క్రమంగా రోజుకు ఒక్కరి చొప్పున ద్రౌపదిని వివాహం చేసుకున్నారు. ఈ సమయంలో దేవర్షి నారదుడు చెప్పినట్లుగా ద్రౌపది ప్రతిదినం మరల మరల కన్యాభావాన్ని పొందుతూండడం ఒక వింత విషయం. వివాహానంతరం ద్రుపదమహారాజు కానుకల రూపంలో అనేక రత్నాలు, ధనం, శ్రేష్ఠమయిన సామగ్రి ఇచ్చాడు. ఉత్తమజాతి గుర్రాలు పూన్చిన వందరథాలు, వంద ఏనుగులు, వస్త్రాభూషణాలతో అలంకరింపబడిన వందమంది దాసీలను ఒక్కొక్క అల్లునికి వేర్వేరుగా ఇచ్చాడు. ఇవే కాకుండా

అంతులేని ధనం, రత్నాలు, అలంకారాలు పాండవులకు ఇచ్చాడు. ఈ రీతిగా పాండవులు అంతులేని ధనసంపత్తిని, స్త్రీ రత్నమైన ద్రౌపదిని పొంది ద్రుపదుని వద్దనే సుఖంగా ఉన్నారు.

ద్రుపదుని రాణులు కుంతీదేవి దగ్గరకు వచ్చి, ఆమె పాదాల మీద శిరసు ఉంచి నమస్కరించారు. పట్టువస్త్రం ధరించిన ద్రౌపది కూడా అత్తగారికి నమస్కరించి చేతులు జోడించి వినయంగా ఆమె ఎదుట నిలబడింది. అప్పుడు కుంతి చాలా ప్రేమగా శీలవతి అయిన తన కోడలు ద్రౌపదిని "ఇంద్రుని వల్ల శచీదేవి, అగ్నివల్ల స్వాహాదేవి, చంద్రుని వలన రోహిణీ దేవి, నలుని వలన దమయంతి, వసిష్ఠుని వలన అరుంధతి, నారాయణుని వలన లక్ష్మీదేవి పొందినట్టి ప్రేమానురాగాలను నీవు నీ భర్తల నుండి సంపాదించుకో. ఆయుష్మంతురాలవు, వీరపుత్రులను కన్న తల్లివి; సౌభాగ్యవతివి; పతివ్రతవు అయి సుఖాలు అనుభవించు. అతిథి అభ్యాగతులను, సాధువులను, బాలవృద్ధులను ఆదరించడంలోను, పోషించడంలోను నీ సమయమంతా గడుచునుగాక! చక్రవర్తులయిన నీ భర్తలకు నీవు పట్టపురాణివి అగుదువు గాక! ప్రపంచంలోని సమస్త సుఖాలు నీకు లభించి, నూరేళ్లపాటు నీవు వానిని అనుభవించుదువుగాక! అని ఆశీర్వదించింది.

శ్రీకృష్ణభగవానుడు పాండవుల వివాహం అయిన తరువాత కానుకల రూపంలో వైడూర్యాదిమణులు పొదిగిన సువర్ణాలంకారాలను, విలువైన వస్త్రాలను, దేశ విదేశాలలోని అమూల్యమైన కంబళ్లను, దుశ్శాలువలను, వందలకొద్దీ దాసీలను, ఉత్తమమైన గుర్రాలు, ఏనుగులు, రథాలు, కోట్ల కొద్దీ నాణేలను, బంగారపు ముద్రికలను పంపించాడు. యుధిష్ఠిరుడు శ్రీకృష్ణుని సంతోషపరచడానికి వానినన్నిటినీ ఆనందంగా స్వీకరించాడు.

పాండవులకు రాజ్యమిచ్చుట గురించి కౌరవుల ఆలోచన

వైశంపాయనుడు చెప్తున్నాడు - "జనమేజయా! రాజులందరికీ తమ చారుల ద్వారా పాండవులు ద్రౌపదిని వివాహం చేసుకున్నారని లక్ష్యాన్ని ఛేదించినవాడు వీరుడైన అర్జునుడు తప్ప వేరొకడు కాదని; అతనికి తోడై శల్యుని మట్టి కరిపించినవాడు, చెట్టు పెరికి రాజులను పారద్రోలినవాడు భీమసేనుడని తెలిసింది. ఈ వార్త తెలిసివారు చాలా ఆశ్చర్యపడ్డారు. పాండవులు బ్రతికినందుకు సంతోషం, కౌరవుల దుర్నీతికి విచారం, తిరస్కారం కలిగాయి.

దుర్యోధనుడు ఈ వార్త విని చాలా దుఃఖించాడు. అతడు తన సహచరులైన అశ్వత్థామ, శకుని, కర్ణుడు మొదలైనవారితో కలిసి ద్రుపదుని రాజధాని నుండి హస్తినాపురానికి తిరిగి వచ్చాడు. దుశ్శాసనుడు దుర్యోధనునితో మెల్లగా "అన్నయ్యా! అదృష్టం చాలా బలీయమైనదని ఇప్పుడు నాకు అనిపిస్తోంది. ప్రయత్నం వల్ల ఏమీ జరగదు. ప్రయత్నించినా పాండవులు ఇప్పటికీ జీవించే ఉన్నారు" అన్నాడు. ఆ సమయంలో కౌరవులందరూ దీనంగా నిరాశగా ఉన్నారు. వారు హస్తినాపురం చేరేసరికి అక్కడ జరిగిన సంగతులన్నీ తెలిసి విదురునికి చాలా ఆనందం కలిగింది. అతడు వెంటనే ధృతరాష్ట్రుని వద్దకు వెళ్లి "మహారాజా! ధన్యులం. కురువంశం వృద్ధి చెందుతోంది" అన్నాడు. ధృతరాష్ట్రుడు కూడా ప్రసన్నంగా "చాలా సంతోషం" అన్నాడు. అతడు ద్రౌపది తన కొడుకు దుర్యోధనునికి దక్కిందనుకున్నాడు. అందుకని అతడు రకరకాల ఆభరణాలు పంపడానికి ఆజ్ఞాపిస్తూ వధూవరులను తన దగ్గరకు తీసుకురమ్మన్నాడు. విదురుడు ద్రౌపదిని పాండవులు వివాహమాడారని, ద్రుపదుని రాజధానిలో వారు ఆనందంగా ఉన్నారని చెప్పాడు. ధృతరాష్ట్రుడు వెంటనే "విదురా! పాండవులనయితే నేను నా పుత్రులకంటె ఎక్కువగా ప్రేమిస్తున్నాను. వారు బ్రతికి ఉన్నందుకు, వివాహం చేసుకున్నందుకు, ద్రుపదుని వంటివానితో సంబంధం కుదిరినందుకు ఇంకా ఎక్కువగా సంతోషిస్తున్నాను. ద్రుపదుని ఆశ్రయంలో వారు మరింత శీఘ్రంగా వృద్ధి పొందుతారు" అన్నాడు. విదురుడు జన్మంతా మీ బుద్ధి ఇలాగే ఉండాలని కోరుకుంటున్నా నన్నాడు.

విదురుడు అక్కడినుండి వెళ్లిపోయాక కర్ణదుర్యోధనులు ధృతరాష్ట్రుని వద్దకు వచ్చి "మహారాజా! విదురుని ఎదురుగా మేము మీతో ఏమీ చెప్పలేము. అతని ఎదుట శత్రువుల వృద్ధిని మీ వృద్ధిగా భావించి సంతోషం ప్రకటిస్తున్నారా? రాత్రింబగళ్లు శత్రువుల బలాన్ని నాశనం చేయడంలోనే మనం మునిగి ఉండాలి. వారు ముందుకు వచ్చి మన రాజ్య సంపదను నాశనం చేయకుండేలా మనం ఇప్పటినుండి తగిన ఉపాయం చేయాలి" అన్నారు. ధృతరాష్ట్రుడు "నాయనా! అదే నేనూ చెప్తున్నాను. కాని విదురుని ముందర నోటితో ఏమిటి ముఖంలో కూడా నా ఈ భావాన్ని ప్రకటించకూడదు. ఎక్కడా అతడు నా భావాన్ని పసిగట్టకూడదు. కనుకనే నేను అతని ఎదుట పాండవులవి మాత్రమే గుణాలను

పొగుడుతూ ఉంటాను. మీరిద్దరూ ఇప్పుడు ఏమి చేయడం ఉచితమనుకుంటున్నారో అది చెప్పండి" అన్నాడు.

దుర్యోధనుడు "నాన్నగారూ! నేనయితే ఇలా అనుకుంటున్నాను. కొంతమంది నమ్మకస్థులయిన గూఢచారులను గాని, చతురులైన బ్రాహ్మణులను గాని పంపి కుంతీ మాద్రుల కొడుకుల మధ్య భేదాభిప్రాయాలు కలిగించవచ్చు, లేదా ద్రుపద మహారాజును, అతని కొడుకును, మంత్రులను, ప్రలోభపెట్టి వారి ద్వారా పాండవులను అక్కడినుండి పంపివేయాలి. ద్రౌపది వారిని విడిచిపెట్టే ఉపాయం కూడా చేయవచ్చు. ఏదో ఒకరకంగా మోసం చేసి భీమసేనుని చంపగలిగితే పనంతా అయిపోయినట్లే. భీమసేనుడు లేకపోతే అర్జునుడు కర్ణునిలో నాలుగోవంతు కూడా కాడు. ఈ ఉపాయాలేమీ మీకు నచ్చకపోతే కర్ణుని వారి వద్దకు పంపండి. వారు కర్ణునితోపాటు ఇక్కడికి వచ్చినట్లయితే తిరిగి పూర్వంలాగే ఏదో ఒక ఉపాయం చేయవచ్చు. ఈసారి వారు తప్పించుకోలేరు. ద్రుపదుని పూర్తి విశ్వాసాన్ని, సహానుభూతిని పొందడానికి ముందే వారిని చంపివేయాలి. నా ఉద్దేశ్యం ఇదే. అని చెప్పి కర్ణా! ఈ విషయంలో నీ అభిప్రాయం ఏమిటి?" అని అడిగాడు.

కర్ణుడు "దుర్యోధనా! నీ అభిప్రాయం నాకు రుచించలేదు. నీవు చెప్పిన ఉపాయాలతో పాండవులను వశపరచుకోవడం సాధ్యంగా కనపడడంలేదు. వారు తమలో తాము ఎంత ప్రేమగా ఉంటారంటే వారిలో వారికి భేదం కలిగించే విధానమే కనపడదు. అందరి ప్రేమ ఒక్క స్త్రీమీదనే. అదీ వివాహం ద్వారా కలిగినది. దానితో వారి మధ్య ఈ బంధం మరింత బలపడింది. ద్రుపద మహారాజు కూడా ఉత్తమ పురుషుడు. అతడు ధనానికి లోభించడు. నీవు సమస్తరాజ్యాన్ని ఇచ్చి కూడా పాండవులకు అతనిని శత్రువుగా చేయలేవు. శ్రీకృష్ణుడు యాదవసైన్యం తీసుకుని పాండవులకు రాజ్యం ఇప్పించడానికి ద్రుపద మహారాజు దగ్గరకు రాకపోతే నీవు నీ పరాక్రమాన్ని చూపవచ్చు. విషయం ఇది. శ్రీకృష్ణుడు పాండవుల కోసం తన అపార సంపత్తిని, సమస్త భోగాలను, రాజ్యాన్ని కూడా త్యజించడానికి సందేహించడు. కాబట్టి నేను కోరుకునేదేమంటే మనం ఒక పెద్ద సైన్యాన్ని తీసుకుని ఇప్పుడే దండెత్తి వెళ్లి ద్రుపదుని ఓడించి పాండవులను పరాక్రమంతో సంహరించుదాం. ఎందుకంటే పాండవులు సామదాన భేదోపాయాలతో లొంగరు. ఆ వీరులను కేవలం వీరత్వంతోనే (దండోపాయంతోనే) సంహరించాలి" అని తన అభిప్రాయం చెప్పాడు. ధృతరాష్ట్రుడు "నాయనా! కర్ణా! నీవు శస్త్రాస్త్రకుశలుడివే. నీతి కోవిదుడవు కూడా, నీవు చెప్పినది నీకు అనురూపమైనదే, కాని నా ఉద్దేశ్యం ఏమంటే, ఆచార్య ద్రోణుడు, భీష్మపితామహుడు, విదురుడు, మీరిద్దరు అందరూ కలిసి కూర్చుని ఆలోచించండి. చివరకు అందరికి సుఖం కలిగేలా ఒక ఉపాయాన్ని చూడండి" అన్నాడు.

ధృతరాష్ట్రుడు భీష్మపితామహుడు మొదలైన వారిని పిలిపించాడు. అందరూ రహస్యస్థావరంలో కూర్చుని చర్చింపసాగారు. భీష్ముడు అన్నాడు "నాకు పాండవులతో విరోధం పెట్టుకోవడం ఇష్టంలేదు. పాండు పుత్రులు - ధృతరాష్ట్ర పుత్రులు నాకు ఒకలాంటివారే. నేను ఇరువురిని ఒక్కలాగే ప్రేమిస్తాను. పాండవులను రక్షించడం నాకెలా ధర్మమో మీకు కూడా అలాగే. పాండవులతో కలహమాడడం నేను సమర్థించను. మీరు వారితో కలిసి మెలిసి తిరగండి. వారి అర్ధరాజ్యం వారికివ్వండి, మీరు ఈ రాజ్యాన్ని మీ తండ్రి తాతలది అని ఎలా అనుకుంటున్నారో వారికి అలాగే వారి తండ్రి తాతలదీను. దుర్యోధనా! ఈ రాజ్యం పాండవులకు లభించకపోతే, నీవుగాని భరతవంశంలోని ఏ వ్యక్తిగాని ఆ రాజ్యానికి వారసులమని ఎలా చెప్పుకుంటారు? నీవు ఇప్పటికే రాజుగా ఉన్నావు - ఇది ధర్మవిరుద్ధం. నీకంటె ముందే వారు రాజ్యాధికారులు. నీవు నవ్వుతూ ఆనందంగా వారి రాజ్యం వారికివ్వాలి. ఇందులోనే నీకూ లోకులందరికీ మేలు. వేరేవిధంగా లేదు. నీవు నీ శిరసుమీద కళంక చిహ్నాన్ని ఎందుకు తగిలించుకుంటావు? కుంతి, పంచపాండవులు కాలిపోయారని విన్నప్పటినుండి నా కళ్లముందు చీకట్లు వ్యాపించాయి. వారిని తగలపెట్టిన పాపం నీమీద ఉన్నంతగా పురోచనుని మీద లేదు. ఇప్పుడు పాండవులు బ్రతికి, వారితో కలిసి ఉండడం వలన ఆ అపకీర్తి నశించిపోగలదు. పాండవులు జీవించి ఉండగా, స్వయంగా ఇంద్రుడు కూడా వారిని వారి రాజ్యం నుండి వంచించలేడు. వారు బుద్ధిమంతులు, ధర్మాత్ములు, పరస్పరం కలిసిమెలిసి ఉంటారు. నీవు ఇంతవరకు వారిని రాజ్యం నుండి దూరంగా ఉంచడానికి చేసిన ప్రయత్నాలన్నీ అధర్మం. ధృతరాష్ట్రా! నేను నీకు స్పష్టంగా నా సమ్మతిని చెప్తున్నాను. ధర్మం మీద నీకు వీసమెత్తయినా ప్రేమ ఉంటే, నాకు ఇష్టమైనది నీకు శుభమైనది చేయాలనుకుంటే పాండవుల యొక్క అర్ధరాజ్యం వారికి తిరిగి ఇవ్వు".

ద్రోణాచార్యుడు తన అభిప్రాయాన్ని ఇలా తెలియచేశాడు – "ధృతరాష్ట్రా! ఎవరైనా సలహా అడిగితే ధర్మం, అర్థం, కీర్తి, వృద్ధి పొందే అభిప్రాయాన్ని చెప్పడం మిత్రధర్మం. నేను భీష్ముని అభిప్రాయాన్నే ఇష్టపడుతున్నాను. సనాతనధర్మం ప్రకారం పాండవులకు అర్ధరాజ్యం ఇవ్వడమే సరియైనదని నేను భావిస్తున్నాను. మీరు ఎవరైనా ఒక వ్యక్తిని ప్రియంగా మాట్లాడేవాడిని ద్రుపదుని వద్దకు పంపండి. అతడు పాండవులకు, నవవధువు ద్రౌపదికి అనేకరకాల రత్నాలు, వస్తుసామగ్రి తీసుకువెళ్లాలి. ద్రుపదునితో "మహారాజా! మీ పవిత్ర వంశంతో సంబంధం కుదిరిన కారణంగా కురువంశానికి, ధృతరాష్ట్రునకు, దుర్యోధనునికి చాలా ఆనందం కలిగింది. ఇది తమ వంశానికి గౌరవానికి పెంపుదల అనుకుంటున్నారు" అని చెప్పాలి. తరువాత అతడు కుంతిని, పాండవులను ఓదార్చి బుజ్జగించి నచ్చచెప్పాలి. వారి మనసులో మీ మీద విశ్వాసం కుదిరినపుడు, వారు శాంతించినపుడు వారి ఎదుట ఇక్కడకు వచ్చే ప్రస్తావన తేవాలి. ద్రుపదుని వైపునుండి అనుమతి లభించిన తరువాత దుశ్శాసనుడు వికర్ణుడు సైన్యంతో సామంతులతో సహితంగా వెళ్లి గౌరవంగా ద్రౌపదిని, పాండవులను తీసుకురావాలి. వారికి వారి పైతృకమైన రాజ్యాన్ని ఇవ్వాలి. ప్రజలందరూ ఇలాగే కోరుకుంటున్నారు. కాబట్టి వారిని ఆదరిస్తే ప్రజలంతా మీ పట్ల ప్రసన్నులవుతారు. ఈ రీతిగా నేను స్పష్టంగా భీష్ముని అభిప్రాయాన్ని ఆమోదిస్తున్నాను. మీకు మేలు చేసే సలహాను ఇస్తున్నాను. ఇలా చేయడంలోనే మీ వంశానికి మేలు జరుగుతుంది"

భీష్మపితామహుని, ద్రోణాచార్యుని మాటలువిన్న కర్ణుడు మండి పడ్డాడు. అతడన్నాడు – "మహారాజా! పితామహుడైన భీష్ముడు, ఆచార్యుడు ద్రోణుడు మీ వల్ల అన్నిరకాలుగా గౌరవం, ఆదరం పొందారు. మీరు తరచుగా వీరివల్ల మీ హితం కోసం సలహాలు తీసుకుంటూనే ఉంటారు. ఆ భగవంతుడు మీ అదృష్టంలో రాజ్యం రాసిపెట్టి ఉంటే లోకమంతా శత్రువైనా దానిని మీ చేతుల నుండి లాగుకోలేదు. ఎవరైనా తమ మనసులలోని భావాలను దాచిపెట్టి దురభిప్రాయంతో చెడుని మంచిగా చెప్పినా తెలివైన పురుషుడు వారు చెప్పినదానిని అంగీకరించకూడదు. మీరు స్వయంగా తెలివైనవారు, మంత్రుల సలహాలు మంచివైనా సరే చెడువైనా సరే అంతిమ నిర్ణయం మీరు స్వయంగా చేయండి. ఎందుకంటే మీ మంచి చెడులు మీరు బాగా ఎరుగుదురు"ఇలా అనగానే ద్రోణుడు " కర్ణా! నేను నీ దుర్మార్గం గమనిస్తున్నాను. నీ మనసంతా దుర్భావంతో నిండిపోయింది. నీవు పాండవులకు కీడు తలపెట్టడానికి మేము చెప్పిన సలహాను అనిష్టమైనదిగా చెప్తున్నావు. నేను నాకు తెలిసినంతవరకు కురువంశానికి రక్షణ, మేలు కలిగే మాటలు చెప్పాను. మా సలహా వలన కురువంశానికి కీడు కలుగుతున్నట్లు కనిపిస్తే మేలు కలిగించేదేదో అదే చెప్పు. నేను చెప్పనే చెప్పాను- మా సలహా పాటించకపోతే తొందరలోనే కురువంశం నాశనమవుతుంది " అన్నాడు.

విదురుడు అన్నాడు – "మహారాజా! మీకు మేలు కలిగే మాటలు చెప్పడం హితైషుల బంధువర్గాల కర్తవ్యం. కాని మీరు ఎవరి మాటలు వినడానికి కూడా ఇష్టపడడం లేదు. అందుకే వారి మాటలను మనసుకెక్కించుకోవడం లేదు. పితామహుడు భీష్ముడు, ఆచార్యద్రోణుడు అత్యంతమూ ప్రియమైన హితకరమైన మాటలు చెప్పారు కాని మీరు ఇప్పుడూ వాటినెక్కడ స్వీకరించారు? నేను ఎంతో ఆలోచించిన మీదట భీష్మద్రోణులను మించిన మిత్రులు మీకు లేరని గమనించాను. ఈ ఇద్దరు మహాపురుషులు స్థాయి, బుద్ధి, శాస్త్రజ్ఞానం మొదలైన అన్ని విషయాలలో అందరికంటె హెచ్చు. వీరికి మీ పట్ల పాండుపుత్రుల పట్ల సమానమైన వాత్సల్యభావం ఉంది. సవ్యసాచి అయిన అర్జునుని స్వయంగా ఆ ఇంద్రుడే యుద్ధంలో ఓడించలేడంటే ఇక ఇతరుల సంగతి చెప్పేదేముంది? నాగాయుత బలుడైన మహాభుజుడు భీమసేనుని దేవతలు కూడా యుద్ధంలో ఎలా జయించగలుగుతారు? రణదుర్మదులైన నకుల సహదేవులను, ధైర్యం, క్షమ, దయ, సత్యం, పరాక్రమం – మూర్తీభవించి ఉన్న ధర్మరాజు యుధిష్ఠిరుని యుద్ధంలో ఓడించడం ఎలా సాధ్యం? పాండవుల పక్షంలో స్వయంగా బలరాముడు, సాత్యకి ఉన్నారని మీరు గ్రహించి తీరాలి. శ్రీకృష్ణభగవానుడు వారికి సలహాలను ఇస్తూ ఉంటాడు. బలవంతులు , అసంఖ్యాకులు అయిన యదువంశీయులు వారికోసం ప్రాణాలను పణంగా పెట్టడానికి సిద్ధంగా ఉన్నారు. యుద్ధమే కనుక జరిగితే పాండవుల విజయం తథ్యం. ఒకవేళ మీ పక్షం కూడా బలహీనమైనదేమీ కాదని అనుకున్నా కలిసిమెలిసి ఉండడం వలన సాధ్యమయ్యే పనిని కలహాలు కయ్యాలవలన సందేహాస్పదం చేసుకోవడం ఎక్కడి బుద్ధి మంతుల లక్షణం? పాండవులు జీవించి ఉన్నారని తెలిసినప్పటినుండి నాగరికులు, అనాగరికులు కూడా వారిని దర్శించడానికి ఉత్సుకులై ఉన్నారు. ఈ సమయంలో పాండవులకు విరుద్ధంగా ఏపని తలపెట్టినా

రాజ్యంలో విప్లవం చెలరేగుతుంది. ముందు మీరు ప్రజలను ప్రసన్నం చేసుకోండి. దుర్యోధనుడు, కర్ణుడు, శకుని అధర్మపరులు. దుష్టులు. వీరి బుద్ధి ఇంకా వికసించలేదు. వీరి మాటలు పాటించకండి మీకు నేను ముందే సూచించాను దుర్యోధనుని వలన సమస్త ప్రజాక్షయం జరుగుతుందని"

ధృతరాష్ట్రుడు చివరికి- "విదురుడు, భీష్మపితామహుడు, ఆచార్యద్రోణుడు చాలా బుద్ధిమంతులు ఋషితుల్యులు వారు ఇచ్చిన సలహా నా మేలుకోసమే. మీరు చెప్పినది కూడా నేను అంగీకరిస్తాను. యుధిష్ఠిరుడు మొదలైన పంచపాండవులు పాండురాజుకు ఎలా పుత్రులో నాకూ అలాగే. నా పుత్రులకు లాగే రాజ్యం మీద వారికీ అధికారం ఉంది. మీరు పాంచాల దేశానికి వెళ్లి ద్రుపదుని అనుమతితో కుంతీ ద్రౌపదులను పాండవులను గౌరవపూర్వకంగా ఇక్కడకు తీసుకురండి" అని అన్నాడు. ధృతరాష్ట్రుని ఆజ్ఞపై విదురుడు ద్రుపదుని రాజధానికి బయలుదేరాడు.

విదురుడు పాండవులను హస్తినాపురికి తీసి కొనివచ్చుట - పాండవులు ఇంద్రప్రస్థమున రాజ్యము చేయుట

వైశంపాయనుడు చెప్తున్నాడు - "జనమేజయా! విదురుడు రథారూఢుడై పాండవుల దగ్గరకు ద్రుపదుని రాజధానికి వెళ్లాడు. అతడు ద్రుపదుడు, పాండవులు, ద్రౌపది కోసం రకరకాల రత్నాలు, కానుకలు తీసుకువెళ్లాడు. రాజమర్యాదను అనుసరించి మొదట ద్రుపదుని కలుసుకున్నాడు. అతడు విదురుని చక్కగా సత్కరించాడు. కుశల ప్రశ్నల అనంతరం శ్రీకృష్ణుని పాండవులను విదురుడు కలుసుకున్నాడు. వారందరూ ఎంతో గౌరవంతో విదురునికి ఎదుర్కోలు ఇచ్చారు. విదురుడు ధృతరాష్ట్రుని పక్షాన పాండవుల యొక్క కుశలం గురించి శుభం గురించి పదే పదే అడిగాడు. అందరికీ తాను తెచ్చిన కానుకలను సమర్పించాడు. తగిన సమయం చూసుకొని, శ్రీకృష్ణుడు పాండవులు అందరూ ఉండగానే ద్రుపదునితో "మహారాజా! మీరు దయచేసి నా ప్రార్థన మన్నించండి. ధృతరాష్ట్ర మహారాజు కొడుకులతో మంత్రులతో పాటు మీ కుశలాన్ని గూర్చి అడిగారు. మీతో వివాహ బంధం ఏర్పడడం వారికి చాలా ఆనందం కలిగించింది. భీష్మపితామహుడు, ద్రోణాచార్యుల వారు కూడా మీ కుశలం గూర్చి తెలుసుకోవాలని చాలా ఉత్సుకతను చూపుతున్నారు. ఈ సమయంలో వారికి కలిగిన ఆనందం రాజ్యప్రాప్తి చేత కూడా కలిగి ఉండదు. ఇక పాండవులను హస్తినాపురికి పంపే ఏర్పాట్లను చేయించండి. కురువంశీయులందరూ పాండవులను చూడాలని చాలా ఉత్సుకులై ఉన్నారు. కురుకుల స్త్రీలు కొత్తకోడలు ద్రౌపదిని చూడాలని తహ తహలాడుతున్నారు. పాండవులు కూడా తమ రాజ్యం వదిలిపెట్టి చాలా కాలం అయింది. వారుకూడా అక్కడికి రావడానికి త్వరపడుతూ ఉండవచ్చును. కనుక ఇప్పుడు వారికి మీరు అక్కడికి రావడానికి అనుమతిని ఈయవలసినది. మీరు అనుమతించిన వెంటనే నేను అక్కడికి "పాండవులు తమ తల్లి కుంతితోను నూతన వధువు ద్రౌపదితోను ఆనందంగా హస్తినాపురానికి బయలుదేరుతున్నారని" సందేశం పంపిస్తాను అని నివేదించాడు.

ద్రుపదుడు మహాత్మా! మీరు చెప్పినది బాగున్నది. కురువంశంతో సంబంధం కలుపుకోవడం వలన నాకూ తక్కువ ఆనందమేమీ కలగలేదు. పాండవులు తమ రాజధానికి వెళ్లడం ఉచితమే. కాని ఈ సంగతి నా నోటితో నేను చెప్పలేను. వెళ్లమని చెప్పడం నాకు భావ్యం కాదు కదా!" అన్నాడు. యుధిష్ఠిరుడు "మహారాజా! మేము మా అనుచరులతో సహా మీ అధీనంలోని వారమే. మీరు ఆనందంగా ఏది ఆజ్ఞాపిస్తే అది చేస్తాం" అన్నాడు. శ్రీకృష్ణుడు "నా ఉద్దేశ్యంలో పాండవులు ఇప్పుడు హస్తినాపురానికి వెళ్లాలి. అలాగే ద్రుపద మహారాజు సమస్త ధర్మరహస్యాలు తెలిసినవాడు. అతడు ఎలా చెప్తే అలా చేయాలి" అన్నాడు. ద్రుపదుడు "పురుషోత్తముడయిన శ్రీకృష్ణ భగవానుడు దేశ కాలపరిస్థితులను ఆలోచించి చెప్పినది నాకు కూడా సరియైనదిగానే కనిపిస్తోంది. నేను ప్రేమించినంతగా పాండవులను శ్రీకృష్ణుడు కూడా ప్రేమిస్తున్నాడు. పాండవులను గురించి శుభచింతన వారికంటే అతనికే ఎక్కువ" అన్నాడు.

ఈ రీతిగా ఆలోచించి పాండవులు ద్రుపదుని వద్ద సెలవు తీసుకున్నారు. శ్రీకృష్ణుడు, విదురుడు, కుంతి, ద్రౌపది వీరందరితో కలిసి వారు హస్తినాపురానికి చేరుకున్నారు. మార్గమధ్యంలో వారికెటువంటి కష్టమూ కలుగలేదు. వీరులైన పాండవులు వస్తున్నారనే వార్త తెలియగానే ధృతరాష్ట్రుడు వారికి ఎదురేగి స్వాగతం చెప్పడానికి వికర్ణుడు, చిత్రసేనుడు, ఇంకా ఇతర కౌరవులను పంపాడు. ద్రోణాచార్యులు, కృపాచార్యులు కూడా వెళ్లారు. ప్రజలందరూ నగర సమీపంలోనే వారిని కలుసుకున్నారు. వారందరితో కలిసి పాండవులు హస్తినాపురంలోకి ప్రవేశించారు. పాండవులను దర్శించడానికి నగరవాసులు అందరూ కెరటంలా

విరుచుకుపడ్డారు. వారిని చూడగానే ప్రజల శోకవిచారాలు దూరమయ్యాయి. ప్రజలు తమలో తాము పాండవులను గుర్చి ప్రశంసిస్తూ "మనం చేసిన దానాలు, హోమాలు, తపాలు మొదలైన పుణ్యకర్మలు ఏ కొద్దిగా ఉన్నా, పాండవులు జీవితాంతం ఈ నగరంలోనే ఉంటారు" అని అనుకోసాగారు.

పాండవులు రాజసభకు వెళ్లి ధృతరాష్ట్ర మహారాజుకు, భీష్మపితామహునికి, పూజ్యులైన పెద్దలందరికీ పాదాలకు నమస్కరించారు. వారి అనుమతితో భోజనం చేసి విశ్రమించాక మళ్లీ పిలుపు అందుకుని రాజసభలో ప్రవేశించారు. ధృతరాష్ట్రుడు "యుధిష్ఠిరా! నీవు నీ తమ్ముళ్లతో కలిసి నేను చెప్పేది జాగ్రత్తగా విను. ఇకపై నీకు నీ తమ్ముళ్లకు దుర్యోధనుడు మొదలైనవారితో ఎటువంటి కలహాలు మనస్పర్థలు రాకూడదు. అందుకని అర్ధరాజ్యం తీసుకుని ఖాండవ ప్రస్థంలో మీ రాజధానిని ఏర్పాటు చేసుకుని అక్కడే నివసించండి. ఇంద్రుడు దేవతలను రక్షించినట్లుగా అర్జునుడు మిమ్మల్ని అందరినీ రక్షిస్తాడు కాబట్టి అక్కడ మీకు ఎవరివలన ఎటువంటి భయమూ ఉండదు" అని చెప్పాడు. పాండవులు అందుకు అంగీకరించి, అతని పాదాలకు నమస్కరించి ఖాండవ ప్రస్థంలోనే ఉండసాగారు.

వ్యాసుడు మొదలైన మహర్షులు ఒక శుభముహూర్తంలో భూమికి కొలతలు వేసి, శాస్త్రవిధిని అనుసరించి రాజభవన నిర్మాణానికి పునాదులు వేయించారు. కొద్దిరోజులలోనే అది సిద్ధమై స్వర్గంతో సమానంగా కనపడసాగింది. ఆ విధంగా నిర్మింపబడిన తన నగరానికి యుధిష్ఠిరుడు ఇంద్రప్రస్థమని పేరు పెట్టాడు. నగరానికి నలువైపులా సముద్రంలా లోతైన కందకాలు, ఆకాశాన్ని అంటే కోటగోడలు నిర్మింపబడ్డాయి. పెద్దపెద్ద ద్వారాలు, ఎత్తయిన మందిరాలు, గోపురాలు దూరానికే కనపడసాగాయి. అక్కడక్కడ అస్త్ర విద్యలు నేర్పే తాలింఖానాలు నిర్మింపబడ్డాయి. రక్షణకు చాలా గట్టి ఏర్పాటు చేయబడింది. బల్లెములు, తుపాకులు, బాణాలు - ఇతర యుద్ధ సంబంధమైన యంత్రాలు అక్కడక్కడ నిర్మించారు. బాటలు వెడల్పుగా, తిన్నగా, శుభ్రంగా ఉన్నాయి. దైవికమైన విపత్తులకోసం కూడా ఉపాయాలు ఏర్పాటు చేయబడ్డాయి. అమరావతిలాగే ఇంద్రప్రస్థనగరం కూడా అందమైన భవనాలతో శోభిల్లుతోంది. నగర నిర్మాణం పూర్తికాగానే బహుభాషా కోవిదులైన బ్రాహ్మణులు, వైశ్యులు, శ్రేష్ఠిజనము, వృత్తిపనివారు, ఇంకా గుణవంతులందరూ ఎక్కడెక్కడి వారువచ్చి నివసించసాగారు. పెద్దపెద్ద ఉద్యానవనాలు, తోటలు పచ్చగా పూలుపళ్లతో నిండిన చెట్లతో నిండి ఉన్నాయి. ఒకచోట మదించిన నెమళ్లు నాట్యం చేస్తున్నాయి. పక్షుల కలకూజితాలు మనోహరంగా ఉన్నాయి. రకరకాల అద్దాల మేడలు, లతానికుంజాలు, చిత్రశాలలు, కృత్రిమ పర్వతాలు, కృత్రిమ సరస్సులు, ధారాయంత్రాలు అక్కడక్కడ శోభాయమానంగా కనిపిస్తున్నాయి. తెల్లని, ఎఱ్ఱని, నల్లని, పచ్చని పద్మాల సుగంధం వ్యాపిస్తోంది. నగర నిర్మాణం చూసి, ప్రజల ఉత్తమత్వం చూసి పాండవులకు చాలా ఆనందం కలిగింది. వారికి అర్ధరాజ్యం లభించింది. నగర నిర్మాణం జరిగింది. దినదినానికీ వృద్ధి కలుగసాగింది. పాండవులు నిరాటంకంగా రాజ్యాన్ని అనుభవిస్తూండగా శ్రీకృష్ణుడు, బలరాముడు, వారి అనుమతి తీసుకుని ద్వారకకు వెళ్లిపోయారు.

నారదుని రాక - సుందోపసుందుల కథ

వైశంపాయనుని జనమేజయుడు "మహర్షీ! ఇంద్రప్రస్థాన్ని రాజ్యంగా పొందాక పాండవులు ఏమేమి చేశారు? వారి ధర్మపత్ని ద్రౌపది వారిపట్ల ఎలా వ్యహరించేది? వారు ఒకే భార్య యందు ఆసక్తులై ఉన్నా పరస్పరం వైమనస్యం, విరోధం లేకుండా ఎలా ఉండగలిగారు? వారి కథ యావత్తూ వినాలని ఉంది. దయచేసి చెప్పండి" అని అడిగాడు.

వైశంపాయనుడు చెప్పసాగాడు "జనమేజయా! సత్యవాది మహాతేజస్వి అయిన యుధిష్ఠిరుడు తన భార్య ద్రౌపదితో కలిసి ఇంద్రప్రస్థంలో సుఖంగా జీవిస్తూ తన తమ్ముల సహాయంతో చక్కగా రాజ్యపరిపాలన చేయసాగాడు. శత్రువులు అందరూ అతనికి వశులైనారు. సదాచారపాలనం వలన ఆనందంగా ఉంటున్నాడు. ఒకరోజున పాండవులు అందరూ రాజసభలో బహుమూల్యమైన ఆసనాల మీద కూర్చొని రాజకార్యాలు చూస్తున్నారు. ఆ సమయంలో స్వేచ్ఛాచారి అయిన దేవర్షి నారదుడు అక్కడికి వచ్చాడు. యుధిష్ఠిరుడు తన ఆసనం నుండి లేచి అతనికి స్వాగతం చెప్పి, ఒక ఉన్నతాసనం మీద కూర్చోబెట్టాడు. అతనిని అర్ఘ్యపాద్యాదులతో శాస్త్రోక్తంగా పూజించాడు. యుధిష్ఠిరుడు చాలా వినయంగా తన రాజ్యంలోని అన్ని సంగతులను అతనికి నివేదించాడు. నారదుడు అతని గౌరవపూర్వకమైన పూజను అంగీకరించి, అతనిని కూర్చోమని ఆజ్ఞాపించాడు. ద్రౌపదికి దేవర్షి నారదుని ఆగమనం గురించి వర్తమానం పంపారు. గుణవతి సాధ్వి అయిన ద్రౌపది పవిత్ర భావంతో

శ్రద్ధతో దేవర్షి నారదుని దగ్గరకు వచ్చి నమస్కరించి, మిక్కిలి వినయంగా చేతులు జోడించి నిలుచుంది. నారదుడు ఆమెను ఆశీర్వదించి రాణివాసానికి వెళ్లమని అనుమతి ఇచ్చాడు.

ద్రౌపది వెళ్లిన తరువాత నారదుడు పాండవులను ఏకాంతంగా పిలిపించి "పాండవవీరులారా! పేరుకెక్కిన ద్రౌపది మీకందరకు ఒకే ఒక ధర్మపత్ని కాబట్టి మీలో మీకు ఏవిధమైన పోట్లాటలు - దెబ్బలాటలు రాకూడదంటే మీరు ఏదో ఒక నియమం చేసుకోవాలి. పూర్వం అసురవంశంలో సుందోపసుందులనే ఇద్దరన్నదమ్ములు ఉండేవారు. వారిద్దరి మధ్య ఎంత సఖ్యం ఉండేదంటే, వారిమీద ఎవరూ దాడి చేయలేక పోయేవారు. వారు కలిసే రాజ్యం చేసేవారు. కలిసే నిద్రపోయేవారు, కలిసే మేలుకొనేవారు, కలిసే తిని త్రాగేవారు. కాని వారు ఇద్దరు తిలోత్తమ అనే ఒక స్త్రీ మీద వ్యామోహపడ్డారు. ఒకరినొకరు చంపుకున్నారు. కాబట్టి మీ మధ్య ఉండే కలిసికట్టుతనం, అనురాగం ఎప్పుడూ తగ్గకుండా ఉండేలా, ఎప్పుడూ మీ మధ్య విడిపోవడం అనేది జరగకుండా ఉండేలా ఒక నియమం చేసుకోవాలి." అనిచెప్పాడు.

యుధిష్ఠిరుడు విస్తారంగా చెప్పమని అడగడంతో నారదుడు సుందోపసుందుల కథ చెప్పడం ప్రారంభించాడు. "హిరణ్యకశిపుని వంశంలో నికుంభుడనే పేరుగల మహాబలవంతుడు, ప్రతాపవంతుడు అయిన ఒక దైత్యుడు ఉండేవాడు. అతనికి సుందోపసుందులు అనే ఇద్దరు కొడుకులున్నారు. ఇద్దరూ చాలా బలవంతులు, పరాక్రమవంతులు, క్రూరులు, దైత్యులకు నాయకులు. వారి భావాలు, పనులు, సుఖాలు, దుఃఖాలు ఒకే రకంగా ఉండేవి. ఒకరు లేకుండా మరొకరు ఎక్కడికీ వెళ్లేవారు కారు, ఏమీ తినేవారు తాగేవారు కాదు. ఇంతెందుకు? వారికి శరీరాలు రెండు కాని ప్రాణం ఒక్కటే. ఇద్దరూ ఒక్కలాగే పెరగసాగారు. ఇద్దరూ ముల్లోకాలను జయించాలనే కోరికతో శాస్త్రోక్తంగా దీక్ష తీసుకుని వింధ్యపర్వతం మీద తపస్సు చేయడం ప్రారంభించారు. వారు ఆకలిదప్పులు సహిస్తూ జటావల్కలధారులై కేవలం గాలి పీలుస్తూ తపస్సు చేస్తున్నారు. వారి శరీరం మీద మట్టిపొరలు పేరుకున్నాయి. కేవలం అంగుష్ఠం మీద నిలబడి, రెండు చేతులు పైకెత్తి సూర్యునికేసి తదేకంగా చూస్తూ ఉండేవారు. చాలారోజులు ఇలా వారు చేసిన తపస్సుతో వింధ్య పర్వతం ప్రభావితమయింది. వారి తపస్సుకు ఫలంగా బ్రహ్మ ప్రత్యక్షమై వరం కోరుకోమన్నాడు. సుందోపసుందులు బ్రహ్మను చూచి చేతులు జోడించి "ప్రభూ ! మీరు మా తపస్సును మెచ్చుకుని వరం ఇవ్వాలనుకుంటే దయచేసి మేమిద్దరం గొప్ప మాయావులం, అస్త్రశస్త్రవిశారదులం, కామరూపధారులం, బలవంతులం, మరణం లేనివారం - అయ్యేలా అనుగ్రహించండి" అని వేడుకొన్నారు. బ్రహ్మ "అమరత్వం దేవతలకే విశేషం. మీ తపస్సుకు ఆ ఫలితమే ఉండదు. కాబట్టి అమరత్వం బదులుగా మీరేది అడిగితే అది ప్రాప్తిస్తుంది" అన్నాడు. ఆ ఇద్దరన్నదమ్ములు "పితామహ! అలా అయితే మేమిద్దరం ప్రపంచంలోని ఏ ప్రాణిచేతగాని, పదార్థం చేతగాని మరణించకూడదు. ఎప్పుడయినా మరణం అంటూ సంభవిస్తే అది ఒకరిచేతిలో ఒకరికి మాత్రమే జరగాలి" అని కోరుకున్నారు. బ్రహ్మవారికి ఆ వరం ఇచ్చి సత్యలోకానికి వెళ్లిపోయాడు. వారిద్దరూ వరం పొంది ఇంటికి తిరిగి వచ్చారు.

సుందోపసుందుల బంధుల బాంధవుల ఆనందానికి మేరలేదు. సోదరులిద్దరూ అలంకరించుకుని ఉత్సవం జరుపుకున్నారు. వారి నగరం అంతా "తిను తాగు అనుభవించు" అనే నినాదాలతో హోరెత్తిపోయింది. నగరంలో ఇంటింటా ఇలా ఉత్సవాలు జరుగుతూండగా సుందోపసుందులు వృద్ధులైన పెద్దల సలహాతో దిగ్విజయానికి బయలుదేరారు. వారు ఇంద్రలోకంతోపాటు యక్షరాక్షస నాగమ్లేచ్ఛాదులు అందరిని జయించి సమస్త పృథివిని వశపరచుకొన్నారు. వారి ఆజ్ఞమేరకు అసురగణాలు వెదికి వెదికి బ్రహ్మర్షి రాజర్షులను నాశనం చేయసాగాయి. బ్రాహ్మణుల అగ్నిహోత్రాన్ని నీళ్లల్లోకి విసిరివేశారు. తాపసుల ఆశ్రమాలను పీకివేశారు. అందులో పగిలిపోయిన కమండలువులు, స్రుక్కువాలు, కలశాలు మాత్రమే దర్శనమిస్తున్నాయి. ఋషులు దుర్గమస్థానాలకు వెళ్లి దాగుకొంటూంటే ఇద్దరన్నదమ్ములు ఏనుగులు, సింహాలు, పులులుగా మారి వారిని సంహరించసాగారు. బ్రాహ్మణ క్షత్రియుల సర్వనాశనం జరిగింది. యజ్ఞాలు, స్వాధ్యాయాలు, ఉత్సవాలు ఆగిపోవడంతో నాలుగు వైపుల హాహాకారాలు చెలరేగాయి. అంగడులలో క్రయవిక్రయాలు ఆగిపోయాయి. సంస్కారాలు లుప్తమయ్యాయి. భూమి అంతా ఎముకల పోగులతో భయంకరంగా మారిపోయింది.

ఈ భయంకరమైన హత్యాకాండ చూచి జితేంద్రియులైన ఋషులు మునులు మహాత్ములు చాలా బాధపడ్డారు. అందరూ కలిసి బ్రహ్మలోకానికి వెళ్లారు. ఆ సమయంలో బ్రహ్మ దగ్గర మహాదేవుడు, ఇంద్రుడు, అగ్ని, వాయువు, సూర్యుడు,

చంద్రుడు మొదలైన దేవతలు, వైఖానసులు, వాలఖిల్యులు మొదలైనవారందరూ ఉన్నారు. మహర్షులు, దేవతలు అందరూ మిక్కిలి వినయంతో బ్రహ్మకు ఎదురుగా నిలిచి సుందోపసుందులు ప్రజలను ఎలా బాధపెడుతున్నారో, వారు ఎంతటి క్రూరకృత్యాలు చేస్తున్నారో నివేదించారు. బ్రహ్మ ఒక్క క్షణకాలం ఆలోచించి విశ్వకర్మను పిలిచి సర్వులకు మోహాన్ని కలిగించే ఒక అతిలోకసుందరి అయిన స్త్రీని సృష్టించమని చెప్పాడు. విశ్వకర్మ బాగా ఆలోచించి త్రిలోకసుందరి అయిన ఒక అప్సరసను సృష్టించాడు. లోకంలోని శ్రేష్ఠమైన వస్తువులలోని తిలప్రమాణం గల అంశలను తీసుకుని ఆమె యొక్క ఒక్కొక్క అంగాన్ని నిర్మించాడు. కనుక బ్రహ్మ ఆ సుందరికి 'తిలోత్తమ' అని పేరు పెట్టాడు. తిలోత్తమ బ్రహ్మ ఎదుట చేతులు జోడించి నిలిచి "దేవా! ఏమి ఆజ్ఞ" అని అడిగింది. బ్రహ్మదేవుడు "తిలోత్తమా! నీవు సుందోపసుందుల దగ్గరకు వెళ్లు. వారిని నీ అందంతో మైమరిపించు. నీ అందం, నేర్పు చూపి, వారిలో వారికి విరోధం పుట్టే ఉపాయం చూడు" అని చెప్పాడు. తిలోత్తమ బ్రహ్మ ఆజ్ఞను తలదాల్చి అతనికి నమస్కరించి , దేవతలకు అందరకు ప్రదక్షిణం చేసింది. ఆమె అతిశయ రూపలావణ్యాలు చూసి దేవతలు, ఋషులు అందరూ ఇక కార్యం సఫలం కావడానికి ఎక్కువ సమయం పట్టదని భావించారు.

ఇటు ఆ ఇద్దరు దైత్యులు భూమినంతటిని జయించి నిశ్చింతగా నిష్కంటకంగా రాజ్యపాలన చేస్తున్నారు. వారిని ఎదిరించే వారు ఎవరూ లేకపోవడంతో వారు సోమరులు, విలాసులు అయిపోయారు. ఒకసారి వారిద్దరూ వింధ్య పర్వతసానువులలో వివిధ వర్ణ శోభితమైన పూలతో పరిమళ భరితమైన లతల వృక్షాల పంక్తుల నడుమ ఆ పరిమళాలను ఆఘ్రాణిస్తూ ఆనందిస్తూ ఉన్నారు. అదే సమయంలో తిలోత్తమ వయ్యారాలు పోతూ కర్ణికార పుష్పాలు కోస్తూ వారి ఎదుటకు వచ్చింది. వారిద్దరూ మధువు క్రోలి మత్తిల్లి ఉన్నారు. వారు కళ్లు పైకెత్తి చూచారు. తిలోత్తమను చూడగానే వారు కామ మోహితులై, వెంటనే లేచి ఆమెను సమీపించారు. వారింకేమీ ఆలోచించకుండా కామాంధులై ఆమె చేయి పట్టుకొన్నారు. వారిద్దరూ శరీర బలంలో కాని, ధనంలోకాని, మత్తులోకాని, ఉన్మాదంలో కాని ఒకరికొకరు తీసిపోరు, కాబట్టి కామాతురులై తమలో తాము తగవులాడుకోసాగారు. సుందుడు ఆమె తన భార్య అని, కనుక వదిన అవుతుందని అన్నాడు. ఉపసుందుడు ఆమె తన భార్య అని కనుక అతనికి మరదలితో సమానమని అన్నాడు. ఇద్దరూ ఎవరి మాట మీద వారు గట్టిగా నిలిచి ఆమె నీది కాదునాది అని అంటూ దెబ్బలాడుకోసాగారు. క్రోధావేశంలో వారు తమ స్నేహాన్ని ఆత్మీయతను మరిచిపోయారు. ఆమె చేయి ముందు నేను పట్టుకున్నానంటే నేను పట్టుకున్నానని అంటూ గదలు ఎత్తి కలియబడ్డారు. రక్తంతో ఇద్దరి శరీరాలు తడిసిపోయాయి. కొద్దిక్షణాలలోనే ఆ ఇద్దరు భయంకర రాక్షసులు నేలకొరిగిపోయారు. వారి ఆ అవస్థ చూచిన వారి అనుచరులైన స్త్రీ పురుషులు, పాతాళలోకానికి పారిపోయారు. దేవతలు, మహర్షులు, స్వయంగా బ్రహ్మకూడా తిలోత్తమను కొనియాడారు. ఏ మానవుని దృష్టి కూడా ఎక్కువసేపు ఆమె మీద నిలువజాలదని ఆమెకు వరమిచ్చారు. ఇంద్రునికి రాజ్యం లభించింది. లోకం అంతా కుదుట పడింది. బ్రహ్మ తన లోకానికి వెళ్లిపోయాడు.

ఈ కథ చెప్పి నారదుడు "పాండునందనా! సుందోపసుందులు పరస్పరం బాగా కలిసిమెలిసి శరీరాలు వేరైనా ప్రాణం ఒక్కటిగా ఉండేవారు. అయినా ఒక స్త్రీ వారి మధ్య విరోధానికి, సర్వనాశనానికి కారణమయింది. నాకు మీ పట్ల అత్యంత వాత్సల్యం అనురాగం ఉంది. కాబట్టి ద్రౌపది కారణంగా మీ మధ్య దెబ్బలాటలకు ఏ అవకాశం రాకుండేలా ఒక నియమం ఏర్పరచుకోమని నేను మీకు చెప్తున్నాను" అన్నాడు. నారదుని మాటలను పాండవులు ఒప్పుకున్నారు. ఒక నియమిత సమయం వరకు ద్రౌపది ప్రతి ఒక్కరి దగ్గర ఉంటుందని, ద్రౌపది ఒకరి దగ్గర ఏకాంతంలో ఉన్నపుడు రెండవవారు అటు పోరాదని, ఎవరైనా అక్కడికి వెళ్లి ద్రౌపది ఏకాంతవాసాన్ని చూచినట్లయితే అతడు పన్నెండేళ్లు బ్రహ్మచర్యాన్ని పాటిస్తూ అడవులలో ఉండాలని వారు నారదుని ఎదురుగానే ప్రతిజ్ఞ చేశారు. వారు ఈ విధంగా నియమాన్ని విధించుకున్నాక నారదుడు ఆనందంగా అక్కడి నుండి వెళ్లిపోయాడు. జనమేజయా! ద్రౌపది కారణంగా పాండవుల మధ్య ఎటువంటి పొరపొచ్చాలు రాకపోవడానికి ఇదే కారణం.

అర్జునుని తీర్థయాత్ర

వైశంపాయనుడు చెప్తున్నాడు – "జనమేజయా! పాండవులు అలా నియమం విధించుకుని అక్కడ కాలం గడుపుతున్నారు. వారు తమ భుజబలం ద్వారా అస్త్రకౌశలం ద్వారా ఒక్కొక్కరి చొప్పున రాజులందరినీ వశపరచుకొన్నారు. ద్రౌపది అందరికీ అనుకూలవతిగా ఉంది. ఆమెను పొందిన పాండవులు

సంతుష్టులై సుఖంగా జీవిస్తున్నారు. ధర్మబద్ధంగా ప్రజలను పాలిస్తున్నారు. వారి ధార్మికత కారణంగా కురువంశీయుల పాపాలన్నీ నశించిపోసాగాయి.

ఇలా ఉండగా ఒకరోజున కొందరు దొంగలు ఒక బ్రాహ్మణుని గోవులను దొంగిలించుకొని పారిపోయారు. అతనికి కోపం వచ్చింది. ఇంద్రప్రస్థానానికి వచ్చి పాండవుల ఎదుట దీనంగా విలపించసాగాడు. అతడు వారితో "పాండవులారా! మీ రాజ్యంలో దుష్టులు, క్షుద్రులు, అయిన దొంగలు నా గోవులను లాగుకొని బలవంతంగా తోలుకుపోతున్నారు. మీరు తొందరగా వెళ్లి వాటిని రక్షించండి. ప్రజలనుండి పన్నులు వసూలు చేసి వారిని రక్షించని రాజు నిస్సందేహంగా పాపాత్ముడే. నేను బ్రాహ్మణుడిని, నా గోవులను తస్కరించడం వలన నా ధర్మం నష్టమైపోతుంది. మీరుపూర్తిగా మీ శక్తిని చూపి ఈ సమయంలో నా గోవులను రక్షించడం మీ కర్తవ్యం" అని ప్రార్థించాడు. అర్జునుడు అతని దీనాలాపాలు విని అతనికి ధైర్యం చెప్పాడు. కాని అతనికి ఒక సమస్య ఏర్పడింది. ఆ సమయంలో ధర్మరాజు ద్రౌపదితో కలిసి ఉన్న ఇంటిలోనే అతని అస్త్రశస్త్రాలన్నీ ఉన్నాయి. నియమాను సారంగా అతడు ఆ ఇంటికి వెళ్లలేడు. ఒకవైపు కుటుంబనియమం. మరొకవైపు బ్రాహ్మణుని దీనాలాపం. అతడు గొప్ప విచికిత్సలో పడిపోయాడు. అతడు ఆలోచించసాగాడు. "బ్రాహ్మణుని గోధనాన్ని తెచ్చి ఇచ్చి అతని కన్నీరు తుడవడం నా నిశ్చిత కర్తవ్యం. నేను ఇప్పుడి తనిని ఉపేక్షిస్తే రాజుకు అధర్మం కలుగుతుంది. మాకు అందరికీ నింద, పాపం కూడా కలుగుతాయి. మరొకవైపు నియమ భంగం చేయడం వలన కూడా పాపం కలుగుతుంది. అరణ్యవాసం చేయాలి. అయితే అయింది. నేను బ్రాహ్మణుని రక్షిస్తాను. ఏ ఆటంకం వచ్చినా సరే నియమ భంగం చేయడం వలన ఎంత కఠినమైన ప్రాయశ్చిత్తం చేసుకోవలసి వచ్చినా, చివరకు ప్రాణాలు పోయినా సరే, ఈ దీనుడైన బ్రాహ్మణుని గోధనం రక్షించడం నా ధర్మం. అది నా ప్రాణాలు కాపాడుకోవడం కంటె కూడా మిక్కిలి ఉత్తమమైనది" ఇలా నిర్ణయించుకుని అర్జునుడు నిస్సంకోచంగా యుధిష్ఠిరుని ఇంటిలోకి వెళ్లాడు. రాజు యొక్క అనుమతి తీసుకొని ధనుర్బాణాలు తెచ్చుకుని బ్రాహ్మణునితో "బ్రాహ్మణోత్తమా! త్వరగా నడు. ఆ దొంగలు ఇప్పటికి ఎక్కువ దూరం వెళ్లి ఉండరు. వారి నుండి గోవులను రక్షించుకుందాం" అన్నాడు. కొద్దిసేపటికే అర్జునుడు బాణవర్షం కురిపించి దొంగలను చంపి గోధనాన్ని బ్రాహ్మణునికి అప్పగించాడు. నగర వాసులు అందరూ అతనిని ప్రశంసించారు. కురువంశీయులు అతనిని అభినందించారు. అతడు యుధిష్ఠిరుని దగ్గరకు వెళ్లి "అన్నయ్యా! నేను మీ ఏకాంత గృహానికి వెళ్లి నియమాన్ని ఉల్లంఘించాను. కనుక పన్నెండేళ్లపాటు వనవాసం చేయడానికి నాకు అనుమతిని ఇవ్వండి. మనమధ్య అలాంటి నియమం ఉంది కదా" అని అడిగాడు. హఠాత్తుగా అర్జునుని నోట ఈ మాట విని యుధిష్ఠిరునికి దుఃఖం కలిగింది. వ్యాకుల పాటుతో అతడు అర్జునునితో "నాయనా! నామాట మన్నించేటట్లయితే నేను చెప్పేది విను. నీవు నియమభంగం చేసినా, నేను దానిని క్షమిస్తున్నాను. నా మనసులో దాని గురించి కొంచెం కూడా బాధలేదు. నీవు చాలా మంచి పని చేశావు. పెద్దన్నగారు భార్యతో వుండగా చిన్నవాడు అక్కడికి వెళ్లడం తప్పుకాదు. చిన్నవాడు భార్యతో ఉన్నప్పుడు పెద్దవాడు పోకూడదు. నీవు వనవాసం చేయాలనే ఉద్దేశ్యం మానుకో, నీకు ధర్మలోపమూ కలగలేదు. నాకు అవమానమూ జరగలేదు" అన్నాడు. అర్జునుడు వెంటనే "ధర్మపాలనలో మిష పనికి రాదని మీరే చెప్తూ ఉంటారు కదా! నేను నా ఆయుధం మీద ప్రమాణం చేసి చెప్తున్నాను - నా సత్యప్రతిజ్ఞను నేనెన్నడూ ఉల్లంఘించను." అన్నాడు. అర్జునుడు వనవాస దీక్ష తీసుకుని పన్నెండేళ్లపాటు వనవాసం చేయడానికి వెళ్లాడు. అర్జునునితోపాటు అనేక వేదవేదాంగవేత్తలు, అధ్యాత్మచింతకులు, భగవద్భక్తులు, విరాగులైన బ్రాహ్మణులు, కథకులు, వానప్రస్థులు, భిక్షాటకులు మొదలైనవారందరూ ప్రయాణమయ్యారు. మధ్యమధ్యలో కథలు నడుస్తున్నాయి. వారు ఆ విధంగా వందలకొద్దీ అడవులు, సరోవరాలు, నదులు, పుణ్యతీర్థాలు, దేశాలు, సముద్రాలు చూశారు. చివరకు హరిద్వారం చేరి అక్కడ కొన్నాళ్లు బసచేశారు. బ్రాహ్మణులు అక్కడక్కడా అగ్నిహోత్రాలు ఏర్పాటు కావించారు. గంభీరమైన స్వాహాకారాలతో అడవి ప్రతిధ్వనించింది. ఒకరోజు అర్జునుడు స్నానం కోసం గంగలో దిగాడు. అతడు స్నాన తర్పణాలు చేసి హోమకార్యాలు నిర్వర్తించడానికి బయటకు రాబోతూ ఉన్నంతలో నాగకన్య ఉలూపి కామాసక్తురాలై అతనిని నీటిలోపలికి లాగి తన భవనానికి తీసుకుపోయింది. అక్కడ హోమాగ్ని వెలుగుతూ ఉండడం అర్జునుడు చూశాడు. అతడు హోమం చేసి అగ్నిహోత్రుని అర్చించి ఉలూపిని "సుందరీ! నీవెవరు? నీవు ఇంత సాహసం చేసి నన్ను ఏ ప్రాంతానికి తీసుకువచ్చావు?" అని అడిగాడు. ఉలూపి. "నేను ఐరావతవంశానికి చెందిన కౌరవ్య నాగుని కూతురు

ఉలూపిని నేను మిమ్మల్ని ప్రేమిస్తున్నాను. మీరు తప్ప నాకు వేరే గతి లేదు. మీరు నా కోరిక తీర్చి నన్ను స్వీకరించండి" అని చెప్పి వేడుకొంది. అర్జునుడు "దేవీ! నేను యుధిష్ఠిరుని ఆజ్ఞపై పన్నెండేళ్లపాటు బ్రహ్మచర్యాన్ని స్వీకరించాను. నేను స్వతంత్రుడిని కాను. నేను నిన్ను ఆనందింపచేయాలనే అనుకుంటున్నాను. కాని నేను ఇంతవరకు అసత్యమాడలేదు. నాకు అసత్యం వలన పాపం, ధర్మలోపం కలగకుండా ఉండేలా నీవు చేయాలి" అన్నాడు. ఉలూపి " మీరు ద్రౌపది పట్ల చేసుకున్న నియమం నేనెరుగుదును, కాని ఆ నియమం ద్రౌపదితోపాటు ధర్మాచరణం చేయడానికే. ఈలోకంలో నాతో ఉంటే ఆ ధర్మాచరణానికి లోపం రాదు. పైగా ఆర్త రక్షణ పరమధర్మం కదా! నేను ఆర్తురాలిని. నీ ఎదుట విలపిస్తున్నాను. నీవు నా కోరిక తీర్చకపోతే నేను మరణిస్తాను. నా ప్రాణాలు రక్షించడం వలన నీకు ధర్మలోపం కలుగదు. ఆర్తరక్షణ పుణ్యం కూడా. నీవు నాకు ప్రాణదానం చేసి ధర్మాన్ని మూటగట్టుకో" అంది. అర్జునుడు ఉలూపికి ప్రాణరక్షణ చేయడం ధర్మమని భావించి ఆమె కోరిక తీర్చి రాత్రంతా అక్కడే ఉన్నాడు. మరుసటిరోజు అక్కడినుండి బయటపడి హరిద్వారానికి వచ్చాడు. వచ్చేసే సమయంలో ఉలూపి అతనికి ఏ జలచరప్రాణుల వలన భయం ఉండదని అవన్నీ అతని అధీనంలో ఉంటాయని వరం ఇచ్చింది. అర్జునుడు అక్కడ జరిగినదంతా బ్రాహ్మణులకు చెప్పాడు. అనంతరం వారు హిమవత్పర్వత ప్రాంతాలకు వెళ్లారు. అగస్త్యవటం, వసిష్ఠపర్వతం, భృగుతుంగం మొదలైన పుణ్యతీర్థాలలో స్నానాలు చేస్తూ, ఋషులను దర్శిస్తూ తిరగసాగారు. వారు అనేక గోవులను దానం చేసి అంగవంగ కళింగాది దేశాలలోని తీర్థాలను దర్శించారు. అర్జునునితో ఉన్న కొద్దిమంది బ్రాహ్మణులు కళింగ దేశ సరిహద్దులనుండి అతనివద్ద సెలవు తీసుకుని వెళ్లిపోయారు.

అర్జునుడు మహేంద్ర పర్వత సమీపంలోని సముద్రతీరంలో సంచరిస్తూ మణిపురం చేరుకున్నాడు. అక్కడిరాజు చిత్రవాహనుడు చాలా ధర్మాత్ముడు. అతని కూతురు చిత్రాంగద అందగత్తె. ఒకరోజున అర్జునుని దృష్టి ఆమె మీద పడింది. ఆమె ఆ దేశపు రాకుమారి అని తెలిసికొనిన అర్జునుడు చిత్రవాహనుని వద్దకు వెళ్ళి" రాజా! నేను కులీనుడయిన క్షత్రియుడిని. నాకు మీ కుమార్తెనిచ్చి పెళ్లి చేయండి" అని అడిగాడు. చిత్రవాహనుడు అడిగితే తాను పాండుపుత్రుడను, అర్జునుడినని చెప్పాడు. చిత్రవాహనుడు "వీరుడా! మా పూర్వులలో ప్రభంజనుడనే రాజు ఒకడు ఉండేవాడు. అతడు సంతానం లేని కారణంగా ఉగ్రమైన తపస్సు చేసి దేవాధిదేవుడైన మహాదేవుని ప్రసన్నం చేసుకున్నాడు. అతడు మీ వంశంలో అందరికీ ఒక్కొక్కరే కలుగుతారు అని వరం ఇచ్చాడు. అప్పటి నుండి మా వంశంలో అలాగే జరుగుతూవస్తోంది. నాకు ఒక్కతే కూతురు ఉంది. ఆమెనే నేను కొడుకుగా భావించుకుంటున్నాను. పుత్రికాధర్మాన్ని అనుసరించి ఆమెకు నేను వివాహం చేస్తాను. కాని ఆమెకు పుట్టిన పుత్రుడు నాకు దత్తపుత్రుడవుతాడు. నాకు వంశప్రవర్తకుడు అవుతాడు" అని చెప్పాడు. అర్జునుడు అతని నియమానికి అంగీకరించాడు. శాస్త్రోక్తంగా వివాహం జరిగింది. పుత్రుడు కలిగాక అర్జునుడు రాజుయొక్క అనుమతితో తిరిగి తీర్థయాత్రకు బయలుదేరాడు.

వీరవరుడైన అర్జునుడు అక్కడినుండి బయలుదేరి సముద్ర తీరాన ఉన్న అగస్త్యతీర్థం, సౌభద్రతీర్థం, పౌలోమ తీర్థం, కారంధమ తీర్థం, భారద్వాజతీర్థాలకు వెళ్లాడు. ఆ తీర్థాలకు దగ్గరలోని ఋషులు, మునులు వాటిల్లో స్నానాలు చేసేవారు కారు. అర్జునుడు సౌభద్రతీర్థంలో స్నానం చేశాడు. అందులో మొసలి అతని కాలుపట్టుకోగా, దానిని అతడు ఎత్తి పైకి లాగాడు. అప్పుడొక విచిత్రం జరిగింది. ఆ మొసలి తక్షణం ఒక అందమైన అప్సరసగా మారిపోయింది. అర్జునుడు ఆమెను అడిగితే ఆమె తన వృత్తాంతం ఇలా చెప్పింది" నేను కుబేరుని ఇష్టురాలను. వర్గ అనే అప్సరసను. ఒకసారి నేను నా నలుగురు చెలులతో కలిసి కుబేరుని సన్నిధికి వెళ్తున్నాను. దారిలో ఒక మునీశ్వరుని తపస్సుకు విఘ్నం కలిగించాలనుకున్నాం. ఆ తాపసి మనసులో కామోదయం కాలేదుకాని కోపం వచ్చి మాకు శాపం ఇచ్చాడు. "మీరు ఐదుగురు మొసళ్లుగా మారి వందేళ్ల వరకు నీళ్లలోనే ఉండండి" అని శాపమిచ్చాడు. నారదమహర్షి ఈ విషయం తెలిసికొని మమ్మల్ని ఓదార్చి పాండుపుత్రుడు అర్జునుడు వచ్చి కొద్దిరోజులలోనే మమ్మల్ని ఉద్ధరిస్తాడని చెప్పగా మేము, ఈ తీర్థాలలో మొసళ్లమై ఉంటున్నాము. మీరు నన్ను ఉద్ధరించారు. నా నలుగురు చెలులను కూడా ఉద్ధరించండి" అని అడిగింది. ఉలూపి ఇచ్చిన వరం కారణంగా అర్జునునికి జలచరాలవలన ఏమీ భయం లేదు. అతడు అప్సరసలను అందరినీ ఉద్ధరించాడు. అతని వలన సర్వతీర్థాలు ఏ ఆటంకం లేనివి అయ్యాయి.

అక్కడినుండి వచ్చాక మళ్లీ ఒకసారి అర్జునుడు మణిపూర నగరం వెళ్లాడు. చిత్రాంగద కొడుకుకి బభ్రువాహనుడు అనే పేరుపెట్టారు. అర్జునుడు ఆ పుత్రుని తీసుకొమ్మని

చిత్రవాహనుడికి ఇచ్చేశాడు. ఆ రీతిగా అతడు పెట్టిన నియమాన్ని పూర్తిచేశాడు. కొడుకును పెంచడం కోసం చిత్రాంగద అక్కడే ఉండవలసిన అవసరం గూర్చి నచ్చచెప్పి, రాజసూయ యాగం చేసినపుడు తండ్రితో కలిసి ఇంద్రప్రస్థం రావచ్చునని ఆమెను ఓదార్చి తిరిగి తీర్థయాత్రలు చేస్తూ గోకర్ణక్షేత్రం వెళ్లాడు.

దక్షిణ సముద్రానికి ఉత్తరతీరాన గల తీర్థాలన్నీ సేవించి అర్జునుడు పశ్చిమ సముద్రతీరాన ఉన్న తీర్థాలకు బయలుదేరాడు. అర్జునుడు ప్రభాసతీర్థం చేరుకునేసరికి శ్రీకృష్ణభగవానునికి అతని రాకనుగూర్చిన సమాచారం తెలిసింది. వెంటనే అతడు తనకు పరమమిత్రుడైన అర్జునుని కలుసుకోవడానికి ప్రభాసక్షేత్రానికి వచ్చాడు. నరనారాయణుల సమాగమంతో ఆనందం వెల్లువెత్తింది. వారు పరస్పరం ఆలింగనం చేసుకున్నారు. కుశల ప్రశ్నలు, తీర్థయాత్రలు, దానికి కారణం ఈవిషయాల గురించి సవిస్తరంగా మాట్లాడుకున్నారు. కొంతకాలం తరువాత ఇద్దరుమిత్రులు రైవతక పర్వతానికి వెళ్లారు. అక్కడ శ్రీకృష్ణుని సేవకులు ముందుగానే అన్నపానాలకు, నిదురించడానికి, విహరించడానికి - అన్నిరకాల ఏర్పాట్లు, సౌకర్యాలు కల్పించారు. అక్కడ శ్రీకృష్ణభగవానుని పక్షాన అర్జునునికి రాజోచితమైన గౌరవాలు, రకరకాల వినోదాలు చేయబడ్డాయి. రాత్రి పడుకునే సమయంలో అర్జునుడు తన యాత్రావిశేషాల గురించి వినిపిస్తూ ఉండేవాడు.

అక్కడినుండి రథం ఎక్కి ఇద్దరూ ద్వారకకు వెళ్లారు. అర్జునుని గౌరవార్థం ద్వారకానగరంలోని ఉద్యానవనాలు, భవనాలు, మార్గాలు- అన్నీ అలంకరింపబడ్డాయి. యదువంశీయులందరూ మిక్కిలి ఉత్సాహంతో అర్జునునికి స్వాగతసత్కారాలు చేసి తమ స్థాయి, పదవులు, యోగ్యతను బట్టి అతనిని అభినందించారు. ద్వారకానగరంలో శ్రీకృష్ణుని స్వీయమందిరంలోనే అతడు ఉన్నాడు. ఇద్దరూ రాత్రులందు కలిసే పడుకునేవారు.

సుభద్రాపరిణయము - పాండవ పుత్రుల జననము

వైశంపాయనుడు చెప్తున్నాడు - "రాజా! ఒకసారి వృష్ణిభోజాంధక వంశీయులైన యాదవులు రైవతక పర్వతం మీద ఒక గొప్ప ఉత్సవం తలపెట్టారు. ఆ సమయంలో బ్రాహ్మణులకు వేలకొద్దీ రత్నాలు, అపారధనరాసులను దానం చేశారు. యదువంశబాలకులు అలంకరించుకుని తిరగసాగారు. అక్రూరుడు, సారణుడు, గదుడు, బభ్రువు, విదూరథుడు, నిశరుడు, చారుదేష్ణుడు, పృథువు, విపృథువు, సత్యకుడు, సాత్యకి, హార్దికుడు, ఉద్ధవుడు, బలరాముడు మొదలైనవారు, ఇంకా ఇతర యదువంశప్రముఖులు తమ తమ భార్యలతో కలిసి ఉత్సవశోభను ఇనుమడింపచేశారు. గంధర్వులు, వందిజనులు, వారి వైభవాన్ని వర్ణించసాగారు. ఆటలు, పాటలు, నృత్యాలు, వేడుకలు, అన్నివైపుల (హోరెత్తిస్తున్నాయి) అలముకున్నాయి. ఈ ఉత్సవంలో కృష్ణార్జునులు ఇద్దరు చాలా సఖ్యంతో కలిసిమెలిసి తిరిగారు. అక్కడికే శ్రీకృష్ణుని చెల్లెలు సుభద్రకూడా వచ్చింది. ఆమె సౌందర్యానికి మోహపరవశుడైన అర్జునుడు ఆమెను తదేకంగా చూడసాగాడు. శ్రీకృష్ణుడు అర్జునుని అభిప్రాయం గుర్తించి "క్షత్రియులకు స్వయంవరం అనే పద్ధతి ఉంది. కాని అందరికీ వేర్వేరు రుచులు ఉంటాయి కాబట్టి సుభద్ర నిన్ను స్వయంవరంలో వరిస్తుందో లేదో చెప్పలేం. క్షత్రియులలో బలవంతంగా ఎత్తుకుపోయి వివాహం చేసుకునే పద్ధతి కూడా ఉంది. నీకు ఈమార్గమే ప్రశస్తమైనది" అన్నాడు. శ్రీకృష్ణుడు, అర్జునుడు ఇలా సంప్రదించుకుని అనుమతిని కోరుతూ అర్జునుడు యుధిష్ఠిరుని దగ్గరకు ఒక సేవకుని పంపాడు. యుధిష్ఠిరుడు సంతోషంతో ఈ విషయాన్ని అంగీకరించాడు. దూత తిరిగివచ్చాక శ్రీకృష్ణుడు అర్జునునకు అదే సలహా ఇచ్చాడు.

ఒకరోజున సుభద్ర రైవతక పర్వతం మీద దేవపూజ చేసి పర్వతానికి ప్రదక్షిణ చేసింది. బ్రాహ్మణులు ఆశీర్వదించారు. సుభద్ర రథం ద్వారకకు బయలుదేరగానే, సమయం చూసుకుని, అర్జునుడు ఆమెను బలవంతంగా ఎత్తుకుని తన రథం మీద కూర్చో పెట్టుకున్నాడు. ఆ బంగారు రథం హస్తినాపురం వైపు కదిలింది. సుభద్రాహరణ దృశ్యాన్ని చూచిన సైనికులు ఆక్రందిస్తూ, ద్వారకలోని సుధర్మాభవనానికి వెళ్లి, అక్కడ జరిగిన వృత్తాంతాన్ని అంతా వివరించారు. సభాపాలకుడు బంగారుమయమైన యుద్ధభేరిని మ్రోగించమని ఆదేశించాడు. ఆ ధ్వని విన్న భోజాంధక వృష్ణి వంశీయులైన యాదవులు తమ అత్యవసరమైన పనులు కూడా విడిచిపెట్టి అక్కడ గుమికూడారు. సభ నిండుగా ఉంది. సైనికుల ద్వారా సుభద్రాహరణ వృత్తాంతాన్ని విన్న యాదవుల కళ్లు ఎరుపెక్కాయి. వారు ఈ అవమానానికి ప్రతీకారం తీర్చుకోవలసినదే అని నిశ్చయించుకున్నారు. కొందరు రథాలను

సిద్ధం చేస్తున్నారు. కొందరు కవచాలను తొడుగుకుంటున్నారు. కొందరు సేవకులకు బదులుగా తామే స్వయంగా గుర్రాలను అలంకరించసాగారు. యుద్ధసామగ్రి అంతా చేరవేయబడింది. బలరాముడు "యదువంశ శ్రేష్ఠులారా! శ్రీకృష్ణుని మాటలు వినకుండానే మీరు ఇలా తెలివితక్కువ తనంగా ప్రవర్తిస్తున్నారెందుకు? ఈ అసత్యపు ఆర్భాటాల ఉద్దేశ్యం ఏమిటి?" అని అదిలించి అడిగాడు. తరువాత అతడు శ్రీకృష్ణునితో "జనార్దనా! నీవు నిశ్శబ్దంగా ఎందుకు ఉన్నావు? నీ మిత్రుడనే కదా అర్జునుని ఇంతగా గౌరవించావు. అతడు తిన్నఇంటి వాసాలు లెక్కించాడు. (తిన్న ఆకుకే కన్నం పెట్టాడు) అతడు కులీనుడైన తెలివైన యువకుడు. అతనితో సంబంధం కలుపుకోవడానికి ఏ ఇబ్బందీ లేదు. అయినా అతడింత సాహసానికి ఒడిగట్టి మనలను అవమానపరచి తృణీకరించాడు. అతడు చేసిన ఈపని మన ముఖం మీద తన్నినట్లుంది. నేనిది సహించలేను. ఆ సమస్త కురువంశీయులకు నేను ఒక్కడినే సరిపోతాను. నేను అర్జునుని ఈ ఔద్ధత్యాన్ని క్షమించలేను" అన్నాడు. బలరాముని ఈ వీరాలాపాలను యదువంశీయులు అందరూ ఆమోదించారు.

అంతా అయ్యాక శ్రీకృష్ణుడు "అర్జునుడు మన వంశాన్ని అవమానపరచలేదు. గౌరవించాడు. అతడు మన వంశగౌరవాన్ని తెలుసుకునే మన చెల్లెలిని హరించాడు. అతనికి స్వయంవరంలో ఆమె దక్కదేమోనని సందేహం. అతడు చేసిన పని క్షత్రియధర్మానికి అనుగుణంగానే ఉంది. మనకు తగినట్లుగానే ఉంది. సుభద్రార్జునుల జంట మిక్కిలి అందంగా ఉంటుంది. మహాత్ముడైన భరతుని వంశానికి చెందిన, కుంతిభోజుని దౌహిత్రునకు కన్యనిచ్చి సంబంధం కలుపుకోవడం ఎవరికి ఇష్టం కాదు? అర్జునుని జయించడం, శంకరభగవానునికి తప్ప ఇతరులెవరికీ సాధ్యం కాదు. ఇప్పుడు చురుకైన ఆ యువయోధుని దగ్గర నా రథం, గుఱ్ఱాలు ఉన్నాయి. ఈ సమయంలో యుద్ధ ప్రయత్నం చేయకుండా అర్జునుని దగ్గరకు వెళ్లి మైత్రీభావంతో కన్యను అప్పగించడమే ఉచితమని నేను అనుకుంటున్నాను. ఒకవేళ అర్జునుడు ఒక్కడే మీ అందరినీ జయించి, కన్యను హస్తినాపురానికి తీసుకుపోయినట్లయితే యదువంశానికి ఎంతో పరువు తక్కువ అవుతుంది. అతనితో మైత్రి చేసుకున్నట్లయితే మన కీర్తి పెరుగుతుంది" అన్నాడు. అందరూ కృష్ణుని మాటలను ఒప్పుకున్నారు. గౌరవంగా అర్జునుడిని వెనక్కు తీసుకువచ్చారు. ద్వారకలో సుభద్రతో అతనికి శాస్త్రోక్తంగా వివాహసంస్కారం జరిగింది. వివాహానంతరం వారు ఒక ఏడాదిపాటు ద్వారకలో ఉండి, మిగతాసమయం పుష్కరక్షేత్రంలో గడిపారు. పన్నెండు సంవత్సరాలు గడిచాక అతడు సుభద్రతోకలిసి ఇంద్రప్రస్థానికి వచ్చాడు.

అర్జునుడు యుధిష్ఠిరునికి వినయంగా నమస్కరించి బ్రాహ్మణులను పూజించాడు. ద్రౌపది అతనిని మృదువుగా నిందించింది. కాని అతడు ఆమెను ప్రసన్నం చేసుకున్నాడు. సుభద్ర ఎఱ్ఱరంగు పట్టుచీర కట్టుకుని గొల్లభామ వేషంలో రాణివాసానికి వెళ్లింది. కుంతి పాదాలకు ప్రణమిల్లింది. సర్వాంగసుందరి అయిన కోడలిని చూసి కుంతి ఆశీర్వదించింది. సుభద్ర ద్రౌపది పాదాలు పట్టుకుని "సోదరీ! నేను నీ దాసిని" అని చెప్పింది. ద్రౌపది ఆనందంగా ఆమెను కౌగిలించుకుంది. అర్జునుని రాకతో రాజభవనంలోను, నగరంలోను ఆనందపుకెరటాలు ఎగిసిపడ్డాయి. అర్జునుడు సుభద్రతో కలిసి ఇంద్రప్రస్థానికి చేరాడనే వార్త తెలియగానే, శ్రీకృష్ణుడు, బలరాముడు, శ్రేష్ఠులైన అనేక యదువంశీయులు వారి పుత్రులు, పౌత్రులు, పెద్ద సైన్యంతో ఇంద్రప్రస్థానికి బయలుదేరారు. వారి శుభాగమనవార్త విని యుధిష్ఠిరుడు నకుల సహదేవులను వారికి ఎదురేగి తీసుకురమ్మని పంపాడు. ఇంద్రప్రస్థనగరం అంతా జెండాలతో, పూలతో ఆకులతో అలంకరించబడింది. వీధులలో పన్నీరు చల్లబడింది. అగరు చందనాల పరిమళం ఎల్లెడలా వ్యాపించింది. శ్రీకృష్ణుడు, బలరాముడు, రాజభవనం చేరుకుని, అందరితోపాటు ప్రణామాలు, ఆశీర్వాదాలు - ఎక్కడ ఏది ఉచితమో అది నిర్వర్తించారు. అందరికీ యథాయోగ్యంగా స్వాగతం లభించింది.

శ్రీకృష్ణభగవానుడు సుభద్రావివాహాన్ని పురస్కరించుకుని ఎన్నో కానుకలు ఇచ్చాడు. కింకిణీజాలంతో కూడి, నాలుగు గుఱ్ఱాలు పూన్చిన, చతురుడైన సారథి కల సువర్ణమయమైన వేయి రథాలు, మధుర దేశానికి చెందిన పవిత్రమైన పదివేల పాడి ఆవులు, సువర్ణభూషాలంకారాలతో కూడిన తెల్లని గుఱ్ఱాలు, పైన , మిక్కిలి వేగం కలిగిన వేయికంచరగాడిదలు, అన్ని విధాలా యోగ్యలైన వేయి మంది దాసీలు, ఒక లక్ష గుఱ్ఱాలు, విలువైన వస్త్రాలు, కంబళ్లు, పది బారువుల బంగారం, వేయి మదపుటేనుగులు, ఇచ్చాడు. యుధిష్ఠిరుని సంపద పెరిగింది. అందరూ రాజభవనంలో ఆనందంగా గడపసాగారు. పాండవుల ఆనందానికి మేర లేదు. యదువంశీయులు

కొన్నాళ్ల వరకు అక్కడ ఉండి ద్వారకాపురికి వెళ్లారు. కాని శ్రీకృష్ణుడు మాత్రం ఇంకా కొన్నాళ్లు అర్జునుని దగ్గర ఇంద్రప్రస్థంలోనే ఉండిపోయాడు. కొంతకాలం గడిచాక సుభద్రకు పుత్రుడు కలిగాడు. అతని పేరు అభిమన్యుడు. అతడు పుట్టినపుడు యుధిష్ఠిరుడు పదివేల గోవులు, అంతులేని బంగారం, రత్నాలు, ధనం - దానమిచ్చాడు. అభిమన్యుడు పాండవులకు, శ్రీకృష్ణునికి, నగరవాసులకు అల్లారుముద్దుబిడ్డ అయ్యాడు. శ్రీకృష్ణుడు అతనికి అన్ని సంస్కారాలు జరిపించాడు. వేదాధ్యయనం తరువాత అర్జునుని దగ్గరే అతడు ధనుర్వేదం అభ్యసించాడు. అభిమన్యుని అస్త్రకౌశలం చూసి అర్జునునికి చాలా సంతోషం కలిగింది. అతడు చాలా గుణాలలో శ్రీకృష్ణునికి సాటివచ్చేవాడు.

పంచపాండవుల వలన ద్రౌపదికి కూడా ఒక్కొక్క సంవత్సరం వ్యవధానంతో ఐదుగురు పుత్రులు కలిగారు. బ్రాహ్మణులు యుధిష్ఠిరునితో - "మహారాజా! నీ పుత్రుడు శత్రుప్రహారాలను భరించడంలో వింధ్యాచల సమానుడు. కనుక అతనిపేరు ప్రతివింధ్యుడు" అన్నారు. భీమసేనుడు వేయి సోమయాగాలు చేసి పుత్రుని కన్నాడు. కాబట్టి అతని కొడుకుపేరు సుతసోముడు. అర్జునుడు అనేక ప్రసిద్ధ కర్మలు చేసి తిరిగి వచ్చాక పుత్రుడు కలిగాడు కనుక అతని కొడుకు పేరు శ్రుతకర్మ, కురువంశంలో పూర్వం శతానీకుడనే ఒక గొప్ప పరాక్రమ శాలియైన రాజు ఉండేవాడు. నకులుడు తన కొడుకుకి అతని పేరు పెట్టుకున్నాడు. సహదేవుని కొడుకు అగ్నిదేవతగా కల కృత్తికా నక్షత్రంలో పుట్టాడు కనుక అతనిపేరు శ్రుతసేనుడు. (అగ్నికి శ్రుతసేనుడనే పేరుంది.) ధౌమ్యుడు ఆ బాలకులందరికి విధిపూర్వకంగా సంస్కారాలు నిర్వర్తించాడు. వారంతా వేదాధ్యయనం పూర్తిచేసి అర్జునుని వద్ద దివ్యమైన, మానుషమైన యుద్ధాలకు సంబంధించిన అస్త్రవిద్యను నేర్చుకున్నారు. ఈ జరిగిన అన్ని విషయాలతో పాండవులు మహదానందాన్ని పొందారు.

ఖాండవ దహనము

వైశంపాయనుడు చెప్తున్నాడు - "జనమేజయా! జీవుడు పవిత్రకర్మలతో శుభలక్షణాలతో కూడిన మానవశరీరాన్ని పొంది సుఖంగా జీవిస్తూ, ఎలా ఉన్నతిని పొందుతాడో అలాగే ధర్మరాజు అయిన యుధిష్ఠిరుని రాజుగా పొంది ప్రజలు సుఖశాంతులతో ఉన్నతస్థితిని పొందసాగారు. అతని పాలనాకాలంలో సామంతరాజుల రాజ్యలక్ష్మి స్థిరంగా ఉంది. ప్రజల బుద్ధి అంతర్ముఖమై ధర్మం విస్తరించింది. పున్నమినాటి నిండు జాబిలిని చూసి లోకుల కన్నులు, మనస్సులు చల్లనైనట్లుగా ప్రజలందరూ రాజైన యుధిష్ఠిరుని దర్శిస్తూ ఆనందిస్తున్నారు. ప్రజలు యుధిష్ఠిరుని కేవలం రాజుగా తలచి సంతోషించడమే కాదు, అతడు కూడా ప్రజలకు అభీష్టమైన పనులు చేస్తున్నాడు. ధర్మరాజు ఎప్పుడూ అనుచితంగాని, అసత్యంగాని, అప్రియంగాని మాట్లాడలేదు. అతడు ప్రజల మేలును తన మేలులాగే కోరుకుంటాడు. ఈవిధంగా పాండవులందరూ తమ పరాక్రమంతో శత్రురాజులను తపింపచేస్తూ ఆనందంగా ఉంటున్నారు.

ఒకరోజున అర్జునుని కోరికపై శ్రీకృష్ణభగవానుడు ధర్మరాజు యుధిష్ఠిరుని అనుమతి తీసుకుని యమునా నదిపై సైకత తీరానికి జలవిహారం కోసం వెళ్లాడు. వారి సౌకర్యార్థం అక్కడ విహారభూమి ఏర్పాటు చేయబడింది. ఆ సర్వసంపత్సమృద్ధమైన వన్యప్రదేశంలో వారి విశ్రాంతి భవనంలో వీణావేణుమృదంగవాద్యాల సుమధుర ధ్వనులు హాయి గొల్పుతున్నాయి. కృష్ణార్జునులిద్దరూ ఎంతో ఆనందంగా అక్కడ ఉత్సవం జరుపుకున్నారు. ఇద్దరూ దగ్గరగా ఒకే ఆసనం మీద కూర్చున్నారు. ఆ సమయానికే అక్కడికి ఒక పొడవైన బక్కపలుచని బ్రాహ్మణుడు వచ్చాడు. అతని శరీరం పుటంపెట్టబడిన బంగారంలా మెరిసిపోతోంది. తలమీద ఎఱ్ఱని జటలు ఉన్నాయి. గడ్డాలు మీసాలు కూడా ఎఱ్ఱగా ఉన్నాయి. నారబట్ట కట్టుకుని ఉన్నాడు. ఆ తేజస్సుతో వెలుగొందే బ్రాహ్మణుని చూచి కృష్ణార్జునులిద్దరూ లేచినిలబడ్డారు. బ్రాహ్మణుడు వారితో "మీరిద్దరూ లోకంలోనే అతిశ్రేష్ఠులైన వీరపురుషులు. నేను అతిభోజుడనైన బ్రాహ్మణుడను. ఇప్పుడు నేను ఖాండవవనానికి దగ్గరలో ఉన్న ఇద్దరి ఎదుటకు భోజనార్థినై వచ్చాను" అని చెప్పాడు. కృష్ణార్జునులు "మీకెటువంటి భోజనంతో తృప్తి కలుగుతుందో చెప్పండి. మేము దానికోసం ప్రయత్నిస్తాం" అని చెప్పారు. దానికి బ్రాహ్మణుడు "నేను అగ్నిని. నాకు సాధారణమైన భోజనం అవసరం లేదు. నాకు తగినది నాకిప్పించండి. నేను ఖాండవవనాన్ని దహించాలనుకుంటున్నాను. కాని ఈ వనంలో తక్షకుడు అనే నాగుడు తన కుటుంబంతో మిత్రులతో కలిసి నివసిస్తున్నాడు. అతనికోసం ఇంద్రుడు సర్వదా ఈ వనాన్ని రక్షిస్తూ ఉన్నాడు. నేను ఖాండవవనాన్ని దహించాలని

ప్రయత్నించినప్పుడల్లా ఇంద్రుడు నామీద నీటిధారలు కుమ్మరిస్తున్నాడు. నాకోరిక నెరవేరడం లేదు. మీరిద్దరూ అస్త్ర విద్యా పారంగతులు కాబట్టి మీ సహాయంతో నేను దానిని భస్మంచేయగలను. నాకు మీరు ఈ భోజనమే పెట్టించాలి" అని యథార్థం చెప్పాడు.

జనమేజయుడు "దేవా! అగ్నిదేవుడు అనేక ప్రాణులతో నిండిన, ఇంద్రుడు రక్షిస్తూ ఉన్న ఖాండవ వనాన్ని ఎందుకు దహించాలనుకున్నాడు? అని వైశంపాయనుని ప్రశ్నించాడు.

దానికి వైశంపాయనుడిలా చెప్పాడు- "జనమేజయా! పూర్వకాలంలో అతిశక్తిమంతుడైన పరాక్రమవంతుడైన శ్వేతకి అనే పేరుగల రాజు ఉండేవాడు. అతనివంటి యజ్ఞప్రేమికుడు, దాత, బుద్ధిమంతుడు అయిన రాజు ఆ రోజుల్లో లేడు. అతడు చాలా పెద్దపెద్ద యజ్ఞాలు చేశాడు. అతనిచేత యజ్ఞాలు చేయించి చేయించి ఋత్విజులు అలిసిపోయారు. విసిగిపోయారు. అప్పుడప్పుడూ అంగీకరించక వెళ్లిపోయేవారు. అయినా రాజుగారి యజ్ఞం సాగుతూనే ఉండేది. ఎలాగంటే అతడు అనునయవాక్యాలతో వారిని ప్రార్థించి, అధికమైన దానదక్షిణలు ఇచ్చి ఇచ్చి బ్రాహ్మణులను ప్రసన్నం చేసుకొనేవాడు. చివరకు బ్రాహ్మణులందరూ యజ్ఞాలు చేయించి చేయించి అలసిపోయాక, రాజు తపస్సు చేసి శంకరభగవానుని ప్రత్యక్షం చేసుకొని అతని ఆజ్ఞతో దుర్వాసమహాముని ద్వారా గొప్ప యజ్ఞం చేయించాడు. మొదట పన్నెండేళ్లు, తర్వాత వందేళ్లు మహాయజ్ఞంలో దక్షిణలు ఇచ్చి ఇచ్చి రాజు బ్రాహ్మణులకు ఆశ్చర్యం కలిగించాడు. దుర్వాసుడు ఆనందించాడు. రాజు తన సదస్యులతో, ఋత్విజులతో స్వర్గాన్ని అలంకరించాడు. ఆ యజ్ఞంలో పన్నెండేళ్లపాటు అగ్నిదేవుడు అఖండమైన నేతిధారలు త్రాగాడు. దానితో అతని జీర్ణశక్తి తగ్గిపోయింది. రంగు తగ్గి నల్లబడ్డాడు. ప్రకాశం మందగించింది. అజీర్ణం కారణంగా అతని అవయవాలన్నీ క్షీణించిపోయాయి. అప్పుడతడు బ్రహ్మ దగ్గరకు వెళ్లి తాను మునుపటిలా చురుకుగా ఆరోగ్యంగా ఉండే ఉపాయం చెప్పమని అడిగాడు. బ్రహ్మ నీవు ఖాండవవనాన్ని దహిస్తే నీ అరుచి, అజీర్ణం తగ్గడమే కాదు నీ అలసట కూడా తగ్గుతుంది. అని చెప్పాడు. అక్కడినుండి వచ్చాక అగ్నిదేవుడు ఏడు పర్యాయాలు ఖాండవవనాన్ని దహించడానికి ప్రయత్నం చేశాడు. కాని ఇంద్రుడు దానిని సంరక్షిస్తూ ఉండడంతో అతని ప్రయత్నం కొనసాగలేదు. అగ్నిదేవుడు నిరాశచెంది మరల బ్రహ్మదగ్గరకు వెళ్లి చెప్పగా అతడు కృష్ణార్జునుల సహాయంతో ఖాండవవనాన్ని దహించమని ఉపాయం చెప్పాడు. అప్పుడు అగ్నిదేవుడు యమునా తీరానికి వచ్చి కృష్ణార్జునులకు పై విధంగా చెప్పాడు.

బ్రాహ్మణ వేషధారి అయిన అగ్నిదేవుని ప్రార్థనను విని అర్జునుడు "అగ్నిదేవా! నా దగ్గర దివ్యాస్త్రాలకు కొదవలేదు. వానితో నేను ఇంద్రుని కూడా ఎదిరించగలను. కాని నా బాహు బలానికి దీటు కాగలిగిన ధనుస్సు నా దగ్గర లేదు. పైగా ఆ అస్త్రాలకు ఉపయుక్తమైన చాలినన్ని బాణాలు కూడా లేవు. యథేచ్ఛగా బాణాల బరువును మోయగలిగే రథం కూడా లేదు. శ్రీకృష్ణుని వద్ద కూడా ఇప్పుడు యుద్ధంలో నాగులను, పిశాచాలను చంపగలిగే శస్త్రాలు లేవు. ఖాండవవనాన్ని మీరు దహించే సమయంలో ఇంద్రుని అడ్డుకోవడానికి యుద్ధసామగ్రి అవసరం. బలము, నైపుణ్యము మా దగ్గర ఉన్నాయి. తగిన సామగ్రిని మీరు ఇవ్వండి" అన్నాడు. అర్జునుడు పలికిన సమయోచితమైన మాటలను విని అగ్నిదేవుడు జలాధిపతి లోకపాలుడు వరుణుని స్మరించాడు. వెంటనే వరుణ దేవుడు ప్రత్యక్షమయ్యాడు. అగ్ని అతనితో " మీకు సోముడనే రాజు అక్షయతూణీరాలు, గాండీవమనే ధనుస్సు, కపిధ్వజం కలిగిన దివ్యరథం ఇచ్చాడు కదా! వానిని నాకు వెంటనే ఇవ్వండి, చక్రం కూడా ఇవ్వండి. శ్రీకృష్ణుడు అర్జునుడు చక్రాన్ని, గాండీవధనుస్సును ఉపయోగించి నా పెద్ద భారమైన పనిని పూర్తి చేస్తారు" అని అడిగాడు. వరుణుడు అగ్ని ప్రార్థనను మన్నించి అర్జునునికి అక్షయతూణీరాన్ని గాండీవ ధనుస్సును ఇచ్చాడు. గాండీవం అద్భుతమైన మహిమ కలది. అది ఏ ఇతర శస్త్రం చేత విరుగదు, కాని అన్ని శస్త్రాలనూ ఖండించగలదు. దానివలన యోధుని యశస్సు కాంతి, బలము పెరుగుతాయి. అది ఒక్కటే లక్షధనుస్సుల పెట్టు, విరిగిపోనిది. ముల్లోకాలలోను పూజింపబడుతూ ప్రశంసలు పొందుతూ ఉండేది. సమస్త యుద్ధసామగ్రితో నిండి, అందరికీ అజేయమైన, సూర్యసమానకాంతితో వెలుగొందే, రత్న ఖచితమైన ఒక దివ్య రథాన్ని కూడా ఇచ్చాడు. ఆ రథానికి వాయువేగ మనోవేగాలతో సమానమైన వేగం కలిగి, తెల్లగా మిలమిలమెరుస్తూ, హారాలతో అలంకరింపబడిన గాంధార దేశపు గుఱ్ఱాలు పూన్చబడ్డాయి. బంగారు టెక్కెంపైన భయంకరమైన వానరచిహ్నం కల ధ్వజం, రథంమీద

ఎగురుతోంది. ఇవన్నీ పొందిన అర్జునుని ఆనందానికి మేర లేదు. అర్జునుడు రథారూఢుడై ధనుస్సును వంచి నారి బిగించి మీటగానే వెలువడిన పెద్ద ధ్వనిని విని లోకుల హృదయాలు కంపించాయి. ఇప్పుడు అగ్నికి పూర్తిగా సహాయపడగలం అని అర్జునునకు అనిపించింది. అగ్నిదేవుడు శ్రీకృష్ణభగవానునికి దివ్యచక్రాన్ని, ఆగ్నేయాస్త్రాన్ని ఇస్తూ "మధుసూదనా! ఈ చక్రంతో నీవు ఎవరిని కావాలంటే వారిని చంపగలవు. ఈ చక్రప్రభావం ముందు సమస్త దేవతల, దానవుల, రాక్షసుల, పిశాచుల, నాగుల, మనుష్యుల శక్తి ఎందుకూ కొరగాదు. ఈ చక్రం ప్రయోగించిన ప్రతిసారి శత్రునాశనం చేసి తిరిగి నీవద్దకు వస్తూంటుంది. అని చెప్పాడు. వరుణుడు శ్రీకృష్ణునికి దైత్యసంహారం చేయగల, వజ్ర ధ్వని వంటి ధ్వనితో శత్రుహృదయాలను చీల్చివేయగల కౌమోదకి అనే గదను సమర్పించుకున్నాడు. ఇక అప్పుడు శ్రీకృష్ణార్జునులు ఇద్దరూ అగ్నిదేవునికి సహాయం చేయడానికి అంగీకరించి ఖాండవవనాన్ని దహించడానికి అగ్నికి అనుమతినిచ్చారు.

కృష్ణార్జునుల అనుమతిని పొందిన అగ్నిదేవుడు తేజోమయమైన దావాగ్ని రూపాన్ని ధరించి తన సప్తజిహ్వలతో ఖాండవవనాన్ని చుట్టుముట్టి, ప్రళయాగ్నిని తలపిస్తూ దానిని భస్మం చేయసాగాడు. ఆ వనంలోని వందలవేల ప్రాణులు అరుస్తూ ఆక్రందిస్తూ అటు ఇటు పరుగులు తీయసాగాయి. చాలా వాటికి అవయవాలు కాలిపోయాయి. కొన్ని అగ్నికీలలో మాడిపోయాయి ఎన్నింటికో కన్నులు పెట్లిపోయాయి. చాలా వాటికి శరీరాలు బొబ్బలెక్కాయి. చాలామంది తమ సంబంధీకులను వదులుకోలేక స్నేహబంధంలో చిక్కుకొని పరిగెత్తలేక పరస్పరం పెనవేసుకుని భస్మమయ్యారు. ఖాండవ వనాన్ని ఆవరించిన అగ్ని ఆకాశాన్ని అంటుకునేలా తన జ్వాలలను ప్రసరింపచేస్తూ మండిస్తూ కాల్చివేయసాగింది. దేవతల హృదయాలు కంపించసాగాయి. అగ్ని వేడిమికి తపించిపోయిన దేవతలందరూ దేవరాజు ఇంద్రుని దగ్గరకు వెళ్లి "దేవేంద్రా! ఈ అగ్ని ప్రాణులన్నిటినీ సంహరించేస్తుందా ఏమిటి? అప్పుడే ప్రళయకాలం వచ్చేసిందా?" అని అడుగసాగారు. దేవతల కంగారును చూసి, వారి ప్రార్థనలకు చలించిపోయి, అగ్ని చేసే కరాళనృత్యాన్ని చూసి ఇంద్రుడు ఖాండవవనాన్ని అగ్నిబారినుండి రక్షించడానికి స్వయంగా ఉద్యుక్తుడయ్యాడు. అతడు ఆజ్ఞాపించగానే గుంపులు గుంపులుగా మేఘాలు ఖాండవ వనం మీద వ్యాపించి ఉరుముతూ లావైన జలధారలను కురిపించసాగాయి. అర్జునుడు తన అస్త్రకౌశల బలంచేత బాణాలతో నీటి ధారలను అడ్డుకున్నాడు. ఒక్క ప్రాణికూడా తప్పించుకుని పోవడానికి వీలులేనట్లుగా ఆకాశం అంతా బాణాలతో కప్పివేయబడింది. ఆ సమయంలో నాగరాజు తక్షకుడు ఖాండవవనంలో లేడు. కురుక్షేత్రానికి వెళ్లాడు. అతని కొడుకు అశ్వసేనుడు మాత్రం అక్కడే ఉన్నాడు. తప్పించుకోవడానికి ఎంతో ప్రయత్నం చేశాడు. కాని అర్జునుని బాణాలు కప్పివేయడంతో బయటికి రాలేకపోయాడు. అశ్వసేనుని తల్లి అతనిని నోట కరుచుకుని రక్షించడానికి ప్రయత్నించింది. అది కొడుకును ముఖం మొదలుకొని తోక వరకు నోటితో పట్టుకుంది. అగ్నిజ్వాలలనుండి బయటపడడానికి ఆకాశంలోకి ఎగిరింది. కాని అర్జునుడు గురిచూసి ఛేదించడంతో దాని పడగలు చితికిపోయాయి. ఇంద్రుడు అర్జునుడు చేసిన పనిని చూశాడు. అతడు అశ్వసేనుని రక్షించడానికి వడగళ్లవాన కురిపించాడు. అర్జునుడు క్షణకాలం మూర్ఛపోయేలా తుఫాను కల్పించాడు. అశ్వసేనుడు అక్కడినుండి పారిపోయాడు. ఇంద్రుడు చేసిన ఈ మోసాన్ని గమనించిన అర్జునుడు క్రోధంతో మండిపడ్డాడు. తీక్ష్ణమైన పదునైన బాణాలతో ఆకాశాన్ని కప్పివేసి ఇంద్రునితో తలపడ్డాడు. ఇంద్రుడు కూడా తన తీక్ష్ణమైన అస్త్రవర్షంతో అర్జునునికి బదులిచ్చాడు. ప్రచండమైన వాయువు భయంకరఘోషతో సముద్రాన్ని క్షోభపెట్టసాగింది. ఆకాశం నీటిని వర్షించే మేఘాలతో నిండిపోయింది. మెఱుపులు మెరుస్తున్నాయి. కఠోరమైన పిడుగులు పడడంతో లోకుల హృదయాలు తల్లడిల్లిపోయాయి. అర్జునుడు వాయవ్యాస్త్రం ప్రయోగించాడు. ఇంద్రుని వజ్రాయుధం బలహీనపడింది. మేఘాలు చెల్లాచెదురయ్యాయి. జలధారలు ఎండిపోయాయి. మెఱుపుల కాంతులు మాడిపోయాయి. చీకటి తొలగిపోయింది. అర్జునుని అస్త్రకౌశలాన్ని చూచి దేవదానవులు, గంధర్వులు, యక్షరాక్షసులు, సర్పాలు కలకలం రేపుతూ ఎదుటకు వచ్చాయి. వారు రకరకాల అస్త్ర శస్త్రాలతో కృష్ణార్జునుల మీద దాడిచేశారు. కృష్ణార్జునులిద్దరూ కలిసికట్టుగా చక్రాన్ని తీక్షణబాణాలను ప్రయోగించి సైన్యాన్ని అంతటినీ నుగ్గునుగ్గు చేశారు.

ఇదంతా చూసిన ఇంద్రుని కోపానికి అవధులు లేకపోయాయి. అతడు తెల్లని ఐరావతాన్ని అధిరోహించి

కృష్ణార్జునుల వైపు దూసుకువచ్చాడు. తొందరపాటుతో తన వజ్రాన్ని ప్రయోగించి "ఇప్పుడే వీళ్లిద్దరూ మరణిస్తారు చూడండి" అని దేవతలకు అరచి మరీ చెప్పాడు. దేవతలందరూ తమ తమ ఆయుధాలను పైకెత్తారు. యముడు కాలదండాన్ని, కుబేరుడు గదను, వరుణుడు పాశాన్ని, విచిత్రమైన వజ్రాన్ని ప్రయోగించారు. ఇటువైపు కృష్ణార్జునులు ఇద్దరూ కూడా తమ ధనుస్సును ఎక్కుపెట్టి నిర్భయంగా నిలుచున్నారు. ఆ ఇద్దరు మిత్రులు కురిపించిన బాణ వర్షం ఎదుట ఇంద్రాది దేవతల ఆయుధాలు ఒక్కటికూడా పనిచేయలేదు. ఇంద్రుడు మందరాచల శిఖరాలలో ఒకదానిని ఎత్తి అర్జునునిపై వేయడానికి ప్రయత్నించాడు. కాని అంతకుముందే అతడు దివ్యబాణ ప్రహారాలతో దానిని వేయి ముక్కలు చేశాడు. ముక్కలు పడి ఖాండవ వనంలోని దానవులు, రాక్షసులు, నాగులు, పులులు, ఎలుగుబంట్లు, ఏనుగులు, సింహాలు, మృగాలు, దున్నలు - ఇంకా ఇతర వన్యమృగాలు పశుపక్ష్యాదులు గాయపడ్డాయి. భయంతో పరుగులు తీశాయి. ఒకవైపు సమస్తాన్ని త్రాగివేయాలనే అగ్ని కోరిక - మరొకవైపు శ్రీకృష్ణార్జునుల బాణవర్షం ఎవరూ అక్కడినుండి కదలలేకపోయారు. కృష్ణుని చక్రం, అర్జునుని బాణాలు తగిలి, జీవజంతువులన్నీ ఖండ ఖండాలై స్వాహా అయిపోతున్నాయి. సమస్తప్రాణులకు అప్పుడు శ్రీకృష్ణుడు తన కాలరూపాన్ని ప్రకటించాడు. దేవతలు, దానవులు అందరూ వారి పౌరుషాన్ని చూచి ఆశ్చర్యచకితులయ్యారు.

ఆ సమయంలో ఇంద్రుని ఉద్దేశించి వజ్రకఠినమైన ధ్వనితో ఆకాశవాణి "ఇంద్రా! నీ మిత్రుడు తక్షకుడు కురుక్షేత్రం వెళ్లిన కారణంగా ఈ భయంకరమైన అగ్నికుండంలో మండిపోలేదు. బ్రతికి బయటపడ్డాడు. నీవు అర్జునుని, శ్రీకృష్ణుని ఏవిధంగానూ ఎప్పుడూ జయించలేవు. నీకు చిరపరిచితులైన నరనారాయణులే వీరని నీకు ఈ పాటికి తెలిసే ఉండాలి. వీరి శక్తి పరాక్రమాలు అవధులు లేనివి. వీరు ఎల్లరకు అజేయులు, దేవతలు, అసురులు, యక్షరాక్షసులు, గంధర్వులు, కిన్నరులు, మనుష్యులు, సర్పాలు మొదలైన వారందరికీ పూజనీయులు. నీవు దేవతలను తీసుకొని ఇక్కడినుండి వెళ్లు. అదే నీకు శోభాకరం, ఇప్పుడు ఖాండవ వనదాహం దైవమే నిర్ణయించింది" అని పలికింది. ఆకాశవాణి పలుకులు విన్న ఇంద్రుడు క్రోధాసూయలు విడిచిపెట్టి స్వర్గానికి తిరిగి వెళ్లాడు. దేవతలు కూడా తమసైన్యంతోపాటు అతనిని అనుసరించారు. దేవతలు యుద్ధభూమి నుండి వెనుదిరగడంతో కృష్ణార్జునులు హర్షధ్వానాలు చేశారు. ఖాండవ వనం అనాథ గృహంలా చిటచిటలాడుతూ మండుతూనే ఉంది.

మయదానవుడు ఒక్క ఉదుటున తక్షకుని నివాసం నుండి బయటపడి పరిగెత్తడం, అగ్ని సాకారుడై అతనిని దహించడానికి వెన్నంటడం శ్రీకృష్ణుడు చూశాడు. అతడు మయుని సంహరించడానికి చక్రం పైకెత్తాడు. ముందు చక్రం, వెనుక నాలుకలు చాస్తున్న అగ్నిని చూచి మయుడు కొద్దిసేపు కింకర్తవ్యతామూఢుడై పోయాడు. తేరుకుని కొద్దిగా ఆలోచించి "వీరుడా! అర్జునుడా! నేను నిన్ను శరణుకోరుతున్నాను. నీవే నన్ను రక్షించగలవు" అని ఎలుగెత్తి పిలిచాడు. అర్జునుడు భయపడవద్దన్నాడు. అర్జునుడు అభయం ఇవ్వడం చూసి శ్రీకృష్ణుడు చక్రాన్ని నిలుపు చేశాడు. అగ్ని కూడా అతనిని దహించలేదు. మయుడు అనే ఆ రాక్షసుడు బ్రతికిపోయాడు. ఆ అడవి పదిహేనురోజుల వరకు మండుతూనే ఉంది. ఈ అగ్ని జ్వాలల నుండి అశ్వసేనుడు అనే సర్పం, మయదానవుడు, నాలుగు శార్ఙ్గపక్షులు - మొత్తం ఆరుమాత్రమే బ్రతికి బయటపడ్డాయి. శార్ఙ్గపక్షుల తండ్రి మందపాలుడు, ఆ పక్షులలో అందరికంటె పెద్దవాడైన జరితారి అగ్నిదేవుని స్తుతించి తమను రక్షించాలని అతని వద్ద మాట తీసుకున్నారు.

ఈ రీతిగా అగ్నిదేవుడు కృష్ణార్జునుల సహాయంతో విజృంభించి ఖాండవవనాన్ని దహించాడు. అనంతరం బ్రాహ్మణవేషధారియై వారి ముందు ప్రత్యక్షమయ్యాడు. అదే సమయంలో దేవరాజు ఇంద్రుడు కూడా దేవతలందరితో కలిసి అంతరిక్షం నుండి దిగివచ్చాడు. అతడు కృష్ణార్జునులతో "మీరు దేవతలకు కూడా అసాధ్యమైన దుష్కర కార్యం చేశారు. మీ పట్ల నేను ప్రసన్నుడిని అయ్యాను. కాబట్టి మీరు మనుష్యులకు అత్యంత దుర్లభమైన వస్తువును కూడా నానుండి కోరుకోవచ్చును' అన్నాడు. అర్జునుడు తనకు అన్నిరకాల అస్త్రాలను ప్రసాదించమని అడిగాడు. దానికి ఇంద్రుడు "అర్జునా! దేవాధిదేవుడైన మహాదేవుడు నీపై కృప చూపినపుడు నీ తపః ప్రభావంచేత నీకు నేను నా అస్త్రాలను అన్నిటిని ఇస్తాను. ఆ సమయం ఎప్పుడు వస్తుందో నాకు తెలుసు" అన్నాడు. శ్రీకృష్ణుడు తనకు అర్జునునికి మధ్యగల మైత్రి క్షణక్షణమూ వృద్ధిపొందాలని, ఎప్పుడూ దానికి విఘాతం

కలుగకూడదని కోరుకున్నాడు. ఇంద్రుడు ప్రసన్నుడై అలాగే జరుగుతుందని అన్నాడు. దేవతలందరూ వెళ్లిపోయాక అగ్నిదేవుడు కృష్ణార్జునులను అభినందించి వెళ్లాడు. శ్రీకృష్ణభగవానుడు, అర్జునుడు, మయదానవుడు ముగ్గురు యమునా నదియొక్క పవిత్రమైన సైకత స్థలికి వచ్చి కూర్చున్నారు.

ఇది ఆది పర్వము

అధస్సూచికలు

(1) ఏయది హృద్య, మపూర్వం బేయది?
యెద్దాని వినిన నెఱుక సమగ్రం
బై యుండు, నఘనిబర్హణ మేయది
యక్కథయ వినఁగ నిష్టము మాకున్.
(ఆది-1-30)

(2) ఈ మహాభారతగ్రంథ ప్రాశస్త్యాన్ని నన్నయ ఇలా వర్ణించాడు.
ధర్మతత్త్వజ్ఞులు ధర్మశాస్త్రంబని
యధ్యాత్మవిదులు వేదాంతమనియు
నీతివిచక్షణుల్ నీతిశాస్త్రంబని
కవివృషభులు మహాకావ్యమనియు
లాక్షణికులు సర్వలక్ష్య సంగ్రహమని
యైతిహాసికులితిహాసమనియుఁ
బరమపౌరాణికుల్ బహుపురాణసముచ్ఛ
యంబని మహిఁ గొనియాడుచుండఁ
వివిధవేద తత్త్వవేది వేదవ్యాసుఁ
డాదిముని పరాశరాత్మజుండు
విష్ణుసన్నిభుండు విశ్వజనీనమై
పరగుచుండఁజేసె భారతంబు. (ఆది-1-32)

(3) ఇక్కడ నన్నయ సూక్తి.
తగునిది తగదని యెదలో
వగవక సాధులకుఁ బేదవారలకెగ్గుల్
మొగిఁజేయు దుర్వినీతుల
కగు ననిమిత్తాగమంబు లయిన భయంబుల్. (ఆది-1-85)

(4) ఈ కథను నన్నయగారు మూలానుసారంగా పరమరమణీయంగా చిత్రీకరించారు. ఈ సందర్భంలోనిదే ఈ ప్రసిద్ధమైన పద్యం.
నిండుమనంబు నవ్యనీత సమానము పల్కు దారుణా
ఖండల శస్త్రతుల్యము జగన్నుత విప్రులయందు నిక్కమీ
రెండును రాజులందు విపరీతముగావున విప్రుఁడోపు నోపం
డతి శాంతుఁడయ్యు నరపాలుఁడు శాపము గ్రమ్మఱింపఁగన్.
(ఆది-1-100)

(5) వెలయంగ నశ్వమేధం
బులువేయును నొక్క సత్యమును నిరుగడలం
దులనిడి తూఁపఁగ సత్యము
వలనన ములుసూపు గౌరవంబున పేర్మిన్. (ఆది-4-95)

(6) శర్మిష్ఠరాజునకు తన కోరిక తెలిపే సందర్భంలో నన్నయ ఆమె జాణతనాన్ని చక్కగా చిత్రించాడు.
నీలగళోపమాన! కమనీయగుణోన్నతిఁజెప్పఁజాలు న
న్నేలినదేవయానికి నరేశ్వర భర్తవుగాన నాకునుం
బోలఁగ భర్తవీవ యిది భూనుత ! ధర్మపథంబు నిక్కువం
బాలును దాసియున్ సుతుఁడు నన్నవి వాయని ధర్ముముల్ మహిన్.
(ఆది-3-174)

(7) ఎట్టి విశిష్టకులంబునఁ
బుట్టియు సదసద్వివేకములు గల్గియు మున్
గట్టిన కర్మఫలంబులు
నెట్టన భోగింపకుండ నేర్తురె మనుజుల్ ? (ఆది-5-58)

(8) మతి (దలఁపఁగ సంసారం
బతిచంచల మెండమావులట్టుల సంప
ద్వ్రతతు లతిక్షణికంబులు
గతకాలము మేలు వచ్చుకాలము కంటెన్. (ఆది-5-159)

(9) కడునలుకయు (గూర్మియు నే
ర్పడ నెఱిఁగించునది వానిఫలకాలము పె
న్పిడుగును గాడ్పును జనులకుఁ
బడుటయు వీచుటయు నెఱుక పడియెడు భంగిన్
(ఆది-6-113)

(10) కృతమెఱుగుట పుణ్యము స
న్మతి దానికి సమముసేత మధ్యము మఱి త
త్కృతమున కగ్గలముగ స
త్కృతి సేయుట యుత్తమంబు కృతబుద్ధులకున్
(ఆది-6-241)

|| ఓం శ్రీగణేశాయ నమః ||

సంక్షిప్త మహాభారతము

సభా పర్వము

కృష్ణార్జునులు మయుని ప్రార్థనను మన్నించుట

నారాయణం నమస్కృత్య నరం చైవ నరోత్తమమ్ ।
దేవీం సరస్వతీం వ్యాసం తతో జయముదీరయేత్ ॥

నారాయణ స్వరూపుడైన శ్రీకృష్ణునికి, నరోత్తముడు అయిన అర్జునునికి, వారి లీలలను ప్రకటించే సరస్వతీదేవికి, దానిని రచించిన వ్యాసునికి నమస్కరించి, ఆసురభావాలను తొలగించి అంతఃకరణశుద్ధి కలిగించే మహాభారతాన్ని చదవాలి.

వైశంపాయనుడు చెప్తున్నాడు – జనమేజయా! శ్రీకృష్ణునకు సమీపంలో కూర్చున్న అర్జునుని మయుడు పదే పదే పొగిడి చేతులు జోడించి మధుర స్వరంతో "మహావీరా! అర్జునా! ఒకవైపు శ్రీకృష్ణుడు చక్రాన్ని ప్రయోగించి నన్ను చంపాలని; మరొకవైపు అగ్నిదేవుడు నన్ను కాల్చి వేయాలని ప్రయత్నించినపుడు నీవు నన్ను రక్షించావు. దీనికి బదులుగా నీకు నేనేమి ప్రత్యుపకారం చేయగలనో సెలవియ్యి." అని అడిగాడు. అర్జునుడు "అసురశ్రేష్ఠా! నేను చేసిన పనిని మన్నించి కృతజ్ఞత ప్రకటించావు. అదే పెద్ద ఉపకారం. నీకు శుభమగు గాక! మేము నీ పట్ల ప్రసన్నులమైనట్లుగానే నీవు కూడా మాయందు ప్రసన్నుడవై ఉండు. ఇక నీవు వెళ్లవచ్చును." అన్నాడు. దానికి అంగీకరించక మయుడు "కుంతీ నందనా! మీవంటి పురుష శ్రేష్ఠులకు తగినట్లు గానే మీరు చెప్పారు. కాని మీకు ఏదో ఒక ఉపకారం చేయాలని నాకు గాఢమైన కోరిక ఉంది. నేను దానవులకు విశ్వకర్మను, ప్రధాన శిల్పిని మీరు నన్ను వినియోగించుకొనండి." అని అర్థించాడు. అర్జునుడు "మయుడా! నేను నిన్ను ప్రాణాపాయం నుండి కాపాడానని తలపోస్తున్నావు. ఈస్థితిలో నేను నీ సేవను అంగీకరించలేను. అలా అని నీ కోరికను కాదనలేను. కనుక శ్రీకృష్ణునికి ఏదయినా ఉపకారం చేయి. దానితో నాకు కూడా చేసినట్లే కాగలదు". అని సూచించాడు.

మయుడు శ్రీకృష్ణుని వేడుకోగా, అతడు ఇతని చేత ఎటువంటి పని చేయించుకోవాలా అని కొద్దిసేపు ఆలోచించాడు. మనసులోనే ఒక నిశ్చయానికి వచ్చి మయాసురునితో "మయుడా! నీవు శిల్పులలో అగ్రగణ్యుడవు. నీవు ధర్మరాజుకు ఇష్టమైన పని చేయాలనుకుంటే నీ అభిరుచిని బట్టి అతనికోసం, ఒక సభాభవనం నిర్మించు. చతురుడైన శిల్పికూడా దానిని చూసి మరల అనుకరించలేనట్లుగా ఆ సభాభవనం ఉండాలి. ఆ నిర్మాణంలో దేవదానవ మనుష్యుల సంపూర్ణ కళాకౌశలం ప్రతిఫలించాలి." అన్నాడు. శ్రీకృష్ణుని ఆదేశం విన్న మయునికి చాలా ఆనందం కలిగింది. అతడు అలాంటి సభను నిర్మించాలని సంకల్పించుకున్నాడు.

తరువాత కృష్ణార్జునులు ఇద్దరూ ఈ సంగతిని ధర్మరాజుకు చెప్పి మయుని అతని దగ్గరకు తీసుకుపోయారు. యుధిష్ఠిరుడు అతనిని ఉచితరీతిని సత్కరించాడు. మయుడు అతనికి దైత్యుల విచిత్ర కథలను వినిపించాడు. కొన్నాళ్లు అక్కడే ఉండి సభను నిర్మించే విషయమై కృష్ణార్జునులతో సంప్రదించాడు. తరువాత శుభముహూర్తం చూసుకుని, బ్రాహ్మణులకు భోజనతాంబూలాది సత్కారాలు చేసి సర్వగుణ సంపన్నమై దివ్యమై అలరారే సభానిర్మాణంకోసం పదివేలహస్తాల (మూరల) వెడల్పుగల భూమిని కొలిచి తీసుకొన్నాడు.

జనమేజయా! పరమపూజనీయుడైన శ్రీకృష్ణ భగవానుని పాండవులు మిక్కిలి ప్రేమతో సత్కరించారు. అతడు కొన్నాళ్ళు అక్కడ సుఖంగా గడిపాడు. ఇక తల్లిదండ్రులను చూడాలనే కోరిక కలిగి ద్వారకకు వెళ్లడానికి యుధిష్ఠిరుని అనుమతి పొందాడు. లోకవంద్యుడైన శ్రీకృష్ణపరమాత్మ తన మేనత్త కుంతికి పాదాభివందనం చేశాడు. ఆమె అతని శిరసు మూర్కొని హృదయానికి అత్తుకొంది. అనంతరం అతడు తన చెల్లెలు సుభద్ర దగ్గరకు వెళ్ళాడు. వాత్సల్యంతో అతని కన్నులు వర్షించాయి. పరమాత్మ మధురభాషిణి, సౌభాగ్యవతి అయిన తన చెల్లెలు సుభద్రను తాను వెళ్లవలసిన ఆవశ్యకతను గూర్చి యుక్తియుక్తము, హితకరము, నిష్కపటము, ప్రయోజనకరమైన మాటలు చెప్పి అంగీకరింపచేశాడు. సుభద్ర కూడా తల్లిదండ్రులకు చెప్పవలసినదిగా కొన్ని మాటలను చెప్పి అతనిని గౌరవించి నమస్కరించింది. అతడామెను ఒప్పించి వెళ్లడానికి అనుమతి తీసుకున్నాడు. ధౌమ్యుని వద్దకు వెళ్లి నమస్కరించి, ద్రౌపదికి ధైర్యం చెప్పి ఆమె వద్ద సెలవు తీసుకున్నాడు. పాండవులవద్దకు వెళ్లిన అతడు దేవతల మధ్య ఇంద్రునివలె తన మేనబావల మధ్య ప్రకాశించాడు.

ప్రయాణసమయంలో చేయవలసిన కర్మలను చేయసాగాడు కృష్ణుడు. స్నానాదులు ముగించుకుని, ఆభూషణాలు ధరించి గంధపుష్ప నమస్కారాదులతో దేవతలను బ్రాహ్మణులను పూజించాడు. అన్ని పనులు ముగించుకుని అతడు బహిర్ద్వారం దగ్గరకు వచ్చాడు. బ్రాహ్మణులు స్వస్తివాచనం చేశారు. అతడు దధి, అక్షతలు, ఫలాలు, పాత్రలు, ధనము మొదలైనవానితో వారిని పూజించాడు. తరువాత బంగారు రథాన్ని ఎక్కి బయలు దేరాడు. వేగవంతమైన ఆ రథంమీద గరుడధ్వజం ఎగురు తోంది. గదా, ఖడ్గ చక్ర, ధనుస్సు ఆయుధాలతో అది అలరారుతోంది. శైబ్యసుగ్రీవములనే గుఱ్ఱాలు దానికి పూన్చబడ్డాయి. ప్రయాణసమయంలో తిథి నక్షత్రాదులు మంగళకరములై ఒప్పాయి. రథం బయలుదేరడానికి ముందు యుధిష్ఠిరుడు ఎంతో ప్రేమతో దారుకుని ప్రక్కకు తప్పుకోమని తానే స్వయంగా గుఱ్ఱాల కళ్లెం చేతబట్టాడు. అర్జునుడు కూడా ఉత్సాహంగా రథం మీద ఎక్కి, బంగారు పిడిగల తెల్లని చామరాన్ని పట్టుకొని కుడివైపు నుండి వీచసాగాడు. భీమసేనుడు, నకుల సహదేవులు, ఋత్విజులు, పురవాసులతో కూడి రథం వెనుక నడవసాగారు. తన మేనత్త కొడుకులతో కూడిన శ్రీకృష్ణుడు ఆ సమయంలో తన ప్రియశిష్యులతో కూడిన ఒక గురువు ప్రయాణం అయినట్లున్నాడు. అర్జునుడు శ్రీకృష్ణుని వియోగంతో వ్యథితుడైనాడు. కృష్ణుడు అతనిని గాఢంగా ఆలింగనం చేసుకున్నాడు, అతికష్టం మీద వెళ్లడానికి అనుమతించాడు అతడు. కృష్ణుడు యుధిష్ఠిర భీమసేనులను గౌరవించాడు. వారతనిని హృదయానికి హత్తుకొన్నారు. నకుల సహదేవులు అతనికి నమస్కరించారు. అప్పటికి రథం రెండు క్రోసుల దూరం వెళ్లింది. ఈ రీతిగా కృష్ణుడు యుధిష్ఠిరుని వెనుకకు వెళ్లమని చెప్పి ఒప్పించి ధర్మానుసారంగా అతని పాదాలంటి నమస్కరించాడు. యుధిష్ఠిరుడు అతని శిరసు మూర్కొని అతడు వెళ్లడానికి అనుమతించాడు. శ్రీకృష్ణుడు అతనికి మరల వస్తానని వాగ్దానం చేసి, ఎలాగో అనుచరులతో సహా అతనిని వెనక్కి పంపి ద్వారకకు పయనమయ్యాడు. రథం కనిపించినంతవరకు పాండవులు తదేకంగా చూస్తూ మనసుల్లో అతని వెంట వెళ్తూనే ఉన్నారు. అప్పటికీ వారికి అసంతృప్తిగానే ఉంది-తమ కంటిపాప, జీవన సర్వస్వం అయిన కృష్ణుడు తమ దృష్టి నుండి అదృశ్యమైపోయాడని. పాండవుల మనసులలో ఎలాంటి స్వార్థం లేదు. కాని వారి సమస్త ఇంద్రియాలు శ్రీకృష్ణునివైపే పరుగులు తీస్తున్నాయి. అతడు వెళ్లిన తరువాత వారు నిశ్శబ్దంగా తిరిగి నగరానికి వచ్చారు. శ్రీకృష్ణుని రథం గరుడుని వేగంతో సమానంగా అతి శీఘ్రంగా ద్వారకవైపు సాగింది. అతనితోపాటు సారథి దారుకుడే కాక యదువంశీయుడైన సాత్యకి కూడా ఉన్నాడు. కొద్దిసేపటికే అతడు సంతోషంగా ద్వారక చేరుకున్నాడు. ఉగ్రసేనుడు మొదలైన యాదవులందరూ ఊరిబయటనే అతనికి స్వాగతమిచ్చారు. అతడు కూడా రాజయిన ఉగ్రసేనుడికి, తల్లిదండ్రులకు, అన్న బలరామునికి క్రమంగా నమస్కారాలు చేసి, కొడుకులయిన ప్రద్యుమ్న, సాంబ, చారుదేష్ణాదులను ఆలింగనం చేసుకుని, పెద్దల అనుమతితో రుక్మిణి మందిరానికి వెళ్లాడు.

మయసభా నిర్మాణము - నారదాగమనము

వైశంపాయనుడు చెప్తున్నాడు – "జనమేజయా! శ్రీకృష్ణుడు వెళ్లిన తరువాత మయుడు అర్జునునితో "వీరుడా! ఇప్పుడు నేను నీ అనుమతిని తీసుకుని కైలాసానికి ఉత్తరంగా ఉన్న మైనాకపర్వతానికి వెళ్లాలనుకుంటున్నాను. అక్కడ బిందు సరస్సు దగ్గర రాక్షసులు ఒక యజ్ఞాన్ని చేశారు. నేను ఒక మణిమయ పాత్రను అక్కడ తయారుచేసి, దానిని రాక్షసరాజైన వృషపర్వుని వద్ద భద్రపరిచాను. అది కనుక ఇప్పుడక్కడ ఉన్నట్లయితే దానిని తీసుకుని వెంటనే తిరిగి వస్తాను. అక్కడ ఒక పెద్ద విచిత్రమైన రత్న ఖచితమైన సుఖకరమైన గట్టి గద కూడా ఉంది. దాని మీద బంగారు నక్షత్రాలు తాపడం చేయబడ్డాయి. వృషపర్వుడు శత్రుసంహారం చేశాక గదా ఘాతాలను తట్టుకునే ఆ పెనుగదను అక్కడే వదిలేశాడు. అది లక్షల కొద్దీ గదలలో అద్వితీయమైనది. అది నీకు గాండీవ ధనుస్సు వలె భీమునకు యోగ్యమైనది. దేవదత్తం అనే శంఖం కూడా అక్కడే ఉంది. దానిని నీకు కానుకగా తెస్తాను." అని చెప్పి అతడు ఈశాన్య దిశగా బయలుదేరి పూర్వోక్తమైన బిందుసరస్సును చేరుకున్నాడు. భగీరథుడు గంగను అవతరింపచేయడానికి అక్కడే తపస్సు చేశాడు. ప్రజాపతి వందయజ్ఞాలను అక్కడే చేశాడు. దేవరాజు ఇంద్రుడు అక్కడే సిద్ధిపొందాడు. అక్కడే వేల కొద్దీ ప్రాణులు శంకరభగవానుని ఉపాసిస్తాయి. నరనారాయణులు, బ్రహ్మ, యముడు, శివుడు అక్కడే వేల మహాయుగాలు గడిచినా యజ్ఞం చేస్తూ ఉంటారు. స్వయంగా శ్రీకృష్ణుడు కూడా ఏళ్ల తరబడి యజ్ఞం చేసి అక్కడే స్వర్ణమయమైన యజ్ఞస్తంభాలు వేదికలు దానం చేశాడు.

జనమేజయా! మయాసురుడు ఆ చోటుకి వెళ్లి

సభానిర్మాణానికి కావలసిన సర్వసామగ్రిని, పైన చెప్పిన గదను, దేవదత్త శంఖాన్ని, అపరిమితమైన ధనరాసులను తన వశం చేసుకుని, తిరిగివచ్చి యుధిష్ఠిరుని కోసం విశ్వవిఖ్యాతమైన మణిమయ దివ్యసభను నిర్మించాడు. ఆ ఉత్తమమైన గదను భీమునికి, దేవదత్తమనే ఆ శంఖాన్ని అర్జునునకు కానుకలుగా ఇచ్చాడు. ఆ శంఖనాదం ముల్లోకాలను వణికిస్తుంది. ఆ సభ పదివేల హస్తాల పొడవు, వెడల్పు కలిగి ఉంది. అందులో అందమైన వృక్షాలు మనోహరంగా ఉన్నాయి. సూర్యాగ్నిచంద్రుల సభయా అన్నట్లుగా అది ప్రకాశిస్తోంది. దాని అలౌకికమైన కాంతులతో సూర్యకాంతి కూడా వెలవెలపోతోంది. మయుని ఆజ్ఞానుసారంగా ఎనిమిదివేల మంది రాక్షసకింకరులు ఆ దివ్య సభను రక్షిస్తూ దానిని జాగ్రత్తగా చూసుకుంటున్నారు. అవసరమైతే వారు దానిని మరొకచోటకు కూడా కొనిపోగలరు. ఆ సభాభవనంలో ఒక దివ్యమైన సరోవరం, కూడా ఉంది. అది అనేకరకాల మణిమాణిక్య సోపానాలతో శోభాయమానంగా, పద్మకుసుమాలతో ఉల్లాసం కలిగిస్తూ, మెల్లమెల్లని గాలుల స్పర్శతో తరంగితమై ఉంది. ఎంత గొప్ప నరపతులయినా కూడా దానిని నేల అనుకుని మోసపోతారు. దానికి నలువైపుల ఆకాశాన్నంటే వృక్షాలు పచ్చని ఆకులతో నీడనిస్తూ ఉంటాయి. సభకు నాలుగు ప్రక్కల దివ్యసౌరభంతో నిండిన ఉద్యానవనాలున్నాయి. చిన్న చిన్న మడుగులలో హంసలు, బెగ్గురు పక్షులు, చక్రవాక పక్షులు ఆడుతున్నాయి. నీటిలోని నేల మీది కమలవనాలు తమ సుగంధంతో లోకులను మైమరపిస్తున్నాయి. మయుడు కేవలం పద్నాలుగు నెలలలోనే ఆ దివ్య సభను నిర్మించి ధర్మరాజుకు సమర్పించాడు.

జనమేజయా! ధర్మరాజు శుభముహూర్తం చూసుకొని బ్రాహ్మణులకు కందమూల ఫలాలు, పాయసం మొదలైన రకరకాల పదార్థాలతో భోజనం పెట్టాడు. వారికి వస్త్రమాల్యాలు, పెద్ద చిన్న సామగ్రి మొదలైనవి సమర్పించి తృప్తి కలిగించాడు. ఒక్కొక్కనికి వేయి గోవుల చొప్పున దానమిచ్చాడు. అనంతరం అతడు సభలో ప్రవేశిస్తూండగా బ్రాహ్మణులు పుణ్యాహవాచనం చేశారు. గేయవాద్యాలతో ఫలపుష్పాలతో దేవతాపూజ జరిగింది. మల్లులు, కఱ్ఱసాములవారు, నటులు, వైతాళికులు, వందిజనులు – ధర్మరాజుకు తమ తమ కళలను ప్రదర్శించారు. దాని తరువాత అతడు తన తమ్ములతో కలిసి దేవేంద్రుని వలె సభలో కొలువుతీరాడు. అతనితో పాటు సభలో ఋషులు, మునులు, రాజులు, మహారాజులు కూడా ఆసీనులయ్యారు. ఋషులలో ముఖ్యంగా అసితుడు, దేవలుడు, కృష్ణద్వైపాయనుడు, జైమిని, యాజ్ఞవల్క్యుడు మొదలైన వేదవేదాంగపారంగతులు, ధర్మజ్ఞులు, సంయమీంద్రులు, ప్రవచనకారులు కూర్చున్నారు. వ్యాసభగవానుని శిష్యులమైన మేము కూడా అక్కడే ఉన్నాము. రాజులలో కక్షసేనుడు, క్షేమకుడు, కమఠుడు, కంపనుడు, మద్రకాధిపతి అయిన జటాసురుడు, పులిందుడు, అంగ, వంగ, పుండ్రక, అంధక, పాండ్య, ఓఢ్ర దేశాధిపతులు యుధిష్ఠిరుని సేవించారు. అర్జునునివల్ల అస్త్రవిద్య నేర్చుకున్న రాకుమారులు యదు వంశీయులైన ప్రద్యుమ్నుడు, సాంబుడు, సాత్యకి, మొదలైనవారు అక్కడున్నారు. తుంబురుడు, చిత్రసేనుడు మొదలైన గంధర్వులు, అప్సరసలు కూడా ధర్మరాజును సంతోషపెట్టడానికి అక్కడకు వచ్చి గానం చేస్తూ, వాద్యాలు వాయించారు. ఆ సమయంలో యుధిష్ఠిరుడు సత్యలోకంలో మహర్షులతో రాజర్షులతో కొలువై ఉన్న బ్రహ్మ వలె విరాజిల్లాడు.

జనమేజయా! ఒక రోజున మహాత్ములైన పాండవులు, గంధర్వులు మొదలైనవారంతా ఆ దివ్యసభలో ఆనందంగా కూర్చుని ఉన్నారు. ఆ సమయంలో దేవర్షి నారదుడు అనేకమంది మునులతో కలిసి అక్కడికి వచ్చాడు. దేవముని నారదుని మహిమ అపారం. అతడు వేదాలలో, ఉపనిషత్తులలో పారంగతుడైన విద్వాంసుడు, గొప్ప గొప్ప దేవతలు కూడా అతనిని పూజిస్తూ ఉంటారు. ఇతిహాస పురాణాలలోను, ప్రాచీన కల్పంలోను, పూర్వోత్తర మీమాంసలలోను అతని పాండిత్యం అద్వితీయం. వేదాంగాలైన వ్యాకరణం, కల్పం, శిక్ష – మొదలైన షడంగాలను తెలిసినవాడే కాదు ధర్మ రహస్యాలను కూడా పూర్తిగా ఎరిగినవాడు. వేదాలలోని పరస్పర విరుద్ధమైన అంశాలకు ఏకవాక్యత కల్పించడంలోను, ఒకే అంశంలో కలిసిపోయి ఉన్న వచనాలను కర్మానుసారంగా పృథక్కరణం చేయడంలోను, యజ్ఞానికి సంబంధించిన అనేక కర్మలు ఒకేసారి వచ్చినప్పటికి వాటిని సరిగా అన్వయించడంలోను అతడు అత్యంత నిపుణుడు, అతడు ప్రాగల్భ్యం కలిగిన వక్త, జ్ఞాపకశక్తి కల మేధావి, నీతి కుశలుడు, సహృదయుడు అయిన కవి. కర్మజ్ఞానాలను సరిగా విభజించడంలో దిట్ట. ప్రత్యక్ష, అనుమాన, ఆప్తవాక్యాలనే ప్రమాణాల ద్వారా అతడు అన్ని విషయాలనూ సరిగ్గా నిర్ధారించగలడు. ప్రతిజ్ఞ, హేతువు, ఉదాహరణం, ఉపనయం, నిగమనం అనే ఐదు అంగాలతో కూడిన వాక్యాలలో గుణ

దోషాలను బాగా గుర్తించగలడు. బృహస్పతితో మాటలాడేటప్పుడు కూడా అతడు ఉత్తరప్రత్యుత్తరాలు జరుపగల విశారదుడు. ధర్మార్థకామ మోక్షాలనే నాలుగు పురుషార్థాలకు సంబంధించిన అతని నిశ్చయజ్ఞానం సర్వథా సుసంగతమైనది. పద్నాలుగు లోకాలను క్రింద- పైన మూలగా అడ్డంగా ప్రత్యక్షంగా చూశాడు. సాంఖ్యం, యోగం - ఈ రెండు మార్గాలను గూర్చి ఎరిగినవాడు. దేవతల యొక్క, అసురుల యొక్క ప్రతి ఒక్కరి ఆలోచనల జాడను పసికడుతూ ఉంటాడు. మైత్రీవిరోధాల తత్త్వాన్ని బాగా ఎరిగినవాడు. అంతేకాదు. మిత్రుల శత్రుల శక్తిని అతి సూక్ష్మంగా తెలిసినవాడు. సంధి, విగ్రహము, ఆక్రమణం, కలహాలు రేకెత్తించడం మొదలైన రాజనీతులు, కూటనీతులు కూడా అతనికి సంపూర్ణంగా కరతలామలకం. ఇన్ని మాటలెందుకు? సకల శాస్త్రాలలోను నిపుణుడైన విద్వాంసుడు. అతనికి కలహమన్నా సంగీతమన్నా రెండూ ఇష్టమే. అతడు ఎక్కడికయినా ఏ ఆటంకం లేకుండా రాకపోకలు సాగించగలడు. ఇలాంటి ఎన్నెన్నో గుణాలు నారదునిలో ఉన్నాయి. అతడా రోజున లోకాలోకాంతరాలలో తిరుగుతూ తిరుగుతూ పారిజాతుడు, పర్వతుడు, సుముఖుడు మొదలైన ఋషులతో కలిసి పాండవులను కలుసుకోవడానికి వారి సభకు విచ్చేశాడు. అతడు మనోవేగంతో అక్కడికి వచ్చి జయశబ్ద పూర్వకంగా చాలా ప్రేమతో ధర్మరాజును ఆశీర్వదించాడు.

సమస్తధర్మసూక్ష్మాలు తెలిసిన యుధిష్ఠిరుడు దేవర్షి నారదుడు రావడం చూసి తమ్ముళ్లతో కలిసి వెంటనే లేచి నిలబడ్డాడు. వినయంగా వంగి నమస్కరించాడు. విధ్యుక్తంగా ఉచితాసనం మీద కూర్చుండచేశాడు. మధుపర్కాదులతో అతనికి శాస్త్రోక్తంగా పూజ జరిగింది. నారదమహాముని అతడు చేసిన సత్కారాలకు ఆనందించి కుశలప్రశ్నల వంకతో వారికి ధర్మార్థకామాలను గూర్చి చెప్పసాగాడు.

నారదుడు ప్రశ్నిస్తున్నాడు - "ధర్మరాజా! మీ ధనం సరిగా వినియోగమవుతోందికదా! నీమనస్సు ధర్మకార్యాలమీద బాగా లగ్నమవుతోంది కదా! మీరంతా సుఖంగా ఉన్నారను కుంటాను. మీ మనస్సులలో ఎప్పుడూ చెడు ఆలోచనలు రావనుకుంటాను. మీ తాత -తండ్రులు ఏ సదాచారాన్ని పాలించారో, ఆ ధర్మార్థాలకు అనుకూలమైన ఉదారనీతిని నీవు కూడా ఆశ్రయించి ఉంటావు. నీ అర్థప్రియత్వం ధర్మానికి గాని, ధర్మప్రియత్వం అర్థానికి గాని, కామప్రియత్వం ధర్మార్థాలకు గాని బాధకం కాకూడదు. నీకు సమయం యొక్క రహస్యం తెలిసే ఉంటుంది. అర్థ ధర్మ కామాలను సేవించడానికి వేర్వేరు సమయాలు నిర్ధారితమై ఉన్నాయి కదా! రాజులకు వ్యాఖ్యానశక్తి, వీరత్వం, మేధావితనం; పరిణామదర్శిత్వం; నీతి నిపుణత, కర్తవ్యాకర్తవ్యవివేకం - అనే ఈ ఆరు గుణాలు ఉండాలి. మంత్రం, ఔషధం, ఇంద్రజాలం, సామ, దాన, భేద, దండాలు - అనే ఏడు ఉపాయాలు ఉండాలి. పైన చెప్పిన గుణాల ద్వారా ఈ ఉపాయాలను కనిపెట్టి ఉండాలి. నాస్తికత, అసత్యం, క్రోధం, పొరపాటు, దీర్ఘసూత్రత, జ్ఞానులతో సాంగత్యం లేకపోవడం, సోమరితనం, ఇంద్రియలోలుపత; ఎప్పుడూ అర్థాన్ని గూర్చి మాత్రమే ఆలోచించడం, మూర్ఖులతో సంప్రదించడం, నిశ్చయించిన పనిని వాయిదా వేయడం, రహస్యాలను బయటపెట్టడం, సమయానుసారంగా ఉత్సవాలు జరపకపోవడం, ఒకేసారి పెక్కుమంది శత్రువులపై దాడి చేయడం - అనే ఈ పద్నాలుగు దోషాలపై దృష్టి పెట్టి ఉంచాలి. ఈ దోషాలనుండి బయటపడి నీవు నీ శక్తిని, శత్రువుల శక్తిని సరిగ్గా తెలుసుకుంటున్నావా? నీ శక్తిని, శత్రువుల శక్తిని అనుసరించి సంధిగాని, విరోధంగాని కావించుకొని నీ యొక్క పంటలు పొలాలు, వ్యాపారం, దుర్గం, వంతెనలు, ఏనుగులు, రత్నరాశులు, ధనరాశులు, పన్ను వసూళ్లు, నిర్మానుష్యప్రాంతాల్లో ప్రజలకు ఆవాసాలు కల్పించడం - మొదలైన కార్యాలు సక్రమంగా జరుపుతున్నావా? నీ రాజ్యంలోని స్వామి, మంత్రి, మిత్రులు, కోశాగారం, రాష్ట్రం, దుర్గం, నగరవాసులు - అనే ఈ సప్తాంగాలు శత్రువులతో కుమ్మక్కుఅవడం లేదు కదా! ధనవంతులు దురభ్యాసాలకు దూరంగా ఉంటున్నారా? వారంతా నీ మీద ప్రేమదృష్టి కలిగే ఉన్నారా? శత్రుగూఢచారులు నీ విశ్వాసాన్ని సంపాదించి, నీ వలనగాని, నీమంత్రుల వలన గాని నీ మంత్రాగాన్ని, ఆలోచనలను ఎప్పుడూ తెలుసుకోవడం లేదు కదా ? నీవు నీ మిత్రులు, శత్రువులు, తటస్థులు అయిన వారి విషయంలో వారేమి చేయబోతున్నారో తెలుసుకుంటూ ఉన్నావా ? నీవు నిగ్రహం గాని, అనుగ్రహం గాని సమయానుసారంగా ప్రకటిస్తున్నావా? ఉదాసీనుల (తటస్థులు) పట్ల విషమదృష్టి లేదుకదా ? నీ మంత్రులు నీతో సమానంగా జ్ఞానవృద్ధులు, పుణ్యాత్ములు; ఆలోచనాపరులు, కులీనులు, ప్రేమకలవారుగా ఉన్నారా ?

యుధిష్ఠిరా! తన ఆలోచనలను రహస్యంగా ఉంచుకోవడమే విజయానికి మూలం. శాస్త్రవేత్తలైన నీ మంత్రులు తమ ఆలోచనలను, సంకల్పాలను సురక్షితంగా ఉంచుతున్నారు కదా ! ఇలాగే దేశరక్షణ కూడా జరుగుతుంది. శత్రువులకు ఎప్పుడూ మీ మాటల జాడ తెలియదు కదా ! నీవు వేళకాని వేళ నిద్రించడం లేదు కదా ! సరియైన సమయానికే మేలు కుంటున్నావా ? ఆర్థిక సంబంధమైన ఆలోచనలను రాత్రి అపర భాగంలోనే చేస్తున్నావా ? ఎప్పుడూ ఒంటరిగా గాని, పెక్కుమందితో కూడి కాని మంత్రాంగం చేయడంలేదు కదా ! నీ ఆలోచనలు ఎప్పుడూ శత్రుదేశానికి చేరడం లేదుకదా ! కొద్దిపాటి ప్రయత్నంతోనే పెద్దపెద్ద కార్యాలు సిద్ధించేలా ఆలోచించి పనులు ప్రారంభిస్తున్నావా ? ఇలాంటి పనులలో ఎప్పుడూ అలసత్వం చూపడం లేదు కదా ! వ్యవసాయదారుల పనులు ఎప్పుడూ నీకు తెలియకుండా ఉండడం లేదు కదా ! వారి మీద నీకు నమ్మకం ఉందా ? ఎప్పుడూ వారిపట్ల ఉదాసీనంగా వ్యవహరించవద్దు. వారి అనురాగమే దేశౌన్నత్యానికి కారణం. విశ్వసనీయులు, నిర్లోభులు, కులీనులు – అయిన వారి ద్వారా మాత్రమే రైతుల పనిని చేయించాలి. నీవు చేసే పనులు సిద్ధించక పూర్వమే లోకులకు తెలియకూడదు సుమా !

మీ గురువులు ధర్మజ్ఞులు, సర్వశాస్త్ర నిపుణులు అయి కుమారులకు యుద్ధవిద్య చక్కగా నేర్పుతున్నారా ? వేయి మంది మూర్ఖులకంటె ఒక్క విద్వాంసుడిని తెచ్చుకోవడం మేలు. విద్వాంసుడయితేనే విపత్కాలంలో రక్షించగలుగుతాడు. మీ దుర్గాలన్నిటిలోను ధనధాన్యాలు, అస్త్రశస్త్రాలు, నీరు, యంత్రాలు, చేతివృత్తులు, సైనికులు – ఇవన్నీ పుష్కలంగా ఏర్పాటు చేశారా ? మేధావి, నిగ్రహవంతుడు, చతురుడు – అయిన ఒక్క మంత్రి ఉంటే చాలు. అతడే రాజును గాని, రాజకుమారుని గాని సంపదలకు యజమానిని చేయగలడు. శత్రుపక్షానికి చెందిన మంత్రి, పురోహితుడు, యువరాజు, సేనాపతి, ద్వారపాలుడు, అంతఃపురరక్షకుడు, కారాగారాధ్యక్షుడు, కోశరక్షకుడు, చేయదగిన చేయదగని పనులను నిర్ణయించేవాడు, ఉపదేశించేవాడు, నగరాధిపతి, కార్యనిర్మాణకర్త; ధర్మాధ్యక్షుడు, సభాపతి; దండపాలుడు, దుర్గపాలుడు, సరిహద్దులను రక్షించేవాడు, ఉద్యానవన విభాగాధికారి – వీరందరిమీద ముగ్గురేసి చొప్పున తెలుసుకోవడానికి వీల్లేని గుప్తచారులను నియమించావా ? నీ పక్షంలో కూడా మొదటి ముగ్గురిని విడిచి (మంత్రి, పురోహిత, యువరాజులు) మిగిలిన అధికారులందరిపై కూడా ముగ్గురేసి చొప్పున రహస్యంగా గూఢచారులను నియమించాలి. నీవు స్వయంగా జాగరూకుడవై నీ సంగతులు శత్రువులకు తెలియకుండ దాచుకుంటూ, వారి పనులను పసిగట్టాలి. సరే. ఈ సంగతి చెప్పు. నీ పురోహితుడు కులీనుడు, వినయం గలవాడు, విద్వాంసుడూ అయిన వాడేనా? కింకర్తవ్యతావిమూఢుడు, నిందలు వేసేవాడూ కాడుగదా! మీరు అతనిని చక్కగా గౌరవిస్తున్నారనుకుంటున్నాను. బుద్ధిమంతుడు, సూటిదనం గలవాడు, శాస్త్రవిధానాలు తెలిసినవాడు – అయిన వానినే ఋత్విజునిగా నియమించుకున్నారా లేదా? అతడు యజ్ఞానికి తెచ్చిన, తేవలసిన సామగ్రిని చెప్పగలవాడే గదా! మీ జ్యోతిషపండితుడు శాస్త్రంలోని సమస్త అంగాలను క్షుణ్ణంగా తెలిసినవాడు, నక్షత్రాల చలనాన్ని, వక్రత్వాన్ని – మొదలైనవానిని గురించి తెలిసినవాడేనా? ఉత్పాతాలు మొదలైన వానిని ముందుగానే తెలుసుకోవడంలో నిపుణుడే కదా! నీవు నీ ఉద్యోగులను ఎక్కడా ఎగుడుదిగుడుగా అయోగ్య కార్యాలలో నియమించడం లేదు కదా ! నిష్కపటులైన, కులక్రమాగతులైన, సదాచారులైన నీ మంత్రులకు సమానంగానే పనులను నిర్దేశించి అప్పగిస్తున్నావా ? నీ మంత్రులు తమ సౌశీల్యానికి, సౌజన్యానికి, ప్రేమకు తిలోదకాలిచ్చి ఎప్పుడూ ప్రజలపై కఠిన శాసనాన్ని చేయడంలేదుకదా! పవిత్రుడైన యాజ్ఞికుడు పతితుడైన యజ్ఞకర్తను; స్త్రీలు వ్యభిచారులైన పురుషులను తిరస్కరించినట్లుగా ప్రజలు అధికమైన పన్నును వసూలు చేసిన కారణంగా నిన్ను ఎప్పుడూ అనాదరించడం లేదు కదా !

నీ సేనాపతి పరాక్రమశాలి, వీరుడు, బుద్ధిమంతుడు, ధైర్యశాలి పవిత్రుడు, కులీనుడు, స్వామిభక్తుడు, చతురుడు అయిన వాడేనా ? నీ సేనాధ్యక్షులందరూ అన్ని రకాల యుద్ధాలలో ఆరితేరినవారు, నిష్కపటులు, శూరవీరులు అయి నీ చేత సమ్మానింపబడుతూ ఉంటారా ? నీవు నీ సైనికులకు జీతభత్యాలు, భోజనం ఏర్పాట్లు తగిన సమయంలో చక్కగా చేస్తున్నావా ? ఎప్పుడూ ఆలస్యం కాని, లోటుకాని జరగడం లేదు కదా ! భోజనం వేతనం సరియైన సమయానికి లభించకపోతే సైనికులకు కష్టం కలిగి తమ రాజుపట్లనే విద్రోహులుగా మారుతారు. మీ కులీనులైన ఉద్యోగులు అవసరమైతే తమ ప్రాణాలు కూడా నీకోసం బలిచేయగలిగేలా నీ పట్ల అనురాగం కలిగిఉంటారా ? ఎవరైనా సైన్యాన్నంతా

తమ ఇష్టానుసారంగా నడుపుకుంటూ నీ ఆజ్ఞను ఉల్లంఘించే చేష్టలు చేయడం లేదు కదా ! ఎప్పుడయినా ఏ ఉద్యోగి అయినా ధైర్యసాహసాలు ప్రదర్శించే పని చేసినపుడు అతనిని నీవు విశేషంగా సన్మానించి అతని భోజన వేతనాలను పెంపు చేస్తున్నావా లేదా ? విద్యావినయ సంపన్నులు, జ్ఞానులు, గుణవంతులు అయిన వారిని యథాయోగ్యంగా దానాలిచ్చి సేవిస్తున్నావా ? రాజా ! నీ రక్షణకోసం ప్రాణాలర్పించినట్టి లేదా సంకటస్థితిలో చిక్కుకొన్నట్టి వారి పిల్లపాపలను నీవు సంరక్షిస్తున్నావా ? బలహీనుడైన శత్రువు యుద్ధంలో పరాజితుడై నీ శరణు చొచ్చినపుడు అతనిని నీకుమారునివలె రక్షిస్తున్నావా ? ప్రజలందరూ నిష్పక్షపాతంగా నీకు మేలు కోరుతూ నిన్ను తల్లిదండ్రుల్లా భావిస్తున్నారా ?

ముందుగా నీవు జితేంద్రియుడవై, ఆ పిమ్మట ఇంద్రియవశులైన శత్రువులమీద విజయాన్ని పొందవచ్చు. శత్రువులను వశపరచుకోవడానికి సామ దాన దండాలు మొదలైన అన్ని ఉపాయాలను ప్రయోగించాలి. నీ రాజ్యం సురక్షితంగా ఉండేలా ఏర్పాట్లు చేసుకుని; అప్పుడు శత్రువు మీద దండెత్తాలి. శత్రువును జయించి మరల అతనినే ఆ రాజ్యానికి రాజుగా నియమించాలి. తప్పకుండా నీవు ఇలాగే చేస్తూ ఉంటావు.

నీవు నీ కుటుంబీకులను, గురుజనులను, వృద్ధులను; వ్యాపారులను, ఉద్యోగులను, ఆశ్రితులను, దరిద్రులను ధనధాన్యాదులతో ఎల్లప్పుడూ భరించి పోషిస్తున్నావు కదా! ఆదాయవ్యయాలను లెక్కించడానికి నియుక్తులైన ఉద్యోగులు ప్రతిదినం నీ ఎదుట ఆ జమాఖర్చులను గూర్చి చెప్తున్నారా ? తెలివైన, నీ మేలుకోరే ఏ ఉద్యోగిని అయినా అపరాధం లేకుండా పదవీచ్యుతుడిని ఎప్పుడూ చేయలేదు కదా! ఎప్పుడయినా ఏ పనిలో అయినా లోభిగాని, చోరుడుగాని; శత్రువుగాని లేదా అనుభవశూన్యుడైన వాడుగాని నియుక్తుడు కాలేదుకదా ! నీ దేశ ప్రజలకు చోరులవలన గాని, దురాశాపరులైన రాజకుమారులవలనగాని, రాణులు లేదా నీ వలన గాని, దుఃఖం కలగడం లేదు కదా! రైతులు ఆనందంగా ఉండాలి. గట్ల అంచుల వరకు నీరు నిండిన చెరువులు నీ రాజ్యంలో సమృద్ధిగా ఉన్నాయా? వ్యవసాయాన్ని ఎప్పుడూ వర్షాధారంగా వదలివేయడం లేదుకదా! వ్యవసాయదారులకు విత్తనాలు గాని, అన్నంగాని ఎప్పుడూ నష్టమైపోకూడదు. అవసరమైతే కొద్దిపాటి వడ్డీని తీసుకుని వారికి ధనం కూడా ఇవ్వాలి. నీ రాజ్యంలో వ్యవసాయం, గోరక్ష, వ్యాపారసంబంధమైన లావాదేవీలు నమ్మకంగా జరుగుతున్నాయా? ధర్మబద్ధమైన వ్యాపారం తోనే ప్రజలు సుఖంగా ఉంటారు. నీ రాజ్యంలో జడ్జి, తహసీలుదారు, సర్పంచి, ఏజంటు, సాక్షి - ఈ అయిదుగురు ప్రజల మేలుకోరి బుద్ధికలిగి పనులు చేస్తూ ఉంటారా ? నగరాల రక్షణ కోసం గ్రామాల రక్షణ కూడా అంతే కట్టుదిట్టంగా ఉండాలి. సరిహద్దుల రక్షణ కూడా గ్రామాల రక్షణ వలెనే మన చేతిలో ఉండాలి. అక్కడి సమాచారం అనుకున్న సమయానికి లభిస్తోందా? చోరులు, అపరాధులు, అధికులు, అల్పులు (దాగి ఉండి) ఎవరికీ తెలియకుండా నీ రాజ్యంలో గ్రామాలను కొల్లగొట్టడం లేదుకదా! స్త్రీలను సురక్షితంగా, సంతుష్టులుగా ఉంచుతున్నావా ? ఎప్పుడూ వారిని నమ్మి వారికి రహస్య విషయాలను చెప్పడం లేదు కదా ! భోగవిలాసాలలో మునిగిపోయి ఆపదలను ఉపేక్షించడం లేదు కదా! నీ సేవకులు రక్తవర్ణ వస్త్రాలు ధరించి చేతిలో కత్తులు పట్టుకొని నీ రక్షణకోసం సిద్ధంగా ఉంటున్నారా? నీవు అపరాధుల పట్ల యముని వలె, పూజ్యులపట్ల ధర్మరాజువలె వ్యవహరిస్తున్నావా? నీకు ఇష్టులెవరో, అనిష్టులెవరో చక్కగా గుర్తెరిగి వ్యవహరిస్తున్నావా ? నియమపాలనం, ఔషధసేవనం వలన శరీర రుగ్మత ఎలా నశించిపోతుందో అలాగే జ్ఞానులైన వారి సాంగత్యం వలన మనోవ్యాధులు కూడా నశిస్తాయి. నీవు అలాంటివారిని యథోచితంగా సేవిస్తున్నావా ?

నీ వైద్యులు అష్టాంగ చికిత్సానిపుణులు, హితైషులు, నీపట్ల అనురాగం కలవారు అయి శరీరాన్ని ఆరోగ్యంగా ఉంచుతున్నారా ? లోభం వలనగాని, మోహం వలన గాని, గర్వం వలన గాని యాచకులను; విరోధులను నీవు ఉపేక్షించడంలేదు కదా! లోభమోహాల వలన గాని నమ్మకం వలన గాని, ప్రేమతో గాని నిన్ను ఆశ్రయించు కొన్నవారి జీవనాధారాలకు ఆటంకం కలిగించడం లేదు కదా! నీ పురప్రజలుగాని, దేశవాసులుగాని శత్రువులనుండి లంచాలు పుచ్చుకుని వారితో కలిసిపోయి లోపల లోపలే నీతో విరోధం పూనడం లేదు కదా! మంత్రులు, ప్రధానరాజులు ప్రేమపూర్వకంగా నీకోసం ప్రాణాలు అర్పించడానికి సిద్ధంగా ఉన్నారా లేరా ? నీ పాండిత్యం, గుణాలు గమనించి ఆ కారణంగా బ్రాహ్మణులు సాధువులు శుభాలు కలిగించే నీ కీర్తిని ప్రశంస చేస్తున్నారా లేదా ? నీవు వారికి దక్షిణలు ఇస్తున్నావా లేదా ? ఇలా చేయడం వలన నీకు స్వర్గం,

మోక్షం లభిస్తాయి. నీ పూర్వులు అవలంబించిన వైదిక సదాచారాలను నీవు కూడా చక్కగా అనుష్ఠిస్తున్నావా ? నీ భవనంలో నీ సమక్షంలో గుణవంతులైన బ్రాహ్మణులు రుచికరమైన ఆరోగ్యప్రదమైన భోజనం చేసి దక్షిణలు పొందుతున్నారా ? సంపూర్ణ ఇంద్రియ నిగ్రహంతో ఏకాగ్రమైన మనస్సుతో అప్పుడప్పుడూ నీవు యజ్ఞయాగాదులు చేస్తూనే ఉండి ఉంటావు. జ్ఞాతి సోదరులకు, గురువులకు, వృద్ధులకు, దేవతలకు, తపస్విజనులకు, దేవాలయాలకు, పుణ్యవృక్షాలకు, బ్రాహ్మణులకు నమస్కరిస్తున్నావా ? ఎవరి మనసులలోనూ శోకాన్ని గాని, క్రోధాన్ని గాని నీవు లేవనెత్తడం లేదు గదా! చేతులలో మంగళద్రవ్యాలు పట్టుకొని నీ వద్ద ఎల్లప్పుడూ ఎవరైనా ఒక మనిషి ఉంటాడా ? నీ ధర్మబద్ధమైన, మంగళమయమైన ప్రవర్తన ఎల్లప్పుడూ ఒకే తీరుగా ఉంటోందా? అలాంటి ప్రవర్తన వలన ఆయువు, కీర్తి పెరగడమే కాకుండా ధర్మార్థకామాలు కూడా పూర్తిగా చేకూరుతాయి. అలాంటి ప్రవర్తన కలవాని దేశం ఎప్పుడూ చిక్కుల్లో పడదు. సమస్త భూమండలం అతనికి వశమవుతుంది. అతడు సుఖంగా ఉంటాడు.

ధర్మరాజా! శాస్త్రకుశలులు అయిన నీ మంత్రులు ఎప్పుడయినా తెలియక ఏ పవిత్రుడైన, శ్రేష్ఠుడైన, నిరాపరాధి అయిన వ్యక్తిని దొంగ అని వంచకుడని అనుకొని బాధించలేదు కదా! ఎప్పుడయినా నీ ఉద్యోగులు లంచం తీసుకుని చోరునిగా నిర్ణయింపబడినవానిని శిక్షించకుండా విడిచి పుచ్చలేదు కదా! పేదవానికి ధనికునికి మధ్య ఎప్పుడయినా వివాదం వస్తే నీ ఉద్యోగులు ధనలోభంతో పేదవారికి అన్యాయం చేయడం లేదుకదా! నేను ఇంతకు ముందు చెప్పిన పద్నాలుగు దోషాలనుండి అవశ్యం నిన్ను నీవు రక్షించుకోవాలి. యజ్ఞం చేయడంవలన వేదాలకు; దానభోగాలవలన ధనానికి; ఆనందం, సంతానం కలగడం ద్వారా భార్యను పొందినందుకు సాఫల్యం కలిగినట్లే శీలసదాచారాలు పాటించడం వలన శాస్త్రం చదువుకొన్నందుకు సాఫల్యం కలుగుతుంది.[1]

దూరదూర ప్రాంతాల నుండి వచ్చి వ్యాపారం చేసే వైశ్యుల నుండి సరిగా పన్నులు వసూలు అవుతున్నాయా ? రాజధానిలోను, దేశంలోను వ్యాపారులకు గౌరవం లభిస్తోందా? వారు ఎక్కడా మోసగాళ్లవలలో పడి మోసపోవడం లేదు కదా? నీవు ప్రతిదినం గురుజనుల వద్దనుండి ధర్మశాస్త్ర అర్థశాస్త్రాలు వింటున్నావా ? వ్యవసాయం వలన ఉత్పన్నమయ్యే అన్నం, పళ్లు, పూలు, పాలు, తేనె, నెయ్యి వంటి పదార్థాలన్నీ ధర్మబుద్ధితో బ్రాహ్మణులకు ఇస్తున్నావా ? నీవు చేతివృత్తులవారికి తగిన సామగ్రిని, వేతనాన్ని, పనిని కల్పిస్తున్నావా ? మేలు చేసినవారి పట్ల నిండుసభలో కృతజ్ఞతలు ప్రకటిస్తూ ఆదర సత్కారాలు చూపుతున్నావా? హస్తిసూత్రం, రథసూత్రం, అశ్వసూత్రం, అస్త్రసూత్రం, యంత్రసూత్రం, నాగరిక సూత్రం – మొదలైన అన్నిరకాల సూత్రగ్రంథాలను అభ్యసిస్తున్నావా? నీకు అన్నిరకాలైన అస్త్ర శస్త్రాలు, మారణప్రయోగాలు, ఓషధుల విషాల ప్రయోగం తప్పకుండా తెలిసే ఉంటాయి. అగ్ని, క్రూరజంతువులు, రోగాలు, రాక్షసులు – వీటి బారినుండి రాజ్యాన్నంతటిని రక్షిస్తున్నావా? అంధులకు, మూగవారికి, కుంటివారికి, చేతులు లేనివారికి, అనాథలకు, అలాగే సాధుసన్యాసులకు ధర్మం ప్రకారం నీవే రక్షకుడవు. మహారాజా! నిద్ర, సోమరితనం, భయం, క్రోధం, మెతకతనం, దీర్ఘసూత్రత – ఈ ఆరు దోషాలు రాజులకు అనర్థ కారకాలు.

వైశంపాయనుడు కొనసాగించాడు – "జనమేజయా! ఈ రీతిగా చెప్పిన నారదుని మాటలు విని ధర్మరాజు యుధిష్ఠిరుడు అతని పాదాలు స్పృశించి నమస్కరించాడు. మిక్కిలి ఆనందంతో "మునివర్యా! నేను మీ ఆజ్ఞను పాటిస్తాను. నేడు నా బుద్ధి చక్కగా వికసించింది" అని చెప్పి, అతడు అప్పటినుండి అలాగే చేయడం ప్రారంభించాడు. దేవర్షి నారదుడు "ఈ రీతిగా వర్ణాశ్రమధర్మాలను రక్షించిన రాజు ఈ లోకంలో సుఖంగా జీవించడమే కాదు. పరలోకంలో కూడా సుఖం పొందుతాడు." అని చెప్పాడు.

ఇంద్రాది సభల వర్ణనము - పాండురాజు సందేశము

వైశంపాయనుడు చెప్తున్నాడు – " జనమేజయా! దేవర్షి నారదుని ఉపదేశం విని ధర్మరాజు అతనిని ఎంతగానో గౌరవించి పూజించాడు. అతడు కొంతసేపు విశ్రాంతి తీసుకున్నాక, మరల అతని వద్దకు చేరి "దేవర్షీ! మీరు ఎప్పుడూ మనస్సువలె నిరంతరం సంచరిస్తూ ఉంటారు. బ్రహ్మసృష్టిలోని అనేకలోకాలను మీరు దర్శిస్తూ ఉంటారు. మీరు ఎప్పుడయినా ఇటువంటి లేదా ఇంతకంటె మించిన గొప్పసభను చూశారా? దయచేసి తెలుపండి" అని ప్రశ్నించాడు. యుధిష్ఠిరుని ప్రశ్న విని నారదుడు చిరునవ్వుతో "ధర్మరాజా! మానవలోకంలో ఇటువంటి మణిమయమైన సభను నేను చూడలేదు. వినలేదు. నేను నీకు ఇంద్ర, యమ, వరుణ, కుబేర, బ్రహ్మసభలను గూర్చి వర్ణించి చెప్తాను. అవి లౌకికమైన అలౌకికమైన కళాకౌశలంతో అలరారుతూ ఉంటాయి. సూక్ష్మ

పదార్థాలతో నిర్మింపబడిన కారణంగా ఒక్కొక్క సభ అనేకానేక రూపాలుగా కనబడుతూ ఉంటుంది. దేవతలు, పితరులు, యాజ్ఞికులు, వేదాలు, యజ్ఞాలు, ఋషులు, మునులు మొదలైన వారంతా సాకారులై అక్కడ నివసిస్తూ ఉంటారు". అని చెప్పగానే పంచపాండవులతో పాటు అక్కడున్న బ్రాహ్మణ సమూహమంతా ఆ సభలను గురించిన వర్ణన వినడానికి మిక్కిలిగా ఉత్సుకులయ్యారు. ధర్మరాజు చేతులు జోడించి "మీరు తప్పకుండా ఆ సభలను గుర్చి చెప్పండి. మేము మిక్కిలి ఆసక్తితో వినాలనుకుంటున్నాము. ఆ సభలు ఏయే పదార్థాలతో ఎంతెంత పొడవు వెడల్పులతో నిర్మించబడ్డాయి ? ఆ సభలలో ఎవరెవరుంటారు ? ఇంకా అందులోని విశేషాలేమిటి"? అని ప్రశ్నించాడు. అతని ప్రశ్నకు సమాధానంగా నారదుడు ఇంద్రాది దేవతల అలౌకిక సభలను విస్తారంగా వర్ణించి చెప్పాడు.

జనమేజయా! దివ్యసభల వర్ణనంతా విన్నాక ధర్మరాజు నారదుని "దేవా! మీరు యమసభలో రాజులందరూ ఉన్నట్లుగా చెప్పారు. వరుణసభలో నాగులు, దైత్యులు, నదులు, సముద్రాలు ఉన్నాయని, కుబేరుని సభలో యక్షరాక్షసులు, గంధర్వులు, గుహ్యకులు, రుద్రదేవులు ఉన్నారని తెలిపారు. బ్రహ్మసభలో ఋషులు, మునులు, దేవతలు, శాస్త్రపురాణాలు నివసిస్తున్నాయని తెలుసుకున్నాము. దేవరాజు ఇంద్రుని సభలో దేవతలు, గంధర్వులు, ఋషులు, మునులు ఉన్నారని లెక్కించి చెప్పారు. అక్కడ రాజర్షులలో కేవలం హరిశ్చంద్రుడే ఉన్నాడన్నారు. ఇంద్రుని సమక్షంలో నివసించడానికి తగిన ఫలం లభించే ఎటువంటి సత్కర్మలు, తపస్సు లేదా వ్రతం అతడు చేశాడు? మహాత్మా! పితృలోకంలో మా తండ్రి పాండురాజు మీరు చూసినపుడు ఎలా ఉన్నారు ? వారు మాకు ఏమైన సందేశం పంపించారా ? దయచేసి మీరు ఆ విషయం తప్పక సెలవీయవలసినది" - అని అడిగాడు.

నారదుడు "రాజా! నీ ప్రశ్నకు సమాధానంగా హరిశ్చంద్రుని మహిమను చెప్తాను విను. అతడు ధీరుడు, వీరుడు, ఏకచ్ఛత్రాధిపతి అయిన సమ్రాట్టు. భూలోకంలోని సమస్త రాజులు అతనికి తలవంచినవారే. అతడు ఒక్కడే రాజులందరినీ జయించి రాజసూయ మహాయజ్ఞాన్ని చేశాడు. రాజులందరూ అతనికి కప్పం కట్టి, అతని యజ్ఞంలో వడ్డన పని చేశారు. యాచకులు అడిగిన దానికంటె అయిదు రెట్లు ఎక్కువ ఇచ్చాడు. బ్రాహ్మణులకు భోజనం పెట్టి, వస్త్రాలు, వజ్రాలు, కెంపులు మాత్రమే కాక కోరినవన్నీ ఇచ్చి వారిని సంతుష్టిపరచాడు. వారు దేశాదేశాలలోను అతని గొప్పదనాన్ని చాటి చెప్పారు. యజ్ఞం చేయడం వల్లను, బ్రాహ్మణుల ఆశీర్వాద స్వరూపంగాను హరిశ్చంద్రుడు సమ్రాట్టుగా అభిషిక్తుడయ్యాడు రాజసూయ యాగం చేసినవారు, యుద్ధంలో వెన్ను చూపక వీరమరణం పొందినవారు, తీవ్రమైన తపస్సు చేసి శరీరాన్ని విడిచిన వారు ఇంద్రసభలో అత్యున్నతమైన స్థానాన్ని అలంకరిస్తారు.

యుధిష్ఠిరా! నీ తండ్రి పాండురాజు స్వర్గంలో ఉన్న హరిశ్చంద్రుని వైభవాన్ని చూచి విస్మితు డయ్యాడు. నేను మానవ లోకానికి వెళ్తున్నానని తెలుసుకుని మీకు ఈ సందేశం పంపాడు - "యుధిష్ఠిరా! నీ సోదరులు నీకు వశులై ఉన్నారు. కాబట్టి నీవు భూలోకం అంతా జయించగలవు. నా కోసం నీవు రాజసూయ మహాయజ్ఞాన్ని చేయాలి. నాయనా! నీవు నా కొడుకువు. నీవు రాజసూయం చేసినట్లయితే నేను కూడా దేవేంద్రుని సభలో హరిశ్చంద్రునితో సమానంగా చిరకాలం ఆనందం అనుభవించగలను." నాయనా! ధర్మరాజా! మీకు ఈ సందేశం వినిపిస్తానని మీ తండ్రికి మాట ఇచ్చాను. మీరు మీ తండ్రి కోరికను నెరవేర్చండి. ఈ యజ్ఞానికి ఫలితంగా మీతండ్రికే కాదు. మీకు కూడా స్వయంగా ఆ స్థానం లభిస్తుంది. అయితే ఈ యజ్ఞం చేయడంలో పెద్దపెద్ద ఆటంకాలెదురవుతాయన్న దానిలో సందేహం లేదు. యజ్ఞద్రోహులైన రాక్షసులు అవకాశం కోసం వేచి చూస్తుంటారు. ఏ కొద్ది కారణం దొరికినా పెద్ద భయంకరమైన క్షత్రియ కులాంతకమైన యుద్ధం జరుగుతుంది. ఒకరకంగా దానివలన భూప్రళయమే సంభవిస్తుంది. నాయనా! ఇవన్నీ బాగా ఆలోచించుకుని మీకు ఏది మంచిదని తోస్తే అది చేయండి. చతుర్వర్ణాలవారిని సావధానులై రక్షిస్తూ ఆనందాన్ని, అభివృద్ధిని పొందండి. బ్రాహ్మణులను సంతృప్తి పరచండి. నీ ప్రశ్నలన్నింటికి సమాధానాలు చెప్పాను. ఇక నాకు అనుమతిని ఇవ్వు. శ్రీకృష్ణ భగవానుని ద్వారకానగరానికి వెళ్తాను." అని చెప్పి నారదుడు తన తోటి ఋషులందరితో కలిసి అక్కడనుండి బయలు దేరాడు.యుధిష్ఠిరుడు తన తమ్ముళ్లతో కలిసి రాజసూయ యజ్ఞం గురించిన ఆలోచనలలో మునిగి పోయాడు.

రాజసూయ యాగసంకల్పము

వైశంపాయనుడు చెప్తున్నాడు - "జనమేజయా! దేవర్షి నారదుని మాటలువిని యుధిష్ఠిరుడు రాజసూయం చేయాలనే ఆలోచనతో ఆరాటపడసాగాడు. అతడు తన సభాసదులు

అందరినీ సత్కరించాడు. వారు కూడా అతనిని సత్కరించారు. కాని అతని మనసు మాత్రం రాజసూయ సంకల్పంలోనే నిమగ్నమై ఉంది. తన ధర్మాన్ని ఆలోచించి ప్రజలకు మేలు చేయసాగాడు. అతడు ఎవరి పక్షమూ వహించలేదు. క్రోధం, గర్వం విడిచి పెట్టి అందరికి భుక్తి చెల్లించాలని ఆదేశించాడు. సమస్తభూమండలంలో యుధిష్ఠిరునికి జయజయధ్వానాలు లభించాయి. యుధిష్ఠిరుని మంచితనం వలన ప్రజలందరూ అతనిని తండ్రిలా విశ్వసించసాగారు. అతనితో ఎవరికీ వైరం లేదు. కనుక "అజాత శత్రువు" అనిపించుకున్నాడు. అతడు అందరినీ తనవారిగా చేసుకున్నాడు- భీమసేనుడు అందరినీ రక్షిస్తూంటే అర్జునుడు శత్రుసంహారంలో ఏమరుపాటు లేక ఉంటున్నాడు. సహదేవుడు ధర్మబద్ధంగా శాసిస్తూంటే, నకులుడు సహజంగానే అందరిపట్ల వినయంగా ఉంటున్నాడు. ప్రజలలో భేదం, వైరం, భయం, అధర్మం అనేవి మచ్చుకు కూడా లేవు. అందరూ కర్తవ్య పరాయణులే. సకాలంలో వర్షాలు కురుస్తున్నాయి. అందరూ సుఖంగా ఉన్నారు. ఆ రోజులలో యజ్ఞశక్తి, గోరక్ష, వ్యవసాయం, వ్యాపారం-అభివృద్ధిలో పరాకాష్ఠను చేరుకున్నాయి. ప్రజలలో పన్ను బాకీపడలేదు. పన్నుపెరగలేదు. పన్ను వసూలులో బాధించడం లేదు. రోగాలు, అగ్నులు, మూర్ఛలు - వీని వలన ఎవరికీ భయం లేదు. దొంగలు, వంచకులు, అతిస్నేహపరులు ప్రజలపై ఎటువంటి అత్యాచారాలు చేయడంగాని, అసత్య వ్యవహారాలు నడపడం గాని చేయరు. దేశంలోని సామంతులందరూ విభిన్న దేశాల వైశ్యులతో కలిసి వచ్చి ధర్మరాజుకు, మేలు చేయడంలోను, సేవించడంలోను, పన్నులు కట్టడంలోను, సంధి - విగ్రహాలు మొదలైన రాజకీయ కార్యాలలోను తోడ్పడుతూ ఉండేవారు. ధర్మాత్ముడైన యుధిష్ఠిరుడు అధికారం పొందిన ప్రతిరాజ్యంలోని బ్రాహ్మణులు, గొల్లలు, ప్రజలందరూ అతనిపై, ప్రేమ చూపుతూ ఉండేవారు.

"జనమేజయా! ధర్మరాజు తన మంత్రులను తమ్ముళ్లను పిలిచి రాజసూయ యాగం చేయడం విషయమై మీ అభిప్రాయం ఏమిటని అడిగాడు. " రాజసూయ యాగం చేసి అభిషిక్తుడైన రాజు నీటికి వరుణుడిలాగ ఈ భూమికి ఏకచ్ఛత్రాధికారి అవుతాడు. మీకు సమ్రాట్టు అయ్యే యోగ్యత ఉంది. ఇప్పుడు ఆ సమయం కూడా వచ్చింది. బలవంతుడైనవాడే ఆ యజ్ఞానికి అధికారి. కనుక మీరు తప్పకుండా యజ్ఞం చేయండి. ఇందులో ఆలోచించవలసిన అవసరం ఏమీ లేదు." అని ఏకకంఠంతో మంత్రులందరూ బదులిచ్చారు. మంత్రులమాటలు విని ధర్మరాజు తన తమ్ముళ్లు, ఋత్విజుడు, ధౌమ్యుడు వ్యాసమహర్షి మొదలైన వారితో చర్చించాడు. అందరూ ఒకే మాట చెప్పారు - "నీవే రాజసూయ యాగం చేయడానికి అన్ని విధాలా యోగ్యుడవ"ని. అందరి మాటలూ విన్నాక కూడా మిక్కిలి వివేకవంతుడైన ధర్మరాజు అందరి శ్రేయస్సును దృష్టిలో ఉంచుకొని తనలో తానే ఆలోచించాడు. బుద్ధిమంతుడైన పురుషుడు తన శక్తిసాధనాలు, దేశకాలాలు, ఆయ వ్యయాలు చక్కగా గుర్తెరిగి అప్పుడు ఏదైనా ఒక నిర్ణయానికి రావాలి. అలా చేస్తే విపత్తి సంభవించబోదు. కేవలం నా సంకల్పంతోనే యజ్ఞం జరిగిపోదు కదా! యజ్ఞం చేయడానికి తగు ప్రయత్నం చేయాలి. ఇలా తనలో తానే వితర్కించుకుంటూ ధర్మరాజు శ్రీకృష్ణభగవానుడే దీనిపై సరియైన నిర్ణయం తీసుకోగలడనే నిశ్చయానికి వచ్చాడు. "శ్రీకృష్ణుడు సమస్తలోకాలలో సర్వశ్రేష్ఠుడు. అగాధ జ్ఞానసంపన్నుడు. శక్తి అద్వితీయం. అతనికి పుట్టుక అనేది లేకపోయినా జగత్కల్యాణం కోసం లీలామానుష జన్ముడైనాడు. అతనికి అన్నీ తెలుసు. అన్నీ చేయగలడు. కొండంత బరువు కూడా అతనికి దూదిలా తేలికై పోతుంది". ఇలా అనుకుని మనసులోనే అతనిని శరణుచొచ్చి, అతని నిర్ణయమే పాటించడానికి దృఢంగా నిశ్చయించుకున్నాడు. తరువాత అతడు కృష్ణునికోసం ఒక దూతను పంపాడు. అతడు వేగవంతమైన రథాన్ని ఎక్కి ద్వారక చేరి శ్రీకృష్ణుని సన్నిధికి వెళ్లాడు. దూతతో మాట్లాడిన శ్రీకృష్ణుడు ధర్మరాజు తనను కలుసుకోవాలనుకుంటున్నాడని, కనుక స్వయంగా అతనివద్దకు వెళ్లాలని నిశ్చయించుకుని, ఇంద్రసేనుడనే ఆ దూతతో కలిసి ఇంద్రప్రస్థానికి బయలుదేరాడు. మిక్కిలి వేగం కలిగిన రథం ఎక్కి అతడు అనేక దేశాలు దాటుకుంటూ శీఘ్రంగా ఇంద్రప్రస్థంలోని ధర్మరాజు దగ్గరకు చేరుకున్నాడు. మేనబావలైన ధర్మరాజు, భీమసేనుడు అతనిని తండ్రిలాగ ఆదరించి గౌరవించారు. తరువాత అతడు ఆనందంగా తన మేనత్త కుంతిని కలుసుకున్నాడు. తనకు అనురక్తులు, మిత్రులు సంబంధీకులు అయిన వారితో అతడు సంతోషంగా ఉన్నాడు. అర్జునుడు, నకులసహదేవులు తమకంటె పెద్దవాడైన అతనిని పూజించారు.

ఒకరోజున శ్రీకృష్ణుడు విశ్రాంతి తీసుకుంటూండగా అవకాశం కోసం చూస్తున్న ధర్మరాజు అతనివద్దకు వెళ్లి "కృష్ణా! నేను రాజసూయ యాగం చేయాలనుకుంటున్నాను. కాని కోరిక ఉన్నంత మాత్రంచేతనే అది సాధ్యపడదని

నీకూ తెలుసును. సర్వత్ర పూజనీయుడై అన్నీ చేయగలిగిన, సర్వాధికారి మాత్రమే రాజసూయం చేయగలడు. నామిత్రులందరూ ఏకకంఠంతో నన్ను రాజసూయం తప్పక చేయమంటున్నారు. కాని నీ అనుమతితోనే ఈ నిర్ణయం జరుగుతుంది. చాలామంది ప్రేమ, బంధుత్వం కారణంగానూ, కొంతమంది స్వార్థంతోనూ నా లోపాలను చెప్పకుండా తీయగా మాట్లాడుతారు. కొంతమంది అయితే తమకు మేలు కలిగించే పనే నాకు కూడా మేలు కలిగిస్తుందని అనుకుంటారు. ఇలా లోకులు రకరకాలుగా మాట్లాడుతారు. కాని నీవు స్వార్థానికి అతీతుడవు. రాగద్వేషాలు నీలో మచ్చుకైనా లేవు. నేను రాజసూయయాగం చేయగలనో లేనో సరిగా అంచనా వేసి నీవే చెప్పగలవు. " అని తన అభిప్రాయాన్ని అతని ముందు ఉంచాడు.

జరాసంధుని గురించి కృష్ణధర్మజుల ఆలోచన

అంతట శ్రీకృష్ణుడు "మహారాజా! మీలో అన్ని అర్హతలూ ఉన్నాయి. కాబట్టి నిజానికి మీరు యజ్ఞం చేయడానికి అర్హులే. మీరు అన్నీ తెలిసికూడా నన్ను అడిగారు కాబట్టి కొద్దిగా చెపుతున్నాను. ఇప్పుడు జరాసంధుడు తన బాహుబలంతో రాజులందరినీ ఓడించి, తన రాజధానీ నగరంలో బంధించి వారి చేత సేవలు చేయించుకుంటున్నాడు. ఈ రోజులలో అతడే ప్రబలుడైన రాజు. పరాక్రమవంతుడైన శిశుపాలుడు అతని ఆశ్రయం పొంది సేనాపతిగా ఉంటున్నాడు. మహాబలి, మాయా యుద్ధవిశారదుడు అయిన కరూషదేశాధిపతి శిష్యునిలాగ జరాసంధునికి ఊడిగం చేస్తున్నాడు. పశ్చిమదిక్కున ఉండే అమితపరాక్రమశాలి, మురనరక దేశాలను ఏలే యవనాధిపతి అతనికి లోబడి ఉండడానికి అంగీకరించాడు. మీతండ్రికి మిత్రుడైన భగదత్తుడు కూడా మాటలలో అతనికి తలవంచుతూ, అతని ఆదేశాలమేరకే రాజ్యపాలన చేస్తున్నాడు. వంగ, పుండ్ర, కిరాత దేశాలకు అధిపతి అయిన మిథ్యావాసుదేవుడు (పౌండ్రకవాసుదేవుడు) ఉన్నాడు కదా! వాడు గర్వంతో నా చిహ్నాలను (శంఖచక్రాలు) ధరిస్తూ, తన్ను తాను పురుషోత్తమునిగా అభివర్ణించుకుంటూ ఉంటాడు. నా ఉదాసీనత వల్లనే వాడు బ్రతుకుతున్నాడు. వాడు కూడా ఇప్పుడు జరాసంధుని ఆశ్రయంలోనే ఉన్నాడు. శత్రువుల సంగతి అలా ఉంచు. నా స్వంతమామ భీష్మకుడు - ఈ భూమిలో నాలుగోవంతు భాగాన్ని ఏలుకుంటున్నాడు. ఇంద్రునికి మిత్రుడు. భోజరాజు, దేవరాజు అతనితో మైత్రి నెరపుతున్నారు. తన విద్యా బలంతో అతడు పాండ్య, క్రథ, కౌశిక దేశాలపై విజయాన్ని సాధించాడు. అతని సోదరుడు పరశురామునితో సమానమైన బలం కలవాడు. అటువంటి మా మామ కూడా జరాసంధునికి వశుడై పోయాడు. మేము అతనిని గౌరవిస్తూ ఉంటాం. అతని మేలు కోరుతూ ఉంటాం. అయినా అతడు మాతో కలియకుండ మా శత్రువుతో కలిసిపోయాడు. అతడు జరాసంధుని కీర్తికి భయపడిపోయి తన కుల బల గర్వాలకు తిలోదకాలిచ్చి అతనిని శరణు చొచ్చాడు. ధర్మజా! ఉత్తర దిశలో ఉండే పద్దెనిమిదిమంది భోజవంశీయులు జరాసంధునికి భయపడి పశ్చిమ దిశగా పారిపోయారు. శూరసేనుడు, భద్రకారుడు, శాల్వుడు, యోధుడు, పటచ్చరుడు, సుస్థలుడు, సుకుట్టుడు, కుళిందుడు, కుంతి, శాల్వాయనుడు మొదలైన రాజులు, దక్షిణ పాంచాల, పూర్వకోసల దేశాధిపతులు, మత్స్య, సంన్యస్తపాద మొదలైన ఉత్తర దేశపు రాజులు జరాసంధుని వల్ల భయంతో తమ తమ రాజ్యాలను విడిచి పశ్చిమ దిశగా దక్షిణదిశగా పారిపోయారు. దానవరాజు కంసుడు తన జ్ఞాతి సోదరులను మిక్కిలిగా బాధించి తాను రాజయిపోయాడు. అతని అవినీతి పెచ్చుపెరిగిపోగా అందరి మేలు కోరి నేను బలరాముని వెంట పెట్టుకొని వెళ్లి అతనిని వధించాను. అందువల్ల కంసుని వల్ల భయమైతే తొలగిపోయింది కాని జరాసంధుడు మరింత విజృంభించాడు. మేము అస్త్రశస్త్రాలతో మూడేళ్లపాటు నిరంతరంగా అతని సైన్యాన్ని సంహరిస్తూనే ఉన్నా అతనిని పూర్తిగా తుడిచిపెట్టలేక పోయాం. అతడు తన బలంతో రాజులను జయించి తన గిరిదుర్గంలో బంధించి ఉంచుతున్నాడు. శంకరుని ఆరాధించడం వల్లనే అతనికి ఆ శక్తి వచ్చింది. ఇప్పుడతని ప్రతిజ్ఞ పూర్తిఅయింది. బందీలయిన రాజులను బలి యిచ్చి అతడు యజ్ఞాన్ని చేయాలనుకుంటున్నాడు. కాబట్టి ఇతర రాజుల మీద దండెత్తే ఆలోచన మాని ముందు ఆ రాజులను విడిపించాలి. ధర్మరాజా! నీవు రాజసూయం చేయాలనుకుంటే మొట్టమొదట బందీలయిన రాజులను విడిపించడం, జరాసంధుని చంపడం చేయాలి. ఈ పని చేయకపోతే రాజసూయ యాగం జరగదు. నీవు స్వయంగా ఆలోచించగలవాడవు. యజ్ఞం గురించి నా అభిప్రాయం ఇదే, నీవు ఈ అన్ని విషయాలనూ ఆలోచించుకొని, స్వయంగా నిర్ణయించుకొని నీ అభిప్రాయాన్ని చెప్పు." అన్నాడు.

అప్పుడు యుధిష్ఠిరుడు - "కృష్ణా!నీవు వెల్లడించిన ఈ అభిప్రాయాన్ని ఇంతవరకు ఎవరూ చెప్పలేదు. సందేహాలను

తీర్చడంలో నిన్ను మించిన వారు లోకంలో ఎవరున్నారు? ఈ రోజులలో ప్రతి ఇంటా రాజులున్నారు. అందరూ తమ స్వార్థాన్ని పండించుకునే వారే. వారెవరూ సమ్రాట్టులు కారు. ఆ పదవి రావడం చాలా కష్టం. దేవా! జరాసంధుని విషయంలో మాకూ కొంత సందేహం ఉంది. నిజానికి అతడు చాలా దుష్టుడు. మేము మిమ్మల్ని చూసుకునే బలవంతులమను కుంటున్నాము. మీరే అతని విషయంలో సంశయిస్తూంటే అతని ఎదుట మేము బలవంతులం అనుకోలేము. మీరుగాని, బలరాముడుగాని, భీమార్జునులు గాని అతనిని చంపగలరో లేరో అని నేను అనుకుంటున్నాను. నేను ఈ విషయమై దీర్ఘంగా ఆలోచిస్తున్నాను. మీ అభిప్రాయాన్ని అనుసరించియే అన్ని పనులు చేస్తాము. ఇప్పుడేమి చేయాలో దయచేసి చెప్పండి." అని వినయంగా అడిగాడు.

ధర్మరాజు మాటలు విని చక్కగా మాట్లాడగలిగే భీముడు -"నిష్క్రియాపరుడైన రాజు బలహీనుడైనప్పటికీ కూడా బలవంతుడైన రాజుతో తలపడతాడు. యుక్తితో పని చక్కపెట్టుకోలేడు. ఓడిపోతాడు. జాగరూకుడై, క్రియాపరుడై, నీతి నిపుణుడయిన రాజు అయితే స్వల్పశక్తి కలిగినవాడయినా బలవంతుడైన శత్రువును జయిస్తాడు.(2) సోదరా! శ్రీకృష్ణునిలో నీతి ఉంది. నాలో బలం ఉంది. అర్జునునిలో విజయం పొందడానికి తగిన యోగ్యత ఉంది. కాబట్టి మేము ముగ్గురం కలిసి జరాసంధుని వధించే కార్యం పూర్తి చేస్తాం." అన్నాడు. భీముడు చెప్పినది విని కృష్ణుడు - "రాజా! శత్రువును ఉపేక్షించకూడదు. శత్రువిజయం, ప్రజాపాలన, తపశ్శక్తి, సమృద్ధి - ఈ అన్ని గుణాలూ నీలో ఉన్నాయి. జరాసంధునిలో కేవలం బలం మాత్రమే ఉంది. అతడు మాటిమాటికీ తమపట్ల అన్యాయంగా ప్రవర్తించడంవలన అతని వద్ద సేవకులుగా ఉన్నవారు కూడా అతని పట్ల సంతుష్టులై లేరు. యోగ్యులైన వారిని కూడా అనుచిత కర్మలలో నియోగించి అతడు వారిని శత్రువులుగా చేసుకున్నాడు. మనం అతనిని యుద్ధానికి పురికొలిపి జయించవచ్చును. ఇప్పటికి ఎనభై ఆరుగురు రాజులను బంధించాడు. ఇంకా పద్నాలుగు మంది మిగిలారు. కాని అతడు వారందరిని కలిపి చంపాలనుకుంటున్నాడు. అతని ఈ క్రూరకృత్యాన్ని అడ్డుకోగలిగిన వాడికి కీర్తి దక్కుతుంది. జరాసంధుని మీద విజయం సాధించినవాడు తప్పక సమ్రాట్టు అవుతాడు." అన్నాడు.

వైశంపాయనుడు "జనమేజయా! అప్పటికి అర్జునునికి గాండీవం, అక్షయతూణీరాలు, దివ్యరథం, ధ్వజం, సభ - లభించి ఉండడంతో అతనిలో ఉత్సాహం ఇనుమడించింది. అతడు ధర్మరాజువద్దకు వచ్చి "అన్నయ్యా! ధనుస్సు, శస్త్రాలు, బాణాలు, పరాక్రమం, సహాయకులు, రాజ్యం, కీర్తి, సైన్యం - ఇవన్నీ చాలా కష్టపడి సంపాదించుకోవలసినవి. అవన్నీ మనకు తమంత తామే లభించాయి. లోకులు కులీనతను ప్రశంసిస్తారు. కాని నాకయితే క్షత్రియుల బలపరాక్రమాలే ప్రశంసింపదగినవని అనిపిస్తాయి.(3) రాజసూయ యాగాన్ని నిమిత్తంగా చేసుకుని జరాసంధుని వధించి మనం బందీలయిన రాజులందరినీ రక్షించగలిగితే అంతకంటె కావలసింది ఇంక ఏముంటుంది?" అని అడిగాడు.

వెంటనే శ్రీకృష్ణుడు "ధర్మరాజా! భరతవంశ శిరోమణి, కుంతీనందనుడు అయిన అర్జునునిలో ఉన్న వివేకం ఇప్పుడు ప్రత్యక్షంగా కనపడుతోంది. రాత్రే వస్తుందో, పగలే వస్తుందో తెలియని మృత్యువును గూర్చి మనం అధైర్యపడకూడదు. యుద్ధంనుండి తప్పించుకొన్నవాడు ఎవడూ కూడా ఇంతవరకు అమరునిగా ఉండిపోలేదు. కాబట్టి వీరుడైన వాడు తన సంతోషం కోసం కర్తవ్యాన్ని, నీతిని అనుసరించి శత్రువు మీద దండెత్తి విజయం కోసం సంపూర్ణ ప్రయత్నం చేయాలి. ప్రయత్నం సఫలమైతే ఈ లోకంలో, విఫలమైతే పరలోకంలో - రెండింటా కూడా తన పని నెరవేరినట్లే". అని అర్జునుని మాటను బలపరిచాడు.

జరాసంధుని పుట్టుక - శక్తి సామర్థ్యాలు

వైశంపాయనుడు చెప్తున్నాడు - జనమేజయా! ధర్మరాజు శ్రీకృష్ణుని మాటలు విని "కృష్ణా! అసలు ఈ జరాసంధుడు ఎవరు? అతనికి ఇంత శక్తి, పరాక్రమం ఎక్కడనుండి వచ్చాయి? నిజం చెప్పు. నీతో శత్రుత్వం వహించి కూడా అగ్నిలో పడిన మిడుతలా ఎందుకు భస్మంకాలేదు? కారణమేమిటి?" అని ప్రశ్నించాడు. శ్రీకృష్ణుడు "ధర్మరాజా! జరాసంధుని బలపరాక్రమాలు, అతడు నాకు అనిష్టం చేసినా ఎందుకు ఇంతవరకు విడిచిపెట్టానో అన్నీ చెప్తాను. కొంతకాలం క్రితం మగధ దేశాన్ని బృహద్రథుడు అనే రాజు పరిపాలిస్తూ ఉండేవాడు. అతనికి మూడు అక్షౌహిణుల సైన్యం ఉండేది. అతడు చాలా పరాక్రమవంతుడు. అందగాడు. ధనవంతుడు. శక్తిసంపన్నుడు. యజ్ఞాలు చేస్తూ ఉండేవాడు. తేజస్వి, క్షమాశీలుడు, దండధరుడు, ఐశ్వర్యశాలీ కూడా. అతడు కాశీరాజు కూతుళ్లను ఇద్దరిని వివాహమాడి వారినిద్దరిని సమానంగా ప్రేమిస్తానని వాగ్దానం చేశాడు. అలా విషయసుఖాలు అనుభవిస్తూ అతడు కాలం గడపసాగాడు.

శుభప్రదమైన హోమాలు, పుత్రేష్టియజ్ఞం మొదలైనవి చేసినా అతనికి సంతానం కలగలేదు. ఒక రోజున గౌతమ వంశీయుడైన కక్షీవంతుని కుమారుడు చండకౌశికుడు తపస్సును చాలించుకొని ఇటువైపు వచ్చి, ఒక చెట్టునీడన విశ్రమించి ఉన్నాడని అతనికి తెలిసింది. వెంటనే బృహద్రథుడు తన రాణుల నిద్దరిని వెంటపెట్టుకొని అతని వద్దకు వెళ్లి రత్నాలు మొదలైన కానుకలు సమర్పించి అతనిని సంతృప్తి పరిచాడు. సత్యవాది అయిన చండకౌశిక మహర్షి రాజుతో తాను సంతుష్టుడిని అయ్యానని, ఏంకావాలో కోరుకోమని అన్నాడు. రాజు తాను సంతానం లేని అభాగ్యుడినని, రాజ్యాన్ని విడిచి తపోవనంలో ఉంటున్న తనకు వరాలెందుకని అన్నాడు. రాజు యొక్క దీనమైన మాటలు విని జాలితో కరిగిపోయిన ఋషి ధ్యాననిమగ్నుడయ్యాడు. అదే సమయంలో అతడు కూర్చున్న మామిడి చెట్టునుండి ఒక పండు అతని ఒడిలో పడింది. అది రసంతో నిండుగా ఉన్నా చిలుకలు దానిని ఎంగిలి చేయలేదు. మహర్షి దానిని అభిమంత్రించి రాజుకు ఇచ్చాడు. నిజానికి అతనిని పుత్రవంతుని చేయడానికే ఆ పండు రాలింది. చండకౌశికమహర్షి రాజును ఇంటికి వెళ్లమని, అతనికి త్వరలోనే పుత్రప్రాప్తి కలుగుతుందని చెప్పాడు. రాజు అతనికి నమస్కరించి రాజధానికి తిరిగివచ్చి శుభముహూర్తంలో ఆ పండును రాణులకు ఇచ్చాడు. వారు దానిని రెండు ముక్కలు చేసి చెరి ఒక ముక్క తిన్నారు. అదృష్టం కొద్దీ మహర్షి యొక్క సత్యవాదిత్వ మహిమ వల్ల వారు గర్భవతులు అయ్యారు. బృహద్రథుని ఆనందానికి అంతు లేదు. నెలలు నిండాక రాణుల గర్భాలనుండి ఒక్కొక్క శరీరఖండం పుట్టింది. ఒక్కొక్క ఖండానికి ప్రత్యేకంగా ఒక కన్ను, ఒక చేయి, ఒక కాలు, సగం పొట్ట, సగం ముఖం, సగం నడుము ఉన్నాయి - వాటిని చూసి రాణులు వణికిపోయారు. వారు దుఃఖంతో గాభరాపడి ఆ రెండు ముక్కలను పారవేయాలని ఆలోచించారు. వారు ఆజ్ఞాపించగానే దాసీలు ఆ రెండు సజీవ ఖండాలను బాగా చుట్టబెట్టి అంతఃపురం బయట పారవేశారు.

రాజా! అక్కడ జర అనే ఒక రాక్షసి ఉండేది. అది రక్తం త్రాగుతూ మాంసం తింటూ ఉండేది. అది ఆ రెండు మాంసఖండాలను తీసుకుని అదృష్టవశాత్తు తీసుకువెళ్లడానికి వీలుగా ఒకటిగా కలిపింది. ఇంకేముంది, రెండుముక్కలు కలిసి ఒక మహాబలి, పరాక్రమవంతుడు అయిన రాజకుమారుడు సిద్ధమయ్యాడు. రాక్షసి జర ఆశ్చర్యపోయింది. ఆ వజ్రకఠిన దేహుడయిన బాలుని ఎత్తనుకూడా లేకపోయింది. బాలుడు గుప్పిడి బిగించి నోటిలో పెట్టుకొని వర్షాకాలపు మేఘగర్జన వంటి ధ్వనితో ఏడవడం ఆరంభించాడు. రాణివాసపు జనులు అందరూ ఆ శబ్దాన్ని విని ఆశ్చర్యచకితులై రాజుతో పాటు బయటకు వచ్చారు. రాణులు పుత్రుని విషయంలో నిరాశ చెందినా వారి పాలిండ్లు చేపుకొచ్చాయి. వారు విచార వదనాలతో పుత్రుని చూడాలనే లాలసతో బయటకు వచ్చారు. జర రాజు యొక్క కుటుంబపరిస్థితి, మమత, లాలస, వ్యాకులత్వం గ్రహించింది. బాలుని ముఖం చూస్తూ "నేను ఈ రాజు దేశంలో నివసిస్తున్నాను. అతనికి సంతానం కావాలని చాలా గొప్ప కాంక్ష ఉంది. పైగా ఇతడు ధార్మికుడు. మహాత్ముడు. కాబట్టి ఇప్పుడే పుట్టిన ఈ కుమారుని చంపడం అనుచితం" అని ఆలోచించింది. ఆమె మనుష్యవేషంలో బాలుని ఎత్తుకొని రాజుదగ్గరకు వచ్చి " రాజా! ఇడుగో, నీ కొడుకు, తీసుకో, మహర్షి ఆశీర్వాదం వలన వీడు నీకు లభించాడు. నేను ఇతనిని రక్షించాను. స్వీకరించండి" అని పలికింది. రాక్షసి ఇలా చెప్తూ ఉండగానే రాణులు ఆ బాలుని తమ ఒడిలోకి తీసుకుని స్తన్యం ఇచ్చారు.

రాజు ఇదంతా చూసి, విని, ఆనందంతో పొంగిపోయాడు. బంగారంలా మెరిసిపోతూ అందమైన మనుష్య స్త్రీ రూపం ధరించిన ఆ రాక్షసిని అతడు "అమ్మా! నాకు కొడుకును తెచ్చి యిచ్చిన నీవెవరవు ? నీవు ఒక దేవతవేమో అనుకుంటున్నాను. నిజమేనా ? " అని అడిగాడు. అందుకు ఆ రాక్షసి "రాజా! నీకు శుభమగుగాక! నేను జర అనే రాక్షసిని. నేను హాయిగా విశ్రాంతిగా మీ ఇంటిలో నివసిస్తున్నాను. మేరువు లాంటి పర్వతాన్ని కూడా మ్రింగివేయగలను. నీ కొడుకు ఎలా మిగులుతాడు ? అయినా మీ ఇంట్లో ఎప్పుడూ ఆదరం పొందుతూ మీ పట్ల ప్రసన్నురాలనయ్యాను. అందుకే నీ పుత్రుని నీ చేతికి అప్పగించాను." అని చెప్పింది. ధర్మరాజా! ఇలా చెప్పి ఆ జర అనే రాక్షసి అంతర్ధానం అయిపోయింది. రాజు అప్పుడే పుట్టిన ఆ బిడ్డను తీసుకుని రాజభవనానికి తిరిగివచ్చాడు. బాలునికి జాత కర్మాది సంస్కారాలు జరిగాయి. జర పేరు మీదుగా మగధదేశంలో ఉత్సవాలు జరిపారు. బృహద్రథుడు బాలునికి నామకరణం చేస్తూ జర చేత సంధింపబడినాడు కనుక జరాసంధుడవుతా డన్నాడు. జరాసంధబాలకుడు శుక్లపక్షచంద్రునిలా, హోమాగ్నిలా ప్రకాశిస్తున్న రూపంతో బలంతో దిన దిన ప్రవర్ధమాను

డవుతున్నాడు. తల్లిదండ్రులకు ఆనందం కలిగిస్తున్నాడు.

కొన్నాళ్లకు మహర్షి చండకౌశికుడు మళ్లీ మగధదేశానికి వచ్చాడు. రాజు అతనికి ఘనంగా ఎదురేగి సత్కరించాడు. అతడు సంతుష్టుడై "రాజా! జరాసంధుని గూర్చిన అన్ని విషయాలూ నేను దివ్యదృష్టితో తెలుసుకున్నాను. నీకొడుకు మిక్కిలి తేజస్సు కలవాడు, పరాక్రమవంతుడు, బలవంతుడు, రూపవంతుడు అవుతాడు. అతని బాహుబలానికి సాధించలేనిది ఏదీ ఉండదు. ఎవరూ ఇతనిని ఎదిరించి నిలవలేరు. విరోధులు తమంత తామే నశించిపోతారు. అందరూ ఇతని ఆజ్ఞను పాటిస్తారు. ఇంతెందుకు ? ఇతని ఆరాధనకు సంతోషించిన శివుడు ఇతనికి స్వయంగా దర్శనమిస్తాడు." అని చెప్పి అతడు వెళ్లిపోయాడు. బృహద్రథుడు జరాసంధునికి పట్టంకట్టి రాణులతో వనవాసానికి వెళ్లాడు. చండకౌశికుడు చెప్పినట్లే జరాసంధుడు శక్తిమంతుడు. మనం బలవంతులమైనప్పటికి న్యాయదృష్టితో ఇంతవరకు అతనిని ఉపేక్షించి ఊరుకున్నాము.

శ్రీకృష్ణుడు, భీమార్జునులు మగధకు బయలుదేరుట

శ్రీకృష్ణుడు ఇంకా ఇలా అన్నాడు – "ధర్మరాజా! జరాసంధుని ముఖ్య అనుచరులు హంసడిభకులు ఇంతకుముందే చనిపోయారు. కంసుడు కూడా తన అనుచరులతో పూర్తిగా నశించిపోయాడు.ఇప్పుడు జరాసంధుని చావు దగ్గరపడింది. దేవదానవులు కూడా అతని ఎదుట నిలబడి యుద్ధం చేసి అతనిని ఓడించడం కష్టం. కాబట్టి అతనితో ద్వంద్వ యుద్ధం చేసే గెలవాలి. త్రేతాగ్నులతో యజ్ఞకార్యం సుసంపన్నం అయినట్లే నా నీతి, భీముని బలం, అర్జునుని రక్షణల వల్ల జరాసంధుని వధ సాధ్యమవుతుంది. ఏకాంతంలో మేము ముగ్గురం అతనిని కలుసుకుంటే అతడు తప్పక మాలో ఎవరితో ఒకరితో యుద్ధం చేయడానికి అంగీకరించవలసి ఉంటుంది. అతడు గర్వంతో తప్పక భీమునితోనే తలపడతాడు. భీమసేనుడు అతని పాలిటికి యముడు కాగలడనడంలో సందేహం ఏమీ లేదు. నామనసులో మాట స్పష్టంగా గుర్తిస్తే, నామీద విశ్వాసం ఉంటే భీముని అర్జునుని నాకు అప్పగించు. నేను కార్యభారాన్నంతటినీ నిర్వహిస్తాను".

వైశంపాయనుడు చెపుతున్నాడు – "జనమేజయా! శ్రీకృష్ణుని మాటలను విన్న భీమార్జునులు ఆనందంతో పొంగిపోయారు. వారిని చూసి యుధిష్ఠిరుడు కృష్ణునితో "కృష్ణా! అయ్యో! అలా అనకు. నీవు మాకు స్వామివి. మేము నీకు ఆశ్రితులం, సేవకులం. నీమాటలు ప్రత్యక్షరసత్యాలు. నీవు ఉన్న పక్షం గెలిచి తీరుతుంది. నీ అధీనంలో ఉన్న నేను – జరాసంధవధ, రాజుల విడుదల, రాజసూయయాగ సమాప్తి – అన్నీ నేర్పుగా నెరవేరినట్లే భావిస్తున్నాను. స్వామీ! కార్యం సానుకూలమయ్యేలా జాగరూకతతో చేయండి. మీరు ముగ్గురు లేకుండా నాకు బతకాలని అనిపించదు. అర్జునుడు లేకుండా మీరు, మీరు లేకుండా అర్జునుడు ఉండలేరు. మీ ఇద్దరికీ జయింపశక్యం కానివాడు ఎవడూ లేడు. మీ ఇద్దరితో కలిసి భీమసేనుడు ఏదైనా సాధించగలుగుతాడు. మీరు నీతి కుశలులు. మీ శరణు పొందియే మేము కార్యసిద్ధి కోసం ప్రయత్నిస్తాం. మిమ్ము అర్జునుడు, అర్జునుని భీముడు అనుసరిస్తాడు. నీతి, జయం, బలం – వీటి కలయికవల్ల తప్పక సిద్ధి కలుగుతుంది." అన్నాడు.

వైశంపాయనుడు కొనసాగిస్తున్నాడు – "జనమేజయా! యుధిష్ఠిరుని అనుమతి పొంది శ్రీకృష్ణుడు, భీమార్జునులు ముగ్గురూ మగధకు బయలుదేరారు. పద్మసరస్సు చేరి పర్వతం దాటి, కాలకూటం, గండకీ, మహాశోణ, సదానీర, గంగా, చర్మణ్వతి – మొదలైన నదీనదాలను దాటుకుంటూ వారు మగధ దేశం చేరుకున్నారు. వారు అప్పుడు నారచీరలు ధరించి ఉన్నారు. కొద్దిసేపటికి వారు గోరథమనే గొప్ప పర్వతం మీదికి ఎక్కారు. ఆ పర్వతం మీద అందమైన చెట్లు, సరస్సులు ఉన్నాయి. గోవులకు అది ప్రధానక్షేత్రం. అక్కడినుండి మగధరాజు యొక్క రాజధాని స్పష్టంగా కనబడుతుంది. అక్కడికి చేరి వారు ముందుగా నగరం యొక్క పాత బురుజులను పగులకొట్టారు. అనంతరం మగధ పట్టణంలో ప్రవేశించారు. ఈ రోజులలోనే అక్కడ చాలా దుశ్శకునాలు కన్పించసాగాయి. బ్రాహ్మణులు జరాసంధునికి ఈ సంగతి తెలిపి, అరిష్టశాంతికి అతనిని ఏనుగుపై ఎక్కించి అగ్నిప్రదక్షిణం చేయించారు. అతడు కూడా అరిష్టశాంతికోసం స్వయంగా నియమాలను పాటిస్తూ ఉపవాసం చేశాడు. ఇటు కృష్ణభీమార్జునులు అస్త్రశస్త్రాలు వదిలి తాపస వేషాలలో జరాసంధునితో యుద్ధం చేసే ఉద్దేశ్యంతో నగరంలోకి వచ్చారు. వారి విశాల వక్షఃస్థలాలను చూచి నగరవాసులు విస్మితులయ్యారు. వారు క్రమంగా జనసమ్మర్దం గలిగిన సురక్షితమైన మూడు ద్వారాలను దాటారు. నిస్సంకోచంగా జరాసంధుని సమీపించారు. వారిని చూస్తూనే జరాసంధుడు లేచి నిలబడి అర్ఘ్య పాద్యమధుపర్కాదులతో వారిని పూజించాడు.

జనమేజయా! శ్రీకృష్ణాదుల వేషాలకు, నడవడికకు ఎక్కడా పొంతన లేదు. అందుకని జరాసంధుడు కొద్దిగా తిరస్కారంతో "బ్రాహ్మణులారా! స్నాతకులైన బ్రహ్మచారులు సభలకు వెళ్లేసమయంలో తప్ప పూలమాలలు గంధం ధరించరని నేను ఎరుగుదును. చెప్పండి. మీరెవరు ? ఎట్టి వస్త్రాలు ధరించియున్నారు. మీ శరీరాల మీద పూలమాలలు, చందన చర్చలు కనిపిస్తున్నాయి. మీ భుజాలకు ధనుర్ధారణ వలన ఏర్పడిన కిణాంకాలు స్పష్టంగా గోచరిస్తున్నాయి. మీరు రాజద్వారం గుండా ఎందుకు రాలేదు? వేషాలు మార్చుకుని నిర్భయంగా బురుజులు బద్దలుగొట్టి రావడానికి కారణమేమిటి? మీ వేషాలు బ్రాహ్మణులవలె ఉన్నా, చేతలు దానికి విరుద్ధంగా ఉన్నాయి. సరే. ఏమయినా కానీండి. మీ రాకకు ప్రయోజనమేమిటి ? " అని అడిగాడు.

జరాసంధుని మాటలు విని మాటలలో నేర్పు కల శ్రీకృష్ణుడు స్నిగ్ధమైన గంభీరమైన కంఠంతో "రాజా! మేము స్నాతకులైన బ్రాహ్మణులము, ఇది నీకు తెలిసిన విషయమే. బ్రాహ్మణ క్షత్రియ వైశ్యులు అనే మూడు వర్ణాల వారూ స్నాతకవేషాన్ని ధరించవచ్చును. మాలాధారణం శ్రీమంతుల లక్షణం. క్షత్రియులకు భుజబలమే బలం. మేము వాక్కులో శూరత్వాన్ని ప్రదర్శించడం లేదు. మీరు మా బాహుబలాన్ని చూడదలచుకుంటే ఇప్పుడే చూడవచ్చును. ధీరులు, వీరులు అయినవారు శత్రుగృహాలలోకి ద్వారం వెంబడి కాకుండాను, మిత్రుల గృహాలలోకి ద్వారం వెంటను ప్రవేశిస్తారు. మేము చేసినది అంతా , సవ్యంగానే ఉంది." అన్నాడు.

జరాసంధుడు "మీతో నేను ఎప్పుడు శత్రువులా లేదా దుష్టునిగా వ్యవహరించానో ఎంత ఆలోచించినా జ్ఞప్తికి రావడం లేదు. నిరపరాధినైన నన్ను శత్రువుగా భావించడానికి కారణమేమిటి ? సత్పురుషులకు ఇది తగినదేనా ? నేను ధర్మతత్పరుడను, ప్రజలకు అపకారం చేయను. అట్టి నన్ను శత్రువును అనుకోవడానికి కారణం ఏమిటి ? మీరు ఉన్మాదంతో ఇలా అనడంలేదు కదా!" అని అడిగాడు.

శ్రీకృష్ణుడు "రాజా! మీరు క్షత్రియులను బలి ఇవ్వడానికి పూనుకున్నారు. ఈ క్రూరకృత్యం అపరాధం కాదా? మీరు సర్వశ్రేష్ఠులైన రాజులయి ఉండి కూడా నిరపరాధులయిన రాజులను హింసించడం ఉచితం అనుకుంటున్నారా? సంగతి ఇది. మేము దుఃఖార్తులకు సహాయం చేస్తాం. మీరు క్షత్రియ జాతిని నాశనం చేయదలచుకున్నారుకదా! మేము ఆ జాతి అభివృద్ధికోరి మిమ్మల్ని వధించాలని నిశ్చయించుకుని ఇక్కడకు వచ్చాం. మిమ్మి ఎదిరించి నిలిచే క్షత్రియయోధుడు ఎవడూ లేడని మీరు గర్వంతో మిడిసిపడుతున్నారు. అది మీ భ్రమ. ఈ విశాలమైన భూమి మీద మీకంటె అధికులైన వీరులున్నారు. మీ ఈ గర్వాన్ని మేము సహించం. మీతో సమానులైన వారి ఎదుట మీ గర్వాన్ని చూపకండి. లేకుంటే పుత్రులతో, మంత్రులతో, సైన్యాలతో సహితంగా మీరు యమపురికి వెళ్లవలసి ఉంటుంది. నిజంగా యుద్ధం కోసమే మేము వచ్చాం. మేము బ్రాహ్మణులం కాము. నేను వసుదేవుని కొడుకైన కృష్ణుడిని. వీరిద్దరూ పాండునందనులైన భీముడు, అర్జునుడు. మేము మిమ్మి యుద్ధానికి ఆహ్వానిస్తున్నాం. నీవు బందీలయిన రాజులందరిని విడిచిపెడితివా సరే. లేకపోతే మాతో యుద్ధం చేసి పరలోకానికి వెళ్లు" అన్నాడు.

జరాసంధుడు "వాసుదేవా! నేను ఏ రాజునూ కూడా ఓడించకుండా తీసుకురాలేదు. నన్ను ఎదిరించగలిగిన వానిని గాని, నేను ఓడించని వానిని గాని ఎవరయినా ఉంటే కాస్త చూపితే బాగుంటుంది. నీకు భయపడి ఈ రాజులను వదులుతానా ఏమిటి ? అది జరిగే పని కాదు. నీవు కావాలనుకుంటే సైన్యంతో పోరాడు. మీలో ఒక్కొక్కరితో గాని, ముగ్గురితో కలిసి కాని నేను ఒక్కడినే పోరాడగలను. మీరు కలిసి పోరాడతారా? విడివిడిగానా ?" అని అడిగాడు. ఇలా అన్న తరువాత అతడు తన కొడుకు సహదేవుడికి రాజ్యాభిషేకం జరిపించమని ఆజ్ఞాపించాడు. ఆకాశవాణి చెప్పిన ప్రకారం యదువంశీయుల చేతిలో జరాసంధుని వధ జరుగదని శ్రీకృష్ణుడు దర్శించాడు. కనుక జరాసంధుని తాను స్వయంగా చంపకుండ భీమునిచేత చంపించాలని నిశ్చయించుకున్నాడు.

జరాసంధ వధ - రాజుల విముక్తి

వైశంపాయనుడు చెప్తున్నాడు - "జనమేజయా! జరాసంధుడు యుద్ధానికి ఉద్యుక్తుడవడం చూసి శ్రీకృష్ణుడు అతనిని "రాజా! మా ముగ్గురిలో ఎవరితో యుద్ధం చేయాలనుకుంటున్నావు ? మాలో ఎవరు యుద్ధానికి సిద్ధం కావాలి ?" అని అడిగాడు. జరాసంధుడు భీమునితో మల్లయుద్ధం చేయడానికి కోరుకున్నాడు. అతడు పూలమాలలు, మంగళద్రవ్యాలు ధరించాడు. బాధలను శాంతింపచేసే తాయెత్తులను కట్టుకున్నాడు. బ్రాహ్మణులు వచ్చి స్వస్తివాచనం చేశారు. క్షత్రియధర్మాన్ని అనుసరించి అతడు లంగోటి ధరించాడు. కిరీటం తీసేసి వెంట్రుకలను ముడుచుకొని నిలబడ్డాడు. అతడు భీమసేనునితో "బలవంతులతో పోరాడి ఓడిపోయినా కీర్తి లభిస్తుంద"ని అన్నాడు.

బలశాలి అయిన భీమసేనుడు శ్రీకృష్ణుని సలహా తీసుకుని బ్రాహ్మణుల చేత స్వస్తివచనం చేయించి జరాసంధునితో యుద్ధం చేయడానికి గోదాలో దిగాడు. ఇద్దరూ విజయాభిలాషులే. ఇద్దరూ తమ తమ భుజాలనే ఆయుధాలుగా చేసుకున్నారు. చేతులు కలపడానికి ముందు ఒకరు రెండవ వారి పాదం స్పృశించారు. అనంతరం జబ్బలు చరుస్తూ పరస్పరం కలియబడ్డారు. తృణపీడ, పూర్ణయోగం, సముష్టికం – మొదలైన అనేక మల్లబంధాలను ఉపయోగించారు. వారి మల్లయుద్ధం అపూర్వం.ఆ మల్లయుద్ధం చూడడానికి వేలకొద్దీ నగరవాసులు బ్రాహ్మణ క్షత్రియ వైశ్య శూద్రులు, స్త్రీలు, వృద్ధులు గుమి కూడారు. వారి మల్లచరపులకు, పాదాల తాకిడికి, కాలితోపులకు పెద్దశబ్దాలు వెలువడుతున్నాయి. వారు ఒకప్పుడు చేతులు కలిపి ఒకరినొకరు పెనవేసుకొంటున్నారు. ఒకప్పుడు గొంతులు పట్టుకొని నులుముతున్నారు. ఒకప్పుడు లాగుతూ, తోస్తూ, ఈడుస్తూ మోకాళ్లతో పొడుస్తూ, హుంకరిస్తూ పిడిగుద్దులు గుద్దుతున్నారు. వారు ఎటువైపు తిరిగితే అటు ప్రజలంతా వచ్చి నిలబడుతున్నారు. మల్లయుద్ధంలో ఆరితేరిన ఆ ఇద్దరు యోధులు విశాలమైన వక్షఃస్థలాలు కలిగి పొడవైన బాహువులు కలిగియున్నారు. తమ భుజాలతో రెండు ఇనుపగుదియలు రాపిడి పొందినట్లుగా పోరాడుతున్నారు.

ఆ యుద్ధం కార్తీకబహుళపాడ్యమి మొదలుకొని ఎడతెగకుండ పదమూడోరాజు రాత్రివరకు అన్నపానాలు లేకుండా, మధ్యలో విరామం లేకుండా జరుగుతూనే ఉంది. పద్నాలుగవరోజు రాత్రి జరాసంధుడు అలసిపోయి కొద్దిగా బలహీన పడినట్లు కనిపించాడు. అతని అవస్థను గమనించిన కృష్ణుడు భీమకర్ముడైన భీమసేనునికి సూచనప్రాయంగా "భీమసేనా! అలసిపోయిన శత్రువును మరీ ఎక్కువగా అణచివేయడం ఉచితం కాదు. నీవు ఎక్కువగా బలం ప్రయోగించావంటే అతడు చనిపోతాడు సుమా! కాబట్టి ఇప్పుడు నీవు జరాసంధుని ఎక్కువగా నొప్పించక కేవలం బాహుయుద్ధం చేయి." అని చెప్పాడు. శ్రీకృష్ణునిమాటలు విన్న భీమసేనునికి జరాసంధుని స్థితి అవగతమయింది. అతనిని చంపాలని నిశ్చయించుకున్నాడు. శ్రీకృష్ణుడు భీమసేనుని వేగాన్ని మరింత పెంచడానికి అతనిని ఉత్సాహపరుస్తూ "భీమసేనా! నీకు దైవబలం, వాయుబలం రెండూ ఉన్నాయి. నీవు జరాసంధుని మీద ఆ రెండు బలాలూ కొద్దిగా చూపావంటే చూసుకో" అని సూచన చేశాడు. కృష్ణుని సంకేతాన్ని గ్రహించిన భీముడు జరాసంధుని పైకెత్తి ఆకాశంలో వేగంగా గిరగిరా త్రిప్పాడు. అలా వందసార్లు తిప్పి అతనిని నేలమీద గిరవాటు కొట్టి మోకాళ్లతో వెన్నెముక విరిచి ముద్దగా చేశాడు. అంతేకాదు. వెంటనే అతని ఒకకాలిని చేతితో పైకెత్తి రెండవకాలిని తొక్కిపట్టి శరీరాన్ని రెండు ఖండాలుగా చీరేశాడు. జరాసంధుని దుర్దశను, భీముని గర్జనలను చూసి, విని ప్రజలందరూ భయభ్రాంతులయ్యారు. స్త్రీలకు అయితే గర్భవిచ్ఛేదం అయినంతపని అయింది. ప్రజలందరూ హిమాలయం విరిగిపడినట్లుగా, భూమి బీటలు వారినట్లుగా అనిపించి భయచకితులయిపోయారు.

శ్రీకృష్ణుడు, అర్జునుడు, భీముడు శత్రువును చంపి, ప్రాణం లేని ఆ కట్టెను రాణివాసపు ద్వారం వద్ద పడవేసి, రాత్రికి రాత్రే అక్కడనుండి బయటపడ్డారు. శ్రీకృష్ణుడు జరాసంధుని రథాన్ని సిద్ధం చేసి భీమార్జునులను రథంపై కూర్చోపెట్టుకుని, వెళ్లి, బందీలయిన రాజులందరినీ వెంటపెట్టుకుని అక్కడనుండి కదిలాడు. ఆ రథంపేరు సోదర్యవంతము. ఇద్దరు మహారథులు ఒకేసారి దానిని అధిష్ఠించి యుద్ధం చేయవచ్చును. భీమార్జునులు రథంపై కూర్చున్నారు. కృష్ణుడు సారథ్యం చేస్తున్నాడు. ఇంద్రుడు ఈ రథంమీదనే కూర్చొని తొంబది తొమ్మిది పర్యాయములు దానవ సంహారం చేశాడు. ఆ రథం మీద ఒక దివ్యమైన ధ్వజం ఉంది. అది ఏ ఆధారం లేకుండానే ఎగురుతూ ఉంటుంది. ఆ రథాన్ని ఇంద్రుడు వసురాజుకు, అతడు బృహద్రథునికి, బృహద్రథుడు జరాసంధునికి ఇచ్చారు. ఆ దివ్యరథాన్ని పొంది ఆ ముగ్గురూ సంతోషంతో అక్కడనుండి బయలుదేరారు.

కరుణాళుడు, కీర్తిపరుడుఅయిన శ్రీకృష్ణుడు రథాన్ని తోలుకుంటూ గిరివ్రజపురాన్ని దాటి విశాలమైన మైదానంలోకి వచ్చాడు. అక్కడ బ్రాహ్మణులు, నగరవాసులు, చెరనుండి విముక్తులయిన రాజులు శ్రీకృష్ణుని విధిపూర్వకంగా పూజించారు. రాజులందరూ శ్రీకృష్ణుని "సర్వశక్తిమంతుడవైన ప్రభూ! మీరు భీమార్జునులతో కలిసి మమ్మ విడిపించి ధర్మాన్ని రక్షించారు. ఇది మీకు క్రొత్తేమీ కాదు. జరాసంధుడనే పెద్ద మడుగులోని దుఃఖమనే బురదలో మేము కూరుకుపోయాము. మమ్మల్ని నీవు ఉద్ధరించావు. వాసుదేవా! మేము దుఃఖ విముక్తులమయ్యాము. సత్కీర్తిని నిలిపావు. నీకు వినయంగా వంగి నమస్కరిస్తున్నాము. మీ పని ఎంతకఠిన మయినది అయినా చేయడానికి మేము సిద్ధంగా ఉన్నాము.

ఆజ్ఞాపించండి." అని భక్తితో వేడుకున్నారు. శ్రీకృష్ణుడు వారిని ఓదారుస్తూ "యుధిష్ఠిరుడు చక్రవర్తి పదవి పొందడంకోసం రాజసూయయాగం చేయాలనుకుంటున్నాడు. మీరు అతనికి సహాయపడండి" అన్నాడు. వారు అమితానందంతో దానికి మనఃస్ఫూర్తిగా అంగీకరించారు. వారు కృష్ణునికి రత్నరాసులను కానుక ఈయగా అతికష్టం మీద అతడు వాటిని స్వీకరించాడు. జరాసంధుని కుమారుడు సహదేవుడు మంత్రిపురోహితులతో అనేక రత్నరాసులను తీసుకొని వచ్చి వినయంగా శ్రీకృష్ణుని ఎదుట నిలబడ్డాడు. శ్రీకృష్ణుడాతనికి అభయమిచ్చి కానుకలను స్వీకరించాడు. అక్కడే అతనికి కృష్ణుడు భీమార్జునులు రాజ్యాభిషేకం చేశారు. అతడు ఆనందంగా రాజధానికి తిరిగివెళ్లాడు.

పురుషోత్తముడయి శ్రీకృష్ణుడు తన మేనబావలతో, ఆ రాజులందరితో కలిసి రత్న ధనరాశులతో నిండిన రథం మీద విరాజిల్లుతూ ఇంద్రప్రస్థం చేరుకున్నాడు. వారిని చూచిన ధర్మరాజు ఆనందానికి అవధులు లేవు. శ్రీకృష్ణుడు అతనితో "రాజా! వీరుడైన భీముడు జరాసంధుని చంపి, రాజులను చెరనుండి విడిపించాడనే కీర్తి పొందడం చాలా గొప్ప విషయం. భీమార్జునులు కార్యాన్ని సానుకూల పరచుకొని కుశలంగా తిరిగిరావడం కంటె మించిన ఆనందం మరేమున్నది?" అన్నాడు. ధర్మరాజు అతనిని సత్కరించి తమ్ముళ్లను కౌగిలించుకున్నాడు. జరాసంధుని మరణంతో పాండవు లందరూ ఆనందించారు. బంధ విముక్తులయిన రాజు లందరినీ కలుసుకుని వారిని యథోచితంగా సత్కరించి, తగు సమయంలో వారికి వీడ్కోలిచ్చారు.వారు ధర్మరాజు యొక్క అనుమతితో ఆనందంగా వేర్వేరు వాహనాలమీద తమ తమ దేశాలకు వెళ్లారు.

కార్యకుశలుడు అయిన శ్రీకృష్ణుడు ఈ రీతిగా జరాసంధవధను చేయించి ధర్మరాజు యొక్క అనుమతిని పొంది మిగిలిన పాండవులదగ్గర, కుంతీ ద్రౌపదీ సుభద్రల దగ్గర, ధౌమ్యుని దగ్గర సెలవు తీసుకుని, జరాసంధుని రథంపైనే ద్వారకకు బయలుదేరాడు. అతడు వెళ్లేసమయంలో పాండవులు హర్షానందాలతో అతనికి యథోచితంగా అభివాదనం చేసి ప్రదక్షిణం చేశారు. జనమేజయా! ఈ చారిత్రక విజయంతో, రాజులను విడిపించి అభయమిచ్చారనే కారణంగా పాండవుల కీర్తి దిగ్దిగంతాల వరకు వ్యాపించింది. యుధిష్ఠిరుడు సమయానుసారంగా ధర్మబద్ధుడై రాజ్యపాలన చేస్తున్నాడు. ధర్మార్థకామాలు మూడూ అతనిని సేవిస్తున్నాయి.

పాండవుల దిగ్విజయయాత్ర

వైశంపాయనుడు చెప్తున్నాడు - "జనమేజయా! ఒక రోజున అర్జునుడు ధర్మజుని వద్దకు వచ్చి "మీరు అనుమతిని ఇస్తే నేను దిగ్విజయ యాత్రకు వెళ్లి, రాజులందరివద్దనుండి మీకు కప్పం వసూలు చేసుకుని వస్తాను." అన్నాడు. "నీకు తప్పక విజయం చేకూరుతుంది" అని యుధిష్ఠిరుడు అర్జునుని ఉత్సాహపరిచాడు. యుధిష్ఠిరుని అనుమతితో నలుగురు అన్నదమ్ములు నాలుగువైపులకు బయలుదేరారు.

జనమేజయా! అర్జునుడు ఉత్తరంవైపు వెళ్లాడు. కుళింద, ఆనర్త, కాలకూట, సుమండలక దేశాలను అవలీలగా జయించి, బలగర్వితులైన శాకలద్వీపవాసులను, ప్రతివింధ్య పర్వత రాజులను ఓడించాడు. అనంతరం ప్రాగ్జ్యోతిష పురాధిపతి అయిన భగదత్తునిపైకి వెళ్లాడు. కిరాతులు, చీనులు మొదలైన సముద్రదేశ వాసులందరూ భగదత్తునికి సహాయకులయ్యారు. ఎనిమిది రోజులు భయంకరమైన యుద్ధం జరిగింది. అయినా అర్జునుడు అలిసిపోలేదు. భగదత్తుడు యుద్ధం చాలించి "అర్జునా! పరాక్రమంలో నీకు నీవే సాటి. నేను ఇంద్రసఖుడను. నీతో యుద్ధం చేయను. నీకేమి కావాలో చెప్పు" అన్నాడు. అర్జునుడు " కురువంశ శిరోమణి ధర్మరాజు రాజసూయ యాగం చేయ సంకల్పించాడు. అతడు సామ్రాట్టుకావాలని నా కోరిక. మీరు అతనికి కప్పం కట్టండి. మీరు ఇంద్రునికి మిత్రులు, నాకు హితైషులు కాబట్టి మిమ్మ నేను ఆజ్ఞాపించను. ప్రేమతోనే కప్పం చెల్లించండి" అన్నాడు. భగదత్తుడు అంగీకరించాడు అర్జునుడు ముందుకు సాగిపోయాడు.

కుబేరుడు అధిపతి అయిన ఉత్తరదిక్కున ఉన్న పర్వతప్రాంతాల చుట్టుప్రక్కల దేశాలన్నిటి మీద అర్జునుడు ఆధిపత్యం సాధించాడు. ఉలూక దేశాధిపతి బృహంతుడు అర్జునుని శరణుచొచ్చాడు. అర్జునుడు అతని రాజ్యం అతనికి ఇచ్చివేసి, అతని సహాయంతో సేనాబిందు దేశం మీద యుద్ధం ప్రకటించి అతనిని రాజ్యచ్యుతుడిని చేశాడు. క్రమంగా మోదాపురం, వామదేవం, సుదామ, సుసంకులం, ఉత్తర ఉలూకం అనే అయిదు దేశాలను జయించి, పంచగణకులను వశపరచుకొన్నాడు. పౌరవుడనే రాజును ఏడు తెగలకుచెందిన పర్వతప్రాంతపు బందిపోటులను జయించాడు. కాశ్మీరానికి చెందిన వీరక్షత్రియుడు, పదిమండలాలకు అధ్యక్షుడు అయిన లోహితుడు అతనికి వశమయ్యాడు. త్రిగర్త, దారు,కోకనద దేశాధీశులు స్వయంగా లొంగి పోయారు. అభిసారి నగరాన్ని వశం చేసుకుని ఉరగదేశపు రాజు రోచమానుని జయించాడు.

బాహ్లికవీరులను వశపరచుకుని దరద, కాంభోజ, ఋషిక దేశాలను స్వాధీనపరచుకున్నాడు. ఋషిక దేశాన్నుండి చిలుకపచ్చ రంగు కల ఎనిమిది గుఱ్ఱాలను తీసుకున్నాడు. గునికూట, హిమాలయాల మీద విజయకేతనం ఎగురవేశాడు. ధవళగిరి మీద సైనికులతో డేరా వేశాడు.

కింపురుషవర్షాధిపతి ద్రుమపుత్రుని, హాటకదేశ రక్షకులు అయిన గుహ్యకులను జయించి క్రమంగా మానససరోవరాన్ని చేరుకున్నాడు. అక్కడ ఋషివాటికలను దర్శించాడు. అక్కడినుండి హాటక దేశానికి చుట్టుప్రక్కల ఉండే ప్రాంతాలన్నింటి మీద అధికారం సంపాదించాడు. ఉత్తర హరివర్షం మీద విజయం సాధించాలనుకున్నాడు కాని, అక్కడికి చేరుతూ ఉండగానే, అక్కడి ద్వారపాలురు అడ్డగించారు. వారు విశాలకాయులు. వారు సౌమ్యంగా అర్జునునితో "ఎవరికీ చేరడానికి సాధ్యం కాని ఇక్కడికి మీరు వచ్చారంటేనే మీరు తప్పక అసాధారణ పురుషులై ఉంటారనిపిస్తోంది. మీరు ఇక్కడివరకు రావడమే మీరు విజయాన్ని సాధించినట్లు. శరీరధారులైన మనుష్యులు ఇక్కడి వస్తువులను చూడలేరు. కనుక దిగ్విజయం సంగతి అసలు లేనే లేదు. మీరంటే మాకు గౌరవం కలిగింది. మీకు ఏదైనా పని ఉంటే చెప్పండి. చేస్తాం" అన్నారు. అర్జునుడు నవ్వుతూ "మాపెద్దన్నగారు యుధిష్ఠిరుని సామ్రాట్టుని చేయాలని నేను దిగ్విజయయాత్ర చేస్తున్నాను. ఈ ప్రాంతంలోకి మనుష్యులు రావడం నిషిద్ధం అయితే నేను రాను. కాని మాకు ఏదైనా కొద్ది కప్పం చెల్లించండి" అని అడిగాడు. హరివర్షపు ప్రజలు అర్జునునికి కప్పం రూపంలో అనేకమైన దివ్య వస్త్రాభరణాలు, మృగచర్మాలు మొదలైనవి ఇచ్చారు. ఈ రకంగా ఉత్తర దిగ్విజయం చేసి వీరవరుడైన అర్జునుడు చతురంగ బలాలతో మహానందంగా ఇంద్రప్రస్థానికి తిరిగి వచ్చాడు. ధనసంపత్తిని, వాహనాలను ధర్మరాజుకు అప్పగించి, అతని అనుమతితో తన భవనానికి వెళ్లాడు.

జనమేజయా! అర్జునుడు వెళ్లినప్పుడే భీమసేనుడు కూడా పెద్దసైన్యాన్ని వెంటపెట్టుకుని పూర్వదిశగా వెళ్లాడు. దశార్ణదేశపురాజు సుధర్ముడు భీమసేనునితో బాహు యుద్ధం చేసి ఓడిపోయాడు. అతని పరాక్రమానికి మెచ్చుకుని భీముడు అతనిని తన సేనాధిపతిగా నియమించుకున్నాడు. అశ్వమేధం, పుళిందనగరం మొదలైన, తూర్పు దేశాల అధిక భాగం వశపరచుకున్నాడు. చేదిదేశాధిపతి శిశుపాలుడు ధర్మరాజుకు బంధువు కాబట్టి, అతని సందేశం వింటూనే కప్పం చెల్లించాడు. కనుక భీముడు అతనితో యుద్ధం చేయనవసరం లేకపోయింది. అనంతరం కుమారదేశపు రాజు శ్రేణిమంతుని, కోసల దేశాధిపతి బృహద్బలుని, అయోధ్యాధిపతి దీర్ఘయజ్ఞుని సునాయాసంగా ఓడించాడు. తరువాత ఉత్తరకోసలం, మల్లదేశం, హిమాలయ సానువులలోని జలోద్భవ దేశప్రాంతాలను వశపరుచుకున్నాడు. కాశీరాజు సుబాహుని, సుపార్శ్వుని, రాజేశ్వరుడయిన క్రథుని, మత్స్య మలద దేశవీరులను, వసుభూమిని కూడా తన అధీనంలోకి తెచ్చుకున్నాడు. పూర్వోత్తర దేశాలయిన మదధార, సోమధేయం, వత్సదేశం జయించాడు. భర్గ దేశాధిపతిని నిషాదరాజును మణిమంతుని ఓడించి, దక్షిణ మల్ల, భోగవత్పర్వత ప్రాంతాలను స్వాధీనం చేసుకొన్నాడు. శర్మకులను వర్మకులను ఓడించాడు. మిథిలాధీశునీ, కిరాతరాజునూ జయించాడు. సుహ్మ, ప్రసుహ్మ, దండ, దండధార మొదలైన రాజులను అనాయాసంగా జయించాడు.గిరివ్రజానికి రాజయిన జరాసంధ పుత్రుడు సహదేవుని వెంటపెట్టుకొని వెళ్లి మోదాచల రాజును సంహరించాడు. పౌండ్రకవాసుదేవుడు, కౌశికనదీ ద్వీపంలో ఉండే రాజు పరాజితులయ్యారు. వంగదేశాధిపతులు సముద్రసేనుడు, చంద్రసేనుడు, కర్వాటాధిపతి, తామ్రలిప్తుడు, సముద్రప్రాంతీయులయిన మ్లేచ్ఛులందరూ అతనికి వశమయ్యారు. ఇలా క్రమంగా దిగ్విజయం చేస్తూ లౌహిత్యదేశం సమీపించాడు. సముద్ర తీరంలోని, ద్వీపాలలో మ్లేచ్ఛులు యుద్ధం చేయకుండానే, రకరకాల రత్నాలు, ముత్యాలు, మణిమాణిక్యాలు, వెండి బంగారాలు, ఉన్ని-నూలు వస్త్రాలు మొదలైన వెన్నో సమర్పించుకొన్నారు. ధనమిచ్చి భీముని సంతుష్ట పరిచారు. ఆ ధనాన్నంతటినీ తీసుకొని భీమసేనుడు ఇంద్రప్రస్థానికి తిరిగి వచ్చి, అంతా తన అన్నగారికి సమర్పించాడు.

జనమేజయా! అదే సమయంలో సహదేవుడు కూడా పెద్దసైన్యంతో దక్షిణ దిగ్విజయానికి బయలుదేరాడు. అతడు శూరసేనదేశాధిపతిని, మత్స్యరాజును, అధిరాజాధిపతి దంతవక్రునీ క్రమంగా వశపరుచుకుని వారిని కప్పం కట్టే సామంతులుగా చేసుకున్నాడు. సుకుమార, సుమిత్ర, పర మత్స్య, పాటచ్చరులను జయించాడు. నిషాదభూమి, గోశృంగ పర్వతం, భుజబలంతో ఆక్రమించుకుని శ్రేణిమంతుడనే రాజును వశపరచుకున్నాడు. నరరాష్ట్రాన్ని జయించి కప్పం వసూలు చేశాడు. కుంతిభోజుని మీదికి దాడివెడలగా అతడు ఆనందంగా ధర్మరాజు అధికారాన్ని స్వీకరించాడు. తరువాత

నర్మదవైపుకు నడిచాడు. అటు ఉజ్జయిని లోని ప్రసిద్ధవీరులు విందానువిందులను ఓడించాడు. నాటకీయులను, హేరంబకులను ఓడించి మారుధ, ముంజ గ్రామాలమీద అధికారం పొందాడు. క్రమంగా అర్బుద, వాతరాజ, పుళిందులను ఓడించాడు. పాండ్యరాజును, కిష్కింధకు చెందిన మైంద, ద్వివిదులనే వారిని ఓడించాడు. మాహిష్మతీపురంపై దాడి చేశాడు. తీవ్రమైన యుద్ధం జరిగింది. చివరికి ఆ రాజు నీలుడు ఓడిపోయి కప్పం కట్టడానికి సామంతునిగా ఉండడానికి అంగీకరించాడు. ముందుకు సాగి త్రిపురరక్షకుడిని, పౌరవేశ్వరుని వశపరుచుకున్నాడు. సురాష్ట్రాధిపతి అయిన కౌశికాచార్యుని ఓడించి, భోజకటరాజు రుక్మి వద్దకు, నిషాదరాజు భీష్మకుని వద్దకు ఒక దూతను పంపాడు. వారు శ్రీకృష్ణుని సంబంధీకులు కావడం వలన సహదేవుని ఆజ్ఞను సంతోషంగా ఒప్పుకున్నారు. అక్కడినుండి బయలుదేరి శూర్పారకం, తాలాకటం, దండకం, ఇంకా సముద్రద్వీపాలను స్వాధీనం చేసుకుంటూ మ్లేచ్ఛులు, నిషాదులు, పురుషాదులు, కర్ణప్రావరణులు, కాలాముఖులు - అనే పేర్లు గల మనుష్యులను, రాక్షసులను జయించాడు. కోల్లాచలం, సురభీపట్టణం, తామ్రద్వీపం, రామపర్వతం అతనికి వశమైనాయి. రాజు తిమింగలుని; ఆటవికుడైన కేరళుని, ఏకపాదులైన పురుషులను, సంజయంతీ నగరవాసులను వశం చేసుకున్నాడు. పాషండ, కరహాటకులను వదలలేదు. పాండ్య, ద్రవిడ, ఉండ్ర, కేరళ, ఆంధ్ర, తాళవన, కళింగ, ఉష్ట్రకర్ణిక, ఆటవీపురి, యవనులు - వీరందరి రాజధానులు వశం చేసుకున్నాడు. లంకాధిపతి అయిన విభీషణుడు ఘటోత్కచుని ద్వారా సందేశం విని ఆదరంగా దానిని స్వీకరించాడు. సహదేవుడు అతనికి శ్రీకృష్ణుని మహిమను గురించి తెలియచేశాడు. అనేక ప్రదేశాల నుండి అతనికి కానుకలరూపంలో అనేక రకాల వస్తువులు లభించాయి. వానినన్నిటినీ తీసుకుని, అందరినీ సామంతులుగా చేసుకుని శీఘ్రంగా ఇంద్రప్రస్థం చేరుకున్నాడు. ధర్మరాజుకు అవన్నీ అప్పగించి, సుఖంగా విశ్రాంతి తీసుకున్నాడు.

జనమేజయా! నకులుడు కూడా అప్పుడే పెద్దసైన్యంతో పడమటి దిక్కుకు వెళ్లాడు. కార్తికేయునకు ప్రియమైన; ధన ధాన్యగోధనాలతో పరిపూర్ణమైన రోహితక దేశంలో అక్కడి మత్తమయూర రాజులతో అతనికి ఘోరయుద్ధం జరిగింది. మరుభూమి, ధాన్యపూర్ణమయిన శైరీషక, మహేత్థదేశాలను వశపరుచుకొన్నాడు. రాజర్షి ఆక్రోశునితో సహా దశార్ణ, శిబి, త్రిగర్త, అంబష్ఠ, మాలవ, పంచకర్పట, మాధ్యమిక, వాటధాన ద్విజులందరినీ జయించాడు. అక్కడనుండి మరలి పుష్కరారణ్యా నివాసులు అయిన ఉత్సవులనే వారిని, సింధు తటవర్తులయిన గంధర్వులను, సరస్వతీ తటవర్తులయిన శూద్ర ఆభీరకులను వశపరుచుకొన్నాడు. పంచనదం సంపూర్ణంగాను, అమరపర్వత, ఉత్తరజ్యోతిష, దివ్యకటనగరాలు, ద్వారపాలకనగరం అతని అధీనంలోకి వచ్చాయి. పశ్చిమంలోని రామఠ, హార, హూణాదిరాజులు నకులుని ఆజ్ఞ వింటూనే అతనికి అధీనులయిపోయారు. యదువంశీయుడు, ద్వారకా నివాసి అయిన శ్రీకృష్ణుడు చాలా ఆదరంగా నకులుని శాసనాన్ని స్వీకరించాడు. నకులుని మేనమామ శల్యుడు కూడా అతనిని ఆదరించాడు. అంతులేని ధనరత్నరాశులను కానుకలుగా గ్రహించి నకులుడు సాగరద్వీప నివాసులు, భయంకరులు అయిన మ్లేచ్ఛ, పహ్లవ, బర్బర, కిరాత, యవన, శక రాజులను వశపరుచుకున్నాడు. వారందరి వద్దనుండి అనేక సుందరమైన వస్తువులను కానుకలుగా తీసుకుని ఖాండవప్రస్థానికి తిరిగి వచ్చాడు. అంతులేని ఆ ధనరాశులను పదివేల ఏనుగులు మోయడానికి కూడా కష్టమై పోయింది. వరుణునిచే రక్షింపబడుతూ శ్రీకృష్ణుడు నివసించే ఆ పశ్చిమ దిక్కును జయించగా వచ్చిన సమస్త సంపదనూ నకులుడు, ధర్మరాజుకు అప్పగించాడు.

రాజసూయ యాగప్రారంభము

వైశంపాయనుడు చెప్తున్నాడు - జనమేజయా! ధర్మరాజు యొక్క సత్యనిష్ఠ, ప్రజాపరిపాలనలో అతనికి గల అనురక్తి, శత్రుసంహారం - చూచిన ప్రజలందరూ తమంత తామే తమ తమ ధర్మాలను అనుసరించసాగారు. శాస్త్ర బద్ధమైన పన్ను వసూలు, ధర్మబద్ధమైన పరిపాలన చేయడం వలన సకాలంలో అవసరమైన వర్షాలు కురిసి దేశం సుఖ సమృద్ధులతో నిండింది. రాజు యొక్క పుణ్యప్రభావం వలన వ్యవసాయం, వ్యాపారం, గోరక్ష వంటివి చక్కగా సాగుతున్నాయి. ప్రజలలో పరస్పరవంచన, చౌర్యం, దోపిడీ వంటివి పేరుకు కూడా లేవు. రాజోద్యోగులు ఎన్నడూ అబద్ధమాడడంలేదు. ధర్మరాజు యొక్క ధర్మాచరణం వలన అతివృష్టి, అనావృష్టి, రోగాలు, అగ్ని మొదలైన భయాలు లేవు. ప్రజలు అతనివద్దకు కానుకలు ఇవ్వడానికో, ప్రియకార్యాలు చేయడానికో వస్తున్నారే తప్ప యుద్ధాల గురించి రావడంలేదు. ధర్మానుకూలమైన ఆదాయంతో కోశాగారం నిండుగా అక్షయంగా ఉంది.

అన్న వస్త్ర రత్నాదులతో భండారం అన్ని విధాలా పరిపూర్ణంగా ఉండడం చూసి ధర్మరాజు యజ్ఞం చేయాలని సంకల్పించాడు. మిత్రులు వేర్వేరుగాను , సామూహికంగాను అతనికి యజ్ఞం చేయడానికి ఇదే మంచి సమయమని నొక్కి చెప్పసాగారు. ఇక యజ్ఞం శీఘ్రంగా ప్రారంభం చేయవలసి వచ్చింది. ప్రజల ఒత్తిడి ఎక్కువవుతున్న ఆ సమయంలోనే శ్రీకృష్ణుడు స్వయంగా అక్కడికి వచ్చాడు. జనమేజయా! శ్రీకృష్ణుడు స్వయంగా నారాయణుడు. వేద స్వరూపుడు. గొప్ప జ్ఞానులకు ధ్యానంలో దర్శనమిచ్చేవాడు. ఈ జడచేతన స్వరూపమైన జగత్తులో అతడే సర్వశ్రేష్ఠుడు. అతని నుండే బ్రహ్మాండం పుడుతోంది. నశిస్తోంది. భూత భవిష్యద్వర్తమానాలకు అధిపతి. దైత్యనాశకుడు. భక్తవత్సలుడు. ఆపత్కాలంలో శరణునిచ్చేవాడు. అట్టి శ్రీకృష్ణభగవానుడు తన భక్తుడైన యుధిష్ఠిరునిపట్ల గల కరుణచేత అసంఖ్య ధనసంపదను, అక్షయరత్నరాశులను, మహాసేనను తీసుకొని రథచక్రాల ధ్వని దిగ్దిగంతాలలో ప్రతిధ్వనిస్తూ ఉండగా ఇంద్రప్రస్థానికి చేరుకున్నాడు. అందరూ అతనికి ఎదురేగి యథోచిత సత్కారం చేశారు. యుధిష్ఠిరుడు తన తమ్ముళ్లతో, ధౌమ్యునితో, వ్యాసునితో, చాలమంది ఋషులతో కలిసి అతని వద్దకు వెళ్లి కుశలప్రశ్నల అనంతరం ఇలా అన్నాడు "సోదరా! శ్రీకృష్ణ! నీ దయవలననే ఈ సమస్త భూమండలం మాకు వశమయింది. అంతులేని ధనసంపదలు లభించాయి. ఇవన్నీ మీవే. వీటిద్వారా శాస్త్రోక్తంగా యజ్ఞం, బ్రాహ్మణభోజనాలు జరగాలని నేను ఇప్పుడు వాంఛిస్తున్నాను. నేను చేయగోరే రాజసూయ యజ్ఞానికి మీ అనుమతిని ఇవ్వండి. గోవిందా! ఇప్పుడు మీరు యజ్ఞదీక్ష వహించండి. మీ యజ్ఞం వలన నేను పాప రహితుడనవుతాను. లేదా నాకే యజ్ఞదీక్షకు అనుమతినివ్వండి. మీఇష్టానుసారమే అంతా జరుగుతుంది". ఈ మాటలు వినగానే కృష్ణుడు అతని గుణగణాలు పొగడుతూ "మహారాజా!మీరు సామ్రాట్టులు. మీరు ఈ యజ్ఞం చేయాలి. ఇప్పుడు యజ్ఞదీక్ష స్వీకరించండి" అన్నాడు. యుధిష్ఠిరుడు వినయంగా "హృషీకేశా! నాకోరికను అనుసరించి మీరు స్వయంగా ఇక్కడకు విచ్చేశారు. దానితోనే నా సంకల్పం సిద్ధించింది. ఇక యజ్ఞం జరగడానికి అనుమానమేమీ లేదు" అన్నాడు.

పురోహితుడైన ధౌమ్యుని, బ్రాహ్మణులను అడిగి యజ్ఞసామగ్రిని అంతటిని కొని సిద్ధం చేయమని యుధిష్ఠిరుడు సహదేవునికి, మంత్రులకు ఆజ్ఞాపించాడు. ఇంకా అతని మాట పూర్తికాకుండానే సహదేవుడు వినయంగా "ప్రభూ! మీ ఆజ్ఞానుసారం ముందే ఆ పని జరిగిపోయింది" అని విన్నవించాడు. అప్పుడే కృష్ణ ద్వైపాయనముని తేజస్వులు తాపసులు, వేదజ్ఞులు, అయిన బ్రాహ్మణులను తీసుకుని అక్కడికి వచ్చాడు. యజ్ఞానికి అతడు బ్రహ్మగా, సుసాముడు సామవేద ఉద్గాతగా ఉన్నారు. బ్రహ్మజ్ఞాని అయిన యాజ్ఞవల్క్యుడు అధ్వర్యువు. పైలుడు, ధౌమ్యుడు హోతలుగా ఉన్నారు. ఈ ఋషుల యొక్క శిష్యులు వేదవేదాంగ పారంగతులు సదస్యులు. స్వస్తివాచనం జరిగాక శాస్త్రోక్త విధిని గురించి పరస్పరం చర్చించుకుని విశాలమైన యజ్ఞశాలలకు పూజ కావించారు. శిల్పులు ఆజ్ఞానుసారంగా దేవమందిరాల వంటి సుగంధితమైన భవనాలను నిర్మించారు. అందరినీ ఆహ్వానించడానికి దూతలను పంపమని ధర్మరాజు సహదేవుని ఆదేశించాడు. సహదేవుడు దూతలకు సమస్త బ్రాహ్మణులను క్షత్రియులను ఆహ్వానించమని, వైశ్యులను, గౌరవింపదగిన శూద్రులను వెంటపెట్టి తీసుకొని రమ్మని చెప్పి పంపాడు. దూతలు అలాగే చేశారు.

జనమేజయా! బ్రాహ్మణులు తగిన సమయంలో ధర్మరాజునకు యజ్ఞదీక్ష ఇచ్చారు. అతడు వేలకొద్దీ బ్రాహ్మణులు, తమ్ముళ్లు, బంధువులు, మిత్రులు, విచ్చేసిన క్షత్రియులు, మంత్రులు అందరితో కలిసి మూర్తీభవించిన ధర్మంలా యజ్ఞశాలను ప్రవేశించాడు. శాస్త్రపారంగతులు, వేదవేదాంత ప్రవీణులు అయిన బ్రాహ్మణులు గుంపులు గుంపులుగా నలుదిక్కుల నుండి రాసాగారు. వారు ఉండడానికి అన్న జల వస్త్రాదులతో పరిపూర్ణమై అన్ని ఋతువులలోను పనికివచ్చే సుఖకరమైన సామగ్రితో నిండిన వేర్వేరు ఆవాసాలను పనివారు నిర్మించారు. ఆ నివాసాలలో బ్రాహ్మణులు హర్షంతో కథాప్రసంగాలు, భోజనాదులు చేస్తున్నారు. అక్కడ ఎక్కడ చూచినా 'ఇవ్వండి, పుచ్చుకోండి' అనే సందడే కనిపిస్తోంది. భీష్మ ధృతరాష్ట్రాదులను ఆహ్వానించడానికి ధర్మరాజు నకులుని హస్తినాపురానికి పంపాడు. అతడు అక్కడికి వెళ్లి గౌరవంగా, వినయంగా వారిని ఆహ్వానించాడు. వారు కూడా సంతోషంతో ఆహ్వానాన్ని అంగీకరించి బ్రాహ్మణులతో సహా వచ్చారు. భీష్ముడు, ద్రోణాచార్యుడు, ధృతరాష్ట్రుడు, విదురుడు, కృపాచార్యుడు, దుర్యోధనుడు మొదలైన కౌరవులు అందరూ, గాంధార రాజు సుబలుడు, శకుని, అచలుడు, వృషకుడు, కర్ణుడు, శల్యుడు, బాహ్లికుడు, సోమదత్తుడు, భూరిశ్రవసుడు, శలుడు, అశ్వత్థామ, జయద్రథుడు, ద్రుపదుడు,

ధృష్టద్యుమ్నుడు, సాల్వుడు, భగదత్తుడు, పర్వతప్రాంతపు రాజులు, బృహద్బలుడు, పౌండ్రకవాసుదేవుడు, కుంతిభోజుడు, కళింగాధిపతి, వంగ, ఆకర్ష, కుంతల, మాలవ, ఆంధ్ర, ద్రవిడ, సింహళ, కాశ్మీరాది దేశాల రాజులు, గౌరవాహన బాహ్లీక దేశపు రాజులు, విరాటుడు, అతని పుత్రులు, మావేల్లుడు, శిశుపాలుడు - అతని కొడుకులు - అందరూ యజ్ఞభూమికి వచ్చారు. వచ్చిన రాజుల, రాజకుమారుల సంఖ్య అగణితం. అందరూ అతి విలువైన కానుకలను తెచ్చారు. బలరాముడు, అనిరుద్ధుడు, కంకుడు, సారణుడు, గదుడు, ప్రద్యుమ్నుడు, సాంబుడు, చారుదేష్ణుడు, ఉల్ముకుడు, మొదలైన యాదవ మహారథులందరూ వచ్చారు. ధర్మరాజు ఆజ్ఞను అనుసరించి వారందరికీ ఆదరపూర్వకంగా వేర్వేరు విడుదులు ఏర్పాటు చేశారు. ఆ విడుదులలో తినడానికి, త్రాగడానికి సమస్త సంభారాలు, కనులకింపైన పచ్చని చెట్లు ఉన్నాయి. స్వాగత సత్కారాలు ముగిశాక ఎవరి విడుదులకు వారు వెళ్లారు.

ధర్మరాజు భీష్మద్రోణులను " ఈ యజ్ఞ కార్యక్రమంలో మీరు నాకు సహాయపడండి. ఈ విశాలధనాగారాన్ని మీదిగా భావించి, నా మనోరథం సఫలమయ్యేలా పని జరిపించండి" అని పాదాలంటి వేడుకున్నాడు. యజ్ఞ దీక్షితుడైన ధర్మరాజు వారందరికీ వారి ఇష్ట ప్రకారం ఆయా పనులను అప్పగించాడు. దుశ్శాసనుడు భోజనవ్యవస్థను; అశ్వత్థామ బ్రాహ్మణుల సేవాశుశ్రూషలను, సంజయుడు రాజుల సత్కారాలను చూడడానికి నియోగించబడ్డారు. భీష్మద్రోణులు వీరందరి పనులను పర్యవేక్షిస్తున్నారు. కృపాచార్యుడు వెండి బంగారాలు, రత్నరాశులు జాగ్రత్త పరిచి, దక్షిణలు ఇచ్చే కార్యం చేపట్టాడు. బాహ్లీకుడు, ధృతరాష్ట్రుడు, సోమదత్తుడు, జయద్రథుడు ఇంటి యజమానుల వలె ఉన్నారు. ధర్మమర్మజ్ఞుడైన విదురుడు ఖర్చుల వ్యవహారం, దుర్యోధనుడు కానుకల రూపంలో వచ్చిన వస్తువులను జాగ్రత్తచేసే పనిని చూడసాగారు. శ్రీకృష్ణుడు బ్రాహ్మణుల కాళ్లుకడిగే పనిని తన బాధ్యతగా స్వయంగా స్వీకరించాడు. ఈరకంగా పేరుమోసిన ప్రతివ్యక్తి తమ తమ వంతుగా ఏదో ఒక పనిని బాధ్యతగా స్వీకరించారు.

జనమేజయా! యుధిష్ఠిరుని దర్శించుకుని కృతకృత్యులవ్వాలని అక్కడికి వచ్చినవారిలో ఎవరూ కూడా వేయిముద్రలకు తక్కువ కానుక ఇవ్వలేదు. అందరూ కూడా తమ సొమ్ముతోనే యజ్ఞం జరగాలని కోరుకున్నారు. సేనావ్యూహాలతో, విచిత్ర విమాన పంక్తులతో, రత్న రాశులతో, లోకపాలుర విమానాలతో, బ్రాహ్మణ నివాసాలతో, రాజుల గుంపులతో యుధిష్ఠిరుని రాజసూయ యాగం యొక్క శోభ ఇనుమడించింది. యుధిష్ఠిరుని ఐశ్వర్యం లోకపాలుడైన వరుణుని సంపదతో తులతూగింది. యజ్ఞంలో ఆరు అగ్నులను ప్రతిష్ఠించి, సంపూర్ణమైన దక్షిణలిచ్చి యుధిష్ఠిరుడు యజ్ఞరూపంలో భగవంతుని అర్చించాడు. అతిథి అభ్యాగతులకు కోరినవస్తువులు ఇచ్చి సంతుష్టులను చేశాడు. అందరూ తిన్నాక, త్రాగాక కూడా చాలా భోజన పదార్థాలు మిగిలాయి. ఆ ఉత్సవంలో ఎక్కడ చూసినా వజ్రాలు, ముత్యాల కానుకల సందడే కనిపించింది. మహర్షులు, మంత్రనిపుణులు అయిన బ్రాహ్మణులు ఉత్తమమైన రీతిలో ఘృతం, తిలలు, శాకల్యం మొదలైనవి ఆహుతులుగా ఇచ్చి దేవతలను ప్రసన్నులను చేశారు. దక్షిణరూపంలో అంతులేని ధనాన్ని పొంది బ్రాహ్మణులు కూడా సంతుష్టులు అయ్యారు. జనమేజయా! ఎంత అని చెప్పను? ఆ యజ్ఞంతో అందరూ తృప్తులయ్యారు.

శ్రీకృష్ణుని ధర్మరాజు అర్చించుట

వైశంపాయనుడు చెప్తున్నాడు - "జనమేజయా! యజ్ఞం పూర్తి అయ్యాక చివరి రోజున పూజనీయులైన మహర్షులు, బ్రాహ్మణులు యజ్ఞశాలలోని అంతర్వేదిని చేరుకున్నారు. నారదాది మహర్షులు, రాజర్షులతో కూడి ఆ ప్రదేశం శోభాయమానంగా ఉంది. ఆ అంతర్వేది స్థలం అంతా నక్షత్రాలతో ప్రకాశించే ఆకాశంలా ఉంది. ఆ సమయంలో అక్కడ ఒక్క శూద్రుడుగాని, దీక్షాహీనుడైన ద్విజుడు గాని లేరు. ధర్మరాజు యొక్క రాజ్యవైభవం, యజ్ఞవిధి చూచిన నారదునికి పట్టరాని ఆనందం కలిగింది. ఆ క్షత్రియ సమూహాన్ని అంతటినీ చూస్తూంటే అతనికి పూర్వం భగవంతుని అవతరణ సందర్భంగా బ్రహ్మలోకంలో జరిగిన సంఘటన జ్ఞప్తికి వచ్చింది. ఈ రాజుల రూపంలో దేవతలంతా ఇక్కడ కొలువై ఉన్నారా అనిపించింది. మనసులోనే పుండరీకాక్షుని స్మరించుకున్నాడు. అతడు "ధన్యుడు, సర్వవ్యాపకుడు, అసుర వినాశకుడు, అంతర్యామి అయిన నారాయణుడు తన ప్రతిజ్ఞను నెరవేర్చుకోవడానికి క్షత్రియులలో అవతరించాడు. అతడు మొదట దేవతలను "మీరంతా భూమిమీద అవతరించి సంహారకార్యం పూర్తి చేసి మీ మీ లోకాలకు మరలిపొండి". అని ఆదేశించాడు. తరువాత తాను యదువంశంలో శ్రీకృష్ణునిగా అవతరించాడు. ఇంద్రాది దేవతలందరూ ఆరాధించే పరాక్రమం కల ఆ భగవంతుడు

ఇక్కడ మనుష్యమాత్రునిగా కూర్చుని ఉన్నాడు. స్వయం ప్రకాశమానుడైన మహావిష్ణువు ఈ బలవంతమైన క్షత్రియ వంశాన్ని తప్పకుండా మళ్లీ నిర్మూలిస్తాడు. శ్రీ కృష్ణభగవానుడే సమస్త యజ్ఞాలద్వారా ఆరాధింపదగినవాడు. సర్వశక్తిమంతుడు. అంతర్యామి" అని తనలోతానే ఆలోచించుకోసాగాడు. ఈ ఆలోచనలలో అతడు మునిగి ఉన్నాడు. అదే సమయంలో భీష్ముడు ధర్మరాజును ఉద్దేశించి "రాజా! ఇప్పుడు నీవు ఈ విచ్చేసిన రాజులందరినీ యథాయోగ్యంగా సత్కరించు. ఆచార్యుడు, ఋత్విజుడు, బంధువు, స్నాతకుడు, రాజు, ఇష్టుడు - వీరిలో ఎవరైనా ఏడాది సమయంలో తన వద్దకు వస్తే వారికి విశేషపూజ, అర్ఘ్యదానం చేయాలి. వీరందరూ చాలారోజుల తరువాత మన వద్దకు వచ్చారు. కాబట్టి నీవు అందరినీ వేర్వేరుగా పూజించు. అందరికంటె సర్వశ్రేష్ఠుడైన వానిని అందరికంటె ముందు పూజించు" అన్నాడు. ధర్మరాజు "పితామహా! ఈ వచ్చిన సజ్జనులు అందరిలో మొదట మనం ఎవరిని పూజించాలో దయచేసి చెప్పు. నీవు ఎవరిని సర్వశ్రేష్ఠుడని, పూజకు అర్హుడని అనుకుంటున్నావు." అని అడిగాడు. దానికి భీష్ముడు "ఈ భూమండలంలో యదువంశ శిరోమణి అయిన శ్రీకృష్ణ భగవానుడే అందరినీ మించి పూజార్హుడు. ఈ ఉపస్థితులైఉన్న సభ్యులందరిలో శ్రీకృష్ణుడే తన తేజస్సు చేత, బలపరాక్రమాల చేత మినుకు మినుకుమనే నక్షత్రాల మధ్య సూర్యునిలా ప్రకాశించడం నీవు గమనించలేదా? చీకటులు ఆవరించిన స్థలం సూర్యాగమనం చేతను, గాలి స్తంభించిన చోటు వాయు ప్రసారం చేతను ఎలా ప్రాణవంతమై వెలుగొందుతాయో అలాగే శ్రీకృష్ణుని వలన మన సభకూడా ఆహ్లాదంగా ప్రకాశిస్తోంది". అని సమాధానమిచ్చాడు. భీష్ముని అనుమతి లభించగానే సహదేవుడు విధిపూర్వకంగా శ్రీకృష్ణునకు అర్ఘ్యమిచ్చాడు. అతడు శాస్త్రోక్తవిధిని అనుసరించి దానిని స్వీకరించాడు. నాలుగువైపుల ఆనందం అలముకుంది.

శిశుపాలుని క్రోధము - భీష్మాదుల పలుకులు

వైశంపాయనుడు చెప్తున్నాడు - "జనమేజయా! శ్రీకృష్ణునికి జరిగిన ప్రథమ సత్కారాన్ని చూచి చేది దేశపు రాజు శిశుపాలుడు మండిపడ్డాడు. అతడు నిండుసభలో యుధిష్ఠిరుని, భీష్ముని ధిక్కరిస్తూ శ్రీకృష్ణుని నిందించడం ప్రారంభించాడు ఇంతమంది పెద్దలు మహాత్ములు, రాజర్షులు ఉన్న సభలో రాజువలె శ్రీకృష్ణుడు రాజోచిత పూజకు అర్హుడు కాడు. మహాత్ములైన పాండవులు కృష్ణుని పూజించడం ద్వారా తమకు యోగ్యమైన పని చేయలేదు. పాండవులారా! ఇంకా మీరు బాలకులే, మీకు ధర్మసూక్ష్మం తెలియదు. భీష్ముడు వృద్ధుడైపోయాడు. ఇతనికి దీర్ఘదృష్టిలేదు. భీష్మా! నీవంటి ధర్మాత్ములైన పురుషులు కూడా మనసుకు తోచిన పని చేస్తే అవమానాల పాలవుతారు. కృష్ణుడు రాజే కాడు. ఇక రాజులలో గౌరవింపదగినవాడు ఎలా అవుతాడు? ఇతడు వయసులో కూడా అందరికంటె పెద్దవాడు కాడు. ఇతని తండ్రి వసుదేవుడు ఇంకా బ్రతికే ఉన్నాడు. ఇతనిని మీకు నిజమైన హితైషిగా, అనుకూలునిగా భావించి పూజించారా అంటే ద్రుపదునికంటె మించిన వాడవుతాడా? ఇతనిని ఆచార్యునిగా మన్నించారా అంటే ద్రోణాచార్యుడు ఇక్కడ ఉండగా ఇది సర్వథా అనుచితం. ఋత్విజుడనే దృష్టితో అయితే అందరికంటె ముందు విద్యావయోవృద్ధుడయిన కృష్ణద్వైపాయనుని పూజించాలి. యుధిష్ఠిరా! స్వేచ్ఛామరణం కలిగిన భీష్మపితామహుడు ఉండగా మీరు కృష్ణుని ఎలా పూజించారు? శాస్త్రపారంగతుడైన వీరుడు అశ్వత్థామ ఎదుట కృష్ణుని పూజించడం ఎలా సమంజసం కాగలదు? పాండవులారా! రాజాధిరాజైన దుర్యోధనుడు, భరతవంశానికి ఆచార్యుడైన కృపుడు, కింపురుషులకు ఆచార్యుడైన ద్రుమరథుడు, పాండునితో సమానంగా గౌరవింపదగిన సర్వసద్గుణ సంపన్నుడైన భీష్మకుడు ఉండగా వారిని విడిచి కృష్ణుని పూజించే అనర్థానికి ఎలా పూనుకొన్నారు? ఈ కృష్ణుడు ఋత్విజుడు కాడు. రాజు కాడు. ఆచార్యుడు కూడా కాడు. మరి మీరు ఏ కోరికతో ఇతనిని పూజించారు? మీరు కృష్ణునికే ప్రథమపూజ చేయదలచుకుంటే ఈ రాజులను, మమ్ములను పిలిచి ఇలా అవమానపరచకుండా ఉండవలసినది. మేము భయలోభాదుల కారణంగా మీకు కప్పం కట్టలేదు. "ఇతడు అసలు సిసలు ధర్మాత్ముడు. ఇతడు చక్రవర్తి అయితే మంచిదే" అని అనుకుని కట్టాం. కనుక మీరు ఈ గుణహీనుడైన కృష్ణుని పూజించి మమ్మల్నందరినీ తిరస్కరిస్తున్నారు. నీవు అకస్మాత్తుగా ధర్మాత్మునిగా చలామణి అయిపోయావు. అందుకే ఈ ధర్మచ్యుతుని పూజించి నీ బుద్ధి చూపిస్తున్నావు.

ఇలా అన్న తరువాత శిశుపాలుడు కృష్ణునివైపు తిరిగి "కృష్ణా! ఈ పాండవులు పనికిరాని పిరికిపందలు, దీనులు, అని నేను ఒప్పుకుంటాను. వీరికి సరిగా తెలియకపోతే నీకయినా తెలిసి ఉండవలసింది- నీవు ఎలా పూజకు అర్హుడవో. వీరు పిరికితనంతోనో, మూర్ఖత్వంతోనో నీకు పూజ చేశారే

అనుకో. అయోగ్యుడివైన నీవు ఎలా స్వీకరించావు? కుక్క పొంచి ఉండి కొద్దిగా నేతిని నాకి తన్నుతాను ధన్యమైనదిగా భావించుకున్నట్లే ఈ అయోగ్యమైన పూజను స్వీకరించి నిన్ను నీవు గొప్పవాడివి అనుకుంటున్నావు. నీకు జరిగిన ఈ అనుచితమైన పూజ వలన మావంటి రాజులకు వచ్చిన అవమానం ఏమీ లేదు. నిన్నే ఈ పాండవులు సూటిగా అవమానించారు. నపుంసకునికి వివాహం చేయడం, గ్రుడ్డివానికి అద్దం చూపడం, రాజ్యహీనుడిని రాజులలో కూర్చోబెట్టడం ఎంతటి అవమానమో నిన్ను పూజించడం కూడా అంతే. యుధిష్ఠిరుడు, భీష్ముడు, నీవు ఒకరిని మించిన వారొకరు" అని చెప్పి, ఆసనం నుండి లేచి కొంతమంది రాజులను వెంటపెట్టుకుని బయటకు వెళ్లిపోవడానికి ఉద్యుక్తుడయ్యాడు.

ధర్మరాజు వెంటనే అతని వద్దకు వెళ్లి మధురస్వరంతో అతనిని సముదాయిస్తూ "రాజా! మీరు చెప్పినది ఉచితంగా లేదు. కటువచనాలు పలకడం నిరర్థకమే కాదు. అధర్మం కూడా.(4) మా తాతగారు భీష్మలవారికి ధర్మరహస్యాలు తెలియకపోవడం లేదు. మీరు అనవసరంగా ఆయనను తిరస్కరించకండి. చూడండి. ఇక్కడ మీకంటె విద్యావయో వృద్ధులు చాలామంది రాజులున్నారు. వారికెవరికీ కృష్ణుని పూజించడం చెడ్డది అనిపించలేదు. వారివలె మీరు కూడా ఈ విషయంలో ఏమీ చెప్పకండి. చేదిరాజా! భీష్మపితా మహుడు శ్రీకృష్ణ భగవానుని వాస్తవిక స్వరూపాన్ని ఎరిగినవాడు. శ్రీకృష్ణుని తత్వాన్ని గూర్చిన జ్ఞానం అతనికి ఉన్నంత నీకు లేదు" అని చెప్తూ ఉండగానే భీష్ముడు ధర్మరాజును ఉద్దేశించి "ధర్మరాజా! శ్రీకృష్ణుడు త్రిలోకవాసులందరికంటె శ్రేష్ఠుడు. అతనిని పూజించడం ఎవరికి ఇష్టం కాదో వారిని బ్రతిమలాడడం అనుచితం. క్షత్రియధర్మానుసారంగా యుద్ధంలో గెలిచినవాడే శ్రేష్ఠుడనిపించుకుంటాడు. ఈ కృష్ణుడు ఇక్కడున్న రాజులలో ఎవరిని జయించలేదు? ఒక్కనిపేరైనా చెప్పు. ఇతడు కేవలం మనకే పూజ్యుడు కాదు. సమస్త జగత్తు ఇతనిని ఆరాధిస్తుంది. ఇతడు అందరిమీద విజయం పొందడమే కాదు. ఈ జగత్తంతా ఇతనిమీదనే సర్వాత్మనా ఆధారపడి ఉంది. ఇక్కడ చాలా మంది గురువులు, పూజ్యులు ఉన్నారని నేనూ అంగీకరిస్తాను. కానిపైన చెప్పిన కారణం వలన అతనినే పూజిస్తున్నాం. ఈ పూజను అడ్డుకోవడానికి ఎవరికీ అధికారం లేదు. నేను నా ఈ సుదీర్ఘజీవితంలో ఎంతోమంది గొప్ప జ్ఞానులను కలుసుకున్నాను. వారంతా సకలగుణాశ్రయుడైన శ్రీకృష్ణుని గుణాలను వర్ణించడం విని ఉన్నాను. ఇక్కడికి వచ్చిన శ్రేష్ఠపురుషుల యొక్క ఉద్దేశ్యం కూడా ఎరుగుదును. ఇతడు పుట్టినది మొదలుకొని ఇంతవరకు చేసిన పనులన్నిటిని గూర్చి శ్రేష్ఠులైన వారు చెప్పగా విన్నాను. శిశుపాలా! మేము కేవలం స్వార్థంతోనో, బంధువు అనే కారణంతోనో, లేక ఉపకారం చేశాడనో కృష్ణుని పూజించడంలేదు. శ్రీకృష్ణుడు ఈ జగత్తులోని ప్రాణులందరకు సుఖం చేకూరుస్తాడని, శ్రేష్ఠులైన వారందరూ అతనిని పూజిస్తారని మాత్రమే భావించి మేము అతనిని పూజిస్తున్నాం. మేము ఇక్కడున్న అందరినీ బాలురతో సహితంగా పరీక్షించి మరీ తెలుసుకున్నాం- కీర్తిలో పరాక్రమంలో, విజయంలో శ్రీకృష్ణునితో సమానుడు ఎవరూ లేరని. జ్ఞానబలాలు రెండింటిలోను కృష్ణుని మించిన వాడు ఎక్కడా ఎవడూ లేడు. దానం, కౌశలం, శాస్త్రజ్ఞానం, శూరత; సంకోచం, కీర్తి, బుద్ధి, వినయము, సంపద, ధైర్యం, తుష్టి, పుష్టి - అన్ని గుణాలు కృష్ణునిలో నిరంతరం నిత్యనివాసముంటాయి. పరమజ్ఞాని అయిన శ్రీకృష్ణుడు మాకు గురువు, ఆచార్యుడు, తండ్రి. అందరూ మనఃస్ఫూర్తిగా సహకరించండి. అతడు మాకు ఋత్విజుడు, గురువు, వరుడు, స్నాతకుడు, రాజు, ఇష్టుడు, మిత్రుడు - అన్నీ. అందుకే మేము అతనికి ప్రథమ పూజ చేశాము. శ్రీకృష్ణుడే ఈ సమస్తవిశ్వాన్ని పుట్టిస్తున్నాడు. లయం చేస్తున్నాడు. ఈ చరాచర జగత్తు అతని క్రీడా స్థానం. అతడే అవ్యక్త ప్రకృతి, సనాతన కర్త. చావు పుట్టుకలకు అతీతుడు. అందుకే అందరికంటె మించి పూజింపదగినవాడు. బుద్ధి, మనస్సు, మహత్తత్త్వము, పంచభూతాలు, చతుర్విధప్రాణులు శ్రీకృష్ణునిమీదే ఆధారపడిఉన్నాయి. సూర్యచంద్రులు, గ్రహనక్షత్రాలు, దిశలు, విదిశలు, - అన్నీ అతనిలోనే ఉన్నాయి. వేదాలలో అగ్నిహోత్రుడు, ఛందస్సులలో గాయత్రి, మనుష్యులలో రాజు, నదులలో సముద్రం, నక్షత్రాలలో చంద్రుడు, జ్యోతిశ్చక్రంలో సూర్యుడు, పర్వతాలలో మేరువు, పక్షులలో గరుడుడు శ్రేష్ఠులయినట్లుగా ముల్లోకములయొక్క ఊర్ధ్వ, మధ్యమ అధోలోకరూపమైన త్రివిధగతులలోను శ్రీకృష్ణుడే శ్రేష్ఠుడు. శిశుపాలుడు ఇంకా నిన్నటి అజ్ఞానబాలుడే. శ్రీకృష్ణుడు ఎప్పుడూ, అంతటా, అన్నిరూపాలలో ఉంటాడనే విషయం ఇతనికి తెలియదు. అందుకే ఇలా మాటలాడు తున్నాడు. ధర్మరహస్యాలను తెలుసుకోవాలనే కోరిక ఉన్న సదాచారి అయిన బుద్ధిమంతునకు ధర్మతత్త్వ జ్ఞానం ఉండాలి. శిశుపాలునకు అదిలేదు. ఇతనికి ఎప్పుడూ నిజమైన జిజ్ఞాస

లేనేలేదు. ఇక్కడున్న చిన్న పెద్ద రాజర్షులలో మహర్షులలో శ్రీకృష్ణుని పూజ్యునిగా అంగీకరించనివాడు, పూజింపనివాడు ఎవరయినా ఉన్నారా? శిశుపాలుడు ఒక్కడే ఈపూజను దుష్టమనుకుంటున్నాడు. అతడు తెలుసు కోవాలనుకుంటే చక్కగా తెలుసుకోగలుగతాడు."

భీష్ముడిలా చెప్పి ఊరకున్నాడు. అంతట మాద్రిపుత్రుడు సహదేవుడు "శ్రీకృష్ణభగవానుడు పరమపరాక్రమవంతుడు. అతనిని నేను పూజించాను. ఈ విషయాన్ని సహించని వారి తలమీద నాపాదాలతో తన్నుతాను. నేను ఇంత చెప్పాక కూడా, మాతో విరోధించాలనుకునేవారు మాట్లాడండి. నేను అతనిని చంపుతాను. బుద్ధిమంతులందరూ మాకు గురువు, ఆచార్యుడు, తండ్రి, పూజ్యుడు అయిన కృష్ణునికి మేము చేసిన ఈ పూజను సమర్థించండి" అని చెప్పి కాలితో నేలను గట్టిగా తన్నాడు. కాని ఆ అభిమానధనులైన, బలవంతులైన రాజులలో ఒక్కరికి కూడా నోరు పెగలలేదు. ఆకాశం నుండి సహదేవునిపై పుష్పవృష్టి కురిసింది. అదృశ్యంగా సాధువాదాలు వినిపించాయి. దేవర్షి నారదుడు అక్కడే ఉన్నాడు. అతని సర్వజ్ఞత్వం ప్రసిద్ధం.అతడు అందరి ఎదుట స్పష్టంగా "శ్రీకృష్ణుని పూజించనివాడు బ్రతికి ఉన్నా శవం వంటివాడే అలాంటి వానితో ఎప్పుడూ మాటకూడా మాట్లాడకూడదు" అన్నాడు. ఇంత జరిగిన తరువాత సహదేవుడు బ్రాహ్మణ క్షత్రియులను యథోచితంగా పూజించాడు. పూజాకార్యక్రమం ఈ రీతిగా సమాప్తమయింది.

శ్రీకృష్ణుని పూజించడంతో శిశుపాలుడు క్రోధంతో నిప్పులు కక్కాడు. అతని కన్నులలో రక్తం పొంగింది. అతడు రాజులను"నేను సేనాపతిగా నిలుచున్నాను. ఇప్పుడు మీరు ఎవరి పక్షంలో ఉంటారు? రండి. మనందరం నిలిచి యాదవ పాండవుల సైన్యంతో పోరాడుదాం." అని రెచ్చగొట్టాడు. ఇలా శిశుపాలుడు యజ్ఞానికి విఘ్నం కలిగించడానికి రాజులను రెచ్చగొడుతూ వారిని కలుపుకోసాగాడు. ఆ సమయంలో వారు కోపంతో అతలాకుతలమవుతున్నారు. ముఖాలు ముడతలు పడుతున్నాయి. వారంతా శ్రీకృష్ణునికి పూజ జరుగరాదని, యుధిష్ఠిరునికి యజ్ఞావసానంలో జరిగే అభిషేకం కాకూడదని అనుకున్నారు.

చాలమంది సంక్షుభితసాగరంలా ఎగసిపడుతూ యుద్ధం చేయాలని అనుకోవడం ధర్మరాజు గమనించాడు. వెంటనే అతడు భీష్ముని సమీపించి "పితామహా! ఇప్పుడు నేను ఏమి చేయాలి? యజ్ఞం నిర్విఘ్నంగా పూర్తి అయి, ప్రజలకు మేలు కలిగే ఉపాయమేదో చెప్పండి" అని అడిగాడు. అప్పుడు భీష్ముడు "నాయనా! భయపడవలసిన పని లేదు. కుక్క సింహాన్ని ఎక్కడయినా చంపగలదా? నేను ముందే నీ కర్తవ్యాన్ని నిశ్చయించాను. సింహం నిద్రపోతుండగా కుక్కలు మొరిగినట్లుగా వాసుదేవుడు మౌనంగా ఉండడంతో వీళ్లు అరుస్తున్నారు. శిశుపాలుడు తనకు తెలియకుండానే వీరందరిని యమపురికి పంపాలనుకుంటున్నాడు. శ్రీకృష్ణుడు శిశుపాలుని తేజస్సును హరించి వేస్తాడు. సందేహం లేదు. అతని చేతిలో హరించిపోయే వాని బుద్ధి ఇలాగే ఉంటుంది. అతడే జగత్తుకు మూలకారణం, ప్రళయస్థానం కూడాను. నీవు నిశ్చింతగా ఉండు," అని ధైర్యం చెప్పాడు.

భీష్ముని మాటలను శిశుపాలుడు కూడా విన్నాడు. అతడు భీష్ముని కసురుకొంటూ "భీష్మా! రాజులను బెదిరించడానికి నీకు సిగ్గు లేదు. ముసలివాడవు అయికూడా కులానికి కళంకం ఎందుకు తెస్తావు? మూర్ఖుడు, గర్విష్ఠుడు అయిన కృష్ణుని పొగిడే నీ నాలుక వేయి ముక్కలుగా చీలిపోదేమి? పరమ మూర్ఖుడు కూడా నిందించే ఆ గొల్లవానిని జ్ఞానివై ఉండీ ఎందుకు నీవు ప్రశంసిస్తున్నావు? బాల్యంలో ఏదో ఒక పక్షిని (బకాసురుడు), గుఱ్ఱాన్ని (కేశి), లేదా ఎద్దును (వృషభాసురుడు) చంపాడే అనుకో, అంతమాత్రం చేత ఏమయింది? అతడేమి యుద్ధవీరుడు కాడుకదా? ప్రాణంలేని బండిని (శకటాసురుడు) కాలితో తన్ని తలక్రిందులు చేయడం చమత్కారమా? గోవర్ధన పర్వతాన్ని ఏడురోజుల వరకు ఎత్తిపట్టుకున్నాడు. అది అలౌకికమైన ఘటన ఘటించినట్లా? అది వట్టి చెదల పుట్టయే సుమా! తిండిపోతు అయిన కృష్ణుడు గోవర్ధనం మీద అతిగా అన్నం తిన్నాడని విని ఆశ్చర్యపోయాం. కంసుని ఉప్పు తిని పెరిగిన ఇతడు అతనినే చంపివేశాడు. కృతఘ్నుతకైనా హద్దు ఉండవద్దా! ధర్మజ్ఞానీ! ధర్మానుసారంగా స్త్రీలను, గోవులను, బ్రాహ్మణులను; అన్నం పెట్టిన వారిని, ఆశ్రయమిచ్చిన వారిని చంపకూడదు. ఇతడు పుడుతూనే స్త్రీని (పూతనను) చంపాడు. అట్టివానిని నీవు జగత్పతి అంటున్నావు. బుద్ధిని బలిపెట్టేవాడవు. అయ్యో! నీవు చెప్పడం వలన ఈ కృష్ణుడు కూడా తన్ను తాను అలాగే అనుకొంటున్నాడు. ధర్మధ్వజుడా! నీవు నీ నీచ స్వభావం చేతనే పాండవులను ఇలా చేసివేశావు. నీవు ధర్మాన్ని అడ్డుపెట్టుకుని చేసిన దుష్కర్మలను ఎప్పుడయినా ఏ జ్ఞాని అయినా చేయగలిగాడా? కాశీపతి కూతురు అంబ సాల్వుని తన పతిగా చేసుకోవాలను కుంటూంటే ఆమెను బలవంతంగా

ఎత్తుకువచ్చావు. ఇది ఎటువంటి ధర్మమంటారు స్వామీ! నీ బ్రహ్మచర్యం వ్యర్థం, నీవు నపుంసకత్వం వల్లనో, మూర్ఖత్వం వల్లనో ఇలాంటి పట్టుదల వహించావు. నీవు ఇంతవరకు సాధించిన ఉన్నతి ఏముంది? ధర్మాన్ని గురించి మాత్రం మితిమీరి మాట్లాడు తున్నావు. అందరూ జరాసంధుని ఆదరించేవారు. అతడు కృష్ణుని తన దాసునిగా తలచి చంపలేదు. కాని ఈ కృష్ణుడు అతనిని చంపడానికి భీమార్జునులను సహాయులుగా చేసికొని వెళ్లి చేసిన దుష్కృత్యం మంచిదని ఎవరనగలరు? ఆశ్చర్య కరమైన విషయం ఏమిటంటే నీ మాటలకు లోబడి పాండవులు కూడా కర్తవ్యచ్యుతులైపోయారు. నీవంటి నపుంసకుడు, పురుషార్థహీనుడు, ముసలివాడు సలహాలు ఇస్తూంటే ఇలాగే అవుతుందిలే."

శిశుపాలుని ఈ రూక్షవచనాలు విని బలశాలియైన వృకోదరుడు క్రోధంతో కంపించిపోయాడు. ప్రళయకాల రుద్రునిలా అతడు పళ్లు పటపట కొరకడం అందరూ చూశారు. అతడు క్రోధంతో శిశుపాలుని మీదికి ఉరక బోతూంటే భీష్ముడతనిని అడ్డగించాడు. ఇంత జరుగుతున్నా శిశుపాలుడు ఏమాత్రం చలించలేదు. అతడు స్థిరంగా నిలిచే ఉన్నాడు. నవ్వి "భీష్మా! ఇతనిని వదులు. ఇతడు నా క్రోధాగ్నికి శలభంలా ఎలాభస్మమయిపోతాడో ఇప్పుడే అందరూ చూస్తారు". అన్నాడు. భీష్ముడు అతని మాటలు పట్టించుకోకుండా భీమసేనుని సముదాయించసాగాడు.

శిశుపాలుని జన్మవృత్తాంతము - వధ

భీష్ముడు చెప్పసాగాడు "భీమసేనా! ఈ శిశుపాలుడు చేదిరాజవంశంలో పుట్టాడు. పుట్టినపుడు ఇతనికి మూడు కన్నులు, నాలుగు చేతులు ఉన్నాయి. పుట్టగానే గాడిదలా అరుస్తూ ఏడవసాగాడు. అతని సమీపబంధువులందరూ అతనిని చూచి భయపడి వదిలిపెట్టేద్దామనుకున్నారు. తల్లిదండ్రులు, మంత్రులు మొదలైన వారందరూ ఏకాభిప్రాయానికి రావడం చూచి ఆకాశవాణి ఈ పుత్రుడు గొప్ప భాగ్యవంతుడు, బలవంతుడు అవుతాడని, భయపడక నిశ్చింతగా పెంచమని చెప్పింది. అది విన్న తల్లి ఆనందంతో మైమరిచి, చేతులు జోడించి " నాపుత్రుని విషయమై ఈ భవిష్యవాణిని వినిపించినది - సాక్షాత్తు ఆ భగవంతుడో, దేవతయో, ఇతరులో - ఎవరైనా కాని వారికి నమస్క రిస్తున్నాను. నా పుత్రుని మరణం ఎవరి చేతులలో ఉందో తెలుసుకోవాలని ఉంది" అని అడిగింది. ఆకాశవాణి మళ్లీ "ఎవరి ఒడిలోకి వెళ్లగానే ఈ పుత్రుని అధికమైన రెండుచేతులు రాలిపోతాయో, ఎవరిని చూడగానే మూడవకన్ను మాయం అవుతుందో అతని చేతులలో ఇతనికి మృత్యువు సిద్ధిస్తుంది" అని చెప్పింది. ఈ విచిత్ర శిశువు పుట్టుకను గురించి విని భూమండలంలోని రాజులు అధికులు ఇతనిని చూడడానికి వచ్చారు. చేదిరాజు వారందరినీ యథోచితంగా సత్కరించి బాలకుని అందరి ఒడులలోనూ ఉంచేవాడు. కాని అతని మిక్కిలి చేతులు, మిక్కిలి కన్ను పోలేదు.

కృష్ణ బలరాములు తమ మేనత్తను కలుసుకుని, పిల్లవానిని చూడడంకోసం చేదిపురానికి వచ్చారు. ప్రణామాలు, ఆశీర్వాదాలు, కుశలప్రశ్నలు అయిన తరువాత వారిని సత్కరించారు. మేనత్త తన మేనల్లుడైన కృష్ణుని ఒడిలో ప్రేమగా బాలుని ఉంచింది. వెంటనే అతని అధికమైన చేతులు రాలిపోయాయి. మూడవకన్ను మాయమయింది. శిశుపాలుని తల్లి భయంతో వ్యాకులపాటుతో శ్రీకృష్ణుని చూచి "కృష్ణా ! నిన్ను చూచి భయపడుతున్నాను.నీవు ఆర్తులకు ఓదార్పువు, భయార్తులకు అభయాన్ని ఇస్తావు. నీవు నాకు ఒక వరం ఇవ్వాలి. నీవు, నా ముఖం చూచి శిశుపాలుని అపరాధాలన్నీ క్షమించు. ఇంతే నేను నిన్ను అడిగేది" అంది. శ్రీకృష్ణుడు "అత్తా! నీవు విచారించకు. చంపదగినంత తప్పు చేసినా, అటువంటి తప్పులను నూరు వరకు క్షమిస్తాను" అని ఓదార్చాడు. భీమసేనా! ఈ కారణంగానే కులకళంకుడైన శిశుపాలుడు ఈ రోజు నిండుసభలో నన్ను ధిక్కరించి మాట్లాడగలిగాడు. లేకపోతే ఏ రాజుకైనా ఇలా నన్ను ధిక్కరించగలిగే ధైర్యం ఎక్కడిది ? వీడు ఇప్పుడు కాలమనే గాలానికి చిక్కుకున్నాడు. ఇప్పుడు ఈ మూర్ఖుడు మనలను లెక్కచేయక సింహంలా గర్జిస్తున్నాడు గాని, కొద్ది క్షణాలలోనే శ్రీకృష్ణుడు ఇతని తేజస్సును హరించివేస్తాడని ఇతనికి తెలియడం లేదు."

భీష్ముని మాటలను శిశుపాలుడు సహించలేకపోయాడు. క్రోధంతో మండిపడి "భీష్మా! నీవు భట్రాజువలె పదేపదే పొగడుతున్నావే ఆ శ్రీకృష్ణుడు తన ప్రతాపాన్ని నామీద చూపడేమి ? నిజంగానే నేను అతనిని ద్వేషిస్తున్నాను. నీకు పొగడడమే పని అయితే ఇతరులనెందుకు పొగడవు? దరదరాజు బాహ్లీకుడు పుట్టగానే భూమి కంపించిపోయింది. అతనిని పొగడు. అంగ వంగ దేశాలకు అధిపతి కర్ణుడు, మహారథి ద్రోణుడు, అశ్వత్థామ - వీరందరినీ కడుపు నిండేలా పొగడు. ఏమి , నీకు పొగడడానికి ఎవరూ దొరకలేదా ? భోజపతి

కంసుని గోవులను మేపుకునే దురాత్ముడైన ఈ కృష్ణునే నీమనసులో సర్వస్వంగా భావించుకుని మాటలు జారుతున్నావు. నిజానికి ఈ రాజుల దయవలననే నీవు ఇంకా బ్రతికి ఉన్నావు. వారు కావాలనుకుంటే ఇప్పుడే నీప్రాణాలు తీయగలరు. నీవు నిజంగా చాలా దుర్మార్గుడివి " అని నిందించాడు. భీష్ముడు వెంటనే "శిశుపాలా ! ఈ రాజుల దయవలననే నేను జీవించి ఉన్నానన్నావు కాని నేను రాజులను గడ్డిపరకలతో సమానం అని కూడా అనుకోవడం లేదు. మేము పూజించిన కృష్ణుడు అందరి ఎదురుగానే కూర్చుని ఉన్నాడు. చావాలని ఉబలాటం ఉన్నవారు చక్రగదాధారి అయిన శ్రీకృష్ణుని ఎందుకు యుద్ధానికి ఆహ్వానించరు? అతనిని యుద్ధానికి పిలిచిన వాడు, రణరంగంలో నేలకొరిగి, అతని శరీరంలో ఐక్యమవుతాడని నేను ప్రతిజ్ఞ చేసి మరీ చెప్తున్నాను" అని అన్నాడు. శిశుపాలుడు ఆవేశంతో శ్రీకృష్ణుని వైపు తిరిగి, రోషంతో "కృష్ణా ! నేను నిన్ను యమపురికి పంపుతాను. పాండవులు మూర్ఖులై నీవంటి దాసుని, మూర్ఖుని, అయోగ్యుని పూజించారు. ఇక మిమ్మల్ని చంపడమే ఉచితం" అన్నాడు.

శిశుపాలుని మాటలు పూర్తి కాగానే శ్రీకృష్ణభగవానుడు గంభీరంగా మధుర భాషణంతో "రాజులారా! వీడు మా బంధువు అయినప్పటికి మాతో వైరం పూని ఉన్నాడు. ఇతడు మా యదువంశీయులను సర్వనాశనం చేయడంలో హెచ్చుతగ్గులేమీ లేవు. ఈ దురాత్ముడు నేను ప్రాగ్జ్యోతిషపురం మీదికి దాడి వెడలినపుడు, ఏతప్పు లేకుండానే ద్వారకాపురిని దగ్ధం చేయాలని చూశాడు. భోజరాజు రైవతక పర్వతం మీదికి విహారానికి వెళ్లగా, అతని అనుయాయు లందరినీ చంపడమో, బంధించి తన రాజధానికి తీసుకు పోవడమో చేశాడు. నాతండ్రి అశ్వమేధం చేస్తున్నపుడు, ఈ పాపాత్ముడు యజ్ఞభంగం చేయడానికి యజ్ఞాశ్వాన్ని పట్టుకున్నాడు. యాదవుడైన బభ్రుని భార్య సౌవీరదేశానికి పయనమయినపుడు ఆమెను చూచి మోహించి బలవంతంగా ఎత్తుకుపోయాడు. ఇవన్నీ చూసి, విని నాకు చాలా కష్టం కలిగింది. అయినా మామేనత్తకు ఇచ్చిన మాట గౌరవించి నేను ఇంతవరకు సహించాను. ఈ దుష్టుడు ఇప్పుడు మీ అందరి ఎదురుగానే ఉన్నాడు. ఇక్కడ ఈ నిండు సభలో అతడు నాపట్ల ఎలా వ్యవహరించాడో మీరు చూస్తూనే ఉన్నారు. దీనివలన మీ పరోక్షంలో ఇదివరకు ఇతడు ఎలా ప్రవర్తించి ఉంటాడో మీరు ఊహించుకోవచ్చును. ఈ రోజు ఇతడు ఈ పూజనీయమైన రాజసమూహం మధ్యలో గర్వంతో చేసిన దుర్వ్యవహారాన్ని నేను ఎప్పటికీ సహించి ఊరుకోను".

శ్రీకృష్ణుడు ఈ రీతిగా చెప్తూనే ఉన్నాడు. ఇంతలోనే శిశుపాలుడు లేచి నిలబడి పగలబడి నవ్వి "కృష్ణా! నీవు వంద ప్రగల్భాలు ఆడాలంటే నామాటలు వినాలి. సహించాలి. ప్రగల్భాలు లేకపోతే ఇష్టం వచ్చినది చేసుకో. నీకోపంతో గాని అనుగ్రహంతో గాని నాకు వచ్చిన నష్టం లేదు, లాభమూ లేదు" అంటూండగానే కృష్ణుడు చక్రాయుధాన్ని స్మరించాడు. స్మరణ చేశాడో లేదో చక్రం అతని చేతిలో వెలుగొందింది. అతడు బిగ్గరగా "రాజులారా! ఇతని తల్లి యొక్క ప్రార్థన వలన ఇతని నూరు అపరాధాలను క్షమిస్తాననే మాటకు కట్టుబడిన కారణంగా ఇతనిని ఇంతవరకు క్షమించాను. నేను ఇచ్చిన మాటప్రకారం వంద తప్పులు పూర్తి అయ్యాయి. కాబట్టి మీరంతా చూస్తూండగానే ఇతని శిరసును శరీరం నుండి వేరు చేస్తున్నాను" అని చెప్పి శ్రీకృష్ణుడు ఏమాత్రం ఆలస్యం చేయకుండ ఆ చక్రంతో అతని తలను ఖండించాడు. అందరూ చూస్తూండగానే వజ్రాయుధం చేత నరకబడిన పర్వతంలా అతడు నేల కూలిపోయాడు. అప్పుడు రాజులందరూ అతని శరీరంనుండి సూర్యసమానమైన తేజస్సు వెలువడి శ్రీకృష్ణునికి నమస్కరించి అతనిలో లీనమయి పోవడం చూశారు. అది చూసి అందరూ ఆశ్చర్యచకితులయ్యారు. అందరూ కృష్ణుని ప్రశంసించారు. యుధిష్ఠిరుని ఆజ్ఞను అనుసరించి భీమసేనాదులు వెంటనే ప్రేత సంస్కారానికి ఏర్పాట్లు చేశారు. అనంతరం యుధిష్ఠిరుడు రాజులందరితో కలసి శిశుపాలుని పుత్రుని చేదిరాజ్యానికి రాజుగా అభిషేకించాడు.

రాజసూయ యాగ పరిసమాప్తి

వైశంపాయనుడు చెప్తున్నాడు - "జనమేజయా! ధర్మరాజు యొక్క సమస్త వైభవాలతో పరిపూర్ణమైన యజ్ఞం చూసి ఉత్సాహవంతులైన వీరులు ఆనందించారు. మధ్యలో కలిగిన విఘ్నాలు తమంత తామే తొలగిపోయాయి. పనులన్నీ సుఖపూర్వకంగా జరిగాయి. అవసరమైన దానికంటె ధనం ఎక్కువే వచ్చింది. అసంఖ్యాకులైన ప్రజలు తిని త్రాగాక కూడా అన్నభాండారం నిండుగానే ఉంది. శ్రీకృష్ణుడు స్వయంగా దానిని పర్యవేక్షించడమే కారణం. ధర్మరాజు సంతోషంగా యజ్ఞాన్ని పూర్తిచేశాడు. యజ్ఞం జరుగుతున్నంతసేపు సర్వశక్తిమంతుడు శార్ఙ్గ చక్రగదాధారి అయిన కృష్ణుడు దానిని జాగ్రత్తగా కాపాడాడు.

యజ్ఞం పూర్తి అయిన ధర్మరాజు అవభృథస్నానం చేశాక రాజులందరూ అతని వద్దకు వచ్చి "సార్వభౌమా! నీ యజ్ఞం నిర్విఘ్నంగా సమాప్తి కావడం చాలా అదృష్టం. నీవు చక్రవర్తి పదవిని పొంది అజమీఢ వంశపురాజుల కీర్తిని పెంపొందించావు. ఈ యజ్ఞం వలన ధర్మం ప్రతిష్ఠిత మయింది. ఈ యజ్ఞంలో మాకు కూడా అన్ని రకాల గౌరవ సత్కారాలు అందాయి. దేనికీ లోపం జరుగలేదు. మేము మా మా దేశాలకు వెళ్లడానికి అనుమతించండి" అని అడిగారు. వారి ప్రార్థనను మన్నించి ధర్మరాజు వారిని పొలిమేరలవరకు సాగనంపి రమ్మని తమ్ముళ్లను నియోగించి "మంచిది. వెళ్లిరండి. మీకు శుభమగుగాక!" అని పంపాడు. భీమసేనాదులు అన్నగారి ఆజ్ఞ ప్రకారం ప్రతి ఒక్క రాజుకు సత్కారపూర్వకంగా వీడ్కోలు ఇచ్చారు.

రాజులు, బ్రాహ్మణులు అందరూ వెళ్లాక కృష్ణుడు ధర్మజుని వద్దకు వచ్చి "రాజేంద్రా! నీవు తలపెట్టిన రాజసూయం సకుశలంగా సమాప్తి చెందడం మన భాగ్యం. నేను ద్వారకకు వెళ్లడానికి నీ అనుమతిని కోరుకుంటున్నాను" అని అడిగాడు. యుధిష్ఠిరుడు "గోవిందా! కేవలం నీ అనుగ్రహం వలననే ఈ యజ్ఞం ముగిసింది. రాజులందరూ నా అధిపత్యాన్ని స్వీకరించి కప్పం కట్టి స్వయంగా యజ్ఞంలో పాలుపంచుకోవడం నీదయకు ప్రత్యక్షఫలం. సచ్చిదానంద స్వరూపా! నిన్ను వెళ్లమని ఎలా చెప్పగలను ? నీవులేక నాకు క్షణం కూడా సంతోషంగా ఉండదు. కాని ఏమి చేయను ? నిస్సహాయుడిని. నీవు ద్వారకకు వెళ్లితీరాలికదా " అన్నాడు. అనంతరం ధర్మరాజును వెంటపెట్టుకుని శ్రీకృష్ణుడు మేనత్త కుంతి దగ్గరకు వెళ్లి " అత్తా! నీకొడుకు చక్రవర్తి అయ్యాడు. ఇతని కోరిక తీరింది. ధనసంపద కూడా బాగానే లభించింది. ఇప్పుడు నీవు ఆనందంగా ఉండు. నేను నీ అనుమతితో ద్వారకకు వెళ్లాలనుకుంటున్నాను" అన్నాడు. ఇలాగే ద్రౌపదీ సుభద్రలకు కూడా చెప్పి, రాజభవనం నుండి ఇవతలకు వచ్చి స్నానజపాదులు చేసుకుని బ్రాహ్మణులచే స్వస్తి వచనం చేయించాడు. ఆ సమయానికి దారుకుడు నల్లని మబ్బువలె ఉండే రథాన్ని అలంకరించి తెచ్చాడు. గరుడధ్వజంతో విరాజిల్లే రథానికి ప్రదక్షిణ చేసి కృష్ణుడు దానిని ఎక్కి బయలుదేరాడు. ధర్మరాజు తమ్ముళ్లతో కలిసి కాలినడకన రథాన్ని వెన్నంటి నడిచాడు. కృష్ణుడు క్షణకాలం రథం ఆపి "రాజా! మేఘం సమస్త ప్రాణులను రక్షిస్తున్నట్లుగా, విశాలమైన వృక్షం పక్షులన్నిటికీ ఆశ్రయం ఇస్తున్నట్లుగా నీవు చాలా జాగ్రత్తగా ప్రజలను పరిపాలించు. దేవతలందరూ దేవేంద్రుని అనుసరించినట్లుగా నీ తమ్ముళ్లు నీ కోరికను నెరవేర్చుదురుగాక" అని అన్నాడు. ఈ రీతిగా పరస్పరం చెప్పుకుంటూ, వింటూ, కలుస్తూ కృష్ణపాండవులు తమ తమ నెలవులకు వెళ్లిపోయారు.

వ్యాసుడు ధర్మరాజునకు భవిష్యత్తు చెప్పుట

వైశంపాయనుడు చెప్తున్నాడు - "జనమేజయా! అతికష్టం మీద చేయదగిన రాజసూయ యాగం పూర్తి అయ్యాక, వ్యాసమహర్షి తన శిష్యులతో కలిసి ధర్మరాజువద్దకు వచ్చాడు. అతడు తమ్ముళ్లతో కలిసి అర్ఘ్యపాద్యాలు, ఆసనం మొదలైనవి ఇచ్చి అతనిని పూజించాడు. వ్యాసమహర్షి స్వర్ణ సింహాసనం మీద కూర్చుని యుధిష్ఠిరాది పాండవులను కూడా కూర్చోమని ఆదేశించారు. అందరూ కూర్చున్నాక వ్యాసమహర్షి ధర్మరాజుతో "కుంతీనందనా! పరమదుర్లభమయిన చక్రవర్తి పదవి పొంది నీవు ఈ దేశ ఔన్నత్యాన్ని పెంచావు. నీవంటి సత్పుత్రుని పొందిన కురువంశపుకీర్తి పెరగడం చాలా ఆనందించదగిన విషయం. ఈ యజ్ఞంలో నన్ను కూడా బాగా సత్కరించావు. ఇప్పుడిక నేను వెళ్లాలనుకుంటున్నాను" అన్నాడు. ధర్మరాజు అతని పాదాలకు ప్రణమిల్లి "దేవా! నాకు ఒక సందేహం కలిగింది. అది నీవే తీర్చగలవు. దేవర్షి నారదుడు వజ్రపాతం వంటి దైవికములు, ధూమకేతువు వంటి అంతరిక్షములు, భూకంపం మొదలైన భౌమములు అయిన ఉత్పాతాలు సంభవిస్తాయని చెప్పాడు. శిశుపాలుని సంహారంతో అవన్నీ జరిగిపోయాయో లేక ఇంకా మిగిలి ఉన్నాయో మీరు దయచేసి చెప్పండి." అని అడిగాడు. ధర్మరాజు ప్రశ్నను విని కృష్ణద్వైపాయనుడు "రాజా! ఈ ఉత్పాతాలయొక్క ఫలం పదమూడేళ్ల తరువాత కనిపిస్తుంది. సమస్త క్షత్రియుల యొక్క సంహారం జరుగవచ్చును. అప్పుడు దుర్యోధనుని అపరాధం వలన నీవే దానికి నిమిత్తమాత్రుడవు అవుతావు. క్షత్రియులందరూ ఒక్క చోటికి చేరి భీమార్జునుల బలానికి మరణిస్తారు". అని చెప్పాడు. ఇలా చెప్పి అతడు శిష్యులతో కలిసి కైలాసగిరికి కదిలిపోయాడు. ధర్మరాజు చింతాశోకములతో విహ్వలుడైపోయాడు. వేడి నిట్టూర్పులు విడువసాగాడు. అతడు అప్పుడప్పుడు వ్యాసుని మాటలు జ్ఞప్తికి వచ్చి తన తమ్ముళ్లతో "సోదరులారా! మీకు క్షేమం కలుగు గాక! ఈరోజు మొదలుకొని నేను చేసే శపథం వినండి. ఇక నేను పదమూడు సంవత్సరాలు బ్రతికి ఉండి ఏమి చేయాలి? బ్రతకాలి అనుకుంటే ఈరోజునుండి నేను

ఎవరినీ కఠినంగా మాటలాడను. సోదర బంధువుల అదుపాజ్ఞలలో ఉంటూ వారు చెప్పినట్లుగానే చేస్తాను. నా పుత్రులపట్ల, శత్రువుల పట్ల కూడా ఒకే రకమైన వ్యవహారం చేయడంలో నేను భేదభావం పాటించను. ఈ భేదభావమే అన్ని తగాదాలకు మూలం కదా!" అని ఆరోజు నుండి ఆ నియమాన్ని పాటించసాగాడు. వారు నియమంగా పితృతర్పణాలు, దేవతాపూజలు చేస్తున్నారు. ఈ రీతిగా అందరూ వెళ్లిపోయాక కూడా దుర్యోధనుడు, శకుని మాత్రం ధర్మరాజు దగ్గర ఇంద్రప్రస్థంలోనే ఉన్నారు.

దుర్యోధనుని అసూయ - శకుని ఉపాయము

వైశంపాయనుడు చెప్తున్నాడు – "జనమేజయా! దుర్యోధనుడు శకునితో కలిసి అక్కడే ఉండి నెమ్మది నెమ్మదిగా సభను చూశాడు, అతనికి ఆ సభానిర్మాణంలో హస్తినాపురంలో ఎక్కడా కనపడని కళాకౌశలం గోచరించింది. ఒకరోజున అతడు సభలో తిరుగుతూ ఒక స్ఫటిక నిర్మితమైన చతురస్ర స్థలానికి చేరుకున్నాడు. అది నీటితో నిండినదని తలచి తన కట్టుపుట్టాన్ని పైకి ఎత్తి పట్టుకున్నాడు. తరువాత తన పొరపాటును గుర్తించిన అతనికి చాలా దుఃఖం కలిగింది. అటు ఇటు ఊరికే తిరగసాగాడు. చివరిలో ఒక స్థలప్రదేశాన్ని చూచి జలం అనుకొని పడిపోయి, మరింతగా దుఃఖితుడు, లజ్జితుడు అయ్యాడు. అక్కడినుండి అతడు వెంటనే కొద్దిగా ముందుకు వెళ్లాడు. స్ఫటికంలా నిర్మలమైన జలంతో, కమలాలతో శోభిల్లుతున్న ఒక కొలను స్థలప్రదేశంలా భ్రమ కొలిపింది. అందులో దిగిపోయాడు. ధర్మరాజు ఆజ్ఞానుసారం సేవకులు అతనికి ఉత్తమోత్తమమైన వస్త్రాలు తెచ్చి యిచ్చారు. అతని ఈ దశను చూచిన భీమార్జున నకుల సహదేవులు అందరూ నవ్వసాగారు. అసహిష్ణువు అయిన దుర్యోధనుని మనసులో వారి నవ్వు కష్టాన్ని అయితే కలిగించింది కాని అతడు తన మనసులో భావాన్ని దాచుకొని వారివైపు కన్నెత్తి కూడా చూడలేదు. ఆ తరువాత అతడు గుమ్మం ఆకారంలో ఉన్న స్ఫటికనిర్మితమైన గోడను ద్వారం అనుకుని ప్రవేశించబోయాడు. తల తిరిగిపోయేలా గట్టి దెబ్బ తగిలింది. ఒకచోట పెద్ద పెద్ద తలుపులు ఎదురుదెబ్బ తగిలి తెరుచుకోగా అవతలివైపు పడ్డాడు. ఒకసారి సరియైన గుమ్మం దగ్గరకే వచ్చినా భ్రమ అనుకుని అటునుండి తిరిగివచ్చాడు. ఈ రీతిగా మాటి మాటికీ మోసపోవడం వలన, అద్భుతమైన యజ్ఞవైభవాన్ని చూడడం వలన దుర్యోధనుని మనసులో గొప్ప అసూయ కలిగి బాధించసాగింది. యుధిష్ఠిరుని వద్ద సెలవు తీసుకుని హస్తినాపురానికి బయలుదేరాడు. వెళ్లేసమయంలో పాండవుల యొక్క ఐశ్వర్యం, సంపదలు గూర్చిన ఆలోచనలతో అతని మనస్సులో భయంకరమైన ఊహలు చెలరేగాయి. పాండవుల యొక్క సంతోషం, రాజులు వారికి విధేయులవడం, ఆబాలవృద్ధులు వారిపట్ల సహానుభూతి కలిగి ఉండడం చూసి అతని మనసులో ఎంతో ఈర్ష్య కలిగింది. దాని కారణంగా అతని శరీరం కాంతి తరిగిపోయి నల్లబడింది.

శకుని తన మేనల్లుని వైక్లబ్యాన్ని గమనించి "దుర్యోధనా! అంత దీర్ఘంగా నిట్టూరుస్తున్నావెందుకు?" అని అడిగాడు.

దుర్యోధనుడు – "మామా! యుధిష్ఠిరుడు అర్జునుని శస్త్రకౌశలం కారణంగా భూమినంతటినీ జయించి స్వాధీనపరచుకొని ఇంద్రునివలె నిర్విఘ్నంగా రాజసూయ యాగం కావించాడు. అతని ఈ ఐశ్వర్యాన్ని చూచి నా శరీరం రాత్రింబవళ్లు మండి పోతోంది. శ్రీకృష్ణుడు అందరి ఎదుటనే శిశుపాలుని చంపివేశాడు. అయినా ఏ రాజూ కూడా ఎదిరించే ధైర్యం చేయలేకపోయాడు. ఇప్పుడు వచ్చిన కష్టమేమంటే, నేను ఒంటరిగా వారి రాజ్యలక్ష్మిని అపహరించలేను. నాకు సహాయం చేసేవారు ఎవరూ కనపడటంలేదు. ఇక నేను ప్రాణత్యాగం చేయడానికే నిశ్చయించుకున్నాను. యుధిష్ఠిరుని మహా ఐశ్వర్యం చూస్తే ప్రారబ్ధమే ముఖ్యమైనది, పురుషార్థం వ్యర్థమనే దృఢనిశ్చయం నా మనసులో కలిగింది. నేను మొదట పాండవుల నాశనానికి ప్రయత్నించాను. కాని వారు అన్ని ఆపదల నుండి గట్టెక్కారు. ఇప్పుడు నానాటికి ఉన్నతులుగా ఎదుగుతున్నారు. ఇదే దైవం యొక్క ప్రాధాన్యం. పురుషార్థం యొక్క నిరర్థకత్వమూను. దైవం యొక్క ఆనుకూల్యం వలన వారు వృద్ధి చెందుతున్నారు. పురుష ప్రయత్నం చేస్తున్నప్పటికి నేను కుంగిపోతున్నాను. నేను క్రోధాగ్నిలో మాడిపోతున్నాను. నాకు ప్రాణత్యాగానికి అనుమతిని ఇవ్వండి. మీరు తండ్రి వద్దకు వెళ్లి ఈ విషయాన్ని నివేదించండి" అని తన బాధను వెళ్లగ్రక్కాడు.

శకుని "దుర్యోధనా! పాండవులు తమ భాగ్యాన్ని అనుసరించి వచ్చిన భాగాన్ని అనుభవిస్తున్నారు. వారిపై ద్వేషం కూడదు. నీకు సహాయకులెవరూ లేరని అనుకోవడం సరికాదు. నీ తమ్ముళ్లు అందరూ నీకు అధీనులు, నీ అనుయాయులు, మహాధనురాచార్యుడు ద్రోణుడు, అతని కొడుకు అశ్వత్థామ, సూతపుత్రుడు కర్ణుడు, మహారథి కృపాచార్యుడు,సోమదత్తుని కుమారుడు, అతని తమ్ముడు నీ పక్షంలో ఉన్నారు. నీవు

కావాలనుకుంటే వీరి సహాయంతో ఈ భూమండలాన్ని అంతటినీ జయించగలవు" అని అనునయించాడు.

దుర్యోధనుడు - "మామా ! నీవు అంగీకరిస్తే నిన్ను, నీవు చెప్పిన రాజులను, ఇతరులను కూడా వెంటపెట్టుకుని నేను పాండవులను జయిస్తాను. వారికి నవ్వడంలోని మజాను రుచి చూపిస్తాను. ఇప్పుడు కనుక పాండవులను జయించగలిగితే సమస్త భూమండలం నాకు వశమవుతుంది. రాజులందరూ, ఆ దివ్య సభకూడా నాకు లోబడుతుంది" అన్నాడు.

శకుని "దుర్యోధనా! శ్రీకృష్ణుడు, అర్జునభీమసేన, యుధిష్ఠిర నకుల సహదేవులు, ద్రుపదుడు, ధృష్టద్యుమ్నుడు మొదలైనవారిని యుద్ధంలో జయించడం గొప్పగొప్ప దేవతలకు కూడా శక్తికి మించిన పని, వీరంతా మహారథులు, శ్రేష్ఠధనుర్ధరులు, అస్త్రవిద్యలో కుశలులు, ఉత్తమ యోధులు. సరే, నేను నీకు యుధిష్ఠిరుని ఓడించగల ఉపాయం చెపుతాను. యుధిష్ఠిరునికి జూదమాడడంలో ఉత్సాహం అయితే ఉంది కాని నైపుణ్యం లేదు. అతనిని జూదానికి పిలిస్తే కాదనలేడు. ఇక నేనో జూదమాడడంలో చాలా నైపుణ్యం కలవాడిని. నన్ను మించినవాడు ఈ భూలోకంలోనే కాదు ముల్లోకాలలోనూ లేడు. కాబట్టి నీవు అతనిని పిలువు. నేను నా చాతుర్యంతో అతని సమస్త రాజ్యాన్ని, వైభవాన్ని హస్తగతం చేసుకుంటాను. దుర్యోధనా! ఈ అన్ని విషయాలూ ముందు మీ తండ్రి ధృతరాష్ట్రునికి చెప్పు. అతని అనుమతి లభిస్తే నేను తప్పక అతనిని జయిస్తాను అన్నాడు. దుర్యోధనుడు "మామా! నీవే చెప్పు. నేను చెప్పలేను"అని వేడుకున్నాడు.

దుర్యోధన ధృతరాష్ట్రుల సంభాషణ - విదురుని ఉపదేశము

వైశంపాయనుడు చెప్తున్నాడు - "జనమేజయా! హస్తినాపురానికి తిరిగివచ్చాక శకుని అంధుడైన ధృతరాష్ట్రుని వద్దకు వెళ్ళి "రాజా! సమయం వచ్చింది కనుక చెపుతున్నాను. దుర్యోధనుని ముఖం వాడిపోయింది. అతని శరీరం నానాటికి శుష్కించి పోతూ పాలిపోతూ ఉంది. మీరు శత్రువుల వలన అతనికి కలిగిన దుఃఖాన్ని, వ్యాకులతను, హృదయసంతాపాన్ని ఎందుకుగుర్తించరు ?" అని అడిగాడు. ధృతరాష్ట్రుడు దుర్యోధనుని ఉద్దేశించి "నాయనా! నీకింత దైన్యం ఎందుకు కలిగింది ? శకుని చెప్పినట్లుగా నీవు చిక్కి, పాలిపోయి, వివర్ణుడవు అయ్యావా? నీ ఈ శోకానికి నాకు కారణం తెలియడం లేదు. నీ తమ్ముళ్లు ఎవరూ నీకు అనిష్టం కలిగించడం లేదు కదా! ఇక నీ దుఃఖానికి కారణం ఏమిటి ? అని ఆర్తితో అడిగాడు. దుర్యోధనుడు "తండ్రీ! నేను ఒక పిరికిపందలా తిని త్రాగుతూ బట్టకడుతూ బ్రతుకు వెళ్లదీస్తున్నాను. నా హృదయంలో ద్వేషాగ్ని భగ్గుమంటోంది. యుధిష్ఠిరుని రాజ్యవైభవం చూచినప్పటినుండి నాకు అన్నపానాలు రుచించడం లేదు.నేను దైన్యంతో చిక్కిపోతున్నాను. యుధిష్ఠిరుని యజ్ఞంలో రాజులు సమర్పించినన్ని ధనరత్నరాశులను నేను ఇంతకు ముందు ఎప్పుడూ చూడలేదు సరికదా వినుకూడా లేదు. వారి ధనసంపదను చూచి నాకు కళ్లు తిరిగిపోయాయి. శ్రీకృష్ణుడు యుధిష్ఠిరునికి అభిషేకించిన అతివిలువైన సామగ్రిని చూసి నా మనసులో రగిలిన చిచ్చు ఇంకా అలాగే ఉంది. లోకులు అన్ని వైపులా దిగ్విజయం చేస్తూనే ఉంటారు. కాని ఉత్తరదిక్కుకు పక్షులు తప్ప ఎవరూ వెళ్లలేరు. అయినా అర్జునుడు అక్కడికి వెళ్లి అపార ధనరాశిని తెచ్చాడు. లక్షమంది బ్రాహ్మణులు భోజనం చేశాక అందుకు గుర్తుగా మ్రోగే శంఖధ్వని మాటిమాటికి వినిపించడంతో నా రోమాలు నిక్కబొడుచుకున్నాయి. యుధిష్ఠిరుని ఐశ్వర్యానికి ఇంద్ర, యమ కుబేర, వరుణుల ఐశ్వర్యం సాటి రాదు. వారి రాజ్యలక్ష్మిని చూచి నా మనసు మండిపోతోంది. నాకు శాంతి లేదు" అని అసూయను వెల్లడించాడు.

దుర్యోధనుడు చెప్పడం పూర్తికాగానే ధృతరాష్ట్రుని ఎదురుగానే శకుని అతనితో "దుర్యోధనా! ఆ రాజ్యలక్ష్మిని సంపాదించే ఉపాయం నేను నీకు చెపుతాను. నేను అక్షవిద్యలో ఈ ప్రపంచంలో అందరికంటె నేర్పరిని. యుధిష్ఠిరునికి సరదా అయితే ఉందికాని ఆట ఎరుగడు. నీవు అతనిని పిలిపించు. నేను కపట ద్యూతంతో అతనిని ఓడించి అతని సమస్త దివ్యసంపదను తప్పకుండా అపహరించగలను". అన్నాడు. శకుని మాటలు పూర్తికాగానే దుర్యోధనుడు "తండ్రీ! ద్యూతక్రీడాకుశలుడు అయిన మామ కేవలం ద్యూతక్రీడ ద్వారానే పాండవుల రాజ్యసంపదనంతటిని అపహరించడానికి ఉత్సాహం చూపుతున్నాడు. మీరు అతనికి అనుమతిని ఇవ్వండి" అన్నాడు. ధృతరాష్ట్రుడు "నాకు మంత్రిగా ఉన్న విదురుడు చాలా బుద్ధిమంతుడు. నేను అతడు చెప్పినట్లుగానే నడుచుకుంటాను. అతనితో ఆలోచించిన తరువాతనే ఈవిషయంలో నేను ఏమి చేయాలో నిశ్చయిస్తాను. అతడు దూరదృష్టి కలవాడు. ఇరు పక్షాలకు హితమైన దానినే అతడు చెపుతాడు" అన్నాడు. దానికి దుర్యోధనుడు - "తండ్రీ!

విదురుడు వస్తే తప్పకుండా మిమ్మల్ని అడ్డుకుంటాడు. ఆ దశలో నేను నిస్సందేహంగా ప్రాణత్యాగం చేస్తాను. అప్పుడు మీరు విదురునితో కలిసి హాయిగా రాజ్యసుఖాలు అనుభవించవచ్చును. నా వలన మీకేమి ప్రయోజనం ?" అన్నాడు. దుర్యోధనుని నిష్ఠురమైన పలుకులు విని ధృతరాష్ట్రుడు అతని మాటలకు అంగీకరించాడు. కాని జూదం అనర్థాలకు గని అని తెలిసినవాడు కాబట్టి విదురుని సలహా తీసుకొనడానికి నిశ్చయించుకుని అతనికి సమస్త వృత్తాంతాన్ని సమాచారం పంపించాడు.

సమాచారం అందగానే బుద్ధిమంతుడైన విదురుడు ఇక కలియుగం లేదా కలహాల యుగం ప్రారంభం కాబోతోందని ఊహించాడు. నాశనానికి బీజం పడుతోంది. అతడు చాలా శీఘ్రంగా ధృతరాష్ట్రుని సమీపించాడు. అన్నగారి పాదాలకు ప్రణమిల్లి "రాజా! జూదమాడడానికి ఉద్యుక్తం కావడం చాలా అశుభ సూచకంగా నేను భావిస్తున్నాను. జూదం కారణంగా నీకొడుకులకు, నీ తమ్ముడికొడుకులకు మధ్య విరోధం రాకుండేలా చూడండి". అని విన్నవించాడు. ధృతరాష్ట్రుడు "నేనూ అదే చేస్తున్నాను. అయినా దేవతలు మనకు అనుకూలిస్తే అన్నదమ్ముల మధ్య కలహం రాదు. భీష్మద్రోణులు, నీవు నేను ఉండగా ఏవిధమైన అవినీతి జరుగదు" అని బదులిచ్చాడు. ఇలా చెప్పేశాక ధృతరాష్ట్రుడు తన కొడుకు దుర్యోధనుని పిలిపించి ఏకాంతంలో - "నాయనా! విదురుడు చాలా నీతికుశలుడు. వివేకి. అతడు చెడ్డపని చేయడానికి మనకు అనుమతి ఎప్పుడూ ఇవ్వడు. అతడు జూదమే అశుభమని చెప్పినపుడు శకుని ద్వారా జూదమాడించడం అనే కోరికను వదలుకో, విదురుని మాటలు మేలు చేస్తాయి. అతని ఆలోచన ప్రకారం పని చేయడంలోనే నీకు మేలు జరుగుతుంది. బృహస్పతి ఇంద్రునకు ఉపదేశించిన నీతిశాస్త్రాలలోని రహస్యాలు తెలిసినవాడు విదురుడు. యాదవులలో ఉద్ధవునంతటి వాడు కౌరవులలో విదురుడు. నాకయితే జూదంలో ఎటుచూసినా విరోధమే పొడసూపుతోంది. జూదం పరస్పర వైరానికి మూలకారణం. కాబట్టి నీవు ఈ ప్రయత్నం మాను. చూడు. మేలు కీళ్లను తెలియజెప్పడం తల్లిదండ్రుల కర్తవ్యం కాబట్టి నేను అలాగే చేశాను. నీకు వంశపరంపరాగతమైన రాజ్యం ప్రాప్తించింది. నేను నిన్ను చదివించి ప్రయోజకుడిని చేశాను. జూదంలో ఏముంది? ఈ జగడాలు మాను" అని నచ్చ చెప్పాడు. దుర్యోధనుడు "తండ్రీ! నా ధనసంపత్తి చాలా సాధారణమైనది. దీనితో నాకు తృప్తి లేదు. యుధిష్ఠిరుని సౌభాగ్యాన్ని, అతని అధీనంలోని సమస్తరాజ్యాన్ని చూచి నాకు కళ్లు తిరుగుతున్నాయి. నా గుండె బద్దలవుతోంది. నాది రాతి గుండె కాబట్టి, ఇన్ని మాటలు మాట్లాడుతూ అన్నీ సహిస్తూ ఉన్నాను. యుధిష్ఠిరుని వద్ద నీప, చిత్రక, కౌకుర, కారస్కార, లోహజంఘాది రాజులు సేవకులవలె వినీతులై సేవలు చేయడం నా కళ్లతో నేను చూశాను. సముద్ర ద్వీపవాసులు అనేకులు, రత్నఖనులవారు, హిమాలయ పర్వతప్రాంత రాజులు కొద్దిగా ఆలస్యంగా వచ్చారనే కారణంగా వారి కానుకలు స్వీకరించలేదు. జ్యేష్ఠుడు, శ్రేష్ఠుడు అనే భావంతో యుధిష్ఠిరుడు నన్నే గౌరవపూర్వకంగా రత్న కానుకలను గ్రహించడానికి నియోగించాడు. కాబట్టి అంతా నాకు తెలిసింది. వజ్రాలు, రత్నాలు, మణిమాణిక్యాలు అంతూ దరీ కూడా తెలియనంతగా పోగుపడ్డాయి. ఆ రత్నాలకానుకలను స్వీకరించే సమయంలో నా చేతులు నొప్పి పుట్టి ఒక్క క్షణకాలం ఆగాను అంతే. ఆ కానుకలిచ్చే రాజుల వరుస చాలా దూరం వరకు నిలిచిపోయింది. మయుడు బిందు సరోవరంనుండి అనేక రత్నాలను తెచ్చాడు. స్ఫటికశిలలను పరచి కొలనుల మాదిరిగా నిర్మించాడు. నేను వాటిని నీళ్లు అనుకొని ఆ గచ్చునేలమీద బట్టపైకి పట్టుకొని నడిచాను. ఇది తెలిసి భీమసేనుడు "వీడికి మన సంపదను చూచి కళ్లు చెదిరాయి. రత్నాలను కూడా గుర్తించలేని మూర్ఖుడు" అన్నట్లుగా ఒక నవ్వు నవ్వాడు. నేను కొలనును స్ఫటికంతో చేసిన గచ్చునేల అనుకొని నీళ్లలో పడినపుడు భీముడొక్కడే కాదు, కృష్ణార్జునులు, ద్రౌపది, ఇంకా ఎంతోమంది స్త్రీలు నవ్వారు. దానితో నా మనసు దెబ్బతినింది. పాండవుల దగ్గర నాకళ్లతో నేను చూచిన కొన్ని రత్నాల పేర్లు కూడా నేను విని ఉండలేదు. సముద్రానికి ఆవలివైపు, సముద్రతీరారణ్యాలలో నివసించే వైరామ, పారద, ఆభీర, కితవ జాతుల వారు వర్షాధార పంటల మీదే బ్రతుకుతూ ఉంటారు. వారు అనేక రత్నాలు, మేకలు, గొఱ్ఱెలు, ఆవులు, బంగారం, కంచరగాడిదలు, ఒంటెలు, ఇంకా రకరకాల కంబళ్లు తీసుకుని కానుకలుగా సమర్పించడానికి ద్వారం ముందు వేచి ఉన్నా వారిని ఎవరూ లోనికి రానీయలేదు. మ్లేచ్ఛ దేశాధిపతి, ప్రాగ్జ్యోతిషనరేశుడు అయిన భగదత్తుడు అనేక ఉత్తమ జాతి అశ్వాలను కానుకలుగా తీసుకుని వస్తే అతనికి లోనికి రావడానికి అనుమతి దొరకలేదు. చీన, శక, ఓఢ్ర, ఆరణ్య, బర్బర, కాలహార, హూణ, పార్వతీయ, నీప, అనూప దేశవాసులయిన రాజులు అడ్డగింపబడి ద్వారం

వద్దనే నిలిచిపోయారు. ఇంకా ఎంతోమంది ప్రజలు - అతిదూరానికి కూడా దాడి చేసి చంపగల ఏనుగులను; అరేబియా గుఱ్ఱాలను, పద్మమూల్యం గల బంగారాన్ని కానుకలుగా తీసుకుని వచ్చినా వారికీ అదేగతి పట్టింది. తండ్రీ! మేరు మందరాచలాల మధ్య శైలోదమనే పేరుగల నది ఉందని మీకు తెలుసుకదా! ఆనదికి ఇరువైపులా తీరాలలో వేణునాదం వినిపించే దట్టమైన వెదురు పొదల నీడలలో ఖస, ఏకాసన, అర్హ, ప్రదర, దీర్ఘరేణు, పారద, కుళింద, తంగణ, పరతంగణ మొదలైన జాతులు నివసిస్తున్నాయి. ఆ రాజులందరూ చీమల చేత ఏరించిన బంగారు రేణువులను బుట్టలలో నింపి నింపి కానుకలుగా తెచ్చారు. ఉదయా చలనివాసి అయిన కరూషరాజు, బ్రహ్మపుత్ర నదానికి ఇరుతీరాలలో నివసిస్తూ చర్మాన్ని ధరించి, శస్త్రాలు చేబూని, పచ్చి కందమూలాలు తినే కిరాతులు కూడా కానుకలు తీసుకుని వచ్చారు. ఎంతోమంది రాజులు నిలబడి నిలబడి లోపల ప్రవేశించడానికి నిరీక్షిస్తూ ఉంటే ద్వారపాలురు వారికి యజ్ఞాంతంలోనే రావడానికి అనుమతినిచ్చారు. వృష్ణివంశీయుడైన శ్రీకృష్ణుడు అర్జునుని గౌరవం నిలపడానికి పద్నాలుగు వేల ఏనుగులను ఇచ్చాడు. పితాజీ! కృష్ణార్జునులు ఇద్దరూ ఒకరికొకరు ఆత్మలు అనడంలో సందేహం లేదు. అర్జునుడు చెప్పిన పనిని శ్రీకృష్ణుడు క్షణం ఆలస్యం చేయకుండా పూర్తి చేస్తున్నాడు. ఇంక ఇంతకంటె ఏమి చెప్పను? అర్జునుని కోసం కృష్ణుడు స్వర్గాన్ని కూడా త్యాగం చేస్తాడు. అర్జునుడు కృష్ణునికోసం నవ్వుతూ నవ్వుతూ ప్రాణాలు అర్పిస్తాడు. సరే అది అలా ఉంచు. నాలుగు వర్ణాలవారూ ఇచ్చిన ప్రేమపూర్వకమైన కానుకలు, విజాతీయులు రావడం, వారిచేత మన్ననలు పొందడం చూసి నాగుండె మండిపోతోంది. నాకు బ్రతకాలని లేదు. యుధిష్ఠిరుడు - గడ్డీగాదంతో, పక్వాన్నంతో పోషించేవానిలో మూడు పద్మాల (సంఖ్యావాచకం) పదివేల ఏనుగులు గుఱ్ఱాలు, ఒక అర్బుదం సంఖ్య కల రథాలు అసంఖ్యాకమైన కాల్బలము ఉంది. నాలుగు వర్ణాలవారిలో యుధిష్ఠిరుని వద్ద అన్నపానాలు, అలంకారాలు, సత్కారాలు పొందని వారు ఒక్కరు కూడా నాకు కనిపించలేదు. ఎనభైవేలమంది గృహస్థులైన స్నాతకులను యుధిష్ఠిరుడు పోషిస్తున్నాడు. పదివేలమంది ఊర్ధ్వరేతస్కులైన మునిజనం బంగారు పళ్లెరాలలో ప్రతిదినం భోజనం చేస్తుంటారు. ద్రౌపది తాను భోజనం చేసేందుకుముందు ఎవరైనా అంగవికలులు పొట్టివాళ్లు, మరుగుజ్జులు, కుంటివాళ్లు, చేతులు లేనివాళ్లు, భోజనం చేయకుండా ఉండిపోయారేమో అని ఆరా తీసి తెలుసుకుంటుంది. తండ్రీ! పాండవులకు పాంచాలురతో బంధుత్వం ఉంది. అంధక వృష్ణి వంశీయులు వారికి స్నేహితులు కాబట్టి వాళ్లిద్దరు మాత్రమే కప్పం కట్టలేదు. మిగిలిన వారందరూ వారికి కప్పం కట్టే సామంతులే. గొప్ప గొప్ప సత్యనిష్ఠులు, విద్వాంసులు, వ్రతులు, వక్తలు, యాజ్ఞికులు, ధైర్యశాలులు, ధర్మాత్ములు, కీర్తిపరులు అయిన రాజులు కూడా యుధిష్ఠిరుని సేవలో లగ్నమయ్యారు. యుధిష్ఠిరునికి అభిషేకం జరిగే సమయంలో బాహ్లీకుడు బంగారు రథాన్ని తెచ్చాడు. కాంబోజ రాజు కవచం, మగధరాజు మాలాలంకృతమైన శిరోవేష్టనం, వసుదానుడు అరవైఏళ్ల వయసుగల ఏనుగు, ఏకలవ్యుడు పాదుకలను, అవంతిరాజు అభిషేకం కోసం అనేక తీర్థాలలోని జలాన్ని తెచ్చి యిచ్చారు. శల్యుడు అందమైన పిడిగల కత్తిని, బంగారు ఒరను; చేకితానుడు అమ్ములపొదిని, కాశీరాజు ధనుస్సును సమర్పించారు. అనంతరం పురోహితుడైన ధౌమ్యుడు, మహర్షి వ్యాసుడు - నారద, అసిత, దేవల మునులతో కలిసి యుధిష్ఠిరుని అభిషేకించారు. ఆ అభిషేకకాలంలో మహర్షి పరశురామునితో సహా అనేకులు వేద పారంగతులైన మునులు మహర్షులు కలిసికూర్చున్నారు. ఆసమయంలో యుధిష్ఠిరుడు దేవేంద్రుని వలె విరాజిల్లాడు. అభిషేక సమయంలో యుధిష్ఠిరునికి సాత్యకి ఛత్రాన్ని, అర్జున భీమసేనులు వీవనలను, నకులసహదేవులు దివ్యచామరాలను పట్టుకొన్నారు. పాలకడలి నుండి పుట్టిన వరుణ దేవతాకమైన శంఖం - పూర్వం బ్రహ్మ ఇంద్రునకు ఇచ్చాడు. దానికి వేయి రంధ్రాలు ఉన్నాయి. దానిని విశ్వకర్మ సిద్ధం చేయగా శ్రీకృష్ణుడు తీసుకుని యుధిష్ఠిరునికి ఇచ్చాడు. దానితోనే అతని అభిషేకం జరిగింది. ఇదంతా చూసి నాకు చాలా దుఃఖం కలిగింది. అర్జునుడు సంతోషంతో గౌరవంగా ఐదువందల ఎద్లను బ్రాహ్మణులకు ఇచ్చాడు. వాటి కొమ్ములు బంగారంతో తాపడం చేయబడినాయి. రాజసూయ యాగ సందర్భంగా విరాజిల్లిన యుధిష్ఠిరుని సౌభాగ్యవైభవం రంతిదేవ, నాభాగ, మాంధాత, మను, పృథు, భగీరథ, యయాతి, నహుషులకు కూడా ఉండి ఉండదు. తండ్రీ! ఈ అన్ని కారణాలవలన నాహృదయం విదీర్ణమయింది. నాకు సుఖం లేదు. నేను రోజు రోజుకు చిక్కిపోయి పాలిపోతున్నాను. శోకసముద్రంలో మునిగిపోతున్నాను". అని వాపోయాడు.

దుర్యోధనుని మాటలువిని ధృతరాష్ట్రుడు -"నాయనా!

నీవు నా పెద్దకొడుకువు. పాండవులను ద్వేషించకు. అసూయాపరుడు మృత్యువుతో సమానమైన కష్టాన్ని అనుభవిస్తాడు. వారు నిన్ను ద్వేషించనపుడు నీవు మోహవశుడవై వారిని ద్వేషించి ఎందుకు అశాంతిని పొందుతావు ? వారి సంపదను ఎందుకు కోరుకుంటావు ? వారితో సమానంగా నీవు కూడా వైభవంగా యజ్ఞం చేయాలనుకుంటే ఋత్విజులను ఆజ్ఞాపించు. నీవు కూడా రాజసూయ యాగాన్ని చేయవచ్చును. నీకు కూడా రాజులు రకరకాల కానుకలను తెచ్చియిస్తారు. నాయనా! ఇతరుల సొత్తును ఆశించడం దొంగలపని. తనకు ఉన్న సంపదతో సంతుష్టుడై ధర్మంగా జీవించేవాడు సుఖపడతాడు. ఇతరుల సంపదను కోరకు. నీకర్తవ్యమేదో అది చేయి. నీకున్నదానిని రక్షించుకో. ఇదే వైభవానికి లక్షణం. ఆపదలు లేనివాడు, నేర్పుగా తన పనులు చక్కపెట్టుకునేవాడు, అందరి ఉన్నతి కోరుకొనేవాడు, జాగరూకుడు, వినయవంతుడు అయినవానికి ఎప్పుడూ శుభాలు కలుగుతాయి. నాయనా! వారు నిన్ను రక్షించే భుజాలు. వాటిని ఖండించకు. వారి సంపద నీ సంపద కాదా! ఈగృహకలహంలో అధర్మమే ఉంది. మీకు వారికి తాత ఒకరే. నీవు ఎందుకు అనర్థబీజాన్ని నాటుతావు ?" అని నచ్చ చెప్పాడు.

దుర్యోధనుడు – "తండ్రీ! మీరు చాలా అనుభవజ్ఞులు. మీరు జితేంద్రియులు. గురుజనులను సేవించినవారు. అయినా నా కార్యసాధనకు ఎందుకు విఘ్నం కలిగిస్తున్నారు? శత్రువులమీద విజయం సాధించడం క్షత్రియుల కర్తవ్యం. అయినా ఈ స్వ కార్యంలో ధర్మాధర్మాల ప్రసక్తి లేవనెత్తడంలో ఏమిటి మీ ఉద్దేశం ? రహస్యమైనా, బాహాటమైనా ఏ ఉపాయం చేతనైనా సరే శత్రువును అణచివేసే సాధనం శస్త్రమే అవుతుంది. కేవలం చంపడానికి ఉపయోగించే సాధనమే శస్త్రం అవదు. సంతుష్టుడు కానివానికే రాజ్యలక్ష్మి ప్రాప్తిస్తుంది. కాబట్టి నేను అసంతుష్టినే ఇష్టపడతాను. సంపద ఉన్నప్పటికీ దానిని వృద్ధి పొందించుకునే ప్రయత్నం చేయడం నీతినైపుణ్యం. అజాగరూకుడై శత్రువు ఉన్నతిని ఉపేక్షించి ఊరుకునేవాడు చేజేతులా తన సర్వస్వాన్ని పోగొట్టుకుంటాడు. చెట్టువేరులో పుట్టిన చెద తన కాశ్రయమైన చెట్టునే తినేస్తుంది. అలాగే సాధారణ శత్రువు కూడా బలవీర్యాలతో పుంజుకొని గొప్ప గొప్పవారిని సంహరించ గలుగుతాడు. శత్రు సంపదను చూసి సంతోషించకూడదు. ప్రతిసారి న్యాయాన్ని నెత్తికెత్తు కోవడం కూడా భారమే. ధనాన్ని పెంపుచేసుకోవాలనే కోరిక ఉన్నతికి బీజం. పాండవుల రాజ్యలక్ష్మిని సొంతంచేసుకోనిదే నేను నిశ్చింతగా ఉండలేను. ఇప్పుడు నాకు రెండేదారులు ఉన్నాయి –ఒకటి పాండవుల సంపత్తిని హరించడం, రెండు– మృత్యువు, ఇప్పుడు నేను ఉన్న స్థితికంటె మృత్యువే మేలయినది" అని తన నిశ్చయాన్ని చెప్పాడు.

ధృతరాష్ట్రుడు – "నాయనా! బలవంతులతో విరోధం పెట్టుకోవడం నాకు ఉచితంగా అనిపించడం లేదు. ఎందుకంటె శత్రుత్వంతో పోట్లాటలు, దెబ్బలాటలు తలెత్తుతాయి. అవి కత్తితో పని లేకుండానే కులనాశనం చేస్తాయి" అనగానే దుర్యోధనుడు "తండ్రీ! ఇదేమీ కొత్తవిషయం కాదు. ప్రాచీనులు ద్యూతక్రీడ జరిపేవారు. వారికి పోట్లాటలు రాలేదు. యుద్ధాలు జరగలేదు. మీరు మామ మాట మన్నించి వెంటనే సభామంటప నిర్మాణానికి ఆజ్ఞాపించండి" అన్నాడు. ధృతరాష్ట్రుడు – "నాయనా! నీమాట నాకు మంచిదిగా తోచడం లేదు. నీ కోరిక ప్రకారం చేయి, చూడు, తరువాత ఎప్పుడూ నీవు విచారించకూడదు. ఎందుకంటే నీవు ధర్మానికి విరుద్ధంగా నడుస్తున్నావు. మహాత్ముడైన విదురుడు తన విద్యాబుద్ధుల ప్రభావం వలన అన్ని విషయాలూ ముందే తెలుసుకున్నాడు. విధి ఇలాగే ఉంటుంది. తప్పించుకోలేనిది, క్షత్రియుల నాశనం జరిగే మహాభయంకరమైన కాలం సమీపించినట్లు కనిపిస్తోంది" అని నిర్వేదంగా అన్నాడు.

ధృతరాష్ట్రుడు విధి దాటరానిదని అనుకున్నాడు. దైవ మహిమ వలన అతడు తన విచక్షణను మరచిపోయాడు. పుత్రుని మాటలు విని అతడు సేవకులకు వెంటనే తోరణ స్ఫటికమనే సభను నిర్మించమని ఆజ్ఞాపించాడు. అందులో వేయి స్తంభాలు, బంగారం, వైడూర్యాలు పొదిగిన ద్వారాలు ఉండాలి. పొడవు వెడల్పులు ఉండాలి అన్నాడు. రాజాజ్ఞ ప్రకారం శిల్పులు సభను నిర్మించి, దానిని రకరకాల వస్తువులతో అలంకరించారు.

యుధిష్ఠిరుడు హస్తినాపురమునకు వచ్చుట – పాండవులు కపటద్యూతమున ఓడిపోవుట

వైశంపాయనుడు చెపుతున్నాడు – "జనమేజయా! ధృతరాష్ట్రుడు విదురుని పిలిపించి "నీవు నా ఆజ్ఞగా ఇంద్రప్రస్థానికి వెళ్లి యుధిష్ఠిరుని ఇక్కడకు పిలుచుకు రా. మేము రత్నఖచితమైన, అందమైన శయ్యాసనాలు కల ఒకసభను నిర్మింప చేశామని, అతడు తమ్ముళ్లతో కలిసి దానిని చూచి ఇష్టమిత్రులతో కలిసి ద్యూతక్రీడ చేయాలని యుధిష్ఠిరునితో చెప్పు" అని ఆజ్ఞాపించాడు. విదురుడు ఇది అన్యాయం అనుకున్నాడు. అతడు దానికి అంగీకరించక

ధృతరాష్ట్రునితో "ఇది నాకు ఉచితంగా అనిపించడం లేదు. ఇలా ఎప్పుడూ చేయవద్దు. దీనివలన మీ పుత్రులలో భేదాభిప్రాయాలు, విరోధాలు కలుగుతాయి. గృహకలహం వలన వంశనాశనం అవుతుంది" అన్నాడు. ధృతరాష్ట్రుడు "విదురా! దైవం విరోధి కాకపోతే దుర్యోధనుని శత్రుత్వంతో నాకు బాధలేదు. ప్రపంచంలో ఎవరూ స్వతంత్రులు కారు. దైవానికి లోబడినవారే. నీవు ఎక్కువగా ఆలోచించక నా ఆజ్ఞ పాటించి పాండవులను తీసుకురా". అన్నాడు.

విదురునికి ఇష్టం లేకపోయినా ధృతరాష్ట్రుని ఆజ్ఞకు బద్ధుడై వెంటనే ఇంద్రప్రస్థం చేరుకున్నాడు అక్కడి ప్రజలు స్వాగతం పలికి విదురుని రాజమందిరానికి తీసుకుపోయారు. యుధిష్ఠిరుడు ప్రేమతో అతనికి యథోచితసత్కారాలు చేసి, "మహాత్మా! మనసు కలత చెందినట్లుగా కనిపిస్తున్నారు. క్షేమంగానే వచ్చారు కదా! దుర్యోధనాదులు తండ్రి మాటను మన్నిస్తున్నారా? వైశ్యులు అతనికి లోబడే ఉన్నారా? అని కుశల ప్రశ్నలు వేశాడు. విదురుడు "ఇంద్రసముడైన ధృతరాష్ట్రుడు తన కొడుకులు, బంధువులతో క్షేమంగానే ఉన్నాడు. మీ క్షేమాన్ని, ఆరోగ్యాన్ని గురించి అడిగి తాము కూడా మీ సభవంటిదే ఒక సుందరభవనాన్ని నిర్మించామని, తమ్ముళ్ళతో కలిసి దానిని దర్శించి అన్నదమ్ములతో ద్యూతక్రీడ జరపాలని మీకు ఒక సందేశం పంపాడు" అని చెప్పాడు. ధృతరాష్ట్రుని సందేశం విని యుధిష్ఠిరుడు "విదురా! ద్యూతక్రీడ నాకు శుభమనిపించడం లేదు. అది విరోధాలకు మూలం, ద్యూతక్రీడను ఇష్టపడే మంచివాడెవడు ఉంటాడు? ఈ విషయంలో మీ ఆలోచన ఏమిటి? మీ అభిప్రాయాన్ని అనుసరించే మేము ఏపనైనా చేయాలనుకుంటున్నాం." అని అడిగాడు. విదురుడు "ధర్మజా! జూదం అన్ని అనర్థాలకు మూలమని నాకు తెలుసు. నేను అన్ని రకాలుగా దీనిని వారించాలని చూశాను కాని ఫలితం లేకపోయింది. ధృతరాష్ట్రుని ఆజ్ఞ తప్పనిసరి కాబట్టి వచ్చాను. నీకు ఏది ఉచితమనిపిస్తే అది చేయి" అన్నాడు. ధర్మరాజు అక్కడ దుర్యోధన దుశ్శాసనాదులే కాక ఇంకా ఎవరైనా ఆటగాళ్లు వచ్చి ఉన్నారా? మేము ఎవరితో అక్కడ జూదమాడాలని పిలుస్తున్నారు? అని కుతూహలంగా అడిగాడు. విదురుడు "గాంధారరాజు శకుని నీకు తెలుసుకదా! అతడు పాచికలు విసరడంలో నేర్పరి. పాచికల నిర్మాత కూడా. అతడు గొప్ప ఆటగాడు. అతడే కాకుండా వివింశతి, చిత్రసేనుడు, సత్యవ్రతుడు, పురుమిత్రుడు, జయుడు మొదలైనవారు కూడా ఉన్నారు" అని చెప్పగానే ధర్మరాజు "అయితే మీరు చెప్పినదే సరి. ఇప్పుడు అక్కడ గొప్ప గొప్ప భయం కొలిపే మాయావులైన ఆటగాళ్లు సమావేశమై ఉన్నారన్నమాట. ఉండనివ్వండి. ప్రపంచమంతా దైవానికి లోబడే ఉంటుంది. ఎవరూ స్వతంత్రులు కారు. ధృతరాష్ట్రుడు పిలువకపోతే మాత్రం నేను శకునితో జూదమాడడానికి ఎప్పుడూ వెళ్లను" అన్నాడు.

విదురునితో ఇలా అని ధర్మరాజు ప్రాతఃకాలంలోనే ద్రౌపది మొదలైన రాణులతో సహితంగా తమ్ముళ్లందరూ హస్తినాపురానికి బయలు దేరాలని ఆజ్ఞాపించాడు. అంతా సిద్ధమయింది. ప్రాతఃకాలంలో బయలుదేరినపుడు ధర్మరాజు యొక్క ప్రతిరోమంలోను అతని రాజ్యలక్ష్మి ఉట్టిపడసాగింది. హస్తినాపురం చేరుకున్నాక అతడు భీష్మద్రోణులను, కర్ణుని, కృపాశ్వత్థామలను విధిపూర్వకంగా కలుసుకున్నాడు. తరువాత సోమదత్తుడు, దుర్యోధనుడు, శల్యుడు, శకుని, వచ్చిన రాజులు, దుశ్శాసనుడు మొదలైన సోదరులు, జయద్రథుడు, ఇలా సమస్త కురువంశీయులతో కలిసి ధృతరాష్ట్రుని చెంతకు వచ్చాడు. అతడు గాంధారికి పెదతండ్రికి నమస్కరించాడు. వారు ప్రేమ పూర్వకంగా మూర్ధాఘ్రాణం చేశారు. పాండవుల రాక కౌరవులకు ఎనలేని ఆనందం కలిగించింది. ధృతరాష్ట్రుడు వారికి రత్న ఖచిత భవనాలలో విడిది ఏర్పాటు కావించాడు. ద్రౌపది మొదలైన స్త్రీలు కూడా అంతఃపుర స్త్రీలను యథాయోగ్యంగా కలుసుకున్నారు.

మరుసటిదినం ఉదయమే అందరూ నిత్యకర్మలు పూర్తిచేసుకుని ధృతరాష్ట్రుని కొత్త భవనంలో ప్రవేశించారు. జూదం ఆడేవాళ్లు అక్కడ అందరినీ సహర్షంగా స్వాగతించారు. పాండవులు సభలో ప్రవేశించి అందరికీ యథాయోగ్యంగా ప్రణామాలు, ఆశీర్వాదాలు, స్వాగతసత్కారాలు మొదలైనవి నడిపారు. అటుపైన అందరూ తమ తమ వయసులను బట్టి యోగ్యమైన ఆసనాలను అలంకరించారు. అనంతరం శకుని - మాట్లాడుతూ - "ధర్మరాజా! ఈ సభ నీకోసమే ఎదురు చూస్తోంది. ఇక పాచికలు వేసి ఆట ప్రారంభించవచ్చును" అన్నాడు. ధర్మరాజు "రాజా! జూదమాడడం కపటంతో కూడినది. పాపాలకు మూలం. ఇందులో క్షత్రియోచితమైన పరాక్రమమూ లేదు. దీనికి నిశ్చితమైన నీతీలేదు. ప్రపంచంలో మంచి మనసున్న ఏ వ్యక్తి కూడా జూదాలలోని కపటపూర్ణమైన ప్రవృత్తిని ప్రశంసించలేదు.[5] మీరు జూదం కోసం ఎందుకు ఇంత తొందరపడుతున్నారు? మీరు నిర్దయులైన వారిలా

చెడుమార్గంలో మమ్మల్ని పరాజితులను చేయాలని ప్రయత్నించకండి" అన్నాడు. దానికి సమాధానం చెపుతూ శకుని "యుధిష్ఠిరా! చూడు, బలవంతులు బలహీనుల మీద, శస్త్రకుశలులు శస్త్రహీనుల మీదా దాడి చేస్తుంటారు. ఇలాంటి దుర్మార్గం అన్నిపనులలోనూ ఉంటుంది. పాచికలు విసరడంలో నేర్పుకలవాడు కౌశలంతో ఆటరానివాడి మీద గెలిస్తే వానిని ధూర్తుడనడానికి కారణం ఏమిటి?" అని ప్రశ్నించాడు. యుధిష్ఠిరుడు "మంచిదే. అయితే ఇది చెప్పు. ఇక్కడ చేరినవారిలో నేను ఎవరితో ఆడాలి? పణం ఎవరుపెడతారు? ఎవరైనా సిద్ధంగా ఉంటే ఆట ప్రారంభించవచ్చును" అని ఒప్పుకున్నాడు. దుర్యోధనుడు వెంటనే "పణం పెట్టడానికి కావలసిన ధనం, రత్నరాశులు నేను ఇస్తాను. కాని నా పక్షాన మా మామ శకుని ఆడతాడు" అన్నాడు.

జూదం మొదలయింది. ఆ సమయంలో అక్కడికి ధృతరాష్ట్రునితో పాటుగా చాలామంది రాజులు వచ్చి కూర్చున్నారు. భీష్మద్రోణులు, కృపాచార్యుడు విదురుడు కూడా వచ్చారు. విదురుడు మనసులో చాలా బాధపడుతున్నాడు. యుధిష్ఠిరుడు "సాగరావర్తంలో పుట్టిన, బంగారు ఆభరణాలలో శ్రేష్ఠమయిన పరమసుందరమయిన మణిమయహారాన్ని నేను పందెంగా ఒడ్డుతున్నాను. ఇప్పుడు మీరేమి ఒడ్డుతారో చెప్పండి"అన్నాడు. దుర్యోధనుడు "నా దగ్గర చాలాధనం, మణులు ఉన్నాయి. నేను అవన్నీ పేరు పేరునా లెక్కిస్తూ అహంకారాన్ని చాటుకోను. మీరీ పందెం గెలవండి అయితే" అని మారొడ్డాడు, అక్షవిద్యావిశేషజ్ఞుడైన శకుని పాచికలను చేతితో పైకి ఎత్తి "ఈ పందెం నాదే" అంటూ పాచికలు విసిరాడు. నిజంగా అతనిదే గెలుపు అయింది. యుధిష్ఠిరుడు "శకునీ! ఇది నీ మోసం, మంచిది. ఈసారి నేను లక్షా పద్దెనిమిదివేల మొహిరీలు ఉన్న సంచులను, అక్షయ ధనాగారాన్ని, అనేక సువర్ణరాశులను పందెంగా ఒడ్డుతున్నాను" అన్నాడు. శకుని ఇవి కూడా నేనే గెలుచుకున్నాను. అంటూ పాచికలు విసిరాడు. గెలుపు అతనిదే. యుధిష్ఠిరుడు "నావద్ద రాగి, ఇనుప పెట్టెలు నాలుగు వందలు ఖజానాలు ఉన్నాయి. ఒక్కొక్క దానిలో ఐదేసి ద్రోణుల (పరిమాణం) సువర్ణం ఉంది. దానిని నేను పణంగా పెడుతున్నాను" అన్నాడు. శకుని పాచికలు వేసి ఇదికూడా నేనే గెలిచాను అన్నాడు. ఈ రీతిగా భయంకరమైన జూదం ఉత్తరోత్తరం తీవ్రరూపం దాల్చింది. ఈ అన్యాయాన్ని విదురుడు సహించలేకపోయాడు. అతడు నచ్చచెప్పడం మొదలుపెట్టాడు.

విదురుడు "మహారాజా! మరణం సమీపించినవానికి ఔషధం రుచించదు. అలాగే నామాటలు కూడా మీకు రుచించడం లేదు. అయినా నా విన్నపం ఆలకించు. ఈ పాపాత్ముడు దుర్యోధనుడు గర్భం నుండి బయటపడగానే నక్కలా అరిచాడు. ఈ అవలక్షణం కురువంశ నాశనానికి కారణమవుతుంది. ఈ కులకళంకుడు నీ ఇంట్లోనే ఉంటున్నా మోహవశుడవైన నీకు ఆ జ్ఞానం లేదు. నేను నీకు నీతివాక్యాలు చెపుతున్నాను. మద్యం తాగేవానికి మద్యంతో మత్తెక్కిన తరువాత తాను త్రాగాననే స్పృహకూడా ఉండదు. మత్తు ఎక్కిన తరువాత నీటిలో పడి చస్తాడు లేదా నేలపై పడి పోతాడు. అలాగే దుర్యోధనుడు కూడా జూదపుమత్తులో పాండవులతో విరోధం కొనితెచ్చుకున్నందుకు ఫలితంగా తనకు ఘోరదుర్దశ ప్రాప్తిస్తుందనే విషయం కూడా తెలియనంతటి ఉన్మత్తుడైపోయాడు. భోజవంశానికి చెందిన రాజు ఒకడు పురవాసుల మేలు కోరి దుర్మార్గుడయిన తన పుత్రుని వదిలివేశాడు. భోజవంశీయులు దుష్టుడైన కంసుని వదిలివేశారు. శ్రీకృష్ణుడు అతనిని చంపిన తరువాత వారు సుఖంగా ఉన్నారు. రాజా! పాపాత్ముడయిన దుర్యోధనుని దండించి సరిచేయడానికి అర్జునునకు తమరు ఆజ్ఞ ఇవ్వండి. ఇతనిని దండించాకనే కురువంశం వందల సంవత్సరాలు సుఖంగా ఉండగలుగుతుంది. కాకివంటి నక్కవంటి దుర్యోధనుని వదిలివేసి, నెమలి వంటి సింహం వంటి పాండవులను నీచెంత చేర్చుకో, శోకించకూడదంటే నీకు ఇదే దారి. కులంకోసం ఒక వ్యక్తిని, గ్రామం కోసం కులాన్ని, దేశం కోసం గ్రామాన్ని, తనకోసం దేశాన్ని కూడా వదిలివేయాలని శాస్త్రం స్పష్టంగా చెపుతోంది. సర్వజ్ఞుడైన శుక్రాచార్యుడు జంభదైత్యుని వదిలిపెట్టమని చెపుతూ అసురులకు చెప్పిన చక్కని కథను చెప్తాను విను.

ఒక అడవిలో అనేకపక్షులు ఉన్నాయి. అవి అన్నీ బంగారాన్ని విసర్జిస్తూ ఉండేవి. ఆ దేశపురాజు ఒక మూర్ఖుడు. అతడు లోభంతో ఎక్కువ బంగారాన్ని ఒకేసారి పొందాలనుకొని తమ తమ గూళ్లల్లో నిర్వికారంగా ఉన్న ఆ పక్షులనన్నిటిని చంపివేయించాడు. ఆ పాప కృత్యానికి ఫలితంగా అప్పుడు బంగారం ఏమీ లభించలేదు. సరికదా ఆ తరువాత కూడా అది దొరికే మార్గం మూసుకుపోయింది. నేను సూటిగా చెప్తున్నాను. పాండవుల అంతులేని ధనరాశిని పొందాలనే

అత్యాశతో వారికి మీరు ద్రోహం చేయకండి, చేస్తే ఆ లోభాంధుడైన రాజువలె మీరు కూడా ఆనక పశ్చాత్తాప పడవలసి వస్తుంది. భరతవంశ పుత్రులారా! తోటమాలి ఉద్యానంలోని చెట్లను తడుపుతూ అప్పుడప్పుడు పూచిన పూలను కోసుకున్నట్లుగా మీరు కూడా పాండవులను స్నేహమనే జలంతో తడుపుతూ, వారినుండి కానుకల రూపంలో కొద్దికొద్దిగా ధనాన్ని పొందండి, చెట్ల మొదళ్లలో నిప్పుపెట్టి వాటిని భస్మం చేసినరీతిగా పాండవులను సర్వనాశనం చేయకండి, పాండవులతో విరోధం పెట్టుకుంటే మీ సేవకులు, మంత్రులు, పుత్రులు కూడా యమసదనానికి అతిథులుగా వెళ్లడం తప్పదని తెలుసుకోండి, వీరంతా ఒక్కుమ్మడిగా యుద్ధభూమికి వస్తే దేవతలందరితో కలిసి దేవేంద్రుడు కూడా వారిని ఎదిరించలేడు.

సభ్యులారా! జూదమాడడం కలహానికి మూలం. అందువలన పరస్పర ప్రేమభావం నశిస్తుంది. భయంతో చెలిమి చేయవలసివస్తుంది. ఇప్పుడు దుర్యోధనుడు ఆ విపత్తిని సృష్టించడంలోనే నిమగ్నమై ఉన్నాడు. ఇతడు చేసిన అపరాధం వలన ప్రతీపుడు, శంతనుడు, బాహ్లీకుడు – వీరి వంశంలోని వారంతా ఘోరసంకటంలో పడిపోతారు, ఉన్మత్తమైన ఎద్దు తన కొమ్ములతో తనను తానే గాయపరచుకున్నట్లుగా దుర్యోధనుడు ఉన్మదుడై తన రాజ్యం నుండి శుభాలను బహిష్కరిస్తున్నాడు. మీరు స్వయంగా ఆలోచించండి. మోహితులై నా మాటలను తిరస్కరించకండి. మహారాజా! మీరు ఇప్పటి దుర్యోధనుని గెలుపుచూచి ఆనందిస్తున్నారు. కాని ఈ కారణంగానే ఎంతోమంది వీరులు ప్రాణాలు కోల్పోయే యుద్ధం శీఘ్రమే ఆరంభం కానుంది. మీరు మాటలలో జూదం పట్ల వైముఖ్యం ప్రదర్శిస్తున్నారు. కాని లోపల్లోపల దానినే కోరుకుంటున్నారు. ఇది ఆలోచనా రహితమైనది. పాండవులతోడి విరోధం అనేక అనర్థాలకు దారితీస్తుంది.

ప్రతీప శంతనుల వంశజులారా! మీరు ఈ సభలో దుర్యోధనాదుల వ్యంగ్యోక్తులను, కటువైన మాటలను సహించండి. అంతే కాని ఈ అజ్ఞానికి అనుయాయులై మండే మంటలలో దూకకండి. ఈ జూదపు పిచ్చివాడు పాండవులను కడుపునిండేలా తిరస్కరించినపుడు, తన క్రోధాన్ని ఆపుకోలేనపుడు ఏర్పడే ఘోర ఉపద్రవ సమయంలో మీలో ఎవరు మధ్యస్థులు అవుతారు. మహారాజా! మీరు జూదానికి ముందు కూడా దరిద్రులు కారే. ధనికులే కదా! అయినప్పుడు జూదంతో ధనం పోగు చేసుకోవాలనే ఉపాయం ఎందుకు ఆలోచించారు? ఒకవేళ మీరు పాండవుల ధనాన్ని జయించి తీసుకున్నా దానితో మీకు ఏమి లాభం కలుగుతుంది? పాండవుల ధనాన్ని కాదు పాండవులను మీ వారిగా చేసుకోండి. అలా చేస్తే వారి సమస్త సంపద దానంతట అదే మీది అవుతుంది. ఈ గిరిజనుడైన శకుని యొక్క ద్యూతకౌశలం నేను ఎరుగనిది కాదు. ఇతనికి మోసం చేయడం బాగా తెలుసు. ఇప్పటికే మించిపోయింది. ఇతడు ఏ దారినవచ్చాడో ఆ దారివెంటనే శీఘ్రంగా ఇక్కడినుండి పంపివేయండి పాండవులతో కలహం కొనితెచ్చుకోవద్దు".

ఇదంతా వింటున్న దుర్యోధనుడు "విదురా! ఇదేమి మాట. నీవు ఎప్పుడూ శత్రువులను పొగుడుతూ మమ్మల్ని నిందిస్తూ ఉంటావు. యజమానిని నిందించడం కృతఘ్నత అవుతుంది. నీ నాలుక నీ మనసును వెల్లడిస్తోంది. నీవు అంతరంగంలో మాకు విరోధివి. మా పాలిటికి నీవు ఒడిలోని త్రాచువి, పెంచినవారి గొంతు పిసకడానికి సిద్ధపడతావు. ఇంతకు మించిన పాపం వేరేముంది? నీకు దీనివలన భయం లేదా? నేను ఏది కావాలనుకుంటే అది చేయగలనని తెలుసుకో. నన్ను అవమానించకు. కటువైన మాటలు పలుకకు. నిన్ను నా మేలు గురించి ఎప్పుడయినా అడిగానా? చాలా సహించాను. మేర మీరుతున్నావు. ఇక నీవు నాకు ఏమీ బోధించనక్కరలేదు. చూడు, ప్రపంచాన్ని పాలించేవాడు ఒక్కడే ఉంటాడు. ఇద్దరు ఉండరు . అతడే గర్భస్థ శిశువును కూడా శాసించగలడు. నేను కూడా ఆ శాసనాన్ని అనుసరించే పని చేస్తున్నాను. నీవు మధ్యలో గెంతుతూ అల్లరిచేస్తూ శత్రువుగా మారకు. నా పనిలో జోక్యం చేసుకోకు. మండే నిప్పును ఎగసన దోసి దూరంగా పారిపోవాలి. లేకుంటే వెదకడానికి బూడిదకూడా మిగలదు. నీవంటి శత్రుపక్షపువానిని నా దగ్గర ఉంచుకోలేను. కాబట్టి నీవు ఎక్కడికైనా వెళ్లవచ్చును. ఇక్కడ నీ అవసరం ఏమీ లేదు" అని తీవ్రంగా నిందించాడు.

విదురుడు "దుర్యోధనా! మంచి చెడులు రెండింటి విషయంలోనూ నీవు తీయని మాటలనే వినాలనుకుంటున్నావా? నాయనా! అయితే నీవు స్త్రీల మూర్ఖుల సలహాను తీసుకోవాలి. కృత్రిమమైన తీయని మాటలు చెప్పే పాపాత్ములకు ఏమీ కొదువ లేదు. కాని అప్రియమైనా హితకరమైన మాటలు చెప్పేవారు, వినేవారు కూడా చాలా అరుదు.[6] తన స్వామికి ప్రియమా అప్రియమా అనే సంగతి పట్టించుకోకుండా ధర్మం కోసం నిశ్చలంగా నిలబడినవాడు, అప్రియం అయినప్పటికీ

మేలు కూర్చే మాటలు చెప్పేవాడు మాత్రమే రాజుకు నిజమైన సహాయకులు. చూడు. క్రోధం తీక్ష్ణమైన అగ్ని, రోగం కాని రోగం. కీర్తినాశకం. ఘోరదుర్గంధపూరితం. దీనిని సత్పురుషుడే చల్లార్చగలడు కాని దుర్జనుడు చల్లార్చలేడు. నీవు దీనిని మ్రింగివేసి శాంతిని పొందు. నేను ఎల్లప్పుడూ ధృతరాష్ట్రునికి, అతని కొడుకులకు ధనకీర్తులు వృద్ధిపొందాలనే కోరుకుంటాను. నీకిష్టం అయినట్లు చేయి. నీకు దూరంనుండే నమస్కరిస్తున్నాను" అని చెప్పి విదురుడు మౌనంగా ఉండిపోయాడు.

శకుని ధర్మజునితో – "ధర్మజా! ఇప్పటికే నీవు చాలా ధనాన్ని ఓడిపోయావు. నీ దగ్గర ఇంకా ఏమైనా మిగిలిఉంటే పందెం కాయి" అన్నాడు. యుధిష్ఠిరుడు రోషంతో – "శకునీ! నా దగ్గర అసంఖ్యాకమైన ధనము ఉంది. నాకు తెలుసు. అడగడానికి నీవెవరవు? అయుత, ప్రయుత, పద్మ, అర్బుద, ఖర్వ, శంఖ, నిఖర్వ, మహాపద్మ, కోటి, మధ్యమ, పరార్థ సంఖ్యలను మించి అధికంగా ధనం నావద్ద ఉంది. నేను అంతా పందెంగా ఒడ్డుతున్నాను" అన్నాడు. శకుని పాచికలు విసురుతూ "ఇదిగో చూడు నేనే గెలిచాను" అన్నాడు. యుధిష్ఠిరుడు బ్రాహ్మణులను, వారి సంపదను విడిచి నగర, దేశ, భూమి, ప్రజలను – వారి ధనాన్ని పందెంగా ఒడ్డాడు. పూర్వంలాగే శకుని మోసంతో పాచికలు విసిరి ఇది కూడా నాదే అన్నాడు. యుధిష్ఠిరుడు – "రక్తనేత్రుడు, సింహమధ్యముడు, శ్యామవర్ణుడు, యువకుడు అయిన నకులుని, అవును, నా అనుగు తమ్ముడిని నకులుని పణంగా పెడుతున్నాను" అన్నాడు. శకుని "మంచిది నీ తమ్ముడు నకులుడు కూడా మాకు దక్కాడు" అంటూనే పాచికలు విసిరి గెలుపొందాడు. "ధర్మవ్యవస్థాపకుడు, పదుగురి చేత పండితుడని పొగడొందినవాడు, పణంగా పెట్టకూడనివాడు – అయిన సహదేవుని, నా ప్రియ సోదరుని పణంగా పెడుతున్నాను" అని యుధిష్ఠిరుడనగానే శకుని అతనిని కూడా గెలిచా నన్నాడు. తరువాత యుధిష్ఠిరుడు సంగ్రామ విజయుడైన అర్జునుని, సేనాపతి, గదాయుద్ధ ప్రవీణుడు అయిన భీముని పణంగా పెట్టి ఓడిపోయాడు. ఆపైన యుధిష్ఠిరుడు తన్ను తాను పణంగా పెట్టుకుని "ఓడిపోతే మీ పనులు చేస్తాను" అన్నాడు. శకుని అతనిని కూడా గెలుచుకున్నాడు. అతడు ధర్మరాజుతో "రాజా! నిన్ను నీవు పణంగా పెట్టుకుని అనర్థం చేశావు. ఇంకొక ధనం దగ్గర ఉండగా తన్ను తాను ఓడిపోవడం అన్యాయం. ఇంకా నీవద్ద పందెం కాయడానికి నీ ప్రియభార్య ద్రౌపది ఉంది. నీవు ఆమెను పణంగా పెట్టి ఈసారి గెలుపొందు" అన్నాడు. యుధిష్ఠిరుడు – "శకునీ! ద్రౌపది సుశీల. అనుకూలవతి, ప్రియవాది. పశువుల కాపరులు, సేవకులు అందరూ నిద్రపోయాక పడుకొంటుంది. తిరిగి అందరికంటె ముందు లేస్తుంది. అన్ని పనులూ అయ్యాయో లేదో స్వయంగా చూసుకుంటుంది. అట్టి సర్వాంగసుందరిని, లావణ్యమయిని ద్రౌపదిని నా మనసుకు ఎంత కష్టంగా ఉన్నా పణంగా పెడుతున్నాను" అన్నాడు. అతడు ఇలా అనగానే నాలుగువైపుల నుండి ఛీత్కారాలు జల్లులుగా కురిశాయి. సభ అంతా కలత చెందింది. సభ్యులందరూ శోకాకుల చిత్తులయ్యారు. భీష్మద్రోణ కృపాదులకు శరీరాలు చెమటలు పట్టసాగాయి. విదురుడు తల పట్టుకుని, నిట్టూర్పులు విడుస్తూ, ముఖం వ్రేలాడవేసుకుని చింతాగ్రస్తుడై ఉండిపోయాడు. ధృతరాష్ట్రుడు ఆనందించసాగాడు. అతడు మాటిమాటికి 'మనం గెలిచామా?' అని అడుగుతున్నాడు. దుశ్శాసనుడు, కర్ణుడు మొదలైన దుష్టులు నవ్వసాగారు. కాని సభాసదుల కన్నులనుండి నీరుకారుతోంది. దుర్మార్గుడయిన శకుని విజయోన్మాదంతో మత్తెక్కి "ఇది కూడా గెలుచుకున్నాను" అంటూ కపటంతో పాచికలు విసిరి, తన విజయాన్ని ప్రకటించాడు.

కౌరవసభలో ద్రౌపదీ పరాభవము

వైశంపాయనుడు చెపుతున్నాడు – "జనమేజయా! దుర్యోధనుడు విదురుని పిలిచి "విదురా! ఇలా రా. నీవు వెళ్లి పాండవుల యొక్క ప్రియపత్ని ద్రౌపదిని వెంటనే ఇక్కడకు తీసుకురా. ఆ అభాగ్యురాలు ఇక్కడకు వచ్చి మా దాసీలతో కలిసి మా భవనం తుడవాలి". అన్నాడు. విదురుడు "మూర్ఖుడా! నీవు ఉరిత్రాడుకు వ్రేళ్లాడుతూ చనిపోవడానికి సిద్ధంగా ఉన్నావని తెలుసుకోలేకపోతున్నావు. ఇప్పుడు కూడా నీ నోటివెంట ఇలాంటి మాటలు వస్తున్నాయి. నీవు ఈ పాండవ సింహాలకు క్రోధం ఎందుకు కలిగిస్తావు? నీ తలమీద విషసర్పం పడగలు విప్పి బుసకొడుతోంది. నీవు దానిని రెచ్చగొట్టి చావు కొని తెచ్చుకోకు. చూడు ద్రౌపది ఎప్పుడూ దాసి కాజాలదు. యుధిష్ఠిరుడు అనధికారంగా ఆమెను పందెంగా ఒడ్డాడు. సభాసదులారా! వెదురు నాశనం అయ్యే సమయానికే ఫలిస్తుందిట. ఈ మదోన్మత్తుడైన దుర్యోధనుడు సమూలంగా నాశనం కావడానికే జూదం ద్వారా ఇంత భయంకరమైన వైరాన్ని సృష్టించాడు. మరణం సమీపించిన వానికి హితాహిత జ్ఞానం ఉండదు. ఎవరికీ మర్మవిదారకమైన బాధ

కలుగకూడదు. కఠోరమైన ఉద్వేగం కలిగించే మాటలు మాటలాడకూడదు. ఇవన్నీ అధఃపతనానికి కారణాలు.[7] కటువైన మాటలు నోటివెంట వస్తాయి. గాని దాని ఫలితం మాత్రం మర్మస్థానంలో గుచ్చుకొని రాత్రిపగలు బాధిస్తుంది. కాబట్టి అలా ఎప్పుడూ మాటలాడకూడదు. ధృతరాష్ట్రునికి గొప్ప భయంకరమైన సంకటస్థితి సమీపిస్తోంది. దుశ్శాసనాదులు కూడా దానికి తలలూపుతున్నారు. సొరకాయ బుఱ్ఱ నీటిలో మునిగినా రాయిపైకి తేలినా ఈ మూర్ఖుడు మాత్రం నా హితవచనాలను వినడు - మిత్రులు, హితులు చెప్పే మాటలను వీడు వినడు. ఇతని లోభబుద్ధి పెరిగిపోతోంది. దీనివలన కౌరవుల సర్వస్వనాశనానికి హేతువైన భయంకర విధ్వంసం జరగబోతోందని నిశ్చయంగా తెలుస్తోంది" అన్నాడు.

అప్పుడు దుర్యోధనుడు విదురుని ఛీత్కరించి నిండుసభలో ప్రాతికామితో - "నీవు ఇప్పుడే వెళ్ళి ద్రౌపదిని తీసుకురా. పాండవులను చూసి భయపడక్కరలేదు" అని ఆజ్ఞాపించాడు. ప్రాతికామి దుర్యోధనుని ఆజ్ఞానుసారం ద్రౌపది వద్దకు వెళ్ళి "చక్రవర్తినీ! చక్రవర్తి యుధిష్ఠిరుడు జూదంలో ధనమంతా పోగొట్టుకున్నాడు. ఇక పందెంగా పెట్టడానికి ఏమీ లేనపుడు అతడు తమ్ముళ్లను, తన్ను, చివరికి మిమ్మల్ని కూడా పణంగా పెట్టి ఓడిపోయాడు. ఇక మీరు దుర్యోధనుడు గెలిచిన సొత్తులో భాగం, మిమ్మల్ని తీసుకురమ్మని వారు నన్ను పంపారు. కౌరవుల నాశనం దగ్గరపడిందని అనిపిస్తోంది" అని విన్నవించాడు. ద్రౌపది - "సూతపుత్రా! ఇది విధిలిఖితం, బాలురైనా వృద్ధులైనా అందరికీ సుఖదుఃఖాలు కలుగుతూనే ఉంటాయి. ప్రపంచంలో ధర్మమే అన్నిటికంటె విలువైనది, మనం ధర్మాన్ని దృఢంగా పట్టుకున్నపుడు అది మనలను రక్షిస్తుంది. నీవు సభకు వెళ్ళి అక్కడి ధర్మాత్ములను ఈ సమయంలో నన్ను ఏమి చేయమంటారో అడుగు, నేను ధర్మాన్ని ఉల్లంఘించాలను కోవడం లేదు" అని బదులిచ్చింది.

ద్రౌపది యొక్క మాటలు విని ప్రాతికామి సభకు తిరిగివచ్చి ద్రౌపదికి ఏమి సమాధానం చెపుతారని సభాసదులను అడిగాడు. దుర్యోధనుని మంకుపట్టు తెలిసిన ఎవరూ సమాధానం చెప్పలేదు. పాండవులు అప్పుడు దుఃఖితులై దీనులై ఉన్నారు. వారు సత్యానికి బద్ధులై ఉండడం వలన ఏమి చేయాలనేది సరిగా నిర్ణయించడానికి అశక్తులై ఉన్నారు. పాండవుల దైన్యస్థితిని ఆసరాగా తీసుకుని దుర్యోధనుడు "ప్రాతికామీ! నీవు వెళ్లి ద్రౌపదిని ఇక్కడికే తీసుకురా. ఆమె ప్రశ్నకు సమాధానం ఇక్కడే ఇవ్వబడుతుంది" అని ఆజ్ఞాపించాడు. ప్రాతికామి ద్రౌపదికి కోపం వస్తుందని భయపడ్డాడు. అతడు దుర్యోధనుని ఆజ్ఞను ప్రక్కకు పెట్టి సభాసదులను "ద్రౌపదికి ఏమి చెప్పమంటారు?" అని అడిగాడు. ఇది దుర్యోధనునికి ఆగ్రహం కలిగించింది. అతడు ప్రాతికామిని తీక్షణంగా చూస్తూ దుశ్శాసనునితో "సోదరా! ఈ అల్పుడు ప్రాతికామి భీమసేనునకు భయపడుతున్నాడు. కనుక నీవు స్వయంగా వెళ్లి ద్రౌపదిని పట్టుకుని లాగుకుని రా. ఈ ఓడిపోయిన పాండవులు నిన్ను ఏమీ చేయలేరు" అని ఆజ్ఞాపించాడు.

అన్నగారి ఆజ్ఞ వినగానే ఎఱ్ఱబడిన కన్నులతో దుశ్శాసనుడు అక్కడి నుండి బయలుదేరి పాండవుల భవనానికి వెళ్లి ద్రౌపదితో "కృష్ణా! నడు. నిన్ను మేము గెలుచుకున్నాం. ఇక సిగ్గు విడిచి దుర్యోధనుని చూడు - సుందరీ. నిన్ను మేము ధర్మబద్ధంగా పొందాం. ఇక సభకు వచ్చి కౌరవులకు ఊడిగం చేయి" అన్నాడు. దుశ్శాసనుని మాటలు విన్న ద్రౌపదికి దుఃఖం కలిగింది. ముఖం వాడిపోయింది. ఆమె ఆర్తురాలై ముఖం కప్పుకొని ధృతరాష్ట్రుని రాణివాసం వైపు పరుగెత్తింది. పాపాత్ముడైన దుశ్శాసనుడు కోపంతో ఆమెను బెదిరిస్తూ వెనుకనే పరుగెత్తి ఆ మహారాణి యొక్క నల్లని ఉంగరాల జుట్టును పట్టుకొన్నాడు. అయ్యో! ఆ వెంట్రుకలు ఇంతకు ముందే కొద్దిరోజుల క్రితం రాజసూయ యజ్ఞంలో అవభృథస్నానం చేసినపుడు మంత్రపూతమైన జలం చేత తడుపబడ్డాయి. దురాత్ముడైన దుశ్శాసనుడు పాండవులను అవమానించడానికి ఈరోజు ఆ జుట్టును బలవంతంగా పట్టుకొని ద్రౌపదిని అనాథ వలె ఈడ్చుకుంటూ వెళ్లాడు. ద్రౌపది యొక్క శరీరంలోని ప్రతిరోమమూ వణికింది. శరీరం ముడుచుకుపోయింది. మెల్లగా ఆమె "దుశ్శాసనా! నేను రజస్వలను ఏకవస్త్రను. ఈ స్థితిలో నన్ను అక్కడికి తీసుకువెళ్లడం అనుచితం" అన్నది. దుశ్శాసనుడు ఆమె మాటను ఏమాత్రం పట్టించుకోకుండా, జుట్టును ఇంకా గట్టిగా పట్టుకుని "ద్రౌపదీ! నీవు రజస్వలవు అయితే ఏమి ? ఏకవస్త్రవైతే ఏమి? వివస్త్రవు అయినా సరే మేము నిన్ను జూదంలో గెల్చుకున్నాం. నీవు మా దాసివి. ఇప్పుడు నీవు నీచ స్త్రీలలాగ మా దాసీలతో కలసి ఉండాలి". అంటూ ఆమెను సభలోకి ఈడ్చుకు వచ్చాడు.

దుశ్శాసనుడు ఈడ్చుకురావడంతో ద్రౌపది యొక్క కేశపాశం చిందరవందరయింది. శరీరంలో సగంపైగా బట్టజారిపోయింది. ఆమె సిగ్గుపడి క్రోధంతో మెల్లమెల్లగా "ఓరీ దుష్టుడా! ఈ సభలో అందరూ శాస్త్రవేత్తలే,

క్రియావంతులే. ఇంద్రునితో సమానులని కీర్తిగడించిన పూజ్యులైన పెద్దలున్నారు. వీరందరి ఎదుట ఈ స్థితిలో నేను ఎలా నిలబడగలను ? దురాచారీ! నన్ను ఈడ్చకు. నగ్నంగా నిలబెట్టకు. ఇటువంటి నీచకృత్యం చేయడానికి కొద్దిగా నయినా భయపడాలి. చూడు. ఇంద్రునితో సహితంగా దేవతలందరూ నీకు సహాయకులుగా వచ్చినా, పాండవుల చేతినుండి నిన్ను విడిపించలేరు. ధర్మరాజు ధర్మవిషయంలో అచలుడు. సూక్ష్మమైన ధర్మ రహస్యాలు తెలిసినవాడు. నాకు అతనిలో గుణాలే కనిపిస్తాయి గాని కొంచెమయినా దోషం కనిపించదు. అయ్యో! భరతవంశానికి అవమానం జరుగుతోంది. ఈ కుపుత్రులు క్షత్రియత్వాన్ని నాశనం చేశారు. ఈ సభలో కూర్చున్న కౌరవులు తమ కళ్లతో వంశమర్యాద మంటకలవడం చూస్తున్నారు. ద్రోణ భీష్మ విదురుల ఆత్మబలం ఎక్కడికి పోయింది? పెద్దలు, వృద్ధులు ఈ అధర్మాన్ని ఎందుకు చూస్తూ ఉండిపోయారు?" అన్నది. ద్రౌపది పాండవుల శరీరాలలో రగుల్కొంటున్న క్రోధాగ్నిని మరింత మండిస్తున్నట్లుగా ఈ మాటలన్నీ వారిని ఓరగా చూస్తూనే అన్నది. ఆ సమయంలో వారికి కలిగినంత దుఃఖం రాజ్యం పోయినపుడు కాని ధనమూ రత్నాలూ కోల్పోయినపుడు కాని కలుగలేదు. పాండవులవైపు చూస్తూనే దుశ్శాసనుడు మరింత బలంగా ద్రౌపదిని ఈడుస్తూ "దాసి దాసి" అంటూ పరిహాసపూర్వకంగా నవ్వసాగాడు. కర్ణుడు ఆనందంగా అతని మాటను సమర్థించాడు, శకుని ప్రశంసించాడు. ఈ ముగ్గురు కాక మిగిలిన సభాసదులందరూ ఈ క్రూరకృత్యాన్ని చూచి అత్యంత దుఃఖితులయ్యారు.

ద్రౌపది " ఈ కపటులు పాపాత్ములు ధూర్తులై ధర్మరాజును జూదం ఆడడానికి సిద్ధపరిచారు. మోసంతో అతనిని, అతని సర్వస్వాన్ని గెలుచుకున్నారు. ఇతడు ముందు తన తమ్ముళ్లను, తన్ను ఓడిపోయి నన్ను పందెంగా ఒడ్డాడు. నన్ను పణంగా పెట్టడానికి అతనికి ధర్మనుసారంగా అధికారం ఉందా లేదా అనేది నేను తెలుసుకోవాలనుకుంటున్నాను. ఇక్కడ సభలో అనేకులు కురువంశీయులు కూర్చుని ఉన్నారు. వారు నాప్రశ్నను జాగ్రత్తగా విచారించి సమాధానం ఇవ్వాలి". అన్నది. పాండవుల దుఃఖాన్ని, ద్రౌపది యొక్క దైన్యాన్ని చూచి ధృతరాష్ట్ర నందనుడైన వికర్ణుడు లేచి "సభాసదులారా! ద్రౌపది ప్రశ్నకు సంబంధించి మనమంతా సరిగా ఆలోచించి సమాధానం ఇవ్వాలి. ఇందులో పొరపాటు జరిగితే మనకు నరకం తప్పదు. తాతగారు భీష్ముడు, తండ్రి ధృతరాష్ట్రుడు, మహామతి విదురుడు ఈ విషయాన్ని చర్చించి సమాధానం ఎందుకు ఇవ్వడం లేదు ? ఆచార్యులు కృపద్రోణులు నిశ్శబ్దంగా ఉండిపోయారేమి ? ఈరాజులు రాగద్వేషాలు విడిచి ఈ ప్రశ్నకు సమాధానం ఎందుకు నిర్ణయించలేకపోతున్నారు ? మీరంతా పతివ్రత అయిన ద్రౌపది యొక్క ప్రశ్నను విచారించి వేర్వేరుగా మీ అభిప్రాయాలను చెప్పండి" అన్నాడు.

ఈ రీతిగా వికర్ణుడు పదేపదే అడిగినా ఎవరూ ఏమీ మాట్లడలేదు. అప్పుడు వికర్ణుడు చేతులు అప్పళించి దీర్ఘంగా నిశ్వసిస్తూ - "కౌరవులారా! ఈ సభాసదులు సమాధానం ఇచ్చినా ఇవ్వకున్నా ఈ విషయంలో నాకు న్యాయ సమ్మతమని తోచిన దానిని చెప్పకుండా ఉండలేను. రాజులకు - వేట, మద్యపానం, జూదం, స్త్రీ ప్రసంగం - ఈ నాలుగు వ్యసనాలు చాలా చెడ్డవని పెద్దలు చెపుతారు. వీటిలో తగులుకుంటే మనిషి పతనం అవుతాడు. ఇక్కడ జూదగాళ్లు పిలిచారని యుధిష్ఠిరుడు వచ్చి ద్యూతాసక్తితో ద్రౌపదిని పణంగా పెట్టాడు. యుధిష్ఠిరుడు తన్ను ఒడ్డి ఓడాక ద్రౌపదిని పణంగా పెట్టాడు. ద్రౌపది కేవలం యుధిష్ఠిరుని భార్యయే కాదు. పంచ పాండవులకు ఆమెపై సమానాధికారం ఉంది. యుధిష్ఠిరుడు తన్ను ఒడ్డి ఓడాక ద్రౌపదిని పణంగా పెట్టాడనే విషయం కూడా దృష్టిలో ఉంచుకోవాలి. కాబట్టి యుధిష్ఠిరునికి ద్రౌపదిని పందెంగా పెట్టే అధికారం లేదని నాఅభిప్రాయం. ఇంకొక విషయం ఏమంటే అతడు తన ఇష్టానుసారం కాకుండా శకునియొక్క ప్రేరణ వలన ఆమెను పణంగా పెట్టాడు. ఈ అన్ని విషయాలను బట్టి ద్రౌపది జూదంలో ఓడిపోలేదనే నిశ్చయానికి నేను వచ్చాను" అని వివరించాడు. వికర్ణుని మాటలు విని సభాసదులందరూ అతనిని ప్రశంసిస్తూ శకునిని నిందించసాగారు. నాలుగువైపులా కలకలం మొదలయింది. అది కొంత శాంతించాక కర్ణుడు కోపంతో వికర్ణుని చేయిపట్టుకొని "వికర్ణా! నీవు ఇంత విరుద్ధంగా మాట్లాడుతున్నావెందుకు ? అరణి నుండి పుట్టిన అగ్నివలె నీవు నీ వంశాన్నే సర్వనాశనం చేయాలనుకొంటున్నట్లు తోస్తోంది. ద్రౌపది పదేపదే అడిగినప్పటికి ఏ సభాసదుడూ ఎందుకు సమాధానం ఇవ్వడం లేదు? అందరూ ఆమె ధర్మానుసారంగానే ఓడిపోయింది అనుకుంటున్నారనే కదా దాని అర్థం. నీవు చిన్నతనం వలన తొందరపడి పెద్దమాటలు మాటలాడు తున్నావు. ఒకవైపు నీవు దుర్యోధనుని కంటె చిన్నవాడవు, మరొకవైపు ధర్మసూక్ష్మాలు తెలియనివాడవు. నీ అల్పబుద్ధికి నిర్ణయించే శక్తి ఎక్కడిది? యుధిష్ఠిరుడు తన సర్వస్వాన్ని

పణంగా ఒడ్డి ఓడినపుడు ద్రౌపది ఓడిపోకుండా ఎలా ఉంటుంది? ద్రౌపది ఆ "సర్వస్వం"లోనిదే కదా! ద్రౌపదిని పణంగా పెట్టడంలో పాండవుల అంగీకారం లేదందామా? రజస్వల అయిన ద్రౌపదిని సభలోకి తీసుకురాకూడదు అని నీవు అనుకున్నట్లయితే దానికి కూడా సమాధానం విను. దేవతలు స్త్రీకి ఒక్కభర్తనే విధించారు. కాని ద్రౌపదికి ఐదుగురు భర్తలున్న కారణంగా ఆమె నిస్సందేహంగా వేశ్యయే. కనుక ఆమె ఏకవస్త్ర అయినా వివస్త్ర అయినా గాని సభలోకి తీసుకురావడం అనుచితం కాదని నా ఉద్దేశ్యం. కాబట్టి పాండవులు, వారి భార్య ద్రౌపది, వారి ధనం యావత్తూ ఓడిపోయినట్లే." అని వారించి చెప్పి దుశ్శాసనుని వైపు చూచి – "దుశ్శాసనా! వికర్ణుడు బాలుడు కావడం వల్ల వృద్ధుల పెద్దల మాటలు మాటలాడుతున్నాడు. అవేమీ పట్టించుకోకు. పాండవుల యొక్క ద్రౌపది యొక్క వస్త్రాలన్నీ ఊడదీయి" అని చెప్పాడు. కర్ణుని మాటలు వింటూనే పాండవులందరూ తమ తమ ఉత్తరీయాలను తీసివేశారు. దుశ్శాసనుడు బలవంతంగా ద్రౌపది కట్టుపుట్టాన్ని లాగడానికి యత్నించసాగాడు.

దుశ్శాసనుడు ద్రౌపది వస్త్రాన్ని లాగే సమయంలో, ఆమె శ్రీకృష్ణ భగవానుని, స్మరిస్తూ మనసులోనే – "హే గోవిందా! ద్వారకావాసా! సచ్చిదానంద స్వరూపా! గోపీ జనవల్లభా! సర్వశక్తిమంతుడవైన ప్రభూ! కౌరవులు నన్ను అవమానిస్తున్నారు. ఈ విషయం నీకు తెలియదా? హే నాథా! రమానాథా! వ్రజనాథా! ఆర్తినాశకా! జనార్దనా! నేను కౌరవసముద్రంలో మునిగిపోతున్నాను. నన్ను రక్షించు, హే కృష్ణా! నీవు సచ్చిదానంద స్వరూపుడవైన మహా యోగివి – నీవు సర్వ స్వరూపుడవు. అందరికీ జీవనదాతవు గోవిందా! నన్ను కౌరవులు చుట్టుముట్టారు. సంకటస్థితిలో ఉన్నాను. నీవే నాకు శరణు. నన్ను రక్షించు.[8] అని వేడుకొంది.

ద్రౌపది శ్రీకృష్ణుని తన్మయురాలై స్మరిస్తూ ముఖం కప్పుకొని ఏడుస్తోంది. ఆమె ఆర్తితో పిలిచిన ఆ పిలుపు కృష్ణుని శరీరాన్ని జలదరింపచేసింది. అతని హృదయం దయతో నిండిపోయింది. ద్రౌపదివద్దకు వచ్చాడు. ఆ సమయంలో ద్రౌపది తన్ను రక్షించుకోవడానికి "హే కృష్ణా! విష్ణూ! హరీ!" అని పిలిచి పిలిచి వ్యాకులపాటు పొందుతోంది. ధర్మస్వరూపుడైన శ్రీకృష్ణ భగవానుడు గుప్తరూపంలో అక్కడికి వచ్చి అనేక సుందరవస్త్రాలతో ద్రౌపదిని రక్షించాడు. దురాత్ముడయిన దుశ్శాసనుడు ద్రౌపదిని వివస్త్రను చేయాలని ఎంత మేరలాగుతున్నాడో అంత బట్ట పెరుగుతూ వస్తోంది. ఈ రీతిగా వస్త్రాలగుట్ట పోగుపడింది. నాలుగువైపుల సభలో కలకలం రేగింది. ఈ అద్భుత సన్నివేశాన్ని చూచి సభాసదులందరూ నిర్భయంగా దుశ్శాసనుని నిందిస్తూ ద్రౌపదిని పొగడసాగారు.

ఆ సమయంలో భీమసేనునికి కోపంతో పెదవులు అదిరాయి. అతడు చేతులు అప్పళిస్తూ నిండు సభలో – "దేశ దేశాంతరాల నుండి వచ్చిన రాజులారా! నా శపథం శ్రద్ధగా వినండి. ఇటువంటి శపథాన్ని ఇంతకు ముందు ఎవరూ చేసి ఉండరు. ఇకపైన చేయబోరు. నేను నా మాటను తప్పితే నా పూర్వజుల గతికి తప్పినవాడను అవుతాను. రణభూమిలో భరతకుల కళంకుడు పాపి, దుర్మార్గుడు అయిన దుశ్శాసనుని రొమ్ము చీల్చి వేడినెత్తురు త్రాగుతాను. అని శపథం చేస్తున్నాను." అని గర్జించాడు. భీమసేనుని భీషణ ప్రతిజ్ఞను విన్న సభాసదులకు భయంతో రోమాలు నిక్కపొడుచుకున్నాయి. వారు భీముని ప్రశంసిస్తూ దుశ్శాసనుని నిందించసాగారు. అప్పటివరకు దుశ్శాసనుడు ద్రౌపది వస్త్రాన్ని లాగి లాగి అలసిపోయాడు. వస్త్రం కుప్పలు పడి ఉంది. అతనికి తన అశక్తతకు క్రోధం కలిగి సిగ్గుతో కూర్చుండిపోయాడు. నాలుగువైపుల శ్మశాన నిశ్శబ్దం తాండవించింది. దుశ్శాసనుని ఉద్దేశించి అందరూ ఛీకొట్టసాగారు. కౌరవులు ద్రౌపది ప్రశ్నకు ఎందుకు బదులివ్వలేదని, ఇది చాలా శోచనీయమని లోకులు అనుకోసాగారు. ధర్మసూక్ష్మాలు తెలిసిన విదురుడు చేతులు పైకెత్తి అందరినీ శాంతపరచి "సభాసదులారా! ద్రౌపది మిమ్మల్ని ప్రశ్నించి అనాథవలె ఏడుస్తోంది. అయినా మీలో ఎవరూ సమాధానం ఇవ్వలేదు. ఇది అధర్మం, ఆర్తుడు, దుఃఖాగ్నిలో జ్వలిస్తూ సభను శరణు వేడుతాడు. సత్యధర్మములను ఊతగా చేసికొని అతనికి శాంతి కలిగించడం సభాసదుల కర్తవ్యం. శ్రేష్ఠులు సత్యాన్ని అనుసరించి ధర్మసంబంధమైన ప్రశ్నను చర్చించవలసిన అవసరం ఉంది. వికర్ణుడు తన బుద్ధికి తోచినది చెప్పాడు. మీరు కూడా రాగద్వేషాలను అరికట్టుకొని ఈ ద్రౌపది ప్రశ్నకు ఉచితమైన సమాధానం ఇవ్వండి. ధర్మజ్ఞుడైన పురుషుడు సభలో ఉండి ఎవరి ప్రశ్నకయినా బదులు ఇవ్వకపోతే అతనికి అసత్య ఫలంలో సగం పాపం అంటుతుంది. ఇక అసత్యం చెప్తే చెప్పవలసినదేముంది?[9] ఈ విషయమై మీకు నేనొక ఇతిహాసాన్ని వినిపిస్తాను.

ఒకసారి దైత్యరాజు ప్రహ్లాదుని కొడుకు విరోచనుడు, అంగిరసుని కుమారుడు సుధన్వుడు ఒక కన్యను పొందడానికి పరస్పరం శ్రేష్ఠుడిని నేనంటే నేనని వాదులాడుకొని, ప్రాణాలు పణంగా పెట్టుకుని పందెం కాశారు. ఈ వివాదాన్ని తీర్చమని వారిద్దరూ ప్రహ్లాదుని దగ్గరకే వచ్చారు. వారు "మీరు చెప్పండి - మా ఇద్దరిలో శ్రేష్ఠుడెవరో" అని అడిగారు. ప్రహ్లాదుడు గొప్ప చిక్కులో పడ్డాడు. ఒకవైపు కొడుకు, మరొకవైపు ధర్మం. ఏమీ నిర్ణయించుకోలేక అతడు కశ్యపుని వద్దకు వెళ్లి "మహానుభావా! మీకు దేవతల, అసురుల, బ్రాహ్మణుల ధర్మాలన్నీ తెలుసును. నేను ఇప్పుడు పెద్ద ధర్మసంకటంలో చిక్కుకున్నాను. ఏదైనా ప్రశ్నకు సమాధానం ఇవ్వకపోవడం వల్లను, తెలిసి తెలిసి ఏదో ఒకరకమైన సమాధానం చెప్పడం వల్లను ఎటువంటి గతి కలుగుతుందో మీరు దయచేసి నాకు చెప్పండి" అని అడిగాడు. కశ్యపమహర్షి - తెలిసికూడా రాగద్వేషాలకు గాని, భయానికి గాని లోనై సరియైన సమాధానం చెప్పనివాడు, సాక్ష్యం చెప్పడంలో వెనుకంజవేసే సాక్షి, ఏదో ఒకటి చెప్పేసేవాడు - వీరంతా వరుణుని యొక్క సహస్రపాశాలలో చిక్కుకుంటారు. ఒక్కొక్క సంవత్సరం ఒక్కొక్క పాశం యొక్క ముడి వీడుతుంది. కాబట్టి నిజం స్పష్టంగా తెలిసినవాడు. ఆ నిజాన్ని చెప్పి తీరాలి. ఎక్కడయినా సభలో అధర్మం ధర్మాన్ని అణిచివేసినపుడు అక్కడి సభ్యులు ఆ అధర్మాన్ని తొలగించకపోతే సభాసదులకు కూడా పాపం అంటుతుంది. సభలో నిందితునికి శిక్ష లభించకపోతే సభాపతికి అధర్మఫలంలో సగభాగం, చేయించినవానికి నాలుగోవంతు, ఇతర సభ్యులకు నాలుగోవంతు పాపం లభిస్తుంది. నిందితునికి తగిన శిక్ష విధించబడితే సభాపతికి, సదస్యులకు పాపం అంటదు. మొత్తం పాపం అంతా నిందితునికే చెందుతుంది. తెలిసికూడా ప్రశ్నకు ధర్మవిరుద్ధంగా సమాధానం చెపితే అతనికి ముందు వెనుకల ఏడు తరాలు శ్రౌతస్మార్తాది శుభకర్మలు నశించిపోతాయి. స్నేహితులు మోసం చేస్తే మనిషికి చాలా దుఃఖం కలుగుతుంది. అబద్ధం చెపితే అంతకంటె అధికంగా దుఃఖం అనుభవించాలి. ప్రత్యక్షంగా చూసి, విని, జ్ఞాపకం తెచ్చుకుని కూడా సాక్ష్యం ఇవ్వవచ్చును. సాక్షి సత్యవాది అయితే అతని ధర్మార్థాలు నశించవు" అని చెప్పాడు. సభాసదులారా! కశ్యపుని మాటలు విని దైత్యరాజు ప్రహ్లాదుడు తన కొడుకుతో - "నాయనా! సుధన్వుని యొక్క తండ్రి అంగిరసుడు నాకంటె శ్రేష్ఠుడు, అతని తల్లి నీ తల్లి కంటె ఉత్తమురాలు. అతడు నీ కంటె శ్రేష్ఠుడు, కాబట్టి ఇప్పుడు నీ ప్రాణాలకు అతడే యజమాని. నీ ప్రాణాలను కావాలంటే అతడు తీయవచ్చును. లేదా విడువవచ్చును." అని తీర్పుచెప్పాడు. ప్రహ్లాదుడు సత్యం చెప్పినందుకు సంతోషించి సుధన్వుడు - "ప్రహ్లాదా! నీవు పుత్రప్రేమకు లోబడక ధర్మానికి నిలిచావు. కాబట్టి నీ కొడుకు వంద ఏళ్లు జీవిస్తాడని నేను ఆశీర్వదిస్తున్నాను" అన్నాడు. ప్రహ్లాదుడు ధర్మానికి సుస్థిరంగా కట్టుబడి ఉన్నందువలననే మృత్యువు నుండి తన పుత్రుని, అధర్మం నుండి తన్ను రక్షించుకోగలిగాడు. సభాసదులారా! మీరు కూడా ధర్మం సత్యం తప్పకుండా ద్రౌపదియొక్క ప్రశ్నకు తగిన సమాధానం ఇవ్వండి - అన్నాడు.

విదురుని మాటలు విని కూడా సభాసదులలో ఎవరూ ఎలాంటి సమాధానం ఇవ్వలేదు. కర్ణుడు దుశ్శాసనుని దాసియైన ద్రౌపదిని ఇంటి లోపలికి తీసుకువెళ్లమన్నాడు. అతని ఆజ్ఞ రావడం తరువాయిగా దుశ్శాసనుడు ద్రౌపదిని ఈడ్వసాగాడు. ఆమె సిగ్గుతో వణికిపోతూ పాండవులను చూచి ఇంతకుముందు అంతఃపురంలో నన్ను గాలి తాకినా పాండవులు సహించేవారు కారు. కాని ఇప్పుడు నిండు సభలో ఒక దురాత్ముడు నన్ను ఈడుస్తుంటే పాండవులు శాంతంగా సహించి కూర్చున్నారు. నేను కౌరవుల యింటికోడలిని. కూతురుతో సమానం. కాని నన్ను ఈ దశలో చూసి కూడా వారు ఏమాత్రం చలించడం లేదు. కాలం తిరగబడింది. నిండుసభలో ఈడ్వబడుతున్నానంటే ఇంతకు మించిన దుఃస్థితి ఏముంది? క్షత్రియధర్మం ఎక్కడికి పోయింది? ధర్మపరాయణురాలు అయిన స్త్రీని ఈ రీతిగా కొలువులోనికి తెచ్చి కౌరవులు తమ సనాతనధర్మాన్ని నాశనం చేశారు. నేను పాండవుల ధర్మపత్నిని. ధృష్టద్యుమ్నుని చెల్లెలిని, కృష్ణుని దయకు పాత్రురాలిని. అయ్యో! నేడు ఇంతటి దుర్దశకు లోనయ్యానే. కౌరవులారా! నేను ధర్మరాజునకు భార్యను, క్షత్రియ వనితను మీరు నన్ను దాసి అనినా దాసికాదు అనినా ఏది చెప్పినా చేస్తాను. కాని ఈ దుశ్శాసనుడు కౌరవుల కీర్తికి కళంకం ఆపాదిస్తూ నన్ను ఇలా దుఃఖపెట్టడం మాత్రం భరించలేకపోతున్నాను. మీరు నన్ను గెలుచుకున్నానని అనుకుంటున్నారా లేదా సూటిగా చెప్పండి. అలాగే చేస్తాను" అన్నది.

భీష్ముడు "కల్యాణి! ధర్మం చాలా సూక్ష్మమైనది. గొప్ప గొప్ప విద్వాంసులు ఎంతో బుద్ధిమంతులు కూడా దానిలోని సూక్ష్మాలను తెలుసుకోవడంలో పొరపాటు పడుతూ ఉంటారు.

బలవత్తరమైన, సర్వోత్కృష్టమైన ధర్మం కూడా అధర్మం విజృంభించినపుడు అణిగిపోతుంది. నీ ప్రశ్న చాలా సూక్ష్మమైనది. లోతైనది చిక్కుతో కూడినది, ఎవరు కూడా నిశ్చయించి నిర్ణయించలేరు. ఇప్పుడు కౌరవులు లోభమోహ వశులై ఉన్నారు. ఇది త్వరలోనే కురువంశ నాశనాన్ని సూచిస్తోంది. నీవు మెట్టిన కురువంశంలోని వారు అంతులేని గొప్ప దుఃఖసమయాలలో కూడా ధర్మమార్గం వీడలేదు. కనుకనే నీవు ఇంతటి దుర్దశలో కూడా ధర్మాన్ని వీడకపోవడం ఈ వంశానికి తగినదిగానే ఉంది. ధర్మమర్మజ్ఞులైన ద్రోణుడు, కృపుడు, మొదలైనవారు కూడా ఇప్పుడు తలలు వంచుకుని ప్రాణం లేనివారివలె నిశ్శబ్దంగా ఉండిపోయారు. ధర్మరాజు ఈ ప్రశ్నకు సప్రమాణమైన సమాధానం ఈయగలడని నేను అనుకుంటున్నాను. నీవు ఓడావో లేదో అతడే చెప్పగలడు" అన్నాడు.

సభలోని వారందరూ దుర్యోధనునికి భయపడి ద్రౌపది దుర్దశను ఆక్రందనను విని కూడా ఉచితానుచితాలను గూర్చి ఏమీ చెప్పలేదు. దుర్యోధనుడు చిరునవ్వుతో ద్రౌపదిని ఉద్దేశించి "ద్రుపదరాజతనయా! నీ ఈ ప్రశ్న నీ ఉదారస్వభావులయిన పతులు భీమార్జున నకుల సహదేవులకు కూడా తెలిసింది కదా! వారే దీనికి సమాధానం ఎందుకు ఇవ్వడం లేదు? వారు ఇప్పుడు సభ్యులందరి ఎదుట యుధిష్ఠిరునికి నీ మీద ఏమీ అధికారం లేదని, అవన్నీ నిజం కాదని నిశ్చయించి చెబితే నీవు ఇప్పుడే దాసీత్వం నుండి విముక్తి పొందుతావు" అన్నాడు.

భీమసేనుడు తన దివ్య బాహువును పైకెత్తి "సభాసదులారా! ఉదారుడైన ధర్మరాజు మాకందరికీ కర్త, ధర్త, సర్వస్వం కాకపోతే మేము ఈ అత్యాచారాన్ని ఎందుకు సహిస్తాము? ఇతడు మా పుణ్యాలకు, తపస్సుకు, జీవనానికి కూడా యజమాని. అతడు తన్ను తాను ఓడించుకున్నాడని అంగీకరిస్తే, మేమూ ఓడిపోయినట్లే. ఇందులో సందేహం లేదు. నాకే కనుక అధికారం ఉంటే ఈ దుష్టుడు దుశ్శాసనుడు ద్రౌపదిని జుట్టుపట్టుకుని నేలపై పడవేసి, కాళ్లతో తన్నికూడా ఇంతసేపు బ్రతికి ఉండేవాడా? నా ఈ ఇనుపగుదియలవంటి పొడవైన బలిష్ఠమైన బాహువులను చూడండి. వీటి మధ్యలోకి ఒకసారి వస్తే ఇంద్రుడైనా ముద్ద అయిపోవాల్సిందే. నేను ధర్మం అనే త్రాటితో కట్టివేయబడ్డాను. అర్జునుడు నన్ను ఆపుతున్నాడు. ధర్మరాజు మీద ఉండే గౌరవం కూడా ఈ సంకటస్థితినుండి బయటపడడానికి నన్ను ఏమీ చేయనీయడంలేదు. ధర్మరాజు సంజ్ఞచేసి చెప్పినా చాలు - నేను ఈ జంతువులందరినీ క్షణంలో నలిపివేయగలను." అన్నాడు. భీముని క్రోధాగ్ని పెచ్చరిల్లడం చూసి భీష్మద్రోణులు, విదురుడు - "భీమా! శాంతించు. నీకు అసాధ్యమంటూ ఏదీలేదు. నీవు ఏమైనా చేయగలవు." అన్నారు. ఆ సమయంలో ధర్మరాజు స్మృతి తప్పినవాడివలె ఉన్నాడు. దుర్యోధనుడు అతనిని ఉద్దేశించి - "రాజా! భీమార్జున నకులసహదేవులు నీ అధీనంలోనే ఉన్నారు. ఇక నీవే ద్రౌపదియొక్క ప్రశ్నకు సమాధానం చెప్పు. ఆమె పందెంలో ఓడిపోలేదనే నీవు అనుకుంటున్నావా? అని పలికి, మదించిన దుర్యోధనుడు కర్ణునివైపు చూచి నవ్వుతూ భీమసేనుని తలవంచుకునేలా చేయడానికి తన బలిష్ఠమైన ఎడమతొడను చూపసాగాడు. భీమసేనుని కళ్లు కోపంతో ఎరుపెక్కాయి. అతడు సభామండపం అంతా ప్రతిధ్వనించేలా బిగ్గరగా "దుర్యోధనా! విను. ఘోరరణంలో భీమసేనుడు తనగదతో ఆ తొడను విరుగకొట్టకపోతే తన పూర్వజుల వలె సద్గతి పొందలేడు." అని హుంకరించాడు. ఆ సమయంలో భీమసేనుని యొక్క శరీరంలోని ప్రత్యణువు నిప్పురవ్వలను వెలికిచిమ్మింది.

విదురుడు "రాజులారా! చూడండి. భీమసేనుడు ఎంతటి భయాన్ని కలిగిస్తున్నాడో. తప్పకుండా ఈనాడు జరిగినది భరతవంశానికి చేటు కలిగిస్తుంది. ధృతరాష్ట్రకుమారులారా! మీ ఈ జూదం అన్యాయంతో కూడినది. పైపెచ్చు నిండుకొలువులో స్త్రీ గురించి జగడాలాడుతున్నారు. మీరు మీ సమస్త పుణ్యాలను కోల్పోయారు. మీమతులు - గతులు దుష్టకార్యాలకే పరిమితమవుతున్నాయి. నిండు కొలువులో ధర్మోల్లంఘనం చేయడంతో సభ అంతటికి ఆ దోషం తగులుతుంది. ధర్మాన్ని విచారించండి. ధర్మరాజు తన్ను తాను ఓడిపోవడానికి ముందే ద్రౌపదిని పణంగా పెట్టినట్లయితే తప్పకుండా ద్రౌపదిని ఓడిపోయినట్లే. ముందే తన్ను ఓడిపోయిన కారణంగా ద్రౌపదిని పణంగా పెట్టడానికి అతనికి అధికారమే లేదు. ద్రౌపదిని మీరు గెలుచుకున్నామనుకోవడం ఒక కల మాత్రమే. శకుని యొక్క మాటలు నమ్మి ధర్మాన్ని నాశనం చేయకండి." అని ఎలుగెత్తి చెప్పాడు. ఈ రీతిగా వాదోపవాదాలు జరుగుతున్నంతలోనే ధృతరాష్ట్రుని యజ్ఞశాలలో నక్కలు గుంపులుగా చేరి ఊళపెట్టసాగాయి, గాడిదలు కూయసాగాయి, పక్షులు ఎగురుతూ అరుస్తున్నాయి. ఈ భయంకరమైన కోలాహలం విని గాంధారి భయపడింది. భీష్మ ద్రోణ కృపులు స్వస్తివాచకాలు పలుకసాగారు. విదురుడు,

గాంధారి భయపడి ధృతరాష్ట్రునకు ఈ విషయం తెలియచేశారు. ధృతరాష్ట్రుడు దుర్యోధనుని మందలిస్తూ "దుర్వినీతుడా! అకస్మాత్తుగా సర్వనాశనం అయిపోయావు. దుర్బుద్ధీ! నీవు కురుకుల స్త్రీని అందునా పాండవ పట్టమహిషిని సభకు తెచ్చి మాటలాడతావా?" అని పలికి కొద్దిసేపు ఆలోచించి ద్రౌపదిని సముదాయిస్తూ "అమ్మా! నీవు పరమ పతివ్రతవు. నా కోడళ్లందరిలో ఉత్తమురాలవు. నీకేది కావాలో కోరుకో" అన్నాడు. ద్రౌపది – "మహారాజా! మీరు నాకు వరం ఇవ్వదలచుకుంటే ధర్మాత్ముడు చక్రవర్తి అయిన యుధిష్ఠిరుని దాస్యంనుండి విముక్తుని చేయమని కోరుకుంటున్నాను. అందువలన అజ్ఞానంతోనైనా నా కొడుకు ప్రతివింధ్యుని ఎవరూ 'దాసపుత్రుడు' అనకుండా ఉంటారు" అని అడిగింది. ధృతరాష్ట్రుడు "కల్యాణీ! నీ కోరిక నెరవేరుతుంది. ఇంకొక వరం కోరుకో- నీవు ఒక్కవరమే కోరకూడదు" అన్నాడు. ద్రౌపది రథాలతో ఆయుధాలతో సహా భీమార్జున నకుల సహదేవులు దాస్యం నుండి విముక్తులు కావాలని రెండవ వరంగా కోరుకుంది. ధృతరాష్ట్రుడు అంగీకరించి ఇంతటితోనే ఆమెను గౌరవించినట్లు కాదని మరొక్క వరం కోరుకోమని చెప్పాడు. ద్రౌపది వెంటనే "మహారాజా! లోభం అధికమయితే ధర్మం నశిస్తుంది. మూడో వరం కోరుకోవాలని నాకు ఉత్సాహం లేదు. పైగా నాకు ఆ అధికారం లేదు. శాస్త్రం ప్రకారం వైశ్యునికి ఒకటి, క్షత్రియ స్త్రీకి రెండు, క్షత్రియునకు మూడు, బ్రాహ్మణునికి వంద వరాలు గ్రహించే అధికారం ఉంది. ఇప్పుడు నా పతులు దాస్యపు శృంఖలాలనుండి విముక్తులయ్యారు. ఇక వారు స్వయంగా సత్కార్యాలు చేసి శుభ పదార్థాలు పొందుతారు" అంది. ద్రౌపది తెలివికి కర్ణుడు మెచ్చుకున్నాడు.

భీమసేనుడు యుధిష్ఠిరునితో- "రాజేంద్రా! నేను నా శత్రువులను ఇప్పుడే లేదా ఇక్కడినుండి బయటపడగానే చంపుతాను" అన్నాడు. అప్పుడు భీముని శరీరంలో ప్రతి అవయవం నిప్పులు కక్కుతోంది. కనుబొమలు పైకి లేచాయి. ముఖం భయంకరంగా మారిపోయింది. యుధిష్ఠిరుడు అతనిని శాంతింపచేశాడు. ధర్మరాజు తమ పెదతండ్రి ధృతరాష్ట్రుని వద్దకు వెళ్లి – "మహారాజా! ఇపుడు మేము ఏమి చేయాలో చెప్పండి మీరు మా యజమానులు. మేము చిరకాలం మీ అదుపు ఆజ్ఞలలో ఉండాలనుకుంటున్నాం" అన్నాడు. ధృతరాష్ట్రుడు – "అజాతశత్రూ! యుధిష్ఠిరా! నీకు శుభమగుగాక! సంతోషంగా జీవించు. నీవు నీ సకల సంపదలను తీసుకువెళ్లు, నీ రాజ్యాన్ని నీవు పాలించుకో. ఇంతకంటె ఈ వృద్ధుడు ఇంకేమి ఆజ్ఞాపించగలడు? నామాటలు మీకు మేలును శుభాన్ని కలిగిస్తాయి. నాయనా! నీవు బుద్ధిమంతుడవు. ధర్మరహస్యాలు తెలిసినవాడవు. వినమ్రుడవు, పెద్దల సేవ చేసేవాడవు. క్షమాబుద్ధుల కలయికవు. క్షమించు. ఉత్తముడు ఎవరితోనూ విరోధం పెట్టుకోడు. దోషాలు చూడకుండా గుణాలనే చూస్తాడు. సత్పురుషుల దృష్టి సత్కర్మలమీదనే ఉంటుంది. ఎవరయినా వారితో విరోధం పెట్టుకున్నా వారు దానిని మరచిపోతారు. శత్రువుకి కూడా మేలు కలగాలనే కోరుకుంటారు గాని ప్రతీకారం తీర్చుకోవాలని ప్రయత్నించరు.[10] నీచులు మామూలుగా కూడా కటువుగానే మాట్లాడుతారు. మధ్యములు కటువైన మాటలు విని కటువుగా మాట్లాడుతారు. ఉత్తములు ఎట్టిపరిస్థితులలోను కటువచనాలు మాట్లాడరు. సత్పురుషులు ఎట్టి దురవస్థలో కూడా మర్యాదను అతిక్రమించరు. వారిని చూచి అందరూ ఆనందిస్తారు. ఈ సమయంలో నీవు చాలా సౌజన్యంతో వ్యవహరించావు. కాబట్టి నాయనా! ఈ ముసలివాడైన పెదతండ్రిని, తల్లి గాంధారిని చూచి నీవు దుర్యోధనుని దుర్వ్యవహారాన్ని మరిచిపో, ఈ గ్రుడ్డి ముసలి పెదతండ్రిని చూడు. నేను ముందే జూదం వద్దని నిషేధించాను. అయినా మిత్రులందరూ కలుస్తారని, పుత్రుల బలాబలాలు చూడాలని దీనికి సమ్మతించాను. నీవంటి పరిపాలకుని, విదురుని వంటి మంత్రిని పొంది కురుకులం ధన్యమయింది. నీలో ధర్మం, అర్జునునిలో ధీరత్వం, భీమసేనునిలో పరాక్రమం, నకుల సహదేవులలో, గురుశుశ్రూష ఉన్నాయి. ధర్మరాజా! నీకు శుభం కలుగుగాక. ఇక ఖాండవ ప్రస్థానికి బయలుదేరు" అని నీతులు కలిపి ఓదార్చాడు.

ధర్మరాజు మిక్కిలి వినయంతో శిష్టాచారం ప్రకారం, ధృతరాష్ట్రుని అనుమతి పొంది తన తమ్ముళ్లతో, బంధువులతో, ఇష్టమిత్రులతో కలిసి ఇంద్రప్రస్థానికి బయలు దేరాడు.

అనుద్యూతము - పాండవుల వనవాసగమనము

జనమేజయుడు – "వైశంపాయన మహర్షీ! ధృతరాష్ట్రుడు పాండవులను తమ ధనరత్నరాశులన్నీ తీసికొని వెళ్లడానికి అనుమతించినపుడు దుర్యోధనాదుల స్థితి ఎలా ఉంది?" అని ప్రశ్నించాడు.

వైశంపాయనుడు చెప్పసాగాడు – "జనమేజయా! ధృతరాష్ట్రుడు ఈ రీతిగా పాండవులను పంపగానే ఈ సంగతి తెలిసి దుశ్శాసనుడు అన్నగారి వద్దకు వెళ్లి దుఃఖంతో "అన్నయ్యా! మనం కష్టపడి సంపాదించిన

ధనాన్నంతా ఈ ముసలిరాజు పోగొట్టేశాడు. మొత్తం అంతా శత్రువుల వశమైపోయింది. ఇప్పుడింక ఏమయినా ఆలోచించ గలిగితే ఆలోచించు" అన్నాడు. ఈ మాటలు విన్న దుర్యోధన కర్ణ శకునులు తమలోతాము చర్చించుకుని అందరూ కలిసి ధృతరాష్ట్రుని వద్దకు వెళ్లారు. వారు మిక్కిలి వినయంగా అతనితో - "మహారాజా! ఈ సమయంలోనే పాండవులనుండి దక్కిన ధనంతో మనం రాజులందరిని సంతోషపెట్టి యుద్ధానికి సిద్ధం కావడంలో మనకు కలిగే నష్టం ఏముంది? కరవడానికి సిద్ధమై కోపంతో ఉన్న త్రాచుపాములను ఎవరైనా మెడలో వ్రేలాడవేసుకుని, లేదా పక్కలో ఉంచుకుని బ్రతకగలరా? ఈ సమయంలో పాండవులు కూడా పాములవంటి వారే. వారు రథారూఢులై శస్త్రాస్త్రాలు ధరించి మన మీద దాడిచేసినపుడు మనలో ఒక్కరిని కూడా ప్రాణంతో వదిలిపెట్టరు. వారు ఇప్పుడు సైన్యాన్ని సమీకరించుకోవడానికే వెళ్లారు. మనం ఒకసారి వారికి అనిష్టం కలిగించాం. ఇక వారు మనలను క్షమించరు. ద్రౌపదికి కలిగిన కష్టాన్ని వారిలో ఏ ఒక్కరు కూడా క్షమించలేరు. కాబట్టి వనవాసం చేయాలనే నియమంతో మేము వారితో తిరిగి జూదం ఆడతాం. ఈ రీతిగా వారు మనకు వశులవుతారు. జూదంలో ఎవరు ఓడిపోయినా మేముగాని వారుగాని పన్నెండేళ్లు మృగచర్మాలు ధరించి అడవులలో నివసించాలి. తరువాత పదమూడవ ఏట ఎవరికీ జాడ తెలియకుండా ఏదైనా నగరంలో దాగి ఉండాలి. జాడ తెలిస్తే పాండవులయినా సరే కౌరవులయినా సరే తిరిగి పన్నెండేళ్ల వరకూ అడవులలో నివసించాలి. ఈ నియమాన్ని అనుసరించి మళ్లీ మీరు జూదానికి అనుమతినివ్వండి. ఇది ఇప్పుడు చాలా అవసరం. పాచికలు విసరడంలో మామ శకుని మిక్కిలినేర్పరి. ఒకవేళ పాండవులు ఎప్పుడయినా ఈ నియమం పూర్తి చేసినప్పటికీ మనం ఈలోగానే చాలామంది రాజులను మిత్రులుగా చేసుకుని దుర్జేయమైన సైన్యాన్ని పోగుచేసుకుంటాం. అప్పుడు మనం యుద్ధంలో కూడా పాండవులను జయించవచ్చు. కాబట్టి మీరు ఈ మాటను తప్పక అంగీకరించాలి" అని తమ ఆలోచనను బయటపెట్టారు.

ధృతరాష్ట్రుడు హామీ ఇచ్చాడు. అతడు వెంటనే -"నాయనా! అలా అయితే పాండవులు దూరం వెళ్లినప్పటికీ దూతను పంపి వారిని వెంటనే పిలిపించు. వారు వస్తే ఈ నియమం మీదే ఆట జరుగుతుంది" అన్నాడు. ధృతరాష్ట్రుడు చెప్పినది విని ద్రోణుడు, సోమదత్తుడు, బాహ్లీకుడు, కృపాచార్యుడు, విదురుడు, అశ్వత్థామ, యుయుత్సుడు, భూరిశ్రవసుడు, భీష్మాచార్యుడు, వికర్ణుడు - వీరంతా ముక్తకంఠంతో జూదం వద్దని, శాంతి స్థాపించమని చెప్పారు. కాని పుత్రప్రేమతో ధృతరాష్ట్రుడు దూరదృష్టి గల తన మిత్రుల మాటను పెడచెవిని పెట్టి పాండవులను జూదమాడడానికి పిలిపించాడు. ఇదంతా విని ధర్మపరాయణురాలయిన గాంధారి ఎంతో విచారించింది. ఆమె తన భర్తతో - "స్వామీ! దుర్యోధనుడు జన్మించగానే నక్కవలె అరిచి ఏడిచాడు. పరమజ్ఞాని అయిన విదురుడు అప్పుడే అతనిని విడిచిపెట్టమని చెప్పాడు. ఆ మాట గుర్తుచేసుకుంటే, వీడు కురువంశాన్ని నాశనం చేసిగాని వదలడని తెలుస్తోంది. ఆర్యపుత్రా! మీరు మీ దోషం చేత అందరినీ విపత్సాగరంలో ముంచకండి. మీరు ఈ సాహసులైన మూర్ఖుల మాటలకు వంతపాడకండి. ఈ వంశాన్ని నాశనం కానీయకండి. కట్టిన వంతెనను కూలద్రోయకండి, చల్లారిన నిప్పు మళ్లీ ప్రజ్వరిల్లుతుంది. పాండవులు శాంతులు. వారు వైరవిరోధాలకు విముఖులు. వారికి కోపం తెప్పించడం సరి కాదు. మీకు ఈ విషయం తెలిసినదే అయినా తిరిగి నేను గుర్తు చేస్తున్నాను. శాస్త్రాలలో చెప్పిన మంచి చెడు ఏవీ కూడా దుర్బుద్ధి మనసుకు ఎక్కవు. కాని మీరు పెద్దవారయి ఉండి కూడా చిన్నపిల్లల మాదిరి మాటలాడుతున్నారు. ఇది అనుచితం. ఈ సమయంలో మీరు పాండవులను మీ కొడుకులు వలె చేరదీయండి. వారు దుఃఖితులై ఎప్పటికీ మీతో వేరు కాకూడదు. కులానికి కళంకం తెచ్చే దుర్యోధనుని విడిచిపెట్టడమే శ్రేయస్కరం. నేను అప్పుడు మోహానికి వశమై విదురుని మాటలు వినలేదు. దాని ఫలితమే ఇదంతా. శాంతి, ధర్మం, మంత్రుల మంత్రాంగంతో మీ ఆలోచనాశక్తి సురక్షితం చేసుకోండి. పొరపాట్లు చేయకండి. ఆలోచించకుండా పని చేస్తే అది మీకు దుఃఖాన్నే కలుగచేస్తుంది. రాజ్యసంపద క్రూరుని చేతిలో పడితే అతనినే సర్వనాశనం చేస్తుంది. ఋజువర్తనుని చేతిలో పడితే తరతరాలుగా నడుస్తుంది"అని విడమరచి చెప్పింది. ఆమె మాటలు విని "ప్రియా! కులనాశనం జరగాలి అని ఉంటే జరగనియ్యి. నేను దానిని ఆపలేను కదా! ఇప్పుడు దుర్యోధనుడయినా దుశ్శాసనుడయినా వారు కోరుకున్నది జరగవలసినదే. పాండవులను తిరిగిరానీ. నా కొడుకులు తిరిగి వారితో జూదమాడుతారు." అని నిష్కర్షగా చెప్పేశాడు.

జనమేజయా! ధృతరాష్ట్రుని ఆజ్ఞానుసారం ప్రాతికామి పాండవుల వద్దకు వెళ్లాడు. అప్పటికి వారు చాలా దూరం

వెళ్లిపోయారు. ప్రాతికామి ధర్మరాజుతో "రాజా! మళ్లీ సభ ఏర్పాటు చేయబడింది. ధృతరాష్ట్రుడు మళ్లీ మిమ్మలను అక్కడికి వచ్చి జూదం ఆడమన్నారు" అని చెప్పాడు. ధర్మరాజు నిర్వికారంగా "ప్రాణులందరూ విధికి లోబడిన వారే. దానిని అనుసరించి శుభాశుభాల ఫలితాలు అనుభవించాలి. ఎవరూ ఎవరికీ వశులు కారు. సరే నడు. మళ్లీ జూదం ఆడవలసివస్తే అదే జరుగుతుంది. అది జరిగితే వంశనాశనం అవుతుందని నాకు తెలుసు. అయినా వృద్ధుడైన నా తండ్రి యొక్క ఆజ్ఞను ఎలా మీరగలను?" అని తమ్ముళ్లందరితో కలిసి తిరిగి వచ్చాడు. వారికి 'శకుని మోసగాడు' అని తెలిసినా తిరిగి అతనితో జూదమాడడానికి సిద్ధమయ్యారు. ధర్మరాజుయొక్క ఈ దశను చూచి అతని మిత్రులకు బాధ కలిగింది.

శకుని ధర్మరాజును ఉద్దేశించి "రాజా! మా వృద్ధమహారాజు మీ ధనరాశిని మీకే వదిలివేశాడు. ఇది మాకూ సంతోషమే. ఇప్పుడు మేము ఇంకో పందెం వేయదలచుకున్నాం. మేము జూదంలో ఓడిపోతే మృగచర్మధారులమై పన్నెండేళ్లు అడవులలో నివసించాలి. పదమూడో సంవత్సరం ఏదైనా నగరంలో అజ్ఞాతంగా నివసించాలి. అప్పుడు ఎవరయినా గుర్తిస్తే తిరిగి పన్నెండేళ్లు వనవాసం చేయాలి. ఒకవేళ మీరు ఓడిపోతే ద్రౌపదీసహితంగా మీరు కృష్ణమృగచర్మాలను ధరించి పన్నెండేళ్లు అరణ్యవాసం, ఏడాది అజ్ఞాతవాసం చేయాలి. ఆ సమయంలో ఎవరయినా గుర్తుపడితే తిరిగి పన్నెండేళ్లు వనవాసం చేయాలి. ఈ రీతిగా పదమూడేళ్లు పూర్తి అయ్యాక మీరు గాని మేము గాని ఉచితరీతిని మన మన రాజ్యాలు తీసుకోవచ్చును. ఈ నియమం ప్రకారం అయితే మేము తిరిగి పాచికలు ఆడతాము. అని చెప్పాడు. శకుని మాటలు విని అందరూ ఖిన్నులయ్యారు. వారు చాలా ఉద్వేగంతో చేతులుపైకెత్తి "గ్రుడ్డి ధృతరాష్ట్రుడు జూదం కారణంగా వచ్చిపడే భయాన్ని గమనించాడో లేడో, కాని ఇతని మిత్రులను మాత్రం ఇతనిని సరియైన సమయంలో హెచ్చరించనందుకు నిందించవలసినదే" అని అనసాగారు. సభాసదుల ఈ మాటలన్నీ యుధిష్ఠిరుడు వింటూనే ఉన్నాడు. అతనికి ఈసారి జూదం వలన కలిగే దుష్పరిణామం కూడా తెలిసింది. అయినా కౌరవుల యొక్క వినాశకాలం దాపురించిందని ఆలోచించి జూదమాడడానికి అంగీకరించాడు. అతడు సమ్మతించిన వెంటనే శకుని మోసంతో పాచికలను వేసి పందెం తానే నెగ్గానని ప్రకటించాడు.

జూదంలో ఓడిపోయి పాండవులు జింకచర్మాలు ధరించి అడవికి వెళ్లడానికి సిద్ధమయ్యారు. వారిని ఆ స్థితిలో చూచి దుశ్శాసనుడు హేళనగా- "శుభం, ఇప్పుడు మహారాజు దుర్యోధనుని పరిపాలన ప్రారంభం అవుతుంది. పాండవులకు కష్టాలువచ్చాయి. ద్రుపద మహారాజు బుద్ధిమంతుడే అయినా అతడు తన కూతురిని పాండవులకు ఇచ్చి ఎందుకు వివాహం చేశాడు? ఈ పాండవులు నపుంసకులు. ద్రౌపదీ! ఇప్పుడు పాండవులు చిన్న వస్త్రాలతో మృగచర్మాలు ధరించి దరిద్రులై అడవులలో తమ జీవితాలను గడుపుతారు. ఇక వారిని నీవు ఎలా ప్రేమిస్తావు? ఇప్పుడు నీకు ఇష్టమైనవానిని భర్తగా పొందవచ్చు కదా!" అని రకరకాలుగా వాగుతూనే ఉన్నాడు. భీమసేనుడు మచ్చరించి బిగ్గరగా "ఓరీ క్రూరుడా! నీవు మమ్మల్ని బాహుబలంతో జయించలేదు. మోసంతో వంచనతో జయించి ఇప్పుడు బడాయి కబుర్లు చెపుతున్నావా? ఇలాంటి కబుర్లు పాపాత్ములే చెప్పగలరు. ఈ సమయంలో కటు వచనాలనే అమ్ములతో మా హృదయాలను గాయపరుస్తున్నావు. నేను రణభూమిలో నిన్ను మర్మవేదనకు గురిచేసి వీటిని గుర్తుచేస్తాను. ఈరోజు క్రోధలోభాలకు వశులై నీ పక్షం వహించి నీకు రక్షకులైన వారిని కూడా ఇష్టమిత్రులతో సహితంగా నేను యమునికి అప్పగిస్తాను." అన్నాడు.

భీముడు ఆ సమయంలో మృగచర్మాన్ని ధరించి ఉన్నాడు. ధర్మం కారణంగా శత్రువులను నాశనం చేయలేకపోయాడు. భీమసేనుని మాటలు విని దుశ్శాసనుడు విందు కొలువులో అతనిని "ఎద్దు ఎద్దు" అని గేలిచేస్తూ , సిగ్గు లేనివానిలా ఆడుతూ గంతులేస్తూ ఉన్నాడు. భీమసేనుడు కోపంతో "ఓరీ దుష్టుడా! కటువచనాలు పలకడానికి నీకు సిగ్గుగా లేదూ? కపటంతో సంపదను లాగుకొని ఇప్పుడు విజృంభించి మాటలాడుతున్నావా? ఈ వృకోదరుడు కుంతిగర్భాన పుట్టినవాడయితే రణభూమిలో నీగుండె చీల్చి రక్తాన్ని తాగుతాడు. అలాచేయకపోతే పుణ్యలోకాలు లభించవు. నేను ధనుర్ధరులందరూ చూస్తుండగా వారి ఎదుటనే ధృతరాష్ట్రుని పుత్రులు అందరి కందరినీ చంపి శాంతిస్తాను. ఇది నా శపథం" అన్నాడు.

పాండవులు రాజసభనుండి బయలుదేరారు. భీమసేనుడు సింహం వలె ఠీవిగా నెమ్మదిగా నడుస్తున్నాడు. దుర్యోధనుడు అతనిని ఉడికించడానికి అతని వెనుక అలాగే నడువసాగాడు. భీముడు వెనక్కి తిరిగి చూచి "మూర్ఖుడా! ఈ విషయం ఇక్కడితో అయిపోలేదు. నీ సహాయకులతో సహా నిన్ను నాశనం చేసేటపుడు కొద్దిరోజులలోనే ఈ పరిహాసానికి

బదులిస్తాను" అన్నాడు. భీమసేనుడు శాంతం తెచ్చుకుని ధర్మరాజు వెనుక వెళ్తూనే "నేను దుర్యోధనుని, అర్జునుడు కర్ణుని, సహదేవుడు, శకునిని చంపుతాం. దేవతలు మా మాటలను తప్పక నెరవేరుస్తారని నిండుకొలువులో నేను నిజంగా శపథం చేసి చెపుతున్నాను. నేను దుర్యోధనుని తొడలు విరగకొట్టి అతని తలను నా కాలితో తన్నుతాను. దుశ్శాసనుని రొమ్ము చీల్చి వేడివేడి నెత్తురు త్రాగుతాను" అన్నాడు. అర్జునుడు కూడా "అన్నయ్యా! నీ కోరిక నెరవేర్చడానికి అర్జునుడు కూడా సంగ్రామంలో కర్ణుని సహచరులతో సహా సంహరిస్తాడని శపథం చేస్తున్నాను. నాతో యుద్ధం చేసే మూర్ఖులందరినీ యముని వద్దకు పంపుతాను. అన్నయ్యా! హిమాలయం చలించినా, సూర్యునిలో చీకట్లు క్రమ్మినా, చంద్రుడు మండిపోయే అగ్నిగుండంలా మారినా, నా మాట అబద్ధం కాదు, పధ్నాలుగవ సంవత్సరంలో దుర్యోధనుడు మన రాజ్యాన్ని గౌరవంగా తిరిగి ఇవ్వకపోతే మాత్రం మన మాటలు అవశ్యం నిజమై తీరుతాయి." అన్నాడు. సహదేవుడు "ఓరీ గాంధారవంశ కళంకుడా! నీవు పాచికలనుకొన్నవి నీపాలిటికి పదునైన బాణాలవుతాయి. నేను నిన్ను నీ సంబంధీకులను నా చేతులతోనే సర్వనాశనం చేస్తాను. అయితే ఒక నియమం. నీవు రణరంగంలో క్షత్రియునివలె నిలిచిపోరాడాలి కాని ముఖం చాటుచేయకూడదు" అన్నాడు.

పాండవులు ఈ రీతిగా అనేకరకాల ప్రతిజ్ఞలు చేస్తూ ధృతరాష్ట్రుని వద్దకు వెళ్లారు. యుధిష్ఠిరుడు – "పెద తండ్రీ! భరతవంశ వయోవృద్ధుడైన పితామహుడు భీష్ముడు, సోమదత్తుడు, బాహ్లీకుడు, ద్రోణకృపాశ్వత్థామలు, విదురుడు, దుర్యోధనాదులైన సోదరులు, యుయుత్సుడు, సంజయుడు, ఇతరరాజులు, సభాసదులు– వీరందరి దగ్గర సెలవుతీసుకుని నేను వనవాసానికి వెళ్తున్నాను. అక్కడినుండి తిరిగి వచ్చాక మిమ్మ చూచే భాగ్యం కలుగుగాక!" అన్నాడు. ఆ సమయంలో సభలోని ఒక్కడు కూడా యుధిష్ఠిరుని ఉద్దేశించి ఏమీ మాట్లాడలేదు. సిగ్గుపడి అందరూ తలలు దించుకున్నారు. కాని మనసులలోనే ధర్మరాజుకు శుభం కాంక్షించారు. విదురుడు మాత్రం – "పాండవులారా! పూజ్యురాలయిన కుంతి రాజకుమారి, సుకుమారి, వృద్ధురాలు, ఆమె విశ్రాంతి తీసుకోవలసినది. కాబట్టి ఆమె అడవికి వెళ్లడం సమంజసం కాదు. ఆమె సగౌరవంగా నా ఇంట్లో ఉంటుంది. ఇది మీకు చెప్పి మీరు సర్వత్ర స్వస్థులై ఆనందంగా ఉండాలని ఆశీర్వదిస్తున్నాను." అని చెప్పాడు. యుధిష్ఠిరుడు "అనఘా! మీ ఆజ్ఞ మాకు శిరోధార్యం. మీరు మాకు పినతండ్రులు, పితృతుల్యులు, మేము ఎప్పుడూ మీ ఆశ్రితులమే" అనగానే విదురుడు" యుధిష్ఠిరా! నీవు ధర్మరహస్యాలు తెలిసినవాడవు. అర్జునుడు విజయశీలుడు. భీమసేనుడు శత్రునాశకుడు నకులుడు ధనసంగ్రహ కుశలుడు. సహదేవుడు శత్రువశంకరుడు. ధౌమ్యుడు వేదజ్ఞుడు, పతివ్రత అయిన ద్రౌపది ధర్మాన్ని అర్థాన్ని సంగ్రహించడంలో నేర్పరి, మీరంతా పరస్పర ప్రేమ భావంతో మెలగుతారు. శత్రువులు కూడా మీలో భేదాభిప్రాయాలు కలిగించలేరు. మీరు నిర్మలులు, సంతుష్టులు, ప్రపంచంలోని ప్రజలందరూ మిమ్మల్ని కోరుకుంటారు. మీ దర్శనం కోసం ఉత్కంఠితులై ఉంటారు. హిమాలయాలలో మేరుసావర్ణి, వారణావతంలో వ్యాసుడు, భృగుతుంగపర్వతం మీద పరశురాముడు, దృష్వతీనదీ తీరంలో మహాదేవుడు మీకు ధర్మోపదేశం చేశారు. అంజనాద్రిపై అసిత మహర్షి వలన, కల్మాషనదీ తీరంలో భృగుమహాముని వలన జ్ఞానం పొందారు. దేవర్షి నారదుడు ఎప్పుడూ మిమ్మల్ని కనిపెట్టి ఉంటాడు. ధౌమ్యుడు మీకు పురోహితుడే, చూడండి. విషమపరిస్థితులలో యుద్ధ సమయాలలో ఎప్పుడూ ఆ ఋషుల ఉపదేశాలను మరువకండి. పాండవోత్తమా! నీవు పురూరవుని కంటె కూడా అధిక బుద్ధిమంతుడవు. ఏ రాజూ శక్తిలో నీకు సమానుడు కాడు. ధర్మాచరణంలో నీవు ఋషులకంటె ముందున్నావు. శత్రువులను లొంగదీసుకోవడంలో వరుణునివంటి వాడవు. నీటికంటె నిర్మలమైనవాడవు. నీ ప్రాణాలు అర్పించి ఇతరులకు మేలు చేస్తావు. పృథివి నుండి క్షమాగుణం, సూర్యుని నుండి తేజస్సు, వాయువు నుండి బలం, సమస్త ప్రాణుల నుండి ఆత్మధనం నీకు ప్రాప్తించాలని నేను ఆశీర్వదిస్తున్నాను. నీ శరీరం ఆరోగ్యంగా మనస్సు ఆనందంగా ఉండాలి. ఏ పని అయినా చేయాలనుకుంటే ముందు బాగా ఆలోచించి చేయండి. నీవు ఇంతకుముందు పాపం చేసినట్లు నాకు గుర్తులేదు. కాబట్టి నీవు తప్పక కృతార్థుడివై ఆనందంతో ఇక్కడికి తిరిగి వస్తావు. ఇక మీరు వెళ్లండి. మీకు శుభమగుగాక!" అని దీవించాడు.

యుధిష్ఠిరుడు తల, కళ్లు, పైకెత్తి, విదురుని మాటలన్నీ శ్రద్ధగా విన్నాడు. భీష్మపితామహునికి, ద్రోణాచార్యునికి నమస్కరించి వనవాసానికి బయలుదేరాడు. కుంతికి కూడా ప్రణమిల్లి సెలవుతీసుకున్నాడు. దుఃఖాతుర అయిన ద్రౌపది తన అత్త కుంతి దగ్గర, ఇతర స్త్రీల వద్ద సెలవు తీసుకోవడానికి వచ్చినపుడు అంతఃపురంలో పెద్ద కలకలం రేగింది. కుంతీమాత శోకాకుల చిత్తంతో – "అమ్మా! నీకు స్త్రీ ధర్మం తెలుసును. ఈ ఘోర సంకటంలో పడినందుకు దుఃఖించకు. నీ కర్తవ్యం

గురించి నేర్పవలసిన అవసరం లేదు. పరమసాధ్వివి, గుణవతివి, రెండు వంశాలకు అలంకారానివి, నీవు కౌరవులను శపించి భస్మం చేయలేదు. అది వారి అదృష్టం. నీ సౌజన్యం. నీ మార్గం నిష్కంటకంగా ఉంటుంది. సౌభాగ్యం స్థిరంగా ఉంటుంది. కులీనలైన స్త్రీలు అకస్మాత్తుగా దుఃఖం కలిగినా బెంబేలు పడరు. పతివ్రతాధర్మం నిన్ను సర్వదా రక్షిస్తుంది. నీకు అన్ని విధాలా శుభం కలుగుతుంది. ఒక విషయం నీతో చెప్పాలి. వనవాస సమయంలో నా ప్రియపుత్రుడు సహదేవుని చక్కగా కనిపెట్టి ఉండు. ఎక్కడా అతనికి కష్టం కలుగకూడదు.'' అని ద్రౌపదికి చెప్పి పాండవులతో - “నాయనలారా! మీరు ధర్మపరాయణులు సదాచారులు, భక్తులు, పాపరహితులు, దేవతలను పూజించేవారు. ఈ ఆపద మీకెలా కలిగింది? ఇది తప్పక ప్రారబ్ధదోషమై ఉంటుంది. మీరయితే ఇలాంటి ఏ తప్పూ చేయలేదు. నా కడుపున పుట్టారు. కనుక ఇది నా దోషమే. సద్గుణ సంపన్నులయినా మీకు ఇటువంటి దుఃఖం కష్టం కలగడానికి ఇదే కారణం. కృష్ణా! ద్వారకాధీశా! ప్రభూ నీవు ఈ భయంకరమైన బాధలనుండి నన్ను, నా కొడుకులను ఎందుకు రక్షించడంలేదు? నీవు అనాదివి. అనంతుడవు. నిన్ను నిరంతరం ధ్యానించే వారిని నీవు రక్షిస్తూ ఉంటావంటారే. నీ విషయంలో ఈ కీర్తి ఇప్పుడు మిథ్య ఎలా అయింది? నా కొడుకులు ధార్మికులు, గంభీరులు, కీర్తిపరులు, పరాక్రమవంతులు. వారికి కష్టాలు రావడం ఉచితం కాదు. భగవంతుడా!వీరిని దయచూడు. అయ్యో! నీతి వ్యవహారాలలో నిపుణులు అయిన భీష్మ ద్రోణకృపాచార్యులు, కురుకుల నాయకులు ఉండగానే ఇట్టి విపత్తు ఎలా వచ్చిపడింది? తండ్రీ సహదేవా! నీవు నాకు ప్రాణాలకంటె ఇష్టుడవు. నీవు వెళ్లవద్దు. రావయ్యా రా''. అంటూ విలపించింది.

కుంతి అధైర్యపడి ఏడవసాగింది. ఆమె విలాపం చూచి ఖిన్నులై పాండవులు ఆమెకు నమస్కరించి అడవికి బయలుదేరారు. విదురుడు కుంతికి విధి నిర్ణయం తప్పదని చెప్పి శాంతింపచేశాడు. తాను కూడా మిక్కిలిగా బాధపడుతూ నెమ్మదిగా ఆమెను తన యింటికి తీసుకువెళ్లాడు. కౌరవ వంశ స్త్రీలు ద్యూతసభలోనికి ద్రౌపదిని తీసుకువెళ్లడం, ఆమెను జుట్టుపట్టుకొని ఈడ్చడం, మొదలైన అత్యాచారాలను చూచి దుర్యోధనాదులను నిందిస్తూ, వెక్కి వెక్కి ఏడ్చారు. వారు చాలాసేపు తమ ముఖాలను చేతులకు ఆనించుకుని ఈ విషయాలగురించే ఆలోచిస్తూ ఉండిపోయారు.

పాండవులు అడవికేగిన పిమ్మట కౌరవుల స్థితి

వైశంపాయనుడు చెపుతున్నాడు - “జనమేజయా! ధృతరాష్ట్రుడు తన కొడుకులు చేసిన అన్యాయాన్ని తలచుకొని ఉద్విగ్నుడయ్యాడు. ఒక్క క్షణం కూడా అతనికి శాంతి లేదు. ఏ రకంగానూ సుఖం లేక విదురుని దగ్గరకు దూతను పంపి అతనిని పిలిపించాడు. అతడు రాగానే “విదురా! కుంతీనందనులయిన యుధిష్ఠిర భీమార్జుననకుల సహదేవులు, ధౌమ్యపురోహితుడు, కీర్తి గడించిన ద్రౌపది - వీరంతా ఏరీతిగా వనానికి వెళ్లారు? ఆ సమయంలో వారు ఏమి చేశారు? ఇదంతా నేను వినాలనుకుంటున్నాను.'' అని అడిగాడు.

విదురుడు చెపుతున్నాడు - మహారాజా! నీ కొడుకులు కపటరీతిలో ధర్మరాజు రాజ్యాన్ని వైభవాన్ని హస్తగతం చేసుకున్నారనేది నిజమే కదా! అయినప్పటికి ఆలోచనా శీలుడైన ధర్మరాజు యొక్క బుద్ధి ధర్మాన్నుండి విచలితం కాలేదు. కనుకనే మోసంతో తన్ను రాజ్యచ్యుతుడిని చేసినా నీ కొడుకుల మీద దయనే చూపాడు. అతడు క్రోధపూరితమైన తన నేత్రాలను మూసుకునే ఉన్నాడు. తన ఎఱ్ఱబడిన నేత్ర దృష్టి సోకి కౌరవులు ఎక్కడ భస్మం అయిపోతారో అని అలా చేశాడు. అందుకే ధర్మరాజు తన ముఖాన్ని వస్త్రంతో కప్పుకుని నడిచివెళ్లాడు. భీమసేనునికి తన పరాక్రమం మీద అపారమైన గర్వం. తనకు ఎవరూ సాటిరారని అనుకుంటాడు. సమయం వచ్చినపుడు నా బాహుబలాన్ని చూపుతాను అని చెప్తున్నట్లుగా భీమసేనుడు తన బాహువులను చాచి చూపుతూ వనానికి బయలుదేరాడు. కుంతీనందనుడైన అర్జునుడు ధర్మరాజు వెనుకనే ధూళి చిమ్ముకుంట్లూ బయలుదేరాడు. యుద్ధసమయంలో తాను బాణవర్షాన్ని ఎలా కురిపిస్తాడో దాని ద్వారా అర్జునుడు సూచించాడు. ఈ సమయంలో ధూళి ఎలా రకరకాలుగా ఎగిరిందో యుద్ధంలో అలాగే రకరకాలుగా బాణవర్షాన్ని కురిపిస్తానని చెప్పకనే చెప్పాడు. యుధిష్ఠిరుని వెనుకనే వెళ్లిన సహదేవుడు తన ముఖం ఎవరికీ కనిపించకూడదని దుమ్ము పూసుకున్నాడు. నకులుడు తన సహజసుందర రూపాన్ని చూచి మార్గంలో స్త్రీలు ఎవరూ మోహితలు కాకూడదని తన శరీరం నిండా ధూళి పూసుకుని వెళ్లాడు. ద్రౌపది అప్పుడు రజస్వలయై ఏకవస్త్రపరిధానయై ఉంది. ఆమె జుట్టు విరబోసుకుని ఏడుస్తూ వెళ్లింది. ఆమె వెళ్తూ, వెళ్తూ “ నా ఈ దుఃస్థితికి కారణమైన వారి యొక్క భార్యలు కూడా నేటికి పద్నాలుగవ సంవత్సరంలో తమవారి మరణంతో దుఃఖితలయి ఈ రీతిగానే హస్తినాపురం ప్రవేశిస్తారు'' అని చెప్పింది. అందరికంటె ముందు నడుస్తున్న

పురోహితుడు ధౌమ్యుడు - యుద్ధంలో కౌరవులు మరణించాక వారి గురువులు పురోహితులు కూడా ఇలాగే మంత్రాలు చదువుతారు అనే అభిప్రాయాన్ని సూచిస్తూ దర్భకొనలను నైరృతి దిక్కుకు తిప్పి యమదేవతా సంబంధమైన సామ మంత్రాలను పఠిస్తూ వెళ్లాడు.

పాండవులు అరణ్యానికి వెళ్తుంటే వికల మనస్కులైన నగరవాసులు అందరూ విలపిస్తూ "అయ్యో! మనకు ప్రీతి పాత్రుడైన చక్రవర్తి ఈరకంగా అడవులకు వెళ్లిపోతున్నాడు. కురువంశపు పెద్దలు, వృద్ధులు, మూర్ఖులు. వారు లోభానికి వశులై ధర్మాత్ములైన పాండవులను దేశం నుండి వెళ్లగొడుతున్నారు. ఇతడు లేక మనం అనాథలమయ్యాం. ఈ అన్యాయపరులైన కౌరవుల మీద మనకు ఎలాంటి సానుభూతి లేదు" అనుకున్నారు. ప్రజలు ఈ రీతిగా కోపోద్రిక్తులై ఉన్నారు. పాండవులు వెళ్లడంతోటే ఆకాశంలో మేఘం లేకుండానే మెఱుపు మెరిసింది. పృథివి కంపించిపోయింది. అమావాస్య లేకుండానే సూర్యగ్రహణం సంభవించింది. నగరానికి దక్షిణదిక్కున ఉల్కలు రాలాయి. గ్రద్దలు, రాబందులు, కాకులు మొదలైన మాంసాహారులైన పక్షులు దేవాలయాలు, బురుజులు కోటలు, మిద్దెలపైన మాంసం ముక్కలు, ఎముకలు పడవేస్తున్నాయి. ఈ ఉత్పాతాలన్నీ భరతవంశనాశనాన్ని సూచిస్తున్నాయి. ఇదంతా నీ దుర్బుద్ధికి ఫలమే". విదురుడు ధృతరాష్ట్రునికి ఇలా చెపుతూన్న సమయంలోనే నారద మహర్షి ఋషులందరితో కలిసి నేరుగా అక్కడికి వచ్చి "దుర్యోధనుడు చేసిన అపరాధానికి ఫలితంగా నేటికి పధ్నాలుగవ సంవత్సరంలో భీమార్జునుల చేతులలో కురువంశ వినాశనం జరుగుతుంది" అనే భయంకరమైన విషయం చెప్పి వెళ్లిపోయాడు.

ఇక దుర్యోధన కర్ణశకునులు ద్రోణాచార్యునే తమకు ముఖ్యమైన ఆశ్రయంగా భావించుకొని పాండవుల సమస్త రాజ్యాన్ని అతనికి అప్పగించారు. ద్రోణుడు " భరత వంశీయులారా! పాండవులు దేవతా కుమారులు. వారిని ఎవరూ చంపలేరు. ఇది బ్రాహ్మణులందరూ చెప్పుకునే మాట. అయినా ధార్తరాష్ట్రులు నా శరణుకోరారు. కనుక వారికి సహాయపడే రాజులతో కలిసి నేను కూడా నా శక్తిని అనుసరించి పూర్తిగా సహాయపడతాను. శరణాగతులైన వారిని విడువలేను. ఇష్టం లేకపోయినా కూడా ఈ పని చేసితీరాలి. ఏమి చేయను. విధి బలీయమైనది. కౌరవులారా! పాండవులను అడవికి పంపగానే మీ పనిపూర్తి కాలేదు. మీ మేలుకోసం తగిన ప్రయత్నాలను వెంటనే చేయాలి. మీ రాజ్యం సుస్థిరంగా లేదు. ఇది మూడునాళ్ల ముచ్చట. రెండు గడియల ఆట. దీనితో పరవశించకండి. గొప్పగొప్ప యజ్ఞాలు చేయండి. బ్రాహ్మణులకు దానాలు ఇవ్వండి. సంపాదించుకున్నదానితో సుఖాలు అనుభవించండి, పధ్నాలుగవ సంవత్సరంలో మీరు గొప్ప సంకటంలో పడతారు" అని హెచ్చరించాడు.

ద్రోణాచార్యుని మాటలు విని ధృతరాష్ట్రుడు విదురునితో "విదురా! గురువుగారు చెప్పినదంతా నిజం. నీవు పాండవులను వెనక్కి తీసుకురా. వారు రాని పక్షంలో వారికి శస్త్రాలు, రథాలు, సేవకులు - సహాయంగా ఇవ్వు, పాండవులు అడవిలో సుఖంగా నివసించే ఏర్పాట్లు చేయి" అని చెప్పి అతడు ఏకాంతంలో విచారించసాగాడు. దీర్ఘమైన నిట్టూర్పులు విడుస్తున్నాడు. మనసు వికలమైపోయింది. ఆ సమయంలో సంజయుడు "మహారాజా! మీరు పాండవులను రాజ్యచ్యుతులను చేసి వనవాసులుగా మార్చారు. వారి ధనం, వైభవం, భూమి అంతా హస్తగతం చేసుకున్నారు. ఇక ఇప్పుడు ఎందుకు విచారిస్తున్నారు" అని అడిగాడు. ధృతరాష్ట్రుడు "సంజయా! పాండవులతో విరోధించినంత మాత్రంచేత సుఖం లభిస్తుందా? వారు యుద్ధకుశలురు, బలవంతులు, మహారథులు" అని తన మనసులోని బాధను విప్పిచెప్పాడు.

సంజయుడు క్షణకాలం గంభీరంగా ఊరుకుని "మహారాజా! ఇక మీ వంశం నాశనం కావడం నిశ్చితం, ఏపాపం ఎరుగని ప్రజలు కూడా మిగలరు. భీష్మ పితామహుడు, ద్రోణాచార్యుడు, విదురుడు, దుష్టుడైన మీ కొడుకును అనేక విధాలుగా అడ్డుకున్నారు. అయినప్పటికి సిగ్గులేని అతడు పాండవుల ప్రియపత్ని ధర్మపరాయణ అయిన ద్రౌపదిని సభలోనికి పిలిపించి అవమానించాడు, వినాశకాలంలో విపరీతి బుద్ధి కలుగుతుంది. అన్యాయం కూడా న్యాయంగానే కనపడుతుంది. నిష్ప్రయోజకాలు స్వప్రయోజకాలుగా, స్వప్రయోజకాలు నిష్ప్రయోజకాలుగా కనపడేంతగా అవి హృదయంలో తిష్ఠవేసుకుంటాయి. దానితో చనిపోతారు. కాలుడు కఱ్ఱతో మోది ఎవరితలను బద్దలుకొట్టడు. చెడును మంచిగా, మంచిని చెడుగా చూపే విపరీతబుద్ధిని కలిగించడమే అతని బలం. మీ పుత్రులు అయోనిజ, పతివ్రత, అగ్నికుండం నుండి పుట్టిన సుందరి ద్రౌపదిని నిండుకొలువులో అవమానించి భయంకరయుద్ధానికి ఆహ్వానం పలికారు. ఇటువంటి నీచపు పనిని దుర్యోధనుడు తప్ప ఎవరూ చేయలేరు." అని నిజాన్ని నిర్భయంగా చెప్పాడు.

ధృతరాష్ట్రుడు "సంజయా! నేనూ ఇదే చెపుతున్నాను. ద్రౌపది యొక్క ఆర్త దృష్టితో ఈ సమస్త భూమి భస్మమైపోగలదు. ఇక నా పుత్రులు ఎలా మిగులుతారు.

అప్పుడు ధర్మచారిణి అయిన ద్రౌపదిని సభలో అవమానించడం చూసి భరతవంశపు స్త్రీలందరూ గాంధారి దగ్గరకు వచ్చి విలపించారు. బ్రాహ్మణులు కూడా మాకు విరోధులయ్యారు. వారు సాయంకాలపు అగ్ని కృత్యాలు కూడా చేయకుండ నగరవాసులతో పాటు ఈ విషయాలనే చర్చిస్తూ దుఃఖితులై ఉండిపోయారు. నిండు కొలువులో ద్రౌపది వస్త్రాన్ని ఊడదీసే సమయంలో తుఫాను వచ్చింది. మెఱుపు జారింది. ఉల్కాపాతం జరిగింది. అమావాస్య కాకుండానే సూర్యగ్రహణం ఏర్పడింది. ప్రజలందరూ భయభ్రాంతు లయ్యారు. రథశాలలో నిప్పు అంటుకుంది. భవనాల మీది ధ్వజాలు జారిపోయాయి. యజ్ఞశాలలో నక్కలు కూశాయి. గద్దలు ఎగిరాయి. ఈ అపశకునాలన్నీ చూచి భీష్ముడు, కృపాచార్యుడు, సోమదత్తుడు, బాహ్లీకుడు, ద్రోణాచార్యుడు సభాభవనం నుండి లేచి వెళ్లిపోయారు. విదురుని సలహా మేరకు నేను ద్రౌపదికి అడిగిన వరాలు ఇచ్చాను. పాండవులను ఇంద్రప్రస్థానికి వెళ్లడానికి అనుమతించాను. ద్రౌపదిని అవమానించడం వలన భరతవంశం నాశనం అవుతుందని విదురుడు అప్పుడే చెప్పాడు. ద్రౌపది విధి సృష్టించిన లక్ష్మి. అది పాండవుల వెన్నంటి ఉంటుంది. ఈ గొప్ప అవమానాన్ని క్లేశాన్ని పాండవులు, యదువంశీయులు, పాంచాలురు సహించరు. వారికి సహాయకుడు, రక్షకుడు, సత్య ప్రతిజ్ఞుడయిన శ్రీకృష్ణుడు. ఎంతో నచ్చచెప్పి సముదాయించి, విదురుడు, మా మేలు కోరి చివరికి "అందరి మేలు కోరి పాండవులతో సంధి చేసుకొమ్మ"ని సలహా ఇచ్చాడు. సంజయా! విదురుని మాటలు ధర్మానుకూలమే కాదు, అర్థ దృష్టితో చూచినా తక్కువ లాభం కలిగించేవి కావు. కాని నేనే పుత్ర మోహంలో పడి, వాడి ఆనందం కోసం అతని మాటలను ఉపేక్షించాను" అని వాపోయాడు.

ఇది సభా పర్వము

అధస్సూచికలు

(1) దారసంగ్రహంబు ధరణీశ రతిపుత్ర
ఫలము శీలవృత్తఫలము శ్రుతము
దత్తభుక్తఫలము ధనము వేదములగ్ని
హోత్రఫలములనియు నొగి నెఱుంగు. (సభా-1-51)

(2) కడునధికులతో ఁదొడరినఁ
బొడిచిన నొడిచినను బురుషుపురుషగుణంబౌ
ర్పడుఁగాక హీనునొడుచుట
కడిఁదియె పౌరుషము దానఁ గలుగునె చెపుమా. (సభా-1-123)

(3) కులరూపగుణద్రవ్యం
బులువిక్రమవంతునందు భూవిదితములై
నిలుచు నవిక్రమునకు నవి
గలిగియు లేని క్రియ నప్రకాశంబులగున్. (సభా-1-128)

(4) భూరిగుణోన్నతులనఁదగు
వారికి ధీరులకు ధరణివల్లభులకు వా
క్పారుష్యము చన్నె మహా
దారుణమది విషముకంటె దహనము కంటెన్. (సభా-2-17)

(5) కుటిలమార్గులయిన కుత్సితకితవుల
తోడ ఁగడఁగి జూదమాడఁజనదు
దానఁజేసి యర్థధర్మ వివర్జితు
లగుదు రెట్టివారు జగములోన. (సభా-2-167)

(6) ప్రియము పలికెడు వారిన పెద్దమెత్తు
రప్రియంబును బథ్యంబునైన పలుకు
వినఁగ నొల్లరు గావున వేడ్క దానిఁ
బలుకరెవ్వరు నుత్తమ ప్రతిభులయ్యు. (సభా-2-191)

(7) మదమలిన మనస్కుఁడరుం
తుదుఁడు, నృశంసుఁడన ఁబరఁగు దుర్జనునకు సం
పద లెడలయ్యును నాతని
మొదలిటి సంపదలతో సమూలంబు చెడున్.(సభా-2-202)

(8) గోవింద ద్వారకావాసిన్ కృష్ణ గోపీజనప్రియ ॥
కౌరవైః పరిభూతాం మాం కిం న జానాసి కేశవ ।
హే నాథ హే రమానాథ వ్రజనాథార్తినాశన ।
కౌరవార్ణవమగ్నాం మాముద్ధరస్వ జనార్దన ॥
కృష్ణ కృష్ణ మహాయోగిన్ విశ్వాత్మన్ విశ్వభావన ।
ప్రపన్నాం పాహి గోవింద కురుమధ్యేఽవసీదతీమ్ ॥
(68/41-43) అని ప్రార్థించింది.

(9) ఈ భావాన్నే కొద్దిగా పెంచి వివరిస్తూ నన్నయగారు ఇలాచెప్పారు.
ధర్మువెఱిఁగి దానిఁ దానొండుగా లాభ
లోభపక్షపాత లోలబుద్ధి
సభలనెవ్వఁడేని సభ్యుఁడై పలుకువాఁ
డనృత దోషఫలము ననుభవించు. (సభా-2-238)

(10) మనమున వేరమి ఁదలఁపమి
యును సక్షమచిత్తుఁడగుటయును గుణముల కై
కొని దోషంబులు విడుచుట
యును నుత్తముఁడయిన పురుషునుత్తమ గుణముల్.
(సభా-2-226)

॥ ఓం శ్రీగణేశాయ నమః ॥

సంక్షిప్త మహాభారతము

వన పర్వము

పాండవులు అడవికి వెళ్లుట

నారాయణం నమస్కృత్య నరం చైవ నరోత్తమమ్ ।
దేవీం సరస్వతీం వ్యాసం తతో జయముదీరయేత్ ॥

నారాయణ స్వరూపుడైన శ్రీకృష్ణునికి, నరోత్తముడు అయిన అర్జునునికి, వారి లీలలను ప్రకటించే సరస్వతీదేవికి, దానిని రచించిన వ్యాసునికి నమస్కరించి, ఆసురభావాలను తొలగించి అంతఃకరణశుద్ధి కలిగించే మహాభారతాన్ని చదవాలి.

జనమేజయుడు - "మహాత్మా! దుష్టులయిన దుర్యోధనాదులు తమ మంత్రులతో కలిసి కపటద్యూతంలో పాండవులను జయించారు. అంతేకాక వైరం పెరిగిపోయేలా నోటికి వచ్చినవన్నీ మాట్లాడారు. ఆ తరువాత మా పూర్వీకులు అయిన పాండవులు ఆపదలో చిక్కుకొని ఏ రకంగా కాలం గడిపారో, వారితో ఎవరెవరు ఉన్నారో, అడవిలో వారెలా ఉన్నారో, ఏమి తిన్నారో, ఎక్కడ ఉన్నారో, అడవులలో వారు పన్నెండేళ్ల కాలాన్ని ఎలా గడిపారో, రాకుమారి ద్రౌపది ఈ వనవాసక్లేశాన్ని ఎలా సహించిందో - ఇవన్నీ నాకు వివరంగా చెప్పి, మనశ్శాంతి కలిగించండి" అని అడిగాడు.

వైశంపాయనుడు చెప్పాడు - "జనమేజయా! దుర్యోధనాదుల దుర్వ్యవహారంతో మహాత్ములైన పాండవులు దుఃఖితులై క్రోధంతో అస్త్రశస్త్రాలు ధరించి ద్రౌపదిని వెంటపెట్టుకుని హస్తినాపురం నుండి బయలుదేరారు. హస్తినాపురంలోని వర్ధమానపురానికి ఎదురుగా ఉండే ద్వారంలోంచి బయటకువచ్చి ఉత్తరం వైపు వెళ్లారు. ఇంద్రసేనుడు మొదలైన పద్నాలుగుమంది సేవకులు తమ భార్యలతో కూడా రథాలెక్కి వారిని అనుసరించారు. హస్తినాపురవాసులకు ఈసంగతి తెలియగానే వారి దుఃఖానికి అంతులేకపోయింది. అందరూ వ్యాకులపాటుతో ఒక చోట చేరి నిర్భయంగా భీష్మపితామహుని, ద్రోణాచార్యుని మొదలైనవారిని నిందించారు. వారు తమలో తాము "దుర్యోధనుడు శకుని సహాయంతో రాజ్యం ఏలుదామను కుంటున్నాడు. ఇతని రాజ్యంలో మన కుటుంబాలు, ఇళ్లు-వాకిళ్లు, ప్రాచీన సదాచారాలు సురక్షితంగా ఉంటాయనే ఆశ లేదు. రాజు, అతనియొక్క సహాయకులు పాపులయితే వంశమర్యాదలు, ఆచారాలు, ధర్మార్థాలు ఎలా నిలుస్తాయి? అవి నిలువనప్పుడు ఇక సుఖం మాత్రం ఎలా ఉంటుంది? దుర్యోధనుడు ఒకవైపు పెద్దలను ద్వేషిస్తున్నాడు. మరొకవైపు వంశమర్యాదలను, సజ్జనులయిన బంధువులను కూడా వదిలేశాడు. ఇటువంటి దురాశాపరుడు, గర్వితుడు, క్రూరుడు అయిన వాని పాలనలో ఈ రాజ్యం సర్వనాశనం అవడం నిశ్చయం. రండి, మనం కూడా మనకు ఇష్టులయిన పాండవుల వద్దకే వెళ్లుదాం. వారు దయాపరులు, జితేంద్రియులు, కీర్తిమంతులు, ధర్మాత్ములు" అనుకొని ఆలోచించుకొని అక్కడినుండి పాండవుల వద్దకు వెళ్లి వినయంగా "మహాత్ములారా! మమ్మల్ని హస్తినాపురంలో దుఃఖాలు అనుభవించమని మీరు మాత్రం ఎక్కడికి వెళ్లిపోతున్నారు? మీరు ఎక్కడికి వెళ్లితే మేము అక్కడికే వస్తాం. దుర్యోధనాదులు మిమ్మల్ని కపటద్యూతంలో ఓడించి అడవులపాలు చేశాడని విన్నప్పటినుండి మాకు భయంగా ఉంది. మమ్మల్ని ఈ స్థితిలో వదిలివెళ్లడం ఉచితం కాదు. మేము మీ సేవకులం, ప్రీతిపాత్రులం, హితైషులం. దుర్యోధనుని దుష్టపాలనలో మేము సర్వనాశనం కాకూడదు. దుష్టులతో కలసిఉంటే కలిగే అనర్థాలు. సజ్జనులతో కలిసిఉంటే కలిగే లాభాలు మీకు తెలిసినవే. పరిమళంతో కూడిన పూవులతో కలిసి నీళ్లు, నువ్వులు, పరిసరాలు పరిమళభరితమైనట్లే మంచి చెడుల కలయికను అనుసరించి మంచిచెడులు కలుగుతూ ఉంటాయి. దుష్టుల సావాసం వల్ల మోహం, సత్పురుషుల సావాసం వల్ల ధర్మం వృద్ధి చెందుతాయి. కనుక బుద్ధిమంతులు జ్ఞానులు, వృద్ధులు, దయాళురు శాంతులు, జితేంద్రియులు, తాపసులు అయినవారి సాంగత్యమే చేయాలి. కులీనులు, విద్వాంసులు, ధర్మపరాయణులు అయినవారి యొక్క సేవ, సాంగత్యము శాస్త్రాలు, వేదాలు అధ్యయనం చేయడం కంటె మించినది. పాపులను దర్శించినా, వారిని స్పృశించినా, వారితో మాటలాడినా, వారితో కలిసి కూర్చున్నా ధర్మం సదాచారం నాశనం అవడమే కాకుండా గౌరవం బదులు అవమానం జరుగుతుంది. నీచుల సావాసం వల్ల మనుష్యుల బుద్ధి నాశనం అవుతుంది. సత్పురుష సాంగత్యం వలన అదే ఉన్నతి పొందుతుంది. ప్రపంచంలో గుప్తంగా చరించే శ్రేష్ఠులైన

మహాత్ములు మనిషియొక్క అభ్యుదయనిశ్రేయసాలకు ఏగుణాలు అవసరమని చెప్పారో, లోకంలో వేదోక్తమైన ఆచరణలు ఏవి అవసరమో అవి అన్నీ మీలో ఉన్నాయి. కాబట్టి మీతోనే కలిసి మేమూ జీవిస్తాం. అందులోనే మాకు మేలు ఉంది," అని విన్నవించుకున్నారు.

వారి మాటలు విని ధర్మజుడు - "పూజ్యులైన ఆదరణీయులైన బ్రాహ్మణాదిప్రజలారా! వాస్తవానికి మాలో ఏగుణాలూ లేకపోయినా మామీది స్నేహంవలన దయవలన మీకు మాలో గుణాలు కనిపించడం, వాటిని పొగడటం-మా అదృష్టం. మీరు ప్రేమతో దయతో మా మాటలను మన్నించాలని నేను, నాతమ్ముళ్లు కోరుకుంటున్నాం. ఇప్పుడు హస్తినాపురంలో పితామహుడు భీష్ముడు, ధృతరాష్ట్రమహారాజు, విదురుడు, మాతల్లులు కుంతి, గాంధారి, ఇంకా అనేకులు దగ్గరి బంధువులు, స్నేహితులు అందరూ అక్కడే ఉన్నారు. మీకు మాయందు దుఃఖం కలిగినట్లుగానే వారికికూడా మనసులలో చాలా దుఃఖం, గొప్పవేదన ఉన్నాయి. మీరు మా సంతోషం కోసం అక్కడికి తిరిగివెళ్లండి. వారి ఆలనా-పాలనా చూస్తూ ఉండండి. మీరు చాలా దూరం వచ్చారు. ఇక ముందుకు రావద్దు, నేను మీకు అప్పగించిన నా స్వజనులను, బంధువులను ప్రేమగా చూసుకోండి. నా మనసులో ఉన్న యథార్థాన్ని మీతో చెపుతున్నాను. వారిని రక్షించడమే నాకు అన్నిటికంటె పెద్దపని. మీరు అలా చేస్తే నాకు చాలా సంతోషం కలుగుతుంది. పైగా అదే నాకు మీరు చేసే సత్కారంగా భావిస్తాను" అని చెప్పాడు.

ధర్మరాజు ఈ మాటలు అంటున్నపుడు ప్రజలందరూ కాతరస్వరంతో అయ్యో అయ్యో అని విలపించారు. పాండవుల గుణాలనూ, స్వభావాలనూ స్మరించుకొన్న వారియొక్క వ్యాకులపాటుకి అంతులేకపోయింది. ఇష్టం లేకపోయినా పాండవుల పట్టు మీద వెనక్కి వచ్చారు. పురజనులు తిరిగివెళ్లాక పాండవులు రథాలు ఎక్కి గంగా తీరంలోని ప్రమాణం అనే పెద్ద గొప్ప మట్టిచెట్టును చేరుకున్నారు. అప్పటికి సంధ్యాకాలం అయింది. అక్కడ వారు ముఖాలు చేతులు కడుగుకొని నీళ్లుమాత్రం త్రాగి ఆ రాత్రి గడిపారు. ఆసమయంలో ఎంతోమంది బ్రాహ్మణులు వాత్సల్యంతో పాండవుల దగ్గరకు వచ్చారు. వారిలో నిత్యాగ్నిహోత్రులు అయిన బ్రాహ్మణులు కూడా ఉన్నారు. వారి మధ్యలో కూర్చుని పాండవులు రకరకాల చర్చలు చేస్తూ ఆ రాత్రి గడిపారు.

బ్రాహ్మణ యుధిష్ఠిర సంవాదము - శౌనకుని ఉపదేశము

వైశంపాయనుడు చెపుతున్నాడు - "జనమేజయా! రాత్రి గడిచి, తెల్లవారింది. పాండవులు కాలకృత్యాలు తీర్చుకున్నారు. వారు అడవిలోకి బయలుదేరేముందు యుధిష్ఠిరుడు బ్రాహ్మణులతో - " మహాత్ములారా! ఇప్పుడు మా సంపద, రాజ్యం సమస్తాన్ని శత్రువులు లాగివేసుకున్నారు. మేము కందమూలాలు తింటూ అడవులలో ఉండడానికి వెళ్తున్నాం. అడవులలో అనేక కష్టాలు, విఘ్నాలు ఎదురవుతాయి.

మీరు వానినన్నిటినీ భరించలేరు. కాబట్టి మీకు మీకు ఇష్టమైన స్థలాలకు వెళ్లండి" అనగానే బ్రాహ్మణులు వెంటనే "రాజా! మీ మీది ప్రేమ కారణంగానే మేము మీతో ఉండాలనుకుంటున్నాం. దయచేసి మమ్మల్ని ఉండనివ్వండి. మమ్మల్ని పోషించాలనే చింత మీకు ఏమాత్రం వద్దు. మా భోజనం ఏర్పాట్లు మేము చూసుకుంటాము. మీతో బాటు అడవిలో ఉంటాం. అక్కడ మా ఇష్టదైవాలను మేము ఆరాధిస్తాం. జపాలు, పూజలు చేస్తాం. దానివలన మీకు శుభాలు కలుగుతాయి. మీకు చక్కని కథలు వినిపిస్తూ సుఖంగా అడవులలో తిరుగుతాం" అని చెప్పారు. దానికి ధర్మరాజు - " మహాత్ములారా! మీరు చెప్పినది బాగానే ఉంది. నేను సర్వదా బ్రాహ్మణులమధ్యనే ఉండాలని కోరుకుంటాను. కాని ఇప్పుడు నాదగ్గర ధనం లేదు. నిష్ప్రయోజకుడని., మీభోజనం సంగతి మీరు చూసుకుంటానంటే నేను ఎలా చూస్తూ సహించగలను? అయ్యో! నావలన మీకు ఎంత కష్టం వచ్చింది" అని వాపోయాడు.

ధర్మరాజు ఈరీతిగా శోకిస్తూ నేలమీద కూర్చుండిపోగానే ఆత్మజ్ఞాని అయిన శౌనకుడు అతనితో - "అజ్ఞానులకు ప్రతిదినం వందలకొద్ది వేలకొద్ది శోకభయ కారణాల సమయం ఎదురవుతూ ఉంటుంది. జ్ఞానులకు అలా కాదు.(1)

మీవంటి సత్పురుషులు ఇటువంటి సమయాలలో కర్మబంధాలలో చిక్కుకోకూడదు. వారు ఎప్పుడూ ముక్తులే. నీ చిత్తవృత్తి యమనియమాది అష్టాంగయోగాలతో పుష్టిగా ఉన్నది. శ్రుతి స్మృతి జ్ఞానం ఉంది. నీవంటి నిశ్చల బుద్ధి కలవారికి సంపదలు పోవడంవలన కాని, అన్నవస్త్రాలు దొరకకపోవడంవలనగాని ఘోరాతిఘోరమైన విపత్తులు వచ్చినపుడు గాని దుఃఖం కలుగదు. ఏ శారీరక మానసిక

దుఃఖాలు కూడా అతనిని ప్రభావితం చేయలేవు. జనకమహారాజు ఈ ప్రపంచం శారీరక మానసిక దుఃఖాలతో పీడింపబడడం చూసి దానిని శాంతింపచేయడానికి ఇలా చెప్పాడు. అతడు చెప్పిన మాటలు విను. రోగం, దుఃఖ దాయకమైన వస్తువులను స్పృశించడం, అధికపరిశ్రమ, కోరిన వస్తువు పొందలేకపోవడం - ఈనాలుగు శారీరక దుఃఖాలకు కారణాలు. ఇవి నిమిత్తంగా మనసుకు చింత కలుగుతుంది. మానసిక దుఃఖమే శారీరక దుఃఖం యొక్క రూపాన్ని సంతరించుకుంటుంది. వేడిగా ఉన్న ఇనుపగుండును కుండలోని నీటిలో ముంచితే ఆ నీరు కూడా వేడెక్కుతుంది. అలాగే మానసిక బాధతో శరీరం కూడా విలవిలలాడుతుంది. కాబట్టి నీటితో నిప్పును చల్లార్చినట్లుగా జ్ఞానంతో మనసును శాంతింపచేయాలి. మనసులో దుఃఖం నశిస్తే శరీర బాధ కూడా పోతుంది. మనసుకు దుఃఖం కలగడానికి స్నేహమే(సంగం) కారణం. సంగం కారణంగానే మనుష్యులు విషయాసక్తులు అవుతారు. అనేక రకాల దుఃఖాలను అనుభవిస్తారు. సంగం కారణంగానే దుఃఖం, భయం, శోకం వంటి వికారాలు కలుగుతాయి. సంగం కారణంగానే విషయాలయొక్క ఉనికి అనుభవంలోనికి వస్తుంది. అటుపై వానిపై మక్కువ(రాగం) ఏర్పడుతుంది. విషయాల యొక్క చింతన, రాగాన్ని మించినది స్నేహమే. చెట్టుతొఱ్ఱలోని నిప్పు ఆచెట్టును ఎలా కాల్చివేస్తుందో అలాగే రాగం కొంచెమే అయినా అది ధర్మార్థాలను సర్వనాశనం చేస్తుంది. విషయాలు అందుబాటులో లేనప్పుడు తన్ను తాను త్యాగిగా చెప్పుకొనేవాడు త్యాగి కానేరడు. విషయాలు లభించినప్పటికి, వానిలో దోషాలనే చూడగలిగినవాడు, వానికి దూరంగా ఉండేవాడు మాత్రమే వాస్తవానికి నిజమైన త్యాగి. విరక్తుడైనవాడు ద్వేషరహితుడు కూడా అవుతాడు. ప్రపంచంలో మిత్రులను, ధనాన్ని సంపాదించాలి గాని వానిలో ఆసక్తి ఉండకూడదు. ఆలోచనలవలననే సంగాన్ని విడిచిపెట్టవచ్చును. వివేకి, భగవంతుని పొందాలని కోరుకునేవాడు, ఆత్మజ్ఞాని అయిన వాని చిత్తంలో సంగం తామరాకు మీది నీటిబొట్టువలె అంటుకోదు. విషయాలను దర్శించడం వలన అవి అందమైనవనే బుద్ధి కలుగుతుంది. దానితో అవి ఇష్టమనిపిస్తాయి. వానిని పొందాలనిపిస్తుంది. పొందాక వాటిని రుచిమరుగుతారు. పదేపదే వాటిని పొందాలనే తృష్ణ ఏర్పడుతుంది. ఈ తృష్ణయే పాపాలన్నింటికి మూలము. ఉద్వేగానికి పుట్టినిల్లు, అధర్మంతో నిండి భయాన్ని కలిగిస్తుంది. మూర్ఖుడు దీనిని వదులుకోలేడు. మనిషి ముసలివాడయినా దానికి ముసలితనం ఉండదు. శరీరంతో పాటే నశించే రోగం ఇది. దీనిని త్యజిస్తేనే నిజమైన సుఖం లభిస్తుంది. ఇనుము లోపల ప్రవేశించిన అగ్ని దానిని నాశనం చేసినట్లుగా ప్రాణుల హృదయాలలో ప్రవేశించి ఈతృష్ణ వారిని నాశనం చేస్తుంది. కాని స్వయంగా తాను ఎన్నడూ నశించదు. ఇంధనం తనలోని నిప్పుచేతనే తగలబడిపోయినట్లుగా లోభి తనలోని లోభగుణంవల్లనే నాశనమవుతాడు. ప్రాణుల తలలపై మృత్యుభయం సర్వదా ఎక్కికూర్చున్నట్లే ధనవంతునికి రాజు, జలం, అగ్ని, చోరుడు, కుటుంబం వీరి యొక్క భయం ఎప్పుడూ ఉంటుంది. ఆకాశంలో పక్షులు, భూమిపై క్రూరజంతువులు, నీటిలో చేపలు మొదలైనవి మాంసం ముక్కను తినివేసినట్లే ధనవంతుని ధనాన్ని కూడా అందరూ, ఇతరులు కూడా అనుభవిస్తూ ఉంటారు.(2) మూర్ఖుల సంగతి అలా ఉంచు. గొప్ప గొప్ప బుద్ధిమంతులకు కూడా ధనం అనర్థాలకు కారణమే. వారు ధనంతో సిద్ధించే ఫలాలకోసమే కర్మలలో చిక్కుకుంటారు. తమకు శుభాలను ఇచ్చే కర్మలలో మాత్రం అసమర్థులవుతారు. అన్నిరకాల ధనం కూడా లోభం, మోహం, పిసినారితనం, గర్వం, భయం, ఉద్వేగం అన్నిటిని వృద్ధిచేస్తుంది. ధనాన్ని సంపాదించడంలోను, దాచడంలోను, ఖర్చుచేయడంలోను కూడా మిక్కిలి దుఃఖాన్ని భరించవలసివస్తుంది. ధనం కోసం ప్రజలు ఒకరినొకరు చంపుకుంటూ ఉంటారు. ధనం ఒకని వద్ద పోగుపడిందంటే అది పెంచుకుంటున్న శత్రువుతో సమానము. దానిని వదిలిపెట్టడం కూడా కష్టమే. ధనం గూర్చి ఆలోచించడం తన్ను నాశనం చేసుకోవడమే. అందుకే అజ్ఞాని ఎప్పుడూ అసంతృప్తితోను, జ్ఞాని సంతృప్తితోను జీవిస్తూఉంటారు. ధన దాహం ఎప్పటికీ చల్లారదు. దానియందు వైముఖ్యమే పరమసుఖం, నిజమైన సంతోషమే పరమశాంతి. ధర్మరాజా! యౌవనం, సౌందర్యం, జీవితం, రత్నరాశులు, ఐశ్వర్యం, ఇష్టపదార్థాలు, వ్యక్తులతో సమాగమం - అన్నీ అనిత్యాలే. బుద్ధిమంతుడు ఎన్నడూ వీటిని కోరుకోడు. కాబట్టి అన్ని రకాలైన సంపాదనలు, పరిగ్రహాలు వదిలిపెట్టెయ్యాలి. వదిలిపెట్టడానికి ఎంత కష్టమయినా ఆనందంగా ఆ కష్టాన్ని భరించు. ఇదే ఉచితమైనది. ఇంతవరకు ప్రపంచంలో సంపాదించినవాడు ఎవడూ కూడా తన సంపాదనతో సుఖం

పొందలేకపోయాడు. కాబట్టి దొరికిన వస్తువుతోనే సంతుష్టి చెందే మనుష్యుని ధర్మాత్ములు ప్రశంసిస్తూ ఉంటారు. ధర్మము ఆచరించడానికి సంపాదించాలని కోరుకోవడం కంటె సంపాదించకపోవడమే ఉత్తమం. అడుసు తొక్కడం ఎందుకు? కాళ్లు కడగడం ఎందుకు? ధర్మరాజా! కాబట్టి నీవు ఏ వస్తువును కూడా ఆశించవద్దు. నీవు నీ ధర్మానికి నిశ్చలంగా కట్టుబడి ఉండాలనుకుంటే ధనవాంఛను సర్వథా విడిచిపెట్టు" అని బోధించాడు.

అప్పుడు యుధిష్ఠిరుడు - "బ్రాహ్మణోత్తమా! నేను అనుభవించడానికి ధనం కోరడంలేదు. బ్రాహ్మణులను పోషించడానికి మాత్రమే కావాలనుకున్నాను. నామనసులో ధనంపట్ల కొద్దిగా కూడ వ్యామోహం లేదు. మహాత్మా! నేను పాండువంశీయుడనైన గృహస్థును. ఈదశలో నా అనుయాయులయొక్క పోషణ భారాన్ని వహించకుండా ఎలా ఉండగలను? గృహస్థు భుజించే భోజనానికి ప్రాణులందరూ భాగస్వాములే. స్వయంగా వంట చేసుకోని సన్యాసులు మొదలైన వారికి భోజనం పెట్టడం గృహస్థు యొక్క ధర్మము. సత్పురుషుల ఇళ్లల్లో దర్భశయ్యలు, కూర్చోడానికిచోటు, నీరు, మధురమైన పలకరింపులు లేకుండా ఉండకూడదు. కష్టపడినవానికి నిద్రకోసం పక్క, అలిసిపోయినవానికి కూర్చోడానికి ఆసనం, దప్పికగొన్నవానికి నీరు, ఆకలి గొన్నవానికి భోజనం సమకూర్చాలి. తన దగ్గరకు వచ్చినవానిని ఆదరదృష్టితో చూడడం సనాతనధర్మం. అతనిని గూర్చి మనసులో సద్భావం కలిగిఉండాలి. మధురంగా మాట్లాడి, లేచి ఆసనం ఇవ్వాలి. అతిథి రావడంచూచి ఎదురేగి సత్కరించాలి. అగ్నిహోత్రాన్ని, గోవులను, స్వజాతీయులను, అతిథులను, బంధువులను, భార్యాబిడ్డలను, సేవకులను సత్కరించని గృహస్థును అవి మండించివేస్తాయి. గృహస్థు దేవతలకు, పితరులకు భోజనం సిద్ధం చేయాలి. దానిని వారికి నివేదించకుండ తాను ఉపయోగించకూడదు. కుక్కలకు, చండాలురకు, పక్షులకు కూడా తీసిపెట్టాలి. దీనిని బలివైశ్వదేవకర్మ అంటారు. బలివైశ్వదేవం చేశాక, ఇతరులకు పెట్టి తింటే అది అమృత భోజనం అవుతుంది. అతిథిని ప్రేమభావంతో చూడడం, మనసా అతని మేలును కోరడం, సత్యంగా, ప్రియంగా మాటలాడడం, చేతులతో అతనిని సేవించడం,వెళ్లేటపుడు అతని వెనుకనే వెళ్లడం - దీనిని పంచ దక్షిణ యజ్ఞం అంటారు. ఎవరయినా తెలియనివ్యక్తి మార్గంలో అలసిపోయి ఎదురుపడినట్లయితే అతనికి ప్రేమగా అన్నపానాలు ఇవ్వడం మహాపుణ్యకార్యం. గృహస్థాశ్రమంలో ఉన్నవాడు ఇలా వ్యవహరించితేనే అతడు తన ధర్మాన్ని పాలించినవాడవుతాడు. మావంటి గృహస్థులకు దీనికంటె భిన్నమైన ధర్మాన్ని ఎలా ఉపదేశిస్తారు మీరు?" అని అడిగాడు.

శౌనకుడు - "వాస్తవానికి ఈ ప్రపంచం యొక్క నడక తలక్రిందులుగా ఉంది. మీవంటి సత్పురుషులు ఇతరులకు పెట్టకుండ స్వయంగా తిని త్రాగడానికి సంకోచిస్తూంటే, దుష్టులు తమ కడుపు నింపుకోవడానికి ఇతరుల హక్కులను కూడా మింగేస్తున్నారు. ఇంద్రియాలు బలవత్తరమైనవి. మనుష్యులు వాటికి లోబడి మంచి చెడుల దారులను కూడా తెలుసుకోలేరు.[3]

ఇంద్రియాలు విషయాలతో సంయోగం చెందినపుడు పూర్వకాలీన సంస్కారం మనసనే రూపంలో మేలుకుంటుంది. మనసు ఏ ఇంద్రియ సుఖాల చెంతకు వెళ్తుందో అది అనుభవించడానికి ఉత్సుకత, దానికోసం ప్రయత్నం సాగుతుంది. సంకల్పంతో కోరిక పుడుతుంది. విషయాలతో సాంగత్యం కొనసాగుతూనే ఉంటుంది. ఈ రెండింటితో పురుషుడు వివశుడై రూపలోభంతో మిడుతవలె అగ్నికి ఆహుతైపోతాడు. తన వాసనలననుసరించి రసనేంద్రియ జననేంద్రియ భోగాలలో తన్ను తాను మరచిపోయేంతగా మునిగిపోతాడు. అజ్ఞానం వలన కోరికలు పుడతాయి. కోరికలు తీరడంతో తృష్ణ కలుగుతుంది. తృష్ణ కారణంగా ఉచితానుచితాలైన అనేక కర్మలు జరుగుతూంటాయి. ఆ కర్మలను అనుసరించి నానారకాల యోనులలో తిరుగుతూ ఉండడం తప్పనిసరి అవుతుంది. బ్రహ్మ మొదలు గడ్డిపరక వరకు జలచర స్థలచర ఆకాశ చరులైన ప్రాణులలో నిరంతరం తిరుగుతూ ఉండవలసివస్తుంది. బుద్ధిహీనులై విషయాసక్తులైన ప్రాణులకు ఈగతి పడుతుంది. తమయొక్క ఉత్తమకర్తవ్యం పాటించదలచుకొన్న, సంసారచక్రం నుండి ముక్తి పొందాలనుకునే బుద్ధిమంతుల సంగతి విను. "కర్మ చేయి. కర్మ విడువు" అని ఈ రెండే వేదం ఆజ్ఞాపించింది. కాబట్టి కర్మ చేయడం వేదాజ్ఞగా భావించి కర్మ చేయాలి. కర్మను విడిచేవారు కూడా వేదాజ్ఞగా భావించియే కర్మత్యాగం చేయాలి. కర్మ చేయడం, చేయకపోవడం - అంటే ప్రవృత్తి, నివృత్తి అనేవి బుద్ధి యొక్క పట్టుదలను అనుసరించి చేయకూడదు. ధర్మానికి యజ్ఞం, అధ్యయనం, దానం, తపస్సు, సత్యం,

క్షమ, ఇంద్రియ నిగ్రహం, నిర్లోభత - అనే ఎనిమిది మార్గాలు ఉన్నాయి. ఇందులో మొదటి నాలుగు కర్మరూపానికి, చివరి నాలుగు మనోభావరూపానికి చెందినవి. వీనిని కర్తవ్యబుద్ధితో గర్వం విడిచి అనుష్ఠించాలి. సంసారం మీద విజయం సాధించాలనుకునేవాడు శుద్ధసంకల్పం, ఇంద్రియ నిగ్రహం, బ్రహ్మచర్యం, అహింస మొదలైన నియామాలు, గురువులసేవ, భోజనశుచి, మితత్వము, సచ్ఛాస్త్రాలను శ్రద్ధగా పఠించడం, కర్మఫలత్యాగం, చిత్తనిరోధం - అనే నియమాలను చక్కగా పాటించాలి. ఈనియమాలను పాటించడంవలననే గొప్పగొప్ప దేవతలందరూ తమ తమ అధికారాలలో ఉన్నారు. ధర్మరాజా! నీవుకూడా ఈ నియమాలనుపాటించి, తపస్సు ద్వారా బ్రాహ్మణులను పోషించే శక్తి సిద్ధింపచేసుకో'' అని ఉపదేశించాడు.

యుధిష్ఠిరుడు సూర్యోపాసన చేసి అక్షయపాత్రను పొందుట

వైశంపాయనుడు చెపుతున్నాడు - జనమేజయా! శౌనకునియొక్క ఉపదేశం విని ధర్మరాజు పురోహితుడైన ధౌమ్యుని వద్దకేగి తమ్ములందరూ వింటూండగా అతనితో - " దేవా! వేదాలలో నిష్ణాతులయిన బ్రాహ్మణులు నాతో పాటు అడవులకు వచ్చారు. వారిని పోషించడానికి తగిన ధనం లేక నేను చాలా బాధపడుతున్నాను. వారిని నేను పోషించనూలేను, విడిచిపెట్టనూలేను. ఈపరిస్థితులలో నేను ఏమిచేయాలో దయచేసి చెప్పండి'' అని అడిగాడు. ధర్మరాజు యొక్క మాటలు విని ధౌమ్యుడు యోగదృష్టితో ఈవిషయమై కొద్దిసేపు ఆలోచించాడు. తరువాత ధర్మరాజుతో - " ధర్మరాజా! సృష్టి ప్రారంభంలో ప్రాణులన్నీ ఆకలితో అలమటించేటపుడు సూర్యభగవానుడు దయతో తండ్రివలె తన కిరణాలనే కరాలతో భూమి యొక్క రసాన్నంతాలాగివేసి, మరల దక్షిణాయనసమయంలో అందులో ప్రవేశించాడు. ఈవిధంగా అతడు క్షేత్రాన్ని సిద్ధంచేయగా చంద్రుడు దానిలో ఓషధుల బీజాలను వేశాడు. అవే ఫలించి అన్నంగా ఉత్పత్తి చెందింది. ఆ అన్నంతోనే ప్రాణులన్నీ తమ ఆకలిని తీర్చుకొన్నాయి. ధర్మరాజా! దీని అర్థం ఏమిటంటే సూర్యుని యొక్క దయవలన అన్నం పుడుతోంది. సూర్యుడే సమస్తప్రాణులను రక్షిస్తున్నాడు. అతడే అందరికీ తండ్రి. కాబట్టి నీవు అతనిని శరణుచొచ్చి, అతనిదయవలన బ్రాహ్మణులను పోషించు'' అని ఉపాయం చెప్పాడు.

సూర్యారాధన ఎలా చేయాలో చెపుతూ ధౌమ్యుడు "నేను సూర్యుని అష్టోత్తరశతనామాలు చెపుతాను. సావధానంగా విను. 1.సూర్య, 2.అర్యమ, 3.భగ, 4.త్వష్ట, 5. పూష, 6.అర్క, 7.సవిత, 8. రవి, 9.గభస్తిమాన్, 10.అజ, 11.కాల, 12. మృత్యు, 13. ధాత,14. ప్రభాకర, 15.పంచభూతస్వరూప, 16.సోమ, 17.బృహస్పతి, 18.శుక్ర, 19.బుధ, 20.మంగల, 21. ఇంద్ర, 22. వివస్వాన్, 23. దీప్తాంశు, 24.శుచి, 25.సౌరి, 26.శనైశ్చర, 27.బ్రహ్మ, 28.విష్ణు, 29.రుద్ర, 30.స్కంద, 31.యమ, 32.వైద్యుతాగ్ని 33.జాఠరాగ్ని, 34.ఐంధనాగ్ని, 35.తేజస్పతి, 36.ధర్మధ్వజ, 37.వేదకర్త, 38.వేదాంగ, 39.వేదవాహన, 40.సత్య, 41.త్రేతా, 42.ద్వాపర, 43.కలి, 44.కలా, 45.కాష్ఠ, 46.ముహూర్త, 47.క్షప, 48.యామ, 49.క్షణ, 50.సంవత్సరకర, 51. అశ్వత్థ, 52.కాలచక్ర, 53.విభావసు, 54.శాశ్వతపురుష, 55.యోగీ, 56.వ్యక్త, 57.అవ్యక్త, 58. సనాతన, 59.కాలాధ్యక్ష, 60.ప్రజాధ్యక్ష, 61.విశ్వకర్మ, 62.తమోనుద, 63.వరుణ, 64.సాగర, 65.అంశ, 66.జీమూత, 67.జీవన, 68.అరిహా, 69.భూతాశ్రేయ, 70.భూతపతి, 71.సర్వలోక నమస్కృత, 72.స్రష్ట, 73.సంవర్తక-వాహ్ని, 74.సర్వాది, 75.అలోలుప, 76.అనంత, 77.కవల, 78.భాను, 79.కామద, 80.సర్వతోముఖ, 81.శయ, 82.విశాల, 83.వరద, 84.సర్వధాతునిషేచిత, 85.మన, 86.సువర్ణ, 87.భూతాది, 88.శీఘ్రగ, 89.ప్రాణధారక, 90.ధన్వంతరి, 91.ధూమకేతు, 92.ఆదిదేవ, 93.అదితిపుత్ర, 94.ద్వాదశాత్మ, 95.అరవిందాక్ష, 96.మాతృపితృ పితామహ స్వరూప, 97.స్వర్గద్వార, 98.ప్రజాద్వార, 99. మోక్షద్వార, 100.త్రివిష్టప, 101.దేహకర్త, 102.ప్రశాంతాత్మ, 103.విశ్వాత్మా, 104.విశ్వతోముఖ, 105.చరాచరాత్మ, 106.సూక్ష్మాత్మ, 107.మైత్రేయ, 108.కరుణాన్విత - అనే నూట ఎనుబది నామాలు అమిత తేజుడు, స్తుతింపదగినవాడు అయిన సూర్యునియొక్క నామాలు. బ్రహ్మ స్వయంగా సూర్యుని స్తుతించాడు. ఈ పేర్లను పఠిస్తూ సూర్యునికి ఈరీతిగా నమస్కరించాలి.

"సమస్తదేవతలూ పితరులు, యక్షులు సేవించునట్టి, అసురులు, రాక్షసులు, సిద్ధులు నమస్కరించునట్టి, పుటం పెట్టబడిన బంగారంతో అగ్నితో సమానమైన కాంతి గలిగినట్టి సూర్యభగవానుని నా హితం కోరి నమస్కరిస్తున్నాను''.

సూర్యోదయసమయంలో ఏకాగ్రమనస్కుడై ఈస్తోత్రాన్ని పఠించే మానవునకు స్త్రీ పుత్రధనరత్నరాశులు లభించడమే

కాకుండా పూర్వజన్మస్మృతి, ధైర్యము, చురుకైన బుద్ధి కలుగుతాయి. పవిత్రుడై, శుద్ధమైన ఏకాగ్రమైన మనస్సుతో సూర్యభగవానుని స్తుతిస్తే సమస్తశోకాలు తొలగిపోయి అభీష్టవస్తుసిద్ధి కలుగుతుంది.

పురోహితుని మాటలు విని జితేంద్రియుడు, దృఢవ్రతి అయిన ధర్మరాజు శాస్త్రోక్త వస్తువులతో సూర్యారాధన, తపస్సు చేశాడు. అతడు స్నానం చేసి సూర్యునికి ఎదురుగా నిలబడి ఆచమన ప్రాణాయామాలు చేసి సూర్యుని ఈవిధంగా స్తుతించాడు. "సూర్యదేవా! నీవు జగచ్చక్షువవు. సమస్తప్రాణులకు ఆత్మవు. మూలకారణమవు. సదాచారకర్మనిష్ఠులు, సాంఖ్యులు, యోగులు చివరికి నిన్నే పొందుతారు. ముముక్షువులకు ఆశ్రయమవు. మోక్షద్వారానివి. నీవే సమస్తలోకాలను ధరించి, ప్రకాశింపచేస్తూ, పవిత్రంచేస్తూ నిస్వార్థంగా పోషిస్తున్నావు. ఇంతవరకు ఎంతోమంది గొప్పఋషులు మిమ్మల్ని పూజించారు. ఇప్పటికీ వేదజ్ఞులైన బ్రాహ్మణులు శాస్త్రోక్తమైన మంత్రాలద్వారా ఆయా సమయాలలో మిమ్మ ఆరాధిస్తూనే ఉన్నారు. సిద్ధ చారణ గంధర్వ యక్ష గుహ్యక పన్నగులు మీనుండి వరం పొందాలనే కోరికతో మీ దివ్యరథం వెన్నంటి నడుస్తూఉంటారు. ముప్పది ముగ్గురు దేవతలు, విశ్వేదేవతలు మొదలైన దేవగణాలు, ఉపేంద్రుడు, మహేంద్రుడు కూడా మిమ్మల్ని ఆరాధించడం వల్లనే సిద్ధులయ్యారు. విద్యాధరులు కల్పవృక్షపు పూలతో మిమ్మ పూజించి సఫలమనోరథులయ్యారు. గుహ్యకులు, దేవతలు, పితరులు, మనుష్యులు అందరూ మీ పూజ వల్లనే గౌరవాన్వితులు అవుతున్నారు. అష్టవసువులు, నలభైతొమ్మిది మరుద్గణాలు, ఏకాదశ రుద్రులు. సాధ్యగణాలు, వాలఖిల్యులు మొదలైన వారందరూ మీ ఆరాధనవల్లనే శ్రేష్ఠులయ్యారు. బ్రహ్మలోకం నుండి భూలోకందాకా అన్నిలోకాలలోను మిమ్మల్ని మించిన ప్రాణిలేదు. గొప్ప గొప్ప శక్తిశాలులు ప్రపంచంలో ఉన్నాగాని వారంతా మీ కాంతిముందు, ప్రభావంముందు నిలువలేరు. జ్యోతిర్మయ పదార్థాలన్నీ నీలోనివే. జ్యోతిస్వరూపుడవు. సత్యం, సత్వం, మొదలైన అన్ని సాత్వికగుణాలు మీలోనే ఉన్నాయి. అసురుల గర్వాన్ని అణిచివేసే విష్ణువు యొక్క చక్రం నీ అంశతోనే నిర్మించబడింది. మీరు గ్రీష్మఋతువులో మీకిరణాల ద్వారా సమస్త ఓషధులను, రసాలను, ప్రాణులయొక్క తేజస్సును లాగివేసి, తిరిగి వర్షాకాలంలో ప్రసాదిస్తారు. వర్షాకాలంలో మీకిరణాలే తపింపచేస్తూ, మండింపచేస్తూ, గర్జిస్తూఉంటాయి. అవే మెఱుపులుగా మెరుస్తాయి. మేఘాలై వర్షిస్తాయి. శీతాకాలంలో వణికిపోయే మనుష్యులకు అగ్నివలనగాని, దుప్పట్లు, కంబళ్లవలనగాని లభించని సుఖం మీకిరణాల వలననే లభిస్తుంది. మీకాంతి భూమిమీది పదమూడు ద్వీపాలను ప్రకాశింప చేస్తుంది. ఎవరి సహాయం లేకుండానే ముల్లోకాలకు మేలుచేకూరుస్తూ ఉంటారు. మీ ఉదయమే లేకపోతే సమస్తజగత్తు అంధకారమయమే. ఎవరూ కూడా ధర్మార్థకామ సంబంధమైన పనులు చేయలేరు. బ్రాహ్మణాది ద్విజుల యొక్క సంస్కారం, యజ్ఞం, మంత్రాలు, తపస్సు, వర్ణాశ్రమోచిత కర్మలు, మీదయవలననే జరుగుతున్నాయి. వేయి యుగాలు బ్రహ్మకు ఒక దినం. దానికి ఆద్యంతాలు కల్పించేవాడవు నీవే. మనువు, మనుపుత్రులు, జగత్తు, మనుష్యులు, మన్వంతరాలు, బ్రహ్మ, మొదలగు సమర్థులకు కూడా నీవే స్వామివి. ప్రళయకాలంలో నీక్రోధం వలననే సంవర్తకాగ్ని పుట్టి, ముల్లోకాలను దహించి తిరిగి నీలో లీనమయి పోతుంది. మీకిరణాలవల్లనే రంగు రంగుల ఇంద్రధనుస్సు, మేఘాలు, మెఱుపులు, పుడుతున్నాయి, నశిస్తున్నాయి. పన్నెండు రూపాలతో ద్వాదశాదిత్యులపేళ్లతో ప్రసిద్ధి చెందినది మీరే. ప్రళయకాలంలో సమస్త సముద్రాల నీటిని మీ కిరణాల ద్వారా శోషింపచేస్తారు. ఇంద్ర, విష్ణు, రుద్ర, ప్రజాపతి, అగ్ని, సూక్ష్మమనసు, ప్రభువు, శాశ్వత బ్రహ్మ మొదలైనవన్నీ మీ నామములే. మీరే హంసుడు, సవిత, భానుడు; అంశుమాలి, వృషాకపి, వివస్వంతుడు, మిహిరుడు, పూషుడు, మిత్రుడు, ధర్మము. మీరే సహస్రరశ్మి, ఆదిత్యుడు, తపనుడు, గోపతి, మార్తండుడు, అర్కుడు, రవి, సూర్యుడు, శరణ్యుడు, దినకరుడు. మీరే దివాకరుడు, సప్తసప్తి, ధామకేశి, విరోచనుడు, ఆశుగామి, తమోఘ్నుడు, హరితాశ్వుడుగా పిలువబడుతున్నారు. సప్తమి, లేదా షష్ఠి తిథినాడు భక్తిశ్రద్ధలతో మీ పూజచేసి, నిరహంకారుడైనవానికి లక్ష్మీప్రాప్తి కలుగుతుంది. అనన్యచిత్తంతో మీపూజలు, నమస్కారాలు చేసినవానిని ఆధివ్యాధి విపత్తులు బాధించవు. మీభక్తులు ఏరోగములూ లేనివారై, పాపవిముక్తులై సుఖంగా చిరకాలం జీవిస్తారు. అన్నదాతా! నేను శ్రద్ధతో అందరికీ అన్నంపెట్టి ఆతిథ్యం ఇవ్వాలనుకుంటున్నాను. నాకు అన్నం కావాలి. మీరు దయచేసి నాకోరిక తీర్చండి. పిడుగులు, మెరుపులు కల్పించే మీపాదాలవద్ద ఉండే మాఠరుడు, అరుణుడు, దండుడు మొదలైనవారికి నేను

నమస్కరిస్తున్నాను.క్షుభ, మైత్రి అన్యభూతమాతలకు కూడా నేను ప్రణమిల్లుతున్నాను. వారు శరణాగతుడనైన నన్ను రక్షించుదురుగాక!'' అని ప్రార్థించాడు.

ధర్మరాజు ఈరీతిగా భువనభాస్కరుడైన అంశుమాలిని స్తుతించగా, అతడు ప్రసన్నుడై అగ్నివలె దేదీప్యమానమైన శుభరూపంతో అతనికి దర్శనమిచ్చి – "యుధిష్ఠిరా! నీకోరిక సిద్ధించుగాక! నీకు పన్నెండేళ్ళపాటు అన్నదానం చేస్తున్నాను. చూడు. ఈరాగిపాత్రను ఇస్తున్నాను. మీఇంట్లో వండుకున్న కొద్దిపాటి ఫలమూల శాకాదులైన చతుర్విధాహారాలు ద్రౌపది ఇందులోంచి వడ్డిస్తున్నంతసేపు అక్షయమవుతాయి. నేటినుండి పద్నాలుగవసంవత్సరంలో నీకు నీరాజ్యం లభిస్తుంది'' అని చెప్పి పాత్ర ఇచ్చి అంతర్ధానం అయ్యాడు. ఇంద్రియనిగ్రహంతో, ఏకాగ్రతతో ఏదైనా కోరుకొని ఈస్తోత్రాన్ని పఠించితే సూర్యభగవానుడు అతని కోరికను తీరుస్తాడు. దీనిని పదేపదే విన్నా ధారణచేసినా వారి వారి కోరికలను అనుసరించి పుత్రులు, ధనము, విద్య మొదలైనవి లభిస్తాయి. స్త్రీ పురుషులలో ఎవరైనా సరే రెండు సమయాలలోను దీనిని పఠిస్తే ఘోరాతి ఘోరమైన సంకటాలనుండి విముక్తి కలుగుతుంది. ఈస్తుతి బ్రహ్మనుండి ఇంద్రునికి, ఇంద్రుని నుండి నారదునికి, నారదునినుండి ధౌమ్యునికి, ధౌమ్యుని నుండి యుధిష్ఠిరునికి ప్రాప్తించింది. యుధిష్ఠిరునికి దీనివలన అన్నికోరికలు తీరాయి. ఈస్తోత్రం పఠించడం వలన యుద్ధంలో విజయం, ధనప్రాప్తి, పాపవిముక్తి కలుగడమేకాక చివరిలో సూర్యలోక ప్రాప్తికూడా కలుగుతుంది.

జనమేజయా! ఈరీతిగా ధర్మరాజు సూర్యభగవానుని వలన వరం పొందాడు. అనంతరం నీటినుండి బయటకు వచ్చి ధౌమ్యునికి నమస్కరించి తమ్ముళ్లను ఆలింగనం చేసుకున్నాడు. ఆ పాత్రను ద్రౌపదికి ఇచ్చాడు. వంట సిద్ధమయింది. కొద్దిగా వండినప్పటికి పాత్ర ప్రభావం వలన వృద్ధి చెందుతూ అక్షయం అవుతోంది. దాని ద్వారానే యుధిష్ఠిరుడు బ్రాహ్మణులకు అన్నం పెడుతున్నాడు. బ్రాహ్మణులు తిన్నాక తమ్ముళ్లకు పెట్టి, యజ్ఞంలో మిగిలిన అమృతం వంటి అన్నాన్ని తాను తింటున్నాడు. అతని తరువాత ద్రౌపది తింటుంది. అంతటితో ఆ పాత్రలోని అన్నం అయిపోతుంది. ఈరీతిగా ధర్మరాజు అక్షయపాత్రను పొంది బ్రాహ్మణుల కోరికను తీర్చాడు. పర్వదినాలలో యజ్ఞాలు జరుగుతున్నాయి. ఈరీతిగా కొన్నిరోజులు గడిచాక అందరితో అతడు కామ్యకవనానికి బయలుదేరాడు.

ధృతరాష్ట్రుడు కోపించగా విదురుడు పాండవుల వద్దకు ఏగుట

వైశంపాయనుడు చెపుతున్నాడు – "జనమేజయా! పాండవులు అడవికి వెళ్లగానే ధృతరాష్ట్రుని మనస్సు ఉద్విగ్నమై తపించసాగింది. జ్ఞానసంపన్నుడు, ధర్మాత్ముడు అయిన విదురుని పిలిపించి అతనితో – "విదురా! శుక్రాచార్యుని బుద్ధితో సమానమైన నీబుద్ధి–శుద్ధము, సూక్ష్మాతిసూక్ష్మము. ఉత్తమధర్మాలు తెలిసినవాడవు. కౌరవపాండవులు ఇద్దరూ నిన్ను గౌరవిస్తారు. నీకు వారియందు సమానదృష్టి ఉన్నది. ఇప్పుడు ఇద్దరికీ మేలు కలిగించే ఉపాయం ఏదైనా చెప్పు. పాండవులు వెళ్లిపోయాక ఇప్పుడు నేనేమి చేయాలి? ప్రజలు మాయందు ప్రీతిగలవారు ఎలాఅవుతారు? పాండవులు కూడా కోపంతో మాకు ఏ హానీ చేయకుండా ఉండే ఉపాయం ఏదైనా చెప్పు'' అని అడిగాడు.

అప్పుడు విదురుడు – "రాజా! అర్ధ ధర్మకామాలు మూడింటికి కూడా ఫలితం ధర్మంవలననే కలుగుతుంది. రాజ్యానికి మూలం ధర్మం. నీవు ధర్మాన్ని అవలంబించి పాండవులను, నీపుత్రులను కూడా రక్షించు. నీపుత్రులు శకునియొక్క సలహాను అనుసరించి నిండుసభలో ధర్మాన్ని అవమానపరిచారు. సత్యసంధుడైన యుధిష్ఠిరుని కపటద్యూతంలో ఓడించి అతని సర్వస్వాన్ని అపహరించారు. ఇది చాలా అధర్మం. దీనిని నివారించడానికి నాదృష్టిలో ఒకటే ఉపాయం ఉంది. అలా చేస్తే నీపుత్రులు, పాపం నుండి నిందనుండి బయటపడి ప్రతిష్ఠ తెచ్చుకుంటారు. మీరు పాండవులనుండి తీసుకున్నదంతా వారికి తిరిగి ఇచ్చివేయడమే ఆ ఉపాయం. తన దానితోనే రాజు సంతుష్టుడవ్వాలి కాని ఇతరులదానికి ఆశించకూడదు. ఇది రాజులకు పరమధర్మం. నేను చెప్పిన ఈ ఉపాయంతో నీ కళంకం తొలగిపోతుంది. అన్నదమ్ములమధ్య వైరం ఉండదు. అధర్మం కూడా ఉండదు. పాండవులను సంతుష్టిపరచడం, శకునిని తిరస్కరించడం ఇప్పుడు నీకు అన్నిటికంటె ముఖ్యమైన పని. నీపుత్రులసౌభాగ్యం ఇంకా కొంచెమైనా మిగిలి ఉంటే ఈపని వెంటనే చేయాలి. నీవు పుత్ర వ్యామోహంతో ఇలా చేయకపోతే కురువంశం పూర్తిగా నాశనమయిపోతుంది. నీ పుత్రుడు దుర్యోధనుడు ఆనందంగా పాండవులతో కలిసిఉండడానికి ఒప్పుకుంటే మంచిదే, లేకుంటే కుటుంబం యొక్క, ప్రజలయొక్క సుఖంకోరి ఆదురాత్ముని,

కులకళంకుని బంధించి, యుధిష్ఠిరుని రాజుగా కూర్చోపెట్టు. యుధిష్ఠిరుని మనసులో ఎవరిపట్ల రాగద్వేషాలు లేవు కాబట్టి అతడే ధర్మబద్ధంగా రాజ్యాన్ని పాలించగలడు. అందరూ కలిసిమెలిసి ఉంటే భూమిపైని రాజులందరూ మన ఎదుట వైశ్యులవలె వశ్యులై సేవచేయడానికి సిద్ధంగా ఉంటారు. దుశ్శాసనుడు నిండు కొలువులో భీమసేనుని, ద్రౌపదిని క్షమించమని కోరాలి. నీవు యుధిష్ఠిరుని సముదాయించి రాజసింహాసనం మీద ఆసీనుని చేయాలి. ఇంకేమి చెప్పను? చాలు. ఇది చేస్తే నీవు కృతకృత్యుడవు అయినట్లే" అని హితముపదేశించాడు.

ధృతరాష్ట్రుడు – "విదురా! ఏమి చెపుతున్నావు నీవు! నీవు పాండవులకు హితాన్ని నాపుత్రులకు అహితాన్ని కోరుతున్నావు. నీమాటలు నా మనసుకు ఎక్కడంలేదు. నీవు మాటిమాటికి పాండవపక్షమే మాటలాడుతున్నావు. వారికోసం నా కొడుకులను ఎలా వదులుకుంటాను? విదురా! నేను నిన్ను ఇంతగా గౌరవిస్తూంటే, నీవు నాపుత్రుల కీడును కోరుతున్నావు. ఇక నీ అవసరం నాకు లేదు. నీకు ఇష్టమైతే ఇక్కడ ఉండు. లేదా వెళ్లు" అని కోపంగా అన్నాడు. అని వెంటనే లేచి నిలబడి భవనంలోపలికి వెళ్లిపోయాడు. ధృతరాష్ట్రుని ఈతీరును చూచి విదురుడు "ఇక కౌరవకులనాశనం తప్పక జరుగుతుంది" అనుకుని పాండవులను కలుసుకోవడానికి బయలుదేరాడు.

అసలు విదురునికి పాండవులను కలుసుకోవాలని కోరిక ఎప్పుడూ మనసులో ఉంది. ఇప్పుడు ధృతరాష్ట్రుని ఈవ్యవహారంతో అతనికి అవకాశం లభించినట్లయింది. అతడు వెళ్లేసరికి యుధిష్ఠిరుడు బ్రాహ్మణులతో తమ్ముళ్లతో, ద్రౌపదితో కలిసి కూర్చుని ఉన్నాడు. వారు దూరంనుండే విదురుడు చాలా వేగంగా రావడం చూశారు. ధర్మరాజు భీమసేనునితో "ఈసారి విదురుడు ఏమి చెప్పడానికి వస్తున్నాడో" అన్నాడు. వారు లేచి అతనికి స్వాగతం పలికారు. స్వాగతసత్కారాలు అయ్యాక విదురుడు కూడా యథాయోగ్యంగా అందరినీ పలకరించాడు. విశ్రాంతిగా ఉన్నాక పాండవులు అతని రాకకు కారణం అడిగారు. అప్పుడతడు ధృతరాష్ట్రుని వ్యవహారమంతా చెప్పాడు. అతడు ధర్మరాజుతో – "ధర్మరాజా! ఒక మంచి విషయం చెపుతాను. శత్రువులకు దుఃఖం కలిగించికూడా వారిని క్షమించగలిగేవాడు, తన ఉన్నతికి తగిన సమయంకోసం వేచిచూసేవాడు, దానితోపాటే తనశక్తిని సహాయకులను పెంపొందించుకునేవాడు ఈభూమికి రాజు కాగలుగుతాడు. తన సోదరులను వేరుపడనీకుండా తనతో కలిపి ఉంచుకునేవాడు, ఎప్పుడయినా విపత్తి ఎదురయినపుడు అందరూ కలిసి ఎదుర్కొంటారు. ప్రతీకారం తీర్చుకోగలుగుతారు. కాబట్టి సోదరులను వేరుపడ నీయకూడదు. సోదరులతో ముఖ్యమైన యథార్థమైన విషయాలను ప్రస్తావిస్తూ ఉండాలి. వారికి ఎప్పుడూ అనుమానం కలిగేలా ప్రవర్తించకూడదు. తాను తినేదే అన్నదమ్ములను కూర్చోపెట్టుకుని పెట్టాలి. తన సౌఖ్యం కంటె ముందు వారిసౌఖ్యం చూడాలి. అలా చేసినవానికి మేలు జరుగుతుంది" అన్నాడు. యుధిష్ఠిరుడు 'చిన్నాయనా! నేను నీవు చెప్పినట్లే జాగ్రత్తగా వ్యవహరిస్తాను. మా ఈ స్థితికి, సమయానికి తగినట్లుగా ఇంకా ఏమైనా చెప్పవలసినది ఉంటే చెప్పు. మేము మీ మాటను ఆచరిస్తాం" అన్నాడు.

జనమేజయా! ఇటు విదురుడు పాండవులదగ్గరకు వెళ్లిపోగానే ధృతరాష్ట్రునికి తాను చేసినపనికి పశ్చాత్తాపం కలిగింది. విదురుని గొప్పదనం, నీతి, సంధి విగ్రహాదులలో అతనికి గల కౌశలము మొదలయినవన్నీ గుర్తుకు వచ్చి అతడు పాండవుల మనిషి అయితే వారు వృద్ధిలోకి వస్తారు అని ఆలోచించాడు. ఇలా అనుకోగానే వ్యాకులపాటుతో నిండుసభలో రాజులందరి ఎదుటనే అతడు మూర్ఛపోయాడు. తేరుకున్న వెంటనే సంజయునితో "సంజయా! నాకు ప్రియమైన తమ్ముడు విదురుడు. అతడు నాహితాన్ని కోరుతాడు. మూర్తీభవించిన ధర్మం. అతడు లేకపోతే నా హృదయం పగిలిపోతుంది. నేనే కోపంతో నిరపరాధి అయిన నాతమ్ముడిని వెళ్లగొట్టాను. నీవు వెంటనే వెళ్లి అతనిని వెంటపెట్టుకుని తీసుకురా. అతడు లేనిదే నేను బ్రతుకలేను. నాప్రాణాలు రక్షించు" అని అన్నాడు.

ధృతరాష్ట్రుని ఆజ్ఞను శిరసావహించి సంజయుడు కామ్యకవనానికి వెళ్లాడు. మృగచర్మం కప్పుకొని విదురునితో, తమ్ముళ్లతో బ్రాహ్మణుల మధ్య కూర్చున్న యుధిష్ఠిరుని చూశాడు సంజయుడు. అతడు ప్రణామం చేయగా, వారు అతనిని యథాయోగ్యంగా సత్కరించారు. అనంతరం తాను వచ్చిన పని చెబుతూ సంజయుడు – "విదురమహాత్మా! ధృతరాష్ట్రమహరాజు మిమ్మల్ని గుర్తు చేసుకుంటూ ఉన్నారు. మీరు హస్తినాపురానికి వచ్చి వారికి కనిపించి, వారి ప్రాణాలను నిలబెట్టండి" అని చెప్పాడు. విదురుడు పాండవుల అనుమతి

తీసుకుని సంజయుడు చెప్పినట్లుగా హస్తినాపురానికి తిరిగివచ్చాడు. విదురుని చూచి ధృతరాష్ట్రుడు చాలా ఆనందించాడు. అతడు "సోదరా! నీవు ఏమీ తప్పు చేయలేదు. నీవు కుశలంగా తిరిగివచ్చావు. అదే పదివేలు. నీవు అక్కడ నన్ను తలచుకున్నావా లేదా? నీవు వెళ్లాక నాకు నిద్రే పట్టలేదు. మెలకువగా ఉన్నప్పుడు కూడా నాశరీరం శోభాహీనం కావడం నేను గుర్తించాను. నేను నిన్ను అనుచితంగా మాటలాడినందుకు నన్ను క్షమించు" అని అడిగాడు. విదురుడు బదులిస్తూ "రాజా! మీరు నాకంటె పెద్దలు. పూజ్యులు, నేను మీరు అన్న మాటలను పట్టించుకోనే లేదు. ఇక ఇందులో క్షమించడానికేముంది? మిమ్మల్ని దర్శించుకోవడానికే ఇక్కడికి వచ్చాను. నాకు పాండవులు, మీపుత్రులు కూడా సమానమే. అయినా పాండవుల అసహాయ స్థితి చూచి సహజంగానే వారికి సాయపడాలనే బుద్ధి నాలో కలిగింది. అంతే తప్ప మీ పుత్రులమీద నాకు ఎలాంటి ద్వేషభావమూ లేదు" అన్నాడు. ఈరీతిగా యిరువురు ఒకరినొకరు సంతోషపెట్టుకుని సుఖంగా ఉన్నారు.

దుర్యోధనుని దురాలోచన - వ్యాసుని ఆగమనము - మైత్రేయుని శాపము

వైశంపాయనుడు చెపుతున్నాడు - "జనమేజయా! విదురుడు పాండవులవద్ద నుండి తిరిగి వచ్చాడనే వార్త తెలిసి దుర్యోధనుడు చాలా విచారించాడు. అతడు కర్ణశకుని దుశ్శాసనులను పిలిచి - "పాండవులకు హితైషి, మన తండ్రికి ఆంతరంగికమంత్రి అయిన విదురుడు అడవినుండి తిరిగి వచ్చాడు. అతడు తిరిగి మన తండ్రిగారికి పాండవులను వెనక్కి పిలిపించమని ఇలాంటి వ్యతిరేకపు సలహాలను ఇస్తాడు. అతడు ఇలాచేయడానికి ముందే నాకార్యం సానుకూలమయ్యేలా మీరు ఏదో ఒక యుక్తి పన్నాలి" అని చెప్పాడు. దుర్యోధనుని అభిప్రాయం గుర్తించి కర్ణుడు "మనమందరం కవచధారులమై శస్త్రాస్త్రాలు ధరించి రథాలెక్కి వనవాసులైన పాండవులను సంహరించడానికి వెళ్లాలి. ఇలా చేస్తే పాండవుల మృత్యువు లోకులకు తెలియదు. పైగా మన విరోధం శాశ్వతంగా సమసిపోతుంది. పాండవులు యుద్ధానికి ఉత్సుకులు కానపుడు, శోకగ్రస్తులు, అసహాయులు అయిఉన్నప్పుడే వారిమీద మనం విజయం సాధించాలి" అన్నాడు. అందరూ కర్ణుడు చెప్పిన దానికి అంగీకరించారు. వారంతా క్రోధావేశంతో పాండవులను చంపడానికి రథాలెక్కి అడవికి వెళ్లడానికి సిద్ధమయ్యారు.

వ్యాసమహర్షి పరిశుద్ధాంతఃకరణుడు. అతని సామర్థ్యం అనిర్వచనీయం. కౌరవులు పాండవులకు అనిష్టం కలిగించడానికి బయలుదేరుతున్న సమయంలోనే సరిగ్గా అక్కడకు వచ్చాడు. కౌరవుల దుర్బుద్ధి అతనికి దివ్యదృష్టి వలన తెలిసింది. అలాచేయవద్దని కౌరవులను స్పష్టంగా ఆదేశించి అతడు ధృతరాష్ట్రునివద్దకు వచ్చాడు. అతడు ధృతరాష్ట్రునితో "ధృతరాష్ట్రా! నేను మీమేలు కోరి చెపుతున్నాను. దుర్యోధనుడు కపటంతో జూదమాడి పాండవులను ఓడించి, వారిని అడవులపాలు చేయడం నాకు మంచిదిగా అనిపించడంలేదు. పదమూడు సంవత్సరాల తరువాత కౌరవులు పెట్టిన కష్టాలను తలచుకుంటూ పాండవులు ఉగ్రరూపంతో బాణవర్షం కురిపించి నీకొడుకులను నాశనం చేస్తారు. అయ్యో! ఇదెక్కడి విడ్డూరం? దురాత్ముడైన దుర్యోధనుడు రాజ్యలోభంతో పాండవులను మట్టుపెట్టాలనుకుంటున్నాడు. నేను చెపుతూనే ఉన్నాను నీప్రియపుత్రుడిని ఈపనిచేయకుండా అడ్డగించమని. అతడు ఏమీ మాట్లాడకుండా ఉంటున్నాడు. అతడు పాండవులను చంపడానికి యత్నిస్తే మాత్రం అతని ప్రాణాలకే ముప్పు వాటిల్లుతుంది. నాఉద్దేశ్యం ఏమిటంటే దుర్యోధనుడు ఒంటరిగా అడవికి వెళ్లి పాండవుల వద్ద ఉండాలి. పాండవుల సత్సాంగత్యం వలన దుర్యోధనుని ద్వేషబుద్ధి నశించి ప్రేమభావం మొలకెత్త వచ్చును.[4] కాని ఇది చాలకష్టం. పుట్టుకతో వచ్చిన స్వభావం మారడం అంతసులభం కాదు. కురువంశీయులు సురక్షితంగా, జీవించి ఉండాలనుకుంటే నీవు నీపుత్రుడు దుర్యోధనుని పాండవులతో కలిసిమెలిసి ఉండేలా చేయి" అని చెప్పాడు.

ధృతరాష్ట్రుడు - "జ్ఞానసంపన్నులైన మహర్షీ! మీరు చెపుతున్నదే నేనూ చెపుతున్నాను. ఇది అందరకూ తెలిసిన విషయమే. కౌరవుల అభివృద్ధికి, శుభం కలగడానికి మీరు ఏ సలహా ఇచ్చారో అదే విదురుడు, భీష్మద్రోణులు కూడా ఇచ్చారు. నామీద మీకు అనుగ్రహం ఉంటే, కురువంశం మీద దయతలిస్తే నా దుష్టపుత్రుడు దుర్యోధనునికి మీరే ఇటువంటి శిక్ష ఇవ్వండి" అని ప్రార్థించాడు. వ్యాసుడు "రాజా! కొద్దిసేపటిలోనే మహర్షి మైత్రేయుడు ఇక్కడకు వస్తున్నాడు. అతడు పాండవులను కలుసుకుని మనలను కలుసుకోవడానికి వస్తున్నాడు. అతడే నీ పుత్రునకు సంధివచనాలు ఉపదేశిస్తాడు. అతడు ఏది చెప్పినా మాట్లాడకుండా చేయాలనే విషయం మాత్రం మీకు సూచనగా చెపుతున్నాను. అతని ఆజ్ఞను

ఉల్లంఘించినట్లయితే క్రోధంతో శాపమిస్తాడు" అని చెప్పి వేదవ్యాసమహర్షి అక్కడినుండి వెళ్లిపోయాడు.

మైత్రేయ మహర్షి రాగానే ధృతరాష్ట్రుడు తన కొడుకులతో కలిసి అతనికి సేవాశుశ్రూషలు చేయసాగాడు. అతడు విశ్రమించిన తరువాత ధృతరాష్ట్రుడు అత్యంతవినయంగా "దేవా! కురుజాంగలదేశం నుండి ఇక్కడి వరకు మీరు సుఖంగా వచ్చారా? పాండవులు ఐదుగురు కుశలమా? వారు తమ ప్రతిజ్ఞను నెరవేర్చాలనుకుంటున్నారా? లేదా? కౌరవపాండవుల మధ్య ఎప్పటికీ సంధి కుదురుతుందా – ఈవిషయం మాత్రం దయచేసి చెప్పండి" అని అడిగాడు. దానికి సమాధానంగా మైత్రేయుడు – "తీర్థయాత్రలు చేస్తూ చేస్తూ కురుజాంగలదేశం వెళ్లాను. అక్కడ కామ్యకవనంలో అనుకోకుండా ధర్మరాజును కలిశాను. వారు ఇప్పటికీ జింకచర్మాలు, జడలు ధరించి తపోవనాలలో నివసిస్తున్నారు. వారి దర్శనం కోసం ఎంతోమంది గొప్ప గొప్ప ఋషులు వస్తున్నారు. ధృతరాష్ట్రా! నీకొడుకులు అజ్ఞానంతో జూదమాడి వారిపట్ల అన్యాయం చేశారని నాకు అక్కడే తెలిసింది. ఇది మీకు భయం కలిగించే సంగతి. మీపట్ల ఎప్పుడూ స్నేహం, దయ కలిగి ఉంటాను కాబట్టి నేను ఇప్పుడు అక్కడినుండి మీవద్దకు వచ్చాను. రాజా! నీవు, భీష్ముడు బ్రతికి ఉండగా నీ కొడుకులు ఇలా పరస్పరం విరోధం కొనితెచ్చుకుని నశించిపోవడం ఏవిధంగానూ ఉచితం కాదు. నీవు అందరికి కేంద్రబిందువువి. వారిని ఆపడానికిగాని, శిక్షించడానికిగాని సమర్థుడవు. అయినా ఈ ఘోర అన్యాయాన్ని ఎలా ఉపేక్షించగలిగావు? నీసభలో నీఎదురుగా బందిపోటులవలె చేసిన అన్యాయకార్యం వలన ఋషులు, మునులు అందరిలో నీమీద చాలా వ్యతిరేకత ఏర్పడింది. ఇప్పటికైనా చక్కదిద్దు" అని చెప్పి దుర్యోధనునివైపు చూసి "నాయనా! దుర్యోధనా! నేను నీమేలుకోరి చెపుతున్నాను. కొంచెం బాధ్యతగుర్తించి నడుచుకో. నీవు పాండవులకు ద్రోహం చేయకుండా ఉంటేనే పాండవులకు, కురువంశానికి, ప్రజలందరకు, చివరకు నీకు కూడా హితం, ప్రియం జరుగుతాయి. వారు అందరకందరూ వీరులు, యోధులు, బలవంతులు, దృఢశరీరులు, నరులలో శ్రేష్ఠులు. అంతేకాదు, సత్యప్రతిజ్ఞులు, ఆత్మాభిమానులు, రాక్షసులకు శత్రువులు. వారు కావాలనుకుంటే ఎప్పుడయినా ఏరూపమయినా ధరించగలరు. వారి చేతులలో గొప్పగొప్ప రాక్షసులు చావవలసి ఉంది. హిడింబుడు, బకుడు, కిమ్మీరుడు మొదలైన రాక్షసులందరూ వారిచేతులలోనే చచ్చారు. రాత్రిపూట ఇక్కడి నుండి వెళ్లేటపుడే కిమ్మీరుని వంటి బలవంతుడైన రాక్షసుని భీమసేనుడు మాటలలోనే చంపేశాడు. దిగ్విజయసమయంలో భీమసేనుడు పదివేల ఏనుగుల బలం కల జరాసంధుని చంపేశాడనే విషయం నీవూ వినే ఉంటావు. శ్రీకృష్ణ భగవానుడు వారికి చుట్టం. ద్రుపదుని కొడుకులు వారికి బావమరుదులు. పాండవులను యుద్ధంలో ఎదుర్కొనగలిగేవారు ఇప్పుడు ఎవరూ లేరు. కాబట్టి నీవు వారితో సంధి చేసుకోవాలి. నాయనా! నామాటవిను. క్రోధానికి లోనై అనర్థాలు కలిగించకు" అని శాంతంగా చెప్పాడు.

మైత్రేయ మహర్షి ఈరీతిగా చెపుతుండగా, దుర్యోధనుడు ఆ సమయంలో నవ్వుతూ కాలితో నేలమీద రాస్తూ, ఏనుగు తొండం వంటి తన తొడమీద చేతితో తాళం వేస్తూ ఉండిపోయాడు. దుర్యోధనుని ఈ ఔద్ధత్యాన్ని చూచి మైత్రేయుడు అతనికి శాపం ఇవ్వాలనుకున్నాడు. ఏదీ ఎవరివశంలోనూ లేదు. విధాత సంకల్పం అలా ఉంది. మైత్రేయ మహర్షి జలాన్ని స్పృశించి "మూర్ఖ దుర్యోధనా! నీవు నన్ను అవమానపరుస్తున్నావు. నామాట వినడంలేదు. ఇదిగో నీగర్వానికి తగిన ఫలితం అనుభవించు. నీవు చేసిన ద్రోహం కారణంగా కౌరవపాండవుల మధ్య ఘోర యుద్ధం జరుగుతుంది. ఆ యుద్ధంలో భీముని గదా ఘాతంతో నీ తొడ విరుగుతుంది" అని దుర్యోధనునికి శాపం ఇచ్చాడు. మైత్రేయుడు ఇలా శపించడం విని ధృతరాష్ట్రుడు అతని పాదాలమీద పడి అనునయిస్తూ "దేవా! ఈశాపం తగలకుండా ఉండేలా దయ చూడు" అని ప్రార్థించాడు. దానికి మైత్రేయుడు – "రాజా! నీకొడుకు పాండవులతో కలిసి ఉంటే ఈ శాపం ఫలించదు. లేకపోతే తప్పక ఫలిస్తుంది"అని చెప్పి అక్కడి నుండి వెళ్లిపోయాడు. దుర్యోధనుడు కూడా భీమసేనుడు పరాక్రమంతో కిమ్మీరుని వధించిన విషయం విని ఖిన్నుడై అక్కడినుండి వెళ్లిపోయాడు.

కిమ్మీరవధ

వైశంపాయనుడు చెపుతున్నాడు – "జనమేజయా! మైత్రేయమహర్షి వెళ్లిపోయాక ధృతరాష్ట్రుడు విదురుని "విదురా! భీమసేనునికి కిమ్మీరుడు ఎక్కడ తటస్థపడ్డాడు? కిమ్మీరవధ ఎలా జరిగిందో వివరంగా చెప్పు" అని అడిగాడు. విదురుడు "మహారాజా! పాండవుల కృత్యాలన్నీ అలౌకికాలే. వాటిని పదే పదే వినే అవకాశం నాకు దక్కింది. పాండవులు జూదంలో

ఓడిపోయి వనవాసానికని హస్తినాపురం నుండి బయలుదేరినపుడు ఎడతెగకుండ మూడు రోజుల పాటు నడుస్తూనే ఉన్నారు. కామ్యకవానానికి వెళ్లే దారిలో అర్ధరాత్రి సమయంలో కిమ్మీరుడు వారిని అడ్డగించాడు. అతని చేతిలో మండుతున్న కొరకంచు ఉంది. అతనిభుజాలు పొడవుగా, కోరలు భయంకరంగా ఉన్నాయి. కళ్లు ఎఱ్ఱగా ఉన్నాయి. నిక్కపొడుచుకున్న తలవెంట్రుకలు అగ్నిజ్వాలల్లా ఉన్నాయి. అతడు రకరకాల మాయలు ప్రయోగిస్తూ ఉంటాడు. ఒక్కొక్కసారి మేఘంలా గర్జిస్తాడు. ఆ ధ్వనికి అడవిలోని జంతువులు అన్నీ బెదిరిపోతాయి. పెద్ద కలకలం రేగుతుంది. ధూళి ఆకాశాన్ని కప్పివేస్తుంది. ద్రౌపది అతనిని చూడగానే మూర్ఛపోయింది. అతని ఈమాయను చూచి ధౌమ్యుడు రాక్షససంహారకారకాలైన మంత్రాలు పఠించి, ఆమాయను పోగొట్టాడు. ఆసమయంలో కిమ్మీరుడు భయానకమైన వేషంలో పాండవుల ఎదుటికి వచ్చినిలిచాడు. వారెవరో తెలుసుకుని, వారితో "నేను బకాసురుని తమ్ముడిని. హిడింబునికి మిత్రుడిని. ఈభీమసేనుడు వారిని చంపాడు. ఇప్పుడు నాకు మంచి అవకాశం దొరికింది. ఇప్పుడే ఇతనిని చంపివేస్తాను" అన్నాడు. వెంటనే భీమసేనుడు ఒక పెద్ద చెట్టును పెకలించి దాని ఆకులు దులిపి రాల్చి, లంగోటి బిగించి కట్టి బలంగా దానిని పైకెత్తి రాక్షసుని నెత్తిమీద మోదాడు. కాని అతడు ఏ మాత్రం చలించలేదు. రాక్షసుడు మండుతున్న కొరివిని ఒకదానిని విసరగా, భీమసేనుడు దానిని కాలితో నలిపి పారేసి తన్ను తాను రక్షించుకున్నాడు. వారిద్దరిమధ్య తరువాత వృక్షాలతో యుద్ధం జరిగింది. అక్కడి వృక్షాలు చాలావరకు నశించిపోయాయి. భీమసేనుడు ఒక్కసారిగా ముందుకు దూకి ఏనుగులా తన చేతులతో అతనిని బంధించాడు గాని అతడు వేగంగా విడిపించుకుని బయటపడ్డాడు. అంతేకాదు, తిరిగి భీమసేనునే బంధించాడు. అయినా బలవంతుడైన భీమసేనుడు అతనిని నేలకు పడగొట్టి, అతని నడుమును మోకాలితో తొక్కిపట్టి గొంతును నొక్కేశాడు. అతని శరీరం శిథిలమయిపోయింది. కళ్లు వెళ్లుకొచ్చాయి. కిమ్మీరుడు చనిపోయినందుకు పాండవులు చాలా ఆనందించారు. అందరూ భీమసేనుని ప్రశంసించారు. కామ్యకవనంలోనికి ప్రవేశించారు" అని వివరంగా చెప్పాడు. కిమ్మీరవధ విని ధృతరాష్ట్రుడు ఖిన్నుడై దీర్ఘంగా నిట్టూర్చాడు.

కృష్ణాదులు కామ్యకవనానికి వచ్చి పాండవులతో సంభాషించుట

వైశంపాయనుడు చెపుతున్నాడు- "జనమేజయా! పాండవులు దీనులై రాజధాని విడిచి కామ్యకవనంలో నివసిస్తున్నారనే వార్త అందగానే భోజ, వృష్ణి, అంధకాది వంశాలకు చెందిన యాదవులు, పాంచాలదేశానికి చెందిన ధృష్టద్యుమ్నుడు, చేదిదేశపు రాజు ధృష్టకేతుడు, కేకయదేశపు బంధువులు అందరూ కౌరవులపై మండిపడి కోపంతో వారిని నిందిస్తూ తమకర్తవ్యం నిర్ణయించుకోడానికి పాండవులవద్దకు వెళ్లారు. శ్రీకృష్ణుని ముఖ్యునిగా చేసుకుని రాజులందరూ ధర్మరాజుకు నలువైపులా కూర్చున్నారు. కృష్ణుడు యుధిష్ఠిరునికి నమస్కరించి విచారంగా "రాజులారా! ఇక ఈభూమి దుర్మార్గులైన దుర్యోధన కర్ణ శకుని దుశ్శాసనుల రక్తాన్ని త్రాగుతుంది. ఇది నిశ్చయం. ఎవరు అయినా ఎవరినయినా మోసగించి, సుఖాలు అనుభవిస్తూంటే వారిని తుదముట్టించాలనేది సనాతనధర్మం. ఇప్పుడు మనమందరం కలిసి కౌరవులను, వారి సహాయకులను యుద్ధంలో చంపి, యుధిష్ఠిరుని సింహాసనాసీనుడిని చేయాలి" అన్నాడు.

తమను అవమానపరచడం వల్లనే కృష్ణునికింతటి క్రోధం కలిగి తన కాలస్వరూపాన్ని ప్రకటించాలనుకుంటున్నాడని అర్జునుడు గుర్తించాడు. అందుకని అతడు లోకమహేశ్వరుడు, సనాతనుడు అయిన కృష్ణుని స్తుతించాడు. అతడు "శ్రీకృష్ణా! నీవు అందరిలో విరాజిల్లే ఆత్మస్వరూపుడవు, ఈసృష్టి నీనుండే పుడుతోంది. నీలోనే లయమవుతోంది. అన్ని తపములకు ఫలము నీవే. నిత్యయజ్ఞ స్వరూపుడవు. నీవు అహంకారరూపుడైన భౌమాసురుని సంహరించి రెండు మణిమయ కుండలాలను ఇంద్రునికి ఈయడమే కాకుండా అతనికి ఇంద్రత్వం కూడా ప్రసాదించావు. ఈ ప్రపంచాన్ని ఉద్ధరించడానికే మనుష్యులలో అవతరిస్తున్నావు. నీవే నారాయణుడవు, హరివి. బ్రహ్మ, సోముడు, సూర్యుడు, ధర్ముడు, ధాత, యమరాజు, అగ్ని, వాయువు, కుబేరుడు, రుద్రుడు, కాలుడు, ఆకాశము, పృథివి, దిక్కులు నీవే. పురుషోత్తమా! నీవు అజుడవు. చరాచరజగత్తుకు సృష్టికర్తవు. నీవే అదితికి వామన రూపుడవై జన్మించావు. అప్పుడు కేవలం మూడు అడుగులతో స్వర్గమర్త్య పాతాళలోకాలను కొలిచావు. సర్వాత్మకా! సూర్యునిలో జ్యోతిరూపంలో అతనిని ప్రకాశింపచేసేది నీవే. నీవు వేలకొద్దీ రకరకాల అవతారాలు ఎత్తి ధర్మవిరోధులయిన రాక్షసులను

సంహరించావు. సర్వైశ్వర్యాలకు నిలయమైన ద్వారకానగరాన్ని నీదిగా చేసుకుని నీలీలలు విస్తరింపచేస్తూ, చివరికి దానిని సముద్రంలో ముంచేస్తావు. నీవు అన్నివిధాలా స్వతంత్రుడవు. అయినా మధుసూదనా! నీలో క్రోధం, ఈర్ష్య, ద్వేషం, అసత్యం, క్రూరత్వం లేవు. ఇక కౌటిల్యం సంగతి చెప్పేదేముంది? ఋషులు, మునులు అందరూ తమ హృదయమందిరాలలో వెలుగొందే జ్యోతిస్వరూపుడవు నీవే అని తెలిసికొని నిన్ను శరణువేడుతున్నారు. మోక్షాన్ని అర్థిస్తున్నారు. ప్రళయకాలంలో స్వతంత్రంగా అన్నిప్రాణులను నీలో లీనం చేసుకుంటావు. తిరిగి సృష్టి సమయంలో జగత్తురూపంలో ప్రకటమవుతుంది. బ్రహ్మ, శివుడు ఇద్దరూ కూడా నీనుండి ప్రకటమయిన వారే. నీవు బలరామునితో కలిసి చేసిన అలౌకికమైన బాలక్రీడలను ఇంతవరకు ఎవరూ చేయలేదు. ఇకపై ఎవరూ చేయబోరు" అని స్తుతించి ఊరుకున్నాడు.

అప్పుడు శ్రీకృష్ణుడు "అర్జునా! నీవు కేవలం నావాడివి. నేను కేవలం నీవాడిని. నావన్నీ నీవి. నీవన్నీ నావి. నిన్ను ద్వేషించేవాడు నన్నూ ద్వేషిస్తాడు. నిన్ను ప్రేమించేవాడు నన్నూ ప్రేమిస్తాడు. నీవు నరుడివి. నేను నారాయణుడిని, మనం సరియైన కాలంలో అవతారాలు ధరించాం. నీవు నేను అభిన్నం. మనిద్దరిలో తేడా లేదు. ఇద్దరం ఒకే స్వరూపం" అన్నాడు. కృష్ణుడు అర్జునునితో ఈరీతిగా మాటలాడే సమయంలోనే పాండవ పట్టమహిషి ద్రౌపది శరణాగత వత్సలుడైన శ్రీకృష్ణుని శరణువేడడం కోసం అతనికి కొంత దగ్గరగా వచ్చి ఇలా అన్నది.

ద్రౌపది "శ్రీకృష్ణా! సృష్టి ప్రారంభంలో నీవు ఒంటరిగా, ఎవరిసహాయమూ లేకుండానే లోకాలను సృష్టించావని అసితదేవలుల వలన విన్నాను. నీవు అపరాజితుడవైన విష్ణువి అని పరశురాముడు నాకు చెప్పాడు. యజ్ఞానివి, యజమానుడవు, యజనీయము కూడా నీవే. పురుషోత్తమా! ఋషులందరూ నిన్ను క్షమారూపుడవు అంటారు. కశ్యపమహాముని మీరు పంచభూత స్వరూపాలని, వానితో కూడిన యజ్ఞస్వరూపమని కూడా చెప్పారు. నారదులవారునీవు దేవతలకు అందరికీ స్వామివని కళ్యాణదాయకుడవని, సృష్టికర్తవని, మహేశ్వరుడవని చెప్పారు. బాలకుడు ఆటబొమ్మలతో స్వేచ్ఛగా ఆడుకున్నట్లుగా నీవు శంకర బ్రహ్మేంద్రాది దేవతలతో మాటిమాటికీ ఆడుకుంటూ ఉంటావు. నీయొక్క శిరమునుండి స్వర్గము, పాదాలనుండి పుడమి, ఉదరం నుండి సమస్తలోకాలు వ్యాపించాయి. సనాతనుడవు. వేదాభ్యాసం చేసే తాపసులు, బ్రహ్మచారులు, అతిథిసేవ చేసే గృహస్థులు, పరిశుద్ధ హృదయులైన వానప్రస్థులు, ఆత్మసాక్షాత్కారం పొందిన యతులు - వీరందరి హృదయాలలో సత్యస్వరూపుడైన పరబ్రహ్మగా వెలుగొందేది నీవే. యుద్ధంలో వెన్నుచూపని పుణ్యాత్ములైన రాజర్షులకు, సమస్త ధార్మికులకు నీవే గతి. అందరికీ ప్రభువు, విభువు, సర్వాత్ముడవు నీవే. నీవలననే సమస్తకార్యాలు చక్కబెట్టడానికి సమర్థులవుతున్నారు. లోకాలు, లోకేశులు, తారామండలం, దశదిశలు, ఆకాశం, చంద్రసూర్యులు - అన్నీ నీలోనే ఉన్నాయి. మర్త్యులకు మృత్యువు, అమరులకు అమరత్వం, జగత్తులోని సమస్తకార్యాలు నీవలననే సాధ్యమవుతున్నాయి. నీవు ప్రాణులందరికీ ఈశ్వరుడవు. కనుక నేను ప్రేమతో నా దుఃఖాన్ని నీకే నివేదించుకుంటున్నాను. శ్రీకృష్ణా! నేను పాండవపత్నిని, ధృష్టద్యుమ్నునికి సోదరిని. నీకు ఇష్టురాలను. ఇట్టి గౌరవం పొందిన స్త్రీ కౌరవుల నిండు కొలువులో ఈడ్వబడిందంటే అంతకు మించిన దుఃఖమేముంది? కౌరవులు నమ్మించి మోసంచేసి మా రాజ్యాన్ని అపహరించారు. వీరులైన పాండవులను దాసులుగా చేశారు. రాజులతో కిక్కిరిసి ఉన్న నిండుసభలోకి ఏకవస్త్రను, రజస్వలను అయిన నన్ను జుట్టు పట్టుకొని ఈడ్చి తెచ్చారు మధుసూదనా! గాండీవాన్ని అర్జునుడు, భీముడు, నీవు తప్ప వేరెవరూ ఎక్కుపెట్టలేరని నాకు తెలుసు. అయినా వాళ్లిద్దరూ నన్ను రక్షించలేదు. వారి బలపౌరుషాలు పనికిరానివి. వారు బ్రతికి ఉండగా దుర్యోధనుడు ఒక్కక్షణం కూడా ఎలా బ్రతికిఉన్నాడు? అజాతశత్రులు,సరళచిత్తులు అయిన పాండవులను తల్లితో సహా వెడలగొట్టాడే ఆ దుర్యోధనుడు. వాడే భీమసేనునికి విషమిచ్చి చంపడానికి ప్రయత్నించాడు. భీమసేనునికి ఆయుర్దాయం ఉండబట్టి ఆవిషం జీర్ణమై అతడు బ్రతకడం వేరే విషయం. భీమసేనుడు ప్రమాణకోటి ప్రదేశంలో వటవృక్షం క్రింద నిద్రిస్తున్నప్పుడు వాడు తాళ్లతో కట్టి గంగలో పడేశాడు. ఆ బంధాలు తెంపుకుని ఈదుకుని వచ్చాడనుకో. పాములు కాటువేసినా అతనికి ఏమీ నష్టం జరుగలేదు. మా అత్త తన అయిదుగురు కొడుకులతో కలిసి వారాణావతనగరంలో నిద్రించేసమయంలో వీడు నిప్పుపెట్టి చంపాలని ప్రయత్నించాడు. ఇలాంటి నీచకర్మను మనుష్యులెవరూ చేయలేరు. కృష్ణా! పతివ్రతను నన్ను జుట్టు పట్టుకొని

దుశ్శాసనుడు నిండుకొలువులోనికి ఈడ్చుకుని వస్తే ఈపాండవులు మిట్టిమిట్టి చూస్తూ ఉండిపోయారు" అని చెపుతూ ఉండగానే ద్రౌపది కళ్లనుండి కన్నీరు ధారకట్టింది. చేతులతో ముఖం కప్పుకొని ఏడవసాగింది. నిట్టూర్పులు విడుస్తోంది. కొంతసేపటికి తన్ను తాను నిగ్రహించుకొని క్రోధంతో మళ్లీ చెప్పసాగింది.

కృష్ణా! నాలుగుకారణాల వలన నీవు నన్ను రక్షించాలి. ఒకటి నేను నీకు బంధువుని. రెండు అగ్నికుండం నుండి పుట్టినాను కనుక పూజ్యురాలిని. మూడు నీకు భక్తురాలిని. నాలుగు నీమీద నాకు సంపూర్ణాధికారం ఉంది. అలాగే నన్ను నీవు రక్షించగల సమర్థుడవు కూడా" అన్నది. అప్పుడు కృష్ణుడు నిండుకొలువులో వీరులందరి ఎదుటా ద్రౌపదిని ఉద్దేశించి "కళ్యాణి! నీకోపానికి గురి అయిన వారి భార్యలుకూడా ఇలాగే ఏడుస్తారు. కొద్దిరోజులలోనే అర్జునుని బాణాలతో తెగిపడి రక్తం ఓడుతూ వారు నేలకు ఒరుగుతారు. పాండవులకు మేలు కలిగే రీతిగా చేస్తాను. నీవు శోకించవద్దు. తప్పకుండా నీవు మహారాణివి అవుతావని శపథం చేసి చెపుతున్నాను. ఆకాశం విరిగినా, హిమాచలం తునుకలయినా, పృథివి నుగ్గు నుగ్గు అయినా, సముద్రం ఎండిపోయినా నా మాట ఎన్నటికీ అసత్యం కాజాలదు" అని ఓదార్చాడు. శ్రీకృష్ణుని యొక్క మాటలు విని ద్రౌపది అర్జునుని చూచింది. అర్జునుడు వెంటనే "ప్రియా! ఏడువకు. శ్రీకృష్ణుడు చెప్పినట్లే జరుగుతుంది. దానిని ఎవరూ మార్చలేరు" అన్నాడు. ధృష్టద్యుమ్నుడు –"సోదరీ! నేను ద్రోణుని, శిఖండి భీష్మపితామహుని, భీమసేనుడు దుర్యోధనుని, అర్జునుడు కర్ణుని సంహరిస్తాం. మాకు బలరామకృష్ణులు అండగా ఉన్నంతవరకు మమ్మల్ని ఆ ఇంద్రుడు కూడా జయించలేడు. ఇక ధృతరాష్ట్ర సుతులసంగతి ఎందుకులే?" అన్నాడు.

ఇక ఇప్పుడు అందరి దృష్టి శ్రీకృష్ణునివైపు తిరిగింది. కృష్ణుడు ధర్మరాజుతో "రాజా! అప్పుడు గనుక నేను ద్వారకలో ఉన్నట్లయితే మీకు ఇంత కష్టం కలిగేది కాదు. కౌరవులు నన్ను జూదానికి పిలువకపోయినా నేను స్వయంగా వచ్చేవాడిని. అనేక దోషాలు చూపి జూదం వలన వచ్చే అనర్థాలను వారించి ఉండేవాడిని. భీష్మపితామహుని, ద్రోణాచార్యుని, కృపాచార్యుని, బాహ్లీకుని పిలిచి వారి ఎదుట ధృతరాష్ట్రునితో "నీకొడుకులతో జూదం ఆడించకు. వశపరచుకో" అని చెప్పేవాడిని. జూదం వలన దోషంతో నలుడు ఎంత ఆపద అనుభవించాడో నేను అతనికి చెప్పేవాడిని. ధర్మరాజా! ఆ జూదం కారణంగానే నీవు కూడా రాజ్యచ్యుతుడివి అయ్యావు. జూదం వలన సమయంకాకుండానే ధనసంపదలు నాశనమయి పోతాయి.మనుష్యులు వ్యసనాలకు బానిసలయిపోతారు. ధర్మం, అర్థం మొదలైనవి అనుభవించకుండానే నశించిపోతాయి. మిత్రులుకూడా పరస్పరం దూషించు కుంటారు. జూదంవలన కలిగే మరింకెన్నో అనర్థాలను ధృతరాష్ట్రునికి చెప్పి ఉండేవాడిని. అతడు నామాట మన్నిస్తే కురువంశానికి మేలు చేకూరి ధర్మం రక్షింపబడేది. మేలు చేకూర్చే నామాటలు వినకపోతే అతనిని బలవంతంగా శిక్షించి ఉండేవాడిని. జూదరులైన అతని సభాసదులు గాని మిత్రులు గాని అన్యాయంగా అతని పక్షం వహిస్తే వారిని చంపిఉండేవాడిని. ఆ సమయంలో నేను ద్వారకలో లేకపోవడం వల్లనే మీరు జూదం ఆడి తీరికూర్చుని కష్టాలు కొనితెచ్చుకున్నారు. మిమ్మల్ని ఇప్పుడు ఈ కష్టదశలో చూస్తున్నాను" అన్నాడు.

యుధిష్ఠిరుడు "నీవు అప్పుడు ద్వారకలో కాకుండా ఎక్కడ ఉన్నావు? ఏమి చేస్తున్నావు?" అని కృష్ణుని అడిగాడు. అప్పుడు కృష్ణుడు "ధర్మరాజా! అప్పుడు నేను సాళ్వుని విమానాన్ని నగరాకారంలో ఉండే సౌభమనే దాన్ని నాశనం చేయడానికి ద్వారకను విడిచివెళ్లాను. రాజసూయయాగంలో నాకు అగ్రపూజ చేసినపుడు శిశుపాలుని దౌష్ట్యం కారణంగా నేను అతనిని చక్రంతో సంహరించినపుడు నేను ఇక్కడే ఉన్నాను కదా! ఆసమయంలో శిశుపాలుని మరణవార్త విన్న సాళ్వుడు ద్వారకపై దండెత్తాడు. సప్తధాతునిర్మితమైన సౌభమనే తన విమానాన్ని అధిష్ఠించి సాళ్వుడు చాలా క్రూరంగా ద్వారకలోని కుమారులనందరిని సంహరించసాగాడు. తోటలు, ఉద్యానాలు, భవంతులు అన్నీ నాశనం అయ్యాయి. అతడు అక్కడున్న వారిని ఉద్దేశించి "యాదవాధముడు మూర్ఖుడు అయిన కృష్ణుడెక్కడ ఉన్నాడు? నేను అతని గర్వాన్ని సమూలంగా నాశనంచేస్తాను. అతడెక్కడుంటే అక్కడికి వెళతాను. అతనిని చంపకుండా వెనుతిరగనని నా ఆయుధం మీద ఒట్టేసి చెపుతున్నాను" అంటూ ఇంకా ఇలా అనసాగాడు "విశ్వాసఘాతకుడైన శ్రీకృష్ణుడు నామిత్రుడైన శిశుపాలుని చంపాడు. కనుక నేను అతనిని యమసదనానికి పంపి తీరుతాను" ధర్మరాజా! సాళ్వుడు ఈరీతిగా చాలాసేపు వాగుతూ ద్వారకలో చాలా అల్లరి చేస్తూ, తన విమానాన్ని అధిష్ఠించి తిరుగుతూ నా రాకకోసం ఎదురుచూడసాగాడు.

నేను ఇక్కడినుండి ద్వారకచేరి అక్కడి దుర్దశను చూడగానే నాకు చాలా క్రోధం కలిగింది. అతని దుశ్చర్యలన్నీ తెలిసికొని అతనిని తప్పకుండా చంపాలని నిశ్చయించుకున్నాను. ద్వారక వదిలి బయటకు వచ్చి అతనికోసం అన్వేషించసాగాను. సముద్రమధ్యంలో ఒక భయకరంమైన ద్వీపంలో సౌభక విమానసహితంగా అతడు నాకు కనిపించాడు. నేను పాంచజన్యశంఖాన్ని పూరించి అతనిని యుద్ధానికి ఆహ్వానించాను. కొంతసేపు మామధ్య ఘోరయుద్ధం జరిగింది. చివరికి సాళ్వునితో సహితంగా సమస్తదానవులను సంహరించి నేలకూల్చాను. ఆసమయంలో నేను ద్వారకలో లేకపోవడానికి ఇదే కారణం. నేను తిరిగి ద్వారకకు చేరుకునేసరికి హస్తినాపురంలో మీరు కపటద్యూతంలో ఓడిపోయారని తెలిసింది. వెంటనే నేను అక్కడినుండి బయలుదేరి ఇక్కడికి వచ్చాను"అని చెప్పాడు.

యుధిష్ఠిరుడు అడిగిన మీదట శ్రీకృష్ణుడు సాళ్వవధ వృత్తాంతాన్ని సవిస్తరంగా చెప్పి ద్వారకకు వెడతానని అడిగాడు. అతడు అంగీకరించాడు. శ్రీకృష్ణుడు అతనికి ప్రణామం చేశాడు. భీమసేనుడు కృష్ణుని శిరసు మూర్కొన్నాడు. కృష్ణార్జునులు గాఢాలింగనం చేసుకున్నారు. నకుల సహదేవులు కృష్ణునికి నమస్కరించారు. ధౌమ్యుడు అతనిని పూజించాడు. రథంపై సుభద్రార్జునులను కూర్చోపెట్టుకుని పదేపదే ధర్మరాజునకు ధైర్యం చెపుతూ ద్వారకకు బయలుదేరాడు. అనంతరం ధృష్టద్యుమ్నుడు ద్రౌపది కొడుకులను వెంటపెట్టుకుని తన నగరానికి వెళ్లాడు. శిశుపాలుని కొడుకు ధృష్టకేతుడు తన సోదరి నకులుని భార్య అయిన కరేణుమతిని తీసుకుని తన నగరం శుక్తిమతికి బయలుదేరాడు. రాజులు, మహారాజులు అందరూ తమతమ దేశాలకు బయలుదేరి వెళ్లారు. పాండవులు ఎంతో నచ్చచెప్పి తమ ప్రజలను వెనుకకు పంపాలని చూశారు గాని వారు వినలేదు. అది ఒక అద్భుతదృశ్యం. ఏదో ఒకరీతిగా అందరూ వెళ్లాక యుధిష్ఠిరుడు బ్రాహ్మణులను సత్కరించి ముందుకు సాగడానికి అనుమతిని కోరి సేవకులను రథాలను సిద్ధం చేయమని ఆజ్ఞాపించాడు.

ద్వైతవనములో పాండవులకు మార్కండేయ బకదాల్భ్యమునులు ఉపదేశించుట

వైశంపాయనుడు చెపుతున్నాడు - "జనమేజయా! శ్రీకృష్ణుడు మొదలైనవారందరూ తమతమ ప్రదేశాలకు వెళ్లిపోయాక లోకపాలురవలె తేజస్సుతో వెలుగొందే పాండవులు వేదవేదాంగవేత్తలైన బ్రాహ్మణులకు బంగారు మొహరీలు, వస్త్రాలు, గోవులు దానం ఇచ్చి రథాలు ఎక్కి ముందటి వనానికి బయలుదేరారు. ఇంద్రసేనుడు సుభద్రయొక్క దాదులను, దాసీలను, వస్త్రాభరణాలను తీసుకుని ఇరవైమంది సైనికులసంరక్షణలో రథం ఎక్కి ద్వారకకు బయలుదేరాడు. అప్పుడు మనసున్న నాగరికులు కొందరు ధర్మరాజు వద్దకుచేరి అతనికి ఎడమవైపు నిలుచున్నారు. వారిలో ముఖ్యులైన బ్రాహ్మణులు కొందరు ప్రసన్నంగా అతనితో సంభాషించసాగారు. ప్రజలందరూ గుంపులుగట్టి రావడంచూసి పాండవులందరూ లేచి నిలబడి వారితో మాటలాడసాగారు. ఆ సమయంలో ఆరాజు, ఆప్రజలు తండ్రి కొడుకులవలె వ్యవహరించారు. ప్రజలందరూ "అయ్యో! స్వామీ! ధర్మరాజా! మీరు మమ్మల్ని అనాథలను చేసి ఎందుకు వెళ్లిపోతున్నారు? కురువంశశ్రేష్ఠులయిన మీరు మాకు ప్రభువులు. మీరు ఈదేశాన్ని, మీనగరపౌరులను విడిచి ఎక్కడకు వెళతారు? తండ్రి ఎప్పుడయినా తన సంతానాన్ని అనాథగా వదిలి వెళతాడా? మీవంటి ధర్మాత్ములను, మహాపురుషులను కపటద్యూతంలో మోసగించి దుఃఖితులుగా చేసిన ఆ క్రూరాత్ముడు దుర్యోధనుడు, శకుని, కర్ణుడు ఛీకొట్టదగినవారు. మీరు నిర్మించుకున్న కైలాసంవలె ప్రకాశించే ఇంద్రప్రస్థాన్ని వదిలి ఎక్కడకు వెళతారు? మీరు మయసభను వదిలి ఎక్కడకు వెళుతున్నారో మాకు ఎందుకు చెప్పడంలేదు? అని విలపిస్తూంటే వారి మాటలు విన్న వీరవరుడు అర్జునుడు వారితో ఎలుగెత్తి "నాగరికులారా! ధర్మరాజు వనవాసం ముగించుకన్నాక ఆ దివ్యసభతోపాటు శత్రువులయొక్క కీర్తిని కూడా తిరిగి పొందుతాడు. మీరంతా ధర్మానుసారంగా వేర్వేరుగా సత్పురుషులను సేవించి వారిని ప్రసన్నులను చేసుకోండి. దానివలన ముందుముందు మాకార్యం నెరవేరుతుంది" అని పలికాడు. అతని మాటలను అందరూ అంగీకరించారు. వారంతా ధర్మరాజు ఎంతో చెప్పిన మీదట పాండవులకు దక్షిణంగా తిరిగి ఖిన్నులై తమ తమ ఇళ్లకు వెళ్లిపోయారు.

ప్రజలందరూ వెళ్లాక సత్యప్రతిజ్ఞుడు, ధర్మాత్ముడు అయిన యుధిష్ఠిరుడు తన తమ్ముళ్లతో "మనం పన్నెండేళ్లు నిర్జనారణ్యంలో నివసించాలి. కనుక పూలు పళ్లు అధికంగా ఉండే, అందమైన సుఖకరమైన, మునుల యొక్క పవిత్రమైన ఆశ్రమాలు ఉండే స్థానం ఏదైనా ఈ అడవిలో వెదకాలి"

అనగానే, అతనిని గురువుగా భావించి గౌరవించే అర్జునుడు "మీరు గొప్ప గొప్ప మునులను, ఋషులను, మహాపురుషులను సేవించారు. మానవలోకంలో మీకు తెలియని వస్తువేదీలేదు. కనుక మీకు ఎక్కడ బాగుంటే అక్కడ నివసించవచ్చును. రాబోయేది ద్వైతవనం. అక్కడ పవిత్రజలంతో నిండిన సరోవరం కూడా ఉంది. రంగురంగుల పూలు, అవసరమైన పళ్లుకూడా ఉన్నాయి. పక్షుల కలకూజితాలతో అక్కడ మనోహరంగా ఉంటుంది. మీరు అనుమతిస్తే నాకు అక్కడ నివసించాలని ఉంది. ఆజ్ఞాపించండి" అన్నాడు. యుధిష్ఠిరుడు "అర్జునా! నాకూ ఇదే బాగుందనిపిస్తోంది. మనమా ద్వైతవనానికి వెళ్దాం" అన్నాడు. అలా నిశ్చయించుకున్నాక అగ్నిహోత్రులు, సన్యాసులు, వేదాధ్యయనశీలురు అయిన భిక్షుకులు, వానప్రస్థులు, తాపసులు, వ్రతులు, మహాత్ములు అయిన బ్రాహ్మణులతో సహితంగా ధర్మాత్ములు అయిన పాండవులు ద్వైతవనాన్ని ప్రవేశించారు. అక్కడున్న ధర్మాత్ములు, తాపసులు, పవిత్రభావాలు కల ఆశ్రమవాసులు ధర్మరాజును చూడడానికి వచ్చారు. ధర్మరాజు యథాయోగ్యంగా వారందరికీ స్వాగతం పలికి సత్కరించాడు. అనంతరం వారంతా నిండుగా పూచి ఉన్న ఒక కదంబవృక్షం యొక్క నీడలోకి వచ్చి కూర్చున్నారు. భీమసేనుడు, ద్రౌపది, అర్జున, నకులసహదేవులు వారి సేవకులు రథాలనుండి దిగి గుఱ్ఱాలకు విశ్రాంతిని ఇచ్చి ధర్మరాజు వద్దకు వచ్చి కూర్చున్నారు.అక్కడ ఉంటూ ధర్మరాజు సమస్త అతిథి అభ్యాగతులను, ఋషులను, మునులను, బ్రాహ్మణులను కందమూలఫలాలతో తృప్తిపరచసాగాడు. ధౌమ్యుడు అతనిచేత గొప్పగొప్ప యజ్ఞాలు, శ్రాద్ధకర్మలు, శాంతి పౌష్టికక్రియలు చేయిస్తున్నాడు. పాండవులు ఇంద్రప్రస్థాన్ని విడిచి ద్వైతవనంలో నివసించసాగారు.

ఆ రోజులలో ఒకసారి మార్కండేయ మహాముని పాండవుల ఆశ్రమానికి విచ్చేశాడు. దేవతలు, ఋషులు, మనుష్యులు కూడా పూజించదగిన మార్కండేయునికి యుధిష్ఠిరుడు విధిపూర్వకంగా స్వాగతం పలికాడు. మార్కండేయుడు వనవాసులయిన పాండవులను ద్రౌపదిని చూచి చిరునవ్వు నవ్వాడు. అది చూచి యుధిష్ఠిరుడు "పూజ్యుడా! ఇతర తాపసులందరూ ఈస్థితిలో ఉన్న నన్ను చూచి సంకోచంతో ఏమీ మాట్లాడలేకపోయారు. కాని మీరేమిటి నన్ను చూచి నవ్వుతున్నారు? దీని ఉద్దేశ్యమేమిటి?" అని అడిగాడు. మార్కండేయుడు - "నేను మీఈస్థితిని చూచి సంతోషంతో నవ్వలేదు. నాకు ఏవిషయంలోనూ అహంకారం లేదు. మీదశను చూచి నాకు సత్యనిష్ఠుడైన దశరథనందనుడు శ్రీరాముడు జ్ఞాపకం వచ్చాడు. అతడు తండ్రి ఆజ్ఞానుసారం ధనుస్సునే సహాయంగా చేసుకుని సీతాలక్ష్మణ సమేతుడై వనవాసం చేశాడు. నేను అతనిని ఋశ్యమూకపర్వతం మీద తిరుగుతూండగా చూశాను. శ్రీరామచంద్రుడు ఇంద్రుని కంటె బలవంతుడు యమునికూడా దండించగల శక్తిశాలి. మహామనస్వి. నిర్దోషి. అయినా అతడు తండ్రి మాటను పాటించి వనవాసం స్వీకరించి తనధర్మాన్ని పాలించాడు. యుద్ధంలో అతనిని ఎవరూ జయించలేరు. అయినా అతడు రాజోచిత భోగాలను విడిచి వనవాసం చేశాడు. దీనివలన మనుష్యుడు తాను బలవంతుడను అనుకొని అధర్మం చేయకూడదని తెలుస్తోంది. భరతవర్షంలోని ఇతిహాసప్రసిద్ధులైన నాభాగుడు, భగీరథుడు మొదలైన రాజులు సత్యబలంతోనే ఈభూమిని పరిపాలించగలిగారు. ఇప్పుడు జగత్తులో నీకీర్తి పరాక్రమాలు దేదీప్యమానంగా ఉన్నాయి. నీయొక్క ధార్మికత, సత్యనిష్ఠ, సద్వ్యవహారము, ఈ ప్రపంచంలోని ప్రాణులన్నిటికంటె మించినవి. నీవు ప్రతిజ్ఞానుసారంగా వనవాసం చేసిన తరువాత నీ ప్రతిష్ఠాకరమైన రాజ్యాన్ని కౌరవులనుండి పొందగలుగుతావు. ఇందులో ఏమీ సందేహం లేదు" అని చెప్పి మార్కండేయ మహాముని ధౌమ్యుని వద్ద, పాండవుల వద్ద అనుమతి తీసుకుని ఉత్తరదిశగా సాగిపోయాడు.

పాండవులు వచ్చినప్పటినుండి ద్వైతవనం బ్రాహ్మణులతో నిండిపోయింది. ఆవనంలోని సరోవర ప్రాంతమంతా బ్రహ్మసభయా అన్నట్లుగా వేదధ్వనులతో మారుమ్రోగుతోంది. విన్నవారి హృదయాలలో అది గూడుకట్టుకుంటోంది. ఒకరోజున బకదాల్భ్యుడు అనే ముని సాయంసమయంలో ధర్మజుని వద్దకు వచ్చి "రాజా! చూడు. ఈ సమయంలో ద్వైతవనంలోని ఆశ్రమాలలో తాపసులయిన బ్రాహ్మణుల యొక్క యజ్ఞాగ్ని, ప్రజ్వరిల్లుతోంది. భృగువు, అంగిరుడు, వసిష్ఠుడు, కశ్యపుడు, అగస్త్యుడు, అత్రిగోత్రోద్భవులయిన ఉత్తమోత్తమ బ్రాహ్మణులు ఈ పవిత్రవనంలో ఉన్నారు. వారంతా నీ సంరక్షణలో సుఖసౌఖ్యాలతో తమ ధర్మాన్ని నిర్వర్తిస్తున్నారు. నేను నీకు ఒకమాట చెప్తాను. జాగ్రత్తగా విను. బ్రాహ్మణులు క్షత్రియులు కలిసిమెలిసి పనిచేస్తూ, పరస్పరం సహకరించుకోవడం వలన వారికి ఉన్నతి, అభివృద్ధి కలుగుతాయి. అప్పుడే వారు అగ్ని

వాయువులులా కలిసిపోయి శత్రువులనే వనాలను కూడా భస్మం చేసివేయగలరు. బ్రాహ్మణులను ఆశ్రయించనిదే ఎంతోకాలం నిరంతరంగా ప్రయత్నించినప్పటికీ ఇహపరలోకాలు లభించవు. ధర్మశాస్త్రంలో, అర్థశాస్త్రంలో ప్రవీణుడై నిర్లోభుడైన బ్రాహ్మణుని ఆశ్రయించి రాజు తన శత్రువులను రూపుమాపగలుగుతాడు. బలిచక్రవర్తికి బ్రాహ్మణుల సహాయం వలననే ఉన్నతి కలిగింది. బ్రాహ్మణుని యొక్క దృష్టి, క్షత్రియుని యొక్క బలం అనుపమమైనవి. ఈఇద్దరూ కూడితే జగత్తులో సుఖసమృద్ధులు పెరుగుతాయి. కాబట్టి తెలివైన క్షత్రియుడు అప్రాప్యవస్తువును పొందాలన్నా, ప్రాప్తవస్తువును అభివృద్ధిచేసుకోవాలన్నా బ్రాహ్మణులను సేవించి వారినుండి జ్ఞానాన్ని పొందాలి. యుధిష్ఠిరా! నీవు ఎల్లప్పుడూ బ్రాహ్మణులతో మంచిగానే నడుచుకొంటున్నావు. కాబట్టియే నీవు కీర్తిమంతుడవయ్యావు" అని ఉపదేశించాడు. ధర్మరాజు అతని ఉపదేశాన్ని ఆనందంగా విని అతనిని అభినందించాడు. మహాత్ముడయిన వేదవ్యాసుడు, నారదుడు, పరశురాముడు, పృథుశ్రవసుడు, ఇంద్రద్యుమ్నుడు, భాలుకి, హారీతుడు, అగ్నివేశ్యుడు - మొదలైన అనేకులు నియమవ్రతులు అయిన బ్రాహ్మణులు దాల్భ్యమహామునిని, ధర్మరాజును మిక్కిలి ప్రశంసించారు.

ద్రౌపదీయుధిష్ఠిరుల సంవాదము - క్షమాగుణ ప్రశంస

వైశంపాయనుడు చెపుతున్నాడు - "జనమేజయా! ఒకరోజు సాయంకాలసమయంలో పాండవులు విచారహృదయులై ద్రౌపదితో కలిసి కూర్చుని సంభాషిస్తున్నారు. మాటల సందర్భంలో ద్రౌపది "నిజానికి దుర్యోధనుడు చాలా క్రూరుడు. మన దుఃఖాన్ని చూచి అతనికి కొద్దిగానైనా దుఃఖం కలగడం లేదు. మృగచర్మాలు ధరింపచేసి మనలను ఘోరారణ్యాలకు పంపి కూడా అతడు ఇసుమంతైనా పశ్చాత్తాపపడడం లేదు. అతని హృదయం ఉక్కుతో చేయబడి ఉండవచ్చు. అతడు ఒకవైపు కపటద్యూతంలో జయించి మీవంటి సరళహృదయులను ధర్మాత్ములను నిండుసభలో పరుషంగా మాట్లాడాడు. ఇప్పుడేమో మిత్రులతో కూడి విలాసాలు అనుభవిస్తున్నాడు. మృదువైన తల్పాలు విడిచి మీరు దర్భశయ్యలపై నిద్రించడం చూస్తే నాకు దంతపు సింహాసనాలు గుర్తుకువచ్చి ఏడుపు వస్తోంది. గొప్పగొప్ప రాజులందరూ మీచుట్టూ చేరేవారు. మీశరీరాలు చందనచర్చితమై ఉండేవి. ఈనాడు మీరు మలినవస్త్రాలతో అరణ్యాలలో తిరుగుతున్నారు. నాకు ఇక శాంతి ఎక్కడిది? మీ భవనాలలో ప్రతిదినం వేలకొద్దీ బ్రాహ్మణులకు కోరినవిధంగా భోజనం తయారుచేయించేదాన్ని. ఈనాడు మనం ఫలమూలాలు తింటూ జీవితం గడుపుతున్నాము. నాకు ఇష్టుడైన ఈ భీమసేనుడు వనవాసం చేస్తూ కష్టపడుతూంటే మీమనసులలో క్రోధం ఉప్పొంగడం లేదా? భీమసేనుడు ఒంటరిగానే కౌరవులందరినీ యుద్ధభూమిలో చంపడానికి ఉత్సాహిస్తూ ఉంటాడు. కాని మీవైపు చూడకుండా తన మనసును అణచుకుంటున్నాడు. అర్జునుడో సహస్రబాహువులు కల కార్తవీర్యార్జునుడితో సమానమైన బలశాలి. ఇతని అస్త్రకౌశలం కారణంగానే వీరులైన రాజులు కూడా భయపడి మీపాదాలకు నమస్కరించి, మీయజ్ఞానికి విచ్చేసి బ్రాహ్మణసేవలో పాల్గొన్నారు. దేవదానవులకు కూడా పూజనీయుడైన ఆ అర్జునుడే నేడు వనవాసం చేస్తున్నాడు. మీమదిలో ఎందుకు కోపం పెల్లుబకడంలేదు? శ్యామలవర్ణంతో విశాలకాయంతో, చేతిలో కత్తి డాలు పట్టుకున్న సాటిలేని వీరులు నకులసహదేవులు వనవాసం చేస్తూంటే మీరు మౌనంగా ఎలా ఉంటున్నారు? ద్రుపద మహారాజు కూతురిని, పాండుమహారాజు కోడలిని, ధృష్టద్యుమ్నుని చెల్లెలిని, పాండవులకు పరమపతివ్రత అయిన భార్యను ఈనాడు అడవులవెంబడి తిరుగుతున్నాను. మీ సహనశక్తి ధన్యమైనది. సరే. మీకు కోపం లేదు. కాని పరాక్రమం పౌరుషం లేనివాడు క్షత్రియుడెలా అవుతాడు? సమయం వచ్చినపుడు కూడా తన పౌరుషాన్ని చూపలేని వానిని అందరూ తిరస్కరిస్తారు. శత్రువుల మీద క్షమ కాదు ప్రతాపాన్ని చూపాలి" అంటూ ద్రౌపది ఇంకా ఇలా చెప్పసాగింది. "రాజా! పూర్వం బలిచక్రవర్తి తన తాతగారైన ప్రహ్లాదుని క్షమ ఉత్తమమైనదా?లేక క్రోధమా? తనకు వివరించి చెప్పమని అడిగాడు. ప్రహ్లాదుడు సమాధానం ఇస్తూ - "క్షమ, క్రోధం- ఈరెండింటికీ దేని అవసరం దానికి ఉంది. ఎప్పుడూ క్రోధంగాని, ఎప్పుడూ క్షమ గాని ఉచితం కాదు. ఎప్పుడూ క్షమనే అవలంబిస్తే, అతనిని సేవకులు, పుత్రులు, దాసులు చివరికి తటస్థులైనవారు కూడా పరుషంగా మాట్లాడి ధిక్కరించి అవమానిస్తారు. ధూర్తులు క్షమావంతుని అణచివేసి అతని భార్యను కూడా అకస్మాత్తుగా ఎత్తుకుపోవాలని చూస్తారు. స్త్రీలు కూడా స్వైరిణులై, పాతివ్రత్యధర్మం వదిలి తమ భర్తలకు అపకారం

తలపెడతారు. దీనికి విరుద్ధంగా క్షమ అనేదే లేకుండా ఎప్పుడూ క్రోధానికి వశుడై ఉండేవాడు ఆవేశంలో అనాలోచితంగా అందరినీ దండిస్తూ ఉంటాడు. అతడు మిత్రులకు కూడా విరోధి, తన కుటుంబానికి శత్రువు అవుతాడు. అన్నివైపులనుండి వచ్చే అవమానం కారణంగా ధనహాని, తిరస్కారం కలుగుతాయి. అతని మనసులో సంతాపం, ఈర్ష్య, ద్వేషం పెరిగిపోతాయి. అందువలన అతని యొక్క శత్రువులకు లాభం కలుగుతుంది. క్రోధవశుడై అన్యాయంగా ఎవరినైనా దండిస్తే ఫలితంగా తన ఐశ్వర్యానికి, స్వజనులకు, చివరకు తన ప్రాణాలకు కూడా నీళ్లు వదులుకోవాల్సి వస్తుంది. అందరితోనూ క్రోధంగా ప్రవర్తిస్తే లోకులు భయపడతారు. అతనికి మేలు చేయడానికి ఎవరూ ముందుకు రారు. అతనిలోని దోషాన్ని నలువైపులకి వ్యాపింపచేస్తారు. కాబట్టి ఎప్పుడూ ఉగ్రంగానూ ఉండకూడదు. అలా అని ఎప్పుడూ సరళంగానూ వ్యవహరించకూడదు. సమయానుకూలంగా ఉగ్రంగా, సరళంగా ఉండాలి. అలా ఉండేవానికి ఇహపరలోకాలలో సుఖం లభిస్తుంది. ఇక క్షమ ఎక్కడ అవసరమో చెప్తాను. అంతకు ముందు ఉపకారం చేసిన వ్యక్తి ఒకప్పుడు పెద్ద అపరాధం చేసినా, పూర్వపు ఉపకారాన్ని దృష్టిలో ఉంచుకొని అతనిని క్షమించాలి. మూర్ఖుడైనవాడు తప్పు చేస్తే క్షమించాలి. ఎందుకంటే అందరూ అన్ని పనులలో నేర్పరులు కారు కాబట్టి. అలా కాకుండా కావాలని అపరాధం చేసేవారిని, తాము కావాలని చేయలేదని చెప్పేవారిని వారు చిన్న తప్పుచేసినా పూర్తి శిక్ష విధించాలి. కుటిలపురుషులను క్షమించకూడదు. ఎవరినయినా మొదటిసారి అపరాధం చేస్తే క్షమించాలి. కాని రెండవసారి చేస్తే దండించి తీరాలి. మెత్తదనం చూపడంవలన కఠినులు, మృదువులు కూడా వశులవుతారు. మృదుస్వభావునకు అసాధ్యం అయినది ఏదిలేదు. కాబట్టి మృదుత్వమే శ్రేష్ఠమైనది. కాబట్టి దేశకాల సామర్థ్యాలను, బలహీనతలను సంపూర్ణంగా విచారించి అవసరాన్నిబట్టి మృదుత్వాన్నో ఉగ్రత్వాన్నో చూపాలి. ఒక్కొక్కసారి భయం వలన కూడా క్షమ చూపవలసి ఉంటుంది. ఎవరయినా పైకి చెప్పేదొకటి, చేసేది మరొకటి అయితే అతనిని క్షమించకూడదు. క్రోధం చూపాలి" ఇదంతా చెప్పి ద్రౌపది చివరికి రాజా! ధృతరాష్ట్రుని కొడుకులు తప్పుల మీద తప్పులు చేస్తున్నారు. వారి లోభానికి హద్దులు లేవు. వారిమీద కోపించవలసిన సమయం వచ్చిందని నేను అనుకున్నాను. మీరు వారిపై దయ చూపకండి. క్రోధం చూపించండి" అని వేడుకుంది.[5]

దానికి సమాధానంగా యుధిష్ఠిరుడు "ప్రియా! మనుష్యుడు క్రోధవశుడు కాకూడదు. క్రోధాన్ని తన వశంలో ఉంచుకోవాలి. క్రోధాన్ని జయించినవానికి శుభాలు కలుగుతాయి. క్రోధం కారణంగా మనుష్యులు నాశనం అయిపోవడం మనం చూస్తూనే ఉన్నాం. పతనాన్ని కలిగించే క్రోధానికి నేను ఎలా వశుడను కాగలను? క్రోధం కలిగినవాడు పాపం చేస్తాడు. పెద్దలను చంపుతాడు. శ్రేష్ఠులను, శుభవస్తువులను కూడా కఠినంగా మాట్లాడి తిరస్కరిస్తాడు. ఫలితంగా ఆపదలకు లోనవుతాడు. కోపంతో ఉన్నవాడికి ఏది మాట్లాడాలో ఏది కూడదో తెలియదు. మనసుకి తోచినది వాగేస్తాడు. ఏదిచేయాలో ఏది చేయకూడదో కూడా అతనికి తెలియదు. అనుకున్నది చేస్తాడు. బ్రతకవలసినవాడిని చంపుతాడు. చంపదగినవాడిని పూజిస్తాడు. క్రోధావేశంలో ఆత్మహత్య చేసుకుని నరకంలో పడతాడు. క్రోధం దోషాలకు పుట్టినిల్లు. బుద్ధిమంతుడు ఈ లోకంలో ఉన్నతిని, పరలోకంలో సుఖాన్ని, ముక్తిని పొందడానికి క్రోధాన్ని జయిస్తాడు. క్రోధం వలన కలిగే దోషాలు లెక్కలేనన్ని. అందుకని ఈ విషయాలన్నీ ఆలోచించినమీదట నాకు మనసులో కోపం రాదు. కోపగించినవాడిమీద కూడా కోపం చూపకుండా క్షమించగలిగేవాడు, తనను, అతనిని కూడా మహాసంకట స్థితినుండి రక్షించినవాడు అవుతాడు. ఇద్దరి రోగాన్ని దూరం చేసే చికిత్సకుడు అతడు. అబద్ధం కంటె నిజం చెప్పడం వలన శుభం కలుగుతుంది. క్రూరత్వం కంటె మృదుత్వం ఉత్తమమైనది. క్రోధం కంటె క్షమ ఉన్నతమయినది. దుర్యోధనుడు నన్ను చంపినా సరే, అనేక దోషాలతో నిండిన, మహాత్ములు పరిత్యజించిన క్రోధాన్ని నేను ఎలా స్వీకరించను? తేజోవంతునిగా కొనియాడబడే తత్త్వదర్శి అయిన పురుషునిలో క్రోధం మచ్చుకైనా ఉండదని నానిశ్చయం. తనలోని క్రోధాన్ని జ్ఞానదృష్టితో శాంతింపచేసుకునే వాడే తేజోవంతుడనిపించుకుంటాడు. క్రోధితుడైనవాడు తన కర్తవ్యాన్నే మరచిపోతాడు. ఇక తన కర్తవ్యం మీద, మర్యాదలమీద దృష్టి ఎలాఉంటుంది? అతడు చంపకూడని వారిని చంపుతాడు. గురుజనులను గుండెలు పగిలే మాటలతో దూషిస్తాడు. కాబట్టి తనలో ఏమాత్రం అయినా తేజస్సు ఉంటే ముందు క్రోధాన్నే తన అదుపులో ఉంచుకోవాలి. పనిలో నేర్పరితనం, శత్రువుల మీద విజయాన్ని పొందే

ఉపాయాన్ని ఆలోచించడం, విజయం లభ్యమయ్యే శక్తి, స్ఫూర్తి - ఇవన్నీ (తేజోవంతుల) పరాక్రమవంతుల గుణాలు. ఈగుణాలు క్రోధం ఉన్నవాడిలో ఉండవు. క్రోధాన్ని వదిలిపెడితేనే ఇవన్నీ సమకూరుతాయి. క్రోధం రజోగుణానికి మరోరూపం. అందువలన అది మనిషికి మృత్యువే. కనుక క్రోధం వదిలి శాంతంగా ఉండాలి. ధర్మం నుండి ఎప్పుడైనా ఒకసారి వైదొలగవచ్చును గాని క్రోధం మాత్రం మంచిదికాదు. నేను మూర్ఖుల గురించి చెప్పడం లేదు. తెలివైనవాడు అసలు క్షమాగుణాన్ని ఎలా వదలగలడు? మనుష్యులలో ఈ క్షమాగుణమే లేకపోతే అందరూ పరస్పరం పోట్లాడుకుని నశించిపోయేవారు. దుఃఖితుడైనవాడు ఇతరులకు దుఃఖాన్ని కలిగించాలనుకుంటే, శిక్షించిన గురుజనులను కూడా కొట్టడానికి సిద్ధపడితే ఇక ధర్మం నిలబడదు. ప్రాణులన్నీ నశించిపోతాయి. ఈదశలో ఏం జరుగుతుంది? తిట్టుకి తిట్టు దెబ్బకు దెబ్బ -అవమానానికి బదులుగా అవమానం, తండ్రి కొడుకును, కొడుకు తండ్రిని, భర్త భార్యను, భార్య భర్తను నష్టపరుస్తారు. ఏ మర్యాదలు, ఏవ్యవస్థలు, ఏ సౌహార్దాలు మిగలవు. తిట్లు, దెబ్బలు తిని కూడా క్షమించేవాడు, క్రోధానికి లోను కానివాడు ఉత్తమపండితుడు. క్రోధం కలవాడు మూర్ఖుడు. నరకాన్ని అనుభవిస్తాడు. ఈసందర్భంలోనే మహాత్ముడైన కాశ్యపుడు క్షమాశీలురైన వారిలోని క్షమాసాధనాన్ని కీర్తిస్తూ "క్షమయే ధర్మం. క్షమయే యజ్ఞం. క్షమయే వేదం. క్షమయే స్వాధ్యాయం. క్షమ యొక్క ఈ సర్వోత్కృష్టమైన రూపాన్ని తెలుసుకున్నవాడు అన్నిటినీ క్షమించ గలడు. క్షమయే తపస్సు. క్షమయే బ్రహ్మము. క్షమయే సత్యము. క్షమయే భూతభవిష్యత్తులు. క్షమయేతపస్సు. క్షమయే పవిత్రత. క్షమయే ఈ లోకాన్ని ధరించి ఉంది. యజ్ఞం చేసినవారికి లభించిన దానికంటె ఉన్నతమైన లోకం క్షమావంతులకు లభిస్తుంది. వేదం తెలిసినవారికి, తపస్సు చేసినవారికి, కర్మనిష్ఠులకు వేర్వేరు లోకాలు లభిస్తాయి. కాని క్షమావంతులకు బ్రహ్మలోకం వంటి శ్రేష్ఠమైనలోకం లభిస్తుంది. తేజోవంతులలోని తేజస్సు, తాపసులలోని తపస్సు, సత్యవంతులలోని సత్యము క్షమయే. క్షమయే లోకోపకారం. క్షమయే శాంతి. సమస్తలోకాలు, లోకోపకారకమైన యజ్ఞాలు, సత్యము, బ్రహ్మ అన్నీ క్షమలోనే ప్రతిష్ఠితమై ఉన్నాయి. ఇటువంటి క్షమను నేను ఎలా వదలను? జ్ఞాని ఎల్లప్పుడూ క్షమనే ఆచరించాలి. అన్నిటినీ క్షమించగలిగేవాడు తాను స్వయంగా బ్రహ్మయే అవుతాడు. క్షమావంతునికి ఇహపరలోకాలు రెండూ సిద్ధంగా ఉంటాయి. ఇక్కడ గౌరవం, అక్కడ శుభగతి లభిస్తాయి. క్షమతో క్రోధాన్ని అణచగలిగినవానికి పరమగతి ప్రాప్తిస్తుంది" ప్రియా! కాశ్యపుడు కీర్తించిన ఈక్షమా మహిమను విని నీవుకూడా క్రోధం విడిచి పెట్టి క్షమను అవలంబించు.(6) శ్రీకృష్ణుడు, భీష్మపితామహుడు, ధౌమ్యాచార్యుడు; మంత్రి విదురుడు, కృపాచార్యుడు, సంజయుడు, వేదవ్యాసమహర్షి కూడా క్షమను ప్రశంసిస్తూనే ఉన్నారు. క్షమ, దయ - జ్ఞానులయొక్క సదాచారము. ఇదే సనాతన ధర్మము. నేను నిజాయితీతోపాటుగా క్షమను, దయను కూడా అవలంబిస్తాను" అన్నాడు.

ద్రౌపదీయుధిష్ఠిరుల సంవాదము - ప్రయత్నము చేయవలెనని ద్రౌపది సూచన

యుధిష్ఠిరుని మాటలను విని ద్రౌపది మళ్లీ ఇలా అంది - "ధర్మరాజా! ఈప్రపంచంలో ధర్మాచరణం, దయాభావం, క్షమ, సరళవ్యవహారం, లోకనిందకు భయపడడం- వంటి వాటితో రాజ్యలక్ష్మి చేకూరదు. మీకు, బలశాలులైన మీతమ్ముళ్లకు రాజ్యపాలన చేయడానికి అవసరమైన అన్ని గుణాలు ఉన్నాయనడం ప్రత్యక్షమే కదా! మీరు దుఃఖాలను అనుభవించడానికి తగినవారు కారు. అయినా ఈకష్టాలను సహిస్తున్నారు. మీఅన్నదమ్ములు రాజ్యపాలనసమయంలో ధర్మంపట్ల మక్కువ చూపారు. ఈ దీనదుర్దశలోనూ ధర్మాన్ని మించి దేనిమీదా మక్కువ చూపడంలేదు. ధర్మం మీకు ప్రాణాలకంటె ఎక్కువ. మీరాజ్యం, మీప్రాణం ధర్మం కోసమే అనే సంగతి బ్రాహ్మణులకు, దేవతలకు, గురుజనులకు అందరికీ తెలుసు. మీరు ధర్మం కోసం మీనలుగురు తమ్ముళ్లనే కాదు నన్ను కూడా వదిలివేస్తారని నాకు నిశ్చయంగా తెలుసు. ధర్మం తనను రక్షించినవారిని రక్షిస్తుందని పెద్దలు చెప్పగా విన్నాను. కాని ఆ ధర్మంకూడా మిమ్మల్ని రక్షించడం లేదని నాకు అనిపిస్తోంది. మనిషిని నీడ వెంబడించినట్లుగా మీ బుద్ధి సర్వదా ధర్మాన్ని వెన్నంటి ఉంటుంది. మీరు చక్రవర్తులుగా ఉన్నప్పుడు కూడా చిన్నచిన్న రాజులను అవమానించలేదు. ఇక పెద్దవారిసంగతి చెప్పేదేముంది? చక్రవర్తినన్న గర్వం మీకు లేశమైనాలేదు. మీభవనంలో 'స్వాహా, స్వధా' శబ్దాలు మిన్నుముట్టుతూ ఉండేవి. అప్పుడూ ఇప్పుడూ కూడా అతిథిబ్రాహ్మణులకు సేవలు జరుగుతూనే ఉన్నాయి. సాధుసన్యాసుల, గృహస్థుల అవసరాలన్నీ తీర్చి

వారిని మీరు తృప్తిపరిచారు. అప్పుడు మీదగ్గర బ్రాహ్మణులకు ఇవ్వలేని వస్తువంటూ ఏదీలేదు. ఇప్పుడో, కేవలం ఐదు దోషాలను పరిహరించే బలివైశ్వదేవయజ్ఞాలు జరుగుతున్నాయి. అతిథులకు, ఇతరప్రాణులకు పెట్టాక మిగిలినది తిని బ్రతుకు గడుపుతున్నారు. రాజ్యాన్ని, ధనాన్ని, మీతమ్ముళ్లను, చివరకు నన్ను కూడా జూదంలో ఓడిపోయేంతగా మీ బుద్ధి వికటించింది. మీ ఈ ఆపదలు, కష్టాలు చూసి నామనసు మరిగిపోతోంది. నాకు మతి తప్పుతున్నట్లుంది. మనిషికి ఎంతమాత్రం స్వేచ్ఛలేదు. అతడు ఈశ్వరాధీనుడు. ఈశ్వరుడే ప్రాణులను పూర్వజన్మల కర్మఫలాలను అనుసరించి సుఖ దుఃఖాలనుగాని, ప్రియ అప్రియ వస్తువుల లాభంగాని చేకూర్చుతూ ఉంటాడు. సూత్రధారుని చేతిలో జంత్రపుబొమ్మ నాట్యం చేసినట్లుగా ఈశ్వరేచ్ఛానుసారంగా సమస్తప్రాణులు ఈ లోకంలో సంచరిస్తూ ఉంటాయి. భగవంతుడే ప్రాణుల లోపల బయట ఉండి, వారిని ప్రేరేపిస్తూ సాక్షిరూపుడై చూస్తూఉంటాడు. సూత్రంలో గుచ్చబడిన మణులవలె, ముక్కుత్రాడు వేయబడిన ఎద్దులవలె, ప్రవాహంలో పడిన చెట్లవలె జీవులు పరాధీనులై స్వతంత్రులుగా కాక జంత్రపు బొమ్మలవలె ఈశ్వరాధీనులుగానే ఉంటారు. ఒక వస్తువు దేనిలో లయమవుతుందో దానిరూపమే పొందుతుంది. మట్టినుండి పుట్టిన కుండలు మొదలైనవి ఆదిమధ్యాంతాలలో మట్టిరూపమే అయినట్లు జీవులు ఆదిమధ్యాంతాలలో కూడా ఈశ్వరాధీనులై మాత్రమే ఉంటారు. జీవులకు దేనినిగురించి కూడా సరియైన జ్ఞానం లేనందున సుఖాలు పొందడానికిగాని, దుఃఖాలు దూరం చేసుకోవడానికి గాని వారు సమర్థులు కారు. భగవంతుని నిర్ణయానుసారమే జీవుడు స్వర్గనరకాలను పొందుతాడు. లేత గడ్డిపరకలు గాలివాటానికి లోబడినట్లుగా జీవులు భగవంతునికి లోబడి ఉంటారు. పసిపిల్లలు బొమ్మలతో ఆడి ఆడి వాటిని చిందరవందర చేసినట్లు ఈశ్వరుడు సృష్టిలో ప్రాణులను కలుపుతూ విడదీస్తూ క్రీడిస్తూ ఉంటాడు. రాజా! భగవంతుడు ప్రాణులపట్ల తల్లిదండ్రులవలె దయాస్వభావంతో కాక ఎవరో ఒక సాధారణ మానవునివలె క్రూరంగా ప్రవర్తిస్తున్నాడని నాకు తోస్తోంది. మీవంటి సత్పురుషులు కనీసం సరిగ్గా బ్రతుకు తెరువు కూడా లేక కష్టాలలో పడి విలవిలలాడడం, దుష్టులు సుఖాలు అనుభవించడం చూస్తే నాకు చాలా దుఃఖం కలుగుతోంది. మీకష్టాలు, దుర్యోధనుని భోగాలు చూచి భగవంతుని పక్షపాత ధోరణికి అతనిని నిందిస్తున్నాను. కర్మఫలం ఇతరులకు కాకుండా తప్పక కర్తకే లభిస్తుందంటే ఆ భగవంతుడు ఈ పక్షపాత ధోరణికి తగిన ఫలితం అనుభవించవలసినదే. కర్మఫలం కర్తకు అంటదంటే, అప్పుడు తన ఉన్నతికి లౌకిక బలమే కారణం. కాబట్టి బలహీనులగురించి చాలా విచారించవలసినదే" అని సుదీర్ఘంగా చెప్పింది.

అందుకు యుధిష్ఠిరుడు "ప్రియా! నీమాటలు అందంగా, తీయగా, అబ్బురపరిచేలా ఉన్నాయి. ఇప్పుడు నీవు నాస్తికురాలివలె మాట్లాడుతున్నావు. నేను ఫలాన్ని ఆశించి కర్మలను చేయడంలేదు. దానం చేయడం ధర్మం కాబట్టి చేస్తున్నాను. యజ్ఞం చేయాలి కనుక చేస్తున్నాను. ఫలం వచ్చినా రాకున్నా మానవులు తమ కర్తవ్యాన్ని నిర్వర్తించాలి. కనుక నేను నాకర్తవ్యాన్ని నిర్వహిస్తున్నాను. వేదాలు ధర్మం ఆచరించాలని విధించాయి. సత్పురుషులు దానిని పాటిస్తున్నారు. కనుక నేను ధర్మాన్ని ఆచరిస్తున్నాను. కాని ఫలం అనుభవించాలని కాదు. సహజంగానే నామనసు ధర్మంమీద లగ్నమై ఉంటుంది. ఎవరుగాని ధర్మానికి వెలకట్టడం నీచం. ధర్మాన్ని పిండుకోవాలని చూసేవారికి ధర్మఫలం దక్కదు. ధర్మం ఆచరిస్తూ నాస్తికబుద్ధితో దానిని శంకించేవారు పాపులు. ధర్మాన్ని ఎప్పుడూ శంకించవద్దని నేను నీకు గట్టిగా చెపుతున్నాను. ఎందుకంటే వారికి అధోగతే. ధర్మాన్ని, ఋషుల వచనాలను శంకించే దుర్బలహృదయులు మోక్షానికి దూరమవుతారు. వేద పాఠకులు, ధర్మాత్ములు, కులీనులు అయినవారినే పెద్దలని చెప్తారు. మూర్ఖంగా శాస్త్రవిహితమైన దానిని ఉల్లంఘిస్తూ, ధర్మంపట్ల సంశయం కలిగి ఉండేవాడు చోరునితో సమానుడు. ప్రేయసీ! నీవు ఇంతకు ముందు కొద్దిరోజుల క్రితమే కదా ధర్మప్రభావం వలన చిరంజీవి అయిన మార్కండేయ మహామునిని చూచి ఉన్నావు. వ్యాస, వసిష్ఠ, మైత్రేయ, నారద, లోమశ, శుకాది మహర్షులందరూ ధర్మాచరణం వలననే జ్ఞానసంపన్నులు అయ్యారు. వారు దివ్యమైన యోగశక్తితో శాపానుగ్రహసమర్థులై, దేవతలను మించి ఉండడం నీకు తెలిసినదే కదా! వారు తమ అద్భుతశక్తితో వేద ధర్మాలను సాక్షాత్కారం చేసుకుని, వానిని నిత్యమూ కీర్తిస్తూ ఉంటారు. రాణీ! నీవు అజ్ఞానంతో ధర్మాన్ని, భగవంతుని ఆక్షేపించకు. శంకించకు. ధర్మాన్ని శంకించేవాడు తాను మూర్ఖుడై గొప్ప ఆలోచనాపరులను, స్థితప్రజ్ఞులను పిచ్చివారిగా భావిస్తాడు. మహాపురుషులను,

వారి మాటలను ప్రమాణంగా గ్రహించక అసహాయుడవుతాడు. గర్వంతో తన మేలును తానే అడ్డుకుంటాడు. ఇంద్రియాలకు సుఖాలనిచ్చే లౌకికవస్తువులనే నిజమనుకుంటాడు. లోకోత్తర వస్తువుల గురించి అతనికి తెలియనే తెలియదు. ధర్మశంకితునికి ఈలోకంలో ప్రాయశ్చిత్తం ఏదీ లేదు. ఆ మూర్ఖుడు ఇహపరాలలో ఉన్నతిని కోరుకున్నా సాధించలేడు. ప్రమాణాలను నిర్లక్ష్యం చేసి శాస్త్రాలను నిందిస్తాడు. కామలోభాలతో నిండిన మార్గంలో చరిస్తాడు. దీనికి ఫలితంగా నరకం అనుభవిస్తాడు. దృఢచిత్తంతో శంకారహితుడై ధర్మాచరణం చేసేవాడు అనంతసుఖాలు పొందుతాడు. ఋషుల మాటలను పాటించనివాడు, ధర్మాన్ని ఆచరించనివాడు, శాస్త్రాలను ఉల్లంఘించేవాడు ఒక్క జన్మలోనే కాదు అనేక జన్మలకు కూడా శాంతిని పొందలేడు. సర్వజ్ఞులు, సర్వదర్శులు అయిన ఋషులు సనాతన ధర్మాన్ని కీర్తించారు. సత్పురుషులు దానిని ఆచరిస్తున్నారు. ఇందులో శంకించవలసినది ఏమున్నది? సముద్రాన్ని తరించాలనుకునే వ్యాపారికి ఓడ ఒక్కటే ఆశ్రయమైనట్లుగా పరలోకసుఖాలు పొందాలనుకునే వానికి ధర్మం అనే ఓడ ఒక్కటే ఆశ్రయం. సుందరీ! ధర్మాత్ముల యొక్క ధర్మాచరణం నిష్ఫలమే కనుక అయితే ఈజగత్తు అంతా ఘోరమైన అజ్ఞానాంధకారంలో మునిగిపోతుంది. తపస్సు, బ్రహ్మచర్యం, యజ్ఞం, స్వాధ్యాయం, దానం, సరళత్వం - ఇవన్నీ నిష్ఫలం అయితే ఎవరికీ మోక్షం లభించదు. ఎవరూ చదువుకోరు. ఎవరికీ ధనం లభించదు. అందరూ పశుప్రాయులు అవుతారు. అలా అయితే సత్పురుషులు ధర్మాచరణం ఎందుకు చేస్తారు? సంపూర్ణ ధర్మశాస్త్రం ఉత్త మోసమే అవుతుంది. ఋషులు, దేవతలు, గంధర్వులు గొప్పవారయినా ఎందుకు ధర్మాన్ని ఆచరిస్తున్నారు? భగవంతుడు ధర్మఫలాన్ని ఇస్తాడని తెలుసుకొనే వారు ధర్మాన్ని ఆచరిస్తున్నారు. నిజానికి అదే శుభకరం. ధర్మాధర్మాలు రెండూ నిష్ఫలం కావు. విద్యాతపస్సుల యొక్క ఫలితాన్ని మనం ప్రత్యక్షంగా గమనిస్తున్నాం. వేదం యొక్క ప్రామాణికత్వాన్ని స్థాపిస్తూ ధర్మంపట్ల శ్రద్ధ కలగాలని నేను ఇదంతా చెప్తున్నాను. అంతేకాదు. నీ అనుభవం కూడా ధర్మం యొక్క మహిమనే చాటుతోంది. మీ అన్నాచెల్లెళ్ల పుట్టుక యజ్ఞరూపమైన ధర్మం ఆచరించడం వలననే జరిగినదనే సంగతి నీకు తెలియనిదా ఏమిటి? ధర్మానికి ఫలితం తప్పకుండా లభిస్తుందనే సంగతి నిరూపించడానికి నీజన్మ వృత్తాంతమే సరిపోతుంది. ధర్మాత్ములు సంతుష్టులై ఉంటారు. కాని బుద్ధిహీనులు ఎంతఫలం లభించినా సంతుష్టులు కారు. పాపపుణ్యాలయొక్క ఫలం కలగడానికి, కర్మోత్పత్తికి అన్నిటికీ కారణమైన అవిద్య, దానిని నశింపచేసే విద్య - ఈ అన్ని విషయాలనూ దేవతలు రహస్యంగా ఉంచారు. మామూలు మానవులు దీనిగురించి ఏమీ తెలుసుకోలేరు. తత్త్వవేత్తలు అయినవారు ఈరహస్యాలన్నీ తెలుసుకొని ఫలితాన్ని ఆశించి కర్మానుష్ఠానం చేయరు. జ్ఞానస్థితులై కర్మలను చేస్తారు. నిజానికి దేవతలకు కూడా ఈవిషయం గుప్తమే. అయినా విరక్తులు, మితభోజులు, జితేంద్రియులు, తపస్సు చేసుకునే యోగులు పరిశుద్ధమైన మనస్సుతో ధ్యానం చేసి పై చెప్పిన కర్మల స్వరూపాన్ని తెలుసుకుంటారు. ధర్మాన్ని ఆచరించి ఫలితం రాకపోయినా కూడా ధర్మాన్ని శంకించకూడదు. ఇంకా ప్రయత్నించి యజ్ఞాలు చేయాలి. ఈర్ష్యను విడిచి దానాలు చేయాలి. దీనికి సాక్షి మహర్షి కశ్యపుడే. బ్రహ్మదేవుడు సృష్టి ప్రారంభంలో తన పుత్రులకు కర్మకు ఫలం తప్పకుండా లభిస్తుందని, ధర్మం సనాతనమైనదని చెప్పాడు. ప్రియా! ధర్మం విషయంలో నీసందేహాలన్నీ మంచు విడిపోయినట్లుగా పోవాలి. అంతా సవ్యంగానే ఉంది అనే నిశ్చయంతో నాస్తికతావాదాన్ని విడిచిపెట్టు. ధర్మాన్ని, భగవంతుని ఆక్షేపించకు. వాటిగురించి తెలుసుకుని నమస్కరించు. నీమనసులో ఇంక ఎప్పుడూ ఇలాంటి ఆలోచనలను రానివ్వకు. ఏ పరమాత్మునివలన భక్తులు మృత్యుధర్మాన్ని తప్పించుకుని అమరులవుతున్నారో, ఆ భగవంతుని ఎప్పుడూ తిరస్కరించకు" అని ఉపదేశించాడు.

అప్పుడు ద్రౌపది "ధర్మరాజా! నేను ధర్మాన్ని గాని, భగవంతుని గాని ఎప్పుడూ అవమానించను. తిరస్కరించను. ఇప్పుడు నేను కష్టాల ఊబిలో దిగబడి ఉన్నాను. కర్మ చేయకుండా కేవలం జడపదార్థాలు మాత్రమే ఉండగలవు. చైతన్యం కలిగిన ప్రాణులు ఉండలేవు. కనుక బుద్ధిమంతులైనవారు తప్పక కర్మ చేయవలసినదే. ఆవుదూడ పుట్టగానే పాలు కుడవడం, ఎండ తగిలితే నీడకు చేరడం చూస్తే పూర్వజన్మకర్మల విషయం కొద్దిగా ఆలోచించినా సిద్ధిస్తుందనే విషయం స్పష్టం అవుతోంది. ఇది పూర్వజన్మ సంస్కారం పనిచేయడంవల్లనే సాధ్యం. అన్ని ప్రాణులూ తమ ఉన్నతిని కోరుకుంటాయి. ప్రత్యక్షంగా తమ కర్మలయొక్క ఫలాన్ని అనుభవిస్తాయి. కాబట్టి మీరు

విసుగుచెందక కర్మ(ప్రయత్నం) చేయండి. కర్మ అనే కవచంతో సురక్షితులై సుఖంగా ఉండండి. వేలమందిలో ఒక్కడికైనా కర్మచేసే విధానం సరిగ్గా తెలుసో తెలియదో సందేహమే. కూర్చుని తింటే కొండలు కూడా కరిగిపోతాయి. కాబట్టి ధనాన్ని పెంచుకోడానికి, రక్షించుకోడానికి ప్రయత్నం చేసి తీరవలసినదే. ప్రజలు కర్మ చేయకపోతే నశించిపోతారు. కర్మ నిష్ఫలం అయితే వారి వృద్ధి కుంటుపడుతుంది. కర్మ నిష్ఫలం అనుకున్నా చేసి తీరాలి. ఎందుకంటే కర్మ చేయకుండా జీవయాత్ర సాగదు. అదృష్టం మీద భారంవేసి, కాలుమీద కాలు వేసుకుని కూర్చునేవారు పిడివాదులు. వారు తమకు స్వయంగానే అన్నీ లభిస్తాయనుకుంటారు. పూర్వజన్మకర్మలను అంగీకరించని వారిని మూర్ఖులు అనుకోవాలి. కర్మను చేయకుండా సోమరితనంగా జీవించేవాడు నీళ్లల్లో పచ్చికుండ కరిగిపోయినట్లు వ్యర్థులైపోతారు. సమర్థులైనప్పటికి కర్మకు మూర్ఖత్వంతో దూరంగా ఉండేవారు ఎక్కువకాలం జీవించను కూడా లేరు. నాకు ఫలానా కర్మ యొక్క ఫలితం వస్తుందా రాదా అని సందేహించే వానికి కించిత్తుకూడా ఫలం లభించదు. సందేహం లేనివాడే తన కార్యం సాధించుకోగలడు. ధీరులు కర్మ చేయడంలోనే ఎల్లప్పుడూ నిమగ్నులై, దాని ఫలితం గూర్చి ఎప్పుడూ సందేహించరు. కాని అటువంటివారు కొద్దిమందే ఉంటారు. రైతు నాగలితో భూమిని దున్ని విత్తులు చల్లి సంతోషంగా నిరీక్షిస్తాడు. తరువాత దానిని తడిపి మొలకెత్తించే పని మేఘాలు చేస్తాయి. మేఘాలు కనికరించక వర్షించకపోతే ఆ తప్పు రైతుదికాదు. అతడు అందరూ చేసే పనే నేనూ చేశాను అనుకుంటాడు. మేఘాలు వర్షించినా వర్షించకపోయినా, ఫలం దక్కినా దక్కకపోయినా రైతుది దోషం కాదు. అలాగే ధీరుడుకూడా తన బుద్ధిని అనుసరించి దేశకాలశక్తి యుక్తులును బాగా ఆలోచించి తన పనిని తాను చేయాలి. నేను నా తండ్రిగారి యింటిలో ఉన్నప్పుడు బృహస్పతి నీతిశాస్త్రంలో కోవిదులైన పండితులవలన ఈసంగతులన్నీ విన్నాను. మీరు ఆలోచించి మీకర్తవ్యం ఏదో నిశ్చయించుకోండి" అని చెప్పింది.

కర్తవ్యమును గూర్చి ధర్మజ భీమసేనులు సంభాషించుట

వైశంపాయనుడు చెప్తున్నాడు - "జనమేజయా! ద్రౌపది మాటలు విన్న భీమునికి మనసులో క్రోధం మేలుకొంది. అతడు దీర్ఘంగా నిట్టూర్చి, ధర్మరాజు చెంతకు చేరి - "అన్నయ్యా! మీరు సత్పురుషులకు తగినరీతిగా ధర్మానుసారంగా రాచబాటలో నడవండి. ధర్మార్థకామాలనుండి వంచితులమై ఈ తపోవనంలో తిరగడం వలన మనకేమి లభిస్తుంది? దుర్యోధనుడు మన రాజ్యాన్ని ధర్మంగా గాని, ఋజుమార్గంలో గాని కనీసం బలపౌరుషాలతో గాని చేజిక్కించుకోలేదు. కపటద్యూతంతో మనలను మోసగించాడు. మనం కౌరవుల తప్పులను ఎంతగా క్షమిస్తున్నామో, వారు అంతగా మనలను అసమర్థులుగా జమకట్టి కష్టాలపాలు చేస్తున్నారు. మనం తాత్సారం చేయకుండా యుద్ధానికి సిద్ధపడడమే ఇంతకంటె మంచిది. నిష్కపటంగా యుద్ధం చేసి చనిపోయినా మంచిదే, స్వర్గలోకం ప్రాప్తిస్తుంది. అలాకాక కౌరవులను చంపి ఈభూమిని రాజ్యంగా పొందినా మనకు మంచిదే. మనం ధర్మానికి కట్టుపడి ఉన్నాం. కౌరవులమీద ప్రతీకారం తీర్చుకుని కీర్తి పొందాలని మనకోరిక. అలా జరగాలంటే తప్పకుండా మనం యుద్ధం ప్రకటించవలసినదే. మనుష్యులు కేవలం ధర్మార్థాలలోనో కామాన్ని అనుభవించడంలోనో మునిగి పోకూడదు. ఈ మూడింటిని పరస్పరవిరోధం కలుగకుండా సేవించాలి. ఈవిషయంలో శాస్త్రం స్పష్టంగా చెప్పింది. ఉదయం ధర్మాచరణం, మధ్యాహ్నం ధనోపార్జనం, సాయంత్రం కామసేవనం చేయాలి. మీరు నిరంతరం ధర్మాచరణంలోనే మునిగిఉంటారని నాకే కాదు అందరికీ తెలుసు. అయినా అందరూ మీకు వేదమంత్రాలతో కర్మ చేయమని ఉపదేశిస్తూ ఉంటారు. యజ్ఞం, దానం, సాధుసేవ, వేదాధ్యయనం, అకుటిలత్వం - ఇవన్నీ ముఖ్యమైన ధర్మాలే. వీటిని పాటించడం వలన ఇహపరలోకాలలో సుఖం లభిస్తుంది. కాని రాజా! మానవుడు ఎంతగుణవంతుడయినా ధనం లేకపోతే ధర్మాన్ని ఆచరించలేడు. "జగత్తుకు ఆధారం ధర్మం, ధర్మాన్ని మించిన శ్రేష్ఠవస్తువు మరేదీలేదు" అనేది నిశ్చయమే. అయినా ఆ ధర్మం ధనంతోనే ఆచరణసాధ్యం అవుతుంది. భిక్షమెత్తినా నిరుత్సాహంగా కూర్చున్నా ధనం రాదు. ధర్మాచరణం వలననే ధనం వస్తుంది. బ్రాహ్మణుడు భిక్షం ఎత్తుకుని కూడా జీవిస్తాడు. కాని క్షత్రియునికి అది నిషిద్ధం. కాబట్టి మీరు పరాక్రమం చూపి ధనాన్ని పొందడానికి ప్రయత్నించాలి. మీరు క్షత్రియ ధర్మాన్ని అవలంబించి నన్ను అర్జునుని శత్రునాశనానికి ఆజ్ఞాపించండి. శత్రువులమీద విజయాన్ని సాధించి ప్రజాపాలన చేయడం నింద్యంకాదు. ప్రజలను పరిపాలించడమే మీకు సనాతన ధర్మం. ఈక్షత్రియోచితమైన ధర్మాన్ని పరిత్యజిస్తే మీరు

నవ్వులపాలవుతారు. మనుష్యులు తమ ధర్మాలనుండి వైదొలగడం మంచిది కాదంటారు. మీరు మెతకదనం వదలండి. మంచి క్షత్రియునివలె పరాక్రమాన్ని చేపట్టి ధర్మభారాన్ని వహించండి. అర్జునునితో సమానుడైన ధనుర్ధరుడు, యోధుడు ఎవరున్నారు చెప్పండి. ఇక ముందు కూడా ఉండే అవకాశం లేదు. నాతో సమానుడైన గదాయుద్ధ కుశలుడు లేడు. ఉండబోడు. బలవంతుడు తన బలాన్ని నమ్ముకునే యుద్ధం చేస్తాడు కాని సైనికసంఖ్యను బట్టి కాదు. మీరు బలాన్ని నమ్ముకోండి తేనెటీగలు అల్పమైనవే అయినా అన్నీ కలిసి, తేనెపట్టును తీసేవాడి ప్రాణాలు హరిస్తాయి.(7) అలాగే బలహీనులు కూడా ఏకమయితే బలవంతుడైన శత్రువును నాశనం చేయగలరు. సూర్యుడు తన కిరణాల ద్వారా భూమిమీది నీటిని గ్రహించి తిరిగి వర్షరూపంలో ప్రజలను పోషిస్తున్నట్టే మీరు కూడా దుర్యోధనుని రాజ్యం లాగుకొని ప్రజలను పాలించండి. మీ తాత తండ్రులు శాస్త్రానుసారంగా ప్రజలను పాలించారు.ప్రజా పాలనమే మన సనాతన ధర్మం. క్షత్రియునకు యుద్ధంలో విజయాన్ని పొందడం వలనగాని, ప్రాణాలు బలిపెట్టడంవలన గాని వచ్చే సుగతి తపస్సువలన కూడా రాదు. బ్రాహ్మణులు, కురువంశీయులు కలిసి మీ సత్యప్రతిజ్ఞను గురించి ఆనందంగా చెప్పుకుంటున్నారు. మీరు లోభం, కృపణత్వం, మోహం, భయం, కామం-మొదలైన వానికి లోబడి ఎప్పుడూ అబద్ధం ఆడలేదు. రాజులను చంపడంవలన కలిగే కొద్దిపాటి పాపం చేస్తే అధికంగా దక్షిణలిచ్చి యజ్ఞాలు చేసి దానిని తొలగించుకోవచ్చు. వేలకొలది ఆవులను బ్రాహ్మణులకు దానమిచ్చి పాపవిముక్తుడవు కావచ్చును. నీవు ఇప్పుడు శస్త్రసన్నద్ధుడవై రథం ఎక్కి బ్రాహ్మణులకు ధనం దానమివ్వడానికి వెంటనే శత్రువులపై దండెత్తు. నేడే మంచిరోజు. బ్రాహ్మణులచేత స్వస్తిమంత్రాలు చదివించు. అస్త్ర విద్యాకుశలురు అయిన నీతమ్ముళ్లతో కలిసి హస్తినాపురం మీదికి దండెత్తు. సృంజయ కేకయ వంశజులయిన రాజుల సహాయంతోను, వృష్ణికులభూషణుడైన శ్రీకృష్ణుని సహాయంతోను మనం విజయం సాధించలేమా? మన శక్తిని ఉపయోగించి మన సహాయం కోసం వచ్చిన వారితో కలిసి మన రాజ్యభాగం తిరిగి పొందలేమా?'' అన్నాడు.

అప్పుడు ధర్మరాజు ఇలా అన్నాడు. "సోదరా! భీమసేనా! మనుష్యుడు పురుషార్థం, పౌరుషం, పరాక్రమం కలిగిఉన్నా మనసును వశపరచుకోలేడు. నేను నీమాటలను కాదనడంలేదు. కాని నా భాగ్యం ఇంతే అనుకుంటున్నాను. నేను జూదం ఆడడానికి సభలోకి రాగానే దుర్యోధనుడు రాజులందరి ఎదుట "నీవు జూదంలో ఓడితే నీ తమ్ములతో సహా పన్నెండేళ్ల అరణ్యవాసం, ఒక ఏడు అజ్ఞాతవాసం చేయాలి. అజ్ఞాతవాసంలో బయటపడితే మళ్లీ అదేరీతిగా అరణ్య అజ్ఞాత వాసాలు చేయాలి. ఒకవేళ నేను ఓడిపోతే నాతమ్ముళ్లు అందరితో కలిసి ఈసంపదనంతా విడిచి అరణ్యాజ్ఞాతవాసాలు చేస్తాను" అని నియమం విధించాడు. నేను దుర్యోధనుని మాటలకు అంగీకరించి అలాగే ప్రతిజ్ఞ చేశాను. ఈసంగతి నీకు, అర్జునునికి కూడా తెలుసు. తరువాత ఆ అధర్మద్యూతంలో మనం ఓడిపోయి నియమానుసారంగా వనవాసం చేస్తున్నాము. పెద్దల సమక్షంలో ప్రతిజ్ఞ చేసి, రాజ్యంకోసం ప్రతిజ్ఞాభంగం చేసేవాడెవడయినా ఉంటాడా? కులీనుడయినవాడు ప్రతిజ్ఞాభంగం చేసి రాజ్యాన్ని పొందినా అది మరణంకంటె, దుఃఖదాయకం అవుతుంది. కురువంశవీరుల మధ్య నేను చేసిన ప్రతిజ్ఞను ఎన్నటికీ విడువను. రైతు విత్తు నాటి పంటకోసం నిరీక్షిస్తూ కూర్చున్నట్లుగా మీరు కూడా మీ అభ్యుదయకాలం కోసం నిరీక్షించవలసినదే. కాలం కలిసిరానిదే ఏదీజరగదు. నా ప్రతిజ్ఞ విను. దైవత్వప్రాప్తికంటె, ఈలోకంలో జీవించిఉండడం కంటె నాకు ధర్మమే మిక్కిలి ఇష్టమైనది. రాజ్యం, పుత్రులు, కీర్తిసంపదలు - ఇవన్నీ కలిసికూడా సత్యధర్మంలోని పదహారవపాలుకి సాటిరావు".

ధర్మజుడు ఇలా అనగానే భీముడు - "అన్నయ్యా! భరణినుండి తీస్తూ తీస్తూ ఉంటే ఒకనాటికి కాటుక అంతరించిపోయినట్లుగా మానవుని ఆయుర్దాయం కూడా క్షణ క్షణం తరిగిపోతూ ఉంటుంది. ఈస్థితిలో సమయంకోసం ఎదురుచూస్తూ ఎలా కూర్చోవాలి? తన ఆయుర్దాయం గురించి, తన దేహత్యాగసమయం గురించి తెలిసి, భూత భవిష్యత్తులను ప్రత్యక్షంగా చూడగలిగినవాడు మాత్రమే సమయం గురించి నిరీక్షించాలి. నెత్తిపై నాట్యమాడే మృత్యువు మీద పడకమునుపే మనం రాజ్యప్రాప్తికి ఉపాయం చూసుకోవాలి. బుద్ధి, పరాక్రమం, శాస్త్రజ్ఞానం, ఆభిజాత్యం కల నీవు ధృతరాష్ట్రుని ఆ దుష్టపుత్రులను ఎందుకు క్షమించి వదిలివేస్తున్నావు? ఇలా ఊరికే ఎందుకు కాలయాపన చేస్తున్నావు? మీరు మనం అజ్ఞాతంలో ఉండాలని అనుకుంటున్నారు. ఇది హిమాలయాన్ని గడ్డిమోపులతో కప్పాలని అనుకోవడమే. మీరు

జగత్ప్రసిద్ధవ్యక్తులు. సూర్యుడు ఆకాశంలో కనపడకుండా తిరగలేనట్లే మీరు కూడా మరుగున చరించలేరు. అర్జున నకుల సహదేవులయినా ఒకేచోట ఉంటూ ఎలా మరుగున పడి ఉండగలరు? సరే. ఈ రాజపుత్రి ద్రౌపది ఎలా ఉండగలదు? నన్ను ఆబాలవృద్ధులు గుర్తుపడతారు. ఒక సంవత్సరకాలం ఎలా గుప్తంగా ఉండగలను? మనం ఇప్పటికి పదమూడు నెలలు పూర్తి చేశాం. దాన్ని పదమూడు సంవత్సరాలుగా పరిగణించవచ్చును. నెల సంవత్సరానికి ప్రతీక. కనుక పదమూడు నెలలలో పదమూడు సంవత్సరాల ప్రతిజ్ఞ తీరినట్లే. మీరు శత్రువినాశం గురించి ఆలోచించండి. క్షత్రియునికి యుద్ధాన్ని మించిన ధర్మం లేదు. కనుక యుద్ధం గురించి నిశ్చయించండి".

ఇలా అనగానే ధర్మరాజు కొద్దిసేపు ఆలోచించి ఇలా అన్నాడు – "వీరుడా! నీదృష్టి అర్థం మీదనే ఉంది. కాబట్టి నీవు చెప్పినది ఒప్పే. కాని నేను చెప్పేది ఇంకొకటి. కేవలం తొందరపడడం వలననే ఏ పనీ జరుగదు. అలాచేస్తే కార్యంతో పాటు కర్తకు కూడా నష్టం కలుగుతుంది. ఏదైనా పని చేయాలంటే బాగా ఆలోచించి యుక్తితో ఉపాయంతో చేయాలి. అప్పుడే దైవం కూడా అనుకూలిస్తుంది. ప్రయోజనం సిద్ధించడంలో ఏమీ సందేహం ఉండదు. బలగర్వంతో ఉత్సాహపడుతూ, బాల్యచాపల్యం కారణంగా నీవు మొదలుపెట్టదలచుకొన్న పని గురించి నేను చెప్పవలసినది చాలా ఉంది. భూరిశ్రవుడు, శలుడు, జలసంధుడు, భీష్మద్రోణ కర్ణాశ్వత్థామలు, దుర్యోధనదుశ్శాసనాదులు శస్త్రాస్త్రవిద్యలలో ఆరితేరిన వారు. మనమీద యుద్ధానికి సిద్ధంగా ఉన్నారు. ఇంతకుమునుపు మనం ఓడించిన రాజులందరూ వారితో చేతులు కలిపారు. దుర్యోధనుడు కౌరవసేనలోని వీరులకు, సేనాపతులకు, మంత్రులకు, పరిజనులకు కూడా ఉత్తమమైన వస్తువులను, భోగసామగ్రిని ఇచ్చి తన పక్షానికి తిప్పుకున్నాడు. వారు కంఠంలో ప్రాణమున్నంతవరకు అతని పక్షాన్నే పోరాడతారని నా నిశ్చితాభిప్రాయం. భీష్మద్రోణ కృపులకు మనమూ, వారు సమానమే అయినా వారి ఉప్పు తింటున్నందుకు ప్రతిఫలంగా దుర్యోధనుని వైపు ప్రాణాలొడ్డి పోరాడతారు. వారంతా శస్త్రాస్త్రాల రహస్యాలు తెలిసినవారు. నమ్మకస్థులు. దేవతలందరితో కలిసిన ఇంద్రుడుకూడా వారిని జయించలేడు. కర్ణుని పరాక్రమం, ఉత్సాహం, ప్రావీణ్యం అపూర్వమైనవి. అతనికి అభేద్యమైన కవచం ఉంది. అతనిని జయించనిదే దుర్యోధనుని చంపలేవు". ఇలా యుధిష్ఠిరుడు భీమునితో మాటలాడుతూ ఉండగానే వేదవ్యాసమహర్షి అక్కడకు విచ్చేశారు.

యుధిష్ఠిరునికి వ్యాసుని ఉపదేశము - అర్జునుడు తపమునకేగుట

వైశంపాయనుడు చెపుతున్నాడు – "జనమేజయా! పాండవులు వ్యాసునికి ఎదురేగి స్వాగతం పలికి ఆసీనుని చేసి పూజించారు. వ్యాసుడు ధర్మరాజుతో నాయనా! యుధిష్ఠిరా! నీ మనసులో ఉన్న విషయాలన్నీ నాకు తెలుసు. అందుకే నేను ఇక్కడకు వచ్చాను. భీష్మద్రోణకర్ణాశ్వత్థామలు, దుర్యోధనాదులపట్ల నీమనసులో గల భయాన్ని శాస్త్రోక్తంగా నేను పోగొడతాను. నేను చెప్పినట్లు చేస్తే నీమనసులోని దుఃఖం తీరిపోతుంది" అని చెప్పి వ్యాసుడు అతనిని ఏకాంతప్రదేశంలోకి తీసుకువెళ్లి "నాయనా! నీవు నాకు శరణాగతుడైన శిష్యుడవు. కనుక మూర్తీభవించిన సిద్ధివంటి ప్రతిస్మృతి అనే విద్యను నీకు ప్రసాదిస్తున్నాను. నీవు దీనిని అర్జునునకు నేర్పు. దీని బలంతో అతడు నీ రాజ్యాన్ని శత్రువులనుండి స్వాధీనం చేసుకుంటాడు. అర్జునుడు తన తపస్సుతోను పరాక్రమంతోను దేవతలను దర్శించడానికి అర్హుడు. ఇతడు నారాయణుని సహచరుడైన నరుడనే ముని. ఇతనిని ఎవరూ జయించలేరు. అచ్యుతస్వరూపుడు. కనుక అస్త్రవిద్యాప్రాప్తికోసం నీవు ఇతనిని భగవానుడైన శంకరునివద్దకు, దేవరాజైన ఇంద్రుని వద్దకు, ఇంకా వరుణకుబేర ధర్మరాజులవద్దకు పంపు. వారినుండి అస్త్రాలు పొంది ఇతడు మహాపరాక్రమవంతుడై కార్యాన్ని నెరవేరుస్తాడు. తాపసులకు చిరకాలం ఒక్కచోటనే ఉండడం కష్టం. కనుక మీరు ఇప్పుడు వేరే వనానికి వెళ్లి నివసించండి" అనిచెప్పి అతనికి ప్రతిస్మృతి విద్యను ఉపదేశించి, అతనిని వీడ్కొని అక్కడే అంతర్ధానమయ్యాడు.

యుధిష్ఠిరుడు వ్యాసభగవానుని ఉపదేశానుసారం ఆ మంత్రాన్ని మననం చేస్తూ జపించసాగాడు. అతని మనసు కుదుటపడింది. వారు ద్వైతవనాన్నుండి సరస్వతీ తీరంలోని కామ్యకవనానికి చేరారు. వేదజ్ఞులైన బ్రాహ్మణులు, తాపసులు వారిని వెన్నంటి నడిచారు. అక్కడ ఉంటూ పాండవులు మంత్రి సేవకులతోపాటు విధి పూర్వకంగా పితరులను, దేవతలను, బ్రాహ్మణులను అర్చించి సంతోషపెట్టసాగారు. ఒకరోజు ధర్మరాజు అర్జునుని ఏకాంతంగా పిలిచి "అర్జునా!

భీష్మద్రోణ కర్ణాశ్వత్థామాది యోధులందరూ అస్త్రశస్త్ర కోవిదులు. దుర్యోధనుడు వారిని గౌరవిస్తూ తన వశం చేసుకున్నాడు. ఇక మేము నిన్నే నమ్ముకున్నాం. నేనిప్పుడు నీకు ఒక ముఖ్యమైన కర్తవ్యాన్ని చెప్తున్నాను. వ్యాసమహర్షి నాకు ఒక రహస్యమైన విద్యను ఉపదేశించాడు. అది ప్రయోగిస్తే సమస్త జగత్తు చక్కగా కనపడుతుంది. నీవు జాగ్రత్తగా నేను చెప్పే ఈ మంత్ర విద్యను నేర్చుకుని సమయం వచ్చినపుడు దేవతల అనుగ్రహాన్ని పొందు. నీవు దృఢమైన బ్రహ్మచర్యవ్రతదీక్షను చేపట్టి, ధనుర్బాణాలు, ఖడ్గకవచాలు ధరించి, దారిలో ఎవరికీ ఎటువంటి అవకాశమూ ఇవ్వక సాధువువలె ఉత్తరదిశగా సాగిపో. అక్కడ మనసును పరమాత్మపై లగ్నంచేసి ఉగ్రమైన తపస్సుతో దేవతల అనుగ్రహాన్ని సంపాదించు. వృత్రాసురునికి భయపడిన దేవతలు అందరూ తమ అస్త్రబలాన్ని ఇంద్రునికి సంక్రమింప చేశారు. కనుక అన్ని శస్త్రాస్త్రాలు ఇంద్రునివద్దనే ఉన్నాయి. నీవు ఇంద్రుని శరణు కోరితే అతడు నీకు అస్త్రాలన్నీ ప్రసాదిస్తాడు. నీవు ఇప్పుడే మంత్రదీక్షచేపట్టి ఇంద్రుని దర్శనం కోసం వెళ్లు" అనిచెప్పాడు. అనంతరం అతనిచేత శాస్త్రానుసారంగా దీక్ష పూనించి రహస్యమైన మంత్రాన్ని నేర్పించి, ఇంద్రకీల పర్వతానికి వెళ్లమని ఆదేశించాడు. అర్జునుడు గాండీవాన్ని, అక్షయ తూణీరాన్ని,కవచాన్ని ధరించి వెళ్లడానికి ఉద్యుక్తుడయ్యాడు.

ఆ సమయంలో ద్రౌపది అతనిదగ్గరకు వచ్చి "వీరుడా! పాపాత్ముడైన దుర్యోధనుడు నిండుసభలో నన్ను ఎన్నో అనుచితాలు పలికి బాధించాడు. కాని నీ వియోగబాధకంటె అది ఎక్కువేమీ కాదు. అయినా మన సుఖదుఃఖాలకు నీవొక్కడివే పట్టుగొమ్మవు. మేము జీవించడం - మరణించడం గాని, రాజ్యసంపదలు పొందడంగాని నీప్రయత్నం మీదే ఆధారపడి ఉన్నాయి. కనుకనే నేను నీవు వెళ్లడానికి సమ్మతిస్తున్నాను. నీకు శుభం కలగాలని భగవంతుని, సమస్తదేవతలను ప్రార్థిస్తున్నాను" అంది.

అర్జునుడు తన సోదరులు, పురోహితుడైన ధౌమ్యుడు తనకు కుడిప్రక్కన నిలువగా గాండీవాన్ని ధరించి ఉత్తరదిశగా బయలుదేరాడు. పరాక్రమవంతుడైన అర్జునుడు ఇంద్రదర్శనం చేయించగలిగే మంత్రవిద్యను పొంది వెళ్తుంటే మార్గంలో సమస్తప్రాణులూ అతనికి దారి విడిచి దూరంగా తొలగిపోయాయి. అతడు చాలా వేగంగా నడిచి ఒక్కరోజులోనే దేవతలు సేవించే పవిత్రమైన హిమాలయాన్ని చేరుకున్నాడు. అనంతరం గంధమాదనపర్వతం చేరి, అక్కడినుండి జాగ్రత్తగా రాత్రింబవళ్లు నడిచి ఇంద్రకీలాన్ని సమీపించాడు. అక్కడ అతనికి "ఆగు" అనే శబ్దం వినిపించింది. అటు ఇటు చూసిన అతనికి ఒక చెట్టునీడలో కూర్చున్న ఒక ముని కనిపించాడు. ఆ ఋషి యొక్క శరీరం దుర్బలంగా ఉన్నా బ్రహ్మతేజస్సుతో ప్రకాశిస్తోంది. అర్జునుడు ఆగిపోయాడు. అతడు "ధనుర్బాణాలు, ఖడ్గ కవచాలు ధరించిన నీవెవరవు? ఎందుకు ఇక్కడకు వచ్చావు? ఇక్కడ ఆయుధాలతో పనేమీ లేదు. తాపసులు అందరూ శాంతులు. యుద్ధం జరిగే అవకాశమే లేదు. కనుక నీధనుస్సు పారవెయ్యి" అన్నాడు. ఆ తాపసి నవ్వుతూ ఇదే విషయాన్ని ఎన్నో మార్లు చెప్పినా అర్జునుడు జంకలేదు. ధనుస్సు విడువకూడదనే నిర్ణయించుకున్నాడు. అతని ధీరత్వాన్ని చూసి ముని నవ్వుతూ 'అర్జునా! నేను ఇంద్రుడిని నీకేమి కావాలో అడుగు" అన్నాడు. అర్జునుడు చేతులు జోడించి ఇంద్రునికి ప్రణమిల్లి "స్వామీ! నేను మీనుండి సంపూర్ణమైన అస్త్రవిద్యను పొందాలనుకుంటున్నాను. ఈవరం ప్రసాదించండి" అని అడిగాడు. ఇంద్రుడు "ఇప్పుడు నీకు అస్త్రాలతో పనేమిటి? మనసుకు నచ్చిన సంపదలు అడుగు" అన్నాడు. అర్జునుడు "స్వామీ! నేను కామలోభాల కోసంకాని, దైవత్వం కోసం కాని, సుఖసంపదలకోసం కాని నాసోదరులను అడవులలో విడిచిపెట్టలేను. నేను అస్త్రవిద్యను నేర్చుకుని, తిరిగి నా సోదరులవద్దకే వెళ్తాను" అని దృఢంగా చెప్పాడు. ఇంద్రుడు అర్జునుని అభిప్రాయం తెలుసుకుని "వీరుడా! నీవు శంకరుని దర్శించిన తరువాత నీకు నేను దివ్యాస్త్రాలన్నీ ప్రసాదిస్తాను. అతనిని దర్శించడానికి ప్రయత్నించు. అతని దర్శనంతో సిద్ధుడవై స్వర్గానికి వద్దువుగాని" అనిచెప్పి అంతర్ధానమయ్యాడు.

అర్జునుని తపస్సు, శంకరునితో పోరాడుట, పాశుపతాది దివ్యాస్త్రములను సంపాదించుట

జనమేజయుడు "మహర్షీ! అర్జునుడు ఏరీతిగా దివ్యాస్త్రాలను సంపాదించాడో సవిస్తారంగా వినాలనుకుంటున్నాను" అని అడిగాడు.

వైశంపాయనుడు చెప్పసాగాడు. "జనమేజయా! అర్జునుడు హిమాలయాలను దాటి కంటకావృతమైన అడవిలో ప్రవేశించాడు. ఆ వనసౌందర్యాన్ని చూచి అర్జునుని మనసు పరవశించింది. అతడు నారవస్త్రాలను, జింకచర్మాన్ని,

దండకమండలాలను ధరించి ఆనందంగా తపస్సు చేయసాగాడు. మొదటి నెలలో మూడురోజులకు ఒకసారి ఎండి రాలిన ఆకులను తిన్నాడు. రెండవ నెలలో ఆరురోజులుకు ఒకసారి, మూడవనెలలో పదిహేనురోజులకు ఒకసారి వాటినే ఆహారంగా తీసుకున్నాడు. నాలుగవనెలలో ఊర్ధ్వబాహుడై, కాలి బొటనవేలుమీద నిలబడి కేవలం గాలి పీలుస్తూ తపస్సు చేయసాగాడు. నిత్యమూ జలస్నానాలు చేయడంవలన అతని జుట్టు రాగిరంగులోకి మారింది.

పెద్దలైన ఋషులు మునులు శంకరునివద్దకు వెళ్లి అర్జునుని తపస్సు యొక్క వేడికి దిక్కులన్నీ పొగచూరిపోయాయని మొరపెట్టుకున్నారు. శంకరుడు "ఇప్పుడే అర్జునుని కోరిక తీరుస్తాను" అని వారిని ఓదార్చాడు. వారు వెళ్లిన తరువాత శంకరభగవానుడు బంగారంలా మెరిసిపోయే భిల్లరూపాన్ని ధరించి, అందమైన ధనుస్సును, సర్పాకారబాణాలను తీసుకుని పార్వతితో కలిసి అర్జునుడున్న చోటికి వచ్చాడు. ప్రమథగణమంతా వేషాలు మార్చి భిల్ల భిల్లనీరూపాలతో అతనిని వెన్నంటివచ్చారు. అక్కడికి వచ్చిన శంకరుడు - మూకుడనే రాక్షసుడు అడవిపంది రూపంలో తపస్సు చేసుకుంటున్న అర్జునుని చంపడానికి ప్రయత్నించడం చూశాడు. అర్జునుడు కూడా అడవిపందిని చూశాడు. వెంటనే గాండీవంలో సర్పాకార బాణాన్ని ఎక్కుపెట్టి ధనుష్టంకారం చేస్తూ "నిరపరాధియైన నన్ను చంపాలనుకున్నావు. నిన్నే ముందు యమసదనానికి పంపుతాను" అంటూ బాణం వేయబోయాడు. ఇంతలోనే భిల్లవేషధారి అయిన శివుడు అతనిని అడ్డగిస్తూ "ఇంతకుముందే నేను దీనిని చంపాలని నిర్ణయించుకున్నాను. కనుక నీవు కొట్టవద్దు" అని వారించాడు. అర్జునుడు అతని మాటను లెక్కచేయక పందిమీద బాణంవేశాడు. శివుడు కూడా అదే సమయంలో వజ్రసదృశమైన తన బాణాన్ని వేశాడు. ఇద్దరి బాణాలూ మూకుని శరీరానికి గుచ్చుకొని గొప్ప భయంకరమైన ధ్వని వెలువడింది. ఇలా అసంఖ్యాక బాణాలతో అతని శరీరం ఛిద్రమై దానవరూపాన్ని పొంది మరణించాడు. అర్జునుడు భిల్లుని చూచి "నీవు ఎవరవు? ఈ పరివారాన్ని వెంటపెట్టుకుని నిర్జనారణ్యంలో ఎందుకు తిరుగుతున్నావు? ఈ సూకరం నన్ను అవమానించడం కోసమే ఇక్కడకు వచ్చింది. నేను ముందుగానే దీనిని చంపాలని నిశ్చయించుకున్నాను. అయినా నీవు ఎందుకు దీనిని చంపావు? ఇక నిన్ను ప్రాణాలతో విడిచిపెట్టను"అన్నాడు.

అందుకు బదులుగా భిల్లుడు "నీకంటె ముందుగా నేనే ఈపందిని కొట్టాను. నీవు అనుకున్నదానికంటె ముందుగానే నేను అనుకున్నాను. ఇది నా లక్ష్యం(వేట). నేనే దీనిని కొట్టాను. నీవు కొంచెం ఆగు. నేను బాణం వేస్తున్నాను. శక్తి ఉంటే కాచుకో. లేదంటే నీవే నామీద బాణం వేయి" అన్నాడు. భిల్లుని మాటలు విని అర్జునుడు క్రోధంతో మండిపడ్డాడు. భిల్లునిపై బాణవర్షం కురిపించసాగాడు. అర్జునుని బాణాలను దగ్గరకు వచ్చినవి వచ్చినట్లుగా పట్టుకుంటున్నాడు భిల్లుడు. పైగా నవ్వుతూ మందబుద్ధీ! కొట్టు, బాగా కొట్టు. కొద్దిగా కూడా తగ్గకు" అన్నాడు. అర్జునుడు బాణాల జడివాన కురిపించాడు. రెండువైపుల నుండి బాణాలు తగులుతున్నాయి కాని భిల్లుని సిగపూవు కందలేదు. ఇది చూచిన అర్జునుని ఆశ్చర్యానికి అవధులు లేవు. అర్జునుడు లోలోపల ఈర్ష్యపడుతూనే బాణాలు వేస్తున్నాడు. అతడు అందిపుచ్చుకుంటున్నాడు. అర్జునుని తూణీరంలో బాణాలు అయిపోయాయి. అతడు వింటికొప్పుతో మోదసాగాడు. భిల్లుడు దానిని కూడా లాగివేశాడు. కత్తితో కొడితే అది రెండు ముక్కలయి నేలకూలింది. రాళ్లతో, చెట్లతో కొడదామనుకుంటే భిల్లుడు అంతకుముందే వాటినీ లాగేసుకున్నాడు. ఇప్పుడు పిడిగుద్దులవంతు వచ్చింది. బదులుగా భిల్లుడు కొట్టిన పిడిగుద్దుకు అర్జునునికి దిమ్మ తిరిగింది. భిల్లుడు అతనిని సందిట ఇరికించుకొని పట్టుబిగించాడు. అర్జునుడు అటు ఇటు కదలడానికి కూడా అశక్తుడయ్యాడు. ఎగశ్వాస వచ్చింది. రక్తం స్రవించి నేల వాలిపోయాడు.

కొద్దిసేపటికి అర్జునునికి తెలివి వచ్చింది. అంతకుముందు తాను మట్టితో వేదికను నిర్మించి, శివుని ప్రతిష్ఠించి శరణాగతుడై పూజిస్తూ అతనిమీద చల్లిన పూవులు భిల్లుని శిరసుపై ఉండడం చూశాడు. అర్జునునికి ఆనందం కలిగింది. మెల్లిమెల్లిగా స్వస్థుడయ్యాడు. భిల్లుని చరణాలపై మోకరిల్లాడు. శంకరుడు ప్రసన్నుడై గాయాలతో ఆశ్చర్యచకితుడై ఉన్న అర్జునుని చూసి మేఘగంభీరధ్వనితో "అర్జునా! సాటిలేని నీచేతలకు నాకు ఆనందం కలిగింది. నీవంటి శూరుడు ధీరుడు అయిన క్షత్రియుడు వేరొకడు లేడు. నీవు బలపరాక్రమాలలో నాతో సమానుడవు. నాకు నీయందు అనురక్తి కలిగింది. నీవు నా నిజరూపం చూడు. నీవు సనాతన ఋషివి. నీకు దివ్యజ్ఞానాన్ని ప్రసాదిస్తున్నాను. దీని ప్రభావంవలన శత్రువులను, దేవతలను కూడా నీవు

జయించగలవు. ఎవరూ అడ్డగించలేని ఒక అస్త్రాన్ని నీకు నేను చెప్తాను. నీవు క్షణకాలంలోనే దానిని ధారణ చేయగలవు" అన్నాడు. అర్జునుడు పార్వతీపరమేశ్వరులను దర్శించాడు. అతడు వంగి వారి పాదాలను స్పృశించి నమస్కరించాడు.

శంకరుడు అర్జునునితో "అర్జునా! నీవు నారాయణుని యొక్క నిత్యసహచరుడైన నరుడవు. మీఇరువురి పరాక్రమంపైననే ఈజగత్తు నిలిచిఉంది. నీవు, శ్రీకృష్ణుడు కలిసి దానవులను నాశనం చేసి ఇంద్రుని రాజ్యాభిషిక్తుని చేశారు. ఈరోజు నేను మాయాభిల్లుని వేషంలో నీగాండీవాన్ని, అక్షయతూణీరాన్ని మాయం చేశాను. ఇక వాటిని నీవు పొందవచ్చును. నీశరీరం స్వస్థమగుగాక. నేను నీ పట్ల ప్రసన్నుడనైనాను. నీకేమి వరం కావాలో అడుగు" అని అన్నాడు. వెంటనే అర్జునుడు – "భగవాన్! నీవు నన్ను అనుగ్రహించి వరం ఇవ్వాలనుకుంటే నీపాశుపతాస్త్రాన్ని నాకు ప్రసాదించు. ఆ బ్రహ్మాస్త్రం ప్రళయకాలంలో జగత్తును సంహరిస్తుంది. ఆ అస్త్రప్రభావంతో నేను రాబోయేయుద్ధంలో అందరినీ జయించగలుగుతాను. ఈవరం ప్రసాదించు. రణభూమిలో ఈ అస్త్రంతో దానవ రాక్షస భూతపిశాచ గంధర్వులను సర్పాలను భస్మం చేస్తాను. మంత్రాన్ని పఠించి ప్రయోగిస్తే పాశుపతాస్త్రం నుండి వేలకొద్దీ త్రిశూలాలు, భయంకరమైన గదలు, సర్పాకార బాణాలు వెలువడతాయని నాకు తెలుసు. ఈపాశుపతాస్త్రంతో భీష్మద్రోణ కృపాచార్యులతో, కర్ణునితో యుద్ధం చేస్తాను" అని అడిగాడు. శంకరుడు "అర్జునా! సమర్థుడవు. నీకు నా ప్రియమైన పాశుపతాస్త్రాన్ని ఇస్తున్నాను. దాని ధారణప్రయోగోపసంహారాలకు నీవు అర్హుడవు. ఇంద్రయమకుబేర వరుణ వాయుదేవులు కూడా ఈ అస్త్రంయొక్క ధారణ ప్రయోగోపసంహారాలలో నిపుణులు కారు. ఇక మనుష్య మాత్రుడెంత? అయినా నేను నీకు దీనిని ఇస్తున్నాను. కాని దీనిని నీవు ఎవరిమీదా తొందరపడి ప్రయోగించకు. అల్పులైన మానవులమీద ప్రయోగిస్తే జగత్ప్రళయం సంభవిస్తుంది. సంకల్పమాత్రంచేతగాని, మాటతోగాని, ధనుస్సు ఉపయోగించికాని, లేదా దృష్టిమాత్రం చేత గాని ఏవిధంగానైనా శత్రువు మీద దీనిని ప్రయోగిస్తే ఇది అతనిని నాశనం చేస్తుంది" అని చెప్పాడు.

అర్జునుడు స్నానంచేసి శుచియై వచ్చి తనకు పాశుపతాస్త్రవిద్యను ప్రసాదించమన్నాడు. మహాదేవుడు అర్జునునికి ప్రయోగం మొదలుకొని ఉపసంహారం వరకు తత్త్వరహస్యాన్నంతటినీ అతనికి నేర్పాడు. అంతట పాశుపతాస్త్రం మూర్తీభవించినకాలునివలె అర్జునునివద్దకు వచ్చింది. అతడు స్వీకరించాడు. ఆ సమయంలో సముద్రవనపర్వతాలు, నగరాలు, గ్రామాలు, గనులతో సహా భూమి యావత్తూ వెలుగులు విరజిమ్మింది. శంకరుడు అర్జునుని స్వర్గానికి వెళ్లమని ఆదేశించాడు. అర్జునుడు అతనికి చేతులు జోడించి నమస్కరించి నిలుచోగా శివుడు తన చేతితో ఎత్తి గాండీవాన్ని అతనికి ఇచ్చి, ఆకాశమార్గాన సాగిపోయాడు.

శంకరుడు తనకు ప్రత్యక్షమై, చేతితో స్వయంగా తన శరీరాన్ని నిమిరాడని తలచుకోగానే అర్జునుని మనస్సు ఉప్పొంగుతూ ఆనందంతో ఎగిసిపడింది, తాను ధన్యుడనయ్యానని, తనపని ఇక నెరవేరినట్లే అని అనుకోసాగాడు. ఇంతలో అతని ఎదుట వైడూర్య మణికాంతులతో విరాజిల్లే శరీరంగల జలాధీశుడు వరుణుడు జలచరాలతో కూడి ప్రత్యక్షమయ్యాడు. అతనితో పాటే కుబేరుడు, యముడు, గుహ్యకులు, గంధర్వులు అనేకులు మందరాచలశిఖరం మీదికి దిగివచ్చారు. కొద్దిక్షణాల తరువాత ఇంద్రుడు శచీదేవితో కూడి ఐరావతం ఎక్కి దేవగణాలతో సహా మందరాద్రికి విచ్చేశాడు. అందరూ వచ్చాక ధర్మవేత్త అయిన యముడు మధురంగా ఇలా అన్నాడు – "అర్జునా! లోకపాలురందరూ నీదగ్గరకు వచ్చారు. నీవు మమ్మల్ని చూడడానికి అర్హుడవయ్యావు. దివ్యదృష్టిని ప్రసాదిస్తున్నాను. మమ్మల్ని చూడు. నీవు సనాతనుడైన నరుడనే ఋషివి. మనుష్య రూపాన్ని ధరించావు. శ్రీకృష్ణునితో కలిసి ఇక భూభారాన్ని తగ్గించు. ఎవరూ అడ్డుకోలేని నాదండాన్ని నీకు ఇస్తున్నాను" అనగానే అర్జునుడు మంత్రపూజా విధానాలతోపాటు ప్రయోగోపసంహారాలను కూడా నేర్చుకుని దానిని భక్తితో స్వీకరించాడు. తరువాత వరుణుడు "అర్జునా! నేను వరుణుడిని. నావరుణపాశం యుద్ధంలో ఎప్పుడూ నిష్ఫలం కాదు. దీనిని ప్రయోగించడం ఉపసంహరించడం నేర్చుకో. తారకాసురునితో జరిగిన ఘోరయుద్ధంలో నేను ఈపాశంతోనే వేలకొద్దీ దైత్యులను పట్టి బంధించాను. నీవు దీనితో ఎవరిని కోరితే వారిని బంధించవచ్చును" అన్నాడు. అర్జునుడు వరుణపాశాన్ని స్వీకరించాక కుబేరుడు – "అర్జునా! నీవు నరరూపం దాల్చిన భగవంతుడవు. పూర్వకల్పంలో నీవు మాతోపాటు చాలా కష్టపడ్డావు. కనుక నీకు అంతర్ధానం

అనే సాటిలేని అస్త్రాన్ని ఇస్తాను. ఇది బలపరాక్రమాలు, తేజస్సు ఇస్తుంది. నాకు చాలా ప్రియమైనది. దీనివలన శత్రువులు నిద్రించినట్లుగా చనిపోతారు. శివుడు దీనిని ప్రయోగించి త్రిపురాసురులను నాశనం చేశాడు. దీనిని తీసుకో" అన్నాడు. అర్జునుడు అది స్వీకరించాక ఇంద్రుడు మేఘగంభీరనాదంతో "ప్రియ అర్జునా! నీవు భగవదంశమైన నరుడవు. దేవతలకు సిద్ధించే పరమగతిని పొందగలిగావు. నీవు దేవతల కార్యాలు చేయవలసిఉంది. కనుక స్వర్గానికి రా. మాతలి నీకోసం రథం తెస్తాడు. అప్పుడే నీకు దివ్యాస్త్రాలు ఇస్తాను" అన్నాడు. ఈరీతిగా లోకపాలురందరూ అర్జునునికి ప్రత్యక్షమై వరాలివ్వగా అతడు వారిని పూలతో పళ్లతో పూజించాడు. దేవతలందరూ స్వస్థలాలకు వెళ్లారు.

అర్జునుడు స్వర్గమునకు ఏగుట - ఇంద్రుడు లోమశుని పాండవుల కడకు పంపుట

వైశంపాయనుడుడు చెపుతున్నాడు - "జనమేజయా! దేవతలు వెళ్లాక కొద్దిసేపటికి మాతలి దివ్యరథాన్ని తీసుకుని అర్జునుని వద్దకు వచ్చాడు. ఆ రథం యొక్క కాంతివలన ఆకాశంలో చీకటులు పటాపంచలు అవుతున్నాయి. మేఘాలు చెల్లా చెదరవుతున్నాయి.న ఆ రథధ్వనికి దిక్కులు ప్రతిధ్వనిస్తున్నాయి. దివ్యకాంతితో వెలుగొందే ఆరథంలో కత్తులు, గదలు, శక్త్యాయుధాలు, శతఘ్నులు వంటి వివిధాయుధాలు ఉన్నాయి. వాయువేగం కల పదివేల గుఱ్ఱాలు దానికి కట్టబడ్డాయి. ఆ మాయామయమయిన రథం కళ్లకు మిరుమిట్లు కొలుపుతోంది. స్వర్ణదండానికి కట్టబడిన నల్ల కలువ వంటి వైజయంతి ధ్వజం ఎగురుతోంది. మాతలి వచ్చి "ఇంద్రనందనా! దేవరాజు ఇంద్రుడు మిమ్మల్ని చూడాలనుకుంటున్నాడు. ఈరథం ఎక్కండి" అన్నాడు. అర్జునునికి చాలా ఆనందం కలిగింది. అతడు గంగానదిలో స్నానం చేసి మంత్రజపం చేసుకొని, శాస్త్రోక్తంగా దేవర్షి పితరులకు తర్పణాలు వదిలి, మందరాచలాన్ని వీడ్కొని రథం ఎక్కాడు. క్షణకాలంలో అది అక్కడి మునుల దృష్టి నుండి అంతర్ధానమయింది. చంద్రసూర్యాగ్నుల కాంతి లేకపోయినా అక్కడ వేలకొద్దీ విమానాలు అద్భుతంగా ప్రకాశించడం అర్జునుడు గమనించాడు. తమ పుణ్యం వలన కలిగిన కాంతితో అవి మెరుస్తూ భూమినుండి చూస్తే చిరుదివ్వెలలా అనిపిస్తున్నాయి. ఆ నక్షత్రకాంతులు పుణ్యాత్ముల నివాసస్థానాలని మాతలి చెప్పాడు. సిద్ధపురుషుల మార్గాన్ని దాటి రాజర్షుల పుణ్యలోకాలు గడిచి రథం ఇంద్రుని అమరావతిని చేరింది.

స్వర్గలోకం యొక్క కాంతి, పరిమళం, దివ్యత్వం సాటిలేనివి. పుణ్యాత్ములు ప్రవేశించే ఈలోకంలో తపస్సు, అగ్నిహోత్రాలు చేయని వారికిగాని, యుద్ధంలో వెన్ను చూపినవారికిగాని ప్రవేశం లేదు. యజ్ఞాలు, వ్రతాలు, తీర్థస్నానాలు చేయనివారికి, వేదమంత్రాలు ఎరుగనివారికి, యజ్ఞదానాలకు లోభించినవారికి, యజ్ఞానికి విఘ్నాలు కలిగించేవారికి, నీచులకు, త్రాగుబోతులకు, గురుద్రోహులకు, మాంసం తినేవారికి, క్షుద్రులకు స్వర్గం కనపడనే కనపడదు. అమరావతిలో దేవతల ఇచ్ఛానుసారం తిరిగే వేలకొద్దీ విమానాలు నిలిచిఉన్నాయి. కొన్నివేల విమానాలు రాకపోకలు సాగిస్తున్నాయి. అర్జునునికి అప్సరసలు స్వాగతం పలికారు. దేవతలు, గంధర్వులు, సిద్ధులు, మహర్షులు అతనిని ఆనందంగా గౌరవించారు. దుందుభులు మోగాయి. అర్జునుడు క్రమంగా సాధ్యులను, విశ్వేదేవులను, వాయువును, అశ్వినీకుమారులను, ఆదిత్యవసువులను, గంధర్వులను దర్శించుకున్నాడు. వారందరూ అతనిని అభినందించారు. వారిని యథోచితంగా పూజించి తరువాత ఇంద్రుని దర్శించాడు అర్జునుడు. రథాన్ని దిగి ఇంద్రునకు శిరసువంచి పాదప్రణామం చేశాడు. ఇంద్రుడు అతనిని ఆదరంగా రెండుచేతులతో ఎత్తి తన సింహాసనంపై కూర్చోపెట్టుకుని ప్రేమపూర్వకంగా శిరసును మూర్కొన్నాడు. తుంబురుడు, గంధర్వులు మనోహరంగా గానం చేశారు. మనోహరలైన అప్సరసలు ఘృతాచి, మేనక, తిలోత్తమ, రంభ, ఊర్వశి మొదలైనవారు నాట్యాలు చేశారు. ఇంద్రుని ఆజ్ఞపై దేవతలు గంధర్వులు అర్జునునికి అర్ఘ్యపాద్యాలు సమర్పించి సత్కరించారు. అనంతరం అతడు ఇంద్రభవనంలో ఉంటూ అస్త్రాల ప్రయోగోపసంహారాలను అభ్యసించసాగాడు. శత్రుసంహారకమైన వజ్రాయుధప్రయోగం కూడా నేర్చుకున్నాడు. అకస్మాత్తుగా మేఘాలు ప్రసరింపచేయడం, ఉరుములు మెరుపులు సృష్టించడం అభ్యసించాడు. ఈరీతిగా సమస్తశస్త్రాస్త్రాలు సాధించాక అర్జునుడు తన సోదరుల చెంతకు వెళ్లాలనుకొన్నాడు. కాని ఇంద్రుని ఆజ్ఞానుసారం ఐదేళ్లు స్వర్గంలోనే ఉండిపోయాడు.

సమయం చూసి ఇంద్రుడు ఒకరోజున అర్జునుని చిత్రసేనుడనే గంధర్వునివద్ద సంగీతనాట్యాలను అభ్యసించమని ఆదేశించాడు. మర్త్యలోకంలో లేని వాద్యాలను కూడా

నేర్చుకోమన్నాడు. అర్జునుడు అలాగే నేర్చుకున్నాడు. ప్రవీణుడయ్యాడు. ఇంతచేస్తున్నా అర్జునునికి అన్నదమ్ములు, తల్లి గుర్తుకువచ్చి బాధపడుతూనే ఉన్నాడు. ఒకరోజున అర్జునుడు రెప్ప వేయకుండా ఊర్వశిని చూడడం ఇంద్రుని కంటపడింది. అతడు చిత్రసేనుని పిలిచి ఊర్వశిని అర్జునుని వద్దకు వెళ్ళమని తన ఆజ్ఞగా చెప్పమన్నాడు. చిత్రసేనుడు ఊర్వశివద్దకు వెళ్ళి తాను ఇంద్రుని ఆజ్ఞపై వచ్చానని- "అర్జునుడు దేవమానవులలో పేరుగాంచినవాడు, బలవంతుడు, ప్రతిభాసంపన్నుడు. విద్యాఐశ్వర్యం, తేజస్సు, ప్రతాపం, క్షమ, నిర్మత్సరత, వేదవేదాంగజ్ఞానం, శాస్త్రాధ్యయనం – అన్నింటా నిపుణుడు. ఎనిమిదిరకాల గురుసేవను, ఎనిమిది గుణాలు గల బుద్ధిని ఎరిగినవాడు. బ్రహ్మచారి, ఉత్సాహి మాత్రమే కాదు. తల్లిదండ్రులు ఇరువురివైపు సత్కులం కలవాడు. అతడు యువకుడు. ఎప్పుడూ ఎదుటివారినే ప్రశంసిస్తాడు. సూక్ష్మసమస్యలను కూడా తేలికగా గ్రహించగలడు. మధురస్వరం కలవాడు. స్నేహితులను ఆదరిస్తాడు. సత్యాన్ని ప్రేమిస్తాడు. నిరహంకారి. ప్రేమ పాత్రుడు. దృఢప్రతిజ్ఞుడు. సేవకులను ప్రేమిస్తాడు. గుణాలలో ఇంద్రునకు సముడు" అని చెప్పి, అర్జునుని గుణగణాలను అనేకరకాలుగా వర్ణించి ఇంద్రుడు స్వర్గాన్ని ఏలుతున్నట్లుగా అర్జునుడు భూలోకాన్ని అసహాయుడై ఏలగలడని, ఊర్వశి సేవించడం వలన అతనికి స్వర్గసుఖాలు లభిస్తాయని, తన మాటను అంగీకరించాలని చెప్పాడు. దానికి ఊర్వశి ఆనందంతో "గంధర్వరాజా! మీరు చెప్పిన అర్జునుని గుణగణాలన్నీ నేను ఎప్పుడో విని పరవశించాను. నేను అర్జునుని ప్రేమిస్తున్నాను. వరించాను – ఇప్పుడు నాఆకర్షణ మరింత బలపడింది. నేను అర్జునుని సేవిస్తాను. మీరు వెళ్లిరండి" అన్నది. తరువాత ఆమె పన్నీటితో జలకాలాడి దివ్యవస్త్రభూషణాదులు ధరించి, పూలమాలలతో అలంకరించుకొంది. అర్జునునిపై మరులుగొన్న ఆమె వాయువేగ మనోవేగాలతో చిరునవ్వులు చిందిస్తూ అర్జునుని నివాసానికి చేరింది. ద్వారపాలురు ఆమె వచ్చిన సంగతి అర్జునునకు తెలిపారు. ఆమె అతని చెంతకు వచ్చింది. అర్జునునకు మనసులోనే అనేక సందేహాలు కలిగాయి. సంకోచంతో కన్నులు మూసుకునే ఆమెకు నమస్కరించి గురుజనులయందువలె ఆమె యందు ఆదరగౌరవాలు ప్రకటిస్తూ "దేవీ! పాదాభివందనం. నీసేవకునికి ఏమి ఆజ్ఞ?" అని అడిగాడు. ఊర్వశి నిశ్చేష్టురాలయింది. ఆమె అతనితో "ఇంద్రుని ఆజ్ఞానుసారం చిత్రసేనగంధర్వుడు నావద్దకు వచ్చి, నీగుణాలు కీర్తించి, నేను నీదగ్గరకు వచ్చేలా చేశాడు. వారిరువురి ఆదేశం మేరకు నేను నిన్ను సేవించుకోడానికి వచ్చాను. వారి ఆదేశమనే కాదు. నీగుణాలు విన్నప్పటినుండి నామనసు నీయందు తగులుకొంది. నేను చాలా రోజులనుండి నిన్ను పొందాలనే కోరికతో ఉన్నాను. నన్ను స్వీకరించు" అంది. ఊర్వశి మాటలు విన్న అర్జునుడు సిగ్గుతో భూమిలోకి కుంచించుకుపోయాడు. రెండుచేతులతో చెవులు మూసుకుని "హరి హరీ! ఈమాటలు నాచెవిని పడకుండా ఉంటే ఎంత బాగుండేది. దేవీ! నీవు నాకు గురుపత్ని వంటి దానవు. దేవసభలో నేను నిన్ను నిర్నిమేషంగా చూసిన మాట నిజమే. అయినా నాలో ఏదురుద్దేశమూ లేదు. పూరువంశానికి ఆనందాన్నందించిన తల్లివి నీవు. నిన్ను గుర్తుపట్టడంతోనే నాకళ్లు ఆనందంతో విచ్చుకున్నాయి. అందుకనే నిన్ను అలా చూశాను. దేవీ! నన్ను మరొకలా భావించేవద్దు. నీవు నాకు పెద్దలకంటె, పెద్దవు. పైగా మా పూర్వజులకు తల్లివి" అన్నాడు. ఊర్వశి "వీరుడా! మాఅప్సరసలకు ఎవరితోనూ వివాహం అవదు. మేము స్వతంత్రులం. కాబట్టి నన్ను పెద్దల సరసన చేర్చకు. నన్ను అనుగ్రహించు. కామపీడితురాలనయిన నన్ను వదిలిపెట్టకు. కాముడు తొందరపెడుతున్నాడు. ఈబాధనుండి నన్ను తప్పించు." అని తొందరచేసింది. అర్జునుడు "దేవీ! నేను నిజంగా చెపుతున్నాను. దిక్కులన్నీ వాటి అధిదేవతలతోపాటు నామాటను ఆలకించుగాక! కుంతీమాద్రులు, ఇంద్రపత్ని శచీదేవి నాకు ఎలా తల్లులో అలాగే నీవు కూడా పూరువంశ జననివి కాబట్టి నాకు పూజింపదగిన తల్లివి. నేను నీకు దండం పెడుతున్నాను. నాకు నీవు తల్లివలె పూజింపదగినదానివి. నీకు నేను పుత్రునివలె రక్షింపదగినవాడను" అని సూటిగా చెప్పాడు.

అర్జునుని మాటలు విన్న ఊర్వశి కనుబొమ్మలు ముడివేసి కోపంతో కంపిస్తూ "అర్జునా! నేను నీ తండ్రి ఇంద్రుని ఆజ్ఞానుసారం కామాతురనై నీదగ్గరకు వచ్చాను. అయినా నీవు నా కోరిక తీర్చలేదు. కాబట్టి స్త్రీలమధ్య నాట్యగానిగా, నపుంసకుడవై గౌరవరహితంగా బతుకు" అని శాపమిచ్చింది. ఆమె పెదవులు అదురుతూ ఉండగా, దీర్ఘంగా నిట్టూరుస్తూ అక్కడి నుండి తన భవనానికి వెళ్లిపోయింది. అర్జునుడు వెంటనే జరిగినది అంతా చిత్రసేనునికి చెప్పాడు. అతడు

ఇంద్రునికి నివేదించాడు. ఇంద్రుడు అర్జునుని ఏకాంతంగా పిలిచి అతనిని ఎంతగానో ఓదార్చాడు. మందస్మితంతో "అర్జునా! నిన్ను కన్న కుంతి ధన్యురాలు. నీవు నీ ధీరత్వంతో ఋషులను కూడా జయించావు. ఊర్వశి శాపం నీకు అక్కరకు వస్తుంది. పదమూడవ ఏట అజ్ఞాతవాసం చేసేసమయంలో నపుంసకరూపంలో గుప్తంగా ఉంటూ ఆ ఏడాది ఈశాపం అనుభవించవచ్చును. తరువాత నీకు పురుషత్వం లభిస్తుంది." అని చెప్పాడు. అర్జునునికి మనస్తాపం తొలగి సంతోషం కలిగింది. అతడు చిత్రసేనునితో కలిసి స్వర్గసుఖాలు చూరగొన్నాడు. జనమేజయా! అర్జునుని ఈ చరిత్ర విన్నవారికి మనసులో కూడా పాపచింతన కలగదు. అతని నడవడిక అంత గొప్పది.

ఇలా ఉండగా ఒకరోజున లోమశమహాముని స్వర్గానికి వచ్చాడు. ఇంద్రుని అర్థసింహాసనంపై ఆసీనుడై ఉన్న అర్జునుని చూచి "ఇతడేమి పుణ్యం చేశాడో! ఇంద్రుని అర్ధాసనం లభించడానికి ఇతడు ఏయే దేశాలను జయించాడో" అని మనసులోనే ఆశ్చర్యపడుతూ ఆసీనుడయ్యాడు. ఇంద్రుడు అతని మనసును పసిగట్టి "మహర్షీ! మీ సందేహం తెలిసింది. చెపుతున్నాను. వినండి. ఈ అర్జునుడు మనుష్యమాత్రుడు కాడు. నరరూపధారియైన దివ్యుడు. సనాతనుడైన నరుడనే ఋషి ఇలా మనుష్యుడై పుట్టాడు. నరనారాయణులిద్దరూ కార్యసిద్ధికోసం భూమిమీద కృష్ణార్జునులై పుట్టారు. ఇప్పుడు నివాతకవచులనే రాక్షసులు మదోన్మత్తులై నాకు అపకారం తలపెడుతున్నారు. వారు వరాలు పొంది తమ్ము తాము మరచిపోతున్నారు. శ్రీకృష్ణభగవానుడు కాళింది మడుగులోని సర్పాలను పెకలించివేసినట్లుగా దృష్టిమాత్రంచేతనే ఈ నివాతకవచులను వారి అనుచరులతో సహితంగా నాశనం చేసివేయగలడు. మహాతేజఃపుంజమైన అతనిలో క్రోధాగ్ని రగులుకొంటే ఈసమస్తజగత్తును భస్మీభూతం చేయగలడు. కనుక ఈచిన్నపనికోసం అతనిని ప్రార్థించడం తగదు. ఈపనికి కేవలం అర్జునుడు ఒక్కడే సరిపోతాడు. నివాతకవచులను సంహరించాక అతడు భూలోకానికి వెళ్లిపోతాడు. మహాత్మా! మీరు భూలోకానికి వెళ్లి కామ్యకవనంలో ఉంటున్న సత్యప్రతిజ్ఞుడైన ధర్మజుని కలుసుకుని, అర్జునుని విషయంలో ఏమీ చింతించవలసిన పని లేదని చెప్పండి. అర్జునుడు ఇప్పుడు అస్త్రవిద్యాకుశలుడయ్యాడని, దివ్యనృత్యగానాలలోను, వాదనకళలోను ఆరితేరాడని కూడా చెప్పండి. అతనిని సోదరులతో కలిసి పవిత్రమైన తీర్థయాత్రలు చేయమని, అలా చేయడం వలన పాపాలు తాపాలు నశించి పవిత్రులై రాజ్యాన్ని పొందగలరని చెప్పండి. బ్రహ్మర్షీ! మీరు గొప్ప తపస్సంపన్నులు. సమర్థులు. కాబట్టి భూలోకంలో తిరిగే సమయంలో పాండవులను కాస్త కనిపెట్టి ఉండండి" అని చెప్పాడు. లోమశుడు ఇంద్రుని మాటను పాటించి కామ్యకవనానికి పాండవులవద్దకు వెళ్లాడు.

ధృతరాష్ట్ర పాండవుల స్థితి - బృహదశ్వుని ఆగమనము

వైశంపాయనుడు కొనసాగిస్తున్నాడు - "జనమేజయా! అర్జునుని స్వర్గగమనం గురించి ధృతరాష్ట్రునకు వ్యాసునివలన తెలిసింది. అతడు వెళ్లాక ధృతరాష్ట్రుడు సంజయునితో "సంజయా! అర్జునుని సమాచారము పూర్తిగా విన్నాను. నీకు కూడా తెలిసిందా? నా కొడుకు దుర్యోధనుడు మందబుద్ధి. అందుకే అతడు దుష్కర్మలలో, విషయభోగాలలో మునిగితేలుతున్నాడు. తన దుష్టత్వం వలన రాజ్యాన్ని నాశనం చేస్తున్నాడు. యుధిష్ఠిరుడు మహాత్ముడు. అతడు మామూలుగా కూడా సత్యమే మాట్లాడుతాడు. అతనికి అర్జునుని వంటి వీరయోధుడు దొరికాడు. అతని రాజ్యం ముల్లోకాలలోను విస్తరిస్తుంది. అర్జునుడు తన వాడి బాణాలను ప్రయోగించినపుడు అతని ఎదుట ఎవరు నిలబడగలరు?" అని వాపోయాడు. సంజయుడు "మహారాజా! దుర్యోధనుని గురించి మీరు చెప్పినది నిజం. అర్జునుడు తన వింటిబలంతో పరమశివుని ప్రసన్నం చేసుకున్నాడని, అర్జునుని పరీక్షించడానికి దేవాధిదేవుడైన శంకరభగవానుడు స్వయంగా భిల్లరూపం ధరించి వచ్చి, అతనితో యుద్ధం చేశాడని విన్నాను. శంకరుడు ప్రసన్నుడై అతనికి దివ్యాస్త్రం ఇచ్చాడట. అర్జునుని తపస్సునకు మెచ్చి లోకపాలురు ప్రత్యక్షమై అతనికి దివ్యశస్త్రాస్త్రాలు ఇచ్చారట. అర్జునుని మించిన అదృష్టవంతుడు వేరొకరు ఎవరుంటారు? అతని బలం అపారం, శక్తి అపరిమితం" అన్నాడు. ధృతరాష్ట్రుడు - "సంజయా! నాకొడుకులు పాండవులకు చాలా అన్యాయమే చేశారు. వారి శక్తి వృద్ధిపొందుతూనే ఉంది. శ్రీకృష్ణబలరాములు పాండవులకు సహాయం చేయదలచి యదుకులవీరులను పురిగొల్పితే, అప్పుడు కౌరవపక్షంలోని వీరుడెవరూ వారిని ఎదిరించలేరు. అర్జునుని ధనుష్టంకారాన్ని, భీమసేనుని గదావేగాన్ని

తట్టుకోగలిగే రాజులెవరూ మనపక్షంలో లేరు. నేను దుర్యోధనుని మాటలకు లోబడి మన హితైషులు చెప్పిన హితవచనాలను వినలేదు. తరువాత ఆ మాటలను తలచుకొని పశ్చాత్తాపపడవలసి వస్తుందని నాకు అనిపిస్తోంది" అన్నాడు.

సంజయుడు – "మహారాజా! మీరు ఏదైనా చేయగలరు. కాని పుత్రప్రేమతో వారిని దుష్కృత్యాలుచేయకుండా ఆపలేకపోయారు. చూస్తూ ఊరుకున్నారు. దాని భయంకర పరిణామమే మీముందుకు రాబోతోంది. పాండవులు కపటద్యూతంలో ఓడిపోయి ముందుగా కామ్యకవనం చేరుకున్నారు. అప్పుడు శ్రీకృష్ణుడు అక్కడికి వెళ్లి వారిని ఓదార్చాడు. అతనితోపాటు ధృష్టద్యుమ్నుడు, విరాటరాజు, ధృష్టకేతుడు కేకయులు మొదలైనవారంతా పాండవులతో ఏమన్నారో అదంతా దూతలవలన నాకు తెలిసినవెంటనే మీకు నివేదించాను. వారంతా మనమీద దండెత్తినపుడు వారిని ఎవరు ఎదిరించగలరు?" అన్నాడు.

జనమేజయుడు "మహాత్మా! అర్జునుడు అస్త్రసంపాదన కోసం ఇంద్రలోకం వెళ్లినపుడు పాండవులు ఏమి చేశారు?" అని ప్రశ్నించాడు.

వైశంపాయనుడు చెపుతున్నాడు – "జనమేజయా! ఆరోజులలో పాండవులు కామ్యకవనంలో నివసించేవారు. రాజ్యం పోగొట్టుకొని, అర్జునుని వియోగంతో చాలా విచారిస్తూఉండేవారు. ఒకరోజున పాండవులు, ద్రౌపది ఈవిషయం గురించే చర్చించుకోసాగారు. భీమసేనుడు ధర్మరాజుతో "అన్నయ్యా! మనభారం అంతా అర్జునుని మీదే ఉంది. అతడే మనప్రాణాలకు ఆధారం. అతడు మీఆజ్ఞను అనుసరించి అస్త్రవిద్యను నేర్చుకోవడానికి వెళ్లాడు. అతనికి ఏదైనా అనిష్టం జరిగితే ద్రుపదుడు, ధృష్టద్యుమ్నుడు, సాత్యకి, శ్రీకృష్ణుడు, మనం కూడా బ్రతికి ఉండలేము. అతని బాహుబలం ఆధారంగానే మనం శత్రువులను జయిస్తామని, రాజ్యం తిరిగి పొందుతామని అనుకుంటున్నాము. నా చేతుల్లో బలం ఉంది. శ్రీకృష్ణుడు మనకు సహాయకుడు, రక్షకుడు. కౌరవులను నాశనం చేయాలనే క్రోధం నామనసులో మాటిమాటికి కలుగుతోంది. కాని నీకారణంగా దానిని మింగి ఊరుకుంటున్నాను. మనం శ్రీకృష్ణభగవానుని సహాయంతో శత్రువులను చంపి మన బాహుబలంతో భూమిని జయించి రాజ్యం ఏలగలము. దుర్యోధనుడు పూర్తిగా ఈభూమిని ఆక్రమించుకోకముందే అతనిని, అతని కుటుంబాన్ని నాశనం చేయాలి. వంచకునిపట్ల వంచననే ప్రయోగించాలని శాస్త్రాలు చెపుతున్నాయి. కాబట్టి నీవు అనుమతిస్తే అగ్నిలా జ్వలిస్తూ అక్కడికి వెళ్లి దుర్యోధనుని మట్టుపెట్టగలను" అన్నాడు. యుధిష్ఠిరుడు అతనిని శాంతింపచేస్తూ, అతని శిరసు మూర్కొని "వీరుడవైన తమ్ముడా! పదమూడేళ్లు పూర్తి కానియ్యి. తరువాత నీవు, అర్జునుడు ఇద్దరూ కలిసి దుర్యోధనుని నాశనం చేయవచ్చు. నాలో అసత్యమన్నదే లేదు కనుక అసత్యం పలుకలేను. భీమసేనా! కపటం లేకుండానే నీవు దుర్యోధనుని, అతని సహాయకులను చంపగలిగినపుడు ఇక మోసం చేయవలసిన పనేముంది?" – అని ధర్మరాజు అతనిని సముదాయిస్తూఉండగా, బృహదశ్వమహర్షి అక్కడకు వచ్చాడు.

నలదమయంతుల కథ - దమయంతీస్వయంవరము

వైశంపాయనుడు చెప్పసాగాడు – "జనమేజయా! బృహదశ్వుడు రావడం చూసి ధర్మరాజు అతనికి ఎదురేగి అర్ఘ్యపాద్యాదులు సమర్పించి పూజించి ఆసీనుని చేశాడు. అతడు విశ్రమించిన తరువాత ధర్మరాజు తన వృత్తాంతాన్ని చెపుతూ "రాజా! కౌరవులు కుటిలబుద్ధితో నన్ను పిలిపించి మోసంతో జూదంలో నన్ను ఓడించి, నాసర్వస్వాన్ని హరించారు. అంతేకాదు, నాభార్య ద్రౌపదిని పట్టి ఈడ్చితెచ్చి నిండుసభలో అవమానించారు. చివరికి వారు మాకు జింకచర్మాలు ఇచ్చి అడవులకు పంపారు. మహర్షీ! నాకంటె దురదృష్టవంతుడైన రాజు ఈలోకంలో ఉన్నాడేమో మీరే చెప్పండి. నావంటి దుఃఖశాలిని ఇంతకుముందు ఎక్కడైనా చూసికాని వినికాని ఉన్నారా?" అని ఆర్తుడై అడిగాడు.

బృహదశ్వుడు "ధర్మరాజా! నీకంటె దుఃఖితుడెవరూ ఈలోకంలో ఉండడని నీవు అనుకోవడం సమంజసంగా లేదు. ఎందుకంటే నీకంటె అధికంగా దుఃఖితుడైన మందభాగ్యుడైన రాజును గూర్చి నాకు తెలుసును. నీకు తెలుసుకోవాలని ఉంటే చెపుతాను" అన్నాడు.

ధర్మరాజు కోరినమీదట బృహదశ్వుడు చెప్పసాగాడు – "ధర్మరాజా! నిషధదేశానికి వీరసేనుని పుత్రుడైన నలుడనేవాడు రాజుగా ఉండేవాడు. అతడు గొప్పగుణవంతుడు, పరమసుందరుడు, సత్యవాది, జితేంద్రియుడు, అందరికీ ఇష్టుడు, వేదజ్ఞుడు, బ్రాహ్మణభక్తుడు. అతనికి పెద్దసైన్యం ఉంది. స్వయంగా అతడు అస్త్రవిద్యానిపుణుడు, వీరుడు, యోధుడు, ఉదారుడు, మిక్కిలిపరాక్రమవంతుడుకూడా.

అతనికి జూదం ఆడడంలో మక్కువ ఎక్కువ. ఆరోజులలో విదర్భదేశాన్ని భీమకుడనే రాజు పాలిస్తున్నాడు. అతడు కూడా నలునివలెనే సర్వగుణసంపన్నుడు, పరాక్రమవంతుడు. అతడు దమనుడనే ఋషిని సేవించి అతని వరం వలన దముడు, దాంతుడు, దమనుడు - అనే ముగ్గురు కొడుకులను, దమయంతి అనే కూతురును సంతానంగా పొందాడు. దమయంతి లక్ష్మీసమానమైన సౌందర్యం కలది. విశాలనేత్రాలతో దేవతలు, యక్షులలో కూడా ఇంతటి అందగత్తె ఉండదేమో అనిపించేది. విదర్భనుండి నిషధదేశానికి వచ్చేవారందరూ నలమహారాజు యెదుట దమయంతి రూపగుణాలను వర్ణిస్తూ ఉండేవారు. అలాగే నిషధనుండి విదర్భదేశానికి వచ్చేవారు దమయంతి యెదుట నలుని రూపగుణాలను సత్ప్రవర్తనను వర్ణిస్తూ ఉండేవారు. దానితో ఇరువురి హృదయాలలోను పరస్పరం ప్రేమ అంకురించింది.

ఒకరోజున నలుడు తన ఉద్యానవనంలో కొన్ని హంసలు తిరగడం చూశాడు. వాటిలో ఒకదానిని పట్టుకొన్నాడు. అది తనను గనుక విడిచిపెడితే దమయంతి యెదుట నలుని గుణగణాలు వర్ణించి ఆమె అతనిని తప్పక వరించేలా చేస్తానని చెప్పింది. నలుడు దానిని వదిలిపెట్టాడు. హంసలు అన్నీ ఎగిరి విదర్భదేశాన్ని చేరుకున్నాయి. దమయంతి తనవద్దకు వచ్చిన హంసలను చూచి సంతోషించింది. ఆమె పట్టుకోవడానికి వాటిని తరిమింది. ఆమెకు అందుబాటులోకి వచ్చిన హంస ఇలా అన్నది-"ఓదమయంతీ! నిషధదేశంలో నలుడనే రాజు ఉన్నాడు. అశ్వినీ కుమారుని వలె అతడు మిక్కిలి అందగాడు. మానవమాత్రులలో అతనివంటి అందగాడు లేడు. సాక్షాత్తు మన్మథుడే. నీవు అతనికి అర్ధాంగివి అయితే నీరూపం, నీజన్మ, రెండూ ధన్యమవుతాయి. మేము దేవతలను, గంధర్వులను, మానవులను, నాగులను, రాక్షసులను తిరిగి తిరిగి వెతికాము కాని నలుని వంటి సుందరుడు ఎక్కడా తారసపడలేదు. నీవు స్త్రీలలో రత్నానివి అయితే అతడు పురుషులకు భూషణం. మీ ఇద్దరి చేరిక బహుసుందరంగా ఉంటుంది" అని చెప్పింది. దమయంతి "హంసమా! నీవు నలునికి కూడా ఇలాగే చెప్పాలి సుమా!" అన్నది.

దమయంతి హంసవలన నలుని గుణకీర్తులను విని అతనిని ప్రేమించసాగింది. రాత్రింబవళ్లు ఆమెకు అతని ధ్యాసయే. శరీరం శుష్కించి నల్లబడింది. ఆమె దైన్యంగా కనిపించసాగింది. చెలులు ఆమె మనసులోని భావాన్ని తెలుసుకొని భీమరాజునకు ఆమె అస్వస్థురాలై ఉందని తెలిపారు. అతడు చాలాసేపు ఆలోచించి తనకుమార్తె వివాహయోగ్యురాలయిందని, ఆమెకు స్వయంవరం ప్రకటించాలని నిశ్చయించుకున్నాడు. అతడు రాజులందరికీ స్వయంవరానికి విచ్చేసి తన మనోరథం సఫలం చేయమని ఆహ్వానపత్రికలు పంపించాడు. దేశదేశాల రాజులు అలంకృతులై, ఏనుగులు, రథాలు ఎక్కి, ఆధ్వనికి భూమి ప్రతిధ్వనిస్తూ ఉండగా విదర్భదేశానికి చేరుకున్నారు. భీమరాజు వారికి సముచితరీతిని స్వాతగసత్కారాలు ఏర్పాటుచేశాడు.

దేవర్షులైన నారదపర్వతుల వలన ఈవార్త దేవతలకు కూడా తెలిసింది. ఇంద్రాదిదిక్పాలురు కూడా తమ బలగంతో వాహనాలతో విదర్భకు ప్రయాణమయ్యారు. నలమహారాజు మనసు మొదటనే దమయంతి యందు లగ్నమయింది. అతడు కూడా విదర్భకు బయలుదేరాడు. దేవతలు స్వర్గం నుండి దిగివస్తూ అపరమన్మథుని వంటి నలుడు దమయంతీస్వయంవరానికి రావడం చూశారు. అతని రూపసంపదకు, సూర్యసమానతేజస్సుకు వారు చకితులయిపోయారు. వారు అతనిని నలునిగా గుర్తించి తమ విమానాలను ఆకాశంలోనే నిలిపి కిందికి దిగి నలునితో "నలమహారాజా! నీవు సత్యవ్రతుడవు, నీవు మాకు దూతవై సహాయంచేయాలి" అని అర్థించారు. నలుడు తప్పకుండా చేస్తానని వాగ్దానం చేసి, "మీరెవరు? మీకు నేను దూతనై ఏమి కార్యం చేయాలి?"అని అడిగాడు. అప్పుడు ఇంద్రుడు "మేము దేవతలము. నేను ఇంద్రుడిని. వీరు ముగ్గురు అగ్ని,యమవరుణులు. మేము దమయంతీ స్వయంవరానికి వచ్చాము. నీవు మాదూతగా ఆమె దగ్గరకు వెళ్లి దేవతలైన ఇంద్రాగ్నివరుణయములు ఆమెను వివాహమాడాలనుకుంటున్నారని చెప్పాలి. ఆమె మాలో ఎవరిని పతిగా కోరుకున్నాసరే" అన్నాడు. అది విన్న నలుడు రెండు చేతులు జోడించి "దేవరాజా! మీరూ నేనూ ఒకేపనిమీద వెళ్తున్నాం. కాబట్టి నన్ను దూతగా పంపడం భావ్యం కాదు. భార్యగా కోరుకుంటున్న స్త్రీని ఏపురుషుడైనా ఎలా వదులుకోగలడు? పైగా ఆమె దగ్గరకు వెళ్లి ఇలాంటి మాటలు ఎలా చెప్పగలడు? కాబట్టి మీరు ఈవిషయంలో నన్ను క్షమించాలి" అన్నాడు. దేవతలు "నలుడా! మాకార్యం నెరవేరుస్తానని నీవు ముందుగానే మాకు వాగ్దానం చేశావు. ఆడినమాటతప్పకు. వెంటనే అక్కడకు వెళ్లు" అన్నారు.

నలుడు "అంతఃపురంలో నిరంతరం గట్టి కాపలా ఉంటుంది. నేను ఎలా వెళ్లగలను?" అని అడిగాడు. ఇంద్రుడు "నీవు వెళ్లగలవు. వెళ్లు" అన్నాడు. ఇంద్రుని మహిమవలన నలుడు నిరాటంకంగా దమయంతి అంతఃపురాన్ని ప్రవేశించి, ఆమెను చూశాడు. దమయంతి, ఆమె చెలికత్తెలు కూడా అతనిని చూసి నిశ్చేష్టులయ్యారు. ఆ సుందరపురుషుని చూసి వారు ముగ్ధులై సిగ్గుతో ఏమీ మాటలాడలేకపోయారు.

దమయంతి తన్ను తాను సంబాళించుకొని నలునితో "వీరుడా! నీవు చూడడానికి చాలా అందంగా నిష్కపటునిగా కనిపిస్తున్నావు. ముందు నీవివరాలు చెప్పు. నీవు ఇక్కడికి ఎందుకు వచ్చావు? వచ్చేటపుడు ద్వారపాలురు నిన్ను చూడలేదా? వారు తప్పు చేస్తే మాతండ్రి కఠినంగా శిక్షిస్తాడు" అన్నది. నలుడు - "కల్యాణీ! నేను నలుడను. లోకపాలురకు దూతగా ఇక్కడికి వచ్చాను. సుందరీ! ఇంద్రాగ్ని యమ వరుణులు నిన్ను వివాహం చేసుకోవాలని కోరుతున్నారు. ఈనలుగురిలో ఏ ఒక్కరినైనా నీవు పతిగా వరించు. ఈసందేశంతోనే నేను నీవద్దకు వచ్చాను. ఆ దేవతల ప్రభావం వలననే నీమందిరంలోకి ప్రవేశించే సమయంలో ద్వారపాలురు నన్ను చూడలేకపోయారు. నేను వారి సందేశాన్ని నీకు వినిపించాను. ఇక నీ ఇష్టం" అని చెప్పి ఊరుకున్నాడు. దమయంతి దేవతలకు భక్తితో నమస్కరించి చిరునవ్వుతో "నరేంద్రా! మీరు నన్ను అనురాగదృష్టితో చూడండి. యథాశక్తి నేను మీకు ఏమిసేవ చేయగలనో ఆజ్ఞాపించండి. నాథా! నన్ను నాసర్వస్వాన్ని మీపాదాలకు అర్పించాలనుకుంటున్నాను. నన్ను నమ్మండి. హంసవలన మీగురించి విన్నప్పటి నుండి మీకై ఆరాటపడుతున్నాను. మీకోసమే ఈరాజులందరినీ ఇక్కడికి రప్పించాము. మీరు ఈదాసి మాటను మన్నించకపోతే విషం తిని, అగ్నిలో దూకి,నీళ్లలో మునిగి లేదా ఉరివేసుకుని మీకోసం మరణిస్తాను" అని తన నిశ్చయాన్ని వెల్లడించింది. సమాధానంగా నలుడు - "గొప్పవారైన దేవతలు నిన్ను కోరుకుంటూంటే మనుష్యమాత్రుడనైన నన్ను నీవు ఎందుకు కోరుకుంటావు? వారికాలి గోటికి కూడా నేను పోలను. నీమనసు వారికే అర్పించు. వారికి అప్రియం కలిగిస్తే మరణం తప్పదు. నీవు నన్ను రక్షించి వారిని వరించు"అని నచ్చచెప్పాడు.[8] నలుని మాటలు విని దమయంతి తల్లడిల్లిపోయింది. ఆమె కళ్లల్లో నీరు చిమ్మింది. ఆమె నలునితో "నేను దేవతలందరికి నమస్కరించి నిన్నే పతిగా వరిస్తున్నాను. ఇది నేను ప్రమాణం చేసి చెపుతున్నాను" అని శరీరం కంపిస్తూండగా చేతులు జోడించి పలికింది.

నలుడు "సరే అయితే నీవు అలాగే చేయి. కాని నాకు ఇది చెప్పు. దేవతలకు దూతగా వచ్చిన నేను స్వార్థపరుడిని కావడం పాపం కాదా? ధర్మానికి విరుద్ధం కానపుడే నేను స్వార్థపరుడినికాగలను. నీవు కూడా అలాగే ప్రవర్తించాలి" అని నిష్కర్షగా చెప్పాడు. దమయంతి గద్గదకంఠంతో "రాజా! దీనికి దోషరహితమైన ఒక ఉపాయం ఉంది. అలా చేస్తే నీకు ఏదోషమూ అంటదు. లోకపాలురతో కలిసి నీవు కూడా స్వయంవర మండపానికిరా. అక్కడే నిన్ను వారి ఎదుట వరిస్తాను. అప్పుడిక నీకు ఏ అపవాదూ రాదు" అని సూచించింది. నలుడు దేవతలవద్దకు వెళ్ళి వారు అడిగినమీదట "మీ ఆజ్ఞానుసారంగా నేను దమయంతి వద్దకు వెళ్లాను. అక్కడ కాపలా కాస్తున్న వృద్ధులైన ద్వారపాలురు మీప్రభావం వలన నన్ను చూడలేదు. కాని దమయంతి, ఆమె చెలులు మాత్రం నన్ను చూసి ఆశ్చర్యపడ్డారు. నేను దమయంతికి మీ గురించి వివరించాను. కాని ఆమె మిమ్మల్ని కోరుకోకుండా నన్నే వరించడానికి కృతనిశ్చయురాలై ఉంది. "దేవతలందరూ నీతో కలిసి స్వయంవరానికి రానియ్యి. వారి ఎదుటనే నిన్ను వరిస్తాను. అందులో నీకు ఏదోషమూ లేదు" అన్నది. నేను మీకు జరిగినది జరిగినట్లుగ వివరించాను. "మీరే దీనికి ప్రమాణం" అని చెప్పాడు.

భీమకమహారాజు స్వయంవరానికి శుభముహూర్తం నిశ్చయించి అందరినీ పిలిపించాడు. రాజులందరూ తమ తమ స్థావరాలనుండి స్వయంవర మండపానికి విచ్చేసి యథాస్థానాలలో ఆసీనులయ్యారు. రాజులతో ఆ మండపం నిండుగా ఉంది. రాజులందరూ కూర్చున్నాక దమయంతి తన సౌందర్యంతో వారి మనసులను కన్నులను ఆకర్షిస్తూ రంగమండపంలోనికి ప్రవేశించింది. రాజులు ఒక్కొరొక్కరుగా పరిచయం చేయబడుతున్నారు. ఆమె వారిని చూస్తూ ముందుకు కదిలిపోతోంది. ఒకచోట నలుని ఆకారంతో వేషభూషలతో ఐదుగురు రాజులు ఒకే చోట కూర్చుని ఉన్నారు. నలుని తాను గుర్తించలేనేమో అని దమయంతికి సందేహం కలిగింది. ఆమెకు ఎవరిని చూసినా నలుని లాగే కనపడుతున్నారు. ఆ ఐదుగురిలో దేవతలెవరో నలుడెవరో గుర్తించడం ఎలా అని మథనపడింది. ఆమెకు దుఃఖం కలిగింది. చివరికి దేవతలనే శరణు కోరాలని

నిశ్చయించుకుంది. "దేవతలారా! హంసల మాటలు విని నేను నలుని నాపతిగా వరించాను. మనసులోగాని, మాటలలోగాని నలుని తప్ప వేరెవరినీ పతిగా స్వీకరించలేను. దేవతలు కూడా నిషధాధిపతి అయిన నలునే నాకు పతిగా నిర్ణయించారు. అతనిని ఆరాధించడానికే ఈ వ్రతం మొదలయింది. నా ఈ సత్యప్రతిజ్ఞ దృఢమైనది కనుక దేవతలు నాకు నలునే చూపించుదురుగాక! లోకపాలకులారా! నేను నలుని గుర్తించడానికి వీలుగా మీరు నిజరూపాలు ధరించండి". అని చేతులు జోడించి వేడుకుంది. దేవతలు దమయంతి యొక్క దీనాలాపాలు విన్నారు. ఆమె దృఢనిశ్చయం, అచ్చమైనప్రేమ, ఆత్మశుద్ధి, బుద్ధికుశలత, భక్తి, నలుని మీది ఆసక్తి చూసి దేవతలకు, మనుష్యులకు గల భేదాన్ని గుర్తించే శక్తిని వారు ఆమెకు ప్రసాదించారు. దేవతలకు శరీరానికి చెమటపట్టకపోవడం, రెప్పపాటులేకపోవడం, పూలమాలలు వాడకపోవడం, శరీరంమీద మురికి లేకపోవడం, స్థిరంగా నిలిచినా భూమిని తాకకపోవడం – ఇవన్నీ దమయంతి గమనించింది. ఇక నలుని శరీరానికి నీడ పడుతోంది. అతడు ధరించిన మాల వాడిపోయింది. శరీరం మీద కొద్దిగా మురికి, చెమట ఉన్నాయి. రెప్పలు పడుతున్నాయి. నేలను తాకుతూ నిలుచున్నాడు. ఇవన్నీ గమనించిన దమయంతి దేవతలను, నలుని గుర్తించకలిగింది. ఆమె ధర్మబద్ధంగా నలుని వరించింది. ఆమె సిగ్గుపడుతూ, మేలిముసుగు కొద్దిగా తొలగించుకొని నలుని మెడలో వరమాలవేసింది. దేవతలు ఋషులు సాధువాదం చేశారు. రాజులు హాహాకారాలు చేశారు.

నలుడు పట్టరాని ఆనందంతో దమయంతిని అభినందించాడు. అతడు " కల్యాణీ! దేవతలు ఎదుట నిలిచినా వారిని కాదని నన్ను వరించావు. నన్ను నీవు ప్రేమపరాయణునిగా తలచవచ్చును. నేను నీమాట వింటాను. నాశరీరంలో ప్రాణం ఉన్నంతవరకు నిన్నే ప్రేమిస్తాను. ఇది నేను శపథం చేసి చెపుతున్నాను" అన్నాడు. ఇరువురూ ఆనందంతో పరస్పరం అభినందనలు తెలుపుకుని ఇంద్రాది దేవతలను శరణు వేడారు. వారు కూడా చాలా సంతోషించారు. వారు నలునికి ఎనిమిది వరాలు ఇచ్చారు. ఇంద్రుడు యజ్ఞసమయంలో తన దర్శనం కలుగుతుందని, ఉత్తమగతి లభిస్తుందని; అగ్ని తన్ను తలచుకున్నపుడు తాను ప్రకటమవుతానని, అగ్నివలె ప్రకాశమానమయిన లోకం ప్రాప్తిస్తుందని వరాలు ఇచ్చారు. ఇక యముడు నీవు చేసిన వంట మధురంగా ఉంటుందని, ధర్మంపై దృఢంగా నిలబడతావని; వరుణుడు నీవు కోరిన చోట నీరు పుడుతుందని, నీవు ధరించిన మాల మిక్కిలి పరిమళభరితమై ఉంటుందని వరాలు ఇచ్చారు. ఈరీతిగా వారు రెండేసి వరాలిచ్చి, తమ తమ లోకాలకు వెళ్లిపోయారు. వచ్చిన రాజులందరూ సెలవు తీసుకున్నారు. భీమకమహారాజు ఆనందంగా నలదమయంతుల వివాహాన్ని విధిపూర్వకంగా జరిపించాడు. కొన్నాళ్లు నలుడు విదర్భరాజధాని కుండినపురంలో ఉన్నాడు. అనంతరం మామగారి అనుమతి తీసుకుని భార్య దమయంతితో కలిసి తన రాజధానికి తిరిగి వచ్చాడు. ధర్మయుక్తంగా పరిపాలించసాగాడు. 'రాజు' అనే మాటను సార్థకం చేశాడు. అశ్వమేధాదియజ్ఞాలు అనేకం చేశాడు. కాలక్రమంలో ఇంద్రసేనుడనే కొడుకు, ఇంద్రసేన అనే కూతురు వారికి కలిగారు.

కలిప్రభావము వలన నలుడు జూదములో ఓడుట

బృహదశ్వమహర్షి చెపుతున్నాడు – "యుధిష్ఠిరా! దమయంతీ స్వయంవరం నుండి తిరిగి వెళ్లేటపుడు మార్గమధ్యంలో ఇంద్రాదిదేవతలకు కలి ద్వాపరులు ఎదురుపడ్డారు. ఇంద్రుడు కలిని ఎక్కడికి వెడుతున్నారని అడిగాడు. కలి తాను దమయంతీ స్వయంవరానికి ఆమెను వివాహమాడగోరి వెడుతున్నానని చెప్పాడు. ఇంద్రుడు నవ్వి దమయంతీ స్వయంవరం ఎప్పుడో అయిపోయిందని, తామంతా చూస్తూ ఉండగానే దమయంతి నలుని వరించిందని చెప్పాడు. కలి క్రోధంతో మండిపడుతూ "ఓహో! అయితే చాలా అనర్థమే జరిగింది. దేవతలను తిరస్కరించి మానవుని వరించినందుకు శిక్షించి తీరవలసినదే" అన్నాడు. దేవతలు అతనిని శాంతింపచేస్తూ "మా అనుమతి తీసుకున్నాకనే ఆమె నలుని వరించింది. వాస్తవానికి నలుడు సర్వగుణసంపన్నుడు. ఆమెకు తగినవాడు. సమస్తధర్మాలూ తెలిసినవాడు. సదాచారుడు. వేదాలను, ఇతిహాసపురాణాలను అధ్యయనం చేశాడు. ధర్మబద్ధంగా యజ్ఞాలు చేస్తూ దేవతలకు తృప్తికలిగిస్తున్నవాడు. ఎవరినీ బాధించడు. సత్యనిష్ఠుడు. దృఢనిశ్చయుడు. ధైర్య చాతుర్యజ్ఞానతపస్సులలో, పవిత్రతలో, శమదమాలలో అతడు లోకపాలురకు సాటి. అతనికి శాపం ఇవ్వడమంటే నరకాగ్నిలో ఉరకడమే" అని చెప్పి వెళ్లిపోయారు.

అనంతరం కలి ద్వాపరునితో "సోదరా! నాకు కోపం చల్లారడం లేదు. నేను నలుని శరీరంలో నివసిస్తూ అతనిని

రాజ్యభ్రష్టుని చేస్తాను. అప్పుడతడు దమయంతితో కలిసి జీవించలేడు. ఇందుకోసం నీవు జూదపుపాచికలలో ప్రవేశించి నాకు సహాయం చేయాలి" అని కోరాడు. దానికి అతడు అంగీకరించాడు. ఇద్దరూ కలిసి నలుని రాజధానిలో తిష్ఠ వేశారు. నలునిలో దోషం కోసం వెదుకుతూ వారు పన్నెండేళ్లు ప్రతీక్షించారు. ఒకరోజున నలుడు సంధ్యాసమయంలో లఘుశంక తీర్చు కొని కాళ్లు కడుగుకోకుండానే ఆచమించి సంధ్యావందనం చేయడానికి కూర్చున్నాడు. ఈ అపవిత్రతను ఆధారంగా చేసుకుని కలి నలుని శరీరంలో ప్రవేశించాడు. అంతేకాక మారువేషంతో పుష్కరుని దగ్గరకు వెళ్ళి "నీవు నలునితో జూదమాడు. నాతోడ్పాటుతో జూదంలో నెగ్గి నిషధరాజ్యాన్ని హస్తగతం చేసుకో" అని ప్రోత్సహించాడు. అతడు అంగీకరించి నలుని వద్దకు వెళ్లాడు. ద్వాపరుడు కూడా పాచికలలో దూరి అతనితో పాటు ఉన్నాడు. పుష్కరుడు నలుని పాచికలాటకు రమ్మని పదేపదే పట్టుపట్టాడు. దమయంతి ఎదురుగా తన సోదరుడు అన్నిసార్లు పట్టుదలగా పిలువడం నలుడు సహించలేక జూదమాడడానికి నిశ్చయించుకున్నాడు. ఆసమయంలో అతని శరీరంలో ఉన్న కలిప్రభావం వలన సైన్యం, వెండిబంగారాలు, రథాలు, వాహనాలు ఏవి పందెంగా ఒడ్డితే అవి అన్నీ ఓడిపోయాడు. ప్రజలు, మంత్రులు బాధపడుతూ మహారాజును కలుసుకుని జూదం ఆపుచేయించాలనే కోరికతో గుమ్మం వద్ద నిలుచున్నారు. వారి అభిప్రాయం తెలుసుకున్న ద్వారపాలకుడు దమయంతి వద్దకు వెళ్లి - అమ్మా! మహారాజునకు మీరు చెప్పండి - మీరు ధర్మార్థతత్త్వజ్ఞులు. మీప్రజలందరు మీ దుఃఖాన్ని సహించలేక కార్యార్థులై గుమ్మం ముందు వేచి నిలబడిఉన్నారు. అని నివేదించండి" అని చెప్పాడు. దమయంతి తన దుఃఖంతో తాను కుమిలిపోతూ అచేతనురాలిలా కన్నీరు కారుస్తూ డగ్గుత్తికతో మహారాజువద్దకు వెళ్లి "స్వామి! ప్రభుభక్తి గల ప్రజలు, మంత్రి మండలి మిమ్మల్ని కలుసుకోవాలని ద్వారం వద్ద వేచి ఉన్నారు. మీరు వారిని చూడండి" అని నివేదించింది. కాని కలి ఆవేశించిన నలుడు బదులు పలుకలేదు. మంత్రులు ప్రజలు శోకగ్రస్తులై వెనుతిరిగారు. పుష్కరునికి నలునికి మధ్య నెలల తరబడి జూదం కొనసాగింది. ప్రతిసారి నలుడు ఓడిపోతూనే ఉన్నాడు. రాజు విసిరిన పాచికలు పూర్తిగా అతనికి వ్యతిరేకంగా పడుతున్నాయి. సంపద అంతా చేయి జారిపోయింది. ఈసంగతి తెలిసిన దమయంతి తన దాది బృహత్సేన ద్వారా నలుని రథసారథి అయిన వార్ష్ణేయుడనేవానిని పిలిపించింది. అతనితో - "సారథీ! నీవు రాజునకు ఇష్టుడవు. రాజు ఆపదలో ఉన్నాడనే సంగతి నీకు తెలియనిది కాదు. కాబట్టి గుఱ్ఱాలు కట్టి రథాన్ని సిద్ధం చేసి అందులో నాపిల్లలిద్దరినీ కుండిననగరానికి తీసుకువెళ్లు. రథాన్ని గుఱ్ఱాలను అక్కడే వదిలివేయి. నీకిష్టమయితే అక్కడ ఉండు. లేదా వేరొక చోటికి వెళ్లు" అని చెప్పింది. సారథి దమయంతి చెప్పిన ప్రకారం మంత్రులతో కూడా ఆలోచించి పిల్లలను కుండినపురంలో దిగబెట్టి రథాన్ని గుఱ్ఱాలనుకూడా అక్కడే వదిలివేశాడు. తానుమాత్రం కాలినడకన అయోధ్యకు చేరి అక్కడే ఋతుపర్ణ మహారాజు దగ్గర సారథిగా ఉండసాగాడు.

వార్ష్ణేయుడు వెళ్లిన తరువాత పుష్కరుడు జూదంలో నలునియొక్క రాజ్యాన్ని ధనాన్ని హరించాడు. అతడు నలుని పరిహసిస్తూ "ఇంకా జూదమాడతావా? కాని నీదగ్గర పణంగా పెట్టడానికి ఏమీ లేదు కదా! దమయంతిని పణంగా పెట్టవచ్చుననుకుంటే జూదం ఆడు" అన్నాడు. నలుని హృదయం బద్ధలయింది. అతడు పుష్కరునికి ఏమీ బదులు చెప్పలేదు. తన శరీరంమీది విలువైన వస్త్రాభరణాలన్నీ తీసివేసి కేవలం కట్టుబట్టలతో నగరం నుండి బయటపడ్డాడు. దమయంతి కూడా కట్టుకున్న చీరతోనే భర్తను అనుసరించింది. నలుని మిత్రులు బంధువులు అందరూ శోకించారు. నలదమయంతులు నగరం బయట మూడు రాత్రులు గడిపారు. నలునిపై సానుభూతి చూపినవారికి ఉరిశిక్ష పడుతుందని పుష్కరుడు నగరంలో చాటింపు వేయించాడు. భయంతో ప్రజలు తమ రాజును కనీసం సత్కరించలేకపోయారు. నలదమయంతులు మూడురోజులపాటు నగరం బయట నీరే తాగి గడిపారు. నాల్గవరోజున వారికి భరించరాని ఆకలి వేసింది. వారు ఫలమూలాలు తింటూ అక్కడి నుండి ముందుకు కదిలారు.

ఒకరోజున నలుడు తమ పక్కనే అనేక పక్షులు వాలడం చూశాడు. వాటి రెక్కలు బంగారంలా మెరిసిపోతున్నాయి. ఆ బంగారు రెక్కలతో కొంత ధనం సంపాదించవచ్చునని ఆలోచించి నలుడు తాను కట్టుకొన్న వస్త్రాన్ని వాటిమీదికి విసిరాడు. అవి ఆ వస్త్రంతో పాటు ఎగిరిపోయాయి. నలుడు నగ్నంగా సిగ్గుపడి దైన్యంతో ముఖం దించుకొని నిలబడిపోయాడు. పక్షులు ఎగిరిపోతూ నలునితో "దుర్బుద్ధీ!

నీవు నగరాన్నుండి ఒక వస్త్రాన్ని ధరించి వచ్చావు. అది చూచి మేము చాలా విచారించాము. మేము పక్షులము కాము. పాచికలము" అన్నాయి. నలుడు దమయంతికి ఆపాచికల సంగతి అంతా చెప్పాడు.

తరువాత - "ప్రియా! చూశావుగా ఇక్కడినుండి అనేకచోట్లకు మార్గాలున్నాయి. ఒకటి అవంతివైపు వెడుతుంది. రెండోది ఋక్షవంత పర్వతం మీదుగా దక్షిణదేశానికి వెడుతుంది. ఎదురుగా వింధ్యపర్వతం ఉంది. ఈపయోష్ణీనది సముద్రంలో కలుస్తుంది. ఇవి మహర్షుల ఆశ్రమాలు. ఇటు ఎదురుగా వెడితే విదర్భదేశానికి వెళ్లవచ్చు. ఇది కోసలదేశానికి దారి" అంటూ దుఃఖాన్ని దిగమింగుకుంటూ చాలా జాగ్రత్తగా దమయంతికి అన్నిదారులు, ఆశ్రమాలు గురించి చెప్పసాగాడు. దమయంతి కన్నులు నీటితో నిండిపోయాయి. ఆమె రుద్ధకంఠంతో "స్వామీ! మీరేమి అనుకుంటున్నారు? నాశరీరం పగిలిపోతోంది. మనసులో ముళ్లు గుచ్చుకుంటున్నాయి. మీరాజ్యం, సంపద, చివరికి కట్టుబట్టకూడాపోయింది. ఆకలి దప్పులతో అలసి సొలసి ఉన్నారు. మిమ్మల్ని ఈస్థితిలో నిర్జనవనంలో ఒంటరిగా వదిలి ఎక్కడికి వెళ్లగలను? నేను మిమ్మల్ని వెన్నంటి ఉండి మీదుఃఖాన్ని పంచుకొనే ప్రయత్నం చేస్తాను. దుఃఖసమయంలో భార్య భర్తకు ఔషధం వంటిది. ఆమె ధైర్యం చెప్పి అతని దుఃఖాన్ని తగ్గించకలదు. ఈ మాటను వైద్యులు కూడా అంగీకరించారు" అని అంది.(9) నలుడు "ప్రియా! నీవు చెప్పినది బాగానే ఉంది. భార్య భర్తకు స్నేహితురాలు. ఔషధమే. కాని నేను నిన్ను విడిచిపెట్టాలనుకోవడం లేదు. నీకు అలాంటి సందేహం ఎందుకు కలిగింది?" అని అడిగాడు. దమయంతి "మీరు నన్ను విడిచిపెట్టలేరని నాకు నమ్మకంగా తెలుసు. అయినా ఈసమయంలో మీమనసు మారిపోయింది. అందుకే శంకించాను. మీరు దారులన్నీ చెపుతూ ఉంటే నామనసు విలవిలలాడింది. మీరు నన్ను నాతండ్రి ఇంటికి గాని, బంధువుల ఇంటికిగాని పంపించదలచుకుంటే మంచిదే. ఇద్దరం కలిసి వెడదాం. నాతండ్రి మిమ్మల్ని ఆదరిస్తాడు. అక్కడే సుఖంగా ఉండండి" అన్నది. నలుడు "నీతండ్రి రాజు. నేను ఒకప్పటి రాజును. ఇలా కష్టాలలో ఉండి అతని దగ్గరకు వెళ్లలేను" అని చెప్పి దమయంతికి నచ్చచెప్పసాగాడు. అనంతరం ఇద్దరూ ఒకే వస్త్రాన్ని కప్పుకొని అడవిలో తిరుగసాగారు. ఆకలిదప్పులతో అలమటిస్తూ ఇద్దరూ ఒక సత్రాన్ని చేరి అక్కడ ఆగారు.

నలుడు దమయంతిని విడుచుట - ఆమె సుబాహుపురము చేరుట

బృహదశ్వుడు కొనసాగించాడు - "యుధిష్ఠిరా! ఆసమయంలో నలమహారాజునకు ఒంటిమీద గుడ్డలేదు. పరచుకోవడానికి చాపలేదు. శరీరం దుమ్ము కొట్టుకుపోయి ఉంది. ఆకలి దప్పులసంగతి సరే సరి. ఆ మహారాజు నేలమీదే పడుకున్నాడు. దమయంతి జీవితంలో ఎన్నడూ ఇలాంటిది ఎరుగదు. ఆ సుకుమారి కూడా నేలమీదే పడుకున్నది. దమయంతి నిద్రపోయిన తరువాత కూడా నలునికి నిద్రపట్టలేదు. నిజానికి దుఃఖశోకాలు తీవ్రం కావడంతో అతనికి సుఖంగా నిద్రపట్టలేదు. కళ్లు తెరవగానే అతనికి తన రాజ్యం హరించబడడం, బంధువులందరూ దూరం కావడం, పక్షులు తన వస్త్రం ఎత్తుకుపోవడం అన్నీ ఒకదానివెంట ఒకటి కనపడసాగాయి. అతడు ఆలోచించసాగాడు. "దమయంతి నన్ను మిక్కిలిగా ప్రేమిస్తోంది. ఆప్రేమవలననే ఇంతటి దుఃఖాన్ని అనుభవిస్తోంది. నేను ఈమెను విడిచివెళ్లిపోతే ఆమె తన తండ్రి ఇంటికి వెళ్తుంది. నాతో ఉంటే ఆమెకు అన్నీ కష్టాలే. నేను ఈమెను విడిచిపెడితే ఈమెకు సుఖాలు దక్కవచ్చు" ఇలా ఆలోచించి చివరకు తాను ఆమెను విడిచివెడితేనే ఆమెకు మేలు జరుగుతుందని ఒక నిశ్చయానికి వచ్చాడు. దమయంతి పరమపతివ్రత కనుక ఆమె సతీత్వానికి ఎవరూ ముప్పు తలపెట్టలేరని భావించాడు. ఆమెను విడువాలని నిశ్చయించుకుని ఆమెను ఎవరూ తాకలేరని నమ్మకం కుదిరాక, తాను వివస్త్రుడనని, దమయంతికి కూడా ఒక్క చీరయే ఉందని, ఆచీరనే సగానికి చింపడం శ్రేయస్కరమని, కాని ఎలా చించాలని, ఆమె మేలుకుంటుందేమో అని ఆలోచించసాగాడు. అతడు ఆసత్రంలో అటు ఇటు తిరిగాడు. ఒరలేని కత్తి ఒకటి కంటబడింది. అతడు ఆకత్తిని తీసుకొని నెమ్మదిగా దమయంతి వస్త్రాన్ని సగానికి చింపి తన శరీరానికి కప్పుకొన్నాడు. దమయంతి నిద్రలో ఉంది. అతడు ఆమెను విడిచి వెళ్లిపోయాడు. కొంతసేపటి తరువాత అతని హృదయం శాంతించింది. తిరిగి సత్రానికి వచ్చి దమయంతిని చూచి దుఃఖించసాగాడు. "ఇంతవరకు నా ప్రాణసతి అంతఃపురాలలోనే గడిపింది. ఆమెను ఎవరూ తాకనుకూడా లేదు. ఇపుడామె అనాథలా సగం చిరిగిన చీర ధరించి దుమ్ములో పడుకొని ఉంది. నేను లేకపోతే ఈమె దుఃఖంతో అడవిలో ఎలా తిరుగుతుంది? ప్రియా! నీవు ధర్మాత్మురాలివి. కనుక

ఆదిత్యులు, వసువులు, రుద్రులు, అశ్వినీకుమారులు నిన్ను రక్షించెదరుగాక!" అని విలపించాడు. ఆసమయంలో నలుని మనసు ముక్కలవుతున్నట్లుంది. అతడు మాటిమాటికి సత్రంలోపలికి బయటకు ఆసులో కండెలా తిరుగుతూ ఉన్నాడు. శరీరంలో కలి ప్రవేశించడం వలన అతని బుద్ధి నశించి చివరకు ప్రాణసతిని ఒంటరిగ అడవిలో వదిలేసి అక్కడినుండి వెళ్లిపోయాడు.

దమయంతి నిద్రలేచి నలుడు లేడని గుర్తించింది. ఆమె సందేహంతో నిండిన మనసుతో "మహారాజా! నాసర్వస్వమా! మీరెక్కడున్నారు? నాకు ఒంటరిగా భయంవేస్తోంది. ఎక్కడికి వెళ్లారు? స్వామీ! మీరు వెంటనే దర్శనం అనుగ్రహించండి. నేను మిమ్మల్ని చూస్తూనే ఉన్నాను. ఇదిగో కనిపెట్టేశాను. లతలపొదలలో దూరి ఎందుకు నిశ్శబ్దంగా ఉన్నారు? నేను దుఃఖంతో ఇంతగా విలపిస్తుంటే వచ్చి ధైర్యం చెప్పరేమి? స్వామీ! ఈదుఃఖం నాగురించి కాని, వేరెవరిగురించి కాని కాదు. కేవలం మీరు ఈఘోరారణ్యంలో ఒంటరిగా ఎలా తిరగగలరా అని మాత్రమే. మిమ్మల్ని ఈదుఃస్థితికి తెచ్చినవాడు ఇంతకంటె దుర్దశకు లోనై విలపిస్తాడు" అని రోదిస్తూ అటు ఇటు తిరగసాగింది. ఆమె ఉన్మత్తురాలిలా అలా తిరుగుతూ ఒక కొండచిలువకు దగ్గరగా వెళ్లింది. శోకంలో మునిగిపోయిన ఆమె ఆ సంగతినే గుర్తించలేదు. కొండచిలువ ఆమెను మింగబోయింది. ఆసమయంలో దమయంతికి తన ధ్యాస లేదు. భర్త ఒంటరిగా ఎలా ఉండగలడనే ఆలోచిస్తోంది. స్వామీ! అజగరం నన్ను మింగేస్తోంది. విడిపించడానికి పరిగెత్తుకురావేమి?" అని పిలువసాగింది. ఈ ఆక్రందన ఒక బోయకు వినపడింది. అక్కడే తిరుగుతున్న ఆబోయ వెంటనే వచ్చి ఆదృశ్యాన్ని చూచి తనవద్దనున్న పదునైన కత్తితో కొండచిలువ తలను నరికేశాడు. ఆమెను విడిపించి ఆమెకు అన్నపానాలు ఏర్పాటుచేయించాడు. దమయంతి కొద్దిగా తేరుకుంది. వ్యాధుడు దమయంతిని "నీవు ఎవరు? ఏఆపదలో చిక్కుకుని ఇక్కడకు వచ్చావు?" అని అడిగాడు. దమయంతి తన కష్టం గురించి చెప్పింది. దమయంతి సౌందర్యం, మాటతీరు, ముగ్ధత్వం చూసి బోయ కామాసక్తుడయ్యాడు. తీయని మాటలతో ఆమెను వశం చేసుకోవడానికి ప్రయత్నించాడు. దుష్టుడైన అతని మనోభావాన్ని పసిగట్టిన దమయంతి క్రోధావేశంతో మండిపడింది. ఆమె అతనిని ఎన్నోవిధాల వారించాలని ప్రయత్నించి, అతడే విధంగానూ వినకపోవడంచేత "నలుని తప్ప నేను అన్యపురుషుని మనసున తలవని దాననయితే ఈ దుష్టవ్యాధుడు మృతుడై నేలకొరుగుగాక" అని శపించింది. దమయంతి నోటివెంట ఈమాట రావడమే తరువాయి బోయవానిప్రాణం ఎగిరిపోయింది. అతడు కాలుతున్న కట్టెలా భూమిపై పడ్డాడు.

వ్యాధుడు మరణించాక దమయంతి నలునికోసం వెదకుతూ ఒక నిర్జనారణ్యం చేరుకుంది. అక్కడ విరహాతురయై పర్వతాలను, నదీనదాలను, అడవిలోని క్రూరజంతువులను, పశుపక్ష్యాదులను, పిశాచాలను చూస్తూ నలుని జాడ గురించి అడుగుతూ ఉత్తరదిశగా వెళ్లసాగింది. అలా మూడు పగళ్లు, మూడు రాత్రులు గడిచాక ఆమెకు ఎదుట ఒక అందమైన ఆశ్రమం కనిపించింది. అక్కడ వసిష్ఠుడు, భృగువు, అత్రి మహర్షులతో సమానులైన జితేంద్రియులు, మితభోజులు, సంయములు, పవిత్రులు అయిన తాపసులు ఋషులు నివసిస్తున్నారు. వారు నారచీరలను, జింకచర్మాలను ధరించి ఉన్నారు. దమయంతికి ధైర్యం చిక్కింది. ఆమె ఆశ్రమంలోనికి వెళ్లి వినయంగా నమస్కరించి చేతులు జోడించి నిలుచుంది. ఋషులు ఆమెకు స్వాగతం పలికి ఆతిథ్యమిచ్చి కూర్చోమని, తాము ఆమెకు ఏమి సహాయం చేయాలని అడిగారు. దమయంతి (పెద్దమనిషిలా) ఆరిందాగా వారి అగ్నిహోత్రాలు, ధర్మకార్యాలు, తపస్సు, పశుపక్ష్యాదులు అన్నీ కుశలమేనా? అని' ఏమీ విఘ్నాలు కలగడం లేదుకదా అని అడిగింది. ఋషులు "అమ్మా! మాకు అన్నివిధాలా కుశలమే. నీవు ఎవరవు? ఎందుకు ఇక్కడకు వచ్చావు? మాకు ఆశ్చర్యంగా ఉంది. నీవు ఈవన పర్వతాలకు, నదులకు అధిష్ఠానదేవతవుకావుగదా!" అని అడిగారు. దమయంతి "నేను దేవిని, దేవతను కాను. మానవస్త్రీని. విదర్భరాజు భీమకుని కుమార్తెను. బుద్ధిమంతుడు, యశస్వి, వీరవిజయి అయిన నిషధనరేశుడు నలుడు నాభర్త. కపటులు, దుష్టులు అయినవారు ధర్మాత్ముడయిన నాభర్తను జూదమాడడానికి ప్రేరేపించి, అతని రాజ్యాన్ని, సంపదను హరించారు. నేను అతని భార్యను దమయంతిని. విధివశాత్తు అతడు నాకు దూరమయ్యాడు. నేను ఆవీరుని, శస్త్రవిద్యాకుశలుని, మహాత్ముని వెదకుతూ అడవులన్నీ తిరుగుతున్నాను. అతడు త్వరలో నాకు కనపడకపోతే నేను జీవించలేను. అతడులేని నాజీవితం వ్యర్థం. ఈవియోగ దుఃఖాన్ని నేను ఎంతకాలం

సహించి ఉండగలను?" అని తన చరిత్ర అంతా వివరించింది. తాపసులు "అమ్మా! మేము మా దివ్యదృష్టితో చూశాము. నీకు మున్ముందు సుఖాలు కలుగుతాయి. అనతికాలంలోనే నలుని కలుసుకుంటావు. ధర్మాత్ముడయిన నలుడు కొద్దిరోజులలోనే ఆపదలన్నీ తరించి నిషధదేశాన్ని ఏలగలడు. త్వరలోనే అతని శత్రువులు భయాక్రాంతులవుతారు. మిత్రులు సుఖంగా ఉంటారు. తమ వద్దకు వచ్చిన అతనిని చూచి బంధువులు అందరూ ఆనందిస్తారు" అని చెప్పి ఆ తాపసులందరూ తమ ఆశ్రమంతో సహా అంతర్ధానమయిపోయారు. ఆ అద్భుతాన్ని చూచి దమయంతి నివ్వెరపడింది. ఆమె తాను కలగన్నానేమో అని, ఆ తాపసులు, ఆశ్రమం, ఆ పవిత్రనదీజలాలు, పూలు పళ్లతో నిండిన చెట్లు ఏమయ్యాయని క్షణకాలం ఆలోచించింది. తిరిగి వ్యాకులపాటుతో ఆమె ముఖం చిన్నపోయింది.

ఆమె అక్కడినుండి విలపిస్తూ తిరిగితిరిగి ఒక అశోకవృక్షం దగ్గరకు చేరింది. ఆమె కన్నీరు కాలువలు కడుతోంది. ఆమె ఆవృక్షాన్ని చూస్తూ "అశోకమా! నీవు శోకంలేనిదానివి. నా ఈ శోకాన్ని పోగొట్టు. నీవు ఎక్కడయినా శోకరహితుడయిన నలుని చూశావా? నీపేరు సార్థకం చేసుకో" అంటూ దానికి ప్రదక్షిణంచేసి ముందుకు సాగింది. అలాగే ఆ అడవిలోని వృక్షాలను, గుహలను, కొండశిఖరాలను, నదుల చుట్టుపక్కలను తన భర్తకోసం వెదకుతూ ఆమె చాలా దూరం నడిచింది. ఒకచోట ఆమెకు అనేక రథాలు, గుఱ్ఱాలు, ఏనుగులతో కూడిన ఒక బిడారు(వర్తకుల గుంపు) ముందుకు సాగడం కనిపించింది. వారిలోని ఒక ముఖ్యవ్యక్తిని అడిగి, ఆ బిడారు సుబాహుని రాజ్యం చేదిదేశం వెళుతోందని తెలుసుకొని వారితో కలిసింది. ఆమె మనసులో భర్తను చూడాలనే కాంక్ష అధికం కాసాగింది. చాలారోజులు ప్రయాణించాక ఆ వ్యాపారులు ఒక భయంకరమైన అడవిని చేరుకున్నారు. చాలారోజులు శ్రమపడి ఉన్నారు కనుక వారు ఒక చక్కని సరోవరతీరంలో గుడారాలు వేసుకున్నారు. దైవం వారికి అనుకూలించలేదు. రాత్రిసమయంలో ఒక అడవిఏనుగు వారి ఏనుగులపై దాడిచేసింది. ఆ దాడిలో వ్యాపారులందరూ చెల్లాచెదరైపోయారు. దమయంతికి ఆ కోలాహలానికి మెలకువ వచ్చింది. ఆమె అటువంటి దృశ్యం ఎప్పుడూ చూసి ఉండలేదు. ఆ మహాసంహారాన్ని చూసి పిచ్చిదానిలా అయిపోయింది. అక్కడినుండి పరుగెత్తి చావగా మిగిలిన వారున్నచోటికి చేరింది. ప్రాణం దక్కించుకొన్న ఆ వేదపండితులైన బ్రాహ్మణులతో కలిసి ముందుకుసాగి సాయంకాలానికి చేదిరాజు సుబాహుని రాజధానిని చేరుకుంది. ఆమె రాజవీథిలో తిరుగుతూంటే ఆమె అర్ధవస్త్రాన్ని, తీరును గమనించినవారు ఆమెను పిచ్చిదనే అనుకున్నారు. చిన్నపిల్లలు ఆమెవెంట పడ్డారు. ఆమె రాజభవనాన్ని సమీపించింది. ఆసమయానికి రాజమాత కిటికీ దగ్గర కూర్చుని ఉంది. పిల్లలు వెంటపడుతున్న దమయంతిని చూచి ఆమె తనదాసిని పిలిచి "చూడు ఈమె చాలా దుఃఖంలో ఉన్నట్లుంది. ఆశ్రయం కోసం వెదకుతూ ఉంది. పిల్లలు ఆమెను వేధిస్తున్నారు. నీవు వెళ్లి ఆమెను ఇక్కడికి తీసుకురా. ఆమె నా సౌధాన్ని కూడా వెలిగించగల సౌందర్యవతి" అని చెప్పింది. దాసి ఆ ఆజ్ఞను పాటించింది. దమయంతి రాజమందిరానికి వచ్చింది. రాజమాత "నీవు చూడడానికి చాలా కష్టాలు పడుతున్నదానిలా ఉన్నావు. కాని నీ శరీరం ఇంత కాంతిమంతంగా ఎలా ఉంది? నీవెవరివో, నీభర్త ఎవరో, ఇంతటి నిస్సహాయస్థితిలో కూడా నిర్భయంగా ఎలా ఉన్నావో చెప్పు" అని అడిగింది. దమయంతి "నేను ఒక పతివ్రతను. నేను గొప్పవంశంలో పుట్టిన దానినే. కాని దాసీపని చేయగలను. అంతఃపురాల్లో నివసించాను. కాని ఎక్కడయినా ఉండగలను. ఫలమూలాలు తిని కాలం గడుపుతున్నాను. నాభర్త గుణవంతుడు. నన్ను మిక్కిలిగా ప్రేమిస్తాడు. నేను ఏతప్పు చేయకుండానే రాత్రివేళ నిద్రిస్తున్న నన్ను వదిలి నాభర్త ఎటో వెళ్లిపోవడం నాదురదృష్టం. నేను రాత్రింబవళ్లు అతనికోసం వెదుకుతూ వియోగంతో వేగుతున్నాను" అని చెపుతూ ఉండగానే ఆమె కళ్లల్లో నీళ్లు నిండుకొచ్చాయి. ఆమె ఏడవసాగింది. ఆమె రోదన చూసి రాజమాత యొక్క హృదయం కరిగిపోయింది. ఆమె "అమ్మాయీ! నీమీద నాకు స్వతహాగానే ప్రేమ కలిగింది. నీవు నాదగ్గర ఉండు. నీభర్తను వెదికించే ఏర్పాట్లు నేను చేయిస్తాను. అతడు దొరికితే ఇక్కడే కలుసుకోవచ్చును" అన్నది. దానికి దమయంతి "అమ్మా! ఒక్క నియమంమీద మీదగ్గర ఉంటాను. నేను ఎప్పుడూ ఎంగిలి తినను. ఎవరికాళ్లూ కడగను. పరపురుషునితో సంభాషించను. ఎవరయినా నాతో అనుచితంగా ప్రవర్తిస్తే అతనిని శిక్షించాలి. అతడు మాటిమాటికీ అలాగే ఉంటే మరణశిక్ష కూడా విధించాలి. నా ఈ నియమాలు అంగీకరిస్తే మీవద్ద ఉంటాను. లేకపోతే లేదు" అని బదులిచ్చింది. రాజమాత చాలా సంతోషించింది. సరేనంది.

అనంతరం ఆమె తన కూతురు సునందను పిలిచి "అమ్మాయీ! ఈ దాసిని రాణిగా భావించు. ఈమె స్థాయి నీతో సమానమైనది. కనుక ఈమెను నీస్నేహితురాలిగా రాజమందిరంలో ఉంచు. ఆనందంగా ఈమెతో కాలం గడుపు" అని చెప్పింది. సునంద సంతోషంగా ఆమెను తన మందిరానికి తీసుకువెళ్లింది. దమయంతి స్వేచ్ఛగా తన నియమాలను పాటిస్తూ రాజమందిరంలో ఉండసాగింది.

నలుడు రూపము మారి ఋతుపర్ణుని చేరుట - దమయంతి పుట్టింటిని చేరుట

బృహదశ్వుడు చెపుతున్నాడు - "యుధిష్ఠిరా! నిద్రపోతున్న దమయంతిని విడిచి నలుడు అడవిలోకి వెళ్లేసరికి అక్కడ దావాగ్ని రగులుతోంది. "నలమహారాజా! వెంటనే పరిగెత్తు. నన్ను రక్షించు. అనే మాటలు అతనికి వినిపించాయి. భయపడవద్దని చెప్పి నలుడు ఆదావాగ్నిలోకి ప్రవేశించి చూశాడు. కర్కోటకుడు అనే నాగరాజు చుట్టచుట్టుకొని అక్కడ పడిఉన్నాడు. అతడు "రాజా! నేను కర్కోటకుడు అనే నాగరాజును. నేను నారదమునిని మోసగించినందున అతడు నన్ను "నలుడు వచ్చి నిన్ను కదిలించేదాకా నీవు ఇక్కడే పడి ఉండు అప్పుడే నీకు శాపవిముక్తి" అని శపించాడు. అతని శాపం కారణంగా ఒక్క అడుగుకూడా ముందుకు కదలలేకపోతున్నాను. నీవు నన్ను శాపవిముక్తుడిని చేయి. నేను నీకు మేలు చేసి, నీకు మిత్రుడిని అవుతాను. నన్ను మహాకాయుడని అనుకోకు. నేను ఇప్పుడు సూక్ష్మరూపిని అవుతాను" అని చెప్పి బొటనవేలంతగా మారిపోయాడు. నలుడు అతనిని ఎత్తి దావాగ్నినుండి ఇవతలకు తెచ్చాడు. కర్కోటకుడు "రాజా! అప్పుడే నన్ను భూమిమీద పెట్టవద్దు. కొద్ది అడుగులు లెక్కపెట్టుకుంటూ నడు" అన్నాడు. నలుడు అతడు చెప్పినట్లుగానే లెక్కిస్తూ పదవఅడుగు వేస్తూ 'దశ' అన్నాడు. వెంటనే కర్కోటకుడు అతనిని కాటువేశాడు. ఎవరైనా 'దశ'(కాటువేయి) అన్నపుడు మాత్రమే కాటువేయాలని అతనికి నియమం. లేకుంటే కాటు వేయడు. కర్కోటకుడు కాటువేయగానే రాజురూపం మారిపోయింది. కర్కోటకుడు నిజరూపం ధరించాడు. ఆశ్చర్యపడుతూ నిల్చున్న నలుని చూసి "రాజా! నిన్ను ఎవరూ గుర్తుపట్టకూడదని నీరూపాన్ని మార్చాను. కలి నీకు చాలా కష్టాలు కలిగించాడు. నావిషంతో నీశరీరంలో ఉన్న అతడు చాలా బాధపడతాడు. నీవు నన్ను రక్షించావు. నిన్ను ఇప్పుడు క్రూరజంతువులు, పశుపక్ష్యాదులు, శత్రువులు, బ్రహ్మవేత్తలు సైతం ఏమిచేయలేరు. నీమీద ఎటువంటి విషమూ పనిచేయదు. యుద్ధంలో సర్వదా నీదే విజయము. నీవు నీపేరును బాహుకునిగా మార్చుకుని ద్యూతకుశలుడైన అయోధ్యాపతి ఋతుపర్ణుని దగ్గరకు వెళ్లు. నీవు అతనికి అశ్వవిద్యను నేర్పు. అతడు నీకు ద్యూతరహస్యాలను నేర్పుతాడు. అంతేకాదు. అతడు నీకు మిత్రుడు అవుతాడు. జూదరహస్యాలు తెలుసుకున్నాక నీకు భార్యాబిడ్డలు, రాజ్యం సమస్తం లభిస్తాయి. నీకు నీ పూర్వరూపం కావాలనుకున్నప్పుడు నన్ను స్మరించి, నేనిచ్చిన వస్త్రం ధరించు" అని చెప్పి కర్కోటకుడు రెండు దివ్యవస్త్రాలనిచ్చి అక్కడే అంతర్ధానమయ్యాడు.

అక్కడినుండి బయలుదేరి నలుడు పదవరోజున అయోధ్య చేరుకున్నాడు. అక్కడ నిండుసభలో "అయ్యా! నాపేరు బాహుకుడు. నేను గుఱ్ఱాలను మచ్చిక చేసుకుని, వాటికి రకరకాల గతులను నేర్పుతూ ఉంటాను. అశ్వశాస్త్రంలో నావంటి నిపుణుడు ఈభూలోకంలోనే లేడు. ధనసంబంధమైన వ్యవహారాలోను, ఇతరమైన చిక్కుసమస్యలలోను మంచి ఆలోచనలను ఇవ్వగలను. అంతేకాదు. వంటచేయడంలో చాతుర్యం ఉంది. హస్తకౌశలం చూపగల అన్నిపనులను, ఇతర దుష్కరమైన పనులను కూడా చేయగలను. నాపోషణభారం వహించి నన్ను మీవద్ద ఉంచుకోండి" అని రాజుకు విన్నవించుకున్నాడు. ఋతుపర్ణుడు - "బాహుకా! నీవు రావడం మంచిదయింది. నీవు పూచీపడిన ఆపనులన్నీ అలా ఉంచు. నాకు వేగంగా నడిచే రథం అంటే ఇష్టం. కాబట్టి నారథాశ్వాలు వేగంగా పరుగులు తీసేలా చేయి. నిన్ను అశ్వశాలాధ్యక్షునిగా నియమిస్తున్నాను. నీకు నెలకు పదివేల బంగారునాణేలు జీతంగా లభిస్తాయి. పైగా వార్ష్ణేయుడు(నలుని యొక్క పూర్వపుసారథి) జీవలుడు ఎల్లప్పుడూ నీతోపాటే ఉంటారు. నీవు ఆనందంగా ఇక్కడ కొలువులో ఉండవచ్చును" అన్నాడు. ఋతుపర్ణమహారాజుచేత ఆరీతిగా సత్కరింపబడిన నలుడు బాహుకరూపంతో వార్ష్ణేయ జీవలులతో కలిసి అయోధ్యలో నివసించసాగాడు. నలమహారాజు రాత్రులందు దమయంతిని గూర్చి స్మరిస్తూ "అయ్యో! దీనురాలైన దమయంతి ఆకలిదప్పులతో అలమటిస్తూ ఈమూర్ఖుని గురించి గుర్తుచేసుకుంటోందో లేదో? ఎక్కడ నిద్రిస్తుందో? ఆమె తన జీవితం ఎవరి దగ్గర గడుపుతోందో?" అని అనేకవిధాలుగా ఆలోచిస్తూ

ఋతుపర్ణుని దగ్గర తన్నెవరూ గుర్తుపట్టనిరీతిగా మెలగసాగాడు.

తన అల్లుడు రాజ్యచ్యుతుడై తనకూతురితో కలిసి అడవులపట్టి పోయాడని తెలిసింది విదర్భరాజు భీమకునకు. వెంటనే అనేకులైన బ్రాహ్మణులను పిలిచి వారికి కావలసినంత ధనమిచ్చి ఈభూమిమీద ఎక్కడున్నా సరే నలదమయంతుల జాడ తెలిసికొని తీసుకురమ్మని పంపాడు. వారిని వెదికి తెచ్చిన వారికి వేయిగోవులను జాగీరును ఇస్తానని, తీసుకురాలేకపోయినా కనీసం జాడ తెలిపిన వారికయినా పదివేలగోవులనిస్తానని ప్రకటించాడు. బ్రాహ్మణులందరూ ఉత్సాహంతో నలదమయంతులజాడ తెలుసుకోవడానికి బయలుదేరారు.

ఆబ్రాహ్మణులలో సుదేవుడనేవాడు నలదమయంతులజాడ వెదుకుతూ చేదినరేశుని రాజధానికి వచ్చాడు. అతడు ఒకనాడు రాజమందిరంలో దమయంతిని చూశాడు. ఆసమయంలో రాజమందిరంలో పుణ్యాహవాచనం జరుగుతూంటే దమయంతి, సునంద ఒకచోట కూర్చొని ఆ శుభకార్యాన్ని చూస్తున్నారు. సుదేవుడు దమయంతిని చూచి ఆమెయే భీమకరాజు కూతురై ఉంటుందని, తానింతకు ముందు చూసిన రీతిగానే ఉందని, ఆమె కనపడటం వలన తన రాక సఫలమయిందని తలపోశాడు. అతడు దమయంతి దగ్గరకు వెళ్లి "విదర్భరాకుమారీ! నేను నీసోదరుని మిత్రుడను. సుదేవుడనే బ్రాహ్మణుడిని. మహారాజు భీమకుని ఆజ్ఞానుసారంగా మిమ్మల్ని వెదుకుతూ వచ్చాను. నీతల్లిదండ్రులు, సోదరుడు క్షేమంగా ఉన్నారు. నీఇద్దరి పిల్లలు కూడా విదర్భలో క్షేమంగా ఉన్నారు. నీవు కనపడక నీకుటుంబంలోని వారందరూ ప్రాణంలేనివారిలా ఉన్నారు. నిన్ను వెదకడానికి వందలకొద్దీ బ్రాహ్మణులు భూమి అంతటా తిరుగుతున్నారు" అన్నాడు. దమయంతి బ్రాహ్మణుని గుర్తుపట్టింది. ఆమె క్రమక్రమంగా అందరి క్షేమం గురించి అడిగి తెలుసుకుంది. అలా అడుగుతూనే వెక్కి వెక్కి ఏడిచింది. దమయంతి మాట్లాడుతూ ఏడుస్తూ ఉండడం చూసి సునంద గాభరాపడి రాజమాతకు సంగతి అంతా చెప్పింది. రాజమాత వెంటనే అంతఃపురాన్నుండి బయల్దేరి బ్రాహ్మణుని వద్దకు వచ్చి "మహాత్మా! ఈమె ఎవరి భార్య? ఎవరి కూతురు? తన వారినుండి ఎలా విడిపోయింది? నీవు ఈమెను ఎలా గుర్తించావు? అని అడిగింది. సుదేవుడు నలదమయంతుల చరిత్ర అంతా చెప్పి బూడిదలో కప్పబడి ఉన్నా వేడిచేతనే నిప్పుకణాన్ని తెలుసుకోగలిగినట్లుగా ఆమె సౌందర్యం, నుదురు వలన ఆమెను గుర్తించగలిగానని చెప్పాడు. సునంద తన చేతితో దమయంతి నుదుటిని తుడిచింది. ఆమె కనుబొమల మధ్యలో చంద్రునిలా ఉన్న ఎఱ్ఱని గుర్తు కనపడింది. నుదుటిమీది ఆగుర్తును చూచి సునంద, రాజమాత ఇద్దరు కూడా ఆమెను కౌగిలించుకొని దుఃఖించసాగారు. రాజమాత దమయంతితో "ఆ తిలకాన్ని చూచాకనే నీవు నాచెల్లెలికూతురివని తెలిసింది. నీతల్లి నాకు స్వయనా తోబుట్టువు. మేమిద్దరం దశార్ణదేశపు రాజు సుదాముని బిడ్డలము. నీవు నాతండ్రి ఇంటనే పుట్టావు. అప్పుడు చూశాను నిన్ను. నీతండ్రి ఇల్లు నీకు ఎలాంటిదో ఈఇల్లూ నీకు అలాంటిదే" అంది. దమయంతి సంతోషించింది. ఆమె తన పినతల్లికి నమస్కరించి "అమ్మా! నీవు గుర్తించనంత మాత్రంచేత ఏమయింది? నేను నీబిడ్డలాగానే ఇక్కడ ఉన్నాను గదా! నీవు నాకోరిక తీర్చి నన్ను రక్షించావు. నేను ఇక్కడ ఇప్పుడు ఇంకా సుఖంగా ఉంటాననడంలో సందేహంలేదు. కాని నేను చాలారోజులనుండి తిరుగుతూనే ఉన్నాను. నాచిన్నపిల్లలిద్దరూ నాతండ్రిగారింటిలో ఉన్నారు. వాళ్లు తమ తండ్రికోసం దుఃఖపడుతూఉంటారు. వారు ఎలా ఉన్నారో తెలియదు. మీరు నామేలు కోరితే నన్ను విదర్భకు పంపి నాకోరిక తీర్చండి" అంది. రాజమాత చాలా సంతోషించి తన కొడుకుతో చెప్పి పల్లకి ఏర్పాటుచేయించింది. భోజనవస్త్రాలు, అనేకవస్తుసామగ్రి ఇచ్చి పెద్దసైన్యాన్ని రక్షణగా నిలిపి ఆమెకు వీడుకోలు పలికారు. విదర్భదేశంలో దమయంతిని ఆదరించారు. ఆమె తన తల్లిదండ్రులను, సోదరుని, పిల్లలను, చెలికత్తెలను అందరినీ కలుసుకొంది. దేవతలను, బ్రాహ్మణులను అర్చించింది. భీమకునికి దమయంతి కనపడడం వలన చాలా ఆనందం కలిగింది. అతడు సుదేవునికి వేయిగోవులను, వృషభాలను, ధనాన్ని ఇచ్చి సంతుష్టపరిచాడు.

నలుని గూర్చి వెదుకుట – ఋతుపర్ణుడు విదర్భకు వెడలుట

బృహదశ్వుడు చెపుతున్నాడు – "యుధిష్ఠిరా! దమయంతి తండ్రి ఇంటిలో ఒక్కరోజు మాత్రం విశ్రాంతిగా గడిపి తల్లితో తాను బ్రతికి ఉండాలంటే తన భర్తను వెదికించే ఏర్పాట్లుచేయించమని చెప్పింది. ఆమె విచారంతో భర్తవద్దకు వెళ్లి దమయంతి భర్తగురించి చాలా ఆరాటపడుతోందని,

ఆమె సిగ్గువిడిచి తనతో భర్తను వెదికించే ప్రయత్నంచేయించమని చెప్పిందని తెలియచేసింది. రాజు తనకు ఆశ్రితులయిన బ్రాహ్మణులను పిలిచి నలుని వెదకడానికి నియోగించాడు. బ్రాహ్మణులు దమయంతితో నలుని వెదకడానికి వెళ్తున్నామని చెప్పారు. దమయంతి వారితో "మీరు ఏరాజ్యానికి వెళ్లినా అక్కడి మనుష్యులమధ్య "నాప్రియమైన నయవంచకుడా! నా చీర సగం చింపుకుని నిద్రిస్తున్న నన్ను అడవిలో ఒంటరిగా వదిలేసి ఎక్కడకు వెళ్లిపోయావు? ఆ నీ దాసి నేటికీకూడా అదే అవస్థలో ఆసగం చీరనే ధరించి నీరాకకోసం ఎదురుచూస్తూ దుఃఖంతో కుమిలిపోతోంది"అనే మాటలు చెప్పండి. వారి ఎదుట నాఅవస్థను వర్ణించి, వారు సుముఖులయ్యేలా, నామీద జాలికలిగేలా మాటలాడండి. నేను చెప్పినమాటలు విన్నాక మీకు ఎవరయినా బదులు చెప్పితే అతడు ఎక్కడుంటాడో ఎవరో వివరాలు తెలుసుకోండి. అతడు చెప్పిన సమాధానం మాత్రం గుర్తుంచుకొని నాకు చెప్పండి. ఆఁ ఇంకొక సంగతి. ఈమాటలన్నీ నేను చెప్పమన్నానని అతనికి తెలియకూడదు" అని చెప్పింది. బ్రాహ్మణులందరూ దమయంతి చెప్పినప్రకారం బయలుదేరారు.

చాలారోజులు వెదికిన తరువాత పర్ణాదుడనే బ్రాహ్మణుడు - రాజమందిరానికి వచ్చి దమయంతితో - "రాకుమారీ! నేను మీరు చెప్పిన ప్రకారంగా నిషధరాజు నలుని వెదుకుతూ అయోధ్యకు చేరుకున్నాను. అక్కడ నేను ఋతుపర్ణరాజువద్దకు వెళ్లి నిండుకొలువులో మీమాటలన్నీ చెప్పాను. కాని అక్కడ ఎవరూ బదులివ్వలేదు. కాని నేను వచ్చేసే సమయంలో బాహుకుడనే అతని సారథి నన్ను ఏకాంతంగా పిలిచి ఏదో చెప్పాడు. దేవీ! ఆసారథి ఋతుపర్ణమహారాజు గుఱ్ఱాలను సాకుతూ ఉంటాడు. రుచికరమైన వంటలు చేస్తాడు. కాని అతని చేతులు పొట్టిగా ఉండి కురూపిగా ఉన్నాడు. అతడు దీర్ఘంగా నిట్టూర్చి ఏడుస్తూ ఇలా అన్నాడు - "కులస్త్రీలు ఘోరమైన కష్టాలు వచ్చినా తమశీలాన్ని సంరక్షించుకుంటారు. తమ పాతివ్రత్యబలంచేత స్వర్గాన్నికూడా జయిస్తారు. ఎప్పుడైనా వారి భర్తలు వారిని విడిచిపెట్టినా కినుక పూనరు. తమ సదాచారాన్ని రక్షించుకుంటారు. విడిచిపెట్టిన పురుషుడు ఆపదలో ఉన్న కారణంగా దుఃఖితుడై తెలివిహీనుడై ఉన్నాడు. కాబట్టి అతనిపై కోపించడం ఉచితం కాదు. భర్త తన భార్యపట్ల ఉచితంగా ప్రవర్తించలేదని ఒప్పుకుంటా. అయినా ఆసమయంలో రాజ్యం పోగొట్టుకుని, ఆకలితో అలమటిస్తూ దుఃఖితుడై దుర్దశాగ్రస్తుడై ఉన్నాడు. అటువంటి స్థితిలో ఉన్న అతనిపై కోపించడం సబబు కాదు. అతడు తన ప్రాణాలు కాపాడుకోవడానికి జీవనాధారం కావాలనుకున్నప్పుడు పక్షులు అతని వస్త్రాన్ని ఎత్తుకుపోయాయి. అతని మానసికబాధ సహింపశక్యంకానిది" రాకుమారీ! బాహుకుని మాటలు విని నేను తమకు నివేదించడానికి వచ్చాను. ఇకపై తమ చిత్తం, కావాలనుకుంటే మహారాజుతో కూడా చెప్పవచ్చును" అని చెప్పి ముగించాడు.

బ్రాహ్మణుని మాటలు విని దమయంతి కన్నులలో నీరు తిరిగింది. ఆమె తన తల్లితో ఏకాంతంగా - "అమ్మా! సంగతి నాన్నగారికి తెలియనీయకు. నేను సుదేవుని ఈపనికి నియమిస్తున్నాను. బ్రాహ్మణుడైన సుదేవుడు ఏశుభముహూర్తంలో నన్ను ఇక్కడికి చేర్చాడో, అటువంటి శుభముహూర్తం చూసుకునే అయోధ్య వెళ్లి నాభర్తను తీసుకువచ్చే ఉపాయం వెదుకుతాడు" అన్నది. అనంతరం ఆమె పర్ణాదుని సత్కరించి పంపి, సుదేవుని పిలిపించింది. అతనితో "బ్రాహ్మణోత్తమా! మీరు అతిశీఘ్రంగా అయోధ్యానగరానికి వెళ్లి ఋతుపర్ణునితో "భీమకపుత్రి దమయంతి తిరిగి స్వయంవరంలో స్వేచ్ఛగా పతిని వరించాలనుకుంటోంది. గొప్పగొప్ప రాజులు, రాజకుమారులు వెళ్తున్నారు. స్వయంవరముహూర్తం రేపే. మీరు చేరుకోగలిగితే వెళ్లండి. నలుడు జీవించి ఉన్నాడో లేదో ఎవరికీ తెలియదు. కాబట్టి రేపు సూర్యోదయానికి ఆమె రెండవసారి పతిని వరిస్తుంది" అని చెప్పు" అన్నది. దమయంతి మాటలు విని సుదేవుడు అయోధ్యకు వెళ్లి ఋతుపర్ణునితో అలాగే చెప్పాడు.

ఋతుపర్ణమహారాజు సుదేవుని మాటలు విని బాహుకుని పిలిపించి మధురస్వరంతో వేడుకోలుగా "బాహుకా! రేపు దమయంతీ స్వయంవరం. నేను ఒక్కరోజులోనే విదర్భకు చేరాలనుకుంటున్నాను. కాని ఇంత త్వరగా అక్కడకు చేరడం నీకు సాధ్యమయితేనే, నేను అక్కడికి వెడతాను" అన్నాడు. ఋతుపర్ణునిమాటలు విని నలుని గుండె బద్దలయింది. అతడు తనమనసులో "దమయంతి దుఃఖంతో తెలివిమాలి ఇలా అని ఉంటుంది. ఆమె ఇలా చేయాలనుకోవడం సంభవమే. కాదు, కాదు. నన్ను పొందడానికే ఆమె ఈ యుక్తి పన్నిఉంటుంది. ఆమె పతివ్రత, తపస్విని, దీనురాలు. నేను దుర్బుద్ధితో ఆమెను విడిచి క్రూరంగా ప్రవర్తించాను. నాదే

తప్పు. ఆమె ఇలా ఎన్నటికీ చేయదు. సరే. నిజమేమిటో, అబద్ధమేమిటో అక్కడకు వెళ్లాకనే తెలుస్తుంది. కాని ఋతుపర్ణుని కోరిక తీర్చడంలో నాస్వార్థం కూడా ఉంది'' అనుకున్నాడు. ఇలా అనుకుంటూ బాహుకుడు చేతులు జోడించి "మీరు చెప్పిన ప్రకారం చేస్తానని ప్రతిజ్ఞచేస్తున్నాను" అని అశ్వశాలకు వెళ్లి శ్రేష్ఠమైన గుఱ్ఱాలను ఏరుకున్నాడు. మేలుజాతి గుఱ్ఱాలను నాలుగింటిని రథానికి కట్టాడు. ఋతుపర్ణుడు రథమెక్కి బయలుదేరాడు.

ఆకాశంలో ఎగిరేపక్షిలా బాహుకుని రథం కొద్దిసేపటిలోనే నదులు, పర్వతాలు, అరణ్యాలు దాటిపోసాగింది. ఒకచోట ఋతుపర్ణుని ఉత్తరీయం కిందపడిపోయింది. అతడు బాహుకునితో రథమాపితే వార్ష్ణేయునితో ఆఉత్తరీయాన్ని తెప్పించుకుంటానన్నాడు. దానికి నలుడు "మీవస్త్రం కిందపడడం ఇప్పుడే జరిగిందిగాని మనం అక్కడినుండి యోజనం దూరం ముందుకు వచ్చేశాము. ఇప్పుడది తీసుకురాలేరు"అన్నాడు. ఈమాటలంటూ ఉన్నప్పుడు రథం ఒక అడవిలో నుండి వెడుతోంది. ఋతుపర్ణుడు "బాహుకా! నా గణితవిద్యాచాతుర్యం చూడు. ఎదురుగా ఉన్న చెట్టుకి ఎన్ని ఆకులు పళ్లు ఉన్నాయో దానికి నూట ఒక్కరెట్లు ఎక్కువగా కింద రాలిన ఆకులు, ఉంటాయి. ఈచెట్ల యొక్క రెండు కొమ్మలకు, రెమ్మలకు ఐదుకోట్ల ఆకులు, రెండువేల తొంభైఅయిదు పళ్లు ఉన్నాయి. కావాలంటే లెక్కపెట్టుకో'' అన్నాడు. బాహుకుడు రథం ఆపి "నేను ఈపళ్ల చెట్టును నరికి ఆపళ్లను, ఆకులను సరిగ్గా లెక్కపెట్టి తేల్చుకుంటాను" అని చెప్పి అలాగే చేశాడు. రాజుచెప్పినట్లుగానే సరిపోయాయి. నలునకు ఆశ్చర్యం కలిగింది. బాహుకుడు –" మీవిద్య అద్భుతంగా ఉంది. మీరు ఈ విద్య నాకు నేర్పండి. మీకు నేను అశ్వవిద్యను నేర్పుతాను" అని బాహుకుడన్నాడు. ఋతుపర్ణునికి విదర్భకు తొందరగా చేరాలని ఉంది. అయినా అశ్వవిద్య నేర్చుకోవాలనే లోభం కూడా ఉండడంతో నలునకు అక్షవిద్యనేర్పి "అశ్వవిద్య నీవు నాకు తరువాత నేర్పుదువు గాని. నేను దానిని తాకట్టుగా నీవద్దనే ఉంచుతున్నాను" అన్నాడు.

నలుడు అక్షవిద్యను నేర్చుకోగానే అతని శరీరంలో ఉన్న కలిపురుషుడు కర్కోటకుని యొక్క తీవ్రమైన విషాన్ని కక్కుతూ ఇవతలకు వచ్చాడు. కలి బయటకురాగానే నలునకు చాలా కోపం వచ్చి శాపం ఇవ్వాలనుకున్నాడు. కలిపురుషుడు భయంతో వణికిపోతూ రెండుచేతులు జోడించి "మీరు శాంతించండి. మిమ్మల్ని కీర్తిమంతులుగా చేస్తాను. మీరు దమయంతిని విడిచిపెట్టినపుడే ఆమె నాకు శాపం ఇచ్చింది. కర్కోటకుని విషంచేత మాడిపోతూ అతికష్టంమీద మీశరీరంలో ఉన్నాను. నేను మీశరణుకోరాను. నాప్రార్థన వినండి. నాకు శాపం ఇవ్వకండి. మీపవిత్రచరిత్రను కీర్తించిన వానికి నావలన భయం ఉండదు'' అని వేడుకున్నాడు. నలుడు క్రోధాన్ని శాంతింపచేశాడు. కలిపురుషుడు భయపడి పళ్లచెట్టులో దూరాడు. ఈసంభాషణ కలిపురుషునికి నలునికి తప్ప అన్యులెవరికీ తెలియదు. ఆవృక్షం ఎండిపోయినట్లయింది.

ఈరీతిగా కలిపురుషుడు నలుని విడిచిపెట్టాడు గాని, అతని రూపం ఇంకా మారలేదు. అతడు రథాన్ని వేగంగా తోలాడు. సాయంకాలం అయీ కాకముందే వారు విదర్భదేశాన్ని చేరుకున్నారు. భీమకునికి సమాచారం చేరింది. అతడు ఋతుపర్ణుని తనవద్దకు పిలిపించుకున్నాడు. ఋతుపర్ణుని రథఘోషకు దిక్కులు ప్రతిధ్వనించాయి. ఆనాడు పిల్లలిద్దరినీ అక్కడకు చేర్చిన నలుని గుఱ్ఱాలు కూడా కుండిన నగరంలోనే ఉన్నాయి. రథంయొక్క గరగరధ్వనిచేతనే అవి నలమహారాజును గుర్తించి, పూర్వంలాగ ఉల్లాసంగా ఉన్నాయి. దమయంతికి కూడా ఆధ్వని అలాగే వినిపించింది. దమయంతి "ఈ రథధ్వని నామనసునకు ఉల్లాసం కలిగిస్తోంది. తప్పకుండా ఈరథం తోలే వ్యక్తి నాభర్తయే. అతడు ఈరోజు నాదగ్గరకు రాకపోతే నేను జ్వలించే అగ్నిలో దూకుతాను. నేను నవ్వులాటకైనా ఎన్నడూ ఆయనతో అబద్ధం ఆడినట్లు గాని, ఆయనకు అపకారం చేసినట్లుగాని, ఇచ్చినమాట తప్పినట్లుగాని నాకు జ్ఞాపకం లేదు. వారు బలవంతులు. ఓర్పు కలిగినవారు. వీరులు. దాతలు, పైగా ఏకపత్నీవ్రతులు. వారి వియోగంతో నాగుండెలు బద్దలవుతున్నాయి" అనుకోసాగింది. దమయంతి భవనంపైకెక్కి రథం రావడం, దానినుండి రథిసారథులిద్దరూ దిగడం చూసింది.

నలదమయంతులు కలుసుకొనుట

బృహదశ్వుడు చెపుతున్నాడు – "యుధిష్ఠిరా! విదర్భరాజు భీమకుడు అయోధ్యాధిపతి ఋతుపర్ణుని చక్కగా గౌరవించాడు. అతనిని మంచి భవనంలో విడిది చేయించాడు. కాని కుండినపురంలో అతనికి స్వయంవరచిహ్నాలేమీ గోచరించలేదు. తన కూతురు స్వయంవరానికి ఆహ్వానం అందుకుని అతడు వచ్చాడని భీమకునకు అసలు తెలియదు.

కుశలపరామర్శలయ్యాక భీమకుడు "మీరెందుకు విచ్చేశారు?" అని అడిగాడు. స్వయంవరపు ఏర్పాట్లు ఏవీ కనపడకపోవడం చేత రాజు ఆమాట మరుగుపుచ్చి కేవలం మిమ్మల్ని చూసి నమస్కరించి పోవడానికే అని చెప్పాడు. నూరు యోజనాల దూరంనుండి కేవలం చూసి నమస్కరించిపోవడానికే ఎవరూ రారని అనుకొని భీమకుడు ముందు ముందు అసలు విషయం అదే బయటపడుతుందిలే అని ఊరుకున్నాడు. భీమకుడు పట్టుపట్టి అతనిని తనవద్దనే ఉంచుకున్నాడు. బాహుకుడు వార్ష్ణేయునితో కలిసి అశ్వశాలలోనే ఉండి గుఱ్ఱాలసేవలో లీనమయ్యాడు.

దమయంతి రథధ్వని అయితే మాత్రం తనభర్తదే అని, కాని ఇంతవఱకు అతని దర్శనమే లేదని వ్యాకుల పడసాగింది" వార్ష్ణేయుడు కూడా అతనివద్దనుండి రథవిద్య నేర్చుకుని ఉండవచ్చు కనుక ఈధ్వని అతనిదై ఉండవచ్చును. లేదా ఋతుపర్ణునికి కూడా ఈవిద్య వచ్చి ఉండవచ్చును" అని ఆలోచించింది. ఆమె తన దాసి కేశినిని పిలిచి "నీవు ఆ కురూపి ఎవరో తెలిసికొనిరా, బహుశ అతడే నాభర్త కావచ్చును. నేను బ్రాహ్మణులచేత పంపిన సందేశాన్ని అతనికి వినిపించు. అతడేమన్నాడో నాకు వచ్చి చెప్పు" అని పంపింది. కేశిని బాహుకునితో మాటలు కలిపింది. బాహుకుడు రాజు వచ్చిన పని చెప్పాడు. మాటలమధ్యలో క్లుప్తంగా వార్ష్ణేయుని గురించి, తన అశ్వవిద్యగురించి వంటచేయడంలోని నేర్పుగురించి చెప్పాడు. కేశిని "బాహుకా! నలుడు ఎక్కడ ఉన్నాడు? నీవు అతనిని ఎరుగుదువా? లేక నీస్నేహితుడు వార్ష్ణేయునకు తెలుసునా?" అని అడిగింది. బాహుకుడు "కేశినీ! వార్ష్ణేయుడు నలమహారాజు పిల్లలను ఇక్కడ దింపి వెళ్లిపోయాడు. అతనికి నలునిగురించి ఏమీ తెలియదు. ఇప్పుడు నలునిరూపం మారిపోయింది. అతడు అజ్ఞాతంగా ఉంటున్నాడు. అతనిని స్వయంగా అతడుగాని లేదా అతని భార్య దమయంతి గాని మాత్రం గుర్తించగలరు. ఎందుకంటే అతడు తన గుప్తచిహ్నాలను పరుల ఎదుట ప్రకటించాలనుకోడు, కేశినీ! నలచక్రవర్తి సంకటస్థితిలో పడిపోయాడు. అందుకే అతడు తన భార్యను విడిచిపెట్టాడు. దమయంతికి తనభర్తమీద కోపం తగదు. ఆహారం గురించి ఆలోచిస్తుండగా పక్షులు అతని వస్త్రాన్ని తీసుకుని ఎగిరిపోయాయి. అతని హృదయం బాధతో చితికిపోయి ఉంది. అతడు భార్యతో సవ్యంగా వ్యవహరించలేదనేది నిజమే. అయినా దమయంతి అతని దురవస్థను గూర్చి ఆలోచించి అతనిపై కోపించకూడదు." ఇలా చెపుతూండగానే అతని హృదయం క్షోభించి పోయింది. కన్నులలో నీరు నిండింది. అతడు రోదించసాగాడు. కేశిని దమయంతి దగ్గరకు వచ్చి జరిగిన సంభాషణ, అతడు ఏడవడం అన్నీ చెప్పింది.

దమయంతికి అతడే తన భర్త నలుడనే సందేహం మరింత బలపడింది. ఆమె దాసిని "కేశినీ! నీవు మళ్లీ బాహుకుని వద్దకు వెళ్లు. ఏమీ మాట్లాడకుండా అక్కడే నిలుచో. అతని చేష్టలను గమనించు. అతడు నిప్పు అడిగితే ఆలస్యంగా ఇవ్వు. అతని నడవడిక ప్రతిక్షణం గమనించి నాకు వచ్చి చెప్పు" అని ఆజ్ఞాపించింది. కేశిని మళ్లీ అక్కడకు వెళ్లి దేవతలవలె మనుష్యులవలె అతడు చేసే అనేకపనులను గమనించి తిరిగివచ్చి దమయంతితో ఇలా చెప్పింది. "రాజకుమారీ! బాహుకుడు నీరు, నేల, నిప్పు వీటిమీద సంపూర్ణంగా విజయంసాధించాడు. ఇటువంటి పురుషుని గురించి ఇంతకుముందు కనివిని ఎరుగను. ఎక్కడయినా గుమ్మం పొట్టిదిగా ఉంటే అతడు వంగడం లేదు. అతనిని చూచి ద్వారమే ఎత్తుగా అవుతోంది. అతడు వంగకుండానే నడుస్తున్నాడు. చిన్నచిన్న రంధ్రాలు కూడా అతనికి గుహలవలె అయిపోతున్నాయి. నీటికోసం ఉంచిన కుండలు అతని దృష్టి పడగానే నీటితో నిండిపోతున్నాయి. గడ్డిపరకను సూర్యునివైపు తిప్పగానే మండిపోతోంది. అంతకుమించి అగ్నిని ముట్టుకున్నా అతనికి కాలడం లేదు. నీరు అతని ఇష్టప్రకారమే ప్రవహిస్తోంది. అతడు పూలను చేతితో నలిపినపుడు అవి వాడిపోవడం లేదు. మరింతగా వికసించి పరిమళాలు వెదజల్లుతున్నాయి. ఈఅద్భుత లక్షణాలన్నీ చూసి నాకు తలతిరిగినట్టయి వెంటనే మీవద్దకు తిరిగివచ్చాను" అంది. బాహుకుని పనులను, చేష్టలను విని అతడే తన పతి అని దమయంతి నిశ్చయంగా తెలుసుకుంది. ఆమె తన పిల్లలిద్దరిని కేశినితో నలునివద్దకు పంపింది. బాహుకుడు ఇంద్రసేనను, ఇంద్రసేనుని చూచి గుర్తించి వారివద్దకు వచ్చాడు. వారిని ఆలింగనం చేసుకుని ఒళ్లో కూర్చోపెట్టుకున్నాడు. బాహుకుడు తన సంతానాన్ని చూడగానే పట్టలేక కన్నీరుకార్చసాగాడు. అతని ముఖంలో పితృవాత్సల్యం తొంగిచూసింది. అనంతరం వారిద్దరినీ కేశినికి అప్పగించి "ఈపిల్లలు నాపిల్లలలాగే ఉన్నారు. వీరిని చూడగానే అందుకే ఏడ్చాను. కేశినీ! నీవు మాటిమాటికి నాదగ్గరకు వస్తున్నావు. లోకులేమనుకుంటారో, కనుక నాదగ్గరకు

మాటిమాటికిరావడం మంచిదికాదు. నీవు వెళ్లు" అన్నాడు. కేశిని జరిగినదంతా దమయంతికి చెప్పింది.

ఇక దమయంతి కేశిని ద్వారా తల్లికి "అమ్మా! నేను నలునిగా భావించి బాహుకుని పదేపదే పరీక్షింపించాను. ఇక రూపం గురించి మాత్రమే సందేహంగా ఉంది. ఇక నేను స్వయంగా అతనిని పరీక్షించాలనుకుంటున్నాను. కనుక బాహుకుని నామందిరానికి రమ్మని ఆజ్ఞాపించు లేదా నేను అతనివద్దకు వెళ్లడానికి అనుమతిని ఇవ్వు. నీకిష్టమయితే ఈసంగతిని తండ్రిగారికి చెప్పు. లేదంటే చెప్పకు" అని కబురు పంపింది. రాణి భర్త అనుమతిని తీసుకుని బాహుకుని రాణివాసానికి పిలిపించడానికి ఆజ్ఞ ఇచ్చింది. బాహుకుడు వచ్చాడు. దమయంతిని చూడగానే అతనికి హృదయంలో దుఃఖం, శోకం పొంగివచ్చాయి. కన్నీటితో తడిసిపోయాడు. బాహుకుని ఆకులపాటును గమనించి దమయంతి కూడా శోకగ్రస్తురాలయింది. దమయంతి అప్పుడు కావిరంగు చీరకట్టుకుని ఉంది. జుట్టు జడలు కట్టింది. శరీరం మలినంగా ఉంది. దమయంతి అతనితో "బాహుకా! పూర్వం ఒక ధర్మజ్ఞుడు తన భార్యను నిద్రిస్తూఉండగా అడవిలో విడిచివెళ్లి పోయాడు. నీవు అతనిని ఎక్కడయినా చూశావా? ఆ సమయంలో ఆ స్త్రీ అలసిసొలసి ఉంది. నిద్రలో తెలివితప్పి ఉంది. అటువంటి నిరపరాధి అయిన స్త్రీని పుణ్యశ్లోకుడయిన నిషధనరపతి నలుడు తప్ప ఏ పురుషుడు అడవిలో విడిచి పెట్టగలడు? నేను జీవితంలో ఎన్నడూ తెలిసి అతనికి అపచారం చేయలేదు. అయినా అతడు నిద్రిస్తున్న నన్ను అడవిలో వదిలివెళ్లాడు." అని అంటూఉండగానే ఆమె కన్నులనుండి నీరు ధారకట్టింది. ఆమె యొక్క విశాలమైన నల్లనైన ఎరుపెక్కిన కన్నులనుండి నీరు కారడం చూసి నలుడు నిలద్రొక్కుకోలేకపోయాడు. అతడు "ప్రియా! నేను కావాలని రాజ్యాన్ని పోగొట్టుకోలేదు. నిన్ను వదలనూ లేదు. ఇది కలిపురుషుడు చేసిన పని. నాకు తెలుసు. నానుండి దూరమయిన నాటినుండి రాత్రింబవళ్లు నీవు నన్నే తలచుకుంటూ ఉంటావని. కలి నాశరీరంలోఉంటూ నీశాపం కారణంగా మాడిపోతూ ఉన్నాడు. నేను ప్రయత్నించి, తపోబలంచేత అతనిపై విజయాన్ని సాధించాను. ఇక మన కష్టాలు తీరినట్లే. కలిపురుషుడు ఇప్పుడు నన్ను విడిచి వెళ్లిపోయాడు. నేను ఒక్కడినే నీకోసమే ఇక్కడకు వచ్చాను. నాకీ సంగతి చెప్పు. నావంటి ప్రేమించే, అనుకూలుడైన భర్తను వదిలి నీవు రెండవ వివాహం చేసుకోవాలని ఎందుకు సిద్ధపడ్డావు? వేరొకతె ఇలా చేయగలదా? నీ స్వయంవర సమాచారం విని ఋతుపర్ణమహారాజు చాలావేగంగా ఇక్కడకు వచ్చాడు" అని అడిగాడు. ఈమాట వింటూనే దమయంతి భయంతో కంపించిపోయింది.

ఆమె చేతులు రెండు జోడించి "ఆర్యాపుత్రా! నన్ను దోషిగా చేయడం ఉచితం కాదు. దేవతలను కూడా కాదని మిమ్ము వరించాననే సంగతి మీకు తెలుసును. నేను మిమ్మల్ని వెదకడానికి చాలామంది బ్రాహ్మణులను పంపాను. వారు నేను చెప్పినమాటలనే రెట్టించి చెపుతూ నలువైపులా తిరుగసాగారు. పర్ణాదుడనే బ్రాహ్మణుడు అయోధ్యలో మిమ్ము కలుసుకున్నాడు. అతడు నామాటలు మీకు చెప్పగా మీరు కూడా యథోచితంగా బదులిచ్చారు కూడా. ఆసమాచారం విని నేను మిమ్మల్ని పిలిపించడానికే ఈయుక్తి పన్నాను. ఒక్కరోజులో గుఱ్ఱాలు లాగే రథంతో నూరు యోజనాలు గడిచిరాగలవారు మీరు తప్ప ఇతరులెవ్వరూ లేరని నాకు తెలుసును. నేను మీపాదాలను స్పృశించి నిజం చెపుతున్నాను - మనసులో కూడా ఎప్పుడూ నేను పరపురుషుని గూర్చి ఆలోచించలేదు. నేను మనసులోనయినా పాపకర్మ చేస్తే భూమి మీద సంచరించే వాయువు, సూర్యభగవానుడు మనసుకు అధిదైవతమైన చంద్రుడు నన్ను నశింపచేస్తారు. ఈముగ్గురు దేవతలు భూమండలమంతా సంచరిస్తారు. వారు నిజం చెప్పుదురుగాక! నేను పాపిని అయితే నన్ను విడిచిపెట్టండి" అంది. అదేసమయంలో అంతరిక్షంనుండి వాయుదేవుడు "రాజా! నేను సత్యం చెపుతున్నాను. ఈ దమయంతి ఏపాపమూ చేయలేదు. మూడేళ్లపాటు ఆమె తన శీలరక్షణ చేసుకున్నది. మేము ఈమెకు రక్షకులుగా ఉండి, ఆమె పవిత్రతకు సాక్షీభూతులై ఉన్నాము. ఈమె స్వయంవరప్రకటనం నిన్ను వెదకడానికే చేసింది. మీరిద్దరూ పరస్పరం తగినవారు. సందేహించక ఆమెను స్వీకరించు" అని చెప్పగానే ఆకాశంనుండి పుష్పవృష్టి కురిసింది. దేవదుందుభులు మ్రోగాయి. గాలి చల్లగా మెల్లగా సువాసనలతో కూడి వీచింది. ఈ అద్భుతాన్ని చూచి నలుడు తన సందేహాన్ని నివృత్తి చేసుకున్నాడు. అతడు కర్కోటకుడిచ్చిన దివ్యవస్త్రాన్ని ధరించి అతనిని స్మరించాడు. అతనికి వెంటనే పూర్వరూపం వచ్చింది. దమయంతి నలుని నిజరూపం చూసి, అతనిని పట్టుకుని ఏడవసాగింది. నలుడు కూడా ఆమెను

ప్రేమతో ఆలింగనం చేసుకుని పిల్లలిద్దరినీ అక్కున చేర్చుకుని ప్రేమపూర్వకంగా మాటలాడాడు. రాత్రి అంతా దమయంతితో మాటలాడుతునే ఉన్నాడు.

తెల్లవారగానే స్నానాదులు ముగించుకుని అందమైన వస్త్రాలు ధరించి నలదమయంతులు భీమకుని వద్దకు వెళ్లి కాళ్లకు మొక్కారు. భీమకుడు మిక్కిలి ఆనందంగా వారిని ఆదరించి ఓదార్చాడు. ఆనోటా ఈనోటా ఈసంగతి అంతా తెలిసింది. నగరంలోని స్త్రీపురుషులందరూ ఆనందంతో సంబరాలు జరుపుకోసాగారు. దేవతలకు పూజలు జరిగాయి. ఋతుపర్ణమహారాజు బాహుకుడే నలుడని, ఇక్కడికి వచ్చి భార్యను కలుసుకున్నాడని తెలియగానే ఎంతో సంతోషించాడు. అతనిని తనవద్దకు పిలిచి క్షమించమని కోరాడు. నలమహారాజు అతని ఉత్తమమైన నడవడికను ప్రశంసించి అతనిని సత్కరించాడు. అంతేకాదు అతనికి అశ్వవిద్యకూడా నేర్పించాడు. అతడు ఇంకొక సారథిని నియమించుకొని తన నగరానికి వెళ్లిపోయాడు.

నలుడు ఒక నెలరోజులు కుండిననగరంలో ఉన్నాడు. అనంతరం మామగారి అనుమతితో కొద్దిమంది వెంటరాగా నిషధదేశానికి బయలుదేరాడు. భీమకుడు తెల్లని రథాన్ని, పదహారు ఏనుగులను, ఏభై గుఱ్ఱాలను, ఆరువందలమంది సైనికులను వెంట పంపాడు. తన నగరానికి వెళ్లి పుష్కరుని కలుసుకొని "నీవు కపటద్యూతం తిరిగి ఆడతావా? లేక ధనుస్సు ఎక్కుపెడతావా?" అని అడిగాడు. పుష్కరుడు నవ్వి "మంచిది. నీకు మళ్లీ పందెం ఒడ్డడానికి ధనం లభించిందన్న మాట. రా. ఈసారి నీధనంతో పాటు దమయంతిని కూడా గెలుచుకుంటాను" అన్నాడు. నలుడు "సోదరా! జూదం ఆడు. వాగుడు ఎందుకు? ఓడిపోతే నీగతి ఏమిటో ఎరుగుదువా?" అన్నాడు. జూదం మొదలయింది. మొదటి పందెంలోనే నలుడు పుష్కరుని రాజ్యాన్ని, రత్నభాండాగారాన్ని, అతని ప్రాణాలను సైతం గెలుచుకున్నాడు. నలుడు – "ఈసమస్త రాజ్యం నా హస్తగతమయింది. ఇక నీవు దమయంతివైపు కన్నెత్తి కూడా చూడలేవు. నీవు ఆమెకు సేవకుడవు. మూర్ఖుడా! ఇంతకుముందు కూడా నీవు నన్ను గెలువలేదు. అది కలిపురుషుని వలన జరిగింది. ఇది నీకు తెలియదు. కలి చేసిన ద్రోహాన్ని నీనెత్తిన రుద్దదలచుకోలేదు. నిన్ను విడిచిపెడుతున్నాను. సుఖంగా జీవించు. నీసమస్తవస్తువులు నీరాజ్యం కూడా నీకు ఇచ్చేస్తున్నాను. ఇంతకుముందులాగే నీమీద ఎప్పుడూ కళ్లెర్ర చేయను. నూరేళ్లు జీవించు" అని అతనికి ధైర్యం చెప్పి ఆలింగనం చేసుకుని వెళ్లడానికి అనుమతిని ఇచ్చాడు. పుష్కరుడు చేతులు జోడించి నలునకు నమస్కరించి "జగత్తులో మీకు అక్షయమైన కీర్తి కలుగుగాక. పదివేల ఏళ్లు సుఖంగా జీవింతువుగాక. మీరు నాకు భుక్తినిచ్చారు. ప్రాణాలను నిలిపారు" అని కొనియాడాడు. అతడు మంచి గౌరవాదరాలు పొందుతూ ఒకనెలరోజులు నలుని నగరంలోనే ఉన్నాడు. అనంతరం సైన్యంతో, సేవకులతో, కుటుంబసభ్యులతో కలిసి తన నగరానికి వెళ్లిపోయాడు. నలుడు కూడా పుష్కరుని పంపించి తన రాజధానికి తిరిగివచ్చాడు. సమస్తనాగరికులు, సాధారణ జనానీకం, మంత్రిమండలి అందరూ నలుని రాకతో ఎంతో ఆనందించారు. వారు పులకితగాత్రులై చేతులు జోడించి నలునితో – "రాజేంద్రా! ఇన్నాళ్లకు మా దుఃఖం పోయి సుఖంగా ఉన్నాము. దేవతలు ఇంద్రుని సేవించినట్లుగా మేము నిన్ను సేవించడానికి వచ్చాము" అని నివేదించుకున్నారు. ప్రతిఇంట్లోనూ ఆనందం వెల్లివిరిసింది. నలువైపులా శాంతి విలసిల్లింది. నలుడు సైన్యాన్ని పంపి దమయంతిని పిలిపించాడు. భీమకుడు తన కుమార్తెకు అనేక వస్తువులను కానుకలుగా ఇచ్చి అత్తవారింటికి పంపాడు. దమయంతి తన పిల్లలిద్దరినీ తీసుకుని రాజమందిరంలో అడుగుపెట్టింది. నలుడు ఆనందంగా కాలం గడపసాగాడు. అతని కీర్తి దూరదూరాలకు వ్యాపించింది. ధర్మబుద్ధితో ప్రజలను పాలిస్తూ, గొప్పగొప్ప యజ్ఞాలతో భగవంతుని ఆరాధించసాగాడు.

బృహదశ్వుడు కొనసాగించాడు "యుధిష్ఠిరా! నీవు కూడా కొద్ది రోజులలో నీ రాజ్యాన్ని పొంది, బంధువులను కలుసుకోగలవు. నల మహారాజు జూదం ఆడి అపరిమితమైన దుఃఖాన్ని కొనితెచ్చుకున్నాడు. అతడు ఒంటరిగానే ఆ దుఃఖాన్నంతా భరించవలసివచ్చింది. కాని నీకయితే తమ్ముళ్లు ఉన్నారు. ద్రౌపది ఉన్నది. గొప్పగొప్ప విద్వాంసులు సదాచారులు అయిన బ్రాహ్మణులు కూడా ఉన్నారు. ఈస్థితిలో శోకించడానికి తగిన కారణమేదీ కనిపించడం లేదు. ప్రపంచం ఎప్పుడూ ఒకే రీతిగా ఉండదు. ఇది తెలిసికొని వృద్ధిక్షయాలను గూర్చి చింతించకూడదు. కర్కోటకుడు, నలుడు, దమయంతి, ఋతుపర్ణుడు – వీరిని గూర్చిన ఈకథను చెప్పినవారికి విన్నవారికి కలియుగపాపాలు నశిస్తాయి. దుఃఖమగ్నుడైనవానికి ధైర్యం లభిస్తుంది.

వైశంపాయనుడు చెపుతున్నాడు - "జనమేజయా! తిరిగి బృహదశ్వుడు ప్రేరేపించగా, ధర్మరాజు ప్రార్థించిన మీదట అతనికి పాచికలను వశీకరించుకునే విద్య(అక్షవిద్య), అశ్వవిద్య నేర్పి అతడు స్నానం చేయడానికి వెళ్లిపోయాడు. అతడు వెళ్లిన తరువాత ఋషులు మునులతో ధర్మరాజు అర్జునుని తపస్సు విషయమై మాటలాడసాగాడు.

నారదుడు తీర్థయాత్రల మహిమను వర్ణించుట

జనమేజయుడు - దేవా! మాముత్తాత అర్జునుని విడిచి మిగిలిన పాండవులు కామ్యకవనంలో ఎలా రోజులను గడిపారు?" అని అడిగాడు.

వైశంపాయనుడు చెప్పసాగాడు - "జనమేజయా! అర్జునుడు తపస్సు చేయడానికి వెళ్లిననాటినుండి పాండవులు అతనిని విడిచిఉండలేక నిరుత్సాహంగా కాలం గడుపుతున్నారు. వారు చింతాసాగరంలో మునిగిపోయారు. ఆరోజులలోనే దేవర్షి నారదుడు వారు నివసిస్తున్న చోటికి వచ్చాడు. ధర్మరాజు సోదరులతో సహితంగా లేచి ఎదురేగి శాస్త్రోక్తంగా అతనిని పూజించాడు. నారదుడు కుశలప్రశ్నలు వేసి వారిని ఓదారుస్తూ - "యుధిష్ఠిరా! నీకు ఇప్పుడు ఏమి కావాలి? నీకు నేను ఏమి చేయగలను? అని అడిగాడు. ధర్మజుడు అతనికి పాదప్రణామం చేసి వినయంగా - "మహాత్మా! అందరూ మిమ్మల్ని పూజిస్తారు. మీవంటి వారు మామీద దయచూపితే, మీదయవలన మాకు అన్నీ సిద్ధించినట్లే. మీరు దయ చేసి మాకొక విషయం చెప్పండి. తీర్థయాత్రలు చేస్తూ భూప్రదక్షిణం చేసినవారికి ఎలాంటి ఫలితం లభిస్తుంది?" అని అడిగాడు. నారదుడు చెపుతున్నాడు - "యుధిష్ఠిరా! శ్రద్ధగా విను. ఒకసారి మీ తాతగారు భీష్ముడు హరిద్వారంలో ఋషులను, దేవతలను, పితరులను సంతృప్తి పరచడానికి అనుష్ఠానం చేస్తున్నాడు. అప్పుడొక రోజు పులస్త్యముని అక్కడకు వచ్చాడు. ఇప్పుడు నీవు నన్ను అడిగినట్లే భీష్ముడు అతనిని అడిగాడు. అప్పుడు పులస్త్యుడు చెప్పినదానినే నీకు నేను వినిపిస్తాను.

పులస్త్యుడు ఇలా చెప్పాడు - "భీష్మా! సాధారణంగా తీర్థాలలో గొప్పగొప్ప మునులు ఋషులు నివసిస్తూఉంటారు. ఆ తీర్థాలు సేవించడం వలన కలిగే ఫలితాలను చెప్తాను విను. దానం పుచ్చుకోకుండా, దుష్కర్మలు చేయకుండా ఉండేవాడు, జీవహింస చేయకుండా ఇతరుల సుఖంకోసమే తిరిగేవాడు, ఇతరులకు కీడు కోరనివాడు, తన పాండిత్యం ఇతరుల వినాశనానికి వినియోగించకుండా, వివాదాస్పదం కాకుండా ఉన్నవాడు, అంతఃకరణశుద్ధికోసం తపస్సుచేసేవాడు, నిర్మలమైనకీర్తి, చేతలు కలవాడు - శాస్త్రాలలో చెప్పబడిన సకలతీర్థసేవన ఫలితాలను పొందుతాడు. ఎవరివద్ద ఏమీ యాచించకుండా ఉన్నదానితోనే తృప్తిపొందేవాడు, నిరహంకారుడు, నిష్కాముడు, దంభరహితుడు, మితంగా భుజిస్తూ ఇంద్రియాలను అదుపులో ఉంచుకునేవాడు, పాపరహితుడు, క్రోధంలేనివాడు, సత్యవ్రతుడు, నియమాలను దృఢంగా ఆచరించేవాడు, ప్రాణుల సుఖదుఃఖాలపట్ల సహానుభూతి కలవాడు శాస్త్రోక్తమైన తీర్థసేవనఫలాలను పొందుతాడు. తీర్థయాత్రలు చేయడం వలన నిర్ధనుడు కూడా గొప్పగొప్ప యజ్ఞాలు చేసిన ఫలితాన్ని పొందగలడు.

భూలోకంలో పుష్కరతీర్థం మిక్కిలి ప్రసిద్ధమైనది. అనేక తీర్థాలు అందులో ఉన్నాయి. ఆదిత్యులు, వసువులు, రుద్రులు, సాధ్యులు, మరుద్గణం, గంధర్వులు, అప్సరసలు సర్వదా అక్కడ ఉంటారు. గొప్ప దేవతలు, దైత్యులు, బ్రహ్మర్షులు అక్కడ తపస్సు చేసి సిద్ధి పొందారు. ఉదారుడు మనసులో పుష్కరుని స్మరిస్తే చాలు అతని పాపాలన్నీ నశించి స్వర్గప్రాప్తి చేకూరుతుంది. స్వయంగా బ్రహ్మదేవుడే అక్కడ నివాసం ఉంటాడు. ఈతీర్థంలో స్నానమాడి పితరులకు దేవతలకు తర్పణాలు విడిస్తే అశ్వమేధఫలం కంటె పదిరెట్లు ఎక్కువ ఫలితం లభిస్తుంది. పుష్కరతీర్థంలో ఒక బ్రాహ్మణునికి భోజనం పెడితే ఇహపరలోకాలలో సుఖం లభిస్తుంది. తాము ఏ కందమూలఫలాలను తిని బ్రతుకుతున్నారో వాటితోనే బ్రాహ్మణునకు శ్రద్ధగా భోజనం పెట్టాలి. ఎవరిపట్ల అసూయ ఉండకూడదు. బ్రాహ్మణక్షత్రియవైశ్యశూద్రులెవరైనా సరే పుష్కరతీర్థంలో స్నానమాడితే వారికి పునర్జన్మ లేదు. కార్తీకమాసంలో పుష్కరతీర్థంలో నివసించే వానికి అక్షయపుణ్యలోకాలు లభిస్తాయి. సాయంప్రాతఃకాలాలలో చేతులు జోడించి పుష్కరక్షేత్రంలో ఉన్న తీర్థాలను స్మరిస్తే సమస్తతీర్థాలలో స్నానం చేసినఫలితం దక్కుతుంది. స్త్రీపురుషులు తమ జీవితకాలంలో చేసిన పాపాలు పుష్కరస్నానం చేయడంవలన నశించిపోతాయి. దేవతలలో విష్ణువు వలె తీర్థాలలో పుష్కరం ప్రధానమైనది.

అలాగే ఇతర తీర్థాలను గురించి కూడా పులస్త్యుడు చెప్పసాగాడు. "రాజా! ప్రయాగతీర్థం గురించి అందరూ కీర్తిస్తారు. అక్కడకు తప్పకవెళ్లాలి. ప్రయాగతీర్థంలో బ్రహ్మాదిదేవతలు, దిక్కులు, దిక్పాలకులు, లోకపాలురు,

సాధ్యులు, పితరులు, సనత్కుమారాది పరమ ఋషులు, అంగిరుడు మొదలైన బ్రహ్మర్షులు, నాగులు, గరుడుడు, సిద్ధులు, నదులు, సముద్రాలు గంధర్వులు, అప్సరసలు–అందరూ ఉంటారు. బ్రహ్మతోపాటు విష్ణువూ అక్కడ ఉంటాడు. అక్కడ మూడు అగ్నికుండాలు ఉన్నాయి. వాటిమధ్యలో గంగామాత ప్రవహిస్తూ ఉంటుంది. తీర్థరాజం సూర్యపుత్రి యమున కూడా వచ్చి చేరుతుంది. గంగా యమునలు అక్కడే సంగమిస్తాయి. గంగా యమునల మధ్యభాగం భూదేవికి ఊరుస్థానం. ప్రయాగ యోని. ప్రయాగ, ప్రతిష్ఠానం, కంబళం, అశ్వతరనాగం, భోగవతీతీర్థం – ఇవన్నీ ప్రజాపతికి వేదికలు. వీటిలో యజ్ఞాలు, వేదాలు మూర్తీభవించి ఉంటాయి. గొప్ప తపస్సంపన్నులైన ఋషులు ప్రజాపతిని ఉపాసిస్తారు. చక్రవర్తులైన రాజులు యజ్ఞాలు చేసి దేవతలను పూజిస్తారు. అందుకే ఇది పవిత్రమైన స్థలం. ప్రయాగ సర్వతీర్థాలలో శ్రేష్ఠమని ఋషులు చెప్తారు. ప్రయాగ యాత్రతో, ప్రయాగ నామస్మరణంతో, ప్రయాగలోని మృత్తికా స్పర్శతో మనుష్యుల పాపాలు నశిస్తాయి. విశ్వవిఖ్యాతమైన ఈ గంగాయమునా సంగమంలో స్నానం చేస్తే అశ్వమేధరాజసూయ యజ్ఞాలవలన కలిగే ఫలితం లభిస్తుంది. ఇది దేవతలకు యజ్ఞభూమి కనుక ఇక్కడ కొద్దిగా దానం చేసినా అధికమైన ఫలం లభిస్తుంది. వేదాలలో, లోకవ్యవహారంలో హఠయోగంచేత మృత్యువు పొందడం మంచిదికాదని చెపుతున్నారు గాని ప్రయాగలో ఆ పట్టింపు లేదు. ప్రయాగలో ఎల్లప్పుడూ అరవైకోట్ల పదివేల తీర్థాలు సన్నిధి పొందిఉంటాయి. గంగాయమునా సంగమంలో స్నానంచేస్తే చతుర్విధవిద్యలు అధ్యయనం చేయడంవలన, సత్యభాషణవలన కలిగే ఫలితం వస్తుంది. వాసుకి యొక్క భోగవతీతీర్థంలో స్నానమాడితే అశ్వమేధయజ్ఞఫలం కలుగుతుంది. విశ్వవిఖ్యాతమైన హంసప్రపతన తీర్థం, గంగాదశాశ్వమేధిక తీర్థం అక్కడే ఉన్నాయి. ఇంతెందుకు? గంగానది ఎక్కడ ఉన్నా అక్కడ స్నానం చేస్తే కురుక్షేత్రయాత్రాఫలం దక్కుతుంది. గంగా స్నానంలో కనఖలకు విశేషప్రాధాన్యం ఉంది. ప్రయాగ అంతకంటె అధికం.

ఎన్నివందల పాపాలు చేసినవాడైనా గంగాజలం తలమీద చల్లుకుంటే అగ్ని ఎండుకట్టెను కాల్చినట్లుగా గంగ ఆపాపాలన్నిటినీ భస్మం చేసివేస్తుంది. కృతయుగంలో తీర్థాలన్నీ పుణ్యదాయకాలే. త్రేతాయుగంలో పుష్కరానికి, ద్వాపరంలో కురుక్షేత్రానికి విశేషమహిమ ఉంది. కలియుగంలో అన్నిటికంటె గంగా మహాత్మ్యమే శ్రేష్ఠమయినది. పుష్కర తీర్థంలో తపస్సు, మహాలయ తీర్థంలో దానం, మలయాచలంమీద శరీరదహనం, భృగుతుంగక్షేత్రంలో నిరాహారంగా ఉండడం శ్రేష్ఠం. పుష్కరం, కురుక్షేత్రం, గంగా, మగధ దేశాలలో స్నానమాత్రం చేతనే ఏడేడు తరాలు తరిస్తాయి. గంగామాత నామస్మరణం చేత పాపాలను కడిగివేస్తుంది. దర్శనమాత్రం చేత శుభాలనిస్తుంది. స్నానపానాలచేత ఏడుతరాలను పవిత్రులుగా చేస్తుంది. మనుష్యుని ఎముకలు గంగాజలంలో ఉన్నంతకాలం అతనికి స్వర్గంలో గౌరవం లభిస్తుంది. పుణ్యతీర్థాలు, పుణ్యక్షేత్రాలు సేవించడంవలన పుణ్యాన్ని సముపార్జించి స్వర్గాన్ని పొందగలుగుతారు. గంగను మించిన తీర్థం లేదని, భగవంతుని మించిన దైవం లేదని, బ్రాహ్మణుని మించిన ప్రాణి లేదని బ్రహ్మ స్పష్టంగా చెప్పిఉన్నాడు. గంగ ఉన్నచోటు పవిత్రం. అది పవిత్రమైన తపోవనం. గంగాతీరం సిద్ధిక్షేత్రం.

భీష్మా! నేను చేసిన ఈతీర్థయాత్రావర్ణనం సత్యం. దీనిని బ్రాహ్మణక్షత్రియ వైశ్యులు, సత్పురుషులు పుత్రమిత్రశిష్యులకు, సేవకులకు అతిజాగ్రత్తగా రక్షించే నిధివలె చెవిలో ఉపదేశించాలి. దీని కీర్తన శ్రవణాలవలన అధికఫలం లభిస్తుంది. దీనివలన నిర్మలబుద్ధి కలుగుతుంది. దీనివలన నాలుగు వర్ణాలవారికి కోరికలుసిద్ధిస్తాయి. నేను చెప్పిన ఈతీర్థాలకు వెళ్లడానికి సాధ్యంకానిచో మానసికయాత్ర చేయాలి. దేవతలు, ఋషులు కూడా తీర్థాలలో స్నానమాడారు. భీష్మా! నీవు శ్రద్ధాపూర్వకంగా, శాస్త్రోక్తంగా, ఇంద్రియాలను అదుపులో ఉంచుకుంటూ తీర్థయాత్రలు చేసి అధిక పుణ్యాన్ని పొందు. శాస్త్రాలను చదివిన సత్పురుషుడే తీర్థయాత్రల ఫలాన్ని పొందగలడు. నియమరహితుడు, సంయమనం లేనివాడు, అపవిత్రుడు, చోరుడు ఆ తీర్థాలవలన లబ్ధిపొందలేడు. నీవు సదాచారివి. ధర్మాలు తెలిసినవాడవు. నీ సమర్థవంతమైన ధర్మపరిపాలన వలన అందరూ సంతుష్టులై ఉన్నారు. నీవు దేవతలను, పితరులను, ఋషులను అందరినీ తీర్థమాడించావు. నీకు ఉత్తమలోకాలు, మహాకీర్తి ప్రాప్తిస్తాయి.

ధర్మరాజా! భీష్మునికి ఇలా చెప్పి పులస్త్యమహాముని వెంటనే అంతర్ధానమయిపోయాడు. భీష్ముడు విధిపూర్వకంగా తీర్థయాత్రలు చేశాడు. ఈనియమంతో భూప్రదక్షిణం చేసినవానికి వంద అశ్వమేధాలు చేసిన ఫలితం వస్తుంది. నీవు ఒంటరిగా కాకుండా ఈ ఋషులందరినీ తీర్థయాత్రలకు

తీసుకువెళ్లు. అందువలన నీకు ఎనిమిదిరెట్లు అధికంగా ఫలం లభిస్తుంది. చాలా తీర్థాలను రాక్షసులు అడ్డగిస్తున్నారు. అక్కడికి కేవలం మీవంటివారే వెళ్లగలరు. ఆయా తీర్థాలలో వాల్మీకి, కశ్యపుడు, దత్తాత్రేయుడు, కుండజఠరుడు, విశ్వామిత్రుడు, గౌతముడు, అసితుడు, దేవలుడు, మార్కండేయుడు, గాలవుడు, భరద్వాజుడు, వసిష్ఠముని, ఉద్దాలకుడు, శౌనకుడు, వ్యాసుడు, శుకదేవుడు, దుర్వాసుడు, జాబాలి మొదలైన గొప్పగొప్ప ఋషులు, తాపసులు నీరాక గురించి ఎదురుచూస్తున్నారు. నీవు వారిని వెంటబెట్టుకుని అన్ని తీర్థాలు సేవించు. మహాతేజశ్శాలి రోమశముని కూడా నీ వద్దకు వస్తాడు. అతనిని కూడా తీసుకువెళ్లు. నేనూ వస్తాను. నీవు యయాతి పురూరవులవలె ధర్మాత్ముడవు. కీర్తిమంతుడవు. భగీరథ రాములవలె రాజులందరిలో శ్రేష్ఠుడవు. మను, ఇక్ష్వాకు, పూరు, పృథు, ఇంద్రులతో సమానమైన కీర్తిగల ప్రజాపాలకుడవు. నీవు శత్రువులను నిర్జించి ప్రజలను పాలిస్తావు. ధర్మానుసారంగా రాజ్యభోగాలు అనుభవిస్తూ కార్తవీర్యార్జునుని వలె కీర్తిగడిస్తావు" అని ఈరీతిగా ధర్మరాజునకు చెప్పి దేవర్షి నారదుడు అంతర్ధానమయ్యాడు. ధర్మజునకు తీర్థయాత్రలు చేయాలనే సంకల్పం కలిగింది.

ధౌమ్యుడు తీర్థాలను వర్ణించి చెప్పుట

వైశంపాయనుడు చెపుతున్నాడు – "జనమేజయా! నారదుని వలన తీర్థయాత్రామహాత్మ్యం విన్న ధర్మరాజు తమ్ములతో ఆలోచించి వారి సమ్మతిని తీసుకొని తమ పురోహితుడైన ధౌమ్యుని వద్దకు వెళ్లి – "మహాత్మా! నాతమ్ముడు అర్జునుడు వీరుడు. పరాక్రమవంతుడు. అటువంటి ప్రయత్నశీలుని, తపోధనుని, సాహసుని, శక్తిశాలిని అస్త్రవిద్యలు సంపాదించమని అడవులకు పంపాను. అర్జునుడు శ్రీకృష్ణుడు నరనారాయణావతారులని నా అభిప్రాయం. వ్యాసభగవానుడు కూడా అలాగే చెప్పాడు. ఈఇద్దరిలోను సమగ్ర ఐశ్వర్యము, జ్ఞానము, కీర్తి, లక్ష్మి, వైరాగ్యము, ధర్మము – అనే ఈ ఆరుగుణాలు నిత్యనివాసం చేస్తున్నాయి. కనుకనే వారిని భగవంతులు అంటున్నారు. నారదుడు కూడా స్వయంగా ఈవిషయం చెప్పి, వారిని ప్రశంసించాడు. అర్జునుని ఈశక్తిని గురించి ఎరుగుదును కనుకనే ఇంద్రునివద్దకు అస్త్రవిద్యకోసం అతనిని పంపాను.

ఇది అర్జునుని సంగతి. కౌరవులమీద దృష్టి సారిస్తే ముందు భీష్మద్రోణులు కనపడతారు. అశ్వత్థామ, కృపాచార్యుడు కూడా దుర్జయులే, దుర్యోధనుడు తనపక్షాన యుద్ధం చేయాలని వారి వద్ద ముందుగానే మాటపుచ్చుకొని వారిని తనవద్ద కట్టేసుకున్నాడు. సూతపుత్రుడు కర్ణుడు మహారథి, అస్త్ర ప్రయోగాలు తెలిసినవాడు. కాని శ్రీకృష్ణభగవానుని సహాయంతో వీరవరుడైన అర్జునుడు ఇంద్రునివద్ద అస్త్రవిద్య నేర్చుకున్నాక వారందరికి ఇతడొక్కడే సరిపోతాడని నా నమ్మకం. అర్జునుని మించి మాకు వేరొక ఆసరాలేదు. అర్జునుని కోసం ఎదురుచూస్తూ మేము ఇక్కడ నివసిస్తున్నాం. అతని పరాక్రమసామర్థ్యాల మీద మాకు నమ్మకం ఉంది. మేమంతా అతనిగురించే ఆందోళన పడుతున్నాం. అన్నఫలపుష్పాలు అధికంగా దొరికే, పుణ్యాత్ములైన సత్పురుషులు నివసించే ఏదైన ఒక పవిత్ర రమణీయ వనం ఉందేమో దయచేసి చెప్పండి. మేము అర్జునుని కోసం ఎదురుచూస్తూ కొన్నాళ్లు అక్కడ ఉంటాం" అని అడిగాడు.

ధౌమ్యుడు – "యుధిష్ఠిరా! నీకు పవిత్రమైన ఆశ్రమాలు, తీర్థాలు, పర్వతాలగురించి చెపుతాను. అది వినడం వలన ద్రౌపదికి మీకు నిరుత్సాహం దూరమవుతుంది. తీర్థమాహాత్మ్యాలు వినడం వలన పుణ్యం వస్తుంది. అవి సేవించడం వలన వందరెట్లు వస్తుంది. నాకు జ్ఞాపకం ఉన్నంతవరకు మొదట తూర్పుదిక్కున ఉన్న రాజర్షులు సేవించే తీర్థాల గురించి చెపుతాను. నైమిశారణ్యం గురించి వినే ఉంటావు. అక్కడ వేర్వేరుగా దేవతల క్షేత్రాలు అనేకం ఉన్నాయి. అది పవిత్రమైన రమణీయమైన గోమతీ నదీ తీరంలో ఉంది. అది దేవతల యజ్ఞభూమి, ఎందరో దేవర్షులు దానిని సేవించారు. అనేకులు పుత్రులు ఉండడం మంచిదని, వారిలో ఒకరైనా గయలో పిండదానం గాని, అశ్వమేధయాగం కాని, వృషోత్సర్గం గాని చేస్తే ముందు వెనుక పదేసి తరాలు ఉద్ధరింపబడతాయని గయను గూర్చి పూర్వపండితులు చెప్తూ ఉంటారు. గయలో మహానది, గయశిరసు – అనే రెండు తీర్థాలున్నాయి. మహానదియే ఫల్గుతీర్థం. అక్షయవటం అనే మఱ్ఱి చెట్టుకింద పిండదానం చేస్తే అక్షయ ఫలితాలు కలుగుతాయి. విశ్వామిత్రుడు బ్రాహ్మణత్వసిద్ధి పొందిన తపఃక్షేత్రం కౌశికీనది తూర్పుదిక్కుననే ఉంది. భాగీరథి వెడల్పుగా తూర్పుననే ప్రవహిస్తోంది. దాని ఒడ్డున భగీరథుడు

గొప్ప దక్షిణలిచ్చి అనేకయజ్ఞాలు చేశాడు. గంగాయమునల సంగమం అయిన ప్రయాగ పవిత్రము, పుణ్యప్రదము. మహాత్ములైన ఋషులు దానిని సేవిస్తారు. బ్రహ్మ అనేక యజ్ఞయాగాదులు అక్కడ చేశాడు. కనుకనే దానికి ప్రయాగ అనిపేరు. అగస్త్యముని పుణ్యాశ్రమం, ఇతర తాపసుల తపోవనాలు కూడా ఆ దిక్కున ఉన్నాయి. కాలంజర పర్వతం మీద హిరణ్యబిందుని ఆశ్రమం ఉంది. అగస్త్యపర్వతం అందమైనది. పవిత్రమైనది. శుభాలు సాధించడానికి ఉపయుక్తంగా ఉంటుంది. బ్రహ్మయజ్ఞం చేసిన పరశురాముని తపఃక్షేత్రం మహేంద్రపర్వతం ఆవైపే ఉంది. బాహుదా నందా నదులు అక్కడివే.

దక్షిణదిక్కున గోదావరినది మంగళకరంగా తాపసులచే సేవింపబడుతోంది. దానితీరంలో గొప్ప ఋషుల ఆశ్రమాలు ఉన్నాయి. వీణా భాగీరథీ నదుల జలాలు కూడా పవిత్రమైనవి. నృగమహారాజు పయోష్ణినది కూడా అక్కడే ఉన్నది - పయోష్ణీ నదీజలం పాత్రలతో గాని, భూమి నుండి గాని, గాలి ద్వారా నైనా సరే శరీరంమీద చిలకరించుకుంటే జీవనపర్యంతం చేసిన పాపాలన్నీ నశించిపోతాయి. గంగాది నదులన్నీ ఒక ఎత్తు - పయోష్ణీనది ఒక్కటీ ఒక ఎత్తు అని నా అభిప్రాయం. ద్రవిడ దేశంలోని పాండ్యతీర్థంలో అగస్త్య తీర్థం, వరుణ తీర్థం, కుమారీతీర్థం కూడా ఉన్నాయి. తామ్రపర్ణీనది, గోకర్ణాశ్రమం, అగస్త్యాశ్రమం మొదలైనవి చాలా పుణ్యప్రదాలు, రమణీయాలు.

సౌరాష్ట్రదేశంలో మిక్కిలి మహిమాన్వితమైన ఆశ్రమాలు, దేవమందిరాలు, నదులు, సరోవరాలు ఉన్నాయి. అక్కడి చమసోద్భేదన, ప్రభాస తీర్థాలు విశ్వవిఖ్యాతమైనవి. పిండారకతీర్థం, ఉజ్జయంత పర్వతం కూడా ఉన్నాయి. శ్రీకృష్ణభగవానుడు నివసించే ద్వారక సౌరాష్ట్రంలోనే ఉంది. శ్రీకృష్ణుడు మూర్తీ భవించిన సనాతనధర్మం, వేదజ్ఞులు, బ్రహ్మజ్ఞులు అయిన మహాత్ములు కృష్ణుని ఆ విధంగానే చెప్తారు. అతడు పవిత్రులలో పవిత్రుడు. పుణ్యాలకు పుణ్యం. శుభకరులలో శుభకరుడు, దేవతలలో దేవత. క్షరాక్షర పురుషోత్తములు అన్నీ ఆయనే. అతని స్వరూపం అచింత్యం. అనిర్వచనీయం. అతడు ద్వారకావాసి. పశ్చిమదిశలోని ఆనర్తదేశంలో అనేక పవిత్రమైన పుణ్యప్రదమైన దేవమందిరాలు, తీర్థాలు ఉన్నాయి. ఆ నదీతీరంలో పెద్దపెద్ద అందమైన వృక్షాలు, పొదలు, అడవులు ఉన్నాయి. నర్మదానదిలో పవిత్రస్నానం చేయడానికి ముల్లోకాలలోని పవిత్ర తీర్థాలు, దేవమందిరాలు, నదీవన పర్వతాలు ఉన్నాయి. బ్రహ్మాది దేవతలు, ఋషులు, మహర్షులు, సిద్ధచారణులు ఎందరో పుణ్యాత్ములు, ప్రతిదినం పవిత్రస్నానానికి వస్తూ ఉంటారు. కుబేరుని జన్మస్థలం విశ్రవసుని ఆశ్రమం నర్మదానదీ తీరంలో ఉన్నది. వైడూర్య శిఖరమనే పర్వతం అక్కడిదే. అక్కడ కేతుమాల, మేధ్యానది, గంగా ద్వారం అనే మూడు తీర్థాలు, సైంధవారణ్యం అనే పవిత్రవనం, ఉన్నాయి. ఆ వనంలో బ్రాహ్మణులు తపస్సు చేసుకుంటూ ఉంటారు. బ్రహ్మయొక్క పవిత్రమైన పుష్కర సరోవరం ప్రసిద్ధిచెందినది. కర్మమార్గాన్ని విడిచి జ్ఞానమార్గాన్ని అనుసరించిన ఋషుల ఆశ్రమాలు అక్కడ ఉన్నాయి. మనసులోనైనా పుష్కరతీర్థయాత్ర చేయాలని సంకల్పించుకుంటే సమస్తపాపాలూ నశించడమే కాకుండా చివరకు స్వర్గం కూడా పొందగలరని స్వయంగా బ్రహ్మదేవుడే చెప్పాడు.

ఉత్తర దిక్కున సరస్వతీ తీరంలో అనేక తీర్థాలున్నాయి. యమునా నది ఉత్తరదిశలోనే పుట్టింది. ప్లక్షావతరణమనే తీర్థంలో యజ్ఞంచేసి, సరస్వతీ నదిలో అవభృథస్నానం చేస్తే స్వర్గం ప్రాప్తిస్తుంది. అగ్నితీర్థం ఉంది. సరస్వతీ నదీ తీరంలో వాలఖిల్యమహర్షులు యజ్ఞం చేశారు. దాని మహిమను సత్పురుషులు వర్ణిస్తూ ఉంటారు. దృషద్వతీనది, న్యగ్రోధ, పాంచాల్య, దాల్భ్యఘోష, దాల్భ్యఆశ్రమాలు అక్కడ ఉన్నాయి. ఉత్తరపువైపున్న పర్వతాలలో ఒకదానిని చీల్చుకుంటూ గంగ పుట్టింది. దానినే గంగాద్వారం అంటారు. అక్కడ బ్రహ్మర్షులు నివసిస్తారు. కనఖల సనత్కుమారుని నివాసం. పూరు పర్వతం ఉంది. భృగుతుంగపర్వతం భృగుముని తపస్సు చేసినచోటు.

నారాయణుడు సర్వజ్ఞుడు, సర్వవ్యాపకుడు, సర్వశక్తిమంతుడు, పురుషోత్తముడు. శుభకరుడయిన ఆయన ఆశ్రమం విశాల అనే పేరుతో బదరికాశ్రమం పక్కనే ఉంది. విశాల ముల్లోకాలలోను ప్రసిద్ధం, బదరికాశ్రమసమీపంలో మొదట గంగ చల్లగా, వేడిగా ప్రవహిస్తూ ఉండేది. అందులో బంగారు ఇసుక మెరుస్తూ ఉంటుంది. ఋషులు, మునులు, దేవతలు నారాయణునకు నమస్కరించడానికి ఇక్కడికి వస్తూఉంటారు. స్వయంగా నారాయణుడు ఉండడం వలన లోకంలోని సమస్తతీర్థాలు, దేవమందిరాలు అక్కడ ఉంటాయి. ఆ పుణ్యక్షేత్రం, తపోవనం, తీర్థం, పరబ్రహ్మ స్వరూపమే. దేవాధిదేవుడు, నిఖిలలోకమహేశ్వరుడు, స్వయంగా అక్కడ

నివసించడమే అందుకు కారణం. పరమాత్మ స్వరూపాన్ని గుర్తించ గలిగినవానికి ఎప్పుడూ ఎలాంటి శోకమూ కలుగదు. ఆ విశాల నగరిలోని బదరి కాశ్రమంలో దేవర్షులు, సిద్ధులు, తాపసులు ఉంటారు. అది ఇతర తీర్థాలన్నిటికంటె నిజంగా చాలాపవిత్రమైనది. ధర్మరాజా! నీవు నీ సోదరులతో బ్రాహ్మణులతో కలిసి తీర్థయాత్ర చేయి. నీ దుఃఖం నశించి కోరిక తీరుతుంది. ధౌమ్యుడు ఇలా చెపుతూండగా లోమశమహాముని అక్కడకు విచ్చేశాడు.

లోమశుడు ఇంద్ర సందేశమును తెలుపుట - పాండవులు తీర్థయాత్రలు చేయుట

వైశంపాయనుడు చెపుతున్నాడు - "జనమేజయా! పాండవులు, బ్రాహ్మణులు, సేవకులు - అందరూ లోమశమహాముని ఆదరసత్కారాలలో లగ్నమయ్యారు. యుధిష్ఠిరుడు "మీ శుభాగమనానికి కారణమేమిటి?" అని అడిగాడు. లోమశుడు ఆనందంగా ప్రేమపూర్వకంగా "పాండునందనా! నేను స్వచ్ఛందంగానే స్వేచ్ఛగా అన్నిలోకాలు తిరుగుతూ ఉంటాను. ఒకసారి నేను ఇంద్రసభకు వెళ్లినపుడు, అక్కడ ఇంద్రుని అర్ధసింహాసనం మీద మీతమ్ముడు అర్జునుడు కూర్చుని ఉండడం చూశాను. నాకు ఆశ్చర్యం కలిగింది. అది చూసి ఇంద్రుడు అర్జునునివైపు చూసి "దేవర్షీ! మీరు పాండవుల వద్దకు వెళ్లి అర్జునుని కుశలవార్తను తెలియచేయండి" అన్నాడు. అందుకని ఇక్కడకు వచ్చాను. మీమేలు కోరి నేను చెప్పబోయేది సావధానంగా వినండి. మీఅనుమతితో వెళ్లిన అర్జునుడు శివుని అనుగ్రహం వలన అస్త్రవిద్యను సంపాదించాడు. అమృతం నుండి పొందిన దానిని శివుడు ప్రయోగోపసంహారాలతో అర్జునునికి నేర్పాడు. దాని వలన నిరపరాధులెవరయినా చనిపోతే దానికి ప్రాయశ్చిత్తాన్ని భస్మమైపోయిన వనాలను మరల పచ్చగా చేయడం కూడా అర్జునుడు తెలుసుకున్నాడు. ప్రయోగింపబడిన ఆ అస్త్రాన్ని నివారించడానికి ఏ ఉపాయమూ లేదు. దానితో పాటే అర్జునుడు ఇంద్ర వరుణ యమ కుబేరులనుండి కూడా అస్త్రశస్త్రాలు పొందాడు. విశ్వావసువు కొడుకైన చిత్రసేనుడనే గంధర్వుని వద్ద సామగానం, నృత్య, గీత, వాద్యాలు కూడా చక్కగా నేర్చుకున్నాడు. ఇప్పుడతడు గాంధర్వవేదం నేర్చి అమరావతిలో సుఖంగా ఉన్నాడు. ఇంద్రుడు మీకు ఈ సందేశాన్ని వినిపించమన్నాడు.- "యుధిష్ఠిరా! నీ తమ్ముడు అస్త్రవిద్యలో ఆరితేరాడు. ఇప్పుడు అతడు ఇక్కడ నివాతకవచులను చంపవలసి ఉన్నది. దేవతలు కూడా చేయలేని ఈ కష్టకార్యాన్ని సాధించి మీ తమ్ముడు మీదగ్గరకు రాగలడు. నీవు నీ తమ్ముళ్లతో కలిసి తపస్సు చేస్తూ ఆత్మబలాన్ని పెంచుకో. తపస్సును మించినది లేదు. దానివలన మోక్షాన్ని కూడా పొందవచ్చును. కర్ణార్జునులిద్దరినీ నేను ఎరుగుదును. నీకు కర్ణుడంటే భయం ఉందనీ తెలుసు. కాని కర్ణుడు అర్జునునిలో పదహారవ పాలునుకూడా పోలడని నేను నిశ్చయంగా చెపుతున్నాను. తీర్థయాత్రలు చేయాలనే నీ మనసులోని కోరిక తీరడానికి లోమశమహాముని తోడు పడగలడు" ఈ రీతిగా ఇంద్ర సందేశం వినిపించి లోమశుడు "యుధిష్ఠిరా! అప్పుడే అర్జునుడు కూడా "తపోధనా! మీరు ధర్మరహస్యాలు తెలిసినవారు. తపస్సులు, రాజధర్మంగాని, మానవధర్మం గాని మీకు తెలియనిది లేదు. కాబట్టి ధర్మరాజుకు ధర్మాన్ని సంపాదించుకునే ఉపదేశం చేయండి. మీరు పాండవులచే తీర్థయాత్రలు చేయించి వారి పుణ్యం వృద్ధిపొందేలా చేయండి". అని నన్ను ప్రార్థించాడు. కాబట్టి ఇంద్రార్జునులు పురికొల్పినట్లుగా నేను మీతో తీర్థయాత్రలు చేయిస్తాను. నేను ఇదివరకు రెండుసార్లు తీర్థయాత్రలు చేశాను. ఇది మూడవసారి అవుతుంది. యుధిష్ఠిరా! నీకు సహజంగానే ధర్మంపట్ల ఆసక్తి ధర్మరహస్యాలు తెలిసినవాడవు. సత్యవ్రతుడవు. తీర్థయాత్రలు చేయడంవలన సమస్త కోరికలనుండి ముక్తుడవవుతావు. భగీరథుడు, గయుడు, యయాతి పొందిన కీర్తిని, విజయాన్ని నీవు పొందుతావు" అని తన ప్రసంగాన్ని ముగించాడు.

యుధిష్ఠిరుడు - "మహర్షీ! మీ మాటలవలన నాకు చాలా సుఖం కలిగింది. మీకేమని సమాధానం చెప్పాలో తెలియడం లేదు. దేవరాజు ఇంద్రుడు స్మరించిన భాగ్యశాలిని నేను. మీవంటి సత్పురుషుల సమాగమాన్ని, అర్జునుని వంటి సోదరుని, దేవేంద్రుని కృపను పొందిన నేను అదృష్టవంతుడిని కాకేమి? తీర్థయాత్రలు చేయమని ఇంద్రుడు మీ ద్వారా ఆజ్ఞాపించడానికి ముందే నేను ఈ విషయమై ధౌమ్యులవారితో సంప్రదిస్తున్నాను. ఇక ఇప్పుడు మీ ఆజ్ఞ పాటించి మీతో పాటే తీర్థయాత్రలు చేయాలనుకుంటున్నాను. ఆపై మీచిత్తం" అన్నాడు.

కామ్యకవనంలో మూడు రాత్రులు గడిపి ధర్మరాజు తీర్థయాత్రలకు సిద్ధమయ్యాడు. అప్పుడు ఆ అరణ్యంలోని బ్రాహ్మణులందరూ అతని దగ్గరకు వచ్చి "మహారాజా! మీరు

లోమశమునితో, మీ తమ్ముళ్లతో కలిసి తీర్థయాత్రలకు బయలుదేరారు. మీరు లేకుండా ఒంటరిగా తీర్థయాత్రలు చేయడానికి మేము అసమర్థులం కాబట్టి మమ్మల్ని కూడా మీవెంట తీసుకుని వెళ్లండి. క్రూరమృగాలు, కంటకాలు కారణంగా సాధారణమనుష్యులెవరూ తీర్థాలకు వెళ్లలేరు. వీరులయిన మీతమ్ముల సంరక్షణలో మేము అనాయాసంగా ఈ తీర్థయాత్రలు చేయగలము. బ్రాహ్మణులంటే మీకు స్వాభావిక భక్తి. కనుక మేము మీతోపాటే ప్రభాసాది తీర్థాలు, మహేంద్రాదిపర్వతాలు, గంగాది నదులు, అక్షయవటాది వృక్షాలు చూచి తరిస్తాము". అని ఆదర పూర్వకంగా అడగగానే యుధిష్ఠిరుడు ఆనందాశ్రువులలో ఓలలాడుతూ సరే అన్నాడు. ఇలా ధర్మరాజు - లోమశుని, ధౌమ్యుని అనుమతి తీసుకుని ద్రౌపదితో తమ్ములతో తీర్థయాత్రలు చేయాలని సంకల్పించుకోగానే, వ్యాసభగవానుడు, దేవర్షులైన పర్వతనారదులు - వారినుండి మాట తీసుకోవడానికి అక్కడకు వచ్చారు. యుధిష్ఠిరుడు వారినందరినీ యథాశాస్త్రంగా పూజించాడు. వారు - శరీరం, మనస్సు కూడా పరిశుద్ధమై ఉండాలి. మనశ్శుద్ధియే సంపూర్ణశుద్ధి, కనుక మీరు ఇప్పుడు ఎవరిమీదా ద్వేషబుద్ధి లేక అందరిపట్ల మిత్రబుద్ధితోనే ఉండాలి. అలా ఉంటే మీకు మానసికశుద్ధి కలుగుతుంది. అప్పుడు తీర్థయాత్ర చేయండి" అన్నారు. పాండవులు, ద్రౌపది అలాగే చేస్తామని ప్రతిజ్ఞలు చేశారు. మునులు, దివ్యమునులు అందరూ స్వస్తివాచనం చేశారు. పాండవులు వారి పాదాలకు నమస్కరించారు. మార్గశిర పున్నమి తరువాత పుష్యనక్షత్రంలో పురోహితుడైన ధౌమ్యునితో, వనవాసులైన బ్రాహ్మణులతో పాటు పాండవులు తీర్థయాత్ర ప్రారంభించారు. వారు అపుడు చినిగిన బట్టలు మృగచర్మాలు ధరించి చేతులతో కర్రలు పట్టుకున్నారు. జుట్టు జడలు కట్టిఉంది. చేతిలో ఆయుధాలు, నడుములకు కత్తులు, మూపున అమ్ముల పొదులు ఉన్నాయి. ఇంద్రసేనాది సేవకులు వెనుక నడుస్తూ ఉన్నారు.

అగస్త్య లోపాముద్రల వృత్తాంతము

వైశంపాయనుడు చెపుతున్నాడు - "జనమేజయా! పాండవులు తమ సహచరులతో కలిసి అక్కడక్కడ ఆగుతూ నైమిశక్షేత్రం చేరుకున్నారు. గోమతీనదిలో స్నానమాడి ధనాన్ని, గోవులను దానం చేశారు. దేవతలకు, పితరులకు తర్పణాలు చేసి బ్రాహ్మణులను సంతుష్టులను చేసి కన్యాతీర్థం, అశ్వతీర్థం, గోతీర్థం, కాలకోటి, విషప్రస్థ పర్వతాలు చూసుకుంటూ బాహుదానదిలో స్నానం చేశారు. అక్కడినుండి దేవతల యజ్ఞభూమి అయిన ప్రయాగను చేరుకుని, గంగాయమునల సంగమంలో స్నానం చేసి బ్రాహ్మణులకు ధనదానం చేశారు. అనంతరం వారు బ్రహ్మవేదిని చేరుకున్నారు. అక్కడ అనేకులు తాపసులు నివసిస్తున్నారు. అక్కడవారు తపమాచరించి బ్రాహ్మణులను కందమూలఫలాలతో తృప్తి పరచి గయనుచేరారు. అక్కడ 'గయశిరస్సు' అనే పర్వతమూ, వెదురు చెట్లతో ఆవరింపబడిన 'మహానది' అనే నదీ ఉన్నాయి. అక్కడి ధరణీధర పర్వతశిఖరాల మీద ఋషులు నివసిస్తూ ఉంటారు. సనాతనుడైన యమధర్మరాజు నివసించే 'బ్రహ్మసరము' అనే పవిత్ర తీర్థం ఆ పర్వతంపైనే ఉన్నది. ఒకసారి అగస్త్య మహర్షి సూర్యసుతుడైన యమునిని కలుసుకోవడానికి ఇక్కడికి వచ్చాడు. పినాకపాణి శివుడు కూడా ఈ తీర్థంలో నిత్యనివాసితుడై ఉంటాడు. దీని తీరంలో మునులెందరో ఉన్నారు. ఈ ప్రాంతంలోని వేలకొద్దీ మునులు రాజైన యుధిష్ఠిరుని దగ్గరకు వచ్చారు. వారు వేదోక్తంగా చాతుర్మాస్యయజ్ఞం చేయించారు. ఆ విప్రవరులు వేదవేదాంగపారంగతులు, విద్యాతపములు మిక్కిలిగా కలవారు. వారు సభను ఏర్పాటుచేసి శాస్త్రచర్చలు కూడా జరిపారు.

ఆ సభలో అమూర్తరయుని కొడుకు శమఠుడనేవాడు రాజర్షి గయుని యొక్క చరిత్రను చెప్పాడు. "గయుడు ఇక్కడ అనేక పుణ్యకార్యాలను అనుష్ఠించాడు. అతడు చేసిన యజ్ఞంలో పక్వాన్నం, దక్షిణలు సమృద్ధిగా ఉండేవి. ఉత్తమోత్తమమయిన వ్యంజనరాశులు, నేతిప్రవాహాలు, పెరుగు నదులు, అన్నపు కొండలు వందలాదిగా ఉండేవి. యాచకులకు ప్రతినిత్యం చేతికొద్దీ దానమిచ్చేవాడు. ఇసుక రేణువులు, నక్షత్రాలు, కురిసే వానచినుకులు లెక్కించలేనట్లుగా అతడు ఇచ్చిన యజ్ఞదక్షిణలు కూడా లెక్కించలేనివే. రాజర్షి గయుడు అలాంటి యజ్ఞాలను అనేకం ఈ సరోవర సమీపంలో చేశాడు" అని అతడు పాండవులకు వివరించాడు.

ఈ రీతిగా గయశిరక్షేత్రంలో చాతుర్మాస్యయజ్ఞం పూర్తిచేసికొని బ్రాహ్మణులకు అనేక దక్షిణలిచ్చి యుధిష్ఠిరుడు అగస్త్యాశ్రమాన్ని చేరుకున్నాడు. అక్కడ లోమశుడు ఇలా చెప్పాడు - "ఒకసారి అగస్త్యమహర్షి తన పితరులు ఒక గోతిలో తలక్రిందులుగా వ్రేలాడడం చూసి అలా ఎందుకున్నారని అడిగాడు. ఆ వేదవిదులైన మునులు "నాయనా! మేము నీ పితరులము. కొడుకు కలుగుతాడనే

ఆశతో ఇలా వ్రేలాడుతున్నాము. నీకు ఒక పుత్రుడు కలిగితే మాకు ఈ నరకాన్నుండి విముక్తి కలుగుతుంది. నీకు కూడా సద్గతి లభిస్తుంది" అని సమాధానమిచ్చారు. సత్యనిష్ఠుడు తేజశ్శాలి అయిన అగస్త్యుడు వారి కోరికను తీరుస్తానని; నిశ్చింతగా ఉండమని ధైర్యం చెప్పాడు. పుత్రుని కోసం వివాహం చేసుకోదలచిన అతనికి తనకు తగిన స్త్రీ ఎక్కడా కనపడలేదు. చివరకు విదర్భరాజు దగ్గరకు వెళ్లి పుత్రునికొరకే తాను వివాహం చేసుకోవాలనుకుంటున్నానని, కనుక తన కుమార్తె లోపాముద్రను తనకిచ్చి వివాహం చేయమని అడిగాడు.

అగస్త్యమహాముని మాటలు విన్న రాజుకు మనస్సు గతి తప్పింది. అతని మాటను కాదనలేడు అలాగని కన్యను ఇవ్వనూలేడు. అతడు మహారాణివద్దకు వచ్చి "ప్రియా! అగస్త్యుడు మహాతేజశ్శాలి. అతడు కోపిస్తే శాపాగ్నిలో మనం కాలి బూడిదయిపోతాం. చెప్పు. ఈ విషయంలో నీ ఉద్దేశ్యం ఏమిటి?" అని అడిగాడు. తల్లిదండ్రులు అత్యంత దుఃఖితులై ఉండడం చూసి రాజకుమారి లోపాముద్ర వారివద్దకు వచ్చి తన గురించి చింతించవద్దని, తన్ను అగస్త్యునకప్పగించి వారిని రక్షించుకోమని చెప్పింది.

కూతురి మాటలు విని రాజు అగస్త్యునితో లోపాముద్రకు శాస్త్రోక్తంగా వివాహం జరిపించాడు. వివాహం అయ్యాక అగస్త్యుడు లోపాముద్రను విలువైన వస్త్రాభరణాలను వదిలివేయమన్నాడు. ఆమె అవి వదిలివేసి, నారచీరలను, మృగచర్మాన్ని ధరించి పతితో సమానంగా వ్రతనియమాలను పాటించసాగింది. అనంతరం అగస్త్యమహర్షి తన భార్యతో కలిసి హరిద్వారక్షేత్రంలో ఘోరమైన తపస్సు చేయసాగాడు. లోపాముద్ర ప్రేమాసక్తులతో పతిసేవ చేస్తోంది. అతడు కూడా భార్యపట్ల ప్రేమగా మెలగసాగాడు.

ఇలా చాలా రోజులు గడిచాక ఒకరోజు ఋతుస్నాతయై వస్తున్న లోపాముద్రను చూశాడు అగస్త్యుడు. ఆ సమయంలో తపః ప్రభావం చేత ఆమె కాంతి ద్విగుణీకృతమై ఉంది. ఆమె సేవ, పవిత్రత, సంయమనం, కాంతి, రూపమాధుర్యం అతనిని ముగ్ధుడిని చేశాయి. అతడామె పొందుకోరి పిలిచాడు. ఆమె కొంత సంకోచించి చేతులు జోడించి "మునివరా! భర్త సంతానంకోసమే భార్యను స్వీకరిస్తాడనడంలో సందేహం లేదు. కాని నా యందు మీకు ఉన్న ప్రేమకూడా సార్థకం చేసుకోవాలి కదా! నా తండ్రి ఇంట్లో నేను ఎటువంటి సుందరమైన వేషభూషలు ధరించి ఉండేదాన్నో ఇక్కడా అలాగే ఉండాలనుకుంటున్నాను. అప్పుడే మీకోరిక తీరుతుంది. అలాగే మీరు కూడా విలువైన ఆభరణాలు వస్త్రాలు అలంకరించుకోవాలి. ఈ కాషాయవస్త్రాలతో నేను అందుకు అంగీకరించను. ఇవి తపస్సుకోసం ఉపయోగించే పవిత్రమైన వస్త్రాలు. సంభోగాదులతో వీనిని అపవిత్రం చేయకూడదు" అన్నది. అగస్త్యుడు "నీ తండ్రివద్ద ఉన్న ధనం నీదగ్గరాలేదు. నా దగ్గరాలేదు. ఇది ఎలా కుదురుతుంది?" అన్నాడు. లోపాముద్ర "స్వామీ! తపోధనులు మీరు. ఈ ప్రపంచంలో ఉన్న ధనాన్ని అంతటినీ మీరు మీతపః ప్రభావం వలన ఒక్కక్షణంలోనే పొందగలరు" అంది. దానికి అగస్త్యుడు "నీవు చెప్పినది బాగానే ఉంది. కానీ అందువలన తపస్సు క్షీణించిపోతుంది. అలాకాకుండే విధం ఏదయినా ఉంటే అది చెప్పు" అన్నాడు. లోపాముద్ర "స్వామీ! నేను మీ తపస్సును నష్టపరచాలనుకోవడంలేదు. కనుక దానిని రక్షించుకుంటూనే మీరు నా కోరిక తీర్చండి" అంది. అప్పుడు "సౌభాగ్యవతీ! నీవు ఐశ్వర్యం అనుభవించాలనే నీ మనసులో కోరుకున్నట్లయితే, ఇక్కడ ఉండి నీవు ఇచ్ఛానుసారంగా ధర్మాన్ని ఆచరిస్తూఉండు. నేను నీకోసం ధనం తేవడానికి బయటకువెళ్తాను" అన్నాడు.

లోపాముద్రతో ఇలా చెప్పి అగస్త్యుడు ధనం అడగడానికి శ్రుతర్వుడు అనే మహారాజు వద్దకు వెళ్లాడు. అతడు వస్తున్న సంగతిని తెలిసికొన్న శ్రుతర్వుడు మంత్రులతో కలిసి అతనిని సాదరంగా ఆహ్వానించడానికి నగరం పొలిమేరలకు వెళ్లాడు. ఆదరంగా అతనిని నగరానికి తీసుకొనివచ్చి, విధి పూర్వకంగా అర్ఘ్యం సమర్పించి, వినయంగా వచ్చిన కారణాన్ని అడిగాడు. అగస్త్యుడు "నేను ధనంకోరి వచ్చాను ఇతరులకు ఎలాంటి కష్టమూ కలగకుండా నీకు లభించినదానిలో యథాశక్తిగా ఇవ్వు" అన్నాడు.

అగస్త్యునిమాటలు విని మహారాజు తన ఆయవ్యయాల లెక్కలను పూర్తిగా అతని ముందుంచి, అందులో అతనికి ఏది ఉచితమనిపిస్తే దానిని తీసుకోమని చెప్పాడు. అగస్త్యుడు లెక్కలు చూచాడు. ఆయవ్యయాలు సమానంగా ఉన్నాయి. అందులో నుండి ఏ కొద్దిగా తీసుకున్నా ప్రాణులకు కష్టం కలుగుతుంది. అందుకని అతడు ఏమీ తీసుకోలేదు.

అతడు శ్రుతర్వుని వెంటపెట్టుకుని బ్రధ్నశ్వుని వద్దకు వెళ్లాడు. అతడు వారిద్దరికీ రాజ్యపు పొలిమేరలవద్దనే స్వాగతం

పలికి, ఇంటికి తీసుకుని వెళ్లి అర్ఘ్యపాద్యాలు సమర్పించి, వారి అనుమతితో వారి రాకకు కారణం అడిగాడు. అగస్త్యుడు "రాజా! మేమిద్దరం ధనం కోసం నీదగ్గరకు వచ్చాము. కాబట్టి నీవు ఇతరులకు బాధ కలుగకుండా పొందిన దాని నుండి వీలైనంత మాకు ఇవ్వు" అన్నాడు. అతని మాట విని రాజు తన ఆయవ్యయాల పట్టికను తెప్పించి, ఇందులో అధికంగా ఉన్నది ఉంటే మీరు తీసుకోవచ్చు" అన్నాడు. సమదృష్టి గల అగస్త్యుడు ఆయవ్యయాలు రెండూ సమానంగా ఉండడం చూసి, ఏమాత్రం తీసుకున్నా ప్రాణులకు దుఃఖం కలుగుతుందని ఆలోచించి, ఆ సంకల్పాన్ని విరమించుకున్నాడు. ఆ ముగ్గురూ కలిసి పురుకుత్సుని కుమారుడు మహాధనవంతుడు అయిన రాజు త్రసదస్యునివద్దకు వెళ్లారు. ఇక్ష్వాకువంశభూషణుడైన ఆ రాజుకూడా వారిని అలాగే గౌరవించాడు. అక్కడ కూడా ఆయవ్యయాలు సమానంగా ఉండడంతో అతడు ధనం తీసుకోలేదు.

అప్పుడా రాజులందరూ తమలో తాము ఆలోచించుకొని - "మునివరా! ఈ సమయంలో ఇల్వలుడనే రాక్షసుడు ఒక్కడే గొప్ప ధనవంతుడు, అతనికి తప్ప మిగిలిన మా అందరికీ ధనం అవసరం ఉంది" అని చెప్పారు. అందుకని వారందరూ కలిసి ఇల్వలుని వద్దకు వెళ్లారు. రాజులతో కలిసి అగస్త్యుడు వస్తున్నాడని తెలుసుకొని ఇల్వలుడు తన మంత్రులతో ఆలోచించి రాజ్యం పొలిమేరలవద్దకు వెళ్లి స్వాగతం పలికాడు. చేతులు జోడించి "మీకింత దయ ఎలా కలిగింది? నేను మీకేమి చేయగలను?' అని అడిగాడు. అగస్త్యుడు నవ్వుతూ " అసురరాజా! మేము నిన్ను గొప్ప సమర్థుడవని కుబేరునివంటి వాడవని అనుకుంటున్నాము. నాతోవచ్చిన ఈ రాజులు అంతగా ధనికులు కారు. నాకు ధనంతో చాలా అవసరం వచ్చింది. కాబట్టి ఇతరులకు కష్టం కలిగించకుండా న్యాయయుక్తంగా నీకు లభించినదానిలో యథాశక్తిగా మాకు కొంత ఇవ్వు" అన్నాడు. ఇల్వలుడు అతనికి నమస్కరించి "మునివరా! నా మనసులో నేను మీకు ఎంత ధనం ఇవ్వాలనుకుంటున్నానో చెపితే మీకు ధనం ఇస్తాను'' అన్నాడు. అగస్త్యుడు "నీవు ఈ రాజులలో ఒక్కొక్కరికి పదివేల గోవులు, అంతే సువర్ణనాణేలు ఇవ్వాలనుకుంటున్నావు. నాకయితే ఇంతకంటె రెండు రెట్లు ఎక్కువ ఆవులు, బంగారు నాణేలు, ఒక బంగారు రథం, మనోవేగం కలః రెండు గుర్రాలు ఇవ్వాలనుకుంటున్నావు. నీవు పరిశీలించి చూడు నీ ఎదురుగా ఉన్నది బంగారు రథమే" అని చెప్పాడు. అది విన్న ఆ దైత్యుడు అతనికి అంతులేని ధనాన్ని ఇచ్చాడు. ఆ రథానికి కట్టబడి ఉన్న విరావ సురావాలనే గుర్రాలు వెంటనే ఆ ధనాన్ని రాజులతోపాటుగా అగస్త్యుని కూడా అతని ఆశ్రమానికి చేర్చాయి. అతని అనుమతితో రాజులు తమతమ దేశాలకు వెళ్లిపోయారు. అగస్త్యుడు లోపాముద్ర యొక్క అన్ని కోరికలూ తీర్చాడు.

అప్పుడు లోపాముద్ర - "స్వామి! మీరు నాకోరికలన్నీ తీర్చారు. ఇక నాకు ఒక పరాక్రమవంతుడైన పుత్రుని ప్రసాదించండి" అని అడిగింది. అగస్త్యుడు - "సుందరీ! నీ సత్ప్రవర్తనకు నేను చాలా ఆనందించాను. నీకు కలగబోయే సంతానం విషయమై నా ఆలోచన ఏమిటో చెప్తాను విను. నీకు వేయిమంది పుత్రులు కావాలా? వేయిమందితో తులతూగే వందమందా? లేక ఒక్కొక్కడు వందమందితో తులతూగే పదిమందా? లేక వేయిమందిని మించగల ఒక్క కొడుకు చాలునా?" అని అడిగాడు. లోపాముద్ర అయోగ్యులయిన అనేకులకంటె యోగ్యుడైన, విద్వాంసుడైన ఒక్కడు చాలనుకొని వేయిమందితో తులతూగగల ఒక పుత్రుడు కావాలని కోరుకుంది.

అగస్త్యుడు అంగీకరించి ఋతుకాలం అనంతరం ఆమెతో రమించాడు. ఆమె గర్భం ధరించాక అతడు అడవులలోకి వెళ్లిపోయాడు. అతడు వెళ్లాక ఏడేళ్లపాటు గర్భం పెరిగి, ఏడవ సంవత్సరం పూర్తికాగానే దృఢస్యుడనే ఒక తేజశ్శాలి, బుద్ధిమంతుడు అయిన కొడుకు పుట్టాడు. అతడు పరమతపస్సంపన్నుడు. సాంగోపాంగంగా వేదాలు, ఉపనిషత్తులు చదివినవాడు. అతడు పుట్టిన తరువాత అగస్త్యుని పితరులకు కోరుకున్న లోకాలు లభించాయి. అప్పటినుండి ఈ ప్రదేశానికి అగస్త్యాశ్రమం అనే ప్రసిద్ధి వచ్చింది. ఇది అనేకరకాలుగా మేలైనది. చూడు. దీనికి సమీపంలోనే పరమపవిత్రమైన గంగానది ప్రవహిస్తోంది. గంధర్వులు, దేవతలు కూడా దీనిని సేవిస్తారు. ఈ భృగు తీర్థం ముల్లోకాలలోనూ పేరొందినది. శ్రీరామ చంద్రభగవానుడు భృగునందనుడైన పరశురాముని తేజస్సును ఉపసంహరిస్తే, అతడు ఈ తీర్థంలోనే స్నానమాడి తిరిగి తేజస్సును పొందాడు. ఇప్పుడు దుర్యోధనుడు నీ తేజస్సునంతా హరించాడు కదా! నీవు కూడా ఈ తీర్థంలో స్నానం చేసి దానిని పొందు." అన్నాడు.

పరశురాముడు తన తేజమును తిరిగి పొందుట

వైశంపాయనుడు చెపుతున్నాడు - "జనమేజయా! లోమశముని చెప్పినది విని ధర్మరాజు తమ్ముళ్లతో ద్రౌపదితో కలిసి ఆ తీర్థంలో స్నానం చేసి, దేవతలకు, పితృదేవతలకు తర్పణాలు విడిచాడు. స్నానం చేయడంవలన అతని శరీరకాంతి మునుపటికంటె పెరిగింది. శత్రుదుర్జయుడయ్యాడు. అతడు లోమశుని "స్వామీ! పరశురాముని శరీరకాంతి ఎందుకు క్షీణించింది? దానిని తిరిగి అతడు ఎలా పొందగలిగాడు" అని ప్రశ్నించాడు.

లోమశుడు చెప్పసాగాడు - మహారాజా! భగవానుడైన రామచంద్రుని యొక్క, బుద్ధిశాలియైన పరశురాముని యొక్క కథను చెపుతాను. శ్రద్ధగా విను. మహాత్ముడైన దశరథునికి స్వయంగా విష్ణువే రావణసంహారం కోసం పుత్రరూపంలో రామునిగా అవతరించాడు. బాల్యంలోనే అతడు అద్భుతమైన పరాక్రమాన్ని ప్రదర్శించాడు. అతని కీర్తినిగురించి విన్న రేణుకానందనుడు, భృగువంశశ్రేష్ఠుడు అయిన పరశురామునికి కుతూహలం కలిగింది. అతను క్షత్రియసంహారం చేసిన తన వింటిని తీసుకుని అతని పరాక్రమాన్ని పరీక్షించడానికి అయోధ్యాపురానికి వచ్చాడు. ఈ వార్తను విన్న దశరథుడు రాముని ముందుంచి పరివారాన్నంతటినీ రాజ్యపు పొలిమేరలవద్దకు పంపాడు. శస్త్రాస్త్రాలు ధరించి అందంగా ఉన్న రాముని చూచి పరశురాముడు "రాజకుమారా! నా ఈ ధనువు కాలునివలె భయంకరమైనది. నీలో చేవ ఉంటే దీనిని ఎత్తు" అన్నాడు. రాముడు ఆ దివ్యధనువును అందుకుని అవలీలగా ఎత్తాడు. నవ్వుతూ అల్లెత్రాటితో టంకారం చేశాడు. ఆ ధ్వనికి పిడుగు పడ్డట్లుగా ప్రాణులందరూ భయభ్రాంతులయ్యారు. అతడు పరశురామునితో - "స్వామీ! ఇదిగో వింటిని ఎత్తాను. ఇంక నేనేమి చేయాలో సెలవివ్వండి" అన్నాడు. పరశురాముడు ఒక దివ్యబాణాన్ని ఇచ్చి దానిని వింటిలో సంధించి చెవులవరకు లాగమన్నాడు.

అదివిని శ్రీరామచంద్రుడు "భృగునందనా! నేను మీ మాటలు విని కూడా విననట్లుగానే ఉంటున్నాను. మీరు మీ తాత ఋచీకుని కృప వల్లను; విశేషించి క్షత్రియులను పరాజితులను చేయడంవల్లను ఈ తేజస్సు పొంది ఉంటారు. తప్పకుండా ఈ కారణంగానే నన్నుకూడా తిరస్కరిస్తున్నారనుకుంటాను. సరే మీకు నేను దివ్యనేత్రాలు ఇస్తున్నాను. వానితో నా స్వరూపాన్ని దర్శించండి" అన్నాడు. అంతట పరశురాముడు శ్రీరామచంద్రుని శరీరంలో ఆదిత్యవసురుద్రసాధ్య మరుద్గణాలను; పితరులను; అగ్ని నక్షత్రగ్రహగంధర్వ, యక్షరాక్షసులను; నదులను, తీర్థాలను, వాలఖిల్యాది సనాతనులైన బ్రహ్మర్షులను; దేవర్షులను; సమస్త సముద్రాలను, పర్వతాలను చూశాడు. అంతేగాక అతనిలో వేదాలను; ఉపనిషత్తులను; వషట్కారాలను; యజ్ఞయాగాదులతో కూడిన సజీవమైన సామగానాన్ని ధనుర్వేదాన్ని; మేఘాలు, వర్షం, మెరుపులను కూడా చూశాడు. శ్రీరామచంద్రభగవానుడు ఆ బాణాన్ని సంధించి వదలగానే పెద్ద పెద్ద మంటలతో కూడిన కొరివి వంటి పిడుగులు పడసాగాయి. సమస్త భూమండలము ధూళిపాతంతోను, మేఘవర్షంతోను నిండిపోయింది. భూమి కంపించసాగింది. అంతటా భీషణాఘాతాలు, భయంకర శబ్దాలు కలిగాయి. రాముడు విడిచిన ఆ బాణం పరశురామునికి కూడా వ్యాకులపాటు కలిగించింది. అది అతని తేజస్సును హరించి రాముని వద్దకు మరలి వచ్చింది. అతని శరీరంలో చైతన్యం వచ్చాక అంటే ప్రాణాలు కదలడం మొదలుపెట్టాక, అతడు విష్ణుభగవానుని అంశరూపమైన రామునికి ప్రణమిల్లాడు. రాముని అనుమతిని పొంది అతడు మహేంద్రపర్వతానికి వెళ్లిపోయాడు. అలసటతో, సిగ్గుతో అక్కడే నివసించసాగాడు. ఇలా ఒక సంవత్సరం గడిచాక పరశురాముడు నిస్తేజంగా ఉండడం, అతని గర్వమంతా అణిగిపోవడం, అతడు అత్యంత దుఃఖితుడై ఉండడం చూసి పితృగణాలు అతనిని సమీపించి "నాయనా! నీవు సాక్షాత్తు విష్ణువు ఎదుటికి వెళ్లి అలా ప్రవర్తించడం సరికాదు. అతడు ముల్లోకాలలోనూ ఎల్లప్పుడూ పూజ్యుడు, माననీయుడు. ఇక నీవు వధూసరకృతమనే పవిత్రనదిలో స్నానం చేయి. సత్యయుగంలో మీ ముత్తాత భృగువు దీప్తోదమనే తీర్థంలో గొప్ప తపస్సు చేశాడు. అందులో స్నానం చేస్తే నీ శరీరం తిరిగి కాంతిమంతమవుతుంది" అని చెప్పారు.

పితరుల మాటప్రకారం పరశురాముడు ఈ తీర్థంలో స్నానం చేసి కోల్పోయిన తన తేజస్సును తిరిగి పొందాడు. మహారాజా! అతి పరాక్రమశాలి అయిన పరశురాముడు విష్ణుభగవానుని ధిక్కరించి తన తేజస్సును కోల్పోయాడు. దానిని ఈ తీర్థంలో స్నానమాడి తిరిగి పొందాడు.

వృత్రవధ - అగస్త్యుడు సముద్రమును ఇంకించుట

యుధిష్ఠిరుడు మహాత్ముడైన అగస్త్యుని అద్భుతకర్మలను గూర్చి వినాలని ఉందని అడిగాడు.

లోమశుడు చెప్పసాగాడు - మిక్కిలి తేజశ్శాలి అయిన అగస్త్యుని యొక్క దివ్యాద్భుతములైన, అలౌకికమయిన కథను వినిపిస్తాను. సావధానంగా విను. సత్యయుగంలో కాలకేయులనే గొప్ప భయంకరమైన రణవీరులైన దైత్యగణం ఉండేది. వారు వృత్రాసురుని అధీనంలో ఉంటూ అనేకరకాల ఆయుధాలు ధరించి ఇంద్రాది దేవతల మీద దాడిచేస్తూ ఉండేవారు. అందుకని దేవతలు అందరూ కలిసి వృత్రాసురుని వధించే యత్నం చేయసాగారు. దేవతలు ఇంద్రుని పురస్కరించుకొని బ్రహ్మదగ్గరకు వెళ్లారు. బ్రహ్మ “ దేవతలారా! మీరువచ్చిన పని నాకు తెలియనిదికాదు. వృత్రాసురుని చంపడానికి ఉపాయం చెపుతాను. భూలోకంలో దధీచి అనే మహాముని ఉన్నాడు. మీరు అతనిని వరమిమ్మని అడగండి. అతడు ప్రసన్నుడై వరం ఇస్తానంటే ముల్లోకాల హితం కోసం అతని ఎముకలు ఇమ్మని అడగండి. అతడు దేహత్యాగం చేసి తన ఎముకలను ఇస్తాడు. ఆ ఎముకలతో మీరు ఆరుపళ్లు కలిగిన భయంకరమైన దృఢమైన వజ్రాన్ని తయారుచేయండి. ఆ వజ్రంతో ఇంద్రుడు వృత్రాసురుని చంపగలుగుతాడు. ఇక మీరు త్వరపడండి” అని చెప్పాడు.

బ్రహ్మ చెప్పిన ప్రకారం దేవతలందరూ సరస్వతీ నదికి ఆవలితీరంలో ఉన్న దధీచిముని ఆశ్రమానికి వెళ్లారు. ఆ ఆశ్రమం అనేక వృక్షాలతో లతలతో శోభాయమానంగా ఉంది. సూర్యతేజస్సుతో వెలుగొందే దధీచిని దర్శించి అతని పాదాలకు నమస్కరించి బ్రహ్మ చెప్పినట్లుగా వరమిమ్మని ప్రార్థించారు. దధీచి ప్రసన్నుడై "మీకేది హితమో అది చేస్తాను. మీకోసం నా శరీరాన్ని సైతం అర్పిస్తాను” అన్నాడు. దేవతలు అస్థికలను యాచించగానే మనసును, ఇంద్రియాలను అదుపులో ఉంచుకునే ఆ మహాత్ముడు వెంటనే తన ప్రాణాలను త్యజించాడు. దేవతలు అతని శరీరంలోని ఎముకలను తీసుకుని విశ్వకర్మ వద్దకు వెళ్లి తమ పనిని గూర్చి చెప్పారు. అతడు వానితో ఒక భయంకరమైన వజ్రాన్ని నిర్మించి, ఇచ్చి ఇంద్రునితో “ ఈ వజ్రంతో దేవవిరోధి ఉగ్రకర్ముడు అయిన వృత్రాసురుని భస్మం చేసెయ్యి” అని ఆనందంగా పలికాడు.

విశ్వకర్మ ఇలా చెప్పగానే ఇంద్రుడు ఆ వజ్రాన్ని తీసుకుని, బలవంతులయిన దేవతలను వెంటపెట్టుకుని, భూమ్యాకాశాలను చుట్టుముట్టి నిలిచిన వృత్రాసురునిపై యుద్ధాన్ని ప్రకటించాడు. ఆ సమయంలో శిఖరాలతో కూడిన పర్వతాలవలె వున్న మహాకాయులైన కాలకేయగణం అనేక శస్త్రాస్త్రాలతో అతనిని అన్నివైపులనుండి రక్షిస్తోంది. దేవతల, ఋషుల శక్తితో సంపన్నమైన ఇంద్రుని బలం వృద్ధిపొందడం చూసి వృత్రాసురుడు గొప్ప భయంకరమైన సింహనాదం చేశాడు. ఆ ధ్వనికి భూమి, ఆకాశం, దిక్కులు, పర్వతాలు అన్నీ చలించిపోయాయి. చివరికి ఇంద్రుడు కూడా భయపడిపోయాడు. అయినా తన వజ్రాయుధాన్ని వృత్రాసురుని మీద ప్రయోగించాడు. ఆ దెబ్బకు అతడు ప్రాణాలు కోల్పోయి పూర్వం విష్ణువు చేతిలోనుండి జారి క్రిందపడిన మందరాచలం వలె నేలకూలాడు.

వృత్రాసురవధతో దేవతలు, మహర్షులు ఆనందించి ఇంద్రుని కొనియాడారు. అనంతరం వృత్రాసురుని మరణంతో దుఃఖితులై ఉన్న కాలకేయాది రాక్షసులనుకూడా ఇంద్రుడు సంహరించసాగాడు. అంతట ఆ రాక్షసులందరూ అతనికి భయపడి పెద్ద పెద్ద చేపలు, రంధ్రాలు కలిగిన సముద్రంలో దూరి దాగుకున్నారు. అక్కడ వారు చింతిస్తూ ముల్లోకాలను నాశనం చేసే ఉపాయం గురించి తమలో తాము ఆలోచించుకోసాగారు. అలా ఆలోచిస్తున్నవారికి ఒక భయంకరమైన ఉపాయం స్ఫురించింది. లోకాలన్నీ తపస్సు చేతనే రక్షింపబడుతూ ఉంటాయని, కనుక ముందుగా తపస్సునే నాశనం చేయాలని వారు నిశ్చయించుకున్నారు. భూమి మీద ఉన్న తాపసులను, ధర్మాత్ములను, జ్ఞాననిష్ఠులను వెంటనే సంహరించాలని, వారు నశిస్తే ప్రపంచమంతా దానంతట అదే నశిస్తుందని అనుకొన్నారు.

అలా అనుకొని వారు సముద్రంలో నివసిస్తూనే త్రిలోకాలను నాశనం చేయడంలో తత్పరులయ్యారు. వారు కోపంతో ప్రతిరోజు రాత్రివేళల్లో సముద్రం నుండి బయటకు వచ్చి చుట్టుపక్కల ఆశ్రమాలలోని, తీర్థాదులలోని మునులను తింటూ పగలు సముద్రంలో దాగుకొని ఉండేవారు. వారి అత్యాచారాలు పెరిగి పెరిగి చివరకు భూమి అంతా శంఖాలు కుప్పలుపోసినట్లుగా ఎక్కడ చూచినా మునుల ఎముకలే కనిపించసాగాయి.

రాజా! ఈ రీతిగా ప్రపంచం నశిస్తూ యజ్ఞయాగాది కార్యాలన్నీ నష్టం కావడంతో దేవతలందరూ దుఃఖించారు. వారు ఇంద్రునితో కలిసి ఆలోచించి దేవాధిదేవుడు శరణాగతవత్సలుడు అయిన శ్రీమన్నారాయణుని శరణు చొచ్చారు. వారు వైకుంఠనాథుడైన మధుసూదనుని దగ్గరకు

వెళ్లి నమస్కరించి ఇలా స్తుతించారు. "ప్రభూ! మీరు సృష్టి స్థితిలయకారులు. ఈ చరాచర జగత్తును నిర్మించారు. కమలనయనా! పూర్వం భూమి సముద్రంలో మునిగిపోయినపుడు మీరే వరాహరూపం ధరించి దానిని ఉద్ధరించారు. పురుషోత్తమా! మీరే నరసింహరూపులై ఆదిదైత్యుడైన హిరణ్యాకశిపుని సంహరించారు. ఏ దేహధారికి వధించశక్యం కాని మహాదైత్యుడైన బలిని మీరే వామనరూపధరులై త్రిలోకసంపదలనుండి భ్రష్టుని కావించారు. మహాధనుర్ధరుడై క్రూరంగా యజ్ఞయాగాదులను ధ్వంసం చేసే జంభదైత్యునికూడా తమరే అంతం చేశారు.

మీ పరాక్రమం అగణితం, మధుసూదనా! భయభ్రాంతులమైన మాకు నీవు ఒక్కడివే శరణ్యం. కాబట్టి దేవదేవేశ్వరా ! త్రిలోక కళ్యాణం కోసం ఈ మహాభయాన్నుండి సంపూర్ణవిశ్వాన్ని, దేవతలను, ఇంద్రుని రక్షించవలసినదిగా మిమ్మల్ని వేడుకుంటున్నాము. ఈ జగత్తంతా భయంతో వణికిపోతోంది. రాత్రి సమయంలో ఎవరు వచ్చి బ్రాహ్మణులను చంపుతారో తెలియడం లేదు. బ్రాహ్మణులు నశిస్తే భూమికి నష్టం. భూమి నశిస్తే స్వర్గమూ మిగలదు. జగత్పతీ! మీరు దయతలచి రక్షిస్తే ఈ లోకసంహారం అగుతుంది."

దేవతల ప్రార్థనను విని విష్ణుభగవానుడు "దేవతలారా! ఈ ప్రజా క్షయానికి కారణం నాకు పూర్తిగా తెలుసును. కాలకేయులని పేరుగాంచిన దైత్యగణం వృత్రాసురుని ఆశ్రయించి జగత్తును పీడిస్తూ ఉండేది. పగలంతా మొసళ్లతో రంధ్రాలతో నిండి ఉన్న సముద్రంలో దాగుకొని వారు రాత్రికాగానే బయటకు వచ్చి జగత్తును నాశనంచేయడానికి బ్రాహ్మణులను వధిస్తున్నారు. వారు సముద్రంలో ఉండడంతో మీరు ఏమీ చేయలేకపోతున్నారు. కనుక మొదట సముద్రాన్ని ఇంకించే ఉపాయం ఆలోచించాలి. ఇందుకు అగస్త్యుడు తప్ప వేరొక సమర్థుడు లేడు. సముద్రం ఇంకితేనేగాని రాక్షసులకు పరాభవం తప్పదు. కాబట్టి ఎలాగైనా ఈపనికి అగస్త్యుడు పూనుకొనేటట్లు చేయండి" అన్నాడు.

విష్ణువు ఇలా చెప్పగానే దేవతలు బ్రహ్మ అనుమతి కూడా పొంది అగస్త్యుని ఆశ్రమానికి వచ్చారు. మిత్రావరుణుని కుమారుడు, పరమతేజస్వి తపోమూర్తి అయిన అగస్త్యుని చుట్టూ ఋషులు చేరి ఉండడం వారు చూశారు. దేవతలు అతనిని సమీపించి అతని అలౌకిక కృత్యాలను వర్ణిస్తూ ఇలా స్తుతించారు – "పూర్వకాలంలో నహుషుడు ఇంద్రపదవిని పొంది లోకాలను బాధించినపుడు మీరే ఆ దుఃఖాన్ని పోగొట్టారు. లోకకంటకుడైన అతనిని స్వర్గసంపదల నుండి దూరంగా తోసేశారు. ఒకసారి వింధ్యపర్వతం సూర్యునిమీద కోపించి ఒక్కసారిగా చాలా ఎత్తుకు ఎదిగిపోయింది. దానితో జగత్తు అంధకారమయమై ప్రజలు మరణబాధ పొందారు. ఆసమయంలో మిమ్మల్ని శరణుకోరడం వలననే ఆ ఉపద్రవం శాంతించింది. పూజ్యుడా! ఇప్పుడు మేము కూడా భయభ్రాంతులమై ఉన్నాము. మాకు నీవే శరణు. మీరు అందరి కోరికలూ తీరుస్తారు. కనుక మేమూ దీనులమై మిమ్ము వరం అడుగుతున్నాం" అన్నారు.

యుధిష్ఠిరుడు వింధ్యాచలం అకస్మాత్తుగా ఎందుకు పెరిగిపోయిందో సవిస్తరంగా వినాలని ఉందని అడిగాడు.

లోమశుడు చెప్పనారంభించాడు – "సూర్యుడు ఉదయాస్తమయాలలో సువర్ణగిరి అయిన సుమేరువునకు ప్రదక్షిణలు చేస్తూ ఉంటాడు. అది చూచి వింధ్యుడు సూర్యుని తనకు కూడా అలాగే ప్రదక్షిణలు చేయమని అడిగాడు. దానికి సూర్యుడు "నేను కావాలని చేయడం లేదు. సృష్టిరచన చేసినవాడే నాకు ఈ మార్గాన్ని నిర్దేశించాడు" అని సమాధానం చెప్పాడు. పరంతపా! సూర్యుని ఈ మాటలు విని వింధ్యుడు కోపంతో సూర్యచంద్రులగమనాన్ని అడ్డుకోవాలనే ఆలోచనతో అకస్మాత్తుగా పెరగసాగాడు. దేవతలందరూ వచ్చి అతనిని నివారించడానికి ప్రయత్నించినా వారి మాటను ఒక్కటీ అతడు వినలేదు. అప్పుడు వారందరూ కలిసి ధర్మాత్ములలో శ్రేష్ఠుడు, పరమతపస్వి, అద్భుత పరాక్రమవంతుడు అయిన అగస్త్యుని వద్దకు వెళ్లి తాము వచ్చిన పని చెప్పారు. క్రోధవశుడై వింధ్యాద్రి సూర్యచంద్రులగమనాన్ని, నక్షత్రగతిని అడ్డగిస్తున్నాడని, అతనిని వారించడానికి అగస్త్యుడు తప్ప వేరొక సమర్థుడు లేడని, కనుక దయతో అతనిని వారించమని అర్థించారు.

దేవతల మొర ఆలకించి అగస్త్యుడు తన భార్యతో కలిసి, వింధ్యపర్వతం దగ్గరకు వచ్చి, "పర్వతరాజా! నేను పనిమీద దక్షిణ దిక్కుకు వెళుతున్నాను. నీవు నాకు దారి ఇవ్వాలని నా కోరిక. నేను తిరిగి వచ్చే వరకు ఎదురుచూడు. అనంతరం నీ ఇచ్ఛవచ్చినట్లు పెరుగుదువు గాని" అన్నాడు. యుధిష్ఠిరా! వింధ్యపర్వతాన్ని ఇలా ఆపి, అగస్త్యుడు దక్షిణ దిశకు వెళ్లాడు. నేటికీ తిరిగిరాలేదు. అందుకే అగస్త్యుని ప్రభావంవలన వింధ్యాచలం యొక్క పెరుగుదల ఆగిపోయింది.

నీవు అడిగావని ఇదంతా చెప్పాను. ఇక అతని వలన వరం పొంది దేవతలు కాలకేయులను ఎలా సంహరించారో చెపుతాను విను.

దేవతల ప్రార్థన విని అగస్త్యుడు "మీరు ఇక్కడికి ఎలా వచ్చారు? నావలన మీకేమి వరం కావాలి?" అని అడిగాడు. అంతట దేవతలు "మహాత్మా! మీరు మహాసాగరాన్ని పానం చేయాలని మాకోరిక. మీరు అలా చేస్తే మేము దేవద్రోహులయిన ఆ కాలకేయాదులను సపరివారంగా చంపగలుగుతాం" అన్నారు. అగస్త్యుడు వారికోరిక తీరుస్తానని, జగత్తునకు కలిగిన బాధను దూరం చేస్తానని అభయమిచ్చాడు.

అనంతరం అతడు తపస్సిద్ధులయిన ఋషులను దేవతలను వెంటబెట్టుకొని సముద్రతీరం చేరుకున్నాడు. చుట్టూ ఉన్న వారందరినీ చూచి లోకహితం కోసం నేను సముద్రపానం చేస్తున్నానని ప్రకటించి, మాటల్లోనే సముద్రాన్ని జలరహితం చేసేశాడు. అప్పుడు దేవతలందరూ విజృంభించి తమ దివ్యశస్త్రాలతో కాలకేయులను సంహరించసాగారు. ఇలా గర్జిస్తూ దాడిచేస్తున్న దేవతల దెబ్బలకు వారు వ్యాకులపాటు చెంది తాళలేకపోయారు. వారి దెబ్బలను రుచిచూస్తూ కూడా కాలకేయులు రెండుగడియల వరకు సింహనాదాలు చేస్తూ ఘోర యుద్ధం చేశారు. కాని మొదటే వారు పవిత్రాత్ములైన మునుల తపశ్శక్తితో దగ్ధులై ఉన్నారు కాబట్టి వారు ఎంత ప్రయత్నించినా దేవతల చేతిలో నశించక తప్పలేదు. చావగా మిగిలినవారు భూమిని చీల్చుకుని పాతాళానికి పారిపోయారు.

ఈరీతిగా దానవసంహారం చేశాక దేవతలు అగస్త్యుని అనేక రీతులుగా కొనియాడి త్రాగిన జలాన్ని విడిచిపెట్టి సముద్రాన్ని నింపమని ప్రార్థించారు. ఆ జలాలు ఎప్పుడో అరిగిపోయాయని వేరే ఉపాయం చూసుకోమని అగస్త్యుడు చెప్పాడు. అగస్త్యుని మాటలు విని వారికి ఆశ్చర్యం కలిగింది. వారు ఖిన్నులయ్యారు. అతనికి నమస్కరించి బ్రహ్మ వద్దకు వచ్చి చేతులు జోడించి సముద్రాన్ని నింపమని ప్రార్థించారు. బ్రహ్మ వారిని ఆశ్వాసిస్తూ "మీరు స్వస్థలాలకు వెళ్లండి. చాలాకాలం తరువాత భగీరథ మహారాజు తన పూర్వులను ఉద్ధరించడానికి ప్రయత్నిస్తాడు. అతని వలన సముద్రం తిరిగి నిండుతుంది" అని చెప్పాడు. అతని మాటలు విని దేవతలంతా యథాస్థానాలకు చేరుకుని ఆ సమయం గురించి నిరీక్షించసాగారు.

సగర పుత్రుల మరణము - గంగావతరణము

యుధిష్ఠిరుడు "సముద్రాన్ని నింపడానికి భగీరథుని పూర్వీకులు ఎలా కారణం అయ్యారు? భగీరథుడు దానిని ఎలా నింపాడు? సవిస్తరంగా వినాలని ఉందని" అడిగాడు.

లోమశుడు చెప్పసాగాడు – "ఇక్ష్వాకువంశంలో సగరుడనే రాజు ఉన్నాడు. అతడు బలరూపాలు, శౌర్యపరాక్రమాలు కలవాడు. అతనికి వైదర్భి, శైబ్య అనే ఇద్దరు భార్యలున్నారు. వారిద్దరితో కలిసి కైలాస పర్వతానికి వెళ్లి యోగాభ్యాసంతో అతడు గొప్ప కఠినమైన తపస్సును ఆరంభించాడు. కొన్నాళ్లకు అతనికి త్రిపురాసురసంహారి శంకరుడు ప్రత్యక్షమయ్యాడు. భార్యలతో సహా శంకరునికి ప్రణమిల్లి అతడు పుత్రునికోసం అర్థించాడు.

శంకరుడు ప్రసన్నుడై వారితో "రాజా! నీవు వరం అడిగిన ముహూర్త ప్రభావం వలన ఒకరాణికి గర్వితులైన శూరవీరులైన అరవైవేలమంది పుత్రులు కలుగుతారు. వారంతా ఒకేసారి చనిపోతారు. రెండవరాణికి వంశోద్ధారకుడైన ఒకే ఒక్క వీరుడు పుత్రుడు కలుగుతాడు" అని చెప్పి అంతర్ధానం అయ్యాడు. సగరుడు భార్యలతో నగరానికి తిరిగివచ్చాడు. రాణులు గర్భవతులయ్యారు. నెలలు నిండాక వైదర్భి గర్భంనుండి ఒక సొరకాయ ఉద్భవించింది. శైబ్య దేవరూపుడైన ఒక బాలుని ప్రసవించింది. రాజు ఆ సొరకాయను పారవేద్దామనుకున్నాడు. ఇంతలో ఆకాశవాణి "రాజా! అలాంటి సాహసం చేయకు. పుత్రులను పరిత్యజించడం ఉచితం కాదు. ఈసొరకాయలోని గింజలను తీసి వేర్వేరుగా కొద్దిగా వెచ్చ చేసిన నేతికుండలలో ఉంచు. అందులోనుండి అరవైవేలమంది పుత్రులు పుడతారు" అని చెప్పింది.

ఆకాశవాణి మాటలను రాజు అమలుపరచాడు. ఒక్కొక్క నేతికుండలో ఒక్కొక్కగింజను ఉంచి, వాని సంరక్షించడానికి ఒక్కొక్క దాసిచొప్పున నియమించాడు. చాలాకాలం తరువాత శంకరుని దయవలన అరవైవేలమంది అమిత బలసంపన్నులైన పుత్రులు ఉదయించారు. వారు ఘోరస్వభావులు, క్రూరకర్ములు అయి ఆకాశగమనం చేస్తూ ఉండేవారు. సంఖ్యాపరంగా అధికులు కాబట్టి దేవతలతో సహా అన్ని లోకాలవారిని ధిక్కరిస్తూ ఉండేవారు.

ఇలా చాలాకాలం గడిచాక ఒకసారి సగరుడు అశ్వమేధయజ్ఞం చేయడానికి సమకట్టాడు. అతడు వదిలిన గుఱ్ఱం భూలోకంలో తిరగసాగింది. అతనిపుత్రులు దానిని

సంరక్షిస్తున్నారు. అది అలా తిరుగుతూ తిరుగుతూ నీరులేని సముద్రం దరికి చేరింది. ఆనాటికి ఆ చోటును భయంకరమైనదిగా తలచేవారు. రాజకుమారులు గుఱ్ఱాన్ని ఎంతో జాగ్రత్తగా కనిపెట్టి ఉన్నప్పటికీ అక్కడికి వచ్చేసరికి అది మాయమయింది. వెదికినా అది దొరకక పోవడం చేత ఎవరో దొంగిలించి ఉంటారనుకుని ఆ విషయాన్నే సగరుని వద్దకు వచ్చి చెప్పారు. తాము సముద్ర, ద్వీప, వన, పర్వతాలు, నదీనదాలు, కందరాలు అన్నీ వెదికినా గుఱ్ఱంకాని, దానిని దొంగిలించినవారు కాని కనపడలేదని చెప్పారు. ఈ మాటవిని సగరునికి తీవ్రమైన కోపం వచ్చింది. గుఱ్ఱాన్ని మళ్లీ వెదకమని, ఆ యాగాశ్వం లేకుండా తిరిగిరావద్దని వారిని ఆదేశించాడు.

తండ్రి ఆజ్ఞ ప్రకారం సగరపుత్రులు యజ్ఞాశ్వం కోసం తిరిగి భూమినంతా గాలించారు. చివరికి వారు ఒకచోట భూమి విచ్చుకొని ఉండడం చూశారు. అక్కడ వారికొక రంధ్రం కనపడింది. వారు గునపాలతో, ఇతర ఆయుధాలతో ఆ రంధ్రాన్ని తవ్వసాగారు. ఎంతసేపు తవ్వినా వారికి గుఱ్ఱం జాడ కనపడలేదు. క్రోధంతో వారు ఈశాన్యదిక్కున పాతాళం వరకు తవ్వేశారు. అక్కడ వారికి అటు ఇటు తిరుగుతున్న గుఱ్ఱం, దానికి సమీపంలోనే మిక్కిలి తేజశ్శాలి అయిన కపిలుడు కనపడ్డారు. గుఱ్ఱాన్ని చూచి వారు సంతోషంతో పులకించిపోయారు. కాని కాలం మూడి వారు కపిలభగవానునిపై మండిపడి అతనిని అవమానించి గుఱ్ఱాన్ని తీసుకువెళ్లడానికి ముందుకు కదిలారు. అత్యంత శక్తిశాలి అయిన కపిలునికి కూడా వారిపై క్రోధం కలిగింది. అతడు కన్నులు తెరచి తన శక్తిని వారిపై ప్రసరింపచేసి ఆ మూఢులను భస్మం చేసివేశాడు. వారు బూడిదగా మారడం చూసిన దేవర్షి నారదుడు సగరుని వద్దకు వచ్చి జరిగిన సంగతంతా చెప్పాడు. అది విన్న సగరుడు ఒక్కక్షణం ఖిన్నుడయినా, మహాదేవుని మాటను గుర్తుకు తెచ్చుకున్నాడు. తరువాత అతడు అసమంజసుని పుత్రుడు, తన మనుమడు అయిన అంశుమంతుని పిలిచి "నాయనా! అమిత పరాక్రమవంతులు అయిన నా అరవై వేలమంది కొడుకులు కపిలునివలన నా కారణంగానే నశించిపోయారు. పైగా ధర్మరక్షణ కోసం, ప్రజాహితం కోసం నేను నీ తండ్రిని కూడా పరిత్యజించాను" అన్నాడు. ఇది విని యుధిష్ఠిరుడు లోమశుని రాజోత్తముడైన సగరుడు తన ఔరసపుత్రుని ఎందుకు విడిచిపెట్టాడని ప్రశ్నించాడు.

లోమశుడు చెప్పసాగాడు - "రాజా! శైబ్యకు పుట్టిన సగరుని కొడుకు అసమంజసుడనే పేరుతో ప్రసిద్ధుడయ్యాడు. అతడు తమ నగరంలోని బాలురను అరిచి ఏడుస్తున్నా వినక మెడపట్టుకుని నదిలో గిరవాటు వేసేవాడు. దీనితో పురప్రజలందరూ భయంతో కలత చెంది ఒకరోజు సగరుని వద్దకు వచ్చి చేతులుజోడించి - "మహారాజా! మీరు మమ్మ శత్రువుల పాలన వలన కలిగిన ఇక్కట్లనుండి రక్షిస్తూ ఉంటారు. ఇప్పుడు అసమంజసుని వలన కలిగిన ఘోరభయాన్నుండి కూడా రక్షించండి" అని వేడుకున్నారు. వారి మాటలను విని రాజు ముహూర్తకాలం ఉదాసీనుడై ఉండిపోయాడు. తరువాత మంత్రులను పిలిచి - "మీరు నాకు ప్రియం చేయదలిస్తే వెంటనే నా కొడుకు అసమంజసుని నగరం నుండి వెళ్లగొట్టండి. ఈపని చేయండి చాలు" అని ఆజ్ఞాపించాడు మంత్రులు వెంటనే ఆజ్ఞను శిరసావహించారు. ఇలా సగరుడు ప్రజల క్షేమం కోసం పుత్రుని వెడలగొట్టాడు.

సగరుడు అంశుమంతునితో - "నాయనా! నీ తండ్రిని నగరం నుండి వెళ్లగొట్టాను. మిగిలిన నా కొడుకులందరూ భస్మమైపోయారు. యజ్ఞాశ్వమూ దొరకలేదు. నాకు చాలా దిగులుగా ఉంది. నీవు ఎలాగయినా అశ్వాన్ని వెదకి తీసుకురా. ఆ యజ్ఞాన్ని పూర్తిచేసి స్వర్గానికి చేరుకుంటాను" అన్నాడు. సగరుని మాటలు విని అంశుమంతునికి చాలా బాధ కలిగింది. అతడు భూమి విచ్చుకున్నచోటికి వచ్చి ఆ మార్గం గుండా సముద్రాన్ని ప్రవేశించాడు. అక్కడ అతడు అశ్వాన్ని, కపిలమహామునిని చూశాడు. తేజోనిధి అయిన ఆ మహర్షిని చేరి ప్రణమిల్లి అంశుమంతుడు తాను అక్కడికి వచ్చిన కారణం గురించి చెప్పాడు. అతని మాటలు విని ప్రసన్నుడైన కపిలమహాముని అతనికి వరమిస్తానని, కోరుకోమని అన్నాడు. అంశుమంతుడు మొదటివరంగా అశ్వాన్ని, రెండవవరంగా తన పితరులు పవిత్రులు కావాలని అర్థించాడు. కపిలుడు "పుణ్యాత్ముడా! నీకు శుభం కలుగుతుంది. నీవు అడిగిన వరాలు ఇస్తాను. నీలో క్షమ, ధర్మం, సత్యం వెల్లివిరుస్తున్నాయి. నీవలన సగరుడు ధన్యుడు. నీతండ్రి కూడా పుత్రవంతునిగా లెక్కింపబడతాడు. నీకారణంగానే సగరపుత్రులు స్వర్గాన్ని పొందగలరు. నీ మనుమడు భగీరథుడు సగరపుత్రులను ఉద్ధరించడానికి మహాదేవుని ప్రసన్నం చేసుకుని స్వర్గాన్నుండి గంగను తీసుకువస్తాడు. నీవు ఈ యజ్ఞాశ్వాన్ని ఆనందంగా తీసుకువెళ్లు" అన్నాడు.

కపిలుడు ఇలా అన్నాక అంశుమంతుడు యజ్ఞాశ్వాన్ని తీసుకుని సగరుని యజ్ఞశాలకు చేరుకుని, అతని కాళ్లకు నమస్కరించాడు. అతడు మనుమని శిరసు మూర్కొని యజ్ఞాశ్వం దొరికిందని తెలిసి పుత్రశోకాన్ని మర్చిపోయాడు. సగంలో నిలిచిన యజ్ఞాన్ని పూర్తిచేశాడు. తరువాత చాలా రోజులపాటు ప్రజలను కన్నబిడ్డలవలె పాలించి, చివరకు తన మనుమనికి రాజ్యాన్ని అప్పగించి తాను స్వర్గం చేరుకున్నాడు. అంశుమంతుడు కూడా తన తాతలాగే సముద్రపర్యంతం ఉన్న భూమిని పాలించాడు. అతడు తన కొడుకు దిలీపునకు రాజ్యం అప్పగించి తనువు చాలించాడు. దిలీపునకు తన పితరుల మరణం గురించి తెలిసి మనసులో సంతాపం కలిగింది. వారిని ఉద్ధరించడానికి మార్గాలు వెదుకుతూ గంగాదేవిని తీసుకురావడానికి కూడా తీవ్ర ప్రయత్నం చేశాడు. అయినా ఫలితం చేకూరలేదు. అతని కొడుకు భగీరథుడు. ధర్మపరాయణుడు. అతనిని రాజ్యాభిషిక్తుని చేసి దిలీపుడు వనవాసానికి వెళ్లి ఆయువు తీరగానే తపః ప్రభావం వలన స్వర్గం చేరుకున్నాడు.

మహారాజా! భగీరథుడు గొప్ప ధనుర్ధరుడు. చక్రవర్తి. మహారథి. అతనిని చూడగానే ప్రజలకు కన్నులు చల్లనవుతాయి. కపిలుని కోపం వలన తన పితరులు భస్మమయ్యారని, వారికి స్వర్గప్రాప్తి కలగలేదని తెలిసి అతనికి చాలా బాధ కలిగింది. అతడు రాజ్యభారాన్ని మంత్రులకు అప్పగించి తపస్సు చేయడానికి హిమాలయాలకు వెళ్లాడు. అక్కడ అతడు ఫలమూలాలు, జలం మాత్రమే ఆహారంగా తీసుకుంటూ వేయి దివ్యవర్షాలు తపస్సు చేశాడు. అప్పుడు గంగామాత ప్రత్యక్షమై అతనికి ఏమి కావాలని అడిగి ఏది అడిగినా చేస్తానని చెప్పింది. దానికి భగీరథుడు "వరదాయినీ! నా పితరులైన సగరమహారాజు యొక్క అరవైవేలమంది కొడుకులు గుర్రాన్ని వెదుకుతూ వెళ్లి కపిలభగవానుని కోపంతో భస్మమై యమలోకాన్ని చేరుకున్నారు. మహానదీ! నీవు నీజలంతో అభిషేకించనిదే వారికి సద్గతి కలుగదు. వారిని ఉద్ధరించమని నిన్ను వేడుకుంటున్నాను" అన్నాడు.

లోమశుడు చెపుతున్నాడు – "భగీరథుని మాటలు విని గంగ – "రాజా! నీవు చెప్పినట్లు చేస్తాను. సందేహం అక్కరలేదు. కాని నేను ఆకాశాన్నుండి భూమికి దిగేటపుడు నావేగం భరించరానిదిగా ఉంటుంది. నన్ను భరించగలిగేవారు ముల్లోకాలలోను లేరు. కేవలం నీలగళుడు శివుడు మాత్రమే నన్ను భరించడానికి సమర్థుడు. నీవు తపస్సు చేసి అతనిని ప్రసన్నం చేసుకో. నేను భూమికి దిగే సమయంలో అతడు తన శిరసున నన్ను భరిస్తాడు. నీ పితరుల మేలుకోసం తప్పకుండా అతడు నీకోరిక తీరుస్తాడు." అని చెప్పింది.

ఇది విని భగీరథుడు కైలాసానికి వెళ్లి కొంతకాలం తీవ్రమైన తపస్సు చేసి మహాదేవుని ప్రసన్నం చేసుకున్నాడు. పితరుల స్వర్గప్రాప్తికోసం గంగను ధరించడానికి అతని వలన వరం పొందాడు. భగీరథునికి వరం ఇచ్చి శంకరుడు హిమాలయానికి వచ్చి నిలబడి అతనితో – "మహాబాహూ! నీవు ఇప్పుడు పర్వతరాజ పుత్రి అయిన గంగను ప్రార్థించు. స్వర్గాన్నుండి కిందికి పడే ఆమెను నేను ధరిస్తాను" అని చెప్పాడు. భగీరథుడు ఏకాగ్రతతో గంగను ధ్యానించాడు. అతడు స్మరించగానే గంగ శివుడు స్థిరంగా నిలబడి ఉండడం చూసి ఆకాశాన్నుండి జారసాగింది. ఆమె క్రిందికి దిగడం చూసిన దేవతలు, మహర్షులు, గంధర్వులు, నాగులు, యక్షులు ఆసక్తితో తిలకించడానికి అక్కడకు చేరారు. శ్రీమహాదేవుని శిరసుమీదికి ఆమె మంచిముత్యాల హారంలా చేరింది. మహాశివుడు ఆమెను వెంటనే పట్టుకుని ఆపాడు. గంగ భగీరథుని – రాజా! నేను నీకోసమే భూమికి దిగుతున్నాను. కాబట్టి ఎటువెళ్లాలో చెప్పు" అని అడిగింది. అతడు ఆమెను తన పూర్వజులు భస్మమయిన చోటికి తీసుకువెళ్లాడు. గంగాజలంతో సముద్రం వెంటనే నిండిపోయింది. భగీరథుడు ఆమెను తన కూతురు అనుకున్నాడు. సఫలమనోరథుడు అయిన అతడు గంగాజలంతో తన పితరులకు జలాంజలులు సమర్పించాడు. ఈరీతిగా సముద్రాన్ని నింపడానికి గంగామాత భూమి మీదికి అవతరించిన వృత్తాంతాన్ని నీకు చెప్పాను.

ఋష్యశృంగుని చరిత్ర

వైశంపాయనుడు చెపుతున్నాడు – "రాజా! తరువాత ధర్మనందనుడు సమస్తపాపాలను, భయాలను నశింపచేసే నంద, అపరనంద అనే నదులను చేరుకున్నాడు. అక్కడ హేమకూట పర్వతంమీద అనేక అద్భుత దృశ్యాలను అతడు చూచాడు. అక్కడ నిరంతరం గాలి వీస్తూనే ఉంటుంది. నిత్యం వర్షం కురుస్తూనే ఉంటుంది. అక్కడ ఎవరూ చదవకుండానే వేదాధ్యయన శబ్దం వినిపిస్తూ ఉంటుంది.

లోమశుడు చెపుతున్నాడు – "కురువరా! నందానదిలో స్నానం చేస్తే వెంటనే పాపవిముక్తి కలుగుతుంది. కనుక నీ తమ్ముళ్లతో కలిసి ఇందులో స్నానం చేయి."

యుధిష్ఠిరుడు తన తమ్ముళ్లతో, సహచరులతో అందరితో కలిసి నందానదిలో స్నానం చేశాడు. అక్కడినుండి అతి చల్లని, పవిత్రమైన కౌశికీ నదికి వెళ్లాడు. లోమశుడు వివరిస్తూ - "భరతవంశభూషణా! ఇది పరమ పవిత్రమైన దేవనది కౌశికి. ఈ నదీ తీరంలో ఇక్కడ విశ్వామిత్రమహర్షి యొక్క రమణీయాశ్రమం కనిపిస్తోంది. ఇదే మహాత్ముడైన కాశ్యపుడు విభాండకుని ఆశ్రమం. దీనిని పుణ్యాశ్రమం అంటారు. విభాండకుని కొడుకు ఋష్యశృంగుడు గొప్ప తపస్సంపన్నుడు. జితేంద్రియుడు. ఒకసారి అనావృష్టి కలిగినపుడు అతడు తన తపఃప్రభావం వలన వర్షాన్ని కురిపించాడు. ఆ పరమతేజస్వి విభాండకసుతుడు ఒక ఆడులేడికి పుట్టాడు.

యుధిష్ఠిరుడు "మహాత్మా! మనుష్యునకు, మృగజాతికి సమాగమం శాస్త్రవిరుద్ధం. లోకవిరుద్ధం కూడా. అయినపుడు కాశ్యపుడైన ఋష్యశృంగుడు మృగి కడుపున ఎలా పుట్టాడు? పైగా అనావృష్టి సంభవించినపుడు బాలకుడైన అతనికి భయపడి వృత్రాసుర సంహారకుడైన ఇంద్రుడు వర్షం ఎలా కురిపించాడు?" అని ప్రశ్నించాడు.

లోమశుడు చెప్పసాగాడు - రాజా! బ్రహ్మర్షి విభాండకుడు సాధుస్వభావుడు. ప్రజాపతి అంతటి సమర్థుడు. అమోఘవీర్యుడు. తపస్సుచేత అంతఃకరణ శుద్ధిపొందినవాడు. ఒకసారి అతడు ఒక సరస్సులో స్నానం చేస్తూ ఉండగా ఊర్వశిని చూచిన అతనికి వీర్యస్ఖలనం అయింది. దాంతో ఆ నదికి నీరు త్రాగడానికి వచ్చిన ఒక ఆడులేడి నీటితో పాటు అతని వీర్యాన్నీ తాగింది. ఆ లేడి ఒక దేవకన్య. బ్రహ్మ ఆమెకు ఏదో కారణంగా శాపమిస్తూ "నీవు మృగజాతిలో పుట్టి ఒక మునికుమారుని ప్రసవించాక నీకు శాపవిమోచనం అవుతుంది. అని చెప్పాడు. విధి బలవత్తరమైనది. కనుక ఋష్యశృంగుడు ఆ మృగి కడుపునపుట్టాడు. అతడు ఎల్లప్పుడూ తపోనిష్ఠుడై అడవులలోనే ఉండేవాడు. అతని తలమీద ఒక కొమ్ము ఉంది. అందువలన అతనికి ఋష్యశృంగుడు అనే పేరు వచ్చింది. అతనికి తన తండ్రి తప్ప వేరే మనుష్యులు ఎవరూ తెలియదు. కనుక బ్రహ్మచర్యంలోనే అతని మనసు ఎప్పుడూ లగ్నమై ఉండేది.

ఈసమయంలోనే అంగదేశాన్ని దశరథమహారాజు మిత్రుడు లోమపాదుడు పరిపాలిస్తూ ఉండేవాడు. అతడు ఒకసారి ఒక బ్రాహ్మణునికి ఏదో ఇస్తానని చెప్పి వాగ్దానం చేసి, తరువాత ఇవ్వక అతనిని నిరాశ పరిచాడనీ, అందుకు బ్రాహ్మణులందరూ అతనిని వదలివెళ్లిపోయారని, ఆ కారణంగా అతని రాజ్యంలో అనావృష్టి కలిగి ప్రజలంతా బాధలు పడసాగారని చెప్పుకుంటుంటే విన్నాం. అప్పుడతడు తపస్సు చేస్తున్న మంచి మనసున్న బ్రాహ్మణులను పిలిచి వర్షాలు కురిసే ఉపాయం చెప్పమని అడిగాడు. వారంతా తమకు తోచినవి చెప్పారు. ఒక మునివరుడు మాత్రం బ్రాహ్మణులు అతనిపై కినుకతో ఉన్నారని, దానికి ప్రాయశ్చిత్తం చేసుకోవాలని చెపుతూ - "ఋష్యశృంగుడు అనే మునికుమారుడు అడవులలోనే ఉంటాడు. అతడు సరళవర్తనుడు. విశుద్ధ చరిత్రుడు. స్త్రీజాతి గురించి అతనికి తెలియనే తెలియదు. అతనిని మీదేశానికి రప్పించండి. అతడు ఇక్కడికి వచ్చినట్లయితే వెంటనే వానలు కురుస్తాయి." అని ఉపదేశించాడు. రాజు వెంటనే బ్రాహ్మణుల వద్దకు వెళ్లి తన అపరాధానికి తగిన ప్రాయశ్చిత్తం చేసుకున్నాడు. తరువాత మంత్రులతో కలిసి ఋష్యశృంగుని రప్పించే విషయమై ఆలోచన చేశాడు. వారి సలహాను అనుసరించి, తన రాజ్యంలోని ప్రధానవేశ్యలను పిలిపించి ముని కుమారుడైన ఋశ్యశృంగుని ఎలాగైనా మోహపరవశుని చేసి, నమ్మకం కలిగించి తన రాజ్యానికి తీసుకుని రమ్మని ఆదేశించాడు. వారిలో ఒక వృద్ధవేశ్య ఋష్యశృంగుని తెచ్చే ప్రయత్నం చేస్తానని, కాని తనకు అవసరమయ్యే భోగసామగ్రిని ఇప్పించాలని అడిగింది.

రాజు ఆదేశాన్ని పాటించి ఆ వృద్ధవేశ్య తన బుద్ధిబలంతో నౌకలోపల ఒక ఆశ్రమాన్ని సిద్ధం చేయించింది. ఆ ఆశ్రమాన్ని అనేక రకాలయిన కృత్రిమ ఫలపుష్పవృక్షాలతో అలంకరింపచేసింది. వానిమీద రకరకాల పొదలు, లతలు అల్లుకొని ఉన్నాయి. ఆ నౌకాశ్రమం చాలా అందంగా మనోహరంగా ఉంది. దానిని విభాండకముని ఆశ్రమానికి కొద్దిదూరంలో కట్టి ఉంచి, చారుల వలన మునివరుడు ఏయే వేళలలో బయటకు వెళ్తాడో తెలుసుకుంది. తరువాత విభాండకముని ఆశ్రమంలో లేని సమయం చూచి తన కుమార్తెకు చెప్పవలసినవి చెప్పి ఋష్యశృంగుని దగ్గరకు పంపింది. ఆ వేశ్య ఆశ్రమానికి వెళ్లి అక్కడ తపోనిష్ఠుడయిన మునికుమారుని దర్శించి అతనిని "మునివరా! ఇక్కడ అందరూ ఆనందంగా ఉన్నారా? మీకు కుశలమేనా; మీ వేదాధ్యయనం చక్కగా జరుగుతోందా?" అని ప్రశ్నించింది.

ఋష్యశృంగుడు ఆమెను చూస్తూ "మీరు సాక్షాత్తు

కాంతిపుంజంలా మెరిసిపోతున్నారు. మీరు ఎవరో వందనం చేయదగిన మహానుభావులను కుంటున్నాను. కాళ్లు కడుగుకోవడానికి నీళ్లిస్తాను. మా ఆచారాన్ని అనుసరించి కొన్ని ఫలాలు కూడా సమర్పించుకుంటాను. ఇదిగో కృష్ణాజినం పరచిన దర్భాసనం. దీనిమీద కూర్చోండి. మీ ఆశ్రమం ఎక్కడ ఉంది? మీపేరేమిటి?" అని అడిగాడు.

వేశ్య "కాశ్యపనందనా! ఈ పర్వతానికి ఆవలివైపున ఇక్కడినుండి మూడు యోజనాలదూరంలో మా ఆశ్రమం ఉన్నది. నేను ఎవరినీ నాకు ప్రణామం చేయనీయను. ఎవరిచ్చిన పాద్యాన్నీ స్పృశించను. ఇది నా నియమం. నేను మీకు నమస్కరింపదగను. పైగా మీరే మాకు వంద్యులు" అన్నది.

ఋష్యశృంగుడు - ఈ ఓషధి, ఉసిరి, కరూషక, ఇంగుది, పిప్పలి పళ్లు బాగా పండి ఉన్నాయి. మీకేవి రుచిస్తే అవి తీసికోండి" అన్నాడు.

లోమశుడు చెపుతున్నాడు - "రాజా! ఆ వేశ్యాపుత్రి ఆ అన్నిరకాల పళ్లను కాదని, తన దగ్గర ఉన్న అతిరసవంతమయిన, చూడచక్కని, రుచికరమైన, రుచివర్ధకమైన పదార్థాన్ని అతనికి ఇచ్చింది. అవే కాకుండా సువాసనాభరిత పూలమాలలు, విచిత్రంగా మెరుస్తోన్న వస్త్రాలు, గొప్ప గొప్ప పానీయాలు, కూడా ఇచ్చింది. అవి తీసుకుని ఋష్యశృంగుడు చాలా ఆనందించాడు. నవ్వుతూ ఆడుతూ గడపడం అతనికి అలవాటయింది. ఈరీతిగా అతని మనసులో మార్పు అంకురించడం చూసిన వేశ్య అతనిని రకరకాలుగా మోహపెట్టసాగింది. పైగా ఎన్నోసార్లు అతనిని గాఢాలింగనం చేసుకుని అతనివైపు ఓరగా చూస్తూ అగ్నిహోత్రం వంకపెట్టుకుని అక్కడినుండి వెళ్లిపోయింది. ముహూర్తకాలం తరువాత విభాండకుడు ఆశ్రమానికి తిరిగి వచ్చాడు. ఋష్యశృంగుడు ఒంటరిగా దేనినో ధ్యానిస్తూ ఉన్నట్లు అతడు గమనించాడు. అతని మానసిక స్థితిలో అన్నివిధాలా మార్పు కనిపిస్తోంది. పైకి చూస్తూ మాటిమాటికి నిట్టూర్పులు విడుస్తున్నాడు. అతని దైన్యాన్ని గమనించి విభాండకుడు "నాయనా! సాయంకాలం అగ్నిహోత్రానికి నీవు ఎందుకు సమిధలు సిద్ధం చేయలేదు? ఏమి? ఈరోజు అగ్నిహోత్రం చేయవా? నీవు రోజూలా శాంతంగా లేవు. ఏదో పెద్ద చింతతో అన్యమనస్కంగా, దీనుడివిగా కనిపిస్తున్నావు. చెప్పు. ఈరోజు ఎవరైనా వచ్చారా ఇక్కడికి?" అని అడిగాడు.

ఋష్యశృంగుడు "తండ్రీ! ఈ ఆశ్రమానికి జటాధారియైన బ్రహ్మచారి ఒకడు వచ్చాడు. బంగారపు మేనిఛాయతో, పద్మాలవలె విశాలమైన కన్నులతో ఉన్నాడు. అతడు చాలా రూపవంతుడు. తెల్లగా సూర్యునివలె ప్రకాశిస్తున్నాడు. అతని శిరసుపై సువాసనలు వెదజల్లే పొడవైన నల్లని జటలున్నాయి. అందమైన త్రాళ్లతో వాటిని కట్టుకున్నాడు. ఆకాశంలో మెరిసే మెరుపులవంటి బంగారు ఆభరణాలు అతనిమెడలో మెరుస్తూ ఉన్నాయి. అతని మెడ కింద రెండు మాంసపిండాలున్నాయి. అవి రోమాలు లేకుండా చాలా మనోహరంగా ఉన్నాయి. అతడు నడిచేటపుడు కాళ్లనుండి అద్భుతమైన ఝుంకారం వస్తోంది. నాచేతికి రుద్రాక్షమాల ఉన్నట్లే అతని రెండు చేతులకు ఝుంకారం చేసే బంగారు గొలుసులు ఉన్నాయి. అతని ముఖం కూడా విచిత్రంగా చూడచక్కగా ఉంది. అతని మాటలు వింటూంటే మనసు ఆనంద తరంగితమైంది. అతని కోకిలవంటి మాట చాలా మధురంగా ఉంది. అది వింటోంటే నా గుండె జల్లుమంటోంది. అతడు మునికుమారుడేమిటి? దేవపుత్రునిలా ఉన్నాడు. అతనిని చూడగానే నా మనసులో చాలాప్రేమ, ఆసక్తి కలిగాయి. నాకు కొత్త కొత్త పళ్లు ఇచ్చాడు- నేను ఇంతవరకు తిన్న పళ్లల్లో అటువంటి రసం లేదు. అటువంటి తొక్కా, అటువంటి గుజ్జుకూడా వాటిలో లేదు. ఆ రూపసి అయిన మునికుమారుడు అతి రుచికరమైన పానీయాన్ని త్రాగడానికి ఇచ్చాడు. అది త్రాగగానే నాకు చాలా ఆనందం కలిగింది. ఈ భూమి అంతా తిరుగుతున్నట్లనిపించింది. అతని వస్త్రాలమీద విచిత్రమైన చాలా పరిమళం కలిగిన పూలు గుచ్చబడి ఉన్నాయి. అవన్నీ విసిరేసి ఆ తాపస కుమారుడు తన ఆశ్రమానికి వెళ్లిపోయాడు. అతడు వెళ్లిపోగానే నేను అన్యమనస్కుడనైపోయాను. నాశరీరం దహించుకుపోతున్నట్లుంది. తొందరగా అతని దగ్గరకు వెళ్లాలని, అతనిని ఇక్కడకు తీసుకువచ్చి ఎప్పుడూ అతనితోనే ఉండాలని అనిపిస్తోంది" అని జరిగినదంతా చెప్పాడు.

విభాండకుడు - "నాయనా! వాళ్లు రాక్షసులు. వారు ఇలాగే విచిత్రమైన చక్కని రూపాలతో తిరుగుతారు. వారు పరాక్రమవంతులు. పైగా అందమైన రూపాలు ధరించి తపస్సుకు విఘ్నాలు కలిగించాలని చూస్తారు. జితేంద్రియుడైన ముని ఉత్తమలోకాలు పొందాలంటే వీరితో చెలిమి చేయకూడదు. వారు పాపాత్ములు. తాపసులకు విఘ్నాలు కలిగించి ఆనందిస్తూ ఉంటారు. తాపసులు వారిని కన్నెత్తి కూడా చూడకూడదు. నాయనా! నీవు చెప్పిన ఆ రుచికరమైన

పానీయాలను దుష్టులు తాగుతారు. పైగా వారే రకరకాల పూలమాలలు ధరిస్తారు. ఈ వస్తువులు మునులకు పనికిరావు.

వాళ్లు రాక్షసులని చెప్పి విభాండకముని తన కొడుకును వారించాడు. స్వయంగా తాను ఆ వేశ్యగురించి వెదకడం మొదలుపెట్టాడు. మూడు రోజులయినా జాడ తెలియకపోవడంతో ఆశ్రమానికి తిరిగివచ్చాడు. తరువాత శ్రౌతవిధిని అనుసరించి ఫలాలు తేవడానికి విభాండకముని మళ్లీ బయటకు వెళ్లినపుడు ఆవేశ్య మళ్లీ ఋష్యశృంగుని వలలో వేసుకోవడానికి వచ్చింది. ఆమెను చూస్తూనే ఋష్యశృంగుడు చాలా ఆనందంగా హడావిడిగా ఆమె దగ్గరకు పరుగెత్తుకుని వచ్చి మాతండ్రిగారు రాకముందే మనం మీఆశ్రమానికి వెళ్లిపోదాం" అన్నాడు. రాజా! ఈయుక్తితో విభాండకముని యొక్క ఒకే ఒక కుమారుని ఆ తల్లీకూతుళ్లిద్దరూ నావను ఎక్కించి, దానికి లంగరెత్తి, అతనిని రకరకాలుగా ఆనందింపచేస్తూ అంగరాజు లోమపాదునివద్దకు తీసుకుని వచ్చారు. అంగరాజు అతనిని అంతఃపురంలోనికి తీసుకువెళ్లాడు. ఇంతలోనే అకస్మాత్తుగా వాన కురిసి అన్నిచోట్లా నీళ్లు నిండిపోయాయి. ఇలా తన మనోరథం తీరడంతో అంగరాజు అతనికి తన కూతురు శాంతనిచ్చి వివాహం చేశాడు.

ఇక్కడ విభాండకముని ఆశ్రమానికి తిరిగివచ్చి ఎంత వెతికినా తన కొడుకు కనపడలేదు. అతనికి పట్టరాని కోపం వచ్చింది. ఇదంతా అంగరాజు పన్నిన కుట్ర అనుకున్నాడు. అతడు అంగరాజుని అతని దేశాన్ని భస్మం చేసివేయాలని తలచి చంపాపురం దిశగా ప్రయాణమయ్యాడు. దారిలో నడిచి నడిచి అలసిపోయి, ఆకలి వేస్తుండగా ఒక గొల్లవారి గూడేనికి చేరుకున్నాడు. ఆ గొల్లలు అతనికి రాచమర్యాదలు చేశారు. ఒకరాత్రి అక్కడ విశ్రమించాడు. గొల్లలు తనకు ఎక్కడలేని ఆదరసత్కారాలు చేయడం చూచి విభాండకుడు "ఏం నాయనా! మీరెవరి సేవకులు?" అని అడిగాడు. వారు "ఇదంతా మీకుమారుని సంపదయే మహాత్మా!" అని బదులిచ్చారు. వెళ్లినచోటల్లా ఇలాంటి సత్కారాలే జరుగుతూ, ఇంతటి మధురవాక్యాలు వినపడడంతో అతని ఉగ్రకోపం శాంతించింది. ప్రసన్న చిత్తంతో అంగరాజువద్దకు వెళ్లాడు. రాజోత్తముడు అంగరాజు అతనిని యథావిధిగా పూజించాడు. స్వర్గంలో ఇంద్రుడిలా తన కొడుకు ఉండడం చూశాడు. అతనితో కూడా ఉన్న మెరుపుతీగవంటి తన కోడలు శాంతను కూడా చూశాడు. కొడుకుకి అనేక గ్రామాలు గొల్లపల్లెలు లభించడం చూసి, శాంతను చూసి అతని కోపం అంతా దిగిపోయింది. రాజుకి ఇష్టం అయిన పనిని చేశాడు. తన కొడుకుతో "నీకు పుత్రుడు కలగగానే రాజభోగాలు అన్నీ విడిచి అడవికి తిరిగిరా" అని చెప్పాడు.

ఋష్యశృంగుడు కూడా తండ్రి ఆజ్ఞపాటించి తిరిగి తండ్రివద్దకే చేరాడు. పతివ్రత అయిన శాంతకూడా అతనికి అనుకూలవతియై అడవులలోనే ఉంటూ అతనిని సేవించింది. అరుంధతి వసిష్ఠుని, లోపాముద్ర ఆగస్త్యుని; దమయంతి నలుని సేవించినట్లుగా శాంత కూడా అత్యంత ప్రేమపూర్వకంగా అరణ్యవాసి అయిన తన భర్తని సేవించింది. ఈ పవిత్రాశ్రమం ఆ ఋష్యశృంగునిదే. దానివలన ఈ సరోవరం మరింత అందంగా ఉంది. దీనిలో స్నానం పూర్తిచేసి శుద్ధుడవు కా. తరువాత ఇతర తీర్థయాత్రలు చేద్దాం.

పరశురాముని జననము - చరిత్ర

వైశంపాయనుడు చెపుతున్నాడు - జనమేజయా! ఆ సరోవరంలో స్నానంచేసి యుధిష్ఠిరుడు కౌశికీ నదీ తీరం వెంబడి క్రమంగా అనేక తీర్థాలు సేవించాడు. తరువాత సముద్రతీరాన్ని చేరుకుని గంగాసంగమస్థానంలో ఐదువందల నదులు కలిసేచోట ఆ ప్రవాహంలో స్నానం చేశాడు. అనంతరం ఆ తీరం వెంబడే ప్రయాణిస్తూ తమ్ముళ్లతో కలిసి కళింగదేశాన్ని చేరుకున్నాడు. అక్కడ లోమశుడు - "కుంతీనందనా! ఇది కళింగదేశం. ఇక్కడ వైతరణీ నది ప్రవహిస్తూ ఉంటుంది. ఇక్కడ దేవతల సహాయంతో స్వయంగా ధర్మరాజు యజ్ఞంచేశాడు" అని చెప్పాడు. పాండవులంతా వైతరణీనదిలో దిగి పితృతర్పణాలు చేశారు. అప్పుడు యుధిష్ఠిరుడు - "లోమశమహాముని! ఈనదిలో ఆచమించి తపఃప్రభావం వలన ఐహికవిషయాల నుండి ముక్తుడనయ్యాను. సమస్తప్రపంచం కన్నులముందు కనపడుతోంది. ఇదిగో వానప్రస్థులయిన మహాత్ముల పఠనశబ్దాలు వినిపిస్తున్నాయి" అన్నాడు. లోమశుడు "నిశ్శబ్దంగా ఉండండి. ఈ ధ్వని మీకు యోజనాల దూరం నుండి వినపడుతోంది" అన్నాడు.

వైశంపాయనుడు చెపుతున్నాడు - "అనంతరం ధర్మరాజు మహేంద్ర పర్వతం చేరుకున్నాడు. ఒకరాత్రి అక్కడ గడిపాడు. అక్కడి తాపసులు అతనిని చక్కగా సత్కరించారు. లోమశుడు అక్కడి భృగు, అంగిర, వశిష్ఠ, కశ్యప వంశాలకు చెందిన ఋషులను పరిచయం చేశాడు. వారికి రాజర్షి యుధిష్ఠిరుడు

ప్రణమిల్లాడు. పరశురాముని శిష్యుడు వీరవరుడు అయిన అకృతవ్రణుని వద్దకు వెళ్లి "స్వామీ! పరశురాముడు ఈ ఋషులందరకూ ఎప్పుడు దర్శనమిస్తారు? వీరితోపాటు నేను వారిని దర్శించాలనుకుంటున్నాను" అని అడిగాడు. అకృతవ్రణుడు "పరశురాములవారికి అందరి మనసులలోని మాట తెలుస్తుంది. మీరు వచ్చిన సంగతి ఈ పాటికి ఆయనకు తెలిసే ఉంటుంది. మీపట్ల ఆయనకు వాత్సల్యమే. కాబట్టి ఆయన త్వరలోనే మీకు దర్శనమిస్తారు. ఋషులకయితే చతుర్దశి, అష్టమి తిథులలో వారు దర్శనమిస్తారు. అప్పుడు మీరు కూడా వారిని దర్శించవచ్చును.

యుధిష్ఠిరుడు "బలసంపన్నుడయిన జమదగ్ని నందనుడు పరశురామునికి మీరు సేవకులు. వారు చేసిన పనులన్నీ మీరు ప్రత్యక్షంగా చూచి ఉంటారు. కాబట్టి అతడు ఏ కారణంగా ఎలా క్షత్రియులను యుద్ధాలలో ఓడించాడో అదంతా నాకు చెప్పండి" అని అడిగాడు.

అకృతవ్రణుడు చెప్పసాగాడు - రాజా! భృగువంశంలో జమదగ్నికి పుట్టిన దేవసమానుడైన పరుశురాముని వృత్తాంతం చెపుతాను. ఈకథ చాలా గొప్పది. విన వేడుకగా ఉంటుంది. హైహయవంశంలో పుట్టిన వేయి చేతులు గల కార్తవీర్యార్జునిని అతడు సంహరించాడు. కార్తవీర్యుడు దత్తాత్రేయుని కృపవలన బంగారు రథం పొందాడు. జగత్తులోని ప్రాణులందరిమీదా దానికి అధికారం ఉంది. దానిని ఎవరూ అడ్డగించలేరు. ఆ రథం వలన, వరప్రభావం వలన ఆ వీరుడు ఋషులను, యక్షులను అందరినీ అణిచివేసేవాడు. ఈరీతిగా అందరినీ అంతటా అతడు బాధిస్తూ ఉండేవాడు.

ఈరోజులలోనే కాన్యకుబ్జనగరాన్ని బలవంతుడైన గాధి అనే రాజు పరిపాలిస్తూ ఉండేవాడు. అతడు అడవిలో ఉంటూ ఉండగా అతనికొక కూతురు కలిగింది. చాలా అందమైనది. ఆమె పేరు సత్యవతి. భృగునందనుడైన ఋచీకుడు ఆమెను తనకిమ్మని అర్థించాడు. గాధిరాజు సమ్మతించి సత్యవతిని ఋచీకునకు ఇచ్చి వివాహం చేశాడు. వివాహానంతరం భృగువు వచ్చి కోడలిని కొడుకును చూచి ఆనందించాడు. అతడు కోడలిని వరం కోరుకోమని, కావలసినది ఇస్తానని పలికాడు. తన మామగారి సంతోషం చూసి సత్యవతి, తనకు, తన తల్లికి పుత్రసంతానం కలగాలని కోరుకొంది. అంతట భృగువు - "నీవు, నీతల్లి ఋతుస్నాతలై పుత్రకాంక్షతో నీతల్లి రావిచెట్టును, నీవు అత్తిచెట్టును కౌగిలించుకోవాలి. అంతేకాకుండా నేను లోకమంతా తిరిగి నీకోసం, నీ తల్లికోసం సిద్ధంచేసిన ఈ చరువులను మీఇద్దరు జాగ్రత్తగా తినండి" అని చెప్పి అంతర్ధానమయ్యాడు. కాని ఆ తల్లీకూతుళ్లు చరువును తినడంలోను, చెట్లను కౌగిలించుకోవడంలోను తారుమారు చేశారు.

కొన్నాళ్ల తరువాత భృగువు మళ్లీ వచ్చాడు. దివ్యదృష్టితో వారు చేసిన పొరపాటును గుర్తించాడు. అతడు తన కోడలు సత్యవతితో "అమ్మాయీ! చరువువిషయంలోను, వృక్షవిషయంలోను నీ తల్లి తారుమారుచేసి, నిన్ను మోసం చేసింది. నీవు తిన్నచరువు, ఆలింగనం చేసుకున్న వృక్షం ప్రభావాల వలన నీకు పుట్టబోయే కొడుకు బ్రాహ్మణుడై ఉండీ క్షత్రియుని వలె ప్రవర్తిస్తాడు. అలాగే నీతల్లికి పుట్టబోయే కొడుకు క్షత్రియుడై ఉండి బ్రాహ్మణునివలె ప్రవర్తిస్తాడు. అతడు తేజశ్శాలి, సన్మార్గప్రవర్తకుడు అవుతాడు." అన్నాడు. ఆమె మామగారిని క్షమించమని పదేపదే ప్రార్థించింది. తన పౌత్రుడు అలా ఉన్నా పరవాలేదుకాని కొడుకుమాత్రం అలా ఉండకూడదని మామగారిని వేడుకుంది. సరే అలాగే జరుగుతుందని చెప్పి భృగువు ఆమెను ప్రశంసించాడు. కాలం ఆసన్నమయ్యాక ఆమెకు జమదగ్ని మహర్షి జన్మించాడు. అతడు మహాతేజశ్శాలి. పరాక్రమవంతుడు.

జమదగ్ని వేదాధ్యయనం ప్రారంభించాక, నియమం తప్పకుండా వేదాలు వల్లెవేయడం వలన వేదాలన్నీ కంఠస్థమయ్యాయి. అతడు ప్రసేనజిత్తుడనేరాజు దగ్గరకు వెళ్లి అతని కుమార్తె రేణుకను అర్థించి వివాహం చేసుకున్నాడు. ఆమె పతికి అనుకూలవతి. ఆశ్రమంలో ఉంటూ భర్తతోపాటు తపస్సు చేయసాగింది. ఆమెకు నలుగురు కొడుకుల తరువాత పరశురాముడు ఐదవవాడుగా పుట్టాడు. అతడు అందరికన్నా చిన్నవాడయినా గుణాలలో అందరినీ మించినవాడు. ఒకరోజున పుత్రులందరూ పళ్లకోసం అడవికి వెళ్లగానే రేణుక స్నానార్థం వెళ్లింది. ఆమె స్నానం చేసి ఆశ్రమానికి తిరిగివస్తూ దైవయోగం వలన జలక్రీడ లాడుతున్న చిత్రరథుని చూచింది. సంపన్నుడయిన ఆరాజు జలక్రీడలాడడం చూసిన ఆమెకు మనస్సు చలించింది. ఈమానసిక వికారంతో అన్యమనస్కంగా దైన్యంగా, భయపడుతూ ఆశ్రమంలో అడుగుపెట్టింది. మహాత్ముడయిన జమదగ్ని విషయమంతా గ్రహించాడు. బ్రహ్మతేజస్సు కోల్పోయి అధీరురాలై ఉన్న ఆమెను చాలా నిందించాడు. ఇంతలోకే వారి నలుగురుపుత్రులు

రుక్మవంతుడు, సుషేణుడు, వసువు, విశ్వావసువు అక్కడికి వచ్చారు. జమదగ్ని వారి నలుగురికీ కూడా ఒక్కొక్కరికీ మీతల్లిని చంపండని చెప్పాడు. కాని వారు మూఢులై నీళ్లు నములుతూ ఏమీ మాట్లాడలేదు. జమదగ్ని ఆగ్రహంతో వారిని "ఆలోచనాశక్తి నశించి పక్షులు, జంతువులు వలె జడబుద్ధులైపోతారని" శపించాడు. వారి వెనుక శత్రుసంహారం చేయగల వీరుడు పరశురాముడు వచ్చాడు. ఆ జమదగ్ని మహాముని "నాయనా! ఈ పాపాత్మురాలయిన తల్లిని వెంటనే సంహరించు. ఈమె గూర్చి ఏమాత్రం విచారించకు" అని అతనికి చెప్పాడు. అది విని పరశురాముడు గండ్రగొడ్డలిని తీసుకుని ఆమె తల నరికేశాడు.

రాజా! జమదగ్ని కోపం తగ్గి శాంతించి "నాయనా! అతిదుష్కరమైన పని నేను చెప్పిన వెంటనే చేశావు. నీకు ఏమేమి కావాలో అడుగు. అన్ని కోరికలూ తీరుస్తాను" అన్నాడు. అప్పుడు పరశురాముడు, తన తల్లి బ్రతకాలని, ఆమెను తాను చంపినట్లు ఆమెకు గుర్తుండకూడదని, ఆమె మానసిక పాపం నశించిపోవాలని, తన నలుగురు సోదరులు స్వస్థులవ్వాలని, యుద్ధంలో తన్ను ఎదిరించగలిగేవారు ఎవరూ ఉండకూడదని, తనకు చిరాయువు కావాలని కోరుకున్నాడు. పరమర్షి జమదగ్ని అతని అన్ని కోరికలూ తీరేలా వరం అనుగ్రహించాడు.

ఒకసారి ఇలాగే అతని కొడుకులందరూ బయటకు వెళ్లినపుడు అనూపదేశపు రాజు కార్తవీర్యార్జునుడు అక్కడికి వచ్చాడు. రేణుక అతనికి అతిథిసత్కారాలు చేసింది. యుద్ధోన్మత్తుడైన కార్తవీర్యార్జునుడు తనకు జరిగిన సత్కారాన్ని ఏమాత్రం పరిగణించకుండా ఆశ్రమహోమధేనువు యొక్క దూడను అది అరుస్తున్నా లాగుకొని పోయాడు. పైగా అక్కడి వృక్షాలన్నీ నరికివేశాడు. పరశురాముడు రాగానే జమదగ్ని జరిగిన సంగతంతా చెప్పాడు. హోమధేనువు కన్నీరు కార్చడం చూశాడు. అతికోపంతో కాలయముడై కార్తవీర్యార్జునుని దగ్గరకు వచ్చాడు. శత్రుదమనుడైన పరశురాముడు ధనుర్బాణాలు ధరించి అతనితో వీరోచితంగా యుద్ధంచేసి అతని వేయి చేతులను తెగనరికి అతనిని ఓడించి సంహరించాడు. ఇది చూచిన కార్తవీర్యుని పుత్రులకు క్రోధం కలిగింది. పరశురాముడు లేనపుడు ఒకసారి వారంతా ఆశ్రమానికి వచ్చి అక్కడున్న జమదగ్ని మీద విరుచుకుపడ్డారు. జమదగ్ని తపస్సు చేసుకునే బ్రాహ్మణుడు. యుద్ధాదులేమీ చేయలేదు. అయినా వారు అతనిని చంపివేశారు. అతడు అనాథవలె "హే రామ హేరామ" అంటూ చనిపోయాడు. జమదగ్నిని చంపి వారు వెళ్లిపోయాక పరశురాముడు సమిధలు తీసుకుని ఆశ్రమానికి తిరిగివచ్చాడు. తన తండ్రి దుర్మరణాన్ని చూచి అతనికి దుఃఖం కట్టలు తెంచుకు వచ్చింది. వెక్కి వెక్కి ఏడవసాగాడు. అలా కొంతసేపు దీనంగా ఏడిచి, తండ్రికి ప్రేతకర్మలు చేసి, అగ్నిసంస్కారం అయ్యాక క్షత్రియులందరినీ సంహరిస్తానని ప్రతిజ్ఞచేశాడు.

బలవంతుడయిన భృగునందనుడు పరశురాముడు కాలయముడై కార్తవీర్యుని పుత్రులందరినీ తాను ఒక్కడే చంపేశాడు. వారి పక్షంలో చేరిన రాజులందరినీ కూడా తుడిచి పెట్టేశాడు. ఈరీతిగా ఇరవైఒక్కసార్లు క్షత్రియ సంహారం చేసి పరశురాముడు వారి రక్తంతో శమంతపంచకమనే ఐదు మడుగులను నిర్మించాడు. ఆ సమయంలో సాక్షాత్తూ ఋచీకుడు వచ్చి ఆ ఘోరకర్మను అడ్డుకున్నాడు. ఇక క్షత్రియ సంహారాన్ని ముగించి పరశురాముడు భూమినంతటినీ బ్రాహ్మణులకు దానమిచ్చాడు. అనంతరం ఈ మహేంద్రపర్వతంపై అతడు నివసించసాగాడు.

వైశంపాయనుడు చెపుతున్నాడు - రాజా! చతుర్దశినాడు తన నియమానుసారంగా మహాత్ముడైన పరశురాముడు సమస్త బ్రాహ్మణులకు, ధర్మరాజుకు, అతని సోదరులకు దర్శనమిచ్చాడు. సోదరులతో కలిసి ధర్మరాజు అతనిని పూజించాడు. ఆ బ్రాహ్మణులందరినీ కూడా బాగా సత్కరించాడు. ఆ రాత్రికి పరశురాముని ఆజ్ఞపై మహేంద్రపర్వతం మీదే గడిపి, మరునాడు దక్షిణ దిక్కుగా బయలుదేరారు.

ప్రభాసక్షేత్రములో యాదవులు పాండవులను కలిసికొనుట

వైశంపాయనుడు చెపుతున్నాడు - "రాజా! ధర్మరాజు సముద్రతీరంలోని తీర్థాలన్నీ దర్శిస్తూ ముందుకు సాగుతున్నాడు. తీర్థనియమాలన్నీ పాటిస్తున్నాడు. అన్ని తీర్థాలలోను తమ్ముళ్లతో కలిసి స్నానం చేశాడు. అనంతరం అతడు సముద్రంలో కలిసే ప్రశస్తానదిని చేరుకున్నాడు. అక్కడ స్నానతర్పణాలు ముగించుకుని బ్రాహ్మణులకు దానధర్మాలు చేశాడు. తరువాత గోదావరి నదిలో స్నానం చేసి పాపరహితుడై ద్రవిడ దేశంలో సముద్రతీరంలో ఉన్న పరమపవిత్రమైన అగస్త్యతీర్థాన్ని, నారీతీర్థాన్ని దర్శించాడు.

శూర్పారక క్షేత్రాన్ని చేరుకుని, అక్కడి సముద్రభాగాలను కొన్నిటిని దాటి ఒక ప్రసిద్ధమైన అరణ్యానికి వచ్చాడు. అక్కడ ధనుర్ధారులలో శ్రేష్ఠుడైన పరశురాముని కుండం చూశాడు. దానికి చుట్టుపక్కల అనేకులు తాపసులు ఉండేవారు. పుణ్యాత్ములు అతనిని పూజ్యునిగా భావించేవారు. అనంతరం అతడు వసు, మరుద్గణ, అశ్వినీకుమార, ఆదిత్య, కుబేర, ఇంద్ర, విష్ణు, సవిత, శివ, చంద్రమ, సూర్య, వరుణ, సాధ్యగణ, బ్రహ్మ, పితృగణ, రుద్రగణ, సరస్వతి, సిద్ధ – ఇంకా అనేకానేక దేవతామందిరాలను దర్శించాడు.

ఆయా తీర్థాలలో అనేక రకాల ఉపవాసాలు చేసి, స్నానానంతరం పండితులయిన బ్రాహ్మణులకు బహుమూల్యరత్నాలను దానంచేసి, మళ్లీ శూర్పారకక్షేత్రానికి తిరిగి వచ్చాడు. అక్కడినుండి సముద్రతీరంలోని ఇతర క్షేత్రాలన్నీ దర్శిస్తూ సుప్రసిద్ధమైన ప్రభాసతీర్థం చేరుకున్నాడు. స్నానంచేసి తర్పణాలతో దేవతలకు, పితరులకు తృప్తి కలిగించాడు. అక్కడ పన్నెండు రోజులపాటు కేవలం నీరు, గాలి, ఆహారంగా, నలుదిక్కుల అగ్నిని ప్రజ్వరిల్లచేసి ఆమధ్యలో తపస్సు చేశాడు.

శ్రీకృష్ణబలరాములకు యుధిష్ఠిరుడు ప్రభాస క్షేత్రంలో ఉగ్రతపస్సు చేస్తున్నాడని తెలిసింది. వారు తమ పరివారంతో అక్కడికి వచ్చారు. పాండవులు నేలమీద పడి ఉండడం, వారి శరీరాలు మట్టికొట్టుకుపోయి ఉండడం, ఎప్పుడూ కష్టాలు ఎరుగని ద్రౌపది కూడా దుఃఖం అనుభవించడం చూసి వారు పరిపరి విధాల దుఃఖించారు. కష్టాల మీద కష్టాలు వచ్చిపడుతున్నా ధర్మజుని ధైర్యం చెక్కుచెదరలేదు. అతడు బలరామ, కృష్ణ, ప్రద్యుమ్న, సాంబ, సాత్యకి, అనిరుద్ధాదివృష్ణి వంశీయులందరిని మిక్కిలిగా గౌరవించాడు. వారు కూడా ధర్మరాజును యథోచితంగా సత్కరించి ఇంద్రుని దేవతలు పరివేష్టించినట్లుగా ధర్మజుని చుట్టూ చేరికూర్చున్నారు.

బలరాముడు కృష్ణునితో – "కృష్ణా! చూశావా? ధర్మరాజు జటావల్కలాలు ధరించి కష్టాలు అనుభవిస్తుంటే దుర్యోధనుడు రాజ్యాన్ని ఏలుతున్నాడు. అయ్యో! భూమి బ్రద్దలు కాలేదు. దీనివలన అల్పబుద్ధులు ధర్మాచరణం కంటె పాపాలు చేయడమే మంచిదనుకుంటారు. ఇతడు సాక్షాత్తు ధర్మరాజుకు పుత్రుడు, ధర్మమే ఇతనికి ఆధారం. సత్యాన్నుండి ఎన్నడూ తొలగడు. నిరంతరం దానం చేస్తూ ఉంటాడు. రాజ్యం, సుఖాలుపోయినా ఫరవాలేదు గాని ధర్మాన్ని విడిచి ఎప్పుడూ సుఖంగా ఉండలేడు. పాపాత్ముడు ధృతరాష్ట్రుడు నిర్దోషులైన తన తమ్ముని కుమారులను రాజ్యంనుండి వెళ్లగొట్టాడు. పరలోకంలో పితరుల ఎదుట తాను వారితో ఉచితంగానే వ్యవహరించానని ఎలా చెప్పగలగుతాడు? ఇప్పటికే కళ్లు లేక గ్రుడ్డివానిగా పుట్టిన తాను, వీరిని రాజ్యభ్రష్టులను చేయడంతో ఎటువంటి గతి కలుగుతుందో అతడు తెలుసుకోవడం లేదు. ఈ పాండవులను అతడెదిరించగలడా? మహాబాహువు అయిన భీమసేనునికి శత్రుసంహారం చేయడానికి ఆయుధాల సహాయం కూడా అక్కరలేదు. ఇతడు హుంకరిస్తేనే సైనికులు మూత్రవిసర్జనం చేస్తారు. ఇతడు పూర్వ దిగ్విజయ యాత్రకు వెళ్లినపుడు అక్కడి రాజులను, వారి అనుచరులను అందరినీ ఒక్కడే ఒంటరిగా ఓడించి నగరానికి తిరిగివచ్చాడు. అతని సిగపూవు కూడా కందలేదు. కాని అతడే ఈనాడు చినిగి జీర్ణమయిన వస్త్రాలు ధరించి కష్టాలు అనుభవిస్తున్నాడు. ఈ వీరాధివీరుడు సహదేవుని చూడు. అతడు దక్షిణదిక్కునున్న సముద్రతీరంలోని రాజులందరూ కలిసి తనకెదురు నిలిచినా, వారిని మట్టికరిపించాడు. ఈ రోజు ఇతడు కూడా తాపసిగా మారాడు. ద్రౌపది పరమపతివ్రత, సుఖాలను అనుభవించడానికే యోగ్యురాలు. మహారథియైన ద్రుపదుని యజ్ఞకుండం నుండి జన్మించింది. ఈమె వనవాసక్లేశాన్ని ఏవిధంగా సహించగలుగుతోంది? దుర్యోధనుడు కపటద్యూతంలో జయించి ధర్మరాజును, అతని సోదరులను, భార్యను అనుచరులసహితంగా రాజ్యంనుండి వెళ్లగొట్టాడు. తానయితే రోజురోజుకు వృద్ధిచెందుతున్నాడు. ఇది చూచి కూడా పర్వతాలతో కూడిన ఈ భూమి ఎందుకు దుఃఖించడం లేదు?" అని వాపోయాడు.

సాత్యకి – "బలరామా! ఈ వ్యర్థ విలాపాలకిది తగిన సమయం కాదు. యుధిష్ఠిరుడు ఇప్పుడు ఏమీ చెప్పలేకపోయినా, ముందు చేయవలసినదేదో మనమే చేయాలి. నేను, మీరు, కృష్ణుడు, ప్రద్యుమ్నుడు, సాంబుడు ఊరికే ఎలా ఉండగలం? ముల్లోకాలను రక్షించగల మన దగ్గరకు వచ్చి కూడా ఈ పాండవ సోదరులు అడవులలో ఎలా ఉంటారు? ఈనాడే అనేకరకాల ఆయుధాలు కవచాలు ధరించి యాదవసేన సన్నద్ధమై యుద్ధానికి ఉరకాలి. దుర్యోధనుడు ఓడిపోయి తమ్ముళ్లతో సహా యమలోకానికి చేరాలి. బలదేవా! మీరు కోపిస్తే ఒంటరిగానే ఈ భూమిని

నాశనం చేయగలరు. కాబట్టి ఇంద్రుడు వృత్రాసురుని సంహరించినట్లుగా మీరు దుర్యోధనుని అతని సంబంధులతో సహితంగా సంహరించండి. నేను కూడా సర్పవిషాగ్నులవంటి తీక్షణమైన బాణాలతో అతని శిరస్సును ఖండిస్తాను. వాడియైన కత్తితో రణాంగణంలో అతనిని ముక్కలుగా నరుకుతాను. సమస్త కౌరవులను, అనుచరసహితంగా నాశనం చేస్తాను. ప్రద్యుమ్నుడు ప్రధానకౌరవ వీరులను సంహరించేటపుడు అగ్నిముందు గడ్డిపరకలు నిలవలేనట్లుగా అతని తీక్షణబాణాలను కృపాచార్యుడు, ద్రోణాచార్యుడు, కర్ణవికర్ణులు సహించలేరు, అభిమన్యుని పరాక్రమం కూడా నేను ఎరుగుదును. అతడు యుద్ధరంగంలో ప్రద్యుమ్నునితో సమానుడు, సాంబుడు తన బాహుబలంతో రథ సారథులతో సహితంగా దుశ్శాసనుని నుగ్గునుగ్గు చేయగలడు. ఈ జాంబవతీ నందనుడు రణవీరుడు. ఇతని బలాన్ని ఎవరూ సహించలేరు. శ్రీకృష్ణుని విషయం చెప్పేదేముంది? శస్త్రాస్త్రధరుడై, ఉత్తమ బాణాలను, సుదర్శనచక్రాన్ని ధరించి నిలిస్తే యుద్ధంలో ఇతనికి ఎవరూ సాటిరారు. దేవతలతో కూడిన సంపూర్ణ విశ్వంలో ఇతనికి కఠినమైన పని ఏముంది? ఈ సమయంలో అనిరుద్ధుడు, గదుడు, ఉల్ముకుడు, బాహుకుడు, భానుడు, నీథుడు, రణవీరుడు నిశఠకుమారుడు, రణదుర్మదుడు సారణుడు, చారుదేష్ణుడు - అందరూ తమ తమ కులోచిత పౌరుషాన్ని ప్రదర్శించాలి. వృష్ణి, భోజ, అంధక, వంశీయులైన ప్రముఖులు, సాత్వత శూరవంశ సేనలు కలిసి యుద్ధరంగంలో ధృతరాష్ట్ర పుత్రులను సంహరించి గొప్ప కీర్తిని గడించాలి. ఇలా జరిగాక యుధిష్ఠిరుడు జూదసమయంలో చేసిన నియమాన్ని పూర్తిచేసే వరకు అభిమన్యునికి పాలనాధికారం అప్పగించాలి." అని పలికాడు.

శ్రీకృష్ణుడు - "సాత్యకీ! నిస్సందేహంగా నీవు చెప్పినది సబబే. నీవు చెప్పినది మాకు సమ్మతమే కూడా. కాని ధర్మరాజు తన భుజబలంతో పొందని భూమిని స్వీకరించడానికి ఇష్టపడడు. యుధిష్ఠిరుడు ఏ కోరికతోగాని, భయంతోగాని, లోభంతోగాని స్వధర్మాన్ని త్యజించడు. అలాగే భీమార్జున నకుల సహదేవులు ద్రౌపది కూడా కామలోభభయాలతో తమ ధర్మాన్ని విడువరు. భీమార్జునులు ఈ పృథివిలోనే ఎదురొడ్డి నిలిచే వీరులు లేని అతిరథులు. మాద్రీసుతులు నకులసహదేవులు కూడా తక్కువవారేమీ కారు. వీరందరి సహకారంతోనే సంపూర్ణ భూమండలాన్ని ఎందుకు పాలించకూడదు? పాంచాలరాజు, కేకయనరేశుడు, చేదిరాజు, మనము పరస్పరం కలిసి యుద్ధరంగంలో దూకితే శత్రువుల పేరు కూడా మిగలదు" అన్నాడు.

ఇదంతా విని మహారాజు యుధిష్ఠిరుడు - "మాధవా! నీవు చెప్పిన దానిలో ఏమీ అతిశయోక్తి లేదు. వాస్తవానికి నా స్వభావాన్ని శ్రీకృష్ణుడు, అతని స్వరూపాన్ని నేను యథార్థంగా ఎరుగుదుము. సాత్యకీ! శ్రీకృష్ణుడు పరాక్రమం చూపే సమయం వచ్చిందనుకుంటే మాత్రం నీవు, కేశవుడు, దుర్యోధనుని మీద విజయం పొందగలరు. ఇప్పుడు మీ యాదవవీరులంతా మీ మీ గృహాలకు వెళ్లండి. మీరంతా కలిసి నన్ను చూడడానికి వచ్చారు. కృతజ్ఞుడిని. ధర్మపాలన పట్ల సావధానంగా ఉండండి. నేను తిరిగి మిమ్మందరినీ సకుశలంగా ఒకే చోట చూస్తాను" అన్నాడు.

అప్పుడు ఆ యాదవవీరులంతా పెద్దలకు నమస్కరించి, పిన్నలను హృదయానికి అత్తుకొన్నారు. వారు ఇళ్లకు వెళ్లారు. పాండవులు తీర్థయాత్రకు బయలుదేరారు. ఈ రీతిగా యుధిష్ఠిరుడు శ్రీకృష్ణాదులను వీడ్కొని, తమ్ములతో, అనుచరులతో, లోమశునితో కలిసి పరమపవిత్రమైన పయోష్ణీనదికి చేరుకున్నాడు. ఈ నదీతీరంలోనే అమూర్తరయుని పుత్రుడు గయమహారాజు ఏడు అశ్వమేధాలు చేసి ఇంద్రుని తృప్తిపరిచాడు.

సుకన్యా వృత్తాంతము

వైశంపాయనుడు చెపుతున్నాడు - రాజా! పయోష్ణీ నదిలో స్నానం చేశాక యుధిష్ఠిరుడు వైడూర్యపర్వతం, నర్మదానది వైపు సాగిపోయాడు. లోమశమహాముని అక్కడి సమస్త తీర్థాలు, దేవతాస్థానాల గురించి చెప్పాడు. ధర్మరాజు తమ్ముళ్లతో కలిసి తన వీలుని ఉత్సాహాన్ని బట్టి అన్ని తీర్థాలకు వెళ్లి, అక్కడ వేలమంది బ్రాహ్మణులకు ధనదానం చేశాడు.

లోమశమహాముని ఒక ప్రాంతాన్ని చూపిస్తూ - "రాజా! ఇది శర్యాతి మహారాజు యజ్ఞం చేసిన చోటు. ఇక్కడ కౌశికముని అశ్వినీకుమారులతో కలిసి స్వయంగా సోమపానం చేశాడు. ఇక్కడే మహాతపస్వి చ్యవనుడు ఇంద్రునిపై కోపించి అతనిని కదలకుండా చేశాడు. ఇక్కడే అతడు రాజకుమారి సుకన్యను పెళ్లి చేసుకున్నాడు." అన్నాడు.

యుధిష్ఠిరుడు "మహాతపశ్శాలి చ్యవనునికి కోపం ఎందుకు వచ్చింది? అతడు ఇంద్రుని ఎందుకు స్తంభింపచేశాడు? అశ్వినీకుమారులతో కలిసి సోమపానం చేసే అధికారం అతనికి

ఎలా కలిగింది? దయచేసి ఈ వృత్తాంతాన్ని అంతటినీ వివరించు స్వామి!" అని అడిగాడు.

లోమశుడు చెప్పసాగాడు - భృగుమహర్షికి చ్యవనుడనే గొప్ప తేజశ్శాలి అయిన కొడుకు ఉన్నాడు. అతడు ఈ సరోవరతీరంలో తపస్సు మొదలుపెట్టాడు. రాజా! అతడు చాలాకాలం పాటు చెట్టులా కదలకుండా ఒకేచోట వీరాసనం మీద కూర్చున్నాడు. క్రమక్రమంగా కాలం గడిచినకొద్దీ అతని శరీరం లతలు, గడ్డితో కప్పబడి పోయింది. దానిమీద చీమలు పుట్టలు పెట్టాయి. ఋషి పాముపుట్టలా కనిపించసాగాడు. నాలుగువైపులా మట్టి ముద్దలలాగే ఉన్నాయి. అలా చాలా రోజులు గడిచాక శర్యాతి మహారాజు ఈ సరోవరతీరానికి క్రీడార్థం వచ్చాడు. అతనికి అందగత్తెలయిన నాలుగు వందలమంది రాణులు, సుందరి అయిన సుకన్య అనే కూతురు ఉన్నారు. ఆమె దివ్యాభరణ భూషితురాలై తన చెలులతో కలిసి తిరుగుతూ చ్యవనుడున్న పాము పుట్టవద్దకు వచ్చింది. ఆమె పుట్టలో రంధ్రాల నుండి మెరిసే చ్యవనుని కన్నులను చూచింది. ఆమెకు కుతూహలం కలిగింది. బుద్ధి భ్రమించి ఆమె వాటిని ముల్లుతో చిదిపింది. కళ్లు చిట్లిపోవడంతో చ్యవనునికి క్రోధం కలిగి అతడు శర్యాతిసేనకు మలమూత్రాలను బంధింపచేశాడు. దానితో సేనకు పెద్ద ఆపద వచ్చిపడింది. ఈ అవస్థను చూచిన రాజు శర్యాతి "ఇక్కడ నిరంతరం తపస్సు చేసుకుంటూ ఉండే వయోవృద్ధుడైన మహాత్ముడు చ్యవనుడు ఉన్నాడు. అతనికి సహజంగానే కోపం ఎక్కువ. అతనికి తెలిసో తెలియకో ఎవరైనా అపకారం చేశారా? ఎవరైనా అలా చేసి ఉంటే వెంటనే చెప్పండి" అని అడిగాడు. సుకన్యకు ఇదంతా తెలిసి తాను అలా అలా తిరుగుతూ ఒక పాము పుట్టవద్దకు వెళ్లానని, అందులో మిణుగురుపురుగుల్లా అనిపించిన ప్రకాశించే ఒక జీవం కనిపించిందని, తాను దానిని పొడిచి కన్నంపెట్టానని చెప్పింది. ఇది విని శర్యాతి వెంటనే పుట్ట దగ్గరికి వెళ్లాడు. అక్కడతనికి వయోవృద్ధుడు, తపోవృద్ధుడు అయిన చ్యవనుడు కనిపించాడు. చేతులు జోడించి సేనను ఆపదనుండి గట్టెక్కించమని కోరుతూ "భగవాన్! తెలియక ఈ బాలిక చేసిన అపరాధాన్ని క్షమించండి" అని పలికాడు. చ్యవనుడు " ఈ గర్విష్ఠి అయిన పిల్ల నన్ను అవమానించడానికే నా కళ్లను పొడిచింది. ఈమెను నాకిచ్చి వివాహం చేస్తేనే క్షమించగలను" అన్నాడు.

లోమశుడు చెపుతున్నాడు - రాజా! ఈ మాట విన్నవెంటనే మరి ఏ ఇతర ఆలోచనలు చేయక మహాత్ముడైన చ్యవనునికి శర్యాతి తన కుమార్తెను ఇచ్చివేశాడు. కన్యను స్వీకరించి చ్యవనముని ప్రసన్నుడైనాడు. అతని దయ వలన కష్టం గట్టెక్కి రాజు సేనా సహితుడై తన నగరానికి తిరిగివెళ్లిపోయాడు. సుకన్యాసతి కూడా తన తపోనియమాలను పాటిస్తూ ప్రేమగా తన తాపసి భర్తకు పరిచర్యలు చేస్తోంది.

ఒకరోజున సుకన్య స్నానంచేసి తన ఆశ్రమంలో నిలబడి ఉంది. అప్పుడు అశ్వినీ కుమారులు ఆమెను చూచారు. ఆమె సాక్షాత్తూ దేవరాజు కూతురివలె మనోహరాంగి. వారామెను సమీపించి - "సుందరీ! నీవు ఎవరి కుమార్తెవు? ఎవరి భార్యవు? ఈ అడవిలో ఎందుకున్నావు?" అని అడిగారు.

అది విని సుకన్య సిగ్గుపడుతూ తాను మహారాజు శర్యాతి కూతురునని, మహర్షి చ్యవనుని భార్యనని చెప్పింది.

వెంటనే అశ్వినీకుమారులు "మేము దేవతావైద్యులము. నీ భర్తను రూపవంతునిగా, యౌవనవంతునిగా చేయగలము. నీవు ఈ విషయాన్ని నీ భర్తకు తెలియచేయి" అన్నారు.

సుకన్య భర్తకు ఈ విషయాన్ని తెలిపింది. ముని అంగీకరించాడు. అశ్వినీ కుమారుల దగ్గరకు వచ్చి వారు చెప్పినట్లుగా ఎదురుగా ఉన్న సరసులో దిగాడు. అతడు రూపసి కావాలని చాలా కుతూహలంగా ఉన్నాడు. అతనితోపాటే అశ్వినీకుమారులు కూడా సరసులో మునిగారు. ఒక క్షణకాలం గడిచాక వారు ముగ్గురూ బయటకు వచ్చారు. ఆ ముగ్గురూ యువకులు, దివ్యరూపధరులు, సమానాకృతి కలవారు. వారిని చూస్తే ఎవరికయినా మనసులో అనురాగం కలుగుతుంది. వారు ముగ్గురూ సుకన్యతో తమలో ఒకరిని పతిగా ఎంచుకోమన్నారు. ముగ్గురూ ఒకేలా ఉన్నారు. సుకన్య మొదట భయపడింది. కాని వెంటనే తన మనసును బుద్ధిని ఉపయోగించి పతిని నిశ్చయించి గుర్తించి అతనినే వరించింది. ఈ రీతిగా తాను కోరిన రూపాన్ని, భార్యను, యౌవనాన్ని పొంది చ్యవన ఋషి చాలా ఆనందించాడు. అతడు అశ్వినీ కుమారులతో "వృద్ధుడనైన నాకు రూపయౌవనాలు ప్రసాదించారు. కనుక మీకు నేను సోమపానంలో అర్హత కల్పిస్తాను". అన్నాడు. ఇది విని అశ్వినీ కుమారులు సంతోషంగా స్వర్గానికి వెళ్లిపోయారు. సుకన్య, చ్యవనుడు ఇద్దరూ దివ్యులవలె అడవిలో విహరించసాగారు.

శర్యాతికి ఈ విషయం తెలిసి ఆనందంతో సేనాసహితుడై

ఆశ్రమానికి విచ్చేశాడు. వారిరువురు సాక్షాత్తూ దేవదంపతులవలె ఉన్నారు. వారిని చూచిన రాజుకు రాణికి ఈ భూమండల రాజ్యమంతా లభించినంత ఆనందం కలిగింది. చ్యవనుడు "రాజా! నీచేత యజ్ఞం చేయిస్తాను. సంభారాలన్నీ సమకూర్చు" అని చెప్పాడు. రాజు సంతోషంగా అందుకు అంగీకరించాడు. యజ్ఞ సంభారాలన్నీ సమకూరాక రాజు ఒక శుభతిథిలో యజ్ఞమండపాన్ని సిద్ధం చేయించాడు. అందులో చ్యవనఋషి రాజుచేత యజ్ఞానుష్ఠానం చేయించాడు. ఆ యజ్ఞంలోని వింతలు (కొత్త విశేషాలు) విను, చ్యవనుడు అశ్వినీకుమారులను యజ్ఞభాగం స్వీకరించడానికి ఆహ్వానించగానే ఇంద్రుడు వారిని అడ్డగిస్తూ తన దృష్టిలో వారికిద్దరికీ యజ్ఞభాగం పొందే అధికారం లేదన్నాడు. చ్యవనుడు "ఈ ఇద్దరు కుమారులు ఉత్సాహవంతులు, ఉదారహృదయులు, రూపవంతులు, ధనవంతులు. నీతోగాని, ఇతరదేవతలతో గాని సోమపానం చేయడానికి వీరికి అధికారం ఎందుకు లేదు?'' అని ప్రశ్నించాడు. ఇంద్రుడు – "వీరు వైద్యులు. చికిత్సలు చేస్తూ ఉంటారు. కోరిన రూపం ధరించి మృత్యులోకంలో కూడా తిరుగుతూ ఉంటారు. వీరికి సోమపానానికి అధికారం ఎలా ఉంటుంది?'' అన్నాడు.

దేవరాజు ఇంద్రుడు ఎన్నిసార్లు చూచినా అదేమాటను పదేపదే గట్టిగా చెప్తూ ఉండడంతో చ్యవనుడు అతని మాటను పట్టించుకోకుండా వారికి ఇవ్వడానికి ఉత్తమమైన సోమరసాన్ని తీశాడు. ఇలా పట్టుదలగా చ్యవనుడు సోమాన్ని తీయడం చూసిన ఇంద్రుడు "నీవు ఇలా మా కోసం తీసిన సోమరసాన్ని వారికోసం తీసుకున్నట్లయితే నీ మీద వజ్రాయుధాన్ని ప్రయోగిస్తాను'' అని చెప్పాడు. అలా చెప్పినా చ్యవనుడు నవ్వుతూ వారికోసం సోమరసాన్ని తీశాడు. ఇంద్రుడు వజ్రాయుధాన్ని ప్రయోగించడానికి ఉద్యుక్తుడయ్యాడు. అతడు ప్రహరించేలోపునే చ్యవనుడు అతని చేతులను స్తంభింపచేశాడు. పైగా అగ్నికుండం నుండి తన తపోబలంతో 'మద'మనే పేరుగల అత్యంత భయంకరమైన కృత్యను (రాక్షసుని) పుట్టించాడు. అది భయంకరంగా గర్జిస్తూ, ముల్లోకాలను గడగడలాడిస్తూ ఇంద్రుని మింగివేయడానికి అతనివైపుకు కదిలింది. దానితో అతడు దిగులుచెంది "నేటినుండీ అశ్వినీకుమారులు సోమపానానికి అధికారులు కాగలరు. మీరు నామీద దయచూపండి, మీరు కోరినట్లే జరుగుతుంది'' అని బిగ్గరగా అరిచి చెప్పాడు. ఇంద్రుడు ఇలా చెప్పగానే చ్యవనుని కోపం శాంతించింది. అతడు ఇంద్రునికి ఆపద కలగకుండా చేశాడు. రాజా! ఈ ప్రకాశించే "ద్విజసంఘుష్ట"మనే పేరుగల సరోవరం ఆ చ్యవనమహామునిదే. ఇందులో నీవు పితరులకు దేవతలకు తర్పణాలు వదులు. ఇక్కడ శివపంచాక్షరిని జపిస్తే సిద్ధి కలుగుతుంది. ఇక్కడ త్రేతా ద్వాపరాల సంధికాలం ఉంటుంది. ఈ తీర్థంలో స్నానం చేసినవానికి కలియుగ స్పర్శ ఉండదు. అన్ని పాపాలనూ పోగొడుతుంది. ఇందులో స్నానం చేయి. ముందు ఆర్చీకపర్వతం ఉంది. అక్కడ పండితులయిన మహర్షిగణాలు నివసిస్తున్నారు. అనేక దేవస్థానాలు ఉన్నాయి. ఇది చంద్రతీర్థం, ఇక్కడ వాలఖిల్యులనే వాయుభక్షకులు, తేజోవంతులు అయిన వానప్రస్థులు నివసిస్తున్నారు. ఇక్కడ మూడు శిఖరాలు, మూడు సెలయేళ్లు ఉన్నాయి. అతి పవిత్రమైనవి. నీవు ప్రదక్షిణచేసి వీటన్నింటిలో యథేచ్ఛగా స్నానమాడు. దీనికి సమీపంలోనే యమున ప్రవహిస్తోంది. శ్రీకృష్ణుడిక్కడ తపస్సు చేశాడు. మనమందరం అక్కడికే వెళుతున్నాము. ఇక్కడే మహాధనుర్ధరుడయిన మాంధాతకూడా యజ్ఞం చేశాడు.

మాంధాతృ చరిత్ర

యుధిష్ఠిరుడు "మహర్షీ! యువనాశ్వ పుత్రుడు రాజశ్రేష్ఠుడు మాంధాత ముల్లోకాలలో విశ్వవిఖ్యాతుడు. అతడు ఎలా జన్మించాడు'' అని అడిగాడు.

లోమశుడు చెపుతున్నాడు – "యువనాశ్వుడు ఇక్ష్వాకువంశంలో పుట్టినరాజు. అతడు వేయి అశ్వమేధయజ్ఞాలు, ఇంకా అనేక ఇతర యజ్ఞాలు చేసి, అన్నింటిలో బహుళదక్షిణలు ఇచ్చాడు. అతడు రాజ్యాన్ని తన మంత్రులకు అప్పగించి మనో నిగ్రహంతో ఎప్పుడూ అడవులలోనే ఉండసాగాడు. ఒకసారి భృగుమహర్షికొడుకు అతని చేత పుత్రప్రాప్తికోసం యజ్ఞం చేయించాడు. రాత్రివేళ గొంతు ఎండిపోయిన కారణంగా అతనికి దాహం వేసింది. అతడు ఆశ్రమంలోనికి వెళ్లి నీళ్లు అడిగాడు. కాని అందరూ రాత్రి జాగారంతో అలిసిపోయి నిద్రిస్తూ అతని మాటను ఎవరూ వినిపించుకోలేదు. మహర్షి అక్కడ ఉంచిన మంత్రించిన జలకలశాన్ని చూచి రాజు తొందరలో ఆ నీటిని తాగి దానిని అక్కడే వదిలేశాడు.

కొంతసేపటికి భృగుపుత్రునితోపాటు మిగిలిన మహర్షులు లేచి ఆ కుండ ఖాళీగా ఉండడం చూశారు. అది ఎవరిపని అని వారు తమలోతాము ప్రశ్నించుకొన్నారు. యువనాశ్వుడు అది తనపనే అని నిజం చెప్పాడు. అది విన్న భృగుపుత్రుడు

– "రాజా! ఈ పని సరిగ్గా జరుగలేదు. నీకు ఒక మహాబలశాలి అయిన కొడుకు కలగాలనే ఉద్దేశ్యంతో నేను ఈ జలాన్ని అభిమంత్రించి ఉంచాను. జరిగినది కూడా అందుకు విరుద్ధంగా ఉండదు. ఇది దైవ ప్రేరణవలననే జరిగిఉంటుంది. నీవు మంత్రపూతమైన జలాన్ని దాహంతో త్రాగావు కనుక నీకు పుత్రుడు పుడతాడు" అని చెప్పాడు.

ఇలా చెప్పి ఆ మునులందరూ తమతమ స్థావరాలకు వెళ్లిపోయారు. వంద ఏళ్లు గడిచిన తరువాత రాజు యొక్క ఉదరం ఎడమవైపు భాగాన్ని చీల్చుకొని సూర్యసమాన తేజస్కుడయిన ఒక బాలుడు ఉదయించాడు. అలా జరిగినా రాజు మరణించకపోవడం ఆశ్చర్యకరమే. ఆ బాలుని చూడడానికి స్వయంగా ఇంద్రుడు అక్కడికి వచ్చాడు. దేవతలు అతనిని "ఎవరు పాలిస్తారు? ఇతడేమి తాగుతాడు?" అని అడిగారు. అందుకు సమాధానంగా ఇంద్రుడు తన చూపుడు వేలు బాలకుని నోట్లో పెట్టి "మాంధాతా" నన్ను (నావేలిని) త్రాగుతాడు అన్నాడు. అందుకని దేవతలంతా అతనికి "మాంధాత" అని నామకరణం చేశారు. ఆ బాలకుడు ధ్యానించగానే ధనుర్వేద సహితంగా సంపూర్ణంగా వేదాలు, దివ్యాస్త్రాలు అతనికి వచ్చి చేరాయి. వాటితోపాటే 'ఆజగవ'మనే విల్లు, కొమ్ములతో చేయబడిన బాణాలు, అభేద్యమైన కవచము కూడా వచ్చాయి. తరువాత ఇంద్రుడు స్వయంగా అతనిని సింహాసనం మీద అభిషిక్తుడిని చేశాడు.

మాంధాత సూర్యునివంటి తేజస్సు కలవాడు. ఈ పవిత్రమైన కురుక్షేత్రంలో ఇది అతడు యజ్ఞం చేసిన స్థలం. నీవు అడిగావు కనుక నేను అతని మహత్త్వపూర్ణమయిన వృత్తాంతాన్ని వివరించాను. ఈ క్షేత్రంలోనే మొట్టమొదట ప్రజాపతి వేయి ఏళ్లు కొనసాగే ఇష్టీకృతమనే యజ్ఞం చేశాడు. ఇక్కడే నాభాగుని కొడుకు అంబరీషుడు యమునాతటంలో యజ్ఞసదస్యులకు పదిపద్మాల గోవులను దానం చేశాడు. ఇంకా ఎన్నో యజ్ఞాలు, తపస్సు చేసి సిద్ధి పొందాడు. ఈ ప్రాంతం నహుషుని పుత్రుడు యయాతి పాలించినది. ఇక్కడ అతడు ఎన్నో యజ్ఞాలను చేశాడు. ఇక్కడే మహారాజు భరతుడు అశ్వమేధం చేసి గుఱ్ఱాన్ని విడిచాడు. మరుత్తమహారాజు సంవర్తకముని ఆధ్వర్యంలో ఈ క్షేత్రంలోనే యజ్ఞం చేశాడు. రాజా! ఈ తీర్థంలో ఆచమించిన వానికి సమస్తలోకాలు దర్శనమిస్తాయి. అతడు పాపాలనుండి విముక్తుడవుతాడు. నీవు ఇందులో ఆచమించు.

లోమశమహర్షి చెప్పినది విని యుధిష్ఠిరుడు, తమ్ముళ్లు దానిలో స్నానం చేశారు. మహర్షి గణం స్వస్తివాచనం చేసింది. స్నానం పూర్తి అయ్యాక యుధిష్ఠిరుడు – "సత్యవ్రతా! ఈ తపః ప్రభావం వలన నాకు అన్నిలోకాలూ కనబడుతున్నాయి. నేను ఇక్కడినుండే తెల్లని గుఱ్ఱం ఎక్కిన అర్జునుని చూడగలుగుతున్నాను" అన్నాడు. లోమశముని "మహాబాహూ! నీవు చెప్పినది నిజం. మహర్షిగణం ఈ విధంగానే స్వర్గాన్ని దర్శిస్తూ ఉండేవారు. ఇది పవిత్రమైన సరస్వతీనది. ఇందులో స్నానం చేయడం వలన మనుష్యులు పాపవిముక్తులవుతారు. ఇది నలువైపులా ఐదుక్రోసుల దూరం విస్తరించి ఉన్న ప్రజాపతి యొక్క బ్రహ్మకుండం. ఇదే కురుక్షేత్రం అనే పేరుతో ప్రసిద్ధమైన కురురాజు పాలించిన భూమి.

ఉశీనరుని వృత్తాంతము

లోమశుడు చెపుతున్నాడు – "రాజా! ఇది వినశన తీర్థం. ఇక్కడ సరస్వతీనది అదృశ్యంగా ఉంటుంది. నిషాదదేశానికి ఇది ద్వారం. నిషాదులు తన్ను చూడకూడదన్నట్లుగా సరస్వతి, ఇక్కడ భూమిలో ఇంకిపోయింది. ఇది "చమసోద్భేద" మనే సరస్వతీ నది మళ్లీ ప్రకటమైన చోటు. ఇక్కడే సముద్రంలో కలిసే నదులన్నీ వచ్చి చేరుతూంటాయి. ఇది సింధునదికి సంబంధించిన గొప్ప తీర్థస్థానం. ఇక్కడే అగస్త్యుని కలుసుకున్న లోపాముద్ర అతనిని భర్తగా వరించింది. ఇది విష్ణుపదం అనే పవిత్రతీర్థం. అది విపాశ అనే పవిత్రనది. శత్రుదమనుడా! ఇది అన్నిటికంటె పవిత్రమైన కాశ్మీరమండలం. ఇక్కడ అనేకమహర్షులు నివసిస్తున్నారు. నీవు తమ్ముళ్లతో కలిసి వారిని దర్శించు. ఈ కనిపిస్తున్నది మానస సరోవరానికి దారి. ఇక్కడ ఒక వింత విషయం ఉంది. యుగాంతంలో పార్వతీదేవితో, అనుచరులతో కూడి ఇచ్ఛారూపంతో విహరించే మహాదేవుని ఇక్కడ దర్శించవచ్చును. జితేంద్రియులు, శ్రద్ధావంతులు అయిన భక్తులు తమ కుటుంబానికి మేలు కలగాలనే కోరికతో ఈ సరోవరం దగ్గర చైత్రమాసంలో స్నానంచేసి మహాదేవుని పూజిస్తారు. ఈ ఎదురుగా కనిపించేది ఉజ్జానక తీర్థం. దీనికి దగ్గరలోనే కుశవంత సరోవరం. ఇందులో కుశేశయాలు అనబడే పద్మాలు పుడతాయి. పాండునందనా! ఇక నీవు భృగుతుంగపర్వతాన్ని చూస్తావు. ముందుగా పాపప్రక్షాళన చేసే ఈ వితస్తానదిని చూడు. ఇవి యమునకు ఉపనదులైన జల, ఉపజల నదులు. ఉశీనరమహారాజు వీటి తీరంలోనే యజ్ఞానుష్ఠానం చేసి ఇంద్రుని

మించిపోయాడు. రాజా! ఒకసారి ఇంద్రాగ్నులు అతనిని పరీక్షించడానికి వచ్చారు. ఇంద్రుడు డేగగా, అగ్ని పావురంగా మారివచ్చారు. పావురం డేగకు భయపడి యజ్ఞశాలలో ఉన్న ఉశీనరచక్రవర్తి ఒడిలో చేరింది. అప్పుడు డేగ అతనితో – "రాజా! నిన్ను రాజులందరూ ధర్మాత్ముడంటారు. కాని పూర్తిగా ధర్మవిరుద్ధమైన ఈ పనిని నీవు ఎలా చేస్తున్నావు? నేను ఆకలితో చస్తున్నాను. ఈ పావురం నాకు ఆహారం. నీవు ధర్మలోభంతో దీనిని రక్షించకూడదు" అన్నది. రాజు "మహాపక్షీ! ఈ పక్షి నీకు భయపడి ప్రాణరక్షణ కోసం శరణుకోరి నన్ను చేరింది. అభయంకోసమే నా ఆశ్రయం పొందింది. నేను దీనిని నీ గుప్పిటలో పడనీయకపోతే అది నీకు ధర్మంగా ఎందుకు కనిపించడంలేదు? చూడు. ఇది భయంతో ఎలా వణికిపోతోందో! ప్రాణరక్షణ కోసమే నన్ను శరణు చొచ్చింది. ఈ స్థితిలో దీనిని విడిచిపెట్టడం అధర్మం. బ్రహ్మహత్య, గోహత్య చేసినవారు, శరణాగతుని విడిచిపుచ్చినవాడు – ఈ ముగ్గురూ ఒకే రకమైన పాపాన్ని పొందుతారు" అన్నాడు. దానికి ఒప్పుకోక డేగ – "రాజా! సమస్తప్రాణులు అన్నం వలననే పుడుతున్నాయి. పెరుగుతున్నాయి. జీవిస్తున్నాయి. అత్యంతదుష్కరం అనుకునే ధనత్యాగం చేసి కూడా పురుషుడు చాలాకాలం జీవించగలుగుతాడు. కాని అన్నాన్ని త్యజించి ఎవరూ ఎక్కువకాలం బ్రతకలేరు. ఈనాడు నీవు నాకు భోజనం లేకుండా చేశావు కనుక నేను బ్రతుకను. నేను మరణిస్తే నా భార్యా బిడ్డలు కూడా మరణిస్తారు. ఈ రీతిగా చూస్తే నీవు ఈపావురాన్ని రక్షించి అనేక ప్రాణాలను తీసినవాడవవుతావు. ఒక ధర్మం ఇంకొక ధర్మానికి బాధకమైనపుడు అది ధర్మమే కాదు. ఇంకొక ధర్మానికి దేనికీ బాధాకరం కానపుడే అది ధర్మం అవుతుంది. రెండు ధర్మాలకు విరోధం ఏర్పడినపుడు చిన్నది-పెద్దది అనే అంచనా వేసుకుని దేనితోనూ విరోధం లేని ధర్మాన్నే ఆచరించాలి. కాబట్టి రాజా! నీవు కూడా ధర్మాధర్మ నిర్ణయంలో గౌరవలాఘవాల యందు దృష్టి ఉంచి, దేనివలన విశేషపుణ్యాం వస్తుందో దానిని ఆచరించడానికి నిర్ణయించుకో" అన్నది.

దీనిపై రాజు – "పక్షిప్రవరా! నీవు చాలా బాగా చెప్పావు. నీవు సాక్షాత్తు పక్షిరాజు గరుత్మంతుడవు కావుగదా! నీవు ధర్మసూక్ష్మాన్ని చక్కగా వివరించి చెప్పావు. ఇందులో సందేహమేమీ లేదు. నీవు చెప్పిన మాటలన్నీ వింతగా అయినా ధర్మసమ్మతంగా ఉన్నాయి. నీకు తెలియని విషయమేదీ లేదని కూడా నేను గమనించాను. కాని శరణార్థిని పరిత్యజించడం మంచిదని నీవు ఎలా అనుకుంటున్నావు? పక్షిరాజా! ఈ నీ ప్రయత్నమంతా ఆహారంకోసమే అనిపిస్తోంది. కాబట్టి నీకింతకంటె ఎక్కువగా ఆహారం ఇవ్వగలను. నీకు శిబి ప్రాంతంలోని సమృద్ధమంతమైన రాజ్యాన్ని ఇస్తున్నాను తీసుకో. ఇంకా నీకేది కావాలన్నా ఇస్తాను. కాని ఈశరణుకోరి వచ్చిన పక్షిని మాత్రం విడువ లేను. నీవు ఈ పక్షిని విడిచిపెట్టడానికి నేనేమి చేయాలో అది చెప్పు. నేను అదే చేస్తాను గాని ఈపావురాన్ని మాత్రం ఇవ్వను" అన్నాడు.

డేగ – "రాజా! నీకు ఈ పావురం మీద అంతప్రేమ ఉంటే దీనితో సమానమైన నీ మాంసాన్ని కోసి త్రాసులో ఉంచు. ఈ పావురంతో తూగగలిగే మాంసం నాకివ్వు. దానితో తృప్తిపడతాను" అన్నది.

లోమశుడు చెపుతున్నాడు – "రాజా! పరమధర్మజ్ఞుడయిన ఉశీనరుడు తన మాంసాన్ని కోసి తూచసాగాడు. రెండోవైపు ఉంచిన పావురం మాంసం కంటె బరువు తూగింది. మళ్లీరాజు మాంసం కోసి అందులో ఉంచాడు. ఇలా ఎన్నిసార్లు చేసినా మాంసం పావురంతో తూగలేకపోవడంతో రాజు స్వయంగా త్రాసులో కూర్చున్నాడు. అది చూచిన డేగ "ధర్మాత్మా! నేను ఇంద్రుడను. అతడు అగ్నిదేవుడు. మేము నీ ధర్మనిష్ఠను పరీక్షించడానికే నీ యజ్ఞశాలకు వచ్చాము. రాజా! లోకంలోని ప్రజలు నిన్ను స్మరించినంతకాలం నీ కీర్తి చిరస్థాయిగా ఉంటుంది. పుణ్యలోకాలను అనుభవిస్తావు". అని చెప్పి వారిద్దరూ దేవలోకానికి వెళ్లిపోయారు. ఈ పవిత్రాశ్రమం ఆ ఉశీనర మహారాజుదే. ఇది గొప్ప పవిత్రమైన పాపక్షయ కరమైన ప్రాంతం. నీవు నాతోపాటు దీనిని దర్శించు.

అష్టావక్రుని చరిత్ర

లోమశమహాముని చెపుతున్నాడు – రాజా! ఉద్దాలకుని కొడుకు శ్వేతకేతువును ఈ భూలోకంలో మంత్రశాస్త్రపారంగతునిగా చెప్పుకుంటూ ఉండేవారు. నిరంతరం ఫలపుష్పాలతో శోభిల్లే ఈ ఆశ్రమం అతనిదే. నీవు దీనిని దర్శించు. ఈ ఆశ్రమంలో శ్వేతకేతు మహర్షికి సరస్వతీదేవి మానవకాంతగా దర్శనమిచ్చింది.

ఉద్దాలకమునికి కహోడుడనే శిష్యుడుండేవాడు. అతడు చక్కగా గురుశుశ్రూష చేసేవాడు. అందుకు సంతోషించిన గురువు అతనికి అతిశీఘ్రంగా వేదాలన్నీ నేర్పించడమే కాకుండా తన కుమార్తె సుజాతనిచ్చి వివాహం చేశాడు. కొంతకాలానికి

ఆమె గర్భవతి అయింది. ఆ గర్భం అగ్నితో సమానమైన తేజస్సు కలిగి ఉంది. ఒక రోజున కహోడుడు వేద పాఠాలు చెపుతూ ఉండగా గర్భస్థ శిశువు "తండ్రీ! మీరు రాత్రంతా వేదపాఠాలు చెపుతున్నారు అది సరికాదు" అన్నాడు.

శిష్యులందరూ ఉండగా తన్ను ఇలా ఆక్షేపించినందుకు తండ్రికి కోపం వచ్చి ఆ గర్భస్థ శిశువునకు "నీవిలా వంకరమాటలాడినందుకు ఫలితంగా ఎనిమిది వంకరలతో పుడతావు" అని శాపమిచ్చాడు. అష్టావక్రుడు కడుపులో పెరుగుతూ ఉండగా సుజాతకు చాలా బాధగా ఉండేది. ఒకసారి ఆమె ఏకాంతంలో ధనంలేని తన భర్తను ధనం తెమ్మని కోరింది. ధనం సంపాదించడానికి కహోడుడు జనకమహారాజు ఆస్థానానికి వెళ్లాడు. కాని అక్కడి వాదకుశలుడైన వంది అతనిని శాస్త్రార్థంలో ఓడించాడు. శాస్త్రార్థ నియమాన్ని అనుసరించి అతనిని నీళ్ళల్లో ముంచేశాడు. ఉద్దాలకునికి ఈ విషయం తెలిసి సుజాత దగ్గరకు వచ్చి జరిగినసంగతి చెప్పి అష్టావక్రునికి ఈ విషయం తెలియనీయవద్దని చెప్పాడు. కనుక పుట్టాక కూడా అష్టావక్రునికి ఈ విషయం తెలియలేదు. అతడు ఉద్దాలకుని తన తండ్రిగా, శ్వేతకేతువును తన అన్నగా అనుకునేవాడు.

ఒకరోజున అష్టావక్రునికి పన్నెండేళ్ల వయసులో అతడు ఉద్దాలకుని ఒడిలో కూర్చుని ఉన్నాడు. అప్పుడు శ్వేతకేతువు వచ్చి, తండ్రి ఒడిలో నుండి అతనిని లాగివేసి "ఇది నీ బాబు ఒడేమీ కాదు" అన్నాడు. శ్వేతకేతువు యొక్క ఈ కటూక్తి అష్టావక్రుని మనసును గాయపరిచింది. అతడు వెంటనే తల్లివద్దకు వెళ్లి "నా తండ్రి ఎక్కడకు వెళ్లాడు?" అని అడిగాడు. ఆమె చాలా కంగారుపడి శాపానికి భయపడి విషయమంతా చెప్పేసింది. ఈ రహస్యాన్ని తెలుసుకున్న అష్టావక్రుడు రాత్రివేళ శ్వేతకేతువును కలుసుకుని – "మనమిద్దరం జనకమహారాజు చేసే యజ్ఞానికి వెళదాం. దానిని గురించి అందరూ వింతగా చెప్పుకుంటున్నారు. అక్కడ గొప్ప గొప్ప బ్రాహ్మణుల శాస్త్రార్థాలు వినవచ్చును" అని ఆలోచన చేశాడు. ఇలా ఆలోచించుకుని ఆ మామ అల్లుళ్లు ఇద్దరూ జనకుని సంపత్సమృద్ధమయిన యజ్ఞానికి వెళ్లారు.

యజ్ఞశాలను చేరుకుని లోపలకు వెళ్లబోతూండగా ద్వారపాలకుడు "అయ్యా! మీకు వందనాలు. మేము కేవలం రాజాజ్ఞను పాటించేవారమే. రాజుగారి ఆదేశానుసారం మేము చెప్పేది వినండి. ఈ యజ్ఞశాలలోనికి బాలురకు ప్రవేశం లేదు. కేవలం పెద్దలకు, విద్వాంసులయిన బ్రాహ్మణులకే ప్రవేశం లభిస్తుంది" అని చెప్పాడు.

అప్పుడు అష్టావక్రుడు – "ద్వారపాలకా! మనుష్యుడు వయసు చేతగాని, జుట్టు పండిపోవడం వలన గాని, ధనంచేతగాని, అధిక సంతానం వలన గాని పెద్దవాడు అనిపించుకోడు. వేదాలు చెప్పగలిగినవాడే బ్రాహ్మణులలో పెద్దవాడు. ఋషులు ఈ నియమాన్నే అంగీకరిస్తారు. నేను ఈ రాజసభలో వందిని కలుసుకోవాలనుకుంటున్నాను. నీవు నా తరపున మహారాజునకు ఈ సూచనను అందించు. ఈరోజు మేము విద్వాంసులతో శాస్త్రార్థ చర్చ చేయడం నీవు చూస్తావు. వాదం పెరిగిన తరువాత వంది పరాజితుడవుతాడు."

ద్వారపాలుడు "సరే మంచిది. నేను ఏదో ఒక ఉపాయం చేత మిమ్మల్ని సభలో ప్రవేశపెట్టే ప్రయత్నం చేస్తాను. కాని మీరు అక్కడికి వెళ్లాక విద్వాంసులకు ఉచితమైన పనిని చేసి చూపాలి" అని చెప్పి. అతడు వారిని రాజువద్దకు తీసుకువెళ్లాడు. అక్కడ అష్టావక్రుడు – "రాజా! నీవు జనక వంశంలో ప్రధానుడవు. చక్రవర్తివి. మీదగ్గర వంది అనే విద్వాంసుడున్నాడని విన్నాను. అతడు బ్రాహ్మణులను శాస్త్రార్థాలలో ఓడిస్తాడని, పైగా వారిని మీ మనుష్యులచేతనే నీళ్లల్లో పడత్రోయిస్తాడని బ్రాహ్మణుల వలన విని వచ్చాను. నేను అద్వైత బ్రహ్మ విషయం మీద అతనితో శాస్త్ర చర్చ చేయాలని వచ్చాను. ఆ వంది ఎక్కడ? అతనిని కలుసుకుంటాను" అన్నాడు.

రాజు "వంది యొక్క గొప్పతనాన్ని చాలామంది వేదవేత్తలైన బ్రాహ్మణులు చూసేశారు. అతని శక్తి తెలియక నీవు అతనిని జయించగలనని అనుకుంటున్నావు. ఇంతకుముందు ఎంతమంది బ్రాహ్మణులు రాలేదు. వారందరూ సూర్యుని ముందు తారలలా అతని ముందు తేజోహీనులైపోయారు". అన్నాడు అష్టావక్రుడు "నావంటివారి పాల పడలేదు కాబట్టి అతడు సింహంలాగ నిర్భయంగా కబుర్లు చెపుతున్నాడు. కాని నేడు నా చేతిలో ఓడిపోయి, దారి మధ్యలో విరిగిన రథం ఎక్కడిదక్కడే కూలిపోయినట్లుగా అతడు మూగవాడైపోతాడు" అన్నాడు.

అప్పుడు రాజు అష్టావక్రుని పరీక్షించదలచి "ముప్పది అవయవాలు, పన్నెండు భాగాలు, ఇరవైనాలుగు పర్వాలు, మూడువందల అరవై ఆకులుగల పదార్థాన్ని తెలుసుకున్నవాడే

గొప్ప విద్వాంసుడు" అన్నాడు. అది విని అష్టావక్రుడు "పక్షరూపమైన ఇరవైనాలుగు పర్వాలు, ఋతురూపమైన ఆరునాభులు, మాసరూపమైన పన్నెండు అంశలు, దినరూపమైన మూడువందల అరవై ఆకులు కలిగి నిరంతరం తిరుగుతూ ఉండే సంవత్సరరూపమైన కాలచక్రం మిమ్మ రక్షించుగాక!" అన్నాడు.

సరియైన ఆ సమాధానం విని రాజు "నిద్రపోతూ కూడా ఏది కన్నులు మూయదు? పుట్టాక కూడా చలనం లేనిది ఏది? దేనిలో హృదయం ఉండదు? వేగంతో వృద్ధి చెందేది ఏది?" అని ప్రశ్నించాడు. అష్టావక్రుడు - చేప నిద్రపోతూ కూడా కన్నులు మూయదు. గుడ్డు పుట్టాక కూడా చలించదు. రాయిలో హృదయం ఉండదు. నది వేగంతో వృద్ధి చెందుతుంది" అని సమాధానాలు చెప్పాడు. ఇది విని రాజు "మీరు దేవతలతో సమానమైన ప్రభావం కలవారు. మీరు మనుష్యమాత్రులు కారు. మీరు బాలకులు కూడా కాదు. మిమ్ము వృద్ధులనే భావిస్తున్నాను. వాదవివాదాలలో మీతో సమానులు ఎవరూ లేరు. కనుక మిమ్మ మండపద్వారం దగ్గర అప్పగిస్తున్నాను. అక్కడే వంది ఉన్నాడు" అని పలికాడు.

అప్పుడు అష్టావక్రుడు వందికేసి తిరిగి - "నిన్ను నీవు అతివాదిగా తలచే వందీ! నీవు ఓడిపోయినవారిని నీళ్లల్లో ముంచే నియమాన్ని పెట్టుకొన్నావు. కాని నా ఎదుట నీవు మాట్లాడనుకూడా లేవు. ప్రళయకాలాగ్ని ముందు నదీప్రవాహం ఎండిపోయినట్లుగా, నా ఎదుట నీ వాదశక్తి నష్టమైపోతుంది. నీవు నా ప్రశ్నలకు సమాధానమివ్వు. నేను నీ ప్రశ్నలకు సమాధానమిస్తాను" అన్నాడు.

రాజా! నిండుసభలో అష్టావక్రుడు క్రోధంతో గర్జించి ఇలా రెచ్చకొట్టగా వంది "అష్టావక్రా! ఒకే అగ్ని అనేకరకాలుగా వెలుగుతుంది. ఒకే సూర్యుడు జగత్తునంతా ప్రకాశింపచేస్తాడు. శత్రునాశకుడైన దేవరాజు ఇంద్రుడొక్కడే వీరుడు. అలాగే పితృదేవతలకు అధిపతి యముడుకూడా ఒక్కడే" అన్నాడు.

అష్టావక్రుడు - "ఇంద్రాగ్నులు ఇద్దరు దేవతలు, నారద పర్వతులు ఇద్దరు దేవర్షులు అశ్వినీకుమారులు ఇద్దరే. రథచక్రాలు కూడా రెండే. విధాత పతి - పత్నులిద్దరినీ సహచరులుగా సృష్టించాడు".

వంది "ఈ సమస్తప్రజలు కర్మవశం వలన మూడు రకాలుగా జన్మిస్తున్నారు. ఆ కర్మలను ప్రతిపాదించే వేదాలు మూడు. అధ్వర్యులు ప్రాతర్మధ్యాహ్నసంధ్యా కాలాలనే మూడు సమయాలలో యజ్ఞానుష్ఠానం చేస్తారు. కర్మానుసారంగా అనుభవించే భోగాలకోసం స్వర్గమృత్యు నరకాలని మూడు లోకాలున్నాయి. వేదాలలో కర్మవలన పుట్టిన జ్యోతులు మూడు రకాలుగా ఉన్నాయి".

అష్టావక్రుడు "బ్రాహ్మణులకు నాలుగు ఆశ్రమాలు. వర్ణాలు కూడా నాలుగే. యజ్ఞాలద్వారా తమ ధర్మాలను నిర్వహించుకొంటారు. ముఖ్యమైన దిక్కులు నాలుగే. ఓంకారానికి అకార ఉకార మకార అర్ధమాత్రలనే నాలుగు వర్ణాలున్నాయి. పరా, పశ్యంతీ, మధ్యమా, వైఖరీ భేదంతో వాక్కు నాలుగు విధాలని చెప్పబడుతోంది".

వంది "యజ్ఞాగ్నులు (గార్హపత్యం, దక్షిణాగ్ని, ఆహవనీయం, సభ్యం, అవసథ్యం) ఐదు. పంక్తిచ్ఛందం ఐదుపాదాలు కలది. యజ్ఞం కూడా (అగ్నిహోత్రం, దర్శము, పౌర్ణమాసము, చాతుర్మాస్యము, సోమము) ఐదు రకాలు. ఇంద్రియాలు ఐదు. వేదాలలో పంచశిఖలు కల అప్సరసలు ఐదుగురు. లోకంలో పవిత్రమైన నదాలు కూడా ఐదే ప్రసిద్ధిచెందాయి.

అష్టావక్రుడు: "అగ్నిని ఆధానం చేసేటపుడు దక్షిణరూపంగా ఆరే గోవులను ఇవ్వాలని ఎంతోమంది చెపుతారు. కాలచక్రంలో ఋతువులు ఆరే. మనస్సుతో కలిపి జ్ఞానేంద్రియాలు ఆరు. కృత్తికలు ఆరు. వేదాలన్నింటిలో సాధస్కయజ్ఞాలు కూడా ఆరే అని చెప్పబడ్డాయి".

వంది: "గ్రామ్య జంతువులు ఏడు. వన్య జంతువులు కూడా ఏడే. యజ్ఞాన్ని పూర్తిచేసే ఛందాలు ఏడే. ఋషులు ఏడుగురు. గౌరవం ఇచ్చే పద్ధతులు ఏడు. వీణ తంత్రులు ఏడుగా ప్రసిద్ధం".

అష్టావక్రుడు - "వందలకొద్దీ వస్తువులను తూచే తక్కెడతాళ్లు ఎనిమిది రకాలు. సింహాన్ని చంపే శరభానికి ఎనిమిది కాళ్లు. దేవతలలో వసువులే ఎనిమిదిమందే అని చెపుతారు. యజ్ఞాలన్నింటిలో యజ్ఞస్తంభ కోణాలు కూడా ఎనిమిదే అని అంటారు."

వంది : "పితృయజ్ఞంలో సమిధలు విడిచే మంత్రాలు తొమ్మిది అని చెపుతారు. సృష్టిలో ప్రకృతి విభాగాలు తొమ్మిదిగా చేయబడ్డాయి. బృహతీ ఛందానికి అక్షరాలు కూడా తొమ్మిదే. అనేకరకాల సంఖ్యలు పుట్టడానికి కారణభూతమైనవి ఒకటి మొదలుకొని తొమ్మిదే."

అష్టావక్రుడు : "లోకంలో దిక్కులు పది. వేయి సంఖ్య కూడా వందను పదిసార్లు లెక్కిస్తే వస్తుంది. గర్భవతి

పదిమాసాలు గర్భాన్ని మోస్తుంది. తత్త్వోపదేశం చేసేవాళ్లు పదిమంది. అలాగే పూజింపదగినవారు కూడా పదిమందే.”

వంది : “పశువుల శరీరాలలో పదకొండు రకాల మార్పులను కలిగించే ఇంద్రియాలు పదకొండు ఉంటాయి. యజ్ఞస్తంభాలు పదకొండు. ప్రాణుల వికారాలు పదకొండు. ఏకాదశ రుద్రులని ప్రతీతి”.

అష్టావక్రుడు : “ఒక ఏడాదిలో పన్నెండు మాసాలుంటాయి. జగతీచ్ఛందస్సులో పన్నెండు అక్షరాలుంటాయి. ప్రాకృతయజ్ఞం పన్నెండు రోజులని చెప్పబడింది. ధీరులు ఆదిత్యులు పన్నెండుమంది అని అంటారు.”

వంది : “తిథులలో త్రయోదశి ఉత్తమమైనది అంటారు. భూమిపై పదమూడు ద్వీపాలున్నాయని చెపుతారు”.

ఈ రీతిగా వంది శ్లోకంలో అర్థభాగాన్ని మాత్రమే చెప్పి ఊరకుండిపోయాడు. అష్టావక్రుడు మిగిలిన అర్ధభాగాన్ని పూర్తి చేస్తూ –“2 అగ్ని, వాయువు, సూర్యుడు – ఈ ముగ్గురు దేవతలు పదమూడు రోజులు జరిగే యజ్ఞాలలో వ్యాపకులు. వేదాలలో అతిచ్ఛందానికి పదమూడు అక్షరాలున్నాయి”. అని పూర్తి చేశాడు.

త్రయోదశీతిథిరుక్తా ప్రశస్తా త్రయోదశద్వీపవతీ మహీ చ ।
త్రయోదశాహాని ససారకేశీత్రయోదశాదీన్యతిచ్ఛందాంసి చాహుః ॥

అది వినగానే వంది ముఖం దించుకుని ఆలోచనలో పడ్డాడు. కాని అష్టావక్రుని నోటినుండి మాటలు ప్రవాహంలా సాగుతూనే ఉన్నాయి. ఇది చూచిన సభలోని బ్రాహ్మణులు హర్షధ్వనులు చేస్తూ అష్టావక్రుని సమీపించి అతనిని సమ్మానించ సాగారు.

అష్టావక్రుడు – ‘రాజా! ఈ వంది శాస్త్రార్థాలలో అనేక పండిత బ్రాహ్మణులను ఓడించి నీటిలో ముంచేశాడు. ఇతనికి కూడా వెంటనే అదే గతి పట్టాలి” అన్నాడు.

వంది “మహారాజా! నేను జలాధీశుడైన వరుణుని కొడుకును. నా తండ్రి కూడా మీరు చేసినట్లే పన్నెండేళ్లకు పూర్తి అయ్యే యజ్ఞాన్ని చేస్తున్నాడు. దానికోసమే నేను నీటిలో ముంచడం అనే వంకతో శ్రేష్ఠులయిన బ్రాహ్మణులను ఎంచి వరుణలోకానికి పంపాను. వారంతా ఇప్పుడే తిరిగి రాగలరు. ఈ అష్టావక్రుడు నాకు పూజ్యుడు. ఇతని దయవలన నీళ్లల్లో మునిగి నేనుకూడా నా తండ్రి వరుణుని వెంటనే కలుసుకునే సౌభాగ్యం కలిగింది” అన్నాడు.

రాజు వందిమాటల వలలో చిక్కుకొని ఆలస్యం చేయడం చూచిన అష్టావక్రుడు – ‘రాజా! నేను చాలాసార్లు చెప్పాను. అయినా నీవు మదించిన ఏనుగులా ఏదీ వినిపించుకోవడం లేదు. జిగురు గల ఆకులలో భోజనం చేసి నీ బుద్ధి నశించిపోయి ఈ ఇచ్చకాలాడే వాని మాయలో పడిపోయావు. అనిపిస్తోంది” అన్నాడు.

జనకుడు – “దేవా! నేను మీ దివ్యవాక్కును వింటున్నాను. మీరు సాక్షాత్తు దివ్యపురుషులు. మీరు శాస్త్రార్థంలో వందిని ఓడించారు. నేను మీ కోరిక ప్రకారం ఇప్పుడే ఇతనిని దండిస్తాను” అన్నాడు.

వంది “రాజా! వరుణుని పుత్రుడనైన నాకు నీటిలో మునగడానికి భయంలేదు. ఈ అష్టావక్రుడు చాలా రోజులుగా నీళ్లల్లో మునిగి ఉన్న తన తండ్రి కహోడుని ఇప్పుడే చూస్తాడు” అన్నాడు.

లోమశుడు చెపుతున్నాడు – సభలో ఇలా సంభాషణ సాగుతూండగానే సముద్రంలో ముంచబడిన బ్రాహ్మణులందరూ వరుణదేవునిచేత సమ్మానింపబడి నీటి బయటకు వచ్చారు. వారు జనకుని సభలో ప్రవేశించారు. వారి మధ్యలో ఉన్న కహోడుడు – “మనుష్యుడు ఇలాంటి పనులకోసమే పుత్రుడు కావాలని కోరుకుంటాడు. నేను చేయలేని పనిని నా కొడుకు చేసి చూపించాడు. రాజా! అప్పుడప్పుడు దుర్బలునికి బలవంతుడు, మూర్ఖునికి పండితుడు అయిన కొడుకులు కలుగుతూ ఉంటారు”. అన్నాడు. అనంతరం వందికూడా జనకమహారాజు అనుమతి తీసుకుని సముద్రంలోకి దూకేశాడు. బ్రాహ్మణులందరూ అష్టావక్రుని, అష్టావక్రుడు తండ్రిని పూజించారు. అష్టావక్రుడు తన మామ శ్వేతకేతువుతో కలిసి ఆశ్రమానికి తిరిగివచ్చాడు. అక్కడికి వెళ్లగానే కహోడుడు అష్టావక్రుని సమంగా నదిలో మునగమన్నాడు. అష్టావక్రుడు అలా మునగగానే అతని అవయవాలన్నీ చక్కగా నిటారుగా అయ్యాయి. అతని స్పర్శతో నది కూడా పవిత్రమయింది. ఈ నదిలో స్నానం చేసిన వారు పాపవిముక్తులవుతారు. రాజా! నీవు, ద్రౌపది, తమ్ముళ్లు ఈ నదిలో దిగి స్నానం, ఆచమనం చేయండి – అన్నాడు.

పాండవులు గంధమాదనమును చేరుట.

లోమశమహాముని చెపుతున్నాడు – రాజా! ఈ కనిపించే మధువిలా నదికే సమంగమని ఇంకొక పేరుంది. ఈ కర్దమిల క్షేత్రంలో భరతునికి పట్టాభిషేకం జరిగింది. వృత్రాసురుని వధించాక ఇంద్రుడు రాజ్యభ్రష్టుడైనపుడు ఈ సమంగా

నదిలోనే స్నానం చేసి పాపవిముక్తుడయ్యాడు. ఈ మైనాక పర్వత మధ్యభాగం లోనిది వినశనతీర్థం. ఈ ప్రక్కది కనఖల పర్వతపంక్తి. ఇది ఋషులకు అత్యంత ప్రియమైనది. దీనికి దగ్గరలోనే గొప్పనది గంగ కనపడుతోంది. పూర్వం సనత్కుమారు డిక్కడే సిద్ధిపొందాడు. రాజా! ఇందులో స్నానం చేస్తే సర్వపాపాలూ పోతాయి. ఇంకాస్త ముందుకు వెళితే పుణ్యసరస్సు, భృగుతుంగ పర్వతం వస్తాయి. అక్కడ నీవు ఉష్ణగంగా తీర్థంలో మంత్రులతో సహితంగా స్నానం చేద్దువుగాని. అదిగో స్థూలశిర మహాముని అందమైన ఆశ్రమం కనిపిస్తోంది. అక్కడ మానక్రోధాలను మనసునుండి పోగొట్టుకోవాలి. ఇక్కడ రైభ్యమునియొక్క సమృద్ధమైన ఆశ్రమం ఉంది. ఇక్కడి వృక్షాలు ఎప్పుడూ పూలతో పళ్లతో శోభిల్లుతూ ఉంటాయి. ఇక్కడ నివసిస్తే నీకు అన్ని పాపాలనుండి విముక్తి కలుగుతుంది.

రాజా! ఉశీరబీజ, మైనాక, శ్వేత, కాల పర్వతాలు దాటి నీవు ముందుకు వచ్చావు. ఇక్కడ ఏడుపాయలుగా ప్రవహిస్తున్న భాగీరథి ఉంది. ఇది నిర్మలమైన పవిత్రస్థానం. ఇక్కడ అగ్ని నిరంతరం వెలుగుతూ ఉంటుంది. ఇప్పుడు ఈస్థానం మనుష్యులకు కనిపించడం లేదు. నీవు ధీరుడవై సమాధిస్థితిని పొందితే ఈ అన్ని తీర్థాలూ దర్శించగలవు. ఇక మనం మందరాచల పర్వతానికి వెళ్దాం. అక్కడ మణిభద్రుడనే యక్షుడు, యక్షరాజు కుబేరుడు ఉంటారు. ఈ పర్వతం మీద ఇరవై ఎనిమిది వేల గంధర్వులు, కిన్నరులు, దానికి నాలుగు రెట్లు యక్షులు అనేకరకాల ఆయుధాలు ధరించి యక్షరాజు మణిభద్రుని సేవిస్తూ ఉంటారు.వారు రకరకాల రూపాలు ధరిస్తూ ఉంటారు. ఇక్కడ వారి ప్రభావం అధికం. వారు వాయుసమాన వేగులు. ఆ బలవంతులైన యక్షులు రాక్షసులు కాపాడుతూ ఉండడం వలన ఈ పర్వతం దుర్గమమైనది. కాబట్టి ఇక్కడ చాలా జాగ్రత్తగా ఉండాలి. ఇక్కడ మనం కుబేరుని అనుచరుడు మైత్రుడనే భయంకర రాక్షసుని ఎదుర్కోవాలి. రాజా! కైలాస పర్వతం ఆరు యోజనాల ఎత్తు ఉంది. అక్కడికి దేవతలు వస్తూ ఉంటారు. అక్కడే బదరికాశ్రమం అనే తీర్థం ఉంది. కాబట్టి నీవు నా తపస్సు చేత భీమసేనుని బలం చేత సురక్షితంగా ఈ తీర్థంలో స్నానం చేయి. "గంగాదేవీ ! నేను కాంచనమయమైన పర్వతం నుండి జాలువారుతున్న నీ కలకలధ్వనిని వింటున్నాను. నీవు ఈ యుధిష్ఠిరమహారాజును రక్షించు" అని గంగామాతను ప్రార్థించి లోమశుడు యుధిష్ఠిరుని హెచ్చరించి జాగ్రత్తగా ముందుకు నడవమని ఆదేశించాడు.

యుధిష్ఠిరుడు తన తమ్ములతో – "సోదరులారా! లోమశమహాముని ఇది చాలా భయంకరమైన ప్రదేశమని చెపుతున్నారు. మీరు ద్రౌపదిని జాగ్రత్తగా చూసుకోండి. ఎటువంటి పొరపాటు జరగకూడదు. ఇక్కడ త్రికరణ శుద్ధిగా ఉండాలి. భీమసేనా! కైలాసం గురించి ముని చెప్పిన మాటలు నీవూ విన్నావు కదా! ఇక్కడ ద్రౌపది ముందుకు ఎలా సాగగలదో కొంచెం ఆలోచించు. లేకపోతే ఒక పని చెయ్యి. సహదేవా! ధౌమ్యులవారిని, వంటల వారిని పురవాసులను, రథాలను, గుఱ్ఱాలను, పరివారజనాన్ని, ఇంకా దారిలో కష్టాలను సహించలేని బ్రాహ్మణులను తీసుకుని నీవూ వెనక్కి వెళ్లు. నేను, నకులుడు, లోమశమహాముని ముగ్గురు ఆహారం స్వల్పంగా తీసుకోవాలనే నియమాన్ని పాటిస్తూ ఈ పర్వతాన్ని ఎక్కుతాం. నేను తిరిగివచ్చేవరకు నీవు జాగ్రత్తగా హరిద్వారంలో ఉండు. నేను వచ్చేంతవరకు ద్రౌపదిని చాలా జాగ్రత్తగా కనిపెట్టి ఉండు" అన్నాడు.

భీమసేనుడు – "రాజా! ఈ పర్వతం మీద రాక్షసుల మాయలు అధికం. పైగా ఇది మిక్కిలి దుర్గమంగా ఎగుడు దిగుడుగా ఉంది. సౌభాగ్యవతి ద్రౌపదికూడా మీరు లేకుండా తిరిగి వెళ్లడానికి ఒప్పుకోదు. అలాగే సహదేవుడు కూడా ఎప్పుడూ మిమ్మల్ని వెన్నంటే ఉండాలని కోరుకుంటాడు. ఇతని మనసు నాకు బాగా తెలుసు. ఇతడు ఎన్నటికీ తిరిగి వెళ్లడు. ఇంతే కాక వీరందరూ అర్జునుని చూడాలని ఉత్సుకులై ఉన్నారు. కాబట్టి అందరమూ మీ వెంటే నడుస్తాం. ఇక్కడ ఎక్కువగా గుహలు ఉండడం వలన రథాలు వెళ్లడం కష్టమయితే నడిచే వెళదాం. మీరు ద్రౌపది గురించి విచారించకండి. ఆమె ఎక్కడ నడవలేకపోతే అక్కడల్లా నేను ఆమెను భుజాలకెత్తుకొని తీసుకువస్తాను. ఈమాద్రీసుతులు నకుల సహదేవులు కూడా సుకుమారులే. ఎక్కడైనా దుర్గమస్థానాలుండి వీరు నడవలేకపోతే వారిని కూడా నేను దాటిస్తాను" అన్నాడు.

ఇది విని యుధిష్ఠిరుడు – "నీవు ద్రౌపదిని నకుల సహదేవులను కూడా తీసుకువెళ్లడానికి సాహసిస్తున్నావు. సంతోషమే. ఇంకొకరివలన ఇలా ఆశించడానికి వీలు లేదు కదా! తమ్ముడా! నీకు శుభం కలుగుగాక! నీ బలధర్మాలు కీర్తి వృద్ధి పొందుగాక!" అన్నాడు. ద్రౌపది కూడా నవ్వి

"రాజా! నేను మీతో పాటే నడుస్తాను. నా గురించి బెంగపడకండి" అన్నది.

లోమశుడు "కుంతీనందనా! ఈ గంధమాదన పర్వతాన్ని తపస్సు ద్వారానే ఎక్కగలగాలి. కనుక మనమందరం తపస్సు చేయాలి. తపస్సు ద్వారానే నేను, నీవు, నకులుడు, సహదేవుడు, భీముడు అర్జునుని చూడగలుగుతాం" అన్నాడు.

వైశంపాయనుడు చెపుతున్నాడు - "రాజా! ఈ రీతిగా సంభాషించుకుంటూ ముందుకు నడుస్తున్న వారికి సుబాహువు యొక్క విశాలమైన దేశం కనిపించింది. అక్కడ గుఱ్ఱాలు ఏనుగులు ఎక్కువ. వందలకొద్దీ కిరాత, తంగణ, పులింద జాతులకు చెందిన ప్రజలు నివసిస్తున్నారు. పుళిందదేశపురాజు తమ ప్రాంతంలోకి పాండవులు వచ్చారని తెలియగానే మిక్కిలి ఆదరంగా వారికి సత్కారాలు చేశాడు. వారు అతని పూజలు స్వీకరించి అతనివద్ద ఆనందంగా ఉన్నారు. రెండోరోజు సూర్యోదయం అయ్యాక మంచుకొండ వైపు బయల్దేరారు. వారు ఇంద్రసేనాది సేవకులను, వంటవారిని, ద్రౌపది సామానులను పులిందరాజు వద్దనే విడిచి కాలినడకన ముందుకు సాగారు.

తరువాత యుధిష్ఠిరుడు - "భీమా! అర్జునుని చూడాలనే కోరికతోనే ఈ ఐదేళ్లనుండి మీ అందరితో కలిసి రమ్యమైన తీర్థాలు, అడవులు, సరస్సులు తిరుగుతున్నాను. కాని ఇంతవరకు ఆ సత్యసంధుని పరాక్రమశాలిని అర్జునుని చూడలేకపోయినందుకు నాకు చాలా బాధగా ఉంది. అర్జునుని గుణాలను గూర్చి ఏమని చెప్పను? ఎంత చిన్నవాడయినా కూడా తన్ను ధిక్కరించిన వానిని అతడు క్షమిస్తాడు. ఋజువర్తనులకు శాంతిసుఖాలతో పాటు అభయాన్ని ఇస్తాడు. ఎవరైనా మోసంతో తన్ను దెబ్బతీస్తే, అతడింద్రుడైనా సరే అతని చేతులలోంచి తప్పించుకోలేరు. తన్ను శరణుకోరి వచ్చిన శత్రువునయినా ఉదారంగా చూడగలడు. మనందరికీ అతడే ఆధారం. అతడు శత్రుమర్దనుడు, రత్నవిజేత, సర్వులకు సౌఖ్య ప్రదాత. అతని బాహుబలం వలననే కదా నాకు ముల్లోకాలలోను ప్రసిద్ధిచెందిన సభాభవనం లభించింది. అతని పరాక్రమం బలరామకృష్ణులతో నీతో పోటీపడుతూ ఉంటుంది. అతనిని చూడడానికే ఈ గంధమాదన పర్వతం ఎక్కుతున్నాము. ఈ ప్రాంతంలో ఏ వాహనాన్ని ఎక్కి వెళ్లలేరు. క్రూరులు, లోభులు, అశాంతచిత్తులు ఈ యాత్రను చేయలేరు. సంయమనం లేనివారిని ఈగలు, దోమలు, జోరీగలు, సింహాలు, పెద్దపులులు, పాములు మొదలైనవి బాధిస్తాయి. సంయముల ఎదుటికి కూడా అవి రావు. కనుక మనం మనోనిగ్రహంతో అల్పాహారులమై ఈ పర్వతాన్ని ఎక్కాలి" అని చెప్పసాగాడు.

లోమశముని - "సౌమ్యుడా! పవిత్రమైన, చల్లని నీళ్లు గల అలకనందానది ప్రవహిస్తోంది ఇదిగో. ఇది బదరికాశ్రమం నుండి వెలువడుతోంది. దేవర్షిగణాలు దీని జలాన్ని సేవిస్తారు. ఆకాశ చారులైన వాలఖిల్యులు, గంధర్వులు ఈ తీరానికి వస్తూ ఉంటారు. ఇక్కడ మరీచి, పులహుడు, భృగువు, అంగిరుడు మొదలైన మునీశ్వరులు చక్కని స్వరంతో సామగానం చేస్తూ ఉంటారు. గంగాద్వారంలో శంకరభగవానుడు ఈ జలాన్నే తన జటలలో బంధించాడు. మీరంతా పరిశుద్ధమనస్కులై ఈ గంగానదికి మోకరిల్లండి" అన్నాడు.

అతనిమాటలు విని వారు అలకనందానది వద్దకు వెళ్లి దానికి ప్రణామాలర్పించారు. తరువాత ఆనందంగా ఋషులందరితో కలిసి నడవసాగారు.

లోమశుడు చెపుతున్నాడు - "ఈ ఎదురుగా కైలాస శిఖరంలా తెల్లగా కనిపిస్తున్నది నరకాసురుని ఎముకలు. పూర్వం ఇంద్రుని హితం కోరి విష్ణుభగవానుడు ఇక్కడే ఆ దైత్యుని సంహరించాడు. ఆ దైత్యుడు పదివేల ఏళ్లు కఠోరమైన తపస్సు చేసి ఇంద్రాసనం అధిష్ఠించాలని తలచాడు. తన తపోబలంచేత బాహుబలంచేత దేవతలకు అజేయుడై వారిని ఇబ్బందుల పాలుచేశాడు. ఇంద్రుడు చాలా కంగారుపడి మనసులోనే విష్ణుభగవానుని స్మరించాడు. భగవానుడు ప్రసన్నుడై ప్రత్యక్షమయ్యాడు. దేవతలు, ఋషులు, అందరూ అతనిని స్తుతించి తమ గోడు వెళ్లబోసుకున్నారు. అప్పుడు విష్ణువు "దేవరాజా! నీవు నరకాసురునికి భయపడుతున్నావని నాకు తెలుసు. అతడు తన తపఃప్రభావంతో నీ సింహాసనాన్ని స్వాధీనం చేసుకోవాలనుకుంటున్నాడనే సంగతీ నాకు తెలుసు. నీవు నిశ్చింతగా ఉండు. అతడు తపస్సిద్ధి పొందాడు. అయినా నేను అతనిని త్వరలోనే సంహరిస్తాను". అని చెప్పాడు. ఇంద్రునితో ఇలా చెప్పి విష్ణువు ఒక్క లెంపకాయతో అతని ప్రాణాలు తీశాడు. ఆ దెబ్బ తింటూనే అతడు కొండలా నేలకూలాడు. ఈ రీతిగా భగవంతునిచేత చంపబడిన ఆ రాక్షసుని ఎముకలే ఈ ఎదురుగా కనిపిస్తున్నాయి.

ఇదే కాకుండా విష్ణుభగవానుడు చేసిన ఇంకొక పని కూడా ప్రసిద్ధమైనది ఉంది. సత్యయుగంలో ఆదిదేవుడు శ్రీనారాయణుడు యమధర్మరాజు కార్యం నిర్వర్తిస్తూ ఉండేవాడు. ఆ రోజులలో మృత్యువు లేని కారణంగా ప్రాణులన్నీ వృద్ధిచెందుతూ ఉండేవి. ఆ భారంతో భూమి సముద్రంలో నూరు యోజనాల లోపలకు కూరుకుపోయింది. నారాయణుని సన్నిధికి వెళ్ళి ఆమె ఇలా మొరపెట్టుకుంది – "భగవాన్! మీ దయవలన నేను చాలాకాలం స్థిరంగా ఉన్నాను. కాని ఇప్పుడు భారం అధికమై నిలువలేకపోతున్నాను. ఈ భారాన్ని మీరే తొలగించగలరు. శరణాగతురాలిని దయచూపండి".

భూదేవి మాటలు విని భగవానుడు – "పృథ్వీ! నీవు భారంతో కుంగిపోతున్నావు. నిజమే. కాని భయపడవలసినదేమీ లేదు. నీవు తేలికపడే ఉపాయం చూస్తాను." అని ఓదార్చి ఆమెను పంపాడు. తాను ఒక కొమ్ము ఉన్న వరాహ రూపాన్ని ధరించాడు. భూమిని ఆ కొమ్ముపై ఉంచి నూరు యోజనల లోతునుండి నీటి బయటకు తెచ్చాడు.

ఈ అద్భుత కృత్యాన్ని గూర్చి విని పాండవులు ఎంతో ఆనందించారు. లోమశుడు చెప్పిన దారిగుండా త్వరత్వరగా నడువసాగారు.

బదరికాశ్రమ యాత్ర

వైశంపాయనుడు చెపుతున్నాడు – "రాజా! పాండవులు గంధమాదన పర్వతం మీద అడుగుపెట్టగానే తీవ్రమైన గాలి వీచింది. వాయు వేగానికి ధూళి, ఆకులు, ఎగరసాగాయి. ఆ సుడిగాలి అకస్మాత్తుగా భూమిని, ఆకాశాన్ని, దిక్కులను కమ్మేసింది. ధూళి కారణంగా చీకటి కమ్మేసి ఒకరినొకరు చూడడానికి గాని, మాట్లాడుకోడానికి గాని కష్టమైపోయింది. సుడిగాలి తగ్గి దుమ్ము రేగడం ఆగింది. రోకళ్లవంటి ధారలతో వర్షం మొదలయింది. ఆకాశంలో క్షణక్షణానికి మెరుపులు మెరుస్తున్నాయి. పిడుగులు కురుస్తూ మేఘాలు గర్జిస్తున్నాయి. కొంతసేపటికి ఆ తుఫాను వెలిసింది. గాలి వేగం తగ్గింది. మేఘాలు విచ్చిపోయాయి. సూర్యుడు మబ్బుల చాటునుండి బయటపడి ప్రకాశింపసాగాడు.

పాండవులు ఈ స్థితిలో ఒక కోసెడుదూరమే వెళ్లి ఉంటారు. ద్రౌపది ఈ తుఫాను బీభత్సానికి అలసిపోయి కూలబడిపోయింది. సుకుమారి అయిన ఆమెకు కాలినడక అలవాటు లేదు. కనుక ఆమె నేలమీద కూర్చుండిపోయింది. ధర్మరాజు ఆమెను ఒడిలో పడుకోబెట్టుకొని భీమసేనునితో – "సోదరా! భీమా! ఇప్పుడే ఎగుడుదిగుడు పర్వతాలు వస్తాయి. మంచు కారణంగా వాటిని దాటడం కష్టం కావచ్చు. సుకుమారి అయిన ద్రౌపది వాటిపై ఎలా నడుస్తుంది?" అన్నాడు. భీమసేనుడు – "రాజా! నేను మిమ్మల్ని, ద్రౌపదిని, నకులసహదేవులను కూడా తీసుకుని వెళ్లగలను. మీరు చింతించకండి. అంతేకాదు హిడింబ కొడుకు ఘటోత్కచుడు నాతో సమానమైన బలం కలవాడు. అతడు ఆకాశంలో చరించగలడు. మీరు ఆజ్ఞాపిస్తే అతడు మనందరినీ తీసుకువెళ్లగలడు" అని ధైర్యం చెప్పాడు.

ధర్మరాజు అది విని అతనిని పిలువమన్నాడు. అతడు ఆజ్ఞాపించగానే భీముడు తన రాక్షసపుత్రుడైన ఘటోత్కచుని తలచుకున్నాడు. వెంటనే అతడక్కడికి వచ్చాడు. అతడు రాగానే పాండవులకు బ్రాహ్మణులందరికీ నమస్కరించాడు. వారు కూడా అతనిని యథోచితంగా గౌరవించారు. పిమ్మట వీరుడు భయంకరుడు అయిన ఘటోత్కచుడు చేతులు జోడించి భీమసేనుని "మీరు స్మరించగానే మీసేవకోసం వచ్చాను. చెప్పండి. ఏమి ఆజ్ఞ" అని అడిగాడు.

భీముడతనిని ఆలింగనం చేసుకుని "నాయనా! నీ తల్లి ద్రౌపది చాలా అలిసిపోయింది. నీవు ఈమెను భుజాల మీద ఎక్కించుకొని వెళ్లాలి. ఆమెకు బాధకలుగకుండా నెమ్మదిగా వెళ్లు". అని చెప్పాడు.

ఘటోత్కచుడు – "నేను ఒక్కడినే ధర్మరాజును, ధౌమ్యుని, ద్రౌపదిని, నకులసహదేవులను అందరినీ తీసుకొని వెళ్లగలను. అయినా నాతోపాటు కామరూప ధరులైన వీరులు వందలకొద్దీ ఉన్నారు. వారు బ్రాహ్మణులతో సహితంగా మిమ్ము అందరినీ తీసుకువెళ్తారు" అని చెప్పి అతడు ద్రౌపదిని తీసుకొని పాండవుల మధ్యనుండి సాగిపోయాడు. ఇతర రాక్షసులు కూడా పాండవులను తీసుకొని బయలుదేరారు. అమిత తేజస్సంపన్నుడయిన లోమశమహాముని తన తపోబలం చేత స్వయంగా ఆకాశమార్గాన కదలసాగాడు. ఆ సమయంలో అతడు రెండవ సూర్యునిలా భాసించాడు. ఘటోత్కచుని ఆజ్ఞ ప్రకారం ఇతర రాక్షసులు బ్రాహ్మణులందరినీ భుజాలమీదికెత్తుకున్నారు. ఇలా వారందరూ అందమైన అడవులను, తపోవనాలను చూస్తూ బదరికాశ్రమం వైపు సాగిపోయారు. రాక్షసులు శీఘ్రగమనులు కాబట్టి కొద్ది సేపటిలోనే చాలా దూరం సాగిపోయారు.

దారిలో వెళ్తూ వెళ్తూ వారు మ్లేచ్ఛులు నిర్మించిన ప్రాంతాన్ని, అక్కడి రత్నాల గనులను, రకరకాల ధాతువులతో కలిసి ప్రవహిస్తున్న పర్వతపు సెలయేళ్లను చూశారు. ఆ ప్రాంతంలో విద్యాధరులు, కిన్నరులు, కింపురుషులు గంధర్వులు అనేకులు విహరిస్తున్నారు. అక్కడక్కడ కోతులు, నెమళ్లు, చమరీమృగాలు, రురువులు, లేళ్లు, అడవిపందులు, గవయమృగాలు, అడవిదున్నలు, కొండముచ్చులు తిరుగుతున్నాయి. అక్కడక్కడ నదులు కూడా కనిపించాయి.

ఈ రీతిగా ఉత్తర కురుదేశాలు గడచి వారు అనేక వింతలతో కూడిన కైలాసపర్వతాన్ని చూచారు. దానికి దగ్గరలోనే శ్రీనరనారాయణుల ఆశ్రమాన్ని చూచారు. ఆ ఆశ్రమం నిరంతరం ఫలపుష్పశోభితమైన చెట్లతో అలరారుతోంది. అక్కడవారు గుండ్రంగా సన్నని కొమ్మలతో ఉన్న మనోహరమైన బదరీవృక్షాలను కూడా చూశారు. ఆ చెట్లు చల్లని దట్టమైన నీడనిస్తున్నాయి. ఆకులు నున్నగా మెత్తగా ఉన్నాయి. చెట్లకు తీయని పండ్లు వ్రేలాడుతున్నాయి. బదిరికాశ్రమం చేరాక ఆ మహాత్ములు, బ్రాహ్మణులు అందరూ రాక్షసుల భుజాలనుండి దిగి, నరనారాయణులు విరాజిల్లే ఆ ఆశ్రమాన్ని తదేకంగా చూడసాగారు. ఆశ్రమంలో చీకటి లేదు. అయినా వృక్షాలు దట్టంగా ఉన్న కారణంగా సూర్యకిరణాలు చొరడం లేదు. అలాగే అక్కడ శీతోష్ణాలు, ఆకలిదప్పులు – మొదలైన దోషాలవలన కలిగే బాధలూ లేవు. అక్కడికి ప్రవేశిస్తూనే శోకం తనంతట తాను మరలిపోతుంది. మహర్షులు అక్కడ గుంపులుగా ఉంటారు. ఋక్సామయజు రూపమైన లక్ష్మీసరస్వతులక్కడ కొలువై ఉంటారు. ధర్మబహిష్కృతులైనవారు అక్కడకు ప్రవేశించనే లేరు. సూర్యాగ్నులవంటి తేజస్సు కలవారు, తపస్సు చేత మనోమాలిన్యాన్ని దగ్ధం చేసినవారు, అయిన మహర్షులు, సంయతేంద్రియులు, ముముక్షువులు అయిన యతిజనము మాత్రమే అక్కడ ఉంటారు. వారే కాక బ్రహ్మస్థితిని పొందిన బ్రహ్మజ్ఞులైన అనేకులు మహానుభావులు కూడా ఉంటారు.

జితేంద్రియుడు, పవిత్రాత్ముడు అయిన యుధిష్ఠిరుడు తన తమ్ముళ్లతో కలిసి ఆ మహర్షుల చెంతకు వెళ్లాడు. వారంతా దివ్యజ్ఞానసంపన్నులు. వారంతా యుధిష్ఠిరమహారాజు తమ ఆశ్రమానికి రావడం చూసి ఆనందంతో అతనిని ఆశీర్వదిస్తూ స్వాగతం చెప్పడానికి కదిలారు. వారు అగ్ని సమానతేజులై నిరంతరం స్వాధ్యాయం చేస్తూ ఉంటారు. వారు విధి పూర్వకంగా ధర్మజుని సత్కరించి పవిత్రజలాన్ని, ఫలపుష్పమూలాలను సమర్పించారు. యుధిష్ఠిరుడు కూడా చాలా వినయంగా మహర్షుల సత్కారాన్ని స్వీకరించాడు. తరువాత భీమసేనాది సోదరులు, ద్రౌపది, వేదవేదాంగ పారంగతులైన వేలమంది బ్రాహ్మణులతో కలిసి ఆ మనోహరమైన పవిత్రాశ్రమాన్ని ప్రవేశించాడు. అది ఇంద్రభవనంలా స్వర్గంలా అనిపించింది. అక్కడి అన్ని ప్రదేశాలు చూచి వారు పరమపవిత్రమైన భాగీరథీ తీరాన్ని చేరుకున్నారు. ఆ నది ఇక్కడ సీత పేరుతో ప్రసిద్ధిచెందింది. దానిలో స్నానాదులు పూర్తి కావించుకొని పవిత్రులై దేవఋషి పితృ తర్పణాలు, జపాలు చేసి చాలా ఆనందంగా తమ ఆశ్రమంలో ఉండసాగారు.

భీమసేనుడు హనుమంతుని కలిసికొనుట

వైశంపాయనుడు చెపుతున్నాడు – "జనమేజయా! అర్జునుని కలుసుకోవాలనే కోరికతో పాండవులు అక్కడ ఆరు రాత్రులు ఉన్నారు. ఇంతలోనే దైవయోగం వలన ఈశాన్య దిక్కునుండి వీచినగాలికి ఒక సహస్రదళ పద్మం ఎగిరివచ్చింది. అది సాక్షాత్తు సూర్యునిలా ఉన్న పెద్ద దివ్య కుసుమం. సాటిలేని పరిమళంతో మనసుకు సమ్మోహనం కలిగిస్తోంది. నేల రాలుతూండగానే ద్రౌపది దృష్టి దానిమీద పడింది. చూడగానే సౌగంధికమనే పేరుగల ఆకమలం దగ్గరకు వెళ్లి ఆమె మనసులోనే ఎంతో ఆనందపడుతూ భీమసేనునితో – "ఆర్యా! నేను ఆకమలాన్ని ధర్మరాజునకు కానుకగా ఇస్తాను. మీకు నామీద నిజంగా ప్రేమ ఉన్నట్లయితే నాకోసం ఇలాంటి పుష్పాలనే చాలా తీసుకురండి. నేను వీటిని కామ్యకవనంలోని ఆశ్రమానికి తీసుకువెళ్లలనుకుంటున్నాను" అన్నది.

భీమసేనునితో ఇలా అని ద్రౌపది వెంటనే ఆపువ్వును తీసుకుని ధర్మరాజువద్దకు వచ్చింది. పట్టపుదేవేరి ద్రౌపది కోరికను తెలుసుకున్న భీమసేనుడు తన ప్రియురాలికి ప్రీతి కలిగించాలనే కోరికతో, వాయువు ఆపువ్వును తెచ్చిన దిశగా ఇంకా కొన్ని పూలు తేవడానికి చాలా వేగంగా బయలుదేరాడు. అతడు మార్గంలో ఎదురయ్యే అడ్డంకులను ఎదుర్కోవడానికి బంగారుపిడి గల ధనుస్సును, విషసర్పాలవంటి పదునైన బాణాలను తీసుకుని మదపుటేనుగులాగ సింహంలాగ నడవసాగాడు. దారిలో వెళ్లేసమయంలో అతడు పరస్పరం ఘర్షిస్తున్న మేఘాలవలె

భయంకరంగా గర్జిస్తూ వెళ్లసాగాడు ఆశబ్దానికి సంశయంతో పులులు తమ గుహలు వదిలిపెట్టి పారిపోయాయి. అడవిజంతువులు ఎక్కడికక్కడ దాగుకొన్నాయి. పక్షులు భయపడి ఎగరసాగాయి. లేళ్లగుంపులు కంగారుతో చౌకళించి దూకాయి. భీమసేనుని గర్జతో సమస్త దిక్కులు ప్రతిధ్వనించాయి. అతడు సూటిగా ముందుకు సాగిపోతూ ఉన్నాడు. కొద్దిదూరం వెళ్లాక గంధమాదనపర్వత సానువుల మీద ఎన్నో యోజనాల పొడవు వెడల్పు కల అరటితోట కనపడింది. మహాబలవంతుడయిన భీముడు నృసింహుని వలె గర్జిస్తూ వంగి దానిలోపల ప్రవేశించాడు.

ఆవనంలో మహావీరుడు హనుమంతుడు ఉంటున్నాడు. అతనికి తన సోదరుడు భీమసేనుడు వస్తున్నట్లు తెలిసింది. అతడు భీమసేనుడు ఈవైపు నుండి స్వర్గానికి వెళ్లడం మంచిది కాదనుకున్నాడు. అలా చేస్తే దారిమధ్యలో అతనినెవరయినా ధిక్కరించవచ్చు లేదా శపించవచ్చు అని ఆలోచించాడు. ఇలా ఆలోచించి అతనిని రక్షించడంకోసం ఆ కదలీవనం వైపు నుండి వెళ్లే ఇరుకుదారిలో అడ్డంగా పడుకున్నాడు. అతడు ఉండుండి బద్ధకం వచ్చినప్పుడల్లా ఆవులిస్తూ తోకను నేలకేసి కొడుతున్నపుడు వచ్చే ప్రతిధ్వని అన్ని వైపులా వినిపిస్తోంది. దానివలన ఆ పర్వతం ఇటు అటు కదిలిపోతోంది. శిఖరం విరిగి పెళ్లలు పడుతున్నాయి. ఆశబ్దం మదపుటేనుగు ఘీంకారాన్ని కూడా మించి అన్నివైపులా వ్యాపించింది. అది విని భీమసేనుని రోమాలు నిక్కపొడుచు కున్నాయి. కారణాన్ని వెదుకుతూ అతడు ఆ కదళీవనమంతా తిరగసాగాడు. వెతకగా అతనికి ఆ అరటితోటలో ఒకపెద్దరాయి మీద పడుకున్న వానరరాజు హనుమంతుడు కనిపించాడు. అతని పెదవులు పలుచగా ఉన్నాయి. నాలుక నోరు ఎఱ్ఱగా ఉంది. చెవులు కూడా ఎఱ్ఱగానే ఉన్నాయి. కనుబొమలు కదులుతున్నాయి. తెఱచిన నోట్లోంచి తెల్లని కొనదేరిన పదునైన పళ్లు కోరలు కనిపిస్తున్నాయి. వాటివలన అతని ముఖం కిరణాలతో కూడిన చంద్రునిలా అనిపిస్తోంది. అమిత తేజశ్శాలి అయిన అతడు అందమైన అరటిచెట్ల మధ్య పడుకుంటే కేసరాలమధ్య ఉన్న అశోకపుష్పంలా ఉన్నాడు. అవయవాల కాంతి మండుతున్న అగ్నిలా ఉంది. తేనెరంగు కళ్లతో అటు ఇటు చూస్తున్నాడు. స్థూలకాయంతో స్వర్గానికి వెళ్లే దారికి అడ్డంగా హిమాలయంలా ఉన్నాడు.

ఆ మహావనంలో ఒంటరిగా పడుకొన్న హనుమంతుని చూచి భీమసేనుడు నిర్భయంగా అతనిని సమీపించి ఉరుములా కఠినమైన భీషణ సింహనాదం చేశాడు. భీమసేనుని ఆ గర్జనకు అడవిలోని జంతుజాలం, పక్షులు మిక్కిలి భయపడ్డాయి. మహాబలిష్ఠుడైన హనుమంతుడు తన కన్నులను కొద్దిగా తెరిచి నిర్లక్ష్యంగా భీమసేనుని చూశాడు. అతడు తన దగ్గరకు రాగానే – "తమ్ముడూ! నేను రోగిష్ఠివాడిని. నేనేదో ఇక్కడ సుఖంగా పడుకుంటే నీవు ఎందుకు లేపావు ? నీవు తెలిసిన వాడివి. జీవులపట్ల దయచూపాలి. నీ ప్రవర్తన ధర్మనాశకంగా, మనోవాక్కాయాలు దూషితం చేసే పనులలో ఎందుకు ఉంది? నీవు పెద్దలను సేవించలేదని తెలుస్తోంది. సరే నీ పేరేమిటో, నీవు ఈ వనానికి ఎందుకు వచ్చావో చెప్పు. ఇక్కడ మానవ భావాలు పనిచేయవు. మనుష్యులు ఉండలేరు. ముందుకింకా ఎంతదూరం వెళ్లాలి? ఇకముందు ఈ పర్వతం అగమ్యంగా ఉంటుంది. ఎవరూ ఎక్కలేరు. కనుక అమృతం లాంటి ఈకందమూలఫలాలను తిని విశ్రాంతి తీసుకో. నామాట నీకు మంచిదనిపిస్తే ఇక్కడినుండి వెనక్కువెళ్లు. ముందుకి వెళ్లి ఎందుకు అనవసరంగా ప్రాణాలకు ప్రమాదం తెచ్చుకుంటావు?" అన్నాడు.

అదివిని భీమసేనుడు – "వానరరాజా! మీరెవరు? ఈ వానరదేహాన్ని ఎందుకు ధరించారు? నేను చంద్రవంశంలోని కురువంశంలో జన్మించాను. నేను కుంతీకుమారుడను. నాతండ్రి పాండురాజు. లోకులు నన్ను వాయుపుత్రుడని కూడా అంటారు. నాపేరు భీమసేనుడు" అని బదులిచ్చాడు.

హనుమంతుడు – "నేను కోతిని. ఈమార్గం గుండా వెళ్లాలనుకుంటే మాత్రం నేను నిన్ను ఈవైపు వెళ్లనివ్వను. నీవు ఇక్కడనుండి వెనక్కివెళ్లడమే శ్రేయస్కరం. లేకపోతే చస్తావు" అన్నాడు. భీమసేనుడు "చస్తానో, బ్రతుకుతానో ఆవిషయం నిన్ను అడగడం లేదు. నీవు కాస్త లేచి నాకు దారివ్వు" అన్నాడు. హనుమంతుడు "నేను రోగంతో బాధపడుతున్న వాడిని. నీవు వెళ్లాలనే అనుకుంటే నన్ను దాటుకొని వెళ్లు" అన్నాడు. భీమసేనుడు "జ్ఞానదృష్టికి మాత్రమే తెలిసే నిర్గుణ పరమాత్మ సమస్తప్రాణుల దేహాలలోను నివసించి ఉంటాడు. కనుక నేను అతనిని అవమానించను. దాటను. భూతభావనుడైన శ్రీభగవానుని స్వరూపజ్ఞానం శాస్త్రాలద్వారా నాకు కలగకపోతే నిన్నే ఏమిటి? సముద్రాన్ని హనుమంతుడు లంఘించినట్లుగా ఈపర్వతాన్నే లంఘించి దాటగలను" అన్నాడు. హనుమంతుడు – "సముద్రాన్ని లంఘించి దాటిన

ఈ హనుమంతుడెవ్వరు ? నీవు అతనిని గురించి ఏ కొంచెమైనా చెప్పగలిగితే చెప్పు". అని అడిగాడు. భీమసేనుడు – "ఆవానరముఖ్యుడు నాసోదరుడు. అతడు బుద్ధి, బలం, ఉత్సాహం కలిగినవాడే కాదు గొప్పగుణవంతుడు కూడా. రామాయణంలో అతడు చాలా ప్రసిద్ధుడు. అతడు శ్రీరామచంద్రుల వారి పత్ని సీతాదేవిని అన్వేషించడానికి ఒక్క గంతులోనే నూరుయోజనాల నిడివి గల సముద్రాన్ని లంఘించాడు. నేను కూడా బలపరాక్రమాలలో వేగంలో అతనితో సమానుడను. కాబట్టి నీవు లేచి నిల్చుని నాకు దారివ్వు. నీవు నా మాట వినకపోతే నిన్ను యమపురికి పంపుతాను" అన్నాడు. అందుపై హనుమంతుడు – "పాపరహితుడా! కోపం తెచ్చుకోకు. ముసలితనం కారణంగా లేవలేను. కాబట్టి దయతో నా తోక తొలగించుకొని నీవు వెళ్లు" అన్నాడు.

ఇది విని భీమసేనుడు తిరస్కారసూచకంగా నవ్వి తన ఎడమ చేతితో హనుమంతుని తోక ఎత్తాలని చూశాడు. కాని ఒక్క అంగుళం కూడా కదల్చలేకపోయాడు. రెండు చేతులతో ఎత్తాలని చూశాడు. కాని చేతకాలేదు. సిగ్గుపడి ముఖం దించుకుని రెండు చేతులు జోడించి నమస్కరించి "వానర రాజా! నాయందు ప్రసన్నుడివి కా. నే నాడిన కటువాక్యాలకు నన్ను క్షమించు. మీరెవరో చెప్పండి. సిద్ధులా? దేవతలా? గంధర్వులా లేక గుహ్యకులా? ఆ విషయం రహస్యం కాకపోతే, నేను వినదగినవాడినయితే మీ శరణాగతుడిని, శిష్యభావంతో అడుగుతున్నాను. తప్పకుండా దయచేసి చెప్పండి" అని వినయంగా అడిగాడు. అప్పుడు హనుమంతుడు " భీమా! వానరరాజు కేసరి భార్యకు జగత్ప్రాణుడైన వాయువు వలన పుట్టిన హనుమంతుడనే వానరుడను నేను. అగ్నికి వాయువుతో వలె నాకు సుగ్రీవునితో సహజమైత్రి. ఏదో కారణంగా వాలి తన తమ్ముడు సుగ్రీవుని వెళ్లగొట్టాడు. అప్పుడు చాలా రోజులు అతడు నాతో కలిసి ఋశ్యమూక పర్వతం మీద ఉన్నాడు. ఆ సమయంలో దశరథ నందనుడైన శ్రీరామచంద్రుడు భూమిపై తిరుగుతున్నాడు. అతడు మానవరూపధారియైన సాక్షాత్తు శ్రీమహావిష్ణువు. అతడు తన తండ్రి ఆజ్ఞను పాటించడానికి భార్యతో తమ్ముడు లక్ష్మణునితో కలిసి దండకారణ్యానికి వచ్చాడు. జనస్థానంలో ఉండగా ఆ పురుషోత్తముని మాయా కాంచనమృగ రూపాన్ని ధరించిన మారీచుడనే రాక్షసుని ద్వారా మోసగించి దుష్టుడైన రాక్షసరాజు రావణుడు కపటంతో బలవంతంగా అతని భార్యను అపహరించాడు. భార్యను కోల్పోయిన శ్రీరామచంద్రుడు తమ్మునితో కలిసి ఆమెను వెతుకుతూ వెతుకుతూ ఋశ్యమూకపర్వతం మీది సుగ్రీవుని కలుసుకున్నాడు. వారిద్దరికి మైత్రి కుదిరింది. శ్రీరామచంద్రుడు వాలిని సంహరించి కిష్కింధారాజ్యానికి సుగ్రీవుని అభిషిక్తుని చేశాడు. తన రాజ్యాన్ని పొందిన సుగ్రీవుడు సీతాన్వేషణ కోసం వేలమంది వానరులను పంపాడు. ఆ సమయంలో ఒక కోటిమంది వానరులతో కలిసి నేను కూడా దక్షిణ దిక్కుకు వెళ్లాను. అప్పుడు పక్షిరాజు సంపాతి సీత రావణుని దగ్గర ఉందని చెప్పింది. అందుకని పుణ్యాత్ముడైన ఆ శ్రీరామచంద్రుని కార్యాన్ని పూర్తిచేయడానికి నేను వెంటనే నూరు యోజనాల విస్తీర్ణం కల సముద్రాన్ని దాటాను. మొసళ్లతో, తిమింగిలాలతో నిండి ఉండే ఆ సముద్రాన్ని నా పరాక్రమంతో దాటి నేను రావణ నగరిలో సీతామాతను కలుసుకున్నాను. తరువాత మిద్దెలతో ప్రాకారాలతో గోపురాలతో శోభిల్లే లంకాపురిని కాల్చి, అక్కడ రామనామాన్ని చాటిచెప్పి తిరిగివచ్చాను. నా మాటను విశ్వసించి రాజీవాక్షుడు శ్రీరామచంద్రుడు వెంటనే కోట్లకొలది వానరసైన్యాన్ని వెంటపెట్టుకొని వెళ్లి, సముద్రానికి సేతువు నిర్మించి లంకను చేరుకున్నాడు. అక్కడ ఆయన యుద్ధంలో సమస్త రాక్షసులను, అన్నిలోకాలను ఏడిపించిన రావణాసురుని బంధు బాంధవ సహితంగా సంహరించాడు. శరణన్నవారిని కాపాడే పరమధార్మికుడు శ్రీరామచంద్ర భగవానుడు భక్తుడైన విభీషణుని లంకా రాజ్యానికి పట్టంగట్టాడు. నశించిన వైదిక శ్రుతిని వలె తన భార్యను తీసుకొని వచ్చి, ఆమెతో సహా తన రాజధాని అయోధ్యాపురికి తిరిగివచ్చాడు. అతడు రాజ్యాభిషిక్తుడయినపుడు నేను అతనిని – "హే శత్రుదమనా! ఈ భూమండలం మీద నీ పవిత్రగాథ నిలిచి ఉన్నంతవరకు నేను జీవించి ఉండాలి" అని వరం అడిగాను. అతడు "అలాగే జరుగుతుంద"ని అనుగ్రహించాడు. భీమసేనా! సీతామాత దయవలన ఇక్కడ ఉంటూనే నేను ఇచ్ఛానుసారంగా దివ్యభోగాలు పొందగలను. శ్రీరామచంద్రుడు పదకొండు వేల సంవత్సరాలు రాజ్యాన్ని పాలించి అనంతరం తన దివ్యస్థానానికి వెళ్లిపోయాడు. పాపరహితుడా! ఈ ప్రాంతంలో గంధర్వులు, అప్సరసలు అతని చరిత్రను వినిపించి వినిపించి నాకు ఆనందం కలిగిస్తూ ఉంటారు. ఈ మార్గంలో దేవతలు

ఉంటారు. మనుష్యులకు అగమ్యమిది. కనుకనే నేను నిన్ను అడ్డగించాను. నీకు ఎవరైనా శాపం ఇవ్వవచ్చు. లేదా నిన్ను అవమానపరచవచ్చు. ఎందుకంటే ఈ దివ్యమార్గం దేవతలకోసమే. మనుష్యులు వెళ్లరు. నీవు వెళ్లదలచుకొన్న సరోవరం ఇక్కడే ఉంది.

హనుమంతుడు ఇలా చెప్పగా విని భీమసేనుడు చాలా ఆనందించి, ప్రేమతో తన సోదరుడైన వానరరాజుకు ప్రణమిల్లి మృదువుగా "ఈరోజు నా పెద్దన్నగారిని కలుసుకున్నాను. నా అంత అదృష్టవంతుడింకెవరూ లేరు. మీరు చాలా దయచూపారు. మీదర్శనం వలన నాకు చాలా మేలు కలిగింది. మీరు నా కోరిక నొకదానిని తప్పక తీర్చాలి. వీరుడా! సముద్రాన్ని లంఘించే సమయంలో మీరు ధరించిన ఆ అనుపమరూపాన్ని నేను చూడాలనుకుంటున్నాను. అందువలన నాకు సంతోషమూ కలుగుతుంది. మీమాటలలో విశ్వాసమూ కుదురుతుంది" అన్నాడు.

భీమసేనుని కోరిక విని పరమతేజశ్శాలి అయిన హనుమంతుడు నవ్వి "సోదరా! నీవు ఆ రూపాన్ని చూడజాలవు. అసలు ఇతర మానవ మాత్రుడెవరూ చూడలేడు. అసలు ఆ కాలం సంగతే వేరు. ఇప్పుడు అటువంటివారే లేరు. సత్యయుగం సంగతి వేరు. త్రేతా ద్వాపరాల సంగతి వేరు. కాలం నిరంతరమూ క్షీణింపచేస్తూ ఉంటుంది. అసలు ఆనాటి నా రూపమే ఇప్పుడు లేదు. భూమి, నదులు, వృక్షాలు, పర్వతాలు, సిద్ధులు, దేవతలు, మహర్షులు - వీరందరూ కాలానుసారులే. ఒక్కొక్క యుగాన్ని అనుసరించి వీరి యొక్క దేహం, బలం, ప్రభావం - వీనిలో హెచ్చు తగ్గులు కలుగుతూ ఉంటాయి. కాబట్టి నీవు ఆ రూపాన్ని చూడాలనే పట్టుదల విడిచిపెట్టు. ఏ యుగాన్ని అనుసరించి ఆ యుగంలోని బలవిక్రమాలు నాక్కూ ఉంటాయి. కాలాన్ని అతిక్రమించడం ఎవరి వశంలోనూ లేదు గదా!" అని నచ్చబలికాడు.

భీమసేనుడు - "మీరు నాకు యుగాల సంఖ్య, ప్రతియుగంలోని ఆచారధర్మాలు, అర్థకామ రహస్యాలు, కర్మఫలస్వరూపం, ఉత్పత్తి వినాశనాలు చెప్పండి" అని అడిగాడు.

హనుమంతుడు - "సోదరా! మొట్టమొదటిది కృతయుగం, అప్పుడు సనాతన ధర్మం సంపూర్ణంగా ఉంటుంది. ఎవరికీ ఎటువంటి కర్తవ్యమూ మిగలదు. ధర్మం కొద్దిగా కూడా క్షతి చెందదు. తండ్రి ఎదుట కొడుకు మరణించనే మరణించడు. అయినా కాలక్రమంలో దానిలో అప్రాధాన్యం వస్తుంది. కృతయుగంలో ఆధివ్యాధులుగాని, ఇంద్రియదౌర్బల్యం గాని రావు. ఎవరూ ఎవరినీ నిందించరు. ఎవరూ దుఃఖంతో ఏడవరు. ఎవరిలోనూ గర్వంకాని, కపటం కాని ఉండవు. పరస్పర కలహాలు, సోమరితనం, ద్వేషం, చాడీలు చెప్పడం, భయం, సంతాపం, ఈర్ష్య, మాత్సర్యం - ఇవి పేరుకైనా ఉండవు. ఆ కాలంలో యోగులకు పరమాశ్రయుడు, సర్వభూతాత్మకుడు, పరబ్రహ్మ అయిన శ్రీనారాయణుడు శుక్లవర్ణంలో ఉంటాడు. బ్రాహ్మణ క్షత్రియ, వైశ్య శూద్రులు - అన్ని వర్ణాలవారు శమదమాదులు కలిగి ఉంటారు. ప్రజలు తమ తమ కర్మలయందు తత్పరులై ఉంటారు. అందరికీ ఆశ్రయుడైన పరమాత్మ ఒక్కడే. ఆచార జ్ఞానాలు కూడా అందరికీ ఒక్కటే. అందరికీ వేర్వేరు ధర్మాలున్నా అవన్నీ వేదప్రామాణ్యాన్ని అంగీకరించేవే. అందరూ ఆ ధర్మాన్నే అనుసరించేవారు. చతుర్విధ ఆశ్రమాలలోని కర్మలను నిష్కామభావంతో ఆచరించి పరమగతిని పొందేవారు. ఈ రీతిగా ఆత్మతత్త్వాన్ని పొందించే ధర్మం ఉంటే దానిని కృతయుగంగా తెలుసుకోవాలి. ఆ కాలంలో ధర్మం నాలుగు పాదాలతో నడుస్తుంది. ఇది సత్త్వరజస్తమాలనే మూడుగుణాలు లేని కృతయుగవర్ణన. ఇక త్రేతాయుగ స్వరూపాన్ని విను. ఆ కాలంలో యజ్ఞాలు చేయడం ఉంటుంది. ధర్మం ఒక పాదం నశిస్తుంది. భగవంతుడు రక్తవర్ణంలో ఉంటాడు. లోకులప్రవృత్తి సత్యమునందే నిలిచిఉంటుంది. వారికి తమ సంకల్పాలు, భావాలను అనుసరించి కర్మలు, దానఫలాలు లభిస్తూ ఉంటాయి. ధర్మం నుండి తొలగరు. ధర్మం, తపస్సు, దానాదులు చేయడంలో తత్పరులై ఉంటారు. ఈ రీతిగా త్రేతాయుగంలో మానవులు ధర్మస్థితులై, క్రియావంతులై ఉంటారు. అనంతరం ద్వాపరంలో ధర్మం కేవలం రెండు పాదాలమీదే నిలుస్తుంది. విష్ణుభగవానుడు పీతవర్ణంలో ఉంటాడు. వేదం నాలుగు భాగాలు అవుతుంది. ఆ కాలంలో కొంతమంది నాలుగు వేదాలను చదువుతారు. కొంతమంది మూడు, కొంతమంది రెండు, కొంతమంది కేవలం ఒక్కటే వేదాన్ని స్వాధ్యాయం చేస్తూ ఉంటారు. కాని ఎవరూ వేదం చదవకుండా మాత్రం ఉండరు. ఈ రీతిగా శాస్త్రాలు భిన్నభిన్నంగా ఉండడంతో కర్మలు కూడా వేర్వేరుగానే ఉంటాయి. ప్రజలు తపస్సు, దానం - ఈ రెండు ధర్మాలనే ఆచరిస్తూ రజోగుణ విశిష్టులై ఉంటారు. ఆ కాలంలో ఒక

వేదానికి సంబంధించిన జ్ఞానం లేక పోవడంతో వేదాలలో అనేక భేదాలు పుడతాయి. సత్త్వగుణం తగ్గిపోవడంతో సత్యస్థితి అంతంతమాత్రంగానే ఉంటుంది. సత్యచ్యుతులవడం వలన వ్యాధులు, కోరికలు కూడా అనేకం కలుగుతూ ఉంటాయి. దైవికమైన ఉపద్రవాలు కూడా అధికంగానే ఉంటాయి. వాటితో బాధపడుతూ లోకులు తపస్సు చేస్తారు. వారిలో చాలామంది భోగాలు, స్వర్గాపేక్షతో యజ్ఞానుష్ఠానం చేస్తారు. ఈ రీతిగా ద్వాపరయుగంలో అధర్మం కారణంగా ప్రజలు క్షీణించిపోతూ ఉంటారు. ఇక కలియుగంలో ధర్మం ఒక్కపాదంతోనే ఉంటుంది. తమోగుణం కలిగిన ఈ యుగంలో భగవంతుడు శ్యామవర్ణంలో ఉంటాడు. వైదికాచారాలు నశించిపోతాయి. ధర్మం, యజ్ఞం, కర్మలు - తరిగిపోతాయి. ఈ కాలంలో ఈతిభయాలు, వ్యాధి, నిద్ర, క్రోధాది దోషాలు రకరకాల ఉపద్రవాలు, మానసిక చింతలు, ఆకలి - ఇవన్నీ విజృంభిస్తాయి. ఈరీతిగా యుగాలు మారుతూ ఉంటే ధర్మం కూడా మారుతూ ఉంటుంది. ధర్మం మారుతూంటే లోకస్థితి మారుతూంటుంది. లోకస్థితి దిగజారినపుడు దానిని నిలిపే భావాలు కూడా క్షీణిస్తాయి. ఇక త్వరలోనే కలియుగం రాబోతోంది. కాబట్టి నా పూర్వరూపాన్ని చూడాలనే నీ కోరిక సరికాదు. తెలివైనవారు వ్యర్థవిషయాలకోసం పట్టుపట్టరు. నీవు అడిగిన విషయాలన్నీ నేను చెప్పాను. ఇకనీవు ఆనందంగా వెనక్కి తిరిగి వెళ్లు" అన్నాడు.

భీమసేనుడు - "నీ పూర్వరూపం చూడనిదే నేను ఇక్కడినుండి ఏ విధంగానూ కదలను. నీకు నా మీద దయ ఉంటే దానిని చూపించు" అని వేడుకున్నాడు.

భీమసేనుడు ఈ రీతిగా పలుకగానే హనుమంతుడు చిరునవ్వుతో తన ఆనాటి సముద్రలంఘనం చేసిన రూపాన్ని చూపాడు. తన తమ్ముని సంతోషం కోసం శరీరాన్ని బాగా పెంచి, పొడుగు వెడల్పు అధికం చేశాడు. ఆ సమయంలో అతులితకీర్తి కల హనుమంతుని ఆ విశాలకాయంతో ఇతర వృక్షాలతో సహితం ఆ అరటితోట అంతా కప్పబడిపోయింది. భీమసేనుడు తన సోదరుని ఆ విశాలకాయాన్ని చూసి ఆశ్చర్యచకితుడయ్యాడు. అతని శరీరం పులకరించింది. హనుమంతుని ఆ రూపం సూర్యతేజస్సుతో బంగారుకొండలా అనిపించింది. ఆ వైశాల్యాన్ని ఎంతవరకని వర్ణించేది? దేదీప్యమానమైన ఆకాశమే అది. దానిని చూడగానే భీమసేనుడు కన్నులు మూసుకున్నాడు. వింధ్య పర్వతంలా ఉన్న ఆ విచిత్రమైన అత్యంత భయానకమైన ఆ దేహాన్ని చూచి భీమసేనునికి రోమాంచం కలిగింది. అతడు చేతులు జోడించి - "సమర్థుడవైన హనుమంతా! నేను నీ శరీరవైశాల్యాన్ని చూచాను. ఇక నీరూపాన్ని కుదించు. మీరు సాక్షాత్తూ ఉదయసూర్యునిలా ఉన్నారు. మైనాకపర్వతం వలె అపరిమితంగా ఎవరూ చేరశక్యం కాదనిపిస్తున్నారు. నేను మీవైపు చూడలేకపోతున్నాను. మనసులో నాకు కలిగిన ఆశ్చర్యం ఏమంటే మీరు దగ్గర ఉండికూడా శ్రీరామచంద్రుడు స్వయంగా రావణాసురునితో యుద్ధం చేయవలసిరావడం. ఆ లంకను ఆ యోధుని వాహనసహితంగా మీరే మీ బాహుబలంతో అతి సులువుగా నశింపచేయగలిగి ఉండేవారు. పవననందనా! మీకు అందరానిదేదీ లేదు. రావణుడు తన సాధనాలతో ఒంటరిగా మీతో యుద్ధం చేయడానికి సమర్థుడు కాడు" అన్నాడు.

భీమసేనుని మాటలు విని హనుమంతుడు చాలా మధురంగా గంభీరంగా "భారతా! నీవు చెప్పినది నిజమే. ఆ రాక్షసాధముడు నిజానికి నాతో తలపడలేడు. కాని లోకాలకు కంటకుడై బాధించే ఆ రావణుని నేను చంపితే శ్రీరామచంద్రునికి ఈ కీర్తి ఎలా దక్కుతుంది? అందుకే నేను అతనిని ఉపేక్షించాను. వీరుడైన శ్రీరాముడు సేనా సహితంగా ఆ రాక్షసాధముని వధించి సీతను తన నగరానికి తీసుకువెళ్లాడు. అందువల్ల ప్రజలలో అతని కీర్తి వ్యాపించింది. సరే. బుద్ధిమంతుడా! ఇక నీవు వెళ్లు. చూడు. ఈ ఎదురుగా ఉన్న దారి సౌగంధికవనానికి వెళుతుంది. అక్కడ యక్షరాక్షసులు రక్షిస్తున్న కుబేరుని ఉద్యానవనం కనిపిస్తుంది. నీవు తొందరపడి పూవులు కోయకు. మానవులు విశేషంగా దేవతలను గౌరవించవలసినదే. సోదరా! నీవు సాహసం చేయకూడదు. నీ ధర్మం నీవు పాలించు. నీ ధర్మంలో నీవు ఉంటూ ఉత్తమమైన ధర్మజ్ఞానాన్ని ఆర్జించు. అలాగే వ్యవహరించు. ఎందుకంటే ధర్మాన్ని తెలుసుకోకుండా, పెద్దలను సేవించకుండా, బృహస్పతివంటివాడవు అయినప్పటికీ నీవు ధర్మార్థాల తత్వాన్ని తెలుసుకోలేవు. ఒక్కొక్కప్పుడు ధర్మం అధర్మం అవుతుంది. అధర్మం ధర్మం అవుతుంది. కాబట్టి ధర్మాధర్మాలను వేర్వేరుగా తెలుసుకోవాలి. బుద్ధిహీనులు ఈ విషయంలో మూఢులవుతూ ఉంటారు. ఆచారం వలన ధర్మం వస్తుంది. ధర్మంలో వేదం ప్రతిష్ఠితమై ఉంటుంది. వేదాల వలన యజ్ఞాలు ప్రవర్తిల్లుతాయి. యజ్ఞాలలో దేవతల

ఉనికి ఉంటుంది. దేవతల మనుగడ వేదాచార విధానాలతో చెప్పబడిన యజ్ఞాలమీద ఆధారపడి ఉంది. మనుష్యులకు ఆధారం శుక్రబృహస్పతుల నీతిశాస్త్రాలు. వీరిలో బ్రాహ్మణులు వేద పాఠాలతో, వైశ్యులు వ్యాపారంతో, క్షత్రియులు దండనీతితో తమను పోషించుకుంటారు" ఈ మూడు వృత్తులు సరిగ్గా జరిగితే లోకయాత్ర చక్కగా జరుగుతుంది. మూడు వర్ణాలు సరిగ్గా ప్రవర్తిస్తే వీరినుండే ప్రజలు ధర్మాన్ని ప్రాదుర్భవింపచేస్తారు. ద్విజాతులలో బ్రాహ్మణులకు ముఖ్యధర్మం ఆత్మజ్ఞానం. యజ్ఞ అధ్యయన దానాలు మూడూ సాధారణ ధర్మాలు. అలాగే క్షత్రియుల ముఖ్యధర్మం ప్రజాపాలనం. వైశ్యుల ముఖ్యధర్మం పశుపాలనం. ఈ మూడు వర్ణాలవారినీ సేవించడం శూద్రుల ముఖ్యధర్మం. వారికి భిక్షమెత్తడానికి, హోమాలు, వ్రతాలు చేయడానికి అధికారం లేదు. వారు ద్విజుల ఇళ్లల్లో నివసిస్తూ వారిని సేవించాలి. కుంతీనందనా! నీ నిజధర్మమయితే క్షత్రియుల ధర్మమైన ప్రజాపాలనమే. దానిని నీవు వినయంతో, ఇంద్రియ నిగ్రహంతో పాటించు. వృద్ధులతో, సాధువులతో, బుద్ధిమంతులతో, విద్వాంసులతో ఆలోచించి పాలించే రాజు రాజదండాన్ని ధరించగలుగుతాడు. దుర్వ్యసనపరునికి తిరస్కారమే లభిస్తుంది. రాజు ప్రజలపై నిగ్రహానుగ్రహాలను ప్రదర్శించడంలో ఉచితరీతిని ప్రవర్తిస్తే లోకమర్యాద సువ్యవస్థితమై ఉంటుంది. రాజు దేశం గురించి, తన శత్రుమిత్రుల, సేవల స్థితి గురించి, వృద్ధి క్షయాల గురించి దూతలద్వారా ఎప్పుడూ తెలుసుకుంటూ ఉండాలి. సామ దాన భేద దండోపాయాలనే నాల్గు ఉపాయాలు, దూత, బుద్ధి, రహస్యాలోచన, పరాక్రమం, నిగ్రహం, అనుగ్రహం, దక్షత - ఈగుణాలే రాజుకు కార్యసిద్ధి చేకూర్చుతాయి. సామ,దాన, భేద దండ, ఉపేక్షలనే - ఐదు సాధనాలల్లో ఒకదాని చేతగాని, వేర్వేరుగా ప్రయోగించి కాని రాజు తన కార్యాన్ని నెరవేర్చుకోవాలి. భరతవంశోత్తమా! అన్ని నీతులకు, దౌత్యాలకు మూలం మంత్రాంగమే. కాబట్టి కార్యసిద్ధి కలిగించే మంచి ఆలోచనను బ్రాహ్మణులతో కలిసి చేయాలి. స్త్రీలు, మూర్ఖులు, బాలకులు, లోభులు, నీచులు, ఉన్మాదులు -వీరితో రహస్యాలోచన(మంత్రాంగం) చేయకూడదు. పండితులతో ఆలోచించాలి. సమర్థులతో పనులు చేయించాలి. హితైషులతో న్యాయం చేయించాలి. మూర్ఖులను అన్ని పనులలో ప్రక్కనపెట్టాలి. రాజు ధర్మకార్యాలలో ధార్మికులను, అర్థకార్యాలలో విద్వాంసులను, స్త్రీల పనులకు నపుంసకులను, కఠోరమైన పనులకు క్రూరస్వభావులను నియమించాలి. కర్తవ్యాకర్తవ్యాల విషయంలో తనవారియొక్క, శత్రుపక్షం వారి యొక్క ఉద్దేశ్యాలను తెలుసుకోవాలి. శత్రువుల బలాబలాల మీద దృష్టి ఉంచాలి. బుద్ధితో బాగా పరీక్షించి సాధుపురుషుల పట్ల అనుగ్రహం చూపాలి. మర్యాదాహీనులైన అశిష్టులను అణిచి వేయాలి. పార్థా! నీకు నేను కఠోరమైన రాజధర్మాన్ని ఉపదేశించాను. దీని తత్వం తెలుసుకోవడం చాలాకష్టం. నీవు నీ ధర్మవిభాగాన్ని అనుసరించి దీనిని వినయపూర్వకంగా ఆచరించు. బ్రాహ్మణులు తపస్సు, ధర్మం, దమము, యజ్ఞానుష్ఠానం-వీటి ద్వారా ఉత్తమలోకాలను పొందుతారు. వైశ్యులు దానం, ఆతిథ్యం అనే ధర్మాల ద్వారా సద్గతిని పొందుతారు. అలాగే దండనీతిని సరిగా ప్రయోగించినట్టి, రాగద్వేషరహితులైనట్టి, లోభహీనులైనట్టి, క్రోధంలేని క్షత్రియులు భూమిపై దుష్టశిక్షణము, శిష్టరక్షణము చేస్తూ సత్పురుషులు పొందే లోకాలను పొందుతారు.

వైశంపాయనుడు చెపుతున్నాడు - తాను కోరి పెంచిన శరీరాన్ని కుంచింపచేసుకుని వానరరాజు హనుమంతుడు తన రెండు బాహువులతో భీముని హృదయానికి హత్తుకున్నాడు. అందువల్ల భీమసేనునికి వెంటనే అలసటంతా తీరిపోయింది. అన్నివిధాలా అనుకూలంగా అవుతున్నట్లనిపించింది. తాను మహాబలవంతుడనని, తనతో సమానుడైన గొప్పవాడెవడూ లేడని తోచింది. హనుమంతుడు కన్నులలో నీరు నిండగా గద్గదకంఠంతో సౌహార్ద్రభావంతో భీమసేనునితో "తమ్ముడా! నీవిక వెళ్లు. ఎక్కడయినా ఏదైనా వివాదం జరిగితే నన్ను స్మరించుకో. నేనిక్కడ ఉంటున్నానని ఎవరితోనూ చెప్పకు. ఇప్పుడు కుబేరుని భవనం నుండి పంపబడే దేవాంగనలకు, అప్సరసలకు ఇక్కడకు వచ్చే సమయం అయింది. నీ మానవీయ శరీరాన్ని స్పృశించడంతో జగత్తుయొక్క హృదయాన్ని ప్రఫుల్లం చేసే శ్రీరామచంద్రుడు గుర్తుకు వచ్చాడు. నీకు కూడా నాదర్శనం వలన ఏదైనా కొంత ప్రయోజనం చేకూరాలి. సోదర సంబంధం వలన ఏదైనా వరం అడుగు. నీవు కావాలనుకుంటే నేను హస్తినాపురానికి వెళ్లి తుచ్ఛులైన ధృతరాష్ట్రపుత్రులను సంహరించనా? అదికూడా చేయగలను. లేదా నీకు ఇష్టమయితే రాళ్లతో ఆనగరాన్ని నాశనం చేయనా? అదీ కాకపోతే ఇప్పుడే దుర్యోధనుని బంధించి నీదగ్గరకు తీసుకురానా? మహాబాహూ! నీకోరిక

చెప్పు. పూర్తిగా నెరవేరుస్తాను" అన్నాడు.

హనుమంతుని మాటలు విని భీమసేనునికి చాలా ఆనందం కలిగింది. అతడు "వానరరాజా! నీకు శుభమగుగాక! నా ఈ పనులన్నీ నీవు చేసినట్లే. ఇక ఇవి జరగడానికి ఏమాత్రం సందేహం లేదు. కేవలం నీ కృపాదృష్టి ఉంటే చాలు. ఇదే నేను కోరుకుంటున్నాను. నీవు మాకు రక్షకుడవు. కాబట్టి నేడు పాండవులు సనాథులయ్యారు. నీప్రతాపం వలననే మేము శత్రువులందరినీ నిర్జిస్తాము" అని బదులిచ్చాడు.

హనుమంతుడు – "నేను నీకు సోదరుడిని, స్నేహితుడిని అయిన కారణంగానయినా నీకు ప్రియం చేస్తాను. శక్తిచేత బాణాల చేత వ్యాప్తమైన శత్రుసేనమధ్యలో నీవు ప్రవేశించి సింహనాదం చేసినపుడు నేను నాధ్వనితో నీగర్జనను మరింత పెంచుతాను. అర్జునుని ధ్వజంమీద కూర్చుండి శత్రువుల ప్రాణాలు ఆర్చుకుపోయేలా భీషణంగా గర్జిస్తాను. అప్పుడు నీవు వారిని సులభంగా చంపగలుగుతావు" అని చెప్పి హనుమంతుడతనికి దారి చూపి అక్కడే అంతర్థానం అయ్యాడు.

భీమసేనుడు యక్షరాక్షసులతో పోరాడుట

వైశంపాయనుడు చెపుతున్నాడు – హనుమంతుడు అదృశ్యమయ్యాక మహాబలవంతుడైన భీమసేనుడు అతడు చెప్పిన మార్గంలో గంధమాదన పర్వతం మీద ముందుకు సాగాడు. త్రోవలో అతడు హనుమంతుని పెద్ద ఆకారాన్ని, అలౌకిక శోభను, దశరథనందనుడు శ్రీరాముని మాహాత్మ్యాన్ని గురించి తలపోస్తూ నడువసాగాడు. సౌగంధిక వనాన్ని చూడాలనే కోరికతో వెళ్తున్న అతడు మార్గంలోని రమణీయ వనాలను, ఉపవనాలను, రకరకాల పూలచెట్లతో శోభిల్లుతున్న సరోవరాలను, నదులను చూశాడు.

ఇలా ముందుకు సాగుతున్న అతడు కైలాస పర్వత సమీపంలోని కుబేరుని రాజభవనం దగ్గర ఒక సరోవర సమీపానికి చేరుకున్నాడు. భీమసేనుడు అక్కడికి చేరి అందులోని స్వచ్ఛమైన జలాన్ని మనస్ఫూర్తిగా త్రాగాడు. కుబేరుడు ఈ సరోవరంలో జలక్రీడలాడుతూ ఉంటాడు. దాని చుట్టుప్రక్కల దేవతలు, గంధర్వులు, అప్సరసలు, ఋషులు ఉంటారు. ఆ సరోవరాన్ని, సౌగంధికవనాన్ని చూచిన భీమసేనుడు పరవశించిపోయాడు. మహారాజు కుబేరుని పక్షాన వేలకొలదీ క్రోధవశులనే పేరుగల రాక్షసులు రకరకాల శస్త్రాలు ఆయుధాలు ధరించి ఆ స్థానాన్ని రక్షిస్తూ ఉంటారు. వారు భీమునివద్దకు వచ్చి" మీరెవరో దయచేసి చెప్పండి, వేషం చూస్తే మునిలా ఉన్నారు. కాని ఆయుధాన్ని కూడా ధరించారు. మీరిక్కడికి ఏ ఉద్దేశ్యంతో వచ్చారో చెప్పండి" అన్నారు.

భీమసేనుడు – "రాక్షసులారా! నా పేరు భీమసేనుడు. నేను మహారాజు యుధిష్ఠిరునికంటె చిన్నవాడను. పాండు కుమారుడను. నా సోదరులతో కలిసి వచ్చి చదునైన ప్రదేశంలో విడిసియున్నాను. ఇక్కడి నుండి వాయువు వలన ఎగిరివచ్చి ఒక అందమైన పుష్పం మా స్థావరంలో పడింది. దానిని చూచి ద్రౌపది అలాంటివే మరికొన్ని పూలు కావాలనుకుంది. అందుకే నేనిక్కడికి వచ్చాను" అన్నాడు.

రాక్షసులు – "పురుషశ్రేష్ఠా! ఇది యక్షరాజు కుబేరునికి ఇష్టమైన క్రీడాస్థానము. ఇక్కడ మరణశీలురైన మానవులు తిరుగలేరు. దేవర్షులు, యక్షులు, దేవతలు కూడా యక్షరాజు యొక్క అనుమతి పొందియే జలపానం గాని, విహారాలు గాని చేస్తారు. తమరు వారిని తిరస్కరించి బలవంతంగా పూలను ఎందుకు తీసుకువెళ్లాలనుకుంటున్నారు? ఇలాంటి అన్యాయం చేస్తూ కూడా మిమ్మల్ని ధర్మరాజు తమ్ముడని ఎలా చెప్పుకుంటారు. మీరు మహారాజు యొక్క ఆజ్ఞ తీసుకోండి. నీరూ త్రాగవచ్చు, కమలాలూ తీసుకువెళ్లవచ్చు. లేకుంటే కమలాలవైపు తొంగిచూడను కూడా లేరు" అన్నారు.

భీమసేనుడు – "రాక్షసులారా! రాజులు అడుగలేరు – ఇది సనాతన ధర్మం. నేనేవిధంగానూ క్షాత్రధర్మాన్ని విడువలేను. ఈ అందమైన సరోవరం పర్వతపు సెలయేళ్ల వలన కలిగినది. దీనిమీద కుబేరునితో సమానంగా అందరికీ అధికారం ఉంది. ఇలాంటి సర్వసాధారణమైన వస్తువుల విషయంలో ఎవరిని యాచించాలి?" అన్నాడు.

ఇలా అని భీమసేనుడు ఆ రాక్షసులను నిర్లక్ష్యం చేసి ఆ సరోవరంలో స్నానానికి దిగాడు. ఆరాక్షసులందరూ అతనిని అడ్డగిస్తూ ఒక్కుమ్మడిగా ఆయుధాలెత్తి అతనిమీద విరుచుకుపడ్డారు. భీమసేనుడు కూడా యమదండం లాంటి తన బంగారు గదనెత్తి 'ఆగండి ఆగండి' అని అరుస్తూ వారిమీద దాడిచేశాడు. దానితో రాక్షసులకు కోపం పెరిగి నాలుగువైపులనుండి అతనిని చుట్టుముట్టి తోమరం, పట్టిసం మొదలైన అస్త్రశస్త్రాలను కురిపించసాగారు. భీమసేనుడు ఆ దెబ్బలనన్నిటిని విఫలంచేస్తూ వారి ఆయుధాలను ముక్కలు ముక్కలుగా చేసి, వందలకొద్దీ వీరులను ఆ సరోవర

సమీపంలోనే కూల్చేశాడు. భీమసేనుని దెబ్బకు విలవిలలాడిన, ఏమి చేయడానికీ తోచని ఆ క్రోధవశ రాక్షసులు యుద్ధభూమినుండి పారిపోయి విమానాలెక్కి ఆకాశమార్గం ద్వారా కైలాస శిఖరాల మీదికి వెళ్లిపోయారు. వారు యక్షరాజు కుబేరుని వద్దకు వెళ్లి భీమసేనుని బలపరాక్రమాలను వర్ణించారు. ఇక్కడ భీముడు సుగంధిత కమలాలను తునుమసాగాడు.

రాక్షసుల మాటలను విని కుబేరుడు పెద్దగా నవ్వి "నాకీ సంగతులన్నీ తెలుసు. ద్రౌపదికోసం భీముడెన్ని కమలాలు కావాలనుకుంటే అన్నీ తీసుకువెళ్లనివ్వండి" అన్నాడు. దానితో రాక్షసుల క్రోధం చల్లారి భీముని వద్దకు వచ్చారు.

ఇక్కడ బదరికాశ్రమంలో భీముని యుద్ధాన్ని సూచిస్తూ మిక్కిలి వేగంగా, తీవ్రంగా దుమ్మురేపుతూ గాలి వీచసాగింది. అందరి హృదయాలలో భయం రేకెత్తిస్తూ, భూమిపై పెద్ద ధ్వనితో ఉల్కలు రాలసాగాయి. దుమ్ము కప్పివేయడంతో సూర్యకాంతి తగ్గిపోయింది. భూమి కదలసాగింది. దిక్కులు ఎఱ్ఱబారాయి. మృగాలు, పక్షులు అలజడి పొందాయి. అన్నివైపులా ఎటుచూసినా అంధకారం అలముకుంది. కళ్లకేమీ కనబడడం లేదు. ఇంకా అనేక ఉత్పాతాలు కనిపించసాగాయి. ఈ వైపరీత్యాన్ని గమనించి ధర్మరాజు "పాంచాలీ! భీముడెక్కడ? అతడెక్కడో సాహసకృత్యం చేయాలని తలపెట్టి ఉంటాడు. లేదా చేసి ఉండవచ్చు - అనిపిస్తోంది. ఎందుకంటే అకస్మాత్తుగా సంభవించిన ఈ ఉత్పాతాలన్నీ ఏదో మహాయుద్ధాన్ని సూచిస్తున్నాయి" అన్నాడు.

అప్పుడు ద్రౌపది "మహారాజా! గాలికి ఎగిరివచ్చిన సౌగంధిక కమలాన్ని నేను ప్రీతిపూర్వకంగా భీమునకిచ్చి ఇలాంటి పూలు ఇంకా దొరికితే వెంటనే తీసుకురండి" అని చెప్పాను. ఆ మహాబాహువు నాకోరిక తీర్చడానికి తప్పకుండా ఆ పువ్వులకోసం వెదకుతూ ఈశాన్యదిశగా వెళ్లి ఉంటారు" అని చెప్పింది.

ఆమె మాటలు విని ధర్మరాజు నకుల సహదేవులతో "భీముడు వెళ్లిన దిక్కుకు మనమంతా కలిసివెంటనే బయలుదేరాలి. రాక్షసులు బ్రాహ్మణులను తీసుకువస్తారు. ఘటోత్కచా! నీవు ద్రౌపదిని తీసుకురా. చూడు. భీమసేనుడు బ్రహ్మవాదులైన సిద్ధపురుషులపట్ల ఏ అపచారమూ చేయకముందే మనమంతా అక్కడకు చేరుకోగలిగితే చాలామంచిది" అన్నాడు.

ఘటోత్కచాది రాక్షసవీరులందరూ 'తమచిత్తం' అని పాండవులను, బ్రాహ్మణులందరినీ, ఎత్తుకొని, లోమశునితోపాటు తమ గమ్యస్థానం కుబేరుని సరోవరమని తెలుసుకనుక మనసులను అదుపులో ఉంచుకుని బయలుదేరారు. వారు త్వరగానే ప్రయాణించి ఒక అందమైన తోటలో పద్మపరిమళాలతో నిండిన ఒక మనోహర సరస్సును చూశారు. ఆ తీరంలోనే ప్రతాపశాలి భీమసేనుడు, అతని దగ్గరలోనే మరణించిన అనేకులు యక్షులు కనిపించారు. భీమసేనుని చూచి ధర్మరాజు మాటిమాటికి ఆలింగనం చేసుకుని మధురస్వరంతో "కుంతీనందనా! నీవు ఇక్కడ ఏం చేశావు. నీవు తొందర పడ్డావు. దేవతలకు అప్రియం కలిగి ఉంటుంది. నీవు నా మేలు కోరితే ఇంక ఎప్పుడూ ఇలాంటివి చేయకు" అని మెత్తగా సముదాయించి ఆ సౌగంధిక కమలాలను తీసుకుని దేవతలలాగా ఆ సరసులో క్రీడించసాగాడు. ఇంతలోకే ఆ వనరక్షకులు మహాకాయులైన యక్షరాక్షసులు అక్కడికి వచ్చారు. ధర్మరాజును, నకుల సహదేవులను, లోమశమహర్షిని, ఇతర బ్రాహ్మణులను చూచి వారు వినయంగా వంగి నమస్కరించారు. ధర్మరాజు మెత్తగా మాట్లాడడంతో వారు శాంతించారు. కుబేరునకు కూడా పాండవుల రాక గురించి తెలిసింది. తరువాత అర్జునుని గురించి ప్రతీక్షిస్తూ వారు కొంతకాలం అక్కడే గంధమాదన పర్వత శిఖరంమీద ఉన్నారు.

అక్కడ ఉండగా ఒకరోజు ధర్మరాజు ద్రౌపదితో, తమ్ములతో, బ్రాహ్మణులతో మాట్లాడుతూ "పూర్వం దేవతలు, మునులు నివసిస్తూ ఉండే పవిత్రమైన శుభకరమైన తీర్థాలను, మనసునకు ఆనందం కలిగించే వనాలను మనం చూశాం. దాంతోపాటే అక్కడక్కడ అనేకపుణ్య కథలు వింటూ మనం విశేషించి బ్రాహ్మణులతో కలిసి తీర్థాలలో స్నానాలు చేశాం. పుష్పాలతో, జలాలతో సర్వదా దేవతలను పూజిస్తున్నాం. దొరికిన కందమూలఫలాలతో పితరులకు తర్పణాలు అర్పిస్తున్నాం. ఈ రీతిగా లోమశమహాముని మనకు క్రమంగా అన్ని తీర్థాలను చూపించారు. ఇక ఇప్పుడు సిద్ధులు సేవించే కుబేరుని పవిత్రమందిరాన్ని మనం ఎలా ప్రవేశించగలం?" అని అన్నాడు.

ఇలా అంటూండగా ఆకాశవాణి వినిపించింది. "మీరు ఇక్కడినుండి ముందుకు వెళ్లలేరు. ఈ మార్గం చాలాదుర్గమం. కనుక మీరు కుబేరాశ్రమానికి ముందుకు వెళ్లకుండా, ఏదారిన

వచ్చారో అదే దారిని నరనారాయణస్థానమైన బదరికాశ్రమానికి తిరిగి వెళ్లండి. అక్కడినుండి సిద్ధచారణులు సంచరించే వృషపర్వుని రమణీయాశ్రమానికి వెళ్లండి. అది దాటి ఆర్ష్టిషేణుని ఆశ్రమంలో ఉండండి. అక్కడి నుండి ముందుకు వెళ్తే మీకు కుబేరమందిరం కనిపిస్తుంది" ఇలా ఆకాశవాణి వినిపిస్తున్న సమయంలోనే దివ్యగంధంతో పవిత్రము శీతలము అయిన వాయువు వీచసాగింది. పుష్పవర్షం కురియసాగింది. ఆశ్చర్యకరమైన ఆకాశవాణిని విని, యుధిష్ఠిర మహారాజు ధౌమ్యుని మాటను మన్నించి, అక్కడినుండి వెనక్కి తిరిగి నరనారాయణుల ఆశ్రమానికి వెళ్లిపోయాడు.

జటాసుర వధ

ధర్మరాజువద్దకు ఒకసారి అనుకోకుండా ఒక రాక్షసుడు వచ్చాడు. తాను సమస్త శాస్త్రవేత్తలలో ఉత్తముడనైన, మంత్రవిద్యలో కుశలుడనైన బ్రాహ్మణుడనని చెప్పుకుని అతడు పాండవుల ధనుస్సును, అమ్ములపొదిని ద్రౌపదిని ఎత్తుకు పోవాలని నిరీక్షిస్తూ ధర్మజుని వద్దనే ఉండసాగాడు. అతనిపేరు జటాసురుడు. ఒకసారి భీముడు అడవిలోకి వెళ్లాడు. లోమశాది మునులు స్నానం కొఱకు వెళ్లారు. అప్పుడు జటాసురుడు ముగ్గురు పాండవులను, ద్రౌపదిని సమస్తాయుధాలను ఎత్తుకొని పోయాడు. వారిలో సహదేవుడు ఏదో ఒకరకంగా పరాక్రమం చూపి పట్టువదిలించుకుని ఆ రాక్షసుని వద్దనుండి కౌశికి అనే తన కత్తిని లాగుకొని భీముడు వెళ్లిన దిక్కుకు వినిపించేలా గట్టిగా అరవసాగాడు.

తమను ఎత్తుకుపోతున్న రాక్షసునితో ధర్మరాజు "ఓరీ మూర్ఖుడా! నీవు ఇలా దొంగతనం చేస్తే నీ ధర్మం నష్టమవుతుంది. నీవు దీని గురించి ఏమీ ఆలోచించడంలేదు. నీవు అన్నిరకాలుగా ధర్మం గురించి ఆలోచించి ప్రవర్తించాలి. గౌరవించదగిన వారిని, గురువులను, బ్రాహ్మణులను, మిత్రులను, విశ్వసించినవారిని, అన్నంపెట్టినవారిని, ఆశ్రయం ఇచ్చినవారిని మోసం చేయకూడదు. వారికి ద్రోహం చేయరాదు. నీవు మాదగ్గర ఇంతకాలం సుఖంగా గడిపావు. దుర్బుద్ధీ! మా అన్నం తిని మమ్మల్నే ఎత్తుకుపోతావా? ఇలా అయితే నీ ఆచారం, ఆయువు, బుద్ధి - అన్నీ నిష్ఫలమే. నీవు వ్యర్థంగా చచ్చిపోతావు. ఈనాడీమెను స్పృశించావంటే, కుండలోని విషాన్ని గిలకరించి త్రాగావన్నమాటే" అన్నాడు.

ఇలా అని ధర్మజుడు అతనికి భారమై తోచాడు. దానితో అతని వేగం మందగించింది. ధర్మరాజు నకులునితో ద్రౌపదితో "మీరు ఈ మూఢరాక్షసునికి భయపడకండి. నేను ఇతని వేగాన్ని మందగింపచేశాను. ఇక్కడికి కొద్ది దూరంలోనే భీముడు ఉండవచ్చును. అతడు ఈపాటికి వస్తూనే ఉంటాడు. ఈరాక్షసుని నామరూపాలు లేకుండా చేస్తాడు" అని ధైర్యం చెప్పాడు. సహదేవుడు ధర్మజునితో - "రాజా! మనం ఇప్పుడు ఈరాక్షసునితో యుద్ధం చేయవలసిన అవసరం ఇక్కడ కనిపిస్తోంది. ఈయుద్ధంలో రాక్షసుని చంపగలిగితే విజయం సిద్ధిస్తుంది. అలాకాక మనమే చనిపోతే సద్గతి కలుగుతుంది" అన్నాడు. అతడు రాక్షసుని బెదిరిస్తూ "ఓరీ రాక్షసా! కొద్దిగా ఆగు. నీవు నన్ను చంపిన తరువాతే ద్రౌపదిని తీసుకువెళ్లు. లేకపోతే ఇప్పుడే నాచేతులలో చచ్చిపడిపోతావు" అన్నాడు.

సహదేవుడు ఇలా అంటూండగానే వజ్రాయుధం ధరించిన ఇంద్రునివలె గదాధారి అయిన భీముడు కనిపించాడు. అతడు రాక్షసుడు తన సోదరులను ద్రౌపదిని తీసుకుపోవడం చూసి క్రోధావిష్టుడై అతనితో "పాపాత్ముడా! నీవు ఆయుధాలను పరిశీలిస్తున్నపుడే నిన్ను నేను గుర్తించాను. కాని నీవు బ్రాహ్మణవేషంలో మావద్ద ఉన్నావు. నిన్ను ఎలా చంపేది? నీవు రాక్షసుడవని తెలిసినా తప్పులేకుండా దండించడం ఉచితం కాదు. తప్పు లేకుండా దండిస్తే నరకం ప్రాప్తిస్తుంది. నీకీరోజు చావుమూడింది. కనుకనే ఇటువంటి దుర్బుద్ధి కలిగింది. అద్భుతాలు చేసే కాలమే నీకు ద్రౌపదిని అపహరించాలని తోపించి ఉంటుంది. ఇక నీవు వెళ్లాలనుకున్న చోటికి వెళ్లలేవు. బక హిడింబుల మార్గంలోనే వెళ్లవలసి ఉంటుంది" అని గర్జించాడు.

భీమసేనుడు ఇలా అనగానే కాలప్రభావం వలన ఆ రాక్షసుడు భయపడి వారినందరినీ వదిలిపెట్టి యుద్ధానికి సిద్ధమయ్యాడు. కోపంతో పెదవులు అదురుతూండగా భీమసేనునితో - "పాపాత్ముడా! నీవు ఏ ఏ రాక్షసులను చంపావో ఆపేర్లన్నీ విన్నానులే. ఈరోజు నీ రక్తంతో వారికి తర్పణం చేస్తాను" అన్నాడు. అటుపై వారిద్దరి మధ్య భయంకరమైన మల్లయుద్ధం జరిగింది. మాద్రీసుతులిద్దరూ కూడా కోపంతో అతనిపై విరుచుకుపడ్డారు. కాని భీముడు నవ్వుతూ వారిని వారించి తాను ఒక్కడే ఆ రాక్షసునికి సరిపోతానని, పక్కగా నిల్చుని తమ యుద్ధం చూడమని కోరాడు. వారిద్దరూ ఒకచోటును ఎన్నుకొని బాహుయుద్ధం ఆరంభించారు. దేవదానవులు పరస్పరవృద్ధిని సహించలేక

తలపడినట్లే భీముడు, జటాసురుడు పరస్పరం కొట్టుకోసాగారు. పూర్వం భార్య గురించి వాలి సుగ్రీవులు యుద్ధం చేసినట్లుగా వారిద్దరూ చెట్లతో యుద్ధం చేయగా, అక్కడి చెట్లన్నీ పెల్లగింపబడ్డాయి. తరువాత వారు వజ్రాల్లా కఠినమైన రాళ్లతో పోరాటం సాగించారు. చివరికి ఒకరిపైనొకరు పిడిగుద్దులు కురిపించుకోసాగారు. ఇదే సమయంలో భీమసేనుడు జటాసురుని మెడపై వేగంగా ఒక్క గుద్దు గుద్దాడు. దానితో వాడు చాలా బలహీనపడ్డాడు. వాడు అలసిపోవడం చూచిన భీమసేనుడు అతనిని భూమిమీద పడవేసి శరీరమంతా నుగ్గునుగ్గు చేశాడు. ఒక్క మోచేతిపోటుతో అతని శిరసు మొండెం నుండి వేరయింది.

ఇలా అతనిని చంపి భీముడు ధర్మరాజువద్దకు వచ్చాడు. మరుద్గణాలు ఇంద్రుని స్తుతించినట్లుగా బ్రాహ్మణులందరూ భీముని పొగిడారు.

పాండవులు వృషపర్వుని, ఆర్ష్టిషేణుని ఆశ్రమములకు వెళ్లుట

వైశంపాయనుడు చెపుతున్నాడు – "జనమేజయా! జటాసురుడు మరణించాక తిరిగి యుధిష్ఠిరుడు శ్రీనరనారాయణుల ఆశ్రమానికి వచ్చి ఉండసాగాడు. అతనికి ఆ సమయంలో తన తమ్ముడు అర్జునుడు గుర్తుకువచ్చాడు. ద్రౌపదితో పాటు తమ్ములనందరినీ పిలిచి వారితో – "ఐదేళ్లపాటు స్వర్గంలో అస్త్రవిద్య నేర్చుకున్న తరువాత నేను మీవద్దకు మర్త్యలోకానికి వస్తాను అని అర్జునుడు నాతో చెప్పాడు. కాబట్టి అతడు ఇక్కడికి వచ్చేసరికి మనం సిద్ధంగా ఉండాలి" అని చెప్పాడు. ఇలా మాట్లాడుకుంటూ అతడు బ్రాహ్మణులతో తమ్ములతో కలిసి ముందుకు సాగాడు. వారు ఒకసారి నడిచివెళ్తున్నారు. ఒకసారి రాక్షసులు వారిని భుజాలమీద మోస్తున్నారు. ఇలావారు దారిలో కైలాస పర్వతం, మైనాక పర్వతం, గంధమాదన శిఖరం, శ్వేతగిరి అంతకంటెపైన ఉన్న పర్వతాలనుండి స్రవించే నిర్మలమైన నదులను చూస్తూ ఏడవరోజుకి హిమాలయ పవిత్రభూమిపై అడుగుపెట్టారు. అక్కడ వారు రాజర్షి వృషపర్వుని ఆశ్రమం చూశారు. అది అనేకరకాల పూలచెట్లతో అలరారుతోంది. ఆ ఆశ్రమాన్ని చేరుకుని వారు పరమధార్మికుడైన వృషపర్వునికి నమస్కరించారు. అతడు వారిని పుత్రులవలె సమాదరించాడు. వారు ఏడు రాత్రులు అక్కడ ఉన్నారు. ఎనిమిదవ రోజున వారు ముందుకు వెళ్లడానికి వృషపర్వుని అనుమతిని కోరారు. తమ దగ్గర మిగిలిన సామానును అతనికి ఇచ్చివేశారు. యజ్ఞపాత్రలు, రత్నాలు, ఆభూషణాలు, ఆశ్రమంలోనే విడిచిపెట్టేశారు. రాజర్షి వృషపర్వుడు భూత భవిష్యత్తులు, సమస్త ధర్మసూక్ష్మాలు తెలిసినవాడు. వారు వెళ్లే సమయంలో అతడు పుత్రులకు చెప్పినట్లుగా ఉపదేశం చేశాడు. వారు అతని అనుమతి తీసుకొని ఉత్తరదిశగా పయనమయ్యారు.

అక్కడినుండి సత్యపరాక్రముడైన యుధిష్ఠిరుడు తమ్ములతో కలిసి కాలినడకనే బయలుదేరాడు. ఆ ప్రాంతం అనేకరకాల జంతువులతో నిండి ఉంది. దారిలో కొండలమీది రకరకాల చెట్లగుంపులలో ఆగుతూ వారు నాలుగోరోజుకి శ్వేతపర్వతం మీద అడుగుపెట్టారు. శ్వేతాచలం మబ్బులవలె తెల్లతెల్లగా కనిపిస్తుంది. అక్కడ నీరు అధికం, రత్నాలూ వెండి బంగారు రాళ్లు ఉంటాయి. దారిలో ధౌమ్యుడు, ద్రౌపది, పాండవులు లోమశమహర్షి కలిసినడుస్తున్నారు. ఒక్కరు కూడా అలిసిపోలేదు. అలా నడుస్తూ వారు మాల్యవంత పర్వతం చేరుకున్నారు. దానిపైకెక్కి వారు కింపురుషులు, సిద్ధులు, చారణులు తిరుగాడే గంధమాదనాన్ని చూశారు. వారికి ఆనందంతో శరీరాలు పులకరించాయి. క్రమంగా వారు మనసుకు కన్నులకు కూడా ఆనందం కలిగించే పరమపవిత్రమైన గంధమాదన వనంలోకి ప్రవేశించారు. యుధిష్ఠిరుడు భీమసేనునితో "ఆహా! ఈ గంధమాదన వనం ఎంతో శోభాయమానంగా ఉంది. ఈ మనోహరవనంలో దివ్య వృక్షాలు, పత్రపుష్పఫలాలతో నిండిన రకరకాల లతలు ఉన్నాయి. ఈ పవిత్ర గంగానదిని చూడు. ఇందులో కలహంసలు క్రీడిస్తున్నాయి. ఈ నదీతీరంలో ఋషులు కిన్నరులు నివసిస్తున్నారు. భీమా! రకరకాల ధాతువులు, నదులు, కిన్నరులు, మృగాలు, పక్షులు, గంధర్వులు, అప్సరసలు, మనోహరమైన అడవి, అనేక ఆకృతులు గల సర్పాలు, వందలకొద్దీ శిఖరాలు ఉన్న ఈ పర్వతరాజాన్ని ఒక్కసారి పరికించి చూడు" అని పరవశంగా అన్నాడు.

వైశంపాయనుడు చెపుతున్నాడు – "జనమేజయా! ఈ రీతిగా వీరవరులైన పాండవులు తమ లక్ష్యస్థానాన్ని చేరుకుని చాలా ఆనందించారు. వారికి ఆ పర్వతరాజాన్ని ఎంతసేపు చూచినా తృప్తి కలుగలేదు. అనంతరం వారు ఫలపుష్పవృక్షాలతో శోభిల్లే ఆర్ష్టిషేణుని ఆశ్రమాన్ని చూచారు. ఆ రాజర్షి గొప్ప తపశ్శాలి. అతని శరీరం కృశించిపోయి నరాలు కనబడుతున్నాయి. సమస్త ధర్మపారంగతుడు అయిన అతని

వద్దకు వెళ్లి పాండవులు యథావిధిగ నమస్కరించారు. అతడు దివ్యదృష్టితో వారిని గురించి తెలుసుకుని వారిని కూర్చోమని చెప్పాడు.

వారు కూర్చున్నాక తపోధనుడైన ఆర్ష్టిషేణుడు ధర్మరాజును ఉద్దేశించి "రాజా! నీ మనసు ఎప్పుడూ అసత్యంవైపు మరలదు కదా! ఎప్పుడూ ధర్మమునందే లగ్నమై ఉంటుంది కదా! తల్లిదండ్రులను సేవించడంలో ఏమీ అవాంతరం రాదుకదా! మీ గురువులందరినీ, పెద్దలను, పండితులను నీవు గౌరవిస్తూ ఉంటావు కదా! పాపకర్మలవైపు ఎప్పుడూ నీ మనస్సు వెళ్లదు కదా! ఉపకారానికి ప్రత్యుపకారం చేయడం, అపకారాన్ని మర్చిపోవడం నీకు చక్కగా తెలుసుకదా! ఆ జ్ఞానం ఉందని గర్వపడవుకదా! నీవలన యథాయోగ్యంగా మన్ననలు పొంది సాధుజనులు సంతోషిస్తున్నారా? అడవులలో కూడా ధర్మాచరణం చేస్తున్నావా? లేదా? నీ ప్రవర్తనవలన ధౌమ్యులవారికెప్పుడూ కష్టం కలుగలేదుకదా! దానధర్మతపశ్శౌచాలు, ఆర్జవం, తితిక్ష ఆచరిస్తూ మీతాతతండ్రుల శీలాన్ని అనుసరిస్తున్నావు కదా! రాజర్షుల మార్గంలోనే నడుస్తున్నావు కదా! తమ వంశంలో పుత్రుడుగాని పౌత్రుడుగాని పుట్టినప్పుడు పితృలోకంలోని పితరులు నవ్వుతారు ఏడుస్తారు కూడా. ఎందుకంటే వాడు చేసే పుణ్యా శుభకర్మలవలన తమకు సుఖం కలుగుతుందో లేక పాపకృత్యాలవలన దుఃఖం కలుగుతుందో తెలియదుకదా! పార్థా! తల్లిదండ్రులను, అగ్నిని, గురువును, ఆత్మను పూజించినవాడు ఇహపరలోకాలు రెండూ జయిస్తాడు" అని ఉపదేశించాడు.

అందుపై యుధిష్ఠిరుడు "పూజ్యుడా! ఈధర్మంగురించి ఉన్న రూపాన్ని చెప్పారు. నేను కూడా యథాశక్తిగా నాయోగ్యతననుసరించి దీనిని ఆచరిస్తున్నాను" అన్నాడు.

ఆర్ష్టిషేణుడు - పూర్ణిమాప్రతిపత్తిథుల మధ్యకాలంలో ఈ పర్వతం మీదికి జలవాయుభక్షణం మాత్రమే చేసే మునిగణాలు ఆకాశమార్గాన వస్తారు. ఆసమయంలో ఇక్కడ భేరీపణవ శంఖమృదంగ నాదాలు వినిపిస్తాయి. మీరు ఇక్కడ కూర్చునే ఆ నాదాలు వినాలి. అక్కడకు వెళ్లే ప్రయత్నం అసలు చేయకూడదు. ముందంతా దేవతలు విహరించే భూమి, మనుష్యులు తిరగలేరు కనుక మీరు అక్కడకు వెళ్లడం కూడా అసంభవమే. ఈ కైలాసగిరిని దాటి కేవలం పరమసిద్ధులు, దేవర్షిగణం మాత్రం వెళ్లగలరు. ఒకవేళ ఏ మానవుడయినా చాపల్యం కొద్దీ వెళ్లాలని ప్రయత్నిస్తే ఈపర్వతప్రాంతంలోని ప్రాణులన్నీ అతనిని ద్వేషిస్తాయి. పైగా రాక్షసులు అతనిని ఇనుపబల్లేలతో సంహరిస్తారు. పర్వసంధులలో ఇక్కడకి నరవాహనుడైన కుబేరుడు గొప్ప వైభవంతో వస్తాడు. ఈ కైలాసశిఖరం మీదే దేవతలు, దానవులు, సిద్ధులు కుబేరుని యొక్క ఉద్యానం ఉన్నాయి. ఇలా పర్వసంధులలో ఇక్కడ అన్ని ప్రాణులకు అనేక వింత విషయాలు కనపడుతూ ఉంటాయి. కాబట్టి అర్జునుడు వచ్చేవరకు మీరు ఇక్కడే ఉండండి" అన్నాడు.

అమితతేజస్సంపన్నుడైన ఆ ఆర్ష్టిషేణముని హితవాక్యాలను వినిపాండవులు నిరంతరం అతని ఆజ్ఞను పాటిస్తూ మెలగసాగారు. ఈ రీతిగా వారు హిమాలయాల్లో నివసిస్తూ లోమశమహర్షి వలన అనేక ఉపదేశాలు వింటూవచ్చారు. ఇలా అక్కడ ఉండగానే వారికి వనవాసంలో ఐదేళ్లు గడిచిపోయాయి. ఘటోత్కచుడు రాక్షసులతో కూడి అంతకుముందే వెళ్లిపోయాడు. వెళ్లేముందు అతడు అవసరం వస్తే తాను మళ్లీ వస్తానని చెప్పి వెళ్లాడు. ఆ ఆశ్రమంలో పాండవులు కొన్ని నెలలు ఉన్నారు. వారు వింత విషయాలనెన్నిటినో చూశారు. ఒకరోజున వీచే గాలికి హిమాలయ శిఖరాన్నుండి అన్నివిధాలా అందమైన, పరిమళం ఉన్న పుష్పం ఎగిరివచ్చింది. బంధువులు అందరితో పాటు పాండవులు, ద్రౌపది ఆ పంచరంగుల పువ్వును చూశారు.

భీమసేనుడు యక్షరాక్షసులతో మరల పోరుట

ఒకరోజున భీమసేనుడు ఆ పర్వతం మీద ఏకాంతంగా ఆనందంగా కూర్చున్న సమయంలో ద్రౌపది అతనితో - "మహాబాహూ! రాక్షసులందరూ మీ బాహుబలానికి బాధపడి ఈ పర్వతాన్ని వదిలిపోతే ఎలా ఉంటుంది? అప్పుడయితే మీ స్నేహితులకు పుష్పాలతో శోభిల్లే మంగళమయమైన ఈ పర్వతశిఖరం ఏ విధమైన భయమోహాలు లేకుండా కనపడుతుంది. భీమసేనా! నా మనసులో ఈ మాట ఎప్పటినుండో ఉంది" అన్నది.

ద్రౌపది మాటలు విని భీమసేనుడు బంగారు పిడిగల ధనుస్సును, కత్తిని, అమ్ములపొదిని, తీసుకుని చేతితో గద పట్టుకొని నిర్భయంగా గంధమాదన పర్వతం మీద ముందుకు కదిలాడు. ఇది చూచి ద్రౌపది సంతోషం ఇంకా ఇంకా పెరిగింది. భీమసేనునికి గ్లాని, భయం, పిరికితనం, మత్సరత - ఇవేవీ ఎప్పుడూ ఉండవు. ఆపర్వత శిఖరానికి

వెళ్లి, అతడు అక్కడనుండి కుబేరుని ప్రాసాదాన్ని చూడసాగాడు. అది సువర్ణ, స్ఫటిక భవనాలతో ఒప్పుతోంది. దానికి నలువైపుల బంగారు ప్రాకారాలున్నాయి. అందులో రకరకాల రత్నాలు మెరుస్తున్నాయి. అనేకరకాల ఉద్యానాలు దాని శోభను మరింత ఇనుమడింపచేస్తున్నాయి. ఈ రీతిగా రాక్షసరాజు కుబేరుని యొక్క రత్నఖచితమైన, పుష్పమాలాలంకారాలతో ఉన్న ప్రాసాదాన్ని చూచి, అతడు తన శత్రువుల రోమాలు నిక్కబొడుచుకునేలా శంఖాన్ని ఊదాడు. ధనుష్టంకారం చేశాడు. తాళాలు మోగించాడు. ఈ ధ్వనికి ప్రాణులన్నీ మూర్ఛపోయాయి. ఈ శబ్దం విని, యక్షులకు, రాక్షసులకు, గంధర్వులకు రోమాలు నిక్కబొడుచుకున్నాయి. వారు గదలు, పరిఘలు, కత్తులు, త్రిశూలాలు, శక్తులు, గొడ్డళ్లు తీసుకుని భీమసేనునివైపు పరుగెత్తారు. ఇక వారికి, భీమసేనునికి యుద్ధం మొదలైంది. భీమసేనుడు తన బల్లేన్ని వేగంగా విసురుతూ వారు ప్రయోగించిన త్రిశూలాలు, శక్తులు, గొడ్డళ్లు మొదలైన అన్ని ఆయుధాలను ఖండించాడు. అతడు విసిరిన ఆయుధాల వలన తునుకలయిన యక్షులయొక్క, రాక్షసులయొక్క శరీరాలు, శిరస్సులు అన్నివైపుల కనిపించసాగాయి. ఈ రీతిగా శరీరాలు ఛిద్రమవడంతో భయపడిన యక్షులు తమ చేతులలోని శస్త్రాస్త్రాలు జారవిడిచి భయంకరంగా రొప్పసాగారు. చివరికి ప్రచండధనుర్ధరుడైన భీమసేనునికి భయపడి వారు తమ గదలు, కత్తులు, గొడ్డళ్లు మొదలైన ఆయుధాలను విసిరిపారేసి దక్షిణదిశగా పారిపోయారు. అటు ప్రక్క కుబేరుని మిత్రుడు మణిమంతుడనే రాక్షసుడు ఉన్నాడు. అతడు పారిపోతున్న యక్షరాక్షసులను చూచి నవ్వి "మీరు ఇంతమంది కేవలం ఒక్క మానవుని చేతిలో ఓడిపోయారా? ఇప్పుడు కుబేరుని వద్దకు వెళ్లి ఏమని చెపుతారు?" అన్నాడు.

వారిని అలా మందలించి అతడు శక్తి, త్రిశూలం, గద తీసుకుని భీమునిపై పడ్డాడు. భీమసేనుడు కూడా మదించిన ఏనుగువలె అతడు తన వైపు రావడం చూసి వత్సదంతం అనే పేరుకల మూడు బాణాలతో అతని ప్రక్క టెముకలకు గుచ్చుకొనేలా కొట్టాడు. దానితో కోపోద్రిక్తుడైన మణిమంతుడు తన బరువైన గదను ఎత్తి భీమునిపైకి విసిరాడు. కాని భీమసేనుడు గదా యుద్ధంలో మిక్కిలి నేర్పరి కాబట్టి అతని ఆ దెబ్బను వ్యర్థం చేశాడు. ఇంతలోనే ఆ రాక్షసుడు బంగారు పిడి కల ఉక్కుశక్తిని ప్రయోగించాడు. ఆ భయంకరమైన శక్తి భీముని కుడిచేతిని గాయపరచి మంటలు కక్కుతూ నేలపై పడింది. శక్తి తగలడంతో అసమానపరాక్రమం కల భీమసేనుని కన్నులు క్రోధంతో ఎరుపెక్కాయి. అతడు బంగారు రేకు తాపడం చేసిన తన గదను పైకెత్తి, ఆకాశంలోకి ఎగిరి గదను తిప్పుతూ అతనివైపు పరిగెత్తి భయంకరంగా గర్జిస్తూ దానిని మణిమంతుని మీదికి విసిరాడు. ఆ గద వాయువేగంతో వచ్చి ఆ రాక్షసుని సంహరించి నేలమీద పడింది. మణిమంతుడు నేలకూలడం చూసిన మిగిలిన రాక్షసులు భయంతో ఆర్తనాదాలు చేస్తూ తూర్పుదిక్కుకి పారిపోయారు.

ఈ సమయంలో పర్వతగుహలు అనేకరకాల శబ్దాలతో ప్రతిధ్వనించడం చూసి యుధిష్ఠిరుడు, నకులసహదేవులు, ధౌమ్యుడు, ద్రౌపది, బ్రాహ్మణులు మొదలైన హితులందరూ భీమసేనుడు కనిపించక విచారగ్రస్తులయ్యారు. ద్రౌపదిని ఆర్ష్టిషేణునకు అప్పగించి ఆ వీరులందరూ అస్త్రశస్త్రాలు ధరించి కలిసికట్టుగా పర్వతంమీదికి ఎక్కసాగారు. పర్వతశిఖరం చేరుకుని వారు అటు ఇటు చూడగా ఒకవైపు భీమసేనుడు నిల్చునిఉండడం, అక్కడే అతనిచేతిలో మరణించిన మహాకాయులైన అనేకరాక్షసులు భూమిమీద పడిఉండడం వారికి కనిపించింది. భీమసేనుని చూచి సోదరులందరూ అతనిని ఆలింగనం చేసుకున్నారు. అందరూ అక్కడే కూర్చున్నారు. యుధిష్ఠిరమహారాజు కుబేరుని ప్రాసాదాన్ని, చనిపోయిన రాక్షసులను చూచి భీమసేనునితో – "తమ్ముడూ! నీవు తొందరపాటువలననో, అజ్ఞానంవల్లనో ఈపాపాన్ని చేశావు. నీవు మునీశ్వరునిలా జీవితం గడుపుతున్నావు. ఇలా వ్యర్థంగా హత్యలు చేయడం నీకు శోభస్కరం కాదు. చూడు. నీవు నన్ను సంతోషంగా ఉండేలా చేయాలంటే ఇంక ఎప్పుడూ ఇలా చేయకు" అన్నాడు.

ఇక్కడ భీమసేనుని బారినుండి తప్పించుకొన్న కొందరు రాక్షసులు మిక్కిలి వేగంగా పరుగులు తీసి కుబేరుని దగ్గరకు వెళ్లి అరుస్తూ – "యక్షరాజా! నేడు యుద్ధభూమిలో ఒక మానవుడు ఒంటరిగా క్రోధవశనామకులైన రాక్షసులను సంహరించాడు. వారందరూ అతని దెబ్బలకు నిర్వీర్యులై ప్రాణాలు కోల్పోయి పడిఉన్నారు. మేము ఏదోరీతిగా అతని చేతులనుండి తప్పించుకుని మీవద్దకు వచ్చాము. మీ మిత్రుడు మణిమంతుడు కూడా చనిపోయాడు. ఈపనంతా ఒక్క మానవుడే చేశాడు. ఇక ఏమిచేస్తారో మీచిత్తం" అని చెప్పారు. ఇదంతా విని సమస్తయక్షులకు, రాక్షసులకు అధిపతి

అయిన కుబేరునికి కోపం వచ్చింది. అతని కన్నులు ఎఱ్ఱబడ్డాయి. 'ఇది ఎవరి పని' అని అడిగాడు. భీమసేనుడే ఈరెండవ అపరాధం కూడా చేశాడని తెలిసి అతనికి పట్టరానికోపం వచ్చింది. "పర్వతశిఖరంలా ఎత్తయిన నారథాన్ని సిద్ధం చేయండి" - అని ఆజ్ఞాపించాడు. రథం సిద్ధమయ్యాక రాజాధిరాజు కుబేరుడు దానిని ఎక్కి బయలుదేరాడు. అతడు గంధమాదనం చేరేసరికి -యక్షరాక్షసులు చుట్టూచేరి కన్నులపండువుగా దర్శనమిచ్చిన కుబేరుని చూచి పాండవులకు ఒళ్లు గగుర్పొడించింది. ధనుర్బాణాలు ధరించిన మహారథులైన పాండురాజు కుమారులను చూసి కుబేరుడు కూడా సంతోషించాడు. అతడు వారిచేత దేవతల కార్యం ఒకటి చేయించదలచుకున్నాడు. అందుకని కూడా వారిని చూసి మనసులోనే సంతోషించాడు. కుబేరుని వెన్నంటి ఉండే సేవకులు, నేరుగా ఆపర్వతం మీదికి వచ్చినవారు, యక్షరాజు పాండవులపట్ల ఆనందం ప్రకటించడం చూచి వారుకూడా తమ విరోధాన్ని విడిచిపెట్టారు.

ధర్మసూక్ష్మాలు తెలిసిన యుధిష్ఠిరుడు, నకులసహదేవులు కుబేరునికి నమస్కరించి అతనిపట్ల తామే అపరాధం చేశామన్న భావన పొందారు. కనుక వారందరూ యక్షరాజు చుట్టూచేరి చేతులు జోడించి నిలుచున్నారు. ఈసమయంలో భీముని చేతిలో పాశం, ఖడ్గం, ధనుస్సు ఉన్నాయి. అతడు కుబేరునికేసి చూస్తున్నాడు. అతనిని చూసి నరవాహనుడైన కుబేరుడు ధర్మరాజుతో - "పార్థా! నీవు సమస్తప్రాణులకు హితం చేయడంలో తత్పరుడివిగా ఉంటావు. ఈ విషయం అందరూ ఎరుగుదురు. కనుక నీవు నీ తమ్ముళ్లతో కలిసి నిర్భయంగా ఈ పర్వతం మీద ఉండు. చూడు. భీమసేనునిపై కోపించకు. రాక్షసులు కాలం తీరి చనిపోయారు. నీ తమ్ముడు నిమిత్తమాత్రుడు. రాజా! ఒకసారి కుశస్థలి అనే చోటికి దేవతలనందరినీ పిలిచారు. నన్ను కూడా పిలిచారు. అప్పుడు నేను వివిధాయుధాలు ధరించిన అత్యంత భయంకరులైన మూడువందలమంది మహాపద్ములనే యక్షులతో కలిసి అక్కడికి వెళ్లాను. మార్గంలో నాకు అగస్త్యముని కలిశాడు. అతడు యమునా తీరంలో అతికఠోరమైన తపస్సు చేస్తున్నాడు. ఆ సమయంలో నామిత్రుడు రాక్షసరాజు మణిమంతుడు కూడా నాతోనే ఉన్నాడు. అతడు మూర్ఖతతో, అజ్ఞానంతో, గర్వంతో, మోహవశుడై పైనుండి ఆ మహర్షిపై ఉమ్మివేశాడు. అగస్త్యముని కోపించి నాతో - "కుబేరా! చూడు నీ స్నేహితుడు నన్ను ఏమాత్రం లెక్కచేయక అవమానించాడు. దీనికి ఫలితంగా ఇతడు తన సైన్యంతో సహా కేవలం ఒక్క మానవుని చేతిలో మరణిస్తాడు. నీకు కూడా ఇటువంటి నీ సేనానుల వలన దుఃఖం తప్పదు. ఆ మానవుని చూచిన తరువాతనే నీ ఆ దుఃఖం దూరం కాగలదు." అని పలికాడు. ఈ రీతిగా మునిశ్రేష్ఠుడయిన అగస్త్యుడు నాకు శాపమిచ్చాడు. ఆ శాపం నుండి నీ తమ్ముడు ఈ రోజు నన్ను విముక్తుని చేశాడు. రాజా! లౌకిక వ్యవహారాలలో ధైర్యం, కౌశలం, దేశకాల పరాక్రమాలు - ఈ అయిదు సాధనాలు అత్యంతం అవసరం. సత్యయుగంలో ప్రజలు ధైర్యవంతులు, తమతమ పనులలో నేర్పరులు, పరాక్రమవంతులు అయిఉండేవారు. ధైర్యవంతుడు, దేశకాలాల గురించిన జ్ఞానం ఉన్నవాడు, అన్ని ధర్మవిధులలో నిపుణుడు అయిన రాజు చాలాకాలం భూమిని పాలిస్తాడు. అన్ని పనులలోను ఇలా వ్యవహరించేవాడు ఈ లోకంలో కీర్తిని, పరలోకంలో సద్గతిని పొందుతాడు. కాని క్రోధావేశంలో తన పతనాన్ని గమనించనివాడు, మనసును బుద్ధిని పాపాసక్తం చేసేవాడు కేవలం పాపాలనే చేస్తాడు. అలాగే కర్మ విభాగం తెలియని కారణంగా ఈ లోకంలోను, పరలోకంలోను నాశనాన్నే పొందుతాడు. ఈ భీమసేనుడు కూడా ధర్మం ఎరుగడు. గర్వితుడు, ఇతని బుద్ధి చిన్నపిల్లల బుద్ధి వంటిది. సహించడమంటేనే ఇతనికి తెలియదు. ఇతనికి భయం కూడా లేదు. కాబట్టి ఆర్ష్టిషేణుని ఆశ్రమానికి వెళ్లాక ఇతనికి తెలియచెప్పు. ఈ కృష్ణపక్షాన్ని మీరు అతని ఆశ్రమంలోనే గడపండి. అలకాపురిలో నివసించే యక్షులు, గంధర్వులు, కిన్నరులు, - అందరూ, పర్వతవాసులు నా ఆజ్ఞప్రకారం మిమ్మల్ని కనిపెట్టి ఉంటారు. భీమసేనుడు తొందరపడి ఇక్కడకు వచ్చాడు. నీవు అతనికి నచ్చచెప్పి అలా చేయకుండా అడ్డుకో. ఇతనికంటె చిన్నవాడైన నీ తమ్ముడు అర్జునుడు అయితే వ్యవహారకుశలుడు. అన్ని రకాల ధర్మమర్యాదలు తెలిసినవాడుకూడా. కాబట్టే లోకంలోని స్వర్గ వైభవాలన్నీ అతడు పొందాడు. అంతేకాకుండా అతనిలో దమం, దానం, బలం, బుద్ధి, లజ్జ, ధైర్యం, పరాక్రమం - ఈ అన్ని గుణాలు కూడా ఉన్నాయి" అన్నాడు.

కుబేరుని ఈ మాటలు విని పాండవులకు ఆనందం కలిగింది. భీమసేనుడు కూడా శక్తి, గద, ఖడ్గం, ధనుస్సు - భుజం మీద పెట్టుకొని అతనికి నమస్కరించాడు. శరణాగతవత్సలుడైన కుబేరుడు భీమసేనుని - "శత్రువుల

అభిమానాన్ని పారద్రోలేవాడవు, స్నేహితుల సుఖాన్ని వృద్ధి చేసేవాడవు కమ్మని" ఆశీర్వదించాడు. తిరిగి ధర్మరాజుతో - "అర్జునుడు ఇప్పటికి అస్త్రవిద్యలో నిపుణుడయ్యాడు. దేవరాజు ఇంద్రుడు కూడా అతనిని ఇంటికి వెళ్లడానికి అనుమతించాడు. కాబట్టి అతడు అచిరకాలంలోనే ఇక్కడికి రాగలడు" అని చెప్పాడు. ఈ రీతిగా ఉత్తమ కర్మలు చేసే యుధిష్ఠిరునికి ఉపదేశమిచ్చి కుబేరుడు తన స్థానానికి వెళ్లిపోయాడు. భీమసేనుని చేతిలో మరణించిన రాక్షసుల శవాలను కుబేరుని ఆజ్ఞపై కొండక్రిందికి దొర్లించారు. ఈ ప్రకారంగా యుద్ధంలో మరణించడంతో మణిమంతునికి అగస్త్యుడిచ్చిన శాపం కూడా తీరిపోయింది. పాండవులు ఆ రాత్రి కుబేరుని ప్రాసాదంలోనే అమితానందంగా గడిపారు.

ధౌమ్యుడు వివిధస్థలాలను గూర్చి యుధిష్ఠిరునకు చెప్పుట

వైశంపాయనులవారు చెపుతున్నారు - "జనమేజయా! సూర్యోదయం అయ్యాక ధౌమ్యమహర్షి తన అగ్నికర్మలు పూర్తి చేసుకుని రాజర్షి ఆర్ష్టిషేణునితో కలిసి పాండవుల దగ్గరకు వచ్చాడు. వారు వారిద్దరికీ పాదాభివందనం చేసి చేతులు జోడించి ఇతర బ్రాహ్మణులకు కూడా అభివాదం చేశారు. ధౌమ్యుడు ధర్మరాజు చేయి పట్టుకొని తూర్పు దిక్కుకేసి చూపిస్తూ - "మహారాజా! సముద్రపర్యంతం భూమి మీద వ్యాపించినట్లు కనిపిస్తున్న ఆ పర్వతం మందరాచలం, అది ఎంత అందంగా ఉందో చూడు. పర్వతపంక్తులతో, పచ్చని అరణ్యాలతో ఈ దిక్కుఎంతో అందంగా కనిపిస్తోంది. ఈ దిక్కున ఇంద్రుడు, కుబేరుడు నివసిస్తారని చెప్పుకుంటారు. సర్వధర్మజ్ఞులు, మునిజనులు, ప్రజలు, సిద్ధులు, సాధ్యులు, దేవతలు అందరూ ఈ దిక్కున ఉదయించే సూర్యుని పూజిస్తారు. సమస్త ప్రాణులకు ప్రభువు, పరమ ధర్మజ్ఞుడు, చనిపోయిన వారందరికీ గమ్యస్థానం అయిన యముడు ఈ దక్షిణదిక్కున ఉంటాడు. ఈ పవిత్రంగా అద్భుతంగా కనిపించేది సంయమనీపురం. ఇది యముని రాజధాని. దీని సంపద వెలకట్టలేనిది. ఈ పశ్చిమదిక్కున కనిపించేది అస్తాచలం. మహారాజు వరుణుడు ఈ పర్వతం మీదా, మహాసముద్రంలో ఉంటూ ప్రజలను రక్షిస్తూ ఉంటాడు. ఈ ఎదురుగా ఉత్తర దిక్కును వెలిగిస్తున్నట్లుగా ఠీవిగా నిలుచున్నది మేరుపర్వతం. దీనిపైకి బ్రహ్మవేత్తలే వెళ్లగలుగుతారు. దీనిపైనే బ్రహ్మసభ జరుగుతుంది. బ్రహ్మ ఇక్కడే స్థావర జంగమరూపమైన సృష్టి చేస్తూ ఉంటాడు. ఇక్కడే వసిష్ఠాది సప్తర్షుల ఉదయాస్తమయాలు జరుగుతూ ఉంటాయి. నీవు జాగ్రత్తగా పవిత్ర మేరు పర్వతశిఖరాన్ని చూడు. అనాదినిధనుడైన శ్రీమన్నారాయణుని నివాసం దీనికంటె కూడ పైన ప్రకాశిస్తూ ఉంటుంది. అది సర్వతేజోమయం, పరమపవిత్రం, దేవతలు కూడా దానిని దర్శించలేరు. అగ్నికాని, సూర్యుడు కాని ఆ స్థానాన్ని ప్రకాశింపచేయలేవు. అది తన ప్రకాశంతోనే స్వయంగా ప్రకాశిస్తూ ఉంటుంది. దాని దర్శనం దేవదానవులకు కూడా దుర్లభమే. ఆ స్థానంలో అచింత్యమూర్తి శ్రీహరి విరాజమానుడై ఉంటాడు. గొప్ప తపస్సంపన్నులు, పుణ్యకర్మలచేత పవిత్రచిత్తులైన వారు, అజ్ఞాన మోహాలు లేని యోగసిద్ధులైన మహాత్ములైన యతిజనులు మాత్రమే భక్తి ద్వారా అతని దగ్గరకు వెళ్లగలుగుతారు. అక్కడికి వెళ్లినవారు తిరిగి ఈ లోకానికి రారు. రాజా! పరమేశ్వరుని ఈ స్థానం ధ్రువము, అక్షయము, అవినాశి. నీవు దీనికి నమస్కరించు. చూడు సూర్యచంద్రులు, సమస్తతారాగణం తమ తమ మర్యాదలకు లోబడి సర్వదా ఈ పర్వతరాజమైన మేరువుకే ప్రదక్షిణలు చేస్తూ ఉన్నారు. దీనికి ప్రదక్షిణ చేస్తూనే నక్షత్రాలతో కలిసి చంద్రుడు పర్వసంధికాలం వచ్చినపుడు నెలలనే విభాగాలు చేస్తున్నాడు. అమిత తేజోవంతుడయిన సూర్యుడు వర్షం, వాయువు, ఎండ రూపాలైన సుఖ సాధనాలతో ప్రాణులను పోషిస్తున్నాడు. భారతా! సూర్యభగవానుడే సమస్త జీవులకు ఆయువును, కర్మలయొక్క విభాగాన్ని చేసి, దివారాత్రాలు, కలాకాష్ఠలు మొదలైన కాలానికి సంబంధించిన (అవయవాలను) అంశాలను రచిస్తున్నాడు" అని వివరించాడు.

వైశంపాయనుడు చెపుతున్నాడు - రాజా! ఉత్తమ వ్రతపాలనం చేసే పాండవులు తిరిగి ఆ కొండమీదే నివసించసాగారు.

అర్జునుడు అస్త్రవిద్య నేర్చుకోవడానికి ఇంద్రుని వద్దకు వెళ్లాడు. అతడు ఐదేళ్లపాటు ఇంద్రుని భవనంలోనే ఉంటూ ఇంద్రుని వలన అగ్ని, వరుణుడు, చంద్రుడు, వాయువు, విష్ణువు, ఇంద్రుడు, పశుపతి, పరమేష్ఠి అయిన బ్రహ్మ, ప్రజాపతి అయిన యముడు, ధాత, సవిత, త్వష్ట, కుబేరుడు మొదలైన దేవతలందరి యొక్క అస్త్రాలను పొందాడు. ఆపై ఇంద్రుడతనికి ఇంటికి వెళ్లడానికి అనుమతిని ఇచ్చాడు. అప్పుడతడు ఇంద్రునికి నమస్కరించి, అమితానందంతో

గంధమాదన పర్వతానికి తిరిగి వెళ్లాడు.

అర్జునుడు గంధమాదనమునకు తిరిగివచ్చుట - అతని ప్రవాస కథ

వైశంపాయనుడు చెపుతున్నాడు - "మహావీరుడైన అర్జునుడు ఇంద్రుని రథం మీద కూర్చుని అకస్మాత్తుగా ఆ పర్వతం మీద దిగాడు. అతడు రథం నుండి దిగినవెంటనే ముందుగా ధౌమ్యునకు, తరువాత యుధిష్ఠిర భీమసేనులకు పాదాభివందనం చేశాడు. నకులసహదేవులు అతనికి నమస్కరించారు. అనంతరం ద్రౌపది దగ్గరకు వెళ్లి ఆమెను ఆశ్వాసించి, వినయ పూర్వకంగా పెద్దన్నగారి వద్దకు వచ్చి నిలుచున్నాడు. అతులితప్రభావశాలి అయిన అర్జునుని కలుసుకున్న పాండవుల హర్షానికి అవధులు లేవు. అర్జునునికి కూడా వారిని కలుసుకున్నందుకు అపారానందం కలిగింది. అతడు అన్నగారైన యుధిష్ఠిరుని కీర్తించాడు. పాండవులు ఇంద్రరథానికి ప్రదక్షిణ చేసి, ఇంద్రసారథి మాతలిని ఇంద్రునివలెనె గౌరవించి, అతనిని దేవతలందరి క్షేమాన్ని గూర్చి అడిగారు. మాతలి కూడా తండ్రి కొడుకులకు చేసినట్లుగా వారికి ఉపదేశించి, వారిని అభినందించి తిరిగి ఆ దివ్య రథాన్ని ఎక్కి ఇంద్రుని దగ్గరకు వెళ్లిపోయాడు.

మాతలి వెళ్లాక అర్జునుడు దేవేంద్రుడు ఇచ్చిన అమూల్యమైన అతి సుందరమైన రత్నాభరణాలను ద్రౌపదికి ఇచ్చాడు. పిమ్మట సూర్యాగ్నులవలె ప్రతాపశాలులైన పాండవులు బ్రాహ్మణులమధ్య కూర్చుని జరిగిన సంగతులన్నీ వినసాగారు. అర్జునుడు తాను ఇంద్ర వాయువుల నుండి, సాక్షాత్తు మహాదేవుని వలన అస్త్రాలు పొందానని, తన ప్రవర్తన వలన ఇంద్రుడు సమస్త దేవతలు సంతుష్టులయ్యారని సంక్షేపంగా తన స్వర్గప్రవాసం నాటి అనేక విషయాలను చెప్పాడు. అతడు ఆ రాత్రి నకులసహదేవులతో కలిసి తృప్తిగా నిద్రపోయాడు. తెల్లవారగానే వారితో కలిసి ధర్మరాజువద్దకు వచ్చి నమస్కరించాడు.

అదే సమయంలో దేవేంద్రుడు బంగారు రథం మీద వచ్చి ఆ పర్వతం మీద దిగాడు. పాండవులు అతడు రథం నుండి దిగడం చూసి అతని దగ్గరకు వెళ్లి విధ్యుక్తంగా పూజించారు. అర్జునుడు కూడా అతనికి నమస్కరించి సేవకుని వలె అతనివద్ద నిలుచున్నాడు. ఉదారచరితుడైన యుధిష్ఠిరుని మనసు ఆనందంతో ఉప్పొంగింది. ఇంద్రుడు అతనితో "పాండుపుత్రా! నీవు ఆనందంగా ఉండు. నీవే ఈ భూమిని పాలిస్తావు. ఇక మీరు కామ్యకవనానికి తిరిగి వెళ్లండి. అర్జునుడు చాలా శ్రద్ధగా నావలన అన్ని శస్త్రాలు సాధించుకొన్నాడు. నన్ను సంతోషపరచాడు. ఇక ఇతనిని ముల్లోకాలు కూడా జయించలేవు." అని చెప్పి అతడు స్వర్గానికి తిరిగి వెళ్లిపోయాడు.

ఇంద్రుడు వెళ్లాక యుధిష్ఠిరుడు గద్గద కంఠంతో అర్జునుని - "తమ్ముడూ! నీకు ఇంద్రుని దర్శనం ఎలా జరిగింది? శంకరభగవానుని ఎలా కలుసుకున్నావు? నీకు శస్త్రవిద్యలన్నీ ఎలా లభించాయి? మహాదేవుని ఎలా ఆరాధించావు? ఇంద్రుడు తనకు ప్రియం చేశాడని అన్నాడు. నీవు అతని పని ఏమి చేశావు? ఇవన్నీ నాకు వివరంగా వినాలని ఉంది" అని అడిగాడు.

అర్జునుడు చెప్పసాగాడు - మహారాజా! నాకు ఇంద్రదర్శనం, మహాదేవ దర్శనం ఎలా లభించాయో చెప్తాను. విను. నీవు నాకు ఉపదేశించిన విద్యను నేర్చుకుని మీ అనుమతి తీసుకుని అడవిలోకి వెళ్లి తపస్సు మొదలుపెట్టాను. కామ్యకవనం నుండి బయలుదేరి భృగుతుంగ పర్వతం మీద ఒక రాత్రి తపస్సు చేశాను. తరువాత హిమాలయానికి వెళ్లి తపస్సు చేశాను. ఒక నెలవరకు కందఫలాలు తిని, రెండవనెల నీరు త్రాగి, మూడవనెల నిరాహారంగా ఉన్నాను. నాలుగవనెల ఊర్ధ్వబాహుడనై నిలుచున్నాను. ఇంత జరిగినా నాప్రాణాలు పోకపోవడం విచిత్రం. ఐదవ నెలలో ఒకరోజు గడిచాక ఒక పంది అటు ఇటు తిరుగుతూ నా ఎదుటకు వచ్చి నిలుచుంది. దాని వెనుకనే ఒక కిరాతవేషధారి వచ్చాడు. అతడు ధనుర్బాణాలు, కత్తి ధరించి ఉన్నాడు. అతని వెనుక చాలమంది స్త్రీలు ఉన్నారు. నేను ధనుస్సు తీసుకుని బాణం ఎక్కుపెట్టి ఆ గగుర్పాటు కలిగించే పందిని ఛిద్రం చేశాను అదే సమయంలో ఆ భిల్లుడు కూడా తన బలమైన వింటిని లాగి బాణం వేశాడు. దానితో నా మనసు మండిపోయింది. రాజా! పైగా అతడు నాతో - "ఈ పంది మొదట నా లక్ష్యం అయితే నీవు ఎందుకు వేటనియమాన్ని ఉల్లంఘించి దీనిమీద దాడి చేశావు? సరే. మంచిది. కాసుకో. నేను నా వాడి బాణాలతో నీగర్వాన్ని నుగ్గు నుగ్గు చేస్తాను" అన్నాడు. ఇలా అని ఆ మహాకాయుడైన భిల్లుడు కొండలా నిశ్చలంగా నిలుచుని నన్ను బాణాలతో కప్పేశాడు. నేను కూడా భీషణ బాణవర్షంతో అతనిని కప్పేశాను. ఆ సమయంలో అతని రూపాలు వందలు, వేలుగా కనపడ్డాయి. ఆ అన్ని రూపాల మీదా నేను బాణవర్షం కురిపించాను. తరువాత ఆ రూపాలన్నీ

ఒక్కటిగా కనిపిస్తే నేను దానిని కూడా ఛిద్రం చేశాను. ఇంత బాణవర్షం కురిపించినా యుద్ధంలో నేను అతనిని ఓడించలేకపోవడంతో వాయవ్యాస్త్రం ప్రయోగించాను. కాని అది కూడా అతనిని వధించలేకపోయింది. అది చూసి నాకు చాలా ఆశ్చర్యం కలిగింది. తిరిగి నేను పర్యాయంగా అతనిమీద స్థూణాకర్ణాస్త్రం, వారుణాస్త్రం, శరవర్షాస్త్రం, శాలభాస్త్రం, అశ్మవర్షాస్త్రం ప్రయోగించాను. కాని ఆ భిల్లుడు వానిని అన్నింటినీ మ్రింగివేశాడు. అతడలా చేయగానే నేను బ్రహ్మాస్త్రాన్ని రప్పించాను. అది వస్తూనే మండుతున్న బాణాలతో అన్నివైపుల కమ్మేసింది. కాని ఆమహాతేజస్వి అయిన భిల్లుడు దానిని కూడా ఒక్క క్షణంలో శాంతింపచేశాడు. అది వ్యర్థం కావడంతో నాకు చాలా భయం కలిగింది. ఇక నేను నా వింటిని రెండు అక్షయతూణీరాను తీసుకుని అతనిని కొట్టసాగాను. కాని అతడు వాటిని కూడా మింగేశాడు. ఇలా అన్ని అస్త్రాలు నష్టమై, నా ఆయుధాలనన్నిటినీ అతడు మింగివేయడంతో నాకు అతనికి మల్లయుద్ధం జరిగింది. నేను ముష్టాముష్టి బాహాబాహి చేసినప్పటికీ కూడా అతనికి చాలకపోయాను. మూర్ఛపోయి నేలవాలాను. మెలకువ వచ్చాక నేను చూస్తూ ఉండగానే అతడు నవ్వుతూ ఆ స్త్రీలందరితో కలిసి అక్కడే అంతర్ధానమయిపోయాడు. దానితో నాకు తల తిరిగినట్లయింది.

ఈలీలలన్నీ చూపించి దేవాధిదేవుడైన మహాశివుడు ఆ కిరాతవేషాన్ని వదిలి తన దివ్య రూపాన్ని సాక్షాత్కరింపచేశాడు. అతనికి మెడలో పాములు, చేతిలో పినాకధనుస్సు, వెంట పార్వతి ఉన్నారు. నేను ముందు మాదిరిగానే యుద్ధానికి సిద్ధంగా లేచి నిల్చున్నాను. కాని అతడు నా ఎదుటికి వచ్చి "నాకు నీమీద ప్రీతి కలిగింది" అని చెప్పి నావింటిని అక్షయబాణాలున్న రెండు తూణీరాలను ఇచ్చి వేశాడు. నాతో "వీరుడా! ఇదిగో వీటిని ధరించు. నాకు నీమీద అనుగ్రహం కలిగింది. చెప్పు నీకేమి పని కావాలో. నీ మనసులో ఉన్నమాట చెప్పు. అమరత్వం కాకుండా నీవేమి అడిగినా నీకోరికలన్నీ తీరుస్తాను" అన్నాడు. నామనసులో అస్త్రాలే తిష్ఠ వేసి ఉన్నాయి. కాబట్టి నేను చేతులు జోడించి మనసులోనే అతనికి ప్రణమిల్లి "భగవన్! నీకు నాయందు అనుగ్రహం కలిగితే, నాకు దేవతల యొక్క దివ్యాస్త్రాలన్నీ పొందాలని, వానిని ప్రయోగించడం తెలుసుకోవాలని కోరిక - ఇదే నేను కోరుకునే వరం" అన్నాను. అంత ఆ త్రిలోచనుడు "మంచిది. నేను నీకు ఈ వరం ఇస్తున్నాను. ఇక త్వరలోనే నా పాశుపతాస్త్రం కూడా నీకు లభించగలదు" అని చెప్పి తన పాశుపతాస్త్రాన్ని నాకు ఇచ్చాడు. ఇచ్చి "నీవు ఈ అస్త్రాన్ని మనుష్యులమీద ప్రయోగించకూడదు. ఎందుకంటే అల్పశక్తి కల ప్రాణులమీద ప్రయోగిస్తే ఇది త్రిలోకాలను భస్మం చేసివేస్తుంది. కాబట్టి నీకు ఎప్పుడైనా అత్యవసరం వస్తేనే దీనిని ప్రయోగించు. లేదా శత్రువులు ప్రయోగించిన అస్త్రాలను అడ్డుకోవాలనుకున్నప్పుడు దీనిని ప్రయోగించు" అని చెప్పాడు. ఈరీతిగా పరమశివుని ప్రసాదం వలన సమస్త అస్త్రాలను అడ్డుకోగలిగి, స్వయంగా దేనిచేతనూ అడ్డగింపబడని ఆ దివ్యాస్త్రం మూర్తిమంతమై నాదగ్గరకు వచ్చింది. భగవానుని ఆజ్ఞ ప్రకారం నేను అక్కడే కూర్చుని ఉండగా నేను చూస్తూ ఉండగానే ఆయన అంతర్ధానమయ్యారు.

మహారాజా! దేవాధిదేవుడైన ఆ పరమశివుని దయవలన నేను ఆరాత్రి అక్కడే ఆనందంగా గడిపాను. రెండవరోజున తెల్లవారుతుండగానే ఆ హిమాలయశిఖరం మీద దివ్యమైన నవీనమైన పరిమళభరితమైన పూలవాన కురియసాగింది. అన్నివైపుల దివ్యవాద్యాలు మ్రోగసాగాయి. ఇంద్రుని యొక్క స్తోత్రాలు విన్పించసాగాయి. కొద్ది సేపటికే ఉత్తమాశ్వాలు పూన్చిన చక్కగా అలంకరింపబడిన రథంలో ఇంద్రుడు శచీదేవితో కూడి అక్కడికి విచ్చేశాడు. అతనితో ఇంకా చాలమంది దేవతలు వచ్చారు. ఇంతలోనే నాకు నరవాహనుడైన మహాత్ముడు కుబేరుడు కనిపించాడు. తరువాత నా చూపు దక్షిణ దిశగానున్న యమునిపై, పూర్వదిశను ఉన్న ఇంద్రునిపై, పశ్చిమదిశలో విరాజమానుడైన వరుణునిపై పడింది. వారందరూ నన్ను సమాశ్వాసిస్తూ - "సవ్యసాచీ! చూడు. మేమందరం లోకపాలురం, ఇక్కడకు వచ్చాము. దేవతలకార్యం పూర్తి చేయడానికే నీకు మహాదేవుని దర్శనం లభించింది. నీవు మా అందరివద్దనుండి అస్త్రాలను స్వీకరించు" అన్నారు. అప్పుడు నేను శ్రద్ధాభక్తులతో ఆ దేవతావరులకు నమస్కరించి, విధిపూర్వకంగా వారందరి నుండి మహాస్త్రాలను గ్రహించాను. అస్త్రాలు తీసుకున్నాక నన్ను వెళ్లమని ఆదేశించి, వారు తమతమ లోకాలకు అంతర్ధానమయ్యారు. ఇంద్రుడు కూడా తన దివ్యరథాన్ని ఎక్కి నాతో - "అర్జునా! నీవు స్వర్గానికి రావాలి. నీవు ఎన్నో సార్లు తీర్థస్నానాలు చేశావు. గొప్ప తపస్సు కూడా చేశావు. కాబట్టి నీవు తప్పక అక్కడకు రావాలి. నాఆజ్ఞ ప్రకారం మాతలి నిన్ను స్వర్గానికి చేరుస్తాడు" అన్నాడు.

అప్పుడు నేను ఇంద్రునితో "దేవా! మీరు నన్ను అనుగ్రహించాలి. అస్త్రవిద్య నేర్చుకోవడానికి నేను మిమ్మల్ని గురువుగా చేసుకోవాలనుకుంటున్నాను" అన్నాను. ఇంద్రుడు "అర్జునా! నీవు నా లోకంలో ఉంటూ వాయువు, అగ్ని, వసువులు, వరుణుడు, మరుద్గణం - అందరినుండి అస్త్రవిద్యను పొందాలి. అదే రీతిగా సాధ్యగణం, బ్రహ్మ, గంధర్వులు, సర్పాలు, రాక్షసులు, విష్ణువు, నిరృతిల యొక్క స్వయంగా నాయొక్క అస్త్రాల జ్ఞానాన్ని కూడా పొందాలి" అని చెప్పి అక్కడే అంతర్ధానమయ్యాడు.

అర్జునుడు తన అస్త్ర విద్యాలాభమును తెల్పుట

అర్జునుడు చెపుతున్నాడు - "రాజా! తరువాత దివ్యాశ్వాలు పూన్చిన ఇంద్రుని దివ్యమైన మాయామయమైన రథాన్ని తీసుకుని మాతలి నాదగ్గరకు వచ్చి" దేవేంద్రుడు నిన్ను కలుసుకోవాలనుకుంటున్నాడు" అని చెప్పాడు. అతని మాటలు విని నేను పర్వతరాజు హిమాలయానికి ప్రదక్షిణ చేసి, అతని అనుమతి తీసుకొని ఆ శ్రేష్ఠమయిన రథంలో బయలుదేరాను. అప్పుడు అశ్వవిద్యాకుశలుడైన మాతలి వాయువేగ మనోవేగాలు గలిగిన ఆ గుఱ్ఱాలను అదిలించాడు. రథం కదిలినా నేను స్థిరంగా ఉండడం చూసి మిక్కిలి ఆశ్చర్యంతో మాతలి "నాకీ రోజు ఒక వింత విషయం కనిపించింది. రథానికి కట్టిన గుఱ్ఱాలు కదలగానే దేవేంద్రుడు కూడా కదలడం నేను చూశాను. కాని నీవు ఏమాత్రం కదలకుండా ఉండడం కనిపించింది. నీ ఈ విషయమయితే ఇంద్రుని కంటె కూడా నాకు బాగా తెలిసింది." అంటూనే మాతలి రథాన్ని ఆకాశంలో ఎత్తుకి తీసుకువెళ్లాడు. దేవతల భవనాలు, విమానాలు, కనిపించసాగాయి. ఇంక కొద్దిగా ముందుకు సాగగానే అతడు నాకు దేవతల నందనాది వనాలు, ఉపవనాలు చూపించాడు. దానికి ముందు ఇంద్రుని అమరావతీనగరం కనిపించింది. అక్కడ సూర్యుని వేడిమి లేదు. శీతం గాని, ఉష్ణంగాని, శ్రమకాని లేవు. వార్ధక్యంలోని బాధలు అక్కడ లేవు. ఎక్కడా శోకం గాని, దైన్యం గాని, దుర్బలత్వం కాని కనపడడం లేదు. అక్కడ నివసించే చాలమంది విమానాలలో కూర్చుని ఆకాశంలో విహరిస్తున్నారు. ఇలా చూస్తూ చూస్తూ ముందుకు వెళ్లగా నాకు వసువులు, రుద్రులు, సాధ్యులు, పవనుడు, ఆదిత్యులు, అశ్వినీ కుమారులు కనపడ్డారు. నేను వారికి ప్రణామం చేయగా వారందరూ "నీకు బలము, వీర్యము, యశస్సు, తేజస్సు, అస్త్రాలు, యుద్ధంలో విజయం లభించుగాక!" అని ఆశీర్వదించారు.

తదనంతరం నేను దేవగంధర్వులచే పూజింపబడే అమరావతీనగరంలో ప్రవేశించాను. దేవేంద్రుని సమీపించి చేతులు జోడించి నమస్కరించాను. దాతలలో శ్రేష్ఠుడయిన ఇంద్రుడు కూర్చోడానికి నాకు తన అర్ధసింహాసనాన్ని ఇచ్చాడు. అక్కడ నేను అస్త్రవిద్య నేర్చుకుంటూ మిక్కిలి నేర్పరులయిన దేవగంధర్వులతో కలిసి ఉండసాగాను. అక్కడ ఉండగా విశ్వావసువు కుమారుడు చిత్రసేనునితో మైత్రి ఏర్పడింది. అతడు నాకు గాంధర్వ విద్యను సంపూర్ణంగా నేర్పాడు. నేనక్కడ ఇంద్రభవనంలో రకరకాల గానవాద్యాలను విన్నాను. అప్సరసలు నృత్యం చేస్తూంటే చూశాను. కాని ఈ విషయాలన్నీ నిస్సారాలని గ్రహించి అస్త్రవిద్యలోనే మనసును లగ్నం చేశాను. నా ఈ స్వభావాన్ని చూచి ఇంద్రునికి నాపై ప్రీతి కలిగింది. స్వర్గంలో ఉన్నంతకాలం నాకు ఆనందంగా గడిచిపోయింది. అందరికీ నేను విశ్వాసపాత్రుడిని. అస్త్రవిద్యలోకూడా చాలినంత నైపుణ్యం సాధించాను. ఒక రోజున ఇంద్రుడు -- "వత్సా! ఇప్పుడు నిన్ను యుద్ధంలో దేవతలు కూడా జయించలేరు. ఇక భూలోకవాసులయిన మానవుల మాట చెప్పేదేముంది? యుద్ధంలో నీవు అతులితుడవు. అజేయుడవు అనుపముడవు. అస్త్రయుద్ధంలో నిన్ను ఎదిరించే వీరుడే ఉండడు. నీవు ఎప్పుడూ జాగ్రత్తగా ఉంటావు. వ్యవహారకుశలుడవు. సత్యవాదివి. జితేంద్రియుడవు. బ్రాహ్మణులను సేవించేవాడవు. పరాక్రమ వంతుడవు. నీవు పదునైదు అస్త్రాలు సాధించావు. వానికి గల ప్రయోగం, ఉపసంహారం, ఆవృత్తి, ప్రాయశ్చిత్తం, ప్రతిఘాతం - అనే అయిదు విధులను కూడా బాగా తెలుసుకున్నావు. కాబట్టి శత్రుమర్దనా! ఇక గురుదక్షిణ ఇవ్వవలసిన సమయం వచ్చింది. నివాతకవచులనే దానవులు నాకు శత్రువులు. వారు సముద్రంలో దుర్గమమైన చోట ఉంటారు. వారు మూడుకోట్ల మంది అని చెప్పుతూ ఉంటారు. పైగా వారందరూ సమాన రూప బలమహిమలు కలవారు. నీవు వారిని చంపు. అంతే, నీ గురుదక్షిణ పూర్తి అవుతుంది" అని చెప్పాడు. ఇలా చెప్పి అతడు అత్యంతకాంతిమంతమయిన తన దివ్యరథాన్ని నాకు ఇచ్చాడు. దానిని మాతలి నడిపాడు. ఇదిగో తలపై ప్రకాశించే ఈ కిరీటాన్ని పెట్టాడు. ఒక అభేద్యమయిన సుందరమైన కవచాన్ని తొడిగి గాండీవానికి త్రుటి లేని నారిని ఎక్కించారు. ఈ విధంగా నన్ను అన్నిరకాల యుద్ధసామగ్రితో సన్నద్ధం చేశారు. నేను ఆ రథాన్ని ఎక్కి దైత్యులతో యుద్ధానికి బయలుదేరాను. అప్పుడు ఆ రథఘోష

విని దేవతలందరూ నన్ను దేవేంద్రుడు అనుకొని ఉలికిపడి నా దగ్గరకు వచ్చారు. కాని నన్ను చూచి వారు – "అర్జునా! ఏమి చేయడానికి ఇలా సన్నద్ధమయ్యావు?" అని అడిగారు. నేను సంగతంతా వారికి చెప్పి "నేను నివాతకవచులను సంహరించడానికి వెళ్తున్నాను. నాకు శుభం కలగాలని మీరందరూ ఆశీర్వదించండి" అని అడిగాను. వారు సంతుష్టులై "ఈ రథంపై కూర్చునే ఇంద్రుడు – శంబరుడు, నముచి, బలుడు, వృత్రుడు, నరకుడు – మొదలైన వేలమంది దానవులను గెలిచాడు. కాబట్టి కుంతీనందనా! నీవుకూడా దీనిద్వారా నివాతకవచులను యుద్ధంలో ఓడిస్తావు" అని ఆశీర్వదించారు.

అర్జునుడు నివాతకవచులతో యుద్ధము చేయుట

అర్జునుడు చెపుతున్నాడు – రాజా! దారిలో వెళ్తున్నా గాని మహర్షి గణం అక్కడక్కడ నన్ను కీర్తిస్తూనే ఉన్నారు. చివరికి నేను అగాధమైన, భయంకరమైన సముద్రాన్ని చేరుకున్నాను. నురగతో కూడిన పర్వతాలా అన్నట్లుగ ఎత్తయిన అలలు రేగడం గమనించాను. అవి ఒకప్పుడు అటు ఇటు వ్యాపిస్తున్నాయి. ఒకప్పుడు పరస్పరం ఢీకొంటున్నాయి. అన్నివైపుల రత్నాలతోనిండిన వేగం కలిగిన ఆ మహాసాగరాన్ని చూశాను. దాని సమీపంలోనే దానవులతో కిక్కిరిసిఉన్న వారి నగరాన్ని కూడా చూశాను. అక్కడికి చేరాక మాతలి తన రథాన్ని ఆ నగరం వైపు తోలాడు. రథఘోషకు దానవుల మనసులు మండిపోయాయి. అదే సమయంలో నేనుకూడా చాలా ఆనందంగా మెల్లమెల్లగా నా దేవదత్తమనే శంఖాన్ని ఊదసాగాను. ఆ శబ్దం ఆకాశాన్ని తాకి ప్రతిధ్వనించసాగింది. అది విని పెద్దపెద్ద జంతువులు కూడా భయంతో అటు ఇటు దాగుకున్నాయి. తరువాత వివిధ శస్త్రాస్త్రాలు ధరించి నివాతకవచ దైత్యులు నగరం వెలువడి వచ్చారు. వారు వేల రకాల భీషణధ్వనులు, ఆకారాలు కలవాద్యాలను మ్రోగించసాగారు. ఈ రీతిగా నివాతకవచులతో నా యుద్ధం ఆరంభమయింది. దానిని చూడడానికి దేవర్షులు, దానవర్షులు, బ్రహ్మర్షులు, సిద్ధపురుషులు అనేకులు వచ్చారు. వారందరూ నా విజయాన్నే కోరుతూ మధురవాక్కులతో నన్ను స్తుతించసాగారు. దానవులు నా మీద గదలు, శక్తులు, శూలాలు ఎడతెగకుండా కురిపించసాగారు. అవి దడదడలాడుతూ నా రథంమీదికే వచ్చి పడుతున్నాయి. అప్పుడు నేను ఒక్కొక్కరిని పదేసి చొప్పున బాణాలతో ఎందరినో చంపి నేలకూల్చాను. అలాగే అనేక చిన్నచిన్న ఆయుధాలతో కూడా నేను వేలకొద్దీ అసురులను ఖండించాను. ఒకవైపు గుర్రాల తాకిడికి, రథం యొక్క దెబ్బలకు అనేక రాక్షసులు ముక్కలు ముక్కలయ్యారు. ఎంతోమంది యుద్ధభూమిని విడిచి పారిపోయారు. కొంతమంది నివాతకవచులు పంతంతో బాణవర్షాన్ని కురిపిస్తూ నా గమనానికి ఆటంకం కలిగించారు. అప్పుడు నేను బ్రహ్మాస్త్రాన్నుండి అభిమంత్రించిన అనేక చిన్నచిన్న బాణాలను వేసి వారిని అంతమొందించాను. ఆ సమయంలో ఛిన్నాభిన్నమయిన దైత్యుల శరీరాలనుండి పర్వతశిఖరాలనుండి వర్షాకాలంలో జలధారలు ప్రవించినట్లుగా రక్తధారలు ప్రవహించసాగాయి.

రాజా! తరువాత కొండలవంటి పెద్ద పెద్ద రాళ్లవాన మొదలయింది. అది చూసి నేను చాలా ఖిన్నుడనయ్యాను. అయినా ఇంద్రాస్త్రంద్వారా వజ్రాలవంటి వేగవంతమైన బాణాలతో వాటిని నుగ్గునుగ్గు చేశాను. ఈ రీతిగా రాళ్లవాన ముగిసింది. అయితే లావు జలధారలు పడసాగాయి. ఇంద్రుడు ఇచ్చిన విశోషణమనే దీప్తిమంతమయిన దివ్యాస్త్రాన్ని ప్రయోగించాను. ఆ నీరంతా ఇంకిపోయింది. అనంతరం దానవులు మాయతో అగ్నిని వాయువును కల్పించారు. వెంటనే నేను జలాస్త్రంతో అగ్నిని చల్లార్చి, శైలాస్త్రం ద్వారా వాయువును ఆపివేశాను. ఇంతలోనే దానవులందరూ ఒక్కొక్కరుగా అదృశ్యమైపోయారు. ఈ అంతర్ధానం మాయతో ఒక్క దానవుడు కూడా నా కన్నులకు కనబడలేదు. ఇలా అదృశ్యంగా ఉండే వారు నామీద శస్త్రాలు ప్రయోగించారు. నేనూ అదృశ్యాస్త్రంతో వారితో యుద్ధం చేయసాగాను. ఈ యుక్తి వలన గాండీవం నుండి విముక్తమైన బాణాలు ఎక్కడెక్కడ రాక్షసులున్నారో అక్కడికే వెళ్లి వారి శిరసులను ఖండిస్తున్నాయి. ఈ రీతిగా యుద్ధరంగంలో నేను వారిని సంహరిస్తూంటే, వారు తమ మాయను కట్టిపెట్టి నగరంలోకి పారిపోయారు. వారు వెళ్లిపోవడంతో అక్కడి దృశ్యమంతా స్పష్టంగా కనపడింది. నేను వందల వేలమంది దానవులను చంపిన దృశ్యం కనిపించింది. గుర్రాలు తమ కాలునొక దానిని మోపితే రెండవ కాలు పెట్టడానికి కష్టమయిపోయేంతగా ఆ రాక్షసుల శవాలు గుట్టలకొద్దీ అక్కడపడి ఉన్నాయి. అందుకని గుర్రాలు భూమిమీద నుండి లేచి ఆకాశంలోనే ఉన్నాయి. కాని నివాతకవచులు అదృశ్యరూపంలో రాళ్లవాన కురిపిస్తూ ఆకాశాన్ని

కూడా మూసేశారు. రాళ్లతో కప్పబడి గుఱ్ఱాల గమనానికి ఆటంకం కలగడంతో నేను ఇబ్బందిలో పడ్డాను. మాతలి నా భయం చూసి "అర్జునా! భయపడకు. వజ్రాస్త్రాన్ని ప్రయోగించు" అన్నాడు. రాజా! మాతలి మాటలు విని నేను దేవేంద్రునికి ఇష్టమయిన వజ్రాస్త్రాన్ని ప్రయోగించాను. పైగా ఒక స్థిరమైన చోట నిలబడి గాండీవాన్ని అభిమంత్రించి, వజ్రంతో సమానమైన పదునైన ఇనుపబాణాలను ప్రయోగించాను. ఆ వజ్రతుల్యమైన బాణాల వేగం యొక్క తాకిడికి పర్వతసమానులయిన ఆ మహాకాయులు ఒకరినొకరు అంటిపెట్టుకొని భూమిమీదికి దొర్లసాగారు. ఇంత యుద్ధం జరుగుతున్నప్పటికీ మాతలికి గాని, రథానికి గాని, గుఱ్ఱాలకు గాని ఎటువంటి దెబ్బలు తగలకపోవడం అన్నింటికంటె ఆశ్చర్యకరమయిన విషయం.

పిమ్మట మాతలి నవ్వుతూ - "అర్జునా! నీలో నేను చూసిన పరాక్రమం దేవతలలో కూడా లేదు" అని ప్రశంసించాడు. ఈ రీతిగా నివాతకవచులు అంతరించగానే నగరంలో వారి స్త్రీలు ఏడ్పులు, మొత్తుకోళ్లు ఆరంభించారు. ఆ సమయంలో శరత్కాలంలో బెగ్గురుపక్షులు అరుస్తున్నట్లు అనిపించింది. మాతలితో కలసి నేను ఆ నగరంలోనికి ప్రవేశించాను. నా రథ ఘోష విని దైత్య స్త్రీలు చాలా భయద్దారు. దానిని చూసి గుంపులు గుంపులుగా పారిపోసాగారు. ఆ నగరం అమరావతిని మించి ఉంది. అలాంటి అద్భుతనగరాన్ని చూసి నేను మాతలిని - "ఇంత అందమైన నగరంలో దేవతలు ఎందుకు ఉండడం లేదు? నాకయితే ఇది ఇంద్రనగరం కంటె అధికమయినదని అనిపిస్తోంది" అని అడిగాను. దానికి మాతలి "మొదట్లో ఇది మా దేవేంద్రునిదే. కాని నివాతకవచులు దేవతలను ఇక్కడినుండి తరిమేశారు. పూర్వకాలంలో దానవులు గొప్ప తపస్సు చేసి బ్రహ్మదేవుని ప్రసన్నం చేసుకుని, తాము నివసించడానికి ఈ నగరాన్ని, యుద్ధంలో దేవతలవలన భయం లేకుండేలా వరం అడిగారని చెప్తారు. అప్పుడు ఇంద్రుడు బ్రహ్మదేవుని తమ మేలుకోరి వారిని సంహరించమని ప్రార్థించాడు. బ్రహ్మ - "ఇంద్రా! ఇంకొక శరీరంతో నీవే వీరిని నాశనంచేస్తావు. ఈ విషయంలో విధి విధానం ఇలాగే ఉంది." అని ఊరడించాడు. కనుకనే వీరిని వధించడానికి ఇంద్రుడు నీకు తన అస్త్రాలను ఇచ్చాడు. నీవు చంపిన రాక్షసులను దేవతలు చంపలేరు" అని చెప్పి సందేహం తీర్చాడు.

ఈ ప్రకారంగా దానవులను నాశనం చేసి ఆ నగరంలో శాంతిని స్థాపించి, నేను మాతలితో సహా దేవలోకానికి తిరిగి వచ్చాను.

అర్జునుడు పౌలోమ కాలికేయులతో యుద్ధము చేయుట

అర్జునుడు చెపుతున్నాడు - తిరిగి వచ్చేటపుడు దారిలో నాకు ఇంకొక దివ్యనగరం కనిపించింది. అది చాలావైశాల్యం కలిగి, అగ్నితో సూర్యునితో సమానమైన కాంతి కలిగి ఉంది. దానిని ఇచ్ఛానుసారంగా ఎక్కడికి కావాలంటే అక్కడికి తీసుకొనిపోవచ్చును. అందులోకూడా దైత్యులే నివసిస్తున్నారు. ఆ వింత నగరాన్ని చూచి నేను మాతలిని ఈ అద్భుత స్థానం ఏమిటి?" అని అడిగాను. మాతలి "పులోమ, కాలిక అనే ఇద్దరు దానవస్త్రీలు ఉండేవారు. వారు అనేక దివ్యవర్షాలు గొప్ప కఠోర తపస్సు చేశారు. తపస్సు పూర్తి అయి బ్రహ్మదేవుడు ప్రత్యక్షమై వారిని వరం కోరుకోమంటే వారు "మా పుత్రులకు కొద్దిగా కూడా కష్టం కలగకూడదు. దేవతలు గాని, రాక్షసులుగాని, నాగులు కాని ఎవరూ వారిని చంపకూడదు. వారు నివసించడానికి అత్యంత రమణీయమయిన, కాంతిమంతమయిన, ఆకాశగమనం కల నగరం కావాలి" అని కోరుకొన్నారు. అప్పుడు బ్రహ్మ వారి పుత్రులకోసం వివిధరత్నాలతో అలంకరింపబడిన; దేవతలకు కూడా అజేయమైన, అన్నిరకాల అభీష్ట భోగాలతో నిండి, రోగశోకాలు లేని ఈ నగరాన్ని నిర్మించాడు. దీనిని - మహర్షులు, యక్షులు, గంధర్వులు, నాగులు, అసురులు, రాక్షసులు - ఎవరూ కూడా జయించలేరు. ఇది ఆకాశంలో కూడా ఎగురుతూ ఉంటుంది. ఇందులో పులోమ, కాలికల పుత్రులే నివసిస్తూ ఉంటారు. ఇక్కడివారు అన్నిరకాల ఉద్వేగాలనుండి, చింతలనుండి దూరులై మిక్కిలి ఆనందంగా ఇందులో నివసిస్తూ ఉంటారు. ఏ దేవతలు కూడా వీరిని జయించలేరు. బ్రహ్మ వీరి చావును మానవుని చేతిలోనే విధించాడు. కాబట్టి నీవు వజ్రాస్త్రం ద్వారా దుర్జయులైన, మహాబలులైన ఈ దైత్యులను కూడా అంతమొందించు" అని దాని చరిత్రను వివరించి చెప్పాడు.

నేను ఆనందించి మాతలితో "సరే మంచిది. నీవు ఇప్పుడే ఈ నగరంలోకి తీసుకువెళ్లు. దేవరాజుకు ద్రోహం చేసిన ఆ దుష్టదానవులను ఇప్పుడే ధ్వంసం చేస్తాను" అన్నాను. మాతలి వెంటనే నన్ను ఆ సువర్ణమయమైన నగరసమీపానికి

తీసుకువెళ్లాడు. నన్ను చూచి, ఆ దైత్యులు కవచధారులై రథాలెక్కి మిక్కిలి వేగంగా నామీద దాడిచేశారు. మిక్కిలి క్రోధంతో నాళీకం, నారాచం, బల్లెం, శక్తి, ఋష్టి, తోమరం మొదలైన ఆయుధాలను నామీద విసిరారు. నేను అప్పుడు నా అస్త్రవిద్యాబలంతో భీషణమైన బాణ వర్షాన్ని కురిపించి వారి శస్త్ర వృష్టిని అడ్డుకున్నాను. వారు తమలో తాము ఒకరినొకరు ప్రహరించుకునేలా అందరినీ మోహంలో ముంచివేశాను. వారు అలాంటి మూఢావస్థలో ఉండగానే నేను ప్రకాశిస్తున్న అనేక బాణాలతో వందలకొద్దీ శిరసులను ఖండించాను. ఈ విధంగా నశించిపోతున్న వారు తిరిగి తమ నగరంలో ప్రవేశించి మాయచేత ఆ పట్టణంతో సహితంగా ఆకాశంలోకి ఎగిరిపోయారు. అప్పుడు దివ్యాస్త్రాలనుండి విడిచిన శరసమూహంతో దైత్యులతో సహితంగా ఆ నగరాన్ని ముట్టడించాను. నేను విడిచిన ఆ లోహపుబాణాలు తిన్నగా వెళ్లి లక్ష్యాన్ని ఛేదించగలిగినవి. వానితో ఆదైత్యనగరం ముక్కలుగా విరిగి నేలరాలింది.

అయినా అందులోనుండి నాతో యుద్ధం చేయడానికి అరవైవేల మంది రథికులు క్రోధంతో దండెత్తివచ్చారు. నన్ను నలువైపులా ముట్టడించారు. కాని నేను అతి పదునయిన బాణాలతో వారందరినీ నాశనం చేశాను. కొద్దిసేపటిలోనే సముద్రపుటలలా రెండవదళం దండెత్తి వచ్చింది. మానవులు చేసే యుద్ధంతో వీరిని జయించడం కష్టమని తలపోసి నేను మెల్లమెల్లగా దివ్యాస్త్రాలను ప్రయోగించడం మొదలుపెట్టాను. కాని ఆ దైత్యరథికులు చాలా విచిత్రయోధులు. వారు నా దివ్యాస్త్రాలను కూడా ఖండించసాగారు. అంతట నేను పరమశివుని శరణుచొచ్చి "సకలప్రాణులకు శుభమగుగాక" అనిచెప్పి అతనియొక్క సుప్రసిద్ధమైన పాశుపతాస్త్రాన్ని గాండీవంలో ఎక్కుపెట్టాను. పరమశివునికి మనసులోనే ప్రణమిల్లి ఆ దైత్యులను నాశనం చేయడానికి దానిని వదిలాను. దాని యొక్క ప్రచండమైన దెబ్బకు దైత్యులు మాటల్లోనే నశించిపోయారు. రాజా! ఈ రీతిగా ఒక్క ముహూర్తకాలంలోనే ఆ దానవులను అంతమొందించాను.

ఈ రీతిగా దివ్యాభరణభూషితులయిన దైత్యులు రౌద్రాస్త్రం యొక్క ప్రభావం చేత నశించిపోవడం చూచి మాతలి మహదానందం చెందాడు. అతడు ఎంతో ఆనందంతో చేతులు జోడించి "ఈ ఆకాశగమనం కల నగరం దేవతలకు, దైత్యులకు అందరికీ అజేయమే. స్వయంగా ఇంద్రుడు కూడా యుద్ధం చేసి దీనిని జయించలేడు. కాని వీరుడా! నీ పరాక్రమంతో, తపోబలంతో నేడు నీవు దీనిని పొడిపొడి చేశావు" అని కొనియాడాడు. ఆ నగరం నష్టమై దానవులందరూ చనిపోయాక వారి స్త్రీలందరూ కూడా జుట్టు విరబోసుకుని చీత్కారాలు చేస్తూ నగరం బయటకు వెళ్లిపోయారు. వారు దుఃఖితులై కురరీమృగాల వలె విలపించారు. ఆ నగరం గంధర్వ నగరం వలె చూస్తూ ఉండగానే అదృశ్యమైపోయింది.

ఈ ప్రకారంగా ఆ యుద్ధంలో విజయం పొందిన నేను మిక్కిలి ఉల్లాసాన్ని పొందాను. తరువాత సారథి మాతలి నన్ను యుద్ధభూమి నుండి వెంటనే ఇంద్రుని రాజభవనానికి తీసుకువెళ్లాడు. అక్కడికి చేరుకున్నాక మాతలి హిరణ్యనగర పతనం, దానవుల మాయలు నశించడం, రణదుర్మదులయిన నివాతకవచుల వధ, మొదలైన వృత్తాంతాలన్నీ జరిగినవి జరిగినట్లుగా వినిపించాడు. ఆ సమాచారం యావత్తూ విని దేవేంద్రుడు చాలా సంతోషించాడు. అతడు మధురంగా "పార్థ! నీవు సంగ్రామంలో దేవతలను, అసురులను కూడా మించి పనిచేశావు. నా శత్రువులను సంహరించి నీవు గురుదక్షిణను కూడా తీర్చివేశావు. ఇప్పుడు నీవు దేవదానవులకు, యక్షరాక్షసులకు, అసురులకు, గంధర్వులకు, పక్షులకు, నాగులకు - అందరికీ కూడా యుద్ధంలో అజేయుడవు. కనుక నీ బాహుబలంతో జయించిన భూమిని కుంతీ నందనుడు యుధిష్ఠిరుడు నిష్కంటకంగా పాలిస్తాడు. నీకు సమస్తదివ్యాస్త్రాలు లభించాయి. కనుక భూమండలంలో నిన్ను ఏ యోధుడూ పరాభవించలేడు. నాయనా! నీవు యుద్ధరంగంలో నిలబడితే భీష్మద్రోణ కృపకర్ణ శకునులు, ఇంకా ఇతర రాజులందరూ కలిసికూడా నీలో పదహారవవంతుకు కూడా సాటిరారు" అని పలికాడు.

తరువాత ఇంద్రుడు నాకు శరీరాన్ని రక్షించే ఈ దివ్యమైన అభేద్యమైన కవచాన్ని, ఈ బంగారుమాలను ప్రసాదించాడు. దానితోపాటు ఈ దేవదత్తమనే గొప్ప ధ్వనికల శంఖం కూడా ఇచ్చాడు. ఇక ఈ దివ్యకిరీటాన్ని స్వయంగా తన చేతులతో తానే నా శిరసుపై అలంకరించాడు. తరువాత ఈ సుందర దివ్య వస్త్రాభూషణాలు కూడా నాకు ఇచ్చాడు. ఇలా ఇంద్రుని చేత సన్మానింపబడి, అక్కడ నేను గంధర్వకుమారులతో చాలా ఆనందంగా ఉన్నాను. అక్కడ ఐదేళ్లు గడిచిపోయాయి. ఒకరోజున ఇంద్రుడు "అర్జునా!

ఇక నీవు ఇక్కడినుండి వెళ్లాలి. నీ సోదరులు నిన్ను తలచుకుంటున్నారు" అని చెప్పాడు. అందుకని నేను అక్కడినుండి వచ్చి, ఈ రోజు ఈ గంధమాదన పర్వత శిఖరం మీద సోదరులతో కలిసి మిమ్మ దర్శిస్తున్నాను" అని ముగించాడు.

యుధిష్ఠిరుడు - "ధనంజయా! నీవు దేవరాజు ఇంద్రుని ఆరాధించి ప్రసన్నుని చేసుకుని అతనినుండి దివ్యాస్త్రాలు పొందడం మా అదృష్టం. పార్వతితో కూడిన పరమశివుని ప్రత్యక్షంగా చూడడం, పైగా అతనిని నీ యుద్ధకౌశలంతో మెప్పించడం - ఇది ఇంకా ఆనందం కలిగించే విషయం. లోకపాలకులను కూడా కలుసుకున్నావు. క్షేమంగా తిరిగి నావద్దకు వచ్చావు. అందుకు నాకు చాలా సుఖంగా ఉంది. ఇక ఈ సంపూర్ణ భూమండలాన్ని జయించినట్లే అని, ధృతరాష్ట్రకుమారులను కూడా వశపరచుకున్నట్లు అనుకుంటున్నాను" అర్జునా! బలవంతులయిన ఆ నివాతకవచులను వధించిన ఆ దివ్యాస్త్రాలను నేను చూడగోరుతున్నాను" అన్నాడు.

యుధిష్ఠిరుడు ఇలా అడగగానే అర్జునుడు దేవతలు ఇచ్చిన ఆ దివ్యాస్త్రాలను చూపించాలనుకున్నాడు. ముందుగా అతడు విధిపూర్వకంగా స్నానం చేసి శుద్ధుడై, మిక్కిలి కాంతివంతమయిన దివ్యకవచాన్ని శరీరంపై ధరించాడు. ఒకచేతితో గాండీవధనుస్సును, ఇంకొకచేతితో దేవదత్తశంఖాన్ని పట్టుకున్నాడు. ఈ రీతిగా వీరోచిత వేషంతో సుశోభితుడై మహాబాహువయిన అర్జునుడు ఆ దివ్యాస్త్రాలను క్రమంగా చూపసాగాడు. ఆ అస్త్రప్రయోగాలు ఆరంభించగానే భూమి చెట్లతో సహితంగా కదిలిపోయింది. నదులు సముద్రాలు ఉప్పొంగిపోయాయి. పర్వతాలు బీటలు వారాయి. గాలి స్తంభించింది. సూర్యకాంతి మాసిపోయింది. మండుతున్న అగ్ని చల్లారిపోయింది.

తదనంతరం బ్రహ్మర్షులు, సిద్ధులు, మహర్షులు అందరూ, సమస్త ప్రాణులు, దేవర్షులు, స్వర్గంలోని దేవతలు అందరూ అక్కడికి విచ్చేశారు. లోకపితామహుడు బ్రహ్మ, శంకర భగవానుడు కూడా తమ తమ గణాలతో అక్కడికి వచ్చారు. దేవతలందరూ నారదుని అర్జునుని వద్దకు పంపారు. అతడు వచ్చి అర్జునునితో - "అర్జునా! అర్జునా! ఆగు. ఇప్పుడు ఈ దివ్యాస్త్రాలను ప్రయోగించకు. లక్ష్యం లేకుండా వీటిని ప్రయోగించకూడదు. ఒకవేళ ఎవరయినా శత్రువు లక్ష్యంగా ఉన్నా, అతడు తన మీద దాడిచేసి కష్టం కలిగించనంతవరకు అతని మీద కూడా ఈ దివ్యాస్త్రాలు ప్రయోగించకూడదు' అలా కాక వీటిని వ్యర్థంగా ప్రయోగిస్తే మహానర్థాలు వాటిల్లుతాయి. నియమానుసారంగా వీటిని నీవు కాపాడితే ఇవి శక్తిశాలులై నీకు సుఖాన్ని ఇస్తాయి. ఇందులో ఎంతమాత్రం సందేహం లేదు. ఒకవేళ నీవు వ్యర్థప్రయోగంతో వీటిని కాపాడకపోతే, ఇవి త్రిలోకాలను నాశనం చేస్తాయి. కాబట్టి ఈ నాటినుండి ఇక ఎప్పుడూ ఇలా చేయకు. యుధిష్ఠిరా! నీవుకూడా ఇప్పుడు వీనిని చూడాలనే కోరిక మానుకో. యుద్ధంలో శత్రువులను మర్దించే సమయంలో అర్జునుడు వీటిని ప్రయోగిస్తాడు. అప్పుడు చూద్దువుగాని" అని పలికి వారించాడు.

ఈ ప్రకారం నారదుడు అర్జునుని దివ్యాస్త్రప్రయోగం చేయకుండా ఆపగానే దేవతలందరూ, ఇతర ప్రాణులూ ఎక్కడి వారక్కడికి వెళ్లిపోయారు. పాండవులు కూడా ద్రౌపదీ సహితులై ఆ వనంలో సుఖంగా ఉండసాగారు.

పాండవులు ద్వైతవనమును చేరుట

జనమేజయుడు - "వైశంపాయన మహర్షీ! అర్జునుడు దివ్యాస్త్రాలు పొంది అస్త్రవిద్యను పూర్ణంగా సాధించి ఇంద్రభవనం నుండి తిరిగి వచ్చాక అతనితో కలిసి తరువాత పాండవులు ఎటువంటి కార్యాలు చేశారు?" అని ప్రశ్నించాడు.

వైశంపాయనుడు చెప్పసాగాడు - అర్జునుడు అస్త్రవిద్యను నేర్చుకుని ఇంద్రునితో సమానంగా మహాపరాక్రమ వంతుడయ్యాడు. అతనితో కలిసి పాండవులందరూ వెనుకటి అరణ్యంలోనే ఉంటూ అత్యంత రమణీయమైన గంధమాదన పర్వతంపై విహరించసాగారు. ఆ పర్వతం మీద అత్యంత సుందరమయిన భవనాలున్నాయి. అక్కడ వివిధరకాల చెట్ల దగ్గర అనేకరకాల క్రీడలు జరుగుతూ ఉంటాయి. అవన్నీ చూస్తూ కిరీటధారి అయిన అర్జునుడు అక్కడ తిరుగుతూ చేతిలో విల్లు ధరించి ఎప్పుడూ అస్త్రసంచాలనాన్ని అభ్యసిస్తూ ఉన్నాడు. పాండవులు కుబేరుని దయవలన అక్కడ ఉండడానికి ఉత్తమమైన నివాస స్థానాన్ని పొంది చాలా సుఖంగా ఉన్నారు. అర్జునునితో కలిసి అక్కడ వారు నాలుగేళ్లు ఉన్నారు. కాని ఆ సమయం వారికి ఒక్కరాత్రిలా అనిపించింది. మొదటి ఆరు సంవత్సరాలు, ఇక్కడి నాలుగు సంవత్సరాలు - ఈ రీతిగా మొత్తం కలిపి పాండవుల వనవాసంలో పదేళ్లు సుఖంగా గడిచిపోయాయి.

తదనంతరం ఒకనాడు భీమార్జున నకుల సహదేవులు ఏకాంతంలో యుధిష్ఠిరుని వద్ద కూర్చొని తీయని మాటలలో తమ హితం కోరి చెపుతున్నట్లుగా – "కురు రాజా! మీ ప్రతిజ్ఞ నిజం కావాలని మేము కోరుకుంటున్నాం. మీకు ప్రియమైన కార్యాన్నే చేయాలని అనుకుంటున్నాం. మన వనవాసంలో పదకొండవ సంవత్సరం జరుగుతోంది. మీ ఆజ్ఞ శిరసావహించి మానావమానాల ఆలోచన విడిచి మేము నిర్భయంగా అడవులలో తిరుగుతున్నాం. ఆ దుష్టబుద్ధి దుర్యోధనుని కన్నులుగప్పి పదమూడవ సంవత్సరం అజ్ఞాతవాసం కూడా సుఖంగానే గడుపుతాం. ఒక సంవత్సరం పాటు గుప్తరీతిలో చరించి, తిరిగి మనం ఆ నరాధముని అనాయసంగా సంహరించుతాం" అన్నారు.

వైశంపాయనుడు చెపుతున్నాడు – ధర్మార్థాల తత్త్వాన్ని బాగా తెలిసిన ధర్మపుత్రుడు తన సోదరుల ఆలోచనను బాగానే గుర్తించగలిగాడు. అంతట అతడు కుబేరుని ఆ నివాసస్థానానికి ప్రదక్షిణ చేశాడు. అక్కడి ఉత్తమమైన భవనాలను, నదీసరోవరాలను, సమస్త యక్షరాక్షసులను వెళ్లిపోవడానికి అనుమతిని అడిగాడు. అటుపిమ్మట యుధిష్ఠిర మహారాజు తన తమ్ముళ్లందరితో కలిసి బ్రాహ్మణులను వెంటతీసుకుని వచ్చిన దారినే వెనుదిరిగాడు. దారిలో ఎక్కడయినా దాటలేని కొండలు, సెలయేళ్లు వస్తే అక్కడ ఘటోత్కచుడు వారందరినీ ఒకేసారిగా భుజాలమీద కూర్చుండబెట్టుకుని దాటిస్తూ వచ్చాడు. పాండవులు అక్కడనుండి బయలుదేరడం చూసి లోమశమహాముని తండ్రిలా వారికి మంచి ఉపదేశమిచ్చి లోలోపలనే ఆనందిస్తూ దేవతలు నివసించే చోటికి వెళ్లిపోయాడు. అలాగే ఆర్ష్టిషేణుడు కూడా వారికి ఉపదేశించాడు. తరవాత ఆ నరోత్తములు పాండవులు పవిత్రతీర్థాలను, అందమైన తపోవనాలను, పెద్దపెద్ద సరస్సులను చూస్తూ ముందుకు కదిలారు. వారు రాత్రులందు ఒక్కొక్కసారి రమణీయవనాలలోను, ఒక్కొక్కసారి పర్వతగుహలలోను ఆగుతూ ఉండేవారు. ఇలా ప్రయాణిస్తూ వారు వృషపర్వుని ఆశ్రమాన్ని చేరుకున్నారు. అతడు వారందరికీ ఆతిథ్యమిచ్చాడు. వారు విశ్రమించి అలసట తీరాక గంధమాదన పర్వతంమీద ఎలా ఉన్నారో ఆ సమాచారమంతా వివరంగా చెప్పారు.

వృషపర్వుని ఆశ్రమానికి మహర్షులు, దేవతలు వచ్చి నివసిస్తూ ఉంటారు కాబట్టి అది పరమ పవిత్రప్రదేశం అయింది. పాండవులు అక్కడ ఒక రాత్రి గడిపి, ఉదయాన్నే బదరికాశ్రమతీర్థం విశాలానగరికి వచ్చారు.అక్కడ నరనారాయణక్షేత్రంలో ఒక నెలరోజులు ఆనందంగా గడిపారు. అక్కడనుండి వచ్చిన త్రోవనే కిరాతరాజు సుబాహుని రాజ్యం వైపు బయలుదేరారు. రత్నాల గనులున్న చీనతుషార వరద కులింద దేశాలను దాటి, హిమలయాలలోని దుర్గమప్రదేశాలన్నీ గడిచి వారు సుబాహుని నగరాన్ని చూశారు.

సుబాహుడు పాండవుల ఆగమనవార్తను విని ఆనందంతో నగరం వెలుపలికి వెళ్లి వారికి స్వాగతసత్కారాలు చేశాడు. యుధిష్ఠిరుడు కూడా అతనిని గౌరవించాడు. అక్కడ ఒక రాత్రి ఉన్నారు. తెల్లవారాక ఘటోత్కచునికి, అతని అనుచరులతో సహా వీడ్కోలిచ్చారు. సుబాహుడు ఇచ్చిన రథాలను సారథులను వెంటతీసుకుని యమునానది పుట్టిన కొండమీదికి చేరుకున్నారు. ఆకొండమీద సెలయేళ్లు ప్రవహిస్తున్నాయి. మంచుతో కప్పబడిన ఆ కొండశిఖరాలు బాలసూర్యుని కిరణాలు పడి తెల్లగా ఎఱ్ఱగా కనపడుతున్నాయి. పాండవులు ఆ పర్వతం మీద విశాలయూపమనే వనంలో నివసించారు. ఆ వనం చైత్రవనంలాగ శోభాయమానంగా అన్నది. అక్కడ వారు ఒక సంవత్సరకాలం గడిపారు.

అక్కడ ఉన్న సమయంలో ఒకరోజున భీముడు మృత్యువువలె భయంకరమైన, ఆకలితో ఉన్న ఒక బలిష్ఠమైన అజగరం ఉన్న కొండ గుహలోనికి వెళ్లాడు. దానిని సమీపించగానే అతనికి భయం కలిగింది. మనస్సులో కంగారు పడిపోయాడు. ఏమి చేయాలో తోచలేదు. ఆకొండచిలువ భీముని శరీరాన్ని చుట్టేసింది. భయసముద్రంలో మునిగిన అతనికి యుధిష్ఠిరుడే ఏనుగువలె దిక్కు అయ్యాడు. అతడు వచ్చి ఆ పాము బంధాల నుండి భీముని విడిపించాడు.

అప్పుడు పాండవుల వనవాసంలో పదకొండవసంవత్సరం పూర్తికావస్తోంది. పన్నెండవ సంవత్సరం సమీపిస్తోంది. కాబట్టి వేరేవనంలో ఉండడానికి చైత్రరథంలాంటి ఆ సుందరవనంనుండి బయలుదేరారు. మరుభూమికి దగ్గరలో ఉన్నసరస్వతీ నదీతీరంలోని ద్వైతవనానికి వచ్చారు. అక్కడ ద్వైతమనే పేరుతో అందమైన సరోవరం కూడా ఉంది.

నహుషప్రశ్నలు

జనమేజయుడు – "మునివర్యా! భీముడు పదివేల ఏనుగుల బలం కలవాడు, భయంకరపరాక్రమం కలవాడు కదా! అతడు ఆ అజగరానికి అంతగా ఎలా భయభ్రాంతుడయ్యాడు?

యుద్ధంలో కుబేరుని కూడా ఎదిరించగలిగిన శత్రుహంతకుడైన భీముడు ఒక పాముకు భయపడ్డాడని మీరు చెపుతున్నారు. ఇది చాలా ఆశ్చర్యంగా ఉంది. నాకు ఇది వినాలని చాలా ఉత్సుకతగా ఉంది. దయచేసి వివరంగా చెప్పండి" అని అడిగాడు.

వైశంపాయనుడు చెప్పసాగాడు - పాండవులు మహర్షి వృషపర్వుని ఆశ్రమానికి వచ్చి అనేక వింతలతో కూడిన అక్కడి అడవిలో ఉన్నప్పుడు జరిగినదీ సంగతి. ఒకరోజున భీముడు స్వేచ్ఛానుసారియై అడవిలోని వింతలను చూడడానికి ఆశ్రమం నుండి బయలుదేరాడు. అప్పుడతనికి నడుమున కత్తి, చేతిలో ధనుస్సు ఉన్నాయి. అతడు మెల్లమెల్లగా వెళుతున్నాడు. ఇంతలోనే అతని దృష్టి పర్వతగుహలో ఉన్న ఒక పెద్ద శరీరం కల కొండచిలువ మీద పడింది. కొండలాంటి దాని శరీరంతో గుహ అంతా మూసుకుపోయింది. దాన్ని చూస్తేనే భయంతో రోమాలు నిక్కబొడుచుకుంటాయి. దాని శరీరం పసుపు పచ్చగా ఉంది. నోరు కొండగుహలా ఉంది. అందులో నాలుగు కోరలు మెరుస్తున్నాయి. దాని ఎఱ్ఱని కన్నులు నిప్పులు కక్కుతున్నట్లున్నాయి. అది తన నాలుకతో మాటిమాటికి దవడలను నాకుతోంది. ఆ అజగరం యమునివలె అతిభయంకరమై ప్రాణులన్నిటిని భయపెడుతోంది. అది ఊపిరి తీసుకునే సమయంలో వినిపించే ఫూత్కారం జీవులన్నిటిని ధిక్కరిస్తున్నట్లుగా ఉంది.

భీమసేనుడు తొందరపడి తన దగ్గరకు రావడంతో ఆ మహాసర్పం అత్యంత క్రోధంతో అతనిని బలవంతంగా రెండు చేతులతో సహా శరీరాన్ని అంతటినీ చుట్టేసింది. ఆ కొండ చిలువకు ఉన్న వర ప్రభావం వలన దాని స్పర్శ తగులగానే భీమసేనునికి శక్తి ఉడిగిపోయింది. అతని భుజాలలో పదివేల ఏనుగుల బలమున్నా గాని ఆ సర్పం యొక్క బంధంలో చిక్కుకొని అతడు శక్తిహీనుడయ్యాడు. మెల్లమెల్లగా విడిపించుకోడానికి పెనగులాడసాగాడు. కాని అతడు కొద్దిగ కూడా కదలడానికి వీలులేనట్లుగా పట్టు బిగింపబడి ఉంది. భీమసేనుడు అడుగగా ఆ అజగరం తన పూర్వజన్మ చరిత్రను, శాపవృత్తాంతాన్ని చెప్పింది. భీమసేనుడు ఎంత వేడుకున్నా, నచ్చచెప్పినా ఆ సర్పం యొక్క బంధనాన్నుండి అతనికి విముక్తి లభించలేదు.

ఇక్కడ యుధిష్ఠిరునికి చాల భయంకరమైన అనిష్టాన్ని కలిగించే ఉత్పాతాలు గోచరించాయి. అతడు వ్యాకులపాటు చెందాడు. అతని ఆశ్రమానికి దక్షిణ దిక్కున అగ్నిరగుల్కొంది. దానితో భయపడిన నక్కలు అమంగళసూచకంగా గొంతెత్తి దారుణంగా అరవసాగాయి. వాయువు ప్రచండవేగంతో విసరసాగింది. ఇసుక, కంకరలు వర్షించసాగాయి. దానితోపాటే యుధిష్ఠిరుని ఎడమభుజం కూడా అదరసాగింది. ఈ అన్ని అపశకునాలు గమనించి యుధిష్ఠిరుడు తమకేదో మహా ఆపద వచ్చిందని తెలుసుకున్నాడు.

అతడు ద్రౌపదిని "భీముడెక్కడ?" అని అడిగాడు. ఆమె "అడవిలోకి వెళ్లి చాలాసేపయింది" అని సమాధానమిచ్చింది. ఇది విని అతడు ధౌమ్యుని వెంటపెట్టుకొని స్వయంగా భీముని వెదకుతూ వెళ్లాడు. అర్జునుని ద్రౌపది రక్షణకు, నకుల సహదేవులను బ్రాహ్మణ సేవకు నియోగించాడు. భీముని కాలిగుర్తులను బట్టి ఆ అరణ్యంలో అతనిని వెదకసాగాడు. వెతుకుతూ వెతుకుతూ పర్వతం యొక్క దుర్గమప్రదేశానికి వచ్చి, అక్కడ ఒక మహా అజగరం అతనిని చుట్టి ఉండడం, అతడు కదలలేకపోవడం చూశాడు.

అతనిని ఆ దురవస్థలో చూచి ధర్మరాజు "భీమా! వీరమాత కుంతికి పుత్రుడవై యుండి ఈ ఆపదలో ఎలా చిక్కుకున్నావు? అసలు ఈ పర్వతాకారం కల అజగరం ఎవరు?" అని అడిగాడు.

తన అన్న ధర్మరాజును చూచి భీమసేనుడు తన వృత్తాంతమంతా, తాను సర్పబంధంలో చిక్కుకుని ఎలా నిశ్చేష్టుడయినదీ చెప్పి, చివరకు "అన్నా! ఈ మహాసర్పం నన్ను తినడానికే పట్టుకుంది" అన్నాడు.

యుధిష్ఠిరుడు సర్పంతో "ఆయుష్మంతుడా! నీవు నా ఈ అనంతపరాక్రమం గల సోదరుని విడిచిపెట్టు. నేను నీ ఆకలి తీరడానికి వేరే ఆహారం ఇస్తాను" అన్నాడు.

సర్పం - "ఈ రాజకుమారుడు నా నోటి దగ్గరకు స్వయంగా వచ్చి నాకు ఆహారమయ్యాడు. నీవు ఇక్కడినుండి వెళ్లిపో. ఇక్కడ ఉండడం మంచిదికాదు. ఉన్నట్లయితే రేపునీవు కూడా నాకు ఆహారం అవుతావు" అంది.

యుధిష్ఠిరుడు - నీవు దేవతవో దైత్యుడవో లేక నిజంగా సర్పానివేనా? నిజం చెప్పు. యుధిష్ఠిరుడను అడుగుతున్నాను. భుజంగమా! సరిగ్గా చెప్పు. ఏదైనా వస్తువును పొందడం వలనగాని, తెలుసుకోవడం వలన గాని నీకు ఆనందం కలుగుతుందా? ఏమి చేస్తే నీవు భీమసేనుని వదిలిపెడతావు?" అని అడిగాడు.

సర్పం చెప్పింది - "రాజా! నేను పూర్వజన్మలో నీ పూర్వజుడైన నహుషుడనే రాజును. చంద్రుని నుండి ఐదవతరంలోనివాడైన ఆయువు అనే రాజు కొడుకును నేను. అనేకయజ్ఞాలు చేశాను. తపస్సు చేశాను. వేదాధ్యయనం చేశాను. మనసును ఇంద్రియాలను జయించాను. ఈ అన్ని సత్కర్మలవలన, నా పరాక్రమం వలన కూడా నాకు ముల్లోకాల సంపద లభించింది. ఆ సంపదను పొందిన నాకు గర్వం పెరిగింది. నేను మదోన్మత్తుడనై బ్రాహ్మణులను అవమానించాను. దానితో కోపించిన అగస్త్య మహాముని నాకు ఈ అవస్థను కల్పించాడు. అగస్త్యుని దయవలననే నాకు నేటివరకు పూర్వజన్మ స్మృతి తొలగిపోలేదు. ఋషి శాపాన్ని అనుసరించి పగలు ఆరవభాగంలో ఈ నీ తమ్ముడు నాకు ఆహారరూపంలో దొరికాడు. నేను ఇతనిని విడిచిపెట్టను. మరే ఇతర ఆహారాన్ని ఇతనికి బదులుగా తీసుకోను. కాని ఒక్క విషయం నేను అడిగే కొన్ని ప్రశ్నలకు నీవు ఇప్పుడే సమాధానమిస్తే, తరువాత నీ తమ్ముడు భీమసేనుని తప్పకుండా వదిలిపెడతాను".

యుధిష్ఠిరుడు - "సర్పమా! నీవు నీ ఇష్టం వచ్చిన ప్రశ్నలడుగు. నాకు చేతనయితే నిన్ను సంతుష్టి పరచడానికి తప్పకుండా అన్ని ప్రశ్నలకు సమాధానమిస్తాను" అన్నాడు.

సర్పం అడిగింది - యుధిష్ఠిరా! బ్రాహ్మణుడంటే ఎవరు? తెలుసుకోవలసిన తత్త్వం ఏమిటి?

యుధిష్ఠిరుడు - నాగరాజా! విను. ఎవరిలో సత్యం, దానం, క్షమ, సౌశీల్యం, అక్రూరత్వం, తపస్సు, దయ- ఈ సద్గుణాలు ఉంటాయో వాడే బ్రాహ్మణుడు - అని స్మృతులు సిద్ధాంతీకరించాయి. సుఖదుఃఖాలకు అతీతమై, దేనిని చేరుకుంటే లేక తెలుసుకుంటే మానవుడు శోకాన్ని తరించగలడో ఆ పరబ్రహ్మమే తెలుసుకోదగిన తత్త్వం", అని చెప్పాడు.

సర్పం అడిగింది - "యుధిష్ఠిరా! బ్రహ్మ, సత్యము - ఈ రెండూ నాలుగు వర్ణాలవారికి హితకరమైనవి. ప్రమాణభూతమైనవి. మరి వేదాలలో చెప్పబడిన సత్యం, దానం, అక్రోధం, అక్రూరత్వం, అహింస, దయ మొదలైన సద్గుణాలు శూద్రులయందు కూడా ఉంటాయి. కనుక నీవు అంగీకరించిన ప్రకారం వారు కూడా బ్రాహ్మణులనే పిలువబడతారు. ఇంతే కాకుండా సుఖదుఃఖరహితమైనదానిని తెలుసుకోదగిన పదార్థంగా నీవు చెప్పావు. ఆ విషయంలో కూడా నాకు ఆపత్తి (అభ్యంతరం) ఉంది. సుఖంగాని దుఃఖంగాని ఈ రెండూ లేకుండా ఏ ఇతర అవస్థా ఉండనే ఉండని నా బుద్ధికి తోస్తోంది."

యుధిష్ఠిరుడు - శూద్రునిలో సత్యం మొదలైన పైన చెప్పిన లక్షణాలు ఉన్నా; బ్రాహ్మణునిలో లేకున్నా ఆశూద్రుడు శూద్రుడూ కాడు. ఆ బ్రాహ్మణుడు బ్రాహ్మణుడూ కాడు. సత్యం మొదలైన లక్షణాలున్నవానిని బ్రాహ్మణుడనే అనుకోవాలి. అవి లేనివానిని శూద్రుడనే చెప్పాలి. ఇక నీవు చెప్పావే - సుఖదుఃఖాలు లేకుండా ఏ ఇతర పదమూ ఉండనే ఉండదని - అది బాగానే ఉంది. నిజానికి లభించనిదిగాని లేక కర్మలవలననే లభించేదిగాని, అది ఏదైనా కానీ సుఖదుఃఖశూన్యమైనది కాదు. కాని చల్లని నీటిలో వేడి ఉండదు. ఉష్ణస్వభావం గల అగ్నిలో నీటిచల్లదనం ఉండదు. ఎందుకంటే అది పరస్పరవిరుద్ధం కనుక. అదేరీతిగా వేద్యవస్తువైన పరబ్రహ్మ అంటే కేవలం అజ్ఞానావరణాన్ని దూరం చేసుకుని, ఆత్మతో అభిన్నంగా భావించడమే. దానికి ఎప్పుడూ ఎక్కడా వాస్తవిక సుఖదుఃఖాలతో సంపర్కం ఉండదు.

సర్పం- రాజా! "నీవు ఆచారం ద్వారానే బ్రాహ్మణుని పరీక్షించి తెలుసుకోవచ్చును అన్నట్లయితే ఆ ఆచారాన్ని అనుసరించి కర్మలు చేయకపోతే అప్పుడావర్ణం వ్యర్థమే (ఉత్తదే) అవుతుంది కదా!

యుధిష్ఠిరుడు - నాడుద్దేశ్యంలో మనుష్యులయందు జాతిని(వర్ణాన్ని) పరీక్షించడం చాలాకష్టం. ఎందుకంటే ఈరోజులలో అన్నివర్ణాల వారు పరస్పరం సంకరులు అయిపోతున్నారు. మనుష్యులందరూ అన్నివర్ణాల స్త్రీలవలన సంతానాన్ని పొందుతున్నారు. వేషభాషలు, మైథునప్రవృత్తి, జననమరణాలు - ఇవన్నీ మనుష్యులలో ఒక్కటిగానే చూడబడుతున్నాయి. ఈ విషయంలో ఆర్షప్రమాణం కూడా ఉంది. "యే యజామహే" ఈ శ్రుతి వాక్యం జాతిని నిశ్చయించలేకపోవడం వలననే "ఆ మేము యజ్ఞం చేస్తున్నాం" అని సామాన్యరూపంగా నిర్దేశించడం జరుగుతోంది. ఈ వాక్యంలో 'యే' అనే సర్వనామంతో పాటు బ్రాహ్మణ మొదలైన ఏ విశేషణాలూ కూర్చబడలేదు. కనుక తత్త్వదర్శులైన విద్వాంసులు శీలానికే (సదాచారానికే) ప్రాధాన్యత ఇచ్చారు. బాలకుడు జన్మించగానే బొడ్డుతాడు కోయడానికి ముందే అతనికి జాతకర్మ సంస్కారంచేయబడుతోంది. అందులో

తల్లిని సావిత్రిగా, తండ్రిని ఆచార్యునిగా చెప్తారు. బాలకునికి సంస్కారాలు చేసి, వేదాధ్యయనం చేయించనంతవరకు అతడు శూద్రునితోనే సమానుడు. వర్ణవిషయంలో సందేహం కలిగినపుడు స్వాయంభువమనువు ఈ నిర్ణయమే చేశాడు. వైదికసంస్కారాలు జరిగి వేదాధ్యయనం చేసినప్పటికి కూడా శీల సదాచారాలు అలవడకపోతే అతనిలో వర్ణసంకరం ప్రబలంగా ఉందని - ఆలోచనా పూర్వకంగా నిశ్చయించవచ్చు.(10)

సంస్కారాలతో పాటుగా శీల సదాచారాలు ఎవరిలో వికసిస్తాయో అతనినే నేను ముందు బ్రాహ్మణుడని చెప్పాను.

సర్పం - యుధిష్ఠిరా! తెలుసుకోదగినదంతా నీవు తెలుసుకున్నావు. నీవు నా ప్రశ్నలకిచ్చిన సదుత్తరాలను చక్కగా విన్నాను. ఇక నేను మీ తమ్ముడు భీమసేనుని ఎలా తినకలుగుతాను?

నహుషుని సర్పజన్మకు కారణము - అతడు స్వర్గమునకేగుట

సర్పము యొక్క ప్రశ్నలకు సమాధానాలు చెప్పాక యుధిష్ఠిరుడు తాను కొన్ని ప్రశ్నలను అడిగాడు.

యుధిష్ఠిరుడు - "సర్పరాజా! నీవు వేదవేదాంగాలు పూర్తిగా తెలిసినవాడవు. ఏ కర్మలను ఆచరించడం వలన సర్వోత్తమ గతి కలుగుతుంది?

సర్పము, " సత్పాత్రులకు దానము చేయుట, సత్యంగా, ప్రియంగా మాట్లాడుట, అహింసాతత్పరుడై ఉండుట - అనే వానివలన మానవునికి ఉత్తమగతి ప్రాప్తిస్తుందని నా అభిప్రాయం.

యుధిష్ఠిరుడు - దాన సత్యాలలో ఏది గొప్పది? అహింసా ప్రియభాషణాలలో ఏది గొప్పది ? ఏది తక్కువది?

సర్పము : రాజా! దానం, సత్యం, అహింస, ప్రియభాషణం - వీనియొక్క ఎక్కువతక్కువలు కార్యంయొక్క గొప్పతనాన్ని బట్టి చూడబడతాయి. ఒకప్పుడు దానంకంటె సత్యం అధికం కావచ్చు. ఒకప్పుడు సత్యం చెప్పడంకంటె దానమే గొప్పది కావచ్చు. అలాగే ఒక్కొక్కచోట ప్రియంగా మాట్లాడడం కంటె అహింసయే గొప్పదికావచ్చు. ఒకచోట అహింసకంటె ప్రియభాషణమే గొప్పది కావచ్చు' ఈ రీతిగా వీటి గౌరవలాఘవాలు పనిని బట్టి ఉంటాయి.

యుధిష్ఠిరుడు - " చనిపోయే సమయంలో మానవుడు తన శరీరాన్ని ఇక్కడే విడిచిపెట్టేస్తాడు కదా! మరయితే దేహం లేకుండా అతడు స్వర్గానికి ఎలా వెడతాడు? కర్మలకు తప్పనిసరి అయిన ఫలాలను ఎలా అనుభవిస్తాడు?"

సర్పము : రాజా! జీవులు తమ తమ కర్మలను అనుసరించి మూడు రకాల గతులు పొందుతూ ఉంటారు. స్వర్గలోకప్రాప్తి, మానవులుగా పుట్టుట; పశుపక్ష్యాదులలో జన్మించుట - అనే ఈ మూడే గతులున్నాయి. (వీనినే ఊర్ధ్వ గతి, మధ్యగతి, అధోగతి - అని ప్రసిద్ధంగా వ్యవహరిస్తూ ఉంటారు). వీనిలో మానవ జన్మపొందినవాడు సోమరితనం, మూఢత్వం విడిచి అహింసను ఆచరిస్తూ, దానం మొదలైన పుణ్యకర్మలు చేసినట్లయితే పుణ్యాధిక్యం వలన అతనికి స్వర్గలోకప్రాప్తి కలుగుతుంది. దీనికి విరుద్ధంగా జరిగితే మనుష్యయోనిలో గాని, పశుపక్ష్యాదుల యోనులలో గాని జన్మించవలసి ఉంటుంది. కాని పశుపక్ష్యాదులుగా జన్మించడంలో కూడా ఒక విశేషం ఉంది. కామక్రోధలోభాలతో హింసాతత్పరుడైన జీవుడు, మానవత్వం నుండి భ్రష్టుడై, కనీసం మానవునిగా ఉండే యోగ్యతను కూడా పోగొట్టుకున్నవాడు, అతడే మూడవ గతి పొందుతాడు. తిరిగి సత్కర్మాచరణం చేయడం కోసం మానవజన్మ ఎత్తేందుకు తిర్యగ్యోని నుండి ఉద్ధరింపబడతాడు. అటు తరువాత అతడు ప్రాపంచికభోగాల నుండి విరక్తుడై ముక్తుడవుతాడు".

యుధిష్ఠిరుడు - "సర్పరాజా! శబ్దస్పర్శ రూపరసగంధాలకు ఆధారమేమిటి? దీని యథార్థరూపాన్ని వివరించు. అన్ని విషయాలను ఒకేసారి గ్రహించలేకపోవడంలోని రహస్యమేమిటి? చెప్పు".

సర్పము "రాజా! లోకులు ఆత్మ అని వ్యవహరించే ద్రవ్యం స్థూలసూక్ష్మ శరీర రూపమైన ఉపాధిని పొందిన కారణంగా బుద్ధి, అంతఃకరణాలతో కూడి ఉంటుంది, ఆ ఉపాధి విశిష్టమైన ఆత్మయే ఇంద్రియాలద్వారా నానారకాల భోగాలను అనుభవిస్తూ ఉంటుంది. జ్ఞానేంద్రియాలు, బుద్ధి, మనసు - ఇవే ఈ శరీరంలో దానికి ఉపకరణాలు (భోగసాధనాలు). నాయనా! విషయాలకు ఆధారభూతమైన ఇంద్రియాలు, అందులో ఉండే మనస్సు ద్వారా ఈ జీవాత్మ బాహ్యవృత్తి కలదై క్రమంగా భిన్నభిన్న విషయాలను అనుభవిస్తుంది. విషయాలను అనుభవించే సమయంలో బుద్ధి ద్వారా మనస్సు ఏదో ఒక విషయం మీదనే లగ్నం చేయబడుతుంది. అందుకనే దానిద్వారా అనేక విషయాలు ఒకేసారి గ్రహించడం సంభవం కాదు. బుద్ధి, ఇంద్రియాలు,

మనస్సు వీనితోకూడి 'భోక్త' అని మనం అంటున్నది, అదే ఆత్మానాత్మల చింతనలో లగ్నమై ఉన్న ఉత్తమ అధమ బుద్ధులను రూపాది విషయాలవైపు ప్రేరేపిస్తుంది. బుద్ధి యొక్క అనంతరకాలంలో కూడా విద్వాంసులకు ఆ బుద్ధి ఎక్కడ పుడుతుందో, ఎక్కడ లయం అవుతుందో స్పష్టంగా తెలుసుకోవచ్చు అనే విషయం అనుభవంలో కనపడింది. ఆ జ్ఞానమే ఆత్మస్వరూపం. అదే అన్నిటికీ ఆధారం. రాజా! ఇదే క్షేత్రజ్ఞుడైన ఆత్మను ప్రకాశింపచేసే విధి.

యుధిష్ఠిరుడు - "మనస్సు యొక్క, బుద్ధి యొక్క లక్షణాలను చక్కగా వివరించి చెప్పు. అధ్యాత్మ శాస్త్రం నేర్చుకునే విద్వాంసులకు వాటి జ్ఞానం మిక్కిలి అవసరం.

సర్పము - "రాజా! బుద్ధి ఆత్మను ఆశ్రయించి ఉంటుందని తెలుసుకోవాలి. కనుకనే అది తనకు అధిష్ఠానభూతమైన ఆత్మను బట్టియే నడుచుకుంటూ ఉంటుంది. ఆధారం లేకుండా అది ఉండలేదు. విషయేంద్రియ సంయోగంతో బుద్ధి పుడుతుంది. మనసు అంతకుముందే పుట్టి ఉంటుంది. బుద్ధికి స్వయంగా వాసనలు ఉండవని, ఆ వాసనలు కలిగినది మనస్సే అని అందరూ అంగీకరించిన విషయం. మనసుకు, బుద్ధికి ఇదే తేడా, నీకు కూడా ఈ విషయం తెలుసుకదా! ఇందులో నీ ఉద్దేశ్యం ఏమిటి?"

యుధిష్ఠిరుడు - "అధిక బుద్ధిమంతుడా! నీ బుద్ధి చాలా ఉత్తమమైనది. నీవు తెలియవలసినదంతా తెలుసుకున్నావు. ఇక నన్ను ఎందుకు అడుగుతావు? నీకు ఈ దుర్గతి కలిగిన విషయంలోనే సందేహంగా ఉంది. నీవు గొప్ప గొప్ప అద్భుతకర్మలు చేశావు. స్వర్గవాసాన్ని పొందావు. సర్వజ్ఞుడవంటే నీవే. బ్రాహ్మణులను అవమానించేంతటి మూఢత్వం నీకు ఎలా కలిగింది?"

సర్పము : రాజా! ఈ ధన సంపదలు ఎంతో గొప్ప బుద్ధిమంతులను, శూరులను కూడా మోహ పరవశులను చేస్తాయి. సుఖవిలాసాలతో కూడిన జీవితాన్ని గడిపేవారంతా మోహితులవుతారని నాకయితే అనుభవంలోని విషయం. ఈ కారణంగానే ఐశ్వర్య మోహితుడనైన నేను మదోన్మత్తుడనయ్యాను. ఈ మోహం కారణంగానే అధః పతితుడనయ్యాక తెలివి తెచ్చుకున్నాను. ఇప్పుడు నిన్ను హెచ్చరిస్తున్నాను. మహారాజా! ఈ రోజు నీవు నాకు ఒక గొప్ప పని చేసిపెట్టావు. ఇప్పుడు నీతో సంభాషించడం వలన నా ఆ దుఃఖదాయకమైన శాపం తీరిపోయింది. ఇప్పుడు నేను నా పతనానికి కారణమైన కథను చెపుతున్నాను. విను. పూర్వం నేను స్వర్గానికి అధిపతినై ఉన్నపుడు దివ్య విమానాన్ని అధిరోహించి ఆకాశంలో తిరుగుతూ ఉండేవాడిని. ఆ సమయంలో అహంకారం కారణంగా ఎవరినీ లక్ష్యపెట్టేవాడిని కాను. బ్రహ్మర్షులు, దేవతలు, గంధర్వులు, యక్షరాక్షసులు, నాగులు ఎవరైనా సరే ముల్లోకాలలోనివారు అందరూ నాకు కప్పం చెల్లించేవారు. నేను ఎవరివైపు అయినా కన్నెత్తి చూస్తే చాలు, వారి శక్తిని లాగివేసేవాడిని. ఆ రోజులలో నా చూపుకి అంతశక్తి ఉండేది. నా అన్యాయం ఎంతవరకు వచ్చిందంటే ఒక వేయిమంది బ్రహ్మర్షులు నా పల్లకిని మోయవలసివచ్చేది. ఈ అత్యాచారమే నన్ను రాజ్యలక్ష్మి నుండి భ్రష్టుని చేసింది. అగస్త్యమహాముని పల్లకిని మోస్తూ ఉన్నప్పుడు నేను అతనిని తన్నాను. అప్పుడతడు కోపంతో "ఓరీ సర్పా! నీవు క్రిందపడు" అన్నాడు. అతడు ఇలా అన్నాడు అంతే నా రాజచిహ్నాలన్నీ అదృశ్యమైపోయాయి. ఆ విమాన రాజము నుండి నేను క్రిందపడ్డాను. అప్పుడు నాకు తెలిసింది - నేను సర్పాకారంతో ముఖంక్రిందికి పెట్టుకుని పడిపోతున్నానని అప్పుడు అగస్త్యమునిని "భగవన్! నేను మోహంతో వివేకశూన్యుడనయ్యాను. కనుక ఈ ఘోరమైన తప్పిదం జరిగిపోయింది. కనుక మీరు క్షమించి దయచూపి ఈ శాపానికి అంతం ఉండేలా చేయండి" అని యాచించాను.

నేను క్రిందికి జారిపడిపోతూండడం చూసి అతని మనసు కరిగిపోయింది. అప్పుడతడు - "రాజా! మహారాజు యుధిష్ఠిరుడు నీకు ఈ శాపాన్నుండి ముక్తిని కలిగిస్తాడు. నీవు ఈ అహంకారానికి, ఘోరపాపానికి ఫలం అనుభవించు, అది తీరిన వెంటనే నీకు మరల పుణ్యఫల ప్రాప్తి కలుగుతుంది" అని అనుగ్రహించాడు.

అతని తపశ్శక్తి యొక్క బలం చూసి నాకు చాలా ఆశ్చర్యం కలిగింది. మహారాజా! ఇడుగో నీ తమ్ముడు భీమసేనుడు. నేను ఇతనినేమీ హింసించలేదు. నీకు శుభం కలుగుతుంది. నాకు సెలవియ్యి. తిరిగి స్వర్గలోకానికి వెడతాను".

ఇలా చెప్పి నహుషుడు అజగరరూపాన్ని వదలి, దివ్య దేహధారుడై, తిరిగి స్వర్గానికి వెళ్లిపోయాడు. ధర్మరాజు కూడా ధౌమ్యునితో, భీమసేనునితో కలిసి ఆశ్రమానికి తిరిగివచ్చాడు. అక్కడ గుమికూడిన బ్రాహ్మణులందరికీ అతడు ఈకథనంతా వివరించి చెప్పాడు.

కామ్యకవనములో ఉన్న పాండవుల దగ్గరకు శ్రీకృష్ణుడు, మార్కండేయుడు వచ్చుట

వైశంపాయనుడు చెపుతున్నాడు - పాండవులు సరస్వతీ నదీ తీరంలో ఉండగా కార్తీక పూర్ణిమా పర్వదినం వచ్చింది. ఆ సందర్భంగా వారు ఆ తీర్థంలో పర్వదినాన్ని పురస్కరించుకొని గొప్ప గొప్ప తాపసులతో కూడి పుణ్యకర్మలు చేశారు. కృష్ణపక్షం ప్రారంభం కాగానే ధౌమ్యునితో, సారథులతో కలిసి, ముందు నడిచే సేవకులతో పాటు కామ్యకవనానికి బయలుదేరారు. అక్కడికి చేరుకోగానే మునులు వారికి ఆతిథ్యమిచ్చారు. ద్రౌపదితో పాటు వారు అక్కడే ఉండసాగారు.

ఒకరోజున అర్జునునికి మిత్రుడైన ఒక బ్రాహ్మణుడు ఒక సందేశాన్ని తీసుకుని వచ్చాడు - "మహాబాహువు శ్రీకృష్ణభగవానుడు శీఘ్రంగా ఇక్కడికి విచ్చేయబోతున్నారు. మీరు ఈ వనానికి వచ్చారని వారికి తెలిసింది. వారు సర్వదా మిమ్మల్ని కలుసుకోవాలని ఉవ్విళ్లూరుతూ ఉంటారు. మీకు శుభం కలగాలనే భావిస్తూ ఉంటారు. ఇంకొక శుభవార్త ఏమిటంటే స్వాధ్యాయ సంపన్నులు, తపోనిరతులు, కల్పాంత జీవులు అయిన మహా తపస్వి మార్కండేయ మహాముని కూడా శీఘ్రంగా మిమ్ము కలుసుకుంటారు" అని చెప్పాడు.

ఆ బ్రాహ్మణుడు ఈ రీతిగా చెపుతూ ఉండగానే దేవకీనందనుడు శ్రీకృష్ణ భగవానుడు సత్యభామతో కలిసి రథం మీద అక్కడికి చేరుకున్నాడు. రథం నుండి దిగి అతడు మహాసంతోషంతో ధర్మజభీమసేనులకు పాదాభి వందనం చేసి, ధౌమ్యుని పూజించాడు. నకులసహదేవులు అతనికి నమస్కరించారు. తరువాత అర్జునుని శ్రీకృష్ణుడు ఆలింగనం చేసుకున్నాడు. ద్రౌపదిని తీయని మాటలతో ఊరడించాడు. అలాగే సత్యభామ కూడా ద్రౌపదిని ఆలింగనం చేసుకుని కలుసుకుంది.

ఈ విధంగా శిష్టాచారం ముగిశాక పాండవులందరూ ద్రౌపదితో, పురోహితుడు ధౌమ్యునితో కలిసి శ్రీకృష్ణుని సత్కరించి, అతనికి అన్నివైపుల చుట్టూచేరి కూర్చున్నారు. అప్పుడు శ్రీకృష్ణుడు యుధిష్ఠిరునితో "పాండవోత్తమా! ధర్మపాలన రాజ్యప్రాప్తికంటె గొప్పదని చెపుతారు. ధర్మప్రాప్తి కోసమే శాస్త్రాలు తపస్సును ఉపదేశించాయి. నీవు సత్యభాషణం, సరళవర్తనం ద్వారా నీ ధర్మాన్ని పాలిస్తూ ఇహపరలోకాలు రెండింటినీ సాధించావు. ఏ కోరికలూ లేకుండా నిష్కామభావంతో పుణ్యకర్మలు చేస్తున్నావు. ధనలోభంతో కూడా స్వధర్మాన్ని ఎన్నడూ విడిచిపెట్టలేదు. ఈ గొప్పతనం వలననే నిన్ను ధర్మరాజు అంటున్నారు. నీలో దానం, సత్యం, తపస్సు, శ్రద్ధ, బుద్ధి, క్షమ, ధైర్యం - అన్నీ ఉన్నాయి. రాజ్యం, సంపద, భోగాలు పొంది కూడా నీవెప్పుడూ ఈ సద్గుణాలపట్ల ప్రీతి కలిగి ఉంటున్నావు. కాబట్టి నీ కోరికలన్నీ సంపూర్ణంగా నెరవేరుతాయి అనడంలో సందేహమేమీ లేదు" అన్నాడు.

తరువాత ద్రౌపదితో - 'యాజ్ఞసేనీ! నీ కొడుకులు చాలా మంచి స్వభావం కలవారు ధనుర్వేదం నేర్చుకోవడంలో అనురాగం చూపుతున్నారు. వారు మిత్రులతో కలిసి ఎప్పుడూ సదాచారాలనే పాటిస్తున్నారు. రుక్మిణి కొడుకు ప్రద్యుమ్నుడు అస్త్రవిద్యను అనిరుద్ధునికి, అభిమన్యునికి ఎలా నేర్పుతున్నాడో అలాగే నీ కొడుకులైన ప్రతివింధ్యాదులకూ నేర్పుతున్నాడు". అన్నాడు

ఇలా ద్రౌపదికి ఆమె కొడుకుల కుశలవార్తను వినిపించి తిరిగి ధర్మరాజుతో శ్రీకృష్ణుడు - "రాజా! దశార్హ, కుకుర, అంధక వంశవీరులు సదా నీ ఆజ్ఞను పాటిస్తారు. నీవు ఎక్కడ ఉంటే అక్కడ నిలుచుంటారు. నీ ప్రతిజ్ఞాసమయం గడిచాక దశార్హవంశయోధులు నీ శత్రువుల సైన్యాన్ని సంహరిస్తారు. ఇక నీవు ఎప్పటికీ శోకరహితుడవై నీ రాజ్యాన్ని పొంది హస్తినాపురాన్ని ప్రవేశిస్తావు" అన్నాడు.

యుధిష్ఠిరుడు పురుషోత్తముడైన శ్రీకృష్ణుని ఆలోచన తనకు అనుకూలంగా ఉందని తెలుసుకుని అతనిని కొనియాడాడు. అతనికేసి తదేకదృష్టితో చూస్తూ చేతులుజోడించి - "కేశవా! పాండవులకు నీవే ఆధారమని, ఈ కుంతీపుత్రులు నీ శరణులోనే ఉన్నారని అనడంలో ఎంతమాత్రం సందేహం లేదు. సమయం వచ్చినపుడు మాకోసం మీరు చెప్పినదానికంటె ఎక్కువగానే చేస్తారని మా నమ్మకం. మేము మా ప్రతిజ్ఞానుసారంగా ఇంచుమించు పన్నెండేళ్లు నిర్జనారణ్యాలలో తిరుగుతూ గడిపాము. ఇక నియమానుసారంగా అజ్ఞాతవాసం గడువు కూడా పూర్తిచేసుకుని ఈ పాండవులు నిన్నే శరణుకోరుతారు" అన్నాడు.

ఇలా శ్రీకృష్ణధర్మజులు మాట్లాడుకుంటూ ఉండగా వేల సంవత్సరాల ఆయుర్దాయం కలిగిన తపోవృద్ధుడైన మార్కండేయ మహాముని అక్కడికి వచ్చాడు. మార్కండేయ మహాముని అజరుడు - అమరుడు - రూపం, ఔదార్యం మొదలైన గుణాలు కలవాడు. అలా ఉన్నాడు గాని అందరికంటె

చాలా పెద్దవాడు. అయినా చూడడానికి పాతికేళ్ల యువకునిలా కనిపిస్తాడు. అక్కడికి రాగానే పాండవులందరూ, శ్రీకృష్ణుడు, బ్రాహ్మణులు అతనిని పూజించి ఆసనమిచ్చి కూర్చోబెట్టారు. వారి ఆతిథ్యాన్ని స్వీకరించి అతడు ఆసనాన్ని అలంకరించాడు. అదే సమయంలో దేవర్షి నారదుడు అక్కడికి వచ్చాడు. పాండవులు అతనికి కూడా యథాయోగ్యంగా సత్కారం చేశారు. అనంతరం కథా ప్రసంగం కల్పించడానికి యుధిష్ఠిరుడు మార్కండేయుని ఇలా ప్రశ్నించాడు - "మహామునీ! మీరు అందరికంటె ప్రాచీనులు. మీకు దేవతలు, దైత్యులు, ఋషులు, మహాత్ములు, రాజర్షులు - వీరందరి చరిత్రలు విదితమే. కనుక మిమ్మల్ని నేను ఏదో కొద్దిగా అడగాలనుకుంటున్నాను. ధర్మాన్ని ఆచరిస్తున్నా నేను సుఖాలనుండి వంచింపబడ్డాను. ఎప్పుడూ దురాచారాలే పాటించే దుర్యోధనాదులు సర్వథా ఐశ్వర్య సంపన్నులై ఉండడం చూస్తున్నాను. ఇది చూసిన నాకు మనసులో ఈ సందేహం కలిగింది. పురుషుడు శుభాశుభ కర్మలు ఆచరించి, వాటి ఫలితాలను ఏ రీతిగా అనుభవిస్తాడు? ఈశ్వరుడు కర్మనియంత ఎలా అవుతాడు? మనుష్యునకు సుఖంగాని, దుఃఖంగాని కలగడానికి కారణమేమిటి?" అని అడిగాడు.

మార్కండేయుడు చెప్పసాగాడు - "రాజా! నీవు అడిగిన ప్రశ్న సరియైనదే. సమాధానం మీ అందరికీ విదితమే. కాని లోకమర్యాదను అనుసరించి దానిని కాపాడడానికి నన్ను అడుగుతున్నావు. మానవుడు ఈ లోకంలోగాని, పరలోకంలోగాని ఎలా సుఖదుఃఖాలు అనుభవిస్తాడో ఈ విషయంలో నేను చెప్పేది శ్రద్ధగా విను. మొట్టమొదట బ్రహ్మదేవుడు పుట్టాడు. అతడు జీవులకొఱకు నిర్మలమైన, విశుద్ధమైన శరీరాలు నిర్మించాడు. దానితోపాటే శుద్ధధర్మం యొక్క జ్ఞానం కలిగించే ఉత్తమధర్మశాస్త్రాలనీ అందించాడు. ఆ సమయంలో మనుష్యులందరూ ఉత్తమవ్రతాలను ఆచరించేవారే. వారి సంకల్పం ఎన్నడూ వ్యర్థం అయ్యేది కాదు. ఎప్పుడూ సత్యాన్నే పలికేవారు. అందరికందరూ బ్రహ్మభూతులు, పుణ్యాత్ములు, దీర్ఘాయువులు అయి ఉండేవారు. అందరూ స్వేచ్ఛగా ఆకాశమార్గంలో ఎగిరి దేవతలను కలుసుకోవడానికి వెళ్తుండేవారు. స్వచ్ఛందచారులు కాబట్టి కోరుకున్నప్పుడు తిరిగివస్తూండేవారు. తాము కావాలనుకున్నప్పుడే మరణించేవారు. కావాలనుకున్నంతకాలం జీవించి ఉండేవారు. వారికి ఏ బాధలు గాని, భయాలుగాని లేవు. వారు ఉపద్రవాలు లేనివారు. పూర్ణకాములు. అన్ని ధర్మాలను ప్రత్యక్షం చేసుకున్నవారు. జితేంద్రియులు, రాగద్వేషరహితులు. వారికి వేయి సంవత్సరాలు ఆయువు ఉండేది. వేలకొద్దీ సంతానాన్ని కనడానికి సమర్థులై ఉండేవారు.

దాని తరువాత కాలాంతరంలో మనుష్యులకు ఆకాశ గమనం నిలిచిపోయింది. భూమిమీదనే తిరగసాగారు. వారిమీద కామక్రోధాలు పెత్తనం చేశాయి. వంచనతో మోసంతో బ్రతుకులు నడుపుకోసాగారు. లోభమోహాలకు లొంగిపోయారు. అందుకని వారికి తమ శరీరాలమీద అదుపులేకపోయింది. మాటిమాటికీ అనేకరకాల యోనులలో జననమరణాల క్లేశాన్ని అనుభవించసాగారు. వారి కోరికలు, వారి సంకల్పాలు, వారి జ్ఞానం - అన్నీ వ్యర్థమైపోయాయి. జ్ఞాపకశక్తి తగ్గిపోయింది. అందరూ అందరినీ అనుమానిస్తూ పరస్పరం కష్టాలు కొని తెచ్చుకున్నారు. ఈ రీతిగా పాపకర్మరతులైన పాపులకు వారి కర్మానుసారంగా ఆయువు కూడా తగ్గిపోయింది. కుంతీనందనా! ఈ లోకంలో మరణానంతరం జీవుని గతి కర్మానుసారంగానే ఉంటుంది. యమధర్మరాజు నిర్ణయించిన ప్రకారం పుణ్యాపాపకర్మల ఫలితాలను అనుభవించే జీవుడు తాను పొందిన సుఖ దుఃఖాలను తప్పించుకోవడానికి సమర్థుడు కాడు. కొన్ని ప్రాణులు ఈలోకంలో సుఖం, పరలోకంలో దుఃఖం పొందుతాయి. కొందరికి పరలోకంలో సుఖం, ఈలోకంలో దుఃఖం కలుగుతాయి. కొందరికి రెండులోకాలలోను సుఖం, లభిస్తుంది. ఇంకొందరికి రెండు లోకాలలోను దుఃఖం అనుభవించవలసి ఉంటుంది. డబ్బున్నవారు తమ శరీరాలను రకరకాలుగా అలంకరించుకొని, నిత్యమూ ఆనందం అనుభవిస్తారు. తమ శరీరసుఖాలపట్లమాత్రమే ఆసక్తి ఉండే వారికి కేవలం ఈలోకంలోనే సుఖం లభిస్తుంది. పరలోకంలో అయితే వారికి సుఖమనే పేరుకూడా ఉండదు. ఈలోకంలో యోగసాధన చేసేవారు, కఠినమైన తపస్సు చేసేవారు, స్వాధ్యాయతత్పరులు, అలాగే జితేంద్రియులు, అహింసాపరాయణులు అయినవారికి శరీరాలు దుర్బలంగా ఉంటాయి. వారికి ఈలోకంలో సుఖంలేదు. పరలోకంలో సుఖపడతారు. ముందుగా ధర్మాచరణం చేస్తూ, ధర్మపూర్వకంగానే ధనాన్ని సంపాదించి, తగిన సమయంలో వివాహం చేసుకుని, భార్యతో కలిసి యజ్ఞయాగాదులలో ఆ ధనాన్ని సదుపయోగం చేసిన వారికి ఈలోకంలోను,

పరలోకంలోను రెండింటి యందు కూడా సుఖస్థానం ఉంటుంది. కాని విద్య, తపస్సు, దానం కోసం శ్రమ పడని మూర్ఖులు కేవలం విషయసుఖాల కోసమే ప్రయత్నిస్తూ ఉంటారు. వారికి ఈలోకంలోను, పరలోకంలో కూడా సుఖం ఉండదు. యుధిష్ఠిరమహారాజా! మీరందరూ గొప్ప పరాక్రమవంతులు. సత్యవాదులు. దేవతల కార్యం తీర్చడానికే మీఅన్నదమ్ములు జన్మించారు. నీవు తపస్సు, దమము, సదాచారంలో ఎప్పుడూ తత్పరుడవై ఉండే వీరుడవు. ఈలోకంలో గొప్ప మహత్వపూర్ణమైన కార్యాలు చేసి, ఉత్తమలోకాలకు చేరుతావు. నీవు ఇప్పుడు అనుభవిస్తున్న కష్టాలను చూచి, మనసులో ఏవిధమైన శంకలు పెట్టుకోకు. ఈ దుఃఖం నీ భావి సుఖానికే కారణం.

బ్రాహ్మణోత్తముల మహిమ

వైశంపాయనుడు చెపుతున్నాడు-అనంతరం పాండుపుత్రులు మార్కండేయమహామునిని "మహాత్మా! మేము ఉత్తమ బ్రాహ్మణుల ప్రభావాన్ని వినాలనుకుంటున్నాం. దయచేసి వివరించండి" అని అడిగారు.

మార్కండేయుడు చెప్పసాగాడు - "హైహయవంశ క్షత్రియులలో పరపురంజయుడనే పేరుగల ఒక రాజకుమారుడు ఉన్నాడు. చాలా అందగాడు, తన వంశగౌరవాన్ని ఇనుమడింపచేసేవాడు. ఒకనాడు అడవికి వేటకు వెళ్లాడు. తృణలతాదులతో నిండిఉన్న ఆ అడవిలో తిరుగుతున్న అతడు కృష్ణమృగచర్మాన్ని కప్పుకొని అనతిదూరంలో కూర్చుని ఉన్న ఒక మునిని చూశాడు. రాజకుమారుడు అతనిని కృష్ణమృగమనే భావించి బాణంతో కొట్టాడు. ముని మరణించాడు. ఇది గ్రహించిన రాజకుమారుడు పశ్చాత్తాపంతో దుఃఖంతో మూర్ఛితుడయ్యాడు. తరువాత అతడు హైహయవంశ క్షత్రియులవద్దకు వెళ్లి ఈ దుర్ఘటన గురించి చెప్పాడు. వారు కూడా చాలా దుఃఖించారు. వారు ఆ ముని ఎవరికొడుకో ఆరా తీస్తూ కశ్యపనందనుడైన అరిష్టనేమి ఆశ్రమానికి వచ్చారు. వారు ఆమునికి నమస్కరించి నిలుచున్నారు. ముని వారికి మధుపర్కాదులతో ఆతిథ్యసత్కారాలు చేశాడు. ఇది చూచి వారు "మునివరా! మేము చేసిన పాపకృత్యం కారణంగా మేము మీరు చేసిన సత్కారం గ్రహించడానికి యోగ్యులం కాము. మేము బ్రాహ్మణహత్య చేశాము" అన్నారు.

బ్రహ్మర్షి అరిష్టనేమి "మీరు బ్రాహ్మణహత్య ఎలా చేశారు? ఆ మరణించిన బ్రాహ్మణుడెక్కడ ఉన్నాడు?" అని అడిగాడు. అతడు అడిగినమీదట వారు మునివధకు సంబంధించిన సమాచారమంతా. ఉన్నది ఉన్నట్లుగా చెప్పారు. అతనిని వెంటపెట్టుకొని మునిహత్య జరిగిన చోటికి వచ్చారు. కాని వారికక్కడ మునిశవం కనిపించలేదు.

అప్పుడు అరిష్టనేమి మునీశ్వరుడు వారితో "పరపురంజయ! చూడు. ఈ బ్రాహ్మణునే కదా మీరు చంపినది. ఇతడు నాకొడుకే, తపోబలసంపన్నుడు" అన్నాడు. ఆ మునికుమారుడు జీవించి ఉండడం చూసి వారు మిక్కిలి ఆశ్చర్యపడి "ఇది చాలా ఆశ్చర్యకరమైన సంగతి. ఈచనిపోయిన ముని ఇక్కడికి ఎలా వచ్చాడు? ఇతడు ఎలా బ్రతికాడు? ఇతనిని తిరిగి బ్రతికించినది తపస్సుయొక్క బలమేనా? బ్రాహ్మణోత్తమా! మాకు ఈరహస్యం తెలుసుకోవాలని ఉంది" అని అడిగారు.

బ్రహ్మర్షి - "రాజులారా! మృత్యువు మామీద తన ప్రభావం చూపజాలదు. దానికి కారణం కూడా మీకు చెపుతాను. మేము సర్వదా సత్యాన్నే పలుకుతాము. ధర్మాన్నే ఆచరిస్తాము. కాబట్టి మాకు మృత్యుభయం లేదు. మేము బ్రాహ్మణుల కుశలాన్ని, శుభకర్మలను గూర్చి మాత్రమే చర్చించుకుంటాము. వారి దోషాలను చెప్పుకోము. అతిథులకు అన్నపానీయాలతో తృప్తి కలిగిస్తాము. మేము పోషించవలసిన వారికి పూర్తిగా భోజనం పెడతాము. వారు తినగా మిగిలినదానినే మేము తింటాము. మేము ఎల్లప్పుడూ శమదమాలు, క్షమ, తీర్థసేవనం, దానం - ఈ విషయాలలో తత్పరులమై ఉంటాము. పవిత్రదేశంలో నివసిస్తాము. ఈ అన్ని కారణాల వలన మాకు మృత్యుభయం లేదు. మీకు ఇవన్నీ క్లుప్తంగా చెప్పాను. మీరు వెళ్లవచ్చును. బ్రహ్మహత్యాదోషం గురించి ఇప్పుడు మీకేమీ భయం లేదు" అని చెప్పాడు.

ఇది విని ఆహైహయ వంశరాజులు సరే అని అరిష్టనేమి మునీశ్వరుని సమ్మానించి పూజించారు. సంతోషంతో తమ దేశానికి తిరిగివెళ్లారు.

తార్క్ష్య సరస్వతీ సంవాదము

మార్కండేయ మహాముని చెపుతున్నారు - పాండునందనా! ఒకసారి తార్క్ష్య మునీశ్వరుడు సరస్వతీదేవిని ఒక విషయమై ప్రశ్నించాడు. దానికి సమాధానంగా సరస్వతీ దేవి చెప్పినది మీకు చెపుతాను శ్రద్ధగా వినండి.

తార్క్ష్యుడు - "తల్లీ! ఈ లోకంలో మానవునికి శుభం చేకూర్చేది ఏది? ఏ విధంగా ప్రవర్తించడం వలన మానవుడు

ధర్మభ్రష్టుడు కాకుండా ఉంటాడు.? దేవీ ! దీనిని వివరించు. నేను నీవు చెప్పినట్లు చేస్తాను. నీ ఉపదేశం గ్రహించి నేను ధర్మభ్రష్టుడను కాకుండా ఉండగలనని నాదృఢ విశ్వాసం" అని అడిగాడు.

సరస్వతీ దేవి- "ప్రమాదపడకుండా పవిత్ర భావంతో నిత్యము స్వాధ్యాయము - ప్రణవమంత్ర జపము చేస్తూ ఉండేవాడు, అర్చిరాది మార్గాలద్వారా పొందదగిన సగుణ బ్రహ్మజ్ఞానం కలవాడు మాత్రమే దేవలోకం కంటె పైనున్న బ్రహ్మలోకానికి వెళ్లగలుగుతాడు. దేవతలతో సఖ్యం చేయగలుగుతాడు. దానం చేసేవాడికి కూడా ఉత్తమలోకాలు లభిస్తాయి. వస్త్రదానం చేసినవాడు చంద్రలోకానికి వెడతాడు. సువర్ణ దానం చేసినవాడు దైవత్వాన్ని పొందుతాడు. చక్కనివర్ణం కలిగి, సులువుగా పాలిచ్చే, చక్కని దూడను ఈనిన, కట్లు తెంపుకుని పారిపోనట్టి గోవును దానం చేసినవాడు, ఆగోవు శరీరంలో ఎన్ని రోమాలు ఉన్నాయో, అన్ని సంవత్సరాలు పరలోకంలో పుణ్యఫలాలు అనుభవిస్తాడు. కపిలగోవును వస్త్రంతో కప్పి, దాని దగ్గర కంచుపాలచెంబును ఉంచి, దానిని డబ్బు, వస్త్రం మొదలైన దక్షిణలతోపాటుగా దానం చేసినవాని దగ్గర ఆ గోవు కామధేనువు రూపంలో ఉండి అతని సమస్త కోరికలు ఈడేరుస్తుంది. గోదానం చేసినవాడు పుత్రపౌత్రాది ఏడు తరాల వారిని నరకం నుండి ఉద్ధరిస్తాడు. కామక్రోధాదులనే దానవుల గుప్పిటలో చిక్కుకొని ఘోర అజ్ఞానాంధకారంతో నరకంలో పడిన ప్రాణిని ఆ గోదానం వాయువశాన నడిచే నౌక సముద్రంలో మునిగిపోయేవానిని రక్షించినట్లుగా రక్షిస్తుంది. బ్రాహ్మవివాహపద్ధతిలో కన్యాదానం చేసినవాడు, బ్రాహ్మణునికి భూదానం చేసినవాడు, శాస్త్రవిధిని అనుసరించి ఇతర వస్తువులను దానం చేసినవాడు ఇంద్రలోకానికి వెడతాడు. సదాచారియై నియమపూర్వకంగా ఏడేళ్లపాటు మండుతున్న అగ్నిలో హోమం చేసినవాడు తన పుణ్యకర్మలచేత తనపైని ఏడుతరాలవారిని, క్రింద ఏడుతరాలవారిని ఉద్ధరిస్తాడు" అన్నది.

తార్క్ష్యుడు - దేవీ! అగ్నిహోత్రం చేయడానికి ముందు ఏ నియమాలు పాటించాలి?" అని అడిగాడు.

సరస్వతి : "అపవిత్రుడుగా ఉన్నపుడు, కాళ్లు చేతులు కడుగుకోకుండా హవనకార్యం చేయకూడదు. వేదాన్ని చదవనివాడు, దాని అర్థం తెలియనివాడు, అర్థం తెలిసినా దాని అనుభవం లేనివాడు అగ్నిహోత్రానికి అధికారి కాడు. మానవుడు ఏ భావంతో హోమం చేస్తున్నాడో దేవతలు తెలుసుకోవాలని అభిలషిస్తూ ఉంటారు. వారు పవిత్రతను కోరుతారు. కనుకనే శ్రద్ధలేని మానవుడు ఇచ్చిన హవిస్సును స్వీకరించరు. వేదం ఎరుగని అశ్రోత్రియుని దేవతలకు హవిస్సును ఇచ్చే కార్యంలో నియోగించరాదు. ఎందువల్లనంటే అతడు చేసిన హోమం వ్యర్థం అవుతుంది కాబట్టి. అశ్రోత్రియుడు వేదంలో అపూర్వుడు (అపరిచితుడు)గా చెప్పబడ్డాడు. అపరిచితపురుషుడు పెట్టిన అన్నాన్ని మానవులు ఎలా భుజించరో, అలాగే అశ్రోత్రియుడు ఇచ్చిన హవిస్సును దేవతలు గ్రహించరు. కనుక అతడు అగ్నిహోత్రం చేయకూడదు. ధనాదుల యందు అభిమానం లేకుండా సత్యవ్రతపాలనం చేస్తూ, ప్రతిదినం శ్రద్ధాపూర్వకంగా హోమం చేస్తూ, హవనం చేయగా మిగిలిన అన్నాన్ని భుజిస్తూ ఉండేవాడు పవిత్ర సుగంధభరితమైన గోలోకానికి వెళతాడు. అక్కడ పరమసత్యమైన పరమాత్మను దర్శిస్తాడు.

తార్క్ష్యుడు- సుందరీ! నా ఉద్దేశ్యంలో నీవు పరమాత్మ స్వరూపంలో ప్రవేశించే క్షేత్రజ్ఞ భూతమైన ప్రజ్ఞవు (బ్రహ్మవిద్యవు). కర్మఫలాలను ప్రకాశింపచేసే ఉత్కృష్ట బుద్ధివి. కాని వాస్తవంగా నీ రూపం ఏమిటి? ఇది నాకు చెప్పు.

సరస్వతి : నేను పరాపరవిద్యా రూపమైన సరస్వతిని. నీ సంశయాలు తీర్చడానికే ఈ రూపంలో వచ్చాను. ఆంతరికమైన శ్రద్ధా భావాలలో నా ఉనికి ఉంటుంది. శ్రద్ధ, భావం ఉన్నచోటనే నేను ప్రకటమవుతాను. నీవు దగ్గరగా ఉన్నావు కాబట్టి నీకు ఈ తాత్వికవిషయాలన్నీ ఉన్నవి ఉన్నట్లుగా వివరించాను.

తార్క్ష్యుడు - దేవీ! మునిజనులు ఇంద్రియనిగ్రహం పాటిస్తూ దేనిని పరమకళ్యాణ స్వరూపంగా భావిస్తూ ఉంటారో, ధీరులు ఏ మోక్షస్వరూపంలో ప్రవేశిస్తూ ఉంటారో, శోకరహితమైన ఆ పరమ మోక్షపదాన్ని వివరించండి. ఎందుకంటే ఏ పరమమోక్షపదాన్ని సాంఖ్యయోగులు, కర్మయోగులు తెలుసుకున్నారో ఆ సనాతన మోక్షతత్వాన్ని నేనెరుగను.

సరస్వతి : స్వాధ్యాయ రూపమైన యోగంలో మగ్నులై, తపస్సునే ధనంగా భావించే యోగవ్రతులు పుణ్యయోగ సాధనాలతో ఏ పరమపదాన్ని పొంది శోకరహితులై ముక్తులవుతున్నారో అదే పరాత్పర సనాతన బ్రహ్మము. వేదవేత్తలు ఆ పరమపదాన్నే పొందుతారు. ఆ పరబ్రహ్మలో

బ్రహ్మాండరూపమైన ఒక వెదురు చెట్టు ఉంది. అది భోగస్థానరూపమైన అనంతశాఖలతో కూడి శబ్దాది విషయరూపమైన పవిత్ర సుగంధంతో సంపన్నమై ఉంది. ఆ బ్రహ్మాండరూపమైన వృక్షానికి మూలం అవిద్య. అవిద్యారూపమైన మూలం నుండి భోగవాసనామయమైన, నిరంతరం ప్రవహించే లెక్కలేని నదులు పుడతాయి. ఆ నదులు పైకి రమణీయంగా, పవిత్ర సుగంధం కలవిగా అనిపిస్తాయి. అయితే తేనెలా తీయగా, నీటిలా తృప్తిని కలిగించే విషయాలను ప్రవహింపచేస్తూ ఉంటాయి. కాని వాస్తవానికి అవన్నీ ఉడికిన యవధాన్యంలా ఫలాలనివ్వడంలో అసమర్థమైనవి; గారెలవలె చిల్లులతో కూడినవి; హింసతో లభించే మాంసం వలె అపవిత్రమైనవి, ఎండిపోయిన కూరలవలె సారశూన్యమైనవి; పాయసంలా రుచికరం అయినా బురదలా మనసుకు మాలిన్యాన్ని కలుగచేసేవి. ఇసుక రేణువులు లాగా పరస్పరం అంటుకోక బ్రహ్మాండరూపమైన వెదురు వృక్షపు శాఖలలో ప్రవహిస్తూ ఉంటాయి. మునీశ్వరా! ఇంద్రాగ్ని వాయువులు మొదలైన దేవతలు మరుద్గణంతో కలిసి ఏ బ్రహ్మను పొందాలని యజ్ఞాలద్వారా పూజిస్తూఉంటారో అదే నా పరమపదం" అని ముగించింది.

వైవస్వతమనువు చరిత్ర

వైశంపాయనుడు చెపుతున్నాడు - దాని తరువాత పాండుకుమారుడు యుధిష్ఠిరుడు మార్కండేయులవారిని వైవస్వత మనువు చరిత్రను చెప్పమని కోరాడు.

మార్కండేయులవారు చెప్పసాగారు - రాజా! వివస్వంతునికి (సూర్యునికి) ఒక ప్రతాపశాలి అయిన కొడుకున్నాడు. అతడు ప్రజాపతివలె కాంతిమంతుడు, గొప్ప ఋషి. అతడు బదరికాశ్రమానికి వెళ్లి ఒంటికాలిమీద నిలబడి రెండుచేతులు పైకెత్తి పదివేల సంవత్సరాలు గొప్ప ఉగ్రమైన తపస్సు చేశాడు. ఒకరోజు జరిగిన సంగతి. మనువు చీరిణీనదీ తీరంలో తపస్సు చేస్తున్నాడు. అక్కడ అతనిదగ్గరకు ఒక చేపవచ్చి "మహాత్మా! నేను ఒక చిన్నచేపను. ఇక్కడ నాకంటె పెద్దచేపల వలన నాకు భయం కలుగుతోంది. దయచేసి నన్ను రక్షించు" అని అడిగింది.

వైవస్వతమనువుకు దాని మాట విని చాలా జాలి కలిగింది. అతడు దానిని చేతితో నీటినుండి పైకి తీసి ఒక మట్టికడవలో ఉంచాడు. మనువుకి ఆ చేపమీద పుత్రభావం కలిగింది. ఎక్కువ జాగ్రత్తతో సంరక్షించడం వలన అది కడవలో పెరిగి పుష్టిగా ఎదగసాగింది. కొద్దిరోజులకే పెరిగి చాలా పెద్దది అయింది. కడవలో ఉండడం కష్టమయింది.

ఒకరోజున చేప మనువుతో - "పూజ్యుడా! మీరు నన్ను ఇంతకంటె వేరే మంచిచోట ఉంచండి" అన్నది. మనువు దానిని కడవలోనుండి తీసి ఒకపెద్ద తొట్టెలో వేశాడు. ఆ తొట్టె రెండుయోజనాల పొడుగు, ఒక యోజనం వెడల్పు ఉంది. అక్కడ కూడా ఆ మత్స్యం అనేక సంవత్సరాల పాటు పెరుగుతూనే ఉంది. అది ఎంతవరకు పెరిగిందంటే, దాని శరీరం ఆ తొట్టెలో కూడా ఇమడలేకపోయింది. ఒకరోజు మళ్లీ మనువుతో "పూజ్యుడా! ఇక నన్ను సముద్రుని రాణి గంగానదిలో వదిలిపెట్టు. అక్కడ నేను విశ్రాంతిగా ఉంటాను. లేకపోతే మీరు ఎక్కడ బాగుంది అనుకుంటే అక్కడకు చేర్చండి" అన్నది.

అలా అడిగిన మీదట మనువు ఆ మత్స్యాన్ని గంగా జలంలో వదిలిపెట్టాడు. కొద్దికాలం ఉన్నాక అది మరింతపెరిగింది. మళ్లీ మనువును "భగవన్! నేనిప్పుడు బాగా పెరిగిన కారణంగా గంగాజలంలో కూడా కదలలేక మెదలలేక ఉన్నాను. మీరు దయఉంచి ఇక సముద్రానికి చేర్చండి" అని విన్నవించుకొంది. మనువు దానిని గంగాజలం నుండి తీసుకువెళ్లి సముద్రంలో వదిలాడు. సముద్రంలో పడినాక ఆ మహామత్స్యం మనువుతో నవ్వుతూ - "నీవు నన్ను అన్నిరకాలా రక్షించావు. ఇక ఇప్పుడు చేయవలసిన పని నేను చెపుతాను. విను. కొద్దికాలంలోనే ఈ చరాచర జగత్తుకు ప్రళయం సంభవించబోతోంది. సమస్త విశ్వం మునిగిపోయే సమయం వచ్చింది. కాబట్టి ఒక దృఢమైన నావను సిద్ధం చేయించు. పేనిన బలమైన త్రాటిని దానికి కట్టు, సప్తర్షులను వెంటపెట్టుకుని దానిమీద ఎక్కు. అన్నిరకాల, ఆహార, ఓషధుల విత్తనాలను వేర్వేరుగా సంగ్రహించి వాటిని సురక్షితరూపంలో నావపై ఉంచు. నావ మీద కూర్చుని నా గురించి ప్రతీక్షించు. సమయానికి నేను కొమ్ము కలిగిన మహామత్స్యరూపంలో వస్తాను. అందువలన నీవు నన్ను గుర్తించవచ్చును. ఇప్పుడు నేను వెళ్తున్నాను" అని చెప్పింది.

ఆ మత్స్యం చెప్పిన ప్రకారం మనువు అన్నిరకాల బీజాలను తీసుకుని నావపై కూర్చున్నాడు. అది సముద్రంలో ఎగసిపడే ఎత్తయిన అలలకు ఊదసాగింది. అతడు మహామత్స్యాన్ని స్మరించాడు. అతడు చింతిస్తున్నాడని తెలుసుకుని ఆ శృంగధారి అయిన మత్స్యం నౌక దగ్గరకు వచ్చింది. మనువు

ఆ త్రాటి ఉచ్చును దాని కొమ్ముకు తగిలించాడు. దానిచే కట్టబడిన ఆమత్స్యం ఆ నావను సముద్రంలో చాలా వేగంగా లాగసాగింది. నావలో కూర్చున్నవారు నీటిమీదే ఈదుతున్నట్లున్నారు. ఆ సమయంలో సముద్రంలో కెరటాలు ఉవ్వెత్తుగా లేస్తున్నాయి. నీటివేగంతో దానిఘోష వినవస్తోంది. ప్రళయకాలం నాటి గాలి విసురులకు నావ అటు ఇటు ఊగుతోంది. ఆ సమయంలో భూమి కనిపించడంలేదు. దిక్కులు తెలియడంలేదు. స్వర్గం, ఆకాశం అన్నీ జలమయమైపోయాయి. కేవలం మనువు, సప్తర్షులు, ఆమత్స్యం - ఇవే కనపడుతున్నాయి. ఈ రీతిగా ఆ మహామత్స్యం చాలా సంవత్సరాలపాటు మహాసాగరంలో ఆనావను జాగ్రత్తగా అన్నివైపుల లాగుతూనే ఉంది.

అనంతరం అది ఆ నావను లాగి హిమాలయంలోని అన్నిటికంటె ఎత్తయిన శిఖరానికి చేర్చింది. నావలో కూర్చున్న మునులతో "హిమాలయం యొక్క ఈ శిఖరానికి నావను బంధించండి. ఆలస్యం చేయకండి" అంది. అది విని మునులు వెంటనే నావను శిఖరానికి కట్టారు. నేటికీ కూడా హిమాలయం యొక్క ఆ శిఖరం 'నౌకాబంధనం' పేరుతో ప్రసిద్ధంగా ఉంది. తరువాత ఆ మత్స్యం వారి హితం కోరి - "నేను ప్రజాపతి భగవానుడ్డిని, నా నుండి తప్ప వేరే ఏ వస్తువు దొరకదు. నేను మత్స్యరూపాన్ని ధరించి మిమ్మల్నందరినీ ఈ ఆపదనుండి గట్టెక్కించాను. ఇక మనువు దేవతలు, అసురులు, మానవులు మొదలైన సమస్త ప్రజలను, అన్ని లోకాలను, సంపూర్ణమైన చరా చరాలను సృష్టించవలసి ఉంది. ఇతనికి జగత్సృష్టి చేసే ప్రతిభ తపస్సు వలన ప్రాప్తిస్తుంది. నా అనుగ్రహం వలన ప్రజలను సృష్టించే సమయంలో ఇతనికి మోహం కలుగదు" అని సెలవిచ్చింది.

ఇది చెప్పి ఆ మహామత్స్యం అంతర్ధానమయింది. దీని తరువాత మనువుకి సృష్టించాలని కోరిక కలిగినపుడు గొప్ప తపస్సు చేసి శక్తిని సంపాదించాడు. తరువాత సృష్టి ప్రారంభమయింది. తిరిగి అతడు మొదటి కల్పంలో వలె ప్రజలను సృష్టించసాగాడు. యుధిష్ఠిరా! నీకు ఈ మహామత్స్యం యొక్క ప్రాచీన కథను వినిపించాను" అని ముగించాడు.

శ్రీకృష్ణుని మహిమ - ప్రళయకాలవర్ణనము

వైశంపాయనుడు చెపుతున్నాడు - మత్స్యోపాఖ్యానం విన్నాక యుధిష్ఠిరుడు మళ్లీ మార్కండేయుని "మహామునీ! మీరు వేలవేల యుగాల మధ్యవచ్చే మహాప్రళయాలను చూచి ఉంటారు. ఈలోకంలో మీతో సమానులైన దీర్ఘ ఆయుష్మంతులు ఇంకెవరూ లేరు. నారాయణ భగవానుని పార్షదులలో మీరు ప్రఖ్యాతులు. పరలోకంలో మీమహిమ సర్వత్ర గానం చేయబడుతూ ఉంటుంది. బ్రహ్మకు నివాసస్థానమైన హృదయకమలం యొక్క కర్ణికను మీరు యోగకళతో వికసింపచేసి వైరాగ్య అభ్యాసాలతో ప్రాప్తించిన దివ్య దృష్టి ద్వారా విశ్వసృష్టికర్త అయిన భగవానుని అనేకసార్లు సాక్షాత్కరింపచేసుకున్నారు. కనుకనే అందరినీ కబళించే మృత్యువు, అందరి శరీరాలను శుష్కింపచేసి దుర్బలం చేసివేసే వృద్ధావస్థ మిమ్మల్ని స్పృశించలేదు. మహాప్రళయకాలంలో సూర్యాగ్నులు, వాయువు, చంద్రుడు, అంతరిక్షం, భూమి మొదలైనవి ఏమీ మిగలవు. సమస్త విశ్వము జలమగ్నమై పోతుంది. స్థావరజంగమాలు, దేవాసురులు, సర్పాలు - మొదలైన జాతులు నశించిపోతాయి. ఆ సమయంలో పద్మపత్రం మీద నిదురించే సర్వభూతేశ్వరుడయిన బ్రహ్మ సమీపంలో కూర్చుని కేవలం మీరు మాత్రమే ఉపాసన చేస్తూ ఉంటారు. విప్రోత్తమా! పూర్వం జరిగిన ఈ సమస్త చరిత్రను మీరు ప్రత్యక్షంగా చూసి ఉంటారు. అనేక పర్యాయాలు మీకు అనుభవంలోనికి వచ్చి ఉంటుంది. ఈ సంపూర్ణ విశ్వంలో మీకు తెలియని వస్తువంటూ లేదు. కాబట్టి సమస్త సృష్టితో కారణసంబంధం కల కథను వినాలని కుతూహలపడుతున్నాను" అని అడిగాడు.

మార్కండేయుడు చెప్పసాగాడు - రాజా! నేను స్వయంభువు అయిన బ్రహ్మదేవునికి నమస్కరించి నీకు ఈ కథను వినిపిస్తాను ఇదిగో. మన దగ్గర కూర్చున్న పీతాంబరధారి అయిన జనార్దనుడే లోకం యొక్క సృష్టి సంహారాలు చేసేవాడు. ఈ భగవానుడే సమస్త భూతాలలో అంతర్యామియై వాటిని సృష్టిస్తూ ఉంటాడు. ఈయన పరమపవిత్రుడు, అచింత్యుడు. ఆశ్చర్యకరమైన తత్త్వస్వరూపుడు. ఇతడు అందరికీ కర్త. ఇతనికి కర్త ఎవరూ లేరు. పురుషార్థప్రాప్తికి ఈయనే కారణం. అంతర్యామి రూపంలో ఈయన అందరినీ తెలుసుకుంటాడు. వేదాలు కూడా ఇతనిగురించి తెలుసుకోలేవు. సంపూర్ణజగత్ప్రళయం అయ్యాక ఈ ఆదిభూతుడైన పరమేశ్వరుని నుండియే సంపూర్ణ, ఆశ్చర్యమయ జగత్తు ఇంద్రజాలంలా తిరిగి పుడుతుంది.

నాలుగువేల దివ్యవర్షాలు ఒక సత్యయుగం అవుతుంది.

సత్యయుగం యొక్క సంధ్య, సంధ్యాంశలు ఒక్కొక్కటి నాలుగు వందల చొప్పున ఉంటాయి. ఈ రకంగా సత్యయుగానికి మొత్తం నలభై ఎనిమిదివందల దివ్య వర్షాలు ఉంటాయి. త్రేతా యుగానికి మూడువేల దివ్యవర్షాలు. దాని సంధ్య, సంధ్యాంశలు మూడువందల చొప్పున మొత్తం కలుపుకుంటే ముప్పది ఆరువందల దివ్యవర్షాలు, ద్వాపరానికి రెండువేల దివ్యవర్షాలు, అన్నే వందలు సంధ్య, సంధ్యాంశలు. మొత్తం ఇరవైనాలుగువందల దివ్య వర్షాలు. కలియుగం యొక్క పరిమాణం ఒక్కవెయ్యి దివ్యవర్షాలు, అన్నేసి వందల సంధ్య సంధ్యాంశలు మొత్తపన్నెండు వందల దివ్యవర్షాలు. కలియుగం క్షీణించిపోయాక తిరిగి సత్యయుగం ఆరంభమవుతుంది. ఈ రీతిగా పన్నెండువేల దివ్యవర్షాలు ఒక చతుర్యుగం అవుతుంది. ఒకవేయి చతుర్యుగాలు గడిస్తే బ్రహ్మకు ఒక పగలు అవుతుంది. ఈ జగత్తంతా బ్రహ్మకు పగటిసమయమే అది పూర్తికాగానే జగత్తు నాశనమవుతుంది. దీనినే జగత్ప్రళయం అంటారు.

వేయి యుగాలు పూర్తికావడానికి ఇంక కొద్ది సమయం మిగిలి ఉంది. ఆ సమయం కలియుగానికి అంతిమభాగం. అప్పుడు మనుష్యులందరూ ప్రాయికంగా మిథ్యావాదులై ఉంటారు. బ్రాహ్మణులు శూద్రులు చేసే పనులు చేస్తారు. శూద్రులు వైశ్యులవలె ధనం సంపాదించి గాని లేక క్షత్రియ కర్మ ద్వారానో జీవితం గడుపుకుంటారు. బ్రాహ్మణులు యజ్ఞం, స్వాధ్యాయం, దండం, అజినం మొదలైనవి వదిలేస్తారు. భక్ష్యాభక్ష్య వివేచన లేక ఏదిపడితే అది తింటారు. జపానికి దూరమవుతారు. శూద్రులు గాయత్రీ జపాన్ని చేపడతారు.

ఈ రీతిగా లోకుల ఆలోచనలలోను, వ్యవహారాలలోను వైపరీత్యం ఏర్పడినపుడు ప్రళయకాలానికి పూర్వరూపం ఆరంభమవుతుంది. భూమిని మ్లేచ్ఛులు పాలిస్తారు. మహాపాపులు, అసత్యవాదులు అయిన ఆంధ్ర, శక, పులింద, యవన, ఆభీర జాతులవారు రాజులవుతారు. బ్రాహ్మణక్షత్రియ వైశ్యులు అందరూ కూడా తమతమ ధర్మాలను త్యజించి ఇతరవర్ణాలవారి పనులను చేస్తారు. అందరికీ కూడా ఆయువు, బలము, వీర్యము, పరాక్రమము తగ్గిపోతాయి. మనుష్యులు పొట్టిగా వారి మాటలలో నిజం చాలా తక్కువగా ఉంటుంది. ఆనాటి స్త్రీలు కూడా ఎత్తు తక్కువగా, చాలా సంతానాన్ని కంటూ ఉంటారు. వారిలో శీల సదాచారాలు ఉండవు. ప్రతి గ్రామంలోను అన్నం అమ్ముతారు. బ్రాహ్మణులు వేదాన్ని అమ్ముకుంటారు. స్త్రీలు వేశ్యావృత్తి చేస్తారు. గోవులు అతితక్కువగా పాలిస్తాయి. వృక్షాలు అతితక్కువగా పూస్తాయి. కాస్తాయి. వాటిమీద మంచి పక్షులకు బదులుగా ఎక్కువగా కాకులే నివసిస్తూ ఉంటాయి.

బ్రాహ్మణులు లోభులై పాతకులయిన రాజులనుండి కూడా దక్షిణలు తీసుకుంటారు. అసత్య ధర్మాన్ని మోసంతో అమలుచేస్తారు. భిక్ష అడిగే వంకతో దశదిశలు తిరుగుతూ దొంగతనం చేస్తారు. గృహస్థులు కూడా తమ మీద పన్నుభారం అధికం కావడంతో అక్కడ ఇక్కడ దొంగతనాలు చేస్తూ తిరుగుతూ ఉంటారు. బ్రాహ్మణులు మునుల వేషం వేసుకొని వైశ్యవృత్తితో జీవిస్తూంటారు. మద్యం త్రాగుతూ గురుపత్నితో వ్యభిచరిస్తారు. శరీరంలో రక్తమాంసాలు వృద్ధిపొందే లౌకిక కార్యాలనే చేస్తారు. బలహీనులమవుతామనే భయంతో వ్రతం, తపస్సు - వీటిపేరైనా తలపెట్టరు. ఆ సమయంలో సకాలంలో వర్షాలుండవు. నాటిన విత్తులు సరిగా మొలకెత్తవు, లోకులు కృత్రిమమైన తూనికలతో కొలతలతో వ్యాపారం చేస్తారు. వ్యాపారులు చాలా మోసగాళ్లుగా ఉంటారు. రాజా! ఎవరయినా నమ్మకంతో తమ దగ్గర కుదవపెట్టిన ధనాన్ని, ఆ పాపులు నిర్లజ్జగా మ్రింగివేయడానికే ప్రయత్నిస్తారు. పైగా వారితో "మాదగ్గర నీదంటూ ఏదీ లేదు" అని కూడా చెపుతారు.

స్త్రీలు భర్తలను మోసగించి నౌకరులతో వ్యభిచరిస్తారు. వీరుల భార్యలు కూడా తమ భర్తలను వదిలి ఇతరులను ఆశ్రయిస్తారు. ఈ రీతిగా సహస్రయుగాలు పూర్తికావస్తూ ఉండగా చాలా సంవత్సరాల పాటు వర్షం కురువదు. దీనితో క్షుద్రప్రాణులు ఆకలితో అలమటించి చనిపోతాయి. తరువాత ఏడు సూర్యగోళాల యొక్క ప్రచండవేడిమి పెరుగుతుంది. ఆ సప్తసూర్యులు నదులలో సముద్రాలలో ఉన్న నీటిని కూడా ఇగిర్చివేస్తారు. ఆ సమయంలో తృణకాష్ఠాలు, ఎండినవి, పచ్చిగా ఉన్నవి అన్నీ భస్మీభూతమై కనిపిస్తాయి. అనంతరం సంవర్తకమనే పేరుగల ప్రళయకాలాగ్ని వాయువుతో కూడి లోకమంతటా వ్యాపిస్తుంది. భూమిని ఛేదించుకుని ఆ అగ్ని రసాతలం వరకు చేరుతుంది. ఇందువలన దేవదానవులకు, యక్షులకు కూడా గొప్ప భయం పుడుతుంది. ఆ అగ్ని నాగలోకాన్ని మండించి ఈ భూమిక్రింద ఉన్న దానినంతటినీ క్షణకాలంలో నాశనం చేసేస్తుంది. తరువాత అశుభకరమైన వాయువు ఆ అగ్నితో కలిసి దేవాసురులు, గంధర్వయక్ష రాక్షసులు సర్పాలు మొదలైన వారితో సహా సమస్త విశ్వాన్ని

కాల్చి బూడిదచేస్తుంది.

పైగా ఆకాశంలో ఘోరమైన మేఘాలగుంపు దట్టంగా కమ్ముతుంది. మెఱుపుల్లు మెరుస్తాయి. భయంకరంగా ఉరుములు ఉరుముతాయి. ఆ భయానకమైన అగ్ని చల్లారిపోయేంతటి వర్షం కురుస్తుంది. సముద్రం చెలియలికట్ట దాటుతుంది పర్వతాలు బ్రద్దలవుతాయి. భూమి సముద్రంలో మునిగిపోతుంది. అనంతరం వేగంగా వీచిన గాలివలన మేఘాలు పరస్పరం ఢీకొని నశించిపోతాయి. ఆ తరువాత బ్రహ్మదేవుడు ఆ ప్రచండ వాయువును పీల్చి ఆ ఏకార్ణవమైన నీటిలో పవళించుతాడు. అప్పుడు దేవతలు, అసురులు, యక్షులు, రాక్షసులు, ఇతర చరాచర జీవజాలమంతా నశించిపోతుంది. కేవలం నేను మాత్రం ఆ ఏకార్ణవంలో లేచిపడే కెరటాల తాకిడి భరిస్తూ అటు ఇటు తిరుగుతూ ఉంటాను.

మార్కండేయుడు బాలముకుందుని దర్శించుట

మార్కండేయుడు ఇంకా కొనసాగిస్తున్నాడు - యుధిష్ఠిర మహారాజా! ఒకనాటి మాట. నేను ఆ ఏకార్ణవజలంలో జాగ్రత్తగా ఈదుతూ చాలాదూరం వెళ్లాను. అలిసిపోయాను. కాని ఎక్కడా విశ్రమించడానికి తగిన ఆధారం దొరకలేదు. కొంతసేపటికి ఆ అనంతజలరాశిలో నేను ఒక అందమైన విశాలమైన వటవృక్షాన్ని చూశాను. దాని వెడల్పయిన కొమ్మ మీద నయనాభిరాముడైన శ్యామసుందరుడయిన బాలకుడున్నాడు. అతని ముఖం కమలంలా కోమలంగా ఉంది. చంద్రునిలా ఆహ్లాదం కలిగిస్తోంది. కన్నులు విచ్చుకొని పద్మాలవలె వెడల్పుగా ఉన్నాయి. అతనిని చూచి నాకు చాలా ఆశ్చర్యం కలిగింది. "ప్రపంచమంతా నశించిపోయింది. ఈ బాలుడు ఇక్కడ ఎలా పవ్వళించి యున్నాడు? నాకు భూత భవిష్యద్వర్తమానాలు తెలుసు. నా తపోబలంతో చక్కగాధ్యానించి చూచినా ఈ బాలకుని గురించి ఎరుగలేకున్నాను" అని ఆలోచించసాగాను. ఇంతలో అతసీపుష్పం వలె నల్లని కాంతి కలిగి, వక్షఃస్థలం మీద శ్రీవత్సశోభ కలిగిన ఆ బాలుడు నా చెవులలో అమృతం చిలుకుతున్నట్లుగా మార్కండేయా! నాకు తెలుసు నీవు చాలా అలిసిపోయావని, విశ్రాంతి తీసుకోవాలని అనుకుంటున్నావని. కాబట్టి మునీశ్వరా! నీ మీది దయతో నీకిక్కడ చోటు ఇస్తున్నాను" అన్నాడు.

ఆ బాలకుడు ఇలా అనగానే నాకు నా దీర్ఘజీవితం మీదా ఈ మానవశరీరం మీదా చాలా దుఃఖం కలిగింది - ఇంతలోకే బాలుడు తన నోరు తెరిచాడు. దైవయోగం వలన ఎవరో బలవంతంగా లాగుకొని వెళ్లినట్లు నేను అందులో ప్రవేశించాను. వెంటనే అతని ఉదరంలోకి వెళ్లిపడ్డాను. అక్కడ నాకు సమస్త దేశాలతో నగరాలతో నిండి ఉన్న భూమి కనిపించింది. నేను అందులో గంగ, యమున, చంద్రభాగ, సరస్వతి, సింధు, నర్మద, కావేరి మొదలైన నదులను చూశాను. రత్నాలతో, జలజంతువులతో నిండిన సముద్రాన్ని, సూర్య చంద్రులతో శోభాయమానంగా ఉన్న ఆకాశాన్ని, భూమి మీది అనేకవనాలను, ఉపవనాలను చూశాను. వర్ణాశ్రమ ధర్మాలు పూర్వంలాగే ఉండడం చూశాను- బ్రాహ్మణులు అనేక యజ్ఞాలు చేస్తున్నారు. క్షత్రియులైన రాజులు అన్నివర్ణాల ప్రజలను రంజింపచేస్తూ అందరినీ సుఖంగా ప్రసన్నంగా ఉంచుతున్నారు. వైశ్యులు న్యాయబద్ధంగా పొలంపనులు, వ్యాపారాలు చేస్తున్నారు. శూద్రులు మూడువర్ణాల వారికి సేవలు చేస్తున్నారు. అనంతరం ఆ మహాత్ముని ఉదరంలో తిరుగుతూ ముందుకు వెళ్లగా హిమవంతం, హేమకూటం, నిషధం, శ్వేతగిరి, గంధమాదనం, మందరాచలం, నీలగిరి, మేరువు, వింధ్యాచలం, మలయం, పారియాత్రం మొదలైన పర్వతాలెన్ని ఉన్నాయో అన్నీ కనిపించాయి. అక్కడ అటు ఇటు తిరుగుతూ ఇంద్రాది దేవతలను, రుద్రాదిత్యులను, వసువులను, అశ్వినీ కుమారులను, గంధర్వులను, యక్షులను, ఋషులను, దైత్య దానవసమూహాలను కూడా చూశాను. ఎంతని చెప్పను? ఈ భూమి మీద ఏ చరాచరజగత్తును నేను చూశానో అదంతా ఆ బాలకుని కడుపులో చూశాను. నేను ప్రతిదినం ఫలాహారాలు తింటూ తిరుగుతూ ఉన్నాను. ఇలా వందేళ్ల వరకు తిరుగుతూనే ఉన్నాను. కాని ఎక్కడా ఆ శరీరానికి అంతమన్నదిలేకపోయింది. చివరికి మనస్సుచేత, వాక్కుచేత కూడా అతనిని శరణు చొచ్చాను. అంతే, వెంటనే అతడు తన నోటిని తెరిచాడు. నేను వాయువులాగ అకస్మాత్తుగా అతని నోటినుండి బయటకువచ్చాను. చూసేసరికి అమిత తేజస్సు కలిగిన ఆ బాలుడు మునుపటిలాగే సమస్త విశ్వాన్ని తన ఉదరంలో ఉంచుకుని, ఆ వటవృక్షపు శాఖ మీద విరాజమానుడై ఉన్నాడు. నన్ను చూచి ఆ గొప్ప కాంతి కల పీతాంబరధారి అయిన బాలకుడు ప్రసన్నుడై చిరునవ్వు నవ్వుతూ - "మార్కండేయా! నీవు నా శరీరంలో విశ్రాంతి తీసుకున్నావా లేదా అని అడుగుతున్నాను. నీవు

అలసిపోయావని అనిపిస్తోంది" అన్నాడు.

ఆ అతులితతేజస్వి అయిన బాలకుని మితిలేని ప్రభావాన్ని చూసి నేను ఎఱ్ఱని పాదతలాలతో కోమలమైన వ్రేళ్లతో అందంగా ఉన్న అతని ఆ రెండు పాదాలను శిరసుతో స్పృశించి నమస్కరించాను. తిరిగి వినయంగా చేతులు జోడించి ప్రయత్నపూర్వకంగా అతని దగ్గరకు వెళ్లి సర్వభూతాంతరాత్మ అయిన భగవానుని దర్శించాను. అతనితో "భగవాన్! నేను మీ శరీరంలోపల ప్రవేశించి అక్కడి సమస్త చరాచర జగత్తును చూశాను. ప్రభూ! మీరు ఈ విరాట్ విశ్వాన్ని ఈ రకంగా ఉదరంలో ధరించి ఇక్కడ బాలకుని వేషంలో ఎందుకు ఉన్నారో చెప్పండి. సమస్త విశ్వం మీ ఉదరంలో ఎందుకు ఉన్నది? మీరు ఎంతవరకు ఇక్కడ ఈ రూపంలో ఉంటారు?" అని అడిగాను.

నా విన్నపం ఆలకించి ఉత్తమవక్త దేవదేవుడు అయిన పరమేశ్వరుడు నన్ను సాంత్వనపరుస్తూ - "విప్రోత్తమా! దేవతలు కూడా నా రూపాన్ని సరిగ్గా తెలుసుకోలేరు. నీ మీది ప్రేమచేత ఈ జగత్తును ఎలా సృష్టించానో అది చెపుతాను. నీవు పితృభక్తుడవు. నీవు గొప్ప బ్రహ్మచర్యాన్ని అవలంబించావు. అంతేకాక నీవు నా శరణుకోరి వచ్చావు. కనుకనే నా ఈ స్వరూప దర్శనం లభించింది. పూర్వకాలంలో జలాలకు 'నారా' అని పేరు పెట్టాను. ఆ 'నారా' నాకు అయనం (వాసస్థానం) కాబట్టి నేను 'నారాయణుడ'నే పేరుతో ప్రసిద్ధికెక్కాను. నేను సమస్తానికి ఉత్పత్తి కారణాన్ని, సనాతనుడను, అవినాశిని, చరాచర జగత్తును సృష్టించేది సంహరించేది నేను, బ్రహ్మ, విష్ణువు, ఇంద్రుడు, కుబేరుడు, శివుడు, సోముడు, ప్రజాపతి, కశ్యపుడు, ధాత, విధాత, యజ్ఞం అన్నీ నేనే.

అగ్ని నాకు ముఖం. పృథివి చరణాలు. చంద్రసూర్యులు నేత్రాలు. ద్యులోకం నాశిరస్సు, దిక్కులు ఆకాశం నాకు చెవులు, నా శరీరం నుండి స్రవించిన చెమటయే ఈ జలం. వాయువు నా మనస్సులో ఉంది. పూర్వకాలంలో భూమి నీటిలో మునిగిపోయినపుడు నేను వరాహరూపంలో దానిని నీటినుండి పైకి తీశాను. బ్రాహ్మణులు నా ముఖం, క్షత్రియులు నా భుజాలు, వైశ్యులు ఊరువులు, శూద్రులు చరణాలు, చతుర్వేదాలు నానుండి వ్యక్తమై మరల నాలోనే లీనమవుతాయి. శాంతిని కోరుతూ, మనస్సును, ఇంద్రియాలను అదుపులో ఉంచుకొనే జిజ్ఞాసువులైన యతులు, శ్రేష్ఠులైన బ్రాహ్మణులు ఎల్లప్పుడూ నన్నే ధ్యానిస్తూ, ఉపాసిస్తూ ఉంటారు. ఆకాశంలోని తారలు నా రోమకూపాలు. సముద్రం, నాలుగు దిక్కులు నా వస్త్రం, శయ్య, నివాస మందిరమూను.

మార్కండేయా! సత్యము, దానము, తపస్సు, అహింస - అనే ఈ ధర్మాలను ఆచరించడం వలన మనుష్యునకు సద్గతి కలుగుతుంది. ద్విజులు సరియైన పద్ధతిలో వేదాధ్యయనం చేసి అనేక రకాల యజ్ఞాలు చేసి, శాంతచిత్తులై, క్రోధరహితులై నన్నే పొందుతారు. పాపులు, కృపణులు, లోభులు, అనార్యులు, జితేంద్రియులు కానివారు - వీరికి నేను ఎప్పుడూ లభించను. ధర్మానికి హాని కలిగినప్పుడు, అధర్మం పెచ్చు మీరినప్పుడు నేను అవతరిస్తూ ఉంటాను. హింసాప్రియులయిన దైత్యులు, దారుణ దానవులు ఈ లోకంలో పుట్టి అత్యాచారాలు చేస్తూంటే, వారిని దేవతలు కూడా చంపలేకపోయినపుడు నేను పుణ్యావంతుల ఇంట్లో పుట్టి ఆ అత్యాచారులందరినీ సంహరిస్తాను. దేవతలు, మనుష్యులు, గంధర్వులు, నాగులు, రాక్షసులు మొదలైన ప్రాణులను, స్థావరజీవులను కూడా నేనే నా మాయవలన రచించి, ఆ మాయవలననే సంహరిస్తూ ఉంటాను. సృష్టి రచనా సమయంలో అచింత్యరూపుడనైన నేను, దాని మర్యాదాస్థాపన కోసం, రక్షణకోసం మానవ శరీరంతో అవతరిస్తాను. నా వర్ణం సత్యయుగంలో తెల్లగా, త్రేతాయుగంలో పచ్చగా, ద్వాపరంలో ఎఱ్ఱగా, కలియుగంలో నల్లగా ఉంటుంది. కలియుగంలో ధర్మం ఒకపాదంతో, అధర్మం మూడు పాదాలతో ఉంటుంది. జగత్తునకు వినాశకాలం దాపురించినపుడు, అతిభయంకరమైన కాలరూపుడనై స్థావరజంగమ రూపమైన ముల్లోకాలను సంపూర్ణంగా నేనొక్కడినే నాశనం చేస్తాను.

నేను స్వయంభువును. అనంతుడిని, ఇంద్రియాలకు అధిపతిని. మహాపరాక్రమవంతుడిని. సమస్త భూతాలను సంహరించేది, అందరిని ప్రయత్నశీలురను చేసేది అయిన కాలచక్రాన్ని నేనే తిప్పుతూ ఉంటాను. 'మునిశ్రేష్ఠా! నా రూపం ఇట్టిది. నేను ప్రాణులందరిలో ఉంటాను. అయినా నన్నెవరూ తెలుసుకోరు. శంఖ చక్రగదా ధారుడినైన, విశ్వాత్మ అయిన నారాయణుడిని నేను. వేయి యుగాల తరువాత వచ్చే ప్రళయకాలంలో అంతకాలమూ ప్రాణులందరికీ మోహం కలిగించి నీటిలో శయనిస్తాను. నేను బాలకుడను కానప్పటికీ, బ్రహ్మ మేలుకొనే వరకు బాలకస్వరూపంతో ఇక్కడ ఉంటాను.

విప్రోత్తమా! దేవతలకు, అసురులకు కూడా తెలుసుకోవడానికి కష్టమైన నా స్వరూపం గురించి నీకు నేను తెలియచేశాను. బ్రహ్మదేవుడు మేలుకొనే వరకు నీవు శ్రద్ధావిశ్వాసాలతో సుఖంగా తిరుగుతూ ఉండు. బ్రహ్మ లేచిన తరువాత అతనితో ఏకీభూతమై పృథివ్యాది పంచభూతాలను, ఇతర చరాచర ప్రాణులని సృష్టిస్తాను.

యుధిష్ఠిరా! ఇదంతా చెప్పి పరమాద్భుతమైన ఆ బాలముకుందుడు అంతర్ధానమయిపోయాడు. ఈ రకంగా నేను వేయి యుగాలు గడిచాక వచ్చే ఆశ్చర్యజనకమైన ప్రళయలీలను చూచాను. ఆ సమయంలో నాకు దర్శనమిచ్చిన ఆ పరమాత్మ ఈ నీ బంధువు శ్రీకృష్ణచంద్రుడే. ఈయన వరం వలననే నా జ్ఞాపకశక్తి క్షీణించలేదు. ఆయువు దీర్ఘమయింది. మృత్యువు నా వశంలో ఉంది. వృష్ణివంశంలో పుట్టిన శ్రీకృష్ణుడు వాస్తవానికి పురాణ పురుషుడైన పరమాత్మ. ఈయన స్వరూపం అచింత్యం అయినా మన ఎదుట లీలలు ప్రకటిస్తూ మనకు కనపడుతున్నాడు. సృష్టిస్థితి సంహారకారకుడైన సనాతన పురుషుడీతడే. వీరి వక్షఃస్థలంపై శ్రీవత్సచిహ్నం ఉంది. ఈ గోవిందుడు ప్రజాపతికి కూడా అధిపతి. వీరిని ఇక్కడ చూసి నాకు ఈ ఘటన జ్ఞప్తికి వచ్చింది. పాండవులారా! ఈ మాధవుడే అందరికీ తల్లి, తండ్రి, నీవు వీరినే శరణుపొందు. ఇతడే అందరికీ శరణు ఇచ్చేవాడు.

వైశంపాయనులవారు చెపుతున్నారు - మార్కండేయుడు ఈ రకంగా చెప్పినమీదట యుధిష్ఠిరభీమార్జుననకుల సహదేవులు, ద్రౌపది అందరూ లేచి శ్రీకృష్ణభగవానునికి నమస్కరించారు. అతడు కూడా అందరినీ ఆదరిస్తూ ఆశ్వాసించాడు.

కలిధర్మము - కల్కి అవతారము

యుధిష్ఠిరుడు పై చెప్పిన కథను విని మార్కండేయమునిని తిరిగి "భార్గవా! నీవలన నేను సృష్టిప్రళయాలగురించి ఆశ్చర్యకరమైన కథను విన్నాను. ఇక నాకు కలియుగం గురించిన విషయాలు వినాలని ఉంది. కలియుగంలో ధర్మం సంపూర్ణంగా తుడిచిపెట్టుకుపోయాక ఏమి జరుగుతుంది? కలియుగంలో మనుష్యుల పరాక్రమం ఎలా ఉంటుంది. వారి ఆహార విహారాలు ఎలా ఉంటాయి? వారి ఆయువెంత? వారి దుస్తులు ఎలా ఉంటాయి? కలియుగం ఎంతవరకు చేరుకున్నాక తిరిగి సత్యయుగం ప్రారంభమవుతుంది? మునివరా! ఈ అన్ని విషయాలూ మీరు సవిస్తరంగా చెప్పండి. మీరు చెప్పేతీరు చాలా విచిత్రంగా ఉంటుంది" అని అడిగాడు.

యుధిష్ఠిరుడు ఇలా అడిగాక మార్కండేయుడు శ్రీకృష్ణునికి, పాండవులకు ఇలా చెప్పసాగాడు. - రాజా! కలికాలం వచ్చాక ఈ జగత్తు ఎలా ఉంటుంది. అనే విషయమై నేను విన్నది నాకు తెలిసినది అంతా చెపుతాను. శ్రద్ధగా విను. సత్యయుగంలో ధర్మం సంపూర్ణంగా ప్రతిష్ఠితమై ఉంటుంది. మోసం, వంచన, దంభం ఉండవు. ధర్మస్వరూపమైన వృషభానికి నాలుగు కాళ్లు ఉంటాయి. త్రేతాయుగంలో ఒక కాలును అధర్మం జమ చేసుకుంటుంది. కనుక ధర్మానికి ఒక కాలు తగ్గి మూడుకాళ్లతోనే ఉంటుంది. ఇక కలియుగం వచ్చేసరికి మూడు భాగాల వరకు ఈ జగత్తును అధర్మం వరిస్తుంది. నాలుగో భాగంలో మాత్రమే ధర్మం ఉంటుంది. సత్యయుగం తరువాత వచ్చే ఆయా యుగాలలో మనుష్యుల ఆయువు, వీర్యం, బుద్ధి, బలం, శక్తి అన్నీ క్రమంగా తగ్గుతాయి. కలియుగంలో బ్రాహ్మణ క్షత్రియ వైశ్య శూద్రులు - అన్నిజాతుల వారూ అంతరంగంలో కపటముంచుకొని ధర్మాచరణం చేస్తారు. మనుష్యులు ధర్మమనే వలపన్ని లోకులను అధర్మంలో చిక్కుకునేలా చేస్తారు. తమ్ముతాము పండితులుగా భావించుకొనేవారు సత్యం యొక్క పీక నొక్కుతారు. సత్యానికి హాని కలగడంతో వారి ఆయువు తరిగిపోతుంది. ఆయువు తరిగిపోవడంతో వారు పూర్తిగా విద్యలు సముపార్జించలేరు. విద్యాహీనులైన అజ్ఞానులను లోభం అణిచివేస్తుంది. క్రోధలోభాలకు వశులైన మూఢులు కోరికలయందు తగుల్కొంటారు. దీనితో వారు పరస్పరం వైరం పెంచుకుంటారు. ఒకరినొకరు ప్రాణాలు తీసే ఘాతుకానికి ఒడిగడతారు. బ్రాహ్మణక్షత్రియవైశ్యులు పరస్పరం సంతానం పొందడంతో వర్ణసంకరం జరుగుతుంది. ఇక ఈ విభాగం చేయడం కష్టమవుతుంది. వీరందరూ సత్యాన్ని, తపస్సును విడిచి శూద్రులతో సమానులవుతారు.

కలియుగాంతంలో ప్రపంచపుస్థితి ఇలాగే ఉంటుంది. వస్త్రాలలో జనుముతో చేసినవి బాగున్నాయనుకుంటారు. ధాన్యంలో కొఱ్ఱ ధాన్యాన్ని మెచ్చుకుంటారు. ఆ కాలంలో పురుషులకు కేవలం స్త్రీలతో మిత్రత్వం ఉంటుంది. లోకులు చేపలు, మాంసం తింటారు. మేకల, గొఱ్ఱెల పాలు తాగుతారు. గోవుల దర్శనమే దుర్లభమవుతుంది. లోకులు ఒకరినొకరు దోచుకుంటారు, చంపుకుంటారు. భగవంతుని పేరైనా ఎవరూ

తలచరు. అందరూ నాస్తికులు, దొంగలు అవుతారు. పశువులు లేకపోవడంతో వ్యవసాయమంతా చెడిపోతుంది. తవ్వుకోలతో తవ్వి నదీతీరాలలో ధాన్యం విత్తుతారు. అందులో కూడా ఫలసాయం తక్కువగానే లభిస్తుంది. బ్రాహ్మణులు వ్రతనియమాలు చేయనే చేయరు. పైపెచ్చు వేదాలను నిందిస్తారు. శుష్కతర్కాలతో మోహితులై యజ్ఞహోమాలన్నీ విడిచివేస్తారు. గోవులకు ఏడాది వయసున్న దూడలకు మెడమీద కాడిపెట్టి నాగలికి కడతారు. అందరూ 'అహం బ్రహ్మాస్మి' అంటూ వ్యర్థ ప్రలాపాలు చేస్తారు. అయినా లోకంలో వారినెవరూ నిందించరు. ప్రపంచమంతా మ్లేచ్ఛులవలె వ్యవహరిస్తారు. సత్కర్మలు, యజ్ఞాలు మొదలైనవి పేరుకి కూడా తలపెట్టరు. ఈ విశ్వమంతా ఆనందహీనంగా, ఉత్సవశూన్యంగా ఉంటుంది. లోకులు సామాన్యంగా దీనుల, అసహాయుల, విధవరాండ్రయొక్క ధనాన్ని హరిస్తారు. క్షత్రియులు జగత్తుకి ముల్లులా తయారవుతారు. గర్వంతో అహంకారంతో మదించి ఉంటారు. ప్రజలను రక్షించనే రక్షించరు. రూపాయలు గుంజడానికే అధికంగా లోభం ప్రదర్శిస్తారు. రాజులని చెప్పుకునే వారికి కేవలం ప్రజలను దండించడంలోనే సరదా ఉంటుంది. సజ్జనులపై దాడిచేసి, వారి ధనాన్ని స్త్రీలను బలవంతంగా అనుభవించేంతగా ప్రజలు నిర్దయగా ఉంటారు. వారు ఏడుస్తున్నా, విలపిస్తున్నా దయ చూపరు. ఎవరూ ఎవరినీ కన్యకోసం యాచించరు, కన్యాదానమే చేయరు. కలియుగంలో వరుడు కన్య తమకు తామే స్వయంవరం చేసుకుంటారు. ఆ కాలంలో మూర్ఖులు అసంతుష్టులు అయిన రాజులు అన్నిరకాల ఉపాయాలతో ఇతరుల ధనాన్ని అపహరిస్తారు. చేయి చేతిని దోచుకుంటుంది. తమ దగ్గరి బంధువులే సంపదను హరించేవారవుతారు. బ్రాహ్మణక్షత్రియ వైశ్యులనే పేళ్ల కూడా ఉండవు. అందరూ ఒకేజాతి అవుతారు. భక్ష్యాభక్ష్యవిచారం లేకుండా అందరూ ఒకేలాంటి ఆహారాన్ని భుజిస్తారు. స్త్రీలు పురుషులు అందరూ స్వేచ్ఛాచారులవుతారు. వారు ఒకరిపనిని, ఆలోచనలను వేరొకరు సహించలేరు.

వ్యాపారంలో క్రయవిక్రయాల సమయంలో లోభం కారణంగా అందరూ అందరినీ వంచిస్తారు. పనియొక్క తత్వం తెలియకపోయినా ఆ పని చేయడానికి సిద్ధమవుతారు. అందరూ స్వభావసిద్ధంగా క్రూరులు, ఒకరిపై ఒకరు అభియోగాలు మోపుకునే వారు అవుతారు. ప్రజలు తోటలను, చెట్లను నరుకుతారు. దాని గురించి వారి మనసులలో కొద్దిగా కూడా బాధ ఉండదు. ప్రతిమనిషికి బ్రతుకు మీద సందేహమే. లోభులు బ్రాహ్మణులను చంపి వారి ధనం లాగుకొని అనుభవిస్తారు. శూద్రులచే పీడింపబడి బ్రాహ్మణులు భయంతో హాహాకారాలు చేస్తారు. బాధింపబడిన బ్రాహ్మణులు నదులను పర్వతాలను ఆశ్రయిస్తారు. దుష్టపరిపాలకుల కారణంగా ప్రజలు సర్వదా పన్ను భారంతో అణిగిపోతూ ఉంటారు. శూద్రులు ధర్మోపదేశం చేస్తారు. బ్రాహ్మణులు వారిని సేవిస్తారు. వారి ఉపదేశాలు ప్రామాణికమైనవిగా చెప్పబడతాయి. సమస్తలోక వ్యవహారమూ విపరీతంగా తలక్రిందులుగా ఉంటుంది. ప్రజలు ఎముకలు పూడ్చిన గోడలను పూజిస్తారు కాని దేవతామూర్తులను కాదు. శూద్రులు ద్విజాతులను సేవించరు. మహర్షుల ఆశ్రమాలు, బ్రాహ్మణుల ఇళ్లు, దేవస్థానాలు, ధర్మసభలు మొదలైనఅన్ని చోట్లూ ఎముకలతో కూడి ఉంటాయి. దేవమందిరాలు ఎక్కడా ఉండవు. ఇవన్నీ యుగాంతపు లక్షణాలు. అధికభాగం మనుష్యులు ధర్మహీనులై, మాంసభోజులై, మద్యపానం చేసేవారు అయినప్పుడు యుగాంతం అవుతుంది. ఆకాలంలో అకాలవర్షాలు పడతాయి. శిష్యులు గురువులను అవమానిస్తారు. ఎప్పుడూ వారికి అహితాన్నే చేస్తారు. గురువులు ధనహీనులవుతారు. వారు శిష్యుల తిరస్కారాలను వినవలసివస్తుంది. ధనలాలస వలననే మిత్రులు, బంధువులు దగ్గర ఉంటారు.

యుగాంతం వచ్చేసరికి ప్రాణులన్నీ లేకుండా పోతాయి. దిక్కులన్నీ మండిపోతాయి. నక్షత్రాల తళుకులు పోతుంటాయి. నక్షత్రాల, గ్రహాల గమనం విపరీతంగా ఉంటుంది. లోకులకు వ్యాకులపాటు కలిగించే ప్రచండమైన సుడిగాలులు రేగుతాయి. గొప్ప భయాలను సూచించే ఉల్కాపాతాలు పలుమారులు జరుగుతాయి. ఒక సూర్యుడు ఎలాగూ ఉన్నాడు - మరి ఆరుగురు ఉదయించి ఏడుగురు ఒకేసారి తాపం కలుగచేస్తారు. గర్జిస్తున్న మెఱుపులు పడతాయి. దిక్కులన్నిట అగ్నిరగులుతుంది. ఉదయాస్తమయ సమయాలలో సూర్యుడు రాహుగ్రస్తుడై కనపడతాడు. ఇంద్రుడు కాలం కాకుండానే వర్షాలు కురిపిస్తాడు. విత్తిన పొలాలు మొలకెత్తవు. స్త్రీలు కఠినస్వభావులు, కటువుగా మాట్లాడేవారు అవుతారు. వారు ఏడుపునే ఎక్కువ ఇష్టపడతారు. వారు భర్తల అదుపులో ఉండరు. పుత్రులు తల్లిదండ్రులను హత్యే చేస్తారు. అమావాస్య కాకుండానే సూర్యగ్రహణం ఏర్పడుతుంది.

బాటసారులకు అడిగినా అన్నం, నీరు, వసతి ఎక్కడా దొరకవు. అన్నివైపులనుండి స్పష్టంగా అనంగీకారాన్ని పొంది వారు నిరాశతో వీధులలోనే పడి ఉంటారు. కాకులు, ఏనుగులు, పశుపక్షులు మృగాలు యుగాంతకాలంలో మహాకటువుగా అరుస్తాయి. మానవులు తమ మిత్రులను, బంధువులను, చివరికి తమ కుటుంబసభ్యులను కూడా విడిచిపెడతారు. స్వదేశాన్ని వదలి పరదేశాన్ని ఆశ్రయిస్తారు. ప్రజలందరూ "అయ్యో తండ్రీ, అయ్యో కొడుకా" అని బాధగా పిలుస్తూ భూమి మీద తిరుగుతారు. యుగాంతంలో ప్రపంచంయొక్క అవస్థ ఈ తీరుగానే ఉంటుంది. ఆ సమయంలో ఒకసారి ఈ ప్రపంచం నాశనమవుతుంది.

దాని తరువాత కాలాంతరంలో సత్యయుగం ఆరంభమవుతుంది. క్రమంగా బ్రాహ్మణాది వర్ణాలు శక్తివంతమవుతాయి. లోకాభ్యుదయంకోసం తిరిగి దైవానుకూల్యం ఏర్పడుతుంది. సూర్యుడు, చంద్రుడు, బృహస్పతి ఒకే రాశిలో, ఒకే పుష్యమి నక్షత్రం మీదికి వచ్చినపుడు సత్యయుగం ఆరంభమవుతుంది. తిరిగి మేఘాలు సకాలంలో వర్షిస్తాయి. నక్షత్రాలకు కాంతివస్తుంది. గ్రహగతి అనుకూలంగా అవుతుంది. అందరికీ శుభం కలిగి అంతటా సుభిక్షం ఆరోగ్యం విస్తరిస్తుంది.

ఆ సమయంలో కాలప్రేరణవలన శంబల అనే గ్రామంలో ఉండే, విష్ణుయశుడనే బ్రాహ్మణుని ఇంట్లో ఒక బాలుడు పుడతాడు. అతనిపేరు కల్కి విష్ణుయశుడు. ఆ బ్రాహ్మణ కుమారుడు చాలా బుద్ధిమంతుడు, బలవంతుడు, పరాక్రమశాలి అవుతాడు. మనసులో తలచుకొన్నంతమాత్రాన వాహనాలు, అస్త్రశస్త్రాలు, యోధులు, కవచాలు ఇచ్ఛానుసారంగా అతనివద్ద ఉంటాయి. అతడు బ్రాహ్మణసైన్యాన్ని వెంటపెట్టుకుని లోకమంతటా వ్యాపించియున్న మ్లేచ్ఛులను నాశనం చేస్తాడు. అతడే దుష్టులందరినీ సంహరించి సత్యయుగ ప్రవర్తకుడవుతాడు. ధర్మబద్ధంగా విజయం పొంది చక్రవర్తియై సమస్త ప్రపంచానికి ఆనందం కలుగచేస్తాడు.

మార్కండేయుడు యుధిష్ఠిరునికి ధర్మోపదేశము చేయుట

వైశంపాయనుడు చెపుతున్నాడు – యుధిష్ఠిరుడు తరువాత మళ్లీ "మహర్షీ! ప్రజలను పాలించేటపుడు నేను ఎలాంటి ధర్మాన్ని ఆచరించాలి ? నా ప్రవర్తన వ్యవహారం ఏతీరుగా ఉండాలి? ఎలా ఉంటే నేను స్వధర్మం నుండి భ్రష్టుడను కాకుండా ఉంటాను ?" అని ప్రశ్నించాడు.

మార్కండేయుడు చెప్పసాగాడు – "రాజా! నీవు సమస్త ప్రాణుల పట్ల దయగా ఉండు. అందరికీ హితం కలిగించే పనులే చేయి. ఎవరి గుణాలలోను దోషాలెంచకు. ఎప్పుడూ సత్యాన్నే పలుకు. అందరిపట్ల వినయంగా మృదువుగా ఉండు. ఇంద్రియాలను అదుపులో ఉంచుకో. ప్రజారక్షణలో నిమగ్నుడవై ఉండు. ధర్మాన్ని ఆచరిస్తూ, అధర్మాన్ని విడిచిపెట్టు. దేవతలను, పితృదేవతలను అర్చించు. ఒకవేళ అజాగ్రత్త కారణంగా ఎవరి మనసునకైనా విరుద్ధంగా వ్యవహరించితే, వారిని మంచిరకమైన దానాలతో సంతుష్టి పరిచి వశంచేసుకో. నేను 'అందరికీ ప్రభువును' అనే అహంకారాన్ని మాత్రం ఎప్పుడూ దరికి రానీకు. నిన్ను నీవెప్పుడూ పరాధీనునిగా భావించుకో.

నాయనా! యుధిష్ఠిరా! నేను నీకు చెప్పిన ఈ ధర్మాలన్నీ ఇంతకు ముందు ధర్మాత్ములైనవారు పాటించారు. భవిష్యత్తులో కూడా దీని పాలనం ఆవశ్యకం. నీకు అన్నీ తెలుసు. ఎందుకంటే నీకు తెలియని భూతభవిష్యత్తులు ఈ భూమిమీద లేవు. ప్రసిద్ధ కురువంశంలో జన్మించావు. కనుక నేను చెప్పినదంతా త్రికరణశుద్ధిగా ఆచరించు." అన్నాడు.

యుధిష్ఠిరుడు – "ద్విజోత్తమా! నీవు చెప్పినవన్నీ నాచెవులకు మధురంగా తోచి మనసుకు ఆనందాన్ని కలిగించాయి. నేను ప్రయత్నించి మరీ మీఆజ్ఞను పాటిస్తాను. ప్రభూ! భయ లోభాల వలన ధర్మత్యాగం సంభవిస్తుంది. నామనసులో భయంగాని, భ్రమగాని లేవు. అలాగే ఎవరిపట్ల ఈర్ష్యాసూయలు లేవు. కాబట్టి మీరు నాకోసం చెప్పినదంతా చేస్తాను" అన్నాడు.

వైశంపాయనుడు చెపుతున్నాడు – ఈవిధంగా శ్రీకృష్ణునితో సహితంగా సమస్తపాండవులు, అక్కడికి వచ్చిన మహర్షిగణాలు బుద్ధిమంతుడైన మార్కండేయమహాముని నోట వెలువడిన ధర్మోపదేశాలను, కథలను విని చాలా ఆనందించారు.

ఇంద్ర బకుల సంవాదము

అనంతరం మార్కండేయ మహామునిని యుధిష్ఠిరుడు – "మునివరా! బకుడు, దాల్భ్యుడు – ఈఇద్దరు మహాత్ములు చిరంజీవులని, దేవరాజైన ఇంద్రునితో వారికి మైత్రి ఉందని వింటూంటాము. ఇంద్ర బకుల సమాగమాన్ని గురించి వినాలనుకుంటున్నాను. దానిని యథాతథంగా వివరించండి" అని అడిగాడు.

మార్కండేయుడు చెప్పసాగాడు – "ఒకసారి దేవాసురులకు గొప్ప యుద్ధం జరిగింది. అందులో ఇంద్రుడు విజయుడై

త్రిలోకాధిపత్యాన్ని పొందాడు. ఆసమయంలో సకాలంలో వర్షాలు చక్కగా కురుస్తున్నందువలన పొలాలు పండేవి. ప్రజలకు ఏరోగాలు ఉండేవి కావు. అందరూ ధర్మమునందే నిలిచి ఉండేవారు. అందరికీ రోజులు సుఖంగా గడిచేవి.

ఒకరోజున ఇంద్రుడు తన ప్రజలను చూడడానికి ఐరావతం ఎక్కి బయలుదేరాడు. అతడు తూర్పుదిక్కున సముద్రానికి సమీపంలో పచ్చనిచెట్ల వరుసలతో శోభస్కరమై అందంగా సుఖంగా ఉన్న చోట క్రిందికి దిగాడు. అక్కడ ఒక అతిసుందరమైన ఆశ్రమం అనేక మృగాలతో పక్షులతో కూడినది కనిపించింది. ఆ రమణీయాశ్రమంలో ఇంద్రుడు బక మునిని దర్శించాడు. బక మహర్షి కూడా ఇంద్రుని చూచి మనస్ఫూర్తిగా ఆనందించి అతనికి ఆసనం ఇచ్చి కూర్చోపెట్టి పాద్యం, అర్ఘ్యం, ఫలమూలాలు మొదలైన వాటితో అతనిని పూజించి ఆదరించి సత్కరించాడు. అనంతరం ఇంద్రుడు బక మునిని - "బ్రాహ్మణుడా! మీవయస్సు లక్షసంవత్సరాలు. మీ అనుభవంతో చెప్పండి - దీర్ఘకాలం బ్రతికినవారు ఎటువంటి దుఃఖాలు అనుభవిస్తారో;" అని ప్రశ్నించాడు.

బకుడుచెప్పాడు - ఇష్టంలేని మనుష్యులతో జీవితం గడపాలి. ఇష్టులు మరణించినప్పుడు వారి వియోగదుఃఖాన్ని సహిస్తూ జీవితం గడపాలి. అప్పుడప్పుడు దుష్ట సంపర్కం కూడా కలుగుతూ ఉంటుంది. చిరంజీవులైనవారికి ఇంతకుమించిన దుఃఖం ఏముంటుంది? తన కళ్లఎదుటనే భార్యాబిడ్డలు మరణిస్తారు. అన్నదమ్ములు, బంధువులు, మిత్రులు - వీరితో శాశ్వతంగా వియోగం కలుగుతుంది. బ్రతుకు తెరువు కోసం పరాధీనుడై ఉండాలి. ఇతరులు అవమానిస్తూ ఉంటారు. ఇంతకుమించిన దుఃఖం మరేముండగలదు?"

ఇంద్రుడు - "చిరంజీవియైన వానికి సుఖం దేనిలో ఉంది" అని అడిగాడు.

బకుడు చెప్పాడు - పరాధీనం కాకుండా తాను కష్టపడి సంపాదించిన ఇంటిలో గడ్డికూర వండుకుని తిన్నా అదే సుఖంగా ఉంటుంది. ఇతరుల యెదుట దైన్యం ప్రకటించకుండా తన ఇంట్లో తాను పళ్లు, గడ్డి తిన్నా మంచిదే. కాని ఇతరుల ఇంటిలో అవమానాలు సహిస్తూ తీయని పరమాన్నం తినడం కూడా మంచిది కాదు. ఇది సత్పురుషుల ఆలోచన. ఇతరుల అన్నాన్ని తినాలనుకునేవాడు కుక్కవలె అవమానపు ముక్కలనే పొందుతాడు. ఆ దుష్టునియొక్క అట్టిభోజనానికి ఓ నమస్కారం. ఉత్తమ ద్విజుడు ఎప్పుడూ అతిథులకు, భూతప్రాణులకు పితరులకు అర్పించి అంటే బలివైశ్వదేవాలు జరిపి మిగిలిన అన్నాన్ని స్వయంగా భుజిస్తాడు. ఇంతకు మించిన సుఖం ఏముంటుంది? ఈ యజ్ఞశేషమైన అన్నం కంటె మించిన పవిత్రమైన మధురమైన అన్నం వేరొకటి ఏమీ ఉండదు. ఎప్పుడూ అతిథులకు భోజనంపెట్టి, తరువాత తాను తినేవానికి, ఆ అన్నం అతిథులైన బ్రాహ్మణులు ఎన్ని ముద్దలు తిన్నారో అన్నివేల గోవులను దానం చేసినంత పుణ్యఫలం ఆ దాతలకు లభిస్తుంది. యువకునిగా ఉన్నప్పుడు అతడు చేసిన పాపాలన్నీ నశిస్తాయి".

ఈరీతిగా ఇంద్రుడు, బకుడు చాలాసేపు మాటలాడుకుంటూ చక్కని విషయాలు చెప్పుకున్నారు. తరువాత ఇంద్రుడు సెలవు తీసుకుని తనలోకానికి వెళ్లిపోయాడు.

క్షత్రియుల మహిమ

వైశంపాయనుడు చెపుతున్నాడు - అనంతరం పాండవులు మార్కండేయమునిని "మహర్షీ! మీరు బ్రాహ్మణుల ప్రభావం గురించి చెప్పారు. ఇక మేము క్షత్రియుల ప్రభావం గురించి వినాలనుకుంటున్నాం" అని అడిగారు.

మార్కండేయుడు ఇలా చెప్పాడు - "మంచిది. వినండి. ఇప్పుడు మీకు క్షత్రియుల ప్రభావం గూర్చి చెపుతాను. కురువంశ క్షత్రియులలో సుహోత్రుడనే ఒక రాజు ఉండేవాడు. అతడొకనాడు మహర్షులతో సత్సాంగత్యానికి వెళ్లాడు. అతడు తిరిగివచ్చే దారిలో తన ఎదుటివైపునుండి ఉశీనరపుత్రుడైన శిబి రథం మీద రావడం చూశాడు. దగ్గరికి వచ్చాక ఆ ఇద్దరూ తాము ఉన్న స్థితిని బట్టి ఒకరినొకరు గౌరవించుకున్నారు. కాని గుణాలలో తమను సమానస్థాయిగా భావించుకొన్న వారిద్దరు ఒకరికొకరు దారి ఇవ్వలేదు. ఇంతలోనే అక్కడికి నారదుడు వచ్చాడు. అతడు "ఏమిటి సంగతి? మీఇద్దరూ పరస్పరం దారిని అడ్డగించి ఎందుకు నిలుచున్నారు?" అని అడిగాడు. వారు "దారి పెద్దలకు ఇవ్వాలి. మేము ఇద్దరం సమానులం. ఎవరు ఎవరికి దారి ఇవ్వాలి?" అన్నారు. అది విని నారదుడు మూడుశ్లోకాలు చదివాడు వాటి సారాంశం ఇది. "కౌరవా! తనతో మృదువుగా వ్యవహరించినవానికి క్రూరుడు కూడా మృదువైనవాడే అవుతాడు. క్రూరత్వాన్ని అతడు క్రూరుల మీదమాత్రమే

చూపుతాడు. కాని సాధువులు దుష్టుల పట్లకూడా సాధువుగానే వ్యవహరిస్తారు. ఇక సజ్జనులపట్ల వారి ప్రవర్తన సాధువుగా ఉండకుండా ఎందుకుంటుంది? తాను ఒకసారి పొందిన ఉపకారానికి బదులుగా మనుష్యుడు వందరెట్లు చెల్లిస్తాడు. దేవతలలోనే ఈ ఉపకార భావం ఉంటుంది అనే నియమం ఏమీలేదు. ఈ ఉశీనర కుమారుడు శిబిచక్రవర్తి వ్యవహారం నీకంటె ఎక్కువ మేలైనది. నీచస్వభావులైనవారిని దానమిచ్చి వశపరచుకోవాలి. అసత్యాలు చెప్పేవారిని సత్యభాషణంతో జయించాలి. క్రూరులను క్షమాగుణంతో, దుష్టులను మంచి వ్యవహారంతో తమ వశం చేసుకోవాలి. కాబట్టి మీరు ఇద్దరూ ఉదారులే. మీ ఇద్దరిలో ఎవరు ఎక్కువ ఉదారులో వారు దారి విడవండి" అని నారదుడు చెప్పాడు. ఇలా చెప్పినారదుడు ఊరకుండిపోయాడు. ఇది విని కురువంశరాజు సుహోత్రుడు శిబికి తన కుడివైపు దారివదులుతూ అతనిని ప్రశంసించి వెళ్లిపోయాడు. ఈరీతిగా నారదుడు శిబి యొక్క మహిమను తన నోటితో చెప్పాడు.

ఇప్పుడు ఇంకొక క్షత్రియుడైన రాజుయొక్క ప్రభావం, విను. నహుషపుత్రుడైన యయాతి రాజ్యపాలన చేసే రోజులలో ఒక బ్రాహ్మణుడు గురుదక్షిణకోసం యాచించాలని కోరి అతనివద్దకు వచ్చి "రాజా! నేను గురుదక్షిణ చెల్లిస్తానని ప్రతిజ్ఞచేసి వచ్చాను. నేను భిక్షకోరుతున్నాను. లోకంలో అధికభాగం మనుష్యులు యాచించేవారిని ద్వేషిస్తారు. కాబట్టి నేనుకోరిన వస్తువును ఇవ్వగలవా అని అడుగుతున్నాను" అన్నాడు.

రాజు అన్నాడు - నేను దానం చేసి దానిని చెప్పుకోను. ఇవ్వదగిన వస్తువును ఇచ్చి నా ముఖం వెలిగించుకుంటాను. నేను నీకు ఎఱ్ఱరంగు గల వేయిగోవులను ఇస్తాను .ఎందుకంటే న్యాయంగా అర్థించే బ్రాహ్మణుడంటే నాకు ఇష్టం. యాచకుల మీద నాకు కోపంలేదు. ఏదైనా ధనం దానం ఇచ్చి, దానికోసం ఎప్పుడూ పశ్చాత్తాపం కూడా పడను".

ఇలా చెప్పి రాజు అతనికి వేయి గోవులనిచ్చాడు. అతడు వానిని తీసుకొని వెళ్లాడు

శిబి చక్రవర్తి కథ

మార్కండేయుడు చెపుతున్నాడు - "యుధిష్ఠిరా! ఒకసారి దేవతలు భూలోకానికి వెళ్లి ఉశీనరపుత్రుడైన శిబి యొక్క సాధుత్వాన్ని పరీక్షించాలని ఆలోచించారు. అప్పుడు అగ్ని పావురంగా మారి ఎగిరిపోయాడు. ఇంద్రుడే డేగ రూపంలో మాంసం కోసం దానిని తరుముతూ వెళ్లాడు. సింహాసనం మీద కూర్చుని ఉన్న శిబి ఒళ్లో వాలింది పావురం. ఇది చూచి పురోహితుడు "రాజా! ఈ పావురం డేగకు భయపడి ప్రాణ రక్షణకోసం మీ శరణు కోరింది" అన్నాడు.

పావురం కూడా "మహారాజా! డేగ నన్ను వెంటాడుతోంది. దానికి భయపడి ప్రాణరక్షణకోసం మీశరణుకోరి వచ్చాను. వాస్తవానికి నేను పావురాన్ని కాను. ఋషిని. ఒక శరీరం నుండి ఇంకొక శరీరంలోకి మారాను. ఇప్పుడు ప్రాణరక్షకులున్నందువల్ల మీరే నాకు ప్రాణం. నేను మీకు శరణాగతుడిని. నన్ను రక్షించండి. నన్ను బ్రహ్మచారిగా గుర్తించండి. వేదాధ్యయనం చేసి నా శరీరం దుర్బలమైపోయింది. నేను తపస్విని. జితేంద్రియుడను. గురువుమాటకు ఎప్పుడూ ఎదురు చెప్పలేదు. నేను ఎప్పుడూ పాపం చేయలేదు. అపరాధం చేయలేదు. కాబట్టి నన్ను ఆ డేగకు అప్పగించకండి" అంది.

అప్పుడు డేగ - "రాజా! మీరు ఈ పావురాన్ని చేపట్టి నా పనికి విఘ్నం కలిగించకండి" అంది.

రాజు" ఈ డేగ - పావురం ఎంత శుద్ధమైన సంస్కృత భాషను మాట్లాడుతున్నాయి. ఇలా ఎప్పుడైనా ఏ పక్షినోట అయినా విన్నామా? నేను ఈ రెండింటి నిజరూపాన్ని తెలుసుకుని సరియైన న్యాయం ఏ రీతిగా చేయగలను? ప్రాణభయంతో తన్ను శరణుకోరి వచ్చిన ప్రాణిని శత్రువునకు అప్పగిస్తే అతని దేశంలో సమయానికి మంచి వర్షాలు పడవు. అతడు నాటిన విత్తులు మొలకెత్తవు. అతడెప్పుడయినా చిక్కుల్లోపడి రక్షణ కావాలని కోరుకుంటే అతనిని రక్షించేవారుండరు. అతని సంతానం చిన్నతనంలోనే మరణిస్తుంది. అతని పితరులకు పితృలోకంలో నివసించడానికి స్థానం దొరకదు. అతడు స్వర్గానికి వెళ్లినా అక్కడినుండి క్రిందికి తోసివేయబడతాడు. ఇంద్రాది దేవతలు అతని మీద వజ్రప్రహారం చేస్తారు. కాబట్టి నేను ప్రాణత్యాగం చేస్తాను కాని పావురాన్ని మాత్రం వదలను. డేగా! ఇక నీవు అనవసరంగా శ్రమ పడకు. పావురాన్ని నేను ఏ విధంగానూ ఇవ్వను. ఈ పావురానికి బదులుగా నీకు ఇష్టమయిన పని చెప్పు. దానిని పూర్తిగా చేస్తాను" అన్నాడు.

డేగ "నీ కుడితొడలోని మాంసాన్ని కోసి ఈ పావురంతో సరితూచి ఎంత వస్తుందో అంత నాకు ఇవ్వు. ఇలా చేస్తే పావురాన్ని రక్షించగలుగుతావు" అన్నది.

అంతట రాజు తన కుడితొడ నుండి మాంసాన్నికోసి దానిని త్రాసులో ఉంచాడు. కాని అది పావురానికి సరికాలేదు. ఇంకొక సారి కోసి ఉంచాడు. అయినా పావురం ఉన్న పళ్లెమే బరువుగా ఉంది. ఈ రీతిగా అతడు తన అవయవాలన్నీ కోసి కోసి త్రాసునందుంచాడు. అయినా పావురమే బరువుగా ఉంది. ఇక రాజే స్వయంగా త్రాసులో కూర్చున్నాడు. అలా చేస్తూండగా కూడా అతని మనసులో ఏమాత్రం దిగులు లేదు. ఇది చూసి డేగ "పావురం రక్షించబడింది" అని పలికి అక్కడే అంతర్ధానమయిపోయింది.

అప్పుడు రాజు పావురంతో - "పావురమా! ఆ డేగ ఎవరు?" అని అడిగాడు. దానికి పావురం - ' ఆ డేగ సాక్షాత్తు ఇంద్రుడు. నేను అగ్నిని. రాజా! మేము ఇద్దరము నీ సాధుత్వాన్ని పరీక్షించడానికి ఇక్కడికి వచ్చాము. నీవు నాకోసం నీ శరీరంలోని మాంసాన్ని కత్తితో కోసి ఇచ్చావు. ఆ గాయాలను నేను ఇప్పుడే బాగుచేస్తాను. ఇక్కడి చర్మంయొక్క రంగు అందంగా బంగారంలా అవుతుంది. పైగా దీనినుండి పవిత్రమైన, అందమైన సువాసన వెలువడుతుంది. నీ తొడదగ్గిరి ఈ గుర్తు వద్దనుండి ఒక కీర్తిమంతుడైన పుత్రుడు ఉద్భవిస్తాడు. అతనిపేరు "కపోతరోముడు".

ఇది చెప్పి అగ్నిదేవుడు వెళ్లిపోయాడు. శిబి మహారాజు ఎవరు ఏది అడిగినా ఇవ్వకుండా ఉండడు. ఒకసారి అతని మంత్రులు అతనిని - "మహారాజా! ఏ కోరికతో మీరు ఇంత సాహసం చేశారు? ఇవ్వకూడని వస్తువును కూడా ఇవ్వడానికి సిద్ధపడ్డారు. కీర్తి కావాలనుకున్నారా?" అని అడిగారు.

రాజు- " లేదు. నేను కీర్తికోసం కాని, ఐశ్వర్యం కావాలని కాని దానం చేయడం లేదు. భోగాలు అనుభవించాలని కూడా కాదు. ధర్మాత్ములు ఈ మార్గాన్నే సేవించారు. కనుక నేను కూడా ఇదే కర్తవ్యమను కొన్నాను. ఇలా అనుకునే నేను ఇదంతా చేస్తున్నాను. సత్పురుషులు నడిచిన మార్గమే ఉత్తమమయినది. ఇదే ఆలోచించి నా బుద్ధికూడా ఉత్తమ మార్గాన్ని ఆశ్రయించింది" అని సమాధానం ఇచ్చాడు.

మార్కండేయుడు - శిబి మహారాజు యొక్క ఈ గొప్పతనాన్ని నేను ఎరుగుదును. కనుకనే నేను మీకు దీనిని యథాతథంగా వివరించాను" అన్నాడు.

దాన మహిమ

యుధిష్ఠిర మహారాజు - " మునివరా! మనుష్యుడు ఏ అవస్థలో ఉండి దానం చేసి ఇంద్రలోకానికి వెళ్లి సుఖాలు అనుభవిస్తాడు? దానాది పుణ్యాకర్మలకు అతనికి భోగాలు ఏవిధంగా ప్రాప్తిస్తాయి?" అని ప్రశ్నించాడు.

మార్కండేయుడు - " పుత్రహీనులు, ధార్మిక జీవనం గడుపనివారు, ఎప్పుడూ ఇతరుల వంటిళ్లలో పడి తినేవారు, కేవలం తమకు మాత్రమే వండుకునే వారు - ఈ నాలుగురకాల వారి జన్మ వ్యర్థం. వానప్రస్థం లేదా సన్యాసాశ్రమం - వీటి నుండి తిరిగి గృహస్థాశ్రమం స్వీకరించినవారు చేసే దానం, అన్యాయంగా సంపాదించిన ధనంతో చేసే దానం వ్యర్థం. ఈ దానాలకు ఫలమేమీ ఉండదు. కాబట్టి అన్ని దశలలోను, అన్ని విధాలైన దానాలను ఉత్తమ బ్రాహ్మణులకే ఇవ్వాలి."

యుధిష్ఠిరుడు మధ్యలో - "ఋషిసత్తమా! బ్రాహ్మణుడు తాను తరిస్తూ ఇతరులను తరింపచేసే ఏ విశేషధర్మాన్ని ఆచరించాలి?" అని అడిగాడు.

మార్కండేయుడు చెప్పసాగాడు - బ్రాహ్మణుడు తాను తరించడానికి, ఇతరులను తరింప చేయడానికి జపం, మంత్రం, పాఠం, హోమం, స్వాధ్యాయము, వేదాధ్యయనాల ద్వారా వేదమయమైన నౌకను నిర్మిస్తాడు. బ్రాహ్మణుని తృప్తి పరచినవారిపై దేవతలు అనుగ్రహం చూపుతారు. శ్రాద్ధ విధులలో ప్రయత్నించి ఉత్తమ బ్రాహ్మణులకే భోజనం పెట్టాలి. జుగుప్స కలిగించే శరీరపు రంగు కలవానిని, గోళ్లు మురికిగా ఉన్నవానిని, కుష్ఠురోగం కలవానిని, వంచకుని, తండ్రి బ్రతికి ఉండగానే తల్లి వ్యభిచరిస్తే పుట్టినవానిని, లేక విధవాగర్భం నుండి పుట్టినవానిని, మూపున అమ్ములపొది కట్టుకొని క్షత్రియునిలా జీవించేవానిని - ఇలాంటి బ్రాహ్మణులను ప్రయత్నపూర్వకంగా శ్రాద్ధవిధులలో త్యజించాలి. ఎందుకంటే అటువంటివారికి భోజనంపెడితే ఆ శ్రాద్ధకర్మ నింద్యమవుతుంది. అగ్ని ఎండుకట్టెను కాల్చివేసినట్లుగా నింద్యమైన శ్రాద్ధకర్మ యజమానిని నాశనం చేస్తుంది. కాని రాజా! శాస్త్రంలో వదిలివేయాలని చెప్పిన గ్రుడ్డి, కుంటి చెవిటి మొదలైన వారిని వేదపారంగతులైన బ్రాహ్మణులతో పాటు శ్రాద్ధ క్రియకు ఆహ్వానించవచ్చును.

యుధిష్ఠిరా! ఇప్పుడు ఎట్టివారికి దానమీయ వచ్చునో చెపుతాను. శాస్త్రాలలో సంపూర్ణపాండిత్యం సంపాదించి, తన్ను, దాతను కూడా తరింపచేసే శక్తి గల బ్రాహ్మణునికి దానం చేయాలి. అతిథులకు భోజనం పెట్టడం కూడా గొప్ప మహిమ కలదే. వారికి భోజనం పెట్టడం వలన కలిగే సంతుష్టి హవిస్సును హోమం చేయడం వలనగాని, పూలు చందనంతో

అర్చించడం వలన గాని కలుగదు. కాబట్టి నీవు ఎప్పుడూ అతిథులకు భోజనం పెట్టే ప్రయత్నం చేయాలి. దూరప్రాంతాల నుండి వచ్చిన అతిథులకు కాళ్లు కడుగుకోడానికి నీళ్లు, వెలుతురు కోసం దీపం, తినడానికి తిండి, ఉండడానికి స్థలం ఇచ్చిన వారికి ఎప్పుడూ యముని దగ్గరకు వెళ్లవలసిన అవసరం ఉండదు. కపిలగోవును దానం చేస్తే మనుష్యుడు నిస్సందేహంగా పాపాలన్నిటి నుండి విముక్తుడవుతాడు. కాబట్టి చక్కగా అలంకరించిన కపిలగోవును బ్రాహ్మణునకు దానమివ్వాలి. దానపాత్రుడైన బ్రాహ్మణుడు శ్రోత్రియుడు, నిత్యాగ్ని హోత్రుడు అయి ఉండాలి. దారిద్ర్యం కారణంగా భార్యాబిడ్డల తిరస్కారాన్ని సహించే వానికి, తనకు ఎటువంటి ఉపకారము చేయలేని వానికి - ఇటువంటివారికే గోదానం చేయాలి, ధనవంతులకు కాదు. ఇంకొక విషయం జాగ్రత్తగా గమనించు. ఒక గోవును ఒక్క బ్రాహ్మణునికే దానం ఇవ్వాలి, అనేకులకు కాదు. ఎందుకంటే ఒకే గోవును చాలామందికి ఇస్తే వారు దానిని అమ్ముకొని దాని వెలను తాము పంచుకొంటారు. దానం చేయబడిన గోవు అమ్మబడినట్లయితే దాతకు మూడు తరాల వరకు హాని కలుగుతుంది. మెడమీద కాడిమోయగలిగిన బలమైన ఎద్దును బ్రాహ్మణునికి దానం చేసినవాడు దుఃఖాల నుండి కష్టాలనుండి ముక్తుడై స్వర్గలోకానికి వెడతాడు. పండితుడైన బ్రాహ్మణునికి భూదానం చేసిన దాతకు మనోవాంఛితములైన భోగాలన్నీ తమకుతామే వచ్చి సమకూరుతాయి. అన్నదానం అన్నిటికంటె మించిన మహిమకలది. ఎవరైనా దీనుడు దుర్బలుడు అయిన బాటసారి అలిసి సొలిసి, ఆకలిదప్పులతో, మట్టికొట్టుకుపోయిన కాళ్లతో వచ్చి "ఎక్కడైనా అన్నం దొరుకుతుందా?" అని అడిగితే, అన్నదాత జాడను తెలిపినా అతనికి కూడా అన్నదానం చేసినంత పుణ్యం లభిస్తుంది. ఇందులో ఏమాత్రం సందేహం లేదు. కాబట్టి యుధిష్ఠిరా! లోకంలో అన్నదానానికి సమానమైన అద్భుతపుణ్యం ఏదానానికీ లేదు. కాబట్టి నీవు అన్నిరకాల దానాలకంటె అన్నదానం మీదే విశేషంగా దృష్టిపెట్టు. తన శక్తిని అనుసరించి బ్రాహ్మణునకు ఉత్తమమైన అన్నదానం చేసేవాడు ఆ పుణ్య ప్రభావం వలన ప్రజాపతిలోకాన్ని పొందుతాడు. వేదాలలో అన్నం ప్రజాపతిగా చెప్పబడింది. ప్రజాపతి సంవత్సరంగా భావింపబడినాడు. సంవత్సరం యజ్ఞరూపం. యజ్ఞంలోనే అన్నీ నిలిచి ఉన్నాయి. యజ్ఞం వలననే సమస్త చరాచరప్రాణులు ఉత్పన్నమవుతున్నాయి. ఈ రీతిగా అన్నమే అన్ని పదార్థాలకంటె శ్రేష్ఠం. ఎక్కువగా నీరు ఉండే చెరువులను, కుంటలను తవ్వించిన వారికి; బావులు, నూతులు, నిర్మించినవారికి; ఇతరులు నివసించడానికి ధర్మశాలలు కట్టించిన వారికి; అన్నదానం చేస్తూ మధురంగా మాట్లాడేవారికి యముని యొక్క మాట కూడా వినిపించదు.

యమలోకములో ఉపయోగపడే దానాలు

వైశంపాయనుడు చెపుతున్నాడు - యమరాజు పేరు వినగానే తమ్ముళ్లతోపాటు యుధిష్ఠిరునికి కూడా మనసులో చాలా కుతూహలం కలిగి మహర్షి మార్కండేయుని - "ఋషిసత్తమా! ఈ మానవలోకంనుండి యమలోకం ఎంతదూరంలో ఉంది? ఎలా ఉంటుంది? ఎంతపెద్దది? ఏ ఉపాయంతో మానవుడు దానినుండి తప్పించుకో గలుగుతాడు?" అని ప్రశ్నించాడు ధర్మజుడు.

మార్కండేయుడు చెప్పసాగాడు - ధర్మవరిష్ఠుడా! నీవు చాలా గూఢమైన ప్రశ్న వేశావు. ఇది పవిత్రం, ధర్మసమ్మతం, ఋషులకు కూడా ఆదరణీయమైనది. విను. నీ ప్రశ్నకు సమాధానం చెపుతున్నాను. ఈ మానవలోకానికి, యమలోకానికి ఎనభై ఆరువేల యోజనాల దూరం ఉంది. దారి అంతా నిశ్శబ్దంగా ఉండే ఆకాశం మాత్రమే. అది చూడడానికి చాలా భయంకరంగా వెళ్లడానికి శక్యం కాకుండా ఉంటుంది. అక్కడ చెట్లనీడ ఉండదు. త్రాగడానికి నీరు ఉండదు. దారిలో అలసిపోయిన జీవుడు క్షణకాలం విశ్రమించదగిన చోటే ఉండదు. యముని ఆజ్ఞమేరకు అతని దూతలు ఇక్కడికి వచ్చి, భూమిమీద నివసించే జీవులందరినీ బలవంతంగా పట్టుకొని తీసుకుపోతూ ఉంటారు. ఈలోకంలో బ్రాహ్మణులకు అనేకరకాల వాహనాలు గుఱ్ఱాలు మొదలైనవి దానమిచ్చినవారు, ఆమార్గంలో ఆవాహనాలమీదే వెడతారు. గొడుగు దానం చేసినవారికి ఆసమయంలో ఎండనుండి కాపాడుకోవడానికి గొడుగు లభిస్తుంది. అన్నదానం చేసిన జీవులు అక్కడ తృప్తిగా యాత్రచేస్తారు. అన్నదానం చేయనివారు ఆకలితో బాధపడుతూ వెడతారు. వస్త్రదానం చేసిన వారు వస్త్రాలు ధరించివెడతారు. భూదానం చేసినవారు అన్ని కోరికలు తీరి తృప్తిగా ఆనందంగా యాత్ర చేస్తారు. ధాన్యం ఇచ్చినవారు సుఖంగా వెడతారు. ఇల్లు కట్టించి ఇచ్చినవారు చాలా విశ్రాంతిగా యాత్ర చేస్తారు. నీరు దానం చేసినవారికి అక్కడ దాహబాధ ఉండదు. దీపదానం చేసినవారికి, చీకటిలో నడిచేటపుడు వెలుతురు ఏర్పాటవుతుంది. గోదానం

చేసినవారికి పాపాలన్నీపోతాయి కాబట్టి వారు కూడా సుఖంగానే యాత్ర చేస్తారు. ఒక నెలరోజులు ఉపవాసవ్రతం చేసినవారు హంసలు కట్టబడిన రథంమీద కూర్చుని యాత్ర చేస్తారు. ఆరురోజులపాటు ఉపవాసం చేసినవారు మయూర రథాల మీద వెడతారు. మూడురోజుల పాటు ఏకభుక్తం చేసినవారు అక్షయలోకాలు పొందుతారు. జలదాన ప్రభావం చాలగొప్పది. అలౌకికమైనది. ప్రేతలోకంలో జలం చాలా సుఖాన్ని కలిగిస్తుంది. మరణించినవారికోసం ఇచ్చే నీరు ఆ పుణ్యాత్ములకు యమలోక మార్గంలో పుష్పోదకమనే పేరుతో నదిగా మారుతుంది. వారు ఆనదిలోని చల్లని అమృతం వంటి తీయని నీటిని త్రాగుతారు. పాపులకు అది చీము వలె ఉంటుంది. ఈ ప్రకారంగా ఆ నది అన్నికోరికలను పూర్తిగా నెరవేరుస్తుంది.

కాబట్టి రాజా! నీవు కూడా ఈ బ్రాహ్మణులను విధ్యుక్తంగా పూజించాలి. అన్నదాత గురించి అడుగుతూ భోజనం చేయాలనే కోరికతో నీ ఇంటికి ఎవరైనా వస్తే ఆ అతిథిని ఆ బ్రాహ్మణుని విధ్యుక్తంగా సత్కరించు. ఆ అతిథి లేక బ్రాహ్మణుడు ఎవరింటికయినా వెళుతున్నపుడు, అతని వెనుక ఇంద్రాది దేవతలు అందరూ అక్కడివరకు వెడతారు. అక్కడ అతనికి ఆదరం లభిస్తే వారుకూడా ప్రసన్నులవుతారు. "నిరాదరణ ఎదురయితే వారు కూడా నిరాశగా వెనుదిరుగుతారు. కాబట్టి రాజా! నీవు కూడా అతిథులను విధి ప్రకారం సత్కరిస్తూ ఉండు. ఇప్పుడు చెప్పు. ఇంకా ఏమి వినాలనుకుంటున్నావో?" అన్నాడు.

దానము, పవిత్రత, తపస్సు, మోక్షము

యుధిష్ఠిరుడు వెంటనే "మునివరా! మీరు ధర్మాలన్నీ తెలిసినవారు కనుకనే నేను పదే పదే ధర్మాలను గూర్చి వినాలని కుతూహలపడుతున్నాను" అని అడిగాడు.

మార్కండేయుడు చెప్పసాగాడు - రాజా! ఇప్పుడు నీకు నేను ధర్మసంబంధమైన ఇంకొక విషయం చెపుతాను. శ్రద్ధగా విను. బ్రాహ్మణునికి స్వాగతం పలకడం వలన అగ్ని, ఆసనం సమర్పించడం వలన ఇంద్రుడు, కాళ్లు కడగడం వలన పితృదేవతలు, అతనికి యోగ్యమైన భోజనం పెట్టడం వలన బ్రహ్మ తృప్తులవుతారు. చూడిఆవు దూడను ఈనే సమయంలో, దూడ ముఖం, కాళ్లు మాత్రమే బయటకు వస్తున్న సమయంలో ఆ గోవును దానమిచ్చినట్లయితే అది భూదానంతో సమానమయిన పుణ్యాన్ని ఇస్తుంది. ఎందుకంటే దూడ భూమి మీద పడనంతవరకు ఆ గోవును భూమిగానే భావిస్తారు. ఆ ఆవు, దూడల శరీరాల మీద ఎన్ని రోమాలు ఉన్నాయో అన్నివేల యుగాలవరకు దాత స్వర్గలోకంలో నిలిచిఉంటాడు. భోజనం చేసేటపుడు చేతులు మోకాళ్లకు లోపల ఉంచుకొని మౌనంగా పాత్రవైపే శ్రద్ధగా చూస్తూ భోజనం చేసే ద్విజుడు తన్ను, ఇతరులను తరింపచేయడానికి సమర్థుడు అవుతాడు. మద్యపానం చేయనివాడు, లోకంలో నిందలు పొందనివాడు, ప్రతిదినం వైదిక సంహితలను చక్కని రీతిలో పఠించేవాడు - వీరు కూడా తరింపచేయడానికి సమర్థులే. శ్రోత్రియ బ్రాహ్మణుడు హవ్య (యజ్ఞబలి) కవ్య (పితృబలి) దానానికి ఉత్తమ పాత్రుడు. ప్రజ్వరిల్లుతున్న అగ్నిలో వేసిన హోమద్రవ్యంలా శ్రోత్రియునకు ఇచ్చిన దానం సార్థకమవుతుంది.

యుధిష్ఠిరుడు మధ్యలో 'మునీశ్వరా! బ్రాహ్మణులు సదా పరిశుద్ధులుగా ఉండడానికి కారణమైన పవిత్రతను గూర్చి తెలుసుకోవాలనుకుంటున్నాను" అని అడిగాడు.

మార్కండేయుడు మొదలుపెట్టాడు - "వాక్కు, క్రియ, జలం - మూడింటికి సంబంధించి ఉంటుంది పవిత్రత. ఈ మూడు రకాల పవిత్రతతో కూడినవాడు స్వర్గానికి అధికారి అవుతాడు. ఇందులో ఎంతమాత్రం సందేహం లేదు. ప్రాతస్సంధ్యా సమయాలు రెండు కాలాలలో సంధ్య, గాయత్రీజపం చేసే బ్రాహ్మణునకు, గాయత్రి కృపవలన పాపాలు నశిస్తాయి. అతడు భూమినంతటినీ దానం పుచ్చుకున్నా ప్రతిగ్రహదోషం వలన దుఃఖితుడు కాడు. గాయత్రీ జపం చేసే బ్రాహ్మణునకు గ్రహాలు విరుద్ధంగా ఉన్నా శాంతించి వానికి సుఖాన్నే చేకూరుస్తాయి. భయంకరులైన రాక్షసులు కూడా అతనిని తిరస్కరించ లేరు. బ్రాహ్మణుడు అన్ని దశలలోను సన్మానానికి అర్హుడే. అతడు వేదం చదువుకున్నా, చదువుకోకపోయినా, అతడు పొందిన సంస్కారాలన్నీ బాగా ఉన్నా లేకపోయినా అతనిని అవమానించకూడదు. బూడిదతో కప్పబడి ఉన్నా నిప్పును కాలితో తొక్కరు. సదాచారి, జ్ఞాని, తపస్వి, వేదజ్ఞుడు అయిన బ్రాహ్మణుడు ఎక్కడ ఉంటే అదే నగరం. గోశాల అయినా అడవి అయినా ఎక్కడయినాసరే బహుశాస్త్రజ్ఞానం కల బ్రాహ్మణుడు ఉంటే అది తీర్థమే అవుతుంది. పవిత్రతీర్థాలలో స్నానం, పవిత్రవేదమంత్రాలు గాని, భగవన్నామసంకీర్తనం గాని చేయడం సత్పురుషులతోడి ప్రసంగం - ఇవి

ఉత్తమకార్యాలని పండితులు చెపుతూ ఉంటారు. సజ్జనులు సత్సంగంతో పవిత్రమై అందమైన వాగ్రూపజలంతో తమ ఆత్మలు పవిత్రమయ్యాయని భావిస్తారు. మనస్సు, వాక్కు, కర్మ, బుద్ధి - వీనితో ఎప్పుడూ పాపము చేయనివాడు మహాత్ముడైన తపస్వి అవుతాడు. కేవలం శరీరాన్ని శుష్కింపచేయడం తపస్సు కాదు. వ్రతాలు, ఉపవాసాలు చేస్తూ మునివృత్తితో జీవిస్తున్నాగాని కుటుంబసభ్యులపట్ల కొంచెం కూడా దయ చూపనివాడు పాపరహితుడు కాలేడు. అతని ఆ నిర్దయత ఆ తపస్సును నాశనం చేస్తుంది. కేవలం భోజనం మానేస్తే తపస్సు అవదు. నిరంతరం ఇంట్లోనే ఉంటున్నప్పటికి పవిత్రభావంతో ఉండేవాడు, ప్రాణులపట్ల దయచూపేవాడు, - అయినవానిని మునిగా అనుకోవచ్చును. అతడు సంపూర్ణంగా పాపవిముక్తుడవుతాడు.

రాజా! శాస్త్రాలలో చెప్పని కర్మలను గూర్చి తమ మనసులలో ఊహించుకుంటూ లోకులు వెచ్చని బండరాళ్లు మొదలైనవానిపై కూర్చుంటూ ఉంటారు. ఇదంతా తపస్సు పేరుమీద పాపాలను కాల్చి వేసుకోవడానికే, కాని దానివలన కేవలం శరీరానికే బాధకలుగుతుంది తప్ప ఏలాభమూ ఉండదు. హృదయంలో శ్రద్ధా భావాలు లేనివాని పాపకర్మలను అగ్నికూడా దహించలేదు. దయవలన, మనస్సు, వాక్కు శరీరం శుద్ధిగా ఉండడంవలన మాత్రమే శుద్ధవైరాగ్యం, మోక్షం లభిస్తాయి. కేవలం పళ్లు తినడం వల్లనో, గాలిపీల్చి ఉండడంవల్లనో, శిరోముండనం వల్లనో, ఇల్లు వదిలిపెట్టడంవల్లనో, జడలు కట్టించుకోవడంవల్లనో, పంచాగ్ని మధ్య తపించడంవల్లనో, నీళ్లల్లో నిలబడి ఉండడంవల్లనో, ఆరుబయట నేలమీద పడుకోవడంవల్లనో మాత్రమే మోక్షం రాదు. జ్ఞానం లేదా నిష్కామకర్మతోమాత్రమే జర, మృత్యువు మొదలైన సాంసారికవ్యాధులనుండి జీవుడు విడుదల పొంది ఉత్తమపదాన్ని పొందుతాడు. నిప్పులో వేగిన గింజలు మొలకెత్తనట్లే జ్ఞానరూపమైన అగ్నిలో అవిద్యాజనితమైన క్లేశాలన్నీ దగ్ధమైపోయాక తిరిగి వాటితో ఆత్మకు సంయోగం కలుగదు.

ఒకటో అరో శ్లోకాలతో సమస్తప్రాణుల హృదయదేశాలలో విరాజమానుడై ఉండే ఆత్మను గురించిన జ్ఞానం కలిగితే మనుష్యునకు సంపూర్ణశాస్త్రాధ్యయనం వల్ల కలిగే ప్రయోజనం పూర్తి అయినట్లే. ఒకడు 'తత్' అనే రెండక్షరాలతోనే ఆత్మను తెలుసుకుంటాడు. కొంతమంది మంత్రపదాలతో కూడిన వందల వేల ఉపనిషద్వాక్యాలతో ఆత్మతత్త్వం తెలుసుకుంటారు. ఎలా అయినాసరే ఆత్మతత్వాన్ని గూర్చిన దృఢమైన జ్ఞానమే మోక్షం. హృదయంలో సంశయమున్నవానికి, ఆత్మపట్ల అవిశ్వాసం కలవానికి ఈలోకమూ లేదు. పరలోకమూ లేదు. అతనికెప్పుడూ సుఖం లభించదు. జ్ఞానవృద్ధులైనవారు ఇలాగే చెప్పారు. కాబట్టి శ్రద్ధ మరియు విశ్వాసపూర్వకమైన నిశ్చయాత్మక జ్ఞానమే మోక్ష స్వరూపం, నీవు ఒక అవినాశియైన సర్వవ్యాపకమైన ఆత్మను గూర్చి యుక్తుల ద్వారా తెలుసుకోవాలనుకుంటే కొత్త తర్కవాదాలు మాని శ్రుతిస్మృతులను ఆశ్రయించు. వాటిలో ఆత్మజ్ఞానం కలిగించే అనేక ఉత్తమయుక్తులు ఉపలబ్ధమవుతాయి. శుష్కతర్కాన్ని ఆశ్రయించిన వానికి సాధనవైపరీత్యకారణంగా ఆత్మ సిద్ధించదు. కాబట్టి ఆత్మను వేదాలద్వారానే తెలుసుకోవాలి. ఎందుకంటే ఆత్మ వేదస్వరూపం, వేదమే దానికి శరీరం. వేదం వలననే తత్వజ్ఞానం కలుగుతుంది. ఆత్మలోనే వేదాలయొక్క ఉపసంహారం లేదా లయం జరుగుతుంది. ఆత్మ తనను తాను పొందలేదు. దాని అనుభవం సూక్ష్మబుద్ధి ద్వారానే జరుగుతుంది. కనుక మనిషి ఇంద్రియాలను నిర్మలంగా ఉంచుకోవడం ద్వారా విషయభోగాలను త్యజించాలి. ఇంద్రియాలను నిరోధించడం ద్వారా జరిగే ఈ అనశనం (ఉపవాసం లేదా విషయాలను గ్రహించకపోవడం) దివ్యమైనది. తపస్సు వలన స్వర్గం ప్రాప్తిస్తుంది. దానం వలన భోగాలు ప్రాప్తిస్తాయి. తీర్థస్నానాల వలన పాపాలు నశిస్తాయి. కాని మోక్షమైతేమాత్రం జ్ఞానం తోనే కలుగుతుంది - ఇది తెలుసుకోవాలి.

దుంధుమారుని కథ

తదనంతరం యుధిష్ఠిరుడు మార్కండేయుని - "మునీ! ఇక్ష్వాకువంశీయుడైన కువలాశ్వుడు గొప్ప పరాక్రమవంతుడని, అతడే కొంత కాలానికి దుంధుమారుడనే పేరుతో ప్రసిద్ధికెక్కాడని విన్నాను. ఆ పేరుమార్పుకి కారణమేమిటి? ఇందులో నిజమేమిటో తెలుసుకోవాలనుకుంటున్నాను" అని అడిగాడు.

మార్కండేయుడు చెప్పసాగాడు. "రాజా దుంధుమారుని యొక్క పవిత్రమైన కథను నీకు నేను చెప్తాను. శ్రద్ధగా విను. పూర్వకాలంలో ఉత్తంకుడనే ఒక ప్రసిద్ధ మహర్షి ఉండేవాడు. మరుదేశం (మార్వాడ్)లోని అందమైన ప్రదేశంలో అతని ఆశ్రమం ఉంది. ఒకసారి ఉత్తంకమహర్షి విష్ణుభగవానుని

అనుగ్రహంకోసం అనేక సంవత్సరాలు కఠోరమైన తపస్సు చేశాడు. భగవానుడు అనుగ్రహించి అతనికి ప్రత్యక్షమయ్యాడు. అతని దర్శనంతో ముని మిక్కిలి సంతోషించి చాలా వినయంగా అనేక స్తోత్రపాఠాలతో అతనిని స్తుతించాడు.

ఉత్తంకుడు – "భగవన్! దేవతలు, మానవులు, అసురులు – నీ వలననే పుట్టారు. నీవే చరాచర ప్రాణికోటికి జన్మనిచ్చావు. వేదవేత్త అయిన బ్రహ్మ, వేదాలు, వానిద్వారా తెలుసుకోదగిన సమస్త వస్తువులు, వాటిని అన్నింటిని నీవే సృష్టించావు. దేవదేవా! ఆకాశం నీ శిరస్సు, సూర్యచంద్రులు నేత్రాలు. వాయువు నీ ఊపిరి. అగ్ని నీ తేజస్సు. దిక్కులన్నీ నీ భుజాలు, మహాసాగరం నీ ఉదరం. పర్వతాలు ఊరువులు. అంతరిక్షం మోకాళ్లు. పృథివి నీకు చరణం, ఓషధులు నీ రోమాలు ఇంద్రుడు, సోముడు, అగ్ని, వరుణుడు, దేవతలు, అసురులు, నాగులు – వీరందరూ నీ ఎదుట నిలబడి తలలు వంచి అనేక రకాలుగా స్తుతిస్తూ చేతులు జోడించి నమస్కరిస్తూ ఉంటారు. భువనేశ్వరా! మీరు సమస్త ప్రాణులలోను వ్యాపించి ఉన్నారు. గొప్ప గొప్ప యోగులు, మహర్షులు మిమ్మే స్తుతిస్తూ ఉంటారు' అని స్తుతించాడు.

ఉత్తంకుని స్తుతి విని భగవంతుడు చాలా ఆనందించి, అతనిపై తనకు అనుగ్రహం కలిగిందని, ఏదైనా వరం కోరుకోమని పలికాడు.

ఉత్తంకుడు – "ప్రభూ! సర్వలోక సృష్టికర్తలు, దివ్యసనాతన పురుషులు నారాయణభగవానులు అయిన మీదర్శనం నాకు లభించింది. ఇదే నాకు అన్నింటిని మించిన పెద్ద వరం" అన్నాడు.

విష్ణువు – బ్రహ్మణ్యుడా! నీ హృదయం లోభంతో చంచలం కాలేదు. నీకు నాయందు అనన్యభక్తి ఉంది. ఈ కారణాలవలన నీ పట్ల నాకు విశేషానుగ్రహం కలిగింది. నీవు నానుండి తప్పక వరం గ్రహించాలి" అన్నాడు.

మార్కండేయుడు చెపుతున్నాడు – ఈ రీతిగా భగవానుడు వరం కోరుకోమని పదే పదే పట్టుపట్టగా ఉత్తంకుడు చేతులు జోడించి – "కమలలోచనా! మీకు నాయందు అనుగ్రహం కలిగితే, మీరు నాకు వరం ఇవ్వాలనే అనుకుంటే నాబుద్ధి ఎల్లప్పుడూ శమదమాలయందు, సత్యభాషణమందు, ధర్మమునందు లగ్నమై ఉండేలా దయతో అనుగ్రహించు. మీసేవ చేసే అలవాటును ఎన్నడూ విడువకుండేలా చేయండి" అని అడిగాడు.

భగవానుడు – "మహర్షీ! నీవు అడిగినది సంపూర్ణంగా జరుగుతుంది. అంతేకాక దేవతల యొక్క, ముల్లోకాలయొక్క గొప్ప కార్యం సిద్ధింపచేసే ఆ యోగవిద్య కూడా నీకు హృదయంలో స్ఫురిస్తుంది. దుంధు అనే పేరుకల ఒక గొప్ప అసురుడు ముల్లోకాలను నశింపచేయడానికి తీవ్రమయిన తపస్సు చేస్తాడు. ఆ అసురుని చావు ఎవరి చేతులలో ఉందో అతనిపేరు నీకు చెపుతాను విను. ఇక్ష్వాకు వంశంలో బృహదశ్వుడు అనే పేరు కల ఒక బలవంతుడు, విజయుడు అయినరాజు పుడతాడు. అతనికే కువలాశ్వుడనే కొడుకు పుడతాడు. అతడు నా యోగ బలాన్ని ఆశ్రయించి నీ ఆజ్ఞతో 'దుంధు'ను చంపుతాడు. అప్పటి నుండి అతడు దుంధుమారుడనే పేరుతో ప్రసిద్ధి వహిస్తాడు" అని చెప్పాడు.

ఉత్తంకునితో ఇలా చెప్పి విష్ణువు అంతర్ధానమయ్యాడు.

దుంధుమారుని చంపుమని ఉత్తంకుడు బృహదశ్వుని బలవంతపెట్టుట

మార్కండేయుడు చెపుతున్నాడు – సూర్యవంశపు రాజు ఇక్ష్వాకుడు పరలోకగతుడు కాగా అతని కొడుకు శశాదుడు రాజ్యపాలన చేయసాగాడు. అతని రాజధాని అయోధ్య, శశాదునికి కకుత్స్థుడు, అతనికి అనేనుడు, అతనికి పృథువు, పృథువుకు విశ్వగశ్వుడు, అతనికి అద్రి, అతనికి యువనాశ్వుడు, అతనికి శ్రవుడు, అతనికి శ్రావస్తుడు జన్మించారు. శ్రావస్తుడు శ్రావస్తి నగరాన్ని నిర్మించాడు. శ్రావస్తుని కొడుకు బృహదశ్వుడు, అతని కొడుకు కువలాశ్వుడు. కువలాశ్వునికి ఇరవై ఒక్కవేలమంది కొడుకులు. వారు సమస్తవిద్యాపారంగతులు, మహాబలవంతులు. కువలాశ్వుడు కూడా గుణాలలో తండ్రిని మించినవాడు. రాజ్యపాలనకు తగిన యోగ్యత అతనికి వచ్చేసరికి, తండ్రి అతనిని రాజ్యాభిషిక్తుని చేసి, తాను అడవికి తపస్సు చేసుకోవడానికి వెళ్లడానికి సిద్ధపడ్డాడు.

ఉత్తంకమహర్షి బృహదశ్వుడు అడవికి వెళ్తున్న వార్తను విని రాజధానికి వచ్చాడు. అతనిని వారిస్తూ – "రాజా! మేము నీ ప్రజలం. ప్రజలను రక్షించడం నీకర్తవ్యం. ముందు నీవు ఈ నీ ప్రధాన కర్తవ్యాన్ని ఆచరించు. నీ దయవలన సమస్త ప్రజలయొక్క, ఈ భూమి యొక్క ఉద్వేగం తొలగిపోతుంది. ఇక్కడ ఉండి ప్రజలను రక్షించడంలో ఎక్కువ పుణ్యం కనిపిస్తోంది. అంతటి పుణ్యం అడవికి వెళ్లి తపస్సు చేయడంలో లేదు. కాబట్టి ఇప్పుడే అలాంటి ఆలోచన పెట్టుకోవద్దు. మీరు లేకుండా మేము నిర్విఘ్నంగా తపస్సు

చేసుకోలేము. మరు దేశంలో మా ఆశ్రమ సమీపంలోనే ఇసుకతో నిండిన ఒక సముద్రం ఉంది. దానిపేరు ఉజ్జాలక సాగరం. అది అనేక యోజనాల పొడవు వెడల్పులు కలది. అక్కడ దుంధుడనే బలవంతుడైన రాక్షసుడు ఒకడున్నాడు. అతడు మధుకైటభుల పుత్రుడు. భూమిలోపల దాగుకొని ఉంటాడు. ఇసుక లోపల దాగి ఉండే ఆ క్రూరదానవుడు ఏడాదిలో ఒక్కసారే ఊపిరి పీల్చుకుంటాడు. అతడు ఊపిరి వదిలినపుడు పర్వతాలు, వనాలతో సహితంగా భూమి కదిలిపోతుంది. అతడు శ్వాసించే పెనుగాలికి రేగిన ఇసుకతుఫాను సూర్యునికూడా కప్పివేసేంత ఎత్తుకి లేస్తుంది. ఏడురోజుల వరకు భూమి కదులుతూనే ఉంటుంది. అగ్నిజ్వాలలు, నిప్పురవ్వలు, పొగలు లేస్తూ ఉంటాయి. ఈ అన్ని ఉత్పాతాల కారణంగా మేము ఆశ్రమంలో ఉండడం కష్టమైపోతోంది. కాబట్టి రాజా! మనుష్యులక్షేమం కోరి నీవు ఆ దైత్యుని వధించు" అన్నాడు.

బృహదశ్వమహారాజు చేతులు జోడించి - "బ్రహ్మర్షీ! మీరు ఇక్కడికివచ్చిన ఉద్దేశ్యం తప్పక నెరవేరుతుంది. నా పుత్రుడు కువలాశ్వుడు ఈ భూమండలంలోనే అద్వితీయవీరుడు. చాలా ధైర్యవంతుడు - చురుకైనవాడు. మీ అభీష్టకార్యాన్ని అతడు పూర్తిచేస్తాడు. అతని కొడుకులు బలవంతులు. వారుకూడా శస్త్రాస్త్రాలు ధరించి యుద్ధంలో అతనికి సహాయపడతారు. నేను ఆయుధాలు విసర్జించాను. కనుక నన్ను విడిచిపెట్టండి. నేను యుద్ధం నుండి మరలిపోయాను" అన్నాడు.

ఉత్తంకుడు సరేనన్నాడు. తరువాత రాజర్షి బృహదశ్వుడు ఉత్తంకముని ఆజ్ఞనుపొంది అతని అభీష్టకార్యం పూర్తి చేయడానికి తన పుత్రుడు కువలాశ్వుని ఆదేశించి తాను తపోవనానికి వెళ్లిపోయాడు.

దుంధుని వధ

యుధిష్ఠిరుడు మధ్యలో "మునివరా! అంతటి మహాబలవంతుడైన దైత్యుని గూర్చి నేను ఇంతవరకు వినలేదు. అతడెవరు? నాకు కొంచెం వివరించండి" అని ప్రశ్నించాడు.

మార్కండేయుడు చెప్పసాగాడు - మహారాజా! దుంధుడు మధుకైటభుల పుత్రుడు, ఒకసారి అతడు ఒంటికాలిపై నిలబడి చాలాకాలం తపస్సు చేశాడు. అతని తపస్సుకు బ్రహ్మ అనుగ్రహించి వరం కోరుకోమని అడిగాడు. అతడు దేవదానవ గంధర్వ యక్షరాక్షస పన్నగులలో ఎవరి చేతిలోనూ తనకు మృత్యువు లేకుండునట్లుగా వరం అడిగాడు. బ్రహ్మ "సరే వెళ్లిరా. అలాగే జరుగుతుందిలే" అన్నాడు. బ్రహ్మ అంగీకరించగానే అతడు బ్రహ్మ పాదాలంటి నమస్కరించి అక్కడినుండి వెళ్లిపోయాడు.

అప్పటినుండి అతడు ఉత్తంకుని ఆశ్రమ సమీపంలో తన శ్వాసనుండి నిప్పురవ్వలు ఎగజిమ్ముతూ ఇసుకలో నివసించసాగాడు. బృహదశ్వుడు వనవాసానికి వెళ్లాక అతనికొడుకు కువలాశ్వుడు ఉత్తంకుని వెంట సైన్యాన్ని, రథాలను తీసుకుని అక్కడకు చేరుకున్నాడు. ఇరవై ఒక్కవేల మంది కేవలం అతని పుత్రసైన్యమే. ఉత్తంకుని అనుమతితో విష్ణుభగవానుడు సర్వలోక కళ్యాణార్థం కువలాశ్వుని యందు తన తేజస్సును సంక్రమింపచేశాడు. కువలాశ్వుడు యుద్ధానికి ముందుకు సాగుతున్నంత మేర ఆకాశంలో "ఈ కువలాశ్వ మహారాజు తాను అవధ్యుడై దుంధువును చంపి దుంధుమారుడనే పేరుతో విఖ్యాతి చెందుతాడు" అని గట్టిగా ప్రతిధ్వనించింది. దేవతలు అతనికి నలువైపుల నుండి పుష్పవృష్టి కురిపించారు. దేవదుంధుభులు తమంత తామే మ్రోగాయి. చల్లని గాలి వీచింది. భూమినుండి లేచిన దుమ్మును చల్లార్చడానికి ఇంద్రుడు సన్నని వర్షం కురిపించాడు.

విష్ణుభగవానుని తేజస్సుతో వృద్ధి పొందిన రాజు శీఘ్రమే సముద్ర తీరానికి చేరుకున్నాడు. తన పుత్రులచేత నాలుగువైపుల ఇసుకను తవ్వించసాగాడు. ఏడురోజులపాటు అలా తవ్వాక మహాబలవంతుడైన దుంధువు కనిపించాడు. ఇసుకలో ఉన్న అతని అతిభయంకరమైన శరీరం పైకి వచ్చాక సూర్యునివలె మిక్కిలి కాంతితో ప్రకాశించసాగింది. దుంధువు ప్రళయకాలాగ్ని వలె పడమటి దిక్కును ఆక్రమించుకుని నిద్రపోతున్నాడు. కువలాశ్వుని పుత్రులు అతనిని అన్నివైపులనుండి చుట్టుముట్టి. పదునైన బాణాలు, గదలు, ముసలాలు, పట్టిసాలు, పరిఘులు, కత్తులు - మొదలైన అస్త్రశస్త్రాలతో అతనిని కొట్టసాగారు. వారిదెబ్బలు తిని ఆ మహాబలవంతుడైన దైత్యుడు కోపంతో లేచి వారు ప్రయోగించిన రకరకాల శస్త్రాస్త్రాలను మ్రింగివేసాడు. అనంతరం అతడు ముఖంనుండి అగ్నితుల్యమైన నిప్పుజ్వాలలను ఉమియసాగాడు. తన పరాక్రమంతో ఆ రాజకుమారులందరినీ ఒక్క క్షణంలోనే ఈ రీతిగా భస్మం చేసివేశాడు. పూర్వం సగరపుత్రులను మహాత్ముడైన కపిలుడు దహించినట్లుగా దహించాడు. ఇది ఒక అద్భుతమైన విషయం.

రాకుమారులందరూ దుంధుని క్రోధాగ్నిలో స్వాహా అయ్యాక ఆ మహాకాయుడైన దైత్యుడు రెండవ కుంభకర్ణునిలా మేల్కొని సిద్ధపడగా కువలాశ్వుడు అతనివైపుకి కదిలాడు. అతని శరీరం నుండి స్రవించే నీటిధారలతో దుంధువు ముఖం నుండి వెలువడే అగ్నిజ్వాలలు చల్లారిపోయాయి. ఈ రీతిగా యోగి అయిన కువలాశ్వుడు యోగబలంతో ఆ అగ్నిని చల్లబరచాడు. తాను బ్రహ్మాస్త్రాన్ని ప్రయోగించి సమస్త విశ్వం యొక్క భయాన్ని దూరం చేయడానికి ఆ దైత్యుని కాల్చి బూడిదచేశాడు. దుంధుని చంపిన కారణంగా అతడు దుంధుమారుడని ప్రసిద్ధి చెందాడు. ఈ యుద్ధంలో కువలాశ్వుని కొడుకులలో కేవలం - దృఢాశ్వుడు, కపిలాశ్వుడు, చంద్రాశ్వుడు - అనే ముగ్గురే మిగిలారు. ఈ ముగ్గురి వలననే ఇక్ష్వాకువంశం ఇంతవరకు విస్తరిల్లుతూ వచ్చింది.

పతివ్రతా కౌశికుల సంవాదము

దుంధుమారుని చరిత్ర విన్నాక యుధిష్ఠిరుడు మరల మార్కండేయుని - "భగవన్! పతివ్రతా స్త్రీల ధర్మాలు, వారి ప్రభావము. ఇప్పుడు నేను వినాలనుకుంటున్నాను. మాతా పితరులను, గురువులను సేవించే పుత్రులు, పాతివ్రత్యం పాటించే స్త్రీలు - అందరికీ ఆదరణీయులు. స్త్రీలు సదాచారాలను కాపాడుతూ పతిని దేవునిగా భావిస్తూ ఆదరభావంతో వారిని సేవించడం అంత సులభమైన పనేమీ కాదు. అలాగే తల్లిదండ్రులను, వివాహానంతరం పతి దేవుని చాలా శ్రద్ధా భక్తులతో సేవిస్తూ ఉంటారు. వారి ధర్మం చాలా కఠినమయినది. అంత కఠినమైన ధర్మం వేరొకటి కనపడదు. కాబట్టి మునివరా! ఈ రోజు పతివ్రతల మహిమలను తెలిపే కథను చెప్పండి" అని అడిగాడు.

మార్కండేయుడు చెప్పసాగాడు - పతివ్రతలు పతిసేవ వలన స్వర్గలోకాన్ని కూడా జయించగలరు. తల్లిదండ్రులను సేవించి వారిని సుఖపెట్టిన పుత్రుడు ఈ లోకంలో కీర్తిని, సనాతన ధర్మాన్ని విస్తరింపచేసి, చివరికి ఉత్తమలోకాలు పొందుతాడు. ఈ సందర్భానికి తగినదే నేను ముందు చెప్పబోయే కథ. ముందు పతివ్రతల మహిమను, ధర్మాలను చెపుతాను శ్రద్ధగావిను.

పూర్వం కౌశికుడనే బ్రాహ్మణుడుండే వాడు. అతడు చాలా ధర్మాత్ముడు, తపస్వి. అతడు అంగాలతో సహితంగా వేదాలను, ఉపనిషత్తులను అధ్యయనం చేశాడు. ఒకరోజు అతడు ఒక చెట్టు కింద కూర్చుని వేదాలను పఠిస్తున్నాడు. ఆ సమయంలో ఆ చెట్టుపై ఒక కొంగ కూర్చుని, ఆ బ్రాహ్మణునిపై రెట్టవేసింది. బ్రాహ్మణుడు కోపంతో మండిపడి కొంగను శపిస్తూ దానికేసి చూశాడు. పాపం నిస్సహాయురాలైన ఆ పక్షి కిందపడి మరణించింది. చచ్చిన కొంగను చూసి బ్రాహ్మణునికి మనసులో జాలికలిగింది. తాను చేసిన అకృత్యానికి పశ్చాత్తాపం కలిగింది. "అయ్యో! క్రోధానికి లొంగి ఈ రోజు ఎంతటి అకార్యానికి ఒడిగట్టాను" అని మనసులోనే చింతించాడు.

ఇలా చాలాసేపు విచారించి అతడు గ్రామంలోనికి భిక్షకోసం వెళ్లాడు. అతడక్కడ పరిశుద్ధమైన పవిత్రమైన నడవడిక కలవారి ఇళ్లలోనే భిక్ష అడుగుతూ ఉంటాడు. అంతకు ముందు కూడా తాను భిక్ష అడిగే అలాంటి ఒక ఇంటికి వెళ్లాడు. గుమ్మం వద్ద నిలుచుని "భవతి భిక్షాందేహి" అన్నాడు. లోపలినుండి ఆగునాయనా! తెస్తున్నాను అని ఒక స్త్రీ సమాధానమిచ్చింది. ఆమె అప్పుడు ఎంగిలి పాత్రలను శుభ్రం చేస్తోంది. ఆమె ఆ పని మానేసి వచ్చేసరికి, ఆమెభర్త ఇంటికి వచ్చాడు. అతడు చాలా ఆకలితో ఉన్నాడు. పతిని చూడగానే ఆమె బయటవేచి ఉన్న బ్రాహ్మణుని గురించి మరిచిపోయింది. ఆమె భర్తసేవలో మునిగిపోయింది. నీళ్లు తెచ్చి భర్త కాళ్లు కడిగింది. చేతులు ముఖం తుడుచుకొమ్మంది. కూర్చోడానికి ఆసనం వేసి, ఒక పాత్రలో చక్కని రుచికరమైన భోజనాన్ని వడ్డించి తెచ్చి తినడానికి ముందు పెట్టింది.

యుధిష్ఠిరా! ఆ స్త్రీ ప్రతిదినం పతికి భోజనంపెట్టి అతని ఎంగిలిని మహాప్రసాదంగా భావించి ఎంతో ప్రేమతో తింటుంది. భర్తనే దైవంగా భావిస్తుంది. భర్త ఆలోచనలకు అనుకూలంగానే నడుచుకుంటుంది. ఆమె మనసులో కూడా పరపురుషుని గురించి తలచదు. ఆమె తన హృదయంలోని సమస్త భావనలను సంపూర్ణ ప్రేమను పతి చరణాలపై సమర్పించి అనన్య భావంతో అతనిసేవలో లగ్నమవుతుంది. సదాచారపాలనం ఆమె జీవన విధానంలో ఒక భాగం. ఆమె మనశ్శరీరాలు రెండూ పరిశుద్ధమైనవే. గృహకృత్యాలలో ఆమె నేర్పరి. కుటుంబంలోని ప్రతి స్త్రీ పురుషుని యొక్క హితాన్నే కోరుతూ ఉంటుంది. పతికి మేలు చేసే విధానం గురించియే ఎల్లప్పుడూ ఆలోచిస్తూ ఉంటుంది. దైవపూజ, అతిథిసత్కారం, సేవకుల భరణపోషణలు, అత్తమామల సేవ - ఈ విషయంలో ఆమె ఎప్పుడూ ఏమరుపాటు చెందదు. ఆమెకు తన మనసుపై ఇంద్రియాలపై సంపూర్ణాధికారం ఉంటుంది.

పతికి సేవ చేస్తూ ఉండగా ఆమెకు భిక్షకోసం నిలబడిన బ్రాహ్మణుడు గుర్తుకువచ్చాడు. అప్పటికి పతికి చేయవలసిన సేవలు పూర్తి అయిపోయాయి. ఆమె భిక్ష తీసుకుని సంకోచిస్తూ బ్రాహ్మణుని వద్దకు వచ్చింది. బ్రాహ్మణుడు మండిపోతూ ఉడికిపోతూ ఉన్నాడు. ఆమె కనిపించగానే "అమ్మా! నీకు ఆలస్యం అవుతుందనే అనుకుంటే "ఆగు స్వామీ!" అని నన్ను ఎందుకు ఆపావు? నన్ను ఎందుకు వెళ్లనీయలేదు? బ్రాహ్మణుడు మండిపడడం చూసి ఆమె ఎంతో శాంతంగా పండితుడా! క్షమించు. నాకు నా పతికంటె మించిన గొప్ప దేవుళ్లు ఎవరూలేరు. వారు అలసిసొలసి ఆకలి దప్పులతో ఇంటికి వచ్చారు. వారిని వదలిపెట్టి ఎలా రాను? అతని సేవాసత్కారాలలో మునిగిపోయాను." అన్నది.

బ్రాహ్మణుడు వెంటనే "ఏమన్నావు? బ్రాహ్మణుడు గొప్పవాడు కాడు. నీ పతియే అందరికంటె గొప్పవాడనా? గృహస్థధర్మంలో ఉండికూడా నీవు బ్రాహ్మణులను అవమానిస్తున్నావు. ఇంద్రుడే బ్రాహ్మణుల యెదుట తలవంచుతాడు. ఇక మనుష్యుల సంగతి చెప్పడమెందుకు? నీకు బ్రాహ్మణుల సంగతి తెలియదా? ఎప్పుడూ వృద్ధులైన పెద్దవారి వలన విని ఉండలేదా? బ్రాహ్మణులు అగ్నితో సమానమైన తేజస్సు కలవారు. వారు తలచుకొంటే ఈ భూమిని కూడా మాడ్చి భస్మం చేసివేయగలరు" అని కోపంతో అన్నాడు.

ఆ పతివ్రత –"మహాత్మా! తపోధనా! కోపగించకండి. నేను కొంగపక్షిని కాను. నావైపు అలా కళ్లెర్రచేసి చూస్తారెందుకు? మీరు కోపగించి నన్ను ఏంచేయగలరు? నేను బ్రాహ్మణులను అవమానించలేదు. బ్రాహ్మణులు దైవతుల్యులు. నావలన మీకు తప్పు జరిగింది. కనుక క్షమించమని వేడుకుంటున్నాను. నేను బ్రాహ్మణుల మహిమ తెలియనిదానను కాను. వారి గొప్ప సంపద కూడా తెలుసు. బ్రాహ్మణుల కోపఫలితంగానే సముద్రపు నీరు త్రాగడానికి పనికిరానిదయింది. మహాతపస్వులు, శుద్ధాంతఃకరణులు అయిన వీరి క్రోధాగ్ని నేటికీ దండకారణ్యంలో ఆరిపోలేదు. బ్రాహ్మణులను అవమానించినందువలననే వాతాపిదైత్యుడు అగస్త్యమహాముని ఉదరంలో జీర్ణం అయిపోయాడు. బ్రాహ్మణోత్తముల ప్రభావం చాలా ఎక్కువగా విన్నాను. బ్రాహ్మణుల క్రోధం, అనుగ్రహం రెండూ కూడా గొప్పవే. ఈ సమయంలో మీపట్ల నేను చూపిన ఉపేక్షకు నన్ను క్షమించండి. నాకు పతిసేవ వలన కలిగే ధర్మాచరణం కంటె ప్రియమైనది మరొకటి లేదు. దేవతలలో కూడా నాభర్తయే నాకు పరమదైవం. నేను సామాన్యంగా పాతివ్రత్యధర్మాన్నే పాటిస్తాను. బ్రాహ్మణదేవతా! ఈ పతిసేవాఫలం కూడా మీరు ప్రత్యక్షంగా చూడండి. మీరు కోపించి కొంగపక్షిని భస్మం చేయడం నాకు తెలుసును. తండ్రీ! మనుష్యుల శరీరంలోనే ఉండే క్రోధం వారికి గొప్ప శత్రువు. క్రోధమోహాలను జయించినవారు, ఎప్పుడూ సత్యాన్నే మాట్లాడేవారు. గురుజనులను శుశ్రూష చేత ఆనందింపచేసేవారు, ఎదుటివారు కొట్టినా తిరిగి కొట్టనివారు, తమ ఇంద్రియాలను అదుపులో ఉంచుకొని పవిత్రభావంతో ధర్మమునందు స్వాధ్యాయమునందు నిమగ్నులైనవారు, కామాన్ని జయించినవారు, మాత్రమే దేవతల దృష్టిలో బ్రాహ్మణులవుతారు. సమస్తజగత్తును తనవలెనె భావించే ధర్మజ్ఞులు, మనస్వులు, అన్నిధర్మాల పట్ల అనురాగం కలవారు, యజన-యాజన, అధ్యయన – అధ్యాపనాది బ్రాహ్మణోచిత విధులను నిర్వర్తిస్తూ శక్త్యనుసారం దానం కూడా చేసేవారు, బ్రహ్మచర్యాశ్రమంలో వేదాధ్యయనం చేసేవారు, నిత్యము చేసే స్వాధ్యాయంలో ఎప్పుడూ పొరపాటు చేయనివారు, – ఇటువంటివారినే దేవతలు బ్రాహ్మణులని అంగీకరిస్తారు. బ్రాహ్మణులకోసం ఏ పుణ్యాకర్మలు విధించబడినవో వారి సమక్షంలో వాటినే చెప్పడం ఉచితంగా ఉంటుంది. అందుకే నేను మీ ఎదుట ఈ సంగతి చెపుతున్నాను. బ్రాహ్మణుడు సత్యవాది. అతని మనసు ఎప్పుడూ అసత్యంలో తగుల్కోదు. బ్రాహ్మణునకు – స్వాధ్యాయం, దమమూ, ఆర్జవము(ఋజువర్తన), సత్యభాషణము – ఇవి పరమ ధర్మాలుగా చెప్పబడ్డాయి. ధర్మస్వరూపం తెలుసుకోవడానికి కొద్దిగా కష్టమయినా అది సత్యమునందు ప్రతిష్ఠితమై ఉంటుంది. ధర్మం విషయంలో వేదమే ప్రమాణమని, వేదం వలననే ధర్మజ్ఞానం కలుగుతుందని పెద్దలు చెపుతూఉంటారు. అయినా ధర్మస్వరూపం బహు సూక్ష్మంగా ఉంటుంది. కేవలం వేదాలు చదివితేనే వాని యథార్థరూపం తెలుస్తుందని నిశ్చయంగా చెప్పలేం. ఇప్పటికీ మీకు ధర్మం యొక్క యథార్థతత్వం తెలియదని నాఅభిప్రాయం. బ్రాహ్మణదేవా! పరమధర్మం ఏమిటో తెలుసుకోవాలనుకుంటే మీరు మిథిలాపురం వెళ్లి మాతాపితృభక్తుడు, సత్యవాది, జితేంద్రియుడు అయిన ధర్మవ్యాధుని అడిగి తెలుసుకోండి. ధర్మతత్వమేమిటో మీకు తెలియచెప్పగలడు. దేవుడు మీకు

మేలుచేయుగాక! ఇక మీకు కావలసిన చోటికి వెళ్లవచ్చును. నేనేదైనా తప్పుగా మాటలాడి ఉంటే క్షమించండి. స్త్రీలు దయచూపతగినవారుకదా!" అన్నది.

బ్రాహ్మణుడు - తల్లీ! నీకు శుభమగుగాక! నేను నీయందు ప్రసన్నుడనైనాను. నాకోపం ఇప్పుడు దూరమయింది. నీవు నన్ను నిందించావు చూడు. అది నాకొక హెచ్చరికసుమా! దీనివలన నాకు గొప్ప మేలు జరుగుతుంది - నీవుచల్లగా ఉండాలి. ఇప్పుడు నేను మిథిలకు వెళుతున్నాను. నాపని నేరవేర్చుకుంటాను" అన్నాడు.

ధర్మవ్యాధుడు కౌశికునకు ఉపదేశించుట

మార్కండేయుడు చెపుతున్నాడు - ఆ పతివ్రత మాటలు విని కౌశికునకు చాలా ఆశ్చర్యం కలిగింది. తన క్రోధాన్ని గుర్తుకుతెచ్చుకుని తన తప్పుకు తన్ను తాను నిందించుకున్నాడు. తిరిగి ధర్మసూక్ష్మగతిని గురించి ఆలోచిస్తూ "పతివ్రత చెప్పిన మాటలపై శ్రద్ధ ఉంచి విశ్వసించాలి. కనుక నేను తప్పక మిథిలకు వెళ్లి ఆ ధర్మాత్ముడయిన వ్యాధుని కలుసుకుని ధర్మసంబంధమైన విషయాలను గూర్చి అడుగుతాను" అని మనసులోనే నిశ్చయించుకున్నాడు.

ఈరీతిగా ఆలోచించుకుని కుతూహలంతో మిథిలకు బయలుదేరాడు. మార్గమధ్యంలో అతడు అనేక అడవులను, గ్రామాలను, పట్టణాలను దాటాడు. అలా వెళ్లి వెళ్లి జనకమహారాజు పాలనలో సురక్షితంగా ఉన్న మిథిలానగరానికి చేరుకున్నాడు. ఆ నగరం మిక్కిలి శోభాయమానంగా ఉంది. చాలా అందమైనది. అక్కడ ధర్మాన్ని ఆచరించేవారే జీవిస్తున్నారు. అనేకచోట్ల యజ్ఞాలు, ధర్మసంబంధమైన గొప్ప ఉత్సవాలు జరుగుతున్నాయి.

కౌశికబ్రాహ్మణుడు నగరానికి చేరి అన్నిచోట్ల తిరుగుతూ ధర్మవ్యాధుని జాడ అడగసాగాడు. ఒక చోటకు వెళ్లి అతడు అడగగానే బ్రాహ్మణులు అతడుండే చోటును గురించి చెప్పారు. అక్కడికి వెళ్లి చూడగా ధర్మవ్యాధుడు మాంసం దుకాణంలో కూర్చుని మాంసం అమ్ముతూ కనిపించాడు. బ్రాహ్మణుడు ఒంటరిగా ఒకచోటకు వెళ్లి నిలుచున్నాడు. ఒక బ్రాహ్మణుడు తన్ను కలుసుకోవడానికి వచ్చాడని వ్యాధునకు తెలిసింది. అందుకని అతడు వెంటనే బ్రాహ్మణుని వద్దకు వెళ్లి "పూజ్యుడా! నమస్కారము. మీకు స్వాగతం. మీరు ఎవరికోసం ఇంతదూరం కష్టపడి వెదుకుతూ వచ్చారో ఆ వ్యాధుడిని నేనే. మీకు మేలు కలుగుతుంది. నేను మీకు ఏమి చేయగలనో సెలవీయండి. మీరు ఇక్కడికి ఎలా వచ్చారో కూడా నాకు తెలుసు. ఆ పతివ్రతయే మిమ్మల్ని ఇక్కడకు మిథిలకు పంపింది" అన్నాడు.

వ్యాధుని మాటలువిని బ్రాహ్మణునకు మిక్కిలి ఆశ్చర్యమయింది. అతడు మనసులోనే - "ఇది రెండవ ఆశ్చర్యం" అనుకున్నాడు. వ్యాధుడు "అయ్యా! ఇది మీకు నిలువతగినచోటు కాదు. మీకు ఇష్టమయితే ఇద్దరం ఇంటికి వెళదాం" అన్నాడు. బ్రాహ్మణుడు సుముఖుడై "మంచిది. అలాగే కానీ" అన్నాడు. బ్రాహ్మణుడు ముందు నడుస్తూంటే వ్యాధుడు అనుసరించాడు. ఇంటికి వెళ్లగానే వ్యాధుడు బ్రాహ్మణుని కాళ్లు కడిగి అతనికి కూర్చోడానికి ఆసనం చూపాడు. ఆసనాన్ని అలంకరించి అతడు వ్యాధునితో "నాయనా! ఈ మాంసం అమ్మేపని నీకు తగినది కాదు. నీవు చేసే ఈ ఘోరకర్మను చూచి నాకు చాలా దుఃఖం కలుగుతోంది" అన్నాడు.

దానికి వ్యాధుడు - "విప్రోత్తమా! నేను నా ఇష్టం కొద్దీ ఈ పని చేయడం లేదు. ఈ వృత్తి మా తాత ముత్తాతల నుండి నడుస్తోంది. నాకుగా నేను ధర్మవిరుద్ధమైన పని ఏమీ చేయడం లేదు. తల్లిదండ్రులను సావధానుడనై సేవిస్తున్నాను. నిజం చెపుతున్నాను. ఎవరినీ నిందించను. యథాశక్తిగా దానం చేస్తున్నాను. దేవతలకు, అతిథులకు, సేవకులకు పెట్టాకనే మిగిలినదానితో జీవితం గడుపుతున్నాను.

సేవ చేయడం శూద్రులకు, వ్యవసాయం చేయడం వైశ్యులకు, యుద్ధం చేయడం క్షత్రియులకు కర్తవ్యాలని చెపుతారు. ఇక బ్రాహ్మణునకు బ్రహ్మచర్యం, తపస్సు వేదాధ్యయనం, సత్యభాషణం - ఇవి ఎల్లప్పుడూ చేయదగిన పనులని చెపుతారు. ప్రజలు తమ తమ ధర్మాలను పాటించేలా ధర్మబద్ధమైన పరిపాలన చేయడం రాజుయొక్క కర్తవ్యం. ఒకవేళ ఎవరయినా ధర్మమార్గం నుండి తొలగితే వారిని తిరిగి ధర్మపాలన చేసేలా చేయాలి. బ్రాహ్మణా! ఇక్కడ జనకమహారాజు రాజ్యంలో ధర్మవిరుద్ధంగా నడుచుకునేవారు ఎవరూ లేరు. నాలుగు వర్ణాలవారు తమతమ ధర్మాలను పాటిస్తున్నారు. జనకమహారాజు ధర్మవిరుద్ధంగా నడుచుకునే దురాచారుని తన కొడుకు అయినాసరే కఠినంగా శిక్షిస్తాడు. (కాబట్టి మీరు నన్ను గాని, లేదా మరి ఏ మిథిలావాసిని అయినా సందేహించనక్కరలేదు).

నేను స్వయంగా ఏ జంతువును చంపడం లేదు. ఇతరులు

చంపితెచ్చిన పంది మాంసాన్ని గేదె మాంసాన్ని అమ్ముతాను. అయినా నేను ఎన్నడూ మాంసాన్ని తినను. ఋతుకాలంలోనే భార్యవలన సుఖం పొందుతాను. పగలు ఎప్పుడూ ఉపవాసం చేస్తూ రాత్రిమాత్రమే భోజనం చేస్తాను. కొందరు నన్ను పొగడుతారు. కొందరు నిందిస్తారు. కాని నేను అందరినీ నా మంచి నడతతో ప్రసన్నంగా ఉంచుతాను.

ద్వంద్వాలను సహించడం, ధర్మానికి కట్టుబడి ఉండడం, ప్రాణులందరినీ వారి వారి యోగ్యతలను బట్టి గౌరవించడం – ఈ మానవోచిత గుణాలు మానవులకు త్యాగం లేనిదే అలవడవు.[11] వ్యర్థమైన చర్చలు మాని, అడుగకుండానే ఇతరులకు మేలు చేయాలి. ఎట్టి కోరికతో గాని, క్రోధంతోకాని, ద్వేషం వలనగాని ధర్మాన్ని విడిచిపెట్టకూడదు. ఇష్టమైన వస్తువు లభించగానే సంతోషంతో పొంగిపోకూడదు. మనసుకు విరుద్ధంగా ఏదయినా జరిగితే దుఃఖించకూడదు. ఆర్థికమైన ఇబ్బందులు వచ్చినపుడు కంగారుపడకూడదు. ఎటువంటి స్థితిలోను తనధర్మాన్ని విడిచిపెట్టకూడదు. ఒకవేళ ఎప్పుడయినా పొరపాటుగా తప్పుగా ధర్మవిరుద్ధమైన పనిచేస్తే తిరిగి రెండవసారి అట్టి పనిచేయకూడదు. ఆలోచించి తనకు ఇతరులకు మేలు చేకూర్చేపని చేయడంలోనే ఆసక్తి కలిగిఉండాలి. చెడు చేసినవాడికి ప్రతీకారంగా చెడు చేయకూడదు. తన సాధుత్వాన్ని ఎన్నటికీ విడిచిపెట్టకూడదు. ఇతరులకు చెడు చేసేవాడు తన పాపం చేత తానే నష్టపోతాడు. పవిత్రభావంతో ఉండే ధర్మాత్ములు చేసే పనిని అధర్మంగా చెపుతూ వారిని గేలిచేసే శ్రద్ధాహీనులు నాశనం పొందుతారు. పాపాత్ముడు కొలిమితిత్తిలాగా ఊరికే ఉబ్బుతూ ఉంటాడు. వాస్తవానికి అతనిలో ఏ పురుషార్థమూ ఉండదు.

పాపకృత్యం చేశాక స్వచ్ఛమైన హృదయంతో పశ్చాత్తాపం పొందినవాడు ఆ పాపం నుండి విముక్తుడవుతాడు. పైగా "తిరిగి ఇటువంటి పని ఎప్పుడూ చేయను" అని దృఢంగా సంకల్పించుకుంటే భవిష్యత్తులో జరగబోయే ఇంకొక పాపకృత్యాన్నుండి రక్షింపబడతాడు. లోభమే పాపానికి మూలం. లోభులే పాపాలు చేయాలని ఆలోచిస్తూ ఉంటారు. పాపాత్ముడు పైకి ధర్మం అనే వలను విసరుతాడు. గడ్డిపరకతో కప్పబడిన గోతివలె అతని ధర్మం అనే అడ్డాలో పాపం ఉంటూ ఉంటుంది. వీరిలో కూడా ఇంద్రియనిగ్రహం పైపై పవిత్రత, ధర్మసంబంధమైన మాటలు – ఈ అన్నీ ఉంటాయి. కాని ధర్మాత్ములలో వలె శిష్టాచారంతో ఉండవు.

శిష్టాచార వర్ణనము

మార్కండేయుడు చెపుతున్నాడు – ధర్మవ్యాధుని యొక్క పై ఉపదేశాన్ని విని కౌశిక బ్రాహ్మణుడు అతనిని "మానవోత్తమా! నాకు శిష్టాచారాల గురించి ఎలా తెలుస్తుంది? నీవే శిష్టాచారం యొక్క యథార్థ రీతిని నాకు వివరించు" అని అడిగాడు.

వ్యాధుడు చెప్పసాగాడు – బ్రాహ్మణా! యజ్ఞము, తపస్సు, దానము, వేదపఠనము, సత్యభాషణము – ఈ అయిదుగుణాలు శిష్టుల వ్యవహారంలో ఎప్పుడూ ఉంటాయి. కామక్రోధ లోభాలు, దంభం, ఉద్దండత –ఈ దుర్గుణాలను జయించినవారు, ఎప్పుడూ వీనికిలోను కానివారు – వీరే శిష్టులని చెప్పబడుతారు. వీరినే శిష్టులు ఆదరిస్తారు. వీరు ఎప్పుడూ యజ్ఞాలు, స్వాధ్యాయం చేస్తూ ఉంటారు తప్ప ఇచ్చవచ్చిన రీతిగా నడుచుకోరు. సదాచారాన్ని నిరంతరం పాటించడం – శిష్టులకు మరియొక లక్షణం. గురుసేవ, నిశ్క్రోధం, సత్యభాషణం, దానం – ఈ నాలుగు సద్గుణాలు తప్పకుండ శిష్టాచారులలో ఉంటాయి. వేదాలసారం సత్యం, సత్యంయొక్క సారం ఇంద్రియనిగ్రహం, ఇంద్రియనిగ్రహం యొక్క సారం త్యాగం. ఈ త్యాగం శిష్టపురుషులలో ఎప్పుడూ స్థిరంగా ఉంటుంది. శిష్టులైనవారు ఎల్లప్పుడూ నియమబద్ధజీవితాన్ని గడుపుతారు. ధర్మమార్గంలోనే నడుస్తారు. గురువుయొక్క ఆజ్ఞను పాటిస్తూ ఉంటారు.

కాబట్టి ఇష్టుడా! నీవు ధర్మమర్యాదను అతిక్రమించే నాస్తికులతో, పాపులతో, నిర్దయులతో సావాసాన్ని విడిచిపెట్టు. ఎప్పుడూ ధార్మికులనే సేవించు. ఈ శరీరం ఒక నది. పంచేంద్రియాలు ఇందులో జలం. కామలోభాలనే మొసళ్లు దీనిలోపల ఉన్నాయి. జననమరణాలనే దుర్గమప్రదేశంలో ఈ నది ప్రవహిస్తోంది. నీవు ధైర్యమనే తెప్పతో జననాది క్లేశాలనే దుర్గమ స్థానాలను దాటివెళ్లు. ఏ రంగు అయినా తెల్లనిగుడ్డ మీదనే చక్కగా అద్దబడినట్లుగా శిష్టాచారాన్ని పాటించేవానిలోనే క్రమంగా సంచితకర్మ, జ్ఞానరూపమైన గొప్పధర్మం ప్రకాశిస్తాయి. అహింసా సత్యాలతోనే సమస్త జీవులకు శుభం చేకూరుతుంది. అహింస అన్నిటికంటె గొప్పధర్మం. కాని అది సత్యంలోనే ప్రతిష్ఠితమై ఉంటుంది. ఉత్తమ పురుషులయొక్క అన్నికార్యాలు సత్యం మీద ఆధారపడే ప్రారంభమవుతాయి. కనుక సత్యమే గౌరవింపదగినది. న్యాయబద్ధంగా ఆరంభమయ్యే కర్మలు

ధర్మం అనబడతాయి. దీనికి విరుద్ధంగా ఉండే అనాచారాలను శిష్టులు అధర్మం అని అంటూంటారు. క్రోధం లేకుండా, ఎవరినీ నిందించకుండా ఉండేవారిని, అహంకారం, ఈర్ష్య లేనివారిని, మనసును వశం చేసుకున్న వారిని, సరళస్వభావులను, శిష్టాచారులు అంటారు. వారిలో సత్త్వగుణం అధికంగా ఉంటుంది. ఇతరులకు పాటించడం కష్టం అనిపించే సదాచారాలను కూడా వారు అతి సుగమంగా పాటిస్తారు. వారి సత్కర్మల వలననే వారిని సర్వత్రా ఆదరిస్తారు. వారి చేతులమీదుగా హింస మొదలైన ఘోరకార్యాలు జరుగవు. సదాచారం ప్రాచీనకాలం నుండి వస్తున్నదే. ఇది సనాతన ధర్మం. దీనిని ఎవరూ నాశనం చేయలేరు. వేదప్రతిపాదితమైనది అన్నిటికంటె ప్రధానమైన ధర్మము. ధర్మశాస్త్రాలలో చెప్పబడినది రెండవది. శిష్టులు ఆచరించేది మూడవది. ఈ రీతిగా ధర్మాలు మూడు లక్షణాలు కలిగినవి. విద్యలలో పారంగతుడు కావడం, తీర్థాలలో స్నానం చేయడం, క్షమ, సత్యం, కోమలత్వం, పవిత్రత - మొదలైన సద్గుణాలను సంపాదించడం - శిష్టపురుషుల ఆచారాలలోనే కనిపిస్తాయి. అందరిపై దయ కలిగి ఉండేవారు, ఎవరి మనసులకు దుఃఖం కలిగించనివారు ఎప్పుడూ పరుషవాక్కు మాటలాడనివారు - వీరే శిష్టపురుషులు. శుభా శుభకర్మల పరిణామజ్ఞానం కలవారు, న్యాయప్రియులు, సద్గుణులు, సమస్త జగత్తుకు హితం కలిగించేవారు, ఎప్పుడూ సన్మార్గంలో చరించేవారు - ఇటువంటి సత్పురుషులే శిష్టులవుతారు. వారికి దానం చేసే స్వభావం ఉంటుంది. ఏ వస్తువునయినా ముందుగా అందరికీ పంచి తరువాత వారు స్వీకరిస్తారు. దీనులమీద, దుఃఖితుల మీద దయకలిగి ఉంటారు. స్త్రీలకు సేవకులకు కష్టం కలుగకూడదని, అందుకోసం కూడా చాలా జాగ్రత్తపడతారు. వారికి తమ శక్తినిమించి అధికంగా ధనం మొదలైనవి ఇస్తూ ఉంటారు. వారు ఎప్పుడూ సత్పురుషసాంగత్యమే చేస్తూ ఉంటారు. ప్రపంచంలో బ్రతుకుతెరువు ఎలా ఉంది, ధర్మరక్ష, ఆత్మకల్యాణం ఎలా జరుగుతాయి? - ఈ అన్ని విషయాల మీద వారి దృష్టి ఉంటుంది. అహింస, సత్యం, అక్రూరత, కోమలత్వం, ద్రోహం అహంకారాలను విడిచిపెట్టడం, లజ్జ, క్షమ, శమం, దమం, బుద్ధి, ధైర్యం, భూతదయ, రాగద్వేషాలు లేకపోవడం - ఇవన్నీ శిష్టపురుషుల గుణాలే. ఇందులోనూ మళ్లీ - ఎవరికీ ద్రోహం చేయకపోవడం, దానం చేస్తూ ఉండడం, సత్యం పలకడం - ఈ మూడూ ప్రధానమైనవి.[12] శాంతి, సంతోషం, తీయని మాటలు - ఇవి కూడా శిష్టుల గుణాలే, ఈ రీతిగా శిష్టాచారవ్యవహారాన్ని పాటించిన మనిషి మహాభయ విముక్తుడవుతాడు. ఓ బ్రాహ్మణా! ఈ రకంగా నేను విన్నది, నాకు తెలిసినది - దానిననుసరించి శిష్టాచారాలను నీకు వివరించి చెప్పాను.

ధర్మము యొక్క సూక్ష్మగతి - ఫలభోగాలలో జీవుని అస్వతంత్రత

మార్కండేయుడు చెపుతున్నాడు - ధర్మవ్యాధుడు కౌశికునితో - "ధర్మం విషయంలో వేదమొక్కటే కేవల ప్రమాణమని పెద్దలు చెపుతూ ఉంటారు. ఇది పూర్తిగా సరియైనదే. అయినప్పటికీ ధర్మముయొక్క గతి అతిసూక్ష్మమైనది. దానికి అనేక భేదాలు, అనేక శాఖలు ఉన్నాయి. వేదంలో సత్యం ధర్మమని, అసత్యం అధర్మమని చెప్పబడింది. కాని ఎవరికయినా ప్రాణ సంకటం వచ్చినపుడు, అసత్యం చెప్పడం వలన అతని ప్రాణాలు రక్షింపబడితే ఆ సమయంలో చెప్పిన అసత్యం ధర్మమే అవుతుంది. అక్కడ అసత్యం వలననే సత్యం యొక్క పని జరుగుతుంది. ఇలాంటి సమయంలో సత్యం చెప్పడం వలన అసత్యం యొక్క ఫలం వస్తుంది. దీనివలన పరిణామంలో ప్రాణులకు అత్యంతం హితమైనది, పైకి అసత్యంగా కనపడినా కూడా వాస్తవానికి సత్యమే అవుతుంది - అనేది నిష్కర్షగా తెలుస్తోంది. దీనికి విరుద్ధంగా సత్యం వలన ఎవరికయినా అహితం జరిగినా, ఇతరుల ప్రాణాలు పోయినా చూడడానికి అది సత్యమైనా వాస్తవానికి అసత్యం, అధర్మం అవుతుంది. ఈ ప్రకారంగా ఆలోచించి చూస్తే ధర్మంయొక్క గతి సూక్ష్మంగా ఉంటుంది.[13]

మనుష్యుడు తాను చేసిన శుభాశుభకర్మలకు ఫలితాన్ని అవశ్యం అనుభవించి తీరాలి. చెడ్డకర్మలకు ఫలితంగా ప్రతికూలస్థితి కలిగినపుడు అతనికి దుఃఖం వస్తుంది. దేవతలను నిందిస్తాడు. ఈశ్వరుని తిడతాడు. కాని అజ్ఞానవశం వలన తన కర్మలకు వచ్చే పరిణామంపై అతనికి ధ్యాస ఉండదు. మూర్ఖులు, కపటులు, చపలచిత్తులు అయిన మనుష్యులు ఎప్పుడూ సుఖదుఃఖాల వలయంలో పడిపోతారు. అతని బుద్ధికాని, చక్కని విద్యకాని, పురుషార్థం కాని ఏదీకూడా అతనిని ఈ వలయం నుండి రక్షించలేదు. పురుషార్థం యొక్క ఫలం పరాధీనం కాకపోతే ఎవరికి ఏ కోరిక ఉంటే దానినే పొందుతారు. కాని లోకంలో గొప్పగొప్ప సంయములు, కార్యకుశలురు, బుద్ధిమంతులు అయిన మానవులు కూడా

తమతమ పనులు చేస్తూ చేస్తూ అలసిపోతున్నారే తప్ప, వారి ఇచ్ఛానుసారంగా ఫలం మాత్రం పొందకపోవడం మనం చూస్తూనే ఉన్నాం. అలాగే ఇంకొకరకం మనుష్యులుంటారు. వారు ప్రాణులను హింసిస్తూ, లోకులను మోసగిస్తూ కూడా ఉల్లాసంగా జీవితాన్ని గడుపుతూ ఉంటారు. కొంతమందికి ఏ ప్రయత్నమూ చేయకుండానే అపారమైన ధనసంపద లభిస్తుంది. కొంతమందికి రోజంతా కష్టపడినా కనీసం కూలి కూడా దక్కదు. కొంతమంది దీనులు పుత్రులకోసం ఎన్నో దైవపూజలు చేస్తారు. ఎంతో తపస్సు చేస్తారు. కాని వారికి పుట్టినవారు కులకళంకులు అవుతూ ఉంటారు. చాలామంది తమతండ్రులు సంపాదించిన ధనధాన్యాలతోను, భోగవిలాస సాధనాలతోను జన్మిస్తారు. వారు లౌకిక శుభాచారాల ప్రకారమే జన్మిస్తారు. మానవులకు తాము చేసుకున్న కర్మలఫలితంగానే రోగాలు వస్తాయనడంలో సందేహం ఏమీ లేదు. బోయవాడు చిన్నచిన్న మృగాలను హింసించినట్లుగా రోగాలు, వ్యాధులు జీవులను బాధిస్తూ ఉంటాయి. ఔషధాలను సంగ్రహించి పెట్టుకున్న చికిత్సాకుశలుడైన వైద్యుడు వేటగాడు మృగాలను తరిమి కొట్టినట్లుగా (రోగాలను అనుభవించాక) రోగాలను నివారిస్తాడు. విప్రోత్తమా! ఇది నీవు కూడా చూసే ఉంటావు- భోజన భండారం సమృద్ధిగా ఉన్నవాడు తరచుగా సంపాదించడానికే బాధపడుతూ ఉంటాడు గాని తినడానికి నోచుకోడు ఇంకొకవైపు భుజబలం కలిగి, ఆరోగ్యంతో శక్తిశాలి అయి ఉన్నవాడు అన్నంలేక 'త్రాహి - త్రాహి' అంటూ ఉంటాడు. అతికష్టం మీద అతని కడుపునకు ఏదో కొంత దొరుకుతుంది. ఈ రీతిగా ఈ లోకం అసహాయస్థితిలో మోహశోకాలలో మునిగిఉంటుంది. అత్యంత ప్రబలమైన కర్మ ప్రవాహంలో పడి నిరంతరం ఆధివ్యాధి తరంగాల తాకిడిని సహిస్తూ ఉంటుంది. జీవుడు ఫలం అనుభవించడంలో స్వతంత్రుడే కనుక అయితే ఎవరూ చనిపోరు. ముసలివారు కారు. అందరికీ కోరిన కోరికలు లభిస్తాయి. అప్రియమైనదంటూ ఎవరికీ ఉండనే ఉండదు. ఈ ప్రపంచంలో అందరూ అందరికంటె ఉన్నతంగా ఉండాలనే కోరుకుంటారు. అందుకోసమే యథాశక్తి ప్రయత్నం చేస్తూ ఉంటారు. కాని అలా జరగదు. ఇది మనం నిత్యం చూస్తూ ఉన్నదే. చాలామంది ఒకే నక్షత్రంలో, ఒకే లగ్నంలో పుట్టినా వేర్వేరు కర్మలను చేసిన కారణంగా ఫలప్రాప్తిలో గొప్పతేడా ఉంటుంది. ఇంతెందుకు చెప్పడం? నిత్యమూ ఉపయోగించే వస్తువుల మీద కూడా ఎవరికీ అధికారం ఉండదు. శ్రుతి చెప్పినప్రకారం ఈ జీవుడు సనాతనుడు, సమస్త ప్రాణుల శరీరాలు నాశనం పొందేవి. శరీరానికి దెబ్బ తగిలితే శరీరం నశించిపోతుంది కాని నాశరహితుడైన జీవుడు మరణించడు. ఆ జీవుడు కర్మబంధాలలో చిక్కుకొని తిరిగి వేరే శరీరంలో ప్రవేశిస్తాడు.

జీవాత్మ నిత్యత్వము - పుణ్యపాపముల శుభాశుభపరిణామము

కౌశికుడు - "కర్మజ్ఞానవేదీ! జీవుడు సనాతనుడు ఎలా అయ్యాడు? దీని విషయం నేను వివరంగా తెలుసుకోవాలనుకుంటున్నాను" అని ప్రశ్నించాడు.

ధర్మవ్యాధుడు చెపుతున్నాడు - "దేహం నశించినా జీవుడు నశించడు. జీవుడు మరణిస్తాడని మూర్ఖులు చెప్పేమాట అసత్యం. జీవుడు ఈశరీరాన్ని విడిచి ఇంకొక శరీరంలోనికి వెడతాడు. శరీరం యొక్క పంచగుణాలు, వేర్వేరుగా పంచభూతాలలో కలిసిపోవడమే నశించి పోవడంగా చెపుతున్నారు. ఈలోకంలో ఒకడు చేసిన కర్మలను వేరెవరూ అనుభవించరు. ఎవరు చేసిన కర్మను వారు స్వయంగా అనుభవించవలసినదే. చేసిన కర్మ ఎప్పటికీ నశించదు. పుణ్యాత్ములు పుణ్యకర్మలను ఆచరిస్తారు. నీచులు పాపకర్మలను ఆచరిస్తారు. ఆ కర్మలు మానవులను అనుసరిస్తాయి. వానిచే ప్రభావితమై జీవుడు మరుసటి జన్మను పొందుతాడు".

"జీవుడు ఇంకొక గర్భంలో ఎలా జన్మిస్తాడు? పాపపుణ్యాలతో అతని సంబంధం ఎలా ఉంటుంది? పుణ్యమయమైన, పాపమయమైన జన్మలు ఎలా వస్తాయి? ఉంటాయి?" అని కౌశికుడు ప్రశ్నించాడు.

ధర్మవ్యాధుడు చెప్పసాగాడు - "జీవుడు కర్మబీజాలను సంగ్రహించుకొని శుభకర్మలను అనుసరించి ఉత్తమయోనులందు; పాపకర్మలను అనుసరించి అధమయోనులందు ఎలా పుడతాడో సంక్షేపంగా చెపుతాను. కేవలం శుభకర్మలతో కూడిన జీవుడు దైవత్వాన్ని, శుభకర్మల మిశ్రమం వలన మానవజన్మను పొందుతాడు. అజ్ఞానంలో పడి తామసకర్మలు చేయడం వలన పశుపక్ష్యాదియోనులు పొందవలసి ఉంటుంది. పాపులు నరకాన్ని పొందుతారు. జీవుడు జననమరణ వృద్ధావస్థల వలన కలిగే దుఃఖాలతో సదా పీడింపబడుతూ ఉంటాడు. తన పాపాల కారణంగా అతనికి మాటిమాటికి సంసారక్లేశాలను అనుభవించవలసి

ఉంటుంది. కర్మబంధనంలో చిక్కుకొన్న జీవుడు వేలరకాల తిర్యగ్యోనులలోను, నరకంలోను పరిభ్రమిస్తూ ఉంటాడు. మరణానంతరం పాపకర్మల వలన దుఃఖం కలుగుతుంది. ఆ దుఃఖాన్ని అనుభవించడానికే ఆజీవుడు నీచజాతులలో పుడతాడు. అక్కడ తిరిగి కొత్తవైన అనేక పాపాలు చేస్తూ ఉంటాడు. ఆకారణంగా అపథ్యం తిన్న రోగికి వలె అతడు తిరిగి అనేక కష్టాలు అనుభవించవలసి వస్తుంది. ఈరీతిగా ఆ జీవుడు నిరంతరం దుఃఖాన్ని అనుభవించవలసివచ్చినా తాను దుఃఖపడుతున్నాననుకోడు.దుఃఖాలనే సుఖాలుగా భావిస్తూ ఉంటాడు. బంధనాలు కల్పించే కర్మలయొక్క అనుభవం పూర్తి కానంతవరకు, కొత్తకొత్తకర్మలు చేస్తూఉన్నంతవరకు, అనేకకష్టాలు అనుభవిస్తూ జీవుడు ఈసంసారంలో చక్రంలా తిరుగుతూనే ఉంటాడు.

బంధనకారకాలైన కర్మలు అనుభవించడం పూర్తి అయినపుడు సత్కర్మలద్వారా అతనిలో పరిశుద్ధత కలిగినపుడు, అతడు తపస్సు, యోగం ఆరంభిస్తాడు. అందువలన పుణ్యకర్మల యొక్క ఫలస్వరూపంగా శోకంలేని ఉత్తమలోకాలను పొందుతాడు. పాపం చేసేవాడికి పాపం చేయడం అలవాటుగా మారి ఆపాపాలకు అంతులేకుండా పోతుంది. కాబట్టి పుణ్యకర్మలు చేయడానికే ప్రయత్నించాలి. పాపాలను త్యజించడమే ఉచితం. సంస్కారసంపన్నుడు, జితేంద్రియుడు, పవిత్రుడు, మనోనిగ్రహం కలవాడు అయిన బుద్ధిమంతుడు రెండులోకాలలోను సుఖం పొందుతాడు. కాబట్టి ప్రతిఒక్కరు సత్పురుషులయొక్క ధర్మాన్ని ఆచరించాలి. శిష్టులవలె నడుచుకోవాలి. లోకంలో ఎవరికీ కష్టం కలిగించనట్టి వృత్తితో జీవించాలి. కర్మలకు సాంకర్యం కలుగకుండా స్వధర్మానికి అనుగుణమైన కర్మలనే ఆచరించాలి. బుద్ధిమంతుడయిన పురుషుడు ధర్మమువలననే ఆనందం ఉందనుకుంటాడు. ధర్మాన్నే ఆశ్రయిస్తాడు. ధర్మబద్ధంగా సంపాదించిన ధనం ద్వారా ధర్మమూలాన్ని తడుపుతూ ఉంటాడు. ఈరీతిగా అతడు ధర్మాత్ముడు అవుతాడు. అతని మనసు నిర్మలమూ, ప్రసన్నమూ అవుతుంది. అలాగే మిత్రుల వలన సంతుష్టుడై అతడు ఇహపరలోకాలు రెండింటిలో ఆనందంగా ఉంటాడు. ధర్మాత్ముడు శబ్దస్పర్శరూపరస గంధములనే అన్నిరకాల విషయసుఖాలపై అధికారం పొందగలుగుతాడు. ఈస్థితి అతనికి ధర్మఫలితంగానే కలిగిందని భావించబడుతోంది. ధర్మానికి ఫలస్వరూపంగా సాంసారిక సుఖాలు పొంది కూడా తృప్తి సంతోషం కలుగనివాడు జ్ఞానదృష్టి వలన వైరాగ్యాన్ని పొందుతాడు. అతడు విరక్తుడై పరిపూర్ణుడవుతాడు గాని ధర్మాన్ని మాత్రం విడిచిపెట్టడు. ఈ జగత్తు అంతా నశించేదే అని తెలుసుకొని అన్నిటిని విడిచిపెట్టి ప్రయత్నం చేస్తాడు. అనంతరం ప్రారబ్ధాన్ని నమ్మి కూర్చోక తగిన ఉపాయంతో ముక్తికోసం ప్రయత్నిస్తాడు. ఈరీతిగా వైరాగ్యాన్ని పొంది, పాపకర్మలను విడిచి, ధార్మికుడై చివరికి మోక్షాన్ని పొందుతాడు. జీవులకు శుభం చేకూర్చేది తపస్సు. ఆ తపస్సుకు మూలం - శమ దమాలు, మనస్సు - ఇంద్రియాలపై విజయం సాధించడం. ఆ తపస్సు ద్వారానే మనుష్యుడు తన అన్ని కోరికలను పొందగలుగుతాడు. ఇంద్రియనిగ్రహం, సత్యభాషణం, శమదమాలు - వీనివలన మనుష్యుడు పరమపదాన్ని (మోక్షాన్ని) కూడా పొందగలడు.

ఇంద్రియ నిగ్రహము వలన కలుగు లాభాలు - లేనిచో వచ్చు నష్టాలు

బ్రాహ్మణుడు - "ధర్మాత్మా! ఇంద్రియాలంటే ఏమిటి. వాటిని ఎలా నిగ్రహించాలి? అందువలన కలిగే ఫలితమేమిటి? ఆ ఫలాన్ని ఎలా పొందగలుగుతాం?" అని ప్రశ్నించాడు.

ధర్మవ్యాధుడు చెప్పసాగాడు - ఇంద్రియాల ద్వారా విషయ జ్ఞానం పొందడానికి, ముందుగా మనస్సు అందులో ప్రవేశిస్తుంది. దానిని తెలుసుకున్నాక మనసులో దానిపట్ల రాగద్వేషాలు కలుగుతాయి. రాగం కలిగితే మనిషి ప్రయత్నం చేస్తాడు. దానిని పొందడానికి పెద్దపెద్ద ప్రయత్నాలే ఆరంభిస్తాడు. అది ప్రాప్తించిన తరువాత ఆ అభీష్ట విషయాలను మాటిమాటికి అనుభవిస్తూ ఉంటాడు. ఎక్కువగా అనుభవించడం వలన వాటిపై అనురాగం కలుగుతుంది. ఆ రాగం కారణంగా ఇతరులపై ద్వేషం పుడుతుంది. ఆపై లోభం మోహం మితిమీరుతాయి. ఈ రీతిగా లోభానికి వశమై, రాగద్వేషాలతో పీడింపబడే వాని బుద్ధి ధర్మంపై లగ్నం కాజాలదు. ఒకవేళ అతడు ధర్మం చేస్తున్నా అది పూర్తిగా మిషతో కూడుకొన్నదే అయిఉంటుంది. దానిమాటున స్వార్థం దాగి ఉంటుంది. వడ్డీతో ధర్మకార్యాలు చేసేవాడు వాస్తవానికి అర్థాన్నే (ధనాన్నే) కోరుకుంటాడు. ధర్మవడ్డీతో అర్థసిద్ధి కలుగుతున్నపుడు అతనికి దానియందే ఆసక్తి ఉంటుంది. ఆపై ఆ డబ్బుతో అతని హృదయంలో పాపాలు చేయాలనే కాంక్ష మేల్కొంటుంది. పండితుడైన మిత్రుడు

ఎవరయినా ఆ పనులు చేయకుండా అడ్డుకుంటే, దానిని సమర్థించుకుంటూ అశాస్త్రీయమైన సమాధానం ఇవ్వడమే కాకుండా, అది వేదప్రతిపాదితం అని కూడా చెపుతాడు. రాగరూపమైన దోషం కారణంగా మూడురకాల అధర్మాలు కలుగుతాయి. 1. మనసుతో పాపచింతన చేయడం 2. నోటితో పాపపుమాటలు ఆడడం. 3. కర్మలద్వారా కూడా పాపాచరణం చేయడం. అధర్మంలో తగుల్కొనడం వలన అతని మంచిగుణాలన్నీ నశించిపోతాయి. తన వంటి పాపాచారులతో స్నేహం పెరుగుతుంది. ఆ పాపాలవలన ఈలోకంలో ఎలాగూ దుఃఖం కలుగుతుంది. పరలోకంలో కూడా మిక్కిలి దుర్గతిని అనుభవించవలసి ఉంటుంది. ఈ రీతిగా మానవుడు ఎలా పాపాచారుడవుతాడో చెప్పాను.

ఇక ధర్మం ఎలా లభిస్తుందో విను. సుఖం ఎందులో ఉంటుందో దుఃఖం ఎందులో ఉంటుందో వివేచించకలిగిన నేర్పరి తన తీక్ష్ణబుద్ధితో విషయసంబంధమైన దోషాలను ముందే తెలుసుకోగలుగుతాడు. అందువలన అతడు సత్పురుషుల సాంగత్యాన్ని చేస్తాడు. సాధుసంగం వలన అతని బుద్ధి ధర్మంలో నిలుస్తుంది.

విప్రోత్తమా! పంచభూతాత్మకమైన ఈ చరాచరజగత్తు అంతా బ్రహ్మస్వరూపమే. బ్రహ్మన్ని మించిన ఉత్కృష్ట పదమేదీ లేదు. ఆకాశము, వాయువు, అగ్ని, జలం, భూమి - ఇవి పంచభూతాలు. శబ్దస్పర్శరూపరసగంధాలు అనే అయిదు వరుసగా వాటి విశిష్టగుణాలు. ఈ అయిదూ కాక ఆరవ తత్త్వం చేతన అనేది. దీనినే మనస్సు అంటారు. ఏడవ తత్త్వం బుద్ధి, ఎనిమిదవ తత్త్వం అహంకారం. ఇవికాక అయిదు జ్ఞానేంద్రియాలు, జీవాత్మ, సత్త్వరజస్తమోగుణాలు మూడు - ఇవన్నీ మొత్తం పదిహేడు తత్త్వాలను కలిపి అవ్యక్తం (మూలప్రకృతి యొక్క కార్యం) అంటారు. పంచజ్ఞానేంద్రియాలకు వ్యక్తమై, మనో బుద్ధులకు అవ్యక్తమైన విషయాలను కూడా కలుపుకుంటే ఇవి ఇరవైనాలుగు తత్త్వాలుగా చెప్పబడతాయి. ఈ వ్యక్తం, అవ్యక్తం అనే రెండు రూపాలుగానే ఇవన్నీ భోగ్యరూపాలవుతాయి.

భూమికి శబ్ద స్పర్శరూప రసగంధాలు అనే అయిదు గుణాలు ఉన్నాయి. వీనిలో గంధం కాక తక్కిన నాల్గు గుణాలు జలానికీ ఉన్నాయి. అగ్నికి శబ్దస్పర్శ రూపాలనే మూడు గుణాలున్నాయి. వాయువుకి శబ్ద స్పర్శలు రెండు, ఆకాశానికి శబ్దం ఒక్కటే గుణం. ఈ అయిదు ఒకదానిని విడిచి మరొకటి ఉండవు. ఏకీభావం పొంది స్థూలరూపంలో కనపడుతూ ఉంటాయి. చరాచరప్రాణులు తీవ్ర సంకల్పం ద్వారా ఇతర దేహాలను భావించినపుడు, కాలాధీనమై ఇతర దేహాలను ప్రవేశిస్తాయి. పూర్వదేహాలను విస్మరించడమే వానికి మృత్యువని చెప్పబడుతోంది. ఈ రీతిగా క్రమంగా వాటి ఆవిర్భావ తిరోభావాలు జరుగుతూ ఉంటాయి. దేహంలో ప్రతి అవయవంలోను కనిపించే రక్తాదిధాతువులు పంచభూతాలయొక్క పరిణామమే. వీనితో ఈ చరాచర జగత్తు అంతా నిండి ఉంది. ఇంద్రియ సంసర్గం కలిగిన విషయాలు వ్యక్తమని,ఇంద్రియాలకు గ్రాహ్యంకాని, కేవలం అనుమానంతోనే తెలుసుకోదగిన విషయాలు అవ్యక్తమని గ్రహించాలి.

తమతమ విషయాలను అతిక్రమించకుండ శబ్దాదివిషయాలను గ్రహించే ఈ ఇంద్రియాలను ఆత్మ తన వశం చేసుకున్నపుడు జీవుడు తపస్సు చేస్తాడు. అంటే ఇంద్రియనిగ్రహం ద్వారా ఆత్మతత్త్వసాక్షాత్కారానికి ప్రయత్నం చేస్తాడు. అందువలన ఆత్మజ్ఞానం పొంది ఈ సమస్తలోకాలలోను తాను నిండి ఉన్నట్లు, తనలో ఈ సమస్త లోకాలు ఉన్నట్లు చూడగలుగుతాడు. ఈరీతిగా పరాత్పర బ్రహ్మను తెలుసుకొన్న జ్ఞాని ప్రారబ్ధకర్మ శేషించి ఉన్నంతవరకు సమస్త ప్రాణులను చూస్తూ ఉంటాడు. సర్వావస్థలలోను సమస్త ప్రాణులను ఆత్మరూపంగా దర్శించగలిగే బ్రహ్మభూతుడైన జ్ఞానికి ఎప్పుడూ అశుభకర్మలతో సంయోగం ఉండదు. మాయతో కూడిన క్లేశాలన్నీ దాటిన యోగీశ్వరునికి లోకవృత్తిని తేటతెల్లం చేసే జ్ఞానమార్గం ద్వారా పరమపురుషార్థం (మోక్షం) లభిస్తుంది. బుద్ధిశాలి అయిన బ్రహ్మ వేదాలద్వారా ముక్తజీవుని ఆద్యంతరహితుడని, స్వయంభువు అని, అవికారి అని, అనుపముడని, నిరాకారుడని చెప్పాడు.

బ్రాహ్మణోత్తమా! అన్నిటికీ మూలం తపస్సు. అది ఇంద్రియ నిగ్రహం వలన తప్ప ఇక ఏరీతిగానూ సాధ్యంకాదు. స్వర్గనరకాలనేవి అన్నీ కూడా ఇంద్రియాలే. మనసుతో సహితంగా ఇంద్రియాలను అరికట్టటమే యోగానుష్ఠానం. ఇదే సంపూర్ణమైన తపస్సుకు మూలం. ఇంద్రియాలను అదుపులో ఉంచుకోకపోవడమే నరకానికి హేతువు. ఇంద్రియాలకు వత్తాసు పలుకుతూ వాటివెంట పరుగులు తీస్తే అన్నిరకాల దోషాలు సమకూరుతాయి. కాని వాటినే

వశంలో ఉంచుకుంటే సిద్ధి లభిస్తుంది. తన శరీరంలో ఉండే - మనసుతో కూడిన ఆరు ఇంద్రియాలపై అధికారం పొందిన జితేంద్రియుడు పాపాలలోనే తగుల్కొనడు అని అంటే ఇక అనర్థాలతో అతనికి సంపర్కం ఎలా కలుగుతుంది? శరీరం ఒక రథం. ఆత్మ దానికి సారథి. ఇంద్రియాలు గుఱ్ఱాలు. నేర్పరి అయిన సారథి గుఱ్ఱాలను తన వశంలో ఉంచుకొని సుఖంగా ప్రయాణం కొనసాగించినట్లుగా జాగరూకుడైన పురుషుడు తన ఇంద్రియాలను అధీనంలో ఉంచుకొని సుఖంగా జీవనయాత్ర పూర్తి చేస్తాడు. దేహరూపమైన రథానికి కట్టబడి ఉన్న మనస్సు, ఇంద్రియాలు అనే ఆరు బలిష్ఠమైన గుఱ్ఱాలను కళ్లెంతో చక్కగా నడపగలిగినవాడే ఉత్తమసారథి. బాటవెంట పరుగులు తీసే గుఱ్ఱాలమాదిరిగా విషయవాసనలలో విహరిస్తూ ఉండే ఈ ఇంద్రియాలను వశపరచుకోవడానికి ధైర్యంగా యత్నించాలి. అలా ధైర్యంగా ప్రయత్నం చేసినవానికి తప్పకుండా విజయం ప్రాప్తిస్తుంది. విషయాలవెంట పరుగులు తీసే ఇంద్రియాలను వెన్నంటి మనసు కూడా లగ్నమయితే అది బుద్ధినికూడా నదీ మధ్యంలో ఉన్న నావను గాలివిసురులు ముంచివేసినట్లుగా హరించి వేస్తుంది. ఈ ఆరు ఇంద్రియాల విషయంలో అజ్ఞాని మోహవశుడై సుఖభావన చేస్తూ ఫలసిద్ధిని ఆశిస్తాడు. కాని వానిలోని దోషాలను మననం చేసుకుంటూ వీతరాగుడైనవాడు వానిని నిగ్రహించుకుంటూ ధ్యానంలోని ఆనందాన్ని అనుభవిస్తాడు.

త్రిగుణ స్వరూపము - బ్రహ్మసాక్షాత్కారోపాయము

మార్కండేయుడు చెపుతున్నాడు - అనంతరం బ్రాహ్మణుడైన కౌశికుడు ధర్మవ్యాధుని "సత్త్వరజస్తమస్సులనే మూడు గుణాల స్వరూపాన్ని తెలుసుకోవాలనుకుంటున్నాను. నాకు వానిని సవివరంగా వినిపించు" అని అడిగాడు.

ధర్మవ్యాధుడు చెప్పసాగాడు - "మంచిది. ఇప్పుడు ఆ మూడుగుణాలను వేర్వేరుగా వివరిస్తాను విను. మూడింటిలోను తమోగుణం మోహాన్ని కలిగిస్తుంది. రజోగుణం కర్మలయందు ప్రవర్తింపచేస్తుంది. కాని సత్త్వగుణం విశేషంగా జ్ఞాన ప్రకాశాన్ని వ్యాపింప చేస్తుంది. కనుకనే దానిని అన్నిటికంటె ఉత్తమమని చెపుతారు. అజ్ఞానం అధికంగా కలిగినట్టి, మోహగ్రస్తుడైనట్టి, అచేతనంగా రాత్రింబవళ్లు నిద్రలో గడుపునట్టి, ఇంద్రియాలు వశంలో లేనట్టి, అవివేకి, క్రోధి, సోమరి అయినట్టి మనుష్యుని తమోగుణం కలవానిగా తెలుసుకోవాలి. ఎప్పుడూ ప్రవృత్తిని గురించే మాటలాడుతూ, విచారశీలుడై, ఇతరులలో దోషాలు చూడనట్టి, ఎప్పుడూ ఏదో ఒక పని చేస్తూండాలని కోరుకునే, వినయం లేకుండా మిక్కిలి గర్వం కలిగినట్టి వ్యక్తిని రజోగుణం కలవానిగా తెలుసుకోవాలి. ఆంతరికప్రకాశం (జ్ఞానం) కలిగిన ధీరుడు, నిష్క్రియుడు, ఇతరులలో దోషాలు ఎంచనివాడు, జితేంద్రియుడు, క్రోధాన్ని విడిచిపెట్టినవాడు అయిన వ్యక్తి సాత్త్వికుడు.

మనుష్యులు తేలికగా భుజిస్తూ అంతఃకరణ శుద్ధి కలిగి ఉండాలి. రాత్రులందు మొదటి చివరి జాములలో ఎల్లప్పుడూ ఆత్మచింతనలో లగ్నమై ఉండాలి. ఈ రీతిగా ఎల్లప్పుడూ తన హృదయంలో ఆత్మసాక్షాత్కారం కోసం అభ్యాసం చేసేవాడు ప్రజ్వలిస్తున్న దీపం వలె మనోదీప్తితో నిరాకార ఆత్మను దర్శించి (జ్ఞానంపొంది) ముక్తుడవుతాడు. అన్నిరకాల ఉపాయాలతో క్రోధలోభ ప్రవృత్తులను అణిచివేయాలి. ఇదే తపస్సు. ఇదే సంసారసాగరాన్ని దాటించే సేతువు. క్రోధంనుండి తపస్సును; ద్వేషం నుండి ధర్మాన్ని; మానావమానాల నుండి విద్యను; (పొరపాట్ల) మోహంనుండి తన్ను తాను రక్షించుకుంటూ ఉండాలి. క్రూరత్వం లేక పోవడం (దయ) అన్నిటినిమించిన గొప్ప ధర్మం. క్షమ అన్నిటిని మించిన ప్రధాన బలం. సత్యం ఉత్తమమైన వ్రతం. ఆత్మజ్ఞానం అన్నిటికంటె ఉత్తమమైన జ్ఞానం. సత్యం మాట్లాడడం శుభప్రదం. సత్యంలోనే జ్ఞానం నిలిచిఉంటుంది. ప్రాణులకు మిక్కిలిమేలు చేకూర్చేది గొప్ప సత్యంగా పరిగణించబడుతుంది. నిష్కామకర్మ చేసేవాడు, తన సర్వస్వాన్ని త్యాగాగ్నిలో హోమం చేసినవాడు, మాత్రమే బుద్ధిమంతుడు, త్యాగి అవుతాడు. ఏ ప్రాణినీ హింసించకూడదు. అందరితో మైత్రి పాటించాలి. దుర్లభమైన మానవజన్మను పొంది ఎవరితో వైరం పెట్టుకోకూడదు. ఏదీ దాచి ఉంచుకోకూడదు. అన్ని దశలలో సంతుష్టి కలిగిఉండాలి. కోరికలను, లాలసను విడిచిపెట్టాలి. ఇదే అన్నిటికంటె ఉత్తమమైన జ్ఞానం. ఇదే ఆత్మజ్ఞాన సాధనం. ఏ రకంగానూ కూడబెట్టుకోవడం మానివేసి, ఇహపరలోకాల భోగాల పట్ల దృఢవైరాగ్యం కలిగి బుద్ధిని, మనసును, ఇంద్రియాలను అదుపులో ఉంచుకోవాలి. జితేంద్రియుడై, మనసును స్వాధీనం చేసికొన్న, అజేయమైన పదాన్ని జయించదలచుకొన్న, నిత్యమూ తపస్సులో మునిగిఉండే ముని ఆసక్తిని కలిగించే భోగాలకు దూరంగా అనాసక్తుడై ఉండాలి. గుణాలన్నీ అగుణాలైపోయి,

విషయాసక్తి రహితమైన, ఒకే ఒక నిత్యసిద్ధస్వరూపమై ఉండే; అజ్ఞానం మాత్రమే అడ్డుగా ఉండి - ఆ అజ్ఞానం తొలగిపోగానే తనతో అభిన్నంగా భాసించే స్థితియే బ్రహ్మ పదం. అదే అంతులేని ఆనందం. సుఖదుఃఖాల రెండింటియందలి కోరికను విడిచిపెట్టినవాడే, ఏమాత్రం ఆసక్తి లేనివాడే బ్రహ్మపదాన్ని పొందగలడు. విప్రోత్తమా! నేను విన్నది, నాకు తెలిసినది మీకు చెప్పాను" అని ముగించాడు.

ధర్మవ్యాధుని మాతృ పితృభక్తి

మార్కండేయుడు చెపుతున్నాడు - "యుధిష్ఠిరా! ఈ రీతిగా ధర్మవ్యాధుడు మోక్షసాధకాలైన ధర్మాలను గూర్చి వివరించగా కౌశికుడు మిక్కిలి సంతుష్టుడై "నీవు నాకు చెప్పినదంతా న్యాయయుక్తంగా ఉంది. ధర్మం విషయంలో నీకు తెలియనిది ఏదీలేదని నాకు అనిపిస్తోంది" అని ప్రశంసించాడు.

ధర్మవ్యాధుడు "బ్రాహ్మణదేవా! ఏ కారణంగా నాకు ఇది సిద్ధించిందో ఆ ప్రత్యక్ష ధర్మాన్ని కూడా చూద్దురుగాని నడవండి. ఇంటిలోపలికి రండి. నా తల్లిదండ్రులను దర్శించండి" అన్నాడు.

వ్యాధుడు ఇలా అన్నాక కౌశికుడు ఇంట్లోకి వెళ్లాడు. సున్నం వేయబడి తెల్లగా నాలుగు గదులతో ఉన్న అందమైన ఇల్లు కనపడింది అతనికి. ఆ ఇంటి అందం మనసును ఆకట్టుకుంటోంది. దేవతానిలయంలా ఉంది. దేవతామూర్తుల అందమైన ప్రతిమలతో ఆ ఇల్లు మరింత శోభిస్తోంది. ఒకవైపు పడుకోవడానికి దుప్పటి పరచిన మంచం, మరొక వైపు కూర్చోవడానికి ఆసనాలు ఉన్నాయి. అక్కడ అగరువత్తుల, కుంకుమ పువ్వుయొక్క తీయని వాసనలు అలముకొని ఉన్నాయి. ధర్మవ్యాధుని తల్లిదండ్రులు భోజనం చేసి తృప్తిగా ఆసనంపై కూర్చొనిఉన్నారు. వారి ఒంటిమీద తెల్లనివస్త్రాలు అందంగా ఉన్నాయి. పుష్పచందనాదులతో వారికి పూజ జరిగింది. ఇదంతా కౌశికుడు గమనించాడు.

ధర్మవ్యాధుడు తల్లిదండ్రులను చూడగానే వారిపాదాలపై శిరసునుంచి మొక్కాడు. నేలపై సాగిలపడి సాష్టాంగ నమస్కారం చేశాడు. వృద్ధులైన తల్లిదండ్రులు మిక్కిలి వాత్సల్యంతో "నాయనా! లే.లే. నీకు ధర్మం తెలుసును. ధర్మం సదా నిన్ను రక్షిస్తుంది. నీవు చేసే సేవకు, నిర్మలభావానికి మేము చాలా ఆనందిస్తున్నాం. నీకు దీర్ఘాయువు కలుగుగాక! నీవు ఉత్తమగతిని, తపస్సును, జ్ఞానాన్ని, శ్రేష్ఠమైన బుద్ధిని కలిగి ఉన్నావు. నాయనా! నీవు మంచిపుత్రుడవు.నీవు నిత్యమూ నియమంగా మమ్మల్ని సత్కరిస్తున్నావు. పూజిస్తున్నావు. మమ్మల్నే దైవాలుగా భావిస్తున్నావు. బ్రాహ్మణులతో సమానంగా శమదమాదులు పాటిస్తున్నావు. నా తండ్రి, అతని తాతముత్తాతలు, మేమిద్దరం నీ సేవలకు చాలా సంతుష్టిచెందాము. త్రికరణశుద్ధిగా ఎప్పుడూ నీవు మాసేవ మానలేదు. ఇప్పుడు కూడా నీ మనసులో మాసేవ గురించి తప్ప వేరే ఆలోచన ఏదీ లేదు. పరశురాముడు తన వృద్ధ మాతాపితరులకు చేసినంతగా, అంతకంటె ఎక్కువగా కూడా నీవు మాకు సేవ చేస్తున్నావు." అన్నారు.

అనంతరం ధర్మవ్యాధుడు తన తల్లిదండ్రులకు కౌశికుని పరిచయం చేశాడు. వారు కూడా కౌశికునికి స్వాగతం చెప్పి సత్కరించారు. బ్రాహ్మణుడు కృతజ్ఞతలు చెప్పి, " మీ ఇద్దరూ ఈ ఇంట్లో పుత్రునితో సేవకులతో కలిసి కులాసాగా ఉన్నారు కదా! మీ ఒంట్లో ఆరోగ్యంగా ఉంటోందా?" అని అడిగాడు. వారు "అవును దేవా! మా ఇంట్లోను, సేవకుల ఇళ్లల్లోను అంతా కుశలమే. మీరు మీ గురించి చెప్పండి. మీరు ఇక్కడికి క్షేమంగా చేరుకున్నారా? దారిలో ఏమీ ఇబ్బంది కలుగలేదు కదా!" అని తిరిగి అడిగారు. బ్రాహ్మణుడు తనకేమీ కష్టం కలగలేదన్నాడు.

తరువాత ధర్మవ్యాధుడు తన తల్లిదండ్రులవైపు చూస్తూ కౌశికునితో "దేవా! ఈ తల్లిదండ్రులే నాకు ముఖ్యులైన దైవాలు. దేవతలకు చేయవలసినదంతా నేను ఈ ఇద్దరికే చేస్తూ ఉంటాను. వీరి సేవకు నేను బద్ధకించను. సమస్తలోకాలకు ఇంద్రాది దేవతలు ముప్పదిమూడు మంది ఎలా పూజనీయులో, అలా నాకు ఈ వృద్ధులైన తల్లిదండ్రులే పూజ్యులు. ద్విజులు దేవతలకు అనేకరకాల కానుకలు సమర్పించినట్లుగా నేను కూడా నాతల్లిదండ్రులకు సమర్పిస్తాను. ద్విజోత్తమా! ఈ తల్లిదండ్రులే నాకు అతిశ్రేష్ఠమైన దైవాలు. పూలు, పళ్లు, రత్నాలతో నేను వీరినే సంతుష్టిపరుస్తాను. పండితులు అగ్ని అని కొనియాడేది నా పాలిటికి వీరే. నాలుగు వేదాలు, యజ్ఞం కూడా నాకు వీరే. నా భార్యా, బిడ్డలూ మిత్రులు అందరూ వీరికోసమే. నా ప్రాణాలు కూడా వీరిసేవకే అర్పితం. నా భార్యాబిడ్డలతో కలిసి నేను నిత్యమూ వీరిని సేవిస్తూ ఉంటాను. వారికి నేను స్వయంగా స్నానపుటేర్పాట్లు చేస్తాను. కాళ్లు కడుగుతాను. భోజనం వడ్డించి తినిపిస్తాను. వారికి ఏవి ఇష్టమో ఏవికావో నాకు తెలుసును. అందుకనే వారికిష్టమైన

వస్తువులనే తెస్తాను. వారికి రుచించనివి తేను. ఈ రీతిగా ఏమాత్రం అలసత్వం లేకుండా నేను వీరిని ఎల్లప్పుడూ సేవిస్తూ ఉంటాను.

కౌశికునకు మాతాపితలను సేవించుమని చెప్పుట

మార్కండేయ మహాముని చెప్పసాగాడు – ఈ విధంగా ధర్మవ్యాధుడు తన తల్లిదండ్రులను చూపించిన తరువాత కౌశికునితో – "బ్రాహ్మణా! తల్లిదండ్రులను సేవించడమే నాకు తపస్సు. ఈ తపస్సు యొక్క ప్రభావం గమనించండి. దీని ప్రభావం వల్లనే నాకు దివ్యదృష్టి లభించింది. అందువలననే పతివ్రత పంపగా మీరు ఇక్కడికి వచ్చారని నేను తెలుసుకోగలిగాను. మిమ్మల్ని ఇక్కడికి పంపిన ఆ పతివ్రతకు తన పాతివ్రత్య ప్రభావం చేత వాస్తవానికి ఈ సంగతులన్నీ తెలుసు. ఇప్పుడిక మీమేలు కోరి కొన్ని విషయాలు చెపుతాను. వినండి. వేదాధ్యయనంకోసం మీరు తల్లిదండ్రుల అనుమతిలేకనే ఇంటిని వదిలి వచ్చేశారు. అందువలన వారిని అవమానించినట్లయింది. ఇది మీకు అత్యంతమూ అనుచితమైన కార్యము. మీ మీది బెంగతో ఆ పెద్దవాళ్లిద్దరూ శోకించి అంధులయిపోయారు. వెళ్లండి. ముందు వారిని సంతోషపెట్టండి. ఇలా చేయడం వలన మీ ధర్మం నష్టమవదు. మీరు తపస్సు చేసుకునే మహాత్ములు. ధర్మమునందు అనురాగం కలవారు. కాని తల్లిదండ్రుల సేవ చేయకుండా ఇవన్నీ వ్యర్థం. మీరు వెంటనే వెళ్లి వారిని ఆనందింపచేయండి. నా మాటలు నమ్మండి, నేను మీ మేలు కోరే ఈ మాట చెపుతున్నాను. దీనిని మించిన ఇంక ఏ ధర్మం నాకు తెలియదు" అన్నాడు.

బ్రాహ్మణుడు "ధర్మాత్మా! నేను ఇక్కడికి రావడం, నీ సాంగత్యం లభించడం నా అదృష్టం. నీతో సమానంగా ధర్మతత్త్వాన్ని చెప్పగలిగినవారు ఈ లోకంలో దుర్లభం. వేలమందిలో ధర్మతత్త్వాన్ని తెలిసినవారు అతి తక్కువ మంది ఉంటారు. వారు కూడా తరచుగా లభించరు. నీకు కళ్యాణమగుగాక! నేడు నాకు నీపట్ల, నీ సత్యం పట్ల చాలా ఆనందం కలిగింది. స్వర్గంనుండి భ్రష్టుడవుతున్న యయాతి మహారాజును ఆయన దౌహిత్రులు రక్షించినట్లుగా నీవంటి సత్పురుషుడు నేడు నన్ను నరకాన్నుండి ఉద్ధరించాడు. ఇక నీవు చెప్పినట్లుగా తల్లిదండ్రుల సేవ చేస్తాను. అంతఃకరణ శుద్ధి లేనివాడు ధర్మాధర్మాలను నిర్ణయించలేడు. తెలుసుకోవడానికే కష్టమయిన సనాతన ధర్మతత్త్వజ్ఞానం ఒక శూద్రజాతి పురుషుని యందు ఉండడం చాలా ఆశ్చర్యకరం. నేను నిన్ను శూద్రుడని అనుకోవడం లేదు. ఏదో ప్రబలమైన ప్రారబ్ధకర్మ కారణంగా నీవు శూద్రజాతి యందు పుట్టి ఉంటావు". అన్నాడు.

బ్రాహ్మణుడు అడగడంతో ధర్మవ్యాధుడు – "నేను పూర్వజన్మలో వేదవేత్త అయిన బ్రాహ్మణుడిని. సాంగత్యదోషం వలన ఋషిచేత శాపం పొందదగిన పని చేశాను. ఆ శాపం వలననే శూద్రజాతి యందు వ్యాధుడినై పుట్టాను" అని చెప్పాడు.

కౌశికుడు – "శూద్రుడివి అయినప్పటికీ నిన్ను నేను బ్రాహ్మణునిగానే భావిస్తున్నాను. బ్రాహ్మణుడయినప్పటికీ పాపాత్ముడు, దాంభికుడు, అసన్మార్గవర్తి అయినవాడు శూద్రునితో సమానం, దీనికి విరుద్ధంగా శూద్రుడైనప్పటికీ శమదమాలు కలిగి సత్యధర్మాలను ఎల్లప్పుడూ పాటిస్తూ ఉండేవానిని నేను బ్రాహ్మణునిగానే అంగీకరిస్తాను. ఎందుకంటే మనిషి సదాచారంతోనే బ్రాహ్మణుడవుతాడు. నీవు జ్ఞానివి, బుద్ధిమంతుడవు, నీ బుద్ధి విశాలమైనది. ధర్మతత్త్వం తెలిసినవాడవు, జ్ఞానానందంతో తృప్తిగా జీవిస్తున్నవాడవు. కనుక నీవు ధన్యుడవు. ఇక నన్ను వెళ్లనియ్యి. నీకు శుభమగుగాక! ధర్మం ఎల్లప్పుడూ నిన్ను రక్షించుగాక!" అని ఆదరంగా పలికాడు.

మార్కండేయుడు చెపుతున్నాడు – బ్రాహ్మణుని మాటలు విని ధర్మవ్యాధుడు చేతులు జోడించి" మీరు వెళ్లిరండి" అన్నాడు. బ్రాహ్మణుడు ధర్మవ్యాధునికి ప్రదక్షిణం చేసి అక్కడినుండి బయలుదేరాడు. ఇంటికి వెళ్లి తన తల్లిదండ్రులకు సంపూర్ణంగా సేవలు చేశాడు. వృద్ధులైన తల్లిదండ్రులు సంతోషించి అతనిని కొనియాడారు. యుధిష్ఠిరా! నీవు అడిగినదానికి సమాధానంగా పతివ్రతయొక్క బ్రాహ్మణుని యొక్క ప్రభావం వివరించాను. ధర్మవ్యాధుడు చెప్పిన మాతాపితరుల సేవ వలన కలిగే మహిమను కూడా వినిపించాను." అని ముగించాడు.

యుధిష్ఠిరుడు – "మహామునీ! ధర్మవిషయకంగా మీరు ఈ అద్భుతమైన ఉపాఖ్యానం వినిపించారు. ఇది వింటూంటే ఎంతో సమయం కూడా క్షణకాలంలా గడిచిపోయింది. అంత సుఖంగా ఉంది వినడానికి. మీరు చెప్పే ఈ ధర్మకథలు వింటూ ఉంటే నాకు తృప్తే కలుగడం లేదు" అన్నాడు.

కార్తికేయుని జననము - దేవ సైన్యాధిపత్యము వహించుట

యుధిష్ఠిరుడు - "భృగువంశోత్తమా! స్వామి కార్తికేయుడు ఎలా జన్మించాడు? అతడు అగ్నిపుత్రుడు ఎలా అయ్యాడు? - ఈ కథ యావత్తూ దయచేసి నాకు పూర్తిగా చెప్పండి" అని అడిగాడు.

మార్కండేయుడు చెప్పసాగాడు - "కురునందనా! విను. బుద్ధిమంతుడయిన కార్తికేయుని జన్మవృత్తాంతం చెపుతాను. పూర్వకాలంలో దేవాసురులు తమలో తాము పట్టుదలగా యుద్ధాలు చేస్తూ ఉండేవారు. ఆ యుద్ధాలలో ఎప్పుడూ ఘోరాకారులైన అసురులే దేవతలపై విజయం పొందుతూ ఉండేవారు. ఇంద్రుడు మాటిమాటికి తన సైన్యం నష్టమవడం చూసి మానసపర్వతం మీదికి వెళ్లి ఒక శ్రేష్ఠుడైన సేనాపతిని పొందాలని ఆలోచించసాగాడు. ఇంతలో అతని చెవులకు ఒక స్త్రీ ఆర్తనాదం వినపడింది. ఆమె "అయ్యో! ఎవరైనా ఉంటే పరుగున వచ్చి నన్నురక్షించండి" అని పదే పదే అరుస్తోంది. ఇంద్రుడు ఆమె విలాపం విని "భీరూ! భయపడకు. ఇక నీకు భయపడవలసినదేమీలేదు" అని చెపుతూ ఆమెను సమీపించాడు. అక్కడ కేశిదైత్యుడు చేతిలో గద పట్టుకుని నిల్చుని ఉన్నాడు. ఇంద్రుడు ఆ కన్య చేతిని పట్టుకొని "అరే నీచకర్మా! నీవు ఈ కన్యను ఎలా అపహరించాలనుకొంటున్నావు? గుర్తుంచుకో. నేను వజ్రధరుడైన ఇంద్రుడిని. ఇక ఈమె ప్రాణాలు వదిలిపెట్టు" అన్నాడు. అప్పుడు కేశిరాక్షసుడు - "అరే ఇంద్రా! నీవే ఈమెను విడిచివెళ్లు. నేను ఈమెను వరించాను. అలాగయితేనే నీవు ప్రాణాలతో నీ నగరానికి తిరిగి వెళ్లగలవు" అన్నాడు.

ఇలా అని కేశి తన చేతిలోని గదను ఇంద్రునిపై విసిరాడు. కాని ఇంద్రుడు తన వజ్రాయుధంతో దానిని మధ్యలోనే ఖండించివేశాడు. దానితో మిక్కిలి కోపించిన కేశి కొండరాయిని ఇంద్రుని మీదికి విసిరాడు. తనవైపు వస్తున్న దానిని చూచి ఇంద్రుడు దానిని కూడా ముక్కలు ముక్కలు చేసి నేలపై రాల్చివేశాడు. అది నేలపై పడే సమయంలో దానివలన కేశికే దెబ్బ తగిలింది. ఆ దెబ్బతో భయపడిన అతడు ఆ కన్యను అక్కడే విడిచి పారిపోయాడు. కేశి పారిపోయిన తరువాత ఇంద్రుడు ఆ కన్యను - "సుముఖీ! నీవు ఎవరవు? ఎవరి కుమార్తెవు? ఇక్కడ ఏమి చేస్తున్నావు?" అని అడిగాడు.

కన్య ఇలా చెప్పింది - "ఇంద్రా! నేను ప్రజాపతి కూతురను. నా పేరు దేవసేన. దైత్యసేన నా సోదరి. ఈ కేశి ఆమెను ఇంతకుముందే ఎత్తుకుపోయాడు. మేము ఇద్దరం అక్కాచెల్లెళ్లం. ప్రజాపతి అనుమతి తీసుకుని కలిసి ఆడుకోవడానికి ఈ మానస పర్వతం మీదికి వస్తూ ఉంటాము. ఈ కేశి దైత్యుడు ప్రతిదినమూ మమ్మల్ని తనతో రమ్మని వేధిస్తూ ఉండేవాడు. దైత్యసేన అతనిని ప్రేమించింది. నాకు అతడంటే ఇష్టం లేదు. కనుక అతడు ఆమెను తీసుకుపోయాడు. నేను మీ బలపరాక్రమాల వలన రక్షింపబడ్డాను. ఇక మీరు ఏ దుర్జయుడైన వీరుని నిర్ణయిస్తారో అతనినే పతిగా వరిస్తాను" అన్నది. అది విని ఇంద్రుడు "నా తల్లి దక్షుని కూతురయిన అదితి. నీవు నా పినతల్లి కూతురివి కనుక నాకు సోదరివి. మంచిది నీ భర్త ఎలాంటి బలం కలిగినవాడై ఉండాలనుకుంటున్నావో చెప్పు. అని అడిగాడు. కన్య - "దేవదానవ యక్ష కిన్నర నాగ రాక్షసులను దుష్టదైత్యులను జయించేవాడు, మహాపరాక్రమశాలి, అత్యంత బలవంతుడు, నీతో కలిసి ప్రాణులందరిపై విజయం పొందగలిగేవాడు, బ్రహ్మనిష్ఠుడై కీర్తిని పెంచుకునేవాడు అయిన పురుషుడే నాకు పతిగా కావాలి" అంది.

మార్కండేయుడు చెపుతున్నాడు - రాజా! ఆ కన్య మాటలు విని ఇంద్రునికి చాలా విచారం కలిగింది. ఆమె అడిగిన లక్షణాలున్న వరుడు ఎవరూ కనిపించలేదు. అతడు ఆమెను వెంటపెట్టుకొని బ్రహ్మ దగ్గరకు బ్రహ్మలోకానికి వెళ్లాడు. బ్రహ్మను" దేవా! మీరు ఈ కన్యకు ఎవరైనా సద్గుణుడు, శూరుడు అయిన వరుని సూచించండి" అని అడిగాడు. బ్రహ్మ - "ఈమెను గూర్చి నీవు ఎలా ఆలోచిస్తున్నావో నేనూ అలాగే ఆలోచించాను. అగ్ని వలన ఒక మహాపరాక్రమవంతుడు పుడతాడు. అతడు ఈ కన్యకు భర్త అవుతాడు. నీ సైన్యానికి అధిపతిగా కూడా ఉంటాడు " అని చెప్పాడు.

బ్రహ్మదేవుని మాటలు విని ఇంద్రుడు అతనికి నమస్కరించాడు. ఆ కన్యను వెంటపెట్టుకొని వసిష్ఠాది ముఖ్యులైన బ్రహ్మర్షులు, దేవర్షులు ఉండే చోటికి వెళ్లాడు. ఆ రోజులలో మహర్షిగణాలు చేసే యజ్ఞాలకు దేవతలు స్వయంగా వచ్చి తమ భాగాలు స్వీకరిస్తూ ఉండేవారు. ఋషులు ఆవాహన చేసినమీదట అగ్నిదేవుడు కూడా అక్కడికి వచ్చాడు. ఆ ఋషులు మంత్రోచ్చారణ పూర్వకంగా ఇచ్చిన ఆహుతులను తీసుకొని వేర్వేరుగా ఆయా దేవతలకివ్వసాగాడు.

ఆ సమయంలో ఋషిపత్నుల రూపాలను చూచి అగ్నిదేవునికి మనసు చలించింది. ఎంతగా మనసునకు నచ్చచెప్పుకున్నా కాముని వేగాన్ని అరికట్టలేకపోయాడు. ఋషిపత్నులు పరిశుద్ధ హృదయులు, పతివ్రతలు కాబట్టి అతనికి ఆ కామాగ్నిని చల్లార్చుకునే ఏ అవకాశమూ లభించడానికి ఆస్కారం లేకపోయింది. అందువలన అగ్నిదేవుడు హృదయతాపంతో నిరాశుడై ప్రాణత్యాగం చేయాలని అడవికి వెళ్లాడు.

అగ్ని భార్య స్వాహాదేవికి తన భర్త ఋషిపత్నులను మోహించి కామసంతప్తుడై అడవులలోకి వెళ్లాడని తెలిసింది. ఆమె తానే ఋషిపత్నుల రూపాలను ధరించి అతనిని తన యందు ఆసక్తి కలవానిగా చేసుకోవాలని ఆలోచించింది. అలా చేయడం వలన అతనికి తన యందు ప్రేమ పెరుగుతుందని, తన కామవాసనలు ఫలిస్తాయని ఆమె తలపోసింది. ఇలా ఆలోచించి ఆమె ముందుగా అంగిరసముని భార్య రూపగుణ శీలవతి అయిన 'శివ' అనే ఆమె యొక్క రూపాన్ని ధరించింది. అగ్నిదేవుని వద్దకు వెళ్లి "అగ్నిదేవా! నేను కామాగ్నిలో వేగిపోతున్నాను. నా కోరిక తీర్చు. నీవు అలాచేయకపోతే నా ప్రాణాలు నిలువవు. నేను మహర్షి అంగిరుని భార్య శివను" అన్నది. అగ్ని చాలా సంతోషంగా ఆమెతో సంగమించాడు. స్వాహాదేవి అతని వీర్యాన్ని చేతిలోకి తీసుకొని ఒక బంగారు కుండలో ఉంచింది. ఇలా ఆమె సప్తర్షులలోని ప్రతిఒక్కరి భార్య రూపాన్ని ధరించి అగ్నికి కామశాంతి కలిగించింది. కాని అరుంధతి యొక్క తపస్సు, పాతివ్రత్య ప్రభావం వలన ఆమె రూపాన్ని మాత్రం ధరించలేకపోయింది. ఈ రీతిగా కామతప్తురాలయిన స్వాహాదేవి పాడ్యమినాడు ఆరుసార్లు అగ్నివీర్యాన్ని అదే సువర్ణఘటంలో ఉంచింది. అందులోనుండి ఋషిపూజితుడైన ఒక బాలుడు పుట్టాడు. స్ఖలితమైన వీర్యం నుండి పుట్టడం వలన అతనికి 'స్కందుడు' అనే పేరు వచ్చింది. అతనికి ఆరు తలలు, పన్నెండు చెవులు, పన్నెండు కన్నులు, పన్నెండు భుజాలు, ఒక మెడ, ఒక పొట్ట ఉన్నాయి. అతడు విదియనాడు అభివ్యక్తమయ్యాడు తదియనాడు శిశువుగా మారాడు. చవితినాటికి అవయవాలు ఏర్పడ్డాయి. మెరుపుతో కూడిన ఎఱ్ఱని మేఘంతో ఆవరింపబడిన ఆ బాలుడు అరుణవర్ణపు మేఘాలలో ప్రకాశించే బాలసూర్యుని వలె కనిపించాడు. త్రిపురాసుర సంహారి అయిన మహాదేవుడు విడిచిపెట్టిన దైత్యులను సంహరించే అతిపెద్దదయిన గగుర్పాటు కలిగించే వింటిని స్కందుడు పైకెత్తి భీషణసింహనాదంతో ముల్లోకాలలోని చరాచర జీవజాలాన్ని అంతటినీ మూర్ఛిల్లచేశాడు. మేఘనాదం వంటి అతని భయంకరమైన గర్జనను విని చాలా ప్రాణులు నేలరాలాయి. ఆ సమయంలో అతనిని శరణువేడిన ప్రాణులన్నీ అతనికి పార్షదులుగా చెప్పబడ్డారు. వారందరికీ మహాబాహువయిన కార్తికేయుడు అభయమిచ్చాడు.

అనంతరం అతడు శ్వేతపర్వతం పైకెక్కి హిమాలయ పుత్రుడైన క్రౌంచపర్వతాన్ని బాణాలతో తొలిచివేశాడు. ఆ రంధ్రం నుండే హంసలు, గ్రద్దలు నేటికీ మేరు పర్వతానికి వెళ్తున్నాయి. కార్తికేయుని బాణాలతో గాయపడిన క్రౌంచ పర్వతం మిక్కిలిగా ఆర్తనాదం చేస్తూ పడిపోయింది. అది పడిపోయాక మిగిలిన పర్వతాలన్నీ పెద్దగా ఘోషించసాగాయి. మిక్కిలి ఆర్తితో కూడిన పర్వతాల ఆ ఘోషను వినికూడా కార్తికేయుడు చలించలేదు. పైగా ఒక శక్తిని చేతిలోకి తీసికొని సింహనాదం చేయసాగాడు. అతడు ఆ శక్తిని విసరగానే అది శ్వేతగిరి యొక్క ఒక పెద్ద శిఖరాన్ని కూల్చివేసింది. ఆ దెబ్బకు శిథిలమైపోయిన ఆ శ్వేతపర్వతం ఇతర పర్వతాలతో సహితంగా భూమిని వదిలి ఆకాశంలోకి ఎగిరిపోయింది. భూమి కూడా భయపడి ఎక్కడికక్కడే నెర్రెలు విచ్చిపోయింది. కాని వ్యాకుల పాటుతో కార్తికేయుని చెంతకు చేరగానే తిరిగి బలం పుంజుకుంది. పర్వతాలు కూడా అతని పాదాలకు తలవంచి తిరిగి భూమిని చేరుకున్నాయి. ఆనాటి నుండి శుక్లపక్ష పంచమి రోజున లోకులు అతనిని పూజించసాగారు.

ఇక్కడ సప్తర్షులకు ఆ మహాతేజస్వి అయిన పుత్రుడు పుట్టినట్లు తెలియగానే వారంతా అరుంధతిని తప్ప మిగిలిన భార్యలందరినీ వదిలివేశారు. కాని స్వాహాదేవి సప్తర్షులకు "నేను ఎరుగుదును. అతడు నాకొడుకే. మీరు అనుకుంటున్నట్లు కాదు" అని గట్టిగా చెప్పింది. అగ్ని కామాతురుడై ఉండడం గమనించిన విశ్వామిత్ర మహర్షి సప్తర్షుల యజ్ఞం పూర్తి అయ్యాక సూక్ష్మరూపంలో అగ్నిని వెన్నంటి వెళ్లాడు. కనుక అతనికి జరిగినదంతా స్పష్టంగా తెలుసును. అతడు కూడా సప్తర్షులతో మీ భార్యల అపరాధమేమీ లేదని చెప్పాడు. అతనివలన జరిగినదంతా యథాతథంగా విన్నప్పటికి వారు తమ భార్యలను వదిలివేశారు.

దేవతలు స్కందుని బలపరాక్రమాలను గూర్చి విన్నారు. వారు పరస్పరం కలుసుకుని ఇంద్రుని వద్దకు వచ్చి -

"దేవరాజా! స్కందుని బలం సహించ శక్యం కానిది. మీరు వెంటనే అతనిని సంహరించండి. మీరు అలా చేయకపోతే అతడే దేవతలకు రాజు అయిపోతాడు" అని చెప్పారు. ఇంద్రునికి తన విజయం గురించి నమ్మకం లేకపోయినా ఐరావతం ఎక్కి దేవతలందరితో కలిసి స్కందునిపై దండెత్తాడు. అక్కడికి చేరి ఇంద్రుడు, సమస్త దేవతలు భీషణ సింహనాదాలు చేశారు. ఆ శబ్దాన్ని విని కార్తికేయుడు కూడా సముద్రంలా పెద్దగా గర్జించాడు. ఆ మహానాదంతో దేవతల సైన్యం నిశ్చేష్టమయిపోయింది. అది వ్యాకులపాటుతో సముద్రం వలె క్షోభించిపోయింది. దేవతలు తన్ను చంపడానికి రావడం చూసి ఆ అగ్నిపుత్రుడు కార్తికేయుడు కోపంతో తన ముఖం నుండి మండిపడుతున్న అగ్ని జ్వాలలను పంపించాడు. ఆ జ్వాలలు భయంతో కంపించిపోతున్న దేవసైన్యాన్ని కాల్చివేయసాగాయి. దానివలన శరీరాలు, శిరసులు, ఆయుధాలు, వాహనాలు కాలిపోయి వారంతా చెల్లాచెదురై ఛిన్నాభిన్నమయిన నక్షత్రగణంలా కనిపించసాగారు. ఈ రీతిగా అగ్నికి ఆహుతి అయిపోతూండడంతో వారంతా ఇంద్రుని వదిలి స్కందునే శరణువేడారు. అప్పటికి వారికి కొంత స్వస్థత చిక్కింది.

దేవతలంతా వదిలివెళ్లాక ఇంద్రుడు అతనిపై వజ్రాయుధం ప్రయోగించాడు. అది స్కందుని కుడివైపున గాయపరిచింది. దానితో అతని ఆ అంగం నుండి ఇంకొక పురుషుడు పుట్టాడు. అతడు యువకుడై బంగారు కవచంతో శక్తిని, దివ్య కుండలాలను ధరించి ఉన్నాడు. స్కందుని శరీరంలో వజ్రాయుధం ప్రవేశించడం వలన పుట్టిన కారణంగా అతనికి విశాఖుడని పేరు వచ్చింది. ఇంద్రునికి మిక్కిలి భయం కలిగింది. అతడు చేతులు జోడించి స్కందునే శరణుచొచ్చాడు. సాధువైన స్కందుడు సేనాసహితంగా అతనికి అభయమిచ్చాడు. దేవతలు సంతోషించి వాద్యాలు మోగించారు.

ఆ సమయంలో ఋషులు అతనితో – "దేవశ్రేష్ఠుడా! నీకు శుభమగుగాక! నీవు సమస్తలోకాలకు మేలు చేకూర్చు. నీవు పుట్టి ఇప్పటికి ఆరు రాత్రులే గడిచాయి. అయినా సమస్తలోకాలను నీవు వశపరచుకొన్నావు. వీరందరికీ అభయాన్ని ప్రసాదించావు. కాబట్టి నీవే ఇంద్రునివై ఈ ముల్లోకాలకు భయం లేకుండా చేయి" అన్నారు. కార్తికేయుడు "మునులారా! ఈ ఇంద్రుడు త్రిలోకాలకు ఏమి చేస్తూ ఉంటాడు? ఈ దేవతలను ఎలా రక్షిస్తూ ఉంటాడు?" అని అడిగాడు. ఋషులు "ఈ ఇంద్రుడు సమస్త ప్రాణులకు బలతేజస్సులను, సంతానాన్ని, సుఖాన్ని ప్రసాదిస్తూ ఉంటాడు. అతడు సంతుష్టుడయితే అన్ని రకాల కోరికలను తీరుస్తాడు. దుష్టులను శిక్షిస్తాడు. శిష్టులను రక్షిస్తాడు, ప్రాణులు చేసే ప్రతిపనిని అనుశాసిస్తూ ఉంటాడు. సూర్యుడు లేనపుడు సూర్యునిగాను, చంద్రుడు లేనపుడు చంద్రునిగాను ప్రకాశిస్తూ ఉంటాడు. ఇదే రీతిగా వేర్వేరు కారణాలవలన అగ్ని, పృథివి, వాయువు, జలంగా కూడా అవుతూ ఉంటాడు. ఇంద్రునికి అమితమైన శక్తి ఉంది కాబట్టి ఈ పనులన్నిటినీ అతడే చేయవలసి ఉంది. వీరుడా! నీవు కూడా చాలా బలవంతుడవు కాబట్టి నీవే మాకు ఇంద్రుడివి కా" అన్నారు. అప్పుడు ఇంద్రుడు కూడా "మహాబాహూ! నీవు ఇంద్రుడివి అయి మాకందరికీ సుఖాన్ని ప్రసాదించు. నీవు నిజానికి ఈ పదవికి యోగ్యుడవు. కాబట్టి ఇప్పుడే నిన్ను అభిషేకించుకో" అన్నాడు. దానికి బదులుగా స్కందుడు "శక్రుడా! నీవు నిశ్చింతగా త్రిలోకాలను పరిపాలించు. నేను నీ సేవకుడను. నేను ఇంద్రపదవిని కోరుకోవడం లేదు" అన్నాడు. ఇంద్రుడు "వీరుడా! నీ బలం అద్భుతమైనది. నీ పరాక్రమానికి చకితులైన ప్రాణులు నన్ను చిన్న చూపు చూస్తారు. అంతేకాదు. వారు మనమధ్య భేదం కలిగించడానికి ప్రయత్నిస్తారు. ఈ రీతిగా అభిప్రాయభేదం వచ్చినపుడు నీకు నాకు యుద్ధం తప్పదు. నా నిశ్చయం ప్రకారం అందులో నీకే విజయం లభిస్తుంది. కాబట్టి నీవే ఇంద్రుడవు కా. ఇక దీని గురించి ఏమీ ఆలోచించకు" అన్నాడు. స్కందుడు – "శక్రా! ఈ ముల్లోకాలకు,నాకూ కూడా నీవే రాజువు. చెప్పండి. మీరు ఆజ్ఞాపించిన పని ఏమి చేయను నేను?" అని అడిగాడు. దానికి ఇంద్రుడు – "సరే. నీవు చెప్పినట్లుగా నేనే ఇంద్రునిగా ఉంటాను. నిజంగా నీవు నా ఆజ్ఞ పాటించదలచుకుంటే, విను. నీవు దేవసేనాపతి పదవికి అభిషిక్తుడవు కా" అన్నాడు. స్కందుడు అంగీకరిస్తూ – " సరే. మంచిది. దానవుల యొక్క వినాశనం, దేవతల ప్రయోజనసిద్ధి, గోబ్రాహ్మణుల హితం కోసం మీరు సేనాపతి పదవియందు నన్ను అభిషిక్తుని చేయండి" అన్నాడు.

మార్కండేయుడు చెపుతున్నాడు – స్కందుడు ఇలా తన అంగీకారం తెలుపగానే ఇంద్రుడు సమస్త దేవతలతో కూడి అతనిని దేవసేనాపతిగా చేశాడు. ఆ సమయంలో మహర్షులందరూ అతనిని పూజించారు. తలపై బంగారు ఛత్రం అమర్చబడింది. అంతలో అక్కడికి పార్వతీ సమేతుడై

పరమశివుడు వేంచేశాడు. అతడు విశ్వకర్మ తయారుచేసిన ఒక మాలను స్వయంగా అతనిమెడలో వేశాడు. అగ్నిదేవుడు ఒక పక్షిని ఇచ్చాడు. దానియొక్క కాలాగ్నివంటి ఎఱ్ఱనిరంగు కల ధ్వజం ఎప్పుడూ అతని రథంమీద ఎగురుతూ ఉంటుంది. సమస్తప్రాణుల యొక్క చేష్టలను, కాంతిని, శాంతిని, బలాన్ని, దేవతల యొక్క విజయాన్ని పెంపొందింపచేసే శక్తి స్వయంగా అతని ఎదుటకు వచ్చి అతని అధీనమయింది. అతని పుట్టుకతోపాటే ఉత్పన్నమయిన కవచం అతని శరీరానికి చేరింది. అది యుద్ధ సమయాలలో స్వయంగా ఆవిష్కృతమవుతుంది. పుట్టుకతోటే స్కందునిలో - శక్తి, ధర్మం, బలం, తేజం, కాంతి, సత్యం, ఉన్నతి, బ్రహ్మణ్యత, అసమ్మోహం, భక్తరక్షణ, శత్రుసంహారం, లోకరక్షణ - ఈ అన్నిగుణాలూ కూడా ఉన్నాయి. ఈ రీతిగా సమస్త దేవగణాలు అతనిని తమసేనాపతిగా చేసుకున్నాయి.

దాని తరువాత కార్తికేయుని ఎదుటకు వేలకొద్దీ దేవసేనలు వచ్చి నిల్చుని "మీరే మాకు పతి" అన్నారు. అతడు వారందరినీ చేపట్టి, వారిచే సమ్మానితుడై, వారికి అందరికీ అభయం ఇచ్చాడు. అప్పటికి ఇంద్రునికి కేశిరాక్షసుని చేతులనుండి విడిపించిన దేవసేన గుర్తుకు వచ్చింది. "సందేహం లేదు. ఇతనినే బ్రహ్మ దేవుడు దేవసేనకు పతిగా నిర్ణయించాడు" అనుకున్నాడు. అందుకని వెంటనే వస్త్రాలంకారాలతో అలంకరింపబడిన దేవసేనను స్కందునివద్దకు తీసుకొనివచ్చి - "దేవశ్రేష్ఠా! నీవు పుట్టడానికి ముందుగానే బ్రహ్మదేవుడు ఈమెను నీ పత్నిగా నిర్ణయించాడు. కాబట్టి నీవు ఈమెను శాస్త్రోక్తంగా, మంత్రోచ్చారణ పూర్వకంగా వివాహం చేసుకో" అన్నాడు. స్కందుడామెను శాస్త్రోక్తంగా వివాహమాడాడు. ఆ సమయంలో మంత్రవేత్త అయిన బృహస్పతి మంత్రాలు చదువుతూ హోమాలు నిర్వర్తించాడు. ఈ రీతిగా దేవసేన కార్తికేయునికి పట్టపురాణియై మిక్కిలి పేరు తెచ్చుకుంది. ఈమెనే బ్రాహ్మణులు - షష్ఠి, లక్ష్మి, ఆశ, సుఖప్రద, సినీవాలి, కుహూ, సద్వృత్తి, అపరాజిత అనికూడా అంటూ ఉంటారు.

కార్తికేయుని ఉదారకర్మలు

మార్కండేయ మహర్షి చెపుతున్నాడు - "రాజా! కార్తికేయుడు సంపన్నుడు, దేవసేనాపతి అవడం చూచి సప్తర్షుల యొక్క ఆరుగురు భార్యలు అతనివద్దకు వచ్చారు వారు ధర్మయుక్తులు, వ్రతశీలురు అయినప్పటికి ఋషులు వారిని వదిలివేశారు. వారు దేవసేనకు భర్త అయిన కార్తికేయునివద్దకు వచ్చి "నాయనా! దేవతుల్యులైన మా భర్తలు మమ్మ్మ అకారణంగా వదిలివేశారు. ఆ కారణంగా మేము పుణ్యలోకాల నుండి జారిపోయాము. మాకే నీవు పుట్టావని ఎవరో వాళ్లకు చెప్పారు. కాబట్టి మేము చెప్పే వాస్తవం విని నీవు మమ్మల్ని రక్షించు. నీ దయ వలన మాకు అక్షయ స్వర్గం ప్రాప్తిస్తుంది. అంతేకాదు మేము నిన్నే పుత్రునిగా కోరుకుంటున్నాము" అని ప్రార్థించారు. స్కందుడు - "నిర్దోషులైన పూజ్యారాండ్రా! మీరు నాకు తల్లులు. నేను మీ పుత్రుడిని, అంతే కాక మీకు ఇంకా ఏదైనా కోరిక ఉంటే అది కూడా నెరవేరుతుంది" అన్నాడు.

కార్తికేయుడు ఈ రీతిగా తన తల్లులకు ప్రీతి కలిగించినప్పుడే స్వాహాదేవి కూడా అతనితో "నీవు నా ఔరస పుత్రుడివి. నీవు నాకు ఒక అత్యంత దుర్లభమైన ప్రియకార్యం చేయాలి" అన్నది. స్కందుడు "నీ కోరిక ఏమిటో చెప్పు" అన్నాడు. స్వాహాదేవి - "నేను దక్షప్రజాపతికి అనుగు కూతురిని. చిన్నప్పటినుండి అగ్నిదేవునిపై నాకు అనురాగం. కాని అగ్నిదేవుడు నా అనురాగాన్ని పూర్తిగా గుర్తించలేదు. నేను నిరంతరం అతనితోనే కలిసి ఉండాలని కోరుకుంటున్నాను" అన్నది. స్కందుడు - "బ్రాహ్మణులు హవ్యకవ్యాలు జరిపేటపుడు మంత్రశుద్ధమయిన పదార్థాలను "స్వాహా" అని పలికిన తరువాతనే అగ్నిలో హోమం చేస్తారు. కల్యాణీ! ఈ రీతిగా అగ్నిదేవుడు ఎప్పుడూ నీతో కూడి ఉంటాడు" అని వరమిచ్చాడు.

స్కందుడు ఇలా చెప్పి ఆమెను పూజించాడు. దానితో ఆమెకు చాలా సంతోషం కలిగింది. తిరిగి ఆమె అగ్నితో కలిసి స్కందుని పూజించింది. అనంతరం బ్రహ్మదేవుడు స్కందునితో - "నీవు నీ తండ్రి త్రిపురాసుర సంహారకుడు అయిన మహాదేవుని వద్దకు వెళ్లు. ఎందుకంటే సమస్తలోకాల హితం కోరి రుద్రభగవానుడు అగ్నిలోను ఉమాదేవి స్వాహా దేవియందు ప్రవేశించి నీకు జన్మనిచ్చారు" అని చెప్పాడు. బ్రహ్మ మాటలు విని కార్తికేయుడు 'అలాగే' అని చెప్పి మహాదేవుని వద్దకు వెళ్లాడు.

మార్కండేయుడు చెపుతున్నాడు - ఇంద్రుడు అగ్నికుమారుడైన కార్తికేయుని సేనాపతి పదవికి పట్టంకట్టి అభిషేకించిన వెంటనే శంకరభగవానుడు మిక్కిలి ఆనందించి పార్వతితో కూడి సూర్యసమానకాంతి గల రథాన్ని ఎక్కి

భద్రవటానికి బయలుదేరాడు. అప్పుడు గుహ్యకులతో కలిసి కుబేరుడు పుష్పకవిమానం ఎక్కి అతనికి ముందు సాగుతున్నాడు. ఇంద్రుడు ఐరావతం ఎక్కి దేవతలతో కలిసి అతని వెనుక రాసాగాడు. అతనికి కుడివైపున వసువులతో రుద్రులతో కూడిన అనంతమైన దేవసేన ఉంది. యముడు కూడా మృత్యువుతో కలిసి అతనిని వెన్నంటి నడుస్తున్నాడు. యమరాజు వెనుక శివుని యొక్క అత్యంత దారుణమైన మూడు మొనలుగల విజయమనే పేరుగల త్రిశూలం నడుస్తోంది. దాని వెనుక రకరకాల జలచర జంతువులతో కూడిన వరుణుడున్నాడు. ఆ సమయంలో చంద్రుడు మహాదేవునికి వెల్లగొడుగు పట్టుకున్నాడు. అగ్ని, వాయువు చామరాలు వీస్తున్నారు. వారి వెనుక రాజర్షులతో కలిసి ఇంద్రుడు అతనిని స్తుతిస్తూ నడువసాగాడు.

అప్పుడు మిక్కిలి ఉదారంగా మహాదేవుడు కార్తికేయునితో "నీవు చాలా జాగరూకుడవై వ్యూహాన్ని రక్షిస్తూ ఉండాలి" అని చెప్పాడు. స్కందుడు - భగవన్! నేను దానిని తప్పక రక్షిస్తాను. ఇదికాక వేరే ఇంకేదయినా చేయవలసినది ఉంటే చెప్పండి" అన్నాడు. మహాదేవుడు- "నాయనా! పని చేయవలసిన సమయంలో (అవసరమయినపుడు) నన్ను కలుసుకుంటూ ఉండు. నా ధర్మం వలన, నామీది భక్తి వలన నీకు పరమశుభాలు కలుగుతాయి" అని చెప్పి అతడు కార్తికేయుని ఆలింగనం చేసుకుని వీడుకొలిపాడు. అతడు వెళ్లినవెంటనే భయంకరమైన ఉత్పాతాలు కలుగసాగాయి. దానితో సమస్త దేవగణాలు మోహవివశమయ్యాయి. నక్షత్రాలతో కూడిన ఆకాశం మండిపోసాగింది. లోకమంతా స్పృహ కోల్పోయి నట్లయింది. భూమి కంపించిపోతూ గడగడలాడింది. జగత్తంతా అంధకార బంధురమయింది. ఇంతలోనే అనేక రకాల ఆయుధాలు ధరించి పర్వతాలవలె మేఘాల వలె భయంకరమైన, సేన అక్కడ కానవచ్చింది. ఆ సేన మిక్కిలి భయంకరంగా అసంఖ్యాకంగా ఉండి కోలాహలం చేస్తోంది. ఆ వికటవాహిని అకస్మాత్తుగా శంకర భగవానుని మీద, సమస్త దేవతల మీద విరుచుకుపడింది. అనేక రకాల బాణాలు, పర్వతాలు, శతఘ్నులు, ప్రాసలు, పొడవైన కత్తులు, పరిఘలు, గదలు వర్షంలా కురవసాగాయి. ఆ భయంకర శస్త్రవర్షానికి వ్యథ పొందిన దేవసేన కొద్దిసేపటికే రణ రంగాన్ని విడిచి పారిపోసాగింది.

దానవులచేత పీడింపబడి తన సైన్యం పారిపోవడం చూచిన ఇంద్రుడు వారికి ధైర్యం కలిగిస్తూ - "వీరులారా! భయం విడిచి ఆయుధాలు చక్కచేసుకోండి. మీకు శుభం కలుగుతుంది. కొద్దిగా పరాక్రమం చూపడానికి సాహసిస్తే మీ కష్టాలన్నీ దూరమవుతాయి. ఈ భయంకరులైన, దుశ్శీలులైన రాక్షసులను ఓడించండి. రండి నాతో కలిసి వీరిమీద దాడి చేయండి" అని పురికొల్పాడు. ఇంద్రుని మాటలు విని దేవతలకు ధైర్యం కలిగింది. ఇంద్రుని ఆశ్రయించి వారు దానవులతో యుద్ధం చేయసాగారు. అప్పుడు దేవతలందరు మహాబలులైన మరుత్తులు, సాధ్యులు, వసువులు శత్రువులతో పోరాడారు. వారు ప్రయోగించిన శస్త్రాస్త్రాలు, బాణాలు దైత్యుల శరీరాలలోని రుధిరాన్ని కడుపార త్రాగాయి. బాణవర్షంతో దైత్యుల శరీరాలు (జల్లెడలు లా అయ్యాయి.) తూట్లు పడ్డాయి. చెదిరిపోయిన మేఘాలవలె రణభూమి యందు అన్నివైపుల పడసాగారు. ఈ రీతిగా దేవతలు అనేకరకాల బాణాలతో దానవసైన్యాన్ని బాధించారు. వారి పునాదులు పెకలించారు. ఇంతలో మహిషుడనే ఒక దారుణదైత్యుడు పెద్ద బరువైన కొండను తీసుకుని దేవతలవైపు పరుగుతీశాడు. అది చూచి దేవతలు పారిపోసాగారు. కాని అతడు పారిపోతున్నవారిని వెన్నంటి ఆ కొండను వారిమీదికి విసిరాడు. ఆ దెబ్బకు పదివేలమంది యోధులు నేలకరిచారు. మహిషాసురుడు ఇతర దానవులతో కూడి దేవతల మీదికురికాడు. అతడు తమ వైపుకు రావడం చూసి ఇంద్రునితో సహా దేవగణాలన్నీ పారిపోయాయి. క్రోధాతురుడైన మహిషాసురుడు చాలా వేగంగా రుద్రభగవానుని రథాన్ని సమీపించి ఆ రథం యొక్క ఇరుసు పట్టుకొన్నాడు. ఇది చూచిన మహాదేవుడు మహిషాసురుని చావును సంకల్పించి, అతని పాలిటికి కాలరూపుడైన కార్తికేయుని స్మరించాడు. అంతే వెంటనే కాంతులు వెదచల్లుతూ కార్తికేయుడు రణభూమికి వచ్చాడు. అతడు క్రోధంతో సూర్యునివలె భగభగమంటున్నాడు. ఎఱ్ఱని వస్త్రాలు ధరించి ఉన్నాడు. మెడలో ఎఱ్ఱరంగు పూలమాలలున్నాయి. అతని రథానికున్న గుఱ్ఱాలు ఎఱుపువి. బంగారు కవచాన్ని ధరించాడు. సూర్యుని కాంతివంటి అందమైన కాంతిగల రథంలో ఆసీనుడై ఉన్నాడు. అతనిని చూడగానే దైత్యసేన మైదానం విడిచి పారిపోయింది. మహాబలవంతుడయిన కార్తికేయుడు మహిషాసురుని నాశనం చేయదలచి ఒక మండుతున్న శక్తిని ప్రయోగించాడు. అది రివ్వున దూసుకుపోయి అతని పెద్ద శిరసును

ఖండించివేసింది. శిరసు ఖండింపబడగానే మహిషాసురుడు ప్రాణాలు కోల్పోయి నేలకు ఒరిగాడు. మహిషాసురుని పర్వతంలాంటి శిరస్సు పడి ఉత్తర కురుదేశంలోని పదహారు యోజనాల వెడల్పుగల మార్గం మూసుకుపోయింది. ఈ రీతిగా ఆ శక్తి ఆయుధం పదేపదే ప్రయోగింపబడి వేలకొద్దీ శత్రువులను సంహరించి తిరిగి కార్తికేయుని చేతిలోకి వచ్చేది. ఈ క్రమంలో కీర్తిశాలి అయిన కార్తికేయుడు సూర్యుడు చీకట్లను, అగ్ని వృక్షాలను, వాయువు మేఘాలను నాశనం చేసినట్లు తన శత్రువులందరిని నాశనం చేశాడు.

అనంతరం అతడు పరమశివునికి ప్రణామం చేశాడు. దేవతలందరూ అతనిని పూజించారు. దానితో అతడు కిరణాలతో కూడిన సూర్యుని వలె శోభిల్లాడు. అంతట ఇంద్రుడు అతనిని ఆలింగనం చేసుకొని - "కార్తికేయా! ఈ మహిషాసురుడు బ్రహ్మవలన వరం పొంది ఉన్నాడు. కనుకనే దేవతలందరూ ఇతనికి గడ్డిపోచల వంటి వారయ్యారు. ఇప్పుడు నీవు వీనిని వధించావు. ఈ రీతిగా నీవు దేవతల యొక్క అతిపెద్దదయిన ఒక ముల్లును పెరికివేశావు. అంతేకాక ఇంకా ఇటువంటి ఇతర దానవులను వందలకొద్దీ రణభూమిలో పడగొట్టావు. వారంతా మునుపు మమ్మల్ని బాధించినవారే. దేవా! మీరు పరమశివుని వలె యుద్ధంలో అజేయులు. ఈ మీ ప్రథమ పరాక్రమం ప్రసిద్ధమవుతుంది. ముల్లోకాలలోను మీ అక్షయ కీర్తి వ్యాపిస్తుంది. మహాబాహూ! దేవతలందరూ మీ అధీనులు" అని ప్రశంసించాడు. కార్తికేయునితో ఇలా అని దేవతలతో సహితంగా ఇంద్రుడు పరమశివుని ఆజ్ఞ పొంది అక్కడినుండి బయలుదేరాడు. మహాదేవుడు మిగిలిన దేవతలతో - "మీరంతా కార్తికేయుని నాతో సమానునిగా భావించండి" అని చెప్పి భద్రవటానికి వెళ్లిపోయాడు. దేవతలంతా తమతమ స్థానాలకు తిరిగి వెళ్లారు. అగ్నిపుత్రుడు కార్తికేయుడు ఒక్కరోజులోనే దానవులందరినీ సంహరించి ముల్లోకాలను జయించాడు. అప్పుడు మహర్షులందరూ అతనిని చక్కగా పూజించారు.

యుధిష్ఠిరుడు - "ద్విజోత్తమా! ముల్లోకాలలోను ప్రసిద్ధి చెందిన కార్తికేయుని ప్రఖ్యాతనామాలను వినాలనుకుంటున్నాను" అని అడిగాడు.

మార్కండేయుడు చెప్పసాగాడు - "విను,1. ఆగ్నేయుడు, 2. స్కందుడు, 3. దీప్తకీర్తి, 4. అనామయుడు, 5. మయూరకేతుడు, 6. ధర్మాత్ముడు, 7. భూతేశుడు, 8. మహిష మర్దనుడు, 9. కామజిత్తు, 10. కామదుడు, 11. కాంతుడు, 12. సత్యవాక్కు, 13. భువనేశ్వరుడు, 14. శిశువు, 15. శీఘ్రుడు, 16. శుచి, 17. చండుడు, 18. దీప్తవర్ణుడు, 19. శుభాననుడు, 20. అమోఘుడు, 21. అనఘుడు, 22. రౌద్రుడు, 23. ప్రియుడు 24. చంద్రాననుడు, 25. దీప్తశక్తి, 26. ప్రశాంతాత్ముడు, 27. భద్రకృతుడు, 28. కూటమోహనుడు, 29.షష్ఠీ ప్రియుడు, ధర్మాత్ముడు, 30. పవిత్రుడు, 31. మాతృవత్సలుడు, 32. కన్యాభర్త, 33. విభక్తుడు, 34. స్వాహేయుడు, 35. రేవతీసుతుడు, 36. ప్రభువు, 37. నేత, 38. విశాఖుడు, 39. నైగమేయుడు, 40. సుదుశ్చరుడు, 41. సువ్రతుడు, 42. లలితుడు, 43. బాలక్రీడనకప్రియుడు, 44. ఖచారి, 45. బ్రహ్మచారి, 46. శూరుడు, 47. శరవణోద్భవుడు, 48. విశ్వామిత్రుడు, 49. దేవసేనాప్రియుడు, 50. వాసుదేవ ప్రియుడు, 51. ప్రియకృతుడు - ఇవి కార్తికేయుని దివ్యనామాలు. వీటిని పఠించినవారికి నిస్సందేహంగా స్వర్గం, కీర్తి, ధనం లభిస్తాయి.

ద్రౌపది సత్యభామకు తన దినచర్యను తెలుపుట

వైశంపాయనుడు చెపుతున్నాడు - ఒకరోజున పాండవులు, బ్రాహ్మణులు ఆశ్రమంలో కూర్చుని ఉన్నారు. అదే సమయంలో ద్రౌపది, సత్యభామ ఇద్దరూ కలిసి ఒకచోట కూర్చున్నారు. వారిద్దరూ చాలా రోజులకు కలుసుకున్నారు. కనుక ఎంతో ప్రేమగా తమలో తాము నవ్వుకుంటూ కురువంశానికి, యదువంశానికీ సంబంధించిన అనేక విషయాలను మాటలాడుకుంటున్నారు. ఈ సమయంలో కృష్ణునికి ప్రియురాలు మహారాణి అయిన సత్యభామ ద్రుపదుని కూతురు కృష్ణను - "సోదరీ! నీ పతులు పాండవులు లోకపాలురతో సమానులయిన వీరులు. అతిదృఢమైన శరీరాలు కలవారు. వారికి నీ మీద ఎప్పుడూ కోపం రాకుండా, ఎప్పుడూ నీకు లొంగి ఉండేలా వారితో నీవు ఎలా మసలు కొంటావు? చెలీ! పాండవులు ఎప్పుడూ నీకు వశవర్తులై నీ ముఖాన్నే చూస్తూ ఉండడం నేను గమనించాను. ఇందులోని రహస్యం నాకు కూడా చెప్పరాదూ! పాంచాలీ! కీర్తి, సౌభాగ్యం వృద్ధిపొందించేది, ఎప్పుడూ శ్యామసుందరుని నా అధీనంలోనే ఉంచేది అయిన ఇలాంటి వ్రతం, తపం, స్నానం, మంత్రం, ఓషధులు, విద్య, యౌవన ప్రభావం, ఇంకా జపం, హోమం, లేదా మూలికలు ఏవైనా ఉంటే నాకు కూడా చెప్పు. అని

అడిగి ఊరుకుంది. పతిపరాయణురాలయిన ద్రౌపది - ఆమెకు. -

"సత్యా! దురాచారిణులయిన స్త్రీలు ఆచరించే విషయాలు నన్ను నీవు అడుగుతున్నావు. అయ్యో! ఆ పాపచారిణులైన స్త్రీలు అనుసరించే పద్ధతుల విషయం నేను ఎలా చెప్పను? నీవు బుద్ధిమంతురాలవయిన శ్రీకృష్ణుని పట్టమహిషివి. కనుక వాటివిషయమై నీవు అడగడం కాని, శంకించడం గాని ఉచితంకాదు. గృహదేవి తన్ను వశంలో ఉంచుకోవడానికి ఏదో మంత్రతంత్రాలు ప్రయోగిస్తున్నదని భర్తకు తెలిస్తే, అతడు ఇంటిలో దూరిన పాముకి దూరంగా తొలగిపోయినట్లుగా దూరమయిపోతాడు. ఈరీతిగా మనసులో ఆందోళన కలిగితే శాంతి ఎలా ఉంటుంది? శాంతి లేనివారికి సుఖం ఎలా కలుగుతుంది? కాబట్టి మంత్రతంత్రాలతో ఎప్పుడూ భర్త భార్యకు వశుడు కాడు. అందుకు విరుద్ధంగా దానివలన అనేకరకాల అనర్థాలు కూడా కలుగుతాయి. ధూర్తులు యంత్రాలు, తాయెత్తులు మిషతో ఇచ్చే అలాంటి వస్తువులవలన భయంకరమైన రోగాలు పుడతాయి. భర్తయొక్క శత్రువులు ఈ వంకతో విషం కూడా ఇచ్చేస్తారు. పతి నాలుకతో గాని, చర్మంతోగాని స్పృశిస్తేనే చాలు తక్షణమే నిస్సందేహంగా అతనిని చంపగలిగే చూర్ణాలు కూడా ఉంటాయి. అలాంటి స్త్రీలు భర్తలను రకరకాల రోగాలకు బలిచేస్తారు. వారు భార్యల దుర్బుద్ధివలన జలోదరం, కుష్ఠు, వృద్ధత్వం, నపుంసకత్వం, మాంద్యం, చెవుడు - మొదలైన ఉచ్చుల్లో చిక్కుకుంటారు. ఈ రకంగా పాపాత్ముల మాటలను పాటించే పాపాత్మలయిన స్త్రీలు తమ భర్తలకు కష్టాలు కలుగచేస్తూ ఉంటారు. కాని స్త్రీలు ఎప్పుడూ తమభర్తలకు ఏవిధమయిన అప్రియమూ చేయకూడదు.

సత్యభామా! మహాత్ములయిన పాండవుల పట్ల నేను ఏరీతిగా నడుచుకుంటానో అదంతా నిజంగా చెపుతాను. విను. అహంకారాన్ని, కామక్రోధాలను విడిచి నేను అతిజాగ్రత్తగా పాండవులందరినీ వారి ఇతరభార్యలతో కలిసి సేవిస్తాను. ఈర్ష్యకు దూరంగాఉంటాను. మనసును అదుపులో ఉంచుకొని కేవలం సేవచేయాలనే కోరికతోనే పతుల మనసులను పొందుతాను. ఇదంతా చేస్తూకూడా నేను గర్వాన్ని నా దరికి చేరనివ్వను. ఎన్నడూ కటువుగా మాట్లాడను. అసభ్యంగా నిలుచోను. చెడు మాటలపై దృష్టి పెట్టను. చెడు చోట్ల కూర్చోను. చెడు పనుల జోలికే వెళ్లను. వారి అభిప్రాయాలను సంకేతమాత్రం చేతనే పూర్తిగా అనుసరిస్తాను. దేవతలు, మనుష్యులు, గంధర్వులు, యువకులు, అలంకరించుకున్న వారు, ధనికులు రూపవంతులు ఎవరయినా సరే నామనసు పాండవులయందు తప్ప వేరెక్కడికి వెళ్లదు. నా పతులు భోజనం చేయకుండా నేను చేయను. వారు స్నానం చేయకుండా నేను చేయను. అలాగే వారు కూర్చోకుండా నేను కూర్చోను. నా పతులు ఇంటికి వచ్చినప్పుడల్లా నేను లేచి నిలబడి ఆసనం ఇచ్చి, నీళ్లిచ్చి వారిని సత్కరిస్తాను. ఇంట్లోని పాత్రలను తోమి కడిగి శుభ్రం చేస్తాను. రుచికరంగా వంట చేస్తాను. సమయానికి భోజనం పెట్టేస్తాను. ఎప్పుడూ జాగ్రత్తగా ఉంటాను. ఇంట్లో తెలియకుండా ధాన్యాన్ని నిలువచేసి ఉంచుతాను. ఇంటికి బూజులు దులిపి, తుడిచి శుభ్రంగా ఉంచుతాను. మాటలాడేటపుడు ఎవరినీ అవమానించను. కులటల చెంత చేరను. ఎప్పుడూ పతులకు అనుకూలంగా ఉంటూ సోమరితనాన్ని దగ్గరకు రానివ్వను. మాటిమాటికి వెళ్లి వీధిగుమ్మం దగ్గర నిలుచోను. చెత్త పారబోయడానికి వెళ్లినపుడు కూడా అక్కడ ఎక్కువసేపు నిలుచోను. ఎప్పుడూ సత్యాన్నే మాట్లాడుతూ పతిసేవలో తత్పరురాలనై ఉంటాను. పతిదేవులు లేకుండా ఒంటరిగా ఉండడం నాకు అసలు రుచించదు. ఏదైనా కుటుంబ వ్యవహారం మీద భర్త బయటి ఊరికి వెళ్లినపుడు పూలు, గంధాదులు ఉపయోగించకుండా నియమాలు, వ్రతాలు పాటిస్తూ ఉంటాను. నా పతి తినని, తాగని, సేవించని పదార్థానికి నేనూ దూరంగా ఉంటాను. స్త్రీలను ఉద్దేశించి శాస్త్రాలలో ఏయే నియమాలు చెప్పబడినాయో అవన్నీ నేను ఆచరిస్తాను. అందుబాటులో ఉన్నంతవరకు శరీరాన్ని వస్త్రాలంకారాలతో అలంకరించుకొంటాను. ఎల్లప్పుడూ జాగ్రత్తగా ఉంటూ పతులకు ప్రియం చేయడానికే ఆసక్తి చూపుతాను.

మా అత్తగారు కుటుంబపరంగా చెప్పిన ధర్మాలన్నీ నేను ఆచరిస్తాను. భిక్ష పెట్టడం, పూజ, శ్రాద్ధకర్మలు చేయడం, పండుగలలో పిండివంటలు చేయడం, పూజ్యులను పెద్దలను సత్కరించడం, ఇంకా నాకు విహితమైన ధర్మాలన్నీ అతి జాగ్రత్తగా రాత్రింబవళ్లు ఆచరిస్తూ ఉంటాను. వినయ, నియమాలను ఎప్పుడూ అన్నివిధాలా నావిగా చేసుకుని ఆచరిస్తాను. నా భర్తలు మెత్తని మనస్సు కలవారు. సరళస్వభావులు, సత్యనిష్ఠులు, సత్మధర్మాలు పాటించే వారు. వారిని నేను శ్రద్ధగా సేవిస్తాను. నా ఉద్దేశ్యంలో పతికి అధీనమై

ఉండడమే సతులకు సనాతన ధర్మం. అతడే ఇష్టదైవం. అతడే ఆశ్రయం, అటువంటి భర్తకు ఏస్త్రీ మాత్రం అప్రియం చేస్తుంది? నేను నా భర్తలకంటె మించి ఎప్పుడూ ఉండను. వారికంటె మంచి తిండి తినను. వారికంటె మించి వస్త్రభూషణాదులు అలంకరించుకోను. అత్తగారితో ఎప్పుడూ వాదులాడను. ఎల్లప్పుడూ సంయమనం కలిగి ఉంటాను. సుభగురాలా! నేను ఎప్పుడూ శ్రద్ధగా నా భర్తలకంటె ముందే మేల్కొని పెద్దవారి సేవలో నిమగ్నమవుతాను. ఇందువల్లనే నా భర్తలు నాకు వశులై ఉంటారు. వీరమాత, సత్యవాదిని, పూజ్యురాలు అయిన కుంతీదేవికి భోజనం, బట్టలు, నీళ్లు మొదలైనవి అన్నీ ఎప్పుడూ అమర్చి ఆమెను సేవిస్తూ ఉంటాను. వస్త్రాలంకారాలు, భోజనాదులలో నేను ఎప్పుడూ ఆమెకంటె విశేషంగా ఉండను. మునుపు యుధిష్ఠిర మహారాజు మందిరంలో ప్రతినిత్యం ఎనిమిదివేలమంది బ్రాహ్మణులు బంగారు పళ్లెరాలలో భుజిస్తూ ఉండేవారు. ఆ మహారాజు ఎనభై వేలమంది గృహస్థులైన స్నాతకులను పోషిస్తూ ఉండేవాడు. వారికోసం పదివేల మంది దాసీలు ఉండేవారు. వారు రత్నఖచితమైన సువర్ణాభరణాలను అలంకరించుకుని ఉండేవారు. నాకు వారందరి పేర్లు, ఆకారాలు, భోజనాలు, వస్త్రాలు - అన్ని విషయాలూ తెలుస్తూ ఉండేవి. ఎవరు ఏం పని చేశారో, ఎవరు ఏమి చేయలేదో అనే విషయం మీద కూడా దృష్టి పెట్టేదానిని. బుద్ధిశాలి అయిన కుంతీనందనుని యొక్క ఆ పదివేలమంది దాసీలు చేతులలో పళ్లేలు పట్టుకొని రాత్రింబవళ్లు అతిథులకు వడ్డించేవారు. యుధిష్ఠిర మహారాజు ఇంద్రప్రస్థంలో రాజ్యపరిపాలన చేసే సమయంలో లక్ష గుఱ్ఱాలు, లక్ష ఏనుగులు అతనిని అనుసరిస్తూ ఉండేవి. వాటి లెక్కలు, ఏర్పాట్లు అన్నీ నేనే చేసేదానిని. నేనే వారి అవసరాలను వింటూ ఉండే దానిని. అంతఃపురానికి సంబంధించిన గొల్లలు, కంబళ్లు నేసేవారు మొదలుకొని సేవకులందరి కార్యకలాపాల పర్యవేక్షణ నేనే చేస్తూండే దానిని.

సత్యభామా! మహారాజు యొక్క ఆదాయ వ్యయాలు, మిగుళ్లు, అన్నింటి వివరాలు నేను ఒక్కతినే చూసేదానిని. పాండవులు కుటుంబ భారాన్ని అంతటినీ నా మీద వదిలి పూజాపరనాలలో నిమగ్నమయ్యేవారు. వచ్చిపోయేవారికి స్వాగత సత్కారాలు చేస్తూండేవారు. నేను నా సుఖాలన్నీ వదలుకొని వారిని సంభాళించే దానిని. వరుణుని కోశాగారంలా అనంతమైన నా భర్తల యొక్క కోశాగారం వివరాలు కేవలం నాకు మాత్రమే తెలుసు. నేను ఆకలిదప్పులు కూడా సహించి రాత్రింబవళ్లు పాండవుల సేవలో మునిగి ఉండేదాన్ని ఆ రోజులలో నాకు రాత్రికి పగటికి తేడాయే లేదు. నేను ఎప్పుడూ అందరికంటె ముందు మేల్కొనే దానిని. అందరికంటె చివరిగా నిద్రించేదానిని. ఈ విషయం నీవు నిజమని నమ్మవచ్చు. పతులను వశపరచుకునే ఉపాయం ఇదే నాకు తెలుసు. దుష్టస్త్రీల వలె నేను చేయలేను. నాకు నచ్చదు కూడా." అని హితముపదేశించింది.

ద్రౌపది చెప్పిన ఈ ధర్మయుక్తమయిన మాటలు విని సత్యభామ ఆమెను గౌరవిస్తూ - "పాంచాలీ! నాదొక ప్రార్థన. నేను నిన్ను అడిగినది - నీవు విన్నది గురించి క్షమించు. స్నేహితులు తెలిసి తెలిసీ తమలో ఇలాంటి విషయాలు నవ్వులాటగా ముచ్చటించుకుంటారు కదా!" అన్నది.

ద్రౌపది సత్యభామకు వీడ్కోలు పలుకుట

ద్రౌపది చెపుతోంది - "సత్యా! భర్తయొక్క మనసును వశపరచుకునే దోషరహితమైన మార్గాన్ని నేను చెప్పాను. నీవు ఈ మార్గంలో నడిస్తే నీ భర్త మనసును ఆకర్షించ గలుగుతావు. స్త్రీలకు ఇహలోకంలో గాని, పరలోకంలో గాని భర్తను మించిన దైవం లేదు. అతడు కనుక సంతుష్టుడయితే ఆమె అన్నివిధాల సుఖాన్ని పొందగలుగుతుంది. అసంతుష్టుడయితే అన్ని సుఖాలు మట్టిలో కలిసిపోతాయి. సాధ్వీ! సుఖం ద్వారా సుఖం ఎప్పుడూ కలగదు. సుఖప్రాప్తికి సాధనం దుఃఖమే కాబట్టి నీవు సౌహార్దం, ప్రేమ, పరిచర్య, కార్యకుశలతలతోపాటు రకరకాల పుష్పగంధాలతో శ్రీకృష్ణుని సేవించి, "నేను ఈమెకు ఇష్టుడను" అని అతడు అనుకొనేలా వ్యవహరించు. గుమ్మం దగ్గర పతిదేవుడు వచ్చే అలికిడి వినపడగానే బయటకు వచ్చి అతనిని ఆహ్వానించడానికి సిద్ధంగా ఉండు. అతడు లోపలికి రాగానే వెంటనే కూర్చుండబెట్టి, కాళ్లు కడుగుకోడానికి నీళ్లిచ్చి, అతనిని గౌరవించు. అతడు దాసీకి ఏపనినయినా ఆజ్ఞాపించినపుడు నీవు స్వయంగా లేచివెళ్లి అతని పనులన్నీ చక్కపెట్టు. నీవు అన్నివిధాలా అతనినే కోరుకుంటున్నావని శ్రీకృష్ణచంద్రునికి తెలియాలి. నీభర్త నీకు చెప్పిన విషయం రహస్యం కాకపోయినా ఇతరులకెవరికీ చెప్పకు. పతికి ఇష్టులైనవారికి, స్నేహితులకు అతని హితైషులకు ఏదో ఒక ఉపాయంతో భోజనం పెట్టు. అతని శత్రువులను, అశుభాన్ని కోరేవారిని, అతడు ఉపేక్షించేవారిని, అతనిపట్ల కపటంగా ఉండేవారిని ఎప్పుడూ

దూరంగా ఉంచు. ప్రద్యుమ్నుడు, సాంబుడు - నీకు కొడుకులే అయినా ఏకాంతంలో వారి దగ్గరకూడా కూర్చోకు. గొప్పవంశంలో పుట్టిన, దోషంలేని, సాధ్వులయిన స్త్రీలతోనే నీవు ప్రేమగా ఉండాలి. క్రూరులు, పేచీకోరులు, తిండిపోతులు, దొంగతనం అలవాటుగా కలవారు, దుష్టులు, చంచలస్వభావం కలవారు అయిన స్త్రీలకు ఎప్పుడూ దూరంగా ఉండు. ఇలా నీవు అన్నివిధాలా నీ భర్తను సేవించుకో. ఇందువలన నీకు కీర్తిసౌభాగ్యాలు కలగడమేకాకుండా చివరికి స్వర్గం కూడా లభిస్తుంది. నీ విరోధులు అంతరించిపోతారు". అన్నది.

ద్రౌపది ఇలా చెప్తున్నసమయంలోనే శ్రీకృష్ణభగవానుడు మార్కండేయాది మునులు, పాండవులతో కలిసి రకరకాల మనసుకు నచ్చిన విషయాలు మాటలాడుతున్నాడు. అతడు ద్వారకకు వెళ్లడానికి రథమెక్కుతూ సత్యభామను పిలిచాడు. సత్యభామ ద్రౌపదిని కౌగిలించుకొని, తనకు తోచినట్లుగా ఆమెకు ధైర్యం చెపుతూ మాటలాడింది. ఆమె "కృష్ణా! నీవు చింతించకు. బాధపడకు. రాత్రులందు జాగారం చేయడం మానుకో. దైవాలవంటి నీభర్తలు తిరిగి తమ రాజ్యాన్ని పొందుతారు. నీవంటి శీలసంపన్నులయిన, ఆదరింపదగిన మహిళలు ఎక్కువకాలం దుఃఖాలు అనుభవించరు. నీవు తప్పకుండా నిష్కంటకంగా నీభర్తలతో కలిసి ఈభూమిమీద అధికారం పొందడం నీవు త్వరలోనే చూడగలవు. నీవు దుఃఖంలో ఉండడం చూసి కూడా నీకు అప్రియం చేసినవారు అందరూ నరకానికి వెళ్లారనే అనుకో. యుధిష్ఠిర భీమార్జుననకులసహదేవులకు జన్మించిన నీకొడుకులు ప్రతివింధ్యుడు, సుతసోముడు, శ్రుతకర్మ, శతానీకుడు, శ్రుతసేనుడు శస్త్రవిద్యలన్నింటిలో నిపుణులు, ఖడ్గవిద్యలో వీరులు అయ్యారు. వారు అభిమన్యునివలెనే అన్నివిధాలా చాలా ఆనందంగా ఉన్నారు. సుభద్రాదేవి వారిని అన్నిరకాలుగా నీవలెనే సంరక్షిస్తోంది. ఆమె ఏవిధంగానూ భేదభావం చూపకుండా వారిమీద కపటంలేని వాత్సల్యం చూపుతోంది. వారికష్టాలలో సుఖాలలో తాను పాలుపంచుకుంటోంది. ప్రద్యుమ్నుని తల్లి రుక్మిణీదేవి కూడా వారిని అన్నివిధాలుగా ముద్దుచేస్తోంది. శ్యామసుందరుడు కూడా భానుడు మొదలైన తనకొడుకులకంటె వీరిపై ఏరకంగానూ భేదభావం చూపడంలేదు. వారిభోజనం, వస్త్రాదులు మొదలైన సంరక్షణ అంతా మామగారు వహించారు. బలరాముడు మొదలైన అంధక, వృష్ణి, యదు వంశీయులందరూ వారికి అన్నివిధాల సౌకర్యాల కల్పనలో శ్రద్ధ వహించారు. వారికి ప్రద్యుమ్నుని పట్ల నీకొడుకులపట్ల ఒకే రకమైన ప్రేమ ఉంది". అని ఇలాంటివే ప్రియమైనవి, ఆనందదాయకమైనవి, నిజమైనవి, మనోనుకూలమైనవి ఎన్నో మాటలు చెప్పి సత్యభామ ఇక కృష్ణుని రథంవైపు వెళ్లాలనుకుంది. ఆమె ద్రౌపదికి ప్రదక్షిణం చేసి మరీ రథం ఎక్కింది. శ్రీకృష్ణుడు నవ్వుతూ ద్రౌపదికి ధైర్యం చెప్పాడు. పాండవులను మరలమని చెప్పి గుఱ్ఱాలను అదిలించి ద్వారకానగరానికి బయలుదేరాడు.

ఘోషయాత్రావృత్తాంతము

జనమేజయుడు - "వైశంపాయన మహర్షీ! ఊరకంగా అడవిలో ఎండకు, చలికి, గాలికి, ధూళికి తట్టుకొంటూ శరీరాలు కృశించి ఉన్న పాండవులు ద్వైతవనంలో ఆ పవిత్రమైన సరోవరానికి వచ్చి ఏమిచేశారు? అదినాకు చెప్పండి" అని అడిగాడు.

వైశంపాయనుడు చెప్పసాగాడు - "రాజా! ఆ రమణీయమైన సరోవరం వద్దకు వచ్చిన పాండవులు తమ హితచింతకులు అందరికీ వీడ్కోలిచ్చి, అక్కడే పర్ణశాల వేసుకుని చుట్టుపక్కల ఉన్న అందమైన వనాలలో, పర్వతాలపై నదీతీరాలలో విహరించసాగారు. ఆ వీరశ్రేష్ఠులు వనంలో ఈరీతిగా నివసించే సమయంలో వారివద్దకు వేదాధ్యయనశీలురైన అనేకులు బ్రాహ్మణులు వస్తూ ఉండేవారు. పాండవులు వారిని యథాశక్తి సేవించేవారు. ఆరోజులలోనే సంభాషణకుశలుడైన ఒక బ్రాహ్మణుడు అక్కడికి వచ్చాడు. వారిని కలుసుకున్నాక అతడు కౌరవులను కలుసుకుని ధృతరాష్ట్రునివద్దకు వెళ్లాడు. వృద్ధకురురాజు అతనికి ఆసనమిచ్చి అతనిని యథోచితంగా గౌరవించాడు. ఆపైన పాండవులగురించి గుచ్చిగుచ్చి అడిగాడు. అప్పుడు బ్రాహ్మణుడు "ఈసమయంలో యుధిష్ఠిర భీమార్జుననకుల సహదేవులు ఎంతో కష్టం అనుభవిస్తున్నారు. గాలికి ధూళికి వారి శరీరాలు కృశించి పోయాయి. ఇక ద్రౌపది సంగతి అడగక్కర్లేదు. ఆమె వీరపత్ని అయిఉండికూడా అనాథలా అన్నివైపులనుండి దుఃఖంతో అణచివేయబడుతోంది" అని చెప్పాడు.

అతని మాటలు విని ధృతరాష్ట్రమహారాజునకు చాలా దుఃఖం కలిగింది. రాజపుత్రులు, రాజపౌత్రులు అయి ఉండికూడా పాండవులు ఊరకంగా దుఃఖమనే నదిలో పడిపోయిఉన్నారని విన్నప్పుడు అతని హృదయం జాలితో నిండిపోయింది. అతడు దీర్ఘంగా నిట్టూరుస్తూ - "ధర్మపుత్రుడు

యుధిష్ఠిరుడు నాతప్పులను పట్టించుకోడు. అర్జునుడు కూడా అన్నగారినే అనుసరిస్తాడు. కాని ఈవనవాసం వలన భీమసేనుని కోపం వాయువు తోడైతే అగ్ని మండినట్లుగా వృద్ధిపొందుతుంది. ఆ క్రోధానలంతో మండిపోతున్న ఆవీరుడు చేతులు రాపాడిస్తూ నాపుత్రులను పౌత్రులను కాల్చి భస్మం చేసేలా మిక్కిలి భయంకరంగా వేడి ఊర్పులుతీస్తూ ఉంటాడు. అయ్యో! ఈ దుర్యోధనకర్ణశకుని దుశ్శాసనుల బుద్ధి ఎక్కడ చచ్చిందో తెలియదు. జూదం ద్వారా అపహరించిన ఈరాజ్యం తేనెలా తియ్యగా ఉందనుకుంటున్నారు. దీనివలన వచ్చే సర్వవినాశనం వైపు వీరి దృష్టి వెళ్లడం లేదు. చూడు. శకుని కపటోపాయాలు పన్ని మంచిపని చేయలేదు. అయినా పాండవులు అప్పుడే అతనిని మట్టుపెట్టనంత సాధుత్వాన్ని ప్రదర్శించారు. అయినా ఈ కుపుత్రుల మోహంలో పడి కౌరవుల అంత్యకాలం సమీపించడానికి కారణమైన ఆ పని నేనే చేయించాను. సవ్యసాచి అయిన అర్జునుడు అద్వితీయ ధనుర్ధరుడు. అతని గాండీవం కూడా ప్రచండమైన వేగంకలది. ఇప్పుడు అదేకాకుండా అతడు ఇంకా అనేక దివ్యాస్త్రాలు సంపాదించాడు. అయ్యో! ఈముగ్గురి పరాక్రమాన్ని సహించి నిలిచేవారు ఇక్కడ ఎవరున్నారు?" అని వాపోసాగాడు.

ధృతరాష్ట్రుని ఈమాటలన్నీ సుబలపుత్రుడైన శకుని విన్నాడు. విని ఏకాంతంగా ఉన్న కర్ణదుర్యోధనుల దగ్గరకు వెళ్లి వారికి చెప్పాడు. ఇదంతా విని అప్పుడు నీచబుద్ధి అయిన దుర్యోధనుడు కూడా విచారంలో మునిగిపోయాడు. అప్పుడు కర్ణశకునులు - "భరతకుమారా! నీవు నీ పరాక్రమంతో పాండవులను ఇక్కడినుండి వెళ్లగొట్టావు. ఇక ఇప్పుడు ఇంద్రుడు స్వర్గాన్ని ఏలుకున్నట్లుగా నీవు ఒక్కడివే ఈ భూమిని అనుభవించు. చూడు నీ బాహుబలంతో నేడు పూర్వ పశ్చిమ దక్షిణోత్తరాలు - నాలుగు దిక్కులనున్న రాజులు నీకు కప్పం చెల్లిస్తున్నారు. పూర్వం పాండవులను సేవించిన ఆ రాజ్యలక్ష్మి నేడు నీకు, నీ తమ్ముళ్లకు దక్కింది. రాజా! పాండవులు ఇప్పుడు ద్వైతవనంలో ఒక సరోవరం దగ్గర కొంతమంది బ్రాహ్మణులతో నివసిస్తున్నారని వినవచ్చింది. నా ఆలోచన ఏమంటే నీవు మంచి హంగూ ఆర్భాటంతో అక్కడికి వెళ్లు. సూర్యుడు తన వేడిమిచేత లోకాలను తపింపచేసినట్లుగా నీవు నీ పరాక్రమంతో ఆ పాండవులను తపింపచేయి. నీ రాణులు కూడా బహుమూల్యములయిన వస్త్రాలు ధరించి వెంటవస్తారు. జింక చర్మం, నార చీరలు ధరించిన కృష్ణను చూచి మీ మనసులు చల్లబడతాయి. మీ ఐశ్వర్యంతో వారి మనసులు మండిపోతాయి" అని ఓదార్చారు.

జనమేజయా! దుర్యోధనునితో ఇలా తమ అభిప్రాయం వెల్లడించి కర్ణశకునులు మిన్నకున్నారు. అంతట దుర్యోధనుడు "కర్ణా! నీవు చెప్పిన విషయమయితే నా మనస్సులో ఎప్పటినుండో ఉంది. పాండవులు మృగచర్మాలు, నారచీరలు ధరించి ఉండగా చూస్తే నాకు కలిగే సంతోషం ఈ సమస్త రాజ్యం పొందినప్పుడు కూడా కలుగదు. ఆహా! ద్రౌపది అడవిలో కావిరంగు బట్టలు ధరించి ఉండగా చూడగలిగితే అంతకుమించిన ఆనందకరమైన విషయం ఏముంటుంది? కాని నేను ద్వైతవనానికి వెళ్లడానికి గాని, రాజు నన్ను అక్కడికి వెళ్లడానికి అనుమతించే ఎలాంటి ఉపాయముగాని నాకు స్ఫురించడంలేదు. కాబట్టి నీవు, మామ శకుని, తమ్ముడు దుశ్శాసనుడు కలిసి ఆలోచించి మనం ద్వైత వనానికి వెళ్లగలిగే యుక్తిని కనిపెట్టండి అన్నాడు.

అనంతరం వారంతా సరే' అని చెప్పి తమ తమ స్థానాలకు వెళ్లిపోయారు. రాత్రిగడిచి తెల్లవారగానే వారు మరల దుర్యోధనుని దగ్గరకు వచ్చారు. కర్ణుడు సంతోషంతో - రాజా! ద్వైతవనానికి వెళ్లే ఒక ఉపాయం నాకు తోచింది వినండి. ఇప్పుడు మీ ఆవుల కొట్టాలు ద్వైతవనంలోనే ఉన్నాయి కదా! మీ రాకకోసం వారు ఎదురుచూస్తున్నారు. కాబట్టి మనం ఘోషయాత్రామిషతో అక్కడికి వెళ్తున్నాం." అన్నాడు. అది విని శకుని కూడా నవ్వుతూ - "ద్వైత వనానికి వెళ్లే ఈ ఉపాయం నాకు కూడా బాగా నచ్చింది. ఈ పని కోసం మహారాజు తప్పకుండా మనకు అనుమతిని ఇస్తాడు. పైగా పాండవులతో కలిసిమెలిసి ఉండమని కూడా నచ్చచెపుతాడు. గొల్లలు మీ రాకకోసం ద్వైతవనంలో వేచి చూస్తూ ఉంటారు. కాబట్టి ఘోషయాత్రామిషతో మనం తప్పకుండా అక్కడికి వెళ్లగలం" అన్నాడు.

రాజా! వారంతా అలా ఆలోచించుకుని ధృతరాష్ట్రమహారాజు వద్దకు వెళ్లారు. ధృతరాష్ట్రుడు వారిని; వారు ధృతరాష్ట్రుని కుశలమడిగారు. వారంతకుముందే సమంగుడనే గోపకునికి నేర్పించి చక్కగా సిద్ధపరిచి ఉంచారు. అతడు ధృతరాష్ట్రమహారాజు సమ్ముఖంలో "రాజా! నేడు మీ గోవులు సమీపానికే వచ్చి ఉన్నాయి" అని నివేదించాడు. దానిపై కర్ణశకునులు - "కురురాజా! ఇప్పుడు గోవులు

పరమరమణీయమైన ప్రదేశంలో విడిసి ఉన్నాయి. ఇప్పుడు ఆవుల, దూడల సంఖ్య లెక్కించడానికి, వాటి రంగులు వయసులు - మొదలైన సమాచారం లిఖించడానికి చాలా ఉపయుక్తంగా ఉంటుంది. కాబట్టి మీరు దుర్యోధనునకు అక్కడి వెళ్లడానికి ఆజ్ఞ ఇవ్వండి" అన్నారు. ఇది విని ధృతరాష్ట్రుడు "తండ్రీ! గోవుల సంరక్షణకయితే, ఏమీ ప్రతిబంధకం లేదు. కాని ఇప్పుడు నరశార్దూలురైన పాండవులు కూడా అక్కడే ఎక్కడో దగ్గరలోనే ఉంటున్నారని విన్నాను. మీరు వారిని కపటద్యూతంలో ఓడించారు. వారు అడవులలో పడి కష్టాలు అనుభవించవలసివస్తోంది. కనుక మీకు నేను అక్కడికి వెళ్లడానికి అనుమతిని ఇవ్వలేను. కర్ణా! వారు అప్పటినుండి నిరంతరం తపస్సు చేస్తూనే ఉన్నారు. ఇప్పుడు వారు అన్నివిధాలా శక్తి సంపన్నులయ్యారు. మీరు అహంకారంలోను మోహంలోను పడి నిండా మునిగిఉన్నారు. కనుక వారికి అపరాధం చేయడానికి తలపెట్టకుండా ఉండరు. అలాగే కనుక జరిగిన పక్షంలో వారు తమ తపః ప్రభావం చేత మిమ్మల్ని తప్పకుండా భస్మం చేసివేస్తారు. అంతేకాదు, వారి దగ్గర శస్త్రాస్త్రాలు కూడా ఉన్నాయి. కాబట్టి కోపం వస్తే ఆ ఐదుగురు వీరులు మిమ్మల్ని తమ శస్త్రాగ్నిలో కూడా హోమం చేసివేయగలరు. ఒకవేళ సంఖ్యాపరంగా మీరు అధికులైన కారణంగా ఏదో ఒకరకంగా మీరే వారిని అణిచివేసినా అదికూడా మీయొక్క నీచత్వమనే అనుకుంటారు. నేనైతే మీరు వారిని వశం చేసుకోవడం అసంభవమనే అనుకుంటున్నాను. చూడు అర్జునుడు దివ్యాస్త్రాలు సంపాదించనప్పుడే ఈ సమస్త భూమిని జయించాడు. ఇక దివ్యాస్త్రాలు పొందాక మిమ్మల్ని చంపడం అతనికేమంత పెద్ద విషయం? కాబట్టి మీరు స్వయంగా అక్కడికి వెళ్లడం నాకు ఉచితమని అనిపించడం లేదు. గోవులను లెక్కించడానికి ఎవరయినా ఇంకొక నమ్మకస్థుడిని పంపవచ్చును" అన్నాడు. అందుపై శకుని - "రాజా! మేము కేవలం గోవులను లెక్కించాలనే అనుకుంటున్నాము. పాండవులను కలుసుకోవాలనే ఆలోచనే మాకు లేదు. కాబట్టి మావలన అక్కడ రక్షణ కరువయ్యే అవకాశమే లేదు. పాండవులు నివసించే చోటికి మేము వెళ్లనే వెళ్లము" అన్నాడు.

శకుని ఇలా అన్నాక ధృతరాష్ట్రుడు తనకు ఇష్టం లేకపోయినా, దుర్యోధనుడు మంత్రులతో సహితంగా అక్కడికి వెళ్లడానికి అనుమతించాడు. అతని ఆజ్ఞ పొంది దుర్యోధనుడు గొప్ప సైన్యాన్ని తీసుకుని హస్తినాపురం నుండి బయలుదేరాడు. అతనివెంట దుశ్శాసనుడు, శకుని, చాలామంది తమ్ముళ్లు, వేలకొద్దీ స్త్రీలు ఉన్నారు. వారే కాకుండా ఎనిమిదివేల రథాలు, ముప్పై వేల ఏనుగులు, వేల కాల్బలం, తొమ్మిదివేల గుఱ్ఱాలు, ఇంకా వందల సంఖ్యలో బరువులు మోసే ఎడ్లబళ్లు, దుకాణాలు, వర్తకులు, వందిజనం కూడా వెంటనడిచారు. ఈ సైన్యమంతటితో అతడు అక్కడక్కడ మజిలీలు చేస్తూ గొల్లపల్లెల వద్దకు చేరాడు. అక్కడ తన డేరా వేశాడు. అతనితోపాటు వచ్చినవారంతా కూడా ఆ సర్వగుణ సంపన్నమైన, రమణీయమైన పరిచితమైన, నీరు కలిగిన, దట్టమైన ప్రదేశంలో తమ తమ నివాస స్థావరాలను ఏర్పాటు చేసుకున్నారు.

ఈ రీతిగా అందరూ చక్కని స్థావరాలు ఏర్పాటు చేసుకున్నాక దుర్యోధనుడు తన అసంఖ్యాకమైన గోవులను చూశాడు. వాటిమీద సంఖ్యలు, గుర్తులు వేయించాడు. అన్నిటినీ వేర్వేరుగా గుర్తించాడు. ఆపై దూడలమీద గుర్తులు వేయించాడు. ముకుతాడు వేయదగినవానిని వేరేగా ఉంచమన్నాడు - చిన్న చిన్న దూడలున్న ఆవులను వేరే లెక్కపెట్టించాడు - ఈ రీతిగా ఆవులను, దూడలను లెక్కించి, వాటిలో మూడు సంవత్సరాల వయసున్న దూడలను వేరే లెక్కించాడు. అతడు గొల్లలతో కలిసి అడవిలో ఆనందంగా విహరించసాగాడు. అలా తిరుగుతూ తిరుగుతూ అతడు ద్వైతవన సరోవరాన్ని చేరుకున్నాడు. ఆ సమయంలో అతని వైభవం అతి ఆడంబరంగా ఉంది. అక్కడ ఆ సరోవర తీరంలోనే ధర్మపుత్రుడు యుధిష్ఠిరుడు కుటీరం వేసుకుని ఉంటున్నాడు. అతడు మహారాణి ద్రౌపదితో కలిసి ఆ సమయంలో దివ్యవిధిని అనుసరించి, ఒక రోజులో పూర్తి అయ్యే రాజర్షి అనే పేరుగల యజ్ఞం చేస్తున్నాడు. అప్పటికప్పుడు దుర్యోధనుడు తనవేల మంది సేవకులకు అక్కడ వెంటనే క్రీడా భవనాలను నిర్మించమని ఆజ్ఞాపించాడు. సేవకులు రాజాజ్ఞ తలదాల్చి క్రీడా భవనాలు నిర్మించాలనే ఆలోచనతో ద్వైతవన సరోవరం పక్కకు వెళ్లారు. వారు ఆ వనద్వారంలో ప్రవేశించగానే వారి నాయకుని గంధర్వులు అడ్డగించారు. ఎందుకంటే వారు రావడానికి ముందే గంధర్వరాజు చిత్రసేనుడు జలక్రీడలాడాలనే ఉద్దేశ్యంతో తన సేవకులతో, దేవతలతో, అప్సరసలతో సహితంగా అక్కడికి విచ్చేసి ఉన్నాడు. కనుక అతడే ఆ సరోవరాన్ని ఆక్రమించుకొని ఉన్నాడు.

ఈ రకంగా సరోవరం ఆక్రమింపబడి ఉండడం చూసి, వారు దుర్యోధనుని దగ్గరకు తిరిగి వచ్చారు. వారి మాటలు విని దుర్యోధనుడు యుద్ధోన్మత్తులైన కొందరు సైనికులను "వారిని అక్కడినుండి తరిమెయ్యండి" అని ఆజ్ఞ ఇచ్చి ఆ సరోవరానికి పంపాడు. వారు అక్కడికి వెళ్లి గంధర్వులతో – "ఇప్పుడు ధృతరాష్ట్రకుమారులు, మహాబలవంతులు అయిన దుర్యోధనులవారు ఇక్కడికి జలవిహారానికి వేంచేస్తున్నారు. కాబట్టి మీరు ఇక్కడినుండి తొలగిపొండి" అన్నారు. రాజభటుల ఈ మాటలను విని గంధర్వులు నవ్వసాగారు. వారు వారితో– "మీ రాజు దుర్యోధనుడు గొప్ప మందబుద్ధి అనిపిస్తోంది. అతనికి ఏమాత్రం తెలివి లేదు. అందుకే వర్తకులమన్నట్లుగా మా దేవతల మీద అతడు ఇలాంటి ఆంక్షలు విధిస్తున్నాడు. మీరు కూడా నిస్సందేహంగా బుద్ధిహీనులే. మృత్యుముఖంలోకి వెళ్లగోరుతున్నారు. కనుకనే తెలివైన మాటలు మానేసి అతడు చెప్పగానే మా ఎదుటికి వచ్చి ఇలాంటి మాటలు చెపుతున్నారు. కాబట్టి మీరు మీ రాజు దగ్గరకు వెనుదిరగండి. లేకుంటే ఇప్పుడే యమరాజు ఇంట్లో విందు కుడుస్తారు" అని హెచ్చరించారు.

అప్పుడు ఆ యోధులందరూ కలిసి దుర్యోధనుని దగ్గరకు తిరిగి వచ్చి గంధర్వులన్న మాటలన్నీ అతనికి వినిపించారు. దానితో దుర్యోధనుని కోపాగ్ని చెలరేగింది. అతడు తన సేనాపతులకు – "ఒరేయ్! నన్ను అవమానించిన ఈ పాపులకు కాస్త (తడాఖా) సత్తా రుచి చూపించండి. అక్కడ దేవతలతో కలిసి ఇంద్రుడే స్వయంగా క్రీడించడానికి వచ్చినాసరే ఏమీ పరవాలేదు" అని గర్వంగా ఆజ్ఞాపించాడు. దుర్యోధనుని ఆజ్ఞ కాగానే ధృతరాష్ట్రుని కొడుకులందరూ. ఇంకా వేలకొద్దీ యోధులు నడుం బిగించి సిద్ధమయిపోయారు. గంధర్వులను చావబాది బలవంతంగా ఆ వనంలో ప్రవేశించారు.

గంధర్వులు వెళ్లి ఈ సమాచారమంతా తమ యజమాని చిత్రసేనునికి విన్నవించారు. అప్పుడతడు "వెళ్లండి. ఈ నీచ కౌరవులకు బాగా బుద్ధిచెప్పండి" అని వారిని ఆజ్ఞాపించాడు. అంతట వారు ఎవరికివారే శస్త్రాస్త్రాలు తీసుకుని కౌరవుల మీద దాడిచేశారు. వారు అకస్మాత్తుగా ఆయుధాలతో తమపై దాడి చేయడానికి రావడం చూసి కౌరవులు దుర్యోధనుడు చూస్తూ ఉండగానే పారిపోయారు. అప్పుడు దుర్యోధనుడు, శకుని, దుశ్శాసనుడు, వికర్ణుడు, అలాగే ధృతరాష్ట్రుని కొంతమంది ఇతర కొడుకులు రథాలెక్కి గంధర్వులముందు నిలబడ్డారు. కర్ణుడు వీరందరికీ ముందున్నాడు. అంతే. ఇరువైపుల నుండి గొప్ప భయంకరమైన, గగుర్పాటు కలిగించే యుద్ధం మొదలయింది. కౌరవులు కురిపించిన బాణవర్షం గంధర్వుల యంత్రాలను శిథిలం చేసింది. గంధర్వులు భయభ్రాంతులు కావడం చూసి చిత్రసేనునికి కోపం వచ్చింది. అతడు కౌరవులను నాశనం చేయడానికి మాయాస్త్రం ప్రయోగించాడు. చిత్రసేనుని మాయకు కౌరవులు తిరుగుడు పడిపోయారు. ఒక్కొక్క కౌరవవీరుని పదిమంది చొప్పున గంధర్వులు చుట్టుముట్టారు. వారి దెబ్బకు విలవిలలాడి వారు యుద్ధభూమిని వదిలి ప్రాణాలతో పారిపోయారు. ఈ రీతిగా కౌరవ సైన్యం చెల్లాచెదురయింది. కేవలం కర్ణుడొక్కడే ఒంటరిగా పర్వతంలా స్థిరంగా నిలిచాడు. దుర్యోధనునికి, కర్ణునికి, శకునికి కూడా బాగా దెబ్బలు తగిలాయి. అయినా వారు గంధర్వుల ఎదుట వెన్ను చూపలేదు. వారు సరిసమానంగా యుద్ధభూమిలో నిల్చునే ఉన్నారు. గంధర్వులు వందలు వేలు సంఖ్యలో మూకుమ్మడిగా ఒక్క కర్ణుని మీదనే దాడిచేశారు. వారు కర్ణుని రథాన్ని ముక్కలు ముక్కలు చేశారు. అతడు చేతిలో కత్తి డాలు పట్టుకుని రథంమీది నుండి క్రిందికి ఉరికి, వికర్ణుని రథం ఎక్కి ప్రాణాలు రక్షించుకోడానికి గుఱ్ఱాలను వేగంగా పోనిచ్చాడు.

ఇక దుర్యోధనుడు చూస్తూ ఉండగానే కౌరవ సైన్యం పారిపోయింది. తమ్ముళ్లందరూ వెన్నుచూపి పారిపోయినా దుర్యోధనుడు మొహం చాటు చేయలేదు. అపారమైన గంధర్వసేన అతని వైపుకే ముందుకు చొచ్చుకు వస్తోంది. దానికి భీషణమైన బాణవర్షంతోనే బదులు ఇచ్చాడు. ఆ బాణవర్షాన్ని ఏమాత్రం లెక్క చేయకుండా గంధర్వులు అతనిని చంపాలనే ఉద్దేశ్యంతో నలువైపుల నుండి చుట్టుముట్టారు. వారు తమ బాణాలతో అతని రథాన్ని నుగ్గునుగ్గు చేశారు. ఈ రీతిగా అతడు రథం నుండి క్రింద పడిపోగానే చిత్రసేనుడు ముందుకు ఉరికి ప్రాణాలతో అతనిని బంధించాడు. ఆ తరువాత గంధర్వులు అనేకులు రథం మీద ఉన్న దుశ్శాసనుడిని చుట్టుముట్టి పట్టుకొన్నారు. కొంతమంది గంధర్వులు విందానువిందులను, రాజకాంతలందరిని పట్టుకొన్నారు. గంధర్వుల ఎదుట నుండి పారిపోతున్న కౌరవసైన్యం మిగులు తగులు సామానంతటినీ తీసుకొని పాండవుల శరణుచొచ్చారు. దుర్యోధనుని గంధర్వుని

పిడికిటి నుండి విడిపించడానికి మిక్కిలి ఆరాటపడుతున్న అతని మంత్రులు రోదిస్తూ ధర్మరాజును - "మహారాజా! మాకు ప్రియతముడైన మహాబాహువయిన ధృతరాష్ట్ర కుమారుడు దుర్యోధన మహారాజును గంధర్వులు పట్టుకొని తీసుకుపోతున్నారు. వారు దుశ్శాసనుడు, దుర్విషహుడు, దుర్ముఖుడు - మొదలైనవారిని ఇంకా రాణివాసపు స్త్రీలనందరినీ కూడా బంధించారు. మీరు వారిని రక్షించడానికి త్వరపడండి" అని ప్రార్థించారు.

దుర్యోధనుని యొక్క ఆ వృద్ధమంత్రులు ఈ రీతిగా దుఃఖంతో దీనులై యుధిష్ఠిరుని ఎదుట లబలబలాడడం చూసి భీమసేనుడు "మనం గొప్ప ప్రయత్నం చేసి గుఱ్ఱాలను, ఏనుగులను సిద్ధం చేసుకుని చేసే పనినే ఈనాడు గంధర్వులు చేసేశారు. అసమర్థులను ద్వేషించేవారికి ఇతరుల వల్లనే అవమానం జరుగుతుందని మనం వింటున్నమాట. ఈ మాటను గంధర్వులు మనకు ప్రత్యక్షంగా చేసి చూపించారు. మనం ఇప్పుడు అడవిలో శీతవాతాతపాలు భరిస్తూ ఉన్నాం. తపస్సు చేయడంతో మన శరీరాలు బాగా కృశించిపోయి ఉన్నాయి. ఈ రీతిగా మనం ఇప్పుడు విపరీత స్థితిలో ఉన్నాం. దుర్యోధనుడు సమయం అనుకూలించడంతో ఉత్సాహంతో మిడిసిపడుతున్నాడు. కాబట్టి ఆ కుబుద్ధి మనలను ఈ అవస్థలో చూడాలని కోరుకున్నాడు. వాస్తవానికి కౌరవులు చాలా కుటిలులు" అని కర్కశంగా పలికాడు. భీమసేనుడీ విధంగా కటువైన స్వరంతో అంటూంటే యుధిష్ఠిరుడు - "సోదరా! భీమసేనా ఇది కటువైన మాటలు వినిపించే సమయం కాదు. చూడు వీరు భయపీడితులై దానినుండి రక్షణ పొందాలని మన శరణు కోరారు. పైగా ఇప్పుడు గొప్ప సంకటస్థితి వచ్చిపడింది. అయినప్పుడు నీవు ఇలాంటి మాటలెందుకు మాట్లాడతావు? కుటుంబీకుల మధ్య తగాదాలు కొట్లాటలు వస్తూనే ఉంటాయి. అప్పుడప్పుడు వైరం కూడా మొదలుకావచ్చు. కాని బయటి వ్యక్తి ఎవరయినా వారి వంశం మీద దాడిచేసినపుడు ఆ అవమానాన్ని వారు సహించలేరు. దక్షత కలిగిన భీమా! గంధర్వులు బలాత్కారంగా దుర్యోధనుని చెరపట్టి తీసుకుపోయారు. పైగా మన వంశానికి చెందిన స్త్రీలు నేడు బయటి వ్యక్తుల అధీనంలో ఉన్నారు. ఈ రీతిగా ఇది మన వంశానికే అవమానం. కాబట్టి వీరులారా! శరణాగత రక్షణకోసం, మన వంశ గౌరవాన్ని నిలపడం కోసం సన్నద్ధం కండి. శస్త్రాస్త్రాలు ధరించండి. అర్జుననకుల సహదేవులు, నీవు అందరూ కలిసి వెళ్లండి. దుర్యోధనుని విడిపించి తీసుకురండి, చూడు. కౌరవుల ఈ అందమైన ధ్వజాలున్న రథాలలో అన్నిరకాల శస్త్రాస్త్రాలు సమకూడి ఉన్నాయి. మీరు వీనిని అధిష్ఠించి వెళ్లి గంధర్వులతో పోరాడి దుర్యోధనుని విడిపించడానికి శ్రద్ధగా ప్రయత్నించండి. తన శరణుకోరి వచ్చిన వ్యక్తిని ప్రతిరాజు యథాశక్తి రక్షిస్తాడు. పైగా నీవు అయితే మహాబలవంతుడవయిన భీముడవు. ఆహా! ఇంతకు మించిన విషయం మరొకటి ఏముంటుంది?[14] ఈనాడు దుర్యోధనుడు నీ బాహుబలం మీద ఆధారపడి తన జీవితం మీద ఆశలు చిగురింప చేసుకుంటున్నాడు. వీరుడా! నేనే స్వయంగా ఈ కార్యం కోసం వెళ్లి ఉందును. కాని నేను ఇప్పుడు యజ్ఞాన్ని మొదలుపెట్టాను. కనుక నేను ఏ ఇతర విషయాల గురించి ఆలోచించకూడదు. చూడు ఆ గంధర్వ రాజు నయానా భయానా వినకపోతే కొద్దిగా పరాక్రమం చూపి దుర్యోధనుని విడిపించి తీసుకురావాలి. తేలికపాటి యుద్ధంతో అతడు విడిచిపెట్టకపోతే ఏ రకంగానైనా సరే అతనిని అణిచివేసి దుర్యోధనుని విముక్తుని చేయాలి" అని స్థిరంగా చెప్పాడు.

ధర్మరాజు యొక్క ఈ మాటను విని అర్జునుడు - "గంధర్వులు నయానా భయానా కూడా కౌరవులను విడిచిపెట్టకపోతే నేడు భూమి గంధర్వ రాజు యొక్క రక్తాన్ని పానం చేస్తుంది" అని ప్రతిజ్ఞ చేశాడు. సత్యవాది అయిన అర్జునుని ఈ ప్రతిజ్ఞను విని కౌరవుల మనసులు కుదుటపడ్డాయి.

పాండవులు గంధర్వులతో యుద్ధము చేయుట

వైశంపాయనుడు చెపుతున్నాడు - రాజా! యుధిష్ఠిరుని మాటలు విని భీముడు మొదలైన పాండవులందరి ముఖాలు సంతోషంతో విప్పారాయి. వారు యుద్ధోత్సాహంతో లేచి నిలుచున్నారు. అనంతరం వారు అభేద్యమైన కవచాలు తొడిగి రకరకాల దివ్యాయుధాలు ధరించి, గంధర్వులపై దండెత్తారు. విజయోన్మత్తులైన గంధర్వులు లోకపాలురతో సమానులైన నలుగురు పాండవులు రథాలు ఎక్కి రణభూమికి రావడం చూడగానే మరలివచ్చి వ్యూహరచన చేసి వారికి ఎదురు నిలిచారు.

అప్పుడు అర్జునుడు వారికి నచ్చచెపుతూ "మీరు నా సోదరుడైన దుర్యోధన మహారాజును విడిచిపెట్టండి" అన్నాడు. అందుకు గంధర్వులు "మమ్మల్ని ఆజ్ఞాపించగలిగినవాడు

గంధర్వరాజు చిత్రసేనుడు తప్ప వేరెవరూ లేరు. అతడొక్కడే మమ్మల్ని ఏది ఆజ్ఞాపిస్తే అది చేస్తాం" అని బదులిచ్చారు. గంధర్వులు ఇలా అనగానే అర్జునుడు తిరిగి వారితో - "పరస్త్రీలను పట్టుకోవడం, మనుష్యులతో యుద్ధం చేయడం వంటి నింద్యమైన పనులు గంధర్వరాజుకు ఎన్నె తేవు. మీరు ధర్మరాజు యుధిష్ఠిర మహారాజు యొక్క ఆజ్ఞను మన్నించి ఈ మహాపరాక్రమ వంతులైన ధృతరాష్ట్ర పుత్రులను వదిలిపెట్టండి. మీరు శాంత వచనాలతో వీరిని విడువకపోతే నేను స్వయంగా నా పరాక్రమంతో ఇతనిని విడిపిస్తాను" అన్నాడు. ఇలా చెప్పినా కూడా గంధర్వులు అర్జునుని మాటను లెక్క చేయలేదు. అర్జునుడు వారిపై అతిపదునైన బాణాలు కురిపించడం మొదలుపెట్టాడు. గంధర్వులు కూడా వారిపై బాణాల జడివాన కురిపించారు. అర్జునుడు ఆగ్నేయాస్త్రం వేసి వేలమంది గంధర్వులను యమసదనానికి పంపించాడు. మహాబలశాలి అయిన భీముడు కూడా తీక్షణమైన బాణాలతో వందలకొద్దీ గంధర్వులను అంతం చేశాడు. మాద్రీపుత్రులైన నకుల సహదేవులు కూడా సంగ్రామరంగంలో అడుగు ముందుకువేసి, శత్రువుల ననేకులను చుట్టుముట్టి సంహరించారు. పాండవులు ఈ రీతిగా దివ్యాస్త్రాలతో గంధర్వులను మట్టుపెడుతూ ఉండడంతో వారు ధృతరాష్ట్ర పుత్రులను తీసుకుని ఆకాశానికి ఎగిరిపోసాగారు. వారు ఆకాశంలోకి ఎగరడం చూసిన అర్జునుడు నలువైపుల వారి గమనానికి ఆటంకం కలిగిస్తూ ఆకాశంలో బాణాలతో ఒక విశాలమైన వలలాంటిది పరిచాడు. పంజరంలో పక్షులవలె వారు ఆ వలలో బందీలైపోయారు. దానితో వారు అత్యంతమూ కుపితులై అర్జునుని మీద గద, శక్తి, ఋష్టి మొదలైన అస్త్రశస్త్రాలు కురిపించనారంభించారు. అప్పుడు మహావీరుడైన అర్జునుడు వారిపై స్థూణాకర్ణం, ఇంద్రజాలం, సౌరం, ఆగ్నేయం, సౌమ్యం మొదలైన దివ్యమైన అస్త్రాలు ప్రయోగించాడు. వాటి తాకిడికి వారు చాలా బాధపడసాగారు. పైకి పోదామంటే బాణాలవల అడ్డుగా ఉంది. అటు ఇటు పోదామంటే అర్జునుని బాణాలు చిల్లులు పొడుస్తున్నాయి.

అర్జునుని బాణాలకు గంధర్వులు చాలా భయపడుతున్నారని గమనించిన చిత్రసేనుడు గదను తీసుకొని వారివైపు పరుగుతీశాడు. కాని అర్జునుడు తన బాణాలతో ఆ ఇనుపగదను ఏడు ముక్కలు చేశాడు. ఇక అతడు మాయ పూని అదృశ్యుడై ఉండి అర్జునునితో యుద్ధం కొనసాగించాడు. దీనితో అర్జునునికి చాలా కోపం వచ్చింది. అతడు దివ్యాస్త్రాలతో, అభిమంత్రించిన ఆకాశగమనం కల ఆయుధాలతో యుద్ధం చేయసాగాడు. గంధర్వుడు అంతర్ధానుడైనప్పటికి అతని శబ్దాన్ని బట్టి శబ్దవేధి బాణాలతో అతనిని తూట్లు పొడవసాగాడు. అర్జునుని ఆ అస్త్రశస్త్రాలకు చిత్రసేనుడు ఆశ్చర్యచకితుడయ్యాడు. అతడు తన్ను తాను ప్రకటించుకుని "అర్జునా! చూడు. యుద్ధంలో నీకు ఎదురుగా నిల్చిన నేను నీ స్నేహితుడనైన చిత్రసేనుడను" అన్నాడు. అర్జునుడు యుద్ధంలో జర్జరితశరీరుడైన తన స్నేహితుని చూచి తన దివ్యాస్త్రాలను మరలించాడు. ఇది చూచి పాండవులందరూ మిక్కిలి ఆనందించారు. రథారూఢులై ఉన్న భీమార్జున నకులసహదేవులు, చిత్రసేనుడు పరస్పరం కుశల ప్రశ్నలు వేసుకున్నారు.

అర్జునుడు నవ్వుతూ చిత్రసేనుని - "వీరుడా! కౌరవులను పరాభవించడంలో నీ ఉద్దేశ్యం ఏమిటి? నీవు స్త్రీలతో సహితంగా దుర్యోధనుని ఎందుకు బంధించావు?" అని అడిగాడు. చిత్రసేనుడు "ధనంజయా! దురాత్ముడైన దుర్యోధనుని యొక్క, పాపి కర్ణుని యొక్క అభిప్రాయం దేవేంద్రునకు స్వర్గంలోనే తెలిసింది. వీళ్లు - "ఈనాడు పాండవులు అడవులలో ఇబ్బందికర పరిస్థితులలో ఉంటూ అనాథలవలె కష్టాలు అనుభవిస్తున్నారు. మనం మంచి ఆనందంలో ఉన్నాం" అనుకొని, మిమ్మల్ని చూచి ఈ దుఃస్థితిలో ద్రౌపదిని గేలిచేయడానికి ఇక్కడికి వచ్చారు. వారి ఈ దుష్టమనోభావాన్ని పసిగట్టి ఇంద్రుడు నాతో - "వెళ్లు. దుర్యోధనుని అతని తమ్ముళ్లు, మంత్రులతో సహితంగా బంధించి ఇక్కడకు తీసుకురా. కాని చూడు సోదరులతో కూడిన అర్జునుని మాత్రం ఎలాగైనా రక్షించాలి. అతడు నీకు ప్రియసఖుడు, (గానవిద్యలో) శిష్యుడు కూడా కదా!" అని చెప్పాడు. దేవేంద్రుడు చెప్పిన వెంటనే నేను ఇక్కడికి వచ్చాను. ఈ దుష్టుని బంధించాను కూడా. నేను ఇక దేవలోకానికి వెళ్తున్నాను. ఇంద్రుని ఆజ్ఞానుసారం ఈ దురాత్ముని కూడా తీసుకువెళ్తున్నాను" అన్నాడు. అర్జునుడు - "చిత్రసేనా! నీవు నాకు ప్రియం చేయదలచుకుంటే ధర్మరాజు ఆదేశించినట్లుగా మా సోదరుడు దుర్యోధనుని విడిచిపెట్టు" అని అడిగాడు.

చిత్రసేనుడు "అర్జునా! ఇతడు పాపి. మిక్కిలి గర్వంతో ఉన్నాడు. ఇతనిని విడిచిపెట్టడం ఉచితం కాదు. ఇతడు

ధర్మరాజును కృష్ణను మోసం చేశాడు. ధర్మరాజు ఇప్పుడు ఏమి చేయదలచుకున్నాడో తెలియదు. సరే నడు అతనికి అన్ని విషయాలూ చెపుదాం. అతడు ఎలా అనుకుంటే అలా చేస్తాడు" అన్నాడు.

తదుపరి వారంతా మహారాజు యుధిష్ఠిరుని వద్దకు వెళ్లారు. అతని గురించిన అన్ని విషయాలు అతనికి చెప్పారు. అజాతశత్రువైన యుధిష్ఠిరుడు గంధర్వుల మాటలు విని వారిని ప్రశంసించాడు. సమస్త కౌరవులను విడిపించాడు. అతడు గంధర్వులతో "మీరు బలవంతులు, శక్తిసంపన్నులు, మీరు బంధువులతో, తమ్ముళ్లతో, మంత్రులతో సహితంగా దురాచారి అయిన దుర్యోధనుని వధించలేదు. అదే పదివేలు మీరు చేసిన ఈ మేలు నామీద ఉంది" అన్నాడు. అనంతరం బుద్ధికుశలుడయిన యుధిష్ఠిరుని ఆజ్ఞ తీసుకొని అప్సరసలతో సహితంగా చిత్రసేనాది గంధర్వులు అత్యంతమూ ప్రసన్నచిత్తులై స్వర్గానికి వెళ్లిపోయారు. ఇంద్రుడు దివ్యామృతాన్ని కురిపించి కౌరవుల చేతులలో మరణించిన గంధర్వులను జీవింపచేశాడు. తమవారిని, రాజకాంతలను గంధర్వుల చెరనుండి విడిపించి పాండవులు కూడా మిక్కిలి ఆనందించారు. కౌరవుల స్త్రీలు, కుమారులు పాండవులను మిక్కిలి కొనియాడారు.

అనంతరం తమ్ముళ్లతో కలిసి చెరనుండి విముక్తి పొందిన దుర్యోధనునితో ధర్మరాజు మిక్కిలి ప్రేమగా "సోదరా! ఇటువంటి సాహసం ఇంకెప్పుడూ చేయకు. చూడు సాహసం చేసేవారికి సుఖమెన్నడూ కలుగదు. ఇక ఇప్పుడు నీ తమ్ములతో కలిసి క్షేమంగా నీ ఇంటికి వెళ్లు, ఈ ఘటనతో మనసులో ఎలాంటి విచారం పెట్టుకోకు" అని పలికాడు. ధర్మరాజు ఇలా ఆజ్ఞాపించగానే దుర్యోధనుడు అతనికి నమస్కరించి, మిక్కిలి సిగ్గుపడి, తన నగరంవైపు బయలుదేరాడు. అతడా సమయంలో ఇంద్రియాలు నశించిపోయినట్లుగా, క్షోభతో హృదయం పగిలిపోతున్నట్లుగా వ్యాకులపాటు చెందసాగాడు.

దుర్యోధనుని ప్రాయోపవేశము

జనమేజయుడు - "మునివరా! దుర్యోధనుడు లజ్జాభారంతో కుంగిపోయాడు. శోకంతో అతని మనసు చాలా ఉద్విగ్నమయింది. ఇలాంటి స్థితిలో అతడు హస్తినాపురంలో ఎలా ప్రవేశించాడు. ఈ వృత్తాంతం నాకు సవిస్తరంగా తెలుపండి" అని అడిగాడు.

వైశంపాయనుడు చెప్పాడు - "రాజా! యుధిష్ఠిరుడు ధృతరాష్ట్రపుత్రునకు వీడ్కోలు ఇవ్వగానే సిగ్గుతో ముఖం క్రిందికి దించుకుని మనసులోనే కోపగిస్తూ చతురంగ సేనలతో అక్కడినుండి హస్తినాపురానికి బయలుదేరాడు. మార్గమధ్యంలో జలం, పచ్చగడ్డి అధికంగా ఉన్న ఒక రమణీయమైన ప్రదేశంలో విశ్రమించాడు. అక్కడికి కర్ణుడు వచ్చి అతనితో "రాజా! మీరు ప్రాణాలతో బ్రతికి బయటపడ్డారు. మళ్లీ మనం కలుసుకున్నాం. ఇది చాలా అదృష్టం. మీ ఎదుటనే గంధర్వులు నన్ను నా సైన్యాన్ని కూడా నడుపుకోలేనంతగా బాణవర్షం కురిపించి ఇబ్బంది కలిగించారు. చివరికి ఊపిరి తీసుకునే సరికి అక్కడి నుండి పారిపోవలసి వచ్చింది. ఆ అతిమానుషమైన యుద్ధాన్నుండి మీరు రాణులు, సైన్యంతో సహితంగా సకుశలురై తిరిగి వచ్చారు. ఎటువంటి గాయాలూ కూడా మీకు తగలలేదు. ఇది చూచి నాకు చాలా ఆశ్చర్యం కలుగుతోంది. ఈ సమయంలో మీరు మీ తమ్ముళ్లతో కలిసి యుద్ధంలో చేసి చూపినంత నైపుణ్యం ఇతరులెవరూ ఈలోకంలో చేయగలిగిన వారు కనిపించరు" అన్నాడు.

కర్ణుడిలా అనగానే దుర్యోధనుడు గద్గద కంఠంతో - "నీకు అసలు యుద్ధం సంగతి తెలియదు. అందుకే నేను నీ మాటలను చెడుగా అనుకోవడం లేదు. గంధర్వులను నేను నా పరాక్రమంతోనే జయించానని నీవు అనుకుంటున్నావు. అసలు సంగతి ఇది. నేను నా తమ్ముళ్లు చాలాసేపు గంధర్వులతో యుద్ధం చేశాము. అందులో ఇరుపక్షాలవారికి నష్టం జరిగింది. కాని వారు మాయా యుద్ధం మొదలుపెట్టాక మేము వారిని ఎదుర్కోలేకపోయాం. చివరికి ఓటమి మాదే అయ్యింది. గంధర్వులు మమ్మల్ని సేవక, మంత్రి, పుత్ర, స్త్రీ, సేన, వాహనాలతో సహా బంధించారు. అనంతరం వారు మమ్మల్ని ఆకాశమార్గంలో తీసుకువెళ్లారు. ఆ సమయంలోనే మా మంత్రులు, సైనికులు కొందరు పాండవుల దగ్గరకు వెళ్లి "గంధర్వులు ధృతరాష్ట్ర కుమారుడు దుర్యోధన మహారాజును వారి తమ్ముళ్లు, స్త్రీలతో కూడా పట్టుకొని తీసుకుపోతున్నారు. ఇప్పుడు మీరు వారిని విడిపించండి" అని అడిగారు. అప్పుడు ధర్మాత్ముడైన యుధిష్ఠిరుడు తన తమ్ముళ్లందరికీ నచ్చచెప్పి మమ్మల్ని బంధవిముక్తులను కావించడానికి ఆజ్ఞాపించాడు. పాండవులు అక్కడికి వచ్చి గంధర్వులను ఓడించగల శక్తి కలిగి ఉండి కూడా వారికి నచ్చచెప్పి శాంతిపూర్వకంగా విడిచిపెట్టమని ప్రతిపాదించారు. కాని గంధర్వులు మమ్మల్ని విడిచిపెట్టడానికి సిద్ధపడలేదు.

అప్పుడు గంధర్వులు యుద్ధభూమిని వదిలి మమ్మల్ని ఈడ్చుకుంటూ ఆకాశంలోకి ఎగిరిపోసాగారు. అప్పుడు మేము కళ్లు తెరిచి చూసేసరికి అన్నివైపుల బాణసమూహంతో ఆవరిస్తూ అర్జునుడు దివ్యాస్త్రాలను కురిపిస్తున్నాడు. ఈ రీతిగా అర్జునుని తీక్ష్ణమైన బాణాలతో అన్నిదిక్కులు అడ్డగింపబడగా, అర్జునుని మిత్రుడు చిత్రసేనుడు తన రూపాన్ని ప్రకటించాడు. తరువాత ఇద్దరు మిత్రులు పరస్పరం చక్కగా కలుసుకున్నారు. కుశల ప్రశ్నలు వేసుకున్నారు. కర్ణా! శత్రుదమనుడైన అర్జునుడు నవ్వుతూ ఉత్సాహంగా "వీరవరా! నీవు మా సోదరులను విడిచిపెట్టు, పాండవులు జీవించి ఉండగా వీరిని ఎవరూ అవమానించకూడదు" అన్నాడు. మహాత్ముడైన అర్జునుడు ఇలా అన్నాక గంధర్వరాజు చిత్రసేనుడు మనం పాండవులను, వారి భార్యను ఈదుర్దశలో ఉండగా చూడడానికే అక్కడికి వెళ్లామని చెప్పాడు. అతడు ఈ మాటలు అంటూ ఉన్నపుడు సిగ్గుతో ఈ భూమి బద్దలై నేను దానిలో కలిసిపోతే బాగుండునని నాకు అనిపించింది. తరువాత పాండవులు, గంధర్వులు కలిసి యుధిష్ఠిరుని వద్దకు వెళ్లి బందీగా ఉన్న నన్ను అక్కడ నిలుచోబెట్టారు. అతనికి కూడా మన దుష్టాలోచనను గురించి చెప్పారు. ఈ రీతిగా నేను స్త్రీల సమక్షంలో దీనుడనై బందీగా యుధిష్ఠిరునికి అప్పగించబడ్డాను. నేను ఎప్పుడూ చులకనచేస్తూ శత్రువులుగా పరిగణిస్తూ ఉండేవారే మందమతినైన నన్ను చెరనుండి విడిపించి ప్రాణదానం చేశారు. చెప్పు. ఇంతకంటె దుఃఖకరమైన విషయం ఇంకొకటి ఏమి ఉంటుంది? వీరా! ఇంతకంటె మహాసంగ్రామంలో నాప్రాణాలు పోయి ఉంటే చాలా బాగుండేది. ఇలా బ్రతికి ఏమి చేయను? గంధర్వులు నన్ను యుద్ధంలో చంపిఉన్నట్లయితే లోకంలో నాకు కీర్తి దక్కేది, ఇంద్రలోకంలో అక్షయ పుణ్యలోకాలూ లభించేవి. ఇక నా నిర్ణయం విను. నేను ఇక్కడ అన్నం నీళ్లు మాని ప్రాణత్యాగం చేస్తాను, నీవు, దుశ్శాసనాదులైన నా తమ్ముళ్లు అందరూ హస్తినాపురానికి వెళ్లండి. ఇప్పుడు నేను హస్తినాపురానికి వచ్చి మహారాజు ముందు ఏమని జవాబివ్వగలను? భీష్మద్రోణులు, కృపాచార్యుడు, అశ్వత్థామ, విదురుడు, సంజయుడు, బాహ్లీకుడు, భూరిశ్రవసుడు ఇంకా ఇతరులైన పెద్దలు వృద్ధులు, తటస్థులు అయిన బ్రాహ్మణులు నన్ను గురించి ఏమనుకుంటారు? వారికి నేనేమి సమాధానం చెప్పను? ఈ బ్రతుకు కంటె మరణమే మేలు" అని వాపోయాడు.

ఈ రీతిగా దుర్యోధనుడు మిక్కిలి విచారగ్రస్తుడయ్యాడు. తిరిగి అతడు దుశ్శాసనునితో "తమ్ముడా! నా మాట విను. నీవు రాజ్యం ఏలుకో, ఈ రాజ్యానికి నా బదులు రాజువై కర్ణశకునుల సలహాతో సమృద్ధమైన ఈ భూమిని పరిపాలించు" అన్నాడు. దుర్యోధనుని ఈ మాటలు విని దుశ్శాసనునికి కంఠం రుద్ధమయింది. దుర్యోధనుని పాదాలపై పడి ఏడుస్తూ – "మహారాజా! అలా ఎన్నటికీ జరగదు. ఈ భూమి బ్రద్దలయినా, సూర్యుడు తన వేడిమిని, చంద్రుడు తన చల్లదనాన్ని విడిచిపెట్టినా హిమాలయం చలించినా అగ్ని ఉష్ణత్వాన్ని కోల్పోయినా మీరు లేకుండా నేను భూమిని పాలించడం జరగదు. మీరు కనికరించండి" అని దుశ్శాసనుడు రెండు చేతులతో తన అన్నగారి పాదాలు పట్టుకొని ధైర్యం కోల్పోయి ఏడవసాగాడు. దుర్యోధన దుశ్శాసనుల దైన్యం చూసి కర్ణుడు కూడా చాలా బాధపడ్డాడు. అతడు వారితో – "మీరిద్దరూ మూఢులైన సామాన్య మానవులలా ఎందుకు ఏడుస్తారు? ఏడుస్తూ కూర్చుండే వారికి ఎప్పుడూ ఏడుపు దూరం కాజాలదు. కాబట్టి ధైర్యం తెచ్చుకోండి. ఈ ప్రకారంగా శోకిస్తూ శత్రువుల ఆనందాన్ని పెంచకండి. పాండవులు మిమ్మల్ని గంధర్వుల చేతులనుండి విడిపించారు. అలా చేసి వారు తమ కర్తవ్యాన్నే పాలించారు. రాజ్యంలో నివసించే ప్రజలు ఎల్లప్పుడూ రాజునకు ప్రియాన్ని చేయాలి. కాబట్టి ఇటువంటి విషయమేదైనా జరిగితే దానికి మీరు బాధపడవలసిన పనిలేదు చూడండి. మీ ప్రాయోపవేశం సంగతి విని నీ తమ్ముళ్లందరూ ఎలా దిగులు పడి ఉన్నారో? కాబట్టి ఈ సంకల్పం విడిచిపెట్టి నిలిచి మీ తమ్ముళ్లకు ధైర్యం చెప్పండి. మీరు నామాట వినకపోతే నేను కూడా మీ పాదసేవలో ఇక్కడే ఉండిపోతాను. మీరు లేకుండా నేనుకూడా జీవించలేను" అన్నాడు.

అప్పుడు సుబలసుతుడైన శకుని దుర్యోధనునికి నచ్చచెపుతూ –రాజా! కర్ణుడు చెప్పిన యథార్థవిషయం తాము కూడా విన్నారు కదా! అయినా పాండవుల వద్దనుండి అపహరించి మీకు ఇచ్చిన సమృద్ధమైన రాజ్యలక్ష్మిని ఈ రీతిగా మోహవశులై ఎందుకు పోగొట్టుకోవాలనుకుంటున్నారు? మీరు కేవలం అజ్ఞానంతోనే మీ ప్రాణాలు త్యజించాలని అనుకుంటున్నారు. అయినా నా దృష్టిలో మీరు వృద్ధులను పెద్దలను సేవించలేదు కనుకనే ఇటువంటి విరుద్ధవిషయాల గురించి ఆలోచిస్తున్నారు. ఇది చాలా సంతోషించవలసిన

విషయం. పాండవులను సత్కరించాలి. కాని మీరు శోకిస్తున్నారు. మీరు విరుద్ధంగా ప్రవర్తిస్తున్నారు. కాబట్టి మీరు దిగులు పడడం మానివేసి, పాండవులు మీకు చేసిన ఉపకారాన్ని గుర్తు చేసుకొని వారి రాజ్యాన్ని వారికి తిరిగి ఇవ్వండి. దీనివలన మీకు కీర్తి, ధర్మం కూడా లభిస్తాయి. నా మాట విని మీరు ఇలా చేస్తే కృతజ్ఞులనిపించుకుంటారు. పాండవులతో సోదరులవలె వ్యవహరించి వారిని మీస్థానంలో కూర్చోపెట్టండి. వారి పైతృకరాజ్యం వారికి అప్పగించండి. అందువలన మీకు సుఖంగా ఉంటుంది" అన్నాడు.

వైశంపాయనుడు చెపుతున్నాడు - రాజా! ఈ రీతిగా దుర్యోధనుని హితులు, మంత్రులు, సోదరులు, బంధువర్గం అందరూ ఎన్నో రకాలుగా సముదాయించారు. అయినా అతడు తన నిశ్చయాన్ని మార్చుకోలేదు. అతడు కుశలు, నారవస్త్రాలు ధరించి, స్వర్గప్రాప్తి కోసం వాక్కును నియమించుకొని, ఉపవాస నియమాలను పాటించసాగాడు.

దుర్యోధనుని ప్రాయోపవేశ విరమణము

దుర్యోధనుడు ప్రాయోపవేశం చేయడం చూసి, దేవతల చేతిలో ఓడిపోయి పాతాళంలో నివసిస్తున్న దైత్యులు, దానవులు - దుర్యోధను డీరీతిగా ప్రాణత్యాగం చేస్తే మనపక్షం దిగజారిపోతుందని ఆలోచించారు. అందుకని వారు అతనిని తమ వద్దకు పిలిపించుకోవడానికి బృహస్పతి, శుక్రాచార్యులు చెప్పిన అధర్వవేదోక్తమంత్రాల ద్వారా ఔపనిషదకర్మ కాండను ఆరంభించారు. వేదవేదాంగాలలో నిష్ణాతులైన బ్రాహ్మణులు మంత్రోచ్చారణ పూర్వకంగా అగ్నిలో నేతిని, పాలను ఆహుతులీయసాగారు. ఆ కర్మకాండ పూర్తి అయ్యేసరికి యజ్ఞకుండం నుండి ఒక పెద్ద అద్భుతమైన కృత్య ఆవులిస్తూ పైకి వచ్చి తాను ఏం చేయాలో చెప్పమని అడిగింది. దైత్యులు సంతోషంతో "ప్రాయోపవేశం చేస్తున్న దుర్యోధనుని ఇక్కడకు తీసుకురా" అన్నారు. కృత్య చిత్తమని పలికి ఒక్కక్షణంలో అక్కడికి చేరుకుంది. తిరిగి మరుక్షణంలోనే అతనిని తీసుకుని రసాతలంలో ప్రవేశించింది. దుర్యోధనుని చూచి దానవుల మనస్సు ఆనందతరంగితమయింది. వారు అతనితో అభిమాన పూర్వకంగా "భరతకులదీపకా! దుర్యోధనమహారాజా! మీ వద్ద ఎప్పుడూ గొప్ప గొప్ప వీరులు, మహాత్ములు ఉంటూ ఉంటారు. అయినా మీరు ఈ ప్రాయోపవేశం చేయాలనే సాహసం ఎందుకు చేశారు? ఆత్మహత్య చేసుకునే పురుషుడు అధోగతి పొందడమే కాదు. లోకంలో నిందలు పొందుతాడు. మీ ఈ ఆలోచన అయితే ధర్మార్థ సుఖాలను నాశనం చేసేదే. దీనిని విడిచిపెట్టండి. ఇప్పుడు మీకేమీ చింతలేదు. మీ సహాయం కోసం అనేక దానవ వీరులు భూమి మీద పుట్టి ఉన్నారు. కొంతమంది దైత్యులు, భీష్మద్రోణ కృపాది వీరుల శరీరాలలో ప్రవేశిస్తారు. అందువలన వారు దయ, వాత్సల్యాలకు తిలోదకాలిచ్చి మీ శత్రువులతో యుద్ధం చేస్తారు. వారే కాకుండా క్షత్రియజాతి యందు పుట్టిన అనేకులు ఇతర దైత్యులు దానవులు మీ శత్రువులతో పూర్తి పరాక్రమంతో యుద్ధం చేస్తారు. మహారథి కర్ణుడు అర్జునుడు మొదలైన శత్రువులందరిని ఓడిస్తాడు. ఈ కార్యంకోసం మేము సంశప్తకులనే పేరుతో వేలకొద్దీ దైత్యులను, రాక్షసులను నియోగించాము. వారు సుప్రసిద్ధవీరుడైన అర్జునుని నాశనం చేస్తారు. నీవు శోకించకు, ఇక ఈ భూమి శత్రురహితమైనదనే అనుకో. నిర్ద్వంద్వంగా నీవే ఏలుకో. చూడు దేవతలు పాండవులను ఆశ్రయించారు. మాకు ఎప్పుడూ నీవే గతి" అన్నారు. వారు ఈ రీతిగా దుర్యోధనునకు ఉపదేశించి "ఇక నీవు ఇంటికి వెళ్లు. శత్రువులను జయించు" అని ఆదేశించారు.

దైత్యులు వీడుకొలిపాక కృత్య దుర్యోధనుని తిరిగి ప్రాయోపవేశస్థానం వద్దకే చేర్చి, తాను అక్కడే అంతర్ధానమయింది. కృత్య మాయమయ్యాక దుర్యోధనునికి తెలివి వచ్చింది. అతడు దీనినంతా ఒక కలగా భావించాడు. మరునాడు తెల్లవారగానే సూతపుత్రుడు కర్ణుడు చేతులు జోడించి ఉత్సాహంగా "మహారాజా! చచ్చి ఎవరూ శత్రువులను జయించలేరు. బతికి ఉంటే ఎప్పటికయినా సుఖపడే రోజులను చూడగలుగుతాడు. మీరు ఇలా ఎందుకు నిద్రిస్తారు? ఇప్పుడు శోకించవలసిన దేముంది? ఒకసారి తమ పరాక్రమంతో శత్రువులను తపింపచేసి కూడా ఇప్పుడు చావాలని కోరుకుంటారు దేనికి? మీకు అర్జునుని పరాక్రమం చూసి భయంలేదు కదా ? అలాగయితే నేను మీ ముందు ప్రతిజ్ఞ చేసి మరీ చెపుతున్నాను - నేను అతనిని యుద్ధంలో చంపుతాను. పాండవుల అజ్ఞాతవాసం పదమూడవ సంవత్సరం ముగియగానే నేను వారిని మీకు పట్టి ఇస్తానని నా ఆయుధాన్ని తాకి ప్రతిజ్ఞ చేసి చెపుతున్నాను" అన్నాడు. కర్ణుడు ఇలా చెప్పిన తరువాత, ఇంకా దుశ్శాసనాదులు పరిపరివిధాల అనునయించి వినయంగా వేడుకొన్న మీదట, దైత్యులు చెప్పిన మాటలు గుర్తుచేసుకొని దుర్యోధనుడు ఆసనాన్ని

విడిచి లేచాడు. పాండవులతో యుద్ధం చేయాలనే గట్టి నిర్ణయానికి వచ్చాడు. అనంతరం హస్తినాపురం వెళ్లడానికి రథ గజతురగపదాతి దళాలతో కూడిన తన చతురంగ బలాలను సన్నద్ధం కావాలని ఆదేశించాడు. ఆ విశాల సైన్యం అన్నీ సర్దుకుని గంగాప్రవాహంలాగ కదలసాగింది. ఇలా కొద్దికాలానికే అందరూ హస్తినాపురం చేరుకున్నారు.

కర్ణుని దిగ్విజయము - దుర్యోధనుడు వైష్ణవయాగము చేయుట

జనమేజయుడు - "మునివరా! పాండవులు ద్వైతవనంలో ఉన్నప్పుడు హస్తినాపురంలో మహాధనుర్ధరుడు ధృతరాష్ట్రసుతుడు, సూతపుత్రుడు కర్ణుడు, మహాబలి శకుని, భీష్మద్రోణులు, కృపాచార్యులు ఏమి చేశారు? దయచేసి చెప్పండి" అని ప్రశ్నించాడు.

వైశంపాయనుడు చెప్పసాగాడు - "దుర్యోధనుడు తిరిగి వచ్చాక భీష్మపితామహుడు అతనితో - "వత్సా! నీవు ద్వైతవనానికి వెళ్లడానికి సిద్ధపడినప్పుడే - నీవు అక్కడికి వెళ్లడం నాకు మంచిదనిపించడం లేదని నీతో నేను అన్నాను. కాని నీవు అక్కడికి వెళ్లనే వెళ్లావు. అక్కడ శత్రువుల చేతికి చిక్కావు. ధర్మజ్ఞులైన పాండవులు నిన్ను వారి చెరనుండి విడిపించారు. దీనివలన నీకు సిగ్గుగా లేదూ? చూడు. ఆ సమయంలో సమస్తసైన్యం, నీవూ ఉండగా మీఎదుటనే ఈ సూతపుత్రుడు కర్ణుడు గంధర్వులకు భయపడి పారిపోయాడు. అప్పుడు మహాత్ములైన పాండవుల యొక్క, దుష్టబుద్ధి కర్ణుని యొక్క పరాక్రమం కూడా చూసే ఉంటావు. ఈ కర్ణుడయితే ధనుర్వేదంలో, శౌర్య పరాక్రమాలలో, ధర్మంలో పాండవులకు నాలుగోవంతు కూడా సాటిరాడు. కాబట్టి ఈ వంశవృద్ధికోసం పాండవులతో సంధి చేసుకోవడమే మంచిదని నేను అనుకుంటున్నాను" అన్నాడు.

భీష్ముడు ఇలా చెపుతూంటే దుర్యోధనుడు నవ్వుతూ, నిర్లక్ష్యంగా శకునితో కలిసి వెళ్లిపోయాడు. అతడు వెళ్లడం చూసి కర్ణదుశ్శాసనాదులు కూడా అతనిని అనుసరించారు. అతడు తన మాటలు పూర్తిగా వినకుండానే వెళ్లిపోవడం చూసి భీష్ముడు చేసేదేమీ లేక తన మందిరానికి వెళ్లిపోయాడు. అతడు వెళ్లిపోయాక దుర్యోధనుడు మళ్లీ అక్కడికే వచ్చి తన మంత్రులతో "ఇప్పుడు మనకు ఎలా మేలు చేకూరుతుంది? మనమేమి చేయాలి?" అని ఆలోచించసాగాడు. అప్పుడు కర్ణుడు - "రాజా! వినండి. మీకొక విషయం చెపుతాను. భీష్ముడు ఎప్పుడూ మనలను నిందిస్తూ ఉంటాడు. పాండవులను మాత్రం ప్రశంసిస్తూ ఉంటాడు. మిమ్మల్ని ద్వేషిస్తున్న కారణంగా నన్ను ద్వేషిస్తున్నాడు. మీఎదుటనే నన్ను రకరకాలుగా నిందిస్తూ ఉంటాడు. భీష్ముని ఆ మాటలను నేను సహించలేను. మీరు నాకు సేవకులను,సైన్యాన్ని, వాహనాలను సమకూర్చి దిగ్విజయం కోసం ఆదేశించండి. మీకు విజయం తప్పకుండా కలుగుతుంది. నేను ఆయుధాల మీద ఒట్టుపెట్టి నిజం చెపుతున్నాను" అన్నాడు. కర్ణుని మాటలు విని దుర్యోధనుడు మిక్కిలి ప్రేమతో "వీరుడా! కర్ణా! నీవు ఎప్పుడూ నామేలు కోసమే ప్రయత్నిస్తూ ఉంటావు. శత్రువులందరినీ ఓడించాలని నీవు నిశ్చయంగా అనుకుంటే వెళ్లు. నా మనసుకు శాంతి కలిగించు" అన్నాడు. దుర్యోధనుడు అంగీకరించిన తరువాత కర్ణుడు తన దిగ్విజయ యాత్రకోసం అవసరమైన అన్ని వస్తువులను సిద్ధం చేయమని ఆదేశించాడు. మంచి ముహూర్తం చూసుకొని, మంగళద్రవ్యాలతో స్నానం చేసి, శుభనక్షత్రంలో, తిథిలో ప్రయాణమయ్యాడు. ఆ సమయంలో బ్రాహ్మణులు అతనిని ఆశీర్వదించారు. అతని రథ ఘోష ముల్లోకాలలోను ప్రతిధ్వనించింది.

అతిపెద్ద సైన్యాన్ని వెంటపెట్టుకొని హస్తినాపురం నుండి బయలుదేరి మహాధనుర్ధరుడయిన కర్ణుడు మొదట ద్రుపదుని రాజధానిని ముట్టడించాడు. గొప్ప భయంకరమైన యుద్ధం జరిగింది. వీరుడైన ద్రుపదుని తనకు సామంతునిగా చేసుకున్నాడు. అతనినుండి అంతులేని బంగారాన్ని, వెండిని, రకరకాల మణులను కప్పంగా పుచ్చుకొన్నాడు. అనంతరం ద్రుపద మహారాజు యొక్క అధీనంలో ఉండే రాజులందరినీ జయించి వారినుండి కూడా కప్పం వసూలుచేశాడు. అక్కడి నుండి ఉత్తరదిశగా కదిలి అక్కడిరాజులందరిని ఓడించాడు. భగదత్తుని ఓడించి శత్రువులతో పోరాడుతూ అతడు హిమాలయాన్ని చేరుకున్నాడు. ఈ రీతిగా అతడు ఆవైపు రాజులందరినీ ఓడించి, నేపాలదేశపు రాజులందరినీ కూడా జయించాడు. తిరిగి హిమాలయాల నుండి క్రిందికి దిగి తూర్పుదిశగా దాడి వెడలాడు. ఆ వైపు నున్న అంగ, వంగ, కళింగ, శుండిక, మిథిల, మగధ, కర్కఖండ, ఆవశీర, యోధ్య, అహిక్షత్ర - మొదలైన రాజ్యాలను జయించి వశపరచుకొన్నాడు. తదనంతరం అతడు వత్సభూమిని జయించాడు. ఆపై కేవలా, మృత్తికావతీ, మోహన పట్టణం, త్రిపురి, కోసల

మొదలైన నగరాలను తన అధీనంలోనికి తెచ్చుకొన్నాడు. ఇవన్నీ జయించి, కర్ణుడు వారినుండి కప్పం పుచ్చుకొని దక్షిణం వైపు బయలుదేరాడు. అక్కడ కూడా అతడు మహారథులను చాలామందిని ఓడించాడు. రుక్మితో కర్ణునికి ఘోరయుద్ధం జరిగింది. కాని చివరికి అతడు కూడా సమ్మతించి కప్పం కట్టవలసి వచ్చింది. తరువాత అతడు పాండ్య, శ్రీశైలాలవైపు వెళ్లాడు. అక్కడ కేరళ, నీల, వేణుదారిసుత మొదలైన అనేక రాజుల నుండి కప్పం తీసుకొని, ఆపై శిశుపాలుని కొడుకుని ఓడించాడు. అతనికి చుట్టుపక్కలనున్న రాజులందరినీ కూడా ఆ మహావీరుడు తనకు వశం చేసుకున్నాడు. అనంతరం అవంతి దేశపు రాజులను ఓడించి, వృష్ణివంశీయులను సామోపాయంతో తన పక్షానికి తిప్పుకున్నాడు. తరువాత పశ్చిమదిశను జయించడానికి ఉపక్రమించాడు. ఆ దిక్కున అతడు యవన బర్బర రాజులనుండి కప్పం వసూలు చేశాడు. ఈ రీతిగా అతడు పూర్వ, పశ్చిమ, ఉత్తర, దక్షిణ దిశలన్నింటా గల భూమినంతటిని జయించాడు.

ఈ రీతిగా భూమినంతటినీ తనకు వశపరచుకొని ఆ వీరధనుర్ధరుడు కర్ణుడు హస్తినాపురానికి వచ్చినపుడు దుర్యోధనుడు తన తమ్ములతో, వృద్ధులు, పెద్దలతో, బంధువర్గంతో కలిసి ఎదురేగి స్వాగతించి, అతనిని శాస్త్రోక్తంగా సత్కరించాడు. మహదానందంగా అతని దిగ్విజయాన్ని చాటింపు వేయించాడు. తరువాత కర్ణుని- "కర్ణా! నీకు శుభం కలగాలి. భీష్మద్రోణ కృపబాహ్లీకుల నుండి నేను పొందలేనిది నీవలన నాకు లభించింది. ఆ పాండవులందరూ, ఇతరరాజులు కూడా నీలో పదహారవవంతుకు కూడా సాటికాలేరు. పాండవులు చేసిన గొప్ప పెద్దదైన రాజసూయ యజ్ఞాన్ని నేను చూశాను. నాకు కూడా రాజసూయ యజ్ఞం చేయాలనే కోరిక ఉంది. నీవు దానిని తీర్చాలి" అని అడిగాడు. దానికి బదులుగా కర్ణుడు అతనితో - "రాజా! ఇప్పుడు రాజులందరూ మీకు వశవర్తులై ఉన్నారు. మీరు యాజ్ఞికులను పిలిపించి యజ్ఞ ప్రయత్నాలు చేయించండి" అన్నాడు.

దుర్యోధనుడు తన పురోహితుని పిలిపించి అతనితో - "ద్విజోత్తమా! మీరు శాస్త్రానుసారంగా విధిపూర్వకంగా రాజసూయయాగం ప్రారంభించండి. అది పూర్తికాగానే మీరు కోరినంత దక్షిణలు ఇస్తాను" అన్నాడు. అందుపై పురోహితుడు - "రాజా! యుధిష్ఠిరుడు జీవించి ఉండగా మీరు ఈ యజ్ఞం చేయలేరు. కాని వేరే ఇంకొక యజ్ఞం ఉంది. అది ఎవరికీ నిషిద్ధం కాదు. మీరు విధివత్తుగా దానినే చేయండి. దానిపేరు వైష్ణవయాగం, అది రాజసూయ యాగానికి సరిజోడయినది. మాకు అది చాలా ప్రియమయినది. మీకు హితం చేకూరుతుంది. ఎట్టి విఘ్నాలు, ఆటంకాలు లేకుండా జరుగుతుంది" అని చెప్పాడు.

ఋత్విజులు ఇలా చెప్పిన తరువాత దుర్యోధన మహారాజు పనివాళ్లకు యథాయోగ్యంగా ఆదేశాలిచ్చాడు. వారు కూడా అతని ఆజ్ఞ ప్రకారం క్రమంగా అన్ని ఏర్పాట్లు చేశారు. మహాబుద్ధిశాలి విదురుడు, ఇతర మంత్రులు - "మహారాజా! యజ్ఞానికి కావలసిన సంభారాలన్నీ సిద్ధమయినాయి. అతి విలువైన బంగారు నాగలి కూడా చేయబడింది. యజ్ఞానికి నియతమైన సమయం కూడా సమీపించింది" అని తెలియజేశారు. ఇది విని దుర్యోధనుడు యజ్ఞం ప్రారంభించమని ఆజ్ఞాపించాడు. అంతటితో యజ్ఞకార్యం ప్రారంభమయింది. దుర్యోధనునికి శాస్త్రానుసారంగా విధిపూర్వకంగా యజ్ఞదీక్ష ఇవ్వబడింది. ఈ సమయంలో ధృతరాష్ట్రుడు, విదురుడు, భీష్ముడు, ద్రోణుడు, కృపుడు, కర్ణుడు, శకుని, గాంధారి - అందరికీ చాలా ఆనందం కలిగింది. రాజులను, బ్రాహ్మణులను పిలవడానికి వేగరులైన దూతలు పంపబడ్డారు. వారంతా వేగంగా నడిచే వాహనాలెక్కి ఆయా ప్రదేశాలకు వెళ్లారు. వారిలో ఒక దూతతో దుశ్శాసనుడు "నీవు వేగంగా ద్వైతవనానికి వెళ్లి అక్కడ ఉన్న పాండవులను, బ్రాహ్మణులను విధిపూర్వకంగా యజ్ఞానికి ఆహ్వానించు" అని చెప్పాడు. అతడు పాండవుల దగ్గరకు వెళ్లి నమస్కరించి "మహారాజా! రాజశ్రేష్ఠుడయిన దుర్యోధనుడు తన పరాక్రమంతో అంతులేని ధనాన్ని పొంది ఒక మహాయజ్ఞాన్ని చేస్తున్నారు. అందులో పాల్గొనడానికి ఆయా ప్రదేశాలనుండి చాలామంది రాజులు, బ్రాహ్మణులు విచ్చేస్తున్నారు. మహాత్ముడైన కురురాజు నన్ను మీ సేవకు పంపించారు. ధృతరాష్ట్ర కుమారుడు దుర్యోధన మహారాజు మిమ్మల్ని యజ్ఞం కోసం ఆహ్వానిస్తున్నారు. మీరు ఆ అభీష్టయజ్ఞాన్ని తిలకించడానికి దయచేయండి" అని విన్నవించాడు.

దూత యొక్క మాటలు విని యుధిష్ఠిర మహారాజు "తన పూర్వుల కీర్తిని పెంచుతూ ఉన్న దుర్యోధనుడు మహాయజ్ఞం ద్వారా భగవంతుని పూజిస్తూ ఉన్నాడు. ఇది చాలా ఆనందించదగిన విషయం. మేము కూడా దానిలో

పాలుపంచుకోవాలి. కాని ఇప్పుడు అలా ఎంతమాత్రం జరగడానికి వీలులేదు. ఎందుకంటే పదమూడు సంవత్సరాల వరకు మేము వనవాస నియమాన్ని పాటిస్తున్నాము" అని చెప్పాడు. ధర్మరాజు చెప్పిన మాటలు విని భీమసేనుడు - "పదమూడవ సంవత్సరం పూర్తి కాగానే యుద్ధమనే యజ్ఞంలో అస్త్రశస్త్రాలతో జ్వలించే అగ్నిలో నీకు హోమం జరుగుతుంది. అప్పుడు ధర్మరాజు యుధిష్ఠిరుడు అక్కడకు వస్తాడని నీవు దుర్యోధనునితో చెప్పు" అన్నాడు. భీముడు తప్ప తక్కిన పాండవులు ఏమీ మాటలాడ లేదు. తరువాత దూత దుర్యోధనుని వద్దకు వచ్చి అన్ని విషయాలూ పూసగుచ్చినట్లు నివేదించాడు.

ఇక అనేక దేశాలనుండి ముఖ్యులైన వారు, బ్రాహ్మణులు హస్తినాపురానికి రాసాగారు. ధర్మజ్ఞుడైన విదురుడు దుర్యోధనుని ఆజ్ఞ మేరకు అన్నివర్గాల వారిని యథాయోగ్యంగా సత్కరించాడు. వారి ఇచ్ఛానుసారంగా అన్నపానీయాలు, సుగంధిత మాలలు, రకరకాల వస్త్రాలు ఇచ్చి వారిని సంతుష్టులను చేశాడు. దుర్యోధనుడు అందరికీ శాస్త్రానుసారంగా యథాయోగ్యంగా నివాసగృహాలు, నిర్మింపచేశాడు. రాజులు, బ్రాహ్మణులు అందరికీ అంతులేని ధనాన్ని ఇచ్చి సాగనంపాడు. ఆపై అతడు తమ్ములతో, కర్ణశకునులతో కలిసి హస్తినాపురానికి తిరిగివచ్చాడు.

జనమేజయుడు - "దుర్యోధనుని బంధవిముక్తుని కావించిన తరువాత పాండవులు ఆ వనంలో ఏమి చేశారో దయ ఉంచి తెలుపండి" - అని అడిగాడు.

వైశంపాయనుడు చెప్పసాగాడు - రాజా! కొద్దిరోజులు ఆ అడవిలోనే ఉండి తరువాత పాండవులు బ్రాహ్మణులతో ఇతర సహచరులతో కలిసి అక్కడినుండి బయలుదేరారు. ఇంద్రసేనుడు మొదలైన సేవకులు కూడా వారితో ఉన్నారు. రుచికరమైన భోజనం, స్వచ్ఛమైన నీరు అతిసమీపంగా ఉన్న మార్గంలో నడిచి వారు కామ్యకవనంలోని పవిత్రాశ్రమం చేరుకున్నారు.

వ్యాసుడు యుధిష్ఠిరునికి తపోదానముల మహత్త్వమును తెలుపుట

వైశంపాయనుడు చెపుతున్నాడు - "జనమేజయా! ఈ రీతిగా అడవులలో నివసిస్తూ ఉన్న పాండవులకు పదకొండు సంవత్సరాలు అతికష్టంగా గడిచాయి. ఫలమూలాలు తిని జీవించారు. సుఖాలు అనుభవించదగినవారయినా దుఃఖాలు సహించారు. వారందరూ మహాపురుషులు కనుకనే "ఇది మనకు కష్టసమయం. దీనిని ధైర్యంగా సహించాలి" అని ఆలోచించి కంగారుపడలేదు. యుధిష్ఠిరుడు "నా తమ్ముళ్లు నేను చేసిన పనికి ఫలితంగా మహాదుఃఖాన్ని అనుభవిస్తున్నారు. నా అపరాధం కారణంగానే వీరు కష్టాలకు గురయ్యారు" అని అనుకోసాగాడు. ఈ ఆలోచన అతని మనసులో ముల్లులా గుచ్చుకోసాగింది. రాత్రింబవళ్లు అతనికి నిద్రపట్టడం లేదు. భీమార్జున నకుల సహదేవులు, ద్రౌపది కూడా యుధిష్ఠిరుని ముఖం చూచి కష్టాలనన్నిటినీ ధైర్యంగా సహిస్తున్నారు. ముఖం మీద దుఃఖభావం ఏమాత్రం ప్రకటించడం లేదు. ఉత్సాహంతో కూడిన చేష్టలతో వారి శరీరాల భావమే మారిపోయింది.

ఒకసారి సాత్యవతేయుడు వ్యాసుడు పాండవులను చూడడానికి అక్కడికి వచ్చాడు. అతనిని చూడగానే యుధిష్ఠిరుడు ముందుకేగి మిక్కిలి గౌరవంగా తీసుకొనివచ్చాడు. ఎంతో ఆదరంగా ఆసనంపై కూర్చోపెట్టి, భక్తిభావంతో నమస్కరించి సంతుష్టుని చేశాడు. తరువాత తాను స్వయంగా సేవింపదలచి వినయంగా అతని వద్ద కూర్చున్నాడు. తన మనుమలు వనవాసం వలన కష్టపడుతూ దుర్బలులై, అడవిలోని ఫలమూలాలు తింటూ జీవనం గడపడం చూచి వ్యాసుని కళ్లల్లో నీళ్లు తిరిగాయి. ఆయన గద్గదకంఠంతో - "మహాబాహూ! యుధిష్ఠిరా! విను. లోకంలో తపస్సుతో(కష్టాలతో) తప్ప ఎవరికీ అత్యున్నతమైన సుఖం లభించదు. తపస్సును మించిన వేరే ఏ సాధనమూ లేదు. తపస్సువలననే మహత్పదం(బ్రహ్మపదం) లభిస్తుంది. ఎంతని చెప్పను? మీరు ఈకొద్దిపాటి దానితోనే తపస్సుతో లభించనిదేదీ లేదనే విషయం తెలుసుకోండి. సత్యం, సరళత్వం, నిష్క్రోధం, దేవతలకు అతిథులకు పెట్టిన తరువాత అన్నం తినడం, ఇంద్రియాలను, మనసును అదుపులో ఉంచుకోవడం; ఇతరులలో దోషాలను చూడకపోవడం, జీవహింస చేయకపోవడం, బయట-లోపల పవిత్రంగా ఉండడం - ఈసద్గుణాలు మనుజుని పవిత్రునిగా చేస్తాయి. వీనివలన అభ్యుదయ నిశ్శ్రేయసాలు సిద్ధిస్తాయి. ఈ ధర్మాలను పాటించకుండా అధర్మంపట్లనే రుచి కలిగినవారికి పశుపక్ష్యాది తిర్యగ్యోనులలో పుట్టుక తప్పదు. ఆ కష్టదాయకమైన యోనులలో జన్మించి వారు ఎన్నటికీ సుఖాలు పొందలేరు. ఈలోకంలో ఏ పనిచేసినా దాని ఫలం పరలోకంలో అనుభవించాలి. కాబట్టి తమ శరీరాలను తపస్సు, నియమాలను

పాటించడంలో లగ్నం చేయాలి. రాజా! సమయానికి ఎవరయినా బ్రాహ్మణుడుకాని, అతిథిగాని వచ్చినట్లయితే సంతోషంతో తన శక్తిని అనుసరించి అతనికి దానమివ్వాలి. విధిపూర్వకంగా అతనిని పూజించి, నమస్కరించాలి. మనసులో ఎన్నడూ ద్వేషభావం ఉండకూడదు.

యుధిష్ఠిరుడు - "మహామునీ! దానం, తపస్సు ఈరెండింటిలో దేనికి అధికఫలం? ఈ రెండింటిలో ఏది కష్టమయినది?" అని అడిగాడు.

వ్యాసుడు చెప్పాడు - రాజా! దానాన్ని మించిన కఠిన కార్యం ఈ భూమిమీద మరొకటి లేదు. లోకులకు ధనలోభం విశేషంగా ఉంటుంది. ధనం కూడా అతికష్టంమీద లభిస్తుంది. ఉత్సాహవంతుడు ధనంకోసం, తనకు ప్రియమైన ప్రాణాలమీది మోహం కూడా విడిచిపెట్టి అడవులలో తిరుగుతాడు. సముద్రంలో మునకలు వేస్తాడు. ఒకడు పొలం దున్నుతాడు. ఒకడు గోవులను కాస్తాడు. కొందరైతే ధనం మీది కోరికతో ఇతరులకు దాస్యం కూడా చేస్తారు. ఈ రీతిగా కష్టపడి సంపాదించిన ధనాన్ని త్యాగం చేయడం చాలా కష్టం. కాబట్టి దానం కంటె దుష్కరమైనది ఏదీ లేదు. అందుకనే నేను దానమే సర్వశ్రేష్ఠమనుకుంటాను. అందులోనూ న్యాయార్జితవిత్తమై, ఉత్తమదేశకాలపాత్రా లెరిగి, దానంచేస్తే అది ఇంకా అధికమైన మహత్త్వం కలిగి ఉంటుందని తెలుసుకోవాలి. అన్యాయార్జిత విత్తంతో చేసిన దానధర్మాలు మహాభయంతో కర్తను రక్షించలేవు. యుధిష్ఠిరా! మంచి సమయంలో శుద్ధభావంతో సత్పాత్రునికి కొద్దిగా దానం చేసినా పరలోకంలో దానికి అనంతఫలం ఉంటుంది. ఈ విషయంలో తెలిసినవారు ఒకపురాణ ఇతిహాసాన్ని ఉదాహరణంగా చెపుతూ ఉంటారు. ముద్గల ఋషి ఒక ద్రోణం(ఇంచుమించు 15.5 శేర్లు) నిండుగా ధాన్యాన్ని దానంచేసి మహాఫలాన్ని పొందాడని చెప్తారు.

ముద్గలుని కథ

యుధిష్ఠిరుడు - "భగవాన్! మహాత్ముడైన ముద్గలుడు ఒక ద్రోణి ధాన్యం ఎలా ఏరీతిగా దానం చేశాడు? ఎవరికి దానం చేశాడు? - ఇదంతా నాకు వివరంగా చెప్పండి" అని అడిగాడు.

వ్యాసమహర్షి చెప్పసాగాడు - " రాజా! కురుక్షేత్రంలో ముద్గలుడనే ఋషి ఉండేవాడు. ఆయన పరమధర్మాత్ముడు. జితేంద్రియుడు. నిత్యసత్య భాషణుడు. ఎవరినీ నిందించే వాడు కాదు. అతిథిసేవను వ్రతంగా కొనసాగిస్తున్నవాడు. గొప్ప కర్మనిష్ఠుడు. తపస్వి. శిలోంఛవృత్తి చేత అతడు జీవనం కొనసాగిస్తున్నాడు. పదిహేనురోజులకు ఒక ద్రోణి నిండా ధాన్యం పోగుచేస్తాడు. దానితోనే ఇష్టీకృతమనే యజ్ఞం చేస్తూ పదిహేనవరోజున ప్రతి అమావాస్యా పూర్ణిమాతిథులకు దర్శపౌర్ణమాసయాగం చేస్తూ ఉండేవాడు. యజ్ఞాలలో దేవతలకు, అతిథులకు ఇవ్వగా మిగిలిన అన్నంతోనే కుటుంబసహితంగా గడుపుకొనేవాడు. ఇంటిలో తాను, తన భార్య, కొడుకు ఉండేవారు. ముగ్గురుకూడా ఒక పక్షంలో ఒకరోజునే అన్నం తినేవారు. అతని ప్రభావం ఎంతటిదంటే సాక్షాత్తు దేవేంద్రుడు ప్రతిపర్వదినాన దేవతలతో కలిసి వారి యజ్ఞానికి వచ్చి తన భాగాన్ని తీసుకుంటూ ఉండేవాడు. ఈరీతిగా మునివృత్తితో ఉంటూ, ప్రసన్నచిత్తంతో అతిథులకు అన్నంపెట్టడం అతని జీవనవ్రతం. ఎవరిపట్ల ద్వేషం లేకుండా అతినిర్మలమైన భావంతో వారు దానం చేస్తూ ఉండేవారు. అందుకనే ఆ ఒక్కద్రోణి అన్నం పదిహేను రోజులలోపల ఎప్పుడూ తగ్గిపోదు. సరిసమానంగా హెచ్చుతూ ఉంటుంది. గుమ్మంలో అతిథి కనిపించగానే ఆ అన్నం తప్పక వృద్ధి చెందుతూ ఉంటుంది. వందలకొద్దీ బ్రాహ్మణులు, పండితులు అందులో నుండే భోజనం పొందుతారు. అయినా తక్కువ అవదు.

ముని చేసే ఈవ్రతం గురించిన కీర్తి చాలా దూరం వ్యాపించింది. ఒకరోజున దుర్వాసమహామునికి ఇతని కీర్తి గురించి తెలిసింది. అతడు దిసమొలతో పిచ్చివానిలా వేషం ధరించి తల తిప్పుతూ పరుషంగా మాటలాడుతూ అక్కడికి వచ్చాడు. వస్తూనే - "విప్రోత్తమా! నేను అన్నం తినాలని ఇక్కడికి వచ్చినట్లు నీకు తెలిసే ఉంటుంది" అన్నాడు. ముద్గలుడు వెంటనే స్వాగతం పలికి, అర్ఘ్యపాద్యాలు, ఆచమనీయం మొదలైన పూజాద్రవ్యాలు సమర్పించి, అనంతరం ఆకలిగొన్న తన అతిథికి మిక్కిలి శ్రద్ధతో వడ్డించి భుజింపచేశాడు. శ్రద్ధగా పెట్టిన ఆ అన్నం మిక్కిలి రుచికరంగా ఉంది. ముని ఆకలితో ఉన్నాడేమో అంతా తినేశాడు. ముద్గలుడు అతనికి సమానంగా అన్నంపెడుతూనే ఉన్నాడు. అతడు దానిని మింగేస్తున్నాడు. చివరికి అతడు లేచేసమయానికి మిగిలిన ఎంగిలి అన్నం కాస్తా శరీరానికి పూసేసుకుని ఎక్కడినుండి వచ్చాడో అక్కడికే వెళ్లిపోయాడు. ఇలాగే మరుసటి పర్వదినం కూడా వచ్చి భోజనం చేసి వెళ్లాడు. ముద్గల

ముని యొక్క కుటుంబం అంతా ఆకలితో ఉండవలసివచ్చింది. తిరిగి అతడు ధాన్యపుగింజలను ఏరడం మొదలుపెట్టాడు. భార్య, కొడుకు కూడా అతనికి సహాయం చేశారు. ఆకలివలన వారి మనసులలో ఏమాత్రం విచారంగాని, మార్పుగాని రాలేదు. క్రోధం, ఈర్ష్య, అనాదరం వంటి భావాలేమీ పెల్లుబకలేదు. వారు ఎప్పటిలాగే శాంతంగానే ఉన్నారు. పర్వదినం వచ్చేసరికి దుర్వాసుడు మళ్లీ వచ్చాడు. ఈరీతిగా ఆరుసార్లు విడవకుండా ప్రతిపర్వదినాన అతడు వచ్చాడు. కాని ఎప్పుడూ కూడా ముద్గలముని మనసులో వికారాన్ని అతడు చూడలేదు. ప్రతిసారీ కూడా అతని మనసులో శాంతము, నిర్మలత్వమే గోచరించాయి.

దీనితో దుర్వాసునికి మిక్కిలి సంతుష్టి కలిగింది. అతడు ముద్గలునితో – "మునీ! ఈలోకంలో నీకు సాటి వచ్చే దాత ఎవరూ లేరు. ఈర్ష్య నిన్ను తాకనైనా లేకపోయింది. ఆకలి గొప్ప గొప్ప ధార్మికులను కూడా కుదిపివేస్తుంది. ధైర్యాన్ని హరించి వేస్తుంది. నాలుకను 'రసనా' అంటారుకదా! ఇది ఎప్పుడూ రసాన్ని ఆస్వాదిస్తూ ఉంటుంది. మానవుని మనస్సును రుచివైపు లాగుతూఉంటుంది. భోజనం వలననే ప్రాణులు రక్షింపబడుతూ ఉంటాయి. మనస్సు అతి చంచలమైనది. దానిని వశం చేసుకోవడం మిక్కిలి కఠినమని అందరకూ తెలుసును. మనస్సుయొక్క, ఇంద్రియాలయొక్క ఏకాగ్రతనే నిశ్చయంగా 'తపం' అని చెపుతూ ఉంటారు. ఈఇంద్రియాలనన్నింటినీ అదుపులో ఉంచుకొని ఆకలి బాధను సహిస్తూ, అతి కష్టపడి సంపాదించిన ధనాన్ని పరిశుద్ధహృదయంతో దానం చేయడం మిక్కిలి కష్టం. కాని దీనినంతటినీ నీవు సిద్ధింపచేసుకొన్నావు. నిన్ను కలుసుకొని నేను మిక్కిలి ఆనందించాను. ఇది నామీద నీ అనుగ్రహం అనుకుంటున్నాను. ఇంద్రియవిజయం, ధైర్యం, దానం, శమం, దమం, దయ, సత్యం, ధర్మం – ఇవన్నీ నీలో పరిపూర్ణంగా ఉన్నాయి. నీవు నీసత్కార్యాలతో అన్నిలోకాలనూ జయించావు. పరమపదాన్నే పొందావు. దేవతలు కూడా నీ దానమహిమను సర్వత్ర కీర్తించి చాటింపువేస్తున్నారు" అన్నాడు.

దుర్వాసమహాముని ఇలా అంటూ ఉండగానే దేవదూత ఒక విమానంతో అక్కడికి వచ్చాడు. ఆ విమానానికి దివ్యహంసలు, తామరలు కట్టబడి ఉన్నాయి. దానినుండి దివ్యసుగంధం వ్యాపిస్తోంది. అది చూడడానికే అద్భుతంగా ఉంది. ఇచ్ఛానుసారంగా నడుస్తుంది. దేవదూత ముద్గలమహర్షితో – "మునీ! ఈ విమానం మీసత్కర్మలకు లభించింది. దీనిపై ఆసీనులు కండి. మీరు సిద్ధపురుషులయ్యారు" అన్నాడు. దేవదూత మాటలు విని ముద్గలమహాముని అతనితో – "దేవదూతా! సత్పురుషులతో ఏడు అడుగులు కలిసి నడువగానే మైత్రి ఏర్పడుతుంది. ఆ మైత్రిని పురస్కరించుకొనియే నేను నిన్ను అడుగుతున్నాను. సత్యము, హితకరము అయినదానినే నీవు సమాధానంగా చెప్పు. నీ మాట విన్న తరువాత నేను నా కర్తవ్యాన్ని నిశ్చయించుకుంటాను. స్వర్గంలో ఏ సుఖం ఉంది? ఏ దోషం ఉంది? ఇదీ ప్రశ్న" అని అడిగాడు.

దేవదూత – " ముద్గలమహర్షీ! మీబుద్ధి చాలా ఉత్తమమైనది. ఇతరులందరూ గొప్పదిగా భావించే ఉత్తమమైన స్వర్గసుఖం మీ పాదాలముందు పరచబడింది. అయినా మీరు అజ్ఞానంతో దీనిసంబంధమై ఇంకా ఆలోచిస్తున్నారు. ఇది ఎలా ఉంటుందని అడుగుతున్నారు కదా! చెపుతున్నాను. వినండి. స్వర్గం ఇక్కడకు చాలా పైన ఉండే లోకం. దానినే స్వర్లోకం' అని కూడా అంటారు. గొప్ప ఉత్తమ మార్గంలో అక్కడికి చేరుకోవాలి. అక్కడివారు ఎప్పుడూ విమానాలమీదనే విహరిస్తారు. తపస్సు, దానంగాని, మహాయజ్ఞాలు గాని చేయనివారు, లేదా అసత్యవాదులు, లేదా నాస్తికులు ఆ లోకంలో ప్రవేశించడానికి వీలులేదు. ధర్మాత్ములు, జితేంద్రియులు, శమదమసంపన్నులు, ద్వేషరహితులు, దానధర్మాలు చేసేవారు ఆ లోకానికి వెళతారు. వీరేకాక యుద్ధాలలో పరాక్రమం చూపిన వీరులు కూడా స్వర్గానికి అర్హులే. అక్కడ దేవతలు, సాధ్యులు, విశ్వేదేవులు, మహర్షులు, యాతుధానులు, గంధర్వులు, అప్సరసలు – వీరందరికీ వేర్వేరుగా అనేకలోకాలు ఉన్నాయి. వారంతా మిక్కిలి కాంతిమంతులు. ఇచ్ఛానుసారంగా ప్రాప్తించిన భోగాలతో కూడి తేజస్సంపన్నులయిన వారు. స్వర్గంలో ముప్పది మూడువేల యోజనాల పెద్ద ఎత్తయిన పర్వతం ఉంది. దానిపేరు సుమేరుగిరి. అది బంగారు మయము, దాని మీద దేవతల నందనవనం మొదలైన అనేక అందమైన వనాలు ఉన్నాయి. అవి పుణ్యాత్ములు విహరించే స్థలాలు. అక్కడ ఎవరికీ ఆకలిదప్పులు ఉండవు. చూడడానికి జుగుప్స కలిగించే అశుభవస్తువేదీ అక్కడ ఉండదు. అన్నివైపుల మనసుకు ఆనందం కలిగించే సుగంధమే వ్యాపించి ఉంటుంది. చల్లని, మెల్లని గాలి వీస్తూ ఉంటుంది. మనసుకు, చెవులకు

ప్రియం కలిగించే శబ్దాలే వినపడుతూ ఉంటాయి. అక్కడ ఎప్పుడూ శోకం ఉండదు. ఎవరి ఏడుపూ వినపడదు. ముసలితనం రాదు. శరీరానికి అలసట అనిపించదు. స్వర్గవాసుల శరీరాలలో తైజసతత్వం ప్రధానంగా ఉంటుంది. ఆ శరీరాలు పుణ్య కర్మలవలననే లభిస్తాయి. కాని తల్లిదండ్రుల రజోవీర్యాల వలన పుట్టవు. వాటినుండి ఎప్పుడూ చెమట వెలువడదు. దుర్గంధం రాదు. మలమూత్రాలు కూడా రావు. వారి దుస్తులు ఎప్పుడూ మాసిపోవు. అక్కడి దివ్యపుష్పమాలలు దివ్యసుగంధాలను వెదచల్లుతాయి. ఎప్పుడూ వడిలిపోవు. నీ ఎదుట ఉన్న ఈ విమానం లాంటిది అక్కడ అందరివద్ద ఉంటుంది. వారు ఎవరిపట్ల ఈర్ష్య చూపరు. ద్వేషించరు. చాలా సుఖంగా జీవితం గడుపుతారు.

ఈ దేవలోకాలకు పైనకూడా అనేక దివ్యలోకాలున్నాయి. వీటిలో అన్నిటికంటె పైనున్నది బ్రహ్మలోకం. అక్కడ తమ శుభకర్మల చేత పవిత్రులైన ఋషులు మునులు అవుతూ ఉంటారు. అక్కడే ఋభులనే దేవతలుంటారు. వారు స్వర్గవాసులైన దేవతలకు కూడా పూజ్యులు. దేవతలు కూడా వారిని ఆరాధిస్తారు. వారి లోకాలు స్వయం ప్రకాశమై కాంతులీనుతూ ఉంటాయి. అన్ని రకాల కోరికలను తీరుస్తాయి. వారికి లోకాలలోని ఐశ్వర్యాన్ని గురించి ఈర్ష్య ఉండదు. ఆహుతుల మీద వారి జీవికలు ఆధారపడి లేవు. వారికి అమృతం తాగవలసిన అవసరం కూడా లేదు. వారివి జ్యోతిర్మయమైన దేహాలు. వారికి ఏ విశేష ఆకారాలు లేవు. వారు సుఖస్వరూపులు. సుఖాలు అనుభవించాలనే కోరిక వారికి ఎప్పుడూ ఉండదు. వారు దేవతలకే దేవతలు అయిన సనాతనులు. మహాప్రళయకాలంలో కూడా వారికి నాశనం ఉండదు. ఇక జననమరణాల ఆశంక మాత్రం ఎలా ఉంటుంది? హర్షం - ప్రీతి; రాగం - ద్వేషం, సుఖం - దుఃఖం మొదలైనవి వారిలో అసలు ఉండవు. స్వర్గంలోనే దేవతలు కూడా ఆస్థితిని పొందాలని కోరుకుంటారు. అది ఎవరికీ అందని పరాసిద్ధి దశ. భోగేచ్ఛ కలిగినవారు ఆ సిద్ధిని పొందనేలేరు.

బుద్ధిమంతులు ఉత్తమనియమాలను ఆచరించడం ద్వారా, విధిపూర్వకంగా ఇచ్చిన దానాలవలన ఆ ముప్పదిమూడు దేవతలు ఉండే లోకాలను పొందగలుగుతారు. నీవు చేసిన దానప్రభావం వలన ఈ సుఖమయమైన సిద్ధిని నీవు పొందగలిగావు. నీ తపస్సు యొక్క తేజస్సువలన దేదీప్యమానుడవై ఇక ఈ భోగాలను అనుభవించు. విప్రుడా! ఇదే స్వర్గసుఖమంటే. ఇవే అక్కడి అనేక లోకాలు. ఇప్పటివరకు నేను స్వర్గంలోని గుణాలు వర్ణించాను. ఇక దోషాలు చెపుతాను. విను. స్వర్గంలో తాము చేసిన కర్మలకు భోగాలను మాత్రమే అనుభవిస్తారు. కాని క్రొత్త కర్మలను చేయలేరు. తాము కూడబెట్టుకున్న మూలధనాన్ని ఖర్చు చేసుకుంటేనే అక్కడి భోగాలు పొందగలుగుతారు. ఏదో ఒక రోజున అక్కడినుండి పతనం కాకతప్పదు. ఇదే అక్కడ అన్నిటికంటె పెద్ద దోషమని నా ఉద్దేశ్యం. సుఖకరమైన ఐశ్వర్యాలు అనుభవించాక దానినుండి కిందిస్థానానికి దిగజారే ప్రాణుల యొక్క అసంతోషం, వేదన వర్ణించడానికి సాధ్యం కాదు. వారి మెడలో మాల వాడిపోతుంది. ఇదే స్వర్గనుండి పడిపోవడానికి సూచన. అది చూడగానే వారి మనసులలో "ఇక పడిపోతున్నాం, పడిపోతున్నాం" అనే భయం గూడుకట్టుకొంటుంది. వారిపై రజోగుణప్రభావం పడుతుంది. పడిపోయే సమయంలో వారి చైతన్యం లోపించిపోతుంది. బుద్ధి జ్ఞానం ఉండవు. బ్రహ్మలోకం వరకు ఉండే అన్ని లోకాలలోనూ ఈభయం ఉంటుంది" అని చెప్పాడు.

ముద్గలు డది విని "మీరు స్వర్గంలోని ఈమహాదోషాలను చెప్పారు. ఇది కాకుండా దోషం లేని లోకం గురించి చెప్పండి" అని అడిగాడు.

దేవదూత - "బ్రహ్మలోకానికి పైన విష్ణువుయొక్క పరమపదం ఉంది. అది శుద్ధము - సనాతనము. జ్యోతిర్మయము. దానిని 'పరబ్రహ్మపదము' అని కూడా అంటారు. విషయలోలురు అక్కడకు వెళ్లనే లేరు. దంభం, లోభం, క్రోధం, మోహం, ద్రోహం - వీనితో కూడినవారు అక్కడికి చేరుకోలేరు. అహంకార మమకారాలు లేనివారు, ద్వంద్వాతీతులు, జితేంద్రియులు, ధ్యానమగ్నులై ఉండేవారు అయిన మహాత్ములు మాత్రమే వెళ్లగలుగుతారు. ముద్గలా! నీవు అడిగిన అన్ని విషయాలనూ నేను చెప్పాను. ఇక దయచేసి నడు. తొందరగా వెళదాం. ఆలస్యం చేయకు" అన్నాడు.

వ్యాసమహర్షి చెపుతున్నాడు - ముద్గలుడు దేవదూత మాటలు విని వాటిగురించి తన బుద్ధితో ఆలోచించాడు. తిరిగి అతనితో - "దేవదూతా! నీకు నమస్కరిస్తున్నాను. మీరు ఆనందంగా దయచేయండి. స్వర్గంలో చాలా గొప్ప దోషం ఉంది. ఆ స్వర్గంతో కాని అక్కడి సుఖాలతో గాని నాకేమీ పనిలేదు. అయ్యో! పతనానంతరం స్వర్గవాసులకు

ఎంత గొప్ప దుఃఖం కలుగుతుందో కదా! కనుక నాకు స్వర్గం అక్కరలేదు. శోక విచారాల నుండి జీవుడు ముక్తుడయ్యే ఆ స్థానం గురించి మాత్రమే నేను ఇప్పుడు ప్రయత్నం చేస్తాను" అని చెప్పి ముద్గలుడు దేవదూతను పంపివేశాడు. తరువాత ఎప్పటిలాగే శిలోంఛవృత్తితో జీవిస్తూ ఉత్తమరీతిలో శమాన్ని సాధన చేయసాగాడు. అతని దృష్టికి నిందాస్తుతులు, బంగారం - మట్టిగడ్డ అన్నీ ఒక్కలాగే ఉన్నాయి. అతడు విశుద్ధజ్ఞాన యోగాన్ని ఆశ్రయించి నిత్యమూ ధ్యానయోగపరాయణుడై ఉండసాగాడు. ధ్యానంతో వైరాగ్యం బలపడి అతనికి ఉత్తమజ్ఞానం కలిగింది. దాని ద్వారా మోక్షరూపమైన పరమసిద్ధిని పొందాడు. కాబట్టి యుధిష్ఠిరా! నీవు కూడా శోకించకు. మానవులకు సుఖాల తరువాత దుఃఖాలు, దుఃఖాల తరువాత సుఖాలు వస్తూనే ఉంటాయి. పదమూడవ సంవత్సరం గడిచాక నీతాత తండ్రుల రాజ్యాన్ని పొందగలవు. ఇప్పుడు నీమనసులో ఉండే విచారాన్ని దూరం చేసుకో" అని సముదాయించాడు.

దుర్వాసుడు దుర్యోధనునికి వరమిచ్చుట

జనమేజయుడు - "వైశంపాయనమునీంద్రా! మహాత్ములైన పాండవులు వనవాసం చేస్తూ ఋషులతో కలిసి విచిత్రమైన కథలు, విషయాలూ వింటూ ఆనందంగా కాలం గడుపుతున్నపుడు కర్ణశకుని దుశ్శాసనుల అభిప్రాయం ప్రకారం నడుచుకునే దురాత్ముడైన దుర్యోధనుడు మొదలైనవారు వారితో ఎలా వ్యవహరించారు? చెప్పండి" అని ప్రశ్నించాడు.

వైశంపాయనుడు చెప్పసాగాడు - పాండవులు నగరంలో ఉన్నట్లుగానే అడవులలో కూడా ఆనందంగా ఉంటున్నారని విని దుర్యోధనుడు వారికి హాని తలపెట్టాలని యోచించాడు. వెంటనే కపటవిద్యా ప్రవీణులయిన కర్ణుడు దుశ్శాసనుడు మొదలైన కూటమి ఒకచోట చేరింది. పాండవులకు హాని కలిగించే ఎన్నో ఉపాయాలను ఆలోచించసాగారు. ఈమధ్యలోనే ఒకసారి మహాయశస్వి అయిన దుర్వాసుడు తన పదివేలమంది శిష్యులతో కలిసి అక్కడికి వచ్చాడు. పరమకోపి అయిన దుర్వాసుడు తన ఇంటికి దయచేయడం చూసి అతివినయం చూపుతూ తమ్ముళ్లతో కలిసి దుర్యోధనుడు వారి దగ్గరకు వచ్చి వారిని వినమ్రంగా అతిథిసత్కారాలకోసం ఆహ్వానించాడు. చక్కని ఆచారంతో వారిని పూజించి స్వయంగా తాను దాసునివలె అతని సేవకు సిద్ధంగా నిలుచున్నాడు. దుర్వాసుడు అక్కడ చాలా రోజులున్నాడు. దుర్యోధనుడు ఎక్కడా బద్ధకించకుండా రాత్రింబవళ్లు అతనిని సేవిస్తూ ఉండేవాడు. అయితే అతడు భక్తిభావంతో కాకుండా శపిస్తాడేమోననే భయంతో సేవిస్తూండేవాడు. ఆముని యొక్క స్వభావం కూడా విచిత్రమైనది. అతడు ఒక్కొక్కసారి "రాజా! నాకు చాలా ఆకలిగా ఉంది. వెంటనే భోజనం సిద్ధం చేయించు" అని చెప్పి, స్నానానికి వెళ్లి బాగా ఆలస్యంగా తిరిగి వచ్చేవాడు. తిరిగివచ్చాక "ఈరోజు నాకు అసలు ఆకలి లేదు. అన్నం తినను" అని చెప్పేవాడు. చెప్పేసి తప్పుకుని వెళ్లిపోయేవాడు. ఇలాంటి వ్యవహారం చాలాసార్లు చేశాడు. అయినా దుర్యోధనుని మనసులో ఏమీ మార్పు రాలేదు. కోపం కూడా రాలేదు. ఇందువలన దుర్వాసుడు చాలా సంతోషించి "నేను నీకు వరం ఇవ్వాలనుకుంటున్నాను. ఏమికావాలో అడుగు" అన్నాడు.

దుర్వాసుని ఈమాటలు వినగానే దుర్యోధనునికి మనసులోనే తాను మళ్లీ మరోజన్మ ఎత్తినట్లు అనిపించింది. ముని సంతుష్టుడయితే వారిని ఏమడగాలి అనే విషయమై కర్ణదుశ్శాసనులతో కలిసి ముందుగానే అతడు ఆలోచించి ఉంచుకున్నాడు. ముని వరం అడగమని చెప్పగానే అతడు ఎంతో సంతోషించి "బ్రహ్మణ్యుడా! మా వంశంలో అందరికంటె యుధిష్ఠిరుడు పెద్దవాడు. అతడు ఇప్పుడు అడవులలో తమ్ముళ్లతో కలిసి ఉంటున్నాడు. అతడు చాలా గుణవంతుడు. సుశీలుడు. మీరు మీశిష్యులతో కలిసి ఈనాడు మాకు అతిథులయినట్లుగానే వారికి కూడా అతిథులు కండి. మీకు నామీద దయకలిగితే నాప్రార్థన మరొకటి కూడా విని వెళ్లండి. రాజకుమారి ద్రౌపది బ్రాహ్మణులకు, తన భర్తలకు అన్నం పెట్టాక, తాను కూడా తిన్న తరువాత, విశ్రాంతి తీసుకునే సమయంలో మీరు అక్కడికి వెళ్లండి" అని వరదానాన్ని కోరుకున్నాడు.

"నీ మీది ప్రేమకారణంగా నేను అలాగే చేస్తాను" అని చెప్పి దుర్వాసుడు ఎలా వచ్చాడో అలాగే వెళ్లిపోయాడు. దుర్యోధనుడు తాను ఆటలో గెలిచినట్లుగానే భావించాడు. అతడు సంతోషంగా కర్ణునితో చేతులు కలిపాడు. కర్ణుడు కూడా "చాలా అదృష్టం. ఇక పని జరిగినట్లే. రాజా! నీకోరిక తీరింది. నీ శత్రువులు దుఃఖమనే మహాసముద్రంలో మునిగిపోతారు. ఇదంతా ఎంత ఆనందకరమైన విషయం" అన్నాడు.

పాండవులు దుర్వాసునికి ఆతిథ్యమిచ్చుట

వైశంపాయనుడు చెపుతున్నాడు – తదనంతరం ఒకరోజున దుర్వాసుడు పాండవులయొక్క ద్రౌపదియొక్క భోజనాలు ముగిసి విశ్రాంతి తీసుకుంటున్నారని తెలిసి పదివేలమంది శిష్యులతో కలిసి అడవిలో యుధిష్ఠిరుని దగ్గరకు వెళ్లాడు. యుధిష్ఠిరుడు అతిథి రావడం చూసి తమ్ముళ్లతో కలిసి ఎదురేగి అతనిని తోడ్కొని వచ్చాడు. చేతులు జోడించి నమస్కరించి ఒక అందమైన ఆసనం మీద కూర్చోపెట్టాడు. విధ్యుక్తంగా పూజించి ఆతిథ్యం కోసం ఆహ్వానిస్తూ – "భగవాన్! మీరు నిత్యకర్మానుష్ఠానం ముగించుకుని వెంటనే వచ్చి భోజనం చేయండి" అని చెప్పాడు. ముని తన శిష్యులతో కలిసి స్నానం చేయడానికి వెళ్లాడు. ఈ సమయంలో శిష్యులతో కూడా ఉన్న నాకు ఇతడు భోజనం ఎలా పెట్టగలడన్న విషయమే అతనికి ఏమాత్రం ఆలోచనలోకి రాలేదు. మునులందరూ ఏటిలో స్నానం చేసి ధ్యానం చేసుకోవడం ప్రారంభించారు.

ఇక్కడ ద్రౌపదికి అన్నం గురించిన దిగులు పట్టుకుంది. ఆమె ఎన్ని విధాలుగా ఆలోచించినా ఆ సమయంలో అన్నం దొరికే ఉపాయం ఆమె దృష్టికి గోచరించలేదు. ఆమె మనసులోనే శ్రీకృష్ణుని ఉద్దేశించి– "కృష్ణా! మహాబాహూ! దేవకీనందనా! వాసుదేవా! పాదాల మీద వ్రాలిన దుఃఖితుల దుఃఖాన్ని దూరం చేసే జగదీశా! నీవే జగత్తుకు ఆత్మవు. ఈవిశ్వాన్ని సృష్టించేవాడవు, సంహరించేవాడవు నీవే. ప్రభూ! నీవు నాశరహితుడవు. శరణాగత రక్షకుడవు. సమస్త ప్రజలను రక్షించే పరాత్పరుడవు – పరమేశ్వరుడవు. చిత్తవృత్తులను, చిద్వృత్తులను ప్రేరేపించేవాడవు నీవే. నీకు నమస్కారము. అందరికీ వరింప దగిన వరదాతవు. అనంతా! రా. నీకంటె వేరే దిక్కులేదు. అసహాయులైన నీ భక్తులకు సహాయపడు. పురాణపురుషా! ప్రాణమనోవృత్తులు నిన్ను చేరుకోలేవు. సర్వసాక్షీ! పరమాత్మా! నేను నిన్ను శరణుకోరాను. శరణాగత వత్సలా! దయచూపి నన్ను కాపాడు. నీలోత్పలశరీరా! శ్యామసుందరా! పద్మగర్భారుణకాంతినేత్రా! కౌస్తుభమణివిభూషితా! పీతాంబరధారీ! శ్రీకృష్ణా! సమస్త ప్రాణులకు ఆద్యంతాలు నీవే. నీవే పరమాశ్రయుడవు. నీవే పరాత్పరుడవు. జ్యోతిర్మయుడవు, సర్వవ్యాపకుడవు, సర్వాత్ముడవు. జ్ఞానులు నిన్నే సమస్త జగత్తునకు మూలబీజమనీ, సంపూర్ణ సంపదలకు అధిష్ఠానమనీ చెపుతారు. దేవేశా! నీవు రక్షకునిగా ఉండగా నామీద ఆపదలెన్ని వచ్చిపడినా నాకు భయం లేదు. ఇంతకుముందు సభలో దుశ్శాసనుని బారినుండి నన్ను ఎలా రక్షించావో, అలాగే ఇప్పటి ఈ సంకటం నుండి నన్ను ఉద్ధరించు" అని వేడుకుంది.

కృష్ణకృష్ణ మహాబాహో దేవకీనందనావ్యయ ॥
వాసుదేవ జగన్నాథ ప్రణతార్తివినాశన ।
విశ్వాత్మన్ విశ్వజనక విశ్వహర్తః ప్రభోఽవ్యయః ॥
ప్రపన్నపాల గోపాల ప్రజాపాల పరాత్పర ।
ఆకూతీనాం చ చిత్తీనాం ప్రవర్తక నతాస్మితే ॥
వరేణ్య వరదానంత అగతీనాం గతిర్భవ ।
పురాణపురుష ప్రాణమనోవృత్త్యాద్యగోచర ॥
సర్వాధ్యక్ష పరాధ్యక్ష త్వామహం శరణంగతా ।
పాహిమాం కృపయా దేవ శరణాగతవత్సల ॥
నీలోత్పలదళశ్యామ పద్మగర్భారుణేక్షణ ।
పీతాంబరపరీధాన లసత్కౌస్తుభభూషణ ॥
త్వమాదిరంతో భూతానాం త్వమేవచపరాయణమ్ ।
పరాత్పరతరం జ్యోతిర్విశ్వాత్మా సర్వతోముఖః ॥
త్వామేవాహుః పరంబీజం నిధానం సర్వసంపదామ్ ।
త్వయానాథేన దేవేశ సర్వాపద్భ్యో భయం నహి ॥
దుఃశాసనాదహం పూర్వం సభాయాం మోచితా యథా ।
తథైవ సంకటాదస్మాన్మాముద్ధర్తుమిహార్హసి ॥

(మహా, వన.263/8–16)

ద్రౌపది ఈరీతిగా భక్తవత్సలుడైన భగవానుని స్తుతించగానే అతనికి ద్రౌపది కష్టాలలో చిక్కుకుందని అర్థమయింది. ఆ పరమేశ్వరుడు వెంటనే అక్కడికి వచ్చాడు. భగవానుని రాకను గమనించిన ద్రౌపది ఆనందానికి అవధులు లేకపోయాయి. ఆమె అతనికి నమస్కరించి దుర్వాసముని రాకను గురించిన సమస్తవృత్తాంతం చెప్పింది. శ్రీకృష్ణభగవానుడు ఆమెను – "కృష్ణా! ఇప్పుడు నేను బాగా అలిసిపోయాను. ఆకలివేస్తుంది. ముందు నాకు వెంటనే ఏదైనా కొంచెం తినడానికి పెట్టు. తరువాత మిగిలిన ఏర్పాట్లు చేద్దువుగాని" అని అడిగాడు.

అతని మాటలు విని ద్రౌపదికి చాలా సిగ్గు కలిగింది. "ఆమె అతనితో "స్వామీ! సూర్యనారాయణమూర్తి ప్రసాదించిన గిన్నెనుండి నేను అన్నం తిననంతవరకే అన్నం లభిస్తుంది. ఇప్పుడు నేను కూడా అన్నం తినేశాను. ఇప్పుడిక

ఏమిలేదు. ఎలా తేగలను?" అన్నది.

భగవానుడు – "ద్రౌపదీ! నాకు ఆకలితో అలసటతో చాలా బాధగా ఉన్నది. నీకు నవ్వులాటగా ఉంది. ఇది పరిహాసానికి సమయంకాదు. వెంటనే వెళ్లు. ఆపాత్ర తెచ్చి నాకు చూపించు" అన్నాడు.

ఈరీతిగా పట్టుపట్టి భగవానుడు ద్రౌపది చేత ఆ పాత్ర తెప్పించాడు. చూడగా దాని అంచుకు కొద్దిగా కూర అంటుకొని ఉంది. దానినే తీసుకొని అతడు తిన్నాడు. తిని "ఈ కూర ద్వారా సమస్త జగత్తునకు ఆత్మ, యజ్ఞభోక్త అయిన పరమేశ్వరుడు తృప్తుడు, సంతుష్టుడు అగుగాక!" అన్నాడు. ఆపై సహదేవునితో "ఇక వెంటనే మునులందరినీ భోజనానికి పిలువు" అని ఆదేశించాడు. అతని ఆజ్ఞ పొందిన వెంటనే సహదేవుడు దేవనదిలో స్నానానికి వెళ్లిన దుర్వాసుడు మొదలైన మునులందరినీ పిలవడానికి వెళ్లాడు.

మునులందరూ నీళ్లల్లో నిలబడి అఘమర్షణస్నానం చేస్తున్నారు. వారికి ఆకస్మాత్తుగా అన్నం తిన్నట్లుగా తృప్తిగా కడుపునిండినట్లయింది. మాటిమాటికి అన్నరసంతో కూడిన త్రేపులు రాసాగాయి. నీటినుండి బయటకు వచ్చి వారు ఒకరిముఖాలు ఒకరు చూసుకోసాగారు. అందరి పరిస్థితీ ఒకలాగే ఉంది. వారంతా దుర్వాసుని – "బ్రహ్మర్షీ! రాజును భోజనం సిద్ధం చేయించమని ఆజ్ఞాపించి మనం ఇక్కడికి స్నానానికి వచ్చాం. కాని ఇప్పుడు గొంతువరకు అన్నం ఉన్నట్లుగా తృప్తిగా ఉంది. ఎలా భుజిస్తాం? మనం చేయించిన వంట అంతా వృథా అవుతుంది. ఇప్పుడేమి చేయాలి?" అని అడిగారు.

దుర్వాసుడు వారితో – "నిజంగానే మనం వ్యర్థంగా అన్నాలు వండించి రాజర్షి యుధిష్ఠిరుని పట్ల అపచారం చేశాము. అంబరీష మహారాజు యొక్క ప్రభావాన్ని ఇప్పటికీ మేము మరచిపోలేదు. ఆ సంఘటన గుర్తుకు వచ్చి నాకు ఎప్పుడూ భగవద్భక్తులంటే భయంగా ఉంటుంది. పాండవులందరూ అటువంటి మహాత్ములే. వారు ధార్మికులు శూరులు, విద్వాంసులు, వ్రతధారులు, తపస్వులు, సదాచారులు, నిత్యమూ వాసుదేవుని భజనలో నిమగ్నమై ఉండేవారు. అగ్ని దూదిగుట్టను తగులబెట్టినట్లుగా కోపగిస్తే పాండవులు కూడా మనలను కాల్చి వేయగలరు. కాబట్టి శిష్యులారా! పాండవులకు చెప్పకుండానే ఇక్కడినుండి పారిపోవడమే మనకు శ్రేయస్కరం" అన్నాడు.

తమ గురువైన దుర్వాసుని మాటలు విన్నాక ఇక శిష్యులు ఎలా ఆగుతారు? పాండవులకు భయపడి వారు పారిపోయి దశదిశలను శరణు పొందారు. దేవనది గంగానదిలో మునులు కనపడక సహదేవుడు చుట్టుపక్కల రేవులలో కూడా తిరిగి తిరిగి వెతకసాగాడు. అక్కడ ఉన్న తాపసుల వలన వారు పారిపోయిన సమాచారం తెలుసుకుని సహదేవుడు యుధిష్ఠిరుని వద్దకు తిరిగి వచ్చాడు. అతడు జరిగినదంతా అన్నగారికి నివేదించాడు. అనంతరం జితేంద్రియులయిన పాండవులు వారు తిరిగివస్తారనే ఆశతో చాలాసేపు ఎదురు చూశారు. –"ముని అర్ధరాత్రి దాటిన తరువాత అకస్మాత్తుగా వచ్చి మనను మోసం చేశాడు. విధివశాత్తు మనకు పెద్ద చిక్కు వచ్చిపడింది. దీనినుండి మనం ఎలా బయటపడగలిగాము?" అని వారికి సందేహం కలిగింది. ఈ రీతిగా ఆలోచిస్తూ మాటిమాటికి వారు నిట్టూర్చారు. వారి ఈ స్థితిని చూచి శ్రీకృష్ణుడు – "పరమకోపి అయిన దుర్వాసముని వలన మీ అందరికి గొప్ప ఆపద రాబోయింది. ఇది తెలిసి ద్రౌపది నన్ను స్మరించింది. అందుకని నేను వెంటనే ఇక్కడికి వచ్చాను. ఇక మీకు దుర్వాసముని వలన కొద్దిగా కూడా భయంలేదు. అతడు మీ శక్తిని గమనించి ముందుగానే పారిపోయాడు. ఇక నేను వెళ్లివస్తాను. మీకు శుభమగు గాక!" అని వివరించి చెప్పాడు.

భగవానుని మాటలు విని ద్రౌపదితో సహా పాండవులందరూ నిశ్చింత పొందారు. వారు "గోవిందా! నిన్నే రక్షకునిగా పొంది మేము పెద్ద పెద్ద ఆపదలనుండి బయటపడ్డాము. మహాసాగరంలో మునిగిపోయే వారికి నౌక దొరికినట్లుగా మాకు నీ సహాయం లభించింది. వెళ్లిరా. ఇలాగే భక్తులకు శుభాలు కలిగించు" అని అతనితో అన్నారు.

ఈ రీతిగా వారి అనుమతి తీసుకొని శ్రీకృష్ణభగవానుడు ద్వారకాపురికి వెళ్లిపోయాడు. పాండవులు ద్రౌపదితో కలిసి ఒక అడవి నుండి మరొక అడవికి తిరుగుతూ ఆనందంగా కాలం గడుపసాగారు.

జయద్రథుడు ద్రౌపదిని అపహరించుట

వైశంపాయనుడు చెపుతున్నాడు – ఒకసారి ఏమి జరిగిందంటే పాండవులు ద్రౌపదిని ఒంటరిగా ఆశ్రమంలో వదలి ధౌమ్యుని ఆజ్ఞ మేరకు బ్రాహ్మణులకు ఆహారాన్ని సేకరించడం కోసం అడవిలోనికి వెళ్లారు. ఆ సమయంలో సింధుదేశపు రాజు, వృద్ధక్షత్రుని కొడుకు అయిన జయద్రథుడు

వివాహేచ్ఛతో సాళ్వదేశం వైపు వెళుతున్నాడు. అతడు అతివిలువైన రాజోచితమైన వేషభూషణాలు ధరించి ఉన్నాడు. అతనితో ఇంకా ఇతర రాజులు ఎంతోమంది ఉన్నారు. వారందరితో కలిసి అతడు కామ్యకవనానికి వచ్చాడు. ఆ నిర్జనారణ్యంలో తమ ఆశ్రమ ద్వారం ముందు పాండవ ప్రియపత్ని ద్రౌపది నిలుచుని ఉంది. జయద్రథుని దృష్టి ఆమెపై పడింది. ఆమె అతిలోక సౌందర్యవతి. ఆమెనల్లని శరీరం ఒక దివ్య తేజస్సుతో ప్రకాశిస్తోంది. చుట్టుపక్కలంతా ఆమె శరీర కాంతితో ప్రకాశిస్తోంది. జయద్రథుని సహచరులందరూ ఆ అనింద్యమైన సుందరిని చూసి చేతులు జోడించి నమస్కరించారు. వారు మనసులోనే "ఈమె అప్సరసయా? దేవకన్యయా? లేక దేవతలు కల్పించిన మాయయా?' అని ఊహాపోహలు చేయసాగారు.

సింధురాజు జయద్రథుడు ఆ సుందరాంగిని చూచి అప్రతిభుడయిపోయాడు. అతని మనసులో దురూహలు చెలరేగాయి. అతడు కామమోహితుడయ్యాడు. అతడు తన సఖుడయిన కోటికాస్యునితో - "కోటికా! ఆ సుందరి ఎవరి భార్యయో కొద్దిగా కనుక్కొనిరా. లేకపోతే ఆమె మానవకాంతయే కదా? ఈమె లభిస్తే ఇక నాకు వివాహమే అవసరం ఉండదు. ఆమె ఎవరికి చెందినదో, ఎక్కడినుండి వచ్చినదో, ఈ కంటకావృతమైన వనానికి ఏ ఉద్దేశ్యంతో వచ్చినదో, ఈమె నా సేవను అంగీకరిస్తుందో లేదో అన్నీ అడిగి రా. ఈమెను పొంది నేను కృతార్థుడినవుతాను" అన్నాడు.

సింధురాజు మాటలు విని కోటికాస్యుడు రథం నుండి దిగి వెళ్లి, నక్క ఆడుసింహంతో మాటలాడినట్లుగా ద్రౌపది దగ్గరకు వెళ్లి - "సుందరీ! కదంబ వృక్షపు కొమ్మను వంచి, దాని ఆసరాతో ఈ ఆశ్రమం ముంగిట నిలిచిన నీవు ఎవరవు? నీకు ఈ భయంకరమయిన అడవిలో భయం కలగడం లేదా? నీవు దేవకాంతవా? యక్షకాంతవా? దానవ కాంతవా? లేకపోతే ఎవరయినా గొప్ప అప్సరసవా? నాగకన్యవా? యముడు, చంద్రుడు, వరుణుడు, కుబేరుడు - వీరిలో ఎవరి పత్నివయినా కావుగదా! ధాత, విధాత, సవిత, విష్ణువు, ఇంద్రుడు - ఈ లోకాలలో ఏ ధామాన్నుండి నీవు ఇక్కడికి వచ్చావు?"

"నేను సురథమహారాజు పుత్రుడను. నన్ను కోటికాస్యుడు అంటారు. సౌవీరదేశపు రాజకుమారులు పన్నెండు మంది చేతులతో ధ్వజాలు పట్టుకుని రథం వెనుక రాగా, ఆరువేల రథ గజతురగ పదాతి దళాల సైన్యం అనుసరిస్తూ ఉండగా సౌవీరనరేశుడైన జయద్రథమహారాజు అక్కడ నిలిచిఉన్నాడు. అతనిపేరు ఎప్పుడయినా నీవు విని ఉండవచ్చును. అతనితో పాటు ఇంకా ఎంతోమంది రాజులున్నారు. మా పరిచయం మేము చేసుకున్నాం. కాని ఇంకా నీ విషయంలోనే మేము అనభిజ్ఞులం. కాబట్టి నీవు ఎవరి భార్యవో, ఎవరి పుత్రికవో చెప్పు" అని అడిగాడు.

కోటికాస్యుడు ఈ రీతిగా ప్రశ్నించగా, ద్రౌపది ఒకసారి అతని వైపు నిదానంగా చూచింది. కదంబవృక్షపు కొమ్మను విడిచి, తన పట్టు ఉత్తరీయాన్ని సవరించుకొంటూ, తలవంచి క్రిందికి చూస్తూ - "రాజకుమారా! నావంటి స్త్రీ నీతో మాటలాడడం ఉచితం కాదని నా బుద్ధితో ఆలోచించి బాగా గ్రహించాను. కాని ఇక్కడ సమయానికి వేరే స్త్రీ పురుషులెవరూ నీ ప్రశ్నలకు సమాధానాలు చెప్పేవారు లేరు. కాబట్టి మాట్లాడక తప్పడం లేదు. నేను పతివ్రతా ధర్మాన్ని పాటించే స్త్రీని. అందునా ఇప్పుడు ఒంటరిగా ఉన్నాను. ఈ అడవిలో ఒంటరిగా నీతో ఎలా మాట్లాడను? కాని నీవు సురథమహారాజు పుత్రుడవని, నీ పేరు కోటికాస్యుడని నాకు ముందే తెలుసును. కాబట్టి నీకు నా బంధువులను గురించి, ప్రసిద్ధమైన నా వంశం గురించి పరిచయం చేస్తాను. నేను ద్రుపద మహారాజు కూతురిని. నా పేరు కృష్ణ. పంచపాండవులతో నా వివాహం జరిగింది. వారు ఇంద్రప్రస్థంలో నివసించేవారు. పేర్లు వినే ఉంటావు. ఇప్పుడు మీరు మీ వాహనాలు విడిచి ఇక్కడ దిగండి. పాండవుల ఆతిథ్యం స్వీకరించి తరువాత మీకు కావలసిన చోటికి వెళ్ళవచ్చును. వారు వచ్చే సమయమయింది. ధర్మరాజుకు అతిథులపట్ల మిక్కిలి శ్రద్ధ. మిమ్మల్నందరినీ చూచి చాలా సంతోషిస్తాడు" అన్నది.

ద్రౌపది కోటికాస్యునికి ఇలా చెప్పి, పర్ణకుటీరం లోపలికి వెళ్లిపోయింది. ఆమెకు వారిపట్ల విశ్వాసం కలిగింది. కనుక అతిథి సత్కారాలు ఏర్పాటు చేయడంలో నిమగ్నమయింది. కోటికాస్యుడు రాజులవద్దకు వెళ్లి, ద్రౌపదితో మాటలాడిన విషయాలన్నీ చెప్పాడు. అతని మాటలు విని దుష్టుడైన జయద్రథుడు "నేను స్వయంగా వెళ్లి ద్రౌపదిని చూస్తాను" అన్నాడు. అతడు తన ఆరుగురు సోదరులను వెంటపెట్టుకొని తోడేలు సింహం యొక్క గుహలో దూరినట్లుగా పాండవుల ఆశ్రమంలో ప్రవేశించి ద్రౌపదిని "సుందరీ! నీకు కుశలమా?

నీ భర్తలకు క్షేమమా? కుశలంగా ఉండాలని మీరు కోరుకునే వారందరికీ కుశలమేనా?" అని ప్రశ్నించాడు.

ద్రౌపది - "రాజకుమారా! మీకు మీరు కుశలంగా ఉన్నారా? మీ రాజ్యం, కోశాగారం సైనికులు అంతా కుశలమే గదా! నా భర్త కురువంశపు రాజు యుధిష్ఠిరుడు కుశలమే. వారి సోదరులంతా కూడా క్షేమమే. రాజా! ఇవిగో కాళ్ల కడుగుకోవడానికి నీళ్ల తీసుకోండి. ఆసనాలు స్వీకరించండి. మీకు అందరకూ త్రాగేనీరు ఇప్పుడే ఏర్పాటు చేస్తాను" అన్నది.

జయద్రథుడు - "నేను క్షేమమే. త్రాగునీటి కోసం నీవు చేసేదంతా మాకు వచ్చినట్లే. ఇక నీకు చెప్పదగినది ఇదే. పాండవుల వద్ద ఇప్పుడు ధనం లేదు. రాజ్యభ్రష్టులయ్యారు. ఇక వారిని సేవించడం వ్యర్థం. నీవు ఇంత భక్తితో సేవిస్తున్నావు. దానికి ఫలితం కష్టాలే కదా! నీవు ఈ పాండవులను విడిచి నాకు భార్యవై సుఖాలు అనుభవించు. నాతో పాటు సింధు సౌవీర దేశాలు నీకు లభిస్తాయి. నీవు రాణివి అవుతావు" అన్నాడు.

జయద్రథుని మాటలు విని ద్రౌపది హృదయం కంపించింది. క్రోధంతో ఆమె కనుబొమ్మలు ముడిపడ్డాయి. వెంటనే ఆమె తానున్న చోటునుండి వెనక్కి జరిగింది. అతని ఈ ప్రస్తావాన్ని తిరస్కరిస్తూ ద్రౌపది ఎంతో కటువుగా మాటలాడింది. "జాగ్రత్త. ఇకపై ఎప్పుడూ ఇలాంటి మాటలు నోటివెంట రానీయకు. నీవు సిగ్గుపడాలి. నా పతులు మహాకీర్తిమంతులు, ఎల్లప్పుడూ ధర్మబద్ధులై ఉంటారు. యుద్ధంలో యక్షరాక్షసులను కూడా జయించగలరు. అటువంటి మహారథికులైన వీరుల గౌరవానికి విరుద్ధంగా తుచ్ఛమైన మాటలు మాటలాడడానికి నీకు సిగ్గులేదూ? వెదురు, అరటి, ప్రేము చెట్లు పండ్లు కాసిన తరువాత తాము నశించిపోయినట్లుగా, ఆడ ఎండ్రకాయ తన మృత్యువు కోసమే గర్భం ధరించినట్లుగా నీవు కూడా నీ మృత్యువు కోసమే నన్ను అపహరించాలనుకొంటున్నావు" అన్నది.

జయద్రథుడు - "కృష్ణా! నాకు అన్నీ తెలుసును. నీ భర్తలు రాజకుమారులు పాండవులు ఎలాంటి వారో నాకు బాగా తెలుసు. కాని ఇప్పుడు ఈ బిభీషికలు ప్రదర్శించి నన్ను భయపెట్టలేవు. నేను నీ మాటలకు లొంగను. ఇక నీ ఎదుట రెండే మార్గాలున్నాయి. తిన్నగా వెళ్లి ఏనుగు మీద గాని రథం మీద గాని కూర్చోవడం, లేదా పాండవులు ఓడిపోయాక ఈ సౌవీరరాజు జయద్రథుని దైన్యంతో అర్థిస్తూ దయాభిక్షను అడగడం"

ద్రౌపది "నా బలం, నా శక్తి ఎంత గొప్పదైనా సౌవీర రాజు దృష్టిలో నేను బలహీనురాలిగా కనపడుతున్నాను. నామీద నాకు నమ్మకం ఉంది. ఈ విధంగా బలవంతపెట్టడం వలన నేను జయద్రథుని ఎదుట ఎప్పుడూ దైన్యంగా మాటలాడను. భగవానుడైన శ్రీకృష్ణుడు, వీరవరుడైన అర్జునుడు ఏకరథస్థితులై ఎవరికోసం అన్వేషిస్తూ బయలుదేరుతారో ఆ ద్రౌపదిని దేవేంద్రుడు కూడా అపహరించలేడు. ఇక మానవ మాత్రుల శక్తి ఎంత? అర్జునుడు శత్రు పక్షవీరులను సంహరించే సమయంలో శత్రువుల హృదయాలు భయంతో కంపిస్తాయి. అతడు నా కోసం వచ్చి నీ సైన్యాన్ని నలువైపుల ముట్టడిస్తాడు. వేసవిలో అగ్ని గడ్డి పరకలను కాల్చివేసినట్లుగా కాల్చిబూడిద చేస్తాడు. గాండీవ ధనుస్సునుండి బాణాలు మిడుతల్లా వేగంగా ఎగిరివస్తున్నపుడు, వీరవరుడైన అర్జునునిపై నీ దృష్టి పడినపుడు నీ యీ దుష్కర్మను గుర్తు చేసుకొని నిన్ను నీవు నిందించుకుంటావు. నీచుడా! భీముడు గదను తీసుకొని నీవైపు పరుగెత్తుకొని వచ్చినపుడు, నకుల సహదేవులు క్రోధం వలన పుట్టిన విషాన్ని కక్కుతూ నీ మీదికి ఉరికినపుడు నీకు మిక్కిలి పశ్చాత్తాపం కలుగుతుంది. నేను మనసులోనైనా ఎప్పుడూ నా పతుల మాటను జవదాటక పోతే, నా అఖండ పాతివ్రత్యం సురక్షితమైనదైతే ఆ సత్యప్రభావం వలన పాండవులు నిన్ను జయించి వశపరచుకొని నేలకేసి ఈడ్వడం నేను చూస్తాను. నీవు క్రూరుడవు. నీవు బలవంతంగా లాగుకొని తీసుకుపోతావు. అయినా నాకేమీ లక్ష్యం లేదు. నా భర్తలు కురువంశవీరులు శీఘ్రంగానే నన్ను కలుసుకోగలరు. వారితో కలిసి నేను మరల ఈ కామ్యకవనంలోనే వచ్చి ఉంటాను" అన్నది.

తదనంతరం ద్రౌపది జయద్రథుని మనుష్యులు తన్ను పట్టుకోవడానికి వస్తూండడం చూసి వారిని బెదిరిస్తూ - "జాగ్రత్త! ఎవరూ నన్ను తాకవద్దు" అన్నది. అయినా భయంతో తమ పురోహితుడైన ధౌమ్యుని పిలిచింది. అంతలోనే జయద్రథుడు ముందుకు వచ్చి ఉత్తరీయపుకొంగు పట్టుకొన్నాడు. ద్రౌపది వేగంగా విదిలించి కొట్టింది. ఆ విదిలింపుతో పాపాత్ముడైన జయద్రథుడు మొదలు నరికిన తరువులా నేలమీద పడిపోయాడు. తిరిగి వెంటనే వేగంగా పైకి లేచి ఆమె కొంగుపట్టుకొని గట్టిగా లాగాడు. ద్రౌపది

రొప్పుతోంది. ఆమె ఎలా ఉన్నదలాగే ధౌమ్యుని చరణాలకు నమస్కరించి రథం ఎక్కింది.

ధౌమ్యుడు - "జయద్రథా! కనీసం క్షత్రియుల ప్రాచీనధర్మాన్ని పాటించు. మహారథులైన పాండవులను జయించకుండా ఈమెను తీసుకుపోవడానికి నీకేమీ అధికారం లేదు. పాపీ! ధర్మరాజు మొదలైన పాండవులతో వైరం పెట్టుకుని ఈ నీచకర్మకు ఫలం అనుభవిస్తావు. ఇందులో ఏమీ సందేహం లేదు.

ఇలా అంటూ ధౌమ్యముని అపహరణకు గురైన ద్రౌపదిని వెన్నంటి కాలినడకన సేనమధ్యలో వెళ్లసాగాడు.

జయద్రథ పరాభవము

వైశంపాయనుడు చెపుతున్నాడు. పాండవులు అడవిలోనుండి ఆశ్రమానికి తిరిగి వస్తున్నపుడు ఒక నక్క గట్టిగా ఊళపెడుతూ, వారి ఎడమపక్కనుండి వెళ్లింది. ఈ అపశకునాన్ని గమనించి యుధిష్ఠిరుడు భీమార్జునులతో - "మనకు ఎడమవైపునకు వచ్చి ఏడుస్తున్న ఈ నక్కను చూస్తే పాపాత్ములయిన కౌరవులు ఇక్కడకు వచ్చి ఏదో మహా ఉపద్రవం కలిగించి ఉంటారని స్పష్టమవుతోంది. అన్నాడు. ఇలా అనుకుంటూ వారు ఆశ్రమానికి వచ్చి చూసేసరికి ద్రౌపది ఇష్టసఖి ధాత్రేయి ఏడవడం కనిపించింది. ఆమెను ఆ అవస్థలో చూచి సారథి ఇంద్రసేనుడు రథం నుండి దూకి ఆమె దగ్గరకు పరుగెత్తుకొని వెళ్లి - "నీవు ఎందుకు ఇలా నేల మీద దొర్లి దొర్లి ఏడుస్తున్నావు? నీ నోరు ఎండిపోయింది. ఇంత దైన్యంగా ఉన్నావు. ఆ నిర్దయులు, పాపాత్ములు అయిన కౌరవులు ఇక్కడికి వచ్చి ద్రౌపదికి ఏమీ కష్టం కలిగించలేదు కదా?" అని అడిగాడు.

దాసి - "ఇంద్రసమానులై పరాక్రమవంతులైన ఈ ఐదుగురు పాండవులను అవమానించి జయద్రథుడు ద్రౌపదిని అపహరించి తీసికొనిపోయాడు. చూడు ఇంకా అతని రథం జాడలు, అతని సైనికుల పాదముద్రలు కొత్తగా కనిపిస్తూనే ఉన్నాయి. ఇప్పటికింకా ద్రౌపది దూరం వెళ్లి ఉండదు. వెంటనే రథం వెనక్కి తిప్పి, జయద్రథుని వెంబడించు. ఇంక ఇక్కడ ఎక్కువ ఆలస్యం చేయకు" అని చెప్పింది.

పాండవులు మాటిమాటికి పగబట్టిన పాములవలె బుసలు కొడుతూ ధనుష్టంకారాలు చేస్తూ అదే మార్గంలో బయలుదేరారు. కొద్దిదూరం వెళ్లగానే జయద్రథుని సైన్యంలోని గుఱ్ఱాల కాలిగిట్టల చేత పైకెగిరిన ధూళి కనిపించింది. కాల్బలం మధ్యలో వెళుతున్న ధౌమ్యమునిని కూడా వారు చూశారు. అతడు ఎలుగెత్తి భీముని పిలుస్తున్నాడు. పాండవులు "మీరింక నిశ్చింతగా వెనక్కి మళ్లండి" అని అతనిని ఓదార్చారు. ఆపై ఒకే రథంలో ఉన్న తమ భార్య ద్రౌపదిని జయద్రథుని చూడగానే వారి క్రోధాగ్ని ప్రజ్వరిల్లింది. భీమార్జున నకుల సహదేవులు అందరూ జయద్రథుని హెచ్చరిస్తూ పిలిచారు. పాండవుల రాక చూసి శత్రువుల ప్రాణాలు ఎగిరిపోయాయి. కాల్బలం అయితే భయంతో చేతులు జోడించింది. పాండవులు వారిని వదిలి మిగిలిన సైన్యాన్ని చుట్టుముట్టి అన్నివైపుల నుండి బాణవర్షం కురిపించారు. దానితో అన్నివైపుల అంధకారం అలముకుంది.

అప్పుడు సింధురాజు తనతోటి రాజులను ఉత్సాహపరుస్తూ - "శత్రువులను ఎదిరించడానికి ధైర్యంగా నిలబడండి. పరిగెత్తండి, చంపండి" అని ఉసిగొల్పాడు. యుద్ధకోలాహలం మొదలయింది. శిబి, సౌవీర, సింధు దేశాల సైనికులు - మహాబలవంతులయిన పులుల మాదిరి కనిపిస్తున్న భీమార్జునుల వంటి గొప్ప వీరులను చూచి భయంతో వణికిపోయారు. వారికి చాలా విషాదం కలిగింది. భీముని మీద శస్త్రాస్త్రవర్షం కురిసినా అతడు చలించలేదు. భీముడు జయద్రథుని సేనకు ముందున్న అంబారీతో కూడిన ఒక ఏనుగును, పద్నాలుగుమంది పదాతిసైనికులను గదతో మోది చంపివేశాడు. అర్జునుడు ఐదు వందలమంది మహారథికులైన వీరులను సంహరించాడు. యుధిష్ఠిరుడు వందమంది యోధులను చంపాడు. నకులుడు కత్తి చేతిలో పట్టుకొని రథం నుండి కిందికి దూకి - శత్రుమస్తకాలను ఖండించి విత్తనాలు చల్లినట్లు చెల్లాచెదురుగా పడవేశాడు. సహదేవుడు తన రథంతో ఏనుగుల సవారీ మీదికి దాడి చేసి వేటకాడు చెట్టు మీది నెమళ్లను గురిచూసి కొట్టి నేలరాల్చినట్లుగా బాణాలతో వారిని పడగొట్టాడు.

ఇంతలో త్రిగర్త దేశాధిపతి విల్లు తీసుకొని తన విశాలమైన రథం నుండి కిందికి దిగి గదా ప్రహారాలతో యుధిష్ఠిరమహారాజు యొక్క నాలుగు గుఱ్ఱాలను చంపివేశాడు. అతడు తన సమీపానికి రావడం చూసిన యుధిష్ఠిరుడు అర్థచంద్రాకారబాణంతో అతని ఛాతీని చీల్చివేశాడు. దానితో అతడు రక్తం కక్కుకుంటూ పడి చచ్చిపోయాడు. గుఱ్ఱాలు చనిపోవడంతో యుధిష్ఠిరుడు తన సారథి ఇంద్రసేనునితో కలిసి సహదేవుని రథం ఎక్కాడు.

కోటికాస్యుడు తనమీదికి రావడం చూసి భీమసేనుడు కత్తి గుచ్చి అతని సారథి తలను అతనికి తెలియకుండానే నరికివేశాడు. సారథి మరణించడంతో అతని గుఱ్ఱాలు యుద్ధభూమిలో అటు ఇటు పరిగెత్తసాగాయి. కోటికాస్యుడు యుద్ధవిముఖుడై పారిపోవడం చూసి భీమసేనుడు ప్రాసమనే ఆయుధంతో అతనిని చంపివేశాడు. అర్జునుడు తన పదునైన బాణాలతో సౌవీరదేశపు పన్నెండుమంది రాజుల వీండ్లను, తలలను కూడా నరికివేశాడు. అతడు శిబి, ఇక్ష్వాకు వంశపురాజులను, త్రిగర్త, సింధు నరపతులను కూడా సంహరించాడు.

ఈ సమస్త వీరులు చనిపోవడంతో జయద్రథునికి చాలా భయం కలిగింది. అతడు ద్రౌపదిని కిందికి దింపి తన ప్రాణాలు కాపాడుకోవడానికి అడవివైపు పారిపోయాడు. ధౌమ్యుడు ముందు నడవగా ద్రౌపది రావడం చూసిన యుధిష్ఠిరుడు సహదేవుని సహాయంతో ఆమెను రథం మీదికి ఎక్కించాడు.

యుద్ధం సమాప్తం అయ్యాక భీముడు యుధిష్ఠిరునితో – "సోదరా! శత్రువర్గంలోని ప్రధానవీరులందరూ చనిపోయారు. చాలామంది అటు ఇటు పారిపోయారు కూడా. మీరు నకుల సహదేవులను తీసుకొని ధౌమ్యులవారితో పాటు ఆశ్రమానికి వెళ్ళండి. ద్రౌపదిని శాంతపరచండి. అతడు పాతాళంలో దాగినా కాని, స్వయంగా ఇంద్రుడే అతనికి సారథిగా వచ్చినా గాని ఆ మూర్ఖుడైన జయద్రథుని ప్రాణాలతో వదలను" అన్నాడు.

యుధిష్ఠిరుడు – "మహాబాహూ! భీమా! సింధురాజు జయద్రథుడు మిక్కిలి దుష్టుడైనా, సోదరి దుశ్శలను, మన తల్లి గాంధారిని దృష్టిలో ఉంచుకొని అతని ప్రాణాలను మాత్రం తీయకండి" అన్నాడు.

అనంతరం యుధిష్ఠిరుడు ద్రౌపదిని తీసుకొని ధౌమ్యునితోపాటు ఆశ్రమానికి వచ్చేశాడు. అక్కడ మార్కండేయ మహర్షి ఇంకా చాలామంది బ్రాహ్మణులు, ఋషులు ద్రౌపది కోసం విచారిస్తున్నారు. ధర్మరాజు భార్యాసహితుడై తిరిగిరావడం చూసి, పైగా సౌవీరదేశ వీరుల పరాజయవృత్తాంతం అతనివలన విని వారందరూ చాలా సంతోషించారు. రాజు ఋషులతో పాటు బయటనే ఉండగా, ద్రౌపది నకుల సహదేవులతో కలిసి ఆశ్రమంలోపలకు వెళ్ళింది.

ఇక్కడ భీమార్జునులు జయద్రథుడు ఒక కోసెడుదూరం ముందుకు వెళ్లాడనే జాడ తెలిసికొని, తామే తమ రథాల గుఱ్ఱాలను తోలుకుంటూ శీఘ్రంగా ముందుకు వెళ్లారు. ఇక్కడ అర్జునుడు ఒక అద్భుతమైన పరాక్రమాన్ని చూపాడు. జయద్రథుడు రెండుమైళ్లదూరంలో ముందున్నప్పటికి అర్జునుడు అభిమంత్రించిన బాణం వేసి అతని గుఱ్ఱాలను చంపివేశాడు. గుఱ్ఱాలు చనిపోవడంతో అతిదుఃఖితుడైన జయద్రథుడు అర్జునుని అద్భుత పరాక్రమాన్ని చూచి ఇక పారిపోవడానికే ఉత్సాహం చూపాడు. అతడు అడవిలోకి పారిపోసాగాడు. జయద్రథుడు పారిపోవడంలోనే తన పరాక్రమాన్ని చూపుతున్నాడని గ్రహించిన అర్జునుడు అతనిని వెన్నాడుతూ "రాజకుమారా! వెనుతిరుగు. వెనుతిరుగు. నీవు పారిపోవడం ఉచితంగా లేదు. ఈమాత్రం బలంతోనే పరస్త్రీని బలవంతంగా తీసుకుపోవాలనుకున్నావా ఏమిటి ? ఓరీ ! నీ సేవకులను శత్రుమధ్యంలో విడిచి ఎలా పారిపోతావు?" అని అదిలించాడు.

అర్జునుడు ఇలా అంటున్నాగాని సింధురాజు వెనుకకు తిరిగి చూడలేదు. అప్పుడు మహాబలవంతుడైన భీముడు వేగంగా పరుగుపెట్టి అతనిని వెనుకనే వెళ్లి"నిలు.నిలు" అని హెచ్చరించాడు. అర్జునునకు జయద్రథుని మీద జాలి కలిగింది. అతడు "అన్నయ్యా! అతనిని చంపకు" అన్నాడు.

సైంధవపరాభవము - అతడు శివునిగూర్చి తపస్సు చేయుట

వైశంపాయనుడు చెపుతున్నాడు – భీమార్జునులు ఇద్దరూ తన్ను వధించడానికి వస్తున్నారని చూసి జయద్రథుడు విషాదంతో వ్యాకులపాటు విడిచి ప్రాణాలు రక్షించుకోవాలనే కోరికతో చాలావేగంగా పరిగెత్తసాగాడు. అతడు పారిపోవడం చూసి భీముడు కూడా రథం నుండి దూకి వేగంగా పరిగెత్తి అతని జుట్టుపట్టుకొన్నాడు. కోపంతో మండిపడుతున్న భీముడు అతనిని పైకెత్తి నేలమీద పడవేశాడు. అతనికి కైపు దిగిపోయింది. భీముడు అతని శిరసు పట్టుకొని లెంపలు వాయగొట్టాడు. అతడు తిరిగి పైకి లేవబోయేంతలో అతని నెత్తిపై ఒక్క మోదు మోదాడు. అతడు ఎంత విలపిస్తున్నాగాని భీముడు రెండు మోకాళ్లమీద వంగి అతని రొమ్ముమీద ఎక్కి పిడిగుద్దులు గుద్దసాగాడు. ఈ రీతిగా చాలా గట్టిగా కొట్టడంతో జయద్రథుడు ఆ బాధను భరించలేక మూర్ఛపోయాడు. అయినా భీముని కోపం శాంతించలేదు. అప్పుడు అర్జునుడు అతనిని అడ్డుకొని – "దుశ్శల వైధవ్యాన్ని

దృష్టిలో ఉంచుకొని మహారాజు యుధిష్ఠిరుడు ఇచ్చిన ఆజ్ఞ గురించి కూడా కొద్దిగా ఆలోచించు" అన్నాడు.

భీమసేనుడు - " ఈ పాపి కష్టాలు పొందదగని ద్రౌపదికి కూడా కష్టం కలుగచేశాడు. కాబట్టి నా చేతిలో ఇతడు బ్రతికి ఉండడం ఉచితం కాదు. కాని ఏమి చేయను? యుధిష్ఠిర మహారాజు ఎల్లప్పుడూ దయాళురై ఉంటారు. ఇక నీవో తెలియనితనం వలన ఇలాంటి పనులకు ఎందుకు ఆటంకం కలిగిస్తున్నావు" అన్నాడు.

ఇలా అని భీముడు జయద్రథుని పొడవైన జుట్టును అర్ధచంద్రాకారబాణంతో గొరిగి ఐదు శిఖలుపెట్టాడు. పరుషంగా అతనిని అవమానిస్తూ - "ఓరీ ! నీవు బ్రతుకదలచుకుంటే నేను చెప్పేది విను. నీవు రాజసభలో మా దాసుడవని చెప్పుకో. ఈ నియమం నీకు ఇష్టమయితే నీకు ప్రాణభిక్షపెడతాను" అన్నాడు.

జయద్రథుడు అంగీకరించాడు. అతడు మట్టికొట్టుకుపోయి ప్రాణం లేనివానిలా అయిపోయాడు. నేలమీది నుండి లేవబోయాడు. ఇది చూచి భీముడు అతనిని బంధించి ఎత్తి తన రథంమీద కూర్చోబెట్టాడు. అర్జునునితో కలిసి యుధిష్ఠిరుని దగ్గరకు ఆశ్రమానికి వచ్చాడు. జయద్రథుని అదే అవస్థలో అతని ఎదుట ప్రవేశపెట్టాడు. అతడు నవ్వి - "బాగుంది. ఇంక విడిచిపెట్టు" అన్నాడు. భీముడు - " ద్రౌపదికి కూడా ఈ విషయం చెప్పాలి. ఇప్పుడిక ఈ పాపాత్ముడు పాండవ దాసుడు" అన్నాడు. ద్రౌపది ధర్మరాజువైపు చూస్తూ భీమునితో - "మీరు ఇతని తల గొరిగి పంచశిఖలు పెట్టారు. ఈ మహారాజునకు దాసునిగా ఉండటానికి కూడా ఇతడు ఒప్పుకున్నాడు. కనుక ఇప్పుడితనిని విడిచి పెట్టండి" అన్నది.

జయద్రథుడు బంధవిముక్తుడయ్యాడు. అతడు విహ్వలుడై యుధిష్ఠిరునికి ఇంకా అక్కడ ఉన్న మునులందరికీ నమస్కరించాడు. దయాశీలుడైన రాజు అతనిని చూస్తూ - "వెళ్లు నిన్ను దాసత్వాన్నుండి కూడా ముక్తుడిని చేస్తున్నాను ఇంకెప్పుడూ ఇలా చేయకు. నీవు స్వయంగా నీచుడవు. నీ సహచరులందరూ కూడా అలాంటి నీచులే. నీవు పరస్త్రీని స్వంతం చేసుకోవాలనుకున్నావు. నీవు తుచ్ఛుడవు. నీవు కాక ఇంక ఏ అధముడు ఇటువంటి దుష్కృత్యం చేస్తాడు? జయద్రథా! పో. ఇంక ఎప్పుడూ పాపం చేయాలనుకోకు. నీ రథం, గుఱ్ఱాలు, కాల్బలం- అంతా నీవెంట తీసుకువెళ్లు" అన్నాడు.

యుధిష్ఠిరుని మాటలు విని జయద్రథుడు సిగ్గుపడ్డాడు. అతడు నిశ్శబ్దంగా తలవంచుకొని అక్కడినుండి వెళ్లిపోయాడు. పాండవుల చేతిలో పరాజయం పొందినందుకు వారు అవమానించినందుకు అతనికి చాలా దుఃఖం కలిగింది. అందువలన అతడు స్వస్థలానికి వెళ్లకుండా హరిద్వారం వెళ్లాడు. అక్కడ శంకరభగవానుని శరణుచొచ్చి గొప్ప కఠినమైన తపస్సు చేశాడు. శివునికి అతనిపై అనుగ్రహం కలిగింది. అతడు ప్రత్యక్షమై, అతని పూజలు అందుకొని వరం అడగమన్నాడు. జయద్రథుడు తాను యుద్ధంలో రథస్థితులై ఉన్న పంచపాండవులను జయించాలని, ఆ వరదానం ఇమ్మని అడిగాడు. అందుకు పరమేశ్వరుడు - " అలా జరగదు. పాండవులను యుద్ధంలో ఎవరూ జయించలేరు. ఎవరూ చంపలేరు. కేవలం ఒక్కరోజు మాత్రం అర్జునుని విడిచి నలుగురు పాండవులను యుద్ధంలో వెనుతిరిగేలా చేయగలవు. అర్జునుడు సాక్షాత్తూ బదరికాశ్రమంలో నారాయణునితో పాటు తపస్సు చేసిన నరునియొక్క అవతారం. కనుక అతనిపై నీవు ప్రభావం చూపలేవు. సమస్తలోకం ఏకమయినా అతనిని జయించలేరు. దేవతలకు కూడా అతడు అజేయుడు. సాటిలేని మేటి దివ్య పాశుపతాస్త్రాన్ని నేను అతనికి ఇచ్చాను. అదే రీతిగా అతడు ఇతర దేవతలనుండి కూడా వజ్రం మొదలైన గొప్ప శస్త్రాస్త్రాలు పొందాడు. ప్రస్తుతం దుష్టశిక్షణకు, ధర్మరక్షణకు విష్ణుభగవానుడు యదువంశంలో అవతరించాడు. అతనినే అందరూ శ్రీకృష్ణుడంటున్నారు. ఆ ఆద్యంతరహితుడు, అజుడు అయిన పరమేశ్వరుడే వక్షఃస్థలంపై శ్రీవత్సచిహ్నంతో, పీతాంబరధారియై, శ్యామసుందరుడైన శ్రీకృష్ణుని రూపంలో ఎల్లప్పుడూ అర్జునుని రక్షిస్తున్నాడు. కాబట్టి అర్జునుని దేవతలు కూడా ఓడించలేరు. ఇక అతనిని జయించగలిగే మానవమాత్రు లెవరుంటారు?" అని చెప్పి శంకర భగవానుడు పార్వతితో పాటు అక్కడే అంతర్ధానమయ్యాడు. మందబుద్ధి అయిన జయద్రథుడు తన నగరానికి తిరిగి వెళ్లాడు. పాండవులు ఆ కామ్యకవనంలోనే ఉన్నారు.

శ్రీరామాదులజననము - రావణుడు తపముచేసి వరము పొందుట

జనమేజయుడు - "వైశంపాయన మహర్షీ! ద్రౌపది యొక్క అపహరణం జరిగాక, ఆ కష్టాన్నుండి గట్టెక్కిన సింహపరాక్రములైన పాండవులు ఏమి చేశారు?" అని

ప్రశ్నించాడు.

వైశంపాయనుడు చెప్పసాగాడు - రాజా! ఇంతకు ముందు నేను చెప్పినట్లుగా జయద్రథుని జయించి, అతని చేతులనుండి ద్రౌపదిని విడిపించి తీసికొనివచ్చిన తరువాత యుధిష్ఠిరుడు మునులందరి మధ్య వారితో పాటు కూర్చున్నాడు. మహర్షులందరూ పాండవులకు వచ్చే ఆపదలను గురించి పదేపదే విచారం ప్రకటించసాగారు. వారిలో మార్కండేయ మహామునిని చూచి యుధిష్ఠిరుడు - "మహాత్మా! మీకు భూత భవిష్యద్వర్తమానాలు అన్నీ తెలుసును గదా! దేవర్షులలో కూడా మీపేరు ప్రసిద్ధం. నేను నా మనసులోని సందేహాన్ని ఒకటి అడుగుతాను. తమరు దానిని తీర్చండి. ఈ సౌభాగ్యవతి ద్రుపదకుమారి యజ్ఞవేదినుండి ఆవిర్భవించింది. గర్భవాస దుఃఖం ఆమెకు కలుగలేదు. మహాత్ముడైన పాండురాజునకు కోడలయ్యే గౌరవం కూడా ఈమెకు దక్కింది. ఈమె ఎన్నడూ పాపకృత్యంగాని, నింద్యకర్మకాని చేసి ఎరుగదు. ధర్మతత్త్వం తెలిసి ఆచరిస్తున్నది. ఇటువంటి స్త్రీని కూడా జయద్రథుడు అపహరించాడు. ఈ అవమానం మేము చూడవలసి వచ్చింది. మా బంధువులకు కావలసినవారికి అందరికీ దూరమై అడవులలో ఉంటూ మేము అనేక కష్టాలు అనుభవిస్తున్నాము. కాబట్టి అడుగుతున్నాను - మావంటి దురదృష్టవంతులు ఈలోకంలో ఇంకెవరైనా ఉన్నారేమో మీరు విన్నారా? చూచారా?" అని ప్రశ్నించాడు.

మార్కండేయుడు చెప్పసాగాడు - "రాజా! శ్రీరామచంద్రుడు కూడా వనవాసం, భార్యావియోగం - అనే మహాకష్టాలను అనుభవించాడు. దుష్టుడైన రాక్షసరాజు రావణాసురుడు మాయాజాలం పన్ని ఆశ్రమమ్నుండి శ్రీరామ చంద్రుని భార్య సీతాదేవిని అపహరించుకొని పోయాడు. జటాయువు అతనిని అడ్డగించగా అతడు అతనిని చంపివేశాడు. శ్రీరామచంద్రుడు సుగ్రీవుని సహాయంతో సముద్రానికి వంతెన కట్టి లంకకు వెళ్లి తన పదునైన బాణాలతో లంకను భస్మం చేసి సీతను తిరిగి తెచ్చుకున్నాడు" అన్నాడు.

మధ్యలో యుధిష్ఠిరుడు - "మునివరా! పుణ్యకర్ముడైన శ్రీరామచంద్రుని చరిత్రను నేను కాస్త వివరంగా వినాలనుకుంటున్నాను. కాబట్టి అతడు ఏ వంశంలో పుట్టాడు? అతని బలపరాక్రమాలెట్టివి? - ఇవన్నీ మీరు చెప్పండి. దానితోపాటే రావణుడు ఎవరి కొడుకో, అతనికి శ్రీరామచంద్రునితో ఏమి వైరమో? అది కూడా చెప్పండి" అని అడిగాడు.

మార్కండేయుడు చెప్పసాగాడు - "ఇక్ష్వాకువంశంలో పూర్వం అజుడనే రాజు ఉండేవాడు. అతనికి గొప్ప సత్ప్రవర్తన కల, స్వాధ్యాయశీలుడైన దశరథుడనే కొడుకు ఉన్నాడు. దశరథునకు ధర్మార్థతత్వజ్ఞులైన రామలక్ష్మణభరత శత్రుఘ్నులనే నలుగురు కొడుకులు ఉన్నారు. రాముని తల్లి కౌసల్య. భరతుని తల్లి కైకేయి. లక్ష్మణ శత్రుఘ్నులకు తల్లి సుమిత్ర. విదేహరాజు ఏకైక కూతురు సీత. ఆమెను స్వయంగా బ్రహ్మదేవుడే శ్రీరామచంద్రునికి ప్రియభార్యగా సృష్టించాడు. ఇది సీతారాముల జననవృత్తాంతము.

ఇక రావణజన్మకథను విను. విశ్వసృష్టికర్త, స్వయంభువు అయిన బ్రహ్మ రావణునికి తాతగారు. అతని మానసపుత్రుడు పులస్త్యుడు. పులస్త్యుని పత్ని 'గౌ' అనే ఆమెకు కుబేరుడు పుట్టాడు. అతడు తండ్రిని విడిచి తాతగారిని సేవించసాగాడు. దీనితో పులస్త్యునికి చాలాకోపం వచ్చి(యోగబలంతో) తానే వేరే రూపాన్ని ధరించాడు. ఈరీతిగా అర్ధశరీరంతో రూపాంతరం ధరించిన పులస్త్యుడు 'విశ్రవుడు' అనే పేరుతో ప్రసిద్ధికెక్కాడు. అతనికి వైశ్రవణుని మీద ఎప్పుడూ కోపం ఉండేది. కాని బ్రహ్మకు అతనిమీదఅనుగ్రహం ఉంది. కాబట్టి అతనికి అమరత్వం ప్రసాదించాడు. పైగా ధనానికి అధిపతిని చేసి లోకపాలకత్వం కూడా కల్పించాడు. మహాదేవునితో అతనికి స్నేహం కలిగేలా చేశాడు. కుబేరునికి నలకూబరుడు అనే కొడుకు ఉన్నాడు. బ్రహ్మ కుబేరునికి రాక్షసులతో నిండి ఉన్న లంకను రాజధానిగా నిర్ణయించి, ఇచ్ఛానుసారంగా తిరిగే పుష్పకమనే విమానాన్ని ఇచ్చాడు. అంతేకాదు. బ్రహ్మ కుబేరుని యక్షులకు అధిపతిని చేసి 'రాజరాజ' పదవిని ప్రసాదించాడు.

పులస్త్యుని అర్ధశరీరంతో ఏర్పడిన విశ్రవుడనే మునికి కుబేరునిపై కోపం ఉండేది. రాక్షసులకు అధిపతి అయిన కుబేరునికి తన తండ్రికి తనపై కోపం ఉందని తెలిసి, అతనిని ప్రసన్నం చేసుకునే ప్రయత్నాలు ఆరంభించాడు. అతడు ముగ్గురు రాక్షసస్త్రీలను తండ్రి సేవకు నియోగించాడు. వారు చాలా అందగత్తెలు. నృత్యగానాలలో నైపుణ్యం కలవారు. వారు ముగ్గురూ స్వార్థపరులే. కనుక ఒకరినిమించి ఒకరు ఈర్ష్యాసూయలతో ఎప్పుడూ మహాత్ముడైన విశ్రవసుని సంతుష్టిపరచడానికి ప్రయత్నం చేస్తూండేవారు. వారిపేర్లు - పుష్పోత్కట, రాక, మాలిని. ముని వారి సేవలకు ప్రసన్నుడై

ముగ్గురికీ కూడా లోకపాలురతో సమానమైన పరాక్రమం కల కొడుకులు కలుగుతారని వరం ప్రసాదించాడు. పుష్పోత్కటకు రావణకుంభకర్ణులు పుట్టారు. ఈభూమిపై వారితో సమానమైన బలవంతులు వేరెవరూ లేరు. మాలినికి విభీషణుడు పుట్టాడు. రాకా గర్భంనుండి ఖరుడనే పుత్రుడు, శూర్పణఖ అనే కూతురు పుట్టారు. అందరిలోకీ విభీషణుడు మిక్కిలి సుందరుడు, భాగ్యశాలి, ధర్మరక్షకుడు, సత్కార్యాలు చేయడంలో నేర్పరి. అందరికంటె పెద్దవాడైన రావణుడు దశముఖుడు. ఉత్సాహబల పరాక్రమాలలో కూడా అతడు గొప్పవాడే. శారీరకబలంలో కుంభకర్ణుడు అందరినీ మించినవాడు. మాయావి, రణకుశలుడు. అయినా చూడడానికి మిక్కిలి భయంకరంగా ఉండేవాడు. ధనుర్విద్యలో ఖరుని పరాక్రమం అధికమైనది. అతడు మాంసాహారి. బ్రాహ్మణద్వేషి. శూర్పణఖ, ఆకారం చాలా భయంకరంగా ఉంటుంది. ఆమె ఎల్లప్పుడూ మునుల తపస్సులకు విఘ్నాలు కలిగించేది.

ఒకరోజున కుబేరుడు మిక్కిలి వైభవోపేతంగా తండ్రితో పాటు కూర్చున్నాడు. రావణాదులకు అతని వైభవాన్ని చూసి మనసులో ఈర్ష్య కలిగింది. వారందరూ తపస్సు చేయాలని సంకల్పించుకొన్నారు. బ్రహ్మను సంతుష్టిపరచడానికి వారు ఘోరమైన తపస్సును ఆరంభించారు. రావణుడు ఒంటికాలిపై నిలిచి పంచాగ్నుల మధ్యలో తపిస్తూ, వాయువునే భక్షిస్తూ, ఏకాగ్రచిత్తంతో వేయి వత్సరాలు తపస్సు చేస్తూనే ఉన్నాడు. కుంభకర్ణుడు కూడా ఆహారనియమం పాటించాడు. అతడు నేలమీదనే పడుకొంటూ నియమపాలనం చేయసాగాడు. విభీషణుడు కేవలం ఒక ఎండుటాకునే తిని ఉండేవాడు. అతనికి కూడా ఉపవాసమంటే ఇష్టం. ఎల్లప్పుడూ జపం చేస్తూ ఉండేవాడు. కుంభకర్ణవిభీషణులు కూడా అన్ని సంవత్సరాలూ తపస్సు చేశారు. ఖరుడు, శూర్పణఖ - తపస్సులో నిమగ్నమై ఉన్న తమ సోదరులకు సంతోషంగా సేవ చేస్తూండేవారు.

వేయి సంవత్సరాలు పూర్తిఅయ్యాక రావణుడు తన శిరసులను ఖండించి అగ్నికి ఆహుతి చేశాడు. అతడు చేసిన ఈ సాహసకృత్యానికి బ్రహ్మ మిక్కిలి సంతోషించాడు. అతడు స్వయంగా వెళ్లి వారందరినీ తపస్సు చాలించమని చెప్పాడు. అందరికీ వేర్వేరుగా వరాలిస్తూ - "నాయనలారా! నాకు మీ అందరిమీదా అనుగ్రహం కలిగింది. వరాలు అడగండి. తీరుస్తాను" అని' రావణుని చూసి "నీవు మహత్తరపదవిని పొందదలచి ఏ శిరసులను ఆహుతి చేశావో అవి మరల అన్నీ యథాపూర్వకంగా ఉంటాయి. నీవు ఇచ్ఛానుసారంగా రూపం ధరించగలవు. యుద్ధాలలో నిస్సందేహంగా శత్రువులమీద విజయాన్ని సాధించగలవు" అన్నాడు.

రావణుడు - దేవగంధర్వ, యక్షరాక్షస, అసుర, సర్ప, కిన్నర, భూతాలవలన నాకు ఎన్నడూ పరాజయం రాకూడదు" అని కోరుకొన్నాడు.

బ్రహ్మ - 'నీవు పేర్కొన్న ఏజాతుల వారి నుండి నీకు భయం లేదు. కేవలం మనుష్యులవలననే ఉంటుంది" అన్నాడు.

బ్రహ్మ అలా వరమివ్వగానే రావణుడు సంతోషించాడు. మనసులో "ఈమానవులు ఏం చేయగలరు? నేను వారిని తినేవాడిని గదా!" అనుకున్నాడు. అనంతరం బ్రహ్మ కుంభకర్ణుడిని వరం కోరుకొమ్మన్నాడు. అతని బుద్ధిమోహగ్రస్తమై ఉండడం చేత చాలా కాలంపాటు నిద్రపోవాలని కోరుకొన్నాడు. బ్రహ్మ 'తథాస్తు' అని విభీషణుని దగ్గరకు వెళ్లి, "నాయనా! నీమీద నాకు ఎంతో అనుగ్రహం కలిగింది. నీవు కూడా వరం అడుగు" అని పదేపదే అన్నాడు.

విభీషణుడు - "దేవా! ఎంతకష్టసమయం వచ్చినా ఎప్పుడూ నామనసులో పాపపుటాలోచనలు రాకూడదు. నేర్చుకోకుండానే నాహృదయంలో బ్రహ్మాస్త్రం యొక్క ప్రయోగ విధి స్ఫురించాలి" అని అడిగాడు.

బ్రహ్మ - "రాక్షస గర్భంలో పుట్టినా నీమనసు ఎప్పుడూ అధర్మంలో తగుల్కోదు. కాబట్టి నీకు అమరుడవయ్యే వరం కూడా ఇస్తున్నాను" అని అనుగ్రహించాడు.

మార్కండేయుడు చెపుతున్నాడు - "ఈవిధంగా వరాలు పొందిన తరువాత రావణుడు మొట్టమొదట లంకమీదనే దండెత్తాడు. కుబేరుని ఓడించి, అతనిని లంకనుండి తరిమివేశాడు. కుబేరుడు లంకను విడిచి గంధర్వ యక్షరాక్షస కిన్నరులతో కలిసి గంధమాదన పర్వతానికి వచ్చి ఉండసాగాడు. రావణుడు అతని పుష్పకవిమానాన్ని కూడా అపహరించాడు. దీనితో రోషం వచ్చిన కుబేరుడు "ఈ విమానం నీకు వాహనం కాజాలదు. యుద్ధంలో నిన్ను చంపినవానికే వాహనం అవుతుంది. నీకు నేను పెద్దన్నగారిని. గౌరవింపదగినవాడను. అయినా నీవు నన్ను అవమానించావు. దీనికి ఫలితంగా నీవు త్వరలోనే నశించిపోతావు" అని శాపమిచ్చాడు.

విభీషణుడు ధర్మాత్ముడు. అతడు సత్పురుష ధర్మాన్ని

గ్రహించి ఎల్లప్పుడూ కుబేరునే అనుసరిస్తూ ఉండేవాడు. దీనితో సంతోషించిన కుబేరుడు తన తమ్ముడు విభీషణుని యక్షరాక్షససైన్యానికి సేనాపతిని చేశాడు. ఇక్కడ మనుజభక్షకులైన రాక్షసులు, మహాబలులైన పిశాచులు కలిసి రావణుని తమ రాజుగా చేసుకొన్నారు. దశాననుడు అత్యుత్కటమైన బలం గలవాడు. అతడు దండెత్తి దైత్యులవద్ద, దేవతలవద్ద ఉన్న రత్నాలనన్నిటిని అపహరించాడు. సమస్తలోకాన్ని ఏడిపించిన కారణంగా అతనికి రావణుడనే పేరు సార్థకమయింది. దేవతలను అతడు ఎప్పుడూ భయకంపితులను చేస్తూ ఉండేవాడు.

దేవతలు ఋక్షవానరులుగా జన్మించుట

మార్కండేయులవారు చెపుతున్నారు - తదనంతరం రావణుని వలన బాధలు పొందిన బ్రహ్మర్షి దేవర్షి సిద్ధగణాలు అగ్నిదేవుని ముందుంచుకొని బ్రహ్మను శరణువేడారు. అగ్ని బ్రహ్మదేవుని - "దేవా! మునుపు మీరు వరమిచ్చి విశ్రవసుని పుత్రుడు, మహాబలి అయిన రావణుని అవధ్యునిగా చేశారు. ఇప్పుడు అతడు లోకంలోని సమస్తప్రజలను బాధిస్తున్నాడు. మీరే మమ్మల్ని అతని బారి నుండి రక్షించండి" అని విన్నవించాడు.

బ్రహ్మ - "అగ్నీ! దేవతలుగాని, అసురులుగాని యుద్ధంలో అతనిని జయించలేరు. దీనికోసం కావలసిన ఏర్పాటు నేను చేసే ఉంచాను. ఇక అతని అణచివేత త్వరలోనే జరుగుతుంది. నేను చతుర్భుజుడైన శ్రీమహావిష్ణువును ప్రార్థించాను. అతడు నా ప్రార్థనను మన్నించి లోకంలో అవతరించాడు. అతడే రావణుని అణచగలడు" అని చెప్పి, ఇంద్రుని చూచి "ఇంద్రా! నీవు కూడా దేవతలందరితో కలిసి భూమిమీద ఋక్షవానరుల రూపంలో జన్మించు. ఇచ్ఛానుసారంగా రూపధారణ చేయగల బలవంతులైన పుత్రులను ఉత్పాదించండి" అని చెప్పి దుందుభి అనే పేరుగల గంధర్వస్త్రీతో "నీవు కూడా దేవకార్యం సిద్ధించడం కోసం భూమిమీద అవతరించు" అని ముగించాడు.

బ్రహ్మదేవుని ఆదేశం విని దుందుభి 'మంథర' అనే పేరుతో అవతరించింది. ఆమె శరీరం వంకర తిరిగిన కట్టెలా ఉంది. ఈరీతిగా ఇంద్రాది దేవతలందరూ అవతరించి ఋక్షవానరస్త్రీలకు పుత్రులను కలిగించారు. ఆ వానరులందరూ, ఋక్షులందరూ కీర్తిలోనూ, బలంలోనూ తమ తండ్రులయిన దేవతలతో సమానులయిన వారే. వారు పర్వతశిఖరాలను పిండికొట్టగలరు. మద్దిచెట్లు, తాళవృక్షాలు, రాళ్లు వీరి ఆయుధాలు. శరీరాలు వజ్రసమానంగా, అభేద్యంగా, అతిదృఢంగా ఉంటాయి. వారందరూ ఇచ్ఛానుసారంగా రూపం ధరించేవారు, బలవంతులు, యుద్ధాలలో ఆరితేరినవారు. బ్రహ్మ ఈఏర్పాట్లన్నీ చేసి మంథరకు చేయవలసిన పని వివరించి చెప్పాడు.

రామవనవాసము - ఖరదూషణ సంహారము

యుధిష్ఠిరుడు - "మునివరా! మీరు శ్రీరామచంద్రుడు మొదలైనవారి జననవృత్తాంతాన్ని వివరించారు. ఇక నేను వారి వనవాసకారణాన్ని తెలుసుకోవాలనుకుంటున్నాను. రామలక్ష్మణులు, సీత అడవికి ఎందుకు వెళ్లవలసివచ్చింది?" అని ప్రశ్నించాడు.

మార్కండేయుడు చెప్పసాగాడు - తనకు పుత్రులు కలిగినందుకు దశరథమహారాజు చాలా ఆనందించాడు. పరాక్రమవంతులయిన ఆ పుత్రులు దినదినాభివృద్ధి చెందసాగారు. ఉపనయనం జరిగాక వారు విధ్యుక్తంగా బ్రహ్మచర్యాన్ని పాటిస్తూ వేదాలలో, ధనుర్వేదరహస్యాలలో పారంగతులయ్యారు. వయసు రాగానే వారికి వివాహాలు చేసి రాజు అమితంగా ఆనందాన్ని సుఖాన్ని అనుభవించసాగాడు. నలుగురు కొడుకులలో పెద్దవాడైన రాముడు తన మనోహరరూపంతో, సుందర స్వభావంతో ప్రజలందరిని ఆనందపరిచేవాడు. అందరి మనసులు అతని యందు రమించేవి.

దశరథుడు చాలా తెలివైనవాడు. అతడు మనసులో - "ఇక నాకు వయసు మీద పడింది. కాబట్టి రాముని యువరాజపదవిలో అభిషిక్తుని చేయాలి" అని ఆలోచించుకున్నాడు. ఈవిషయమై అతడు తన మంత్రులతో, ధర్మజ్ఞులైన పురోహితులతో కూడా ఆలోచించాడు. అందరూ రాజు యొక్క సమయోచిత ప్రస్తావాన్ని ఆమోదించారు.

శ్రీరామచంద్రుని కన్నులు ఎఱ్ఱజీరలతో అందంగా ఉన్నాయి. అతడు ఆజానుబాహుడు. మత్తేభగమనుడు. విశాల వక్షఃస్థలుడు. నల్లని వంపులు తిరిగిన జుట్టుతో, ప్రకాశించే దేహకాంతితో అలరారుతున్నవాడు. యుద్ధాలలో ఇంద్రునకు తక్కువకాని పరాక్రమవంతుడు. కన్నులకు ఇంపుకొలిపే అతని రూపం శత్రువుల కన్నులను, మనసులను కూడా ఆకర్షిస్తుంది. సర్వధర్మాలు తెలిసినవాడు. బుద్ధికి బృహస్పతి. ప్రజలందరికీ అతనిపట్ల అనురాగం. అతడు సమస్త విద్యాప్రవీణుడు. జితేంద్రియుడు. విజయి, అజేయుడు.

ఇటువంటి పుత్రుని, కౌసల్యానందవర్ధనుని చూచి దశరథమహారాజు ఉప్పొంగిపోయేవాడు.

శ్రీరామచంద్రుని గుణగణాలు స్మరించుకొంటూ దశరథమహారాజు పురోహితుని పిలిచి "స్వామి! ఈరోజు పుష్యనక్షత్రం. రాత్రి గొప్ప పవిత్రయోగం రాబోతోంది. మీరు రాజ్యాభిషేకానికి కావలసిన సామగ్రి అంతా సమకూర్చండి. రామునికి కూడా దీని గురించి తెలియచేయండి" అని చెప్పాడు. రాజు చెపుతున్న ఈ మాటలను మంథర కూడా విన్నది. ఆమె సమయం చూసి కైకేయి దగ్గరకు వెళ్లి "మహారాణీ! ఈరోజు రాజుగారు తమకు దుర్భాగ్యకరమైన ప్రకటనచేశారు. పుత్రుని రాజ్యాభిషేకం జరుగుతున్న కౌసల్యదే అదృష్టమంతా. నీకు అటువంటి అదృష్టమెక్కడ? నీకొడుకు రాజ్యానికి వారసుడేకాడు." అని చెప్పింది.

మంథర మాటలు విని అత్యంతసుందరి అయిన కైకేయి ఏకాంతంగా తన భర్త దశరథమహారాజు దగ్గరకు వెళ్లింది. ప్రేమను కురిపిస్తూ నవ్వుతూ మధురంగా - "రాజా! మీరు గొప్ప సత్యవాదులు. పూర్వం నాకు ఒకవరం ఇస్తానని చెప్పారు. దానిని ఇవ్వండి" అని అడిగింది. రాజు "ఇదిగో, ఇప్పుడే ఇస్తాను. తీసుకో. నీకేమికావాలో కోరుకో" అన్నాడు. కైకేయి రాజు దగ్గర మాట తీసుకుని - "మీరు రాముని రాజ్యాభిషేకం కోసం సిద్ధపరచిన సామగ్రితో భరతుని అభిషేకించాలి. రాముడు అడవికి వెళ్లాలి" అన్నది. కైకేయి పలికిన ఈ అప్రియమైన మాటలు విని రాజుకు చాలా దుఃఖం కలిగింది. అతడు ఏమీ మాటలాడలేకపోయాడు. తండ్రి కైకేయికి మాట ఇచ్చాడని, తనకు వనవాసం నిర్ణయించబడిందని రామునికి తెలియగానే అతని మాట నిలబెట్టడానికి అతడు స్వయంగా అడవికి వెళ్లిపోయాడు. లక్ష్మణుడు కూడా ధనుర్బాణాలు ధరించి అన్నను అనుసరించాడు. సీత కూడా రామునితోపాటు వెళ్లింది. రాముడు వనవాసానికి వెళ్లడంతో దశరథుడు ప్రాణాలు వదిలాడు.

తదనంతరం కైకేయి (మాతామహుని ఇంటినుండి) భరతుని పిలిపించి - "రాజు స్వర్గస్థుడయ్యాడు. రామలక్ష్మణులు అడవికి వెళ్లారు. ఇక ఈ విశాలసామ్రాజ్యం నిష్కంటకమయింది. నీవు దీనిని చేపట్టు". అని చెప్పింది. భరతుడు చాలా ధర్మాత్ముడు. తల్లి మాటలువిని అతడు - "కులఘాతినీ! వంశాన్ని సర్వనాశనం చేశావు. నా నొసటన కళంకం అంటించావు" అని దూషించి, వెక్కివెక్కి ఏడ్చాడు. ఈకుతంత్రంలో తన ప్రమేయం ఏమీలేదని ప్రజలందరిముందూ తన నిర్ణయాన్ని వెల్లడించాడు. శ్రీరామచంద్రుని వెనక్కి తిరిగి తీసుకొని రావడానికి కౌసల్యాసుమిత్రాకైకేయిలు ముందు నడువగా శత్రుఘ్నునితో కలిసి అడవికి వెళ్లాడు. వెంట వసిష్ఠవామదేవాదులైన బ్రాహ్మణులనేకులు. ఇంకా పురప్రజలు చాలామంది ఉన్నారు. చిత్రకూటపర్వతంపై రామలక్ష్మణులు ధనుర్ధారులై తాపసవేషంలో ఉండడం భరతుడు చూశాడు. భరతుడు ఎంతవేడుకొన్నా రాముడు తిరిగి రావడానికి ఒప్పుకోలేదు. తండ్రిమాట పాటించవలసినదే, అందుకని అతడే భరతుని సముదాయించి, నచ్చచెప్పి వెనక్కి పంపించాడు. భరతుడు అయోధ్యకు వెళ్లకుండా నందిగ్రామంలోనే ఉంటూ, రాముని పాదుకలను ఎదుట ఉంచుకొని రాజకార్యాలు చూడసాగాడు.

రాముడు "ఇక్కడే ఉంటే నగరవాసులు, చుట్టుపక్కలవారు మాటిమాటికీ వచ్చిపోతూ ఉంటార"ని భావించి, ఘోరారణ్యంలో ఉన్న శరభంగమహాముని ఆశ్రమప్రాంతానికి వెళ్లిపోయాడు. శరభంగుని పూజించి గౌరవించి తదుపరి దండకారణ్యంలోని గోదావరీనదీ రమ్యతీరంలో నివసించసాగాడు. అక్కడికి దగ్గరలోనే ఉన్న జనస్థానమనే వనప్రాంతంలో ఖరరాక్షసుడున్నాడు. శూర్పణఖ వలన అతనికి రామునితో వైరమేర్పడింది. శ్రీరామచంద్రుడు అక్కడి తాపసులను రక్షించడానికి పద్నాలుగువేలమంది రాక్షసులను సంహరించాడు. మహాబలశాలులైన ఖరదూషణులను వధించి రాముడు జనస్థానాన్ని ధర్మారణ్యంగా, నిర్భయమైనదిగా మార్చివేశాడు. శూర్పణఖ ముక్కుచెవులు కోయడంతో ఈ వివాదం తలెత్తింది. జనస్థానంలోని రాక్షసులందరూ చనిపోగానే, శూర్పణఖ దుఃఖంతో వ్యాకులపాటు చెంది రావణుని పాదాలపై పడింది. ఆమె ముఖంమీద అప్పటికీ ఎండిపోయిన రక్తపుమరకలు ఉన్నాయి. తన చెల్లెలిని ఈ వికృతరూపంలో చూచి రావణుడు కోపంతో విహ్వలుడైపోయాడు. పళ్లు కొరుకుతూ సింహాసనంమీదినుండి ఒక్కఉదుటున లేచాడు. మంత్రులను అక్కడే వదిలి ఏకాంతంలో శూర్పణఖను - "కల్యాణీ! నన్ను లెక్కచేయకుండా, నన్ను అవమానించి నిన్ను ఈస్థితికి తెచ్చినదెవరు? చెప్పు. ఎవరు పదునైన త్రిశూలాన్ని తన శరీరంలో గుచ్చుకోవాలనుకున్నది? ఎవరు సింహం నోటిలో చేయిపెట్టి నిర్భయంగా నిలుచున్నది?" అని అడిగాడు. ఇలా అంటున్న సమయంలో రాణుని కళ్లు, ముక్కు, చెవుల

రంధ్రాలనుండి మంటలు వెలువడ్డాయి.

శూర్పణఖ రాముని పరాక్రమాన్ని, ఖరదూషణులతోపాటు సమస్తరాక్షసుల సంహారాన్ని జరిగినదంతా వివరించి చెప్పింది. అతడు తన చెల్లెలిని ఓదార్చి, కర్తవ్యాన్ని నిశ్చయించుకొని, నగర రక్షణకు ఏర్పాట్లు చేసి ఆకాశమార్గాన ఎగిరిపోయాడు. మహాసాగరాన్ని దాటి ఆకాశంపైనే సాగుతూ గోకర్ణతీర్థానికి చేరుకున్నాడు. అక్కడ అతడు తన పూర్వపుమంత్రి మారీచుని కలుసుకున్నాడు. ఆ మారీచుడు శ్రీరామచంద్రుని వలన భయంతోనే అక్కడ దాగుకొని తపస్సు చేసుకుంటున్నాడు.

సీతాపహరణము

మార్కండేయుడు చెపుతున్నాడు - రావణుడు రావడం చూసి మారీచుడు వెంటనే లేచి నిలబడి, ఫలమూలాదులు తెచ్చి అతనికి అతిథిసత్కారాలు చేశాడు. కుశలప్రశ్నలు అయ్యాక - " రాక్షసరాజా! మీరు ఇక్కడివరకు స్వయంగా శ్రమపడి రావలసినంత అవరం ఏమి వచ్చింది? అత్యంత కఠినమయినది అయినా సరే మీకు నావలన కావలసిన పని ఏదయినా ఉంటే నిస్సంకోచంగా చెప్పండి. అది ఇప్పుడే జరిగిపోయినట్లుగా భావించవచ్చును" అని వినయంగా అడిగాడు.

రావణునిలో క్రోధామర్షాలు పెల్లుబుకుతున్నాయి. అతడు ఒక్కొక్కటిగా రాముడు చేసిన పనులన్నీ సంక్షేపంగా వర్ణించాడు. విని మారీచుడు - "రావణా! శ్రీరామచంద్రుని దగ్గరకు వెళ్లడం వలన నీకు ఏమీ లాభం లేదు. నాకు అతని పరాక్రమం తెలుసు. అతని బాణవేగాన్ని సహించగలిగే వాడు ఈలోకంలో ఎవడున్నాడు? ఆమహాపురుషుని కారణంగానే నేనీనాడు సన్యాసినై ఇక్కడ కూర్చున్నాను. ప్రతీకారం తీర్చుకోవాలనే నియమంతో అతనిని సమీపించడం మృత్యుముఖంలోనికి వెళ్లడమే. నీకు ఈ సలహా ఇచ్చిన దుష్టుడెవరు?" అని అడిగాడు.

మారీచుని మాటలను విని రావణుని కోపం మిన్నుముట్టింది. అతనిని బెదిరిస్తూ - "మారీచా! నీవు నామాట వినకపోతే ఇప్పుడే మృత్యుముఖం లోనికి వెళ్లవలసి ఉంటుంది" అన్నాడు. మారీచుడు మనసులోనే "మృత్యువు ఎలాగూ తప్పనప్పుడు ఉత్తమపురుషుని చేతిలోనే చావడం మంచిది" అనుకుని రావణునితో - "సరే చెప్పు. నేను నీకు ఏమి సహాయం చేయాలి?" అని అడిగాడు. రావణుడు - "నీవు కొమ్ములు రత్నమయంగా, శరీరం మీది రోమాలు చిత్రవిచిత్రమైన రత్నకాంతులతో ఉండే అందమైన మృగరూపాన్ని ధరించు. సీత దృష్టిలో పడే చోట నిల్చుని ఆమె దృష్టిని ఆకర్షించు. సీత నిన్ను చూడడంతోనే తప్పకుండా నిన్ను పట్టుకోవడానికి రామచంద్రుని నీ వద్దకు పంపుతుంది. అతనిని దూరంగా తీసుకునిపోతే సీతను వశపరచుకోవడానికి సహజంగానే వీలవుతుంది. నేను ఆమెను అపహరిస్తాను. శ్రీరామచంద్రుడు తన ప్రియపత్ని వియోగంతో తెలివి తప్పి ప్రాణాలు వదులుతాడు. ఇంతే. ఇదే నీవు చేయవలసిన సహాయం" అని చెప్పాడు.

రావణుని మాటలు విని మారీచునికి చాలా విచారం కలిగింది. అతడు రావణుని వెనకాలే వెళ్లాడు. శ్రీరామచంద్రుని ఆశ్రమసమీపానికి వెళ్లి ఇద్దరూ తాము ఇంతకుముందు ఆలోచించుకున్న ప్రకారం పని మొదలుపెట్టారు. మారీచుడు మృగరూపంలో సీత తన్ను బాగా చూడగలిగినచోట నిలుచున్నాడు. విధివిధానం బలీయమైనది. దానిప్రేరణ వలననే సీత రాముని ఆ మృగాన్ని చంపితెమ్మని పంపింది. శ్రీరామచంద్రుడు సీతకు ప్రీతికలిగించడానికి ధనుర్బాణాలు పట్టుకొని మృగాన్ని చంపడానికి బయలుదేరాడు. లక్ష్మణుని సీతకు కాపలాపెట్టాడు. అతడు తన్ను వెన్నంటడం చూసి ఆ మృగం ఒకసారి కనపడకుండా, ఒకసారి కనిపిస్తూ అతనిని చాలా దూరం తీసుకుపోయింది. అప్పుడు భగవానుడు ఆ మృగం రాక్షసుడని తెలుసుకొని తన తిరుగులేని బాణానికి గురిచేశాడు. రామచంద్రుని బాణం తగిలి గాయపడిన మారీచుడు అతని గొంతును అనుకరిస్తూ "హా! సీతా! హా! లక్ష్మణా!" అంటూ ఆర్తనాదం చేశాడు.

ఆ జాలిగొలిపే పిలుపు విని సీత ఆధ్వని వచ్చిన వైపుకి పరుగుతీసింది. అది చూసి లక్ష్మణుడు "తల్లీ! భయపడవలసిన పనిలేదు. భగవంతుడైన రామచంద్రుని ఎవరు చంపగలరు? కంగారుపడకు. ఒక్క ముహూర్తకాలంలోనే నీభర్త రామచంద్రుడు ఇక్కడ ఉండడం నీవు చూస్తావు" అని వారించాడు.

లక్ష్మణుని మాటలు విని సీత అతనివైపు సందేహంగా చూసింది. ఆమె సాధ్వి, పతివ్రత, సదాచార సంపన్నురాలు అయినప్పటికీ కూడా స్త్రీ - స్వభావవశం వలన లక్ష్మణుని ఉద్దేశించి చాలా పరుషంగా కఠినంగా మాటలాడసాగింది. లక్ష్మణుడు రాముని పట్ల ప్రేమగలవాడు. సదాచారి. సీతయొక్క మర్మభేదకమైన మాటలు విని చేతులతో రెండు చెవులూ

మూసుకొని శ్రీరామచంద్రుడు వెళ్లినవైపే వెళ్లాడు. చేతితో విల్లుపట్టుకొని శ్రీరామచంద్రుని అడుగుజాడలు గుర్తిస్తూ ముందుకు వెళ్లాడు.

ఇదే సమయంలో సీతాదేవిని అపహరించాలనే కోరికతో రావణుడు సన్యాసివేషంలో అక్కడికి చేరుకున్నాడు. తమ ఆశ్రమానికి అతిథి రావడం చూసి ధర్మజ్ఞురాలయిన జనకనందిని ఫలమూలాలతో భోజనాది అతిథిసత్కారాలు చేయడానికి అతనిని ఆహ్వానించింది. రావణుడు ఆమెతో – "సీతా! నేను రాక్షసరాజు రావణుడను. నాపేరు లోకప్రసిద్ధం. సముద్రానికి ఆవల నిర్మింపబడిన రమణీయమైన లంకాపట్టణం నా రాజధాని. సుందరీ! నీవు ఈ తాపసి అయిన రాముని విడిచిపెట్టి నాతో లంకకు రా. అక్కడ నా భార్యవై ఉండు. అనేక సుందరీమణులు నిన్ను సేవిస్తారు. నీవు వారందరికీ మహారాణిగా వెలుగొందవచ్చును" అన్నాడు.

రావణుని మాటలు విని సీత తన రెండు చెవులూ మూసికొని – "చాలు. ఇంక నీనోటివెంట ఇలాంటి మాటలు రానీకు. ఆకాశాన్నుండి నక్షత్రాలు రాలిపడినా. అగ్ని తన వేడిమిని కోల్పోయినా నేను శ్రీరామచంద్రుని విడిచిపెట్టి ఉండలేను" అన్నది. ఇలా చెప్పి – ఆమె ఆశ్రమంలోకి పోబోగా రావణుడు పరిగెత్తి ఆమెను అడ్డగించి చాలా కటుస్వరంతో బెదిరించి భయపెట్టసాగాడు. అసహాయురాలయిన సీత మూర్ఛపోయింది. రావణుడు ఆమె జుట్టుపట్టుకొని బలవంతంగా ఆకాశమార్గంలోకి ఎగిరాడు. ఆమె రామ రామ అంటూ ఏడుస్తూనే ఉంది. రాక్షసుడు ఆమెను బలవంతంగా అపహరించి తీసుకొనిపోయాడు. ఈ దశలో ఒక పర్వతగుహలో నివసించే జటాయువు అనే పక్షిరాజు సీతను చూశాడు.

జటాయువధ – కబంధుని శాపవిముక్తి

మార్కండేయుడు చెపుతున్నాడు – రాజా! పక్షిరాజు జటాయువు అరుణుని పుత్రుడు. అతని అన్న సంపాతి. దశరథుడు అతనికి పరమమిత్రుడు. ఈకారణంగానే అతడు సీతను తన కోడలిగానే భావిస్తాడు. ఆమె రావణుని బంధంలో చిక్కుకొని ఉండడం చూసిన అతని కోపానికి మితిలేదు. మహావీరుడైన అతడు రావణుని మీదికి వేగంగా దూకి యుద్ధానికి సిద్ధం కమ్మని పిలుస్తూ – "నిశాచరా! మిథిలాధిపతి యొక్క కూతురు సీతను నీవు విడిచిపెట్టు. వెంటనే విడు. నా కోడలిని విడిచిపెట్టకపోతే ఇప్పుడే నీప్రాణాలకు నీళ్లు వదులుకోవాలి" అనిహెచ్చరించాడు.

ఇలా అని జటాయువు రావణుని చెండాడడం మొదలుపెట్టాడు. గోళ్లతో, రెక్కలతో, ముక్కుతో అతనిని గిరిగిరి అతని ఒళ్లంతా గాయాలు చేశాడు. అతని శరీరమంతా శిథిలమయిపోయింది. కొండ మీదినుండి జాలువారుతున్న సెలయేరులా అతని శరీరం నుండి రక్తం కారసాగింది. రామచంద్రునికి ప్రీతిని, మేలును చేయాలని కోరుకునే జటాయువు ఈరీతిగా తన్ను గాయపరచడం చూసి రావణుడు చేతిలోకి కత్తి తీసుకొని అతని రెండు రెక్కలను ఖండించివేశాడు. ఈరకంగా జటాయువును దెబ్బతీసి ఆరాక్షసుడు సీతను తీసుకుని ఆకాశమార్గాన బయలుదేరాడు. అలా వెళ్తుండగా మునుల ఆశ్రమవాటికలు, నదులు, చెరువులు, కుంటలు కనబడిన చోటల్లా సీత ఏదో ఒక ఆభరణం పడవేస్తూ వచ్చింది. ఇంకా కొంచెం ముందుకు వెళ్లాక ఒక పర్వత శిఖరం మీద కూర్చున్న పెద్ద పెద్ద కోతులు సీతకు కనిపించాయి. అక్కడకూడా ఆమె తన దివ్యవస్త్రాన్ని ఒకదానిని పడవేసింది. రావణుడు ఆకాశంలో ఎగిరే పక్షిలా చాలా ఉత్సాహంగా ఆకాశంలో వెళ్తున్నాడు. అతడు త్వరలోనే తన దారి అంతా గడిచి, సీతను తీసుకొని, విశ్వకర్మ నిర్మించిన తన అందమైన, మనోహరమైన లంకాపురిని చేరుకున్నాడు.

ఈరీతిగా ఇక్కడ సీతాదేవి అపహరణకు గురిఅయింది. అక్కడ శ్రీరామచంద్రుడు ఆ కపటమృగాన్ని చంపి తిరిగివచ్చాడు. దారిలో అతడు లక్ష్మణుని కలుసుకున్నాడు. రాముడు అతనిని నిందిస్తూ – "లక్ష్మణా! రాక్షసులతో నిండిఉండే ఈ ఘోరారణ్యంలో జానకిని ఒంటరిగా విడిచిపెట్టి నీవు ఎలా వచ్చావు?" అని ఆందోళనగా అడిగాడు. లక్ష్మణుడు సీత అన్న మాటలన్నీ చెప్పాడు. అది విన్న రామునికి మనసులో చాలా బాధ కలిగింది. వెంటనే వెళ్లి ఆశ్రమ సమీపానికి చేరుకొని, అక్కడ ఒక పర్వతాకారం వంటి విశాలకాయుడైన పక్షిరాజు సగం ప్రాణాలతో పడిఉండడం చూశాడు. అన్నదమ్ములిద్దరూ సమీపించే సరికి ఆపక్షిరాజు వారితో "మీఇద్దరికీ శుభమగుగాక! నేను దశరథమిత్రుడను. పక్షిరాజు జటాయువును" అన్నాడు. అతని మాటలు విని ఇద్దరూ తమలో తాము తండ్రిపేరు ఉచ్చరిస్తూ తన్ను తాను పరిచయం చేసుకుంటున్న ఇతడెవరని అనుకున్నారు. దగ్గరగా వచ్చి చూసేసరికి అతని రెండు రెక్కలు తెగి ఉండడం గమనించారు.

ఆపక్షిరాజు "సీతను చెరవిడిపించడానికి యుద్ధం చేసే సమయంలో రావణుడు నన్ను పడగొట్టాడు" అన్నాడు. రాముడు "రావణుడు ఏ దిక్కుకు వెళ్లాడు?" అని అడిగాడు. గృధ్రం తలతిప్పి చూపిస్తూ దక్షిణదిశ అని సూచించి ప్రాణాలు వదిలింది. అతడిచ్చిన సంకేతాన్ని తెలుసుకొని రాముడు అతడు తన తండ్రికి స్నేహితుడని ఆదరంగా అతనికి విధిపూర్వకంగా అంత్యక్రియలు చేశాడు.

తదనంతరం ఆశ్రమానికి వెళ్లి అక్కడ దర్భలు పరిచిన నేల పెల్లగింపబడి, కుటీరం పడిపోయి, ఇల్లంతా శూన్యంగా ఉండడం చూశారు. దీనితో సీతాపహరణం జరిగిందని నిశ్చయించుకొని వారిద్దరూ అమితంగా బాధపడ్డారు. ఆలోచించిన కొద్దీ వారి దుఃఖం అధికమయింది. సీతకొరకు వెదకుతూ వారు దండకారణ్యానికి దక్షిణదిశగా బయలుదేరారు.

కొంతదూరం వెళ్లేసరికి ఆ మహారణ్యంలో రామలక్ష్మణులు జంతువులన్నీ అటు ఇటు చెల్లా చెదురుగా పరుగులు తీయడం చూశారు. కొద్దిసేపటికే వారికి ఒక భయంకరమైన మొండెం కనపడింది. అది మేఘంలా నల్లగా, పర్వతంలా విశాలంగా ఉంది. మద్దిచెట్టుకొమ్మలవలె దాని చేతులు పొడవుగా ఉన్నాయి. వెడల్పయిన వక్షఃస్థలం, విశాలమయిన కన్నులు, పొడవైన పొట్ట, అందులోనే అతిపెద్దనోరు - ఇది అతని ఆకారం. ఆ రాక్షసుడు అకస్మాత్తుగా వచ్చి లక్ష్మణుని చేయి పట్టుకొని, అతనిని తన ముఖంవైపు లాగుకోసాగాడు. దీనితో లక్ష్మణుడు చాలా బాధపడుతూ అనేకరకాలుగా విలపించసాగాడు. శ్రీరామచంద్రుడు లక్ష్మణునికి ధైర్యం చెపుతూ "నీవు విచారించకు. నేనుండగా ఈరాక్షసుడు నిన్ను ఏమీ చేయలేడు. చూడు. నేను ఇతని ఎడమభుజం నరుకుతాను. నీవు కూడా కుడిభుజం నరుకు" అన్నాడు. అంటూనే రాముడు నువ్వు మొక్కను వలె అతని ఒక బాహువును తీక్ష్ణమైన కత్తితో నరికిపారేశాడు. లక్ష్మణుడు కూడా తన కత్తితో అతని రెండవ చేతిని నరకడమే కాకుండా, పక్కటెముకపై కూడా కొట్టాడు. దానితో కబంధరాక్షసుని ప్రాణాలు ఎగిరిపోయాయి. అతడు నేలకూలాడు. అతని దేహం నుండి సూర్యునివలె ప్రకాశించే ఒక దివ్యపురుషుడు వెలువడి ఆకాశంలో నిలుచున్నాడు. శ్రీరామచంద్రుడు అతనిని నీవెవరవని అడిగాడు. అతడు - "దేవా! నేను విశ్వావసువు అనే గంధర్వుడను. బ్రాహ్మణశాపం కారణంగా రాక్షసయోనిలో జన్మించాను. నేడు మీస్పర్శవలన నేను శాపవిముక్తిని పొందాను. సీత సమాచారం చెపుతాను వినండి. ఇక్కడికి కొద్దిదూరంలోనే ఋశ్యమూక పర్వతం ఉంది. దాని సమీపంలో పంప అనే చిన్న సరోవరం ఉంది. అక్కడే తన నలుగురు మంత్రులతో కలిసి సుగ్రీవరాజు నివసిస్తూ ఉన్నాడు. అతడు సువర్ణమాలను ధరించే వానరరాజు వాలికి తమ్ముడు. మీరు అతనిని కలుసుకొని మీ దుఃఖకారణం తెలుపండి. అతని శీలస్వభావాలు మీకున్నటువంటివే. తప్పకుండా అతడు మీకు సహాయం చేయగలడు. మీజానకిని మీరు కలుసుకోగలరని మాత్రం చెప్పగలను" అన్నాడు.

ఇలా చెప్పి ఆ ప్రకాశమానుడైన దివ్యపురుషుడు అంతర్ధానం అయ్యాడు. రామలక్ష్మణులిద్దరూ అతని మాటలు విని ఆశ్చర్యపడ్డారు.

సుగ్రీవమైత్రి - వాలివధ

మార్కండేయుడు చెపుతున్నాడు - తదనంతరం సీతావియోగంతో బాధపడుతున్న శ్రీరామచంద్రుడు పంపా సరోవరానికి వచ్చాడు. ఆ నీటిలో స్నానం చేసి పితృదేవతలకు తర్పణలిచ్చాడు. ఆపై ఇద్దరూ ఋశ్యమూక పర్వతం ఎక్కసాగారు. పర్వతశిఖరం మీద వారికి ఐదుగురు వానరులు కనిపించారు. సుగ్రీవుడు వారి రాకను గమనించి బుద్ధిమంతుడయిన తన మంత్రి హనుమంతుని వారిదగ్గరకు పంపించాడు. హనుమంతునితో సంభాషించాక వారిద్దరూ అతనితోపాటు సుగ్రీవుని దగ్గరకు వెళ్లారు. శ్రీరామచంద్రుడు సుగ్రీవునితో మైత్రి చేసుకున్నాడు. తన పని నివేదించాడు. అతని మాటలు విని వానరులు తన్ను ఎత్తుకొనిపోయే సమయంలో సీత కిందపడవేసిన దివ్యవస్త్రాన్ని అతనికి చూపించారు. అది లభించాక రామునకు రావణుడే సీతను ఎత్తుకుపోయాడని మరింత ధ్రువపడింది. శ్రీరామచంద్రుడు సుగ్రీవుని సమస్తవానరులకు రాజుగా అభిషేకించాడు. దానితో పాటు "వాలిని నేను వధిస్తాను" అని ప్రతిజ్ఞకూడా చేశాడు. అప్పుడు సుగ్రీవుడు కూడా సీతను వెదికి తెస్తానని ప్రతిజ్ఞచేశాడు. ఇలా ప్రతిజ్ఞలు చేసి వారు పరస్పరం విశ్వాసం పెంచుకున్నారు. అందరూ కలిసి యుద్ధం చేయడానికి కిష్కింధకు వెళ్లారు. అక్కడకు వెళ్లి సుగ్రీవుడు చాలా గట్టిగా అరిచాడు. వాలి దానిని విని సహించలేకపోయాడు. అతడు యుద్ధానికి బయలుదేరుతూంటే అతని భార్య తార అతనిని ఆపుతూ - "నాథా! నేడు సుగ్రీవుడు చేసిన సింహనాదం వలన ఇప్పుడతని బలం పెరిగిందని తెలుస్తోంది. అతనికి

ఎవరో బలవంతుని సహాయం దొరికి ఉంటుంది. కాబట్టి మీరు బయటకు వెళ్లకండి" అని ప్రార్థించింది. వాలి "నీవు సమస్తప్రాణులయొక్క అన్నివిషయాలనూ వాటి వాటి ధ్వనులను బట్టియే తెలుసుకోగలవు. సుగ్రీవునికి ఎవరి సహాయం దొరికిఉంటుందో ఆలోచించి చెప్పు" అన్నాడు. తార క్షణకాలం ఆలోచించి తరువాత "దశరథమహారాజు పుత్రుడు మహాబలవంతుడు అయిన రాముని భార్య సీతను ఎవరో అపహరించారు. ఆమెను వెదకడానికి అతడు సుగ్రీవునితో మైత్రి కుదుర్చుకొన్నాడు. ఇద్దరూకూడా పరస్పరం తమ శత్రువును శత్రువుగా, మిత్రుని మిత్రునిగా అంగీకరించారు. శ్రీరామచంద్రుడు ధనుర్ధరుడైన వీరుడు. అతని తమ్ముడు సుమిత్రానందనుడు లక్ష్మణుడు. అతనిని కూడా యుద్ధంలో ఎవరూ జయించలేరు. వీరే కాకుండా మైందుడు, ద్వివిదుడు, హనుమంతుడు, జాంబవంతుడు – ఈనలుగురూ సుగ్రీవుని మంత్రులు. వీరు కూడా చాలా బలవంతులు. కనుక ఇప్పుడు శ్రీరామచంద్రుని బలసహాయం పొందడంవలన సుగ్రీవుడు మిమ్మల్ని చంపడానికి సమర్థుడు" అని వివరంగా చెప్పింది.

తార అతనిక్షేమం కోరి చెప్పినా అతడు దానిని తోసి పుచ్చాడు. కిష్కింధగుహాద్వారం నుండి వెలుపలికి వచ్చాడు. సుగ్రీవుడు మాల్యవంతపర్వతం దగ్గరనిలబడి ఉన్నాడు. అక్కడికి చేరుకుని వాలి అతనితో – "ఓరీ! నీవు నీప్రాణాలు రక్షించుకుంటూ తిరుగుతున్నావు. ఇంతకుమునుపు అనేక పర్యాయాలు నిన్ను యుద్ధంలో జయించి కూడా తమ్ముడవనే కారణంగా ప్రాణాలతో వదిలాను. ఈనాడు చావడానికి అంత తొందరెందుకు పడుతున్నావు?" – అన్నాడు.

అతని మాటలువిని సుగ్రీవుడు శ్రీరామచంద్రునికి సూచన ఇస్తూన్నట్లుగా హేతుబద్ధంగా మాట్లాడుతూ సోదరా! నీవు నా రాజ్యాన్ని అపహరించావు. భార్యను అపహరించావు. ఇక నేను దేని మీద ఆధారపడి బ్రతుకను? ఇది ఆలోచించాకనే చావడానికి వచ్చాను" అన్నాడు. ఈరీతిగా అనేక రకాలుగా మాటలాడుకుంటూ వాలి సుగ్రీవులిద్దరూ ఒకరితో ఒకరు తలపడ్డారు. ఈయుద్ధంలో వారికి మద్ది చెట్లు, తాటిచెట్లు, రాళ్లు – ఇవే ఆయుధాలు. ఇద్దరూ ఒకరినొకరు కొట్టుకుంటున్నారు. ఇద్దరూ నేలమీద పడుతున్నారు. మళ్లీపైకి లేస్తున్నారు. చిత్రవిచిత్రగతులతో చరణ విన్యాసాలు చేస్తూ గుద్దులతో, పిడికిటిపోటులతో కొట్టుకోసాగారు. గోళ్లతో కోరలతో ఇద్దరి శరీరాలు ఛిన్నాభిన్నమై రక్తసిక్తమయ్యాయి. ఎవరు వాలియో ఎవరు సుగ్రీవుడో తెలియడంలేదు. అప్పుడు హనుమంతుడు సుగ్రీవుని గుర్తించడానికి వీలుగా అతని మెడలో ఒకహారం వేశాడు. ఆగుర్తుద్వారా సుగ్రీవుని గుర్తించి శ్రీరామచంద్రభగవానుడు తన గొప్ప వింటిని లాగి ఎక్కుపెట్టి వాలిని గురిగా చేసి బాణం వదిలాడు. ఆబాణం వాలి గుండెలో గుచ్చుకుంది. వాలి ఒకసారి తన ఎదుట నిలబడిన రామలక్ష్మణులను చూసి, ఇలాంటిపని చేసినందుకు వారిని నిందిస్తూ మూర్ఛపోయి నేలమీద కూలిపోయాడు. వాలి మరణించిన తరువాత సుగ్రీవుడు కిష్కింధా రాజ్యంమీద, తారమీద తన అధికారాన్ని చేజిక్కించుకొన్నాడు. అది వర్షాకాలం ఆరంభసమయంలో కనుక రామచంద్రుడు మాల్యవంతపర్వతం మీదనే ఉండి ఆవర్షాకాలం నాలుగునెలలు గడిపివేశాడు. ఆరోజులలో సుగ్రీవుడు అతనిని చక్కగా ఆదరించి సత్కరించాడు.

త్రిజటా స్వప్నము – రావణుని ప్రలోభానికి సీత లొంగకుండుట

మార్కండేయుడు చెపుతున్నాడు – కామపీడితుడయిన రావణుడు సీతను లంకకు తీసికొనివెళ్లి ఒక అందమైన భవనంలో ఉంచాడు. ఆభవనం నందనవనం వంటి అందమైన ఉద్యానవనంలో అశోకవనానికి దగ్గరలో ఉంది. సీత తాపసివేషంలో అక్కడే ఉంటూ తరచుగా తపస్సుతో ఉపవాసాలతో గడుపుతూ ఉంది. నిరంతరం తన భర్త రామచంద్రునినే తలచుకొంటూ ఆమె చిక్కిపోయి, అతికష్టంమీద రోజులు గడుపుతోంది. రావణుడు సీతారక్షణ కోసం అతిభయంకరాకారం గల రాక్షసస్త్రీలను నియమించాడు. వారిలో కొంతమంది త్రిశూలాలను, కొంతమంది ముద్గరములను; కొంతమంది మండుతున్న కొరకంచులను పుచ్చుకొని ఉన్నారు. వారందరూ సీతకు అన్నివైపులా ఉండి చాలా జాగ్రత్తగా రాత్రింబవళ్లు ఆమెను రక్షిస్తున్నారు. వారు చాలా వికృతరూపాలను ధరించి కఠినస్వరాలతో సీతను బెదిరిస్తూ తమలో తాము "రావే! మనమందరం కలిసి దీనిని నరికి ముక్కలుముక్కలుగా చేసి పంచుకొని తిందాం" అనేవారు. వారి మాటలను విని సీత ఒక రోజున – "అక్కల్లారా! మీరు నన్ను తొందరగా తినేయండి. నాకు ఎంతమాత్రం బతకాలని లేదు. నాస్వామి రామచంద్రభగవానుడు లేకుండా నాకు జీవించాలని లేదు. ప్రాణాధికుడయిన భర్తయొక్క

వియోగంలో నిరాహారంగా ఉండి శరీరాన్ని శుష్కింపచేసుకొంటానుగాని పరపురుషుని సేవించను. ఇది నిజమని తెలుసుకోండి. ఆపై మీ ఇష్టం. ఏమి చేయాలనుకొంటారో చేయండి" అన్నది.

సీత చెప్పినది విని భయంకరంగా అరిచే ఆరాక్షసస్త్రీలు రావణునికి ఈవార్తను అందించడానికి వెళ్లారు. వారందరూ వెళ్లిపోయాక త్రిజట అనే ఒక రాక్షస స్త్రీ అక్కడే ఉంది. ఆమె ధర్మజ్ఞురాలు. ప్రియంగా మాట్లాడేది. ఆమె సీతను ఓదారుస్తూ – " సఖీ! నేను నీతో కొంచెం మాట్లాడాలనుకొంటున్నాను. నీవు నన్ను నమ్ము. నీవేమీ భయపడకు. ఇక్కడ అవింధ్యుడనే ఒక గొప్ప రాక్షసుడున్నాడు. అతడు వయసులో పెద్దవాడు. బుద్ధిమంతుడూ కూడ. ఎప్పుడూ శ్రీరామచంద్రునకు మేలు జరగాలని కోరుకుంటూ ఉంటాడు. అతడు నీకు చెప్పమని ఈసందేశాన్ని పంపించాడు – "నీస్వామి మహాబలి శ్రీరామచంద్రుడు తన సోదరుడు లక్ష్మణునితో కలిసి క్షేమంగా ఉన్నాడు. అతడు ఇంద్రునితో సమానమైన పరాక్రమంగల సుగ్రీవుడనే వానర రాజుతో మైత్రి చేసుకొని నిన్ను విడిపించడానికి ప్రయత్నిస్తున్నాడు. నలకూబరుడు ఇచ్చిన శాపం వలన రావణునివలన కూడా ఇప్పుడు నీకు వచ్చిన భయమేమీ లేదు. అందువలననే నీవు సురక్షితంగా ఉండగలవు. ఒకసారి నలకూబరుని భార్య రంభను రావణాసురుడు తాకడం వలన అతడు శాపం ఇచ్చాడు. ఇక ఆ ఇంద్రియనిగ్రహం లేని రాక్షసుడు ఏ పరస్త్రీనీ కూడా వివశురాలను చేసి బలాత్కరించలేడు. నీభర్త శ్రీరామచంద్రుడు లక్ష్మణునితో కలిసి శీఘ్రంగా ఇక్కడకు వస్తాడు. వారిని సుగ్రీవుడు రక్షిస్తూ ఉంటాడు. రామచంద్రుడు తప్పకుండా నిన్ను ఇక్కడినుండి విడిపించి తీసుకువెళ్తాడు." అని చెప్పమన్నాడు. నాకు కూడా రావణుని వినాశకాలం దగ్గరపడే అనిష్టాన్ని సూచించే ఒక ఘోరమైన కల వచ్చింది. రావణుడు గుండుతో, శరీరానికి నూనె రాసుకొని, బురదలో దిగబడి ఉండడం కలలో కనిపించింది. ఇంకా నాకలలో రావణుడు గాడిదలు కట్టిన రథంలో నిల్చుని నృత్యం చేస్తున్నట్లు, అతనితోపాటే కుంభకర్ణాదులు కూడా తలలు బోడులై ఎఱ్ఱని చందనం పూసుకొని, ఎఱ్ఱని పూలమాలలు ధరించి నగ్నంగా దక్షిణదిశకు వెళ్లడం కనిపించింది. కేవలం విభీషణుడు మాత్రమే తెల్లనిగొడుగు, తెల్లని తలపాగా, తెల్లని పుష్పాలు ధరించి మంచిగంధం పూసుకొని శ్వేత పర్వతంమీద నిలబడి ఉండడం కనిపించింది. విభీషణుని నలుగురు మంత్రులు కూడా అదేవేషంతో అతనితోపాటు ఉన్నారు. కాబట్టి రాబోయే గొప్ప భయం వీరికి ఉండదని తెలుస్తోంది. పైగా కలలో రామచంద్రుని బాణాలతో సముద్రంతో సహితంగా ఈ సంపూర్ణభూమండలమంతా కప్పబడినట్లు కనబడింది. కాబట్టి నీభర్త సత్కీర్తి ఈభూమి అంతటా వ్యాపించడం నిశ్చయమని తెలుస్తోంది. సీతా! త్వరలోనే నీవు నీభర్తను, మరిదిని కలుసుకుని ఆనందించగలవు" అనిచెప్పింది.

త్రిజటయొక్క మాటలు విని సీతకు తన భర్తను తిరిగి కలుసుకోగలనని మనసులో గొప్ప ఆశ కలిగింది. ఆమె మాటలు ముగించేసరికి రాక్షసస్త్రీలు అందరూ సీత దగ్గరకు వచ్చి ఆమె చుట్టూ కూర్చున్నారు. సీతమాత్రం ఒక రాతిపై కూర్చొని భర్తను స్మరించుకొంటూ ఉండిపోయింది. ఇంతలోకే రావణుడు అక్కడకు వచ్చి ఆమెను చూచి కామబాణపీడితుడై ఆమెను సమీపించాడు. అతనిని చూడగానే ఆమె భయపడింది. రావణుడు ఆమెతో – "సీతా! ఈనాటి వరకు నీవు నీ భర్తపై చాలా ఎక్కువగానే ప్రేమను చూపించావు. ఇక నాపై దయ చూపు. నాభార్యలందరికంటె నిన్ను ఉన్నతాసనంపై కూర్చోపెట్టి నిన్ను నేను పట్టపురాణిని చేయాలనుకుంటున్నాను. నాభార్యలలో దేవకాంతలు, గంధర్వకాంతలు, దైత్య, దానవ కన్యలు ఉన్నారు. పద్నాలుగు కోట్ల పిశాచులు, ఇరవైఎనిమిది కోట్ల రాక్షసులు, దానికి మూడు రెట్లు యక్షులు నాఆజ్ఞను పాటిస్తూ ఉంటారు. నాసోదరుడు కుబేరునికి వలెనే నాసేవకు కూడా అప్సరసలుంటారు. నాదగ్గరకూడా ఇంద్రభోగాలు లభిస్తాయి. ఇక్కడ ఉంటే నీకు అరణ్యవాసం వలన కలిగే దుఃఖం దూరం అవుతుంది. కాబట్టి సుందరీ! మండోదరితో పాటు నీవు కూడా నాభార్యవు కా" అన్నాడు.

రావణుని మాటలు విని సీత ముఖం తిప్పుకుంది. ఆమె కన్నులనుండి కన్నీరు కాలువలు కట్టింది. ఆమె ఒక గడ్డిపరకను అడ్డుపెట్టుకొని కంపిస్తూ "రాక్షసరాజా! నీవు ఇలాంటిమాటలు నాతో ఎన్నోసార్లు చెప్పావు. ఇది నాకు బాధ కలిగిస్తోంది. అయినా అభాగ్యురాలినైన నేను వినక తప్పడం లేదు. నీవు నామీది మనసు మార్చుకో. నేను పరస్త్రీని. పతివ్రతను. నీవు ఏ విధంగానూ నన్ను పొందలేవు" అని చెప్పి, కొంగుతో ముఖం కప్పుకొని వెక్కి వెక్కి ఏడ్చింది. ఆమె చెప్పిన విరుద్ధమైన సమాధానం విని రావణుడు అంతర్ధానమయ్యాడు. ఆసమయంలో త్రిజట ఒక్కతే ఆమెను సేవిస్తూ ఉండేది.

సీతాన్వేషణము - హనుమంతుడు రామునికి సీత జాడ చెప్పుట

మార్కండేయుడు చెపుతున్నాడు – "శ్రీరామచంద్రుడు లక్ష్మణునితో కలిసి మాల్యవంత పర్వతం మీద ఉన్నాడు. సుగ్రీవుడు వారి రక్షణకు తగిన ఏర్పాట్లు చేశాడు. ఒకరోజున రాముడు లక్ష్మణునితో – "సోదరా! సుగ్రీవుడు ఏంచేస్తున్నాడో కాస్త కిష్కింధకు వెళ్లి తెలుసుకొని రా. అతనికి తాను చేసిన ప్రతిజ్ఞ చెల్లించడం తెలియదని నేను అనుకొంటున్నాను. మందబుద్ధియై ఉపకారం చేసినవానిని నిర్లక్ష్యం చేస్తున్నాడు. అతడు సీతకోసం ఏమీ ప్రయత్నం చేయకపోతే, విషయభోగాలలోనే ఆసక్తుడై ఉంటే నీవు అతనిని కూడా వాలి దారికే పంపించు. ఒకవేళ అతడు ఈ పని గురించి ఏమైనా ప్రయత్నం మొదలుపెడితే అతనిని వెంటపెట్టుకొని ఇక్కడకు తీసుకురా. ఆలస్యం చేయకు" అని చెప్పాడు.

రాముడు ఇలా చెప్పగానే అన్నగారి ఆజ్ఞను పాటించే వీరుడు లక్ష్మణుడు ఎక్కుపెట్టిన వింటితో కిష్కింధకు వెళ్లాడు. నగరద్వారం చేరుకొని అతడు నిరాటంకంగా లోపల ప్రవేశించాడు. వానరరాజు సుగ్రీవుడు లక్ష్మణుడు కోపంగా ఉన్నాడని తెలుసుకొని భార్యను వెంటపెట్టుకొని ఎంతోవినయంగా అతనికి స్వాగతం పలికాడు. అతనిని పూజించి సత్కరించాడు. లక్ష్మణుడు కొంత శాంతించాడు. నిర్భయంగా శ్రీరాముని ఆదేశాన్ని చెప్పాడు. అంతా విని సుగ్రీవుడు చేతులు జోడించి – "లక్ష్మణా! నేను దుష్టబుద్ధిని కాను. కృతఘ్నుడను, నిర్దయుడను అంతకంటె కాదు. సీతను వెదకడానికి నేను చేసిన ప్రయత్నం చెపుతాను. శ్రద్ధగావిను. అన్నివైపులకు సుశిక్షితులైన వానరులు పంపబడ్డారు. వారు తిరిగి రావడానికి కూడా సమయం నిర్ణయింపబడింది. ఒకనెలరోజులకంటె ఎక్కువసమయం ఎవరూ తీసుకోకూడదు. "ఈభూమిపై ప్రతిఒక్క పర్వతం, అడవి, సముద్రం, పల్లె, పట్టణం, ఇల్లు – అంతటా తిరిగి తిరిగి సీతను అన్వేషించాలి" అని వారిని ఆజ్ఞాపించాను. ఇక అయిదు రాత్రులలో వారు తిరిగివచ్చే సమయం పూర్తి అవుతుంది. ఆ తరువాత మీరు శ్రీరామచంద్రులవారితో కలిసి శుభవార్త వినగలరు" అని విన్నవించుకొన్నాడు.

సుగ్రీవుని మాటలు విని లక్ష్మణుడు చాలా సంతోషించాడు. అతనికి కోపం పోయింది. ఈఏర్పాటు చేసినందుకు సుగ్రీవుని ఎంతగానో అభినందించాడు. అతనిని వెంటపెట్టుకొని రామచంద్రునివద్దకు వెళ్లాడు. సుగ్రీవుడు చేసిన ఏర్పాటు అతనికి తెలియచేశాడు. సమయం పూర్తి అవుతుండగానే మూడు దిక్కులనుండి అన్వేషణకు వెళ్లిన వేలకొద్దీ వానరులు తిరిగివచ్చారు. కాని కేవలం దక్షిణదిక్కుకు వెళ్లిన వానరులు మాత్రం ఇంతవరకు రాలేదు. తిరిగివచ్చిన వానరులు ఎంతవెతికినా తమకు రావణుని జాడగాని, సీతజాడగాని తెలియలేదని చెప్పారు. రెండు నెలలు గడిచాయి. ఒకరోజున కొంతమంది వానరులు త్వరితగతిని సుగ్రీవుని వద్దకు వచ్చి – "వానరరాజా! ఇంతవరకు వాలి, మీరు రక్షిస్తూ వచ్చిన ఆ గొప్ప మధువనం నేడు ధ్వంసమయిపోతోంది. మీరు దక్షిణదిశకు పంపిన పవననందనుడు హనుమంతుడు, వాలి కుమారుడు అంగదుడు, ఇంకా మిగిలిన ఎంతోమంది వానర వీరులు మధువనంలో స్వేచ్ఛగా తిరుగుతున్నారు" అని చెప్పారు.

వారి విశృంఖలాత్వాన్ని గురించిన సమాచారం విని సుగ్రీవుడు వారు తమ పని పూర్తి చేసుకొని వచ్చారని గ్రహించాడు. ఎందుకంటె ఇటువంటి చేష్టలు స్వామికార్యం సిద్ధిపొందించి వచ్చిన సేవకులే చేయగలుగుతారు. ఇలా ఆలోచించిన బుద్ధికుశలుడైన సుగ్రీవుడు రామునివద్దకు వెళ్లి ఈసమాచారాన్ని అంతా వినిపించాడు. రామచంద్రులు కూడా ఆవానరులు తప్పకుండా సీతను దర్శించి ఉంటారని ఊహించాడు.

తరువాత హనుమంతుడు మొదలైన వానరవీరులు మధువనంలో విశ్రాంతి తీసుకొన్నాక సుగ్రీవుని కలుసుకోవడానికి రామలక్ష్మణులవద్దకు వచ్చారు. వారిలో హనుమంతుని కదలికలు, అతని ముఖంలోని ఆనందం చూసి శ్రీరామచంద్రుడు "ఇతడే సీతను దర్శించి ఉంటాడని విశ్వసించాడు. హనుమంతుడు మొదలైనవారు అక్కడికి వచ్చి రామసుగ్రీవులకు, లక్ష్మణునికి నమస్కరించారు. రాముడు అడిగితే హనుమంతుడు ఇలా చెప్పసాగాడు. "రామప్రభూ! మీకు శుభవార్త చెపుతున్నాను. నేను జానకిని చూశాను. మొదట మేము అందరం ఇక్కడినుండి దక్షిణదిశగా వెళ్లి కొండలు, అడవులు, గుహలు వెదికి వెదికి అలిసిపోయాం. ఇంతలో ఒక పెద్ద గుహ కనపడింది. అది అనేక యోజనాల పొడవు, వెడల్పు కలిగిఉంది. లోపల కొంతదూరం వరకు చీకటిగా ఉంది. అందులో ఎన్నో జంతువులు ఉన్నాయి. కొంత ముందుకు వెళ్లి దారి నిర్ణయమై నడువగా వెలుతురు

కనపడింది. అక్కడ అందమైన దివ్యభవనం నిర్మితమై ఉంది. అది మయుడనే దానవుని నివాసస్థలమని తెలిసింది. ఆ భవనంలో ప్రభావతి అనే ఆమె తపస్సు చేస్తోంది. ఆమె మాకు రకరకాల ఫలాహారాలు పెట్టింది. అవి తినడం వలన మా అలసట దూరం అవడమే కాకుండా, శరీరాలకు బలం కూడా వచ్చింది. తరువాత ప్రభావతి చెప్పిన మార్గం ద్వారా ఇలా గుహ వెలుపలికి వచ్చామో లేదో దగ్గరలోనే లవణసముద్రతీరం కనపడింది. సహ్య మలయ దర్దుర పర్వతాలు మా ఎదురుగా ఉన్నాయి. మేమంతా మలయపర్వతం పైకి ఎక్కాము. అక్కడినుండి సముద్రంమీద దృష్టిసారించగానే అంతులేని దానిని చూసి మనసు విషాదంతో నిండిపోయింది. మాకు జీవితాలమీద ఆశ సడలిపోయింది. భయంకరమైన జలజంతువులతో నిండి వందల యోజనాల వైశాల్యం కలిగిన ఈమహాసాగరాన్ని ఎలా దాటివెళ్లడం అనే ఆలోచనతో చాలా దుఃఖం కలిగింది. చివరికి అందరమూ నిరాహారంగా ఉండి ప్రాణాలను విడిచిపెట్టాలనే నిర్ణయానికి వచ్చి అక్కడ కూర్చున్నాం. మాలో మేము మాట్లాడుకుంటున్నాం. మధ్యలో జటాయువును గురించిన మాటలు మొదలయ్యాయి. ఆమాటలు విని పర్వతశిఖరంలా విశాల కాయం కలిగి ఘోరాకృతితో ఉన్న ఒక భయంకరమైన పక్షి మాఎదుటకు వచ్చింది. దానిని చూడగానే రెండవగరుత్మంతుడా అనిపించింది. అది మా దగ్గరకు వచ్చి – "ఎవరు జటాయువును గురించి మాట్లాడుతున్నది? నేను అతని అన్నగారిని. నాపేరు సంపాతి. నేను నాతమ్ముడిని చూసి చాలా రోజులయింది. కాబట్టి అతని గురించి నేను తెలుసుకోవాలనుకుంటున్నాను." అని అడిగింది. అప్పుడు మేము జటాయువు మరణం గురించి, మాకష్టాలగురించి సంక్షిప్తంగా చెప్పాం. ఈ అప్రియసమాచారాన్ని విని సంపాతికి చాలా దుఃఖం కలిగింది. అతడు – "రాముడెవరు? సీత ఎలా అపహరింపబడింది? జటాయువు ఎలా మరణించాడు?" అని మళ్లీ అడిగాడు. దానికి బదులుగా మేము మీరు ఎవరయినదీ చెప్పి, సీతాపహరణం, జటాయుమరణం మొదలైన ఆపదలు మీకు కలగడం, ఇప్పుడు మా నిరాహార కారణం – ఇవన్నీ వివరంగా చెప్పాము. ఇది విని సంపాతి మమ్మల్ని ఉపవాసం చేయవద్దని వారించి, "రావణుని నేను ఎరుగుదును. అతని లంకామహానగరాన్ని కూడా నేను చూశాను. అది సముద్రానికి ఆవలివైపుతీరంలో త్రికూటపర్వతగుహలో నిర్మింపబడింది. విదేహకుమారి సీత అక్కడే ఉండిఉంటుంది. ఇందులో ఏమాత్రం సంశయించవలసినది లేదు" అన్నాడు.

అతని మాటలు విని వెంటనే లేచాము. సముద్రాన్ని దాటడానికి ఒకరినొకరు సంప్రదించుకోసాగాము. ఎవరూ దానిని దాటడానికి సాహసించలేదు. ఇక అప్పుడు నేను నాతండ్రి వాయువురూపాన్ని పొంది వందయోజనాల విస్తృతి గల సముద్రాన్ని దాటాను. వెళ్లేటపుడు సముద్రమధ్యంలో ఉన్న ఒక రాక్షసిని కూడా చంపాను. లంకను చేరి రావణుని అంతఃపురంలో పతివ్రత అయిన సీతను చూశాను. ఆమె మిమ్మల్ని చూడాలనే కోరికతో పూర్తిగా తపస్సు, ఉపవాసాలు చేస్తోంది. ఆమె దగ్గరకు ఏకాంతంగా వెళ్లి – "దేవీ! శ్రీరామచంద్రుని దూతను. ఒక వానరుడను. మిమ్ము చూడడానికి ఆకాశమార్గాన ఇక్కడికి వచ్చాను. రాజకుమారులు రామలక్ష్మణులిద్దరూ క్షేమంగా ఉన్నారు. వానరరాజు సుగ్రీవుడు ఇప్పుడు వారిని రక్షిస్తున్నాడు. వారందరూ మీక్షేమంగురించి అడుగుతున్నారు. ఇక కొద్దికాలంలోనే వానరసైన్యాన్ని వెంటపెట్టుకొని మీస్వామి ఇక్కడకు విచ్చేయగలరు. మీరు నామాటలు విశ్వసించండి. నేను రాక్షసుడను కాను" అని చెప్పాను. సీత కాసేపు ఆలోచించి – "అవింధ్యుడు చెప్పినప్రకారం నీవు హనుమంతుడవై ఉంటావని నేను అనుకొంటున్నాను. నీవంటి మంత్రులతో కూడి ఉన్న సుగ్రీవుని గురించి కూడా అతడు చెప్పాడు. మహాబాహూ! ఇక నీవు రామచంద్రులవారి దగ్గరకు వెళ్లు" అన్నది. ఇలా చెప్పి ఆమె తన గుర్తుగా ఒక మణిని ఇవ్వడమే కాకుండా, విశ్వాసం కలగడానికి ఒక వృత్తాంతాన్ని కూడా చెప్పింది. మీరు చిత్రకూట పర్వతం మీద ఉంటున్నపుడు ఒక కాకిని పుల్లను బాణంగా చేసి కొట్టారు. ఆవృత్తాంతాంలోని ముఖ్యవిషయం ఇదే. ఈరీతిగా సీతాసందేశాన్ని హృదయంలో పదిలపరచుకొని నేను లంకాపురిని కాల్చి, మీసన్నిధికి తిరిగివచ్చాను" అని ముగించాడు. ఈ ప్రియసమాచారం విని శ్రీరామచంద్రుడు హనుమంతుని ఎంతగానో కొనియాడాడు.

సేతు నిర్మాణము - వానరసైన్యము లంకను ప్రవేశించుట

మార్కండేయుడు చెపుతున్నాడు – "తదనంతరం సుగ్రీవుని ఆజ్ఞమేరకు గొప్పగొప్ప వానరవీరులు అక్కడ ఒకచోటుకు చేరుకోసాగారు. అందరికంటె ముందుగా వాలియొక్క మామగారు సుషేణుడు రామచంద్రుని సేవకు సిద్ధమైవచ్చాడు.

అతనివెంట వేగరులైన వానరులు కలిగిన పది అర్బుదాలసంఖ్య కల సైన్యం ఉంది. మహాబలవంతులైన గజగవయులు ఒక్కొక్క అర్బుదసంఖ్యకల సైన్యాన్ని తీసుకొని వచ్చారు. గవాక్షునితో అరవైఅర్బుదాల వానరులున్నారు. గంధమాదనపర్వతం మీద నివసించే గంధమాదనుడనే పేరుతో ప్రఖ్యాతి చెందిన వానరుడు తనతో వంద అర్బుదాల వానరసైన్యం తీసుకొని వచ్చాడు. భయంకరమైన పౌరుషాన్ని ప్రదర్శించే, నల్లని రోమాలు గల వందఅర్బుదాల సైన్యం జాంబవంతుని వెంట వచ్చింది. వీరేకాక ఇంకా చాలామంది వానరసైన్యాధ్యక్షులు శ్రీరామచంద్రుని సహాయం కోసం అక్కడ గుమికూడారు. ఆవానరులలో కొంతమంది శరీరాలు పర్వతశిఖరాల వలె ఎత్తయినవి. కొంతమంది దున్నపోతులవలె లావుగా, నల్లగా ఉన్నారు. కొంతమంది శరత్కాల మేఘాలవలె తెల్లగా ఉన్నారు. చాలామంది ముఖాలు సింధూరంవలె ఎఱ్ఱగా ఉన్నాయి. ఆ విశాలవానరసైన్యం నిండుగా ఉన్న మహాసాగరం వలె కనిపిస్తోంది. ఆసమయంలో సుగ్రీవుని ఆజ్ఞపై మాల్యవంతపర్వతానికి చుట్టుపక్కలే అందరూ విడిది చేశారు.

ఈరీతిగా అన్నివైపులనుండి వానరసైన్యం పోగుపడిన తరువాత సుగ్రీవునితో కూడి శ్రీరామచంద్రుడు ఒక రోజున మంచి తిథి నక్షత్రముహూర్తాలు చూసుకొని అక్కడినుండి పయనమయ్యాడు. ఆసమయంలో సేన వ్యూహాకారంలో నిలిచింది. ఆ వ్యూహానికి అగ్రభాగాన హనుమంతుడు, వెనుకభాగాన లక్ష్మణుడు నిలిచి దానిని రక్షిస్తున్నారు. వీరుకాక ఇంకా నలుడు, నీలుడు, అంగదుడు, క్రాథుడు, మైందుడు, ద్వివిదుడు కూడా సేనను రక్షిస్తూ ఉన్నారు. వీరందరిచేత సురక్షితమైన ఈసైన్యం శ్రీరామచంద్రుని కార్యసిద్ధికోసం ముందుకు కదిలింది. దారిలో అనేకమైన కొండలపై అడవులలో మజిలీలు చేస్తూ ఆసైన్యం లవణసముద్రం దరికి చేరి, దాని తీరంలో ఉన్న అడవిలో గుడారాలు దించింది.

తదనంతరం రామచంద్రుడు ముఖ్యులైన వానరుల మధ్యలో సుగ్రీవునితో సమయోచితంగా – "మన ఈ సైన్యం చాలా పెద్దది. ఎదురుగా ఉన్నదేమో అగాధమైన మహాసముద్రం. దానిని దాటడం చాలా కష్టం. ఈ దశలో దానిని దాటడానికి ఏ ఉపాయం మంచిదనుకొంటున్నారు? ఇంతమంది దాటడానికి మనవద్ద నావలుకూడా లేవు. వ్యాపారుల ఓడలయితే దాటగలుగుతాము. కాని మనవంటి వారు మనస్వార్థంకోసం వారికి హాని ఎలా చేయగలుగుతాము? మనసైన్యం చాలా దూరంవరకు వ్యాపించి ఉంది. దీనిని రక్షించడానికి తగిన ఏర్పాట్లు చేయకపోతే సమయంచూచి శత్రువు దీనిని నాశనం చేయగలడు. నాకు వచ్చిన ఆలోచన ఏమంటే ఏదో ఒక ఉపాయం ద్వారా సముద్రుని ఆరాధించి, ఉపవాసాలు చేసి పంతం పట్టినట్లయితే అతడే ఏదో ఒకదారి చూపిస్తాడు. ఉపాసించినప్పటికీ కూడా ఇతడు దారి చూపకపోతే అగ్ని సదృశమైన అమోఘమైన మండే బాణాలతో ఈ సముద్రాన్ని శోషింపచేసి ఎండిపోయేలా చేస్తాను" అని చెప్పాడు.

ఇలా చెప్పి శ్రీరామచంద్రుడు లక్ష్మణసహితుడై ఆచమించి సముద్రతీరంలో దర్భాసనం పరచుకొని పడుకొన్నాడు. అప్పుడు నదీనదాలకు అధిపతి అయిన సముద్రుడు జలచరసహితంగా స్వప్నంలో రామచంద్రునికి సాక్షాత్కరించి, మధురస్వరంతో – "కౌసల్యానందనా! నేను నీకు ఏమి సహాయం చేయగలను?" అని అడిగాడు. శ్రీరామచంద్రుడు – "నదీశ్వరా! నేను నాసైన్యానికి దారి కోరుకుంటున్నాను. ఆ దారిలో వెళ్లి రావణుని వధించాలి. నేను అడిగినా నీవు దారి ఇవ్వకపోతే అభిమంత్రించిన దివ్యబాణాలతో నిన్ను ఎండిపోయేలా చేస్తాను" అన్నాడు.

శ్రీరామచంద్రుని మాటలు విని సముద్రునికి చాలా బాధ కలిగింది. అతడు చేతులు జోడించి – "స్వామీ! నేను మిమ్మల్ని ఎదిరించాలని అనుకోవడంలేదు. మీపనికి విఘ్నం కలిగించాలనే కోరిక కూడా నాకు లేదు. ముందు నామాట వినండి. తరువాత మీకు ఉచితమనిపించినది చేయవచ్చు. మీఆజ్ఞను పాటించి మీకు దారిఇస్తే ఇతరులు కూడా వింటిబలం చూపి నన్ను ఇలాగే ఆజ్ఞాపిస్తారు. మీసైన్యంలో నలుడనే వానరుడు ఒకడున్నాడు. అతడు విశ్వకర్మకు పుత్రుడు. అతనికి చక్కని శిల్పశాస్త్రజ్ఞానం ఉంది. అతడు తన చేతితో ఒక గడ్డిపరకగాని, కట్టెగాని, రాయిగాని వేస్తే, దానిని నేను పైపైన తేలియాడేలా చేస్తాను. ఈరీతిగా మీకోసం ఒక వంతెన సిద్ధమవుతుంది" అని విన్నవించాడు.

ఇలా చెప్పి సముద్రుడు అంతర్ధానమయ్యాడు. శ్రీరామచంద్రుడు పంతంవదలి, నలుని పిలిచి – " నలుడా! నీవు సముద్రం మీద ఒకవంతెన కట్టు. నీవు ఈపనిలో నేర్పరివి అని నాకు తెలుసును" అని ఆజ్ఞాపించాడు. ఈరీతిగా రామచంద్రుడు వంతెన సిద్ధం చేయించాడు. దాని పొడవు నాలుగువందల కోసులు, వెడల్పు నలభైకోసులు. ఈనాటికీ కూడా భూమిమీద అది "నలసేతువు" అనే పేరుతో ప్రసిద్ధంగా ఉంది.

తరువాత ఒకరోజు అక్కడ రామునివద్దకు రాక్షసరాజు రావణుని తమ్ముడు పరమధర్మాత్ముడు విభీషణుడు వచ్చాడు. అతనితో నలుగురు మంత్రులు కూడా ఉన్నారు.అతనికి స్వాగతం చెప్పి రాముడు అతనిని తనపరివారంలో చేర్చుకున్నాడు. సుగ్రీవునికి మాత్రం మనసులో అతడు శత్రుగూఢచారేమో అనే సందేహం కలిగింది. కాని శ్రీరామచంద్రుడు అతని చేష్టలు, వ్యవహారం, మనోభావాలు, పరీక్షించి అతడు పరిశుద్ధుడని, సత్యవంతుడని గ్రహించాడు. అందుకనే చాలా ఆనందంగా అతనిని ఆదరించాడు. అంతేకాదు. ఆక్షణంలోనే విభీషణుని రాక్షసులకు రాజుగా అభిషేకించాడు. లక్ష్మణునికి మిత్రునిగా చేశాడు. తనకు రహస్యమంత్రాంగం నెరిపే సలహాదారునిగా నియమించుకొన్నాడు. అనంతరం విభీషణుని అనుమతి తీసుకొని అందరూ వంతెన పైనుండి నడిచి, ఒకనెలరోజులలో సముద్రానికి ఆవలితీరం చేరుకున్నారు. అక్కడ లంక సరిహద్దులలో సైన్యం గుడారాలు వేసుకొంది. వానరవీరులు అక్కడి అనేక సుందరవనాలను పీకి పారవేశారు. రావణుని యొక్క శుకసారణులనే ఇద్దరుమంత్రులు వారిలో భేదం పెట్టడానికి వచ్చారు. వారు వానరవేషంలో రామచంద్రుని సైన్యంలో కలిసిపోయారు. విభీషణుడు వారిద్దరినీ గుర్తించి పట్టుకొన్నాడు. వారు తమ అసలు స్వరూపం చూపాక వారికి రాముని సైన్యమంతా చూపి విడిచిపెట్టాడు. లంకకు సమీపంలో సైన్యం విడిది చేసింది. శ్రీరామచంద్రుడు అత్యంత బుద్ధికుశలుడయిన అంగదుని దూతగా రావణుని వద్దకు పంపాడు.

అంగదురాయబారము - యుద్ధారంభము

మార్కండేయుడు చెపుతున్నాడు - "లంక సమీపంలోని ఆ వనంలో అన్నపానీయాలకు చాలాసదుపాయంగా ఉంది. ఫలమూలాలు అధికంగా దొరుకుతాయి. అందుకనే సేన అక్కడ గుడారాలు వేసుకొంది. రాముడు అన్నివైపుల నుండి దానిని రక్షిస్తున్నాడు. ఇక్కడ రావణాసురుడు కూడా లంకలో శాస్త్రోక్తంగా యుద్ధసామగ్రిని సమకూర్చుకోసాగాడు. లంకయొక్క ప్రహరీగోడలు, నగరద్వారం చాలా బలిష్ఠమయినవి. కాబట్టి సహజంగానే ఆక్రమణ దారులెవరికీ అక్కడకు చేరుకోవడం కష్టం. నగరానికి నలువైపులా ఏడులోతైన కందకాలు ఉన్నాయి. అవి నీటితో నిండుగా, అనేకమైన మొసళ్లు మొదలైన జలజంతువులతో నిండిఉన్నాయి. ఆ అఖాతాలలో ఇనుపమేకులు గుచ్చబడి ఉన్నాయి. ఈ అన్నింటివలన వానిలో ప్రవేశించడం కష్టసాధ్యం. ముసలాలు, బాణసంచాలు, బాణాలు, తోమరాలు, కత్తులు, పరశువులు, మైనంతో చేసిన ముద్గరాలు, తుపాకులు-మొదలైన శస్త్రాస్త్రాలు కూడా ఎక్కువగా సేకరించబడ్డాయి. నగరంలోని అన్ని గుమ్మాలపైనా కాపలా కాయడానికి సైనికదళం నియోగింపబడింది. వారిలో అధికశాతం కాల్బలం, ఎక్కువగా గజబలం, అశ్వికదళం కూడా ఉన్నాయి.

ఇక్కడ అంగదుడు దూతగా లంకకు వెళ్లాడు. నగరద్వారాన్ని చేరుకుని అతడు రావణునికి కబురుపంపి, నిర్భయంగా పట్టణంలో ప్రవేశించాడు. ఆ సమయంలో కోట్లమంది రాక్షసుల మధ్యలో ఉన్న మహాబలవంతుడయిన అంగదుడు మబ్బులు చుట్టూ ఉన్న సూర్యునిలా ప్రకాశించాడు. రావణునివద్దకు వెళ్లి అతడు - రాక్షసరాజా! కోసల దేశపురాజు శ్రీరామచంద్రుడు మీతో చెప్పమని పంపిన సందేశాన్ని వినండి. దాని ప్రకారం నడుచుకోండి. "తన మనసును అదుపులో ఉంచుకోకుండా అన్యాయంగా ప్రవర్తించే రాజు ఏలే దేశానికి, నగరానికి కూడా నష్టం వాటిల్లుతుంది. సీతాదేవిని బలవంతంగా అపహరించడం అనే అపరాధం ఒక్కడివే చేసినా గాని, దానికి శిక్షను పాపం నిరపరాధులయిన ప్రజలుకూడా అనుభవించవలసి ఉంటుంది. నీతోపాటు వారు కూడా చనిపోతారు. నీవు నీబలం చూసుకొని అహంకరించి ఉన్మత్తుడవై అడవులలో నివసించే ఋషులను చంపావు. దేవతలను అవమానించావు. రాజర్షుల యొక్క, ఏడుస్తూ విలపించే అబలల యొక్క ప్రాణాలు కూడా తీశావు. ఈ సమస్త అత్యాచారాలకు ఫలితం ఇప్పుడు కలుగబోతోంది. నేను ఇప్పుడు నీమంత్రులతోపాటు నిన్ను చంపుతాను. ధైర్యం ఉంటే యుద్ధంచేసి పౌరుషం చూపు. నిశాచరుడా! నేను మనుష్యమాత్రుడినే. అయినా నావింటి నేర్పు చూడు. జనకనందిని సీతాదేవిని విడిచిపెట్టు. లేకపోతే నాచేతులనుండి తప్పించుకోవడం అసంభవం. నేను నాతీక్ష్ణబాణాలతో ఈభూమిపై రాక్షసులు లేకుండా చేసివేస్తాను" అని సందేశాన్ని వినిపించాడు.

శ్రీరామచంద్రుని దూతయొక్క నోటివెంట వచ్చిన ఈకఠోరవాక్యాలను రావణుడు విని సహించలేకపోయాడు. అతనికి కోపంతో ఒళ్లు తెలియలేదు. అతడు సైగ చేయగానే నలుగురు రాక్షసులు లేచారు. పక్షులు సింహాన్ని పట్టుకొన్నట్లుగా

వారు అంగదుని కాళ్లుచేతులు పట్టుకొన్నారు. అతడు వారిని కూడా తీసుకొని (వారితో పాటు) ఒక్క ఎగురు ఎగిరి భవనంపైమిద్దెమీద కూర్చున్నాడు. ఎగిరేసమయంలో ఆరాక్షసులు అతని శరీరం నుండి విడివడి భూమిపైన జారిపడ్డారు. అంగదుడు భవనం పైభాగానికి వెళ్లి అక్కడినుండి దూకుతూ, లంకాపురిని దాటుకొని తమసైన్యాన్ని చేరుకొన్నాడు. శ్రీరామచంద్రుని వద్దకేగి జరిగినదంతా చెప్పాడు. రాముడు అతనిని మిక్కిలిగా కొనియాడాడు. తరువాత వారు విశ్రాంతి తీసుకోవడానికి వెళ్లిపోయారు.

తదనంతరం రామచంద్రుడు వాయువేగులైన వానరసైన్యాన్ని అంతటినీ తీసుకొని ఒక్కసారిగా లంకమీద దాడిచేశాడు. లంకానగరం యొక్క ప్రహరీగోడ కూలిపోయింది. లంక దక్షిణద్వారంలో ప్రవేశించడం చాలా కష్టం.

అయినా లక్ష్మణుడు విభీషణ జాంబవంతులను ముందుంచుకొని దానిని కూడా మట్టిపాలు చేశాడు. ఆపై యుద్ధకుశలురైన వంద అర్బుదాల వానరవీరులసైన్యాన్ని తీసుకొని లంకలోపల ప్రవేశించాడు. ఆసమయంలో అతనితోపాటు మూడుకోట్ల భల్లూకసైన్యం ఉంది. ఇటువైపు రావణుడు కూడా రాక్షసవీరులను యుద్ధానికి ఆదేశించాడు. ఆదేశం అందుకోగానే కామరూపధరులైన భయంకర రాక్షసులు లక్షమంది చొప్పున సమూహాలుగా ఏర్పడి వచ్చారు. వారు కోటను సంరక్షిస్తూ, శస్త్రాస్త్రాలను వర్షిస్తూ వానరులను తరిమికొట్టడానికి తమ పరాక్రమాన్ని ప్రదర్శించసాగారు. ఇటువైపు వానరులు కూడా స్తంభాలు పుచ్చుకొని మోదుతూ నిశాచరులను పడగొట్టసాగారు. ఇంకొకవైపు రాముడు బాణవర్షాన్ని కురిపిస్తూ వారిని సంహరించడం మొదలుపెట్టాడు. మరొకవైపు లక్ష్మణుడు కూడా తన అతిదృఢమైన బాణాలతో కోటలోపల ఉన్న రాక్షసుల ఉసురు తీయసాగాడు.

రావణునికి ఈసమాచారం అందగానే అతడు కోపంతో మండిపడుతూ భయంకరమైన పిశాచసైన్యాన్ని, రాక్షససైన్యాన్ని వెంటబెట్టుకొని స్వయంగా యుద్ధంచేయడానికి వచ్చాడు. అతడు రెండవ శుక్రాచార్యునివలె యుద్ధవిద్యలో ఆరితేరినవాడు. శుక్రుడు చెప్పినరీతిలోనే తన సైన్యాన్ని వ్యూహంగా మలిచి, వానరసంహారం మొదలుపెట్టాడు. రావణుడు వ్యూహాకృతిగా సైన్యాన్ని నిలిపి పోరాటానికి సిద్ధపడడం చూసిన రాముడు అతనిని ఎదిరించసాగాడు బృహస్పతి చెప్పిన రీతిగా తన సైన్యవ్యూహాన్ని రచించాడు. తరువాత రావణునితో రాముడు, ఇంద్రజిత్తుతో లక్ష్మణుడు, విరూపాక్షునితో సుగ్రీవుడు, నిఖర్వటునితో తారుడు, తుండునితో నలుడు, పటుశునితో పనసుడు తలపడ్డారు. తమకు దీటైన వారితో ఆ వీరులు తలపడ్డారు. ప్రాచీన దేవాసురసంగ్రామం కూడా దీని ఎదుట దిగుదుడుపే అన్నంతగా సాగింది ఈ యుద్ధం.

ప్రహస్త, ధూమ్రాక్ష, కుంభకర్ణుల వధ

మార్కండేయుడు చెప్తున్నాడు - అనంతరం యుద్ధాలలో అతిభయంకరమైన పరాక్రమం చూపగల ప్రహస్తుడు ఒక్కసారిగా విభీషణుని సమీపించి సింహనాదం చేస్తూ గదతో అతనిని మోదాడు. విభీషణుడు కూడా ఒక మహాశక్తిని చేతిలోనికి తీసుకొని దానిని అభిమంత్రించి ప్రహస్తుని శిరసుమీద ప్రయోగించాడు. ఆ మహాశక్తి వజ్రంతో సమానమైన వేగం కలది. దాని దెబ్బకు ప్రహస్తుని తల ముక్కలై కిందపడింది. పెనుగాలికి పెకలించబడిన వృక్షంలాగ అతడు నేలకూలాడు. అతడు మరణించడం చూసి ధూమ్రాక్షుడనే రాక్షసుడు మహావేగంగా వానరులవైపు దూసుకువచ్చి, తన బాణ ప్రహారాలతో వారిని చెల్లా చెదురు చేశాడు. ఇది చూచిన పవనతనయుడు గుఱ్ఱాలు, రథం, సారథితో సహా అతనిని చంపివేశాడు. అతని మరణంతో వానరులకు కొంతధైర్యం చిక్కింది. వారు మిగిలిన రాక్షసులను మోదసాగారు. వారి దెబ్బలు తిన్న రాక్షసులందరూ జీవితాలమీద ఆశ వదిలేసుకొన్నారు. ప్రాణాలతో తప్పించుకొన్నవారు భయంతో లంకలో ప్రవేశించారు. అక్కడికి వెళ్లి అందరూ రావణునకు యుద్ధసమాచారం అందించారు.

వారి నోట ప్రహస్తధూమ్రాక్షులు సేనాసహితంగా వధింపబడిన సంగతి విని రావణుడు చాలాసేపు శోకంతో నిట్టూరుస్తూ ఉండిపోయాడు. కాసేపటికి సింహాసనం నుండి లేచి 'ఇప్పుడు కుంభకర్ణుడు తన పరాక్రమం చూపే సమయం ఆసన్నమయింద'ని తలపోశాడు. అతడు పెద్దగా ధ్వనించే అనేకరకాల వాద్యాలు వాయింపచేశాడు. అతి ప్రయత్నంమీద ఘోరనిద్రలో ఉన్న కుంభకర్ణుని మేల్కొలిపాడు. అతడు కాస్త స్వస్థత చెంది శాంతించాక అతనితో రావణుడు - "సోదరా! కుంభకర్ణా! మనకు చాలా భయంకరమైన ఆపద వచ్చిపడిందని నీకు తెలియదు. నేను రాముని భార్యను సీతను ఎత్తుకొని వచ్చాను. ఆమెను తీసుకువెళ్లడానికి అతడు సముద్రానికి వారధికట్టి ఇక్కడివరకు వచ్చాడు. అతనివెంట

అపారమైన వానరసైన్యం ఉంది. ఇంతవరకు అతడు ప్రహస్తుడు మొదలైన మన ఆత్మీయులను వధించాడు. రాక్షససంహారం చేస్తున్నాడు. అతనిని చంపగలవీరుడు నీవు తప్ప మరొకరు లేరు. నీవు బలవంతులలో శ్రేష్ఠుడవు. కాబట్టి కవచాదులు ధరించు. యుద్ధానికి వెళ్లి రాముడు మొదలైన శత్రువులను సంహరించు" అని చెప్పాడు.

రావణుని ఆజ్ఞను పాటించి కుంభకర్ణుడు తన అనుచరులతో పాటు నగరం వెలుపలికి రాగానే విజయోల్లాసంతో గంతులువేస్తున్న వానరసైన్యంపై అతని దృష్టి పడింది. అతడు రాముని చూడాలనే కోరికతో ఆ సైన్యంలో అటు ఇటు చూడగా చేతిలో ధనుస్సుతో లక్ష్మణుడు కనిపించాడు. ఇంతలోనే వానరులు వచ్చి కుంభకర్ణుని అన్నివైపుల నుండి చుట్టుముట్టి పెద్దపెద్ద చెట్లను పెకలించి తెచ్చి వాటితో అతనిని మోదసాగారు. కొంత మంది వానరులు భయంకరమైన శస్త్రాస్త్రాలు ప్రయోగించారు. కాని కుంభకర్ణుడు ఏమాత్రం చలించకుండా నవ్వుతూ నవ్వుతూ వానరులను భక్షించసాగాడు. చూస్తూ చూస్తూ ఉండగానే బలుడు, చండబలుడు, వజ్రబాహుడు అనే వానర వీరులు అతనికి ఆహారమైపోయారు. దుఃఖాన్ని కలిగించే కుంభకర్ణుడు చేస్తున్న ఈ పనులను చూసి తారుడు మొదలైన వానరులు భయకంపితులై గట్టిగా అరవసాగారు. వారి ఆక్రందనలను విని సుగ్రీవుడక్కడకు పరుగెత్తుకువచ్చాడు. ఒక మద్దిచెట్టును పెకలించి దానిని కుంభకర్ణుని తలకు తగిలేలా విసిరాడు. ఆ మద్దిచెట్టు విరిగిపోయింది కాని కుంభకర్ణునికి మాత్రం ఏమీ బాధ కలుగలేదు. కాని దాని స్పర్శతో మాత్రం అతడు కొంచెం హెచ్చరిక వహించవలసి వచ్చింది. అతడు వికటంగా గర్జించి సుగ్రీవుని బలవంతంగా పట్టుకొని రెండు భుజాలమధ్య అదిమి వేయసాగాడు. ఇదంతా లక్ష్మణుడు చూశాడు. ఆరాక్షసుడు సుగ్రీవుని పట్టుకొని తీసుకుపోతూండగా అతడు పరుగెత్తుకొని వెళ్లి అతని ఎదుట నిలిచాడు. అతడు ఒక వేగవంతమైన బాణంతో కుంభకర్ణుని గురి చూసి కొట్టాడు. ఆ బాణం కవచాన్ని ఛేదించి శరీరాన్ని చొచ్చుకుపోయి రక్తరంజితమై భూమిమీద పడిపోయింది. గుండె ఛిద్రం కావడంతో అతడు సుగ్రీవుని వదిలివేశాడు. రెండు చేతులతో పెద్దబండరాయిని ఎత్తి లక్ష్మణునిపైకి దాడి చేశాడు. లక్ష్మణుడు కూడా అతివేగంతో అతని రెండుచేతులనూ ఖండించివేశాడు. ఇక కుంభకర్ణునికి నాలుగు చేతులు మిగిలాయి. ఆనాలుగు చేతులతో అతడు మళ్లీ రాళ్లను తీసుకొని మీదికి రాసాగాడు. అయినా లక్ష్మణుడు హస్త లాఘవాన్ని ప్రదర్శిస్తూ, తిరిగి బాణాలతో అతని నాలుగు బాహువులను ఖండించివేశాడు. కుంభకర్ణుడు తన శరీరాన్ని పెద్దదిగా పెంపుచేశాడు. అతనికి అనేక కాళ్లు, అనేకతలలు, అనేకభుజాలు ఉన్నాయి. అది చూచిన లక్ష్మణుడు బ్రహ్మాస్త్రాన్ని ప్రయోగించి పర్వతాకారంలా ఉన్న రాక్షసుని సంహరించాడు. పిడుగు పడితే చెట్టు నేలమట్టమై పోయినట్లుగా ఆ దివ్యాస్త్రాలు తగిలి ఆ మహాబలవంతుడైన రాక్షసుడు నేల కూలాడు. కుంభకర్ణుడు ప్రాణాలు కోల్పోయి పడిపోవడం చూసిన రాక్షసులు భయంతో పారిపోయారు. ఆయుద్ధంలో రాక్షసులే ఎక్కువగా చనిపోయారు. వానరులు చాలా కొద్దిమందే చనిపోయారు.

ఇంద్రజిత్తు వధింపబడుట

మార్కండేయుడు చెపుతున్నాడు - అనంతరం రావణుడు తన కొడుకు, వీరుడు అయిన ఇంద్రజిత్తుతో - "నాయనా! నీవు శస్త్రాన్ని ధరించిన వారిలో వీరుడవు. యుద్ధంలో ఇంద్రుని కూడా జయించి నీవు నీ ఉజ్జ్వలమైన కీర్తిని వ్యాపింపచేశావు. కాబట్టి నీవు యద్ధరంగానికి వెళ్లి రామలక్ష్మణులను, సుగ్రీవుని వధించు" అని చెప్పాడు.

ఇంద్రజిత్తు 'సరే. మంచిది' అని తండ్రి ఆజ్ఞను మన్నించి, కవచధారుడై రథమెక్కి వెంటనే యుద్ధభూమికి వెళ్లాడు. అక్కడికి వెళ్లి అతడు తన పేరును సూటిగా చెప్పి పరిచయం చేసుకున్నాడు. లక్ష్మణుని యుద్ధానికి ఆహ్వానించాడు. లక్ష్మణుడు కూడా వింటిలో బాణాన్ని కూర్చి, చాలా వేగంగా అతని ఎదుటకు వచ్చాడు. సింహం అల్పమృగాలను భయభ్రాంతులను చేసినట్లుగా తన ధనుష్టంకారంతో రాక్షసులందరికి భయం కలిగించాడు. ఇంద్రజిత్తు, లక్ష్మణుడు ఇద్దరికీ దివ్యాస్త్రప్రయోగం తెలుసును. ఇద్దరూ యుద్ధానికి కచ్చా బిగించి నిలబడ్డారు. ఇద్దరూ ఒకరిపై ఒకరు విజయం సాధించాలని కోరుకొంటున్నారు. అందుకని వారిమధ్య ఘోరయుద్ధం జరిగింది. ఈమధ్యలో వాలియొక్క కొడుకు అంగదుడు ఒక వృక్షాన్ని పెరికి దానిని ఇంద్రజిత్తుపై విసిరాడు. దెబ్బ తగిలినా అతడు తూలిపోలేదు. ఇంతలో అంగదుడు అతనిని సమీపించాడు. వెంటనే అతడు అంగదుని ఎడమపార్శ్వంలో గదతో గట్టిగా కొట్టాడు. అంగదుడు బలవంతుడు కాబట్టి ఈదెబ్బ అతనికి ఒక లెక్కలోకి రాలేదు. కోపంతో అతడు మళ్లీ ఒక వృక్షాన్ని పెరికి దానిని ఇంద్రజిత్తు

మీదికి విసిరాడు. ఆ దెబ్బకు ఇంద్రజిత్తు రథం నుగ్గునుగ్గయింది. గుఱ్ఱాలు సారథి కూడా మరణించారు. వెంటనే ఇంద్రజిత్తు రథం నుండి దుమికి మాయజాలంతో అక్కడే అంతర్ధానం అయిపోయాడు. అతడు అంతర్హితుడవడం చూసి రామచంద్ర భగవానుడు కూడా అక్కడికి వచ్చాడు. అతడు స్వయంగా అన్నివైపులనుండి తనసైన్యాన్ని రక్షించసాగాడు. ఇంద్రజిత్తు కోపంతో రామలక్ష్మణుల శరీరాలపై వందలవేల బాణాలు వర్షించసాగాడు. అతడు దాగుకొని బాణాలజడివాన కురిపించడం చూసిన వానరులు చేతులతో పెద్దపెద్ద రాళ్లు పట్టుకొని ఆకాశంలోకి ఎగిరి అతని జాడను తీయసాగారు. ఇంద్రజిత్తు అలా అదృశ్యంగా ఉండే ఆ వానరులను, రామలక్ష్మణులను బాణాలతో వేధించసాగాడు. ఆ ఇద్దరు అన్నదమ్ముల శరీరాలు బాణాలతో నిండిపోయాయి. ఆకాశం నుండి జారిపోతున్న సూర్యచంద్రులవలె వారు నేలమీద పడిపోయారు.

అంతలో అక్కడికి విభీషణుడు వచ్చాడు. అతడు ప్రజ్ఞాస్త్రంతో వారిని మూర్ఛనుండి తేర్చాడు. సుగ్రీవుడు విశల్య అనే ఒక ఔషధాన్ని, దివ్యమంత్రాలతో అభిమంత్రించి, దానిని ఇద్దరన్నదమ్ముల శరీరానికి పూశాడు. దాని ప్రభావంవలన వారి శరీరాలలో గ్రుచ్చుకొన్న బాణాలు అతిసులభంగా వెలికిరావడమే కాకుండా క్షణకాలంలోనే గాయాలు నయమయిపోయాయి. ఈ ఉపచారంతో ఆఇద్దరు మహాపురుషులు శీఘ్రంగా తెలివిలోకి వచ్చారు. వారి అలసట, బద్ధకం తీరిపోయాయి. రామునికి బాధ తగ్గిన తరువాత విభీషణుడు చేతులు జోడించి - "మహారాజా! కుబేరుని ఆజ్ఞపై ఒక గుహ్యకుడు శ్వేతగిరినుండి ఇక్కడకు ఈదివ్యజలాన్ని తీసుకొని తమవద్దకు వచ్చాడు. ఈనీటితో కన్నులు కడుగుకొన్నట్లయితే మాయవలన దాగిన ప్రాణులను మీరు చూడగలుగుతారు. అంతేకాదు. ఈ నీరు ఎవరెవరికి ఇస్తే వారందరూ కూడా చూడగలుగుతారు" అని విన్నవించాడు.

రాముడు 'సరే' అని చెప్పి, ఆ జలాన్ని స్వీకరించి, తన కన్నులను రెండింటిని కడుగుకొన్నాడు. అనంతరం లక్ష్మణుడు, సుగ్రీవుడు, జాంబవంతుడు, హనుమంతుడు, అంగదుడు, మైందుడు, ద్వివిదుడు, నీలుడుకూడా దానిని ఉపయోగించారు. ఇంచుమించు ప్రముఖ వానరులందరూ ఆ నీటితో తమ కన్నులు తుడుచుకొన్నారు. విభీషణుడు చెప్పినట్లుగానే ఆ నీటిప్రభావం కనిపించింది. ఒక్కక్షణంలోనే వారందరి కన్నులకు అతీంద్రియవస్తువులు కూడా ప్రత్యక్షం కాసాగాయి.

ఇంద్రజిత్తు ఆరోజు తాను చూపిన పరాక్రమం గురించి చెప్పడానికి తండ్రివద్దకు వెళ్లాడు. అక్కడినుండి తిరిగి యుద్ధం చేయాలనే కాంక్షతో క్రోధంతో వస్తూన్నంతలోనే విభీషణుని సూచన మేరకు లక్ష్మణుడు అతనిపై దాడి చేశాడు. ఇది చూచి ఇంద్రజిత్తు మర్మచ్ఛేదకములైన అనేక బాణాలు ప్రయోగించి లక్ష్మణుని తూట్లుపొడిచాడు. అంతట లక్ష్మణుడు కూడా అగ్నివలె మండే బాణాలతో ఇంద్రజిత్తును కొట్టాడు. లక్ష్మణుడు కొట్టిన దెబ్బకు గాయపడిన ఇంద్రజిత్తు క్రోధమూర్ఛితుడై విషసర్పాలవంటి ఎనిమిది బాణాలతో అతనిని కొట్టాడు. బదులుగా లక్ష్మణుడు అగ్నివలె చురుక్కుమని తాకే మూడు బాణాలతో కొట్టాడు. ఆ బాణాలు తగలగానే ఇంద్రజిత్తు ప్రాణవాయువులు పైకెగిరిపోయాయి.

రామరావణ యుద్ధము - రావణవధ - సీతారాముల సమాగమము

మార్కండేయుడు చెపుతున్నాడు - తన ప్రియపుత్రుడు మేఘనాథుడు మరణించగా, రావణుడు రత్నఖచితమైన బంగారు రథం ఎక్కి లంకనుండి బయలుదేరాడు. అతనివెంట రకరకాల అస్త్రశస్త్రాలు ధరించిన భయంకరులైన రాక్షసవీరులు అనేకులు ఉన్నారు. అతడు వానరయూధపతులతో పోరాడుతూ రాముని వైపుకి వెళ్లాడు. క్రోధాతురుడై అతడు రామునివైపుకు రావడం చూచిన మైందుడు, నీలుడు, నలుడు, అంగదుడు, హనుమంతుడు, జాంబవంతుడు తమ తమ సైన్యాలతో నాలుగువైపులనుండి అతనిని చుట్టుముట్టారు. ఆ భల్లూక వానరవీరులు రావణుడు చూస్తూ ఉండగానే చెట్లతో కొట్టి అతని సైన్యాన్ని చిందరవందర చేశారు. శత్రువులు తన సైన్యాన్ని నష్టపరచడం చూసి మాయావి అయిన రావణుడు తన మాయను ప్రసరింపచేశాడు. కొద్దిసేపటికే బాణాలు, శూలాలు, ఋష్టులు మొదలైన ఆయుధాలు ధరించిన వందలవేల రాక్షసులు అతని శరీరం నుండి వెలువడడం కనిపించింది. కాని రామచంద్రుడు దివ్యాస్త్రాలతో వారినందరిని చంపివేశాడు. రావణుడు ఇంకొక మాయను ప్రయోగించాడు. అతడు రామలక్ష్మణుల రూపాలను ధరించి, వారివైపే పరుగెత్తుకు రాసాగాడు. రాక్షసరాజు యొక్క ఈ మాయను చూచికూడా లక్ష్మణుడు ఏమాత్రం కంగారుపడలేదు. అతడు రామునితో - "దేవా! మన వంటి ఆకారాలనే తాల్చిన ఈపాపాత్ములయిన రాక్షసులను సంహరించండి" అన్నాడు. అంతట రాముడు, వారిని, ఇంకా అనేక ఇతర రాక్షసులను నేలకూల్చాడు.

అదే సమయంలో ఇంద్రునియొక్క సారథి మాతలి నల్లని గుఱ్ఱాలుపూన్చిన సూర్యునికాంతితో సమానంగా ప్రకాశించే రథాన్ని తీసుకొని యుద్ధభూమిలో రామునివద్దకు వచ్చి - "రఘునాథా! నల్లని గుఱ్ఱాలు కట్టిన ఈరథం జైత్రమనే పేరుగల ఇంద్రుని రథం. దీనిని అధిష్ఠించియే ఇంద్రుడు సంగ్రామరంగంలో వందలకొద్దీ దైత్యదానవులను వధించాడు. పురుషసింహమా! మీరు కూడా నా సారథ్యంలో దీనిని ఎక్కి వెంటనే రావణుని సంహరించండి. ఆలస్యం చేయకండి" అనిచెప్పాడు. అప్పుడు రఘునాథుడు ప్రసన్నచిత్తుడై 'సరే' అని ఆరథాన్ని ఎక్కాడు. రావణుని మీదికి దాడి వెళ్లగానే రాక్షసులందరూ హాహాకారాలు చేయసాగారు. ఈరీతిగా రామరావణులమధ్య భీకరమైన సంగ్రామం ఆరంభమయింది. ఆ యుద్ధానికి సాటిమరేదీ లేనేలేదు. రాక్షసరాజు రావణుడు ఇంద్రుని వజ్రాయుధం వంటి అత్యంత కఠినమయిన త్రిశూలాన్ని రామునిపై ప్రయోగించాడు. వెంటనే రాముడు తన పదునైన బాణాలతో దానిని అక్కడికక్కడే ఖండించివేశాడు. అతి దుష్కరమయిన ఈపనిని చూసి రావణుడు భయపడ్డాడు. అతడు క్రోధంతో వేలు లక్షలుగ అతి తీక్ష్ణమైన బాణాలను వర్షించసాగాడు. అవే కాకుండా అతడు భుశుండి, శూలం, ముసలం, పరశువు, శక్తి, అనేకరూపాల శతఘ్నులు, పదునైన చురకత్తులు - మొదలైనవి కూడా వర్షంలా కురిపించసాగాడు. రావణుని యొక్క ఈ వికృతమాయను చూసి వానరులందరూ అటుఇటు పరుగెత్తసాగారు. ఇక అప్పుడు రాముడు తన అమ్ములపొదినుండి ఒక బాణాన్ని లాగి, దానిని బ్రహ్మాస్త్రంతో అభిమంత్రించి, ఆ అతులిత ప్రభావం గల బాణాన్ని రావణునిపై ప్రయోగించాడు. రాముడు వింటినారిని చెవులవరకు లాగి ఆ బాణాన్ని వదిలాడో లేదో, ఆరాక్షసుడు తన రథంతో, గుఱ్ఱాలతో, సారథితో సహితంగా భయంకరమైన అగ్నితో ఆవరింపబడి మండిపోసాగాడు. ఈరీతిగా పుణ్యకర్ముడైన రామచంద్రభగవానుని చేతితో రావణుని వధ జరిగింది. ఇది చూచి గంధర్వ చారణులతో సహితంగా దేవతలందరూ ఎంతో ఆనందించారు.

రాజా! దేవతలకు ద్రోహం చేసిన ఆ నీచరాక్షసుడు రావణుని చంపి రామలక్ష్మణులు, అతని స్నేహితులు చాలా ఆనందించారు. పిమ్మట దేవతలు, ఋషులు జయజయధ్వానాలు చేస్తూ, ఆశీర్వదిస్తూ మహాబాహువు అయిన రాముని అభినందించారు. దేవతలందరూ రామచంద్రభగవానుని స్తుతించారు. గంధర్వులు పూలవాన కురిపిస్తూ గానంచేస్తూ పూజించారు. అవింధ్యుడు అనే బుద్ధిమంతుడు, వయోవృద్ధుడు అయిన మంత్రి సీతను తీసుకొని విభీషణునితో పాటు రాముని వద్దకు వచ్చి, అతిదైన్యంగా "మహాత్మా! సదాచారపరాయణురాలు అయిన జానకీదేవిని గ్రహించండి" అని ప్రార్థించాడు. అప్పుడు సీత ఒక పల్లకిలో కూర్చొని ఉంది. ఆమె శోకంతో కృశించి ఉంది. శరీరం దుమ్ముకొట్టుకుపోయి, జుట్టు జడలుగట్టి ఉంది. ఆమెను చూచి రాముడు - "జనకనందినీ! నేను చేయవలసిన పని పూర్తి చేశాను. ఇక నీకు ఇష్టమైనచోటికి వెళ్లవచ్చును. నావంటి ధర్మవేత్త ఇతరుల చేతికి వెళ్లిన స్త్రీని ఒక క్షణకాలమైనా ఎలా ఉంచుకోగలుగుతాడు?" అన్నాడు. రాముని యొక్క ఈ క్రూరమైన మాటలు విని సుకుమారి అయిన సీత వ్యాకులపడి మొదలు నరికిన అరటిచెట్టువలె భూమిమీద వాలిపోయింది. వానరులందరూ, లక్ష్మణుడు కూడా ఈమాటవిని ప్రాణంలేని బొమ్మల్లా కొయ్యబారిపోయారు.

ఆసమయంలో సృష్టికర్త, దేవాధిదేవుడు అయిన బ్రహ్మ విమానాన్ని అధిష్ఠించి అక్కడకు వచ్చాడు. అతనితో పాటు ఇంద్రాగ్నియమవరుణకుబేర వాయువులు, సప్తర్షులు, కూడా దర్శనమిచ్చారు. దివ్యతేజోమయమయిన రూపాన్ని ధరించి దశరథమహారాజు కూడా ప్రకాశమానమైన హంసవాహనాన్ని ఎక్కి వచ్చాడు. ఆసమయంలో దేవతలు, గంధర్వులతో నిండిపోయిన ఆకాశం నక్షత్రాలతో నిండిన శరత్కాలగగనంలా శోభిల్లింది. అప్పుడు యశస్విని అయిన జానకీమాత వారందరిమధ్యలో నిలిచి రామచంద్రునితో - "రాజపుత్రా! మీరు స్త్రీపురుషుల స్వభావాలు బాగా ఎరుగుదురు. కాబట్టి నేను మిమ్మల్ని తప్పుపట్టను. కాని నామాట ఒకటి వినండి. నిరంతరగమనశీలమైన వాయువు ప్రాణులందరిలోను సంచరిస్తూ ఉంటుంది. నేను ఎప్పుడయినా ఏదయినా పాపం చేసి ఉంటే అది నా ప్రాణాలు హరిస్తుంది. వీరవరుడా! కలలో కూడా నేను మిమ్మల్ని తప్ప ఇతరపురుషుని చింతించలేదు. దీనికి దేవతలు సాక్ష్యం ఇస్తే మీరునన్ను స్వీకరించండి" అన్నది. అప్పుడు వాయుదేవుడు - "రామచంద్రా! నేను నిరంతరగతిశీలుడవైన వాయువును. సీత నిజంగా నిష్కళంకురాలు. నీవు నీభార్యను స్వీకరించు" అన్నాడు.

అగ్నిదేవుడు – "రఘునందనా! నేను ప్రాణుల శరీరాలలో ఉంటాను. కాబట్టి నేను ఆ ప్రాణుల అతి రహస్యమైన సంగతులు కూడా ఎరుగుదును. నేను నిజం చెపుతున్నాను. మైథిలి ఏ కొంచెం కూడా తప్పు చేయలేదు" అన్నాడు. వరుణుడు – "రాఘవా! సమస్తప్రాణులలోని నీరు నావలననే ఉత్పన్నమవుతుంది. నేను నిశ్చయంగా చెపుతున్నాను. నీవు మిథిలానరేశుని కుమార్తెను గ్రహించు" అన్నాడు. బ్రహ్మదేవుడు – "రఘువీరా! నీవు దేవగంధర్వులకు, సర్పయక్షదానవులకు, మహర్షులకు శత్రువైన రావణుని వధించావు. నేను ఇచ్చిన వరప్రభావం వలన ఇతడు ఇంతవరకు ఏ ప్రాణులచేత చంపబడలేదు. ఏదో కారణవశంగా నేను కొంతకాలం పాటు ఈపాపాత్ముని ఉపేక్షించాను. ఈదుష్టుడు తన నాశనం కోసమే సీతను అపహరించాడు. నలకూబరుని శాపం ద్వారా నేనే జానకిని రక్షించాను. రావణునికి అంతకుముందే "నీవు ఏ పరస్త్రీ శీలాన్నయినా ఆమెకు ఇష్టం లేకుండా హరించినట్లయితే నీ శిరసు నూరుముక్కలవుతుంద"ని శాపం ఉంది. కాబట్టి పరమతేజస్సంపన్నుడవయిన ఓరామా! నీవు ఏవిధమయిన అనుమానమూ పెట్టకోక సీతను స్వీకరించు. నీవు అతిగొప్పదైన దేవకార్యం నిర్వహించావు" అని వివరించి చెప్పాడు. దశరథుడు – "వత్సా! నేను నీతండ్రిని దశరథుడను. నాకు నీపట్ల అనుగ్రహం ఉంది. నీకు శుభమగుగాక! నీవు ఇక అయోధ్యారాజ్యం పాలించవచ్చునని నేను అనుమతిస్తున్నాను" అన్నాడు. అప్పుడు రాముడు – "మహారాజా! మీరు నాతండ్రి అయితే మీకు నాప్రణామం. నేను మీఆజ్ఞప్రకారం అయోధ్యకు వెళ్తున్నాను" అన్నాడు.

మార్కండేయుడు చెపుతున్నాడు – "రాజా! అనంతరం రాముడు దేవతలందరికీ నమస్కరించాడు. తన బంధువర్గం అంతా కొనియాడుతూ ఉండగా ఇంద్రుడు శచీదేవిని పొందినట్లుగా సీతామాతను కలుసుకొన్నాడు. తరువాత శత్రుసూదనుడైన శ్రీరామచంద్రుడు అవింధ్యునికి అభీష్టవరం ప్రసాదించాడు. రాక్షసి అయిన త్రిజటను ధనగౌరవాలతో సత్కరించాడు. ఇదంతా అయ్యాక బ్రహ్మదేవుడు అతనితో – "కౌసల్యానందనా! నీకు ఇంక ఏమేమి వరాలు కావాలో అడుగు" అన్నాడు. అప్పుడు రాముడు తన ధర్మం నిలకడగా ఉండాలని; శత్రువులవలన ఎన్నడూ పరాజయం ఉండకూడదని; రాక్షసులవలన చనిపోయిన వానరులందరూ తిరిగి బ్రతకాలని వరాలు కోరుకొన్నాడు. బ్రహ్మదేవుడు 'తథాస్తు' అనగానే వానరులందరూ బ్రతికిలేచారు. ఆసమయంలో సౌభాగ్యవతి సీతకూడా హనుమంతునికి – "పుత్రా! రామచంద్రభగవానుని కీర్తి ఉన్నంతవరకు నీవు జీవించి ఉంటావు. నాదయ వలన నీవు ఎప్పుడూ దివ్యభోగాలు అనుభవిస్తూ ఉంటావు" అని వరం ఇచ్చింది. ఆ తరువాత అందరి ఎదురుగానే ఇంద్రాదిదేవతలు అందరూ అంతర్ధానం అయ్యారు.

రామచంద్రుడు అయోధ్యకు తిరిగివచ్చి రాజ్యాభిషిక్తుడగుట

తదనంతరం విభీషణుడు రాముని సత్కరించాడు. రాముడు లంకారక్షణకు తగిన ఏర్పాటు చేసి, సుగ్రీవాది ప్రముఖవానరులు అందరితో కలిసి ఆకాశంలో ఎగిరే పుష్పకవిమానం ఎక్కి సేతువుపైన ప్రయాణిస్తూ సముద్రాన్ని దాటాడు. సముద్రానికి ఇవతలి ఒడ్డును చేరి పూర్వం తాను తన ముఖ్యులైన మంత్రులతో కలిసి ఎక్కడ శయనించాడో అక్కడే మరల విశ్రమించాడు. పరమధార్మికుడైన శ్రీరామచంద్రుడు రత్నాలను కానుకలుగా ఇచ్చి సమస్తవానరులను, భల్లూకాలను సంతృప్తిపరచి వీడుకొలిపాడు. వానరభల్లూకాలు వెళ్లిపోయాక సుగ్రీవ విభీషణులతో కలిసి పుష్పకవిమానం మీద కిష్కింధాపురికి వెళ్లాడు. దారిమధ్యలో సీతాదేవికి వనరామణీయకాన్ని అక్కడక్కడ చూపసాగాడు. కిష్కింధను చేరుకున్నాక మహాపరాక్రమవంతుడైన అంగదుని యువరాజుగా అభిషేకించాడు. వారందరినీ కలుపుకొని లక్ష్మణసహితుడై వచ్చినదారినే అయోధ్యకు బయలుదేరాడు. అయోధ్యను సమీపించాక అతడు హనుమంతుని తన దూతగా భరతునివద్దకు పంపాడు. హనుమంతుడు లక్షణాలను బట్టి భరతుని మనోభావాన్ని గుర్తించి, రాముని పునరాగమన శుభవార్తను అతనికి తెలిపి తిరిగి వచ్చేసరికి అందరూ నందిగ్రామాన్ని చేరుకున్నారు. భరతుడు నారచీరలు ధరించి ఉండడం రాముడు చూశాడు. అతని శరీరం మలినమై ఉంది. అతడు పాదుకలను ఎదుట ఉంచుకొని ఆసనం మీద కూర్చుని ఉన్నాడు. భరత శత్రుఘ్నులను కలుసుకొని రామలక్ష్మణులు మిక్కిలి ఆనందించారు. భరతశత్రుఘ్నులు కూడా తమ పెద్దన్నగారిని, జానకీమాతను కలుసుకొని ఎంతో సంతోషించారు. తదనంతరం భరతుడు అమితానందంతో రామచంద్రునికి తన వద్ద కుదువపెట్టుకొన్న అతని రాజ్యాన్ని అప్పగించాడు. విష్ణుదేవతాకమైన శ్రవణానక్షత్రపుణ్యదినాన

వసిష్ఠవామదేవులిద్దరూ కలిసి రామదేవునికి రాజ్యాభిషేకం జరిపించారు.

రాజ్యాభిషేకం జరిగిన తరువాత రామచంద్రుడు కపిరాజు అయిన సుగ్రీవునికి, పులస్త్యనందనుడైన విభీషణునికి ఇంటికివెళ్లడానికి అనుమతించాడు. భగవానుడు రకరకాల భోగాలతో వారిని సత్కరించాడు. దానితో వారు ప్రసన్నులై ఆనందించడం చూసి, వారికర్తవ్యాన్ని బోధించి వారికివీడ్కోలు పలికాడు. ఆసమయంలో వారికి రాముని విడిచివెళ్లడానికి చాలా దుఃఖం కలిగింది. తరువాత పుష్పకవిమానాన్ని పూజించి, దానిని కుబేరునికే ఇచ్చివేశాడు. దేవర్షుల సహాయంతో గోమతీనదీతీరంలో పది అశ్వమేధయజ్ఞాలు చేశాడు. అందులో అన్నార్థులకు ఎల్లప్పుడూ భాండారం తెరిచే ఉండేది.

మార్కండేయుడు చెపుతున్నాడు - "మహాబాహూ! యుధిష్ఠిరా! ఈ రీతిగా పూర్వకాలంలో అతులిత పరాక్రమం గల శ్రీరామచంద్రుడు వనవాసకారణంగా మిక్కిలి భయంకరమైన కష్టాలు అనుభవించాడు. పురుషసింహమా! నీవు క్షత్రియశ్రేష్ఠుడవు. శోకించకు. నీవు నీ భుజబలాన్ని నమ్ముకొని ప్రత్యక్ష ఫలాన్ని ఇచ్చే మార్గంలోనే వెళ్తున్నావు. ఇందులో నీతప్పు ఇసుమంతైనా లేదు. ఇంద్రునితో కూడిన దేవతలు, అసురులు అందరూ కూడా ఈ సంకట మార్గంలోనికి రావలసినదే. కాని మరుత్తుల సహాయంతో ఇంద్రుడు వృత్రాసురుని నాశనం చేసినట్లుగా దేవతలవంటి ధనుర్ధారులయిన నీతమ్ముళ్లసహాయంతో నీవు నీ శత్రువులందరినీ యుద్ధంలో ఓడిస్తావు. రాముడు అయితే ఒంటరిగానే భయంకరమైన పరాక్రమం గల రావణుని యుద్ధంలో చంపి జానకిని తీసుకొనివచ్చాడు. అతనికి సహాయపడినది కేవలం వానరులు, భల్లూకాలు మాత్రమే. ఈ అన్ని విషయాలూ కూడా నీవు ఆలోచించు.

వైశంపాయనుడు చెపుతున్నాడు - ఈరీతిగా బుద్ధిమంతుడైన మార్కండేయుడు యుధిష్ఠిరునికి ధైర్యం చెప్పాడు.

సావిత్రి కథ

యుధిష్ఠిరుడు - "మునివరా! ఈద్రౌపదిని గురించి నాకు కలుగుతున్నంత విచారం నాగురించికాని, నాఈ తమ్ముళ్లను గురించికాని, అపహరించబడిన నా రాజ్యం గురించికాని కలగడంలేదు. ఈమె వంటి పతివ్రతను వేరొక సౌభాగ్యవతి అయిన స్త్రీని మీారింతకుముందు చూచిగాని వినిగాని ఉన్నారా?" అని మార్కండేయుని ప్రశ్నించాడు.

మార్కండేయుడు చెపుతున్నాడు - "రాజా! రాజకన్య సావిత్రి కులస్త్రీలకు పరమసౌభాగ్యరూపమైన పాతివ్రత్య సత్కీర్తిని ఏరీతిగా పొందిందో చెపుతాను. విను. మద్రదేశానికి అధిపతిగా అశ్వపతి అనే రాజు ఉండేవాడు. అతడు పరమధార్మికుడు; బ్రాహ్మణసేవాతత్పరుడు, అత్యంత ఉదారహృదయుడు; సత్యనిష్ఠుడు; జితేంద్రియుడు; దానశీలుడు; చతురుడు; పురజనులకు, దేశవాసులకు అత్యంత ప్రియుడు; సమస్త ప్రాణులకు మేలు చేయడంలో ఆసక్తి కలవాడు, క్షమాశీలుడు. నియమనిష్ఠుడైన ఆ రాజుయొక్క పెద్ద భార్య ధర్మశీలవతి. ఆమె గర్భం ధరించి కాలం సమీపించగానే ఒక అందమైన కన్యను ప్రసవించింది. రాజు ఆనందించి ఆకన్యకు జాతకర్మాది సంస్కారాలు చేయించాడు. సావిత్రీమంత్రం ద్వారా హోమం చేశాక, సావిత్రీదేవియే అనుగ్రహించి ఇచ్చింది కాబట్టి బ్రాహ్మణులు, రాజుకూడా ఆకన్యకు 'సావిత్రి' అని నామకరణం చేశారు.

అపరలక్ష్మి దేవిలా ఆమె దినదినప్రవర్ధమానం అవుతోంది. ఆమె యుక్తవయస్కురాలు అయింది. ఆమె యౌవనవతి కావడం చూసి అశ్వపతిమహారాజు చాలా చింతించాడు. అతడు సావిత్రితో - "అమ్మాయి! నీవు ఇప్పుడు వివాహానికి యోగ్యురాలవు. కాబట్టి స్వయంగా నీవు నీకు తగిన భర్తను అన్వేషించుకో. వివాహానికి యోగ్యురాలయిన తరువాత కన్యాదానం చేయని తండ్రి నిందనీయుడని; ఋతుకాలంలో స్త్రీసమాగమం చేయని పతి నిందాపాత్రుడని; భర్త మరణించాక విధవరాలయిన తల్లిని పోషించని పుత్రుడు నింద్యుడని ధర్మశాస్త్రాలు ఆదేశిస్తున్నాయి. కాబట్టి నీవు శీఘ్రంగా వరాన్వేషణ చేయి. దేవతల దృష్టిలో నేను అపరాధిని మాత్రం కాకుండా చూడు" అని చెప్పాడు. కూతురికి ఇలా చెప్పి, అతడు తన వృద్ధమంత్రులను వాహనాలను తీసుకొని సావిత్రివెంట వెళ్లమని ఆజ్ఞాపించాడు.

సావిత్రి కొద్దిగా సంకోచిస్తూనే తండ్రి ఆజ్ఞను మన్నించింది. ఆమె అతని పాదాలకు నమస్కరించి; బంగారు రథాన్ని ఎక్కి వృద్ధమంత్రులతో కలిసి వరాన్వేషణకోసం బయలుదేరింది. ఆమె రాజర్షులయొక్క రమణీయమైన తపోవనాలకు వెళ్లి, అక్కడి పూజ్యులైన వృద్ధుల చరణాలకు వందనం చేసి, క్రమంగా ఇతర వనాలన్నింటిలోను తిరగసాగింది. ఈ రీతిగా ఆమె అన్ని తీర్థాలలోను

బ్రాహ్మణశ్రేష్ఠులకు ధనదానం చేస్తూ విభిన్నదేశాలలో తిరగసాగింది.

రాజా! ఒకరోజున మద్రరాజు అశ్వపతి కొలువుతీరి ఉండి దేవర్షి అయిన నారదునితో మాటలాడుతున్నాడు. ఆ సమయానికే సమస్తతీర్థాలు తిరిగి మంత్రులతో పాటు సావిత్రి ఇంటికి తిరిగివచ్చింది. అక్కడ తండ్రి నారదునితో కలిసి కూర్చొని ఉండడంచూసి ఇద్దరిపాదాలకు నమస్కరించింది. ఆమెను చూచి నారదుడు– "రాజా! మీ అమ్మాయి ఎక్కడికి వెళ్లింది? ఎక్కడినుండి తిరిగివస్తోంది? ఈమె యువతి. అయినా నీవు ఈమెకు ఎవరితోనూ వివాహం జరిపించలేదేమి?" అని అడిగాడు. అశ్వపతి – "నేను ఈమెను ఆ పనిమీదనే పంపాను. ఈమె ఇప్పుడే తిరిగి వచ్చింది. ఎటువంటి వరుని ఎన్నుకొన్నదో మీరు ఈమెనే అడగండి." అని బదులిచ్చాడు. తన వృత్తాంతమంతా చెప్పమని తండ్రి అడగగానే సావిత్రి అతని మాటను గౌరవిస్తూ – "సాల్వదేశాన్ని ద్యుమత్సేనుడనే ప్రసిద్ధి చెందిన ధర్మాత్ముడు రాజుగా పాలిస్తూ ఉండేవాడు. తరువాత అతడు గ్రుడ్డివాడయ్యాడు. అతని కన్నులు పోవడంవలన, కొడుకు బాలుడై ఉండడంవలన సమయం చూసి అతనికి పూర్వశత్రువైన ఒక పొరుగురాజు అతని రాజ్యాన్ని హరించాడు. అతడు తన భార్యతో, బాలుడైన కొడుకుతో అడవికి వచ్చాడు. గొప్ప వ్రతాలు, నియమాలు పాటిస్తూ తపస్సు చేసుకోసాగాడు. అతని కొడుకు సత్యవంతుడు అడవిలోనే పెరిగిపెద్దవాడయ్యాడు. అతడు నాకు తగినవాడు. అతనినే నేను మనసులో పతిగా వరించాను" అని చెప్పింది.

ఇది విని నారదుడు – "రాజా! ఇది చాలా విచారించదగిన విషయం. అయ్యో! సావిత్రి చాలా పెద్దపొరపాటు చేసింది. ఆమె తెలుసుకోకుండానే గుణవంతుడని తలచి సత్యవంతుని వరించింది. ఈపిల్లవాని తండ్రి సత్యం పలుకుతాడు. తల్లి కూడా సత్యభాషణురాలే. కనుకనే బ్రాహ్మణులు అతనికి 'సత్యవంతుడు' అనే పేరుపెట్టారు" అని చెపుతూండగా

రాజు – "సరే, ఇప్పుడు ఆతండ్రియొక్క ముద్దులరాకుమారుడు సత్యవంతుడు తేజశ్శాలి, బుద్ధిమంతుడు, క్షమావంతుడు, పరాక్రమవంతుడు అవునా?కాదా?" అని అడిగాడు.

నారదుడు – "ఆ ద్యుమత్సేనుని వీరకుమారుడు సూర్యునితో సమానమైన తేజస్సుకలవాడు. బుద్ధికి బృహస్పతి. ఇంద్రునివంటి వీరుడు. భూదేవివంటి ఓర్పు కలవాడు. రంతిదేవుని వంటి దాత. ఉశీనరపుత్రుడైన శిబి వలె బ్రహ్మణ్యుడు. సత్యవాది. యయాతి వంటి ఉదారుడు. చంద్రునివలె చూడ చక్కనివాడు. అశ్వినీకుమారులవలె అద్వితీయ రూపవంతుడు. అతడు జితేంద్రియుడు, మృదుస్వభావి, పరాక్రమవంతుడు, సత్యవాది, కలుపుగోలుతనం కలవాడు; ఈర్ష్యారహితుడు, లజ్జాశీలుడు, చురుకుదనం కలవాడు. తపస్సు, సదాచారాలలో అగ్రగాములయిన బ్రాహ్మణులు – అతనిలో సరళత్వం నిరంతరం నివసిస్తూ ఉంటుందని, అది అతనిలో నిశ్చలంగా ఉంటుందని సంక్షిప్తంగా అతని గురించి చెపుతూ ఉంటారు" అన్నాడు.

అశ్వపతి "దేవా! అతడు సర్వగుణసంపన్నుడని తమరు చెపుతున్నారు. అతనిలో ఏదైనా దోషం ఉంటే అది కూడా సెలవీయండి" అన్నాడు.

నారదుడు – "అతనిలో ఒక్కటే దోషం. కాని అది అతని సమస్తగుణాలను తొక్కివేసింది. పైగా ఏవిధంగానూ తొలగించుకోవడానికి వీలుకానిది. అది తప్ప అతనిలో ఇంక వేరే దోషం ఏమీ లేదు. ఈ రోజునుండి ఒక ఏడాది గడిచాక అతని ఆయువు సమాప్తమవుతుంది. అతడు దేహత్యాగంచేస్తాడు" అనిచెప్పాడు.

అదివిని రాజు సావిత్రితో – "సావిత్రీ! ఇలా రాతల్లీ! నీవు వెళ్లి వేరే ఇంకొక వరుని అన్వేషించు. దేవర్షి నారదుడు – సత్యవంతుడు అల్పాయుష్కుడని, ఒక్క ఏడాదిలోనే దేహత్యాగం చేస్తాడని నాతో చెప్పాడు" అన్నాడు.

సావిత్రి – "నాన్నగారూ! కట్టెలు, రాళ్లు మొదలైనవి ఒక్కసారే విరిగి ముక్కలై వేరవుతాయి. కన్యాదానం అనేది ఒక్కసారే జరుగుతుంది. "నేను ఇస్తున్నాను" అనే సంకల్పం కూడా ఒక్కసారే కలుగుతుంది. ఈపై చెప్పిన మూడు విషయాలూ ఒక్కొక్కసారే జరుగుతాయి. ఇప్పుడు నేను ఒకసారి వరించిన అతడు దీర్ఘాయువు కానీ; అల్పాయువు కానీ; గుణవంతుడుకానీ; గుణహీనుడు కానీ – అతడే నాభర్త అవుతాడు. వేరొకనిని నేను వరించలేను. ముందు మనసులో నిశ్చయించుకొని, తరువాత మాటలరూపంలో వ్యక్తం చేయడం జరుగుతుంది. ఆపై క్రియారూపం తాలుస్తుంది. కాబట్టి నావిషయంలో మనస్సే పరమప్రమాణం" అని చెప్పింది.

నారదుడు – "రాజా! నీకూతురి బుద్ధి నిశ్చయాత్మకమైనది.

కాబట్టి అది ఏవిధంగానూ ధర్మంనుండి విచలితం కాజాలదు. సత్యవంతునిలో ఉన్న గుణాలు వేరెవరిలోనూ ఉండనే ఉండవు. కాబట్టి అతనికే కన్యాదానం చేయడం మంచిదని నాకుకూడా తోస్తోంది" అన్నాడు.

రాజు – "మీరు చెప్పినమాట చాలా బాగుంది. ఏవిధంగానూ తోసి పుచ్చడానికి వీలులేనిది. నేను అలాగే చేస్తాను. మీరే నాగురువులు" అన్నాడు.

ఆతరువాత కన్యాదానం విషయంలో నారదుని ఆజ్ఞనే శిరోధార్యంగా భావించి, అశ్వపతిమహారాజు వివాహసామగ్రిని అంతటినీ ఒకచోటికి చేర్పించి, వృద్ధబ్రాహ్మణ పురోహితులతో పాటు ఋత్విజులందరినీ పిలిపించి శుభదినాన కన్యతోపాటు బయలుదేరాడు. అడవిలోని ద్యుమత్సేనుని పవిత్రాశ్రమం చేరుకోగానే బ్రాహ్మణులతోపాటు కాలినడకనే ఆ రాజర్షివద్దకు వెళ్లాడు. అక్కడ అంధుడైన ద్యుమత్సేనుడు ఒక సాలవృక్షం క్రింద దర్భాసనంపై కూర్చుని ఉండడం చూశాడు. అశ్వపతి రాజర్షి ద్యుమత్సేనుని విధ్యుక్తంగా పూజించి వినయంగా తన్ను తాను పరిచయం చేసుకొన్నాడు. ధర్మజ్ఞుడైన ఆరాజర్షి కూడా అర్ఘ్య పాద్యాదులు, ఉచితాసనం ఇచ్చి అడిగాడు. అప్పుడు అశ్వపతి – రాజార్షీ! నాకు సావిత్రి అనే రూపవతి అయిన కూతురు ఉంది. ధర్మానుసారంగా ఈమెను మీరు మీకోడలిగా స్వీకరించండి" అని ప్రార్థించాడు.

ద్యుమత్సేనుడు – "మేము రాజ్యభ్రష్టులమై, ఈవనంలో నివసిస్తూ నియమపూర్వకంగా తాపసజీవనం గడుపుతున్నాము. మీకుమార్తె ఈకష్టాలన్నీ పడడానికి తగినదికాదు. ఆమె ఇక్కడ ఆశ్రమంలో వనవాసదుఃఖాన్ని సహిస్తూ ఎలా ఉండగలుగుతుంది?" అని మృదువుగా పలికాడు.

అశ్వపతి – "రాజా! సుఖదుఃఖాలనేవి వస్తూ పోతూఉండేవి. ఈవిషయం నాకూ, నాకుమార్తెకూ కూడా తెలుసు. నావంటి వానికి మీరు ఇటువంటి మాటలు చెప్పకూడదు. నేను అన్నిరకాలుగా నిశ్చయించుకునే మీవద్దకు వచ్చాను" అని దృఢంగా చెప్పాడు.

ద్యుమత్సేనుడు – "రాజా! నేను మొదటనే మీతో సంబంధం కలుపుకుందామనుకున్నాను. కాని రాజ్యచ్యుతుడనైన కారణంగా ఆ ఆలోచనను మానుకొన్నాను. ఇప్పుడు ఆ నా మొదటికోరిక తనంతతానే తీరుతూంటే అలాగే కానివ్వండి. మీరు నాకు కోరుకొన్న అతిథులు" అని అంగీకారం తెలిపాడు.

అనంతరం ఆశ్రమంలో ఉండే బ్రాహ్మణులందరినీ పిలిచి ఆ ఇద్దరు రాజులు శాస్త్రోక్తంగా వివాహసంస్కారం జరిపించారు. యథాయోగ్యంగా వధూవరులకు ఆభూషణాదులు అందచేశారు. తరువాత అశ్వపతి ఆనందంగా ఇంటికి తిరిగి వెళ్లాడు. సర్వగుణ సంపన్నురాలయిన సావిత్రిని భార్యగా పొంది సత్యవంతుడు చాలా ఆనందించాడు. సావిత్రి కూడా తాను కోరుకొన్న భర్తను పొంది ఆనందించింది. తండ్రి వెళ్లిపోయాక సావిత్రి ఆభరణాలన్నీ తీసివేసి, నారచీరలు, కాషాయ వస్త్రాలు ధరించింది. ఆమె సేవలు, గుణాలు, వినయనియమాలు, అందరిమనసులకు నచ్చేలా పనులు చేయడం అందరికీ సంతోషం కలిగించాయి. ఆమె శారీరక సేవల ద్వారా, అనేకరకాల వస్త్రభూషణాల ద్వారా అత్తగారిని దేవతగా కొలుస్తూ, వాక్ప్రియమంతో మామగారిని సంతుష్టులను చేసింది. ఈరీతిగానే మధురమైన మాటలతో, కార్యకుశలతతో, శాంతస్వభావంతో, ఏకాంత సేవలతో భర్తను సంతోషపెట్టింది. ఇలా ఆశ్రమంలో ఉంటూ, తపస్సు చేస్తూఉండగా కొంతకాలం గడిచింది.

సావిత్రివలన సత్యవంతుడు జీవితుడగుట

చాలారోజులు గడిచాక చివరికి సత్యవంతుడు మరణించేరోజు వచ్చింది. సావిత్రి ఒక్కొక్క రోజు లెక్కించుకుంటూనే ఉంది. ఆమె మనసులో నారదుడు చెప్పినమాట ఎప్పుడూ స్థిరంగా నిలిచే ఉంది. సత్యవంతుడు ఒక నాలుగురోజులలో మరణిస్తాడనగా, మూడురోజులపాటు దీక్షపూని రాత్రింబవళ్లు స్థిరంగా కూర్చుంది. రేపు పతిదేవుని ప్రాణాలు పోతాయనే ఆలోచనతో ఆమె రాత్రంతా కూర్చునే మెలకువగా గడిపేసింది. ఆ మరుసటి రోజున సత్యవంతుడు చనిపోయేది ఈనాడే అనుకొని సూర్యదేవుడు ఉదయిస్తూ ఉండగానే దినకృత్యాన్ని పూర్తిచేసుకొని, మండుతున్న అగ్నిలో ఆహుతులు ఇచ్చింది. అనంతరం బ్రాహ్మణులందరికీ పెద్దలకు, వృద్ధులకు, అత్తమామలకు క్రమంగా నమస్కరించి సంయమనంతో చేతులు జోడించి నిలుచుంది. ఆ తపోవనంలో ఉండే వారందరూ ఆమెను దీర్ఘసుమంగళిగా సూచిస్తూ శుభాశీస్సులు ఇచ్చారు. సావిత్రి తాపసులయొక్క ఆ దీవెనలను అలాగే జరుగుతుంది అనే తీరులో ధ్యానయోగంలో ఉండి గ్రహించింది. అదే సమయంలో సత్యవంతుడు గొడ్డలి భుజానపెట్టుకొని అడవినుండి సమిధలు తేవడానికి సిద్ధపడ్డాడు. అప్పుడు సావిత్రి – "మీరు ఒంటరిగా వెళ్లవద్దు. నేను కూడా మీతో వస్తాను" అన్నది. సత్యవంతుడు – "ప్రియా!

నీవు ఇంతకుముందు ఎన్నడూ అడవికి వెళ్లినదానవు కావు. దారి చాలా కఠినంగా ఉంటుంది. ఉపవాసాల కారణంగా నీవు నీరసంగా ఉన్నావు. ఈఎగుడు దిగుడు మార్గంలో నీవు ఎలా నడవగలవు?" అని వారించాడు. సావిత్రి - "ఉపవాసాలకారణంగా నాకు ఎలాంటి నీరసంకాని, అలసటకాని లేదు. నడవడానికి నాకుచాలా ఉత్సాహంగా ఉంది. కాబట్టి నన్ను ఆపకండి" అని సమాధానం ఇచ్చింది. సత్యవంతుడు "నీకు నడవడానికి ఉత్సాహంగా ఉంటే, నీవు కోరినట్లు చేయడానికి నేను సిద్ధంగా ఉన్నాను. కాని నీవు అమ్మానాన్నల వద్ద కూడా అనుమతి తీసుకో" అన్నాడు.

సావిత్రి తన అత్తమామలకు నమస్కరించి - "నాస్వామి ఫలాలు మొదలైనవి తేవడానికి అడవికి వెళ్తున్నారు. మీరు అనుమతిస్తే ఈరోజు నేను కూడా వారితో వెళ్దామనుకొంటున్నాను" అని పలికింది. అందుపై ద్యుమత్సేనుడు "తండ్రి కన్యాదానం చేసి సావిత్రిని కోడలుగాచేసి వెళ్లాక ఆమె ఈ ఆశ్రమంలోనే ఉంటూ వచ్చింది. అప్పటి నుండి ఆమె ఏవిషయంలోనూ కూడా నన్ను దేనిగురించీ యాచించినట్లు నాకుగుర్తులేదు. కాబట్టి జాగ్రత్తగా చూచుకో" అని చెప్పాడు.

ఈ రీతిగా అత్తమామల అనుమతిని పొంది సావిత్రి తన భర్తతో బయలుదేరింది. ఆమె పైకి నవ్వుతున్నట్లుగానే ఉందిగాని అంతర్గతంగా ఆమెహృదయంలో దుఃఖజ్వాలలు ఎగసిపడుతున్నాయి. సత్యవంతుడు మొదట తన భార్యతో కలిసి పండ్లు ఏరి ఒక బుట్ట నిండా నింపాడు. తరువాత కట్టెలు కొట్టసాగాడు. కట్టెలు కొడుతూండగా అలసటవలన అతనికి చెమట పట్టింది. ఆ కారణంగానే తలనొప్పి వచ్చింది. ఈవిధంగా అలసటతో బాధపడుతూ అతడు సావిత్రి వద్దకు వచ్చి - "ప్రియా! ఈరోజు కట్టెలు కొట్టే అలసటవలన నాకు తలనెప్పి వచ్చింది. నాశరీరం అంతటా గుండెలలోనూ మంటగా ఉంది. నాకు శరీరంలో కొద్దిగా అస్వస్థత ఉన్నట్లనిపిస్తోంది. నాతలలో సూదులతో రంధ్రాలు చేస్తున్నట్లు అనిపిస్తోంది. కల్యాణి! ఇప్పుడు నేను పడుకోవాలనుకుంటున్నాను. కూర్చునే ఓపిక నాకులేదు" అన్నాడు.

ఇది విన్న సావిత్రి భర్త దగ్గరకు వచ్చి అతని శిరసును ఒళ్లో పెట్టుకొని నేలపై కూర్చుంది. ఆమె నారదుని మాటలను గుర్తుకు తెచ్చుకొని, ఆరోజు, ఆక్షణం, ఆముహూర్తం గురించి ఆలోచిస్తూ ఉండిపోయింది. ఇంతలోకే ఆమెకు అక్కడ ఒక పురుషుడు కనిపించాడు. అతడు ఎఱ్ఱని వస్త్రాలు ధరించి, తలమీద కిరీటంతో అత్యంత ప్రకాశంతో ఉండడం వలన మూర్తీభవించిన సూర్యునిలా ఉన్నాడు. అతని శరీరం నల్లగా అందంగా ఉంది. కన్నులు ఎఱ్ఱగా ఉన్నాయి. చేతిలో పాశం ఉంది. చూడడానికి భయంగొలిపేలా ఉన్నాడు. అతడు సత్యవంతుని దగ్గర నిలిచి అతనివైపే చూడసాగాడు. అతనిని చూడగానే సావిత్రి ధైర్యంగా భర్త శిరసును నేలపై ఉంచి వెంటనే లేచి నిలబడింది. ఆమె హృదయం తటతట కొట్టుకోసాగింది. ఆమె మిక్కిలి ఆర్తురాలై చేతులు జోడించి - "మీరు ఎవరో దేవతలై ఉంటారని నాకు తెలుసు. ఎందుకంటే మీ ఈ శరీరం మనుష్యశరీరంలా లేదు. మీకు ఇష్టమయితే మీరు ఎవరో, ఏమి చేయాలనుకొంటున్నారో చెప్పండి" అని అడిగింది.

యమరాజు - "సావిత్రీ! నీవు పతివ్రతవు. తపస్వినివి. కాబట్టి నేను నీతో మాట్లాడుతాను. నన్ను యమరాజని తెలుసుకో. నీభర్త, రాజకుమారుడు అయిన ఈ సత్యవంతునికి ఆయువు పూర్తి అయింది. నేను ఇప్పుడు ఇతనిని పాశంతో బంధించి తీసుకొని పోతాను. ఇదే నేను చేయాలనుకొంటున్నాను" అన్నాడు.

సావిత్రి - "దేవా! మనుష్యులను తీసుకొని పోవడానికి మీదూతలు వస్తూ ఉంటారని నేను విన్నాను. మీరు ఇక్కడికి స్వయంగా ఎలా విచ్చేశారు?" అని ప్రశ్నించింది.

యమరాజు - "సత్యవంతుడు ధర్మాత్ముడు. రూపవంతుడు. గుణసముద్రుడు. ఇతడు నాదూతల ద్వారా తీసుకుపోబడడానికి యోగ్యుడు కాడు. అందుకనే నేను స్వయంగా వచ్చాను" అని సమాధానమిచ్చాడు.

తరువాత యమరాజు బలవంతంగా సత్యవంతుని శరీరం నుండి పాశంలో బంధించి అంగుష్ఠమాత్రపరిమాణం కల జీవుని వెలికిలాగాడు. దానిని తీసుకొని అతడు దక్షిణ దిశగా బయలుదేరాడు. దుఃఖాతురురాలయిన సావిత్రి కూడా అతని వెనకాలే వెళ్లింది. ఇది చూచి యమరాజు - "సావిత్రీ! నీవు వెను తిరిగి వెళ్లు. ఇతనికి పరలోక సంస్కారాలు జరిపించు. నీకు పతిసేవా ఋణం తీరిపోయింది. పతిని వెన్నంటి ఎంతవరకు రావాలో అంతవరకు వచ్చావు" అన్నాడు.

సావిత్రి - "నాభర్తను ఎక్కడి వరకు తీసుకువెళ్తారో, లేదా అతడు ఎక్కడి వరకు వెళ్తాడో అక్కడివరకు నేను

కూడా వెళ్లవలసి ఉంది.ఇదే సనాతనధర్మం. తపస్సు, గురుభక్తి, పతిప్రేమ, వ్రతాచరణం, పైగా మీఅనుగ్రహం వీటివలన నా గమనం ఎక్కడా ఆగదు" అన్నది.

యమరాజు – "సావిత్రీ! నీయొక్క స్వరాక్షరవ్యంజన యుక్తులతో కూడిన మాటలు విని నాకు చాలా ఆనందం కలిగింది. నీవు సత్యవంతుని ప్రాణం తప్ప వేరే ఏదైనా వరం కోరుకో" నేను నీకు అన్ని రకాల వరాలు ఇవ్వడానికి సిద్ధంగా ఉన్నాను" అన్నాడు.

సావిత్రి – "నామామగారు రాజ్యభ్రష్టులై అడవులలో నివసిస్తున్నారు. వారు అంధులు కూడా. కాబట్టి మీదయవలన వారికి చూపు లభించాలి. బలవంతులవ్వాలి. సూర్యాగ్నులవలె తేజోవిరాజితులు కావాలి" అని అడిగింది.

యమధర్మరాజు – "సతీమతల్లీ! నేను నీకు ఈ వరం ఇస్తున్నాను. నీవు కోరినట్లే జరుగుతుంది. నీవు ఈ మార్గంలో నడవడం వలన అలసినట్లు కనిపిస్తున్నావు. ఇక వెనక్కి మళ్లు. ఇంకా అలసట కలగకుండా ఉంటుంది" అన్నాడు.

సావిత్రి – "పతిదేవుని సమీపంలో ఉన్న నాకు అలసట ఎలా కలుగుతుంది? నా ప్రాణనాథుడు ఉన్నచోటే నానిశ్చలమైన ఆశ్రమం అవుతుంది.

యముడు – "ద్యుమత్సేనమహారాజు వెంటనే తన రాజ్యం తాను స్వయంగా పొందుతాడు. అతడు ధర్మం ఎన్నడూ విడువడు. ఇక నీకోరిక తీరింది కనుక తిరిగి వెళ్లు. అనవసరంగా శ్రమపడకు" అన్నాడు.

సావిత్రి – దేవా! ఈసమస్త ప్రజలను మీరు నియమంతో శాసిస్తున్నారు. వారిని నియమిస్తూనే వారికి అభీష్టఫలాలు ప్రసాదిస్తున్నారు. కనుకనే మీరు 'యము'డనే పేరుతో ప్రసిద్ధులయ్యారు. కాబట్టి నేను చెప్పేది వినండి. త్రికరణశుద్ధిగా సమస్తప్రాణులకు మేలు చేయడం, అందరిపై దయ చూపడం, దానం చేయడం - ఇవి సత్పురుషులు పాటించే సనాతనధర్మం. ప్రాయికంగా అన్ని లోకాలూ ఇలాగే ఉంటాయి. మానవులందరూ తమతమ శక్తిని అనుసరించి మృదువుగానే ప్రవర్తిస్తారు. కాని సత్పురుషులు అయినవారు మాత్రం తమవద్దకు వచ్చిన శత్రువులపై కూడా దయచూపుతారు" అన్నది.

యముడు – "కల్యాణీ! దాహం వేసినవానికి నీరు ఎంత ఆనందం కలిగిస్తుందో, నీమాటలు కూడా నాకు అంత ఆనందం కలిగించాయి. ఈసత్యవంతుని ప్రాణాలు తప్ప నీవు ఏదైనా ఇంకొకవరం కోరుకో" అన్నాడు.

సావిత్రి – "నాతండ్రి అశ్వపతికి పుత్రులులేరు. అతని వంశం వృద్ధిపొందించే నూరుగురు కొడుకులు అతనికి కలగాలి. ఇది నేను కోరుకునే మూడవవరం" అన్నది.

యమరాజు – "రాజపుత్రీ! నీతండ్రికి వంశోద్ధారకులైన నూరుగురు కొడుకులు కలుగుతారు. నీకోరిక తీరింది కాబట్టి వెనక్కితిరుగు. ఇప్పటికే చాలాదూరం వచ్చావు" అన్నాడు.

సావిత్రి – "పతిదేవుని సన్నిధిలో ఉండడంవలన ఇది కొద్ది దూరంగా కూడా అనిపించడం లేదు. నామనసు చాలా చాలా దూరాలకు పరిగెత్తుతోంది. కాబట్టి నేను చెప్పేది ఇది కూడా దయ ఉంచి వినండి. మీరు వివస్వంతుని కుమారులు. ప్రతాపవంతులు. కాబట్టి పండితులు మిమ్ము వైవస్వతుడు అంటారు. మీరు శత్రుమిత్రాది భేదభావం లేకుండా అందరికీ సమానంగా న్యాయం చేస్తూ ఉంటారు. కనుకనే ప్రజలందరూ ధర్మాచరణం చేస్తూ ఉన్నారు. పైగా మీరు "ధర్మరాజు" అని పిలువబడుతూ ఉంటారు. ఇదేకాదు. మనుష్యుడు సత్పురుషులను విశ్వసించినట్లుగా తనను కూడా విశ్వసించడు. కాబట్టి అతడు అందరికంటె ఎక్కువగా సత్పురుషులనే ప్రేమిస్తూ ఉంటాడు. విశ్వాసం అనేది ప్రాణులందరికీ సుహృదత్వం కారణంగా కలుగుతుంది. కాబట్టి సౌహార్దం ఎక్కువగా ఉన్న కారణంగానే లోకులందరూ సత్పురుషులందు విశేషంగా విశ్వాసం చూపుతారు" అన్నది.

యమరాజు – "సుందరీ! నీవు చెపుతున్నట్టి మాటలు నీ నోటివెంట తప్ప ఇతరుల నోటివెంట నేను వినలేదు. నాకు ఆనందంగా ఉంది. ఈ సత్యవంతుని ప్రాణాలు తప్ప ఏదైనా నాలుగవ వరం కోరుకో. ఇక్కడినుండి తిరిగివెళ్లిపో" అన్నాడు.

సావిత్రి – "నాకు సత్యవంతుని ద్వారా వంశోద్ధారకులైన, మిక్కిలి బలవంతులైన, పరాక్రమవంతులైన నూరుగురు ఔరసపుత్రులు కలగాలి. ఇదే నేను కోరుకునే నాలుగవ వరం" అన్నది.

యమరాజు – "అబలా! నీకు బలపరాక్రమాలు కలిగిన నూరుగురు కొడుకులు కలుగుతారు. వారి వలన నీకు ఆనందం కలుగుతుంది. రాజపుత్రీ! ఇక నీవు తిరిగివెళ్లు - అలసట కలగకుండా ఉంటుంది. నీవు చాలాదూరం వచ్చావు" అన్నాడు.

సావిత్రి – "సత్పురుషుల ప్రవృత్తి ఎల్లప్పుడూ ధర్మమునందే నిలిచి ఉంటుంది. వారెన్నడూ దుఃఖించరు. వ్యథ చెందరు. సత్పురుషులతో సత్పురుషుల సమాగమం ఎప్పుడూ నిష్ఫలం

కాజాలదు. సాధువులకు సాధువులు ఎప్పుడూ భయపడరు. సత్పురుషులు తమ సత్యబలం వలన సూర్యుని కూడా తమ సమీపానికి పిలువగలరు. వారు తమ తపఃప్రభావం వలన ఈభూమిని భరిస్తూఉంటారు. సత్పురుషులే భూతభవిష్యత్తులకు ఆధారం. ఆమధ్యలో నివసించే సత్పురుషులకు ఎప్పుడూ ఖేదం కలుగదు. ఈ సనాతన సదాచారాన్ని సత్పురుషులు ఎప్పుడూ పాటిస్తూ ఉంటారు. ఇది తెలుసుకొని సత్పురుషులు పరోపకారం చేస్తూ ఉంటారు. ప్రత్యుపకారం కోపం ఎప్పుడూ చూడరు" అన్నది.

యముడు - "పతివ్రతాశిరోమణీ! గంభీరమైన అర్థంతో, చిత్తానందకారకమైన ధర్మానుకూలమైన మాటలు నీవు నాకు చెపుతున్నపుడల్లా, నాకు నీపట్ల శ్రద్ధ మరింతగా పెరిగిపోతోంది. ఇప్పుడు ఏదైనా ఒక అనుపమమైన వరం కోరుకో" అన్నాడు.

సావిత్రి - "మానదా! మీరు నాకు ఇచ్చిన పుత్రప్రాప్తి వరం దాంపత్యధర్మం లేకుండా పూర్తికాదు. కాబట్టి సత్యవంతుడు జీవితుడు కావాలనే వరమే నేను కోరుకొంటాను. దీనివలన మీమాట కూడా నిజం అవుతుంది. ఎందుకంటే పతిలేని నేను మృత్యుముఖంలో ఉన్నాను. పతిలేని నాకు సుఖం ఎలా ఉంటుంది? నాకు ఆకోరిక లేదు. పతిలేని స్వర్గంకూడా నేను కోరుకోను. పతిలేనిదే నాకు సంపద లభించినా అది నాకు అవసరం లేదు. ఇంతెందుకు? పతిలేనిదే నేను జీవించాలనే అనుకోవడం లేదు. నాకు నూరుగురు పుత్రులు కలుగుతారని మీరే నాకు వరం ఇచ్చారు. అయినా నా పతిదేవుని తీసుకొని వెళ్లిపోతున్నారు. కాబట్టి సత్యవంతుడు బ్రతకాలని నేను అడిగిన వరం వలన కూడా మీరిచ్చిన మాటయే నిజమవుతుంది" అన్నది.

ఇది విన్న సూర్యనందనుడు యమునికి చాలా ఆనందం కలిగింది. 'సరే' అని చెప్పి సత్యవంతుని పాశం నుండి విడిపించాడు. తరువాత సావిత్రితో - "కులనందినీ! కల్యాణీ! తీసుకో! నీభర్తను విడిచిపెడుతున్నాను. ఇతడు అన్నివిధాలా ఆరోగ్యవంతుడవుతాడు. నీవు ఇతనిని ఇంటికి తీసుకొనివెళ్లు. ఇతని కోరిక లన్నీ నెరవేరుతాయి. నీతో కలిసి ఇతడు నాలుగువందల ఏళ్లు జీవిస్తాడు. ధర్మబద్ధంగా యజ్ఞానుష్ఠానం చేసి లోకంలో కీర్తి పొందుతాడు. ఇతని వలన నీకు నూరుగురు కొడుకులు పుడతారు" అని చెప్పి సావిత్రికి వరం ఇచ్చి, ఆమెను వెనుకకు పంపి, ధర్మరాజు తన లోకానికి తాను వెళ్లిపోయాడు.

యమరాజు వెళ్లాక తన భర్తను పొందిన సావిత్రి తనభర్త శవం ఉన్నచోటికి వచ్చింది. నేలమీద పడి ఉన్న భర్త దగ్గరకు వచ్చి కూర్చొని అతని తలను ఎత్తి ఒళ్లో పెట్టుకుంది. కొద్దిసేపటికే సత్యవంతుని శరీరంలోకి చైతన్యం వచ్చింది. అతడు సావిత్రివంకే మాటిమాటికి ప్రేమపూర్వకంగా చూస్తూ, చాలారోజుల తరువాత ప్రవాసం నుండి తిరిగివచ్చినవానిలా ఆమెతో మాట్లాడసాగాడు. అతడు - "నేను చాలాసేపు నిద్రపోతూ ఉంటే నీవు నన్నెందుకు లేపలేదు? నన్ను లాగుకొని వెళ్తున్న ఆనల్లని రంగు మనిషి ఎవరు?" అని ఆమెను అడిగాడు. సావిత్రి "పురుషశ్రేష్ఠా! మీరు చాలాసేపటినుండి నాఒడిలో నిద్రపోతున్నారు. ఆ శ్యామవర్ణపు పురుషుడు ప్రజలను నియంత్రించే దేవశ్రేష్ఠుడు యమధర్మరాజు. వారుఇప్పుడు తమలోకానికే వెళ్లిపోయారు. చూడండి. సూర్యాస్తమయం అయింది. చీకటి దట్టమవుతోంది. కనుక ఇప్పుడు జరిగిన సంగతులన్నీ రేపు చెప్తాను. ఇప్పుడిక మీరు లేచి తల్లిదండ్రులను దర్శించండి" అని చెప్పింది.

సత్యవంతుడు - "సరే. నడు. చూడు. నాకు ఇప్పుడు తలనెప్పిలేదు. నాశరీరంలో ఎక్కడా బాధలేదు. నాశరీరం అంతా ఆరోగ్యంగా కనిపిస్తోంది. నీ దయవలన నేను త్వరలోనే నావృద్ధులైన తల్లిదండ్రులను కలుసుకోవాలనుకొంటున్నాను. ప్రియా! నేను ఎప్పుడూ ఆలస్యంగా ఆశ్రమానికి వెళ్లలేదు. సంధ్యాసమయానికి ముందే నాతల్లి నన్ను బయటకు వెళ్లనివ్వదు. పగలు కూడా నేను ఆశ్రమం నుండి బయటకు వెళ్తే నాతల్లిదండ్రులు విచారంలో మునిగిపోతారు. వారు అధైర్యపడి ఆశ్రమవాసులతో కలిసి నన్ను వెదకడానికి బయలుదేరుతారు. కాబట్టి కల్యాణీ! నాకు ఇప్పుడు అంధుడైన నాతండ్రి గురించి, అతనికి సేవచేస్తూ చిక్కిపోయిన నాతల్లిగురించి ఉన్నంత చింత నాశరీరం పట్లలేదు. పరమ పూజ్యులు, పవిత్రులు అయిన నాతల్లిదండ్రులు నాకోసం ఈరోజు ఎంత సంతాపం చెందుతున్నారో! నాతల్లిదండ్రులు జీవించి ఉన్నంతవరకే నేను బ్రతికి ఉంటాను" అన్నాడు.

భర్త మాటలువిని సావిత్రి లేచి నిల్చుంది. ఆమె అతనిని లేవదీసి, తన ఎడమభుజంపై అతని చేతిని ఉంచి, కుడిచేతిని అతని నడుముచుట్టూ వేసి నడిపించింది. సత్యవంతుడు - "ఈదారిలో వస్తూ పోతూ ఉండే అలవాటు వలన దీనిని నేను బాగా గుర్తించగలను. ఇప్పుడు చెట్లసందులోంచి చంద్రకాంతి పడుతోంది. మనం నిన్న పళ్లు ఏరుకున్న మార్గం

వచ్చింది. ఇదిగో. కాబట్టి ఇంక తిన్నగా ఈమార్గంలోనే నడు. ఇంక ఏమీ ఆలోచించనక్కరలేదు. నేను కూడా ఆరోగ్యంగా బలంగా ఉన్నాను. నాకు తల్లిదండ్రులను చూడాలని చాలా తొందరగా ఉంది" అంటూ అతడు వేగంగా ఆశ్రమం వైపు నడవసాగాడు.

ద్యుమత్సేనుడు రాజ్యమును పొందుట

మార్కండేయుడు చెపుతున్నాడు - "రాజా! ఈమధ్యలో ద్యుమత్సేనునికి చూపువచ్చింది. అతనికి అన్ని వస్తువులు కనిపించసాగాయి. పుత్రుడు రానందుకు అతనికి విచారం కలిగింది. అతడు తన రాణి శైబ్యతో కలిసి ఆ ఆశ్రమాలన్నీ తిరిగి చూడసాగాడు. ఆశ్రమవాసులయిన బ్రాహ్మణులందరూ అతని దగ్గరకు వచ్చి, ధైర్యం చెపుతూ అతనిని ఆశ్రమంలోనికి తీసుకువెళ్లారు. అక్కడి వృద్ధులైన బ్రాహ్మణులు అతనికి ప్రాచీనరాజుల కథలు రకరకాలైనవి చెప్పి, ధైర్యాన్ని చెప్పసాగారు. వారిలో సువర్చుడనే ఒక బ్రాహ్మణుడున్నాడు. అతడు చాలా సత్యవాది. అతడు - "సత్యవంతుని భార్య సావిత్రి తపస్సు, ఇంద్రియనిగ్రహం కలది. సదాచారాలు పాటించేది. కాబట్టి అతడు తప్పక బ్రతికి ఉంటాడు" అన్నాడు. ఇంకొక బ్రాహ్మణుడు గౌతముడనేవాడు - "నేను వేదవేదాంగాలు చదివాను. గొప్ప తపస్సు కూడా చేశాను. కౌమారంలో బ్రహ్మచర్యాన్నిపాటిస్తూ గురువును, అగ్నిని కూడా సంతృప్తి పరిచాను. ఈ తపఃప్రభావం వలన ఇతరుల మనసులోని మాట నాకు తెలుస్తుంది. కాబట్టి నామాట నిజమని నమ్మండి. సత్యవంతుడు తప్పకజీవించి ఉంటాడు" అన్నాడు. సత్యవంతుని భార్య సావిత్రిలో సౌభాగ్యసూచకమైన శుభలక్షణాలన్నీ ఉన్నాయని, కాబట్టి సత్యవంతుడు జీవించే ఉంటాడని ఋషులందరూ అనసాగారు. దాల్భ్యుడు "చూడండి. మీకు చూపు వచ్చింది. సావిత్రి వ్రతపారణం చేయకుండానే సత్యవంతునితోపాటు వెళ్లింది. కాబట్టి అతడు తప్పక బ్రతికిఉండాలి" అన్నాడు.

సత్యవాదులైన ఋషులు ద్యుమత్సేనునికి ఈరకంగా నచ్చచెపుతూ ఉంటే, అతడు కూడా వారందరి మాటను అంగీకరించి స్థిమితంగా ఉన్నాడు. దానితరువాత కొద్దిసేపటికే సత్యవంతునితోపాటు సావిత్రి వచ్చింది. వారిద్దరూ ఆనందంగా ఆశ్రమంలోపలికి వచ్చారు. వారిని చూచి బ్రాహ్మణులు - "ఇదిగో రాజా! నీకు కొడుకు దక్కాడు. చూపు కూడా వచ్చింది" అని సత్యవంతుని ఉద్దేశించి ఇంత రాత్రి అయ్యాక ఎలా తిరిగి వచ్చారు? అంత ఆపద ఏం కలిగింది? రాజకుమారా! ఈరోజు నీవు నీ తల్లిదండ్రులను, మమ్మల్నందరినీ కూడా గొప్ప విచారంలో పడేశావు కదా! ఏమి జరిగిందో కారణం ఎరుగం. కొద్దిగా అన్ని విషయాలూ చెప్పవూ!" అని అడిగారు.

సత్యవంతుడు - "నేను తండ్రి అనుమతిని తీసుకొని సావిత్రితోపాటు వెళ్లాను. అక్కడ కట్టెలు కొడుతూ ఉండగా తలనొప్పి వచ్చింది. ఆసమయంలో ఆ శిరోవేదన కారణంగానే నేను చాలాసేపు నిద్రపోయానని అనిపించింది. ఇంతసేపు ఇంతకుముందెన్నడూ నేను నిద్రపోలేదు. మీరు ఏవిధంగానూ దిగులుపడకండి. ఈకారణంగానే ఆలస్యమయిందిగాని ఇంక ఏ కారణంలేదు" అని చెప్పాడు.

గౌతముడు - "సత్యవంతా! నీతండ్రి ద్యుమత్సేనునికి ఈరోజు అకస్మాత్తుగా చూపువచ్చింది. నీకు అసలు కారణం తెలియదులా ఉంది. సావిత్రి అన్ని సంగతులూ చెప్పగలదు. సావిత్రీ! నిన్ను మేము ప్రభావాన్ని బట్టి సాక్షాత్తూ సావిత్రివనే భావిస్తాము. నీకు భూతభవిష్యద్వృత్తాంతాలు తెలుసును. నీకు దీనికి కారణం తప్పక తెలిసే ఉంటుంది. మాకు అది వినాలని ఉంది. అది రహస్యం కాకపోతే కొంచెం మాకు వినిపించు" అని అడిగాడు.

సావిత్రి - "మీరు అనుకున్నట్లే జరిగింది. మీఆలోచన అబద్ధం కాదు. నాసంగతి కూడా మీనుండి దాచలేను. కాబట్టి నిజం చెపుతున్నాను. వినండి. నారదులవారు నాకు "నీభర్త ఫలానా రోజున మరణిస్తాడని చెప్పి ఉన్నారు. అది ఈరోజు వచ్చింది. కనుకనే నేను వారిని ఒంటరిగా అడవికి వెళ్లనివ్వలేదు. వీరు నిద్రపోతూఉండగా సాక్షాత్తూ యమధర్మరాజు వచ్చాడు. వీరిని బంధించి దక్షిణదిశగా తీసుకొని పోయాడు. నేను సత్యవాక్కులద్వారా ఆదేవశ్రేష్ఠుని స్తుతించాను. అందుపై అతడు నాకు అయిదు వరాలిచ్చాడు. అవేమిటో వినండి. మామగారికి కన్నులు, రాజ్యం లభించడం - అందులో రెండు. మానాన్నగారికి వందమంది పుత్రులు, నాకు వందమంది పుత్రులు కలగడం - మరో రెండు వరాలు. ఇక ఐదవవరంగా నాభర్త సత్యవంతునికి నాలుగువందల ఏళ్లు ఆయువు లభించింది. నా పతిదేవుని ప్రాణాలకోసమే నేను ఈవ్రతాన్ని చేశాను. ఈరీతిగా మీకు మొత్తం సంగతి వివరించి చెప్పాను" అన్నది.

ఋషులు - "సాధ్వీమణీ! నీవు సుశీలవు. వ్రతశీలవు. పవిత్రాచరణం కలదానవు. ఉత్తమవంశంలో జన్మించావు.

దుఃఖాక్రాంతమై అంధకారకూపంలో మునిగిపోయిన ద్యుమత్సేనుని కుటుంబాన్ని నీవు రక్షించావు" అని కొనియాడారు.

మార్కండేయుడు చెపుతున్నాడు - "రాజా! అక్కడ చేరిన ఋషులందరూ ఈరీతిగా ప్రశంసిస్తూ స్త్రీ రత్నమైన సావిత్రిని సత్కరించారు. ఆరాజువద్ద, రాజకుమారుని వద్ద సెలవు తీసుకొని ప్రసన్నచిత్తాలతో తమ తమ ఆశ్రమాలకు వెళ్లారు. మరుసటి రోజు సాల్వదేశపు రాజోద్యోగులంతా వచ్చి ద్యుమత్సేనునితో అక్కడి రాజును అతని మంత్రియే చంపేశాడని, అతని సహాయకులనుగాని, స్వజనాన్నిగాని బ్రతకనివ్వలేదని, శత్రుసేన అంతా పారిపోయిందని; ప్రజలందరూ ఒక్కతాటిమీదికి వచ్చి, రాజుగారు కనిపించినా, కనపడకపోయినా అతడే తమకు రాజు అని నిశ్చయించుకొన్నారని" విన్నవించి "రాజా! అలా నిశ్చయించుకొన్నాకనే మమ్మల్ని మీవద్దకు పంపారు. మేము మీకోసం వాహనాలను, చతురంగసైన్యాన్ని తెచ్చాము. మీకు శుభం అగుగాక! ఇక బయలుదేరడానికి దయచేసి సిద్ధం కండి. నగరంలో మీవిజయాన్ని చాటింపువేయించాము. మీరు మీతాత తండ్రుల రాజ్యాన్ని చిరకాలం ఏలుకోవచ్చును" అని చెప్పారు. ద్యుమత్సేనునికి చూపురావడం, స్వస్థశరీరుడై ఉండడం చూసి ఆశ్చర్యంతో వారి కన్నులు విచ్చుకున్నాయి. వారు అతనికి శిరసు వంచి నమస్కరించారు. రాజు ఆశ్రమంలోని వృద్ధబ్రాహ్మణులకు అభివాదం చేశాడు. వారిచే సత్కృతుడై తన రాజధానికి బయలుదేరాడు. అక్కడికి చేరేసరికి పురోహితులు ఆనందంగా అతనికి రాజ్యాభిషేకం చేశారు. అతని కొడుకు సత్యవంతుని యువరాజుగా అభిషేకించారు. తరువాత చాలాకాలానికి సావిత్రికి వందమంది కొడుకులు కలిగారు. వారందరూ సంగ్రామంలో వెన్నుచూపనివారు; కీర్తినిపెంపొందించే శూరవీరులు. ఈరీతిగానే మద్రరాజు అశ్వపతియొక్క రాణి మాలవికి అతని వంటి వీరులే వందమంది కొడుకులు కలిగారు. ఈరీతిగా సావిత్రి తన వంశాన్ని, తన తల్లిదండ్రులును, అత్తమామలను భర్తను అందరినీ కష్టాలనుండి, గట్టెక్కించింది. ఇదే విధంగా ఈ సావిత్రితో సమానమైన శీలవంతురాలు, కులకామిని, కల్యాణి అయిన ద్రౌపది కూడా మిమ్మల్నందరినీ ఉద్ధరించగలదు" అని చెప్పాడు.

వైశంపాయనుడు చెపుతున్నాడు - "ఈరకంగా మార్కండేయుడు ఓదార్చడంతో శోకసంతాపాలు విడిచి మహారాజు యుధిష్ఠిరుడు కామ్యకవనంలో నివసించసాగాడు. సావిత్రీ చరిత్రను శ్రద్ధాపూర్వకంగా విన్నవారు సమస్తమనోరథాలు సిద్ధించి సుఖంగా ఉంటారు. ఎప్పుడూ దుఃఖాన్ని పొందరు.

సూర్యుడు స్వప్నములో కర్ణుని హెచ్చరించుట

జనమేజయుడు - "బ్రాహ్మణోత్తమా! ఇంద్రుని వచనానుసారంగా లోమశమహాముని పాండుపుత్రుడు యుధిష్ఠిరునితో - "నీవు ఎప్పుడూ ఎవరితో చెప్పుకోని, నీకు మిక్కిలి గొప్ప భయంకలిగించే విషయాన్ని అర్జునుడు స్వర్గానికి వచ్చాక నేను తొలగిస్తాను" అని ఒక ముఖ్యమైన సంగతి చెప్పాడు కదా! ధర్మాత్ముడైన యుధిష్ఠిరమహారాజునకు కర్ణునివలన కలిగే ఎవరివద్దా ప్రస్తావించనట్టి అంత పెద్ద భయం ఏమిటి?" అనివైశంపాయన మునిని ప్రశ్నించాడు.

వైశంపాయనుడు చెపుతున్నాడు - "భరతకులదీపకా! జనమేజయా! నీవు అడిగావు కాబట్టి నీకు ఆకథ చెపుతాను. శ్రద్ధగా విను. పాండవులకు అరణ్యావాసం పన్నెండేళ్లు గడిచి, పదమూడవ సంవత్సరం ఆరంభం అవుతూండగా పాండవుల మేలుకోరే ఇంద్రుడు కర్ణుని కవచకుండలాలను యాచించడానికి సిద్ధమయ్యాడు. సూర్యునికి ఇంద్రుని ఈ ఉద్దేశ్యం తెలిసింది. అతడు కర్ణుని వద్దకు వచ్చాడు. బ్రాహ్మణులను సేవించే, సత్యవాది అయిన వీరుడు కర్ణుడు చాలా నిశ్చింతగా ఒక అందమైన పరుపు పరిచిన అమూల్యమైన శయ్యమీద నిద్రపోతున్నాడు. పుత్రునిమీది వాత్సల్యంతో సూర్యుడు దయార్ద్రుడై వేదవేత్త అయిన బ్రాహ్మణవేషంలో స్వప్నావస్థలో అతని ఎదుటకు వచ్చాడు. అతని మేలు కోరి నచ్చచెపుతూ - "సత్యవాదులలో ఉత్తముడవైన కర్ణుడా! నేను నీమీది వాత్సల్యంతో నీకు పరమహితమైన ఒక సంగతి చెపుతాను. శ్రద్ధగా విను. చూడు. పాండవులకు మేలు చేయాలనే కోరికతో దేవరాజు ఇంద్రుడు బ్రాహ్మణ రూపంలో నీవద్దకు కవచకుండలాలను యాచించడానికి రాబోతున్నాడు. అతనికి నీస్వభావం తెలుసును. ఏ సత్పురుషుడు అడిగినా నీవు కోరిన వస్తువును ఇచ్చివేస్తావని, నీకుగా ఎప్పుడూ ఎవరినీ ఏదీ అడగవని లోకమంతటికీ కూడా నీ ఈ నియమం గురించి తెలిసినదే. కాని నీతో పాటే పుట్టిన ఈ కవచకుండలాలను ఇచ్చివేస్తే నీఆయువు క్షీణించి పోతుంది. నీమీద మృత్యువుకు అధికారం లభిస్తుంది. నీవద్ద ఈ కవచకుండలాలు ఉన్నంతవరకు నిన్ను యుద్ధంలో ఏ శత్రువూ

కూడా చంపలేదు. ఈరత్నమయమైన కవచకుండలాలు అమృతంతో పుట్టినవి. కాబట్టి నీకు ప్రాణాలమీద తీపి ఉంటే వీటిని తప్పక రక్షించుకోవాలి" అనిచెప్పాడు.

కర్ణుడు – స్వామీ! మీరు నాపట్ల అత్యంత వాత్సల్యాన్ని చూపుతూ ఉపదేశిస్తున్నారు. మీకు ఇష్టమయితే బ్రాహ్మణవేషంలో ఉన్నమీరెవరో చెప్పండి". అని ప్రశ్నించాడు.

బ్రాహ్మణుడు – "నాయనా! నేను సూర్యుడిని. నేను వాత్సల్యంతోనే నీకు ఈసూచన చేస్తున్నాను. నీవు నామాట మన్నించి నేను చెప్పినట్లు చేయి. అలా చేయడంలోనే నీకు మేలు ఉంది" అని సమాధానం ఇచ్చాడు.

కర్ణుడు – "స్వయంగా సూర్యభగవానుడే నామేలుకోరి నాకు ఉపదేశిస్తూ ఉంటే నాకు పరమశుభాలు కలగడం నిశ్చయం. కాని మీరు నాఈ ప్రార్థనను దయచేసి వినండి. మీరు వరాలిచ్చే దైవం. మిమ్మల్ని ప్రసన్నులుగా చేసుకొని ప్రేమపూర్వకంగా ఇది నివేదించాలనుకొంటున్నాను. మీరు నన్ను ప్రేమిస్తూ ఉన్నట్లయితే నా వ్రతాన్నుండి నన్ను దూరం చేయకండి. సూర్యదేవా! నేను శ్రేష్ఠులయిన బ్రాహ్మణులు యాచిస్తే నాప్రాణాలు కూడా తప్పకుండా ఇచ్చివేస్తాననే నా ఈ నియమం లోకంలోని ప్రజలందరికీ తెలుసు. దేవశ్రేష్ఠుడయిన ఇంద్రుడు పాండవులకు మేలు చేయడానికి బ్రాహ్మణవేషం ధరించి నావద్దకు భిక్ష యాచించడానికి వస్తే నేను అతనికి నా దివ్య కవచకుండలాలను తప్పకుండా ఇచ్చి వేస్తాను. అందువలన ముల్లోకాలలోను నాకు కలిగిన పేరుకు కళంకం రాకుండా ఉంటుంది. నావంటివారు కీర్తిని రక్షించుకోవాలి. ప్రాణాలను కాదు. లోకంలో కీర్తిపరులై మరణించాలి" అన్నాడు.

సూర్యుడు – "కర్ణా! నీవు దేవతల రహస్యాలను ఎరుగవు. కాబట్టి ఇందులో ఉన్న రహస్యాన్ని నేను నీకు చెప్పదలచుకోలేదు. సమయం వచ్చినపుడు అదే నీకు తెలుస్తుంది. కాని నీకు నేను మళ్లీ చెప్తున్నాను. ఇంద్రుడు అడిగినా కూడా నీవు నీ కుండలాలను ఇవ్వకు. ఎందుకంటే ఆ కుండలాలతో ఉన్నపుడే అర్జునుడుగాని, అతని సఖుడు స్వయంగా ఇంద్రుడుగాని యుద్ధంలో నిన్ను ఓడించడానికి సమర్థులు కారు. కాబట్టి నీవు అర్జునుని జయించదలచుకొంటే మాత్రం నీదివ్యకుండలాలను ఎప్పుడూ ఇంద్రునికి ఇవ్వకు" అని చెప్పాడు.

కర్ణుడు – "స్వామీ! మీమీద నాకున్న భక్తిని మీరు ఎరుగుదురు. ఈసంగతి కూడా మాకు తెలియనిదేమీ కాదు – నేను ఇవ్వకూడనిదంటూ ఏదీలేదు. నాకు మీపట్ల ఉన్నంత అనురాగం నాభార్యాపిల్లలపట్ల గాని, నాశరీరంమీదకాని, స్నేహితులమీదగాని లేదు. మహానుభావులు తమ భక్తులపై అనురాగం చూపుతారనే విషయంలోనూ సందేహం లేదు. ఈ సంబంధంతో నామేలుకోరి మీరు చెపుతున్నందుకు మీముందు నా శిరసు వంచుతున్నాను. మీరు అనుగ్రహించి నా ఈ అపరాధాన్ని క్షమించాలని పదేపదే వేడుకొంటున్నాను. యాచిస్తే ఇంద్రునికయినా నాప్రాణాలను దానం చేస్తాననే నావ్రతాన్ని మీరు ఆమోదించాలని నాప్రార్థన" అని విన్నవించుకొన్నాడు.

సూర్యుడు – "మంచిది. నీవు నీదివ్య కవచకుండలాలను ఇచ్చే తీరాలనుకుంటే నీవిజయంకోసం అతనిని – "దేవరాజా! మీరు నాకు మీశత్రుసంహారకమైన అమోఘశక్తిని ఇవ్వండి. అప్పుడు నేను కవచకుండలాలను ఇస్తాను" అని అడుగు. మహాబాహూ! ఇంద్రుని ఆ శక్తి మహాప్రబలమైనది. వందలవేల శత్రువులను సంహరించకుండా అది ప్రయోగించినవాని చేతికి తిరిగిరాదు" అని ఉపాయం చెప్పాడు.

ఇలా చెప్పి సూర్యుడు అంతర్థానమయ్యాడు. మరుసటిరోజు జపం పూర్తి అయిన తరువాత కర్ణుడు ఈమాటలన్నీ సూర్యనారాయణునికి చెప్పాడు. అది విని సూర్యభగవానుడు చిరునవ్వు నవ్వి "ఇది వట్టి స్వప్నం కాదు. అంతా నిజంగా జరిగినదే" అన్నాడు. అప్పుడు కర్ణుడు కూడా ఆ సంగతులన్నీ యథార్థమని గ్రహించి శక్తి పొందాలనే కోరికతో ఇంద్రుని రాకకు ఎదురు చూడసాగాడు.

కర్ణుని జన్మవృత్తాంతము

జనమేజయుడు – "మునివరా! సూర్యభగవానుడు కర్ణునకు చెప్పని రహస్యవిషయం ఏమిటి? కర్ణుని వద్ద ఉన్న కవచకుండలాలు ఎలాంటివి? ఎక్కడి నుండి పొందాడు? తపోధనా! ఈవిషయాలన్నీ నాకు తెలుసుకోవాలని ఉంది. దయచేసి వివరించండి" అని వైశంపాయనుని అడిగాడు.

వైశంపాయనుడు చెపుతున్నాడు – "రాజా! నేను నీకు సూర్యభగవానుని రహస్యవిషయం, కవచకుండలాలు ఎలాంటివి అనే విషయాలన్నీ చెపుతాను. ఒకప్పటి సంగతి. కుంతిభోజమహారాజువద్దకి ఒక మహాతేజస్వి అయిన బ్రాహ్మణుడు వచ్చాడు. అతని శరీరం చాలా ఎత్తుగా ఉంది. గడ్డాలు, మీసాలు, తల వెంట్రుకలు అన్నీ బాగా పెరిగిఉన్నాయి. అతడు చూడచక్కని రూపంతో ఉన్నాడు. చేతితో దండం

పుచ్చుకొన్నాడు. అతని శరీరం కాంతితో మెరుస్తోంది. తేనెవర్ణంలో ఉంది. వాక్కు మధురం. తపస్స్వాధ్యాయాలు అతనికి ఆభరణాలు. ఆ బ్రాహ్మణదేవత రాజుతో – "రాజా! నేను భిక్ష అడగడానికి నీఇంటికి వచ్చాను. కాని నీవు గాని, నీసేవకులు గాని నాపట్ల ఎటువంటి అపరాధమూ చేయకూడదు. నీకు ఇది ఇష్టమయితే నేను నీవద్ద ఉంటాను. నా ఇచ్ఛానుసారంగా వెళ్తూవస్తూ ఉంటాను" అని చెప్పాడు.

కుంతిభోజమహారాజు ప్రేమపూర్వకంగా అతనితో – "మహామతీ! నాకు పృథ అనే ఒక కూతురు ఉంది. ఆమె గొప్ప సౌశీల్యవతి. సదాచారిణి. సంయమశీల. భక్తి గలది. ఆమెయే మీకు పూజలు చేస్తుంది. సత్కారపూర్వకంగా సేవలు చేస్తుంది. ఆమె శీలసదాచారాలు తమకు తప్పక తృప్తి కలిగిస్తాయి" అని చెప్పాడు. ఇలా చెప్పి రాజు విధిననుసరించి బ్రాహ్మణదేవతను సత్కరించి, పృథ దగ్గరకు వెళ్లి – "అమ్మాయీ! ఈమహానుభావుడైన బ్రాహ్మణోత్తముడు మనవద్ద ఉండాలనుకొంటున్నాడు. నేను నీపై పూర్తి నమ్మకంతో వీరిమాటను అంగీకరించాను. కాబట్టి ఏ రకంగానూ నామాట అసత్యం కానీయకు. వారు ఏది అడిగినా దానిని రుచి చూడకుండా ఇవ్వు. బ్రాహ్మణుడు మిక్కిలి తేజోరూపుడు. పరమతపః స్వరూపుడు అయి ఉంటాడు. బ్రాహ్మణులకు నమస్కరించడం వలననే సూర్యదేవుడు ఆకాశంలో ప్రకాశిస్తున్నాడు. అమ్మాయీ! ఆ బ్రాహ్మణదేవతయొక్క పరిచర్యాభారం ఇప్పుడు నీకు అప్పగిస్తున్నాను. నీవు నియమపూర్వకంగా ప్రతినిత్యం అతనిని సేవిస్తూ ఉండాలి. పుత్రీ! నీవు బాల్యంనుండి కూడా బ్రాహ్మణులపట్ల, నాపట్లకూడా అన్నిరకాలుగా ఆదరంగా నడుచుకొంటున్నావని నాకు తెలుసు. నీపట్ల అసంతృప్తి ప్రకటించిన పురుషుడెవరూ ఈ నగరంలోగాని, అంతఃపురంలోగాని కనపడడు. నీవు వృష్ణి వంశంలో పుట్టిన శూరసేనుని ప్రియపుత్రికవు. నిన్ను బాల్యంలోనే శూరసేనమహారాజు ప్రీతిపూర్వకంగా నాకు దత్తతగా ఇచ్చాడు. నీవు వసుదేవుని చెల్లెలివి. నా సంతానంలో సర్వశ్రేష్ఠురాలవు. శూరసేనుడు తన ప్రథమ సంతానాన్ని నాకు ఇస్తానని ప్రతిజ్ఞ చేశాడు. ఆ ప్రతిజ్ఞానుసారంగానే అతడు ఇవ్వడం వలన నీవు నా కుమార్తెవు అయ్యావు. కాబట్టి అమ్మాయీ! నీవు దర్పం, దంభం, గర్వం- విడిచిపెట్టి ఈ వరాలు కురిసే బ్రాహ్మణోత్తముని సేవించినట్లయితే నీకు తప్పక శుభం కలుగుతుంది" అని చెప్పాడు.

అందుపై కుంతి "రాజా! మీప్రతిజ్ఞను అనుసరించి చాలా జాగ్రత్తగా ఆ బ్రాహ్మణుని సేవిస్తాను. బ్రాహ్మణులను పూజించడం అనేది నా స్వభావం కూడా. ఇందువలన మీకు ప్రీతి, నాకు పరమశుభం చేకూరుతాయి. సాయంకాలమైనా, ప్రొద్దుట అయినా, రాత్రి అయినా, అర్ధరాత్రి అయినా సరే ఎప్పుడు వచ్చినా గాని వారు కోపగించుకొనే అవకాశమే ఈయను. ఇందువలన నాకు కూడా చాలా లాభం ఉంది. మీ అదుపులో ఉంటూ బ్రాహ్మణ సేవ చేస్తూ నాకు నేను మేలు చేసుకొంటున్నాను" అన్నది.

కుంతి ఇలా అన్నాక కుంతిభోజుడు ఆమెను పదేపదే హృదయానికి అత్తుకొని, ఆమెను ఉత్సాహపరుస్తూ ఆమెకు చేయవలసినదంతా చెప్పాడు. రాజు "మంచిది తల్లీ! నీవు నిస్సందేహంగా అలాగే చేయి" అన్నాడు. ఆమెతో అలా చెప్పి ఆ మహారాజు బ్రాహ్మణునికి ఆ కన్యను అప్పగించాడు. అతనితో – "బ్రాహ్మణోత్తమా! నా ఈ కూతురు వయసులో చిన్నది. పైగా సుఖాలలో పెరిగింది. ఒకవేళ ఈమె ఏదైనా తప్పుచేస్తే మీరు పట్టించుకోకండి. మహాత్ములైన బ్రాహ్మణులు వృద్ధులు, బాలురు, తపస్వులు తప్పులను చేసినా సాధారణంగా కోపించరు" అన్నాడు. బ్రాహ్మణుడు అది విని సరేనన్నాడు. తదనంతరం రాజు సంతోషంగా అతనిని హంసవలె, చంద్రునివలె తెల్లగా ఉండే సౌధంలో ఉంచాడు. ఒక్కడ అగ్నిశాలలో అతనికోసం ఒక మెరిసిపోయే ఆసనం వేయబడి ఉంది. అలాగే సంపూర్ణమైన ఉదారభావంతో అతనికి భోజనాది సమస్తవస్తువులు సమర్పించబడినాయి. రాజకుమారి పృథ కూడా బద్ధకం, గర్వం ఒక పక్కనపెట్టి అతని పరిచర్యలో మనసు లగ్నం చేసింది. ఆమె నడవడిక మిక్కిలి మెచ్చుకోతగినది. ఆమె పరిశుద్ధమైన మనసుతో సేవచేసి ఆ తాపసబ్రాహ్మణుని పూర్తిగా అలరించింది. అతడు తిరస్కారంగా మాటలాడినా, మంచి చెప్పినా చెడు చెప్పినా, అప్రియంగా మాటలాడినా కూడా పృథ అతనికి అప్రియం కలిగించే పనులేమీ చేసేదికాదు. అతని వ్యవహారం చాలా వికటంగా ఉండేది. ఒక్కొక్కసారి చెప్పకుండా వచ్చేవాడు, ఒక్కొక్కసారి వచ్చేవాడేకాదు. ఒక్కొక్కసారి సిద్ధం చేయడానికి కష్టసాధ్యమైన భోజనం కావాలని అడిగేవాడు. కాని పృథ అంతకుముందే అన్నీ సిద్ధం చేసి ఉంచినట్లుగా అతనికి అవసరమైన పనులన్నీ చేసేది. ఆమె శిష్యునివలె, పుత్రునివలె, ఒకసోదరివలె అతనిసేవలో నిమగ్నమయ్యేది. ఆమె యొక్క

శీలానికి, నడవడికకు, నిగ్రహానికి ఆ ముని ఎంతో సంతోషించాడు. ఆమెకు శుభాలు కలిగించడానికి అతడు సంపూర్ణంగా ప్రయత్నించసాగాడు.

రాజా! కుంతిభోజుడు ప్రతిరోజూ ఉదయం, సాయంకాలాల్లో పృథను 'బ్రాహ్మణుడు నీ సేవకు సంతృప్తి చెందుతున్నాడు కదా!' అని అడుగుతూ ఉండేవాడు. పృథ వారు బాగా సంతోషిస్తున్నారనే సమాధానం ఇస్తూ ఉండేది. ఉదారచిత్తుడైన కుంతిభోజునకు ఆ సమాధానంతో తృప్తి కలిగేది. ఇలా ఒక ఏడాది గడిచింది. అయినా ఆ బ్రాహ్మణునికి పృథయొక్క పరిచర్యలో ఏదోషమూ కనిపించలేదు. అతడు చాలా సంతోషించాడు. ఆమెతో – "కల్యాణీ! నీసేవకు నేను చాలా సంతోషించాను. ఈలోకంలో మనుష్యులకు దుర్లభమైనటువంటి ఏదైనా ఒక వరం అడుగు" అన్నాడు. అందుకు కుంతి – "విప్రవర్యా! మీరు శ్రేష్ఠులైన వేదవేత్తలు. మీరు, నా తండ్రిగారు సంతృప్తి చెందారు. దానితోనే నా కోరికలు సఫలమైనాయి. ఇక నాకు వేరే వరాలతో పనిలేదు" అని వినయంగా సమాధానమిచ్చింది.

బ్రాహ్మణుడు – "నీవు నన్ను ఏవరమూ కోరకపోతే – దేవతలను ఆహ్వానించడానికి ఈ మంత్రాన్ని గ్రహించు. ఈమంత్రంతో నీవు ఏ దేవతను ఆహ్వానిస్తావో, అతడే నీ అధీనుడవుతాడు. అతనికి ఇష్టమున్నా సరే లేక పోయినా సరే. ఈ మంత్రప్రభావం వలన అతడు శాంతుడై సేవకునివలె నీ ముందు వినీతుడవుతాడు" అన్నాడు.

బ్రాహ్మణుడు ఇలా అన్నాక అనింద్యురాలైన పృథ శాపభయం వలన ఇక రెండవమారు అతని మాటను కాదనలేకపోయింది.అప్పుడు అతడు అథర్వవేదానికి శిరోభాగంలో వచ్చే మంత్రాలను ఉపదేశించాడు. పృథకు మంత్రదానం చేశాక అతడు కుంతిభోజునితో – "రాజా! నేను మీవద్ద చాలా సుఖంగా గడిపాను. మీ అమ్మాయి నన్ను అన్నివిధాలా సంతుష్టుడిని చేసింది. ఇక నేను వెళ్తున్నాను" అని చెప్పి అతడు అక్కడే అంతర్ధానమయిపోయాడు.

సూర్యునివలన కుంతీగర్భమున కర్ణుడు జనించి అధిరథునివద్ద పెరుగుట

వైశంపాయనుడు చెపుతున్నాడు – రాజా! ఆబ్రాహ్మణుడు వెళ్లిన తరువాత కుంతి మంత్రాలప్రభావం గురించి ఆలోచించసాగింది. ఆమె "ఆ మహాత్ముడిచ్చిన మంత్రం ఎటువంటిదో వెంటనే దానిశక్తిని పరీక్షించి తెలుసుకొంటాను" అనుకొన్నది. ఒకరోజున ఆమె భవనంపై నిలబడి ఉదయిస్తున్న సూర్యునివైపు చూస్తోంది. ఆ సమయంలో ఆమె దృష్టి దివ్యత్వాన్ని పొందింది. దివ్యరూపంతో కవచకుండలధారి అయిన సూర్యనారాయణమూర్తిని ఆమె దర్శించసాగింది. అదే సమయంలో ఆమె మనసులో బ్రాహ్మణుడిచ్చిన మంత్రాన్ని పరీక్షించాలనే కుతూహలం కలిగింది. ఆమె విధిపూర్వకంగా ఆచమించి, ప్రాణాయామం చేసి, సూర్యభగవానుని ఆహ్వానించింది. దానితో అతడు వెంటనే ఆమె వద్దకు వచ్చాడు. అతని శరీరం తేనెవలె పింగళవర్ణంలో ఉంది. భుజములు విశాలంగా, మెడ శంఖం వలె ఉన్నాయి. ముఖం మీద చిరునవ్వురేఖ గోచరిస్తోంది. చేతులకు భుజకీర్తులు, తలపై కిరీటం ఉన్నాయి. శరీరమంతా తేజస్సుతో నిండిఉంది. అతడు తన యోగశక్తి చేత రెండు రూపాలు ధరించాడు. ఒక రూపంతో లోకాన్ని ప్రకాశింపచేస్తున్నాడు. రెండవదానితో పృథను సమీపించాడు. అతడు తీయని కంఠంతో కుంతితో – "శుభాంగీ! నీ మంత్రశక్తి వలన నేను బలవంతంగా నీ అధీనుడను అయ్యాను. నేనేమి చేయాలి? నీవు ఏమికోరితే అదే చేస్తాను" అన్నాడు.

కుంతి – "స్వామీ! మీరు ఎక్కడినుండి వచ్చారో అక్కడికే వెళ్లండి. నేను కేవలం కుతూహలంవలన మాత్రమే మిమ్మల్ని ఆహ్వానించాను. అందుకు మీరు నన్ను క్షమించాలి" అన్నది.

సూర్యుడు – "తన్వీ! నీవు వెళ్లమంటే నేను వెళ్లిపోతాను. కాని దేవతను ఆహ్వానించి, ఏమీ ప్రయోజనం కలుగకుండానే తిప్పి పంపడం న్యాయం కాదు. సుందరీ! నీమనసులో – "సూర్యుని వలన నాకు పుత్రుడు కలగాలి. అతడు లోకంలో సాటిలేని పరాక్రమవంతుడు కావాలి. కవచ కుండలాలు ధరించి ఉండాలి" అని ఇలాంటి కోరిక ఉంది. కాబట్టి నీవు నాకు నీ శరీరాన్ని సమర్పించు. దానివలన నీవు సంకల్పించినట్టి పుత్రుడే నీకు కలుగుతాడు" అన్నాడు.

కుంతీదేవి – "రశ్మిమంతుడా! మీరు మీ విమానం ఎక్కి దయచేయండి. ఇంకా నేను కన్యను. కాబట్టి ఇటువంటి అపరాధం చేయడం నాకు చాలా దుఃఖకరంగా ఉంటుంది. నాకు తల్లిదండ్రులు, ఇతరపెద్దలు ఉన్నారు. వారే ఈశరీరాన్ని దానం చేయడానికి అధికారులు. నేను ధర్మలోపం ఎన్నటికీ చేయను. లోకంలో స్త్రీలు సదాచారం వలననే పూజింపబడతారు. శరీరాన్ని అనాచారాన్నుండి రక్షించుకోవడమే ఆ సదాచారం. నేను మూర్ఖురాలనై మంత్రబలాన్ని

పరీక్షించడానికే మిమ్మల్ని ఆహ్వానించాను. కాబట్టి దేవా! నన్ను బాలికగా తలచి ఈ అపరాధాన్ని మన్నించండి" అని ప్రార్థించింది.

సూర్యుడు - "భీరూ! నీవు బాలికవు. అందుకే నిన్ను నేను కొనియాడుతున్నాను. వేరే ఏ స్త్రీ పట్ల నేను వినయాన్ని చూపను. కుంతీ! నీవు నీ శరీరాన్ని అర్పించు. అందువలన నీకు శాంతి కలుగుతుంది" అన్నాడు.

కుంతి - "దేవా! నా తల్లిదండ్రులు, ఇతరబంధువులు అందరూ ఇంకా జీవించే ఉన్నారు. వారు ఉండగా ఈసనాతన ధర్మానికి లోపం రాకూడదు. శాస్త్రవిరుద్ధంగా మీతో నాకు సమాగమం అయితే నా కారణంగా లోకంలో ఈ వంశప్రతిష్ఠ మంటకలుస్తుంది. మీరు ఇది ధర్మసమ్మతమనుకుంటే, మా బంధువులు నన్ను అర్పించకపోయినా నేను మీ కోరికను తీరుస్తాను. కాని దుష్కరమైన ఈ ఆత్మదానం చేసికూడా నేను సాధ్వినే అవుతాను. ఎందుకంటే లోకంలో ప్రాణులయొక్క ధర్మం, యశస్సు, కీర్తి, ఆయువు మీ మీదే ఆధారపడి ఉన్నాయి" అన్నది.

సూర్యుడు - "సుందరీ! ఇలా చేయడంవలన నీ నడత అధర్మమైనది అనిపించుకోదు. అయ్యో! లోకహితాన్ని దృష్టిలో ఉంచుకుంటే నేను మాత్రం అధర్మాచరణం ఎలా చేయగలుగుతాను?" అన్నాడు.

కుంతి - "దేవా! అలా అయితే మీవలన నాకు పుట్టబోయే పుత్రుడు జన్మసిద్ధంగా కవచకుండలాలు ధరించి ఉండాలి. అప్పుడే నాతో మీ సమాగమం జరుగుతుంది. ఇంకా ఆ పుత్రుడు పరాక్రమరూప సత్త్వగుణాలు కలిగి, తేజోవంతుడై ధర్మసంపన్నుడై ఉండాలి" అని నియమం విధించింది.

సూర్యుడు - "రాజకుమారీ! నాకు నా తల్లి అదితి వలన లభించిన కుండలాలు, ఉత్తమ కవచం నేను ఆబాలకునికి ఇస్తాను" అన్నాడు.

కుంతి - "రశ్మిమంతుడా! నీవు చెప్పినట్టి పుత్రుడే నాకు కలిగితే నేను చాలా ప్రేమగా నీతో కలిసి ఉంటాను" అన్నది.

వైశంపాయనుడు చెపుతున్నాడు - "అప్పుడు సూర్యభగవానుడు తన తేజస్సుతో ఆమెను మోహింపచేశాడు. యోగశక్తి వలన ఆమె లోపల ప్రవేశించి గర్భం కలిగించాడు. ఆమె కన్యాత్వం దూషితం కాలేదు. గర్భాదానం అయ్యాక ఆమెకు తెలివి కలిగింది. ఆకాశంలో చంద్రుడు ఉదయించినట్లుగా మాఘశుద్ధపాడ్యమి రోజున పృథ గర్భవతి అయింది. ఆమె అంతఃపురంలో ఉండే ఒక దాదికి తప్ప వేరే ఏ స్త్రీకి కూడా ఈసంగతి తెలియదు. పృథాసుందరి తగిన సమయంలో ఒక దేవతామూర్తి వంటి కాంతిమంతుడైన బాలకుని ప్రసవించింది. అయినా సూర్యభగవానుని అనుగ్రహం వలన ఆమె కన్యగానే ఉండిపోయింది. ఆ బాలుడు తన తండ్రి వలెనే శరీరం మీద కవచాన్ని, చెవులకు స్వర్ణమయమైన కుండలాలు ధరించి ఉన్నాడు. అతడు సింహనేత్రాలతో, ఎద్దుమూపురంతో అలరారుతున్నాడు. పృథ తన దాదితో సంప్రదించి ఒక బుట్టను తెప్పించింది. అందులో మంచిగా పక్కను పరిచి పైన నాలుగువైపులా మైనాన్ని పూసింది. అందులో అప్పుడే పుట్టిన ఆ శిశువును పడుకోబెట్టి, పైన మూతవేసి అశ్వనదిలో విడిచిపెట్టింది. ఆ బుట్టను నదిలో వదిలివేసే సమయంలో కుంతి విలపిస్తూ - "నాయనా! భూచరులు, ఖేచరులు, జలచరులు అయిన జీవులు, దివ్యప్రాణులు నీకు శుభం కలిగించుదురుగాక! నీమార్గం మంగళమయమగునుగాక! శత్రువులు నీకు ఎలాంటి విఘ్నాలనూ కలిగించకుందురుగాక! నీటిలో వరుణదేవుడు, ఆకాశంలో వాయుదేవుడు నిన్ను రక్షించుదురుగాక! నీతండ్రి సూర్యదేవుడు నిన్ను సర్వత్రా రక్షించును గాక! నీవు ఎప్పుడైనా ఇతరదేశాలలో నాకు దొరికితే ఈకవచకుండలాలవలన నిన్ను గుర్తించగలను" అని పలికింది. పృథ ఇలాగే అతిదీనంగా విలపిస్తూ, అత్యంతమూ దుఃఖితురాలై దాదితో పాటు రాజభవనానికి తిరిగివచ్చింది.

ఆ బుట్ట తేలుతూ సాగుతూ అశ్వనదినుండి చర్మణ్వతీ నదికి, అక్కడినుండి యమునకు చేరుకొంది. యమునలో ప్రవహించి అది గంగానదికి చేరింది. అక్కడ అధిరథుడనే సూతుడు నివసించే చంపాపురానికి వచ్చింది. అదే సమయంలో ధృతరాష్ట్రుని మిత్రుడైన అధిరథుడు తన భార్యతో కలిసి గంగాతీరానికి వచ్చాడు. రాజా ! అతని భార్య రాధ లోకంలో సాటిలేని సౌందర్యవతి. కాని ఆమెకు పుత్రులు కలుగలేదు. అందువలన ఆమె కొడుకులకోసం చాలా ప్రయత్నాలు చేస్తోంది. దైవయోగంవలన ఆమె దృష్టి గంగానదిలో కొట్టుకుపోతున్న బుట్టపై పడింది. గంగాతరంగాల తాకిడికి ఒడ్డునుచేరిన ఆ బుట్టను ఆమె కుతూహలంకొద్దీ అధిరథునికి చెప్పి నీటినుండి బయటకు తీయించింది. దానిని పనిముట్లతో తెరిపించగానే అందులో బాలసూర్యునిలా ప్రకాశిస్తున్న ఒక బాలకుడు కనిపించాడు. అతడు బంగారు కవచాన్ని ధరించి

ఉన్నాడు. అతని ముఖం కుండలాల కాంతితో మెరిసిపోతోంది.

ఆ బాలుని చూచి అధిరథుడు, అతని భార్య ఆశ్చర్యంతో చకితులయ్యారు. అధిరథుడు ఆ బాలుని ఎత్తుకొని తన భార్యతో – "ప్రియా! నేను పుట్టింది మొదలుకొని ఇప్పుడే ఇటువంటి విచిత్ర బాలుని చూస్తున్నాను. ఏ దేవకుమారుడో మన దగ్గరకు వచ్చాడనిపిస్తోంది. నాకు సంతానం లేదు కాబట్టి దేవతలే నాకు తప్పక ఈ పుత్రుని ఇచ్చి ఉంటారు" అన్నాడు. ఇలా అని అతడు ఆ బాలుని రాధకు ఇచ్చాడు. రాధ కూడా కమలగర్భంలా మృదువుగా శోభాయమానంగా ఉన్న దివ్యరూపుడైన ఆ దేవశిశువును విధ్యుక్తంగా స్వీకరించి, అతనిని నియమానుసారంగా పెంచసాగింది. ఈరీతిగా ఆ బాలుడు పెరగసాగాడు. అప్పటినుండి అతడు అధిరథునికి ఔరసపుత్రుడయ్యాడు. ఆబాలకుడు వసువర్మం(బంగారు కవచం)తో; బంగారు కుండలాలతో ఉండడం చూసి బ్రాహ్మణులు అతనికి వసుషేణుడని పేరు పెట్టారు. ఈ విధంగా మహాపరాక్రమసంపన్నుడైన బాలుడు సూతపుత్రునిగా పిలువబడుతున్నాడు. వసుషేణుడు లేదా 'వృష' అనే పేర్లతో పిలువబడుతున్నాడు. దివ్య కవచధారి అయిన కారణంగా పృథ కూడా దూతల ద్వారా తన ఆ శ్రేష్ఠపుత్రుడు అంగదేశంలో ఒకసూతుని ఇంటిలో పెరుగుతున్నాడని తెలుసుకొంది. అతడు పెద్దవాడు కావడం చూసి అధిరథుడు అతనిని విద్యాసముపార్జనకోసం హస్తినాపురానికి పంపాడు. అక్కడ అతడు ద్రోణాచార్యునివద్ద అస్త్రవిద్య నేర్చుకోసాగాడు. ఈ రకంగా అతనికి దుర్యోధనునితో మైత్రి ఏర్పడింది. అతడు ద్రోణ కృపుల వద్ద, పరశురామునివద్ద నాలుగురకాల అస్త్రసంచాలనాలు నేర్చుకొన్నాడు. ఈరీతిగా మహాధనుర్ధరుడై లోకమంతటా ప్రసిద్ధుడయ్యాడు. అతడు దుర్యోధనునితో కలిసి ఎప్పుడూ పాండవులకు అప్రియం చేయడానికే తహతహ లాడేవాడు. ఎప్పుడూ అర్జునునితో యుద్ధం చేయడానికి దారులు వెదుకుతూ ఉండేవాడు.

రాజా! సూర్యునివలన కుంతీగర్భంనుండి కర్ణుడు జన్మించాడని, పెరగడం మాత్రం సూతకులంలో అని – ఇదే సూర్యుడు అన్న రహస్యవిషయం. కర్ణుని కవచకుండలాలను చూసి యుధిష్ఠిరుడు అతడు యుద్ధంలో అజేయుడని భావించేవాడు. అందుకనే అతనికి చింత కలుగుతూ ఉండేది. కర్ణుడు మధ్యాహ్నసమయంలో నీటిలో నిలబడి చేతులు జోడించి సూర్యుని స్తుతిస్తూ ఉండేవాడు. ఆ సమయంలో బ్రాహ్మణులు ధనేచ్ఛతో అతని చుట్టుపక్కలే తిరుగుతూ ఉండేవారు. ఎందుకంటే అతని వద్ద బ్రాహ్మణులకు ఈయలేని వస్తువేదీ ఉండేదికాదు.

ఇంద్రునకు కవచకుండలములిచ్చి కర్ణుడు అమోఘశక్తిని పొందుట

వైశంపాయనుల వారు చెపుతున్నారు – రాజా! ఒకరోజున దేవరాజు ఇంద్రుడు బ్రాహ్మణరూపాన్ని ధరించి కర్ణునివద్దకు వచ్చి "భిక్షాందేహి" అన్నాడు. కర్ణుడు – "దయచేయండి. స్వాగతం. చెప్పండి. మీకు సువర్ణభూషాలంకృతలైన స్త్రీలను ఇమ్మంటారా? అనేక గోవులున్న గ్రామాలను అర్పించమంటారా? మీకు ఏమి సేవ చేయగలనో చెప్పండి" అని అడిగాడు.

బ్రాహ్మణుడు – "వాటిమీద నాకు కోరిక లేదు. మీరు నిజంగా సత్యప్రతిజ్ఞులు అయితే మీకు పుట్టుకతోనే ఉన్న కవచకుండలాలను తీసి ఇవ్వండి. మీవద్దనుండి నేను వీటిని పొందడం కోసమే తొందరపడుతున్నాను. ఇదే నాకు అన్నింటినిమించి లాభదాయకమైన విషయం" అని చెప్పాడు.

కర్ణుడు – "విప్రోత్తమా! నాకు జన్మతః ఉన్న ఈ కవచకుండలాలు అమృతమయమైనవి. వీటి కారణంగా ముల్లోకాలలో నన్ను ఎవరూ చంపలేరు. కాబట్టి నేను వీనిని నాశరీరం నుండి తొలగించడానికి ఇష్టపడను. కాబట్టి మీరు నానుండి విశాలమైన శత్రుహీనమైన భూభాగాన్ని తీసుకోండి. ఈకవచకుండలాలను ఇస్తే నేను శత్రువుల బారినపడతాను" అని విన్నవించుకొన్నాడు.

ఇలా చెప్పినప్పటికీ ఇంద్రుడు ఇంకొకవరం అడగడానికి ఇష్టపడలేదు. అప్పుడు కర్ణుడు నవ్వి – "దేవరాజా! నేను ముందే మిమ్మల్ని గుర్తించాను. నేను మీకు ఏదైనా వస్తువును ఇస్తే దానికి బదులుగా నాకు ఏమీ లభించకపోవడం ఉచితంకాదు. మీరు సాక్షాత్తూ దేవేంద్రులు. మీరు కూడా నాకు ఏదైనా వరం ఇవ్వాలి. మీరు అనేక ఇతరజీవులకు అధిపతులు. సృష్టికర్తలు. దేవేంద్రా! నేను మీకు కవచకుండలాలను ఇస్తే శత్రువులకు వధ్యుడనవుతాను. మీరుకూడా నవ్వుతారు. కాబట్టి బదులుగా ఏదైనా ఇచ్చి మీరు తప్పకుండా ఈ కవచకుండలాలను తీసుకొనివెళ్లండి. అలా కాకపోతే ఏవిధంగానూ వీనిని నేను ఇవ్వలేను" అన్నాడు.

ఇంద్రుడు – "నేను నీదగ్గరకు వస్తానని సూర్యునికి తెలిసింది. నిస్సందేహంగా అతడే నీకు అన్ని సంగతులూ

చెప్పి ఉంటాడు. అయినా ఏమీ ఫరవాలేదులే. నీవు కోరినది సరియైనదే. ఒక్క వజ్రాయుధాన్ని తప్పించి నావద్దనున్నది ఏదైనా నీవు కోరుకోవచ్చును" అన్నాడు.

కర్ణుడు – "ఇంద్రదేవా! ఈ కవచకుండలాలకు బదులుగా మీరు మీ అమోఘమైన దివ్యశక్తిని ఇవ్వండి. అది యుద్ధాలలో అనేక శత్రువులను సంహరించగలిగినది" అని అడిగాడు.

అప్పుడు శక్తి విషయంలో కొద్దిగా ఆలోచించి ఇంద్రుడు– "నీవు నీశరీరంలోని కవచకుండలాలను ఇవ్వు. నాశక్తి ఆయుధాన్ని తీసుకో. అయితే దీనితోపాటు ఒక షరతు. ఇది నేను ప్రయోగిస్తే వందలవేల శత్రువులను సంహరించి తిరిగి నాచేతికి వస్తుంది. కాని నీవు ప్రయోగిస్తే – సింహనాదం చేస్తూ నిన్ను అత్యంతమూ సంతప్తుని చేసే ఒకే ఒక్క ప్రబల శత్రువును చంపి, తిరిగి నాచేతికే వస్తుంది" అన్నాడు.

కర్ణుడు – "దేవేంద్రా! అతి భయంకరమైన యుద్ధంలో గర్జిస్తూ నన్ను సంతప్తుని చేసేవానిని, నాకు భయం కలిగించినవానిని కేవలం ఒక్క శత్రువును మాత్రమే నేను కూడా చంపాలనుకొంటున్నాను" అన్నాడు.

ఇంద్రుడు – "యుద్ధంలో గర్జించే ఒక ప్రబల శత్రువును చంపాలనుకొంటున్నావు. సరే, కాని నీవు చంపదలచుకొన్నవానిని శ్రీకృష్ణభగవానుడు రక్షిస్తాడు. వేదవేత్తలు అతనిని అజితుడని, వరార్హుడని, అచింత్యుడని, నారాయణుడని చెప్తూ ఉంటారు" అన్నాడు.

కర్ణుడు – "దేవా! అలా జరిగితే మంచిదే. అయినా మీరు నాకు ఒకవీరుని సంహరించే అమోఘమైన దివ్యశక్తిని ఇవ్వండి. దానితో నన్ను బాధించే శత్రువును సంహరించగలుగుతాను" అన్నాడు.

ఇంద్రుడు – "మరొక విషయం. ఇతర ఆయుధాలు ఉండగా, ప్రాణాంతకమైన ఆపద రావడానికి ముందే పొరపాటున నీవు ఈ అమోఘశక్తిని ప్రయోగిస్తే అది నీమీదికే వస్తుంది" అని వివరించాడు.

కర్ణుడు – "ఇంద్రా! మీరు చెప్పినట్లుగానే మీ ఈ శక్తిని నాకు అతిపెద్ద సంకటస్థితి వచ్చినపుడే ప్రయోగిస్తాను. నేను నిజం చెపుతున్నాను" అన్నాడు.

వైశంపాయనుడు చెపుతున్నాడు – "రాజా! అప్పుడు ఆ వెలుగులు చిమ్మే శక్తిని తీసుకొని, కర్ణుడు ఒక పదునైన ఆయుధంతో అవయవాలన్నింటినీ చీరి కవచాన్ని తొలగించాడు. అతడు ఆయుధంతో తన శరీరాన్ని కోస్తూ కూడా చిరునవ్వులు చిందించడం చూసి దేవతలు దుందుభులు మ్రోగించారు. పుష్పవృష్టి కురిపించారు. ఈరీతిగా తన శరీరం నుండి పెకలించి రక్తంతో తడిసిన ఆకవచాన్ని అతడు ఇంద్రునికి ఇచ్చాడు. తరువాత కుండలాలు రెండింటినీ చెవులనుండి కత్తిరించి తీసి అతనికి అప్పగించాడు. ఈదుష్కరమైన పని చేయడంవలననే అతడు 'కర్ణుడు' అనిపించుకొన్నాడు.

ఈరీతిగా ఇంద్రుడు కర్ణుని వంచించి, ముల్లోకాలలో అతనిని కీర్తిపరునికావించి "ఇక పాండవులపని సిద్ధించినట్లే" అని నిశ్చయించుకొన్నాడు. ఆ తరువాత అతడు నవ్వుతూ దేవలోకానికి వెళ్లిపోయాడు. ధృతరాష్ట్రకుమారులకు కర్ణుడు మోసగింపబడ్డాడనే సమాచారం తెలిసింది. వారు చాలా విచారించారు. వారి గర్వం అంతా అణిగిపోయింది. వనవాసం చేస్తున్న పాండవులు కర్ణుని ఈస్థితి గురించి విని చాలా ఆనందించారు.

బ్రాహ్మణుని అరణిని తెచ్చుటకు పాండవులు వెడలుట

జనమేజయమహారాజు – మునివరా! జయద్రథుడు ద్రౌపదిని అపహరించి తీసుకుపోవడంతో పాండవులకు పెద్ద ఆపదే వచ్చిపడింది. అందుకని ఆమెను తిరిగి పొందాక వారు ఏంచేశారు?" అని వైశంపాయనుని ప్రశ్నించాడు.

వైశంపాయనుడు చెప్పసాగాడు – ఆ ప్రకారంగా ద్రౌపదిని అపహరించి తీసుకుపోవడం వలన అత్యంతమూ దుఃఖించిన యుధిష్ఠిరుడు కామ్యకవనాన్ని విడిచి తమ్ముళ్లతోపాటు తిరిగి ద్వైతవనానికే వచ్చాడు. అక్కడ రుచికరమైన ఫలమూలాదులు అధికంగా ఉన్నాయి. రకరకాల వృక్షాలవలన అది పరమరమణీయంగా అనిపించసాగింది. అక్కడ వారు మితాహారులై ఫలాలనే భుజిస్తూ ద్రౌపదీసహితులై కాలం గడుపసాగారు.

ఆ అడవిలో ఒక బ్రాహ్మణుని యొక్క అరణిని మథించే కాష్ఠానికి ఒక హరిణం దురదతో తన కొమ్మును గోకుకొంది. దైవయోగం వలన ఆ కాష్ఠం దాని కొమ్ములలో చిక్కుకుపోయింది. ఆ మృగం కాస్త ఒడ్డూ పొడుగూ కలిగి ఉన్నది. అది దానిని తీసికొని గెంతుతూ దుముకుతూ వేరే ఆశ్రమాన్ని చేరుకొంది. ఇది చూచిన బ్రాహ్మణుడు అగ్నిహోత్రాన్ని రక్షించుకోవడానికి కంగారుగా పాండవులవద్దకు వచ్చాడు. తమ్ముళ్లతో కలిసి కూర్చున్న యుధిష్ఠిరుని వద్దకు వచ్చి ఆబ్రాహ్మణుడు – "రాజా! నేను అరణితోపాటు నారాపిడి

కట్టెను కూడా చెట్టుకొమ్మకు వేలాడదీశాను. దానికి ఒక లేడి తన కొమ్ములను గీరుకొన్నది. దానితో అది దాని కొమ్ములలో ఇరుక్కొని పోయింది. ఆ పెద్దమృగం కుప్పించి దూకుతూ దానిని తీసుకొని పరుగెత్తింది. మీరు దాని గిట్టగుర్తులను బట్టి చూస్తూ వెళ్లి దానిని పట్టుకోండి. నా రాపిడి కట్టెను తెచ్చి ఇవ్వండి. అందువల్ల నాఅగ్నిహోత్రకార్యానికి లోపం కలుగకుండా ఉంటుంది" అని ప్రార్థించాడు.

బ్రాహ్మణుని మాటలు విని యుధిష్ఠిరుడు చాలా విచారించాడు. అతడు తన తమ్ముళ్లతో కలిసి విల్లు పట్టుకొని మృగం వెంటపడ్డాడు. అన్నదమ్ములందరూ దానిని కొట్టడానికి ప్రయత్నించారు.కాని ఫలించలేదు. చూస్తూ చూస్తూ ఉండగానే అది వారి దృష్టి నుండి మాయమయింది. అది కనిపించక వారు నిరుత్సాహపడ్డారు. చాలా విచారించారు. తిరుగుతూ తిరుగుతూ వారు దట్టమైన అడవిలో ఒక మట్టిచెట్టు క్రిందికి చేరారు. ఆకలి దప్పులతో అలసిపోయి ఆచెట్టునీడన కూర్చున్నారు. అప్పుడు ధర్మరాజు నకులుని – "తమ్ముడూ! నీ సోదరులందరూ దాహంతో అలిసిపోయి ఉన్నారు. ఈసమీపంలో ఎక్కడయినా నీరుగాని; నీటిదగ్గర పెరిగేచెట్లు కాని ఉన్నాయేమో చూడు" అని ఆదేశించాడు. నకులుడు చిత్తమని చెప్పి చెట్టు పైకి ఎక్కి అటు ఇటు చూసి – "రాజా! నీటికి దగ్గరలో పెరిగే అనేకవృక్షాలు నాకు కనబడుతున్నాయి. అలాగే బెగ్గురుపక్షుల ధ్వని కూడా వినబడుతోంది. కాబట్టి ఇక్కడ తప్పకుండా నీరు ఉంటుంది" అని చెప్పాడు. యుధిష్ఠిరుడు "అయితే నీవు వెంటనే వెళ్లి దొన్నెలలో నీరు నింపి పట్టుకురా" అని చెప్పాడు.

పెద్దన్నగారు ఆజ్ఞాపించగానే నకులుడు "మంచిద"ని చెప్పి చాలా వేగంగా వెళ్లాడు. తొందరగానే జలాశయం చేరుకొన్నాడు.సారసపక్షులతో నిండి ఉన్న మిక్కిలి స్వచ్ఛమైన ఆ నీటిని చూసి అతడు త్రాగడానికి వంగుతున్నంతలోనే ఆకాశవాణి వినిపించింది. "నాయనా! నకులా! తొందరపడకు. ఇంతకుముందే నాకొక నియమం ఉంది. నాప్రశ్నలకు సమాధానాలిచ్చి తరువాత నీరు త్రాగు. పట్టుకువెళ్లు" అన్నది ఆ కంఠం. కాని నకులునికి బాగా దాహం వేస్తూండడం వలన ఆ మాటలను ఏమీ పట్టించుకోలేదు. కాని అతడు ఆ చల్లని నీరు త్రాగాడో లేదో నేలమీద పడిపోయాడు.

నకులుడు ఆలస్యం చేయడం చూసి యుధిష్ఠిరుడు సహదేవుని "సహదేవా! మీ అన్న నకులుడు వెళ్లి చాలాసేపు అయింది. కాబట్టి నీవు అతనిని తోడ్కొనిరా. నీరుకూడా పట్టుకురా" అని ఆదేశించాడు. సహదేవుడు కూడా చిత్తమని చెప్పి ఆదిశగా వెళ్లాడు. అక్కడ నకులుడు మరణించి పడిఉండడం చూశాడు. అన్నగారు చనిపోయినందుకు చాలా దుఃఖం కలిగింది. కాని ఒకవైపు దాహం కూడా చాలా పీడిస్తోంది. అతడు నీటిదగ్గరకు వెళ్లాడు. అదే సమయంలో ఆకాశవాణి – "నాయనా! సహదేవా! తొందరపడకు. ముందుగానే నాకొక నియమం ఉంది. నాప్రశ్నలకు సమాధానమివ్వు. తరువాత నీరుత్రాగు. పట్టుకువెళ్లు" అని అన్నది. సహదేవునికి చాలా ఎక్కువగా దాహం వేస్తోంది. అతడు ఆకాశవాణి మాటలను లక్ష్యపెట్టలేదు. కాని అతడు ఆ చల్లని నీటిని తాగగానే నేలపై పడిపోయాడు.

అప్పుడు ధర్మరాజు అర్జునునితో – "శత్రుదమనుడా! అర్జునా! నీ తమ్ములు నకులసహదేవులు ఇద్దరూ వెళ్లారు. వారిని వెంటపెట్టుకునిరా. నీరు కూడా తీసుకురా" అని చెప్పాడు. అర్జునుడు ధనుర్ధరుడై, కత్తిని ఒరలోంచి తీసిపట్టుకొని సరోవరం దగ్గరకు చేరాడు. అక్కడ అతడు నీటిని తేవడానికి వచ్చిన తన తమ్ములిద్దరూ చనిపోయిఉండడం చూశాడు. ఆ వీరునికి చాలా దుఃఖం కలిగింది. అతడు విల్లు ఎక్కుపెట్టి ఆ అడవిలో అన్నివైపుల తేరిపారి చూడసాగాడు. కాని అక్కడ అతనికి ఏప్రాణీ కనపడలేదు. దాహంతో అలిసిన అతడు నీటివైపు వెళ్లాడు.అదే సమయంలో అతనికి ఆకాశవాణి వినిపించింది – "కుంతీనందనా! నీవు నీటి దగ్గరకు ఎందుకు వెళ్తావు? నీవు బలవంతంగా ఈ నీటిని త్రాగలేవు. నీవు నాప్రశ్నలకు సమాధానం చెపితేనే నీటిని త్రాగగలవు. పట్టుకువెళ్లనూగలవు" అని ఆకాశవాణి అడ్డగించగా అర్జునుడు – "కొంచెం ఎదుటకు వచ్చి అడ్డగించు. అప్పుడయితే నా బాణపు దెబ్బ రుచి చూసి అలా పలికే సాహసమే చేయలేవు" అన్నాడు. అలా అని అర్జునుడు శబ్దవేధి విద్యాకౌశలాన్ని ప్రదర్శిస్తూ అభిమంత్రించిన బాణాలను అన్నివైపుల వేశాడు. అప్పుడు యక్షుడు "అర్జునా! ఈ వ్యర్థప్రయత్నం వలన ఏం జరుగుతుంది? నీవు నాప్రశ్నలకు సమాధానం ఇచ్చాకనే నీటిని త్రాగగలవు. సమాధానమివ్వకుండా త్రాగావో, త్రాగిన వెంటనే మరణిస్తావు" అన్నాడు. యక్షుడు ఇలా చెప్పినా సవ్యసాచి అయిన ధనంజయుడు ఆమాటను ఏమాత్రం లక్ష్యపెట్టలేదు. అతడు నీటిని త్రాగుతూనే మరణించాడు.

ఇక యుధిష్ఠిరుడు భీమసేనునితో – "భరతనందనా!

నకులసహదేవులు, అర్జునుడు నీరు తేవడానికి వెళ్లి చాలాసేపయింది. ఇంతవరకు తిరిగి రాలేదు. నీవు వారిని తీసుకొనిరా. నీటిని కూడా పట్టుకురా" అన్నాడు. భీమసేనుడు 'సరే' అని చెప్పి తన తమ్ములు చనిపోయిన ఆ చోటికి వెళ్లాడు. వారిని చూచి అతనికి చాలా దుఃఖం కలిగింది. ఒకపక్క దాహం కూడా విపరీతంగా బాధిస్తోంది. అతడు తనలో "ఈ పని యక్షరాక్షసులదై ఉంటుంది. నేను తప్పక వారితో యుద్ధం చేయాలి. కనుక ముందు నీటిని త్రాగుతాను" అనుకొన్నాడు. అలా ఆలోచించి దాహ బాధతో నీటివైపు నడిచాడు. ఇంతలోకే యక్షుడు - "సోదరా! భీమసేనా ! తొందర పడకు. ముందే నాకు ఒక నియమం ఉంది. నా ప్రశ్నలకు సమాధానాలు ఇచ్చాకనే నీవు నీటిని త్రాగగలవు. పట్టుకు వెళ్లనూ గలవు" అన్నాడు. అతులితశక్తి సంపన్నుడయిన యక్షుడు ఇలా చెప్పాక కూడా భీముడు అతని ప్రశ్నలకు సమాధానాలు ఇవ్వకుండానే నీరు త్రాగాడు. తాగుతూనే నేలకు ఒరిగిపోయాడు.

యక్ష యుధిష్ఠిర సంవాదము

వైశంపాయనుడు చెపుతున్నాడు - ఇక్కడ యుధిష్ఠిరుడు భీముడు ఆలస్యం చేయడం చూసి చాలా చింతించాడు. అతని మనసు శోకావేగంతో తపించిపోతోంది. తాను స్వయంగా వెళ్లడానికి లేచాడు. జలాశయం వద్దకు వెళ్లి చూసేసరికి తన తమ్ములు నలుగురూ చనిపోయి పడి ఉండడం కనిపించింది. వారు నిశ్చేష్టులై పడి ఉండడం చూసి అతనికి మహాదుఃఖం కలిగింది. శోక సముద్రంలో మునిగి అతడు -" ఈ వీరులను ఎవరు చంపారు? వీరి శరీరాల మీద ఎటువంటి ఆయుధాల దెబ్బల గుర్తులు కనిపించడం లేదు. పైగా ఇక్కడ ఎవరి కాలి గుర్తులు కూడా లేవు. నా తమ్ముళ్లను ఏదో ఒక గొప్ప ప్రాణి చంపి ఉంటుంది అనుకొంటున్నాను. సరే ముందు దీక్షగా దీనికి కారణం వెదకుతాను. లేకపోతే నీరు త్రాగాక నాకు దీని సంగతి దానంతట అదే తెలుస్తుంది. మా పరోక్షంలో పొంచి పొంచి కుటిల బుద్ధి అయిన శకుని ద్వారా దుర్యోధనుడు ఈ విషపూరితమైన సరోవరాన్ని నిర్మింపచేసి ఉండడు కదా? కాని ఇది విషపూరితం కాదు అనిపిస్తోంది. ఎందుకంటే చనిపోయిన నా తమ్ముళ్ల శరీరాలలో మార్పు ఏమీ రాలేదు. పైగా వీరి ముఖవర్ణం కూడా కాంతిగానే ఉంది. వీరిలో ప్రతి ఒక్కరూ అతివేగం గల జలప్రవాహంలా మహాబలులు. ఈ పురుషశ్రేష్ఠులను ఎదిరించడం సాక్షాత్తూ యమధర్మరాజుకు తప్ప వేరెవరికి సాధ్యం?" అని అనేకరకాలుగా ఆలోచించసాగాడు.

ఇదంతా ఆలోచిస్తూ అతడు నీటిలో దిగడానికి సిద్ధపడ్డాడు. ఇదే సమయంలో అతనికి ఆకాశవాణి వినిపించింది. "నేను కొంగను. నేనే నీ తమ్ముళ్లను చంపాను. నీవు నా ప్రశ్నలకు సమాధానం ఇవ్వకపోతే ఐదవవాడివి అయిన నీవు కూడా వారితోపాటు నిద్రిస్తావు. నాయనా! తొందరపడకు నాకు ఇది ముందునుండీ ఉన్న నియమం. నీవు నా ప్రశ్నలకు సమాధానం ఇవ్వు. ఆపై నీరు త్రాగు. తీసుకువెళ్లు" అని ఆకాశవాణి పలికింది.

యుధిష్ఠిరుడు "ఈ పని ఒక పక్షివలన అయ్యేది కాదు. కాబట్టి మీరు రుద్రవసుమరుత్తులు మొదలైన ప్రధాన దేవతలలో ఎవరని నేను మిమ్మల్ని అడుగుతున్నాను" అన్నాడు.

యక్షుడు - "నేను వట్టి జలచరమైన పక్షిని కాను. యక్షుడను. ఈ నీ మహాశక్తిశాలులైన తమ్ముళ్లను నేను చంపాను" అన్నాడు.

యక్షునియొక్క ఈ అమంగళకరమైన, కఠోరమైన వాక్కులు విని యుధిష్ఠిరుడు అతనివద్దకు వెళ్లాడు. వికటనేత్రుడు, విశాలనేత్రుడు, విశాలకాయుడు అయిన ఒక యక్షుడు చెట్టుపైన ఉండడం అతడు చూశాడు. ఆయక్షుడు సమీపించశక్యంకానివాడు. తాడిచెట్టులా అతిపొడవైనవాడు. అగ్నివలె తేజస్వి. పర్వతంలా విశాలకాయుడు.అతడే తన గంభీరధ్వనితో అతనిని పిలుస్తున్నాడు. తిరిగి అతడు యుధిష్ఠిరునితో - "రాజా! నీ ఈ తమ్ముళ్లను నేను పదేపదే వద్దని అడ్డగించాను. అయినా వీరు మూర్ఖంగా నీళ్లు తీసుకువెళ్లాలనే అనుకొన్నారు. అందుకే నేను వీరిని చంపాను. నీవు నీప్రాణాలు దక్కించుకోవాలంటే ఈ నీరు త్రాగకూడదు. ఈ సరస్సు ఎప్పటినుండో నాది. ఇది నా నియమం. ముందు నాప్రశ్నలకు సమాధానం చెప్పు. ఆ తరువాత నీళ్లు త్రాగు. పట్టుకువెళ్లు" అన్నాడు.

యుధిష్ఠిరుడు - "నేను నీ అధీనంలో ఉన్న వస్తువును తీసుకొని వెళ్లాలనుకోవడం లేదు. మీరు నన్ను ప్రశ్నలు అడగండి. ఎవరైనా తన్ను తాను పొగడుకుంటే సత్పురుషులు దానిని మెచ్చరు. నేను నాబుద్ధికి తోచినట్లు వాటికి సమాధానాలు ఇస్తాను" అన్నాడు.

యక్షుడు - "సూర్యుని ఎవరు ఉదయింపచేస్తున్నారు? అతనికి నాలుగువైపుల ఎవరు నడుస్తున్నారు? అతనిని ఎవరు

అస్తమింపచేస్తున్నారు? అతడు దేనియందు ప్రతిష్ఠితుడై ఉన్నాడు?"

యుధిష్ఠిరుడు - "సూర్యుని బ్రహ్మ ఉదయింపచేస్తున్నాడు. దేవతలు అతనికి నలువైపుల నడుస్తున్నారు. ధర్మం అతనిని అస్తమింపచేస్తోంది. అతడు సత్యమునందు ప్రతిష్ఠితుడై ఉన్నాడు."

యక్షుడు - "దేనిచేత మనుష్యుడు శ్రోత్రియుడు అవుతాడు? దేనివలన మహత్వదాన్ని పొందుతాడు? దేనివలన అతడు ద్వితీయుడు అవుతాడు. దేనివలన బుద్ధిమంతుడవుతాడు?"

యుధిష్ఠిరుడు - "శ్రుతి వలన మనుష్యుడు శ్రోత్రియుడవుతాడు. తపస్సువలన మహత్వదం పొందుతాడు. ధృతివలన ద్వితీయుడు(బ్రహ్మరూపుడు) అవుతాడు. పెద్దలను సేవించడం వలన బుద్ధిమంతు డవుతాడు."

యక్షుడు - బ్రాహ్మణులలో దేవత్వం ఎట్టిది? వారిలో సత్పురుషులయొక్క ధర్మం ఏమిటి? మనుష్యత్వం ఎట్టిది? అసత్పురుషులు చేసేది ఏమిటి?"

యుధిష్ఠిరుడు - వేదాధ్యయనమే బ్రాహ్మణులకు దైవత్వం. తపస్సు సత్పురుషులయొక్క ధర్మం. మరణించడమే మనుష్య ధర్మం. నిందించడం అసత్పురుషులు చేసే పని."

యక్షుడు - "క్షత్రియులలో దైవత్వం ఏది? వారిలో సత్పురుషుల ధర్మం ఏమిటి? మనుష్యత్వం ఏది? వారిలో అసత్పురుషుల ఆచరణం ఏది?"

యుధిష్ఠిరుడు - "బాణవిద్య క్షత్రియులకు దైవత్వం. యజ్ఞం చేయడం వారిలో సత్పురుషుల ధర్మం. భయం మానవీయ భావం. దీనులను రక్షించకపోవడం అసత్పురుషులయొక్క ఆచరణం."

యక్షుడు - "యజ్ఞానికి సంబంధించిన సామం ఏది? యజ్ఞానికి యజువు ఏది? యజ్ఞానికి వరణం ఏది? యజ్ఞానికి అతిక్రమణం చేయనిదేది?"

యుధిష్ఠిరుడు - "ప్రాణమే యజ్ఞానికి సంబంధించిన సామం, మనస్సే యజ్ఞీయమైన యజువు. ఏకమాత్ర అయిన ఋక్కే యజ్ఞవరణం చేస్తుంది. ఋక్కు యొక్క ఏకమాత్రయే యజ్ఞాతిక్రమణం చేయదు."

యక్షుడు - "ఆవపనం (దేవతర్పణం) చేసేవారికి శ్రేష్ఠమైన వస్తువు ఏది? నివపనం (పితృతర్పణం) చేసేవారికి శ్రేష్ఠవస్తువు ఏది? ప్రతిష్ఠ కోరుకునేవారికి ఏ వస్తువు శ్రేష్ఠమైనది? సంతానం కోరుకొనే వారికి శ్రేష్ఠమైనదేది?"

యుధిష్ఠిరుడు - "ఆవపనం చేసేవారికి వర్షం శ్రేష్ఠఫలం. నివపనం చేసేవారికి బీజం (ధన-ధాన్యాది సంపత్తి) శ్రేష్ఠం. ప్రతిష్ఠ కోరుకొనేవారికి గోవు శ్రేష్ఠం. సంతానం కోరుకొనేవారికి పుత్రుడు శ్రేష్ఠం."

యక్షుడు - "ఇంద్రియ సుఖాలు అనుభవిస్తూ, శ్వాసిస్తూ, బుద్ధిమంతుడై ఉండి, లోకంలో గౌరవింపబడుతూ, అందరికీ మాననీయుడై ఉండి కూడా వాస్తవానికి జీవించి ఉండని వాడెవడు?"

యుధిష్ఠిరుడు - "దైవం, అతిథి, సేవకుడు, తల్లి, తండ్రి - ఈ అయిదుగురిని పోషించనివాడు శ్వాసిస్తూ కూడా బ్రతుకనివాడే".

యక్షుడు - "భూమి కంటె బరువైన దేది? ఆకాశం కంటె ఉన్నతమైనది ఏది? వాయువు కంటె వేగంగా వెళ్లేది ఏది? గడ్డిపరకల కంటె సంఖ్యలో అధికమైనదేది?"

యుధిష్ఠిరుడు - "తల్లి భూమి కంటె బరువైనది (గొప్పది). తండ్రి ఆకాశం కంటె ఉన్నతుడు. మనస్సు వాయువు కంటె వేగంగా వెళ్తుంది. చింత గడ్డిపరకల కంటె అధికం".

యక్షుడు - "నిద్రపోయినా రెప్పమూయనిది ఏది? పుట్టాక కూడా కదలిక లేనిది ఏది? దేనిలో హృదయముండదు? వేగంతో వృద్ధి పొందేది ఏది?'

యుధిష్ఠిరుడు - చేప నిద్రించినా రెప్ప మూయదు. పుట్టినా చలనం లేనిది గ్రుడ్డు. రాతిలో హృదయం ఉండదు; నది వేగంతో వృద్ధి పొందుతుంది".

యక్షుడు - "విదేశాలకు వెళ్లేవానికి మిత్రుడెవరు? ఇంటిలో ఉండేవానికి మిత్రుడెవరు? రోగికి మిత్రుడెవరు? మరణం సమీపించినవానికి మిత్రుడు ఎవరు?

యుధిష్ఠిరుడు - విదేశాలకు వెళ్లేవానికి తోటి ప్రయాణీకుడే మిత్రుడు - ఇంటిలో ఉండేవానికి భార్య మిత్రురాలు. వైద్యుడు రోగికి మిత్రుడు, దానం మరణించే వానికి మిత్రుడు"

యక్షుడు - "ప్రాణులందరికీ అతిథి ఎవరు? ఏది సనాతన ధర్మం ? ఏది అమృతం? ఈ జగత్తు అంతా ఏమిటి?"

యుధిష్ఠిరుడు - "అగ్ని సమస్త ప్రాణులకు అతిథి. ఆవుపాలు అమృతం. నాశనం లేని నిత్యధర్మమే సనాతన ధర్మం. వాయువే ఈ జగత్తంతా"

యక్షుడు - ఒంటరిగా తిరిగేది ఎవరు? ఒకసారి పుట్టికూడా

మళ్లీ పుట్టేది ఎవరు? చలికి మందు ఏమిటి? మహా ఆవపనం (క్షేత్రం) ఏది?"

యుధిష్ఠిరుడు – సూర్యుడు ఒంటరిగా తిరుగుతాడు. చంద్రుడు ఒకసారి పుట్టి మళ్లీ జన్మిస్తాడు. చలికి ఔషధం అగ్ని. భూమి అతిగొప్ప ఆవపనం."

యక్షుడు – "ధర్మానికి ముఖ్యస్థానం ఏది? కీర్తికి ముఖ్యస్థానం ఏది? స్వర్గానికి ముఖ్యస్థానం ఏది? సుఖానికి ముఖ్యస్థానం ఏది?"

యుధిష్ఠిరుడు – "ధర్మానికి ముఖ్యస్థానం దక్షత. యశస్సుకు ముఖ్యస్థానం దానం. స్వర్గానికి ముఖ్యస్థానం సత్యం. సుఖానికి ముఖ్యస్థానం శీలం."

యక్షుడు – " మనుష్యునికి ఆత్మఏది? అతనికి దైవం ఏర్పరచిన స్నేహితుడెవరు? ఉపజీవం (జీవనాధారం) ఏమిటి? అతనికి పరమాశ్రయమైనదేది?"

యుధిష్ఠిరుడు – పుత్రుడు మనుష్యునికి ఆత్మ. భార్య అతనికి దైవం ఇచ్చిన స్నేహితుడు, మేఘం ఉపజీవనం. దానం పరమాశ్రయం"

యక్షుడు – ధన్యవాదాలకు యోగ్యులైన పురుషులలో ఉత్తమగుణం ఏమిటి? ధనాలలో ఉత్తమధనం ఏది? లాభాలలో ప్రధానలాభం ఏది? సుఖాలలో శ్రేష్ఠమైన సుఖం ఏమిటి?"

యుధిష్ఠిరుడు – 'ధన్యపురుషులలో దక్షతయే ఉత్తమగుణం. ధనాలలో శాస్త్రజ్ఞానం ప్రధానమైనది, లాభాలలో ఆరోగ్యం ప్రధానం, సుఖాలలో సంతోషం శ్రేష్ఠమైన సుఖం"

యక్షుడు – "లోకంలో శ్రేష్ఠధర్మం ఏది? నిత్యమూ ఫలించే ధర్మం ఏది? దేనిని వశపరచుకొంటే శోకం ఉండదు? ఎవరితోచేసిన సంధి నశించదు ?

యుధిష్ఠిరుడు –"లోకంలో దయ శ్రేష్ఠధర్మం. వేదోక్త ధర్మం నిత్యమూ ఫలించేది. మనస్సును వశపరచుకుంటే శోకం ఉండదు. సత్పురుషులతో చేసుకొన్న సంధి నశించదు"

యక్షుడు – దేనిని విడిచి మనుష్యుడు ఇష్టుడు అవుతాడు? దేనిని విడిచి శోకించడు? దేనిని విడిచి అర్థవంతుడవుతాడు? దేనిని విడిచి సుఖి అవుతాడు?"

యుధిష్ఠిరుడు – గర్వాన్ని విడిచి మనుష్యుడు ఇష్టుడు అవుతాడు. క్రోధాన్ని విడిచి శోకించడు. కామాన్ని విడిచి అర్థవంతుడవుతాడు. లోభాన్ని విడిచి సుఖవంతుడవుతాడు"

యక్షుడు – "బ్రాహ్మణునకు దానం ఎందుకు ఇస్తారు? నటనర్తకులకు దానం ఎందుకు ఇస్తారు? సేవకులకు దానమివ్వడంలో ప్రయోజనం ఏమిటి? రాజుగారికి ఎందుకు దానం ఇవ్వాలి?"

యుధిష్ఠిరుడు – "ధర్మం కోసం బ్రాహ్మణునకు దానమిస్తారు, నటనర్తకులకు కీర్తికోసం దానం (ఈనాము) ఇస్తారు. సేవకులకు వారి పోషణ రక్షణల కోసం దానం ఇస్తారు. రాజుగారికి భయం వలన దానం (పన్ను) ఇస్తారు"

యక్షుడు – "జగత్తు దేని చేత ఆవరింపబడి ఉంది? ఎందువలన అది ప్రకాశించడం లేదు? మనుష్యుడు మిత్రులను ఎందుకు వదిలిపెడుతున్నాడు? స్వర్గానికి ఏ కారణంగా వెళ్లడం లేదు?"

యుధిష్ఠిరుడు – "జగత్తు అజ్ఞానం చేత కప్పబడి ఉంది, తమోగుణం కారణంగా అది ప్రకాశించడం లేదు. లోభం కారణంగా మనుష్యుడు మిత్రులను వదిలివేస్తున్నాడు. ఆసక్తిచేత (తగుల్కొని ఉండడంచేత) స్వర్గానికి వెళ్లడం లేదు".

యక్షుడు – " ఎటువంటి పురుషుని చనిపోయిన వానిగా భావిస్తారు? ఏ విధమైన దేశాన్ని మరణించినదిగా చెప్తారు? శ్రాద్ధం ఏ విధంగా మృతమైనదవుతుంది? యజ్ఞం ఎలా మృతమవుతుంది?"

యుధిష్ఠిరుడు – "దరిద్రుని చనిపోయినవానిగా భావిస్తారు. రాజులేని రాజ్యం మృతమైనది, శ్రోత్రియ బ్రాహ్మణుడు లేని శ్రాద్ధం మృతమయినట్లు, దక్షిణ లేని యజ్ఞం మృతమైనది'.

యక్షుడు – లోకానికి "దిక్కు ఏది? జలం ఏది? అన్నం ఏది? విషం ఏది? శ్రాద్ధసమయం ఏది? – ఇవి చెప్పు".

యుధిష్ఠిరుడు – లోకానికి సత్పురుషులు దిక్కు' ఆకాశం జలం, గోవు అన్నం,ప్రార్థన (కామన) విషం. బ్రాహ్మణుడే శ్రాద్ధసమయం. (1)

యక్షుడు – "ఉత్తమమైన క్షమ ఏది? దేనిని లజ్జ అంటారు? తపస్సు యొక్క లక్షణం ఏమిటి ? దమమని దేనిని అంటారు?"

యుధిష్ఠిరుడు – "ద్వంద్వాలను సహించడమే క్షమ. చేయకూడని పనులకు దూరంగా ఉండడమే లజ్జ. తన ధర్మంలో నిలవడమే తపస్సు. మనసును అదుపులో ఉంచుకోవడమే దమము".

యక్షుడు – "రాజా! జ్ఞానం అని దేనిని అంటారు? దేనిని శమమని అంటారు? దయ దేనికి పేరు? ఆర్జవం (సరళత్వం) అని దేనిని అంటారు?"

యుధిష్ఠిరుడు - "వాస్తవిక వస్తువును సరిగ్గా తెలుసుకోవడమే జ్ఞానం. చిత్తశాంతి శమము, అందరి సుఖాన్ని కోరుకోవడం దయ, సమచిత్తం కలిగి ఉండడం ఆర్జవం".

యక్షుడు - "మనుష్యునకు దుర్జయుడైన శత్రువు ఎవరు? అంతులేని వ్యాధి ఏది?సాధువుగా ఎవరిని అంగీకరిస్తారు? అసాధువని ఎవరిని అంటారు?"

యుధిష్ఠిరుడు - క్రోధమే దుర్జయుడైన శత్రువు. లోభమే అంతులేని వ్యాధి. సమస్త ప్రాణులకు మేలు చేసేవాడు సాధువు. నిర్దయుడు అసాధువు".

యక్షుడు - "రాజా! దేనిని మోహం అంటారు? మానమని దేనిని చెప్తారు. దేనిని ఆలస్యం అనుకోవాలి?శోకమని దేనిని అంటారు?"

యుధిష్ఠిరుడు - " ధర్మమూఢత్వమే మోహం. ఆత్మాభిమానమే మానం. ధర్మం చేయకపోవడమే ఆలస్యం. అజ్ఞానమే శోకం".

యక్షుడు - ఋషులు స్థిరత్వమని దేనిని అంటారు? ధైర్యం అని దేనిని అంటారు? దేనిని స్నానం అంటారు? దేని పేరు దానం?"

యుధిష్ఠిరుడు - "తన ధర్మంలో స్థిరంగా ఉండడమే స్థిరత్వం. ఇంద్రియ నిగ్రహమే ధైర్యం. మానసిక మాలిన్యాన్ని విడవడమే స్నానం. ప్రాణులను రక్షించడమే దానం".

యక్షుడు - "ఎవరిని పండితుడని అనుకోవాలి? నాస్తికుడని ఎవరిని అనవచ్చును? మూర్ఖుడెవరు? కామం అంటే ఏమిటి? ఏది మత్సరం?"

యుధిష్ఠిరుడు - ధర్మజ్ఞుని పండితునిగా తెలుసుకోవాలి. మూర్ఖుడు నాస్తికుడని చెప్పబడతాడు. నాస్తికుడే మూర్ఖుడు. జనన మరణ రూపమైన సంసారానికి కారణమైన వాసనయే కామం. హృదయ తాపమే మత్సరం"

యక్షుడు - "ఏది అహంకారం? దంభం అని దేనిని అంటారు? పరమదైవం ఏది? పైశున్యం అంటే ఏది?"

యుధిష్ఠిరుడు - గొప్ప అజ్ఞానమే అహంకారం. తన్ను తాను అసత్యంగా గొప్ప ధర్మాత్ముడని ప్రసిద్ధి కల్పించుకోవడమే దంభం. దానం యొక్క ఫలమే దైవం అని చెప్పబడుతుంది. ఇతరుల యొక్క దోషాలు ఎంచడమే పైశున్యం. (చాడీలు చెప్పడం.)"

యక్షుడు - "ధర్మార్థకామాలు పరస్పర విరోధాలు, ఈ నిత్యవిరుద్ధాలు అయినవానిని ఒకేచోట ఎలా కూర్చగలుగుతాం?'

యుధిష్ఠిరుడు - "ధర్మం, భార్య పరస్పర వశవర్తులయితే ధర్మార్థ కామాలు మూడింటికీ సంయోగం కలుగుతుంది".

యక్షుడు - "భరతశ్రేష్ఠా! అక్షయనరకం ఏ మానవునికి ప్రాప్తిస్తుంది?

యుధిష్ఠిరుడు - "బిచ్చమెత్తుకునే ఏ దరిద్ర బ్రాహ్మణుని అయినా స్వయంగా పిలిచి, తరువాత అతనికి ఇవ్వనివాడు అక్షయ నరకాన్ని పొందుతాడు. వేదములు, ధర్మశాస్త్రాలు, బ్రాహ్మణులు, దేవతలు పితృధర్మాలు - వీనిలో మిథ్యాబుద్ధి కలవాడు అక్షయనరకాన్ని పొందుతాడు. తన వద్ద ధనాన్ని ఉంచుకొని కూడా లోభంతో దానం చేయకుండా, అనుభవించకుండా పైగా వెనుకనుండి "నా దగ్గర ఏమీ లేదు" అనేవాడు, అక్షయ నరకాన్ని పొందుతాడు".

యక్షుడు - "రాజా! కులం, ఆచారం, స్వాధ్యాయం, శాస్త్రశ్రవణం - వీనిలో దేనివలన బ్రాహ్మణత్వం సిద్ధిస్తుంది? ఆలోచించి చెప్పు'

యుధిష్ఠిరుడు - ప్రియ యక్షుడా! విను, కులం, స్వాధ్యాయం, శాస్త్ర శ్రవణం - వీనిలో ఏదీ బ్రాహ్మణత్వం సిద్ధించడానికి కారణం కాదు. నిస్సందేహంగా ఆచారమే బ్రాహ్మణత్వ సిద్ధికి కారణం. కాబట్టి ప్రయత్నపూర్వకంగా సదాచారాన్ని రక్షించుకోవాలి. బ్రాహ్మణునికి దీనిపై విశేషంగా దృష్టిపెట్టవలసిన అవసరం ఉంది. ఎందుకంటే ఎవని సదాచారాలు అక్షుణ్ణంగా (అనభ్యస్తంగా) ఉంటాయో అతని బ్రాహ్మణత్వం కల్పితమే. ఎవరి ఆచారం నష్టమవుతుందో అతడు స్వయంగానే నాశనం అవుతాడు. చదివేవాడు, చదివించేవాడు, శాస్త్రచర్చ చేసేవాడు - వీరందరూ వ్యసనులు, మూర్ఖులూ మాత్రమే. తన కర్తవ్యాన్ని పాటించేవాడు మాత్రమే పండితుడు. నాలుగు వేదాలు చదివినా, దుష్టమైన ఆచరణ కలవాడు అయితే అతడు ఏవిధంగానూ శూద్రుని కంటె ఎక్కువ కాడు. నిజానికి అగ్నిహోత్రతత్పరుడు, జితేంద్రియుడు అయినవాడు మాత్రమే బ్రాహ్మణుడు అనిపించుకొంటాడు".

యక్షుడు - ఇది చెప్పు. మధురంగా మాట్లాడేవానికి ఏమి లభిస్తుంది? ఆలోచించి పనులు చేసేవాడు ఏమి పొందకలుగుతాడు? ఎక్కువమంది మిత్రులను సంపాదించినవానికి ఏమి లాభం చేకూరుతుంది? ధర్మనిష్ఠుడైనవానికి ఏమి లభిస్తుంది?"

యుధిష్ఠిరుడు - మధురంగా మాట్లాడేవాడు అందరికీ

ఇష్టుడు అవుతాడు. ఆలోచించి చేసేవానికి అధికతరమైన సాఫల్యం లభిస్తుంది. ఎక్కువ మిత్రులు కలవాడు సుఖంగా జీవిస్తాడు. ధర్మనిష్ఠుడు సద్గతిని పొందుతాడు".

యక్షుడు – "సుఖి ఎవరు? ఆశ్చర్యం ఏమిటి? మార్గం ఏమిటి? వార్త ఏమిటి? నా ఈ నాలుగు ప్రశ్నలకు సమాధానం చెప్పు".

యుధిష్ఠిరుడు – "ఋణం లేనివాడు, పరదేశంలో లేనివాడు, రోజులో ఐదవవంతుగాని, ఆరవవంతుగాని సమయం ఇంటిలోనే ఉంటూ, కావాలంటే ఏ కూరో నారో వండుకొని తినేవాడు. మాత్రమే సుఖి అవుతాడు. ప్రతిదినం ప్రాణులు యముని ఇంటికి వెళ్తూనే ఉంటారు. కాని మిగిలిన వారు తాము ఎల్లప్పుడూ జీవించాలనే కోరుకుంటారు. ఇంతకుమించిన ఆశ్చర్యం వేరొకటి ఏమి ఉంది? తర్కానికి ఎక్కడా ఉనికి లేదు. శ్రుతులు భిన్నభిన్నంగా ఉన్నాయి. పలుకులు ప్రమాణంగా విశ్వసించదగిన ఒకే ఋషి లేడు. ధర్మతత్త్వం గుహలలో నిక్షిప్తమైపోయింది. అంటే చాలా గూఢంగా ఉందని తాత్పర్యం. కాబట్టి మహాపురుషులు నడిచేదే మార్గం. ఈ మహామోహ రూపమైన పెద్ద బాణలిలో కాలమనే భగవానుడు సమస్తప్రాణులను మాసాలు ఋతువులు అనే గరిటతో పైకి కిందికి తిప్పుతూ సూర్యరూపమైన అగ్ని, రాత్రింబవళ్లు అనే ఇంధనాల ద్వారా వేపుతూ ఉంటాడు – ఇదే వార్త".

యక్షుడు – "నీవు నా ప్రశ్నలన్నింటికీ సరిగ్గా సమాధానాలు ఇచ్చావు. ఇప్పుడు పురుషుడంటే ఎవడోకూడా వ్యాఖ్యానించి చెప్పు. అంతేకాదు, అందరికంటె గొప్ప ధనికుడెవరు? ఇది కూడా చెప్పు".

యుధిష్ఠిరుడు – "ఎవని పుణ్యకర్మల యొక్క కీర్తికి సంబంధించిన ధ్వనులు స్వర్గాన్ని, భూమిని ఎంతవరకు తాకుతాయో, అంతవరకు అతడు పురుషుడే. ఎవరి దృష్టికి ప్రియం – అప్రియం; సుఖం – దుఃఖం; భూతం – భవిష్యత్తు – ఈ జంటలు సమానమో అతడే అందరికంటె ధనవంతుడు".(15)

యక్షుడు – "రాజా! అందరికంటె ధనవంతుడైన వానిని గూర్చి నీవు సరిగా వ్యాఖ్యానించి చెప్పావు. అందుకని నీ తమ్ముళ్లలో ఒకరిని నీవు కోరుకో, అతడు జీవిస్తాడు".

యుధిష్ఠిరుడు – యక్షుడా! శ్యామవర్ణం కలవాడు, అరుణనయనుడు, సువిశాల సాలవృక్షంలా ఎత్తయినవాడు, వెడల్పయిన రొమ్ము కలవాడు మహాబాహువు అయిన నకులుడు. అతడే జీవించాలి.

యక్షుడు – రాజా! పదివేల ఏనుగుల బలం కల భీముని విడిచి నీవు నకులుని ఎందుకు బ్రతికించాలని కోరుకొంటున్నావు? అలాగే ఎవరి బాహుబలం మీద పాండవులందరికీ సంపూర్ణవిశ్వాసం ఉందో ఆ అర్జునుని కూడా విడిచిపెట్టి నీకు నకులుని బ్రతికించాలనే కోరిక ఎందుకు?"

యుధిష్ఠిరుడు – "ధర్మాన్ని నాశనం చేస్తే ఆ నష్టమైన ధర్మం, కర్తను కూడా నాశనం చేస్తుంది. దానిని రక్షిస్తే అదే కర్తను కూడా రక్షిస్తుంది. అందుకనే నేను ధర్మాన్ని విడిచిపెట్టను. ఎందుకంటే నష్టమైన ధర్మమే నన్ను నాశనం చేయకూడదని. వస్తుతః అందరిపట్ల సమానభావం ఉండడం పరమధర్మమని నా ఉద్దేశ్యం. లోకులు నన్ను ధర్మాత్ముడనే అనుకొంటారు. నా తండ్రికి కుంతి, మాద్రి – ఇద్దరు భార్యలుండేవారు. వారిద్దరూ పుత్రులు కలిగి ఉండాలని నా ఆలోచన. నాకు కుంతి ఎలాంటిదో మాద్రి కూడా అలాంటిదే వారిద్దరిలో ఏమీ తేడా లేదు. నేను ఇద్దరు తల్లుల పట్ల సమాన భావమే ఉండాలని కోరుకొంటాను. కాబట్టి నకులుడే జీవించాలి".

యక్షుడు – "భరతశ్రేష్ఠా! నీవు అర్థకామాలతో కూడా సమానత్వాన్ని విశేషంగా ఆదరించావు. కాబట్టి నీ తమ్ముళ్లందరూ బ్రతుకుతారు".

పాండవులందరు జీవితులగుట

వైశంపాయనుడు చెపుతున్నాడు – రాజా! అప్పుడు యక్షుడు చెప్పగానే పాండవులందరూ లేచారు. ఒక్క క్షణంలో వారి ఆకలిదప్పులన్నీ తీరిపోయాయి.

యుధిష్ఠిరుడు – దేవా మీరు ఏ దేవశ్రేష్ఠులు? మీరు యక్షులే అని నాకు అనిపించడం లేదు. మీరు వసువులలోగాని, రుద్రులలోగాని, మరుత్తులలో గాని ఒకరు కారుకదా? లేదా స్వయంగా దేవేంద్రులా? నా ఈ తమ్ముళ్లయితే వందలు వేలు వీరులతో యుద్ధాలు చేసేవారు. వీరందరినీ యుద్ధభూమిలో పడగొట్టగలిగిన యోధుని నేను చూడనే లేదు. ఇప్పుడే బ్రతికినప్పటికీ కూడా వీరి ఇంద్రియాలన్నీ సుఖంగా నిద్రపోయి లేచిన వారికి వలె ఆరోగ్యంగా కనపడుతున్నాయి. కనుక మీరు మాకు ఎవరైనా స్నేహితులా? లేక తండ్రియా?" అని అడిగాడు.

యక్షుడు – "భరతశ్రేష్ఠా! నేను నీ తండ్రి ధర్మరాజును.

నిన్ను చూడడం కోసమే ఇక్కడికి వచ్చాను. కీర్తి, సత్యం, దమం, శౌచం, మృదుత్వం, లజ్జ, అచంచలత్వం, దానం, తపస్సు, బ్రహ్మచర్యం- ఇవన్నీ నాకు శరీరం. అలాగే అహింస, సమత్వం, శాంతి, తపస్సు శౌచం, నిర్మత్సరం - ఇవి నా మార్గాలని తెలుసుకో. నీవు నాకు ఎప్పుడూ ఇష్టుడవే. శమం, దమం, ఉపరతి, తితిక్ష, సమాధానం - ఈ అయిదు సాధనాల పట్ల నీకు ప్రీతి ఉంది. ఇది చాలా సంతోషించదగిన విషయం. ఆకలిదప్పులు, శోకమోహాలు, జరామృత్యువులు - ఈ ఆరు దోషాలను నీవు జయించావు. ఇందులో మొదటి రెండు దోషాలు ఆరంభం నుండీ ఉంటాయి. మధ్యలోని రెండూ యౌవనం వచ్చాక కలుగుతాయి. చివరి రెండూ అంతిమ సమయంలో వస్తాయి. నీకు శుభం కలుగుతుంది. నేను ధర్ముడను. నీ వ్యవహారం తెలుసుకోవాలనే కోరికతోనే ఇక్కడికి వచ్చాను. అనఘుడా! నీ సమదృష్టికి నేను సంతోషించాను. అభీష్టవరం కోరుకో, నా భక్తుడు ఎన్నటికీ దుర్గతి పొందడు" అన్నాడు.

యుధిష్ఠిరుడు - దేవా! బ్రాహ్మణుని అరణిని రాపిడికట్టెతోపాటు మృగం తీసుకొని పారిపోయింది. అతనికి అగ్నిహోత్రలోపం కలుగకూడదు. ఇదే నేను కోరుకునే మొదటివరం" అన్నాడు.

యక్షుడు - రాజా! ఆ బ్రాహ్మణుని అరణిసహితమైన మంథన కాష్ఠాన్ని మిమ్మల్ని పరీక్షించడానికి నేను మృగరూపం ధరించి తీసుకొని పరిగెత్తాను. అది నేను మీకు ఇస్తాను. నీవు ఇంకొక వరం ఏదైనా కోరుకో" అన్నాడు.

యుధిష్ఠిరుడు - మేము పన్నెండేళ్లు అరణ్యాలలో ఉన్నాము. ఇప్పుడు పదమూడవ సంవత్సరం రాబోతోంది. కాబట్టి మమ్మల్ని ఎవరూ గుర్తించకుండా ఉండే వరం ఇవ్వండి" అని అడిగాడు.

ఇది విని ధర్మరాజు - "నేను నీకు ఈవరం ఇస్తున్నాను. నీవు భూమిపై ఈ రూపంలోనే తిరిగినా ఎవరూ నిన్ను గుర్తించలేరు. మీరు ఏ ఏ రూపాలు కోరుకుంటారో ఆయా రూపాలు ధరించగలుగుతారు. ఇదికాక ఇంకొక మూడవ వరం కూడా కోరుకో, రాజా! నీవు నా పుత్రుడివి. విదురుడు కూడా నా అంశతోనే జన్మించాడు. కాబట్టి నా దృష్టిలో మీ ఇద్దరూ సమానులే" అన్నాడు.

యుధిష్ఠిరుడు - దేవా! మీరు సనాతనులైన దేవాధిదేవులు, నేడు సాక్షాత్తుగా మీ దర్శనం అయింది. ఇక నాకు దుర్లభమేముంది? అయినా మీరు నాకు ఇవ్వబోయే వరాన్ని తలదాల్చి కన్నులకు అద్దుకుంటాను. నేను లోభమోహాలను, క్రోధాన్ని జయించగలగాలి. నా మనస్సు ఎప్పుడూ దానం, తపస్సు, సత్యం - వీనిలో ప్రవృత్తమై ఉండాలి. నాకు ఇటువంటి వరం ఇవ్వండి" అని అడిగాడు.

ధర్మరాజు - పాండుపుత్రా! ఈ గుణాలు నీకు మొదటినుండీ స్వతహాగానే ఉన్నాయి. ఇక ముందు కూడా నీవు కోరినట్లుగా నీలో ఈ ధర్మాలన్నీ ఉంటాయి" అని దీవించాడు.

వైశంపాయనుడు చెపుతున్నాడు - ఇలా చెప్పి ధర్ముడు అంతర్ధానమయ్యాడు. పాండవులందరూ కలిసి ఆశ్రమానికి తిరిగివచ్చారు. అక్కడికి వచ్చి వారు ఆ బ్రాహ్మణునికి అతని అరణిని ఇచ్చారు.

శ్రేష్ఠమయిన ఈ ఆఖ్యానాన్ని బుద్ధిలో నిలుపుకొన్నవారి యొక్క మనసు అధర్మంలో, స్నేహితులకు ద్రోహం చేయడంలో, ఇతరుల ధనాన్ని హరించడంలో పరస్త్రీ గమనంలో, కృపణత్వంలో ఎన్నడూ ప్రవర్తించదు.

వైశంపాయనుడు చెపుతున్నాడు - రాజా! ధర్మరాజు ఆజ్ఞ పొంది సత్యపరాక్రములైన పాండవులు అజ్ఞాతంగా ఉండడానికి పదమూడవ సంవత్సరంలో గుప్తరూపంలో ఉన్నారు. వారందరూ నియమాలను, వ్రతాలను పాటించేవారు. వారు ఒకనాడు తమ కిష్టులైన వనవాసులైన తాపసులతో పాటు కూర్చున్నారు. ఆ సమయంలో అజ్ఞాతవాసం కోసం అనుమతి కోరుతూ వారు చేతులు జోడించి -"మునివరులారా!మేము పన్నెండేళ్లపాటు రకరకాల బాధలు సహిస్తూ అడవులలో నివసించాం. ఇక మాకు ఇప్పుడు అజ్ఞాత వాసం చేయవలసిన పదమూడవ సంవత్సరం మిగిలింది. మేము రహస్యంగా ఉండాలి. దానికోసం మీరు మాకు దయచేసి అనుమతి నివ్వండి. దురాత్ములైన దుర్యోధన కర్ణశకునులు మావెనుక గూఢచారులను ఉంచారు. పైగా నగరవాసులకు, స్వజనానికి మాకు ఎవరైనా ఆశ్రయమిస్తే వారితో కఠినంగా వ్యవహరిస్తామని హెచ్చరిక చేశారు. కాబట్టి మేము ఏదైనా ఇంకొక రాజ్యానికి వెళ్లాలి. కాబట్టి మీరు సంతోషంగా ఇంకొక చోటికి వెళ్లడానికి అనుమతించండి" అని ప్రార్థించారు.

అప్పుడు వేదవేత్తలైన మునులు, యతులు - అందరూ వారిని ఆశీర్వదించారు. తిరిగి కలుసుకుంటామనే ఆశతో వారు తమ తమ ఆశ్రమాలకు వెళ్లిపోయారు. ధౌమ్యునితో

పాటు నిలిచిన పంచపాండవులు ద్రౌపదితో కలిసి అక్కడినుండి బయలుదేరారు. ఒక కోసెడు దూరం వచ్చి, మరుసటి రోజునుండే అజ్ఞాతవాసం ప్రారంభించడానికి తమలో తాము సంప్రదించుకోవడానికి కూర్చున్నారు.

ఇది వన పర్వము

అధస్సూచికలు

(1) ఈ భావమే తెలుగు పద్యంలో నన్నయ రచనగా ఇలా రూపుదిద్దుకొన్నది.

శోక భయ స్థానంబుల
నేకంబులు కలిగినను విహీనవివేకుం
డాకులత బొందునట్లు వి
వేకముగలవాడు బుద్ధి వికలుండగునే. (అర-1-20)

(2) జలములందు మత్స్యంబులు చదలఁబక్షు
లామిషం బెట్లు భక్షించునట్లు దివిరి
యెల్లవారును జేరి యనేక విధుల
ననుదినంబును భక్షింతు రర్థవంతు (అర-1-27)

(3) ఈ విషయాన్ని నన్నయ చక్కని కందంలో అందించాడు తెలుగువారికి.

హరి విషయాభిలాషము
గారణముగ నింత యెఱుక గలవారును దు
ర్వార వికారము బొందెడు
వారు నిజేంద్రియము లవి యవశ్యము లగుటన్. (అర-1-32)

(4) సుజనులసహవాసంబునఁ
గుజనులు సద్ధర్మమతులగుట నిక్కము ధ
ర్మజునొద్దనుండి నీయా
త్మజుఁడు ప్రశాంతుండు ధర్మమార్గుండు నగున్. (అర-1-88)

(5) క్షమయ తాల్చి యుండఁజన దెల్లప్రొద్దుఁ దే
జంబ తాల్చి యుండఁ జనదు పతికి
సంతతక్షముండు సంతత తేజుండు
నగుట దోష మందు రనఘమతులు. (అర-1-217)

(6) యెఱుక గలమహాత్ముఁడెఱుక యన్జలముల
నార్చుఁ గ్రోధ మనుమహానలంబుఁ
గ్రోధవర్జితుండు గుఱుకొని తేజంబు
దాల్చు దేశకాల తత్త్వ మెఱిఁగి. (అర-1-222)

(7) బలము గలవానిఁ బలువురు బలవిహీను
లొక్కటై కూడి నిర్జింతు రుత్సహించి
మధువుఁ గొన నుత్సహించిన మనుజుఁబట్టి
కుట్టి నిర్జించు మధుకర కులమునట్లు. (అర-1-251)

(8) దేవతల కప్రియంబులు
గావించి మనుష్య లధమగతు లగుదు రిలం
గావున వారి కభీష్టము
గావింపుము నన్నుఁ బ్రీతిఁ గావుము తరుణీ ! (అర-2-50)

(9) అలసినెడ డస్సినెడ నాఁ
కలి తృష్ణయు నైనయెడలఁ గడుకొని ధరణీ
తలనాథ పురుషునకు ని
మ్ముల భార్యయ పాచుఁ జిత్తమునదుఃఖంబుల్. (అర-2-74)

(10) ఈ అంశాన్నే నన్నయ మహాకవి అలవోకగా ఇలా చెప్పాడు.

వృత్తవంతుండు వెండియు వివిధగతుల
వృత్తవంతుండు గా నేర్చు, వృత్తహీనుఁ
డైనవాఁడు విహీనుండ యంద్రుఁగాన
విత్తరక్షకుఁ గడుమేలు వృత్తరక్ష. (అర-4-129)

(11) విడుపు వలయు సకల విషయవాంఛలయందు
విడుపుఁబోలుగుణము వెదకియెందుఁ
గాన రైరి బుధులు గలదె పరిత్యాగ
శీలునకు నసాధ్యసిద్ధి యెందు. (అర-5-38)

(12) విను మహింస ధర్మవితతి కెల్లను మేటి
యదియు సత్యయుక్తమైన వెలయు
ననఘ శిష్టచరితలందు సత్యమ కడు
నధిక మనిరి శ్రుతుల నరసి బుధులు. (అర-5-48)

(13) ఈ విషయాన్ని ఎఱ్ఱన సంక్షిప్తంగా సూటిగా ఇలా చెప్పాడు.

భూతహితంబుగాఁబలుకు బొంకును సత్యఫలంబు నిచ్చుఁద
ద్భూతభయాస్పదంబగు ప్రభూతపు సత్యము బొంకునట్ల ప్రా
ణాతురుడైనచో బరిణయంబున యందును బల్కుబొంకు స
త్యాతిశయంబ యంద్రు మహితాత్మక! యిట్టివి ధర్మసూక్ష్మముల్. (అర-5-62)

(14) శరణం బని వచ్చిన భీ
కరశత్రువు నయినఁ బ్రీతిఁగావఁగ వలయుం
గరుణాపరుల తెఱం గిది
యిరవుగ సరి గావు దీని కేధర్మంబుల్. (అర-5-413)

(15) ప్రియము నప్రియంబుఁ బెల్లగుసౌఖ్యదుః
ఖములు భూతభావి కార్యములును
నెవ్వనికి సమంబు లివి సర్వధని యనఁ
బరఁగుఁ జువ్వె యట్టి భవ్యుఁ డనఘ. (అర-7-454)

॥ ఓం శ్రీగణేశాయ నమః ॥

సంక్షిప్త మహాభారతము

విరాట పర్వము

విరాటనగరములో మసలుకొనవలసిన తీరు గురించి పాండవులు ఆలోచించుకొనుట

నారాయణం నమస్కృత్య నరం చైవ నరోత్తమమ్ ।
దేవీం సరస్వతీం వ్యాసం తతో జయముదీరయేత్ ॥

నారాయణ స్వరూపుడైన శ్రీకృష్ణునికి, నరోత్తముడు అయిన అర్జునునికి, వారి లీలలను ప్రకటించే సరస్వతీదేవికి, దానిని రచించిన వ్యాసునికి నమస్కరించి, ఆసురభావాలను తొలగించి అంతఃకరణశుద్ధి కలిగించే మహాభారతాన్ని చదవాలి.

జనమేజయుడు – "బ్రహ్మాత్మా! మా ముత్తాతలయిన పాండవులు దుర్యోధనుని వలన బాధలు పడుతూ విరాట నగరంలో భయంతో తమ అజ్ఞాతవాస సమయాన్ని ఎలా పూర్తి చేశారు? కష్టాలమీద కష్టాలు అనుభవించే పతివ్రత ద్రౌపది అక్కడ ఎలా రహస్యంగా ఉండగలిగింది?" అని వైశంపాయనుని అడిగాడు.

వైశంపాయనుడు చెపుతున్నాడు – మీముత్తాతలు అక్కడ అజ్ఞాతవాసం ఎలా చేశారో చెపుతాను. విను. యక్షుని వలన వరం పొందిన తరువాత ఒకరోజున ధర్మపుత్రుడు యుధిష్ఠిరుడు తన తమ్ముళ్లందరినీ దగ్గరకు పిలిచి ఇలా అన్నాడు. – "రాజ్యం విడిచి వచ్చి అడవులలో ఉంటూ మనం పన్నెండేళ్లు గడిపాం. ఇప్పుడు పదమూడవ సంవత్సరం మొదలవుతోంది. ఈసమయంలో చాలా కష్టంతో ఆపదలను ఎదుర్కొంటూ గుప్తరూపంలో చరించాలి. అర్జునా! నీవు నీ అభిరుచిని అనుసరించి ఏదైనా ఒక మంచి నివాసస్థానాన్ని చెప్పు. అక్కడ మనమందరం ఒక ఏడాది ఉందాం. శత్రువులకు కర్ణాకర్ణిగా కూడా ఈవార్త తెలియకూడదు."

దానికి సమాధానంగా అర్జునుడు – మహారాజా! యమధర్మరాజు ఇచ్చిన వరప్రభావం వలన మనలను ఏ మనుష్యుడూ కూడా గుర్తించలేడు. కాబట్టి మనం స్వేచ్ఛగా ఈభూమిపై తిరుగుతూ ఉండవచ్చు. అయినా నేను నివాసయోగ్యమైన కొన్ని రమణీయ రహస్యదేశాల పేర్లను మీకు చెపుతాను. కురుదేశానికి చుట్టపక్కల ఆహారం అధికంగా దొరికే అందమైన ప్రదేశాలు చాలా ఉన్నాయి. అవి – పాంచాల, చేది, మత్స్య, శూరసేన, పటచ్చర, దశార్ణ, నవరాష్ట్ర, మల్ల, సాల్వ, యుగంధర, కుంతిరాష్ట్ర, సురాష్ట్ర, అవంతీ దేశాలు. వీటిలో ఏదేశమైనా నివసించడానికి మీరు ఇష్టపడితే, అందులోనే మనమందరం ఈసంవత్సరం ఉందాం" అన్నాడు.

యుధిష్ఠిరుడు – "నీవు చెప్పిన దేశాలలో మత్స్యదేశానికి రాజయిన విరాటుడు మిక్కిలి బలవంతుడు. పాండువంశం మీద ప్రేమ కలవాడు. పైగా ఉదారుడు, ధర్మాత్ముడు, వృద్ధుడూ కూడా. కాబట్టి విరాటనగరంలోనే మనం ఏడాదిపాటు నివసించుదాం. రాజుగారికి కొద్దిగా పనులు చేసిపెడదాం. కాని మత్స్యదేశంలో ఉంటూ మనం విరాటరాజుకు ఏయే పనులు చేయగలుగుతాం? ఇప్పుడు మీరు ఈ సంగతి చెప్పాలి" అన్నాడు.

అర్జునుడు :– "నరోత్తమా! మీరు వారి దేశంలో ఎలా నివసిస్తారు? లేదా ఏపని చేయడం వలన విరాటనగరం మీద మీమనసు లగ్నమవుతుంది?" అని ప్రశ్నించాడు.

యుధిష్ఠిరుడు – "పాచికలాడే విద్య నాకు తెలుసు. ఆ ఆటంటే నాకు ఇష్టం కూడా. కాబట్టి కంకుడనే పేరుతో బ్రాహ్మణుడనై రాజు దగ్గరకు వెళ్తాను. అతని రాజసభలో ఒక సభ్యుడను అవుతాను. రాజు, మంత్రి, రాజ బంధువులతో పాచికలాడించి వారిని ఆనందింపచేయడం నాపని. భీమసేనా! ఇపుడు నీవు చెప్పు. ఏపని చేసి నీవు విరాటుని దగ్గర ఆనందంగా ఉండగలవు?" అని అడిగాడు.

భీముడు :– "నేను వంటలు చేయడంలో నిపుణుడిని. కాబట్టి వల్లవుడు అనే పేరుతో వంటలవాడినై రాజుగారి కొలువులో ఉంటాను" అన్నాడు.

యుధిష్ఠిరుడు :– "మంచిది. అర్జునా! నీవేమి చేస్తావు?" అని అడిగాడు. అర్జునుడు – "నేను చేతులకు శంఖాలు, దంతపు గాజులు ధరించి, తలమీద సిగ చుడతాను. నన్ను నపుంసకునిగా ప్రకటించుకొని 'బృహన్నల'గా నాపేరు చెపుతాను. విరాటరాజు యొక్క అంతఃపురస్త్రీలకు సంగీత నృత్యకళలలో శిక్షణ ఇస్తాను. వాటితో పాటు వారికి అనేకరకాల వాద్యాలు వాయించడం కూడా నేర్పుతాను. ఈ రీతిగా నర్తకి రూపంలో నన్ను నేను మరుగుపరచుకోగలను" అన్నాడు.

యుధిష్ఠిరుడు – "సోదరా! నకులా! ఇక నీ సంగతి చెప్పు. విరాటుని వద్ద నీవు ఏమి పని చేస్తావు?" అని అడిగాడు.

నకులుడు – "నాకు అశ్వవిద్యలో విశేష జ్ఞానం ఉంది.

గుఱ్ఱాలకు నడక నేర్పడం, వాటిని రక్షించడం, పెంచడం, వాటి రోగాలకు వైద్యం చేయడం - ఈఅన్ని విషయాలలోనూ నేను నేర్పరిని. కాబట్టి నేను రాజు వద్దకు వెళ్లి నాపేరు గ్రంథికుడని చెప్పి, అతని అశ్వపాలకునిగా ఉంటాను" అని చెప్పాడు.

ఆపై యుధిష్ఠిరుడు సహదేవుని చూచి "తమ్ముడూ! రాజు దగ్గరకు వెళ్లి నిన్ను ఏమని పరిచయం చేసుకొంటావు? ఏ పని చేస్తూ నీవు రహస్యంగా ఉంటావు?" అని ప్రశ్నించాడు.

సహదేవుడు - "నేను విరాటరాజు గోవులను కాస్తాను. ఎంత పెంకి ఆవు అయినా కానీ దానిని నేను వశపరచుకోగలను. ఆవుల పాలు పితకడంలోను, వాటిని పరీక్షించడంలోనూ కూడా నేను నిపుణుడనే. గోవుల శుభలక్షణాలు, మంచి నడతలు కూడా నాకు బాగా తెలుసు. దేని మూత్రాన్ని వాసన చూచినంతమాత్రం చేతనే గొడ్డుటావులు కూడా గర్భధారణ చేయగలవో అటువంటి ఎద్దుల యొక్క శుభలక్షణాలను కూడా నేను ఎరుగుదును. అందుకనే నేను గో సేవ చేస్తాను. నాపేరు 'తంత్రీపాలుడు" అని చెపుతాను. నన్ను ఎవరూ గుర్తు పట్టలేరు. నేను నా పనులతో రాజును మెప్పిస్తాను" అన్నాడు.

పిమ్మట యుధిష్ఠిరుడు ద్రౌపది వంక చూస్తూ -"ఈ ద్రుపదుని కూతురు మనకు ప్రాణాలకంటె ప్రియమైనది. అయ్యో! ఈమె అక్కడికి వెళ్లి ఏమి పనులు చేయగలదు?" అని బాధపడసాగాడు.

అందుకు ద్రౌపది - "మహారాజా! తమరు నాగురించి చింతించకండి. ఇతరుల ఇళ్లలో సేవలుచేసే స్త్రీలను సైరంధ్రులంటారు. కనుక నన్ను నేను సైరంధ్రిగా చెప్పుకొంటాను. కేశాలంకరణ నాకు బాగా తెలుసు. నన్ను అడిగితే నేను ద్రౌపది దగ్గర దాసీనని చెప్తాను. సహజంగానే నన్ను నేను మరుగు పరచుకొని ఉండగలను. అదే కాకుండా విరాటుని రాణి సుదేష్ణ కూడా నన్ను రక్షిస్తుంది.కాబట్టి మీరు నాగురించి నిశ్చింతగా ఉండండి" అన్నది.

ధౌమ్యుడు సేవా ధర్మములు తెలుపుట

వైశంపాయనుడు చెపుతున్నాడు - ద్రౌపదితో పాటు తమ్ముళ్లందరి మాటలు విని యుధిష్ఠిరుడు - "భగవంతుడు నిశ్చయించిన రీతిగా మీరు ఏయే పనులు చేస్తారో, అవన్నీ నాకు చెప్పారు. నేను కూడా నా బుద్ధికి తోచినట్లుగా నాకు తగిన పనిని గురించి చెప్పాను. ఇక ఇప్పుడు మన పురోహితుడు ధౌమ్యుడు మునులతో సేవకులతో వంటవారితో పాటుగా ద్రుపదమహారాజు ఇంటికి వెళ్లి ఉంటారు. అక్కడ మన అగ్నిహోత్రాలను రక్షిస్తూ ఉంటారు. ఇంద్రసేనుడు మొదలైన సారథులు, సేవకగణం వట్టి రథాలను తీసుకొని ద్వారకానగరానికి వెళ్లారు. ఈస్త్రీలందరూ, ద్రౌపదియొక్క దాసీలు, వంటవాళ్లు, పరిచారకులతో పాటు పాంచాల దేశానికి తిరిగివెళ్లారు. ఎవరైనా అడిగితే అందరూ కూడా "మాకు పాండవుల జాడ తెలియదు. వారు మమ్మల్ని ద్వైతవనంలోనే విడిచిపెట్టేశారు. ఎక్కడకు వెళ్లారో తెలియదు" అనే చెప్పాలి" అన్నాడు.

ఇలా పరస్పరం నిశ్చయించుకొన్నాక పాండవులు ధౌమ్యుని సంప్రదించారు. ధౌమ్యుడు వారి ఎదుట తన అభిప్రాయాన్ని ఇలా తెలియచేశాడు - "పాండవులారా! మీరు బ్రాహ్మణులకు, సేవకులకు, స్నేహితులకు, వాహనాలకు, అస్త్రశస్త్రాలకు, అగ్నిహోత్రాలకు సంబంధించి చేసిన ఏర్పాటులన్నీ బాగానే ఉన్నాయి. ఇక రాజుల ఇళ్లల్లో ఎలా ప్రవర్తించాలి అనే విషయమై మీకు కొద్దిగా చెప్పాలనుకుంటున్నాను. రాజును కలవాలనుకొన్నప్పుడు ముందుగా ద్వారపాలకుని కలుసుకొని అతని అనుమతిని అడగాలి. రాజులను ఎప్పుడూ పూర్తిగా విశ్వసించకూడదు. ఇతరులు ఎవరూ కూర్చొని ఆసనంమీదే కూర్చోవడానికి ఇష్టపడాలి. తెలివైనవాడు ఎప్పుడూ రాజుయొక్క రాణివాసంతో కలివిడితనాన్ని పెంచుకోకూడదు. అలాగే అంతః పురానికి వచ్చి పోయేవారితో; రాజుకు అనిష్టులైన వారితో, రాజుతో శత్రుత్వం ఉన్నవారితో, ఎన్నడూ మైత్రి చేయకూడదు. అతిచిన్నపని అయినా రాజుకు తెలిపిన తరువాతే చేయాలి. అలా చేయడం వలన ఎప్పుడూ ఆపద సంభవించదు. అగ్ని, దేవతలను కొలిచినట్లుగా రాజును కూడా ప్రయత్నపూర్వకంగా సేవించాలి. అతనితో కపటంగా వ్యవహరిస్తే తప్పకుండ మరణశిక్షకు గురవుతాడు. రాజు ఆజ్ఞాపించిన పనులనే చేయాలి. నిర్లక్ష్యం, గర్వం, క్రోధం, సర్వథా విడిచిపెట్టాలి. ప్రియము, హితము అయిన మాటలు చెప్పాలి. ప్రియం కంటె కూడా హితకరమైన మాటలే ఎక్కువ ప్రాధాన్యం కలిగి ఉంటాయి. అన్ని విషయాలలో, అన్ని వ్యవహారాలలో రాజుకు అనుకూలంగా ఉండాలి. రాజుకు ఇష్టంలేని వస్తువును ఎప్పుడూ అనుభవించకూడదు. అతని శత్రువులతో సంభాషించకూడదు. ఎప్పుడూ తన స్థానం నుండి చలించకూడదు. ఇలాంటి ప్రవర్తన కలవాడే రాజులదగ్గర ఉండగలుగుతాడు. విద్వాంసులు రాజుగారికి కుడివైపునగాని, ఎడమవైపున గాని కూర్చోవాలి. ఆయుధాలు ధరించి కాపలా

కాసేవారు రాజుగారికి వెనకాల ఉండాలి. రాజు ఏదైనా అప్రియమయిన సంగతి చెపితే దానిని ఇతరుల ఎదుట బయటపెట్టకూడదు. "నేను పరాక్రమవంతుడిని' తెలివైనవాడిని" అనే గర్వం ఎప్పుడూ చూపరాదు. ఎప్పుడూ రాజునకు ఇష్టమయ్యే పనినే చేస్తూ ఉండాలి. చేతులను, పెదవులను, మోకాళ్లను ఊరికే కదిలించకూడదు.(1) ఎక్కువగా మాటలాడకూడదు. ఎవరైనా పరిహాసంపాలైనపుడు ఎక్కువగా సంతోషాన్ని ప్రకటించకూడదు. పిచ్చివాడిలా చప్పుడు చేస్తూ నవ్వకూడదు. ఏదైనా వస్తువు లభిస్తే ఆనందంతో ఉబ్బిపోకూడదు. అవమానం జరిగినపుడు ఎక్కువగా దుఃఖించకూడదు. తన పనిలో తాను ఎప్పుడూ జాగరూకుడై ఉండాలి. అతడే రాజు వద్ద కుదురుకోగలడు. మొదట రాజుగారి కృపకు పాత్రుడై, తరువాత అకారణంగా దండింపబడినపుడు కూడా రాజుగారిని నిందించకుండా ఉంటే తిరిగి అతనికి పూర్వసంపత్తి లభిస్తుంది. ఎప్పుడూ తనమేలు తాను చూసుకుంటూ రాజుగారిని గురించి ఇతరులవద్ద ఎక్కువగా మాటలాడకూడదు. యుద్ధాలు మొదలైన అవసరసమయాలలో రాజును అన్నిరకాల శక్తియుక్తులతో విశిష్టంగా ఉంచడానికి ప్రయత్నించాలి. ఎప్పుడూ ఉత్సాహాన్ని ప్రదర్శించేవాడు, బుద్ధిబలం కలవాడు, పరాక్రమవంతుడు, సత్యవాది, దయాళువు, జితేంద్రియుడు, నీడలా రాజును వెన్నంటి ఉండేవాడు మాత్రమే రాజుగారి ఇంటిలో కాలం గడుపగలుగుతాడు. రాజుతో సమానంగా తన వస్త్రాలంకారాలు ఉండకూడదు.(2) అతనికి అతి సమీపంలో ఉండకూడదు. విరుద్ధమైన అనేకరకాల సలహాలు ఇవ్వకూడదు. ఇలా ఉంటేనే రాజుకు ప్రీతిపాత్రుడు అవుతాడు. రాజు ఏదయినా పనిలో నియమించినపుడు, అందులో ఇతరులనుండి లంచం రూపంలో కొద్దిగా కూడా ధనం తీసుకోకూడదు. ఎందుకంటే దొంగసొత్తు తీసుకొన్నవాడు, ఏదో ఒకరోజున చెరసాలగాని, మరణ దండన గాని పొందకతప్పదు. పాండవులారా! ఈరీతిగా ప్రయత్న పూర్వకంగా మీమనసులను అదుపులో ఉంచుకొని, మంచి నడవడిక కలిగి పదమూడవ సంవత్సరం గడపండి. అనంతరం మీ దేశానికి వచ్చి స్వేచ్ఛగా తిరగవచ్చును" అని బోధించాడు.

యుధిష్ఠిరుడు – "బ్రహ్మర్షీ! మీరు మాకు మంచి విషయాలు నేర్పారు. మాతల్లి కుంతి, మహాబుద్ధిమంతు డయిన విదురుడు తప్పించి ఇటువంటి మాటలు ఇంకెవరూ చెప్పలేరు. ఇక మేము ఈదుఃఖాన్ని తరించడానికి, ఇక్కడినుండి బయలుదేరడానికి, విజయం పొందడానికి అవసరమైన పని – ఇక మీరు పూర్తి చేయండి" అని ప్రార్థించాడు.

వైశంపాయనుడు చెపుతున్నాడు – "యుధిష్ఠిర మహారాజు ఇలా అడగగానే బ్రాహ్మణశ్రేష్ఠుడయిన ధౌమ్యుడు బయలుదేరేటపుడు చేయవలసిన శాస్త్ర విహితమైన కర్మలను యథావిధిగా జరిపించాడు. పాండవుల అగ్నిహోత్రసంబంధమైన అగ్నిని ప్రజ్వలింపచేసి, వారి సమృద్ధికోసం, విజయంకోసం వేదమంత్రాలు పఠిస్తూ హోమం చేశాడు. ఆ తరువాత పాండవులు అగ్నికి, బ్రాహ్మణులకు, తపస్వి జనులకు ప్రదక్షిణం చేశారు. ద్రౌపదిని ముందుంచుకొని వారు అజ్ఞాత వాసానికి కదలిపోయారు. వారు వెళ్లిన తరువాత ధౌమ్యుడు ఆ ఆహవనీయాగ్నిని తీసుకొని పాంచాలదేశానికి వెళ్లిపోయాడు. అలాగే ఇంద్రసేనాదిసేవకులు కూడా ద్వారకకు వెళ్లి రథాలు, గుఱ్ఱాలు రక్షిస్తూ ఆనందంగా అక్కడే గడుపసాగారు.

ధర్మజ, భీమద్రౌపదులు విరాటుని కొలువులో చేరుట

వైశంపాయనుడు చెపుతున్నాడు – అనంతరం పాండవులు యమునానదీ సమీపానికి చేరుకొని, దాని దక్షిణతీరం వెంబడి సాగిపోయారు. వారు కాలినడకనే వెళ్లసాగారు. వారు ఒకసారి కొండగుహలలోను; ఒకసారి అడవులలోను ఆగుతూ వెళుతున్నారు. ముందుకు వెళ్లి వారు దశార్ణదేశానికి ఉత్తరంగానూ, పాంచాలదేశానికి దక్షిణంగానూ ఉన్న యకృల్లోమ, శూరసేన దేశాల మధ్య నుండి ప్రయాణిస్తున్నారు. వారి చేతులలో విండ్లు, నడుములకు కత్తులు ఉన్నాయి. శరీరాలు కృశించి, గడ్డాలు మీసాలు పెరిగి ఉన్నాయి. నెమ్మదినెమ్మదిగా వారు అడవిదారి గడిచి మత్స్యదేశాన్ని చేరుకొన్నారు. క్రమంగా ముందుకు సాగి విరాటుని రాజధాని సమీపానికి వచ్చారు. అప్పుడు యుధిష్ఠిరుడు అర్జునునితో – "తమ్ముడూ! నగరంలో ప్రవేశించడానికి ముందుగానే మన ఆయుధాలు ఎక్కడ దాచాలో నిశ్చయించుకోవాలి. నీ ఈగాండీవం పెద్ద విల్లు. లోకంలో అందరికీ ఇది ప్రసిద్ధమే. కనుక మనం ఆయుధాలు తీసుకొని నగరంలో ప్రవేశిస్తే లోకులందరూ మనలను గుర్తిస్తారు ఈస్థితిలో మనం ప్రతిజ్ఞానుసారంగా తిరిగి పన్నెండేళ్లు అరణ్యవాసం చేయవలసివస్తుంది" అన్నాడు.

అర్జునుడు – "రాజా! శ్మశానానికి సమీపంలోని ఎత్తయిన ప్రదేశంలో ఈ శమీవృక్షం చాలాపెద్దదిగా దట్టంగా కనిపిస్తోంది. దీని కొమ్మలు భయంకరంగా ఉన్నాయి. కాబట్టి దీనిని

ఎక్కడం ఎవరికయినా కష్టంగానే ఉంటుంది. అంతేకాదు. ఇప్పుడిక్కడ దీనిమీద మనం ఆయుధాలు పెడుతూంటే చూసే మనుష్యుడు ఒక్కడు కూడా చుట్టుప్రక్కల లేడు. ఈ వృక్షం దారికి దూరంగా అడవిలో ఉంది. దీని చుట్టుప్రక్కల క్రూరమృగాలు, సర్పాలు మొదలైనవి ఉన్నాయి. కాబట్టి దీనిమీదనే మన ఆయుధాలు పెట్టి మనం నగరాన్ని ప్రవేశించుదాం. అక్కడ మన అదృష్టం కొద్దీ కాలం గడుపుదాం" అన్నాడు.

వైశంపాయనుడు చెపుతున్నాడు - ధర్మరాజుతో ఇలా చెప్పి, అర్జునుడు అస్త్రశస్త్రాలు అక్కడ పెట్టే ప్రయత్నం చేయసాగాడు. ముందుగా అందరూ తమ తమ ధనుస్సులకు అల్లె త్రాళ్లను విప్పారు. తరువాత మెరుస్తున్న కరవాలాలను, అమ్ములపొదులను, చురకత్తులవలె పదునైన అంచులుగల బాణాలను విండ్లతో కలిపి కట్టారు. అనంతరం యుధిష్ఠిరుడు నకులుని - " వీరుడా! నీవు శమీవృక్షం ఎక్కి ఈధనుస్సులను అక్కడపెట్టు" అని ఆదేశించాడు. అతడు ఆదేశించగానే నకులుడు ఆ చెట్టెక్కి వర్షానికి తడవడానికి వీలులేని తొఱ్ఱలో అన్ని ధనుస్సులనూ పెట్టి, ఒక బలమైన త్రాటితో కొమ్మకు దానిని గట్టిగా కట్టాడు. ఆ తరువాత పాండవులు ఒక చచ్చిన శవాన్ని తెచ్చి దానిని చెట్టుకు వ్రేలాడదీశారు. దాని దుర్గంధం కారణంగా ఆ చెట్టు సమీపానికి కూడా ఎవరూ రాకూడదని భావించి అలా చేశారు. ఈ ఏర్పాటంతా చేశాక యుధిష్ఠిరుడు తమ అన్నదమ్ములందరికీ వరుసగా - జయుడు, జయంతుడు, విజయుడు, జయత్సేనుడు, జయద్బలుడు - అని రహస్యనామాలు ఉంచాడు. అనంతరం వారు తమ ప్రతిజ్ఞానుసారంగా అజ్ఞాతవాసం చేయడానికి విరాటుని యొక్క నగరాన్ని ప్రవేశించారు.

నగరప్రవేశానికి ముందు యుధిష్ఠిరుడు తమ్ముళ్లతో కలిసి త్రిభువనేశ్వరి అయిన దుర్గామాతను స్తోత్రం చేశాడు. దేవి ప్రసన్నురాలయింది. ఆమె ప్రత్యక్షమై విజయం, రాజ్యప్రాప్తి కలుగుతాయని వరమిచ్చింది. అంతేకాక విరాటనగరంలో వారిని ఎవరూ గుర్తించలేరని కూడా దేవి అనుగ్రహించింది.

అనంతరం వారు విరాటుని సభకు వెళ్లారు. విరాటమహారాజు కొలువుతీరి ఉన్నాడు. అందరికంటె ముందు యుధిష్ఠిరుడు కొలువుకు చేరుకున్నాడు. అతడు పాచికలను కొంగుకు ముడివేసి తెచ్చుకొన్నాడు. అక్కడకు వచ్చి అతడు విరాటమహారాజునకు - సార్వభౌమా! నేను ఒక బ్రాహ్మణుడిని. నాసర్వస్వం కోలుపోయాను. కాబట్టి నేను జీవికకోసం మీవద్దకు వచ్చాను. మీ ఇష్టానుసారంగా పనులన్నీ చక్కపెడుతూ మీదగ్గరే ఉండాలనుకొంటున్నాను" అని విన్నవించుకొన్నాడు.

రాజు చాలా ఆనందంగా అతనిని ఆహ్వానించాడు. అతని విన్నపాన్ని అంగీకరించాడు. ఆదరంగా - "బ్రాహ్మణోత్తమా! మీరు ఏరాజు రాజ్యాన్నుండి ఇక్కడకు శ్రమపడి వచ్చారో తెలుసుకోవాలనుకొంటున్నాను. మీపేరు, గోత్రం ఏమిటి? మీకు ఏవిద్యలు తెలుసును?" అని అడిగాడు.

యుధిష్ఠిరుడు "రాజా! నేను వ్యాఘ్రపాదగోత్రోద్భవుడిని. నా పేరు కంకుడు. పూర్వం నేను యుధిష్ఠిరుని దగ్గర ఉండేవాడిని. జూదం ఆడేవారిలో పాచికలు విసిరే విద్యలో నాకు విశేషప్రజ్ఞ ఉంది" అని చెప్పాడు.

విరాటుడు - "కంకా! నీవు నాకు మిత్రుడివి. నేను ఉపయోగించే వాహనం వంటిదే నీకూ ఉంటుంది. వస్త్రాలు, అన్న పానీయాలు, తాంబూలం, మొదలైన ఏర్పాట్లన్నీ చాలినంతగా ఉంటాయి. రాజ్యం, కోశం, సేన మొదలైన బాహ్య విషయాలు ధనదారాదులు మొదలైన ఆంతరిక విషయాలు, వీటి సంరక్షణ నీమీదే విడిచి పెడుతున్నాను. నీకోసం రాజభవనద్వారాలు ఎప్పుడూ తెరిచి ఉంటాయి. నీకు తెరచాటు ఏమీ లేదు. జీవనాధారంలేక బాధలు పడేవారు నీ దగ్గరకు వచ్చి యాచిస్తే, వారి ప్రార్థనను ఎప్పుడైనా సరే నాకు నీవు చెప్పవచ్చును. నీవు నాకు ఏమి చెప్పాలన్నా భయం కాని సంకోచం కాని అక్కరలేదు" అన్నాడు.

రాజుతో ఈరకంగా సంభాషించి యుధిష్ఠిరుడు మిక్కిలి గౌరవంగా అక్కడ సుఖంగా ఉండసాగాడు. అతని గుట్టు ఎవరికీ తెలియలేదు.

తదనంతరం సింహంవలె దర్పమైన నడకతో భీమసేనుడు రాజదర్బారుకు వచ్చాడు. అతని చేతిలో చిన్నది పెద్దది రెండు గరిటలు, కూరలు తరుగుకొనే ఒక నల్లని ఇనుపకత్తి ఉన్నాయి. వేషం అయితే వంటలవాడే కాని, శరీరం కాంతిమంతంగా ఉంది. అతడు వస్తూనే - "రాజా! నాపేరు వల్లవుడు. నాకు వంటపని తెలుసు. నేను మంచి భోజనం వండగలను. నన్ను మీరు ఆ పనికి నియోగించండి" అన్నాడు.

విరాటుడు - "వల్లవా! నీవు వంటవాడివి అంటే నేను నమ్మలేకపోతున్నాను. ఇంద్రునివలె తేజస్సుతో వెలుగొందుతున్నావు. నీలో పరాక్రమం కూడా కనిపిస్తోంది" అన్నాడు.

భీమసేనుడు - "మహారాజా! నమ్మండి. నేను వంటవాడినే. మీ సేవ కోసం వచ్చాను. యుధిష్ఠిరమహారాజు కూడా

నావంటలోని రుచిని చూశారు. అంతేకాదు. మీరు చెప్పినట్లు నేను పరాక్రమశాలిని కూడా. నాతో సమానుడైన బలవంతుడు మరొకడు లేడు. మల్లయుద్ధంలో కూడా నాతో సాటి వచ్చేవారు లేరు. నేను ఏనుగులతో, సింహాలతో పోరాడి మిమ్మల్ని వినోదింపచేస్తాను" అన్నాడు.

విరాటుడు – "సరే సోదరా! నీవు నిన్ను వంట చేయడంలో కుశలుడిని అని చెప్పుకుంటున్నావు కాబట్టి ఆ పనే చేయి. నా కయితే నీకు ఆపని తగినది అనిపించడం లేదు. అయినా నీకోరిక కాదనలేక అంగీకరిస్తున్నాను. నీవు మా పాకశాలకు ప్రధానాధ్యక్షుడివిగా ఉండు. ఇంతకుముందు అక్కడ పనిచేసే వారందరకూ నీవు అధికారివి" అన్నాడు.

ఈరీతిగా భీమసేనుడు విరాటమహారాజుయొక్క పాకశాలకు ప్రధానమైన వంటలవాడు అయ్యాడు. అతనిని ఎవరూ గుర్తించలేకపోయారు. రాజుకు అతడు అత్యంతమూ ఇష్టుడయ్యాడు. ఆ తరువాత ద్రౌపది సైరంధ్రీవేషంతో దీనురాలివలె నగరంలో తిరగసాగింది. ఆ సమయంలో విరాటుని పట్టమహిషి సుదేష్ణ తన భవనం నుండి నగరశోభను తిలకిస్తోంది. ఆమె దృష్టి ద్రౌపదిపై పడింది. ఆమె ఒకే వస్త్రం ధరించి అనాథవలె కనిపిస్తోంది. అందంచూస్తే అద్భుతంగా ఉంది. రాణి ఆమెను తన వద్దకు పిలిపించి – "కళ్యాణీ! నీవు ఎవరివి ? ఏం చేస్తావు?" అని అడిగింది. ద్రౌపది – "మహారాణీ! నేను సైరంధ్రిని నాకు తగిన పని కావాలనుకొంటున్నాను. నన్ను నియోగించినవారికి పనులు చేసిపెడతాను" అని చెప్పింది. సుదేష్ణ– "భామిని! నీవంటి అందకత్తెలు సైరంధ్రిపని చేయలేరు నీవు అనేక దాసదాసీలు ఉన్న మహారాణివలె ఉన్నావు. విశాలమైన కన్నులు, ఎఱ్ఱని పెదవులు, శంఖం వంటి మెడ, ఆరోగ్యవంతమైన శరీరం, పూర్ణచంద్రుని వంటి ముఖమండలం – ఈశరీర సౌందర్యంతో లక్ష్మీదేవిని తలపిస్తున్నావు. కాబట్టి నిజం చెప్పు. నీవెవరివి? యక్ష, దేవతా స్త్రీమూర్తివి కావుగదా! లేక అప్సరసవు, దేవకన్యవు, నాగకన్యవు, చంద్రుని భార్య రోహిణివి, ఇంద్రాణివి–వీరిలో ఒకరివి కావుగదా? లేదా బ్రహ్మ, ప్రజాపతుల పట్టపురాణులలో ఒకతెవా?" అని అడిగింది.

ద్రౌపది – "రాణీ! నేను నిజం చెపుతున్నాను. దేవతను కాను. గంధర్వస్త్రీని కాను. పరిచర్యలు చేసే సైరంధ్రిని. జుట్టును అందంగా దువ్వి ముడులు చుట్టగలను. చందనాలు, మైపూతలు చాలా బాగా కలుపగలను. మల్లికలు, కలువలు, పద్మాలు, చంపకాలు వంటిపూలను అందంగా చిత్రవిచిత్రంగా మాలలు కట్టగలను. ఇంతకుముందు మహారాణి ద్రౌపదిని సేవిస్తూ ఉండేదానిని. అక్కడక్కడ తిరుగుతూ సేవలు చేస్తూ ఉంటాను. భోజనవస్త్రాలు తప్ప ఇంకేమీ ఆశించను. అవి కూడా ఎంత దొరికితే అంతే. సంతోషంగా తీసుకుంటాను" అన్నది.

సుదేష్ణ – "రాజు నిన్ను చూచి మోహించకుండా ఉంటే నిన్ను తలపై పెట్టుకుంటాను. కాని రాజు నిన్ను చూశాడంటే మాత్రం తన మనసులో నిన్ను కోరకుండా ఉంటాడా అని నాసందేహం" అన్నది.

ద్రౌపది – "మహారాణీ! విరాటమహారాజు కాని, ఏ పరపురుషుడు కాని నన్ను పొందలేరు. ఐదుగురు తరుణులైన గంధర్వులు నాభర్తలు. వారు నన్ను సదా రక్షిస్తూ ఉంటారు. నాకు ఎంగిలి పెట్టనివారిని, నాచేత కాళ్లు కడిగించుకోనివారిని నాభర్తలు గంధర్వులు అనుగ్రహిస్తారు. కాని ఇతర సాధారణ స్త్రీవలె భావించి నన్ను బలాత్కారం చేయాలనుకొనేవారికి రాత్రికిరాత్రే మరణం అనుభవించక తప్పదు. నాభర్తలు అతనిని చంపుతారు. కాబట్టి ఏ పురుషుడూ కూడా నన్ను సదాచారాన్నుండి భ్రష్టురాలిని చేయలేడు" అని చెప్పింది.

సుదేష్ణ – "నందినీ! అలా అయితే నిన్ను నా భవనంలో నిలుపుకొంటాను. కాళ్లుగాని, ఎంగిలికాని ముట్టనివ్వను" అన్నది.

విరాటుని పట్టమహిషి ఇలా అభయం ఇవ్వగానే పాతివ్రత్యధర్మాన్ని పాటించే ద్రౌపది అక్కడ ఉండసాగింది. ఆమెను కూడా ఎవరూ గుర్తించలేదు.

సహదేవుడు, అర్జునుడు, నకులుడు విరాటుని కొలువుచేరుట

వైశంపాయనుడు చెపుతున్నాడు – తదనంతరం సహదేవుడు కూడా గొల్లవాని వేషం ధరించి, గొల్లవారి భాషే మాట్లాడుతూ విరాటుని గోశాల సమీపానికి వచ్చాడు. ఆ పౌరుషం ఉట్టిపడే పురుషుని చూచి రాజు అతనిని పిలిచి అతని దగ్గరకు స్వయంగా వెళ్లి – "నీవు ఎవరివి? ఎక్కడనుండి వస్తున్నావు? ఏం పనిచేస్తావు? సరిగా చెప్పు" అని అడిగాడు. సహదేవుడు – "నేను వైశ్యజాతివాడను. నాపేరు అరిష్టనేమి. ఇంతకుముందు పాండవుల వద్ద గోవులను రక్షిస్తూ ఉండేవాడిని. కాని నేడు వారు ఎక్కడికి వెళ్లారో తెలియదు. పని లేకుండా జీవితం గడవదు. పాండవుల తరువాత మీరు తప్ప ఇతరరాజులెవరూ నాకు రుచించలేదు పనిచేయడానికి" అన్నాడు. విరాటరాజు – "నీకు ఏపనిలో అనుభవం ఉంది? ఏనియమం మీద

ఇక్కడ ఉండాలనుకొంటున్నావు? ఆ పనికి నీకు ఎంత జీతం ఇవ్వవలసి ఉంటుంది?" అని అడిగాడు.

సహదేవుడు - "పూర్వం నేను పాండవుల గోవులను రక్షించే వాడిని అని చెప్పే ఉన్నానుకదా! అక్కడి వారు నన్ను "తంతిపాలుడు" అని పిలిచేవారు. నలభై కోసుల లోపల ఉన్న గోవులయొక్క భూతభవిష్యద్వర్తమానాల సంఖ్య నాకు ఎప్పుడూ తెలుస్తుంది ఎన్ని గోవులు ఉండేవి, ఎన్ని గోవులుఉన్నాయి? ఎన్ని గోవులు ఉంటాయి? - వీటిగురించి నాకు నిశ్చయంగా తెలుస్తుంది. ఏ ఉపాయాల చేత గోవులు వృద్ధి పొందుతాయో, రోగాలు, వ్యాధులు బాధించకుండా ఉంటాయో నేను బాగా ఎరుగుదును. ఇదేకాక దేని మూత్రం వాసన చూచినంతమాత్రం చేతనే గొడ్డుటావు కూడా గర్భం దాలుస్తుందో అటువంటి ఉత్తమమైన ఎద్దులను కూడా నేను గుర్తించగలను" అని తన ప్రావీణ్యం గురించి తెలిపాడు.

విరాటుడు - "నావద్ద ఒకే రంగుకల లక్ష పశువులు ఉన్నాయి. వాటిలో అన్నీ ఉత్తమగుణాలు మిళితమై ఉన్నాయి. ఈరోజు నుండి ఆపశువులను, వాటి రక్షకులను నీ అధికారానికి అప్పగిస్తున్నాను. నాపశువులు ఇక నీఅధీనంలోనే ఉంటాయి". అన్నాడు. ఈవిధంగా సహదేవుడు రాజుతో పరిచయం సంపాదించి అక్కడ సుఖంగా ఉన్నాడు. అతనిని కూడా ఎవరూ గుర్తించలేదు. రాజు అతని పోషణకు, రక్షణకు తగిన ఏర్పాటులు చేశాడు.

అనంతరం అక్కడ ఒక అందమైన పురుషుడు కనిపించాడు. అతడు ఆడువారివలె ఆభరణాలు ధరించి ఉన్నాడు. చెవులకు కుండలాలు, చేతులకు శంఖవలయాలు బంగారు గాజులు ఉన్నాయి. పొడవైన జుట్టు విరబోసి ఉంది. చేతులు పొడవుగా, నడక గజగమనంలా ఉంది. ఒక్కొక్క అడుగు వేస్తూంటే భూమి కంపిస్తోందా అనిపిస్తోంది. అతడు వీరుడైన అర్జునుడు. విరాటుని సభలోకి వచ్చి అతడు తన్ను గూర్చి ఇలా చెప్పుకొన్నాడు - "మహారాజా! నేను నపుంసకుడిని. నాపేరు బృహన్నల. నాకు నృత్యగానాలు, వాద్యాలు వాయించడం వచ్చును. నృత్యసంగీతాలలో మిక్కిలి ప్రవీణుడిని. మీరు రాకుమార్తె ఉత్తరకు ఈవిద్యలు నేర్పేందుకు నన్ను నియమించండి. నేను మహారాణివద్ద నృత్యం నేర్పించడం అనే పని చేస్తాను".

అదివిని విరాటుడు - "బృహన్నలా! నీవంటి పురుషునితో ఈ పని చేయించడం నాకు ఉచితంగా తోచడం లేదు. అయినా నీ విన్నపాన్ని మన్నిస్తున్నాను. నీవు నా కుమార్తె ఉత్తరకు, ఇతర రాజకన్యలకు నాట్యకళలో శిక్షణను ఇవ్వు" అన్నాడు.

అని చెప్పి విరాటుడు బృహన్నలకు నృత్యగానాలలోను, వాద్యాలు వాయించడంలోను గల నేర్పును పరీక్షించాడు. తరువాత అతనిని అంతఃపురంలో ఉంచవచ్చునా లేదా అని తన మంత్రులతో సంప్రదించాడు. తరుణులయిన స్త్రీలను పంపి అతని నపుంసకత్వాన్ని పరీక్ష చేయించాడు. అన్ని విధాలా అతడు నపుంసకుడే అని నిర్ధారణ అయ్యాక అతడు కన్యాంతఃపురంలో ఉండే ఏర్పాటు చేయబడింది. అక్కడ ఉంటూ అతడు ఉత్తరకు, ఆమె చెలికత్తెలకు, ఇతర దాసీలకు కూడా నృత్యాగానాలు, వాద్యాలు నేర్పించసాగాడు. అతడు వారందరికీ కొద్దికాలంలోనే ఇష్టుడయ్యాడు. మారువేషంలో కన్యలమధ్య ఉంటున్నప్పటికీ తన మనస్సును సంపూర్ణంగా అదుపులో ఉంచుకొన్నాడు. అందువల్ల బయటా లోపలా కూడా ఎవరూ అతనిని గుర్తించలేకపోయారు.

అటు పిమ్మట నకులుడు అశ్వపాలుని వేషంలో అక్కడికి వచ్చాడు. రాజభవన సమీపంలో అటుఇటు తిరుగుతూ గుఱ్ఱాలను పరిశీలించసాగాడు. అనంతరం రాజసభలో ప్రవేశించి - "మహారాజా! తమకు జయమగుగాక! నేను గుఱ్ఱాలకు శిక్షణ ఇవ్వడంలో నేర్పరిని. పెద్దపెద్ద రాజుల వద్ద ఆదరణ పొందాను. మీ గుఱ్ఱాలకు శిక్షకుడుగా మీవద్ద పనిచేయాలనుకొంటున్నాను" అన్నాడు.

విరాటుడు - " నేను నీకు ఉండడానికి ఇల్లు, వాహనం, అంతులేని ధనం ఇస్తాను. నీవు మావద్ద అశ్వశిక్షకునిగా పనిచేయవచ్చును. కాని ముందు ఇది చెప్పు. అశ్వసంబంధమైన ఏఅంశంలో నీకు విశేషజ్ఞానం ఉంది? దానితో పాటే నీ పరిచయం కూడా చేసుకో" అన్నాడు.

నకులుడు - "మహారాజా! నేను గుఱ్ఱాలజాతిని, స్వభావాన్ని తెలుసుకోగలను. వాటిని శిక్షించి చక్కచేయగలను. పెంకి గుఱ్ఱాలను దారికితెచ్చే ఉపాయాలు కూడా తెలుసును. అంతేకాదు గుఱ్ఱాలకు చికిత్స చేయడం కూడా నాకు పూర్తిగా తెలుసును. నాశిక్షణ పొందిన ఆడుగుఱ్ఱం కూడా చక్కగా సమర్థంగా ఉంటుంది. ఇక గుఱ్ఱాల సంగతి చెప్పేదేముంది? నేను ఇంతకుముందు యుధిష్ఠిరమహారాజు వద్ద పనిచేసేవాడిని. వారు, అక్కడుండే ఇతరజనులు నన్ను గ్రంథికనామంతో పిలిచేవారు" అని తన గురించి చెప్పుకొన్నాడు.

విరాటుడు - నాదగ్గర ఉన్న గుఱ్ఱాలను, వాహనాలను అన్నింటిని నేటినుండి నీవశం చేస్తున్నాను. గుఱ్ఱాలను రథాలకు

కట్టే ఇంతకుముందుండే సారథులు కూడా నీ అధీనంలోనే ఉంటారు. నిన్ను కలుసుకున్న నాకు యుధిష్ఠిరుని కలుసుకున్నంత ఆనందంగా ఉంది" అన్నాడు.

ఈరీతిగా విరాటరాజుచేత గౌరవింపబడి నకులుడు అక్కడ నివసించసాగాడు. నగరంలో తిరుగుతున్నప్పుడు కూడా ఆ అందమైన యువకుని ఎవరూ గుర్తించలేకపోయారు. దర్శనమాత్రం చేతనే పాపాలు పోగొట్టగలిగిన, సముద్రపర్యంతం ఉన్న భూమిని ఏలుకొనేవారు అయిన పాండవులు ఈరీతిగా తమ ప్రతిజ్ఞను అనుసరించి అజ్ఞాతవాసం చేయసాగారు.

భీమసేనుడు జీమూతమల్లుని వధించుట

జనమేజయమహారాజు - "బ్రహ్మవేత్తా! ఈరీతిగా పాండవులు విరాటనగరంలో రహస్యంగా ఉంటూ తరువాత ఏం చేశారు?" అని వైశంపాయనుని ప్రశ్నించాడు.

వైశంపాయనుడు చెప్పసాగాడు - రాజా! పాండవులు అక్కడ రహస్యంగా ఉంటూ విరాటమహారాజును ఆనందింపచేస్తూ, చేసిన ఘనకార్యాలు చెప్తాను. విను. పాండవులకు ధృతరాష్ట్రపుత్రుల వలన ఎప్పుడూ అనుమానం వేధిస్తూనే ఉండేది. కాబట్టి వారు ద్రౌపదిని కనిపెట్టుకుని మాతృగర్భంలో ఉన్నట్లుగా రహస్యంగా జాగ్రత్తగా ఉండేవారు. ఈరీతిగా మూడునెలలు గడిచి నాల్గవనెల ఆరంభమయింది. ఆసమయంలో మత్స్యదేశంలో బ్రహ్మోత్సవం చాలా వైభవంగా జరిగింది. అందులో అన్ని దిక్కులనుండి వచ్చిన మల్లులు కలుసుకొన్నారు. వారందరూ మిక్కిలి బలవంతులు. వారందరినీ రాజు విశేషంగా గౌరవించాడు. వారి భుజాలు, నడుము, మెడ సింహం వలె ఉన్నాయి. తెల్లని శరీరకాంతి కలిగిఉన్నారు. రాజుల వద్ద వారు అనేక పర్యాయాలు గోదాలో దిగి విజయం పొందారు.

ఆ మల్లురందరిలో ఒకడు అందరికంటె గొప్పవాడు. అతని పేరు జీమూతుడు. అతడు గోదాలో దిగి ఒక్కొక్కరిని చొప్పున పోటీకి పిలిచాడు. కాని అతని దూకుడు, పాదాలవిన్యాసం చూసి ఎవరికీ కూడా అతనిని సమీపించడానికి ధైర్యం లేకపోయింది. మల్లులందరూ ఉత్సాహహీనులై నిర్లిప్తంగా ఉండిపోవడం చూసిన మత్స్యరాజు తన వంటవాడిని అతనితో పోరాడమని ఆజ్ఞాపించాడు. రాజుగారి గౌరవాన్ని నిలపడానికి భీమసేనుడు సింహంవలె ఠీవిగా మెల్లగా నడుస్తూ రంగభూమిని ప్రవేశించాడు. అతడు కాసెకోక బిగించి కట్టడం చూసి అక్కడి జనులందరూ హర్షధ్వానాలు చేశారు. భీమసేనుడు యుద్ధానికి సిద్ధమై వృత్రాసురుడు వంటి విఖ్యాతపరాక్రమం కల జీమూతుని పోటీకి పిలిచాడు. ఇద్దరిలో పోరాడాలనే ఉత్సాహం ఉంది. ఇద్దరూ భయంకరమైన పరాక్రమం ప్రదర్శించేవారే. ఇద్దరి శరీరాలూ అరవైఏళ్ల మదించిన ఏనుగులవలె ఉన్నతంగా హృష్టపుష్టంగా ఉన్నాయి. ముందుగా వారు పరస్పరం చేతులు కలిపారు. తరువాత పరస్పర జయకాంక్షులై గొప్ప ఉత్సాహంతో యుద్ధం చేయసాగారు. కొండ-వజ్రాయుధం ఢీకొన్నట్లుగా వారి పరస్పర ఆఘాతాలతో భయంకరమైన చటచటధ్వనులు పుట్టాయి. ఒకడు ఇంకొకని అవయవం ఏదైనా గట్టిగా అదిమివేస్తోంటే అతడు దానిని విడిపించుకొంటున్నాడు. ఇద్దరూ తమ చేతులతో పిడికిళ్లు బిగించి పరస్పరం కొట్టుకొంటున్నారు. ఇద్దరూ శరీరాలు పెనవేసుకొంటూ, ఎదురుదెబ్బకొట్టి ఇతరుని దూరంగా నెట్టి వేస్తున్నారు. ఎప్పుడయినా ఒకడు రెండవవానిని విసిరి నేలమీద పడవేసి ఈడిస్తే రెండవవాడు క్రిందనుండే దుమికి పై వాడిని దూరంగా విసిరివేస్తున్నాడు. ఇద్దరూ ఎదుటివారిని బలంగా వెనక్కినెట్టుతున్నారు. పిడిగుద్దులతో గుండెలమీద కొడుతున్నారు. ఒకసారి ఒకడు ఇంకొకని తన భుజాలమీద కెత్తుకొని, అతనిని తలక్రిందుచేసి గిర్రున తిప్పుతూ పెద్ద శబ్దంతో విసిరివేస్తున్నాడు. ఒకసారి పిడుగుపాటు వంటి ధ్వనితో పరస్పరం గట్టిగా కొట్టుకొంటున్నారు. ఒకసారి చేతివేళ్లు చాచి ఒకరినొకరు చెంపదెబ్బలు కొట్టుకొంటున్నారు. ఒకసారి గోళ్లతో రక్కుతున్నారు. ఒకసారి కాళ్లుపెనవేసి ఒకరినొకరు పడగొడుతున్నారు. ఒకసారి మోకాళ్లతో తలతో పిడుగుపాటువంటి ధ్వనితో ఎదురుదెబ్బ కొడుతున్నారు. ఒకసారి ప్రతిపక్షిని శరీరంతో ఈడిస్తే ఒకసారి యుద్ధంలో ఎదుటపడి లాగుతున్నారు. ఒకసారి కుడిఎడమలకు అడుగులు మారుస్తూ, ఒకసారి ఒక్క ఉదుటున వెనుకకు తోసేసి విసిరేస్తున్నారు. ఈరీతిగా ఇద్దరూ పరస్పరం ఒకరినొకరు తమవైపులాగుతూ మోకాళ్లతో పొడుచుకొంటున్నారు. కేవలం బాహుబలం, శరీరబలం, ప్రాణబలంతోటే ఆవీరులు భయంకరమైన యుద్ధం చేస్తున్నారు. ఎవరూ ఆయుధాలు ఉపయోగించలేదు.

తరువాత సింహం ఏనుగును పట్టుకొన్నట్లుగా భీమసేనుడు ఎగిరి జీమూతుని రెండుచేతులతో పట్టుకొని పైకెత్తి అతనిని గిరగిరా తిప్పసాగాడు. అతని ఈ పరాక్రమం చూసి మల్లయోధులందరికీ, మత్స్యదేశ ప్రేక్షకులకూ గొప్ప ఆశ్చర్యం కలిగింది. భీముడు అతనిని వందసార్లు తిప్పాడు. అతడు

అలసటతో స్పృహ తప్పాడు. తరువాత అతనిని భూమిమీద గిరవాటు వేసి అతని ప్రాణాలు తోడేశాడు. ఈరీతిగా భీముని చేతిలో ఆ జగత్ప్రసిద్ధుడైన మల్లుడు చనిపోవడంతో విరాటరాజుకు చాలా ఆనందం కలిగింది.

ఈరీతిగా గోదాలో దిగి అనేకమంది మల్లులను మట్టికరిపించి భీమసేనుడు విరాటరాజుకు స్నేహపాత్రుడు అయ్యాడు. అతనికి యుద్ధం చేయడానికి తనతో సమానులయిన వారు ఎవరూ దొరకని పక్షంలో ఏనుగులతో సింహాలతో పోరాడేవాడు. అర్జునుడు కూడా తన నృత్యగానకళాకౌశలంతో రాజును; అతని అంతఃపురస్త్రీలను ఆనందింపచేసేవాడు. అదే రీతిగా నకులుడు కూడా తన శిక్షణలో వేగంగా పరుగులు తీసే గుఱ్ఱాల రకరకాల నడకలను చూపి మత్స్యనరేశుని సంతుష్టుని చేసేవాడు.సహదేవుడు సాకిన ఎద్దులను చూచికూడా రాజు చాలా ఆనందించేవాడు. ఈరీతిగా పాండవులందరూ అక్కడ రహస్యంగా ఉంటూ విరాటరాజుకు పనులు చేస్తూ ఉండేవారు.

కీచకుడు ద్రౌపదిని పరాభవించుట

వైశంపాయనుడు చెపుతున్నాడు - రాజా! పాండవులు మత్స్యనరేశుని రాజధానికి వచ్చి పదినెలలు గడిచాయి. యజ్ఞసేనుని కూతురు ద్రౌపది స్వయంగా మహారాణియై సేవలు చేయించుకోవడానికి తగినదై కూడా సుదేష్ణకు సేవలు చేస్తూ అతికష్టం మీద కాలం గడుపుతోంది. సంవత్సరం గడువు తీరడానికి ఇకకొద్ది సమయమే మిగిలింది. అప్పుడు జరిగిన సంగతి. ఒకరోజున విరాటరాజు సేనాపతి మహాబలుడు అయిన కీచకుని దృష్టి రాజభవనంలో దేవకన్యలా సంచరిస్తున్న ద్రౌపదిపై పడింది. అతడు రాజుగారికి బావమరిది కూడా. అతడు సైరంధ్రిని చూస్తూనే కామబాణపీడితుడై ఆమెను పొందాలనుకొన్నాడు. కామాగ్నిలో తపించిపోతున్న కీచకుడు తన సోదరి సుదేష్ణవద్దకు వెళ్లి విలాసంగా - "సుదేష్ణా! తన అందంతో నన్ను పిచ్చివానిని చేస్తున్న ఈసుందరి ఇంతకుముందు ఎప్పుడూ ఈ భవనంలో కనపడలేదు. దేవాంగనవలె ఈమె మనసును మోహింపచేస్తోంది. ఈమె ఎవరు? ఎవరి భార్య? ఎక్కడనుండి వచ్చింది? చెప్పు. నామనసు ఆమెకు వశమయిపోయింది. నా మనసులోని తాపాన్ని శాంతింపచేయడానికి ఆమె పొందు తప్ప వేరే మందు లేదు. అయ్యో! ఈమె నీదగ్గర దాసీపని చేయడం ఎంత ఆశ్చర్యం? ఈపని ఎప్పుడూ ఆమెకు ఉచితమైనది కాదు. నేనయితే ఈమెను నాకు, నా సర్వస్వానికి రాణిని చేయాలనుకుంటున్నాను" అన్నాడు. ఈరీతిగా రాణి సుదేష్ణతో పలికి, కీచకుడు రాజకుమారి ద్రౌపది వద్దకు వచ్చి - "కల్యాణీ! నీవెవరవు? ఎవరి కూతురివి?ఎక్కడి నుండి వచ్చావు? ఈవివరాలన్నీ నాకు చెప్పు. నీ ఈ అందమైన రూపం, ఈ దివ్యకాంతి, ఈ సౌకుమార్యం లోకంలో అందరినీ మించినవి. ఈకాంతిమంతమైన ముఖం తన కాంతితో చంద్రుని కూడా సిగ్గుపడేలా చేస్తోంది. నీవంటి మనోహారిని ఈ భూమిమీద నేను ఈ నాటివరకు ఎక్కడా చూడలేదు. సుముఖీ! చెప్పు. నీవు పద్మవాసినివి అయిన లక్ష్మీదేవివా? లేక సాకారమైన విభూతివా? లజ్జ, శ్రీ, కీర్తి, కాంతి - ఈదేవీమూర్తులలో నీవు ఎవరవు? ఇది నీవు నిలువతగిన చోటుకాదు. సుఖాలు అనుభవింపదగిన నీవు ఇక్కడ కష్టాలుపడుతున్నావు. నీకు సర్వోత్తమమైనన భోగాలు కల్పించాలనుకొంటున్నాను. స్వీకరించు. అవిలేకపోతే నీ ఈ రూపసౌందర్యాలు వ్యర్థమైపోతాయి. సుందరీ! నీవు "ఊ" అంటే నేను నాముందటి భార్యలందరినీ వదిలేస్తాను. లేదా వారందరినీ నీకు దాసీలుగా చేస్తాను. నేను స్వయంగా నీ సేవకుడనై నీకు లొంగి ఉంటాను" అని ఆపకుండా అడిగాడు.

ద్రౌపది - "నేను పరస్త్రీని. నాతో ఇలా మాట్లాడడం ఉచితం కాదు. లోకంలో ప్రాణులందరూ తమ భార్యలను ప్రేమిస్తారు. నీవు కూడా ధర్మం ఆలోచించి అలాగే చేయి. ఇతరుని భార్యవైపు ఎప్పుడూ ఏవిధంగానూ మనసు మళ్లనీయకూడదు. సత్పురుషులకు "అనుచితకర్మలు సర్వధా విడువతగినవి" అనే నియమం ఉంటుంది" అని నయాన చెప్పింది.

సైరంధ్రిమాటలు విని కీచకుడు - "సుందరీ! నా ప్రేమను ఇలా తిరస్కరించకు. నేను నీ కోసం చాలా తపిస్తున్నాను. నన్ను స్వీకరించక పశ్చాత్తాపపడతావు. ఈసంపూర్ణరాజ్యం మీద నాదే అధికారం. నేను ఎవరినయినా నాశనం చేయనూగలను, నిలబెట్టనూ గలను. శారీరకబలంలో కూడా ఈభూమిమీద నాతో సమానుడెవడూ లేడు. నేను నారాజ్యం అంతా నీకు ధారపోస్తాను. నీవు నా పట్టమహిషి వలె నాతో సర్వోత్తమభోగాలు అనుభవించు" అని బెదిరించి ప్రార్థించాడు.

సైరంధ్రి - "సూతపుత్రా! ఈరీతిగా మోహపాశాలలో చిక్కుకొని నీప్రాణాలు పోగొట్టుకోకు. గుర్తుంచుకో. అయిదుగురు గంధర్వులు నాకు భర్తలు. వారు చాలా భయంకరులు. వారు నన్ను ఎప్పుడూ రక్షిస్తూ ఉంటారు. కాబట్టి ఈ దురాలోచనను మానుకో. లేకుంటే నాభర్తలు

కుపితులై నిన్ను చంపుతారు. ఎందుకు నిన్ను నీవు నాశనం చేసుకోవాలనుకొంటున్నావు? కీచకా! నన్ను చెడుదృష్టితో చూసి నీవు ఆకాశపాతాళాలకుగాని, సముద్రానికి గాని పారిపోయి దాగుకొన్నా గగనచరులైన నా పతుల చేతుల నుండి నీవు బ్రతికి బయటపడలేవు. అతిగా బాధపడుతున్న రోగి మృత్యువును ఆహ్వానించినట్లు నీవు కూడా కాళరాత్రి వంటి నన్ను ఎందుకు యాచిస్తున్నావు?" అని మందలించింది.

ద్రౌపది తిరస్కరించగానే కామసంతప్తుడయిన కీచకుడు సుదేష్ణవద్దకు వెళ్లి – "సోదరీ! ఏ ఉపాయం చేతనైనా సరే సైరంధ్రి నన్ను స్వీకరించేలా చేయి. లేకపోతే నేను ప్రాణాలతో ఉండను" అని విలపించాడు. కీచకుని మాటలు విని సుదేష్ణ – "తమ్ముడూ! నేను ఏకాంతంలో సైరంధ్రిని నీవద్దకు పంపుతాను. వీలయితే అక్కడ ఆమెను బుజ్జగించి నచ్చచెప్పి అనుగ్రహించేలా చేసుకో" అని చెప్పింది. తన సోదరి చెప్పిన మాటలు విని అంగీకరించి కీచకుడు అక్కడనుండి వెళ్లిపోయాడు. ఏదో ఒక పర్వదినసందర్భంగా తన ఇంటిలో తిని త్రాగడానికి ఉత్తమమైన సామగ్రిని సిద్ధం చేయించాడు. ఆ తరువాత సుదేష్ణను తన ఇంటికి భోజనానికి పిలిచాడు. సుదేష్ణ సైరంధ్రిని పిలిచి – "కల్యాణీ! నాకు చాలాదాహం వేస్తోంది. నీవు కీచకుని ఇంటికి వెళ్లి అక్కడినుండి రుచికరమైన పానీయాన్ని తెచ్చిపెట్టు" అని చెప్పింది.

సైరంధ్రి – "మహారాణీ! నేను అతని ఇంటికి వెళ్లను. అతడు ఎంత సిగ్గుమాలినవాడో మీరు కూడా ఎరుగుదురు. నేను మీవద్ద వ్యభిచారిణిగా ఉండలేను. నేను ఈభవనంలో ప్రవేశించేటపుడు చెప్పిన నియమం మీకు బాగానే గుర్తుండి ఉంటుంది. అయినా మీరు నన్నెందుకు పంపుతున్నారు? మూర్ఖుడైన కీచకుడు కామపీడితుడై ఉన్నాడు. చూడగానే నన్ను అవమానిస్తాడు. మీవద్ద ఇంకా ఎంతోమంది దాసీలున్నారు. వారిలో ఎవరినైనా ఒకరిని పంపండి. అవమానం జరుగుతుందనే భయంతో నాకు అక్కడికి వెళ్లాలని లేదు" అని మనసులోని మాట చెప్పింది.

సుదేష్ణ – "ఇక్కడనుండి నిన్ను నేను పంపిస్తున్నాను. కాబట్టి అతడు ఎప్పుడూ నిన్ను అవమానించలేడు" అని చెప్పి మూత ఉన్న సువర్ణపాత్రను ఆమె చేతికిచ్చింది. ద్రౌపది దానిని తీసుకొని విలపిస్తూ, భయపడుతూ కీచకుని ఇంటివైపు బయలుదేరింది. తన పాతివ్రత్యాన్ని కాపాడుకోవడానికి ఆమె సూర్యభగవానుని శరణుకోరింది. సూర్యుడు ఆమెను కనిపెట్టి ఉండడానికి అదృశ్యరూపంలో ఉన్న ఒక రాక్షసుని పంపాడు. అతడు అన్ని అవస్థలలోను ఆమెను వెన్నంటి ఉండి రక్షించసాగాడు.

ద్రౌపది భయపడుతున్న ఆడులేడివలె జంకుతూ జంకుతూ అతని వద్దకు వెళ్లింది. ఆమెను చూస్తూనే అతడు ఆనందం పట్టలేక లేచి నిల్చున్నాడు. ఆమెతో – "సుందరీ! స్వాగతం. నాకు ఈరాత్రి శుభకరంగా తెల్లవారుతుంది. నారాణీ! నాఇంటికి వచ్చావు. నాకోరిక తీర్చు"అన్నాడు మోహావేశంతో. ద్రౌపది – "నన్ను మహారాణి సుదేష్ణ పంపింది. ఆమెకు దాహం ఎక్కువగా ఉందని పానీయాన్ని త్వరగా తీసుకురమ్మని నీవద్దకు నన్ను పంపింది" అని ఉన్న విషయం చెప్పింది. కీచకుడు – "కల్యాణీ! ఆమె అడిగిన వస్తువులన్నీ ఇతరదాసీలు తీసుకువెళ్తారు" అని అంటూనే ఆమె కుడిచేతిని పట్టుకొన్నాడు. ద్రౌపది – "పాపాత్ముడా! నేనింతవరకు మనసులో కూడా నాపతులకు విరుద్ధంగా నడుచుకోకపోతే ఆ సత్యప్రభావం వలన నీవు శత్రువు చేత పరాజితుడవై నేలమీద ఈడ్వబడగా చూస్తాను" అని ఆక్రోశించింది.

ఇలా కీచకుని తిరస్కరిస్తూ ద్రౌపది వెనుకకు జరుగుతూ ఉంటే అతడు ఆమెను పట్టుకోవాలని ప్రయత్నిస్తున్నాడు. ఆమె అతనిని ఒక్కతోపు తోసి తన్నుతాను విడిపించుకోవడానికి ప్రయత్నిస్తోంది. కాని కీచకుడు ఒక్కసారిగా లంఘించి ఆమె ఉత్తరీయపు కొంగును పట్టుకొన్నాడు. అతడు వేగంగా ఆమెను లొంగదీసుకోవాలని ప్రయత్నించసాగాడు. పాపం! ద్రౌపది రొప్పసాగింది. ఆమె తన్ను తాను సంబాళించుకొని కీచకుని చాలా గట్టిగా ఎదురుదెబ్బ కొట్టింది. దానితో అతడు మొదలు నరికిన చెట్టులా దబ్బుమని నేలమీద పడ్డాడు. అతనిని అలా పడవేసి ఆమె వణికిపోతూ పరుగుతీసి రాజసభకు వచ్చి చేరింది. కీచకుడు కూడా లేచి పరుగెత్తుతూ ద్రౌపదిని వెన్నంటి ఆమె జుట్టు పట్టుకొన్నాడు. పైగా రాజుముందరే ఆమెను కిందపడేసి తన్నాడు. ఇంతలో సూర్యుడు నియమించిన రాక్షసుడు కీచకుని పట్టుకొని తుఫానువేగంతో దూరంగా విసిరేశాడు. కీచకుని శరీరం అంతా వణికిపోయింది. అతడు కదలలేక భూమిపై కూలబడ్డాడు.

ఆసమయంలో రాజభవనంలో యుధిష్ఠిరుడు భీమసేనుడు కూడా ఉన్నారు. వారు ద్రౌపది పరాభవాన్ని కళ్లారా చూశారు. ఈ అన్యాయాన్ని వారు సహించలేకపోయారు. ఇద్దరికీ తీవ్రమైన కోపం వచ్చింది. భీముడయితే దుష్టకీచకుని చంపాలనే కోరికతో కోపంతో పళ్లు నూరసాగాడు. అతని కన్నుల ఎదుట పొగలు కమ్మాయి. కనుబొమలు ముడిపడ్డాయి. నుదుటినుండి

చెమటలు కారసాగాయి. అతడు క్రోధానికి లోనై లేవాలనే అనుకొన్నాడు. కాని యుధిష్ఠిరుడు తమ రహస్యం బయట పడుతుందనే భయంతో తన బొటనవ్రేలితో అతని బొటనవ్రేలిని తొక్కి అతనిని వారించాడు.(3)

ఇంతలో ద్రౌపది రాజభవనద్వారం దగ్గరకు వచ్చింది. మత్స్యనరేశుని ఉద్దేశించి - "నాపతులు సమస్త జగత్తును సంహరించగల శక్తిమంతులు. కాని వారు ధర్మపాశబద్ధులు. వారు మిక్కిలిగా గౌరవించే ధర్మపత్నిని నేను. కాని నేడు ఒక సూతపుత్రుడు నన్ను కాలితో తన్నాడు. అయ్యో! శరణు చొచ్చిన వారిని కాపాడేవారు, ఈలోకంలో గుప్తరూపంతో తిరుగుతూ ఉండేవారు అయిన ఆ మహారథులైన నాపతులు ఇప్పుడు ఎక్కడ ఉన్నారు? వారు అత్యంత బలవంతులు, తేజస్సుకలవారు అయి ఉండికూడా, తమకు ఇష్టురాలు, పతివ్రత అయిన భార్యను ఒక సూతుడు అవమానిస్తూ ఉంటే చూసి ఎలా పిరికివారిలా మిన్నకుండిపోయారు? ఈవిరాటమహారాజు కూడా ధర్మాన్ని దూషించేవాడే. ఇతడు ఒక నిరపరాధి అయిన స్త్రీ తన ఎదుటనే దెబ్బలు తినడం చూసి సహించి ఊరుకున్నాడు. ఆహా! ఇతడు ఉండగా నేను నా అవమానానికి ప్రతీకారం ఎలా తీర్చుకోగలుగుతాను? ఇతడు రాజయి ఉండికూడా కీచకుని పట్ల రాజు చేయవలసిన న్యాయం చేయడం లేదు. మత్స్యరాజా! నీ ఈ బందిపోటు ధర్మం ఈ సభకు శోభను కలిగించజాలదు. నీ దగ్గరకు వచ్చాక కూడా కీచకుడు నాపట్ల వ్యవహరించిన తీరు ఎప్పటికీ ఉచితం అనిపించుకోదు. సభాసదులు కూడా సూతపుత్రుడు చేసిన ఈ అత్యాచారాన్ని విచారించండి. వాడు ఎలాగూ తాను పాపాత్ముడే. ఈమత్స్యనరేశునికి కూడా ధర్మం గురించి తెలియదు. అతనితో పాటు ఈ సభాసదులకు కూడా ధర్మం తెలియదు. అందుకనే ధర్మజ్ఞానం లేని ఈరాజును సేవిస్తున్నారు" అని తీవ్రంగా నిందించింది.

ఈరీతిగా కన్నీటితో ద్రౌపది అనేకరీతులుగా మాట్లాడుతూ విరాటరాజును నిందించసాగింది. తరువాత సభాసదులు అడగడంతో తమ మధ్య కలహానికి కారణం చెప్పింది. ఈసంగతి తెలుసుకొన్న సదస్యులందరూ ద్రౌపది యొక్క సత్సాహసాన్ని ప్రశంసించారు. కీచకుని మాటిమాటికి నిందిస్తూ - "ఈసాధ్వి ఎవరికి ధర్మపత్నియోగాని అతనికి జీవితంలో గొప్ప లాభం కలుగుతుంది. మానవజాతిలో ఇటువంటి స్త్రీ దొరకడం కష్టం. మేము ఈమెను మానవకాంతగా కాదు. దేవకాంతగా భావిస్తున్నాము" అన్నారు.

ఈరీతిగా సభాసదులందరూ ద్రౌపదిని ప్రశంసిస్తూ ఉంటే, యుధిష్ఠిరుడు ఆమెతో - "సైరంధ్రీ! ఇక ఇక్కడ నిలువకు. సుదేష్ణారాణి భవనానికి వెళ్లు. నీ పతులు గంధర్వులు ఇప్పుడే సమయం కాదనుకొంటున్నారు. కనుకనే రావడంలేదు. వారు తప్పక నీకు ప్రియం చేస్తారు. నిన్ను బాధించినవాడిని తప్పకుండా నశింపచేస్తారు" అని ఊరడించాడు.

ద్రౌపది వెళ్లిపోయింది. ఆమె వెంట్రుకలు విడిపోయి ఉన్నాయి. కన్నులు కోపంతో ఎరుపెక్కి ఉన్నాయి. సుదేష్ణ ఆమె కన్నీరు పెట్టుకొంటూ ఏడవడం చూసి - "కల్యాణీ! నిన్ను ఎవరు కొట్టారు? ఎందుకు ఏడుస్తున్నావు? నీకు అప్రియం కలిగించినవాడికి ఇక సుఖం లేదులే" అన్నది. ద్రౌపది - "ఈరోజు కొలువులో రాజుముందే కీచకుడు నన్ను తన్నాడు" అని చెప్పింది. సుదేష్ణ - "సుందరీ! కీచకుడు కామోన్మత్తుడై మాటిమాటికీ నిన్ను అవమానిస్తున్నాడు. నీవు ఒప్పుకుంటే ఈరోజే అతనిని చంపిస్తాను" అన్నది. ద్రౌపది - "అతడు ఎవరికి అపరాధం చేశాడో వారే అతనిని వధిస్తారు. ఇక అతడు తప్పకుండా యమలోకానికి పోతాడు" అన్నది.

ద్రౌపది భీమునితో సంభాషించుట

వైశంపాయనుడు చెపుతున్నాడు - సేనాపతి అయిన కీచకుడు తన్ను తన్నినప్పటినుండి రాజకుమారి ద్రౌపది అతనిని వధించడం గురించే ఆలోచిస్తోంది. ఈ కార్యం సిద్ధించడానికి ఆమె భీమసేనుని గుర్తుచేసుకొన్నది. రాత్రివేళ తన శయ్యనుండి లేచి అతని భవనానికి వెళ్లింది. ఆసమయంలో ఆమె మనసు అవమానంతో చాలా దుఃఖపడుతూ ఉంది. పాకశాలలో ప్రవేశిస్తూనే ఆమె - "భీమసేన! లే.లే. నాకు శత్రువు, మహాపాపి అయిన ఆ సేనాపతి నన్ను తన్ని ఇంకా బ్రతికే ఉన్నాడు. అయినా నీవు నిశ్చింతగా ఎలా నిద్రపోగలుగుతున్నావు?" అని లేపింది.

ద్రౌపది లేపేసరికి భీమసేనుడు తన మంచంమీద లేచి కూర్చొని, ఆమెతో - ప్రియా! నీవు తొందరపాటు కలదానివిలా నాదగ్గరకు వచ్చావు. అంత అవసరం ఏమి వచ్చిపడింది? నీ శరీరవర్ణం అసహజంగా మారిపోయింది. నీవు చిక్కిపోయి బలహీనంగా, నిర్లిప్తంగా ఉన్నావు. కారణమేమిటో వివరంగా నాకు విషయం తెలిసేలా చెప్పు" అని అడిగాడు.

ద్రౌపది - "నా దుఃఖానికి కారణం నీకు తెలియనిదా ఏమిటి? అంతా తెలిసికూడా ఎందుకు అడుగుతావు? ఏం - ఆరోజున ప్రాతికామి నన్ను దాసీ అంటూ నిండుకొలువులోనికి ఈడ్చుకు రావడం అప్పుడే

మరిచిపోయావా?ఆ అవమానాగ్నిలో నేను ఎప్పుడూ దహించుకుపోతున్నాను. ఇలాంటి దుఃఖాన్ని అనుభవించికూడా బ్రతికి ఉన్న రాజకన్య నేను తప్ప వేరెవరుంటారు? వనవాస సమయంలో దురాత్ముడైన జయద్రథుడు నన్ను తాకాడు. అది నాకు రెండవ అవమానం. కాని అది కూడా సహించాను. ఈసారి మళ్లీ ఇక్కడ ధూర్తరాజు విరాటుని కన్నుల ఎదుటనే కీచకునిచేత అవమానం పొందాను. ఇలా మాటిమాటికీ అవమానదుఃఖాన్ని అనుభవిస్తూ నావంటిది కాక ఏ ఇతరస్త్రీ ప్రాణాలతో ఉంటుంది? ఇలా ఎన్నో కష్టాలు అనుభవిస్తూనే ఉన్నాను. కాని నీవయినా నాగోడు పట్టించుకోవు. ఇక నేను బ్రతికి ఏమి లాభం? ఇక్కడ కీచకుడనే ఒక సేనాపతి ఉన్నాడు. వరుసకు విరాటరాజుకు బావమరిది అవుతాడు. వాడు అతిదుర్మార్గుడు. ప్రతిదినం సైరంధ్రీవేషంలో ఉన్న నన్ను రాజభవనంలో చూచి "నీవు నాభార్యవి కా" అంటున్నాడు. ప్రతిదినం అతని పాపపుమాటలు వింటూ వింటూ నాహృదయం పగిలిపోతోంది. ఒకవైపు ధర్మాత్ముడైన యుధిష్ఠిరుడు తన జీవికకోసం ఇంకొక రాజును సేవించడం చూస్తే చాలా దుఃఖం కలుగుతోంది. పాకశాలలో భోజనం సిద్ధంచేసి నీవు విరాటుని సేవకు వచ్చి నిన్ను నీవు వల్లవుడనే వంటవానిగా చెప్పుకొంటున్నపుడు నామనసులో తీరని వేదన కలుగుతోంది. ఈ యువకవీరుడు అర్జునుడు - రథమెక్కి అసహాయుడై దేవతలమీద, మనుష్యులమీద విజయం పొందినవాడు - ఈనాడు విరాటుని కన్యలకు నాట్యం నేర్పుతున్నాడు. ధర్మంలో, పరాక్రమంలో, సత్యభాషణంలో ఈమొత్తం లోకానికే ఆదర్శంగా నిలిచిన ఆ అర్జునుడిని స్త్రీవేషంలో చూచి నేడు నాహృదయం అంతులేని వ్యథతో నిండిపోతోంది. నీ చిన్నతమ్ముడు సహదేవుడు గోవులతోపాటు గొల్లవానివేషంలో రావడం చూస్తున్న నాకు రక్తం ఉడుకెత్తిపోతోంది. నాకు బాగా గుర్తుంది. మనం వనవాసానికి వచ్చేటపుడు కుంతీమాత ఏడుస్తూ - "పాంచాలీ! సహదేవుడంటే నాకు చాలా ఇష్టం. ఇతడు మధురంగా మాట్లాడతాడు. ధర్మాత్ముడు. తన అన్నలందరినీ గౌరవిస్తాడు. కాని చాలా సిగ్గుపడే స్వభావం కలవాడు. నీవు ఇతనికి నీచేతులతో అన్నంపెట్టు. ఎలాంటి కష్టం రానీకు" అని చెప్పింది. అలా చెప్తూ ఆమె అతనిని కౌగిలించుకొని ఏడ్చింది. ఈనాడు ఆ సహదేవుడు రాత్రింబవళ్లు గోసేవలో మునిగి ఉంటూ, రాత్రిళ్లు దూడచర్మాన్ని పరచుకొని పడుకోవడం చూస్తున్నాను. ఈ దుఃఖమంతా చూస్తూకూడా నేను ఎందుకు జీవించి ఉన్నాను? కాలవిపర్యయం చూడు. అందమైన రూపం, అస్త్రవిద్యాకౌశలం, మేధాశక్తి - ఈమూడు గుణాలూ ఉన్న నకులుడు ఈనాడు విరాటుని ఇంటి గుఱ్ఱాలను సేవిస్తున్నాడు. అతనికి సేవకునిగా ఉంటూ గుఱ్ఱాల విన్యాసాలను చూపుతున్నాడు. ఇదంతా చూస్తూ కూడా నేను సుఖంగా ఉండగలనా ఏమిటి? యుధిష్ఠిరమహారాజుయొక్క ద్యూతవ్యసనం కారణంగానే ఈరాజభవనంలో సైరంధ్రీవేషంలో రాణి సుదేష్ణను సేవించవలసి వచ్చింది నాకు. పాండవులకు మహారాణిని, ద్రుపదమహారాజు కూతురిని అయి ఉండి కూడా ఈనాడు నాకు ఈదుర్గతి పట్టింది. ఈ దశలో నేను తప్ప ఏ స్త్రీ జీవించిఉండాలనుకుంటుంది? నా ఈ కష్టాలవలన కౌరవ, పాండవ, పాంచాల వంశాల వారికి కూడా అవమానమే. మీరంతా జీవించి ఉండగానే నేను ఈ అయోగ్యదశలో ఉన్నాను. ఒకనాడు సముద్రపర్యంతం విస్తరించిన సమస్తభూమండలం ఎవరి అధీనంలో ఉందో నేడు అదే ద్రౌపది సుదేష్ణకు లోబడి, ఆమెకు భయపడుతూ బితుకుబితుకుమంటూ ఉంది. కుంతీనందనా! ఇదే కాకుండా మరొక సహించశక్యంకాని దుఃఖం కూడా నాకు వచ్చి పడింది. విను. ఇంతకుముందు నేను కుంతీదేవికోసం తప్ప, ఎవరికోసమూ, స్వయంగా నాకోసం కూడా ఎప్పుడూ నలుగుపిండిని నూరలేదు. కాని నేడు రాజుకోసం గంధం అరగదీయవలసివస్తోంది- చూడు. నా చేతులు ఎలా కాయలు కాశాయో! ఇంతకుముందు లేదు" అంటూ ద్రౌపది భీమసేనునికి తన చేతులు చూపింది.

తరువాత వెక్కిళ్లు పెడుతూ - "దేవతలపట్ల ఏం అపచారం చేశానో తెలియదు. నాకు చావైనా రావడం లేదు" అని ఏడిచింది. భీముడు ఆమె సన్నని దుర్బలమయిన చేతులు పట్టుకొని చూశాడు. నిజంగానే అవి నల్లగా కాయలు కాసి ఉన్నాయి. ఆచేతులను తన ముఖం మీద కప్పుకొని అతడు ఏడిచాడు. కన్నీరు కాలువలు కట్టింది. మనసులో దుఃఖం పీడిస్తూ ఉండగా భీమసేనుడు - "కృష్ణా! నా బాహుబలం, అర్జునుని గాండీవధనుస్సు ఎందుకూ కొరగానివి. నీ ఎఱ్ఱని మెత్తని చేతులు నేడు నల్లగా అయిపోయాయి. ఆనాడు సభలో నేను విరాటుని సర్వనాశనం చేసి ఉండేవాడిని. లేదా ఐశ్వర్యమదంతో ఉన్మత్తుడై ఉన్న కీచకుని తలను కాలిక్రిందవేసి నలిపివేసేవాడిని. కాని ధర్మరాజు అడ్డుపడ్డాడు. అతడు

పక్కచూపులు చూసి నన్ను వారించాడు. ఇలాగే రాజ్యచ్యుతుడయినప్పుడు కూడా కౌరవులను చంపనీయలేదు. దుర్యోధన కర్ణ శకుని దుశ్శాసనుల శిరసులను ఖండించ నీయలేదు. ఆకారణంగా ఈనాటికీ కూడా నాశరీరం క్రోధంతో రగులుతూనే ఉంది. ఆ తప్పు నేటికీ హృదయంలో ముల్లులా గుచ్చుకొంటూనే ఉంది. సుందరీ! నీవు నీధర్మం విడువకు. నీవు బుద్ధిమంతురాలివి. క్రోధాన్ని ఉపశమింపచేసుకో. పూర్వకాలంలో అనేకమంది స్త్రీలు భర్తలతోపాటు కష్టాలు అనుభవించినవారున్నారు. భృగువంశీయుడైన చ్యవనముని తపస్సు చేస్తున్నపుడు అతని శరీరంమీద చెదపుట్టలు పెరిగాయి. అతని భార్య సుకన్య రాజకుమారి. ఆమె అతనికి ఎంతో సేవ చేసింది. జనకమహారాజు కూతురు జానకి పేరు నీవు వినే ఉంటావు. ఆమె ఘోరారణ్యంలో భర్త శ్రీరామచంద్రుని సేవిస్తూ ఉండేది. ఒకరోజున ఆమెను రాక్షసుడు ఎత్తుకుపోయి లంకలో ఉంచి రకరకాల కష్టాలు పెట్టాడు. అయినా ఆమె మనసు శ్రీరామచంద్రునిమీదనే లగ్నమై ఉంది. చివరికి ఆమె అతని వద్దకు చేరుకుంది. ఇలాగే లోపాముద్ర ప్రాపంచిక సౌఖ్యాలను వదిలి అగస్త్యమునిని అనుసరించింది. సావిత్రి తన భర్త సత్యవంతుని వెనుక యమలోకం వరకు వెళ్లింది. ఈ పై చెప్పబడిన అందమైన మహిమ కల పతివ్రతా శిరోమణుల వంటిదానివే నీవు కూడా. నీలో కూడా ఆ సుగుణాలన్నీ ఉన్నాయి. కల్యాణీ! ఇక నీవు ఎక్కువ రోజులు వేచి ఉండనక్కరలేదు. సంవత్సరం పూర్తికావడానికి కేవలం నెలాపదిహేనురోజులే ఉంది. ఈపదమూడవ సంవత్సరం పూర్తికాగానే నీవు మహారాణివి అవుతావు" అని ఓదార్చాడు.

ద్రౌపది – "నాథా! ఇక్కడ కష్టాలన్నీ పడవలసి వచ్చింది. అందుకని దుఃఖంతో కన్నీరు కార్చానేకాని మిమ్మల్ని నిందించడం లేదు. ఇక ఇప్పుడు చేయవలసిన పనికోసం ప్రయత్నించు. పాపాత్ముడైన కీచకుడు ఎల్లప్పుడూ నాముందు అర్థిస్తూనే ఉన్నాడు. ఒకరోజున నేను అతనితో – "కీచకా! నీవు కామమోహితుడవై మృత్యుముఖంలోకి వెళ్లాలను కొంటున్నావు. నిన్ను కాపాడుకో. నేను ఐదుగురు గంధర్వులకు భార్యను. వారు చాలా వీరులు. సాహసకృత్యాలు చేసేవారు. నిన్ను తప్పకుండా చంపుతారు" అని చెప్పాను. నామాటలు విని ఆ దుష్టుడు – "సైరంధ్రీ! నేను గంధర్వులకు కొద్దిగా కూడా భయపడను. యుద్ధానికి లక్షలకొద్దీ గంధర్వులు వచ్చినా నేను వారందరినీ సంహరిస్తాను. నీవు నన్ను స్వీకరించు" అన్నాడు.

దాని తరువాత అతడు రాణి సుదేష్ణను కలుసుకొని ఆమెకు ఏదో చెప్పిపెట్టాడు. సుదేష్ణ తమ్ముని మీది ప్రేమతో నన్ను పిలిచి, నాతో "కల్యాణీ! నీవు కీచకుని ఇంటికి వెళ్లి నాకోసం మదిర తెచ్చిపెట్టు" అంది. నేను వెళ్లాను. ముందు అతడు తన మాట ఒప్పుకోమని నచ్చచెప్పాడు. కాని నేను అతని మాటను తిరస్కరించేసరికి అతడు కోపంతో నన్ను బలాత్కరించాలనుకున్నాడు. వాడి ఉద్దేశ్యం నాకు తెలిసింది. అందుకని వేగంగా పరిగెత్తుకువచ్చి రాజుగారి శరణు కోరాను. అక్కడకు వచ్చి వాడు రాజు ఎదుటనే నన్ను స్పృశించాడు. పైగా నేలపై పడవేసి కాలితో తన్నాడు. కీచకుడు రాజుకు సారథి. రాజు, రాణి ఇద్దరూ కూడా అతనిని చాలా గౌరవిస్తారు. కాని అతడు చాలా పాపాత్ముడు, క్రూరుడు. ప్రజలు ఏడుస్తూ గోలచేస్తూ ఉంటే అతడు వారి ధనాన్ని దోచుకుంటూ ఉంటాడు. సదాచారం, ధర్మమార్గంలో అతడు ఎప్పుడూ నడుచుకోడు. నాపట్ల అతని భావం కలుషితమై పోయింది. నన్ను చూసినప్పుడల్లా అతడు కుత్సితమైన ప్రస్తావం చేస్తాడు. నేను తిరస్కరిస్తే తంతాడు. కనుకనే నేను ఇప్పుడు చచ్చిపోతాను. వనవాసం పూర్తి అయ్యేవరకు ఊరుకుంటే ఈమధ్యలోనే భార్యకు నీళ్లు వదులుకోవాలి. శత్రునాశనమే క్షత్రియులకు ముఖ్యధర్మం. కాని ధర్మరాజు, నీవు కూడా చూస్తూఉండగానే కీచకుడు నన్ను కాలితో తన్నాడు. కాని మీరు ఏమీ చేయలేదు. నీవు జటాసురుని బారినుండి నన్ను రక్షించావు. నన్ను అపహరించి తీసుకుపోతున్న జయద్రథుని కూడా పరాజితుని చేశావు. ఇప్పుడు ఈపాపిని కూడా చంపు. ఇతడు పూర్తిగా నన్ను అవమానిస్తూనే ఉన్నాడు. సూర్యోదయం వరకు అతడు బ్రతికి ఉంటే నేను విషం కలుపుకు తాగుతాను. భీమసేనా! ఈకీచకునికి లొంగడం కంటె నీఎదుట ప్రాణాలు విడువడం మంచిదని నేను అనుకుంటున్నాను" అన్నది.

ఇలా అని ద్రౌపది భీమసేనుని గుండెలపై వాలి వెక్కి వెక్కి ఏడవసాగింది. భీముడు ఆమెను గుండెలకు హత్తుకొని ఓదార్చాడు. కన్నీటితో తడిసిన ఆమె ముఖాన్ని తన చేతులతో తుడిచాడు. కీచకునిపై కోపం వచ్చి – "కల్యాణీ! నీవు చెప్పినట్లే చేస్తాను. నేడు కీచకుని బంధుసహితంగా చంపివేస్తాను. నీవు నీ దుఃఖాన్ని, శోకాన్ని దూరం చేసుకొని, నేటి సాయంకాలం అతనిని కలుసుకుంటానని సంకేతం ఇవ్వు. విరాటరాజు కొత్తగా నిర్మించిన నృత్యశాలలో పగలంతా కన్యలు నాట్యం నేర్చుకుంటారు. కాని రాత్రి తమ ఇళ్లకు వెళ్లిపోతారు. అక్కడ ఒక అందమైన దృఢమైన మంచంకూడా

వేయబడి ఉంది. కీచకుడు అక్కడికి వచ్చేలా అతనితో మాటలు కలుపు. అక్కడే అతనిని నేను యమపురికి పంపుతాను" అని ఉపాయం చెప్పాడు.

ఈరీతిగా మాట్లాడుకొన్నాక ఇద్దరూ ఆ శేషరాత్రిని చాలా వికలమైన మనస్సులతో గడిపారు. తమ భయంకరమైన సంకల్పాన్ని మాత్రం మనసులోనే దాచుకొన్నారు. తెల్లవారగానే మళ్లీ కీచకుడు రాజభవనానికి వచ్చాడు. ద్రౌపదితో - "సైరంధ్రీ! సభలో రాజు ఎదుటనే నిన్ను పడవేసి నేను తన్నాను. చూశావా నాశక్తి? ఇప్పుడు నీవు నావంటి బలవంతుని చేతులలో చిక్కావు. ఎవరూ నిన్ను రక్షించలేరు. విరాటుడు కేవలం అనుకోవడానికి మాత్రమే మత్స్యదేశానికి రాజు, వాస్తవానికి నేనే ఇక్కడ సేనాపతిని, స్వామిని కూడా. కాబట్టి సంతోషంగా నన్ను స్వీకరించడమే నీకు మేలు. అయినా నేను నీ దాసుడను" అన్నాడు.

ద్రౌపది - "కీచకా! అలాగే అయితే నాది ఒక షరతు నీవు పాటించాలి. మనం ఇద్దరం కలుసుకునే విషయం నీ తమ్ముళ్లకు గాని, మిత్రులకు గాని తెలియకూడదు" అంది.

కీచకుడు - "సుందరీ! నీవు చెప్పినట్లుగానే నడుచుకుంటాను" అన్నాడు ఆనందంగా.

ద్రౌపది -"రాజు కట్టించిన నర్తనశాల రాత్రి శూన్యంగా ఉంటుంది. కాబట్టి చీకటిపడిన తరువాత నీవు అక్కడికే రావాలి" అని చెప్పింది.

ఈరకంగా కీచకునితో మాట్లాడుతున్నపుడు ద్రౌపదికి ఒక్కపూట ఒకనెలలా భారంగా తోచింది. తరువాత అతడు దర్పంగా తన ఇంటికి వెళ్లిపోయాడు. ఆమూర్ఖుడికి సైరంధ్రిరూపంలో తనకోసం మృత్యువు వస్తోందని తెలియదు.

ఇక్కడ ద్రౌపది పాకశాలకు వెళ్లి తనభర్త భీమసేనుని కలుసుకొంది. అతనితో - "పరంతపా! నీవు చెప్పినట్లుగానే కీచకునికి నేను నర్తనశాలలో కలుసుకోమని సంకేతం ఇచ్చాను. అతడు రాత్రివేళ ఆ శూన్యమందిరానికి ఒంటరిగా వస్తాడు. కాబట్టి ఈరోజు అతనిని తప్పక చంపు" అని చెప్పింది. భీముడు - నేను ధర్మంపైన, సత్యంమీద, నాసోదరులమీద ఒట్టు వేసి మరీ చెపుతున్నాను. ఇంద్రుడు వృత్రాసురుని చంపినట్లుగా నేను కీచకుని ప్రాణాలు తీస్తాను. మత్స్యదేశప్రజలందరూ ఏకమై అతనికి సహాయంగా వస్తే వారిని కూడా చంపివేస్తాను. దాని తరువాత దుర్యోధనుని చంపి రాజ్యభూమిని పొందుతాను" అని తీవ్రంగా పలికాడు.

ద్రౌపది - "నాథా! నీవు నాకోసం సత్యాన్ని విడిచిపెట్టకు. నీవు రహస్యంగా ఉండే కీచకుని చంపు" అని ప్రార్థించింది.

భీమసేనుడు - "భీరూ! నీవు చెప్పినదే చేస్తాను. నేడు కీచకుని బంధువులతో సహితంగా నాశనం చేస్తాను" అన్నాడు.

కీచకుని మరణము - ఉపకీచకుల వధ

వైశంపాయనుడు చెపుతున్నాడు - అటుతరువాత భీముడు నర్తనశాలకు వెళ్లి రహస్యంగా దాగుకొని ఉన్నాడు. సింహం మృగం కోసం పొంచిఉన్నట్లుగా కీచకుని కోసం నిరీక్షించసాగాడు. అప్పుడు పాంచాలితో సమాగమం కానున్నదనే ఆశతో కీచకుడు కూడా మనోహరంగా అలంకరించుకొని నర్తనశాలకు వచ్చాడు. సంకేతస్థానం తెలుసుకొని నర్తనశాల లోపలికి వెళ్లాడు. ఆసమయంలో ఆభవనం అంతటా అంధకారం అలముకొని ఉంది. అతులిత పరాక్రమశాలి అయిన భీమసేనుడు అక్కడికి అంతకుముందే వచ్చి, ఏకాంతంగా ఒకశయ్యపై పడుకొని ఉన్నాడు. దుర్మతి అయిన కీచకుడు కూడా అక్కడికి చేరుకొని, అతనిని చేతితో స్పృశింపసాగాడు. ద్రౌపదిని అవమానించిన కారణంగా ఆసమయంలో భీముడు కోపంతో మండిపోతున్నాడు. కామమోహితుడైన కీచకుడు అతని దగ్గరకు చేరి ఆనందంతో ఉబ్బితబ్బిబ్బవుతూ చిరునవ్వుతో - "సుభ్రూ! నేను అనేకరకాలుగా కూడబెట్టిన అనంతధనసంపత్తిని నీకు సమర్పిస్తున్నాను. ధనరత్నరాసులతో నిండినదై, వందలకొద్దీ దాసీలు సేవిస్తూ ఉండే, రూపలావణ్యాలు కలిగిన స్త్రీరత్నాలతో అలంకరింపబడి, క్రీడాసామగ్రితో రతిసామగ్రితో సుశోభితమై ఉండే నాభవనాన్ని నీకోసం దిగదుడిచి నీదగ్గరకు వచ్చాను. నా అంతఃపురస్త్రీలు తరచుగా "మీలాగా అందమైన వేషభూషలు అలంకరించుకొన్న చూడచక్కని పురుషుడు వేరొకడు లేడు" అని నన్నుప్రశంసిస్తూ ఉంటారు" అని గర్వంగా చెప్పుకొన్నాడు.

భీమసేనుడు - "నీవు చాలా చక్కనివాడివే. ఇది చాలా మంచిమాట. అయినా ఇటువంటి స్త్రీని ఇంతకుముందు ఎప్పుడూ నీవు స్పృశించి ఉండవు" అన్నాడు.

ఇలా అని మహాబాహువయిన భీమసేనుడు వెంటనే ఒక్క గంతు వేసి లేచి నిలుచుని, అతనితో - "ఒరే పాపీ! నీవు పర్వతంలా చాలా ఒడ్డు-పొడుగు ఉన్నవాడవు. కాని సింహం విశాలకాయం గల గజరాజును ఈడ్చి వేసినట్లు ఈరోజు నిన్ను నేను నేలకేసి కాలితో నలిపివేస్తాను. నీ అక్క ఇదంతా చూస్తుంది. ఈరీతిగా నీవు చావగానే సైరంధ్రి నిర్భయంగా తిరుగుతుంది. ఆమె పతులు కూడా ఆనందంగా రోజులు గడుపుతారు" అంటూ పూలతో అలంకరింపబడిన

అతనికేశాలను పట్టుకొన్నాడు. కీచకుడు కూడా బలవంతుడే. అతడు తన జుట్టును విడిపించుకొని, అతి చురుకుగా రెండుచేతులతో భీముని పట్టుకొన్నాడు. ఇక ఆ ఇద్దరు పురుషసింహాల మధ్య పరస్పరం బాహుయుద్ధం మొదలయింది. ఇద్దరూ గొప్ప వీరులే. వారి భుజాస్ఫాలనలతో వెదుళ్లు చిట్లుతున్న కఠోరధ్వనులు వెలువడసాగాయి. ప్రచండమైన తుఫాను వృక్షాన్ని ఎలా ఊపేస్తుందో అలాగే భీమసేనుడు కీచకుని ఎదురుదెబ్బ కొట్టి నర్తనశాల అంతటా తిప్పసాగాడు. మహాబలి అయిన కీచకుడు కూడా తన మోకాళ్లతో పొడుస్తూ భీమసేనుని క్రిందకు పడగొట్టాడు. అప్పుడు భీమసేనుడు దండపాణి అయిన యమరాజువలె చాలావేగంగా గెంతి నిలువబడ్డాడు. భీముడు, కీచకుడు - ఇద్దరూ చాలా గొప్ప బలవంతులే. ఈసమయంలో మాత్సర్యం కారణంగా వారు ఇంకా ఉన్మత్తులయిపోయారు. అర్ధరాత్రివేళ నిర్జనమైన నర్తనశాలలో ఒకరినొకరు అణచివేయసాగారు. కోపావేశంతో వారు భీషణమైన గర్జనలు చేస్తూంటే ఆ భవనం మాటిమాటికి ప్రతిధ్వనిస్తోంది. చివరకి భీముడు క్రోధావేశంతో అతని జుట్టు పట్టుకొని, అతడు అలిసిపోవడం చూసి, త్రాటితో జంతువును కట్టివేసినట్లు అతనిని తన భుజాలమధ్యలో అదిమి బిగించేశాడు. కీచకుడు పగిలిపోయిన నగారాలా వికృతంగా గట్టిగా అరుస్తూ అతని భుజాలనుండి విడిపించుకోవడానికి గిలగిలలాడసాగాడు. కాని భీమసేనుడు చాలాసార్లు అతనిని భూమిపై గిరగిరతిప్పి పడవేసి అతని గొంతు పట్టుకొన్నాడు. ద్రౌపది కోపం చల్లార్చడానికి దానిని నులిమివేయసాగాడు. ఈరీతిగా కీచకుని అవయవాలన్నీ నుగ్గునుగ్గు అయ్యాయి. అతని కళ్లు వెళ్లుకొచ్చాయి. అప్పుడు భీముడు అతనిపైకెక్కి కూర్చొని రెండు మోకాళ్లతో అదిమి, అతనిని తన భుజాలమధ్య మెలిపెట్టి జంతువును చంపినట్లు చంపాడు.

కీచకుని చంపిన తరువాత భీమసేనుడు అతని చేతులను, కాళ్లను, తలను, మెడను కడుపులోపలికే కుక్కేశాడు.ఇలా అతని అవయవాలన్నీ మెలితిప్పి అతనిని ఒక మాంసపు ముద్దగాచేశాడు. ద్రౌపదికి చూపిస్తూ - "పాంచాలీ! కొంచెం ఇక్కడికి వచ్చి చూడు. ఈచెవిలో జోరీగకు ఎటువంటి గతిపట్టిందో!" అని పిలిచి చెప్పాడు. ఇలా అని అతడు దుష్టుడయిన కీచకుని మాంసపిండాన్ని కాళ్లతో తన్ని ద్రౌపదితో - "భీరూ! ఎవరైనా నిన్ను పాపపు దృష్టితో చూస్తే వాడు చస్తాడు. వాడికి ఇదే గతిపడుతుంది" అన్నాడు. ఈరకంగా కృష్ణ యొక్క ఆనందంకోసం భీముడు ఈదుష్కర కార్యాన్ని చేశాడు. తన కోపం చల్లారగానే ద్రౌపది అనుమతిని అడిగి పాకశాలకు వెళ్లిపోయాడు.

కీచకుని చంపించి ద్రౌపది చాలా ఆనందంగా ఉంది. ఆమె సంతాపమంతా చల్లారిపోయింది. పిమ్మట ఆమె ఆ నృత్యశాల సంరక్షకులతో - "అక్కడ కీచకుడు పడి ఉన్నాడు. నాపతులు గంధర్వులే అతనికి ఈగతి కల్పించారు. మీరు అక్కడికి వెళ్లి చూస్తే బాగుంటుంది" అని చెప్పింది. ద్రౌపది చెప్పిన ఈ మాటలు విని నాట్యశాలకు సంబంధించిన వేల మంది కాపలాదారులు దీపాలు తీసుకొని అక్కడికి వెళ్లారు. వారు అతడు రక్తపు మడుగులో ప్రాణాలు కోలుపోయి పడిఉండడం చూశారు. కాళ్లు చేతులు లేని మొండెం చూసి విచలితులయ్యారు. అతనిని ఆస్థితిలో చూచి అందరికీ విస్మయం కలిగింది.

అప్పుడే కీచకుని బంధువులందరూ అక్కడ పోగయ్యారు. నలువైపుల అతనిని చుట్టుముట్టి విలపించసాగారు. అటువంటి దుర్గతిని చూచి అందరికీ గగుర్పాటు కలిగింది. అతని అవయవాలన్నీ శరీరంలోకి దూరిపోయి ఉండడంవలన నేలమీద వెల్లకిలా పడేసిన తాబేలులా అనిపించసాగాడు. అతని దగ్గరి బంధువులు దహనసంస్కారాలు చేయడానికి నగరం వెలుపలికి తీసుకుపోయే ప్రయత్నాలు ఆరంభించారు. శవానికి కొద్దిదూరంలో ఒక స్తంభాన్ని అనుకుని నిలుచున్న ద్రౌపదిపై వారి దృష్టి పడింది. వారందరూ అక్కడికి చేరుకున్నాక ఉపకీచకులు (కీచకుని తమ్ముళ్లు) - "ఈ దుష్టురాలిని ఇప్పుడే చంపి వేయాలి. దీనికారణంగానే కీచకుని హత్య జరిగింది. అయినా చంపవలసిన అవసరం ఏముంది? కామాసక్తుడయిన కీచకునితోపాటు దీనిని కూడా కాల్చివేద్దాం. అలా చేస్తే చనిపోయినాగాని సూతపుత్రునికి ఇష్టం చేకూరుతుంది" అన్నారు. ఇలా ఆలోచించి వారు విరాటరాజును - "సైరంధ్రికారణంగానే కీచకుడు చనిపోయాడు. కాబట్టి మేము ఈమెను కీచకునితోపాటే దహనం చేద్దామనుకొంటున్నాము. ఇందుకు మీరు మాకు అనుమతి నివ్వండి" అని అడిగారు. రాజు ఆ సూతపుత్రుల ఔద్ధత్యాన్ని చూచి సైరంధ్రిని దహించడానికి సమ్మతించాడు.

అంతే. ఉపకీచకులు భయంతో కొయ్యబారిపోయిన కృష్ణను పట్టుకొన్నారు. ఆమెను కీచకుని ఉంచిన పాడెపైనే ఉంచి కట్టేశారు. ఈరీతిగా ఆపాడెను పైకెత్తికొని శ్మశానంవైపు బయలుదేరారు. కృష్ణ సనాథ అయినప్పటికీ సూతపుత్రుల ఉచ్చులో చిక్కుకొని అనాథవలె విలపించసాగింది. సహాయం

కోసం గొంతెత్తి - "జయా! జయంతా! విజయా! జయత్సేనా! జయద్బలా! నాపిలుపు వినండి. ఈసూత పుత్రులు నన్ను తీసుకుపోతున్నారు. ఏ గంధర్వుల భీషణమైన ధనుష్టంకారధ్వని సంగ్రామ భూమిలో పిడుగుపాటులా వినిపిస్తుందో, ఎవరి రథఘోష మిక్కిలి ప్రబలంగా ఉంటుందో వారు నాపిలుపును వినాలి. అయ్యో! ఈసూతపుత్రులు నన్ను పట్టుకుపోతున్నారు" అని బిగ్గరగా అరిచింది.

కృష్ణయొక్క ఆ దీనాలాపాలు విని భీమసేనుడు ఏమీ ఆలోచించకుండా తన మంచం మీదినుండి లేచాడు. వెంటనే సమాధానంగా - "సైరంధ్రీ! నీవు చెపుతున్నది నేను వింటున్నాను. కాబట్టి ఈసూతపుత్రులవలన నీకేమీ భయంలేదు" అని పలికి నగరప్రాకారం దూకి బయటకు వచ్చాడు. చాలా వేగంగా శ్మశానంవైపు కదిలాడు. అతడు ఎంతవేగంగా వెళ్లాడంటే, సూత పుత్రులకంటె ముందే శ్మశానానికి చేరుకొన్నాడు. దానికి సమీపంలో అతనికి పది వ్యామాల (వ్యామం = రెండు చేతులూ చాపితే ఏర్పడేంత పొడవు.) పొడవైన ఒక తాటిచెట్టు వంటి వృక్షం కనపడింది. దాని శాఖలు లావుగా ఉన్నాయి. పైకి అది ఎండిపోయి ఉంది. భీమసేనుడు దానిని భుజాలపై బరువుమోపి ఏనుగువలె బలం అంతా ఉపయోగించి పెకలించాడు. దానిని భుజంపై పెట్టుకొని దండధరుడైన యమునివలె సూతపుత్రులవైపు వెళ్లాడు. ఆసమయంలో అతని నడకవేగానికి ఊగిపోతూ అక్కడి వృక్షాలు పడిపోయాయి.

భీమసేనుడు క్రోధంతో సింహం లాగా తమవైపు రావడంచూసిన సూతపుత్రులందరూ భయపడిపోయారు. వారు భయవిషాదాలతో వణికిపోతూ "అరే! చూడు. ఈబలవంతుడైన గంధర్వుడు చెట్టుపైకెత్తి పట్టుకొని మహాక్రోధంతో మనవైపే వస్తున్నాడు. తొందరగా సైరంధ్రిని వదిలిపెట్టండి. ఈవిడ మూలంగానే మనకు ఈభయం" అని అనుకోసాగారు. వృక్షంతో వస్తున్న భీమసేనుని చూడగానే అందరికందరూ సైరంధ్రిని వదిలిపెట్టేసి నగరంవైపు పరుగులు తీశారు. వారు పారిపోవడం చూసిన భీమసేనుడు ఇంద్రుడు దానవులను వధించినట్లుగా ఆవృక్షంతో నూట అయిదుగురు ఉపకీచకులను యమసదనానికి పంపాడు. తరువాత ద్రౌపది కట్లు విప్పి ఆమెకు ధైర్యం చెప్పాడు. ఆ సమయంలో ద్రౌపది కన్నులవెంట కన్నీరు ధారగా కురుస్తోంది. ఆమె అత్యంతం దీనురాలై ఉంది. ఆమెతో దుర్జయుడైన భీమసేనుడు - "కృష్ణా! నీ తప్పు ఏమీ లేకుండా నిన్ను ఇబ్బందులపాలు చేసేవారు ఇలాగే చనిపోతారు. ఇక నీవు నగరానికి వెళ్లు. నీకు వచ్చిన భయమేమీ లేదు. నేను ఇంకొకవైపునుండి విరాటుని వంటశాలకు వెళ్తాను" అని చెప్పాడు.

ఇదంతా చూసిన నగరవాసులు విరాటరాజువద్దకు వెళ్లి గంధర్వులు మహాబలవంతులయిన సూతపుత్రులను చంపివేశారని, ద్రౌపది వారి చేతులనుండి తప్పించుకొని రాజభవనంవైపు వెళ్తోందని నివేదించారు. వారి మాటలు విని విరాటుడు - "మీరు సూతపుత్రులకు అంత్యకర్మలు నిర్వర్తించండి. సుగంధద్రవ్యాలు, రత్నాలతోపాటుగా కీచకులందరినీ మండుతోన్న ఒకే చితిలో దహనం చేయండి" అని ఆజ్ఞాపించాడు.తరువాత కీచకవధ వలన భయపడి, అతడు మహారాణి వద్దకు వెళ్లి - "సైరంధ్రి ఇక్కడకు వచ్చినట్లయితే ఆమెకు మేలు జరిగి ఎక్కడకు వెళ్లాలనుకుంటే అక్కడికి వెళ్లమని; మహారాజు గంధర్వుల ఆగ్రహానికి భయపడుతున్నారని నామాటగా నీవు ఆమెతో చెప్పు" అన్నాడు.

రాజా! మనస్విని అయిన ద్రౌపది సింహానికి భయపడిన లేడిలా తన శరీరాన్ని, వస్త్రాలను శుభ్రపరచుకొని నగరానికి వచ్చింది. ఆమెను చూసి పురజనులు గంధర్వులకు భయపడి అటు ఇటు పారిపోసాగారు. కొంత కొంతమంది కన్నులు మూసుకున్నారు. దారిలో ద్రౌపదికి నృత్యశాలవద్ద అర్జునుడు కనిపించాడు. అతడు "సైరంధ్రీ! నీవు ఆ పాపాత్ముల బారినుండి ఎలా తప్పించుకొన్నావు? వారంతా ఎలా చనిపోయారు? అన్ని విషయాలూ జరిగినవి జరిగినట్లుగా నీనోటినుండి వినాలని ఉంది" అని ఆమెను అడిగాడు.

సైరంధ్రి - "బృహన్నలా! ఇప్పుడు నీకు సైరంధ్రితో పనేమిటి? నీవు ఈకన్యలతో అంతఃపురంలో చాలా ఉత్సాహంగా ఉంటున్నావు కదా! ఈనాడు సైరంధ్రి అనుభవిస్తున్న కష్టాలన్నీ నీకేమీ పట్టవులే. అందుకే నన్ను పరిహసించడానికి ఇలా అడిగావు" అని మేలమాడింది. బృహన్నల నొచ్చుకొని - "కల్యాణీ! నపుంసకునిగా జన్మించిన ఈ బృహన్నల అనుభవిస్తున్న మహాదుఃఖం నీకు తెలియనిదా ఏమిటి? నేను నీతోపాటు జీవిస్తున్నాను. నీవు కూడా మా అందరితో పాటు ఉంటున్నావు. అయ్యో! నీకు వచ్చిన కష్టానికి ఎవరికి దుఃఖం కలుగదు?" అన్నాడు విచారంగా.

అటుతరువాత కన్యలతోపాటు ద్రౌపది రాజభవనానికి వెళ్లి సుదేష్ణ వద్దకు వచ్చి నిలుచుంది. అప్పుడు సుదేష్ణ విరాటరాజు చెప్పినట్లుగానే ఆమెతో - "తల్లీ! మహారాజు గంధర్వులంటే భయపడుతున్నాడు. నీవు వయసులో ఉన్నావు.

లోకంలో నీ అంత అందగత్తె కనిపించదు. పురుషులకు సహజంగానే విషయలాలస ఉంటుంది. నీ పతులు గంధర్వులు తీవ్రకోపులు. కాబట్టి నీవు ఎక్కడికి వెళ్లాలనుకొంటావో అక్కడికి వెళ్లు" అన్నది.

సైరంధ్రి - "మహారాణీ! ఇంక పదమూడురోజులు మహారాజు నన్ను క్షమించాలి. అనంతరం గంధర్వులు నన్ను వారంత వారే వచ్చి తీసుకుపోతారు. మీకు కూడా మేలు జరుగుతుంది. వారివలన మహారాజుకు, వారి బంధుమిత్రులకు కూడా తప్పకుండా గొప్పమేలు కలుగుతుంది" అన్నది.

పాండవులను అన్వేషించుటకై విరాటనగరముపై దండెత్తవలెనని కౌరవసభలో నిశ్చయించుట

వైశంపాయనుడు చెపుతున్నాడు - "రాజా! తమ్ముళ్లతో పాటుగా కీచకుడు అకస్మాత్తుగా చంపబడడం చూసి ప్రజలందరకూ చాలా ఆశ్చర్యం కలిగింది. ఆ నగరంలోను, దేశంలోనూ ఎక్కడపడితే అక్కడ ప్రజలు గుంపులుగా చేరి తమలో తాము - "మహాబలవంతుడయిన కీచకుడు తన పరాక్రమం కారణంగా విరాటరాజుకు చాలా ఇష్టుడు. అతడు అనేక సేనలను సంహరించాడు. కాని దానితోపాటే అతడు పరస్త్రీలోలుడు కూడా. అందుకనే గంధర్వులు ఆ పాపాత్ముని చంపివేశారు" అని చెప్పుకోసాగారు. మహారాజా! శత్రుసేనలను సంహరించగలిగే దుర్జయుడైన కీచకుని గురించి దేశ దేశాలలో ఇదే చర్చ కొనసాగుతోంది.

ఈసమయంలో అజ్ఞాతవాసదశలో పాండవుల జాడ తెలుసుకొనేందుకు దుర్యోధనుడు పంపిన గూఢచారులు అనేక గ్రామాలూ నగరాలు, దేశాలు వెదికివెదికి హస్తినాపురానికి తిరిగిచ్చారు. వారు సభలో కూర్చున్న దుర్యోధనుని వద్దకు వచ్చారు. ఆసమయంలో అక్కడ భీష్మపితామహుడు, ద్రోణాచార్యుడు, కర్ణుడు, కృపాచార్యుడు, త్రిగర్తదేశాధిపతి, దుర్యోధనుని తమ్ముళ్లు కూడా ఉన్నారు. వారందరి ఎదుట ఆ గూఢచారులు - "రాజా! పాండవుల జాడ తెలుసుకోవడానికి మేము ఎల్లప్పుడూ చాలా ప్రయత్నాలు చేస్తున్నాము. కాని వారు ఎక్కడినుండి బయలుదేరారో ఆవిషయం మాత్రం మేము తెలుసుకోలేక పోయాము. మేము ఎత్తయిన కొండశిఖరాలమీద, వేర్వేరు ప్రాంతాలలోను, జనావాసాల మధ్య, పల్లెలలో, పట్టణాలలో కూడా వారిని గురించి చాలా వెదికాం. కాని ఎక్కడా వారి జాడ తెలియలేదు. వారు నశించిపోయి ఉంటారని అనుకొంటున్నాము. కాబట్టి ఇక మీకు శుభమే. మాకు ఈవిషయం మాత్రం స్పష్టంగా తెలిసింది. ఇంద్రసేనాది సారథులు పాండవులు లేకుండానే ద్వారకానగరానికి చేరుకొన్నారు. అక్కడ ద్రౌపదీ లేదు. పాండవులూ లేరు. ఆః ఇంకొక సంతోషకరమైన వార్త ఉంది. తన పరాక్రమంతో త్రిగర్తదేశాన్ని చిత్తుచేసిన విరాటరాజు యొక్క మహాబలవంతుడైన సేనాపతి కీచకుడు ఉన్నాడు కదా! ఆపాపాత్ముని అతని తమ్ముళ్లతోపాటుగా రాత్రివేళ గుప్తరూపంలో గంధర్వులు చంపివేశారు" అని అన్నివిషయాలనూ వెల్లడించారు.

దూతల మాటలు విని దుర్యోధనుడు చాలాసేపు ఆలోచనలో ఉండిపోయాడు. తరువాత అతడు సభాసదులతో - "పాండవుల అజ్ఞాతవాసం ఈపదమూడవ సంవత్సరంలో ఇక కొద్దిరోజులు మాత్రమే మిగిలి ఉన్నాయి. ఇది కనుక పూర్తి అయితే సత్యవాదులైన పాండవులు మదపుటేనుగులులా; విషధరసర్పాలలా క్రోధాతురులై కౌరవులకు దుః ఖదాయకులవుతారు. వారందరూ సమయపరిగణనం తెలిసినవారే. కాబట్టి ఎక్కడో ఎవరికీ తెలియకుండా దాగుకొని ఉంటారు. కాబట్టి వారు తమ కోపాన్ని దిగమింగుకొని మళ్లీ అడవులకు వెళ్లే ఉపాయమేదైనా చేయాలి. కాబట్టి శీఘ్రంగా వారి జాడ తెలుసుకోండి. అలా అయితే మన రాజ్యం అన్నివిధాలా విఘ్నాలులేకుండా విరోధుల నుండి ముక్తమై చిరకాలం వరకు అక్షుణ్ణంగా ఉండగలదు" అన్నాడు. అదివిని కర్ణుడు "భరతనందనా! అయితే వెంటనే కార్యకుశలులు అయిన వేరే గూఢచారులను పంపాలి.వారు గుప్తరూపంలో ధనధాన్యాలతో నిండి జనసంకీర్ణమైన దేశాలకు వెళ్లాలి. వారు అందమైన రాజసభలలోను, సిద్ధపురుషుల ఆశ్రమాలలోను, రాజనగరాలలో, తీర్థాలలో, గుహలలో, అక్కడ స్థానికంగా నివాసం ఉంటున్నవారిని చాలా వినయంగా, యుక్తిపూర్వకంగా అడిగి వారిజాడ తెలుసుకోవాలి" అన్నాడు. దుశ్శాసనుడు - "రాజా! మీకు ఏదూతలమీద ఎక్కువ నమ్మకం ఉందో వారు దారిబత్తెం తీసుకొని మళ్లీ పాండవులను వెదకడానికి వెళ్లాలి. కర్ణుడు చెప్పిన విషయం మనకు బాగా తెలుసును" అని చెప్పాడు.

అప్పుడు తత్త్వాన్ని బాగా దర్శించగలిగిన పరమ పరాక్రమ వంతుడయిన ద్రోణాచార్యుడు - "పాండవులు శూరులు, వీరులు. విద్వాంసులు, బుద్ధిమంతులు, జితేంద్రియులు, ధర్మజ్ఞులు, కృతజ్ఞులు. పైగా తమ అన్నగారు ధర్మరాజు ఆజ్ఞకు లోబడి నడచుకొనేవారు. అటువంటి మహాపురుషులు నశించిపోరు. ఎవరిచేతనూ తిరస్కృతులూ కారు. వారిలో

ధర్మరాజు గొప్ప విశుద్ధమనస్కుడు. గుణవంతుడు. సత్యవంతుడు. నీతిమంతుడు. పవిత్రాత్ముడు. తేజస్వి. అతనిని కన్నులతో చూసి కూడా ఎవరూ గుర్తించలేరు. కాబట్టి ఈవిషయం దృష్టిలో ఉంచుకొని మనం అతనిని గుర్తించగల బ్రాహ్మణులచేతనో, సేవకులచేతనో, సిద్ధపురుషుల చేతనో, లేదా ఇతరులెవరిచేతనైనా వెదికించాలి" అని చెప్పాడు.

అటు తరువాత భరతవంశీయులకు పితామహుడు, దేశకాలాలు తెలిసినవాడు, సమస్తధర్మాలు తెలిసినవాడు అయిన భీష్ముడు కౌరవుల మేలుకోరి "భరతనందనా! పాండవుల విషయంలో నా ఉద్దేశ్యం ఏమిటో చెపుతాను. నీతిమంతులయిన వారి నీతిని అవినీతిపరులు అణచివేయ లేరు. ఆ పాండవుల విషయంలో ఆలోచించి మనం ఈ సంబంధంగా ఏమి చేయగలమో దానినే నేను నాబుద్ధికి తోచినట్లుగా చెపుతున్నాను గాని ద్వేషంతో ఏమీ చెప్పడం లేదు. యుధిష్ఠిరుడు పాటించే నీతిని నావంటివారు కూడా ఎప్పుడూ నిందించరాదు. దానిని మంచి నీతి అనే అనాలిగాని అనీతి అని అనడం ఏవిధంగానూ సరికాదు. యుధిష్ఠిరుడు నివసించే నగరంలోకాని దేశంలోకాని ఉండేజనులు కూడా దానశీలులై, ప్రియవాదులై, జితేంద్రియులై. లజ్జాశీలులై ఉంటారు. అతడు నివసించేచోట ఉండే ప్రజలు ప్రియవాదులు, నిగ్రహం కలవారు; సత్యపరాయణులు అయి సుఖసంతోషాలతో, పవిత్రులై, కార్య కుశలులై ఉంటారు. అతని ఉనికి ఉన్న చోట ఉండే మనుష్యులు స్వయంగా ధర్మతత్పరులై ఉంటారు. వారు గుణాలలో దోషాలు ఆరోపించేవారు గాని, ఈర్ష్యాళువులు గాని, మదమాత్సర్యాలు కలవారు కాని కానేరరు. అక్కడ అన్నివేళల వేదధ్వని వినిపిస్తూ ఉంటుంది. యజ్ఞాలలో పూర్ణాహుతులు ఇవ్వబడుతూ ఉంటాయి. గొప్పగొప్ప దక్షిణలు గల యజ్ఞాలు జరుగుతూ ఉంటాయి. అక్కడ తప్పకుండా వర్షం తగు సమయాలలో కురుస్తూఉంటుంది. అక్కడి భూమి ధనధాన్యపూర్ణమై, అన్నివిధాలా భయరహితంగా ఉంటుంది. అక్కడి గాలి ఆనందదాయకంగా ఉంటుంది. ధర్మస్వరూపం ఆడంబరరహితంగా ఉంటుంది. ఏవిధమైన భయమూ అక్కడ ఉండదు. ఆ స్థలంలో గోవులు అధికంగా ఉంటాయి. అవి కృశించి దుర్బలంగా ఉండవు. బాగా పుష్టిగా సంతోషంగా ఉంటాయి. వాటి పాలు, పెరుగు, నేయి కూడా సరసమై గుణవర్ధకంగా ఉంటాయి. యుధిష్ఠిరుడు అత్యంత ధర్మనిష్ఠుడు. అతనిలో సత్యం, ధైర్యం, దానం, శాంతి, క్షమ, లజ్జ, శ్రీ, కీర్తి, తేజస్సు, దయాళుత్వం, సరళత్వం నిరంతరం నివసిస్తూ ఉంటాయి. కాబట్టి ఇతర సాధారణ పురుషుల సంగతికేమిటి, బ్రాహ్మణులే అతనిని గుర్తించలేరు. కాబట్టి ఈ లక్షణాలు ఎక్కడ ఉంటాయో అక్కడే బుద్ధిమంతులైన పాండవులు గుప్తరీతిలో ఉండవచ్చును. మీరు అలాంటిచోట్లనే వారికోసం వెదకండి. ఇంతకు తప్పించి వారి విషయంలో నేను ఇంకొక మాట చెప్పలేను. మీకు నామాటలమీద నమ్మకం ఉంటే దీనిపై ఆలోచించి ఏది ఉచితమనుకుంటారో, అది వెంటనే చేయండి" అని చెప్పి ముగించాడు.

అటుతరువాత శరద్వంతుని కుమారుడు కృపుడు - "వయోవృద్ధుడైన భీష్ముడు పాండవుల విషయంలో చెప్పినది యుక్తియుక్తంగానూ, సమయానుకూలంగానూ ఉంది. దానిలో ధర్మం, అర్థం రెండూ నిక్షిప్తమై ఉన్నాయి. దానితో పాటే అది చాలా మధురంగా, హేతుగర్భితంగా కూడా ఉంది. ఈవిషయంలో వారికి అనురూపమైనట్లుగానే నేను చెప్పేది కూడా వినండి. మీరు గూఢచారుల ద్వారా పాండవుల స్థితిగతులను జాడలు తీయించండి. ఈసమయంలో హితకరమైన నీతినే అనుసరించండి. అజ్ఞాతవాసం గడువు ముగియగానే మహాబలులైన పాండవుల ఉత్సాహం ఇనుమడిస్తుందని మాత్రం గుర్తుంచుకోండి. వారి శక్తి అతులితం. కాబట్టి ఇప్పుడు మీ సైన్యం, కోశం, నీతి- వీటినన్నిటినీ చక్కచేసుకోవాలి. అందువలన సమయం వచ్చినపుడు మనం వారితో యథావత్తుగా సంధి చేసుకోగలుగుతాం. మీశక్తిని మీరు బుద్ధితో కూడా అంచనా వేసుకోవాలి. ఇంకా మీ బలవంతులైన, నిర్బలులైన మిత్రులలోని అసలు శక్తి ఎంత అనే విషయం కూడా తెలుసుకోవాలి. మీరు ఉత్తమ మధ్యమ అధమకోటికి చెందిన మీ సైన్యం యొక్క పొడవును చూచి అది మీపట్ల సంతుష్టిగా ఉందో లేదో నిశ్చయించుకోవాలి. దానిని అనుసరించే మనం శత్రువులతో సంధిగాని, విగ్రహంకాని చేయాలి. సైన్యం సంతుష్టిగా ఉంటే మనం శత్రువులమీద మన ధనుస్సులను ఎక్కుపెట్టవచ్చు. అది అసంతుష్టిగా ఉంటే వారితో సంధిచేసుకోవాలి. సామం (నచ్చచెప్పడం); దానం (ధనం మొదలైనవి ఇవ్వడం); భేదం (వేరు చేయడం); దండం, పన్ను వసూలు చేయడం - ఇది నీతి. దీనివలన శత్రువులను దాడిచేసి లోబరచుకొని, దుర్బలులను బలంతో అణచివేసి, మిత్రులను మంచిమాటలాడి, సైన్యాన్ని తీయని మాటలతో,

వేతనాలు ఇచ్చి తన వశంలో ఉంచుకోవాలి. ఈ రీతిగా నీవు నీ కోశాన్ని సైన్యాన్ని పెంచుకోగలిగితే చక్కని ఫలితాన్ని పొందగలుగుతావు". అని ఉపదేశించాడు.

ఆ తరువాత త్రిగర్త దేశాధిపతి, మహాబలి అయిన సుశర్మ కర్ణునివైపు చూస్తూ దుర్యోధనునితో - "రాజా! సాల్వవంశీయుడైన మత్స్యదేశపు రాజు మాటిమాటికి మామీద దాడి చేస్తున్నాడు. మత్స్యరాజు యొక్క సేనాపతి మహాబలి సూతపుత్రుడు అయిన కీచకుడు కూడా నన్ను నా బంధుమిత్రులను చాలా ఇబ్బందులపాలు చేశాడు. కీచకుడు గొప్ప బలవంతుడు, క్రూరుడు, అసహనశీలుడు, దుష్టస్వభావం కలవాడు. అతని పరాక్రమం జగద్విఖ్యాతం. కాబట్టి అప్పుడు మా పప్పులేమీ ఉడకలేదు. ఇప్పుడు ఆ పాపకర్ముడు నృశంసుడు అయిన సూతపుత్రుని గంధర్వులు చంపివేశారు. అతని మరణంతో విరాటరాజు ఆశ్రయహీనుడు, నిరుత్సాహుడు అయి ఉంటాడు. కాబట్టి మీకు, సమస్త కౌరవులకు, మహామనస్కుడైన కర్ణునకు సరియైనదనిపిస్తే నాకు ఆ దేశం మీద దండెత్తాలని మనసుగా ఉంది. ఆ దేశాన్ని జయించి రకరకాల రత్నాలు, ధనం, గ్రామాలు, రాష్ట్రం చేజిక్కించుకొని వాటిని మనమంతా కలిసి పంచుకొందాం" అని తన అభిప్రాయాన్ని చెప్పాడు.

త్రిగర్త రాజు మాటలు విని కర్ణుడు దుర్యోధనునితో - "రాజా! సుశర్మ చాలామంచి విషయం చెప్పాడు. ఇది సమయానుకూలంగానూ ఉంది, మనకు అక్కరకు వచ్చేలా ఉంది. కాబట్టి మనం సైన్యం సన్నద్ధం చేసుకొని, వాటిని చిన్న చిన్న దళాలుగా విభజించి, లేదా నీ ఉద్దేశ్యం ఎలా ఉందో అలా వెంటనే ఆ దేశంమీద దండెత్తాలి" అని అన్నాడు.

త్రిగర్త రాజుయొక్క కర్ణుని యొక్క మాటలు విని దుర్యోధన మహారాజు దుశ్శాసనుని చూచి - "తమ్ముడూ! నీవు పెద్దలతో, వృద్ధులతో ఆలోచించి దండయాత్రకు ఏర్పాట్లు చేయి. మనం కౌరవులందరితో కలిసి ఒకదారి వెంట వెళదాం. మహారథి సుశర్మ త్రిగర్తదేశ వీరులను, సైన్యాన్నంతటినీ తీసుకుని వేరే మార్గం ద్వారా వస్తాడు. మొదట సుశర్మ దాడిచేయాలి. ఆ తరువాత మరుసటిరోజు మనం విరుచుకుపడదాం. వీళ్ళు గోవులను ఆక్రమించి విరాటుని గోధనాన్ని అపహరిస్తారు. అనంతరం మనం కూడా మనసైన్యాన్ని రెండు భాగాలుగా విభజించి విరాటుని ఒక లక్ష గోవులను అపహరిద్దాం" అని ఆదేశించాడు.

విరాట సుశర్మల యుద్ధము - భీముడు సుశర్మను పరాభవించుట

వైశంపాయనుడు చెపుతున్నాడు - రాజా! సుశర్మ తన పూర్వవైరానికి బదులు తీర్చుకునేందుకు త్రిగర్త దేశంలోని రథికులందరినీ, పదాతి దళాన్ని తీసుకుని కృష్ణపక్ష సప్తమి నాడు విరాటుని గోవులను అపహరించడానికి అగ్నికోణం వైపునుండి దాడిచేశాడు. ఆ మరుసటిరోజు కౌరవులందరూ కలసి రెండవవైపునుండి వెళ్లి విరాటుని యొక్క వేల గోవులను పట్టుకొన్నారు. ఇపుడు మారువేషాలలో ఉన్న పాండవులకు పదమూడవ సంవత్సరం చక్కని రీతిలో పూర్తిఅయిపోయింది.

ఈ సమయంలోనే సుశర్మ దాడిచేసి విరాటరాజు యొక్క అనేక గోవులను బంధించాడు. ఇది చూచి రాజుగారి ప్రధాన గోపాలకుడు చాలా వేగంగా నగరానికి వచ్చి రథం నుండి దూకి రాజసభను చేరుకొని రాజుకు ప్రణమిల్లి- "మహారాజా! త్రిగర్త దేశ యోధులు మమ్మల్ని యుద్ధంలో ఓడించి మీ లక్ష గోవులను తీసుకొని వెళ్లిపోతున్నారు. మీరు వాటిని విడిపించే ప్రయత్నం చేయండి. అలా చేయకుంటే మీ గోధనం చాలా దూరం వెళ్లిపోతుంది' అని చెప్పాడు. ఇది వినగానే రాజు మత్స్యదేశ వీరులతో కూడిన సైన్యాన్ని ఒకచోట పోగుచేశాడు. అందులో రథ గజ తురగ పదాతి దళాలు అన్నింటికి చెందిన అన్నిరకాల యోధులు ఉన్నారు. అనేక ధ్వజపతాకలు ఎగురుతున్నాయి. అనేకమంది రాజులు, రాజపుత్రులు కవచాలు ధరించి యుద్ధానికి సిద్ధమైయున్నారు. ఈ రీతిగా వందల కొద్దీ దేవ సమానులైన మహారథులు ఇష్టపూర్వకంగానే కవచాలు ధరించారు. యుద్ధసామగ్రితో కూడిన తెల్లని రథాలకు బంగారు జీనులు అలంకరించిన గుఱ్ఱాలను కట్టి వాటిని అధిష్ఠించి నగరం వెలుపలికి బయలుదేరారు.

ఈ రీతిగా సమస్త సైన్యం సిద్ధంకాగానే విరాటరాజు తన తమ్ముడైన శతానీకునితో - " కంకుడు, వల్లవుడు, తంతిపాలుడు, గ్రంథికుడు కూడా గొప్పవీరులే. వారు నిస్సందేహంగా యుద్ధం చేయగలరనే నా ఉద్దేశ్యం. వారికి కూడా ధ్వజపతాకాలతో అలంకరింపబడిన రథాలను, పైకి దృఢంగా లోపలమృదువుగా ఉండే కవచాలను ఇవ్వు." అని ఆజ్ఞాపించాడు. రాజు మాటలు విని శతానీకుడు పాండవులకు కూడా రథాలు సిద్ధం చేయించమని ఆజ్ఞాపించాడు. నలుగురు పాండవులు బంగారుమయమైన రథాలు ఎక్కి ఒక్కుమ్మడిగా విరాటరాజు వెనుకబయలుదేరారు. ఆ నలుగురు

అన్నదమ్ములు గొప్ప వీరులు. పరాక్రమవంతులు. వారు కాకుండా ఎనిమిదివేల మంది రథికులు, ఒక వేయిమంది గజారోహకులు, అరవై వేలమంది ఆశ్వికసైనికులు కూడా విరాటరాజుతో పాటు నడిచారు. భరతశ్రేష్ఠా! విరాటుని ఆ సైన్యం చాలా పెద్దదిగా కనిపిస్తోంది. అది ఆవుల కాలిగిట్టల గుర్తులు చూస్తూ ముందుకు కదులుతోంది. మత్స్యదేశపు వీరులు నగరం వెలువడి వ్యూహరచనా విధిని అనుసరించి నడిచారు. సూర్యాస్తమానం అవుతూండగా త్రిగర్తులను పట్టుకొన్నారు. అంతే. ఇరువర్గాల వీరులు పరస్పరం ఆయుధ ప్రయోగం చేయసాగారు. దేవాసుర సంగ్రామం వంటి గొప్ప భయంకరమైన గగుర్పాటు కలిగించే యుద్ధం వారిమధ్య ఆరంభమయింది. ఆ సమయంలో రేగిన ధూళికి పక్షులకు కన్నులు కనిపించక నేల రాలసాగాయి. ఇరుపక్షాలవారు విడిచిపెట్టిన బాణాల మాటున సూర్యుడు కూడా కనిపించకుండా పోయాడు. రథికులు రథికులతో, పదాతిదళం పదాతులతో, ఆశ్వికసైన్యం ఆశ్వికులతో, గజారోహులు గజారోహులతో తలపడ్డారు. వారు క్రోధంతో ఒకరిపై ఒకరు కత్తులు, పట్టిసాలు, ప్రాసలు, శక్తులు, తోమరాలు మొదలైన ఆయుధాలను ప్రయోగించసాగారు. పరిఘలవంటి భుజాదండాలతో ప్రహరిస్తున్నప్పటికీ వారు తమ ఎదుటి వీరులను వెనుకడుగు వేయించలేకపోతున్నారు. త్వరలోనే యుద్ధభూమి అంతా ఖండింపబడిన శిరసులతో ఛిద్రమైన దేహాలతో నిండిపోయినట్లు కనపడసాగింది.

ఇలా యుద్ధం చేస్తూ శతానీకుడు వందమందిని, విశాలాక్షుడు నాలుగు వందల మందిని త్రిగర్తవీరులను నేలకూల్చారు. తరువాత ఆ ఇద్దరు మహారథులు శత్రుసేనలో ప్రవేశించి విపక్షవీరులను జుట్టుపట్టుకొని నేలకేసి కొట్టి నాశనం చేశారు. చాలామంది రథాలను నుగ్గునుగ్గు చేశారు. విరాటరాజు ఐదువందలమంది రథికులను, ఎనిమిది వందలమంది ఆశ్విక వీరులను, ఐదుగురు మహారథులను చంపివేశాడు. తరువాత వారు పలురీతులుగా రథయుద్ధంలో కౌశలం చూపిస్తూ బంగారు రథం ఎక్కిన సుశర్మదగ్గరకు వచ్చి పోరు సాగించారు. పది బాణాలతో సుశర్మను, ఐదైదు బాణాలతో అతని నాలుగు గుఱ్ఱాలను తూట్లు పడేలా కొట్టారు. అయితే రణోన్మత్తుడైన సుశర్మ వారిని ఏభైబాణాలతో తూట్లు పొడిచాడు. సుశర్మ గొప్ప కుటిలవీరుడు. అతడు మత్స్యరాజు యొక్క సేననంతటినీ తన ప్రబలపరాక్రమంతో చిందరవందర చేశాడు. అనంతరం విరాటుని వైపు మళ్లాడు. అతడు విరాటుని రథాన్ని, రెండు గుఱ్ఱాలను; అంగరక్షకులను, సారథిని చంపి అతనిని ప్రాణాలతో పట్టుకొని తన రథంలో పెట్టుకుని తీసుకొనిపోయాడు.

ఇది చూచిన యుధిష్ఠిరుడు భీమసేనునితో "మహాబాహూ! త్రిగర్తరాజు సుశర్మ విరాటరాజును తీసికొనిపోతున్నాడు. నీవు వెంటనే అతనిని విడిపించు. లేకుంటే అతడు శత్రువుల చేతిలో చిక్కుతాడు". అని చెప్పాడు. అప్పుడు భీమసేనుడు "మహారాజా! మీ ఆజ్ఞ ప్రకారం ఇప్పుడే అతనిని విడిపిస్తాను. ఈ ఎదురుగా కనిపించే చెట్టుకొమ్మలు చాలా బాగున్నాయి. ఇవి గదలలాగే అనిపిస్తున్నాయి. ఇవి పెరికి వీటిద్వారా శత్రువులను చెల్లా చెదరు చేస్తాను" అన్నాడు. యుధిష్ఠిరుడు "భీమా! అటువంటి సాహసకార్యం చేయకు. ఈ చెట్లను అలా ఉండనీ. నీవు ఇటువంటి అతిమానుషమైన పనిచేస్తే ప్రజలు నిన్ను భీముడని గుర్తిస్తారు. కాబట్టి నీవు వేరే ఏదైనా మనుష్యులకు తగిన ఆయుధం తీసుకో" అని హెచ్చరించాడు.

ధర్మరాజు ఇలా అన్నాక భీమసేనుడు చాలా చురుకుగా తన గొప్ప వింటిని ఎక్కుపెట్టి మేఘం వర్షాన్ని కురిసినట్లుగా సుశర్మమీద బాణవర్షం కురిపించాడు. ఇది చూచి తమ్ముళ్లతో పాటు సుశర్మ విల్లు ఎక్కుపెట్టి వెనక్కి తిరిగాడు. ఒక నిమిషకాలంలోనే ఆ రథికుడు భీమసేనునితో తలపడ్డాడు. భీమసేనుడు గదతో విరాటుని ఎదుటనే వందలవేల రథికులను, గజదళాన్ని, అశ్వదళాన్ని, ప్రచండ ధనుర్ధారులయిన వీరులను చంపి పడేశాడు. కాల్బంటులను అనేకులను సంహరించాడు. ఈ వికట యుద్ధాన్ని చూసి యుద్ధోన్మాదుడైన సుశర్మమదం అంతా దిగిపోయింది. తన సైన్యం సర్వనాశనం కావడం చూసి అతడు చింతించి- "అయ్యో! ఎల్లప్పుడూ ఆకర్ణాంతం విల్లెక్కుపెట్టి కనిపించే నా తమ్ముడు ముందే చనిపోయాడు కదా!" అని తనలోతానే బాధపడ్డాడు. అయినా అతడు భీమసేనునిపై మాటిమాటికీ పదునైన బాణాలు వేస్తూనే ఉన్నాడు. ఇది చూచి పాండవులందరూ కోపోద్రిక్తులయ్యారు. వారు తమ గుఱ్ఱాలను త్రిగర్తులవైపు మళ్లించి వారి మీద దివ్యాస్త్రాలు వర్షించారు. యుధిష్ఠిరుడు మాటల్లోనే ఒక వేయిమంది యోధులను సంహరించాడు. భీమసేనుడు ఏడువేల మంది త్రిగర్తులను నేలకూల్చాడు. నకులుడు ఏడు వందలమందిని, సహదేవుడు మూడువందల మంది వీరులను నాశనం చేశారు.

చివరికి భీమసేనుడు సుశర్మను చేరుకున్నాడు. తన వాడి బాణాలతో అతని గుఱ్ఱాలను, అంగరక్షకులను

చంపివేశాడు. ఆపై అతని సారథిని రథం నొగలపైనుండి కింద పడేశాడు. సుశర్మ రథానికి చక్రరక్షకుడైన మదిరాక్షుడు భీముని ప్రహరించడానికి సిద్ధమయ్యాడు. ఇంతలో వృద్ధుడైనప్పటికీ కూడా విరాటరాజు రథాన్నుండి దూకి, గద పట్టుకొని చాలా వేగంగా అతనిమీదికి లంఘించాడు. విరథుడు కావడంతో సుశర్మ ప్రాణాలు దక్కించుకొని పారిపోసాగాడు. అప్పుడు భీమసేనుడు – "రాజపుత్రా! వెనుతిరుగు. నీవు యుద్ధానికి వెన్ను చూపడం ఉచితం కాదు. ఈ మాత్రం పరాక్రమంతోనే బలవంతంగా గోవులను తీసుకుపోవాలనుకున్నావా?" అని మేలమాడాడు. ఇలా అంటూ అతడు తన రథంనుండి దూకి సుశర్మను ప్రాణాలతో పట్టుకోవాలని అతనిని వెంబడించాడు. ముందుకు దూకి సుశర్మ జుట్టును పట్టుకొని పైకెత్తి నేలకువేసి ఈడ్చాడు. సుశర్మ బిగ్గరగా అరవడం మొదలుపెట్టాడు. భీమసేనుడు అతని తలను కాలితో తన్ని, అతని గుండెలపై మోకాళ్లు ఆన్చి అతడు స్పృహతప్పేలా పిడిగుద్దులు గుద్దాడు. మహారథి సుశర్మ పట్టుబడ్డాడని తెలియగానే త్రిగర్త సైన్యమంతా భీతితో పారిపోసాగింది. అప్పుడు మహావీరులయిన పాండవులు గోవులనన్నింటినీ మళ్లించారు. సుశర్మను ఓడించి అతని ధనాన్నంతా కైవసం చేసుకున్నారు.

భీమసేనుని కాళ్లక్రింద పడి ఉన్న సుశర్మ తన ప్రాణాలను కాపాడుకోవడానికి గిలగిలకొట్టుకొంటున్నాడు. అతని శరీరమంతా మట్టితో నిండిపోయింది. అతనికి స్పృహ తప్పుతున్నట్లుంది. భీమసేనుడు అతనిని బంధించి తన రథంపై పెట్టుకొని యుధిష్ఠిరుని వద్దకు వెళ్లి చూపించాడు. యుధిష్ఠిరుడు అతనిని చూచి పరిహసిస్తూ భీమసేనునితో "ఈ నరాధముని విడిచిపెట్టు" అన్నాడు. భీమసేనుడు సుశర్మతో "ఓరీ మూఢుడా! నీవు బ్రతకదలచుకుంటే విద్వాంసులు, రాజులు ఉండే సభలలో "నేను దాసుడిని" అని చెప్పాలి. అలా అయితేనే నిన్ను ప్రాణాలతో విడిచిపెడతాను" అన్నాడు. అందుపై ధర్మరాజు ప్రేమ పూర్వకంగా "సోదరా! నీవు నా మాట గౌరవిస్తే ఈ పాపి సుశర్మను వదిలిపెట్టు. ఇతడు విరాటమహారాజుకు దాసుడే కదా!" అన్నాడు. త్రిగర్తరాజు వైపు తిరిగి – "వెళ్లు. ఇక నీవు దాసుడివి కావులే. తిరిగి ఎప్పుడూ ఇటువంటి సాహసం చేయకు." అని హెచ్చరించాడు

యుధిష్ఠిరుని ఈ మాటలు విని సుశర్మ సిగ్గుతో తలదించుకొన్నాడు. భీమసేనుడు అతనిని వదిలిపెట్టగానే అతడు విరాటరాజు దగ్గరకు వెళ్లి నమస్కరించాడు. అనంతరం అతడు తన దేశానికి తిరిగివెళ్లిపోయాడు. మత్స్యరాజు విరాటుడు ఆనందంగా యుధిష్ఠిరునితో – "దయచేయండి. ఈ సింహాసనం మీద మిమ్మల్ని అభిషేకిస్తాను. ఇక మీరే ఈ మత్స్యదేశానికి ఏలికలు. ఇదికాక మీ మనసులో ఇంకేదయినా పొందాలని కోరిక వుంటే, అది లోకంలో దుర్లభమైనదయినా దానిని కూడా నేను మీకు ఇవ్వడానికి సిద్ధంగా ఉన్నాను. మీరు ఏ వస్తువునైనా పొందడానికి యోగ్యులు" అని వినీతుడై పలికాడు.

యుధిష్ఠిరుడు మత్స్యరాజుతో – "మహారాజా! మీరు చెప్పినది చాలా బాగుంది. నేను హృదయపూర్వకంగా దానిని మెచ్చుకుంటున్నాను. మీరు చాలా దయాళువులు. భగవంతుడు మిమ్మల్ని అన్నివిధాలా ఆనందింపచేయును గాక! రాజా! ఇక వెంటనే దూతలను నగరానికి పంపండి. వారు మీ బంధువులకు ఈ శుభసమాచారాన్ని తెలియచేస్తారు. నగరంలో మీ విజయాన్ని చాటింపు వేస్తారు" అన్నాడు. అప్పుడు రాజు దూతలను పిలిచి "మీరు నగరానికి వెళ్లి నా విజయాన్ని గూర్చి తెలియచేయండి" అని ఆజ్ఞాపించాడు. మత్స్యరాజు యొక్క ఆజ్ఞను శిరసావహించి దూతలు చాలా సంతోషంగా నగరానికి బయలుదేరి, రాత్రి అంతా ప్రయాణించి తెల్లవారేసరికి నగరసమీపానికి చేరి విజయవార్తను వినిపించారు.

కౌరవుల దాడి - బృహన్నల సారథిగా ఉత్తరుడు బయలుదేరుట

వైశంపాయనుడు చెపుతున్నాడు – రాజా! మత్స్యరాజు విరాటుడు గోవులను విడిపించడానికి త్రిగర్తసేనల మీదికి దాడికి బయలుదేరగానే, దుర్యోధనుడు కూడా సమయం కనిపెట్టి తన మంత్రులతో సహా విరాటనగరంపై దాడిచేశాడు. భీష్మ, ద్రోణ, కర్ణ, కృప, అశ్వత్థామ, శకుని, దుశ్శాసన, వివింశతి, వికర్ణ, చిత్రసేన, దుర్ముఖ, దుశ్శలులు, ఇంకా అనేక ఇతర మహారథులు దుర్యోధనుని వెంట నడిచారు. ఈ కౌరవ వీరులు అందరూ విరాటుని అరవై వేల గోవులను అన్నివైపులనుండి రథపంక్తులతో అడ్డగించి తీసుకుపోయారు. వారిని ఎదిరించిన గొల్లవారిని వారు బాణాలతో కొట్టసాగారు. ఆ దెబ్బలకు వారు వారి ఎదుట నిలువలేక ఆక్రోశించసాగారు. అప్పుడు గొల్లల నాయకుడు రథాన్ని ఎక్కి అత్యంత దీనంగా విలపిస్తూ నగరానికి వచ్చాడు. అతడు తిన్నగా రాజభవనపు ద్వారం దగ్గర రథం దిగి లోనికి వెళ్లాడు. అక్కడ అతనికి విరాటరాజు కొడుకు భూమింజయుడు (ఉత్తరుడు)

కనిపించాడు. గవాధ్యక్షుడు అతనికే వృత్తాంతమంతా విన్నవించాడు. అతడు - "రాజకుమారా! మీ అరవైవేల గోవులను కౌరవులు తోలుకొని పోతున్నారు. మీరు దేశక్షేమం కోరేవారు. ఇప్పుడు రాజుగారు తాములేని సమయంలో ఇక్కడి ఏర్పాట్లన్నీ మీకే అప్పగించి ఉన్నారు. వారు మిమ్మల్ని సభలో కులదీపకులైన పుత్రులని, తనకు తగిన గొప్పవీరులని ఎప్పుడూ పొగడుతూ ఉంటారు. కాబట్టి మీరు వెంటనే గోవులను విడిపించడానికి బయలుదేరండి. రాజుగారి మాటలు నిజమని బుజువు చేసి చూపండి" అన్నాడు.

రాజకుమారుడు అంతఃపురంలో స్త్రీలమధ్య ఉన్నాడు. గవాధ్యక్షుని మాటలు వినగానే అతడు తనకు తాను గొప్పగా చెప్పుకుంటూ - "తమ్ముడా! తప్పకుండా నేను ఈ రోజు గోవులు వెళ్లినవైపుకి వెళ్తాను. నాధనుస్సు చాలా దృఢమైనది. కాని గుఱ్ఱాలను తోలడంలో నిపుణుడైన ఒక సారథి కావాలి. కాని ఇప్పుడు నాకు సారథి కాదగిన వ్యక్తి ఎవరూ నా దృష్టికి గోచరించడం లేదు. కాబట్టి ఇప్పుడు నీవు నాకు నేర్పరి అయిన సారథిని వెదకు. అలా అయితే ఇంద్రుడు దానవులను భయకంపితులను చేసినట్లుగా దుర్యోధన, భీష్మ, కర్ణ, కృపాచార్యులను, ద్రోణుని, అశ్వత్థామను - ఈ మహాదనుర్ధారులందరినీ నిర్వీర్యులను చేసి ఒక్కక్షణంలో గోవులను వెనక్కి తీసుకొనివస్తాను. వారు యుద్ధంలో నా పరాక్రమం చూసి "వీడు తప్పకుండా కుంతీపుత్రుడయిన అర్జునుడే. లేకపోతే మనలను ఇంతగా బాధించడు" అని అనుకోవాల్సిందే.

రాజకుమారుడు ఈ రీతిగా స్త్రీలమధ్యలో కూర్చుని మాటిమాటికి అర్జునునిపేరు తలపెట్టడం విని ద్రౌపది నిలువలేకపోయింది. ఆమె వారి మధ్యనుండి లేచి ఉత్తరుని దగ్గరకు వెళ్లి - "మదపుటేనుగువలె మహాకాయుడై చూడచక్కని యువకుడైన బృహన్నల పూర్వం అర్జునుని వద్ద సారథిగా పనిచేశాడు. అతడు మీకు సారథి అయితే మీరు తప్పకుండా, కౌరవులను గెలిచి గోవులను మరల్చి తీసుకురాగలరు" అన్నది. సైరంధ్రిమాటలు విని ఉత్తరుడు తన చెల్లెలు ఉత్తరతో - "సోదరీ! నీవు వెంటనే వెళ్లి బృహన్నలను వెంటపెట్టుకురా" అని ఆదేశించాడు. ఆమె అన్నగారి మాట ప్రకారం వెంటనే నర్తనశాలకు వెళ్లింది. బృహన్నల తన శిష్యురాలు, రాజకుమారి అయిన ఉత్తరను చూచి - "రాజకుమారీ! చెప్పు. ఎందుకు ఇలా వచ్చావు?" అని ప్రశ్నించాడు. ఆమె వినయంగా - "బృహన్నలా! కౌరవులు మా గోవులను తోలుకొని పోతున్నారు. వారిని జయించడానికి మా అన్న ధనుర్ధరుడై వెడుతున్నాడు. నీవు మా అన్నకు సారథివి కావాలి. కౌరవులు ఆవులను దూరంగా తోలుకొని పోకముందే రథం వారిని సమీపించాలి" అని చెప్పింది. రాజకుమారి ఉత్తర మాటలు విని అర్జునుడు లేచి ఉత్తరుని దగ్గరకు వచ్చాడు దూరం నుండే అతడు రావడం చూసి రాజకుమారుడు - "బృహన్నలా! గోవులను రక్షించడానికి నేను కౌరవులతో యుద్ధం చేసే సమయంలో, నీవు నా గుఱ్ఱాలను పూర్వంలాగే వశపరచుకొని నడపాలి. నీవు అర్జునునకు ప్రియమైన సారథివని, నీ వలనే అర్జునుడు ఈ భూమినంతటినీ జయించగలిగాడని ఇంతకుముందు నేను విని ఉన్నాను" అన్నాడు. అనంతరం ఉత్తరుడు సూర్యకాంతిలా తళతళలాడే గొప్ప కవచాన్ని ధరించాడు. రథంపై సింహధ్వజం ఎగురవేసి, బృహన్నలను సారథిగా చేసుకొన్నాడు. అతి విలువైన ధనుస్సును, అనేక ఉత్తమోత్తమ బాణాలను తీసుకొని యుద్ధానికి బయలుదేరాడు. అప్పుడు ఉత్తర, ఇతర కన్యకలు బృహన్నలతో - "బృహన్నలా! యుద్ధభూమికి వచ్చిన భీష్మద్రోణాది కౌరవ వీరులందరినీ జయించి, నీవు మా బొమ్మ పొత్తికలకు రంగు రంగుల సన్నని మృదువైన వస్త్రాలను తీసుకొని రా" అని చెప్పారు. అందుపై అర్జునుడు నవ్వి - "ఈ రాజకుమారుడు ఉత్తరుడు యుద్ధరంగంలో ఆ మహారథులను ఓడిస్తే నేను తప్పకుండా వారి దివ్య సుందరవస్త్రాలను తీసుకొని వస్తాను" అన్నాడు.

రాజకుమారుడు ఉత్తరుడు రాజధానిని దాటి బయటకు వచ్చాడు. తన సారథితో - "కౌరవులు ఎటువెళ్లారో అటే రథం తోలు. ఈ కౌరవులందరూ విజయకాంక్షతో ఒక్కుమ్మడిగా వచ్చారు. వారందరినీ జయించి వారి వద్దనుండి గోవులను మళ్లించి వెంటనే తిరిగివస్తాను" అన్నాడు. అప్పుడు పాండునందనుడైన అర్జునుడు ఉత్తరుని మేలుజాతి గుఱ్ఱాల కళ్లేలను వదులు చేశాడు. అర్జునుని అదిలింపుతో అవి గాలితో మాట్లాడుతున్నట్లుగా ఆకాశంలో ఎగురు తున్నట్లుగా అనిపించసాగాయి. కొద్దిదూరం వెళ్లగానే ఉత్తరునికి, అర్జునునకు కౌరవసైన్యం కనపడింది. ఆ విశాలసైన్యం రథగజతురగ దళాలతో నిండి ఉంది. కర్ణ, దుర్యోధన, కృపాచార్య, భీష్మ, అశ్వత్థామలతో కలిసి మహాధనుర్ధరుడైన ద్రోణాచార్యుడు దానిని రక్షిస్తూ ఉన్నాడు. ఆ సైన్యాన్ని చూడగానే ఉత్తరునికి భయంతో గగుర్పాటు కలిగింది. అతడు వ్యాకులుడై అర్జునునితో - "నేను కౌరవులతో యుద్ధం చేయగలననే నమ్మకం నాకు లేదు. నా శరీర రోమాలు భయంతో ఎలా

నిక్కపొడుచుకున్నాయో చూశావా? ఈ సైన్యంలో అసంఖ్యాకులైన వీరులున్నారు. వారు చాలా భయంకరులు. దేవతలు కూడా వారిని ఎదిరించలేరు. నేను బాలుడిని. శస్త్రాస్త్రపాటవం లేనివాడిని. ఇటువంటి నేను శస్త్రాస్త్రవిద్యలలో పారంగతులైన ఈ మహావీరులతో ఎలా యుద్ధం చేయగలను? కాబట్టి బృహన్నలా! వెనక్కి తిరుగు" అని దీనంగా పలికాడు.

బృహన్నల - "రాజకుమారా! నీవు స్త్రీ పురుషులందరి ఎదుట నీ పరాక్రమాన్ని ఎంతో ప్రశంసించుకొన్నావు. పైగా నీవు యుద్ధం చేయడానికే ఇల్లు వదిలివచ్చావు. ఇక యుద్ధం ఎందుకు చేయవు? నీవు వీరిని ఓడించకుండా ఇంటికి తిరిగివెళ్తే ప్రజలందరూ తమలోతాము నీ గురించి పరిహాసంగా మాటలాడుకొంటారు. నీకు సారథ్యం చేయమని సైరంధ్రి నాతో కూడా చెప్పింది. కాబట్టి ఇప్పుడిక గోవులు లేకుండా నగరానికి తిరిగివెళ్లడం నాకు కానిపని" అన్నాడు.

ఉత్తరుడు - "బృహన్నలా! కౌరవులు మత్స్యరాజు గోవులనన్నిటినీ తీసుకొని వెళ్తే వెళ్లనీ, లోకులందరూ నన్ను చూసి నవ్వితే నవ్వనీ. కాని యుద్ధం చేయడం మాత్రం నావల్ల కాదు" అని నిక్కచ్చిగా చెప్పేశాడు.

ఇలా అని ఉత్తరుడు రథం మీదినుండి దూకి, మానమర్యాదలకు తిలోదకాలిచ్చి ధనుర్బాణాలు విసిరేసి పరుగుతీశాడు. ఇది చూసి బృహన్నల - "శూరుల దృష్టిలో యుద్ధభూమినుండి పారిపోవడం క్షత్రియులకు ధర్మంకాదు. క్షత్రియులకు యుద్ధంలో మరణించడమే మంచిది; కాని వెన్ను చూపడం మంచిది కాదు" అని అంటూ తాను కూడా రథం నుండి దూకి, పారిపోతున్న రాకుమారుని వెంబడించాడు. అతివేగంగా పరుగెత్తి వందఅడుగుల లోపునే రాజకుమారుని జుట్టు పట్టుకొన్నాడు. అర్జునుడు పట్టుకోగానే ఉత్తరుడు పిరికివానిలా దీనంగా ఏడుస్తూ - "కల్యాణీ! బృహన్నలా! నా మాట విను. తొందరగా రథం వెనక్కి తిప్పు. చూడు బ్రతికి ఉంటే మంచిరోజులు చూడవచ్చును. (బ్రతికియుండిన శుభముల పడయవచ్చు)." అని బ్రతిమాలాడు.

ఉత్తరుడు ఈ రీతిగా గాభరాపడుతూ ఎంతగానో వేడుకొంటూనే ఉన్నాడు. కాని అర్జునుడు నవ్వుతూ అతనిని రథం దగ్గరకు తీసుకొని వచ్చాడు. అతనితో - "రాజకుమారా! శత్రువులతో యుద్ధం చేయడానికి నీకు ధైర్యంలేకపోతే పోనీ. నీవు గుఱ్ఱాల కళ్లెం పట్టుకో. నేను యుద్ధం చేస్తాను. ఈ రథికుల యొక్క సైన్యం మధ్యలోనికి పోనివ్వు. భయపడకు. నేను నా బాహుబలంతో నిన్ను రక్షిస్తాను. అయినా నీవు ఎందుకు భయపడుతున్నావు? క్షత్రియబాలుడివి కదా! శత్రువుల ఎదుటికి వచ్చాక కంగారెందుకు? చూడు. నేను ఈ దుర్జయమైన సైన్యంలోకి చొరబడి కౌరవులతో యుద్ధం చేసి, మీ గోవులను విడిపించి తెస్తాను. నీవు నాకు సారథ్యం చేస్తే చాలు" అని బుజ్జగించి చెప్పాడు. ఇలా యుద్ధానికి భయపడి పారిపోయిన ఉత్తరుని మహావీరుడైన అర్జునుడు నచ్చచెప్పి రథం ఎక్కించాడు.

అర్జునుడు ఉత్తరునికి తన్ను ఎరిగించుట

వైశంపాయనుడు చెపుతున్నాడు - "రాజా! భీష్మద్రోణాది ప్రముఖ కౌరవ మహారథులు అందరూ నపుంసక వేషధారి అయిన పురుషుడు ఉత్తరుని రథం ఎక్కించుకొని శమీవృక్షంవైపు వెళ్లడం చూసి అర్జునుడని శంకించి లోలోపల చాలా భయపడ్డారు. శస్త్రవిద్యా విశారదుడు అయిన ద్రోణాచార్యుడు భీష్మపితామహునితో - "గంగానందనా! స్త్రీ వేషధారి అయిన ఇతడు ఇంద్రసుతుడైన అర్జునుడని తోస్తోంది. ఇతడు తప్పకుండా మనలను యుద్ధంలో గెలిచి ఆవులను తీసుకొని పోతాడు. ఇంత సైన్యంలో ఇతనిని ఎదిరించే యోధుడెవడూ నాకు కనపడడం లేదు. హిమాలయాలలో తపస్సు చేసే సమయంలో అర్జునుడు కిరాత వేషధారి అయిన శంకరునితో కూడా యుద్ధం చేసి అతనిని మెప్పించాడని విన్నాం" అన్నాడు. దానిపై కర్ణుడు - "ఆచార్యా! మీరు ఎప్పుడూ అర్జునుని గుణాలను ప్రశంసిస్తూ మమ్మల్ని నిందిస్తూ ఉంటారు. కాని అతడు నాకు గాని, దుర్యోధనునికి గాని పదహారవ వంతు కూడా సాటిరాడు" అన్నాడు మాత్సర్యంతో. దుర్యోధనుడు - "కర్ణా! ఇతడు అర్జునుడే కనుక అయితే నా పని నెరవేరినట్లే. ఎందుకంటే వెల్లడి అయిన కారణంగా ఇక పాండవులు తిరిగి పన్నెండేళ్లు మళ్లీ అడవులలో గడపాల్సిందే. కాని నపుంసక వేషంలో వచ్చిన వేరేవ్యక్తి అయితే నా తీక్ష్ణబాణాలతో మట్టి కరిపిస్తాను" అన్నాడు దర్పంగా.

రాజా! ఇటు అర్జునుడు రథాన్ని శమీవృక్షం దగ్గరకు తీసుకువెళ్లి ఉత్తరునితో - "రాజకుమారా! నా ఆజ్ఞ పాటించి నీవు వెంటనే ఈ వృక్షంపై నుండి ధనుస్సు దింపు. నీ విల్లు నా బాహుబలానికి చాలదు. ఈ చెట్టుమీద పాండవుల ఆయుధాలున్నాయి." అన్నాడు. అది విని రాజకుమారుడు రథం నుండి దిగి గత్యంతరం లేక చెట్టు ఎక్కాడు. అర్జునుడు రథం మీద కూర్చునే ఉండి - "వాటిని త్వరగా క్రిందికి దింపు. ఆలస్యం చేయకు. వాటిపై కప్పి ఉంచిన వస్త్రాన్ని తొలగించు" అని మళ్లీ ఆజ్ఞాపించాడు. ఉత్తరుడు పాండవుల

ఆ అత్యుత్తమమైన ధనుస్సులను తీసుకొని క్రిందికి దిగి వాటిమీద ఉన్న ఆకులను తొలగించి అర్జునుని ముందు ఉంచాడు. అతనికి గాండీవం కాకుండా ఇంకొక నాలుగు విండ్లు కనిపించాయి. ఆ సూర్య సమానకాంతిగల ధనుస్సులను పైకి తీయగానే అన్నివైపుల వాటి దివ్యకాంతులు ప్రసరించాయి. అప్పుడు ఉత్తరుడు ఆ మహిమాన్వితమైన విశాలధనుస్సులను చేతితో తాకి చూచి" ఇవి ఎవరివి?" అని అడిగాడు.

అర్జునుడు చెప్పసాగాడు. – "రాజకుమారా! వీటిలో ఇది అర్జునుని సుప్రసిద్ధమైన గాండీవధనుస్సు. ఇది యుద్ధభూమిలో శత్రుసైన్యాన్ని క్షణకాలంలోనే నాశనం చేసి వేయగలదు. ముల్లోకాలలోను ఇది సుప్రసిద్ధమైనది. అన్ని శస్త్రాలకంటె మించినది. ఈ ఒక్కటే ఒక లక్ష ఆయుధాలకు సమానం. అర్జునుడు దీనితో యుద్ధాలలో దేవతలను, మనుష్యులను ఓడించాడు. చూడు ఇది చిత్రవిచిత్ర వర్ణాలతో శోభిల్లుతూ, సుడులు మొదలైనవి లేకుండా, చక్కని వంపు కలిగి ఉంది. ఆదిలో దీనిని వేయి సంవత్సరాల వరకు బ్రహ్మ ధరించాడు. తరువాత ఐదువందల మూడు ఏళ్లు ప్రజాపతి వద్ద ఉంది. అనంతరం ఎనభై అయిదు ఏళ్లు దీనిని ఇంద్రుడు ధరించాడు. తరువాత ఐదువందల ఏళ్లు చంద్రుడు, వంద ఏళ్లు వరుణుడు క్రమంగా దీనిని తమ వద్ద ఉంచుకొన్నారు. ఇప్పుడు అరవై అయిదు వర్షాకాలాలు అంటే ముప్పది రెండున్నరేళ్లుగా ఈ పరమదివ్య ధనువు అర్జునుని వద్ద ఉంటోంది. దీనిని అతడు వరుణుని వద్దనుండియే పొందాడు. బంగారంతో చేయబడి, దేవతలు, మనుష్యులు పూజించే సుందరమైన పీఠంగల ఈ రెండవ ధనుస్సు భీమసేనునిది. శత్రుదమనుడైన భీమసేనుడు ఈ ధనుస్సుతోనే పూర్వదిగ్విజయం చేశాడు. ఆర్ద్రపురుగులు చెక్కబడిన ఈ మనోహరమైన మూడవ ధనుస్సు మహారాజు యుధిష్ఠిరునిది – కాంతులు విరజిమ్మే బంగారంతో చేయబడిన సూర్యుడు గల ఈ నాల్గవ ధనుస్సు నకులునిది. సువర్ణమయమైన మిడుతలు గల ఈ ఐదవ ధనుస్సు మాద్రీ నందనుడైన సహదేవునిది " అని వివరించి చెప్పాడు.

ఉత్తరుడు – "బృహన్నలా! శీఘ్రపరాక్రమం కల ఆ మహాత్ముల అందమైన బంగారుమయమైన ఆయుధాలు ఇక్కడ ప్రకాశిస్తున్నాయి. మఱి ఆ పృథాతనయులైన అర్జున, యుధిష్ఠిర, నకుల, సహదేవ, భీమసేనులు ఎక్కడ ఉన్నారు? వారందరూ గొప్ప మహానుభావులు. శత్రుసంహారకారకులు. వారు జూదంలో తమ రాజ్యం కోల్పోయినప్పటినుండి వారి గురించిన సమాచారం తెలియడం లేదు. స్త్రీ రత్నమైన పాంచాలరాకుమారి ద్రౌపది ఎక్కడ ఉన్నది" అని కుతూహలంగా అడిగాడు.

అర్జునుడు – "నేను పార్థుడను. సభలో ముఖ్యుడైన కంకుడు యుధిష్ఠిరుడు. నీ తండ్రి యొక్క పాకశాలలో వంటలు చేసే వల్లవుడే భీమసేనుడు. అశ్వశిక్షకుడు గ్రంథికుడు నకులుడు. గోపాలకుడైన తంతిపాలుడు సహదేవుడు. ఎవరికోసమయితే కీచకుడు చంపబడ్డాడో ఆ సైరంధ్రియే ద్రౌపది" అని అందరి గురించీ చెప్పాడు.

ఉత్తరుడు – "నేను అర్జునుని పదిపేళ్లు విని ఉన్నాను. నీవు ఆపది పేర్లు రావడానికి గల కారణాలను చెప్తే నేను నీ మాటలను నమ్ముతాను". అని పరీక్షగా చూస్తూ అడిగాడు.

అర్జునుడు – "నేను దేశాలన్నింటినీ జయించి, వారినుండి ధనాన్ని సంగ్రహించి, ధనంలోనే మునిగి తేలడం వలన "ధనంజయుడ"నయ్యాను. యుద్ధానికి వెళ్లినపుడు, అక్కడి యుద్ధోన్మత్తులయిన శత్రువులను గెలిచికాని ఎప్పుడూ తిరిగి రాను. కనుక "విజయుడ"నయ్యాను. యుద్ధరంగానికి తరలి వెళ్లేటపుడు నా రథానికి అందంగా అలంకరింపబడిన తెల్లనిగుఱ్ఱాలు కట్టబడి నడుస్తుంటాయి. అందుకని "శ్వేత వాహనుడు" అంటారు. ఉత్తరఫల్గునీ నక్షత్ర దినాన హిమాలయాలలో జన్మించాను కాబట్టి ప్రజలు నన్ను "ఫల్గును"డంటారు. మునుపు గొప్ప గొప్ప దానవులతో యుద్ధం చేసేటపుడు ఇంద్రుడు నా తలపై సూర్య కాంతివలె మెరిసిపోయే కిరీటం పెట్టాడు. కనుక "కిరీటి"నయ్యాను. యుద్ధం చేసే సమయంలో ఎటువంటి బీభత్సకార్యం చేయను కాబట్టి దేవతలు, మానవులు నన్ను "బీభత్సు"డంటారు. గాండీవాన్ని ఎక్కుపెట్టి లాగడంలో నా రెండు చేతులూ చాలా నైపుణ్యాం చూపుతాయి. కాబట్టి నన్ను అందరూ "సవ్యసాచి" అని పిలుస్తారు. నాలుగువైపులా సముద్ర పర్యంతం ఉన్న భూమిపై నావంటి శుద్ధవర్ణం కలవాడు లేడు. శుద్ధకర్మలే చేస్తాను. కాబట్టి నన్ను "అర్జునుడు" అంటారు. నేను దుర్లభుడిని, దుర్జయుడిని, దమింపచేసేవాడిని, ఇంద్ర సుతుడను. కాబట్టి అందరిలో 'జిష్ణు' నామంతో ప్రసిద్ధికెక్కాను. నా పదవపేరు 'కృష్ణుడు' అనేది నా తండ్రి పెట్టిన పేరు. ఎందుకంటే నేను ఉజ్వలమైన కృష్ణవర్ణంతో, అతి సుందరబాలకుడనై అందరి మనసులను ఆకర్షించేవాడిని కాబట్టి ఆ పేరు పెట్టారు" అని ఓపికగా వివరించి చెప్పాడు.

ఇది విని విరాటుని కుమారుడు అర్జునునకు నమస్కరించి

“నేను భూమింజయుడనే పేరుగల రాజకుమారుడను. నన్ను ఉత్తరుడని కూడా అంటారు. ఈ రోజు పృథాసుతుడైన అర్జునుని దర్శించడం నా అదృష్టం. నేను మిమ్ము గుర్తించకపోవడం వలన అనుచితంగా మాట్లాడాను. అందుకు నన్ను క్షమించండి. మీరు ఈ అందమైన రథంపై ఆసీనులుకండి. నేను మీకు సారథిని అవుతాను. మీరు సైన్యంలో ఎటువైపు వెళ్లమంటే ఆవైపే మిమ్ము తీసుకొని వెడతాను” అని వినయంగా పలికాడు.

అర్జునుడు - “పురుషశ్రేష్ఠా! నీ మీద నాకు ఆదరం కలిగింది. నీవు ఇక చింతించవలసిన సంగతి ఏమీ లేదు. సంగ్రామంలో నేను నీ శత్రువులను కాళ్లు నిలవకుండా చేస్తాను. నీవు ప్రశాంతంగా యుద్ధంలో నేను శత్రువులతో చేసే భీషణ సమరం చూస్తూ ఉండు. నేను గాండీవధనుస్సును చేతిలో ధరించి యుద్ధరంగంలో రథంమీద తిరుగుతూంటే శత్రుసైన్యం నన్ను ఓడించలేదు. ఇక నీ భయం దూరం కావాలి” అన్నాడు.

ఉత్తరుడు - “నాకు ఇప్పుడు ఇంక భయం లేదు. ఎందుకంటే సంగ్రామ రంగంలో మీరు శ్రీకృష్ణభగవానుడు, లేదా సాక్షాత్తూ ఆ ఇంద్రుని ఎదుటనైనా నిలబడగలరని నాకు బాగా తెలుసు. ఇప్పుడు నాకు మీ సహాయం లభించింది కాబట్టి యుద్ధభూమిలో దేవతలను కూడా ఎదుర్కోగలను. నా భయం అంతా పారిపోయింది. చెప్పండి. నన్ను ఏం చేయమంటారు? పురుష శ్రేష్ఠా! నేను నా తండ్రివద్ద సారథ్యం నేర్చుకొన్నాను. కాబట్టి నేను మీ రథం యొక్క గుఱ్ఱాలను చక్కగా నడపగలను” అని ధైర్యంగా పలికాడు.

అనంతరం అర్జునుడు పరిశుద్ధమైన మనసుతో రథంమీద పూర్వాభిముఖుడై కూర్చుండి ఏకాగ్రచిత్తంతో సమస్త అస్త్రాలనూ స్మరించాడు. అవి ప్రకటమై చేతులు జోడించి “పాండుకుమారా! మీ సేవకులం. మేము వచ్చాము” అన్నాయి. “మీరంతా నా మనసులో స్థిరంగా ఉండండి” అని అర్జునుడు కోరాడు. ఈ రీతిగా అస్త్రాలను స్వీకరించిన అర్జునుని ముఖం ఆనందంతో వికసించింది. అతడు గాండీవ ధనుస్సుకు నారి బిగించి టంకారం చేశాడు. అప్పుడు ఉత్తరుడు “పాండవ శ్రేష్ఠా! మీరు ఒంటరివారు. ఈ శస్త్రాస్త్ర పారంగతులైన అనేకమంది మహారథులను యుద్ధంలో ఎలా జయించగలరు? ఇది తలచుకుంటే మీ ఎదుటనే నేను భయకంపితుడినవుతున్నాను” అన్నాడు బెరుకుగా. ఇదివిని అర్జునుడు గలగల నవ్వాడు. “వీరుడా! భయపడకు. చెప్పు కౌరవులు ఘోషయాత్ర చేసినపుడు నేను మహా బలవంతులయిన గంధర్వులతో యుద్ధం చేశాను కదా! అప్పుడు నాకు ఎవరు సహాయంగా ఉన్నారు? ఇంద్రుని కోసం, నివాత కవచులు, పౌలోమదైత్యులతో యుద్ధం చేసేటపుడు ఎవరు నాకు తోడుగా ఉన్నారు? ద్రౌపదీ స్వయంవరంలో అనేకరాజులను ఎదిరించ వలసి వచ్చింది. అప్పుడు నాకు ఎవరు సహాయం చేశారు? నేను ఆచార్య ద్రోణుడు, ఇంద్రకుబేర, యమ, వరుణులు, అగ్నిదేవుడు, కృపాచార్యుడు, లక్ష్మీపతి అయిన శ్రీకృష్ణుడు, శంకరభగవానుడు - వీరందరి ఆశ్రయం పొందాను. కాబట్టి నేను వీరితో యుద్ధం ఎందుకు చేయలేను? నీవు నీ మనసులో ఇలాంటి భయాలు పెట్టుకోకుండా తొందగా రథం తోలు” అన్నాడు.

ఈవిధంగా ఉత్తరుని తనకు సారథిగా చేసుకొన్న పాండవ శ్రేష్ఠుడయిన అర్జునుడు శమీవృక్షానికి ప్రదక్షిణం చేసి, తన అస్త్రశస్త్రాలన్నీ తీసుకొని, పూర్వం అగ్నిదేవుడు తనకిచ్చిన రథాన్ని స్మరించాడు. అతడు ధ్యానించగానే ఆకాశం నుండి ధ్వజపతాకాలతో అలంకరింపబడిన దివ్య రథం కిందికి దిగింది. దానికి ప్రదక్షిణం చేసి అర్జునుడు ఆ కపిధ్వజం ఉన్న రథంపై కూర్చుని ధనుర్బాణాలు ధరించి ఉత్తరునివైపు సాగాడు. అతడు తన మహాశంఖాన్ని పూరించాడు. ఆ భీషణధ్వనికి శత్రువులకు భయంతో రోమాలు నిక్కపొడుచు కొన్నాయి. రాజకుమారుడు ఉత్తరునికి కూడా చాలా భయంకలిగింది. అతడు రథంలో నొగలో దూరి కూర్చున్నాడు. అర్జునుడు కళ్లేలు లాగి గుఱ్ఱాలను నిల్పోబెట్టాడు. ఉత్తరుని ఆలింగనం చేసుకొని ఆశ్వాసిస్తూ - “రాజకుమారా! భయపడకు. ఎంతయినా నీవు క్షత్రియుడవు కదా! శత్రు మధ్యంలోకి వచ్చి కంగారెందుకు?” అని ధైర్యం చెప్పాడు.

ఉత్తరుడు - “నేను శంఖధ్వనులు, భేరీధ్వనులు చాలానే విన్నాను. సైన్యం చుట్టూ మోహరించి నిలిచి ఉన్న ఏనుగుల ఘీంకారాలు కూడా విన్నాను. కాని ఇటువంటి శంఖధ్వనిని నేను ఇంతకుముందు ఎప్పుడూ వినలేదు. అందుకనే ఈ శంఖధ్వని, ధనుష్టంకారం, ధ్వజంమీద ఉన్న అమానుష భూతాల హుంకారాలు, రథచక్రాల ఘోష - ఇవన్నీ నా మనసును కంగారు పెట్టాయి” అని సర్దుకుంటూ అన్నాడు.

ఇలా మాట్లాడుకుంటూ ఒక ముహూర్తకాలం ముందుకు నడిచాక అర్జునుడు ఉత్తరునితో - “నీవు రథం మీద సరిగ్గా కూర్చో. కాళ్లతో తన్నిపట్టి గట్టిగా కదలకుండా ఉండు. కళ్లెం జాగ్రత్తగా పట్టుకో. నేను మళ్లీ శంఖం ఊదుతున్నాను”

అన్నాడు. ఇలా అని అర్జునుడు పర్వతాలు, గుహలు, దిక్కులు, రాళ్లు పగిలిపోయేలా గట్టిగా శంఖాన్ని ఊదాడు. దీంతో భయపడి ఉత్తరుడు మళ్లీ రథం నొగలో దూరి కూర్చున్నాడు. ఆ శంఖ ధ్వనికి, గాండీవటంకారానికి, రథఘోషకు భూమి వణికింది. అర్జునుడు ఉత్తరునికి మళ్లీ ధైర్యం చెప్పాడు.

కౌరవవీరుల వాదోపవాదములు

ఈభీషణ శబ్దాన్ని విని కౌరవసేనలోని ద్రోణాచార్యుడు – "మేఘగర్జనం వంటి భీషణమైన రథఘోష వినిపిస్తోంది. భూమి కంపిస్తోంది. ఆ వస్తున్నది అర్జునుడే కాని వేరెవరూ కాదని దీనివల్లనే తెలిసిపోతోంది చూడండి. మన ఆయుధాల కాంతి మాసిపోయింది. గుఱ్ఱాలు అప్రసన్నంగా ఉన్నాయి. అగ్నిహోత్రుని అగ్నికీలలు కూడా కాంతిహీనమైపోయాయి. దీనివలన శుభం జరగదని అనిపిస్తోంది. యోధులందరి ముఖాలు నిస్తేజంగా, మనసులు ఉదాసీనంగా కనిపిస్తున్నాయి. కాబట్టి మనం గోవులను హస్తినాపురం వైపు తోలి వ్యూహరచనచేసి నిలుచుందాం" అన్నాడు.

దుర్యోధనుడు భీష్మ ద్రోణకృపాచార్యులతో – "నేను కర్ణుడు కూడా ఆచార్యులవారితో ఈ సంగతి చెప్పి ఉన్నాం. మళ్లీ ఇప్పుడు కూడా చెపుతున్నాను. పాండవులతో మేము చేసుకొన్న ఒడంబడిక ప్రకారం జూదంలో ఓడిపోయినవారు పన్నెండేళ్లు అరణ్యవాసం, ఒక ఏడాది నగరాలలో గాని, అడవిలో గాని అజ్ఞాతవాసం చేయాలి. వీరికి ఇప్పటికింకా పదమూడవ సంవత్సరం పూర్తి కాలేదు. అది పూర్తికాకుండానే అర్జునుడు మన ఎదుటకు వచ్చినట్లయితే పాండవులు తిరిగి పన్నెండేళ్లు అరణ్యవాసం చేయాలి. ఈ సంగతిని భీష్మపితామహులు నిర్ణయించగలరు. ఇదికాక ఇంకొక సంగతి ఉంది. ఈ రథంలో కూర్చొని మత్స్యరాజు విరాటుడు వచ్చినా సరే, అర్జునుడు వచ్చినా సరే. మనం అందరితో యుద్ధమే చేయాలి. ఇదే మనం అనుకొన్న ప్రతిజ్ఞ. అయితే ఈ భీష్మ, ద్రోణ, కృప, వికర్ణ, అశ్వత్థామాదులైన మహారథులందరూ ఈ రకంగా ఎందుకు నిరుత్సాహంగా ఉన్నారు? ఇప్పుడు ఈ మహారథులందరూ గాభరాపడుతున్నట్లు కనిపిస్తున్నారు. కాని యుద్ధం తప్ప మనకు మరొకవిధంగా మేలు చేకూరదు. కాబట్టి మీరంతా మనసులలో ఉత్సాహం తెచ్చుకోండి. దేవేంద్రుడయినా, సాక్షాత్తూ యముడయినా యుద్ధం చేసి గోవులను అపహరిస్తే అప్పుడు ఎవడు హస్తినాపురానికి తిరిగి వెళ్లాలనుకొంటాడు?" అని వాదించాడు.

దుర్యోధనుడు చెప్పినది విని కర్ణుడు – "మీరందరూ ఆచార్యుడయిన ద్రోణుని సైన్యానికి వెనుకవైపు ఉంచి. యుద్ధనీతిని ప్రదర్శించండి. చూస్తూనే ఉన్నారు కదా! అర్జునుడు రావడం గమనించగానే ఈయన అతనిని ప్రశంసించడం ఆరంభించాడు. ఇది మనసైన్యం మీద ప్రభావం చూపదా? కాబట్టి మనసైన్యంలో భేదాలు కలుగకుండా ఉండే నీతితో మనం పనులు చక్కపెట్టుకోవాలి. అర్జునుని రథాశ్వాల సకిలింతలు వినగానే ఈయన గాభరా పడితే సైన్యం అంతా అవ్యవస్థితమై పోతుంది. ఇప్పుడు మనం శత్రుదేశంలో ఉన్నాం. పెద్ద అడవిలో ఉన్నాం. గ్రీష్మ ఋతువు. పైగా శత్రువు మననెత్తి మీదికి వచ్చి మాట్లాడుతున్నాడు. కాబట్టి మన సైన్యం భయపడని రీతిగా మనం నీతిని ఆశ్రయించాలి. పాపం ఆచార్యులవారు చాలా దయగలవారు. బుద్ధిమంతులు, హింస చేయకూడదనే ఆలోచన కలవారూను, ఏదయినా చిక్కు వచ్చిపడినపుడు ఇతనినుండి ఎలాంటి సలహాలను తీసుకోకూడదు. మనోహరమైన భవనాలలోను, సభలలోను, ఉద్యానవనాలలోను చిత్రవిచిత్రమైన కథలు వింటూ ఉండడమే పండితులకు శోభనిస్తుంది. లేకుంటే బలివైశ్వదేవాది యజ్ఞాల ద్వారా అన్నాన్ని సంస్కరించడానికి దానిలో ఏవైనా పురుగులు పడి అది దూష్యమైనపుడు దానిని సంస్కరించడానికి పండితుల అభిప్రాయం పనికివస్తుంది. కాబట్టి శత్రువులను ప్రశంసించే ఇలాంటి పండితులను వెనక్కిపెట్టి శత్రునాశనం జరిగే నీతిని మనమిప్పుడు అవలంబించాలి. గోవులను అన్నిటినీ మధ్యలో ఉంచాలి. వాటికి నాలుగువైపులా వ్యూహరచన చేయాలి. రక్షకులను నియమించుకొని మనం శత్రువులతో ఎక్కడ యుద్ధం చేయగలమో ఆ యుద్ధభూమిని చక్కగా సరిదిద్దుకోవాలి. నేను ఇంతకుముందే ప్రతిజ్ఞ చేసినట్లుగా నేడు యుద్ధరంగంలో అర్జునుని చంపి దుర్యోధనుని తీర్చరాని అప్పును తీరుస్తాను" అని ద్రోణుని నిందిస్తూ గర్వోక్తులు పలికాడు.

అతని మాటలు విని కృపాచార్యుడు – "కర్ణా! యుద్ధ విషయంలో నీ బుద్ధి ఎప్పుడూ తీవ్రంగానే ఉంటుంది. నీవు కార్య స్వరూపాన్నీ గుర్తించవు. దాని పరిణామం గురించీ ఆలోచించవు. ఆలోచించి చూస్తే తెలుస్తుంది – మనం అర్జునుని ఎదిరించడానికి సమర్థులం కామని. చూడు. అతడు ఒక్కడే చిత్రసేన గంధర్వుని యొక్క సేవకులతో పోరాడి సమస్త కౌరవులను రక్షించాడు. అలాగే ఒంటరిగానే అగ్నిదేవుని తృప్తిపరిచాడు. శంకరుడు కిరాతవేషంలో అతని ఎదుటకు వచ్చినపుడు కూడా అతడు ఒక్కడే అతనితో

యుద్ధం చేశాడు. నివాత కవచ, కాలకేయులనే దానవులను దేవతలు కూడా అణచివేయలేకపోయారు. అట్టి వారిని కూడా అతడొక్కడే చంపాడు. అర్జునుడు ఒంటరిగానే అనేకరాజులను వశపరచుకొన్నాడు. నీవే చెప్పు. నీవు కూడా ఒక్కడివే ఇలాంటిపని ఏదైనా చేసి చూపావా? అర్జునునితో తలపడే సామర్థ్యం ఆ ఇంద్రునికి అయినా లేదు. నీవు అతనితో తలపడతానని చెప్పడం చూస్తే నీ బుద్ధి సరిగా పనిచేయడం లేదని తెలుస్తోంది. దానికి నీవు చికిత్స చేయించుకోవాలి. అవును, ద్రోణుడు, దుర్యోధనుడు, భీష్ముడు, నీవు, అశ్వత్థామ, నేను – అందరం కలిసి అతనిని ఎదుర్కోవాలి. నీవు ఒక్కడివే అతనితో యుద్ధం చేసే సాహసం చేయకు" అని మందలించాడు.

అనంతరం అశ్వత్థామ – "మనం ఇంతవరకు గోవులను జయించనూ లేదు. మత్స్యరాజ్య సరిహద్దును సమీపించనూ లేదు. హస్తినాపురం కూడా చాలా దూరంగా ఉంది. అయినా ఇప్పుడు ఇలా నీవు ఎందుకు మాటలు మీరుతున్నావు? దుర్యోధనుడయితే చాలా క్రూరుడు, నిర్లజ్జుడు, లేకపోతే జూదంలో రాజ్యాన్ని జయించి ఏ క్షత్రియుడు సంతోషిస్తాడు? కాబట్టి జూదమాడి ఇంద్రప్రస్థాన్ని జయించినట్లుగానే, ద్రౌపదిని బలాత్కారంగా సభకు పిలిపించినట్లుగానే అర్జునునితో యుద్ధం కూడా చెయ్యి. కాలుడు, పవనుడు, మృత్యువు బడబాగ్ని కోపించినా ఏదో కొద్దిగానైనా మిగులుస్తాయి. కాని అర్జునుడు కోపిస్తే కొద్దిగా కూడా శేషం మిగల్చడు. కాబట్టి ద్యూతసభలో శకుని సలహామేరకు ఎలా జూదం ఆడావో అలాగే ఇప్పుడు కూడా మామ పర్యవేక్షణలోనే అర్జునునితో యుద్ధం చెయ్యి. సోదరా! ఏ వీరుడు యుద్ధం చేసినా మానినా, నేను మాత్రం అర్జునునితో యుద్ధం చేయను – గోవులను తిరిగి తీసుకొని వెళ్లడానికి మత్స్యరాజు విరాటుడు కనుక వస్తే అతనితో తప్పకుండా నేను యుద్ధం చేస్తాను" అని అన్నాడు.

భీష్మపితామహుడు – "అశ్వత్థామ, కృపాచార్యుల ఆలోచన బాగున్నది. కర్ణుడు క్షత్రియధర్మాన్ని అనుసరించి యుద్ధం చేయడానికే మొగ్గు చూపుతున్నాడు. తెలివైనవాడెవడూ ద్రోణాచార్యుని తప్పుపట్టకూడదు. అర్జునుడు మనకు ఎదురై వచ్చినపుడు మనలో మనం పరస్పరం విరోధించుకునే సమయం ఇది కానే కాదు. ఆచార్యులు కృపుడు, ద్రోణుడు, అశ్వత్థామ కూడా ఈ సమయంలో శాంతం వహించాలి. బుద్ధిమంతులు సేనా సంబంధమై చెప్పిన దోషాలలో పరస్పరకలహం అన్నిటినిమించిన పెద్ద దోషం" అని అందరినీ ఒక్కత్రాటిమీదికి తెచ్చే యత్నం చేశాడు.

దుర్యోధనుడు – "ఆచార్యవర్యా! ఇక క్షమించండి. శాంతి వహించండి ఇప్పుడు గురుదేవుని మనసులో ఏమీ తేడా రాకుండా ఉంటేనే మాకు ముందుపని జరిగే అవకాశం ఉంటుంది" అని ద్రోణుని అనునయించాడు.

అప్పుడు భీష్ముడు, కర్ణుడు, కృపాచార్యులతో కలిసి దుర్యోధనుడు ద్రోణాచార్యుని క్షమించమని వేడుకొన్నాడు. దానితో శాంతించిన ద్రోణుడు– "శాంతనవుడైన భీష్ముడు చెప్పినమాట విన్నంతనే నాకు కోపం పోయింది సరే. ఇక యుద్ధనీతిని నిర్ణయించండి. దుర్యోధనునకు పాండవులకు పదమూడేళ్లు పూర్తికావడంపై సందేహం ఉంది. కాని అలా కానిపక్షంలో అర్జునుడు ఎప్పుడూ మనకు ఎదురుపడడు. దుర్యోధనుడు ఈ విషయంలో చాలా సార్లు శంకించాడు. కాబట్టి భీష్ములవారు ఈ విషయంలో సరిగ్గా నిర్ణయించి చెప్పాలని మనవి" అన్నాడు.

అందుపై భీష్మపితామహుడు – కళ, కాష్ఠం, ముహూర్తం, దినం, పక్షం, మాసం, నక్షత్రం, గ్రహం, ఋతువు, సంవత్సరం – ఇవన్నీ కలిసి కాలచక్రం అవుతాయి. ఈ కాలచక్రం కలాకాష్ఠాదివిభాగ పూర్వకంగా తిరుగుతూ ఉంటుంది. అందులో సూర్యచంద్రులు నక్షత్రాలను దాటివెళ్తూ ఉంటాయి. అప్పుడు కాలంలో కొద్దిగా వృద్ధి (పెచ్చు) కనపడుతూ ఉంటుంది. అందువల్లనే ప్రతి అయిదేళ్లకు రెండునెలలు హెచ్చుగా ఉంటాయి. కాబట్టి నా ఉద్దేశ్యం ఏమంటే పాండవులకు పదమూడు సంవత్సరాలపై ఐదు నెలల, పన్నెండు రోజులు అధికంగా గడిచాయి. పాండవులు తాము చేసిన ప్రతిజ్ఞలు సరిగానే పాటించారు. ఇప్పుడు ఈ అవధిని బాగా నిశ్చయించుకొన్నాకనే అర్జునుడు మన ఎదుటకు వచ్చాడు. వారందరూ మహాత్ములు. ధర్మార్థవేత్తలు. యుధిష్ఠిరుడు నాయకుడుగా ఉన్న వారు ధర్మం విషయంలో ఏ తప్పయినా ఎందుకు చేస్తారు? పాండవులు నిర్లోభులు, వారు గొప్ప దుష్కరమైన కార్యం చేశారు. కనుక వారు రాజ్యాన్ని కూడా నీతి విరుద్ధమైన ఏ ఉపాయంతోనూ తీసుకోవాలని కోరుకోరు. పరాక్రమంతోనే రాజ్యం తీసుకోవాలనుకుంటే వారు వనవాస సమయంలోనూ అందుకు సమర్థులే. అయినా ధర్మపాశానికి కట్టుబడిన కారణంగా వారు క్షాత్రధర్మంతో విచలితులు కాలేదు. కనుక అర్జునుని మిథ్యాచారి అని చెప్పేవానికి

పరాజయం తప్పదు. పాండవులు మృత్యువునైనా కౌగిలించుకొంటారు గాని అసత్యాన్ని మాత్రం సొంతం చేసుకోరు. దానితోపాటే వారిలో ఈ వీరత్వం కూడా ఉంది. సమయం వచ్చినపుడు వారు తమ హక్కును, వజ్రధారిఅయిన ఇంద్రుని చేతిలో సురక్షితంగా ఉన్నాగాని వదిలిపెట్టరు. కాబట్టి రాజా! యుద్ధోచితమైనదైనా, ధర్మోచితమైనదైనా ఏదైనాగానీ వెంటనే చెయ్యి. ఎందుకంటే అర్జునుడు ఇప్పుడు సమీపానికి వచ్చేశాడు" అని తేల్చి చెప్పాడు.[4]

దుర్యోధనుడు - "పితామహా! పాండవులకు రాజ్యమయితే నేను ఇవ్వను. కాబట్టి ఇప్పుడు యుద్ధానికే సిద్ధపడాలి. అదే వెంటనే చేయండి" అని తన నిశ్చయాన్ని చెప్పాడు.

భీష్ముడు - "ఈ విషయంలో నా అభిప్రాయం విను. నీవు సేనలో మొదటి నాల్గవవంతు తీసుకొని హస్తినాపురం వైపు వెళ్లు, రెండో పావుభాగం గోవులను తీసుకొని వెళ్తుంది. మిగిలిన అర్ధభాగంతో మేము, అర్జునుని ఎదుర్కొంటాము. అర్జునుడు యుద్ధం కోసమే వస్తున్నాడు కాబట్టి నేను, ద్రోణాచార్యుడు, కర్ణుడు, అశ్వత్థామ, కృపాచార్యుడు అతనితో యుద్ధం చేస్తాం. వెనుక విరాటరాజుగాని, స్వయంగా ఇంద్రుడుగాని వచ్చినా సముద్రాన్ని చెలియలికట్ట అడ్డగించినట్లుగా నేను వారిని అడ్డుకుంటాను" అన్నాడు.

భీష్ముడు చెప్పిన ఈ మాట అందరికీ నచ్చింది. కౌరవరాజు దుర్యోధనుడు కూడా అలాగే చేశాడు. భీష్ముడు ముందుగానే దుర్యోధనుని, గోవులను పంపేశాడు. అనంతరం ముఖ్యులైన సేనానులను నియమిస్తూ వ్యూహరచన ఆరంభించాడు. అతడు ద్రోణునితో - "ద్రోణాచార్యా! మీరు మధ్యలో నిలవండి. అశ్వత్థామ ఎడమవైపున, కృపాచార్యుడు సైన్యానికి కుడివైపు రక్షకులుగా ఉంటారు. కర్ణుడు కవచధారియై సేనకు అగ్రభాగాన నిలుచుంటాడు. నేను సైన్యమంతటినీ వెనుకవైపున ఉండి రక్షిస్తూ ఉంటాను" అన్నాడు.

ఉత్తరునకు అర్జునుడు కౌరవవీరులను పరిచయము చేయుట

వైశంపాయనుడు చెపుతున్నాడు - "ఈ రీతిగా కౌరవుల వ్యూహరచన అయిందో లేదో వెంటనే అర్జునుడు తన భీషణరథఘోషతో ఆకాశాన్ని ప్రతిధ్వనింపచేస్తూ వచ్చేశాడు. ఇదంతా చూసిన ద్రోణాచార్యుడు - "వీరులారా! చూడండి. దూరం నుండే అర్జునుని ధ్వజాగ్రం కనపడుతోంది. ఇది అతని రథం చప్పుడే. ఆ ధ్వజం మీద ఉన్న వానరుడే హర్షంతో సింహనాదాలు చేస్తున్నాడు. ఆ ఉత్తమరథంపై ఉన్న మహారథి అర్జునుడే పిడుగుపాటు వంటి కఠోరటంకారం చేసే గాండీవధనుస్సును నారి సారిస్తున్నాడు. చూడండి. ఒకేసారి రెండు బాణాలు నాపాదాల మీదికి వచ్చిపడ్డాయి. ఇంకొకరెండు నా చెవులను తాకుతూ వెళ్లాయి. ఇప్పుడతడు అనేక అతిమానుషమైన కర్మలను చేసి వనవాసం నుండి తిరిగివచ్చాడు. కాబట్టి ఈ బాణాల ద్వారా అతడు నాకు నమస్కరించి నన్ను కుశల సమాచారం అడుగుతున్నాడు. తన బంధువర్గానికంతటికీ అత్యంతం ఇష్టుడయిన అర్జునుని మనం ఈనాడు చాలారోజుల తరువాత చూస్తున్నాం." అని సంతోషంగా అన్నాడు.

ఈ పక్క అర్జునుడు - "సారథీ! ఒక బాణం వెళ్లగలిగినంత దూరం ఉండేలా కౌరవసేన దగ్గరకు రథం తీసుకొనివెళ్లు. అక్కడినుండి కురుకులాధముడైన దుర్యోధనుడు ఎక్కడ ఉన్నాడో చూస్తాను" అన్నాడు ఉత్తరునితో.

అనంతరం అర్జునుడు సమస్తసైన్యాన్ని తేరిపార చూశాడు. కాని దుర్యోధనుడు అతనికెక్కడా కనపడలేదు అప్పుడు అతడు వెంటనే - "నాకు దుర్యోధనుడు ఎక్కడా కనపడడం లేదు. అతడు దక్షిణ దిశగా గోవులను తీసుకొని తన ప్రాణాలు రక్షించుకోవడానికి హస్తినాపురం వైపు పారిపోయాడనిపిస్తోంది. సరే ఈ రథికసైన్యాన్ని వదిలి, దుర్యోధనుడు వెళ్లిన వైపుకు రథాన్ని తోలు" అని చెప్పాడు. అర్జునుడు ఆదేశించగానే ఉత్తరుడు రథాన్ని అటువైపే పోనిచ్చాడు. దుర్యోధనుని సమీపించి అర్జునుడు తన పేరు చెపుతూ అతనిసైన్యంపై మిడుతలదండులా బాణాలను వర్షించసాగాడు. అతని బాణాలు కప్పివేయడంతో భూమ్యాకాశాలు కానరావడం లేదు. అర్జునుని శంఖధ్వని, రథచక్రాల ఘోష, గాండీవ జ్యానాదం, ధ్వజం మీది దివ్యప్రాణుల సింహనాదాలు అన్నీ కలిసి భూమిని వణికించాయి. గోవులు తోకలు ఎత్తుకొని అంభారావాలు చేస్తూ అన్నివైపులనుండి మరలివచ్చి దక్షిణ దిశగా పరుగులుతీశాయి.

వైశంపాయనుడు చెపుతున్నాడు - అర్జునుడు చక్కని విలుకాడు కాబట్టి శత్రుసేనలను చాలా శీఘ్రంగా తరిమికొట్టి గోవులను జయించాడు. గోవులు అతివేగంగా విరాటనగరం వైపు పరుగులు తీయడం, అర్జునుడు, కృతకృత్యుడై దుర్యోధనునివైపుకు ముందుకు సాగడం చూసిన కౌరవవీరులు మిక్కిలి వేగంగా అక్కడికి చేరుకున్నారు. ఆ కౌరవసైన్యాన్ని

చూచి అర్జునుడు విరాటసుతుడైన ఉత్తరునితో – "రాజపుత్రా! దుర్యోధనుని ప్రాపు పొంది నేడు కర్ణుడు చాలా గర్వించి ఉన్నాడు. అతడు నాతో యుద్ధం చేయాలని కోరుకొంటాడు. కాబట్టి ముందు అతనివద్దకే నన్ను తీసుకుపో" అన్నాడు.

ఉత్తరుడు అర్జునుని రథాన్ని యుద్ధరంగం మధ్యలోకి తీసుకువెళ్లి నిలిపాడు. ఇంతలో చిత్రసేనుడు, సంగ్రామజిత్తు, శత్రుసహుడు, జయుడు మొదలైన మహావీరులు అతనిని ఎదిరించడానికి వచ్చి నిలిచారు. యుద్ధం ఆరంభం అయింది. అగ్ని అడవిని దహించినట్లుగా అర్జునుడు వారి రథాలన్నిటినీ భస్మం చేసివేశాడు. ఈ ఘోరయుద్ధం జరుగుతూ ఉండగానే కురువంశశ్రేష్ఠుడు యోధుడు అయిన వికర్ణుడు రథస్థుడై అర్జునునిపై దాడి చేశాడు. వస్తూనే అతడు విపాఠమనే పేరుగల బాణాలను వర్షించసాగాడు. అర్జునుడు అతని వింటిని విరిచి, ధ్వజాన్ని ముక్కలు చేశాడు. వికర్ణుడు పారిపోయాడు "శత్రుంతపుడు" అనే రాజు అర్జునుని ఎదుటికి వచ్చి అతని చేతిలో మరణించాడు. తీవ్రమైన జంఝూమారుత వేగానికి అడవిలోని పెద్దపెద్ద వృక్షాలు ఊగిపోయినట్లుగా అర్జునుని బాణఘాతాలకు కౌరవవీరులు కంపించసాగారు. ఎంతోమంది ఆ దెబ్బలకు ప్రాణాలు కోల్పోయి నేలకూలారు. ఇంద్రుని వంటి పరాక్రమం గల వీరులు కూడా ఈ యుద్ధంలో అర్జునుని చేతిలో ఓడిపోయారు. అతడు శత్రు సంహారం చేస్తూ యుద్ధభూమిలో కలియతిరిగాడు. ఇంతలో కర్ణుని తమ్ముడు సంగ్రామజిత్తుతో అతనికి పోరు సంభవించింది. అర్జునుడు అతని రథానికి ఉన్న ఎఱ్ఱని గుఱ్ఱాలను చంపి ఒకే బాణంతో అతని తలను నరికివేశాడు. తమ్ముడు చనిపోవడంతో కర్ణుడు వీరావేశంతో అర్జునునివైపు వచ్చాడు. పన్నెండు బాణాలతో అతడు అర్జునుని తూట్లు పొడిచాడు. గుఱ్ఱాలను గాయపరిచాడు. ఉత్తరుని చేతికి కూడా గాయమయింది. ఇది చూచి అర్జునుడు గరుత్మంతుడు నాగునిపై విరుచుకుపడినట్లు అతనిపైకి లంఘించాడు. ఇద్దరూ ఉత్తమ ధనుర్ధరులు. మహాబలులు శత్రుప్రహారాలను అన్నింటినీ తట్టుకోగలిగేవారు. వీరి యుద్ధం చూడడానికి కౌరవవీరులందరూ ఎక్కడివారక్కడే నిలబడిపోయారు.

తమకు అపకారం చేసిన కర్ణుని ఎదురుగా చూడగానే అర్జునునిలో కోపం, ఉత్సాహం వెల్లువెత్తాయి. ఒక్కక్షణ కాలంలోనే రథాన్ని, సారథిని, గుఱ్ఱాలను, అతనిని కూడా బాణవర్షం కురిపించి కప్పివేశాడు. అనంతరం ఇతర కౌరవయోధులను కూడా అర్జునుడు రథాలతో, ఏనుగులతో సహితంగా తూట్లు పొడిచాడు. భీష్మాదివీరుల రథాలు కూడా అర్జునుని బాణాలతో కప్పివేయబడ్డాయి. దానితో వారిసైన్యంలో హాహాకారాలు మిన్నుముట్టాయి. ఇంతలో కర్ణుడు అర్జునుని బాణాలన్నిటినీ ఖండించి మాత్సర్యంతో అతని సారథిని, నాలుగు గుఱ్ఱాలను బాణాలతో బాధించాడు. అప్పుడే రథానికున్న ధ్వజాన్ని కూడా ఖండించాడు. అనంతరం అర్జునుని కూడా గాయపరిచాడు. కర్ణుని బాణాలు తగిలి నిద్రిస్తున్న సింహం లేచినట్లుగా అర్జునుడు విజృంభించి మళ్లీ అతనిపై బాణవర్షం కురిపించాడు. తన వజ్రసమానమైన తీక్ష్ణబాణాలతో కర్ణుని బాహువులు, పిక్కలు, తల, నుదురు, కంఠం మొదలైన అవయవాలను తూట్లు పొడిచాడు. కర్ణుని శరీరమంతా గాయాలతో నిండిపోయింది. అతనికి మిక్కిలి బాధకలిగింది. ఏనుగు చేత ఓడిపోయిన రెండవ ఏనుగు వలె అతడు యుద్ధరంగాన్నుండి నిష్క్రమించాడు.

కర్ణుడు పారిపోయాక దుర్యోధనాది వీరులందరూ తమ తమ సైన్యాలతో మెల్లమెల్లగా అర్జునునివైపు రాసాగారు. అర్జునుడు నవ్వుతూ దివ్యాస్త్రాలతో కౌరవసైన్యం మీద ఎదురుదాడి చేశాడు. ఆ సమయంలో కౌరవసైన్యంలోని రథాలు, గుఱ్ఱాలు, ఏనుగులు, కవచాలు మొదలైనవానిలో ఏ ఒక్కటి కూడా రెండు అంగుళాలకొకటి చొప్పున అర్జునుని పదునైన బాణాలు తగిలి గాయపడకుండా సురక్షితంగా ఉన్నవి లేవు. అర్జునుని దివ్యాస్త్రప్రయోగం, గుఱ్ఱాల శిక్షణ, ఉత్తరుని సారథ్య నైపుణ్యం, పార్థుడు అస్త్రాలను తిప్పే క్రమం, పరాక్రమం చూసి శత్రువులు కూడా అతనిని కొనియాడారు. అర్జునుడు ప్రళయకాలాగ్ని వలె శత్రువులను భస్మం చేసేశాడు. ఆ సమయంలో అతని తేజస్స్వరూపాన్ని శత్రువులు కన్నెత్తి కూడా చూడలేకపోయారు. అతని రథం పరుగులుతీస్తూ సమీపానికి వచ్చేసరికి ఏ శత్రువు అయినా ఒక్కసారే అతనిని గుర్తించగలిగేవారు. రెండవసారి వారికి ఆ అవకాశం దొరికేది కాదు. ఎందుకంటే అర్జునుడు వెంటనే వారిని రథం నుండి పడగొట్టి పరలోకానికి పంపేవాడు. కౌరవసైనికులందరూ అతనివలన శరీరాలు ఛిన్నాభిన్నమై బాధ పడసాగారు. అది అర్జునుని పనే గాని వేరెవరికీ సాధ్యం అయ్యేదికాదు. అతడు ద్రోణాచార్యుని డెబ్బదిమూడు, దుస్సహుని పది; అశ్వత్థామను ఎనిమిది, దుశ్శాసనుని పన్నెండు, కృపాచార్యుని మూడు, భీష్ముని అరవై, దుర్యోధనుని నూరు బాణాలతో గాయపరిచాడు. కర్ణ అనే పేరుగల బాణంతో

కొట్టి కర్ణుని చెవిని చిల్లుపొడిచాడు. దానితో పాటే అతని గుఱ్ఱాలను, సారథిని, రథాన్ని కూడా నష్టపరిచాడు. ఇది చూచి సైన్యమంతా చెల్లాచెదరయ్యింది.

అప్పుడు విరాటకుమారుడు ఉత్తరుడు అర్జునునితో – "విజయుడా! ఇప్పుడు నీవు ఏ సైన్యంలోకి నడవాలనుకొంటున్నావు? ఆజ్ఞాపించు. అక్కడికే రథం తీసుకొనివెడతాను" అన్నాడు. అర్జునుడు – ఉత్తర కుమారా! ఎఱ్ఱని గుఱ్ఱాలు కలిగి, నల్లని పతాకం రెపరెపలాడుతున్న రథంమీద దివ్య మంగళరూపంతో వ్యాఘ్ర చర్మాంబర ధారియై ఉన్న మహాపురుషుడు కృపాచార్యుడు, అదిగో అతనిసేన. నన్ను ఆ సేనాసమీపానికి తీసుకొనిపో. ఆ. చూడు. సువర్ణకలశం ధ్వజచిహ్నంగా కలవాడు – ఈ సమస్త శస్త్రధారులలో శ్రేష్ఠుడు అయినవాడు ఆచార్య ద్రోణుడు. నీవు రథంతో ఇతనికి ప్రదక్షిణం చెయ్యి. ఇతడు నన్ను కొట్టినపుడే నేను కూడా ఇతనిపై ఆయుధం ప్రయోగిస్తాను. ఇలా చేయడం వలన అతనికి నామీద కోపం రాదు. కొద్దిదూరంలోనే వింటిగుర్తు ధ్వజంగా కలవాడు ద్రోణాచార్యుని కుమారుడు మహారథి అశ్వత్థామ, ఆ రథసైన్యం మధ్యలో మూడవ పంక్తిలో సైన్యంతో పాటు నిలుచున్న వాడు, బంగారు కవచాన్ని ధరించినవాడు, బంగారు సర్పం ధ్వజచిహ్నంగా కలవాడు, అతడే ధృతరాష్ట్రపుత్రుడు సుయోధనుడు. ధ్వజాగ్రం మీద నాగకక్షలు (ఏనుగు సంకెలలు) కనిపిస్తున్నాయే వాడే కర్ణుడు. ఇతనిని నీవు ఇంతకుముందే తెలుసుకొన్నావు కదా! అందమైన రథం మీద సువర్ణమయమైన ఐదు నక్షత్రమండలాలతో కూడిన నల్లనిరంగు పతాకం ఎగురుతోంది చూడు. చేతికి తొడుగులు ఉన్నాయి. పెద్ద ధనుస్సుతో మహాపరాక్రమ వంతుడుగా కనపడుతున్నాడు. అతని రథంమీద సూర్య, నక్షత్రచిహ్నాలు గల అనేక ధ్వజాలున్నాయి. తలమీద బంగారు శిరస్త్రాణం ధరించాడు. పైన తెల్లని గొడుగు శోభాయమానంగా ఉంది. నా మనస్సుకు కూడా ఉద్వేగం కల్గిస్తున్నాడు. అతడే మా అందరికీ పితామహుడు. శంతను కుమారుడు భీష్మాచార్యుడు. ఇతనిదగ్గరకు అందరికంటే చివరిగా వెళ్లాలి ఎందుకంటే ఇతడు నా పనికి అడ్డురాడు" అని పేరుపేరునా అందరినీ పరిచయం చేశాడు.

అర్జునుని మాటలు విని ఉత్తరుడు సావధానుడై రథాన్ని కృపాచార్యుని దగ్గరకు తోలాడు.

అర్జునుడు కృపద్రోణులను జయించుట

వైశంపాయనుడు చెపుతున్నాడు – విరాటకుమారుడు రథంతో ముందుకు సాగి కృపాచార్యునకు ప్రదక్షిణం చేసి, తరువాత దానిని అతని ఎదుట నిలిపాడు – అనంతరం అర్జునుడు తన్ను పేరు చెప్పుకొని పరిచయం చేసుకొన్నాడు. దేవదత్త శంఖాన్ని గట్టిగా పూరించాడు. పర్వతాలు పగిలిపోయేంత ధ్వని వచ్చింది. ఆ శంఖధ్వని ఆకాశంలో మారుమ్రోగి, పిడుగుపాటులా ప్రతిధ్వనించింది. యుద్ధానికి సిద్ధంగా ఉన్న కృపాచార్యుడు కూడా కోపించి తన శంఖాన్ని గట్టిగా ఊదాడు. ఆ ధ్వని ముల్లోకాలలోనూ వ్యాపించింది. తరువాత అతడు తన పెద్ద ధనుస్సును చేతపట్టి నారిసారిస్తూ, అర్జునుని మీద పదివేల బాణాలు కురిపించి అట్టహాసం చేశాడు. అర్జునుడు భల్లమనే పదునైన బాణంతో కొట్టి కృపాచార్యుని ధనుస్సును, చేతి తొడుగులను విరిచివేశాడు. కవచాన్ని ముక్కలు చేశాడు. కాని అతని శరీరానికి మాత్రం ఏమీ నొప్పి కలిగించలేదు. అతడు ఇంకొక ధనుస్సు తీసుకుంటే దానినీ ఖండించాడు. ఇలా ఎన్ని ధనువులను తీసుకున్నా అన్నిటినీ ఖండించి వేస్తుంటే, చివరికి మండుతున్న వజ్రంలాగ కాంతులీనుతున్న శక్తి ఆయుధాన్ని అర్జునుని మీదికి విసిరాడు. ఆకాశం నుండి మండుతున్న ఉల్కలాగ తనమీదికి వస్తున్న ఆ శక్తిని అర్జునుడు పది బాణాలతో ఖండించేశాడు. పైగా ఒక బాణంతో అతని రథంయొక్క నొగలును నరికేశాడు. నాలుగు బాణాలతో నాలుగు గుఱ్ఱాలను, చంపి, ఆరు బాణాలతో సారథి శిరస్సును మొండెం నుండి వేరుచేశాడు. ధనుస్సు, రథం, గుఱ్ఱాలు, సారథి కూడా చనిపోవడంతో కృపాచార్యుడు గద తీసుకొని రథంమీద నుండి క్రిందికి దూకి, దానిని అర్జునుని మీదికి విసిరాడు. కృపాచార్యుడు ఆ గదను ఎంతో సూటిగా విసిరినా, అర్జునుడు దానిని బాణంతో వెనక్కి తిప్పికొట్టాడు. కృపాచార్యునికి సహాయకులుగా ఉన్న యోధులు కుంతీనందనుని నాలుగువైపులనుండి ముట్టడించి బాణాలు కురిపించసాగారు. ఇది చూచి ఉత్తరుడు గుఱ్ఱాలను వామావర్తంగా తిప్పి, 'యమకం' అనే పేరు గల మండలాన్ని సృష్టించి శత్రువుల గమనాన్ని నిరోధించాడు. వారు విరథుడైన కృపాచార్యుని తీసుకొని అర్జునునికి దూరంగా తొలగిపోయారు.

కృపాచార్యుడు యుద్ధరంగంనుండి తొలగిపోగానే ఎఱ్ఱనిగుఱ్ఱాలు గల రథాన్ని అధిష్ఠించి ద్రోణాచార్యుడు

ధనుర్బాణాలతో అర్జునుని ఎదిరించాడు. ఇద్దరూ అస్త్రవిద్యలో పారంగతులే, ధైర్యవంతులు, మహాబలవంతులు. ఇద్దరూ యుద్ధాలలో పరాజయం ఎరుగనివారే, ఈ గురుశిష్యులిద్దరూ పరస్పరం తలపడడం చూసి భరతవంశీయుల ఆ మహాసైన్యం వణికిపోసాగింది. మహారథి అయిన అర్జునుడు ద్రోణాచార్యుని సమీపించి, హర్షాతిరేకంతో నవ్వుతూ గురువుకు నమస్కరించి – "యుద్ధంలో సదా విజయం పొందే గురుదేవా! మేము నేటివరకు అడవులలోనే తిరుగుతున్నాం. ఇప్పుడు శత్రువుల మీద ప్రతీకారం తీర్చుకోవాలనుకొంటున్నాం. మీరు మా మీద ఆగ్రహించకండి. మీరు నన్ను కొట్టనంతవరకు నేను కూడా మీమీద అస్త్రాన్ని ప్రయోగించను. ఇది నా నిర్ణయం. కాబట్టి మీరే ముందు నా మీద బాణం వేయండి" అన్నాడు.

అప్పుడు ఆచార్యుడు అర్జునుని గురిచూసి ఇరవైఒక్క బాణాలతో కొట్టాడు. అవి ఇంకా చేరుకోనే లేదు. వాటిని అర్జునుడు మధ్యలోనే తుంచివేశాడు. తరువాత అతడు అర్జునుని రథంపై వేల బాణాలు కురిపిస్తూ తన హస్తలాఘవాన్ని చూపాడు. అతని తెల్లని గుఱ్ఱాలను కూడా గాయపరిచాడు. ఈ రీతిగా ఇద్దరు ఇద్దరిపై సమానభావంతోనే బాణాలు కురిపించసాగారు. ఇద్దరూ ప్రసిద్ధవీరులే. తేజోవంతులే. ఇద్దరూ వాయుసమాన వేగులే. ఇద్దరూ దివ్యాస్త్రప్రయోగం తెలిసినవారే కనుక బాణాల జడివాన కురిపిస్తూ అక్కడి రాజులందరినీ ముగ్ధులను చేశారు. యుద్ధం తీవ్రం అవుతూంటే చూస్తున్న వీరులు విస్మయంతో –"ఆహా! అర్జునుడు తప్ప వేరెవరు యుద్ధంలో ద్రోణాచార్యుని ఎదిరించగలరు? క్షత్రియధర్మం ఎంత కఠినమైనదో కదా! అర్జునుడు గురువుతో తలపడవలసివచ్చింది." అనుకొన్నారు. ద్రోణాచార్యుడు ఇంద్ర, వాయవ్య, ఆగ్నేయాది అస్త్రాలను ఏవేవి అర్జునునిపై ప్రయోగించాడో వానినన్నిటిని అతడు వాటితోనే సంహరించాడు. గగన చారులైన దేవతలు ద్రోణుని ప్రశంసిస్తూ – దేవతలమీద, దైత్యులమీద కూడా విజయం పొందిన అతి బలవంతుడైన అర్జునునిమీద యుద్ధం చేయడం ద్రోణాచార్యునికి చాలా దుష్కరకార్యమే" అనుకొన్నారు.

అర్జునునికి యుద్ధకళలో మంచి శిక్షణ లభించింది. లక్ష్యాన్ని ఛేదించడంలో అతడు ఎప్పుడూ పొరపాటు పడలేదు. అతని చేతులలో మిక్కిలివేగం ఉంది. అతి దూరంగా బాణాలు వేయగలడు. ఇవన్నీ చూసి ద్రోణునికి చాలా ఆశ్చర్యం కలిగింది. గాండీవాన్ని ఎక్కుపెట్టి, అర్జునుడు మచ్చరించి రెండు చేతులతో లాగి బాణాలను మిడుతల దండులా కురిపిస్తూ, ఆకాశమంతా కప్పివేస్తూంటే చూపరులు ఆశ్చర్యచకితులై ఆహా ఓహో అని అతనిని పొగడసాగారు. ఆచార్యుని రథంమీద లక్షల బాణాలు కురిపించి అతనిని రథసహితంగా కప్పివేస్తే వారి సైన్యంలో హాహాకారాలు వ్యాపించాయి. ద్రోణాచార్యుని రథంమీది ధ్వజం విరిగిపోయింది. కవచం ముక్కలైపోయింది. శరీరం కూడా బాణాలతో చిల్లులుపడిపోయింది. అందుకని అతడు కొద్దిగా వ్యవధి చిక్కగానే తన గుఱ్ఱాలను వేగంగా తోలుకుంటూ వెంటనే యుద్ధభూమి నుండి నిష్క్రమించాడు.

అర్జునుడు కర్ణాశ్వత్థామలను ఓడించుట

వైశంపాయనుడు చెపుతున్నాడు – తదనంతరం అశ్వత్థామ అర్జునునిపై దాడిచేశాడు. మేఘం నీటిని వర్షించినట్లుగా అతని వింటినుండి బాణాలు కురిశాయి. వాయువులాగ ప్రచండమైన వేగం కలిగినప్పటికి అతనిని అర్జునుడు ఎదుర్కొని నిలువరించి, అతని గుఱ్ఱాలను తన బాణాలతో మూర్ఛిల్లచేశాడు. గాయపడిన వాటికి దిక్కుతోచలేదు. అశ్వత్థామ కూడా అర్జునుడు కొద్దిగా ఏమరుపాటుగా ఉండడం చూసి ఒక బాణంతో అతని వింటినారిని ఖండించాడు. అతని ఈ అలౌకిక కృత్యాన్ని చూచి దేవతలు ప్రశంసించారు. ద్రోణ భీష్మ కర్ణులు, కృపాచార్యుడు కూడా సాధువాదం చేశారు. తదనంతరం అశ్వత్థామ తన శ్రేష్ఠమయిన ధనుస్సును బాగా లాగి అనేక బాణాలను అర్జునుని వక్షఃస్థలంపై నాటాడు. అర్జునుడు కిలకిల నవ్వుతూనే గాండీవాన్ని బలంగా వంచి వెంటనే దానికి కొత్త నారిని బిగించాడు. ఆపై ఇద్దరిమధ్య గగుర్పాటు కలిగించే యుద్ధం ఆరంభం అయింది. ఆ ఇద్దరూ పరాక్రమవంతులే కాబట్టి ప్రజ్వలిస్తున్న తమ సర్పాకార బాణాలతో ఒకరినొకరు గాయపరచుకొన్నారు. అర్జునుని వద్ద దివ్యమైన రెండు అంపపొదులున్నాయి. అవి అక్షయమైనవి కనుక అతడు యుద్ధంలో కొండవలె చలించకుండా నిలుచున్నాడు. ఇటు అశ్వత్థామ వెంటవెంటనే బాణాలు వేయడం వలన అవి ఖాళీ అయిపోయాయి. అందుకని అతనికంటె అర్జునుని వేగం అధికమయింది. ఇది చూసి కర్ణుడు ధనుష్టంకారం చేశాడు. ఆ ధ్వని విని అర్జునుడు అటు తిరగగానే కర్ణుడు కంటపడ్డాడు. చూడగానే అర్జునుడు కోపంతో మండిపడ్డాడు. అతనిని చంపాలనే కోరికతో అతి తీక్ష్ణంగా అతనిని చూశాడు. అశ్వత్థామను వదిలిపెట్టి వెంటనే అతనిమీద దాడిచేశాడు. అతనిని సమీపించి – "కర్ణా!

యుద్ధంలో నీకు సాటి వచ్చేవారే ఎవరూలేరని సభలో నీవు పలికిన ప్రగల్భాలను నిజం చేసి చూపించడానికి ఈనాడు నీకు అవకాశం దొరికింది. నన్ను ఎదిరించకుండానే నీవు పలికిన ఆ బడాయి మాటలన్నీ ఇప్పుడు కౌరవుల మధ్య నాతో యుద్ధం చేసి నిజాలని నిరూపించు. నిండుసభలో దుర్మార్గులు ద్రౌపదికి కష్టం కలిగిస్తే నీవు వినోదంగా చూస్తూ ఉండిపోయావు గుర్తుందా? దానికి ఫలితం ఈనాడు అనుభవించు. అప్పుడు ధర్మానికి కట్టుబడి ఉన్న కారణంగా నేను అన్నిటినీ సహించి ఊరుకున్నాను. కాని నేడు ఆ కోపం యొక్క ఫలితాన్ని ఈ యుద్ధంలో నా విజయంగా నీవు చూస్తావు" అని తీవ్రంగా పలికాడు.

కర్ణుడు – "అర్జునా! నీవు చెప్పినది చేసి చూపించు. కబుర్లు బాగానే చెప్తున్నావు. నీవు చేసినది ఎవరికీ తెలియనిది కాదు. నీవు ఇంతకు ముందు సహించి ఊరుకొన్నది నీ అసమర్థతవల్లనే, అవును. నేడు నీ పరాక్రమం చూస్తే అప్పుడు ఒప్పుకొంటాను. నాతో యుద్ధం చేయాలనే నీ కోరిక ఇప్పుడిప్పుడు కలిగినదేకాని పాతది అనిపించడం లేదు. సరే ఈ రోజు నీవు నాతో యుద్ధం చేసి, నా బలాన్ని రుచి చూద్దువుగాని" అని అన్నాడు.

అర్జునుడు – "రాధాపుత్రా! ఇప్పుడే కొద్దిసేపటి క్రితమే నా ఎదురుగానే నీవు యుద్ధం నుండి పారిపోయావు. కనుక నీ ప్రాణాలు దక్కాయి. కేవలం నీ తమ్ముడు మాత్రమే చనిపోయాడు. ఆహా! తమ్ముడిని బలిపెట్టి యుద్ధరంగం విడిచిపారిపోయి, పెద్దల మధ్య నిల్చుని ఇలాంటి మాటలు చెప్పేవాడు నీవు తప్ప వేరెవరు ఉంటారు?" అని అధిక్షేపించాడు.

ఇలా అని అర్జునుడు కర్ణునిమీద కవచాన్ని కూడా ఛేదించగల బాణాలను ప్రయోగించాడు. కర్ణుడు కూడా బాణవృష్టి కురిపిస్తూ స్థిరంగా నిలుచున్నాడు. అర్జునుడు వేర్వేరు బాణాలతో కర్ణుని గుఱ్ఱాలను నొప్పించాడు. అతని చేతితొడుగులను నరికివేశాడు. అంపపొదిని వ్రేలాడదీసుకొనే త్రాటిని కూడా ఖండించివేశాడు. కర్ణుడు అంపపొదినుండి బాణాలు తీసుకొని అర్జునుని చేతులను గాయపరిచాడు. దానితో మూసి ఉంచిన పిడికిలి తెరుచుకుంది. అనంతరం అర్జునుడు కర్ణుని ధనుస్సును ఖండించాడు. విల్లు విరిగిపోవడంతో అతడు శక్తిని ప్రయోగించాడు. కాని బాణాలతో అర్జునుడు దానిని కూడా ముక్కలు ముక్కలు చేశాడు. ఇది చూసి కర్ణుని అనుయాయులందరూ ఒక్కుమ్మడిగా అర్జునుని మీదికి ఉరికారు. కాని గాండీవనిర్ముక్తమైన బాణాలు వారిని అందరినీ పరలోకానికి పంపాయి. అర్జునుడు గాండీవాన్ని చెవులవరకు లాగి ఎన్నో పదునైన బాణాలతో కర్ణుని గుఱ్ఱాలను గాయపరిచాడు. గాయపడి అవి క్రిందపడి మరణించాయి. అర్జునుడు ఒక తీవ్ర నారాచాన్ని కర్ణుని ఎదలో గుచ్చాడు. అది కవచాన్ని ఛేదించి అతని శరీరంలో దిగబడింది. అతనికి స్పృహ తప్పింది. కళ్లముందు చీకట్లు కమ్మాయి. లోపల్లోపలే బాధను సహిస్తూ అతడు యుద్ధభూమిని విడిచి ఉత్తరదిశగా పారిపోయాడు. అర్జునుడు, ఉత్తరుడు సింహనాదాలు చేశారు.

అర్జునుడు భీష్మునితో యుద్ధము చేయుట

వైశంపాయనుడు చెపుతున్నాడు – కర్ణునిపై విజయం సాధించాక అర్జునుడు ఉత్తరునితో – "అదిగో ఆ కనిపించే రథంమీది ధ్వజంపై బంగారు తాటిచెట్టు గుర్తు ఉంది చూడు. నన్ను ఆ సైన్యం దగ్గరకు తీసుకొని వెళ్లు. అక్కడ మా తాతగారు భీష్మలవారున్నారు. వారు దైవ సమానులు. రథంపై విరాజమానులయి నాతో యుద్ధం చేయడానికి ఉత్సుకులై ఉన్నారు" అన్నాడు. ఉత్తరునికి బాణాలు తగిలి శరీరమంతా గాయాలయ్యాయి. అందుకని అతడు అర్జునునితో – "వీరుడా! ఇక నేను నీ గుఱ్ఱాలను నడపలేను. నా ప్రాణాలు కడపట్టాయి. మనసు స్థిమితంగా లేదు. ఇంతవరకూ ఏ యుద్ధంలోనూ నేను ఇంతమంది శూరులు ఒక్కచోట ఉండడం చూడలేదు. నీతో ఇంతమంది యుద్ధం చేయడం చూస్తే నా మనసు చెదిరిపోయింది. గదల రాపిడి ధ్వనులు, శంఖనినాదాలు, వీరుల సింహనాదాలు, ఏనుగుల ఘీంకారాలు, ఉరుముల వంటి గాండీవ టంకార ధ్వనులు విని విని నా చెవులు చిల్లులుపడిపోయాయి. స్మరణశక్తి నశించింది. ఇక చర్నాకోల, కళ్లెం పట్టుకొనే శక్తి నాకు లేదు" అని మొరపెట్టుకొన్నాడు.

అర్జునుడు – "నరశ్రేష్ఠా! భయపడకు. ధైర్యం చిక్కపట్టుకో నీవు కూడా యుద్ధంలో అద్భుతమైన పరాక్రమాన్ని చూపావు. నీవు రాజకుమారుడవు. శత్రుసంహారం చేయగల మత్స్యనరేశుని సుప్రసిద్ధ వంశంలో జన్మించావు. కాబట్టి ఈ సమయంలో నీవు నిరుత్సాహపడకూడదు. రాజపుత్రా! చక్కగా ధైర్యం తెచ్చుకొని రథం మీద కూర్చొని యుద్ధ సమయంలో గుఱ్ఱాలను నియంత్రించు. సరే ఇక ఇప్పుడు నన్ను భీష్మునిసేన ఎదుటకు తీసుకొని వెళ్లు. నేను దివ్యాస్త్రాలను ఎలా ప్రయోగిస్తానో చూడు. నేడు ఈ సమస్త సైన్యం చక్రంలాగ తిరుగుడు

పడడం నీవు చూస్తావు. బాణాలు వేయడంలో, ఇతర ఆయుధాలు తిప్పడంలో నాకున్న నైపుణ్యం నేడు నీకు చూపుతాను. నేను పిడికిలి బిగించడం ఇంద్రుని వద్ద; హస్తలాఘవం బ్రహ్మ నుండి; సంకట సమయాలలో విచిత్రరీతిలో యుద్ధం చేయడం ప్రజాపతి వద్ద నేర్చుకొన్నాను. అలాగే రుద్రుని నుండి రౌద్రాస్త్రాన్ని వరుణుని నుండి వారుణాస్త్రాన్ని, అగ్ని వలన ఆగ్నేయాస్త్రాన్ని, వాయుదేవుని నుండి వాయవ్యాస్త్రాన్ని అభ్యసించాను. కాబట్టి నీవు భయపడకు నేను ఒక్కడినే కౌరవులు అనే వనాన్ని నాశనం చేసి వేయగలను" అని ధైర్యం చెప్పాడు.

ఈరీతిగా అర్జునుడు ధైర్యం కలిగించగానే, ఉత్తరుడు రథాన్ని భీష్ముడు రక్షిస్తున్న రథసైన్యం దగ్గరకు తీసుకువెళ్లాడు. కౌరవులపై విజయం సాధించాలనే కోరికతో తనవైపు వస్తున్న అర్జునుని చూచి నిష్ఠుర పరాక్రమం చూపగల గంగానందనుడు భీష్ముడు ధైర్యంగా అతని దారికి అడ్డునిలిచాడు. అర్జునుడు ఒక బాణంతో భీష్ముని ధ్వజాన్ని మొదలంటా నరికివేశాడు. అదే సమయంలో మహాబలులైన దుశ్శాసనుడు, వికర్ణుడు, దుస్సహుడు, వివింశతి–ఈనలుగురు వీరులు నాలుగువైపులనుండి ధనంజయుని చుట్టుముట్టారు. దుశ్శాసనుడు ఒక బాణంతో ఉత్తరుని గాయపరిచి, ఇంకొక దానిని అర్జునుని వక్షస్థలంపై నాటాడు. అర్జునుడు కూడా వాడి బాణంతో దుశ్శాసనుని బంగారువింటిని ఖండించి ఐదు బాణాలతో అతని వక్షఃస్థలాన్ని గాయపరిచాడు. ఆబాణాలతో అతడు విలవిలలాడి యుద్ధభూమిని విడిచి పారిపోయాడు. ఆ తరువాత వికర్ణుడు పదునైన బాణాలతో అర్జునుని గాయపరచసాగాడు. అపుడు అర్జునుడు అతని నుదిటిమీద ఒకబాణం గురి చూసి కొట్టాడు. గాయపడి అతడు రథం నుండి కింద పడిపోయాడు. తదనంతరం దుస్సహుడు, వివింశతి ఇద్దరూ ఒకేసారి వచ్చి తమ సోదరుని పక్షాన ప్రతీకారం తీర్చుకోవడానికి అర్జునుని మీద బాణవర్షం కురిపించసాగారు. అర్జునుడు ఏమాత్రం తొణకలేదు. అతడు రెండు వాడి బాణాలతో ఆ ఇద్దరిని ఒకేసారి కొట్టాడు. వారి గుఱ్ఱాలను కూడా చంపేశాడు. ఆ ఇద్దరి గుఱ్ఱాలూ చనిపోవడమూ, వారి శరీరాలు గాయాలతో రక్తసిక్తం కావడమూ గమనించిన సేవకులు వారిని వేరే రథం ఎక్కించి యుద్ధభూమి నుండి తీసుకుపోయారు. గురితప్పని వీరుడు అర్జునుడు యుద్ధభూమిలో నాలుగువైపులా తిరగసాగాడు.

జనమేజయా! అర్జునుని యొక్క ఈపరాక్రమాన్ని చూచి దుర్యోధనుడు, కర్ణుడు, దుశ్శాసనుడు, వివింశతి, ద్రోణాచార్యుడు, అశ్వత్థామ, కృపాచార్యుడు కోపంతోను, ఆశ్చర్యంతోను, అతనిని ఎలాగైనా సంహరించాలనే కోరికతో తమ దృఢమైన ధనుస్సులతో టంకారం చేస్తూ తిరిగి అతనిమీద దండెత్తి వచ్చారు. అందరూ ఒక్కుమ్మడిగా అర్జునుని మీద బాణ వర్షం కురిపించసాగారు. వారి దివ్యాస్త్రాలు అన్నివైపుల నుండి వచ్చి తగలడంతో అతని శరీరంమీద బాణం గుచ్చుకోని రెండు అంగుళాల ఖాళీ కూడా మిగలలేదు. ఈదశలో అర్జునుడు కొంచెం నవ్వి తన గాండీవం మీద ఇంద్రాస్త్రం సంధించి బాణాల జడివాన కురిపించి సమస్త కౌరవులను కప్పివేశాడు. వర్షం కురిసే సమయంలో ఆకాశంలో మెరుపులు మెరుస్తూ అన్నిదిక్కులనూ, భూమండలాన్నీ ప్రకాశింపచేసినట్లుగా గాండీవం నుండి వెలువడిన బాణాలు అన్నిదిక్కులను కప్పివేశాయి. యుద్ధభూమిలో ఉన్న గజసైన్యం, రథికులు అందరూ మూర్ఛపోయారు. అందరి ఉత్సాహం చల్లారిపోయింది. ఎవరూ స్పృహలో లేరు. సైన్యం అంతా చిందరవందర అయింది. యోధులందరూ ప్రాణాలమీద ఆశ వదులుకొని నలువైపుల పరిగెత్తసాగారు.

ఇది చూచి భీష్మపితామహుడు సువర్ణఘటితమైన వింటితో, మర్మచ్ఛేదకములైన బాణాలతో అర్జునుని మీద విరుచుకుపడ్డాడు. అతడు అర్జునుని ధ్వజంమీద బుసలుకొడుతున్న పాములవంటి ఎనిమిది బాణాలను వేశాడు. దానితో ధ్వజంమీద ఉన్న వానరం తీవ్రంగా గాయపడింది. అగ్రభాగంలో ఉన్న భూతాలు కూడా దెబ్బతిన్నాయి. అర్జునుడు ఒక పెద్ద బల్లెం లాంటి బాణంతో భీష్ముని ఛత్రాన్ని విరుగగొట్టాడు. అది కిందపడిపోయింది. ఆవెంటనే అతని ధ్వజాన్ని కూడా బాణాలతో కూల్చివేశాడు. అతివేగంగా అతని గుఱ్ఱాలను, పార్శ్వరక్షకులను, సారథిని కూడా గాయపరిచాడు. భీష్ముడు దీనిని సహించలేకపోయాడు. అతడు అర్జునునిపై దివ్యాస్త్రాలను ప్రయోగించసాగాడు. బదులుగా అర్జునుడూ దివ్యాస్త్రాలను ప్రయోగించాడు. ఆసమయంలో వారిద్దరి మధ్య బలి ఇంద్రుల మధ్య వలె ఒళ్లు గగుర్పొడిచే యుద్ధం జరిగింది. కౌరవులు "భీష్ముడు అర్జునునితో చేసే యుద్ధం అతి కష్టమైనది. అర్జునుడు బలవంతుడు. యువకుడు. రణకుశలుడు. చురుకుదనం కలవాడు. యుద్ధంలో భీష్మద్రోణులు తప్ప అతని వేగాన్ని ఎవరు తట్టుకోగలుగుతారు?" అని

ప్రశంసించసాగారు. భీష్మార్జునులిద్దరూ ఆయుద్ధంలో ప్రాజాపత్య, ఇంద్ర, ఆగ్నేయ, రౌద్ర, వారుణ, కౌబేర, యామ్య, వాయవ్య – మొదలైన దివ్యాస్త్రాలను ప్రయోగిస్తూ కలయతిరిగారు.

భీష్మార్జునులిద్దరికీ దివ్యాస్త్రాలప్రయోగం తెలుసు. మొదట దివ్యాస్త్రాలతో వారిమధ్య యుద్ధం జరిగింది. తరువాత బాణయుద్ధం ప్రారంభం అయింది. అర్జునుడు భీష్ముని బంగారుధనుస్సును విరిచేశాడు. భీష్ముడు వెంటనే ఇంకొక విల్లు అందుకొని దానికి నారి బిగించి క్రుద్ధుడై అర్జునుని మీద బాణవర్షం కురిపించసాగాడు. అతడు తన బాణాలతో అర్జునుని ఎడమ ప్రక్కటెముకలలో గుచ్చుకొనేలా కొట్టాడు. అతడు నవ్వి వాడి బాణంతో భీష్ముని ధనుస్సును ఖండించాడు. తరువాత పదిబాణాలతో అతని రొమ్ముపై గురిచూసి కొట్టాడు. దీనితో భీష్ముడు సొమ్మసిల్లి రథకూబరపు స్తంభాన్ని ఆనుకొని చాలాసేపు కూర్చుండిపోయాడు. భీష్ముడు కదలకపోవడం చూసి సారథికి తన కర్తవ్యం గుర్తుకువచ్చింది. అతడు భీష్ముని రక్షించడానికి అతనిని యుద్ధభూమినుండి దూరంగా తీసుకుపోయాడు.

కౌరవసేన మూర్ఛపొందుట - దుర్యోధనుడు హస్తినకు తిరిగి వచ్చుట

వైశంపాయనుడు చెపుతున్నాడు – భీష్ముడు యుద్ధభూమిని విడిచి బయటికి వెళ్లిపోగానే దుర్యోధనుడు తన రథంపై జెండా ఎగురుతూ ఉండగా, సింహనాదం చేస్తూ ధనుస్సు పట్టుకొని ధనంజయుని మీదికి వచ్చాడు. అతడు చెవివరకు వింటిని లాగి అర్జునుని నుదుటిపై బాణంతో కొట్టాడు. ఆ బాణం లలాటంలో గుచ్చుకొని, గాయంనుండి వేడినెత్తుటి ధారలు స్రవించాయి. దానితో అర్జునునికి పట్టరాని కోపం వచ్చింది. అతడు విషాగ్నుల వంటి వాడి బాణాలతో దుర్యోధనుని తూట్లు పొడవసాగాడు. ఈరీతిగా ఇద్దరూ పరస్పరం బాణాలతో బాధించుకోసాగారు. తరువాత అర్జునుడు ఒక బాణాన్ని దుర్యోధనుని రొమ్మును ఛేదించేలా కొట్టి అతనిని గాయపరిచాడు. ఇంకా అతడు కౌరవ సైన్యంలోని ముఖ్యులైన యోధులందరినీ బాధించి తరిమివేశాడు. యోధులందరూ పరిగెత్తడం చూసి దుర్యోధనుడు కూడా తన రథాన్ని వెనుకకు మళ్లించి యుద్ధంలోంచి తొలగిపోయాడు. దుర్యోధనుడు శరీరం అంతా గాయాలతో నిండి నోటినుండి రక్తం కక్కుకుంటూ చాలావేగంగా వెళ్లిపోవడం చూశాడు అర్జునుడు. అప్పుడు యుద్ధకాంక్షతో అతడు భుజాలు చరుచుకుంటూ దుర్యోధనుని యుద్ధానికి పిలుస్తూ – "ధృతరాష్ట్రనందనా! యుద్ధంలో వెన్ను చూపి పారిపోతావెందుకు? అందువలన నీకీర్తికి భంగం కలుగుతుంది. నీవిజయఘోషలు పూర్వంలా ఇప్పుడు వినపడడం లేదు. నీవు రాజ్యభ్రష్టుడిగా చేసిన ఆయుధిష్ఠిరుని ఆజ్ఞానువర్తి అయిన ఈమధ్యమ పాండవుడు అర్జునుడు యుద్ధంకోసం వేచిఉన్నాడు. కొంచెం వెనక్కి ముఖం చూపించు, రాజుల కర్తవ్యాన్ని గుర్తుకుతెచ్చుకో. వీరపురుషా! దుర్యోధనా! నీకు ముందు వెనుకల ఎవరూ రక్షకులు కనిపించడం లేదు. కాబట్టి పారిపో. ఈ పాండుపుత్రుని చేతినుండి నీప్రాణాలను దక్కించుకో." అని గేలి చేశాడు.

ఈ రీతిగా అర్జునుడు ఉల్లసమాడడంతో అంకుశంపోటు తిన్న మదపుటేనుగులా దుర్యోధనుడు రోషంతో వెనక్కి తిరిగాడు. గాయాలతో నిండిన శరీరాన్ని ఎలాగో స్వాధీనంలోకి తెచ్చుకొని అతడు తిరిగి యుద్ధానికి రావడం చూచి కర్ణుడు ఉత్తరదిశనుండి అతనిని రక్షిస్తూ అర్జునుని ఎదిరించాడు. పడమటి దిక్కునుండి అతనిని రక్షించడానికి భీష్మపితామహుడు తన ధనుస్సు ఎక్కుపెట్టి వచ్చాడు. ద్రోణాచార్యుడు, కృపాచార్యుడు, వివింశతి, దుశ్శాసనుడు తమ తమ గొప్ప విండ్లను తీసుకొని వేగంగా వచ్చారు. దివ్యాస్త్రధారులైన ఆ యోధులందరూ అర్జునుని నాలుగువైపుల నుండి చుట్టుముట్టారు. మేఘం కొండపైన అన్ని వైపులనుండి వర్షించినట్లుగా వారు అతనిమీద బాణవర్షం కురిపించారు. అర్జునుడు తన అస్త్రాలు ఉపయోగించి శత్రువుల అస్త్రాలను నివారించడమే కాకుండా కౌరవులందరినీ లక్ష్యంగా చేసుకొని నివారింపశక్యం కాని సమ్మోహనాస్త్రం వేశాడు. అనంతరం అతడు భీషణంగా నినదించే తన శంఖాన్ని రెండు చేతులతో గట్టిగా పట్టుకొని బిగ్గరగా ఊదాడు. గంభీరనాదంతో దిగ్దిగంతాలు, భూమ్యాకాశాలు మారుమ్రోగి పోయాయి. అర్జునుడు ఊదిన ఆ శంఖధ్వని విన్న కౌరవ వీరులందరికీ స్పృహ తప్పింది. వారి చేతులనుండి విల్లంబులు జారిపోయాయి. వారంతా పరమశాంతంగా నిశ్చేతనులయి పోయారు.

వారు అచేతనంగా పడిఉండడం చూసి అర్జునునకు ఉత్తరయొక్క మాటలు గుర్తుకు వచ్చాయి. అందుకని అతడు ఉత్తరునితో – "రాజకుమారా! ఈ కౌరవవీరులకు తెలివి

రాకుండా ఉండేలోపున నీవు సేనామధ్యంలోకి వెళ్లి, ద్రోణాచార్య, కృపాచార్యులు ధరించిన తెల్లని వస్త్రాలను; కర్ణుని పసుపు పచ్చని, అశ్వత్థామ దుర్యోధనుల నల్లని వస్త్రాలను తీసుకొని తిరిగిరా. భీష్ములవారు స్పృహలో ఉంటారని నా ఉద్దేశ్యం. ఎందుకంటే వారికి ఈ సమ్మోహనాస్త్రం నివారించడం తెలుసును. కాబట్టి అతని గుఱ్ఱాలు ఎడమవైపు ఉండేలా వెళ్లు. తెలివిలో ఉన్నవారిపట్ల ఈ రీతిగానే జాగ్రత్తగా ఉండాలి" అని చెప్పాడు.

అర్జునుని మాటలు వినగానే విరాటకుమారుడు ఉత్తరుడు గుఱ్ఱాల పగ్గాలు వదిలి, రథంనుండి దూకి వెళ్లి వారి వస్త్రాలను తీసుకొని వెంటనే తిరిగి వచ్చి రథం ఎక్కాడు. అనంతరం రథం తోలుకొంటూ అర్జునుని ఆ యుద్ధభూమినుండి వెలుపలికి తీసుకువచ్చాడు. అర్జునుడు వెళ్లిపోవడం చూసిన భీష్ముడు అతనిపై బాణాలు వేయసాగాడు. అప్పుడు అర్జునుడు కూడా అతని గుఱ్ఱాలను చంపి, అతనిని కూడా పదిబాణాలతో గాయపరిచాడు. సారథిప్రాణాలు కూడా హరించాడు. అతనిని అక్కడే యుద్ధభూమిలో వదిలి రథికుల సమూహం నుండి బయటపడ్డాడు. అప్పుడతడు మేఘాలు తొలగిపోయిన సూర్యునిలా ప్రకాశించాడు.

ఆ తరువాత కౌరవవీరులందరూ మెల్లమెల్లగా స్పృహలోకి వచ్చారు. అర్జునుడు రణక్షేత్రానికి బయట ఒక్కడూ ఉండడం చూసిన దుర్యోధనుడు గాభరాపడుతూ భీష్మునితో – "పితామహా! ఇతడు మీ చేతులనుండి ఎలా తప్పించుకొన్నాడు? అతడు వెళ్లిపోకుండా చితకకొట్టండి" అన్నాడు. భీష్ముడు నవ్వి – " కురురాజా! నీవు నీధనుర్బాణాలను జారవిడిచి, అచేతనంగా పడిఉన్నప్పుడు ఈ నీ బుద్ధి పరాక్రమం ఎక్కడికి పోయాయి? అర్జునుడు ఎప్పుడూ నిర్దయగా వ్యవహరించడు. అతని మనసు పాపాచారానికి ఒడికట్టదు. త్రిలోకరాజ్యం కోసమైనా అతడు తన ధర్మాన్ని త్యజించడు. ఈ కారణంగానే అతడు ఈ యుద్ధంలో మనందరి ప్రాణాలు తీయలేదు. ఇక నీవు వెంటనే కురుదేశానికి బయలుదేరు. అర్జునుడు కూడా గోవులను జయించి వెనక్కి మళ్లుతాడు. స్వార్థంకోసం మోహవశుడవై నాశనం కొనితేవద్దు. అందరికీ హితకరమైన పనే చెయ్యి" అని మందలించాడు.

పితామహుని మాటలు విన్నాక దుర్యోధనునకు ఈ యుద్ధం వలన ప్రయోజనాలు కలుగుతాయనే ఏ ఆశా లేకుండా పోయింది. అతడు లోపల్లోపలే కోపంతో అసూయతో ఉడికిపోతూ నిట్టూర్పులు విడుస్తూ మౌనంగా ఉండి పోయాడు. ఇతర యోధులకు కూడా భీష్ముని ఈ మాటలు మేలైనవిగా తోచాయి. యుద్ధం చేస్తే అర్జునుడనే అగ్ని ఇంకా ఇంకా తమను దహిస్తాడని, కాబట్టి దుర్యోధనుని రక్షించుకొంటూ అందరూ వెనక్కి తిరిగి వెళ్లాలనే అభిప్రాయాన్నే ఇష్టపడ్డారు.

కౌరవవీరులు వెనక్కి మళ్లడం చూసిన అర్జునుడు తృప్తిపడ్డాడు. అతడు తన తాత భీష్మాచార్యులకు, గురువు ద్రోణాచార్యులకు శిరసు వంచి నమస్కరించాడు. అశ్వత్థామకు, కృపాచార్యునకు, పూజ్యులైన ఇతర కౌరవ వంశీయులకు బాణాలతో విచిత్ర రీతిలో నమస్కరించాడు. తిరిగి ఒక బాణంతో దుర్యోధనుని రత్నఖచితమైన కిరీటాన్ని పడగొట్టాడు. ఈ రీతిగా మాననీయులైన వీరులందరినీ సత్కరించి, అతడు గాండీవ ధనుష్టంకారంతో లోకాన్ని మారుమోగించాడు. అనంతరం వెంటనే దేవదత్త శంఖాన్ని పూరించాడు. అది విని శత్రువుల గుండెలు పగిలిపోయాయి. ఆ సమయంలో తన రథం యొక్క సువర్ణమాలాలంకృతమైన ధ్వజంతో సమస్త శత్రువులను తిరస్కరిస్తూ అర్జునుడు విజయోల్లాసంతో శోభించాడు. కౌరవులు వెళ్లిపోయాక ఆనందంతో అర్జునుడు ఉత్తరునితో – "రాజకుమారా! ఇక గుఱ్ఱాలను వెనక్కి తిప్పు. మీ గోవులను మనం జయించాం. శత్రువులు పారిపోయారు. కాబట్టి ఇక ఆనందంగా మనం నగరానికి వెళ్దాం" అన్నాడు.

కౌరవులకు అర్జునునితో జరిగిన అద్భుతమైన యుద్ధాన్ని చూచి దేవతలు పరవశించిపోయారు. అర్జునుని పరాక్రమం గురించి ముచ్చటించుకుంటూ తమ తమ లోకాలకు వెళ్లిపోయారు.

ఉత్తరుడు నగరమున ప్రవేశించుట

వైశంపాయనుడు చెపుతున్నాడు – ఈ రీతిగా దూరదృష్టి గల అర్జునుడు సంగ్రామంలో కౌరవులను జయించి విరాటుని అసంఖ్యాకమైన గోధనాన్ని తిరిగి తీసుకొనివచ్చాడు. యుద్ధసమయంలో అటు ఇటు చెల్లాచెదరై అన్నివైపులకు పారిపోయి దట్టమైన అడవిలో దాగుకొన్న దుర్యోధనుని సైనికులు ఆ సమయంలో బయటకు వచ్చి భయపడుతూ అర్జునుని సమీపించారు. వారు ఆకలిదప్పులతో అలసిసొలసి ఉన్నారు. పరదేశంలో ఉండడంతో వారి బాధ మరింత పెరిగింది. వారు నమస్కరించి అర్జునుని – "కుంతీనందనా! మమ్మల్ని ఏమి చేయమని సెలవిస్తారు?" అని వినయంగా అడిగారు.

అర్జునుడు - మీకు మేలు జరుగుతుంది. భయపడకండి మీ దేశానికి వెళ్లిపోండి. ఆపదలో చిక్కుకొన్న వారిని నేను చంపను. ఈ విషయంలో మీకు పూర్తి హామీ ఇస్తున్నాను" అన్నాడు.

ఆ అభయదానాన్ని విని అందరూ ఆయుఃకీర్తులు కలగాలని అర్జునుని ఆశీర్వదించారు. అనంతరం అర్జునుడు ఉత్తరుని ఆలింగనం చేసుకొని - "నాయనా! పాండవులు నీ తండ్రి వద్ద నివసిస్తున్నారనే విషయం నీకు తెలిసిపోయింది కదా! కాని నగరంలో ప్రవేశించగానే నీవు పాండవుల గురించి ప్రశంసించకు. అలా చేస్తే నీ తండ్రి భయంతో ప్రాణాలు వదిలేస్తాడు" అన్నాడు. ఉత్తరుడు - "సవ్యసాచీ! ఈ విషయం వెల్లడించమని నీవు నాతో స్వయంగా చెప్పేంతవరకు నీ గురించి నేనేమీ చెప్పను" అని సమాధానమిచ్చాడు.

తరువాత అర్జునుడు మళ్లీ శ్మశాన భూమిలోని శమీవృక్షం దగ్గరకు వచ్చాడు. అప్పుడు అతని ధ్వజం మీద ఉండే, అగ్నివలె తేజోరూపుడైన, పెద్ద వానరుడు భూతగణంతో పాటు ఆకాశంలోకి ఎగిరిపోయాడు. ఎలా వచ్చిన మాయ అలాగే అంతరించిపోయింది. రథం మీద తిరిగి విరాట రాజుయొక్క సింహధ్వజం నిలిచింది. అర్జునుని సమస్తాయుధాలు, గాండీవ ధనుస్సు, అక్షయతూణీరాలు తిరిగి శమీవృక్షం మీద ఉంచబడినాయి. తరువాత అర్జునుడు సారథిగా, ఉత్తరుడు రథికుడుగా మారి ఆనందంగా నగరం వైపు కదిలారు. అర్జునుడు మళ్లీ యథారీతిగా సిగచుట్టి బృహన్నలా వేషంలో పగ్గాలు పట్టుకొన్నాడు. దారిలో అతడు ఉత్తరునితో - "రాజకుమారా! శీఘ్రంగా నగరానికి వెళ్లి ఈ ప్రియసమాచారాన్ని వినిపించి, నీ విజయవార్తను చాటింపు వేయించమని ఈ గొల్లవారిని ఆదేశించు" అన్నాడు.

అర్జునుని మాటవిని ఉత్తరుడు వెంటనే దూతలను పిలిచి - "మీరు నగరానికి వెళ్లి శత్రువులు ఓడిపోయి పారిపోయారని, మనకు విజయం లభించిందని, గోవులు మరలివస్తున్నాయని వార్త అందించండి" అని ఆజ్ఞాపించాడు.

జనమేజయా! విరాటరాజు కూడా దక్షిణదిక్కునుండి గోవులను జయించి నలుగురు పాండవులతో పాటు సంతోషంగా నగరానికి విచ్చేశాడు. అతడు యుద్ధంలో త్రిగర్తులను ఓడించాడు. తన గోవులను తీసుకొని పాండవులతో పాటు అక్కడ కాలుపెట్టగానే అతని విజయలక్ష్మి అపూర్వంగా శోభించింది. అతడు రాజసభలో సింహాసనాసీనుడు కాగానే బంధువులకు హితులకు చాలా ఆనందం కలిగింది. అందరూ పాండవులతో కలిసి అతనిని సేవించసాగారు. అనంతరం విరాటుడు "ఉత్తరకుమారు డెక్కడ?" అని అడిగాడు. దానికి సమాధానంగా రాణివాసపు స్త్రీలు, కన్యకలు - "మహారాజా! తమరు యుద్ధానికి వెళ్లాక కౌరవులు ఇక్కడకు వచ్చి గోవులను అపహరించుకువెళ్లారు. ఉత్తరుడు కోపంతో, మిక్కిలి సాహసికాబట్టి ఒంటరిగానే వారిని జయించడానికి వెళ్లాడు. వెంట బృహన్నల సారథిగా వెళ్లాడు. కౌరవ సేనలో భీష్ముడు, కృపాచార్యుడు, కర్ణుడు, దుర్యోధనుడు ద్రోణాచార్యుడు, అశ్వత్థామ - ఈ ఆరుగురు మహారథులు వచ్చారు" అని నివేదించారు.

తన పుత్రుడు ఒంటరిగా బృహన్నలా సారథ్యంలో కేవలం ఒక్క రథంతో కౌరవులతో యుద్ధం చేయడానికి వెళ్లాడని వినగానే విరాటరాజుకు చాలా దుఃఖం కలిగింది. అతడు తన ప్రధానమంత్రులను - "త్రిగర్తులతోడి యుద్ధంలో గాయపడని యోధులు పెద్ద సైన్యాన్ని తీసుకొని ఉత్తరునికి రక్షణగా వెళ్లండి" అని ఆజ్ఞాపించి మళ్లీవారితో "ముందు కుమారుడు జీవించి ఉన్నాడో లేదో వెంటనే తెలుసుకోండి. ఒక పేడివాడు సారథిగా ఉంటే రథికుడు ఇంతవరకు జీవించి ఉండే అవకాశమేలేదు" అన్నాడు.

విరాటుని దుఃఖం చూచి యుధిష్ఠిరుడు నవ్వి - "రాజా! బృహన్నల సారథిగా ఉంటే మీ పుత్రుడు సమస్త రాజులను, కౌరవులనే కాదు, దేవతలను, అసురులను, సిద్ధులను, యక్షులను కూడా యుద్ధంలో జయించగలడని నమ్ము" అని పలికాడు. ఇంతలో ఉత్తరుడు పంపిన దూతలు విరాటనగరానికి చేరుకొన్నారు. వారు ఉత్తరుని విజయవార్తను విన్నవించారు. అది విని మంత్రులు రాజువద్దకు వచ్చి - "మహారాజా! ఉత్తరుడు గోవులన్నిటిని జయించాడు. కౌరవులు ఓడిపోయారు. రాజకుమారుడు తన సారథితో పాటు క్షేమంగా తిరిగివస్తున్నాడు " అని తెలియచేశారు.

యుధిష్ఠిరుడు - "గోవులు తిరిగిరావడం, కౌరవులు ఓడిపోయి పారిపోవడం చాలా అదృష్టం. కాని ఇందులో ఆశ్చర్యపడవలసినదేమీ లేదు. బృహన్నల సారథిగా ఉంటే విజయం తథ్యం" అన్నాడు.

పుత్రుని విజయవార్త విన్న విరాటుని ఆనందానికి అవధులు లేవు. అతని శరీరం పులకించింది. దూతలకు బహుమానమిచ్చి మంత్రులను చూచి 'బాటలకిరువైపులా విజయపతాకలను

ఎగురవేయండి. పూలు మొదలైన మంగళద్రవ్యాలతో దేవతలకు పూజలు చేయండి. కుమారులూ, ముఖ్యులైన యోధులూ అందరూ మంగళవాద్యాలతో అతనికి ఎదురేగి స్వాగతించండి. ఒక మనిషి ఏనుగుపై కూర్చొని గంట వాయిస్తూ నగరమంతటా నా విజయ సమాచారాన్ని వినిపించండి" అని ఆజ్ఞాపించాడు.

రాజు ఆదేశాన్ని విని సమస్త నగరవాసులు, పుణ్యవతులైన స్త్రీలు, సూతమాగధులు మొదలైనవారు మంగళద్రవ్యాలు తీసుకొని, వాద్యాలతో పాటు ఉత్తరుని తీసుకొని రావడానికి ముందుకు సాగారు. వారందరినీ పంపించాక విరాటరాజు అమితానందంతో – "సైరంధ్రీ! వెళ్లు. పాచికలు తీసుకురా. కంకమహాత్మా! ఇప్పుడు జూదం ఆడాలి" అన్నాడు. అది విని యుధిష్ఠిరుడు – " ఆనందంతో ఉబ్బితబ్బిబ్బు అవుతున్న నిపుణుడైన ఆటగానితో జూదం ఆడకూడదని నేను విన్నాను. మీరుకూడా ఈ రోజు చాలా సంతోషంగా ఉన్నారు. కాబట్టి మీతో ఆడే సాహసం చేయలేను. సరే. మీరు జూదం ఎందుకు ఆడుతున్నారు? ఇందులో చాలా దోషాలు ఉన్నాయి. సాధ్యమైనంతవరకు దీనిని వదిలిపెట్టడమే మంచిది. మీరు యుధిష్ఠిరుని చూచే ఉంటారు. కనీసం అతని పేరయినా విని ఉంటారు. అతడు తన విశాలసామ్రాజ్యాన్ని, తమ్ముళ్లను కూడా జూదంలో ఓడిపోయాడు. కనుక నేను జూదం అంటే ఇష్టపడను. అయినా మీకు దానిపై ఎక్కువ మక్కువ ఉంటే ఆడదాం మరి" అన్నాడు.

జూదం ఆరంభమయింది. ఆడుతూ ఆడుతూ మధ్యలో విరాటుడు – "చూశావా! ఈ రోజు నా కొడుకు ప్రసిద్ధులయిన కౌరవులపై గెలుపొందాడు". అన్నాడు తన్మయంగా. యుధిష్ఠిరుడు – "బృహన్నలను సారథిగా చేసుకొన్నవాడు యుద్ధంలో ఎందుకు జయించడు?" అని బదులిచ్చాడు. ఈ మాట వినగానే రాజుకు పట్టరాని కోపం వచ్చింది. అతడు – "బ్రాహ్మణాధమా! నా కొడుకును ఒక పేడివాడితో కలిపి ప్రశంసిస్తావా? మిత్రుడివి కాబట్టి నేను నీ ఈ తప్పును మన్నిస్తున్నాను. కాని బ్రతకదలచుకొంటే మాత్రం మళ్లీ ఇలా ఎప్పుడూ మాట్లాడకు" అని తీవ్రంగా అన్నాడు. యుధిష్ఠిరుడు – "రాజా! ద్రోణాచార్యుడు, భీష్ముడు, అశ్వత్థామ, కర్ణుడు, కృపాచార్యుడు, దుర్యోధనుడు మొదలైన మహావీరులు యుద్ధానికి వచ్చారు. అక్కడ వారిని బృహన్నల తప్ప వేరెవరు ఎదుర్కోగలుగుతారు? అతనితో సమానమైన బాహుబలం ఏ ఒక్క ఇతర మనుష్యునికి లేదు. ఇక ముందు ఉంటుందనే ఆశా లేదు. దేవతలు, అసురులు, మనుష్యులను కూడా జయించిన అటువంటి వీరుని సహాయం పొందిన ఉత్తరుడు ఎందుకు విజయం సాధించలేడు?" అని నిబ్బరంగా పలికాడు. విరాటుడు – 'చాలాసార్లు వద్దని చెప్పాను. అయినా నీ నోరు మూతపడలేదు. నిజం. దండించేవాడు లేకపోతే మనుష్యుడు ధర్మాన్ని ఆచరించలేడు" అని అంటూనే కోపంతో విచక్షణ కోల్పోయి పాచికలెత్తి యుధిష్ఠిరుని ముఖంమీదికి విసిరికొట్టాడు. పైగా "ఇక తిరిగి ఎప్పుడూ అలా అనకు" అని హెచ్చరించాడు.

పాచికలు గట్టిగా తగిలాయి. యుధిష్ఠిరుని ముక్కునుండి రక్తం కారసాగింది. ఆ చుక్కలు నేలమీద పడడానికి ముందే యుధిష్ఠిరుడు తన రెండు చేతులతో దానిని ఆపుకొని దగ్గరే ఉన్న ద్రౌపదికేసి చూశాడు. ద్రౌపది తన భర్త అభిప్రాయం గుర్తించింది. ఆమె నీటితో నిండిన ఒక సువర్ణ పాత్రను తెచ్చి దానిలోకి ఆ రక్తాన్నంతా పట్టింది.

రాజకుమారుడు ఉత్తరుడు నగరంలోకి చాలా సంతోషంగా ప్రవేశించాడు. విరాటనగరంలోని స్త్రీ పురుషులే కాకుండా దానికి చుట్టు ప్రక్కల జనం కూడా అతనికి ఎదుర్కోలు చెప్పడానికి వచ్చారు. అందరూ అతనికి స్వాగత సత్కారాలు చేశారు. అనంతరం అతడు రాజభవనద్వారం చేరుకొని, తండ్రికి వార్త పంపాడు. ద్వారపాలుడు కొలువులోకి వచ్చి విరాటునితో – "మహారాజా! బృహన్నలతో పాటు రాజకుమారుడు ఉత్తరుడు ద్వారం వద్ద నిలిచిఉన్నాడు" అని విన్నవించాడు. ఈ శుభవార్తతో రాజు మిక్కిలి ఆనందించాడు. అతడు ద్వారపాలునితో "ఇద్దరినీ వెంటనే లోనికి ప్రవేశపెట్టు. వారిని కలుసుకోవాలని నాకు చాలా ఆత్రంగా ఉంది" అన్నాడు. అదే సమయంలో యుధిష్ఠిరుడు ద్వారపాలకుని దగ్గరకు వెళ్లి చెవిలో మెల్లగా – "ముందు కేవలం ఉత్తరుడొక్కరినే ఇక్కడకు తీసుకురా. బృహన్నలను తీసుకురావద్దు. అతడు "యుద్ధంలో తప్ప అన్యత్ర ఎక్కడైనా ఎవరు నా శరీరాన్ని గాయపరిచినా, లేదా రక్తం చిందించినా అతని ప్రాణాల్ని తీస్తా"నని ప్రతిజ్ఞ చేశాడు. ఇప్పుడు నా శరీరం మీద రక్తం చూచి కోపంతో మండిపడతాడు. ఆ ఆవేశంలో విరాటుని, అతనిసైన్యాన్ని, వాహనాలను మంత్రులతో సహితంగా మట్టుపెట్టేస్తాడు" అని చెప్పాడు.

అనంతరం ఉత్తరుడొక్కడే సభాభవనంలో ప్రవేశించాడు.

వస్తూనే తండ్రి పాదాలపై తలమోపి నమస్కరించి, ఆపై కంకునికి కూడా ప్రణామం చేశాడు. కంకభట్టు ముక్కునుండి రక్తం కారడం, అతడు ఒక్కడే నేలమీద కూర్చోవడం, సైరంధ్రి అతనికి పరిచర్యలు చేయడం చూశాడు. అతడు చాలా వ్యాకులపడి తండ్రిని – "వీరిని ఎవరుకొట్టారు? ఈ పాపపు పని చేసినదెవరు?" అని ప్రశ్నించాడు. విరాటుడు – "నేనే అతనిని కొట్టాను. వీడు చాలా కుటిలుడు. ఇతనిని మనం ఎంతో ఆదరించాం. కాని దానికి ఇతడు ఎప్పుడూ యోగ్యుడు కాడు. చూడు. నిన్ను ప్రశంసిస్తూంటే ఇతడు ఆ పేడివానిని పొగడడం మొదలుపెడతాడు" అన్నాడు. ఉత్తరుడు – "మహారాజా! మీరు చాలా పెద్ద తప్పుచేశారు. వీరిని వెంటనే ప్రసన్నులుగా చేసుకోండి. లేకపోతే బ్రాహ్మణులకోపం మిమ్మలను సమూలంగా నాశనం చేస్తుంది" అన్నాడు నర్మగర్భంగా.

కొడుకు మాటవిని విరాటరాజు కుంతీనందనుడైన యుధిష్ఠిరుని క్షమించమని అడిగాడు. రాజు క్షమించమనడం చూసి యుధిష్ఠిరుడు – "రాజా! క్షమను చిరకాలం నుండి వ్రతంగా స్వీకరించాను. నాకు కోపం రానే రాదు. నా ముక్కునుండి కారిన ఈ రక్తం భూమిమీద పడితే రాజ్యంతోపాటుగా నీవు కూడా నశించిపోతావనడంలో ఏమాత్రం సందేహం లేదు. కాబట్టి నేను రక్తం కింద పడనివ్వలేదు" అన్నాడు.

యుధిష్ఠిరునికి రక్తం కారడం ఆగాక, అప్పుడు బృహన్నల కూడా లోపలకు వచ్చి విరాటునికి, కంకభట్టుకు ప్రణామం చేశాడు. విరాటుడు అర్జునుని ఎదుటనే ఉత్తరుని ప్రశంసించసాగాడు. – "కైకేయీ నందనా! నిన్నుపొంది నేను నిజంగా పుత్రులు కలవాడినయ్యాను. నీ వంటి కొడుకు నాకు వేరొకడు లేడు. ఉండే అవకాశం లేదు. నాయనా! ఒకేసారి వేయి లక్ష్యాలను ఛేదించడంలో ఎన్నడూ గురితప్పని ఆ కర్ణుని, ఈ లోకంలోనే సాటిరాగలవారు ఎవరూలేని ఆ భీష్మలవారిని, కౌరవులకు గురువులయిన ద్రోణాచార్యుడు, అశ్వత్థామలను, యోధులకు వణుకు పుట్టించే కృపాచార్యుని ఎలా ఎదుర్కొన్నావు? దుర్యోధనునితో ఎలా యుద్ధం చేశావు? నాకు ఇదంతా వినాలని ఉంది" అని అడిగాడు.

ఉత్తరుడు – "మహారాజా! ఇది నా విజయం కాదు. ఈ పనంతా ఒక దేవకుమారుడు చేశాడు. నేను భయపడి పరిగెత్తుకు వచ్చేస్తున్నాను. కాని ఆ దేవపుత్రుడు నన్ను వెనక్కి తిప్పి, తాను స్వయంగా రథాన్ని ఎక్కి గోవులను జయించాడు. కౌరవులను ఓడించాడు. అతడే కృపాచార్యుని, ద్రోణాచార్యుని, భీష్ముని, అశ్వత్థామను, కర్ణుని, దుర్యోధనుని – ఈ ఆరుగురు మహారథులను బాణాలు వేసి యుద్ధభూమి నుండి పారిపోయేలా చేశాడు. అతడే ఆ సైన్యాన్ని అంతటినీ ఓడించి, నవ్వుతూ వారి వస్త్రాలను కూడా అపహరించాడు." అని క్లుప్తంగా చెప్పాడు.

విరాటుడు – "ఆ మహాబాహువు దేవపుత్రుడు ఎక్కడున్నాడు? నాకు అతనిని చూడాలని ఉంది" అని అడిగాడు. ఉత్తరుడు – "అతడు అక్కడే అంతర్ధానమయి పోయాడు. రేపటెల్లుండిలో ఇక్కడ ప్రత్యక్షమై దర్శనమిస్తాడు" అని సమాధానమిచ్చాడు.

ఉత్తరుడు చేసిన సూచన అంతా అర్జునుని గురించే అయినా నపుంసకవేషంలో ఉండడం వలన విరాటుడు గుర్తించలేకపోయాడు. అతని ఆజ్ఞను అనుసరించి బృహన్నల యుద్ధాన్నుండి తెచ్చిన ఆ వస్త్రాలనన్నిటినీ రాజకుమారి ఉత్తరకు ఇచ్చాడు. ఆ రంగురంగుల అతి విలువైన వస్త్రాలను చూచి ఉత్తర చాలా సంతోషించింది. ఆ తరువాత అర్జునుడు యుధిష్ఠిరుడు బయటపడే విషయమై ఉత్తరునితో సంప్రతించి దానిప్రకారం కార్యం కొనసాగించాడు.

పాండవులు వెల్లడి అగుట

వైశంపాయనుడు చెపుతున్నాడు – ఆ తరువాత మూడవ రోజున పాండవవీరులు ఐదుగురు స్నానం చేసి, శ్వేతవస్త్రధారులై, రాజోచిత భూషణాలతో, యుధిష్ఠిరుడు ముందు నడుస్తూండగా సభా భవనంలోనికి ప్రవేశించారు. సభలోకి వచ్చి వారు రాజులకు తగిన ఆసనాలపై కూర్చున్నారు. అనంతరం రాజకార్యాలు నిర్వర్తించడానికి విరాటరాజు విచ్చేశాడు. అగ్నిసదృశులైన పాండవులు సింహాసనాలమీద కూర్చోవడం చూసి రాజుకు చాలా కోపం వచ్చింది. అయినా కొద్దిసేపు మనసులోనే వితర్కించుకొని అతడు కంకునితో – "నీవు జూదం ఆడేవాడివి. సభలో పాచికలు పరచడానికే నిన్ను నేను నియోగించాను. నేడు ఇలా నిర్భయంగా సింహాసనం మీద ఎలా కూర్చున్నావు?" అని అడిగాడు.

రాజు ఈ మాటలను పరిహాసంగా అన్నాడు. అది విని అర్జునుడు నవ్వుతూ – "రాజా! నీ ఈ సింహాసనమేమిటి? ఇతడు ఇంద్రుని అర్థసింహాసనం అధిష్ఠించడానికి కూడా అర్హుడే. ఇతడు బ్రాహ్మణ రక్షకుడు, శాస్త్ర విద్వాంసుడు,

త్యాగి, యజ్ఞకర్త, దృఢదీక్షాపరాయణుడు. ఇతడు మూర్తీభవించిన ధర్మం. వీరులలో శ్రేష్ఠుడు. ఈ లోకంలో అందరికంటె అధికబుద్ధిమంతుడు, తపస్సు చేసేవాడు. దేవతలకు, అసురులకు, మనుష్యులకు, రాక్షసులకు, గంధర్వులకు, కిన్నరులకు, సర్పాలకు, గొప్పగొప్ప నాగులకు కూడా తెలియని అస్త్రాలన్నీ ఈతనికి తెలుసు. ఇతడు దీర్ఘదర్శి, మహాతేజస్వి, తన రాజ్యంలోని వారందరికీ ప్రేమ పాత్రుడు, మహర్షి తుల్యుడు. రాజర్షి. సమస్తలోకాలలో విఖ్యాతుడు. మహారథికుడు, బలవంతుడు, ధర్మపరాయణుడు, ధీరుడు, చతురుడు, సత్యవాది, జితేంద్రియుడు, ఐశ్వర్యంలో ఇంద్రునితో, ధనంలో కుబేరునితో సమానుడు. ఈతనిపేరు ధర్మరాజు యుధిష్ఠిరుడు. ఇతడు కౌరవులలో సర్వశ్రేష్ఠుడు. ఉదయించే సూర్యకాంతిలా ఇతని కీర్తి సుఖదాయకంగా లోకంలో వ్యాపించింది. ఈ ధర్మరాజు కురుదేశంలో నివసించేటపుడు ఇతని వెనుక మహావేగంగల పదివేల ఏనుగులు; ఉత్తమాశ్వాలు పూన్చబడిన సువర్ణమాలాలంకృతాలైన మూడువేల రథాలు నడిచేవి. దేవతలు కుబేరుని ఉపాసించినట్లుగా రాజులందరూ, కౌరవులూ ఇతనిని ఉపాసిస్తూ ఉండేవారు. ఇతడు ఈ ప్రాంతంలోని రాజులందరి వద్దనుండి కప్పం పుచ్చుకొన్నాడు. ఇతని వద్ద ప్రతిదినం ఎనభై వేలమంది స్నాతకులైన బ్రాహ్మణులు జీవికను గడుపుకునేవారు. ఇతడు ముసలివారిని, అనాథలను, కుంటివారిని, గ్రుడ్డివారిని సంరక్షించేవాడు. ప్రజలను ఎప్పుడూ కన్నబిడ్డలవలె భావించేవాడు. ఇతని సద్గుణాలను లెక్కించలేం. ఇతడు నిత్యమూ ధర్మపరాయణుడు. దయాళువు రాజా! ఇన్ని ఉత్తమగుణాలు కలిగిఉండీ నీ సింహాసనం అధిష్ఠించడానికి ఎందుకు అధికారికాడు?" అని విపులంగా చెప్పాడు.

విరాటుడు – "ఇతడు కురువంశీయుడైన యుధిష్ఠిరుడు అయితే, ఇతని తమ్ముడు అర్జునుడు, మహాబలవంతుడు భీమసేనుడు ఏరీ? నకుల సహదేవులు, ద్రౌపది ఎక్కడున్నారు? పాండవులు జూదంలో ఓడిపోయిన నాటినుండి ఎక్కడా వారి జాడయేలేదు" అన్నాడు.

అర్జునుడు – రాజా! వల్లవుడనే పేరుగల మీ వంటలవాడే భీమవేగుడు, పరాక్రమవంతుడు అయిన భీమసేనుడు. కీచకులను చంపిన గంధర్వుడు కూడా ఇతడే. ఇంతవరకు మీ వద్ద అశ్వశిక్షకుడుగా ఉన్న ఇతడే నకులుడు. గోవులను సంరక్షించే ఇతడు సహదేవుడు. ఈ ఇద్దరు వీరులు మాద్రీపుత్రులు – ఈ సుందరి, మీ వద్ద సైరంధ్రీరూపంలో ఉన్నది, ద్రౌపది. ఈమెను గురించియే కీచకుడు వినాశనాన్ని కొని తెచ్చుకొన్నాడు. నా పేరు అర్జునుడు తప్పకుండా మీ చెవులలో ఎప్పుడైనా నాపేరు పడే ఉంటుంది" అని చెప్పాడు.

అర్జునుని మాటలుపూర్తి కాగానే ఉత్తరుడు కూడా పాండవులను పరిచయం చేశాడు. అనంతరం అర్జునుని పరాక్రమాన్ని చెప్పడం మొదలుపెట్టాడు. "తండ్రీ! ఇతడే యుద్ధంలో గోవులను జయించి తీసుకొని వచ్చాడు. ఇతడే కౌరవులను ఓడించాడు. ఇతని శంఖధ్వని వినే నా చెవులు చిల్లులు పడ్డాయి" అని చెప్పాడు.

ఇదంతా విని విరాటరాజు– "ఉత్తరా! ఇప్పుడు మనకు పాండవులను సంతోషపెట్టే చక్కని అవకాశం లభించింది. నీకు ఉద్దేశం ఉంటే అర్జుననితో ఉత్తరాకుమారి వివాహం జరిపిస్తాను" అన్నాడు. ఉత్తరుడు సమాధానంగా – "పాండవులందరూ సర్వథా శ్రేష్ఠులు, పూజ్యులు, సమ్మాన యోగ్యులు, వీరికోసం మనకు అవకాశం కూడా కలిసి వచ్చింది. కాబట్టి మీరు వీరిని అవశ్యం సత్కరించండి" అన్నాడు. విరాటుడు – "యుద్ధంలో నేనుకూడా శత్రువుల చేతికి చిక్కాను. ఆ సమయంలో భీమసేనుడే నన్ను విడిపించాడు. గోవులను కూడా జయించాడు. నేనే అజ్ఞానం కొద్దీ యుధిష్ఠిరమహారాజును అనుచితంగా మాట్లాడాను' అందుకు పాండునందనుడు నన్ను క్షమించాలి" అన్నాడు.

ఈ రీతిగా క్షమించమని అడిగి విరాటరాజు చాలా సంతోషించాడు. అతడు తన కొడుకుతో ఆలోచించి తన సమస్త రాజ్యాన్ని కోశాగారాన్ని యుధిష్ఠిరుని సేవకు అర్పించాడు. పాండవులను విశేషించి అర్జునుని దర్శించగలిగినందుకు తన అదృష్టాన్ని పొగడుకొన్నాడు. అందర్నీ ప్రేమగా తలమూర్కొని ఆలింగనం చేసుకొన్నాడు. అతడు తనివితీరని చూపులతో వారిని తదేకంగా చూడసాగాడు. మిక్కిలి ఆనందంతో యుధిష్ఠిరుని చూచి – "మీరు వనవాసం నుండి క్షేమంగా బయటపడ్డారు. చాలా అదృష్టం. అతికష్టమైన అజ్ఞాతవాసాన్ని కూడా మీరు పూర్తి చేశారు. ఇది చాలా మంచి విషయం. నా సర్వస్వం మీదే. మీరు నిస్సంకోచంగా దీనిని స్వీకరించండి. అర్జునుడు నా కుమార్తె ఉత్తరను వివాహమాడాలి. అతడు నాకుమార్తెకు తగిన వరుడు" అన్నాడు.

విరాటుడు ఇలా అనగానే యుధిష్ఠిరుడు అర్జునునివైపు చూశాడు. అప్పుడు అర్జునుడు మత్స్యరాజుతో – "రాజా!

నేను మీ కుమార్తెను కోడలుగా స్వీకరిస్తాను. మత్స్య భరత వంశాల మధ్య ఈ బంధుత్వం ఉచితంగా ఉంటుంది" అన్నాడు.

ఉత్తరాభిమన్యుల వివాహము

వైశంపాయనుడు చెపుతున్నాడు - అర్జునుని మాట విని విరాటరాజు - "పాండవశ్రేష్ఠా! నేను నా కుమార్తెను స్వయంగా నీకు ఇస్తున్నాను. అయినా నీవు ఆమెను పత్నిగా ఎందుకు స్వీకరించవు?" అని ప్రశ్నించాడు. అందుకు అర్జునుడు - "రాజా! నేను చాలాకాలం మీ రాణివాసంలో ఉన్నాను. మీ కుమార్తెను ఏకాంతంలోను, అందరి ఎదుటా కూడా పుత్రీభావంతోనే చూస్తూ వచ్చాను. ఆమె కూడా నాయందు పితృభావాన్నే ప్రదర్శించి విశ్వసించింది. నేను నాట్యం చేయగలను. సంగీతజ్ఞానం కూడా ఉంది. కనుక ఆమెకు నా యందు చాలా ప్రేమ ఉండవచ్చు. కాని ఎప్పుడూ నన్ను గురువుగానే మన్నిస్తూ వచ్చింది. ఆమె వయసులో ఉన్నది. ఆమెతో నేను ఏడాదిపాటు కలిసి ఉండవలసి వచ్చింది. ఈ కారణంగా మీరుగాని, ఇతరులెవరైనా గానీ మమ్మల్ని అనుచితంగా శంకించకూడదనే నేను ఆమెను కోడలిగా స్వీకరిస్తానన్నాను. ఇలా చేస్తేనే నేను నిష్కళంకుడను జితేంద్రియుడను, మనోనిగ్రహం కలవాడను అవుతాను. ఇందువలన మీ కుమార్తె చరిత్ర కూడా నిష్కళంకంగా నిరూపితమవుతుంది. నేను నిందకు, మిథ్యాకళంకానికి భయపడతాను. అందుకే ఉత్తరను కోడలిగా మాత్రమే గ్రహిస్తాను. నా కొడుకుకూడా దేవతుల్యుడు. శ్రీకృష్ణ భగవానుని మేనల్లుడు. వారు అతనిని మిక్కిలిగా ప్రేమిస్తారు. అతని పేరు అభిమన్యుడు. అన్నిరకాల అస్త్రవిద్యలలో నిపుణుడు. మీ కుమార్తెకు అన్నివిధాలా తగిన వరుడు" అని వివరంగాచెప్పాడు.

విరాటుడు - "పార్థా! నీవు కౌరవశ్రేష్ఠుడవు. కుంతీసుతుడవు. కాబట్టి ధర్మాధర్మాలను గూర్చి ఇంతగా ఆలోచించడం సబబుగానే ఉంది. నీవు సదా ధర్మతత్పరుడవు. జ్ఞానివి. ఇక అనంతరకర్తవ్యం ఏదో అది పూర్తి చేయాలి. అర్జునుడే నా వియ్యంకుడు అయినపుడు నాకోరిక ఏది నెరవేరకుండా ఉంటుంది?" అని తన సమ్మతిని ప్రకటించాడు.

విరాటుడు ఇలా అన్నాక సమయం చూసుకొని యుధిష్ఠిరుడు కూడా ఆ ఇద్దరిమాటలను ఆమోదించాడు. తరువాత విరాటుడు, యుధిష్ఠిరుడు తమతమ మిత్రుల వద్దకు, శ్రీకృష్ణభగవానుని వద్దకు దూతలను పంపించారు. పదమూడవ సంవత్సరం గడిచిపోయింది. కాబట్టి పాండవులు విరాటుని యొక్క ఉపప్లావ్యమనే స్థలానికి వెళ్లి ఉండసాగారు. అభిమన్యుని, శ్రీకృష్ణుని, ఇంకా ఇతరదాశార్హవంశీయులను పిలిపించారు. కాశీరాజు, శైబ్యుడు ఒక్కొక్క అక్షౌహిణిసేనను తీసుకొని యుధిష్ఠిరుని వద్దకు ఆనందంగా తరలివచ్చారు. ద్రుపద మహారాజు కూడా అక్షౌహిణి సైన్యంతో వచ్చాడు. అతనితో శిఖండి, ధృష్టద్యుమ్నుడు వచ్చారు. వీరేకాక అనేకులు ఇతరరాజులు కూడా అక్షౌహిణి సైన్యసహితంగా అక్కడకు విచ్చేశారు. విరాటరాజు వారందరినీ యథోచితంగా సత్కరించి, వారందరికీ చక్కని విడుదులు ఏర్పాటు చేశాడు.

శ్రీకృష్ణభగవానుడు, బలదేవుడు, కృతవర్మ, సాత్యకి, అక్రూరుడు, సాంబుడు మొదలైన క్షత్రియులు అభిమన్యుని, సుభద్రను వెంటపెట్టుకొని వచ్చారు. ద్వారకలో ఏడాదిపాటు నివసించిన ఇంద్రసేనాదులైన సారథులు కూడా రథాలతోపాటు అక్కడికి వచ్చారు. శ్రీకృష్ణభగవానుని వెంట పదివేల ఏనుగులు, పదివేల గుఱ్ఱాలు, పదికోట్ల రథాలు, పదివేల కోట్ల కాల్బలం ఉంది. వృష్ణి, అంధక, భోజ వంశాల బలవంతులైన రాజకుమారులు వచ్చారు. శ్రీకృష్ణుడు పిలుపు అందుకొని పెక్కుమంది దాసీలను, అనేక రత్నారాసులను వస్త్రాలను యుధిష్ఠిరునికి కానుకగా పంపాడు.

విరాటరాజు గృహంలో శంఖ భేరీ గోముఖాది వాద్యాలు మోగసాగాయి. అంతఃపురంలోని అందగత్తెలు అనేకవిధాల ఆభరణాలు, వస్త్రాలు అలంకరించుకొని, చెవులకు మణిమయకుండలాలు ధరించి సుదేష్ణారాణి ముందు నడువగా మహారాణి ద్రౌపదివద్దకు బయలుదేరారు. వారు రాజకుమారి ఉత్తరను అందంగా అలంకరించి ఆమె చుట్టూ చేరి నడిచారు. ద్రౌపది దగ్గరకు వచ్చి ఆమె రూపసంపత్తి, సౌందర్యాల ముందు అందరూ వెలతెలపోయారు. అర్జునుడు సుభద్రకొడుకు అభిమన్యుని వెంటపెట్టుకొని వెళ్లి విరాటకుమారిని స్వీకరించాడు. ఆసమయంలో అక్కడ ఇంద్రునివలె వేషభూషలు ధరించిన యుధిష్ఠిరుడు కూడా ఉన్నాడు. అతడు ఉత్తరను కోడలుగా అంగీకరించాడు. అనంతరం శ్రీకృష్ణభగవానుని సన్నిధిలో ఉత్తరాభిమన్యుల వివాహం జరిగింది. వివాహసమయంలో విరాటుడు ప్రజ్వరిల్లుతున్న అగ్నిలో విధిపూర్వకంగా హోమం చేసి బ్రాహ్మణులను సత్కరించాడు. కానుకల రూపంలో వరునివైపు

వారికి వాయువేగం కల ఏడువేల గుఱ్ఱాలను, రెండువందల ఏనుగులను, అంతులేని ధనాన్ని ఇచ్చాడు. దానితోపాటే రాజ్యాన్ని, సైన్యాన్ని, కోశాగారంతోపాటు తనను కూడా వారి సేవకు సమర్పించుకొన్నాడు.

వివాహం జరిగిన తరువాత యుధిష్ఠిరుడు శ్రీకృష్ణభగవానుని ద్వారా కానుకల రూపంలో వచ్చిన ధనంనుండి బ్రాహ్మణులకు చాలావరకు దానం చేశాడు. వేలకొద్దీ గోవులు, రత్నాలు, వస్త్రాలు, భూషణాలు, వాహనాలు, శయ్యలు, రుచికరమైన అన్నపానీయాలు సమర్పించాడు. ఆ మహోత్సవ సమయంలో చక్కగా సంతృప్తిచెందిన వారు వేలు లక్షలమంది ఉన్నారు. వారితో మత్స్యనరేశుని ఆ నగరం ఎంతో శోభాయమానంగా ప్రకాశించింది.

ఇది విరాట పర్వము

అధస్సూచికలు

(2) రాజగృహంబు కంటె నభిరామముగా నిలు కట్టగూడ దే
యోజ నృపాలుడాకృతికి నొప్పగువేషము లాచరించు నే
యోజ విహారముల్ సలుప నుల్లమునన్ గడువేడ్క సేయు నే
యోజ విదగ్ధుడై పలుకు నొడ్డులకున్ దగదట్లు సేయగన్.

(విరాట-1-123)

(1) ఆవులింత తుమ్ము హాసంబు నిష్ఠీవ
నంబు గుప్తవర్తనములు గాగ
జలుపవలయు నృపతి గొలువున్నయెడల బా
హిరము లైన గెలని కెగ్గ లగుట.

(విరాట-1-137)

(3) వలలుం డెక్కడ జూచె నొండెడ నసేవ్యక్ష్మాజముల్ పుట్టవే
ఫలితంబై వరశాఖలొప్పగ ననల్పప్రీతి సంధించుచున్
విలసచ్ఛాయ నుపాశ్రితప్రతికిన్ విశ్రాంతి గావింపగా
గల యీభూజము వంట కట్టియలకై ఖండింపగా నేటికిన్.

(విరాట-2-136)

(4) వచ్చినవాడు ఫల్గును డవశ్యము గెల్తుమనంగరాదు రా
లచ్చికినై పెనంగిన బలంబులు రెండును గెల్వనేర్చునే
హెచ్చుగుం గుందగుం దొడరు టెల్లవిధంబుల కోర్చుటట్లుగా
కిచ్చ దలంచి యొక్క మెయి నిత్తఱి పొందగు చేతయుందగున్.

(విరాట-4-234)

॥ ఓం శ్రీగణేశాయ నమః ॥

సంక్షిప్త మహాభారతము

ఉద్యోగ పర్వము

పాండవ పక్షనేతల సమావేశము - ద్రుపదపురోహితుని రాయబారము

నారాయణం నమస్కృత్య నరం చైవ నరోత్తమమ్ ।
దేవీం సరస్వతీం వ్యాసం తతో జయముదీరయేత్ ॥

నారాయణ స్వరూపుడైన శ్రీకృష్ణునికి, నరోత్తముడు అయిన అర్జునునికి, వారి లీలలను ప్రకటించే సరస్వతీదేవికి, దానిని రచించిన వ్యాసునికి నమస్కరించి, ఆసురభావాలను తొలగించి అంతఃకరణశుద్ధి కలిగించే మహాభారతాన్ని చదవాలి.

వైశంపాయనుడు చెపుతున్నాడు - రాజా! కురువీరులయిన పాండవులు అభిమన్యుని వివాహం చేసి తమస్నేహితులయిన యాదవులతో పాటు చాలా ఆనందించారు. ఆ రాత్రి విశ్రాంతి తీసుకొని మరుసటిరోజు ఉదయాన్నే విరాటుని సభను చేరుకొన్నారు. అందరికంటె ముందు రాజులందరికీ మాన్యులు, పెద్దలు అయిన విరాట ద్రుపదులు ఆసనాలను అధిష్ఠించారు. తరువాత తమ తండ్రి వసుదేవునితో పాటు బలరామ శ్రీకృష్ణులు ఆసీనులయ్యారు. సాత్యకి; బలరాముడు పాంచాలరాజు ద్రుపదుని వద్ద కూర్చున్నారు. శ్రీకృష్ణుడు, యుధిష్ఠిరుడు విరాటుని సమీపంలో కూర్చున్నారు. వారి వెనుక ద్రుపదరాజు కొడుకులందరూ, భీమసేన, అర్జున, నకుల, సహదేవ, ప్రద్యుమ్న, సాంబులు, విరాటపుత్రునితో కలిసి అభిమన్యుడు, ద్రౌపది కొడుకులందరూ - వీరంతా బంగారు సింహాసనాలమీద కూర్చున్నారు.

ఆ పురుషశ్రేష్ఠులందరూ ఒక్కొక్కరుగా వస్తూ, వచ్చిన వారంతా తమలో తాము కలుసుకొని రకరకాలుగా మాట్లాడుకోసాగారు. అయినా శ్రీకృష్ణుని అభిప్రాయం తెలుసుకోవడానికి ఒక ముహూర్తకాలం అతనివైపే చూస్తూ ఆసీనులయి ఉన్నారు. అప్పుడు శ్రీకృష్ణుడు - "సుబలుని కొడుకు శకుని కపటద్యూతంలో ఎలా ఓడించి యుధిష్ఠిరుని రాజ్యం అపహరించాడో, వనవాసనియమానికి కట్టుపరిచాడో, ఆ విషయాలన్నీ మీకందరకూ తెలుసు. పాండవులు ఆ సమయంలో కూడా తమ రాజ్యాన్ని తీసుకోవడానికి సమర్థులే. అయినా వారు సత్యానికి కట్టుబడినవారు కాబట్టి పదమూడు సంవత్సరాలపాటు ఆ కఠిన నియమాన్ని పాటించారు. కౌరవపాండవులకు ధర్మానుకూలం, కీర్తికరం అయిన ఉపాయాన్ని మీరు ఇప్పుడు ఆలోచించాలి. ఎందుకంటే ధర్మరాజు యుధిష్ఠిరుడు అధర్మంగా వచ్చే దేవ రాజ్యాన్నయినా పొందాలనుకోడు. అవును. ధర్మార్థయుక్తంగా ఉంటే ఒక్కగ్రామం మీద అధికారమయినా స్వీకరించడానికి ఇతనికి ఎలాంటి అభ్యంతరం ఉండదు. ధృతరాష్ట్రపుత్రుల కారణంగా సహింపశక్యంకాని కష్టాలు అనుభవించవలసి వచ్చినా వీరు ఎప్పుడూ తమస్నేహితులతోపాటు వారి మేలునే కోరుకుంటారు. తమ బాహుబలంతో రాజులందరినీ జయించి పొందిన ఆ తమ రాజ్యాన్ని మాత్రమే ఈ పురుషశ్రేష్ఠులు కోరుకొంటున్నారు. చిన్నతనం నుండే క్రూరస్వభావులైన కౌరవులు వీరివెంటపడి వీరిరాజ్యాన్ని కబళించడానికి రకరకాలుగా కుట్రలు పన్నారనే విషయం కూడా తమకు తెలియనిదేమీ కాదు. ఇక ఇప్పుడు పెరుగుతున్న వారి లోభం, యుధిష్ఠిరుని ధర్మజ్ఞత, వీరి పరస్పరసంబంధమూ ఆలోచించి మీరందరూ కలిసీ, విడివిడిగానూ ఏదో ఒక విషయాన్ని నిర్ధారించండి. వీరు ఎప్పుడూ సత్యానికే కట్టుబడి తమ ప్రతిజ్ఞలను కూడా చక్కగా పాటించారు. కాబట్టి ఇప్పుడు ధృతరాష్ట్రసుతులు అన్యాయం చేస్తే మాత్రం వీరు వారిని చంపుతారు. ఈ వ్యవహారంలో వారి అన్యాయాన్ని చూసి వీరి సుహృద్గణమంతా కూడా వారిని ఎదుర్కొంటుంది. అయినా ఇప్పటివరకు మనకు దుర్యోధనుడు ఏం చేయాలనుకొంటున్నాడో అతని ఉద్దేశ్యం స్పష్టంగా తెలియలేదు. ఎదుటిపక్షంవారి ఆలోచన తెలియకుండా ఏ కర్తవ్యాన్ని అయినా మీరు మాత్రం ఎలా నిశ్చయించగలుగుతారు? కాబట్టి వారికి నచ్చచెప్పి యుధిష్ఠిరమహారాజుకు అర్ధరాజ్యం ఇప్పించడానికి ఇక్కడినుండి ఎవరైనా ధర్మాత్ముడు, పవిత్రచిత్తుడు, కులీనుడు, సావధానుడు, సమర్థుడు అయిన ఒకవ్యక్తి దూతగా వెళ్లాలి." అని విషయాన్ని అందరిముందూ ఉంచాడు.

రాజా! శ్రీకృష్ణుని మాట ధర్మార్థయుక్తమూ, మధురమూ, పక్షపాతరహితమూను. బలరాముడు దానిని మిక్కిలి కొనియాడాడు. ఆపై -"మీరు శ్రీకృష్ణుని యొక్క ధర్మార్థానుకూలమైన మాటలను విన్నారు. అవి ధర్మరాజుకు ఎలాగో దుర్యోధనునికీ అలాగే మేలు చేసేవి. వీరులైన కుంతీపుత్రులు అర్ధరాజ్యాన్ని కౌరవులకు వదలి మిగిలిన

అర్ధ భాగానికే ప్రయత్నించాలనుకొంటున్నారు. కాబట్టి దుర్యోధనుడు అర్ధరాజ్యమిచ్చి వేస్తే వారు చాలా ఆనందిస్తారు. కాబట్టి దుర్యోధనుని ఉద్దేశ్యం తెలుసుకొని దానిని యుధిష్ఠిరునికి నివేదించడానికి దూతను పంపేమాటయితే, ఈరీతిగా కౌరవపాండవుల వ్యవహారం పూర్తిఅయితే నేను చాలా సంతోషిస్తాను. అక్కడికి వెళ్లే దూత సభలో కురుశ్రేష్ఠులయిన భీష్మధృతరాష్ట్రులు; ద్రోణాశ్వత్థామలు, విదురుడు, కృపాచార్యుడు, కర్ణశకునులు, శస్త్రాస్త్రపారంగతులైన ధృతరాష్ట్రుని మిగిలిన కొడుకులు ఉండగా, విద్యావయోవృద్ధులయిన నగరవాసులు అక్కడికి వచ్చినప్పుడు, వారందరికీ నమస్కరించి యుధిష్ఠిరమహారాజు యొక్క కార్యం సిద్ధించే మాటలు చెప్పాలి. ఎట్టి పరిస్థితులలోను కౌరవులకు కోపం తెప్పించకూడదు. వారు బలవంతులయియే ఇతని ధనాన్ని అపహరించారు. యుధిష్ఠిరునకు జూదమునందాసక్తి ఉంది. తనకు ప్రియమయిన ద్యూతాన్ని ఆశ్రయించడం వల్లనే వారు ఇతని రాజ్యాన్ని హరించారు. శకుని ఇతనిని జూదంలో ఓడించాడంటే ఇందులో అతని అపరాధం ఉందని అనలేం" అన్నాడు.

బలరాముని ఈ మాటలు వింటూనే సాత్యకి ఒక్కసారిగా కోపంతో లేచి నిలబడ్డాడు. అతని మాటలను ఈసడిస్తూ - "మనిషి తన మనసులో ఉన్న మాటలనే పైకి చెప్తాడు. మీరు కూడా మీ మనసులోని మాటలనే చెపుతున్నారు. లోకంలో వీరులూ ఉంటారు, పిరికివాళ్లూ ఉంటారు. లోకులు ఈ ఇరుపక్షాలనూ జాగ్రత్తగా గమనిస్తూఉంటారు. ధర్మరాజుకు జూదం ఆడడం చేతకాదు అనేది నిజం. శకుని ఈ విద్యలో పారంగతుడు. పైగా యుధిష్ఠిరునికి దానిమీద ఆసక్తి లేదు. ఈ స్థితిలో అతడు ఇతనిని జూదానికి ఆహ్వానించి జయిస్తే, అతని ఈ జయం ధర్మానుకూలం ఎలా అవుతుంది? యుధిష్ఠిరుడు వనవాసకాలాన్ని పూర్తిచేసి ఇప్పుడు స్వతంత్రుడయ్యాడు తన పైతృకరాజ్యానికి అధికారి అయ్యాడు. ఈ స్థితిలో ఇతడు వారిని యాచించాలా? ఇది ఎలా సంభవం? భీష్మద్రోణవిదురులు కౌరవులకు ఎంతగానో నచ్చచెప్పారు. అయినా పాండవులకు వారి పైతృకసంపదను ఇవ్వడానికి అతనికి ఇష్టమే లేదు. ఇప్పుడు నేను రణభూమిలో నా వాడిబాణాలతో వారిని చక్కచేస్తాను. యుధిష్ఠిరుని పాదాలమీద వారి శిరసులు పొరాడేలా చేస్తాను. వారు ఇతనిముందు తల వంచడానికి సిద్ధపడకపోతే, తన మంత్రులతో పాటు యమరాజు ఇంటికి వెళ్తాడు. సంగ్రామరంగంలో గాండీవధారి అర్జునుని, చక్రపాణి శ్రీకృష్ణుని, దుర్ధర్షుడైన భీముని, ధనుర్ధరుడైన నకులుని; సహదేవుని, వీరవరులైన విరాటద్రుపదులను, నావేగాన్ని సహించగలిగేవారెవరు? ధృష్టద్యుమ్నుడూ ఉపపాండవులు, ధనుర్ధరుడైన అభిమన్యుడు, యమునివలె సూర్యునివలె ప్రతాపశాలులైన గదప్రద్యుమ్న సాంబాదులు - వీరి ఉరవడిని సహించే ధీరులెవరున్నారు? శకునితోపాటు దుర్యోధనకర్ణులను చంపి మేమే మహారాజు యుధిష్ఠిరునికి రాజ్యాభిషేకం చేస్తాము. ఆతతాయులైన శత్రువులను చంపడంలో ఎప్పుడూ ఏ దోషమూ ఉండదు. శత్రువులముందు చేయిచాచడం అధర్మమే కాదు అపకీర్తికి కూడా కారణమవుతుంది. కాబట్టి ధృతరాష్ట్రుడు ఇవ్వడం ద్వారానే తన రాజ్యం పొందగలిగేలా మీరంతా జాగ్రత్తగా యుధిష్ఠిరుని మనోరథం ఈడేరేలా చేయండి. ఈరీతిగా అతనికి ఇప్పుడే రాజ్యం లభించాలి. లేదంటే కౌరవులందరూ యుద్ధంలో చచ్చి భూమిపై నిదురిస్తారు" అని తీవ్రంగా పలికాడు.

దీనిపై ద్రుపదుమహారాజు - "మహాబాహూ! దుర్యోధనుడు సామరస్యంగా రాజ్యం ఇవ్వడు. పుత్రవ్యామోహం వలన ధృతరాష్ట్రుడు కూడా అతనినే అనుసరిస్తాడు. భీష్మద్రోణులు దైన్యంవల్లనూ, కర్ణశకునులు మూర్ఖత్వం వల్లనూ అతని మాటనే మాట్లాడతారు. బలదేవుని ప్రస్తావం నాబుద్ధికి కూడా మంచిదనిపించడంలేదు. అయినప్పటికి శాంతిని కాంక్షించే వ్యక్తి అలాగే చేయాలి. దుర్యోధనుని ఎదుట ఏరకంగానూ తీయగా మాటలాడకూడదు. తీయని మాటలతో ఆ దుష్టుడు లోబడడని నాఉద్దేశ్యం. దుష్టులు మృదువుగా మాట్లాడేవారిని బలహీనులనుకొంటారు. మృదుత్వాన్ని చూచి వారు తమ ఉద్దేశ్యం సిద్ధించిందని తలుస్తారు. మనం ఇదీ చేయాలి, దీనితోపాటు వేరే ప్రయత్నమూ ప్రారంభించాలి. మనకోసం సైన్యాన్ని సిద్ధపరచి ఉంచడంకోసం మనం మనమిత్రులవద్దకు దూతలను పంపాలి. శల్యుడు, ధృష్టకేతుడు, జయత్సేనుడు, కేకయరాజు - ఈ అందరి దగ్గరకూ వేగరులైన దూతలను పంపాలి. దుర్యోధనుడు కూడా తప్పకుండా రాజులందరి వద్దకు దూతలను పంపుతాడు. ఎవరివద్దనుండి ముందు పిలుపువస్తే వారికే సహాయపడతామని వారు వాగ్దానం చేస్తారు. కాబట్టి రాజులవద్దకు ముందుగా మనపిలుపే చేరాలి - అందుకోసం త్వరపడాలి. మనం చాలా పెద్ద కార్యభారాన్ని వహిస్తున్నామని నా ఉద్దేశ్యం. నా ఈ పురోహితుడు బ్రాహ్మణుడు, పండితుడు. ఇతనికి మన సందేశం చెప్పి

ధృతరాష్ట్రుని వద్దకు పంపండి. దుర్యోధనునికి, భీష్మునికి, ధృతరాష్ట్రునికి, ద్రోణాచార్యునికి – వీరందరికీ వేర్వేరుగా చెప్పవలసినదంతా ఇతనికి చెప్పండి." అని తన అభిప్రాయాన్ని సూచించాడు.

శ్రీకృష్ణుడు – "ద్రుపదమహారాజు చాలా చక్కగా చెప్పాడు. వీరి సూచన యుధిష్ఠిరునికి కార్యసిద్ధి కలిగించేదిగా ఉంది. మనం నీతిసమ్మతంగా కార్యం చేయాలనుకొంటాం. కాబట్టి మనం ముందుగా ఇలాగే చేయాలి. వ్యతిరేకంగా ఆచరించేవాడు మహామూర్ఖుడు. వయసులోనూ, శాస్త్రజ్ఞానదృష్టితోనూ మీరే మా అందరికంటె పెద్దలు. మేమంతా మీకు శిష్యులవంటివారము. పాండవుల కార్యం సానుకూలమయ్యే సందేశం మీరే ధృతరాష్ట్రునివద్దకు పంపండి. మీరు పంపించే సందేశం తప్పకుండా మాకందరికీ అంగీకారమవుతుంది. కురుసార్వభౌముడు ధృతరాష్ట్రుడు న్యాయంగా ఈ సంధికి అంగీకరిస్తే కౌరవపాండవులకు భీషణ సంగ్రామం జరగదు. మోహవశుడై గర్వంతో దుర్యోధనుడు సంధికి ఒప్పుకోకపోతే కుపితుడై గాండీవం ధరించిన అర్జునుని చేతిలో తన సలహాదారులతో, బంధువర్గంతో సహా సర్వనాశనం అవుతాడు." అన్నాడు.

తదనంతరం విరాటరాజు శ్రీకృష్ణుని సత్కరించి అతనికి బంధువర్గంతో సహితంగా వీడ్కోలిచ్చాడు. భగవానుడైన శ్రీకృష్ణుడు ద్వారకకు వెళ్లాక పంచపాండవులు, విరాటరాజు యుద్ధంకోసం అన్ని ఏర్పాట్లనూ చేయసాగారు. విరాటమహారాజు, ద్రుపదమహారాజు – వారి సంబంధీకులు రాజులందరి వద్దకు పాండవులకు సహాయం చేయమని సందేశాలు పంపించారు. ఆ రాజులందరూ పాండవులయొక్క, విరాటద్రుపదులయొక్క పిలుపు అందుకొని చాలా ఆనందంగా రాసాగారు. పాండవులవద్ద సేన పోగుపడుతోంది. ఈ కబురు తెలిసిన ధృతరాష్ట్రసుతుడు కూడా రాజులందరినీ ఒకచోటకు చేర్చసాగాడు. ఆ సమయంలో కౌరవులకు, పాండవులకు సహాయం చేయడానికి వచ్చే రాజులతో భూమి అంతా నిండిపోయింది.

ద్రుపదమహారాజు తన పురోహితునితో – "పురోహితవర్యా! జీవులలో ప్రాణులు శ్రేష్ఠం. ప్రాణులలో బుద్ధితో పనులు చక్కపెట్టుకొనే జీవులు శ్రేష్ఠం. బుద్ధి యుక్తజీవులలో మనుష్యులు శ్రేష్ఠులు. మనుష్యులలో ద్విజులు శ్రేష్ఠులు. ద్విజులలో విద్వాంసులు ఉత్తమస్థాయికి చెందినవారు. విద్వాంసులలో సిద్ధాంతవేత్తలు ఉత్కృష్టులు. సిద్ధాంతవేత్తలలో బ్రహ్మవేత్తలు ప్రముఖులు. మీ వంశం కూడా చాలా శ్రేష్ఠమైనది. వయసు రీత్యా, శాస్త్రజ్ఞానరీత్యాకూడా తమరు పెద్దవారు. మీరు బుద్ధిలో శుక్రాచార్యుని, బృహస్పతిని పోలినవారు. కౌరవులు పాండవులను మోసం చేశారనే సంగతి మీకు తెలిసినదే. శకుని కపటద్యూతంతో యుధిష్ఠిరుని మోసగించాడు. కాబట్టి ఇప్పుడు వారు ఏ విధంగానూ స్వయంగా రాజ్యం ఇవ్వరు. కాని మీరు ధృతరాష్ట్రునికి ధర్మయుక్తమైన మాటలు చెప్పి ఆ వీరుల మనసులను తప్పకుండా మార్చగలరు. విదురుడు కూడా మీ మాటలను సమర్థిస్తాడు. మీరు భీష్మద్రోణకృపాదులలో అభిప్రాయభేదాలు సృష్టించగలరు. ఈరీతిగా వారి మంత్రులలో అభిప్రాయభేదాలు కలిగితే యోధులందరూ వారికి వ్యతిరేకులవుతారు. అప్పుడు కౌరవులు వారందరినీ ఏకాభిప్రాయులుగా చేయడంలో నిమగ్నమవుతారు. ఈ వ్యవధిలో పాండవులు చక్కని సదుపాయంతో సైన్యాన్ని సమకూర్చుకోవడం, ధనాన్ని కూడబెట్టుకోవడం చేస్తారు. మీరు సాధ్యమైనంత ఎక్కువ సమయం అక్కడ ఉండేలా ప్రయత్నించండి. ఎందుకంటే మీరు ఉండగా వారు సైన్యాన్ని సమీకరించుకునే ప్రయత్నం చేయలేరు. ఇందువల్ల ఇంకో లాభం కూడా ఉంది. మీ సాంగత్యం వలన ధృతరాష్ట్రుడు మీ ధర్మానుకూలమైన మాటలు అంగీకరించే అవకాశం కూడా ఉంది. మీరు ధర్మనిష్ఠులు. కనుక వారితో ధర్మానుకూలంగా నడచుకొని, దయార్ద్రహృదయుల ఎదుట పాండవుల కష్టాలన్నీ చెప్పి, పెద్దలు వృద్ధులు అయిన వారి ఎదుట పూర్వపురుషులు అనుసరించిన కులధర్మాల ప్రసక్తి తెచ్చి, మీరు వారి మనసులను మార్చగలరనే విశ్వాసం నాకుంది. కాబట్టి యుధిష్ఠిరునికి కార్యసిద్ధి కలగడానికి పుష్యనక్షత్రం, విజయముహూర్తంలో బయలుదేరండి." అని అన్నీ వివరంగా చెప్పాడు.

ద్రుపదుడిలా చెప్పాక, సదాచారసంపన్నుడు, అర్థనీతివిశారదుడు అయిన అతని పురోహితుడు పాండవులకు మేలు చేయాలనే ఉద్దేశ్యంతో, తన శిష్యులతోపాటు హస్తినాపురానికి బయలుదేరాడు.

అర్జునదుర్యోధనులు శ్రీకృష్ణుని సహాయమును కోరుట

వైశంపాయనుడు చెపుతున్నాడు – రాజా! హస్తినాపురానికి పురోహితుని పంపించాక పాండవులు మళ్లీ ఎక్కడెక్కడి రాజుల వద్దకు దూతలను పంపారు. అనంతరం శ్రీకృష్ణభగవానుని పిలవడానికి స్వయంగా అర్జునుడు ద్వారకకు

వెళ్లాడు. దుర్యోధనునకు కూడా చారులద్వారా పాండవులు చేసే ప్రయత్నాలన్నీ తెలిశాయి. శ్రీకృష్ణుడు విరాటనగరం నుండి ద్వారకకు వెళ్తున్నాడని తెలియగానే కొద్దిసైన్యాన్ని వెంటపెట్టుకొని అతడు అక్కడకు చేరుకొన్నాడు. అదేరోజున అర్జునుడు కూడా అక్కడికి చేరుకొన్నాడు. అక్కడికి చేరిన ఇద్దరికీ శ్రీకృష్ణుడు నిద్రపోతూ కనిపించాడు. అప్పుడు దుర్యోధనుడు శయనాగారానికి వెళ్లి, అతని తలవైపున ఒక ఉత్తమ సింహాసనమీద కూర్చున్నాడు. అతని వెనుక అర్జునుడు వచ్చాడు. అతడు చాలా వినయంగా చేతులు జోడించి శ్రీకృష్ణుని పాదాలచెంత నిలుచున్నాడు. లేవగానే కృష్ణుని దృష్టి ముందుగా అర్జునునిపై పడింది. అయినా అతడు ఇద్దరినీ కూడా స్వాగతం చెప్పి సత్కరించి వారి రాకకు కారణం అడిగాడు. అప్పుడు దుర్యోధనుడు నవ్వుతూ "పాండవులతో జరగబోయే యుద్ధంలో మాకు మీరు సహాయం చేయాలి. మీకు అర్జునునితో ఎలాంటి మైత్రి ఉందో, మాతో కూడా అలాంటి మైత్రే ఉంది. మా ఇద్దరితో ఒకేరకమైన బాంధవ్యం ఉంది. అయినా ఇప్పుడు ముందుగా నేనే వచ్చాను. సత్పురుషులు ముందుగా వచ్చినవారికే సహాయం చేస్తారు. కాబట్టి మీరు కూడా సత్పురుషుల ఆచరణనే అనుసరించండి" అన్నాడు.

శ్రీకృష్ణుడు – "మీరు ముందుగా వచ్చారు. ఇందులో సందేహం ఏమీలేదు. అయినా ముందుగా నేను అర్జునుని చూశాను. కాబట్టి నేను మీ ఇద్దరికీ సహాయం చేస్తాను. నావద్ద పదివేలమంది గోపాలురు ఉన్నారు. వారు నాతో సమానమైన బలం గలవారు. అందరూ యుద్ధంలో పాల్గొంటారు. వారు నారాయణులు అనే పేరు గలవారు. ఒకవైపు దుర్జయులైన ఆ సైనికులుంటారు. మరియొకవైపు నేనుంటాను. కాని నేను యుద్ధమూ చేయను. ఆయుధాన్నీ పట్టను. అర్జునా! ధర్మానుసారంగా నీకే మొదట ఎంచుకునే అధికారం ఉంది. ఎందుకంటే నీవు చిన్నవాడివి. కాబట్టి ఈ రెండింటిలో నీకేది కావాలో అది కోరుకో." అన్నాడు.

శ్రీకృష్ణుడు ఇలా అన్నాక అర్జునుడు అతనినే ఎంచుకోవాలనే తన కోరికను వెల్లడించాడు. అర్జునుడు స్వేచ్ఛగా మానవరూపంలో అవతరించిన శత్రుదమనుడైన నారాయణుని స్వీకరించగా, దుర్యోధనుడు అతని సైన్యాన్నంతటినీ తీసుకొని వెళ్లాడు. ఆ తరువాత అతడు మహాబలవంతుడైన బలరాముని వద్దకు వెళ్లాడు. తాను వచ్చిన పనిగురించి వివరించాడు. అప్పుడు బలదేవుడు – "పురుషశ్రేష్ఠా! నేను శ్రీకృష్ణుడు లేకుండా ఒక్కక్షణం కూడా ఉండలేను. కాబట్టి అతని వైఖరి చూసి నేను "అర్జునునికీ సహాయం చేయను. నీకు తోడుగానూ ఉండకూడదు" అని నిశ్చయించుకొన్నాను" అని తన అభిప్రాయం చెప్పాడు.

బలరాముడు ఇలా చెప్పగానే దుర్యోధనుడు అతనిని ఆలింగనం చేసుకొన్నాడు. నారాయణసేనను తీసుకొని తాను శ్రీకృష్ణుని మోసపుచ్చానని, తన విజయం నిశ్చయమని అతడు భావించాడు. అనంతరం అతడు కృతవర్మవద్దకు వెళ్లాడు. కృతవర్మ అతనికి ఒక అక్షౌహిణి సైన్యాన్ని ఇచ్చాడు. ఆ సమస్త సైన్యాన్ని తీసుకొని దుర్యోధనుడు ఆనందంతో ఉబ్బి తబ్బిబ్బు అవుతూ అక్కడినుండి బయలుదేరాడు.

ఇక్కడ దుర్యోధనుడు శ్రీకృష్ణుని మందిరంనుండి బయలుదేరి వెళ్లాక శ్రీకృష్ణుడు అర్జునుని – "అర్జునా! నేను యుద్ధం చేయనుకదా! ఏం ఆలోచించి నన్ను కోరుకొన్నావు?" అని అడిగాడు. అర్జునుడు – "భగవాన్! మీరు నాకు సారథి కావాలని నామనసులో ఎప్పుడూ కోరుకొంటూ ఉంటాను. ఈ ఆలోచనతోనే ఎన్నో రాత్రులు గడిచిపోయాయి. మీరు నా ఈ కోరికను దయచేసి మన్నించండి." అని వినయంగా అన్నాడు. శ్రీకృష్ణుడు – "నీకోరిక తీరుతుంది. నేను నీకు సారథ్యం చేస్తాను" అన్నాడు. ఇది విని అర్జునునకు పట్టరాని ఆనందం కలిగింది. అతడు శ్రీకృష్ణుడు, దాశార్హవంశీయులైన ఇతర ప్రముఖులతో పాటు యుధిష్ఠిరుని వద్దకు తిరిగివచ్చాడు.

శల్యుడు దుర్యోధన ధర్మరాజు లిద్దరికి మాట ఇచ్చుట

వైశంపాయనుడు చెపుతున్నాడు – రాజా! దూతల ద్వారా పాండవుల సందేశాన్ని విని శల్యుడు గొప్ప సైన్యంతో మహారథులైన తన కొడుకులతో పాటు పాండవుల సహాయంకోసం బయలుదేరాడు. విడిదిచేస్తే రెండు కోసుల వైశాల్యంలో విస్తరించి ఉండేంత పెద్ద సైన్యం అతనివద్ద ఉంది. అతడు అక్షౌహిణిసైన్యానికి అధిపతి. దానిని వందల వేల క్షత్రియవీరులు నడుపుతున్నారు. ఈ విశాలసైన్యంతో మధ్యమధ్యలో ఆగి విశ్రాంతి తీసుకొంటూ మెల్లమెల్లగా పాండవుల వద్దకు బయలుదేరాడు.

దుర్యోధనుడు మహారథి అయిన శల్యుడు పాండవుల సహాయం కోసం వస్తున్నాడని వినగానే స్వయంగా వెళ్లి అతని సత్కారానికి ఏర్పాట్లు చేశాడు. అతని గౌరవార్థం దుర్యోధనుడు శిల్పులను నియోగించి దారిలోని అందమైన ప్రదేశాలలో రత్నఖచితమైన సుందరభవనాలను నిర్మింపచేశాడు.

వానిలో రకరకాల క్రీడాసామగ్రిని ఉంచాడు. శల్యుడు ఆ భవనాలను చేరుకోగానే దుర్యోధనుని మంత్రులు అతనికి దేవతలకు వలె సత్కారాలు చేశారు. ఒక భవనం నుండి రెండవ భవనం చేరుకొనేసరికి అదికూడా దేవభవనం లాగే కాంతిమయంగా ఉండేది. శల్యుడు అక్కడ అనేక అలౌకిక విషయాలను సేవించాడు. దానితో అతడు చాలా సంతుష్టుడై సేవకులను పిలిచి "ఈ సభలను యుధిష్ఠిరుని యొక్క మనుష్యులెవరు సిద్ధంచేశారు? వారిని నా ఎదుటకు తీసుకొనిరండి. వారు బహుమానార్హులు. నేను వారికి కొంచెం పారితోషికం ఇస్తాను. యుధిష్ఠిరుడు కూడా ఈ విషయంలో నన్ను సమర్థించవలసినదే" అని పలికాడు.

సేవకులు చకితులై ఈ సమాచారాన్నంతా దుర్యోధనునికి విన్నవించారు. శల్యుడు ఈ సమయంలో అత్యంతమూ సంతుష్టుడై ఉన్నాడని, తన ప్రాణాలు కూడా ఇవ్వడానికి సిద్ధంగా ఉన్నాడని పసిగట్టిన దుర్యోధనుడు అతని ఎదుటకు వచ్చాడు. మద్రరాజు దుర్యోధనుని చూచి, ఏర్పాట్లన్నీ అతనివే అని తెలిసికొని ఆనందంగా అతనిని కౌగిలించుకొని, "నీకేమి కావాలో అడుగు" అన్నాడు. దుర్యోధనుడు - "మహానుభావా! మీరు ఆడి తప్పనివారు. మీరు నాకు వరం అనుగ్రహించండి. మీరు నా సమస్తసైన్యానికి నాయకులు కావాలని నా కోరిక" అని అడిగాడు. శల్యుడు - "మంచిది. నేను నీమాట పాటిస్తాను. చెప్పు. ఇంకా ఏమి చేయమంటావు?" అని ప్రశ్నించాడు. అప్పుడు దుర్యోధనుడు "మీరు నా కోరికలన్నీ తీర్చినట్లే" అని పదే పదే ప్రకటించాడు.

అనంతరం శల్యుడు - "దుర్యోధనా! నీవు నీ రాజధానికి వెళ్ళు. నేను ఇంకా యుధిష్ఠిరుని కలుసుకోవాలి. వారిని కలుసుకొని నేను వెంటనే నీ దగ్గరకు వస్తాను" అన్నాడు. దుర్యోధనుడు - "రాజా! యుధిష్ఠిరుని కలుసుకొని మీరు తొందరగా రావాలిసుమా! మేము ఇప్పుడు మీ అధీనులం. మీరిచ్చిన వరం సంగతి గుర్తుంచుకోండి" అని అర్థించినట్లుగా అన్నాడు. తిరిగి ఇద్దరూ పరస్పరం ఆలింగనం చేసుకొన్నారు. దుర్యోధనుడు శల్యుని అనుమతి పొంది తన నగరానికి తిరిగి వచ్చాడు. శల్యుడు దుర్యోధనుని ఈ వ్యవహారమంతా చెప్పడానికి యుధిష్ఠిరుని వద్దకు బయలుదేరాడు. విరాటనగరంలోని ఉపప్లావ్యాన్ని చేరుకొని అతడు పాండవుల గుడారాలకు వచ్చాడు. అతడక్కడ పాండవులందరినీ చూచి, వారిచ్చిన అర్ఘ్యపాద్యాదులను స్వీకరించాడు. కుశలప్రశ్నలయ్యాక శల్యుడు యుధిష్ఠిరుని ఆలింగనం చేసుకొని, భీమార్జునులను, తన మేనల్లుళ్లు నకులసహదేవులను హృదయానికి హత్తుకొన్నాడు. అందరూ ఆసీనులయ్యాక అతడు యుధిష్ఠిరునితో "కురుశ్రేష్ఠా! నీవు కుశలమే కదా! నీవు వనవాసకష్టాన్నుండి గట్టెక్కావు. ఇది చాలా సంతోషించదగిన విషయం. నీవు ద్రౌపదితో, తమ్ముళ్లతో నిర్జనారణ్యాలలో నివసించి నిజానికి చాలా కష్టమైన పనే చేశావు. అంతకంటే కఠినమయిన అజ్ఞాతవాసాన్ని కూడా చక్కగా నిర్వహించావు. నిజమే. రాజ్యం విడిచిపెట్టాక దుఃఖాలే అనుభవించాలి గాని సుఖాలెక్కడివి? రాజా! క్షమ, దమం, సత్యం, అహింస, అద్భుతమైన సదాచారం - ఇవన్నీ నీలో స్వభావ సిద్ధంగానే ఉన్నాయి. నీవు చాలా మృదుస్వభావుడవు. ఉదారుడవు. బ్రాహ్మణులను సేవించేవాడవు. దాతవు. ధర్మనిష్ఠుడవు. మీరు ఈ కష్టాలనుండి విముక్తి పొందడం చూసి నాకు చాలా ఆనందంగా ఉంది" అని వారిని ఓదార్చాడు.

ఆ తరువాత శల్యుడు - దుర్యోధనుడు, తాను ఎలా కలుసుకొన్నారో, ఆ సమాచారాన్ని, అతని సేవాశుశ్రూషలను, తాను అతనికి వరమివ్వడం అంతా పూసగుచ్చినట్లు యుధిష్ఠిరునికి చెప్పాడు. అదివిని యుధిష్ఠిరుడు - "మహారాజా! మీరు సంతోషించి దుర్యోధనునికి సహాయం చేస్తానని మాట ఇచ్చారు. ఇది చాలా మంచి విషయం. కాని ఒక పని నేను కూడా మీద్వారా జరగాలని కోరుకొంటున్నాను. రాజా! మీరు యుద్ధంలో సాక్షాత్తు శ్రీకృష్ణునితో సమానమైన పరాక్రమం కలవారు. కర్ణార్జునులు రథారూఢులై యుద్ధంలో పరస్పరం తలపడినప్పుడు మీరు కర్ణునకు సారథ్యం చేయవలసి ఉంటుంది. ఇందులో సందేహంలేదు. మీరు నా మేలు కోరితే అప్పుడు అర్జునుని రక్షించండి. నా విజయం కోరి కర్ణునికి ఉత్సాహభంగం చేయండి" అని కోరాడు.

శల్యుడు - "యుధిష్ఠిరా! విను. నీకు మేలు జరుగుతుంది. నేను సంగ్రామరంగంలో కర్ణునికి తప్పకుండా సారథినవుతా. ఎందుకంటే అతడు నన్ను ఎప్పుడూ శ్రీకృష్ణునకు సమాన ఉజ్జీ అని భావిస్తూఉంటాడు. ఆసమయంలో నేను తప్పకుండా అతనికి అప్రియంగా ఉండే వంకరమాటలు చెప్తాను. దానితో అతని గర్వం, శక్తి కూడా క్షీణించిపోతాయి. అప్పుడతనిని చంపడం సులభం అవుతుంది. రాజా! నీవు, ద్రౌపది, జూదం సమయంలో చాలా దుఃఖాన్ని భరించారు. సూతపుత్రుడు కర్ణుడు మిమ్మల్ని చాలా కటువుగా మాట్లాడాడు. వాటి

గురించి నీవు మనసులో ఏమీ క్షోభించకు. గొప్ప గొప్ప మహాపురుషులకు కూడా దుఃఖం అనుభవించవలసి వస్తుంది. శచీదేవితో పాటు ఇంద్రుడు గొప్పదుఃఖాన్ని అనుభవించాడు" అన్నాడు.

వృత్రాసుర సంహారము - ఇంద్రుడు మడుగులో దాగుకొనుట

యుధిష్ఠిరుడు - "రాజా! ఇంద్రుడు, అతని భార్య ఎలాంటి ఘోరదుఃఖాన్ని అనుభవించవలసివచ్చింది? నాకు తెలుసుకోవాలని కుతూహలంగా ఉంది" అని అడిగాడు.

శల్యుడు చెప్పసాగాడు - "భరతశ్రేష్ఠా! విను. నీకు ఆ ప్రాచీనకథను చెపుతాను. పూర్వం త్వష్ట అనే ప్రజాపతి ఉన్నాడు. ఇంద్రునితో వైరం కారణంగా అతడు మూడు తలలున్న (త్రిశిరుడు) కుమారుని సృష్టించాడు. అతడు ఒక ముఖంతో వేదపఠనం చేస్తాడు. రెండవదానితో సుధాపానం చేస్తాడు. మూడవదానితో అన్నిదిక్కులను మింగివేసేవాడిలా చూస్తూ ఉంటాడు. అతడు గొప్ప తపస్వి. మృదుస్వభావుడు, జితేంద్రియుడు. ధర్మతత్పరుడు- తపమునందాసక్తి కలవాడు. అతడు తీవ్రమైన దుష్కరమైన తపస్సు చేయసాగాడు. సాటిలేని తేజస్సుగల ఆ బాలకుని తపోబలం, సత్యనిష్ఠ చూచి దేవేంద్రునికి చాలా విచారం కలిగింది. ఇంద్రుడు తనలో తాను "ఇతడు తపః ప్రభావం చేత ఇంద్రుడు అయిపోడుకదా! ఇతనిని ఎలా ఈ ఘోరతపస్సు నుండి మరలించి భోగలాలసుని చేయాలి?" అని ఆలోచించాడు. ఈ రీతిగా చాలా ఆలోచించి అతనిని లొంగతీసుకోవడానికి అప్సరస్త్రీలను ఆజ్ఞాపించాడు.

అతని ఆజ్ఞ పాటించి అప్సరసలు త్రిశిరుని వద్దకు వచ్చారు. అనేక భావాలతో అతనిని ప్రలోభపెట్టసాగారు. కాని త్రిశిరుడు తన ఇంద్రియాలను అదుపులో ఉంచుకొని పూర్వసముద్రంలా (ప్రశాంతమహాసాగరం) నిశ్చలంగా ఉన్నాడు. చివరికి ఎన్నోవిధాలుగా ప్రయత్నించి లాభంలేక అప్సరసలు ఇంద్రునివద్దకు తిరిగివచ్చారు. అతని ఎదుట చేతులు జోడించి నిలిచి - "మహారాజా! త్రిశిరుడు గొప్ప దుర్ధర్షుడు. అతనిని ధైర్యంనుండి చలింపచేయడం సాధ్యం కాదు. ఇక ఏమి చేయదలచుకొన్నారో మీ ఇష్టం" అని చెప్పారు. ఇంద్రుడు వారిని సగౌరవంగా పంపివేసి, తాను మనసులో "అతడు వెంటనే నశించి పోయేలా నేడు నేను వజ్రాయుధాన్ని అతనిపై ప్రయోగిస్తాను" అనుకొన్నాడు. ఇలా నిశ్చయించుకొని అతడు కోపంతో త్రిశిరునిమీద వజ్రాయుధాన్ని ప్రయోగించాడు. అది తగలగానే అతడు పెద్దకొండశిఖరంలా చచ్చి నేలమీద పడ్డాడు. దానితో ఇంద్రుడు తృప్తిగా నిర్భయుడై స్వర్గలోకానికి వెళ్లిపోయాడు.

ఇంద్రుడు తన కొడుకును చంపివేశాడని తెలియగానే త్వష్టకు కోపంతో కళ్లు ఎరుపెక్కాయి. అతడు "నా కొడుకు ఎప్పుడూ క్షమాశీలుడూ, శమదమసంపన్నుడూ. అతడు తపస్సు చేసుకొంటున్నాడు. ఏ అపరాధం చేయకుండానే ఇంద్రుడు అతనిని చంపివేశాడు. కాబట్టి ఇంద్రుని నాశనం చేయడానికి నేను వృత్రాసురుని సృష్టిస్తాను. లోకులు నా పరాక్రమాన్ని, తపోబలాన్ని చూస్తారుగాక" అనుకొన్నాడు. ఇలా అనుకొని గొప్ప కీర్తిపరుడు, తపస్వి అయిన త్వష్ట క్రుద్ధుడై ఆచమించి, అగ్నిలో ఆహుతులు వేల్చి వృత్రాసురుని సృష్టించాడు. అతనితో "ఇంద్రశత్రూ! నా తపఃప్రభావంతో ఎదుగు" అన్నాడు. అంతే. సూర్యునివలె అగ్నివలె తేజోవంతుడయిన వృత్రాసురుడు వెంటనే పెరుగుతూ ఆకాశాన్నంటుకొన్నాడు. అతడు "నేనేమి చేయాలో చెప్పండి" అని అడిగాడు. త్వష్ట ఇంద్రుని చంపమని ఆజ్ఞాపించాడు. అతడు స్వర్గానికి వెళ్లాడు. ఇంద్రవృత్రాసురుల మధ్య ఘోరయుద్ధం జరిగింది. చివరికి వీరుడైన వృత్రాసురుడు దేవేంద్రుని పట్టుకొని చూస్తూండగానే మ్రింగివేశాడు. దేవతలు వృత్రుని చంపడానికి ఆవులింతను సృష్టించారు. వృత్రాసురుడు ఆవులించగానే దేవేంద్రుడు తన శరీరాన్ని కుంచింపచేసుకొని తెరచిన అతని నోటినుండి బయటకు వచ్చాడు. ఇంద్రుడు బయటకు రావడం చూసి దేవతలందరూ సంతోషించారు. తిరిగి మళ్లీ ఇంద్ర, వృత్రాసురులమధ్య యుద్ధం జరిగింది. త్వష్ట యొక్క తేజస్సును, బలాన్ని పొంది వృత్రాసురుడు యుద్ధంలో విజృంభించగా ఇంద్రుడు రణభూమిని వదిలి పారిపోయాడు.

ఇంద్రుడు పారిపోవడంతో దేవతలందరికీ విచారం కలిగింది. వారంతా త్వష్ట యొక్క తేజస్సుకు భయపడి ఇంద్రునితో, మునులతో కలిసి ఇప్పుడేమి చేయాలని ఆలోచించసాగారు. ఇంద్రుడు - "దేవతలారా! వృత్రుడు ఈ లోకాన్నంతటినీ ఆవరించాడు. అతడిని సంహరించగలిగే ఆయుధమేదీ నా దగ్గర లేదు. కాబట్టి మనమంతా కలిసి విష్ణుభగవానుని స్థావరానికి వెళ్లి అతనిని సంప్రతించి ఈ దుష్టుని నాశనం చేసే ఉపాయం తెలుసుకోవాలని నా అభిప్రాయం" అన్నాడు.

ఇంద్రుడు చెప్పిన ప్రకారం దేవతలు, ఋషిగణాలు అందరూ శరణాగతవత్సలుడైన విష్ణుభగవానుని శరణుచొచ్చి అతనితో - "పూర్వకాలంలో మీరు మీ మూడు అడుగులతో ముల్లోకాలను కొలిచారు. మీరు సమస్త దేవతలకు అధిపతులు. మీవలననే ఈ విశ్వమంతా వ్యాపించింది. తమరు దేవదేవేశ్వరులు. లోకాలన్నీ మీకు నమస్కరిస్తాయి. ఇప్పుడు ఈ సమస్త జగత్తును వృత్రాసురుడు ఆక్రమించుకొన్నాడు. కాబట్టి అసురనిషూదనా! మీరు ఇంద్రాది దేవతలకందరకూ. ఆశ్రయం ఇవ్వండి" అని వేడుకొన్నారు- సమాధానంగా విష్ణుభగవానుడు - "నేను మీకు తప్పక హితం చేయాలి. అతనిని అంతమొందించే ఉపాయం చెపుతాను. మీ దేవతలు, ఋషులు, గంధర్వులు - అందరూ కలిసి విశ్వరూపధరుడైన వృత్రాసురుని వద్దకు వెళ్లండి. అతని పట్ల సామోపాయాన్ని ప్రదర్శించండి. అందువల్ల మీరు అతనిని జయించ కలుగుతారు. దేవతలారా! ఈ రకంగా నాయొక్క, ఇంద్రుని యొక్క ప్రభావం వలన మీకు జయం కలుగుతుంది. నేను అదృశ్యరూపంలో దేవేంద్రుని ఆయుధంలో ప్రవేశిస్తాను" అని ఉపాయం చెప్పాడు.

విష్ణుభగవానుడు ఇలా చెప్పాక దేవతలు, ఋషులు అందరూ ఇంద్రుని ముందుంచుకొని వృత్రాసురుని దగ్గరకు వెళ్లి, అతనితో - "దుర్జయుడైన వీరుడా! ఈ జగత్తంతా నీ తేజస్సుతో నిండి ఉన్నా, నీవు ఇంద్రుని జయించలేవు. మీ ఇద్దరి యుద్ధం ఎంతోకాలం కొనసాగింది. అందువల్ల దేవతలు, అసురులు, మనుష్యులు - అందరికీ చాలా బాధ కలిగింది. కాబట్టి నీవు శాశ్వతంగా ఇంద్రునితో మైత్రి చేసుకో" అన్నారు. మహర్షులు చెప్పిన ఈ మాటలు విని పరమతేజస్వి అయిన వృత్రుడు "మీవంటి తేజస్సంపన్నులు నాకు అవశ్యం మాననీయులు. కాని నేను చెప్పిన మాట పూర్తిగా పాటించినట్లయితే మీరు చెప్పినట్లు చేయడానికి నేను సిద్ధంగా ఉన్నాను. నన్ను ఇంద్రుడు, దేవతలు - తడిసిన లేదా ఎండిన వస్తువులతో గాని; రాయి లేదా కఱ్ఱతో గాని, శస్త్రం లేదా అస్త్రం చేతగాని; పగలు లేదా రాత్రిగాని చంపకూడదు. ఈ నియమానికి అంగీకరిస్తే నేను ఎప్పటికీ ఇంద్రునితో సంధి చేసుకోవడానికి అంగీకరిస్తాను" అన్నాడు. అప్పుడు ఋషులందరూ "సరే, అలాగే జరుగుతుంది" అన్నారు. ఈ రీతిగా సంధి కుదరడంతో వృత్రాసురుడు చాలా సంతోషించాడు. ఇంద్రుడు కూడా మనసులోనే సంతోషించాడు కాని వృత్రాసురుని చంపడానికి ఎప్పుడూ అవకాశం కోసం వెదకుతూ ఉండేవాడు.

ఒకరోజున వృత్రాసురుడు సంధ్యాసమయంలో సముద్రతీరంలో విహరించడం ఇంద్రుడు గమనించాడు. ఆ సమయంలో వృత్రాసురునికి ఇచ్చిన వరాన్ని గుర్చి ఇప్పుడు - "ఇది సంధ్యాసమయం. రాత్రీకాదు, పగలూ కాదు, నేను ఇప్పుడే నా శత్రువు వృత్రాసురుని సంహరించాలి. ఇప్పుడు కనుక నేను మోసంతో ఈ మహాసురుని చంపకపోతే నాకు మేలు చేకూరదు" అని ఆలోచించి ఇంద్రుడు విష్ణు భగవానుని స్మరించిన వెంటనే సముద్రంమీద పర్వతమంత ఎత్తున నురుగు రేగడం కనిపించింది. అతడు వెంటనే "ఇది ఎండినదీ కాదు. తడిసినదీ కాదు. శస్త్రం కూడా కాదు. కాబట్టి దీనిని నేను వృత్రాసురుని మీదికి విసరగలిగితే ఒక క్షణంలోనే అతడు నశించిపోతాడు" అని ఆలోచించాడు. ఇలా ఆలోచించి అతడు వెంటనే తన వజ్రాయుధంతోపాటు నురుగును అతని మీదికి విసిరాడు. అదే సమయంలో విష్ణుభగవానుడు ఆ నురుగులో ప్రవేశించి వృత్రాసురుని సంహరించాడు. వృత్రాసుర సంహారంతో ప్రజలందరూ సంతోషించారు. దేవతలు, గంధర్వులు, యక్షులు, రాక్షసులు, నాగులు, ఋషులు - అందరూ ఇంద్రుని కొనియాడసాగారు.

ఇంద్రుడు దేవతలకు భయకారకుడైన వృత్రాసురుని వధించడమైతే చేశాడు. కాని ఇంతకుముందు త్రిశిరుని చంపిన బ్రహ్మహత్యాదోషం వల్లనూ, ఇప్పటి అసత్య వ్యవహారం వల్లనూ తిరస్కృతుడైన కారణంగా మనసులోనే చాలా విచారించసాగాడు. ఈ పాపాల కారణంగా అతడు పేరులేనివాడై, అచేతనుని మాదిరిగా అయిపోయాడు. లోకాల అంచుకు చేరి నీటిలో దాగుకొని ఉండిపోయాడు. దేవేంద్రుడు బ్రహ్మహత్యా పాపంతో బాధింపబడి స్వర్గాన్ని వదిలి వెళ్లిపోగానే, చెట్లు, అడవులూ అన్నీ ఎండిపోయి భూమండలమంతా ఎడారిలా అయిపోయింది. అనావృష్టి కారణంగా ప్రాణులన్నింటిలో కలవరపాటు కలిగింది. దేవతలు, మనుష్యులు కూడా చాలా భయపడ్డారు. రాజు ఎవరూ లేకపోవడంతో విశ్వమంతటా ఉపద్రవాలు చెలరేగి బాధించసాగాయి. దేవతలకు కూడా తమకు రాజు ఎవరనే భయం పట్టుకొంది. ఎందుకంటే దేవతలలోనే ఏ ఒక్కరి మనసూ రాజ్యభారం వహించడానికి అంగీకరించలేదు.

నహుషుడు ఇంద్రపదవి పొందుట

శల్యమహారాజు చెప్పసాగాడు - "యుధిష్ఠిరా! అప్పుడు దేవతలు, ఋషులు అందరూ కలిసి "ఈ సమయంలో నహుషుడు మహాప్రతాపశాలిగా ఉన్నాడు. అతనినే దేవరాజ్యపదవికి అభిషిక్తుని చేయాలి. అతడు చాలా శక్తిశాలి, కీర్తిపరుడు, ధార్మికుడు" అని ఆలోచించుకొని అందరూ కలిసి నహుషుని వద్దకు వెళ్లారు. అతనితో "మీరు మాకు రాజుగా ఉండండి" అని కోరారు. అప్పుడు నహుషుడు - "నేను చాలా బలహీనుడిని. మిమ్మల్ని రక్షించడానికి తగిన శక్తి నాకు లేదు" అన్నాడు. అందుకు దేవతలు, ఋషులు - "రాజా! "దేవదానవులు, యక్షరాక్షసులు, ఋషులు, పితృగణాలు, గంధర్వులు, భూతగణం - అందరూ మీ కన్నుల ఎదుట ఉన్నారు. మీరు వీరిని చూడగానే వీరి తేజస్సును పొంది బలవంతులవుతారు. మీరు ధర్మాన్ని ముందుంచుకొని సమస్తలోకాలకు అధిపతులు కండి. స్వర్గలోకంలో ఉంటూ బ్రహ్మర్షులను, దేవతలను రక్షించండి" అని సూచించారు. ఇలా అని వారందరూ స్వర్గలోకంలో నహుషునికి పట్టాభిషేకం చేశారు. ఈ రీతిగా అతడు సమస్తలోకాలకు అధిపతి అయ్యాడు.

అయితే ఈ దుర్లభమైన వరంతో స్వర్గరాజ్యం పొందిన నహుషుడు మొదట్లో ధర్మపరాయణునిగా ఉన్నా క్రమంగా భోగలాలసుడయ్యాడు. దేవతలందరి ఉద్యానవనాలలోను, నందనోద్యానంలోను, కైలాసం, హిమాలయం మొదలైన పర్వతశిఖరాల మీద నహుషుడు అనేకవిధాలుగా క్రీడించసాగాడు. అందువల్ల అతని మనసు కలుషితమయింది. ఒకరోజున అతడు క్రీడిస్తూ ఉండగా, అతని దృష్టి దేవేంద్రుని భార్య శచీదేవి మీద పడింది. ఆమెను చూచి ఆ దుష్టుడు తనవద్ద ఉన్నవారితో - "నేను దేవతలకు రాజును. సమస్తలోకాలకు అధిపతిని. అయినా ఇంద్రుని భార్య ఇంద్రాణీ దేవి నన్ను సేవించడానికి ఎందుకు రావడం లేదు? ఈరోజు వెంటనే శచీదేవి నా భవనానికి రావాలి" అని చెప్పాడు.

నహుషుని మాటలు విన్న ఇంద్రాణికి మనసు తీవ్రంగా గాయపడింది. ఆమె బృహస్పతిని - "బ్రహ్మర్షీ! నేను మిమ్మల్ని శరణు కోరుతున్నాను. నహుషుని బారి నుండి నన్ను రక్షించండి. మీరు నన్ను ఎన్నోసార్లు అఖండ సౌభాగ్యవతినని, ఒకనికే పత్నిగా ఉంటానని, పతివ్రతనని దీవించారు. కాబట్టి ఇప్పుడు మీరు మీమాటను నిలబెట్టుకోండి" అని అర్థించింది. అంతట బృహస్పతి భయంతో వ్యాకులపాటు చెందిన ఇంద్రాణిని ఓదారుస్తూ - "దేవీ! నేను చెప్పినవన్నీ తప్పక నిజాలే అవుతాయి. నీవు నహుషునికి భయపడకు. నేను నిజం చెపుతున్నాను. నిన్ను తప్పక త్వరలోనే ఇంద్రునితో కలుపుతాను" అని ధైర్యం చెప్పాడు. ఇక్కడ నహుషునికి ఇంద్రాణి బృహస్పతిని శరణుకోరినట్లు తెలియగానే చాలా కోపం వచ్చింది. అతడు కోపంతో మండిపడడం చూసి దేవతలూ, ఋషులు - "దేవరాజా! కోపాన్ని విడువండి. మీవంటి సత్పురుషులకు కోపం రాకూడదు. ఇంద్రాణి పరస్త్రీ. కాబట్టి మీరు ఆమెను క్షమించాలి. మీరు మీ మనసును పరస్త్రీల పొందువలన కలిగే పాపానికి దూరంగా ఉంచండి. మీరు దేవతలకు కూడా రాజు కదా! కాబట్టి మీరు ప్రజలను ధర్మపూర్వకంగా పాలించాలి. భగవంతుడు మీకు మేలు చేస్తాడు" అని అనునయించారు.

ఋషులు ఈరీతిగా నహుషునికి చాలా చెప్పారు. కాని కామాసక్తుడైన నహుషుడు వారి మాటలను ఒక్కటికూడా వినిపించుకోలేదు. అంత వారు బృహస్పతి వద్దకు వెళ్లి, అతనితో - "దేవర్షిసత్తమా! ఇంద్రాణి మిమ్మల్ని శరణు కోరిందని, మీ భవనంలోనే ఉంటోందని, మీరు ఆమెకు అభయం ఇచ్చారని విన్నాము. దేవతలము, ఋషులము అందరమూ మిమ్మల్ని వేడుకొంటున్నాము. మీరు ఆమెను నహుషునకు అప్పగించెయ్యండి" అన్నారు. దేవతల, ఋషుల మాటలు విని ఇంద్రాణికి కన్నులలో నీరు నిండింది. ఆమె దీనంగా విలపిస్తూ - "బ్రహ్మర్షీ! నేను నహుషుని భర్తగా స్వీకరించలేను. నేను మీ శరణుచొచ్చాను. నన్ను ఈ మహాఉపద్రవం నుండి రక్షించండి" అని బృహస్పతిని వేడుకొంది. బృహస్పతి - "కల్యాణీ! నేను శరణన్న వారిని విడువను. ఇది నా నిశ్చయం. అనిందితా! నీవు ధర్మాన్ని తెలిసినదానవు. సత్యశీలవు. కాబట్టి నిన్ను నేను విడువను" అని ఇంద్రాణిని ఓదార్చి, దేవతలవైపు తిరిగి - "నాకు ధర్మవిధి తెలుసు. ధర్మశాస్త్రాలు విని ఉన్నాను. నేను సత్యనిష్ఠుడను. ఇన్నిటిని మించి నేను బ్రాహ్మణజాతివాడను కూడా. కాబట్టి నేను చేయకూడని పనిని చేయను. మీరు వెళ్లండి. నేను ఈ పని చేయలేను. ఈ విషయంలో బ్రహ్మదేవుడు కొన్ని మాటలు చెప్పాడు. అవి చెపుతాను వినండి.

"భయార్తుడై తన్ను శరణు కోరివచ్చిన వానిని శత్రువుల చేతికి అప్పగించేవాడు నాటిన విత్తనాలు అదనులో మొలకెత్తవు. అతని పొలంలో సకాలంలో వర్షాలు కురవవు. అతనికి రక్షణ

అవసరమైనపుడు ఎవరూ రక్షించేవారు ఉండరు. అటువంటి దుర్బలచిత్తుడు తినే అన్నం వ్యర్థం. అతని చైతన్యశక్తి నశించిపోతుంది. అతడు స్వర్గంనుండి భ్రష్టుడవుతాడు. అతడు సమర్పించిన హవ్యాన్ని దేవతలు స్వీకరించరు. అతని సంతానం అకాలమరణం పొందుతుంది. అతని పితరులు ఎప్పుడూ నరకంలోనే ఉంటారు. ఇంద్రునితోపాటు దేవతలందరూ అతనిని వజ్రాయుధంతో దండిస్తారు.

న తస్య బీజం రోహతి రోహకాలే న తస్య వర్షం వర్షతి వర్షకాలే ।
భీతం ప్రపన్నం ప్రదదాతి శత్రవే న సత్రాతారం లభతే త్రాణమిచ్ఛన్ ॥
మోఘమన్నం విందతి చాప్యచేతాః స్వర్గాల్లోకాద్ భ్రశ్యతి నష్టచేష్టః ।
భీతం ప్రపన్నం ప్రదదాతి యో వై న తస్యహవ్యం ప్రతిగృహ్ణంతి దేవాః ॥
ప్రమీయతే చాస్య ప్రజాహ్యకాలే సదా వివాసం పితరో౽స్య కుర్వతే ।
భీతం ప్రపన్నం ప్రదదాతి శత్రవే సేంద్రా దేవాః ప్రహరంత్యస్య వజ్రమ్ ॥

ఇలా బ్రహ్మ చెప్పిన శరణాగతత్యాగం వలన కలిగే అధర్మాన్ని తెలిసి ఉన్న నేను ఇంద్రాణిని నహుషుని చేతికి అప్పగించను. నన్ను, ఈమెనూ రక్షించే ఉపాయం ఏదైనా ఉందేమో మీరు చూడండి" అన్నాడు.

అప్పుడు దేవతలు ఇంద్రాణితో - "దేవీ! స్థావరజంగమాత్మకమైన ఈ సమస్త విశ్వం కేవలం నీ ఆధారంవల్లనే నిలవగలుగుతోంది. నీవు పతివ్రతవు. సత్య నిష్ఠురాలవు. ఒక్కసారి నహుషుని వద్దకువెళ్లు. నిన్ను కోరడం వలన ఆ పాపి శీఘ్రంగా నశించిపోతాడు. దేవేంద్రుడు తన సంపదను తాను తిరిగిపొందగలుగుతాడు" అని చెప్పారు. తమ కార్యం సిద్ధించడం కోసం దేవతలు అలా కార్యాన్ని నిశ్చయించారు. ఇంద్రాణి అత్యంత సంకోచంతో నహుషుని వద్దకు వెళ్లింది. ఆమెను చూచి దేవరాజు నహుషుడు "శుచిస్మితా! నేను ముల్లోకాలకు అధిపతిని. కాబట్టి సుందరీ! నన్ను వరించు." అన్నాడు. నహుషుడు అలా అనగానే పతివ్రత అయిన ఇంద్రాణి భయంతో వణకసాగింది. ఆమె చేతులు జోడించి బ్రహ్మదేవునికి నమస్కరించుకొని, దేవరాజైన నహుషునితో - "సురేశ్వరా! మీరు నాకు కొంత గడువు ఇవ్వాలని కోరుతున్నాను. ఇంతవరకు దేవరాజు శక్రుడు ఎక్కడకు వెళ్లాడో, తిరిగి ఎప్పుడు వస్తాడో తెలియలేదు. అతని కోసం బాగా వెదికిన తరువాత, అతని జాడ తెలియకపోతే అప్పుడు నేను మిమ్మల్ని సేవిస్తాను" అన్నది. నహుషుడు "సుందరీ! నీవు చెప్పినదే సరియైనది. మంచిది. శక్రుని జాడ తెలుసుకో. కాని, చూడు, నీవు ఇచ్చిన మాట మాత్రం గుర్తుంచుకో" అన్నాడు.

ఆ తరువాత నహుషునివద్ద సెలవు తీసుకొని ఇంద్రాణి బృహస్పతి ఇంటికి వచ్చింది. ఇంద్రాణి యొక్క మాటలు విని అగ్ని మొదలైన దేవతలందరూ ఒకచోటచేరి ఇంద్రునివిషయమై ఆలోచించసాగారు. వారు దేవాధిదేవుడైన విష్ణుమూర్తిని కలుసుకొన్నారు. వ్యాకులచిత్తులై అతనిని - "దేవేశ్వరా! మీరు జగన్నాథులు. మాకు ఆశ్రయులు. మాకందరికీ పూర్వులు, మీరు సమస్త ప్రాణులను రక్షించడానికే విష్ణురూపంలో ఉన్నారు. భగవాన్! మీ తేజస్సువలన వృత్రాసురుడు చనిపోయాక ఇంద్రునికి బ్రహ్మహత్యాదోషం చుట్టుకొంది. అది తొలగే ఉపాయం మీరు సెలవీయండి" అని ప్రార్థించారు. దేవతల ప్రార్థన విని విష్ణుభగవానుడు - "ఇంద్రుడు అశ్వమేధ యజ్ఞం ద్వారా నన్ను పూజించాలి. నేను అతనిని బ్రహ్మహత్యాదోషం నుండి విముక్తుని చేస్తాను. అందువల్ల అతనికి అన్నిరకాల భయాలు తొలగిపోయి, తిరిగి దేవతలకు రాజు అవుతాడు. దుష్టబుద్ధి అయిన నహుషుడు తన నింద్యకర్మలవలన నశించిపోతాడు" అని ధైర్యం చెప్పాడు.

భగవానుని యొక్క సత్యమైన, శుభకరమైన, అమృతమయమైన పలుకులను విని దేవతలు, ఋషులు గురువులు కలిసి ఇంద్రుడు భయపడి వ్యాకులుడై దాగుకొన్న చోటికి వెళ్లారు. అక్కడ ఇంద్రుని శుద్ధి చేయడానికి బ్రహ్మహత్యాదోషాన్ని తొలగించే అశ్వమేధయజ్ఞం మొదలయింది. వారు బ్రహ్మహత్యాదోషాన్ని విభజించి వృక్షాలకు, నదులకు, పర్వతాలకు, భూమికి, స్త్రీలకు పంచారు. అందువలన ఇంద్రుడు పాపరహితుడు, శోకం లేనివాడు అయ్యాడు. కాని అతడు తన పదవిని చేపట్టడానికి వచ్చి చూసేసరికి నహుషుడు దేవతల వరప్రభావం వలన దుస్సహుడై, తన దృష్టిమాత్రం చేతనే సమస్తప్రాణుల తేజస్సును హరించివేస్తున్నాడు. ఇది చూచి అతడు భయంతో వణికిపోయి అక్కడినుండి మళ్లీ పారిపోయాడు. అనుకూలమైన సమయంకోసం వేచిచూస్తూ సమస్తప్రాణులకు అదృశ్యంగా ఉంటూ తిరగసాగాడు.

ఇంద్రుడు స్వర్గాధిపతిగా పునఃప్రతిష్ఠితు డగుట

యుధిష్ఠిరా! ఇంద్రుడు వెళ్లిపోవడంతో ఇంద్రాణిపై మరల శోకమేఘాలు ఆవరించాయి. ఆమె అత్యంత దుఃఖంతో "హా ఇంద్రా!" అని పలవిస్తూ విలపించసాగింది. ఆమె - "నేను దానం, హోమం చేసినట్లయితే, నేను సత్యవ్రతురాలను అయితే నా పాతివ్రత్యం స్థిరంగా ఉండుగాక! నేను ఎప్పుడూ

ఏ పరపురుషునివైపూ కన్నెత్తి చూడను. నేను ఉత్తరాయణానికి అధిష్ఠాన దేవత అయిన రాత్రి దేవికి నమస్కరిస్తున్నాను. ఆమె నా కోరిక ఈడేర్చుగాక!" అనుకొని ఏకాగ్రచిత్తురాలై రాత్రిదేవి ఉపశ్రుతిని ఉపాసించింది. దేవరాజు ఇంద్రుడున్న స్థావరం చూపమని ప్రార్థించింది.

ఇంద్రాణి యొక్క ఈ ప్రార్థనను ఆలకించి ఉపశ్రుతీదేవి సాకారంగా ప్రకటమయింది. ఆమెను చూసి ఇంద్రాణి మిక్కిలి సంతోషించి, పూజించి - "దేవీ! తమరెవరు? మీరెవరో తెలుసుకోవాలని నాకు చాలా కుతూహలంగా ఉంది" అన్నది. ఉపశ్రుతి - "దేవీ! నేను ఉపశ్రుతిని. నీ సత్యప్రభావం వలననే నేను నీకు దర్శనమివ్వడానికి వచ్చాను. నీవు పతివ్రతవు. యమనియమాలనుండి ముక్తిపొందినదానివి. నేను నిన్ను దేవరాజు ఇంద్రునివద్దకు తీసుకొని వెడతాను. నీవు త్వరగా నావెంటరా. నీకు దేవరాజు దర్శనం లభిస్తుంది" అని చెప్పి ఉపశ్రుతి బయలుదేరాక ఇంద్రాణి ఆమెను అనుసరించింది. దేవతల ఉద్యానవనాలను, అనేక పర్వతాలను, హిమాలయాన్ని దాటుకొని ఒక దివ్య సరోవరాన్ని చేరుకొన్నారు. ఆ సరోవరంలో అతిసుందరమైన ఒక పద్మలత ఉంది. దానిని ఒక పొడవయిన నాళంగల గౌరవర్ణ కమలం ఆవరించి ఉంది. ఉపశ్రుతి ఆ కమలనాళం చీల్చుకొని ఇంద్రాణితో సహితంగా లోపలికి ప్రవేశించింది. అక్కడ ఒక తంతువులో ఇంద్రుడు దాగి ఉండడం కనిపించింది. అప్పుడు ఇంద్రాణి ఇంద్రుడు చేసిన పూర్వకర్మలను ఉటంకిస్తూ ఇంద్రుని స్తోత్రం చేసింది. అందుపై ఇంద్రుడు - "దేవీ! నీవిక్కడికి ఎలా వచ్చావు? నీకు నా జాడ ఎలా తెలిసింది?" అని ఆశ్చర్యంగా అడిగాడు. ఇంద్రాణి నహుషుని వృత్తాంతమంతా చెప్పి, తనతో వచ్చి అతనిని నాశనం చేయమని వేడుకొంది.

ఇంద్రాణి చెప్పినదంతా విని ఇంద్రుడు - "దేవీ! ఇప్పుడు నహుషుని బలం పెరిగింది. కాబట్టి పరాక్రమం చూపడానికి ఇది తగిన సమయం కాదు. నేను నీకు ఒక ఉపాయం చెపుతాను. దానిని అనుసరించి పని జరిపించు. నీవు ఏకాంతంగా నహుషుని దగ్గరకు వెళ్లి "నీవు ఋషులచేత పల్లకీ మోయించుకొని నాదగ్గరకు రా. అప్పుడు నేను సంతోషంగా నీ వశమవుతాను" అని చెప్పు" అని ఉపాయం చెప్పాడు. ఇంద్రుడు చెప్పినదానికి ఇంద్రాణి సరే అని చెప్పి నహుషుని దగ్గరకు వచ్చింది. ఆమెను చూచి నహుషుడు చిరునవ్వుతో "కల్యాణీ! నీవు సరిగ్గా వచ్చావు. చెప్పు. ఏం చేయమంటావు నన్ను? నేను ఒట్టువేసి మరీ చెపుతున్నాను. నీమాట అవశ్యం పాటిస్తాను" అన్నాడు సంతోషంగా. ఇంద్రాణి - "జగత్పతీ! నేను నిన్ను అడిగిన గడువు ఎప్పుడు తీరుతుందా అని ప్రతీక్షిస్తున్నాను. కాని నా మనసులో ఒక మాట ఉంది. మీరు దానిగురించి ఆలోచించండి. మీరు నేను ప్రేమతో చెప్పే ఆ మాటను నెరవేర్చినట్లయితే నేను తప్పకుండా మీకు వశమవుతాను. రాజా! ఋషులందరూ కలిసి మిమ్మల్ని పల్లకిలో కూర్చోపెట్టుకొని నావద్దకు తీసుకురావాలని నా కోరిక" అని అన్నది.

నహుషుడు - "సుందరీ! నీవు నాకోసం ఈసాటిలేని వాహనాన్ని చెప్పావు. ఇటువంటి వాహనం మీద ఎవరూ ఇంతవరకూ ఎక్కలేదు. ఇది నాకు చాలా నచ్చింది. నేను నీవాడనే అనుకో. ఇప్పుడు సప్తర్షులు, బ్రహ్మర్షులు నాపల్లకిని మోస్తూ నడుస్తారు" అన్నాడు ఉప్పొంగిపోతూ. ఇలా చెప్పి నహుషుడు ఇంద్రాణికి సెలవిచ్చిపంపి, కామాసక్తుడయిన కారణంగా ఋషులను పల్లకీ ఎత్తమన్నాడు.

ఇక్కడ శచీదేవి బృహస్పతి దగ్గరకు వచ్చి "నహుషుడు నాకు ఇచ్చిన గడువులో ఒక కొద్దిరోజులే ఉన్నాయి. ఇప్పుడు మీరిక శక్రుని వెదికించండి. నేను మీ భక్తురాలిని. మీరు నా యందు కనికరించండి" అని వేడుకొంది. అప్పుడు బృహస్పతి "సరే. నీవు దుష్టచిత్తుడైన ఆ నహుషునికి ఏవిధంగానూ భయపడనక్కరలేదు. ఆ నరాధముడు మహర్షులతో పల్లకీ మోయించుకొంటున్నాడు. వీడికి ఏమాత్రం ధర్మజ్ఞానం లేదు. కాబట్టి ఇప్పుడతడు పోయాడనే అనుకో. ఇతడు ఇక ఎన్నో రోజులు ఈ పదవిలో ఉండలేడు. నీవు ఏ మాత్రం భయపడకు. భగవంతుడు నీకు మేలు చేస్తాడు" అన్నాడు. ఆ తరువాత మహాతేజస్వి అయిన బృహస్పతి అగ్నిని ప్రజ్వరిల్లచేసి శాస్త్రోక్తంగా ఉత్తమపదార్థాలతో హోమం చేశాడు. అగ్నిదేవునితో ఇంద్రుని వెదకమని చెప్పాడు. అతని ఆజ్ఞానుసారం అగ్నిదేవుడు చెరువులు, కుంటలు, సరోవరాలు, సముద్రాలలో ఇంద్రునికోసం అన్వేషించాడు. అలా వెదకుతూ ఇంద్రుడు దాగుకొన్న సరోవరానికి వచ్చాడు. అక్కడ అతనికి ఒక తామర తూడు తంతువులో దాగుకొన్న ఇంద్రుడు కనిపించాడు. అతడు బృహస్పతికి ఇంద్రుడు అణురూపధారియై ఒక కమలనాళం యొక్క తంతువులో దాగుకొన్నాడనే సమాచారం అందించాడు. ఇది తెలిసిన బృహస్పతి దేవర్షులు, గంధర్వులతో పాటు ఆ సరోవరతీరానికి వచ్చాడు. ఇంద్రుడు పూర్వం చేసిన కార్యాలన్నీ ఏకరువు పెడుతూ అతనిని స్తుతించసాగాడు. దానితో ఇంద్రుని తేజస్సు మెల్లమెల్లగా

పెరగసాగింది. అతడు తన పూర్వరూపాన్ని ధరించి శక్తిసంపన్నుడయ్యాడు. అతడు బృహస్పతితో - "చెప్పండి. ఇక మిగిలిన పని ఏమిటి? మహాదైత్యుడైన విశ్వరూపుడు సంహరించబడ్డాడు. విశాలకాయుడైన వృత్రాసురుడు కూడా అంతరించిపోయాడు" అన్నాడు. బృహస్పతి - "దేవరాజా! నహుషుడనే ఒక నరపాలుడు దేవతల, ఋషుల తేజస్సుతో వృద్ధిపొంది వారందరికీ అధిపతి అయ్యాడు. అతడు మాకు చాలా ఇబ్బందులు కలిగిస్తున్నాడు. నీవు అతనిని సంహరించు" అన్నాడు.

రాజా! బృహస్పతి ఇంద్రునితో ఇలా చెపుతున్న సమయంలోనే అక్కడకు కుబేరుడు, యముడు, చంద్రుడు, వరుణుడు కూడా వచ్చారు. ఆ దేవతలందరూ, దేవేంద్రునితో కలిసి నహుషుని చంపడానికి ఉపాయాన్ని ఆలోచించసాగారు. ఇంతలోనే అక్కడ పరమ తపోధనుడైన అగస్త్య మహాముని కనిపించాడు. అతడు ఇంద్రుని అభినందించి - "చాలా సంతోషం. విశ్వరూప, వృత్రాసురుల వధ జరగడం వలన నీకు అభ్యుదయం కలుగుతోంది. ఇప్పుడు నహుషుడు దేవరాజపదవి నుండి భ్రష్టుడయ్యాడు. ఇందువల్లకూడా నాకు చాలా ఆనందంగా ఉంది" అన్నాడు. ఇంద్రుడు అతనికి స్వాగత సత్కారాలు చేసి, అతడు ఆసీనుడయ్యాక - "భగవాన్! పాపత్ముడయిన నహుషుడు ఎలా పతనమయ్యాడో తెలుసుకోవాలనుకొంటున్నాను" అని వినయంగా అడిగాడు. అగస్త్యుడు - "దేవరాజా! దుష్టచిత్తుడయిన నహుషుడు స్వర్గంనుండి పతనమయిన వృత్తాంతాన్ని చెపుతాను. వినండి. మహానుభావులయిన దేవర్షి, బ్రహ్మర్షులు పాపాత్ముడయిన నహుషుని పల్లకీని ఎత్తుకొని బయలుదేరారు. ఆ సమయంలో ఋషులతో అతనికి వివాదం కలిగింది. అధర్మంతో అతని బుద్ధి నశించిన కారణంగా అతడు నాతలమీద తన్నాడు. దానితో అతని బలం, కాంతి నశించిపోయాయి. అప్పుడు నేను అతనితో - "రాజా! ప్రాచీన మహర్షులు ఏర్పరచిన, ఆచరించిన కర్మలలో నీవు దోషాలను ఆరోపిస్తున్నావు. బ్రహ్మసదృశులైన తేజస్సు గల ఋషులతో నీవు పల్లకీ మోయిస్తున్నావు. పైగా నా తలను కాలితో తన్నావు. కాబట్టి నీవు పుణ్యహీనుడవై భూలోకంలో పడి ఉండు." ఇక నీవు పదివేల ఏళ్లు అజగరరూపం ధరించి తిరుగుతావు. ఆ గడువు పూర్తి అయ్యాక తిరిగి స్వర్గాన్ని పొందగలవు" అన్నాను. ఈరకంగా నేను ఇచ్చిన శాపంతో ఆ దుష్టుడు ఇంద్రపదవి నుండి చ్యుతుడైనాడు. ఇక మీరు స్వర్గలోకానికి వెళ్లి లోకాలన్నిటినీ ఏలుకోండి" అని చెప్పాడు.

అప్పుడు ఇంద్రుడు ఐరావతాన్ని ఎక్కి అగ్నిదేవుడు, బృహస్పతి, యముడు, వరుణుడు, కుబేరుడు మొదలైన సమస్తదేవగణంతో, గంధర్వులు, అప్సరసలతో కూడి దేవలోకానికి వెళ్లాడు. అక్కడ ఇంద్రాణిని కలుసుకొని, అత్యంతసంతోషంతో సమస్తలోకాలను పాలించసాగాడు. అదే సమయానికి అక్కడికి పూజ్యుడైన అంగిరసుడు విచ్చేశాడు. అతడు అధర్వవేద మంత్రాలతో దేవరాజును అర్చించాడు. దానితో ఇంద్రుడు చాలా సంతుష్టుడయ్యాడు. "మీరు అధర్వవేదాన్ని గానం చేశారు. కాబట్టి ఈ వేదంలో మీరు అధర్వాంగిరసులు అనే పేరుతో ప్రసిద్ధులవుతారు. యజ్ఞభాగం కూడా పొందగలరు" అని వరం ఇచ్చాడు. ఈవిధంగా అధర్వాంగిరసఋషిని సత్కరించి ఇంద్రుడు అతనిని సాగనంపాడు. ఆపై సమస్తదేవతలను, తపోధనులైన ఋషులను గౌరవించి, ధర్మపూర్వకంగా ప్రజాపాలన చేయసాగాడు.

కౌరవ పాండవ సైన్య సమీకరణము

మహారాజు శల్యుడు చెపుతున్నాడు - "యుధిష్ఠిరా! ఈరీతిగా ఇంద్రుడు తన భార్యతో కష్టాలు అనుభవించాడు. శత్రువధ చేయడానికి అజ్ఞాతవాసం కూడా చేయవలసివచ్చింది. కాబట్టి నీవు ద్రౌపదితో, నీతమ్ముళ్లతో కలిసి వనాలలో ఉంటూ కష్టాలు పడవలసి వచ్చినందుకు రోషించకు. ఇంద్రుడు వృత్రాసురుని చంపి రాజ్యాన్ని పొందినట్లుగా నీవు కూడా నీ రాజ్యాన్ని పొందుతావు. అలాగే అగస్త్యుని శాపంతో నహుషుడు పతనమైనట్లే నీ శత్రువులు కర్ణదుర్యోధనాదులు కూడా నశించిపోతారు."

శల్యమహారాజు ఈరీతిగా ధైర్యం చెప్పిన తరువాత ధర్మాత్ములలో శ్రేష్ఠుడయిన ఆ యుధిష్ఠిరమహారాజు అతనిని విధిపూర్వకంగా సత్కరించాడు. మద్రరాజు అతని అనుమతి తీసుకొని తనసైన్యంతో పాటు దుర్యోధనుని దగ్గరకు బయలుదేరి వచ్చాడు.

వైశంపాయనుడు చెపుతున్నాడు - తదనంతరం యాదవ వంశీయుడూ, మహారథీ అయిన సాత్యకి గొప్ప చతురంగ బలాలను తీసుకొని యుధిష్ఠిరుని వద్దకు వచ్చాడు. అతనిసైన్యంలో భిన్న భిన్న దేశాలనుండి వచ్చిన అనేక వీరులున్నారు. పరశువు, భిందిపాలం, శూలం, తోమరం, ముద్గరం, పరిఘ, యష్టి(కర్ర), పాశం, పొడవైనకత్తి, ధనుస్సు, రకరకాలుగా మెరిసే బాణాలు - వీటితో అతని సేన ఒక్కసారిగా మెరిసిపోయింది. ఈ సైన్యం అంతా యుధిష్ఠిరుని

గుడారానికి చేరుకొన్నది. చేదిరాజు ధృష్టకేతుడు, జరాసంధపుత్రుడూ, మగధరాజూ అయిన జయత్సేనుడు చెరియొుక అక్షౌహిణి సైన్యంతో వచ్చారు. సముద్రతీరవాసులైన రకరకాల యోధులతో కూడి పాండ్యరాజు కూడా యుధిష్ఠిరుని సేవకు విచ్చేశాడు. ఈరీతిగా భిన్నభిన్న దేశాలనుండి వచ్చిన సేనల సమాగమంతో పాండవపక్షానికి చెందిన సైన్యసముదాయం చాలా చూడచక్కగా, భవ్యమై, శక్తిసంపన్నమై కన్పట్టింది. ద్రుపదమహారాజు సైన్యం కూడా మహారథులైన అతని పుత్రులతో, దేశదేశాల నుండి వచ్చిన శూరుల కారణంగా చాలా బాగుందనిపిస్తోంది. మత్స్యదేశీయుడయిన విరాటరాజు సైన్యంలో పర్వతప్రాంతపురాజులు చేరారు. అది కూడా పాండవశిబిరానికి చేరుకొంది. ఇలా ఎక్కడెక్కడి నుండో వచ్చిన ఏడు అక్షౌహిణుల సైన్యం పాండవుల పక్షంలో ఒకచోటికి చేరింది. కౌరవులతో యుద్ధం చేయాలనే ఉత్సాహంతో ఉన్న ఆ విశాలసైన్యాన్ని చూచి పాండవులకు చాలా ఆనందం కలిగింది.

ఇక రెండవవైపు భగదత్తుడు ఒక అక్షౌహిణి సైన్యాన్ని పంపి కౌరవుల ఆనందం ఇనుమడింపచేశాడు. అతనిసైన్యంలో చీన, కిరాత దేశాలవారు ఉన్నారు. ఇలాగే ఎంతోమంది రాజులు ఒక్కొక్క అక్షౌహిణి సైన్యాన్ని తీసికొని దుర్యోధనుని వైపు వచ్చారు. హృదీకుని కొడుకు అయిన కృతవర్మ భోజ, అంధక, కుకురవంశాలకు చెందిన యాదవ వీరులతో ఒక అక్షౌహిణి సైన్యంతో దుర్యోధనుని వద్దకు చేరాడు. సింధుసౌవీర దేశాలకు చెందిన జయద్రథుడు మొదలైన రాజులతో కూడా అనేక అక్షౌహిణుల సైన్యం వచ్చింది. కాంబోజరాజు సుదక్షిణుడు శక యవన వీరులతో కలిసి వచ్చాడు. అతనితో కూడా ఒక అక్షౌహిణి సైన్యం ఉంది. అలాగే మాహిష్మతీ పురరాజు నీలుడు మహాబలులైన దక్షిణదేశపు వీరులతో కలిసి వచ్చాడు. అవంతిదేశపు రాజులు విందానువిందులు కూడా ఒక్కొక్క అక్షౌహిణి సైన్యంతో దుర్యోధనుని సేవించడానికి వచ్చారు. కేకయ దేశపు రాజులు అయిదుగురు అన్నదమ్ములూ కూడా ఒక అక్షౌహిణి సైన్యంతో వచ్చి కురురాజుకు ఆనందం కలిగించారు. వీరే కాక ఎక్కడెక్కడి నుండో వచ్చిన ఇతరరాజుల సైన్యం కూడా మరో మూడు అక్షౌహిణులు ఉంది. ఈ రీతిగా దుర్యోధనుని పక్షంలో మొత్తం పదకొండు అక్షౌహిణులసైన్యం పోగయింది. అది రకరకాల ధ్వజాలతో అలరారుతూ పాండవులను ఎదుర్కోవాలనే ఉత్సుకతతో ఉన్నది. పంచనదం, కురుజాంగలం, రోహితవనం, మార్వాడ్, అహిచ్ఛత్రం, కాలకూటం, గంగాతటం, వారణం, వటధానం, ఇంకా యమునాతీరంలోని పర్వతీయప్రదేశాలు – ఈ సారవంతమైన, ధనధాన్యపూర్ణమైన విశాల భూభాగం కౌరవసేనతో నిండిపోయింది. ద్రుపదమహారాజు దూతగా పంపిన అతని పురోహితుడు ఈ రీతిగా ఏకత్రితమై ఉన్న ఆ కౌరవసైన్యాన్ని చూశాడు.

ద్రుపద పురోహితునితో భీష్మధృతరాష్ట్రులు మాటలాడుట

వైశంపాయనుడు చెపుతున్నాడు – తదనంతరం ద్రుపద పురోహితుడు ధృతరాష్ట్రమహారాజు దగ్గరకు వచ్చాడు. ధృతరాష్ట్రభీష్మవిదురులు అతనికి ఎంతో మర్యాదలు చేశారు. పురోహితుడు మొదట తమవారి కుశలసమాచారాన్ని తెలిపి, అనంతరం వారి యోగక్షేమాలు అడిగాడు. తరువాత సమస్తసేనాపతుల మధ్య ఈరీతిగా చెప్పాడు – "ధృతరాష్ట్రపాండురాజులు ఇద్దరూ ఒకే తండ్రి సంతానం అనేది సుప్రసిద్ధం. కాబట్టి తండ్రి ఆస్తిమీద ఇద్దరికీ సమానాధికారం ఉంటుంది. కాని ధృతరాష్ట్రుని సంతానానికి పైతృకమైన ఆస్తి లభించింది. పాండుపుత్రులకు లభించలేదు. ఇందుకు కారణమేమిటి? కౌరవులు చాలాసార్లు ఎన్నో ఉపాయాలు పన్ని పాండవుల ప్రాణాలు తీసే ప్రయత్నాలు చేశారు. కాని వారికి ఇంకా ఆయుర్దాయం మిగిలి ఉంది. కనుక వారిని యమలోకానికి పంపలేకపోయారు. ఇన్ని బాధలు భరించికూడా మహాత్ములైన పాండవులు తమ శక్తితో రాజ్యాన్ని వృద్ధి చేశారు. కాని నీచంగా ఆలోచించే ధృతరాష్ట్రపుత్రులు శకునితో కలిసి కపటంతో వారి రాజ్యాన్ని అంతటినీ అపహరించారు. ధృతరాష్ట్రమహారాజు కూడా ఈ పనికి అంగీకరించాడు. పాండవులు పదమూడేళ్లు అరణ్యాలలో ఉండక తప్పనిసరి అయింది. ఈ అపరాధాలన్నీ మరచిపోయి ఇప్పటికీ వారు కౌరవులతో సంధినే కోరుకొంటున్నారు. కాబట్టి పాండవులయొక్క దుర్యోధనుని యొక్క నడవడికలను దృష్టిలో పెట్టుకొని మిత్రులు, హితైషులు దుర్యోధనునికి నచ్చచెప్పడమే కర్తవ్యం. పాండవులు వీరులు అయినా వారు కౌరవులతో యుద్ధం చేయాలనుకోవడం లేదు. యుద్ధంలో జనసంహారం జరుగకుండానే తమ భాగం తమకు రావాలనేదే వారి కోరిక. దుర్యోధనుడు ఏ లాభాన్ని అపేక్షించి యుద్ధం

కోరుకొంటున్నాడో అది సిద్ధించదు. ఎందుకంటే పాండవులేమీ తక్కువ బలవంతులుకారు. యుధిష్ఠిరుని వద్ద కూడా ఏడు అక్షౌహిణులసైన్యం పోగుపడింది. ఆ సైన్యమంతా యుద్ధం చేయడానికి ఉత్సుకతతో అతని ఆజ్ఞకోసం నిరీక్షిస్తోంది. అదే కాకుండా సాత్యకి, భీమసేనుడు, నకులుడు, సహదేవుడు - వీరందరూ ఒక్కొక్కరూ వేల అక్షౌహిణీ సైన్యంతో సమానులు. ఒకవైపు పదకొండు అక్షౌహిణులసైన్యం, రెండవవైపు అర్జునుడొక్కడే ఉన్నా, దానిని మించి అర్జునుడే పైచేయి సాధిస్తాడు. ఇలాంటివాడే మహాబాహువు అయిన శ్రీకృష్ణుడు కూడా. పాండవ సైన్యం యొక్క బలం, అర్జునుని పరాక్రమం, శ్రీకృష్ణుని తెలివితేటలు చూచి కూడా ఎవరు యుద్ధానికి సిద్ధపడతారు? కాబట్టి ధర్మాన్ని, కాలాన్ని కూడా ఆలోచించి మీరు పాండవులకు ఇవ్వదగిన భాగాన్ని వెంటనే ఇవ్వండి. ఈ అవకాశాన్ని మీ చేతులనుండి జారిపోనీయకూడదు. ఇది దృష్టిలో ఉంచుకోవాలి" అని ముగించాడు.

పురోహితుడు చెప్పినది విని మహాబుద్ధిశాలి అయిన భీష్ముడు అతనిని ఎంతగానో మెచ్చుకున్నాడు. సమయోచితంగా ఇలా అన్నాడు - "బ్రాహ్మణోత్తమా! పాండవులందరూ కృష్ణునితోపాటు కుశలంగా ఉండడం చాలా సంతోషించదగిన విషయం. వారికి రాజులు సహాయంగా ఉన్నారని తెలుసుకొని చాలా ఆనందం కలిగింది. దానితోపాటే వారు ధర్మతత్పరులయినందుకు కూడా ఆనందమే. ఆ అయిదుగురు పాండవులు యుద్ధం చేయాలనే ఆలోచన లేకుండా, బంధువులతో సంధి కోరుకోవడం ఇంకా ఆనందించదగిన విషయం. నిజానికి కిరీటధారి అయిన అర్జునుడు బలవంతుడు, అస్త్రవిద్యానిపుణుడు, మహారథి. ఆహా! అతనిని యుద్ధంలో ఎవరు ఎదిరించగలుగుతారు? సాక్షాత్తు ముల్లోకాలలోనూ అతడొక్కడే సమర్థుడైన వీరుడని నాఉద్దేశ్యం."

భీష్ముడు ఇలా అంటూండగానే కర్ణుడు కోపంతో మండిపడుతూ అమర్యాదగా అతని మాటలను మధ్యలోనే ఖండిస్తూ - "బ్రాహ్మణుడా! అర్జునుని పరాక్రమం సంగతి ఎవరికీ తెలియనిది కాదు. అయినా పదే పదే చెప్పడం వలన ఏం లాభం? మొదటి సంగతి. శకుని దుర్యోధనుని కోసం జూదంలో యుధిష్ఠిరుని ఓడించాడు. ఆ సమయంలో వారు ఒక నియమాన్ని అంగీకరించి అడవులకు వెళ్లారు. ఆ నియమం పూర్తికాకుండానే మత్స్య, పాంచాల దేశవాసుల అండ చూసుకొని మూర్ఖులవలె పైత్యకమైన సంపదను తీసుకోవాలనుకొంటున్నారు. కాని దుర్యోధనుడు వారికి భయపడి, రాజ్యంలో నాలుగోవంతు భాగం కూడా ఇవ్వడు. వారు తమ తాత తండ్రుల రాజ్యాన్ని తీసుకోవాలనుకొంటే మాత్రం ప్రతిజ్ఞానుసారంగా నియమిత కాలంపాటు మళ్లీ అడవులలో ఉండవలసినదే. ఒకవేళ ధర్మాన్ని విడిచి యుద్ధానికే దిగితే, ఈ కౌరవవీరులవద్దకు వచ్చాక వారు నామాటలను చక్కగా గుర్తు చేసుకొంటారు" అన్నాడు తీవ్రంగా.

భీష్ముడు - "రాధాపుత్రుడా! నోటితో చెప్పవలసిన పనేముంది? ఒక్కసారి అర్జునుని యొక్క ఆ పరాక్రమాన్ని గుర్తు తెచ్చుకో. విరాటనగర సంగ్రామంలో అతడు ఒక్కడే అసహాయుడై ఆరుగురు మహారథులను జయించాడు. నీ పరాక్రమం ఏమిటో అప్పుడే చూశాం. అనేక పర్యాయాలు అతని ఎదుటికి వెళ్లి ఓడిపోయి వచ్చావు. ఈ బ్రాహ్మణుడు చెప్పినట్లుగా మనం చేయకపోతే తప్పకుండా యుద్ధంలో పాండవుల చేతిలో మరణించి దుమ్ము కొట్టుకుపోవలసివస్తుంది" అన్నాడు.

భీష్ముని ఈ మాటలు విని ధృతరాష్ట్రుడు అతనిని మెచ్చుకొన్నాడు. అతనిని శాంతింపచేస్తూ, కర్ణుని కసురుతూ - "భీష్ముడు చెప్పిన రీతిలో అయితేనే మనకు, పాండవులకు కూడా మేలు జరుగుతుంది. దాని వల్లనే లోకానికి కూడా మేలు. బ్రాహ్మణోత్తమా! నేను అందరితో కలిసి ఆలోచించి సంజయుని పాండవులవద్దకు పంపుతాను. ఇక మీరు త్వరగా బయలుదేరండి" అని చెప్పి పురోహితుని సత్కరించి, అతనిని పాండవుల వద్దకు పంపివేశాడు.

ధృతరాష్ట్ర సంజయుల సంభాషణము

వైశంపాయనుడు చెపుతున్నాడు - తదనంతరం ధృతరాష్ట్రుడు సంజయుని సభలోనికి పిలిపించి - "సంజయా! పాండవులు ఉపప్లావ్యమనే చోటుకు వచ్చి ఉంటున్నారని ప్రజలు అంటున్నారు. నీవు కూడా అక్కడకు వెళ్లి వారిని పరామర్శించు. అజాతశత్రువైన యుధిష్ఠిరుని ఆదరపూర్వకంగా కలుసుకొని "మీరు ఇప్పుడు మీ స్థానానికి చేరడం చాలా ఆనందించదగిన విషయం" అని చెప్పు. వారందరికీ మన కుశలవార్తను చెప్పి, వారి కుశలాన్ని అడుగు. వారు ఎప్పుడూ వనవాసానికి తగినవారు కారు. కాని వారు ఆ బాధ పడవలసివచ్చింది. ఇంతమాత్రానికే వారికి మనమీద కోపం ఉండదు. వాస్తవానికి వారు నిష్కపటులు, సజ్జనులకు మేలు

చేసేవారు. సంజయా! పాండవులు ఎప్పుడూ అమర్యాదగా ప్రవర్తించడం నేను చూడలేదు. వారు తమ పరాక్రమంతో సంపదల నార్జించి కూడా, అంతా నా అధీనంలోనే ఉంచారు. నేను ఎప్పుడూ వారిలో దోషాలు వెతుకుతూ ఉండేవాడిని, కాని ఎప్పుడూ వారిని తప్పుపట్టదగిన ఏ దోషమూ దొరకలేదు. ప్రవాసంలో ఉండగా కూడా వారి స్నేహంలో తరుగుదల రాలేదు. వారు అందరినీ యథోచితంగా ఆదరిస్తారు. గౌరవిస్తారు. ఆజమీఢుని వంశస్థులలో దుర్యోధనుడు, కర్ణుడు తప్ప వేరెవరూ వారికి శత్రువులు కారు. అయినవారికి, సుఖాలకు దూరమైన ఆ పాండవుల క్రోధాన్ని ఈ ఇద్దరూ మరింత రెచ్చగొడుతున్నారు. మూర్ఖుడైన దుర్యోధనుడు పాండవులు జీవించి ఉండగానే వారి భాగాన్ని అపహరించడం సులభం అనుకొంటున్నాడు. యుధిష్ఠిరుని వెనుక అర్జునుడు, శ్రీకృష్ణుడు, భీమసేనుడు, సాత్యకి, నకులుడు, సహదేవుడు, సంపూర్ణ సృంజయవంశవీరులు ఉన్నారు. అటువంటి అతని రాజ్యభాగాన్ని యుద్ధానికి ముందే ఇచ్చేస్తే మంచిది. గాండీవధారి అయిన అర్జునుడు ఒంటరిగానే రథస్థుడై ఈ భూమినంతటినీ వశపరచుకో గలడు. అదేవిధంగా విజయశీలి, దుర్ధర్షుడు అయిన శ్రీకృష్ణుడు కూడా ముల్లోకాలకు అధిపతి కాగలవాడు. భీమునితో సమానుడైన గదాధారిగాని, ఏనుగును నడపగల వాడు కాని ఎవరూ లేనే లేరు. అతనితో వైరం పెట్టుకొంటే నా పుత్రులు కాలి బూడిదైపోతారు. సాక్షాత్తు ఇంద్రుడు కూడా అతనిని యుద్ధంలో ఓడించలేడు. నకుల సహదేవులు కూడా నిర్మల చిత్తులు, బలవంతులు. రెండు డేగలు పక్షులగుంపును నాశనం చేసినట్లుగా ఆ ఇద్దరన్నదమ్ములు శత్రువులను ప్రాణాలతో వదిలిపెట్టరు. పాండవపక్షంలోని ధృష్టద్యుమ్నుడు అనే యోధుడు చాలా వేగంగా యుద్ధం చేయగలడు. తన పుత్రులతో కలిసి మత్స్యరాజు విరాటుడు పాండవులకు సహాయకుడుగా ఉన్నాడు. అతనికి యుధిష్ఠిరుడంటే గొప్పభక్తి అని విన్నాను. పాండ్యదేశపురాజు కూడా చాలామంది వీరులతో కలిసి పాండవుల సహాయంకోసం వచ్చాడట. సాత్యకి అయితే వారికి అభీష్టసిద్ధి కలిగించే పనిలో మునిగిపోయాడు.

కుంతీనందనుడైన యుధిష్ఠిరుడు చాలా ధర్మాత్ముడు, లజ్జాశీలి, బలవంతుడు. అతడు ఎవరితోనూ వైరం పెట్టుకోనే పెట్టుకోడు. కాని దుర్యోధనుడు అతనిని కూడా మోసం చేశాడు. అతడు క్రోధంతో నాకొడుకులను ఎక్కడ కాల్చి బూడిద చేస్తాడో అని నేను భయపడుతూ ఉంటాను. నేను యుధిష్ఠిరుని కోపానికి భయపడినంతగా శ్రీకృష్ణభీమార్జున నకులసహదేవులకు కూడా భయపడను. ఎందుకంటే యుధిష్ఠిరుడు గొప్ప తపస్వి. అతడు నియమానుసారంగా బ్రహ్మచర్యాన్ని పాటిస్తాడు. కాబట్టి అతడు మనసులో ఏది సంకల్పించుకొంటాడో అది పూర్తి అయి తీరుతుంది. పాండవులు శ్రీకృష్ణునితో చాలా ప్రేమగా ఉంటారు. అతనిని వారు తమ ఆత్మగా భావిస్తారు. కృష్ణుడు కూడా గొప్ప విద్వాంసుడు. పాండవులకు సదా హితం చేయడమే అతని లక్ష్యం. అతడు సంధిగురించి ఏదైనా చెపితే యుధిష్ఠిరుడు అంగీకరిస్తాడు. అతడు కృష్ణుని మాటను తీసివేయలేడు. సంజయా! నీవు అక్కడ నా పక్షాన పాండవులను, సృంజయ వంశ వీరులను, శ్రీకృష్ణుని, సాత్యకిని, విరాటుని; ద్రౌపదియొక్క ఐదుగురు కొడుకులను కూడా కుశలమడుగు. ఆపై రాజుల మధ్యలో నియమానుసారంగా ఉచితమైన మాటలు మాట్లాడు. భరతవంశీయులకు హితకరమై, పరస్పరం క్రోధం, వైమనస్యం పెరగకుండా ఉండేలా, యుద్ధానికి దారితీసే కారణాలేమీ రాకుండా ఉండేలా మాట్లాడాలి" అని చెప్పాడు.

సంజయుని రాయబారము

వైశంపాయనుడు చెపుతున్నాడు - ధృతరాష్ట్రమహారాజు చెప్పినది విని పాండవులను కలుసుకోవడానికి సంజయుడు ఉపప్లావ్యానికి వెళ్లాడు. అక్కడికి చేరుకొని అతడు ముందుగా యుధిష్ఠిరునికి ప్రణామం చేశాడు. తరువాత సంతోషంతో - "రాజా! చాలా సంతోషం. ఈ రోజు మీరు మీ సహాయకులతో పాటు క్షేమంగా దర్శనమిచ్చారు. ధృతరాష్ట్రమహారాజు మీక్షేమం గురించి అడిగారు. భీమార్జున నకుల సహదేవులు కుశలమేకదా! సత్యవ్రతాచరణశీల, వీరపత్ని అయిన ద్రౌపది ప్రసన్నంగానే ఉందికదా!" అని అడిగాడు.

యుధిష్ఠిరమహారాజు - "సంజయా! నీకు స్వాగతం. నిన్ను కలుసుకొన్నందుకు ఈనాడు నాకు చాలా ఆనందంగా ఉంది. నేను నా తమ్ముళ్లతోపాటు ఇక్కడ క్షేమంగానే ఉన్నాను. మా తాతగారైన భీష్ములవారి క్షేమాన్ని గురించి చెప్పు. వారికి మామీద మునుపటి స్నేహభావం ఉందా? తన కొడుకులతోపాటు ధృతరాష్ట్రమహారాజు, బాహ్లీకమహారాజు కుశలమేకదా? ధనుర్ధరులందరూ స్వస్థులే కదా! భరతవంశానికి చెందిన పెద్దలు, వృద్ధులు అయిన స్త్రీలు, తల్లులు, కోడళ్లు - వీరికేమీ కష్టాలు లేవుకదా! వంటకత్తెలు, దాసీజనం,

వారిపుత్రులు, మేనల్లుళ్లు, చెల్లెళ్లు నిష్కపటభావంతో ఉంటున్నారా? దుర్యోధనుడు పూర్వంలాగ బ్రాహ్మణులతో తగినరీతిగా నడుచుకొంటున్నాడా? లేదా? నేను బ్రాహ్మణులకిచ్చిన వృత్తులను అతడు తీసేసుకోలేదుకదా! ఎప్పుడైనా కౌరవులందరూ కలుసుకొన్నప్పుడు ధృతరాష్ట్ర దుర్యోధనులతో మా రాజ్యభాగం ఇవ్వడం విషయమై చెపుతూ ఉంటారా ? రాజ్యంలో బందిపోటు దళాలను చూచినప్పుడు ఎప్పుడయినా వీరాగ్రణి అయిన అర్జునుని గుర్తు చేసుకొంటారా? ఎందుకంటే అర్జునుడు ఒకే పర్యాయం అరవైఒక్క బాణాలను వేయగలడు. భీమసేనుడు గదను చేతిలోకి తీసుకొంటే అతనిని చూచి శత్రువులు వణికిపోతారు. అటువంటి పరాక్రమంగల భీముని ఎప్పుడైనా స్మరిస్తారా? మహాబలవంతులు, సాటిలేని పరాక్రమం కల నకులసహదేవులను వారు మరచిపోలేదుకదా! మందబుద్ధి అయిన దుర్యోధనుడు మొదలైన వారు దురాలోచనతో ఘోషయాత్రకోసం అడవికి వచ్చి, యుద్ధంలో పరాజితులై శత్రువులకు బందీలుగా చిక్కారు. ఆ సమయంలో భీమార్జునులే వారిని రక్షించారు. ఈ సంగతి వారికి గుర్తువస్తోందా లేదా? సంజయా! ఏవిధంగానూ దుర్యోధనుని జయించలేనపుడు (సామదానభేద దండోపాయములలో దేని చేతనూకూడా) ఒక మంచిపనిద్వారా అతనిని వశం చేసుకోవడం కఠినమనే అనిపిస్తుంది" అని నర్మగర్భంగా పలికాడు.

సంజయుడు – "పాండునందనా! నీవు చెప్పినది చాలాబాగుంది. నీవు కుశలం అడిగిన కురుశ్రేష్ఠులందరూ ఆనందంగానే ఉన్నారు. దుర్యోధనుడు శత్రువులకు కూడా దానం చేస్తాడు. బ్రాహ్మణులకు ఇచ్చిన వృత్తులను ఎందుకు అపహరిస్తాడు? ధృతరాష్ట్రుడు తన కొడుకులకు మిమ్మల్ని ద్వేషించమని చెప్పలేదు. వారు ద్రోహం చేశారని విని అతడు లోపల్లోపలే బాధపడుతున్నాడు. కారణం ఏమంటే, అతడు తన వద్దకు వచ్చిన బ్రాహ్మణుల నోటివెంట "మిత్రద్రోహం అన్ని పాతకాలకంటె గొప్పపాపం" అని మాటిమాటికీ వింటున్నాడు. యుద్ధం గురించి చర్చ జరుగుతున్నపుడు ధృతరాష్ట్రమహారాజు వీరాగ్రణి అయిన అర్జునుని, గదాధారి అయిన భీముని, రణధీరులయిన నకులసహదేవులను ఎప్పుడూ తలచుకొంటూనే ఉన్నాడు. అజాతశత్రూ! ఇక నీవే నీ బుద్ధితో ఆలోచించి కౌరవపాండవులకు, సృంజయ వంశీయులకు సుఖం కలిగే మార్గం ఏదైనా ఉందేమో చూడు. ఇక్కడ ఉన్న రాజులందరిని పిలిపించు. నీ మంత్రులను, కొడుకులను కూడా దగ్గర ఉంచుకో. ఆపై మీ పెదతండ్రి ధృతరాష్ట్రుడు పంపిన సందేశం విను" అన్నాడు.

యుధిష్ఠిరుడు – "సంజయా! ఇక్కడ శ్రీకృష్ణభగవానుడు, సాత్యకి, విరాటరాజు ఉన్నారు. పాండవులు, సృంజయులు అందరూ ఒక్క చోటనే ఉన్నారు. ఇక ధృతరాష్ట్రుని సందేశం వినిపించు" అన్నాడు.

సంజయుడు – "ధృతరాష్ట్రమహారాజు యుద్ధాన్ని కాదు, శాంతిని కోరుకొంటున్నాడు. అతడు చాలా తొందరపడుతూ రథాన్ని సిద్ధం చేయించి నన్ను ఇక్కడకు పంపాడు. తమ్ముళ్లు, కొడుకులు, బంధువులతో కలిసి యుధిష్ఠిర మహారాజు ఈ మాటలను ఇష్టపడతాడని నాకు తెలుసు. దీనివలన పాండవులకు మేలు జరుగుతుంది. కుంతీపుత్రులారా! మీరు మీదివ్య శరీరాల వల్లను, వినయం, సరళత మొదలైన కారణాలవల్లను ఉత్తమ గుణయుక్తులయ్యారు. మీరు ఉత్తమవంశంలో జన్మించారు. మీరు దయాపరులు, దాతలు. స్వభావ సిద్ధంగా సంకోచం కలవారు, శీలవంతులు, కర్మలయొక్క ఫలితాలను గుర్తించగలిగినవారు. మీ హృదయాలు సత్త్వగుణంతో నిండి ఉన్నాయి, కనుక మీరు ఎటువంటి దురాలోచనలు చేయలేరు. మీలో ఏదైనా దోషం ఉంటే బహిర్గతమైపోతుంది. తెల్లని వస్త్రంపై నల్లని నలుపు దాగదు కదా! అందరికీ వినాశనం కలిగించే, అన్నిరకాల పాపాల పుట్టుకకు కారణమైన, చివరికి నరకద్వారం పొందించే యుద్ధం వంటి కఠోరకర్మకు తెలివైన వాడు ఎవడు పూనుకొంటాడు? అక్కడ జయాపజయాలు రెండూ సమానమే. ధర్మాన్నిగాని, అర్థాన్నిగాని సాధించలేని అటువంటి పనికి ఇతర అధములు లాగ కుంతీపుత్రులు ఎందుకు సిద్ధపడతారు? ఇక్కడ శ్రీకృష్ణభగవానుడు ఉన్నాడు. అందరిలోకీ పెద్దవాడైన పాంచాలరాజు ద్రుపదుడు ఉన్నాడు. వీరందరికీ నమస్కరించి ప్రసన్నులు కమ్మని వేడుకొంటున్నాను. చేతులు జోడించి మీ శరణు కోరుతున్నాను. నా ప్రార్థనను మన్నించి, కౌరవ సృంజయవంశాలకు మేలు జరిగే కార్యం చేపట్టండి. శ్రీకృష్ణార్జునులు నా ప్రార్థనను తిరస్కరించరనే విశ్వాసం నాకుంది. అంతే కాక మరిఏమిటి? నేను అడిగితే అర్జునుడు తన ప్రాణాలు కూడా ఇస్తాడు. ఇది తెలిసే నేను సంధిప్రస్తావన చేస్తున్నాను. సంధియే శాంతికి సర్వోత్తమమైన ఉపాయము. భీష్మపితామహుడు, ధృతరాష్ట్రమహారాజు కూడా ఇదే ఉద్దేశ్యంతో ఉన్నారు" అని వినయంగా అన్నాడు.

యుధిష్ఠిరుడు – "సంజయా! ఏ మాటలను విని నాకు యుద్ధకాంక్ష ఉందనుకొని భయపడుతున్నావు? యుద్ధం చేయడం కంటె చేయకపోవడమే మేలు. సంధికి అవకాశం ఉన్నపుడు యుద్ధాన్ని ఎవరు కోరుకుంటారు? యుద్ధం చేయకుండా వచ్చే కొంచెం లాభమయినా గొప్పదిగా భావించాలనే సంగతి నాకు కూడా తెలుసు. సంజయా! మేము అడవులలో ఎన్ని కష్టాలు పడ్డామో నీవూ ఎరుగుదువు. అయినా నీ మాటలను దృష్టిలో పెట్టుకొని మేము కౌరవుల అపరాధాన్ని క్షమించగలం. కౌరవులు పూర్వం మాతో ఎలా వ్యవహరించారో, ఆ సమయంలో మేము వారితో ఎలా వ్యవహరించామో కూడా నీకు తెలియనిదేమీ కాదు. ఇప్పుడు కూడా అంతా అలాగే జరుగుతుంది. నీవు చెప్పిన ప్రకారం మేము శాంతిని వహించాలి. కాని ఇంద్రప్రస్థంలో నా రాజ్యం కొనసాగినపుడే, దుర్యోధనుడు దీనికి అంగీకరించి అక్కడి రాజ్యం మాకు తిరిగి ఇచ్చినప్పుడే ఇది సంభవమవుతుంది" అన్నాడు.

సంజయుడు – "పాండునందనా! నీవు చేసే ప్రతిపని ధర్మానుసారంగా ఉంటుందని లోకమంతటా ప్రసిద్ధమే. అందరూ చూస్తున్నదే కూడా. ఈ జీవితం అనిత్యమైనది. అయినా దీనివలన గొప్ప సత్కీర్తి కలుగుతుంది. ఈవిషయం గుర్తించి తమరు తమకీర్తిని నాశనం చేసుకోకండి. యుద్ధం చేయకుండా కౌరవులు మీ రాజ్యభాగాన్ని ఈయకపోతే, అంధకవృష్ణి రాజుల రాజ్యాలలో భిక్షమెత్తుకొని అయినా జీవించడం మేలని నేను భావిస్తున్నాను. అంతేకాని యుద్ధం చేసి రాజ్యం మొత్తం పొందాలనుకోవడం మంచిదికాదు. మానవజీవితం స్వల్పకాలం మాత్రమే ఉంటుంది. అది ఎప్పుడూ కరిగిపోతూ దుఃఖమయంగా చంచలంగా ఉంటుంది. కాబట్టి పాండునందనా! ఈ నరమేధం నీ కీర్తికి తగినది కాదు. నీవు యుద్ధరూపమైన పాపాన్ని చేయకు. ఈలోకంలో ధనతృష్ణ బంధనాలలో పడవేస్తుంది. దానిలో చిక్కుకొంటే ధర్మానికి ఆటంకం కలుగుతుంది. ధర్మాన్ని అంగీకరించినవాడే జ్ఞాని. భోగాలయందు ఆసక్తి ఉన్నవాడు అర్థసిద్ధి వలన భ్రష్టుడవుతాడు. బ్రహ్మచర్యాన్ని, ధర్మాచరణాన్ని విడిచిపెట్టి అధర్మంగా నడచుకొనేవాడు, మూర్ఖుడై పరలోకాన్ని విశ్వసించనివాడు అజ్ఞాని. అతడు మరణించిన పిమ్మట గొప్ప కష్టాలు పడవలసి ఉంటుంది. పరలోకానికి వెళ్లాక కూడా తాను మునుపు చేసిన పుణ్యాపాపరూపమయిన కర్మలు నశించిపోవు. ముందు పాపపుణ్యాలే మనుష్యుని అనుసరిస్తూ ఉంటాయి. తరువాత మనుష్యుడే వాటి వెంట నడవాలి. ఈ శరీరం ఉండగానే ఏమైనా సత్కర్మలు చేయగలుగుతాం కాని మరణించాక ఏమీ చేయలేం. పరలోకంలో సుఖదాయకమైన అనేకపుణ్యాకర్మలను మీరు చేశారు. సత్పురుషులు వాటిని ప్రశంసించారు. ఇంత జరిగాక కూడా యుద్ధరూపమైన పాపకర్మ మీరు చేయవలసి వస్తే, అపుడు చిరకాలం అడవులకు వెళ్లి నివసించడమే మంచిది. వనవాసంలో దుఃఖం ఉండుగాక, అయినా అది ధర్మం. కుంతీనందనా! మీ బుద్ధి ఎప్పుడూ అధర్మం మీద లగ్నంకాదు. మీరు ఎప్పుడయినా కోపానికిలోనై పాపకర్మ చేశారంటే, అలాంటిది ఏమీలేదు. అయినా మీరు మీ ఆలోచనకు విరుద్ధంగా చేయాలని అనుకోవడానికి కారణమేమిటో చెప్పండి" అని అడిగాడు.

యుధిష్ఠిరుడు – సంజయా! అన్ని రకాల పనులలోనూ ధర్మమే శ్రేష్ఠమైనదని నీవు చెప్పినది చాలా బాగుంది. అయినా నేను చేయబోయే పని ధర్మమో అధర్మమో బాగా పరిశీలించి చూడు. తరువాత నన్ను నిందించు. ఒక్కొక్కసారి అధర్మమే ధర్మంయొక్క ముసుగును వేసుకొంటుంది. ఒక్కొక్కప్పుడు పూర్తిగా ధర్మమైనది కూడా అధర్మంగా కనపడుతూ ఉంటుంది. ఒక్కొక్కప్పుడు ధర్మం స్వస్వరూపంతోనే ఉంటుంది. విద్వాంసులైనవారు తమ బుద్ధితో దీనిని పరీక్షించి తెలుసుకొంటారు. ఒక వర్ణానికి ధర్మమైనది వేరొకవర్ణం వారికి అధర్మం అవుతుంది. ఈ రీతిగా చూసే ధర్మాధర్మాలు నిత్యమూ ఉండేవే అయినా, ఆపదకాలంలో ఇవి తారుమారు కూడా అవుతూ ఉంటాయి. ఒక ధర్మం ఎవరికి ముఖ్యమైనదిగా చెప్పబడుతుందో, అది అతనికి ప్రమాణభూతం. ఇతరులకు ఆ ధర్మం ఆపత్కాలంలో మాత్రమే చేయతగినది. జీవించడానికి తగిన సాధనాలన్నీ నశించిపోయిన పక్షంలో ఏవృత్తిని ఆశ్రయిస్తే జీవితం సురక్షితంగా ఉంటుందో, సత్కర్మాచరణం సాధ్యమవుతుందో, దానిని ఆశ్రయించాలి. ఆపదలు లేనపుడు ఆపద్ధర్మాన్ని పాటించడం, నిజంగా ఆపద చుట్టుకొన్నప్పుడు కూడా తదనుగుణంగా జీవికను అనుసరించకపోవడం – ఈ రెండూ కూడా నిందా పాత్రాలే. జీవించడానికి తగిన ముఖ్యసాధనం లేనపుడు బ్రాహ్మణులు నశించిపోకూడదు. అందుకని విధాత వారు ఇతరవర్ణాలవారి వృత్తులతో జీవించవచ్చునని, దానికి తగిన ప్రాయశ్చిత్తాన్ని

విధించి ఉన్నాడు. ఈ ఏర్పాటును అనుసరించి నేను విరుద్ధంగా ఆచరిస్తున్నట్లు నీకు కనిపిస్తే తప్పక నన్ను నిందించు. బుద్ధిమంతులయినవారు సత్త్వాదిబంధనాల నుండి విముక్తులై సంన్యాసం స్వీకరించిన తరువాత సత్పురుషుల వద్ద నుండి భిక్షను స్వీకరించి జీవితం గడుపుకోవాలి. శాస్త్రం వారికి అలాగే నిర్దేశించింది. కాని బ్రాహ్మణులు కానివారికి, బ్రహ్మవిద్యానిష్ఠులు కానివారికి తమతమ ధర్మాలను అనుసరించడమే ఉత్తమమని అంగీకరిస్తున్నారు. నా తాతతండ్రులు, వారి పూర్వులు ఏ మార్గాన్ని అంగీకరించారో, యజ్ఞకాంక్షతో ఏ కర్మలు చేశారో, నేను కూడా ఆ మార్గాన్నే, ఆ కర్మలనే అనుసరిస్తున్నాను. వాటిని అతిక్రమించడం లేదు. కాబట్టి నేను నాస్తికుడను కాను. సంజయా! ఈ భూలోకంలో ఉన్న ధనమంతా, దేవతలయొక్క, ప్రజాపతులయొక్క, బ్రహ్మదేవునియొక్క లోకాలలోని వైభవమంతా నాకు దక్కుతుందన్నా కూడా నేను వాటిని అధర్మంగా తీసుకోవడానికి ఇష్టపడను. ఇదిగో ఇక్కడ శ్రీకృష్ణభగవానుడున్నాడు. ఇతడు సమస్తధర్మవేత్త. కుశలుడు. నీతిమంతుడు. బ్రాహ్మణభక్తుడు. బుద్ధిమంతుడు. మహాబలవంతులైన రాజులను, భోజవంశీయులను శాసిస్తూ ఉంటాడు. ఇతడు ఇరుపక్షాలకూ మేలునే కోరుకొంటాడు. కాబట్టి నేను సంధిని విడిచిపెట్టినా యుద్ధం చేసినా నా ధర్మాన్నుండి భ్రష్టుడనై నిందాపాత్రమవుతానో కాదో ఈవిషయంలో ఇతడు తన అభిప్రాయం చెప్పాలి. ఇతడు ప్రతి ఒక్కపనికి అంతిమ పరిణామాన్ని తెలిసినవాడు. విద్వాంసుడు. ఇతనిని మించిన శ్రేష్ఠుడు వేరొకడులేడు. ఇతడు మాకు అందరికంటె ఇష్టుడు. నేను ఇతని మాటను ఎన్నడూ జవదాటను" అన్నాడు.

శ్రీకృష్ణుడు సంజయునితో మాటలాడుట

శ్రీకృష్ణభగవానుడు - సంజయా! పాండవులను వినాశనం నుండి కాపాడడానికి, వారికి సంపద ఇప్పించడానికి, వారికి ఇష్టం చేయడానికి ప్రయత్నించినట్లుగానే పెక్కుమంది పుత్రులు గల ధృతరాష్ట్రుని అభ్యుదయం కూడా నేను కోరుకొంటాను. ఈ రెండుపక్షాలూ శాంతి వహించాలనేది ఒక్కటే నా కోరిక. యుధిష్ఠిరునకు కూడా శాంతియే ఇష్టం. ఇదేమాట వింటున్నాను. పాండవుల సమక్షంలో దానిని అంగీకరిస్తున్నాను కూడా. కాని సంజయా! శాంతి వహించడం కష్టమే అనిపిస్తోంది. ధృతరాష్ట్రుడు తనపుత్రులతో పాటు లోభవశుడై వీరి రాజ్యాన్ని చేజిక్కించుకోవాలనుకొన్నప్పుడు కలహం ఎందుకు ముదరదు? నావల్లగాని యుధిష్ఠిరుని వల్లగాని ధర్మలోపం జరగదని నీకు తెలుసును. అయినా తన ధర్మాన్ని ఉత్సాహంగా నిర్వర్తించే యుధిష్ఠిరుడు ధర్మలోపం చేస్తాడనే సందేహం నీకు ఎందుకు కలిగింది ? ఇతడు ముందునుండీ కూడా శాస్త్రబద్ధంగానే సంసారంలో ఉంటున్నాడు. తన రాజ్యభాగాన్ని పొందడానికి ఇతడు పడుతున్న ప్రయాసను నీవు ధర్మలోపం అని ఎందుకు అంటున్నావు? ఈవిధమైన గార్హస్థ్యజీవనం విధివిహితమయ్యే ఉంది. దీనిని విడిచిపెట్టి అరణ్యావాసం చేయడమనే ఆలోచన బ్రాహ్మణులకు ఉండాలి. ఎవరయినా సరే గృహస్థధర్మంలో ఉంటూ కర్మయోగం ద్వారా పరలోకాలు సిద్ధింపచేసుకోవాలని అనుకొంటారు. కొంతమంది కర్మను విడిచి జ్ఞానం ద్వారానే సిద్ధి అని ప్రతిపాదిస్తారు. కాని తినకుండా త్రాగకుండా ఎవరికీ ఆకలి తీరదు. కనుకనే బ్రహ్మవేత్తలయిన జ్ఞానులకు కూడా గృహస్థుల ఇళ్ల దగ్గర భిక్ష గ్రహించే విధి ఉంది. ఈ జ్ఞాన యోగవిధి కూడా కర్మయోగవిధితో పాటిదే. జ్ఞానపూర్వకంగా చేసిన కర్మ నశిస్తుంది. బంధనహేతువు కానేరదు. ఇందులో కర్మను విడిచి కేవలం సంన్యాసం మొదలైన వానినే ఉత్తమమని భావించే వారు దుర్బలులు. వారి మాటలకు విలువలేదు. సంజయా! నీకయితే సమస్తలోకధర్మాలు తెలుసు. బ్రాహ్మణ, క్షత్రియ, వైశ్యుల ధర్మాలు కూడా నీకు తెలియనివి కావు. ఇంత తెలివైనవాడివి అయికూడా కౌరవులకోసం ఇంత పట్టుదలకు ఎందుకు పోతున్నావు? యుధిష్ఠిరుడు శాస్త్రాలను ఎల్లప్పుడూ స్వాధ్యాయం చేస్తూ ఉంటాడు. అశ్వమేధ, రాజసూయ యజ్ఞాలను కూడా చేశాడు. ఇంతేకాక ధనుర్బాణాలు, కవచం ధరించి ఉన్నాడు. ఏనుగులు, గుఱ్ఱాలు, రథాలు, శస్త్రాదులతో చక్కగా కూడి ఉన్నాడు. పాండవులు స్వధర్మానుసారంగా కర్తవ్యపాలన చేస్తూ ఉన్నారు. క్షత్రియోచితమైన యుద్ధకార్యంలో ప్రవృత్తులై ఉండి ఒకవేళ దైవవశాత్తు మరణించినా, వీరికి ఆ మృత్యువు ఉత్తమమైనదిగానే ఎంచబడుతుంది. అన్నీ విడిచి శాంతి వహించడమే ధర్మము అని నీవు అనుకొన్నట్లయితే యుద్ధం చేయడంవల్ల రాజధర్మం చక్కగా పాటించినట్లవుతుందా లేక యుద్ధం వదిలి పారిపోవడం వల్లనా నీవే చెప్పు. ఈవిషయంలో నీవు చెప్పేది వినాలనుకొంటున్నాను. ధర్మానుసారంగా పాండవులకు రావలసిన రాజ్యభాగాన్ని ధృతరాష్ట్రుడు తొందరపడి చేజిక్కించుకోవాలనుకొంటున్నాడు. అతని కొడుకులు

కౌరవులందరూ కూడా అతనికే వత్తాసు పలుకుతున్నారు. ఎవరూ కూడా ప్రాచీన రాజధర్మం వైపు దృష్టి పెట్టటం లేదు. బందిపోటు రహస్యంగా ధనాన్ని దొంగిలించి తీసుకొనిపోవచ్చును. లేక ఎదుటపడి బలవంతంగా ఎత్తుకుపోవచ్చును - రెండు దశలలోనూ అది నిందార్హమే. సంజయా! నీవే చెప్పు. దుర్యోధనునికి ఆ బందిపోటు దొంగలకు భేదం ఏముంది? దుర్యోధనుడు క్రోధానికి వశుడైపోతున్నాడు. మోసంతో రాజ్యాన్ని అపహరించి, దానిని లోభం కారణంగా ధర్మం అనుకొంటున్నాడు. రాజ్యాన్ని చేజిక్కించుకోవాలను కొంటున్నాడు. కాని పాండవుల రాజ్యం తాకట్టు రూపంలో ఉంచబడింది. దానిని కౌరవులు ఎలా పొందగలుగుతారు? దుర్యోధనుడు యుద్ధంకోసం చేర్చిన రాజులందరూ మూర్ఖులు - గర్వంతో మృత్యువు వలలో వచ్చి చిక్కుకొంటున్నారు. సంజయా! నిండుకొలువులో కౌరవులు వ్యవహరించిన తీరు, ఆ మహాపాపకృత్యాన్ని కూడా ఒకసారి ఆలోచించి చూడు. పాండవుల ప్రియపత్ని, సుశీల అయిన ద్రౌపది రజస్వలయై ఉండగా సభకు తీసుకొని రాబడింది. కాని భీష్ముడు మొదలైన ప్రధాన కౌరవులు కూడా ఆమెపై ఉదాసీనతనే చూపారు. ఆ సమయంలో బాలురు మొదలు వృద్ధులవరకు దుశ్శాసనుని వారించి ఉంటే నాకూ ఇష్టమై ఉండేది, ధృతరాష్ట్రుని పుత్రులకూ మేలై ఉండేది. సభలో ఎందరో రాజులు చేరి ఉన్నారు. కాని దైన్యం వలన ఒక్కరు కూడా అన్యాయాన్ని వ్యతిరేకించలేకపోయారు. కేవలం విదురుడొక్కడే తనధర్మంగా భావించి మూర్ఖదుర్యోధనుడిని వారించాడు. సంజయా! నిజానికి ధర్మం తెలియకనే నీవు ఈ సభలో పాండునందనుడైన యుధిష్ఠిరునికి ధర్మం గురించి ఉపదేశించాలను కొంటున్నావా? ద్రౌపది ఆ సభకు వెళ్లి చాలా దుష్కరకార్యమే చేసింది. ఆమె తన భర్తలను సంకటస్థితినుండి రక్షించింది. ఆమె అక్కడ ఎంత అవమానాన్ని భరించవలసివచ్చిందో! సభలో ఆమె తన మామగార్ల వద్ద నిలబడిఉంది. అయినా కూడా ఆమెను ఉద్దేశించి సూతపుత్రుడైన కర్ణుడు - "యాజ్ఞసేనీ! ఇక నీకు వేరే గతిలేదు. దాసివై దుర్యోధనుని భవనానికి వెళ్లు. నీభర్తలు పందెంలో ఓడిపోయారు. ఇప్పుడు ఇంకొక భర్తను వరించు" అన్నాడు. పాండవులు అడవికి వెళ్లడానికి కృష్ణమృగచర్మాలు ధరిస్తూ ఉండగా దుశ్శాసనుడు "ఈ నపుంసకులందరూ నాశనమయ్యారు. చిరకాలం పాటు నరకకూపంలో పడ్డారు" అని ఎంత కటువుగా అన్నాడు? సంజయా! ఎన్నని చెప్పను? జూదం సమయంలో ఎన్ని నిందావాక్యాలు పలికారో అవన్నీ నీకు తెలుసు. అయినా ఈ చెడిపోయిన కార్యం చక్కచేయడానికి నేను స్వయంగా హస్తినాపురం వెళ్లాలనుకొంటున్నాను. పాండవుల యొక్క ప్రయోజనం నష్టపోకుండా కౌరవులతో సంధి పొసగించడంలో సఫలమైతే, నేను ఈ కార్యాన్ని పవిత్రమైనదిగా అభ్యుదయకారిగా భావిస్తాను. కౌరవులు కూడా మృత్యువు ఉచ్చులోనుండి విముక్తులు కావచ్చును. కౌరవులు లతలవంటివారు. పాండవులు చెట్టుకొమ్మలవంటివారు. ఈ శాఖల ఆధారం లేకుండా లతలు ముందుకు సాగలేవు.(1) పాండవులు ధృతరాష్ట్రుని సేవకూ సిద్ధమే. యుద్ధానికీ సిద్ధమే. ఇక రాజుకు ఏది ఇష్టమైతే అది చేయించుకోవచ్చును. పాండవులు ధర్మాన్ని ఆచరించేవారు. వారు శక్తిసంపన్నులయిన యోధులు అయి ఉండి కూడా సంధి చేసుకోవడానికి సన్నద్ధంగా ఉన్నారు. నీవు ఈ మాటలన్నీ ధృతరాష్ట్రునికి చక్కగా వివరించి చెప్పు" అని సుదీర్ఘంగా చెప్పాడు.

యుధిష్ఠిరుని సందేశము

సంజయుడు - "పాండునందనా! నీకు మేలగుగాక! ఇక నేను వెళ్తాను. అందుకు నీవు అనుమతించాలని కోరుకొంటున్నాము. నేను మానసికోద్వేగంతో అన్న మాటలకు నీకు కష్టం కలుగలేదుకదా?" అని వినయంగా అడిగాడు.

యుధిష్ఠిరుడు - "సంజయా! వెళ్లు. నీకు శుభమగుగాక! నీవయితే ఎప్పుడూ మాకు కష్టం కలిగించే మాట ఆలోచించనుకూడా లేవు. నీహృదయం పరిశుద్ధమని, నీవు ఎవరిపక్షమూ కాక తటస్థుడవని కౌరవుల కందరకూ, మా పాండవులకు కూడా తెలుసు. నీవు విశ్వసింపదగినవాడవు. నీమాటలు శుభప్రదాలు. నీవు శీలవంతుడవు. సంతుష్టుడవు. కనుక నీవు నాకు ఇష్టుడవు. నీ బుద్ధి ఎప్పుడూ మోహవివశం కాదు. కటువుగా మాట్లాడినా నీకు ఎప్పుడూ కోపం రాదు. సంజయా ! నీవు మాకు ఇష్టుడవు. విదురునివలె దూతవై వచ్చావు. అర్జునునికి ప్రియసఖుడవు. అక్కడికి వెళ్లాక స్వాధ్యాయశీలురయిన బ్రాహ్మణులకు, సంన్యాసులకు, అడవిలో ఉండే మునులకు, వృద్ధులు పెద్దలకు నా నమస్కారాలని చెప్పు. మిగిలిన వారికి క్షేమసమాచారాలు చెప్పు. ప్రజపాలనం చేస్తూ రాజ్యంలో ఉండే క్షత్రియులకూ, దేశం లోపల వ్యాపారం చేస్తూ జీవించే వైశ్యులకూ కూడా

నా కుశలం తెలిపి, వారి కుశలాన్ని కూడా అడుగు. ద్రోణాచార్యులకు ప్రణామాలని చెప్పు. అశ్వత్థామను కుశలమడుగు. కృపాచార్యుని ఇంటికి వెళ్లి నాకు మారుగా అతని పాదాలకు నమస్కరించు. శూరత్వం, ఆనృశంస్యం, తపస్సు, బుద్ధి, శీలం, శాస్త్రజ్ఞానం, సత్త్వం, ధైర్యం మొదలైన సద్గుణాలు ఉన్న భీష్మపితామహుని పాదాలకు నా పేరు చెప్పి నమస్కరించు. ధృతరాష్ట్రమహారాజుకు నమస్కరించి నా కుశలం గురించి చెప్పు. దుర్యోధన, దుశ్శాసన, కర్ణాదులను కూడా క్షేమం అడుగు. దుర్యోధనుడు పాండవులతో యుద్ధం చేయడానికి ఒకచోటుకు చేర్చిన వసాతి, శాల్వక, కేకయ, అంబష్ఠ, త్రిగర్త, పూర్వ దక్షిణ పశ్చిమోత్తర పర్వతప్రాంతపు రాజులలో క్రూరులు కానట్టి, సుశీలురు, సదాచారులు అయిన వారందరినీ కూడా కుశలం అడుగు.

నాయనా! సంజయా! లోతైన బుద్ధి కలిగినవాడు, దీర్ఘదర్శి అయిన విదురుడు మాపట్ల ప్రేమగలవాడు, మాకు గురువు, స్వామి, తండ్రి, తల్లి, మిత్రుడు, మంత్రి. వారిని కూడా మాపక్షాన కుశలమడుగు. కురుకులంలో సర్వగుణ సంపన్నులు, పెద్దలు వృద్ధులు అయిన స్త్రీలు మా తల్లులందరినీ కలుసుకొని మా నమస్కారాలని చెప్పు. మా సోదరుల భార్యలను అందరినీ కుశలమడుగు. సుందరమైన కీర్తికలిగిన, ప్రశంసనీయమైన ఆచరణ కలిగిన ఆ స్త్రీలు సురక్షితలై సావధానపూర్వకంగా గృహస్థధర్మాలు పాటిస్తూనే ఉన్నారుకదా! వారిని "పూజ్యురాండ్రా! మీరు మీ మామగార్లతో కల్యాణమయంగా, మృదువుగా నడచుకొంటున్నరా? మీ పట్ల మీ భర్తలు ప్రసన్నంగా ఉన్నట్లే మీరు కూడా ఉంటున్నారా?" అని కూడా అడుగు.

సేవకులను – "ధృతరాష్ట్రసుతుడు దుర్యోధనుడు ప్రాచీన సదాచారాన్ని పాటిస్తున్నాడా లేదా?" అని అడుగు. మీకు అన్నిరకాల భోగాలు కల్పిస్తున్నాడా లేదా? దుర్యోధనుడు పోషిస్తున్న చెవిటివారిని, కుంటివారిని, దరిద్రులను, మరుగుజ్జులను కూడా కుశలం అడుగు. దుర్యోధనునితో – "నేను కొంతమంది బ్రాహ్మణులకు నియతంగా వృత్తులను అమర్చాను. కాని నీ ఉద్యోగులు వారితో సరిగా వ్యవహరించనందుకు విచారంగా ఉంది. నేను వారిని మరల పూర్వంవలెనే ఆ వృత్తులతో ఉండగా చూడాలని ఉంది" అని చెప్పు. అలాగే రాజుగారివద్దకు విచ్చేసే అతిథి అభ్యాగతులను, అన్ని దిక్కులనుండి వచ్చే దూతలను అందరినీ కుశలం అడిగి, నా కుశలవార్తను వారికి తెలుపు. దుర్యోధనుడు సంగ్రహించిన యోధులవంటివారు ఈ భూమి మీదనే వేరెవరూ లేరు. అయినప్పటికీ ధర్మం నిత్యమైనది. నాదగ్గర శత్రువులను నాశనం చేయడానికి ఒక్కధర్మమే మహాబలం కలిగినది. సంజయా! నీవు దుర్యోధనునితో – "కౌరవులకు రాజ్యాన్ని నిష్కంటకం చేయాలని నీ మనసును నిరంతరం వేధించే కోరిక తీరే ఉపాయం ఏదీ లేదు. నీకు ఇష్టమైన ఈ కార్యాన్ని నిశ్శబ్దంగా జరగనిచ్చే వాళ్లం కాము మేము. భారతవీరా! నీవు నాకు ఇంద్రప్రస్థరాజ్యమైనా ఇవ్వు లేదా యుద్ధమైనా చెయ్యి" అని కూడా చెప్పు.

సంజయా! సజ్జనులు – అసజ్జనులు; బాలురు – వృద్ధులు; దుర్బలులు – బలవంతులు – అందరూ విధికి లోబడినవారే. నా సైనిక బలం గురించి తెలుసుకోవాలని అనుకునేవారికి అందరికీ నీవు నా వాస్తవస్థితిని తెలుపు. మళ్లీ ధృతరాష్ట్ర మహారాజు వద్దకు వెళ్లి, నమస్కరించి, నా పక్షాన అతనిని కుశలమడిగి – "మీ పరాక్రమంవల్లనే పాండవులు సుఖంగా జీవిస్తున్నారు. వారు బాలురుగా ఉన్నప్పుడు మీ దయవల్లనే వారికి రాజ్యం లభించింది. ముందు ఒకసారి వారిని సింహాసనం మీద కూర్చోపెట్టి, ఇప్పుడు వారికి నష్టం జరుగుతూంటే చూస్తూ ఊరుకోకండి" అని చెప్పు. సంజయా! ఇంకా "తండ్రీ! ఈ రాజ్యం ఒక్కరికే సరిపడినది కాదు. మనందరం కలిసి మెలిసి జీవిద్దాం. అలా అయితే మీకు ఎప్పటికీ శత్రుబాధ ఉండదు" అని కూడా చెప్పు.

అలాగే మా తాతగారు భీష్ములవారికి కూడా నాపేరు చెప్పి శిరసువంచి నమస్కరించి, వారితో – "పితామహా! ఈ శంతనుని వంశం ఒకసారి మునిగిపోతే మీరే దానిని పునరుద్ధరించారు. ఇప్పుడు మీరు మీబుద్ధితో ఆలోచించి మీ పౌత్రులందరూ పరస్పరం ప్రేమపూర్వకంగా జీవించగలిగే ఉపాయం ఏదైనా చేయండి" అని చెప్పు. అలాగే మంత్రి విదురునితో కూడా – "సౌమ్యుడా! మీరు ఎల్లప్పుడూ యుధిష్ఠిరునికి మేలే కోరుతూ ఉంటారు కాబట్టి యుద్ధం జరగకూడదనే సలహానే ఇవ్వండి" అని చెప్పు.

ఆ తరువాత దుర్యోధనునితో కూడా పదేపదే అనునయంగా – "నీవు కౌరవనాశనానికి కారకుడవు కావద్దు. పాండవులు అత్యంత బలవంతులు అయినప్పటికీ కూడా ఇతఃపూర్వం చాలా కష్టాలు అనుభవించారు. ఈ విషయం కౌరవులందరికీ తెలుసు. నీవు ఆజ్ఞాపించగా దుశ్శాసనుడు ద్రౌపది యొక్క జుట్టుపట్టుకొని ఆమెను అవమానించాడు.

ఈ అపరాధం కూడా మేము ఏమీ పట్టించుకోలేదు. కాని ఇప్పుడు మేము మాకు రావలసిన భాగం తీసుకొంటాము. ఇతరుల ధనంపట్ల నీ లోభబుద్ధిని విడిచిపెట్టు. ఇలా చేస్తేనే శాంతి కుదిరి పరస్పరప్రేమ ఏర్పడుతుంది. మేము శాంతిని కోరుతున్నాం. మాకు రాజ్యంలోని కొంతభాగమైనా ఇవ్వు. సుయోధనా! అవిస్థలం, వృకస్థలం, మాకంది, వారణావతం, ఐదవదిగా ఏదైనా ఒకగ్రామం ఇవ్వు. దీనితో మా యుద్ధం ముగుస్తుంది. మా ఐదుగురు అన్నదమ్ములకు ఐదుగ్రామాలు ఇవ్వు. శాంతి కలుగుతుంది" అని నచ్చచెప్పు. సంజయా! నేను శాంతిని స్థాపించడంలోను, యుద్ధం చేయడంలోనూ కూడా సమర్థుడనే. ధర్మశాస్త్రం, అర్థశాస్త్రం కూడా పూర్తిగా తెలిసినవాడిని. సమయానుసారంగా మృదువుగానూ ఉండగలను కఠినుడనూ కాగలను" అని చెప్పాడు.

సంజయుడు ధృతరాష్ట్రుని కలిసికొనుట

వైశంపాయనుడు చెపుతున్నాడు - "రాజా! తదనంతరం యుధిష్ఠిరుని అనుమతి తీసుకొని సంజయుడు అక్కడినుండి బయలుదేరాడు. హస్తినాపురం చేరుకుని, వెంటనే అంతః పురానికి వెళ్లి ద్వారపాలునితో - "ద్వారపాలకా! ధృతరాష్ట్రమహారాజుకు నేను వచ్చానని చెప్పు. నాకు వారితో అత్యంతమూ అవసరమయిన పని ఉంది" అన్నాడు. ద్వారపాలుడు వెళ్లి "రాజా! ప్రణామం. సంజయుడు మిమ్మల్ని కలుసుకోవాలని ద్వారం వద్ద వేచి ఉన్నాడు. ఆజ్ఞాపించండి. ఏమి చేయమంటారు?" అని విన్నవించాడు.

ధృతరాష్ట్రుడు - "సంజయుని స్వాగతించి లోనికి తోడ్కొని రా. నాకు ఎప్పుడూ కూడా అతనిని కలుసుకోవడానికి అభ్యంతరం లేదు. అయినప్పుడు అతడు ద్వారం వద్ద ఎందుకు వేచి ఉన్నాడు?" అన్నాడు.

అనంతరం రాజాజ్ఞ పొంది సంజయుడు అతని భవనం ప్రవేశించాడు. సింహాసనంమీద కూర్చున్న రాజువద్దకు వెళ్లి చేతులు జోడించి -"రాజా! నేనుసంజయుడిని. మీకు నమస్కరిస్తున్నాను. పాండవులను కలుసుకొని ఇక్కడకు వచ్చాను. పాండునందనుడు యుధిష్ఠిరుడు మీకు నమస్కారాలు చెప్పాడు. కుశలం అడిగాడు. అతడు మీ పుత్రుల సమాచారాన్ని చాలా ఆదరంగా "మీరు మీపుత్రులు, బంధువులు, మిత్రులు, మంత్రులు, సోదరులతో పాటు ఆనందంగా ఉన్నారా? అని అడిగాడు" అన్నాడు.

ధృతరాష్ట్రుడు - "నాయనా! సంజయా! ధర్మరాజు తన మంత్రులు, పుత్రులు, సోదరులతో క్షేమంగా ఉన్నాడు కదా?" అని అడిగాడు.

సంజయుడు - "రాజా! యుధిష్ఠిరుడు తన మంత్రులతోపాటు క్షేమంగానే ఉన్నాడు. ఇప్పుడు అతడు తన రాజ్యభాగాన్ని తీసుకోవాలనుకొంటున్నాడు. అతడు విశుద్ధ భావంతో ధర్మార్థాలను సేవించేవాడు, మనస్వి, విద్వాంసుడు, శీలవంతుడు. కాని మీరు చేసిన పనులను ఒకసారి కొద్దిగా సమీక్షించుకోండి. ధర్మార్థాలతో కూడిన ఉత్తమపురుషుని వ్యవహారానికి పూర్తిగా విరుద్ధంగా ఉంది మీప్రవర్తన. ఈ కారణంగా మీకు లోకంలో బాగా అపఖ్యాతి కలిగింది. ఈ పాపం పరలోకంలో కూడా మీ జీవుడిని వదిలిపెట్టదు. మీరు మీ పుత్రులకు లొంగిపోయి, పాండవులు లేకుండా రాజ్యమంతటినీ మీ అధీనంలోకి తెచ్చుకోవాలనుకొంటున్నారు. రాజా! మీవల్ల భూమిపై అధర్మం వ్యాపిస్తుంది. ఈ పని మీకు ఎప్పటికీ తగినది కాదు. బుద్ధిహీనులు, దుష్టవంశంలో పుట్టినవారు, క్రూరులు, దీర్ఘకాలం వైరం పెట్టుకొనేవారు, క్షాత్రవిద్యలో ఆరితేరనివారు పరాక్రమహీనులు, అశిష్టులు, అయినవారిపై ఆపదలు వచ్చిపడతాయి. సద్వంశంలో పుట్టినవాడు, బలవంతుడు, యశస్వి, విద్వాంసుడు, జితేంద్రియుడు, అయినవాడు ప్రారబ్ధాన్ని అనుసరించి సంపదలు పొందుతాడు.

మీ ఈ మంత్రిజనులు ఎల్లప్పుడూ కార్యాలలో మునిగిఉంటూ నిత్యమూ ఒకచోట చేరి సమావేశం అవుతూ ఉంటారు. పాండవులకు రాజ్యం ఇవ్వకూడదని వారు చేసుకొన్న గట్టి నిర్ణయం కౌరవవినాశనానికే కారణం. మీరు మీ పాపం కారణంగా కౌరవులు అకాలంలో నశించిపోయేవారుగా చేస్తేమాత్రం, ఆ అపరాధాన్నంతటినీ యుధిష్ఠిరుడు తమ తలను పెట్టి వారిని నాశనం చేయాలనే అనుకొంటున్నాడు. ఇందువల్ల లోకంలో మీకు గొప్ప నింద కలుగుతుంది. రాజా! ఈ జగత్తులో ప్రియం - అప్రియం; సుఖం - దుఃఖం, నింద-ప్రశంస - ఇవి మనుష్యులకు కలుగుతూనే ఉంటాయి. కాని అపరాధం చేసినవాడికి నింద, చాలా ఉత్తమంగా వ్యవహరించినవాడికి ప్రశంస లభిస్తాయి. భరతవంశంలో విరోధం పెట్టినందుకు నేను మిమ్మల్నే నిందిస్తాను. ఈ విరోధం కారణంగా తప్పకుండా ప్రజలు సర్వనాశనం అవుతారు. ఈరీతిగా కొడుకులకు లొంగిపోయిన వానిని ఈ ప్రపంచంలో మిమ్మల్నే చూస్తున్నాను. మీరు విశ్వసించతగని వారిని

చేరదీశారు. పైగా విశ్వాసపాత్రులను దండించారు. ఈ దౌర్బల్యం కారణంగా మీరు రాజ్యభూమిని కాపాడడానికి ఎప్పుడూ సమర్థులు కాలేరు. రథవేగం యొక్క కుదుపులకు ఇప్పుడు నేను చాలా అలిసిపోయి ఉన్నాను. మీరు అనుమతిస్తే వెళ్లి పడకపై పడి నిద్రిస్తాను. తెల్లవారాక సభలో కౌరవులందరూ చేరినపుడు అజాతశత్రువు చెప్పిన మాటలు విందురుగాని" అన్నాడు.

ధృతరాష్ట్రుడు - "సూతపుత్రా! సరే. నేను అనుమతిస్తున్నాను. నీవు ఇంటికి వెళ్లి పడుకో. తెల్లవారి సభలోనే నీవు చెప్పే యుధిష్ఠిరసందేశాన్ని కౌరవులందరూ వింటారు" అన్నాడు.

విదురుడు ధృతరాష్ట్రునికి నీతులుపదేశించుట

(విదురనీతి - మొదటి అధ్యాయము)

వైశంపాయనుడు చెపుతున్నాడు - సంజయుడు వెళ్లిపోయాక మహాబుద్ధిశాలి అయిన ధృతరాష్ట్రమహారాజు ద్వారపాలునితో - "నేను విదురుని కలుసుకోవాలను కొంటున్నాను. అతనిని వెంటనే ఇక్కడికి పిలుచుకురా" అని చెప్పాడు. ధృతరాష్ట్రుడు పంపిన ఆ దూత వెళ్లి విదురునితో - "మహామతీ! మన ప్రభువులు ధృతరాష్ట్రులవారు మిమ్మల్ని కలవాలనుకొంటున్నారు" అని చెప్పారు. అతడు అలా చెప్పగానే విదురుడు రాజభవనానికి వెళ్లి ద్వారపాలునితో తాను వచ్చినట్లుగా రాజుగారికి తెలియచేయమన్నాడు. ద్వారపాలుడు వెళ్లి "మహారాజా! మీ ఆజ్ఞప్రకారం విదురులవారు ఇక్కడికి వచ్చిఉన్నారు. వారు మీపాదాలను దర్శించాలనుకొంటున్నారు. వారికేమి చెప్పమంటారో సెలవీయండి" అన్నాడు. ధృతరాష్ట్రుడు - "మహాబుద్ధిమంతుడు, దీర్ఘదర్శి అయిన విదురుని ఇక్కడికి తీసుకొనిరా. విదురుని కలుసుకోవడానికి నాకు ఎప్పుడూ అభ్యంతరం లేదు" అన్నాడు. ద్వారపాలుడు విదురుని వద్దకు వచ్చి "విదురమహాత్మా! మీరు ధృతరాష్ట్రులవారి అంతఃపురానికి దయచేయండి. మహారాజు మిమ్మల్ని కలుసుకోవడానికి ఎప్పుడూ ఆటంకం లేదన్నారు" అని చెప్పాడు. (1-6)

ధృతరాష్ట్రుడు - "విదురా! సంజయుడు వచ్చాడు. నాకు మంచి చెడ్డలు చెప్పి వెళ్లాడు. రేపు అతడు సభలో యుధిష్ఠిరుని మాటలు వినిపిస్తాడు. ఇప్పుడు ఆ కురువీరుడు యుధిష్ఠిరుడు ఏమి చెప్పాడో నేను తెలుసుకోలేకపోతున్నాను. (ఊహించలేక పోతున్నాను) ఇదే నా శరీరంలో మంటలు రేపుతోంది. ఇదే నాకు ఇంతవరకు నిద్రపట్టకుండా చేసింది. నాయనా! విచారంతో కుమిలిపోతూ ఇంతవరకూ నిద్రపోలేదు. నీవు ధర్మార్థజ్ఞానంలో నిపుణుడివి. కనుక నాకు ఏది మేలు అనుకొంటావో ఆ మాటలు చెప్పు. సంజయుడు పాండవుల వద్దనుండి తిరిగివచ్చినప్పటి నుండి నామనసుకు బొత్తిగా శాంతిలేదు. ఇంద్రియాలన్నీ వికలమయిపోయాయి. రేపు అతడు ఏం చెపుతాడు - అనే విషయం గురించే నాకు ఇప్పుడు చాలా ఎక్కువగా విచారం కలుగుతోంది" అన్నాడు. (9-12)

విదురుడు - "బలవంతునితో విరోధం పెట్టుకొన్న సాధనహీనుడైన దుర్బలునికి, తన సమస్తం కోలుపోయినవానికి, కామాసక్తునికి, దొంగకు - రాత్రులందు నిద్రపట్టనిరోగం ఉంటుంది. రాజా! మీకు కూడా ఈ మహాదోషాలలో ఒకదానితో సంబంధం లేదుకదా! పరులధనం మీది లోభంతో మీరు బాధపడడం లేదుకదా!" అని అడిగాడు. (13-14)

ధృతరాష్ట్రుడు - "నీవు చెప్పే ధర్మయుక్తమైన, మంగళదాయకమైన చక్కని మాటలు వినాలని ఉంది. ఎందుకంటే ఈ రాజర్షి వంశంలో కేవలం నీవు ఒక్కడివే విద్వాంసులకు కూడా మాననీయుడవు" అన్నాడు. (15)

విదురుడు - ధృతరాష్ట్రమహారాజా! ఉత్తమగుణశోభితుడైన యుధిష్ఠిరుడు ముల్లోకాలకు ప్రభువు కాగలవాడు. అతడు మీ ఆజ్ఞానుసారంగా నడుచుకొంటాడు. కాని మీరు అతనిని అడవులకు పంపారు. మీరు ధర్మాత్ములు, ధర్మాన్ని ఎరిగినవారు అయి ఉండి కూడా, కళ్లులేని గ్రుడ్డివారు కావడం వలన అతనిని గుర్తించలేకపోతున్నారు. కనుకనే అతనికి వ్యతిరేకంగా ఉన్నారు. అతనికి రాజ్యభాగం ఇవ్వడానికి కూడా మీకు ఇష్టంలేదు. యుధిష్ఠిరునిలో క్రూరత్వం లేకపోవడం, దయ, ధర్మం, సత్యం, పరాక్రమం ఉన్నాయి. అతడు మిమ్మల్ని పూజ్యభావంతో చూస్తాడు. ఈ సద్గుణాల కారణంగానే బాగా ఆలోచించి మారుమాట్లాడక అనేక కష్టాలు అనుభవించాడు. మీరు దుర్యోధనుడు, శకుని, కర్ణుడు, దుశ్శాసనుడు - వంటి అయోగ్యులపై రాజ్యభారం ఉంచి ఐశ్వర్యవృద్ధిని ఎలా కోరుకొంటున్నారు? వాస్తవిక స్వరూపజ్ఞానం, ప్రయత్నం, దుఃఖసహిష్ణుత, ధర్మమునందు స్థిరముగా ఉండడం - అనే ఈ గుణాలు ఎవరిని పురుషార్థం నుండి జారనివ్వవో, అతనినే పండితుడంటారు. మంచి పనులను చేయడం, చెడుపనులకు దూరంగా ఉండడం, దానితోపాటే ఆస్తికుడు, శ్రద్ధాళువు అయినవాని ఈ సద్గుణాలు పండితుడు

అనిపించుకోవడానికి లక్షణాలు. క్రోధం, హర్షం, గర్వం, లజ్జ, ఉద్దండత, తనను తాను పూజ్యునిగా తలచడం - ఈ భావాలు పురుషార్థం నుండి ఎవరిని భ్రష్టుపట్టించవో అతనినే పండితుడంటాడు. తాను చేయవలసిన పని, తన సూచనలు, తాను ముందుగా చేసిన ఆలోచనలు ఇవన్నీ పనిపూర్తి అయినాకనే ఇతరులకు తెలిసేలా చేసేవాడే పండితుడవుతాడు. శీతోష్ణాలు, భయానురాగాలు, కలిమిలేములు తన పనికి విఘ్నాలు కలిగించనివాడే పండితుడవుతాడు. లౌకికబుద్ధి ధర్మార్థాలను అనుసరించి ఉన్నవాడు, భోగాలను విసర్జించి పురుషార్థాన్నే వరించేవాడు పండితుడనబడతాడు. వివేకం కలిగిన బుద్ధిమంతుడు శక్తి ననుసరించి పని చేయాలనుకొంటాడు. అలాగే చేస్తాడు కూడా. తుచ్ఛమని భావించి దేనినీ తిరస్కరించడు. ఏదైనా విషయాన్ని ఓపికగా వినడం, వెంటనే గ్రహించడం, కోరికతో కాకుండా కర్తవ్యబుద్ధితో జ్ఞానియై పురుషార్థాన్ని సాధించడం, అడగనిదే ఇతరుల విషయాలలో వ్యర్థంగా మాటలాడకపోవడం - పండితుని ముఖ్యలక్షణం. పండితులకు ఉన్న బుద్ధివంటి బుద్ధి కలవాడు దుర్లభవస్తువును కోరడు. పోయిన వస్తువుకై పరితపించడు. ఆపద వచ్చినపుడు కంగారుపడడు. ముందు నిశ్చయించుకొని తరువాత కార్యం ప్రారంభించేవాడు, కార్యాన్ని మధ్యలో మానివేయనివాడు, కాలాన్ని వ్యర్థంగా గడపనివాడు, మనసును వశంలో ఉంచుకొనేవాడు పండితుడు అవుతాడు. భరతకులదీపకా! పండితునికి ఉత్తమకర్మల యందే అభిరుచి ఉంటుంది. ఔన్నత్యాన్ని కలిగించే పనులే చేస్తాడు. మేలు చేసేవాటిలో దోషాలు వెదకడు. గౌరవం జరిగినపుడు సంతోషంతో పొంగిపోడు. అగౌరవంతో కుంగిపోడు. గంగమడుగువలె నిశ్చలచిత్తం కలవాడే పండితుడు. సంపూర్ణంగా భౌతికపదార్థాల తత్త్వం తెలిసినవాడు, అన్ని పనులనూ చేయగల పద్ధతులు తెలిసినవాడు, అందరినీ మించిన ఉపాయశాలి పండితుడవుతాడు. వాక్ప్రవాహం కుంటుపడనివాడు, విచిత్రరీతులలో సంభాషించేవాడు, తర్కంలో నిపుణుడు, ప్రతిభావంతుడు అయినవాడు, గ్రంథ తాత్పర్యాన్ని వెంటనే చెప్పగలవాడు పండితుడు. విద్యాబుద్ధులు పరస్పర సహకారంతో వశంలో ఉన్నవాడు, శిష్టపురుషుల మర్యాదలను ఉల్లంఘించనివాడు, పండిత పదవిని పొందుతాడు. చదువు లేకుండా గర్వించేవాడు, దరిద్రుడై కూడా మనసులో గొప్ప కోరికలను నిర్మించుకొనేవాడు, కష్టపడకుండానే ధనం పొందాలనుకొనేవాడు మూర్ఖుడని పండితులంటారు. తన కర్తవ్యాన్ని విడిచి ఇతరుల కర్తవ్యాన్ని పాటించేవాడు, మిత్రునిపట్ల అసద్వ్యవహారం చేసేవాడు మూర్ఖుడు. కానివారిని కావాలనుకొనేవాడు, అయినవారిని విడిచిపెట్టేవాడు, తనకంటె బలవంతులతో విరోధం పెట్టుకొనేవాడు, మూఢవిచారుడు అవుతాడు. శత్రువును మిత్రునిగా చేసుకొనేవాడు, మిత్రుని ద్వేషించి అతనికి కష్టం కలిగించేవాడు, ఎప్పుడూ చెడ్డపనులనే ప్రారంభిస్తూ ఉండేవాడు, మూఢచిత్తుడు అవుతాడు. తన పనులను ఊరికే సాచివేసేవాడు, అన్నిటినీ సందేహంగా చూసేవాడు, వెంటనే జరిగిపోయే పనులను కూడా ఆలస్యంగా చేసేవాడు మూఢుడు. పితరులకు శ్రాద్ధకర్మలను, దేవతలకు పూజలను చేయనివాడు, మంచి మిత్రులు లభించనివాడు, మూఢుడూ, మూఢచిత్తుడయిన అధముడు పిలవకుండానే లోపలికి వచ్చేస్తాడు. అడగకుండానే ఎక్కువగా మాటలాడుతాడు. నమ్మదగనివారిని నమ్ముతాడు. తన ప్రవర్తన దోషభూయిష్ఠంగా ఉన్నా ఇతరులకు ఆ దోషాన్ని అంటగట్టి ఆక్షేపిస్తూ ఉంటాడు. అసమర్థుడై కూడా వ్యర్థంగా కోపిస్తాడు. ఇలాంటివాడు మహామూర్ఖుడు. తన బలం ఎంతటిదో తెలుసుకోకుండా, పనిచేయకుండానే ధర్మార్థాలకు విరుద్ధంగా, పొందదగని దానిని కోరుకొంటాడు. అటువంటి వాడు ఈ లోకంలో మూఢబుద్ధి అనిపించుకొంటాడు. అధికారం (అర్హత) లేనివానికి ఉపదేశం ఇచ్చేవాడు, శూన్యాన్ని ఉపాసించేవాడు, కృపణుని ఆశ్రయించేవాడు, మూఢుడు. ఎక్కువగా ధనం, విద్య ఐశ్వర్యం పొంది కూడా గర్వించనివాడు, పండితుడు. తాను పోషించి రక్షించవలసిన యోగ్యులైన వ్యక్తులకు పంచకుండా ఒక్కడే ఉత్తమభోజనం చేస్తూ, మంచివస్త్రాలు ధరించేవాని కంటె మించిన క్రూరుడెవడుంటాడు? మనుష్యుడు ఒక్కడే పాపం చేస్తాడు. కాని దానివలన చాలామంది లాభాలు పొందుతారు. లాభాలు పొందిన వారిని విడిచి ఆ దోషం కర్తకే అంటుతుంది. ధనుర్ధరుడైన వీరుడు విడిచిన బాణం ఒక్కరిని చంపవచ్చు లేదా చంపకపోవచ్చు. కాని బుద్ధిమంతుడు ప్రయోగించిన బుద్ధి రాజుతోపాటుగా సమస్తరాజ్యాన్ని నాశనం చేయగలదు. ఒకటి (బుద్ధి)తో రెండింటిని(కర్తవ్యం-అకర్తవ్యం) నిశ్చయించి, నాలుగింటి (సామ,దాన,భేద, దండాలు)తో మూడింటిని (శత్రువులు-మిత్రులు-తటస్థులు) వశం చేసుకోవాలి. ఐదింటిని (ఇంద్రియాలు) జయించి, ఆరు (సంధి, విగ్రహ, యాన,

ఆసన, ద్వైధీభావ, సమాశ్రయాలు) గుణాలను తెలుసుకొని, ఏడింటిని(స్త్రీ, జూదం, వేట, మద్యం, పరుషంగా మాట్లాడటం, దండపారుష్యం, అన్యాయార్జితం) విడిచిపెట్టి సుఖంగా ఉండాలి. విషద్రవం ఒక్కరినే(తాగినవానినే) చంపుతుంది, శస్త్రం ఒక్కరినే చంపుతుంది. కాని మంత్రాలోచన వెల్లడయితే దేశం, ప్రజలతో పాటు రాజును కూడా నాశనంచేస్తుంది. ఒంటరిగా విందుభోజనం చేయకూడదు, ఒక్కడే ఏ విషయాన్నీ నిశ్చయించకూడదు. ఒంటరిగా దారిలో నడవకూడదు. అందరూ నిద్రపోతున్నపుడు ఒక్కడూ మేలుకొని ఉండకూడదు (16-51)

రాజా! సముద్రం దాటడానికి నావ ఏకైకసాధనం అయినట్లుగా స్వర్గానికి సత్యం ఒక్కటే సోపానం, వేరొకటి లేదు. కాని మీరు దీనిని గుర్తించడంలేదు. క్షమాశీలునిలో ఒకే ఒక్క దోషాన్ని ఆరోపిస్తాను. రెండోదానికి అవకాశమే లేదు. క్షమాశీలుని లోకులు అసమర్థుడని అనుకొంటారు. ఇదే ఆ దోషం. కాని క్షమ గొప్పబలం కాబట్టి క్షమాశీలునిలో దోషం ఉందనుకోకూడదు. క్షమ అసమర్థులకు గుణం, సమర్థులకు ఆభరణం, క్షమ లోకంలో వశీకరణ స్వరూపమైనది. క్షమతో సిద్ధించనిదేమి ఉంటుంది? శాంతిరూపమైన ఖడ్గం చేతిలో ఉన్నవానిని దుష్టులేమి చేయగలుగుతారు? గడ్డిలేని చోట నిప్పురవ్వ పడితే దానంతట అదే ఆరిపోతుంది. క్షమ లేనివాడు తనను, ఎదుటివారిని కూడా దోషంలో భాగస్థులను చేస్తాడు. కేవలం ధర్మమే పరమశుభాలనిస్తుంది - క్షమ ఒక్కటే శాంతికి ఉత్తమోత్తమమయిన ఉపాయం. విద్య ఒక్కటే పరమసంతోషాన్ని ఇస్తుంది. అహింస ఒక్కటే సుఖాన్ని ఇస్తుంది. కలుగులలో నివసించే కప్పలు మొదలైన జీవాలను పాము తినివేసినట్లుగా శత్రువులతో పోరాడని రాజును; దేశాటనం చేయని బ్రాహ్మణుని ఈ ఇద్దరినీ భూమి తినేస్తుంది. కొద్దిగా కూడా పరుషంగా మాట్లాడకపోవడం దుష్టులను ఆదరించకపోవడం - ఈ రెండు పనులూ చేసేవాడు ఈ లోకంలో విశేషంగా రాణిస్తాడు.(2)

ఇతర స్త్రీలు కోరుకొన్న పురుషునే కోరుకునే స్త్రీలు, ఇతరులు పూజించినవానినే ఆదరించేవాడు - ఈ రకమైన వ్యక్తులు ఇతరుల నమ్మకాలనుబట్టి నడచుకొనేవారు అవుతారు. నిర్ధనుడై కూడా బహుమూల్యమైన వస్తువును కోరుకొనేవాడు, అసమర్థుడై కూడా కోపం కలిగినవాడు - ఈ ఇద్దరూ తమ శరీరాన్ని శోషింపచేసే ముల్లులవంటివారు, కర్మలు చేయని గృహస్థుడు, ప్రాపంచిక విషయాలలో తగుల్కొన్న సన్యాసి -ఈ ఇద్దరే తమ విపరీత కర్మల ద్వారా శోభించలేరు. శక్తి కలిగీ క్షమించేవాడు, ధనం లేకపోయినా దానం చేసేవాడు - ఈ ఇద్దరూ స్వర్గం కంటె ఉన్నతమైన లోకాలు పొందగలరు. అపాత్రులకు ఇవ్వడంవల్లనూ; సత్పాత్రులకు దానం చేయకపోవడం వల్లనూ న్యాయార్జితవిత్తం దురుపయోగ మయినట్లు భావించాలి. ధనవంతుడై ఉండికూడా దానం చేయనివానిని; దరిద్రుడై ఉండికూడా కష్టాలు సహించని వానిని - ఈ రెండు రకాల వారిని మెడలో రాయికట్టి నీటిలో ముంచివేయాలి. పురుషశ్రేష్ఠా! యోగయుక్తుడయిన సంన్యాసి, యుద్ధంలో రక్తం చిందించి మరణించిన యోధుడు - వీరిద్దరూ సూర్యమండలాన్ని కూడా ఛేదించుకొని ఊర్ధ్వగతిని పొందుతారు. భరతశ్రేష్ఠా! మానవులు కార్యసిద్ధిని పొందడానికి ఉత్తమ, మధ్యమ, అధమాలని మూడు రకాల ఉపాయాలున్నాయని వేదవేత్తలైన విద్వాంసులు గుర్తించారు. రాజా! ఉత్తమ మధ్య మాధములైన మూడు రకాల వ్యక్తులు యథాయోగ్యంగా మూడు రకాల పనులు చేయాలి. స్త్రీలు, పుత్రులు, దాసులు- ఈ ముగ్గురూ ధనానికి అధికారులు కారు. వీరి సంపాదన యజమానులకే చెందుతుంది. పరధనాపహరణం, పరస్త్రీ సంగమం, సుహృన్మిత్ర పరిత్యాగం - ఈ మూడూ నాశహేతువులు. కనుక ఈ మూడింటినీ వదిలివేయాలి. వరదానం పొందడం, రాజ్యప్రాప్తి, పుత్రుడు కలగడం - ఈ మూడు ఒక ఎత్తు, శత్రుబాధనుండి విముక్తి పొందడం ఒక ఎత్తు. ఈ మూడింటికీ అది ఒక్కటే సమానం. భక్తుడను, సేవకుడను, నీవాడను - అని చెప్పుకొనే మూడు రకాల వ్యక్తులను సంకటస్థితిలో కూడా విడిచిపెట్టకూడదు. మందబుద్ధులను, దీర్ఘసూత్రులను, తొందరపడి మాట్లాడేవారిని పొగడుతూ ఉండేవారిని రహస్యంగా సంప్రదించకూడదు. రాజులు ఈ నలుగురు మహాబలవంతులను విడిచివేయాలని చెపుతూ ఉంటారు. విద్వాంసులు ఇటువంటివారిని గుర్తించాలి. సంపన్నగృహస్థుడు తన జ్ఞాతి అయిన వృద్ధుడిని, ఆపదలో ఉన్న కులీనుడిని, ధనహీనుడైన మిత్రుని, సంతానం లేని సోదరిని తన ఇంటిలో ఉంచుకోవాలి. దేవతల సంకల్పం, బుద్ధిమంతుల ప్రభావం, పండితుల వినయం, పాపాత్ముల వినాశం - ఈ నాలుగూ తక్షణం ఫలితాలనిస్తాయని ఇంద్రునికి బృహస్పతి చెప్పాడు. అగ్నిహోత్రకార్యం, మౌనం పాటించడం, స్వాధ్యాయం చేయడం,

యజ్ఞానుష్ఠానం - ఈ నాలుగింటినీ ఆదర పూర్వకంగా చేస్తే భయాన్ని దూరం చేస్తాయి. సరిగా చేయకపోతే ఇవే భయాన్ని కలుగచేస్తాయి. భరతశ్రేష్ఠుడా! తండ్రి, తల్లి, అగ్ని, ఆత్మ, గురువు ఈ అయిదు అగ్నులను మనుష్యుడు ప్రయత్నపూర్వకంగా సేవించాలి. దేవతలను, పితరులను, మనుష్యులను, సంన్యాసులను, అతిథులను - ఈ అయిదుగురిని పూజించే వానికి మంచికీర్తి లభిస్తుంది. మిత్రులు, శత్రువులు, తటస్థులు, ఆశ్రయం ఇచ్చేవారు, ఆశ్రయం పొందేవారు ఈ అయిదుగురు నీవు ఎక్కడికి వెళ్లినా వెన్నంటి ఉంటారు. పంచజ్ఞానేంద్రియాలలోను ఒక ఇంద్రియం లోపంతో ఉన్నట్లయితే అతని బుద్ధి తోలుతిత్తినుండి నీరుకారిపోయినట్లు జారిపోతుంది. (52-82)

తన ఉన్నతిని కోరుకొనేవాడు నిద్ర, కునికిపాట్లు పడడం, భయం, కోపం, సోమరితనం, దీర్ఘసూత్రత (త్వరగా అయిపోయే పనిని సాగదీస్తూ చేసే అలవాటు) - ఈ ఆరు దుర్గుణాలనూ విడిచిపెట్టాలి. ఉపదేశం ఇవ్వని గురువు, మంత్రోచ్చారణం చేయని హోత, రక్షించడంలో అసమర్థుడైన రాజు, కటువచనాలు పలికే స్త్రీ, గ్రామంలో ఉండాలని కోరుకొనే గొల్లవాడు, అరణ్యంలో నివసించాలని అనుకొనే మంగలి - ఈ ఆరుగురిని సముద్రాన్ని దాటగోరేవాడు విరిగిపోయిన నావను విడిచి పెట్టినట్లుగా వెంటనే విడిచిపెట్టాలి. సత్యం, దానం, కర్మణ్యత, అనసూయత (గుణాలలో దోషాన్ని వెదకకపోవడం), క్షమ, ధైర్యం - ఈ ఆరుగుణాలను మనుష్యుడు ఎప్పుడూ వదిలిపెట్టకూడదు. ధనపురాబడి, నిత్యమూ ఆరోగ్యంగా ఉండడం, ప్రియంగా మాటలాడే ఇష్టమైన భార్య, పుత్రుడు విధేయుడై ఉండడం, ధనార్జనకు ఉపయోగపడే చదువు - ఈ ఆరూ లోకంలో మానవులకు సుఖాన్ని కలిగిస్తాయి. కామక్రోధలోభమోహమదమాత్సర్యాలనే ఆరు అంతశ్శత్రువులను వశపరచుకొని జితేంద్రియుడైన పురుషునికి పాపాలు అంటవు. ఇక వాటి వలన కలిగే అనర్థాలగురించి చెప్పేదేముంది? అజాగ్రత్త గలవారివలన దొంగలు; రోగులవలన వైద్యులు, మదవతులైన స్త్రీలు కాముకుల వలన; యజమానులవలన పురోహితులు, వివాదాలు పడేవారి వలన రాజులు జీవిస్తూ ఉంటారు. ఈ ఆరు రకాలు తప్ప ఏడవ రకం వాడు లేనేలేడు. గోవు, సేవ, వ్యవసాయం, స్త్రీ, విద్య, శూద్రసహవాసం- ఈ ఆరూ క్షణకాలం ఏమరుపాటు కలిగినా నశించిపోతాయి. చదువు పూర్తి చేసుకొన్న శిష్యుడు గురువును, పెళ్లి అయిన కొడుకులు తల్లిని, కామం తీరినవారు స్త్రీని, కార్యం నెరవేరినవారు సహాయం చేసినవారిని, దుర్గమమైన నదీ ప్రవాహాన్ని దాటాక నావను; రోగవిముక్తులైన వారు వైద్యుని తిరస్కరిస్తారు. రోగం లేకుండా ఉండడం, అప్పు లేకపోవడం, పరదేశాలలో నివసించకపోవడం, మంచివారితో సహవాసం చేయడం, స్వశక్తితో జీవనోపాధి కలిగిఉండడం, నిర్భయంగా జీవించడం- ఈ ఆరూ మనుష్యులకు సుఖకరాలు. ఈర్ష్యాళువు, జుగుప్సావంతుడు, నిస్సంతోషి, క్రోధనుడు, నిత్యశంకితుడు, పరభాగ్యోపజీవి - అనువారు ఆరుగురు దుఃఖభాగులు. స్త్రీ వ్యసనం, జూదం, వేట, మద్యపానం, పరుషవాక్కు, పరుషదండన; ధనదుర్వినియోగం; - ఈ దుఃఖదాయకాలైన ఏడు దోషాలను రాజులు విసర్జించాలి. దృఢమైన పునాదిగల రాజుకూడా ప్రాయికంగా వీటివలన నష్టపోతాడు. (83-97)

వినాశోన్ముఖుడైన వానికి ఎనిమిది దోషాలు ఉంటాయి. మొదట బ్రాహ్మణులను ద్వేషిస్తాడు. తరువాత వారికి విరోధిపాత్రుడవుతాడు. బ్రాహ్మణుల సొత్తును హరిస్తాడు. వారిని చంపాలని భావిస్తాడు. బ్రాహ్మణులను నిందించడంలో ఆనందాన్ని పొందుతాడు. వారిని ప్రశంసించడం వినలేడు. యజ్ఞయాగాదులలో వారిని స్మరించడు. సరికదా ఏదైనా అడిగితే వారిలో దోషాలను ఎంచుతాడు. - ఈ ఎనిమిది దోషాలను బుద్ధిమంతుడయినవాడు తెలుసుకొని విసర్జించాలి. భారతా! మిత్రసమాగమం, అధికధనప్రాప్తి, పుత్రుని కౌగిలించుకోవడం, సంభోగంలో సంతృప్తి చెందడం, సమయం వచ్చినపుడు ప్రియవచనాలు చెప్పడం, తన వర్గం వారిలో ప్రతిష్ఠ కలగడం, అభీష్టవస్తుసిద్ధి; లోకులమధ్య గౌరవం - ఈ ఎనిమిది సంతోషానికి పరాకాష్ఠగా భావించబడతాయి. పైగా ఇవన్నీ లౌకికసుఖసాధనాలు. తెలివి, ఉన్నతవంశంలో పుట్టడం, ఇంద్రియనిగ్రహం, శాస్త్రజ్ఞానం, పరాక్రమం, మితభాషిత్వం, శక్తికొలదీ దానం చేయడం, కృతజ్ఞత - ఈ ఎనిమిది గుణాలు మానవుని కీర్తిని వృద్ధి పొందిస్తాయి. పండితుడైన వాడు నవద్వారాలు (కళ్లు, చెవులు - మొదలైనవి); మూడు స్తంభాలు (వాతపిత్తశ్లేష్మాలు) ఐదు సాక్షులు (జ్ఞానేంద్రియాలు); కలిగి ఆత్మకు నివాసస్థానమైన ఈ శరీరమనే గృహాన్ని గురించి తెలుసుకొంటాడు. అలా తెలుసుకొన్నవారే మిక్కిలి జ్ఞానసంపన్నులు. (98-105)

ధృతరాష్ట్రమహారాజా! మత్తులోమునిగినవాడు, జాగ్రత్తలేనివాడు, పిచ్చివాడు, అలసిపోయినవాడు, క్రోధం కలవాడు, ఆకలిగొన్నవాడు, తొందరపడి మాటలాడేవాడు, లోభి, భయభ్రాంతుడైనవాడు, కాముకుడు - ఈ పదిమంది ధర్మాన్ని తెలుసుకోలేరు. కనుక వీరితో విద్వాంసులు సావాసం చేయకూడదు. అసురరాజు ప్రహ్లాదుడు సుధన్వునితోపాటు తన కొడుకుకు కూడ ఈ విషయకంగా కొంత ఉపదేశించాడు. నీతిజ్ఞులు ఆ ప్రాచీన ఇతిహాసాన్ని ఉదాహరిస్తూ ఉంటారు. కామక్రోధాలను త్యాగం చేసినవాడు, మిక్కిలి యోగ్యుడైన వానికి దానం చేసినవాడు, విశేషజ్ఞుడు, శాస్త్రవేత్త, కర్తవ్యాన్ని త్వరగా పూర్తిచేసేవాడు అయిన రాజును అందరూ ఆదర్శంగా గ్రహిస్తారు. మనుష్యులలో విశ్వాసం పాదుకొల్పేవాడు, అపరాధిగా నిరూపించబడిన వానికే శిక్ష విధించేవాడు, దండనలోని హెచ్చుతగ్గులస్థాయిని, క్షమను ఉపయోగించడం తెలిసినవాడు - అయిన రాజువద్దకే సంపదలు వచ్చి చేరతాయి. బలహీనుని అవమానించనివాడు, ఎల్లప్పుడూ జాగరూకుడై శత్రువుతో తెలివిగా వ్యవహరించేవాడు, బలవంతులతో విరోధానికి ఇష్టపడనివాడు, సమయం వచ్చినపుడు పరాక్రమం చూపేవాడు - ధీరుడవుతాడు. ఆపదలు వచ్చిపడినా దుఃఖించకుండా జాగరూకతతో ప్రయత్నం ప్రారంభించేవాడు, సమయానికి దుఃఖాన్ని సహించేవాడు - అయిన ధురంధరుని యొక్క శత్రువులు పరాజితులయినట్లే. అనవసరంగా విదేశాలలో నివసించనివాడు, పాపులతో కలవనివాడు, పరస్త్రీగమనం చేయనివాడు, నాస్తికుడు - దొంగ కానివాడు, కొండేలు చెప్పనివాడు, మదిరాపానం చేయనివాడు - ఎప్పుడూ సుఖంగా ఉంటాడు. క్రోధంతోకాని, తొందరపాటుతోగాని ధర్మార్థకామాలను మొదలుపెట్టనివాడు, అడిగితే నిజమే చెప్పేవాడు, మిత్రుల విషయంలో వివాదాలకు ఇష్టపడనివాడు, ఆదరణ లేకపోయినా కోపగించనివాడు, వివేకాన్ని పోగొట్టుకోనివాడు, ఇతరులలో దోషాలు చూడనివాడు, అందరిపై దయ చూపేవాడు, దుర్బలుడై ఎవరికీ పూచీ పడనివాడు, అతిగా మాట్లాడనివాడు, వివాదాన్ని భరించేవాడు - అన్నిచోట్లా అందరిచేత ప్రశంసలు పొందుతాడు. వేషం ఆడంబరంగా లేనివాడు, ఇతరుల ఎదుట తన పరాక్రమం గురించి గొప్పలు చెప్పుకోనివాడు, క్రోధంతో వ్యాకులుడైనప్పటికి పరుషంగా మాట్లాడనివాడు - లోకులకు ఎప్పుడూ ప్రేమపాత్రుడవుతాడు. చల్లారిన వైరాగ్నిని మళ్లీ ప్రజ్వరిల్లచేయనివానిని, గర్వించనివానిని, దైన్యాన్ని చూపనివానిని, ఆపద కలిగిందని అనుచితకార్యాలు చేయనివానిని - ఆర్యులు ఉత్తమమైన నడవడి కలిగిన సర్వశ్రేష్ఠుడని చెపుతారు. కేవలం తన సుఖమే ఆనందంగా భావించనివాడు, ఇతరుల కష్టాలను చూచి సంతోషించనివాడు, దానమిచ్చి పశ్చాత్తాపపడనివాడు, - సజ్జనులలో సదాచారి అవుతాడు. దేశవ్యవహారాన్ని, లోకాచారాన్ని, జాతి ధర్మాన్ని గుర్తించినవాడు ఉత్తమ అధమ జ్ఞానం కలిగిఉంటాడు. అతడు ఎక్కడికి వెళ్లినా అక్కడ మహాజనసమూహం మీద తన ఆధిపత్యాన్ని స్థాపించగలుగుతాడు. దంభం, మోహం, మాత్సర్యం, పాపకృత్యం, రాజద్రోహం, చాడీలు చెప్పడం, మందితో వైరం, ఉన్మత్తులు, పిచ్చివారు, దుర్జనులతో వివాదం - ఇవన్నీ విడిచిపెట్టిన బుద్ధిమంతుడు ఉత్తముడు. దానం, హోమం, దేవపూజ, శుభకర్మలు, ప్రాయశ్చిత్తం, అనేక రకాలైన లౌకికాచారాలు - ఈ నిత్యమూ చేయదగిన పనులను చేసేవానికి దేవతలు అభ్యుదయాన్ని సిద్ధింపచేస్తారు. సమానులతో తప్ప హీనపురుషులతో సంబంధం, మైత్రి, వ్యవహారాలు, సంభాషణలు చేయకపోవడం, గుణవంతులుగా పేరొందినవారిని ముందు నిలుపడం - శ్రేష్ఠమైన విద్వన్నీతి. ఆశ్రితులకు పంచి పిదప కుడిచేవాడు, ఎక్కువ శ్రమపడి తక్కువగా నిద్రించేవాడు, అడిగితే మిత్రుడు కానివానికి కూడా ధనమిచ్చేవాడు, - అయిన మనస్వులకు అనర్థాలు దూరంనుండే తొలగిపోతాయి. ఇతరుల ఆలోచనలకు విరుద్ధంగా ఉన్నా తన ఇచ్ఛానుసారంగా మూడోకంటివాడికి తెలియకుండా అతిరహస్యంగా అభీష్టకార్యాన్ని చక్కగా నెరవేర్చుకొనేవానికి చిన్నపనికూడా చెడిపోదు. సమస్తప్రాణులకు శాంతిని ప్రసాదించడంలో తత్పరుడు, సత్యవాది, మృదుస్వభావుడు, ఇతరులను ఆదరించేవాడు, పవిత్రమైన ఆలోచనలు కలవాడు, - మేలైన గనినుండి పుట్టి ప్రకాశించే రత్నంలా తన జాతివారిలో మిక్కిలిగా రాణిస్తాడు. అధిక లజ్జాశీలుడైనవాడు అందరిలో శ్రేష్ఠుడనిపించుకొంటాడు. అతడు తన అంతులేని తేజస్సు, నిర్మలమైన మనసు, ఏకాగ్రత కారణంగా సూర్యునివలె ప్రకాశిస్తాడు. అంబికానందనా! శాపదగ్ధుడైన పాండురాజుకు అడవిలో ఐదుగురు కొడుకులు పుట్టారు. వారు అయిదుగురు ఇంద్రులవలె శక్తి సంపన్నులు. వారిని నీవే చిన్నతనం నుండి పెంచావు. విద్యాబుద్ధులు చెప్పించావు. వారు కూడా ఎప్పుడూ నీ ఆజ్ఞను జవదాటరు.

తండ్రీ! న్యాయోచితమైన వారి భాగాన్ని వారికిచ్చి నీ పుత్రులతో కలిసి ఆనందంగా ఉండు. ఇలా చేస్తే నీవు దేవతల, మనుష్యుల విమర్శలకు గురికాకుండా ఉంటావు. (106-128)

విదురనీతి (రెండవ అధ్యాయము)

ధృతరాష్ట్రుడు - "తండ్రీ! నేను విచారంతో కుమిలిపోతూ ఇంకా మేలుకునే ఉన్నాను. నీవు ధర్మార్థజ్ఞానంలో నిపుణుడివి. కనుక నేను చేయదగినదని నీవు అనుకొనే పని ఏదో చెప్పు. విదురా! నీవు బాగా ఆలోచించి నాకు సరిగా ఉపదేశించు. యుధిష్ఠిరునికి హితకరమైనది, కౌరవులకు శుభప్రదమైనది ఏదో అదంతా తప్పక చెప్పు. పండితుడా! అనిష్టం జరుగుతుందనే శంక నా మనసును పీడిస్తోంది. కనుక అంతటా నాకు అనిష్టమే గోచరిస్తోంది. కాబట్టి వ్యాకుల హృదయంతో నిన్ను అడుగుతున్నాను. అజాతశత్రువైన యుధిష్ఠిరుడు ఏమి కావాలనుకొంటున్నాడో నాకు సరిగ్గా చెప్పు" అని అడిగాడు. (1-3)

విదురుడు చెప్పసాగాడు - మంచిదైనా, చెడ్డదైనా, శుభం కలిగించేదయినా, అనిష్టం కలిగించేదయినా, తాను ఎవరి పరాజయాన్ని కోరుకోడో అతనికి అడగకపోయినా చెప్పాలి. కాబట్టి రాజా ! సమస్తకౌరవులకు హితం కలిగించేదే నేను మీకు చెపుతాను. నేను చెప్పే శుభకరమైన, ధర్మయుక్తమైన మాటలను శ్రద్ధగా విను. భారతా! కపటంతో నిండిన కార్యాలను సిద్ధింపచేసే చెడు ఉపాయాలలో (జూదం మొదలైనవి) నీ మనసు లగ్నంచేయకు. అలాగే మంచి ఉపాయాలతో జాగ్రత్తగా చేసిన పనులు సఫలం కానపుడు కూడా బుద్ధిమంతులు వానికోసం మనసులో వేదన చెందకూడదు. ఏదైనా ప్రయోజనాన్ని ఆశించి చేసే పనులలో ముందుగా ప్రయోజనమేమిటో తెలుసుకోవాలి. బాగా ఆలోచించి పనిని చేపట్టాలి గాని, తొందరపడి ఏ పనీ ప్రారంభించకూడదు. ముందుగా పనివలన కలిగే ప్రయోజనాన్ని, దాని పరిణామాన్ని, తన ఉన్నతిని బాగా ఆలోచించుకొని ఆపై పని మొదలుపెట్టడమో, మానడమో చేయడం ధీరులకు ఉచితమైనది. తన ప్రస్తుతస్థితి, లాభం, నష్టం, కోశం, దేశం, దండం - మొదలైన వాని స్థాయిని గుర్తించనివాడు చిరకాలం రాజుగా ఉండలేడు. వీటిస్థాయిని సరిగా గుర్తించినవాడు, ధర్మార్థాలను గ్రహించడంలో శ్రద్ధ కలవాడు మాత్రమే రాజ్యాన్ని పొందగలడు. "ఇక రాజ్యం దక్కనే దక్కింది" అనుకొని అనుచితంగా ప్రవర్తించకూడదు. అందమైన రూపాన్ని వార్ధక్యం పాడుచేసినట్లుగా ఉద్దండత సంపదను నశింపచేస్తుంది. రుచిగల తినుబండారాన్ని కట్టిన ఇనుపగాలాన్ని రాబోయే ఆపద గురించి ఆలోచించకుండా చేప మింగివేస్తుంది. అలా కాక తన ఉన్నతిని కోరుకొనేవాడు తినడానికి యోగ్యమైనది, తినగలిగినది, తిన్న తరువాత అరిగేది, అరిగిన తరువాత మేలు చేసేది అయినదానినే తినాలి (గ్రహించాలి). చెట్టునుండి పచ్చికాయ కోసేవాడు, ఆ పండులోని రసాన్ని ఆస్వాదించలేడు. సరికదా ఆ చెట్టు విత్తనాన్ని కూడా నాశనం చేస్తున్నాడు. సమయం వేచి పండిన పండును కోసుకొన్నవాడు పండులోని రసాన్ని పొందడమేకాకుండా, ఆ విత్తనం నుండి మళ్లీ పండును పొందగలుగుతున్నాడు.(3) తుమ్మెదలు పూవులు కందకుండా వాటిలోని మకరందాన్ని ఆస్వాదించినట్లుగా రాజుకూడా ప్రజలకు కష్టం కలుగకుండా వారినుండి ధనాన్ని గ్రహించాలి. మాలలు కట్టేవాడు చెట్టు చెడకుండా ఒక్కొక్క పూవునే కోసిన రీతిగా రాజు ప్రజలను రక్షిస్తూ వారినుండి పన్నును గ్రహించాలి, కాని బొగ్గులు చేసేవాడిలా చెట్టును మొదలంటా నరకకూడదు. "ఈ పని చేయడం వలన నాకు ఏమి లాభం జరుగుతుంది? చేయకపోవడం వలన ఏమి హాని కలుగుతుంది?" అని చక్కగా ఆలోచించి మనుష్యుడు తగిన పనిని చేయాలి. తగని పనిని మానుకోవాలి. ఎప్పటికీ ఫలితాన్ని ఇవ్వని కారణంగా మొదలుపెట్టడానికి తగని కొన్ని వ్యర్థమైన పనులు ఉంటాయి. వాటికోసం చేసే ప్రయత్నం కూడా వ్యర్థమే. ఎవనియొక్క అనుగ్రహం నిష్ఫలమో, కోపం నిరర్థకమో అట్టివానిని ప్రజలు - స్త్రీలు నపుంసకుని భర్తగా ఇష్టపడనట్లుగా, తమకు రాజుగా ఇష్టపడరు. బుద్ధిమంతుడు తక్కువ ప్రయత్నంతో ఎక్కువ ఫలాన్ని ఇచ్చే పనిని వెంటనే మొదలుపెడతాడు. అటువంటి పనులకు అతడు విఘ్నం రానివ్వడు. ప్రేమతో ఆస్వాదిస్తున్నట్లుగా మృదువుగా చూచే రాజు ఊరికే కూర్చున్నప్పటికి ప్రజలు అతనిపట్ల అనురాగంతోనే ఉంటారు. పూలు బాగా పూచినా పండ్లు పండనివి; పండ్లు పండినా ఎక్కడానికి వీలుకానిది, పండకపోయినా పండినట్లుగా కనిపించేది అయిన చెట్టు ఎప్పటికీ నాశనాన్ని పొందదు. అలాగే అధికసంతోషం ప్రకటించినా అనుగ్రహం చూపనివాడు, అనుగ్రహించినా దరిచేరడానికి వీలుకానివాడు, అల్పశక్తి కలిగినా అధికమైన శక్తి ఉన్నట్లు కనబడేవాడు - అయిన రాజు ఎన్నటికీ నశించడు. చూపుతో, మనసుతో, మాటతో, పనితో ప్రజలను రంజింపచేసే

రాజుపట్ల ప్రజలు కూడా ప్రసన్నంగా ఉంటారు. వ్యాధుని చూచి భయపడిన లేళ్లవలె రాజును చూచి ప్రజలు భయభ్రాంతులయితే ఆరాజు సముద్రపర్యంతం ఉన్న భూమిని పొందినా కూడా ప్రజలు అతనిని విడిచివేస్తారు. అన్యాయపరుడైన రాజు తాతతండ్రుల నుండి రాజ్యం సంక్రమించినప్పటికీ దానిని తన చేతలద్వారా గాలి మేఘాలను చెల్లాచెదరు చేసినట్లుగా నశింపచేసుకొంటాడు. సత్పురుషులు ఆచరించిన ధర్మాన్ని పరంపరగా కొనసాగించే రాజు యొక్క భూభాగం ధనధాన్యాలతో నిండి, ఉన్నతిని పొందడమేకాక, అతని సంపదను కూడా వృద్ధి చేస్తుంది. ధర్మాన్ని విడిచి అధర్మాన్ని అనుష్ఠించే రాజు యొక్క రాజ్యభూమి నిప్పుమీద ఉంచిన తోలుచర్మం వలె కుంచించుకుపోతుంది. పొరుగు రాజ్యాన్ని నాశనం చేయడానికి చేసే ప్రయత్నం (ఏదో అది) తన రాజ్యరక్షణకోసం చేయడం ఉచితంగా ఉంటుంది. రాజు ధర్మంగానే రాజ్యాన్ని పొందాలి. ధర్మంతోనే దానిని రక్షించాలి. ఎందుకంటే ధర్మమూలకంగా రాజ్యం పొందిన రాజు ఆ ధర్మాన్ని విడిచిపెట్టలేడు, ఆ ధర్మం కూడా అతనిని విడిచిపెట్టదు. రాతినుండి బంగారాన్ని గ్రహించినట్లుగా నిరర్థకంగా మాట్లాడేవారు, పిచ్చివారు, ప్రగల్భాలు పలికే బాలురు వీరినుండి కూడా తత్వవిషయం తెలుసుకోవాలి. ఉంఛవృత్తి చేసుకొనేవారు ఒక్కొక్కగింజ ఏరుకొని తీసుకొన్నట్లుగా ధీరుడైనవాడు ఎక్కడెక్కడివో భావపూర్ణమైన మాటలు, సూక్తులు, సత్కర్మలు సంగ్రహిస్తూ ఉండాలి. గోవులు వాసన చూడడం ద్వారా, బ్రాహ్మణులు వేదాలద్వారా, రాజులు చారులద్వారా, సాధారణమానవులు కళ్లతోనూ చూస్తారు. రాజా! అతికష్టంమీద పాలిచ్చే ఆవు కష్టాలు చవిచూడవలసి ఉంటుంది. సులభంగా పాలిచ్చే ఆవును లోకులు కష్టపెట్టరు. వేడి చేయకుండానే వంగే లోహాన్ని ఎవరూ అగ్నిలో కాల్చరు. వంగిన కట్టెను ఎవరూ వంచడానికి యత్నించరు. ఈ దృష్టాంతాన్ని అనుసరించి బుద్ధిమంతుడు అధికబలవంతుని ఎదుట అణగి ఉండాలి. అధిక బలవంతుని ఎదుట అణగిఉండడమంటే ఇంద్రునికి నమస్కరించినట్లే. పశువులకు పర్జన్యుడే రక్షకుడు. రాజులకు సహాయకులు మంత్రులే. స్త్రీలకు బంధువు భర్తయే. బ్రాహ్మణులకు బంధువు వేదం. సత్యం వలన ధర్మం రక్షింపబడుతుంది. నిరంతరాభ్యాసం వలన విద్య, పరిశుభ్రత చేత అందమైన రూపం, సదాచారం వలన కులం రక్షింపబడతాయి. తూకం వలన ధాన్యం, వ్యాయామం వలన గుఱ్ఱం, తరచుగా చూడడం వలన గోవు, మలిన వస్త్రాలచేత స్త్రీ సురక్షితంగా ఉంటారు. నీచకులంలో పుట్టినవానికి కూడా సదాచారమే శ్రేష్ఠమైనది కనుక సదాచారహీనుడైనవాడు ఉన్నతవంశంలో పుట్టినా మాన్యుడు కాదని నా ఉద్దేశ్యం. ఇతరుల ధనరూపాలకు, పరాక్రమానికి, కులీనతకు, సుఖసౌభాగ్యాలకు, గౌరవానికి అసూయపడేవాని రోగం నయం చేయలేనిది. చేయకూడని పనులు చేయడం, చేయవలసినవి మానివేయడం, పని పూర్తి కావడానికి ముందే పథకం వెల్లడి కావడం భయపడవలసిన విషయాలు. మత్తుకలిగించేవానిని త్రాగకూడదు. విద్య, ధనం, ఉన్నతవంశంలో పుట్టడం - ఇవి గర్వం కలవారికి మదాన్ని పెంచితే, సజ్జనులకు ఇవే దమాన్ని (వినయాన్ని) కలిగిస్తాయి.[4] ఎప్పుడయినా ఏదైనా పని విషయమై సజ్జనులు దుర్జనులను అడిగితే, వారికి ఆపని జరగకపోయినా, దుర్జనులుగా పేరొందినవారు మాత్రం తమ్ము తాము సజ్జనులని భావిస్తారు. ఆత్మవంతులయిన వారికి ఆధారం సజ్జనులు. సజ్జనులకు కూడా సజ్జనులే ఆధారం. దుష్టులకు కూడా సహాయపడేది సత్పురుషులే. కాని దుష్టులు మాత్రం సత్పురుషులకు సహాయం చేయరు. మంచివస్త్రాలు ధరించి సభను గెలువవచ్చును (ఆకట్టుకోవచ్చును). గోవులున్నవాడు మధురపదార్థాలను తినాలనే కోరికను గెలువగలడు. వాహనం మీద ప్రయాణించేవాడు మార్గాన్ని, శీలవంతుడు అన్నింటిని జయించగలడు. మనుష్యులకు శీలమే ప్రధానం. అదే గనుక నశించిపోతే ఈ లోకంలో అతని జీవితం, ధనం, బంధువులు అన్నీ వ్యర్థమే. వానివలన ఏమీ ప్రయోజనం కలుగదు. ధనవంతుల భోజనంలో మాంసం, మధ్యతరగతివారి భోజనంలో పాలు, నెయ్యి మొదలైనవి, దరిద్రుల భోజనంలో నూనె ప్రధానమైనవి. దరిద్రుడైనవాడు ఎప్పుడూ రుచికరమైన భోజనం చేస్తాడు. ఎందుకంటే ఆకలే రుచికి మూలం. అది ధనికులకు అన్నివిధాలా దుర్లభం. లోకంలో ధనికులకు సాధారణంగా భుజించే శక్తి ఉండదు. కాని దరిద్రుల పొట్టలో కట్టెలు కూడా జీర్ణమయిపోతాయి. అధములు జీవనాధారం లేకపోవడం వలన; మధ్యములు మృత్యువుకు, ఉత్తములు అవమానానికి చాలా భయపడతారు. మద్యపానం మత్తును కలిగించినప్పటికీ, సంపదవలన కలిగే మత్తు మాత్రం చాలా చెడ్డది. ఐశ్వర్యంతో మదించినవాడు పూర్తిగా చెడిపోతే తప్ప తెలివిలోకి రాడు. అదుపు తప్పి విషయసుఖాలలో

రమించే ఇంద్రియాలు కలవాడు సూర్యాదిగ్రహాలవలన మాసిపోయిన నక్షత్రాలవలె లోకంలో అవమానాలు పొందుతాడు. (4-54)

ప్రాణులను వశపరచుకొనే పంచేంద్రియాలకు లోబడినవానికి ఆపదలు శుక్లపక్షచంద్రుని వలె వృద్ధిపొందుతాయి. మనసుతోపాటు ఇంద్రియాలను జయించకుండా మంత్రులను జయించాలనుకొనేవానిని, మంత్రులను వశపరచుకోకుండా శత్రువులను జయించాలనుకొనే వానిని, ప్రజలందరూ త్యజిస్తారు. ముందుగా మనసుతోపాటు ఇంద్రియాలను శత్రువులుగా భావించి జయించాలి. తరువాత అతడు మంత్రులను, శత్రువులను జయించడంలో సఫలుడు అవుతాడు. ఇంద్రియాలను, మనసును జయించినట్టి, అపరాధులను దండించే, జాగ్రత్తగా పరికించి పనులు చేసుకొనే ధీరుని లక్ష్మి మిక్కిలిగా సేవిస్తుంది. రాజా! మనుష్యుని శరీరం రథం, బుద్ధి సారథి, ఇంద్రియాలు గుఱ్ఱాలు. ఇంద్రియాలను అదుపులో ఉంచుకొని జాగ్రత్తగా మసలుకొనే చాతుర్యం కల బుద్ధిమంతుడు గుఱ్ఱాలను వశం చేసుకొన్న రథికునివలె సుఖంగా జీవితయాత్ర చేయగలుగుతాడు. శిక్షణ పొందని, వశం కాని గుఱ్ఱాలు మూర్ఖుడైన సారథిని మార్గమధ్యంలోనే పడద్రోసినట్లుగా ఇంద్రియాలు అదుపులో లేకపోతే మానవుని అధఃపతనం చేయడానికి కూడా సమర్థమైనవే. ఇంద్రియాలు అదుపులో ఉండకపోవడంవలన అర్థాన్ని అనర్థంగాను; అనర్థాన్ని అర్థంగాను భావించి అజ్ఞాని గొప్ప దుఃఖాన్ని సుఖంగానే అనుకొంటాడు. ధర్మార్థాలను విడిచిపెట్టి ఇంద్రియాలకు వశుడైపోయినవాడు శీఘ్రంగానే సంపదలకు, ప్రాణాలకు, ధనానికి, భార్యకు కూడా నీళ్లు వదులుకోవలసి ఉంటుంది. ఎంతో డబ్బు ఉండి కూడా ఇంద్రియాలమీద అదుపులేకపోతే, ఆ కారణంగా ఆ డబ్బంతా నశించిపోతుంది. మనసును, బుద్ధిని, ఇంద్రియాలను అదుపులో ఉంచుకొని తన్ను తాను తెలుసుకోవడానికి యత్నించాలి. ఎందుకంటే తానే (ఆత్మయే) తనకు శత్రువు, తానే తనకు బంధువు. ఆత్మను జయించిన వాడికి ఆ ఆత్మయే బంధువు. అదే నిజమైన బంధువు, అదే నియతమైన శత్రువు. చిన్నచిన్న కన్నాలున్న వలలో చిక్కుకొన్న రెండుపెద్ద చేపలే కలిసి వలను చించివేసినట్లుగా కామక్రోధాలు రెండూ కలిసి విశిష్టమైన జ్ఞానాన్ని లోపింపచేస్తాయి. ఈ లోకంలో ధర్మార్థాలను గుర్చి బాగా ఆలోచించి, విజయసాధన సామగ్రిని సంపాదించుకొన్నవాడే, ఆ సామగ్రితో సుఖపూర్వకంగా సమృద్ధశాలిగా ఉంటాడు. మనోవికారాలయిన పంచేంద్రియాలనే అంతశ్శత్రువులను జయించకుండా ఇతర శత్రువులను జయించాలనుకొనేవానిని శత్రువులు ఓడిస్తారు. ఇంద్రియాలమీద అదుపు లేనికారణంగా గొప్పగొప్ప సాధువులు కూడా కర్మబద్ధులవుతున్నారు, రాజులు భోగవిలాస బద్ధులవుతున్నారు. ఎండుకట్టెలతో కలిసిన తడి కట్టె కూడా కాలిపోయినట్లుగా దుష్టులను విడిచిపెట్టక వారితో కలిసిఉండే నిరపరాధులయిన సజ్జనులుకూడా సమానంగా శిక్షలు పొందుతారు. కాబట్టి దుష్టులతో ఎప్పుడూ సాంగత్యం చేయకూడదు. విషయవాసనలవైపు పరుగులు తీసే పంచేంద్రియాలు అనే శత్రువులను మోహకారణంగా వశపరచుకోని మానవుడు విపత్తులను అనుభవిస్తాడు. గుణాలలో దోషాన్ని చూడకపోవడం, సరళత, పవిత్రత, సంతోషం, ప్రియముగా మాటలాడడం, ఇంద్రియ నిగ్రహం, సత్యభాషణం, స్థిరత్వం - అనే గుణాలు దుర్మార్గులలో కనిపించవు. భారతా! ఆత్మజ్ఞానం, విచారం లేకపోవడం, సహనశీలత, ధర్మపరాయణత, మాటనిలుపుకోవడం, దానం - ఈగుణాలు అధములలో ఉండవు. మూర్ఖులు విద్వాంసులను తిట్లతో నిందలతో కష్టపెడతారు. తిట్లు తిట్టే వాడు పాపాన్ని అనుభవిస్తాడు, క్షమించేవాడు పాపవిముక్తుడవుతాడు. దుష్టుల బలం హింస, రాజుల బలం దండిచడం; స్త్రీలకు సేవయే బలం, గుణవంతులకు క్షమయే బలం. రాజా! మాటలలో సంపూర్ణ సంయమనం అతికష్టమని అంటారు. కాని విశేషార్థయుక్తమైన, చమత్కారపూర్ణమైన మాటలు కూడా ఎక్కువగా మాటలాడలేరు. రాజా! మధురంగా చెప్తే అనేకరకాలుగా శుభాలు కలుగుతాయి. అదే పరుషంగా చెప్తే అనేక అనర్థాలకు కారణమవుతుంది. బాణాలతో ఛేదింపబడిన, గొడ్డలితో నరకబడిన వనం కూడా చిగురిస్తుంది. కాని పరుషవాక్కులతో కలిగించిన గాయం మానదు. కర్ణి, నాళీకం, నారాచం వంటి బాణాలను కూడా శరీరం నుండి తీయవచ్చును గాని పరుషవచనాలనే ముల్లును మాత్రం తీయలేము. ఎందుకంటే అది మనసులోతులలో దిగిపోతుంది. మాటలనే బాణాలు నోటినుండి వెలువడి ఇతరుల మర్మస్థానాలను గాయపరుస్తాయి. ఆ దెబ్బతిన్న మనుష్యుడు రాత్రింబవళ్లు కృశించిపోతాడు. కాబట్టి పండితులు ఇతరులమీద వాటిని ప్రయోగించకూడదు. దేవతలు

ఓడించడానికి ముందుగానే బుద్ధిని హరిస్తారు. అందువలన అతడు నీచకర్మలమీద ఎక్కువగా దృష్టిపెడతాడు. వినాశకాలం దాపురించినపుడు బుద్ధి మలినమై పోతుంది. అందువలన న్యాయం అనిపించే అన్యాయం హృదయంనుండి వెలికిపోదు. భరతశ్రేష్ఠా! నీ పుత్రుల ఆ బుద్ధి నశించిపోయింది. పాండవులతో వైరం కారణంగా ఈ నీ పుత్రులను నీవు గమనించలేకపోతున్నావు. ధృతరాష్ట్రమహారాజా! రాజలక్షణ సంపన్నుడై ముల్లోకాలకూ రాజు కాదగిన, మీ ఆజ్ఞానువర్తి అయిన యుధిష్ఠిరుడే ఈ భూమిని ఏలడానికి అర్హుడు. అతడు ధర్మార్థతత్త్వాలు తెలిసిన వాడు, చురుకుదనం కల బుద్ధిమంతుడు; సంపూర్ణసౌభాగ్యశాలి, నీ పుత్రులందరినీ మించినవాడు. రాజేంద్రా! ధర్మాచరణులలో శ్రేష్ఠుడైన యుధిష్ఠిరుడు దయ, సౌమ్యత్వం, నీతో బాంధవ్యం కారణంగా అనేక కష్టాలు సహిస్తున్నాడు. (55-86)

విదురనీతి (మూడవ అధ్యాయము)

ధృతరాష్ట్రుడు - "మహామతీ! ధర్మార్థాల గురించి ఇంకా చెప్పు. అవి ఎంత విన్నా నాకు తృప్తి కలగడం లేదు. వీటిగురించి నీవు అద్భుతంగా చెపుతున్నావు" అని అడిగాడు. (1)

విదురుడు చెప్పసాగాడు - తీర్థాలన్నీ సేవించడం, అందరిపట్ల మృదువుగా వ్యవహరించడం - ఈ రెండూ సమానం. అయినా మృదువ్యవహారం గొప్ప విషయం. ప్రభూ! మీరు మీ పుత్రులయిన కౌరవులు, పాండవులు ఇద్దరిపట్ల సమానంగా మృదువుగా వ్యవహరించండి. ఇలా చేయడం వలన ఈ లోకంలో గొప్ప సత్కీర్తిని ఎంతవరకు చెప్పుకుంటూ ఉంటారో అంతవఱకు స్వర్గంలో స్థిరంగా ఉండవచ్చును. ఈ విషయమై కేశిని గురించి సుధన్వునకు విరోచనునితో కలిగిన వివాదాన్ని ఇతిహాస దృష్టాంతంగా ఇస్తూ ఉంటారు. పూర్వకాలంలో జరిగిన సంగతి. 'కేశిని' అనే అతిచక్కని కన్య శ్రేష్ఠుడైన భర్తను వరించడానికి స్వయంవరసభలోకి వచ్చింది. దైత్యకుమారుడు విరోచనుడు ఆమెను పొందాలని అప్పుడే అక్కడికి వచ్చాడు. అప్పుడు కేశిని అతనితో ఇలా సంభాషించింది. (2-7)

కేశిని అతనిని "విరోచనా! బ్రాహ్మణుడు శ్రేష్ఠుడా; లేక దైత్యుడా? బ్రాహ్మణుడు శ్రేష్ఠుడయితే నేను సుధన్వుని ఎందుకు వివాహం చేసుకోకూడదు?" అని ప్రశ్నించింది. (8)

విరోచనుడు - "కేశినీ! మేము ప్రజాపతియొక్క శ్రేష్ఠమైన సంతానం. కనుక మేము అందరికంటె ఉత్తములం. ఈ లోకమంతా మాదే. మా ఎదుట బ్రాహ్మణులు, దేవతలు అనగా ఎంత?" అని బదులిచ్చాడు. (9)

కేశిని - "విరోచనా! మనం ఇద్దరం ఇక్కడే నిరీక్షిద్దాం. రేపు ఉదయాన్నే సుధన్వుడు ఇక్కడికి రావచ్చును. ఆపై నేను మీ ఇద్దరిని ఒకేచోట ఉండగా చూస్తాను" అన్నది. (10)

"విరోచనుడు - "కల్యాణీ! నీవు చెప్పినట్లే చేస్తాను. రేపు ఉదయమే సుధన్వుని నన్ను ఒకేచోట చూద్దువుగాని" అన్నాడు. (11)

విదురుడు చెప్పసాగాడు - "రాజా! తెల్లవారి సూర్యోదయం కాగానే సుధన్వుడు కేశిని, విరోచనుడు ఉన్నచోటికి వచ్చాడు. సుధన్వుడు వారిని సమీపించాడు. బ్రాహ్మణుడు రావడం చూసి కేశిని లేచినిలబడి అతనికి ఆసనం, అర్ఘ్యపాద్యాలు సమర్పించింది. (12-13)

సుధన్వుడు విరోచనునితో - "ప్రహ్లాదకుమారా! నేను మీ ఈ అందమైన బంగారు సింహాసనాన్ని కేవలం స్పృశిస్తాను. నీతో పాటు దీనిమీద కూర్చోను. ఎందుకంటే అలాచేస్తే మనం ఇద్దరం సమానులం అవుతాము" అన్నాడు. (14)

విరోచనుడు - సుధన్వా! నీకు కుర్చీయో, చాపయో, దర్భాసనమో ఉచితంగా ఉంటుంది. నీకు నాతో సమానంగా ఆసనంమీద కూర్చునే యోగ్యత లేనేలేదు" అన్నాడు. (15)

సుధన్వుడు - "తండ్రీ కొడుకులు ఒకే ఆసనం మీద కూర్చొంటారు - ఇద్దరు బ్రాహ్మణులు, ఇద్దరు క్షత్రియులు, ఇద్దరు వృద్ధులు. ఇద్దరు వైశ్యులు, ఇద్దరు శూద్రులు కూడా కలిసి కూర్చోవచ్చును. కాని ఇతరులు ఏ ఇద్దరూ పరస్పరం కలిసి కూర్చోరు. నీ తండ్రి ప్రహ్లాదుడు క్రింద కూర్చుండియే నన్ను సేవిస్తూ ఉంటాడు. నీవు ఇంకా బాలుడవు. ఇంట్లో సుఖంగా పెరిగినవాడవు. కాబట్టి నీకు ఈ విషయాలగురించి బొత్తిగా తెలియదు" అన్నాడు. (16-17)

విరోచనుడు రోషంతో - "సుధన్వా! మా అసురులవద్ద ఉన్న సైన్యం, గోవులు, గుఱ్ఱాలు మొదలైన సంపదనంతటినీ పందెంలో ఒడ్డుతాను. మనమిద్దరం ఈవిషయం తెలిసినవారివద్దకు వెళ్లి మనిద్దరిలో ఎవరు శ్రేష్ఠుడని వారిని అడుగుదాం" అన్నాడు. (18)

సుధన్వుడు - విరోచనా! బంగారం, గోవులు, గుఱ్ఱాలు నీవద్దనే ఉండనీ, మనమిద్దరం ప్రాణాలు పణంగా పెట్టి తెలిసినవారివద్దకు వెళ్లి అడుగుదాం" అన్నాడు. (19)

విరోచనుడు - "సరే. ప్రాణాలు పందెంగా పెట్టుకొన్నాక

మనం ఎక్కడకు వెడదాం? నేను దేవతల వద్దకు వెళ్లలేను. మనుష్యులచేతనే నిర్ణయం చేయించలేను" అన్నాడు. (20)

సుధన్వుడు - "ప్రాణాలు పందెంగా పెట్టుకొన్న మనం మీ తండ్రి వద్దకు వెడదాం. ప్రహ్లాదుడు తన కొడుకు కోసం కూడా అబద్ధం ఆడడు (అనే విశ్వాసం నాకు ఉంది) అన్నాడు. (21)

విదురుడు చెపుతున్నాడు - ఈరీతిగా పందెంవేసుకొని పరస్పరం క్రోధంతో విరోచనసుధన్వులిద్దరూ, ప్రహ్లాదుని వద్దకు వెళ్లారు." (22)

ప్రహ్లాదుడు వారిద్దరినీ చూచి మనసులోనే "ఎప్పుడూ కలిసి తిరగని ఈ విరోచన సుధన్వులిద్దరూ ఈనాడు పాములవలె రోషంతో ఒకేదారిలో పయనిస్తూ వస్తున్నారు" అనుకొని, పైకి విరోచనునితో - "విరోచనా! ఏమిటి, నీకు సుధన్వునితో మైత్రి కుదిరిందా? కాకపోతే కలిసి ఎలా వస్తున్నారని అడుగుతున్నాను. ఇంతకుముందు మీఇద్దరూ ఎప్పుడూ కలిసి తిరగలేదుకదా!" అని అడిగాడు.(23-24)

విరోచనుడు - "నాన్నగారూ! సుధన్వునితో నాకు మైత్రి కలగలేదు. మేమిద్దరం ప్రాణాలు పందెంగా పెట్టుకొని వచ్చాం. నేను మిమ్మల్ని నిజం చెప్పమని కోరుతున్నాను. అసత్యసమాధానం ఇవ్వకండి" అని ప్రార్థించాడు. (25)

ప్రహ్లాదుడు సేవకులకు సుధన్వునికోసం జలం, మధుపర్కం తెమ్మని ఆజ్ఞాపించి, సుధన్వునితో - "బ్రాహ్మణోత్తమా! మీరు మాకు పూజింపతగ్గ అతిథులు. మీకోసం తెల్లని బలిష్ఠమైన గోవును సిద్ధంచేసి ఉంచాను" అన్నాడు. (26)

సుధన్వుడు - ప్రహ్లాదా! జలం, మధుపర్కం నాకు దారిలోనే లభించాయి. నీవు నేను అడిగిన ఈ ప్రశ్నకు సరిగ్గా సమాధానం చెప్పు." బ్రహ్మవేత్త శ్రేష్ఠుడా? విరోచనుడా?" అని అడిగాడు. (27)

ప్రహ్లాదుడు - "బ్రహ్మజ్ఞుడా! ఒకడు నాకు కొడుకు. నీవు స్వయంగా ఒకవైపు ఉన్నావు. ఆహా! మీఇద్దరి వివాదాన్ని నావంటివాడు ఎలా నిర్ణయించగలడు?" అన్నాడు. (28)

సుధన్వుడు - "బుద్ధిశాలీ! నీ దగ్గరున్న గోవులుగానీ, ఇంకేదైనా ఇష్టమైనధనం కానీ, అదంతా నీ ఔరసపుత్రుడైన విరోచనునకే ఇచ్చుకో, కాని మా ఇద్దరిమధ్య వచ్చిన వివాదానికి మాత్రం నీవు సరిగ్గా సమాధానం ఇవ్వాలి" అన్నాడు. (29)

ప్రహ్లాదుడు "సుధన్వా! ఇప్పుడు నేను నిన్ను ఈ విషయం అడుగుతున్నాను. సత్యం చెప్పనివాడు, అసత్యమైన నిర్ణయం చేసినవాడు. దుష్టవాక్కు ఏ స్థితిని పొందుతాడు?" అని అడిగాడు. (30)

సుధన్వుడు - "సవతి దాపురించిన స్త్రీ, జూదంలో ఓడిపోయిన జూదరి, బరువులు మోయడంవలన అలసిపోయిన శరీరం కలవాడు, రాత్రులందు ఏ స్థితిని పొందుతారో అటువంటి స్థితినే న్యాయవిరుద్ధంగా మాట్లాడేవాడు కూడా పొందుతాడు. అబద్ధపు తీర్పు ఇచ్చిన రాజు, నగరంలో బంధింపబడి బయటిద్వారం వద్ద నిలిచి ఆకలితో అలమటిస్తూ పెక్కుమంది పగవారిని చూస్తున్నవాని స్థితిని పొందుతాడు. అబద్ధపు సాక్ష్యం వలన పశువు మరణిస్తే ఐదుతరాలు; గోవు మరణిస్తే పదితరాలు, గుఱ్ఱం మరణిస్తే వంద తరాలు, మనిషి మరణిస్తే వేయి తరాలు నరకం పొందుతారు. బంగారం కోసం అబద్ధమాడేవాడు భూత భవిష్యత్తులలోని అన్ని తరాలవారిని నరకంలో పడవేస్తాడు. భూమికోసం గాని, స్త్రీ కోసంగాని అబద్ధం చెప్పేవాడు సర్వనాశనం అవుతాడు. కాబట్టి నీవు స్త్రీ విషయంలో అబద్ధం చెప్పకు" అన్నాడు. (31-34)

ప్రహ్లాదుడు కొడుకుతో - "విరోచనా! సుధన్వుని తండ్రి అంగిరుడు నాకంటె శ్రేష్ఠుడు. సుధన్వుడు నీకంటే శ్రేష్ఠుడు. ఇతని తల్లి కూడా నీ తల్లికంటె శ్రేష్ఠురాలు. కాబట్టి ఇప్పుడు నీవు అతనికి ఓడిపోయావు. విరోచనా! ఇక నీ ప్రాణాలు అతని అధీనం" అని పలికి, సుధన్వునితో - "సుధన్వా! ఇప్పుడు నా పుత్రుని నీవు ఇస్తే పొందాలనుకొంటున్నాను" అన్నాడు. (35-36)

సుధన్వుడు - "ప్రహ్లాదా! నీవు ధర్మాన్నే చేపట్టావు. స్వార్థంతో అబద్ధం చెప్పలేదు. కనుక ఇప్పుడు దుర్లభుడైన ఈ పుత్రుని నేను తిరిగి ఇస్తున్నాను. కాని ఇప్పుడు ఇతడు కుమారి కేశిని వద్దకు వచ్చి నాకాళ్లు కడగాలి" అన్నాడు. (37-38)

విదురుడు కొనసాగిస్తున్నాడు - "కాబట్టి రాజేంద్రా నీవు భూమికోసం అబద్ధం ఆడకు. పుత్రుని స్వార్థానికి వశుడవై నిజం చెప్పకుండా పుత్రులతో, మంత్రులతో సహితంగా వినాశోన్ముఖుడవు కావలదు. దేవతలు కాపలాదారులవలె కఱ్ఱలు పట్టుకొని కాపలా కాయరు. వారు తాము రక్షించదలచుకొన్నవానికి ఉత్తమబుద్ధిని ప్రసాదిస్తారు. మనుష్యుడు శుభసంకల్పాలలో లగ్నం అయితే అతని కోరికలన్నీ సిద్ధిస్తాయి. ఇందులో ఏమాత్రం సందేహం లేదు. కపటంగా వ్యవహరించే మాయావిని వేదాలు పాపాలనుండి

ముక్తుని చేయవు. రెక్కలు వచ్చాక పక్షులు గూడు వదిలిపెట్టి పోయినట్లుగా వేదాలు కూడా చివరిదశలో అతనిని విడిచిపెడతాయి. మద్యపానం, కలహం, మందితో వైరం, భార్యభర్తలమధ్య చిచ్చుపెట్టడం, కుటుంబసభ్యులమధ్య భేదబుద్ధి కలిగించడం, రాజును ద్వేషించడం, స్త్రీ పురుషుల మధ్య వివాదం, చెడుదారి - ఇవన్నీ విడిచి పెట్టదగినవని చెప్తారు. హస్తసాముద్రికం చెప్పేవానిని, దొంగ సొత్తుతో వ్యాపారం చేసేవానిని, జూదరిని, వైద్యుని, శత్రువును, మిత్రుని, పొగిడేవారిని - ఈ ఏడుగురిని ఎప్పుడూ కూడా సాక్షులుగా చేయకూడదు. ఆదరంతో అగ్నిహోత్రకార్యం చేయడం, ఆదరపూర్వకంగా మౌనాన్ని పాటించడం, ఆదరంతో స్వాధ్యాయం చేయడం, ఆదరంతో యజ్ఞానుష్ఠానం చేయడం - ఈ నాలుగు పనులు భయాన్ని దూరం చేస్తాయి. కాని సరిగ్గా చేయకపోతే అవే భయాన్ని కలిగిస్తాయి. ఇంటికి నిప్పు పెట్టేవాడు, విషాన్ని ఇచ్చేవాడు, జారుని కొడుకు సంపాదిస్తే తినేవాడు (కుండాశీ) సోమరసాన్ని అమ్ముకొనేవాడు, ఆయుధాలను తయారుచేసేవాడు, చాడీలు చెప్పేవాడు, మిత్రద్రోహి, పరస్త్రీవ్యసనుడు, బ్రాహ్మణుడై ఉండీ మద్యపానం చేసేవాడు, మిక్కిలి తీక్ష్ణమైన స్వభావం కలవాడు, కాకివలె కావుకావుమనేవాడు, నాస్తికుడు, వేదనిందకుడు, లంచగొండి, పతితుడు, క్రూరుడు, సమర్థత కలిగికూడా రక్షించమని ప్రార్థించినా హింసించేవాడు - వీరందరూ కూడా బ్రహ్మహత్య చేసినవానితో సమానులు. మండుతున్న అగ్నిలో బంగారాన్ని గుర్తించవచ్చును. సదాచారంచేత సత్పురుషులను, వ్యవహారం చేత సాధువులను, భయసమయాలలో శూరత్వాన్ని, ఆర్థికమైన ఇబ్బందులలో ధీరత్వాన్ని, తీవ్రమైన ఆపదలలో శత్రు మిత్రులను పరీక్షించి తెలుసుకోవచ్చును. ముసలితనం అందమైన రూపాన్ని, ఆశ ధైర్యాన్ని, మృత్యువు ప్రాణాలను, రంధ్రాన్వేషణ తత్పరత ధర్మాచరణాన్ని, క్రోధం సంపదను, నీచసేవ సత్స్వభావాన్ని, కామం సిగ్గును, గర్వం సర్వస్వాన్ని నష్టపరుస్తాయి. మంచిపనులవలన సంపద పుడుతుంది. సమర్థత వలన పెరుగుతుంది. నేర్పరితనం వలన వేళ్లూనుకుంటుంది. నిగ్రహం వలన సురక్షితమవుతుంది. బుద్ధి, కులీనత, దమం, శాస్త్రజ్ఞానం, పరాక్రమం, ఎక్కువగా మాట్లాడకపోవడం, యథాశక్తి దానం చేయడం, కృతజ్ఞత - అనే ఈ ఎనిమిది గుణాలు పురుషునకు శోభనిస్తాయి. ఈ గొప్ప గుణాలన్నింటిమీదా ఆకస్మాత్తుగా అధికారం సంపాదించే గుణం ఒకటుంది. అదే రాజసన్మానం. రాజు సన్మానించినపుడు ఆ ఒక్కగుణమే (రాజసన్మానం) అన్నింటిని మించి రాణింపు తెస్తుంది. రాజా! మానవలోకంలో ఎనిమిది గుణాలు స్వర్గలోకాన్ని కనిపింపచేస్తాయి. అందులో నాలుగు సజ్జనుల వెంటనంటి ఉంటాయి. ఇంద్రియనిగ్రహం, సత్యం, సరళత, కోమలత - ఈ నాలుగింటిని సత్పురుషులు స్వయంగా అనుసరిస్తారు. యజ్ఞం, అధ్యయనం, దానం, తపం, సత్యం, క్షమ, దయ, అలోభం - ఈ ఎనిమిది ధర్మానికి మార్గాలని చెపుతారు. వీటిలో మొదటి నాలుగింటిని భేషజం కోసం కూడా ఆచరిస్తూ ఉంటారు. కాని చివరి నాలుగు మాత్రం మహాత్ములు కానివారిలో ఉండనే ఉండవు. పెద్దలు, వృద్ధులు లేనిది సభయేకాదు. ధర్మం చెప్పనివారు పెద్దలే కారు. సత్యం లేనిది ధర్మమే కాదు. కపటంతో కూడినది సత్యమే కాదు. సత్యం, వినయం, శాస్త్రజ్ఞానం, విద్య, కులీనత, శీలం, బలం, ధనం, శూరత, చమత్కార సంభాషణం - ఈ పది స్వర్గానికి సాధనాలు. చెడ్డపేరున్నవాడు చెడ్డపనులే చేస్తూ, చెడు ఫలాలనే పొందుతాడు. పుణ్యాత్ముడు పుణ్యకర్మలు చేస్తూ, మిక్కిలి పుణ్యఫలాలనే అనుభవిస్తాడు. కాబట్టి మెచ్చుకోదగిన వ్రతాన్ని ఆచరించేవాడు పాపం చేయకూడదు. ఎందుకంటే మాటిమాటికి చేసే పాపం బుద్ధిని నష్టపరుస్తుంది. బుద్ధి నశించినవాడు ఎప్పుడూ పాపమే చేస్తూ ఉంటాడు. అలాగే మాటిమాటికి చేసే పుణ్యం బుద్ధిని పెంచుతుంది. బుద్ధిపెరిగినవాడు ఎప్పుడూ పుణ్యమే చేస్తూ ఉంటాడు. ఈరీతిగా పుణ్యాత్ముడు పుణ్యకర్మలు చేస్తూ పుణ్య లోకాలనే పొందుతాడు. కనుక మానవుడు ఎప్పుడూ ఏకాగ్రచిత్తుడై పుణ్యాన్నే సేవించాలి. గుణాలలో దోషాన్ని వెదికేవాడు, మర్మస్థానాన్ని దెబ్బతీసేవాడు, నిర్దయుడు, శత్రుత్వం వహించేవాడు, శఠుడు పాపాలను ఆచరిస్తూ అనతికాలంలోనే గొప్ప కష్టాలను కొని తెచ్చుకొంటాడు. దోషదృష్టి లేని స్వచ్ఛమైన బుద్ధిగలవాడు ఎప్పుడూ శుభకర్మలనే అనుష్ఠిస్తూ గొప్ప సుఖాన్ని పొందుతాడు. అంతటా అతనికి గౌరవం లభిస్తుంది. బుద్ధిమంతులు ధర్మార్థాలను పొంది అతిసులువుగా తాము ఉన్నతులుగా మారడంలో సమర్థులవుతారు. అట్టి బుద్ధిమంతులనుండి సద్బుద్ధిని పొందినవారే పండితులు. రాత్రులు సుఖంగా గడవాలంటే పగలంతా పని చేయాలి. వర్షాకాలం నాలుగునెలలు సుఖంగా జరగాలంటే మిగిలిన ఎనిమిది నెలలు పనిచేయాలి. జీవితంలోని మొదటిదశలో కష్టపడి పని చేసినవాడు చివరిదశలో (వృద్ధావస్థలో) సుఖంగా జీవిస్తాడు. జీవితాంతం పనిచేసినవాడు

మరణించాక కూడా సుఖపడతాడు. సత్పురుషులు ఉడికిన అన్నాన్ని, ఏ మచ్చ లేకుండా యౌవనాన్ని గడిపిన స్త్రీని, యుద్ధంలో జయించిన వీరుని, తత్త్వజ్ఞానం పొందిన తాపసిని ప్రశంసిస్తారు. అధర్మంగా సంపాదించిన ధనం వలన కలిగే దోషాన్ని దాచలేరు. అది దాగదు సరికదా దానివలన ఇతరమైన కొత్త దోషాలు పుట్టుకొస్తాయి. ఇంద్రియాలను, మనసును నిగ్రహించుకొన్న శిష్యులకు గురువు శాసకుడు. దుష్టులను శాసించేవాడు రాజు. రహస్యంగా పాపకర్మలు చేసేవానిని యముడు శాసిస్తాడు. ఋషుల, నదుల, మహాత్ముల వంశమూలాలను, స్త్రీల దుష్ప్రవర్తన మూలాన్ని తెలుసుకోలేము. రాజా! బ్రాహ్మణులను పూజించేవాడు, దాత, కుటుంబసభ్యులతో మృదువుగా వ్యవహరించేవాడు, శీలవంతుడు- అయిన రాజు చిరకాలం భూమిని పాలించగలుగుతాడు. శూరుడు, విద్వాంసుడు, సేవాధర్మం తెలిసినవాడు - ఈ మూడు రకాల పురుషులు భూమినుండి బంగారుపూలను సేకరించగలుగుతారు. భారతా! బుద్ధితో ఆలోచించి చేసేపని శ్రేష్ఠమైనది. బాహుబలంతో చేసే పని మధ్యమం, పిక్కబలంతో జరిగేవి అధమం, తలకు మించిన బరువైన పనులు అధమాధమం. రాజా! ఇప్పుడు దుర్యోధనుడు, శకుని, మూర్ఖుడైన దుశ్శాసనుడు, కర్ణుడు - వీరిమీద రాజ్యభారాన్ని ఉంచి ఉన్నతిని ఎలా కోరుకొంటున్నారు? భరతశ్రేష్ఠా! పాండవులు సర్వసద్గుణ సంపన్నులు. నిన్ను తండ్రిగా భావించి మసలుకొంటున్నవారు. నీవు కూడా వారి యందు పుత్రభావంతో ప్రవర్తించు. (39-77)

విదురనీతి (నాలుగవ అధ్యాయము)

విదురుడు చెపుతున్నాడు - "ఈ విషయంలో దత్తాత్రేయునికి, సాధ్యదేవతలకు నడుమ జరిగిన సంవాదరూపమైన ప్రాచీన ఇతిహాసాన్ని ఉదాహరణంగా ఇస్తూ ఉంటారు. నేను కూడా దానిని విన్నాను. ప్రాచీన కాలంలో ఉత్తమ వ్రతానుష్ఠానం చేసే మహాబుద్ధిశాలి అయిన దత్తాత్రేయమహర్షి హంస (పరమహంస) రూపంలో విహరిస్తూ ఉండేవాడు. ఆ సమయంలో సాధ్యదేవతలు అతనిని ఇలా అడిగారు. (1-2)

సాధ్యులు - "మహర్షీ! మేమంతా సాధ్యులం. కేవలం నిన్ను చూడడం చేతనే నీ గురించి ఊహించలేకున్నాము. మీరు శాస్త్రజ్ఞానం కలవారని, ధీరులని, బుద్ధిమంతులని మాకు తెలుసు. కాబట్టి విద్వత్తాపూర్ణ మైన మీ మాటలను మాకు వినే సౌభాగ్యం ప్రసాదించండి" అని అడిగారు. (3)

ఆ సన్యాసి చెప్పసాగాడు - "దేవతలారా! ధైర్యంగా ఉండడం, మనోనిగ్రహం కలిగిఉండడం, సత్యధర్మపాలనం- ఇవే కర్తవ్యాలని నేను విన్నాను. దీని ద్వారా పురుషుడు తన హృదయగ్రంథులన్నిటినీ తెరచి, ప్రియాప్రియాలను సమానంగా భావించగలగాలి. ఇతరులు తిట్టినా, తాను వారిని తిట్టకూడదు. క్షమించేవాడు అణచుకొన్న క్రోధమే తిట్టేవానిని దహించివేస్తుంది. అతని పుణ్యాన్ని కూడా హరించివేస్తుంది. ఇతరులను తిట్టకూడదు. అవమానించకూడదు. మిత్రద్రోహం, నీచపురుషసేవ చేయకూడదు. సదాచార హీనుడు, గర్వితుడు కాకూడదు. పరుషమైన, రోషంతో కూడిన మాటలు విడిచిపెట్టాలి. పరుషవాక్కులు లోకంలో మనుష్యుల మర్మస్థానాలను, ఎముకలను, హృదయాన్ని, ప్రాణాలను కూడా కాల్చివేస్తాయి. కాబట్టి ధర్మాన్ని అనుసరించేవాడు మండించే పరుషవాక్కులను సదా విడిచిపెట్టాలి. పరుషవాక్కు, కఠినస్వభావం కలిగి మర్మభేదకమైన వాగ్బాణాలతో మానవులను బాధించేవాడు మానవులలో పరమదరిద్రుడని, తన వాక్కులలో దారిద్ర్యాన్ని మూటకట్టుకొంటున్నాడని అనుకోవాలి. ఇతరులెవరైనా అగ్నివలె, సూర్యునివలె దగ్ధం చేసే తీవ్ర వాగ్బాణాలతో అతి తీవ్రంగా గాయపరిచినా, విద్వాంసుడైనవాడు దెబ్బతిని కూడా, మిక్కిలి వేదనను భరిస్తూ అతడు తన పుణ్యాలను వృద్ధిచేస్తున్నాడని భావించాలి. వస్త్రాన్ని ఏ రంగులో ముంచితే ఆ రంగే దానికి అంటినట్లుగా సజ్జనుని, దుర్జనుని, తపశ్శక్తి కలవానిని లేదా చోరుని ఎవరిని సేవిస్తే వారి లక్షణాలు అంటుతాయి. ఎవరినీ తానుగా ఎన్నడూ చెడుమాటలు అననివారిని, ఇతరులతో కూడా చెడుగా పలుకనివారిని, దెబ్బతిన్నా బదులుగా దెబ్బ తీయనివారిని, ఇతరులచే దెబ్బతీయించని వారిని, తప్పుచేసినా శిక్షించాలని కోరనివానిని - దేవతలు కూడా సాదరంగా ఆహ్వానిస్తారు. మాట్లాడడంకంటె మాటలాడకపోవడం మేలు. సత్యం చెప్పడం వాక్కుకు రెండవ విశేషం. ఇది మౌనం కంటె రెండు రెట్లు లాభదాయకం. ఆ సత్యం కూడా ప్రియంగా చెప్పడం మూడవ విశేషం. అది కూడా ధర్మసమ్మతంగా చెప్తే అది నాలుగవ విశేషం. మనుష్యుడు ఎటువంటి వారితో కలిసి ఉంటాడో, ఎటువంటి వారిని సేవిస్తాడో, ఎలా మారాలనుకొంటాడో అలాగే అవుతాడు. ఏఏ విషయాలను మనసునుండి తొలగించుకొంటాడో ఆయా విషయాలనుండి ముక్తుడవుతాడు. ఈ రీతిగా అన్ని వైపులనుండి నివృత్తి పొందితే మనుష్యుడు లేశమాత్రం దుఃఖం కూడా ఎప్పుడూ అనుభవించడు.

ఎప్పుడూఎవరిచేతా ఓటమినెరుగనివాడు, ఇతరులను జయించాలనే కోరిక లేనివాడు, ఎవరితోనూ విరోధం లేనివాడు, ఇతరులను గాయపరచాలని కోరనివాడు, నిందాప్రశంసలను సమానంగా భావించేవాడు - హర్షశోకాలకు అతీతుడుగా ఉంటాడు. అందరిమేలు కోరేవాడు, ఎవరిపట్ల చెడుతలంపులు కూడా లేనివాడు, సత్యవాది, మృదుస్వభావుడు, జితేంద్రియుడు - అయినవాడు ఉత్తమపురుషుడు. ఉత్తుత్తి ఓదార్పులు ఇవ్వనివాడు, ఇస్తానని మాట ఇస్తే ఇచ్చితీరేవాడు, ఇతరుల దోషాలు గుర్తెరిగినవాడు, - మధ్యముడు. చూడండి. రాజా ! దుశ్శాసనుని గంధర్వులు చావగొట్టారు. అస్త్రశస్త్రాలతో చీల్చి చెండాడారు. (ఆసమయంలో పాండవులు అతనిని రక్షించారు). అయినా అతడు కృతఘ్నుడై, క్రోధానికి బానిసయి పాండవులకు చెడు చేయడానికి విముఖుడు కాలేదు. ఆ దుర్మార్గుడు ఎవరికీ మిత్రుడు కాలేడు. ఇలాంటి చిత్తవృత్తి కలవాడు అధమపురుషుడు. తనమీద తనకే సందేహం కాబట్టి ఇతరులు మేలుచేస్తారని విశ్వసించనివాడు, మిత్రులను కూడా దూరంగా ఉంచేవాడు, తప్పక అధముడే. ఉన్నతిని కోరుకొనేవాడు ఉత్తమపురుషులనే సేవించాలి. అవసరం వచ్చినపుడు మధ్యమపురుషులను కూడా సేవించవచ్చును. కాని అధమపురుషులను మాత్రం ఎప్పుడూ సేవించకూడదు. మనుష్యుడు దుర్మార్గుల సహాయంతో, నిరంతర ప్రయత్నంతో, బుద్ధిని ఉపయోగించి, పురుషప్రయత్నంతో ధనాన్ని అయితే పొందవచ్చునుగాని, దానివలన ఉత్తమకులీనుల యొక్క గౌరవాన్ని గాని, సదాచారాన్ని గాని అతడు ఎన్నటికీ పొందలేడు. (4-21)

ధృతరాష్ట్రుడు - "విదురా! ధర్మార్థాలు నిత్యమూ తెలుసుకొనేవారు, బహుశాస్త్రాలు తెలిసినవారు అయిన దేవతలు కూడా ఉత్తమకులంలో పుట్టిన పురుషులను కోరుకొంటారట. కాబట్టి ఉత్తమకులం ఏమిటో చెప్పమని అడుగుతున్నాను." అన్నాడు. (22)

విదురుడు చెప్పసాగాడు - తపస్సు, ఇంద్రియనిగ్రహము, బ్రహ్మజ్ఞానము, యజ్ఞము, పవిత్రవివాహము, నిరతాన్నదానము, సదాచారము - అనే ఈ ఏడుగుణాలు కలిగిఉంటే ఉత్తమకులాలని చెపుతారు. సదాచార భ్రష్టుడు కాకుండా, తన దోషాలతో తల్లిదండ్రులను బాధించకుండా, ప్రసన్నచిత్తంతో ధర్మాచరణం చేస్తూ, అసత్యాన్ని విడిచి, తన కులానికి విశేషఖ్యాతిని కోరుకొనే వాని కులం ఉత్తమకులం. యజ్ఞం చేయకుండా; నింద్యమైన కులంలో వివాహం చేసుకొని, వేదాలను విడిచి, ధర్మోల్లంఘనం చేస్తే ఉత్తమకులం కూడా అధమ కులం అవుతుంది. దేవతల మాన్యాలను నష్టపరచడం, బ్రాహ్మణ ధనాన్ని అపహరించడం, బ్రాహ్మణమర్యాదలను అతిక్రమించడం వల్ల ఉత్తమకులం కూడా అధమం అవుతుంది. భారతా! బ్రాహ్మణులను అనాదరణ చేయడం, నిందించడం వల్లనూ, తాకట్టుపెట్టినవస్తువులను దాచివేయడం వల్లను మంచికులాలు కూడా నింద్యములవుతాయి. గోవులు, మనుష్యులు, ధనం ఉన్నప్పటికీ సదాచారాలు లేని కులం ఉత్తమకులంగా లెక్కించబడదు. కొద్దిపాటి ధనం ఉన్నా సదాచారసంపన్నమైన కులం మంచికులంగా లెక్కించబడుతుంది. గొప్పకీర్తిని పొందుతుంది. సదాచారాన్ని మాత్రం ప్రయత్నపూర్వకంగా రక్షించాలి. ధనం అయితే వస్తూపోతూ ఉంటుంది. ధనం క్షీణించినా సదాచారి అయిన పురుషుడు క్షీణించడు. కాని సదాచారభ్రష్టుడు మాత్రం నశించినట్లుగానే భావించాలి. సదాచారం లేనేలేని కులం గోవులు, పశువులు, పచ్చని పొలాలు ఉన్నా ఉన్నతమైనది మాత్రం కాలేదు. మన కులంలో ఎవరూ వైరం కొని తెచ్చుకొనేవారు కాని, ఇతరుల ధనాన్ని దొంగిలించే రాజుకాని, మంత్రికాని ఉండరాదు. మిత్రద్రోహి, అసత్యవాది కపటి ఉండకూడదు. అలాగే తల్లిదండ్రులు, దేవతలు, అతిథులు వీరికంటె ముందు భుజించేవారు కూడా ఉండకూడదు. మనవారిలో బ్రాహ్మణహంతకులు, బ్రాహ్మణద్వేషులు, పితరులకు పిండప్రదానం, తర్పణం చేయనివారు, ఎవరైనా ఉంటే వారు మనసభలో ప్రవేశించకూడదు. దర్భాసనం, నేల, నీరు, తియ్యనిమాట - ఈ నాలుగు వస్తువులకు సజ్జనుల ఇళ్లల్లో ఎప్పుడూ కొరత ఉండదు. పుణ్యకర్మలు చేసే ధర్మాత్ములు తమ వద్ద ఈ దర్భాదివస్తువులను చాల శ్రద్ధగా సత్కారం కోసం సిద్ధం చేసి ఉంచుకొంటారు. రాజా! చిన్నదైనా రథం బరువును మోయకలుగుతుంది కాని ఇతర కొయ్యలు పెద్దవైనా ఆ పని చేయలేవు. ఆ రకంగానే ఉత్తమకుల సంజాతుడైన ఉత్సాహవంతుడు భారాన్ని వహించగలడుగాని ఇతరులెవరూ అలా చేయలేరు. ఎవని కోపానికి భయకంపితులవుతారో, ఎవనిని సందేహిస్తూ సేవిస్తారో అతడు మిత్రుడు కాడు. తండ్రిలా ఎవనిని విశ్వసిస్తారో అతడు మాత్రమే మిత్రుడు. ఇతరుడు కేవలం పరిచయస్థుడు మాత్రమే. అంతకుముందు ఏ సంబంధం లేకపోయినా మిత్రుని వలె వ్యవహరించినవాడే బంధువు. అతడే మిత్రుడు. అతడే సహాయకుడు, అతడే ఆశ్రయం. చంచలచిత్తం కల, పెద్దలను

సేవించని అస్థిరబుద్ధి మిత్రులను స్థిరంగా ఉంచుకోలేడు. హంస ఎండిపోయిన సరోవరం చుట్టుపక్కలే తిరుగుతూ లోపల ప్రవేశించనట్లుగా చంచలచిత్తుడు, అజ్ఞాని, ఇంద్రియదాసుడు అయిన వానికి అర్థప్రాప్తి కలుగదు. దుష్టుల స్వభావం మేఘంలా చంచలంగా ఉంటుంది. వారు అకస్మాత్తుగా కోపిస్తారు, అకారణంగా ప్రసన్నులవుతారు. మిత్రులవలన సత్కారం, సహాయం పొంది తన పని సిద్ధించాక వారిని వదిలివేసే కృతఘ్నులు మరణించాక వారి మాంసాన్ని మాంసం తినే జంతువులుకూడా తినవు. ధనం ఉన్నా లేకున్నా మిత్రులను ఆదరించి తీరాలి. మిత్రులను యాచించకుండానే వారిలోని సారం, పొల్లుదనం తెలుసుకోవాలి. సంతాపం వలన రూపం, బలం, జ్ఞానం నశించిపోతాయి. అంతేకాదు. మనుష్యుడు రోగగ్రస్తుడవుతాడు. శోకించడం వలన అభీష్టవస్తువు సిదించదు. దానివలన కేవలం శరీరానికి బాధ కలుగుతుంది. శత్రువులు ఆనందిస్తారు. కాబట్టి మీరు మనసులో శోకించకండి. మనుష్యుడు మాటిమాటికీ చస్తూ పుడుతూ ఉంటాడు. మాటిమాటికి హాని వృద్ధులు పొందుతూ ఉంటాడు. పదేపదే తాను ఇతరులను యాచిస్తాడు. ఇతరులు తన్ను యాచిస్తూ ఉంటారు. మాటిమాటికి ఇతరుల కోసం శోకిస్తూ ఉంటాడు. ఇతరులు అతనికోసం శోకిస్తూ ఉంటారు. సుఖదుఃఖాలు, చావుపుట్టుకలు, లాభనష్టాలు, జీవన్మరణాలు - ఇవన్నీ వంతులవారీగా ప్రాప్తిస్తూ ఉంటాయి. కాబట్టి ధీరులైనవారు వీటికోసం హర్షశోకాలు పొందరాదు. ఆరు ఇంద్రియాలూ చాలా చంచలమైనవి. వీనిలో విషయాసక్తమైన ఇంద్రియంద్వారా బుద్ధి పగిలిన కుండ నుండి నీరు కారిపోయినట్లుగా క్షీణించిపోతుంది. (23-48)

ధృతరాష్ట్రుడు - కట్టెలో ఇమిడిఉన్న అగ్నివలె ధర్మసూక్ష్మానికి కట్టుబడి ఉన్న యుధిష్ఠిరునితో నేను కపటంగా (అసత్యంగా) వ్యవహరించాను. కాబట్టి అతడు యుద్ధం చేసి నా కొడుకులను నాశనం చేస్తాడు. మహామతీ! ఇదంతా ఎప్పటికీ భయోద్విగ్నమే. నా మనసుకూడా భయోద్విగ్నమై ఉంది. కాబట్టి ఉద్వేగం లేని, శాంతిని కలిగించే దానినే చెప్పు" అని అడిగాడు. (49,50)

విదురుడు - "పాపరహితుడా! విద్య, తపస్సు, ఇంద్రియనిగ్రహం, లోభాన్ని విడిచిపెట్టడం, తప్పించి నీకు శాంతినిచ్చే ఉపాయమేదీ నాకు కనిపించడం లేదు.[5] మనుష్యుడు బుద్ధిబలంతో తన భయాన్ని దూరం చేసుకొంటాడు, తపస్సుతో గొప్పస్థానాన్ని పొందుతాడు. గురుశుశ్రూషతో జ్ఞానాన్ని, యోగంతో శాంతిని పొందుతాడు. మోక్షాన్ని సాధించాలనుకొనేవాడు దానం వలన కలిగే పుణ్యాన్ని కాని, వేదాచరణం వలన కలిగే పుణ్యాన్ని గాని ఆశ్రయించడు. నిష్కామ భావంతో రాగద్వేషరహితుడై ఈ లోకంలో సంచరిస్తూ ఉంటాడు. బాగా చదువుకోవడం, న్యాయంగా యుద్ధం చేయడం, పుణ్యకర్మలు, చక్కగా చేసిన తపస్సు - ఇవి చివరిలో సుఖాన్ని పెంపొందిస్తాయి. రాజా! పరస్పరం కలహించుకొనేవారు చక్కని పరుపులు కల మంచాలమీద పడుకొన్నా సుఖంగా నిద్రపోలేరు. వారు భార్యలవద్ద ఉన్నా, వందిజనుల స్తోత్రాలు వింటున్నా ఆనందంగా ఉండలేరు. పరస్పర భేదబుద్ధి కలవారు ధర్మాన్ని ఆచరించలేరు, సుఖాన్ని పొందలేరు. వారు గౌరవాన్ని పొందలేరు. శాంతి చర్చలను ఇష్టపడరు. హితాన్ని చెప్పినా వారికి రుచించదు. వారికి యోగక్షేమాలు సిద్ధించవు. భేదభావం గలవారికి వినాశనం తప్ప వేరు గతిలేదు. గోవులలో పాలు, బ్రాహ్మణులలో తపస్సు, యువతులలో చాంచల్యం మిక్కిలిగా పుట్టినట్లే జ్ఞాతులవలన భయంకూడా సంభవిస్తుంది. నిత్యమూ తడుపబడి ఎదుగుతున్న సన్నని లతలు అనేకం పెనవేసుకొన్న కారణంగా చాలా ఏళ్లవరకు అనేకరకాల విసురులను తట్టుకోగలవు. సత్పురుషుల విషయంలో కూడా ఇలాగే ఉంటుందని తెలుసుకోవాలి. వారు దుర్బలులై కూడా సామూహికశక్తితో బలవంతులవుతారు. భరతశ్రేష్ఠా! కాలుతున్న కట్టెలు విడివిడిగా ఉంటే పొగలు కక్కుతాయి. కలిసి ఉంటే తేజరిల్లుతాయి. అలాగే జ్ఞాతులు కూడా విడిపోతే దుఃఖాన్ని పొందుతారు. కలిసి ఉంటే సుఖిస్తారు. బ్రాహ్మణులపై, స్త్రీలపై, జ్ఞాతులపై, గోవులపై పరాక్రమం చూపేవారు తొడిమనుండి పండిన పండు రాలినట్లుగా పతనమవుతారు. చెట్టు ఒక్కటే ఎంతబలంగా, ధృడంగా వేళ్లూనుకొన్నా, పెద్దది అయినా తుఫాను తాకిడికి బలవంతంగా ఒక్కక్షణంలో కొమ్మలతో పాటు నేల కూలుతుంది. కాని అవే చాలా ఉన్నట్లయితే ఒక్కటిగా ఉంటూ సమూహంగా నిలిచి ఒకదానికి ఒకటి రక్షణగా ఉంటూ పెద్ద పెద్ద తుఫానులను కూడా తట్టుకొంటాయి. అలాగే సకల గుణసంపన్నుడయినప్పటికీ మనుష్యుడు ఒంటరివాడయితే వాయువు ఒంటరి వృక్షాన్ని వలె శత్రువు అతనిని తన శక్తికి లోబడినవానిగానే అనుకొంటాడు. కాని పరస్పరం కలిసి ఉండి పరస్పర సహకారం

దొరికితే జ్ఞాతులు కొలనులోని తామరలా వృద్ధిపొందుతారు. బ్రాహ్మణులు, గోవులు, జ్ఞాతులు, బాలకులు, స్త్రీలు, అన్నంపెట్టినవారు, శరణుకోరి వచ్చినవారు చంపదగినవారు కారు. రాజా! నీకు మేలు కలగాలి. మనిషికి ధనం, ఆరోగ్యం తప్పించి వేరే ఏమీ గుణం లేదు. ఎందుకంటే రోగి శవంతో సమానం. మహారాజా! రోగం లేకుండా పుట్టే, చేదైన తలనొప్పి కలిగించే, పాపసంబంధమైన, పరుషమైన, వాడియైన, వేడియైన, సజ్జనులు మింగగలిగిన, దుర్జనులు మింగలేని - ఆ క్రోధాన్ని మీరు మింగి శాంతించండి. రోగికి మధురఫలాలు రుచించవు. విషయభోగాలలో కూడా అతనికి సుఖంకాని సారం కాని గోచరించదు. రోగి సదా దుఃఖితుడే. ధనసంబంధమైన భోగాలను కాని, సుఖాన్నిగాని అనుభవించలేడు. రాజా! మొదట జూదంలో ద్రౌపదిని గెలుచుకొన్నపుడే చూసి నేను - "మీరు ద్యూతక్రీడాసక్తుడైన దుర్యోధనుని వారించండి. పండితులు ఈ మోసాన్ని అంగీకరించరు" అని చెప్పనే చెప్పాను. కాని మీరు నేను చెప్పినమాట వినలేదు. మృదుస్వభావంతో విరోధించడం బలంకాదు. సూక్ష్మమైన ధర్మాన్ని వెంటనే ఆచరించాలి. క్రౌర్యంతో సంపాదించిన సంపద నశించిపోతుంది. అదే మార్దవంతో వృద్ధిపొందితే పుత్రపౌత్రులవరకు స్థిరంగా ఉంటుంది. రాజా! నీ కొడుకులు పాండుపుత్రులను; పాండవులు నీ కొడుకులను రక్షించాలి. కౌరవులందరు ఒకరు ఇంకొకరి శత్రువులను శత్రువులుగా మిత్రులను మిత్రులుగా తలచాలి. అందరికీ ఒకే కర్తవ్యం ఉండాలి. అందరూ సుఖంగా సమృద్ధిగా జీవితాలు గడపాలి. అజమీఢకులనందనా! ఇప్పుడు కౌరవులకు నీవే ఆధారస్తంభానివి. కురువంశం నీ అధీనంలోనే ఉంది. తండ్రీ! కుంతీపుత్రులు ఇంకా బాలురే. వనవాసం వలన చాలా బాధలు పడ్డారు. ఇప్పుడు నీకీర్తిని నిలుపుకుంటూ పాండవులను పాలించు. కురురాజా! మీరు పాండవులతో సంధి చేసుకోండి. అందువలన శత్రువులకు మీలో తప్పులు వెదకే అవకాశం ఉండదు. నరోత్తమా! పాండవులందరూ సత్యంపై నిలిచిఉన్నారు. ఇప్పుడిక మీరు మీ కుమారుని ఆపండి. (51-74)

విదురనీతి (ఐదవ అధ్యాయము)

విదురుడు చెపుతున్నాడు - విచిత్రవీర్యనందనా! శాసించడానికి పనికిరానివానిని శాసించేవాడు, మర్యాదాతిక్రమణం చేసి సంతోషించేవాడు, శత్రువును సేవించేవాడు, స్త్రీలనుకాపాడటం ద్వారా తన బ్రతుకుతెరువు చూచుకొనేవాడు, యాచించడానికి తగనివానిని యాచించేవాడు, ఆత్మప్రశంస చేసుకొనేవాడు, మంచి కులంలో పుట్టికూడా చెడుపనులు చేసేవాడు, దుర్బలుడై ఉండీ బలవంతులతో విరోధం పూనేవాడు, శ్రద్ధలేనివానివానికి ఉపదేశించేవాడు, కోరదగనివస్తువును కోరేవాడు, కోడలితో పరాచికాలకు ఇష్టపడే మామగారు, కోడలివలననే సంకట స్థితినుండి తప్పించుకొని, మరల ఆమెనుండి గౌరవాన్ని పొందాలనుకొనేవాడు, పరస్త్రీ సాంగత్యం చేసేవాడు, అనవసరంగా స్త్రీని నిందించేవాడు, ఉపకారం పొంది కూడా గుర్తులేదని దబాయించేవాడు, అడిగాకనే దానమిచ్చి, దాని గురించి గొప్పలు చెప్పుకొనేవాడు, అబద్ధాన్ని నిజమని నమ్మించేందుకు ప్రయాసపడేవాడు - ఈ పదిహేడు మందిని ఆకాశంలోకి పిడిగుద్దులు విసిరేవారిగా; వంచడానికి శక్యంగాని ఇంద్రధనుస్సును వంచాలనుకొనేవారిగా, సూర్యకిరణాలను గుప్పిట పట్టాలనుకొనేవారిగా మనువు వర్ణించాడు. (అనగా వీరు మూర్ఖులని భావము) వీరిని యమకింకరులు పాశహస్తులై నరకానికి తీసుకొని పోతారని కూడా మనువు చెప్పాడు. ఎదుటి వాడు తనతో ఎలా వ్యవహరిస్తాడో, తాను కూడా అతనిపట్ల అలాగే వ్యవహరించాలి. ఇదే నీతి. వంచకునిపట్ల వంచనతోనే, ఋజువర్తనుని పట్ల సాధుత్వంతోనే వ్యవహరించాలి. ముసలితనం అందాన్ని, ఆశ ధైర్యాన్ని, మృత్యువు ప్రాణాలను, అసూయ ధర్మాచరణాన్ని, కామం సిగ్గును, నీచులసేవ సదాచారాన్ని, క్రోధం లక్ష్మిని, గర్వం సమస్తాన్ని నశింపచేస్తుంది. (1-8)

ధృతరాష్ట్రుడు - "వేదాలన్నీ పురుషుని శతాయువుగా చెపుతున్నాయి. మరి ఏ కారణంగా అతడు పూర్ణాయుర్దాయాన్ని పొందలేకపోతున్నాడు?" అని ప్రశ్నించాడు. (9)

విదురుడు చెప్పసాగాడు - "రాజా! మీకు మేలు అగుగాక! మితిమీరిన గర్వం, వాచాలత్వం, స్వార్థం, క్రోధం, తన తిండి గురించి మాత్రమే ఆలోచించడం, మిత్రద్రోహం - అనే ఈ ఆరు పదునైన కత్తులు మానవుని ఆయుర్దాయాన్ని నరికివేస్తున్నాయి. ఇవే మనుష్యుని చంపుతున్నాయి కాని మృత్యువు కాదు. తన్ను విశ్వసించినవాని భార్యనుపొందేవాడు, గురుపత్నిని పొందేవాడు, బ్రాహ్మణుడై ఉండీ శూద్ర స్త్రీతో సంబంధం పెట్టుకొనేవాడు, మద్యపానం చేసేవాడు, పెద్దలపై అధికారం చలాయించేవాడు, ఇతరుల జీవనాధారాలను చెడగొట్టేవాడు, సేవలకోసం బ్రాహ్మణులను అటు ఇటు పంపేవాడు, శరణాగతులను హింసించేవాడు - వీరందరూ బ్రహ్మహత్యాపాతకులతో సమానం. వీరితో సావాసం చేసినా

ప్రాయశ్చిత్తం చేసుకోవలసినదే. ఇది వేదాలు విధించినది. పెద్దల మాటను మన్నించేవాడు, నీతిజ్ఞుడు, దాత, యజ్ఞశేషాన్ని భుజించేవాడు, హింసచేయనివాడు, అనర్థకరమైన పనులకు దూరంగా ఉండేవాడు, కృతజ్ఞత కలవాడు, సత్యాన్ని పలికేవాడు, మృదుస్వభావుడు - అయిన పండితుడు స్వర్గాన్ని పొందుతాడు. రాజా! ఎప్పుడూ ప్రియవచనాలు పలికేవారు సహజంగానే దొరుకుతారు. కాని అప్రియమైనా హితకరమైన మాటలు చెప్పేవాడూ, వినేవాడూ కూడా ఇద్దరూ దుర్లభులే. ధర్మాన్ని ఆశ్రయించాలి. ప్రభువుకు ప్రియమా అప్రియమా అని ఆలోచించకుండా, అప్రియమైనా హితకరమైన మాటలు చెప్పేవాని వలననే రాజుకు సరియైన సహాయం లభిస్తుంది. కులాన్ని రక్షించడానికి ఒక మనుష్యుని, గ్రామాన్ని రక్షించడానికి కులాన్ని, దేశరక్షణకోసం గ్రామాన్ని, తనమేలుకోసం సమస్త భూమిని త్యజించాలి. ఆపత్సమయం కోసం ధనాన్ని కాపాడుకోవాలి. ధనం ద్వారా భార్యను రక్షించుకోవాలి. ధనం, భార్య రెండింటినీ ఉపయోగించుకొని ఎల్లప్పుడూ తన్ను రక్షించుకోవాలి. పూర్వకాలంలోనే జూదం మనుష్యులమధ్య వైరకారణంగా గుర్తించబడింది. కాబట్టి బుద్ధిమంతుడు నవ్వులాటకైనా జూదం ఆడకూడదు. రాజా! జూదం ప్రారంభం అవుతూండగానే నేను "ఇది మంచిది కాదు" అని చెప్పాను. అయినా రోగికి మందు, పథ్యం రుచించనట్లుగా నా ఆ మాట నీకు మంచిదనిపించలేదు. రాజా! కాకులవంటి నీ కొడుకులద్వారా అందమైన పింఛాలు గల నెమళ్లవంటి పాండవులను జయించాలని ప్రయత్నిస్తున్నావు. సింహాలను వదిలి నక్కలను రక్షిస్తున్నావు. సమయం వచ్చినపుడు నీవు దీనికి పశ్చాత్తాపపడక తప్పదు. ఎల్లప్పుడూ మేలు చేయాలనే ఆసక్తిగల భక్తులైన సేవకులపై కోపించని రాజును భృత్యగణం విశ్వసిస్తుంది. ఆపత్సమయంలో కూడా అతనిని విడిచిపెట్టరు. సేవకులకు జీతభత్యాలు ఇవ్వకుండా, పొరుగు దేశాలమీదికి దండెత్తి రాజ్యాన్ని, ధనాన్ని కొల్లగొట్టకూడదు. ఎందుకంటే తమ జీతాలు కోల్పోయి సదుపాయాలు లేక అంతకుముందు ప్రేమగా ఉండే మంత్రులు కూడా ఆ సమయంలో విరోధులుగా మారిపోతారు. రాజును విడిచిపెట్టేస్తారు. ముందుగా కర్తవ్యాన్ని, ఆయవ్యయాలను, ఉచితవేతనాలను మొదలైన వానిని నిశ్చయించి, పిమ్మట తగిన సహాయకులను కూర్చుకోవాలి. అతికష్టమైన పనులు కూడా సహాయకుల ద్వారానే సాధ్యం అవుతాయి. రాజు యొక్క అభిప్రాయం గుర్తించి, బద్ధకించకుడా అన్నికార్యాలను పూర్తిచేసేవారిని హితకరమైన మాటలు చెప్పేవారిని, స్వామిభక్తులైన సజ్జనులను, రాజు యొక్క శక్తిని గుర్తించినవారిని రాజు తనతో సమానులుగా భావించి వారిపై దయ చూపాలి. రాజు యొక్క ఆజ్ఞను మన్నించనివాడు, ఏదైనా పని చేయడానికి తిరస్కరించేవాడు, తన తెలివికి గర్వించేవాడు, ప్రతికూలంగా మాట్లాడేవాడు - ఇటువంటి సేవకుని రాజు తక్షణం విడిచి వేయాలి. అహంకారం లేకపోవడం, పిరికితనం లేకపోవడం, పనిని వెంటనే పూర్తిచేసేవాడు, దయాళువు, నిర్మలహృదయుడు, ఇతరుల ప్రలోభాలకు లొంగనివాడు, రోగం లేనివాడు, ఉదారంగా మాట్లాడగలిగేవాడు - ఇలా ఎనిమిది గుణాలతో కూడినవాడు దూత కావడానికి యోగ్యుడు. జాగరూకుడైనవాడు నమ్మకం ఉన్నా సాయంత్రంవేళలలో ఎన్నడూ శత్రువుయొక్క ఇంటికి వెళ్లకూడదు. రాత్రులందు రహస్యంగా నాలుగు రోడ్లకూడలిలో నిలువకూడదు. రాజు కోరుకొన్న స్త్రీని తాను పొందడానికి ప్రయత్నించకూడదు. దుష్టులు సహాయకులుగా ఉన్న రాజు అనేకులతో కూడి మంత్రాంగం చేస్తూ సలహాలు స్వీకరించేటపుడు అతని మాటకు అడ్డుచెప్పకూడదు. "నాకు నీమీద నమ్మకం లేదు" అని కూడా అనకూడదు. పైగా ఏదో యుక్తితో వంక పెట్టుకొని అక్కడినుండి వెళ్లిపోవాలి. మిక్కిలి దయగల రాజు; వ్యభిచారిణి, రాజోద్యోగి, కొడుకు, సోదరుడు, చిన్నపిల్లలున్న విధవరాలు, సైనికుడు, అధికారం కోల్పోయినవాడు - ఈ అందరితో ఇచ్చిపుచ్చుకొనే వ్యవహారాలు చేయకూడదు. బుద్ధి, కులీనత, శాస్త్రజ్ఞానం, ఇంద్రియనిగ్రహం, పరాక్రమం, ఎక్కువగా మాట్లాడని స్వభావం, యథాశక్తిగా దానం చేయడం, కృతజ్ఞత - ఈ ఎనిమిది గుణాలు మానవుని గౌరవాన్ని ఇనుమడింపచేస్తాయి. ఈ మహత్తరమైన అన్ని గుణాలమీద అధికారం చూపగలిగిన ఇంకొక గుణం ఉంది. రాజు ఎవరినయినా సత్కరించినపుడు ఆ రాజసమ్మానం అనే గుణం పై చెప్పిన అన్నిటిని మించి రాణింపునిస్తుంది. నిత్యమూ స్నానం చేసేవానికి బలం, రూపం, మధురస్వరం, ఉజ్జ్వలవర్ణం, కోమలత్వం, సుగంధం, పవిత్రత, కాంతి, సౌకుమార్యం, అందమైన స్త్రీలు - అనే పది లాభాలు చేకూరుతాయి. మితంగా భుజించేవానికి - ఆరోగ్యం, ఆయుస్సు, బలం, సుఖంతోపాటుగా అందమైన సంతానం లభిస్తుంది. "మితిమీరి తినేవాడు" అనే లోకుల ఆక్షేపణ ఉండదు- ఈ ఆరుగుణాలు అతనికి లభిస్తాయి. పని చేయనివాడు, తిండిపోతు, అందరితో వైరంపెట్టుకొనేవాడు, మిక్కిలి మాయావి, క్రూరుడు, దేశకాల జ్ఞానం లేనివాడు,

నింద్యమైన వేషధారణం కలవాడు - వీరిని ఎన్నడూ ఇంటిలో ఉండనివ్వకూడదు. పిసినిగొట్టు, తిట్టేవాడు, మూర్ఖుడు, అడవులలో నివసించేవాడు, ధూర్తుడు, నీచులను సేవించేవాడు, నిర్దయుడు, పగపట్టేవాడు, కృతఘ్నుడు - వీరిని ఎన్నడూ సహాయం కోరకూడదు. చిక్కులు కలిగించే పనులు చేసేవాడు, మిక్కిలి మతిమరుపుకలవాడు, ఎప్పుడూ అబద్ధాలాడేవాడు, అస్థిరమైన భక్తికలవాడు, స్నేహభావం లేనివాడు, తన్ను నేర్పరిగా భావించుకొనేవాడు ఈ ఆరురకాల అధములను సేవించకూడదు. ధనప్రాప్తి సహాయకులను కోరుకొంటుంది. సహాయకులు ధనాన్ని అపేక్షిస్తారు. ఈరెండూ పరస్పరాశ్రితాలు, పరస్పరం సహకరించుకోకుండా ఇవి సిద్ధించవు. పుత్రులను కని, వారిని ఋణభారాన్నుండి విముక్తులను చేసి, వారికి తగిన జీవనాధారం కల్పించాలి. కన్యలకు యోగ్యులైన వరులతో వివాహం జరిపించిన తరువాత అడవిలో మునివృత్తితో జీవించడానికి కోరుకోవాలి. సమస్తప్రాణులకు మేలు కలిగించే, తనకు సుఖాన్ని ఇచ్చే పనులను ఈశ్వరార్పణ బుద్ధితో చేయాలి. అన్ని సిద్ధులకు ఇదే మూలమంత్రం. వృద్ధిపొందడానికి తగిన శక్తి, ప్రభావం, తేజస్సు, పరాక్రమం, ప్రయత్నం, నిశ్చయం ఉన్నవానికి తనజీవిక నాశనం అవుతుందేమోననే భయం ఎలా కలుగుతుంది ? పాండవులతో యుద్ధం చేయడంలో ఉండే దోషాన్ని గమనించు. వారితో యుద్ధం ఆరంభమయితే దేవతలకు కూడా బాధలుపడక తప్పదు. అంతేకాదు. పుత్రులతో వైరం, నిత్యం ఉద్వేగంతో కూడిన బ్రదుకు, కీర్తినష్టం, శత్రువులకు ఆనందం కలుగుతాయి. ఆకాశంలో అడ్డంగా ఉదయించిన తోకచుక్క లోకానికంతటికీ అశాంతిని, ఉపద్రవాన్ని కలిగించినట్లుగా భీష్ముడు, మీరు, ద్రోణాచార్యుడు, యుధిష్ఠిరుడు ఆగ్రహిస్తే ఆ కోపం లోకాన్నంతటినీ సంహరిస్తుంది. మీ నూరుగురుకొడుకులు, కర్ణుడు, పంచపాండవులు - అందరూకలిసి సముద్రపర్యంతం ఉన్న ఈ భూమిని పాలించవచ్చును. రాజా! నీ పుత్రులు వనం వంటివారు. పాండవులు అందులో నివసించే పులులు. మీరు పులులతో సహితంగా ఆ వనాన్ని నాశనం కానీయకండి. అలాగే వనాన్నుండి పులులను దూరంగా తరిమివేయకండి. పులులు లేకపోతే అడవి సురక్షితం కాదు. అడవి లేకపోతే పులులు జీవించలేవు. అడవి పులులకు, పులులు అడవికి పరస్పరం రక్షకులు.[1] పాపాత్ముడైనవాడు ఇతరులలోని చెడ్డగుణాలను తెలుసుకోవాలని కోరుకొన్నంతగా మంచి గుణాలను గూర్చి తెలుసుకోవాలనుకోడు. అర్థసిద్ధి కోరుకొనేవాడు ముందు ధర్మాన్ని ఆచరించాలి. స్వర్గానికి అమృతం దూరం కానట్లుగా ధర్మాన్ని విడిచి అర్థం వేరుగా ఉండదు. పాపాన్ని విడిచి కల్యాణగుణాలయందు మనసు నిల్పినవానికి లోకంలోని మంచి చెడులన్నీ (ప్రకృతి వికృతులన్నీ) తెలుస్తాయి. సమయానుసారంగా ధర్మార్థకామాలను సేవించినవాడు ఇహపరలోకాలు రెండింటియందు కూడా ధర్మార్థకామాలను పొందుతాడు. క్రోధహర్షాల వేగాన్ని అరికట్టకలిగినవాడు, ఆపదలలో ధైర్యాన్ని కోల్పోని వాడే రాజ్యలక్ష్మికి అధికారి అవుతాడు. రాజా! మీకు మేలగుగాక! మనుష్యులకు ఎప్పుడూ ఐదురకాల బలాలు ఉంటాయి. విను. బాహుబలం అధమమైనదిగా చెప్తారు. మంత్రులు లభించడం రెండవబలం. ధనలాభం మూడవ బలమని బుద్ధిమంతులు చెప్తారు. రాజా! తాతతండ్రులనుండి సంక్రమించిన స్వాభావిక బలం (కుటుంబ బలం) 'అభిజాతం' అనే పేరుతో నాల్గవదిగా చెప్పబడుతోంది. ఈ అన్ని బలాలయొక్క కలయికతో శ్రేష్ఠమయినదిగా చెప్పబడే 'బుద్ధిబలం' ఐదవది. మనుష్యులకు గొప్ప అపకారం చేయగలిగే వారితో వైరంపెట్టుకొని "నేను చాలా దూరంలో ఉన్నాను" (అతడు నన్నేమీ చేయలేడు) అని నిశ్చింతగా ఉండకూడదు. స్త్రీ, రాజు, పాము, చదివిన పాఠం, సమర్థుడైన శత్రువు, భోగం, ఆయుస్సు - వీటిని సంపూర్ణంగా విశ్వసించకలిగిన బుద్ధిమంతులెవరుంటారు? బుద్ధి అనే బాణం తగిలిన ప్రాణికి వైద్యుడు, మందు, హోమం, మంత్రం, శాంతికర్మలు, అధర్వవేదం చెప్పినప్రయోగాలు, చక్కని సిద్ధగుళికలు ఏవీ పనిచేయవు. పాము, అగ్ని, సింహం, జ్ఞాతి - వీరందరూ మహా తేజస్సు కలవారు కనుక మనుష్యుడు ఎప్పుడూ వీరిని అనాదరంగా చూడకూడదు. లోకంలో అగ్ని మహాతేజస్సు కలది. అది ఒక కట్టెలో ఇమిడి ఉంటుంది. కాని ఇతరులెవరయినా దానిని రగిలించనంతవరకూ, అది ఆ కట్టెను మండించదు. కట్టెను రాపాడించి ప్రజ్వరిల్ల చేస్తే అగ్నే తన ప్రతాపంతో ఆ కట్టెనే కాదు, వేరే అడవిని కూడా అతిశీఘ్రంగా కాల్చివేయగలదు. అలాగే నీ వంశంలో పుట్టిన అగ్నిసమాన పరాక్రమం గల పాండవులు క్షమాగుణం కలిగి, వికార శూన్యులై కట్టెలో దాగిఉన్న అగ్నివలె శాంతులై ఉన్నారు. కొడుకులతో కూడిన నీవు లతవంటివాడవు. పాండవులు గొప్ప మద్దిచెట్టు వంటివారు. పెద్దచెట్టును

ఆశ్రయించకుండా లత పెరగలేదు. రాజా! ఆంబికేయా! నీపుత్రులు ఒక వనమయితే, పాండవులు అందులో నివసించే సింహాలని తెలుసుకో. సింహాలు లేకపోతే అడవినాశనమవుతుంది. అడవి లేకపోతే సింహాలు కూడా నశిస్తాయి. (10-64)

విదురనీతి (ఆరవ అధ్యాయము)

విదురుడు చెపుతున్నాడు - పూజింపదగిన పెద్దలు విచ్చేస్తున్న సమయంలో వారు సమీపించేసరికి పిన్నల ప్రాణాలు పైకి లేచిపోతూ ఉంటాయి. అప్పుడు ఆ పిన్నలు వారికి స్వాగతం చెప్పడానికి లేచి నిల్చుని నమస్కరించగానే అవి యథాస్థితికి చేరుకొంటాయి. సాధుపురుషులు ఎవరయినా తమ ఇంటికి అతిథిగా వచ్చినపుడు ధీరులు వారికి ముందుగా ఆసనమిచ్చి, నీటితో కాళ్లు కడిగి, అనంతరం వారిని కుశలమడిగి, ఆపై తమ సంగతులు చెప్పాలి. తరువాత అవసరాన్ని గుర్తించి భోజనపుటేర్పాట్లు చేయాలి. వేదవేత్త అయిన బ్రాహ్మణుడు ఇంటియాజమాని యొక్క లోభంగాని, భయంగాని, పిసినారితనం గాని కారణంగా జలం, మధుపర్కం, గోవు స్వీకరించకపోయినట్లయితే, ఆ గృహస్థు యొక్క జీవితం వ్యర్థం అని ఉత్తములు అంటూ ఉంటారు. శస్త్రచికిత్స చేసే వైద్యుడు, బ్రహ్మచర్యం నుండి భ్రష్టుడైనవాడు, చోరుడు, క్రూరుడు, మద్యపానం చేసేవాడు, భ్రూణహత్య చేసేవాడు, సైనికుడు, వేదాలను అమ్ముకొనేవాడు - వీరందరూ కాళ్లుకడగడానికి తగినవారు కాకపోయినా అతిథులుగా వచ్చినపుడు మాత్రం ఆదరంతో చూడాలి. ఉప్పు, వండిన అన్నం, పెరుగు, పాలు, తేనె, నూనె, నెయ్యి, నువ్వులు, మాంసం, పండ్లు, దుంపలు, ఆకుకూరలు, ఎఱ్ఱని వస్త్రాలు, అన్ని రకాల గంధాలు, బెల్లం - ఈ వస్తువులన్నీ అమ్మకూడదు. కోపంరానివాడు, మట్టిగడ్డను, రాయిని బంగారాన్ని ఒక్కటిగా తలచేవాడు, శోకం లేనివాడు, స్నేహవిరోధాలు లేనివాడు, నిందాప్రశంసలు లేనివాడు, ఇష్టానిష్టాలు వదిలేసినవాడు ఉదాసీనుడై ఉండేవాడు మాత్రమే భిక్షుకుడు లేదా సంన్యాసి అవుతాడు. నివ్వరిధాన్యం, కందమూలాలు, ఇంగుదీఫలాలు, ఆకుకూరలు తిని బ్రతుకు వెళ్లపుచ్చుతూ, మనసును అదుపులో ఉంచుకొని, అగ్నిహోత్రకార్యాలు చూస్తూ, అరణ్యాలలో ఉంటూకూడా అతిథిసేవలో తత్పరులై ఉండే పుణ్యశీలులే శ్రేష్ఠులైన వానప్రస్థులు అనిపించుకొంటారు. బుద్ధిమంతునికి అపకారం చేసి "నేను చాలా దూరంగా ఉన్నానులే" అనే విశ్వాసంతో నిశ్చింతగా ఉండకూడదు. బుద్ధిమంతుని చేతులు చాలాపొడవుగా ఉంటాయి. బాధపెడితే అతడు ఆ చేతులతోనే ప్రతీకారం తీర్చుకుంటాడు. నమ్మదగనివానిని ఎలాగూ నమ్మనేకూడదు. కాని నమ్మదగినవానిని కూడా ఎక్కువగా నమ్మకూడదు. నమ్మినవానివలన కలిగిన భయం మొదలంటా నాశనం చేస్తుంది. మానవుడు ఎప్పుడూ ఈర్ష్య లేకుండా, స్త్రీలను రక్షించేవానిగా, సంపదను న్యాయంగా పంచిపెట్టేవానిగా, ప్రియవాదిగా, నిష్కపటంగా ఉండాలి. స్త్రీల వద్ద మధురంగా మాట్లాడేవానిగా ఉండాలి, కాని వారికి మాత్రం ఎప్పుడూ లొంగిపోకూడదు. స్త్రీలు గృహలక్ష్ములు అని అంటారు. వారు అత్యంత సౌభాగ్యశాలినులు. పూజనీయులు. పవిత్రలు. ఇంటికి శోభ కల్గించేవారు. కనుక వారిని విశేషించి రక్షిస్తూ ఉండాలి. అంతఃపుర రక్షణ భారాన్ని తండ్రికి అప్పగించాలి. వంటింటి ఏర్పాట్లను తల్లిచేతులలో పెట్టాలి. గోసేవకు తనతో సమానుడయినవానిని నియోగించాలి. వ్యవసాయాన్ని మాత్రం తానే స్వయంగా చూసుకోవాలి. సేవకులచేత వాణిజ్యవ్యాపారాలను, పుత్రులచేత బ్రాహ్మణసేవను చేయించాలి. నీటి నుండి అగ్ని, బ్రాహ్మణుల వలన క్షత్రియులు, రాతినుండి లోహం పుట్టాయి. వీటి శక్తి సర్వత్ర వ్యాపించినా తమ పుట్టుకస్థానాలలో పనికిరాదు. మంచి వంశంలోపుట్టినవాడు అగ్నిలా వెలుగొందేవాడు, క్షమాశీలుడు, వికారరహితుడు అయిన సత్పురుషుడు కాష్ఠంలోని అగ్నిలా శాంతంగానే ఉంటాడు. తన ఆలోచనను బయటి సభాసదులకే కాక ఆంతరంగిక సభ్యులకు కూడా వెల్లడికాకుండా ఉంచగలిగే రాజు, అన్ని వైపుల దృష్టిని పెట్టగల రాజు చిరకాలం ఐశ్వర్యాన్ని అనుభవించగలుగుతాడు. ధర్మార్థకామ సంబంధమైన కార్యాలను ముందుగా చెప్పకూడదు. చేసి చూపాలి. అలా చేయడంవలన తన ఆలోచన ఇతరులకు వెల్లడి కాకుండా ఉంటుంది. పర్వతశిఖరాలను అధిరోహించియో, రాజభవనాలలోని ఏకాంత మందిరాలలోనో, అడవులలోని నిర్జన ప్రదేశాలలోనో మంత్రాంగం నెరపాలి. భారతా! మిత్రుడు కానివానికి, మిత్రుడయినా పండితుడు కానివానికి, పండితుడయినా మనసు అదుపులో లేనివానికి తన రహస్య మంత్రాలోచనను తెలియనీయకూడదు. రాజు బాగా పరీక్షించకుండా ఎవరినీ తనకు మంత్రిగా నియమించుకోకూడదు. ఎందుకంటే ధనాదాయం, మంత్రరక్షణభారం మంత్రిపైనే ఉంటుంది. ధర్మార్థ కామసంబంధమైన తన

కార్యాలన్నీ పూర్తిగా ముగిసిన తరువాతనే సభాసదులకు తెలిసినట్లయితే ఆరాజు రాజులందరిలోనూ శ్రేష్ఠుడు అనిపించు కొంటాడు. తన మంత్రాంగాన్ని రహస్యంగా ఉంచుకోగలిగిన రాజే నిస్సందేహంగా కార్యసిద్ధి పొందగలుగుతాడు. మోహానికి వశుడై దుష్కర్మలు చేసినరాజు, ఆ పనులు వికటించడం వలన తన ప్రాణాలకు కూడా నీళ్లు వదులుకోవలసి ఉంటుంది. ఉత్తమకర్మానుష్ఠానం సుఖాన్ని ఇస్తుంది. అది చేయకపోతే పశ్చాత్తాపపడవలసి వస్తుందని అంటారు. వేదాన్ని చదువని బ్రాహ్మణుడు శ్రాద్ధకర్మకు అధికారి కానట్లుగా సంధి, విగ్రహ, యాన, ఆసన, ద్వైధీభావ, సమాశ్రయములనే ఆరు గుణాలను తెలుసుకోనివాడు రహస్యమంత్రాంగాన్ని వినడానికి అధికారి కాడు. సంధి విగ్రహాది షడ్గుణాలను తెలిసికొన్న కారణంగా ప్రసిద్ధుడై, స్థితి, వృద్ధిక్షయాలను ఎరిగి, లోకులందరి చేత ప్రశంసింపబడిన స్వభావం కలిగినట్టి రాజుకు ఈ భూమి వశమై ఉంటుంది. ఏ రాజు యొక్క కోపం సంతోషం వ్యర్థం కావో, అవసరమైన పనులను తానే స్వయంగా చూసుకుంటాడో, కోశాగారం గురించిన పూర్తి అవగాహన ఏరాజుకు ఉంటుందో ఆ రాజుకు భూమి చాలినంత ధనాన్ని ఇస్తుంది. రాజు తనకు ఉన్న "రాజు" అనే పేరుతోను, రాజోచిత ఛత్రధారణతోను సంతృప్తిపడాలి. సేవకులకు తగినంత ధనాన్ని ఇవ్వాలి గాని అంతా తానొక్కడే మింగేయకూడదు. బ్రాహ్మణుని బ్రాహ్మణుడే తెలుసుకోగలడు. భార్యను భర్త తెలుసుకోగలడు. మంత్రిని గురించి రాజుకు తెలుస్తుంది. రాజును గూర్చి రాజే తెలుసుకోగలుగుతాడు. వధించదగిన శత్రువు దొరికినపుడు ఎన్నడూ వదలకూడదు. తనశక్తి చాలనపుడు వినయంగా అతనివద్ద కాలంగడుపుతూ బలం పుంజుకున్నాక అతనిని చంపివేయాలి. ఎందుకంటే శత్రువును చంపకపోతే త్వరలోనే అతనివలన భయం ఏర్పడుతుంది. దేవతలు, బ్రాహ్మణులు, రాజులు, వృద్ధులు, బాలకులు, రోగులు - వీరిపట్ల క్రోధం కలిగితే ప్రయత్నపూర్వకంగా నిగ్రహించుకోవాలి. వ్యర్థకలహం మూర్ఖుల లక్షణం. బుద్ధిమంతుడు దానిని త్యజించాలి. అలా చేయడం వలన లోకంలో అతనికి కీర్తి దక్కుతుంది. అనర్థాన్ని ఎదుర్కోవలసిన అవసరమూ ఉండదు. రాజు యొక్క కోపంగాని, సంతోషంగాని నిరర్థకమైతే స్త్రీ నపుంసకుడైన భర్తను ఇష్టపడనట్లుగా ప్రజలు ఆ రాజును ఇష్టపడరు. తెలివి ఉంటే ధనం వస్తుంది, మూర్ఖత్వం వలన దరిద్రం వస్తుంది అనే నియమం ఏమీ లేదు. ఈ లోకపరిభ్రమణం యొక్క సంగతిని విద్వాంసులే తెలుసుకోగలరు. ఇతరులకు తెలియదు. విద్య, శీలం, వయస్సు, బుద్ధి, ధనం, వంశం - ఈ అంశాలలో పూజ్యులైన వారిని మూర్ఖులు ఎప్పుడూ అగౌరవ పరుస్తూ ఉంటారు. నింద్యమైన నడత కలవానికి, మూర్ఖునికి, గుణాలలో దోషాలనే వెదికేవానికి, అధార్మికునికి, చెడుగా మాట్లాడేవానికి, క్రోధం కలవానికి, త్వరితంగా అనర్థాలు సంభవిస్తాయి. మోస పుచ్చకపోవడం, దానం చేయడం, మాటపై నిలవడం, చక్కగా చెప్పిన హితకరమైన మాట - ఈ గుణాలన్నీ సమస్తప్రాణులనూ తమవారిగా చేసుకొంటాయి. ఎవరినీ మోసగించనివాడు, చతురుడు, కృతజ్ఞుడు, బుద్ధిమంతుడు, సరళవర్తనుడు అయిన రాజు తన కోశాగారం అంతా నష్టమయినా సహాయకులను పొందగలుగుతాడు. అంటే అతనికి సహాయం లభిస్తుంది. ధైర్యం, మనోనిగ్రహం, ఇంద్రియసంయమనం, పవిత్రత, దయ, మృదువాక్కు, మిత్రద్రోహం చేయకపోవడం - ఈ ఏడు గుణాలూ సంపదను పెంపొందిస్తాయి. రాజా! ఆశ్రితులందరికీ సమానంగా ధనాన్ని పంచనివాడు, దుష్టుడు, కృతఘ్నుడు, నిర్లజ్జుడు, అయిన రాజు ఈ లోకంలో విడువదగినవాడు. తాను స్వయంగా దోషి అయిఉండీ, నిర్దోషి అయిన ఆత్మీయునికి కోపం తెప్పించినవాడు పామున్న ఇంటిలోని మనుష్యుని వలె సుఖంగా నిద్రపోలేడు. ఎవరిపై దోషారోపణ చేయడంవలన యోగక్షేత్రాలలో ఆటంకం ఏర్పడుతుందో వారిని దేవతల వలె ఎప్పుడూ ప్రసన్నులనుగా చేసుకోవాలి. ధనాదిద్రవ్యాలను స్త్రీలు, ప్రమత్తులు, పతితులు, నీచులు అయినవారి చేతులలో పెడితే వాటి విషయమై సందేహించవలసినదే. రాజా! పరిపాలన స్త్రీలు,జూదగాళ్లు, బాలకులు - వీరి చేతులలో ఉంటే ప్రజలు రాతిపడవపై ప్రయాణించే వారివలె విపత్సముద్రంలో మునిగిపోతారు. ఎంతవరకు అవసరమో అంతవరకే పనిచేస్తూ, అధికంగా కలుగచేసుకోని వాళ్ల నాదృష్టిలో పండితులే. ఎందుకంటే అధికంగా కలుగచేసుకొంటే సంఘర్షణకు కారణమవుతుంది. జూదరిచేత పొగడబడేవాడు, చారణులచేత ప్రశంసాపూర్వకంగా గానం చేయబడేవాడు, వేశ్యలచేత గొప్పగా చెప్పుకోబడేవాడు జీవించికూడా శవంతో సమానం. మీరు ఆ మహాధనుర్ధరులూ, అత్యంతమూ తేజస్వంతులూ అయిన పాండవులను విడిచి, ఈ ఐశ్వర్య భారాన్ని దుర్యోధనునికి అప్పగించారు. ఈ కారణంగా ఐశ్వర్యమదంతో మూఢుడైన దుర్యోధనుడు స్వర్గరాజ్యాన్నుండి పతితుడైన బలిచక్రవర్తి వలె రాజ్యభ్రష్టుడు కావడం మీరు చూస్తారు. (1-47)

విదురనీతి (ఏడవ అధ్యాయము)

ధృతరాష్ట్రుడు "విదురా! సంపద రావడంలోను, పోవడంలోను మానవునికి స్వాతంత్ర్యం లేదు. దారానికి కట్టబడిన తోలుబొమ్మవలె బ్రహ్మ అతనిని ప్రారబ్ధానికి అధీనుని చేసి ఉంచాడు. కాబట్టి నీవు చెపుతూ ఉండు. నేను ధైర్యం చిక్కపట్టుకొని వినడానికి సిద్ధంగా ఉన్నాను" అన్నాడు. (1)

విదురుడు చెప్పసాగాడు - కాలం ప్రతికూలంగా ఉన్నప్పుడు, చెప్పినవాడు బృహస్పతి అయినా అతనికి అవమానమే మిగులుతుంది. అతని బుద్ధినీ తిరస్కరిస్తారు. ఈ లోకంలో కొంతమంది దానం చేసి, కొంతమంది తీయగా మాటలాడి, మరికొంతమంది మంత్రౌషధాల బలంవలన ఇష్టులు అవుతారు. కాని వాస్తవానికి ఇష్టుడైనవాడు ఎప్పుడూ ఇష్టుడుగానే ఉంటాడు. ద్వేషింపబడినవ్యక్తి సాధువుకాడు, విద్వాంసుడు కాడు, బుద్ధిమంతుడు కూడా కాడు అనిపిస్తుంది. ఇష్టుడు చేసే పనులన్నీ శుభాలే, దుష్టుడు చేసే పనులన్నీ పాపమయాలే. రాజా! దుర్యోధనుడు పుట్టినప్పుడు "కేవలం ఈ పుత్రుని ఒక్కనినే వదిలివేయి. వీడిని వదిలివేస్తే మిగిలిన వందమంది బ్రతుకుతారు. ఇతడిని వదలకపోతే వందమందీ చనిపోతారు. అని ముందుగానే చెప్పాను. భవిష్యత్తులో నాశనం కలిగించే వృద్ధికి ఎక్కువ ప్రాధాన్యం ఈయకూడదు. ముందుముందు అభ్యుదయానికి కారణమయ్యే క్షయాన్ని కూడా మిక్కిలి ఆదరించాలి. మహారాజా! వాస్తవానికి వృద్ధికి కారణమయ్యే క్షయం క్షయమే కాదు. దేనిని పొందడం వలన ఎక్కువ వాటిని నష్టపోతామో ఆ లాభాన్ని క్షయంగానే పరిగణించాలి. ధృతరాష్ట్రా! కొంతమంది గుణాలతో ధనవంతులవుతారు. కొంతమంది ధనంతో ధనవంతు లవుతారు. ధనం గలవారు గుణాలపరంగా దరిద్రులయితే వారిని సర్వధా విడిచిపెట్టేయాలి. (2-8)

ధృతరాష్ట్రుడు - "నీవు చెప్పినవన్నీ చివరికి హితం కలిగించేవే. బుద్ధిమంతులు దానిని ఆమోదిస్తారు. ఏ పక్షాన ధర్మం ఉన్నదో ఆ పక్షమే గెలుస్తుందనే విషయమూ నిజమే. అయినా నేను నా కొడుకుని విడిచిపెట్టలేను" అన్నాడు.(9)

విదురుడు అన్నాడు - అధికగుణసంపన్నుడు, వినయవంతుడు అయినవాడు ప్రాణులకు ఏమాత్రం నష్టం కలుగుతున్నా చూచి ఎప్పుడూ ఉపేక్షించి ఊరుకోడు. పరనిందాసక్తులు, పరులకు దుఃఖాన్ని కలిగించేవారు, ఇతరులకు పరస్పరం కలహం సృష్టించడానికి ఉత్సాహంగా ప్రయత్నించేవారు, అశుభదర్శనులు, కలిసి జీవించడం కూడా అపాయమే అనిపించేవారు- ఇటువంటివారి నుండి ధనాన్ని తీసుకోవడం మహాపాపం, ఇవ్వడం మహాభయం అవుతుంది. పరస్పరం కలహం సృష్టించేస్వభావం కలవారు, కాముకులు, లజ్జలేనివారు, శఠులు, పాపులుగా ప్రసిద్ధికెక్కినవారు - వీరు కలిసి జీవించడానికి అయోగ్యులు. నిందితులుగా పరిగణింపబడతారు. ఈ పై చెప్పిన దోషాలేకాక ఇంకా ఇతరమైన అనేక మహాదోషాలున్నవారిని విడిచి వేయాలి. (సౌహార్దం) మంచితనం అంతరించిపోతే నీచుల ప్రేమ నశించిపోతుంది. ఆ మంచితనం వలన కలగబోయే ఫలసిద్ధి, సుఖం కూడా నశించిపోతాయి. పైగా ఆ నీచుడు నిందించడానికి యత్నిస్తాడు. కొద్దిపాటి తప్పు జరిగినా మోహవశుడై వినాశనానికే ప్రయత్నాలు ప్రారంభిస్తాడు. అతనికి కొంచెమైనా శాంతి ఉండదు. అటువంటి నీచుడు, క్రూరుడు, ఇంద్రియనిగ్రహం లేనివానితో సాంగత్యం కలుగుతోంది అనగానే పండితుడు తన బుద్ధితో బాగా ఆలోచించి అతనిని దూరంగానే ఉంచాలి. తన కుటుంబం పట్ల, దరిద్రులు, దీనులు, రోగుల పట్ల అనుగ్రహం కలిగినవానికి పుత్రసంపద, పాడిసంపద సమృద్ధిగా ఉండడమే కాకుండా అంతులేని శుభాలు కూడా కలుగుతాయి. రాజేంద్రా! తనమేలు కోరుకొనే మానవుడు తన జ్ఞాతిసోదరులను ఉన్నతశీలవంతులుగా తీర్చిదిద్దాలి. కాబట్టి తమరు చక్కగా తమ వంశాన్ని పెంపొందింపచేయండి. రాజా! తన కుటుంబసభ్యులను గౌరవించేవాడు శుభాలను అనుభవించగలుగుతాడు. భరతశ్రేష్ఠా! తన కుటుంబీకులు గుణహీనులైనా కూడా వారిని రక్షించవలసినదే. అయినప్పుడు ఇక తమ దయను కోరుకొనే గుణవంతుల గురించి చెప్పవలసినదేముంది? రాజా ! మీరు సమర్థులు. వీరులైన పాండవులపై దయచూపండి. వారి జీవికకోసం కొన్ని గ్రామాలను ఇవ్వండి. నరేశ్వరా! అలా చేయడం వలన మీకు ఈ లోకంలో కీర్తి కలుగుతుంది. తండ్రీ! మీరు పెద్దలు కనుక మీరు మీ పుత్రులను శాసించాలి. భరతశ్రేష్ఠా! నేను కూడా మీకు హితమైనదానినే చెప్పాలి. నన్ను మీ హితైషిగా గుర్తించండి. మేలు జరగాలని కోరుకొనేవాడు తన జ్ఞాతి సోదరులతో కలహించకూడదు. వారితో కలిసి సుఖాలను అనుభవించాలి. జ్ఞాతి సోదరులతో కలిసి భుజించడం, సంభాషించడం, వారిని ప్రేమించడం కర్తవ్యంగా భావించాలి. వారితో ఎప్పుడూ విరోధం పెట్టుకోకూడదు. ఈ లోకంలో జ్ఞాతిసోదరులు

తరింపచేయనూగలరు, ముంచివేయనూగలరు. వారిలో మంచివారు తరింపచేస్తారు. చెడ్డవారు ముంచివేస్తారు. రాజేంద్రా! మీరు పాండవులతో మంచిగా మెలగండి. మానదా! వారివలన సురక్షితులై మీరు శత్రువుల దాడినుండి తప్పించుకోగలుగుతారు. విషదిగ్ధమైన బాణాన్ని చేత ధరించిన వ్యాధుని వద్దకు చేరిన మృగం బాధను అనుభవించినట్లుగా జ్ఞాతులు ధనవంతుడైన తమ బంధువును చేరి దుఃఖాలను అనుభవిస్తారు. ఆ పాపాన్ని ఆ ధనవంతుడే అనుభవించాలి. నరోత్తమా! మీరు పాండవుల లేదా మీ పుత్రుల చావును విని ఆ వెనుక సంతాపం చెందుతారు. కాబట్టి ఈ సంగతిని ముందుగానే ఆలోచించుకోండి. (ఈ జీవితానికి ఏమీ భరోసా లేదు). ఏదైనా పని చేశాక ఆనక మంచమెక్కి కూర్చుని విచారించేకంటే ఆపని ముందుగానే చేయకుండా ఉండాలి. శుక్రాచార్యుడు తప్ప నీతిని ఉల్లంఘించని వేరొక మానవుడెవడూ లేడు. కాబట్టి అయిందేదో అయిపోయింది. ఇక చేయవలసిన దాని గురించి ఆలోచించవలసిన భారం మీవంటి బుద్ధిమంతులపైనే ఉంది. నరేశ్వరా! దుర్యోధనుడు ముందుగానే ఈ అపరాధం చేసి ఉంటే, ఈ వంశానికి పెద్దలైన మీరు దానిని సరిదిద్ది ఉండాలి. నరోత్తమా! మీరు వారిని రాజులుగా ప్రతిష్ఠిస్తే, ఈలోకంలో మీకు ఉన్న మచ్చ తొలగిపోతుంది. మీరు బుద్ధిమంతులలో పూజనీయులు అవుతారు. ధీరుల మాటలను పరిణామాన్ని బట్టి ఆలోచించుకొని, వాటిని కార్యరూపంలో పెట్టేవాడు చిరకాలం వరకు కీర్తిని పొందగలుగుతాడు. కర్తవ్యాన్ని గురించిన జ్ఞానం కలగకపోతేనూ, కలిగినా దానిని ఆచరణలో పెట్టకపోతేనూ నేర్పరులైన విద్వాంసులు ఉపదేశించినా ఆ జ్ఞానం వ్యర్థమే అవుతుంది. పాపఫలాలు ఇచ్చే కర్మలను చేయనివాడు వృద్ధిలోకి వస్తాడు. కాని పూర్వం చేసిన పాపాలను గురించిన ఆలోచన లేకుండా వాటినే అనుసరిస్తూ ఉండే బుద్ధిహీనుడు అగాథమైన బురదతో నిండిన నరకంలో పడిపోతాడు. మద్యాన్ని సేవించడం, నిద్రపోవడం, అవసరమైన విషయాలు తెలుసుకోకపోవడం, నేత్ర, ముఖాది వికారాలు, దుష్టమంత్రులను విశ్వసించడం, మూర్ఖుడైన దూతమీద నమ్మకం ఉంచడం - అనే ఈ ఆరువిషయాలు రహస్యాలోచనలను వెల్లడి చేసే ద్వారాలని బుద్ధిమంతుడు గ్రహించాలి. అంతేకాదు, ధనాన్ని రక్షించుకోవాలనుకుంటే ఎప్పుడూ వీటిని మూసివేసి ఉంచాలి. రాజా! ఈ ద్వారాల గురించి తెలుసుకొని, ఎప్పుడూ మూసి ఉంచేవాడు అర్థధర్మకామాలను అనుభవిస్తూనే శత్రువులను వశపరచుకోగలడు. బృహస్పతి వంటి వ్యక్తి కూడా శాస్త్రజ్ఞానం, పెద్దలసేవ లేకుండా ధర్మార్థాలను గురించిన జ్ఞానం పొందలేడు. సముద్రంలో మునిగిపోయిన వస్తువు, చెప్పినా వినిపించుకోని మాట, ఇంద్రియ నిగ్రహం లేనివాని శాస్త్రజ్ఞానం, బూడిదలో చేసిన హోమం ఇవన్నీ వ్యర్థమే. బుద్ధిమంతుడు తన బుద్ధితో బాగా పరిశీలించి, అనుభవంతో విద్వాంసులయొక్క యోగ్యతను నిర్ణయించాలి. ఆపై ఇతరుల వలన విని, తాను స్వయంగా చూసి చక్కగా ఆలోచించుకొని వారితో మైత్రి చేయాలి. వినయం అపకీర్తిని పోగొడుతుంది. పరాక్రమం అనర్థాన్ని దూరం చేస్తుంది. క్షమ క్రోధాన్ని ఎప్పుడూ నశింపచేస్తుంది. సదాచారం చెడ్డలక్షణాలను పోగొడుతుంది. రాజా! వివిధరకాల భోగసామగ్రి, తల్లి, ఇల్లు, స్వాగత సత్కారాలు చేసే తీరు, భోజనవస్త్రాలు - వీని ద్వారా కులాన్ని పరీక్షించాలి. దేహాభిమానం లేని వ్యక్తి అయినా న్యాయబద్ధంగా తనకు చేరిన వస్తువును తిరస్కరించడంటే ఇక కామాసక్తుని విషయం చెప్పేదేముంది? విద్వాంసులను సేవించేవాడు, జ్ఞాని, ధార్మికుడు, చూడచక్కనివాడు, మిత్రులు కలవాడు, మధురభాషి అయిన స్నేహితుని అన్నివిధాలా రక్షించాలి. నీచకులంలో పుట్టినా, ఉత్తమ కులంలో పుట్టినా మర్యాదను ఉల్లంఘించనివాడు, ధర్మాన్ని అపేక్షించేవాడు, కోమల చరితుడు, లజ్జాశీలుడు, అయినవాడు వందల కులీనులకంటె మించినవాడు. ఇరువురు వ్యక్తులమధ్య మనస్సులు, గుప్తవిషయాలు, బుద్ధులు కలిసినట్లయితే వారి మధ్య మైత్రి ఎన్నటికీ చెడిపోదు. దుష్టునితో చేసిన మైత్రి నిలబడదు. కాబట్టి మేధావి అయినవాడు దుష్టులను, ఆలోచన లేనివారిని గడ్డితో కప్పిన గోతులలా భావించి వదిలివేయాలి. గర్వితుడు, మూర్ఖుడు, క్రోధం గలవాడు, తొందరపాటు కలవాడు, ధర్మహీనుడు - ఇటువంటి వారితో పండితుడు మైత్రి చేయకపోవడమే ఉచితం. మిత్రుడయినవాడు కృతజ్ఞుడు, ధార్మికుడు, సత్యవాది, ఉదారుడు, చలించని అనురాగం కలవాడు, జితేంద్రియుడు, మర్యాదను అతిక్రమించనివాడు, స్నేహాన్ని విడువని వాడు - అయిఉండాలి. ఇంద్రియాలను సర్వథా అదుపులో ఉంచుకోవడం మృత్యువును మించిన బాధాకర విషయం. అలా అని వాటిని విచ్చలవిడిగా విడిచిపెడితే దేవతలకు సైతం నష్టం కలుగుతుంది. సమస్తప్రాణులపట్ల మృదువుగా వ్యవహరించడం, గుణాలలో దోషాలను వెదకకపోవడం, క్షమ, ధైర్యం కలిగి ఉండడం, మిత్రులను

అవమానించక పోవడం - అనే ఈ గుణాలు ఆయుర్వృద్ధి కలిగిస్తాయని పండితులు చెపుతారు. అన్యాయంగా నష్టపోయిన ధనాన్ని స్థిరనిశ్చయంతో చక్కని నీతిననుసరించి తిరిగి పొందాలనుకొనేవాడు వీరునిలా ప్రవర్తిస్తాడు.రాబోయే దుఃఖాన్ని అడ్డుకునే ఉపాయం తెలిసినవాడు, వర్తమానంలోని కర్తవ్యపాలన పట్ల దృఢనిశ్చయం కలవాడు, గడచినకాలంలో చేయవలసిన దానిలో మిగిలినదానిని గుర్తించగలిగినవాడు ఎప్పుడూ ధనహీనుడు కాడు. మనోవాక్కర్మలతో మానవుడు ఎప్పుడూ దేనిని గురించి చింతిస్తూ ఉంటాడో ఆ కార్యం అతనిని తనవైపు ఆకర్షిస్తూ ఉంటుంది. కాబట్టి ఎప్పుడూ శుభకరమైన పనులనే చేయాలి. మంగళకరద్రవ్యాలను తాకడం, చిత్తవృత్తులను నిరోధించడం, శాస్త్రాలను అభ్యసించడం, ప్రయత్నపరుడై ఉండడం, సరళత్వం, సత్పురుషులను పదే పదే దర్శించడం - ఇవన్నీ శుభకరమైన పనులే. కాబట్టి ప్రయత్నాన్ని విరమించనివాడు మహాత్ముడవుతాడు, అనంతసుఖాలను అనుభవిస్తాడు. సమర్థునికి అన్నిచోట్లా, అన్ని సమయాలలో క్షమను మించిన హితకరమైన, సంపదను కలిగించే ఉపాయం వేరేదీ లేదని చెపుతారు. శక్తి చాలనివాడు ఎలాగూ అందరిపై క్షమను చూపుతాడు. కాని శక్తిమంతుడు అయినవాడు కూడా ధర్మంకోసం క్షమను చూపుతాడు. అర్థానర్థాలు రెండింటిపట్లా సమానదృష్టి కలవానికి క్షమ ఎల్లప్పుడూ మేలు చేస్తుంది. సుఖాలు అనుభవిస్తూ మనుష్యుడు ధర్మార్థాలనుండి భ్రష్టుడు కానట్లయితే ఆ సుఖాలను యథేచ్ఛగా అనుభవించవచ్చును. కాని మూఢవ్రతాన్ని (ఆసక్తితో అన్యాయపూర్వకంగా విషయసేవనం చేయడం) చేయరాదు. దుఃఖపీడితుడు, ప్రమత్తుడు, నాస్తికుడు, సోమరి, అజితేంద్రియుడు, ఉత్సాహరహితుడు అయినవారి వద్ద సంపద నిలువదు. దుష్టబుద్ధులు సరళంగా ఉండేవారిని, ఆ సరళత్వం కారణంగానే లజ్జాశీలురైన వారిని అశక్తులుగా తలచి వారిని తిరస్కరిస్తూ ఉంటారు. అత్యంతశ్రేష్ఠులు, అతిశయంగా దానం చేసేవారు, అతివీరులు, అధికంగా నియమవ్రతాలు పాటించేవారు, బుద్ధిగర్వంతో మిడిసిపడేవారు - వీరిని లక్ష్మి భయం కారణంగా సమీపించదు. రాజ్యలక్ష్మి అత్యంతమూ గుణవంతులైనవారి వద్దా ఉండదు, అలా అని బొత్తిగా నిర్గుణులైన వారివద్దా ఉండదు. ఆమె ఎక్కువ గుణాలనూ ఇష్టపడదు. గుణహీనుల పట్లా అనురాగము చూపదు. పిచ్చిపట్టిన ఆవులా ఈ గ్రుడ్డిదైన సంపద అక్కడక్కడా తిరుగుతూఉంటుంది. వేదాలవలన అగ్నిహోత్రకార్యం, శాస్త్రాధ్యయనం వలన సౌశీల్యం - సదాచారం, స్త్రీవలన రతిసుఖం, పుత్రప్రాప్తి, ధనంవలన దానం, భోగం - అనే ఫలాలు కలుగుతాయి. అధర్మంగా సంపాదించిన డబ్బుతో పరలోకసాధకాలైన యజ్ఞాదికార్యాలు చేసినా, అది చెడుదారులలో సంపాదించిన డబ్బు కనుక వానికి మరణానంతరం ఆ ఫలం లభించదు. మనోబలం ఉన్నవారికి ఘోరారణ్యాలలో గాని, దుర్గమమార్గాలలోగాని, కఠినమైన విపత్తులు వచ్చినపుడుగాని, కంగారుపడే సమయంలోగాని, ఆయుధం ఎత్తి దెబ్బకొట్టడానికి సిద్ధంగా ఉన్నపుడు గాని ఏమాత్రం భయం కలుగదు. ప్రయత్నం, నిగ్రహం, సమర్థత, హెచ్చరిక, ధైర్యం, స్మృతి, బాగా ఆలోచించి పని మొదలుపెట్టడం - ఇవన్నీ ఉన్నతికి మూలమంత్రాలు. తాపసులకు తపం, వేదవేత్తలకు వేదం, అసాధువులకు హింస, గుణవంతులకు క్షమ బలాన్నిస్తాయి. జలం, మూలం, ఫలం, పాలు, నెయ్యి, బ్రాహ్మణుల ఇష్టం తీర్చడం, గురువుమాట, ఔషధం - ఈ ఎనిమిది వ్రతాన్ని నాశనం చేయవు. **తనకు ఇష్టం కానిదానిని ఇతరులకు కూడా చేయరాదు. సంక్షిప్తంగా ఇదీ ధర్మస్వరూపం.** దీనికి విరుద్ధంగా కోరికలతో ప్రవర్తించడం అధర్మమే. అక్రోధంతో క్రోధాన్ని జయించవచ్చును. అసాధుత్వాన్ని సత్ప్రవర్తనతో వశం చేసుకోవచ్చును. కృపణుని దానంతో జయించవచ్చును. సత్యంతో అబద్ధాన్ని జయించవచ్చును. స్త్రీని, ధూర్తుని, సోమరిని, పిరికివానిని, క్రోధంగలవానిని, పౌరుషం పట్ల గర్వం కలవానిని, చోరుని, కృతఘ్నుని, నాస్తికుని - విశ్వసించరాదు. నిత్యమూ గురుజనులకు నమస్కరించేవానికి, పెద్దలను సేవించేవానికి - కీర్తి, ఆయుస్సు, యశస్సు, బలము - ఈ నాలుగూ వృద్ధి చెందుతాయి. అతిగా కష్టపడడంవలనా, ధర్మాన్ని ఉల్లంఘించడం వలనా, శత్రువు ఎదుట తలవంచడం వలనా వచ్చే ధనంపై కోరిక పెంచుకోకండి. విద్యాహీనుడైన పురుషుడు, సంతానోత్పత్తికి కాని స్త్రీ సంగమం, ఆహారం లభించని సంతానం, రాజులేని రాజ్యం - ఇవి శోకింపదగిన విషయాలు. ఎక్కువదూరం నడవడం శరీరధారులకూ నిరంతరం నీటిని స్రవింపచేయడం పర్వతాలకు, సంభోగాన్నుండి దూరంగా ఉంచడం స్త్రీలకు, మాటలనే బాణపు ములుకులు గ్రుచ్చుకోవడం మనసునకు ముసలితనాన్ని కలుగచేస్తాయి. వల్లెవేయకపోవడం వేదాలకు, ఉచితమైన నియమాలను పాటించకపోవడం బ్రాహ్మణులకు, బాహ్లీకదేశం ఈ భూమికి, అసత్యమాడడం మనిషికి

మాలిన్యాన్ని కలగచేస్తాయి. ఆటకాయితనం, హాసపరిహాసాలు పతివ్రతా స్త్రీకి, భర్త లేకుండా పరదేశంలో ఉండడం సాధారణస్త్రీకి, మచ్చను తెస్తాయి. బంగారం యొక్క మాలిన్యం వెండి, వెండికి తగరం; తగరానికి సీసం, సీసానికి మడ్డి - మాలిన్యాలు, నిద్రపోతూ నిద్రను జయించడానికి ప్రయాసపడడం వ్యర్థం. కామోపభోగాల ద్వారా స్త్రీని జయించాలనే కోరిక వ్యర్థం. కట్టెలు వేస్తూ నిప్పును చల్లార్చాలనే ఆశ వ్యర్థం. ఎక్కువగా తాగుతూ తాగుడు వ్యసనాన్ని మానాలనే ప్రయాస వ్యర్థం. మిత్రుడు ధనదానాదుల ద్వారా వశపడితే, శత్రువును యుద్ధంలో జయించగలిగితే, స్త్రీలు అన్నపానాదుల వలన వశీభూతలయితే - వాని జీవితం సఫలమైనట్లే. వేలు ఉన్నవాడూ బతుకుతున్నాడు, వందలున్నవాడూ బతుకుతున్నాడు. కాబట్టి ధృతరాష్ట్రమహారాజా! అధికంగా కావాలనే కోరిక విడిచిపెట్టు. లేకపోయినా జీవితం ఏదోరకంగా గడుస్తుంది. "ఈ భూమిమీద ఉండే ధాన్యం, యవలు, బంగారం, పశువులు, స్త్రీలు - అన్నీ, అంతా కలిసి ఒక్కడికి కూడా చాలవు" - ఇలా ఆలోచించే మానవుడు మోహంలో పడడు. రాజా! నేను మళ్లీ మళ్లీ చెపుతున్నాను. మీకు పాండవుల మీదా, మీ పుత్రులమీదా సమానభావమే ఉన్నట్లయితే పుత్రులందరిపట్ల ఒక్కలాగే మసలుకోండి.

విదురనీతి (ఎనిమిదవ అధ్యాయము)

సత్పురుషుల వాత్సల్యాన్ని పొంది, ఆసక్తిరహితుడై, తన శక్తిని అనుసరించి ధనాన్ని సంపాదించుకొనే ఉత్తమునికి త్వరలోనే సత్కీర్తి లభిస్తుంది. ఎందుకంటే సత్పురుషులు అనుగ్రహిస్తే ఎల్లప్పుడూ సుఖం కలుగుతుంది. అధర్మంగా ఆర్జించబడినది ఎంత గొప్ప సంపద అయినా దానివైపు ఏమాత్రం ఆకర్షితుడు కానివాడు పాము తన కుబుసాన్ని వదిలివేసినట్లు దుఃఖాలను విడిచి సుఖంగా నిద్రించగలడు. అబద్ధాలు ఆడి పైకి రావడం, రాజువద్ద చాడీలు చెప్పడం, గురువుతో అనవసరంగా పంతం పట్టడం - ఈ మూడు పనులూ బ్రహ్మహత్యతో సమానం. గుణాలలో దోషాన్ని చూడడం ఏకంగా మృత్యువుతో సమానం. పరుషంగా మాట్లాడడం లేదా నిందించడం సంపదను వధించడమే. వినాలనే కోరిక లేకపోవడం లేదా సేవించకపోవడం; తొందరపాటుతనం; ఆత్మప్రశంస- ఈ మూడూ విద్యకు శత్రువులు. సోమరితనం, మదం, మోహం, చాంచల్యం, సంభాషణ, ఉద్దండత, గర్వం, లోభం - ఈ ఏడూ విద్యార్థులకు ఎప్పుడూ దోషాలుగానే పరిగణింపబడతాయి. సుఖాన్ని కోరేవాడికి విద్య ఎలా వస్తుంది? విద్య కోరేవాడికి సుఖం లేదు. సుఖం కావాలనుకొంటే విద్యను విడిచిపెట్టాలి. విద్య కావాలి అనుకుంటే సుఖాన్ని త్యజించాలి. ఇంధనం వలన అగ్ని, నదులవలన సముద్రుడు, సమస్తప్రాణులవలన మృత్యువు, పురుషుల వలన కులట ఎన్నటికీ తృప్తి పొందరు. ఆశ ధైర్యాన్ని, యమరాజు సమృద్ధిని, క్రోధం లక్ష్మిని, లోభత్వం కీర్తిని, సంరక్షణ-పోషణలు లేకపోవడం పశువులను నష్టపరుస్తాయి. ఒక్క బ్రాహ్మణుడు కోపిస్తే చాలు ఈ రాజ్యం యావత్తూ నాశనమయిపోతుంది. ఆడుమేకలు, కంచుపాత్రలు, వెండి, తేనె, రసం తీసే యంత్రాలు, పక్షులు, వేదవేత్తలైన బ్రాహ్మణులు, వృద్ధుడైన కుటుంబపెద్ద, ఆపదలో చిక్కుకొన్న కులీనుడు - వీరంతా ఎప్పుడూ తమ గృహంలో ఉండాలి. భారతా! దేవతలను, బ్రాహ్మణులను, అతిథులను పూజించడానికి మేక, ఎద్దు, చందనం, వీణ, తర్పణం, మధువు, నెయ్యి, లోహం, రాగిపాత్ర, శంఖం, సాలగ్రామం, గోరోచనం - ఈ వస్తువులన్నీ ఇంట్లో ఉండాలని మనువు చెప్పాడు. తండ్రీ! ఇప్పుడు నీకు అతిముఖ్యమై పుణ్యజనకమయిన విషయం చెపుతున్నాను. కామంతోగాని, భయంతోగాని, లోభంతోగాని, చివరికి ప్రాణాలకోసమైనా కూడా ఎప్పుడూ ధర్మాన్ని విడిచిపెట్టకూడదు. ధర్మం నిత్యమైనది. సుఖదుఃఖాలు అనిత్యం. జీవుడు నిత్యం, దానికి కారణం (అవిద్య) అనిత్యం. మీరు మంత్రులను విడిచిపెట్టి నిత్యస్థితులుకండి. సంతోషంగా ఉండండి. ఎందుకంటే సంతోషమే అన్నిటినిమించిన లాభం. ధనధాన్యాదులతో నిండిన ఈ భూమిని పరిపాలించి, చివరికి సమస్త రాజ్యాన్ని, విపులమైన భోగాలను ఇక్కడే విడిచి యముని పాలపడిన గొప్ప బలవంతులయిన, మహానుభావులైన రాజులను ఒక్కసారి చూడండి. రాజా! ఎంతో కష్టపడి పెంచిపోషించిన పుత్రుడినే చనిపోయినపుడు ఎత్తి ఇంటిబయట పారేస్తున్నాడు మానవుడు. ముందు అతనికోసం జుట్టువిరబోసుకొని దీనస్వరంతో విలపిస్తాడు. తరువాత సాధారణమైన కట్టెవలె మండుతున్న చితిలోకి విసిరివేస్తాడు. చనిపోయిన మనిషియొక్క ధనాన్ని ఇతరులు అనుభవిస్తున్నారు. అతని శరీరంలోని ధాతువులను పక్షులు తింటాయి లేదా అగ్ని కాల్చివేస్తుంది. ఈ మనుష్యుడు పాపపుణ్యాలతో కట్టివేయబడి, ఆ రెండింటితో కలిసియే పరలోకానికి వెడతాడు. పళ్లు, పూలు లేని చెట్లను పక్షులు ఎలా విడిచి వెడతాయో, అదే రీతిగా ఆ ప్రేతాన్ని కులస్థులు, స్నేహితులు, కొడుకులు చితిలో విడిచిపెట్టి వెళ్లిపోతారు.

అగ్నిలో కాలిపోయిన ఆ పురుషుని కేవలం అతడు చేసిన సుకర్మగాని, దుష్కర్మగాని వెన్నంటి వెడుతుంది. కాబట్టి మానవుడు క్రమక్రమంగా ప్రయత్నించి ధర్మాన్ని సముపార్జించాలి. ఈ లోకానికి, పరలోకానికి పైనా, కిందా అంతటా కూడా అజ్ఞానరూపమైన మహాంధకారం వ్యాపించి ఉంది. అది ఇంద్రియాలను మోహంలో పడవేస్తుంది. రాజా! మీరు దానిని గూర్చి తెలుసుకోండి. అది మిమ్మల్ని అంటకుండా ఉండాలి. నా ఈ మాటలను మీరు చక్కగా అర్థం చేసుకున్నట్లయితే, ఈ మానవలోకంలో మీకు గొప్పకీర్తి కలుగుతుంది. అంతేకాదు ఇహపరలోకాలలో మీకు భయమే ఉండదు. ఈ జీవాత్మ ఒకనది. పుణ్యమే ఇందులోని తీర్థం. సత్యస్వరూపుడైన పరమాత్మ నుండి ఇది వెలువడింది. ధైర్యమే దీనికి ఒడ్లు, దయాతరంగాలు ఇందులో పైకి లేస్తుంటాయి. పుణ్యకర్మలు చేసినవాడు ఇందులో స్నానమాడి పవిత్రుడవుతాడు. ఎందుకంటే లోభరహితమైన ఆత్మ సదా పవిత్రంగానే ఉంటుంది. కామక్రోధాదులనే మొసళ్లతో, పంచేంద్రియాలనే నీటితో నిండిన ఈ సంసారనదియొక్క జననమరణ రూపమైన దుర్గమ ప్రవాహాన్ని ధైర్యాన్ని నావగా చేసుకొని తరించండి. బుద్ధిలో, ధర్మంలో, విద్యలో వయసులో పెద్దవాడయిన తన బంధువుని ఆదరించి సత్కరించి ప్రసన్నునిగా చేసుకొని అతనిని కర్తవ్యాకర్తవ్య విషయమై అడిగేవాడు ఎప్పుడూ మోహంలో పడడు. శిశ్నోదరాలను ధైర్యంతో రక్షించుకోవాలి. అంటే కామవేగాన్ని, ఆకలిమంటను ధైర్యంగా సహించాలి. అలాగే కన్నులతో కాలుచేతులను, మనసుతో కన్నులను, చెవులను, సత్కర్మలచేత మనసును, వాక్కును రక్షించుకోవాలి. ప్రతిదినం నీటితో స్నానసంధ్యా తర్పణాదులు చేసేవాడు, నిత్యమూ యజ్ఞోపవీతం ధరించి ఉండేవాడు, నిత్యమూ వేదాధ్యయనం చేసేవాడు, పతితుల అన్నాన్ని విడిచి పెట్టినవాడు, సత్యాన్నే పలుకుతూ, గురుసేవ చేస్తూండేవాడు అయిన బ్రాహ్మణుడు బ్రహ్మలోకాన్నుండి ఎప్పుడూ భ్రష్టుడుకాడు. వేదాలు చదువుకొని, అగ్నిహోత్రకార్యంకోసం అగ్నికి నాలుగువైపుల దర్భలు పరిచి అనేకవిధాల యజ్ఞాల ద్వారా యజనకార్యం చేసి, ప్రజాపాలన చేస్తూ, గోబ్రాహ్మణుల హితం కోసం యుద్ధరంగంలో మరణించిన క్షత్రియుడు శస్త్రం వలన అంతఃకరణం పవిత్రమైనందువలన ఊర్ధ్వలోకాలను చేరుకుంటాడు. వైశ్యుడు వేదశాస్త్రాలను అధ్యయనం చేసి, బ్రాహ్మణ క్షత్రియులకు, ఆశ్రితజనులకు అవసరమయినపుడు ధనాన్ని ఇచ్చి వారికి సహాయపడుతూ, యజ్ఞాలద్వారా త్రేతాగ్నుల సుగంధధూమాన్ని ఆఘ్రాణిస్తూ ఉన్నట్లయితే మరణించిన తరువాత స్వర్గంలో దివ్యసుఖాలు అనుభవిస్తాడు. శూద్రుడు బ్రాహ్మణ క్షత్రియవైశ్యులకు క్రమంగా న్యాయపూర్వకంగా సేవలు చేసి, వారిని సంతుష్టులను చేసినట్లయితే, అతడు బాధలనుండి విముక్తుడై, పాపాలు తొలగి, దేహత్యాగానంతరం స్వర్గసుఖాలు అనుభవిస్తాడు. మహారాజా! మీకు నేను నాలుగు వర్ణాల ధర్మాలు చెప్పాను. ఇది ఎందుకు చెప్పానో కూడా కారణం వినండి. మీ కారణంగా పాండుకుమారుడు యుధిష్ఠిరుడు క్షత్రియధర్మానికి దూరమయ్యాడు. కాబట్టి మీరు అతనిని తిరిగి రాజధర్మంలో ప్రతిష్ఠించండి. (1-29)

ధృతరాష్ట్రుడు - "విదురా! నీవు ప్రతిదినమూ నాకు చెప్పే ఈ ఉపదేశం చాలా చక్కగా ఉంటుంది. సౌమ్యుడా! నీవు చెప్పినట్లే నాకూ చేయాలని ఉంటుంది. పాండవులపట్ల ఎప్పుడూ నాకు ఇలాంటి బుద్ధే ఉంటుంది. అయినా దుర్యోధనుని కలుసుకోగానే ఆ బుద్ధి మారిపోతుంది. ప్రారబ్ధాన్ని దాటే శక్తి ఏ ప్రాణికీ లేదు. ప్రారబ్ధమే స్థిరమని నేను అనుకొంటాను. దాని ముందు పురుషార్థం వ్యర్థమే" అన్నాడు. (30-32)

సనత్సుజాతుని రాక
(సనత్సుజాతీయము - మొదటి అధ్యాయము)

ధృతరాష్ట్రుడు - "విదురా! ఇంకా చెప్పవలసినది ఏమైనా మిగిలిఉంటే నీ నోటితో చెప్పు. వినడానికి నాకు చాలా ఉత్సుకతగా ఉంది. ఎందుకంటే నీవు చెప్పే తీరు అనితరసాధ్యం" అన్నాడు. (1)

విదురుడు చెప్పసాగాడు - "భరతవంశీయుడా! ధృతరాష్ట్రా! సనత్సుజాతుడనే పేరుతో విఖ్యాతికెక్కిన బ్రహ్మకుమారుడు, పరమప్రాచీనుడు, సనాతనుడు అయిన ఋషి ఒకడున్నాడు. అతడు ఒకసారి మృత్యువు అనేదే లేదని అన్నాడు. మహారాజా! వారు బుద్ధిమంతులలో శ్రేష్ఠులు. మీ హృదయంలో వ్యక్తంగా, అవ్యక్తంగా ఉన్న సందేహాలకు వారే సమాధానం ఇవ్వగలరు" అన్నాడు. (2,3)

ధృతరాష్ట్రుడు - "విదురా! ఆ సనాతన ఋషి ఇప్పుడు నాకు ఉపదేశింపబోయే తత్త్వవిషయం నీకు తెలియనిదా? నీ బుద్ధి ఏమాత్రం పనిచేసినా నీవే నాకు ఉపదేశించు" అని అడిగాడు. (4)

విదురుడు చెప్పసాగాడు - "రాజా! నేను శూద్రస్త్రీ గర్భాన్నుండి పుట్టాను. కాబట్టి ఇంతకుమించి ఏ ఉపదేశమూ చేయడానికి నాకు అధికారం లేదు. కాని సనత్సుజాతకుమారుని బుద్ధి సనాతనుడైన బ్రహ్మ విషయకంగానే పనిచేస్తూ ఉంటుంది. నేను అతనిని ఎరుగుదును. బ్రాహ్మణయోని యందు పుట్టినవాడు రహస్యమైన తత్త్వవిషయాన్ని ప్రతిపాదించినప్పటికీ కూడా దేవతలకు అతడు నిందాపాత్రుడు కాడు. ఈకారణంగానే నేను స్వయంగా ఉపదేశించకుండా మీకు సనత్సుజాతుని పేరును సూచించాను" అన్నాడు. (5,6)

ధృతరాష్ట్రుడు - "విదురా! ఆ పరమప్రాచీన సనాతన ఋషియొక్క నివాసం గూర్చి నాకు చెప్పు. అయ్యో! ఈ దేహంతో ఇక్కడే వారితో సమాగమం ఎలా అవుతుంది?" అని దీనంగా అన్నాడు. (7)

వైశంపాయనుడు చెప్పసాగాడు - రాజా! అనంతరం విదురుడు ఉత్తమవ్రతుడైన ఆ సనాతన ఋషిని స్మరించాడు. విదురుడు తన్ను స్మరిస్తున్నాడని తెలుసుకొని అతడు కూడా ప్రత్యక్షమయ్యాడు. ధృతరాష్ట్రుడు కూడా శాస్త్రోక్తంగా పాద్యం, అర్ఘ్యం, మధుపర్కం మొదలైనవి అర్పించి అతనికి స్వాగతం పలికాడు. ఆ తరువాత వారు సుఖంగా విశ్రాంతిగా కూర్చున్నాక విదురుడు అతనితో "భగవాన్! ధృతరాష్ట్రునికి మనసులో ఏదో కొద్దిగా సందేహం కలిగింది. దానికి సమాధానం నేను చెప్పడం ఉచితంగా ఉండదు. మీరే ఆ విషయాన్ని నిరూపించి చెప్పడానికి అర్హులు. అది వింటే ఈ రాజుకు అన్ని రకాల దుఃఖాలు తొలగిపోవాలి. లాభం-హాని, ప్రియం-అప్రియం, జర-మృత్యువు, భయం-అమర్షం, ఆకలి-దప్పిక, మదం-ఐశ్వర్యం, చింత-ఆలస్యం, కామం-క్రోధం, ఉన్నతి-అవనతి-అనే ద్వంద్వాలన్నీ ఇతనిని బాధించకుండా ఉండాలి" అన్నాడు. (8-12)

ధృతరాష్ట్రుని ప్రశ్నలకు సనత్సుజాతుడు సమాధానములిచ్చుట (సనత్సుజాతీయము - రెండవ అధ్యాయము)

వైశంపాయనుడు చెపుతున్నాడు - తదనంతరం బుద్ధిమంతుడు, మహామనుడు అయిన ధృతరాష్ట్రమహారాజు విదురుడు చెప్పిన మాటను అంగీకరిస్తూ తన బుద్ధి పరమాత్మయందు లగ్నం చేయడానికి ఏకాంతంలో సనత్సుజాతమునిని ఇలా ప్రశ్నించాడు. (1)

ధృతరాష్ట్రుడు - "సనత్సుజాతమునీంద్రా! మృత్యువు లేనేలేదని మీసిద్ధాంతం అని విన్నాను. దానితోపాటే దేవతలు, రాక్షసులు కూడా మృత్యువునుండి బయటపడడానికి బ్రహ్మచర్యపాలనం చేస్తూంటారని కూడా విన్నాను. ఈ రెంటిలో ఏదినిజం?" అని ప్రశ్నించాడు. (2)

సనత్సుజాతుడు చెప్పసాగాడు - "రాజా! నీ ప్రశ్నలో రెండు అంశాలు ఉన్నాయి. - మృత్యువు ఉంది, అది కర్మతో తొలగిపోతుంది అనేది ఒకటి. మృత్యువు అసలు లేనేలేదు - అనేది రెండవది. కాని వాస్తవానికి అసలు సంగతేమిటో నేను చెపుతాను. శ్రద్ధగావిను. నామాటలను సందేహించకు. ఈప్రశ్నలోని రెండుపక్షాలూ సత్యమే అని తెలుసుకో. కొంతమంది పండితులు మోహవశులై ఈ మృత్యువు ఉనికిని అంగీకరించారు. కాని నేను చెప్పేది ఏమంటే ప్రమాదమే (మోహమే) (అజ్ఞానమే) మృత్యువు. అప్రమాదమే (జ్ఞానమే) అమృతం. ఈ ప్రమాదం (అజ్ఞానం) కారణంగానే ఆసురగుణ సంపత్తిగల మనుష్యులు మృత్యువు చేత చిక్కుతున్నారు. అప్రమాదం(జ్ఞానం) వలననే దైవీగుణసంపద గల మహాత్ములు బ్రహ్మస్వరూపులు అవుతున్నారు. మృత్యువు పెద్దపులిలా ప్రాణులను భక్షించడం లేదనేది మాత్రం నిశ్చయం. ఎందుకంటే చూడడానికి దానికి రూపమే లేదు. కొంతమంది నేను చెప్పిన ప్రమాదం(అజ్ఞానం) కంటె వేరైన యముడిని మృత్యువు అని; మనస్సుతో దృఢంగా ఆచరించే బ్రహ్మచర్యాన్నే అమృతం అనీ అంటారు. యముడనే దేవుడు పితృలోకాన్ని పాలిస్తూ ఉంటాడు. అతడు పుణ్యకర్మలు చేసేవారికి సుఖాన్ని ఇచ్చేవాడుగా పాపులకు భయంకరుడుగా ఉంటాడు. ఈ యమునియొక్క ఆజ్ఞవలననే క్రోధం, అజ్ఞానం, లోభం రూపాలలో మృత్యువు మనుష్యులకు వినాశనం కలిగిస్తూ ఉంటుంది. అహంకారానికి లోనై విపరీతమార్గంలో చరించే ఏ మానవుడూ కూడా ఆత్మసాక్షాత్కారం పొందలేడు. మానవుడు మోహంతో అహంకారానికి లోనై ఈలోకంనుండి వెళ్లి మళ్లీమళ్లీ జననమరణచక్రంలో పడుతూఉంటాడు. చనిపోయాక అతని మనస్సు, ఇంద్రియాలు, ప్రాణం కూడా అతనితో పాటే వెళ్తాయి. శరీరంనుండి ప్రాణరూపమైన ఇంద్రియాలు విడిపోవడం చేత మృత్యువు "మరణం" అనే సంజ్ఞను పొందుతోంది. ప్రారబ్ధకర్మయొక్క పుట్టుకవలన కర్మఫలాసక్తులయిన వారు స్వర్గాదిలోకాలకు వెళ్తున్నారు. అందుకనే వారు మృత్యువును తరించలేకపోతున్నారు. దేహాభిమానం కల జీవులు పరమాత్మసాక్షాత్కారానికి ఉపాయాలు తెలియకపోవడం చేత భోగవాసనలతో అన్నివైపుల నానారకాల యోనులలో సంచరిస్తూ ఉంటారు. ఈరీతిగా

విషయాలమీద ఉండే మొగ్గుదల తప్పకుండా ఇంద్రియాలను మహామోహంలో పడవేస్తుంది. ఇక ఈ అసత్యవిషయాలపై రాగాసక్తులైన మానవులు వాటియందు ప్రవర్తించడం స్వాభావికమే. మిథ్యాభోగాలపై ఆసక్తి వలన అంతఃకరణలోని జ్ఞానశక్తి నశించినవాడు అంతటా విషయాలనే చింతన చేస్తూ, లోలోపలే వాటిని ఆస్వాదిస్తూ ఉంటాడు. మొదట్లో విషయచింతనే లోకులను చంపుతూఉండేది, తరువాత అది కామక్రోధాలను తోడుగా చేసుకొని మరింత శీఘ్రంగా దెబ్బతీయసాగింది. ఈరీతిగా ఈ విషయచింతనలు, కామక్రోధాలే వివేకహీనుడైన మానవుని మృత్యువుకు దగ్గర చేస్తున్నాయి. కాని స్థిరబుద్ధిగల మానవులు ధైర్యంతో మృత్యువును దాటి పోగలరు. కనుక మృత్యువును జయించగోరినవాడు విషయస్వరూపం గురించి ఆలోచించి, వాటిని తుచ్ఛంగా భావించి, ఏమాత్రం వాటిని లెక్కచేయకుండా ఆ కోరికలు కలుగుతూండగానే వాటిని నశింపచేయాలి. ఈ రీతిగా విషయేచ్ఛలను నశింపచేయగలిగిన పండితుని (సామాన్యమానవులయొక్క) మృత్యువు వంటి మృత్యువు చంపలేదు. అంటే అతడు జనన మరణాలనుండి ముక్తి పొందుతాడు. కోరికలవెంట పరుగులు తీసేవాడు ఆ కోరికలతోపాటు నశించిపోతాడు. కోరికలను విడిచినపుడు దుఃఖరూపమైన రజోగుణం ఏదైనా ఉంటే దానినంతటినీ అది నశింపచేస్తుంది. ఈ కామమే సమస్తప్రాణులకు మోహకారకం కనుక, ఇది తమోగుణంగా, అజ్ఞానరూపంగా, నరకంలాగ దుఃఖాన్ని కలిగించేదిగా భావింపబడుతోంది. మత్తులో ఉన్నవాడు నడుస్తూ, నడుస్తూ గోతివైపు పరుగుతీసినట్లుగా కాముకుడైనవాడు భోగాలలోనే సుఖం ఉందనుకొని వాటివైపు పరుగులు తీస్తాడు. కామవాసనలతో మోహం పొందని చిత్తవృత్తులు గల జ్ఞానికి ఈ లోకంలో గడ్డితో చేసిన పులి లాంటి(కాగితంపులివంటి) మృత్యువు ఏమి చెరుపు చేయగలుగుతుంది? ఈ కామం యొక్క ఉనికిని నశింపచేయాలనే అభిలాషతో వేరే ఏ విషయభోగాన్నీ కూడా ఏమాత్రం లెక్కచేయకుండా దానిని గూర్చిన చింతన మానుకోవాలి. రాజా! నీ శరీరంలో ఉండే ఈ అంతరాత్మయే మోహానికి లోనై క్రోధ లోభ మృత్యురూపాలుగా అవుతుంది. ఈ రీతిగా మోహంవలన కలిగే మృత్యువును గురించి తెలిసికొనిన జ్ఞాననిష్ఠుడైన మానవుడు ఈ లోకంలో మృత్యువుకు ఎప్పుడూ భయపడడు. మృత్యువే అతని ఎదుటకు వచ్చి - మృత్యువు గుప్పిటలో చిక్కిన మరణశీలుడైన మనుష్యునివలె నశించిపోతుంది. (3-16)

ధృతరాష్ట్రుడు - "ద్విజాతులకు యజ్ఞాలద్వారా అతిపవిత్రమైన, సనాతనమైన, శ్రేష్ఠమైన లోకాలు ప్రాప్తిస్తాయని చెప్పబడింది. ఇక్కడ వేదాలు వాటినే పరమపురుషార్థాలని చెపుతున్నాయి. ఈ సంగతి తెలిసిన పండితులు ఉత్తమకర్మలను ఎందుకు ఆశ్రయించడం లేదు?" అని ప్రశ్నించాడు. (17)

సనత్సుజాతుడు చెప్పసాగాడు - రాజా! అజ్ఞాని అయినవాడే ఈ ప్రకారంగా వేర్వేరు లోకాలకు వెళ్తూ ఉంటాడు. వేదకర్మలకు అనేక రకాలైన ప్రయోజనాలూ చెపుతూ ఉంటారు. కాని నిష్కాముడైనవాడు జ్ఞానమార్గంద్వారా, ఇతర మార్గాలన్నిటినీ ఆకళింపు చేసుకొని పరమాత్మ స్వరూపుడుగా అయిపోతూనే పరమాత్మను పొందుతాడు. (18)

ధృతరాష్ట్రుడు - "పండితుడా! ఆ పరమాత్మయే క్రమంగా ఈ సంపూర్ణజగద్రూపంగా ప్రకటమవుతూ ఉన్నట్లయితే, ఆ పుట్టుకలేని పురాతన పురుషుని ఎవరు శాసిస్తున్నారు? అంతేకాక అతనికి ఈ రూపంలోకి రావలసిన అవసరం ఏముంది? ఏం సుఖం పొందుతాడు? - ఇదంతా నాకు విశదంగా చెప్పండి" అని ప్రశ్నించాడు. (19)

సనత్సుజాతుడు చెపుతున్నాడు - నీ ప్రశ్నలోనే అనేకమైన ఊహలు(వికల్పాలు) చేయబడ్డాయి. వాటిని అనుసరించి భేదం కలుగుతుంది. దానిని అంగీకరిస్తే మహాదోషం వస్తుంది. ఎందుకంటే అనాది అయిన మాయతో సంబంధంవలన జీవుల నిత్యప్రవాహం నడుస్తూ ఉంది. ఇలా అనుకోవడం వలన పరమాత్మయొక్క మహత్త్వం నష్టంకాదు. అతనియొక్క మాయాసంబంధం వలన జీవులు కూడా మరల మరల పుడుతున్నారు. ఈ దృశ్యమానజగత్తు అంతా పరమాత్మస్వరూపమే. పరమాత్మ నిత్యుడు. అతడు వికారుడై అంటే మాయతో కలిసి ఈ విశ్వాన్ని సృష్టిస్తున్నాడు. మాయ ఆ పరమాత్మ యొక్క శక్తి అని భావింపబడుతోంది. ఈ విషయాన్ని ప్రతిపాదించడంలో వేదాలే ప్రమాణం. (20,21)

ధృతరాష్ట్రుడు ప్రశ్నిస్తున్నాడు - "ఈ లోకంలో కొందరు ధర్మాన్ని ఆచరించని వారున్నారు. కొందరు ఆచరించేవారున్నారు. పాపం వలన ధర్మం నశించిపోతుందా లేక ధర్మమే పాపాన్ని నశింపచేస్తుందా? అని నా ప్రశ్న. (22)

సనత్సుజాతుడు చెపుతున్నాడు - రాజా! ధర్మానికీ,

పాపానికీ రెండింటికీ రెండు రకాల ఫలితాలున్నాయి. ఆ రెండు ఫలితాలనూ అనుభవించవలసి ఉంటుంది. పరమాత్మయందు స్థితిని పొందిన విద్వాంసుడు ఆ నిత్యవస్తువు యొక్క జ్ఞానం ద్వారా తాను పూర్వం చేసిన పాపపుణ్యాలు రెండింటినీ శాశ్వతంగా నశింపచేసుకొంటాడు. అటువంటి స్థితిని పొందకపోతే దేహాభిమానం కల పూర్వోపార్జితమైన పాపఫలాన్ని అనుభవిస్తాడు. ఈరీతిగా పుణ్యపాపాలకు అతడు ఈ లోకంలో పుట్టి తదనుసారమైన కర్మలలో తగుల్కొంటాడు. కాని కర్మల తత్త్వం ఎరిగిన నిష్కాముడు ధర్మరూపమైన కర్మల ద్వారా తన పూర్వపాపాన్ని ఇక్కడే నశింపచేసుకొంటాడు. ఈ రీతిగా ధర్మమే బలవత్తరమైనది. కనుక ధర్మాచరణం చేసేవారికి సమయానుసారంగా తప్పకుండా సిద్ధికలుగుతుంది. (23-25)

ధృతరాష్ట్రుడు అడుగుతున్నాడు - "విద్వాంసుడా! పుణ్యకర్మలు చేసిన ద్విజాతివారు తమ తమ ధర్మాలకు ఫలస్వరూపంగా ఏయే సనాతనలోకాలను పొందుతారో వాటినన్నింటినీ వరుసగా చెప్పండి. అలాగే దానికంటె వేరైన అత్యంత ఉత్కృష్టమైన మోక్షసుఖం గురించి కూడా చెప్పండి. ఇక నేను సకామ కర్మలగురించి తెలుసుకోవాలనుకోవడం లేదు. (26)

సనత్సుజాతుడు చెపుతున్నాడు - బలవంతులైన వస్తాదులు తమ బలాన్ని పెంచుకోవడానికి ఒకరితో ఒకరు కుస్తీలు పట్టినట్లుగా నిష్కామభావంతో యమనియమాదులను పాటించడంలో ఇతరులను మించిపోవడానికి ప్రయత్నించే బ్రాహ్మణులు ఈ లోకంలో చనిపోయాక బ్రహ్మలోకానికి వెళ్లి అక్కడ తమ తేజస్సు యొక్క కాంతిని వ్యాపింపచేస్తారు. వర్ణాశ్రమధర్మాలలో పోటీపడేవారికి అది జ్ఞానసాధనమే అవుతుంది. కాని ఆ బ్రాహ్మణులు సకామభావనతో దానిని అనుష్ఠిస్తే మరణించిన పిదప వారు ఇక్కడినుండి దేవతలు నివసించే స్వర్గస్థానానికి వెళ్తారు. వేదవేత్తలు బ్రాహ్మణుల చక్కని ఆచారాలను ప్రశంసిస్తారు. కాని వర్ణాశ్రమచారాల పట్ల తమలో అభిమానం పెంచుకున్న కారణంగా బహిర్ముఖులైన వారికి ఎక్కువ ప్రాధాన్యం ఈయనక్కరలేదు. నిష్కామ భావంతో శ్రౌతధర్మాలను పాటించడం ద్వారా అంతర్ముఖులైన వారిని శ్రేష్ఠులుగా గుర్తించాలి. వర్షాకాలంలో గడ్డిగాదం మొదలైనవి ఎక్కువగా ఉన్నట్లుగా, ఏ ప్రాంతంలో బ్రహ్మవేత్తలైన సంన్యాసులకు యోగ్యమైన అన్నపానాదులు అధికంగా ఉంటాయో తెలుసుకొని ఆదేశంలోనే ఉంటూ జీవితం గడుపుకోవాలి. ఆకలి దప్పులతో తన్ను తాను బాధించుకోకూడదు. కాని తన మహిమలు వెల్లడి చేయకపోతే భయం, అమంగళం కలిగేచోట, అక్కడే ఉంటూ కూడా తన విశేషాలను ప్రకటించనివాడే ఉత్తముడు అవుతాడు గాని వేరొకడు ఉత్తముడు కాదు. ఆత్మ ప్రశంస చేసుకునేవారిని చూచి అసూయపడనివాడు, బ్రాహ్మణధనాన్ని అపహరించి అనుభవించనివాడు అయితే అతడు పెట్టిన అన్నాన్ని స్వీకరించడానికి సత్పురుషులు సమ్మతిస్తారు. కుక్క తాను కక్కుకున్న దానినే తాను తిన్నట్లుగా తమ పరాక్రమాన్ని గాని, పాండిత్యాన్ని గాని ప్రదర్శిస్తూ తమ జీవనం గడుపుకొనే ఆ సన్యాసులు కక్కినకూడు తిన్నట్లే. ఇందువలన వారికి ఎల్లప్పుడూ అవమానమే. కుటుంబసభ్యులమధ్య ఉంటూ కూడా తన సాధనను వారికి తెలియకుండా రహస్యంగా ఉంచుకోవడానికి ప్రయత్నించే బ్రాహ్మణునే విద్వాంసులు బ్రాహ్మణునిగా అంగీకరిస్తారు. అందుకే పైన చెప్పబడిన రీతిలో జీవనం గడుపుకునే క్షత్రియునికి కూడా బ్రహ్మతేజస్సు ప్రాప్తిస్తుంది. అతడు కూడా తన బ్రహ్మభావాన్ని దర్శించగలడు. ఈరీతిగా భేదశూన్యమైన, చిహ్నరహితమైన, అవిచలమైన, శుద్ధమైన, అన్నిరకాల ద్వంద్వాలకు అతీతమైన ఆత్మ యొక్క స్వరూపాన్ని తెలుసుకొన్న బ్రహ్మవేత్త ఎవరయినా దానిని కోల్పోవాలని (అధఃపతనం) కోరుకొంటారా? పైన చెప్పినట్లుగా ఉండే ఆత్మను, తద్విరుద్ధంగా తలచే, ఆత్మను అపహరించే ఆ చోరుడు ఏ పాపం చేయని వాడవుతాడు? కర్తవ్యాచరణలో ఎప్పుడూ అలసట పొందనివాడు, దానం తీసుకోనివాడు, సత్పురుషులలో గౌరవింపదగిన శాంతమూర్తి, శిష్టుడైఉండి కూడా తన శిష్టత్వాన్ని గూర్చి చెప్పుకోనివాడు అయిన బ్రాహ్మణుడే బ్రహ్మవేత్త, విద్వాంసుడు అవుతాడు. లౌకిక దృష్టికి నిర్ధనులైనా దైవీసంపత్తి, యజ్ఞోపాసన మొదలైనవానితో దుర్ధర్షులు, నిర్భయులు అయినవారిని సాక్షాత్తూ బ్రహ్మమూర్తులుగా భావించాలి. ఈ లోకంలో అభీష్టసిద్ధి కలిగించే దేవతలందరినీ సంపూర్ణంగా తెలుసుకొన్నవాడు ఎవడైనా ఉన్నాగాని వాడుకూడా బ్రహ్మవేత్తకు సాటిరాడు. ఎందుకంటే వాడు అభీష్టఫలసిద్ధికోసం మాత్రమే ప్రయత్నం చేస్తున్నాడు. ఇతరులతో గౌరవం పొందికూడా గర్వించనివాడు, గౌరవం పొందినవానిని చూచి ఈర్ష్యపడనివాడు, ప్రయత్నించకుండానే విద్వాంసుల ఆదరణను పొందినవాడు మాత్రమే వాస్తవానికి గౌరవింపదగినవాడు. లోకంలో విద్వాంసులు ఆదరించినప్పుడు ఆదరణ పొందిన వ్యక్తి

ఆదరించడం సత్పురుషులకు రెప్పపాటులా సహజమైనదని అనుకోవాలి. కాని ఈ లోకంలో అధర్మంలో నిపుణులూ, వంచనలో చతురులూ, పూజ్యులను అవమానించేవారు అయిన మూఢులు గౌరవింపదగిన వ్యక్తులను ఎప్పుడూ గౌరవించరు. మానం (గౌరవం), మౌనం ఈ రెండూ ఎప్పుడూ ఒక్కచోట ఉండవు. ఇది నిశ్చయం. ఎందుకంటే మానం వలన ఈ లోకంలో, మౌనం వలన పరలోకంలో సుఖం లభిస్తుంది. జ్ఞానులకు ఈ విషయం తెలుసు. లోకంలో ఐశ్వర్యరూపమైన సంపద సుఖానికి ఆధారం అని అంటారు. కాని శ్రేయోమార్గంలో బందిపోటులా అదికూడా విఘ్నం కలిగిస్తూ ఉంటుంది. సంతానం లేని మానవులకయితే బ్రహ్మజ్ఞానమయమయిన సంపద సర్వథా దుర్లభం. ఆ బ్రహ్మసుఖం కోసం సత్పురుషులు అనేక ద్వారాలను చెప్పారు. అవి మోహాన్ని మేల్కొలిపేవి కావు. అతి కష్టంమీద చేపట్టవలసినవి. సత్యం, సరళత, లజ్జ, దమం, శౌచం, విద్య - అనేవి వాటిపేర్లు. (27-46)

బ్రహ్మజ్ఞానమునకు ఉపయుక్తమగు తపోమౌనాదుల లక్షణము - గుణదోషనిరూపణము

(సనత్సుజాతీయము - మూడవ అధ్యాయము)

ధృతరాష్ట్రుడు అడిగాడు - "విద్వాంసుడా! ఈ మౌనం అనేది దేనికి పేరు? (వాక్కు యొక్క సంయమనం, పరమాత్మస్వరూపం) ఈ రెంటిలో ఎటువంటి మౌనం ఉంటుంది? ఇక్కడ మౌనభావాన్ని వర్ణించండి. విద్వాంసులు మౌనం ద్వారా మౌనరూపమైన పరమాత్మను పొందుతారా? మునీశ్వరా! లోకంలో ప్రజలు ఏ రీతిగా మౌనాన్ని ఆచరిస్తారు? (1)

సనత్సుజాతుడు చెప్పాడు - "రాజా! మనసుతోపాటు వాగ్రూపమైన వేదం ఎక్కడకు చేరుకోలేదో ఆ పరమాత్మయొక్క నామమే మౌనం. కాబట్టి అదే మౌనస్వరూపం. వైదిక లౌకిక శబ్దాలు ఎక్కడి నుండి పుడుతున్నాయో అవి పరమేశ్వరుని తన్మయంతో ధ్యానం చేయడం వలన వెలుగులోకి వస్తున్నాయి. (2)

ధృతరాష్ట్రుడు అడిగాడు - "ఋగ్యజుస్సామవేదాలను తెలుసుకొన్నవాడు పాపం చేస్తే, అతనికి ఆ పాపం అంటుతుందా? అంటదా? (3)

సనత్సుజాతుడు చెపుతున్నాడు - రాజా! నేను నీకు అసత్యం చెప్పడం లేదు. ఋక్సామాలు గానీ, యజుర్వేదం కానీ ఏదీ కూడా పాపాత్ముడైన అజ్ఞానిని ఆ పాపకర్మలనుండి రక్షించలేదు. కపటంతో ధర్మాచరణం చేసే మిథ్యాచారిని వేదాలు పాపం నుండి ఉద్ధరించలేవు. రెక్కలు వచ్చాక పక్షి గూడు వదిలి వెళ్లిపోయినట్లుగా అంత్యకాలంలో వేదాలు కూడా అతనిని విడిచివేస్తాయి. (4,5)

ధృతరాష్ట్రుడు అన్నాడు - "విద్వాంసుడా ! ధర్మం లేనిదే వేదాలు రక్షించడానికి సమర్థం కానపుడు వేదవేత్తలైన బ్రాహ్మణులు పవిత్రులు అనే మాట [6] చిరకాలం నుండి ఎందుకు వాడుకలో ఉంది ? (6)

సనత్సుజాతుడు చెప్పాడు - మహానుభావా! పరమాత్మయొక్క నామాది విశేషరూపాలతోనే ఈ జగత్తు ప్రతీతమవుతోంది. ఈ విషయాన్ని వేదాలు ("ద్వేవావ బ్రహ్మణో రూపే'' ఇత్యాది మంత్రాల ద్వారా) చక్కగా నిర్దేశించి చెపుతున్నాయి. కాని నిజానికి దాని స్వరూపం ఈ విశ్వం కంటె విలక్షణమైనదని చెప్పబడుతోంది. దానిని పొందడానికే వేదాలలో (కృచ్ఛ్ర చాంద్రయణాది) తపస్సులు (జ్యోతిష్టోమాది) యజ్ఞాలు ప్రతిపాదింపబడినాయి. ఈ తపస్సు, యజ్ఞాల ద్వారా ఆ శ్రోత్రియపండితుడు పుణ్యాన్ని పొందుతున్నాడు. ఆ పుణ్యంతో పాపాన్ని నశింపచేసిన తరువాత జ్ఞానప్రకాశంతో అతడు తన సచ్చిదానంద స్వరూపం యొక్క సాక్షాత్కారం పొందుతాడు. ఈ రీతిగా విద్వాంసుడు జ్ఞానంతో ఆత్మను పొందుతాడు. అలా కాక ధర్మార్థకామాలు అనే త్రివర్గఫలాలపై కోరిక కలిగి ఉన్న కారణంగా అతడు ఈ లోకంలో చేసిన కర్మలన్నింటినీ వెంట తీసుకొని, వాటిని పరలోకంలో అనుభవిస్తాడు. ఆపై అనుభవించడం పూర్తిగాకాగానే మళ్లీ ఈసంసారమార్గంలోనికి తిరిగి వస్తాడు. ఈ లోకంలో తపస్సు చేస్తే, పరలోకంలో దాని ఫలితం అనుభవిస్తారు. (ఇది అందరికీ సాధారణ నియమం). కాని తప్పనిసరిగా ఆచరణయోగ్యమైన తపస్సులో స్థిరంగా ఉన్న బ్రహ్మవేత్తలకయితే ఇదే లోకం. - వారికి ఈ లోకంలోనే (జీవితకాలం లోనే) జ్ఞానరూపమైన ఫలం ప్రాప్తిస్తుంది. (7-10)

ధృతరాష్ట్రుడు అంటున్నాడు - "సనత్సుజాతమునీంద్రా! ఒకే తపస్సుకు ఒకసారి వృద్ధి, ఒకసారి హాని ఎలా ఉంటాయి? నాకు ఇది చక్కగా తెలిసేలా చెప్పండి. (11)

సనత్సుజాతుడు చెపుతున్నాడు - ఏ కోరికగాని, పాపరూపమైన దోషం కాని లేనిదానినే విశుద్ధమైన తపస్సు అని చెప్తారు. కేవలం ఆ తపస్సే ఋద్ధము, సమృద్ధము అవుతుంది. (కాని ఆతపస్సు కోరికతోగాని,

పాపరూపమైన దోషంతో కాని కూడి ఉంటే దానికి హాని సంభవిస్తుంది). రాజా! నీవు అడిగినదంతా తపస్యామూలకమైనదే - తపస్సుతోనే ప్రాప్తించేది. వేదవేత్త లయిన పండితులు ఈ తపస్సుతోనే పరమామృతాన్ని (మోక్షాన్ని) పొందుతారు. (12-13)

ధృతరాష్ట్రుడు అంటున్నాడు - "మునీంద్రా! దోషరహితమైన తపస్సుయొక్క ప్రభావాన్ని గూర్చి విన్నాను. ఇక తపస్సులోని దోషాలను గురించి చెప్పండి. దానివలన నేను ఈ సనాతనమైన, రహస్యమైన తత్త్వాన్ని తెలుసుకోగలుగుతాను. (14)

సనత్సుజాతుడు చెపుతున్నాడు - రాజా! తపస్సుకు క్రోధాదులైన పన్నెండు దోషాలున్నాయి, పదమూడురకాలైన క్రూరమనుష్యులున్నారు. పితరుల యొక్క, బ్రాహ్మణుల యొక్క ధర్మం మొదలైన పన్నెండు గుణాలు శాస్త్రాలలో ప్రసిద్ధంగా ఉన్నాయి. మనుష్యులలో ఉండే - కామం, క్రోధం, లోభం, మోహం, అసంతోషం, నిర్దయత, అసూయ, గర్వం, శోకం, స్పృహ(కోరిక), ఈర్ష్య, నింద - అనే ఈ పన్నెండుదోషాలు ఎప్పుడూ త్యజింపదగినవే. నరశ్రేష్ఠా! వ్యాధుడు మృగాలను చంపడానికి సమయంకోసం చూస్తూ వాటి అన్వేషణలోనే లగ్నమై ఉన్నట్లుగా వీటిలో ఒక్కొక్క దోషం మనుష్యులలోని బలహీనతలను (ఛిద్రాన్ని) చూసి వారిపై దాడి చేస్తుంది. తన్ను తాను పొగడుకొనేవాడు, లోలుపుడు, అహంకారి, నిరంతరక్రోధం కలవాడు, చంచలుడు, ఆశ్రితులను రక్షించనివాడు - ఈ ఆరు రకాలైన మనుష్యులు పాపులు. గొప్ప చిక్కులలో పడినాగానీ వీరు నిర్దయులై పాపకృత్యాలను ఆచరిస్తూనే ఉంటారు. సంభోగంలోనే మనసు లగ్నం చేసినవాడు, హెచ్చుతగ్గులు చూపేవాడు, అత్యంతగర్వం కలవాడు, దానమిచ్చి పశ్చాత్తాపపడేవాడు, అత్యంతకృపణుడు, అర్థకామాలనే ఎప్పుడూ కొనియాడే వాడు, స్త్రీల పట్ల దోషి అయినవాడు - ఈ ఏడుగురు, ఇంతకుముందు చెప్పిన ఆరుగురు మొత్తం పదమూడు రకాలైన మనుష్యులు నృశంసవర్గంగా (క్రూరసముదాయంగా) చెప్పబడుతూ ఉంటారు. ధర్మం, సత్యం, ఇంద్రియనిగ్రహం, తపస్సు, నిర్మత్సరత, లజ్జ, సహనశీలత, ఇతరులలో దోషం ఎంచకపోవడం, యజ్ఞం చేయడం, దానమివ్వడం, ధైర్యం, శాస్త్రజ్ఞానం - ఇవి బ్రాహ్మణునికి సంబంధించిన పన్నెండు వ్రతాలు. ఈ పన్నెండు వ్రతాల (గుణాల)పై పట్టుసాధించిన వాడు ఈ సంపూర్ణ భూమండలంలోని మనుష్యులను తన వశం చేసుకోగలుగుతాడు. వీటిలో మూడుగాని, రెండుగాని లేదా ఒక్కగుణం కాని ఉంటే అతనివద్ద అన్నిరకాల ధనం ఉన్నట్లే అనుకోవాలి. దమం, త్యాగం, తనకు మేలు జరిగే విషయంలో పొరపడకపోవడం - ఈ మూడు గుణాలలో అమృతం ఉంటుంది. మనీషులయిన బ్రాహ్మణులు ఈ మూడు గుణాలు సత్యస్వరూపుడయిన పరమాత్మునికి ఉన్ముఖమై ఉంటాయని చెపుతారు. అంటే ఇవి పరమాత్మను పొందించేవి అని అర్థం. దమం పద్దెనిమిది గుణాలను కలిగి ఉంటుంది. (క్రింద చెప్పబడిన పద్దెనిమిది దోషాలు వదిలివేయడమే పద్దెనిమిది గుణాలుగా అనుకోవాలి.) 1. కర్తవ్యాకర్తవ్యాలపట్ల విపరీతబుద్ధి, 2. అసత్యభాషణం, 3. గుణాలను దోషాలుగా చూడడం, 4. స్త్రీ వాంఛ, 5. నిరంతరం ధనార్జనయందే లగ్నం కావడం, 6. భోగేచ్ఛ, 7. క్రోధం,, 8. శోకం, 9. తృష్ణ, 10. లోభం, 11. చాడీలు చెప్పడం, 12. అసూయ, 13. హింస, 14. సంతాపం, 15. చింత, 16. కర్తవ్యాన్ని మరచిపోవడం, 17. అధికమైన ప్రేలాపన, 18. తన్ను తాను అధికడననుకోవడం - ఈ దోషాలను నుండి విముక్తుడైన సత్పురుషుడినే దాంతుడని (జితేంద్రియుడు) అంటారు. (15-25)

మదానికి పద్దెనిమిది దోషాలున్నాయి. దమానికి విరుద్ధంగా పైన సూచించినవే మదానికీ దోషాలుగా చెప్పబడ్డాయి. (ముందు మదానికి సంబంధించిన స్వతంత్రదోషం కూడా చెప్పబడుతుంది) త్యాగం ఆరు రకాలుగాఉంటుంది. ఆ ఆరురకాల త్యాగాలు అత్యంతం ఉత్తమమైనవి. కాని వాటిలో మూడవదైన కామత్యాగం మిక్కిలి కఠినమైనది. దాని ద్వారా మనుష్యుడు అనేకరకాల దుఃఖాలను నిశ్చయంగా తరించగలుగతాడు. కామత్యాగం చేస్తే అన్నీ జయించినట్లే. ఆరురకాల త్యాగాలలో దీనినే సర్వశ్రేష్ఠ త్యాగమని చెప్తారు. సంపద పొంది హర్షించక పోవడం - ఇది మొదటిత్యాగం. యజ్ఞ హోమాదులకు, బావులు, చెరువులు, ఉద్యానవనాలు నిర్మించడం మొదలైనవానికి ధనం ఖర్చుపెట్టడం రెండో త్యాగం. నిరంతర వైరాగ్యంతో కామత్యాగం చేయడం - ఇది మూడవ త్యాగంగా చెప్పబడుతోంది. ఇటువంటి త్యాగిని సచ్చిదానంద స్వరూపుడని చెప్తారు. అందువలననే ఈ మూడవ త్యాగం విశేషగుణంగా భావింపబడుతోంది. పదార్థాలను విడిచిపెట్టడం వలన వచ్చే నిష్కామత వాటిని స్వేచ్ఛగా అనుభవించడం వలన రాదు. అధికంగా ధన సంపత్తిని సంగ్రహించడం వలన కూడా నిష్కామత సిదించదు. అలాగే

ఆ కోరిక తీరడం కోసం అనుభవించడం వలన కూడా కామత్యాగం సిద్ధించదు. చేసిన పని సిద్ధించక పోతే దుఃఖపడకూడదు. ఆ దుఃఖంవలన గ్లాని కలగకూడదు. ఈ అన్నిగుణాలతో కూడిన మనుష్యుడు ధనవంతుడు అయినప్పటికీ అతడు త్యాగియే. ఏదైనా అప్రియఘటన జరిగినపుడు కూడా ఎన్నడూ వ్యథ చెందరాదు. (ఇది నాలుగవ త్యాగం). తనకు అత్యంతము ఇష్టపదార్థములైన స్త్రీపుత్రాదులను కూడా ఎప్పుడూ యాచించకూడదు. (ఇది ఐదవ త్యాగము) మంచి యోగ్యుడైన యాచకుడు వచ్చినపుడు అతనికి దానం చేయాలి. (ఇది ఆరవ త్యాగము) ఈ అన్నిటివలన మేలు కలుగుతుంది. ఈ త్యాగమయగుణాలతో మనుష్యుడు అప్రమత్తుడవుతాడు. ఈ అప్రమత్తతకు కూడా - సత్యం, ధ్యానం, సమాధి, తర్కం, వైరాగ్యం, అస్తేయం (దొంగతనం చేయకపోవడం), బ్రహ్మచర్యం, అపరిగ్రహం - అనే ఎనిమిది గుణాలు ఉన్నాయని చెపుతారు. ఈ ఎనిమిది గుణాలూ త్యాగానికీ, అప్రమత్తతకూ రెండింటికీ కూడా అని అనుకోవాలి. ఈ రీతిగా మదానికి చెప్పిన ఇంతకుముందటి పద్దెనిమిది దోషాలను కూడా విడిచిపెట్టాలి. ప్రమత్తతకు ఉండే ఎనిమిది దోషాలను కూడా విడిచి పెట్టాలి. భారతా! ఐదు ఇంద్రియాలు - ఆరవది మనస్సు - ఇవి తమతమ విషయాలలో భోగబుద్ధితో ప్రవృత్తి చెంది ఉంటాయి. ఈ ఆరూ ప్రమత్తతకు సంబంధించిన దోషాలే. జరిగినదాని గురించి చింత, జరగబోయే దాని గురించి ఆశ - ఇవి ఇంకో రెండు దోషాలు. ఈ ఎనిమిది దోషాలనుండి ముక్తుడైనవాడు సుఖం పొందుతాడు. రాజేంద్రా! నీవు సత్యస్వరూపుడవు కావాలి. సత్యంలోనే ఈ లోకమంతా నిలిచిఉంది. ఈ దమం, త్యాగం, అప్రమాదం మొదలైన గుణాలు కూడా సత్యస్వరూపుడైన పరమాత్మను ప్రాప్తింప చేయగలవు. సత్యంలోనే అమృతత్వం నిలిచిఉంది. దోషాలు పోగొట్టుకొని ఈలోకంలో తపస్సు, వ్రతం ఆచరించాలి. ఇది విధాత ఏర్పరచిన నియమం. సత్యమే ఉత్తమపురుషుల వ్రతం. మనుష్యులు పైన చెప్పిన దోషాలు లేకుండా గుణాలు కలిగి ఉండాలి. ఇటువంటి పురుషునియొక్క విశుద్ధమైన తపస్సే అత్యంత సమృద్ధమవుతుంది. రాజా! నీవు నన్ను అడిగిన విషయం సంక్షేపరూపంలో చెప్పాను. ఈ తపస్సు - జననం, మరణం, వృద్ధత్వంలోని బాధలను దూరం చేస్తుంది. పాపాలను హరిస్తుంది. పరమపవిత్రమైనది. (26-40)

ధృతరాష్ట్రుడు అంటున్నాడు - "మునీశ్వరా! ఇతిహాసపురాణాలనే ఐదవవిభాగంతో కూడిన సంపూర్ణవేదాల ద్వారా కొంతమందికి విశేషంగా పేరు వస్తోంది. (అంటే వారిని పంచవేదులని అంటున్నారు). ఇతరులను చతుర్వేదులని, త్రివేదులని అంటారు. అలాగే కొంతమందిని ద్వివేదులని, ఏకవేదులని, అన్యచులని (ఋగాది వేదాలను అధ్యయనం చేయనివారిని అన్యచులని) అంటారు. వీరిలో ఎవరిని నేను నిశ్చయంగా బ్రాహ్మణులని తెలుసుకోగలను? (41-42)

సనత్సుజాతుడు చెపుతున్నాడు - రాజా! తెలుసు. కోలేకపోవడం వలన ఒక్కవేదమే అనేక వేదాలుగా చేయబడింది. ఆ సత్యస్వరూపమైన ఒకే వేదం యొక్క సారతత్త్వమైన పరమాత్మయందు ఎవడో అతితక్కువగా నిలిచి ఉంటాడు. (అతడే బ్రాహ్మణుడని అనదగినవాడు) ఈరీతిగా వేదం యొక్క తత్త్వాన్ని తెలుసుకోకుండానే కొంతమంది "నేను విద్వాంసుడను" అని అనుకొంటూ ఉంటారు. వారు దానం, అధ్యయనం, యజ్ఞాదికర్మలూ అన్నీ లౌకిక పారలౌకిక ఫలితాలను ఆశించి లోభంతో చేస్తారు. వాస్తవానికి సత్యస్వరూపుడైన పరమాత్మకు దూరమైన వారికే అటువంటి సంకల్పాలు ఉంటాయి. అయినా సత్యరూపమైన వేదప్రామాణ్యాన్ని నిశ్చయించిన తరువాతే, వాటిద్వారా యజ్ఞానుష్ఠానం జరుగుతోంది. కొంతమంది మనసుతో, కొంతమంది వాక్కుతో, కొంతమంది క్రియద్వారా యజ్ఞం చేస్తూ ఉంటారు. మానవుడు సంకల్పాలతో నిండినవాడు. అతడు తన సంకల్పానుసారంగా ప్రాప్తించే లోకాలకు అధిష్ఠాత అవుతాడు. కాని సంకల్పం శాంతించనంతవరకు (తొలగనంతవరకు) దీక్షపూనిన వ్రతాచరణం అంటే యజ్ఞాదికర్మలు చేస్తూనే ఉండాలి. ఈ దీక్షిత పదం "దీక్ష వ్రతాదేశే" అనే ధాతువునుండి ఏర్పడింది. సత్య స్వరూపుడయిన పరమాత్మయే సత్పురుషులకు అన్నిటికంటె మించినది. ఎందుకంటే (పరమాత్మయొక్క) జ్ఞానం వలన కలిగే ఫలం ప్రత్యక్షమైనది. తపస్సువలన కలిగేఫలం పరోక్షమైనది. (కనుక జ్ఞానాన్నే ఆశ్రయించాలి) ఎక్కువ చదువుకొన్న బ్రాహ్మణుని కేవలం బహుపాఠి (ఎక్కువ తెలిసినవాడు) అని మాత్రమే అనుకోవాలి. కాబట్టి క్షత్రియుడా! కేవలం మాటలను పేర్చినంతమాత్రం చేత ఎవరినీ బ్రాహ్మణుడని అనుకోకూడదు. సత్యస్వరూపుడయిన పరమాత్మనుండి ఎప్పటికీ వేరుకానివానినే బ్రాహ్మణుడని తెలుసుకో. రాజా! అథర్వాముని, ఇంకా మహర్షిసముదాయం పూర్వకాలంలో గానం చేసినవే ఛందాలు

(వేదాలు).కాని సంపూర్ణంగా వేదాలన్నీ చదివినప్పటికీ కూడా వేదాలద్వారా తెలుసుకోదగిన పరమాత్మతత్త్వాన్ని తెలుసుకోకపోతే అతడు వాస్తవానికి వేదపండితుడే కాదు. నరశ్రేష్ఠా! ఛందానికి (వేదానికి) ఆ పరమాత్మకు స్వచ్ఛందసంబంధం ఉంది. (అంటే స్వతః ప్రమాణం అన్నమాట). కనుకనే వాటిని అధ్యయనం చేశాకనే వేదవేత్తలైన ఆర్యులు వేద్యరూపుడైన పరమాత్మయొక్క తత్త్వాన్ని పొందుతున్నారు. రాజా! వాస్తవానికి వేదాల తత్త్వాన్ని ఎరిగినవారు ఎవరూ లేరు. పోనీ ఏ కొద్దిమంది మాత్రమో వాటి రహస్యం తెలుసుకుంటారు అనుకో. కేవలం వేదాలలోని వాక్యాలనుమాత్రమే తెలుసుకొన్నవాడు, వేదాల ద్వారా తెలుసుకోదగిన పరమాత్మను ఎరుగలేడు. కాని సత్యమునందు నిలిచినవాడు ఆ వేదవేద్యుని తెలుసుకోగలడు. జ్ఞేయమైన మనస్సు మొదలైనవి అచేతనములు. వాటిలో జ్ఞాత ఏదీ లేదు. కనుకనే మానవుడు మనసు మొదలైన వానిద్వారా ఆత్మనుగాని, అనాత్మనుగాని తెలుసుకోలేడు. ఆత్మను తెలిసికొన్నవాడే అనాత్మను గూర్చి కూడా తెలుసుకుంటాడు. కేవలం అనాత్మను గూర్చి తెలుసుకున్నవాడు నిజమైన ఆత్మను గూర్చి తెలుసుకోలేడు. ఎవడు (జ్ఞాత) వేదాలను తెలుసుకొంటాడో అతడే వేద్యమును (జగత్తుమొదలైనవి) గురించి కూడా తెలుసుకోగలడు. కాని ఆ జ్ఞాతను వేదపాఠీ తెలుసుకోలేడు; వేదమూ తెలుసుకోలేదు, అయినప్పటికీ వేదవేత్త అయిన బ్రాహ్మణుడు ఆ ఆత్మతత్త్వాన్ని వేదాలద్వారానే తెలుసుకొంటాడు. విదియనాటి చంద్రునియొక్క సూక్ష్మకళను గూర్చి చెప్పడానికి చెట్టుకొమ్మవైపు సంకేతించినట్లుగానే ఆ సత్యస్వరూపుడైన పరమాత్మను గురించిన జ్ఞానం కలుగచేయడానికే వేదాలు ఉపయోగపడతాయి. అని విద్వాంసులు చెపుతూ ఉంటారు. పరమాత్మతత్త్వాన్ని ఎరిగినవానిని, వేదాలను యథార్థంగా వ్యాఖ్యానించే వానిని, తనకు ఉన్న సందేహాలన్నీ నశింపచేసుకొన్నవానిని, ఇతరుల సందేహాలను కూడా తీర్చగలిగినవానిని - మాత్రమే నేను బ్రాహ్మణుడని అనుకొంటాను. ఈ ఆత్మను అన్వేషించడానికి పూర్వదక్షిణ పశ్చిమోత్తర దిక్కులకు వెళ్లవలసిన అవసరం లేదు. ఇక ఆగ్నేయాది మూలల గురించి చెప్పేదేముంది? అలాగే దిగ్విభాగరహితమైన ప్రదేశంలో కూడా అతనిని వెతకనక్కర లేదు. ఆత్మానుసంధానం ఏరీతిగానూ అనాత్మపదార్థాలలో ఉండనే ఉండదు. వేదవాక్యాలలో కూడా వెతకకుండా, కేవలం తపస్సు ద్వారానే ఆ ప్రభువుయొక్క సాక్షాత్కారం పొందాలి. అన్నిరకాల పనులను వదిలివేసి పరమాత్మను ఉపాసించాలి. మనసుతో కూడా ఏపనీ చేయకూడదు. రాజా! నీవుకూడా నీ హృదయాకాశంలో నిలిచి ఉన్న ఆ విఖ్యాత పరమేశ్వరుని ఉపాసించు. మౌనంగా ఉండడం వలననో లేక అడవులలో నివసించడం వలననో మాత్రమే ఎవరూ ముని కాలేరు. తన ఆత్మస్వరూపాన్ని తెలుసుకొన్నవాడు మాత్రమే శ్రేష్ఠుడైన ముని అనిపించుకొంటాడు. అన్ని అర్థాలను సంపూర్ణంగా వ్యాకృతం చేయడం వలననే జ్ఞాని వైయాకరణునిగా చెప్పబడుతున్నాడు. ఈ సమస్త అర్థాలు మూలభూతుడైన బ్రహ్మనుండియే వెల్లడి అయ్యాయి కాబట్టి అతడే ముఖ్యవైయాకరణుడు. విద్వాంసుడు కూడా బ్రహ్మభూతుడైన కారణంగా ఈరీతిగానే అర్థాలు వ్యాకరిస్తున్నాడు కాబట్టి అతడు కూడా వైయాకరణుడే. సమస్తలోకాలను ప్రత్యక్షంగా చూడగలిగేవాడు ఆ లోకాలన్నింటికి ద్రష్ట అని మాత్రమే అనిపించుకొంటాడు. (సర్వజ్ఞుడు కాడు). కాని ఒకేఒక్క సత్యస్వరూపమైన బ్రహ్మమునందు నిలిచిన బ్రహ్మవేత్త అయిన బ్రాహ్మణుడు సర్వజ్ఞుడు అవుతాడు. రాజా! పైన చెప్పిన ధర్మం మొదలైన వానిలో స్థిరుడై నిలిచినవాడు ఈరీతిగానే పరమాత్మసాక్షాత్కారం పొందుతాడు. ఈ విషయాన్ని నా బుద్ధిద్వారా నిశ్చయించి నీకు చెపుతున్నాను. (43-63)

బ్రహ్మచర్యము - బ్రహ్మను గూర్చిన నిరూపణ (సనత్సుజాతీయము - నాల్గవ అధ్యాయము)

ధృతరాష్ట్రుడు అడుగుతున్నాడు - సనత్సుజాతమహర్షీ! విషయభోగాల ప్రశంస ఏమాత్రం లేని, సర్వోత్తమమైన, సర్వరూపమైన బ్రహ్మసంబంధమైన విద్యను గూర్చి మీరు ఉపదేశిస్తున్నారు. ఈ పరమదుర్లభమైన విషయాన్ని మళ్లీ ప్రతిపాదించమని నావిన్నపం. (1)

సనత్సుజాతుడు అన్నాడు - రాజా! నీవు నన్ను ప్రశ్నించేటపుడు మిక్కిలి సంతోషంతో ఉత్సాహపడుతూనే అడిగావు. ఈరీతిగా తొందరపెడితే బ్రహ్మపదార్థం లభించదు. బుద్ధియందు మనసును లయం చేసిన తరువాత చిత్త వృత్తులన్నీ నిరోధింపబడిన స్థితి ఏదయితే ఉందో దాని పేరే బ్రహ్మవిద్య, అది బ్రహ్మచర్యాన్ని పాటించడం ద్వారా మాత్రమే లభిస్తుంది" (2)

ధృతరాష్ట్రుడు అడుగుతున్నాడు - కర్మలద్వారా ఆరంభించడానికి వీలులేనిది, కర్మలుచేసే సమయంలో కూడా ఆత్మలోనే ఉండేది అయిన అనంతబ్రహ్మతో సంబంధం

ఉన్న ఈ సనాతన విద్య బ్రహ్మచర్యంతోనే పొందడానికి యోగ్యమైనదని చెపుతూ ఉంటే, నా వంటివారు బ్రహ్మసంబంధమైన అమృతత్వాన్ని (మోక్షాన్ని) ఎలా పొందగలుగుతారు? (3)

సనత్సుజాతుడు చెపుతున్నాడు - ఇప్పుడు నేను అవ్యక్తబ్రహ్మతో సంబంధం ఉన్న ఆ పురాతన విద్యను గూర్చి వర్ణిస్తాను. ఇది మానవులకు బుద్ధిద్వారా, బ్రహ్మచర్యం ద్వారా లభిస్తుంది. దీనిని పొంది విద్వాంసులు ఈ మరణశీలమైన శరీరాన్ని శాశ్వతంగా వదలివేస్తారు. దీనిని గూర్చిన బుద్ధి గురుజనులలో నిత్యమూ విద్యమానమై ఉంటుంది. (4)

ధృతరాష్ట్రుడు ప్రశ్నించాడు - "బ్రహ్మజ్ఞా! ఆ బ్రహ్మవిద్యను బ్రహ్మచర్యం ద్వారానే సులభంగా తెలుసుకోవచ్చునంటే ముందుగా బ్రహ్మచర్యాన్ని ఎలా ఆచరించాలో అది నాకు చెప్పండి. (5)

సనత్సుజాతుడు చెపుతున్నాడు - ఆచార్యుని యొక్క ఆశ్రమంలో చేరి, తమసేవల చేత అతనికి ఆంతరంగిక భక్తులై బ్రహ్మచర్యాన్ని పాటించినవారు ఈ లోకంలో శాస్త్రకారులు అవుతారు. శరీరాన్ని విడిచిన తరువాత పరమయోగరూపమైన పరమాత్మను పొందుతారు. ఈ లోకంలోనే ఉంటూ సమస్తమైన కోరికలనూ జయించి, బ్రాహ్మిస్థితిని పొందడానికి నానా రకాల ద్వంద్వాలను సహిస్తూ ఉండేవారు సత్త్వగుణస్థితులై ఇక్కడే ముంజగడ్డినుండి ఈనెలను విడదీసినట్లుగా ఈ దేహంనుండి ఆత్మను (వివేకంద్వారా) వేరు చేస్తారు. భారతా! తల్లిదండ్రులిద్దరూ ఈ శరీరానికి జన్మనిచ్చినప్పటికీ ఆచార్యుని ఉపదేశంతో పొందిన జన్మ పరమపవిత్రము, అజరము, అమరము అవుతుంది. పరమార్థతత్త్వాన్ని ఉపదేశించడం ద్వారా సత్యాన్ని వెల్లడించి, అమరత్వాన్ని ప్రసాదిస్తూ బ్రాహ్మణాదివర్ణాలను రక్షిస్తూ ఉండే ఆ గురువులను తల్లిదండ్రులుగానే భావించాలి. వారు చేసిన ఉపకారాన్ని స్మరిస్తూ ఎప్పుడూ వారికి ద్రోహం చేయకూడదు. బ్రహ్మచారి అయిన శిష్యుడు నిత్యమూ గురువుకు వందనం చేయాలి. బాహ్యంగానూ ఆంతరంగికంగానూ పవిత్రుడై అప్రమత్తంగా స్వాధ్యాయంలో మనస్సు లగ్నం చేయాలి. గర్వించకూడదు. మనసులో క్రోధానికి తావు ఈయకూడదు. ఇది బ్రహ్మచర్యానికి మొదటి మెట్టు. క్రమబద్ధమైన శిష్యవృత్తితో జీవనం గడుపుకుంటూ పవిత్రుడై విద్యను పొందడం అనే ఈ నియమం కూడా బ్రహ్మచర్యవ్రతానికి మొదటి మెట్టుగానే చెప్పబడుతుంది. తన ప్రాణ ధనాలను కూడా మనోవాక్కాయాలతో ఆచార్యునికి అర్పించి ప్రీతి కలిగించాలి. దీనిని రెండవ మెట్టుగా చెపుతారు. గురువు పట్ల శిష్యుడు ఎటువంటి శ్రద్ధ చూపుతూ, గౌరవంగా నడుచుకుంటాడో అలాగే గురుపత్నితోనూ, గురుపుత్రునితోనూ కూడా వ్యవహరించాలి. ఇది కూడా బ్రహ్మచర్యంలో రెండవ మెట్టుగానే పరిగణింపబడుతుంది. ఆచార్యుడు తనకు చేసిన ఉపకారాన్ని దృష్టిలో ఉంచుకొని, అతని వలన సిద్ధించిన ప్రయోజనాన్ని తలచుకొంటూ మనసులోనే మిక్కిలిగా సంతోషిస్తూ శిష్యుడు ఆచార్యుని గూర్చి "వీరు నన్ను చాలా ఉచ్చస్థితికి చేర్చారు" అనే భావన కలిగి ఉండాలి. ఇది బ్రహ్మచర్యవ్రతానికి మూడవ మెట్టు. ఆచార్యుడు చేసిన ఉపకారానికి బదులు తీర్చకుండా గురుదక్షిణ మొదలైన వాటి ద్వారా గురువును సంతృప్తి పరచకుండా పండితుడయిన శిష్యుడు అక్కడినుండి వేరొక చోటికి వెళ్లకూడదు. (దక్షిణ ఇచ్చి, లేదా సేవ చేసి) ఎప్పుడూ మనసులోకి "నేను గురువుకు ఉపకారం చేస్తున్నాను" అనే ఆలోచన రానీయకూడదు. నోటితో కూడా ఎప్పుడూ అలా అనకూడదు. ఇది బ్రహ్మచర్యానికి నాల్గవమెట్టు. బ్రహ్మచారి అయిన శిష్యుడు గురువువద్ద విద్యాసదాచారాల యొక్క ఒకపాదం జ్ఞానం పొందుతాడు. ఆపై ఉత్సాహంతో కూడిన తీక్ష్ణ బుద్ధితో రెండవపాదం జ్ఞానం పొందుతాడు. ఆ తరువాత చాలా కాలం వరకు మననం చేయడం వలన మూడవ పాదం జ్ఞానం పొందుతాడు. అటు పిమ్మట శాస్త్రం ద్వారా, సహపాఠులతో కలిసి చర్చించుకోవడం ద్వారా నాల్గవ పాదం జ్ఞానం పొందగలుగుతాడు. ఇంతకుముందు చెప్పిన పన్నెండు ధర్మాదిగుణాలు స్వరూపంగా, ఇతరేతరమైన యమనియమాదులు అంగంగా, ఉత్సాహశక్తి బలంగా కలిగిన ఆ బ్రహ్మచర్యం - ఆచార్యుని యొక్క సంపర్కంలో ఉంటూ వేదార్థం యొక్క తత్త్వాన్ని తెలుసుకోవడంలోనే సఫలమవుతుంది. ఇది విద్వాంసులు చెప్పినమాట. ఈరీతిగా బ్రహ్మచర్యం పాటిస్తూ ఉండి ఏ కొద్ది ధనం లభించినా దానిని ఆచార్యునికే సమర్పించాలి. ఇలా చేయడం వలన ఆ శిష్యుడు అనేక గుణాలతో కూడిన సత్పురుషప్రవర్తనను పొందుతాడు. గురుపుత్రునిపట్ల కూడా అతడు ఇలాగే నడుచుకొంటాడు. ఇటువంటి నడవడిక కలిగిన శిష్యుడు

ఈ లోకంలో అన్నివిధాలుగా ఉన్నతిని పొందుతాడు. అతడు అనేకమంది పుత్రులను, ప్రతిష్ఠను పొందుతాడు. దిక్కులన్నీ అతనికి సుఖాలను కురిపిస్తాయి. అతనివద్ద ఎంతోమంది ఇతరులు బ్రహ్మచర్యపాలనం కోసం వచ్చి నివసిస్తూ ఉంటారు. ఈ బ్రహ్మచార్యాన్ని పాటించడం వలననే దేవతలకు దేవత్వం ప్రాప్తించింది. మహా సౌభాగ్యశాలులు, బుద్ధిమంతులు అయిన ఋషులకు బ్రహ్మలోకప్రాప్తి కలిగింది. దీని ప్రభావం వలననే గంధర్వులకు, అప్సరసలకు దివ్యరూపం ప్రాప్తించింది. ఈ బ్రహ్మచర్యం యొక్క ప్రతాపంవలననే సూర్యదేవుడు సమస్తలోకాలను ప్రకాశింపచేయడంలో సమర్థుడవుతున్నాడు. రసభేదరూపమైన చింతామణిని యాచించినవారికి అభీష్టార్థాలు ప్రాప్తించినట్లుగా బ్రహ్మచర్యం కూడా మనోవాంఛిత వస్తువులను ప్రసాదిస్తుంది. ఇది తెలుసుకొని ఈ ఋషులు, దేవతలు మొదలైనవారు బ్రహ్మచర్యాన్ని పాటించడం వలన ఆయా భావాలను పొందారు. రాజా! ఈ బ్రహ్మచర్యాన్ని ఆశ్రయించిన బ్రహ్మచారి యమనియమాది తపస్సును ఆచరిస్తూ తన శరీరాన్ని అంతటినీ పవిత్రం చేసుకొంటున్నాడు. ఇంకా దీని ద్వారా విద్వాంసులు నిశ్చయంగా ఆత్మబలాన్ని పొందుతున్నారు. అంతేకాదు. చివరిసమయంలో వారు మృత్యువును కూడా జయిస్తున్నారు. రాజా! కోరికలున్నవారు తమ పుణ్యకర్మల ద్వారా నశించిపోయే లోకాలనే పొందుతారు. కాని బ్రహ్మజ్ఞానం కలిగిన విద్వాంసులే ఆ జ్ఞానం ద్వారా సర్వరూపుడైన పరమాత్మను పొందుతారు. మోక్షానికి జ్ఞానం తప్ప వేరే ఇంకొక మార్గం లేదు. (6-24)

ధృతరాష్ట్రుడు అడుగుతున్నాడు - విద్వాంసులు ఈ లోకంలో సత్యస్వరూపుడైన పరమాత్మయొక్క అమృతమైన అవినాశియైన పరమపదాన్ని ప్రత్యక్షంగా దర్శిస్తున్నారు కదా! దాని రూపం ఎలా ఉంటుంది? తెలుపా? ఎరుపా? లేక నలుపా? నల్లగా కనిపిస్తుందా? లేక బంగారంలా పచ్చని రంగులో కనిపిస్తుందా? (25)

సనత్సుజాతుడు చెపుతున్నాడు - తెలుపు, ఎరుపు, నలుపు, లోహంవలె, లేక సూర్యునితో సమానమైన ప్రకాశం - అనేకరకాల రూపాలు కనిపిస్తూ ఉన్నప్పటికీ, బ్రహ్మకు వాస్తవికమైన రూపం ఈ భూమిపైగానీ, ఆకాశంలోగానీ లేదు. సముద్రజలం కూడా ఆ రూపాన్ని ధరించలేదు. బ్రహ్మ యొక్క రూపం నక్షత్రాలలో లేదు. మెఱుపును ఆశ్రయించి ఉండదు. మేఘాలలో కూడా కనిపించదు. అలాగే వాయువులో దేవగణంలో చంద్రునిలో, సూర్యునిలో కూడా అది కనపడదు. రాజా! ఋగ్వేదంలోని ఋక్కులలోగాని, యజుర్వేదంలోని మంత్రాలలోగాని,అథర్వవేదంలోని సూక్తులలోగాని, విశుద్ధమైన సామవేదంలో కూడా అది దృష్టిగోచరం కాదు. రథంతరం, బార్హద్రథం అనే పేర్లుగల సామంలోనూ, మహావ్రతంలోనూ కూడా దాని దర్శనం కాదు. ఎందుకంటే ఆ బ్రహ్మ నిత్యం, ఆ బ్రహ్మస్వరూపం యొక్క అంతును ఎవరూ పొందలేరు. అది అజ్ఞానరూపమైన అంధకారానికి ఆవల ఉంది. మహాప్రళయంలో సమస్తాన్ని అంతమొందించే కాలం కూడ దానిలోనే లీనమవుతుంది. ఆ రూపం మంగలికత్తి యొక్క అంచుతో సమానంగా అత్యంతసూక్ష్మంగానూ, పర్వతం కంటె కూడా పెద్దదిగానూ ఉంటుంది. (అంటే అది సూక్ష్మం కంటె సూక్ష్మం, మహత్తుకంటె మహత్తు) అదే అన్నిటికీ ఆధారం, అదే అమృతం, అదే లోకం అదే యశస్సు, అదే బ్రహ్మము. సమస్తప్రాణులు దానియందే ప్రకటమవుతున్నాయి. దానియందే లీనమవుతున్నాయి. కార్యరూపమైన జగత్తు వాగ్రూపవికారమని విద్వాంసులు చెపుతారు. కాని ఈ సంపూర్ణజగత్తు దేనియందు ప్రతిష్ఠితమై ఉందో ఆ నిత్యకారణస్వరూపమైన బ్రహ్మను తెలుసుకొన్నవారు అమరులవుతారు. ఆ బ్రహ్మ రోగ శోక పాపరహితమైనది. దాని యొక్క మహాకీర్తి అంతటా వ్యాపించింది. (26-31)

యోగప్రధానమైన బ్రహ్మవిద్యయొక్క ప్రతిపాదనము (సనత్సుజాతీయము - ఐదవ అధ్యాయము)

సనత్సుజాతుడు చెపుతున్నాడు - రాజా! శోకం, క్రోధం, లోభం, కామం, మానం, అత్యంత నిద్ర, ఈర్ష్య, మోహం, తృష్ణ పిరికితనం, గుణాలలో దోషాలను చూడడం, నిందించుట - ఈ పన్నెండు మహాదోషాలు మనుష్యులకు ప్రాణాంతకమైనవి. రాజేంద్రా! ఒక్కొక్కటిగా ఈ అన్ని దోషాలూ మనిషికి సంక్రమిస్తాయి. వీటివలన ఆవేశానికిలోనై మూఢబుద్ధులు పాపకర్మలు చేస్తూంటారు. లోలుపుడు, క్రూరుడు, కఠోరభాషి, కృపణుడు,లోలోపలే క్రోధం పెంచుకొనేవాడు, ఎక్కువగా తన్నుతాను పొగడుకునేవాడు - ఈ ఆరుగురు నిశ్చయంగా క్రూరకర్మలు చేసేవారే, వీరికి ధనం లభించినా మంచిగా నడుచుకోరు. సంభోగంలోనే మనసు లగ్నం చేసేవాడు, హెచ్చుతగ్గులు చూపేవాడు, మిక్కిలి

గర్విష్ఠి, తక్కువ ఇచ్చి ఎక్కువగా పొగడుకొనేవాడు, కృపణుడు, దుర్బలుడైనా తనగురించి గొప్పలు చెప్పుకొనేవాడు, స్త్రీలను ఎల్లప్పుడూ ద్వేషించేవాడు – ఈ ఏడురకాలైన మనుష్యులను పాపులు, క్రూరులు అంటారు. ధర్మం, సత్యం, తపస్సు, ఇంద్రియనిగ్రహం, అసూయకుపడకపోవడం, లజ్జ, సహనశీలత, ఎవరిలోనూ దోషమును ఎంచకపోవడం, దానం, శాస్త్రజ్ఞానం, ధైర్యం, క్షమ – ఈ పన్నెండూ బ్రాహ్మణునికి మహావ్రతాలు. ఈపన్నెండు గుణాలనుండి ఎప్పుడూ వైదొలగకపోతే అతడు ఈ సమస్తభూమినీ ఏలగలుగుతాడు. వీటిలో మూడుగాని, రెండుగాని లేదా ఒక్కటిగాని గుణం ఉన్నా అతనికి తనకంటూ ఏదీ లేదనే భావించాలి. (అంటే అతనికి ఏ వస్తువు పట్లా మమత ఉండదని అర్థం). ఇంద్రియనిగ్రహం, త్యాగం, అప్రమాదం – వీటిలో అమృతస్థితి ఉంది. బ్రహ్మయే ప్రధానలక్ష్యంగా ఉన్న బుద్ధిమంతుడైన బ్రాహ్మణునికి ఇవే ముఖ్యసాధనాలు. నిజమైనా, కాకున్నా – ఇతరులను నిందించడం బ్రాహ్మణులకు శోభస్కరం కాదు. ఇతరులను నిందించేవారు తప్పక నరకంలో పడతారు. మదానికి పద్దెనిమిది దోషాలున్నాయని ఇంతకుముందు సూచింపబడింది కాని స్పష్టంగా చెప్పబడలేదు. అవి – 1) లోక విరోధమైన పనులు చేయటం, 2) శాస్త్రానికి విరుద్ధంగా ప్రవర్తించడం, 3) గుణవంతులమీద దోషారోపణం చేయడం, 4) అసత్య భాషణం, 5) కామం, 6) క్రోధం, 7) పరాధీనత, 8) ఇతరులలోని దోషాలను ఎత్తిచూపడం, 9) చాడీలు చెప్పడం, 10) ధనాన్ని దుర్వినియోగం చేయడం, 11) కలహం, 12) అసూయ, 13) ప్రాణులను హింసించటం, 14) ఈర్ష్య, 15) హర్షం, 16) ఎక్కువగా వాగడం, 17) వివేకం లేకపోవడం, 18) గుణాలలో దోషాలను చూసే అలవాటు – కనుక విద్వాంసులు మదానికి వశులు కారాదు. సత్పురుషులు దీనిని ఎప్పుడూ నిందిస్తారు. స్నేహానికి ఆరు గుణాలున్నాయి. అవి తప్పక తెలుసుకోదగినవి. స్నేహితునికి ప్రియం జరిగితే సంతోషించడం, అప్రియం జరిగితే మనసులోనే బాధను అనుభవించడం– ఇవి రెండు గుణాలు. తాను చిరకాలంగా కూడ బెట్టుకొన్నది కొద్దిగా ఉన్నా, మిత్రుడు అడిగితే దానిని ఇచ్చివేయాలి – ఇది మూడవగుణం. మిత్రుడు అడగని వస్తువు కూడా ఇవ్వదగినదే. అలా కాకేమిటి? స్నేహితుడు అడిగితే స్వచ్ఛమైన మనసుతో తన కిష్టమైన పుత్రుని, వైభవాన్ని, అలాగే భార్యను కూడా అతని హితం కోరి సమర్పించాలి. మిత్రునికి ధనం ఇచ్చి, ప్రత్యుపకారం పొందాలనే కోరికతో అతనివద్ద నివసించకూడదు – ఇది నాలుగోగుణం. తాను కష్టపడి సంపాదించిన ధనాన్నే ఉపయోగించాలి. (మిత్రుని సంపాదనపై ఆధారపడకూడదు.) – ఇది ఐదవగుణం, మిత్రుని మేలు కోసం తనమేలును లక్ష్యపెట్టకూడదు – ఇది ఆరవ గుణం. ధనవంతుడయిన గృహస్థుడు ఈ రీతిగా గుణవంతుడు, త్యాగి, సాత్త్వికుడు అయితే, అతడు తన పంచేంద్రియాలతో పంచవిషయాలను దూరం చేయగలడు. వైరాగ్యం లోపించిన కారణంగా సత్యంనుండి భ్రష్టులైన మానవులు దివ్యలోకాలను పొందాలనే సంకల్పంతో కూడబెట్టుకొన్న ఈ ఇంద్రియనిగ్రహరూపమైన తపస్సు సమృద్ధిగా ఉన్నప్పటికీ అది ఊర్ధ్వ లోకప్రాప్తికే కారణమవుతుంది గాని ముక్తికి కాదు. ఎందుకంటే సత్యస్వరూపమైన బ్రహ్మజ్ఞానం కలుగకపోవడం వలననే ఈ సకామయజ్ఞాలు వృద్ధిపొందుతాయి. ఈ యజ్ఞాలు కొందరికి మనసుతో, కొందరికి వాక్కుతో, కొందరికి క్రియద్వారా జరుగుతూ ఉంటాయి. సంకల్పసిద్ధునికంటె అంటే సకామపురుషునికంటె సంకల్పరహితుడు అంటే నిష్కామ పురుషుని యొక్క స్థితియే ఉన్నతమైనది. కాని బ్రహ్మవేత్తయొక్క స్థితి అతనికంటె కూడా విశిష్టమైనది. ఇవే కాకుండా మరొకవిషయం చెపుతాను విను. ఈ మహత్త్వపూర్ణమైన శాస్త్రం పరమకీర్తి పరుడైన పరమాత్మప్రాప్తి కలిగించేది, దీనిని శిష్యులచేత తప్పక చదివించాలి. పరమాత్మకంటె భిన్నమయిన ఈ సమస్తదృశ్య ప్రపంచం వాక్కుయొక్క వికారరూపమాత్రమే అని పండితులు చెపుతూ ఉంటారు. ఈ యోగశాస్త్రంలో పరమాత్మవిషయకమైన సంపూర్ణజ్ఞానం ఉంది, దీనిని తెలుసుకొన్నవారు అమరులవుతారు. రాజా! కేవలం సకామ పుణ్యకర్మల ద్వారా సత్యస్వరూపమైన బ్రహ్మను చేరడం సాధ్యం కాదు. అలాకాక యజ్ఞాలు, హోమాలు చేసినా, దాని వలన కూడా అజ్ఞాని అయినవాడు అమరత్వాన్ని పొందలేడు. సరికదా చివరికాలంలో అతనికి శాంతికూడా లభించదు. అన్నిరకాలైన కర్మలు వదలివేసి, ఏకాంతంలో ఉపాసన చేయాలి, మనసుతో కూడా ఎటువంటి కర్మచేయరాదు, పొగడ్తలతో ప్రేమ, నిందతో క్రోధం పొందకూడదు. రాజా! పైన చెప్పిన సాధన చేస్తే, మానవుడు ఈ లోకంలోనే బ్రహ్మసాక్షాత్కారం పొంది, అందులోనే నిలిచిపోగలడు. విద్వాంసుడా! వేదాలన్నీ క్రమంగా విచారణ చేసి, నేను తెలుసుకొన్న సంగతినే నీకు చెపుతున్నాను. (1-21)

పరమాత్మ స్వరూపము - యోగులకు అతని సాక్షాత్కారము
(సనత్సుజాతీయము - ఆరవ అధ్యాయము)

సనత్సుజాతుడు చెపుతున్నాడు - ప్రసిద్ధుడైన బ్రహ్మ శుద్ధుడు, మహాతేజస్స్వరూపుడు, దేదీప్యమానుడు, విశాలయశోరూపుడు. దేవతలందరూ అతనినే ఉపాసిస్తారు అతని ప్రకాశం వలననే సూర్యుడు ప్రకాశిస్తున్నాడు. ఆ సనాతన భగవానునే యోగిజనులు దర్శిస్తున్నారు. ఆ శుద్ధసచ్చిదానందుడైన పరబ్రహ్మనుండి హిరణ్యగర్భుడు పుట్టాడు. అతనివలననే వృద్ధి పొందాడు. ఆ శుద్ధజ్యోతిర్మయమైన బ్రహ్మయే సూర్యుడు మొదలైన సంపూర్ణ కాంతులను లోపల ఉండి ప్రకాశింపచేస్తున్నాడు. అతడు ఇతరములచే ప్రకాశితుడు కాడు. స్వయంగానే అన్నిటికీ ప్రకాశకుడు. ఆ సనాతన భగవానుడినే యోగిజనులు సాక్షాత్కరింప చేసుకొంటున్నారు. పరమాత్మనుండి ఆపం అంటే ప్రకృతి పుట్టింది. ప్రకృతి నుండి సలిలం అంటే మహత్తత్వం ప్రకటమయింది. దానిలోపల ఆకాశంలో సూర్యుడు, చంద్రుడు - ఈ ఇద్దరు దేవతలు ఆశ్రయించుకొని ఉన్నారు. జగత్తును పుట్టించిన స్వయంప్రకాశ స్వరూపమైన బ్రహ్మయే సదా సావధానుడై ఆ ఇద్దరు దేవతలను, భూమ్యాకాశాలను ధరిస్తున్నాడు. ఆ సనాతన భగవానుని యోగిజనులు దర్శిస్తున్నారు. పైన చెప్పిన ఇద్దరు దేవతలను, భూమ్యాకాశాలను, సమస్తదిక్కులను, ఈ విశ్వాన్ని, ఆ శుద్ధబ్రహ్మయే ధరిస్తున్నాడు. అతనినుండియే దిక్కులు పుట్టాయి. అతని నుండియే నదులు ప్రవహిస్తున్నాయి. అతని నుండియే గొప్పగొప్ప సముద్రాలు ఉత్పన్నమయ్యాయి. ఆ సనాతన భగవానుని యోగిజనులు దర్శిస్తున్నారు. స్వయంగా నశించేది అయినప్పటికీ కర్మలు నశించని (అనుభవించకుండా) ఈ దేహం అనే రథానికి ఉన్న మనస్సనే చక్రానికి ఇంద్రియాలనే గుఱ్ఱాలను కట్టి బుద్ధిమంతుడు, దివ్యుడు, అజరుడు (నిత్యనూతనుడు) అయిన జీవాత్మను పరమాత్మవైపునకు తీసుకొని పోతున్నారు. ఆ సనాతన భగవానుని యోగిజనులు దర్శిస్తున్నారు. ఆ పరమాత్మ స్వరూపానికి ఏ ఇతర వస్తువులు పోలవు. దానిని ఏ చర్మ చక్షువులు చూడలేవు. నిశ్చయాత్మకమైన బుద్ధితో, మనసుతో, హృదయంతో దానిని తెలుసుకొన్నవారు అమరులవుతారు. ఆ సనాతన భగవానుని యోగిజనులు దర్శిస్తున్నారు. పది ఇంద్రియాలు, మనస్సు, బుద్ధి - ఈ పన్నెండింటి యొక్క సముదాయం లోపల పరమాత్మచేత సురక్షితమై ఉంటుంది. ఆ అవిద్య అనే నదిలోని విషయాలు అనే మధురజలాన్ని చూచి త్రాగినవారు లోకంలో భయంకరమైన దుర్గతిని పొందుతారు. దానినుండి ముక్తిని ప్రసాదించే ఆ సనాతన పరమాత్ముని యోగిజనులు సాక్షాత్కారింపచేసుకొంటున్నారు. తేనెటీగలు నెలలో సగం రోజులు మధువును సంగ్రహించి, మిగిలిన సగం రోజులు దానిని తాగుతూ ఉన్నట్లుగా ఈ భ్రమణశీలులైన ప్రాపంచిక జీవులు పూర్వజన్మలోని సంచితకర్మలను ఈ జన్మలో అనుభవిస్తున్నారు. సమస్త ప్రాణులకు వారి కర్మానుసారంగా పరమాత్మ ఆహారపు ఏర్పాట్లు చేసే ఉంచాడు. ఆ సనాతన భగవానుని యోగిజనులు దర్శిస్తున్నారు. ఈ సంసారమనే అశ్వత్థవృక్షానికి విషయాలు అనే ఆకులున్నాయి. అవి బంగారంలా మనోహరంగా కనపడుతున్నాయి. రెక్కలు లేని జీవులు ఆ సంసారమనే అశ్వత్థవృక్షాన్ని అధిరోహించి కర్మలు అనే రెక్కలను ధరించి తమ వాసనలను అనుసరించి భిన్న భిన్న యోను(జన్మ)లను పొందుతున్నారు. కాని ఏ జ్ఞానం వలన జీవులకు ముక్తి కలుగుతుందో ఆ సనాతన పరమాత్మను యోగిజనులు సాక్షాత్కరించుకొంటున్నారు. పూర్ణుడైన పరమేశ్వరుని నుండి - పూర్ణమైన చరాచరప్రాణులు పుడుతున్నాయి. పూర్ణం వలననే ఆ పూర్ణప్రాణులు కర్మలను చేస్తున్నాయి. తిరిగి పూర్ణంతోనే పూర్ణబ్రహ్మలో అవి లీనమవుతున్నాయి. చివరిలో ఏకమాత్రమైన పూర్ణబ్రహ్మయే మిగులుతుంది. ఆ సనాతన పరమాత్మను యోగి జనులు దర్శిస్తున్నారు. ఆ పూర్ణ బ్రహ్మం నుండియే వాయువు ఆవిర్భవిస్తోంది. అందులోనే దాని ఉనికి, దానినుండే అగ్ని, సోమం ఉత్పత్తి అయ్యాయి. అందులోనే ఈ ప్రాణం విస్తరించి ఉంది. ఎంతకని లెక్కించను? మనం ఆ వేరు వేరు వస్తువుల యొక్క పేళ్లను చెప్పడానికి కూడా అసమర్థులమే. సమస్తమూ ఆ పరమాత్మనుండియే పుట్టినదని మాత్రం నీవు తెలుసుకో. ఆ సనాతన భగవానుని యోగిజనులు సాక్షాత్కరించుకొంటున్నారు. అపానం ప్రాణంలో, ప్రాణం చంద్రునిలో, చంద్రుడు సూర్యునిలో, సూర్యుడు పరమాత్మలో లీనమవుతున్నాయి. ఆ సనాతన పరమేశ్వరుని యోగిజనులు దర్శిస్తున్నారు. ఈ సంసారం అనే నీటిపైన తేలియాడే హంసరూపమైన పరమాత్మ తన యొక్క ఒక అంశాన్ని పైకి తీయడం లేదు. దానిని కూడా అతడు పైకి తీసినట్లయితే అన్ని బంధాలూ, మోక్షాలూ శాశ్వతంగా నశించిపోతాయి. ఆ సనాతన పరమేశ్వరుని యోగులు దర్శిస్తున్నారు.

హృదయదేశంలో ఉన్న ఆ అంగుష్ఠమాత్రుడైన అంతర్యామి, పరమాత్మ, లింగశరీరంతో సంబంధం వలన జీవాత్మరూపంలో ఎల్లప్పుడూ జననమరణాలను పొందుతున్నాడు. ఆ సర్వశాసకుని, స్తుతియోగ్యుని, సర్వసమర్థుని, సర్వానికి ఆదికారణుడైన వానిని, సర్వత్ర విరాజమానుడైన వానిని ఆ పరమాత్ముని మూఢులు దర్శించలేరు, కాని యోగిజనులు ఆ సనాతన పరమేశ్వరుని దర్శిస్తున్నారు. సాధన సంపన్నుడయినా, సాధనహీనుడయినా ఎవరైనా సరే అందరిలోనూ సమాన రూపంతో ఆ బ్రహ్మ దృష్టి గోచరుడవుతాడు. బద్ధుడైన వానిలోనూ, ముక్తుడైన వానిలోనూ కూడా సమభావంతోనే ఉంటాడు. అయితే ఇంతే తేడా. ఏమంటే ఈ ఇద్దరిలోనూ ముక్తుడైనవాడు ఆనందానికి మూలస్రోతస్సు అయిన పరమాత్మను పొందుతాడు. ఆ సనాతన భగవానునే యోగులు దర్శిస్తున్నారు. విద్వాంసులు బ్రహ్మవిద్య ద్వారా ఇహపర లోకాలు రెండింటిలోనూ వ్యాపించి ఉన్న బ్రహ్మభావాన్ని పొందుతున్నారు. ఆ సమయంలో వారు అగ్నిహోత్రాదికర్మలు చేయకపోయినా వారు పూర్ణులుగానే పరిగణింపబడతారు. రాజా! ఈ బ్రహ్మవిద్యను నీవు తక్కువ చేయకు. దీని ద్వారా ధీరపురుషులు పొందే ప్రజ్ఞను నీవు పొందుతావు. ఆ ప్రజ్ఞ ద్వారానే యోగులు ఆ సనాతన పరమాత్మయొక్క సాక్షాత్కారాన్ని పొందుతున్నారు. ఈ రీతిగా పరమాత్మ భావాన్ని పొందిన మహాపురుషుడు అగ్నిని తనలో ధారణ చేసుకొంటాడు. ఆ పూర్ణపరమేశ్వరుని తెలుసుకొనడం వలన కలిగే ప్రయోజనం నశించిపోదు. (అంటే అతడు కృతకృత్యుడు అవుతాడు). ఆ సనాతన పరమేశ్వరుని యోగులు దర్శిస్తారు. మనసుతో సమానమైన వేగం గలిగిన వారయితే ఏమిటి? పదిలక్షల రెక్కలు కట్టుకొని ఎగిరితే ఏమిటి? చివరకు వారు హృదయస్థితుడయిన పరమాత్మ వద్దకే రావాలి. ఆ సనాతన పరమేశ్వరుని యోగిజనులు దర్శిస్తున్నారు. ఆ పరమాత్మయొక్క స్వరూపం చూడడానికి వీలు కానిది. అత్యంత విశుద్ధమైన అంతఃకరణం కలవారు మాత్రమే అతనిని చూడగలరు. అందరి మేలునూ కోరుతూ, మనసును అదుపులో ఉంచుకొని మనసులో ఎప్పుడూ దుఃఖం పొందనివాడు, ఇలా ఉంటూ సంన్యాసం స్వీకరించిన వాడు ముక్తుడవుతాడు. ఆ సనాతన పరమాత్మను యోగులు దర్శిస్తారు. పాము రంధ్రాలను ఆశ్రయించి తన్ను తాను దాచుకున్నట్లుగా కొంతమంది దాంభికులు తమ పాండిత్యం, వ్యవహారాల మాటున తమ రహస్యమైన పాపాలను దాచుకుంటారు. మూర్ఖులు వారిని విశ్వసించి అత్యంత మోహంలో పడిపోతారు. అంతేగాక యథార్థమైన మార్గంలో అంటే పరమాత్మయొక్క మార్గంలో నడిచే వారిని కూడా భయపెట్టడం కోసం మోహపరచే చేష్టలు చేస్తారు. కాని యోగిజనులు భగవత్కృపవలన వారి ఉచ్చులో చిక్కుకోక ఆ సనాతన పరమాత్మనే దర్శిస్తారు. రాజా! నేను ఎప్పుడూ ఎవరివలనా అగౌరవం పొందలేదు. నాకు మరణం లేదు. పుట్టుకా లేదు. ఇక మోక్షమైతే మాత్రం ఎక్కడినుండి వస్తుంది? (ఎందుకంటే నేను నిత్యముక్తుడనైన బ్రహ్మను) సత్యం, అసత్యం అంతా కూడా నావంటి సనాతనుడైన బ్రహ్మయందే స్థితి కలిగి ఉంది. ఏకమాత్రుడనైన నేనే సదసత్తుల ఉత్పత్తి స్థానాన్ని. నావంటి స్వరూపం పొందిన ఆ సనాతన పరమాత్మను యోగులు దర్శిస్తారు. పరమాత్మకు సాధుకర్మతో గాని, అసాధుకర్మతో గాని సంబంధం లేదు, ఈ తేడాలు దేహాభిమానులైన మనుష్యులకే ఉంటాయి. బ్రహ్మస్వరూపం అంతటా సమానమే అని తెలుసుకోవాలి. ఈ రీతిగా జ్ఞానయోగ యుక్తుడవై ఆ ఆనందమయ బ్రహ్మను పొందాలని కోరుకో. ఆ సనాతన పరమాత్మను యోగులు దర్శిస్తారు. బ్రహ్మవేత్త అయినవాని హృదయాన్ని నిందావాక్యాలు బాధించలేవు. "నేను స్వాధ్యాయం చేయలేదు. అగ్నిహోత్రం చేయలేదు." మొదలైన మాటలు కూడా అతని మనసుకు క్లేశాన్ని కలిగించవు. ధీరపురుషులు మాత్రమే పొందగలిగిన స్థిరబుద్ధిని బ్రహ్మవిద్య అతనికి శీఘ్రంగానే ఇస్తుంది. ఆ బుద్ధిద్వారా పొందదగిన ఆ సనాతన పరమాత్మను యోగులు సాక్షాత్కరించుకొంటారు. (1-24)

ఈ రీతిగా సమస్తప్రాణులలో పరమాత్మను నిరంతరం చూస్తూ ఉండేవాడు, అటువంటి దృష్టి పొందిన తరువాత ఇతరేతర విషయభోగాలలో ఆసక్తులైన మనుష్యులను గూర్చి శోకిస్తాడా? అన్నివైపుల నీటితో అంచులవరకు నిండిన గొప్ప జలాశయం లభించాక నీటికోసం ఇంకొకచోటికి వెళ్లవలసిన అవసరంలేనట్లే ఆత్మజ్ఞానికి సంపూర్ణమైన వేదాల ఆవశ్యకత ఉండదు. ఈ అంగుష్ఠమాత్రమైన అంతర్యామి అయిన పరమాత్మ అందరి హృదయాలలోపల ఉన్నాడు కాని ఎవరికీ కనపడడు. అతడు పుట్టుక లేనివాడు, చరాచరస్వరూపుడు, రాత్రింబవళ్లు సావధానుడై ఉండేవాడు. అతనిని తెలుసుకొన్న విద్వాంసుడు పరమానందంలో మునిగిపోతాడు. (25-27)

ధృతరాష్ట్రా! నేనే అందరికీ తల్లిని, తండ్రిని, నేనే పుత్రుడిని. అందరి ఆత్మను కూడా నేనే. ఉన్నదీ, లేనిదీ

కూడా నేనే. భారతా! నేనే పెద్దవాడినైన నీ తాతను, తండ్రిని, కొడుకునూ కూడా నేనే, మీరందరూ నా ఆత్మలోనే ఉన్నారు. అయినా మీరు నాకేమీ కారు, నేను మీకేమీ కాను. (ఎందుకంటే ఆత్మ ఒకటే.) ఆత్మయే నా స్థానం, ఆత్మయే నా జన్మ (ఉద్గమం) నేను అందరిలో ఓతప్రోతంగా ఉన్నాను. నాధ్యాన (నిత్యనూతనమైన) మహిమయందు ఉన్నాను. నేను పుట్టుక లేనివానిని, చరాచరస్వరూపుడను, రాత్రింబవళ్లు సావధానుడనై ఉండేవాడిని. నన్ను తెలుసుకొని విద్వాంసుడు మిక్కిలి ప్రసన్నుడవుతాడు. పరమాత్మ సూక్ష్మాతిసూక్ష్ముడు, విశుద్ధమనస్కుడు. అతడే ప్రాణులందరిలో అంతర్యామి రూపంతో విరాజమానుడై ఉన్నాడు. ప్రాణులందరి యొక్క హృదయకమలంలో ఉన్న ఆపరమపితను విద్వాంసులే గుర్తిస్తారు. (28-31)

సంజయుడు కౌరవసభలో దుర్యోధనునకు అర్జునుని సందేశమును వినిపించుట

వైశంపాయనుడు చెపుతున్నాడు - రాజా! ఈ రీతిగా భగవంతుడైన సనత్సుజాతునితో, బుద్ధిమంతుడైన విదురునితో సంభాషిస్తున్న ధృతరాష్ట్రునికి ఆ రాత్రంతా గడిచిపోయింది. తెల్లవారగానే దేశ దేశాంతరాలనుండి వచ్చిన రాజులందరూ, భీష్మ ద్రోణ కృప శల్య కృతవర్మలు, జయద్రథుడు, అశ్వత్థామ, వికర్ణుడు, సోమదత్తుడు, బాహ్లీకుడు, విదురుడు, యుయుత్సుడు, ధృతరాష్ట్రునితో పాటుగాను; దుశ్శాసనుడు, చిత్రసేనుడు, శకుని, దుర్ముఖుడు, దుస్సహుడు, కర్ణుడు, ఉలూకుడు, వివింశతి కురురాజైన దుర్యోధనునితోపాటు సభలో ప్రవేశించారు. అందరూ సంజయుని నోట పాండవులయొక్క ధర్మార్థయుక్తములైన మాటలను వినడానికి ఉత్సుకులై ఉన్నారు. సభలోకి వచ్చి వారందరూ తమతమ గౌరవాలకు తగినట్లుగా ఆసనాలపై కూర్చున్నారు. ఇంతలోకే ద్వారపాలుడు సంజయుడు సభాద్వారం వద్దకు వచ్చాడని తెలియచేశాడు. సంజయుడు శీఘ్రంగా రథం దిగి సభలోకి వచ్చి "కౌరవులారా! నేను పాండవుల వద్ద నుండి వస్తున్నాను. వారు వయసును బట్టి కౌరవులందరికీ యథాయోగ్యంగా చెప్పారు" అని మొదలుపెట్టాడు.

ధృతరాష్ట్రుడు - "సంజయా! నాకిది చెప్పు. దుష్టులకు ప్రాణదండన విధించే అర్జునుడు అక్కడ రాజులందరి మధ్య ఏమన్నాడు?" అని అడిగాడు.

సంజయుడు చెపుతున్నాడు - రాజా! అక్కడ శ్రీకృష్ణుని ఎదురుగా మహారాజు యుధిష్ఠిరుని అనుమతితో మహాత్ముడైన అర్జునుడు చెప్పినమాటలను కురురాజు దుర్యోధనుడు వినుగాక! అర్జునుడు "మృత్యుముఖంలోకి వెళుతున్న మందబుద్ధి, మహామూఢుడు అయిన సూతపుత్రుడు ఎప్పుడూ నాతో యుద్ధం చేసేందుకు ప్రగల్భాలాడుతూ ఉంటాడు. ఆ కటుభాషి దురాత్ముడు అయిన కర్ణుడు వింటూండగా, పాండవులతో యుద్ధం చేయడానికి పిలువబడిన రాజలోకమంతా వింటూండగా, మంత్రి సహితుడైన దుర్యోధనుడు పూర్తిగా వినగలిగేలా నా ఈ సందేశాన్ని చెప్పవలసినది" అని అన్నాడు. గాండీవాన్ని ధరించిన అర్జునుడు యుద్ధానికి ఉత్సుకుడై ఉన్నట్లుగా తెలుస్తోంది. అతడు కళ్ళెఱ్ఱచేసి - "దుర్యోధనుడు యుధిష్ఠిర మహారాజుయొక్క రాజ్యాన్ని విడిచిపెట్టడానికి సిద్ధపడకపోతే, ధృతరాష్ట్రపుత్రులు తప్పకుండా అటువంటి ఏ పాపకృత్యానికైనా ఫలితం అనుభవించడమే తరువాయిగా ఉంటుంది. దుర్యోధనుడు కౌరవులకు భీమార్జున నకుల సహదేవులతో, శ్రీకృష్ణసాత్యకి ధృష్టద్యుమ్న శిఖండులతో, తన సంకల్పమాత్రం చేతనే భూమ్యాకాశాలను భస్మం చేసివేయగల మహారాజు యుధిష్ఠిరునితోను యుద్ధమే కావాలని కోరుకొంటే సరే. అందువలన పాండవుల సమస్త మనోరథం పూర్తిగా నెరవేరుతుంది. పాండవుల హితంకోరి మీకు సంధి చేయవలసిన అవసరంలేదు. అయితే ఇక యుద్ధం జరగనీ, యుధిష్ఠిరమహారాజు నమ్రత, సరళత, తపస్సు, దమము, ధర్మరక్ష, బలము -అనే అన్నిగుణాలూ కలిగిఉన్నాడు. ఆయన చాలా రోజులుగా అనేకరకాలైన కష్టాలుపడుతూ కూడా సత్యాన్నే మాట్లాడుతున్నారు. పైగా మీయొక్క కపట వ్యవహారాలను సహిస్తూ వస్తున్నారు. కాని ఎన్నో ఏళ్లుగా పోగుచేసి పెట్టుకున్న తనక్రోధాన్ని కౌరవులపై చూపినపుడు మాత్రం దుర్యోధనుడు పశ్చాత్తాపపడవలసి ఉంటుంది. రథస్థితుడై గదాధారి అయిన భీమసేనుడు చాలా వేగంగా క్రోధమనే విషాన్ని కక్కుతూ ఉండడం చూసిన దుర్యోధనునికి యుద్ధం చేస్తున్నందుకు తప్పకుండా పశ్చాత్తాపం కలుగుతుంది. పూరిళ్లు ఉన్న గ్రామం అగ్నికి ఆహుతి అయి బూడిదగా మారిపోయినట్లుగా కౌరవుల స్థితిని చూసి, పిడుగుపడి నశించిపోయిన పొలం లాగ తన విస్తారమైన సైన్యం నష్టభ్రష్టమై పోవడం చూచి, భీమసేనుని శస్త్రాగ్నికి కమిలిపోయి ఎంతోమంది నేలకు ఒరగడం, ఇంకెంతోమంది భయంతో పరుగులు తీయడం చూచి దుర్యోధనుడు యుద్ధం మొదలయినందుకు తప్పక పశ్చాత్తాపపడతాడు. విచిత్రంగా యుద్ధంచేసే వీరుడు

నకులుడు యుద్ధసమయంలో శత్రువుల శిరసులను కుప్పలుగా కూల్చినపుడు, లజ్జాశీలుడు, సత్యవాది, సమస్తధర్మాలను ఆచరించేవాడు, చురుకైనవాడు అయిన వీరసహదేవుడు శత్రుసంహారం చేస్తూ శకునిపై దాడిచేసినపుడు, మహాధనుర్ధరులు, వీరులు, రథయుద్ధవిశారదులు అయిన ద్రౌపదీపుత్రులు కౌరవులమీద విరుచుకుపడినపుడు దుర్యోధనుడు యుద్ధం ప్రారంభించినందుకు అవశ్యం చింతిస్తాడు. సాక్షాత్తు శ్రీకృష్ణునితో సమానమైన బలం గల అభిమన్యుడు అస్త్రశస్త్రాలు ధరించి మేఘాలవలె బాణాలు వర్షిస్తూ శత్రువులను తపింపచేసినపుడు దుర్యోధనునికి యుద్ధాన్ని మొలకెత్తచేసినందుకు తప్పక పశ్చాత్తాపం కలుగుతుంది. వృద్ధులు మహారథులు అయిన విరాటద్రుపదులు తమ తమ సేనలతో ఆయత్తులై సేనాసహితంగా ధృతరాష్ట్ర పుత్రులమీద దృష్టి సారించినపుడు దుర్యోధనుడు పశ్చాత్తాపపడక తప్పదు. కౌరవులలో అగ్రగణ్యుడు, సజ్జనులలో శ్రేష్ఠుడు, మహాత్ముడు అయిన భీష్ముడు శిఖండి చేతిలో మరణించినపుడు, నేను నిజం చెపుతున్నాను. నా శత్రువులు తప్పించుకోలేరు. ఇందులో నీవు ఏమీ సందేహించనక్కరలేదు. సాటిలేని పరాక్రమవంతుడు, సేనానాయకుడు అయిన ధృష్టద్యుమ్నుడు తన బాణాలతో ధృతరాష్ట్రపుత్రులను బాధిస్తూ ద్రోణాచార్యునిపై దాడిచేసినపుడు దుర్యోధనుడు యుద్ధం మొదలయినందుకు పశ్చాత్తాపపడతాడు. సోమకవంశశ్రేష్ఠుడు, మహాబలవంతుడు అయిన సాత్యకి సేనానాయకుడుగా ఉండగా, దాని వేగాన్ని శత్రువులు ఎప్పుడూ తట్టుకోలేరు. నీవు దుర్యోధనునితో "ఇక నీవు రాజ్యం మీది ఆశ వదులుకో" అని చెప్పు. ఎందుకంటే మేము శినియొక్క పౌత్రుడు, యుద్ధంలో అద్వితీయ రథికుడు, మహాబలశాలి అయిన సాత్యకిని మా సహాయకుడుగా చేసుకున్నాం. అతడు సర్వథా నిర్భయుడు. అస్త్రశస్త్రచాలనంలో పారంగతుడు. రథంలో గాండీవ ధనుస్సును, శ్రీకృష్ణుని, అతని పాంచజన్యశంఖాన్ని, గుఱ్ఱాలను, రెండు అక్షయతూణీరాలను, దేవదత్తశంఖాన్ని, నన్ను చూసినపుడు దుర్యోధనునికి యుద్ధం కోసం పశ్చాత్తాపపడక తప్పదు. యుద్ధంకోసం ఒకచోటకు చేరిన ఈ దోపిడీదారులను నాశనం చేసి నూతనయుగాన్ని ప్రవర్తిల్లచేయడానికి నేను అగ్నిదేవునిలా జ్వలిస్తూ కౌరవులను భస్మం చేసివేస్తున్నపుడు కొడుకులతో పాటుగా ధృతరాష్ట్రమహారాజు కూడా తీవ్రంగా బాధపడక తప్పదు. దుర్యోధనునికి గర్వం అంతా అణగిపోతుంది. తన తమ్ముళ్లు, సైన్యం, పరిచారకులు అందరితో పాటు రాజ్యభ్రష్టుడై ఆ మందమతి శత్రువుల చేతిలో దెబ్బతిని వణికిపోతాడు. అప్పుడు అతనికి గొప్ప పశ్చాత్తాపం కలుగుతుంది. నేను వజ్రధారి అయిన ఇంద్రుని ఈ యుద్ధంలో శ్రీకృష్ణుడు నాకు సహాయపడాలని కోరుకొన్నాను.

ఒకరోజు ఉదయాన నేను జపం చేసుకొని కూర్చున్నాక ఒక బ్రాహ్మణుడు నావద్దకు వచ్చి "అర్జునా! నీవు దుష్కరమైన కార్యం చేయాలి. శత్రువులతో యుద్ధం చేయవలసి ఉంటుంది. ఉచ్చైఃశ్రవసమనే గుఱ్ఱాన్ని ఎక్కి వజ్రాయుధం ధరించిన ఇంద్రుడు నీ శత్రువులను నాశనం చేస్తూ ముందు నడవాలా? లేక సుగ్రీవాది గుఱ్ఱాలను పూన్చిన దివ్యరథం మీద ఆసీనుడై శ్రీకృష్ణభగవానుడు నిన్ను రక్షిస్తూ నీ వెనుక రావాలా? నీవు ఏది కోరుకొంటావు?" అని అడిగాడు. అప్పుడు నేను వజ్రపాణి అయిన ఇంద్రుని వదిలి ఈ యుద్ధంలో సహాయకునిగా శ్రీకృష్ణునే కోరుకొన్నాను. ఈరీతిగా ఈ బందిపోట్లను వధించడానికి నాకు శ్రీకృష్ణుడు లభించాడు. ఇది దేవతలు చేసిన ఏర్పాటే అని తెలుస్తోంది. శ్రీకృష్ణుడు యుద్ధమే చేయనక్కరలేదు. అతడు మనసులోనే ఎవరి విజయం గురించి అయినా అభినందిస్తే అతడు తన శత్రువులను, వారు దేవతలయినా, ఇంద్రుడయినా సరే తప్పక ఓడిస్తాడు. ఇక మనుష్యుల సంగతి చెప్పేదేముంది? ఈ శ్రీకృష్ణుడు ఆకాశంలో తిరిగే సౌభమనే విమానానికి అధిపతి, మహాభయంకరుడు, మాయావి అయిన సాల్వరాజుతో యుద్ధం చేశాడు. సౌభద్వారం దగ్గర సాల్వుడు ఉంచిన శతఘ్నిని చేతులతో పట్టుకొన్నాడు. ఆహా! ఈతని వేగాన్ని ఏ మానవుడు సహించగలుగుతాడు? నేను రాజ్యం పొందాలనే కోరికతో పితామహుడైన భీష్మునికి, పుత్రసహితుడైన ద్రోణాచార్యునికి, సాటిలేని వీరుడైన కృపాచార్యునికి నమస్కరించి, వారితో యుద్ధం చేస్తాను. నా దృష్టిలో ఏ పాపాత్ముడు పాండవులతో యుద్ధం చేసినా ఆ యుద్ధంలో వారి మరణం ధర్మబద్ధంగా నిశ్చితమైనట్లే. కౌరవులారా! నేను మీతోస్పష్టంగా చెపుతున్నాను. ధృతరాష్ట్రుని పుత్రులు జీవించి ఉండదలచుకొంటే, యుద్ధానికి దూరంగా ఉంటేనే అది సంభవమవుతుంది. యుద్ధం చేస్తే మాత్రం ఎవరూ మిగలరు. ఇది మాత్రం నిశ్చయం. నేను రణరంగంలో కర్ణుని, ధృతరాష్ట్రపుత్రులను సంహరించి, కౌరవుల యొక్క సమస్తరాజ్యాన్ని జయించి తీరుతాను. అజాతశత్రువైన యుధిష్ఠిరమహారాజు శత్రుసంహారంలో మేము

సఫలులమవుతామని ఎలా భావిస్తున్నాడో అలాగే విధి తెలిసిన శ్రీకృష్ణునికి కూడా ఇందులో ఏమాత్రం సందేహంలేదు. సావధానుడనై స్వయంగా నా బుద్ధితో ఆలోచించి చూస్తే నాకు యుద్ధం యొక్క భావిరూపం ఇలాగే కనపడుతోంది. నా యోగదృష్టి కూడా భవిష్యదర్శనంలో పొరపాటు పడదు. యుద్ధం జరిగితే ధృతరాష్ట్రపుత్రులు బ్రతకరని నాకు స్పష్టంగా గోచరిస్తోంది. గ్రీష్మఋతువులో అగ్ని విజృంభించి గహనారణ్యాలను దహించి వేసినట్లుగా నేను అస్త్రవిద్యలోని అనేకరీతులతో స్థూణాకర్ణ, పాశుపతాస్త్ర, బ్రహ్మాస్త్ర, ఇంద్రాస్త్రాది మహాస్త్రాలను ప్రయోగించి ఒక్కనిని కూడా విడిచిపెట్టను. సంజయా! ఇది నా దృఢమైన ఉత్తమమమైన నిశ్చయమని, ఇలా చేస్తేనే నాకు శాంతి కలుగుతుందని నీవు వారితో స్పష్టంగా చెప్పు. కాబట్టి వారు పెద్దలైన భీష్మ కృపద్రోణాశ్వత్థామలు. బుద్ధిమంతుడైన విదురుడు చెప్పినట్లుగా చేయాలి. అలా చేస్తేనే కౌరవులు జీవించి ఉంటారు."

కర్ణభీష్మద్రోణుల అభిప్రాయము - సంజయుడు పాండవపక్షవీరులను వర్ణించుట

వైశంపాయనుడు చెపుతున్నాడు - భరతనందనా! ఆసమయంలో కౌరవసభలో రాజులందరూ చేరి ఉన్నారు. సంజయుడు చెప్పడం పూర్తికాగానే శాంతనునందనుడైన భీష్ముడు దుర్యోధనునితో - "ఒకసారి బృహస్పతి, శుక్రాచార్యుడు, ఇంద్రాదులూ బ్రహ్మదగ్గరకు వెళ్లి ఆయనను పరివేష్టించి కూర్చున్నారు. అదే సమయంలో ఇద్దరు పురాతన మునీంద్రులు తమ తేజస్సుతో అందరి మనసులను, తేజస్సులను హరిస్తూ అందరినీ దాటుకుని వెళ్లారు. బృహస్పతి బ్రహ్మను "ఈ ఇద్దరు ఎవరు? మిమ్మల్ని సేవించకుండానే వెళ్తున్నారు?" అని అడిగాడు. అపుడు బ్రహ్మ "వీరు మహాపరాక్రమవంతులు, మహాబలవంతులు అయిన నరనారాయణ ఋషులు. తమ తేజస్సుతో భూలోక స్వర్గలోకాలను ప్రకాశింపచేస్తూ ఉంటారు. వీరు తమకర్మలతో లోకాలన్నింటికీ ఆనందాన్ని పెంపుచేస్తారు. వీరు పరస్పరం అభిన్నులయినా కూడా రాక్షసవినాశనం కోసం రెండు శరీరాలు ధరించారు. వీరు అత్యంత బుద్ధిమంతులు, శత్రువులకు సంతాపం కలిగించేవారు. సమస్తదేవతలు, గంధర్వులు వీరిని పూజిస్తారు" అని చెప్పాడు. ఈ యుద్ధంలో అర్జునశ్రీకృష్ణులు ఒకవైపు ఉన్నారు. ఈ ఇద్దరూ నరనరాయణులనే ప్రాచీన దేవతలే అని వినికిడి. వీరిని ఈ లోకంలో ఇంద్రునితో సహితంగా దేవతలు, రాక్షసులూ కూడా జయించలేరు. వీరిలో శ్రీకృష్ణుడు నారాయణుడు, అర్జునుడు నరుడు. నిజానికి నారాయణుడు, నరుడు - రెండురూపాలలో ఉన్న ఒకే వస్తువు. నాయనా దుర్యోధనా! శంఖచక్ర గదాధారి అయిన శ్రీకృష్ణుడు, అనేక శస్త్రాస్త్రాలు, భయంకరమైన గాండీవం ధరించిన అర్జునుడు ఒకే రథంపై అధిరోహించి ఉండడం చూసినపుడు నీకు నామాట గుర్తుకువస్తుంది. నీవు నా మాటను లక్ష్యపెట్టకపోతే కౌరవులకు అంత్యకాలం వచ్చిందని, నీ బుద్ధి అర్థధర్మాలనుండి భ్రష్టమైందని తెలుసుకో. నీకు ముగ్గురి సలహా మాత్రమే సరియైనదని అనిపిస్తుంది - ఒకడు నీచజాతికి చెందిన సూతపుత్రుడు కర్ణుడు, రెండవవాడు సుబలపుత్రుడు శకుని, ఇక మూడవవాడు క్షుద్రబుద్ధి, పాపాత్ముడు అయిన నీ తమ్ముడు దుశ్శాసనుడు" అని చెప్పాడు.

దీనిపై కర్ణుడిలా అన్నాడు - పితామహా! మీరిప్పుడు చెపుతున్న మాటలు మీవంటి వయోవృద్ధుల నోటివెంట రావడం బాగుండదు. నేను క్షాత్రధర్మంలో ఉంటున్నవాడిని. ఎప్పుడూ నా ధర్మాన్ని నేను విసర్జించలేదు. మీరు నన్ను నిందించేటంత దుర్మార్గపు పని నేను ఏమిచేశాను? నేను దర్యోధనునికి ఎప్పుడూ ఏ అనిష్టమూ చేయలేదు. ఒంటరిగా నేను ఒక్కడినే యుద్ధంలో ఎదురుపడితే పాండవులందరినీ చంపుతాను."

కర్ణునిమాటలు విని భీష్మపితామహుడు ధృతరాష్ట్ర మహారాజును ఉద్దేశించి -"కర్ణుడు ఎప్పుడూ "నేను పాండవులను చంపుతాను" అంటూనే ఉంటాడు. కాని వీడు పాండవులకు పదహారవపాలు కూడా పోలడు. నీ దుష్టపుత్రులు పొందబోయే అనిష్టఫలం అంతా ఈ దుష్టబుద్ధి అయిన సూతపుత్రుని నిర్వాకమే. నీ పుత్రుడు మందమతి అయిన దుర్యోధనుడు కూడా ఇతని బలం చూసుకునే వారిని తిరస్కరించాడు. పాండవులు అందరూ కలిసికట్టుగాను, వేర్వేరుగాను చేసిన దుష్కరకర్మలవంటివి ఈ సూతపుత్రుడు ఏమి పరాక్రమం చేసి చూపాడు? విరాటనగరంలో అర్జునుడు ఇతని ఎదురుగానే ఇతని ప్రియసోదరుని చంపివేశాడు. అయితే ఇతడు దానికి ప్రతీకారంగా ఏమి చేశాడు? అర్జునుడు ఒక్కడే సమస్తకౌరవులను ఎదిరించి వీరిని ఓడించి, వీరి వస్త్రాలను హరించాడు. ఆ సమయంలో ఇతడు బయటకు ఎక్కడికేనా వెళ్లాడా? ఘోషయాత్రాసమయంలో గంధర్వులు నీ కొడుకును బంధించి తీసుకువెళ్తున్నపుడు ఇతడెక్కడ ఉన్నాడు? ఇప్పుడైతే పెద్ద ఆబోతులా రంకెలు వేస్తున్నాడు.

అక్కడ కూడా భీమసేనుడు, అర్జునుడు, నకుల సహదేవులు కలిసే గంధర్వులను ఓడించారు. భరతశ్రేష్ఠా! ఇతడు గొప్ప వదరుబోతు. ఇతని మాటలన్నీ ఇలాగే అబద్ధాలు. ఇతడు ధర్మార్థాలను రెండింటినీ కూడా నాశనం చేసే రకం" అన్నాడు.

భీష్ముని మాటలు విని మహామనస్కుడైన ద్రోణాచార్యుడు, అతనిని ప్రశంసించి, ధృతరాష్ట్రునివైపు తిరిగి - "రాజా! భరతశ్రేష్ఠుడైన భీష్ముడు చెప్పినట్లు చేయి. అర్థకామాలకు దాసులైనవారి మాటలను పాటించనక్కరలేదు. నేనైతే యుద్ధంకంటె ముందు పాండవులతో సంధిచేసుకోవడమే మంచిదని అనుకుంటున్నాను. అర్జునుడు చెప్పిన మాటలు, సంజయుడు వినిపించిన అతని సందేశం అన్నీ నాకు తెలుసు. అర్జునుడు తప్పకుండా అలాగే చేస్తాడు. అతనికి సాటివచ్చే ధనుర్ధరులు ముల్లోకాలలోనూ లేడు" అన్నాడు.

ధృతరాష్ట్రమహారాజు భీష్మద్రోణులమాటలను ఏమీ పట్టించుకోకుండా సంజయుని పాండవుల సమాచారం గురించి అడుగసాగాడు. అతడు "సంజయా! మనవిస్తారమైన సైన్యాన్ని గురించిన సమాచారం తెలుసుకున్నాక ధర్మపుత్రుడైన యుధిష్ఠిరుడు ఏమన్నాడు? యుద్ధానికి అతడు ఏ ఏ ఏర్పాట్లు చేస్తున్నాడు? అతని తమ్ముళ్లు, కొడుకులు ఎవరెవరు అతని ఆజ్ఞను పొందడానికి అతని ముఖంవైపు తదేకంగా చూస్తూ ఉన్నారు?" అని అడిగాడు.

సంజయుడు "మహారాజా! పాండవులు, పాంచాలురు - ఇరుకుటుంబాలవారు కూడా యుధిష్ఠిరమహారాజు ముఖం వంకనే చూస్తున్నారు. వారందరికీ ఆజ్ఞ కూడా ఇచ్చారు. గొల్లవాళ్లు, కంబళ్లు నేసుకొనేవారి దగ్గరనుండి పాంచాలకేకయ మత్స్యదేశ రాజవంశీయుల వరకు అందరూ యుధిష్ఠిరుని గౌరవిస్తున్నారు" అని చెపుతూండగా -

ధృతరాష్ట్రుడు - సంజయా! ఈ సంగతి చెప్పు. పాండవులు ఎవరి సహాయం చూసుకొని మనమీద దండెత్తుతున్నారు?" అని అడిగాడు.

సంజయుడు - "రాజా! పాండవులపక్షంలో చేరిన యోధుల పేర్లు వినండి. మీతో యుద్ధానికి వీరుడైన ధృష్టద్యుమ్నుడు వారితో కలిశాడు. ఘటోత్కచ రాక్షసుడు కూడా వారి పక్షమే. భీమసేనుడు పరాక్రమానికి ప్రసిద్ధుడే కదా! వారణావతనగరంలో అతడు పాండవులను భస్మం కాకుండా కాపాడాడు. అతడు గంధమాదనపర్వతం మీద క్రోధవశనామక రాక్షసులను నాశనం చేశాడు. అతడు పదివేల ఏనుగులతో సమానమైన భుజబలం కలవాడు. అటువంటి మహాబలశాలి అయిన భీమునితో కలిసి పాండవులు మీమీద దండెత్తుతున్నారు. అర్జునుని పరాక్రమవిషయం అయితే చెప్పేదేముంది? శ్రీకృష్ణునితో కలిసి ఒక్క అర్జునుడే అగ్నిదేవుని తృప్తి పొందించడానికి యుద్ధంలో ఇంద్రుని ఓడించాడు. అతడే యుద్ధం చేసి సాక్షాత్తు దేవాధిదేవుడు, త్రిశూలపాణి అయిన శంకరభగవానుని ప్రసన్నం చేసుకొన్నాడు. అంతేకాదు. ధనుర్ధారియై సమస్తలోకపాలురను జయించాడు. ఆ అర్జునుని సహాయం చూసుకొని పాండవులు మీమీద దండెత్తుతున్నారు. మ్లేచ్ఛులతో నిండిన పశ్చిమదిక్కును తన అధీనంలోకి తెచ్చుకొన్న, చిత్రవిచిత్రాలుగా యుద్ధంచేసే నకులుడు, కూడా వారికి సహాయకుడే. ఇంకా కాశీ, అంగ, మగధ, కళింగ దేశాలను యుద్ధంలో జయించిన ఆ సహదేవుడు కూడా యుద్ధంలో వారికి సహాయంగా ఉన్నాడు. భీష్మపితామహుని చంపడంకోసం కోసం యక్షుడు పురుషత్వాన్ని ప్రసాదించిన ఆ శిఖండి కూడా పెద్దబలువైన విల్లును ధరించి పాండవులకు బాసటగా ఉన్నాడు. కేకయదేశపు రాజకుమారులు ఐదుగురు సోదరులు గొప్పధనుర్ధరులు. వారు కూడా కవచధారులై మీమీద దండెత్తుతున్నారు. సాత్యకి మహావేగంగా శస్త్రాలను ప్రయోగిస్తాడు. అతనితో కూడా మీరు యుద్ధం చేయవలసి ఉంటుంది. అజ్ఞాతవాస సమయంలో పాండవులకు ఆశ్రయం ఇచ్చిన ఆ విరాటరాజుతో కూడా యుద్ధరంగంలో మీకు పోరు జరుగుతుంది. మహారథి అయిన కాశీరాజు కూడా వారి సేనలోని యోధుడే. మీమీద దండెత్తేటపుడు అతడు కూడా వారికిసహాయంగా ఉంటాడు. పరాక్రమంలో శ్రీకృష్ణునితోను, సంయమనంలో యుధిష్ఠిరునితోను సమానుడైన ఆ అభిమన్యుని సహాయంతో పాండవులు మీమీద దండెత్తుతారు. శిశుపాలుని కొడుకు ఒక అక్షౌహిణి సైన్యంతో పాండవుల పక్షాన చేరాడు. జరాసంధుని పుత్రులు సహదేవుడు, జయత్సేనుడు రథయుద్ధంలో గొప్ప పరాక్రమవంతులు. వారు కూడా పాండవులపక్షాన యుద్ధం చేయడానికి సిద్ధంగా ఉన్నారు. మహాతేజస్వి ద్రుపదుడు అనంతసైన్యంతో పాండవుల కోసం యుద్ధంలో ప్రాణాలు అర్పించడానికి సిద్ధంగా ఉన్నాడు. ఇదేవిధంగా పూర్వోత్తర దిశలలోని ఇంకా వందలమంది రాజులు పాండవపక్షంలో ఉన్నారు. వారి సహాయంతో ధర్మరాజు యుధిష్ఠిరుడు యుద్ధానికి సిద్ధపడుతున్నాడు" అని సమాధానం చెప్పాడు.

పాండవపక్ష వీరులను ప్రశంసించుచు ధృతరాష్ట్రుడు యుద్ధమునకు వైముఖ్యమును ప్రకటించుట

ధృతరాష్ట్రుడు - సంజయా! అలా అయితే నీవు చెప్పిన రాజులు అందరూ చాలా ఉత్సాహంగా ఉన్నారు. అయినా వారంతా ఒక ఎత్తు. భీముడొక్కడే ఒక ఎత్తు. ఇతర మృగాలు సింహానికి భయపడుతూ ఉన్నట్లుగా నేను కూడా భీమునికి భయపడి రాత్రంతా వేడి నిట్టూర్పులు విడుస్తూ మేలుకొని ఉంటున్నాను. కుంతీపుత్రుడయిన భీముడు చాలా అసహనంగలవాడు, పచ్చిశత్రుత్వం పూనేవాడు, నిజంగా పరిహసించేవాడు, ఉన్మత్తుడు, వక్రదృష్టితో చూస్తాడు, సింహనాదం చేస్తాడు, మహావేగశాలి, మిక్కిలి ఉత్సాహం, విశాలమైన బాహువులు, మిక్కిలి బలమూ కలవాడు. అతడు తప్పక యుద్ధంచేసి తక్కువ పరాక్రమం కల నా కొడుకులను చంపివేస్తాడు. అతడు జ్ఞప్తికి వస్తేనే నాహృదయం దడదడలాడుతోంది. బాల్యదశలోనే నా పుత్రులు అతనితో ఆటలరూపంలో యుద్ధం చేసినా అతడు వారిని ఏనుగులా నలిపివేసేవాడు. ఇక అతడు రణభూమిలో క్రోధోద్రిక్తుడు అయినపుడు తన గదతో రథాలు, గుఱ్ఱాలు, ఏనుగులు, మనుష్యులు - అన్నిటినీ మర్దించివేస్తాడు. అతడు నా సైన్యంలో చొరబడతాడు. దానిని అటు ఇటు పారద్రోలుతాడు. చేతిలోకి గద తీసుకొని రణభూమిలో నృత్యం చేస్తూ ప్రళయం సృష్టిస్తాడు. చూడు, మగధదేశపురాజు, మహాబలవంతుడు అయిన జరాసంధుడు ఈ సమస్త భూమండలాన్ని వశపరచుకొని బాధించాడు, కాని భీమసేనుడు శ్రీకృష్ణునితో పాటు అతని అంతఃపురాన్ని ప్రవేశించి, అతనిని కూడా చంపివేశాడు. భీమసేనుని బలం గురించి నేను ఒక్కడినేకాదు - భీష్మద్రోణకృపాచార్యులు కూడా బాగా ఎరుగుదురు. నా విచారం అంతా పాండవులతో యుద్ధం చేయడానికే మొగ్గుచూపేవారి గురించే. విదురుడు ఆరంభంలోనే ఏడిచిన ఏడుపు ఇప్పుడు ఎదుటికి వచ్చింది. ఈ తరుణంలో కౌరవులమీదికి రాబోయే మహావిపత్తుకు ప్రధానకారణం జూదమే అని తెలుస్తోంది. నేను చాలా బుద్ధిహీనుడను. అయ్యో! సంపద మీది లోభంతోనే నేను ఈ మహాపాపం చేశాను. సంజయా! నేను ఏమి చేయను? ఎలా చేయను? ఎక్కడికి వెళ్లను? ఈ మందబుద్ధులైన కౌరవులు కాలునికి అధీనులై వినాశంవైపే వెడుతున్నారు. అయ్యో! వందమంది పుత్రులు చనిపోయాక వివశుడనై వారి స్త్రీల కరుణావిలాపాలు వినవలసివచ్చే నన్ను మృత్యువు మాత్రం ఎలా స్పృశిస్తుంది? గాలికి చెలరేగిన అగ్ని గడ్డికుప్పను దగ్ధం చేసినట్లుగా అర్జునుని సహాయంతో గదాధారి అయిన భీమసేనుడు నా పుత్రులందరినీ చంపివేస్తాడు.

చూడు. ఈనాటివరకు యుధిష్ఠిరుడు అసత్యమాడడం నేను వినలేదు. అర్జునుని వంటి వీరుడు అతని పక్షాన ఉన్నాడు. కనుక అతడు త్రిలోకరాజ్యాన్ని కూడా పొందగలుగుతాడు. రాత్రింబవళ్లు ఆలోచించినా కూడా రథయుద్ధంలో అర్జునుని ఎదిరించగల యోధుడెవడూ నాకు కనపడడం లేదు. ఏదో ఒకరకంగా ద్రోణాచార్యుడు, కర్ణుడు అతనిని ఎదిరించడానికి ముందుకువచ్చినా, అర్జునుని వారు జయించగలరనేది నాకు సందేహమే. అందుకని నాకు విజయం కలిగే పరిస్థితి లేదు. అర్జునుడంటే సమస్తదేవతలను జయించినవాడు. అతడెక్కడయినా ఓడిపోయాడని నేను ఇంతవరకు వినలేదు. ఎందుకంటే స్వభావంలోనూ, ఆచరణలోనూ అతనితో సమానుడైన శ్రీకృష్ణుడు అతనికి సారథి. అతడు యుద్ధరంగంలో రోషంతో వాడియైన బాణాలు వర్షిస్తూంటే, ఆ సమయంలో విధాత సృష్టించిన సర్వసంహారకుడైన కాలునిలా అతనిని వశపరచుకోవడం అసంభవం అవుతుంది. అప్పుడు భవనాలలో కూర్చుని ఉన్న నేను కూడా నిరంతరం కౌరవుల చావు, వారి ఏడ్పులు గురించిన వార్తలనే వింటాను. నిజానికి ఈ యుద్ధంలో అన్నివైపులనుండి భరతవంశంపై వినాశనమే దాడిచేస్తోంది.

సంజయా! పాండవులు విజయంకోసం ఉత్సుకులై ఉన్నట్లుగానే వారి అనుయాయులందరూ కూడా విజయంకోసం కటిబద్ధులై పాండవులకోసం తమ ప్రాణాలను అర్పించడానికి సిద్ధంగా ఉన్నారు. నీవు నా ఎదుట శత్రుపక్షానికి చెందిన పాంచాలకేకయ మత్స్య మగధ దేశీయ రాజుల పేర్లను మాత్రమే ప్రస్తావించావు. కాని సృష్టికర్త అయిన శ్రీకృష్ణుడు అయితే ఇచ్ఛామాత్రంగానే ఇంద్రునితోపాటు ఈ లోకాలన్నిటినీ వశపరచుకోగలడు. అతడు కూడా పాండవ విజయాన్నే నిశ్చయించాడు. సాత్యకి అర్జునునివలన శస్త్రవిద్యనంతటినీ నేర్చుకొన్నాడు. అతడు విత్తుల లాగా యుద్ధరంగంలో బాణాలను వర్షిస్తూ నిలబడతాడు. మహారథి అయిన ధృష్టద్యుమ్నుడు కూడా గొప్ప శస్త్రవేత్త. అతడు కూడా నా పక్షంలోని వీరులతో యుద్ధం చేయనే చేస్తాడు. నాయనా! నాకయితే ప్రతిక్షణం యుధిష్ఠిరుని కోపం, అర్జునుని పరాక్రమం, నకులసహదేవులు, భీమసేనుడు - వీరి భయం

పట్టుకొంది. యుధిష్ఠిరుడు సర్వగుణసంపన్నుడు. జ్వలిస్తున్న అగ్నివంటి తేజస్సు కలవాడు. శలభం లాగ ఆ అగ్నిలో దూకాలని ఏ మూఢుడు కోరుకొంటాడు? కాబట్టి కౌరవులారా! నామాట వినండి. నాకయితే వారితో యుద్ధం చేయడం మంచిది కాదనిపిస్తోంది. యుద్ధం జరిగితే తప్పకుండా ఈ వంశమంతా నాశనమయిపోతుంది. నా నిశ్చితాభిప్రాయం ఇదే. ఇలా చేస్తేనే నామనసుకు శాంతి కలుగుతుంది. మీకందరికీ కూడా యుద్ధం చేయకపోవడమే మంచిది అనిపిస్తే మనం సంధికోసం ప్రయత్నం చేద్దాం" అన్నాడు.

సంజయుడు - రాజా! మీరు చెపుతున్నట్లే ఉంది విషయమంతా. నాకు కూడా గాండీవధనుస్సు వలన సమస్తక్షత్రియ నాశనం కనపడుతోంది. చూడండి. ఈ కురుజాంగల దేశం పైతృకరాజ్యం. మిగిలిన సమస్తభూమి పాండవులయొక్క విజయం వలన లభించినది. పాండవులు తమ బాహుబలంతో జయించి ఈ భూమిని మీకు కానుకగా సమర్పించారు. కాని మీరు దీనిని మీ విజయం ద్వారానే పొందినట్లుగా భావిస్తున్నారు. గంధర్వరాజు చిత్రసేనుడు మీ పుత్రులను బంధించినపుడు వారిని కూడా అర్జునుడే విడిపించి తీసుకొనివచ్చాడు. బాణాలు వేయడంలో అర్జునుడు శ్రేష్ఠుడు. ధనుస్సులలో గాండీవం శ్రేష్ఠం. ప్రాణులందరిలో శ్రీకృష్ణుడు శ్రేష్ఠుడు. ధ్వజాలలో వానరధ్వజం అన్నిటికంటె శ్రేష్ఠం. ఈ వస్తువులన్నీ అర్జునుని వద్దనే ఉన్నాయి. కాబట్టి అర్జునుడు కాలయంత్రం మాదిరిగా మనలనందరినీ నాశనం చేస్తాడు. భరతశ్రేష్ఠా! భీమార్జునులు ఎవరికి తోడుగా ఉంటారో ఈ సమస్తభూమి నేడు వారిదే. ఇది నిశ్చయమని తెలుసుకోండి.

సంజయుడు అర్జునుని రథమును వర్ణించుట

ఇదంతా విని దుర్యోధనుడన్నాడు - మహారాజా! మీరు భయపడకండి. మా విషయంలో మీరు ఏమీ బాధపడవలసిన అవసరం లేదు. మాకు చాలినంత శక్తిఉంది. శత్రువులను యుద్ధంలో ఓడించగలం. ఇంద్రప్రస్థానికి కొద్దిదూరంలో అరణ్యవాసం చేస్తున్న పాండవులవద్దకు శ్రీకృష్ణుడు పెద్ద సైన్యంతో వచ్చినపుడు, కేకయరాజు, ధృష్టకేతువు, ధృష్టద్యుమ్నుడు, ఇంకా పాండవులకు సహాయకులైన వారు ఇతర మహారథులు కూడా అక్కడ ఒకచోటుకు చేరారు. వారందరూ మిమ్మల్నీ, కౌరవులందరినీ చాలా నిందించారు. వారు కుటుంబసహితంగా మిమ్మల్ని నాశనంచేయడానికే మొగ్గు చూపారు. పాండవులకు వారిరాజ్యాన్ని తిరిగి ఇప్పించాలని అభిప్రాయపడ్డారు. ఈ సంగతి నా చెవిలో పడగానే బంధునాశనం జరుగుతుందని శంకించి, నేను భీష్మ ద్రోణకృపాచార్యులకు ఈ వార్తను తెలియచేశాను. అప్పుడు నాకు పాండవులే ఇక రాజ్యసింహాసనం అధిష్ఠిస్తారనే విషయమే గోచరించింది. నేను వారితో - "శ్రీకృష్ణుడయితే మనందరినీ అన్నివిధాలా నాశనం చేసి యుధిష్ఠిరునే కౌరవులకు ఏకచ్ఛత్రుడైన రాజుగా చేయాలనుకొంటున్నాడు. ఈ స్థితిలో మేము ఏం చేయాలి? చెప్పండి. వారి ముందు తలవంచాలా? భయపడి పారిపోవాలా? లేక ప్రాణాలమీది ఆశ వదలుకొని యుద్ధం చేయాలా? యుధిష్ఠిరునితో యుద్ధం చేస్తే నిశ్చయంగా మనమే పరాజయం పాలవుతాం. ఎందుకంటే రాజులందరు అటువైపే ఉన్నారు, మన మీద దేశప్రజలకు కూడా సంతృప్తి లేదు, మిత్రులు కూడా కోపంగా ఉన్నారు. రాజులందరూ, దేశప్రజలు కూడా మనకు మంచిచెడులు చెపుతున్నారు" అని అన్నాను.

నా ఆ మాటలు విని ద్రోణాచార్యుడు, భీష్ముడు, కృపాచార్యుడు, అశ్వత్థామ - "రాజా! నీవు భయపడకు. మేము యుద్ధరంగంలో నిలబడితే శత్రువులు మమ్మల్ని జయించలేరు. మాలో ఒక్కొక్కరం ఒంటరిగానే రాజులను జయించగలం. రానీ చూద్దాం. మేము మావాడి బాణాలతో వారి యొక్క గర్వాన్నంతా పోగొడతాము" అన్నారు. ఆ సమయంలో మహాతేజస్వి అయిన ద్రోణాచార్యుడు మొదలైన వారు అలాగే నిశ్చయించారు. మొదట్లో అయితే ఈ రాజ్యం అంతా మన శత్రువుల అధీనంలోనే ఉంది. కాని ఇప్పుడు అంతా మన చేతులలోనే ఉంది. ఇదేకాక ఇక్కడ చేరియున్న రాజులందరూ కూడా మన సుఖదుఃఖాలను తమవిగానే భావిస్తున్నారు. సమయం వచ్చినపుడు వీరు నాకోసం అగ్నిలోకూడా ప్రవేశించగలరు. సముద్రంలో కూడా దూకగలరు. ఇది నిశ్చయమని నమ్మండి. శత్రువుల గురించి మీరు చాలా గొప్పగొప్ప మాటలు వినడంతో విలపిస్తున్నారు. పైగా దుఃఖంతో పిచ్చివారులా అయిపోయారు. అది చూచి ఈ రాజులందరూ మిమ్మల్ని పరిహసిస్తున్నారు. ఇక్కడున్న వారిలో ప్రతి ఒక్కరాజూ పాండవులను ఎదిరించడంలో తమను తాము సమర్థులుగా భావిస్తున్నారు. కాబట్టి మిమ్మల్ని లొంగదీసుకొన్న భయాన్ని దూరంచేసుకోండి."

మహారాజా! ఈనాడు యుధిష్ఠిరుడు కూడా నా ప్రభావానికి ఎంతగా భయపడుతున్నాడంటే అతడు పట్టణాలు కాదని ఐదు గ్రామాలు అడుగుతున్నాడు. కుంతీపుత్రుడు భీముడు చాలా బలవంతుడని మీరు అనుకుంటున్నారు గాని అది

మీ భ్రమ మాత్రమే. ఇప్పటికీ మీకు నా ప్రభావం గురించి పూర్తిగా తెలియలేదు. ఈ భూమిపై గదాయుద్ధంలో నాతో సమానుడు ఇంతకుముందు లేరు, ఇకపై ఉండబోరు. యుద్ధరంగంలో భీముని మీద నా గద పడిందంటే, అతని అవయవాలన్నీ నుగ్గునుగ్గు అవుతాయి. అతడు చచ్చినేల కూలుతాడు. కాబట్టి ఈ మహాయుద్ధంలో మీరు భీమసేనుని గురించి భయపడనక్కరలేదు. మీరు చింతించకండి. నేను అతనిని తప్పకుండా చంపుతాను. అంతేకాదు. భీష్ముడు, ద్రోణుడు, కృపుడు, అశ్వత్థామ, కర్ణుడు, భూరిశ్రవసుడు, ప్రాగ్జ్యోతిషపురాధిపతి, శల్యుడు, జయద్రథుడు - వీరంతా ఒక్కొక్కవీరుడు పాండవులను చంపడంలో సమర్థులే. ఇక అందరూ కలిసి వారిమీద దాడిచేస్తే అప్పుడు ఒక్కక్షణంలోనే వారిని యమసదనానికి పంపగలరు. గంగాదేవి గర్భాన పుట్టిన బ్రహ్మర్షి కల్పుడైన భీష్మపితామహుని పరాక్రమాన్నయితే దేవతలు కూడా తట్టుకోలేరు. అంతేకాదు. అతనిని చంపగల వీరుడు ఈ లోకంలో ఎవరూ లేరు. ఎందుకంటే అతని తండ్రి శాంతనుడు అతనికి ప్రసన్నుడై "నీవు కోరుకొన్నపుడే నీకు మరణం సంభవిస్తుంది" అని వరం ఇచ్చాడు. మరొక వీరుడు భరద్వాజపుత్రుడైన ద్రోణుడు. అతని పుత్రుడు అశ్వత్థామ కూడా శస్త్రాస్త్రాలలో పారంగతుడు. కృపాచార్యుని కూడా ఎవరూ చంపలేరు. ఈ మహారథులందరూ దేవతలతో సమానమైన బలవంతులు. అర్జునుడయితే వీరిలో ఏ ఒక్కరివైపు కన్ను ఎత్తి చూడలేడు. నేనయితే కర్ణుని కూడా భీష్మద్రోణ కృపాచార్యులతో సమానుడనే అనుకొంటున్నాను. సంశప్తక క్షత్రియుల దళం కూడా అంతటి పరాక్రమం కలదే. అర్జునుని చంపడానికి తాము చాలని వారు అనుకొంటున్నారు. కాబట్టి అతనిని చంపడానికి నేను కూడా వారినే నియోగించాను. రాజా! మీరు ఊరికే పాండవులంటే ఎందుకు ఇంతగా భయపడుతున్నారు? చెప్పండి. పోనీ, భీమసేనుని చంపితే ఇక మనతో యుద్ధం చేయగలిగినవారు వారిలో ఎవరున్నారు? పోనీ మీకెవరైనా కనిపిస్తే చెప్పండి. శత్రుసైన్యంలో - ఆ పాండవులు ఐదుగురు అన్నదమ్ములు, ధృష్టద్యుమ్నుడు, సాత్యకి - ఈ ఏడుగురు వీరులే, ప్రధానబలం. కాని మనవైపు - భీష్ముడు, ద్రోణుడు, కృపుడు, అశ్వత్థామ, కర్ణుడు, సోమదత్తుడు, బాహ్లికుడు, ప్రాగ్జ్యోతిషరాజు, శల్యుడు, అవంతిరాజులు విందానువిందులు, జయద్రథుడు, దుశ్శాసనుడు, దుర్ముఖుడు, దుస్సహుడు, శ్రుతాయుడు, చిత్రసేనుడు, పురుమిత్రుడు, వివింశతి, శలుడు, భూరిశ్రవుడు, వికర్ణుడు - వీరంతా గొప్ప గొప్ప వీరులు. పదకొండు అక్షౌహిణుల సైన్యం పోగుపడింది. శత్రువుల వద్ద మనకంటె తక్కువగా కేవలం ఏడు అక్షౌహిణుల సైన్యమే ఉంది. ఇక మనకు ఓటమి ఎలా కలుగుతుంది? కాబట్టి ఈ అన్ని విషయాలనూ బట్టి నా సైన్యం యొక్క బలాన్ని, పాండవసైన్యం యొక్క బలహీనతనూ గుర్తించి మీరు గాభరాపడకండి" అని ధైర్యం చెప్పాడు.

ఇలా చెప్పి దుర్యోధనుడు సమయానికి వచ్చే కార్యాలను తెలుసుకోవాలనే కోరికతో సంజయుని - "సంజయా! నీవు పాండవులను అధికంగా ప్రశంసిస్తున్నావు. సరే. అర్జునుని రథానికి ఉండే గుఱ్ఱాలు, ధ్వజాలు ఎలాంటివి చెప్పు" అని అడిగాడు.

సంజయుడు - రాజా! ఆ రథం యొక్క ధ్వజంమీద దేవతల మాయతో అనేకరకాలైన దివ్యమైన, బహుమూల్యమైన చిన్న, పెద్ద మూర్తులను ఏర్పాటు చేశారు. పవననందనుడు హనుమంతుడు దానిమీద తన మూర్తిని స్థాపించాడు. ఆ ధ్వజం అన్నివైపులకు ఒకయోజనం వరకు వ్యాపించి ఉంది. వృక్షాల కారణంగా దాని గమనంలో ఏమీ ఆటంకం కలగదు. విధాతయొక్క మాయ అలాంటిది. చిత్రరథుడనే గంధర్వుడు ఇచ్చిన, వాయువేగం కల, తెల్లనిరంగు కల ఉత్తమజాతి గుఱ్ఱాలు అర్జునుని రథానికి కట్టబడి ఉన్నాయి. భూమ్యాకాశాలలో గాని, స్వర్గంలోగాని ఎక్కడా వాటి గమనానికి అడ్డులేదు. వాటిలో ఏదైనా ఒకటి చనిపోతే, వరప్రభావం వలన దాని స్థానంలో కొత్తగుఱ్ఱం పుట్టి ఆ వందసంఖ్యకు ఎప్పుడూ తక్కువ కాకుండా ఉంటుంది" అని సమాధానం చెప్పాడు.

దుర్యోధనుడు ధృతరాష్ట్రునితో ఏకీభవింపకపోవుట - సంజయుడు ధృతరాష్ట్రునికి శ్రీకృష్ణుని సందేశమును వినిపించుట

ధృతరాష్ట్రుడు - "సంజయా! యుధిష్ఠిరుని సంతోషంకోసం, పాండవ పక్షాన నా కుమారుని సైన్యంతో పోరాడడానికి వచ్చిన ఏ ఏ రాజులను నీవు అక్కడ చూశావు" అని అడిగాడు.

సంజయుడు చెప్పసాగాడు - "అంధక వృష్ణి వంశీయు లయిన యాదవులలో ప్రధానులైన శ్రీకృష్ణుని, చేకితానుని, సాత్యకిని అక్కడ ఉండగా నేను చూశాను. ఈ సుప్రసిద్ధమహారథులు ఇద్దరూ వేర్వేరుగా ఒక్కొక్క అక్షౌహిణి సైన్యాన్ని తీసుకొని వచ్చారు. పాంచాలనరేశుడు ద్రుపదుడు సత్యజిత్తు, ధృష్టద్యుమ్నాదులయిన తన పదిమంది

పుత్రులతోపాటు ఒక అక్షౌహిణి సైన్యాన్ని తీసుకొని వచ్చాడు. విరాటమహారాజు కూడా శంఖుడు, ఉత్తరుడు అనే తన కొడుకులతో, సూర్యదత్తుడు, మదిరాక్షుడు మొదలైన వీరులతో కలిసి ఒక అక్షౌహిణి సైన్యాన్ని తీసుకొనివచ్చి యుధిష్ఠిరుని కలిశాడు. వీరేకాక కేకయదేశపు రాజకుమారులు ఐదుగురు సోదరులు కూడా ఒక అక్షౌహిణి సైన్యంతో పాండవుల వద్దకు వచ్చారు. పాండవుల కోసం దుర్యోధనుని సైన్యాన్ని ఎదిరించడానికి వచ్చినవారిలో ఇంతమంది రాజులను మాత్రమే నేను చూశాను.

రాజా! యుద్ధంలో భీష్ముడు శిఖండి వంతు. అతనికి వెన్నుదన్నుగా మత్స్యదేశపు వీరులతో విరాటరాజు ఉంటాడు. మద్రరాజు శల్యుడు పాండవులలో పెద్దవాడైన యుధిష్ఠిరుని భాగం. తన వందమంది తమ్ముళ్లతో, కొడుకులతో పాటు దుర్యోధనుడు, ఇంకా పూర్వ, దక్షిణదిక్కుల రాజులు భీమసేనుని వంతు. కర్ణుడు, అశ్వత్థామ, వికర్ణుడు, సింధురాజు జయద్రథుడు - వీరితో పోరు అర్జునునికి అప్పగించబడింది. వీరు కాక ఇంకా ఇతరరాజులు ఎవరితోనయినా యుద్ధం చేయడం అసంభవం అనుకుంటే వారందరినీ కూడా అర్జునుడు తన భాగంలో వేసుకొన్నాడు. కేకయదేశపు మహాధనుర్ధరులైన రాజకుమారులు ఐదుగురు సోదరులు మనపక్షంలోని కేకయవీరులతోనే యుద్ధం చేస్తారు. దుర్యోధన దుశ్శాసనుల పుత్రులు అందరినీ, బృహద్బలునీ సుభద్రానందనుడైన అభిమన్యుని భాగంలో వేశారు. ధృష్టద్యుమ్నుని నేతృత్వంలో ద్రౌపదీపుత్రులు ద్రోణాచార్యుని ఎదిరిస్తారు. సోమదత్తునితో చేకితానుడు రథయుద్ధం చేస్తాడు. భోజవంశీయుడైన కృతవర్మతో సాత్యకి తలపడాలనుకొంటున్నాడు. మాద్రీపుత్రుడు, మహావీరుడు అయిన సహదేవుడు నీ బావమరిది శకునిని స్వయంగా తన భాగంలో వేసుకొన్నాడు. మాద్రీనందనుడు నకులుడు ఉలూక, సారస్వతులతో యుద్ధం చేయడానికి నిశ్చయించుకొన్నాడు. వీరు కాక ఈ మహాయుద్ధంలో ఇంకా ఏఏ ఇతర రాజులు మీ పక్షాన యుద్ధం చేస్తారో వారందరి పేర్లు చెప్పి వారితో యుద్ధం చేయడానికి పాండవులు యోధులను నియోగించారు.

రాజా! నేను నిశ్చింతగా కూర్చుని ఉండగా, ధృష్టద్యుమ్నుడు నాతో - నీవు శీఘ్రంగా ఇక్కడినుండి వెళ్లు. కొంచెం కూడా ఆలస్యం చేయకుండా అక్కడ దుర్యోధనుని పక్షంలోని వీరులతో - బాహ్లీకునితో, కురుప్రతీపవంశీయులతో, ఇంకా కృపాచార్య కర్ణద్రోణాశ్వత్థామలతో, జయద్రథ దుశ్శాసన వికర్ణ దుర్యోధనులతో, భీష్మునితో "మీరు మహారాజు యుధిష్ఠిరునితో మంచిగానే వ్యవహరించాలి. అలా కాకుంటే దేవతలచేత సురక్షితుడైన అర్జునుడు మిమ్మల్ని చంపుతాడు. మీరు త్వరగా యుధిష్ఠిరునికి అతని రాజ్యాన్ని అప్పగించండి. లోకంలో సుప్రసిద్ధవీరు డతడు. మీరు అతనిని క్షమించమని అడగండి. సవ్యసాచి అర్జునుని వంటి పరాక్రమశాలి అయిన యోధుడు ఈ భూమిపై మరొకడు లేడు. గాండీవధారి అయిన అర్జునుని రథాన్ని దేవతలు రక్షిస్తున్నారు. మనుష్యులెవరూ అతనిని జయించలేరు. కాబట్టి మీరు యుద్ధం గురించి ఆలోచించకండి" అని వెళ్లి చెప్పు" అన్నాడు.

ఇది విన్న ధృతరాష్ట్రుడు - "దుర్యోధనా! నీవు యుద్ధం గురించి ఆలోచన మానుకో. మహాపురుషులు యుద్ధం ఏ దశలోనూ మంచిదికాదని చెపుతారు. కాబట్టి నాయనా! నీవు పాండవులకు వారి యథోచితభాగాన్ని ఇవ్వు. నీకు, నీ మంత్రులకు జీవించడానికి అర్ధరాజ్యం కూడా ఎక్కువే. చూడు. నాకయితే యుద్ధం ఇష్టంలేదు. బాహ్లీకుడు కూడా యుద్ధపక్షంలో లేడు. భీష్ముడు, ద్రోణుడు, అశ్వత్థామ, సంజయుడు, సోమదత్తుడు, శలుడు, కృపాచార్యుడు కూడా యుద్ధం చేయడానికి ఇష్టపడడంలేదు. వీరుకాక సత్యవ్రతుడు, పురుమిత్రుడు, జయుడు, భూరిశ్రవుడు కూడా యుద్ధంవైపు లేరు. నాకు తెలుసు నీవు కూడా ఈ యుద్ధం కోరుకొని చేయడం లేదు. కాని పాపాత్ములైన కర్ణ శకుని దుశ్శాసనులు నీతో ఈ పని చేయిస్తున్నారు" అన్నాడు దుర్యోధనునితో.

దానిపై దుర్యోధనుడు - తండ్రీ! నేను మిమ్మల్ని గాని, ద్రోణుడు, అశ్వత్థామ, సంజయుడు, భీష్ముడు, కాంబోజరాజు, కృపుడు, సత్యవ్రతుడు, పురుమిత్రుడు, భూరిశ్రవుడు - వీరిని గాని, లేక మీ ఇతర యోధులనుగాని నమ్ముకొని పాండవులను యుద్ధానికి పిలువలేదు. ఈ యుద్ధంలో పాండవులను నేను, తమ్ముడు దుశ్శాసనుడు, కర్ణుడు - మేము ముగ్గురమే సంహరిస్తాం. పాండవులను చంపి నేను ఈ భూమిని పాలిస్తానో, లేక పాండవులే నన్ను చంపి దీనిని అనుభవిస్తారో. నేను నా జీవితాన్ని, రాజ్యాన్ని, సంపదను అయినా విడిచిపెట్టగలను గాని పాండవులతో కలిసి జీవించడం నావల్ల కానిపని. సూదిమొన మోపినంత భూమి కూడా నేను పాండవులకు ఇవ్వలేను" అన్నాడు.

ధృతరాష్ట్రుడు - "బంధువులారా! నాకు మీ కౌరవులందరి గురించి చాలా విచారంగా ఉంది. దుర్యోధనుని నేను విడిచిపెట్టేశాను. కాని అతనిని అనుసరిస్తున్న మూర్ఖులు

కూడా యమలోకానికి పోతారు. పాండవుల ధాటికి కౌరవసేన వ్యథ చెందినపుడు మీకు నామాట గుర్తుకు వస్తుంది" అని తిరిగి సంజయునితో - "సంజయా! మహాత్ములైన శ్రీకృష్ణార్జునులు నీతో ఏమేమి చెప్పారో అవన్నీ నాకు చెప్పు. అవి వినాలని నాకు చాలా కోరికగా ఉంది" అన్నాడు.

సంజయుడు చెప్పసాగాడు - "రాజా! కృష్ణార్జునులను ఏ స్థితిలో ఉండగా నేను చూశానో అది వినండి. ఆ వీరులు అన్న మాటలు కూడా మీకు నేను చెపుతాను. మహారాజా! మీ సందేశం వినిపించడానికి నేను నా కాలివేళ్ల వంకే చూస్తూ, అతి జాగ్రత్తగా చేతులు జోడించుకొని వారి అంతఃపురానికి వెళ్లాను. ఆ చోటికి అభిమన్యుడు, నకులసహదేవులు కూడా వెళ్లరు. నేను అక్కడికి వెళ్లేసరికి శ్రీకృష్ణుడు తనపాదాలను అర్జునుని ఒడిలో పెట్టి కూర్చోవడం, అర్జునుని పాదాలు ద్రౌపదీ సత్యభామల ఒడిలో ఉండడం చూశాను. నేను కూర్చోవడానికి అర్జునుడు నాకొక బంగారు పాదపీఠాన్ని ఇచ్చాడు. నేను దానిని చేతితో తాకి నేలపై కూర్చున్నాను. ఆ మహాపురుషులిద్దరూ ఒకే ఆసనంపై కూర్చోవడం చూసి నాకు చాలా భయం అనిపించింది. మందబుద్ధి అయిన దుర్యోధనుడు కర్ణుని ప్రగల్భాలకు లోబడి ఈ విష్ణువుతో ఇంద్రునితో సమానమైన వీరుల స్వరూపాన్ని ఏమాత్రం తెలుసుకోలేకపోతున్నాడు అని అనుకోసాగాను. ఆ సమయంలో నాకు "ఈ ఇద్దరూ ఎవరి ఆజ్ఞకు బద్ధులో ఆ ధర్మరాజు యుధిష్ఠిరుని మనస్సంకల్పం సఫలమవుతుంది" అనే నిశ్చయం కలిగింది. అక్కడ అన్నపానాదులతో నాకు సత్కారం జరిగింది. ఆ తరువాత విశ్రాంతిగా కూర్చొని నేను చేతులు జోడించి వారికి మీ సందేశాన్ని వినిపించాను. దానిపై అర్జునుడు శ్రీకృష్ణుని చరణాలకు ప్రణమిల్లి దానికి సమాధానం చెప్పమని అర్థించాడు. అప్పుడు భగవానుడు లేచి కూర్చున్నాడు. ప్రారంభంలో మృదువుగానే ఉన్నా, క్రమక్రమంగా కఠినపదాలతో నాతో ఇలా పలుకసాగాడు - సంజయా! బుద్ధిమంతుడైన ధృతరాష్ట్రుడు, కురువృద్ధుడైన భీష్ముడు, ఇంకా ద్రోణాచార్యులతో మా పక్షాన నీవు ఈ సందేశాన్ని వారికి వినిపించు. నీవు పెద్దలకు మా నమస్కారాలు చెప్పి, పిన్నలను కుశలం అడిగి, "మీనెత్తి మీదకు పెద్ద ఆపద వచ్చిపడింది. కాబట్టి మీరు అనేకరకాలైన యజ్ఞాలు అనుష్ఠించండి. బ్రాహ్మణులకు దానాలివ్వండి. మీ భార్యా బిడ్డలతో కొద్దిరోజులు ఆనందంగా గడపండి" అని చెప్పు. చూడు తన ఒంటిమీది వస్త్రాన్ని లాగేటపుడు ద్రౌపది "హే గోవిందా" అని అంటూ ద్వారకావాసినైన నన్ను పిలిచింది. ఆ ఋణభారం నామీద మరింత ఎక్కువయింది. అది ఒక్క క్షణం కూడా నా మనసులో మరపుకు రావడం లేదు. ఆహా! నెత్తిమీద మృత్యువు తాండవిస్తూ ఉండకపోతే, నేను తోడుగా ఉన్న అర్జునునితో యుద్ధం చేయాలని ఎటువంటి మానవుడు ప్రార్థించకలుగుతాడు? రణభూమిలో అర్జునుని ఎదిరించగల వారు దేవతలు, అసురులు, మనుష్యులు, యక్షులు, గంధర్వులు, నాగులలో ఎవరూ కూడా నాకు కనిపించడంలేదు. విరాటనగరంలో అతడు ఒంటరిగానే కౌరవులందరిలో వణుకు పుట్టించాడు. వారు అటు ఇటు మాయమయిపోయారు. ఇదే ఇందుకు తగిన ప్రమాణం. బలం, వీర్యం, తేజస్సు, వేగం, పని చక్కగా పూర్తిచేయడం, విషాదం లేకపోవడం, ధైర్యం - ఈ అన్ని గుణాలూ అర్జునునిలో తప్ప వేరే ఏ వ్యక్తిలోనూ దొరకవు. ఈ రీతిగా అర్జునునికి ఉత్సాహం కలిగిస్తూ శ్రీకృష్ణుడు మేఘగంభీర నాదంతో ఈ మాటలు అన్నాడు.

భీష్ముడు కర్ణుని అవమానించుట - కర్ణుని ప్రతిజ్ఞ - ధృతరాష్ట్రుడు దుర్యోధనునికి నచ్చచెప్పుట

వైశంపాయనుడు చెపుతున్నాడు - జనమేజయా! అప్పుడు దుర్యోధనుని సంతోషాన్ని రెట్టింపు చేస్తూ కర్ణుడు - "గురువరుడైన పరశురాముని వలన నేను పొందిన బ్రహ్మాస్త్రం ఇప్పటికీ నా వద్ద ఉంది. కాబట్టి అర్జునుని జయించడానికి నేను మంచి సమర్థుడను. అతనిని ఓడించే భారం నామీద ఉంది. అంతేకాదు. నేను పాంచాల, కరూష, మత్స్య దేశసైన్యాన్ని, కొడుకులు మనవలతో సహితంగా మిగిలిన పాండవులందరినీ కూడా ఒక్కక్షణంలోనే చంపి, శస్త్రాస్త్రాల ద్వారా పొందే లోకాలను పొందుతాను. భీష్మపితామహుడు, ద్రోణాచార్యుడు, ఇతరరాజులందరూ కూడా నీవద్దనే ఉండనీ. నా ప్రధానసైన్యంతో పాటు వెళ్లి నేను పాండవులను చంపుతాను. ఇది నా పూచీ" అన్నాడు.

కర్ణుడు ఇలా అంటూండగానే భీష్ముడు "కర్ణా! కాలచోదితమై నీ బుద్ధి నశించిపోయింది. నీవు రెచ్చిపోతూ మాటలాడుతున్నావేమిటి? బాగా గుర్తుంచుకో. ముందు నీవంటి ప్రధానవీరులు చచ్చాకనే ఈ కౌరవులకు మృత్యువు వస్తుంది. కాబట్టి నీవు నీరక్షణకు ఏర్పాట్లు చేసుకో. అయ్యో! ఖాండవవనాన్ని దహించే సమయంలో శ్రీకృష్ణునితోపాటు అర్జునుడు చేసిన పనిని గురించి వినడంతోనే నీవు, నీ బంధువులు తెలివితెచ్చుకోవలసినది. చూడు. బాణాసురుని,

భౌమాసురుని వధించిన శ్రీకృష్ణుడు అర్జునుని రక్షిస్తున్నాడు. ఈ ఘోరయుద్ధంలో నీ వంటి వీరులనే ఎంచి మరీ నాశనం చేస్తారు" అని అన్నాడు.

ఇది విని కర్ణుడు - "పితామహుడు చెప్పినట్లుగా శ్రీకృష్ణుడు నిస్సందేహంగా అటువంటివాడే, కాదు అంతకంటె మించినవాడే. కాని ఇతడు నన్ను కటువుగా మాట్లాడాడే, దాని పరిణామం కూడా ఇతడు చెవులొగ్గి వినుగాక! ఇప్పుడు నేను నా ఆయుధాన్ని విసర్జిస్తున్నాను. ఈ రోజు మొదలుకొని పితామహుడు నన్ను రణభూమిలోగాని, రాజసభలో గాని చూడడు. మీరు అంతమొందిన తరువాతనే ఈ భూమిమీది రాజులందరూ నా ప్రభావాన్ని వీక్షిస్తారుగాక!" అని చెప్పి మహాధనుర్ధరుడయిన అతడు సభనుండి లేచి ఇంటికి వెళ్లిపోయాడు.

అప్పుడు భీష్ముడు రాజులందరి యెదుట నవ్వుతూ దుర్యోధనునితో - "రాజా! కర్ణుడు సత్యప్రతిజ్ఞుడు సుమా! అయితే రాజుల ఎదుట "నేను ప్రతినిత్యం వేయిమంది వీరులను చంపుతాను" అని చేసిన ప్రతిజ్ఞను ఎలా చెల్లించుకొంటాడు? పరశురాముని వద్దకు వెళ్లి తన్ను బ్రాహ్మణుడనని చెప్పుకొని అతనినుండి శస్త్రవిద్యను నేర్చుకొన్నప్పుడే ఇతని ధర్మం, తపస్సు నశించిపోయాయి" అన్నాడు.

భీష్ముడు ఇలా అన్నాక - కర్ణుడు సభ విడిచి వెళ్లిపోయాక, మందబుద్ధి అయిన దుర్యోధనుడు - "పితామహా! పాండవులూ, మేమూ అస్త్రవిద్యలోనూ, యోధులను సంగ్రహించడంలోనూ, శస్త్రచాలనంలోనూ లాఘవంలోనూ, నైపుణ్యంలోనూ సమానులమే. పైగా మేమిరువురమూ మనుష్యజాతికే చెందినవారము కూడా. అయితే పాండవులే జయిస్తారని మీరు అలా ఎలా చెప్పగలుగుతున్నారు? నేను మీరు, ద్రోణాచార్యులు, కృపాచార్యులు, బాహ్లీకుడు, లేకపోతే ఇతర రాజుల బలాన్ని చూసుకొని ఈ యుద్ధాన్ని నిశ్చయించలేదు. పంచపాండవులను నేను, కర్ణుడు, నా తమ్ముడు దుశ్శాసనుడు - మేము ముగ్గురమే మా వాడి బాణాలతో సంహరిస్తాం" అన్నాడు.

అందుపై విదురుడు - ఈలోకంలో దమమే కల్యాణసాధనమని పెద్దలు చెపుతారు. దమం, దానం, తపం, జ్ఞానం, స్వాధ్యాయం - వీటిని ఎవరు పాటిస్తారో వారికే దానం, క్షమ, మోక్షం యథావిధిగా ప్రాప్తిస్తాయి. దమమే తేజస్సును పెంపొందిస్తుంది, సర్వశ్రేష్ఠము, పవిత్రమూను. ఈరీతిగా పాపం తొలగిపోయి, తేజస్సు వృద్ధిపొందితే ఆ వ్యక్తి పరమపదాన్ని పొందుతాడు. రాజా! ఎవరిలో క్షమ, ధృతి, అహింస, సమత, సత్యం, సరళత్వం, ఇంద్రియనిగ్రహం, ధైర్యం, మృదుత్వం, లజ్జ, అచంచలత్వం, అదీనత, అక్రోధం, సంతోషం, శ్రద్ధ - ఇన్ని గుణాలు ఉంటాయో అతనిని దాంతుడు అంటారు. దాంతుడు అయిన వ్యక్తి కామం, లోభం, దర్పం, క్రోధం, నిద్ర, రెచ్చిపోయి మాట్లాడడం, గర్వం, ఈర్ష్య, శోకం - వీటిని తన దరికి చేరనీయడు. కుటిలత్వం, శఠత్వం లేకపోవడం, శుద్ధులై ఉండడం - ఇది దాంతుని లక్షణం. అలోలుపుడు, భోగవిముఖుడు సముద్రుని వంటి గాంభీర్యం కలవాడు దమశీలుడు అని చెపుతారు. మంచి నడవడిక కలవాడు, శీలవంతుడు, ప్రసన్నచిత్తుడు, ఆత్మవేత్త, బుద్ధిమంతుడు అయిన పురుషుడు ఈ లోకంలో గౌరవం పొంది, మరణించాక సద్గతి పొందుతాడు.

నాయనా! పూర్వులు చెప్పగా విన్నాను. ఒకసారి ఒక వేటగాడు పక్షులను పట్టుకోవడానికి నేలపై వల పరిచాడు. జంటగా తిరిగే రెండు పక్షులు ఆ వలలో చిక్కుకొన్నాయి. అప్పుడు ఆ రెండు పక్షులు కలిసి వలతో సహా ఎగిరిపోయాయి. వేటగాడు అవి ఆకాశంలోకి ఎగిరిపోవడం చూసి విచారించి, అవి ఎటువెళ్తే అటు వాటివెంట పరుగులు తీయసాగాడు. ఇంతలో ఒకముని అతనిని చూశాడు. ఆ ముని వ్యాధునితో - "వ్యాధుడా! ఆకాశంలోని పక్షులవెంట పడి నీవు భూమిమీద తిరుగుతున్నావు. ఇది చాలా ఆశ్చర్యకరమైన సంగతిగా అనిపిస్తోంది" అన్నాడు. వ్యాధుడు - " ఈరెండు పక్షులూ పరస్పరం కలిసిపోయాయి. అందుకనే నా వలను తీసుకుపోతున్నాయి. వాటికి ఎప్పుడు పరస్పరం పోట్లాటకలిగితే అప్పుడు అవి నాకు వశమవుతాయి" అని చెప్పాడు. కొద్దిసేపటికే కాలవశాన ఆ రెండు పక్షులకూ పోట్లాట మొదలయింది. అవి దెబ్బలాడుకొంటూ నేలపై పడ్డాయి. అంతే వేటగాడు నిశ్శబ్దంగా వాటి దగ్గరకు వెళ్లి ఆ రెండు పక్షులను పట్టుకొన్నాడు. ఇదే రీతిగా రెండు కుటుంబాల మధ్య సంపదకోసం పరస్పరం కలహించుకుంటే వారు శత్రువుల గుప్పిటికి చిక్కుతారు. కలిసి కూర్చుని భుజించడం, పరస్పరం ప్రేమగా మాటలాడుకోవడం, ఒకరికష్టసుఖాలు మరియొకరు తెలుసుకోవడం, పరస్పరం కలిసిమెలిసి ఉండడం, విరోధం వహించకపోవడం - ఇవి జ్ఞాతుల పనులు. శుద్ధమనస్కుడైనవాడు సమయం వచ్చినపుడు గురుజనుల యొక్క ఆశ్రయాన్ని పొంది, సింహంతో సురక్షితమైన వనంవలె ఎవరికీ వశుడు కాడు.

ఒకసారి కొంతమంది భిల్లులు బ్రాహ్మణులతోపాటు మేము గంధమాదనపర్వతం మీదికి వెళ్లాము. అక్కడ మేము తేనెతో నిండిన ఒక పట్టును చూశాము. దానిని విషసర్పాలు రక్షిస్తున్నాయి. అది చాలా మహిమ కలది. ఎవరైనా దానిని తాగితే వారు అమరులవుతారు. అంధులు సేవిస్తే చూపువస్తుంది. వృద్ధులకు యౌవనం వస్తుంది. రసాయన విషయం తెలిసిన బ్రాహ్మణులవలన మాకు ఈ సంగతి తెలిసింది. భిల్లులు దానిని పొందాలనే కోరికను అణచుకోలేకపోయారు, ఆ సర్పాలతో నిండిన గుహను ప్రవేశించి నశించిపోయారు. ఈ రీతిగానే నీ కొడుకు దుర్యోధనుడు కూడా తానొక్కడే ఈ భూమినంతటినీ అనుభవించాలనుకొంటున్నాడు. మోహంతో అతనికి తేనె మాత్రమే కనపడుతోంది కాని తన్ను నాశనం చేసే వస్తువులు కనపడడం లేదు. గుర్తుంచుకో. అగ్ని సమస్తవస్తువులను కాల్చివేసినట్లుగా ద్రుపదుడు, విరాటుడు, క్రోధంతో నిండిన అర్జునుడు - వీరు యుద్ధంలో ఎవరినీ ప్రాణాలతో వదిలిపెట్టరు. కాబట్టి రాజా! మీరు యుధిష్ఠిరునికి కూడా మీ ఒడిలో చోటివ్వండి. లేకపోతే ఈ ఇద్దరికీ యుద్ధం జరిగితే ఎవరికి విజయం కలుగుతుందో నిశ్చయంగా చెప్పలేం" అన్నాడు.

విదురుడు చెప్పడం ముగించగానే ధృతరాష్ట్రుడు - "నాయనా! దుర్యోధనా! నేను చెప్పేది శ్రద్ధగా విను. దారి తెలియని బాటసారిలా నీవు చెడ్డదారిలో వెడుతూ మంచిదారి అనుకొంటున్నావు. కనుకనే నీవు పంచపాండవుల తేజస్సును అణచివేయాలనుకొంటున్నావు. కాని గుర్తుపెట్టుకో. వారిని జయించాలి అనుకోవడం నీ ప్రాణాలకు ముప్పు తెచ్చుకోవడమే. శ్రీకృష్ణుడు తన దేహం, ఇల్లు, స్త్రీలు, కుటుంబం, రాజ్యం అంతా ఒక ఎత్తు, అర్జునుడు ఒక ఎత్తు అనుకొంటాడు. అర్జుననికోసం అతడు ఇవన్నీ వదిలిపెట్టేయగలడు. అర్జునుడు ఎక్కడో శ్రీకృష్ణుడు అక్కడ ఉంటాడు. శ్రీకృష్ణుడు ఉన్న సైన్యం యొక్క వేగం భూమికి కూడా సహింప శక్యం కాదు. చూడు. సజ్జనులు, నీ హితైషులు చెప్పే మంచిమాటలను బట్టి నీవు నడుచుకో. ఈ వయోవృద్ధుడైన భీష్మపితామహుని మాటలపై శ్రద్ధ ఉంచు. నేను కూడా కౌరవుల మేలు గురించియే ఆలోచిస్తున్నాను. నీవు నామాటలు కూడా వినాలి. ఇంకా ద్రోణుడు, కృపుడు, వికర్ణుడు, మహారాజు బాహ్లీకుడు చెప్పినది కూడా పట్టించుకోవాలి. భరతశ్రేష్ఠా! వీరంతా ధర్మమర్మజ్ఞులు. కౌరవ-పాండవులపట్ల సమానవాత్సల్యం కలవారు. కాబట్టి నీవు పాండవులను నీ సొంత సోదరు లనుకొని వారికి అర్ధరాజ్యం ఇవ్వు" అని నచ్చచెప్పాడు.

సంజయుడు ధృతరాష్ట్రునికి శ్రీకృష్ణమాహాత్మ్యమును చెప్పుట

వైశంపాయనుడు చెపుతున్నాడు - రాజా! దుర్యోధనునితో ఇలా చెప్పి ధృతరాష్ట్రుడు తిరిగి సంజయుని - "సంజయా! ఇంకా వినవలసినది మిగిలిఉంటే చెప్పు. శ్రీకృష్ణుని తరువాత అర్జునుడు నీతో ఏమన్నాడు? అది వినాలని నాకు చాలా కుతూహలంగా ఉంది" అని అడిగాడు.

సంజయుడు చెపుతున్నాడు - శ్రీకృష్ణుని మాటలు విని కుంతీపుత్రుడు అర్జునుడు అతని ఎదుటనే ఇలా అన్నాడు - సంజయా! భీష్మపితామహునికి, ధృతరాష్ట్రమహారాజునకు, ద్రోణాచార్య కృపాచార్యులకు, కర్ణునకు, రాజు బాహ్లీకునికి, అశ్వత్థామకు, సోమదత్తునికి, శకుని దుశ్శాసనులకు, వికర్ణునికి, ఇంకా అక్కడ చేరిన సమస్తరాజులకు నీవు యథాయోగ్యంగా నా అభివాదాలను చెప్పు. నా తరఫున వారిని కుశలమడుగు. పాపాత్ముడైన దుర్యోధనునికి, అతని మంత్రులకు, అక్కడకు విచ్చేసిన రాజులందరికీ శ్రీకృష్ణచంద్రుని సమాధానయుక్తమైన సందేశాన్ని వినిపించి, నావైపునుండి కూడా ఇంతమాత్రం చెప్పు. "శత్రుదమనుడైన యుధిష్ఠిరమహారాజు తనభాగాన్ని తాను తీసుకోదలచాడు. నీవు కనుక ఈయకపోతే నేను నా తీక్ష్ణబాణాలతో నీ గజ తురగ పదాతి సైన్యంతో సహితంగా నిన్ను యమపురికి పంపుతాను" అని. మహారాజా! అటుతరువాత నేను అర్జునుని వీడ్కొని శ్రీకృష్ణునికి ప్రణామం చేసి, వారి గౌరవపూరితమైన సందేశాన్ని మీకు వినిపించడానికి వెంటనే ఇక్కడికి బయలుదేరి వచ్చాను.

వైశంపాయనుడు చెపుతున్నాడు - "రాజా! కృష్ణార్జునుల ఈ మాటలను దుర్యోధనుడు ఏమాత్రం లక్ష్యపెట్టలేదు. అందరూ నిశ్శబ్దంగానే ఉండిపోయారు. అక్కడున్న దేశవిదేశాల రాజులు అందరూ లేచి తమ తమ డేరాలకు వెళ్లిపోయారు. ఒంటరిగా ఉన్న ఈ సమయంలో ధృతరాష్ట్రుడు సంజయుని "సంజయా! నీకు రెండు పక్షాల బలాబలాలు తెలుసు. అలాగే ధర్మార్థాల రహస్యాలను బాగా ఎరిగినవాడవు. పైగా జరిగిన పరిణామాలన్నీ నీకు తెలియనివి కావు. కాబట్టి ఈరెండు పక్షాలలో ఏది బలమైనదో, ఏది నిర్బలమైనదో నీవు సూటిగా చెప్పు" అని అడిగాడు.

సంజయుడు - "రాజా! ఏకాంతంలో మాత్రం నేను మీకు ఏ సంగతీ చెప్పలేను. ఎందుకంటే అందువలన మీ

మనసులో అసూయ కలుగుతుంది. కాబట్టి పరమతపోధనులైన వ్యాసులవారిని, మహారాణి గాంధారిని కూడా మీరు పిలింపించండి. వారిద్దరి ఎదుట నేను మీకు శ్రీకృష్ణార్జునుల యొక్క సంపూర్ణాభిప్రాయాలను తెలియచేస్తాను" అన్నాడు.

సంజయుడు ఇలా చెప్పినమీదట వ్యాసుని, గాంధారిని పిలిపించారు. విదురుడు వెంటనే వారిని సభకు తీసుకొని వచ్చాడు. అప్పుడు వ్యాసమహర్షి ధృతరాష్ట్రుని యొక్క, సంజయుని యొక్క ఆలోచనలను తెలుసుకొని, వారి అభిప్రాయాలమీద దృష్టిపెట్టి - "సంజయా! ధృతరాష్ట్రుడు నిన్ను అడుగుతున్నాడు. కాబట్టి అతని ఆజ్ఞానుసారం శ్రీకృష్ణార్జునుల విషయంలో నీకు తెలిసినదంతా ఉన్నదున్నట్లుగా చెప్పు" అన్నాడు.

సంజయుడు చెప్పసాగాడు - అర్జునుడు, శ్రీకృష్ణుడు -ఇద్దరూ గొప్ప విఖ్యాత ధనుర్ధరులు. శ్రీకృష్ణుని చక్రం లోపలిభాగం ఐదుచేతుల వెడల్పు ఉంటుంది. అతడు దానిని ఇచ్ఛానుసారంగా ప్రయోగించగలడు. నరకాసురుడు, శంబరుడు, కంసుడు, శిశుపాలుడు - వీరు భయంకరులైన వీరులు. కాని కృష్ణభగవానుడు వీరిని అవలీలగా ఓడించాడు. ఒకవైపు సమస్త ప్రపంచాన్ని,ఇంకొకవైపు శ్రీకృష్ణుని ఉంచితే బలంలో శ్రీకృష్ణుడే అధికుడుగా తేలుతాడు. అతడు సంకల్పమాత్రం చేతనే సమస్త ప్రపంచాన్ని భస్మం చేయగలడు. సత్యం, ధర్మం, లజ్జ, సరళత్వం ఉన్న చోటనే శ్రీకృష్ణుడు ఉంటాడు. శ్రీకృష్ణుడు ఉన్నచోటనే విజయం ఉంటుంది. ఆ సర్వాంతర్యామి, పురుషోత్తముడు అయిన జనార్దనుడు భూమ్యాకాశాలను, స్వర్గలోకాన్ని అవలీలగా నడుపుతున్నాడు. ఈ సమయంలో అందరినీ తన మాయతో మోహపుచ్చి పాండవులను నిమిత్తంగా చేసుకొని అధర్మపరులూ మూఢులూ అయిన నీపుత్రులను భస్మం చేయాలనుకొంటున్నాడు. ఈ శ్రీకేశవుడే తన చిచ్ఛక్తితో అహర్నిశం కాలచక్రాన్ని, జగచ్చక్రాన్ని, యుగచక్రాన్ని తిప్పుతూ ఉన్నాడు. నేను నిజం చెపుతున్నాను. అతడొక్కడే కాలుడు, మృత్యువు, సంపూర్ణ చరాచరజగత్తుకు స్వామి. తన మాయ ద్వారా లోకాలను మోహంలో పడవేస్తున్నాడు. అతనిని శరణుచొచ్చిన వారు మాత్రమే మోహంలో పడరు.

ధృతరాష్ట్రుడు - "సంజయా! శ్రీకృష్ణుడు సమస్తలోకాలకు అధీశ్వరుడనే సంగతి నీవు ఎలా తెలుసుకున్నావు? నేను ఎందుకు తెలుసుకోలేకపోయాను? ఇందులో రహస్యం ఏమిటి? చెప్పు" అని అడిగాడు.

సంజయుడు - "రాజా! నీకు జ్ఞానం లేదు. నా జ్ఞానదృష్టి ఎప్పుడూ మందగించలేదు. జ్ఞానహీనుడైన పురుషుడు శ్రీకృష్ణుని వాస్తవిక స్వరూపాన్ని తెలుసుకోలేడు. నేను జ్ఞానదృష్టితో ప్రాణులను పుట్టించి, గిట్టించే అనాది అయిన మధుసూదన భగవానుని తెలుసుకున్నాను" అని సమాధానమిచ్చాడు.

ధృతరాష్ట్రుడు - సంజయా! సర్వదా నీకు శ్రీకృష్ణభగవానుని యందు ఉండే భక్తి యొక్క స్వరూపమేమిటి?" అని మళ్లీ ప్రశ్నించాడు.

సంజయుడు - మహారాజా! మీకు మంగళమగుగాక! వినండి. నేను ఎప్పుడూ కూడా కపటాన్ని ఆశ్రయించలేదు. ఏ వ్యర్థధర్మాన్ని ఆచరించలేదు. ధ్యానయోగం ద్వారా నా మనసు పరిశుద్ధమయింది. అందువలన శాస్త్రవాక్యాలద్వారా నాకు శ్రీకృష్ణస్వరూపం యొక్కజ్ఞానం కలిగింది" అన్నాడు.

ఇదివిని ధృతరాష్ట్రుడు దుర్యోధనునితో - "నాయనా! దుర్యోధనా! సంజయుడు మన మేలు కోరేవాడు. విశ్వాసపాత్రుడు, కాబట్టి నీవు కూడా హృషీకేశుడు,జనార్దనుడు అయిన కృష్ణభగవానుని శరణు పొందు" అన్నాడు.

దుర్యోధనుడు - "దేవకీ నందనుడైన కృష్ణభగవానుడు ముల్లోకాలను సంహరించినా సరే కానీ అతడు అర్జునుని తన సఖునిగా చాటుకున్నప్పుడు నేను మాత్రం అతని శరణు పొందలేను" అన్నాడు.

అప్పుడు ధృతరాష్ట్రుడు గాంధారితో - "గాంధారీ! దుర్బుద్ధి, గర్విష్ఠి అయిన నీ ఈ కొడుకు ఈర్ష్యాపరుడై సత్పురుషుల మాటలను వినక అధోగతివైపు వెడుతున్నాడు" అన్నాడు.

గాంధారి - "దుర్యోధనా! నీవు చాలా దుష్టబుద్ధివి, మూర్ఖుడవు. నీవు ధనలోభంలో చిక్కుకొని, నీ పెద్దల ఆజ్ఞను ఉల్లంఘిస్తున్నావు. ఇప్పుడు నీవు నీ ఐశ్వర్యానికి, ప్రాణాలకు, తల్లిదండ్రులకు - అన్నిటికీ నీళ్లు వదులుకుంటున్నావని తెలుస్తోంది. ఇదిగో భీమసేనుడు నీ ప్రాణాలు తీయడానికి సిద్ధపడినపుడు నీకు నీ తండ్రి గారి మాటలు గుర్తుకొస్తాయి." అన్నది.

వ్యాసమహర్షి - "ధృతరాష్ట్రా! నీవు నామాట విను. నీవు శ్రీకృష్ణునికి ఇష్టుడవు. ఆహా! సంజయుని వంటి దూత నీకు ఉన్నాడంటే నిన్ను మంచిమార్గంలోనే నడిపిస్తాడు. ఇతనికి పురాణపురుషుడైన హృషీకేశుని స్వరూప జ్ఞానం సంపూర్ణంగా ఉంది. కాబట్టి నీవు ఇతని మాటవింటే ఇతడు నిన్ను జననమరణ మహాభయాన్నుండి విముక్తుని చేయగలడు. కామాంధులు గ్రుడ్డివాని వెంట నడిచే గ్రుడ్డివానిలా తమ

కర్మలను అనుసరించి పదేపదే మృత్యుముఖంలో పడుతూ ఉంటారు. ముక్తిమార్గం అన్నిటికంటె సాటిలేనిది. బుద్ధిమంతుడే దానిని పట్టుకోగలడు. దానిని పట్టుకొని ఆ మహాపురుషులు మృత్యువును దాటగలరు. వారికి ఎక్కడా కూడా ఆసక్తి ఉండదు" అని బోధించాడు.

ధృతరాష్ట్రుడు సంజయుని - సోదరా! సంజయా! ఏ మార్గాన వెడితే శ్రీకృష్ణుని పొందగలనో, నాకు పరమపదం ప్రాప్తిస్తుందో అటువంటి నిర్భయమైన మార్గాన్ని నీవు నాకు చెప్పు" అని అడిగాడు.

సంజయుడు - "జితేంద్రియుడు కానివాడు ఎవడూ శ్రీ హృషీకేశభగవానుని పొందలేడు. ఇది తప్ప అతనిని పొందడానికి వేరే మార్గమూ లేదు. ఇంద్రియాలు చాలా ఉన్మత్తమైనవి. హెచ్చరికతో భోగాలను విడనాడడమే వాటిని జయించడానికి సాధనం. ప్రమత్తతకు, హింసకు - దూరంగా ఉండడం నిస్సందేహంగా ఇవే జ్ఞానానికి ముఖ్యకారణాలు. ఇంద్రియాలను నిశ్చలంగా తన అదుపులో ఉంచుకోవడం - దీనినే విద్వాంసులు జ్ఞానం అంటారు. వాస్తవానికి ఇదే జ్ఞానం. ఇదే మార్గం. దీనివలననే బుద్ధిమంతులు ఆ పరమపదం వైపు సాగిపోతారు." అని విడమరచి చెప్పాడు.

ధృతరాష్ట్రుడు - "సంజయా! నీవు మళ్లీ ఒకసారి ఆ శ్రీకృష్ణచంద్రుని స్వరూపాన్ని వర్ణించు. దానివలన అతని నామ కర్మల రహస్యం తెలుసుకొని, నేను అతనిని పొందగలుగుతాను" అని అడిగాడు.

సంజయుడు - "నేను శ్రీకృష్ణుని కొన్ని నామాల వ్యుత్పత్తిని విన్నాను. నాకు జ్ఞాపకం ఉన్నవి చెపుతాను. శ్రీకృష్ణుడు వాస్తవానికి ఏ ప్రమాణానికీ అందడు. సమస్తప్రాణులను తన మాయచేత ఆవరించి ఉండడం వల్లనూ, దేవతలకు జన్మస్థానం అయిన కారణంగానూ అతడు 'వాసుదేవుడు' అయ్యాడు. వ్యాపకుడు, మహత్తు అయినందువలన "విష్ణువు"; మౌనం, ధ్యానం, యోగం వీటితో ప్రాప్తించడంవలన "మాధవుడు"; మధువనే రాక్షసుని చంపడంవల్లనూ, సర్వతత్త్వమయుడు కావడంవల్లనూ "మధుసూదనుడు", అయినాడు. 'కృష్' ధాతువుకు 'సత్త' అని అర్థం, 'ణ' ఆనందవాచకం. ఈరెండు అర్థాలతో కూడిన కారణంగా యదుకులంలో అవతరించిన శ్రీవిష్ణువు "కృష్ణ" అనే పేరుతో పిలువబడుతున్నాడు. హృదయరూపమైన పుండరీకమే (శ్వేతపద్మం) ఆయనకు నిత్యనివాసమూ, అవినాశి అయిన పరమస్థానమూ కనుక "పుండరీకాక్షుడు" అయ్యాడు. దుష్టులను అణచివేసిన కారణంగా "జనార్దనుడు" అయ్యాడు. సత్త్వగుణం నుండి ఎప్పుడూ చ్యుతుడు కాలేదు కనుకనూ, సత్త్వం ఎప్పుడూ ఆయనలో తరిగిపోదు కనుకనూ ఆయన 'సాత్వతుడు' అయ్యాడు. ఆర్ష అంటే ఉపనిషత్తులచే ప్రకాశితమైనది. ఈ కారణంగా "ఆర్షభుడు" అయినాడు. వేదాలే ఇతనికి నేత్రాలు కాబట్టి "వృషభేక్షణుడు"; ఉత్పన్నమయిన ఏ ప్రాణినుండి పుట్టడు కనుక "అజుడు"; ఉదరం - ఇంద్రియాలకు స్వయంప్రకాశకం, 'దామం' దానిని దమింపచేసేది - కనుక "దామోదరుడు" అయ్యాడు. "హృషీకం" అంటే వృత్తిసుఖం లేదా స్వరూపసుఖం అని చెపుతారు. దానికి ఈశుడు కాబట్టి అతనిని "హృషీకేశుడు" అంటారు. తన బాహువులతో భూమ్యాకాశాలను ధరిస్తూ ఉంటాడు. కాబట్టి "మహాబాహువు" అయ్యాడు. ఇతడు ఎప్పుడూ అధః (క్రిందివైపు) క్షీణుడు కాడు కాబట్టి "అధోక్షజుడు" అయ్యాడు. నరులకు (జీవులకు) అయనం (ఆశ్రయం) కాబట్టి "నారాయణుడు" అయ్యాడు. అందరిలో నిండి ఉన్న శ్రేష్ఠుడు అయిన కారణంగా "పురుషోత్తముడు" అయ్యాడు. సదసత్తులు అన్నింటికీ ఉత్పత్తిలయస్థానం కాబట్టి, ఎల్లప్పుడూ అన్నిటినీ తెలిసినవాడు కాబట్టి "సర్వుడు" అయ్యాడు. శ్రీకృష్ణుడు సత్యంలో ప్రతిష్ఠితుడై ఉన్నాడు, సత్యం అతనిలో ప్రతిష్ఠితమై ఉంది. సత్యం కంటె కూడా సత్యం అతడు. కనుక సత్యమనేది కూడా అతని నామమే. విక్రమించాడు (వామనావతారంలో తన పదక్రమంతో విశ్వమంతటా వ్యాపించాడు.) కాబట్టి "విష్ణువు"; జయించిన కారణంగా "జిష్ణుడు"; నిత్యుడు అయిన కారణంగా "అనంతుడు" అయ్యాడు. 'గో' అంటే ఇంద్రియాలు, దాని జ్ఞాత కనుక "గోవిందుడు" అయ్యాడు. అతడు తన సత్తాచాతుర్యం చేత అసత్యాన్ని సత్యంగా చూపించి ప్రజలందరినీ మోహంలోపడవేస్తూంటాడు. నిరంతర ధర్మస్థితుడైన మధుసూదనుని స్వరూపం ఇట్టిది. ఆ అచ్యుతుడైన భగవంతుడు కౌరవులను నాశనం నుండి రక్షించడానికి ఇక్కడికి దయచేయబోతున్నారు" అని వివరించాడు.

ధృతరాష్ట్రుడు - "సంజయా! తమకన్నులతో భగవానుని తేజోమయమైన దివ్యవిగ్రహాన్ని దర్శిస్తున్న ఆ కన్నులున్న వారి భాగ్యాన్ని పొందాలనే కోరిక నాకు కూడా ఉంది. ఆదిమధ్యాంత రహితుడు, అనంతకీర్తి, బ్రహ్మాదులకంటె శ్రేష్ఠుడు, పురాణపురుషుడు అయిన శ్రీకృష్ణుని శరణు పొందుతాను. ముల్లోకాలను సృష్టించినవాడు, దేవతలను,

రాక్షసులను, నాగులను, అసురులను అందరినీ పుట్టించేవాడు, రాజులలో విద్వాంసులలో ప్రధానుడు, ఇంద్రానుజుడు అయిన శ్రీకృష్ణునికి నేను శరణాగతుడను" అన్నాడు.

కౌరవసభకు వెళ్ళు విషయమై కృష్ణయుధిష్ఠిరులు చర్చించుట

వైశంపాయనుడు చెపుతున్నాడు - ఇక్కడ సంజయుడు వెళ్లిపోయాక యుధిష్ఠిరుడు యదుశ్రేష్ఠుడయిన శ్రీకృష్ణునితో - "మిత్రవత్సలా! ఆపదలనుండి మమ్మ ఉద్ధరించడానికి నీవు తప్ప మాకు వేరెవరూ కనపడడం లేదు. నీ అండ చూసుకునే మేము పూర్తిగా నిర్భయంగా ఉండగలుగుతున్నాం, దుర్యోధనుని వద్దనుండి మా భాగాన్ని మేము అడగాలనుకొంటున్నాం" అన్నాడు.

శ్రీకృష్ణుడు - "రాజా! నేను మీసేవకుడిని. మీరు ఏమి చెప్పదలచుకొన్నారో చెప్పండి. మీరు ఏమి ఆజ్ఞాపించినా, నేను దానిని పూర్తిగా నెరవేరుస్తాను"అన్నాడు.

యుధిష్ఠిరుడు - ధృతరాష్ట్రుడు, అతని కొడుకు ఏమి చేయదలచుకొన్నారో అది నీవు వినే ఉన్నావు. సంజయుడు చెప్పినదంతా వారి ఉద్దేశ్యమేకదా! ఎందుకంటే దూతగా వచ్చినవాడు యజమాని చెప్పమన్నట్లుగానే చెప్తుతూ ఉంటాడు. అతడు వేరే రీతిగా చెపితే ప్రాణదండనకు కూడా అర్హుడని అంటూ ఉంటారు. ధృతరాష్ట్రుడికి గొప్ప రాజ్యలోభం ఉంది. అందుకే అతడు కౌరవులపట్ల, మాపట్ల సమానభావం చూపకుండా మాకు రాజ్యం ఇవ్వకుండానే సంధి చేయాలనుకొంటున్నాడు. ధృతరాష్ట్రుడు తన మాట నిలుపుకుంటాడనే అనుకొని మేము అతని ఆజ్ఞకు బద్ధులమై పన్నెండేళ్లు అరణ్యంలో ఉన్నాం, ఒక ఏడు అజ్ఞాతవాసం చేశాం. కాని అతడు చాలా లోభి అని తెలిసింది. ధర్మం గురించి కొంచెం కూడా ఆలోచించడం లేదు. మూర్ఖులైన తన పుత్రుల మోహంలో చిక్కుకొన్న కారణంగా వారి ఆజ్ఞకే తాళం వేయాలనుకొంటున్నాడు. మనతో చాలా మెరమెచ్చులుగా వ్యవహరిస్తున్నాడు. జనార్దనా! నేను నా తల్లికీ సేవ చేయలేకపోతున్నాను, నా సంబంధీకులను పోషించనూ లేకపోతున్నాను. ఇంతకంటె మించిన దుఃఖకరమైన విషయం ఇంకొకటి ఏముంటుంది? కొంచెం ఆలోచించు. కాశీరాజు, చేదిరాజు, పాంచాలరాజు, మత్స్యరాజు, నీవూ నాకు సహాయకులుగా ఉన్నా కూడా నేను కేవలం ఐదూళ్లనే అడుగుతున్నాను. "అవిస్థలం, వృకస్థలం, మాకంది, వారణావతం, వారికిష్టమైనది - ఈ ఐదుగ్రామాలు లేదా పట్టణాలు మాకు ఇవ్వండి. అందువల్ల మా ఐదుగురు అన్నదమ్ములం కలిసి జీవించగలుగుతాం. మన కారణంగా భరతవంశం నశించిపోకూడదు" అని, ఇదే కదా నేను చెప్పినది. కాని దుష్టుడైన దుర్యోధనుడు ఇంతమాత్రం కూడా చేయడానికి సిద్ధంగా లేడు. అతడు అందరిమీదా తన అధికారాన్నే చలాయించాలని కోరుకొంటున్నాడు. లోభంతో బుద్ధి నశించిపోయింది. బుద్ధి నశించడంతో సిగ్గుపడడం లేదు. సిగ్గుతో పాటే ధర్మం కూడా పోతోంది. ధర్మం పోతే సంపద కూడా సెలవు తీసుకొంటుంది. ధనహీనుడైన పురుషునికి స్వజనులు, స్నేహితులు, బ్రాహ్మణులు కూడా దూరమయిపోతారు - పుష్పఫలాలు లేనట్టి వృక్షాన్ని విడిచి పక్షులు ఎగిరిపోయినట్లుగా. నిర్ధనుని అవస్థ చాలా దుఃఖదాయకమైనది. కొందరు ఈ అవస్థకు చేరుకొని చివరకు మృత్యువును కూడా ఆహ్వానిస్తారు. కొందరు వేరే గ్రామానికి లేదా అడవికి వెళ్లి నివసిస్తారు. కొందరైతే మృత్యుముఖంలోకే వెళతారు. సంపదలు పొంది సుఖాలలో పెరిగినవారికి ధనం నష్టమయితే కలిగినంత బాధ జన్మతః దరిద్రుడైన వానికి ఉండదు.

మాధవా! ఈ విషయంలో మేమూ కౌరవులు పరస్పరం సంధిచేసుకొని శాంతిపూర్వకంగా సమానంగా రాజ్యలక్ష్మిని అనుభవించాలి అని, ఒకవేళ అలా జరగకపోతే కౌరవులను చంపి ఈ సమస్తరాజ్యాన్ని మనమే స్వాధీనం చేసుకోవాలి, ఇదే చివరకు చేయవలసినది. అని మనం ఇంతకు ముందు ఆలోచించాం. యుద్ధంలో సర్వదా కలహమే ఉంటుంది. ప్రాణాలు కూడా సంశయంలో పడతాయి. నేను నీతి కోసం యుద్ధం చేస్తాను. ఎందుకంటే నేను రాజ్యం విడిచిపెట్టాలనుకోవడం లేదు. వంశనాశనం కాకూడదనీ కోరుకొంటున్నాను. అందుకోసం మనం సామదాన భేదదండోపాయాలన్నీ ప్రయోగించి మన పని చేసుకోవాలి. కాని కొద్దిగా వినయం చూపిస్తే సంధి జరిగేమాటయితే అదే అన్నికటికంటె గొప్ప విషయం. ఒకవేళ సంధి కాకపోతే, యుద్ధమే జరిగితే పరాక్రమం చూపకపోవడం అనుచితమే అవుతుంది. శాంతితో పని జరగకపోతే స్వతహాగానే కటుత్వం వస్తుంది. పండితులు దీనిని కుక్కల దెబ్బలాటతో పోల్చారు. కుక్కలు మొదట తోకలను ఆడిస్తాయి. తరువాత ఒకదానిపై ఒకటి దోషాలను ఎంచుతాయి. ఇక గుర్రుమనడం మొదలుపెడతాయి. దాని తరువాత కోరలు బయటపెట్టి మొరగడం ఆరంభిస్తాయి. అప్పుడు యుద్ధం మొదలవుతుంది.

వాటిలో ఏది బలవంతమైనదో అదే మిగిలిన వాటియొక్క మాంసాన్ని తింటుంది. మనుష్యులలో కూడా ఇంతకంటె ఏమీ విశేషం లేదు.

శ్రీకృష్ణా! ఇటువంటి సమయం వచ్చినపుడు ఏమి చేయడం ఉచితమని నీవు అనుకొంటున్నావో నాకు తెలుసుకోవాలని ఉంది. మనం ధర్మార్థాల నుండి వైదొలగని ఉపాయం ఏదైనా ఉందా? పురుషోత్తమా! ఈ సంకట సమయంలో నిన్ను విడిచి వేరెవ్వరి సలహా తీసుకోగలము? మాకు నీవంటి ఇష్టుడు కాని, హితైషి కాని, సమస్త కార్యాల పరిణామం తెలిసినవాడు గాని వేరే బంధువు ఎవరున్నారు?" అని అడిగాడు.

వైశంపాయనుడు చెప్పసాగాడు - రాజా! యుధిష్ఠిర మహారాజు ఇలా అనగానే శ్రీకృష్ణుడు - "నేను రెండు పక్షాల మేలును కోరి కౌరవసభకు వెళ్తాను. అక్కడ మీప్రయోజనానికి ఏ విధమైన ఆటంకం కలగకుండా సంధి పొసగించకలిగితే నావలన పెద్ద గొప్ప పుణ్యకార్యమే జరిగిందని భావిస్తాను" అన్నాడు.

యుధిష్ఠిరుడు - "శ్రీకష్ణా! నీవు కౌరవుల దగ్గరకు వెళ్లడమా - ఇది నాకు అసలు అంగీకారమే కాదు. ఎందుకంటే నీవు ఎంత యుక్తియుక్తంగా మాటలాడినా కూడా దుర్యోధనుడు ఆ మాటలను అంగీకరించడు. ఈ సమయానికి అక్కడ దుర్యోధన వశవర్తులయిన రాజులందరూ కూడా చేరి ఉంటారు. కాబట్టి వారి మధ్యకు నీవు వెళ్లడం మంచిది కాదని నాకు అనిపిస్తోంది. మాధవా! నీకు కష్టం కలుగుతుందంటే, మాకు ధనం, సుఖం, దైవత్వం, సమస్తదేవతాధిపత్యం కూడా సంతోషాన్ని కలిగించలేవు" - అన్నాడు.

శ్రీకృష్ణుడు - "మహారాజా! దుర్యోధను డెంతటి పాపాత్ముడో నేను ఎరుగుదును. కాని మనం మనవైపునుండి అన్ని విషయాలూ స్పష్టంగా చెప్పినట్లయితే ఈ లోకంలో ఏ రాజూ కూడా మనలను దోషులని అనలేడు. నా గురించి భయపడడం సంగతి పక్కనపెట్టు. సింహం ఎదుట ఇతర అడవి జంతువులు నిలువలేనట్లుగా నేను కోపిస్తే లోకంలోని రాజులందరూ కలిసికూడా నన్ను ఎదుర్కోలేరు. కాబట్టి నేను అక్కడకు వెళ్లడం ఏ విధంగానూ నిరర్థకం కాజాలదు. జరిగితే పనికూడా జరగవచ్చు. ఒకవేళ పని జరగకపోయినా కూడా నిందపడకుండా తప్పించుకుంటాం"అన్నాడు.

యుధిష్ఠిరుడు - "శ్రీకృష్ణా! నీకు ఇదే ఉచితమనిపిస్తే, సంతోషంగా కౌరవులవద్దకు వెళ్లు. నీవు నీ పనిని సఫలం చేసుకుని ఇక్కడకు క్షేమంగా తిరిగిరావడం చూడగలనని ఆశిస్తున్నాను. నీవు అక్కడకు వెళ్లి కౌరవులను శాంతింపచేయి. అందువలన మేము పరస్పరం కలిసి శాంతిపూర్వకంగా జీవించగలుగుతాం. నీవు మమ్ము ఎరుగుదువు. కౌరవులనూ ఎరుగుదువు, ఇరుపక్షాలకూ మేలు కూడా నీకు తెలియనిది కాదు. అంతేకాక సంభాషించడంలో నీవు మిక్కిలి నేర్పరివి. కాబట్టి ఏదేది మాకు మేలు అనుకుంటావో ఆ మాటలన్నీ నీవు దుర్యోధనునితో చెప్పు" అన్నాడు.

శ్రీకృష్ణుడు - "రాజా! నేను సంజయుడిదీ, నీదీ ఇద్దరి మాటలూ విన్నాను. కౌరవుల యొక్క, మీయొక్క ఇద్దరి అభిప్రాయాలూ కూడా నాకు తెలుసు. నీ బుద్ధి ధర్మాన్ని ఆశ్రయించి ఉంది, వారి బుద్ధి శత్రుత్వంలో మునిగి ఉంది. యుద్ధం లేకుండా దొరికితేనే మంచిదని నీవు అనుకుంటున్నావు. కాని మహారాజా! ఇది క్షత్రియుని నైష్ఠిక(స్వాభావిక) కర్మకాదు. క్షత్రియుడు బిచ్చమెత్తకూడదు. ఆశ్రమవాసులందరూ చెపుతూ ఉంటారు. అయితే యుద్ధంలో విజయం పొందాలి లేదా మరణించాలి - క్షత్రియునికి ఇదే సనాతన ధర్మమని విధాత చెప్పాడు. ఇదే క్షత్రియునికి స్వధర్మం. దైన్యం అతనికి ప్రశంసనీయం కాదు. రాజా! దైన్యాన్ని ఆశ్రయించి క్షత్రియుడు జీవితం గడపలేడు. కాబట్టి నీవు కూడా పరాక్రమపూర్వకంగా శత్రువులను అణిచివేయి. ధృతరాష్ట్రుని పుత్రులు పరమలోభులు. ఇక్కడ అనేకదినాలుగా కలిసి ఉంటూ, వారితో స్నేహంగా మెలగుతూ అనేక రాజులను తన మిత్రులుగా చేసుకున్నాడు. అందుచేత అతని బలం కూడా చాలా పెరిగింది. కాబట్టి అతడు మీతో సంధి చేసుకునే సూచన లేమీ కనపడడంలేదు. అదేకాక భీష్మకృపాదుల కారణంగా అతడు తనను బలవంతుడని కూడా అనుకుంటున్నాడు. కాబట్టి అతనితో నీవు మృదువుగా వ్యవహరించినంతవరకు అతడు నీ రాజ్యాన్ని హస్తగతం చేసుకోవడానికే ప్రయత్నిస్తాడు. రాజా! ఇటువంటి కుటిలస్వభావులతో, కుటిలాచరణం కలవారితో నీవు కలిసి ఉండాలనే ప్రయత్నం చేయకు. నీకే కాదు, లోకులందరికీ వారు వధ్యులే.

ద్యూతక్రీడ జరిగినపుడు పాపాత్ముడు అయిన దుశ్శాసనుడు అసహాయురాలిలా ఏడుస్తున్న ద్రౌపదిని జుట్టు పట్టుకొని రాజసభలోకి ఈడ్చుకొని వచ్చాడు. అప్పుడు దుర్యోధనుడు భీష్మద్రోణుల ఎదుటనే ఆమెను మాటిమాటికీ 'గోవు' అంటూ పిలిచాడు. ఆ సమయంలో

మహాపరాక్రమవంతులైన నీ తమ్ముళ్లను నీవు అడ్డుకున్నావు. అందుకనే ధర్మపాశానికి బద్ధులైన వాళ్లు దానికి ఏమాత్రం ప్రతీకారం చేయలేదు. కాని దుష్టుడు, అధముడు అయిన వానిని చంపి తీరాలి. కాబట్టి నీవు ఏమీ సంకోచించకుండా అతనిని చంపు. ఆఁ, పితృతుల్యుడైన ధృతరాష్ట్రుని పట్ల, పితామహుడైన భీష్మునిపట్ల నీవు చూపే వినయం నీకు తగినదే. ఇప్పుడు నేను కౌరవసభకు వెళ్లి రాజులందరి ఎదుట నీ సమస్త సద్గుణాలను ప్రకటించి, దుర్యోధనుని దోషాలను చెపుతాను. ధర్మార్థాలకు అనుకూలమైన మాటలనే నేను చెపుతాను. శాంతికోసం ప్రార్థించినప్పటికీ నీకేమీ అపవాదు రాదు. రాజులందరూ ధృతరాష్ట్రుని, కౌరవులనే నిందిస్తారు. నేను కౌరవుల వద్దకు వెళ్లి నీ ప్రయోజనం నెరవేరడంలో ఏమీ కొరత కలుగకుండా ఉండే రీతిలో సంధికోసం ప్రయత్నిస్తాను. అలాగే వారి చర్యలను గురించి కూడా తెలుసుకుంటాను. శత్రువులతో మనకు యుద్ధమే జరుగుతుందని నాకు పూర్తిగా గోచరిస్తోంది. ఎందుకంటే నాకు అటువంటి శకునాలే కలుగుతున్నాయి. కాబట్టి మీ వీరులంతా ఒక నిశ్చయానికి వచ్చి శస్త్రాలు, యంత్రాలు, కవచాలు, రథాలు, గుఱ్ఱాలు అన్నీ సిద్ధం చేసుకోండి. ఇవే కాకుండా ఇంకా యుద్ధానికి ఉపయోగపడే సామగ్రిని అంతా కూర్చుకోండి. ఇది మాత్రం నిశ్చయమని తెలుసుకోండి. దుర్యోధనుడు జీవించి ఉన్నంతవరకు ఏ రకంగానూ మీకు ఏమీ ఇవ్వడు" అన్నాడు.

భీమార్జున నకులసహదేవులు, సాత్యకి కృష్ణునితో సంభాషించుట

భీమసేనుడు - మధుసూదనా! కౌరవులు సంధి చేసుకోవడానికి సిద్ధపడే మాటలే వారితో నీవు చెప్పు! యుద్ధం సంగతి చెప్పి, వారిని భయభ్రాంతులను చేయకు. దుర్యోధనుడు గొప్ప అసహనశీలుడు, క్రోధి, దూరదర్శి, నిష్ఠురుడు, ఇతరులను నిందించేవాడు, హింసాప్రియుడు కూడా. వాడు చస్తాడు కాని తన పంతం వదలడు. శరదృతువు తరువాత గ్రీష్మకాలం రాగా, అడవి దావాగ్ని చేత మండిపోయినట్లుగా దుర్యోధనుని యొక్క క్రోధంతో ఒకరోజున భరతవంశం అంతా బూడిద అయిపోతుంది. కేశవా! కలి, ముదావర్తుడు, జనమేజయుడు, బహులుడు, వసుడు, అజబిందుడు, రుషర్ధికుడు, అర్కజుడు, ధౌతమూలకుడు, హయగ్రీవుడు, వరయుడు, బాహుడు, పురూరవుడు, సహజుడు, వృషధ్వజుడు, ధారణుడు, విగాహనుడు, శముడు ఈ పద్దెనిమిది మంది రాజులు తమ సజాతీయులనే, స్నేహితులనే, బంధువర్గాన్నే చంపినటువంటివారు, ఇప్పుడు మా కురువంశీయులకు సంహారసమయం వచ్చింది. అందుకనే కాలగతితో కులానికి నిప్పుపెట్టే పాపాత్ముడు దుర్యోధనుడు పుట్టాడు. కాబట్టి నీవు చెప్పేది మధురమైన కోమలమైన మాటలతో ధర్మార్థయుక్తంగా అతనికి హితకరమైనదే చెప్పు. ఇది కూడా దృష్టిలో ఉంచుకో. ఆ మాటలు కూడా ఎక్కువగా అతని మనసుకు అనుకూలంగా ఉండాలి. మేమంతా దుర్యోధనునికి అణగి ఉండి ఎంతో వినయంగా అతనిని అనుసరించడానికి కూడా సిద్ధంగా ఉన్నాం. మా కారణంగా భరతవంశం నశించిపోకూడదు. నీవు కౌరవసభకు వెళ్లి వృద్ధుడైన మా పితామహునితో, ఇతర సభాసదులతో - సోదరులు సోదరులు కలుసుకొనే విధంగా, దుర్యోధనుడు శాంతించే రీతిగానే చేయాలని చెప్పు" అన్నాడు.

వైశంపాయనుడు చెపుతున్నాడు - భీమసేనుని నోటివెంట ఎప్పుడూ, ఎవరూ వినయం గురించిన మాటలు వినలేదు. అందుకని అతడన్న ఈ మాటలు విని శ్రీకృష్ణుడు నవ్వాడు. భీమసేనుని ఉత్తేజితుని చేయడంకోసం ఈరీతిగా అన్నాడు - భీమసేనా! నీవు ఇతరసమయాలలో ఈ క్రూరధృతరాష్ట్ర పుత్రులను ముక్కలుగా నరకాలనే కోరికతో యుద్ధప్రశంసయే చేస్తూ ఉండేవాడవుకదా! నీవు నీ సోదరుల మధ్య గద ఎత్తి "నేను ఈ మాటను ప్రతిజ్ఞ చేసి చెపుతున్నాను. ఇందులో ఏ మాత్రం తేడా రాదు. యుద్ధరంగంలో ఎదురుపడినపుడు ఈ గదతోనే నేను ద్వేషదూషితుడైన దుర్యోధనుని వధిస్తాను" అని ప్రతిజ్ఞ కూడా చేశావు. కాని ఇప్పుడు యుద్ధం ఆసన్నమయ్యేసరికి, యుద్ధంకోసం ఉరకలు వేసే అనేక ఇతరయోధులు డీలా పడిపోయినట్లుగా నీవు కూడా యుద్ధానికి భయపడుతున్నట్లున్నావు. ఇది చాలా విచారించవలసిన విషయం. నపుంసకులు లాగా ఇప్పుడు నీలో పౌరుషం ఏమీ కనపడడం లేదు. కాబట్టి ఓ భరతనందనా! నీవు నీవంశం, పుట్టుక, కర్మలను దృష్టిలో పెట్టుకొని ఉండు. అనవసరంగా ఏ విధమైన విషాదాన్నీ పొందకు. క్షత్రియోచితమైన నీ కర్మమీద నీవు నిలబడు. నీ మనసులో ఇప్పుడు బంధువధ కాగలదనే కారణంగా యుద్ధంగురించి పుట్టిన చిత్తవైకల్యం ఉందే అది నీకు తగినది కాదు. ఎందుకంటే క్షత్రియుడు పౌరుషం ద్వారా పొందలేని దానిని తన కర్మలతో కూడా పొందలేడు" అన్నాడు.

భీమసేనుడు - వాసుదేవా! నేను చేయాలనుకొన్నది

వేరు, నీవే వేరేగా అనుకొంటున్నావు. నా బలపరాక్రమాలు ఇతరుల పరాక్రమంతో సాటివచ్చేవి కావు. ఎవరినోటితో వారే తమ గొప్పలు చెప్పుకోవడం సత్పురుషుల దృష్టిలో మంచిదికాదు. కాని నీవు నా పౌరుషాన్ని నిందిస్తున్నావు కాబట్టి, నా బలాన్ని నేను చెప్పుకోవలసివస్తోంది. ఇనుపగుదియల్లా ఉన్న నా ఈ భుజదండాలను చూడు. వాటిమధ్య పడి ప్రాణాలతో బయటపడిన వారెవరినీ నేను చూడలేదు. నాతో తలపడినవానిని ఇంద్రుడు కూడా రక్షించలేడు. పాండవులపై దాడిచేయడానికి సన్నద్ధులైన ఈ యుద్ధోత్సాహం కల క్షత్రియులందరినీ నేలమీద పడగొట్టి వారిని నలిపి పోగుపెడతాను. నేను రాజులను ఏవిధంగా జయించి వశం చేసుకున్నానో అది నీవు మరిచిపోయావా? ఈ సమస్తప్రపంచం నామీద కోపించి విరుచుకుపడినా సరే నాకు భయం లేదు. శాంతి గురించి నేను చెప్పిన మాటలు కేవలం నా సౌహార్దాన్నే సూచిస్తాయి. నేను దయకు లోనై అన్నిరకాల బాధలనూ సహిస్తున్నాను. కనుకనే భరతవంశ నాశనం కాకూడదని కోరుకొంటున్నాను" అన్నాడు.

శ్రీకృష్ణుడు - భీమసేనా! నేను కూడా నీ ఉద్దేశ్యం తెలుసుకోవాలనే ప్రేమతోనే ఈ మాటలన్నాను. నా తెలివిని ప్రదర్శించడానికి కాని, క్రోధంతో గాని అలా అనలేదు. నేను నీ గొప్పదనాన్ని, పరాక్రమాన్ని బాగా ఎరుగుదును. కనుకనే నిన్ను అవమానించలేదు. రేపు నేను ధృతరాష్ట్రుని వద్దకు వెళ్లి మీ ప్రయోజనాన్ని కాపాడుతూనే సంధికోసం ప్రయత్నిస్తాను. వారు సంధి చేసుకుంటే నాకు చిరస్థాయిగా కీర్తి దక్కుతుంది. మీ పనీ నెరవేరుతుంది, వారికి అతిపెద్ద ఉపకారమూ అవుతుంది. వారు గర్వంతో నామాటలు వినకపోతే యుద్ధం లాంటి భయంకరకృత్యం చేయవలసి ఉంటుంది. భీమసేనా! ఈ యుద్ధం యొక్క సమస్తభారమూ నీమీదే ఉంది. లేకపోతే అర్జునుడు ఈ భారాన్ని మోయవలసి ఉంటుంది. మిగతా అందరూ నీ ఆజ్ఞకు లోబడి ఉంటారు. యుద్ధం జరిగితే నేను అర్జునునికి సారథిని అవుతాను. అర్జునుని కోరిక కూడా ఇదే. కాబట్టి "నేను యుద్ధం చేయాలనుకోవడంలేదు" అని మాత్రం అనుకోకు. అందుకే నీవు పిరికివాడిలా మాట్లాడితే నాకు నీ ఆలోచన గురించి సందేహం కలిగి, అలా మాట్లాడి నీ పౌరుషాన్ని రెచ్చగొట్టాను" అని వివరించాడు.

అర్జునుడు - శ్రీకృష్ణా! చెప్పవలసినదేదో యుధిష్ఠిరుడే చెప్పాడు. కాని నీ మాటలు వింటే ధృతరాష్ట్రుని లోభమోహాల కారణంగా సంధి సహజంగా జరగదని నీవు అనుకుంటున్నట్లు నాకు తోస్తోంది. కాని ఏదైనా పని సరియైన రీతిలో చేస్తే అది ఫలించి తీరుతుంది. కాబట్టి శత్రువులతో సంధి కుదిరేలాగే చేయి. లేదా నీకు ఎలా ఇష్టమయితే అలా చేయి. నీవు ఏది ఆలోచిస్తావో అదే మాకు శిరోధార్యం. కాని ధర్మరాజు వద్దనున్న సంపదను చూసి అతడు ఓర్వలేకపోయాడు. కపటద్యూతం వంటి కుటిల ఉపాయాలతో రాజ్యసంపదను హరించాడు. ఆ దుష్టాత్ముడైన దుర్యోధనుడు పుత్రపౌత్రబంధుసహితంగా మృత్యుముఖంలోకి పంపదగినవాడు కాడా ఏమిటి? ఆ పాపాత్ముడు ద్రౌపదిని సభామధ్యంలో ఎలా అవమానించి దుఃఖపెట్టాడో నీకూ తెలుసు. మేము దానినికూడా సహించాం. కాని ఆ దుర్యోధనుడే ఇప్పుడు పాండవులతో మంచిగా ప్రవర్తించగలడు అనే విషయమే నాకు అర్థం కానిది. ఊషరక్షేత్రంలో నాటిన విత్తనం మొలకెత్తగలదని ఆశించగలమా? కాబట్టి మీకు ఉచితమనిపించి పాండవులకు మేలు కలిగించే పనినే నీవు త్వరగా ఆరంభించు. ఆం ఇకముందు మేము ఏమి చేయాలో అది కూడా చెప్పు" అన్నాడు.

శ్రీకృష్ణుడు - మహాబాహూ అర్జునా! నీవుచెప్పినది బాగానే ఉంది. కౌరవులకు, పాండవులకు ఏది హితమో అదే నేనూ చేస్తాను. కాని ప్రారబ్ధాన్ని మార్చడం మాత్రం నా వశంలో ఉన్న విషయం కాదు. దురాత్ముడైన దుర్యోధనుడు ధర్మానికీ, ఇహానికీ కూడా తిలాంజలులిచ్చి స్వేచ్ఛాచారి అయ్యాడు. ఇటువంటి పనులు చేస్తున్నందుకు అతనికి పశ్చాత్తాపం కూడా లేదు. పైగా అతనికి సలహా ఇస్తున్న శకుని కర్ణదుశ్శాసనులు కూడా, అతని పాపపూరితమైన కుత్సితబుద్ధినే పెంచుతున్నారు. కాబట్టి అర్ధరాజ్యాన్ని ఇచ్చి అతడు శాంతంగా ఉండలేడు. అతనికి కుటుంబంతో సహా నాశనమయ్యాకనే శాంతి లభిస్తుంది. ఆం అర్జునా! నీకు దుర్యోధనుని మనస్సు, నా ఉద్దేశ్యం కూడా తెలిసినదే కదా! ఇక తెలియనివాడిలా ఎందుకు నన్ను సందేహిస్తున్నావు? భూభారం తగ్గించడానికే దేవతలు భూమిపై అవతరించారు - ఈ దివ్య విధానం కూడా నీకు తెలిసినదే. వారితో సంధి ఎలా కుదురుతుందో ఇక నీవే చెప్పు. అయినప్పటికీ ధర్మరాజు యొక్క ఆజ్ఞను నేను పాటించవలసినదే" అన్నాడు.

ఆపై నకులుడు - "మాధవా! ధర్మరాజు నీకు ఎన్నో

విషయాలు చెప్పాడు. అవన్నీ నీవు విన్నావు. భీమసేనుడు కూడా సంధిచేయమనే చెప్పి తిరిగి తన బాహుబలం గురించి కూడా మీకు తెలియచేశాడు. అలాగే అర్జునుడు చెప్పినది కూడా మీరు విన్నారు. తన ఉద్దేశ్యం కూడా అతడు ఎన్నోసార్లు మీకు చెప్పాడు. కాబట్టి పురుషోత్తమా! ఈ మాటలన్నీ వదిలిపెట్టి, మీరు శత్రువుల ఆలోచనను తెలుసుకొని, ఏదిచేస్తే ఉచితం అనుకుంటారో అదే చేయండి. శ్రీకృష్ణా! చూస్తున్నాం కదా! వనవాస అజ్ఞాతవాసాలు చేసేటపుడు మా ఆలోచనలు వేరుగా ఉన్నాయి, ఇప్పుడు వేరుగా ఉన్నాయి. రాజ్యాన్ని పొందడానికి ఇప్పుడున్నంత అనురాగం అరణ్యవాస సమయంలో లేదు. మీరు కౌరవసభకు వెళ్లి ముందుగా సంధిగురించే మాటలాడండి. తరువాత యుద్ధం గురించి బెదిరించవచ్చును. మందబుద్ధి అయిన దుర్యోధనునికి వ్యథ కలగకుండేలా మాట్లాడండి. ఆలోచించి చూస్తే రణరంగంలో యుధిష్ఠిరుని, భీమార్జునులను, సహదేవుని, మిమ్మల్ని, బలరాములవారిని, సాత్యకిని, విరాటుని, ఉత్తరుని, ద్రుపదుని, ధృష్టద్యుమ్నుని, కాశీరాజును, చేదిరాజును, ధృష్టకేతువును, నన్ను ఎదిరించి నిలువగలిగిన వాడెవడున్నాడు? మీరు చెప్పాక కౌరవులకు మేలు ఎందులో ఉందో విదురుడు, భీష్ముడు, ద్రోణుడు, బాహ్లీకుడు తెలుసుకోగలరు. ఆపై వారు ధృతరాష్ట్రునికి, పాపి అయిన దుర్యోధనునికి అతని మంత్రులకు నచ్చచెప్పగలరు" అన్నాడు.

అనంతరం సహదేవుడు - మహారాజు చెప్పినది సనాతన ధర్మమే. కాని మీరు యుద్ధమే జరిగేలా ప్రయత్నించండి. కౌరవులు సంధినే కోరుకున్నాగానీ వారితో యుద్ధం జరిగే మార్గమే తెరచుకుని ఉండేలా చేయండి. శ్రీకృష్ణా! సభలో ద్రౌపదికి పట్టిన దుర్గతి చూశాక, దుర్యోధనునిపై నాకు కలిగిన కోపం అతని ప్రాణాలు తీయకుండా ఎలా శాంతిస్తుంది?" అన్నాడు.

సాత్యకి - మహాబాహూ! బుద్ధిమంతుడయిన సహదేవుడు చక్కగా చెప్పాడు. నా కోపం, అతనికోపం దుర్యోధనుని వధ జరిగాకనే చల్లారుతుంది. వీరవరుడైన సహదేవుడు చెప్పినదే నిజానికి యోధులందరి ఉద్దేశ్యంకూడా" అన్నాడు.

సాత్యకి ఇలా అనగానే అక్కడ కూర్చున్న యోధులందరూ పెద్దగా సింహనాదాలు చేయసాగారు. ఆ యుద్ధోత్సాహం గల వీరులందరూ "బాగుంది, బాగుంది" అంటూ సాత్యకికి సంతోషం కలిగిస్తూ అన్ని విధాలా అతనికే తమ మద్దతును ప్రకటించారు.

ద్రౌపది శ్రీకృష్ణునితో మాటలాడుట - శ్రీకృష్ణుడు హస్తినకు బయలుదేరుట

వైశంపాయనుడు చెపుతున్నాడు - రాజా! మహారాజు యుధిష్ఠిరుని యొక్క ధర్మార్థయుక్తమైన మాటలను విని, భీమసేనుని శాంతాన్ని చూచి, ద్రుపదుని కుమార్తె కృష్ణ సహదేవుని, సాత్యకిని కొనియాడుతూ ఏడుస్తూ ఇలా అంది - "ధర్మజ్ఞా! మధుసూదనా! దుర్యోధనుడు ఎలాంటి క్రూరత్వాన్ని చేపట్టి పాండవులను రాజ్యసుఖాలనుండి వంచించాడో అది నీకు తెలిసినదే కదా! అలాగే ధృతరాష్ట్ర మహారాజు సంజయునికి ఏకాంతంలో తెలియచేసిన అతని ఉద్దేశ్యం కూడా నీకు తెలియనిదేమీ కాదు. కాబట్టి దుర్యోధనుడు మన రాజ్యాభాగం ఇవ్వకుండానే సంధి చేయాలనుకుంటే మాత్రం మీరు ఏవిధంగానూ దానికి అంగీకరించవద్దు, ఈ సృంజయవీరులతో కలిసి పాండవులు దుర్యోధనుని రణోన్మత్త సైన్యాన్ని చక్కగా ఎదుర్కోగలరు. సామదానాలద్వారా కౌరవుల వలన మన ప్రయోజనం సిద్ధించే ఆశ ఏమీ లేదు. కాబట్టి మీరు కూడా వారితో మెత్తగా వ్యవహరించక్కరలేదు. ఎందుకంటే తమ జీవనాధారాలను రక్షించుకోవాలని కోరుకునేవారు సామదానాలతో వశపడని శత్రువు పట్ల దండోపాయాన్నే ప్రయోగించాలి. కాబట్టి అచ్యుతా! మీరు కూడా పాండవ, సృంజయ వీరులను వెంటతీసుకొని వెంటనే వారిని గట్టిగా దండించవలసినదే.

జనార్దనా! అవధ్యుని వధిస్తే వచ్చే దోషం, వధ్యుని వధించక పోయినా వస్తుందని శాస్త్రమతం. కాబట్టి ఆదోషం అంటకుండా ఉండేలా మీరు కూడా పాండవ, యాదవ, సృంజయ వీరులతో కలిసి ఆ పని చేయండి. నావంటి స్త్రీ ఈ భూమి మీదనే లేదుగదా! మీరే చెప్పండి. నేను ద్రుపదమహారాజు యొక్క యాగవేదికనుండి వెలువడిన అయోనిజపుత్రికను, ధృష్టద్యుమ్నుని చెల్లెలిని. నీకు ప్రియమైన నెచ్చెలిని. మహాత్ముడైన పాండురాజు కోడలిని. ఇంద్రునితో సమానమైన తేజస్సుకల ఐదుగురుపాండవులకు పట్టమహిషిని. ఇంతగౌరవం పొందినప్పటికీ నన్ను జుట్టు పట్టుకొని సభకు తీసుకువచ్చి, ఆ పాండవుల ఎదుటనే, నీవు జీవించి ఉండగానే, నన్ను అవమానించారు. అయ్యో! పాండవ, యాదవ, పాంచాల వీరులు ఊపిరితో ఉండగానే నేను ఆ పాపులచేత సభలో దాసీగా చేయబడ్డాను. అయినాకానీ నన్ను ఆస్థితిలో చూచికూడా పాండవులకు కోపమూ రాలేదు, ఏమీ చేయనూ లేదు. అందుకే దుర్యోధనుడు ఒక్కక్షణం బ్రతికి ఉన్నట్లయితే

అర్జునుని ధనుర్విద్యాపాండిత్యం, భీమసేనుని పరాక్రమం ఎందుకూ పనికిరానివని నేను అంటున్నాను. మీరు నన్ను దయాపాత్రురాలిని అని భావిస్తే, వాస్తవానికి మీకు నాయందు దయాదృష్టి ఉంది, ధృతరాష్ట్రుని పుత్రులపై మీరు పూర్తిగా కోపం చూపండి" అన్నది.

ఇలా అని ద్రౌపది తన నల్లని పొడవైన కేశాలను ఎడమచేతిలోకి తీసుకొని శ్రీకృష్ణుని దగ్గరకు వచ్చింది. కన్నీటితో అతనితో ఇలా అనసాగింది - పద్మాక్షా! శ్రీకృష్ణా! శత్రువులతో సంధి చేసుకోవాలని మీకు కోరిక. కాని ఈ ప్రయత్నం అంతటిలోనూ దుశ్శాసనుని చేతులతో లాగబడిన ఈ కేశపాశాన్ని గుర్తుపెట్టుకోండి. భీమార్జునులు పిరికివారై నేడు సంధికే ఉత్సుకత చూపితే మహారథులైన తన కొడుకులతో కలిసి వృద్ధుడైన నాతండ్రి కౌరవులతో యుద్ధం చేస్తాడు. అభిమన్యునితోపాటు మహాబలశాలులైన నా అయిదుగురు కొడుకులు వారితో కలిసి పోరాడతారు. దుశ్శాసనుని ఆ నల్లని చేయి తెగి ధూళిధూసరితం కావడం చూడకపోతే, నా గుండెలు ఎలా చల్లబడతాయి? మండుతున్న అగ్ని వంటి ఈ ప్రచండకోపాన్ని గుండెల్లో దాచుకుని ప్రతీక్షిస్తూ పదమూడేళ్లు గడిపాను. ఈరోజు భీమసేనుని వాగ్బాణాలతో భేదిల్లి నాహృదయం పగిలిపోతోంది. అయ్యో! ఇప్పుడుకూడా వీళ్లు ధర్మాన్నే చూడాలనుకొంటున్నారు." ఇలా అంటున్న ద్రౌపది కంఠం రుద్ధమయింది. కన్నీరు కాలువలు కట్టింది. పెదవులు అదరుతున్నాయి. ఆమె వెక్కివెక్కి ఏడవసాగింది.

అప్పుడు కృష్ణుడు ఆమెకు ధైర్యం చెపుతూ - "కృష్ణా! నీవు త్వరలోనే కౌరవస్త్రీలు ఏడవడం చూస్తావు. నీకు ఎవరిమీద అయితే కోపం ఉందో ఆ శత్రువుల యొక్క స్వజనులు, స్నేహితులు, సైన్యం మొదలైనవన్నీ నాశనం కాగా వారి స్త్రీలు కూడా ఇలాగే ఏడుస్తారు. యుధిష్ఠిరుని ఆజ్ఞపై భీమార్జున నకులసహదేవులతో పాటు నేను కూడా ఇలాగే పని జరిపిస్తాను. కాలవశులై ధృతరాష్ట్రపుత్రులు నామాట వినకపోతే యుద్ధంలో చచ్చి కుక్కలకు నక్కలకు ఆహారం అవుతారు. హిమాలయం చలించినా సరే, భూమి వందల ముక్కలయినా సరే, నక్షత్రాలతోనిండిన ఆకాశం విరిగిపడినా సరే, నామాట అసత్యం కాబోదని నిశ్చయంగా నమ్ము. కృష్ణా! కన్నీళ్లు తుడుచుకో. నేను ఒట్టువేసి మరీ చెపుతున్నాను - శత్రువులు చనిపోయి నీ భర్తలు సంపద పొందడం నీవు త్వరలోనే చూడగల్గుతావు" అన్నాడు.

అర్జునుడు - "శ్రీకృష్ణా! ఇప్పుడు కురువంశీయులందరికీ నీవే అందరికంటె గొప్ప స్నేహితుడవు. నీవు ఇరుపక్షాలకూ బంధువువి, ఇష్టుడవు కూడా. కాబట్టి పాండవులతో కౌరవులను కలిపి పరస్పరం ఇరువురికి సంధికూడా కుదర్చగలవు" అన్నాడు.

శ్రీకృష్ణుడు - నేను అక్కడకు వెళ్లి మనకు కౌరవులకు మేలు కలిగే ధర్మానుకూలమైన మాటలనే చెపుతాను. మంచిది. ఇక నేను ధృతరాష్ట్రుని కలుసుకోవడానికి వెళుతున్నాను" అన్నాడు.

వైశంపాయనుడు చెపుతున్నాడు - రాజా! శ్రీకృష్ణచంద్రుడు శరదృతువు వెళ్లగానే హేమంతారంభంలో కార్తీకమాసంలో రేవతీనక్షత్రం, మైత్రముహూర్తంలో యాత్ర ఆరంభించాడు. అప్పుడు ఆసమయంలో తన వద్ద ఉన్న సాత్యకితో -"నీవు నా రథంలో శంఖచక్రాలు, గద, తూణీరం, శక్తి మొదలైన ఆయుధాలన్నీ పెట్టు" అన్నాడు. అతని అభిప్రాయాన్ని తెలుసుకొన్న సేవకులు రథం సిద్ధం చేయడానికి పరుగులు తీశారు. వారు శైబ్య, సుగ్రీవ మేఘపుష్ప, వలాహకాలు అనే పేర్లుగల గుఱ్ఱాలను స్నానం చేయించి, మాలీసుచేసి రథానికి కట్టారు. దానిమీద గరుడధ్వజం ఎగురుతోంది. అనంతరం శ్రీకృష్ణుడు ఆరథాన్ని ఎక్కి తనతోపాటు సాత్యకిని కూడా కూర్చోపెట్టుకొన్నాడు. రథం బయలుదేరగానే దాని ఘోషతో భూమ్యాకాశాలు ప్రతిధ్వనించాయి. ఈరీతిగా అతడు హస్తినాపురానికి బయలుదేరాడు.

భగవానుడు బయలుదేరాక, యుధిష్ఠిరుడు, భీమార్జున నకులసహదేవులు, చేకితానుడు, చేదిరాజు, ధృష్టకేతుడు, ద్రుపదుడు, కాశిరాజు, శిఖండి, ధృష్టద్యుమ్నుడు, పుత్రులతో కలిసి విరాటుడు, కేకయరాజు కూడా అతనిని సాగనంపడానికి బయలుదేరారు. అప్పుడు యుధిష్ఠిరుడు సర్వగుణ సంపన్నుడయిన శ్యామసుందరుని ఆలింగనం చేసుకొని - "గోవిందా! మా తల్లి మమ్మల్ని చిన్నప్పటినుండి పెంచిపోషించి పెద్ద చేసింది. ఆమె నిరంతరం ఉపవాసాలు, తపస్సు కొనసాగిస్తూ మా క్షేమం కోసమే ప్రయత్నిస్తూ ఉండేది. ఆమెకు దేవతలన్నా, అతిథిసత్కారమన్నా, గురుజనులసేవ అన్నా మిక్కిలి ప్రీతి. ఆమెను నీవు కుశలం అడుగు. మాగురించిన శోకం ఆమెను నిరంతరం బాధిస్తూ ఉంటుంది. ఆమెకు మా పేరు పేరునా నీవు నమస్కారాలు చెప్పు. శత్రుదమనా! ఈ దుఃఖాలనుండి విముక్తిపొంది మేము మా దీనురాలైన తల్లిని కొద్దిగానయినా సుఖపెట్టగలిగే ఆ సమయం ఎప్పటికైనా వస్తుందంటావా? అంతేకాదు. ధృతరాష్ట్రమహారాజుకు, మాకంటె వయసులో పెద్దలయిన

రాజులకు, భీష్మ, ద్రోణ, కృప, బాహ్లీకులకు, ద్రోణపుత్రుడైన అశ్వత్థామకు, సోమదత్తునకు, ఇతర భతరవంశీయులకు యథాయోగ్యంగా మా నమస్కారాలని చెప్పు. అలాగే కౌరవులకు ప్రధానమంత్రి, లోతైన బుద్ధి కలవాడు, ధర్మజ్ఞుడు అయిన విదురుని నా పక్షాన ఆలింగనం చేసుకో" అని చెప్పి అతడు శ్రీకృష్ణునికి ప్రదక్షిణం చేసి, అతని అనుమతి పొంది వెనుదిరిగాడు.

ఆ తరువాత ముందుకు వెళ్తూఉండగా దారిలో అర్జునుడు - "గోవిందా! ఇంతకుముందు జరిగిన మంత్రాలోచనలో మాకు అర్ధరాజ్యం ఇవ్వాలనే మాట వచ్చింది. దీనిని రాజులందరూ ఎరుగుదురు. ఇప్పుడు దుర్యోధనుడు అలా చేయడానికి సిద్ధపడితే మంచిమాటే. అతనికి కూడా పెద్ద ఆపద నుండి విముక్తిలభిస్తుంది. ఒకవేళ అతడు అలా చేయకపోతే నేను తప్పకుండా అతని పక్షంలోని క్షత్రియవీరులు అందరినీ సంహరిస్తాను" అన్నాడు. అర్జునుని ఈమాటలు విని భీమసేనునికి చాలా ఆనందం కలిగింది. అతడు గట్టిగా సింహనాదం చేశాడు. దానికి భయపడి గొప్ప ధనుర్ధరులు కూడా వణికిపోయారు. ఈ రీతిగా శ్రీకృష్ణునికి తన నిశ్చయాన్ని తెలిపి, అతనిని ఆలింగనం చేసుకొని అర్జునుడు కూడా వెనుదిరిగాడు. ఈరీతిగా రాజులందరూ తిరిగివెళ్లాక శ్రీకృష్ణుడు చాలా వేగంగా హస్తినాపురంవైపు సాగిపోయాడు.

దారిలో శ్రీకృష్ణుడు బాటకు ఇరువైపులా నిల్చున్న అనేకులైన మహర్షులను చూశాడు. వారందరూ బ్రహ్మ తేజస్సుతో ప్రకాశిస్తున్నారు. వారిని చూడగానే అతడు వెంటనే రథం నుండి దిగాడు. వారికి నమస్కరించి మిక్కిలి ఆదరంతో - "చెప్పండి. అన్ని లోకాలూ కుశలమేనా? ధర్మం చక్కగా నడుస్తోందా? ఇప్పుడు మీరు ఎక్కడికి వెళ్తున్నారు? మీకేమి పని ఉంది? నేను మీకేమి సేవ చేయగలను? మీరంతా ఏ కారణంగా భూమికి విచ్చేశారు?" అని అడిగాడు.

అంతట పరశురాముడు శ్రీకృష్ణుని కౌగిలించుకొని - "యదుపతీ! వీరందరూ దేవర్షి, బ్రహ్మర్షి, రాజర్షులు. ప్రాచీన కాలంలోని అనేకులైన దేవతలను, రాక్షసులను చూచి ఉన్నారు. ఇప్పుడు వీరు హస్తినాపురంలో చేరి ఉన్న క్షత్రియులైన రాజులను, సభాసదులను, నిన్ను చూడడానికి వెళ్తున్నారు. ఈ సమారోహమంతా తప్పకుండా చూడదగినంత గొప్పది. అక్కడ కౌరవుల రాజసభలో ధర్మార్థానుకూలంగా నీవు మాట్లాడేది వినాలని మాకోరిక. ఆ సభలో భీష్మద్రోణులు, బుద్ధిమంతుడయిన విదురుడు - వంటి మహాపురుషులు, నీవు కూడా ఉంటారు. ఆ సమయంలో మేము నీయొక్క వారియొక్క దివ్యవచనాలను వినాలనుకొంటున్నాం. ఆ మాటలు తప్పకుండా గొప్ప మేలు కలిగించేవి, యథార్థాలు అయిఉంటాయి. వీరశ్రేష్ఠుడా! మీరు బయల్దేరండి. మేము సభలోనే మిమ్మ దర్శించుకుంటాం" అన్నాడు.

రాజా! దేవకీనందనుడు శ్రీకృష్ణుడు హస్తినాపురానికి బయల్దేరిన సమయంలో పదిమంది మహారథులు, వేయి కాల్బలం, వేయి ఆశ్వికసైన్యం, అంతులేని భోజనసామగ్రి, వందలకొద్దీ సేవకులు కూడా అతనివెంట ఉన్నారు. అతడు బయలుదేరినపుడు కలిగిన శుభాశుభశకునాల గురించి వివరిస్తాను. ఆ సమయంలో మేఘాలు లేకుండానే ఉరుములు, మెరుపులు తీవ్రమయ్యాయి. వర్షం కురవసాగింది. తూర్పుదిశగా ప్రవహించే ఆరు నదులకు, సముద్రానికి - ప్రవాహగతి మారింది. దిక్కులు తోచని స్థితి ఏర్పడింది.కాని శ్రీకృష్ణుడు వెళ్తున్న దారిలో మాత్రం వాయువు సుఖప్రదంగా వీచసాగింది. శకునాలు కూడా మంచివై ఉన్నాయి. అక్కడక్కడ వేలమంది బ్రాహ్మణులు అతనిని స్తుతిస్తూ మధుపర్కం, అనేక మంగళ ద్రవ్యాలను అర్పించి గౌరవించారు. ఈ రీతిగా దారిలో అనేక పశువులను, గ్రామాలను చూస్తూ, అనేక నగరాలను, దేశాలను దాటుకుంటూ, అతడు పరమరమణీయమయిన శాలియవనమనే చోటికి చేరాడు. అక్కడ వారు శ్రీకృష్ణచంద్రునికి గొప్ప ఆతిథ్య సత్కారాలు చేశారు. అటుతరువాత సాయంకాలం సూర్యాస్తమయం అవుతూండగా సూర్యకిరణాలు అన్నివైపుల ప్రసరిస్తున్నాయి. అప్పుడు అతడు వృకస్థలం అనే గ్రామానికి చేరుకున్నాడు. అక్కడ అతడు రథం దిగి నియమానుసారంగా శౌచాది నిత్యకర్మలు నిర్వర్తించాడు. రథాన్ని విడువమని ఆజ్ఞాపించి సంధ్యావందనం చేశాడు. దారుకుడు గుఱ్ఱాలను విడిచాడు. అక్కడివారితో భగవానుడు - "మేము యుధిష్ఠిరమహారాజు యొక్క పనిమీద వెళ్తున్నాం. ఈ రాత్రికి ఇక్కడే ఉంటాం" అని చెప్పాడు. అతని ఈ ఉద్దేశ్యాన్ని తెలుసుకొని గ్రామవాసులు ఉండడానికి తగిన ఏర్పాట్లు చేశారు. ఒక్కక్షణంలో తినడానికి తాగడానికి ఉత్తమమైన సామగ్రి సమకూర్చబడింది. ఆ గ్రామంలోని ముఖ్యులైన బ్రాహ్మణులు వచ్చి ఆశీర్వదించి మంగళవచనాలు పలుకుతూ వారిని విధిపూర్వకంగా సత్కరించారు. తదనంతరం శ్రీకృష్ణుడు వారికి రుచికరమైన భోజనం పెట్టించి తానుకూడా భుజించాడు. అందరితో కలిసి చాలా ఆనందంగా ఆరాత్రి అక్కడే ఉన్నాడు.

శ్రీకృష్ణుడు హస్తినాపురమును ప్రవేశించుట - హస్తినాపురములో శ్రీకృష్ణునికై స్వాగతపు టేర్పాట్లు చేయుట

వైశంపాయనుడు చెపుతున్నాడు - "ఇక్కడ దూతల ద్వారా శ్రీకృష్ణుని రాకనుగూర్చిన వార్తను తెలుసుకొన్న ధృతరాష్ట్రుడు సంతోషంతో రోమాంచితుడయ్యాడు. భీష్మద్రోణ సంజయ విదుర దుర్యోధనులతోను, మంత్రులతోను చాలా ఆదరంగా అతడు "పాండవుల పనిమీద మనను కలుసుకోవడానికి శ్రీకృష్ణుడు వస్తున్నాడని విన్నాను. అతడు మనకందరికీ అన్ని విధాలా గౌరవింపదగినవాడు, పూజ్యుడు. సమస్త ప్రాణులకు అతడు ఈశ్వరుడు కాబట్టి లోకవ్యవహారమంతా అతనిలోనే అధిష్ఠించి ఉంది. అతనిలో ధైర్యం, వీర్యం, ప్రజ్ఞ, ఓజస్సు - అన్నిగుణాలూ ఉన్నాయి. అతడు సనాతన ధర్మస్వరూపుడు. కాబట్టి అన్నిరకాల గౌరవాలకు అర్హుడు. అతనిని సత్కరించడంలోనే మనకు సుఖముంది. అగౌరవిస్తే మనకు దుఃఖకారకుడవుతాడు. మనం చేసిన సత్కారంతో అతడు సంతుష్టుడయితే రాజులందరితో సమానంగా మనందరి అభీష్టాలూ కూడా సిద్ధిస్తాయి. దుర్యోధనా! అతని స్వాగత సత్కారాలకు ఏర్పాట్లు నేటినుండే సిద్ధంచేయి. దారిలో అన్నిరకాల అవసరమైన సామగ్రితో నిండిన విశ్రామస్థానాలను ఏర్పాటుచేయించు. నీమీద అతనికి ప్రసన్నం కలిగే ఉపాయం చూడు. భీష్మపితామహా! ఈవిషయంలో మీఅభిప్రాయం ఏమిటి?" అని అడిగాడు.

భీష్మాది సభాసదులందరూ ధృతరాష్ట్రుడు చెప్పిన విషయాన్ని విని "మీఆలోచన చాలా బాగుంది" అంటూ కొనియాడారు. వారందరి అభిప్రాయాన్ని తెలుసుకొన్న దుర్యోధనుడు అక్కడక్కడ అందమైన విశ్రాంతిస్థావరాలను ఏర్పాటుచేయించడం మొదలుపెట్టాడు. అతడు అన్నివిధాలా దేవతలకు తగిన ఏర్పాట్లు చేయించి, ఆ విషయాన్ని ధృతరాష్ట్రునకు తెలియచేశాడు. కాని శ్రీకృష్ణుడు ఆ విశ్రాంతి స్థావరాలవైపు గాని రకరకాల మణులవైపుగాని చూపు పెట్టనేలేదు.

దుర్యోధనుడు చేసిన ఏర్పాట్లన్నీ తెలుసుకుని ధృతరాష్ట్రుడు విదురునితో - "విదురా! శ్రీకృష్ణుడు ఉపప్లావ్యం నుండి ఈవైపు వస్తున్నాడు. ఈ రోజు అతడు వృకస్థలంలో విడిది చేశాడు. రేపు ఉదయానికి అతడు ఇక్కడకు రాగలడు. అతడు చాలా ఉదారచిత్తుడు, పరాక్రమశాలి; మహాబలవంతుడు. యాదవులయొక్క విస్తారమైన రాజ్యాన్ని అతడే పాలించి, రక్షిస్తున్నాడు. ఇదేమి ఎక్కువ? ముల్లోకాలకు పితామహుడైన బ్రహ్మకే తండ్రి ఆయన. కాబట్టి మన స్త్రీలు, పురుషులు, బాలకులు, వృద్ధులు - ప్రజలందరూ సూర్యునితో సమానంగా ఆ శ్రీకృష్ణుని దర్శించాలి. అన్నివైపుల పెద్దపెద్ద ధ్వజాలు, పతాకాలు ఎగురవేయండి. వారు వచ్చేదారిలో శుభ్రంగా ఊడ్పించి నీళ్లు చల్లించండి. చూడు. దుశ్శాసనుని మందిరం దుర్యోధనుని మందిరంకంటె బాగుంటుంది. దానిని వెంటనే శుభ్రం చేయించి బాగా అలంకరింపించు. ఆ భవనంలో చాలా చాలా అందమైన గదులు, మిద్దెలు ఉన్నాయి. అందులో అన్నిరకాల ఉద్యానాలూ ఉన్నాయి. ఒకే కాలంలో అన్ని ఋతువుల ఆనందాన్ని పొందవచ్చు. నా భవనంలోను, దుర్యోధనుని భవనంలోను ఉన్న విలువైన వస్తువులను అన్నింటిని అందులో అలంకరించు. వాటిలో శ్రీకృష్ణునికి ఏవి తగినవో అవి తప్పకుండా అతనికి కానుకలుగా ఇయ్యి" అని అన్నాడు.

విదురుడు - "రాజా! మీరు ముల్లోకాలలోను చాలా గౌరవం కలవారు. ఈ లోకంలో మిక్కిలి ప్రసిద్ధులు. పూజ్యులుగా పేరొందినవారు. ఈ సమయంలో మీరు చెపుతున్న మాటలన్నీ శాస్త్రం లేదా ఉత్తముల మాటల ఆధారంగానే చెప్పినట్లు తోస్తోంది. కాబట్టి మీ బుద్ధి స్థిరంగానే ఉందని తెలుస్తోంది. మీరు వయోవృద్ధులే కావచ్చు, కాని నేను మీకు వాస్తవవిషయం చెపుతున్నాను. మీరు ధనమిచ్చికాని, లేక ఏ ఇతర ప్రయత్నాలద్వారాగాని శ్రీకృష్ణుని అర్జునుని నుండి వేరు చేయలేరు. నేను శ్రీకృష్ణుని మహిమను ఎరుగుదును. అతనికి పాండవులపట్ల ఉన్న గాఢమైన అనురాగం కూడా నాకు తెలియనిది కాదు. అర్జునుడు అతనికి ప్రాణప్రియుడు. అతనిని అతడు విడిచిపెట్టనేలేడు. అతడు జలకలశాన్ని, కాళ్లు కడుగుకోవడానికి నీటిని, కుశలప్రశ్నలను తప్పించి మీకు సంబంధించిన వేరే ఏ ఒక్క వస్తువువైపు కన్నెత్తి కూడా చూడడు. అవును. అతనికి అతిథిసత్కారాలు తప్పకుండా ఇష్టమైనవే, పైగా అతడు గౌరవించడానికి తగినవాడు కూడాను. కాబట్టి అతనిని తప్పకుండా గౌరవించండి. ఇప్పుడు శ్రీకృష్ణుడు రెండు పక్షాలవారి మేలుకోరి ఏ పనిమీద వస్తున్నాడో దానిని పూర్తిగా నెరవేర్చండి. అతడు పాండవులతో మీకూ, దుర్యోధనునికీ సంధి కుదర్చాలని కోరుకొంటున్నాడు. అతని ఆ మాటను మీరు అంగీకరించండి. మహారాజా! మీరు పాండవులకు తండ్రి. వారు మీకు పుత్రులు. మీరు పెద్దవారు. వారు మీ ఎదుట బాలకులే. వారు మీపట్ల పుత్రులవలెనే ప్రవర్తిస్తున్నారు. మీరుకూడా

వారితో తండ్రివలె వ్యవహరించండి" అని బోధించాడు.

దుర్యోధనుడు - "తండ్రీ! విదురుడు చెప్పినది చక్కగా ఉంది. శ్రీకృష్ణునికి పాండవులపట్ల మిక్కిలిప్రేమ, అతనిని ఆ వైపునుండి ఎవరూ విడదీయలేరు. కాబట్టి మీరు అతనిని గౌరవించడానికి రకరకాలవస్తువులను ఇవ్వాలనుకుంటున్నారు కదా! అవి ఎప్పటికీ అతనికి ఇవ్వకూడదు" అన్నాడు.

దుర్యోధనుని మాటలు విని భీష్మపితామహుడు - "శ్రీకృష్ణుడు తన మనసులో ఏమి చేయాలని నిశ్చయించుకున్నాడో దానిని ఏరీతిగానూ ఎవరూ మార్చలేరు. కాబట్టి అతడు ఏం చెప్తే దానిని సంశయించకుండా చేయాలి. నీవు శ్రీకృష్ణసచివుని ద్వారా పాండవులతో వెంటనే సంధి చేసుకో. ధర్మాన్ని ప్రాణంగా భావించే శ్రీకృష్ణుడు తప్పకుండా ధర్మార్థాలకు అనుకూలమైన మాటలనే చెపుతాడు. కాబట్టి నీవూ, నీ సంబంధీకులూ అతనితో ప్రియంగానే మాటలాడాలి" అన్నాడు.

దుర్యోధనుడు - "పితామహా ! నా శరీరంలో ప్రాణాలు ఉన్నంతవరకు నేను ఈ రాజ్యలక్ష్మిని పాండవులతో పంచుకొని అనుభవించడం అనేది నాకు సమ్మతం కాదు. పాండవ పక్షపాతి అయిన శ్రీకృష్ణుని బంధించాలనే మహత్కార్యం చేయాలని ఆలోచించాను. అతనిని బంధించడంతోటే యాదవులందరూ, ఈ పృథివి అంతా, పాండవులు కూడా నా వశమవుతారు. అతడు రేపు ప్రాతః కాలానికి ఇక్కడికి రానే వస్తున్నాడు. ఆ కృష్ణునికి ఈ వార్త తెలియకూడదు, పైగా ఏ విధమైన హానీ జరగకూడదు. ఇపుడు మీరు ఇటువంటి సలహా ఇవ్వండి నాకు" అన్నాడు.

శ్రీకృష్ణుని విషయంలో దుర్యోధనునియొక్క ఈ భయంకరమైన మాటవిని ధృతరాష్ట్రునకు, అతని మంత్రులకు గట్టిదెబ్బ తగిలింది. వారు వ్యాకులపాటు చెందారు. వారు మళ్లీ దుర్యోధనునికి - "నాయనా! నీవు నీ నోటివెంట ఇలాంటి మాటలు రానీకు. ఇది సనాతనమైన ధర్మానికి విరుద్ధం. శ్రీకృష్ణుడు దూతగా వస్తున్నాడు. పైగా అతడు మన బంధువూ స్నేహితుడూ కూడా. అతడు కౌరవులకేమీ చెరుపు కూడా చేయలేదు. అలాంటప్పుడు అతడు బంధింపబడడానికి తగినవాడు ఎలా అవుతాడు? అని నచ్చచెప్పారు.

భీష్ముడు - "ధృతరాష్ట్రా! మందబుద్ధి అయిన ఈ నీ పుత్రుని మృత్యువు కబళిస్తోందని అర్థమవుతోంది. ఇతని స్నేహితులు, బంధువులు ఏదైనా మేలు కలిగించే మాట చెపుతున్నా కూడా ఇతడు అనర్థాన్నే ఆలింగనం చేసుకోవాలనుకొంటున్నాడు. ఈ పాపాత్ముడు చెడుదారిలోనే నడుస్తున్నాడు. ఇతనితోపాటు నీవు కూడా నీ హితైషులమాట పట్టించుకోకుండా ఈ బాటలోనే నడవాలనుకొంటున్నావు. నీకు తెలియదు. ఈ దుర్బుద్ధి శ్రీకృష్ణునికి పోటీగా నిలబడితే, ఒక్కక్షణంలోనే తన సలహాదారులందరితో పాటు నశించిపోతాడు. ఈ పాపాత్ముడు ధర్మానికి ఒకేసారిగా తిలోదకాలు ఇచ్చేశాడు. ఇతని హృదయం చాలా కఠోరమైనది. నేను ఇతని అనర్థపూర్ణమైన మాటలను వినలేను" అని మిక్కిలికోపంతో మండిపడుతూ వెంటనే సభనుండి లేచి వెళ్లిపోయాడు.

శ్రీకృష్ణుడు హస్తినాపురమును ప్రవేశించి ధృతరాష్ట్రాదులను కలిసికొనుట

వైశంపాయనుడు చెపుతున్నాడు - ఇక్కడ వృకస్థలంలో శ్రీకృష్ణచంద్రుడు ప్రాతఃకాలంలో లేచి నిత్యకర్మలు పూర్తిచేసుకున్నాడు. బ్రాహ్మణుల అనుమతి తీసుకొని హస్తినాపురం వైపు బయలుదేరాడు. అతడు వెళ్లేటపుడు, అతనిని సాగనంపడానికి వచ్చిన గ్రామస్థులు అతని అనుమతి తీసుకొని వెనుతిరిగారు. నగరసమీపానికి చేరుకొనేసరికి దుర్యోధనుడు తప్ప మిగిలిన ధృతరాష్ట్రపుత్రులు, భీష్మద్రోణకృపులు మొదలైనవారు బాగా ఆర్భాటంతో అతనికి స్వాగతం చెప్పడానికి వచ్చారు. వారే కాకుండా అనేకులు నగరవాసులు కూడా కృష్ణుని దర్శించాలనే లాలసతో నడిచీ, రకరకాల వాహనాలెక్కీ వచ్చారు. భీష్ముడు, ద్రోణుడు, ధృతరాష్ట్రపుత్రులందరూ దారిలోనే భగవానుని కలుసుకొన్నారు. వారితో కలిసి అతడు హస్తినాపురంలో ప్రవేశించాడు. శ్రీకృష్ణుని గౌరవార్థం నగరమంతా బాగా అలంకరింపబడింది. రాజమార్గంలో అయితే అనేక విలువైన, చూడదగిన వస్తువులు గొప్పరీతిలో అలంకరింపబడ్డాయి. శ్రీకృష్ణుని చూడాలనే ఉత్కంఠ కారణంగా ఆ రోజు స్త్రీలు, పిల్లలు, వృద్ధులూ కూడా ఇళ్లల్లో ఉండలేదు. ప్రజలందరూ రాజమార్గంలోకి వచ్చి నేలమీదికి వంగివంగి శ్రీకృష్ణుని స్తుతిస్తూ ఉన్నారు.

శ్రీకృష్ణచంద్రుడు ఈ గుంపునంతటినీ దాటుకొని ధృతరాష్ట్రమహారాజు యొక్క రాజభవనానికి చేరుకున్నాడు. ఈ సౌధం చుట్టుపక్కలున్న అనేక భవనాలతో అందంగా అలరారుతోంది. అందులో మూడు ద్వారాలున్నాయి. అవన్నీ దాటుకొని శ్రీకృష్ణచంద్రుడు ధృతరాష్ట్రుని దగ్గరకు వచ్చాడు. శ్రీయదుపతి రాగానే కురురాజు ధృతరాష్ట్రుడు, భీష్ముడు, ద్రోణుడు మొదలగు వారు సభాసదులందరితో పాటు లేచినిల్చున్నారు. ఆ సమయంలో కృపాచార్యుడు, సోమదత్తుడు,

బాహ్లీకుడు కూడా తమ ఆసనాలనుండి లేచి శ్రీకృష్ణుని గౌరవించారు. శ్రీకృష్ణుడు ధృతరాష్ట్రుని, భీష్మపితామహుని పలకరింపుతో గౌరవించాడు. ఈరీతిగా ధర్మానుసారంగా వారిని గౌరవించి, క్రమంగా రాజులందరినీ కలుసుకొన్నాడు. వయోభేదాన్ని అనుసరించి యథాయోగ్యంగా వారందరినీ గౌరవించాడు. శ్రీకృష్ణుని కోసం అక్కడ ఒక అందమైన బంగారు సింహాసనం వేయబడి ఉంది. ధృతరాష్ట్రమహారాజు ఆజ్ఞప్రకారం అతడు దానిమీద ఆసీనుడయ్యాడు. ధృతరాష్ట్రుడు కూడా అతనిని యథావిధి పూజించి గౌరవించాడు.

ఆ తరువాత కురురాజు అనుమతి తీసుకొని అతడు విదురుని భవ్యమందిరానికి వచ్చాడు. విదురుడు మంగళద్రవ్యాలన్నీ తీసుకొని అతనికి ఎదురేగి, తన ఇంటికి తీసుకొని వచ్చి పూజించాడు. ఆపై విదురుడు – "కమలాక్షా! ఈరోజు మీ దర్శనంతో నాకు కలిగిన ఆనందాన్ని మీతో ఎలా చెప్పగలను? సమస్తదేహధారులలోని అంతరాత్మ మీరే కదా!" అని వినయంగా అన్నాడు. అతిథిసత్కారం ముగిశాక ధర్మజ్ఞుడైన విదురుడు శ్రీకృష్ణుని పాండవుల కుశలం గూర్చి అడిగాడు. విదురునికి పాండవులపట్ల ప్రేమ. ధర్మార్థవిషయాలలో తత్పరుడు. క్రోధం అతని దరిదాపులకే రాదు. అందుకని శ్రీకృష్ణుడు పాండవులు ఏమి చేయదలచుకొన్నారో ఆ సంగతులన్నీ అతనికి వివరంగా చెప్పాడు.

అనంతరం మధ్యాహ్నం గడిచాక శ్రీకృష్ణభగవానుడు తన మేనత్త కుంతి దగ్గరకు వెళ్లాడు. అతని రాకను చూసి కుంతి అతని మెడను వాటేసుకుని కొడుకులను తలచుకొని ఏడవసాగింది. పాండవుల సహచరుడైన అతనిని కూడా ఆమె ఎన్నో రోజుల తరువాత ఈనాడు చూసింది. అందుకే అతనిని చూడగానే ఆమెకు కన్నీరు పొంగివచ్చింది. అతిథిసత్కారం అయ్యాక, శ్రీకృష్ణుడు కూర్చున్న తరువాత కుంతి గద్గదకంఠంతో – "మాధవా! నాకొడుకులు చిన్నతనం నుండీ గురుజనులను సేవిస్తూనే ఉన్నారు. వారు పరస్పరం మిక్కిలి స్నేహంగా ఉంటారు. ఇతరులు వారిని గౌరవిస్తారు. వారు కూడా అందరిపట్ల సమానభావంతో మసలుకుంటారు. కాని ఈ కౌరవులు మోసంచేసి వారిని రాజ్యచ్యుతులను చేశారు. అనేక మనుష్యులమధ్య తిరిగే యోగ్యత కలవారయినా వారు నిర్జనవనాలలో తిరుగుతూ ఉన్నారు. వారు హర్షశోకాలను అదుపులో ఉంచుకున్నారు. బ్రాహ్మణులను సేవించేవారు. ఎప్పుడూ సత్యాన్నే మాట్లాడేవారు. కనుకనే వారు అప్పుడే రాజ్యాలపట్ల, భోగాలపట్ల విముఖులై, ఏడుస్తున్న నన్ను వదిలి అడవులకు వెళ్లిపోయారు. నాయనా! వారు అడవులకు వెళ్లేటపుడే నాహృదయాన్ని కూడా వారితోపాటు తీసుకుపోయారు. నేను ఇప్పుడు హృదయం లేనిదానిని. అజాతశత్రుడైన యుధిష్ఠిరుడు మిక్కిలి లజ్జాశీలుడు, సత్యపరుడు, జితేంద్రియుడు, భూతదయగలవాడు, శీలసదాచార సంపన్నుడు, ధర్మజ్ఞుడు, సర్వగుణసంపన్నుడు, ముల్లోకాలకు రాజుకాదగినవాడు, కురువంశీయులందరిలోకీ శ్రేష్ఠుడు. – అతడు ఇప్పుడెలా ఉన్నాడు? భీముడు మహాబలవంతుడు. పదివేల ఏనుగుల బలం కలవాడు, వాయుసమానవేగుడు. తన సోదరులకు ఎప్పుడూ ప్రియం చేకూర్చడం వలన వారికితడు మిక్కిలి ఇష్టుడు. తమ్ముళ్లతో సహా కీచకుని, హిడింబుడు, బకుడు మొదలైన రాక్షసులను మాటలు చెప్పినంత తేలికగా సంహరించినవాడు. అందుకనే పరాక్రమంలో ఇంద్రుని, క్రోధంలో రుద్రుని పోలినవాడు. ఇప్పుడతని పరిస్థితి ఏమిటి? తేజస్సులో సూర్యుని, మనోనిగ్రహంలో మహర్షులను, ఓర్పులో భూదేవిని, పరాక్రమంలో ఇంద్రుని పోలినవాడు, సమస్తప్రాణులను జయించినవాడు, కాని ఎవరికీ వశపడనివాడు – ఆ నీ సోదరుడు, సఖుడు అయిన అర్జునుడు ఇప్పుడెలా ఉన్నాడు? సహదేవుడు కూడా గొప్ప దయాళువు, లజ్జాశీలుడు, అస్త్రశస్త్రవేత్త, మృదుస్వభావుడు, ధర్మజ్ఞుడు, నాకు ఎంతో ఇష్టుడు. ధర్మార్థాలలో నిపుణుడు. తన అన్నలను సేవించడంలో తత్పరుడు. అతని సత్ప్రవర్తనను సోదరులందరూ కొనియాడుతూ ఉంటారు. ఇప్పుడు అతడు ఏ స్థితిలో ఉన్నాడు? నకులుడు మిక్కిలి సుకుమారుడు. శూరుడు, వీరుడు, చూడచక్కని యువకుడు. అన్నదమ్ములందరికీ అతడు బహిఃప్రాణం, రకరకాల యుద్ధాలలో ఆరితేరినవాడు. గొప్ప ధనుర్ధరుడు, పరాక్రమవంతుడు. కృష్ణా! ఇప్పుడతడు కుశలమేనా? కోడలు ద్రౌపది సర్వగుణసంపన్నురాలు. పరమసుందరి, మంచి వంశంలోని పిల్ల. నాకు కొడుకులందరికంటె ఆమెయే ఎక్కువ ఇష్టురాలు. ఆ సత్యవాదిని తన ప్రియపుత్రులను కూడా వదిలిపెట్టి వనవాసం చేస్తున్న భర్తలకు సేవచేస్తోంది. ఇప్పుడామె ఎలా ఉంది?

కృష్ణా కౌరవ పాండవుల పట్ల ఎప్పుడూ ఎలాంటి భేదభావం లేదు నాదృష్టిలో. ఇదే నిజమయితే శత్రువులు నశించి పాండవులతోపాటు నీవూ రాజ్యసుఖాలు అనుభవించడం నేను ఈనాడు చూడగలను. పరంతపా! అర్జునుడు పుట్టినప్పుడు నేను పురిటింట్లో ఉండగా, ఆ రాత్రి ఆకాశవాణి – "నీ ఈ పుత్రుడు సమస్త భూమండలాన్ని జయిస్తాడు. ఇతని కీర్తి స్వర్గం వరకు వ్యాపిస్తుంది. ఇతడు మహాయుద్ధంలో

కౌరవులను చంపి వారి రాజ్యాన్ని పొందుతాడు. ఆపై తన సోదరులతో కలిసి మూడు అశ్వమేధాలు చేస్తాడు" అని చెప్పింది. నేను దానిని తప్పుపట్టడం లేదు. అన్నిటికంటె గొప్పదయిన ఆ నారాయణస్వరూపమైన ధర్మానికి దండం పెడుతున్నాను. అంతే. అదే సమస్తలోకాన్ని శాసించేది. అదే ప్రజలందరినీ ధరించేది. ధర్మమే నిజమయితే అప్పుడు దేవవాణి చెప్పినదంతా నీవే సఫలం అయ్యేలా చేయిస్తావు.

మాధవా! ధర్మమునే ప్రాణంగా భావించే యుధిష్ఠిరునితో - "నాయనా! నీధర్మానికి చాలా హాని కలుగుతోంది. ఈరీతిగా నీవు దానిని వ్యర్థంగా నష్టపోనీకు అని చెప్పు. కృష్ణా! ఇతరులను ఆశ్రయించి జీవితం గడుపుకునే స్త్రీ జీవితం హీనం. దైన్యంతో ప్రాప్తించే జీవనాధారం కంటె చనిపోవడమే మేలు. నీవు అర్జునునితో, ఎప్పుడూ ప్రయత్నపరుడై ఉండే భీమునితో - "క్షత్రియస్త్రీలు పుత్రుని ఎందుకు కంటారో ఆ సమయం వచ్చింది. అటువంటి అవకాశం వచ్చినపుడు కూడా మీరు యుద్ధం చేయకపోతే దానిని వ్యర్థంగా పోగొట్టుకుంటారు. మీరు సమస్తలోకాలలోను సమ్మానితులు. అలా ప్రసిద్ధులు అయి కూడా మీరు ఏదైనా నింద్యమైన కర్మ చేస్తే నేను తిరిగి ఎప్పుడూ మీ ముఖం చూడను. అరే! సమయం వచ్చినప్పుడు తమ ప్రాణాలకు లోభించకూడదు" అని చెప్పు. మాద్రీపుత్రులయిన నకులసహదేవులు ఎప్పుడూ క్షాత్రధర్మంపై నిలిచేవారే. వారితో - "ప్రాణాలను పణంగా పెట్టి అయినా సరే తమ పరాక్రమంతో పొందిన దానినే భోగించాలని కోరుకోవాలి. ఎందుకంటే క్షాత్రధర్మాన్ని అనుసరించి జీవితం గడుపుకొనేవాని మనసుకు పరాక్రమంతో సంపాదించుకొన్న భోగాలే సుఖాన్ని కలిగిస్తాయి" అని చెప్పు.

"శత్రువులు రాజ్యాన్ని అపహరించారు" - అనేది దుఃఖించవలసిన విషయం కాదు. జూదంలో ఓడిపోవడం కూడా దుఃఖకారణం కాదు. నా పుత్రులు అడవులలో నివసించవలసి వచ్చినందుకు కూడా నాకు దుఃఖం లేదు. కాని ఇంతకంటె మించిన దుఃఖకారకమైన విషయం మరొకటి ఏమి ఉంటుంది? వయసులో ఉన్న నా కోడలిని, ఏకవస్త్రం ధరించినదానిని, సభలోకి ఈడ్చుకుంటూ వచ్చారు. పైగా ఆమెకు ఆ పాపాత్ముల మాటలు వినవలసివచ్చింది. అయ్యో! అప్పుడు ఆమె నెలసరిధర్మంలో ఉంది. వీరులైన తన పతులు అక్కడ ఉండగానే ఆ రాచకూతురు అనాథవలె అయిపోయింది. నేను పుత్రులు కలదానిని. అంతేకాక నాకు నీవు, బలరాముడు, ప్రద్యుమ్నుడు కూడా పూర్తిగా అండగా ఉన్నారు. అయినా నేను ఇలాంటి దుఃఖాన్ని అనుభవిస్తున్నాను. అయ్యో! దుర్ధర్షుడైన భీముడు, యుద్ధంలో వెన్ను చూపని అర్జునుడు ఉండి కూడా నాకు ఈ దశ దాపురించింది" అని విలపించింది.

కుంతి పుత్రశోకంతో చాలా అలమటించింది. ఆమె యొక్క మాటలన్నీ విని శ్రీకృష్ణుడు - "అత్తా! నీవంటి సౌభాగ్యవతి వేరొక రెవరుంటారు? నీవు శూరసేనుని కూతురివి. మహారాజు అజమీఢుని వంశానికి వివాహమై వచ్చావు. అన్నిరకాల సుగుణాలు ఉన్నదానవు. నీ పతి కూడా నిన్ను ఎంతో గౌరవించాడు. నీవు వీరమాతవు, వీరపత్నివి. నీవంటి స్త్రీలే అన్ని రకాల సుఖదుఃఖాలను సహించగలరు. పాండవులు - నిద్ర- తంద్ర; క్రోధం-హర్షం; ఆకలి-దప్పిక; శీతం-ఉష్ణం- ఈ అన్నిటినీ జయించి వీరోచితమైన ఆనందాన్ని అనుభవిస్తున్నారు. వారు, ద్రౌపదీ నీకు నమస్కారాలు చెప్పమన్నారు. తమ కుశలాన్ని చెప్పి నీ కుశలం గురించి అడిగారు. నీవు త్వరలోనే పాండవులను స్వస్థులుగా, సఫలమనోరథులుగా చూడగలవు. వారి శత్రువులందరూ చనిపోతారు. వారు లోకానికంతటికీ అధిపతులై రాజ్యసంపదతో సుశోభితులవుతారు" అని ఊరడించాడు.

శ్రీకృష్ణుడీరీతిగా ధైర్యం చెప్పగా అజ్ఞానం వలన తనకు కలిగిన మోహాన్ని దూరం చేసుకుంటూ కుంతి - కృష్ణా! పాండవులకు ఏది హితమో, నీవు ఏ ప్రకారంగా చేయదలచుకొన్నావో ఆ ప్రకారమే చేయి. దానిచేత ధర్మానికి లోపం రాకూడదు. కపటాన్ని ఆశ్రయించకూడదు. నేను నీ యొక్క సత్యప్రభావాన్ని, వంశ ప్రభావాన్ని బాగా ఎరుగుదును. నీ మిత్రుల ప్రయోజనం పూర్తి చేయడం కోసం నీవు ఎటువంటి బుద్ధిని పరాక్రమాన్ని ఉపయోగించి పని చేస్తావో నాకు తెలియనిది కాదులే. మన వంశంలో నీవు మూర్తీభవించిన ధర్మానివి, సత్యానివి, తపస్సువి కూడా. అందరికీ రక్షకుడవు. నీవే పరబ్రహ్మవు. నీవే ఈ ప్రపంచమంతటా నిండి ఉన్నావు. నీవు చెప్పినది నీ ద్వారానే అలాగే నిజంగా జరుగుతుంది" అన్నది.

ఆ తరువాత శ్రీకృష్ణుడు కుంతివద్ద సెలవుతీసుకొని, ఆమెకు ప్రదక్షిణం చేసి దుర్యోధనుని భవనంవైపు బయలుదేరాడు.

శ్రీకృష్ణుడు దుర్యోధనుని తిరస్కరించి, విదురుని ఇంట భుజించుట

వైశంపాయనుడు చెపుతున్నాడు - రాజా! శ్రీకృష్ణుడు రాగానే దుర్యోధనుడు తన మంత్రులతోపాటు ఆసనం నుండి లేచి నిలుచున్నాడు. శ్రీకృష్ణుడు దుర్యోధనుని, అతని మంత్రులను కలుసుకున్నాక, అక్కడ ఒకచోట చేరిన

రాజులందరినీ వారి వారి వయసులను బట్టి కలుసుకున్నాడు. తరువాత అతడు ఒక స్వచ్ఛమైన బంగారు మంచంమీద కూర్చున్నాడు. స్వాగతసత్కారాలు ముగిశాక దుర్యోధనుడు అతనిని భోజనం చేయమని కోరాడు. కాని కృష్ణుడు అంగీకరించలేదు. అప్పుడు దుర్యోధనుడు ముందు మృదువుగానే అయినా చివరికి కపటంతో నిండిన మాటలు ఉపయోగిస్తూ – "జనార్దనా! మేము మీకు మంచి మంచి అన్నపానీయాలు, వస్త్రాలు, శయ్యలు కానుకలుగా సమర్పిస్తున్నాం. వాటిని మీరు ఎందుకు స్వీకరించడం లేదు? మీరు రెండు పక్షాలకూ సహాయం చేశారు. మేలుకూడా రెండుపక్షాలకూ చేయాలనుకుంటున్నారు. అంతేకాక మీరు మహారాజు ధృతరాష్ట్రునికి బంధువులూ, ఇష్టులూ కూడా. ధర్మార్థాలలోని రహస్యాలను కూడా మీరు బాగానే ఎరుగుదురు. కాబట్టి దీనికి కారణమేమిటో వినాలని ఉంది" అని అన్నాడు.

దుర్యోధనుడు ఇలా అడగగానే మహామనస్వి అయిన శ్రీకృష్ణుడు తన దీర్ఘబాహువును పైకెత్తి మేఘగంభీరమైన కంఠంతో – "రాజా ! దూత తన ఉద్దేశ్యం నెరవేరిన తరువాతనే భోజనాదులు స్వీకరిస్తాడు. ఇది నియమం. కాబట్టి నా పని పూర్తి అయ్యాక నీవు కూడా నన్ను, నా మంత్రులను సత్కరించవచ్చును. నేను కామం, క్రోధం, ద్వేషం, స్వార్థం, కపటం లేదా లోభం – వీటికి లొంగిపోయి ధర్మాన్ని ఎన్నటికీ విడువను. భోజనం అనేది ప్రేమ ఉంటేనో లేదా అత్యవసరం అయినపుడో చేస్తారు. అలా చేస్తే నీకు నామీద ప్రేమ లేదు. నేను అత్యవసరస్థితిలోనూ చిక్కుకోలేదు. చూడు. పాండవులు నీకు సోదరులే. వారు ఎపుడూ తమ స్నేహితులకు అనుకూలంగానే ఉంటారు. వారిలో అన్ని సద్గుణాలూ ఉన్నాయి. అయినా పుట్టింది మొదలుకొని నీవు నిష్కారణంగా వారిని ద్వేషిస్తూనే ఉన్నావు. వారిని ద్వేషించడం సరికాదు. వారు ఎప్పుడూ తమ ధర్మం తప్పలేదు. వారిని ద్వేషించినవాడు నన్నూ ద్వేషిస్తాడు. వారికి అనుకూలుడైనవాడు నాకూ అనుకూలుడే. ధర్మాత్ములైన పాండవులతో నేను ఏకరూపుడినే అని తెలుసుకో. కామక్రోధాలకు బానిస అయినవాడు, మూర్ఖత్వంతో గుణవంతులతో విరోధం పెట్టుకొని ద్వేషించేవాడు అధముడు అని అంటారు. నీ ఈ అన్నమంతా దుష్టపురుషులకు సంబంధించినది. కాబట్టి ఇది తినదగినది కాదు. విదురుడి అన్నం మాత్రమే తినదగినదని నా ఉద్దేశ్యం." అని సూటిగా చెప్పాడు.

దుర్యోధనుడితో ఇలా అని శ్రీకృష్ణుడు అతని మందిరం నుండి వెలువడి విదురుని ఇంటికి వచ్చాడు. భీష్ముడు, ద్రోణుడు, కృపుడు, బాహ్లీకుడు ఇంకా కొంతమంది కురువంశీయులు అతనిని కలుసుకోవడానికి విదురుని ఇంటికే వచ్చారు. వారందరూ "వార్ష్ణేయా! మేము మీకోసం ఉత్తమోత్తమ పదార్థాలతో నిండిన అనేక భవనాలను సిద్ధం చేశాము. అక్కడికి వచ్చి విశ్రాంతి తీసుకోండి" అని విన్నవించుకొన్నారు. వారికి మధుసూదనుడు – "మీరందరూ దయచేయండి. మీరు నాకు అన్నిరకాల సత్కారాలు చేసినట్లే" అని బదులిచ్చాడు. కౌరవులు వెళ్ళి పోయాక విదురుడు ఎంతో ఉత్సాహంగా శ్రీకృష్ణుని పూజించాడు. అతనికి అనేకరకాల ఉత్తమగుణయుక్తమైన అన్నపానీయాలను సమర్పించాడు. ఆ పదార్థాలతో శ్రీకృష్ణుడు ముందు బ్రాహ్మణులను తృప్తిపరచి, తరువాత తన అనుయాయులతో పాటు కూర్చుని తాను కూడా భుజించాడు.

భోజనానంతరం భగవానుడు విశ్రాంతి తీసికొంటుండగా ఆ రాత్రివేళ విదురుడు అతనితో – 'కేశవా! మీరిక్కడికి వచ్చారు. కాని ఇది మంచి ఆలోచన కాదు. మందమతి అయిన దుర్యోధనుడు ధర్మాన్ని అర్థాన్ని రెండింటినీ కూడా విడిచిపెట్టేశాడు. అతడు క్రోధం కలవాడు, పెద్దలమాటను ఉల్లంఘించేవాడు. ధర్మశాస్త్రం అతనికి ఏమాత్రం తెలియదు. తన మొండిపట్టుదలే తనది. అతనిని ఏదైనా సన్మార్గంలోకి తీసుకురావడం అసంభవమే. అతడు విషయాలలో పసిపిల్లవాడు, తన్ను తాను గొప్ప తెలివైనవాడినని అనుకుంటాడు. మిత్రులకు ద్రోహం చేసేవాడు, అందరినీ సందేహదృష్టితో చూస్తూ ఉంటాడు, కృతఘ్నుడు, బుద్ధిహీనుడు. ఇవేకాక అతనిలో ఇంకా ఇతరదోషాలు అనేకం ఉన్నాయి. మీరు అతనికి హితం చెప్పినా కూడా క్రోధంతో ఏమీ వినడు. భీష్మ,ద్రోణ, కృప, కర్ణ, అశ్వత్థామ, జయద్రథుల సాయంతో ఈ రాజ్యాన్ని పూర్తిగా అపహరించగలననే నమ్మకంతో ఉన్నాడు. అందుకే అతడు సంధి చేసుకోవాలనే ఆలోచనే చేయడం లేదు. కర్ణుడు ఒక్కడే తన శత్రువులందరినీ జయించగలడని అతనికి పూర్తి నమ్మకం. అందుకే అతడు సంధి చేసుకోడు. మీరేమో సంధికోసం ప్రయత్నం చేస్తున్నారు. కాని ధృతరాష్ట్రపుత్రులు మాత్రం "పాండవులకు వారి భాగం ఎప్పటికీ ఇవ్వం" అని ప్రతిజ్ఞ చేశారు. వారి ఆలోచనలు అలా ఉన్నప్పుడు వారికి ఇక ఏమి చెప్పినా వ్యర్థమే. మధుసూదనా! మంచి చెడులను గూర్చిన రెండు రకాల మాటలను ఒకేరీతిగా వినే చోట బుద్ధిమంతుడు ఏమీ చెప్పకూడదు. అక్కడ ఏమైనా చెప్పడం అంటే చెవిటి వానిముందు శంఖం ఊదినట్లుగా వ్యర్థమే అవుతుంది.

శ్రీకృష్ణా! ఇంతకుముందు మీతో వైరం పెట్టుకున్న రాజులు అందరూ మీవలన భయంతో దుర్యోధనుని ఆశ్రయించారు. ఆ యోధులందరూ దుర్యోధనునితో చేరి తమ ప్రాణాలను కూడా బలిపెట్టి పాండవులతో యుద్ధం చేయడానికి సిద్ధంగా ఉన్నారు. కాబట్టి మీరు ఆ అందరి మధ్యకు వెళ్లడం - నాకు మంచిదిగా అనిపించడం లేదు. దేవతలు కూడా మీ ఎదుట నిలువజాలరనీ తెలుసు, మీ ప్రభావాన్ని, బలాన్ని, బుద్ధినీ కూడా బాగా ఎరుగుదును. అయినప్పటికీ మీ మీద ప్రేమ, సౌహార్దభావం ఉన్న కారణంగా నేను ఇలా చెపుతున్నాను. కమలనయనా! ఈనాడు మీ దర్శనం చేసుకున్నందువలన నాకు ఎటువంటి ఆనందం కలిగిందో మీతో ఏమని చెప్పను? శరీరధారులందరిలో అంతరాత్మ అయిన మీకు తెలియనిది ఏముంటుంది?" అన్నాడు.

శ్రీకృష్ణుడు - "విదురమహాత్మా! ఒక మహాబుద్ధిమంతుడు ఎటువంటి మాటలు చెప్పాలో, నా వంటి ప్రేమ పాత్రునికి ఏమిచెప్పాలో, మీ వంటివాని నోట ఎటువంటి ధర్మార్థయుక్తములైన సత్యవచనాలు వెలువడాలో అటువంటివే మీరు నాకు తల్లిదండ్రులవలె వాత్సల్యంతో చెప్పారు. దుర్యోధనునియొక్క దుష్టత్వం, క్షత్రియ వీరుల వైరభావం మొదలైన అన్ని సంగతులూ తెలిసే నేను ఈనాడు కౌరవుల వద్దకు వచ్చాను. ధర్మం ప్రకారం ప్రాప్తించిన పనిని చేయడం మనుష్యుని యొక్క కర్తవ్యం. యథాశక్తి ప్రయత్నించినప్పటికీ కార్యం పూర్తిచేయలేకపోతే కూడా, అతనికి ఆ పుణ్యం తప్పకుండా లభిస్తుంది - ఇందులో నాకు సందేహమేమీ లేదు. నేను చెప్పే శుభకరమైన, హితకరమైన, ధర్మార్థాలకు అనుకూలమైన మాటలను దుర్యోధనుడు, అతని మంత్రులూ కూడా అంగీకరించవలసినదే. నేను మాత్రం నిష్కపటభావంతో కౌరవపాండవులకు, భూమండలంలోని సమస్తక్షత్రియులకు మేలు చేకూర్చడానికే ప్రయత్నిస్తున్నాను. ఈ రీతిగా మేలుకోరే, నేను ప్రయత్నిస్తున్నాగానీ దుర్యోధనుడు నామాటలను శంకించినప్పటికీ కూడా నా మనసు ప్రసన్నంగానే ఉంటుంది. నేను నా కర్తవ్యాన్ని నిర్వహించి ఋణవిముక్తుడిని అవుతాను. "శ్రీకృష్ణుడు సంధి చేయించగలిగినప్పటికీ కూడా అతడు క్రోధావేశానికి లోనై కౌరవపాండవులను వారించలేదు" అనే మాట మూఢులు, అధర్ములు అనకూడదనే నేను ఇక్కడ సంధి చేయించడం కోసం వచ్చాను. దుర్యోధనుడు నేను చెప్పే ధర్మార్థానుకూలమైన హితకరమైన మాటలను విని కూడా వాటిని పట్టించుకోకపోతే తాను చేసినదానికి, ఫలితాన్ని అనుభవిస్తాడు" అని తన మనసులోని మాటలను చెప్పాడు.

తదనంతరం యదుకుల భూషణుడు శయ్యపై పవళించాడు. ఆ రాత్రంతా మహాత్ముడైన విదురుడు, శ్రీకృష్ణుడు ఇలా మాటలాడుకుంటూనే గడిపేశారు.

శ్రీకృష్ణుడు పాండవుల సందేశమును వినిపించుట

వైశంపాయనుడు చెపుతున్నాడు - ప్రాతఃకాలంలో లేచి శ్రీకృష్ణుడు స్నానం, జపం, అగ్నిహోత్రకార్యం పూర్తి చేసుకొన్నాడు. ఉదయించే సూర్యుని ఆరాధించాడు. వస్త్రాభూషణాదులు ధరించాడు. అదే సమయంలో దుర్యోధనుడు, శకుని అతనివద్దకు వచ్చారు. అతనితో - "మహారాజు ధృతరాష్ట్రుడు, మహానుభావులైన భీష్మాది కౌరవులందరూ సభకు విచ్చేసి, తమరాకకోసం ఎదురుచూస్తున్నారు" అని చెప్పారు. శ్రీకృష్ణుడు వారిద్దరికీ మధురస్వరంతో అభినందనలు తెలియచేశాడు. అనంతరం సారథి వచ్చి అతని పాదాలకు నమస్కరించాడు. మేలు జాతి గుర్రాలను పూన్చిన శుభ్రరథాన్ని తెచ్చి అక్కడ నిలిపాడు. యదుచంద్రుడు ఆ రథంమీద బయలుదేరాడు. ఆ సమయంలో కౌరవవీరులు అతనిని అన్నివైపులనుండి అనుసరించి నడిచారు. భగవానుని వెనుక అతని రథంలోనే సమస్తధర్మవేత్త అయిన విదురుడు కూడా బయలుదేరాడు. దుర్యోధనుడు, శకుని ఇంకొక రథం ఎక్కి అతనివెనుక నడిచారు. మెల్లమెల్లగా భగవానుని రథం రాజసభాద్వారం దగ్గరకుచేరింది. రథం దిగి అతడు లోపల సభలో ప్రవేశించాడు. శ్రీకృష్ణుడు విదురసాత్యకుల చేతులు పట్టుకొని సభలో ప్రవేశించగానే అతని కాంతితో సమస్తకౌరవులు, నిస్తేజులు అయిపోయారు. అతనికి ముందు దుర్యోధనుడు, కర్ణుడు నడుస్తూ ఉండగా, వెనుక కృతవర్మ, వృష్ణివంశవీరులు నడుస్తున్నారు. సభలోకి రాగానే అతనిని గౌరవిస్తూ ధృతరాష్ట్రుడు, భీష్ముడు, ద్రోణుడు మొదలైన వారందరూ తమ తమ ఆసనాలనుండి లేచి నిల్చున్నారు. రాజసభలో శ్రీకృష్ణునికోసం ధృతరాష్ట్రుని ఆజ్ఞపై "సర్వతోభద్ర" మనే సువర్ణసింహాసనం సిద్ధంచేయబడి ఉంది. దానిమీద ఆసీనుడై శ్యామసుందరుడు చిరునవ్వుతో ధృతరాష్ట్రునితో, భీష్మద్రోణులతో, ఇతరరాజులతో ముచ్చటించసాగాడు. కౌరవులందరూ, రాజులందరూ సభకు వచ్చిన శ్రీకృష్ణుని గౌరవించారు.

ఆ సమయంలో శ్రీకృష్ణుడు సభలోనే అంతరిక్షంలో నారదాది ఋషులు నిలిచిఉండడం చూశాడు. అప్పుడు అతడు మెల్లగా భీష్మునితో "ఈ రాజసభను చూడడానికి ఋషులు వచ్చారు. వారికి ఆసనాదులిచ్చి మిక్కిలి గౌరవంగా

ఆహ్వానించండి. వారు కూర్చోకుండా ఇక్కడ ఎవరూ కూడా కూర్చోలేరు. ఈ శుద్ధచిత్తులయిన మునులను వెంటనే పూజించండి" అని చెప్పాడు. ఇంతలోకే మునులు సభాద్వారం దగ్గరకు రావడం చూసిన భీష్ముడు అతివేగంగా సేవకులను ఆసనాలు తెమ్మని ఆజ్ఞాపించాడు. వారు వెంటనే అనేక ఆసనాలను తెచ్చారు. ఋషులు ఆసీనులై అర్ఘ్యాదులు స్వీకరించాక శ్రీకృష్ణుడు, ఇతర రాజులందరూ కూడా తమ తమ ఆసనాలపై కూర్చున్నారు. మహామతి అయిన విదురుడు శ్రీకృష్ణుని సింహాసనానికి ఆనుకొని ఉన్న, తెల్లని మృగచర్మం పరిచిఉన్న మణిమయాసనం మీద కూర్చున్నాడు. శ్రీకృష్ణుని చూచి చాలా రోజులయినందువలన అమృతం త్రాగినా తనివి తీరనట్లుగా రాజులకు అతనిని చూస్తూ ఉన్నా తనివి తీరలేదు. ఆ సభలో అందరిమనసులూ శ్రీకృష్ణుని మీదనే లగ్నమయి ఉన్నాయి. కనుక ఎవరి నోటివెంటా ఏ మాటలూ వెలువడలేదు.

సభలో రాజులందరూ మౌనంగా కూర్చుని ఉండగా శ్రీకృష్ణుడు ధృతరాష్ట్రునివైపు చూస్తూ గంభీరమైన కంఠంతో పలుకసాగాడు – "రాజా! నేను ఇక్కడికి వచ్చిన ఉద్దేశ్యం – క్షత్రియవీరుల సంహారం జరుగకుండానే కౌరవపాండవుల మధ్య సంధి కుదరాలని. ఈనాటి రాజులలో కురువంశమే అన్నిటికంటె శ్రేష్ఠమని భావించబడుతోంది. ఆ వంశంలో శాస్త్రసదాచారాలపట్ల చక్కని ఆదరం ఉంది. ఇంకా అనేక శుభగుణాలూ ఉన్నాయి. ఇతర రాజవంశీకుల కంటె కురువంశీయులలో కృప, దయ, కరుణ, మృదుత్వం, సరళత, క్షమ, సత్యం – ఇవి ఎక్కువగా ఉంటాయి. ఈ రకమైన గుణాలతో గౌరవం పొందిన ఈ వంశంలో మీ కారణంగా ఏమైనా అనుచితమైన సంగతి జరిగితే అది మంచిది కాదు. కౌరవులలో ఆంతరంగికంగానైనా, బహిరంగంగానైనా అసద్వ్యవహారం ఏదైనా జరిగితే, దానిని వారించవలసినది మీరే. దుర్యోధనాదులైన మీ కుమారులు ధర్మార్థాల పట్ల విముఖులై క్రూరపురుషులవలె ప్రవర్తిస్తున్నారు. ముఖ్యమైన తన సోదరులతోనే ఇతడు అశిష్టపురుషునిలా ప్రవర్తిస్తున్నాడు. మనసుమీద లోభమనే భూతం సవారీ చేయడంతో ఇతడు ధర్మం యొక్క మర్యాదను పూర్తిగా ఉల్లంఘించాడు. ఇవన్నీ మీకు తెలిసిన విషయాలే. ఈ భయంకరమైన ఆపద ఇప్పుడు కౌరవులమీదికే వచ్చింది. దీనిని ఉపేక్షించినట్లయితే ఇది సమస్తభూమండలాన్నీ విధ్వంసం కావిస్తుంది. మీరు మీవంశాన్ని రక్షించదలచుకున్నట్లయితే ఇప్పుడైనా దీనిని నివారించగలగాలి. నా ఉద్దేశ్యంలో ఈ రెండుపక్షాలవారికీ సంధి కుదరడం పెద్దకష్టం కాదు. ఈ సమయంలో శాంతిని నెలకొల్పడం మీకూ నాకూ మాత్రమే సాధ్యం. మీరు మీ కొడుకులను హద్దులో పెట్టండి. నేను పాండవులను నియంత్రిస్తాను తమ పిల్లపాపలతో సహా మీ కొడుకులు మీ ఆజ్ఞకు లోబడే ఉండాలి. వారు మీ ఆజ్ఞకు లోబడి ఉంటే వారికి గొప్ప మేలే చేకూరుతుంది. మహారాజా! మీరు పాండవుల రక్షణలో ఉండి ధర్మార్థాలను అనుష్ఠించండి. ప్రయత్నం చేసినా కూడా మీకు ఇటువంటి రక్షకులు దొరకరు. భరతశ్రేష్ఠా! ఎవరికింద భీష్ముడు, ద్రోణుడు, కృపుడు, కర్ణుడు, వివింశతి, అశ్వత్థామ, వికర్ణుడు, సోమదత్తుడు, బాహ్లీకుడు, యుధిష్ఠిరుడు, భీమసేనుడు, అర్జునుడు, నకులుడు, సహదేవుడు, సాత్యకి, యుయుత్సుడు – వంటి వీరులు ఉంటారో, అతనితో యుద్ధం చేయడానికి ఏ బుద్ధిహీనుడు ధైర్యం చేయగలడు? కౌరవపాండవుల కలయిక వలన మీరు సమస్తలోకాల మీద ఆధిపత్యం పొందగలరు. శత్రువులు మిమ్మల్ని ఏమీ చేయలేరు. మీతో సమకక్షులూ అధికులూఅయిన రాజులు కూడా మీతో సంధి చేసుకుంటారు. ఇలా జరగడం వలన మీరు మీ పుత్రపౌత్రులతో, తండ్రులతో, సోదరులతో, స్నేహితులతో అన్నివిధాలా సురక్షితులై సుఖంగా జీవితాన్ని గడుపగలుగుతారు. పాండవులనే ముందుపెట్టుకొని వారిని పూర్వంలాగే ఆదరించితే ఈ సమస్త భూమిని మీరు ఆనందంగా అనుభవించగలరు. మహారాజా! యుద్ధం చేయడంలో నాకు గొప్ప విధ్వంసం కనబడుతోంది. ఈరీతిగా రెండుపక్షాలను నాశనం కానివ్వడంలో మీకు ఏం ధర్మం కనిపిస్తోంది? కాబట్టి మీరు ఈ లోకాన్ని రక్షించండి. మీ ప్రజలు నాశనం కాకుండా చూడండి. మీరు సత్త్వగుణాన్ని ఆశ్రయిస్తే అందరూ చక్కగా రక్షింపబడతారు.

మహారాజా! పాండవులు మీకు నమస్కారాలు చెప్పారు. మీ సంతోషాన్ని కోరుకొంటూ – "మేము మా అనుయాయులతోపాటు మీ ఆజ్ఞప్రకారమే ఇన్నిదినాల వరకు కష్టాలు అనుభవించాం. పన్నెండేళ్లు అరణ్యాలలో ఉన్నాం. పదమూడవ సంవత్సరం జనసమూహంలో అజ్ఞాతంగా ఉంటూ గడిపాం. వనవాసనియమాన్ని పాటించే సమయంలో – "మేము తిరిగివచ్చాక మీరు మామీద పితృవాత్సల్యమే చూపిస్తారని" మేము దృఢనిశ్చయంతో ఉన్నాం. మేము ఆ నియమాన్ని పూర్తిగా నిర్వర్తించాం. కాబట్టి మీరు కూడా అలాగే ప్రవర్తించండి. ఇప్పుడు మాకు మా రాజ్యభాగం లభించాలి. మీరు ధర్మార్థాల స్వరూపాన్ని ఎరుగుదురు. కనుక మీరు మమ్మ రక్షించాలి. గురువుపట్ల శిష్యుడు ఎలా గౌరవంతో

మెలగాలో, మీతో మేము అలాగే వ్యవహరిస్తున్నాం. కాబట్టి మీరు కూడా మా పట్ల గురువులాగే నడచుకోండి. మేము దారి తప్పితే, మమ్మల్ని చక్కని దారిలోకి తీసుకురండి. మీరు కూడా సన్మార్గంలో నడవండి" అని విన్నవించుకొన్నారు. ఇదే కాకుండా మీ ఆ పుత్రులు ఈ సభాసదులకు కూడా కొన్ని మాటలు చెప్పారు. "ధర్మజ్ఞులైన సభాసదులు ఉన్నచోట ఎటువంటి అనుచితమైన మాటరాకూడదు. సభ్యులు చూస్తూ ఉండగా అధర్మంచేత ధర్మం, అసత్యంచేత సత్యం నశించిపోతే, వారు కూడా నశిస్తారు అని".(7)

ఈనాడు పాండవులు ధర్మం మీదనే దృష్టి నిలిపి నిశ్శబ్దంగా ఉండిపోయారు. వారు ధర్మానుసారంగా సత్యమూ, న్యాయమూ అయిన మాటలనే చెప్పారు. రాజా! మీరు పాండవులకు రాజ్యాన్ని ఇచ్చివేయండి. ఇంతకుమించి మీకు ఇంకేం చెప్పాలి? ఈ సభలో కూర్చున్న రాజులు ఇంకేమయినా చెప్పాలనుకుంటే చెప్పవచ్చు. ధర్మార్థాలను విచారించి నేను నిజం చెప్పాలంటే "ఈ క్షత్రియులను మీరు మృత్యుపాశం నుండి విడిపించండి" అని మాత్రమే చెప్పాలి. భరతశ్రేష్ఠా! శాంతి వహించు. క్రోధానికి లోను కావలదు. పాండవులకు యథోచితమైన వారి పైతృకరాజ్యాన్ని ఇచ్చివేయండి. ఇలా చేసి మీరు పుత్రులతో ఆనందంగా భోగాలు అనుభవించండి. రాజా! ఇప్పుడు మీరు అర్థాన్ని అనర్థంగానూ, అనర్థాన్ని అర్థంగానూ పరిగణిస్తున్నారు. మీ పుత్రుల మీద లోభం అధికారం చేస్తోంది. మీరు వారిని కొంచెం అదుపులో ఉంచుకోండి. పాండవులయితే మీసేవకూ సిద్ధంగా ఉన్నారు. యుద్ధం చేయడానికీ సిద్ధంగా ఉన్నారు. ఈ రెండింటిలో మీకేది ఎక్కువ హితకరమో గ్రహించండి. దానిమీద నిలబడండి" అని ముగించాడు.

పరశురాముడు, కణ్వుడు దుర్యోధనునికి సంధి చేసికొమ్మని ఉపదేశించుట

వైశంపాయనుడు చెపుతున్నాడు – శ్రీకృష్ణుడు ఇలా పలుకగానే సభాసదులందరికీ రోమాంచం కలిగింది. వారు చకితులయ్యారు. వారికి మనసులలోనే రకరకాల ఆలోచనలు కలిగాయి. వారి నోటివెంట మాత్రం ఏమీ సమాధానం రాలేదు. రాజులందరూ ఇలా మౌనంగా ఉండడం చూసి మహర్షి పరశురాముడు – "రాజా! సందేహాలన్నీ విడిచిపెట్టి నేను చెప్పే సత్యం విను. అది నీకు నచ్చితే ఆచరించు. పూర్వం దంభోద్భవుడనే ఒక రాజు ఉండేవాడు. మహారథి, చక్రవర్తి అయిన అతడు రోజు ప్రాతఃకాలం లేవగానే బ్రాహ్మణ క్షత్రియులను – "బ్రాహ్మణ క్షత్రియ వైశ్య శూద్రులలో ఎవరైనా శస్త్రధారి నాతో సమానుడు గాని, నన్ను మించినవాడు గాని ఉన్నాడా?" అని అడుగుతూ ఉండేవాడు. ఇలా అంటూ ఆ రాజు మిక్కిలి గర్వించి భూమిపై తిరుగుతూ ఉండేవాడు. రాజుయొక్క గర్వం చూసి కొంతమంది తాపసులయిన బ్రాహ్మణులు అతనితో – "సంగ్రామంలో అనేకులను ఓడించిన ఇద్దరు మహాపురుషులు ఈ భూమిపై ఉన్నారు. వారితో నీవు ఎన్నటికీ సరిపోవు" అన్నారు. అందుపై ఆ రాజు వారిని "ఆ వీరులు ఎక్కడున్నారు? ఎక్కడ జన్మించారు? ఏమి చేస్తూ ఉంటారు? అసలు వారెవరు?" అని అడిగాడు. "వారు నరనారాయణులనే ఇద్దరు మునులు. ఇప్పుడు వారు మనుష్యలోకానికి వచ్చి ఉన్నారు. నీవు వారితో యుద్ధం చేయి. వారు గంధమాదన పర్వతం మీద ఘోరమైన, వర్ణించనలవికాని తపస్సు చేస్తున్నారు" అని చెప్పారు.

రాజు ఈ మాటలను సహించలేకపోయాడు. అతడు వెంటనే గొప్ప పెద్ద సైన్యాన్ని సిద్ధం చేసుకొని వారి వద్దకు బయలుదేరాడు. గంధమాదనానికి వెళ్లి వారిని వెదకసాగాడు. కొద్దిసేపటిలోనే అతనికి ఆ ఇద్దరు మునులు కనిపించారు. వారి శరీరంలో నరాలు కూడా పైకి కన్పిస్తున్నాయి. ఎండ, వేడి, గాలి భరిస్తూ ఉండడం వలన వారి శరీరాలు దుర్బలంగా ఉన్నాయి. రాజు వారివద్దకు వెళ్లి పాదాలకు నమస్కరించి కుశలం అడిగాడు. ఆ మునులు కూడా ఫలమూలాలు, ఆసనం, అర్ఘ్యం ఇచ్చి సత్కరించి "చెప్పండి. మేము మీకేమి చేయగలం;" అని అడిగారు. రాజు మొదటినుండీ జరిగిన సంగతంతా చెప్పి "ఇప్పుడు నేను మీతో యుద్ధం చేయడానికి వచ్చాను. ఇది నా చిరకాలవాంఛ. కాబట్టి దీనిని అంగీకరించాకనే నాకు ఆతిథ్యం ఇవ్వండి" అని అడిగాడు. నరనారాయణులు – రాజా! ఈ ఆశ్రమంలో క్రోధం, లోభం, మొదలైన దోషాలు ఉండవు. ఇక్కడ యుద్ధప్రసక్తే ఉండదు. ఇక అస్త్రశస్త్రాలు గాని, కుటిలస్వభావం కలవారుగాని, ఎలా ఉంటారు? భూమిపై చాలామంది క్షత్రియులున్నారు. నీవు వేరేచోటికి వెళ్లి యుద్ధం కోసం అర్థించు" అని చెప్పారు. నరనారాయణులు ఇలా పదేపదే చెప్పినా దంభోద్భవుని యుద్ధకాంక్ష చల్లారలేదు. వారిని బలవంతపెడుతూనే ఉన్నాడు.

అప్పుడు భగవానుడైన నరుడు ఒక గుప్పెడు ఈనెలు తీసుకొని – "సరే నీకు యుద్ధం అంటే చాలా కోరికగా ఉంది. నీ ఆయుధాలు ఎక్కుపెట్టి, సైన్యాన్ని సిద్ధంచేయి" అన్నాడు. ఇది విని దంభోద్భవుడు, అతని సైనికులు అతనిమీద వాడిబాణాలు వర్షంలా కురిపించసాగారు. నరుడు ఒక ఈనెను అమోఘమైన అస్త్రంగా మార్చి ప్రయోగించాడు. దానితో

చాలా ఆశ్చర్యకరంగా ఆ వీరుల కళ్లు, చెవులు, ముక్కులు అన్నీ ఈనెలతో నిండిపోయాయి. అలాగే ఆకాశం అంతా కూడా తెల్లని ఈనెలతో నిండిపోవడం చూసి దంభోద్భవుడు అతని కాళ్లమీద పడి రక్షించమని వేడుకొన్నాడు. శరణాగతవత్సలుడైన నరుడు శరణుకోరిన రాజుతో – "రాజా! నీవు బ్రాహ్మణులను సేవించు. ధర్మాన్ని ఆచరించు. ఇలాంటి పని తిరిగి ఎన్నడూ చేయకు. నీవు బుద్ధిని ఆశ్రయించి లోభాన్ని విడిచిపెట్టు. అహంకారశూన్యుడవు, జితేంద్రియుడవు, క్షమాశీలుడవు, శాంతుడవు, మృదుస్వభావుడవు అయి ప్రజలను పాలించు. ఇక భవిష్యత్తులో నీవు ఎవరినీ అవమానించకు" అని చెప్పాడు.

అనంతరం దంభోద్భవుడు ఆ మునీశ్వరుల కాళ్లకు మ్రొక్కి తన నగరానికి తిరిగివచ్చాడు. చక్కగా ధర్మానుకూలంగా నడుచుకోసాగాడు. ఈ రీతిగా నరుడు అప్పుడు ఒక గొప్పకార్యం నిర్వర్తించాడు. ఆ నరుడే ఇప్పుడు అర్జునుడు. కాబట్టి అర్జునుడు తన దివ్యమైన గాండీవాన్ని ఎక్కుపెట్టి బాణాలు సంధించకమునుపే నీవు గర్వం విడిచి అర్జునుని శరణు వేడుకో. సర్వసృష్టికర్త, సర్వేశ్వరుడు, సర్వకర్మసాక్షి అయిన ఆ నారాయణుడు అర్జునుడికి సఖుడు. కాబట్టి యుద్ధంలో వారి పరాక్రమాన్ని సహించడం నీకు చాలా కష్టం. అర్జునునిలో అగణితమైన గుణాలున్నాయి. శ్రీకృష్ణుడు అతనికంటె అధికుడు. అర్జునుని గుణాలతో నీకు చాలాసార్లు పరిచయం కలిగింది. మునుపటి నరనారాయణులే నేడు అర్జునుడు, శ్రీకృష్ణుడు. వారిద్దరూ సర్వపురుషశ్రేష్ఠులని, గొప్పవీరులని తెలుసుకో. నామాటలు బాగున్నాయని నీవు అనుకుంటే, నా మీద సందేహం లేకపోతే నీవు సద్బుద్ధిని ఆశ్రయించి పాండవులతో సంధిచేసుకో" అని చెప్పి ముగించాడు.

పరశురాముని మాటలు విని కణ్వుడు కూడా దుర్యోధనునితో – "లోకపితామహుడు బ్రహ్మ, నరనారాయణులు – వీరు అక్షయులు, అవినాశులు. అదితి యొక్క పుత్రులలో విష్ణువే సనాతనుడు, అజేయుడు, అవినాశి, నిత్యుడు, సర్వేశ్వరుడు. వీరు తప్ప చంద్రుడు, సూర్యుడు, పృథ్వి, జలం, వాయువు, అగ్ని, ఆకాశం, గ్రహాలు, తారలు – ఇవన్నీ వినాశకారణాలు కలిగినపుడు నాశనమవుతాయి. ప్రపంచానికి ప్రళయం వచ్చినపుడు ఇవన్నీ ముల్లోకాలను విడిచి నశించిపోతాయి. తిరిగి సృష్టి ఆరంభమయినపుడు మళ్లీమళ్లీ పుడుతూ ఉంటాయి. ఇవన్నీ ఆలోచించుకొని నీవు ధర్మరాజు యుధిష్ఠిరునితో సంధి చేసుకోవలసినదే. అందువల్ల కౌరవపాండవులు కలిసి భూమిని పాలించగలరు. దుర్యోధనా! నీవు నిన్ను మహాబలవంతుడివి అనుకోకు. లోకంలో బలవంతులకంటె కూడా వేరే బలవంతులుంటారు. ఆ నిజమైన వీరుల ఎదుట సైనికశక్తి, ఏమీ పని చేయదు. పాండవులు దేవతలందరితో సమానంగా శూరులు, పరాక్రమవంతులు. వారు స్వయంగా వాయు ఇంద్ర ధర్మ అశ్వినీ కుమారులే. ఈ దేవతలవైపు నీవు చూడనుకూడా లేవు. కాబట్టి వారితో వైరం విడిచి సంధి చేసుకో. తీర్థం వలె పవిత్రుడైన ఈ శ్రీకృష్ణుని ద్వారా నీ వంశాన్ని రక్షించుకొనే ప్రయత్నం చేయి. ఇక్కడ మహాతపస్వి అయిన దేవర్షి నారదులవారున్నారు. వారు శ్రీవిష్ణుభగవానుల మహాత్మ్యాన్ని ప్రత్యక్షంగా తెలిసినవారు. ఆ చక్రగదాధరుడైన శ్రీవిష్ణువే ఇక్కడ శ్రీకృష్ణరూపంలో విరాజిల్లుతున్నాడు" అని చెప్పాడు.

కణ్వమహర్షి మాటలు విని దుర్యోధనుడు దీర్ఘంగా ఊపిరి తీయసాగాడు. చూపు పైకి లేచింది. అతడు కర్ణునివైపు చూసి గట్టిగా నవ్వాడు. ఆ దుష్టుడు కణ్వుని మాటలను ఏమాత్రం లక్ష్యపెట్టక, చేతితో తాళంవేస్తూ – "మహర్షీ! జరిగేదేదో, నా గతి ఎలా ఉందో, దానిని అనుసరించే ఈశ్వరుడు నన్ను సృష్టించాడు. నా నడత కూడా అలాగే ఉంటుంది. అందులో మీరు చెప్పడం వలన ఏమి జరుగుతుంది?" అని నిర్లక్ష్యంగా అన్నాడు.

శ్రీకృష్ణుడు దుర్యోధనునికి నచ్చచెప్పుట

వైశంపాయనుడు చెపుతున్నాడు – రాజా! వేదవ్యాసుడు, భీష్ముడు, నారదులవారు కూడా దుర్యోధనునికి అనేకరకాలుగా నచ్చచెప్పారు. ఆ రోజు నారదులవారేమన్నారో చెపుతాను విను. వారు – "లోకంలో సహృదయుడైన శ్రోత దొరకడం కష్టం. హితం చెప్పే స్నేహితుడు కూడా దుర్లభమే. ఎందుకంటే రక్తసంబంధీకులు కూడా విడిచివెళ్లిపోయే ఆపదలలో కూడా నిజమైన మిత్రుడు అంటిపెట్టుకొని ఉంటాడు. కాబట్టి కురునందనా! నీ హితైషుల మాటల పట్ల నీవు శ్రద్ధచూపాలి. ఈవిధంగా మొండిపట్టు పట్టడం సరియైనది కాదు. మొండిపట్టు చివరికి చాలా దుఃఖాన్ని కలిగిస్తుంది" అన్నారు.

ధృతరాష్ట్రుడు – "భగవాన్! మీరు చెప్పినది బాగుంది. నేను కూడా అదే కోరుకొంటున్నాను. కాని అలా చేయలేకపోతున్నాను" అన్నాడు.

ఆ తరువాత అతడు శ్రీకృష్ణునితో – "కేశవా! మీరు చెప్పినదంతా అన్నివిధాలా సుఖప్రదంగా, సద్గతి కలిగించేదిగా ధర్మానుకూలంగా, న్యాయసంగతంగా ఉంది. కాని నా చేతులలో ఏమీ లేదు. మందమతి దుర్యోధనుడు నామనసుకు

నచ్చినట్లుగా నడుచుకోవడం లేదు, శాస్త్రాన్నీ అనుసరించడంలేదు. మీరే అతనికెలాగైనా నచ్చచెప్పే ప్రయత్నం చేయండి. గాంధారి, విదురుడు, భీష్ముడు మొదలైన మా ఇతర శ్రేయోభిలాషులు చెప్పిన మంచిమాటలను కూడా అతడేమీ పట్టించుకోవడం లేదు. ఇక మీరే స్వయంగా ఆ పాపాత్ముడు, దురాత్ముడు, క్రూరుడు అయిన దుర్యోధనునకు నచ్చచెప్పండి ఇతడు మీ మాటలు వింటే మీ చేతులమీదుగా మిస్నేహితులకు ఈ గొప్పపని నెరవేరగలదు" అన్నాడు.

ధర్మార్థ రహస్యాలను గుర్తెరిగిన శ్రీకృష్ణుడు మధురస్వరంతో దుర్యోధనునితో – కురునందనా! నామాట విను. ఇందువలన నీకు, నీ కుటుంబానికి సుఖం కలుగుతుంది. నీవు బుద్ధిమంతుల వంశంలో జన్మించావు. కాబట్టి నీవు ఈ మంచిపని చేయాలి. నీవు చేద్దామనుకుంటున్న పని నీచకులంలో పుట్టినవారు, దుష్టచిత్తులు, క్రూరులు, నిర్లజ్జులు మాత్రమే చేస్తారు. నీ ఈ మొండితనం భయంకరమైనది. అధర్మమైనది, ప్రాణదాహం కలది. దానివల్ల అనిష్టమే జరుగుతుంది. దాని వలన ప్రయోజనమూ లేదు, అది ఫలించనూ ఫలించదు. ఈ అనర్థాన్ని విడిచిపెడితే నీవు నీకు, నీ తమ్ముళ్లకు, సేవకులకు, మిత్రులకు మేలు చేయగలుగుతావు. అలాగే నీవు చేయదలచుకొన్న అధర్మమైన అకీర్తికరమైన పనినుండి వైదొలగినవాడవు అవుతావు. చూడు. పాండవులు చాలా బుద్ధిమంతులు, వీరులు, ఉత్సాహవంతులు, ఆత్మజ్ఞులు, బహుశ్రుతులు, నీవు వారితో సంధి చేసుకో. ఇదే నీకు మేలు కలిగిస్తుంది. ఇదే ధృతరాష్ట్రునకు, భీష్మునకు, ద్రోణాచార్యునకి, విదురునికి, కృపాచార్యునికి, సోమదత్తునికి, బాహ్లీకునికి, అశ్వత్థామ వికర్ణులకు, సంజయునికి, వివింశతికి, ఇంకా నీ బంధువులు మిత్రులు చాలామందికి, ఇష్టమైనది కూడా. సోదరా! సంధి చేయడంలోనే లోకానికంతటికీ శాంతి. నీలో లజ్జ, శాస్త్రజ్ఞానం, అక్రూరత – మొదలైన గుణాలు కూడా ఉన్నాయి. కాబట్టి నీవు నీ తల్లిదండ్రుల అదుపులో ఉండాలి. తండ్రి నేర్పినది హితకరమైనదని లోకులందరూ అంటారు. మనుష్యుడు పెద్ద ఆపదలో చిక్కుకొన్నప్పుడు అతనికి తన తండ్రి మాటలే గుర్తువస్తాయి. నీ తండ్రికి పాండవులతో సంధి చేసుకోవడమే మంచిదిగా తోస్తోంది. కాబట్టి నీకు, నీ మిత్రులకు కూడా ఈ ప్రస్తావం మంచిదిగానే అనిపించాలి. మోహవశుడై హితకరమైన మాట వినని దీర్ఘసూత్రికి ఏ పనీ పూర్తికాదు. అతనికి పూర్తి పశ్చాత్తాపమే మిగులుతుంది. కాని హితాన్ని విని తన మొండితనాన్ని విడిచిపెట్టి ముందుగానే దానిని ఆచరించినవాడు లోకంలో సుఖసమృద్ధులను పొందుతాడు. తన ముఖ్యసలహాదారులను విడిచి నీచపురుషులతో సాంగత్యం చేసినవాడు గొప్ప ఆపదలో చిక్కుకొంటాడు, పైగా దానినుండి బయటపడే మార్గం కూడా దొరకదు.

నాయనా! పుట్టినది మొదలుకొని నీవు నీ సోదరులతో కపటంగా వ్యవహరించావు. అయినా కూడా కీర్తిపరులైన పాండవులు నీ పట్ల సద్భావంతోనే ఉన్నారు. నీవు కూడా వారిపట్ల అలాగే మసులుకోవాలి. వారు నీకు ముఖ్యమైన సోదరులే సుమా! వారిమీద నీవు క్రోధం ఉంచుకోకూడదు. శ్రేష్ఠులు అర్థ ధర్మకామాలు ప్రాప్తించే పనినే చేస్తారు. ఒకవేళ దానివలన మూడూ సిద్ధించకపోతే, ధర్మార్థాలే సిద్ధించేలా ప్రయత్నిస్తారు. అర్థం, ధర్మం, కామం – ఈ మూడూ వేరువేరు. బుద్ధిమంతుడు వీనిలో ధర్మానికి అనుకూలుడుగా ఉంటాడు. మధ్యముడు అర్థానికి ప్రాధాన్యం ఇస్తాడు. ఇక మూర్ఖుడు కలహానికి హేతుభూతమైన కామానికే బానిస అవుతాడు. కాని ఇంద్రియవశుడయి, లోభంతో ధర్మాన్ని వదిలివేసినాడు నింద్యమైన ఉపాయాలతో అర్థకామాల వాసనలలో చిక్కుకొని నశించిపోతాడు. కాబట్టి అర్థకామాలపట్ల ఆసక్తి గల పురుషుడు మొదట ధర్మాన్ని ఆచరించాలి. ధర్మమే త్రివర్గప్రాప్తికి ఏకమాత్ర కారణమని విద్వాంసులు చెపుతారు. తనతో మంచిగా ప్రవర్తించేవారితో దుర్వ్యవహారం నడిపేవాడు గొడ్డలితో వనాన్ని నరికినట్లుగా తన మూలాన్ని తానే నరుకుకొంటాడు. మనిషి బుద్ధి నీచమైనది కాకూడదనుకుంటే, ఆ బుద్ధి లోభంతో భ్రష్టం కాకూడదు. ఈ రకంగా బుద్ధి లోభదూషితం కాకపోతే మనసు శుభసాధనలో లగ్నమవుతుంది. అటువంటి శుద్ధబుద్ధిగలవాడు పాండవులనే ఏమిటి, లోకంలో ఏ సాధారణమానవుని కూడా అనాదరం చేయలేడు. కాని క్రోధం యొక్క ఉచ్చులో చిక్కుకొన్నవాడు తన హితాహితాల గూర్చి కొద్దిగా కూడా తెలుసుకోలేడు. లోకంలో, వేదంలో ఉండే ప్రసిద్ధ ప్రమాణాలనుండి కూడా దిగజారుతాడు. కాబట్టి దుర్జనులకంటె కూడా పాండవుల సాంగత్యం చేస్తే నీకు శుభం కలుగుతుంది. నీవు పాండవులంటే ముఖం తిప్పుకొని, ఎవరో ఇతరుల సహాయంతో నిన్ను రక్షించుకోవాలనుకొంటున్నావు. దుశ్శాసన కర్ణశకునుల చేతులలో నీ సంపదనంతా అప్పగించి ఈ భూమిని జయించాలని ఆశ పడుతున్నావు. గుర్తుంచుకో. వీరు నీకు జ్ఞానం, అర్థం, ధర్మం ప్రాప్తింపచేయలేరు. పాండవుల

ఎదుట వీరి పరాక్రమం ఏ మాత్రం పనిచేయదు. నీకు తోడుగా ఉండికూడా ఈ రాజులందరూ పాండవుల ఎదురుదాడిని తట్టుకోలేరు. నీ వద్ద పోగుపడిన ఈ సైన్యం అంతా కూడా కోపించిన భీమసేనుని ముఖంవైపు కన్నెత్తికూడా చూడలేదు. ఈ భీష్ముడు, ద్రోణుడు, కర్ణుడు, కృపుడు, భూరిశ్రవుడు, అశ్వత్థామ, జయద్రథుడు కలిసి కూడా అర్జునుని ఎదిరించలేరు. సమస్త దేవతలకు, అసురులకు, గంధర్వులకు, మనుష్యులకు కూడా అర్జునుని యుద్ధంలో ఓడించడం అలవికాని పని. కాబట్టి నీ మనసులోకి యుద్ధపు మాటే రానీకు. సరే. మంచిది. అర్జునుని రణరంగంలో ఎదిరించి తిరిగి క్షేమంగా ఇంటికి తిరిగివెళ్లగలిగిన వారు ఈ రాజులందరిలో ఎవరైనా ఉన్నారేమో నీవే చూపించు. విరాటనగరంలో అర్జునుడు ఒక్కడే అనేక మహారథులతో యుద్ధం చేశాడని విన్న ఆశ్చర్యకరమైన వార్తయే ఇందుకు చాలినంత ప్రమాణం. యుద్ధంలో సాక్షాత్తు శంకరులవారినే సంతృప్తిపరచిన అజేయుడు, విజయుడు, వీరుడు అయిన అర్జునుని నీవు యుద్ధంలో జయించాలని ఆశపడుతున్నావా? పైగా నేను కూడా తోడయితే సాక్షాత్తూ ఇంద్రుడే అన్నమాట ఏమిటి, తనకు ఎదురుపడిన అర్జునుని యుద్ధానికి రమ్మని పిలువగలిగిన వారెవరున్నారు? యుద్ధంలో అర్జునుని జయించే శక్తి ఉన్నవాడు తన చేతులతో భూమిని ఎత్తగలిగినవాడు, క్రోధంతో ప్రజలందరినీ భస్మం చేయగలవాడు, దేవతలను స్వర్గంనుండి పడదోయ గలిగినవాడు కావాలి. నీవు నీ పుత్రులు, సోదరులు, బంధువర్గం, సంబంధీకుల వైపు కొద్దిగా చూడు. వీరంతా నీ కోసం నశించిపోకూడదు. చూడు. కౌరవుల వంశబీజం నిలిచి ఉండనీ. ఈ వంశాన్ని పరాభవించకు. కులఘాతివి అనిపించుకోకు. నీ కీర్తికి మచ్చ రానీకు. మహారథులైన పాండవులు నిన్నే యువరాజును చేస్తారు. ఈ సామ్రాజ్యానికి రాజుగా నీ తండ్రి ధృతరాష్ట్రునే ఉంచుతారు. చూడు. గొప్ప ఉత్సాహంతో నీవద్దకు వస్తున్న రాజ్యలక్ష్మిని తిరస్కరించకు. పాండవులకు అర్థరాజ్యమిచ్చి, ఈ మహాసంపదను పొందు. నీవు పాండవులతో సంధిచేసుకుంటే, నీ హితైషులమాట వింటే చిరకాలంపాటు నీ మిత్రులతో కలిసి ఆనందంగా సుఖాలు అనుభవిస్తావు" అని ఎంతోనచ్చచెప్పాడు.

జనమేజయా! శ్రీకృష్ణుని ఈ మాటలు విని భీష్ముడు దుర్యోధనునితో – "తండ్రీ! నీ స్నేహితుల మేలు కోరుతున్న శ్రీకృష్ణుడు నిన్ను బుజ్జగిస్తున్నాడు. దాని ఉద్దేశ్యం ఏమంటే నీవు ఇప్పుడే అంగీకరించాలి. వ్యర్థమైన అసహనాన్ని విడిచిపెట్టాలి. నీవు శ్రీకృష్ణుని మాటలు వినకపోతే, నీకు ఎప్పటికీ మేలు జరుగదు. సుఖం కూడా పొందలేవు. శ్రీకృష్ణుడు చెప్పినది ధర్మానికి, అర్థానికి అనుకూలంగా ఉంది. నీవు దీనికి అంగీకరించు. వ్యర్థంగా ప్రజాక్షయం జరుగనీకు. నీవు ఇలా చేయకపోతే నీవు, నీమంత్రులు, పుత్రులు, బంధువర్గం తమ ప్రాణాలకు నీళ్లు వదులుకోవాలి. భరతనందనా! శ్రీకృష్ణుడు, ధృతరాష్ట్రుడు, విదురుడు చెప్పిన నీతివాక్యాలను ఉల్లంఘించి, నిన్ను నీవు కులఘ్నుడని, కుజనుడని, కుమతి అని, కుమార్గగామి అని అనిపించుకోకు. నీ తల్లిదండ్రులను శోకసాగరంలో ముంచకు" అని అన్నాడు.

అనంతరం ద్రోణాచార్యుడు – "రాజా! శ్రీకృష్ణుడు, భీష్ముడు గొప్ప బుద్ధిమంతులు, మేధావులు, జితేంద్రియులు, అర్థనిష్ఠులు, బహుశ్రుతులు. వారు నీకు మేలు కలిగే మాటలే చెప్పారు. నీవు వాటిని అంగీకరించు. మోహవశుడవై శ్రీకృష్ణుని అవమానించకు. నిన్ను యుద్ధానికి పురికొల్పుతున్న వారి వలన నీకు ఏమీ పని జరుగదు. యుద్ధంలో శత్రువులపట్ల వైరం అనే గంటను వీరు ఇతరుల మెడలోనే కడతారు. నీవు నీ ప్రజల, పుత్రుల, బంధువుల ప్రాణాలను సంకటస్థితిలో పడవేయకు. కృష్ణార్జునులు ఉన్న పక్షాన్ని ఎవరూ జయించలేరు అనేది మాత్రం నిశ్చయమనుకో. నీ హితైషుల మాట వినకపోతే, ఆ తరువాత నీకు పశ్చాత్తాపమే మిగులుతుంది. అర్జునుని విషయంలో పరశురాముడు చెప్పినది నిజానికి చాలా తక్కువ. దేవకీనందనుడు శ్రీకృష్ణుడు దేవతలకు కూడా దుస్సహుడు. కాని రాజా! నీ సుఖం, హితం గురించిన మాటలు చెప్పడం వలన జరిగేదేమిటి? పోనీలే. నీకు అన్ని విషయాలూ విడమరిచి చెప్పాం. ఇక నీ ఇచ్చవచ్చినట్లు చేసుకో. నేను నీతో ఇంక ఎక్కువ చెప్పదలచుకోలేదు" అని అన్నాడు.

ఈ మధ్యలోనే విదురుడు కూడా – "దుర్యోధనా! నీగురించి నాకేమీ చింత లేదు. నాకయితే నీ ఈ వృద్ధులైన తల్లిదండ్రులను చూస్తే దుఃఖం కలుగుతోంది. నీవంటి దుష్టుని సంరక్షణలో ఉన్నందుకు ఏదో ఒకరోజున తమ సలహాదారులు, స్నేహితులు సంహరింపబడగా రెక్కలు తెగిన పక్షులవలె అసహాయులై తిరుగుతారు" అని అన్నాడు.

చివరిలో ధృతరాష్ట్రుడు – "దుర్యోధనా! మహాత్ముడైన శ్రీకృష్ణుడు చెప్పినది అన్నివిధాలా శుభం కలిగించేది. నీవు దానిపై దృష్టిపెట్టి, దానిని అనుసరించి నడుచుకో. చూడు. పుణ్యకర్ముడైన శ్రీకృష్ణుని సహాయం వలన మనం రాజులందరి

వద్దనుండి మనకు అభీష్టములైన పదార్థాలు పొందగలుగుతాం. నీవు ఇతనితోపాటు యుధిష్ఠిరుని వద్దకు వెళ్లు. సమస్త భరతవంశీయులకు శుభం కలిగే పనిచేయి. నా ఉద్దేశ్యం అయితే ఇది సంధి చేసుకోవడానికే తగిన సమయం, దీనిని జారవిడుచుకోకు. చూడు. శ్రీకృష్ణుడు సంధికోసమే అర్థిస్తున్నాడు. నీకు మేలు కలిగించే మాటలే చెపుతున్నాడు. ఇప్పుడు నీవు ఇతని మాటలు వినకపోతే ఇక నీ పతనం ఏ విధంగానూ ఆగదు" అన్నాడు.

శ్రీకృష్ణదుర్యోధనుల సంవాదము - గాంధారి దుర్యోధనునకు నచ్చచెప్పుట

వైశంపాయనుడు చెపుతున్నాడు - "రాజా! ఈ అప్రియమైన మాటలను విని దుర్యోధనుడు శ్రీకృష్ణునితో - "కేశవా! నీవు బాగా ఆలోచించి మాటలాడవలసింది. నీవు పాండవులపట్ల ప్రేమ కురిపించి అడ్డదిడ్డంగా మాట్లాడుతూ విశేషించి నన్ను దోషిగా నిలబెడుతున్నావు. కాకపోతే బలాబలాల గూర్చి ఆలోచన చేస్తూ ఎప్పుడూ నన్నే నిందిస్తున్నావేమిటి? నేను గమనిస్తూనే ఉన్నాను. నీవు, విదురుడు, మా తండ్రిగారు, ఆచార్యులవారు, తాతగారు కేవలం నా ఒక్కడిమీదనే దోషం అంతా మోపుతున్నారు. నేను బాగా ఆలోచించి చూశాను. నా దోషం పెద్దదిగానీ చిన్నదిగానీ ఏమీ నాకు కనపడడంలేదు. పాండవులు తమ సరదాకొద్దీ మాత్రమే జూదం ఆడడానికి సిద్ధపడ్డారు. అందులో మామ శకుని వారి రాజ్యం గెలుచుకొన్నాడు. అందుకనే వారు అడవులకు వెళ్లవలసి వచ్చింది. చెప్పండి. ఇందులో నా తప్పు ఏముంది ? నాతో వైరం పెట్టుకొని శత్రుత్వం వహిస్తున్నారు? పాండవులకు మమ్మల్ని ఎదిరించేంత శక్తి లేదని మాకు తెలుసు. అయినా వారు మా పట్ల మహాఉత్సాహంగా శత్రువులవలె వ్యవహరిస్తున్నారెందుకని? మేము వారి భీషణమైన కర్మలు చూచి, లేకపోతే మీ బెదరగొట్టే మాటలు విని భయపడే వాళ్లం కాదు. ఈరీతిగా మేము ఇంద్రుని ఎదుట కూడా తలవంచము. కృష్ణా! యుద్ధంలో మమ్మల్ని జయించగలిగే ధైర్యం ఉన్న క్షత్రియుడెవడూ మాకు కనపడలేదు. భీష్మద్రోణకృపులను, కర్ణుని దేవతలు కూడా యుద్ధంలో గెలువలేరు. పాండవుల విషయం చెప్పేదేముంది? అయినా స్వధర్మాన్ని పాటిస్తూ మేము యుద్ధానికి పనికివస్తే స్వర్గం ప్రాప్తిస్తుంది. ఇది క్షత్రియులకు ప్రధానధర్మం. ఈరీతిగా యుద్ధంలో మాకు వీరగతి ప్రాప్తించినా మాకు పశ్చాత్తాపం కలుగదు. ఎందుకంటే ప్రయత్నించడమే పురుషధర్మం. ఇలా చేస్తూ మనిషి తనకు నష్టం కలిగినా సరేకాని తలవంచకూడదు. నావంటి వీరుడు ధర్మరక్షణ కోసం కేవలం బ్రాహ్మణులకు నమస్కరిస్తాడు తప్ప ఎవరికీ ఏమీ చెప్పడు. ఇదే క్షత్రియధర్మం. ఇదే నా మతం కూడా. తండ్రిగారు నాకు ఇంతకుముందే ఇచ్చివేసిన రాజ్యభాగం నేను జీవించి ఉండగా ఎవరూ తీసుకోలేరు. నా చిన్నతనంలో అజ్ఞానం కారణంగానో, భయం కారణంగానో పాండవులకు రాజ్యం దక్కింది. ఇప్పుడది వారికి మళ్లీ దక్కదు. కేశవా! నేను బ్రతికి ఉన్నంతవరకు, పాండవులకు సూదిమొన మోపినంత భూమికూడా ఇవ్వజాలను" అన్నాడు.

దుర్యోధనుని ఈ మాటలు విని శ్రీకృష్ణుని భ్రుకుటి ముడిపడింది. అయినా అతడు తమాయించుకొని ఇలా అన్నాడు - "దుర్యోధనా! నీకు వీరశయ్య అలంకరించాలని ఉంటే కొద్దిరోజులు నీ మంత్రులతోపాటు ఓపిక పట్టు. నీకు తప్పకుండా అదే లభిస్తుంది. నీ కోరిక నెరవేరుతుంది. కాని ఒక్కమాట గుర్తుంచుకో. అధికంగా జనసంహారం జరుగుతుంది. ఇకపోతే పాండవులపట్ల నీవేమీ దుర్వ్యవహారం చేయలేదని నీవు అనుకుంటున్నావుకదా! ఆ విషయంలో ఇక్కడున్న రాజులందరూ ఆలోచిస్తారులే. చూడు. పాండవుల వైభవానికి అసూయపడి నీవూ, శకునీ కలిసి జూదం ఆడాలనే దురాలోచన చేశారు. జూదం అంటేనే మనుష్యుల బుద్ధిని భ్రష్టుపట్టించేది. అందులో దుష్టులు ప్రవేశిస్తే, కలహాలు, క్లేశాలు మరింత పెరుగుతాయి. పైగా నీవు ద్రౌపదిని సభలోకి పిలిపించి అందరిఎదుట ఎన్ని అనుచితాలు పలికావో, అటువంటి దుర్మార్గం వదినగారిపట్ల ఎవరైనా చేయగలుగుతారా? సదాచారులు, అలోలుపులు, సర్వదా ధర్మాన్ని ఆచరించే సోదరులతో ఆహా ఏ మనిషి అయినా ఇలాంటి దుర్మార్గం చేస్తాడా? ఆ సమయంలో కర్ణుడు, దుశ్శాసనుడు, నీవూ క్రూరులు, నీచులు వలె అనేక కటూక్తులు పలికారు. వారణావతంలో బాలకులైన పాండవులను వారి తల్లితో సహా ఊదిపారేయడానికి చాలా పెద్ద ప్రయత్నమే చేశావు. అప్పుడు పాండవులు చాలాకాలం తమ తల్లితోపాటు రహస్యంగా ఏకచక్రాపురంలో ఉంటూ కాలం గడపవలసి వచ్చింది. అంతేకాదు. విషం పెట్టడం మొదలైన అనేక ఉపాయాల ద్వారా నీవు పాండవులను చంపడానికి ప్రయత్నాలు చేస్తూనే ఉన్నావు. కాని నీ ప్రయత్నాలేమీ ఫలించలేదు. ఈ రీతిగా పాండవుల పట్ల నీవు ఎప్పుడూ దుష్టబుద్ధితో కపటవ్యవహారం చేస్తూనే ఉన్నావు. అయినా పాండవుల పట్ల

నీవు ఏమీ అపరాధం చేయలేదని ఎలా చెప్పగలుగుతున్నావు? పాండవులకు వారి పైతృక భాగం ఈయకపోతే పాపాత్ముడా! గుర్తుపెట్టుకో. సంపదనంతా పోగొట్టుకొని, వారి చేతులలో చచ్చి దానిని ఈయవలసి ఉంటుంది. కుటిలాత్ముని వలె పాండవులపట్ల నీవు చేయదగని ఎన్నో పనులను చేశావు. ఇప్పుడుకూడా నీవిరుద్ధపు పథాకలే గోచరిస్తున్నాయి. నీ తల్లి, తండ్రి, తాత, గురువు, విదురుడు మాటిమాటికి చెపుతున్నారు సంధి చేసుకోమని . అయినా నీవు సంధిచేసుకోవడానికి సిద్ధంగా లేవు. నీ ఈ హితైషుల మాట వినక నీవు ఎప్పుడూ సుఖపడలేవు. నీవు చేయాలనుకుంటున్నది అధర్మానికీ, అపకీర్తికీ కారణం అవుతుంది" అని తీవ్రంగా పలికాడు.

శ్రీకృష్ణభగవానుడు ఈ మాటలు అంటూండగా, మధ్యలోనే దుశ్శాసనుడు దుర్యోధనునితో – "రాజా! మీరు ఇష్టపడి పాండవులతో సంధి చేసుకోకపోతే ఈ భీష్ముడు, ద్రోణుడు, మన తండ్రి కలిసి మిమ్మల్ని, నన్ను,కర్ణుని బంధించి పాండవుల చేతికి అప్పగిస్తారని అనిపిస్తోంది" అన్నాడు. తమ్ముడి మాట విని దుర్యోధనునికి కోపం మరింత ఉద్ధృతమయింది. అతడు పాములా బుసలు కొడుతూ విదురుడు, ధృతరాష్ట్రుడు, బాహ్లీకుడు, కృపుడు, సోమదత్తుడు, భీష్ముడు, ద్రోణుడు, శ్రీకృష్ణుడు – వీరందరినీ ధిక్కరించి అక్కడి నుండి వెళ్లిపోవడానికి సిద్ధపడ్డాడు. అతడు వెళ్లిపోవడం చూసి తమ్ముళ్లు, మంత్రులు, రాజులందరూ కూడా సభను విడిచి వెళ్లిపోయారు. అపుడు భీష్ముడు "రాజకుమారుడు దుర్యోధనుడు చాలా దుష్టాత్ముడు. ఇతడు దుర్మార్గపు ఉపాయాలనే ఆశ్రయిస్తాడు. ఇతనికి రాజ్యంపట్ల అక్కరలేని గర్వం. క్రోధలోభాలు ఇతనిని తొక్కివేస్తున్నాయి. శ్రీకృష్ణా! ఈ రాజులందరికీ కాలం ఆసన్నం అయిందని నాకు తెలుసు. అందుకనే తమ మంత్రులతోపాటు వీరంతా దుర్యోధనుని అనుసరిస్తున్నారు" అన్నాడు.

భీష్ముని మాటలు విని శ్రీకృష్ణుడు – "ఐశ్వర్యమదంతో ఉన్మత్తుడయిన దుర్యోధనుని బలవంతంగా బంధించకపోవడం కౌరవులలోని వయోవృద్ధులందరూ చేసిన పెద్ద పొరపాటు. ఈ విషయంలో హితమని నాకు స్పష్టంగా తెలిసినది నేను మీకు వివరంగా చెపుతున్నాను. ఇది మీకు అనుకూలంగా, ఇష్టంగా అనిపిస్తే చేయండి. చూడండి. భోజరాజు ఉగ్రసేనుని కొడుకు కంసుడు చాలా దుర్మార్గుడు, దుర్బుద్ధి. అతడు తండ్రి జీవించి ఉండగానే అతని రాజ్యం అపహరించాడు. చివరికి అతడు ప్రాణాలు కోల్పోవలసి వచ్చింది. కాబట్టి మీరు కూడా దుర్యోధనుడు, కర్ణుడు, శకుని, దుశ్శాసనుడు, – ఈ నలుగురిని బంధించి పాండవులకు అప్పగించండి. కులంకోసం ఒక్కనిని; గ్రామం కోసం కులాన్ని, దేశంకోసం గ్రామాన్ని విడిచి పెట్టాలి. తనకోసం ఈ పృథివినంతటినీ వదిలివేయాలి. కాబట్టి మీరు కూడా దుర్యోధనుని బంధించి, పాండవులతో సంధి చేసుకోండి. ఇందువల్ల మీ కారణంగా ఈ క్షత్రియులందరూ అయినా నాశనం కాకుండా ఉంటారు" అన్నాడు.

శ్రీకృష్ణుని మాటలు విని ధృతరాష్ట్రమహారాజు విదురునితో – "సోదరా! నీవు బుద్ధిమంతురాలయిన గాంధారి వద్దకు వెళ్లి, ఆమెను ఇక్కడకు తీసుకొనిరా. దురాత్ముడయిన దుర్యోధనునికి ఆమెతో నచ్చచెప్పిస్తాను" అన్నాడు. అప్పుడు విదురుడు దీర్ఘదర్శిని అయిన గాంధారిని సభకు తీసుకొని వచ్చాడు. ఆమెతో ధృతరాష్ట్రుడు – "దుష్టుడయిన నీ కొడుకు నామాట వినడం లేదు. ఇతడు అశిష్టునిలా అన్ని మర్యాదలను ఉల్లంఘించాడు. చూడు. వాడు హితైషుల మాటలు వినకుండా ఇప్పుడు పాపాత్ములు, దుష్టులు అయిన తన అనుచరులతో కలిసి సభనుండి వెళ్లిపోయాడు" అని చెప్పాడు.

భర్తమాటలు విని యశస్విని అయిన గాంధారి – "రాజా! మీరు పుత్రవ్యామోహంలో చిక్కుకొన్నారు. కాబట్టి మీరే అతని బుద్ధిని అనుసరించి నడుస్తున్నారు. కామక్రోధ లోభాలు దుర్యోధనుని తమ వలలో బంధించాయి. ఇప్పుడు మీరు బలవంతంగా నయినా అతనిని ఆ మార్గంనుండి మళ్లించలేరు. మూర్ఖుడు, దురాత్ముడు, చెడుసావాసాలు చేసేవాడు, లోభి అయిన తమ పుత్రుని గురించి ఏమాత్రం ఆలోచించకుండానే రాజ్యం ఏలమని మీరు పగ్గాలు చేతికిచ్చారు. దాని ఫలితమే ఇప్పుడు మీరు అనుభవిస్తున్నారు. మీరు మీఇంట్లో చెలరేగిన తగాదాలను ఎందుకు ఉపేక్షించి ఊరుకున్నారు? ఈ రీతిగా అయినవాళ్లు తగాదాలు పడితే శత్రువులు మిమ్మల్ని పరిహసించరా! చూడండి. సామభేదాలతో విపత్తి తొలగిపోతే, ఏ బుద్ధిమంతుడయినా స్వజనంమీద దండోపాయం ఎందుకు ప్రయోగిస్తాడు?" అని మందలించింది.

ఆ తరువాత గాంధారీ ధృతరాష్ట్రులు చెప్పడంతో విదురుడు దుర్యోధనుని మళ్లీ సభకు తీసుకువచ్చాడు. దుర్యోధనుని కన్నులు కోపంతో ఎరుపెక్కి ఉన్నాయి. పాము బుసలుకొడుతున్నట్లుగా కోపంతో రొప్పుతున్నాడు. ఈ సమయంలో తల్లి ఏం చెపుతుందో వినడానికి రాజసభకు వచ్చాడు. అప్పుడు గాంధారి దుర్యోధనుని సంధి చేసుకోమని

గద్దించి చెపుతూ – "నాయనా! దుర్యోధనా! నామాటవిను. ఇందువల్ల నీకూ, నీ పిల్లలకూ మేలు కలుగుతుంది. ఇకపై కూడా నీవు సుఖంగా ఉండగలవు. నీ తండ్రి, తాత, గురువులు, విదురుడు చెప్పినదానికి నీవు అంగీకరించు. నీవు పాండవులతో సంధి చేసుకుంటే, దానివలన తాతగారు భీష్మునికి, మీ తండ్రిగారికి, నాకు, ద్రోణాచార్యులవారికి, ఇంకా నీ హితైషులందరికీ నీవు నిజంగా గొప్ప సేవలు చేసినట్లే అనుకో. నాయనా! రాజ్యం పొందడం, రక్షించడం, అనుభవించడం అనేవి తన వశంలో ఉన్న మాటలు కాదు. జితేంద్రియుడు అయినవాడే రాజ్యాన్ని రక్షించగలడు. కామక్రోధాలు మనిషిని సంపదనుండి వంచిస్తాయి. ఆ ఈ రెండు శత్రువులను జయించితేనే రాజు ఈ భూమినంతటినీ జయించ గలుగుతాడు. చూడు. పొగరుబోతు గుఱ్ఱాలు మూర్ఖుడైన సారథిని మధ్యదారిలోనే చంపివేసినట్లుగా, ఇంద్రియాలను అదుపులో ఉంచుకోకపోతే మనిషిని నాశనం చేయడానికి అవే సరిపోతాయి. మనసును జయించినవానికి, తన మంత్రులను, శత్రువులను జయించాలనే కోరిక వృథా కాబోదు. ఇంద్రియాలను వశపరచుకొని, మంత్రులపై పట్టు సంపాదించినవాడు, అపరాధులను దండించ గలిగినవాడు, అన్ని పనులను బాగా ఆలోచించి చేసేవాడు – ఇటువంటి వాని దగ్గరే సంపద చిరకాలం వరకు నిలిచి ఉంటుంది. తండ్రీ! భీష్మాచార్య ద్రోణాచార్యులవారు చెప్పినది సరియైనదే. వాస్తవానికి కృష్ణార్జునులను ఎవరూ జయించలేరు. కాబట్టి నీవు శ్రీకృష్ణుని శరణుపొందు. అతడు సంతోషిస్తే రెండు పక్షాలవారికి మేలు కలుగుతుంది. యుద్ధం చేయడం వల్ల శుభాలు కలగవు. అందులో ధర్మం, అర్థం కూడా లేదు. ఇక సుఖం ఎలా వస్తుంది? యుద్ధంలో విజయమే లభిస్తుంది– అని చెప్పడానికీ వీలులేదు. కాబట్టి యుద్ధం కావాలని కోరుకోకు. నీవు నీ మంత్రులతో పాటు రాజ్యాన్ని అనుభవించదలచుకొంటే పాండవులకు న్యాయంగా చెందవలసిన రాజ్యభాగాన్ని వారికివ్వు. పాండవులను పదమూడేళ్లపాటు ఇంటినుండి వెళ్లగొట్టావే అది కూడా పెద్దతప్పే. ఇప్పుడు సంధి చేసుకుని దానిని సరిదిద్దుకో. పాండవుల భాగం కూడా నీవు అపహరించదలచుకొన్నావు. అలా చేయడానికి నీకు శక్తి లేదు. ఈ కర్ణదుశ్శాసనులుకూడా ఆ పని చేయలేరు. భీష్ముడు, ద్రోణుడు, కృపుడు, మొదలైన మహారథులు తమ పూర్తి శక్తిని ధారపోసి నీవైపే యుద్ధం చేస్తారని అనుకుంటున్నావేమో – అది కూడా జరిగేది కాదు. ఎందుకంటే ఈ ఆత్మజ్ఞుల దృష్టిలో మీరు, పాండవులూ సమానులే కాబట్టి. కాబట్టి వీరికి మీ ఇద్దరి రాజ్యాలు, మీ పట్ల ప్రేమ సమానమే. వారు దానికంటె ధర్మాన్ని అధికమని భావిస్తారు. ఈ రాజ్యం ఉప్పు తిన్నకారణంగా వారు ప్రాణాలు విడుస్తారు తప్ప, యుధిష్ఠిరునివైపు వక్రదృష్టి పెట్టరు. తండ్రీ! లోకంలో లోభంతో ఎవరికీ సంపత్తి లభించలేదు. కాబట్టి నీవు లోభం విడిచిపెట్టు. పాండవులతో సంధిచేసుకో" అని నచ్చచెప్పింది.

శ్రీకృష్ణుని విశ్వరూప సందర్శనము

వైశంపాయనుడు చెపుతున్నాడు – తల్లి చెప్పిన నీతివాక్యాలను దుర్యోధనుడు ఏమాత్రం పట్టించుకోలేదు. క్రోధంతో సభనుండి తన దుర్మంత్రుల వద్దకు తిరిగివచ్చేశాడు. తరువాత కర్ణశకుని దుర్యోధనదుశ్శాసనులు నలుగురు కలిసి "ఈకృష్ణుడు ధృతరాష్ట్రునితో భీష్మునితోకలిసి మనలను బంధించాలని చూస్తున్నాడు. ముందుగా మనమే అతనిని బలవంతంగా బంధించుదాం. కృష్ణుడు బంధింపబడ్డాడని వినగానే పాండవుల ఉత్సాహమంతా చల్లారిపోతుంది. ఇక వారికి ఏం చేయడానికీ తోచదు" అని ఆలోచించారు.

సాత్యకి సంకేతమాత్రంగానే ఇతరుల మనసులలోని విషయాలను పసిగట్టగలడు. అతడు వెంటనే వారి ఉద్దేశ్యాన్ని గ్రహించి, సభాభవనం బయటకు వెళ్లి కృతవర్మతో – "వెంటనే సైన్యం సిద్ధం చేయి. వీరి దుస్తంత్రం గురించి నేను శ్రీకృష్ణునికి తెలియచేసేసరికి నీవు స్వయంగా కవచాన్ని ధరించి సేనను వ్యూహాత్మకంగా నిలిపి సభాభవనద్వారం వద్దకు రా" అని చెప్పాడు. సింహం గుహలో ప్రవేశిస్తున్న తీరున మళ్లీ సభలోకి వెళ్లి అతడు శ్రీకృష్ణునికి ఈ దుస్తంత్రం గురించి చెప్పాడు. ఆపై నవ్వుతూ ధృతరాష్ట్రునితో, విదురునితో – "దూతను బంధించడం సత్పురుషుల దృష్టిలో ధర్మార్థకామాలకు పూర్తిగా విరుద్ధం. కాని ఈ మూర్ఖులు అదే ఆలోచనను చేస్తున్నారు. వారి ఈ మనోరథం ఏవిధంగానూ ఫలించదు. వీళ్లు క్షుద్రహృదయులు. శ్రీకృష్ణుని బంధించడమంటే బాలకుడు మండుతున్న నిప్పును బట్టలో మూట కట్టినట్లే అని వీరికి తోచడం లేదు" అన్నాడు.(8)

సాత్యకి మాట విని దీర్ఘదర్శి అయిన విదురుడు ధృతరాష్ట్రునితో – "రాజా! నీ కొడుకులందరికీ చావు మూడిందని తెలుస్తోంది. అందుకనే వారు చేయదగని, అపకీర్తి కలిగించే పనిని చేయడానికి నడుం బిగించారు. చూడుమరి. వీరు తమలో తాము కూడబలుకుకొని ఈ శ్రీకృష్ణుని అవమానిస్తూ బలవంతంగా బంధించాలని యోచిస్తున్నారు.

మంటను సమీపించగానే మిడుతలు నశించిపోయినట్లుగా శ్రీకృష్ణుని సమీపించగానే తాము రూపుమాసిపోతామని వీరికి తెలియడం లేదు అన్నాడు.

అనంతరం శ్రీకృష్ణుడు ధృతరాష్ట్రునితో - రాజా! వీరు క్రోధంలో మునిగిపోయి నన్ను బంధించాలనే సాహసం చేస్తున్నారు. మీరు కొంచెం అనుమతించండి. వీరు నన్ను బంధిస్తారో, నేనే వీరిని బంధిస్తానో ఆపై చూద్దురుగాని. మంచిది. ఈ సమయంలోనే నేను వీరిని, వీరి అనుయాయులను బంధించి పాండవులకు అప్పగించి నట్లయితే, ఆ పని అనుచితం కాబోదుగదా! రాజా! నేను నీ పుత్రులందరికీ అనుమతినిస్తున్నాను. దుర్యోధనుడు ఏం కోరుకుంటున్నాడో అది చేసి చూడమను" అన్నాడు.

అందుపై ధృతరాష్ట్రుడు విదురునితో - "నీవు వెంటనే పాపాత్ముడైన దుర్యోధనుని ఇక్కడకు తీసుకురా. ఈసారి నేను అతడిని అనుయాయులతోపాటు సరియైన మార్గానికి తీసుకురావడం జరగవచ్చు" అన్నాడు. దుర్యోధనునికి ఇష్టం లేకపోయినా విదురుడు మళ్లీ అతనిని సభకు తీసుకువచ్చాడు. ఈసారి అతని తమ్ముళ్లు, రాజులందరూ అతని వెంటనంటి ఉన్నారు. ధృతరాష్ట్రుడు - "ఏరా కుటిలాత్ముడా! నీ పాపాత్ములైన అనుచరులతోకలిసి అమాంతం పాపకృత్యం చేయడానికే పూనుకొన్నావా? గుర్తుంచుకో. నీవంటి మూఢుడు, కులకళంకుడు అయినవాడు చేయాలని తలపెట్టిన పని ఎన్నటికీ ఫలించదు. అందువల్ల సజ్జనులు నిన్ను నిందిస్తారు. పాపాత్ములైన నీ అనుచరులతో కలిసి ఈ శ్రీకృష్ణుని బంధించాలనుకుంటున్నావని చెపుతున్నారు? ఇతనిని ఇంద్రసహితులైన దేవతలుకూడా లోబరచుకోలేరు. నీ దుస్సాహసం బాలుడు చంద్రుని పట్టుకోవాలనుకున్నట్లుంది. శ్రీకేశవుని యొక్క ప్రభావం నీకు ఇసుమంతయినా తెలిసినట్లు లేదు. ఓరీ! వాయువును చేతులతో పట్టలేనట్లుగా, భూమిని తలపైకి ఎత్తలేనట్లుగా శ్రీకృష్ణుని ఎవరూ బలంతో బంధించలేరు" అని మందలించాడు.

ఆ తరువాత విదురుడు - "దుర్యోధనా! నామాట విను. చూడు. శ్రీకృష్ణుని బంధించాలని నరకాసురుడు కూడా అనుకొన్నాడు. దానవులందరితో కలిసి కూడా అతడా పని చేయలేకపోయాడు. ఇక నీవు నీ బల సామర్థ్యాలతో పట్టుకోవడానికి ఎలా సాహసిస్తున్నావు? ఇతడు బాల్యావస్థలోనే పూతనను, బకాసురుని చంపాడు. గోవర్ధనగిరిని చేతిపై ఎత్తాడు. అరిష్టాసురుని, ధేనుకాసురుని, చాణూరుని, కేశిని, కంసుని కూడా మట్టిపాలు చేశాడు. వీరినేకాక జరాసంధుని, దంతవక్త్రుని, శిశుపాలుని, బాణాసురుని, ఇంకా అనేక రాజులను అవమానించాడు. సాక్షాత్తూ వరుణుడు, అగ్ని, ఇంద్రుడు కూడా ఇతని వలన ఓటమిని అంగీకరించారు. తన ఇతర అవతారాలలో ఇతడు మధుకైటభులు, హయగ్రీవుడు మొదలైన అనేకదైత్యులను పడగొట్టాడు. ఈయనే అన్ని ప్రవృత్తులను ప్రేరేపించేవాడు. కాని తాను ఎవరి ప్రేరణతోనూ ఏ పనీ చేయడు. సకలపురుషార్థాలకూ కారణుడితడే. అతడు ఏమి చేయదలచుకొంటాడో దానిని అనాయాసంగా చేయగలడు. నీకు ఈతని మహిమ తెలియడం లేదు. చూడు. నీవు ఈతనిని అవమానించే సాహసం చేశావంటే అగ్నిలో పడి మిడుతలు నశించినట్లుగా రూపురేఖలు, లేకుండా నశించిపోతావు" అని వివరంగా చెప్పాడు.

విదురుడు చెప్పడం పూర్తి చేయగానే శ్రీకృష్ణుడు - "దుర్యోధనా! నీవు అజ్ఞానం వలన నేను ఒంటరివాడినని, పట్టి బంధించవచ్చునని అనుకొంటున్నావు కాబోలు. జాగ్రత్త. సమస్తపాండవులు, వృష్ణి అంధకవంశీయులు, యాదవులు కూడా ఇక్కడున్నారు. వారేకాదు. ఆదిత్యులు,రుద్రులు, వసువులు, మహర్షిగణమంతా కూడా ఇక్కడే కూడి ఉన్నారు" ఇలా అని శత్రుదమనుడైన శ్రీకృష్ణుడు అట్టహాసం చేశాడు. అంతే. వెంటనే అతని సమస్త అంగాలలోను మెరుపులా తళుక్కుమంటూ అంగుష్ఠాకారంలో దేవతలు అందరూ కనపడసాగారు. అతని నుదుటి యందు బ్రహ్మ, వక్షః స్థలంలో రుద్రుడు, భుజాలలో లోకపాలురు; నోటిలో అగ్నిదేవుడు ఉన్నారు. ఆదిత్యులు, సాధ్యులు, వసువులు, అశ్వినీకుమారులు, ఇంద్రునితోపాటు మరుద్గణాలు, విశ్వేదేవులు, యక్షులు, గంధర్వులు - వీరందరూ అతని శరీరంలో భాగంగా అనిపించారు. అతని రెండు భుజాలలో బలరాముడు, అర్జునుడు వ్యక్తమయ్యారు. వారిలో అర్జునుడు కుడివైపు, బలరాముడు ఎడమవైపు ఉన్నారు. భీమయుధిష్ఠిర నకులసహదేవులు అతని పృష్ఠ భాగంలోను, ప్రద్యుమ్నాదులైన అంధకవృష్ణి వంశీయులు, యాదవులు అస్త్రశస్త్రధారులై అతని ముందు భాగంలోను కనిపించారు. ఆ సమయంలో శ్రీకృష్ణునికి అనేక భుజాలు ఉన్నట్లు కనిపించాయి. వాటిలో శంఖం, చక్రం, గద, శక్తి, శారఙ్గధనుస్సు, హలం, నందకఖడ్గం ఉన్నాయి. అతని కన్నులు, ముక్కులు, చెవుల రంధ్రానుండి గొప్పభయంకరమైన అగ్నిజ్వాలలు, రోమకూపాలనుండి సూర్యుని యొక్క కిరణాలవంటివి వెలువడుతున్నాయి.

శ్రీకృష్ణుని ఈ భయంకరమైన రూపం చూచి రాజులందరూ భయకంపితులై కన్నులు మూసికొన్నారు. కేవలం ద్రోణాచార్యులు, భీష్ముడు, విదురుడు, సంజయుడు, ఋషులు మాత్రం దానిని దర్శించగలిగారు. ఎందుకంటే భగవానుడు వారికి దివ్యదృష్టినిచ్చాడు. సభాభవనంలో భగవానుని ఈ అద్భుతకృత్యం చూచి దేవదుందుభులు మోగాయి. ఆకాశం నుండి పుష్పవృష్టి కురిసింది. అప్పుడు ధృతరాష్ట్రుడు "కమలాక్షా! సమస్తలోకానికి హితకర్తవు నీవే. కాబట్టి మామీద దయచూపు. ఇప్పుడు నాకు దివ్య నేత్రాలు ప్రసాదించాలని నా ప్రార్థన. నేను కేవలం మిమ్మల్ని మాత్రమే చూడాలనుకొంటున్నాను. ఇక వేరే ఏదీ చూడాలనే కాంక్ష లేదు" అని ప్రార్థించాడు. అందుపై శ్రీకృష్ణభగవానుడు - "కురునందనా! నీకు అదృశ్యరూపంలో రెండు కన్నులు కలుగుగాక" అన్నాడు. సభలో ఉన్న రాజులు, ఋషులు ధృతరాష్ట్రమహారాజుకు కన్నులు వచ్చాయని చూచి చాలాఆశ్చర్యపడి, శ్రీకృష్ణుని స్తుతించసాగారు. ఆ సమయంలో భూమి కంపించింది. సముద్రం అల్లకల్లోలమయింది. రాజులందరూ భయపడినట్లుగా బిగుసుకుపోయారు. తరువాత భగవానుడు ఆ స్వరూపాన్ని, తన దివ్యమైన, అద్భుతమైన, చిత్రవిచిత్రమైన మాయను ఉపసంహరించాడు. అటుపిమ్మట అతడు ఋషుల అనుమతి తీసుకొని సాత్యకి, కృతవర్మల చేతులను పట్టుకొని సభాభవనం నుండి వెళ్లిపోయాడు. అతడు వెళ్లిపోగానే నారదాది ఋషులు కూడా అంతర్ధానమయిపోయారు.

శ్రీకృష్ణుడు వెళ్లిపోవడం చూసి రాజులతో పాటు కౌరవులు కూడా వారి వెనుకనే వెళ్లసాగారు. కాని శ్రీకృష్ణుడు ఆరాజుల నెవరినీ కొద్దిగానైనా పట్టించుకోలేదు. ఇంతలోకే దారుకుడు అతని దివ్యరథాన్ని సిద్ధంచేసి తెచ్చాడు. భగవానుడు రథం ఎక్కడం కనిపించింది. ఈరీతిగా అతడు బయలుదేరడంతో ధృతరాష్ట్రుడు - "జనార్దనా! పుత్రులమీద నాబలం ఎంతగా పనిచేస్తోందో నీవు ప్రత్యక్షంగానే చూశావు. ఎలాగైనా కౌరవ పాండవులమధ్య సంధిజరగాలని కోరుకొన్నాను. అందుకు ప్రయత్నం కూడా చేశాను. కాని ఇప్పుడు నా స్థితి చూసి నీవు నన్ను సందేహించనక్కరలేదు" అన్నాడు.

అందుపై శ్రీకృష్ణుడు ధృతరాష్ట్రమహారాజుతో, ద్రోణభీష్మ విదురకృపాచార్యులతో, బాహ్లీకునితో - "ఇప్పుడు కౌరవసభలో జరిగిన దేదో మీరు ప్రత్యక్షంగా చూశారు. మందబుద్ధి అయిన దుర్యోధనుడు ఏరీతిగా దులపరించుకొని సభనుండి వెళ్లిపోయాడనేది కూడా మీ ఎదురుగానే జరిగింది. ధృతరాష్ట్రుడు కూడా ఈ విషయంలో తన అసమర్థతను వెల్లడిస్తున్నాడు. కనుక ఇప్పుడు నేను మీ అందరివద్ద సెలవు కోరుతున్నాను. యుధిష్ఠిరుని వద్దకు వెళ్తున్నాను" అన్నాడు. ఈ రీతిగా సెలవు తీసుకొని భగవానుడు రథం ఎక్కి సాగుతుండగా భీష్మద్రోణ కృప విదురులు, ధృతరాష్ట్రుడు, బాహ్లీకుడు, అశ్వత్థామ, వికర్ణుడు, యుయుత్సుడు మొదలైన కౌరవవీరులు కొంతదూరం వరకు అతనివెనుక వెళ్లారు. అనంతరం వారందరినీ చూస్తూ భగవానుడు తన మేనత్త కుంతిని కలుసుకోవాలని వెళ్లాడు.

విదులావృత్తాంతము - శ్రీకృష్ణుడు పాండవుల కడకేగుట

వైశంపాయనుడు చెపుతున్నాడు - భగవానుడు కుంతి యింటికి వెళ్లి ఆమె పాదాలకు నమస్కరించాడు. కౌరవ సభలో జరిగినది క్లుప్తంగా చెప్పాడు. అతడు - "అత్తా! నేను, ఋషులూ కూడా రకరకాల యుక్తులతో చాలామంది మెచ్చుకునే మాటలను చెప్పాం. కాని దుర్యోధనుడు ఏమీ పట్టించుకోలేదు. దుర్యోధనుని అనుయాయులయిన ఈ వీరులందరి నెత్తిమీద మృత్యువు తిరుగాడుతోంది. నేను ఇప్పుడు శీఘ్రంగా పాండవులను చేరుకోవాలి. నీదగ్గర సెలవు తీసుకోవడానికి వచ్చాను. నీకొడుకులకు నీవు ఏమి చెప్పమంటావో చెప్పు" అని అడిగాడు.

కుంతి - కేశవా! యుధిష్ఠిరునితో నేను ఇలా అన్నానని చెప్పు - "భూమిని ఏలడం నీ ధర్మం. దానికి ఇప్పుడు పెద్ద నష్టం జరుగుతోంది. దానిని నీవు వృథాగా పోగొట్టుకోవద్దు. నాయనా! ప్రజాపతి బ్రహ్మ క్షత్రియులను తన భుజాల నుండి పుట్టించాడు. కాబట్టి వారు తమ భుజబలంతోనే తమ జీవికను ఆర్జించుకోవాలి. పూర్వకాలంలో కుబేరుడు ముచుకుందుడికి ఈ భూమినంతా దానమిచ్చాడు. కాని ముచుకుందుడు దానిని స్వీకరించలేదు. తన బాహుబలంతో లభించాకనే, క్షాత్రధర్మాన్ని ఆశ్రయించి అతడు దానిని యథావిధిగా పాలించాడు. రాజు చేత సురక్షితులై ప్రజలు ఏ కొద్దిధర్మాన్ని ఆచరించినా, దానిలోని నాలుగోభాగం రాజుకు లభిస్తుంది. రాజు ధర్మాన్ని ఆచరించితే దేవలోకం పొందుతాడు, అధర్మాన్ని ఆచరించితే నరకంలో పడతాడు. అతడు దండనీతిని కూడా చక్కగా ప్రయోగించకలిగితే, దానివలన నాలుగువర్ణాల వారు అధర్మం చేయకుండా ధర్మమార్గంలో ప్రవర్తిస్తారు. వాస్తవానికి సత్యయుగ, త్రేతా, ద్వాపర, కలియుగాలకు కారణం రాజే. ఇప్పుడు నీ బుద్ధితో నీవు

పొంది ఉన్న సంతృప్తిని నీ తండ్రి పాండురాజుగాని, నేనుగాని, లేక మీ తాతగారు కూడా ఎప్పుడూ కోరుకోలేదు. నేను ఎప్పుడూ కూడా నీవు యజ్ఞాలు, దానాలు, తపస్సు, శౌర్యం, ప్రజ్ఞ, సంతానం, మహత్త్వం, బలం, ఓజస్సు కలిగిఉండాలనే కోరుకుంటూ ఉండేదాన్ని. ధర్మాత్ముడయినవాడు రాజ్యాన్ని పొంది, కొందరిని దానంతో, కొందరిని బలంతో, మరికొందరిని మంచిమాటలతో వశం చేసుకోవాలి. బ్రాహ్మణులు భిక్షావృత్తితో జీవించాలి. క్షత్రియులు ప్రజాపాలన చేయాలి. వైశ్యులు ధనసంగ్రహం చేయాలి. శూద్రులు వీరందరికీ సేవ చేయాలి. నీకు భిక్షావృత్తి, నిషిద్ధం. వ్యవసాయం చేయడం కూడా ఉచితం కాదు. నీవు క్షత్రియుడవు. ప్రజలను భయం నుండి రక్షించేవాడవు. బాహుబలమే నీ జీవికకు సాధనం. మహాబాహూ! శత్రువులు అపహరించిన నీ పైతృకభాగాన్ని నీవు సామదానభేద దండోపాయాలు లేదా నీతి ఏ ఉపాయంతో నైనా సరే దానిని ఉద్ధరించుకోవాలి. నీవంటి పుత్రుడు ఉండి కూడా నేను ఇతరులు వేసిన మెతుకులకోసం ఎదురుచూడవలసి రావడం కంటె మించిన దుఃఖకరమైన విషయం ఏముంటుంది? కాబట్టి క్షత్రియధర్మాన్ని అనుసరించి నీవు యుద్ధం చేయ్"

కృష్ణా! ఈ సందర్భంలో నీకు ఒక ప్రాచీన ఇతిహాసాన్ని చెపుతాను. అది విదులా, పుత్రుల సంవాదము. విదుల క్షత్రియ వనిత. ఆమె గొప్ప కీర్తిపరురాలు, చురుకైన స్వభావం కలది. కులీనురాలు, సంయమశీలురాలు, దీర్ఘదర్శిని. రాజసభలలో ఆమెకు గొప్ప పేరు ఉంది. శాస్త్రజ్ఞానం కూడా ఆమెకు ఎక్కువే. ఒకసారి ఆమె కొడుకు సింధురాజు చేతిలో ఓడిపోయి చాలా దైన్యస్థితికి లోనయ్యాడు. ఆ సమయంలో ఆమె అతనిని మందలిస్తూ - "ఒరే! అప్రియదర్శీ! నీవు నా కొడుకువి కావు. నీవు నీతండ్రి వీర్యంతో జన్మించలేదు. నీవు శత్రువుల ఆనందాన్ని పెంచుతున్నావు. నీలో ఆత్మాభిమానం ఏమాత్రం లేదు. కాబట్టి నీవు క్షత్రియునిగా పరిగణించబడవు. నీ బుద్ధి, అవయవాలూ అన్నీ నపుంసకలక్షణాలతో ఉన్నాయి. అరే! ప్రాణాలతో ఉండీ నిరాశపడుతున్నావు. నీకు శుభం కావాలనుకొంటే యుద్ధభారం వహించు. నీవు నీ ఆత్మను నిరాదరించకుండా మనసును స్పష్టపరచుకొని భయాన్ని వదిలిపెట్టు. పిరికివాడా! లేచి నిలబడు. ఓటమిని సహించి ఊరుకోకు. ఈరీతిగా నీవు నీ గౌరవాన్ని పోగొట్టుకొని, శత్రువులను అనింద్యులుగా చేస్తున్నావు. ఇందువల్ల నీ స్నేహితుల శోకాన్ని వృద్ధి పొందిస్తున్నావు. చూడు. ప్రాణాలు పోయే పరిస్థితి వచ్చినా కూడా పరాక్రమాన్ని విడిచిపెట్టకూడదు. డేగ ఆకాశంలో నిరాటంకంగా ఎగిరినట్లుగా నీవు కూడా రణభూమిలో నిర్భయంగా విహరించాలి. ఇప్పుడు నీవు పిడుగుపడి చచ్చినవాడిలా పడిఉన్నావు. సరే! లేచి నిలబడు. శత్రువుల వలన ఓటమిని సహించి పడి ఉండకు. నీవు సామ దాన భేదరూపాలైన మధ్యమోపాయాలు గాని, అధమమైన నీచమైన ఉపాయాలుగాని ఆశ్రయించకు. దండమే సర్వోత్తమమైనది. దానినే ఆశ్రయించి శత్రువు ఎదుట నిలబడి గర్జించు. వీరపురుషుడు రణభూమికి వెళ్లి ఉచ్చకోటికి చెందిన మానవపరాక్రమాన్ని చూపి తన ధర్మం నుండి ఋణవిముక్తుడు కావాలి. అతడు ఆత్మనింద చేసుకోకూడదు. పండితులు ఫలితం లభించిందా, లేదా అని ఆలోచించరు. వారు నిరంతరం పౌరుషసాధ్యమైన పనులే చేస్తూ ఉంటారు. వారు తమకోసం ధనాన్ని కూడా వాంఛించరు. నీవు కూడా నీ పౌరుషాన్ని పెంచుకొని జయలాభాన్ని పొందు, లేదా వీరగతి పొందు. ఇలా ధర్మానికి వెన్ను చూపి ఎందుకు బతుకుతావు? ఓరీ నపుంసకుడా! ఈరకంగా నీ ఇష్టాపూర్తాలు మొదలైన కర్మలు, సత్కీర్తి- అన్నీ మట్టిపాలవుతున్నాయి. నీ భోగాలకు సాధనమైన రాజ్యం కూడా పోయింది. ఇంకా నీవెందుకు జీవించి ఉన్నావు?

దానం, తపస్సు, సత్యం, విద్య, ధనార్జనం - మొదలైన ప్రసంగాలు వచ్చినపుడు ఎవరి సత్కీర్తి పొగడబడదో వాడు తన తల్లి మలమే. తన విద్యతో, తపస్సుతో, ఐశ్వర్యంతో, పరాక్రమంతో: ఇతరులకు బెదురు పుట్టించేవాడే నిజమైన మగవాడు. నీవు భిక్షావృత్తి వైపు చూడకూడదు. అది అకీర్తకరం, దుఃఖదాయకం, పిరికివారు చేసేపని. ఓరీ సంజయా! పుత్రరూపంలో నేను కలియుగానికి జన్మనిచ్చానని తెలుస్తోంది. నీలో కొంచెం కూడా స్వాభిమానం, ఉత్సాహం, పౌరుషం లేవు. నిన్ను చూసి శత్రువులు సుఖంగా ఉంటారు. ఏ ఆడదానికీ ఇలాంటి కుపుత్రుడు కలుగకూడదు. తన హృదయాన్ని ఇనుములా చేసుకొని రాజ్యాన్ని, ధనాదులను అన్వేషించేవాడు, శత్రువుల ఎదుట నిలువగలిగిన వాడు, మాత్రమే పురుషుడు. ఆడువారిలా ఏదో ఒకరకంగా పొట్ట పోసుకొనేవానిని 'పురుషుడు' అనడం వ్యర్థమే. శౌర్యం, తేజస్సు, బలం, సింహసదృశపరాక్రమం చూపగలిగే రాజు వీరగతి పొందినా గానీ, అతని రాజ్యంలోని ప్రజలు సంతోషిస్తారు. ప్రాణులందరి జీవనాధారాలు మేఘుని అధీనంలో ఉన్నట్లుగానే బ్రాహ్మణుల, సుహృదుల జీవికలన్నీ నీపై ఆధారపడిఉన్నాయి.

వెళ్లు. ఏకొండగుహలోకో వెళ్లి శత్రువుకి ఆపత్కాలం వచ్చేవరకు ప్రతీక్షించు. వాడు అజరుడు, అమరుడు అయితే

కాదుగదా! నాయనా! నీ పేరు సంజయుడు. కాని నాకు నీలో అలాంటి గుణమేమీ కనబడడంలేదు. నీవు యుద్ధంలో విజయం పొంది నీ పేరును సార్థకం చేసుకో. నీవు బాలుడుగా ఉన్నప్పుడు భూతభవిష్యత్తులు చెప్పగల ఒక బ్రాహ్మణుడు నిన్ను చూచి "ఇతడు ఒకసారి పెద్ద విపత్తులో చిక్కుకొని తిరిగి ఉన్నతిని సాధిస్తాడు" అని చెప్పాడు. ఆమాట గుర్తు తెచ్చుకుంటే నాకు నీ విజయంమీద పూర్తి ఆశ ఉంది. అందుకే నీకు చెపుతున్నాను, మాటిమాటికీ చెపుతూ ఉంటాను. "ఈరోజు భోజనం లేదు. రేపటికి కూడా ఏ ఏర్పాటు లేదు" అనే ఆలోచన ఉంటే దానిని మించిన దుర్దశ ఇంకొకటి లేదు" అని శంబర ముని చెప్పాడు. బతుకుతెరువులు లేక పనులు చేసుకొనే దాసీలు, సేవకులు, ఆచార్యులు, ఋత్విక్కులు, పురోహితులు నిన్ను విడిచి వెళ్లిపోవడం నీవే చూశావుగదా! అటువంటి నీ జీవితం ఎందుకు పనికివస్తుంది? ఇంతకుముందు నేనుగాని, నాభర్తగాని ఏ బ్రాహ్మణునికీ ఎప్పుడూ "లేదు" అనే మాట చెప్పలేదు. ఇప్పుడు నేను "లేదు" అని చెప్పడానికి నా హృదయం పగిలిపోతోంది. మనం ఎప్పుడూ ఇతరులకు ఆశ్రయం ఇస్తాం. ఇతరుల ఆజ్ఞలను వినే అలవాటు మనకు లేదు. నేను ఇతరుల మీద ఆధారపడి జీవనం గడపాలంటే ప్రాణాలు విడుస్తాను. చూడు. నీవు జీవితం గురించి లోభించకపోతే నీ శత్రువులందరూ ఓడిపోతారు. నీవు యువకుడివి. పైగా విద్య, కులం, రూపం ఉన్నవాడివి. నీవంటి కీర్తిపరుడు, జగద్విఖ్యాతుడు ఇలా విరుద్ధంగా ప్రవర్తిస్తే, కర్తవ్య భారాన్ని వహించకపోతే అది మరణించడమనే నా భావన. నీవు శత్రువులతో మెరమెచ్చు మాటలు మాటలాడుతూంటేనూ, వారి వెనుక వెనుకనే తిరుగుతూంటేనూ చూస్తే నా హృదయం ఎలా శాంతిస్తుంది. తన శత్రువు తోక పట్టుకు తిరిగేవాడు ఎవడూ ఈ కులంలో జన్మించలేదు. తండ్రీ! నీవు శత్రువుకు సేవకుడిగా జీవించడం ఏ రకంగానూ ఉచితంకాదు. క్షత్రియకులంలో జన్మించినవాడు, క్షత్రధర్మాన్ని గురించి తెలిసినవాడు - భయంతోగాని, బతుకుతెరువుకోసం గాని ఎప్పుడూ ఎవరి ఎదుటా తలవంచడు. ఆ మహామనస్కుడైన వీరుడు మదపుటేనుగులా యుద్ధరంగంలో విహరిస్తాడు. కేవలం ధర్మరక్షణకోసమే ఎప్పుడూ బ్రాహ్మణుల ఎదుట వంగుతూ ఉంటాడు" అని పలికింది.

పుత్రుడు - "అమ్మా! నీవు వీరునివలె బుద్ధికలదానవు. కాని చాలా నిష్ఠురంగా మాటలాడేదానివి, కోపం తెచ్చుకునే దానివి. నీహృదయం లోహంలాగా కరుడుగట్టి ఉంది. ఆహా! క్షత్రియధర్మం చాలా కఠినమైనది గదా! స్వయంగా నీవే ఇతరుల తల్లిలాగా, లేదా ఇతరులకు చెపుతున్నదానివలె ఈ రకంగా నన్ను యుద్ధానికి ప్రోత్సహిస్తున్నావు. నీకు నేను ఏకైక కుమారుడిని. అయినా నీవు నాకు ఇలాంటి మాటలు చెపుతున్నావు. నీకు నేనే లేకపోయాక ఈ భూమి, అడవులు, భోగాలు చివరకు ప్రాణాలు కూడా నీకు ఏమి సుఖమిస్తాయి? అయినా నీకు అత్యంత ప్రియపుత్రుడనైన నేను సంగ్రామానికి పనికి వస్తానా?" అన్నాడు.

తల్లి - "సంజయా! తెలివైన వారికి అన్ని దశలూ ధర్మార్థాలకోసమే. వానిని దృష్టిలో పెట్టుకునే నేను నిన్ను యుద్ధానికి పురికొల్పుతున్నాను. ఇప్పుడు నీకు ఏదైనా మంచిపని చేసి చూపించే సమయం వచ్చింది. ఈ సమయంలో నీవు కొంచెం పరాక్రమం చూపకపోయినా, నీ శరీరం శత్రువుపట్ల కఠినంగా పనిచేయకపోయినా అది నీకు పెద్ద అవమానమే. ఈ రీతిగా అపయశస్సు కలిగే సమయం నీ నెత్తిమీద తాండవమాడుతున్నప్పుడు, నేను నీకు ఏమీ చెప్పకపోతే లోకులు నా ప్రేమను గాడిదవంటిది అని చెప్పుకొంటారు. ఇంకా దానిని వారు సామర్థ్యం లేనిదని, నిష్కారణమైనదని అంటారు. కాబట్టి సత్పురుషులు నిందించే, మూర్ఖులు సేవించే మార్గాన్ని విడిచిపెట్టు. ప్రజలు ఆశ్రయించినది పెద్ద గొప్ప అవిద్యే. సత్పురుషులకు తగినట్లుగా నీవు నడుచుకున్నప్పుడే నాకు ఇష్టుడవవుతావు. వినయహీనుడు, శత్రువుపై దండెత్తినవాడు, దుష్టుడు, దుర్బుద్ధి అయిన పుత్రుని గాని పౌత్రునిగాని పొంది సుఖం అనుకొనేవారు సంతానం పొందడం వ్యర్థం. తన కర్తవ్యాన్ని చేయనివాడు, పైగా నింద్యమైన కర్మ చేసేవాడు అయిన అధమపురుషునికి ఈ లోకంలోను, పరలోకంలోనూ కూడా సుఖం లభించదు. ప్రజాపతి క్షత్రియులను యుద్ధం చేయడానికి, విజయం పొందడానికే సృష్టించాడు. క్షత్రియుడు యుద్ధంలో జయంగాని, మృత్యువుగాని పొందితే అతనికి ఇంద్రలోకం ప్రాప్తిస్తుంది. శత్రువులను వశపరచుకొని క్షత్రియుడు పొందే సుఖానుభూతి ఇంద్రభవనంలో లేదా స్వర్గంలో కూడా లేదు" అన్నది.

పుత్రుడు - "తల్లీ! ఇది నిజమే అయినా నీవు నీ పుత్రునితో ఇలా మాట్లాడకూడదు. ఈ విషయంలో జడునిలా, మూగవానిలా దయాదృష్టితోనే ఉండాలి" అన్నాడు.

తల్లి - "నాయనా! నీవు ఏ రీతిగా నాకు కర్తవ్యాన్ని చెపుతున్నావో, ఆ రీతిగానే నీకు నీ కర్తవ్యాన్ని నేను

సూచిస్తున్నాను. సింధుదేశపు యోధులందరినీ నీవు సంహరించినపుడే నేను నిన్ను ప్రశంసిస్తాను. కాఠిన్యంతో పొందదగిన నీ విజయాన్నే నేను చూడగోరుతున్నాను" అన్నది.

పుత్రుడు - "తల్లీ! నా దగ్గర కోశములేదు, నాకెవరూ సహాయకులూ లేరు. ఇక నాకు జయం ఎలా ఎలుగుతుంది? ఈ సంకటపరిస్థితిని గూర్చి ఆలోచించుకొనే నేను పాపాత్ములు స్వర్గప్రాప్తిమీది ఆశవదిలేసుకున్నట్లుగా రాజ్యం మీది ఆశ వదిలేసుకున్నాను. ఈ స్థితిలో కూడా నీకు ఏదైనా ఉపాయం గోచరిస్తే చెప్పు. నీవు ఎలా చెప్తే అలా చేస్తాను" అన్నాడు.

తల్లి - "నాయనా! మొదటినుండీ నీదగ్గర వైభవం లేకపోతే, దీనికోసం నిన్ను అవమానించేదానిని కాను. ఈ ధనసంపత్తి ముందు లేకుండా, తరువాత వస్తే వచ్చిందంతా నశించిపోతుంది. కాబట్టి అసూయాపరుడై ఏదో ఒకరీతిగా ధనసంగ్రహం చేయాలనే మూర్ఖత్వం పనికిరాదు. దానికోసం బుద్ధిమంతుడు ధర్మానుసారంగానే ప్రయత్నం చేయాలి. కర్మఫలితాలకు తోడు అనిత్యత ఎప్పుడూ వెన్నంటే ఉంటుంది. ఒకసారి ఫలితం లభిస్తుంది. ఒకసారి లభించదు. అయినా బుద్ధిమంతుడు కర్మ చేస్తూనే ఉంటాడు. అసలు కర్మయే చేయని వానికి ఫలం లభించదు. కాబట్టి ప్రతి ఒక్క పురుషుడు "నా అభీష్టకార్యం సిద్ధించాలి" అని నిశ్చయించుకొని, దానిని చేయడానికి పూనుకోవాలి, జాగరూకత వహించాలి. సంపద ప్రాప్తించే పనులలో లగ్నం కావాలి. కర్మలలో ప్రవృత్తుడు అయ్యేటపుడు మనిషి ముందు శుభకర్మ చేయాలి. బ్రాహ్మణులను, దేవతలను పూజించాలి. అలా చేయడం వల్ల రాజుకు ఉన్నతి కలుగుతుంది. లోభులు, శత్రువుచేత అణిచివేయబడినవారు, అవమానింపబడినవారు, అతనిపై అసూయ ఉన్నవారు -వీరిని నీ పక్షంలో చేర్చుకో. ఇలా చేయడం వల్ల నీవు నీ శత్రువులను అనేకులను సంహరించవచ్చును. వారికి ముందుగానే జీతాలు ఇయ్యి. రోజూ ప్రొద్దునే లేచి వారితో ప్రియంగా మాటలాడు. అలాచేస్తే తప్పకుండా వారు నీకు ప్రియం చేస్తారు. తన శత్రువు ప్రాణాలను పణంగా పెట్టి యుద్ధం చేస్తాడని తెలిస్తే, అతని ఉత్సాహం నీరుకారిపోతుంది.

ఎటువంటి విపత్తి కలిగినా రాజు కంగారుపడకూడదు. ఒకవేళ కంగారుపడినా, కంగారుగా పనులుచేయకూడదు. రాజు భయకంపితుడయినట్లుగా గ్రహిస్తే ప్రజలు, సైన్యం, మంత్రులు కూడా భయపడి తమ అభిప్రాయం మార్చుకుంటారు. వారిలో కొంతమంది శత్రువులతో కలిసిపోతారు. కొంతమంది విడిచిపెట్టి వెళ్లిపోతారు. అంతకుముందే అవమానం పొందిన కొందరు రాజ్యాన్ని అపహరించడానికి సిద్ధపడతారు. ఆ సమయంలో కేవలం గాఢమిత్రులు మాత్రమే తోడుగా ఉంటారు. కాని వారు హితైషులు అయినప్పటికీ, శక్తిహీనులయిన కారణంగా ఏమీ చేయలేరు.

నేను నీ పౌరుషాన్ని, బుద్ధిబలాన్ని తెలుసుకోవాలనుకొన్నాను. అందుకే నీ ఉత్సాహం పెంచడానికే నీతో ఇలా సాంత్వన పూర్వకంగా మాట్లాడాను. నేను చెప్పింది బాగానే ఉంది అని నీకు అనిపిస్తే, విజయం పొందడానికి నీవు నడుము బిగించి నిలబడు. మనవద్ద ఇప్పటికీ పెద్ద కోశాగారం ఉంది. అది నాకే తెలుసు. ఎవరికీ దాని సంగతి తెలియదు. దానిని నీకు నేను అప్పగిస్తున్నాను. సంజయా! ఇప్పటికీ నీకు వందలమంది స్నేహితులున్నారు. వారంతా సుఖదుఃఖాలు తట్టుకోగలిగినవారు, యుద్ధరంగంలో వెన్ను చూపనివారు" అన్నది.

సంజయుడు బలహీనమైన మనసు కలవాడు. కాని తల్లి చెప్పిన ఈ మాటలు విని అతని అజ్ఞానమంతా తొలగిపోయింది. అతడు - "నా రాజ్యం శత్రువులనే నీటిలో మునిగిపోయింది. ఇప్పుడు నేను దానిని ఉద్ధరించాలి. లేకపోతే రణభూమిలో ప్రాణాలర్పిస్తాను. ఆహా! భావి వైభవాన్ని దర్శింపచేయగల నీవంటి మార్గదర్శకురాలు నాకు తల్లిగా లభించింది. ఇక నాకు దిగులు ఏమి ఉంటుంది? నేను పూర్తిగా నీ మాటలు వినాలనుకున్నాను. అందుకే మధ్యమధ్యలో కొద్దిగా మాట్లాడి తిరిగి మౌనం వహించాను. నీ అమృతం లాంటి మాటలు చాలా కష్టపడితే వినగలిగాను. వాటితో నాకు తృప్తి కలుగలేదు. ఇక నేను శత్రువులను అణచివేయడానికి, విజయం పొందడానికి నా బంధువులతో కలిసి దాడి చేస్తాను" అన్నాడు.

కుంతి చెప్పసాగింది - తల్లి వాగ్బాణాలు గుచ్చుకొని కొరడా దెబ్బతిన్న గుఱ్ఱంలాగా అతడు తల్లి ఆజ్ఞను అనుసరించి అన్ని పనులు నెరవేర్చాడు. ఈ ఆఖ్యానం ఉత్సాహాన్ని పెంచేది, తేజోవృద్ధి కలిగించేది. శత్రువులచేత పీడింపబడి ఏ రాజు అయినా బాధపడుతూంటే మంత్రులు ఈ ప్రసంగాన్ని వినిపిస్తారు. ఈ ఇతిహాసాన్ని వింటే గర్భవతి అయిన స్త్రీ తప్పకుండా వీరుని కంటుంది. క్షత్రియవనిత దీనిని వింటే ఆమె గర్భం నుండి విద్యాశూరుడు, తపశ్శూరుడు, దానశూరుడు, తపస్వి, బలవంతుడు, ధైర్యవంతుడు,

అజేయుడు, విజయి, దుష్టశిక్షకుడు, ధర్మాత్ముడు, నిజమైన పరాక్రమవంతుడు పుడతాడు.

కేశవా! నీవు అర్జునునితో చెప్పు. "నీవు పుట్టినపుడు ఆకాశవాణి "కుంతీ! నీ ఈ కొడుకు ఇంద్రునితో సమానుడవుతాడు. ఇతడు భీమసేనునితో కలిసి యుద్ధంలో ఎదురుపడిన కౌరవులందరినీ జయిస్తాడు. తన శత్రువులను వ్యాకులపరుస్తాడు. ఇతడు భూమినంతటినీ తన వశం చేసుకుంటాడు. ఇతని కీర్తి స్వర్గంవరకు వ్యాపిస్తుంది. శ్రీకృష్ణుని సహాయం వలన ఇతడు కౌరవులందరినీ యుద్ధంలో చంపి తాను పోగొట్టుకొనిన పైతృక రాజ్యాన్ని పొందుతాడు. ఆ తరువాత తన సోదరులతో కలిసి మూడు అశ్వమేధాలు చేస్తాడు" అని వినపడింది. కృష్ణా! ఆకాశవాణి చెప్పినట్లుగా జరగాలనేదే నా కోరిక కూడా. ధర్మం సత్యమయితే అలాగే జరుగుతుంది కూడా. నీవు భీమార్జునులతో "క్షత్రియస్త్రీలు ఎందుకోసం సంతానం కంటారో ఆసమయం వచ్చింది." అని మాత్రం చెప్పు. ద్రౌపదితో – "అమ్మాయీ! నీవు ఉన్నతవంశంలో పుట్టావు. నీవు నా కొడుకులందరితో ధర్మానుసారంగా నడుచుకున్నావు. ఇది నీ యోగ్యతయే సుమా!" అనిచెప్పు. నకులసహదేవులతో – " మీరు మీ ప్రాణాలను పణంగా పెట్టి పరాక్రమంతో పొందిన భోగాలనే అనుభవించాలని కోరుకోండి" అని చెప్పు.

కృష్ణా! రాజ్యం పోయినందుకుగాని, జూదంలో ఓడిపోయినందుకు లేదా పుత్రులు వనవాసం చేసినందుకుగాని దుఃఖం లేదు. కాని వయసులో ఉన్న నా కోడలు సభలో ఏడుస్తూ దుర్యోధనుని కటువచనాలు విన్నదే, అదే నాకు చాలా దుఃఖం కలిగిస్తోంది. ఇది ఆ భీమార్జునులకయితే గొప్ప అవమానమే. నీవు వారికి ఈ విషయం గుర్తు చేయి. ఇక ద్రౌపదిని, పాండవులను, వారి పుత్రులను నా పక్షాన కుశలం అడుగు. వారికి నా కుశలం గురించి పదే పదే చెప్పు. ఇక నీవు వెళ్లు. నా కొడుకును రక్షిస్తూ ఉండు. నీ మార్గం నిర్విఘ్నమగుగాక" అని సుదీర్ఘంగా చెప్పింది.

వైశంపాయనుడు చెపుతున్నాడు – అపుడు శ్రీకృష్ణుడు కుంతికి ప్రణామం చేశాడు. ఆమెకు ప్రదక్షిణ చేసి బయటకు వచ్చి అతడు భీష్ముడు మొదలైన కౌరవ ముఖ్యులందరికీ వీడ్కోలు చెప్పాడు. కర్ణుని తన రథంలో కూర్చోపెట్టుకొని సాత్యకితో సహ బయలుదేరాడు. శ్రీకృష్ణుడు వెళ్లిపోయాక కౌరవులు తమలో తాము అతనిని గూర్చి అద్భుతమైన ఆశ్చర్యకరమైన సంగతులను ముచ్చటించుకోసాగారు. నగరం దాటివచ్చాక శ్రీకృష్ణుడు కర్ణునితో కొంత రహస్యంగా మాట్లాడాడు. ఆ తరువాత అతనిని వీడ్కొని గుఱ్ఱాలను అదిలించాడు. ఆ సుదీర్ఘమైన మార్గాన్ని మాటలలోనే దాటి వచ్చాడా అన్నంత వేగంగా అతడు ఉపప్లావ్యాన్ని చేరుకొన్నాడు.

శ్రీకృష్ణుడు కర్ణునితో రహస్యమంతనము చేయుట

వైశంపాయనుడు చెపుతున్నాడు – కుంతీదేవి శ్రీకృష్ణుని కిచ్చిన సందేశాన్ని విని మహారథులైన భీష్మద్రోణులు దుర్యోధనునితో – "రాజా! కుంతి శ్రీకృష్ణునితో చెప్పిన ధర్మార్థయుక్తమైన, మిక్కిలి తీవ్రమైన, నిగూఢమైన మాటలు నీవు విన్నావా? ఇక పాండవులు శ్రీకృష్ణుని సమ్మతితో అలాగే చేస్తారు. వారు అర్ధరాజ్యం పొందకుండా ఊరికే కూర్చోరు. కాబట్టి నీవు నీ తల్లిదండ్రుల హితైషుల మాటవిను. ఇప్పుడు సంధి లేదా యుద్ధం నీచేతులలోనే ఉంది. నీకు ఇప్పుడు మా మాటలు రుచించకపోతే, రణాంగణంలో భీమసేనుని భీషణ సింహనాదాలు, అర్జునుని గాండీవటంకారాలు విని తప్పక గుర్తుకొస్తాయి" అన్నారు.

ఇది విని దుర్యోధనుడు ఖిన్నుడయ్యాడు. అతడు ముఖం దించుకొని బొమలు ముడిచి పక్కచూపులు చూడసాగాడు. అతడు ఖిన్నుడవడం చూసి భీష్మద్రోణులు పరస్పరం ఒకరిముఖం ఒకరు చూసుకొని మాట్లాడుకోసాగారు. భీష్ముడు – "యుధిష్ఠిరుడు ఎప్పుడూ మన సేవ చేయడానికి తత్పరుడై ఉంటాడు. అతడెప్పుడూ ఎవరినీ చూసి ఈర్ష్యపడలేదు. అతడు బ్రాహ్మణభక్తుడు, సత్యవాది. అతనితో మనం యుద్ధం చేయవలసివస్తే అంతకుమించిన దుఃఖకరమైన సంగతి ఏముంటుంది?" అన్నాడు. ద్రోణుడు – "నా కొడుకు అశ్వత్థామ కంటె కూడా అర్జునుని మీద నా కధికమైన ప్రేమ. అతడు కూడా వినయవంతుడు. నన్నెప్పుడూ గౌరవిస్తాడు. ఇప్పుడు క్షాత్రధర్మాన్ని ఆశ్రయించి పుత్రునికంటె ఎక్కువ ఇష్టుడయిన ఆ ధనంజయునితోనే నేను యుద్ధం చేయవలసి వస్తుంది. ఛీ! ఈ క్షాత్రధర్మం హేయం. దుర్యోధనా! నీకు కురువృద్ధుడు. భీష్ముడు, నేను, విదురుడు, కృష్ణుడు అందరమూ చెప్పి చెప్పి ఓడిపోయాం. కాని నీకు మా హితవాక్యాలేమి నచ్చలేదు. చూడు. మేము దానాలు, యజ్ఞాలు, స్వాధ్యాయం ఎంతో చేశాం. ధనాదులిచ్చి బ్రాహ్మణులను కూడా బాగా తృప్తి పరిచాం. ఇక మా వయసు కూడా గడిచిపోయింది. కాబట్టి మేము చేయవలసినదేదో చేశాం. కాని పాండవులతో విరోధం పెట్టుకొని నీవు చాలా ఆపదలు అనుభవించవలసి ఉంటుంది.

నీ సుఖం, రాజ్యం, మిత్రులు, ధనం - అన్నీ తుడిచిపెట్టుకుపోతాయి. కాబట్టి ఆ వీరులతో యుద్ధం చేయాలనే ఆలోచన విడిచి సంధి చేసుకో. ఇందులోనే కురువంశక్షేమం ఉంది. నీ పుత్రులను, మంత్రులను, సైన్యాన్ని పరాభవం పాలు కానీకు" అని చెప్పాడు.

ఇటు శ్రీకృష్ణుడు కర్ణుని రథంలో కూర్చోపెట్టుకుని హస్తినాపురం నుండి బయటకు రాగానే, అతనితో తీక్ష్ణము, ధర్మయుక్తము, మృదువు అయిన మాటలతో ఇలా అన్నాడు. - "కర్ణా! నీవు వేదవేత్తలైన బ్రాహ్మణులను మిక్కిలిగా సేవించావు. వారిని పరమార్థతత్వ సంబంధమైన ప్రశ్నలు కూడా అడిగావు. కాని నేను నీకొక రహస్యవిషయం చెపుతాను. నీవు కుంతి కన్యావస్థలో ఉన్నపుడు ఆమె గర్భం నుండే జన్మించావు. కాబట్టి ధర్మానుసారంగా నీవు పాండుని కొడుకువే. కాబట్టి శాస్త్రదృష్టితో నీకే రాజ్యాధికారం ఉంది. పాండవులు నీ తండ్రి వైపువారు, యాదవులు నీ తల్లివైపువారు. నీవు నాతో రా. నీవు యుధిష్ఠిరునికంటె ముందే పుట్టిన కుంతీపుత్రుడవని పాండవులకు కూడా తెలియాలి. అలా అయితే ఐదుగురు పాండవులు, అయిదుగురు ద్రౌపదీ పుత్రులు, అభిమన్యుడు నీ పాదాలకు నమస్కరిస్తారు. అలాగే పాండవపక్షంలో ఒక్కచోటికి చేరిన రాజులు, రాజపుత్రులు, వృష్ణిఅంధక వంశీయులందరూ, యాదవులు కూడా నీకు పాదాభివందనం చేస్తారు. ధౌమ్యుడు ఈరోజే నీకోసం హోమం చేయాలని నాకోరిక. నాలుగు వేదాలు తెలిసిన బ్రాహ్మణులు నిన్ను అభిషేకించాలి. మేమందరం కలిసి నిన్ను రాజ్యాభిషిక్తుని చేస్తాం. ధర్మపుత్రుడు యుధిష్ఠిరుడు యువరాజై చేతిలో తెల్లని చామరం పట్టుకొని నీ వెనుక రథంమీద కూర్చుంటాడు. నీ తలపై భీమసేనుడు పెద్ద శ్వేతచ్ఛత్రాన్ని పట్టుకొంటాడు. అర్జునుడు నీ రథాన్ని తోలుతాడు. ఐదుగురు కొడుకులు, పాంచాల రాజకుమారులు, మహారథి శిఖండి నీ వెనుక నడుస్తారు. నేను కూడా నీ వెనుకనే నడుస్తాను. ఈరకంగా నీ సోదరులు పాండవులతో కలిసి నీవు రాజ్యాన్ని అనుభవించు. జపాలు, హోమాలు మొదలైన రకరకాల మంగళకృత్యాలు అనుష్ఠించు" అన్నాడు.

కర్ణుడు - "కేశవా! నీవు సహృదయంతో, స్నేహంతో, మిత్రత్వాన్ని పురస్కరించుకొని నా మేలుకోరి చెప్పినదంతా బాగానే ఉంది. ఈ సంగతులు నాకూ తెలుసు. నీవు అనుకున్నట్లుగా ధర్మానుసారంగా నేను పాండుపుత్రుడనే. కుంతి కన్యావస్థలో సూర్యదేవుని ద్వారా నన్ను గర్భంలో ధరించింది. పిమ్మట వారు చెపితేనే వదిలివేసింది. ఆ తరువాత అధిరథసూతుడు నన్ను చూచి ఇంటికి తెచ్చుకొని, మిక్కిలి వాత్సల్యంతో తన భార్య రాధకు పెంచమని ఇచ్చారు. ఆ సమయంలో రాధకు నామీది ప్రేమతో పాలిండ్లు చేపుకొచ్చాయి. ఆవిడే ఆసయంలో నా మలమూత్రాలు ఎత్తింది. కాబట్టి ధర్మశాస్త్రం తెలిసిన నావంటివాడు ఎవడయినా కూడా రాధకు పిండలోపం ఎలా కలిగించగలడు? అదే రీతిగా అధిరథసూతుడు కూడా నన్ను తన కొడుకుగానే తలుస్తున్నాడు. నేను కూడా వాత్సల్యకారణంగా అతనినే నా తండ్రి అని అనుకొంటున్నాను. అతడే నాకు జాతకర్మాది సంస్కారాలన్నీ చేయించాడు. బ్రాహ్మణులచేత వసుషేణుడు అనే పేరు పెట్టించాడు. యౌవనం రాగానే అతడే సూతజాతికి చెందిన ఎందరో స్త్రీలనిచ్చి వివాహం జరిపించాడు. వారివలన నాకిపుడు పుత్రులు, పౌత్రులు కూడా కలిగారు. ఆ స్త్రీల పట్ల నాహృదయం ప్రేమతో ముడిపడి ఉంది. ఇప్పుడు నేను ఈ సంపూర్ణభూమండలంగాని, సువర్ణరాశులు గాని లభించినా, లేక ఏ రకమైన హర్షంతోగాని భయంతోగాని ఈ సంబంధీకులందరినీ విడిచిపెట్టలేను. దుర్యోధనుడు కూడా నా వత్తాసు చూసుకునే ఆయుధం ఎత్తే సాహసం చేశాడు. అందుకనే ఈ యుద్ధంలో నాకు అర్జునునితో ద్వైరథయుద్ధం నియమితమయింది. మృత్యువు, బంధనం, భయం, లోభం - ఏ కారణంచేతనైనాగానీ దుర్యోధనుని మోసంచేయలేను. ఇప్పుడు నేను అర్జునునితో ద్వైరథయుద్ధం చేయకపోతే దానివల్ల అర్జునునికీ నాకూ కూడా అపకీర్తి కలుగుతుంది.

అయినా మధుసూదనా! ఇప్పుడు మీరు ఒక ప్రతిజ్ఞ చేయాలి. మనమధ్య నడిచిన రహస్యసంభాషణ ఇక్కడే ఉండిపోవాలి. కుంతి యొక్క ప్రథమపుత్రుడిని నేనే అనే విషయం ధర్మాత్ముడు, జితేంద్రియుడు అయిన యుధిష్ఠిరునికి తెలిసిందంటే అతడు రాజ్యాన్ని స్వీకరించడు. పైగా ఆ విశాలరాజ్యం నాకు లభిస్తే నేను దానిని దుర్యోధనునికే ఇస్తాను. కాని శ్రీకృష్ణుడు నేతగా, అర్జునుడు యోధుడుగా ఉన్న ఆ ధర్మాత్ముడు యుధిష్ఠిరుడే సర్వదా రాజ్యాన్ని పాలించాలనేదే నాకోరిక.(9) నేను దుర్యోధనుని సంతోషం కోసం పాండవుల విషయంలో కటూక్తులు మాట్లాడాను. నేను చేసిన ఆ కుకర్మకు నేను ఎంతో పశ్చాత్తాపపడుతున్నాను. శ్రీకృష్ణా! అర్జునుని చేతిలో నేను మరణించడం నీవు ఎప్పుడు చూస్తావో, భీషణంగా గర్జిస్తూ భీమసేనుడు దుశ్శాసనుని రక్తాన్ని త్రాగుతాడో, పాంచాల రాజకుమారులయిన ధృష్టద్యుమ్న

శిఖండులు ద్రోణాచార్యుని, భీష్ముని వధిస్తారో, మహాబలుడైన భీమసేనుడు దుర్యోధనుని చంపుతాడో అప్పుడే దుర్యోధనుని ఈ రణయజ్ఞం సమాప్తమవుతుంది. కేశవా! కురుక్షేత్రం ముల్లోకాలలో అత్యంత పవిత్రమైనది. అక్కడ ఈ సమస్త వైభవోపేతమైన క్షత్రియ సమాజం శస్త్రాగ్నికి స్వాహా అవుతుంది. ఈ సందర్భంగా క్షత్రియులందరికీ స్వర్గం ప్రాప్తించేలా చేయి. సంగ్రామంలో విజయం పొందడమో, పరాక్రమం చూపి చనిపోవడమో - ఇదే క్షత్రియునకు ధనం. కాబట్టి నీవు మన ఈ ఆలోచనలను రహస్యంగా ఉంచుతూ, నాతో యుద్ధం చేయడానికి అర్జునుని తీసుకుని వద్దువుగాని" అన్నాడు.

కర్ణుని ఈ మాటలు విని శ్రీకృష్ణుడు నవ్వాడు. చిరునవ్వు నవ్వుతూ మళ్లీ - "కర్ణా! అయితే ఈ రాజ్యలాభం అనే ఉపాయం కూడా నీకు అంగీకారం కాలేదా? నేనిచ్చిన భూమిని కూడా ఏలుకోవాలనుకోవడం లేదా? ఇందులో ఏ మాత్రం సందేహం లేదు - జయం మాత్రం పాండవులదే అవుతుంది. సరే. నీవు ఇక్కడినుండి వెళ్లి ద్రోణాచార్యుడు, భీష్ముడు,కృపాచార్యులతో - "ఈ నెల మంచిది. ఈ సమయంలో పళ్లు అధికంగా ఉంటాయి. ఈగలు తక్కువ. బురద ఎండిపోయింది. నీళ్లు స్వచ్ఛంగా రుచిగా ఉన్నాయి. ఎక్కువ వేడీలేదు, చలీలేదు. మంచి సుఖమయమైన సమయం. ఇక ఏడు రోజులలో అమావాస్య వస్తుంది. ఆ రోజే యుద్ధం మొదలుపెట్టాలి" అని చెప్పు. అక్కడ ఇంకా ఏ ఏ రాజులయితే ఉన్నారో వారందరికీ కూడా ఈ సమాచారాన్ని తెలియచేయి. యుద్ధం చేయాలనేదే నీకోరిక అయితే నేను దానికే ఏర్పాట్లు చేస్తాను. దుర్యోధనుని పక్షంలో ఉన్న రాజులు, రాజకుమారులు ఆయుధాలతో మరణించి ఉత్తమగతిని పొందుతారు" అన్నాడు.

అప్పుడు కర్ణుడు శ్రీకృష్ణుని సమర్థిస్తూ మహాబాహూ! అంతా తెలిసికూడా మీరు నన్ను ఎందుకు మోహంలో పడేయాలనుకొంటున్నారు! ఇప్పుడు భూమికి అన్నివిధాలా సంహారసమయం ఆసన్నమయింది. ఇందులో నేను, శకుని, దుశ్శాసనుడు, దుర్యోధనుడు నిమిత్తమాత్రులం. దుర్యోధనుని అధీనంలో ఉన్నరాజులు, రాజపుత్రులు శస్త్రాగ్నిలో భస్మమై యమసదనం చేరుతారు. ఈ రోజులలో చాలా భయంకరమైన కలలు, శకునాలు, ఉత్పాతాలు కూడా గోచరిస్తున్నాయి. వాటిని చూస్తే ఒళ్లు గగుర్పొడుస్తోంది. ఇవి దుర్యోధనుని ఓటమిని, యుధిష్ఠిరుని విజయాన్ని స్పష్టంగా సూచిస్తున్నాయి. పాండవుల గుఱ్ఱాలు, ఏనుగులు మొదలైన వాహనాలు ప్రసన్నంగా కనిపిస్తున్నాయి. మృగాలు వాటికి కుడివైపుగా తిరుగుతున్నాయి. ఇది వారి విజయానికి లక్షణం. కౌరవులకు ఎడమవైపుగా మృగాలు తిరుగుతున్నాయి - ఇది వారి పరాజయాన్ని సూచిస్తోంది" అన్నాడు.

శ్రీకృష్ణుడు - "కర్ణా! నిస్సందేహంగా భూమి వినాశనానికి చేరువ అయింది. అందుకనే నామాటలు నీహృదయాన్ని తాకలేదు. వినాశకాలం దాపురించినపుడు అన్యాయం కూడా న్యాయంగానే కనపడుతుంది" అన్నాడు.

కర్ణుడు - "శ్రీకృష్ణా! ఈ మహాయుద్ధంలో బతికి బయటపడితే అప్పుడు మిమ్మల్ని దర్శించుకుంటాను. లేకపోతే స్వర్గంలోనే మాకు మీతో సమాగమం కలుగుతుంది. మంచిది ఇకపై యుద్ధంలోనే కలుసుకోవడం" అన్నాడు.

ఇలా అని కర్ణుడు శ్రీకృష్ణుని గాఢంగా కౌగిలించుకొన్నాడు. తరువాత శ్రీకృష్ణుని వద్ద సెలవు తీసుకొని, అతని రథం నుండి దిగి తన బంగారు రథాన్ని ఎక్కి హస్తినాపురానికి తిరిగివెళ్లాడు. తరువాత సారథికి "నడు,నడు" అని పదేపదే చెపుతూ శ్రీకృష్ణుడు సాత్యకితో పాటు పాండవులదగ్గరకు వెళ్లాడు.

కర్ణుడు కుంతికి వరమిచ్చుట

వైశంపాయనుడు చెపుతున్నాడు - శ్రీకృష్ణుడు పాండవుల దగ్గరకు వెళ్లిపోగానే విదురుడు కుంతి దగ్గరకు వచ్చి కొద్దిగా ఖిన్నుడైనట్లుగా - "దేవీ! నా మనసు ఎల్లప్పుడూ యుద్ధానికి విముఖమే అని నీకు తెలుసు. నేను చెప్పి చెప్పి అలసిపోయాను గాని దుర్యోధనుడు నామాటను వినలేదు. ఇప్పుడు శ్రీకృష్ణుడు సంధికోసం ప్రయత్నించి విఫలుడై వెళ్లాడు. అతడు పాండవులను యుద్ధసన్నద్ధులను చేస్తాడు. ఈ కౌరవుల అన్యాయం వల్ల వీరులందరూ నశిస్తారు. ఈవిషయం తలచుకొంటే నాకు పగలూ, రాత్రీ కూడా నిద్ర పట్టడంలేదు" అని వాపోయాడు.

విదురుని మాటలు విని కుంతి దుఃఖంతో కదిలిపోయింది. దీర్ఘంగా నిట్టూరుస్తూ మనసులోనే - "ఛీ! ఈ సంపద పాడుగాను. అయ్యో! దీనికోసమేగదా ఈ భయంకరమైన బంధుసంహారం. ఈ యుద్ధంలో మాకు సుహృదులైనవారు కూడా చనిపోతారు. ఇదంతా ఆలోచిస్తే నా మనసుకు దుఃఖం కలుగుతోంది. భీష్మపితామహుడు, ద్రోణాచార్యుడు, కర్ణుడు - దుర్యోధనుని పక్షంలో ఉన్నారు. ఇందువల్ల నా భయం మరింతపెరుగుతోంది. ద్రోణాచార్యుల వారు తన శిష్యులతో ఎప్పుడూ మనఃపూర్వకంగా యుద్ధం చేయబోరు.

పితామహునికి కూడా పాండవులమీద వాత్సల్యం లేకపోవడం అనేదీ జరగదు. కాని ఈ కర్ణుడు చాలా వక్రదృష్టి కలవాడు. ఇతడు అజ్ఞానంతో దుర్బుద్ధి అయిన దుర్యోధనునే అనుసరిస్తూ నిరంతరం పాండవులను ద్వేషిస్తూ ఉంటాడు. ఇతడు గొప్ప అనర్థాన్ని కలిగించడానికే పంతం పట్టాడు. మంచిది. ఈ రోజు కర్ణుని మనసును పాండవులకు అనుకూలం చేసేందుకు నేను ప్రయత్నిస్తాను. అతనికి అతని జన్మవృత్తాంతం వినిపిస్తాను" అనుకొంది.

ఇలా ఆలోచించి కుంతి గంగాతీరాన ఉన్న కర్ణుని వద్దకు వెళ్లింది. అక్కడకు వెళ్లిన ఆమెకు సత్యనిష్ఠుడైన తన కొడుకు వేదపఠనం చేస్తున్న ధ్వని వినపడింది. అతడు పూర్వాభిముఖుడై చేతులు పైకెత్తి మంత్రాలు పఠిస్తున్నాడు. తపస్విని అయిన కుంతి జపం పూర్తికావడం కోసం నిరీక్షిస్తూ అతని వెనుక నిలబడి ఉంది. ఎండ వీపుమీద పడేవరకు జపం చేసిన కర్ణుడు, వెనక్కి తిరగగానే కుంతి కనపడింది. ఆమెను చూడగానే అతడు చేతులు జోడించి నమస్కరించి వినయంగా – "నేను అధిరథుడి కొడుకు కర్ణుడిని నమస్కరిస్తున్నాను. నా తల్లిపేరు రాధ. మీరెలా వచ్చారు? మీకు నేను ఏమిసేవ చేయగలను చెప్పండి" అని అడిగాడు.

కుంతి – "కర్ణా! నీవు రాధాపుత్రుడివి కావు. కుంతి ముద్దుబిడ్డవు. అధిరథుడు కూడా నీతండ్రి కాడు. నీవు సూతకులంలో పుట్టలేదు. ఈ విషయంలో నేను చెప్పేది విను. నాయనా! నేను కుంతిభోజుని భవనంలో ఉండగానే నిన్ను గర్భంలో మోశాను. నీవు నా కన్యావస్థలో పుట్టిన అందరికంటె పెద్దకొడుకువు. స్వయంగా సూర్యనారాయణుడే నిన్ను నా గర్భాన పుట్టించాడు. పుట్టినప్పుడు నీవు కవచకుండలాలను ధరించిఉన్నావు. నీ దేహం ఎంతో దివ్యంగానూ తేజోవంతంగానూ ఉంది. నాయనా! నీ సోదరులను గుర్తించకపోవడం వలన, తెలియక ధృతరాష్ట్రుని పుత్రులతో ఉంటున్నావు. ఇది నీకు తగినది కాదు. మనుష్యులయొక్క ధర్మాన్ని గూర్చి విచారణ చేసినపుడు తల్లిదండ్రులను సంతుష్టిపరచడమే ధర్మానికి ఫలమని నిశ్చయింపబడింది. మొదట అర్జునుడు సంపాదించిన రాజ్యలక్ష్మిని ఆ పాపాత్ములు కౌరవులు లోభంతో అపహరించారు. ఇప్పుడు నీవు దానిని వారినుండి తీసుకుని అనుభవించు. నీవు పాండవులతో సోదరభావంతో మెలగడం చూసి ఆ పాపాత్ములు నీకు తలవంచుతారు. కృష్ణబలరాముల జంటలాగే కర్ణార్జునులు కూడా జంటగా ఉంటారు. ఈరీతిగా మీ ఇద్దరూ ఒకటయితే ఈ లోకంలో మీకు అసాధ్యమైనది ఏముంటుంది? నీవు సర్వసద్గుణ సంపన్నుడవు. సోదరులందరిలో పెద్దవాడవు. నీవు నిన్ను సూతపుత్రుడనని అనుకోకు. నీవు కుంతియొక్క వీరపుత్రుడవు" అని చెప్పింది.

అదే సమయంలో కర్ణునకు సూర్యమండలం నుండి వచ్చిన ఒక ధ్వని వినపడింది. అది తండ్రి కంఠధ్వనిలా వాత్సల్యపూర్ణంగా ఉంది. "కర్ణా! కుంతి నిజం చెప్పింది. నీవు తల్లిమాట విను. నీవు అలాచేస్తే నీకు అన్నివిధాలా మేలు జరుగుతుంది" అని ఆ వాణి పలికింది.

కాని కర్ణుని ధైర్యం మొక్కవోనిది. తల్లి కుంతి, స్వయంగా తండ్రి సూర్యుడు చెప్పినప్పటికీ కూడా అతని బుద్ధి విచలితం కాలేదు. అతడు ఆమెతో "క్షత్రియాణీ! నీ ఈ ఆజ్ఞను మన్నించడం అంటే నా ధర్మనాశనానికి ద్వారం తెరుచుకున్నట్లే కాగలదు. తల్లీ! నీవు నన్ను విడిచివేసి చాలా అనుచితకార్యం చేశావు. అది నా పేరు ప్రతిష్ఠలనన్నిటినీ నాశనం చేసింది. నేను క్షత్రియవంశంలో అయితే జన్మించాను గాని, నీ కారణంగానే క్షత్రియులకు జరిగే సంస్కారాలను పొందలేకపోయాను. ఏ శత్రువైనా గాని నాకు ఇంతకంటె కీడు ఏమి చేయగలడు? నీవు ఇంతకుముందు తల్లిలాగ నామేలుకోసం ఏమీ ప్రయత్నించలేదు. ఇప్పుడు కేవలం నీ మేలు సాధించుకోవాలని నన్ను బుజ్జగిస్తున్నావు. మొదటి నుండీ నేను పాండవులకు సోదరునిగా ప్రసిద్ధి చెందలేదు. యుద్ధసమయంలో ఇది బయటపడింది. ఇప్పుడు నేను గనుక పాండవపక్షానికి వెడితే క్షత్రియులు నన్నేమంటారు? ధృతరాష్ట్రపుత్రులే నాకు అన్నిరకాల ఐశ్వర్యాలు ఇచ్చారు. ఇప్పుడు నేను వారు చేసిన ఆ ఉపకారాలన్నీ ఎలా వ్యర్థం చేయను? ఇదిగో ఇప్పుడు దుర్యోధనుని ఆశ్రయించిన వారందరికీ మరణం ఆసన్నమయింది. కాబట్టి ఈ సమయంలో నేను నా ప్రాణాలకు లోభించక నా ఋణం తీర్చుకోవాలి. పెంచి పోషింపబడిన వారు సమయం వచ్చినపుడు తాము పనిచేసి కృతార్థులు కావాలి. కేవలం చంచలమనస్కులు అయిన పాపాత్ములు మాత్రమే ఉపకారాన్ని మరిచి కర్తవ్యాన్ని వదిలివేస్తారు. వారు రాజుపట్ల అపరాధం చేసినవారు, పాపాత్ములు అవుతారు. వారికి ఈ లోకం ఉండదు, పరలోకమూ ఉండదు. ధృతరాష్ట్రుని పుత్రులకోసం నేను నా బలపరాక్రమాలను పూర్తిగా ఉపయోగించి నీ కొడుకులతో యుద్ధం చేస్తాను. నీ ఎదుట నేను అబద్ధం చెప్పడం లేదు. సత్పురుషుల వలె నేను దయను, సదాచారాన్ని రక్షించవలసి

ఉంది. కాబట్టి నా పని ముగిసిపోయినప్పటికీ కూడా నేను నీ మాటను అంగీకరించలేను. కాని తల్లీ! నీ ఈ ప్రయత్నం వ్యర్థం కాకూడదు. నేను నీ కొడుకులందరిని చంపగలను. కాని ఒక్క అర్జునుని తప్ప, యుధిష్ఠిరభీమనకుల సహదేవులలో ఎవరినీ చంపను. యుధిష్ఠిరుని సైన్యంలో కేవలం అర్జునునితోనే నేను యుద్ధం చేయాలి. అతనిని చంపడం వల్లనే నాకు యుద్ధం చేసిన ఫలితం, సత్కీర్తి లభిస్తాయి. ఈరీతిగా ఏ స్థితిలోనూ కూడా నీకు అయిదుగురు పుత్రులే మిగులుతారు. అర్జునుడు ఉండకపోతే కర్ణునితో అయిదుగురు ఉంటారు. నేను చనిపోతే అర్జునునితో అయిదుగురుంటారు" అన్నాడు.

తరువాత కుంతి అచంచలమైన ధైర్యం కల తన పుత్రుడు కర్ణుని కౌగిలించుకొని – "కర్ణా! విధి చాలా బలవత్తరమైనది. నీవు ఎలా చెప్పావో అలాగే జరుగుతుంది అనిపిస్తోంది. ఇక కౌరవులు నశించిపోతారు. కాని నాయనా! నీవు నీ నలుగురు సోదరులకు అభయం ఇచ్చావు. ఈ ప్రతిజ్ఞను నీవు మరిచిపోకు సుమా!" అన్నది. అనంతరం ఆమె అతనిని క్షేమంగా ఉండమని ఆశీర్వదించింది. కర్ణుడు 'తథాస్తు' అన్నాడు. ఇద్దరూ ఎవరి స్థానాలకు వారు వెళ్లిపోయారు.

శ్రీకృష్ణుడు యుధిష్ఠిరునికి కౌరవసభలోని విశేషములను వివరించుట

వైశంపాయనుడు చెపుతున్నాడు – "రాజా! హస్తినాపురంనుండి, ఉపప్లావ్యంలోని శిబిరాలకు వచ్చిన శ్రీకృష్ణుడు కౌరవులతో జరిగిన సంభాషణనంతా పాండవులకు చెప్పాడు. అతడు – "హస్తినాపురానికి వెళ్లి నేను కౌరవసభలో దుర్యోధనునితో పూర్తిగా యథార్థమైన, హితకరమైన, రెండు పక్షాలకు శుభం కలిగించే మాటలనే చెప్పాను. కాని ఆ దుష్టుడు ఏ మాత్రం అంగీకరించలేదు" అన్నాడు.

యుధిష్ఠిరుడు – "శ్రీకృష్ణా! దుర్యోధనుడు తన దుర్మార్గాన్ని విడిచిపెట్టనపుడు కురువృద్ధుడు భీష్మపితామహుడు అతనితో ఏమన్నాడు? ద్రోణాచార్యులవారు, ధృతరాష్ట్రమహారాజు, గాంధారీమాత, ధర్మజ్ఞుడైన విదురుడు, ఇంకా సభలో ఉన్న రాజులందరూ అతనికి ఏమి సలహా ఇచ్చారు? అదంతా నాకు చెప్పు" అని అడిగాడు.

శ్రీకృష్ణుడు – "రాజా! కౌరవసభలో దుర్యోధనునికి చెప్పిన మాటలు విను. నేను చెప్పవలసినది పూర్తికాగానే దుర్యోధనుడు నవ్వాడు. అందుపై భీష్ముడు కోపించి – "దుర్యోధనా! ఈ వంశక్షేమం కోరి నేను చెప్పేది శ్రద్ధగా విను. అది విని నీవు నీకుటుంబానికి మేలు చేయి. నాయనా! నీవు విరోధించకు. అర్ధరాజ్యం పాండవులకియ్యి. సరే. నేను జీవించి ఉండగా ఎవరు రాజ్యమేలగలుగుతారు? నీవు నామాటను తోసిపుచ్చకు. నేను ఎప్పుడూ మీ అందరి హితాన్నీ కోరుతాను. నాయనా! నా దృష్టిలో మీకు, పాండవులకు ఏమీ తేడాలేదు. నీ తల్లిదండ్రుల, విదురుని యొక్క సలహా కూడా ఇదే. పెద్దలు చెప్పిన మాటపై నీవు శ్రద్ధ చూపాలి. నేను చెప్పినదానిని గూర్చి సందేహించకు. ఇలా చేస్తే నీవు నిన్ను, ఈ భూమినంతటినీ కూడా నాశనం కాకుండా కాపాడగలవు" అన్నాడు.

భీష్ముడు చెప్పిన తరువాత ద్రోణాచార్యులవారు – "దుర్యోధనా! మహారాజు శంతనుడు, భీష్ముడు ఈ వంశాన్ని రక్షిస్తూ వచ్చినట్లుగానే పాండురాజు కూడా తన వంశరక్షణలో తత్పరుడై ఉండేవాడు. ధృతరాష్ట్రుడు, విదురుడు రాజ్యానికి అధికారులు కాకపోయినా అతడు వీరికే ఈ రాజ్యాన్ని అప్పగించాడు. అతడు ధృతరాష్ట్రుని తానే సింహాసనం మీద కూర్చోబెట్టి భార్యలిద్దరితోపాటు అడవిలో ఉండసాగాడు. విదురుడు కూడా క్రింద కూర్చుని దాసునిలాగా తనపెద్దన్నగారికి సేవలు చేస్తూ ఉన్నాడు. అతనికి చామరం వీస్తున్నాడు. కోశాగార నిర్వహణ, దానధర్మాలు చేయడం, సేవకుల పర్యవేక్షణ, అందరి పోషణభారం – ఈ పనులకు విదురుడు నియుక్తుయ్యాడు. మహాతేజస్వి అయిన భీష్ముడు రాజులతో సంధి-విగ్రహాలు నెరపడం, వారితో ఇచ్చి పుచ్చుకోవడాలు అనే పనులను చేస్తూండేవాడు. వారి వంశంలోనే పుట్టిన నీవు కులంలో చిచ్చుపెట్టడానికి ఎందుకు ప్రయత్నిస్తున్నావు? నీ సోదరులతో కలిసి మెలిసి నీవు ఈ భోగాలను అనుభవించు. నేను ఏవిధమైన భయంతోనూ, స్వార్థంతోనూ ఈ మాటలు చెప్పడం లేదు. నేను భీష్ముడు ఇచ్చినదే తీసుకోవాలనుకొంటున్నాను. నీ నుండి ఏమీ తీసుకోను. భీష్ముడెక్కడో ద్రోణుడక్కడ. ఇది నిశ్చయమని తెలుసుకో. కాబట్టి పాండవులకు అర్ధరాజ్యం ఇయ్యి. నేను నీకు గురువును అయినట్లే పాండవులు కూడా గురువును. నాకయితే మీ ఇద్దరిలో భేదం లేదు. కాని ధర్మం ఎక్కడ ఉందో జయం ఆ పక్షంలోనే ఉంటుంది" అన్నాడు.

అనంతరం విదురుడు భీష్ముని వైపు చూస్తూ – "భీష్మాచార్యా! నా విన్నపం వినండి. ఈ కురువంశం ఒక రకంగా నశించేపోయింది. మీరే దానిని పునరుద్ధరించారు. ఇప్పుడు మీరు ఈ దుర్యోధనుని బుద్ధిని అనుసరిస్తున్నారు. కాని ఇతని మీద లోభం సవారీ చేస్తోంది. ఇతడు మిక్కిలి

అనార్యుడు, కృతఘ్నుడు. చూడడం లేదా మీరు? ధర్మార్థాలను గూర్చి ఆలోచించే తన తండ్రి ఆజ్ఞనే ఇతడు ఉల్లంఘిస్తున్నాడు. ఈ దుర్యోధనుని కారణంగానే ఈ కౌరవులందరూ నశించిపోతారు. మహారాజా! మీరు దయచేసి వీరు నాశనం కాకుండేలా చేయండి. వంశ నాశనం జరుగుతూ ఉంటే మీరు చూస్తూ ఊరుకోకూడదు. కురువంశ నాశనం సమీపించింది కాబట్టే మీ బుద్ధి ఇలా అయిపోయింది. మీరు నన్ను, ధృతరాష్ట్రుని వెంటపెట్టుకొని అడవులకు నడవండి. లేకుంటే క్రూరబుద్ధి దుష్టుడు అయిన ఈ దుర్యోధనుని బంధించి పాండవులతో సురక్షితమైన రాజ్యాన్ని ఏర్పాటుచేయండి" అని చెప్పి అతడు రోజుతూ మౌనంగా ఉండిపోయాడు.

అనంతరం వంశనాశనానికి భయపడిన గాంధారి కోపంతో ధర్మార్థయుక్తంగా – "దుర్యోధనా! నీవు గొప్ప పాపాత్ముడవు, క్రూరకర్ముడవు. అరే! ఈ రాజ్యాన్ని కురువంశీయులయిన మహానుభావులు క్రమంగా అనుభవిస్తూ వస్తున్నారు. ఇదే మన వంశధర్మం. కాని ఇప్పుడు నీవు అన్యాయంగా ఈ కౌరవరాజ్యాన్ని నష్టపరుస్తున్నావు. ఇప్పుడు ఈ రాజ్యం మహారాజు ధృతరాష్ట్రుడు, అతని చిన్నతమ్ముడు విదురుని చేతులలో ఉంది. అజ్ఞానుడవై నీవు దీనిని ఎలా తీసుకోవాలనుకొంటున్నావు? భీష్ముల ఎదుట ఈ ఇద్దరూ కూడా పరాధీనులే. భీష్మమహాత్ములు ధర్మజ్ఞులు కాబట్టి తమ ప్రతిజ్ఞను పాలించడం కోసం రాజ్యాన్ని స్వీకరించలేదు. నిజానికి ఈ రాజ్యం మహారాజు పాండునిదే. కాబట్టి దీనిని తీసుకునే అధికారం అతని కొడుకులకే ఉంది. ఇక వేరెవరికీ లేదు. కనుక కురుశ్రేష్ఠులయిన భీష్మపితామహుడు చెప్పినదానిని మనం మారుమాటాడక అంగీకరించితీరవలసినదే. ఇప్పుడు మహారాజు ధృతరాష్ట్రుని, భీష్మపితామహుని ఆజ్ఞపై ధర్మపుత్రుడు యుధిష్ఠిరుడే ఈ కురువంశానికి చెందిన పైతృకరాజ్యాన్ని పాలించగలడు" అని చెప్పింది.

గాంధారి ఇలా చెప్పాక మళ్లీ ధృతరాష్ట్రమహారాజు – "నాయనా! నీకు తండ్రి మాటపై ఏమైనా గౌరముంటే నేను నీకు చెప్పేది శ్రద్ధగా విను. దాని ననుసరించి నడుచుకో. పూర్వం కురువంశాన్ని వృద్ధిచేసిన నహుషుని పుత్రుడు యయాతి అనే రాజు ఉండేవాడు. అతనికి ఐదుగురు కొడుకులు. వారిలో అందరికంటే పెద్దవాడు యదువు, ఆఖరివాడు పూరుడు. పూరుడు తండ్రి మాటను పాలించేవాడు. అతడు తండ్రికి ఒక ముఖ్యకార్యం నెరవేర్చిపెట్టాడు. కాబట్టి చిన్నవాడైనా యయాతి అతనినే సింహాసనం మీద కూర్చోపెట్టాడు. ఈరీతిగా పెద్దకొడుకు అహంకారి అయితే అతనికి రాజ్యం లభించదు. చిన్నవాడు గురుజనులసేవ చేస్తే అతడు రాజ్యం పొందుతాడు. నా ముత్తాత మహారాజు ప్రతీపుడు కూడా ఈ రకంగానే సమస్త ధర్మాలను తెలిసినవాడు, ముల్లోకాలలో సు ప్రసిద్ధుడు. అతనికి దేవతలతో సమానమైన కీర్తి గల ముగ్గురు కొడుకులు కలిగారు. వారిలో పెద్దవాడు దేవాపి, అతని కంటె చిన్నవాడు బాహ్లీకుడు; వారికంటె చిన్నవాడు మా పితామహుడు శాంతనుడు. దేవాపి ఉదారుడు, ధర్మజ్ఞుడు, సత్యనిష్ఠుడు, ప్రజలకు ప్రేమపాత్రుడు అయినప్పటికీ కూడా చర్మరోగం కారణంగా అతడు రాజ్యసింహాసనానికి అర్హుడు కాలేకపోయాడు. బాహ్లీకుడు తన పైతృకరాజ్యం వదిలి తన మేనమామ దగ్గర ఉండసాగాడు. కాబట్టి తండ్రి చనిపోగానే బాహ్లీకుని అనుమతిపై జగద్విఖ్యాతుడైన శాంతనుడే రాజ్యాభిషిక్తుడయ్యాడు. ఈరీతిగానే పాండుడు కూడా నాకు ఈ రాజ్యాన్ని అప్పగించాడు. నేను అతని కంటె పెద్దవాడినే. అయినా అంధుడననే కారణంగా రాజ్యాధికారం నుండి వంచితుడను అయ్యాను. చిన్నవాడైనా పాండునికి రాజ్యం దక్కింది. ఇప్పుడు పాండుడు మరణించడంతో ఈ రాజ్యం అతని పుత్రులదే అవుతుంది. నేను రాజ్యానికే హక్కుదారును కాను. నీవు కూడా రాజపుత్రుడవుకావు. రాజ్యానికి అధిపతివి కావు. ఇక ఇతరుల అధికారాన్ని ఎలా లాగుకొంటావు? మహాత్ముడయిన యుధిష్ఠిరుడు రాజపుత్రుడు. కాబట్టి న్యాయంగా ఈ రాజ్యం అతనిదే. యుధిష్ఠిరునిలో రాజునకు ఉండవలసిన క్షమ, తితిక్ష, దమం, సరళత, సత్యనిష్ఠ, శాస్త్రజ్ఞానం, అప్రమత్తత, జీవదయ, సదుపదేశం చేయడానికి కావలసిన సామర్థ్యం – ఈ అన్నిగుణాలూ ఉన్నాయి. కాబట్టి నీవు మోహం విడిచిపెట్టి అర్ధరాజ్యాన్ని యుధిష్ఠిరున కివ్వు. మిగిలిన అర్థభాగం నీతమ్ముళ్లతోపాటు నీ జీవిక కోసం ఉంచుకో" అని వివరించి చెప్పాడు.

ఈరీతిగా భీష్మద్రోణ విదురగాంధారీ ధృతరాష్ట్రులు నచ్చచెప్పినా కూడా మందమతి అయిన దుర్యోధనుడు ఏమీ శ్రద్ధ చూపలేదు; సరికదా వారి మాటలను తిరస్కరించి క్రోధంతో కళ్లు ఎరుపెక్కగా అక్కడినుండి వెళ్లిపోయాడు. అతని వెనుకనే మృత్యువు కబళించనున్న ఆ రాజులు కూడా వెళ్లిపోయారు. ఆ రాజులను దుర్యోధనుడు "ఈరోజు పుష్యనక్షత్రం. కనుక నేడే అందరూ కురుక్షేత్రానికి ప్రయాణం

అవండి" అని ఆజ్ఞాపించాడు. అప్పుడు వారందరూ భీష్మని సేనాపతిగా చేసుకొని చాలా ఉత్సాహంగా కురుక్షేత్రానికి బయలుదేరారు. ఇప్పుడు నీకేది ఉచితమనిపిస్తే అది చేయి. అన్నదమ్ముల మధ్య ప్రేమ కలుగచేయాలి. అనే దృష్టితోనే నేను ముందు సామోపాయన్నే ప్రయోగించాను. కాని అతడు సామనీతిని అంగీకరించనప్పుడు భేదాన్ని కూడా ప్రయోగించాను. నేను ఆ రాజులందరినీ బెదిరించాను. దుర్యోధనుని నోరు మూయించాను. శకునిని కర్ణుని భయపెట్టాను. కురువంశంలో జగడం రాకూడదనే ఆలోచనతో ఆపై సామంతోపాటు దానం గురించిన మాటలూ చెప్పాను. నేను దుర్యోధనుడితో - "రాజ్యం అంతా నీవే ఉంచుకో. నీవు కేవలం ఐదుగ్రామాలివ్వు. ఎందుకంటే నీ తండ్రికి పాండవులను కూడా పోషించవలసిన ఆవశ్యకత ఉంది" అని చెప్పాను. అలా చెప్పినప్పటికీ ఆ దుష్టుడు మీకు భాగం ఇవ్వడానికి అంగీకరించలేదు. ఇక ఆ పాపులపట్ల దండనీతిని ప్రయోగించడమే ఉచితమని నాకు అనిపిస్తోంది. ఏ రీతిగానూ వారు తెలుసుకోరు. వారంతా వినాశనానికి కారణమవుతున్నారు. మృత్యువు వారి శిరసులపై నాట్యమాడుతోంది" అని అక్కడ జరిగినదంతా వినిపించాడు.

పాండవపక్షము సేనాపతిని ఎన్నుకొని కురుక్షేత్రమునకు వెడలుట

వైశంపాయనుడు చెపుతున్నాడు - శ్రీకృష్ణుడు చెప్పినదంతా విని ధర్మరాజు యుధిష్ఠిరుడు అతని ఎదుటనే తన తమ్ముళ్లతో - "కౌరవసభలో ఏం జరిగిందో అదంతా మీరు విన్నారు కదా! తరువాత శ్రీకృష్ణుడు చెప్పినది కూడా అర్థమయ్యే ఉంటుంది. కాబట్టి ఇప్పుడు సైన్యాన్ని విభాగించండి. మన విజయం కోసం ఏడు అక్షౌహిణుల సేన చేరింది. దీనికి ఏడుగురు సైన్యాధ్యక్షులు ఉన్నారు - ద్రుపదుడు, విరాటుడు, ధృష్టద్యుమ్నుడు, శిఖండి, సాత్యకి, చేకితానుడు, భీమసేనుడు. ఈ వీరులందరూ ప్రాణాలకు తెగించి పోరాడేవారూ, లజ్జాశీలురు, నీతిమంతులు, యుద్ధకుశలురు కూడా. కాని సహదేవా! రణభూమిలో భీష్ముడనే అగ్నిని ఎదిరించగలిగిన, ఈ ఏడుగురికి కూడా నాయకుడిగా ఉండదగినదెవరు చెప్పు" అని అడిగాడు.

సహదేవుడు - "విరాటమహారాజు ఈ పదవికి యోగ్యుడని నా ఆలోచన" అన్నాడు. తరువాత నకులుడు - వయసు, శాస్త్రజ్ఞానం, కులీనత, ధర్మం బట్టి చూస్తే మహారాజు ద్రుపదుడే ఈ పదవికి అర్హుడని నాకు అనిపిస్తోంది" అన్నాడు. ఈ రకంగా మాద్రీపుత్రులు చెప్పిన తరువాత అర్జునుడు - "ధృష్టద్యుమ్నుడు ప్రధానసేనాపతి కాదగిన వాడని నేను అనుకుంటున్నాను. ఇతడు ధనుస్సు, కవచం, ఖడ్గం ధరించి రథస్థుడై అగ్నికుండం నుండి ఉద్భవించాడు. ఇతడు తప్ప భీష్మని ఎదుట నిలువగలిగిన వీరుడెవరూ నాకు కన్పించడంలేదు." అన్నాడు. భీమసేనుడు "ద్రుపదపుత్రుడైన శిఖండి భీష్మని చంపడానికే పుట్టాడు. కాబట్టి నా ఆలోచన ప్రకారం అతడే ప్రధానసేనాపతి కావాలి" అన్నాడు.

ఇది విని యుధిష్ఠిరుడు - "సోదరులారా! ధర్మమూర్తి అయిన శ్రీకృష్ణుడు యావత్ప్రపంచంలోని సారాసారాలను, బలాబలాలను ఎరుగును. కాబట్టి ఇతడు ఎవరిని సమ్మతిస్తాడో, అతడు అస్త్రచాలనంలో కుశలుడు కానీ, కాకపోనీ; వృద్ధుడు అయినాసరే, యువకుడు అయినా సరే, అతనినే సేనాపతిని చేయాలి. మన జయానికయినా, పరాజయానికయినా ఇతడొక్కడే కారణం. మన ప్రాణాలు, రాజ్యం ఉండడం - లేకపోవడం, సుఖం-దుఃఖం - అన్నీ ఇతని మీదే ఆధారపడి ఉన్నాయి. ఇతడే అన్నిటికి కర్త, ధర్త. సమస్త కార్యసిద్ధులూ ఇతని ఆధీనంలోనే ఉంటాయి" అన్నాడు.

యుధిష్ఠిరుని మాటలు విని కమలాక్షుడు అర్జునునివైపు చూస్తూ - "మహారాజా! నీ సేనకు నేతృత్వం వహించడానికి ఎవరెవరి పేర్లు అనుగ్రహించారో, వారందరూ ఈ పదవికి అర్హులే అని నేను అనుకొంటున్నాను. వీరందరూ మహాపరాక్రమవంతులైన యోధులు. నీ శత్రువులను ఓడించగలరు. అయినా కూడా నా ఉద్దేశ్యంలో ధృష్టద్యుమ్నునే ప్రధానసేనాపతిగా నియమించడం ఉచితం" అన్నాడు.

శ్రీకృష్ణుడు ఇలా అనగానే పాండవులందరూ సంతోషించారు. వారంతా గట్టిగా హర్షధ్వానాలు చేశారు. సైనికులందరూ వెళ్లడానికి కసరత్తు ఆరంభించారు. "యుద్ధానికి సిద్ధపడు"అనే ధ్వనులే అన్నివైపులా ప్రతిధ్వనించసాగాయి. ఏనుగుల, గుఱ్ఱాల, రథాల ఘోషలు బయల్దేరాయి. అన్నివైపుల శంఖదుందుభుల భీషణ ధ్వనులు వ్యాపించసాగాయి. సైన్యానికి మునుముందు భీమసేనుడు, నకులుడు, సహదేవుడు, అభిమన్యుడు, ద్రౌపదీపుత్రులు, ధృష్టద్యుమ్నుడు, ఇతర పాంచాలవీరులు నడిచారు. యుధిష్ఠిరుడు సామానుబళ్లు - అంగడివస్తువులు, డేరాలు -గుడారాలు, పల్లకీలు - వాహనాలు; కోశాలు; యంత్రాలు, వైద్యులు - అస్త్రచికిత్సకులు - వీరందరినీ తీసుకుని బయలుదేరాడు. ధర్మరాజుకు వీడ్కోలు చెప్పి ద్రౌపది ఇతర రాజవనితలతో దాసదాసీలతో సహితంగా

ఉపప్లావ్య శిబిరానికే తిరిగివచ్చింది. ఈరీతిగా పాండవులు కంచెలు, కాపలాదారులతో తమ ధనానికి, స్త్రీలకు రక్షణను ఏర్పాటుచేసి, గోవులను సువర్ణాదులను దానాలిచ్చి, పెద్దసైన్యంతో మణిఖచితాలైన రథాలెక్కి కురుక్షేత్రంవైపు నడిచారు. ఆసమయంలో బ్రాహ్మణులు వారి చుట్టూచేరి స్తుతిస్తూ నడుస్తున్నారు. కేకయరాజకుమారులు ఐదుగురు, ధృష్టకేతుడు, కాశీరాజపుత్రుడు అభిభువు, శ్రేణిమంతుడు, వసుదానుడు, శిఖండి - ఈ వీరులందరూ కూడా గొప్ప ఉత్సాహంతో అస్త్రశస్త్రాలు, కవచాలు, ఆభూషణాదులు ధరించి వారితోపాటు బయలుదేరారు. సైన్యానికి వెనుకవైపు విరాటరాజు, ధృష్టద్యుమ్నుడు, సుధర్ముడు, కుంతిభోజుడు, ధృష్టద్యుమ్నుని కొడుకు ఉన్నారు; అనాధృష్టి, చేకితానుడు, ధృష్టకేతువు, సాత్యకి - వీరందరూ కృష్ణార్జునులకు దగ్గరలోనే ఉంటూ నడిచారు. ఈ రీతిగా వ్యూహాత్మకంగా నడిచి పాండవసేన కురుక్షేత్రాన్ని చేరుకుంది. అక్కడికి చేరుకోగానే ఒకవైపునుండి పాండవులందరూ, మరొకవైపు కృష్ణార్జునులు శంఖాలు ఊదసాగారు. శ్రీకృష్ణుని పాంచజన్యం యొక్క పిడుగుపాటువంటి భీషణధ్వనిని విని యావత్తు సైన్యానికి రోమాలు నిక్కపొడుచుకున్నాయి. ఈ శంఖదుందుభుల ధ్వనులతో పెల్లుబుకుతున్న వీరుల సింహనాదాలు కలిసి భూమ్యాకాశాలు, సముద్రాలు హోరెత్తిపోయాయి.

అనంతరం యుధిష్ఠిరుడు గడ్డి, ఇంధనాలు బాగా దొరికే ఒక సమతల మైదానంలో తన సేనలకు డేరాలు వేయించాడు. శ్మశానానికి, మహర్షుల ఆశ్రమాలకు, తీర్థాలకు, దేవమందిరాలకు దూరంగా ఉండేలా పవిత్రమైన, రమణీయమైన ప్రాంతంలో అతడు తన సేనలను విడిది చేయించాడు. అక్కడ పాండవులకు ఎలాంటి శిబిరాలు ఏర్పాటు అయ్యాయో సరిగ్గా అలాంటి డేరాలనే ఇతరరాజులకు శ్రీకృష్ణుడు సిద్ధంచేయించాడు. ఆ డేరాలన్నింటిలో వందలకొద్దీ భక్ష్యభోజ్యాలు పానీయసామగ్రి, ఇంధనాలు మొదలైనవి కూడా అధికంగానే ఉన్నాయి. ఆ రాజుల అతివిలువైన డేరాలు భూమిపైన పెట్టిన విమానాలా అనిపించాయి. వానిలో వందలకొద్దీ శిల్పులు, వైద్యులు వేతనాలపై నియమించబడ్డారు. మహారాజు యుధిష్ఠిరుడు ప్రతిశిబిరంలోనూ ప్రత్యంచములు, ధనుస్సులు, కవచాలు, శస్త్రాలు, తేనె, నేయి, లక్కపొడి, నీరు, గడ్డి, గాదం, అగ్ని, పెద్దపెద్ద యంత్రాలు, బాణాలు, తోమరాలు, పరశువులు, బుష్టులు, అమ్ములపొదులు - ఈ వస్తువులన్నీ ఎక్కువగా పెట్టించాడు. వానిలో కటిబద్ధులై కవచాలు ధరించినవారు, వేల యోధులతో యుద్ధంచేసేవారు, పర్వతాల వంటి అనేక ఏనుగులు నిలిచి ఉండడం కనిపిస్తోంది. పాండవులు కురుక్షేత్రానికి వచ్చారని విని వారితో మైత్రి గల అనేకరాజులు సేనలను, వాహనాలను తీసుకొని వారి దగ్గరకు రాసాగారు.

కౌరవసేనాసంఘటనము - దుర్యోధనుడు భీష్ముని సేనాపతిగా చేయుట

జనమేజయుడు - మునివరా! యుధిష్ఠిరుడు సైన్యసమేతుడై యుద్ధం చేయడానికి కురుక్షేత్రానికి వచ్చాడని తెలిసిన దుర్యోధనుడు ఏమి చేశాడు? కురుక్షేత్రంలో కౌరవపాండవులు ఏమేమి చేశారో, అవన్నీ నేను వివరంగా వినాలనుకుంటున్నాను" అని వైశంపాయనుని అడిగాడు.

వైశంపాయనుడు చెప్పసాగాడు - "జనమేజయా! శ్రీకృష్ణుడు వెళ్లిపోయాక దుర్యోధనుడు కర్ణశకుని దుశ్శాసనులతో - "కృష్ణుడు తాను అనుకొన్నది జరగక అసఫలుడై పాండవుల వద్దకు వెళ్లాడు. కాబట్టి అతడు కోపోద్రిక్తుడై నిశ్చయంగా వారిని యుద్ధానికి పురికొల్పుతాడు. వాస్తవానికి పాండవులతో నాకు యుద్ధం జరగడమే కృష్ణునికి అభీష్టం. భీమార్జునులు అయితే అతని అభిప్రాయంతోనే ఏకీభవిస్తారు. యుధిష్ఠిరుడు ఎక్కువగా భీమసేనునికి లోబడి ఉంటాడు. ఇదేకాక ఇంతకుముందు అతనిని, అతని సోదరులను అవమానించాను కూడా. విరాటద్రుపదులతో కూడా నాకు వైరం ఉంది. వారిద్దరూ సేనలను నడుపుతారు. పైగా శ్రీకృష్ణుని సూచనమేరకే నడుచుకుంటారు. ఈరీతిగా ఈ యుద్ధం గొప్ప భయంకరమైనది, గగుర్పాటు కలిగించేది అవుతుంది. కాబట్టి ఇప్పుడు జాగ్రత్తగా యుద్ధసామగ్రినంతా సిద్ధపరచుకోవాలి. చాలినంత చోటు ఉండేలా, శత్రువులు ఆక్రమించుకోకుండా ఉండేలా కురుక్షేత్రంలో ఎక్కువ డేరాలు వేయించండి. సమీపంలో నీరు, కట్టెల సదుపాయం కూడా ఉండాలి. వాటిమధ్య దారులు ఉండాలి. ఆ దారులలో వస్తువులు వెళ్తూ ఉంటే శత్రువులు అడ్డగించడానికి వీలు లేనట్లుగా వాని చుట్టూ ఎత్తుగా కంచెలు నిర్మించాలి. వాటిలో వివిధములైన ఆయుధాలు పెట్టించండి. అనేక ధ్వజపతాకలు ఎగురవేయించండి. ఇక ఆలస్యం చేయకుండా "రేపే సైన్యం బయలుదేరాలని" ఈ రోజే చాటింపువేయించండి" అని చెప్పాడు. ముగ్గురూ 'చిత్తం' అని చెప్పి మహోత్సాహంతో మరునాడే రాజులందరూ ఉండడానికి శిబిరాలు ఏర్పాటు చేయించారు.

ఆ రాత్రి గడిచి తెల్లవారగానే దుర్యోధనుడు తన పదకొండు అక్షౌహిణుల సేనను విభజించాడు. రథగజతురగ పదాతి దళాలలో ఉత్తమ, మధ్యమ, అధమ శ్రేణులను వేరు చేసి వాటిని యథాస్థానాలలో నియోగించాడు. ఆ వీరులందరూ అనుకర్షలు (రథాన్ని బాగుచేయడానికి దానికింద కట్టేకఱ్ఱ), అంపపొదులు, వరూథాలు (రథంపై పరిచే పులిచర్మాదులు); ఉపాసంగాలు (ఏనుగులను, గుఱ్ఱాలను పైకి లేపగలిగే సాధనాలు -అంకుశం); శక్తులు, నిషంగాలు (కాల్బలం తీసుకువెళ్లే పొదులు); ఋష్టులు (ఇనుముతో చేసిన ఒకరకమైన పొడవాటి కట్టెలవంటివి); ధ్వజాలు, పతాకలు, ధనుర్బాణాలు, రకరకాల త్రాళ్లు, పాశాలచుట్ట; కచగ్రహవిక్షేపాలు (జుట్టు పట్టుకొని విసిరేసే యంత్రాలు); నూనె, బెల్లం, ఇసుక, విషపుపాములున్న కుండలు; గుగ్గిలం పొడి; ఘంటపలకలు (గజ్జెలు కట్టిన డాలు); కత్తులు మొదలైన ఇనుప ఆయుధాలు, మరగకాచిన బెల్లపునీరు; మట్టిగడ్డలు, సాలలు, భిందిపాలాలు(వడిసెలు); మైనం పూసిన కత్తుల వంటి ఆయుధాలు (ముద్గరాలు); ముళ్లకఱ్ఱలు, నాగళ్లు, విషం పూసిన బాణాలు, చేటలు; బుట్టలు, కొడవళ్లు, అంకుశాలు, తోమరాలు, ముళ్లకవచాలు, వృక్షాదనాలు (ఇనుపముళ్లు లేక సీలలు మొదలైనవి); పులుల, అడవిదున్నల చర్మాలతో కప్పబడిన రథాలు; కొమ్ములు, ప్రాసలు, కుఠారాలు, గునపాలు, నూనెలో తడిసిన పట్టుబట్టలు; నేయి - ఇంకా ఇతర యుద్ధసామగ్రి తీసుకుని బయలుదేరారు. రథాలన్నిటికీ నాలుగేసి గుఱ్ఱాలు కట్టారు. వందేసి బాణాలు అందులో ఉంచారు. వాటిమీద ఏడుగురేసి చొప్పున కూర్చున్నారు. అవి రత్నఖచితమైన పర్వతాలలా అనిపిస్తున్నాయి. వారిలో ఇద్దరు అంకుశం తీసుకొని మావటీపని చేస్తున్నారు; ఇద్దరు ధనుర్ధరులైన యోధులు; ఇద్దరు ఖడ్గధారులు, ఒకడు శక్తి, త్రిశూలాలను ధరించినవాడు. ఇలాగే చక్కనిరీతిలో అలంకరించిన లక్షల గుఱ్ఱాలు, వేల పదాతి దళం కూడా ఆసైన్యంలో నడుస్తున్నాయి.

దుర్యోధనుడు బాగా అన్వేషించి అధికబుద్ధిమంతులు, పరాక్రమవంతులు అయిన వారిని సేనాపతి పదవిలో నియమించాడు. అతడు కృపాచార్యుని ద్రోణాచార్యుని, శల్యుని, జయద్రథుని, సుదక్షిణుని, కృతవర్మను, అశ్వత్థామను, కర్ణుని, భూరిశ్రవసుని; శకునిని, బాహ్లీకుని - ఈ పదకొండు మంది వీరులను ఒక్కొక్క అక్షౌహిణి సేనకు నాయకునిగా చేశాడు. అతడు ప్రతిదినం వారిని పదేపదే సత్కరిస్తున్నాడు. ఆ తరువాత రాజులందరినీ వెంటపెట్టుకొని అతడు చేతులు జోడించి భీష్మునితో - "తాతగారూ! ఎంత పెద్దసైన్యం అయినా, దానికి ఎవరూ అధ్యక్షుడంటూ లేకపోతే, యుద్ధరంగంలో దిగి అది చలిచీమల్లా చెల్లాచెదరు అయిపోతుంది. ఒకసారి ఎప్పుడో విన్నాను. ఒకసారి హైహయవీరులమీద బ్రాహ్మణులు దాడిచేశారు. అప్పుడు వైశ్యశూద్రులు కూడా బ్రాహ్మణులకే తోడ్పడ్డారు. ఈ రీతిగా ఒకవైపు మూడు వర్ణాలవారూ, మరొకవైపు హైహయక్షత్రియులు ఉన్నారు. యుద్ధం ఆరంభం కాగానే మూడు వర్ణాలలో కలహం మొదలయింది. వారిసేన చాలా పెద్దది అయినప్పటికీ క్షత్రియులు వారిని జయించారు. అప్పుడు బ్రాహ్మణులు క్షత్రియులనే తమ ఓటమికి కారణమడిగారు. ధర్మజ్ఞులైన క్షత్రియులు దానికి కారణం చెపుతూ "మేము యుద్ధం చేసే సమయంలో మిక్కిలి బుద్ధిమంతుడయిన ఒక వ్యక్తి యొక్క ఆజ్ఞనే పాటించి పోరాడాం, కాని మీరు అందరికందరూ వేరువేరుగా తమ తమ బుద్ధిని అనుసరించి పని చేశారు" అని చెప్పారు. అప్పుడు బ్రాహ్మణులు తమలో ఒక యుద్ధనీతి కుశలుడయిన వీరుని తమకు సేనాపతిగా చేసుకొని క్షత్రియులను ఓడించారు. ఈ రీతిగానే యుద్ధసంచాలనంలో నేర్పరులు, హితకరులు, నిష్కపటులు, శూరులు అయిన వారిని తమ సేనాపతులుగా నియమించుకొన్నవారే యుద్ధంలో శత్రువులను గెలుస్తారు. మీరు శుక్రాచార్యునిలా నీతికుశలులు. మా హితైషులు. కాలుడు కూడా మిమ్మల్ని ఏమీ చేయలేడు. పైగా ధర్మంపట్ల మీరు స్థిరంగా ఉంటారు. కాబట్టి మీరే మాకు సైన్యాధ్యక్షులుగా ఉండాలి. స్వామి కార్తికేయుడు దేవతలకు ముందు నడిచినట్లే మీరు మాకు ముందు నడవాలి" అన్నాడు.

భీష్ముడు - "మహాబాహూ! నీవు చెప్పినది బాగానే ఉంది. నాకు మీరెంతో పాండవులూ అంతే. కాబట్టి పాండవులతో వారి మేలు కోరి నేను చెప్పవలసిన మాట ఒకటుంది. మీకోసం కూడా. అదేమంటే ఇంతకుముందే ప్రతిజ్ఞ చేసినట్లుగా నేను యుద్ధం చేయవలసినదే. నేను నా శస్త్రశక్తితో ఒక్కక్షణంలో దేవతలు, రాక్షసులతో కూడిన ఈ లోకాన్నంతటినీ నిర్మానుష్యంగా చేసివేయగలను. కాని పాండవులను మాత్రం నేను చంపలేను. అయినా ప్రతినిత్యం నేను వారి పక్షంలోని పదివేలమంది యోధులను సంహరిస్తాను. నీ సేనాపతిత్వాన్ని నేను ఒక షరతుతో అంగీకరించగలను. ఈ యుద్ధంలో ముందు నేనైనా లేదా కర్ణుడయినా యుద్ధం చేయాలి.

ఎందుకంటే యుద్ధంలో సూతపుత్రుడు ఎప్పుడూ నాతో మచ్చరిస్తూఉంటాడు" అన్నాడు.

కర్ణుడు - "రాజా! గంగాపుత్రుడు భీష్ముడు జీవించి ఉండగా నేను యుద్ధం చేయను. ఇతడు మరణించాకనే నాకు అర్జునునితో యుద్ధం జరుగుతుంది" అన్నాడు.

ఈరీతిగా నిర్ణయం జరిగాక దుర్యోధనుడు విధిపూర్వకంగా భీష్ముని సేనాపతిపదవిలో అభిషేకించాడు. ఆ సమయంలో రాజాజ్ఞను అనుసరించి వాద్యాలు మ్రోగించేవారు ప్రశాంతంగా వందలవేల భేరీలు, శంఖాలు వాయించారు. అభిషేకసమయంలో అనేక భయంకరమైన అపశకునాలు కూడా కలిగాయి. భీష్ముని సేనాపతిగా చేశాక దుర్యోధనుడు అనేక గోవులను, మొహిరీలను బ్రాహ్మణులకు దక్షిణగా ఇచ్చి వారిచేత స్వస్తివాచనం చేయించాడు. జపాలు చేసి వారిచ్చిన ఆశీర్వాదాలతో ఉత్సాహం పొంది అతడు భీష్ముని ముందుంచుకొని ఇతర సేనానాయకులతో, తమ్ముళ్లతో పాటుగా కురుక్షేత్రానికి వెళ్లాడు. అక్కడకు చేరుకుని అతడు కర్ణునితో కలిసి అనివైపుల తిరిగి గడ్డి, కట్టెలు అధికంగా దొరికే ఒక సమతలప్రదేశంలో సేనలను విడిది చేయించాడు. ఆ విడిది రెండవ హస్తినాపురంలా అనిపించింది.

బలరాముడు తీర్థయాత్రలకేగుట

జనమేజయమహారాజు - "వైశంపాయనమహాత్మా! గంగానందనుడైన భీష్ముడు సైన్యాధ్యక్షునిగా అభిషిక్తుడయ్యాడని విని యుధిష్ఠిరుడేమన్నాడు? భీమార్జున శ్రీకృష్ణులు దానికేమి బదులిచ్చారు?" అని అడిగాడు.

వైశంపాయనుడు చెప్పసాగాడు - ఆపద్ధర్మాలలో కుశలుడయిన యుధిష్ఠిరుడు సోదరులందరినీ, శ్రీకృష్ణుని పిలిచి, "మీరు చాలా జాగ్రత్తగా ఉండండి. అందరికంటె ముందు మీకు భీష్మపితామహునితో యుద్ధం జరుగుతుంది. ఇప్పుడు మీరు నా సైన్యానికి ఏడుగురు నాయకులను నియమించండి" అన్నాడు.

శ్రీకృష్ణుడు - "రాజా! ఇలాంటిసమయాలలో ఎలా మాట్లాడాలో అలాగే మాట్లాడారు మీరు. మీరు చెప్పినది నాకు చాలా ఇష్టంగా ఉంది. తప్పకుండా మీరు మొదట మీ సైన్యానికి నాయకులను నియమించండి" అన్నాడు.

అప్పుడు యుధిష్ఠిరమహారాజు ద్రుపదుని, విరాటుని, సాత్యకిని, ధృష్టద్యుమ్నుని, ధృష్టకేతుని, శిఖండిని, మగధరాజు సహదేవుని పిలిచి వారిని విధిపూర్వకంగా సేనానాయక పదవులలో అభిషేకించి, వారందరికీ అధ్యక్షునిగా ధృష్టద్యుమ్నుని నియమించాడు. సేనాధ్యక్షునికి కూడా అధ్యక్షుడు అర్జునుడు. అర్జునునికి నాయకుడు శ్రీకృష్ణుడు. ఈ సమయంలోనే ఘోరయుద్ధం సమీపించిందనే విషయం తెలుసుకొని బలరామభగవానుడు అక్రూరుడు, గదుడు, సాంబుడు, ఉద్ధవుడు, ప్రద్యుమ్నుడు, చారుదేష్ణుడు మొదలైన అతిముఖ్యులైన యదువంశీయులను వెంటపెట్టుకొని పాండవశిబిరానికి వచ్చాడు. వారిని చూచి యుధిష్ఠిరుడు, శ్రీకృష్ణుడు, అర్జునుడు, భీమసేనుడు, ఇంకా అక్కడున్న ఇతర రాజులు అందరూ లేచి నిల్చున్నారు. విచ్చేసిన బలరాముడిని వారంతా గౌరవించారు. యుధిష్ఠిరుడు వారితో ప్రేమపూర్వకంగా చేతులు కలిపాడు. శ్రీకృష్ణాదులు అతనికి ప్రణామం చేశారు. వృద్ధులైన విరాటద్రుపదులకు అతడు నమస్కరించాడు. తరువాత అతడు యుధిష్ఠిరునితోపాటు సింహాసనం మీద కూర్చున్నాడు. అతడు కూర్చున్నాక అందరూ కూర్చున్నారు. తరువాత అతడు కృష్ణునివైపు చూస్తూ - "ఇప్పుడిక ఈ భయంకరమైన నరసంహారం జరగబోతోంది. ఇది అనివార్యమై దైవలీల అని నేను అనుకొంటున్నాను. ఇక దీనిని మాన్పలేము. మా స్నేహితులయిన మిమ్మందరినీ ఈ యుద్ధం పూర్తి అయ్యాక కూడా ఆరోగ్యంగా చూడాలని నాకోరిక. ఇక్కడ గుమికూడిన రాజులందరికీ కాలం మూడిందనడంలో సందేహం లేదు. కృష్ణుడితో నేను - "తమ్ముడూ! మన సంబంధీకుల పట్ల ఒక్కతీరుగానే మసులుకో. ఎందుకంటే మనకు పాండవులు ఎలాంటివారో దుర్యోధనుడు కూడా అలాంటి వాడేగదా!" అని పదే పదే చెప్పాను. కాని ఇతడు అర్జునుని చూసి అన్నివిధాలా అతనిపై ముగ్ధుడయిపోయాడు. రాజా! విజయం పాండవులదే అని నా నిశ్చితాభిప్రాయం. ఇదే సంకల్పం కృష్ణునికి కూడా. శ్రీకృష్ణుడు లేనిదే నేను ఈలోకంపై దృష్టి సారించలేను. కాబట్టి అతడు ఏమి చేయాలనుకుంటే దానిని అనుసరిస్తూ ఉంటాను. భీమదుర్యోధనులు ఇద్దరూ నాకు శిష్యులే. గదాయుద్ధంలో ఆరితేరినవారు. కాబట్టి వీరిద్దరిమీద నాకు సమానవాత్సల్యం ఉంది. అందుకనే ఇప్పుడు నేను సరస్వతీ తీరానికి తీర్థసేవనం కోసం వెళ్తున్నాను. ఎందుకంటే కురువంశీయులు నశించిపోతుంటే నేను ఉదాసీనంగా చూస్తూ ఊరుకోలేను" అన్నాడు. ఇలా చెప్పి బలరాముడు పాండవులను వీడ్కొని తీర్థయాత్రలకు వెళ్లిపోయాడు.

రుక్మి కౌరవపాండవులచే తిరస్కృతుడగుట

వైశంపాయనుడు చెపుతున్నాడు - జనమేజయా! ఈ సమయంలోనే భీష్మకపుత్రుడు రుక్మి ఒక అక్షౌహిణి సైన్యాన్ని తీసుకుని పాండవుల వద్దకు వచ్చాడు. అతడు శ్రీకృష్ణుని సంతోషపెట్టడానికి సూర్యునివలె ప్రకాశిస్తున్న ధ్వజాన్ని తీసుకొని పాండవశిబిరంలో ప్రవేశించాడు. పాండవులకు అతనితో పూర్వమే పరిచయముంది. యుధిష్ఠిరుడు ముందుకు వెళ్లి అతనికి స్వాగతం పలికాడు. రుక్మి కూడా అవన్నీ యథాయోగ్యంగా గ్రహించాడు. కాసేపు ఆగి వీరులందరి ఎదుట అర్జునునితో - "అర్జునా! నీకు ఏదైనా భయం ఉంటే నేను మీ అందరికీ సహాయపడడానికి వచ్చాను. శత్రువులు భరించలేనంతగా యుద్ధంలో నేను మీకు సహాయం చేస్తాను. లోకంలో నావంటి వీరుడింకొకడు లేడు. యుద్ధంలో నున్న ఏ సైన్యవిభాగాన్ని ఎదిరించమని అప్పగిస్తావో దానిని నేను ధ్వంసం చేస్తాను. ద్రోణుడు, కృపుడు, భీష్ముడు, కర్ణుడు - ఏ వీరుడైనా సరే, లేదా ఈ రాజులందరూ కలిసి నన్ను ఎదిరించడానికి వచ్చినాసరే, నేను ఈ శత్రువులను చంపి నీకే ఈ భూమిని అప్పగిస్తాను" అన్నాడు.

అర్జునుడు శ్రీకృష్ణునివైపు, ధర్మరాజువైపు చూసి నవ్వాడు. తరువాత శాంతంగా - "నేను కురువంశంలో పుట్టాను. ఆపై పాండుమహారాజు కొడుకుననీ, ద్రోణాచార్యుని శిష్యుడననీ అనిపించుకొంటున్నాను. శ్రీకృష్ణుడు నాకు సహాయకుడు. పైగా గాండీవధనుస్సు నాదగ్గర ఉంది. అయినప్పుడు నాకు భయం అని నేను ఎలా అంటాను? వీరుడా! కౌరవులు ఘోషయాత్ర చేసిన సమయంలో గంధర్వులతో నేను యుద్ధం చేసినపుడు నా సహాయం కోసం ఎవరు వచ్చారు ? అలాగే విరాటనగరంలో ఎంతోమంది కౌరవులతో ఒంటరిగా నేను యుద్ధం చేసేటపుడు నాకు ఎవరు సహాయం చేశారు? నేను యుద్ధంకోసమే శంకరభగవానుని, ఇంద్రుని, కుబేరుని, యముని, వరుణుని, అగ్నిని, కృపాచార్యుని, ద్రోణాచార్యుని, శ్రీకృష్ణుని ఉపాసించాను. కనుక "నేను యుద్ధానికి భయపడుతున్నాను" అనే కీర్తిహాని కలిగించే మాట నావంటివాడు సాక్షాత్తు ఇంద్రుని ఎదుట కూడా చెప్పలేడు. కాబట్టి మహాబాహూ! నాకే విధమైన భయమూలేదు, నాకెవరి సహాయం అవసరమూ లేదు. నీవు ఎక్కడికి వెళ్లాలనుకుంటే అక్కడికి వెళ్లవచ్చు. ఉండదలచుకుంటే ఆనందంగా ఉండవచ్చు" అని నిష్కర్షగా చెప్పాడు.

ఆ తరువాత రుక్మి సముద్రం లాంటి తన విశాలసైన్యాన్ని మరలించుకొని దుర్యోధనుని దగ్గరకు వచ్చాడు. అక్కడ కూడా అలాగే చెప్పాడు. దుర్యోధనునికి కూడా తన వీరత్వం అంటే అభిమానమే. కాబట్టి అతడు కూడా అతని నుండి సహాయం పొందడానికి అంగీకరించలేదు. ఈ రీతిగా బలరాముడు, రుక్మి - ఈ ఇద్దరు వీరులే ఆ యుద్ధానికి దూరంగా వెళ్లిపోయారు.

రెండుసేనలూ మోహరించాయి. వాటి వ్యూహరచన కూడా నిశ్చయమయిపోయింది. ధృతరాష్ట్రుడు సంజయునితో - "సంజయా! కౌరవపాండవుల సేనలు విడిది చేశాక అక్కడ ఏం జరిగిందో నాకు చెప్పు. బుద్ధియే బలవత్తరమైనదని నాకు తెలుసు. పౌరుషంతో ఏమీ జరుగదు. నా బుద్ధి దోషాలను బాగానే తెలుసుకోగలదు. అయినా దుర్యోధనుని కలుసుకోగానే అది మారిపోతూ ఉంటుంది. కాబట్టి ఇప్పుడు ఏం జరగాలో అదే జరిగితీరుతుంది. అన్నాడు.

దుర్యోధనుడు ఉలూకునికి సందేశము చెప్పుట

సంజయుడు చెప్పసాగాడు - "పాండవులు హిరణ్యావతీనదీ తీరంలో డేరాలు వేశారు. కౌరవులు వేరొక స్థానంలో శాస్త్రోక్తంగా తమ శిబిరాలు వేసుకున్నారు. అక్కడ దుర్యోధనుడు చాలా ఉత్సాహంతో తన సేనను నిలిపాడు. చిన్ని చిన్ని విభాగాలకోసం వేర్వేరు స్థానాలు ఏర్పాటుచేసి రాజులందరినీ గొప్పగా గౌరవించాడు. తరువాత అతడు కర్ణశకుని దుశ్శాసనులతో కలిసి కొద్దిగా రహస్యమంతనాలాడి ఉలూకుని పిలిచి - "ఉలూకా! నీవు పాండవుల వద్దకు వెళ్లి శ్రీకృష్ణుని ఎదురుగానే పాండవులకు ఈ సందేశం వినిపించు. ఎన్ని సంవత్సరాలుగానో ఆలోచిస్తున్న కౌరవపాండవుల భయంకర యుద్ధం ఇప్పుడు జరగబోతోంది. అర్జునా! నీవు కృష్ణునితో, నీ సోదరులతో కలిసి సంజయునితో గర్జిస్తూ చెప్పిన బడాయి కబుర్లన్నీ అతడు కౌరవసభలో చెప్పాడు. ఇప్పుడు అవన్నీ చేసి చూపించవలసిన సమయం వచ్చింది. రాజా! నిన్ను చాలా ధార్మికుడని అంటారు కదా! ఇప్పుడు నీ మనసు అధర్మంలో ఎందుకు లగ్నమయింది? దీనినే మార్జాలవ్రతమని అంటారు. ఒకసారి నారదుల వారు మాతండ్రిగారితో ఈ విషయమై ఒక ఆఖ్యానం చెప్పారు. అది నీకు నేను చెపుతాను. ఒకసారి ఒక పిల్లి శక్తిహీనురాలైన కారణంగా గంగా తీరంలో ఊర్ధ్వబాహువై నిలబడింది. ప్రాణులన్నిటికీ తనపై విశ్వాసం కలగడానికి "నేను ధర్మాన్ని ఆచరిస్తున్నాను" అని చాటింపు వేయసాగింది. ఈరీతిగా చాలా కాలం గడిచాక పక్షులకు దానిమీద నమ్మకం కుదిరింది. అవి దానిని గౌరవించసాగాయి.

అది కూడా తన తపస్సు ఫలించిందని అనుకొంది. తరువాత చాలారోజులకు అక్కడకు ఎలుకలు కూడా వచ్చాయి. ఆ తాపసిని చూచి అవి "మనకు శత్రువులు చాలామంది ఉన్నారు. కాబట్టి ఈ పిల్లి మనకు మామగా ఉండి మనలోని వృద్ధులను, బాలురను రక్షిస్తూ ఉంటుంది" అని ఆలోచన చేశాయి. అప్పుడు అవన్నీ ఆ పిల్లి దగ్గరకు వెళ్లి "మీరు మాకు గొప్ప ఆశ్రయం. సుహృదులు కూడా. కాబట్టి మేమంతా మీ శరణు కోరుతున్నాం. మీరు సర్వదా ధర్మతత్పరులై ఉన్నారు. కాబట్టి వజ్రధారి అయిన ఇంద్రుడు దేవతలను రక్షించినట్లు మీరు మమ్మల్ని రక్షించండి" అని అన్నాయి.

ఎలుకలు ఇలా అడుగగానే, ఎలుకలను తినే పిల్లి "నేను తపమే చేయనా, మిమ్మల్నందరినీ రక్షించనా – ఈ రెండు పనులూ చేయడానికి నాకే మార్గమూ కనపడడంలేదు. అయినప్పటికీ మీకు మేలు చేయడానికి నేను మీమాట కూడా తప్పకుండా అంగీకరించాలి. మీరు ప్రతినిత్యం నాకొక పనిచేయాలి. నేను కఠోరనియమాలను పాటించి పాటించి చాలా అలిసిపోయాను. నాకు తిరగడానికి, నడవడానికి కొద్దిగా కూడా ఓపిక ఉన్నట్లు కనిపించడం లేదు. కనుక మీరు ఈ రోజునుండి ప్రతినిత్యం నన్ను నదీతీరం వరకు చేర్చండి" అని చెప్పింది. ఎలుకలు "చాలా బాగుంది" అని చెప్పి, దాని మాటకు అంగీకరించాయి. వృద్ధులను, బాలురను దానికే అప్పగించాయి.

ఆపై పాపి అయిన ఆ పిల్లి ఎలుకలను తిని తిని లావెక్కింది. ఇటు ఎలుకల సంఖ్య రోజు రోజుకీ తగ్గిపోసాగింది. అప్పుడవన్నీ కలుసుకుని తమలో తాము "ఎందుకు మామగారు రోజురోజుకీ బలుస్తున్నారు. మనం బాగా తగ్గిపోయాం. దీనికి కారణమేమిటి?" అనుకున్నాయి అప్పుడు వాటిలో 'కోలిక' అనే పేరుగల అందరికంటె వృద్ధుడైన ఎలుక – "మామాజీకి ధర్మం పట్ల శ్రద్ధ కించిత్తే. అది కపటోపాయం పన్ని మనతో పరిచయం పెంచుకుంది. కేవలం ఫలమూలాదులే తినే ప్రాణి మలంలో వెంట్రుకలుండవు. దాని అవయవాలన్నీ పూర్తిగా బలుస్తూ ఉన్నాయి. మనమేమో తగ్గిపోతున్నాం. ఏడెనిమిది రోజులుగా డిండికం అనే ఎలుక కూడా కనపడడంలేదు" అంది. కోలిక మాటలు విని ఎలుకలన్నీ పారిపోయాయి. ఆ దుష్టబిడాలం కూడా తన అసలురూపంతోనే వెళ్లిపోయింది.

దుష్టాత్మా! నీవు కూడా ఈరీతిగా బిడాలవ్రతం చేస్తున్నావు. ఎలుకలలో పిల్లి ఎలా కపటోపాయాన్ని పన్నిందో అలాగే నీవు నీ రక్తసంబంధీకులలో ధర్మాచారివి అయ్యావు. నీ మాటలు వేరు. నీ చేతలు వేరు. నీవు లోకాన్ని మోసగించడం కోసమే వేదాభ్యాసం, శాంతివేషం, తెచ్చిపెట్టుకున్నావు. నీవు ఈ నైచ్యాన్ని వదిలిపెట్టి, క్షాత్రధర్మాన్ని ఆశ్రయించు. నీ తల్లి సంవత్సరాలుగా దుఃఖాన్ని అనుభవిస్తోంది. ఆమె కన్నీరు తుడువు. యుద్ధంలో శత్రువులను ఓడించి గౌరవం పొందు. నీవు మమ్మల్ని ఐదు గ్రామాలు అడిగావు. కాని ఎలాగైనా సరే పాండవులకు కోపం తెప్పించి యుద్ధభూమిలో వారితో యుద్ధం చేయవలసిందే అనే ఆలోచనతో మేము నీ కోరికను అంగీకరించలేదు. మీ కోసమే నేను దుష్టాత్ముడైన విదురుని వదిలివేశాను. నేను మిమ్మల్ని లక్కఇంటిలో తగులబెట్టడానికి ప్రయత్నించాను – ఈ మాటగుర్తుకు తెచ్చుకుని అయినా ఒకసారి మగవాడుగా మారు. నీవు జాతిలోను బలంలోను నాతో సమానుడవే. అయినా కృష్ణుని ఆశ్రయం ఎందుకు పొందావు?

ఉలూకా! తరువాత పాండవుల సమక్షంలోనే కృష్ణునితో చెప్పు – నీవు ఇప్పుడు నిన్ను, పాండవులను రక్షించుకోవడానికి సిద్ధపడి మాతో యుద్ధం చేయి. మాయతో సభలో ప్రదర్శించిన భయంకర రూపాన్నే మళ్లీ ధరించి అర్జునునితో పాటు మామీద దాడి చేయి. ఇంద్రజాలం, మాయ, లేదా కపటం ఇవి భయాన్ని కలిగించేవి అయితే కావచ్చు. కాని యుద్ధభూమిలో శస్త్రాలను ధరించినవారిని అవి ఏమీ చేయలేవు. వాటి కారణంగా వారు మాత్రం రోషంతో నిండి గర్జిస్తూ ఉంటారు. మేము కూడా కావాలంటే ఆకాశానికి ఎగురగలము, రసాతలంలో ప్రవేశించగలం. ఇంద్రలోకానికి వెళ్లగలం. కాని ఇందువలన తమ స్వార్థమూ సిద్ధించదు, ప్రతిపక్షులను భయపెట్టనూ లేరు. "రణభూమిలో ధృతరాష్ట్రపుత్రులను చంపించి పాండవులకు వారి రాజ్యం ఇప్పిస్తాను" అని నీవు పంపిన ఈ సందేశాన్ని సంజయుడు నాకు చెప్పాడు. ఇప్పుడు నీవు సత్యప్రతిజ్ఞుడవై పాండవులకోసం పరాక్రమపూర్వకంగా నడుం బిగించి యుద్ధం చేయి. మేం కూడా నీ పౌరుషాన్ని చూస్తాం. లోకంలో అకస్మాత్తుగానే నీ కీర్తి వ్యాపించింది. కాని నిన్ను నెత్తిన ధరించేవారందరూ వాస్తవానికి పురుషచిహ్నాలు ధరించిన నపుంసకులని నాకు ఈరోజే తెలిసింది. నీవు కంసుడికి ఒక సేవకుడవు మాత్రమే. నా వంటి రాజులకు, మహారాజులకు అయితే నీతో యుద్ధం చేయడానికి సంగ్రామభూమికి రావడమే ఉచితం కాదు.

ఆ మీసం లేని మగవాడు, తిండిపోతు, అజ్ఞానం మూర్తీభవించినవాడు, మూర్ఖుడు అయిన భీమసేనునితో

నీవు పదేపదే చెప్పు. నీవు కౌరవసభలో ఇంతకు ముందు చేసిన ప్రతిజ్ఞను అబద్ధం చేయకు. నీకు శక్తి ఉంటే దుశ్శాసనుని రక్తం తాగు. "రణభూమిలో నేను కలిసికట్టుగా ధృతరాష్ట్రపుత్రులందరిని చంపుతాను" అన్నావుగదా. దానికి కూడా ఇప్పుడు సమయం వచ్చింది. నామాటగా నకులునితో చెప్పు నిలకడగా యుద్ధం చేయమని. మేము నీ పౌరుషాన్ని చూస్తాం. ఇప్పుడు నీవు యుధిష్ఠిరుని మీది అనురాగాన్ని, నా పట్ల ఉన్న ద్వేషాన్ని ద్రౌపది పొందిన బాధలను బాగా గుర్తుకుతెచ్చుకో. అలాగే రాజులందరిమధ్య సహదేవునితో "నీవు సహించిన దుఃఖాలన్నీ గుర్తుతెచ్చుకుని జాగ్రత్తగా యుద్ధం చేయి" అని చెప్పు.

విరాట ద్రుపదులతో కూడా నామాటగా "మీరంతా ఒక్కటై నన్ను చంపడానికి రండి. మీకోసం పాండవులకోసం నాతో యుద్ధం చేయండి" అని చెప్పు. ధృష్టద్యుమ్నునితో – "నీవు ద్రోణాచార్యుని ఎదుటపడినప్పుడు నీకు ఏది హితమో తెలుస్తుంది. నీవు నీ సుహృత్తులతో కలిసి ఇప్పుడు యుద్ధభూమికి రా" అని చెప్పు. ఆపై శిఖండితో "మహాబాహువయిన భీష్ముడు నిన్ను స్త్రీవని తలచి చంపడు. కాబట్టి నిర్భయంగా యుద్ధంచేయి" అని చెప్పు" అన్నాడు.

ఆ తరువాత దుర్యోధనుడు పెద్దగా నవ్వి, ఉలూకునితో మళ్లీ – "నీవు కృష్ణుని ఎదురుగానే మళ్లీ ఒకసారి ఇలా చెప్పు. నీవయినా మమ్మల్ని ఓడించి ఈ భూమిని పాలించు. లేకపోతే మా చేతులలో ఓడిపోయి నీవు భూశయనం చేయవలసివస్తుంది. క్షత్రియవనిత సంతానం కన్నందుకు ప్రయోజనం ఏదో అది ఇప్పుడు వచ్చింది. ఇక నీవు సంగ్రామంలో బలం, వీర్యం, శౌర్యం, అస్త్రలాఘవం, పౌరుషం చూపి నీక్రోధాన్ని చల్లార్చుకో. జూదంలో మేమే ఓడించాం. నీ ఎదురుగానే మేము ద్రౌపదిని సభలోకి ఈడ్చుకువచ్చాం. తరువాత కూడా మేము నిన్ను పన్నెండేళ్లపాటు ఇంటినుండి వెళ్లగొట్టి అడవులలో నివసించేలా చేశాం. ఏడాదిపాటు విరాటుని ఇంట్లో ఉంటూ అతనికి ఊడిగం చేసే పరిస్థితి కల్పించాం. ఈ దేశబహిష్కారం, వనవాసం, ద్రౌపది కష్టాలు గుర్తుంచుకొని కొద్దిగా మగవాడిలా ప్రవర్తించు. కృష్ణుని తీసుకొని యుద్ధభూమికి రా. నీవు చాలా ఎక్కువగా మాట్లాడావు. ఆ వ్యర్థప్రలాపాలన్నీ కట్టిపెట్టి కాస్త పౌరుషాన్ని చూపు. సరే! నీవు భీష్మపితామహుని, దుర్ధర్షుడైన కర్ణుని, మహాబలుడైన శల్యుని, ద్రోణాచార్యుని యుద్ధంలో ఓడించకుండా ఎలా రాజ్యం పొందుదామనుకుంటున్నావు? ఓరీ! భీష్మద్రోణులు చంపాలని సంకల్పిస్తే, వారి దారుణ శస్త్రాలు తాకితే చాలు, ఈ భూమిపై కాలు మోపిన ఏ జీవి తిరిగి బతుకుతుంది? శ్రీకృష్ణుడు నీకు సహాయకుడనీ, నీవద్ద గాండీవధనుస్సు ఉందనీ కూడా నాకు తెలుసు. అలాగే నీవంటి యోధుడు లేడని నాకు తెలియనిదేమీకాదు. కాని ఇదిగో, ఇదంతా తెలిసి కూడా నేను నీ రాజ్యాన్ని అపహరిస్తున్నాను. గడచిన పదమూడు సంవత్సరాలూ నీవు విలపిస్తూ ఉన్నావు. నేను రాజ్యం అనుభవించాను. ఇక ముందు కూడా నిన్ను బంధువర్గంతో సహా చంపి నేనే రాజ్యం ఏలుతాను. అర్జునా! దాసత్వాన్ని పందెంగా పెట్టి నేను నిన్ను జూదంలో ఓడించినప్పుడు నీ గాండీవం ఎక్కడుంది? భీమసేనుని బలం ఎక్కడికి పోయింది? ఆ సమయంలో పుణ్యాత్మురాలైన ద్రౌపది దయే లేకపోతే గదాధారి అయిన భీముడు, గాండీవధారి అర్జునుడు కూడా ఆ దాసత్వం నుండి విముక్తి పొందగలిగేవారు కాదు. చూడు. ఇది కూడా నా ప్రతాపమే సుమా! విరాటనగరంలో భీమసేనునికి వంటలు వండుతూ సుఖం లేకపోయింది. నెత్తిమీద సిగ చుట్టి నపుంసకవేషంతో రాజకన్యలకు నీవు నాట్యం నేర్పవలసివచ్చింది. నేను నిన్నుగాని కృష్ణుని గాని చూసి భయపడి రాజ్యం ఇవ్వను. ఇప్పుడు నీవు, కృష్ణుడు ఇద్దరూ కలిసి యుద్ధం చేయండి. నేను అమోఘమైన బాణాలు వదిలినపుడు వేయిమంది కృష్ణులైనా, వందలమంది అర్జునులయినా దశదిశలకు పరుగులుతీస్తారు. నీ రక్తసంబంధులు అందరూ యుద్ధంలో చస్తారు. అప్పుడు నీకు ఎంతో సంతాపం కలుగుతుంది. పుణ్యహీనుడైన పురుషుడు స్వర్గప్రాప్తి మీది ఆశ వదిలేసుకొన్నట్లుగా నీకు కూడా ఈ రాజ్యాన్ని పొందాలనే ఆశ ముక్కలవుతుంది. కాబట్టి నీవు శాంతించు" అని తన మనసులో ఉన్నదంతా చాలా కటువుగా చెప్పాడు.

ఉలూకుడు పాండవులకు దుర్యోధనుని సందేశమును వినిపించుట – తిరిగి పాండవసందేశమును అతనికి వినిపించుట

సంజయుడు చెపుతున్నాడు – "మహారాజా! ఈ రకమైన దుర్యోధనుని సందేశాన్ని తీసుకొని ఉలూకుడు పాండవశిబిరానికి వచ్చాడు. పాండవులను కలుసుకొని యుధిష్ఠిరునితో – మీకు దూతలు చెప్పేమాటలతో పరిచయం ఉందికదా! కాబట్టి ఉన్నదున్నట్లుగా దుర్యోధనుని సందేశం చెప్తే మీరు కోపగించకూడదు" అన్నాడు.

యుధిష్ఠిరుడు – ఉలూకా! నీకేమీ భయం లేదు. నీవు

తాపీగా దూరదృష్టిలేని ఆ దుర్యోధనుని ఆలోచనలను వినిపించు" అన్నాడు.

ఉలూకుడు చెప్పసాగాడు - "పాండవులారా! రాజ్యాపహరణం, వనవాసం, ద్రౌపది బాధలు ఇవన్నీ గుర్తుతెచ్చుకొని కొంచెం మగవారిలా మసలుకోండి. భీమసేనుడు సామర్థ్యం లేకపోయినా "నేను దుశ్శాసనుడి రక్తం తాగుతాను" అని ప్రతిజ్ఞ చేశాడుకదా, అతనికి చేతనయితే తాగవచ్చు. మంత్రాలద్వారా అస్త్రశస్త్రాలలోకి దేవతలను ఆహ్వానించడం అయిపోయింది. కురుక్షేత్రంలోని బురద ఎండిపోయింది. దారి అంతా సమతలం అయింది. కాబట్టి కృష్ణునితోపాటు సంగ్రామ భూమికి రండి. నీవు భీష్మపితామహుని, దుర్ధర్షుడైన కర్ణుని, మహాబలుడైన శల్యుని, ద్రోణాచార్యుని ఓడించకుండా ఏ రీతిగా రాజ్యం తీసుకోవాలనుకొంటున్నావు? భీష్మద్రోణులు చంపాలనుకుంటే, వారి దారుణ శస్త్రాలు తాకితే చాలు ఈ భూమిపై కాలుమోపిన ఏ జీవి తిరిగి బతుకుతుంది?" యుధిష్ఠిరునితో ఇలా చెప్పి ఉలూకుడు అర్జుననివైపు తిరిగి - "అర్జునా! దుర్యోధనమహారాజు మీతో ఇలా చెప్పమన్నాడు - నీవు ఎందుకు ఎక్కువగా వాగుతావు? ఈ వ్యర్థాలాపాలు కట్టిపెట్టి యుద్ధంలో ఎదురుపడు. ఇప్పుడు యుద్ధం చేస్తేనే ఏదైనా పని జరుగుతుంది. కాని మాటలు పేర్చడం వల్ల ఏమీ కాదు. శ్రీకృష్ణుడు నీకు సహాయకుడనీ, నీవద్ద గాండీవ ధనుస్సు ఉందనీ కూడా నాకు తెలుసు. నీవంటి యోధుడు లేడని కూడా నాకు తెలియని విషయమేమీ కాదు. కాని, ఇదిగో, ఇదంతా తెలిసికూడా నేను నీరాజ్యాన్ని అపహరిస్తున్నాను. గడిచిన పదమూడు సంవత్సరాలు నీవు ఏడిచావు, నేను రాజ్యభోగాలు అనుభవించాను. ఇక ముందు కూడా నిన్ను బంధువర్గంతో సహా చంపి నేనే రాజ్యం ఏలుతాను. జూదం ఆడేసమయంలో నీవు దాసుడవయినపుడు, పుణ్యాత్మురాలయిన ద్రౌపది దయే లేకపోతే గదాధారి అయిన భీముడు, గాండీవధారి అయిన అర్జునుడు తమ దాసత్వం నుండి విడుదల పొందగలిగేవారు కాదు. నా కారణంగానే విరాటనగరంలో నెత్తిన సిగచుట్టి నపుంసకరూపంలో రాజకన్యలకు నీవు నాట్యం నేర్పవలసివచ్చింది. నేను నీకో, కృష్ణునికో, భయపడి రాజ్యం ఇవ్వబోను. ఇక నీవు, కృష్ణుడు ఇద్దరూ కలిసి మాతో యుద్ధం చేయండి. నేను అమోఘమైన బాణాలు వేసినపుడు వేలమంది కృష్ణులు, వందలకొద్దీ అర్జునులు దశదిశలకు పారిపోతారు. ఈ రీతిగా నీ బంధువులందరూ యుద్ధంలో చనిపోగా నీకు చాలా దుఃఖం కలుగుతుంది. పుణ్యహీనుడు స్వర్గప్రాప్తికి ఆశ వదిలేసుకున్నట్లుగా, రాజ్యప్రాప్తికోసమైన నీ ఆశ కూడా విచ్ఛిన్నమైపోతుంది. కాబట్టి నీవు శాంతించు" అని ముగించాడు.

పాండవులు మొదటే క్రోధావిష్టులై ఉన్నారు. ఉలూకుని ఈ మాటలు విని వారు మరింత వేడెక్కిపోయారు. విషసర్పాల్లా వారు ఒకరివైపు ఒకరు చూసుకోసాగారు. అప్పుడు శ్రీకృష్ణుడు కొద్దిగా నవ్వుతూ ఉలూకునితో - "ఉలూకా ! నీవు త్వరగా దుర్యోధనుని వద్దకు వెళ్లి" మేము నీ మాటలు విన్నాం. నీ ఉద్దేశ్యం ఎలా ఉందో అలాగే జరుగుతుంది" అని చెప్పు" అన్నాడు.

భీమసేనుడు కౌరవుల ఇంగితం తెలుసుకొని క్రోధంతో నిప్పులు కక్కుతూ పళ్లుకొరుకుతూ ఉలూకునితో - "మూర్ఖుడా! దుర్యోధనుడు నీతో ఏమేమి చెప్పాడో అవన్నీ మేము విన్నాం. ఇప్పుడు నేను చెప్పేది విను. నీవు క్షత్రియులందరి ఎదుట, సూతపుత్రుడు కర్ణుడు, మీతండ్రి, దురాత్ముడు అయిన శకుని వింటూఉండగా దుర్యోధనునితో ఇలా చెప్పు- ఓరీ దురాత్మా! మేము మా అన్నగారయిన యుధిష్ఠిరుని ఆనందం కోసం ఎప్పటినుండో మీ అపరాధాలను సహిస్తూ ఉన్నాం. మా ఆ ఉపకారాలకు నీ హృదయంలో కొంచెం కూడా ఆదరం లేదని తెలుస్తోంది. ధర్మరాజు తన వంశక్షేమం కోసమే పరస్పరం సంధి కుదరాలని కోరుకొన్నాడు. అందుకే అతడు శ్రీకృష్ణుని కౌరవుల వద్దకు పంపాడు. కాని నీ నెత్తిమీద అవశ్యం కాలుడు నాట్యమాడుతున్నాడు. అందుకే నీవు యమపురికి పోవాలనుకొంటున్నావు. మంచిది. ఇప్పుడు రూఢి అయిపోయింది- రేపు మాతో నీకు సంగ్రామం అవుతుందని. నేను కూడా నిన్ను నీ తమ్ముళ్లను చంపుతానని ప్రతిజ్ఞ చేశాను. అది అలాగే జరుగుతుంది కూడా. సముద్రం తన మర్యాదను ఉల్లంఘించినాసరే, కొండలు బద్దలయినా సరే కానీ నేనన్నది ఎప్పుడూ అబద్ధం కాబోదు. ఓరీదుర్బుద్ధీ! సాక్షాత్తూ ఆ యమకుబేర రుద్రులు నీకు సహాయపడినా కూడా పాండవులు తమ ప్రతిజ్ఞలను చెల్లించుకుంటారు. నేను చక్కగా యథేచ్ఛగా దుశ్శాసనుని రక్తాన్ని తాగుతాను. ఈ యుద్ధంలో భీష్ముని ముందుంచుకొని కూడా స్వయంగా ఎవరయినా నన్ను ఎదురిస్తే, అతనిని వెంటనే యమసదనానికి పంపుతాను ఈ క్షత్రియసభలో నేను అన్నమాటలన్నీ సత్యాలే అవుతాయి. ఇదినేను నామీద ఒట్టువేసుకుని చెపుతున్నాను" అన్నాడు.

భీమసేనుని మాటలు విని సహదేవునికి కూడా కోపం పొంగి వచ్చి ఇలా అన్నాడు - "పాపాత్ముడా! ఉలూకా! నామాట విను. నీవు నీతండ్రితో వెళ్లి చెప్పు. "ధృతరాష్ట్రునితో నీకు బంధుత్వమే లేకపోతే మాలో ఈ జగడాలే వచ్చేవికావు. నీవు ధృతరాష్ట్రుని వంశాన్ని, లోకులందరినీ నాశనం చేయడానికే పుట్టావు. నీవు సాక్షాత్తూ మూర్తీభవించిన శత్రుత్వానివి. నీ వంశాన్ని ఉన్మూలం చేసే గొప్ప పాపివి" అని ఉలూకా! గుర్తుపెట్టుకో. ఈ యుద్ధంలో మొదట నేను నిన్నే చంపుతాను. ఆ తరువాత నీ తండ్రి ప్రాణాలు తీస్తాను" అన్నాడు.

భీమసహదేవులమాటలు విని అర్జునుడు నవ్వి భీమునితో - "సోదరా! నీతో వైరం పెట్టుకున్నవారిని ఈ లోకంలోనే లేరని నీవు భావించు. కాని ఉలూకునితో నీవు పరుషంగా మాటలాడకూడదు. దూత పాపం ఏమి అపరాధం చేస్తున్నాడు? ఎలా చెప్పమంటే అతడు అలాగే చెపుతాడు." అని పలికి, తిరిగి ధృష్టద్యుమ్నాది తన బంధువర్గంతో - "పాపాత్ముడైన దుర్యోధనుని మాటలు మీరు విన్నారా? వాటిలో ఎక్కువ మాటలు నన్నూ శ్రీకృష్ణునీ నిందించేవే. ఈ మాటలు విని మీరు మా మేలు కోరే దృష్టితోనే కోపంతో మండిపడుతున్నారు. కాని మీ సహాయంతో, కృష్ణుని ప్రతాపంతో నేను సంపూర్ణ క్షత్రియ సమూహాన్ని ఏమాత్రం పరిగణించను. కాబట్టి మీరు అనుమతిస్తే నేను ఉలూకునికి ఈ మాటలకు సమాధానం చెపుతాను. లేకుంటే రేపు మాసేనలు రెండూ కలిసినపుడు గాండీవంతోనే ఈ ప్రగల్భాలకు సమాధానం చెపుతాను. నపుంసకులే మాటలలో సమాధానం చెపుతారు" అన్నాడు. అతని మాటలకు రాజులందరూ అతనిని ప్రశంసించారు.

తరువాత యుధిష్ఠిరుడు వారందరినీ, వారి వారి వయసులను, గౌరవాలను బట్టి సత్కరించి దుర్యోధనునికి సందేశరూపంలో ఉలూకునితో ఇలా అన్నాడు- "ఉలూకా! నీవు వెళ్ళి మూర్తికట్టిన శత్రుత్వం, కులకళంకుడు అయిన దుర్యోధనునితో చెప్పు - సోదరా! నీది మిక్కిలి పాపబుద్ధి. ఇప్పుడు నీవు మమ్మల్ని యుద్ధానికి పిలువనే పిలిచావు. నీవు క్షత్రియుడవు కాబట్టి మాకు పూజ్యులైన భీష్ములవారిని, వాత్సల్యస్థానులైన లక్ష్మణాదులను ముందుంచుకొని మాతో యుద్ధం చేయకు. కాని నీ యొక్క నీ సేవకుల యొక్క భరోసామీదనే పాండవులను యుద్ధానికి పిలు. చూడు పూర్తి క్షత్రియత్వాన్ని నిలుపుకో. ఇతరుల పరాక్రమాన్ని ఆసరాగా చేసుకుని శత్రువులను యుద్ధానికి పిలిచేవారు, స్వయంగా వారిని ఎదిరించలేనివారు మాత్రమే నపుంసకులని పించుకొంటారు అని."

శ్రీకృష్ణుడు - "ఉలూకా! ఆ తరువాత నీవు దుర్యోధనునికి నా సందేశంకూడా వినిపించు. "ఇక రేపే రణరంగానికి వచ్చి నీ మగతనం చూపించు. పాండవులు ఇతనిని అర్జునునకు సారథ్యం చేయమనే అడిగారు కనుక, కృష్ణుడు ఎలాగూ యుద్ధం చేయడు అనే కదా నీవు నాకు భయపడనిది? అయితే గుర్తుంచుకో. యుద్ధం పూర్తి అయ్యేసరికి ఎవరూ మిగలరు. అగ్ని గడ్డీగాదాన్ని తగలబెట్టినట్లుగా, నా కోపంతో అందరినీ భస్మం చేసివేస్తాను. ఇప్పుడు యుధిష్ఠిరుని ఆజ్ఞతో యుద్ధం చేసే అర్జునునికి సారథ్యం మాత్రమే చేస్తాను. రేపు అయితే నీవు ముల్లోకాలలో ఎక్కడికి ఎగిరిపోదామనుకున్నా, లేదా భూమిలోపల దూరడానికి ప్రయత్నించినా కూడా అక్కడే నీకు అర్జునుని రథం కనపడుతుంది. ఇక నీవు భీమసేనుని ప్రతిజ్ఞను అబద్ధం అన్నావు కదూ. అయితే దుశ్శాసనుని రక్తాన్ని అతడు ఇప్పుడే త్రాగేసినట్లుగా భావించు. నీవు ఇలా అడ్డదిడ్డంగా మాటలాడుతున్నావుగాని, యుధిష్ఠిరుడు, భీమసేనుడు, అర్జునుడు, నకుల సహదేవులు అయితే నిన్ను ఏమాత్రం లక్ష్యపెట్టడంలేదు" అని చెప్పాడు.

ఆ తరువాత మహాయశస్వి అయిన అర్జునుడు శ్రీకృష్ణునివైపు చూసి ఉలూకునితో - "తన పరాక్రమం మీదనే ఆధారపడి శత్రువులను యుద్ధానికి ఆహ్వానించేవాడు, నిలిచి వారిని ఎదిరించేవాడూ మాత్రమే మగవాడు. వెళ్లి నీవు దుర్యోధనునితో చెప్పు- "సవ్యసాచి అర్జునుడు నీ సవాలును స్వీకరించాడు. ఈ రోజు రాత్రి గడవగానే యుద్ధం మొదలవుతుంది. నేను నీ ఎదుటనే అందరికంటె ముందుగా కురువృద్ధుడైన భీష్మపితామహునే సంహరిస్తాను. అధర్మపరుడైన నీ సోదరుడు దుశ్శాసనుని విషయంలో భీమసేనుడు నిండుకోపంతో సభలో అన్నమాట కూడా కొద్దిరోజులలోనే నిజమవడం నీవు చూస్తావు. దుర్యోధనా! గర్వం, దర్పం, క్రోధం, పారుష్యం, నిష్ఠురత, అహంకారం, క్రూరత్వం, తీక్ష్ణత, ధర్మవిద్వేషం, పెద్దలమాట వినకపోవడం, అధర్మం వైపె మొగ్గుచూపడం - వీటియొక్క దుష్పరిణామం నీకు త్వరలోనే సాక్షాత్కరిస్తుంది. భీష్మద్రోణకర్ణులు యుద్ధరంగంలో కూలిపోగానే నీవు నీ ప్రాణాలకు, రాజ్యానికి, పుత్రులకు ఆశ వదులుకొంటావు. నీ తమ్ముళ్లు, కొడుకులు మృత్యువుతో

చర్చించడం వింటున్నప్పుడు, భీమసేనుడు నిన్ను చంపుతున్నప్పుడు మాత్రమే నీకు నీ దుష్కర్మలు గుర్తుకొస్తాయి. ఈ మాటలన్నీ జరిగితీరుతాయని నీకు మరీమరీ చెపుతున్నాను" అన్నాడు.

యుధిష్ఠిరుడు మళ్లీ – "సోదరా ఉలూకా! నీవు దుర్యోధనునితో నా ఈ మాటలను చెప్పు. నేను చీమలకు దోమలకూ కూడా బాధ కలిగించడానికి ఇష్టపడను. ఇక నా బంధువుల నాశనానికి ఎలా ఇష్టపడతాను? అందుకే నేను ముందుగానే కేవలం ఐదుగ్రామాలే అడిగాను. కాని నీమనసు తృష్ణలో మునిగిపోయింది. మూర్ఖత్వంతో వ్యర్థప్రేలాపనలు చేస్తున్నావు. చూడు. నీవు శ్రీకృష్ణుని హితకరమైన శిక్షను కూడా గ్రహించలేదు. ఇంక ఎక్కువగా చెప్పినా వినినా ఏముందిలే. నీవు నీ బంధువులతో సహితంగా మైదానానికి రా" అని చెప్పాడు.

తరువాత భీముడు – "ఉలూకా! దుర్యోధనుడు మిక్కిలి దుర్బుద్ధి, పాపి, శఠుడు, క్రూరుడు, కుటిలుడు, దురాచారి. నీవు నామాటగా అతనికి చెప్పు. నేను సభామధ్యంలో చేసిన ప్రతిజ్ఞను ఒట్టువేసి మరీ చెపుతున్నాను – తప్పకుండా నిజం చేస్తాను. రణభూమిలో దుశ్శాసనుని పడగొట్టి అతని రక్తాన్ని తాగుతాను. నీ తొడలు విరగకొడతాను. నీ తమ్ముళ్లను చంపుతాను. నిజం. నేను ధృతరాష్ట్రుని కొడుకుల పాలిటి యముడిని. ఇంకొక మాటకూడా విను. నేను సోదరులతో సహా నిన్ను చంపి ధర్మరాజు ఎదుటనే నీశిరసుపై కాలు మోపుతా" అని చెప్పాడు.

ఆపై నకులుడు – "ఉలూకా! నీవు ఆ ధృతరాష్ట్రపుత్రుడు దుర్యోధనునితో ఇలా చెప్పు. నీ మాటలన్నీ బాగా విన్నాం. నీవు నన్ను ఏమి చేయమని చెప్పావో అదే చేస్తాను" అన్నాడు. సహదేవుడు – "దుర్యోధనా! నీ ఆలోచన అంతా వృథా అవుతుంది. ధృతరాష్ట్రుడు నీకోసం శోకించక తప్పదు" అని చెప్పాడు. అటు తరువాత శిఖండి "నిస్సందేహంగా బ్రహ్మదేవుడు నన్ను పితామహుని వధించడానికే పుట్టించాడు. కనుక ధనుర్ధారులందరూ చూస్తూ ఉండగా నేను ఆయనను నేలకూలుస్తాను" అన్నాడు. ఆపై ధృష్టద్యుమ్నుడు కూడా – "నామాటగా దుర్యోధనునితో చెప్పు. నేను ద్రోణాచార్యుని, అతని అనుయాయులతో, సంబంధులతో సహా చంపుతాను" అని చెప్పాడు. చివరిలో యుధిష్ఠిరునికి జాలి కలిగి మళ్లీ ఇలా అన్నాడు – "నేనైతే ఏరకంగానూ నాకుటుంబీకులను వధించాలనుకోవడం లేదు. ఈ భాగ్యం నీ దోషం వల్లనే కలిగింది. ఉలూకా! ఇక నీవు వెళ్లినాసరే. ఉండదలచుకుంటే ఇక్కడున్నా సరే. మేము కూడా నీకు బంధువులమే సుమా" అన్నాడు.

అనంతరం ఉలూకుడు యుధిష్ఠిరుని ఆజ్ఞపొంది దుర్యోధనుని వద్దకు వచ్చాడు. అర్జునుని సందేశం యథాతథంగా వినిపించాడు. శ్రీకృష్ణ, భీమసేన, యుధిష్ఠిరుల పౌరుషాన్ని వర్ణించి, నకులుడు, విరాటుడు, ద్రుపదుడు, సహదేవుడు, ధృష్టద్యుమ్నుడు, శిఖండి, శ్రీకృష్ణుడు, అర్జునుడు ఏమేమి అన్నారో, అవన్నీ అలాగే చెప్పాడు. ఉలూకుని మాటలు విని దుర్యోధనుడు దుశ్శాసన కర్ణశకునులతో – "రాజులందరూ తమ సైన్యానికి, తమ మిత్రుల సైన్యానికి "రేపు సూర్యోదయానికి ముందుగానే సేనాపతులందరూ సిద్ధం కావాలి" అని ఆజ్ఞాపించాలి" అని చెప్పాడు. కర్ణుడు ఆజ్ఞాపించగా దూతలు సంపూర్ణసైన్యానికి, రాజులకు దుర్యోధనుని ఆదేశాన్ని వినిపించారు.

ఇటు ఉలూకుని మాటలు విని కుంతీనందనుడు యుధిష్ఠిరుడు కూడా ధృష్టద్యుమ్నుని నేతృత్వంలో తన చతురంగబలాలను ప్రయాణం చేయించాడు. మహారథులైన భీమార్జునులు అన్నివైపుల దానిని సంరక్షిస్తూ నడిచారు. దాని ముందు మహాధనుర్ధరుడు ధృష్టద్యుమ్నుడు ఉన్నాడు. ఏ వీరుడికి ఎంత బలం ఎంత ఉత్సాహం ఉందో అటువంటి ప్రతిపక్షవీరునితోనే యుద్ధం చేయడానికి అతడు ఆజ్ఞాపించాడు. అర్జునుని కర్ణునితో, భీమసేనుని దుర్యోధనునితో, ధృష్టకేతుని కృతవర్మతో, సాత్యకిని జయద్రథునితో, శిఖండిని భీష్మునితో యుద్ధం చేయడానికి వినియోగించాడు. అలాగే సహదేవుని శకునితో, చేకితానుని శలునితో, ఉపపాండవులు త్రిగర్తవీరులతో, అభిమన్యుని వృషసేనుడు మరియు ఇతర రాజులతో పోరాడాలని ఆదేశించాడు. ఎందుకంటే అభిమన్యుని రణరంగంలో అర్జునుని కంటె కూడా అధికశక్తిశాలిగా భావించాడు. ఈ రీతిగా యోధులందరికీ భాగాలు పంచి తన భాగానికి ద్రోణాచార్యుని ఉంచుకొన్నాడు. అంతేగాక, పాండవుల విజయంకోసం రణాంగణంలో సుసజ్జితుడై నిలుచున్నాడు.

భీష్ముడు దుర్యోధనునికి తనసైన్యములోని అతిరథ – మహారథులను తెలుపుట

ధృతరాష్ట్రుడు సంజయుని – "సంజయా! అర్జునుడు రణభూమిలో భీష్ముని వధిస్తానని ప్రతిజ్ఞ చేసినపుడు మూర్ఖుడైన నా కొడుకు దుర్యోధనుడు ఏమిచేశాడు? నాకయితే

శ్రీకృష్ణునితో కలిసి అర్జునుడు యుద్ధంలో మా పినతండ్రి భీష్ముని ఇప్పుడే చంపివేసినట్లు అనిపిస్తోంది. అదేకాక ఇది కూడా చెప్పు. మహాపరాక్రమవంతుడైన భీష్ముడు ప్రధానసేనాపతి పదవి పొందాక ఏమి చేశాడు?" అనిఅడిగాడు.

సంజయుడు చెప్పసాగాడు - "మహారాజా! సేనాపతి పదవి పొందాక శంతనునందనుడైన భీష్ముడు దుర్యోధనుని సంతోషాన్ని పెంపు చేస్తూ - "నేను శక్తిపాణి అయిన స్వామి కార్తికేయభగవానునికి నమస్కరించి నేడు నీ సేనాపతిని అవుతున్నాను. ఇక ఈ విషయంలో నీకు ఏ విధమైన సందేహం అక్కరలేదు. నేను సైన్యసంబంధమైన విషయాలలోను, వ్యూహరచనలలోను ఆరితేరినవాడిని. నాకు దేవతల, గంధర్వుల, మనుష్యుల - మూడురకాలైన వ్యూహరచనలు తెలుసు. ఇక నీవు అన్నిరకాల మానసిక బాధలను వదిలిపెట్టు. నేను శాస్త్రానుసారంగా నీ సైన్యాన్ని యథోచితంగా రక్షిస్తూ నిష్కపటంగా పాండవులతో యుద్ధం చేస్తాను" అన్నాడు.

దుర్యోధనుడు - పితామహా! దేవతలతో, అసురులతో యుద్ధం చేయడానికి కూడా నాకు భయం లేదు. అయినపుడు మీరు సేనాపతిగా, పురుషసింహులయిన ద్రోణాచార్యులవారు మా రక్షణకోసం నిలిచిఉండగా ఇక చెప్పేది ఏముంది? మీరు మన పక్షంలోని, విపక్షంలోని రథులను అతిరథులను అందరినీ ఎరుగుదురు కాబట్టి నేను, ఈ రాజులందరూ మీముఖతః వారి సంఖ్యను వినాలనుకొంటున్నాం" అన్నాడు

భీష్ముడు - రాజా! నీసేనలోని రథులు అతిరథుల వివరణ విను. నీ పక్షంలో కోట్ల, అర్బుదాల రథికులు ఉన్నారు. వారిలో మిక్కిలి ప్రధానులైన వారి పేర్లను విను. అందరికంటె ముందు దుశ్శాసనాది నీ నూరుగురు సోదరులతో కలిసి నీవు గొప్ప రథికుడవు. మీరందరూ ఛేదనభేదనాలలో కుశలురు. గద ప్రాస, కత్తి-డాలు యుద్ధంలో పారంగతులు. నేను నీ ప్రధానసేనాపతిని. నాసంగతేమీ నీకు తెలియనిది కాదు. నా నోటితో నా గుణాలు చెప్పుకోవడం ఉచితం అనుకోను. శస్త్రధారులలో శ్రేష్ఠుడయిన కృతవర్మ కూడా నీ సేనలో అతిరథుడు. మహాధనుర్ధరుడైన శల్యమహారాజును కూడా నేను అతిరథునిగా పరిగణిస్తాను. ఇతడు తన మేనల్లుళ్లు అయిన నకులసహదేవులను విడిచి మిగిలిన పాండవులందరితో యుద్ధం చేస్తాడు. రథయూథపతులకు అధిపతి అయిన భూరిశ్రవుడు కూడా శత్రుసైన్యాన్ని భయంకరంగా సంహరిస్తాడు. సింధురాజు జయద్రథుని నేను ఇద్దరు రథికులతో సమానుడని భావిస్తాను. విడువశక్యం కాని తన ప్రాణాలను కూడా పణంగా పెట్టి పాండవులతో యుద్ధం చేస్తాడు. కాంబోజనరేశుడు సుదక్షిణుడు ఒక రథికునితో సమానుడు, మాహిష్మతీపుర రాజు నీలుని కూడా రథికుడని చెప్పవచ్చును. ఇతనికి ముందునుండీ సహదేవునితో వైరముంది. కనుక ఇతడు నీకోసం పాండవులతో పూర్తిగా యుద్ధం చేస్తాడు. అవంతి నరేశులు విందానువిందులు గొప్ప మంచిరథికులని ప్రసిద్ధి పొందినవారు. ఈ ఇద్దరికీ యుద్ధమంటే చాలా ఇష్టం. కాబట్టి వారు శత్రుసేనలో క్రీడిస్తున్నట్లుగా యముని వలె విహరిస్తారు. నా ఉద్దేశ్యంలో త్రిగర్తదేశపు ఐదుగురు సోదరులు కూడా మిక్కిలి మంచిరథికులు. వారిలో కూడా సత్యరథుడు ముఖ్యుడు. నీకొడుకు లక్ష్మణుడు, దుశ్శాసనుని కొడుకు - ఈ ఇద్దరూ తరుణులు, సుకుమారులు అయినప్పటికీ నేను వీరిని మంచి రథికులుగా తలుస్తాను. రాజు దండధారుడు కూడా ఒక రథికుడే. తన సైన్యంతో కూడి అతడు కూడా సంగ్రామంలో మంచి చేయే చూపగలడు. నా ఉద్దేశ్యంలో బృహద్బలుడు, కౌసల్యుడుకూడా మంచిరథికులే. కృపాచార్యుడయితే రథయూథపతులకు అధ్యక్షుడే కూడా. అతడు తన ప్రియమైన ప్రాణాలను కూడా పణంగా పెట్టి నీశత్రువులను సంహరించగలడు. ఇతడు సాక్షాత్తు కార్తికేయునితో సమానంగా అజేయుడు.

నీమామ శకుని కూడా రథికుడే. ఇతనికి పాండవులతో వైరం నిశ్చయంగా ఉంది. కాబట్టి ఇతడు నిస్సందేహంగా వారితో ఘోరయుద్ధం చేస్తాడు. ద్రోణాచార్యుని కొడుకు అశ్వత్థామ మిక్కిలి గొప్ప మహారథి. కాని ఇతనికి తన ప్రాణాలంటే మిక్కిలి మమకారం. ఇతనిలో ఈ దోషమే కనుక లేకపోతే ఇతనితో సమానుడైన యోధుడు రెండుపక్షాల సైన్యంలోనూ ఎవరూ లేరు. ఇతని తండ్రి ద్రోణాచార్యుడు వృద్ధుడైనా యువకుల కంటె గొప్పవాడు. ఇతడు యుద్ధంలో దుష్కరమైన కార్యాలే చేస్తాడు- ఇందులో నాకేమీ సందేహం లేదు. కాని అర్జునునిపట్ల ఇతనికి వాత్సల్యం అధికం. కాబట్టి తన ఆచార్యత్వాన్ని పురస్కరించుకొని ఇతడు అతనిని ఎప్పుడూ సంహరించడు. ఎందుకంటే అతనిని తన పుత్రునికంటె ఎక్కువగా భావిస్తూ ఉంటాడు. అయితే దేవతలందరూ, గంధర్వులు, మనుష్యులు కలిసి కూడా ఇతని ఎదుటకు వచ్చినాసరే ఇతడు ఒంటరిగానే రథస్థుడై తన దివ్యాస్త్రాలతో వారిని చిందరవందరచేయుగలడు. వీరేకాక మహారాజు పౌరవుని కూడా నేను మహారథిగా ఎంచుతాను. ఇతడు

పాంచాలవీరులను సంహరిస్తాడు. రాజపుత్రుడు బృహద్బలుడు కూడా ఒక అచ్చమైన రథికుడే. ఇతడు కాలునివలె నీ శత్రుసైన్యంలో తిరుగుతాడు. నా ఉద్దేశ్యంలో మధువంశపు రాజు జలసంధుడు కూడా రథికుడే. తన సైన్యంతో కలిసి అతడు కూడా ప్రాణాలకు తెగించి యుద్ధం చేస్తాడు. మహారాజు బాహ్లీకుడు అతిరథుడు. ఇతడు యుద్ధంలో సాక్షాత్తు యమరాజుతో సమానుడని నా ఆలోచన. ఇతడు ఒకసారి యుద్ధంలో అడుగుపెడితే తిరిగి వెనకడుగు వేయడు. సేనాపతి సత్యవంతుడు కూడా ఒక మహారథియే. ఇతనిచేత ఒక అద్భుతమైన పని అవుతుంది. రాక్షసరాజు అలంబుసుడు మహారథియే. ఇతడు రాక్షససేన అంతటిలో సర్వోత్తముడైన రథికుడు, మాయావి, పాండవులతో పచ్చివైరం ఉన్నవాడు. ప్రాగ్జ్యోతిషపురాధిపతి భగదత్తుడు గొప్పవీరుడు, ప్రతాపశాలి. ఇతడు ఏనుగులనెక్కి యుద్ధం చేసేవారిలో సర్వశ్రేష్ఠుడు. రథయుద్ధంలో కూడా నేర్పరి. వీరే కాకుండా గాంధారులలో శ్రేష్ఠులు అచలుడు, వృషకుడు – ఈ ఇద్దరన్నదమ్ములు కూడా మంచిరథికులు. ఈ ఇద్దరూ కలిసి శత్రుసంహారం చేస్తారు.

ఈ కర్ణుడు, నీకు ప్రియమిత్రుడు సలహాఇచ్చేవాడు, నాయకుడు, పైగా ఎప్పుడూ కూడా పాండవులపై కయ్యానికి నిన్ను ఉబ్బవేస్తూ ఉంటాడు, చాలా గర్విష్ఠి, వ్యర్థప్రసంగాలు చేస్తాడు, నీచస్వభావం కలవాడు, ఇతడు రథికుడు, అతిరథుడూ కాడు. నేను ఇతనిని అర్ధరథుడనుకుంటున్నాను. ఇతడు ఒకసారికనుక అర్జునుని ముందటికి వెళ్తే, అతని చేతులనుండి బ్రతికి బయటపడలేడు.

అప్పుడే ద్రోణాచార్యుడు కూడా – "భీష్మపితామహా! చక్కగా సెలవిచ్చారు. ఉన్నదున్నట్లుగా చెప్పారు. మీరు చెప్పినది ఎప్పుడూ అసత్యం కాదు. ఇతడు ప్రతి యుద్ధంలోనూ బడాయికబుర్లు విసురుతూ, మళ్లీ అక్కడినుండి పారిపోతూండగా మేముకూడా చూశాం. ఇతడు ప్రమత్తుడు. కనుక నేను కూడా ఇతనిని అర్ధరథుడనే అనుకుంటున్నాను" అన్నాడు.

భీష్మద్రోణులమాటలు విని కర్ణునికి కనుబొమలు ముడిపడ్డాయి. అతడు మిక్కిలి కోపంతో – "పితామహా! నేను చేసిన తప్పేమీ లేకపోయినా, మీరు ద్వేషంతో ఈరీతిగా ప్రతిమాటలోను నన్ను వాగ్బాణాలతో తూట్లు పొడుస్తున్నారు. నేను కేవలం దుర్యోధనమహారాజు కారణంగానే మీ మాటలన్నీ సహిస్తున్నాను. మీరు నన్ను అర్ధరథునిగా పరిగణిస్తే లోకమంతా కూడా భీష్ముడు అబద్ధం చెప్పడని తలచి నన్ను అర్ధరథునిగానే అనుకుంటారు. కాని కురునందనా! పెద్దవయసు ఉందనో, తలనెరిసిందనో లేక ధనమో, కుటుంబమో ఎక్కువనో ఏ క్షత్రియునీ మహారథి అనరు. క్షత్రియుడు బలం కారణంగానే శ్రేష్ఠుడు అనిపించుకొంటాడు. అలాగే బ్రాహ్మణుడు వేదమంత్రజ్ఞానం కలవాడైతేను, వైశ్యుడు అధికధనం కలవాడైతేను, శూద్రుడు అధిక వయసుతోను శ్రేష్ఠులు అనిపించుకొంటారు. మీరు రాగద్వేషభరితులై ఉన్నారు. కనుక మోహవశులై మనసుకు నచ్చిన రీతిలో రథి–అతిరథుల విభాగం చేస్తున్నారు. మహారాజా దుర్యోధనా! మీరు కొంచెం తరచి చూడండి. భీష్ముల వారి భావం చాలా దూషితమైనది. వారు మీకు అహితం చేస్తున్నారు. కాబట్టి మీరు వారిని వదిలివేయండి. రథి అతిరథుల పరిగణన ఎక్కడ, ఈ అల్పబుద్ధి కల భీష్ముడెక్కడ? ఇతనికి ఈ వివేకం ఏముంటుంది? నేను ఒక్కడినే పాండవసేనను అంతటినీ తిప్పికొట్టగలను. భీష్మునికి వయసు అయిపోయింది. కాబట్టి కాలుని ప్రేరణతో ఇతని బుద్ధి కూడా బండబారిపోయింది. యుద్ధం, చంపడం, నరకడం, మంచి ఆలోచనలు – వంటివి ఇతనికేమి తెలుసును? శాస్త్రాలు కేవలం వృద్ధుల మాటలపై ఆలోచనలు, శ్రద్ధ పెట్టమనే చెప్పాయి. కాని అతివృద్ధుల మాటలపై కాదు. ఎందుకంటే వారు మళ్లీ బాలకులలాగానే అనిపిస్తారు. నేను ఒక్కడినే పాండవసేననంతనూ నాశనం చేసినాగానీ, సేనాపతి అయిన కారణంగా ఆ కీర్తి భీష్మునికే దక్కుతుంది. కాబట్టి ఇతడు బ్రతికి ఉన్నంతరవకు నేను ఎలాంటి యుద్ధమూ చేయను. ఇతడు చనిపోయాక అయితే మహారథులందరితో పోరాడి చూపిస్తా" అన్నాడు.

భీష్ముడు – "సూతపుత్రా! మనం పరస్పరం కలహించుకోవాలని నేను కోరుకోవడం లేదు. అందుకే నీవు ఇంతవరకు బతికిఉన్నావు. నేను ముసలివాడినే. అయితే ఏమిటి, నీవు ఇంకా పిల్లవాడివే కదా! అయినాకూడా నీ యుద్ధలాలసనూ, జీవితాశనూ నేను త్రుంచి వేయడం లేదు. జమదగ్ని కుమారుడైన పరశురాముల వారే గొప్పగొప్ప అస్త్రశస్త్రాలు వర్షించి నన్నేమీ చేయలేకపోయారు. ఇక నీవేమి చేయగలవు? ఓరీ కులకళంకా! సత్పురుషులు తమ బలాన్ని తామే తమ నోటితో గొప్పగా చెప్పుకోరు. అయినా నీ దుర్మార్గం వల్ల కోపించి నేను ఈ మాటలు చెప్పవలసివస్తోంది. చూడు, కాశీరాజు స్వయంవరం జరిపించినపుడు అక్కడకు చేరిన రాజులందరినీ నేను జయించి కాశీరాజు కూతుళ్లను

హరించాను. ఆ సమయంలో ఇటువంటి వేలమంది రాజులను ఒంటరిగానే యుద్ధభూమిలో ఓడించాను.

ఈ వాగ్వాదం జరుగుతూండగా చూచి దుర్యోధనుడు భీష్మునితో - "పితామహా! మీరు నన్ను చూడండి. మా తలమీద పెద్దభారం పడింది. ఇప్పుడు మీరు కేవలం నా హితం మీదనే దృష్టిపెట్టాలి. నా దృష్టిలో మీఇద్దరి వల్లా కూడా నాకు పెద్ద ఉపకారం జరుగుతుంది. ఇప్పుడు నేను శత్రుసైన్యంలో ఉన్న రథికుల, అతిరథుల వివరాలు కూడా తెలుసుకోవాలనుకొంటున్నాను. ఈరోజు రాత్రి గడవగానే వారితో మనకు యుద్ధం మొదలవుతుంది కనుక, శత్రువుల బలాబలాలను గ్రహించాలని నా కోరిక" అన్నాడు.

పాండవపక్షములోని రథాతిరథుల పరిగణనము

భీష్ముడు చెపుతున్నాడు - "రాజా! నేను నీ పక్షంలోని రథులను అతిరథులను గూర్చి వివరించాను. ఇక నీకు పాండవపక్షంలోని రథికులు మొదలైనవారిని గూర్చి వినాలని ఉత్సుకత ఉంటే అది కూడా విను. మొదటగా యుధిష్ఠిరుడే చాలా మంచి రథికుడు. భీమసేనుడు ఎనిమిది మంది రథికులతో సమానం. బాణ గదా యుద్ధాలలో అతనితో సమానుడైన యోధుడు వేరొకడు లేడు. అతనికి పదివేల ఏనుగుల బలముంది. అతడు చాలా గర్వం, వేగం కలవాడు. మాద్రి కొడుకులైన నకులసహదేవులు కూడా మంచి రథికులే. ఈ పాండవులందరూ బాల్యదశలోనే మీకంటె కూడా వేగంగా పరిగెత్తడంలో, లక్ష్యాన్ని ఛేదించడంలో, మర్మస్థానాలు పీడించడంలోను, భూమిమీద పడవేసి ఈడ్వడంలోను మించిపోయారు. వారు యుద్ధభూమిలో మనసేనను నష్టపరచగలరు. నీవు వారితో యుద్ధం మొదలుపెట్టకు. అర్జునునికి సాక్షాత్తూ శ్రీనారాయణుని సహాయమే లభించింది. రెండు పక్షాల సైన్యంలోను అర్జునుని వంటి రథికుడు ఎవరూ లేరు. ఇప్పుడేకాదు, ఇంతకుముందు కూడా ఇటువంటి రథికుని గూర్చి వినిఉండలేదు. అతనికి కోపంవస్తే నీ సైన్యాన్ని అంతటినీ నాశనం చేసేయగలడు. అర్జునుని నేను గాని, ద్రోణుడు గాని మాత్రమే ఎదిరించగలుగుతాం. మేమిద్దరం తప్పించి ఈ రెండు సేనలలోనూ ఇంకొక మూడవ వీరుడెవడూ అతని ఎదుట నిలువలేడు. కాని ఇప్పుడు మేమిద్దరమూ పెద్దవాళ్లమయిపోయాము. అర్జునుడంటే యువకుడు, అన్ని విధాలా కార్యకుశలుడు.

వీరుకాక ద్రౌపదియొక్క అయిదుగురు కొడుకులు మహారథులు, విరాటుని కొడుకు ఉత్తరుని కూడా నేను మంచి రథికుడనే అనుకుంటున్నాను. మహాబాహువు అభిమన్యుడు అయితే రథయూథపాల యూథానికే అధ్యక్షుడు. అతడు యుద్ధం చేయడంలో స్వయంగా అర్జునునితో కృష్ణునితో సమానుడు. వృష్ణివంశవీరులలో పరమవీరుడైన సాత్యకికూడా రథయూథపాలకు యూథపుడు. అతడు చాలా అసహన స్వభావం కలవాడు, నిర్భయుడు. ఉత్తమౌజుడు కూడా మంచి రథికుడనే నా ఉద్దేశ్యం. యుధామన్యుడు కూడా నా దృష్టిలో ఉత్తమరథికుడే. విరాట ద్రుపదులు వృద్ధులైనప్పటికీ యుద్ధంలో అజేయులు. నేను వారిని మిక్కిలి పరాక్రమవంతులని, మహారథులని తలపోస్తాను. ద్రుపదుని కొడుకు శిఖండి కూడా ఆ సైన్యంలో ఒక ముఖ్య రథికుడే. ద్రోణాచార్యుని శిష్యుడు ధృష్టద్యుమ్నుడయితే ఆ సైన్యానికంతటికీ అధ్యక్షుడు. అతనిని కూడా నేను మహారథిగా, అతిరథునిగా అంగీకరిస్తాను. ధృష్టద్యుమ్నుని కొడుకు క్షత్రధర్ముడు అర్ధరథి. ఎందుకంటే బాలుడు కాబట్టి ఇంకా అతడు విశేషంగా అభ్యాసం చేయలేదు. శిశుపాలపుత్రుడు, చేదిరాజు అయి ధృష్టకేతువు గొప్పవీరుడు, ధనుర్ధరుడూ. అతడు పాండవులకు బంధువు. మహారథి. వీరుకాక, క్షత్రదేవుడు, జయంతుడు, అమితౌజుడు, సత్యజితుడు, అజుడు, భోజుడు కూడా పాండవపక్షంలో మహాపరాక్రమవంతులు, మహారథులు.

కేకయదేశపు ఐదుగురు రాజపుత్రసోదరులు గొప్ప ధృఢ పరాక్రమవంతులు, రకరకాల ఆయుధాలతో యుద్ధం చేసేవారు, ఉత్తమస్థాయికి చెందిన రథికులు. కౌశికుడు, సుకుమారుడు, నీలుడు, సూర్యదత్తుడు, శంఖుడు, మదిరాశ్వుడు- వీరందరూ చాలా మంచి రథికులూ, యుద్ధకళలో నిష్ణాతులూ కూడా. మహారాజు వార్ధక్షేమిని కూడా నేను మహారథిగానే పరిగణిస్తాను. రాజు చిత్రాయుధుడు కూడా రథికులలో శ్రేష్ఠుడు, అర్జునునికి భక్తుడు. చేకితానుడు, సత్యధృతి, వ్యాఘ్రదత్తుడు, చంద్రసేనుడు - వీరంతా పాండవసేనలో గొప్ప మంచిరథికులు. సేనాబిందుడు లేక క్రోధహంతుడు అనే పేరుగల వీరుడు శ్రీకృష్ణార్జునులతో సమానమైన బలవంతుడు. అతనిని కూడా ఉత్తమరథికుడు అనుకోవాలి. కాశిరాజు ఆయుధాలు తిప్పడంలో చాలా చురుకుదనం కలవాడు, శత్రుసంహారం చేయగల వాడు. అతడు కూడా ఒక రథికునితో సమానమే. ద్రుపదుని పుత్రుడు, యువకుడు అయిన సత్యజితుడు ఎనిమిదిమంది రథికులతో సమానం. అతనిని ధృష్టద్యుమ్నునితో సమానంగా అతిరథుడని

చెప్పవచ్చును. పాండ్యరాజు కూడా పాండవసేనలో ఒకమహారథి. అతడు గొప్ప పరాక్రమవంతుడు, మహాధనుర్ధారి. వీరు కాక శ్రేణిమంతుడు, రాజు వసుదానుడు కూడా అతిరథులనే నేను అనుకుంటాను.

పాండవుల పక్షంలో రోచమానుడు కూడా ఒక మహారథి. పురుజిత్కుంతిభోజుడు ధనుర్ధరుడు, మహాబలవంతుడు. అతడు భీమసేనునికి మామ. నా దృష్టిలో అతడు అతిరథుడు. భీమసేనుని కొడుకు రాక్షసరాజు ఘటోత్కచుడు గొప్ప మాయావి. అతడు రథయూథపతులకు కూడా అధిపతి అని నేను భావిస్తాను. రాజా! నీకు నేను పాండవపక్షంలోని ప్రధానులైన రథులను, అతిరథులను, అర్ధరథులను, తెలియచేశాను. శ్రీకృష్ణార్జునులు గాని, ఇతరరాజులలో వేరెవరయినా గాని నాకు ఎక్కడ తారసపడితే అక్కడే వారిని అడ్డుకునే ప్రయత్నం చేస్తాను. కాని ద్రుపదుని పుత్రుడయిన శిఖండి నాకు ఎదురుగా వచ్చి యుద్ధం చేస్తే మాత్రం, అతనిని నేను చంపను. ఎందుకంటే రాజులందరిఎదుటా నేను ఆజన్మబ్రహ్మచర్యం చేస్తానని ప్రతిజ్ఞ చేశాను. కాబట్టి ఏ స్త్రీనిగాని, లేక మునుపు స్త్రీగా ఉన్న పురుషునిగాని ఎప్పుడూ నేను చంపను. బహుశః నీవూ వినే ఉంటావు. ఈ శిఖండి మునుపు స్త్రీ అని. ఇతడు కన్యగా పుట్టి తరువాత పురుషుడు అయ్యాడు. అందుకే అతనితో నేను యుద్ధం చేయను. ఇతడు తప్ప రణరంగంలో ఇక ఏఏ రాజులు నా ఎదుటికి వచ్చినా వారందరినీ చంపుతాను. కాని కుంతీపుత్రుల ప్రాణాలు మాత్రం తీయను" అన్నాడు.

శిఖండి పూర్వజన్మ వృత్తాంతకథను భీష్ముడు వినిపించుట

దుర్యోధనుడు - "తాతగారూ! శిఖండి రణక్షేత్రంలో చంపడానికి ఉద్యుక్తుడై బాణం ఎక్కుపెట్టి మీ ఎదుటికి వచ్చినా కూడా మీరు అతనిని ఎందుకు చంపరు?" అని ప్రశ్నించాడు.

భీష్ముడు చెప్పసాగాడు - దుర్యోధనా! రణభూమిలో శిఖండిని నాకు ఎదురుగా చూచినా నేను అతనిని చంపను. దానికి కారణం విను. జగద్విఖ్యాతుడయిన నా తండ్రి శాంతనుడు చనిపోయాక నేను నా ప్రతిజ్ఞను పాటిస్తూ చిత్రాంగదుని సింహాసనంపై కూర్చోపెట్టి, రాజుగా అభిషేకించాను. అతడు కూడా మరణించడంతో తల్లి సత్యవతి సూచనమేరకు నేను విచిత్రవీర్యుని రాజును చేశాను. విచిత్రవీర్యుడు చాలా చిన్నవాడు. కాబట్టి రాజకార్యాలలో అతనికి నా సహాయం అవసరమయింది. ఆపై ఏదైనా తగినకులంలోని కన్యను చూసి అతనికి వివాహం చేయాలనే ఆలోచన నాకు కలిగింది. ఆ సమయంలోనే కాశీరాజు కూతుళ్లు అనుపమరూపవతులు అయిన అంబ, అంబిక, అంబాలిక అనే ముగ్గురికీ స్వయంవరం జరగబోతోందని విన్నాను. దానికి భూమిపైనున్న రాజులందరినీ పిలిచారు. నేను కూడా ఒంటరిగానే రథం ఎక్కి కాశీరాజు రాజధానికి చేరుకున్నాను. ఎవరు అందరికంటె పరాక్రమవంతులో వారిని ఈ కన్యలు వివాహమాడతారని అక్కడ ఒక నియమం పెట్టారు. నాకిది తెలియగానే నేను ముగ్గురు కన్యలను నా రథంమీద కూర్చోపెట్టుకొని అక్కడ చేరిన రాజులందరికీ పదేపదే - "మహారాజు శంతనుని పుత్రుడు భీష్ముడను ఈ కన్యలను తీసుకొని వెళ్తున్నాను, మీరందరూ మీ సర్వబలాలను మోహరించి వీరిని విడిపించుకునే ప్రయత్నం చేయండి" అని చెప్పాను.

అప్పుడు ఆ రాజులందరూ అస్త్రశస్త్రాలు తీసుకొని నామీద దాడి చేశారు. తమ సారథులను రథాలు సిద్ధం చేయమని ఆదేశించారు. వారందరూ రథాలు ఎక్కి నన్ను నాలుగువైపులనుండి ముట్టడించారు. నేను కూడా బాణాలు కురిపించి వారిని అన్నివైపులనుండి కప్పివేశాను. ఒక్కొక్క బాణంతో కొట్టి వారి ఏనుగులను, గుఱ్ఱాలను, సారథులను నేలకూల్చాను. నేను బాణం వేసే ఆవేగాన్ని చూచి వారు ముఖాలు చాటు చేసుకుని మైదానం విడిచిపారిపోయారు. ఈరకంగా ఆ రాజులందరినీ ఓడించి నేను హస్తినాపురానికి తిరిగివచ్చాను. సోదరుడు విచిత్రవీర్యునికోసం ఆ ముగ్గురు కన్యకలను మాతల్లి సత్యవతికి అప్పగించాను. నామాట విని సత్యవతీమాతకు చాలా ఆనందం కలిగింది. ఆమె - "నాయనా! చాలా సంతోషం - నీవు రాజులందరినీ జయించావు" అన్నది. సత్యవతి సూచన మేరకు వివాహపు ఏర్పాట్లు జరుగుతున్నపుడు కాశీరాజు యొక్క పెద్దకూతురు అంబ చాలా సంకోచిస్తూ "భీష్మా! మీరు శాస్త్రాలన్నింటిలో పారంగతులు, ధర్మసూక్ష్మాలు తెలిసినవారు. కాబట్టి ధర్మానుకూలమైన నా మాటలు విని ఆపై మీరు ఏది ఉచితమనుకుంటే అది చేయండి. ఇంతకుముందే నేను మనసులోనే సాళ్వరాజును వరించాను. అతడు కూడా తండ్రికి చెప్పకుండా ఏకాంతంలో నన్ను పత్నిగా స్వీకరించాడు. ఈ రకంగా నా మనసు మరోచోట చిక్కుకుంది. కురువంశీయులు అయిఉండి కూడా మీరు రాజధర్మానికి తిలోదకాలు ఇచ్చి నన్ను మీఇంట్లో ఎందుకు

ఉంచుకున్నారు? ఈ విషయం అర్థం చేసుకుని మీరు మీ మనసులో ఆలోచించండి. ఎలా చేస్తే ఉచితమో అలా చేయండి" అంది.

అప్పుడు నేను సత్యవతి, మంత్రిగణం, ఋత్విక్కులు, పురోహితులు - వీరందరి అనుమతి తీసుకొని అంబను వెళ్లమని అనుజ్ఞ ఇచ్చాను. అంబ వృద్ధబ్రాహ్మణులను, దాదులను తోడు తీసుకొని సాళ్వరాజు నగరానికి వెళ్లింది. ఆమె సాళ్వుని వద్దకు వెళ్లి - "మహబాహూ! నేను నీ దగ్గరకు వచ్చేశాను" అన్నది. ఇదివిని సాళ్వుడు కొద్దిగా నవ్వి - "సుందరీ! ఇంతకుముందు ఇంకొక పురుషునితో నీకు సంబంధం ఏర్పడింది. కాబట్టి ఇప్పుడు భార్యగా నిన్ను నేను స్వీకరించలేను. ఇక నీవు భీష్ముని వద్దకే వెళ్లు. భీష్ముడు నిన్ను బలవంతంగా హరించి తీసుకువెళ్లాడు కనుక నిన్ను నేను గ్రహించడానికి ఇష్టపడటం లేదు. నేను ఇతరులకు ధర్మాన్ని ఉపదేశిస్తాను. అయినా నాకు అన్ని సంగతులూ కూడా తెలుసు. ముందే ఇతరునితో సంబంధం ఏర్పడ్డాక కూడా నిన్ను నేను ఎలా ఉంచుకోగలుగుతాను? కాబట్టి ఇప్పుడు నీకు ఎక్కడికి వెళ్లాలని ఉందో అక్కడికి వెళ్లు." అని నిర్దయగా పలికాడు.

అంబ - "శత్రుదమనా! నేను ఆనందిస్తూంటే భీష్ముడు నన్ను తీసుకువెళ్లలేదు. నేనప్పుడు విలపిస్తూ ఉన్నాను. అతడు బలవంతంగా రాజులందరినీ ఓడించి నన్ను తీసుకుపోయాడు. సాళ్వరాజా ! నేను నిరపరాధిని. మీ దాసిని. నన్ను స్వీకరించండి. తన సేవకురాలిని విడిచిపెట్టడం మంచిదని ధర్మశాస్త్రాలలో చెప్పలేదు. నేను భీష్ముని అనుమతి తీసుకుని వెంటనే ఇక్కడకు వచ్చాను. భీష్మునికి కూడా నాయందు అభిలాషలేదు. అతడు తన తమ్ముడి కోసమే ఈ పని చేశాడు. నా చెల్లెళ్లు అంబిక, అంబాలికలను అతడు తన తమ్ముడు విచిత్రవీర్యునికిచ్చి పెళ్లిచేశాడు. నేను మిమ్మల్ని తప్పించి వేరే ఏవరునీ నామనసులో ఆలోచించనూ కూడా లేదు. నేను ఎవరికీ భార్యను కాకుండానే మీదగ్గరకు వచ్చాను. నేనింకా కన్యనే. ఇప్పుడు స్వయంగానే మీదగ్గరకు వచ్చాను. మీ దయకోసం పాకులాడుతున్నాను" అని దీనంగా చెప్పింది.

ఈ రీతిగా అంబ రకరకాలుగా ప్రార్థించింది. అయినా సాళ్వునికి నమ్మకం కుదరలేదు. అప్పుడామెకంట కన్నీరు కారసాగింది. ఆమె గద్గదకంఠంతో - రాజా! మీరు నన్ను వదిలేస్తున్నారు. మంచిది. కాని సత్యం స్థిరమైనదైతే, నేను ఎక్కడికి వెళ్లినా కూడా సత్పురుషులు నన్ను రక్షిస్తారు" అన్నది. ఈరకంగా ఆమె ఎంతోదీనంగా విలపించింది, అయినా సాళ్వుడు ఆమెను విడిచివేశాడు. ఆమె నగరం వెలుపలికి వచ్చి- "నావంటి దీనురాలు అయిన యువతి ఈ భూలోకంలో ఎవరూ ఉండరు. నా రక్తబంధువులతో నా బంధుత్వం తెగిపోయింది, సాళ్వుడు కూడా నన్ను తిరస్కరించాడు. ఇప్పుడు హస్తినాపురానికి కూడా తిరిగి వెళ్లలేను. ఈ తప్పంతా నాదే. భీష్మునితో యుద్ధం జరిగేటపుడు సాళ్వుని కోసం నేను రథం దిగిపోయి ఉంటే ఉచితంగా ఉండేది. ఈరోజు దానికే ఈ ఫలం లభిస్తోంది. కాని ఈ విపత్తంతా భీష్ముని కారణంగానే వచ్చిపడింది. కాబట్టి తపస్సు లేదా యుద్ధం ద్వారా నేను దీనికి బదులు తీర్చుకోవాలి." అని తలపోసింది.

అంబకారణముగా భీష్మపరశురాములు యుద్ధమునకు సిద్ధపడుట

భీష్ముడు చెపుతున్నాడు - ఇలా నిశ్చయించుకుని ఆమె నగరం నుండి తాపసుల ఆశ్రమానికి వచ్చింది. ఆ రాత్రి అక్కడే గడిపింది. ఆ ఋషులకు తన వృత్తాంతమంతా చెప్పింది. ఋషులు తమలో తాము "ఇప్పుడు ఈ కన్యకోసం మనం ఏమి చేయాలి?" అని ఆలోచించసాగారు. అందులో ఒకరు ఈమెను ఈమె తండ్రి దగ్గరకు చేర్చుదాం" అన్నారు. ఒకరు నావద్దకు (భీష్ముని వద్దకు) వచ్చి నచ్చచెప్పాలనే అభిప్రాయం వెలిపుచ్చారు. ఇంకొకరు సాళ్వుని వద్దకే వెళ్లి ఈమెను వివాహమాడాలని ఆదేశించాలన్నారు. కాని దానిని ఇంకొకరు వ్యతిరేకించారు. చివరికి ఆందరూ కలిసి ఆమెతో - "నీకు నీ తండ్రి ఆశ్రయంలో ఉండడమే అన్నిటికంటె మంచిది. ఇంతకుమించి ఇంకేమీ లేదు. స్త్రీకి భర్త లేదా తండ్రి - ఇద్దరే ఆశ్రయించదగినవారు" అని చెప్పారు.

అంబ - "మునులారా! ఇప్పుడు నేను కాశీపురానికి నా తండ్రి ఇంటికి తిరిగివెళ్లలేను. దీనివల్ల తప్పకుండా నేను బంధువర్గం తిరస్కారాలను భరించవలసి ఉంటుంది. నేనిప్పుడు ఇంక తపస్సే చేస్తాను. అందువల్ల రాబోయే జన్మలోనైనా ఇటువంటి దౌర్భాగ్యం ప్రాప్తించకుండా ఉంటుంది" అన్నది.

భీష్ముడు చెపుతున్నాడు - బ్రాహ్మణులందరూ ఈ రకంగా ఆ కన్యవిషయమై ఆలోచిస్తూనే ఉన్నారు. ఇంతలోనే అక్కడికి పరమతాపసి అయిన రాజర్షి హోత్రవాహనుడు వచ్చాడు. మునులు అతనిని స్వాగతించి, ఆసనం, నీళ్లు మొదలైనవానితో అతనిని గౌరవించారు. అతడు విశ్రాంతిగా

కూర్చున్నాక, వారు తిరిగి ఆ కన్య విషయమై మాట్లాడుకోసాగారు. అంబకు, కాశీరాజుకు సంబంధించిన ఆ మాటలన్నీ విని రాజర్షి హోత్రవాహనునికి చాలా దుఃఖం కలిగింది. హోత్రవాహనుడు అంబకు మాతామహుడు. అతడు ఆమెను దగ్గరకు తీసుకుని ధైర్యం చెప్పాడు. మొదటినుండీ ఈ ఆపద గురించిన పూర్తి వృత్తాంతాన్ని చెప్పమని అడిగాడు. అంబ మొదటి నుండీ జరిగినదంతా సవివరంగా చెప్పింది. అది విని అతనికి చాలా దుఃఖం శోకం కలిగాయి. ఈ విషయంలో చేయవలసిన దేమిటో మనసులోనే నిశ్చయించుకొని, ఆమెతో - "అమ్మాయీ! నేను నీ తాతను.(తల్లితండ్రి). నీవు నీ తండ్రి ఇంటికి వెళ్లవద్దు. నేను చెప్పినట్లుగా నీవు జమదగ్ని నందనుడైన పరశురాముని వద్దకు వెళ్లు. నీ ఈ మహాశోకాన్ని, సంతాపాన్ని తప్పకుండా వారు దూరం చేయగలరు. వారు ఎప్పుడూ మహేంద్ర పర్వతం మీద ఉంటారు. అక్కడికి వెళ్లి వారికి నమస్కరించి నీవు నా తరపున అన్ని విషయాలూ వారికి చెప్పు. నాపేరు చెపితే వారు నీ అభీష్టాన్ని నెరవేరుస్తారు. వత్సా! వారు నాకు మిక్కిలి ప్రీతిపాత్రులు, ఇష్టసఖులు" అని కర్తవ్యాన్ని ఉపదేశించాడు.

రాజర్షి హోత్రవాహనుడు ఇలా చెపుతూ ఉండగానే పరశురాముని ప్రియశిష్యుడు అకృతవ్రణుడు అక్కడికి వచ్చాడు. మునులందరూ అతనిని గౌరవించారు. అతడు కూడా వారందరికీ యథాయోగ్యంగా నమస్కరించాడు. అందరూ అతని చుట్టూ కూర్చున్నారు. అప్పుడు అకృతవ్రణుడు - "శ్రీపరశురాములవారు మిమ్మల్ని కలుసుకోవడానికి రేపు ఉదయమే ఇక్కడికి విచ్చేస్తున్నారు" అని చెప్పాడు. ఆ మునులందరూ రకరకాల కబుర్లతో ఆ దినం గడిపారు. మరుసటి దినం ఉదయాన్నే శిష్యులు పరివేష్టించి రాగా, పరశురాములవారు అక్కడికి దయచేశారు. వారు బ్రహ్మతేజస్సుతో వెలిగిపోతున్నారు. తలపై జటలు, శరీరంపై నారవస్త్రం శోభిల్లుతున్నాయి. చేతులలో ధనుస్సు, ఖడ్గం, పరశువు ఉన్నాయి. వారిని చూడగానే తాపసులు అందరూ, రాజు హోత్రవాహనుడు, అంబ చేతులు జోడించి లేచి నిలుచున్నారు. వారు పరశురాముని యథాయోగ్యంగా పూజించారు. వారు వారందరితో కలిసికూర్చున్నారు. హోత్రవాహనుడు, పరశురాములవారు గడిచిపోయిన అనేక సంగతులను గురించి మాట్లాడుకోసాగారు. మాటలలో మాటగా రాజు - "పరశురామప్రభూ! ఈమె కాశీరాజు కూతురు. నా దౌహిత్రి. (కూతురు కూతురు) ఈమెకు ఒక ముఖ్యమైన పని ఉంది. అది మీరు వినండి" అని చెప్పాడు.

అప్పుడు పరశురాములవారు ఆమెతో - "అమ్మాయీ! నీ పనేమిటి చెప్పు" అని అడిగారు. అందుపై అంబ జరిగినదంతా యథాతథంగా వివరించింది. అప్పుడు వారు - "అయితే నిన్ను నేను భీష్ముని వద్దకు పంపుతాను. అతడు నేను చెప్పినట్లే చేస్తాడు. అతడు నామాట వినకపోతే మంత్రులతో సహితంగా అతనిని భస్మం చేసివేస్తాను" అన్నారు. అంబ - "మీకు ఎలా ఉచితమనిపిస్తే అలా చేయండి. నా ఈ సంకటస్థితికి మాత్రం బ్రహ్మచారి అయిన భీష్ముడే కారణం. అతడే నన్ను బలాత్కారంగా తన వశం చేసుకున్నాడు. కాబట్టి మీరు అతనికి నష్టం కలిగించండి" అన్నది.

అంబ ఇలా చెప్పాక శ్రీపరశురాములవారు ఆమెను, ఆ బ్రహ్మజ్ఞానులైన ఋషులను వెంటబెట్టుకొని కురుక్షేత్రానికి వచ్చారు. అక్కడ వారు సరస్వతీనదీతీరంలో విడిది చేశారు. మూడవరోజున వారు నాకు "నేను ఒక ముఖ్యమైన పనిమీద నీవద్దకు వచ్చాను. నీవు నాకు ఇష్టమైన ఆ పనిచేయి" అని ఒక సందేశం పంపించారు. మన ప్రాంతానికి శ్రీపరశురాములవారు విచ్చేశారనే వార్త విని నేను వెంటనే మిక్కిలి ప్రేమతో వారిని కలుసుకోవడానికి వెళ్లాను. నాతోపాటు అనేకులు బ్రాహ్మణులు, ఋత్విజులు, పురోహితులు కూడా ఉన్నారు. వారి సత్కారం కోసం నేను ఒక గోవును కూడా తీసుకుని వెళ్లాను. ప్రతాపశాలి అయిన పరశురాములవారు నా పూజను స్వీకరించారు. వారు నాతో - "భీష్మా! నీకు స్వయంగా వివాహం చేసుకోవాలనే కాంక్ష లేనపుడు ఈ కాశీరాజపుత్రిని ఎందుకు తీసుకువెళ్లావు? తిరిగి ఎందుకు వదిలివేశావు? చూడు. నీవు తాకగానే ఈమె స్త్రీ ధర్మం నుండి భ్రష్టురాలయింది. అందువల్లనే సాళ్వరాజు ఈమెను స్వీకరించలేదు. కాబట్టి అగ్నిసాక్షిగా ఇప్పుడు నీవే ఈమెను గ్రహించు" అని చెప్పారు.

అప్పుడు నేను వారితో - "భగవాన్! ఇప్పుడు నేను నా సోదరునితో ఈమె వివాహం ఏ రకంగానూ జరిపించలేను. ఎందుకంటే ఈమె ఇంతకుముందే నాతో "నేను సాళ్వునికి భార్యనై పోయాను" అని చెప్పింది. అప్పుడు నా అనుమతి తీసుకునే ఈమె సాళ్వుని నగరానికి వెళ్లింది. భయం, నింద, ధనలోభం చేతగాని లేదా ఏ కోరిక చేతగాని నేను నా క్షత్రధర్మం నుండి విచలితుడిని కాలేను" అని చెప్పాను. నామాటలు విని పరశురాములవారికి క్రోధంతో కళ్లు

తిరిగిపోయాయి. వారు – "నా ఈ ఆజ్ఞను నీవు పాటించకపోతే నీ మంత్రులతో సహితంగా నిన్ను నాశనం చేస్తాను"అని పదేపదే నన్ను హెచ్చరించసాగారు. నేను కూడా చాలాసార్లు వారిని మృదుస్వరంతో ప్రార్థించాను. కాని వారు శాంతించలేదు. అప్పుడు నేను వారి పాదాలపై శిరసు మోపి – "భగవాన్! మీరు నాతో యుద్ధం చేయాలనుకొంటున్నారు. కారణమేమిటి? చిన్నతనంలో నాకు మీరే నాలుగురకాల ధనుర్విద్యను నేర్పించారు. కాబట్టి నేను మీ శిష్యుడిని" అని అడిగాను. పరశురాములవారు క్రోధంతో కన్నులు ఎఱ్ఱబడగా "భీష్మా! నీవు నన్ను గురువని అంటున్నావు. కాని నా సంతోషం కోసం ఈ కాశిరాజపుత్రిని స్వీకరించనంటున్నావు. చూడు. ఇలా చేస్తే తప్ప నీకు శాంతి లభించదు" అన్నారు.

అప్పుడు నేను – "బ్రహ్మర్షీ! మీరు అనవసరంగా ఎందుకు శ్రమపడతారు? ఇప్పుడు అలా జరగనే జరగదు. నేను ముందే ఈమెను పరిత్యజించాను. ఆహా! పరపురుషునిమీద ప్రేమ ఉన్న స్త్రీని ఎవరూ మాత్రం ఏ రకంగా తమ ఇంటిలో ఉంచుకొంటారు? ఇంద్రునివలన భయంతో కూడా నేను ధర్మాన్ని విడిచిపెట్టను. మీరు సంతోషించినాసరే, లేకున్నాసరే. మీరు ఏం చేసుకుంటారో చేసుకోండి. మీరు నా గురువులు.కాబట్టి నేను ప్రేమ పూర్వకంగా మిమ్మల్ని సత్కరించాను. కాని గురువులాగ ప్రవర్తించడం మీకు తెలియదని నాకు అర్థమయింది. అందుకని నేను మీతో యుద్ధం చేయడానికి కూడా సిద్ధంగా ఉన్నాను. నేను యుద్ధంలో గురువును, విశేషించి బ్రాహ్మణుని, పైగా తపోవృద్ధుని చంపలేను. కాబట్టే నేను మీ మాటలను సహించి ఊరుకుంటున్నాను. కాని క్షత్రియునితో సమానంగా ఆయుధం ఎత్తి ఎదుటకు వచ్చిన బ్రాహ్మణుని, అతడు నిలిచి యుద్ధం చేస్తున్నపుడు, మైదానం విడిచిపారిపోనపుడు – క్షత్రియుడు ఆతనిని చంపినా బ్రహ్మహత్యాదోషం కలగదని ధర్మశాస్త్రాలు నిశ్చయించాయి. నేను క్షత్రియుడనే. క్షాత్రధర్మంలో నిలిచినవాడినే. కాబట్టి మీరు ఆనందంగా నాతో ద్వంద్వయుద్ధం చేయడానికి సిద్ధం కండి. "నేను ఒక్కడినే ఈభూమిలోని క్షత్రియులందరినీ జయించాను" అని మీరు చాలారోజులనుండి బడాయి కబుర్లు చెప్పుకొంటున్నారు. అయితే వినండి. అప్పుడు భీష్ముడుగాని, భీష్మునితో సమానుడైన క్షత్రియుడు గాని పుట్టలేదు. పరాక్రమవంతులైన వీరులు ఆవెనుక పుట్టారు. మీరు కేవలం గడ్డి గాదాన్ని మాత్రమే మండించి ఉంటారు. మీ యుద్ధాభిమానాన్ని యుద్ధకాంక్షను బాగా పోగొట్టగల ఆ భీష్ముడు ఇప్పుడు జన్మించాడు" అని అన్నాను.

అప్పుడు పరశురాములవారు నవ్వి నాతో – "భీష్మా! నీవు సంగ్రామరంగంలో నాతో యుద్ధం చేయాలనుకొంటున్నావు – ఇది చాలా సంతోషకరమైన విషయం. మంచిది. ఇదిగో నేను కురుక్షేత్రానికి వెడుతున్నాను. నీవు కూడా అక్కడికి రా. అక్కడ వందల బాణాలతో నిన్ను తూట్లు పొడిచి నేలకూలుస్తాను. ఆ దైన్యస్థితిలో నిన్ను నీ తల్లి గంగాదేవి కూడా చూడగలదు. నడు. రథం మొదలైన యుద్ధసామగ్రి అంతా తీసుకొని నడు" అన్నారు. అప్పుడు నేను పరశురాములవారికి నమస్కరించి "తమచిత్తం" అన్నాను. ఆ తరువాత పరశురాములవారు కురుక్షేత్రానికి వెళ్లిపోయారు. నేను హస్తినాపురానికి వచ్చి, సంగతంతా తల్లిగారైన సత్యవతికి చెప్పాను. తల్లి నన్ను ఆశీర్వదించింది. నేను బ్రాహ్మణుల చేత పుణ్యాహవాచనం, స్వస్తివాచనం చేయించి హస్తినాపురం నుండి కురుక్షేత్రానికి బయలుదేరాను. ఆ సమయంలో బ్రాహ్మణులు జయజయధ్వానాలతో నన్ను ఆశీర్వదిస్తూ స్తుతించారు. కురుక్షేత్రాన్ని చేరుకొని మేమిద్దరం యుద్ధానికి పరాక్రమించసాగాం. నేను పరశురాములవారి ఎదుట నిలబడి నా శ్రేష్ఠమైన శంఖాన్ని ఊదాను. ఆ సమయంలో బ్రాహ్మణులు, వనవాసులు, తాపసులు, ఇంకా ఇంద్రునితో సహితంగా దేవతలందరూ అక్కడికి వచ్చి ఆ దివ్యయుద్ధాన్ని చూడసాగారు. అప్పుడక్కడ దివ్యదుందుభులు మోగుతున్నాయి. మేఘాలు ఉరుముతున్నాయి. మధ్యమధ్యలో దివ్యమైన పూలవాన కురుస్తోంది. పరశురామునితో పాటు వచ్చిన తాపసులందరూ కూడా యుద్ధభూమి చుట్టూ చూపరులుగా చేరారు. అదే సమయంలో సమస్తప్రాణుల మేలు కోరే గంగామాత సాకారంగా నావద్దకు వచ్చి – "నాయనా! నీవు చేయదలచుకున్నది ఏమిటి? నేను ఇప్పుడే పరశురాముని వద్దకు వెళ్లి "భీష్ముడు మీ శిష్యుడు. అతనితో మీరు యుద్ధం చేయకండి" అని వేడుకుంటాను. నీవు పరశురాములవారితో యుద్ధం చేయాలని భీష్మించకు. వారు క్షత్రియులను నాశనం చేసినవారని, సాక్షాత్తు శ్రీమహాదేవునితో సమానమైన శక్తిగలవారని నీకు తెలియదా ఏం ఈ రీతిగా వారిపై కత్తిదూయడానికి సిద్ధపడ్డావు" అన్నది. నేను రెండు చేతులు జోడించి తల్లికి నమస్కరించి, పరశురాములవారితో చెప్పినదంతా ఆమెకు చెప్పాను. దానితోపాటే అంబ చేసిన దుష్కృత్యం గురించి కూడా చెప్పాను.

అప్పుడు తల్లి పరశురాములవారి వద్దకు వెళ్లింది. వారిని క్షమాపణ కోరుతూ – "మునివరా! మీరు మీ శిష్యుడు భీష్మునితో యుద్ధం చేయకండి" అని చెప్పింది. పరశురాములవారు – "నీవు భీష్మునే వారించు. అతడు నేను చెప్పిన ఒక్కమాట వినడంలేదు. అందుకనే నేను యుద్ధం చేయడానికి వచ్చాను" అన్నారు. గంగ పుత్రప్రేమతో మళ్లీ నా వద్దకు వచ్చింది. కాని నేనామె మాటను అంగీకరించలేదు. ఇంతలోనే మహాతపస్వి అయిన పరశురాములవారు యుద్ధభూమిలో ప్రత్యక్షమయ్యారు. యుద్ధంకోసం నన్ను ఆహ్వానించారు.

భీష్మ పరశురాముల యుద్ధము

భీష్ముడు చెపుతున్నాడు – రాజా! అప్పుడు నేను యుద్ధభూమిలో నిలిచి ఉన్న పరశురామునితో – "మునీ! తమరు నేలపై ఉన్నారు. కాబట్టి నేను రథం ఎక్కి మీతో యుద్ధం చేయలేను. మీరు నాతో యుద్ధం చేయాలనుకుంటే రథం ఎక్కండి. కవచం ధరించండి" అన్నాను. పరశురాముడు నవ్వి – "భీష్మా! భూమే నాకు రథం వేదాలు గుఱ్ఱాలు, వాయువు సారథి. వేదమాతలైన గాయత్రి, సావిత్రి, సరస్వతి నాకు కవచం. వారి ద్వారా నా శరీరాన్ని సురక్షితం చేసుకునే నేను యుద్ధం చేస్తాను" అని చెప్పి భీషణమైన బాణవర్షంతో నన్ను అన్నివైపుల కప్పివేశాడు. ఆ సమయంలో ఆయన రథంమీద ఉండడం నేను గమనించాను. వారు దానిని మనసుతోనే సృష్టించుకొన్నారు. అది గొప్ప విచిత్రం గానూ, నగరంలా విశాలంగానూ ఉంది. అందులో అన్నిరకాల ఉత్తమోత్తమ అస్త్రశస్త్రాలు పెట్టబడి ఉన్నాయి. దివ్యమైన అశ్వాలు రథానికి కట్టబడి ఉన్నాయి. ఆయన శరీరంమీద సూర్యచంద్ర చిహ్నాలతో శోభిల్లే కవచం ఉంది. చేతిలో ధనుస్సు ఉంది. మూపుపై అంపపొది ఉంది. ఆయన ప్రియసఖుడు అకృతవ్రణుడు ఆయనకు సారథ్యం చేస్తున్నాడు. వారు నాకు ఆనందం కలిగిస్తూ నన్ను యుద్ధానికి ఆహ్వానించారు. ఇంతలో వారు నాపై మూడు బాణాలు వేశారు. వెంటనే నేను గుఱ్ఱాలను ఆపివేయించి, ధనుస్సును కిందపెట్టి, రథంనుండి దిగి, కాలినడకన వారి వద్దకు వెళ్లాను. వారిని గౌరవించడానికి విధ్యుక్తంగా వారికి నమస్కరించి – "మునివరా! మీరు నాకు గురువులు. మీతో నేను యుద్ధం చేయబోతున్నాను. కనుక మీరు నాకు 'విజయం కలగాలని' ఆశీర్వదించండి" అని అడిగాను. అందుకు పరశురాముడు – "కురుశ్రేష్ఠా! సఫలత పొందాలనుకునేవారు ఇలాగే చేయాలి. తనకంటె పెద్దవారితో యుద్ధం చేసేవారికి ఇదే ధర్మం. నీవు ఈ విధంగా రాకపోయి ఉంటే నీకు శాపం ఇచ్చేవాడిని. ఇక నీవు జాగ్రత్తగా యుద్ధం చేయి, నేను నిన్ను జయించడానికే ఇక్కడికి వచ్చాను కాబట్టి నీకు జయం కలగాలనే ఆశీర్వాదం మాత్రం ఇవ్వలేను. వెళ్లు. ఇక యుద్ధం చెయ్యి. నీ ప్రవర్తనకు నేను చాలా సంతోషించాను" అన్నాడు.

అప్పుడు నేను వారికి మళ్లీ నమస్కరించి వెంటనే రథం ఎక్కి శంఖం మ్రోగించాను. తరువాత పరస్పర జయకాంక్షతో మాకిద్దరికీ చాలా రోజులపాటు యుద్ధం జరిగింది. ఈ యుద్ధంలో పరశురాములవారు నామీద నూట అరవైతొమ్మిది బాణాలు వేశారు. నేను బల్లెం జాతికి చెందిన ఒక తీక్ష్ణబాణం వేసి వారి వింటికొనను విరిచివేశాను. మరో నూరు బాణాలతో వారి శరీరాన్ని తూట్లు పొడిచాను. ఆ బాధకు వారు కదలలేనట్లు అయిపోయారు. దీనితో నాకు చాలా జాలివేసింది. ధైర్యాన్ని చిక్కపట్టుకొంటూ యుద్ధాన్ని క్షత్రధర్మాన్ని నిందించుకొన్నాను. ఆ తరువాత నేను వారిపై బాణం వేయలేదు. ఇంతలో సాయంకాలం కావడంతో సూర్యదేవుడు భూమిని తపింపచేస్తూ అస్తాద్రిని చేరుకొన్నాడు. మా యుద్ధం కట్టిపెట్టాం.

మరునాడు సూర్యోదయం కాగానే తిరిగి యుద్ధం ఆరంభం అయింది. పరాక్రమవంతులైన పరశురాములవారు నామీద దివ్యాస్త్రాలు సంధించారు. కాని నేను నా సాధారణ అస్త్రాలతోనే వాటిని అడ్డుకున్నాను. తిరిగి నేను వారి మీద వాయవ్యాస్త్రాన్ని ప్రయోగించాను, కాని వారు దానిని గుహ్యకాస్త్రంతో ఖండించారు. తరువాత నేను అభిమంత్రించి ఆగ్నేయాస్త్రాన్ని ప్రయోగించాను. వారు వారుణాస్త్రంతో అడ్డుకున్నారు. ఈరీతిగా నేను పరశురాముల వారి దివ్యాస్త్రాలను అడ్డుకుంటున్నాను, వారు నా దివ్యాస్త్రాలను విఫలం చేస్తున్నారు. వారికి కోపం వచ్చి నా వక్షఃస్థలంపై బాణాలతో కొట్టారు. నేను రథంమీద పడిపోయాను. అప్పుడు నేను అచేతనుడు కావడం చూసిన సారథి నన్ను యుద్ధభూమినుండి వేరేచోటికి తీసుకుపోయాడు. తెలివి వచ్చాక నాకు సంగతంతా తెలిసి, సారథితో – "సారథీ! నేను సిద్ధంగా ఉన్నాను. నన్ను ఇప్పుడు పరశురాములవారి వద్దకు తీసుకువెళ్లు" అన్నాను. అంతే, సారథి నన్ను వెంటనే తీసుకొని వెళ్లాడు. కొద్దిసేపటిలోనే నేను పరశురాముని ఎదుటికి చేరుకున్నాను. అక్కడికి చేరుతూనే నేను వారిని అంతమొందించాలనే ఉద్దేశ్యంతో మెరుగులు చిమ్ముతున్న, మృత్యుసమానమైన ఒక భయంకరమైన బాణాన్ని వేశాను. ఆ గాఢమైన దెబ్బకు పరశురాములవారు మూర్ఛితులై

రణభూమిలో పడిపోయారు. దానితో అందరూ గాభరాపడి హాహాకారాలు చేయసాగారు.

మూర్ఛనుండి తేరుకున్నాక లేచి నిలబడి, వింటియందు బాణం సంధించి మిక్కిలి విహ్వల భావంతో – "భీష్మా! నిలు మఱి. ఇప్పుడు నిన్ను నాశనం చేస్తాను" అన్నారు. ధనుస్సునుండి వెలువడిన ఆ బాణం నా దక్షిణభుజంలో గుచ్చుకొంది. ఆ దెబ్బకు ఊపేసిన వృక్షంలా నేను చాలా కదిలిపోయాను. తిరిగి నేను కూడా చాలా వేగంగా బాణాలు కురిపించసాగాను. కాని ఆ బాణాలు అంతరిక్షంలోనే ఉండిపోయాయి. ఈ రీతిగా నేనూ, పరశురాములవారూ వేసిన బాణాలు – భూమిమీద సూర్యుని ఎండ పడనంతగా, వాయుచలనం ఆగిపోయేంతగా ఆకాశాన్ని కప్పివేశాయి. అలా అసంఖ్యాకంగా బాణాలు నేలపై పడుతున్నాయి. పరశురాములవారు క్రోధంతో నాపై అసంఖ్యాకమైన బాణాలు వేశారు. నేను నా సర్పాలవంటి బాణాలతో వాటిని ముక్కలు ముక్కలు చేసి భూమిపై రాల్చివేశాను. ఇలాగే ఆ తరువాత రోజుకూడా మా ఘోరసంగ్రామం జరిగింది. పరశురాములవారు చాలా శూరులు, దివ్యాస్త్రాల అంతు తెలిసినవారు. వారు ప్రతిరోజు నా మీద దివ్యాస్త్రాలనే ప్రయోగిస్తూ ఉండేవారు. కాని నేను నా ప్రాణాలను పణంగా పెట్టి వాటిని విరుద్ధాస్త్రాలతో నశింపచేస్తూ ఉండేవాడిని. ఈరీతిగా నేను అస్త్రాలతోనే వారి అనేక దివ్యాస్త్రాలను నష్టపరచడం చూసి వారికి చాలా కోపం వచ్చింది. ప్రాణాలను సైతం లెక్కించక నాతో యుద్ధం చేయసాగారు. పగలంతా భయంకరమైన యుద్ధం జరిగింది. ఆకాశంలో ధూళి వ్యాపించింది. దాని చాటునే సూర్యుడస్తమించాడు. లోకంలో నిశాదేవి రాజ్యం ఆరంభమయింది. గాలి చల్లగా సుఖప్రదంగా వీస్తోంది. అందుచేత మా యుద్ధం ఆగిపోయింది. ఈరీతిగా ఇరవైమూడు రోజులపాటు మా యుద్ధం కొనసాగింది. యుద్ధం రోజూ ఉదయం ఆరంభమై, సాయంకాలం కాగానే ఆగిపోయేది.

ఆ రాత్రి నేను బ్రాహ్మణులకు, పితృదేవతలకు, దేవతలకు మొదలైన వారికి నమస్కరించి ఏకాంతంగా శయ్యమీద పడుకొని – "పరశురాములవారితో నేను యుద్ధం మొదలుపెట్టి చాలారోజులు గడిచిపోయాయి. వారు చాలా పరాక్రమవంతులు. బహుశః నేను వారిని యుద్ధంలో జయించలేను. ఆయనను జయించడం నాకు సాధ్యమే అయితే కనుక ఈ రాత్రి దేవతలు ప్రసన్నులై నాకు దర్శనమిత్తురుగాక!" అని ఆలోచిస్తూ ప్రార్థించి, కుడివైపుకి ఒత్తిగిలి పడుకున్నాను. స్వప్నంలో నాకు ఎనమండుగురు బ్రాహ్మణులు దర్శనమిచ్చారు. వారు నాలుగువైపులా నా చుట్టూ చేరి – "భీష్మా! నీవు ధైర్యంగా నిలబడు. భయపడకు. నీకేవిధమయిన భయంలేదు. మేము నిన్ను రక్షిస్తాం. ఎందుకంటే నీవు మా శరీరానివి. పరశురాముడు యుద్ధంలో నిన్ను ఎలాగూ జయించలేడు. చూడు. ఇది ప్రస్వాపమనే అస్త్రం. దీనికి ప్రజాపతి అధిష్ఠానదైవం. పూర్వజన్మలో నీకు దీనిని గురించిన జ్ఞానం ఉంది కాబట్టి దీని ప్రయోగం నీవే స్వయంగా తెలుసుకో. పరశురాముడుగాని, లేక భూమిపై నున్న మరేమనుష్యుడూ దీనిని ఎరుగరు. నీవు దీనిని స్మరించు. దీనినే ప్రయోగించు. స్మరించగానే ఇది నీవద్దకు వస్తుంది. దీనివలన పరశురాముడు కూడా చనిపోడు. కాబట్టి నీకు ఏ పాపమూ కూడా అంటదు. ఈ అస్త్రం వలని బాధతో ఆయన మూర్ఛితులై నిద్రపోతారు. ఈరీతిగా అతనిని ఓడించి, నీవు తిరిగి ఆయనను సంబోధనాస్త్రంతో మేలుకొలుపు. అంతే. ఇక ఉదయాన్నే లేచి నీవు ఇలాగే చేయి. చనిపోయినవాడు, నిద్రించినవాడు సమానమే అని మనం అనుకుంటాం గదా! పరశురామునికి ఎప్పటికీ మరణంలేదు. కాబట్టి నిద్రపోవడమే ఆయనకు మృత్యువుతో సమానం" అని ధైర్యం చెప్పారు. ఇలా చెప్పి ఆ ఎనిమిదిమంది బ్రాహ్మణులు అంతర్ధానమయ్యారు. వారు ఎనమండుగురూ ఒక్కలాగే ఉన్నారు. అందరూ మహాతేజస్వులు.

రాత్రి గడిచాక నేను లేచాను. అప్పుడు నాకు ఆ కల గుర్తువచ్చి చాలా ఆనందం కలిగింది. కొద్దిసేపటికే మా తుములయుద్ధం ఆరంభమయింది. అది చూచి అందరికీ గగుర్పాటు కలిగింది. పరశురాములవారు నామీద బాణవర్షం కురిపిస్తున్నారు. నేను నా బాణసమూహంతో వాటిని అడ్డుకుంటున్నాను. ఇంతలో వారు మిక్కిలి కోపంతో మృత్యువుతో సమానమయిన ఒక భయంకరమైన బాణాన్ని నా మీద వేశారు. సర్పంలాగా బుసలుకొడుతూ వచ్చి ఆ బాణం నా వక్షఃస్థలానికి గుచ్చుకొంది. దానితో నేను రక్తసిక్తం అయి పడిపోయాను. తెలివి వచ్చాక నేను పిడుగులా నిప్పులు కక్కుతున్న ఒక శక్తిని వేశాను. అది ఆ బ్రాహ్మణుని గుండెలకు గుచ్చుకుంది. దానితో ఆయనకు కళ్లు బైర్లుకమ్మాయి. బాధతో విలవిలలాడారు. సద్దుకొన్నాక వారు నాపై బ్రహ్మాస్త్రాన్ని ప్రయోగించారు. దానిని ఉపశమింపచేయడానికి నేను కూడా బ్రహ్మాస్త్రాన్నే ప్రయోగించాను. అది మండుతూ ప్రళయకాలంనాటి దృశ్యాన్ని తలపించింది. ఆ రెండు

బ్రహ్మాస్త్రాలు మధ్యలోనే ఢీకొన్నాయి. దాంతో ఆకాశంలో గొప్ప కాంతి వెలువడింది. దాని జ్వాలలతో ప్రాణులన్నీ వికలమైపోయాయి. దాని తేజస్సుచేత సంతప్తులై ఋషులు - మునులు; గంధర్వులు - దేవతలు కూడా చాలా బాధపడ్డారు. భూమి కంపించింది. ప్రాణులన్నిటికీ చాలా బాధకలిగింది. ఆకాశంలో నిప్పు రగుల్కొంది. దశదిశలూ పొగతో నిండిపోయాయి. దేవతలు, రాక్షసులు, అసురులు హాహాకారాలు చేయసాగారు. అప్పుడే నేను ప్రస్వాపాస్త్రం వేయాలనుకొన్నాను. సంకల్పమాత్రం చేతనే అది నామనసుకు స్ఫురించింది.

దాన్ని వేయడానికి పైకి ఎత్తగానే ఆకాశంలో పెద్దకోలాహలం చెలరేగింది. నారదులవారు నాతో - "కురునందనా! చూడు. ఆకాశంలో నిలిచిన దేవతలందరూ నిన్ను వారిస్తూ - "నీవు ప్రస్వాపాస్త్రాన్ని వేయకు. పరశురాముడు తపస్వి, బ్రహ్మజ్ఞుడు, బ్రాహ్మణుడు; పైగా నీకు గురువు. నీవు ఏ రకంగానూ ఆయనను అవమానించకూడదు" అని చెపుతున్నారు." అన్నారు. అప్పుడే ఆకాశంలో ఆ ఎనమండుగురు బ్రాహ్మణులు నాకు కనిపించారు. వారు నవ్వుతూ మెల్లగా నాతో - "భరతశ్రేష్ఠా! నారదుడు చెప్పినట్లే చేయి. అతని మాటలు లోకాలకు శుభదాయకాలు" అన్నారు. నేను ఆ మహాస్త్రాన్ని ధనుస్సునుండి దించాను. విధ్యుక్తంగా బ్రహ్మాస్త్రాన్నే ప్రయోగించాను.

నేను ప్రస్వాపాస్త్రాన్ని దించడం చూసి పరశురాములవారు చాలా సంతోషించారు. వెంటనే వారు - "నా బుద్ధి మొద్దు బారిపోయింది. భీష్ముడు నన్ను ఓడించాడు" అన్నారు. అంతలో వారికి తమ తండ్రి జమదగ్ని, వారి తాతగారు కనిపించారు. వారు వారితో - "నాయనా! ఇలాంటి సాహసం మళ్లీ ఎన్నడూ చేయకు. యుద్ధం చేయడం క్షత్రియులకు కులధర్మం. బ్రాహ్మణులకు స్వాధ్యాయం, వ్రతనిష్ఠ మాత్రమే పరమధనం, ఎక్కువగా పట్టుపడితే నిన్ను నీచునిగా చూస్తారు. కాబట్టి ఇప్పుడు రణభూమినుండి తొలగిపో. ఈ ధనుస్సును విడిచి ఘోరతపస్సు చేయి. చూడు. ఇప్పుడు భీష్ముని కూడా దేవతలు వారించారు" అని చెప్పారు. తిరిగి నాతోకూడా - "పరశురాముడు నీకు గురువు. నీవు అతనితో యుద్ధం చేయకు, యుద్ధంలో పరశురాముని ఓడించడం నీకు తగదు" అని పదేపదే చెప్పారు.

పితరుల మాటవిని పరశురాముడు - "నేను యుద్ధంలో మడమ తిప్పను" ఇది నా నియమం. మునుపు కూడా నేను యుద్ధంలో ఎప్పుడూ వెన్ను చూపలేదు. ఆఁ. భీష్మునికి ఇష్టమయితే సరే. యుద్ధమైదానాన్ని విడిచి వెళ్లవచ్చును" అన్నాడు. దుర్యోధనా! అప్పుడు ఆ ఋచీకాది మునిగణం నారదులవారితో కలిసి నా వద్దకు వచ్చారు. వారు "తండ్రీ! నీవు బ్రాహ్మణుడైన పరశురాముని గౌరవం దక్కించు. యుద్ధం విరమించు" అని చెప్పారు. అప్పుడు నేను క్షాత్రధర్మం గురించి ఆలోచించి వారితో - "మునివరులారా! వెనుకనుండి బాణవర్షం కురుస్తున్నా నేను యుద్ధానికి విముఖుడనుకానని నా నియమం. లోభత్వంతోగాని, కృపణత్వంతోగాని, భయంచేతగాని, ధనలోభంచేతగాని నేను నా సనాతనధర్మాన్ని విడువకూడదని నానిశ్చితాభిప్రాయం" అని చెప్పాను.

అప్పుడు నారదులవారు, నాతల్లి భాగీరథి కూడా అక్కడే ఉన్నారు. నేను పూర్వంలాగే ధనుస్సు ఎక్కుపెట్టి యుద్ధంకోసం దృఢంగా నిలుచున్నాను. అప్పుడు వారందరూ పరశురామునితో - "భృగునందనా! బ్రాహ్మణుల హృదయం అంత వినయశూన్యంగా ఉండకూడదు. కాబట్టి ఇప్పుడు నీవు శాంతించు. యుద్ధం చేయడం ఇక కట్టిపెట్టు. భీష్ముని చేతిలో నీవు చనిపోవడమూ ఉచితంకాదు, భీష్ముని నీవు చంపడమూ ఉచితం కాదు" అన్నారు. అలా చెప్పి వారు పరశురామునితో ఆయుధాన్ని దింపించారు. ఇంతలో నాకు ఆ ఎనమండుగురు బ్రాహ్మణులు మళ్లీ కనిపించారు. వారు నాతో ప్రేమపూర్వకంగా - "మహాబాహూ! నీవు పరశురాముని వద్దకు వెళ్లు. లోకకళ్యాణం కలిగించు" అని చెప్పారు. పరశురాములవారు యుద్ధంనుండి తొలగిపోవడం చూశాను. నేను కూడా లోకకల్యాణం కోసం పితృగణాల మాటను అంగీకరించాను. పరశురాములవారు బాగా గాయపడి ఉన్నారు. నేను వారి వద్దకు వెళ్లి వారికి నమస్కరించాను. వారు చిరునవ్వు నవ్వుతూ చాలా ప్రేమగా నాతో - భీష్మా! ఈ లోకంలో నీతో సమానుడైన క్షత్రియుడు లేడు. ఈ యుద్ధంలో నీవు నన్ను చాలా ఆనందింపచేశావు. ఇక నీవు వెళ్లు" అన్నారు.

భీష్ముని వధింపగోరి అంబ తపము చేయుట

భీష్ముడు చెపుతున్నాడు - దుర్యోధనా! ఆ తరువాత పరశురాములవారు నా ఎదురుగానే ఆ కన్యను పిలిచి ఆ మహాత్ములందరి మధ్య మిక్కిలి దైన్యంగా - శుభాంగీ! ఈ అందరి ఎదుటా నేను నా శక్తినంతా ఉపయోగించి యుద్ధం చేశాను. నాకున్న అత్యధికమైనశక్తి ఇదే. దానిని నీవూ చూశావు. ఇక నీవు ఎక్కడికి వెళ్లాలనుకుంటే అక్కడికి వెళ్లు. ఇది తప్ప, నీకు ఇంక నేనేమి చేయగలనో చెప్పు. నా ఉద్దేశ్యంలో అయితే ఇక నీవు భీష్మునే శరణువేడాలి. ఇంతకు తప్పించి వేరే ఏ ఉపాయమూ కనిపించడంలేదు. భీష్ముడు

గొప్పగొప్ప అస్త్రాలు ప్రయోగించి యుద్ధంలో నన్ను పరాజితుడిని చేశాడు" అన్నాడు.

అప్పుడా కన్య - "భగవాన్! మీరు చెప్పినది బాగానే ఉంది. మీరు, మీ బలాన్ని, ఉత్సాహాన్ని ఉపయోగించి నా పనిని సాధించడంలో ఏమీ కొరత చేయలేదు. కాని చివరిలో యుద్ధంలో మీరు భీష్ముని మించలేకపోయారు. అయినప్పటికీ నేనిప్పుడు తిరిగి ఎలాగూ భీష్మునివద్దకు వెళ్లను. నేను స్వయంగా భీష్ముని యుద్ధంలో సంహరించగలిగే చోటు ఏదైనా ఉందేమో అక్కడికి వెళ్తాను" అన్నది.

అలా చెప్పి ఆ కన్య నన్ను చంపడానికి తపస్సు చేయాలనే ఆలోచనతో అక్కడినుండి వెళ్లిపోయింది. పరశురాములవారు నాతో చెప్పి మునులందరితో కలిసి మహేంద్ర పర్వతానికి వెళ్లిపోయారు. నేను రథమెక్కి హస్తినాపురానికి తిరిగివచ్చాను. అక్కడ జరిగినదంతా సత్యవతీమాతకు వివరించాను. తల్లి నన్ను అభినందించింది. ఆ కన్య వృత్తాంతం తెలుసుకోవడానికి నేను ఎంతోమంది బుద్ధిమంతులను నియోగించాను. వారు నా మేలు కోరి చాలా జాగరూకతతో ప్రతినిత్యం ఆమె చేష్టలు, మాటలు, వ్యవహారాదులు నాకు తెలియచేస్తూ ఉండేవారు.

కురుక్షేత్రం నుండి ఆమె యమునాతీరంలోని ఒక ఆశ్రమానికి వెళ్లింది. అక్కడ గొప్ప అలౌకికమైన తపస్సు చేయసాగింది. ఆరునెలలపాటు కేవలం వాయుభక్షణం చేస్తూ కట్టెలాగా నిలబడిఉంది. తరువాత ఒకసంవత్సరకాలం నిరాహారంగా యమునాజలంలో నిలిచింది. తరువాత ఏడాదిపాటు రాలిన ఆకులను తిని కాలి బొటనవ్రేలిపై నిలబడింది. ఇలా పన్నెండేళ్లపాటు తపస్సుచేసి ఆమె భూమ్యాకాశాలను తపింపచేసింది. తరువాత ఎనిమిదవ నెలలోనో, పదవనెలలోనో నీరుత్రాగి బతకసాగింది. ఆపై తీర్థాలు సేవించాలనే ఆశతో అక్కడ ఇక్కడా తిరుగుతూ ఆమె వత్సదేశాన్ని చేరుకుంది. అక్కడ తన తపఃప్రభావం వలన ఆమె సగం శరీరంతో 'అంబ' అనే పేరుగల నదిగా మారింది. మిగిలిన సగం శరీరంతో వత్సదేశపు రాజకన్యగా పుట్టింది.

ఈ జన్మలో కూడా తపస్సు చేయాలనే ఆమె పట్టుదల చూసి, తాపసులు అందరూ ఆమెను వారిస్తూ - 'నీవేమి చేయదలచుకొన్నావు?' అని అడిగారు. అప్పుడామె ఆ తపోవృద్ధులైన ఋషులతో - "భీష్ముడు నన్ను నిరాదరించాడు. పతిధర్మం నుండి నన్ను భ్రష్టురాలిని చేశాడు. కనుక నేనేదో దివ్యలోకాలను పొందడం కోసం కాదు, భీష్ముని వధించడానికే తపస్సు చేయ సంకల్పించాను. భీష్ముని చంపిన తరువాతే నాకు శాంతి కలుగుతుందని నాగట్టి నిశ్చయం, నేను భీష్ముని మీద ప్రతీకారం తీర్చుకోవడానికే తపస్సు చేస్తున్నాను. కాబట్టి మీరు నన్ను వారించకండి" అని చెప్పింది. అప్పుడు ఆ మహర్షులందరిమధ్య శంకరభగవానుడు ఆమెకు దర్శనమిచ్చాడు. వరం కోరుకోమన్నాడు. ఆకన్య నన్ను జయించాలనే వరం కోరింది. దానిపై శ్రీమహాదేవుడు - "నీవు భీష్ముని నాశనం చేయగలవు" అని వరమిచ్చాడు. ఆమె మళ్లీ - "భగవాన్! నేను స్త్రీని. కాబట్టి హృదయం అత్యంతమూ శౌర్యహీనంగా ఉంటుంది. అయినపుడు నేను యుద్ధంలో భీష్ముని ఎలా జయించగలను? కాబట్టి నేను యుద్ధంలో భీష్ముని చంపగలిగేలా మాత్రం దయచూపండి" అని వేడుకొంది. శంకరభగవానుడు - "నామాట అసత్యం కాబోదు. కాబట్టి నీవు తప్పకుండా భీష్ముని వధిస్తావు. పురుషత్వాన్ని పొందుతావు. ఇంకో శరీరం ధరించినప్పటికీ కూడా ఈ సంగతులన్నీ నీకు గుర్తుంటాయి. నీవు ద్రుపదుని వద్ద పుట్టి, ఒక చిత్రయోధుడివి, వీరులు అంగీకరించేలా మహారథివి అవుతావు. నేనేమని చెప్పానో అదంతా అలాగే జరుగుతుంది. నీవు కన్యగా పుట్టినప్పటికీ, కొంతకాలం గడిచాక పురుషుడివి అవుతావు" అని చెప్పాడు. ఇలా చెప్పి శంకరుడు అంతర్ధానం అయ్యాడు. ఆ కన్య ఒక పెద్దచితిని పేర్చుకొని అగ్ని రగుల్కొల్పి -"నేను భీష్ముని వధించడానికి అగ్నిప్రవేశం చేస్తున్నాను" అంటూ అందులో ప్రవేశించింది.

శిఖండి పురుషునిగా మారుట

దుర్యోధనుడు - "పితామహా! దయచేసి ఈ సంగతి చెప్పండి. శిఖండి కన్య అయినప్పటికి పురుషుడిగా ఎలా అయ్యాడు?" అని ప్రశ్నించాడు.

భీష్ముడు చెప్పసాగాడు - రాజా! ద్రుపదమహారాజు పట్టపురాణికి మొదట ఎవరూ పుత్రులు లేరు. అప్పుడు ద్రుపదుడు సంతానప్రాప్తికోసం తపస్సు చేసి శివుని మెప్పించాడు. అప్పుడు మహాదేవుడు -"మొదట స్త్రీగా ఉండి, తరువాత పురుషుడిగా మారే పుత్రుడొకడు కలుగుతాడు నీకు. ఇక నీవు తపస్సు ముగించు. నేను చెప్పినది ఎన్నటికీ అసత్యంకాదు" అని చెప్పాడు. రాజు నగరానికి వెళ్లి మహారాణికి తన తపస్సు, శ్రీమహాదేవుని వరం సంగతి చెప్పాడు. ఋతుకాలం రాగానే రాణి గర్భవతి అయింది. సమయం కాగానే ఒక అందమైన కన్యను ప్రసవించింది. కాని లోకంలో

రాణికి పుత్రుడు కలిగాడనే ప్రసిద్ధి కలిగింది. రాజు కూడా ఆ సంగతి దాచిపెట్టి పుత్రునికి లాగానే అన్ని సంస్కారాలు చేయించాడు. ఆనగరంలో ద్రుపదునికి తప్పించి వేరెవరికీ ఈ రహస్యం తెలియదు. అతనికి మహాదేవుని మాటపై విశ్వాసం ఉంది కనుక ఆ కన్యను రహస్యంగా ఉంచి, పుత్రుడనే చెప్పాడు. లోకంలో శిఖండి అనే పేరుతో ఆమె ప్రసిద్ధి చెందింది. నారదులవారు చెప్పడంవలన, దేవతల మాటలవలన, అంబ తపస్సు కారణంగా ఈ రహస్యం కేవలం నా ఒక్కడికే తెలిసింది.

రాజా! తరువాత ద్రుపదుడు తన కూతురికి వ్రాయడం, చదవడం, శిల్పకళ – మొదలైన విద్యలన్నీ నేర్పించే ప్రయత్నం మొదలుపెట్టాడు. ధనుర్విద్యకోసం ఆమె ద్రోణాచార్యుని శిష్యరికం చేసింది. ఒకరోజు రాణి, ద్రుపదునితో "మహారాజా! మహాదేవుని మాట ఎట్టిపరిస్థితులలోనూ మిథ్య కాబోదు. కాబట్టి నేను చెప్పేది మీకు కూడా ఉచితమనిపిస్తే చేయండి. మీరు విధిపూర్వకంగా ఈమె వివాహాన్ని ఏ కన్యతోనయినా జరిపించండి. మహాదేవుని మాట ముమ్మాటికీ జరిగి తీరుతుంది. ఇందులో నాకేమీ సందేహం లేదు" అన్నది. వారిద్దరూ అలాగే నిశ్చయించుకొని దశార్ణదేశపురాజు కూతురిని కన్యగా ఎన్నుకొన్నారు. దశార్ణరాజు హిరణ్యావర్మ శిఖండితో తన కూతురు వివాహాన్ని జరిపించాడు. వివాహానంతరం శిఖండి కాంపిల్య నగరానికి వచ్చి ఉండసాగాడు అక్కడ హిరణ్యావర్మ కూతురికి ఆమె స్త్రీ అని తెలిసిపోయింది. అప్పుడామె తన దాదులతో, చెలులతో చాలా సంకోచిస్తూ ఈ సంగతి చెప్పింది. ఇది విని వారికి చాలా దుఃఖం కలిగింది. వారు రాజుగారికి ఈ సమాచారాన్ని దూతికలద్వారా పంపారు. వారు ఈ వృత్తాంతమంతా రాజుగారికి నివేదించారు. వింటూనే అతడు కోపంతో మండిపడ్డాడు. ద్రుపదునివద్దకు తన దూతను పంపాడు.

దూత ద్రుపదుని వద్దకు వచ్చి, అతనిని ఏకాంతంలోకి తీసుకువెళ్లి – "రాజా! మీరు దశార్ణరాజును చాలా మోసం చేశారు. అందుకని అతడు చాలాకోపంతో – "నీవు అజ్ఞానంతో నీ కూతురితో నా కూతురు పెళ్లి చేయించి నాకు గొప్ప అవమానం చేశావు. నీ ఈ ఆలోచన చాలా దుష్టమయినది. అందుకని ఈ మోసానికి తగ్గ ఫలితాన్ని అనుభవించడానికి సిద్ధంగా ఉండు. నీకుటుంబం, మంత్రులతో సహితంగా నిన్ను నాశనం చేస్తాను" అని చెప్పమన్నారు" అని విన్నవించాడు.

రాజా! దూతయొక్క మాటవిని పట్టుబడిన దొంగలా ద్రుపదుని నోట మాట రాలేదు. "అలాంటిదేమీ లేదు" అని చెప్పి, ఆ దూత ద్వారా, తన వియ్యంకుని ఒప్పించడానికి ద్రుపదుడు గట్టి ప్రయత్నం చేశాడు. కాని హిరణ్యావర్మకు ఆమె పాంచాల రాజపుత్రియే అనడానికి గట్టి ఆధారాలు దొరికాయి. అందుకని అతడు వెంటనే పాంచాలదేశం మీద దండెత్తడానికి నగరం విడిచి బయలుదేరాడు. ఆసమయంలో అతనికి సహాయంగా వచ్చిన రాజులు "శిఖండి కన్య అయితే పాంచాలరాజును బంధించి మన నగరానికి తీసుకొనివద్దాం. పాంచాలదేశపు సింహాసనం మీద వేరొక రాజును కూర్చోపెడదాం. తరువాత శిఖండిని, ద్రుపదుని చంపుదాం" అని నిశ్చయించుకొన్నారు.

దశార్ణరాజు దగ్గరకు దూతను పంపించి శోకాకులుడై ద్రుపదుడు ఏకాంతంలో తన భార్యతో– "ఈ కన్య విషయంలో మనం చాలా మూర్ఖంగా ప్రవర్తించాం. ఇక ఇప్పుడు ఏమి చేద్దాం? శిఖండి విషయంలో ఈమె కన్య అనే సందేహం అందరికీ కలిగింది. ఇలాగే అనుకొని దశార్ణరాజు కూడా తనకు మోసం జరిగిందని భావించాడు. అందుకని అతడు తన మిత్రులతో సైన్యంతో కలిసి నన్ను నాశనం చేయడానికి వస్తున్నాడు. ఇప్పుడు నీకు ఏది మేలుగా కనిపిస్తోందో అది చెప్పు. అలాగే చేస్తాను" అన్నాడు.

అప్పుడు రాణి – దేవతలను పూజించడం సంపదలున్న వారికి కూడా శ్రేయస్కరమని సత్పురుషులంటారు. ఇక దుఃఖసముద్రపు లోతులలో మునిగిపోయినవారి సంగతి చెప్పేదేముంది? కాబట్టి మీరు దేవతారాధన కోసం బ్రాహ్మణులను పూజించండి. దశార్ణరాజు యుద్ధం చేయకుండానే మరలిపోవాలని మనసులో సంకల్పించుకోండి. ఆపై దేవతల అనుగ్రహంవల్ల ఈ కార్యమంతా చక్కబడుతుంది. దైవానుగ్రహం, మానవప్రయత్నం – ఈ రెండూ కలిసినపుడు కార్యం సంపూర్ణంగా సిద్ధిస్తుంది. ఈ రెండింటిలో పరస్పరవిరోధం ఉన్నపుడు ఫలితం లభించదు. కాబట్టి మీరు మంత్రుల ద్వారా నగరపాలనకు మంచి ఏర్పాట్లు చేయించి దేవతలను ఇష్టమైన రీతిలో పూజించండి" అని సలహా ఇచ్చింది.

తన తల్లిదండ్రులు ఈవిధంగా మాట్లాడుకోవడం, శోకాకులులై ఉండడం చూసి శిఖండిని కూడా సిగ్గుపడి – "వీరిద్దరూ నా కారణంగానే దుఃఖపడుతున్నారు" అని ఆలోచించింది. అందుకని ఆమె తన ప్రాణాలు వదిలెయ్యడానికి నిశ్చయించుకొంది. ఇలా అనుకొని ఆమె

ఇల్లు వదిలి ఒక నిర్జనారణ్యానికి వెళ్లింది. స్థూణాకర్ణుడనే సమృద్ధిమంతుడయిన ఒక యక్షుడు ఆ అడవికి రక్షకుడు. అక్కడ అతనికి ఒక భవనం కూడా ఉంది. శిఖండిని ఆ వనానికే వెళ్లింది. ఆమె చాలా కాలం నిరాహారంగా ఉండి, తన శరీరాన్ని శుష్కింపచేసుకొంది. ఒకరోజున స్థూణాకర్ణుడు ఆమెకు కనిపించి, – "అమ్మాయీ! ఎందుకోసం నీవు ఈ అనుష్ఠానం చేస్తున్నావు? నీవు ఇప్పుడే చెప్పు. నీకు నేను సహాయపడగలను" అన్నాడు. "నీవల్ల నాపని అయ్యేది కాదు" అని శిఖండిని పదేపదే చెప్పింది. కాని యక్షుడు – "నేను దానిని అతి త్వరలో పూర్తిచేయగలను, నేను కుబేరుని అనుచరుడను. వరం ఇవ్వడానికే వచ్చాను. నీవు చెప్పవలసినదేదో చెప్పు. ఇవ్వతగనిది కూడా నీకు నేను ఇస్తాను" అని అదే మాటచెప్పాడు. అప్పుడు శిఖండిని తన వృత్తాంతమంతా స్థూణాకర్ణునికి చెప్పి, "నీవు నా దుఃఖం దూరం చేస్తానని మాట ఇచ్చావు. కాబట్టి నీ దయవల్ల నేను ఒక అందమైన పురుషుడిని అయ్యేలా చేయి. దశార్ణరాజు మా నగరానికి చేరుకోకముందే నీవు నామీద దయచూపు" అని వేడుకొంది.

యక్షుడు – 'ఈ పని మాత్రం అవుతుంది. కాని ఇందులో ఒక షరతు ఉంది. నేను కొద్దిరోజులకు మాత్రమే నా పురుషత్వాన్ని నీకు ఇవ్వగలను. దానిని తిరిగి ఇవ్వడానికి నీవు ఇక్కడికి వస్తావని ఒట్టువేసి మరీవెళ్లు. అన్నిరోజులవరకు నేను నీ స్త్రీత్వాన్ని ధరించిఉంటాను" అన్నాడు.

శిఖండి – "సరే. నేను పురుషత్వాన్ని తిరిగి ఇస్తాను. కొద్దిరోజుల వరకు మాత్రమే నీవు నా స్త్రీత్వాన్ని స్వీకరించు. హిరణ్యవర్మ దశార్ణదేశానికి తిరిగివెళ్లిపోయినపుడు నేను తిరిగి కన్యనవుతాను. నీవు పురుషుడివి కావచ్చును" అంది.

ఈరీతిగా వారు ఇద్దరూ ఒట్లు వేసుకుని, పరస్పరం శరీరాలు మార్చుకున్నారు. స్థూణాకర్ణయక్షుడు స్త్రీత్వాన్ని ధరించాడు. ఆ యక్షుని దేదీప్యమానమైన రూపం శిఖండికి లభించింది. ఈ రీతిగా పురుషత్వం పొంది శిఖండి చాలా సంతోషించాడు. పాంచాలనగరానికి తనతండ్రి వద్దకు వచ్చాడు. ఈ సంఘటన ఎలా జరిగిందో అదంతా పూసగుచ్చినట్లు అతడు ద్రుపదునికి తెలియచేశాడు. దానితో ద్రుపదునికి కూడా చాలా ఆనందం కలిగింది. అతనికి, అతని భార్యకు శంకరభగవానుని మాటలు గుర్తుకువచ్చాయి. అప్పుడతడు దశార్ణదేశపురాజు వద్దకు దూతను పంపి – "మీరు స్వయంగా నావద్దకు వచ్చి నాపుత్రుడు పురుషుడే అని చూసుకోండి. ఎవరైనా మీకు అబద్ధం చెప్పి ఉంటే అది అంగీకరించదగినది కాదు."అని చెప్పించాడు. ద్రుపదమహారాజు సందేశాన్ని అందుకొని దశార్ణరాజు శిఖండిని పరీక్షించడానికి కొంతమంది యువతులను పంపాడు. వారు అతని వాస్తవస్వరూపాన్ని తెలుసుకొని మిక్కిలి ఆనందంతో అన్ని సంగతులూ హిరణ్యవర్మకు తెలియచేశారు. "రాజకుమారుడు శిఖండి పురుషుడే" అని చెప్పారు. అప్పుడు హిరణ్యవర్మ చాలా ఆనందంగా ద్రుపదుని నగరానికి వచ్చాడు. వియ్యంకుని కలుసుకొని చాలా సంతోషంగా కొన్ని రోజులు అక్కడ గడిపాడు. అతడు శిఖండికి ఏనుగులను, గుఱ్ఱాలను, గోవులను, చాలామంది దాసీలను కానుకగా ఇచ్చాడు. ద్రుపదుడు కూడా అతనిని బాగా గౌరవించాడు. ఈరీతిగా సందేహం తీరిపోవడంతో అతడు చాలా సంతోషించి కూతురుని మందలించి తన రాజధానికి వెళ్లిపోయాడు.

ఈ మధ్యలోనే ఒకరోజున యక్షరాజు కుబేరుడు విహారం చేస్తూ స్థూణాకర్ణుడుంటున్న చోటికి వచ్చాడు. స్థూణాకర్ణుని భవనం రంగురంగుల, సువాసనలు గల పూలతో అలంకరింపబడి ఉంది. దానిని చూసి యక్షరాజు తన అనుచరులతో – "ఈ అలంకరింపబడిన భవనం స్థూణాకర్ణునిదేకదా! కాని ఈ మందబుద్ధి నా దగ్గరకు రావడానికి బయటకు రాడేమి?' అని అడిగాడు. యక్షులు – "మహారాజా! ద్రుపదమహారాజుకి శిఖండిని అనే ఒక కూతురు ఉంది. ఆమెకు ఏదో కారణంగా స్థూణాకర్ణుడు తన పురుషత్వాన్ని ఇచ్చాడు. ఆమె స్త్రీత్వాన్ని తాను గ్రహించాడు. ఇప్పుడతడు స్త్రీరూపంతో ఇంట్లోనే ఉంటున్నాడు. కాబట్టి సంకోచం కారణంగానే అతడు మీ సన్నిధికి రాలేదు. ఇది విని మీరు మీకేది ఉచితమనిపిస్తుందో అది చేయండి" అని విన్నవించుకొన్నారు. అప్పుడు కుబేరుడు – "మంచిది. మీరు స్థూణుని నాఎదుట హాజరుపరచండి. నేనతనికి శిక్ష విధిస్తాను." అన్నాడు. ఈరీతిగా పిలుపు అందుకొని స్థూణాకర్ణుడు స్త్రీ రూపంలోనే చాలా సంకోచిస్తూ కుబేరుని వద్దకు వచ్చి నిలుచున్నాడు. అతనిమీద క్రుద్ధుడై కుబేరుడు – ఇక ఈ పాపాత్ముడు యక్షుడు ఈ రీతిగా స్త్రీ రూపంలోనే ఉంటాడు." అని శాపం ఇచ్చాడు. మిగిలిన యక్షులు స్థూణాకర్ణుని పక్షాన – "మహారాజా! మీరు ఈ శాపానికి ఏదైనా నిశ్చితమైన అవధిని ప్రసాదించండి" అని ప్రార్థించారు. దానిపై కుబేరుడు "మంచిది. శిఖండి యుద్ధంలో చనిపోయినపుడు, ఇతనికి తన స్వరూపం ప్రాప్తిస్తుంది"

అని అనుగ్రహించాడు. ఇలా చెప్పి కుబేరభగవానుడు యక్షులందరితో కలిసి అలకాపురికి వెళ్లిపోయాడు.

ఇక్కడ ప్రతిజ్ఞాసమయం పూర్తికాగానే శిఖండి స్థూణాకర్ణుని వద్దకు వచ్చాడు. "భగవాన్! నేను వచ్చేశాను" అని చెప్పాడు. శిఖండి తన ప్రతిజ్ఞానుసారం సమయం తప్పకుండా వచ్చినందుకు స్థూణాకర్ణుడు పదేపదే సంతోషాన్ని ప్రకటించాడు. జరిగినవృత్తాంతమంతా అతనికి చెప్పాడు. అతని మాటవిని శిఖండికి చాలా ఆనందం కలిగింది. అతడు తన నగరానికి తిరిగివచ్చాడు. శిఖండి కార్యం ఈరీతిగా నెరవేరడం చూసి ద్రుపదమహారాజు, బంధువులందరూ చాలా ఆనందించారు. ఆ తరువాత ద్రుపదుడతనిని ధనుర్విద్య నేర్చుకోవడానికి ద్రోణాచార్యునికి అప్పగించాడు. ఆపై శిఖండి, ధృష్టద్యుమ్నుడు నీతో పాటే గ్రహణం, ధారణం, ప్రయోగం, ప్రతీకారం - ఈ నాలుగు అంగాలతో కూడిన ధనుర్వేదాన్ని నేర్చుకున్నారు. మూర్ఖులు, చెవిటివారు, గ్రుడ్డివారు వలె కన్పించే గుప్తచరులను నేను ద్రుపదుని వద్ద నియోగించాను. వారే నాకు ఈ విషయాలన్నీ చెప్పారు.

రాజా! ఈరీతిగా ద్రుపదుని పుత్రుడు, మహారథి అయిన శిఖండి ముందు స్త్రీయే, ఆ తరువాత పురుషుడు అయ్యాడు. అతడు చేతిలోకి ధనుస్సు తీసుకొని నా ఎదుటికి యుద్ధం చేయడానికి వస్తే, నేను ఒక్కక్షణం కూడా అతనివైపు చూడను. అతనిపై ఆయుధం కూడా ప్రయోగించను. భీష్ముడు స్త్రీని చంపితే సాధుజనులు అతనిని నిందిస్తారు. కనుక యుద్ధంలో అతడు ఉండడం చూసి కూడా నేను అతనిమీద చేయి ఎత్తను" అని చెప్పి ముగించాడు.

వైశంపాయనుడు చెపుతున్నాడు - భీష్ముని ఈ మాటలు విని కురురాజు దుర్యోధనుడు కొంతసేపు ఆలోచిస్తూ ఉండిపోయాడు. తరువాత భీష్ముని మాటలు ఉచితమే అనిపించాయి అతనికి.

భీష్మాదులు, అర్జునుడు తమ తమ బలములను తమవారికి ఎరింగించుట

సంజయుడు చెపుతున్నాడు - మహారాజా! ఆ రాత్రి గడిచి తెల్లవారగానే మీ కొడుకు దుర్యోధనుడు భీష్మపితామహుని - "తాతగారూ! యుధిష్ఠిరుని అసంఖ్యాకమైన రథగజ తురగ పదాతి దళాలతో నిండిన ప్రబలసైన్యం మనతో యుద్ధానికి సిద్ధపడుతోంది. దానిని మీరు ఎన్ని రోజులలో నాశనం చేయగలరు? ద్రోణాచార్యులవారికి, కృపాచార్యులకు, కర్ణునికి, అశ్వత్థామకు అయితే దీనిని నాశనం చేయడానికి ఎన్నిరోజులు పడుతుంది? నాకు చాలా రోజుల నుండి ఈ సంగతి తెలుసుకోవాలని ఉంది. దయచేసి చెప్పండి" అని అడిగాడు.

భీష్ముడు - రాజా! నీవు శత్రువుల బలాబలాలను గూర్చి అడుగుతున్నావు. అది ఉచితమే. యుద్ధంలో నాకుండే అత్యధిక పరాక్రమం, శస్త్రబలం, భుజబలసామర్థ్యం విను. ధర్మయుద్ధం అంటే సరళంగా యుద్ధం చేసేవారితో సరళతాపూర్వకంగానూ, మాయాయుద్ధం చేసేవారితో మాయాపూర్వకంగానూ యుద్ధం చేయాలని నిశ్చయింపబడింది. ఈరీతిగా యుద్ధం చేసి నేను ప్రతిదినం పాండవసేనలోని పదివేలయోధులను, ఒకవేయి రథికులను సంహరించగలను. కనుక నేను నా మహాస్త్రాలను ప్రయోగిస్తే ఒకనెలరోజులలో సమస్త పాండవసైన్యాన్ని సంహరించగలను" అని చెప్పాడు.

ద్రోణాచార్యుడు - "రాజా! నేనిప్పుడు ముసలివాడి నయిపోయాను. అయినాకూడా భీష్మునితో సమానంగా నేను కూడా ఒక నెలరోజులలోనే నా శస్త్రాగ్నితో పాండవసేనను బూడిద చేయగలను. నా అత్యధిక శక్తి ఇంతే" అన్నాడు.

కృపాచార్యుడు రెండు నెలలలో, అశ్వత్థామ పదిరోజులలోను సంపూర్ణ పాండవసేనను సంహరించగలశక్తి తమదని చెప్పారు. కాని కర్ణుడు - నేను ఐదురోజులలోనే సమస్తసేనను ధ్వంసం చేయగలను" అని చెప్పాడు. కర్ణుని ఈ మాటలు విని భీష్ముడు గలగలనవ్వాడు. అతనితో - "రాధాపుత్రా! శ్రీకృష్ణునితో కూడి రథస్థితుడైన అర్జునుడు యుద్ధంలో నీకు ఎదురుపడనంతవరకు నీవరకు నీవు ఈ రీతిగానే గర్వోక్తులాడుతూ ఉంటావు. వారు ఎదురుపడినాక నీవు ఇలా ఇష్టం వచ్చినరీతిగా ప్రగల్భాలు పలుకగలవా?" అని హేళన చేశాడు.

మహారాజు యుధిష్ఠిరునికి ఈ సమాచారం తెలియగానే, అతడు కూడా తన తమ్ముళ్లను పిలిచి - "సోదరులారా! కౌరవసేనలో ఉన్న మన గుప్తచరులు ఈరోజు అక్కడ ఉదయాన్నే జరిగిన సమాచారాన్ని పంపారు. దుర్యోధనుడు భీష్ముని "మీరు ఎన్నిరోజులలో పాండవసేనను సంహరించగలరు?" అని అడిగాడు. దానికాయన 'ఒకనెలలో' అని సమాధానమిచ్చాడట. ద్రోణాచార్యుడు కూడా అంతే సమయం పడుతుందని తన శక్తిని తెలిపాడట. కృపాచార్యుడు అంతకు రెట్టింపు సమయం అని చెప్పాడట. అశ్వత్థామ "నేను పదిరోజులలో ఈ పని పూర్తి చేస్తాను" అన్నాడట. కర్ణుని అడిగితే ఐదురోజులలో సమస్తసైన్యాన్ని

సంహరించగలనని చెప్పాడట. కాబట్టి అర్జునా! ఇప్పుడు నేను కూడా ఈ విషయంలో నీసంగతేమిటో తెలుసుకోవాలనుకొంటున్నాను. నీవు ఎన్నిరోజులలో శత్రువులందరినీ చంపగలవు?" అని అడిగాడు.

యుధిష్ఠిరుడు ఇలా అడగగానే అర్జునుడు శ్రీకృష్ణుని వైపు చూచి – "నాఉద్దేశ్యంలో శ్రీకృష్ణుని సహాయంతో నేను ఒక్కడినే కేవలం ఒకరథం ఎక్కి క్షణకాలంలో దేవతలతో సహితంగా ముల్లోకాలను, భూతభవిష్యద్వర్తమానాలలోని సమస్తప్రాణులను నాశనం చేయగలను. మునుపు కిరాతవేషధారి అయిన శంకరభగవానులతో యుద్ధం జరిగినపుడు నాకు వారిచ్చిన అత్యంత ప్రచండమైన పాశుపతాస్త్రం నావద్దనే ఉంది. శంకర భగవానుడు ప్రళయకాలంలో సంపూర్ణంగా జీవులను నాశనం చేయడానికి ఈ అస్త్రాన్నే ప్రయోగిస్తూ ఉంటాడు. దీనిని నేను తప్ప భీష్ముడు ఎరుగడు. ద్రోణుడు, కృపుడు, అశ్వత్థామ కూడా దీనినెరుగరంటే ఇక కర్ణుని సంగతి చెప్పేదేముంది? అయినా ఈ దివ్యాస్త్రాలతో రణభూమిలో మనుష్యులను చంపడం ఉచితం కాదు. మనం మామూలు యుద్ధంతోనే శత్రువులను జయించుదాం. ఇదేరీతిగా మీకు సహాయకులుగా వచ్చిన ఈ ఇతర వీరులలో కూడా సింహసమానులు ఉన్నారు. వీరంతా దివ్యాస్త్రజ్ఞానం కలవారు, యుద్ధం అంటే ఉత్సుకత కలవారు. వీరిని ఎవరూ జయించలేరు. వీరు యుద్ధభూమిలో దేవతల సైన్యాన్ని కూడా సంహరించగలరు. శిఖండి, యుయుధానుడు, ధృష్టద్యుమ్నుడు, భీమసేనుడు, నకులుడు, సహదేవుడు, యుధామన్యుడు, ఉత్తమౌజుడు, విరాటుడు, ద్రుపదుడు, శంఖుడు, ఘటోత్కచుడు, అతనికొడుకు అంచనపర్వుడు, అభిమన్యుడు, ద్రౌపది యొక్క ఐదుగురు కొడుకులు, స్వయంగా మీరు కూడా ముల్లోకాలనూ సంహరించగల సమర్థులు. మీరు క్రోధపూర్వకంగా ఎవరివైపైనా చూస్తే చాలు అతడు వెంటనే నశించిపోతాడు అనడంలో ఏమాత్రం సందేహం లేదు" అన్నాడు.

కౌరవ పాండవ సేనలు యుద్ధభూమికి చేరుట

వైశంపాయనుడు చెపుతున్నాడు – రాజా! కొద్దిసేపటికే బాగా తెల్లవారింది. దుర్యోధనుని ఆజ్ఞను అనుసరించి అతని పక్షంలోని రాజులు పాండవులపై దండెత్తడానికి సిద్ధం కాసాగారు. వారు స్నానాలు చేసి తెల్లనివస్త్రాలు ధరించారు. హోమాలు చేశారు. ఆపై అస్త్రశస్త్రాలు ధరించి స్వస్తివాచనం చేయిస్తూ యుద్ధం చేయడానికి వెళ్లారు. ఆరంభంలో అవంతి దేశపు రాజులు విందానువిందులు, కేకయరాజు, బాహ్లీకుడు – వీరందరూ ద్రోణాచార్యుని నేతృత్వంలో వెళ్లారు. వారి తరువాత అశ్వత్థామ, భీష్ముడు, జయద్రథుడు, గాంధారరాజు శకుని, దక్షిణ పశ్చిమపూర్వోత్తర దిక్కుల రాజులు, పర్వత ప్రాంతపు రాజులు, శక, కిరాత, యవన, శిబి, వసాతి జాతుల రాజులు తమ తమ సేనలతో పాటు రెండదళంగా వెళ్లారు. వారివెనుక సైన్యంతో సహా కృతవర్మ, త్రిగర్తరాజు, సోదరులందరూ చుట్టిరాగా దుర్యోధనుడు, శలుడు, భూరిశ్రవుడు, శల్యుడు, కోసలరాజు బృహద్రథుడు – వీరందరూ ప్రయాణమయ్యారు. మహాబలులైన ధృతరాష్ట్రపుత్రులు కవచాలు ధరించి కురుక్షేత్రానికి వెనుకనున్న సగభాగంలో చక్కగా వ్యవస్థాపూర్వకంగా నిలిచిఉన్నారు. దుర్యోధనుడు తన శిబిరాన్ని రెండవ హస్తినాపురంతో సమానంగా అనిపించేలా అలంకరింపచేశాడు. కాబట్టి మిక్కిలి నిపుణులైన నాగరికులకు కూడా దానికి, నగరానికి భేదం తెలియడంలేదు. చాలామంది రాజులకు కూడా అతడు అలాంటివే వందలు వేలు డేరాలు వేయించాడు. ఐదు యోజనాల చుట్టుకొలత గల ఆ రణభూమిలో అతడు వందలకొద్దీ గుడారాలు వేయించాడు. ఆ గుడారాలలో రాజులు తమ తమ బలాన్ని, ఉత్సాహాన్ని అనుసరించి విడిదిచేశారు. దుర్యోధనుడు ఆ వచ్చిన రాజులందరికీ సేనాసహితంగా అన్నిరకాల ఉత్తమోత్తమ భక్ష్య భోజ్య సామగ్రిని అందించే ఏర్పాటుచేశాడు. అక్కడికి వచ్చిన వ్యాపారులను, చూపరులను కూడా విధ్యుక్తంగా చూడసాగాడు.

ఇదే రీతిగా యుధిష్ఠిరమహారాజు కూడా ధృష్టద్యుమ్నాది వీరులకు రణభూమికి నడవమని ఆజ్ఞ ఇచ్చాడు. అతడు రాజులయొక్క గుఱ్ఱాలకు, ఏనుగులకు, కాల్బలానికి, వాహనాల సేవకులకు, శిల్పులకు అత్యుత్తమమైన భోజనసామగ్రి ఇవ్వాలని ఆదేశించాడు. తరువాత ధృష్టద్యుమ్నుని నేతృత్వంలో అభిమన్యుని, బృహత్తును, ద్రౌపదియొక్క ఐదుగురు పుత్రులను యుద్ధభూమికి పంపించాడు. ఆ తరువాత భీమసేనుని, సాత్యకిని, అర్జునుని రెండవ సైన్యసముదాయంతో పాటు నడవమని చెప్పాడు. ఉత్సాహవంతులైన ఈ వీరుల హర్షధ్వనులు ఆకాశంలో ప్రతిధ్వనించసాగాయి. వీరందరి వెనుక విరాటుడు, ద్రుపదుడు – ఇతరరాజులతోపాటు తాము వెళ్లారు. ఆ సమయంలో ధృష్టద్యుమ్నుని అధ్యక్షతన నడుస్తున్న ఆ పాండవసేన నిండుగా ప్రవహిస్తున్న గంగానదిలా మందగమనంతో కదలడం కనపడింది.

కొంతదూరం వెళ్లాక యుధిష్ఠిరుడు ధృతరాష్ట్రపుత్రులకు

భ్రమ కల్పించడానికి తన సైన్యాన్ని రెండవసారి సంఘటన చేశాడు. అతడు ద్రౌపదీపుత్రులను, అభిమన్యుని, నకులుని, సహదేవుని, ప్రభద్రక వీరులందరినీ – పదివేల ఆశ్వికులతో, రెండువేల గజారోహకులతో, పదివేల కాల్బలంతో, ఐదువందల రథికులతోపాటు భీమసేనుని నేతృత్వంలో మొదటిదళంగా ఏర్పడి నడవమని ఆజ్ఞాపించాడు. మధ్యనున్న దళంలో విరాటుడు, జయత్సేనుడు, పాంచాలరాజకుమారులు యుధామన్యుడు, ఉత్తమౌజుడు ఉన్నారు. దానివెనుక మధ్యభాగంలోనే శ్రీకృష్ణుడు, అర్జునుడు వెళ్లారు. వారికి ముందు, వెనుక, అన్ని వైపుల ఇరువైవేల ఆశ్వికదళం, ఐదువందల గజారోహకులు, అనేకులు రథికులు, కాల్బలం -ధనుస్సులు, ఖడ్గాలు, గదలు, రకరకాల అస్త్రాలు తీసుకొని నడుస్తూ వెళ్లారు. ఆ సైన్యసముదాయానికి మధ్యలో స్వయంగా యుధిష్ఠిరుడున్నాడు. అందులో రాజులనేకులు అతనిని నాలుగువైపుల ఆవరించి ఉన్నారు. మహాబలి సాత్యకి కూడా లక్షలమంది రథికులతోపాటు సేనను ముందుకు నడిపిస్తున్నాడు. పురుషశ్రేష్ఠుడైన క్షత్రదేవుడు, బ్రహ్మదేవుడు సైన్యం యొక్క పృష్ఠభాగాన్ని రక్షిస్తూ వెనుకభాగంలో నడుస్తున్నారు. వీరేకాక ఇంకా అనేక ఎద్దుబళ్లు, దుకాణాలు, వాహనాలు, ఏనుగులు, గుఱ్ఱాలు మొదలైనవి సేనతోపాటు ఉన్నాయి. ఆ సమయంలో రణభూమిలో లక్షలవీరులు అమితోత్సాహంతో శంఖాలు, భేరీలు మోగించసాగారు.

ఇది ఉద్యోగ పర్వము

అధస్సూచికలు

(1) ధృతరాష్ట్రుండును బుత్త్రులున్ వనము కుంతీనందనుల్ సింహముల్
మతి నుహింప నసింహ మైన వనమున్ మర్దింతు రెందున్ వనా
వృతవృత్తంబులు గానిసింహములకున్ వేగంబ చే టొందుఁగా
న తగం బొందుట కార్య మీయుభయము న్వంతుష్టిమై నున్కికిన్
(ఉద్యో-1-358)

(2) ఈ భావాన్నే తిక్కనగారు చక్కని కందంలో ఇలా చెప్పారు.
పురుషుండు రెండు తెఱగుల
ధరనుత్తముడనగబఱగు దానెయ్యడలన్
పరుసముల వలుకకునికిన్
దురితంబులు వొరయుపనులు దొరగుటకతనన్.
(ఉద్యో-2-41)

(3) తనియఁ బండ కుండ మును గోసికొనఁ జవి
చేటె కాదు విత్తు చేటుఁగలుగుఁ
బక్వమైనఁ గొనిన ఫల మించుఁ జెడదు బీ
జంబుఁ గార్యసిద్ధి చంద మిట్లు.
(ఉద్యో-2-56)

(4) ధనమును విద్యయు వంశం
బును దుర్మతులకు మదంబుఁ బొనరించును స
జ్జనులైనవారి కడఁకువ
యును వినయము నివియ తెచ్చు నుర్వీనాథా.
(ఉద్యో-2-35)

(5) నియతతపమును నింద్రియ నిగ్రహంబు
భూరివిద్యయు శాంతికిఁ గారణములు
వానియన్నింటికంటె మేలైనశాంతి
కారణము లోభముడుగుట కౌరవేంద్ర ! (ఉద్యో-2-85)

(6) "ఋుగ్యజుస్సామభి పూతో బ్రహ్మలోకే మహీయతే"
(ఋుగ్వేద, సామవేద, యజుర్వేదాలతో పవిత్రుడై బ్రాహ్మణుడు బ్రహ్మలోకంలో ప్రతిష్ఠితుడవుతాడు) ఇత్యాదివచనాలు వేదవేత్తలైన బ్రాహ్మణులు పవిత్రులు నిష్పాపులు అయ్యే సంగతిని చెపుతున్నాయి.

(7) ధర్మగ్లాని జరిగినపుడు దక్షులు ఉపేక్షించకూడదని తిక్కన ఈ సందర్భంలో చక్కని పద్యం రచించారు.
సొరపు ధర్మమున్ విమలసత్యము పాపముచేత బొంకుచే
పొరము పొందలేక చెడబారిన దైనయవస్థ దక్షులె
వ్వారలుపేక్ష సేసి రది, వారల చేటగుగాని ధర్మ ని
స్తారకమయ్య సత్యశుభదాయక మయ్యును దైవ ముండెడిన్.
(ఉద్యో-3-273)

(8) అదె కౌరవ్య లశక్తదుర్జనత సేయం బూని పైఁ బాఱఁ జూ
చెద రమ్మై దమచేతఁ దీఱునె జయశ్రీకాంతు దైత్యాంతకుం
బొదువం దారు దలంచు టెల్ల ననలంబుం జీర బంధింపగా
మది నూహించినయట్ల కాక తమదుర్మంత్రంబులం బోవునే !
(ఉద్యో-3-396)

(9) ధర్మతనయుండు దాను నాతమ్ముఁడగుట
యెటిఁగెనేనియు సామ్రాజ్యమేల పూను
నట్టిధార్మికుఁ డాధిపత్యంబుఁ జేయ
వలవదే శాశ్వతంబుగ వసుధ యెల్ల. (ఉద్యో-4-44)

॥ ఓం శ్రీగణేశాయ నమః ॥

సంక్షిప్త మహాభారతము

భీష్మ పర్వము

కౌరవపాండవులు డేరాలు వేసికొని, యుద్ధనియమములను నిర్ణయించుకొనుట

నారాయణం నమస్కృత్య నరం చైవ నరోత్తమమ్ ।
దేవీం సరస్వతీం వ్యాసం తతో జయముదీరయేత్ ॥

నారాయణ స్వరూపుడైన శ్రీకృష్ణునికి, నరోత్తముడు అయిన అర్జునునికి, వారి లీలలను ప్రకటించే సరస్వతీదేవికి, దానిని రచించిన వ్యాసునికి నమస్కరించి, ఆసురభావాలను తొలగించి అంతఃకరణశుద్ధి కలిగించే మహాభారతాన్ని చదవాలి.

జనమేజయుడు అడుగుతున్నాడు - "మునివరా ! కౌరవులు, పాండవులు, సోమకుడు (ద్రుపదుడు), ఇంకా అనేక దేశాలనుండి వచ్చిన ఎంతోమంది రాజులు ఏ రకంగా యుద్ధం చేశారో వినాలని నాకు కుతూహలంగా ఉంది."

వైశంపాయనుడు చెపుతున్నాడు - "రాజా ! కౌరవ పాండవులు సోమవంశవీరులు కురుక్షేత్రంలో ఎలా యుద్ధం చేశారో విను. యుధిష్ఠిరుడు అక్కడ శమంత పంచక తీర్థానికి వెలుపల ఉన్న మైదానంలో వేలకొద్దీ శిబిరాలు వేయించాడు. కురుక్షేత్రం తప్ప మిగిలిన భూమి అంతా శూన్యమై పోయిందా అన్నంతగా అక్కడ సేన పోగుపడింది. కేవలం పిల్లలు, వృద్ధులు మాత్రమే మిగిలారు. యువకులు, గుఱ్ఱాలు పేరుకైనా లేవు. ఇక రథాలూ, ఏనుగులూ కూడా ఎక్కడా మిగలలేదు. భూమి మీది అన్ని దేశాలనుండి కురుక్షేత్రానికి సైన్యం వచ్చింది. అన్ని వర్ణాల వారూ అక్కడికి చేరుకొన్నారు. అందరూ అనేక యోజనాల విస్తీర్ణంలో ఆవరణాలు నిర్మించుకొన్నారు. వారి ఆవరణాలలో దేశాలు, నదులు, పర్వతాలు, అడవులూ కూడా ఉన్నాయి. యుధిష్ఠిర మహారాజు వారందరికీ అన్నపానీయాలకు చక్కని ఏర్పాట్లు చేశాడు. యుద్ధ సమయం దగ్గరపడేసరికి యుధిష్ఠిరుడు - "ఇతడు పాండవ పక్షానికి చెందిన యోధుడు" అని గుర్తు పట్టడానికి వీలుగా అందరికీ పేర్లు, ఆభరణాలు, సంకేతాలు నిశ్చయించాడు.

దుర్యోధనుడు కూడా రాజులందరితో కలిసి పాండవులను ఎదిరించడానికి వ్యూహాన్ని రచించాడు. యుద్ధాన్ని కొనియాడే పాంచాలదేశ వీరులు దుర్యోధనుని చూచి సంతోషం ఉప్పొంగగా పెద్ద పెద్ద శంఖాలు, యుద్ధభేరీలు మోగించసాగారు.

ఆ తరువాత ఒకే రథం మీద ఆసీనులై ఉన్న కృష్ణార్జునులు కూడా తమ తమ దివ్యశంఖాలను ఊదారు. పాంచజన్య, దేవదత్తాలనే పేర్లు కల ఆ శంఖాల యొక్క భయంకర నాదాలను విని కౌరవయోధులు మూత్ర విసర్జన చేసుకొన్నారు.

అనంతరం కౌరవ పాండవులు, సోమవంశవీరులు కలిసి కొన్ని యుద్ధ నియమాలను విధించుకొన్నారు. యుద్ధానికి సంబంధించిన ఆ ధర్మబద్ధమైన నియమాలను అందరూ అనివార్యంగా పాటించాలని విధించారు. "ప్రతిదినం యుద్ధం ముగియగానే అందరూ ఎప్పటిలాగే పరస్పరం ప్రేమగా వ్యవహరించాలి, ఎవరూ ఎవరితోనూ మోసంగా, కపటంగా వ్యవహరించకూడదు. ఎవరైనా వాగ్యుద్ధం చేస్తూంటే, అతనిని వాగ్యుద్ధంతోనే ఎదిరించాలి. సైన్యాన్ని విడిచి బయటకు పోయిన వానిపై ఆయుధం ప్రయోగించకూడదు. రథికులు రథికులతో, గజారోహకులు గజారోహకులతో, అశ్వికులు అశ్వికులతో కాల్బలం కాల్బలంతోనే యుద్ధం చేయాలి. తనకు తగినవానితోనే, తాను కోరుకొన్నవానితోనే యుద్ధం చేయాలి. తన బలాన్ని, ఉత్సాహాన్ని అనుసరించి యుద్ధం చేయాలి. ప్రతిపక్షం వానిని పిలిచి హెచ్చరించి ఆయుధం ప్రయోగించాలి. ఆయుధ ప్రహారం జరుగదని నమ్మి, నిశ్చింతగా ఉన్నవానిని, భీతుడైన వానిని గాయపరచకూడదు. ఒకడు ఒకనితో యుద్ధం చేస్తూండగా, అతని మీద ఇతరులెవరూ శస్త్రాలు వేయకూడదు. శరణుచొచ్చిన వాడు, యుద్ధం విడిచి పలాయనం చిత్తగించేవాడు, శస్త్రాస్త్రాలూ, కవచమూ కోల్పోయినవాడు - ఇటువంటి ఆయుధ హీనులను చంపకూడదు, సూతులపై, భారవాహకులపై, శంఖాలు, భేరులు వాయించే వారిపై ఎటువంటి ఆయుధాలు ప్రయోగించకూడదు". - ఇవి ఆ నియమాలు. ఈ రీతిగా కట్టుబాట్లను ఏర్పరచుకొని ఆ రాజులందరూ తమ తమ సైనికులతో చాలా సుఖంగా ఉన్నారు.

వ్యాసుడు సంజయుని ఆదేశించుట - ఉత్పాతముల వర్ణన.

వైశంపాయనుడు కొనసాగిస్తున్నాడు - "రాజా ! తూర్పు, పడమరలుగా పరస్పరం ఎదురెదురుగా నిలబడిఉన్న ఆ రెండు పక్షాల సైన్యాలను త్రికాలజ్ఞాని అయిన వ్యాసమహర్షి చూశాడు. ఏకాంతంగా కూర్చొని ఉన్న ధృతరాష్ట్ర మహారాజు

దగ్గరకు వచ్చాడు. అతనితో "రాజా నీ పుత్రులకు, ఇతర రాజులకు కూడా కాలం సమీపించింది. వారు యుద్ధంలో ఒకరిని ఒకరు చంపుకోవడానికి సిద్ధంగా ఉన్నారు. నాయనా! యుద్ధభూమిలో ఉన్న వారిని నీవు చూడాలనుకొంటే నీకు దివ్యదృష్టిని ఇస్తాను. అందువలన అక్కడి యుద్ధాన్ని నీవు చక్కగా చూడగలుగుతావు." అన్నాడు.

దానికి ధృతరాష్ట్రుడు – "బ్రహ్మర్షిముఖ్యా ! నా కుటుంబం యుద్ధంలో చనిపోవడం నేను చూడాలనుకోవడంలేదు. కాని మీ దయవలన యుద్ధ సమాచారాన్ని పూర్తిగా వినగలను. ఆ దయమాత్రం చూపండి." అని ,సమాధానమిచ్చాడు.

ధృతరాష్ట్రుడు యుద్ధ సమాచారాన్ని వినాలనుకుంటున్నాడని గ్రహించిన వ్యాసమహర్షి సంజయునికి దివ్యదృష్టిని అనుగ్రహించాడు. అతడు ధృతరాష్ట్రునితో – "రాజా ! ఈ సంజయుడు మీకు యుద్ధవృత్తాంతాన్ని వినిపిస్తాడు. యుద్ధక్షేత్రం అంతటా ఇతనికి తెలియని విషయమేదీ ఉండదు. ఇతడు దివ్యదృష్టి సంపన్నుడు, సర్వజ్ఞుడు అవుతాడు. ప్రత్యక్షంగా గానీ, పరోక్షంగా గానీ, రాత్రి అయినా పగలు అయినా, చివరికి మనసులో అనుకున్నదయినా ఏ మాట అయినా కూడా సంజయునికి తెలిసిపోతుంది. ఇతనిని ఏ ఆయుధమూ గాయపరచదు. అలసట బాధించదు. యుద్ధరంగం నుండి ఇతడు అతిసురక్షితంగా వెలుపలికి రాగలడు. ఈ కౌరవ పాండవుల కీర్తిని నేను విస్తరింపచేస్తాను. వారికోసం నీవు శోకించకు. ఇది దైవ నిర్ణయం. దీనిని ఎవరూ మార్చలేరు. యుద్ధంలో ధర్మం ఉన్నచోటనే విజయం ఉంటుంది. మహారాజా ! ఈ యుద్ధంలో గొప్ప నాశనం జరగబోతోంది. అటువంటి భయంకరమైన అపశకునాలే కన్పిస్తున్నాయి. ఉదయ సంధ్యలో, సాయం సంధ్యలో కూడా మెరుపులు మెరుస్తున్నాయి. మూడు రంగుల మేఘాలు సూర్యుని కప్పివేస్తున్నాయి. పైన తెల్లగా, కింద ఎఱ్ఱగా ఉన్న ఈ మేఘాలు మధ్యలో నల్లగా ఉన్నాయి. సూర్యచంద్రులు, నక్షత్రాలు మండి పోతున్నట్లు కనిపిస్తున్నాయి. రాత్రికి, పగటికి తేడా తెలియడంలేదు. ఈ లక్షణం భయాన్ని కలిగిస్తోంది. కార్తీక పూర్ణిమ నాడు నల్లని ఆకాశంలో చంద్రుడు తేజోహీనుడైన కారణంగా కొద్దిగా కనపడుతున్నాడు. అతని రంగు అగ్ని వర్ణంలా ఉంది. ఇందువలన అనేకులైన శూరవీర రాజులు, రాజకుమారులు యుద్ధంలో ప్రాణత్యాగం చేసి నేలపై నిదురిస్తారని సూచింపబడుతోంది. ప్రతిదినం పందులు, మగపిల్లులు పోట్లాడుకొంటున్నాయి. వాటి భయంకర ధ్వనులు వినపడుతూనే ఉన్నాయి. దేవతా ప్రతిమలు కదులుతూ, నవ్వుతూ, రక్తాన్ని కక్కుకుంటూ, అకస్మాత్తుగా చెమటతో చిత్తడి అయిపోతూ జారిపడిపోతున్నాయి. ముల్లోకాలలోనూ ప్రసిద్ధిచెందిన పరమసాధ్వి అరుంధతి ఇప్పుడు వసిష్ఠుని ముందు నుండి వెనుకకు నెట్టివేసింది. శనైశ్చరుడు రోహిణిని బాధిస్తున్నాడు. చంద్రుని మృగలాంఛనం నశించినట్లుంది. ఇందువలన గొప్ప విపత్తు సంభవింపబోతోంది. ఈనాడు ఆవుల కడుపున గాడిదలు పుడుతున్నాయి. గుఱ్ఱాలకు దూడలు పుడుతున్నాయి. కుక్కలు నక్కలను కంటున్నాయి. నలువైపుల మహావేగంతో తుఫాను గాలి వీస్తోంది. నిరంతరంగా ధూళి ఎగురుతోంది. మాటిమాటికీ భూమి కంపిస్తోంది. రాహువు సూర్యుని పట్టుకొన్నాడు. కేతువు చిత్రానక్షత్రంపై ఉన్నాడు. ధూమకేతువు పుష్య నక్షత్రంలో ఉంది. ఈ గొప్ప గ్రహం ఇరుపక్షాల సైనికులకు ఘోరమైన అమంగళాన్ని కలిగిస్తుంది. కుజుడు వక్రించి మఘా నక్షత్రంలో ఉన్నాడు. బృహస్పతి శ్రవణా నక్షత్రంలోను, శుక్రుడు పూర్వాభాద్ర స్థానంలోను ఉన్నారు. ఇంతకు ముందు పద్నాలుగు, పదిహేను, పదహారు దినాలలో అమావాస్య అయింది. కాని ఎప్పుడయినా పక్షంలోని పదమూడవ రోజునే అమావాస్య అయినట్లు నాకు గుర్తు లేదు. ఈ సారి మాత్రం ఒకే నెలలో రెండు పక్షాలలోను త్రయోదశి నాడే సూర్యగ్రహణం, చంద్రగ్రహణం వచ్చాయి. ఈ రకంగా పర్వం కాకుండానే గ్రహణం కావడం వలన ఈ రెండు గ్రహాలూ తప్పకుండా జననాశనం కలిగిస్తాయి. భూమి వేల కొద్దీ రాజుల రక్తాన్ని తాగుతుంది. కైలాసం, మందరాచలం, హిమాలయం వంటి పర్వతాల నుండి వేల మార్లు ఘోరశబ్దాలు వెలువడుతాయి. వాటి శిఖరాలు విరిగి విరిగి పడిపోతాయి. మహాసముద్రాలు నాలుగూ వేర్వేరుగా ఉప్పొంగుతూ భూమిపై అలజడి సృష్టిస్తూ ముందుకు సాగి చెలియలికట్టలను దాటుతాయని అనిపిస్తోంది.

వ్యాస ధృతరాష్ట్ర సంవాదము – సంజయుడు భూమిని వర్ణించుట.

వైశంపాయనుడు చెపుతున్నాడు – "ధృతరాష్ట్రునితో ఇలా అని వ్యాసమహర్షి ఒక్క క్షణం ధ్యానమగ్నుడై తిరిగి అతనితో ఇలా అన్నాడు. "రాజా ! కాలం ఈ ప్రపంచాన్ని నశింపచేస్తూ ఉంటుందనడంలో ఏ మాత్రం సందేహం లేదు. ఇక్కడ శాశ్వతంగా ఉండేది ఏదీ లేదు. కాబట్టి నీవు నీ వంశం వారయిన కౌరవులను, బంధువులను, హితైషులయిన మిత్రులను ఈ క్రూరకర్మ చేయకుండా వారించు. వారికి

ధర్మయుక్తమయిన మార్గాన్ని ఉపదేశించు. తన బంధువర్గాన్ని చంపుకోవడం చాలా నింద్యమైనది. అది జరగనీకు. మౌనం వహించి నాకు అప్రియం కలిగించకు. ఎవరినైనా సరే చంపడం మంచిదని వేదాలు చెప్పలేదు. అందువలన తనకు కూడా ఏమాత్రం మేలు చేకూరదు. కులధర్మం శరీరం లాంటిది. దానిని నాశనం చేస్తే ఆ కులధర్మం కూడా అతనిని నాశనం చేస్తుంది. ఈ కులధర్మాన్ని నీవు రక్షించగలవు. అయినా కాలప్రేరితుడవై విపత్తుసమయంలో వలె అధర్మ మార్గంలో ప్రవర్తిస్తున్నావు. నీకు రాజ్య రూపంలో చాలా గొప్ప అనర్ధమే సంభవించింది. ఎందుకంటే ఇది నీ వంశానికి, అనేక రాజుల వినాశనానికి కారణభూతమయింది. నీవు ధర్మలోపం మిక్కిలిగా చేశావు. అయినా నేను చెప్పిన రీతిగా నీ కొడుకులకు ధర్మమార్గాన్ని చూపించు. ఇటువంటి రాజ్యంవలన నీకేమి దక్కుతుంది ? పాపం మాత్రమే అనుభవించవలసివస్తుంది. ధర్మరక్ష చేయడం వలన నీకు యశస్సు, కీర్తి, స్వర్గం లభిస్తాయి. పాండవులకు వారి రాజ్యం వారికి దక్కేటట్లు, కౌరవులందరూ సుఖ శాంతులు అనుభవించేలా ఇక నీవు చేయి" అన్నాడు.

అందుకు ధృతరాష్ట్రుడు - "తండ్రీ ! ప్రపంచమంతా స్వార్థంతో మోహితమై ఉంది - నన్ను కూడా సాధారణ మానవునిగానే అనుకో. నా బుద్ధి అధర్మం చేయాలనుకోవడం లేదు. కాని ఏం చేయను ? నా కొడుకు నా వశంలో లేడు". అని వాపోయాడు.

వ్యాసుడు - "సరే నన్నేమైనా అడగాలని మనసులో అనుకొంటే అడుగు. నేను నీ సందేహాలన్నీ తీరుస్తాను." అన్నాడు.

ధృతరాష్ట్రుడు - భగవాన్ ! యుద్ధంలో విజయం పొందే వారికి కనిపించే శుభశకునాలేమిటో వినాలని ఉంది." అని అడిగాడు

వ్యాసుడు చెప్పసాగాడు - హోమాగ్ని యొక్క కాంతి స్వచ్ఛంగా ఉండాలి. ఆ జ్వాలలు పైకి సాగాలి. లేదా ప్రదక్షిణ క్రమంలో తిరగాలి. వాటినుండి పొగరాకూడదు. ఆహుతులు అర్పించాక వాటినుండి పవిత్రమైన సువాసనలు రావాలి. అలా ఉంటే భావి విజయ చిహ్నంగా చెప్పవచ్చు. భారతా! ఏ పక్షంలోని యోధుల నోళ్లనుండి సంతోష నిర్భరమైన మాటలు వెలువడతాయో, ఎవరికి ధైర్యం ఉంటుందో, ధరించిన మాలలు వాడకుండా ఉంటాయో, వారే ఈ యుద్ధమనే మహాసాగరాన్ని తరించగలరు. సైన్యం కొద్దిదయినా, గొప్పదయినా యోధుల యొక్క ఉత్సాహంతో కూడిన సంతోషమే విజయానికి ప్రధాన లక్షణంగా చెప్పబడుతుంది. పరస్పరం బాగా ఎరిగిఉన్నవారు, ఉత్సాహవంతులు, స్త్రీలు మొదలైనవాటియందు ఆసక్తి లేనివారు, దృఢనిశ్చయులు - అయిన ఏభైమంది వీరులయినా అతిపెద్ద సైన్యాన్ని నుగ్గు నుగ్గు చేయగలరు. యుద్ధరంగం నుండి మడమతిప్పని ఐదారుగురు యోధులున్నా వారు కూడా విజయాన్ని పొందగలరు. కాబట్టి సైన్యం పెద్దదిగా ఉంటే ఎప్పుడూ విజయం లభిస్తుంది అనే మాట లేదు."

ఈ రీతిగా చెప్పి వ్యాసభగవానుడు వెళ్లిపోగా, ఇదంతా విన్న ధృతరాష్ట్రుడు ఆలోచనలో పడ్డాడు. కొద్దిసేపు ఆలోచించి అతడు సంజయుని చూచి - "సంజయా ! యుద్ధాన్ని కోరుకొనే ఈ రాజులందరూ భూమిమీది లోభం చేతనే జీవితాలమీది ఆశను కూడా విడిచి ఎన్నో రకాల అస్త్రశస్త్రాల ద్వారా ఒకరినొకరు చంపుకొంటున్నారు. భూ సంపద మీది కోరికతో పరస్పరం చంపుకొంటూ యమలోక జనాభాను పెంచుతున్నారు కాని శాంతించడం లేదు. కాబట్టి ఈ భూమిలో చాలా గుణాలు ఉన్నాయని నాకు అనిపిస్తోంది. అందుకే దీనికోసం నరసంహారం జరుగుతోంది. కనుక నీవు నాకు ఈ భూమిని గురించి వివరంగా చెప్పు." అని అడిగాడు.

సంజయుడు - "భరతకులీనుడా ! నీకు నమస్కారం. నీ ఆజ్ఞానుసారం ఈ భూమి యొక్క గుణాలను వర్ణిస్తాను. శ్రద్ధగా విను. ఈ భూమి మీద చరాచరములనే రెండు రకాల ప్రాణులు ఉన్నాయి. అండజాలు, స్వేదజాలు, జరాయుజాలు - అని చరప్రాణులు మూడు రకాలు. ఈ మూడింటిలో జరాయుజాలు శ్రేష్ఠం. అందులోనూ మనుష్యులు, పశువులు ప్రధానమైనవి. వీనిలో కొన్ని గ్రామాలలో, కొన్ని అడవులలో నివసిస్తాయి. గ్రామాలలో నివసించే వాటిలో మనుష్యులు, అడవులలో నివసించే వాటిలో సింహాలు శ్రేష్ఠమైనవి. అచరాలను లేదా స్థావరాలను ఉద్భిజములని కూడా అంటారు. ఇవి - వృక్షాలు, గుల్మాలు, లతలు, వల్లులు, త్వక్సారాలు (వెదురు మొదలైనవి) అని ఐదు జాతులు. ఇవి తృణ జాతికి చెందినవి.

ఈ సంపూర్ణ జగత్తు ఈ భూమి మీదనే పుట్టి, దీని యందే నశించిపోతూ ఉంటుంది. భూమియే అన్ని ప్రాణులకు ఆధారం. భూమియే చిరకాలం వరకు నిలిచిఉండేది. భూమి మీద అధికారం ఎవరికి ఉంటుందో, ఈ చరాచరజగత్తు వారికే వశమై ఉంటుంది. అందుకే ఈ భూమి మీది అత్యంత

లోభంతో రాజులందరూ ఒకరిని ఒకరు చంపుకొంటూ ఉంటారు." అని ముగించాడు.

భీష్ముని పతనమును విని ధృతరాష్ట్రుడు శోకించుట - సంజయుడు కౌరవ సేనా సన్నాహమును వర్ణించుట.

వైశంపాయనుడు చెపుతున్నాడు - "రాజా ! ఒక రోజున ధృతరాష్ట్ర మహారాజు చింతా మగ్నుడై కూర్చొని ఉన్నాడు. అదే సమయంలో యుద్ధభూమి నుండి త్వరితంగా మరలి వచ్చిన సంజయుడు అతిదుఃఖంతో - "మహారాజా ! నేను సంజయుణ్ణి మీకు నమస్కరిస్తున్నాను. శంతను నందనుడు భీష్ముడు యుద్ధంలో పడిపోయాడు. సమస్త యోధులకు తలమానికమై ధనుర్ధారులందరికీ ఆసరా అయిన కౌరవ పితామహుడు ఆ భీష్ముడు ఈనాడు అంపశయ్య మీద నిదురిస్తున్నాడు. కేవలం రథారూఢుడై కాశీ నగరంలో సమస్త రాజులను ఒంటరిగా ఓడించినవాడు, పరశురామునితో నిర్భయంగా యుద్ధంలో పోరాడినవాడు, ఆ పరశురాముని చేతిలో కూడా చావనివాడు ఈనాడు శిఖండి చేతిలో కూలిపోయాడు, ఇంద్రుని వంటి పరాక్రమం కలవాడు, ధైర్యంలో హిమాచలం వంటివాడు, వేలకొద్దీ బాణాలను వర్షిస్తూ ఈ పదిరోజులలోనూ లక్షమంది సైనికులను సంహరించినవాడు ఈనాడు గాలివానకు పెకలింపబడిన చెట్టులా నేలపై పడి ఉన్నాడు. రాజా ! ఇదంతా నీ దురాలోచన ఫలితమే. భీష్ములవారు ఎప్పుడూ ఇలాంటి స్థితి పొందదగినవారు కారు". అని వాపోయాడు.

ధృతరాష్ట్రుడు - "సంజయా ! కౌరవ శ్రేష్ఠుడు, ఇంద్ర సమాన పరాక్రముడు పితృవరుడు అయిన భీష్ముడు శిఖండి చేతిలో ఎలా కూలి పోయాడు ? అతని మరణ సమాచారం విని నా హృదయం వేదనతో నిండిపోతోంది. అతడు యుద్ధానికి ముందు నిలిచినపుడు అతనిని ఎవరు వెన్నంటి ఉన్నారు ? ఎవరు ముందు నడిచారు ? అతని ధనుర్బాణాలు చాలా క్రూరమైనవి. రథం చాలా ఉత్తమమైనది. అతడు తన బాణాలతో ప్రతిదినం శత్రుశిరస్సులను ఖండిస్తూనే ఉండేవాడు. ప్రళయకాలాగ్నిలా సమీపించశక్యం కానివాడు. అతడు యుద్ధానికి సిద్ధమవడం చూస్తేనే పాండవుల సైన్యం వణికిపోయేది. అయ్యో ! అంతటి దుష్కరకర్ముడు కూడా ఈనాడు సూర్యునిలా అస్తమించాడు. కృపాచార్యుడు, ద్రోణాచార్యుడు కూడా అతని చెంత ఉండగానే అతనికి మరణం ఎలా సంభవించిది ? దేవతలు కూడా అణచలేని అతిరథుడైన వీరుని పాంచాలదేశీయుడు శిఖండి ఎలా చంపగలిగాడు ? నా పక్షంలోని ఏయే వీరులు చివరివరకు అతనిని విడిచిపెట్టకుండా ఉన్నారు ? దుర్యోధనుని ఆజ్ఞపై ఏయే వీరులు అతని నలువైపుల ఉన్నారు ?

సంజయా ! నిజంగా నా హృదయం రాతిలాగా కఠినమైనది సుమా ! భీష్ములవారి మరణ వార్త వినికూడా ఇది ముక్కలవడం లేదు. సత్యము, బుద్ధి, నీతి మొదలైన భీష్ములవారి సద్గుణాలకు అంతే లేదు. వారు యుద్ధంలో ఎలా చనిపోయారు ? సంజయా ! చెప్పు. ఆ సమయంలో పాండవులకు, భీష్మునికి ఎలాంటి యుద్ధం జరిగింది ? అయ్యో! ఆయన చనిపోవడంతో నా పుత్రుని సైన్యం (పతి పుత్రులు లేని) మగదిక్కు లేని ఆడదానిలా అసహాయమై పోయింది. మా తండ్రి భీష్ముడు ఈ లోకంలో ప్రసిద్ధికెక్కిన ధర్మాత్ముడు, మహాపరాక్రమశాలి. ఆయనను చంపుకున్నాక ఇక మా జీవితాలను రక్షించడానికి ఆసరా ఎవరు ? నదిని దాటాలని కోరుకొనే వాడు. నావ నీళ్లల్లో మునిగి పోతూంటే ఎలా వ్యాకుల పడతాడో భీష్ముని మరణంతో నా పుత్రుడు అలా శోకంలో మునిగి పోయి ఉంటాడు. ధైర్యంతో గాని, త్యాగబలంతో గాని ఎవరూ మృత్యువు నుండి తప్పించుకోలేరని అనిపిస్తోంది. అవశ్యం కాలం చాలా బలవత్తరమైనది. ఈ సంపూర్ణ జగత్తులో ఎవరూ కూడా దానిని ఉల్లంఘించలేరు. భీష్ముని వల్లనే మనకు రక్షణ అని నాకు చాలా ఆశ ఉండేది. అతడు యుద్ధభూమిలో కూలిపోవడం చూచి దుర్యోధనుడు ఏమి ఆలోచించాడు ? అలాగే కర్ణ శకుని దుశ్శాసనులు ఏమన్నారు ? భీష్ముడు కాక ఇంకా ఏయే రాజులు గెలిచారు ? ఓడారు ? ఎవరెవరు బాణాల తాకిడికి గురై మరణించారు ? సంజయా ! దుర్యోధనుడు చేసిన దుఃఖదాయకాలయిన పనులను గూర్చి నేను వినాలనుకొంటున్నాను. ఆ ఘోరసంగ్రామంలో జరిగిన సంఘటనలన్నీ నాకు వినిపించు. మందబుద్ధి అయిన దుర్యోధనుని మూర్ఖత్వం కారణంగా జరిగిన అన్యాయమైన లేదా న్యాయపూరితమైన సంఘటనలను, విజయకాంక్షతో భీష్ముడు చేసిన పరాక్రమ పూర్ణమైన కార్యాలను అన్నిటినీ నాకు చెప్పు. దానితో పాటే కౌరవ పాండవ సేనలమధ్య ఎటువంటి యుద్ధం జరిగిందో, అలాగే ఏ సమయంలో ఏ పనులు ఎలా జరిగాయో కూడా చెప్పు." అని విలపిస్తూ అడిగాడు.

సంజయుడు చెప్పసాగాడు - "మహారాజా ! మీ ఈ ప్రశ్న మీకు తగినట్లుగానే ఉంది. కాని ఈ దోషమంతా

మీరు దుర్యోధనుని నుదుటనే రుద్దలేరు. మనిషి తన దుష్కర్మలకు తగిన పాపఫలాన్ని తానే అనుభవించాలి గాని ఇతరుల మీద ఆ పాపభారాన్ని మోపకూడదు. పాండవులు బుద్ధి మంతులు. వారికి తమకు జరిగిన మోసం, అవమానం బాగా తెలుసు. అయినా వారు కేవలం మీ ముఖం చూసి చాలా కాలం వరకు మంత్రులతో సహితంగా అడవులలో నివసిస్తూ అంతా సహించారు. ఇక ఇప్పుడు నాకు భూత భవిష్యత్ వర్తమాన జ్ఞానం, ఆకాశగమనం, దివ్యదృష్టి మొదలైనవన్నీ ప్రసాదించిన ఆ పరాశరనందనుడు వ్యాస భగవానునికి నమస్కరించి భరతవంశీయుల యొక్క ఒళ్లు గగుర్పొడిచే అద్భుత సంగ్రామాన్ని సవిస్తరంగా వర్ణిస్తాను. వినండి.

ఇరుపక్షాల సైన్యం సంసిద్ధమై వ్యూహాకారంలో నిలిచి ఉండగా దుర్యోధనుడు దుశ్శాసనునితో - " దుశ్శాసనా ! భీష్ముని రక్షణకు నియమితమైన రథాలను సిద్ధం చేయించు. ఈ యుద్ధంలో భీష్ముని రక్షణ కంటె మించి మనకు వేరొక పని లేదు. నిర్మల చిత్తుడైన పితామహుడు ముందుగానే "శిఖండిని తాను చంపనని, ఎందుకంటే అతడు ముందు స్త్రీ రూపంలో పుట్టిన వాడని" చెప్పి ఉన్నాడు. కాబట్టి శిఖండి చేతులనుండి భీష్ముని రక్షించడానికి మనం విశేషప్రయత్నం చేయాలి. నా సైనికులందరూ శిఖండిని చంపడానికి సంసిద్ధులై ఉన్నారు. అన్నిరకాల ఆయుధ ప్రయోగాలలో ఆరితేరిన పూర్వ పశ్చిమ ఉత్తర దక్షిణ దిక్కుల వీరు లందరూ పితామహుని రక్షిస్తూ ఉండాలి. చూడు. అర్జునుని రథానికి ఎడమవైపున ఉన్న చక్రాన్ని యుధామన్యుడు, కుడివైపు చక్రాన్ని ఉత్తమౌజుడు రక్షిస్తున్నారు. అర్జునునికి ఈ వీరు లిద్దరి రక్షణ లభిస్తే, అర్జునుడు స్వయంగా శిఖండిని రక్షిస్తున్నాడు. కాబట్టి అర్జునుని చేత సురక్షితుడై, భీష్ముడు ఉపేక్షిస్తున్న శిఖండి పితామహుని చంపకుండా ఉండేలా నీవు ప్రయత్నం చేయాలి." అన్నాడు.

అనంతరం రాత్రి గడిచి సూర్యోదయం కాగానే నీ పుత్రుల యొక్క, పాండవుల యొక్క సేనలు అస్త్ర శస్త్రాలతో సుసజ్జితులై కన్పట్టసాగారు. నిలబడి ఉన్న యోధుల చేతులలో ధనుస్సులు, బుష్టులు, కత్తులు, గదలు, శక్తులు, తోమరాలు ఇంకా అనేకములైన మెరుగులీనే శస్త్రాలు అందంగా ఉన్నాయి. వందలవేల సంఖ్యలో గుఱ్ఱాలు, కాల్బలం, ఏనుగులు, రథాలు శత్రువులను తమ ఉచ్చులో బిగించడానికి వ్యూహబద్ధంగా నిలిచి ఉన్నాయి. శకుని, శల్యుడు, జయద్రథుడు, అవంతీరాజు పుత్రులు విందాను విందులు, కేకయరాజు, కాంబోజరాజు సుదక్షిణుడు, కళింగరాజు శ్రుతాయుధుడు, జయత్సేన మహారాజు, బృహద్బలుడు, కృతవర్మ - ఈ పదిమంది ఒక్కొక్క అక్షౌహిణీ సేనకు నాయకులు. వీరేకాక ఇంకా అనేకమంది మహారథులైన రాజులు, రాజకుమారులు దుర్యోధనునికి లోబడి యుద్ధంలో తమ తమ సైన్యంతో పాటు నిలబడి ఉండడం కనిపించిది. ఇది కాక పదకొండవ మహాసైన్యానికి దుర్యోధనుడు నాయకుడు. ఈ సమస్త సేనలకు ముందుగా, దీనికి నాయకత్వం వహించిన శంతనునందనుడు భీష్ముడు నిలిచి ఉన్నాడు. మహారాజా ! అతని శిరసుపై తెల్లని తలపాగా, శరీరం మీద తెల్లని కవచం ఉన్నాయి. అతని రథం యొక్క గుఱ్ఱాలు కూడా తెల్లనివే, ఆ సమయంలో ఆ తెల్లని కాంతితో అతడు చంద్రునిలా శోభించాడు. అతనిని చూచి గొప్పగొప్ప ధనుర్ధారులయిన సృంజయ వంశవీరులు, ధృష్టద్యుమ్నుడు మొదలైన పాంచాల వీరులు కూడా భయభ్రాంతులయ్యారు. ఈ రీతిగా ఈ పదకొండు అక్షౌహిణుల సైన్యం మీ పక్షాన నిలిచింది. రాజా! కౌరవుల యొక్క ఇంత పెద్ద సైన్యం ఇలా ఒక్కచోట కూడి ఉండడం నేను ఎప్పుడూ చూడలేదు, వినలేదు.

భీష్మ ద్రోణులిద్దరూ ప్రతిదినం తెల్లవారి లేవగానే పాండవులకు జయం కలగాలని తలపోస్తూ ఉండేవారు. అయినా తమ ప్రతిజ్ఞలను అనుసరించి యుద్ధం మీ కోసమే చేస్తూ ఉండేవారు. ఆ రోజు భీష్ముడు రాజులందరినీ తనవద్దకు పిలిచి వారితో "క్షత్రియులారా ! యుద్ధమనే స్వర్గ ద్వారం మీ కోసం తెరిచిఉంది. దీని ద్వారా మీరు ఇంద్రలోకానికి, బ్రహ్మలోకానికి కూడా వెళ్లగలరు. ఇదే సనాతన మార్గం, మీ పూర్వపురుషులు ఈ మార్గాన్నే అనుసరించారు. రోగంతో ఇంట్లో పడి ఉంటూ ప్రాణాలు వదలడం క్షత్రియులకు అధర్మమని అనిపించుకొంటోంది. యుద్ధంలో మరణించడమే సనాతన ధర్మం." అని ఉద్బోధించాడు.

భీష్ముని మాటలు విని రాజులందరూ ప్రశస్తమైన రథాలతో తమ తమ సేనలకు శోభను ఇనుమడింపచేస్తూ యుద్ధం కోసం ముందుకు సాగారు. కర్ణుడు మాత్రం తన మంత్రులతో బంధు వర్గంతో మిగిలిపోయాడు. భీష్ముడు అతని ఆయుధాలను ప్రక్కన పెట్టించేశాడు. సమస్త కౌరవ సేనకు అధినాయకుడయిన భీష్ముడు రథం ఎక్కి సూర్యునిలా శోభించాడు. అతని రథానికి ఉన్న ధ్వజం మీద పెద్ద తాటిచెట్టు,

ఐదు నక్షత్రాల గుర్తులున్నాయి. మీ పక్షాన ఉన్న మహాధనుర్ధరులయిన రాజులందరూ భీష్ముని ఆజ్ఞానుసారం యుద్ధానికి సిద్ధంగా ఉన్నారు. ద్రోణాచార్యుని రథపతాకంపై స్వర్ణమయమైన వేదిక, కమండలువు, ధనుస్సు గుర్తులున్నాయి. వృషభధ్వజం ఎగురుతున్న రథంపై కృపాచార్యుడు బయలుదేరాడు. రాజా ! ఈ రీతిగా నీ పుత్రుని యొక్క పదకొండు అక్షౌహిణుల సేన యమునలో కలిసిన గంగలా అనిపించింది.

ఇరుపక్షాల సేనల వ్యూహరచన

ధృతరాష్ట్రుడు సంజయుని – "సంజయా ! మానవులు, దేవతలు, గంధర్వులు, అసురులు పన్నే వ్యూహాలనన్నిటినీ భీష్ముడు ఎరిగి ఉన్నవాడు. అతడు మన పదకొండు అక్షౌహిణులసేనను వ్యూహంగా మలిచినపుడు యుధిష్ఠిరుడు తన అల్పసైన్యంతో ఏ వ్యూహం రచించాడు?" అని ప్రశ్నించాడు.

సంజయుడు చెప్పసాగాడు – మహారాజా ! మీ సేన వ్యూహాకారంలో సిద్ధంగా ఉండడం చూసి యుధిష్ఠిరుడు అర్జునునితో – "నాయనా ! శత్రువు కంటె తనసేన తక్కువగా ఉన్నపుడు దానిని ఒక చోటకు చేర్చి కొద్దిదూరంలో ఉంచి యుద్ధం చేయాలని, తన సేన అధికంగా ఉంటే దానిని ఇచ్ఛానుసారంగా విస్తరించి పోరాడవచ్చునని బృహస్పతి చెప్పిన దానిని బట్టి తెలుస్తోంది. అల్పసైన్యం అధిక సైన్యంతో పోరాడవలసివస్తే దానిని సూచీముఖమనే పేరుగల వ్యూహంగా మలచుకోవాలి. మనసైన్యం శత్రువును ఎదిరించడానికి చాలా స్వల్పమైనది కనుక నీవు సరియైన వ్యూహాన్ని రచించు" అన్నాడు.

ఆ మాటలు విని అర్జునుడు – "మహారాజా ! నేను మీ కోసం దుర్భేద్యమైన వజ్ర వ్యూహాన్ని రచిస్తున్నాను. ఇది ఇంద్రుడు చెప్పిన దుర్జయమైన వ్యూహం. అది వాయువేగంలా ప్రబలంగా ఉండి శత్రువుకు దుస్సహంగా ఉంటుంది. యోధులలో అగ్రగణ్యుడైన భీమసేనుడు ఈ వ్యూహంలో మనందరికి ముందుండి యుద్ధం చేస్తాడు. అతడిని చూడగానే దుర్యోధనుడు మొదలైన కౌరవులందరూ సింహాన్ని చూసిన అల్పమృగాలవలె పరుగులు తీస్తారు" అని అన్నాడు.

ఇలా చెప్పి అర్జునుడు వజ్రవ్యూహాన్ని రచించాడు. సేనను వ్యూహాకారంలో నిలిపి అర్జునుడు వెంటనే శత్రువులవైపు కదిలాడు. కౌరవసేన తమవైపుకు రావడం చూసి పాండవసేన కూడా నిండుగా ఉన్న గంగానదిలా మెల్లమెల్లగా ముందుకు కదులుతూ కనిపించింది. భీమసేనుడు, ధృష్టద్యుమ్నుడు, నకులుడు, సహదేవుడు, ధృష్టకేతువు – వీరంతా సేనకు ముందు భాగాన నడుస్తున్నారు. వారి వెనుక విరాటరాజు తన సోదరులతో, పుత్రులతో కలిసి ఒక అక్షౌహిణి సైన్యంతో వారిని రక్షిస్తున్నాడు. నకులసహదేవులు భీముని రథానికి చక్రరక్షకులుగా ఉన్నారు. ద్రౌపది యొక్క ఐదుగురు కొడుకులు, అభిమన్యుడు అతని వెనుక రక్షకులుగా ఉన్నారు. ఈ అందరివెనుక శిఖండి అర్జునుని రక్షణలో ఉంటూ భీష్ముని పడగొట్టడానికి సిద్ధంగా ఉన్నాడు. అర్జునుని రక్షిస్తూ వెనుక మహాబలవంతుడయిన సాత్యకి ఉన్నాడు. యుధామన్యువు, ఉత్తమౌజుడు అతనికి చక్రరక్షకులుగా ఉన్నారు. కేకయరాజు ధృష్టకేతుడు, బలవంతుడయిన చేకితానుడు కూడా అర్జునునికి రక్షకులుగా ఉన్నారు.

అర్జునుడు రచించిన వజ్రవ్యూహం భయాతంక రహితంగా ఉంది. అది సర్వతోముఖమై చూడడానికి భయంకరంగా ఉంది. వీరుల ధనుస్సులు మెరుపులులా మెరుస్తున్నాయి. అర్జునుడు స్వయంగా గాండీవధనుస్సు చేతబట్టి దానిని రక్షిస్తున్నాడు. ఆ వ్యూహాన్ని ఆశ్రయించి పాండవులు మీ సేనను ఎదిరించడానికి సిద్ధంగా నిలుచున్నారు. పాండవులచేత సురక్షితమైన ఆ వ్యూహం మానవలోకానికి సర్వథా అజేయం.

ఇంతలో సూర్యోదయం అయింది. సమస్త సైనికులు సంధ్యావందనం చేయసాగారు. ఆ సమయంలో ఆకాశంలో మేఘాలు లేనప్పటికీ మేఘగర్జనలు వినిపించాయి. గాలితోపాటు వాన చినుకులు పడసాగాయి. అనంతరం నలువైపులనుండి ఝంఝామారుతం వీచి, క్రిందికి రాళ్ళు కురిశాయి. లోకమంతా చీకటులు ఆవరించినట్లుగా ధూళికమ్ముకొంది. తూర్పు దిక్కున పెద్ద ఉల్క రాలింది. ఆ ఉల్క పుట్టగానే సూర్యుని ఢీకొని పడిపోతూ గొప్పధ్వనితో భూమిలో కలిసిపోయింది.

సంధ్యావందనం చేశాక సైనికులందరూ సంసిద్ధులు కాగానే సూర్యుని కాంతి మాసిపోయింది. భూమి పెద్దగా శబ్దం చేస్తూ కదిలి బీటలు వారింది. అన్ని దిక్కులలోను మాటిమాటికి పిడుగులు పడసాగాయి. యుద్ధాన్ని అభినందించే పాండవులు ఈ రీతిగా నీ పుత్రుడయిన దుర్యోధనుని సైన్యాన్ని ఎదిరించడానికి వ్యూహరచన చేసుకొని భీమసేనుని ముందు ఉంచుకొని నిలబడ్డారు. ఆ సమయంలో గదను ధరించిన భీముడు ఎదురుగా ఉండడం చూచి మన యోధుల కొవ్వు కరిగిపోయింది".

ధృతరాష్ట్రుడు మధ్యలో అడ్డుతగిలి - "సంజయా ! సూర్యోదయం కాగానే భీష్ముని నాయకత్వంలోని మన పక్షపు వీరులు. భీమసేనుని నాయకత్వంలోని పాండవపక్ష సైనికులు - వీరిలో ఎవరు ముందుగా యుద్ధం పట్ల కోరికతో హర్షం ప్రకటించారు ?" అని అడిగాడు.

సంజయుడు చెప్పసాగాడు - " రాజా ! రెండు పక్షాల సైనికులదీ సమానమైన అవస్థయే. ఇరుపక్షాలూ ఒక దాని కొకటి దగ్గరగా వచ్చినపుడు రెండూ ఆనందంగానే కనపడ్డాయి. ఏనుగులు, గుఱ్ఱాలు, రథాలతో నిండిన రెండు సేనలూ విచిత్రంగా భాసించాయి. కౌరవ సేన పశ్చిమాభిముఖంగా, పాండవసేన పూర్వాభిముఖం గానూ నిలుచుని ఉన్నాయి. కౌరవసేన దైత్యరాజు సేనవలె ఉంటే పాండవసేన దేవరాజు ఇంద్రుని సేనవలె శోభిల్లింది. పాండవుల వెనుక గాలి వీస్తోంది. కౌరవ సేన వెనుక మాంసాహార జంతువులు కోలాహలం చేస్తున్నాయి.

భారతా ! మీ సేనావ్యూహంలో లక్షకంటె అధికంగా ఏనుగులు ఉన్నాయి. ఒక్కొక్క ఏనుగుతో పాటు వందేసి రథాలు ఒక్కొక్క రథానికి వందేసి గుఱ్ఱాలు, ఒక్కొక్క గుఱ్ఱంతో పదిమంది డాలు ధరించిన వారు ఉన్నారు. ఈ రకంగా భీష్ముడు మీ సేనా వ్యూహాన్ని రచించాడు. ఆయన ప్రతిదినమూ వ్యూహరచనను మారుస్తూ ఉండేవారు. ఒక రోజున మానవవ్యూహం పన్నితే ఒక రోజున దైవ వ్యూహం, వేరొక రోజున గాంధర్వవ్యూహం, మరొక రోజున ఆసురవ్యూహం పన్నేవారు. మీ సేనావ్యూహంలో మహారథులైన సైనికులు నిండుగా ఉండేవారు. అది సముద్రంవలె గర్జిస్తూ ఉండేది. రాజా ! కౌరవసేన అసంఖ్యాకమూ భయంకరమూ. పాండవ సేన అలా కాదు. అయినప్పటికీ శ్రీకృష్ణభగవానుడు, అర్జునుడు నాయకులుగా ఉన్న ఆసేనయే వాస్తవానికి దుర్ధర్షమైనదీ, గొప్పదీ అని నా విశ్వాసం.

ధర్మజార్జునుల సంభాషణము - అర్జునుడు దుర్గాదేవిని స్తుతించి వరము పొందుట.

సంజయుడు కొనసాగిస్తున్నాడు - భీష్ముడు రచించిన అభేద్యమైన వ్యూహాన్ని చూచి యుధిష్ఠిరుడు దుఃఖితుడై అర్జునునితో "ధనంజయా ! పితామహుడు భీష్ముడు సేనాపతిగా ఉన్న ఆ కౌరవులతో మనం ఎలా యుద్ధం చేయగలం ? మహాతేజస్వి అయిన భీష్ముడు శాస్త్రోక్త నియమాన్ని అనుసరించి చేసిన వ్యూహాన్ని భేదించడం అసంభవం. ఈయన మననూ, మనసైన్యాన్ని సందిగ్ధంలో పడేశాడు. ఈ మహావ్యూహంనుండి మనను ఎలా కాపాడుకోవాలి ?" అని వాపోయాడు.

అంతట శత్రుమర్దనుడైన అర్జునుడు - "రాజా ! కొద్దిమంది మనుష్యులు కూడా తమకంటె బుద్ధిలో, గుణంలో, సంఖ్యలో అధికులైన వీరులను ఏయుక్తితో జయిస్తారో నేను చెపుతాను వినండి. పూర్వం దేవాసుర సంగ్రామ సమయంలో బ్రహ్మ దేవుడు ఇంద్రాది దేవతలతో "దేవతలారా ! విజయం పొందాలని కోరుకొనే వీరులు సత్యదయా ధర్మాలు, ఉద్యమం ద్వారా విజయాన్ని పొందినట్లుగా బలపరాక్రమాల ద్వారా పొందలేరు. కాబట్టి ధర్మాధర్మాలను, లోభాన్ని చక్కగా గుర్తెరిగి గర్వాన్ని విడిచి ఉత్సాహంతో యుద్ధం చేయండి. ధర్మం ఎక్కడుందో ఆ పక్షమే విజయం పొందుతుంది. అని చెప్పాడు. రాజా ! ఈ ప్రకారంగా చూస్తే యుద్ధంలో మనకు విజయం తథ్యమని మీరు కూడా గ్రహించనచ్చును. కృష్ణుడు ఎక్కడ ఉంటే విజయం అక్కడ ఉంటుందని నారదులవారు అంటూ ఉంటారు. శ్రీకృష్ణుని గుణాలలో విజయం ఒకటి. అది ఎప్పుడూ అతనిని వెన్నంటి ఉంటుంది. గోవిందుని తేజస్సు అనంతం. అతడు సాక్షాత్తు సనాతన పురుషుడు, కాబట్టి ఈ శ్రీకృష్ణుడు ఎక్కడ ఉంటాడో ఆ పక్షానికే విజయం లభిస్తుంది. విశ్వంభరుడైన శ్రీకృష్ణుడు కూడా మీ విజయాన్నే కాంక్షిస్తున్నాడు కాబట్టి మీరు దుఃఖించడానికి తగిన కారణమేదీ నాకు కనిపించడంలేదు." అని ఓదార్చాడు.

తదనంతరం యుధిష్ఠిర మహారాజు భీష్ముని ఎదిరించడానికి వ్యూహాకారంలో ఉన్న తన సేనను ముందుకు నడవమని ఆజ్ఞాపించాడు. అతని రథం ఇంద్రుని రథంలా సుందరంగా ఉంది. దానిపై యుద్ధ సామగ్రి ఉంది. అతడు దానిపై బయలు దేరగానే అతని పురోహితుడు "శత్రునాశనమగుగాక" అని చెప్పి ఆశీర్వదించాడు. బ్రహ్మర్షులు, వేదపండితులు జప, మంత్ర, ఓషధుల ద్వారా అన్ని వైపులనుండి స్వస్తి వాచనం చేయసాగారు. యుధిష్ఠిరుడు కూడా వస్త్రాలు, గోవులు, పండ్లు, పూలు, బంగారు నాణేలు బ్రాహ్మణులకు దానమిచ్చి యుద్ధానికి బయలుదేరాడు. భీమసేనుడు నీ పుత్రులను సంహరించడానికి మహాభయంకరరూపాన్ని తాల్చాడు. అతనిని చూచి మీ యోధులందరూ కంగారు పడిపోయారు. భయంవల్ల వారి సాహసం నీరుకారిపోయింది.

ఇటుపక్క శ్రీకృష్ణభగవానుడు అర్జునునితో - "నరోత్తమా! కురుకుల పతాకాన్ని ఎగురవేసే భీష్మాచార్యులు తన సేనామధ్య భాగంలో నిలిచి సింహంలా మన సైనికులవైపు చూస్తున్నాడు. మేఘాలు సూర్యుని కప్పివేసినట్లుగా ఈ సైన్యాలన్నీ ఈ

మహానుభావుని చుట్టు ముట్టి ఉన్నాయి. నీవు ముందుగా ఈ సేనలనన్నిటిని చంపి తరువాత భీష్మునితో యుద్ధం చేయాలని కోరుకో.” అన్నాడు.

అనంతరం శ్రీకృష్ణ భగవానుడు కౌరవసైన్యం వైపు చూపు సారించి యుద్ధసమయం సమీపించిందని గ్రహించి, అర్జునుని హితం కోరి అతనితో – “మహాబాహూ ! శత్రువులను ఓడించడానికి యుద్ధం ప్రారంభించడానికి ముందు పవిత్రుడవై దుర్గాదేవిని స్తుతించు”. అని చెప్పాడు. వాసుదేవుడు ఇలా ఆజ్ఞాపించగా అర్జునుడు రథం నుండి కిందికి దిగి చేతులు జోడించి దుర్గాదేవిని ఈ విధంగా స్తుతించాడు. మందరాచలం నివాసంగా కలిగి, సిద్ధుల సేనలకు నాయకురాలివి అయిన పూజ్యురాలా ! నీకు అనేక నమస్కారాలు. కుమారి, కాళి, కాపాలి, కపిల, కృష్ణ పింగళ, భద్రకాళి, మహాకాళి మొదలైన నామాలతో ప్రసిద్ధి కెక్కినది నీవే. నీకు అనేక నమస్కారాలు. దుష్టులపై ప్రచండకోపం చూపుతావు కనుక నిన్ను ‘చండి’ అంటారు. భక్తులను కష్టాలనుండి తరింప చేస్తావు కనుక తారిణివి. నీ శరీరం దివ్య వర్ణంతో శోభిస్తూ అతిసుందరమై ఉంటుంది. నేను నీకు ప్రణమిల్లుతున్నాను. మహాభాగా ! నీవే సౌమ్యవు, మిక్కిలి రూపవతివి అయిన కాత్యాయనివి. నీవే కరాళరూపధారిణివి అయిన కాళివి. జయ, విజయ నామాలతో విఖ్యాతి చెందినది నీవే. నెమలి పింఛం నీ ధ్వజం. అనేకరకాల ఆభరణాలు నీ శరీరానికి శోభను ఇనుమడింప చేస్తున్నాయి. త్రిశూల, ఖడ్గ, ఖేటకాది ఆయుధాలను ధరించి ఉంటావు. నందగోప వంశంలో నీవు అవతరించావు కనుక గోపేశ్వరుడయిన శ్రీకృష్ణునికి నీవు చెల్లివి. గుణాలలో, ప్రభావంలో నీవు సర్వశ్రేష్ఠురాలవు. మహిషాసురుని రక్తం ప్రవహింపచేసి నీవు సంతుష్టి చెందావు. కుశిక గోత్రంలో జన్మించావు కనుక కౌశికి అనే పేరుతో ప్రసిద్ధి కెక్కావు. పీతాంబరధారిణివి. శత్రువులను చూచి నీవు అట్టహాసం చేసినపుడు నీ ముఖం చక్రంలా ఉద్దీప్తమై ఉంటుంది. యుద్ధం నీకు మిక్కిలిప్రీతి. నీకు అనేక నమస్కారాలు. ఉమ, శాకంభరి, శ్వేత, కృష్ణ, కైటభనాశిని, హిరణ్యాక్షి, విరూపాక్షి, సుధూమ్రాక్షి మొదలైన అనేక నామాలు ధరించిన దేవీ ! నీకు అనేక ప్రణామాలు. నీవు వేదాలకు శ్రుతివి. నీ రూపం అత్యంత పవిత్రం. వేదాలు, బ్రాహ్మణులు నీకు ప్రియమైనవి. జాతవేదుడైన అగ్నియొక్క శక్తివి నీవే. జంబూ, కటక మందిరాలలో నీ నిత్యనివాసం. సమస్త విద్యలలో బ్రహ్మవిద్యవు, ప్రాణులలో మహానిద్రవు నీవే. భగవతీ! నీవు కార్తికేయునికి తల్లివి. దుర్గమస్థానాలలో నివసించే దుర్గవు. స్వాహా, స్వధా, కలా, కాష్ఠా, సరస్వతీ, వేదమాత సావిత్రి, వేదాంతం – ఇవన్నీ నీ నామాలే. మహాదేవీ! నిన్ను నిర్మల చిత్తంతో స్తుతించాను. నీ దయవలన ఈ రణభూమిలో నాకు ఎల్లప్పుడూ జయము కలుగుగాక. తల్లీ! నీవు ఘోరారణ్యాలలో, భయంకరమైన దుర్గమస్థానాలలో, భక్తుల ఇళ్లల్లో, పాతాళంలో కూడా నిత్యమూ నివసిస్తూ ఉంటావు. యుద్ధంలో దానవులను ఓడిస్తావు. నీవే జంభనివి, మోహినివి, మాయవు, హ్రీ, శ్రీ, సంధ్యవు, ప్రభావతివి, సావిత్రివి, జననివి, తుష్టి, పుష్టి, ధృతి, సూర్యచంద్రులను ప్రకాశింప చేసే కాంతివి కూడా నీవే. ఐశ్వర్యవంతుల విభూతివి నీవే. యుద్ధభూమిలో సిద్ధ చారణులు నిన్ను దర్శిస్తారు.”

సంజయుడు చెపుతున్నాడు – “రాజా ! అర్జునుని భక్తిని చూచి మానవులపై దయ చూపే దేవి శ్రీకృష్ణభగవానుని ఎదుట ఆకాశంలో ప్రత్యక్షమై – “పాండునందనా ! నీవు కొద్ది రోజులలోనే శత్రువులపై విజయాన్ని పొందుతావు. నీవు సాక్షాత్తు నరుడివి. నీకు నారాయణుడు సహాయకుడు. నిన్ను ఎవరూ అణచలేరు. వజ్రధారి అయిన ఇంద్రునికే నీవు అజేయుడవు. ఇక శత్రువుల మాట చెప్పే దేముంది” అని పలికింది.

వరదాయిని అయిన ఆ దేవి ఇలా చెప్పి క్షణకాలంలోనే అంతర్ధానమయిపోయింది. వరాన్ని పొందడంతో అర్జునునికి విజయం గూర్చి నమ్మకం కలిగింది. అతడు తిరిగి రథం ఎక్కాడు. కృష్ణార్జునులు ఒకే రథంపై ఎక్కి తమ దివ్య శంఖాలను ఊదారు. రాజా ! ఎక్కడ ధర్మం ఉంటుందో అక్కడే ద్యుతి, కాంతి ఉంటాయి. ఎక్కడ లజ్జ ఉంటుందో అక్కడే సంపద, సుబుద్ధి ఉంటాయి. అలాగే ఎక్కడ ధర్మం ఉంటుందో అక్కడే శ్రీకృష్ణుడు, ఎక్కడ శ్రీకృష్ణుడో అక్కడే విజయమూ ఉంటాయి.

శ్రీమద్భగవద్గీత అర్జున విషాదయోగము.

ధృతరాష్ట్రుడు అడుగుతున్నాడు – “సంజయా ! ధర్మక్షేత్రమైన కురుక్షేత్రంలో యుద్ధం చేయడానికి ఏకత్రితమైన నా కొడుకులు, పాండు పుత్రులు ఏమి చేశారు ? (1)

సంజయుడు చెపుతున్నాడు – “వ్యూహాకారంలో ఉన్న పాండవ సేనను చూచి అప్పుడు దుర్యోధనుడు ద్రోణాచార్యుని సమీపించి ఇలా అన్నాడు – “ఆచార్యా ! మీ శిష్యుడు, బుద్ధిమంతుడు అయిన ద్రుపదసుతుడు ధృష్టద్యుమ్నుని

నాయకత్వంలో వ్యూహాకారంలో నిలిచిన పాండవుల యొక్క ఈ పెద్ద సైన్యాన్ని చూడండి. ఈ సేనలో గొప్ప ధనుర్ధారులు భీమార్జునులతో సమానులు అయిన పరాక్రమవంతులు సాత్యకి, విరాటుడు, మహారథి ద్రుపదుడు, ధృష్టకేతువు, చేకితానుడు, బలశాలి కాశీరాజు, పురుజిత్తు, కుంతిభోజుడు, నరోత్తముడు శైబ్యుడు, పరాక్రమశాలి యుధామన్యువు, బలవంతుడు ఉత్తమౌజుడు, సుభద్రాసుతుడు అభిమన్యుడు ద్రౌపదీ సుతులు – వీరంతా మహారథులే. బ్రాహ్మణోత్తమా! మన పక్షంలోని ముఖ్యులను కూడా గుర్తించండి. మీకు తెలియడం కోసం మనసేనలకు నాయకులైన వారిని చెపుతాను. మీరు (ద్రోణా చార్యులు), పితామహులు భీష్మాచార్యులు, కర్ణుడు, యుద్ధంలో విజయం సాధించే కృపాచార్యులు, అటువంటివాడే అయిన అశ్వత్థామ, వికర్ణుడు, సోమదత్తుని కొడుకు భూరిశ్రవుడు, ఇంకా నా కోసం ప్రాణాలు అర్పించే ఎందరో శూరవీరులు ఎన్నో రకాల ఆయుధాలు ధరించి ఉన్నారు. అందరూ యుద్ధంలో నేర్పరులే. భీష్మ పితామహుడు రక్షిస్తున్న ఈ మన సేన అన్నివిధాలా అజేయమైనది. భీముడు రక్షిస్తున్న వారిసేన సులభంగా జయించ గలిగేది. అన్ని మార్గాలలో తమ తమ స్థానాలలో నిల్చున్న మీరందరూ నిశ్చయంగా భీష్మ పితామహుని అన్ని వైపులనుండి రక్షిస్తూ ఉండాలి." (2-11)

కురు వృద్ధుడు, పితామహుడు ప్రతాపశాలి అయిన భీష్ముడు దుర్యోధనునికి హర్షం కలగజేస్తూ సింహనాదం చేసి శంఖం ఊదాడు. అనంతరం శంఖాలు, భేరీలు, డోలులు, మృదంగాలు, అన్నీ ఒక్కసారిగా మోగాయి. ఆ శబ్దం చెవులు చిల్లులు పడేంత భయంకరంగా ఉంది. తరువాత తెల్లని గుఱ్ఱాలు పూన్చిన గొప్పరథం మీద ఉన్న కృష్ణార్జునులు ఇద్దరూ కూడా తమ దివ్య శంఖాలను పూరించారు. శ్రీకృష్ణుడు పాంచజన్యాన్ని, అర్జునుడు దేవదత్తాన్ని పూరించారు. భీమకర్ముడైన వృకోదరుడు పౌండ్రమనే పేరుకల శంఖాన్ని, యుధిష్ఠిరుడు అనంత విజయమనే శంఖాన్ని, నకులసహదేవులు సుఘోష మణిపుష్పకములనే శంఖాలను పూరించారు. ఉత్తమ ధనుర్ధారి అయిన కాశీరాజు, శిఖండి, ధృష్టద్యుమ్నుడు, విరాటరాజు, అజేయుడైన సాత్యకి, ద్రుపద మహారాజు, ద్రౌపదీపుత్రులు, అభిమన్యుడు. వీరందరూ వేర్వేరుగా శంఖాలు మోగించారు. ఆ భయానకశబ్దం భూమ్యాకాశాలను దద్దరిల్లచేస్తూ ధృతరాష్ట్ర పుత్రుల హృదయాలను ముక్కలు చేసింది. అనంతరం కపిధ్వజుడు అర్జునుడు బారులు తీరి సంసిద్ధంగా నిల్చున్న ధార్తరాష్ట్రులను చూచి బాణాలను వేయడానికి ఉద్యుక్తుడై విల్లు ఎక్కుపెట్టి శ్రీకృష్ణునితో – "అచ్యుతా ! నా రథాన్ని రెండు సేనల మధ్య నిలుపు. యుద్ధకాంక్షతో రణభూమిలో నిలిచిన శత్రుయోధులను తేరి పార చూస్తాను. ఈ యుద్ధ ప్రయత్నంలో నేను ఎవరెవరితో పోరాడాలో చూస్తాను. అంతవరకు ఈ రథాన్ని నిలిపిఉంచు. దుర్బుద్ధి అయిన దుర్యోధనుని మేలుకోరి యుద్ధం చేయడానికి ఈ సైన్యంలో వచ్చి చేరిన రాజులను నేను చూస్తాను." అన్నాడు. (12-23)

సంజయుడు చెపుతున్నాడు – "ధృతరాష్ట్రా ! అర్జునుడు ఇలా అనగానే శ్రీకృష్ణుడు రెండుసేనల మధ్య భీష్మద్రోణుల ఎదుట, సమస్త రాజుల ఎదుట రథాన్ని నిలిపి – "పార్థా ! యుద్ధం కోసం సమాయత్తమయిన ఈ కౌరవులందరినీ చూడు." అన్నాడు. అర్జునుడు ఆ రెండుపక్షాలలోని పెద తండ్రులను, పినతండ్రులను, తాతలను, తండ్రులను, గురువులను, మేనమామలను, సోదరులను, పుత్రులను, పౌత్రులను, మిత్రులను, మామగార్లను, స్నేహితులను అందరినీ చూశాడు. అక్కడ నిలిచి ఉన్న సమస్త బంధువర్గాన్ని చూచి కౌంతేయుడు అమితమైన జాలితో, విషాదం పొంది ఇలా అన్నాడు. (24-27)

అర్జునుడు అంటున్నాడు – యుద్ధభూమిలో రణకాంక్షతో నిలిచిన ఈ స్వజనాన్ని చూచి నా శరీరం బిగువు సడలిపోయింది. నోరు ఎండిపోతోంది. శరీరంలో వణుకు పుడుతోంది. గగుర్పాటు కలుగుతోంది. గాండీవం చేతినుండి జారిపోతోంది. చర్మం మండిపోతోంది. నా మనస్సు భ్రమించినట్లుగా ఉంది. నేను నిలబడ లేకపోతున్నాను. కేశవా! శకునాలన్నీ కూడా విపరీతంగా కనిపిస్తున్నాయి. స్వజనాన్ని చంపడంలో మేలు కూడా నాకు గోచరించడంలేదు. కృష్ణా ! నాకు విజయమూ వద్దు, రాజ్య సుఖాలూ వద్దు, గోవిందా ! మనకు ఈ రాజ్యంతో గాని, భోగాలతో గాని, జీవితంతో గాని పనేమిటి ? ఎవరికోసం రాజ్యం, భోగాలు, సుఖాలు కోరుకొంటున్నామో వారంతా తమ ప్రాణాలను, ధనాలను విడిచి యుద్ధరంగంలో నిలుచున్నారు. గురుజనులు, పితరులు, పుత్రులు, తాతలు, మేనమామలు, మామగార్లు, పౌత్రులు, బావమరదులు, ఇంకా బంధువులందరూ ఉన్నారు. మధుసూదనా ! నన్ను చంపినాగాని, త్రిలోకరాజ్యం కోసమైనా గాని నేను వీరిని చంపదలచుకోలేదు. ఇక భూమండల రాజ్యం గురించి చెప్పేదేముంది ? జనార్దనా ! ధార్త రాష్ట్రులను

చంపితే మనకు కలిగే ఆనందం ఏముంది ? ఈ దుష్టులను చంపితే మనకు పాపమే కలుగుతుంది. మాధవా ! కాబట్టి మన బంధువులయిన ధృతరాష్ట్ర పుత్రులను చంపడం మనకు తగదు. స్వజనాన్ని చంపి మనం సుఖంగా ఎలా ఉండగలం? (28-37)

వీరు ఒకవేళ లోభచిత్తులై కులనాశనం వలన కలిగే దోషాన్ని, మిత్రద్రోహం వలన కలిగే పాపాన్ని గ్రహించ లేదనుకో. జనార్దనా ! కులనాశనం వలన కలిగే దోషాన్ని తెలిసిన మనం పాపాన్నుండి తప్పుకోవడానికి ఎందుకు ఆలోచించకూడదు ? కులనాశనం వలన సనాతన కులధర్మాలు నశిస్తాయి. ధర్మం నశించగానే కులం మొత్తం అధర్మం చేత అణచివేయబడుతుంది. కృష్ణా ! అధర్మం పెచ్చు మీరడం వలన కులస్త్రీలు దూషితలవుతారు. వార్ష్ణేయా ! స్త్రీలు దుష్టులు అయితే వర్ణసంకరం కలుగుతుంది. ఈ సాంకర్యం కులాన్ని చెరిచేవారికి, కులానికి కూడా నరకాన్నే కలుగచేస్తుంది. వారి పితరులు తర్పణాలు, శ్రాద్ధభోజనాలు లేక పతితులయిపోతారు. కులఘాతినుల యొక్క వర్ణసంకర కారకాలైన ఈ దోషాల వలన శాశ్వతమైన కులధర్మాలు, జాతి ధర్మాలు నశించిపోతాయి. జనార్దనా ! కులధర్మాలు నశించి పోయిన మనుష్యులు నరకంలో ఎంతో కాలం నివసించవలసి ఉంటుందని మనం వింటున్నాం కదా ! ఎంత శోచనీయం ! రాజ్యంపట్ల సుఖాలపట్ల లోభం చేత స్వజనులను చంపడానికి ఉద్యుక్తులమైన మనం మహాపాపాన్ని చేయడానికి సిద్ధంగా ఉన్నాం. అంతకంటె ప్రతీకారంకోరని శస్త్రాన్ని ధరించని నన్ను ఆయుధదారులయిన ధార్త రాష్ట్రులు యుద్ధంలో చంపినా అది నాకు మిక్కిలి క్షేమమే అవుతుంది. (38-46)

సంజయుడు అంటున్నాడు - "శోకాకుల చిత్తుడైన అర్జునుడు ఇలా అని యుద్ధంలో బాణంతో పాటుగా ధనుస్సును విడిచి వేసి రథం వెనుక భాగంలో కూలబడి పోయాడు. (47)

శ్రీమద్భగవద్గీత - సాంఖ్య యోగము.

సంజయుడు చెపుతున్నాడు - ఆ రీతిగా జాలితోనిండిపోయి, కనుల నీరు నిండగా విషాదంతో ఉన్న అర్జునునితో మధుసూదనుడు ఇలా పలికాడు. (1)

శ్రీ భగవానుడు అంటున్నాడు. అర్జునా ! ఆర్యులు ఆచరించని, స్వర్గాన్ని ఈయజాలని, కీర్తికరం కానట్టి ఈ మోహం నీకు అసమయంలో ఎందుకు కలిగింది ? పార్థా! నపుంసకత్వాన్ని (పౌరుషహీనం) పొందకు. నీకు ఇది తగినది కాదు. పరంతపా ! క్షుద్రమైన హృదయదౌర్బల్యాన్ని విడిచి లే. (2-3)

అర్జునుడు అంటున్నాడు - మధుసూదనా ! యుద్ధంలో భీష్మ ద్రోణులను నేను బాణాలతో ఎలా ఎదుర్కోగలను ? అరిసూదనా ! వారు పూజనీయులుకదా ! మహానుభావులయిన గురువులను చంపకుండా ఈ లోకంలో భిక్షాన్నం తినడమే మేలు. ఎందుకంటె గురువులను చంపితే ఇక్కడే రక్తసిక్తమైన అర్థకామాలనే భోగాలనే నేను అనుభవించాలి. మన రెండు పక్షాలలో ఏది శ్రేష్ఠమో మనకు తెలియదు. స్వజనులయిన ఆ ధార్తరాష్ట్రులు మనకు ప్రతిముఖులై నిల్చున్నారు. వారిని చంపి మనం జీవించాలనుకోవడంలేదు. పిరికితనమనే దోషంతో చలించిన స్వభావం కలవాడిని, ధర్మం ఏదో తెలుసు కోలేని మూఢచిత్తుడిని అయి నిన్ను అడుగుతున్నాను. నాకు నిశ్చయంగా ఏది శ్రేయస్సు కలిగిస్తుందో దానిని చెప్పు. నేను నీకు శిష్యుడిని. ఆపన్నుడిని. నీవు నన్ను సరిగా తీర్చిదిద్దు. ఈ భూమిలో నిష్కంటకమైన, సమృద్ధమైన రాజ్యాన్నిగాని, దేవతలందరిపై ఆధిపత్యాన్ని గాని పొంది కూడా ఇంద్రియాలను శోషింపచేస్తున్న ఈ శోకం నాకు ఎలా తొలగిపోతుందో తెలుసుకోలేకపోతున్నాను. (4-8)

సంజయుడు చెపుతున్నాడు - రాజా ! నిద్రను జయించగలిగిన అర్జునుడు (గుడాకేశుడు) హృషీకేశునితో ఇలా అని "నేను యుద్ధం చేయను" అని గోవిందునితో పలికి మిన్నకుండిపోయాడు. భారతా ! అంతర్యామి అయిన (హృషీకేశుడు) శ్రీకృష్ణుడు ఆ రెండు సేనల మధ్య విషాదగ్రస్తుడై ఉన్న అర్జునుని చూచి పరిహసిస్తున్నట్లుగా ఇలా అన్నాడు. (9,10)

శ్రీభగవానుడు అంటున్నాడు - "నీవు శోకింపదగనివారిని గూర్చి శోకిస్తున్నావు. పైగా పండితునివలె మాట్లాడుతున్నావు. పోయిన వారిని గురించి కాని, జీవించి ఉన్నవారిని గురించి కాని పండితులు శోకించరు. ఏ కాలంలోనూ నేను లేను, నీవు లేవు, ఈ రాజులు లేరు అనేది లేదు కదా ! అలాగే ఇకపై మనమందరం ఉండబోము అనేది లేదుకదా ! దేహధారులకు, ఈ దేహంలో బాల్యం, యౌవనం, ముసలితనం వచ్చినట్లుగానే దేహాంతరం కూడా ప్రాప్తిస్తుంది. ధీరుడైనవాడు ఆ విషయంలో మోహపడడు. కౌంతేయా ! శీతోష్ణ సుఖ దుఃఖాలను సమంగా భావించే ధీరుని ఈ ఇంద్రియాలు, విషయ సంయోగాలు బాధించవు. అట్టివాడు మోక్షానికి యోగ్యుడవుతాడు. అసద్వస్తువుకు భావం లేదు. సద్వస్తువుకు

అభావం లేదు. తత్త్వజ్ఞానులు ఈ రెండింటి యొక్క తత్త్వాన్ని దర్శించారు. దేనివలన ఈ సంపూర్ణ జగత్తు (దృశ్యవర్గం) వ్యాప్తమై ఉందో దానిని నాశరహితమైన దానిగా తెలుసుకో. అవ్యయమైన దానిని ఎవరూకూడా నాశనం పొందించడానికి సమర్థులు కారు. నాశరహితమైన, అప్రమేయమైన, నిత్యస్వరూపమైన జీవాత్మ యొక్క ఈ దేహాలన్నీ అంతమయ్యేవే. కాబట్టి భారతా ! యుద్ధం చేయి. ఈ ఆత్మను చంపుతున్నానని భావించేవాడు, చనిపోయిందని భావించేవాడు ఇద్దరూ కూడా అది ఎవరిచేతా చావదని, ఎవరినీ చంపదని తెలుసుకోలేరు. ఈ ఆత్మ ఎప్పుడూ కూడా పుట్టదు. చావదు. అలాగే ఇది ఇంతకు ముందు పుట్టింది కాదు. ఎప్పుడూ ఉండేదే. ఎందుకంటే ఇది జన్మలేనిది, నిత్యమైనది, శాశ్వతమైనది, సనాతన మైనది, శరీరం నశించినా నశించనిది. కుంతీపుత్రా! ఈ ఆత్మ నాశరహితమైనదని, నిత్యమని, పుట్టుక లేనిదని, అవ్యయమని తెలుసుకొన్నవాడు ఎలా ఎవరిని చంపిస్తాడు ? లేక ఎలా ఎవరిని చంపుతాడు ? మనుష్యుడు పాతవడిన వస్త్రాలను వదిలి క్రొత్తవానిని స్వీకరించినట్లే జీవుడు జీర్ణమైన శరీరాలను వదిలి ఇతరమైన నూతన దేహాలను పొందుతాడు. ఈ ఆత్మను ఆయుధాలు నరుకలేవు. దీనిని అగ్ని దహించలేదు. నీరు దీనిని తడుపలేదు. గాలి షుష్కింపచేయలేదు. ఎందుకంటే ఈ ఆత్మ అచ్ఛేద్యము, అదాహ్యము, అక్లేద్యము, అశోష్యమూ కూడా. నిత్యము, సర్వగతము, స్థాణువు, అచలము. సనాతనము. ఈ ఆత్మ అవ్యక్తము, అచింత్యము, అవికారము అని చెప్పబడుతోంది. కాబట్టి దీనిని ఇట్టిదిగా తెలిసికొని శోకించతగదు. అలాకాక ఈ ఆత్మ నిత్యమూ పుడుతూ ఉంటుందని, నిత్యమూ మరణిస్తూ ఉంటుందని నీవు అనుకొన్నా మహాబాహూ ! దానికి కూడా నీవు శోకించతగదు. ఎందుకంటే పుట్టిన వానికి మరణం తప్పదు. చనిపోయినవానికి పుట్టుక తప్పదు. కాబట్టి ఏ ఉపాయమూ లేని ఈ విషయమై నీవు శోకించతగదు. భారతా! ప్రాణులన్నీ పుట్టుకకు ముందు వ్యక్తంకావు, మరణించిన తరువాత కూడా వ్యక్తం కావు. కేవలం నడుమనే వ్యక్తమవుతూ ఉంటాయి. ఇక అలాంటప్పుడు శోకించడం ఎందుకు ? ఈ ఆత్మను ఒకానొకడు ఆశ్చర్యంగా చూస్తాడు. అటువంటివాడే ఇంకొకడు దీనిని ఆశ్చర్యంగా వర్ణిస్తాడు. మరొకడు దీనిని గూర్చి ఆశ్చర్యంగా వింటాడు. ఒక్కొక్కడయితే విన్నప్పటికీ కూడా దీనిని గూర్చి తెలుసుకోలేడు. భారతా ! ఈ ఆత్మ సర్వ దేహాలలోనూ ఎప్పుడూ అవధ్యమే. కాబట్టి సమస్త ప్రాణుల గురించి నీవు శోకింపనవసరం లేదు. (11-30)

స్వధర్మాన్ని చూచి కూడా నీవు భయపడనక్కరలేదు. క్షత్రియునికి ధర్మ బద్ధమైన యుద్ధం కంటె శ్రేయస్కరమైనది వేరొకటి లేదు. పార్థా ! తెరచిన స్వర్గద్వారం వంటి, యాదృచ్ఛికంగా సమకూడే ఇటువంటి యుద్ధం భాగ్యవంతులయిన క్షత్రియులకు మాత్రమే లభిస్తుంది. ఒకవేళ నీవు ఈ ధర్మ్యమైన సంగ్రామాన్ని చేయకపోతే అప్పుడు నీవు స్వధర్మాన్ని కీర్తిని కూడా కోల్పోయి పాపాన్ని పొందుతావు. జనులందరూ చిరకాలం ఉండే నీ అపకీర్తిని గురించి చెప్పుకొంటారు. గౌరవం కలవానికి అపకీర్తి అనేది మరణాన్ని మించినది. భయంచేత నీవు యుద్ధాన్ని విరమించావని మహారథులందరూ అనుకొంటారు. వారి దృష్టిలో ఇంతవరకు గౌరవింపబడిన నీవు చులకన అవుతావు. నీ శత్రువులు నీ సామర్థ్యాన్ని నిందిస్తూ అనరాని మాటలు పెక్కులంటారు. అంతకంటె మిక్కిలి దుఃఖం ఇంకేమి ఉంటుంది ? చనిపోతే స్వర్గం పొందుతావు. జయిస్తే రాజ్యాన్ని అనుభవిస్తావు. కాబట్టి కౌంతేయా ! యుద్ధానికి కృతనిశ్చయుడవై లెమ్ము. సుఖ దుఃఖాలయందు, లాభాలాభాలయందు, జయాజయములందు సమభావం వహించి యుద్ధానికి సిద్ధపడు. అలా చేస్తే నీకు పాపం అంటదు. (31-38)

ఈ బుద్ధి నీకు జ్ఞాన యోగ విషయకంగా చెప్పబడింది. కర్మవిషయకంగా దీనిని విను. పార్థా ! ఏ బుద్ధితో నీవు ఉన్నా కర్మబంధాలను చక్కగా విడిచి పెట్టాలి. ఈ కర్మయోగంలో ఆరంభానికి (బీజానికి) నాశనమూ లేదు, ఫలస్వరూపమైన దోషమూ లేదు. పైగా ఈ కర్మయోగ స్వరూపమైన కొద్దిధర్మసాధనం కూడా జన్మమృత్యు రూపమైన మహాభయం నుండి రక్షిస్తుంది. కుంతీపుత్రా ! ఈ కర్మయోగంలో నిశ్చయాత్మకమైన బుద్ధి ఒక్కటే. స్థిరబుద్ధి లేని, అవివేకులైన, సకాములైన వారి యొక్క బుద్ధులు అనేక భేదాలతో అనంతంగా ఉంటాయి. పార్థా ! భోగపరాయణులైన, కర్మకాండను చెప్పే వేద వాక్యాలయందే ఆసక్తి కలిగినట్టి, స్వపరాయణులైనట్టి, ఆ స్వర్గానికంటె పొందదగినది వేరేదీ లేదని చెప్పునట్టి, అవివేకులు భోగైశ్వర్యాలు పొందడానికి అనేక రకాల విశేషమైన క్రియలను గూర్చి వర్ణించే, జన్మరూపమైన కర్మఫలాలను ఇచ్చే అందమైన ఇలాంటి మాటలను చెప్పుతూఉంటారు. ఆ మాటలతో కొల్లగొట్టబడిన మనసులుకల భోగైశ్వర్య పరాయణులకు

భగవంతునియందు నిశ్చయాత్మకమైన బుద్ధి ఉండదు. అర్జునా ! వేదాలు పైన చెప్పినట్లుగా త్రిగుణాల యొక్క కార్యరూపమైన సమస్త భోగాలను వాటి సాధనాలను ప్రతిపాదించేవే. కాబట్టి నీవు వాటియందు ఆసక్తి లేక త్రిగుణ రహితుడవై, హర్షశోకాది ద్వంద్వాలు లేనివాడవై, నిత్యమూ పరమాత్మయందే నిలిచినవాడవై, యోగక్షేమాలను కోరనివాడవై, ఆత్మవంతుడవై (మనసును జయించిన వాడవై) ఉండు. నీరు పొంగి ప్రవహిస్తున్న జలాశయాలు చుట్టూ ఉన్నవానికి చిన్న జలాశయంతో ఎంత అవసరం ఉంటుందో బ్రహ్మతత్త్వాన్ని తెలుసుకొన్నవానికి సమస్త వేదాలు అంతే అవసరమవుతాయి. నీకు కర్మ చేయడంలోనే అధికారముంది. ఆ కర్మ ఫలాలయందు ఎప్పుడూ అధికారం లేదు. కర్మఫలాలకు నీవు కారకుడవు (హేతువు) కాకు. అలా అని కర్మ చేయకుండా ఉండడంలో ఆసక్తి కలవాడవు కాకు. ధనంజయా ! ఆసక్తిని విడిచి, సిద్ధించడం, సిద్ధించకపోవడం అనే రెండింటి యందు సమభావం కలిగి యోగస్థుడవై కర్మలు ఆచరించు. సమత్వమే యోగమని చెప్పబడుతోంది. సమత్వరూపమైన ఈ బుద్ధియోగం కంటె సకామకర్మ అత్యంతము క్రింది స్థాయికి చెందినది. కాబట్టి ధనంజయా ! సమత్వ బుద్ధినే నీవు శరణుకోరు. ఫలహేతువులైనవి మిక్కిలి హీనమైనవి. సమత్వబుద్ధి కలిగినవారు సుకృతదుష్కృతాలను రెండింటిని ఈ లోకంలోనే విడిచిపెడతారు. కాబట్టి నీవు సమత్వరూపమైన యోగాన్నే అనుష్ఠించు. యోగం అంటే కర్మలలో నైపుణ్యమే. సమత్వ బుద్ధికలిగిన జ్ఞానులు కర్మలవలన ఉత్పన్నమయ్యే ఫలాన్ని విడిచిపెట్టి, జన్మబంధాల నుండి విముక్తులై నిర్వికారమైన పరమపదాన్ని పొందుతారు. నీ బుద్ధి మోహకాలుష్యాన్ని ఎప్పుడు చక్కగా తరించ గలుగుతుందో అప్పుడు నీవు విన్న, వినవచ్చే ఇహపరలోక సంబంధమైన అన్ని విషయాలపట్ల వైరాగ్యాన్ని పొందుతావు. అనేకరకాలుగా విన్న మాటలచేత విచలితమైన నీ బుద్ధి భగవంతునియందు చలనము లేకుండా నిశ్చలంగా ఎప్పుడు ఉంటుందో అప్పుడు భగవత్ప్రాప్తి రూపమైన యోగాన్ని పొందగలవు. (39-53)

అర్జునుడు అడుగుతున్నాడు - కేశవా ! సమాధి స్థితిని పొందిన స్థితప్రజ్ఞుని లక్షణం ఎలా ఉంటుంది ? స్థిత బుద్ధి ఎలా మాట్లాడుతాడు ? ఎలా ఉంటాడు ? ఎలా నడుచుకొంటాడు ?" (54)

శ్రీభగవానుడు చెప్పుతున్నాడు - అర్జునా ! మనసులోని కోరికలనన్నిటినీ వదలివేసినప్పుడు, ఆత్మతో ఆత్మలోనే సంతుష్టి చెందినపుడు స్థిత ప్రజ్ఞుడని అంటారు. దుఃఖాలు వచ్చినపుడు మనసులో ఉద్వేగం చెందనట్టి, సుఖాలు కలిగినపుడు వాటిపై కోరిక లేనట్టి, రాగం, భయం, క్రోధం వదలివేసినట్టి మునిని స్థితబుద్ధి అంటారు. సర్వత్ర స్నేహరహితుడై, ఆయా కాలాలలో శుభాశుభాలను పొంది ఆనందం గాని, ద్వేషంగాని లేనట్టి వాని యొక్క బుద్ధి స్థిరమైనది. తాబేలు అన్నివైపులనుండి అవయవాలను లోపలికి కుదించుకొన్నట్లుగా ఇంద్రియ విషయాలనుండి ఇంద్రియాలను అన్ని విధాలా ఉపసంహరించిన వాని బుద్ధి స్థిరమైనది. ఇంద్రియాల ద్వారా విషయాలను గ్రహించనివానికి విషయాలు తొలగిపోతాయి (కాని ఆసక్తి నివృత్తికాదు.) అతని యొక్క ఆ ఆసక్తి కూడా నిరాసక్తుడైన పరమాత్ముని దర్శించిన తరువాత తొలగిపోతుంది. కౌంతేయా ! ఈ ఇంద్రియాలు ప్రమత్తతను కలిగించేవి. ఆసక్తి నశించకపోతే సాధనయత్నం చేస్తున్న పండితుని మనసును కూడా అవి బలవంతంగా లాగి వేస్తాయి. కనుక సాధకుడై సమస్త ఇంద్రియాలను నిగ్రహించి సమాహిత చిత్తుడై నాయందే లగ్నమై ఉండాలి. ఇంద్రియాలను వశంలో ఉంచుకొన్నవాని బుద్ధి స్థిరమై ఉంటుంది. విషయాలను గుర్చి ధ్యానించే వానికి, ఆ విషయాలయందు ఆసక్తి కలుగుతుంది. ఆసక్తి వలన వాటియందు కోరిక కలుగుతుంది. కోరికలకు ఆటంకం కలిగితే క్రోధం పుడుతుంది. క్రోధం వలన వ్యామోహం కలుగుతుంది. మోహం వలన వివేకం దిగజారిపోతుంది. వివేకం పోవడం వలన బుద్ధి నశిస్తుంది. బుద్ధి నశిస్తే సర్వనాశనం అవుతాడు. వశీకృత చిత్తుడు తనకు అధీనమైన రాగద్వేషరహితమైన ఇంద్రియాలతో విషయాలయందు చరిస్తూన్నా శాంతత్వాన్ని పొందుతాడు. అట్టి శాంతత్వాన్ని పొందిన వానికి సమస్త దుఃఖాలు నశించిపోతాయి. కనుక ప్రసన్న చిత్తుడైన వాని బుద్ధి శీఘ్రంగా అన్నివైపులనుండి నివృత్తి అయి చక్కగా పరమాత్మయందు స్థిరపడుతుంది. మనోనిగ్రహం, ఇంద్రియనిగ్రహం, లేనివానికి నిశ్చయాత్మకమైన బుద్ధి ఉండదు. అటువంటి వాని అంతః కరణంలో భావన అనేది కూడా ఉండదు. భావన లేకపోతే శాంతి ఉండదు. శాంతిలేని వానికి సుఖం ఎలా ఉంటుంది ? విషయాలలో చరించే ఇంద్రియాలను అనుసరిస్తున్న మనస్సు వాయువు నీటిలోని నౌకను హరించినట్లుగా బుద్ధిని హరించివేస్తుంది. కాబట్టి మహాబాహూ !

ఇంద్రియాలు ఇంద్రియ సుఖాలనుండి అన్ని విధాలా నిగ్రహింపబడినప్పుడే బుద్ధి స్థిరంగా ఉంటుంది. ప్రాణులందరికీ రాత్రి అయినపుడు స్థితప్రజ్ఞుడయిన యోగి మేలుకొని ఉంటాడు. ప్రాపంచిక సుఖం కోరుకొనే ప్రాణులందరూ మెలకువగా ఉన్నపుడు భగవంతుని దర్శించే యోగికి అది రాత్రి అవుతుంది. అన్ని వైపులనుండి నదీ జలాలు వచ్చి నిండినా స్థిరంగా మార్పుచెందని సముద్రంలా భోగాలన్నీ చేరినా స్థిత ప్రజ్ఞుని మనసు వికారం లేకుండానే ఉంటుంది. అతడు భోగాలను కోరుకోడు. పరమ శాంతిని పొందుతాడు. సమస్త కోరికలను విడిచి అహంకార, మమకార రహితుడై నిస్పృహుడై ఉండేవాడు శాంతిని పొందగలుగుతాడు. అర్జునా ! ఇది బ్రహ్మను పొందినవాని యొక్క స్థితి. దీనిని పొందిన యోగి ఎప్పుడూ మోహానికి లోనుకాడు. మరణసమయంలో కూడా ఈ బ్రాహ్మీస్థితి యందే ఉండి బ్రహ్మానందాన్ని అనుభవిస్తాడు. (55-72)

శ్రీమద్భగవద్గీత - కర్మయోగము.

అర్జునుడు అడుగుతున్నాడు - జనార్దనా ! నీవు కర్మలకంటె జ్ఞానమే శ్రేష్ఠమైన దనుకొంటున్నావు కదా ! మరి అలాగయితే కేశవా ! నన్ను భయంకరమైన పనిలోకి ఎందుకు దించుతున్నావు ? నీవు కలగాపులగమైన మాటలతో నన్ను మోహపెడుతున్నావు. నాకు ఏది శ్రేయస్కరమో అది నిశ్చయించి చెప్పు. (1-2)

భగవానుడు చెప్పుతున్నాడు - "అనఘా ! ఈ లోకంలో రెండురకాల నిష్ఠలను పూర్వం నేను చెప్పిఉన్నాను. ఒకటి సాంఖ్యులయొక్క జ్ఞానయోగం, రెండవది యోగుల యొక్క కర్మయోగం. కర్మలను ఆరంభించకుండా ఉండడంచేత నిష్కర్మత్వాన్ని అనగా కర్మయోగాన్ని పొందలేడు. అలా అని కర్మల స్వరూపాన్ని త్యజించినంత మాత్రం చేత సిద్ధిని అనగా జ్ఞానయోగాన్ని పొందలేడు. నిజానికి లోకంలో ఏ మానవుడూ కూడా కర్మ చేయకుండా ఒక్కక్షణకాలం కూడా ఉండలేడు. ఎందుకంటే ప్రకృతి జనితమైన గుణాలచేత మానవులందరూ అవశులై కర్మలను చేస్తున్నారు. మూఢుడు సమస్త ఇంద్రియాలను బలవంతంగా అరికట్టి మనసులో మాత్రం ఇంద్రియ విషయాలను స్మరిస్తూ ఉంటాడు. అతనిని మిథ్యాచారుడు అంటారు. కాని అర్జునా ! మనసుతోనే ఇంద్రియాలను వశపరచుకొని అనాసక్తుడై పది ఇంద్రియాల ద్వారా కర్మయోగాన్ని ఆచరించేవాడే శ్రేష్ఠుడు. నీవు శాస్త్రవిహితమైన కర్మను చేయి. కర్మ చేయకుండా ఉండడం కంటె కర్మ చేయడమే గొప్పది. కర్మ చేయకపోతే శరీరయాత్ర కూడా నీకు జరుగదు. యజ్ఞనిమిత్తంగా చేసే కర్మలకంటె ఇతరమైన కర్మబంధనాలలో ఈ లోకం చిక్కు కొంటోంది, కాబట్టి కౌంతేయా ! ఆసక్తిని విడిచి ఆ యజ్ఞ నిమిత్తం గానే కర్మలు ఆచరించు. (3-9)

పూర్వం కల్పాదియందు బ్రహ్మదేవుడు యజ్ఞసహితలగా ప్రజలను సృష్టించి దీనితో (యజ్ఞంతో) మీరు వృద్ధి పొందండి. ఇది మీకు కోరిన భోగాలను ఇస్తుంది. మీరు ఈ యజ్ఞం ద్వారా దేవతలను తృప్తి పరచండి. ఆ దేవతలు కూడా మిమ్ములను ఉన్నతులుగా చేస్తారు. ఈ రీతిగా పరస్పరం నిస్వార్థంగా ఉన్నతులుగా చేసుకొంటూ మీరు పరమశ్రేయస్సును పొందగలరు. యజ్ఞంద్వారా ఉన్నతులైన దేవతలు మీకు అడగకుండానే ఇష్టమైన భోగాలను తప్పక ఇస్తారు." అని చెప్పాడు. ఈ రీతిగా ఆ దేవతలు ఇచ్చిన భోగాలను వారికి సమర్పించకుండా తానే అనుభవించేవాడు చోరుడే అవుతాడు. యజ్ఞశేషమైన అన్నాన్ని తిన్న సత్పురుషులు సమస్త పాపాలనుండి ముక్తులవుతారు. అలాకాక తమ శరీరపోషణ కోసం మాత్రమే అన్నం వండుకొనే పాపాత్ములు పాపాలు అనుభవిస్తారు. ప్రాణులన్నీ అన్నం వలన పుడుతున్నాయి. అన్నం వృష్టి (పర్జన్యుని) వలన, పర్జన్యుడు (వృష్టి) యజ్ఞం వలన, యజ్ఞం విహితకర్మల వలన పుడుతున్నాయి. కర్మసముదాయమంతా వేదాల నుండి పుడుతోందని, వేదాలు నాశరహితమైన బ్రహ్మనుండి పుడుతున్నాయని తెలుసుకో. దీనివలన సర్వవ్యాపి అయిన అక్షర పరమాత్మ ఎల్లప్పుడూ యజ్ఞమునందే ప్రతిష్ఠితుడై ఉన్నాడని తెలుస్తోంది. పార్థా ! ఈ రీతిగా నిరంతరం ప్రవర్తిస్తూ ఉండే సృష్టిచక్రానికి అనుకూలంగా ప్రవర్తించనివాడు ఈ లోకంలో ఇంద్రియ భోగాసక్తుడై, పాపాయువై వ్యర్థజీవితం గడుపుతున్నవాడు అవుతాడు. ఆత్మయందే రమించువాడు, ఆత్మతృప్తి కలవాడు, ఆత్మయందే సంతుష్టికలవాడు - ఇటువంటి వానికి చేయవలసినపని అంటూ ఏదీ ఉండదు. అటువంటి మహాపురుషునికి ఈ లోకంలో కర్మ చేయడం వలన ఏమీ ప్రయోజనం ఉండదు, చేయకపోవడం వలన కూడా ఏమీ ప్రయోజనం ఉండదు. సమస్త ప్రాణులయందు అతనికి కొద్దిగా కూడా స్వార్థ సంబంధం ఉండదు. కాబట్టి నీవు ఆసక్తి లేకుండా ఎప్పుడూ కర్తవ్య కర్మను చక్కగా చేయి. ఎందుకంటే ఆసక్తి రహితుడై కర్మ చేస్తున్న వానికి పరమాత్మ ప్రాప్తి కలుగుతుంది. (10-19)

జనకాదులు ఇటువంటి కర్మ చేతనే సిద్ధిని పొందారు. లోక సంగ్రహాన్ని చూస్తూ కూడా నీవు కర్మ చేయడానికి అర్హుడవే. శ్రేష్ఠులు ఏది ఆచరిస్తారో ఇతరులు దానినే అనుసరిస్తారు. వారు దేనిని ప్రమాణంగా చేస్తారో లోకులందరూ దానినే పాటిస్తారు. పార్థా ! ఈ ముల్లోకాలలోను నాకు కర్తవ్యమంటూ లేదు. పొందదగినది కాని పొందలేనిది కాని లేదు. అయినా కర్మ యందే ప్రవర్తిస్తూంటాను. పార్థా ! జాగరూకుడనై నేను కర్మలయందు ప్రవర్తించకపోయాననుకో. మనుష్యులందరూ అన్నివిధాలా నా మార్గాన్నే అనుసరిస్తారు. కనుక నేను కర్మ చేయకపోతే ఈ లోకాలన్నీ నశించి పోతాయి. నేను సంకరం చేసినవాడినవుతాను. ఈ ప్రజలందరినీ నాశనం చేసినవాడినవుతాను. భారతా ! అజ్ఞానులు ఆసక్తితో ఏ రీతిగా కర్మలు చేస్తూంటారో, జ్ఞానులైనవారు ఆసక్తి లేకుండా లోకసంగ్రహం కోసం అలాగే కర్మలు చేయాలి. పరమాత్మ నిష్ఠుడైన జ్ఞాని కర్మాసక్తులైన అజ్ఞానుల బుద్ధికి భ్రమ కల్పిస్తూ వారికి కర్మలయందు అశ్రద్ధను పుట్టించకూడదు. తాము కూడా సమస్త కర్మలను ఆచరిస్తూ వారిచేత కూడా అలాగే ఆచరింపచేయాలి. నిజానికి ప్రకృతివలన పుట్టిన గుణాలవల్లనే ఈ సమస్త కార్యాలు జరుగుతున్నాయి. కాని అహంకారం చేత విమూఢమైన చిత్తం కలవాడు తానే కర్తనని అనుకొంటున్నాడు. మహాబాహూ ! గుణ కర్మల యొక్క విభాగాన్ని గూర్చి బాగా తెలిసిన వాడయితే గుణాలన్నీ గుణాలలోనే ప్రవర్తిస్తున్నాయని తలచి వాటియందు ఆసక్తి లేకుండా ఉంటాడు. ప్రకృతి గుణాలచేత మోహితులయిన వారు ఆ ప్రకృతి గుణకర్మలయందే ఆసక్తి కలిగి ఉంటారు. సంపూర్ణ జ్ఞానం లేని అటువంటి మందబుద్ధులను సంపూర్ణ జ్ఞానం కలిగిన పండితులు చలింపచేయలేరు. పరమాత్మనయిన నా యందు పాదుకొల్పిన మనస్సుతో సమస్త కర్మలను సమర్పించి ఆశారహితుడవై, మమకారం లేనివాడవై, సంతాపరహితుడవై యుద్ధం చేయి. శ్రద్ధావంతులై, అసూయారహితులై ఎవరయితే నిత్యమూ ఈ నా మతాన్ని అనుసరిస్తారో వారు కూడా కర్మలనుండి విముక్తులవుతారు. కాని అసూయారోపణతో నా ఈ మతాన్ని అనుసరించని వారు సమస్త జ్ఞానం పట్ల విమూఢులై నాశనమవుతారని తెలుసుకో. ప్రాణులన్నీ ప్రకృతిని (స్వభావాన్ని) అనుసరిస్తూ ఉంటాయి. జ్ఞాని కూడా తన ప్రకృతికి అనుగుణం గానే కర్మ చేస్తాడు. ఈ విషయంలో నిగ్రహం ఏం చేయగలుగుతుంది? ఇంద్రియాలు విషయాలు భోగించేటపుడు అందులో రాగద్వేషాలు ఇమిడి ఉంటాయి. మనిషి వాటికి వశుడు కాకూడదు. అవే అతనికి శత్రువులు సుమా ! చక్కగా అనుష్ఠింపబడుతున్న పరధర్మం కంటె గుణరహితమైన స్వధర్మమే శ్రేయస్కరమైనది. స్వధర్మంలో మరణించినా మేలే. పరధర్మం మాత్రం భయావహం. (20-35)

అర్జునుడు అడుగుతున్నాడు - "వార్ష్ణేయా ! మనుష్యుడు కోరుకోక పోయినా బలవంతంగా నియమింపబడుతున్నట్లుగా ఎవరి ప్రేరణతో పాపం ఆచరిస్తున్నాడు ?" (36)

భగవానుడు చెపుతున్నాడు - "రజోగుణం వలన పుట్టిన ఈ కామమే క్రోధము. ఈ క్రోధమే మనిషిని మిక్కిలిగా తినేస్తుంది. మహాపాపి. ఈ విషయంలో దీనినే శత్రువని తెలుసుకో. పొగ అగ్నిని ఆవరించినట్లుగా, మాలిన్యం అద్దాన్ని కప్పివేసినట్లుగా, మాయ గర్భాన్ని ఆవరించి ఉన్నట్లుగా ఈ కామం జ్ఞానాన్ని ఆవరించి ఉంది. కౌంతేయా ! ఈ కామాగ్ని ఎప్పటికీ చల్లార్చలేనిది. జ్ఞానులకు నిత్యవైరి. ఇది మనుష్యులలో జ్ఞానాన్ని కప్పివేస్తుంది. దీనికి ఇంద్రియాలు, మనస్సు, బుద్ధి నివాసస్థానమని చెప్తూ ఉంటారు. ఇది వాటి ద్వారా మనుష్యులలోని జ్ఞానాన్ని కప్పివేసి మోహపెడుతూ ఉంటుంది. కాబట్టి భరతసత్తమా ! నీవు ముందుగా ఇంద్రియాలను అదుపు చేసుకొని పాపి, జ్ఞాన విజ్ఞానాలను నాశనం చేసేది అయిన దీనిని అవశ్యం చంపాలి. స్థూల శరీరం కంటె ఇంద్రియాలూ ఇంద్రియాలకంటె మనస్సు, మనస్సు కంటె బుద్ధి శ్రేష్ఠమైనవి. ఆ బుద్ధి కంటె కూడా ఆత్మ అత్యంత శ్రేష్ఠమైనది. ఈ రీతిగా బుద్ధికంటె కూడా ఆత్మను అత్యంత శ్రేష్ఠమైనదిగా తెలుసుకొని బుద్ధిచేత మనసును వశపరచుకొని మహాబాహూ ! అణచడానికి అతికష్టమైన కామరూపమైన శత్రువును మట్టుపెట్టు. (37-43)

శ్రీమద్భగవద్గీత - జ్ఞానకర్మ సంన్యాసయోగము.

భగవానుడు చెపుతున్నాడు - నాశరహితమైన ఈ యోగాన్ని నేను వివస్వంతునికి చెప్పాను. వివస్వంతుడు మనువుకు చెప్పాడు. మనువు ఇక్ష్వాకునికి చెప్పాడు. పరంతపా! ఈ రీతిగా పరంపరగా వస్తున్న ఈ యోగాన్ని రాజర్షులు ఎరుగుదురు. కాని అనంతరం ఈ యోగం చాలాకాలం నుండి ఈ భూమిపై నశించిపోయింది. నీవు నాకు భక్తుడవు, ప్రియ సఖుడవు కనుక పురాతనమైన ఆ యోగమునే నేడు నీకు నేను చెపుతున్నాను. ఇది ఉత్తమమైనది, రహస్యమైనది. (1-3)

అర్జునుడు అడుగుతున్నాడు - నీకంటె పూర్వుడు

వివస్వతుడు. నీవు తరువాతివాడవు. మొదట చెప్పిన వాడవు నీవే అని ఎలా అనుకోను ? (4)

భగవానుడు చెపుతున్నాడు – "అర్జునా ! నీకు, నాకు ఎన్నో జన్మలు గడిచిపోయాయి. పరంతపా ! వానినన్నిటిని నేను ఎరుగుదును. నీవు ఎరుగవు. పుట్టుక లేనివాడినైనా, నాశరహితాత్ముడినయినా, ప్రాణులకు ఈశ్వరుడినయినా స్వీయప్రకృతిని వశపరచుకొని నా యోగ మాయచేత నేను పుడుతూ ఉంటాను. భారతా ! ధర్మానికి హాని కలిగి అధర్మం పెచ్చుమీరుతున్నప్పుడల్లా నన్ను నేను సృజించుకొంటూ ఉంటాను. సాధువులను రక్షించడానికి, దుష్కర్మలు చేసే వారిని నాశనం చేయడానికి ధర్మాన్ని సుస్థిరంగా నిలపడానికి ప్రతియుగంలోనూ నేను అవతరిస్తాను, అర్జునా ! దివ్యమైన నా జన్మ కర్మల గురించిన తత్త్వాన్ని ఈ రీతిగా తెలిసికొన్నవాడు శరీరాన్ని విడిచాక పునర్జన్మ పొందడు. అతడు నన్నే పొందుతాడు. రాగభయ క్రోధాలను విడిచి నాయందే అనన్య ప్రేమ కలిగి, నన్నాశ్రయించుకొని ఉన్న అనేకమంది భక్తులు పైన తెల్పిన జ్ఞానరూపమైన తపస్సుతో పవిత్రులై నా స్వరూపాన్ని పొందారు. నన్ను ఎవరు ఎలా సేవిస్తారో నేను కూడా ఆ భక్తులను అలాగే అనుగ్రహిస్తాను. ఎందుకంటే మనుష్యులందరూ అన్నిరకాలుగా నా మార్గాన్నే అనుసరిస్తున్నారు. ఈ మానవ లోకంలో కర్మఫలితాలను పొందగోరిన వారు దేవతలను పూజిస్తారు. కర్మలవలన కలిగే ఫలితాలు శీఘ్రంగా లభిస్తాయి. కాబట్టి బ్రాహ్మణ క్షత్రియ, వైశ్య, శూద్రులనే చాతుర్వర్ణ్యవ్యవస్థ గుణకర్మ విభాగాలను అనుసరించి నాచే సృష్టింపబడింది. ఈ రీతిగా ఆ సృష్టిరచనాది కర్మకు కర్తను నేనే అయినప్పటికి, వాస్తవానికి నాశరహితుడను పరమేశ్వరుడను అయిన నన్ను అకర్తననే తెలుసుకో. కర్మల యొక్క ఫలాలమీద నాకు ఆసక్తి లేదు. కనుక కర్మలు నన్ను అంటవు. ఈ రీతిగా నా తత్త్వాన్ని గ్రహించినవారు కూడా కర్మలకు బద్ధులుకారు. పూర్వకాలపు ముముక్షువులు కూడా ఇది తెలుసుకొనే కర్మలు చేశారు. కాబట్టి నీవు కూడా పూర్వులు చేసినట్లుగానే కర్మలు చేయి. (5-15)

కర్మ ఏమిటి ? అకర్మ ఏమిటి ? అనేది నిర్ణయించడంలో బుద్ధిమంతులు కూడా పొరపడుతూ ఉంటారు. కాబట్టి నీకు ఈ కర్మతత్త్వాన్ని గూర్చి చక్కగా వివరించి చెపుతాను. అందువలన నీవు కర్మబంధాలనుండి, అశుభాలనుండి ముక్తుడవు అవుతావు. కర్మ, అకర్మల యొక్క స్వరూపం గూర్చి తెలుసుకోవాలి. ఎందుకంటే కర్మయొక్క గతి అవగాహనకు అందనిది. కర్మయందు అకర్మను, అకర్మయందు కర్మను చూడగలిగినవాడు బుద్ధిమంతుడు. అట్టి యోగి అన్ని కర్మలను చేస్తూనే ఉంటాడు. శాస్త్రసమ్మతమైన కర్మలన్నింటినీ సంకల్పంగానీ, కోరికలుగానీ లేకుండా చేసే వానిని, జ్ఞానమనే అగ్నిచేత దగ్ధమైన కర్మలు కలవానిని పండితునిగా జ్ఞానులు పేర్కొంటారు. కర్మఫలాలయందు ఆసక్తిని విడిచి, దృశ్య ప్రపంచాన్ని ఆశ్రయించకుండా భగవంతునియందే నిత్యమూ తృప్తి చెంది ఉండేవాడు కర్మలన్నీ చక్కగా చేస్తున్నా గానీ ఏ కర్మనూ చేయనివాడే అవుతాడు. ఇంద్రియాలతో కూడిన శరీరాన్ని, అంతః కరణాన్ని నిగ్రహించినవాడు, ఆశలేనివాడు, అన్ని భోగవస్తువులను పరిత్యజించినవాడు శారీరకమైన కర్మలు చేస్తున్నా ఎటువంటి పాపాన్ని పొందడు. ఏ కోరిక లేకుండా తనంత తానుగా లభించిన పదార్థాలతో ఎప్పుడూ సంతుష్టిచెంది ఉండేవాడు, హర్షశోకాదులైన ద్వంద్వాలకు అతీతుడైనవాడు, మాత్సర్యం లేనివాడు, కార్యాలు సిద్ధించినా సిద్ధించకపోయినా ఒక్కలాగే ఉండేవాడు అయిన యోగి కర్మలు చేసినా అవి అతనిని బంధించవు. సంగాలన్నీ తొలగిపోయినవాడు, దేహాభిమానం – మమకారం నుండి ముక్తుడైనవాడు, పరమాత్మ జ్ఞానమందే మనస్సు నిలకడ కలిగినవాడు, యజ్ఞం కోసమే కర్మలు చేసేవాడు అయితే ఆ కర్మలన్నీ సమగ్రంగా నశిస్తాయి. (16-23)

యజ్ఞంలో సాధనాలైన స్రువాదులు బ్రహ్మరూపం అని భావిస్తూ బ్రహ్మరూపమైన హవిస్సును బ్రహ్మరూపమైన అగ్నియందు వేల్చుట అనే బ్రహ్మకార్యాన్ని చేస్తూ, బ్రహ్మ కర్మయందు లగ్నమైనవాడు బ్రహ్మమునే పొందుతాడు. కొందరు యోగులు దేవతారాధనమనే యజ్ఞాన్ని చక్కగా అనుష్ఠిస్తారు. మరికొందరైతే పరమాత్మ అనే అగ్నియందు అభేద దర్శనమనే యజ్ఞం చేత ఆత్మరూపమైన యజ్ఞాన్ని హోమం చేస్తూ ఉంటారు. (జీవాత్మ పరమాత్మలకు అభేదాన్ని పాటిస్తూ జీవాత్మను పరమాత్మయందు లయింపచేస్తారు). ఇంక కొందరు శబ్దాదివిషయాలను ఇంద్రియములనే అగ్నిలో వేలుస్తూ ఉంటారు. మరికొందరు సమస్త ఇంద్రియ కర్మలను జ్ఞానంతో వెలుగొందే ఆత్మసంయమ యోగమనే అగ్నిలో హోమం చేస్తారు. కొందరు ద్రవ్య సంబంధమైన యజ్ఞాన్ని చేస్తారు. అహింసాది తీవ్రవ్రతాలను ఆచరించే ప్రయత్నపరులు స్వాధ్యాయం అనే పేరుగల జ్ఞానయజ్ఞాన్ని చేస్తారు. కొందరు ప్రాణవాయువును అపాన వాయువులోను, కొందరు అపాన

వాయువును ప్రాణవాయువులోను హోమం చేస్తారు. నియమితమైన ఆహారాన్ని స్వీకరించే ప్రాణాయామ పరాయణులు కొందరు ప్రాణాపానగతులను నిలువరించి ప్రాణాలను ప్రాణాలయందే హోమం చేస్తారు. ఈ పై చెప్పిన అందరూ కూడా యజ్ఞవిదులూ, యజ్ఞాలద్వారా పాపాలను నశింపచేసుకొన్నవారూను. కురుసత్తమా ! అమృతతుల్యమైన యజ్ఞశేషాన్ని భుజించేవారు సనాతనమైన బ్రహ్మను పొందుతారు. యజ్ఞం చేయనివారికి ఈ లోకంలోనే సుఖం లేదు, ఇక పరలోక సుఖ మెక్కడిది ? ఈ రీతిగా అనేక రకాలయిన యజ్ఞాలు వేదాల ముఖతః విస్తారంగా చెప్పబడ్డాయి. వాటినన్నిటిని కర్మలవలన పుట్టినవిగా తెలుసుకో, అలా తెలుసుకొని ఆచరించడం ద్వారా కర్మబంధాలనుండి ముక్తుడవు కాగలుగుతావు. (24-32)

పరంతపా ! ద్రవ్యరూపమైన యజ్ఞం కంటె జ్ఞానరూపమైన యజ్ఞం మిక్కిలి శ్రేష్ఠమైనది. ఎందుకంటే అర్జునా ! సమస్త కర్మలు జ్ఞానంలోనే పరిసమాప్తి చెందుతాయి. దండప్రణామం చేసికానీ, సేవ చేతకానీ కపటం లేకుండా జిజ్ఞాసతో అడిగికానీ నీవు ఆ జ్ఞానాన్ని గూర్చి తెలుసుకో. పరమాత్మ తత్త్వాన్ని దర్శించిన వారు, జ్ఞానులు అయిన వారు నీకు ఆ జ్ఞానాన్ని ఉపదేశిస్తారు. దానిని తెలుసుకొంటే తిరిగి నీవు ఆ మోహాన్ని పొందవు. పైగా అర్జునా ! ఆ జ్ఞానం చేత సర్వప్రాణులనూ మొదట నీయందు, తరువాత పరమాత్ముడవైన నా యందునూ నిశ్శేషంగా దర్శించగలవు. పాపులందరికంటె కూడా నీవు మిక్కిలి పాపాలు చేసినవాడవు అయినప్పటికీ, ఈ జ్ఞానమనే తెప్ప చేత సమస్త పాపాల నుండి తరింపగలవు. అర్జునా ! బాగా మండుతున్న అగ్ని కట్టెలను ఏ విధంగా భస్మం చేసి వేస్తుందో అలాగే జ్ఞానాగ్ని సర్వకర్మలను భస్మం చేసివేస్తుంది. ఈ లోకంలో జ్ఞానంతో సమానమైన పవిత్ర వస్తువు ఏదీ లేనేలేదు. చిరకాలంగా కర్మయోగం ఆచరించడం వలన సిద్ధిని పొందిన మానవుడు స్వయంగా (తనకు తానే) ఆ జ్ఞానాన్ని ఆత్మలో పొందగలుగుతున్నాడు. జితేంద్రియుడు, సాధనతత్పరుడు అయిన శ్రద్ధాళువు జ్ఞానాన్ని పొందుతాడు. జ్ఞానం పొంది, అచిరకాలంలోనే పరమశాంతిని పొందగలడు. అజ్ఞాని, అశ్రద్ధకలవాడు, సంశయాత్మకుడు పరమాత్మజ్ఞానం కలుగక నశించిపోతాడు. సంశయాత్ముడైన వానికి ఈ లోకంలోనూ సుఖంలేదు. పరలోకంలోనూ సుఖం లేదు. ధనంజయా ! కర్మ యోగం ద్వారా సమస్త కర్మలను భగవంతుని యందు అర్పించిన వాడు, జ్ఞానంతో సమస్త సంశయాలను తొలగించుకొన్న వాడు అయిన ఆత్మవంతుని కర్మలు బంధించలేవు. కనుక భారతా! నీ హృదయంలో అజ్ఞానం వలన పుట్టిన ఈ సంశయాన్ని వివేకమనే కత్తిచేత ఛేదించి సమత్వరూపమైన కర్మయోగంలో ఉంటూ, యుద్ధానికి సిద్ధమై లేచి నిలబడు." (33-42)

శ్రీమద్భగవద్గీత - కర్మసంన్యాస యోగము.

అర్జునుడు అడుగుతున్నాడు - "కృష్ణా ! నీవు కర్మ సంన్యాసాన్ని, కర్మయోగాన్ని గురించి కూడా ప్రస్తావిస్తున్నావు. ఈ రెండింటిలో ఏది నిశ్చయంగా శ్రేయస్కరమైనదో అది నాకు చెప్పు". (1)

శ్రీభగవానుడు చెపుతున్నాడు - "కర్మ సంన్యాసము, కర్మ యోగము - ఈ రెండూ కూడా పరమశ్రేయస్కరాలే, అయినా ఈ రెండింటిలో కర్మ సంన్యాసం కంటె కర్మయోగమే సాధనవలన సులభం కాబట్టి శ్రేష్ఠమైనది. అర్జునా ! ఎవరినీ ద్వేషించని, దేనినీ కోరని కర్మయోగిని నిత్యసన్యాసిగా భావించవచ్చును. ఎందుకంటే రాగద్వేషాది ద్వంద్వాలు లేనివాడు తేలికగా సంసార బంధాలనుండి విముక్తుడవుతాడు. పైన చెప్పిన సంన్యాసము, కర్మయోగము వేర్వేరు ఫలితాలనిస్తాయని మూర్ఖులు అంటారు. కాని పండితులు అలా అనరు. ఈ రెండింటిలో ఏ ఒక్కదానియందైనా సరే స్థిరంగా నిలిచినవాడు రెండింటికీ ఫలరూపమైన పరమాత్మను పొందుతాడు. జ్ఞానయోగులు పొందే పరమస్థానాన్ని కర్మ యోగులు కూడా పొందుతారు. కాబట్టి జ్ఞానయోగ కర్మయోగాల రెండింటి ఫలం ఒక్కటే అని చూడగలిగినవాడే యథార్థాన్ని చూడగలిగినవాడు. కాని అర్జునా ! కర్మయోగం లేకుండా సంన్యాసాన్ని పొందడం (జ్ఞానాన్ని) అనగా మనస్సు, ఇంద్రియాలు, శరీరం ద్వారా జరిగే కర్మలన్నిటికి కర్తృత్వాన్ని విడిచిపెట్టడం చాలా కఠినమైనది. భగవంతుని మననం చేసుకొనే కర్మయోగి పరమాత్మను శీఘ్రంగానే పొందగలడు. మనస్సును నిగ్రహించుకొన్న, జితేంద్రియుడయిన, విశుద్ధాత్ముడయిన, సర్వప్రాణులయందు ఆత్మరూపంగా కల పరమాత్మ తనకు ఆత్మరూపంగా ఉన్న కర్మయోగి కర్మలు చేస్తున్నప్పటికీ అతనికి అవి అంటవు. తత్త్వవేత్త అయిన సాంఖ్యయోగి చూస్తూ, వింటూ, స్పృశిస్తూ, ఆఘ్రాణిస్తూ, భుజిస్తూ, నడుస్తూ, నిద్రిస్తూ, శ్వాసిస్తూ, మాట్లాడుతూ, విడిచిపెడుతూ, గ్రహిస్తూ, కన్నులు తెరుస్తూ, మూస్తూ కూడా - ఇంద్రియాలన్నీ తమ తమ విషయాలలో ప్రవర్తిస్తున్నాయని తెలుసుకొని నిస్సందేహంగా తాను ఏమీ చేయడం లేదనే

అనుకొంటాడు. సమస్త కర్మలను భగవంతునియందు సమర్పించి సంగరహితుడై కర్మలను చేసేవాడు నీటిపైని తామరాకులా పాపాలు అంటకుండా ఉంటాడు. కర్మ యోగులు మమత్వబుద్ధిని విడిచి, కేవలం ఇంద్రియాలు, మనస్సు, బుద్ధి, శరీరం ద్వారా సంగరహితులై ఆత్మశుద్ధికొరకు కర్మలను చేస్తూ ఉంటారు. కర్మయోగి కర్మఫలాన్ని పరమేశ్వరునికి అర్పించి, భగవత్ప్రాప్తిరూపమైన శాంతిని పొందుతాడు. కోరికతో కర్మలు చేసేవాడు ఆ కోరికల యొక్క ప్రేరణచేత ఫలాసక్తుడై బంధింపబడతాడు. (2-12)

మనస్సు స్వాధీనంలో ఉండి ఈ సాంఖ్య యోగాన్ని ఆచరించేవాడు తానుగా ఏమీ చేయకుండా, చేయించకుండానే నవద్వారాలున్న శరీరమనే గృహంలో అన్ని కర్మలను మనసుతో విడిచి ఆనందంగా సుఖంగా ఉంటాడు. పరమేశ్వరుడు ఈ లోకానికి కర్తృత్వాన్నిగాని, కర్మలను గాని, కర్మ ఫలాలతో సంయోగాన్ని గాని సృజించ లేదు. ప్రకృతియే అలా ప్రవర్తిస్తూ ఉంటుంది. సర్వవ్యాపి అయిన పరమాత్మ ఒకని పాపాన్నిగాని, ఒకని పుణ్యాన్ని గాని గ్రహించడంలేదు. జ్ఞానం అజ్ఞానం చేత ఆవరింపబడి ఉంది. దానితో ప్రాణులన్నీ మోహాన్ని పొందుతున్నాయి. కాని ఎవరి అజ్ఞానం పరమాత్మజ్ఞానం చేత నశించి పోతుందో, అతని ఆ జ్ఞానం సూర్యకాంతిలా ఆ సచ్చిదానంద పరమాత్మను ప్రకాశింపచేస్తుంది. ఆ పరమాత్మయందే మనస్సు, బుద్ధి లగ్నమై, అతని యందే నిష్ఠ కలవారై తత్పరాయణులైనవారు జ్ఞానం వలన పాపాలను పోగొట్టుకొని పునరావృత్తి లేని స్థితిని పొందుతారు. జ్ఞానులు విద్యావినయ సంపన్నుడయిన బ్రాహ్మణునిపట్ల, ఆవు, ఏనుగు, కుక్క, చండాలుని పట్లకూడా సమదృష్టి కలవారు అవుతారు. మనసులో సమభావం కలవారు జీవితకాలంలోనే ఈ సమస్త ప్రపంచాన్ని జయిస్తారు. పరమాత్మ దోషరహితుడు, సముడు. కనుక వారు బ్రహ్మయందే నిలుకడ పొందుతారు. ప్రియమైనది లభించినా సంతోషించక, అప్రియం లభించినా ఉద్విగ్నుడు కాక స్థిరబుద్ధి, సంశయ రహితుడు అయిన బ్రహ్మవేత్త బ్రహ్మమునందే స్థిరంగా ఉంటాడు. (13-20)

బాహ్య విషయాల పట్ల మనస్సులో ఆసక్తి లేనివాడు, ఆత్మలో ధ్యానజనితమైన సుఖాన్ని పొందుతాడు. అనంతరం బ్రహ్మతో ధ్యానరూపయోగం ద్వారా తాదాత్మ్యం చెందినవాడు అక్షయమైన సుఖాన్ని అనుభవిస్తాడు. కౌంతేయా ! ఇంద్రియాలు విషయాలయందు తగుల్కొవడం వలన కలిగే సమస్త భోగాలు (విషయాసక్తులకు సుఖంగా అనిపించినా) దుఃఖ హేతువులే. ఆద్యంతాలు కలవే. పండితుడు వాటిలో రమించడు. శరీరాన్ని విడువడానికి ముందే ఈ శరీరంలోనే కామక్రోధాల వేగాన్ని సహించగలిగిన వాడే యోగి, సుఖి కూడా. ఆత్మయందే సుఖం పొందేవాడు, సాంఖ్యయోగి ఆత్మయందే రమిస్తూ, ఆత్మయందే జ్యోతి స్వరూపమైన జ్ఞానాన్ని పొంది బ్రహ్మముతో ఏకీ భూతుడై బ్రహ్మానందాన్ని పొందుతాడు. పాపాలన్నీ పోయినవారు, జ్ఞానం చేత సంశయాలన్ని తొలగిపోయినవారు, మనసును అదుపులో ఉంచుకొన్నవారు, సమస్త ప్రాణుల యొక్క హితం పట్ల ఆసక్తి కలవారు అయిన ఋషులు బ్రహ్మానందాన్ని పొందుతారు. కామక్రోధాలు లేనట్టి, మనసును అదుపులో ఉంచుకొన్నట్టి, పరమాత్మజ్ఞానం పొందినట్టి యతులకు అంతట బ్రహ్మానందం నిండి ఉంటుంది. బాహ్యమైన ఇంద్రియ విషయాలను బయటకు త్రోసివేసి, నేత్రదృష్టిని (భ్రూమధ్యమున నిలిపి, నాసిక లోపల సంచరించే ప్రాణ అపాన వాయువులను సమంచేసి, మనస్సును, ఇంద్రియాలను, బుద్ధిని అదుపులో ఉంచుకొని, కోరికలు, భయాలు, క్రోధాలు తొలగిపోయిన మోక్షాసక్తుడు ఎప్పుడూ ముక్తుడే. యజ్ఞాలకు, తపస్సులకు భోక్తను సమస్త లోకాలకు మహేశ్వరుడను, సమస్త ప్రాణులకు సుహృదుడను (నిస్వార్థంగా దయచూపువాడు) - అని నా తత్త్వాన్ని తెలుసుకొన్నవాడు శాంతిని పొందుతాడు. (21-29)

శ్రీమద్భగవద్గీత - ఆత్మసంయమ యోగము.

శ్రీభగవానుడు చెపుతున్నాడు - కర్మఫలాన్ని ఆశ్రయించకుండా చేయవలసిన కర్మను చేసేవాడే సంన్యాసి, యోగి అవుతాడు. అతడు కేవలం అగ్నిని విడిచిన సంన్యాసి, కర్మలను చేయని యోగిమాత్రం కాడు. పాండవా ! సంన్యాసం అని చెప్పబడేదానినే యోగం అని తెలుసుకో, ఎందుకంటే సంకల్పాలను సంన్యసించనివాడు ఎవడూ కూడా యోగి కాలేడు. సమత్వబుద్ధి రూపమైన కర్మయోగాన్ని అధిరోహించాలనే కోరిక కలిగిన మునికి, నిష్కామభావంతో చేసే కర్మయే (ఆ యోగానికి) కారణమని, ఆ యోగాన్ని అధిరోహించిన వానికి సమస్త సంకల్పాలు విడిచిపెట్టడమే శ్రేయానికి కారణమని చెప్పబడుతోంది. సర్వసంకల్పాలను సంన్యసించినవాడు ఎప్పుడు ఇంద్రియ సుఖాలలో, కర్మలలో తగుల్కొనడో అప్పుడే అతడు యోగారూఢుడు అని చెప్పబడుతాడు. ఈ సంసార సాగరాన్నుండి తన్ను తాను ఉద్ధరించుకోవాలి. తన్ను తాను అధోగతికి నెట్టుకోకూడదు. తనకు తానే మిత్రుడు, తనకు తానే శత్రువు. ఆత్మద్వారా

మనసును, ఇంద్రియములను, శరీరమును జయించినవానికి ఆ ఆత్మయే బంధువగును. అట్లు జయించని వానికి ఆ ఆత్మయే శత్రువై శత్రువులా వ్యవహరిస్తుంది. శీతోష్ణాలు, సుఖ దుఃఖాలు మానావ మానాలు నశించిపోయిన జితాత్ముని మనసులో పరమాత్మ చక్కగా కుదురుకొని ఉంటాడు. అతని మనసులో పరమాత్మ తప్ప ఇంకేదీ ఉండనే ఉండదు. జ్ఞాన (పరమాత్మ స్వరూపజ్ఞానం) విజ్ఞాన (పరమాత్మ అనుభూతి జ్ఞానం) ములతో తృప్తి చెందిన చిత్తం కలవాడు, వికార రహితుడు, ఇంద్రియాలను చక్కగా అదుపు చేసినవాడు, మట్టిని, రాయిని, బంగారాన్ని సమంగా భావించగలిగినవాడు – అటువంటి యోగిని యుక్తుడని (భగవత్ప్రాప్తి కలిగినవాడు) చెపుతారు. సుహృదులందు, మిత్రులందు, వైరులందు, ఉదాసీనులందు, మధ్యస్థులయందు, పగవారియందు, బంధువుల యందు, సాధువులయందు, పాపులయందు కూడా సమాన భావం కలవారు మిక్కిలి శ్రేష్ఠులు. (1-9)

మనసును, ఇంద్రియాలను, శరీరాన్ని అదుపులో ఉంచుకొన్నట్టి ఆశను విడిచినట్టి, కూడ బెట్టని యోగి ఒంటరిగా ఏకాంతస్థానంలో కూర్చుని ఆత్మను నిరంతరం పరమాత్మధ్యానంలో లగ్నం చేయాలి. పరిశుద్ధ ప్రదేశమునందు మిక్కిలి ఎత్తూ కాకుండా, మిక్కిలి పల్లమూ కాకుండా ఉండేలా చూచుకొని – ముందు దర్భలు, దానిపై జింక చర్మము, దానిపై వస్త్రము పరిచి కదలకుండా ఉండేలా ఆసనాన్ని ఏర్పాటు చేసుకొని దానిపై స్థిరాసనంలో కూర్చొని చిత్తాన్ని, ఇంద్రియ వ్యాపారాలను అరికట్టి, మనసును ఏకాగ్రం చేసి, అంతఃకరణశుద్ధికోసం యోగాభ్యాసం చేయాలి. శరీరం, తల, మెడ సమానంగా ఉండేలా కదలకుండా ఉండేలా ధారణ చేస్తూ స్థిరుడై, నాసికాగ్రమునందు చూపు నిలిపి, దిక్కులు చూడకుండా యోగాభ్యాసం చేయాలి. బ్రహ్మచారి వ్రతము నందున్నవాడు, భయరహితుడు, ప్రశాంతాత్ముడు, అయిన యోగి మనసును అదుపులో ఉంచుకొని, నాయందే మనసు లగ్నంచేసి మత్పరాయణుడై ఉండాలి. స్వాధీనమైన మనస్సుకల యోగి ఈ రీతిగా ఆత్మను పరమేశ్వరుడనైన నాయందే నిలిపి నాలో ఉండే పరమానందం యొక్క ఉత్కృష్ట శాంతిని పొందుతాడు. అర్జునా ! ఈ యోగం అతిగా తినేవానికిగాని, అసలు తిననివానికి గాని, అతిగా నిద్రపోయే వానికిగాని, ఎల్లప్పుడూ మేలుకొని ఉండేవానికి గాని సిద్ధించదు. దుఃఖాన్ని నశింపచేసే ఈ యోగం తగినమేరకు ఆహార విహారాలు పాటించే వానికి, కర్మలయందు తగినంతవరకు ప్రవర్తించే వానికి, తగిన మేరకు నిద్రా మెళకువలు పాటించేవానికి మాత్రమే సిద్ధిస్తుంది. మిక్కిలిగా వశపడిన చిత్తం పరమాత్మయందు చక్కగా కుదురుకొని సమస్త కోరికల నుండి విముఖుడైన వానిని యోగయుక్తుడని అంటారు. పరమాత్మధ్యానమునందు లగ్నమైన యోగియొక్క నిశ్చలచిత్తానికి, గాలి లేని చోట ఉంచబడిన కదలని దీపం ఉపమానంగా చెప్పబడింది. యోగాభ్యాసము చేత నిగ్రహింపబడిన మనస్సు ఎచ్చట పరమశాంతిని పొందుతుందో, ఎచట ధ్యానము చేత పరిశుద్ధమైన సూక్ష్మబుద్ధితో పరమాత్మను దర్శిస్తూ తనయందే తాను సంతుష్టుడై ఉంటాడో, ఇంద్రియగోచరము కానట్టి, కేవలము పరిశుద్ధమైన సూక్ష్మబుద్ధిచేత మాత్రమే గ్రహించ దగినట్టి అనంతమైన ఆనందాన్ని అనుభవిస్తూ ఉంటాడో, ఎచ్చట యోగి పరమాత్మతత్త్వాన్నుండి చలించడో, దేనిని పొంది అంతకంటె అధికమైన ఇతరలాభం లేదని భావిస్తాడో, దేనియందు ఉండి తీవ్రమైన దుఃఖం చేత కూడా చలించడో, అట్టి దుఃఖసంయోగం లేనట్టి యోగమనే పేరు గలదానిని తెలుసుకోవలెను. ఆ యోగం వ్యాకులపాటులేని ధీరమనస్సుచేత పట్టుదలతో అభ్యసించదగినది. సంకల్పం వలన పుట్టిన సమస్తకోరికలను నిశ్శేషంగా విడిచివేసి, మనసు చేతనే ఇంద్రియ సముదాయాన్ని అన్నివైపుల నుండి నిరోధించి ధైర్యమును అవలంబించిన బుద్ధితో మెల్లమెల్లగా (క్రమక్రమంగా) శాంతమును పొందవలెను. మనసును ఆత్మయందు నిలుకడ పొందించి పరమాత్మకంటె వేరైన దేనినీ చింతించకూడదు. నిలుకడలేని చంచలమైన మనసు ఏయే బాహ్యవిషయాలలో, సంచరిస్తూ ఉంటుందో, ఆయా విషయాలనుండి మరపించి (వశపరచుకొని) ఆత్మయందే వశపరచాలి. (పరమాత్మయందే లగ్నమయ్యేలా చేయాలి). ప్రశాంతమనస్కుడు, పాపరహితుడు, రజోగుణం నశించిపోయినవాడు, పరమాత్మ స్వరూపుడు అయిన అటువంటి యోగి ఉత్తమమైన సుఖాన్ని పొందుతాడు. పాపరహితుడయిన అట్టి యోగి ఈ రీతిగా నిరంతరం ఆత్మను పరమాత్మయందు లీనం చేసి పరమాత్మను పొందడం ద్వారా అత్యంత సుఖాన్ని పొందుతాడు. సర్వవ్యాపియై సమస్త ప్రాణులలోను ఏకత్వస్థితిని పొందడం అనే యోగంతో కూడిన ఆత్మ కలవాడు, అందరియందు సమభావం కలిగిన యోగి – ప్రాణులన్నిటియందును తనను, తనయందు అన్నిప్రాణులను చూడగలడు. సమస్త ప్రాణులలోను ఆత్మరూపునిగా నన్ను దర్శించే వానికి, నాలో సమస్త

ప్రాణులను దర్శించేవానికి నేను నశింపను. నాకు అతడు కూడా నశింపడు. ఏకత్వ భావంతో సమస్త ప్రాణులయందు ఆత్మరూపునిగా ఉన్న నన్ను సేవించేవాడు, ఎన్నో రకాలుగా తిరుగుతున్నప్పటికి నాయందే ప్రవర్తిస్తున్నవాడు అవుతాడు. తనవలెనే సమస్త ప్రాణులను సమంగా చూడ గలిగినవాడు, అర్జునా ! సుఖ దుఃఖాలను కూడా అందరిలో సమంగా చూడగలిగిన వాడు అయిన యోగి పరమోత్కృష్టుడని చెప్పబడుతున్నాడు. (10-32)

అర్జునుడు అడుగుతున్నాడు - "మధుసూదనా ! నీవు చెప్పిన సమత్వ యోగం యొక్క నిశ్చలస్థితిని గూర్చి మనశ్చాంచల్యం కారణంగా సరిగ్గా గ్రహించలేకపోయాను. కృష్ణా ! ఈ మనస్సు అతి చంచలమైనది. ఇంద్రియాలను సంక్షుభితం చేసేది. బలవంతము, దృఢము అయినది. ఇటువంటి దానిని నిగ్రహించడం వాయువును అదుపు చేయలేని రీతిగా అతికష్టమని అనుకొంటున్నాను. (33-34)

శ్రీకృష్ణ భగవానుడు చెప్పసాగాడు - "మహాబాహూ ! నిస్సందేహంగా మనస్సు చంచలమైనదే. అతికష్టం మీద నిగ్రహించవలసినదే. అయినా కుంతీపుత్రా ! అభ్యాసం చేత, వైరాగ్యం చేత దానిని నిగ్రహింపవచ్చును. మనసును నిగ్రహింపలేనివానికి యోగం ప్రాప్తించడం దుష్కరం. వశీకృతచిత్తుడు ప్రయత్న శీలుడై సాధన చేస్తే యోగాన్ని పొందగలడు." అని నా అభిప్రాయం. (35-36)

అర్జునుడు మరల అడుగుతున్నాడు - "కృష్ణా ! శ్రద్ధావంతుడైనప్పటికీ మనోనిగ్రహంలేని కారణంగా అంతకాలమున యోగము నుండి చలించిన మనస్సు కలవాడు యోగసిద్ధిని పొందలేకపోతే ఏ గతిని పొందుతాడు? మహాబాహూ ! భగవంతుని పొందే దిశలో మూఢుడైన, ఆశ్రయరహితుడైన అట్టివాడు చెదరిపోయిన మబ్బులా రెండు విధాలా నష్టపోడు కదా ? నా ఈ సంశయాన్ని తీర్చగలిగినవాడవు నీవే సుమా ! వేరొకరు ఎవరూ ఈ సందేహాన్ని తీర్చలేరు." (37-39)

శ్రీకృష్ణ భగవానుడు సెలవిస్తున్నాడు - పార్థా ! అట్టి వానికి ఈ లోకంలో గాని, పరలోకంలో గాని నాశం లేదు. ఎందుకంటే ఆత్మోద్ధరణం కోసం పాటుపడేవాడు ఎవడూకూడా దుర్గతిని పొందడు. అటువంటి యోగభ్రష్టుడు పుణ్యాత్ముడు పొందే లోకాలను పొంది, అక్కడ అనేక సంవత్సరాలు ఉన్నాక, పవిత్రమైన నడవడి కల శ్రీమంతుల ఇంట్లో జన్మిస్తాడు. లేదా జ్ఞానవంతులైన యోగులకులంలోనే జన్మిస్తాడు. కాని ఇటువంటి జన్మ లోకంలో చాలా అరుదు. అక్కడ అతడు పూర్వజన్మలో తాను పొందిన బుద్ధిసంయోగాన్ని అనగా సమత్వబుద్ధియోగం యొక్క సంస్కారాలను అనాయాసంగా పొందగలుగుతాడు. అంతే కాదు కురునందనా ! దాని ప్రభావం వలన పరమాత్మ సాక్షాత్కారసిద్ధికోసం మునుపటికంటె ఎక్కువగా ప్రయత్నంచేస్తాడు. శ్రీమంతుల గృహంలో పుట్టిన యోగభ్రష్టుడు పరాధీనుడైనప్పటికీ పూర్వాభ్యాసం చేత నిస్సందేహంగా భగవంతునివైపు ఆకర్షితుడు అవుతాడు. అలాగే సమత్వ బుద్ధిరూపమైన యోగం పట్ల జిజ్ఞాసువు అయినవాడు కూడా వేదాలు చెప్పిన సకామ కర్మల ఫలాన్ని ఉల్లంఘిస్తాడు. ప్రయత్న పూర్వకంగా అభ్యాసం చేసిన యోగి, వెనుకటి అనేక జన్మలయందలి సంస్కారబలం చేత ఈ జన్మలోనే సిద్ధిపొంది, సమస్త పాపాలనుండి ముక్తుడై వెంటనే పరమగతిని పొందుతాడు. యోగి అయినవానిని తాపసజనులకంటె, శాస్త్రజ్ఞానులకంటె, సకామకర్మలు చేసేవారి కంటె కూడా అధికుడుగా భావిస్తారు. కాబట్టి అర్జునా! నీవు యోగివి కా. యోగులందరిలోనూ కూడా శ్రద్ధాళువు అయిన యోగి నాయందే లగ్నచిత్తుడై నన్నే నిరంతరం భజిస్తూ ఉంటాడు. అట్టివాడే నాకు పరమశ్రేష్ఠుడు, మాన్యుడు." (40-47)

శ్రీమద్భగవద్గీత - జ్ఞానవిజ్ఞాన యోగము.

శ్రీకృష్ణ భగవానుడు చెపుతున్నాడు - "పార్థా ! నాయందే లగ్నమైన మనసుతో, యోగయుక్తుడవై, నన్నే ఆశ్రయించి, విభూతి - బల - ఐశ్వర్యాది గుణాలతో సర్వాంతర్యామినై సమగ్రుడనైన నన్ను నిస్సంశయంగా తెలిసికొనే మార్గం చెపుతున్నాను విను. దేనిని తెలుసుకొంటే ఈ లోకంలో ఇక తెలుసుకోవలసినది ఏదీ ఉండదో, అటువంటి విజ్ఞాన సహితమైన తత్త్వజ్ఞానాన్ని సంపూర్ణంగా నీకు చెప్తాను. వేయిమందిలో ఏ ఒక్కడో నన్ను పొందాలని ప్రయత్నిస్తాడు. అలా ప్రయత్నించిన యోగులలో కూడా ఏ ఒక్కడో మాత్రమే నా తత్త్వాన్ని గురించి తెలుసుకోగలుగుతాడు. భూమి, నీరు, అగ్ని, వాయువు, ఆకాశం, మనస్సు, బుద్ధి, అహంకారం - అని నా ఈ ప్రకృతి ఎనిమిది రకాలుగా విభక్తమై ఉంది. ఇది జడరూపమైన అపరాప్రకృతి. దీనికంటె వేరుగా జీవభూతమైన ఈ జగత్తు నంతటినీ ధరించేది చైతన్య రూపమైన పరాప్రకృతి. అర్జునా ! ఈ సమస్త భూతాలు ఈ రెండు ప్రకృతులవలననే ఉత్పన్నమవుతున్నాయి. ఈ సంపూర్ణ జగత్తుకు ప్రభవాన్ని, ప్రళయాన్ని కూడా నేనే.

ధనంజయా ! నా కంటె వేరే వస్తువు ఏదీ లేదు. దారంలో మణులలా ఈ సమస్త జగత్తు నాయందే కూర్చబడి ఉన్నది. కౌంతేయా ! జలములలో రసాన్ని, సూర్య చంద్రులలో ప్రకాశాన్ని. సమస్త వేదాలలో ఓంకారాన్ని, ఆకాశంలో శబ్దాన్ని, నరులలో పౌరుషాన్ని నేనే. పృథివిలోని పవిత్రమైన గంధగుణాన్ని, అగ్నిలోని తేజస్సును, సమస్త ప్రాణులలోని జీవనాన్ని, తాపసులలోని తపస్సును నేనే అయిఉన్నాను. పార్థా ! సమస్త భూతాలకు సనాతనమైన బీజం నేనే అని తెలుసుకో, బుద్ధిమంతులలోని బుద్ధిని, తేజస్వులలోని తేజస్సును నేనే. భరతశ్రేష్ఠా ! బలవంతులలోని కామరాగ వర్జితమైన బలాన్ని, ప్రాణులలో ధర్మానికి విరుద్ధంకాని కామాన్ని నేను. సాత్త్విక, రాజసిక, తామసిక భావాలు ఏవి అయితే ఉన్నాయో అవన్నీ నానుండి పుట్టినవే అని గ్రహించు. నిజానికి అవి నాలో లేవు, నేను వానిలో లేను. (1-17)

ఈ మూడు గుణాలతో కూడిన భావాలతో ఈ లోకం అంతా మోహితమై ఉంది. వానికంటె వేరుగా, అవ్యయుడనై ఉన్న నన్ను తెలుసుకోవడం లేదు. దివ్యమైన త్రిగుణమయమైన ఈ నా మాయ మిక్కిలి దుస్తరమైనది. కాని నిరంతరం నన్ను శరణు పొందిన వారు ఈ మాయను దాటగలరు. మాయచేత అపహరించబడిన జ్ఞానం కలవారు, ఆసురభావాలను ఆశ్రయించినవారు, దుష్కర్మలను చేసేవారు, మూఢులు అయిన నీచమానవులు నన్ను పొందలేరు. భరతసత్తమా ! అర్జునా ! సత్కర్మలు చేసే అర్థార్థులు, ఆర్తులు, జిజ్ఞాసులు, జ్ఞానులు - అనే నాలుగు రకాలవారు నన్ను పొందుతారు. వారిలో నిత్యమూ నాయందు లగ్నమైన మనస్సుతో, అచంచలమైన భక్తి కల జ్ఞాని అత్యుత్తముడు. ఎందుకంటే తత్త్వాన్ని గ్రహించిన జ్ఞానికి నేను అత్యంతమూ ఇష్టుడిని, అతడు కూడా నాకు ఇష్టుడు. వీరందరూ ఉదారులే. అయినా జ్ఞాని అయినవాడు నా స్వరూపమే అని నా అభిప్రాయం. ఎందుకంటే అతడు నా యందే లగ్నచిత్తుడై, అత్యుత్తమగతి అయిన నాయందే స్థిరుడై ఉంటాడు. అనేక జన్మల చివరలో జ్ఞాని అయినవాడు "సర్వం వాసుదేవుడు" అని నన్ను పొందుతాడు. అటువంటి మహాత్ముడు అత్యంతమూ దుర్లభుడు. తమ ప్రకృతులచేత నియమితులై, (తమ తమ స్వభావాలకు బద్ధులై) కోరికలచేత అపహరించబడిన జ్ఞానం కలవారు ఆయా నియమాలను పాటిస్తూ ఇతరదేవతలను ఆరాధిస్తూ ఉంటారు. కోరికలు కలిగిన భక్తులు ఏ దేవతల స్వరూపాలను భక్తితో అర్చిస్తారో, ఆ భక్తులకు ఆ దేవతల పట్లనే శ్రద్ధను స్థిరపరుస్తాను. వారు శ్రద్ధాయుక్తులై ఆయా దేవతలను ఆరాధించి, వారి ద్వారా నా చేత విహితమైన ఆయా కోరికలను నిస్సందేహంగా పొందుతారు. అల్పబుద్ధులైన వారికి లభించే ఫలం చివరకు నశించిపోయేదే. దేవతలను ఆరాధించే వారు దేవతలనే పొందుతారు. నన్ను ఆరాధించే వారు ఎలా అయినా నన్నే పొందుతారు. బుద్ధిహీనులు అత్యుత్తమమైన, అవ్యయమైన నా యొక్క పరమభావాన్ని గుర్తించలేక, ఇంద్రియాతీతుడు, సచ్చిదానంద స్వరూపుడు అయిన పరమాత్మను మనుష్యరూపంలో వ్యక్తి భావాన్ని పొందినవానిగా మాత్రమే తెలుస్తూ ఉంటారు. (13-24)

యోగ మాయా సమావృతుడనైన నేను అందరికీ ప్రత్యక్షం కాను. కనుక మూఢమైన ఈ లోకం నన్ను అజుడు, అవ్యయుడు అయిన పరమాత్మగా గుర్తించలేదు. అర్జునా ! భూతభవిష్యద్వర్తమానాలలోని ప్రాణులన్నిటిని నేను ఎరుగుదును. కాని శ్రద్ధా భక్తులు లేని ఏ వ్యక్తీ కూడా నన్ను ఎరుగలేడు. భారతా ! లోకంలో ఇచ్ఛా ద్వేషాలవలన సుఖ దుఃఖాది ద్వంద్వరూపమైన మోహంతో ప్రాణులందరూ మిక్కిలి అజ్ఞానాన్ని పొందుతున్నారు. కాని నిష్కామభావంతో ఉత్తమ కర్మలను ఆచరించిన పుణ్యాత్ములు, పాపాలు నశించి, రాగద్వేషజనితమైన ద్వంద్వరూప మోహం నుండి విముక్తులై దృఢవ్రతులై నన్ను పొందుతారు. నన్ను ఆశ్రయించి, జరామరణముల నుండి విముక్తికై ప్రయత్నించేవారు బ్రహ్మను, సంపూర్ణమైన అధ్యాత్మను, కర్మలను గూర్చి తెలుసుకొంటారు. అధిభూత, అధిదైవ, అధియజ్ఞములతో కూడిన నన్ను సమగ్రంగా తెలుసుకోగలిగినవారు చివరి దశలో కూడా యుక్తచిత్తులై నన్ను తెలుసుకొంటారు. (25-30)

శ్రీమద్భగవద్గీత - అక్షర బ్రహ్మ యోగము.

అర్జునుడు అడుగుతున్నాడు - "పురుషోత్తమా ! బ్రహ్మ అంటే ఏమిటి ? కర్మ అంటే ఏమిటి ? అధిభూతం అని దేనిని అంటారు ? అధిదైవం అని ఎవరిని అంటారు ? మధుసూదనా! అధియజ్ఞం ఎవరు ? అతడు ఈ శరీరంలో ఎలా ఉంటాడు? యుక్తచిత్తులైన వారు అంతసమయంలో నిన్ను ఎలా తెలుసుకోగలుగుతారు ?" (1-2)

శ్రీకృష్ణ భగవానుడు చెపుతున్నాడు - "అక్షరమైనది పరమమైనది బ్రహ్మ. జీవాత్మయే అధ్యాత్మమని చెప్పబడుతోంది. ప్రాణులయొక్క భావాలను ఉత్పన్నం చేసే త్యాగాన్నే కర్మ అంటారు. క్షరమే (ఉత్పత్తివినాశ ధర్మం

కల్గిన అన్నిపదార్థాలు) అధిభూతము. హిరణ్యమయుడైన పురుషుడు అధిదైవం. దేహధారులలో శ్రేష్ఠుడవైన అర్జునా ! ఈ శరీరంలో అంతర్యామిగా ఉన్న నేనే అధియజ్ఞాన్ని. అంతకాలంలో నన్నే స్మరిస్తూ ఈ శరీరాన్ని విడిచివెళ్ళుతున్నవాడు నా యథార్థ స్వరూపాన్ని పొందుతాడు. ఇందులో సందేహం లేదు. కౌంతేయా ! ప్రయాణకాలంలో ఎవరెవరు ఏయే భావాలను స్మరిస్తూ శరీరత్యాగం చేస్తారో వారు వాటి వాటినే పొందుతారు. ఎందుకంటే వారు ఎల్లప్పుడూ వాటినే భావిస్తూ ఉంటారు కనుక. (మనిషి తన జీవితంలో ఎప్పుడూ దేనిని గురించి ఎక్కువగా ఆలోచిస్తూ ఉంటాడో, అంతకాలంలో సాధారణంగా ఆ ఆలోచనే వస్తుందని, ఆ ఆలోచనను అనుసరించియే తరువాతిగతి ఉంటుందని లోకంలో ఒక నియమం ఉంది). కాబట్టి అర్జునా ! నీవు ఎల్లప్పుడూ నన్నే స్మరిస్తూ. యుద్ధం చెయ్యి. ఈ రీతిగా నా యందు అర్పించబడిన మనోబుద్ధులు కలవాడవై నన్ను నిస్సందేహంగా పొందుతావు. (3-7)

పార్థా ! అభ్యాసయోగయుక్తమై, ఇతరత్రా చలించని మనస్సుతో నిరంతరం చింతనచేస్తూ ఉండేవాడు ప్రకాశ స్వరూపుడైన ఆ పరమపురుషుని పొందుతాడు. సర్వజ్ఞుడు, అనాది, సర్వ శాసనుడు, సూక్ష్మమున కంటె సూక్ష్మమైన వాడు, సమస్తాన్ని ధరించి ఉండేవాడు, అచింత్య స్వరూపుడు, సూర్యునివలె నిత్య చేతన ప్రకాశస్వరూపుడు, అవిద్యాతీతుడు, శుద్ధ సచ్చిదానంద ఘనుడు అయిన పరమేశ్వరుని స్మరిస్తూ ఉండే భక్తుడు అంతకాలంలో కూడా యోగబలంతో భ్రుకుటిమధ్య ప్రాణాలను చక్కగా నిలిపి నిశ్చలమనస్సుతో ధ్యానిస్తూ ఆ పరమపురుషుడైన పరమాత్మని పొంద గలుగుతాడు. వేదవేత్తలైన విద్వాంసులు ఏ పరమపదాన్ని నాశరహితమైనదని చెప్తూ ఉంటారో, ఆసక్తి రహితులై, ప్రయత్న శీలురెన సన్యాసిజనులు ఏ పరమపదాన్ని ప్రవేశిస్తూ ఉంటారో, ఏ పరమ పదాన్ని కోరి బ్రహ్మ చారులు బ్రహ్మ చర్య వ్రతాన్ని అనుష్ఠిస్తూ ఉంటారో, ఆ పరమపదాన్ని గూర్చి నీకు సంక్షేపంగా చెపుతాను, సమస్త ఇంద్రియ ద్వారాలను నిరోధించి, మనసును హృదయమునందు నిలిపి, ఆ మనసు ద్వారా ప్రాణాలను మూర్ధమునందు స్థిరంగా నిలిపి ఉంచి, పరమాత్మ సంబంధమైన యోగధారణలో ఉన్నవాడు "ఓం" అనే ఏకాక్షర రూపమైన బ్రహ్మను ఉచ్చరిస్తూ దాని అర్థస్వరూపమైన నిర్గుణ బ్రహ్మనైన నన్ను చింతన చేస్తూ శరీరత్యాగం చేస్తే ఆ పరమగతిని పొందుతాడు. (8-13)

అర్జునా ! అనన్య చిత్తంతో ఎల్లప్పుడూ పురుషోత్తముడనైన నన్నే స్మరిస్తూ ఉండే నిత్యయుక్తుడైన యోగికి నేను తేలికగా చిక్కుతాను. పరమసిద్ధిని పొందిన మహాత్ములు నన్ను చేరుకొని దుఃఖనిలయమూ, క్షణభంగురమూ అయిన పునర్జన్మను పొందరు. అర్జునా ! బ్రహ్మలోక పర్యంతము అన్ని లోకములూ పునరావర్తములు. కాని కుంతీపుత్రా ! నన్ను పొందినవారికి మాత్రము పునర్జన్మ లేదు. ఎందుకంటే నేను కాలాతీతుడిని. ఈ బ్రహ్మాది లోకాలన్నీ కాలానికి లోబడినవి కనుక అనిత్యములు. వేయి మహాయుగాలు బ్రహ్మకు ఒక పగటి కాలమని, మరొక వేయి మహాయుగాలు రాత్రి కాలమని తెలిసికొన్న యోగులు కాలస్వరూపాన్ని తెలిసికొన్నవారు. సంపూర్ణ చరాచర ప్రాణికోటి అంతా బ్రహ్మయొక్క పగటికాల ప్రవేశ సమయంలో బ్రహ్మ యొక్క సూక్ష్మ శరీరం నుండి ఉత్పన్నమవుతుంది. బ్రహ్మయొక్క రాత్రికాల ప్రవేశ సమయంలో ఆ అవ్యక్తమనే పేరుగల బ్రహ్మ యొక్క సూక్ష్మ శరీరంలోనే తిరిగి లీనం అయిపోతోంది. పార్థా ! ఆ ప్రాణికోటియే తిరిగి తిరిగి పుడుతూ ప్రకృతికి వశమై ఉంటూ రాత్రి సమయంలో లీనమవుతూ, తిరిగి పగటి సమయంలో పుడుతూ ఉంటుంది. ఈ అవ్యక్తం కంటె వేరుగా సనాతనమైన వేరొక అవ్యక్త భావం ఉంది. ఆ పరమదివ్యపురుషుడు అన్ని భూతాలు నశించినా తాను మాత్రం నశించడు. అవ్యక్తమని, అక్షరమని చెప్పబడే ఆ అవ్యక్త అక్షర భావమే పరమగతి. ఏ సనాతనమైన అవ్యక్త భావాన్ని పొంది జ్ఞానులు తిరిగి రారో అదే నా పరమ ధామం. పార్థా ! సమస్త ప్రాణికోటి యందు అంతర్గతుడై, సమస్త విశ్వమునందు పరిపూర్ణుడై ఉన్న ఆ సనాతన అవ్యక్తపురుషుడు అనన్య భక్తి చేతనే పొందదగినవాడు. (14-22)

అర్జునా శరీరాత్యాగం చేసిన యోగులు ఏ కాలంలో తిరిగి వస్తారో, ఏ కాలంలో తిరిగిరారో ఆ కాలాన్ని గూర్చి ఆ రెండు మార్గాలను గురించి ఇపుడు చెపుతాను. జ్యోతిర్మయ స్వరూపుడైన అగ్నిదేవతాత్మకమైన, దినదైవతాత్మకమైన, శుక్లపక్ష దేవతాత్మకమైన ఆరునెలల ఉత్తరాయణ దేవతాత్మకమైన మార్గంలో దేహత్యాగం చేసిన బ్రహ్మవేత్తలు ఆయా దేవతలచేత క్రమంగా తీసుకుపోబడి బ్రహ్మను పొందుతారు. ధూమదేవతాత్మకమైన, రాత్రి దేవతాత్మకమైన, కృష్ణపక్ష దేవతాత్మకమైన, ఆరునెలల దక్షిణాయన దేవతాత్మకమైన మార్గంలో దేహత్యాగం చేసిన సకామ కర్ములైన యోగులు పై చెప్పిన దేవతల చేత క్రమంగా తీసుకొనిపోబడి చాంద్రమస

జ్యోతిని పొంది, స్వర్గంలో తమ పుణ్య కర్మల ఫలాన్ని అనుభవించి తిరిగి వస్తారు. ఎందుకంటే ఈ జగత్తునకు సంబంధించి ఈ రెండింటినీ శుక్ల, కృష్ణ మార్గాలని సనాతనులు భావిస్తూ ఉంటారు. ఇందులో మొదటి మార్గంలో పయనించినవారు తిరిగిరానవసరం లేని ఆ పరమగతిని పొందుతారు. రెండవ మార్గంలో వెళ్లినవారు తిరిగి వస్తారు. పార్థా ! ఈ రీతిగా ఈ రెండు మార్గాలను గురించి బాగా తెలుసుకొన్న యోగులు అజ్ఞానంలో పడరు. కాబట్టి అర్జునా! నీవు ఎల్లకాలమూ సమత్వబుద్ధి రూపమైన యోగాన్ని కలిగి ఉండు. ఈ రహస్యాన్ని కూలంకషంగా ఎరిగిన యోగి వేదాలు చదవడం, యజ్ఞ, తపో దానాదులైన కర్మలు చేయడం ద్వారా వచ్చే పుణ్యఫలం అంతటినీ నిస్సందేహంగా తిరస్కరించి ఆ సనాతన పరమపదాన్నే పొందుతాడు. (23-28)

శ్రీమద్భగవద్గీత - రాజవిద్యా రాజగుహ్య యోగము.

శ్రీకృష్ణ భగవానుడు చెప్పసాగాడు - "దేనిని తెలుసుకొంటే దుఃఖ స్వరూపమైన సంసారం నుండి విముక్తుడవు కాగలవో ఆ పరమగుహ్యమైన విజ్ఞాన సహితమైన జ్ఞానాన్ని అసూయారహితుడవైన నీకు చక్కగా వివరిస్తాను. ఈ విజ్ఞాన సహితమైన జ్ఞానము విద్యలన్నిటికి రాజు వంటిది. రహస్యాలన్నిటిలోను రాజువంటిది. అతి పవిత్రము, అత్యుత్తమము అయినది. ప్రత్యక్ష ఫలస్వరూపము, ధర్మయుక్తము, సాధన చేయడానికి అతిసులభమూ నాశరహితమూ అయినది. శత్రుంతపా ! ఈ పైన పేర్కొన్న ధర్మము నందు శ్రద్ధలేని వాడు నన్ను పొందక మృత్యురూపమైన సంసార చక్రంలో భ్రమిస్తూ ఉంటాడు. నీటితో మంచు పరిపూర్ణమై ఉన్నట్లుగా ఈ సంపూర్ణ జగత్తు అంతా నిరాకారుడనైన నాలో పరిపూర్ణమై ఉంది. ఈ సమస్త భూతాలు నా అంతర్గత సంకల్పం మీదనే ఆధారపడి ఉన్నాయి. కనుక నిజానికి వాటిలో నేనూలేను. నాయందు ఆ భూతాలూ లేవు. భూతములను సృష్టిస్తున్న పెంచి పోషిస్తున్న నా ఈశ్వరీయ యోగ శక్తిని చూడు. వాస్తవానికి వానియందు నా ఆత్మలేదు. ఆకాశములో పుట్టి అంతటా చరిస్తున్న మహావాయువు ఎప్పుడూ ఆకాశంలోనే ఉన్నట్లుగా, నా సంకల్పం వలన పుట్టిన సమస్త ప్రాణులు నా యందే ఉన్నాయని తెలుసుకో. అర్జునా ! కల్పాంతమునందు సమస్త ప్రాణులు నాదైన ప్రకృతిని పొందుతాయి. కల్పాదియందు తిరిగి వాటిని నేను సృష్టిస్తాను. తమ తమ ప్రకృతులకు వశులై ప్రకృతిబలం వలన పరతంత్రమై ఉండే ఈ సమస్త భూతసముదాయమును వారి వారి కర్మలను అనుసరించి మరల మరల నేను సృజిస్తూ ఉంటాను. అర్జునా ! ఆ కర్మలయందు ఆసక్తి లేక ఉదాసీనునివలె ఉండే పరమాత్మనైన నన్ను ఆ కర్మలు బంధించలేవు. అర్జునా! అధిష్ఠాతనైన నా ఆజ్ఞ చేతనే ప్రకృతి చరాచర సహితమైన ఈ జగత్తును నిర్మిస్తోంది. ఈ కారణంగానే ఈ సంసార చక్రం పరిభ్రమిస్తోంది. (1-10)

నా పరమతత్త్వాన్ని ఎరుగలేని మూఢులు మానవ శరీరాన్ని ధరించిన, సమస్త ప్రాణులకు మహేశ్వరుడనైన నన్ను అల్పునిగా పరిగణిస్తున్నారు. వ్యర్థమైన ఆశలు, వ్యర్థమైన కర్మలు, వ్యర్థమైన జ్ఞానం కలిగిన విక్షిప్త చిత్తులైన అజ్ఞానులు రాక్షసమైన, ఆసురమైన, మోహమయమైన ప్రకృతినే ధరించి ఉంటారు. కాని కుంతీనందనా ! దైవీ ప్రకృతిని ఆశ్రయించిన మహాత్ములు నన్ను సమస్త ప్రాణులకు సనాతన కారణునిగా, నాశరహితునిగా, అక్షర స్వరూపునిగా తెలిసికొని అనన్య చిత్త యుక్తులై నిరంతరం నన్నే భజిస్తూ ఉంటారు. ఆ దృఢ నిశ్చయులైన భక్తులు నిరంతరం నా నామాన్ని, గుణాలను కీర్తిస్తూ, నన్ను పొందడానికి ప్రయత్నిస్తూ, నాకు పదే పదే నమస్కరిస్తూ ఎల్లప్పుడూ నా ధ్యానంలోనే నిమగ్నులై అనన్యప్రేమతో నన్ను ఉపాసిస్తారు. వీరికంటె వేరైన జ్ఞానులు నిర్గుణ నిరాకార బ్రహ్మనైన నన్ను జ్ఞానయజ్ఞం ద్వారా భిన్నభావంతో పూజిస్తూ, నన్నే ఉపాసిస్తూ ఉంటారు. ఇంకా కొంతమంది నన్ను భిన్న భిన్న దేవతామూర్తులుగా భావించి విరాట్స్వరూపుడనైన పరమేశ్వరుడనైన నన్ను ఉపాసిస్తూ ఉంటారు. క్రతువును, యజ్ఞాన్ని, స్వధను, ఓషధిని, మంత్రాన్ని, నేతిని, అగ్నిని, హవన రూపమైన క్రియాకలాపాన్ని కూడా నేనే. ఈ సంపూర్ణ జగత్తును పెంచి పోషిస్తున్న వాడను, కర్మలకు ఫలాలను ఇస్తున్నవాడను, తండ్రిని, తల్లిని, పితామహుడిని, తెలుసుకోదగినవాడిని, పవిత్రుడిని, ఓం కారాన్ని, ఋగ్యజుస్సామ వేదాలను కూడా నేనే. పొందదగిన పరమ పదాన్ని, పెంచి పోషించేవాడిని, అందరికీ ప్రభువును, శుభాశుభాలను వీక్షిస్తూ ఉండేవాడిని, అందరికీ వాసస్థానాన్ని, శరణు పొందదగినవాడిని, ప్రత్యుపకారం ఆశించకుండా మేలు చేసేవాడిని, ఉత్పత్తి ప్రళయ రూపుడను, అందరి ఉనికికి కారణమైన వాడిని, నిధాన అవ్యయాలకు కారణుడనైనవాడను కూడా నేనే. నేనే సూర్యుని రూపంలో తపింపచేస్తున్నాను. వర్షాన్ని నిగ్రహిస్తున్నాను, కురిపిస్తున్నాను. అర్జునా ! నేనే అమృతాన్ని, నేనే మృత్యువును. సదసత్తులు కూడా నేనే. మూడు వేదాలు విధించిన సకామకర్మలను

చేసేవారు, సోమ రసాన్ని పానం చేసేవారు. పాపాలు నశించి పవిత్రులైనవారు నన్ను యజ్ఞాల ద్వారా ఆరాధించి స్వర్గప్రాప్తిని కోరుకొంటున్నారు. వారు తమ పుణ్యాలకు ప్రతిఫలంగా స్వర్గలోకాన్ని పొంది, అక్కడ దేవతలతో కలిసి దివ్యభోగాలను అనుభవిస్తారు. వారు విశాలమైన ఆ స్వర్గలోకాలను అనుభవించి, పుణ్యం నశించిన తదుపరి మర్త్యలోకాన్ని పొందుతారు. ఈ రీతిగా స్వర్గాన్ని అందించే మూడు వేదాలలో చెప్పబడిన సకామకర్మలను ఆశ్రయించిన వారు, భోగాలను కోరుకొనేవారు పదే పదే వస్తూ పోతూ ఉంటారు. (11-21)

అనన్య ప్రేమతో పరమేశ్వరుడనైన నన్ను నిరంతరం చింతన చేస్తూ నిష్కామభావంతో ఉపాసించే వారి యొక్క యోగక్షేమాలను నేనే కనిపెట్టి ఉంటాను. అర్జునా ! శ్రద్ధా యుక్తులైన సకామభక్తులు ఒకవేళ ఇతరదేవతలను ఉపాసించినా వారు కూడా నన్ను పూజించినట్లే. కాని వారి ఆ ఉపాసన అజ్ఞాన పూర్వకమైనది. ఎందుకంటే యజ్ఞభోక్తను, యజ్ఞప్రభువును కూడా నేనే. కాని వారు అధియజ్ఞ స్వరూపుడనైన నా తత్త్వాన్ని ఎరుగలేరు, ఆ కారణంగానే పతితులవుతూ ఉంటారు. దేవతలను పూజించేవారు దేవతలనే పొందుతారు. పితృగణాలను ఆరాధించేవారు పితరులనే పొందుతారు. భూతాలను పూజించేవారు భూతాలనే పొందుతారు. నా భక్తులు నన్నే పొందుతారు. కనుకనే నా భక్తులకు పునర్జన్మ లేదు. ఎవరైనా భక్తుడు నా కోసం ప్రేమతో పత్రంగాని, పుష్పంగాని, ఫలంగాని, తోయంగాని అర్పిస్తే, ఆ నిష్కామ భక్తుడు అంతః కరణ శుద్ధి కలవాడు సమర్పించిన ఆ పత్రపుష్పాదులను నేను సగుణరూపాన్ని ధరించి ప్రేమతో స్వీకరిస్తాను. అర్జునా ! నీవు ఏ పని చేసినా, తినినా, యజ్ఞం చేసినా, దానం ఇచ్చినా, తపస్సు చేసినా, - వాటినన్నిటిని నాకు సమర్పించు ! సమస్త కర్మలను భగవంతునికి సమర్పించడం అనే సంన్యాస యోగంతో కూడుకొని, శుభాశుభ ఫలరూపమైన కర్మబంధనాల నుండి ముక్తుడవు కాగలవు. అలా ముక్తి పొందిన నీవు నన్నే చేరుకోగలవు. నాకు సమస్త ప్రాణులయందు సమభావమే ఉంది. నాకు ఇష్టుడు గాని అయిష్టుడు గాని లేడు. కాని నన్ను ప్రీతితో భజించేవారు నాయందు ఉంటారు. వారియందు నేను ఉంటాను. అత్యంత దురాచారుడు కూడా అనన్య భావంతో భక్తుడై నన్ను సేవిస్తే, అతడు మంచి నిశ్చితబుద్ధి కలవాడు కాబట్టి సాధువుగానే పరిగణింపదగినవాడు అవుతాడు. అతడు శీఘ్రంగా ధర్మాత్ముడుగా మారి శాశ్వతమైన పరమ శాంతిని పొందుతాడు. అర్జునా ! నా భక్తుడు ఎన్నటికీ నశించడు అని నిశ్చయంగా తెలుసుకో. అర్జునా ! స్త్రీలు, వైశ్యులు, శూద్రులు, చండాలాది నీచజాతులు ఎవరైనా గానీ వారు కూడా నన్ను శరణు చొచ్చి పరమగతినే పొందుతారు. ఇక పుణ్యాత్ములైన బ్రాహ్మణులు, భక్తులైన రాజర్షులు పరమగతిని పొందుతారని వేరే చెప్పడమెందుకు ? కాబట్టి సుఖరహితమైన, క్షణభంగురమైన, మానవ శరీరాన్ని పొందిన నీవు నిరంతరం నన్నే సేవించు. నాయందే మనసు లగ్నం చేయి. నా భక్తుడవు కా. నన్నే పూజించు. నాకే నమస్కరించు. ఈ రీతిగా ఆత్మను నాయందు నియమించి మత్పరాయణుడవు కా. నన్నే పొందుతావు. (22-34)

శ్రీమద్భగవద్గీత - విభూతి యోగము.

శ్రీకృష్ణ భగవానుడు చెపుతున్నాడు - "మహాబాహూ ! ఇంకా నేను చెప్పే పరమరహస్యమైన ప్రభావవంతమైన మాటలను విను. నీవంటి అతిశయమైన ప్రీతిగలవానికి మేలు చేకూరాలని నేను చెపుతున్నాను. నా పుట్టుకను దేవతలు గాని మహర్షులు గాని ఎరుగరు. నేను దేవతలకు, మహర్షులకు కూడా అన్ని రకాలుగా మూలకారకుడను. నన్ను అజునిగా, అనాదిగా, లోకమహేశ్వరునిగా ఎరిగిన జ్ఞానవంతుడైన మానవుడు సంపూర్ణంగా పాపాలనుండి ముక్తుడు అవుతాడు. నిశ్చయాత్మకమైన బుద్ధి. యథార్థజ్ఞానము, అసమ్మోహత్వము, క్షమ, సత్యము, ఇంద్రియ నిగ్రహము, మనోనిగ్రహము, సుఖదుఃఖాలు, ఉత్పత్తి ప్రళయాలు, భయం - అభయం, అహింస, సమత్వం, సంతృప్తి, తపస్సు, దానము, కీర్తి - అపకీర్తి - ఇటువంటి ప్రాణులలోని అనేకరకాల భావాలు నానుండే పుడతాయి. సప్తర్షులు, వారికి పూర్వులైన సనకాదులు నలుగురు, ఈ లోకంలోని సంపూర్ణ ప్రజావళికి మూలకారకులైన స్వాయంభువుడు మొదలైన పద్నాలుగు మంది మనువులు - వీరందరూ నాయందే భావం గలవారు, నా సంకల్పం చేతనే పుట్టినవారు. ఈ పరమైశ్వర్య రూపమైన విభూతి యొక్క యోగశక్తి యొక్క స్వభావాన్ని తెలుసుకోగలిగినవాడు నిశ్చలమైన భక్తియోగంతో నాయందే నిలిచిఉంటాడు. ఇందులో ఏమాత్రం సందేహం లేదు. "వాసుదేవుడను అయిన నేనే ఈ సంపూర్ణ జగత్తునకు ఉత్పత్తి కారణాన్ని. నా వలననే ఈ జగత్తంతా నడుస్తోంది". అని తలచిన శ్రద్ధా భక్తులతో కూడిన బుద్ధిమంతులైన భక్తులు పరమేశ్వరుడనైన నన్ను నిరంతరం సేవిస్తూ ఉంటారు.

నిరంతరం నాయందే మనసు లగ్నం చేసి, నాయందే ప్రాణాలు నిలుపుకొని, నాయందలి భక్తిని పరస్పరం ఎరిగించుకొంటూ, నా గుణాలను, మహిమలను గూర్చి చెప్పుకొంటూ ఉండేవారు నిరంతరమూ సంతుష్టులై నాయందే నిత్యమూ రమిస్తూ ఉంటారు. అలా నిరంతరం నన్నే ధ్యానిస్తూ, ప్రేమ పూర్వకంగా సేవించే భక్తులకు నన్ను పొందగలిగే తత్త్వజ్ఞానరూపమైన యోగాన్ని ప్రసాదిస్తాను. అర్జునా ! వారిని అనుగ్రహించడం కోసం వారి అంతఃకరణంలో ఉండే నేను స్వయంగా అజ్ఞానజనితమైన అంధకారాన్ని ప్రకాశరూపమైన తత్త్వజ్ఞానమనే దీపం ద్వారా నశింపచేస్తాను. (1-11)

అర్జునుడు అడుగుతున్నాడు - మీరు పరబ్రహ్మ, పరమధాములు, పరమ పవిత్రులు, మునులందరూ మిమ్మల్ని సనాతన దివ్య పురుషులని, దేవాదిదేవులని, అజులని, సర్వవ్యాపులని చెపుతూ ఉంటారు. ఇదే విషయాన్ని దేవర్షి నారదుడు, ఋషులు అసితుడు, దేవలుడు, వ్యాసమహర్షి చెప్పడమే కాకుండా, స్వయంగా మీరు కూడా నాకు చెప్పిఉన్నారు. కేశవా ! మీరు నాకు చెప్పినదంతా సత్యమనే నమ్ముతున్నాను. భగవాన్ ! మీ లీలా స్వరూపాన్ని దానవులుగాని, దేవతలు గాని తెలుసుకోలేరు. భూతభావనా! భూతేశ్వరా ! దేవదేవా ! జగుత్పతీ ! పురుషోత్తమా ! మిమ్మల్ని గురించి మీకే తెలుసును. కాబట్టి లోకాలలో వ్యాపించి ఉన్న మీ ఆ దివ్య విభూతులను సంపూర్ణంగా చెప్పడానికి మీరే సమర్థులు. యోగేశ్వరా ! ఏ రీతిగా నిరంతరం ధ్యానిస్తూ మిమ్మల్ని నేను తెలుసుకోగలుగుతాను ? భగవాన్ ! మిమ్మల్ని నేను ఏయే భావాల ద్వారా ధ్యానించడానికి వీలవుతుంది ? జనార్దనా ! మీ యోగశక్తిని గూర్చి, విభూతిని గూర్చి మళ్లీ విస్తారంగా చెప్పండి. మీ అమృతమయ వాక్కులను వింటున్న నాకు తృప్తి కలుగడం లేదు. (12-18)

శ్రీకృష్ణ భగవానుడు చెప్పసాగాడు - "కురుశ్రేష్ఠా ! నా దివ్య విభూతులను ప్రాధాన్యాన్ని బట్టి వివరిస్తాను. ఎందుకంటే ఆ విభూతి విస్తారానికి అంతులేదు. అర్జునా ! సమస్త ప్రాణుల హృదయాలలో ఉండే, ఆత్మను నేనే. ప్రాణుల యొక్క ఆదిమధ్యాంతములను నేనే, అదితి యొక్క పన్నెండు మంది కొడుకులలో విష్ణువును, జ్యోతిస్సులలో కిరణములు కలిగిన సూర్యుని, నలభై తొమ్మిది మంది మరుత్తులలో మరీచిని (కాంతిని), నక్షత్రాలలో చంద్రుడిని నేనే. వేదాలలో సామవేదాన్ని, దేవతలలో ఇంద్రుని, ఇంద్రియాలలో మనసును, ప్రాణులలోని చైతన్యాన్ని నేనే. ఏకాదశ రుద్రులలో శంకరుని, యక్షరాక్షసులలో ధనాధిపతి అయిన కుబేరుని, అష్టవసువులలో అగ్నిని, శిఖరములు కల పర్వతాలలో మేరువును నేనే. పురోహితులలో ముఖ్యుడయిన బృహస్పతిని నేనే అని తెలుసుకో. పార్థా ! సేనానులలో స్కందుని, జలాశయాలలో సముద్రుని, మహర్షులలో భృగువును, శబ్దాలలో ఓంకారాన్ని, యజ్ఞాలన్నింటిలో జపయజ్ఞాన్ని, స్థావరాలలో హిమాలయాన్ని నేనే. వృక్షాలన్నింటిలో అశ్వత్థ వృక్షాన్ని దేవర్షులలో నారదమునిని, గంధర్వులలో చిత్రరథుని, సిద్ధులలో కపిలమునిని నేనే. గుఱ్ఱాలలో అమృతముతోపాటు జన్మించిన ఉచ్చైశ్రవమును, గజేంద్రములలో ఐరావతాన్ని, మనుష్యులలో రాజును నన్నుగా తెలుసుకో. శస్త్రాలలో వజ్రాయుధాన్ని, గోవులలో కామధేనువును నేనే. శాస్త్రోక్తంగా సంతానాన్ని కనడానికి హేతువైన కామదేవుడను నేనే. సర్పాలలో వాసుకిని, నాగులలో ఆదిశేషుడను, జలదేవతలలో వారికి అధిపతి అయిన వరుణదేవుడను, పితరులలో అర్యముడనే పితృదేవుడను, శాసకులలో యమరాజును నేనే. దైత్యులలో ప్రహ్లాదుని, కాలాన్ని లెక్కించే జ్యోతిషికుల కాలాన్ని నేనే. మృగాలలో మృగరాజును, పక్షులలో గరుడుడను నేనే. పవిత్రీకరించే వానిలో పవనుడిని. శస్త్రధారులలో రాముడిని. చేపలలో మకరాన్ని, నదులలో గంగను నేనే. అర్జునా ! సృష్టులలో ఆది మధ్యాంతములు నేనే. విద్యలలో అధ్యాత్మ విద్యను, వాదించే వారిలో తత్త్వనిర్ణయం చేసే వాదాన్ని నేనే. అక్షరాలలో అకారాన్ని సమాసాలలో ద్వంద్వాన్ని నేనే. కాలాలలో అక్షయమైన మహాకాలాన్ని, విశ్వతోముఖుడైన (విరాట్ స్వరూపుడైన) ధాతను నేనే. సమస్తాన్ని నశింపచేసే మృత్యువును, భవిష్యత్తులో కలుగబోయేవానికి ఉత్పత్తి స్థానాన్ని నేనే. స్త్రీలలో కీర్తిని, శ్రీని, వాక్కును, స్మృతిని, మేధను, ధృతిని, క్షమను, నేనే. గేయములయిన వేదాలలో బృహత్సామను నేనే. ఛందస్సులలో గాయత్రిని, మాసాలలో మార్గశిరమును, ఋతువులలో వసంతమును నేనే. మోసం చేసే వారిలో ద్యూతాన్ని నేను. తేజశ్శాలులలోని తేజాన్ని నేను. విజయాలలోని విజయాన్ని, నిశ్చయాత్మలలోని నిశ్చయాన్ని, సాత్త్విక పురుషులలోని సత్త్వాన్ని నేనే. వృష్ణివంశీయులలో వాసుదేవుడను, పాండవులలో ధనంజయుడను, మునులలో వేదవ్యాసుడను, కవులలో శుక్రాచార్యుడను నేనే. దండించే వారి యొక్క దండాన్ని నేను. గెలుపు కోరే వారిలోని నీతిని, రహస్యంగా ఉంచదగిన భావాలకు రక్షకమైన మౌనాన్ని నేనే. జ్ఞానవంతులలోని జ్ఞానాన్ని నేను. అర్జునా ! ప్రాణులన్నిటి యొక్క ఉత్పత్తికి కారణాన్ని

నేనే. నేను లేని చరాచర ప్రాణులేవీ లేవు. పరంతపా ! నా దివ్య విభూతులకు అంతం లేదు. నా విభూతి విస్తారాన్ని నీ కోసం సంగ్రహంగా చెప్పాను. ఆయా వస్తువులలోని విభూతి కాంతి, శక్తి నా తేజోంశము యొక్క అభివ్యక్తి అని గ్రహించు. అయినా అర్జునా ! ఇంత ఎక్కువగా తెలుసుకోవడం వలన నీకు ఏమి ప్రయోజనం ? ఈ సమస్త జగత్తును నా యోగశక్తి యొక్క ఒక్క అంశమాత్రం చేతనే నేను ధరించి ఉంటున్నాను. (19-42)

శ్రీమద్భగవద్గీత - విశ్వరూపదర్శన యోగము.

అర్జునుడు అడుగుతున్నాడు – "నన్ను అనుగ్రహించడం కోసం మీరు చెప్పిన అతిరహస్యమైన అధ్యాత్మ విషయాలవలన నా ఈ అజ్ఞానం అంతా నశించి పోయింది. కమలనేత్రా ! ప్రాణులయొక్క ఉత్పత్తి ప్రళయాలు నేను మీ వలన విస్తారంగా విన్నాను. మీ అవ్యయమైన మహిమను గురించి కూడా విన్నాను. పరమేశ్వరా ! మీరు మీ గురించి చెప్పినదంతా యథార్థమే. కాని పురుషోత్తమా ! జ్ఞానము, ఐశ్వర్యము, శక్తి, బలము, వీర్యము, తేజస్సులతో కూడిన మీ ఐశ్వర రూపాన్ని నేను ప్రత్యక్షంగా చూడాలనుకొంటున్నాను. ప్రభూ ! ఆ రూపం నాకు చూడశక్యం అని మీరు భావిస్తే యోగేశ్వరా ! ఆ అవ్యయమైన రూపాన్ని నాకు చూపండి." (1-4)

శ్రీకృష్ణ భగవానుడు చెపుతున్నాడు – "పార్థా ! వందల కొద్దీ వేలకొద్దీ ఉన్న చాలా రకాలు, అనేక వర్ణాలు, అనేక ఆకృతులు గల నా అలౌకిక రూపాలను చూడు. భరతవంశీకుడా! అదితి యొక్క పన్నెండు మంది కొడుకులను (ద్వాదశ ఆదిత్యులను), అష్టవసువులను, ఏకాదశ రుద్రులను, అశ్వినీకుమారులను ఇద్దరిని, నలభై తొమ్మిది మంది మరుత్తులను, నాలో చూడు. ఇంకా ఇంతకుముందు ఎన్నడూ చూడనట్టి ఆశ్చర్యకరమైన రూపాలను చూడు. అర్జునా ! ఇప్పుడు నా శరీరంలో ఒక భాగంలో ఉన్న చరాచర సహితమైన సంపూర్ణ జగత్తును చూడు. ఇంకా నీవు ఏమేమి చూడదలచుకొన్నావో అవన్నీ చూడు. కానీ నీ ఈ ప్రాకృత చక్షువుల ద్వారా నన్ను చూడడానికి నీకు ఎంతమాత్రం శక్తి చాలదు. కనుక నీకు నేను దివ్య చక్షువులను ఇస్తాను. వానితోనే నా ఈశ్వరీయ యోగశక్తిని దర్శించు. (5-8)

సంజయుడు చెపుతున్నాడు – "రాజా ! మహాయోగేశ్వరుడు, (పాపాలను హరించే) హరి అయిన భగవానుడు ఈ విధంగా చెప్పి, అనంతరం అర్జునునకు పరమైశ్వర్యయుక్తమైన దివ్య స్వరూపాన్ని చూపించాడు. అనేక ముఖాలతో, నేత్రాలతో, కూడినవాడై అనేకాద్భుత దర్శనుడు, అనేక దివ్య భూషణాలతో అలరారేవాడు, అనేకమైన దివ్యాయుధాలను చేతులతో పైకెత్తి పట్టుకొన్నవాడు. దివ్యమైన మాలలను, వస్త్రాలను ధరించినవాడు, దివ్యగంధాన్ని దేహమంతా అలదుకొన్నవాడు, ఎన్నో రకాలైన ఆశ్చర్యాలతో నిండినవాడు, అనంతుడు, విశ్వతోముఖుడు, విరాట్స్వరూపుడు అయిన పరమేశ్వరుని అర్జునుడు చూశాడు. వేలకొద్దీ సూర్యులు ఆకాశంలో ఒక్కసారిగా ఉదయిస్తే ఉత్పన్నమయ్యేంత ప్రకాశం ఆ విశ్వరూపుడైన పరమాత్మ యొక్క ప్రకాశానికి సాటి రావచ్చు. ఆ సమయంలో అనేక విధాలుగా విభక్తమై ఉన్న సంపూర్ణ జగత్తును దేవాది దేవుడైన శ్రీకృష్ణ భగవానుని యొక్క ఆ శరీరంలో ఒకే చోట పాండు పుత్రుడైన అర్జునుడు చూశాడు. వెంటనే అతడు ఆశ్చర్యచకితుడై, పులకిత శరీరంతో ప్రకాశమయుడు, విశ్వరూపుడు అయిన ఆ పరమాత్మునికి శ్రద్ధా. భక్తులతో శిరసు వంచి ప్రణమిల్లి చేతులు జోడించి ఇలా అన్నాడు. (9-14)

అర్జునుడు అంటున్నాడు – "దేవా ! సమస్త దేవతలను, అనేక ప్రాణుల సముదాయాన్ని, కమలాసనస్థుడైన బ్రహ్మను, మహాదేవుని, సమస్త ఋషులను, దివ్యసర్పాలను మీ శరీరంలో నేను చూస్తున్నాను. విశ్వేశ్వరా ! విశ్వరూపా ! అనేక బాహువులు, ఉదరాలు, ముఖాలు, నేత్రాలు కలిగి అన్ని వైపులకు వ్యాపించిన అనంతమైన రూపాలు కలవానిగా మిమ్మ నేను దర్శిస్తున్నాను. మీ ఆదిమధ్యాంతాలు నాకు కనిపించడం లేదు. కిరీటంతో గదా చక్రాలతో కూడి అన్నివైపుల ప్రకాశిస్తున్న తేజోరాశిని, అగ్నివంటి, సూర్యునివంటి కాంతితో అంతటా దుర్నిరీక్ష్యమై ఉన్న అప్రమేయస్వరూపాన్ని నేను చూస్తున్నాను. అక్షరమైన, తెలుసుకోదగిన పరబ్రహ్మవు నీవే. ఈ విశ్వానికంతటికీ పరమమైన ఆధారానివి నీవే. నీవే శాశ్వతమైన ధర్మానికి రక్షకుడవు. నా దృష్టిలో నీవే అవ్యయుడవైన, సనాతనుడవైన పురుషుడవు. ఆదిమధ్యాంత రహితునిగా, అనంత సామర్థ్యం కలవానిగా, అనంతమైన భుజాలతో చంద్ర సూర్యరూపమైన నేత్రాలతో దీప్తాగ్ని వంటి ముఖంతో, స్వతేజస్సుతో ఈ విశ్వాన్ని అంతటినీ తపింపచేస్తున్న మిమ్మల్ని చూస్తున్నాను. మహాత్మా ! ఈ భూమ్యాకాశాల మధ్యనున్న ఆకాశం, దిక్కులన్నీ మీ యొక్క ఒకే రూపంతో నిండిపోయి ఉన్నాయి. మీ ఈ అలౌకికమైన, భయంకరమైన రూపాన్ని చూచి మూడులోకాలు తల్లడిల్లుతున్నాయి. ఈ సమస్త దేవతాసమూహం మీలో ప్రవేశిస్తోంది. కొంతమంది భయంతో

చేతులు జోడించి, మీ నామగుణాలను కీర్తిస్తున్నారు. మహర్షి సిద్ధ సంఘాలు స్వస్తి వాచకాలు పలికి, ఉత్తమోత్తమ స్తోత్రాల ద్వారా మిమ్మల్ని స్తుతిస్తున్నారు. ఏకాదశ రుద్రులు, ద్వాదశాదిత్యులు, అష్టవసువులు, సాధ్యగణాలు, విశ్వేదేవులు, అశ్వినీకుమారులు, మరుద్గణము, పితరుల సమూహము, యక్షరాక్షసులు, గంధర్వులు, సిద్ధ సంఘము - వీరందరూ విస్మితులై మిమ్మల్ని చూస్తూ ఉన్నారు. మహాబాహూ ! మీ యొక్క అనేకముఖాలు, నేత్రాలు కల, అనేక చేతులు, ఊరువులు, కాళ్లు కల అనేక ఉదరములు కల, అనేక దంష్ట్రలతో భయంకరమైన, మహాఘోరమైన మీ ఈ రూపాన్ని చూసి లోకాలన్నీ వ్యాకులపడుతున్నాయి. విష్ణూ ! ఆకాశాన్ని స్పృశిస్తున్న, దేదీప్యమానమైన అనేక వర్ణాలతో వ్యాప్తమైన ముఖాలు కల, జ్వలిస్తున్న విశాలమైన నేత్రాలు కల, మీ రూపాన్ని చూసి నేను కూడా మిక్కిలి వ్యథితమైన చిత్తంతో ధైర్యాన్నిగాని, శాంతినిగాని పొందలేక పోతున్నాను. దంష్ట్రలతో మిక్కిలి భయంకరమైన ప్రళయాగ్ని సదృశమైన మీ ముఖాలను చూచి నాకు దిక్కుతోచడం లేదు. సుఖంగా కూడా లేదు. దేవేశా ! జగన్నివాస ! ప్రసన్నుడవు కా. రాజుల సముదాయంతో కలిసి ఈ ధృతరాష్ట్ర పుత్రులందరూ నీలో ప్రవేశిస్తున్నారు. భీష్ముడు, ద్రోణుడు, కర్ణుడు మా పక్షపు వీరులతో సహా అందరూ కరాళ దంష్ట్రలతో అతి భయంకరమైన నీ ముఖాలను అతి వేగంగా ప్రవేశిస్తున్నారు. కొంతమంది చితికిపోయిన తలలతో నీ పళ్లమధ్య వ్రేలాడుతున్నట్లుగా కనపడుతున్నారు. నదులయొక్క అపారమైన జలరాశి వేగంగా సముద్రానికి అభిముఖంగా ప్రవహించినట్లుగా ఈ నరలోక వీరులందరూ మీ ప్రజ్వలితమైన ముఖాలయందు ప్రవేశిస్తున్నారు. మిడుతలు అజ్ఞానంతో నశించిపోవడానికే మహావేగంతో మిక్కిలి ప్రకాశించే అగ్నిలో దూకుతున్నట్లుగా, లోకాలన్నీ మోహవశమై మహావేగంతో నశించిపోవడానికే మీ ముఖాలను ప్రవేశిస్తున్నాయి. లోకాలన్నిటినీ దేదీప్యమైన వదనాలతో అన్నివైపులనుండి కబళించివేస్తూ నాకివేస్తున్నావు. విష్ణూ ! మీ యొక్క ఉగ్రమైన ప్రకాశం ఈ సంపూర్ణ జగత్తును తేజస్సుతో నింపివేస్తూ తపింప చేస్తోంది. ఈ ఉగ్రరూపంకల నీవు ఎవరివో నాకు తెలియ చెప్పు. దేవోత్తమా ! నమస్కారము. ప్రసన్నుడవు కా. ఆద్యుడవైన నీ గురించి తెలుసుకోవాలనుకొంటున్నాను. ఎందుకంటే నేను నీ తత్వాన్ని ఎరుగలేకున్నాను. (15-31)

శ్రీకృష్ణ భగవానుడు చెపుతున్నాడు - "లోకాలను సంహరించే, వృద్ధి పొందించే మహాకాలుడిని నేను. ఇప్పుడు ఈ ప్రజలను అందరినీ సంహరించడానికి పూనుకొన్నాను. కాబట్టి ప్రతిపక్షంలో ఉన్న యోధులందరూ కూడా నీ ప్రమేయం లేకపోయినా జీవించి ఉండలేరు. కాబట్టి లే. కీర్తిని పొందు. శత్రువులను జయించి ధనధాన్య సమృద్ధమైన రాజ్యాన్ని అనుభవించు. ఈ వీరులందరూ ముందుగానే నాచేత చంపబడ్డారు. సవ్యసాచీ ! నీవు కేవలం నిమిత్తమాత్రుడివి కా. ద్రోణుడు భీష్ముడు, జయద్రథుడు, కర్ణుడు, ఇంకా అనేకులు నా చేతనే చంపబడిన ఈ వీరయోధులందరినీ నీవు చంపు. జంకవద్దు. శత్రువులందరినీ యుద్ధంలో జయిస్తావు. కనుక యుద్ధం చేయి." (32-34)

సంజయుడు చెపుతున్నాడు - "కేశవుని యొక్క ఈ మాటలను విని కిరీటధారి అయిన అర్జునుడు చేతులు జోడించి వణుకుతూ నమస్కరించి, గద్గదకంఠుడై, భయపడుతూ ప్రణమిల్లి తిరిగి కృష్ణునితో ఇలా అన్నాడు.(35)

అర్జునుడు అంటున్నాడు - హృషీకేశా ! నీ నామగుణాలను కీర్తించడం చేత ఈ జగత్తు మిక్కిలి హర్షాన్ని పొందుతోంది. అనురాగాన్ని కూడా పొందుతోంది. భయభ్రాంతులైన రాక్షసులు దిక్కులకు పరుగులు తీస్తున్నారు. సిద్ధ సంఘమంతా నమస్కరిస్తున్నారు. మహాత్మా ! బ్రహ్మకు కూడా ఆదికర్తవు, అందరి కంటె పెద్దవాడవు అయిన నీకు వారు ఎట్లా నమస్కరించకుండా ఉంటారు ? అనంతా ! దేవేశా ! జగన్నివాసా ! సత్తు, అసత్తు, వానికంటె పరమైన అక్షరుడైన సచ్చిదానంద ఘన బ్రహ్మ నీవే. నీవు ఆది దేవుడవు. సనాతన పురుషుడవు. ఈ జగత్తుకు పరమ ఆధార భూతుడవు. ఎరుకగలవాడవు, ఎరుగదగిన వాడవు, పరంధాముడవు నీవే. అనంతరూపా ! ఈ జగత్తంతా నీ చేతనే వ్యాప్తమై ఉంది. వాయువు, యముడు, అగ్ని, వరుణుడు, చంద్రుడు, ప్రజాపతి అయిన బ్రహ్మ, ఆ బ్రహ్మకు తండ్రివి కూడా నీవే. నీకు వేల నమస్కారాలు. తిరిగి తిరిగి మరల మరల నమస్కరిస్తున్నాను. అనంతవీర్యా ! నీకు ముందు వెనుకల నుండి నమస్కారాలు. సర్వాత్మా ! నీకు అన్నివైపులనుండి నమస్కారం. అనంత పరాక్రమ శాలివైన నీవు ఈ జగత్తంతా వ్యాపించి ఉన్నావు. కనుక నీవే సర్వరూపుడవు. నీ మహిమను ఎరుగజాలక, నిన్ను నా సఖునిగా భావించి కృష్ణా ! యాదవా! సఖా ! అని పొరపాటున గాని, ప్రేమతోగాని పిలిచినందుకు, అచ్యుతా ! విహార, శయ్య, ఆసన, భోజనాదులలో ఒంటరిగా మనస్నేహితులందరి సమక్షంలో గాని నిన్ను అపహాసం కోసం అవమానించి నందుకు అప్రమేయుడవైన నిన్ను నేను

క్షమించమని కోరుతున్నాను. ఈ చరా చరజగత్తుకు తండ్రివి, గొప్ప గురువువు, పూజనీయుడవు నీవే. అతుల ప్రభావా ! ఈ ముల్లోకాలలోను నీతో సమానుడైనవాడు ఎవడూ లేడు ఇక నీకంటె అధికుడెవడుంటాడు ? కనుక ప్రభూ ! నీ పాదాలపై వ్రాలి, నమస్కరించి, స్తుతింపదగిన నిన్ను ప్రసన్నుడవు కమ్మని వేడుకొంటున్నాను. దేవా ! కొడుకు తప్పులను తండ్రివలె, చెలికాని తప్పులను స్నేహితునివలె, ప్రియురాలి తప్పులను ప్రియునివలె నా తప్పులను సహించుటకు నీవు తగినవాడవు. ఇంతకుమునుపు ఎన్నడూ చూడనటువంటి మీ ఈ అద్భుతమైన రూపాన్ని చూచి సంతోషంగానూ ఉంది. భయంతో నా మనసు వ్యాకులపడుతూ ఉంది. కాబట్టి మీరు మీ చతుర్భుజ రూపాన్నే నాకు చూపండి. దేవేశా ! జగన్నివాసా ! ప్రసన్నులు కండి. కిరీటధారియైన, చేతులయందు గదా చక్రాలను ధరించిన మీ ఆ రూపాన్నే నేను చూడాలనుకొంటున్నాను. కాబట్టి విశ్వరూపా ! సహస్రబాహూ ! మీరు ఆ చతుర్భుజ రూపంతోనే కనిపించండి." (36-46)

శ్రీకృష్ణ భగవానుడు పలుకసాగాడు - "అర్జునా ! నేను నిన్ను అనుగ్రహించి, నా యోగశక్తి వలన నా ఈ పరమ తేజోమయమైన, అన్నిటికి ఆదిభూతమైన, అనంతమైన, విరాడ్రూపాన్ని నీకు చూపించాను. దీనిని నీవు తప్ప ఇతరులెవరూ ఇంతకుముందు చూడలేదు. అర్జునా ! నరలోకంలో నీకు తప్ప ఇతరులెవరికీ ఇటువంటి విశ్వరూపం వేదాధ్యయనం ద్వారాగాని, యజ్ఞాలు చేయడం వలన గాని, దానాలవలనగాని, ఇతర కర్మల చేతగాని చూడడానికి శక్యం కాదు. నా యొక్క ఈ రకమైన ఘోరాకృతిని చూచి నీవు వ్యాకులపడకు. మూఢుడవుకాకు. భయరహితుడవై, ప్రీత మనస్కుడవై నీవు ఇదిగో మరల నా ఆ చతుర్భుజ రూపాన్నే చూడు. (47-49)

సంజయుడు చెపుతున్నాడు - అని వాసుదేవుడు అర్జునునితో పలికి తిరిగి తన చతుర్భుజరూపాన్ని దర్శింపచేశాడు. సౌమ్యాకృతి దాల్చిన ఆ మహాత్ముడు భయపడిన అతనిని తిరిగి సమాశ్వాసించాడు. (50)

అర్జునుడు పలుకసాగాడు - "జనార్దనా ! నీ ఈ సౌమ్యమైన మానుషరూపాన్ని చూచి ఇప్పుడు మనసు కుదుటపడింది. స్వస్థుడనయ్యాను. (51)

శ్రీకృష్ణ భగవానుడు అంటున్నాడు - ఏమాత్రమూ చూడశక్యం కాని నా ఈ రూపాన్ని నీవు చూశావు. దేవతలు కూడా నిత్యమూ ఈ రూపాన్ని చూడాలని కోరుకొంటారు. నీవు చూసిన అటువంటి నన్ను వేదాలచేతగాని, తపస్సు చేతగాని, దానం చేతగాని, యజ్ఞం చేతగాని చూడడానికి శక్యం కాదు. కాని అర్జునా ! పరంతపా ! అనన్యమైన భక్తి చేతమాత్రమే అటువంటి నన్ను చూడడానికి, తెలుసుకోవడానకి, తత్త్వాన్ని గుర్తెరిగి చేరుకోవడానికి శక్యమవుతుంది. పాండవా ! కేవలం నా కొరకే సమస్త కామ్య కర్మలు చేసేవాడు, నన్నే పరాయణునిగా భావించేవాడు, నాయందే భక్తిగలవాడు, సంగరహితుడు, ఏ ప్రాణియందూ ఎటువంటి వైరమూ లేనివాడు నన్ను పొందుతాడు. (52-55)

శ్రీమద్భగవద్గీత - భక్తి యోగము.

అర్జునుడు అడుగుతున్నాడు - "నిరంతరం నీయందే లగ్నచిత్తులై సగుణరూపి అయిన నిన్నే అర్చిస్తూ ఉండే భక్తులు, అక్షరమైన అవ్యక్తమైన నీ నిర్గుణ రూపాన్ని మిక్కిలి శ్రద్ధతో ధ్యానించే భక్తులు -వీరిద్దరిలో ఏ ఉపాసకులు ఉత్తమ యోగవేత్తలు అవుతారు ? (1)

శ్రీకృష్ణ భగవానుడు చెపుతున్నాడు - "నాయందే మనసును ఏకాగ్రం చేసి, నిరంతరం నన్నే ఉపాసిస్తూ మిక్కిలి శ్రద్ధా సక్తులతో నా సగుణరూపాన్ని ఆరాధించేవారు నా దృష్టిలో ఉత్తమయోగులు. కాని ఇంద్రియాలనన్నింటిని చక్కగా నిగ్రహించి, అంతటా సమబుద్ధి కలిగి, సర్వభూతహితకరులై అక్షరమూ, అనిర్దేశ్యమూ, అవ్యక్తమూ, సర్వత్రగమూ, అచింత్యమూ, కూటస్థమూ, అచలమూ, ధ్రువమూ అయిన నిర్గుణ పరబ్రహ్మని ఆరాధించేవారికి సాధనలో క్లేశం అధికంగా ఉంటుంది. ఎందుకంటే దేహాభిమానులైనవారికి అవ్యక్త విషయకమైన గతి దుఃఖపూర్వకంగా కలుగుతుంది. పార్థా ! సమస్త కర్మలను నాయందే అర్పించి, మత్పరాయణులై, అనన్యమైన యోగంతో నన్ను ధ్యానిస్తూ నాయందే లగ్నచిత్తులైన భక్తులను మృత్యుసంసారమనే సాగరాన్నుండి అచిరకాలంలోనే నేను సముద్ధరిస్తాను. నాయందే మనసును లగ్నం చేయి. నాయందే బుద్ధిని నిలుపు. ఆపై ఇక నాయందే నిలుకడ కలవాడవు అవుతావు. ఇందులో సంశయం ఏమీ లేదు. ఒకవేళ మనసును నాయందు స్థిరంగా నిలుపడానికి నీవు అశక్తుడవు అయితే అర్జునా ! అభ్యాసయోగం చేత నన్ను పొందాలని కోరుకో. అభ్యాసయోగంలో కూడా నీవు అసమర్థుడివి అయితే నాకు సంబంధించిన కర్మలను చేయడంలో ఆసక్తుడివి కా. ఈ రీతిగా నా నిమిత్తంగా కర్మలను చేస్తూ కూడా నన్ను చేరడం అనే సిద్ధిని

పొందగలుగుతావు. నన్ను పొందించే యోగాన్ని ఆశ్రయించి కర్మలను చేయడంలో కూడా నీవు అశక్తుడివి అయితే మనోబుద్ధులను నియంత్రించుకొన్నవాడవై సమస్త కర్మల యొక్క ఫలాన్ని త్యాగం చేయి. ఎరుకలేని అభ్యాసం కంటె జ్ఞానం శ్రేష్ఠమైనది. జ్ఞానం కంటె పరమేశ్వర ధ్యానం శ్రేష్ఠమైనది. ధ్యానం కంటె కూడా సర్వకర్మఫలత్యాగం శ్రేష్ఠమైనది. ఎందుకంటే కర్మఫలత్యాగం వలన వెంటనే పరమశాంతి కలుగుతుంది. (2-12)

సమస్త ప్రాణులయందు ద్వేషభావం లేనివాడు, స్వార్థరహితమైన మైత్రి కలవాడు, అందరిపట్ల నిర్వ్యాజమైన దయగలవాడు, అహంకార మమకారాలు లేనివాడు, సుఖ దుఃఖాల ప్రాప్తియందు సమభావం కలవాడు, క్షమావంతుడు అనగా అపరాధం చేసినవారికి కూడా అభయాన్ని ఇచ్చేవాడు, నిరంతరం సంతృప్తి కలిగిన యోగి, ఇంద్రియాలతో సహితంగా మనసును, శరీరాన్ని అదుపులో ఉంచుకొన్నవాడు, నాయందు దృఢ నిశ్చయం కలవాడు, నాయందే అర్పించబడిన మనోబుద్ధులు కలిగినట్టి నా భక్తుడు నాకు ఇష్టుడు. తనవలన లోకానికి ఉద్వేగం కలగనివాడు, లోకం వలన తనకు ఉద్వేగం కలగనివాడు, హర్షం, అమర్షం, భయం వలన కలిగే ఉద్వేగాల నుండి ముక్తుడు అయినవాడు - నాకు ఇష్టుడు. కోరికలు లేనివాడు, బాహ్యాభ్యంతరాలలో శుచి అయినవాడు, దక్షుడు, పక్షపాత రహితుడు వ్యథలన్నీ తొలగినవాడు, సమస్త ప్రయత్నాలను విడిచినవాడు అయిన నా భక్తుడు నాకు ఇష్టుడు. దేనికీ హర్షించనివాడు, దేనినీ ద్వేషించనివాడు, ఎప్పుడూ శోకించనివాడు, దేనినీ కోరనివాడు, శుభాశుభకర్మలను పరిత్యజించినవాడు, అయిన భక్తి పరుడు నాకు ఇష్టుడు. శత్రువులయందు - మిత్రులయందు, మానావమానములయందు సమభావం కలవాడు, శీతోష్ణములు, సుఖ దుఃఖాలు మొదలైన ద్వంద్వముల పట్ల సమానభావం కలవాడు, సంగరహితుడు, నిందాస్తుతుల పట్ల తుల్యభావం కలవాడు, మననశీలుడు, దొరికినది ఏదో ఒక దాని చేత శరీర యాత్ర నడుపుకోవడంలో సంతుష్టి చెందినవాడు, నివాస స్థలంపై మక్కువగాని, ఆసక్తి గాని లేనివాడు, స్థిరబుద్ధి కలవాడు అయిన భక్తుడు నాకు ఇష్టుడు. శ్రద్ధాయుక్తుడై నాయందే పరాయణుడై ఈ పైన చెప్పబడిన ధర్మమయమైన అమృతాన్ని ఎవడయితే నిష్కామ ప్రేమ భావంతో సేవిస్తాడో. ఆ భక్తుడు నాకు అత్యంతమూ ఇష్టుడు అవుతాడు. (13-20)

శ్రీమద్భగవద్గీత - క్షేత్ర క్షేత్రజ్ఞ విభాగ యోగము.

శ్రీకృష్ణ భగవానుడు చెపుతున్నాడు - "అర్జునా ! ఈ శరీరాన్ని 'క్షేత్ర'మని, దీనిని గురించి తెలిసిన వాడిని క్షేత్రజ్ఞ" డని - వీటి తత్త్వాన్ని ఎరిగినవారు చెపుతూ ఉంటారు. భారతా! అన్ని క్షేత్రములయందలి క్షేత్రజ్ఞుడను అంటే జీవాత్మను కూడా నేనే అనితెలుసుకో. క్షేత్ర-క్షేత్రజ్ఞులను గురించి అనగా వికార సహితమైన ప్రకృతి -పురుషులను గురించిన తత్త్వజ్ఞానమే జ్ఞానమని నా అభిప్రాయం. ఆ క్షేత్రము ఏదో, ఎట్టిదో, ఏయే వికారాలను కలిగి ఉంటుందో, దేనినుండి ఏర్పడిందో, అలాగే ఆ క్షేత్రజ్ఞుడు కూడా ఎవరో, ఎట్టి ప్రభావం కలవాడో - ఇదంతా కూడా సంక్షేపంగా చెపుతాను విను. ఈ క్షేత్ర - క్షేత్రజ్ఞుల యొక్క తత్త్వాన్ని ఋషులు అనేక రకాలుగా వివరించారు. వివిధ వేదమంత్రాలు కూడా విభాగ పూర్వకంగా చెప్పాయి. చక్కని, నిశ్చిత జ్ఞానం కలిగించేలా బ్రహ్మసూత్ర పదాలు కూడా వివరించాయి. పంచ మహాభూతాలు, అహంకారం, బుద్ధి, మూల ప్రకృతి, దశేంద్రియాలు, మనసు ఒకటి, శబ్ద స్పర్శ రూప రసగంధాలనే పంచ ఇంద్రియ విషయాలు, ఇచ్ఛ, ద్వేషం, సుఖం, దుఃఖం, స్థూల దేహం యొక్క పిండం, చేతన, ధృతి - అనే వికారాలతో కూడిన ఈ క్షేత్రం గురించి సంక్షేపంగా చెప్పాను. శ్రేష్ఠుడిని అనే గర్వం లేకపోవడం, దంభాచారం లేకపోవడం, ఏ ప్రాణినీ ఏ రకంగానూ హింసించకుండా ఉండడం, క్షమా భావం, మనస్సు - వాక్కు మొదలైన వానిలో ఋజుత్వం ఉండడం, శ్రద్ధా భక్తులతో గురువును సేవించడం, బాహ్యాంతరములలో శుచిగా ఉండడం, అంతఃకరణ స్థిరత్వం, మనస్సు - ఇంద్రియాలతో కూడా శరీరాన్ని వశపరచుకొని ఉండడం, ఇహలోక పరలోక సంబంధమైన సమస్త భోగాల పట్ల ఆసక్తి లేక ఉండడం, అహంకారం లేకపోవడం, జన్మ మృత్యు జరా రోగాదులలోని దుఃఖ దోషాలను పదే పదే స్మరించడం, పుత్ర దార, గృహ ధన ధాన్యాదుల పట్ల ఆసక్తి, మమకారం లేక పోవడం, ఇష్టం, అనిష్టం - ఏది ప్రాప్తించినా నిత్యమూ మనస్సు సమభావంతో ఉండడం, అనన్యయోగం ద్వారా పరమేశ్వరుడనైన నాయందు అచంచలమైన భక్తి కలిగి ఉండడం, ఏకాంతమైన, పవిత్రమైన స్థలంలో నివసించే స్వభావం కలిగి ఉండడం, జనసమూహం పట్ల మక్కువ లేకపోవడం, అధ్యాత్మజ్ఞానంలో నిత్యమూ నిలిచి ఉండడం, తత్త్వజ్ఞానానికి అర్థమైన పరమేశ్వరుని దర్శించడం - ఇదంతా జ్ఞానమని,

దీనికంటె అతిరిక్తమైనదంతా అజ్ఞానమని చెప్పబడుతోంది. దేనిని తెలుసుకొంటేనే పరమానందమనే అమృతత్వాన్ని పొందుతారో అటువంటి తెలియదగిన దానిని గురించి చెపుతాను. అనాదియైన పరబ్రహ్మ సత్తు అనిగాని, అసత్తు అని గాని చెప్పబడుతుంది. అది అన్నివైపుల కాళ్లు, చేతులు గలిగి, అన్నివైపుల కన్నులు, శిరసు, ముఖము కలిగి, అంతట చెవులు కలదియై, లోకంలో సర్వత్ర ఆవరించి ఉన్నది. అది సమస్త ఇంద్రియ విషయాలను తెలిసినది అయినప్పటికి వాస్తవానికి సమస్త ఇంద్రియాలను వర్జించినది. అసక్తము, నిర్గుణము అయినప్పటికి తన యోగమాయచేత అన్నిటిని పెంచి పోషిస్తూ గుణాలను భోగిస్తున్నది. సమస్త ప్రాణుల బహిరంతరాలలో పరిపూర్ణమై ఉంటుంది. చరాచర రూపమైనది కూడా అదే. అది సూక్ష్మమైనది కానడం వల్ల అవిజ్ఞేయమైనది. దూరంగా ఉండేదీ అదే. సమీపంలో ఉండేది కూడా అదే. విభజించడానికి వీలుకాని ఏకరూపమైన, ఆకాశంలా పరిపూర్ణమైనది అయినప్పటికీ, చరాచర సంపూర్ణ భూతాలలో విభక్తమై ఉన్నట్లుగ తోస్తుంది. ఆ జ్ఞేయ రూపమైన పరమాత్మ విష్ణురూపంలో ప్రాణులను పెంచి పోషిస్తుంది. రుద్రరూపంలో సంహరిస్తుంది. బ్రహ్మరూపంలో ప్రాణులను ప్రభవింప చేస్తుంది. ఆ పరబ్రహ్మ జ్యోతిస్సులకు కూడా జ్యోతి, మాయకు అతీతమైనది అని చెప్తారు. అది జ్ఞానరూపం, జ్ఞేయ రూపం, తత్త్వజ్ఞానం చేత పొందదగినది, అందరి హృదయాలలో విశేష రూపంతో స్థితమై ఉన్నది - అని చెప్తారు. ఈ రీతిగా క్షేత్రము, జ్ఞానమూ, జ్ఞేయమైన పరబ్రహ్మ గురించి సంక్షిప్తంగా చెప్పాను. నా భక్తుడు దీని తత్త్వాన్ని గురించి తెలుసుకొని నా భావాన్ని పొందుతాడు. (1-18)

ప్రకృతి - పురుషుడు - ఈ రెండింటినీ కూడా అనాది అని తెలుసుకో. రాగ ద్వేషాది వికారాలు, త్రిగుణాత్మకమైన సమస్త పదార్థాలు కూడా ప్రకృతి నుండి పుట్టినవే అని గ్రహించు. ప్రకృతియే కార్యకరణాలకు ఉత్పత్తి హేతువుగా, జీవాత్మయే సుఖదుఃఖాలు భోగించడానికి హేతువుగా చెప్పబడుతోంది. ప్రకృతిలోనే ఉన్నట్టి పురుషుడు ప్రకృతివలన పుట్టిన త్రిగుణాత్మక పదార్థాలను అనుభవిస్తున్నాడు. ఈ గుణాల యొక్క సాంగత్యమే ఆ జీవాత్మ ఉత్తమ నీచ యోనులందు జన్మించడానికి కారణమవుతోంది. పురుషుడు దేహంలోనే ఉన్నప్పటికీ కూడా పరుడే. సాక్షిగా ఉండడం వలన ఉపద్రష్ట అని, సమ్మతించేవాడు కాబట్టి అనుమంత అని, అన్నిటినీ భరిస్తూ ఉంటాడు కాబట్టి భర్త అని, జీవరూపంలో భోగిస్తూ ఉంటాడు కనుక భోక్త అని, బ్రహ్మాదులకు కూడా స్వామి అయిన కారణంగా మహేశ్వరుడని, శుద్ధ సచ్చిదానంద ఘనుడు కాబట్టి పరమాత్మ అని చెప్పబడుతూ ఉంటాడు. ఈ ప్రకారంగా పురుషుని, గుణ సహితమైన ప్రకృతిని తత్త్వరూపంతో తెలుసుకొన్నవాడు, అన్నిరకాలుగా కర్తవ్య కర్మలను చేస్తున్నప్పటికీ కూడా తిరిగి జన్మించడు. ఆ పరమాత్మను కొంతమంది పరిశుద్ధమయిన సూక్ష్మబుద్ధితో ధ్యానం ద్వారా హృదయంలో దర్శిస్తారు. కొంతమంది జ్ఞానయోగం ద్వారా, మరికొంతమంది కర్మ యోగం ద్వారా దర్శిస్తారు. కాని వీరికంటె ఇతరులు, కొంతమంది స్వయంగా తెలుసుకోలేకపోయినా, ఇతరుల వలన విని తదనుసారంగా ఉపాసిస్తారు. అటువంటి శ్రవణ పరాయణులైన వారు కూడా మృత్యురూపమైన సంసార సాగరాన్నుండి నిస్సందేహంగా తరిస్తారు. భరతశ్రేష్ఠా ! ఈ లోకంలో పుడుతున్న స్థావర జంగమాలయిన ప్రాణులు యావత్తూ క్షేత్ర క్షేత్రజ్ఞుల యొక్క సంయోగం చేతనే పుడుతున్నాయని తెలుసుకో. నశ్వరమైన చరాచర ప్రాణులన్నిటిలోనూ నాశరహితుడైనట్టి, సమభావంతో ఉన్నట్టి పరమేశ్వరుని చూడగలిగిన వాడే యథార్థాన్ని దర్శించగలిగినవాడు అవుతాడు. ఎందుకంటే అతడు అందరిలోనూ సమభావంతో ఉన్న పరమేశ్వరుని సమానంగా దర్శిస్తూ తన్ను తాను నశింపచేసుకోక, పరమగతిని పొందుతాడు. అన్నిరకాలయిన సమస్త కర్మలు ప్రకృతి ద్వారానే జరుగుతున్నాయని, ఆత్మ కర్త కాదని దర్శించగలిగిన వాడే యథార్థాన్ని దర్శించగలిగిన వాడు. ప్రాణులలోని వేర్వేరు భావాలన్నీ ఒక పరమాత్మయందు ఉన్నట్టివని, ఆ పరమాత్మ నుండియే సమస్త భూతాలు విస్తరిల్లాయని దర్శించగలిగినప్పుడే అతడు ఆ సచ్చిదానంద ఘనుడైన పరమాత్మను పొందగలడు. అర్జునా ! అనాది, నిర్గుణుడు అయిన కారణంగా ఆ అవినాశి అయిన పరమాత్మ శరీరస్థుడైనప్పటికీ కూడా వాస్తవానికి అతడు ఏమీ చేయడు. దేనికీ అంటడు. సర్వత్ర వ్యాపించిన ఆకాశం సూక్ష్మమైనది కావడం వల్ల దేనికీ ఎలా అంటదో అలాగే దేహంలో సర్వత్ర వ్యాపించి ఉన్న ఆత్మ నిర్గుణుడు కావడం వల్ల దేహగుణాలకు అంటడు. అర్జునా! ఒకే సూర్యుడు ఈ సంపూర్ణ బ్రహ్మాండాన్ని ప్రకాశింప చేస్తున్నట్లుగా ఒకే ఆత్మ ఈ సంపూర్ణ క్షేత్రాన్ని ప్రకాశింప చేస్తోంది. ఈ రీతిగా క్షేత్ర క్షేత్రజ్ఞుల మధ్య గల భేదాన్ని, కార్యసహితమైన ప్రకృతి యొక్క అభావాన్ని ఎవరు జ్ఞాన నేత్రాల ద్వారా

తత్త్వంతో తెలుసుకోగలుగుతారో ఆ మహాత్ములు పరబ్రహ్మ అయిన పరమాత్మను పొందగలుగుతారు. (19-34)

శ్రీమద్భగవద్గీత - గుణత్రయ విభాగ యోగము.

శ్రీకృష్ణ భగవానుడు చెపుతున్నాడు - "ఈ లోకంలో మునులందరూ దేనిని తెలుసుకొని ముక్తులై పరమసిద్ధిని పొందారో అట్టి ఉత్తమమైన పరమజ్ఞానాన్ని నేను నీకు మరల చెపుతాను. ఈ జ్ఞానాన్ని ఆశ్రయించి నన్ను పొందిన వారు సృష్ట్యాదియందు తిరిగి జన్మించరు, ప్రళయకాలంలో వ్యాకులపడరు. అర్జునా ! నా యొక్క మహద్బ్రహ్మరూపమైన ప్రకృతి అనగా అవ్యాకృతమాయ సమస్త ప్రాణులకు ఉత్పత్తి స్థానము. నేను ఆ యోనియందు చేతన సముదాయ రూపమైన గర్భాన్ని ఉంచుతున్నాను. ఆ జడ చేతనాల యొక్క సంయోగం వలననే సమస్త ప్రాణుల ఉత్పత్తి జరుగుతోంది. అర్జునా ! నానారకాలయిన సమస్త యోనులలో ఎన్ని శరీర ధారులైన ప్రాణులు ఉత్పన్నమవుతున్నాయో, ఆ అన్నిటికీ అవ్యాకృతమాయయే గర్భాన్ని ధరించిన తల్లి. నేను బీజాన్ని స్థాపించిన తండ్రిని. (1-4)

అర్జునా ! సత్త్వ రజస్తమాలనే ఈ మూడు ప్రకృతి గుణాలూ అవ్యయుడయిన జీవాత్మను శరీరంలో బంధిస్తున్నాయి. పాపరహితుడా ! ఈ మూడు గుణాలలోను సత్త్వగుణం నిర్మలమైనది కనుక ప్రకాశింపచేసేది. వికార రహితమైనది. అది సుఖ సంబంధం చేత, జ్ఞాన సంగం చేత బంధిస్తుంది. అర్జునా ! రాగరూపమైన రజోగుణం కోరిక, ఆసక్తి వలన పుడుతుందని తెలుసుకో. అది ఈ జీవాత్మను కర్మల యొక్క వాటి ఫలితాల యొక్క సంబంధం వలన బంధిస్తుంది. అర్జునా ! దేహాభిమానులందరినీ మోహింపచేసే తమోగుణం అజ్ఞానం వలన పుడుతుంది. అది ఈ జీవాత్మను ప్రమాదం, ఆలస్యం నిద్ర - అనే వాటిద్వారా బంధిస్తుంది. అర్జునా ! సత్త్వగుణం సుఖంలోను, రజోగుణం కర్మలోను, తమోగుణం జ్ఞానాన్ని కప్పివేసి ప్రమాదంలోను తగుల్కొనేలా చేస్తాయి. అర్జునా ! సత్త్వం రజస్తమోగుణాలను, రజస్సు సత్త్వతమో గుణాలను, తమస్సు సత్త్వరజస్సులను అణిచివేసి ప్రవర్తిస్తూ ఉంటాయి. శరీరంలోను, అంతఃకరణంలోను, ఇంద్రియాలలోను చైతన్యం, వివేక శక్తి కలిగినపుడు సత్త్వగుణం వృద్ధి పొందిందని తెలుసుకోవాలి. అర్జునా ! రజోగుణం వృద్ధి పొందినపుడు లోభం, ప్రవృత్తి, అన్నిరకాల కర్మలను సకామ భావంతో ఆరంభించడం, అశాంతి, విషయభోగలాలస ఇవన్నీ పుడతాయి. అర్జునా ! తమోగుణం వృద్ధి పొందితేడి అంతఃకరణంలోను, ఇంద్రియాలలోను అప్రకాశం, కర్తవ్య కర్మలలో అప్రవృత్తి, ప్రమాదం, అంతఃకరణాన్ని మోహపరచే నిద్రాది వృత్తులు - ఇవన్నీ కలుగుతాయి. సత్త్వగుణం వృద్ధిలో ఉండగా జీవుడు మరణించినట్లయితే ఉత్తమ కర్మలు చేసే వారు పొందే నిర్మలమైన దివ్యమైన స్వర్గాది లోకాలు పొందుతాడు. రజోగుణం వృద్ధి పొందినపుడు మరణించినవాడు కర్మలు చేయాలనే ఆసక్తి గల మనుష్యుల మధ్య జన్మిస్తాడు. తమోగుణం వృద్ధి పొందినపుడు మరణించినవాడు పశువులు, పురుగులు మొదలైన మూఢయోనులలో జన్మిస్తాడు. సాత్త్వికమైన కర్మలకు సుఖ, జ్ఞాన, వైరాగ్యాదులు ఫలమని, రాజస కర్మలకు దుఃఖం ఫలమని, తామస కర్మలకు అజ్ఞానం ఫలమని చెప్పారు. సత్త్వగుణం వలన జ్ఞానం కలుగుతుంది. రజోగుణం వలన లోభమే కలుగుతుంది. తమోగుణం వలన ప్రమాదమోహాలే కాక అజ్ఞానం కూడా కలుగుతుంది. సత్త్వగుణంతో ఉన్నవాడు స్వర్గాది ఉత్తమ లోకాలకు వెళ్తాడు. రజోగుణుడు రాజస గుణాలు కల మనుష్యలోకంలో ఉంటాడు. నిద్రాలస్య ప్రమాదాలు అనే తామస గుణాలు కలవాడు పశుకీటాది నీచయోనులు, నరకాదులు - అనే అధోగతులను పొందుతాడు. ద్రష్ట అయినవాడు మూడు గుణాలకంటె అతిరిక్తంగా ఏ కర్తా లేడని చూడగలిగినపుడు, ఈ మూడు గుణాలకంటె మిక్కిలి పరంగా ఉన్న పరమాత్మను తత్త్వంతో తెలుసుకొన్నప్పుడు నా భావాన్ని పొందుతాడు. అటువంటివాడు స్థూలశరీరం యొక్క పుట్టుకకు కారణభూతమైన ఈ మూడు గుణాలను దాటుకొని జన్మమృత్యుజరారూపమైన దుఃఖాల నుండి ముక్తుడై పరమానందాన్ని పొందుతాడు. (5-20)

అర్జునుడు అడుగుతున్నాడు - "ఈ మూడు గుణాలకు అతీతుడైనవాడు ఏ లక్షణాలు కలిగి ఉంటాడు ? ఎలా ప్రవర్తిస్తాడు ? ప్రభూ ! మనుష్యుడు ఏ ఉపాయం చేత ఈ మూడు గుణాలను అతిక్రమించగలుగుతాడు ? (21)

శ్రీకృష్ణ భగవానుడు చెపుతున్నాడు - "అర్జునా ! గుణాతీతుడు అయినవాడు సత్త్వగుణానికి కార్యరూపమైన ప్రకాశకం, రజోగుణానికి కార్యరూపమైన ప్రవృత్తి, తమోగుణానికి కార్యరూపమైన మోహం - ఈ మూడూ ప్రవర్తించినా చెడుగా తలచడు, ప్రవర్తించకపోతే కావాలని కోరుకోడు. కేవలం సాక్షీభూతుడై ఉంటూ గుణాలచేత విచలితుడు కాడు. "గుణమే గుణాలలో ప్రవర్తిస్తూ ఉంటుంది" అని భావిస్తూ పరమాత్మయందు ఏక నిష్ఠతో ఉంటాడు.

ఆ స్థితినుండి ఎన్నటికీ చలించడు. నిరంతరం ఆత్మభావంలోనే నిమగ్నుడై సుఖ దుఃఖాలను సమానంగా భావిస్తాడు. కర్రను, రాయిని, బంగారాన్ని కూడా సమానంగానే చూస్తాడు. అటువంటి జ్ఞానికి ప్రియులు - అప్రియులు, నింద - ఆత్మస్తుతి - అన్నీ సమానమే. మానావమానాల పట్ల, శత్రు మిత్రపక్షాలపట్ల తుల్య భావంతోనే ఉంటాడు. సమస్త కార్యాలను ఆరంభించడంలో కర్తృత్వాభిమానాన్ని విసర్జిస్తాడు. ఇటువంటి వానినే గుణాతీతుడు అంటారు. ఏ మాత్రం సడలని భక్తి యోగం చేత నిరంతరం నన్ను సేవించేవాడు ఈ మూడు గుణాలనూ చక్కగా దాటి పరమాత్మపదాన్ని చేరుకోవడానికి యోగ్యుడు అవుతాడు. ఆ అవ్యయమైన పరబ్రహ్మకు, అమృతానికి, నిత్య ధర్మానికి, అఖండమూ ఏక రసమూ అయిన ఆనందానికి ఆశ్రయమైన వాడిని నేను. (22-27)

శ్రీమద్భగవద్గీత - పురుషోత్తమ ప్రాప్తి యోగము

శ్రీకృష్ణ భగవానుడు చెపుతున్నాడు - ఆది పురుషుడైన పరమేశ్వరుడు అనే మూలం. బ్రహ్మ అనే ముఖ్య శాఖలు కలిగిన సంసారమనే అశ్వత్థవృక్షం అవ్యయమైనదని చెపుతూ ఉంటారు. దానికి వేదాలే ఆకులు. ఈ సంసారమనే అశ్వత్థవృక్షం గురించి మొదలంటా తత్త్వరూపంతో తెలుసుకొన్నవాడే వేదవేత్త. ఈ సంసార వృక్షం యొక్క దేవ మనుష్య తిర్యగాది యోనులు అనే శాఖలు - త్రిగుణాలు అనే జలం ద్వారా వృద్ధి పొందుతూ విషయ భోగాలు అనే చిగుళ్లు తొడుగుతూ పైకీ కిందికీ కూడా వ్యాపించే ఉన్నాయి. మనుష్య లోకంలో కర్మలను అనుసరించి బంధించి ఉంచే అహంకార మమకారాలు, వాసనలు అనే మూలాలు (వేళ్లు) కూడా కిందికి పైకీ అన్ని లోకాలలో వ్యాపిస్తున్నాయి. ఈ సంసార వృక్షానికి ఆద్యంతాలు కాని, సుస్థిరమైన ఉనికి గాని లేవు. కనుక దీనిని గురించి ఈ లోకంలో (విచారణ చేసే సమయంలో) పైన చెప్పినట్లుగా తెలుసుకోవడం సాధ్యం కాదు. కాబట్టి అహంకార మమకారవాసనలు అనే దృఢమైన వేళ్లు కలిగిన ఈ సంసారమనే అశ్వత్థ వృక్షాన్ని దృఢమైన వైరాగ్యమనే ఆయుధం చేత నరికి, అటుతరువాత ఎక్కడికి వెళితే జీవులు తిరిగి ఈ సంసారంలోకి రారో, ఆ పరమపదాన్ని గూర్చి చక్కగా అన్వేషించాలి. ఏ పరమాత్మ నుండి ఈ సంసారవృక్షం ప్రవృత్తమై విస్తరిల్లిందో, ఆ ఆదిపురుషుడైన నారాయణుడే శరణు అని దృఢంగా నిశ్చయించుకొని ఆ పరమేశ్వరుని మననంచేస్తూ నిదిధ్యాసన చేయాలి. మానమోహాలు నశించినవారు, సంగం అనే దోషాన్ని జయించినవారు, పరమాత్మ యందు నిత్యస్థితి కలిగిన వారు, కోరికలన్నీ పూర్తిగా నశించినవారు, సుఖ దుఃఖాదులైన ద్వంద్వాల నుండి విముక్తులైనవారు అయిన జ్ఞానులు ఆ అవ్యయమైన పరమపదాన్ని పొందుతారు. ఏ పరమపదాన్ని పొంది మనుష్యులు ఈ సంసారంలోనికి తిరిగి రారో, అది స్వయం ప్రకాశకమైనది. దానిని సూర్యుడు గాని, చంద్రుడుగాని, అగ్ని కాని ప్రకాశింపచేయలేవు. అదే నా పరమధామం. (1-6)

దేహంలోని ఈ జీవుడు నా యొక్క సనాతనమైన అంశ. అతడే ఈ త్రిగుణాల మాయలో పడి మనసును, పంచేంద్రియాలను ఆకర్షిస్తున్నాడు. వాయువు గంధస్థానాన్నుండి గంధాన్ని తీసుకొనిపోయినట్లే ఈ దేహాదులకు స్వామి అయిన జీవాత్మ కూడా శరీరాన్ని విడిచినపుడు దానినుండి ఇంద్రియాలను మనస్సును కూడా గ్రహించి మరియొక శరీరంలోకి వాటితో పాటు వెళతాడు. ఈ జీవాత్మ శ్రోత్రం, చక్షువు, త్వక్కు, రసన, ఘ్రాణం, మనస్సులను ఆశ్రయించి విషయాలను అనుభవిస్తూ ఉంటాడు. శరీరాన్ని విడిచి వెళ్తున్నప్పుడు గాని, శరీరంలో ఉన్నప్పుడు గాని, విషయాలను అనుభవిస్తున్నప్పుడు గాని, లేదా త్రిగుణాలతో కూడి ఉన్నప్పుడు గాని అజ్ఞానులు గుర్తించలేరు. కేవలం జ్ఞాననేత్రాలు గల జ్ఞానులు మాత్రమే తత్త్వరూపంతో దీనిని తెలుసుకోగలరు. ప్రయత్నశీలురు అయిన యోగిజనులు కూడా తమ హృదయంలో ఉన్న ఈ ఆత్మయొక్క తత్త్వాన్ని తెలుసుకోగలరు. కాని అంతఃకరణశుద్ధి లేని అజ్ఞానులు ప్రయత్నించినప్పటికీ ఈ ఆత్మను గురించి తెలుసుకోలేరు. (7-11)

ఈ జగత్తునంతటినీ ప్రకాశింపచేస్తున్న సూర్యునిలోని తేజస్సు, చంద్రునిలోని, అగ్నిలోని తేజస్సు నా తేజస్సేఅని తెలుసుకో. నేనే పృథ్విలో ప్రవేశించి నా శక్తితో సమస్త భూతాలను ధరిస్తున్నాను. రసస్వరూపుడు, అమృతమయుడు అయిన చంద్రుడినై ఓషధులకు, వనస్పతులకు పుష్టిని కలిగిస్తున్నాను. సమస్త ప్రాణుల శరీరాలలో ప్రాణాపానవాయువులతో కూడి వైశ్వానరుడినై నేనే నాలుగురకాల అన్నాన్ని పచనం చేస్తున్నాను. ప్రాణులు అందరి హృదయాలలో అంతర్యామి రూపంలో ఉన్నది నేనే. నా వలననే స్మృతి, జ్ఞానం, అపోహనం కలుగుతున్నాయి. సమస్త వేదాల చేత తెలుసుకోదగినవాడిని నేనే. వేదాంతకర్తను, వేదవిదుడిని కూడా నేనే. ఈ లోకంలో క్షరుడని, అక్షరుడని పురుషులు

రెండురకాలు. సమస్త ప్రాణుల శరీరాలు క్షరమని (నశ్వరమైనవి) కూటస్థుడు అనగా జీవాత్మ అక్షరమనీ అంటారు. ఈ ఇద్దరికంటె వేరుగా ఉత్తమ పురుషుడు వేరొకడు పరమాత్మగా చెప్పబడుతున్నాడు. ఆ అవ్యయుడు, ఈశ్వరుడు ముల్లోకాలను ఆవేశించి అన్నిటిని ధరించి పోషిస్తున్నాడు. నశ్వరమైన జడవర్గానికి చెందిన శరీరాలకంటె అతీతుడిని నేను. మాయకు లోబడిన అవ్యయుడైన జీవాత్మ కంటె కూడా ఉత్తముడిని నేను. అందువల్లనే లోకంలోనూ, వేదంలోనూ కూడా పురుషోత్తముడని కీర్తింపబడ్డాను. భారతా! ఈ రీతిగా తత్త్వాన్ని గుర్తించిన జ్ఞాని నన్ను పురుషోత్తమునిగా తెలుసుకొంటాడు. ఈ రీతిగా తత్త్వం చేత జ్ఞాని అయినవాడు నన్ను పురుషోత్తమునిగా తెలుసుకొంటాడు. ఆ సర్వజ్ఞుడు అన్ని రకాలుగా నిరంతరం పరమేశ్వరుడనైన నన్నే సేవిస్తూ ఉంటాడు. పాపరహితుడా ! ఈ రీతిగా నేను చెప్పిన అతిరహస్యమైన గోపనీయమైన శాస్త్రాన్ని తత్త్వరూపంతో తెలుసుకొని మనుష్యుడు జ్ఞానవంతుడు, కృతార్థుడు అవుతాడు. (12-20)

శ్రీమద్భగవద్గీత - దైవాసుర సంపద్వి భాగయోగము

శ్రీకృష్ణ భగవానుడు చెపుతున్నాడు - భారతా ! భయం అనేది లేకపోవడం, నిర్మలమైన అంతఃకరణం, జ్ఞానమునందు యోగమునందు చక్కని నిలుకడ కలిగి ఉండడం, సాత్త్వికదానం, ఇంద్రియాలను అదుపులో ఉంచడం, భగవంతుని, దేవతలను, గురుజనులను పూజించడం, అగ్నిహోత్రాది ఉత్తమకర్మలను చేయడం, వేదశాస్త్రాల పఠన పాఠనములు, భగవంతుని నామగుణ కీర్తన, సద్ధర్మాచరణం కోసం కష్టాలను సహించడం, శరీరం. ఇంద్రియాలతో పాటు అంతఃకరణం కూడా సరళంగా ఉండడం, త్రికరణశుద్ధిగా ఎవరికీ ఏ రకమైన కష్టాన్నీ కలిగించకపోవడం, సత్య ప్రియ భాషణం, తనకు అపకారం చేసినవారి పట్ల కూడా క్రోధాన్ని చూపకపోవడం, కర్మలయందు కర్తృత్వాభిమానాన్ని విడిచిపెట్టడం, మనసు ప్రశాంతంగా ఉండడం, ఎవరినీ కూడా నిందించకపోవడం, సమస్త ప్రాణులపట్ల నిర్హేతుకమైన దయకలిగి ఉండడం, ఇంద్రియ సుఖాలపట్ల ఆసక్తి లేకపోవడం, కోమలత్వం, లోకవిరుద్ధం, శాస్త్ర విరుద్ధం ఆచరించడానికి సిగ్గుపడడం, వ్యర్థ చేష్టలు చేయకపోవడం, తేజస్సు, క్షమ, ధైర్యం, బాహ్యశుద్ధి, ఎవరి పట్లా శత్రుత్వం లేకపోవడం, తన్ను గౌరవించాలనే పట్టుదల లేకపోవడం - ఇవన్నీ దైవీసంపద గలవాని యొక్క లక్షణాలు, పార్థా ! దంభం, దర్పం, అభిమానం, క్రోధం, పారుష్యం, అజ్ఞానం - ఇవన్నీ ఆసురీసంపదతో పుట్టినవారి యొక్క లక్షణాలు, దైవీ సంపద మోక్షానికి, ఆసురీసంపద బంధానికి అంటూ ఉంటారు. అర్జునా ! నీవు దైవీ సంపదతో పుట్టావు కాబట్టి విచారించకు. (1-5)

అర్జునా ! ఈ లోకంలో మనుష్యులు దైవీప్రకృతి కలవారు, ఆసురీ ప్రకృతి కలవారు అని రెండు రకాలుగా ఉంటారు. ఈ రెండింటిలో ఇప్పటివరకు దైవీ ప్రకృతి గురించి విస్తారంగా చెప్పిఉన్నాను. ఇక ఆసురప్రకృతి గల వారిని గురించి చెపుతాను విను. ఆసుర ప్రకృతి గల మనుష్యులు ప్రవృత్తి నివృత్తులను రెండింటిని ఎరుగరు. కాబట్టి వారిలో బాహ్యాభ్యంతర శుద్ధిగాని, శ్రేష్ఠా చరణం గాని, సత్య భాషణం గాని ఉండవు. ఈ జగత్తు అంతా ఆశ్రయరహితమని, సర్వథా అసత్యమని, అనీశ్వరమని, తనంత తానే కేవలం స్త్రీ పురుష సంయోగం చేతనే ఉత్పన్నమయిందనీ, కేవలం భోగాలకోసమే తప్ప ఇంకేముందని వారు అంటూ ఉంటారు. ఈ మిథ్యాజ్ఞానాన్ని ఆలంబనంగా చేసుకొన్న - నష్ట స్వభావులు, బుద్ధి మాంద్యులు, అందరికీ అపకారం చేసే క్రూరకర్ములు, కేవలం లోకవినాశనానికే పుడుతూ ఉంటారు. దంభమానమదాన్వితులైన వీరు భ్రష్టాచారులై ఏరకంగానూ పూర్తిగా తీరని కోరికలను ఆశ్రయించుకొని, అజ్ఞానంతో మిథ్యా సిద్ధాంతాన్ని గ్రహించి ఈ లోకంలో తిరుగుతూ ఉంటారు. ప్రళయాంతం అయిపోయినా మిగిలిపోయే అసంఖ్యామైన చింతలను ఆశ్రయించుకొని ఉంటారు. విషయ భోగాలను అనుభవించడంలోనే తత్పరులై ఉంటారు. 'ఇదే ఆనందం' అనుకొంటూ ఉంటారు. వందలకొద్దీ ఆశాపాశాలలో చిక్కుకొని కామక్రోధ పరాయణులై, విషయ భోగాలకోసం అన్యాయ పూర్వకమైన ధనార్జన చేయాలని కోరుకొంటారు. "నాకు ఇప్పుడిది లభించింది. ఇక ఈ కోరికను తీర్చుకొంటాను. నా దగ్గర ఇంత ధనం ఉంది. అయినా ఇంకా నాకు ఇంతధనం వస్తుంది. నేను ఈ శత్రువును చంపాను. ఇతర శత్రువులను కూడా చంపుతాను. నేను ఈశ్వరుడిని. ఐశ్వర్యాలను అనుభవిస్తాను. నాకు అన్నీ సిద్ధించాయి. నేను బలవంతుడిని సుఖం కలవాడిని. డబ్బు కలవాడిని. గొప్ప కుటుంబంలో పుట్టిన వాడిని. నాకు సాటి ఎవరు ? యజ్ఞాలు చేస్తాను' దానాలు ఇస్తాను. ఆనందిస్తాను". అని అజ్ఞాన మోహితులై, అనేక రకాల చిత్తవిభ్రాంతులకు లోనై, మోహ జాలంలో చిక్కుకొని, విషయ భోగాలయందు అత్యంతాసక్తులై ఈ

ఆసుర ప్రకృతి కలవారు అపవిత్రమైన నరకంలో కూలిపోతారు. తమను తామే శ్రేష్ఠులుగా గౌరవించుకొనే ఈ దాంభికులు ధనమానమదాన్వితులై కేవలం నామమాత్రం అయిన యజ్ఞాలను అశాస్త్రీయంగా నాస్తికులచేత చేయిస్తూ ఉంటారు. వారు అహంకారం, బలం, దర్పం, కామం, క్రోధం, కలిగినవారై, ఇతరులను నిందిస్తూ, తమ యొక్క ఇతరుల యొక్క శరీరాలలో అంతర్యామి రూపంలో ఉండే నన్ను ద్వేషిస్తూ ఉంటారు. అలా ద్వేషించే పాపాచారులూ, క్రూరకర్ములూ అయిన నరాధములను ఈ లోకంలో పదేపదే ఆసురీయోనులలోనే నేను పడవేస్తూ ఉంటాను. జన్మజన్మలకు ఆసురీ యోనులనే పొందిన ఆ మూఢులు నన్ను పొందలేక అంతకంటె నీచమైన గతినే (ఘోరనరకాన్నే) పొందుతారు. కామక్రోధలోభాలు - ఆత్మనాశనం కలిగించి అధోగతిపాలు చేసే మూడు రకాలైన నరకాలకు ద్వారాలు. కాబట్టి ఈ మూడింటిని విడిచి పెట్టాలి. ఈ మూడు నరకద్వారాల నుండి ముక్తుడైనవాడు తన శ్రేయస్సుకోరి నడచుకొంటాడు. అందువలన ఉత్తమ గతిని అనగా నన్ను పొందుతారు. శాస్త్ర విధిని విడనాడి తన ఇచ్ఛానుసారంగా కోరికమేరకు నడచుకొనేవాడు సిద్ధిని పొందలేడు, సరికదా పరమగతిని కాని, సుఖాన్ని గాని పొందలేడు. కాబట్టి కర్తవ్యా కర్తవ్యాలను నిర్ణయించడంలో నీకు శాస్త్రమే ప్రమాణం. ఇది తెలుసుకొని శాస్త్ర విధిని అనుసరించి నియతమైన కర్మను చేయడానికి ఇప్పుడు నీవు తగినవాడవు. (6-24)

శ్రీమద్భగవద్గీత - శ్రద్ధాత్రయ విభాగ యోగము.

అర్జునుడు అడుగుతున్నాడు - "కృష్ణా ! శ్రద్ధాయుక్తులు శాస్త్రవిధిని విసర్జించి దేవాదులను పూజించినట్లయితే వారి స్థితి ఎటువంటిది అవుతుంది ? సాత్త్వికమా ? రాజసమా ? తామసమా ? (1)

శ్రీకృష్ణ భగవానుడు చెపుతున్నాడు - శాస్త్రీయ సంస్కారంలేని, కేవలం స్వభావం చేతనే ఉత్పన్నమయ్యే మనుష్యుల యొక్క శ్రద్ధ సాత్త్విక, రాజస, తామసమని మూడురకాలుగా ఉంటుంది. వాటి గురించి చెపుతాను. విను. భారతా ! మనుష్యులందరి యొక్క శ్రద్ధ వారివారి అంతఃకరణాలకు అనుగుణంగా ఉంటుంది. పురుషుడు శ్రద్ధామయుడు. కనుక ఎవడు ఎటువంటి శ్రద్ధ కలవాడో, అతడు అదే అవుతాడు. సాత్త్విక పురుషులు దేవతలను పూజిస్తారు. రాజసపురుషులు యక్ష రాక్షసులను, తామస పురుషులు భూతప్రేతగణాలను పూజిస్తారు. శాస్త్ర విహితం కానట్టి, మనః కల్పితమై ఘోరమైనట్టి తపస్సును చేసేవారు, దంభాహంకారాలతో కూడినవారు, కామరాగ బలాన్వితులు, శరీరధారులైన ప్రాణుల సముదాయాన్ని అంతఃకరణస్థితుడనైన నన్ను కూడా కృశింపచేసేవారు - ఇట్టివారిని ఆసుర నిశ్చయాలు కలవారినిగా తెలుసుకో. ఆహారం కూడా వారివారి ప్రకృతులను అనుసరించి మూడురకాలుగా ఇష్టమై ఉంటుంది. అలాగే యజ్ఞం, దానం, తపస్సు కూడా మూడు రకాలుగా ఉంటుంది. వాటి భేదాలు ఇదిగో విను. (2-7)

ఆయుస్సును, బుద్ధిని, బలాన్ని, ఆరోగ్యాన్ని, సుఖాన్ని, ప్రీతిని వృద్ధి పొందించేవి, రసవంతములు, మృదువుగా ఉండేవి, స్థిరమైనవి, స్వాభావికంగానే మనసుకు ప్రీతిని కలిగించేవి - అయిన ఆహారాలు సాత్త్వికులకు రుచిస్తాయి. కారంగా, పుల్లగా, ఉప్పగా, ఉండేవి, మిక్కిలి వేడిగా, ఘాటుగా ఉండేవి, ఎండిపోయినవి, దాహంకలిగించేవి, దుఃఖాన్ని, చింతను, రోగాన్ని, కలిగించేవి, - అయిన ఆహారాలు రాజస పురుషులకు రుచిస్తాయి. ఉడకని, రసహీనమైన, దుర్గంధపూరితమైన, పాచిపోయిన, ఎంగిలి - అపవిత్రం కూడా అయిన భోజనం తామసికులకు నచ్చుతుంది. శాస్త్ర విహితమైన యజ్ఞం చేయవలసినదే అని మనస్సును సమాధాన పరచుకొని, ఫలం కోరకుండా చేసేది సాత్త్వికయజ్ఞం. కాని అర్జునా ! కేవలం దంభాచారం కోసమే కాక ఫలాన్ని ఆశించికూడా చేసేది రాజస యజ్ఞం అని తెలుసుకో. శాస్త్రంలో చెప్పబడనిది, అన్నదాన రహితమైనది, మంత్రహీనమైనది, దక్షిణలేనిది, శ్రద్ధా విరహితంగా చేయబడేది తామస యజ్ఞం అని చెప్పబడుతోంది. దేవద్విజగురు ప్రాజ్ఞులను పూజించడం, శుచిత్వం సరళత్వం, బ్రహ్మచర్యం, అహింస - ఇవి శారీరకమైన తపస్సు అని చెప్తారు. ఉద్వేగం కలిగించని, ప్రియమూ హితమూ అయిన, సత్య వాక్కు, వేద శాస్త్రాధ్యయనం, పరమేశ్వరుని యొక్క నామజపం చేయడం వాఙ్మయమైన తపస్సు, మనఃప్రసన్నత, శాంతభావము, భగవచ్చింతన చేసే స్వభావము, మనోనిగ్రహము, అంతఃకరణ పవిత్రత - ఇవి కలిగి ఉండడం మానసికమైన తపస్సు. ఫలాన్ని కోరుకోకుండా, మిక్కిలి శ్రద్ధతో యోగులు పాటించే పైన చెప్పిన మూడురకాలైన తపస్సులు సాత్త్వికమైన తపస్సు అవుతుంది. సత్కారం, గౌరవం ఆశించి, పూజింపబడడంకోసం లేదా దాంభికం కోసం చేసే తపస్సు అనిశ్చితమైన క్షణికమైన ఫలాన్ని ఇస్తుంది. దీనిని రాజసమైన తపస్సు అంటారు. మూఢత్వంతో హఠపూర్వకంగా మనస్సును శరీరాన్ని వాక్కును

కూడా హింసిస్తూ లేదా ఇతరులకు అనిష్టం చేయడానికి చేసే తపస్సును తామసమైన తపస్సు అంటారు. దానం చేయడం కర్తవ్యం అని భావించి దేశకాల పాత్రాలు సమకూడినపుడు ప్రత్యుపకారం చేయనివారికి దానం చేయడం సాత్వికదానం అవుతుంది. కష్టపడుతూ, ప్రత్యుపకారాన్ని ఆశించి, లేదా దాని వలన వచ్చే ఫలితాన్ని దృష్టిలో పెట్టుకొని మరీ దానం చేస్తే అది రాజసమైన దానం అవుతుంది. గౌరవం లేకుండా తిరస్కార పూర్వకంగా అయోగ్యమైన దేశకాలాలలో అపాత్రదానం చేస్తే అది తామసమైన దానం అవుతుంది. (8-22)

ఓం, తత్, సత్ - ఇవి మూడు పరమాత్మ యొక్క నామాలని చెప్తారు. వీటినుండే సృష్ట్యాదిలో బ్రాహ్మణులు, వేదాలు, యజ్ఞాలు రచింపబడ్డాయి. కనుకనే వేదమంత్రాలు ఉచ్చరిస్తూ, శాస్త్ర విధిని అనుసరించి శ్రేష్ఠులు ఆచరించే నియతమైన యజ్ఞదాన తపో రూపమైన క్రియలన్నీ ఎప్పుడూ 'ఓం' అనే పరమాత్మ నామోచ్చారణంతోనే ప్రారంభింపబడుతూ ఉంటాయి. అంతా భగవంతునిదే అనే భావంతో ఫలాన్ని అపేక్షించకుండా లోక కళ్యాణం కోరేవారు చేసే ఎన్నో రకాల యజ్ఞ దాన తపో రూపమైన కార్యాలన్నీ "తత్" నామంతో ఆరంభిస్తారు. 'సత్' అనే నామం సత్యమైన, శ్రేష్ఠమైన భావానికి ప్రయోగిస్తారు. పార్థా ! ఉత్తమ కర్మలన్నీ కూడా 'సత్' శబ్ద ప్రయోగంతోనే చేయబడుతాయి. యజ్ఞ దాన తపస్సులలో గల స్థితిని 'సత్' అనే చెప్తారు. ఆ పరమాత్మకోసం చేసే కర్మలన్నీ నిశ్చయ పూర్వకంగా 'సత్' అనే చెప్పబడతాయి. అర్జునా ! శ్రద్ధ లేకుండా చేసే యజ్ఞం కాని, ఇచ్చే దానంగాని, తపించే తపస్సు గాని, చివరికి ఏ చిన్నపని గాని అది అంతా అసత్తే అవుతుంది. కాబట్టి అది ఈ లోకంలోనే కాదు మరణించాక కూడా లాభదాయకం కాదు. (23-28)

శ్రీమద్భగవద్గీత - మోక్ష సంన్యాస యోగము.

అర్జునుడు అడుగుతున్నాడు - మహాబాహూ ! హృషీకేశా! కేశినిషూదనా ! సంన్యాసం, త్యాగం - ఈ రెండింటి యొక్క తత్త్వాలను వేరువేరుగా తెలుసుకోవాలనుకొంటున్నాను. (1)

శ్రీకృష్ణ భగవానుడు చెపుతున్నాడు - చాలామంది పండితులు కామ్య కర్మలను విడిచి పెట్టడం సంన్యాసమని చెప్తారు. విచారణ శీలురు సర్వకర్మ ఫలత్యాగాన్ని త్యాగమని అంటారు. కొంతమంది విద్వాంసులు కర్మ చేయడమే దోషమని కనుక అది వదిలివేయదగినది అని అంటారు. కాని ఇంకొంతమంది యజ్ఞ దాన తపః కర్మలు వదిలివేయదగినవి కావని అంటారు. పురుష శ్రేష్ఠా ! అర్జునా ! సంన్యాసం, త్యాగం - ఈ రెండింటిలో ముందు త్యాగ విషయమై నా నిశ్చితాభిప్రాయాన్ని విను. త్యాగం కూడా సాత్విక రాజస తామస భేదాలతో మూడు రకాలని చెప్పబడింది కదా! యజ్ఞదాన తపఃకర్మలు విడువదగినవి కావు. పైగా అవి తప్పక చేయదగినవి. ఎందుకంటే బుద్ధిమంతులు చేసే యజ్ఞదాన తపః కర్మలు మూడూ అంతః కరణాన్ని పవిత్రం చేస్తాయి. కాబట్టి పార్థా ! ఈ యజ్ఞదాన తపః కర్మలు, ఇంకా ఇతర కర్తవ్య కర్మలన్నీ ఆసక్తిని (సంగాన్ని), ఫలాన్ని విడిచిపెట్టి తప్పక చేయదగినవి అని నా నిశ్చితమైన ఉత్తమమైన అభిప్రాయం. నిషిద్ధమైన కామ్యకర్మలను విడిచిపెట్టడం ఉచితంగాని, నియతమైన కర్మలను విడువడం తగినది కాదు. అజ్ఞానం వలన వాటిని విడిచివేయడం తామసత్యాగం అనిపించుకొంటుంది. "ఇదంతా దుఃఖ పూరితమే" అనుకొని శారీరక కష్టానికి భయపడి కర్తవ్య కర్మలను దేనినైనా విడిచిపెడితే అది రాజసత్యాగం అవుతుంది. పైగా అలా త్యాగం చేసినా త్యాగఫలం మాత్రం లభించదు. అర్జునా ! "శాస్త్ర విహితమైన కర్మ చేయదగినదే" అని భావించి ఆసక్తిని, ఫలాన్ని కూడా విడిచిపెట్టి నియతమైన కర్మను చేస్తే అది సాత్విక త్యాగం అనిపించుకొంటుంది. అకుశలమైన కర్మపట్ల ద్వేషంగాని, కుశలకర్మ పట్ల ఆసక్తి గాని లేని శుద్ధ సత్త్వగుణ యుక్తుడు, సంశయ రహితుడు, మేధావి అయిన వాడే అసలైన త్యాగి. శరీరధారి అయిన మనుష్యుడు పూర్తిగా అన్ని కర్మలను వదిలిపెట్టడానికి శక్యం కాదు. కాబట్టి కర్మఫలాన్ని త్యజించినవాడే త్యాగి అని చెప్పబడతాడు. కర్మఫలాన్ని త్యాగం చేయనివారి యొక్క కర్మలకు అనిష్టం (చెడు), ఇష్టం (మంచి), మిశ్రం అని మూడు రకాలైన, ఫలితాలు మరణించిన తరువాత తప్పకుండా కలుగుతాయి. కాని కర్మఫలాన్ని విడిచినవారికి ఎప్పుడూ ఆ ఫలితాలు ఉండవు. (2-12)

మహాబాహూ ! సర్వకర్మలు సిద్ధించడానికి సాంఖ్యశాస్త్రంలో కర్మలు అంతరించడానికి చెప్పిన ఈ ఐదు కారణాలను నేను చెప్తాను. చక్కగా విను. కర్మలు సిద్ధించడానికి అధిష్ఠానం, కర్త, భిన్నరకాలయిన సాధనాలు (కరణాలు), రకరకాలయిన వేర్వేరు చేష్టలు, కారణాలు. అలాగే ఐదవ హేతువు దైవం. నరుడు శరీర వాఙ్మనస్సులతో న్యాయ్యమైనదైనా (శాస్త్రానుకూలం), తద్విరుద్ధమైనదైనా ఏ పని ప్రారంభించినప్పటికీ దానికి ఈ అయిదే కారణాలు. ఈ

విషయం ఇలా ఉన్నప్పటికీ, శుద్ధబుద్ధి లేని కారణంగా కర్మలు జరగడానికి శుద్ధస్వరూపమైన ఆత్మనే కర్తగా తలచే దుర్మతి అయిన అజ్ఞాని వాస్తవాన్ని గమనించడం లేదు. అంతఃకరణంలో 'నేను కర్తను' అనే భావం లేనివాడు, ప్రాపంచిక పదార్థాలలో, కర్మలలో తగుల్కొనివాడు ఈ లోకాలనన్నిటినీ మట్టుపెట్టినా, వాస్తవానికి అతడు చంపినవాడుకాడు, అతనిని ఏ పాపమూ బంధించదు. జ్ఞాత, జ్ఞానం, జ్ఞేయం - అని కర్మచోదన మూడురకాలు. కర్త, కరణం, కర్మ - అని కర్మసంగ్రహం మూడురకాలు. (13-18)

గుణసంఖ్యను చెప్పే శాస్త్రంలో జ్ఞానం, కర్మ, కర్త - కూడా గుణ భేదాన్ని బట్టి మూడు మూడు విధాలుగా చెప్పబడింది. వాటిని కూడా పూర్వంలాగే చక్కగా విను. వేర్వేరుగా ఉండే సర్వప్రాణులలోను ఒకే అవ్యయమైన పరమాత్మ భావాన్ని విభాగరహితమైన సమభావంతో చూడ గలిగితే సాత్విక జ్ఞానమని, సర్వభూతాలలోను వేర్వేరుగా ఉండే నానా భావాలను వేర్వేరుగానే తెలుసుకొనే జ్ఞానం రాజసజ్ఞానమని తెలుసుకో. ఒక్క కార్యరూపమైన శరీరంలోనే సంపూర్ణమైన, అహైతుకము, తత్త్వార్థ రహితము, తుచ్ఛము అయిన ఆసక్తిని కలిగి ఉంటే ఆ జ్ఞానం తామసమని అంటారు. శాస్త్ర విహితమైనట్టి, కర్తృత్వాభిమానం లేనట్టి, రాగద్వేషాలు లేకుండా, ఫలాన్ని కోరకుండా చేసినట్టి కర్మను సాత్త్విక కర్మ అంటారు. భోగాలు కోరుకొనేవాడు గాని, అహంకారం కలవాడు గాని మిక్కిలి ఆయాసపడి చేసే కర్మ రాజసకర్మ అనిపించుకొంటుంది. పరిణామం, క్షయం, హింస, సామర్థ్యం - ఇవేవీ గమనించకుండా కేవలం అజ్ఞానంతో ఆరంభించబడే కర్మ తామసమని చెప్ప బడుతుంది. సంగరహితుడు, "నేను చేస్తున్నాను" అని అననివాడు, ధైర్యం ఉత్సాహం కలిగినవాడు, కార్యం సిద్ధించినా, సిద్ధించకపోయినా హర్షశోకములనే వికారాలు పొందనివాడు సాత్వికుడైన కర్త అవుతాడు. ఆసక్తి కలవాడు, కర్మఫలాన్ని కోరుకొనేవాడు, లోభి అయిన వాడు, హింసించే స్వభావం కలవాడు, అశుచుడు, హర్షశోకాలు కలిగినవాడు రాజసకర్తగా చెప్పబడతాడు. అయుక్తుడు, ప్రాకృతుడు, గర్విష్ఠి, ధూర్తుడు, ఇతరుల జీవనాధారాలను నాశనం చేసేవాడు, సోమరితనం కలవాడు, శోకించేవాడు, దీర్ఘసూత్రి అయిన కర్తను తామసకర్త అంటారు. ఇక బుద్ధికి, ధృతికీకూడా గుణాలను బట్టి ఉండే మూడురకాల భేదాలను సంపూర్ణంగా వేర్వేరుగా చెప్తాను. విను. పార్థా ! ప్రవృత్తి మార్గాన్ని- నివృత్తిమార్గాన్ని, కార్యాన్ని - అకార్యాన్ని, భయాన్ని - అభయాన్ని, బంధాన్ని; - మోక్షాన్ని యథార్థంగా తెలుసుకొనే బుద్ధి సాత్విక బుద్ధి. ధర్మాధర్మాలను, కర్తవ్యా కర్తవ్యాలను యథార్థంగా తెలుసుకోలేని బుద్ధి రాజసబుద్ధి. తమోగుణంచేత ఆవరింపబడి అధర్మాన్ని ధర్మంగాను, సమస్త కార్యాలను విపరీతంగాను భావించే బుద్ధి తామసబుద్ధి. పార్థా ! ధ్యానయోగం ద్వారా మనః ప్రాణేంద్రియాల యొక్క కార్యాలను ఏమాత్రం చలించని ధృతితో ధరిస్తూ ఉంటే ఆ ధృతిని సాత్త్విక ధృతి అంటారు. ఫలాకాంక్షి అయినవాడు ఏ ధారణాశక్తిద్వారా అత్యంతాసక్తితో ధర్మార్థకామాలను ధరిస్తూ ఉంటాడో ఆ ధారణా శక్తియే రాజసధృతి. పార్థా ! దుష్టబుద్ధి కలవాడు ఏ ధారణాశక్తి చేత నిద్ర, భయం, శోకం, దుఃఖం, ఉన్మత్తత కూడా విడిచిపెట్టడో అది తామస ధృతి. భరతసత్తమా ! ఇప్పుడు మూడు రకాలైన సుఖాన్ని గూర్చి విను. సాధకుడు భజన ధ్యాన సేవాదులనే అభ్యాసం చేత రమిస్తూన్నప్పుడు, దుఃఖం పూర్తిగా తొలగిపోయినప్పుడు కలిగే సుఖం, అది మొదట్లో విషంలా అనిపించినప్పటికీ పరిణామంలో అమృతతుల్యంగా ఉంటుంది. కాబట్టి ఆ పరమాత్మ విషయకమైన - బుద్ధియొక్క ప్రసాదం వలన పుట్టిన సుఖం సాత్వికం అని చెప్పబడుతుంది. విషయేంద్రియ సంయోగం వలన కలిగే సుఖం - అది మొదట్లో అనగా భోగకాలంలో అమృత తుల్యంగా అనిపించినప్పటికీ పరిణామంలో విషతుల్యం అవుతుంది. కనుక ఆ సుఖాన్ని రాజస సుఖం, అంటారు. భోగకాలంలోను, తదనంతర కాలంలోనూ, కూడా ఆత్మను మోహింపచేసేది, నిద్రాలస్య ప్రమాదాల వలన పుట్టేది అయిన సుఖం తామస సుఖమని చెప్పబడుతోంది. భూమిపైన గాని, ఆకాశంలో గాని, దేవతలలో గాని ఇంక ఎక్కడైనా గాని ప్రకృతి జన్యమైన ఈ మూడు గుణాల నుండి విముక్తమైన ప్రాణి ఏదీ లేనే లేదు. (19-40)

పరంతపా ! బ్రాహ్మణ క్షత్రియ వైశ్య శూద్రుల యొక్క కర్మలు స్వభావ జన్యమైన గుణాల చేత విభజింపబడ్డాయి. మనోనిగ్రహం, ఇంద్రియ నిగ్రహం, ధర్మాచరణంకోసం కష్టాన్ని సహించడం, బాహ్యాభ్యంతరాలలో శుచిగా ఉండడం, ఇతరుల అపరాధాలను క్షమించడం, ఋజుత్వం (మనస్సును, ఇంద్రియాలను, శరీరాన్ని సరళంగా ఉంచుకోవడం) కలిగి ఉండడం, వేదశాస్త్రాల యొక్క అధ్యయనం - అధ్యాపనం చేయడం, పరమాత్మ తత్త్వాన్ని అనుభవంలోనికి తెచ్చుకోవడం, వేదశాస్త్రాలు, భగంతుడు, పరలోకం - వీటిపట్ల శ్రద్ధ కలిగి ఉండడం - ఇవన్నీ బ్రాహ్మణులకు స్వాభావిక కర్మలు.

శౌర్యం, తేజస్సు, ధైర్యం, చాతుర్యం, యుద్ధంలో వెనుతిరగకపోవడం, దానం చేయడం, ఈశ్వరభావం – ఇవన్నీ క్షత్రియులకు స్వాభావిక కర్మలు. వ్యవసాయం, గోపాలనం, క్రయ విక్రయ రూపమైన సత్య వ్యవహారము, ఇవి వైశ్యులకు స్వాభావిక కర్మలు. అన్ని వర్ణాలవారికి సేవ చేయడం – శూద్రులకు కూడా స్వాభావిక కర్మయే. తమ తమ స్వాభావిక కర్మలలో తత్పరులై ఉండే వారికి భగవత్ప్రాప్తి రూపమైన సిద్ధి కలుగుతుంది. స్వకర్మ నిరతులైన వారికి సిద్ధి ఎలా కలుగుతుందో అది విను. ఏ భగవంతునినుండి ఈ ప్రాణులన్నీ ఉద్భవించాయో, ఎవని వలన ఈ సమస్త జగత్తు వ్యాప్తమై ఉందో ఆ పరమేశ్వరుని తమ స్వాభావిక కర్మల ద్వారా పూజించి మనుష్యులు పరమ గతిని పొందగలుగుతారు. చక్కగా అనుష్ఠించిన పరధర్మం కంటె గుణరహితమైనప్పటికీ స్వధర్మమే శ్రేయస్కరమైనది. స్వాభావికంగా నియతమైన స్వధర్మరూపమైన కర్మ చేసే మానవుడు పాపాన్ని పొందడు. కౌంతేయా ! దోషయుక్తమయినా సహజమైన కర్మను విడువకూడదు. ఎందుకంటే పొగచేత అగ్ని కప్పబడినట్లు అన్ని కర్మలు ఏదో ఒక దోషం చేత ఆవరింపబడి ఉంటాయి. (41-48)

అన్నిటియందు అసక్తమైన బుద్ధి కలవాడు, కోరికలు నశించిన వాడు, జయించబడిన మనసు కలవాడు సంన్యాసం చేత నైష్కర్మ్యసిద్ధిని పొందగలడు. కౌంతేయా ! అలా సిద్ధిని పొందినవాడు ఏ రీతిగా బ్రహ్మను పొందుతాడో, జ్ఞానయోగానికి పరమైన నిష్ఠ ఏదో సంక్షిప్తంగా చెప్తాను. విను. విశుద్ధమైన బుద్ధితో యుక్తుడై, సాత్త్వికమైన ధారణశక్తితో అంతఃకరణాన్ని ఇంద్రియాలను అదుపులో ఉంచుకొని, శబ్దాది విషయాలను విడిచిపెట్టి, రాగ ద్వేషాలను నశింప చేసుకొని, ఏకాంతమూ పరిశుద్ధమూ అయిన ప్రదేశంలో ఉన్నవాడై, తేలికైన సాత్త్వికమైన నియమిత భోజనం చేస్తూ, మనసును వాక్కులను శరీరాన్ని వశపరచుకొని, నిరంతరం ధ్యానయోగ పరుడై, దృఢమైన వైరాగ్యాన్ని ఆశ్రయించినవాడై, అహంకారం, బలం, దర్పం, కామం, క్రోధం, పరిగ్రహం – ఇవన్నీ విడిచిపెట్టి, మమకార రహితుడై, శాంతియుక్తుడై ఉండేవాడు బ్రహ్మతో అభిన్నమైన స్థితిని పొందడానికి అర్హుడవుతాడు. అలా బ్రహ్మభూతుడు అయిన ప్రసన్నచిత్తుడు ఎవరి గురించీ శోకించడు. దేనినీ కాంక్షించడు. సమస్త ప్రాణులయందు సమబుద్ధి కలిగిన అతడు నాయందు పరమ భక్తిని పొందుతాడు. పరాభక్తితో నన్ను గూర్చి నేను ఎవరినో ఎంతటివాడినో ఉన్నదున్నట్లుగ తెలుసుకొంటాడు. ఆ భక్తి వల్ల తత్త్వతః తెలుసుకొన్న తదనంతరం నన్ను చేరుకొంటాడు. (49-55)

నన్ను విడువకుండా ఎల్లప్పుడూ సమస్త కర్మలు చేస్తూనే ఉన్న కర్మయోగి నా అనుగ్రహం వలన శాశ్వతమైన అవ్యయమైన పరమపదాన్ని పొందుతాడు. సర్వకర్మలను మనసుతోనే నాకు అర్పించి, సమత్వబుద్ధి అనే యోగాన్ని ఆశ్రయించి, మత్పరాయణుడవై, నిరంతరం నాయందే మనసు కలవాడవు కా. పైన చెప్పినట్లుగా నీవు నాయందు మనసు పెట్టితే నాదయవలన అన్ని కష్టాలనుండి తరించగలుగుతావు. అలా కాకుండా అహంకారంవలన నా మాట వినకపోతే నష్టపోతావు. ఒకవేళ అహంకారాన్ని ఆశ్రయించి "యుద్ధం చేయను" అని నీవు భావిస్తే, నీ యొక్క నిశ్చయం అసత్యమే అవుతుంది. ఎందుకంటే నీ స్వభావమే నిన్ను బలవంతంగా (యుద్ధం చేయడానికి) నియోగిస్తుంది. కౌంతేయా ! మోహంతో ఏ కర్మనయితే చేయడానికి నీవు ఇష్టపడడంలేదో, దానిని కూడా స్వాభావికమైన స్వకర్మలకు బద్ధుడవై అవశుడవై చేస్తావు. అర్జునా ! శరీరమనే యంత్రంలో ఆరూఢమై ఉన్న సమస్త ప్రాణులను అంతర్యామి అయిన పరమేశ్వరుడు. తన మాయచేత వారి వారి కర్మలను అనుసరించి తిప్పుతూ సర్వప్రాణుల హృదయ ప్రదేశాలలో నిలిచిఉంటాడు. భారతా ! నీవు సర్వవిధాలా అతనివే శరణు పొందు. అతని అనుగ్రహం వలన పరమ శాంతిని, శాశ్వతమైన పదాన్ని పొందుతావు. ఇలా నేను నీకు రహస్యాలన్నింటికంటె మిక్కిలి రహస్యమైన జ్ఞానాన్ని చెప్పాను. ఇక నీవు దీనిని పూర్తిగా చక్కగా ఆలోచించుకొని నీకు ఎలా నచ్చితే అలా చెయ్యి. సమస్త రహస్యాలకంటె కూడా రహస్యమైన నా పరమమైన మాటలను నీవు మళ్లీ విను. నీవు నాకు మిక్కిలి ఇష్టుడవు. అందువలన నీకు హితకరమైన మాటలను చెపుతున్నాను. అర్జునా ! నాయందే మనసు నిలుపు. నా భక్తుడవు కా. నన్ను పూజించు. నాకు నమస్కరించు. ఇలా చేస్తే నన్నే పొందుతావు. ఇది సత్యమని ప్రతిజ్ఞ చేస్తున్నాను. ఎందుకంటే నీవు నాకు ఇష్టుడవు కనుక. అన్ని ధర్మాలను (కర్తవ్య కర్మలను) విడిచిపెట్టి, సర్వశక్తిమంతుడను సర్వాధారుడను పరమేశ్వరుడను అయిన నన్ను ఒక్కడినే శరణు పొందు. నేను నిన్ను సర్వపాపాలనుండి విముక్తుడిని చేస్తాను. విచారించకు. (56-66)

ఈ గీత అనే రహస్యమైన ఉపదేశం ఎప్పుడూ కూడా తపస్సు చేయనివానికి, భక్తిరహితునికి, వినడానికి ఇష్టం లేనివానికి, నన్ను ద్వేషించేవానికి చెప్పకూడదు. నాయందు

పరమభక్తిని కలిగి, ఈ పరమగుహ్యమైన ఉపదేశాన్ని నా భక్తులకు చెప్పినవాడు నన్నే పొందుతాడు. ఇది నిస్సంశయం. మనస్సులో అతనిని మించిన ఇష్టకృత్యం చేసినవాడు నాకు ఎవడూ ఉండడు. ఈ భూమిపై నాకు అతనికంటె ఇష్టుడైన వేరొకడు కలుగడు కూడా. ఈ ధర్మమయమైన మన ఇద్దరి యొక్క సంవాదాన్ని ఎవడు పఠిస్తాడో అతని చేత జ్ఞానరూపమైన యజ్ఞం ద్వారా నేను పూజింపబడతాను అని నా ఉద్దేశం. శ్రద్ధావంతుడు, అసూయారహితుడు అయిన మానవుడు వినినా కూడా అతడు కూడా ముక్తుడై, పుణ్య కర్మలు చేసేవారు పొందే ఉత్తమ లోకాలను పొందుతాడు. పార్థా ! నీవు ఏకాగ్రమైన మనస్సుతో దీనిని విన్నావా ? ధనంజయా ! అజ్ఞానం వలన కలిగిన నీ మోహం నశించిందా? (67-72)

అర్జునుడు అంటున్నాడు - అచ్యుతా ! నీ దయవలన నాకు మోహం నశించింది. స్మృతి లభించింది. సందేహాలన్నీ తీరిన వాడినైనాను. నీ మాటలు పాటిస్తాను. (73)

సంజయుడు చెపుతున్నాడు - ఈ రకంగా మహాత్ముడయిన వాసుదేవుని యొక్క పార్థుని యొక్క అద్భుతమైన, పులకరింప చేసే ఈ సంవాదాన్ని నేను విన్నాను. వ్యాసమహర్షి యొక్క అనుగ్రహంవలన దివ్యదృష్టిని పొంది, ఈ పరమగోపనీయమైన యోగాన్ని అర్జునునకు యోగేశ్వరుడయిన శ్రీకృష్ణ భగవానుడు స్వయంగా చెపుతూ ఉండగా నేను ప్రత్యక్షంగా విన్నాను. రాజా ! శ్రీకృష్ణ భగవానుని యొక్క అర్జునుని యొక్క ఈ రహస్యమైన కల్యాణ కారకమైన అద్భుతమైన సంవాదాన్ని తలచుకొని తలచుకొని నేను పదే పదే మురిసిపోతున్నాను. రాజా ! శ్రీహరి యొక్క ఆ అత్యద్భుతమైన రూపాన్ని కూడా తలచుకొని తలచుకొని నాకు మహాఆశ్చర్యం కలుగుతోంది. పదేపదే పులకించిపోతున్నాను. యోగేశ్వరుడు అయిన శ్రీకృష్ణుడు, ధనుర్ధరుడయిన పార్థుడు ఎక్కడ ఉంటారో అక్కడే సంపద, విజయం, ఐశ్వర్యం, న్యాయం ఉంటాయని నా ఉద్దేశ్యం. (74-78)

యుధిష్ఠిరుడు భీష్మాదుల వద్దకు వెళ్లి యుద్ధానికి అనుమతిని ఆశీర్వాదమును అడుగుట.

వైశంపాయనుడు చెపుతున్నాడు - "రాజా ! స్వయంగా కమలనాభుడైన శ్రీకృష్ణ భగవానుని ముఖకమలం నుండి వెలువడింది కాబట్టి గీతను చక్కగా పారాయణ చేయాలి. ఇతర శాస్త్రాలు ఎన్ని సంగ్రహించినా లాభం ఏముంది ? గీతలో సమస్త శాస్త్రాలు సమకూడి ఉన్నాయి. భగవంతుడు సర్వదేవమయుడు. గంగ సకలతీర్థాలకు ఆవాసము. మనువు సకలదేవ స్వరూపుడు. గీత, గంగ, గాయత్రి, గోవిందుడు - అనే గకారంతో కూడిన నాలుగు నామాలు హృదయంలో ఉంటే ఈ సంసారంలో తిరిగి జన్మించనక్కరలేదు. భారతామృతానికి సారభూతమైన గీతను శ్రీకృష్ణుడు చిలికి వెన్నముద్దగా చేసి అర్జునుని నోటికి అందించాడు."

సంజయుడు చెపుతున్నాడు - అప్పుడు అర్జునుడు గాండీవధనుస్సును ధరించడం చూసి మహారథులందరూ తిరిగి సింహనాదం చేశారు. ఆ సమయంలో పాండవులు. ద్రుపదుడు వారి అనుచరులు, ఇతర రాజులు ఆనందంతో శంఖాలు ఊదారు. భేరులు, పణవానకాలు, పటహాలు, కాహళులు ఒక్కసారిగా మోగడంతో అక్కడ మహాధ్వని పుట్టింది.

ఈ రీతిగా ఇరుపక్షాల సైన్యాలు యుద్ధానికి సిద్ధంగా ఉండడం చూసి యుధిష్ఠిరుడు తన కవచాన్ని, ఆయుధాలను విడిచి, ముందుకు, శత్రుసైన్యం నిలబడినవైపుకు, పితామహుడు భీష్ముని వైపు చూస్తూ వేగంగా కాలినడకనే బయలుదేరాడు. అతడు ఇలా చేయడం చూసి అర్జునుడు కూడా రథం నుండి దూకి ఇతర సోదరులతో కలిసి అతని వెనుకనే వెళ్ళసాగాడు. శ్రీకృష్ణభగవానుడు, ఇతర ముఖ్యరాజులు కూడా అతికుతూహలంతో వారిని అనుసరించారు. అర్జునుడు "రాజా ! మీ ఉద్దేశ్యం ఏమిటి ? మీరు మమ్మల్ని విడిచి కాలినడకనే శత్రుసైన్యం మధ్యకు ఎందుకు వెళుతున్నారు ?" అని అడిగాడు. భీమసేనుడు - "రాజా ! శత్రు సైనికులు కవచాలు ధరించి యుద్ధానికి సిద్ధంగా ఉన్నారు. ఈ స్థితిలో మీరు తమ్ముళ్లను విడిచి, ఆయుధాలను కవచాన్ని తీసివేసి ఎక్కడికి వెళ్లాలని అనుకొంటున్నారు ?" అని అడిగాడు. నకులుడు - "మహారాజా ! మీరు మాకు జ్యేష్ఠులు. మీరు ఈ రీతిగా వెళ్తుంటే మాకు భయంగా ఉంది. మీరు ఎక్కడికి వెళ్తున్నారో చెప్తే బాగుంటుంది." అన్నాడు. సహ దేవుడు - "రాజా ! ఈ భయంకరమైన యుద్ధ రంగంలో ప్రవేశించాక ఇప్పుడు మీరు మమ్మల్ని వదిలి శత్రువుల వైపు ఎక్కడికి వెళ్తున్నారు ?" అని అడిగాడు.

తమ్ముళ్లు ఇలా అడుగుతున్నా యుధిష్ఠిరుడు వారికి సమాధానం చెప్పలేదు. మౌనంగా నడుస్తూనే ఉన్నాడు. అప్పుడు చతురచూడామణి అయిన శ్రీకృష్ణుడు నవ్వి - "నాకు ఈతని అభిప్రాయం తెలిసింది. భీష్మ ద్రోణ కృప శల్యులు మొదలైన

గురుజనుల ఆజ్ఞ తీసుకొని ఇతడు శత్రువులతో యుద్ధం చేస్తాడు. నా ఉద్దేశ్యంలో గురుజనుల ఆజ్ఞ తీసుకోకుండా వారితో యుద్ధం చేస్తే, వారు అతనికి తప్పకుండా శాపం ఇస్తారు. పైగా శాస్త్రానుసారంగా వారికి నమస్కరించి వారి అనుమతి పొంది యుద్ధం చేస్తే అతనికి తప్పక విజయం సిద్ధిస్తుంది." అని చెప్పాడు.

ఇక్కడ శ్రీకృష్ణుడు ఇలా చెపుతూ ఉండగానే కౌరవ సైన్యంలో గొప్ప కలకలం బయల్దేరింది. కొంతమంది స్థాణువులై మౌనంగా నిలబడి పోయారు. యుధిష్ఠిరుడు రావడం చూసి దుర్యోధనుని సైనికులు తమలో తాము – "ఆహా ! వీడే కులకలంకుడైన యుధిష్ఠిరుడు. చూడు. ఇప్పుడు యుద్ధానికి భయపడి తన తమ్ముళ్లతో కలిసి శరణు పొందాలని భీష్ములవారి వద్దకు వస్తున్నాడు. ఇతనివెనుక భీమార్జున నకుల సహదేవుల వంటి వీరులు ఉన్నారు. అయినా భయం ఇతనిని ఎలా లొంగదీసుకొందో !" అనుకోసాగారు. ఇలా అనుకొన్నాక వారు మళ్లీ కౌరవులను పొగడుతూ ఆనందంతో తమ ధ్వజాలను ఎగురవేశారు. ఇలా యుధిష్ఠిరుని తూలనాడి, అతడు భీష్మునితో ఏం చెపుతాడో, రణదుర్మదుడైన భీమసేనుడు, కృష్ణార్జునులు ఈ విషయంలో ఏమంటారో వినడం కోసం వారందరూ ఒక్కసారిగా నిశ్శబ్దం వహించారు. ఆ సమయంలో యుధిష్ఠిరుడు చేసిన ఈ పని వల్ల రెండు పక్షాల సేనలూ గొప్ప సందేహంలో పడిపోయాయి.

యుధిష్ఠిరుడు శత్రుమధ్యంలో భీష్ముని వద్దకు చేరుకొన్నాడు రెండు చేతులతో అతని కాళ్లను పట్టుకొని – "అజేయుడవైన పితామహా ! నేను మీకు నమస్కరిస్తున్నాను. నాకు మీతో యుద్ధం చేయవలసివచ్చింది. మీరు నాకు అనుమతిని ఇవ్వండి. దానితోపాటే ఆశీర్వాదం కూడా అనుగ్రహించండి. అని అడిగాడు.

భీష్ముడు – "యుధిష్ఠిరా ! నీవు ఇప్పుడు కనుక నా దగ్గరకు రాకపోతే నీకు అపజయం కలగాలని శపించి ఉందును. ఇప్పుడు నేను నీపట్ల ప్రసన్నుడనయ్యాను. యుద్ధం చెయ్యి. నీకు విజయం కలుగుతుంది. ఈ యుద్ధంలో నీవు కోరుకొన్నవన్నీ జరుగుతాయి. ఇది కాక నీవు ఏదైనా కోరుకోదలచుకొంటే కోరుకో. ఇలా జరిగితే నీకు పరాజయం కలుగదు. రాజా ! పురుషుడు అర్థానికి దాసుడు కాని అర్థం ఎవరికీ దాస్యం చేయదు. ఇది నిజం ఈ అర్థంతోనే కౌరవులు నన్ను కట్టిపడేశారు. అందుకే నేను నీతో నపుంసకుడిలా మాటలాడుతున్నాను. నాయనా ! నేను కౌరవుల పక్షంలోనే యుద్ధం చేయాలి. ఇది తప్ప నీవు ఇంకేదైనా చెప్పదలిస్తే చెప్పు." అన్నాడు.

యుధిష్ఠిరుడు – తాతగారూ ! మిమ్మల్ని ఎవరూ జయించలేరు. కాబట్టి మీరు మాకు మేలు చేయాలనుకొంటే మేము మిమ్మల్ని యుద్ధంలో ఎలా జయించగలమో చెప్పండి." అని అడిగాడు.

భీష్ముడు – "కుంతీనందనా ! రణరంగంలో యుద్ధం చేసే సమయంలో నన్ను జయించగలవాడు ఎవడూ నాకు గోచరించడం లేదు. ఇతరుల సంగతెందుకు ? స్వయంగా ఇంద్రునికి కూడా అంత శక్తి లేదు. అంతే కాదు. నా మరణానికి నిశ్చితమైన సమయం కూడా లేదు. కాబట్టి నీవు నన్ను ఇంకొకసారి ఎప్పుడయినా కలుసుకో." అని చెప్పాడు.

యుధిష్ఠిరుడు భీష్ముని మాటను శిరోధార్యంగా భావించి, తిరిగి అతనికి నమస్కరించి ద్రోణాచార్యుని రథం వైపు సాగిపోయాడు. అతడు ఆచార్యునికి నమస్కరించి ప్రదక్షిణం చేశాడు. తనకు మేలు కలగాలని "ఆచార్యా ! నేను మీతో యుద్ధం చేయవలసివస్తుంది. ఇందుకు నేను మీ అనుమతిని కోరుతున్నాను. అందువల్ల నాకు పాపం కలగకూడదని, నేను శత్రువులను ఎలా జయించగలనో దయచేసి అది కూడా చెప్పండి." అని అడిగాడు.

ద్రోణాచార్యుడు – "రాజా ! నీవు యుద్ధం చేయాలని నిశ్చయించుకొని కూడా నా దగ్గరకు రాకపోతే, నేను నీకు పరాజయం కలగాలని శాపం ఇచ్చి ఉందును. కాని నీవు చూపిన ఈ గౌరవం వలన నేను మిక్కిలి సంతోషించాను. యుద్ధం చెయ్యి. నీకు విజయం కలుగుతుంది. నేను నీ కోరిక తీరుస్తాను. చెప్పు. నీకు ఏం కావాలో. ఈ స్థితిలో నీవైపు యుద్ధం చెయ్యమనడం తప్ప ఇంకేదైనా కోరిక ఉంటే అడుగు ఎందుకంటే – పురుషుడు అర్థానికి దాసుడు. కాని అర్థం ఎవరికీ దాస్యం చేయదు. ఇది నిజం. కౌరవులు ఈ అర్థంతోనే నన్ను బంధించివేశారు. కనుకనే నేను నపుంసకుడిలా నీవైపు యుద్ధం చేయమనడం తప్పించి ఇంకేమైనా కోరుకో అంటున్నాను. నేను కౌరవుల పక్షంలోనే యుద్ధం చేస్తాను. అయినా నీ విజయాన్నే కోరుకొంటాను." అన్నాడు.

యుధిష్ఠిరుడు – "బ్రాహ్మణోత్తమా ! మీరు కౌరవుల పక్షంలోనే యుద్ధం చేయండి – కాని, నా విజయాన్ని కోరుకోండి. నాకు ఉపయోగించే ఆలోచన చేయండి." ఇదే నేను అడిగే వరం." అన్నాడు.

ద్రోణాచార్యుడు – "రాజా ! శ్రీకృష్ణుడే నీకు స్వయంగా సలహాలను ఇచ్చేవాడు. కాబట్టి నీ విజయం తథ్యం. నీకు యుద్ధానికి అనుమతి ఇస్తున్నాను. యుద్ధభూమిలో శత్రుసంహారం చేయగలవు. ధర్మం ఉన్నచోటే శ్రీకృష్ణుడు ఉంటాడు, శ్రీకృష్ణుడు ఉన్నచోటనే విజయం ఉంటుంది. కుంతీనందనా ! ఇక నీవు వెళ్లు. యుద్ధం చెయ్యి. నీవు ఏమి అడగాలనుకొంటున్నావో అడుగు. నేను నీకు ఏమి చెప్పగలను ?" అన్నాడు.

యుధిష్ఠిరుడు – "ఆచార్యా ! నేను మీకు నమస్కరించి ఇదే అడుగుతున్నాను – మీ వధకు ఉపాయం ఏమిటి ?" అని అడిగాడు.

ద్రోణాచార్యుడు – రాజా ! సంగ్రామ రంగంలో రథాన్ని అధిరోహించి క్రోధంతో బాణవర్షం కురిపిస్తున్నప్పుడు నన్ను చంపగలిగిన శత్రువు ఎవడూ కనపడడం లేదు. ఆ. నేను ఆయుధం విడిచి అచేతనంగా నిలబడినపుడు ఎవరైనా యోధుడు నన్ను చంపగలుగుతాడు – నేను నీతో యథార్థం చెపుతున్నాను. నేను నీకు ఒక ముఖ్య విషయం చెపుతున్నాను – ఎవరైనా విశ్వాసపాత్రుడి నోటివెంట నాకు అత్యంతమూ అప్రియమైన వార్త వినపడితే నేను సంగ్రామరంగంలో అస్త్రత్యాగం చేస్తాను" అని చెప్పాడు.

ద్రోణాచార్యుడు చెప్పినది విని యుధిష్ఠిరుడు అతని అనుమతిని తీసుకొని కృపాచార్యుని వద్దకు వెళ్లాడు. అతనికి ప్రదక్షిణ నమస్కారాలు చేసి – "గురువర్యా ! నేను మీతో యుద్ధం చేయవలసివస్తుంది. నాకు పాపం అంటకుండా ఉండడం కోసం మీ అనుమతిని కోరుతున్నాను. అంతేకాదు. మీ అనుమతి ఉంటే శత్రువులను కూడా జయించ గలుగుతాను." అన్నాడు.

కృపాచార్యుడు – రాజా ! యుద్ధం నిశ్చయమయ్యాక, నీవు నాదగ్గరకు రాకపోతే నేను నిన్ను శపించే వాడిని. పురుషుడు అర్థానికి దాసుడు, అర్థం ఎవరికీ దాసుడు కాదు. ఇది నిజం. ఈ అర్థంతోనే కౌరవులు నన్ను బంధించి. ఉంచారు. కాబట్టి యుద్ధమయితే నేను వారి పక్షాన్నే చేయాలి. ఇది నా నిశ్చయం. అందుకే నపుంసకుడిలా "నీ తరఫున యుద్ధం చెయ్యమని అడగడం తప్ప వేరేదైనా నీ కోరిక ఉంటే అడుగు" అని చెప్పవలసివస్తోంది." అన్నాడు.

యుధిష్ఠిరుడు – "ఆచార్యా ! వినండి. అందుకే నేను మిమ్మల్ని అడుగుతున్నాను....." అని మాత్రమే పలికి వ్యథితుడై అచేతనుడిలా ఉండిపోయాడు. ఆపైన ఏమీ మాట్లాడలేకపోయాడు. అప్పుడు అతని అభిప్రాయం తెలుసుకొని కృపాచార్యుడు – "రాజా ! నన్ను ఎవరూ చంపలేరు. అయినా విచారమేమీ లేదులే. నీవు యుద్ధం చెయ్యి. విజయం నీదే అవుతుంది. నీవు ఇప్పుడు ఇలా రావడం వలన నాకు చాలా ఆనందంగా ఉంది. నేను రోజూ లేవగానే నీ విజయాన్నే కోరుకొంటాను. ఇది నీకు నేను స్పష్టంగా చెపుతున్నాను." అన్నాడు.

కృపాచార్యులు చెప్పినది విని యుధిష్ఠిరుడు అతని వద్ద సెలవు తీసుకొని మద్రరాజు శల్యుని వద్దకు వెళ్లాడు. అతనికి ప్రదక్షిణ నమస్కారాలు చేసి తన హితంకోసం అతనితో – "రాజా ! నేను మీతో యుద్ధం చేయాలి. కనుక మీ అనుమతిని కోరుతున్నాను. అందువల్ల నాకు పాపం అంటదు. మీరు అనుమతిస్తే శత్రువులను కూడా జయించగలుగుతాను" అన్నాడు.

శల్యుడు – రాజా ! యుద్ధం నిశ్చయించబడినాక నీవు నావద్దకు రాకపోతే నీకు పరాజయం కలగాలని శపించి ఉండేవాడిని. ఇప్పుడు ఇలా వచ్చి నన్ను గౌరవించావు కనుక నాకు ఆనందంగా ఉంది. నీ కోరిక నెరవేరుగాక ! నేను నీకు అనుమతిని ఇస్తున్నాను. యుద్ధం చెయ్యి. విజయం నీదే. ఇంకేమైనా నీకు కోరిక ఉంటే నాతో చెప్పు. పురుషుడు అర్థానికి దాసుడు. అర్థం ఎవరికీ దాస్యం చేయదు. ఇదే నిజం. ఈ అర్థంతోనే కౌరవులు నన్ను కట్టిపడేశారు. అందుకనే నపుంసకుడిలా – నీ తరఫున యుద్ధం చేయమని తప్ప ఇంకేదైనా కోరుకోమని అడగవలసి వస్తోంది – నీవు నా మేనల్లుడివి. నీ కోరిక నేను తీరుస్తాను." అన్నాడు.

యుధిష్ఠిరుడు – "మామా ! నేను సైన్యాన్ని సమీకరించడానికి ప్రయత్నించే సమయంలో మిమ్మల్ని ఏమి ప్రార్థించానో అదే నాకు కావలసిన వరం. కర్ణునితో మాకు యుద్ధం జరిగేటపుడు మీరు అతని తేజస్సును (పరాక్రమాన్ని) నశింపచేయండి." అని అడిగాడు.

శల్యుడు – "కుంతీనందనా ! నీ ఈ కోరిక తీరుతుంది. వెళ్లు. నిశ్చింతగా యుద్ధం చెయ్యి. నేను నీ మాట నెరవేరుస్తానని ప్రతిజ్ఞ చేస్తున్నాను." అని పలికాడు.

సంజయుడు చెప్పసాగాడు – రాజా ! మద్రరాజు శల్యుని వద్ద సెలవు తీసుకొని యుధిష్ఠిరుడు తన తమ్ముళ్లతో కలిసి ఆ విశాలమైన సేననుండి బయటకు వచ్చాడు. ఈ మధ్యలో

శ్రీకృష్ణుడు కర్ణునివద్దకు వెళ్లి అతనితో - భీష్ముని మీది కోపంతో నీవు యుద్ధం చేయడం లేదని విన్నాను. అలాగే అయితే భీష్ముడు చంపబడేంతవరకు నీవు మా పక్షానికి రా. అతడు చనిపోయిన తరువాత తిరిగి దుర్యోధనునికి సహాయం చేయడమే ఉచితం అని నీకు అనిపిస్తే మళ్లీ మా ఎదుటి పక్షంలో చేరి యుద్ధం చేయవచ్చును. అన్నాడు.

దానికి కర్ణుడు - "కేశవా ! నేను దుర్యోధనునికి ఇష్టంలేని పని ఎన్నటికీ చేయను. దుర్యోధనునికి ప్రాణాలు పణంగా పెట్టే హితైషిని నేను అని గ్రహించు." అని సమాధానం ఇచ్చాడు.

కర్ణుని ఈ మాటలు విని శ్రీకష్ణుడు అక్కడి నుండి తిరిగి వచ్చి పాండవులతో కలిశాడు. అనంతరం యుధిష్ఠిరుడు సైన్యంమధ్యలో నిలబడి గట్టిగా - "ఏ వీరుడయినా మాకు బాసటగా నిలవాలనుకొంటే, అతనికి మా పక్షాన స్వాగతం పలకడానికి నేను సిద్ధంగా ఉన్నాను." అన్నాడు. ఇది విని యుయుత్సునికి చాలా ఆనందం కలిగింది. అతడు పాండవులవైపు చూస్తూ ధర్మరాజుతో - "మహారాజా ! మీరు నా సేవను అంగీకరిస్తే నేను ఈ మహాయుద్ధంలో మీ పక్షాన కౌరవులతో యుద్ధం చేస్తాను." అన్నాడు.

యుధిష్ఠిరుడు - "యుయుత్సూ ! రావయ్యా రా. మనందరం కలిసి మూర్ఖులైన నీ సోదరులతో యుద్ధం చేద్దాం. మహాబాహూ ! నీకు నేను స్వాగతం పలుకుతున్నాను. నీవు మా పక్షాన యుద్ధం చెయ్యి. ధృతరాష్ట్ర మహారాజు యొక్క వంశం నీ మూలంగానే నిలుస్తుందని, నీవే అతనికి పిండం పెడతావని అనిపిస్తోంది." అన్నాడు.

రాజా ! తరువాత యుయుత్సుడు దుందుభులు మోగుతూండగా నీ పుత్రులను వదిలి పాండవసైన్యంలోకి వెళ్లిపోయాడు. ఆ పైన ధర్మరాజు తన తమ్ముళ్లతో కలిసి ఆనందంగా తిరిగి కవచం ధరించాడు. అందరూ తమ తమ రథాలు ఎక్కారు. వందలకొద్దీ దుందుభులు మళ్లీ మోగాయి. వీరులు రకరకాలుగా సింహనాదాలు చేయసాగారు. పాండవులు రథాలను అధిరోహించడం చూసి ధృష్టద్యుమ్నాది రాజులందరికీ చాలా సంతోషం కలిగింది. పాండవులకు పూజ్యులను పూజించారు అనే గౌరవం దక్కింది. ఇది చూచిన రాజులు అతనిని ఎంతో గౌరవించారు. తమ బంధువర్గం పట్ల వారికి గల సౌహార్దం, దయ, ప్రేమ గురించి ముచ్చటించుకోసాగారు.

యుద్ధ ప్రారంభము - ఇరు పక్షాల వీరులు పరస్పరము తలపడుట

ధృతరాష్ట్రుడు సంజయుడివి "సంజయా ! ఈ రీతిగా పాండవుల యొక్క, నా పుత్రుల యొక్క సైన్యాలు వ్యూహరచన చేశాక ఆ ఇద్దరిలో ముందుగా ఎవరు దెబ్బ కొట్టారు ?" అని అడిగాడు.

సంజయుడు చెప్పసాగాడు - రాజా ! నీ కొడుకు దుర్యోధనుడు తమ్ముళ్లతో కలిసి భీష్ములవారిని ముందుంచుకొని సేనాసమేతంగా ముందుకు కదిలాడు. అలాగే భీమసేనుని నాయకత్వంలో పాండవ వీరులందరూ కూడా భీష్మల వారితో యుద్ధం చేయడానికి ఆనందంగా ముందుకు వచ్చారు. ఇలా రెండు సేనల మధ్య ఘోరయుద్ధం జరుగుతోంది. పాండవులు మనసైన్యం పైన దాడి చేయగా, మనం వారిమీద ఎదురుదాడి చేశాము. ఇరువైపుల నుండి శరీరం నిక్కపొడుచుకొనేలా భీషణధ్వనులు చెలరేగాయి. భీమసేనుడు ఆబోతులా రంకె వేస్తున్నాడు అతని ధాటికి మనసైన్యం హృదయం చెదిరింది. సింహ గర్జనకు అడవిలోని ఇతర జంతువులు మలమూత్రాలు విసర్జించినట్లుగా అతని రంకెలకు మన సేనలోని ఏనుగులు, గుఱ్ఱాలు మొదలైన వాహనాలు కూడా మలమూత్రాలు విడిచాయి. భీమసేనుడు భయంకర రూపంతో ముందుకు సాగుతున్నాడు. అది చూచి నీ పుత్రులు సూర్యుని మేఘాలు కప్పివేసినట్లుగా బాణాలతో కప్పి వేశారు. ఆ సమయంలో దుర్యోధనుడు, దుర్ముఖుడు, దుస్సహుడు, శలుడు, దుశ్శాసనుడు, దుర్మర్షణుడు, వివింశతి, చిత్రసేనుడు, వికర్ణుడు, పురుమిత్రుడు, జయుడు, భోజుడు, సోమదత్తుని కొడుకు భూరిశ్రవుడు - వీరందరూ పెద్దపెద్ద విండ్లను ఎక్కుపెట్టి విషసర్పాలవంటి బాణాలను వేశారు. అవతలి వైపునుండి ద్రౌపదీపుత్రులు, అభిమన్యుడు, నకులుడు, సహదేవుడు, ధృష్టద్యుమ్నుడు తమ బాణాలతో నీ పుత్రులను పీడిస్తూ ముందుకు సాగుతున్నారు. ఈ రీతిగా వింటి నారులయొక్క భీషణధ్వనులతో ఈ మొదటి యుద్ధం సాగింది. ఇందులో ఇరుపక్షాలలోని వీరులలో ఎవరూ వెనుకంజ వేయలేదు.

ఆ తరువాత శంతనునందనుడు భీష్ముడు కాలదండం లాంటి తన భీషణ ధనుస్సును తీసుకొని అర్జునునిపైకి దూకాడు. అర్జునుడు కూడా జగద్విఖ్యాతమైన తన గాండీవాన్ని ఎక్కుపెట్టి భీష్ముని మీద విరుచుకుపడ్డాడు. ఇద్దరూ పరస్పర జయకాంక్షులై పోరాడారు. భీష్ముడు అర్జునుని తూట్లు

పొడిచాడు కాని అతడు ఏమాత్రం చలించలేదు. అలాగే అర్జునుడు కూడా భీష్మని యుద్ధంనుండి విచలితుడిని చేయలేక పోయాడు. ఇదే సమయంలో సాత్యకి కృతవర్మపైకి దండెత్తాడు. వారి మధ్య కూడా గగుర్పాటు కలిగించే భీషణయుద్ధం జరిగింది. మహాధనుర్ధరుడైన కోసలరాజు బృహద్బలునితో అభిమన్యుడు తలపడ్డాడు. అతడు అభిమన్యుని ధ్వజాన్ని నరికి, సారథిని చంపివేశాడు. దానితో అభిమన్యునికి తీవ్రమైన కోపం కలిగింది. అతడు తొమ్మిది బాణాలతో బృహద్బలుని గాయపరిచి, మరో రెండు బాణాలు సంధించి ఒకదానితో ధ్వజాన్ని నరికి, రెండవ దానితో సారథిని, చక్రరక్షకుని చంపివేశాడు. భీమసేనునికి దుర్యోధనునికి మధ్య యుద్ధం నడిచింది. ఈ ఇద్దరు మహాబలులైన యోధులు ఒకరిపై ఒకరు బాణవర్షం కురిపించుకోసాగారు. ఆ చిత్రయోధులైన వీరులను చూసి అందరికీ చాలా ఆశ్చర్యం కలిగింది. దుశ్శాసనుడు మహాబలవంతుడైన నకులునితో తలపడ్డాడు. దుర్ముఖుడు సహదేవునిపై దండెత్తి బాణవర్షం కురిపించి అతనిని చీకాకుపరచసాగాడు. అప్పుడు సహదేవుడు ఒక తీక్ష్ణబాణంతో అతని సారథిని చంపివేశాడు. ఆ ఇద్దరు వీరులు పరస్పరం ప్రతీకారం తీర్చుకోవాలనే తలపుతో ఒకరినొకరు భయంకరమైన బాణాలతో బాధించుకోసాగారు. యుధిష్ఠిర మహారాజు స్వయంగా శల్యుని ఎదుటకు వచ్చాడు. మద్రరాజు శల్యుడు అతని వింటిని రెండు ముక్కలుగా చేశాడు. అతడు వెంటనే మరొక విల్లు అందుకొని మద్రరాజును బాణాలతో ముంచెత్తాడు. ధృష్టద్యుమ్నుడు ద్రోణాచార్యునికి ఎదురుపడ్డాడు. ద్రోణాచార్యుడు కోపంతో అతని ధనుస్సును మూడు ముక్కలుగా నరికి, కాలదండం లాంటి ఒక భయంకరమైన బాణాన్ని అతని శరీరంలో గుచ్చుకొనేలా వేశాడు. ధృష్టద్యుమ్నుడు ఇంకొక విల్లు తీసుకొని పద్నాలుగు బాణాలు వేసి ద్రోణాచార్యుని గాయపరిచాడు. ఈ రీతిగా వారిద్దరూ కోపంతో తుముల యుద్ధం చేశారు. శంఖుడు మహావేగంగా సోమదత్తుని కొడుకు భూరిశ్రవునిపై దాడి చేసి “నిలు. నిలు” అంటూ హెచ్చరించాడు. పైగా అతని కుడిచేతిని నరికి వేశాడు. అంత భూరిశ్రవుడు శంఖుని మెడప్రక్క ఎముకపై గట్టిదెబ్బ కొట్టాడు. ఈ రకంగా రణోన్మత్తులైన ఆ వీరులమధ్య యుద్ధం కొనసాగింది. యుద్ధరంగంలో బాహ్లీకునికి చేదిరాజు ధృష్టకేతుడు ఎదురు పడి, సింహంలా గర్జిస్తూ అతనిమీద బాణాలు కురిపించాడు. తొమ్మిది బాణాలతో బాహ్లీకుని గాయపరిచాడు. వారిద్దరూ క్రోధంతో గర్జిస్తూ ఒకరితో ఒకరు, పోరాడసాగారు. రాక్షసరాజు అలంబుసునితో ఘటోత్కచుడు తలపడ్డాడు. ఘటోత్కచుడు తొంభై బాణాలతో అలంబుసుని ఛేదిస్తే అతడు ఘటోత్కచుని వంపు తిరిగిన సూది మొన వంటి బాణాలతో ఛిద్రం చేశాడు. మహాబలి శిఖండి ద్రోణపుత్రుడు అశ్వత్థామను ఎదిరించాడు. అశ్వత్థామ వాడి బాణాలతో గాయపరిచి శిఖండిని నిర్వీర్యుని చేశాడు. తిరిగి శిఖండి కూడా మిక్కిలి వాడిఅయిన ఒక బాణంతో ద్రోణపుత్రుని గాయపరిచాడు. ఈ రీతిగా వారిద్దరూ రణరంగంలో రకరకాల బాణాలతో ప్రహరించుకొన్నారు.

సేనానాయకుడు విరాటుడు మహావీరుడైన భగదత్తునితో తలపడగా వారిద్దరికీ ఘోరయుద్ధం జరిగింది. మేఘం పర్వతం మీద నీటిని వర్షించినట్లుగా విరాటుడు భగదత్తునిపై బాణాలు వర్షించాడు. మేఘుడు సూర్యుని కప్పివేసినట్లుగా భగదత్తుడు విరాటుని తన బాణాలతో కప్పివేశాడు. కృపాచార్యుడు కేకయ రాజు బృహత్క్షత్రుని మీద దాడి చేసి, తన బాణాలతో అతనిని పూర్తిగా కప్పివేశాడు. అలాగే కేకయరాజు కూడా కృపాచార్యుని బాణాలలో ముంచి వేశాడు. ఆ ఇద్దరూ పరస్పరం గుఱ్ఱాలను చంపుకొని, ధనుస్సులను విరిచివేశారు. ఆ రీతిగా విరథులైన వారు ఖడ్గయుద్ధం చేయడానికి ఒకరికొకరు ఎదురుగా నిలుచున్నారు. ఆ సమయంలో వారినడుమ గొప్ప భీషణమైన, కఠోరమైన యుద్ధం జరిగింది. ద్రుపదమహారాజు జయద్రథుని ఎదిరించాడు. జయద్రథుడు మూడు బాణాలు వేసి ద్రుపదుని గాయపరిచాడు. ద్రుపదుడు బాణాలతో జయద్రథుని తూట్లుపడేలా చేశాడు. నీ కొడుకు వికర్ణుడు సుతసోమునిపై దాడికి దిగాడు. ఇద్దరి నడుమ యుద్ధం రాజుకుంది. ఇద్దరూ ఒకరినొకరు బాణాలతో తూట్లు పొడుచుకొన్నారే గాని ఇద్దరిలో ఎవరూకూడా వెనుకడుగు వేయలేదు. మహారథి చేకితానుడు సుశర్మతో తలపడ్డాడు. కాని సుశర్మ అతనిపై భయంకరమైన బాణవృష్టి కురిపించి అతనిని ముందుకు రాకుండా అడ్డుకొన్నాడు. శకుని పరమపరాక్రమ వంతుడైన ప్రతివింధ్యునితో తలపడ్డాడు. కాని యుధిష్ఠిరుని కొడుకు అయిన ప్రతివింధ్యుడు పదునైన బాణాలతో అతనిని ఛిన్నాభిన్నం చేసివేశాడు. సహదేవుని కొడుకు శ్రుతకర్మ కాంభోజరాజు మహారథి అయిన సుదక్షిణునిపై దాడి చేశాడు. సుదక్షిణుడు తన బాణాలతో అతనిని గాయపరిచాడు. అయినా అతడు యుద్ధంనుండి

తప్పుకోలేరు. పై పెచ్చు క్రోధ ఘూర్ణితుడై అనేక బాణాలతో సుదక్షిణుని చీల్చివేస్తూ ఘోరయుద్ధం చేశాడు. అర్జునుని కొడుకు ఇరావంతుడు శ్రుతాయువును ఎదిరించి అతని గుఱ్ఱాలను సంహరించాడు. అందుపై కోపించిన శ్రుతాయువు తన గదతో ఇరావంతుని గుఱ్ఱాలను చంపివేశాడు. వారినడుమ తిరిగి ఘోరయుద్ధం జరిగింది.

అవంతీరాజకుమారులు విందానువిందులు మహారథి అయిన కుంతిభోజునితో తలపడ్డారు. వారు తమ తమ పెద్దసైన్యాలతో సహా యుద్ధం చేయసాగారు అనువిందుడు కుంతిభోజునిపై గదను ప్రయోగించగా వెంటనే అతడు బాణాలతో అతనిని కప్పివేశాడు. కుంతిభోజుని కొడుకు బాణాలు వర్షించి విందుని చీకాకుపెట్టాడు. విందుడు అతని శరీరాన్ని బాణాలతో చీల్చివేశాడు. ఈ రీతిగా వారిమధ్య అద్భుతమైన యుద్ధం జరిగింది. కేకయరాజకుమారులు ఐదుగురు గాంధార రాజపుత్రులు ఐదుగురితో తలపడ్డారు. వారితో పాటే వారి సైన్యమూ తలపడింది. నీ కొడుకు వీరబాహుడు విరాటరాజు యొక్క కొడుకు ఉత్తరునితో తలపడి, అతనిని వాడి బాణాలతో గాయపరిచాడు. అదే రీతిగా ఉత్తరుడు కూడా పదునైన బాణాలు వేసి ఆ వీరుని బాధించాడు. చేదిరాజు ఉలూకుని ఎదిరించి బాణాలతో అతనిని బాధించసాగాడు. ఉలూకుడు కూడా అతనిని తీవ్రమైన బాణాలతో గాయపరచసాగాడు. ఈ రీతిగా ఒకరినొకరు తూట్లు పడేలా చేసుకొంటూ వారు ఘోరమైన యుద్ధం చేయసాగారు.

ఆ సమయంలో వీరులందరూ ఎవరూ ఎవరినీ గుర్తించలేనంతగా ఉన్మత్తులై ఉన్నారు. ఏనుగులు ఏనుగులతో, రథికులు రథికులతో, ఆశ్వికులు ఆశ్వికులతో, కాల్బలం కాల్బలంతో తలపడసాగింది. ఈ రీతిగా పరస్పరం తలపడే ఆ వీరులమధ్య మహాదుర్ధర్షమైన ఎడతెగని యుద్ధం కొనసాగింది. ఆ సమయంలో దేవతలు, ఋషులు, సిద్ధులు, చారణులు కూడా అక్కడికి వచ్చి దేవాసుర సంగ్రామంతో సమానమైన ఆ ఘోరయుద్ధాన్ని తిలకించసాగారు. రాజా ! ఆ యుద్ధరంగంలో లక్షల పదాతులు మర్యాదను అతిక్రమించి యుద్ధం చేస్తున్నారు. అక్కడ తండ్రి కొడుకును చూడడంలేదు. కొడుకు తండ్రిని లెక్కచేయడంలేదు. అలాగే సోదరుడు సోదరుని, మేనల్లుడు మేనమామను, మామ మేనల్లుడిని, మిత్రుడు మిత్రుని లక్ష్యపెట్టడం లేదు. వారు దయ్యాలు పట్టినట్లుగా యుద్ధం చేస్తున్నారు అనిపించసాగింది. ఈ రీతిగా ఆ యుద్ధం మర్యాదారహితంగా అత్యంతభయానకంగా జరుగుతూండగా, భీష్ముడు ఎదురుపడగానే పాండవసైన్యానికి వణుకుపుట్టింది.

ఉత్తరుడు, శ్వేతుడు మరణించుట.

సంజయుడు చెప్పసాగాడు - రాజా ! ఈ దారుణమైన దినంలో మొదటి భాగం గడుస్తూ ఉండగానే అనేకులు ఉత్తమవీరులు చనిపోయారు. అప్పుడు నీ కొడుకు దుర్యోధనుడు ప్రేరేపించగా, దుర్ముఖుడు, కృతవర్మ, కృపుడు, శల్యుడు, వివింశతి భీష్ముని వద్దకు వచ్చారు. ఈ ఐదుగురు అతిరథులు సురక్షితంగా పాండవ సేనలోకి చొచ్చుకుపోయారు. ఇది చూచిన అభిమన్యుడు కోపోద్రిక్తుడై రథం ఎక్కి భీష్మునికి, ఆ ఐదుగురు వీరులకు ఎదురు నిలిచాడు. ఒక వాడి బాణంతో భీష్ముని తాళధ్వజాన్ని విరుగకొట్టి వారందరితో యుద్ధం ఆరంభించాడు. అతడు కృతవర్మను, శల్యుని, పితామహుని వరుసగా ఒకటి. ఐదు, తొమ్మిది బాణాలతో కొట్టాడు. ఆపై వంపు తిరిగిన కోణం కలిగిన ఒక బాణంతో దుర్ముఖుని సారథి యొక్క తలను మొండెం నుండి వేరు చేశాడు. ఇంకొక బాణంతో కృపాచార్యుని వింటిని విరిచివేశాడు. ఈ రీతిగా రణభూమిలో నాట్యం చేస్తున్నట్లుగా అతడు గొప్ప వాడిబాణాలతో ఆ వీరులందరి మీదా దెబ్బ కొట్టాడు. అతని ఈ హస్తలాఘవాన్ని చూచి దేవతలందరూ ఆనందించారు. భీష్మాది మహారథులు కూడా అతనిని సాక్షాత్తూ అర్జునునితో సమానమని భావించారు. తిరిగి కృతవర్మ, కృపుడు, శల్యుడు కూడా అభిమన్యుని బాణాలతో కొట్టారు. కాని అతడు మైనాకపర్వతంలా యుద్ధ భూమిలో ఏ మాత్రం చలించలేదు. కౌరవవీరులు చుట్టుముట్టినా ఆ మహారథి ఆ ఐదుగురు అతిరథుల మీద బాణవర్షాన్ని కురిపించాడు. వారి వేల బాణాలను అడ్డుకొంటూ భీష్మునిపై బాణాలు వేస్తూ భయంకరంగా సింహనాదం చేశాడు.

రాజా ! మహాబలవంతుడయిన భీష్ముడు చాలా అద్భుతమైన, భయానకమైన దివ్యాస్త్రాన్ని ప్రయోగించి అభిమన్యునిపై వేలకొద్దీ బాణాలు కుప్పించి అతనిని పూర్తిగా కప్పివేశాడు. ఇది అతడు చేసిన అద్భుతకార్యం. అప్పుడు విరాటుడు, ధృష్టద్యుమ్నుడు, ద్రుపదుడు, భీముడు, సాత్యకి, కేకయ రాజకుమారులు ఐదుగురు - పాండవ పక్షానికి చెందిన ఈ పదిమంది మహారథులు అతివేగంగా అభిమన్యుని రక్షణకోసం వచ్చారు. వాళ్ళ ఎదిరించగానే భీష్ముడు ద్రుపదుని మూడు బాణాలతోను, సాత్యకిని తొమ్మిది బాణాలతోను

కొట్టాడు. ఒక బాణంతో భీమసేనుని ధ్వజాన్ని విరుగకొట్టాడు. భీమసేనుడు మూడు బాణాలతో భీష్ముని, ఒక బాణంతో కృపాచార్యుని ఎనిమిదింటితో కృతవర్మను గాయపరిచాడు. విరాటరాజు కొడుకు ఉత్తరుడు ఏనుగునెక్కి అత్యంత వేగంతో శల్యునిపైకి వచ్చాడు ఏనుగు తన రథం వైపు మహావేగంగా రావడం చూసి శల్యుడు బాణాలతో దాని వేగాన్ని నిరోధించాడు. దానితో ఏనుగు రెచ్చిపోయి రథకూబరం మీద కాలు పెట్టి ఆ నాలుగు గుఱ్ఱాలను చంపివేసింది. గుఱ్ఱాలు చచ్చి ఖాళీగా ఉన్న రథంలోనే కూర్చొని శల్యుడు ఉత్తరునిపై ఒక భీషణ శక్తిని ప్రయోగించాడు. దానితో ఉత్తరుని కవచం విచ్చిపోయింది. అతని చేతిలోని అంకుశం, తోమరం మొదలైనవి జారి పడిపోయాయి. అతడు అచేతనంగా ఏనుగు మీది నుండి క్రిందికి పడిపోయాడు. ఆపై శల్యుడు కత్తిపట్టుకొని రథంపై నుండి దూకి ఆ ఏనుగు తొండాన్ని నరికి వేశాడు. దానితో అది భయంకరంగా అరుస్తూ మరణించింది. ఇలా పరాక్రమం చూపి శల్యుడు కృతవర్మ రథం ఎక్కాడు.

విరాటుని కొడుకు శ్వేతుడు తన సోదరుడు ఉత్తరుడు చనిపోవడం, శల్యుడు కృతవర్మ రథం ఎక్కడం చూసి క్రోధంతో మండిపడ్డాడు. తన పెద్ద వింటిని ఎక్కుపెట్టి శల్యుని చంపడానికి ముందుకు దూకాడు. బాణవర్షం కురిపిస్తూ అతడు శల్యుని రథం వైపు వెళ్లాడు. ఆ సమయంలో మద్రరాజు మృత్యుముఖంలో పడడం చూసి నీ పక్షంలోని ఏడుగురు మహారథులు అతనికి నలువైపుల నిలిచారు. కోసల రాజు బృహద్బలుడు, మగధరాజు జయత్సేనుడు, శల్యసుతుడు రుక్మరథుడు, కాంబోజరాజు సుదక్షిణుడు, విందుడు, అనువిందుడు, జయద్రథుడు – ఈ ఏడుగురు వీరులు శ్వేతుని పై బాణవర్షం కురిపించసాగారు. సేనాపతి శ్వేతుడు ఏడు బాణాలతో ఆ ఏడుగురి విండ్లను నరికివేశాడు. వారు అరనిముషంలోనే వేరే విండ్లు తీసుకొని శ్వేతునిపై ఏడు బాణాలు వేశారు. కాని మహాఘనుడైన శ్వేతుడు ఏడు బాణాలు వేసి తిరిగి వారి విండ్లను విరిచేశాడు. అంత ఆ మహారథులు శక్తులు చేత ధరించి భీషణంగా గర్జిస్తూ వాటిని శ్వేతునిపైకి విసిరారు. కాని అస్త్రవిద్యాపారంగతుడైన శ్వేతుడు ఏడు బాణాలతోనే వాటిని కూడా ఖండించివేశాడు. పైగా ఒక భీషణ బాణాన్ని రుక్మరథునిపై వదిలాడు. అది గట్టిగా తగలడంతో రుక్మరథుడు స్పృహతప్పి రథం వెనుక కూలబడి పోయాడు. అతడు స్పృహ తప్పడం చూసి సారథి వెంటనే యుద్ధరంగం నుండి అతనిని వేరేగా తీసుకుపోయాడు. అనంతరం శ్వేతకుమారుడు ఆరు బాణాలు ప్రయోగించి ఆ ఆరుగురు మహారథుల యొక్క ధ్వజాగ్రాలను నరికి, వారి గుఱ్ఱాలను సారథులను కూడా గాయపరిచాడు. ఆపై వారిని బాణాలతో కప్పివేసి శల్యుని రథం వైపు వెళ్లాడు. దానితో మీ సైన్యంలో కోలాహలం మొదలయింది. సేనాపతి శ్వేతుడు శల్యుని వైపు వెళ్లడం చూసిన దుర్యోధనుడు భీష్ముని ముందుంచుకొని, సమస్త సైన్యంతో శ్వేతుని రథానికి ఎదురు వచ్చాడు. మృత్యుముఖంలో పడిన శల్యుని అతని బారినుండి కాపాడాడు. అంతే. అతి భయంకరమైన గగుర్పాటు కలిగించే యుద్ధం కొనసాగింది. భీష్ముడు – అభిమన్యుడు, భీమసేనుడు, సాత్యకి, కేకయ రాజకుమారులు, ధృష్టద్యుమ్నుడు, ద్రుపదుడు, చేది మత్స్య రాజుల మీద బాణ వర్షం కురిపించసాగాడు.

ధృతరాష్ట్ర మహారాజు – "సంజయా ! శ్వేతుడు శల్యుని రథం ఎదుటికి చేరినపుడు కౌరవపాండవులు, భీష్ముడు – ఏం చేశారో నాకు చెప్పు." అని అడిగాడు.

సంజయుడు చెప్పసాగాడు – "రాజా ! అప్పుడు లక్షమంది క్షత్రియ వీరులు శ్వేతుని రక్షిస్తున్నారు. వారు భీష్ముని రథాన్ని చుట్టుముట్టారు. ఘోరయుద్ధం జరుగసాగింది. భీష్ముడు ఊచకోత కోసి అనేకరథాలను రథికులు లేకుండా చేశాడు. అప్పుడు అతని పరాక్రమం చాలా అద్భుతంగా ఉంది. ఇటు శ్వేతుడు కూడా వేల రథికులను చంపివేశాడు. తన వాడిబాణాలతో వారి శిరసులను ఎగురగొట్టాడు. నేను కూడా శ్వేతునికి భయపడి రథమెక్కి పారిపోయివచ్చాను. కనుకనే మహారాజు దర్శనం చేసుకోగలిగాను. భీషణమైన ఆ ఉత్కంఠ స్థితిలో కేవలం భీష్ముడు ఒక్కడే మేరుపర్వతంలా స్థిరంగా నిలబడ్డాడు. అతడు ప్రాణంమీది ఆశను కూడా విడిచి నిర్భయంగా పాండవసేనను తునుమాడసాగాడు. శ్వేతుడు మహావేగంగా కౌరవసేనను నష్టపరచడం చూసి అతడు వెంటనే అతనికి ఎదురు వచ్చాడు. కాని శ్వేతుడు తీవ్రమైన బాణవర్షంతో అతనిని పూర్తిగా కప్పివేశాడు. భీష్ముడు కూడా శ్వేతుని మీద గొప్ప బాణవర్షం కురిపించాడు. ఆ సమయంలో శ్వేతుడు కనుక రక్షించకపోతే భీష్ముడు ఒక్క రోజులోనే పాండవసైన్యాన్నంతటినీ నాశనం చేసి ఉండేవాడు. శ్వేతుడు భీష్ముని కూడా నిలువరించడం చూసిన పాండవులకు ఆనందం కలిగింది. కాని నీ కొడుకు దుర్యోధనునకు మాత్రం విచారం కలిగింది. అతడు మిక్కిలి క్రోధంతో ఇతర రాజులు అనేకులతో కలిసి సైన్యాన్నంతటినీ తీసుకొని పాండవుల మీద విరుచుకుపడ్డాడు. అతడు ప్రేరేపించడం వల్లనేదుర్ముఖుడు,

కృతవర్మ, కృపాచార్యుడు, శల్యుడు భీష్ముని రక్షించసాగారు.

దుర్యోధనుడు, ఇతర రాజులు కలిసి పాండవసైన్యాన్ని సంహరించడం చూసి శ్వేతుడు భీష్ముని వదిలి కౌరవసైన్యాన్ని నాశనం చేయసాగాడు. ఈ రీతిగా మీ సైన్యాన్ని చిందరవందర చేసి అతడు మళ్లీ భీష్ముని ఎదుటకు వచ్చి నిలిచాడు. వారిద్దరూ తిరిగి ఇంద్ర వృత్రాసురులులా ఒకరి ప్రాణాలు ఒకరు హరించాలని పోరాడసాగారు. శ్వేతుడు పకపక నవ్వుతూ తొమ్మిది బాణాలతో భీష్ముని ధనుస్సును పదిముక్కలు చేశాడు. ఒక బాణంతో అతని ధ్వజాన్ని పడగొట్టాడు. ఇది చూసి నీ పుత్రులు భీష్ముడు శ్వేతునికి చిక్కి చనిపోయాడనే అనుకున్నారు. పాండవులు ఆనందంతో శంఖాలు ఊదారు.

దుర్యోధనుడు అప్పుడు క్రోధంతో తన సైన్యానికి – "ఓరీ! అందరూ సావధానులై అన్ని వైపులనుండి భీష్ముని రక్షించండి. మన ఎదురుగానే శ్వేతుడు భీష్ముని చంపడం జరగకూడదు. ఇది నేను మీకు స్పష్టంగా చెపుతున్నాను." అని ఆదేశించాడు. రాజాజ్ఞను విని మహారథులందరూ మిక్కిలి వేగంగా చతురంగ బలాలను వెంటపెట్టుకొని భీష్ముని రక్షించసాగారు. బాహ్లీకుడు, కృతవర్మ, శలుడు, శల్యుడు, జలసంధుడు, వికర్ణుడు, చిత్రసేనుడు, వివింశతి – ఈ మహారథులందరూ అతి శీఘ్రంగా భీష్ముని నలువైపుల చేరి శ్వేతునిపై అతిభారమైన బాణవర్షాన్ని కురిపించారు. కాని స్థిరమనస్కుడైన శ్వేతుడు తన హస్త నైపుణ్యాన్ని ప్రదర్శిస్తూ ఆ బాణాలన్నిటినీ అడ్డుకొన్నాడు. పైగా సింహం ఏనుగులను వెనక్కి నెట్టినట్లుగా ఆ వీరులందరినీ అడ్డగించి, తన బాణాలతో భీష్ముని ధనుస్సును విరిచివేశాడు. భీష్ముడు వేరొకవిల్లు తీసుకొని మిక్కిలి తీక్ష్ణమైన బాణాలతో అతనిని గాయపరిచాడు. దానితో క్రోధోద్రిక్తుడైన శ్వేతుడు అందరూ చూస్తూ ఉండగానే అనేక ఇనుపబాణాలతో భీష్ముని గాయపరిచి బాధించాడు. ఇది దుర్యోధనుని బాధపెట్టింది. మీ సైన్యంలో హాహాకారాలు చెలరేగాయి. శ్వేతుని బాణాలకు గాయపడి భీష్ముడు వెనక్కి తగ్గడం చూసి చాలామంది ఇక శ్వేతుని చేతిలో పడి భీష్ముడు ఎలాగూ చనిపోతాడని అనుకోసాగారు. నా రథం మీది ధ్వజం విరిగిపోవడం, సైన్యం కూడా కాళ్లు విరగదొక్కుకోవడం చూడగానే భీష్ముడు కోపం పట్టలేక పోయాడు. నాలుగు బాణాలతో శ్వేతుని నాలుగు గుఱ్ఱాలను చంపివేశాడు. రెండింటితో అతని ధ్వజాన్ని విరుగకొట్టాడు. ఒక దానితో సారథి తల తుంచాడు. సూతుడు, గుఱ్ఱాలు చనిపోవడంతో శ్వేతుడు రథంపై నుండి దూకి కోపంతో రొప్పసాగాడు. విరథుడైన శ్వేతుని మీద భీష్ముడు అన్ని వైపుల నుండి తీవ్రమైన బాణాలను జల్లులుగా కురిపించాడు. అంత అతడు వింటిని రథంపైకి విసిరివేసి, కాలదండం లాంటి ఒక ప్రచండ శక్తిని చేతపట్టి "మగతనం పూని నిలు. నా పరాక్రమం చూడు" అంటూ దానిని భీష్ముని మీద ప్రయోగించాడు. ఆ భీషణశక్తి రావడం చూసి నీ పుత్రులు హాహాకారాలు చేశారు. కాని భీష్ముడు ఎంతమాత్రం కంగారు పడలేదు. ఎనిమిది తొమ్మిది బాణాలతో దానిని మధ్యలోనే తునిమివేశాడు. ఇది చూసి మీ పక్షం వారందరూ జయ జయ ధ్వానాలు చేశారు.

అంతట విరాటపుత్రుడు శ్వేతుడు క్రోధహాసంతో భీష్ముని యొక్క ప్రాణాలు తీయడానికి గద పైకెత్తి మహావేగంతో అతని వైపు పరుగుతీశాడు. అతని వేగాన్ని అడ్డుకోవడం సాధ్యం కాదని గమనించిన భీష్ముడు అతని దెబ్బను కాచుకోవడానికి నేల మీదికి దూకేశాడు. శ్వేతుడు ఆ గదను గిరగిర తిప్పి భీష్ముని రథం మీదికి విసిరాడు. అది తగులగానే అతని రథం, సారథి, ధ్వజం, గుఱ్ఱాలు అన్నీ నుగ్గు నుగ్గు అయిపోయాయి. విరథుడైన భీష్ముని చూచి శల్యుడు మొదలైన ఇతర రథికులు తమ రథాలతో అటు పరిగెత్తారు. భీష్ముడు వేరే రథం ఎక్కి నవ్వుతూ శ్వేతుని వైపు కదిలాడు. సరిగ్గా అదే సమయంలో భీష్మునికి ఆకాశవాణి – "మహాబాహూ ! భీష్మా ! వెంటనే ఇతనిని చంపే ఉపాయం ఆలోచించు. బ్రహ్మ ఇతని చావుకు ఇదే సమయాన్ని నిర్ణయించాడు" అని వినిపించింది. ఈ ఆకాశవాణిని విని భీష్మునికి చాలా ఆనందం కలిగింది. అతనిని చంపాలని నిశ్చయించుకొన్నాడు. ఆ సమయంలో శ్వేతునికి రథం లేకపోవడం చూసి సాత్యకి, భీమసేనుడు, ధృష్టద్యుమ్నుడు, ద్రుపదుడు, కేకయ రాజకుమారులు, ధృష్టకేతువు, అభిమన్యుడు, ఒకేసారి తమ రథాలను తీసుకొని బయలు దేరారు. కాని ద్రోణాచార్య, కృపాచార్య, శల్యులతో కలిసి భీష్ముడు వారిని అడ్డగించాడు. అదే సమయంలో శ్వేతుడు కత్తి దూసి భీష్ముని వింటిని నరికాడు. భీష్ముడు వెంటనే మరొకవిల్లు తీసుకొని మహావేగంగా శ్వేతునివైపు కదిలాడు. మధ్యలో తనకు ఎదురుపడిన భీమసేనుని అరవై, అభిమన్యుని మూడు, సాత్యకిని వంద, ధృష్టద్యుమ్నుని ఇరవై, కేకయరాజును ఐదు బాణాలతో కొట్టి అడ్డగించాడు. తిన్నగా శ్వేతుని వద్దకు చేరుకొన్నాడు. మృత్యుసమానమైన ఒక బాణాన్ని వింటికి తొడిగి, దానిని బ్రహ్మాస్త్రంతో అభిమంత్రించి వదిలాడు.

ఆ బాణం శ్వేతుని కవచాన్ని భేదించి అతని రొమ్మున గుచ్చుకొని, ఆపై మెరుపులా మెరిసి భూమిని ప్రవేశించింది. ఈ రీతిగా అతడు శ్వేతుని ప్రాణాలు తీశాడు. అతడు నేలకూలడం చూసి పాండవులు, వారివైపు క్షత్రియులు శోకించారు. మీ పుత్రులు, ఇతర కౌరవవీరులు చాలా ఆనందించారు. దుశ్శాసనుడయితే బాకా మోగిస్తూ అటు ఇటు తిరిగి నృత్యం చేయసాగాడు.

శ్రీకృష్ణుడు యుధిష్ఠిరుని ఆశ్వాసించుట - క్రౌంచవ్యూహ రచన

ధృతరాష్ట్రుడు సంజయుని - "సంజయా ! సేనాపతి శ్వేతుడు యుద్ధంలో శత్రువుల చేతిలో చనిపోయాక మహాధనుర్ధరులైన పాంచాలవీరులు పాండవులతో కలిసి ఏం చేశారు ?" అని అడిగాడు.

సంజయుడు చెప్పసాగాడు - "మహారాజా ! ధైర్యంగా వినండి. ఆ భయంకరమైన రోజు పూర్వాహ్ణంలో చాలా భాగం గడిచిపోయాక ఇంచుమించు మధ్యాహ్న సమయంలో మీ సైన్యానికీ, శత్రుసైన్యానికీ నడుమ తిరిగి యుద్ధం జరిగింది. విరాటుని సేనాపతి శ్వేతుడు మరణించడం, కృతవర్మతో కలిసి శల్యుడు యుద్ధానికి సిద్ధం కావడం చూసి ఆహుతులతో ప్రజ్వరిల్లే అగ్నిలాగా రాజకుమారుడు శంఖుడు కోపంతో మండిపడ్డాడు. ఆ బలిష్ఠుడైన వీరుడు తన పెద్దవింటిని ఎక్కుపెట్టి శల్యుని చంపడానికి అతనిపై దాడి చేశాడు. అప్పుడు అనేక రథాలు నలువైపుల శంఖునికి రక్షణగా ఉన్నాయి. అతడు బాణవర్షం కురిపిస్తూ శల్యుని రథం దగ్గరకు చేరుకొన్నాడు. మృత్యువు నోటిలోపడిన శల్యుని రక్షించడానికి మీ సేనలోని ఏడుగురు మహారథులు - బృహద్బలుడు, జయత్సేనుడు, రుక్మరథుడు, విందుడు, అనువిందుడు, సుదక్షిణుడు, జయద్రథుడు - అతనికి నాలుగువైపులా నిలిచి, శంఖుని పై బాణవర్షం కురిపించసాగారు. ఆ ఏడుగురు ఒక్కసారిగా కొట్టడం చూసి ఆగ్రహించిన సేనాపతి శంఖుడు భల్లమనే పేరుగల ఏడు వాడి బాణాలతో ఏడుగురి విండ్లను విరిచి సింహనాదం చేశాడు. అప్పుడు భీష్ముడు మేఘంలా ఉరుముతూ గొప్ప ధనుస్సును చేత ధరించి శంఖుని మీదికి వచ్చాడు. అతడు రావడం చూసి పాండవసైన్యం బెంబేలెత్తి పోయింది. ఇంతలోనే భీష్ముని బారినుండి శంఖుని రక్షించడానికి అర్జునుడు అతని ముందుకు వచ్చి నిలబడ్డాడు. ఆ పై భీష్మునితో అతనికి యుద్ధం ఆరంభమయింది.

ఇటు శల్యుడు చేతితో గద పట్టుకొని రథం నుండి దిగి శంఖుని నాలుగు గుఱ్ఱాలను చంపివేశాడు. గుఱ్ఱాలు చనిపోగానే శంఖుడు కూడా కత్తి చేత పూని వెంటనే రథం నుండి దూకి అర్జునుని రథం ఎక్కాడు. అక్కడకు చేరడంతోనే అతనికి కొంచెం వీలు చిక్కింది. భీష్ముడు పాంచాల, మత్స్య, కేకయ, ప్రభద్రక దేశాలకు చెందిన యోధులను బాణాలతో కొట్టి కొట్టి చంపసాగాడు. అతడు అర్జునుని ఎదిరించడం మాని, పాంచాలరాజు ద్రుపదునిపై దాడి చేశాడు. భీష్ముని బాణాలకు అతని సైన్యం దగ్ధమైపోతున్నట్లు అనిపించింది. అతడు పాండవపక్ష మహారథులను రెచ్చగొట్టి మరీ చంపసాగాడు. సమస్త సైన్యం కలవరపడి పోయింది. వ్యూహం విచ్చి పోయింది. ఈ నడుమ సూర్యాస్తమయం అయింది. చీకటిలో ఏమీ తెలియడంలేదు. భీష్ముడు చాలా వేగంగా ముందుకు సాగుతున్నాడు. ఇది చూచిన పాండవులు తమ సైన్యాన్ని వెనక్కి ఉపసంహరించారు.

మొదటిరోజు యుద్ధంలో పాండవసైన్యం వెనక్కి తగ్గడం, భీష్ముడు కోపంతో విజృంభించడం, చూసి దుర్యోధనుడు ఆనందంతో వేడుక చేసుకొన్నాడు. ఆ సమయంలో యుధిష్ఠిరుడు తన తమ్ముళ్లు అందరితో, సమస్త రాజులతో కలిసి వెంటనే శ్రీకృష్ణభగవానుని వద్దకు వెళ్లి, తనకు కలిగిన పరాజయానికి విచారంతో దుఃఖిస్తూ - "శ్రీకృష్ణా ! చూస్తున్నావు కదా ! వేసవిలో ఎండిపోయిన గడ్డిపరకలను అగ్ని క్షణకాలంలోనే మాడ్చి వేసినట్లుగా భీతికొలిపే పరాక్రమం ప్రదర్శిస్తూ భీష్ముడు తవ బాణాలతో నా సైన్యాన్ని భస్మీకృతం చేస్తున్నాడు. కోపంతో మండిపడే యముడిని, వజ్రధారి అయిన ఇంద్రుని, పాశధారి అయిన వరుణుని, గదాధారి అయిన కుబేరుని అయినా ఎప్పుడయినా యుద్ధంలో జయించగలమేమోగాని, ఈ మహాతేజస్వి అయిన భీష్ముని జయించడం మాత్రం అసంభవం. నా తెలివి తక్కువతనం కారణంగా భీష్ముడనే అగాధమైన సముద్రంలో ఓడ లేకుండా మునిగిపోతున్నాను. ఇక నేను ఈ రాజులందరినీ భీష్ముని రూపంలో ఉన్న కాలుని నోటిలో పడవేయదలచుకోలేదు. భీష్ముడు గొప్ప అస్త్రవేత్త. అతనిని సమీపించి నా సైనికులు అగ్నిలో పడిన మిడుతలవలె నశించిపోతారు. కేశవా ! ఇక నా జీవితంలో మిగిలిన రోజులు, అడవులలో ఉంటూ కఠోర తపస్సు చేసుకొంటాను. అంతేకాని ఈ మిత్రులను యుద్ధంలో చావనీయను. భీష్ముడు ప్రతిదినం వేలకొద్దీ మహారథులను, ఉత్తమ యోధులను నా వారిని సంహరిస్తున్నాడు మాధవా !

ఇప్పుడు నీవే చెప్పు. ఏం చేస్తే మాకు మేలు జరుగుతుంది ? – అని వాపోయాడు.

ఇలా అని యుధిష్ఠిరుడు శోకంతో తెలివిమాలివవానిలా చాలాసేపు కళ్లు మూసుకొని మనసులోనే మథనపడుతూ ఉండిపోయాడు. అప్పుడు శ్రీకృష్ణుడు అతడు శోకగ్రస్తుడై ఉన్నాడని గ్రహించి పాండవులందరికీ ఉత్సాహం కలిగిస్తూ – "భారతా ! నీవు ఈ విధంగా శోకించకూడదు. చూడు. నీ తమ్ముళ్లు ఎంతో పరాక్రమవంతులు, విశ్వవిఖ్యాతులైన ధనుర్ధరులు. నేను, ఆ మహాయశస్వి సాత్యకి నీకు ఇష్టం కలుగచేయడానికే ఉన్నాము. ఈ విరాటుడు, ద్రుపదుడు, ధృష్టద్యుమ్నుడు, ఇంకా ఎందరో మహాబలవంతులైన రాజులు నీ కృపకోసం పాకులాడే భక్తులు. మహావీరుడు ధృష్టద్యుమ్నుడయితే ఎప్పుడూ నీ మేలు కోరుతూ నీకు ఇష్టం చేసేవాడే. ఇతడు సేనాపతి భారాన్ని స్వీకరించాడు. ఈ శిఖండి అయితే నిశ్చయంగా భీష్మునికి మృత్యువే." అని పలికాడు.

శ్రీకృష్ణుని మాటలు విని యుధిష్ఠిరుడు మహారథి ధృష్టద్యుమ్నునితో – "ధృష్టద్యుమ్నా ! నేను చెప్పేది శ్రద్ధగా విను. నా మాట మీరవనే ఆశిస్తున్నాను. నీవు మా సేనాపతివి. శ్రీకృష్ణ భగవానుడే నీకు ఈ గౌరవం ఇచ్చాడు. పూర్వం దేవతలకు కార్తికేయుడు సేనాపతి అయినట్లుగానే నీవు కూడా పాండవులకు సేనానాయకుడివి అయ్యావు. పురుషసింహా ! ఇప్పుడు నీ పరాక్రమం చూపి, కౌరవులను సంహరించు. నేను, భీమసేనుడు. అర్జునుడు, నకులుడు, సహదేవుడు, ద్రౌపదియొక్క కొడుకులు, ఇంకా ఇతర ముఖ్య రాజులు అందరూ నీ వెంట నడుస్తాము." అని అన్నాడు.

ఇది విని ధృష్టద్యుమ్నుడు అక్కడ చేరిన అందరికీ ఆనందం కలిగిస్తూ – "కుంతీనందనా ! మహాదేవుడు ఇంతకు ముందే నన్ను ద్రోణాచార్యునికి మృత్యువుగా సృష్టించాడు. నేడు నేను భీష్ముడు, కృపాచార్యుడు, ద్రోణాచార్యుడు, శల్యుడు, జయద్రథుడు – ఈ గర్వితులైన వీరులందరినీ ఎదిరిస్తాను." అని చెప్పాడు. శత్రుఘాతి అయిన ధృష్టద్యుమ్నుడు ఈ రీతిగా యుద్ధానికి సిద్ధం కాగానే రణోత్సాహంతో పాండవ వీరులందరూ జయజయారావాలు చేశారు. అనంతరం యుధిష్ఠిరుడు ధృష్టద్యుమ్నునితో – "దేవాసుర సంగ్రామంలో బృహస్పతి ఇంద్రునికి ఉపదేశించిన క్రౌంచారుణం" అనే పేరుగల వ్యూహాన్నే మనమూ రచిద్దాం." అన్నాడు.

రెండవ రోజు యుధిష్ఠిరుని ఆజ్ఞానుసారంగా ధృష్టద్యుమ్నుడు అర్జునుని సమస్త సైన్యానికి ముందు నిలిపాడు. రథం అధిరోహించిన అర్జునుడు రత్నఖచితమైన ధ్వజంతోను, గాండీవ ధనుస్సుతోను – సూర్యకిరణాలతో ప్రకాశించే సుమేరుపర్వతంలా భాసించాడు. ద్రుపద మహారాజు పెద్దసంఖ్యలో సైన్యాన్ని వెంట తీసుకొని ఆ క్రౌంచవ్యూహానికి శిరోభాగంలో నిల్చున్నాడు. కుంతిభోజుడు, చేదిరాజు – ఇద్దరూ నేత్రస్థానంలోను, దాశార్ణక, ప్రభద్రక, అనూపక, కిరాత సమూహాలు మెడ భాగంలోను నిలుచున్నారు. పటచ్చరులు, పౌండ్రులు, పౌరవకులు, నిషాదులతో పాటు యుధిష్ఠిరుడు పృష్ఠ భాగంలో నిలుచున్నాడు. ఆ క్రౌంచవ్యూహం యొక్క రెండు రెక్కల స్థానాలలోను భీమసేనుడు, ధృష్టద్యుమ్నుడు నిలుచున్నారు. ద్రౌపదీపుత్రులు, అభిమన్యుడు, మహారథి సాత్యకి, ఇంకా పిశాచ దరద పుండ్ర కుండీవిష మారుత ధేనుక తంగణ పరతంగణ బాలిక తిత్తిర చోళ పాండ్య దేశ వీరులు దక్షిణపక్షం లోను, అగ్నివేశ్య, హుండ, మాలవ దానభారి శబర ఉద్భస వత్స నాకుల దేశ వీరులతో కలిసి నకులుడు సహదేవుడు వామపక్షంలోను నిలుచున్నారు. ఈ వ్యూహానికి రెండు రెక్కలలోను పదివేలు, తలభాగంలో ఒకలక్ష, పృష్ఠభాగంలో పదిలక్షల ఇరవై వేలు, మెడభాగంలో లక్షాడెబ్బైవేలు రథాలను నిలిపారు. రెండు రెక్కలకు ముందు వెనుక ఇంకా అన్ని తీరాలలోను పర్వతాలవంటి ఎత్తయిన మత్తగజ పంక్తులున్నాయి. విరాటుడు, కేకయుడు, కాశీరాజు, శైబ్యుడు – వీరు ఆవ్యూహం యొక్క జంఘాస్థానాన్ని రక్షిస్తున్నారు. ఈ రీతిగా ఆ మహావ్యూహాన్ని పన్ని పాండవులు శస్త్రాస్త్రాలు, కవచాలు మొదలైన వాటితో సుసజ్జితులై యుద్ధం చేయడానికి సూర్యోదయకాలం కోసం ఎదురుచూడసాగారు.

రెండవ రోజు - భీష్మార్జునుల యుద్ధము.

సంజయుడు చెప్పసాగాడు – దుర్యోధనుడు దుర్భేద్యమైన క్రౌంచవ్యూహరచనను చూశాడు. అత్యంత తేజశ్శాలి అయిన అర్జునుడు దాని రక్షకుడని తెలుసుకొన్నాడు. వెంటనే ద్రోణాచార్యుని వద్దకు వెళ్లి, అక్కడ ఉన్న వీరులందరితోను – "వీరులారా ! మీ కందరికీ రక రకాల అస్త్రసంచాలన విద్యలు తెలుసును. యుద్ధకళాకుశలురు. మీలో ఒక్కొక్కడూ యుద్ధంలో పాండవులను చంపడానికి శక్తి చాలిన వాళ్లే. అందరూ ఒక్కసారిగా కలిస్తే ఇక చెప్పేదేముంది ?" అన్నాడు.

అతడు ఈ విధంగా చెప్పడంతో భీష్మద్రోణులు, నీ కొడుకులు అందరూ కలిసి పాండవులను ఎదుర్కొనడానికి ఒక మహావ్యూహాన్ని రచించారు. భీష్ముడు పెద్ద సైన్యాన్ని

వెంట తీసుకొని అందరికంటె ముందు నడిచాడు. అతని వెనుక కుంతల, దశార్ణ, మగధ, విదర్భ, మేకల కర్ణప్రావరణ - మొదలైన దేశాల వీరులను వెంట పెట్టుకొని మహాప్రతాపశాలి అయిన ద్రోణాచార్యుడు వెళ్లాడు. గాంధార, సింధు, సౌవీర, శిబి, వసాతి వీరులతో శకుని ద్రోణాచార్యునికి రక్షకునిగా నియమితుడయ్యాడు. వీరి వెనుక తన తమ్ముళ్లందరితో దుర్యోధనుడున్నాడు. అతని వెంట అశ్వాతక, వికర్ణ, అంబష్ఠ, కోసల, దరద, శక, క్షుద్రక, మాలవ దేశాల యోధులున్నారు. ఈ అందరితో కలిసి అతడు శకునిసైన్యాన్ని రక్షిస్తున్నాడు. భూరిశ్రవుడు, శలుడు, శల్యుడు, భగదత్తుడు, విందానువిందులు - వీరు వ్యూహం యొక్క ఎడమభాగాన్ని రక్షిస్తున్నారు. సోమదత్తుని కొడుకు, సుశర్మ, కాంభోజరాజు సుదక్షిణుడు, శ్రుతాయువు, అచ్యుతాయువు - వీరు దక్షిణ భాగాన్ని రక్షిస్తున్నారు. అశ్వత్థామ, కృపాచార్యుడు, కృతవర్మ - వీరు అతిపెద్ద సైన్యంతో వ్యూహానికి వెనుక భాగంలో నిలబడి ఉన్నారు. వీరి వెనుక భాగాన్ని రక్షించేవారు - కేతుమంతుడు, వసుదానుడు, కాశీరాజు పుత్రులు, ఇంకా ఇతర దేశపురాజులూను.

రాజా ! తదనంతరం మీ పక్షపు యోధులందరూ యుద్ధానికి సిద్ధం అయ్యారు. అమితానందంతో శంఖాలు ఊదుతూ సింహనాదాలు చేశారు. ఆనందంతో నిండిన సైనికుల సింహనాదాలు విని కౌరవ పితామహుడు భీష్ముడు కూడా సింహలా గర్జించి, గట్టిగా శంఖాన్ని ఊదాడు. ఆ తరువాత శత్రువులు కూడా అనేక రకాలయిన శంఖాలు, భేరీలు, ఢక్కలు, ఆనకములు - మొదలైనవి మోగించారు. ఆ తుములధ్వని అన్ని వైపుల మారుమ్రోగింది. శ్రీకృష్ణుడు, అర్జునుడు, భీమసేనుడు, యుధిష్ఠిరుడు, నకులుడు, సహదేవుడు కూడా తమ తమ శంఖాలను ఊదారు. కాశీరాజు, శైబ్యుడు, శిఖండి, ధృష్టద్యుమ్నుడు, విరాటుడు, సాత్యకి, పాంచాలదేశపు వీరులు, ద్రౌపదీ పుత్రులు కూడా గొప్ప గొప్ప శంఖాలను ఊది, సింహాల్లా గర్జించారు. వారి శంఖ నాదాల ఘోష భూమి నుండి ఆకాశం వరకు మారుమోగింది. ఈ రీతిగా కౌరవపాండవులు ఒకరినొకరు బాధించునే యుద్ధానికి ఎదురు ఎదురుగా నిలుచున్నారు"

ధృతరాష్ట్రుడు - "ఇరుపక్షాల వారు వ్యూహరచన చేసి నిలబడిన తరువాత యోధులు పరస్పరం ఎలా దాడి ప్రారంభించారు ?" అని సంజయుని అడిగాడు.

సంజయుడు చెప్పసాగాడు - రెండు పక్షాలవారూ సమానంగా వ్యూహరచన చేశారు. అంతటా ధ్వజాలు అందంగా ఎగురుతున్నాయి. అప్పుడు దుర్యోధనుడు తన యోధులకు యుద్ధం ఆరంభించాలని ఆజ్ఞాపించాడు. కౌరవ వీరులు ప్రాణాలకు తెగించి పాండవుల మీద దాడి చేశారు. అప్పుడు రెండు పక్షాల మధ్య గగుర్పాటు కలిగించే యుద్ధం జరిగింది. రథికునితో రథికుడు, ఏనుగుతో ఏనుగు తలపడ్డాయి. ఏనుగుల, గుఱ్ఱాల శరీరాలలో అసంఖ్యాకమైన బాణాలు గుచ్చుకొంటున్నాయి. ఇలా తీవ్రమైన యుద్ధం ఆరంభం కాగానే భీష్ముడు తన విల్లెక్కుపెట్టి అభిమన్యుడు, భీమసేనుడు, సాత్యకి, కేకయులు, విరాటుడు, ధృష్టద్యుమ్నుడు మొదలైన వీరులమీద, చేది మత్స్య దేశ రాజుల మీద బాణ వృష్టి కురిపించసాగాడు. అతని దాడితో పాండవ వ్యూహం విచ్చిపోయింది. సైన్యమంతా చెల్లాచెదురు అయింది. ఎన్నో వాహనాలు, గుఱ్ఱాలు చనిపోయాయి. రథికులు గుంపులు గుంపులుగా పారిపోయారు.

అర్జునుడు భీష్ముని ఈ విజృంభణను చూచి క్రోధంతో శ్రీకృష్ణుని ఉద్దేశించి "జనార్దనా ! రథం భీష్ముని వద్దకు తీసుకుపో, లేకపోతే ఇతడు మన సైన్యాన్ని తప్పకుండా నాశనం చేస్తాడు. సైన్యాన్ని రక్షించడానికి నేను ఇప్పుడు భీష్ముని వధిస్తాను." అన్నాడు. కృష్ణుడు - "మంచిది ధనంజయా ! జాగ్రత్తగా ఉండు. ఇదిగో చూడు. నేను ఇప్పుడే నిన్ను పితామహుని రథం దగ్గరకు చేరుస్తున్నాను." అని చెప్పి అర్జునుని రథాన్ని భీష్ముని వద్దకు తీసుకుని వెళ్లాడు. అర్జునుడు బాణాలతో వీరవరులను అణచివేస్తూ మహావేగంగా రావడం చూసి భీష్ముడు ముందుకు వచ్చి అతనిని ఎదిరించాడు. ఆ సమయంలో అర్జునుని మీద భీష్ముడు డెబ్బైఏడు, ద్రోణుడు ఇరవైఅయిదు, కృపాచార్యుడు ఏభై, దుర్యోధనుడు అరవై నాలుగు, శల్యుడు, జయద్రథుడు తొమ్మిది తొమ్మిది చొప్పున, శకుని అయిదు, వికర్ణుడు పది బాణాలు వేశారు. ఈ రీతిగా నాలుగు వైపుల నుండి వాడి బాణాలు గుచ్చుకొంటున్నప్పటికీ అర్జునుడు ఏ మాత్రం బాధపడలేదు, చలించలేదు, అతడు భీష్మునిపై ఇరవై అయిదు, కృపాచార్యునిపై తొమ్మిది, ద్రోణాచార్యునిపై అరవై, వికర్ణుని మీద మూడు, శల్యునిపై మూడు, దుర్యోధనునిపై ఐదు బాణాలు వేసి వెంటనే ప్రతీకారం తీర్చుకొన్నాడు. ఇంతలోకే సాత్యకి, విరాటుడు, ధృష్టద్యుమ్నుడు, ద్రౌపది యొక్క

ఐదుగురు కొడుకులు, అభిమన్యుడు అర్జునునికి సహాయంగా వచ్చి చేరి అతనిని నాలుగువైపుల చుట్టి నిలుచున్నారు.

అప్పుడు భీష్ముడు ఎనభై బాణాలతో అర్జునుని గాయపరిచాడు. ఇది చూసి కౌరవపక్ష వీరులు ఆనందంతో కోలాహలం చేయసాగారు. ఆ వీరుల హర్షనాదాలు విని అర్జునుడు వారి మధ్యలో ప్రవేశించి మహారథులను లక్ష్యంగా చేసుకొని తన వింటి యొక్క విన్యాసాన్ని చూపసాగాడు. అర్జునుడు తన సైన్యాన్ని బాధించడం చూసి, దుర్యోధనుడు భీష్ముని వద్దకు వెళ్లి – "పితామహ ! శ్రీకృష్ణునితో కలిసి పరాక్రమశాలి అర్జునుడు మన సైన్యాన్ని మూలచ్ఛేదం చేస్తున్నాడు. మీరు, ద్రోణాచార్యులవారు బ్రతికి ఉండగానే మనసైన్యానికి ఈ దశ పడుతోంది. కర్ణుడు ఎప్పుడూ మా హితాన్ని కోరేవాడు. కాని అతడు కూడా మీ కారణంగానే ఆయుధాన్ని విసర్జించాడు. కాబట్టి అతడు అర్జునునితో యుద్ధం చేయడానికి రాడు. పితామహ ! దయచేసి అర్జునుని చంపే ప్రయత్నం చేయండి." అన్నాడు.

దుర్యోధనుడు ఇలా అనగానే భీష్ముడు – "క్షత్రియ ధర్మాన్నే నిందిస్తున్నావు" అని అర్జునునివైపు రథాన్ని పోనిచ్చాడు. అశ్వత్థామ, దుర్యోధనుడు, వికర్ణుడు భీష్మునికి తోడుపడ్డారు. అక్కడ పాండవులు కూడా అర్జునుని చుట్టూరా నిలిచి ఉన్నారు. మళ్లీ యుద్ధం మొదలయింది. అర్జునుడు బాణాలను వలగా విస్తరించి భీష్ముని అన్నివైపుల నుండి కప్పివేశాడు. భీష్ముడు కూడా బాణంతో కొట్టి ఆ వలను ఛేదించాడు. ఈ రీతిగా ఆ ఇద్దరూ పరస్పర ప్రయోగాలను విఫలం చేసుకొంటూ అతి ఉత్సాహంగా యుద్ధం చేస్తున్నారు. భీష్ముడు వేసిన బాణాలను అర్జునుడు ఛిన్నాభిన్నం చేస్తున్నాడు. అలాగే అర్జునుడు వేసిన బాణాలను భీష్ముడు తన బాణాలతో ఖండించి నేలరాలుస్తున్నాడు. ఇద్దరూ బలవంతులే. ఇద్దరూ అజేయులే. ఇద్దరూ ఒకరికొకరు తగిన ప్రత్యర్థులే. ఆ సమయంలో కౌరవులు భీష్ముని, పాండవులు అర్జునుని వారి ధ్వజాలు మొదలైన చిహ్నాల ద్వారానే గుర్తించగలుగుతున్నారు. ఆ ఇద్దరు వీరుల పరాక్రమాన్ని చూసి సమస్త ప్రాణులు అబ్బురపడసాగాయి. ధర్మాచరణం గల పురుషునిలో ఏ దోషమూ గోచరించనట్లే వారి యుద్ధనైపుణ్యంలో కూడా ఏ పొరపాటూ కనపడడం లేదు. ఆ సమయంలో కౌరవపాండవ పక్ష వీరులు వాడిఅంచు గల కత్తులతో, పరశువులతో, బాణాలతో, రకరకాల ఇతర శస్త్రాస్త్రాలతో పరస్పరం పోరాటం కొనసాగించారు. ఈ ప్రకారంగా ఆ దారుణ సంగ్రామం అలా కొనసాగుతూండగానే ఇంకొకవైపు పాంచాల రాకుమారుడు ధృష్టద్యుమ్నునికి, ద్రోణునికి మధ్య తీవ్రమైన పోరు జరిగింది.

ధృష్టద్యుమ్నుడు ద్రోణాచార్యునితో పోరుట.

ధృతరాష్ట్రుడు – "సంజయా ! మహాధనుర్ధరుడైన ద్రోణాచార్యునికి, ద్రుపద కుమారుడైన ధృష్టద్యుమ్నునికి నడుమ ఏ విధంగా యుద్ధం జరిగిందో అది నాకు చెప్పు." అని అడిగాడు.

సంజయుడు చెప్పసాగాడు – రాజా ! ఆ భయంకరమైన సంగ్రామం గురించి సుస్థిరులై వినండి. ముందుగా ద్రోణాచార్యుడు ధృష్టద్యుమ్నుని వాడిబాణాలతో గాయపరిచాడు. అప్పుడు ధృష్టద్యుమ్నుడు నవ్వి ద్రోణుని తొంభై బాణాలతో కొట్టాడు. ఇది చూసి ద్రోణుడు తిరిగి బాణవృష్టి కురిపించి ద్రుపదకుమారుని కప్పివేశాడు. అంతే కాక అతని ప్రాణాలు తీయడానికి రెండవ కాలదండమా అనిపించే ఒక భయంకరమైన బాణాన్ని చేతిలోకి తీసుకొన్నాడు. దానిని అతడు వింటియందు సంధించగానే హాహాకారాలు వ్యాపించాయి. మహారాజా ! ఆ సమయంలో అక్కడ ధృష్టద్యుమ్నుని అద్భుతమైన పౌరుషాన్ని నేను నా కళ్లతో చూశాను. మృత్యుసమానమైన ఆ భయంకర బాణాన్ని వస్తుండగానే అతడు ఖండించివేశాడు. పైపెచ్చు ద్రోణుని ప్రాణాలు హరించాలనే తలపుతో మహావేగంగా శక్తిని ప్రయోగించాడు. దానిని ద్రోణాచార్యుడు నవ్వుతూనే మూడు తునియలుగా చేశాడు. అది చూసి మళ్లీ అతడు ఐదు బాణాలతో ద్రోణుని గాయపరిచాడు. అంత ద్రోణుడు ద్రుపదకుమారుని విల్లు విరిచేశాడు. సారథిని రథం నుండి కూల్చివేశాడు, నాలుగు గుర్రాలను కూడా చంపివేశాడు. సారథి, గుర్రాలు మరణించడంతో విరథుడైన అతడు గద చేతికి తీసుకొని రణరంగంలోకి దూకి తన పౌరుషాన్ని చూపబోయాడు. అప్పుడే ద్రోణుడు ఒక అద్భుతాన్ని చేశాడు. ధృష్టద్యుమ్నుడు ఇంకా రథం నుండి దిగనే లేదు, అతడు అనేక బాణాలు వేసి అతని చేతినుండి గదను పడగొట్టాడు. అప్పుడతడు కత్తి, డాలు తీసుకొని మహావేగంతో ద్రోణాచార్యుని మీదికి ఉరికాడు. కాని ఆచార్యుడు బాణవర్షం కురిపించి అతనిని ముందుకు రాకుండా అడ్డుకున్నాడు. అతడు ముందుకు వెళ్లడమయితే ఆగిపోయింది గాని, మహానైపుణ్యంతో ద్రోణుడు వేసిన బాణాలను డాలుతో వెనక్కి నెట్టగలిగాడు. ఇంతలో భీమసేనుడు అతని సహాయం కోసం త్వరగా

అక్కడకు చేరుకొన్నాడు. భీముడు వస్తూనే ఏడు బాణాలతో ద్రోణాచార్యుని కొట్టి ధృష్టద్యుమ్నుని వెంటనే తన రథం పైకి ఎక్కించుకొన్నాడు. అప్పుడు దుర్యోధనుడు ద్రోణాచార్యునికి రక్షణగా కళింగరాజు భానుమంతుని పెద్ద సైన్యంతో పంపాడు. మహారాజా ! మీ పుత్రుని ఆజ్ఞానుసారం కళింగుల ఆ పెద్ద సైన్యం భీమసేనుని మీదికి వచ్చింది. ద్రోణాచార్యుడు విరాట ద్రుపదులను ఎదిరించడానికి వెళ్లినిల్చోగా, ధృష్టద్యుమ్నుడు యుధిష్ఠిరునికి సహాయపడడానికి వెళ్లిపోయాడు. అనంతరం భీమసేనునికి, కళింగులకు మధ్య భయంతో గగుర్పాటు కలిగించే యుద్ధం ఆరంభమయింది.

భీమసేనుడు తన బాహుబలాన్ని నమ్ముకొని ధనుష్టంకారం చేస్తూ కళింగరాజుతో యుద్ధం చేస్తున్నాడు. కళింగరాజు కొడుకులలో ఒకడైన శక్రదేవుడు అనేక బాణాలు కుప్పించి భీమసేనుని గుఱ్ఱాలను చంపివేశాడు. భీమసేనుడు విరథుడు కావడం చూసి అతడు మరింత జోరుగా దాడి చేసి, అతనిపై వర్షాకాలపు మేఘంలాగా బాణాల జడివానను కురిపించాడు. అప్పుడు భీముడు ఒక ఇనుపగదను అతని మీదికి విసిరాడు. ఆ గదదెబ్బ తగలగానే అతడు సారథితో పాటు నేలమీద కూలిపోయాడు. తన కొడుకు యొక్క మరణం చూసి కళింగరాజు వేలకొద్దీ రథికసైన్యాన్ని తీసుకొని భీముని నాలుగువైపుల ముట్టడించాడు. భీమసేనుడు ఆ గదను విసిరేసి, కత్తి, డాలు చేతిలోకి తీసుకొన్నాడు. కళింగ రాజు క్రోధంతో భీమసేనుని ప్రాణాలు తీయాలనే సంకల్పంతో అతని మీదికి సర్పంవంటి ఒక విషపూరితమైన బాణాన్ని వదిలాడు. భీమసేనుడు కత్తితో ఆ వాడిబాణాన్ని రెండు ముక్కలు చేశాడు. అతని సైన్యానికి బెదురు పుట్టేలా గట్టిగా సింహనాదం చేశాడు. ఇక కళింగరాజుకు క్రోధం హద్దులు దాటింది. రాతి మీద అరగదీయడంతో పదునెక్కిన పద్నాలుగు తోమరాలను అతడు భీమసేనుని మీదికి విసిరాడు. భీమసేనుడు వెంటనే కత్తితో వాటిని తుత్తునియలు చేసి భానుమంతునిపై దాడి చేశాడు. భానుమంతుడు బాణవర్షంతో భీమసేనుని కప్పివేసి సింహనాదం చేశాడు. భీమసేనుడు కూడా గట్టిగా సింహంలా గర్జించసాగాడు. అతని వికటనాదం విని కళింగసేన చాలా భయపడింది. భీమసేనుడు సాధారణ మానవుడు ఏమీ కాదని, దేవతా పురుషుడని అతనికి తెలిసింది. ఇంతలోనే భీమసేనుడు మళ్లీ భయంకరంగా సింహనాదం చేసి చేతిలోకి కత్తి తీసుకొని రథం మీది నుండి దూకి భానుమంతుని ఏనుగు యొక్క రెండు దంతాలను పట్టుకొని దాని కుంభస్థలంపైకి ఎక్కాడు. అతడు ఎక్కడం చూసి భానుమంతుడు శక్తితో కొట్టాడు. కాని భీమసేనుడు తన కత్తితో దానిని రెండు ముక్కలుగా నరికాడు. పైగా భానుమంతుని నడుమునకు వ్రేలాడుతున్న కత్తి రెండు ముక్కలు అయ్యేలా ఒక్క దెబ్బ కొట్టాడు. తిరిగి అదే కత్తితో ఆ ఏనుగును కూడా మెడపై ఒక్క దెబ్బ కొట్టాడు. మెడ తెగిపోగానే ఏనుగు బాధతో అరుస్తూ నేల కూలింది. వెంటనే భీమసేనుడు కూడా కిందికి దూకి కత్తిపుచ్చుకొని నేలపై నిలబడ్డాడు. ఇక అతడు పెద్ద పెద్ద ఏనుగులను చంపుతూ, పడగొడుతూ నాలుగు వైపులా తిరగసాగాడు. అతడు గజసైన్యం మధ్యలో చొరబడి పదునైన అంచుగల కత్తితో వాటి శరీరాలను, తలలను నరకసాగాడు. భీమసేనుడు ఆ సమయంలో నేల మీద ఒంటరిగా ఉన్నాడు. అయినా నిలువెల్లా కోపంతో ప్రళయకాలంలోని యముడిలా అతడు శత్రువులకు భయాన్ని రెట్టింపు చేశాడు. రణరంగంలో తిరిగే సమయంలో అతడు రకరకాల పాద విన్యాసాలు చూపాడు - ఒక్కొక్కసారి గుండ్రంగా తిరిగేవాడు, ఒక్కొక్క సారి దెబ్బ కాచుకొంటూ అన్ని వైపుల తిరిగేవాడు, ఒక్కొక్క సారి ఎత్తుపై నడిచేవాడు, ఒక్కొక్కసారి దుముకుతూ ముందుకు వెళ్లేవాడు, ఒక్కొక్కసారి అన్ని దిక్కులకు సమానగతితోనే ముందుకు వెళ్లేవాడు, ఒక్కొక్కసారి ఒకే దిశకు ముందుకు కదిలేవాడు, ఒకసారి ఒక్కరి మీదే అత్యంత వేగంగా దాడి చేస్తే, ఇంకొకసారి అందరి మీదా ఒకేసారి విరుచుకుపడేవాడు. అతడు ఎగిరి రథాల మీదికి దూకి ఎంతోమంది రథికుల మస్తకాలను కత్తితో నరికి వేసి, ధ్వజాలతో పాటుగా నేల కూల్చాడు. అతడు కొంతమంది యోధులను మోకాళ్లమీద వంగి చంపాడు. కొంతమందిని మీదికి ఎగిరి పడగొట్టాడు. కొంతమందిని కత్తికి బలిచ్చి చంపాడు. కొంతమందిని తన గర్జనతో భయపెట్టి పరుగులు తీయించాడు. కొంతమందిని తన దుస్సహమైన వేగంతో నేలపాలు చేశాడు. కొంతమంది అయితే ఇతనిని చూడగానే భయంతో ప్రాణాలు వదిలేశారు.

ఇదంతా జరిగినా కూడా కళింగుల యొక్క పెద్ద సైన్యం భీమసేనుని నలువైపుల ముట్టడించి అతని పైకి వచ్చింది. ఆ మొనకు ముందు శ్రుతాయువు ఉండడం చూసి భీమసేనుడు అతనిని ఎదిరించడానికి ముందుకు కదిలాడు. అతడు రావడం చూసి శ్రుతాయువు భీముని రొమ్ముపై తొమ్మిది బాణాలు వేశాడు. భీమసేనుడు కోపంతో

మండిపడ్డాడు. ఇంతలో అశోకుడు భీమసేనుని కోసం ఒక అందమైన రథం తెచ్చాడు. దానిని ఎక్కి అతడు వెంటనే కళింగవీరుడు శ్రుతాయువు పైకి వెళ్లాడు. శ్రుతాయువు మళ్లీ బాణవర్షం కురిపించడం మొదలుపెట్టాడు. అతడు వేసిన తొమ్మిది వాడిబాణాలు తగిలి గాయపడిన భీమసేనుడు దెబ్బ తిన్న పాములా బుసకొట్టాడు. అతడు కూడా విల్లు ఎక్కుపెట్టి ఏడు లోహపుబాణాలతో శ్రుతాయువును గాయపరిచాడు. దానితోపాటే రెండు బాణాలు వేసి అతని చక్రరక్షకులైన సత్య, సత్యదేవులనే వారిని యమలోకానికి పంపాడు. మూడు బాణాలతో కేతుమంతుని ప్రాణం తీశాడు. ఇది చూసి శ్రుతాయువుకు కోపం వచ్చింది. అతని సైన్యంలోని అనేక వేలమంది వీరులు భీముని చుట్టుముట్టారు. నాలుగు వైపుల నుండి భీమసేనుని మీద శక్తి, గద, కత్తి, ఋష్టి, పరశువు మొదలైన ఆయుధాలను వర్షించసాగారు. భీమసేనుడు ఆ తాకిడిని తట్టుకొంటూనే గద తీసుకొని అమితవేగంతో కళింగసైన్యం మీద విరుచుకు పడ్డాడు. ఏడువందలమంది యోధులను యమపురికి పంపాడు. తరువాత మళ్లీ రెండు వేలమంది కళింగ వీరులను మృత్యు తీర్థంలో ముంచాడు. భీమసేనుని ఈ పరాక్రమం అద్భుతమైనది. ఇదే రీతిగా అతడు విచ్చలవిడిగా కళింగ వీరులను మట్టుపెట్టాడు. మహారాజా! ఆ సమయంలో అతనిని చూచి మీ పక్షపు వీరులందరూ సాక్షాత్తూ యముడే భీమసేనుని రూపంలో కళింగులతో యుద్ధం చేస్తున్నాడని పదే పదే అనుకోసాగారు.

అనంతరం భీష్ముడు భీమసేనుని గుఱ్ఱాలను బాణాలు వేసి చంపేశాడు. భీముడు గద తీసుకొని రథం నుండి దూకాడు. సాత్యకి భీమసేనునికి ప్రియం చేకూరేలా భీష్ముని సారథిని చంపివేశాడు. సారథి చనిపోవడంతో గుఱ్ఱాలు గాలిలో తేలుతూ భీష్ముని యుద్ధరంగం నుండి బయటకు లాగుకుపోయాయి. భీమసేనుడు కళింగులను సంహరించి ఒంటరిగా సైన్యం మధ్యలో నిలుచున్నాడు. అయినా కౌరవ పక్షంలోని ఏ వీరునికీ అతని దగ్గరకు వెళ్లే సాహసం లేకపోయింది. ఇంతలో ధృష్టద్యుమ్నుడు అక్కడికి వచ్చి తన రథంపైకి అతనిని ఎక్కించుకొని తమ దళంలోనికి తీసుకొని పోయాడు. భీమసేనుడు పాంచాల మత్స్య దేశవీరులతో కలిశాడు. సాత్యకి భీముని కొనియాడుతూ - "నీవు కళింగరాజు భానుమంతునీ, రాజకుమారుడు కేతుమంతుని, శక్రదేవుని, ఇంకా అనేక ఇతర కళింగ వీరులనూ సంహరించడం మెచ్చుకోదగిన విషయం, కళింగ సేనావ్యూహం చాలా పెద్దది. అందులో అంసఖ్యాకమైన ఏనుగులు, గుఱ్ఱాలు, రథాలు, ఉన్నాయి. గొప్ప గొప్ప పరాక్రమవంతులు వాటిని రక్షిస్తూ ఉన్నారు. అయినా నీవు ఒక్కడివే నీ బాహుబలంతో దానిని నాశనం చేశావు" అన్నాడు. ఇలా అని అతడు భీమసేనుని కౌగిలించుకొని, తన రథం మీద కూర్చోపెట్టుకొని, అతని సాహసాన్ని మరింత పెంచుతూ, తిరిగి కౌరవసంహారం చేయసాగాడు.

ధృష్టద్యుమ్నుడు, అభిమన్యుడు, అర్జునుడు పరాక్రమించుట.

సంజయుడు కొనసాగిస్తున్నాడు - ఆ రోజు పూర్వాహ్ణంలో అధికభాగం గడిచిపోయాక అనేక రథాలు, ఏనుగులు, గుఱ్ఱాలు, కాల్బలం - నశించాక, ధృష్టద్యుమ్నుడు ఒంటరిగానే అశ్వత్థామ, శల్యుడు, కృపాచార్యుడు - ఈ ముగ్గురు మహారథులతో తలపడవలసి వచ్చింది. అతడు అశ్వత్థామ యొక్క విశ్వవిఖ్యాతమైన గుఱ్ఱాలను పది బాణాలతో చంపివేశాడు. అతడు శల్యుని రథం ఎక్కి, అక్కడినుండే బాణవర్షం కురిపించడం మొదలుపెట్టాడు. ధృష్టద్యుమ్నుడు అశ్వత్థామతో తలపడడం చూసి అభిమన్యుడు వాడిబాణాలను వర్షిస్తూ వెంటనే అక్కడకు వచ్చాడు. అతడు శల్యుడిని ఇరవై అయిదు, కృపాచార్యుని తొమ్మిది, అశ్వత్థామను ఎనిమిది బాణాలతో కొట్టాడు. దానికి ప్రతిగా అశ్వత్థామ ఒకటి, శల్యుడు పది, కృపాచార్యుడు మూడు బాణాలతో అతనిని కొట్టారు.

మహారాజా ! ఇంతలో అభిమన్యుడు యుద్ధం చేయడం చూసి మీ మనుమడు లక్ష్మణ కుమారుడు అతనిని ఎదిరించడానికి వచ్చాడు. ఇద్దరి మధ్య యుద్ధం కొనసాగింది. లక్ష్మణకుమారుడు కోపంతో అభిమన్యునిపై అనేక బాణాలు వేసి తన పరాక్రమం చూపాడు. దీనితో అభిమన్యునకు కోపం వచ్చి తన హస్తనైపుణ్యం చూపుతూ ఏభై బాణాలతో లక్ష్మణకుమారుని గాయపరిచాడు. లక్ష్మణుడు ఒక బాణంతో అభిమన్యుని ధనుస్సును విరుగకొట్టాడు. అది చూచి కౌరవ పక్ష వీరులు హర్ష ధ్వానాలు చేశారు. అభిమన్యుడు అత్యంత దృఢమైన వేరొక విల్లును తన చేతిలోకి తీసుకొన్నాడు. వారిద్దరూ ఒకరి దెబ్బలు ఒకరు కాచుకొంటూ, ఒకరినొకరు వేసుకొంటూ పరస్పరం తీక్ష్ణబాణాలతో ప్రహరించుకోసాగారు. అనంతరం తన కొడుకును అభిమన్యుడు బాధించడం చూసి దుర్యోధనుడు అతని సహాయం కోసం వచ్చాడు. ఇది చూసి అర్జునుడు కూడా పుత్రుని రక్షణ కోసం మహావేగంగా వచ్చాడు. అప్పుడు భీష్ముడు, ద్రోణాచార్యుడు మొదలైన

వారు కూడా అర్జునుని ఎదుర్కొనడానికి ముందుకు వచ్చారు. ఆ సమయంలో అందరూ కోలాహలంగా ఉన్నారు. అర్జునుడు ఆకాశం. దిక్కులు, నేల, సూర్యుడు ఏదీ కూడా తెలియకుండా ఉండేంతగా బాణ వృష్టి కురిపించాడు. ఆ తీవ్రమైన పోరులో ఎన్నో రథాలు, ఏనుగులు, గుఱ్ఱాలు చనిపోయాయి. రథికులు రథాలను వదిలిపెట్టి మరీ పారిపోయారు. ఆ సమయంలో అర్జునుని ఎదిరించగలిగే వీరుడు మీ పక్షంలో ఒక్కడు కూడా కనిపించలేదు. అతనిని ఎదిరించడానికి వెళ్లినవారందరూ అతని తీక్ష్ణబాణాలకు గురై పరలోకానికి అతిథులుగా వెళ్లిపోయారు.

మీ సైన్యంలోని వీరులు నలువైపులకు చెదిరి పరుగులు తీస్తూంటే కృష్ణార్జునులు తమ తమ శంఖాలను ఊదారు. అప్పుడు భీష్ముడు ద్రోణాచార్యునితో – "శ్రీకృష్ణ భగవానునితో కలిసి అర్జునుడు ఒక్కడే ఈ సమస్త సైన్యాన్ని సంహరిస్తున్నాడు. యుద్ధంలో ఏ విధంగానూ ఇతనిని జయించడం అసాధ్యం. ఇప్పుడు ఇతని రూపం ప్రళయకాలంలోని యమునిలా భయంకరంగా కనిపిస్తోంది. చూస్తున్నారు కదా ! మన ఈ పెద్ద సైన్యం ఒకరిని చూసి ఒకరు ఏ రీతిగా వేగంగా పరుగులు తీస్తోందో. ఇప్పుడు దీనిని మరల్చడం చాలా కష్టం. ఇటు చూస్తే సూర్యుడు కూడా అస్తమించబోతున్నాడు. కాబట్టి ఈ సమయంలో సైన్యాన్ని పోగుచేసి యుద్ధం కట్టిపెట్టడమే మంచిదని నాకు తోస్తోంది. మన యోధులు అలసిపోయి, భయవిహ్వలులై ఉన్నారు. కాబట్టి ఇప్పుడు ఉత్సాహంగా ఎలాగూ యుద్ధం చేయలేరు." అన్నాడు. మహారాజా ! ద్రోణాచార్యునితో ఇలా అని భీష్మాచార్యుడు తన సైన్యాన్ని యుద్ధరంగం నుండి ఉపసంహరించాడు. ఈ రీతిగా సూర్యాస్తసమయంలో మీ యొక్క, పాండవుల యొక్క సేనలు మరలిపోయాయి.

మూడవ రోజు యుద్ధము - ఇరుపక్షాల వ్యూహరచన

సంజయుడు చెపుతున్నాడు – రాత్రిగడిచి తెల్లవారగానే భీష్ముడు తన సైన్యాన్ని రణభూమికి కదిలేందుకు ఆజ్ఞాపించాడు. అక్కడ అతడు తన సైన్యాన్ని గరుడవ్యూహంలో నిలిపాడు. ఆ వ్యూహం యొక్క అగ్రభాగాన ముక్కు స్థానంలో స్వయంగా తాను నిల్చున్నాడు. రెండు కన్నుల స్థానాలలోను ద్రోణాచార్యుడు, కృతవర్మ ఉన్నారు. శిరోభాగంలో అశ్వత్థామ, కృపాచార్యుడు నిలబడ్డారు. వారితో త్రైగర్తులు, కైకేయులు, వాటధానులు, కూడా ఉన్నారు. మద్రక, సింధు, సౌవీర, పంచనద దేశీయ వీరులతో కలిసి భూరిశ్రవుడు, శలుడు, శల్యుడు, భగదత్తుడు, జయద్రథుడు – వీరంతా కంఠస్థానంలో నిలుచున్నారు. తన తమ్ముళ్లతో, అనుచరులతో కలిసి దుర్యోధనుడు పృష్ఠభాగంలో ఉన్నాడు. కాంబోజ, శక, శూరసేన దేశీయ వీరులను వెంట తీసుకొని విందానువిందులు ఆ వ్యూహానికి తోకభాగంలో నిలుచున్నారు. మగధ, కళింగ సైన్యాలు, దాసేరకగణం దాని కుడిరెక్క భాగంలోను, కారూష, వికుంజ, ముండ, కుండీవృష మొదలైన యోధులు బృహద్బలునితో పాటు ఎడమ రెక్క భాగంలోను ఉన్నారు.

అర్జునుడు కౌరవసేన యొక్క ఆ వ్యూహరచనను చూసి, ధృష్టద్యుమ్నుని వెంట పెట్టుకొని తన సైన్యాన్ని అర్ధ చంద్రాకార వ్యూహంలో నిలిపాడు. దాని దక్షిణ కొనలో భీమసేనుడు రకరకాల శస్త్రాస్త్రాలు ధరించిన భిన్న భిన్న దేశ రాజులతో పాటు నిలిచాడు. భీమసేనుని వెనుక విరాటుడు, ద్రుపదుడు ఉన్నారు. వారి వెనుక నీలుడు, అతని వెనుక ధృష్టకేతువు ఉన్నారు. ధృష్ట కేతువుతో పాటు చేది, కాశీ, కరూష దేశాల సైనికులు ఉన్నారు. ధృష్టద్యుమ్నుడు, శిఖండి – పాంచాల ప్రభద్రక దేశీయ యోధులతో కలిసి సేన యొక్క మధ్య భాగంలో నిలుచున్నారు. గజ సైన్యంతో పాటు యుధిష్ఠిరుడు కూడా అక్కడే ఉన్నాడు. అతని తరువాత సాత్యకి, ద్రౌపది ఐదుగురు కొడుకులు ఉన్నారు. ఆ పై అభిమన్యుడు, ఇరావంతుడు ఉన్నారు. దాని తరువాత కైకేయవీరులతో కలిసి ఘటోత్కచుడు ఉన్నాడు. చివరిలో వ్యూహం యొక్క ఎడమకొనలో అర్జునుడు ఉన్నాడు. అతనికి రక్షకుడుగా శ్రీకృష్ణభగవానుడున్నాడు. ఈ రీతిగా పాండవులు ఈ మహావ్యూహాన్ని రచించారు.

తదనంతరం యుద్ధం మొదలయింది. రథంతో రథం, ఏనుగుతో ఏనుగు తలపడ్డాయి. రథచక్ర ఘోషతో కలిసి దుందుభుల ధ్వని ఆకాశంలో ప్రతిధ్వనిస్తోంది. ఉభయపక్ష వీరులమధ్య తీవ్రయుద్ధం మొదలయింది. అర్జునుడు అప్పుడు కౌరవపక్షంలోని రథికసైన్యాన్ని సంహరించసాగాడు. కౌరవ వీరులు కూడా ప్రాణాలను లెక్కచేయకుండా పాండవులను ఎదిరించడానికి సిద్ధం అయ్యారు. వారు ఏకాగ్రచిత్తంతో ఘోరయుద్ధం చేస్తూంటే పాండవ సైన్యానికి కాళ్లు నిలువలేదు, దానితో తొక్కిసలాట మొదలయింది. భీమసేనుడు, ఘటోత్కచుడు, సాత్యకి, చేకితానుడు, ద్రౌపదియొక్క ఐదుగురు కొడుకులు మీ పుత్రుల సైన్యాన్ని దేవతలు దానవులను తరిమినట్లు తరిమారు. ఈ రీతిగా పరస్పరం

గాయపరచుకొంటూ రక్తం ఓడుతున్న క్షత్రియవీరులు భయంకరంగా కనిపించసాగారు.

మహారాజా ! ఇదే సమయంలో దుర్యోధనుడు వేయిమంది రథిక సైనికులను తీసుకొని ఘటోత్కచుని ఎదిరించడానికి వచ్చాడు. ఇదే రీతిగా పాండవులు కూడా అతిపెద్ద సైన్యాన్ని తీసుకొని భీష్మద్రోణులను ఎదిరించడానికి వచ్చి నిలిచారు. అర్జునుడు కోపోద్రిక్తుడై రాజులందరి మీదా విరుచుకుపడ్డాడు. అతడు రావడం చూసి రాజులు వేలరథాల మీద వచ్చి అతనిని నాలుగు వైపుల నుండి చుట్టుముట్టారు. అతని రథం మీద శక్తి, గద, పరిఘ, ప్రాస, పరశువు, ముసలం, మొదలైన శస్త్రాస్త్రాలను వర్షించసాగారు. కాని అర్జునుడు మిడుతలదండులా వచ్చిపడుతున్న శస్త్రవర్షాన్ని తన బాణాలతో నడుమనే అడ్డగించాడు. అతని ఈ అలౌకికమైన హస్తలాఘవాన్ని చూచి దేవ, దానవ, గంధర్వ, పిశాచ, సర్ప, రాక్షసులు - అందరూ ధన్యుడవు ధన్యుడవు అంటూ పొగిడారు.

అర్జునుని బాణాలకు బాధపడి కౌరవసైన్యం విచారంలో మునిగి పోయింది. భయంతో వణికి పోతూ పరుగులు తీసింది. అది పరుగులు తీయడం చూచి కోపంతో భీష్మ ద్రోణులు దానిని ఆపారు. దుర్యోధనుని చూచి కొంతమంది యోధులు తిరిగి వచ్చారు. వారు తిరిగి రావడం చూసి ఇతరులు కొంతమంది కూడా సంకోచంతో వచ్చారు. అందరూ తిరిగి వచ్చాక దుర్యోధనుడు భీష్మునివద్దకు వెళ్లి "పితామహా! నేను చెప్పేది కొంచెం శ్రద్ధగా వినండి. మీరు, ద్రోణాచార్యులవారు జీవించియుండగా, అశ్వత్థామ, సుహృద్వర్గం, కృపాచార్యుడు అందుబాటులో ఉండగా మన సేన ఈ విధంగా పలాయనం చిత్తగించడం మీకు గౌరవకరమైన విషయం కాదు. పాండవులు మీతో సమానులైన యోధులని నేను ఎప్పుడూ అంగీకరించను. మీరు వారిపై కృపాదృష్టి చూపుతున్నారు. అందుకే మన సేన చంపబడుతోంది. మీరు శాంతి వహించి ఊరుకొంటున్నారు. అసలు సంగతి ఇదే అయితే "నేను పాండవులతో, ధృష్టద్యుమ్నునితో, సాత్యకితో యుద్ధం చేయను" అని ముందుగానే నాతో చెప్పడం ఉచితంగా ఉండేది. అప్పుడు మీ యొక్క, ఆచార్యుల వారి యొక్క, కృపమహారాజు యొక్క మాటలను విని నేను కర్ణునితో కలిసి నా కర్తవ్యం ఏమిటో ఆలోచించుకొని ఉండేవాడిని. నిజానికి ఈ యుద్ధం అనే సంకటసమయంలో మీరు నన్ను విడిచిపెట్టకూడదనే అనుకుంటే మీరు మీ పరాక్రమాలకు అనుగుణంగా యుద్ధం చేయాలి." అన్నాడు.

దుర్యోధనుడు అన్న ఈ మాటలు విని భీష్ముడు కోపంతో కన్నులు ఎఱ్ఱచేసి, పరిహసిస్తూ - "రాజా ! ఒకసారి కాదు రెండుసార్లు కాదు. చాలా సార్లు నేను నీతో ఈ సత్యమైన, హితకరమైన మాటను చెప్పాను. ఇంద్రునితో కూడిన దేవతలు కూడా పాండవులను యుద్ధంలో జయించలేరని. నేను ఇప్పుడు ముసలివాడినయిపోయాను. ఈ దశలో ఏదో కొంత చేయగలుగుతున్నాను. అందుకోసం నీ భారాన్నంతా ఎత్తుకోలేను. నీవు నీ తమ్ముళ్లతో కలిసి చూస్తూ ఉండు. నేను ఈ రోజు ఒక్కడినే అందరి ఎదుట పాండవులను సేనాసహితంగా వెనకడుగు వేయిస్తాను" అన్నాడు.

భీష్ముడు ఈ రీతిగా చెప్పగానే నీ పుత్రుడు ప్రసన్నుడై భేరీలు శంఖాలు మొదలైనవి మ్రోగించాడు. వాటి ధ్వని విని పాండవులు కూడా శంఖాలు, భేరీలు, కాహళులతో తుములనాదం చేశారు.

శ్రీకృష్ణుడు చక్రమును చేత పట్టుట.

ధృతరాష్ట్రుడు - "సంజయా ! నా కొడుకు దుఃఖంతో భీష్ముని అలా ఎత్తి పొడుపుగా మాట్లాడి కోపం రగిలిస్తే అతడు భయంకరమైన యుద్ధం చేస్తానని ప్రతిజ్ఞ చేశాడు కదా ! అతడు పాండవులతో, పాంచాల వీరులు అతనితో ఏ రీతిగా యుద్ధం చేశారు ?" అని అడిగాడు.

సంజయుడు చెప్పసాగాడు - ఆ రోజు పగటిలో మొదటి భాగం గడిచిపోయాక, సూర్యుడు పడమటి దిశకు కదులుతూ ఉండగా, పాండవులు విజయోల్లాసంతో ఉన్నారు. అదే సమయంలో భీష్ముడు వేగవంతమైన గుఱ్ఱాలు పూన్చిన రథం ఎక్కి పాండవసేన వైపు బయలు దేరాడు. అతని వెంట పెద్ద సైన్యం ఉంది. నీ కొడుకు అన్నివైపుల అతని చుట్టూ రక్షణ కల్పిస్తూ ఉన్నాడు. అప్పుడు మనవారికి పాండవులకు మధ్య రోమాంచకారకమైన యుద్ధం మొదలయింది. కొద్ది సేపటిలోనే వేల యోధుల శిరస్సులు, చేతులు తెగి నేలపై పడి కొట్టుకోసాగాయి. ఎంతోమంది వీరుల మస్తకాలయితే తెగిపడి పోయాయి. గాని, మొండేలు మాత్రం ధనుర్బాణాలు ధరించి నిలుచునే ఉన్నాయి. రక్తం ఏరులై ప్రవహించింది. ఆ సమయంలో కౌరవ పాండవుల మధ్య జరిగిన యుద్ధం ఎప్పుడూ చూసినదీ కాదు. విన్నదీ కాదు. భీష్ముడు అప్పుడు తన ధనుస్సును మండలాకారంలో వంచి విషనాగుల వంటి బాణాలను కురిపించసాగాడు. రణభూమిలో అతడు తిరిగే వేగానికి పాండవులకు అతడు వేల రూపాల్లో గోచరించసాగాడు. భీష్ముడు మాయచేత

తన యొక్క అనేక రూపాలను సృష్టించాడా అనిపించింది. తూర్పు దిక్కున అతనిని చూసినవారు కళ్లు తిప్పే సరికి పడమటి వైపున కూడా అతనిని చూసేవారు. ఒకే క్షణంలో అతడు ఉత్తర దక్షిణాలలో కూడా కనిపించే వాడు. ఈ రీతిగా ఆ యుద్ధంలో సర్వత్రా అతడొక్కడే కనిపించసాగాడు. పాండవులకు అతడు విడిచిన బాణాలు కనిపించాయే తప్ప అతడు కనిపించలేదు వారిలో హాహా కారాలు చెలరేగాయి. భీష్ముడు అతిమానుషరూపంలో సంచరిస్తున్నాడు. వేలకొద్దీ రాజులు తమ చావు కోసమే అగ్నివద్దకు మిడుతలు వచ్చినట్లుగా వస్తున్నారు. అతని యొక్క ఒక్క దెబ్బ కూడా వ్యర్థం కావడం లేదు.

ఈ రీతిగా అతులపరాక్రమశాలి అయిన భీష్ముని ధాటికి యుధిష్ఠిరుని సైన్యం వేలకొద్దీ ముక్కలుగా చీలిపోయింది. అతని బాణవర్షానికి గురైన సైన్యం వణికి పోయింది. ఇద్దరు మనుష్యులు ఒకేసారి పరిగెత్త లేనంత రీతిగా వారిలో తొక్కిసలాట మొదలయింది. ఈ యుద్ధంలో విధివశాత్తు తండ్రి కొడుకును, కొడుకు తండ్రిని చంపుకొన్నారు. మిత్రుడు మిత్రుని చేతిలో చనిపోయాడు. పాండవుల యొక్క సైనికులు కవచాలు విడిచి, వెంట్రుకలు నిక్కపొడుచుకోగా పారిపోవడం కనిపించింది. ఈ రీతిగా పాండవసైన్యం చెదిరిపోవడం చూసి శ్రీకృష్ణభగవానుడు రథాన్ని ఆపి అర్జునునితో - "పార్థా! దేనికోసం నీవు ఇన్నాళ్లుగా ఎదురు చూస్తున్నావో ఆ సమయం ఇప్పుడు వచ్చింది. తీవ్రమైన దెబ్బ కొట్టు. లేదంటే మోహంతో ప్రాణాలకు నీళ్లు వదులుకోవాలి. ఇంతకు మునుపు రాజుల మధ్యలో "దుర్యోధనుని సైన్యంలోని భీష్మ ద్రోణులు మొదలైన ఏ వీరులు నాతో తలపడినా వారందరినీ చంపుతాను." అని నీవు చేసిన ప్రతిజ్ఞను ఇప్పుడు నిజం చేసి చూపించు. అర్జునా! నీ సేన ఎలా చెల్లాచెదురై పోయిందో చూడుసుమా! ఈ రాజులు అందరూ కాలునివంటి భీష్ముని చూచి, సింహానికి భయపడి అల్పజంతువులు పారిపోయినట్లుగా పారిపోతున్నారు." అన్నాడు.

శ్రీకృష్ణుడు ఇలా అనగానే అర్జునుడు - "మంచిది. ఇక నీవు గుఱ్ఱాలను అదిలించి ఈ సేనాసాగరం మధ్యనుండి భీష్ముని వద్దకు రథాన్ని తోలు, నేను ఇప్పుడే భీష్ముని యుద్ధంలో పడగొడతాను" అన్నాడు. అప్పుడు మాధవుడు గుఱ్ఱాలను అదిలించి భీష్ముని రథం వైపుకు ముందుకు సాగాడు. అర్జునుడు భీష్మునితో తలపడడానికి సిద్ధపడడం చూసి, పారిపోతున్న యుధిష్ఠిరుని సైన్యం మరలి వచ్చింది. అర్జునుడు రావడం చూసి భీష్ముడు సింహనాదం చేసి, అతని రథం మీద బాణాల జడివాన కురిపించాడు. ఒక్క క్షణకాలంలోనే అర్జునుని రథానికి ఉన్న గుఱ్ఱాలు, సారథి కూడా బాణాలతో కప్పబడి కానరాలేదు. కాని శ్రీకృష్ణ భగవానుడు మిక్కిలి ధైర్యశాలి. అతడు ఏ మాత్రం తడబడకుండా గుఱ్ఱాలను సరాసరి ముందుకే నడిపించాడు. ఇదే సమయంలో అర్జునుడు తన దివ్యమైన వింటిని ఎక్కుపెట్టి మూడు బాణాలతో భీష్ముని విల్లు విరుగకొట్టాడు. భీష్ముడు కన్ను మూసి తెరిచే లోగా ఇంకొక పెద్ద ధనుస్సు తీసుకొని దానికి నారి బిగించాడు. కాని దానిని కూడా అతడు ఇలా లాగాడో లేదో అర్జునుడు విరి చేశాడు. అర్జునుని ఈ నైపుణ్యం చూసి భీష్ముడు అతనిని మెచ్చుకొంటూ - "మహాబాహూ! నీ మీద నాకు చాలా ప్రీతి కలిగింది. నాతో యుద్ధం చెయ్యి." అన్నాడు. ఈ రీతిగా పార్థుని మెచ్చుకొంటూనే ఇంకొక గొప్ప విల్లు తీసుకొని అతని రథం మీద బాణ వృష్టి కురిపించాడు. శ్రీకృష్ణభగవానుడు కూడా గుఱ్ఱాలు నడపడంలో తనకున్న నైపుణ్యాన్నంతటినీ ప్రదర్శించాడు. అతడు వేగంగా రథాన్ని గుండ్రంగా తోలుతూ భీష్ముని బాణాలను తరచుగా వ్యర్థం చేయసాగాడు. ఇది చూసి భీష్ముడు వాడిబాణాలతో కృష్ణార్జును లిద్దరినీ బాగా గాయపరిచాడు. పైగా అతని ఆజ్ఞానుసారం ద్రోణుడు, వికర్ణుడు, జయద్రథుడు, భూరిశ్రవుడు, కృతవర్మ, కృపాచార్యుడు, శ్రుతాయువు, అంబష్ఠపతి, విందుడు, అనువిందుడు, సుదక్షిణుడు మొదలైన వీరులు, ప్రాచ్య, సౌవీర, వసాతి, క్షుద్రక, మాలవ దేశీయ యోధులు వెంటనే అర్జునుని మీదికి దాడి చేశారు. వారు వేల గుఱ్ఱాలు, కాల్బలం, రథాలు, ఏనుగుల యొక్క సమూహాలతో ముట్టడించారు. వారిని చూసి సాత్యకి వెంటనే అక్కడికి చేరుకొని, అర్జునునికి సహాయం చేయడానికి ఉపక్రమించాడు. యుధిష్ఠిరుని సైన్యం మరల పారిపోవడం చూసి అతడు - "క్షత్రియులారా! ఎక్కడికి వెళ్తున్నారు? ఇది క్షత్రియ ధర్మం కాదు. వీరులారా! మీ ప్రతిజ్ఞలు విడువకండి. వీర ధర్మాన్ని పాటించండి." అని హెచ్చరించాడు.

శ్రీకృష్ణ భగవానుడు పాండవ సేనలోని ముఖ్యులైన రాజులు అందరూ పారిపోవడం, అర్జునుడు యుద్ధంలో చల్లబడి పోవడం, భీష్ముడు ప్రచండంగా ఉండడం చూశాడు. దీనిని అతడు సహించలేకపోయాడు. అతడు సాత్యకిని ప్రశంసిస్తూ - "శినివంశపు వీరుడా! పారిపోయే వారిని పారిపోనీ. ఉన్నవారిని

కూడా వెళ్లిపోనీ. నాకు వీరిమీద నమ్మకంలేదు. నీవు చూస్తూ ఉండు. నేను ఇప్పుడే భీష్ముని, ద్రోణాచార్యుని రథం నుండి పడవేస్తాను. కౌరవ సేనలోని ఒక్క రథికుడు కూడా నా చేతినుండి తప్పించుకోలేరు. ఇప్పుడు నేను స్వయంగా నా ఉగ్రమైన చక్రాన్ని ఎత్తి భీష్ముని యొక్క ద్రోణుని యొక్క ప్రాణాలు తీస్తాను. ధృతరాష్ట్రుని కొడుకులందరినీ చంపి పాండవులకు సంతోషం కలిగిస్తాను. కౌరవపక్షంలోని వీరు లందరినీ చంపి ఈనాడే యుధిష్ఠిరుని రాజును చేస్తాను." అన్నాడు.

ఇలా అని శ్రీకృష్ణుడు గుఱ్ఱాల కళ్లేలను వదిలి సుదర్శన చక్రాన్ని చేతిలోకి తీసుకొని రథం మీది నుండి కిందికి దూకాడు. ఆ సుదర్శనచక్రం సూర్యకాంతితో వెలుగొందుతూ, వజ్రసదృశమైన ప్రభావంతో అమోఘంగా ఉంది. దాని అంచులు ఛురికల్లా పదునుగా ఉన్నాయి. శ్రీకృష్ణభగవానుడు మహావేగంగా భీష్ముని వైపు లంఘించాడు. అతని పాదాల తాకిడికి భూమి కంపించింది. సింహం మదపుటేనుగు మీదికి ఉరికినట్లుగా అతడు భీష్ముని వైపు ఉరికాడు. అతని నల్లని శరీరం మీద గాలికి ఎగురుతున్న పీతాంబరం యొక్క అంచు నల్లని మేఘంలో మెరుపులా ప్రకాశించింది. చేతితో చక్రం పైకెత్తి పట్టుకొని అతడు గట్టిగా హుంకరించసాగాడు. అతని పట్టరాని కోపం చూసి కౌరవసంహారం జరిగిపోయిందనే అనుకొని అందరూ హాహాకారాలు చేయసాగారు. చక్రం పట్టుకొన్న అతనిని చూస్తే ప్రళయకాలంలోని సంవర్తకాగ్ని సమస్త జగత్తును దహించడానికి సిద్ధపడినట్లుగా అనిపించింది.

అతడు చక్రం పట్టుకొని తనవైపు వస్తూంటే భీష్మునకు కొద్దిగా కూడా భయం కలుగలేదు. అతడు రెండు చేతులతో ధనుష్టంకారం చేస్తూ శ్రీకృష్ణ భగవానునితో - "రమ్ము, రమ్ము, దేవేశ్వరా ! రమ్ము జగదాధారా ! నేను నీకు నమస్కరిస్తున్నాను. చక్రధారివైన మాధవా ! నేడు బలాత్కారంగా నన్ను ఈ రథం నుండి పడగొట్టు. నీవు సమస్త జగత్తుకు ఈశ్వరుడవు. అందరికీ శరణు ఇచ్చేవాడవు. నీ చేతిలో ఇప్పుడు చనిపోతే నాకు ఇహపరలోకాలలో శుభం చేకూరుతుంది. భగవాన్ ! నన్ను చంపడానికి స్వయంగా నీవే వచ్చి ముల్లోకాలలోనూ నా గౌరవాన్ని పెంపొందించావు !" అన్నాడు.

భగవానుడు ముందుకు వెళ్లడం చూసి అర్జునుడు కూడా రథం నుండిదిగి అతని వెనుక పరిగెత్తి సమీపించి అతని రెండు చేతులనూ పట్టుకొన్నాడు. రోషావిష్టుడై ఉన్న భగవానుడు అర్జునుడు పట్టుకొన్నా ఆగలేదు. తుఫానుగాలి ఏదైనా చెట్టును లాగుకొని పోతున్నట్లుగా అతడు అర్జునుని ఈడ్చుకొంటూ ముందుకు సాగిపోయాడు. అప్పుడు అర్జునుడు అతని చేతులను వదిలి కాళ్లమీద పడ్డాడు. అతడు బలమంతా ఉపయోగించి అతని కాళ్లు పట్టుకొని పదవ అడుగు వేయబోతూండగా ఎలాగో కష్టపడి అతనిని ఆపాడు. అతడు నిలబడగానే అర్జునుడు ఆనందంతో అతనికి ప్రణమిల్లి - "కేశవా ! నీ క్రోధాన్ని శాంతింపచెయ్యి. నీవే పాండవులకు ఆధారం. నేను నా సోదరుల మీద, కొడుకుల మీద ఒట్టువేసి చెపుతున్నాను - నా పనిలో మెతకదనం వహించను. ప్రతిజ్ఞానుసారంగానే యుద్ధం చేస్తాను." అని వేడుకొన్నాడు. అర్జునుని యొక్క ఈ ప్రతిజ్ఞ విని శ్రీకృష్ణుడు ప్రసన్నుడై, అతని అభీష్టం మేరకు చక్రసహితుడై తిరిగి రథం మీదికి వచ్చి కూర్చున్నాడు. అతడు తన పాంచజన్యం ఊది ఆ ధ్వనితో దిక్కులు పిక్కటిల్ల చేశాడు. ఆ సమయంలో కౌరవసైన్యంలో కోలాహలం చెలరేగింది. అర్జునుని గాండీవం నుండి అన్ని దిక్కులకు తీక్ష్ణమైన బాణాలు వర్షించ సాగాయి.

అప్పుడు అర్జునుని మీద భూరిశ్రవుడు ఏడు బాణాలను, దుర్యోధనుడు తోమరాన్ని, శల్యుడు గదను, భీష్ముడు శక్తిని ప్రయోగించారు. అర్జునుడు కూడా ఏడు బాణాలతో భూరి శ్రవుని బాణాలను ఖండించాడు. క్షురంతో దుర్యోధనుని తోమరాన్ని ఖండిచాడు. ఒక్కొక్క బాణంతో శల్యుని గదను, భీష్ముని శక్తిని కూడా తునుమాడాడు. ఆ తరువాత అతడు రెండుచేతులతో గాండీవాన్ని సారించి ఆకాశంలో మాహేంద్రమనే అస్త్రాన్ని ప్రకటించాడు. అది చూడడానికి చాలా - అద్భుతంగా, భయానకంగా ఉంది. ఆ దివ్యాస్త్ర ప్రభావంతో అర్జునుడు కౌరవ సైన్యం యొక్క గతిని నిరోధించాడు. ఆ అస్త్రం నుండి అగ్నిలాగ మండుతున్న బాణాలు వర్షించసాగాయి. శత్రువుల రథాలు, ధ్వజాలు, ధనుస్సులు, బాహువులు, ఖండించి, ఆ బాణాలు రాజుల, ఏనుగుల, గుఱ్ఱాల శరీరాలలో గుచ్చుకొన్నాయి. ఈ రీతిగా పదునైన అంచులు గల బాణాల వలను పరిచి అర్జునుడు అన్ని దిక్కులను, దిగంతాలను కప్పివేశాడు. గాండీవ ధనుష్టంకారంతో శత్రువుల మనస్సులలో అత్యంత బాధను కలుగచేశాడు. రక్తపు టేరులు ప్రవహించ సాగాయి. కౌరవ సేనలోని ప్రముఖ వీరులు మరణించడం చూసి చేది, పాంచాల, కరూష, మత్స్యదేశ వీరులు, సమస్త పాండవులు హర్షనాదాలు చేశారు. కృష్ణార్జునులు కూడా హర్షాన్ని ప్రకటించారు.

సూర్యుడు తన కిరణాలను ఉపసంహరించసాగాడు. ఇటు కౌరవ వీరుల శరీరాలు శస్త్రాస్త్రాలతో గాయపడి ఉన్నాయి. యుగాంత సమయంలో వలె అన్ని వైపులా వ్యాపించిన అర్జునుని యొక్క ఐంద్రాస్త్రాన్ని - ఎవరూ భరించలేక పోతున్నారు - ఈ అన్ని విషయాలనూ ఆలోచించి, సంధ్యాకాలం సమీపించడం చూసి భీష్ముడు, ద్రోణుడు, దుర్యోధనుడు, బాహ్లీకుడు మొదలైన కౌరవ వీరులు సేనాపతులతో కలిసి శిబిరాలకు తిరిగి వచ్చారు. అర్జునుడు కూడా శత్రువుల మీద విజయాన్ని, కీర్తిని పొంది సోదరులతో, రాజులతో కలిసి డేరాలకు వెళ్లి పోయాడు. కౌరవ సైనికులు శిబిరాలకు తిరిగి వచ్చేటపుడు ఒకరితో ఒకరు - "ఆహా ! నేడు అర్జునుడు గొప్ప పరాక్రమాన్ని చూపాడు. వేరొకరు ఎవరూ అలా చేయలేరు. తన బాహుబలంతోనే అతడు అంబష్ఠపతి, శ్రుతాయువు, దుర్మర్షణుడు, చిత్రసేనుడు, ద్రోణుడు, కృపుడు, జయద్రథుడు, బాహ్లీకుడు, భూరిశ్రవుడు, శలుడు, శల్యుడు, ఇంకా భీష్మునితో పాటు అనేక యోధులపైన విజయాన్ని పొందాడు." అని చెప్పుకోసాగారు.

నాల్గవ రోజు యుద్ధము - ఘటోత్కచ భగదత్తుల యుద్ధము

సంజయుడు చెప్పసాగాడు - రాజా ! రాత్రి గడిచి నాల్గవ రోజు తెల్లవారగానే భీష్ముడు మహాకోపంతో శత్రుసైన్యం ఎదుటికి వచ్చాడు. అతని వెంట ద్రోణాచార్యుడు, దుర్యోధనుడు, బాహ్లీకుడు, దుర్మర్షణుడు, చిత్రసేనుడు, జయద్రథుడు, ఇంకా ఇతర రాజులు అనేకులు బయలు దేరారు. భీష్ముడు తిన్నగా అర్జునుని మీదికే దాడి చేశాడు. అతనితో పాటు ద్రోణాచార్యాది వీరులందరూ - కృపాచార్యుడు, శల్యుడు, వివింశతి, దుర్యోధనుడు, భూరిశ్రవుడు కూడా అతని మీద విరుచుకుపడ్డారు. అది చూడగానే సర్వ శస్త్రజ్ఞుడయిన అభిమన్యుడు వారి ఎదుటికి వచ్చాడు. అతడు ఆ మహారథుల శస్త్రాస్త్రాలన్నీ ఖండించి, రణాంగణంలో శత్రువుల యొక్క రక్తపు నదులు ప్రవహింపచేశాడు. భీష్ముడు అభిమన్యుని వదిలి అర్జునుని పైకి వెళ్లాడు. కాని కిరీటి నవ్వుతూ తన గాండీవ ధనుర్విముక్తమైన బాణాలతో అతని శస్త్ర సముదాయాన్ని నష్టపరిచి, అతని మీద మిక్కిలి నైపుణ్యంతో బాణాలు కురిపించడం మొదలుపెట్టాడు. భీష్ముడు తన బాణాలతో అర్జునుని శస్త్ర సమూహాన్ని నష్టపరిచాడు. ఈ రీతిగా కురు సృంజయ వీరులు భీష్మార్జునుల యొక్క ఆ అద్భుతమైన ద్వంద్వ యుద్ధాన్ని తిలకించారు.

ఇక్కడ అభిమన్యుని అశ్వత్థామ, భూరిశ్రవుడు, శల్యుడు, చిత్ర సేనుడు, సాంయమని యొక్క పుత్రుడు చుట్టుముట్టారు. ఆ ఐదుగురు పురుష సింహాలతో ఒంటరిగా యుద్ధం చేస్తున్న అభిమన్యుడు సింహపు పిల్ల ఐదు ఏనుగులతో పోరాడుతున్నట్లు అనిపించాడు. లక్ష్యశుద్ధిలోను, శూరత్వంలోను, పరాక్రమంలోను, నైపుణ్యంలోను ఏ వీరుడూ అభిమన్యునికి సాటిరాలేడు. రాజా ! సైన్యం గొప్ప విపత్తులో పడుతోందని గమనించిన వెంటనే నీ కొడుకులు అభిమన్యుని నాలుగు వైపుల నుండి చుట్టు ముట్టారు. కాని తన బలపరాక్రమాల కారణంగా అభిమన్యుడు కొంచెం కూడా ధైర్యాన్ని కోల్పోలేదు. అతడు నిర్భయుడై కౌరవ సైన్యం ఎదుట నిలిచాడు. అతడు ఒక బాణంతో అశ్వత్థామను, ఐదింటితో శల్యుడిని గాయపరిచి, ఎనిమిది బాణాలతో సాంయమని పుత్రుని యొక్క ధ్వజాన్ని నరికివేశాడు. భూరిశ్రవుడు వదిలిన నాగుపాము వంటి ప్రచండ శక్తి తన వైపు రావడం చూసి, దానిని కూడా ఒక తీక్ష్ణబాణంతో ఖండించివేశాడు. ఈ సమయంలో శల్యుడు చాలా వేగంతో బాణవర్షం కురిపిస్తున్నాడు. అభిమన్యుడు దానిని నిరోధించి, అతని గుఱ్ఱాలు నాలుగింటిని చంపివేశాడు. ఈ రీతిగా భూరిశ్రవుడు, శల్యుడు, అశ్వత్థామ, సాంయమని పుత్రుడు, శలుడు - వీరిలో ఏ ఒక్కరూ అభిమన్యుని బాహుబలం ముందు నిలువలేక పోయారు.

ఇక దుర్యోధనుడు ఆజ్ఞాపించగా త్రిగర్త, మద్ర, కేకయ దేశాల యొక్క ఇరవై అయిదు వేలమంది వీరులు అర్జునుని, అభిమన్యుని ఇద్దరినీ చుట్టుముట్టారు. ఇది చూసి కోపోద్రిక్తుడైన ధృష్టద్యుమ్నుడు తన సైన్యాన్ని తీసుకొని మద్ర, కేకయ దేశ వీరుల మీద పడ్డాడు. అతడు పదిబాణాలతో పదిమంది మద్ర దేశ వీరులను, ఒక దానితో కృతవర్మ యొక్క వెనుక భాగంలో ఉండే రక్షకుని, మరి యొకదానితో కౌరవపుత్రుడయిన దమనకుని చంపివేశాడు. ఇంతలోనే సాంయమని పుత్రుడు ముప్పై బాణాలతో ధృష్టద్యుమ్నుని, పదింటితో అతని సారథిని గాయపరిచాడు. ధృష్టద్యుమ్నునికి మిక్కిలి బాధ కలిగి ఒక వాడి బాణంతో సాంయమని పుత్రుని యొక్క వింటిని విరుగకొట్టాడు. ఇరవై అయిదు బాణాలు వేసి అతని గుఱ్ఱాలను, రథానికి అటు ఇటు ఉండే సారథులను చంపివేశాడు. సాంయమని పుత్రుడు కత్తి పుచ్చుకొని రథంపై నుండి దూకి మహావేగంగా కాలినడకనే రథం మీద ఉండే తన శత్రువును సమీపించాడు. ఇది చూసి ధృష్టద్యుమ్నుడు కోపంతో గదా ప్రహారంతో అతని

శిరస్సును పగులకొట్టాడు. గద దెబ్బకు అతడు ఉన్నవాడు ఉన్నట్లే నేల కూలగా. అతని చేతిలోని కత్తి, డాలు జారి అల్లంతదూరంలో పడ్డాయి.

ఈ రీతిగా ఆ రాజకుమారుడు చనిపోవడంతో మీ సైన్యంలో హాహాకారాలు చెలరేగాయి. కొడుకు చనిపోవడంతో ఆగ్రహించిన సాంయమని అత్యంత క్రోధంతో ధృష్టద్యుమ్నుని తాకాడు. ఆ వీరులు ఇద్దరూ ఎదురుపడి రణరంగంలో పోరాడుతుంటే కౌరవ పాండవులు, సమస్త రాజలోకం వారి యుద్ధాన్ని చూడసాగారు. సాంయమని ధృష్టద్యుమ్నుని మూడు బాణాలతో కొట్టాడు. రెండోవైపు శల్యుడు కూడా అతని మీద దెబ్బకొట్టాడు. శల్యుడు వేసిన తొమ్మిది బాణాలు గుచ్చుకోవడంతో ధృష్టద్యుమ్నునికి చాలా బాధ కలిగింది. కోపంతో అతడు ఉక్కు బాణాలతో అతనికి దిక్కు తోచకుండా చేశాడు. కొంతసేపటి వరకు ఇద్దరూ సమాన స్థాయిలోనే యుద్ధం చేశారు. ఇద్దరిలో హెచ్చు తగ్గులు తెలియలేదు. ఇంతలో శల్యుడు ఒక తీక్ష్ణబాణంతో ధృష్టద్యుమ్నుని విల్లు విరిచాడు. పైగా అతనిని బాణాలతో ముంచెత్తాడు.

ఇది చూచి అభిమన్యుడు మద్రరాజు రథం వైపు వేగంగా వచ్చి, అతి వాడియైన బాణాలను అతనిపై వేశాడు. అప్పుడు దుర్యోధనుడు, వికర్ణుడు, దుశ్శాసనుడు, వివింశతి, దుర్మర్షణుడు, దుస్సహుడు, చిత్రసేనుడు, దుర్ముఖుడు, సత్యవ్రతుడు, పురుమిత్రుడు - ఈ వీరులందరూ మద్రరాజును రక్షించడానికి వచ్చారు. కాని భీమసేనుడు, ధృష్టద్యుమ్నుడు, ద్రౌపదీ పుత్రులు, అభిమన్యుడు, నకుల సహదేవులు - వారిని అడ్డుకొన్నారు. వారందరూ మిక్కిలి ఉత్సాహంగా పరస్పరం పోరు సాగించారు. ఈ రెండు పక్షాలలోను పదిమంది రథికులు చొప్పున పోరాడుతూంటే ఆ పక్షాలలోని మిగిలిన రథికులు ప్రేక్షకులవలె చూడసాగారు. దుర్యోధనుడు మిక్కిలి కోపంతో నాలుగు తీవ్రబాణాలతో ధృష్టద్యుమ్నుని కొట్టగా దుర్మర్షణుడు ఇరవై, చిత్రసేనుడు ఐదు, దుర్ముఖుడు, తొమ్మిది, దుస్సహుడు ఏడు, వివింశతి ఐదు, దుశ్శాసనుడు మూడు బాణాలతో అతనిని గాయపరిచారు. ధృష్టద్యుమ్నుడు కూడా తన చేతివాటం చూపుతూ వారిలో ప్రతిఒక్కరిని ఇరవై అయిదు బాణాలతో కొట్టాడు. అభిమన్యుడు పది బాణాల చొప్పున సత్యవ్రతుని, పురుమిత్రుని కొట్టాడు. నకుల సహదేవులు అద్భుతంగా తమ మామ శల్యుని మీద వాడి వాడి బాణాలు కుప్పించారు. శల్యుడు కూడా తన మేనలుళ్ల మీద అనేక బాణాలు వేశాడు. కాని నకుల సహదేవులు శల్యుని బాణాలు తమను పూర్తిగ కప్పివేసినా తమ స్థానం నుండి ఆవగింజంత అయినా కదలలేదు.

భీమసేనుడు దుర్యోధనుని తన ఎదుట చూడగానే యుద్ధాన్ని యావత్తూ ముగించేయాలని ఒక గదను పైకెత్తాడు. భీమసేనుడు, గదను ధరించడం చూసి మీ పుత్రులందరూ భయంతో పారిపోయారు. అప్పుడు దుర్యోధనుడు - మగధరాజును అతని పదివేల గజ సైన్యంతో ముందు నడవమని అతని మీద దాడి చేశాడు. అంతే, భీమసేనుడు, రథం నుండి దూకి గదతో ఏనుగులను మర్దిస్తూ రణ భూమిలో విహరించసాగాడు. ఆ సమయంలో హృదయాన్ని దడదడలాడించే భీమసేనుని సింహనాదం విని ఏనుగులన్నీ కదలకుండా నిశ్శబ్దం అయి పోయాయి. ద్రౌపదీ పుత్రులు, అభిమన్యుడు, నకుల సహదేవులు, ధృష్టద్యుమ్నుడు - ఈ పాండవ పక్ష వీరులందరూ భీమసేనుని వెనుకనే అతనిని రక్షిస్తూ తమ తీక్ష్ణబాణాలతో మాగధసైన్యంలోని గజారోహులైన వీరుల శిరస్సులను ఖండించసాగారు. ఇది చూచిన మగధరాజు ఐరావతం వంటి తన పెద్ద ఏనుగును అభిమన్యుని రథం వైపు నడిపాడు. కాని వీరుడైన అభిమన్యుడు ఒక్క బాణంతోనే ఏనుగును మట్టికరిపించి, ఇంక ఒక్క బాణంతోనే వాహనంలేని మగధ రాజు యొక్క శిరస్సును ఎగురగొట్టాడు. భీమసేనుడు కూడా ఆ గజసైన్యం మధ్యలో విచ్చలవిడిగా తిరుగుతూ ఏనుగులను సంహరించాడు. అప్పుడు భీమసేనుని యొక్క ఒక్కొక్క దెబ్బకే ఏనుగులు చాపచుట్టుగా పడిపోవడం మనవాళ్లు చూశారు. క్రోధాతురుడైన భీమసేనుని దెబ్బకు ఆ ఏనుగులు భయంతో అటు ఇటు పరుగులు తీస్తూ తమసైన్యాన్నే తొక్కివేయ సాగాయి. ఆ సమయంలో తన గదను అంతటా తిప్పుతూ ఉన్న భీమసేనుడు సాక్షాత్తూ శంకరుడే యుద్ధభూమిలో నాట్యం చేస్తున్నట్లు అనిపించాడు.

ఇదే సమయంలో తమ పుత్రుడు నందకుడు వేలకొద్దీ రథాలతో భీమసేనుని మీదికి వచ్చాడు. అతడు భీమసేనునిపై ఆరుబాణాలు వేశాడు - రెండో వైపునుండి దుర్యోధనుడు తొమ్మిది బాణాలతో అతని రొమ్ముపై దెబ్బకొట్టాడు. అప్పుడు భీముడు తన రథం ఎక్కి, సారథి విశోకునితో - "చూడు. ఈ మహారథులైన ధృతరాష్ట్ర పుత్రులు నా ప్రాణాలు తీయాలని వచ్చారు. కాని వారిని నీ ఎదుటనే చంపుతాను. కాబట్టి నీవు జాగ్రత్తగా నా గుఱ్ఱాలను వారి ఎదుటకు తీసుకువెళ్లు." అని చెప్పాడు. సారథితో ఇలా అని మూడు బాణాలను

నందకుని రొమ్మున నాటాడు. ఇటు దుర్యోధనుడు కూడా అరవై బాణాలతో భీమసేనుని, మూడు బాణాలతో అతని సారథిని గాయపరిచాడు. ఆ పై మూడు వాడిబాణాలు వేసి నవ్వుతూనే అతని వింటిని ఖండించాడు. భీమసేనుడు మరొక దివ్యధనువును తీసుకొని, ఒక వాడిబాణాన్ని సంధించి, దానితో దుర్యోధనుని ధనుస్సును విరిచాడు. దుర్యోధనుడు కూడా వెంటనే మరొక విల్లు అందుకొని, దానితో ఒక తీక్ష్ణబాణాన్ని వేసి భీమసేనుని వక్షఃస్థలాన్ని గాయపరిచాడు. ఆ బాణంతో అమితంగా బాధపడిన భీమసేనుడు రథం వెనుక కూలబడి మూర్ఛిల్లాడు.

భీమసేనుడు మూర్ఛిల్లడం చూసి అభిమన్యుడు మొదలైన పాండవ పక్ష వీరులు సహించలేక పోయారు. దుర్యోధనుని శిరసుపై పదునైన ఆయుధాలను భీషణంగా కురిపించసాగారు. ఇంతలో భీమసేనునికి తెలివి వచ్చింది. అతడు దుర్యోధనుని మీద ముందు మూడు, ఆ తరువాత ఐదు బాణాలు వేశాడు. అటు తరువాత ఇరవై అయిదు బాణాలను శల్యునిపై వేశాడు. వాటితో గాయపడి మద్రరాజు రణరంగాన్ని వదిలి వెళ్లిపోయాడు. అప్పుడు నీ యొక్క పద్నాలుగు మంది పుత్రులు – సేనాపతి, సుషేణుడు, జలసంధుడు, సులోచనుడు, ఉగ్రుడు, భీమరథుడు, భీముడు, వీరబాహుడు, అలోలుపుడు, దుర్ముఖుడు, దుష్ప్రధర్షణుడు, వివిత్సుడు, సముడు – భీమసేనుని మీద దాడి చేశారు. వారి కళ్లు కోపంతో ఎరుపెక్కాయి. వారందరూ ఒకేసారి అనేక బాణాలు వేసి భీమసేనుని గాయపరిచారు. నీ పుత్రులను ఎదురుగా చూడగానే భీమసేనుడు తోడేలు పశువుల మీద పడినట్లు వారి మీద విరుచుకుపడ్డాడు. అతడు గరుడినిలా ఒక్క ఉదుటున ఒక వాడిబాణంతో సేనాపతి శిరసును ఉత్తరించాడు. మూడు బాణాలతో జలసంధుని గాయపరిచి యమపురికి పంపాడు. సుషేణుని కొట్టి మృత్యువుకి అప్పగించాడు. కిరీట కుండలాలతో అలంకరింపబడిన ఉగ్రుని శిరస్సును నరికి నేల మీద పడవేశాడు. డెబ్బై బాణాలతో వీరబాహుని అతని గుఱ్ఱాలు, ధ్వజం, సారథితో సహితంగా నేల కూల్చాడు. ఇదే విధంగా అతడు భీముని, భీమరథుని, సులోచనుని కూడా సేనానులందరూ చూస్తూండగానే యముని ఇంటికి పంపాడు. భీమసేనుని ఈ పరాక్రమం చూసి మిగిలిన నీ పుత్రులందరూ భయంతో అటూ ఇటూ పరుగులు తీశారు.

అప్పుడు భీష్ముడు వీరులు అందరినీ – "చూడండి. ఈ భీమసేనుడు ధృతరాష్ట్రుని యొక్క పుత్రులను చంపివేస్తున్నాడు. అరే ! ఇతనిని వెంటనే పట్టుకోండి. ఆలస్యం చేయకండి" అని ఆదేశించాడు. భీష్ముని ఆజ్ఞ పొంది కౌరవపక్షంలోని సైనికులు అందరూ భీమునిపై దాడి చేశారు. వారిలో భగదత్తుడు తన మదపుటేనుగును ఎక్కి వెంటనే భీముని చేరుకొన్నాడు. అక్కడకు వస్తూనే అతడు బాణ వర్షంతో భీమసేనుని పూర్తిగా ముంచేశాడు. అభిమన్యుడు మొదలైన వీరులు ఇదంతా చూసి సహించలేకపోయారు. వారు కూడా బాణాలు కురిపించి భగదత్తుని నాలుగు వైపులా కప్పివేశారు, అతని ఏనుగును కూడా గాయపరిచారు. కాని భగదత్తుడు దానిని అదిలించగానే అది కాలప్రేరితమైన యమరాజువలె ఆ మహారథులందరి మీదికి అమితవేగంగా పరుగెత్తుకు వచ్చింది. దాని భయంకర రూపం చూసి ఆ వీరులందరూ ఒక్కసారిగా నీరు కారిపోయారు, వారికి అది సహించశక్యం కానిదిగా తోచింది. అదే సమయంలో భగదత్తుడు ఒకబాణాన్ని భీమసేనుని రొమ్మున నాటాడు. దానితో గాయపడిన భీమసేనుడు అచేతనుడిలా తన రథం యొక్క జెండా కఱ్ఱను ఊతంగా చేసుకొని కూలబడి పోయాడు. ఇది చూసి భగదత్తుడు గట్టిగా సింహనాదం చేశాడు.

భీమసేనుని ఈ అవస్థను చూసి ఘటోత్కచుడికి చాలా కోపం వచ్చింది. అతడు అక్కడే అంతర్ధానం అయిపోయాడు. అతడు ఒక భయంకరమైన మాయను వ్యాపింప చేశాడు. దానిని చూసిన సగటు మనుష్యులకు అయితే గుండె ఆగిపోయింది. అరక్షణంలోనే అతడు భయంకరమైన రూపాన్ని ధరించి, తన మాయచేత కల్పితమైన ఐరావత గజాన్ని ఎక్కి ప్రత్యక్షమయ్యాడు. అతడు భగదత్తుని అతని ఏనుగుతో సహితంగా చంపడానికని అతని మీదికి తన ఏనుగును నడిపాడు. ఆ నాలుగు దంతాల ఏనుగు భగదత్తుని ఏనుగును చాలా బాధించసాగింది. దానితో అది మిక్కిలి బాధతో పిడుగు పడినట్లుగా చాలా గట్టిగా ఘీంకరించసాగింది. దాని యొక్క ఆ భీషణ ఘీంకారాన్ని విని భీష్ముడు ద్రోణాచార్యునితోను, దుర్యోధనునితోను – "ఇప్పుడు మహా ధనుర్ధరుడైన భగదత్తుడు హిడింబాసుతుడైన ఘటోత్కచునితో యుద్ధం చేస్తూ పెద్ద ఆపదలో చిక్కుకొన్నాడు. అందుకే పాండవుల హర్షధ్వనులు, అత్యంతమూ భయపడిపోయిన ఏనుగు యొక్క అరుపు వినపడుతోంది. కాబట్టి నడవండి. మనమందరం భగదత్తుని రక్షణ కోసం వెళ్దాం. మనం ఇప్పుడు అతనిని రక్షించకపోతే అతడు తొందరలోనే ప్రాణాలు కోల్పోతాడు. చూడండి. అక్కడ మహాభయంకరమైన

ఘోరయుద్ధం జరుగుతోంది. కాబట్టి వీరులారా ! త్వరపడండి. ఆలసించకండి. రండి. ఇప్పుడే వెళ్దాం." అన్నాడు.

భీష్ముని మాటలు విని వీరులందరూ భగదత్తుని రక్షణ కోసం భీష్ముని ద్రోణుని నేతృత్వంలో బయల్దేరారు. ఆ సైన్యాన్ని చూచి ఘటోత్కచుడు విద్యున్మేఘంలా చాలా గట్టిగా గర్జించాడు. అతని యొక్క ఆ గర్జనను విని భీష్ముడు ద్రోణాచార్యునితో - "ఇప్పుడు దురాత్ముడైన ఘటోత్కచునితో యుద్ధం చేయడం నాకు మంచిదిగా తోచడం లేదు. ఇతడు గొప్ప బలవీర్య సంపన్నుడు. ఇతనికి ఇతరవీరుల సహాయం కూడా లభిస్తోంది. ఈ సమయంలో వజ్రాయుధాన్ని ధరించిన ఇంద్రుడు కూడా ఇతనిని జయించలేడు. కాబట్టి ఇప్పుడు పాండవులతో యుద్ధం చేయడం సరికాదు. ఈ రోజు ఇక్కడే యుద్ధం కట్టిపెట్టాలని చాటింపు వేయిద్దాం. ఇక శత్రువులతో మన యుద్ధం రేపే జరుగుతుంది." అన్నాడు.

కౌరవులు ఘటోత్కచునివలని భయంతో గాబరాపడి పోయారు. అందుకే భీష్ముని మాట విని వారు యుక్తియుక్తంగా యుద్ధ విరమణ కోసం చాటింపు వేయించారు. సాయంకాలం అయిపోవచ్చింది. ఈనాడు కౌరవులు పాండవుల చేతిలో పరాజయం పాలు కావడంతో లజ్జితులై తమ గుడారాలకు వెళ్లారు. పాండవులు భీమసేనుని, ఘటోత్కచుని ముందు పెట్టుకొని ఆనందంగా శంఖాలు ఊదుతూ సింహనాదాలు చేస్తూ తమ శిబిరాలకు వెళ్లారు. కాని సోదరుల మరణంతో దుర్యోధనుడు మిక్కిలి చింతిస్తూ శోకాకులుడై ఉన్నాడు.

భీష్ముడు చెప్పిన శ్రీకృష్ణమహిమను సంజయుడు ధృతరాష్ట్రునికి చెప్పుట.

ధృతరాష్ట్ర మహారాజు - "సంజయా ! పాండవుల యొక్క ఇటువంటి పరాక్రమాన్ని విని నాకు చాలా భయం, ఆశ్చర్యం కలుగుతున్నాయి. అన్నివైపుల నుండి నా పుత్రులకు పరాభవమే ఎదురవుతోంది. ఇది విని - "ఇక నా పక్షానికి విజయం ఎలా కలుగుతుంద"ని నాకు చాలా విచారంగా ఉంది. నిజంగానే విదురుని వాక్యాలు నా మనసును దహించివేస్తాయి. భీముడు తప్పకుండా నా కొడుకులందరినీ చంపుతాడు. రణ భూమిలో వారిని రక్షించే వీరులెవరూ నాకు కనిపించడంలేదు సుమా ! నేనొక సంగతి అడుగుతాను ఉన్నది ఉన్నట్లుగా చెప్పు. పాండవులకు ఇటువంటి శక్తి ఎలా వచ్చింది?" అని ప్రశ్నించాడు.

సంజయుడు చెపుతున్నాడు - రాజా ! మీరు జాగ్రత్తగా వినండి. విని అది అంతే అని నిశ్చయించుకోండి. ఇప్పుడు జరుగుతున్నది అంతా, ఏదో మంత్రం కారణంగానో, మాయ కారణంగానో జరుగుతున్నది కాదు. అసలు సంగతి ఇది - పాండవులు ఎల్లప్పుడూ ధర్మతత్పరులై ఉన్నారు. ధర్మం ఎక్కడ ఉంటుందో విజయం అక్కడ ఉంటుంది. కాబట్టే యుద్ధంలో వారు అవధ్యులై ఉన్నారు. వారికే జయమూ కలుగుతుంది. మీ పుత్రులు దుష్టచిత్తులు, పాపపరాయణులు, నిష్ఠురులు, కుకర్ములు, కాబట్టి యుద్ధంలో వారు నశించిపోతున్నారు. వారు నీచులవలె పాండవుల పట్ల అనేక క్రూరకర్మలు చేశారు. ఇప్పుడు వారికి తాము నిరంతరం చేసిన పాపకృత్యాల యొక్క భయంకరమైన ఫలాన్ని అనుభవించే సమయం వచ్చింది. కాబట్టి కొడుకులతో పాటు ఇప్పుడు మీరు కూడా దానిని అనుభవించండి. మీకు సుహృదులైన విదురుడు, భీష్ముడు, ద్రోణుడు, నేను కూడా మిమ్మల్ని అనేక పర్యాయాలు వారించాము. కాని మీరు మా మాటలను పట్టించుకోనేలేదు. మరణం ఆసన్నం అయినవానికి ఔషధాలు, పథ్యాలు ఎలా రుచించవో అలాగే మీకు మీ మేలు కోరే మాటలు రుచించలేదు. ఇప్పుడు మీరు నన్ను పాండవుల విజయానికి కారణం అడిగారు. కదా ! ఆ విషయంలో నేను విన్నది చెపుతాను. ఆ రోజు తన సోదరులు యుద్ధంలో ఓడిపోవడం చూసి దుర్యోధనుడు రాత్రిపూట భీష్ములవారిని - "తాతగారూ! మీరు, ద్రోణాచార్యుడు, శల్యుడు, కృపాచార్యులు, అశ్వత్థామ, కృతవర్మ, సుదక్షిణుడు, భూరిశ్రవుడు, వికర్ణుడు, భగదత్తుడు మొదలైన వీరులందరూ ముల్లోకాలు ఎదురై నిలిచినా యుద్ధం చేయగల సమర్థులని నేను అనుకొంటున్నాను. కాని మీరు అందరూ కలిసికూడా పాండవుల పరాక్రమం ముందు నిలువ లేకపోతున్నారు. ఇది చూసి నాకు పెద్ద సందేహం కలుగుతోంది. ఏ కారణంగా వారు మమ్మ అనుక్షణం ఓడించగలుగుతున్నారు ? పాండవులలో అలాంటి సంగతి ఏముంది - దయచేసి చెప్పండి." అని అడిగాడు.

భీష్ముడు చెపుతున్నాడు - రాజా ! ఉదారకర్ములైన ఈ పాండవుల యొక్క అవధ్యత్వానికి ఒక కారణం ఉంది. దానిని నీకు నేను చెపుతాను విను. శ్రీకృష్ణుని చేత సురక్షితులైన ఈ పాండవులను ఓడించగలవాడు ముల్లోకాలలోనూ లేడు. ఉండలేదు. ఉండబోడు. ఈ సందర్భంలో పవిత్రాత్ములైన మునులు నాకు చెప్పిన ఒక ఇతిహాసాన్ని నేను నీకు చెపుతాను. పూర్వం ఒకసారి గంధమాదనపర్వతం మీద సమస్త దేవతలు, మునులు బ్రహ్మను సేవిస్తున్నారు. అప్పుడు వారందరి మధ్య కూర్చున్న బ్రహ్మ ఆకాశంలో ఒక తేజోమయమైన విమానాన్ని

చూశాడు. ధ్యానం ద్వారా రహస్యం తెలుసుకొని సంతోషమనస్కుడై పరమపురుషునికి నమస్కరించాడు. బ్రహ్మ నిలబడడం చూసి, దేవతలు, ఋషులు అందరూ కూడా చేతులు జోడించి నిలుచున్నారు. ఆ అద్భుత దృశ్యాన్ని చూడసాగారు. సృష్టికర్త బ్రహ్మ విధ్యుక్తంగా భగవానుని పూజించి ఈ రీతిగా స్తుతించాడు - "ప్రభూ ! మీరు విశ్వాన్ని ఆచ్ఛాదించినవారు, విశ్వరూపులు, విశ్వేశ్వరులు. ఈ విశ్వంలో అంతటా మీ సేనయే. ఈ విశ్వం మీ కార్యం. మీకు అందరూ వశవర్తులు. అందుకనే మిమ్మల్ని విశ్వేశ్వరుడు, వాసుదేవుడు అని అంటారు. మీరు యోగస్వరూపులు. మీకు శరణాగతుడిని. విశ్వరూపులైన మహాదేవా ! మీకు జయము. సర్వవ్యాపి యోగేశ్వరా ! మీకు జయము. యోగాద్యంత మూర్తీ ! మీకు జయము. మీ నాభినుండి లోకమంతా పుట్టింది. మీరు విశాలనేత్రులు. లోకేశ్వరేశ్వరులు. మీకు జయము. భూత భవిష్యద్వర్తమానాలకు అధిపతులు. మీకు జయము. మీరు సౌమ్య స్వరూపులు. స్వయంభూ బ్రహ్మనైన నేను మీ పుత్రుడిని. అగణితగుణాధారులు. సర్వ శరణ్యులు. మీకు జయము. శార్ఙ్గధనుర్ధారీ ! నారాయణా ! మీ మహిమ అపారం. అనంతం. మీకు జయము. సమస్త కల్యాణ గుణ సంపన్నులు, విశ్వమూర్తులు, నిరామయులు. మీకు జయము. జగదభీష్టకర్తా ! మహాబాహూ ! విశ్వేశ్వరా ! మీకు జయము. మీరు శేషావతారులు, మహావరాహ రూపధారులు. ఆదికారణులు. కిరణాలే మీ కేశాలు ప్రభూ ! మీకు జయం, మీకు జయం. మీరు కిరణధాములు, దిక్కులకు అధిపతులు, విశ్వానికి ఆధారులు, అప్రమేయులు, అవ్యయులు, వ్యక్తావ్యక్త స్వరూపులు. మీ వాసస్థానం అపారం అనంతం. ఇంద్రియ నియంతలు - శుభకర్ములు. అప్రమేయులు గంభీరులు, భక్తాభీష్ట ఫల ప్రదాయులు. మీకు జయము. బ్రహ్మస్వరూపా ! మీరు అనంతజ్ఞాన స్వరూపులు. నిత్యులు సర్వభూత కృత్తులు. మీకు చేయవలసినది ఏదీ లేదు. మీ బుద్ధి పవిత్రమైనది. మీరు ధర్మతత్త్వ వేత్తలు. విజయ ప్రదాతలు పూర్ణ యోగ స్వరూపా ! పరమాత్మా ! మీరు గుహ్య రూపులైనా స్పష్టస్వరూపులు. ఇంతవరకు జరిగినది. జరుగుతున్నది అంతా మీ స్వరూపమే. సమస్త భూతాలకు ఆదికారణులు, లోకతత్త్వానికి అధిపతులు. భూతభావనా ! మీకు జయము. మీరు స్వయంభువులు. మీరు గొప్ప సౌభాగ్యం కలవారు. మీరు ఈ కల్పాన్ని సంహరించేవారు. విశుద్ధ పరబ్రహ్మలు. ధ్యానం చేస్తే అంతఃకరణంలో ఆవిర్భవిస్తారు. జీవులకు ప్రియతములైన పరబ్రహ్మలు. మీకు జయము. మీరు స్వభావతః లోకసృష్టి ప్రవర్తకులు. సమస్త కోరికలకు అధిపతులైన పరమేశ్వరులు. అమృతోత్పత్తి స్థానము. సత్పరూపము. ముక్తాత్మ, విజయాన్ని ఇచ్చేవారు మీరే. దేవా ! మీరే ప్రజాపతులకు కూడా అధిపతులు, పద్మనాభులు, మహాబలులు. మహాభూతాలు, ఆత్మ కూడా మీరే. సత్యస్వరూపుడవైన పరమేశ్వరా ! మీకు జయము. భూమి మీ చరణాలు, దిక్కులు బాహువులు, స్వర్గం మీ మస్తకం, అహంకారం మీ మూర్తి. దేవతలు మీ శరీరం. చంద్రసూర్యులు నేత్రాలు, తపస్సు, సత్యం మీ యొక్క బలం. ధర్మకర్మలు మీ స్వరూపం. అగ్ని మీ తేజస్సు. వాయువు మీ ఊపిరి, జలం మీ చెమట. అశ్వినీకుమారులు మీ చెవులు. సరస్వతి మీ నాలుక. వేదం సంస్కారనిష్ఠ. ఈ జగత్తు మీ మీదే ఆధారపడి నిలిచింది. యోగయోగీశ్వరా ! మాకు మీ సంఖ్యగాని, పరిమాణం గాని తెలియవు. మీ తేజస్సు, పరాక్రమం, బలం కూడా ఎట్టివో మాకు తెలియవు. దేవా ! మేము మిమ్ము భజిస్తూ ఉన్నాము. మీ నియమాలను పాటిస్తూ, మీ శరణు చొచ్చిన వారము. విష్ణో ! ఎల్లప్పుడూ పరమేశ్వరులు, మహేశ్వరులు అయిన మిమ్ము పూజించడమే మా కర్తవ్యం. మీ దయవలననే ఈ భూమి మీద ఋషులను, దేవతలను, గంధర్వ యక్ష రాక్షసులను, సర్పాలను, పిశాచాలను, మనుష్య మృగ పక్షి క్రిమి కీటకాదులను నేను సృష్టించగలిగాను. పద్మనాభా ! విశాలలోచనా ! దుఃఖహర్తా! శ్రీకృష్ణా ! మీరే సమస్త ప్రాణులకు ఆశ్రయులు, నేతలు. మీరే జగద్గురువులు. మీ కృపాదృష్టి వలలనే దేవతలందరూ సదా సుఖులై ఉన్నారు. దేవా ! మీ అనుగ్రహం వలననే భూమి సదా నిర్భయంగా ఉంది. కాబట్టి విశాలలోచనా ! మీరు తిరిగి భూమి మీద యదువంశంలో అవతరించి, దాని కీర్తిని ఇనుమడింప చేయండి. ప్రభూ ! ధర్మసంస్థాపన, దైత్యవధ, జగద్రక్ష కోసం మా ప్రార్థనను అవశ్యం స్వీకరించండి. భగవాన్! వాసుదేవా ! మీ కరుణ వలననే మీ పరమగుహ్యమైన స్వరూపాన్ని ఇప్పుడు కీర్తించగలిగాను."

అప్పుడు దివ్యరూపుడైన భగవంతుడు అత్యంత మధురమూ, గంభీరమూ అయిన వాక్కుతో - "నాయనా ! యోగబలం చేత నీ కోరిక నాకు తెలిసింది. అది నెరవేరుతుంది." అని చెప్పి అక్కడే అదృశ్యుడయ్యాడు. ఇది చూచిన దేవ గంధర్వ మునీశ్వరులకు గొప్ప ఆశ్చర్యం

కలిగింది. వారు అత్యంత కుతూహలంతో బ్రహ్మను – "భగవాన్ ! మీరు ఇంత శ్రేష్ఠశబ్దాలతో స్తుతించారే. వారెవరు? వారి విషయమై కొంచెం తెలుసుకోవాలని ఉంది." అని అడిగారు. అప్పుడు బ్రహ్మ మధురంగా – "ఈయన స్వయంగా పరబ్రహ్మలు. సర్వ భూతాత్ములు, పరమపద స్వరూపులు. నేను లోకకల్యాణం కోసం వారిని – "మీరు ఏ దైత్య దానవ రాక్షసులను సంగ్రామంలో వధించారో, వారు ఇప్పుడు మనుష్య యోనులలో జన్మించారు. కాబట్టి మీరు వారిని వధించడానికి నరునితో కలిసి మనుష్య రూపంలో అవతరించండి." అని ప్రార్థించాను. కాబట్టి ఇప్పుడు ఆ నరనారాయణులు ఇద్దరూ కూడా మనుష్యలోకంలో జన్మిస్తారు. కాని మూఢులు వారిని గుర్తించలేరు. శంఖ చక్ర గదాధారి అయిన వాసుదేవుడు ఈ సమస్తలోకానికి మహేశ్వరులు. వీరు మనుష్యులు – అని తలచి వీరిని తిరస్కరించకూడదు. ఈయనే పరమగుహ్యులు, పరమపదులు, పరబ్రహ్మలు, వీరే పరమయశులు, అక్షరులు, అవ్యక్తులు, సనాతన తేజులు, వీరే పురుష నామంతో ప్రసిద్ధులు, వీరే పరమ సుఖం, పరమసత్యం. కాబట్టి తన సుహృదులకు అభయాన్ని ఇచ్చే కిరీట కౌస్తుభధారి అయిన ఈ శ్రీహరిని తిరస్కరించే వాడు భయంకరమైన అంధకారంలో పడిపోతాడు." అని చెప్పాడు.

భీష్ముడు చెపుతున్నాడు – దేవతలకు, ఋషులకు ఇలా చెప్పి బ్రహ్మ వారివద్ద సెలవు తీసుకొని తనలోకానికి వెళ్లిపోయాడు. వారందరూ స్వర్గానికి వచ్చేశారు. ఒకసారి కొందరు శుద్ధాత్ములైన మునిజనులు శ్రీకృష్ణుని విషయమై చర్చ చేస్తూండగా వారి నోటినుండే నేను ఈ ప్రాచీన ప్రసంగాన్ని విన్నాను. ఇదే విషయాన్ని నేను జమదగ్ని కుమారుడైన పరశురాముని వల్ల, బుద్ధిమంతుడయిన మార్కండేయుని వల్ల, వ్యాసనారదుల వలన కూడా విన్నాను. ఇదంతా తెలిశాక కూడా శ్రీకృష్ణుడు మనకు వందనీయుడు, పూజనీయుడు ఎందుకు కారాదు ? మనం తప్పకుండా అతనిని పూజించవలసినదే, నేను, అనేకులు వేదవేత్తలైన మునులు శ్రీకృష్ణునితో, పాండవులతో యుద్ధం వద్దని నిన్ను పదే పదే వారించాము. కాని అజ్ఞానంతో నీవు ఇందులో ఉండే తత్త్వాన్ని గ్రహించలేదు. శ్రీకృష్ణుని, అర్జునుని ద్వేషిస్తున్నావు కాబట్టి నిన్ను క్రూరకర్ముడైన రాక్షసునిగానే భావిస్తున్నాను. ఆహ్ ! సాక్షాత్తు నరనారాయణులను వేరే ఏ మనుష్యుడయినా ద్వేషించగలుగుతాడా ? నేను నీకు స్పష్టంగా చెపుతున్నాను – వీరు సనాతనులు, అవ్యయులు, సర్వలోకమయులు, నిత్యులు, జగదీశ్వరులు, జగద్భర్తలు, అవికారులు. వారే యుద్ధం చేసేవారు. వారే జయము, వారే జయించేవారు, శ్రీకృష్ణుడు ఉన్న చోటనే ధర్మం ఉంటుంది. ధర్మం ఉన్నచోటనే జయం ఉంటుంది. శ్రీకృష్ణుడు పాండవులను రక్షిస్తూ ఉన్నాడు కాబట్టి వారికే జయం కలుగుతుంది." అని ముగించాడు.

దుర్యోధనుడు – "తాతగారూ ! ఈ వసుదేవసుతుడు సమస్త లోకాలలో మహాత్ముడని చెపుతున్నారు. కనుక ఇతని పుట్టుక, ఉనికి గూర్చి తెలుసుకోవాలను కొంటున్నాను." అని అడిగాడు.

భీష్ముడు చెపుతున్నాడు – భరతశ్రేష్ఠా ! వసుదేవ నందనుడు నిస్సందేహంగా మహాత్ముడే. ఇతడు దేవతలకు కూడా దేవుడు. శ్రీకృష్ణుని కంటె మించిన గొప్పవాడు వేరొకడు లేడు. మార్కండేయముని ఇతనిని గురించి చాలా అద్భుతమైన విషయాలు చెప్పారు. ఇతడు సర్వభూతమయుడు, పురుషోత్తముడు. సృష్ట్యాదిలో ఇతడే సర్వదేవతలను ఋషులను సృష్టించాడు. ఇతడే అన్నిటికీ ఉత్పత్తి ప్రళయస్థానం. ఇతడు స్వయంగా ధర్మస్వరూపుడు, ధర్మజ్ఞుడు, వరదుడు, అన్ని కోరికలు తీర్చేవాడు. ఇతడే కర్త, ఇతడే కార్యము, ఆదిదేవుడు, స్వయంభువు కూడా, భూతభవిష్యద్వర్తమానాలను ఇతడే కల్పించాడు. ఇతడే రెండు సంధ్యలను, దిక్కులను, ఆకాశాన్ని, నియమాలను సృష్టించాడు. ఇంతెందుకు ? ఈ అవ్యయుడైన ఈశ్వరుడే సంపూర్ణ జగత్తును రచించేవాడు. ఈ పరమతేజస్వి అయిన ప్రభువును కేవలం ధ్యానయోగంచేతనే తెలుసుకో గలుగుతాం. ఈ శ్రీహరియే వరాహనృసింహ త్రివిక్రములు. ఇతడే ప్రాణులన్నింటికీ తల్లి, తండ్రి. ఈ కమల నయనుడయిన భగవానుని మించి. వేరే ఏ తత్త్వమూ ఎప్పుడూ లేదు. ఉండబోదు. ఇతడే తన ముఖం నుండి బ్రాహ్మణులను, భుజాలనుండి క్షత్రియులను, ఊరువుల నుండి వైశ్యులను, పాదాలనుండి శూద్రులను పుట్టించాడు. సమస్త ప్రాణులకు ఆశ్రయుడు. పౌర్ణమి, అమావాస్య రోజులలో ఇతనిని పూజించినవాడు పరమపదాన్ని పొందుతాడు. ఇతడు పరమ తేజస్స్వరూపుడు, సమస్త లోకాలకు పితామహుడు.మునులు ఇతనిని హృషీకేశుడు అంటారు. ఇతడే అందరికీ నిజమైన ఆచార్యుడు, తండ్రి, గురువు. ఇతడు ఎవరిపట్ల

ప్రసన్నుడవుతాడో అతడు అన్ని అక్షయలోకాలు జయించినట్లే, భయసమయంలో శ్రీకృష్ణుని శరణు పొందినవాడు, సర్వదా ఈ స్తుతిని పఠించినవాడు క్షేమంగా ఉంటాడు, సుఖాన్ని పొందుతాడు. అతనికి ఎన్నడూ మోహం కలుగదు. ఇతడు యథార్థంగా సంపూర్ణ జగత్తునకు స్వామి అని, సమస్త యోగాలకు ప్రభువు అని తెలుసుకొనే యుధిష్ఠిరుడు ఇతనిని శరణు పొందాడు.

రాజా ! పూర్వం బ్రహ్మర్షి దేవతలు ఇతనిని బ్రహ్మమయునిగా కీర్తించిన స్తోత్రము నేను నీకు వినిపిస్తాను. విను. నారదులవారు ఇలా అన్నారు - "మీరు సాధ్యగణానికి, దేవతలకు కూడా దేవాధిదేవులు, సర్వలోకపాలకులకు, వారి అంతఃకరణాలకు సాక్షులు." మార్కండేయముని ఇలా అన్నాడు - భూతభవిష్యద్వర్తమానాలు మీరే. మీరు యజ్ఞాలకు యజ్ఞం, తపస్సులకు తపస్సు." భృగువు ఇలా అన్నాడు - మీరు దేవతలకే దేవులు. విష్ణువు యొక్క పురాతనమైన పరమ రూపం కూడా మీరే." ద్వైపాయన మహర్షి యొక్క కథనం - మీరు వసువులలో వాసుదేవుడు. ఇంద్రుని కూడా ప్రతిష్ఠించినవారు. దేవతలలో పరమదేవతలు. అంగిరుడు ఇలా అన్నాడు - మీరు మొదట ప్రజాపతిసర్గలో దక్షులు. మీరే సమస్త లోకాలను నిర్మించారు" దేవలుడు ఇలా అన్నాడు - అవ్యక్తం మీ శరీరం నుండి కలిగింది. వ్యక్తం మీ మనసులో ఉంది. సమస్త దేవతలు మీ నుండియే ఉద్భవించారు.'. అసితముని ఇలా అన్నాడు - మీ శిరసునుండి స్వర్గలోకం, భుజాలనుండి పృథ్వి వ్యాపించాయి. మీ ఉదరంలో ముల్లోకాలు ఉన్నాయి. మీరు సనాతన పురుషులు. తపశ్శుద్ధులైన మహాత్ములు మిమ్ముగురించి ఇలానే అనుకొంటారు. ఆత్మతృప్తులైన మునుల యొక్క దృష్టిలో కూడా మీరే సర్వోత్కృష్టమైన సత్యం. మధుసూదనా! సమస్త ధర్మాలలో అగ్రగణ్యులు, యుద్ధంలో వెనుకంజ వేయని ఉదార హృదయులు అయిన రాజర్షులకు పరమాశ్రయం కూడా మీరే." యోగవేత్తలలో శ్రేష్ఠులయిన సనత్కుమారాదులు కూడా ఈ రీతిగానే శ్రీ పురుషోత్తమ భగవానుని సర్వదా పూజిస్తూ స్తోత్రం చేస్తున్నారు. రాజా ! ఈ రీతిగా విస్తరించి, సంక్షేపించి నేను నీకు శ్రీకృష్ణుని స్వరూపాన్ని చెప్పాను. ఇక నీవు ప్రసన్నచిత్తంతో అతనిని సేవించు."

సంజయుడు చెపుతున్నాడు - మహారాజా ! భీష్ముని నోటివెంట ఈ పవిత్రమైన ఆఖ్యానాన్ని విని నీ పుత్రుని హృదయంలో శ్రీకృష్ణుడు, పాండవులపట్ల గొప్ప ఆదరభావం కలిగింది. తిరిగి అతనితో పితామహుడు - "రాజా ! నీవు శ్రీకృష్ణుని మహిమను విన్నావు. అలాగే నరరూపుడయిన అర్జునుని యొక్క వాస్తవస్వరూపాన్ని కూడా తెలుసుకొన్నావు. ఈ నరనారాయణులు ఏ ఉద్దేశ్యంతో అవతరించారో ఇది కూడా నీకు తెలిసే ఉంటుంది. వీరు ఇద్దరూ యుద్ధంలో అజేయులు, అవధ్యులు, పాండవులు కూడా యుద్ధంలో ఎవరి చేతిలోనూ మరణించరు. ఎందుకంటే శ్రీకృష్ణునికి వారిపై అమితమైన దృఢానురాగం. కాబట్టి నీవు పాండవులతో సంధి చేసుకోవాలని మాత్రమే నేను చెప్పవలసినది. ఇలా చేసి నీవు ఆనందంగా నీ సోదరులతో కలిసి రాజ్యాన్ని అనుభవించు. లేదంటే ఈ నరనారాయణులను తిరస్కరించి నీవు జీవించి ఉండలేవు" అన్నాడు.

రాజా ! ఇలా చెప్పి నీ పినతండ్రి భీష్ముడు మౌనం వహించాడు. దుర్యోధనుని వద్ద సెలవు తీసుకొని శయ్యామీదకు చేరాడు. దుర్యోధనుడు కూడా అతనికి నమస్కరించి, తన శిబిరానికి వెళ్లి తెల్లని శయ్య మీద నిదురించాడు.

ఐదవ రోజు యుద్ధము - భూరిశ్రవుడు సాత్యకి పుత్రులను చంపుట

సంజయుడు చెపుతున్నాడు - మహారాజా ! ఆ రాత్రి గడిచి, తెల్లవారగానే రెండు వైపుల సైన్యాలు యుద్ధానికి ఎదురెదురుగా నిలుచున్నాయి. పాండవులు, కౌరవులు ఇద్దరూ కూడా తమ తమ సేనలతో వ్యూహాలు రచించుకొని, పరస్పరం పోరసాగారు. భీష్ముడు మకర వ్యూహం పన్ని దానిని అన్నివైపుల తానే రక్షిస్తున్నాడు. అతడు పెద్ద సైన్యాన్ని తీసుకొని ముందుకు కదిలాడు. అతని సైన్యంలోని రథికులు, కాల్బలం, ఆశ్వికగజసైనికులు తమ తమ స్థానాలలోనే ఉండి ఒకరివెనుక ఒకరు సాగుతున్నారు. వారు ఈ రకంగా యుద్ధానికి సిద్ధపడడం చూసి పాండవులు తమ సైన్యాన్ని శ్యేనవ్యూహాకారంలో నిలిపారు. దాని ముక్కు భాగంలో భీమసేనుడు, కన్నుల స్థానంలో ధృష్టద్యుమ్నుడు, శిఖండి, శిరోభాగంలో సాత్యకి, మెడ భాగంలో అర్జునుడు, వామపక్షంలో అక్షౌహిణి సేనతో ద్రుపదుడు, దక్షిణ పక్షంలో అక్షౌహిణికి నాయకుడయిన కేకయరాజు, పృష్ఠభాగంలో ద్రౌపది యొక్క కొడుకులు, అభిమన్యుడు, యుధిష్ఠిరుడు, నకుల సహదేవులు నిలుచున్నారు. భీమసేనుడు ముఖస్థానం నుండి మకర వ్యూహంలోనికి చొచ్చుకుపోయి భీష్మునిపై బాణవృష్టి కురిపించసాగాడు.

భీష్ముడు కూడా భీషణ బాణాలను వర్షిస్తూ పాండవుల యొక్క వ్యూహబద్ధమైన సైన్యాన్ని అయోమయంలో పడేశాడు. తమ సైన్యం కంగారుపడడం చూసి అర్జునుడు వెంటనే ముందుకు వచ్చి, వేలకొద్దీ బాణాలను వర్షించి భీష్ముని తూట్లు పొడిచాడు. భీష్ముని బాణాలను అడ్డుకొన్నాడు. దానితో అతనికి ఆనందం కలిగి, తన సైన్యంతో సహా యుద్ధం చేయడానికి ముందుకు వచ్చాడు.

అప్పుడు దుర్యోధనునికి తన సోదరులు భయంకరంగా చంపబడడం జ్ఞాపకం వచ్చింది. అతడు ద్రోణునితో - "ఆచార్యా ! మీరు ఎప్పుడూ మా మేలునే కోరతారు. ఇందులో సందేహం ఏమీ లేదు. మేము కూడా మిమ్మల్ని, భీష్మల వారిని అండగా నమ్ముకొని యుద్ధంలో ఓడించడానికి దేవతలను కూడా రెచ్చగొట్టి పిలిచే సాహసం కలిగిఉన్నాం. ఇక ఈ హీనులైన పాండవుల సంగతి ఏ పాటిది ? కాబట్టి మీరు ఈ పాండవులు శీఘ్రంగా చనిపోయేలా చూడండి." అన్నాడు. దుర్యోధనుడు ఇలా చెప్పిన మీదట ద్రోణాచార్యుడు సాత్యకి చూస్తూ ఉండగా పాండవ వ్యూహాన్ని ఛేదించసాగాడు. సాత్యకి అతనిని అడ్డుకొన్నాడు. వారిద్దరికి మహా ఘోరయుద్ధం జరిగింది. ఆచార్యుడు పదునైన బాణాలతో సాత్యకిని మెడపక్క ఎముకపై దెబ్బ కొట్టాడు. దీనితో భీమసేనుడు క్రోధించి సాత్యకిని రక్షిస్తూ ఆచార్యుని తూట్లుపడేలా కొట్టాడు. ద్రోణ భీష్మ శల్యులు భీషణమైన బాణవర్షాన్ని కురిపిస్తూ భీమసేనుని కప్పివేశారు. ఇది చూచి అభిమన్యుడు, ద్రౌపదీపుత్రులు వారందరి మీద దెబ్బకొట్టడం ఆరంభించారు.

ప్రొద్దు ఎక్కుతున్న కొద్దీ యుద్ధం ఘోరరూపం దాల్చింది. దానిలో కౌరవపాండవుల రెండు పక్షాలలోని ప్రధానమైన వీరులు కూడా పాల్గొన్నారు. తీవ్రమైన ఆ భీషణ యుద్ధంలో ఆకాశం పగిలి పోయేంత గొప్ప ఘోర శబ్దాలు పుట్టాయి. ఆ సమయంలో తన సోదరులు, ఇతర రాజులు కూడా భీష్ముని వలన చిక్కుల్లో పడడం చూపి అర్జునుడు బాణం ఎక్కుపెట్టి అతనివైపు దూసుకువచ్చాడు. పాంచజన్యం యొక్క శంఖనాదం, గాండీవధ్వని విని, కపికేతనం చూసి మన వైపు సైనికులందరికీ గుబులు కలిగింది. అర్జునుడు తన భయానకమైన అస్త్రాన్ని తీసుకొని భీష్ముని మీద దాడికి దిగగానే మన సైనికులకు తూర్పు పడమరలు కూడా తెలియరాలేదు. నీ పుత్రులతో సహితంగా వారందరూ కంగారుపడి భీష్ముని శరణుచొచ్చారు. ఆ సమయంలో అతడొక్కడే వారికి ఆశ్రయుడయ్యాడు. రథికులు రథాన్నుండి, ఆశ్వికులు గుఱ్ఱాల మూపులనుండి జారిపడిపోయేంతగా, కాల్బలం చాపచుట్టగా నేలమీద పడిపోయేంతగా వారు భయ పడిపోయారు.

భీష్ముడు తోమర ప్రాస నారాచాది వివిధాయుధాలు ధరించిన యోధులతో కూడిన విశాలవాహినితో అర్జునుని ఎదిరించాడు. ఇదే విధంగా అవంతిరాజు కాశీరాజుతోను, భీమసేనుడు జయద్రథునితోను, యుధిష్ఠిరుడు శల్యునితోను, వికర్ణుడు సహదేవునితోను, చిత్రసేనుడు శిఖండితోను, మత్స్యరాజు విరాటుడు, అతని అనుచరులు దుర్యోధనుడు, శకునితోను, ద్రుపద చేకితాన సాత్యకులు ద్రోణాశ్వత్థామల తోను, కృపాచార్య కృతవర్మలు ధృష్టద్యుమ్నునితోను, పోరు కొనసాగించారు. గుఱ్ఱాలను ముందుకు దూకిస్తూ, ఏనుగులను రథాలను అటు ఇటు తిప్పుతూ వీరులందరూ పరస్పరం పోరాడసాగారు. యుద్ధం జరుగుతూండగానే మధ్యాహ్నం అయింది. ఎండతో ఆకాశం మండిపోతోంది. ఆ సమయంలో కౌరవులు పాండవులు పరస్పరం తీవ్రంగా పోరాడుతున్నారు. భీష్ముడు సైన్యం అంతా చూస్తుండగా భీమసేనుడు ముందుకు రాకుండా అడ్డగించాడు. అతడు వేసిన తీవ్రబాణాలకు భీమసేనుడు గాయపడ్డాడు. అతడు భీష్మునిపై మహావేగవంతమైన శక్తిని విసిరాడు. దానిని భీష్ముడు మధ్యలోనే త్రుంచివేశాడు. పైగా ఇంకొక బాణంతో భీమసేనుని వింటిని రెండు ముక్కలు చేశాడు. ఇంతలో సాత్యకి వచ్చి మహానైపుణ్యంతో భీష్మునిపై శరపరంపర కురిపించసాగాడు. భీష్ముడు ఒక భీషణ బాణాన్ని సంధించి సాత్యకి యొక్క సారథిని రథం నుండి కూల్చి వేశాడు. సారథి మరణించడంతో అతని గుఱ్ఱాలు అటు ఇటు పరుగులు తీశాయి. దానితో సైన్యంలో కలకలం బయలుదేరింది.

భీష్ముడు పాండవ సేనను నాశనం చేయసాగాడు. ఇది చూసిన ధృష్టద్యుమ్నాది పాండవ పక్షవీరులు మీ పుత్రునిసైన్యం పైన విరుచుకుపడ్డారు. ఇలా రెండు పక్షాలమధ్య ఘోరమైన యుద్ధం జరుగసాగింది. విరాటుడు భీష్మునిపై మూడు బాణాలువేసి, మరో మూడు బాణాలతో అతని గుఱ్ఱాలను గాయపరిచాడు. భీష్ముడు పదిబాణాలను విరాటునిపై నాటాడు. ఇదే సమయంలో అశ్వత్థామ ఆరు బాణాలతో అర్జునుని రొమ్ముపై గురి చూసి కొట్టాడు. అర్జునుడు అశ్వత్థామ యొక్క ధనుస్సును ఖండించివేశాడు. అశ్వత్థామ మరొకవిల్లు

అందుకొని తొంభై బాణాలతో అర్జునుని, డెబ్బై బాణాలతో శ్రీకృష్ణుని గాయపరిచాడు. అర్జునుడు భయంకరమైన బాణాన్ని సంధించి అతి నిపుణంగా అశ్వత్థామను కదలకుండా చేశాడు. ఆ బాణం అశ్వత్థామ యొక్క కవచాన్ని ఛేదించి అతని రక్తాన్ని త్రాగ సాగింది. కాని అంతగా గాయపడినా అతనిలో ఏమాత్రం బాధపడిన లక్షణాలు గోచరించలేదు. అతడు పూర్వంలాగే భీష్ముని రక్షణకై నిలబడ్డాడు.

ఈ మధ్యలో దుర్యోధనుడు పది బాణాలతో భీముని తూట్లు పొడిచాడు. భీముడు అతిపదునైన బాణంతో కురురాజు వక్షాన్ని గాయపరిచాడు. అభిమన్యుడు పది బాణాలతో చిత్రసేనుని, ఏడింటితో పురుమిత్రుని గాయపరిచి భీష్ముని కూడా డెబ్బై బాణాలతో, గాయపరిచి, రణాంగణంలో నాట్యం చేశాడు. ఇది చూసి అతనిమీద చిత్రసేనుడు పది బాణాలతో పురుమిత్రుడు ఏడింటితో, భీష్ముడు తొమ్మిది బాణాలతో ప్రతీకారం తీర్చుకొన్నారు. అభిమన్యుడు గాయపడి కూడా చిత్రసేనుని ధనుస్సును విరిచాడు. అతని కవచాన్ని ఛేదించి రొమ్మున బాణాన్ని నాటాడు. అభిమన్యుని ఈ పరాక్రమాన్ని చూసి మీ మనుమడు లక్ష్మణుడు అతని ఎదుటికి వచ్చి, అతితీవ్రమైన బాణాలతో అతనిని గాయపరచసాగాడు. అప్పుడు అభిమన్యుడు. అతని నాలుగు గుఱ్ఱాలను, సారథిని చంపి వాడిబాణంతో అతనిపై దాడి చేశాడు. ఆగ్రహించిన లక్ష్మణుడు అభిమన్యుని రథంపై ఒక శక్తిని ప్రయోగించాడు. అది రావడం చూస్తూనే అభిమన్యుడు తన వాడిబాణాలతో దానిని నుగ్గు నుగ్గు చేశాడు. కృపాచార్యుడు లక్ష్మణ కుమారుని తన రథం మీద కూర్చోబెట్టుకొని రణక్షేత్రం నుండి బయటకు తీసుకొని పోయాడు.

ఈ రీతిగా యుద్ధం భయంకరంగా సాగుతూంటే నీ కొడుకులు, పాండవులు తమ ప్రాణాలకు తెగించి ఒకరినొకరు ప్రహరించుకోసాగారు. భీష్ముడు విజృంభించి దివ్యాస్త్రాలతో పాండవ సైన్యాన్ని మట్టుపెట్టసాగాడు. మరొకవైపు రణోత్సాహంతో సాత్యకి తన హస్తనైపుణ్యాన్ని ప్రదర్శిస్తూ శత్రువుల మీద బాణవర్షం కురిపించసాగాడు. అతడు ముందంజలో ఉండడం చూసి దుర్యోధనుడు అతనిని ఎదిరించడానికి పదివేల రథాలను పంపాడు, కాని సత్య పరాక్రముడైన సాత్యకి ఆ ధనుర్ధరులందరినీ దివ్యాస్త్రాలతో సంహరించాడు. ఈ రీతిగా భయంకరంగా పరాక్రమిస్తూ ఆ వీరుడు ధనుస్సు చేతపట్టి భూరిశ్రవుని ఎదుటపడ్డాడు. సాత్యకి తమ సైన్యాన్ని సంహరించడం చూసి భూరిశ్రవుడు కోపంతో మిక్కిలి వేగంగా తన పెద్ద వింటి నుండి వజ్రసదృశమైన బాణాలను కురిపించసాగాడు. అవి బాణాలా? సాక్షాత్తూ మృత్యువే. సాత్యకి వెనుక ఉన్నవారు ఆ బాణాల తాకిడిని తట్టుకోలేక అతనిని విడిచి అటు ఇటు పరిగెత్తారు. సాత్యకి యొక్క మహారథులైన పదిమంది కొడుకులు భూరిశ్రవుని ప్రతాపం చూసిన వెంటనే సహించలేక, అతని ఎదుటకువచ్చి అతని మీద బాణ వర్షాన్ని కురిపించసాగారు. వారు వేసిన బాణాలు యమదండాల్లా, వజ్రసదృశంగా ఉన్నాయి. కాని భూరిశ్రవుడు ఏ మాత్రం భయపడలేదు. అతడు అవి తన దగ్గరకు వచ్చేలోపుగానే వాటిని ఖండించి పడవేశాడు. ఒంటరిగా నిర్భయుడై పదిమంది మహారథులతో యుద్ధం చేసే అతని అద్భుతమైన పరాక్రమాన్ని నేను చూశాను. ఆ పదిమంది మహావీరులు బాణవర్షం కురిపిస్తూ అతనిని నాలుగు వైపులా ముట్టడించి సంహరించడానికి ఉపక్రమించారు. ఇది చూచి భూరిశ్రవుడు మండిపడి వారితో యుద్ధం చేస్తూనే వారి అందరి ధనుస్సులను ఖండించాడు. అనంతరం వాడిబాణాలతో వారి శిరస్సులను కూడా ఖండించివేశాడు.

మహావీరులైన తన పుత్రులు మరణించడం చూసి సాత్యకి ఆక్రోశిస్తూ వచ్చి భూరిశ్రవునితో తలపడ్డాడు. ఆ ఇద్దరు వీరులు ఒకరి రథంపై ఒకరు బాణాలు విసురుకోసాగారు. ఇద్దరు ఇద్దరి రథాశ్వాలను చంపుకొని, విరథులై కత్తి డాలు తీసుకొని ఎగురుతూ దూకుతూ వచ్చి ఎదురెదురుగా యుద్ధానికి సిద్ధమై నిలిచారు. ఇంతలో భీమసేనుడు వచ్చి సాత్యకిని తన రథం మీదికి ఎక్కించుకొన్నాడు. దుర్యోధనుడు కూడా భూరిశ్రవుని తన రథం ఎక్కించుకొన్నాడు.

ఈ రీతిగా ఇక్కడ యుద్ధం జరుగుతోంది. ఇంకొకవైపు పాండవులు క్రుద్ధులై వీరుడైన భీష్మునితో తలపడ్డారు. సంధ్యాకాలం సమీపిస్తూ ఉండగా అర్జునుడు మహావేగంతో ఇరవై అయిదు వేలమంది వీరులను చంపాడు. ఆ వీరులు అందరూ దుర్యోధనుని ఆజ్ఞపై పార్థుని ప్రాణాలు హరించడానికి వచ్చిన వారు. కాని అగ్నిలోపడిన మిడుతలవలె కాలిపోయారు.

సూర్యుడు అస్తమించబోతున్నాడు. సైన్యం అంతా అలిసిపోయి ఉంది. భీష్ముని రథాశ్వాలు కూడా అలిసిపోయాయి. అందువలన అతడు యుద్ధం కట్టిపెట్టమని సైన్యాన్ని ఆజ్ఞాపించాడు. అత్యంతం అతలాకుతలమైన రెండు సేనలూ తమ తమ గుడారాలకు వెళ్లాయి. సృంజయులతో పాటు పాండవులు, కౌరవులూ కూడా తమ తమ శిబిరాలకు వెళ్లి విశ్రమించారు.

ఆరవ రోజు యుద్ధము - మకరక్రౌంచ వ్యూహరచనములు

సంజయుడు చెప్పసాగాడు - రాజా ! ఆ రాత్రి కౌరవపాండవులు విశ్రాంతి తీసుకొన్నాక, రాత్రి గడిచి తెల్లవారగానే అందరూ యుద్ధానికి సిద్ధమై వచ్చారు. యుధిష్ఠిరుడు ధృష్టద్యుమ్నునితో - "మహాబాహూ ! శత్రువులను మట్టి కరిపించడానికి నేడు మకర వ్యూహాన్ని రచించు" అని చెప్పాడు. అతని ఆజ్ఞను అనుసరించి ధృష్టద్యుమ్నుడు రథికులందరినీ వ్యూహాకారంలో నిలువమని ఆజ్ఞాపించాడు. వ్యూహశిరోభాగంలో ద్రుపదుడు, అర్జునుడు ఉన్నారు. నకుల సహదేవులు, ద్రౌపదీపుత్రులు, ఘటోత్కచుడు, సాత్యకి, యుధిష్ఠిరుడు - వీరంతా వ్యూహానికి కంఠభాగంలో ఉన్నారు. పెద్ద సైన్యంతో సేనాపతి విరాటుడు, ధృష్టద్యుమ్నుడు దాని పృష్ఠభాగంలో ఉన్నారు. కేకయ రాజకుమారులు ఐదుగురు వ్యూహానికి వామభాగంలోను, ధృష్టకేతు చేకితానులు దక్షిణభాగంలోను నిలుచుని వ్యూహాన్ని రక్షిస్తున్నారు. కుంతిభోజ శతానీకులు కాళ్ల స్థానంలోను, సోమకునితో కలిసి శిఖండి ఇరావంతులు ఆ మకరవ్యూహానికి తోక భాగంలోను నిలుచున్నారు. ఈ రీతిగా వ్యూహరచన చేసి పాండవులు సూర్యోదయ సమయానికి కవచాదులు అలంకరించుకొని యుద్ధానికి సిద్ధమయ్యారు. చతురంగ బలాల వీరులతో కౌరవుల ఎదుటకు వచ్చినిలిచారు.

రాజా ! పాండవుల వ్యూహరచనను చూసి భీష్ముడు దానిని ఎదిరించడానికి అతి పెద్ద క్రౌంచవ్యూహాన్ని నిర్మించాడు. దాని ముక్కు స్థానంలో మహాధనుర్ధరుడయిన ద్రోణాచార్యుడు విరాజిల్లుతున్నాడు. అశ్వత్థామ కృపాచార్యులు నేత్రస్థానంలోను, కాంబోజ బాహ్లికులతో పాటు కృతవర్మ వ్యూహానికి శిరోభాగంలోను ఉన్నారు. శూరసేనుడు, ఇంకా అనేక రాజులతో కలిసి దుర్యోధనుడు కంఠస్థానంలోను, మద్ర సౌవీర కేకయులతో కలిసి ప్రాగ్జ్యోతిషపుర రాజు వక్షఃస్థానంలోను, నిలుచున్నారు. తన సైన్యంతో సుశర్మ వామభాగంలోను, తుషార యవన శక దేశీయ వీరులు చూచుపులతో కలిసి దక్షిణ భాగంలోను నిలుచున్నారు. శ్రుతాయువు, శతాయువు, భూరిశ్రవుడు - వారంతా ఆ వ్యూహానికి జంఘల స్థానంలోను నిలుచున్నారు.

ఈ రీతిగా వ్యూహాన్ని ఏర్పాటు చేశాక, సూర్యోదయం అయ్యాక ఇరుసేనల మధ్య యుద్ధం ఆరంభమయింది. భీమసేనుడు ద్రోణాచార్యుని సైన్యంపై దాడి చేశాడు. ద్రోణాచార్యుడు అతనిని చూడగానే కోపావేశంతో తొమ్మిది లోహబాణాలతో అతనిని మర్మస్థలంలో కొట్టాడు. ఆ గట్టి దెబ్బను తిని కూడా భీమసేనుడు ఆచార్యుని యొక్క సారథిని యమలోకానికి పంపాడు. సారథి చనిపోగానే ద్రోణాచార్యుడు స్వయంగా గుఱ్ఱాల కళ్లెం పట్టుకొని నిలదొక్కుకొని నిప్పు దూదికుప్పను తగులబెట్టినట్లుగా పాండవ సైన్యాన్ని నాశనం చేయసాగాడు. ఒక వైపు నుండి భీష్ముడు కూడా చంపడం మొదలుపెట్టాడు. ఆ ఇద్దరు వీరుల దెబ్బకు సృంజయ కేకయ వీరులు పారిపోయారు. ఇదేరీతిగా భీమార్జునులు కూడా మీ సైన్యాన్ని సంహరించడం మొదలుపెట్టారు. వారి దెబ్బలకు శరీరాలు శిథిలమైపోయి కౌరవపక్ష యోధులు మూర్ఛపోయారు. రెండు పక్షాల వ్యూహాలు చెదిరిపోయాయి. ఇరుపక్ష వీరులు పరస్పరం కలగలిసిపోయినట్లుగా అయ్యారు.

ధృతరాష్ట్రుడు సంజయునితో - "సంజయా ! మన సైన్యంలో ఎన్నో గుణాలు ఉన్నాయి. రకరకాల వీరులు ఉన్నారు. శాస్త్రీయ రీతిలో ఆ సైన్యం వ్యూహరూపంలో కూడా నిర్మించబడింది. మన సైనికులు మిక్కిలి ఉత్సాహంతో మన ఇచ్ఛానుసారంగా నడుచుకొంటారు. వారు వినయవంతులు. వారిలో ఏ విధమైన దుర్వ్యసనమూ లేదు. పైగా మన సేనలో మిక్కిలి ముసలివారూ లేరు, మరీ బాలురూ లేరు. అతి లావైన లేదా బలహీనులైన వారూ లేరు. అందరూ పనులు చేయడంలో చురుకైనవారు. రోగం లేనివారూ. వారు కవచాలు, అస్త్ర శస్త్రాలతో సుసజ్జితులై ఉన్నవారు. శాస్త్రాలు కూడా వారు తగినంతగా నేర్చిన వారే. ప్రాయికంగా అందరూ కత్తి తిప్పడంలో, కుస్తీ పట్టడంలో గదా యుద్ధంలో ప్రవీణులే. ప్రాస, ఋష్టి, తోమర, పరిఘ, భిందిపాల, శక్తి, ముసలాది ఆయుధాలను ఉపయోగించడం కూడా బాగా ఎరిగినవారే వారి రక్షణ భారం కూడా లోకంలో గౌరవంగా చూడబడే క్షత్రియుల చేతులలోనే ఉంది. వారు తమ ఇష్టానుసారంగానే తమ సేవకులతో సహితంగా మనకు సహాయపడడానికి వచ్చారు. ద్రోణాచార్యుడు, భీష్ముడు, కృతవర్మ, కృపాచార్యుడు, దుశ్శాసనుడు, జయద్రథుడు, భగదత్తుడు, వికర్ణుడు, అశ్వత్థామ, శకుని, బాహ్లీకుడు మొదలైన మహావీరులతో మన సేన సురక్షితంగా ఉంది. అయినా కూడా అది సంహరింపబడుతూ ఉందంటే దానికి మన పురాకృత ప్రారబ్ధమే కారణం. ఇంతకు మునుపు ఉన్న మనుష్యులు ప్రాచీన ఋషులు కూడా ఇంత పెద్ద ఎత్తున యుద్ధ ప్రయత్నం చూసి ఉండరు. విదురుడు నిత్యం మేలు, లాభం కలిగే మాటలే నాతో చెప్పేవాడు,

కాని మూర్ఖుడైన దుర్యోధనుడు వాటిని అంగీకరించలేదు. అతడు సర్వజ్ఞుడు. ఈనాటి ఈ పరిణామం తప్పకుండా అతని బుద్ధికి తోచే ఉండవచ్చు. అందుకేనేమో అతడు వద్దని వారించాడు. అయినా ఎవరి దోషమూ లేదులే. జరగవలసిందే జరిగింది. బ్రహ్మదేవుడు మొదట ఏది వ్రాశాడో అలాగే జరుగుతుంది. దానిని ఎవరూ మార్చలేరు" అని చెప్పి వాపోయాడు.

సంజయుడు అంటున్నాడు - రాజా ! మీరు చేసిన తప్పు కారణంగానే మీరు ఈ దుఃస్థితిని ఎదుర్కోవలసి వచ్చింది. మొదట్లో జూదం జరగడానికి, ఇప్పుడు పాండవులతో యుద్ధం మొదలు కావడానికి - ఈ రెండింటిలోనూ మీదే తప్పు. ఈ లోకంలోగాని, పరలోకంలో గాని మనుష్యుడు తాను చేసిన పనులను స్వయంగానే అనుభవించాలి. మీకు కూడా కర్మానుసారంగానే తగిన ఈ ఫలితం లభించింది. ఈ ఆపదను ధైర్యంతో భరించండి. ఇక మిగిలిన యుద్ధవృత్తాంతాన్ని సావధానంగా ఆలకించండి.

భీమసేనుడు వాడి బాణాలతో మీ సేనావ్యూహాన్ని భగ్నం చేసి, దుర్యోధనుని తమ్ముల దగ్గరకు చేరుకొన్నాడు. భీష్ముడు ఆ సైన్యాన్ని అన్ని వైపులనుండి రక్షిస్తూనే ఉన్నప్పటికీ దుశ్శాసనుడు, దుర్విషహుడు, దుస్సహుడు, దుర్మదుడు, జయుడు, జయత్సేనుడు, వికర్ణుడు, చిత్రసేనుడు, సుదర్శనుడు, చారుచిత్రుడు, సువర్మడు, దుష్కర్ణుడు, కర్ణుడు మొదలైన మీ పుత్రులను అక్కడకు దగ్గరలోనే ఉండడం చూసి భీముడు ఆ మహాసేనలోకి చొచ్చుకుపోయి, ఏనుగులపై, గుఱ్ఱాలపై, రథాలపై అధిష్ఠించిన కౌరవ పక్షంలోని ప్రధాన వీరులను సంహరించాడు. కౌరవులు అతనిని బంధించాలని అనుకొన్నారు. వారి ఆ నిశ్చయం భీమసేనునికి తెలిసింది. అప్పుడు అతడు అక్కడ ఉన్న మీ పుత్రులను చంపాలని ఆలోచన చేశాడు. అంతే, అతడు గద ఎత్తి, రథం వదిలిపెట్టి, మహా సాగరం వంటి ఆ సేనలోనికి దూకి, దానిని సంహరించసాగాడు.

అప్పుడే ధృష్టద్యుమ్నుడు భీమసేనుని రథం వద్దకు వచ్చాడు. రథం ఖాళీగా ఉండడం, కేవలం భీమసేనుని సారథి విశోకుడు మాత్రమే అక్కడ ఉండడం చూశాడు. ధృష్టద్యుమ్నునికి మనసులోనే ఆందోళన కలిగింది. అతని ధైర్యం సడలిపోయింది. కన్నుల వెంట నీరు ఉబికివచ్చింది. గట్టిగా శ్వాస తీసుకుంటూ గద్గద కంఠంతో - "విశోకా ! నాకు ప్రాణాధికుడు అయిన భీమసేనుడు ఏడీ ?" అని అడిగాడు.

విశోకుడు చేతులు జోడించి - "నన్ను ఇక్కడే నిలబెట్టి, వారు ఈ సైన్య సాగరంలోకి చొచ్చుకుపోయారు. వెళ్ళేటపుడు నాతో - "సూతుడా ! నీవు కొద్దిసేపు గుఱ్ఱాలను నిలిపి ఇక్కడే నా కోసం ఎదురుచూడు వీళ్లు నన్ను వధించడానికి సిద్ధపడుతున్నారు. వీరిని నేను ఇప్పుడే చంపుతాను అని మాత్రమే చెప్పారు" అని వివరించాడు.

అనంతరం సంపూర్ణ సేనలోపల భీమసేనుడు గదను పట్టుకొని వేగంగా తిరగడం చూసి ధృష్టద్యుమ్నునికి చాలా ఆనందం కలిగింది. అతడు విశోకునితో - "మహాబలవంతుడైన భీమసేనుడు నాకు చెలికాడు, బంధువు కూడా. నాకు అతని మీద ప్రేమ, అతనికీ నా మీద ప్రేమ. కాబట్టి అతడు ఎక్కడ ఉన్నాడో నేనూ అక్కడికే వెళతాను." అని చెప్పి ధృష్టద్యుమ్నుడు వెళ్లాడు. భీమసేనుడు ఏనుగులను గదతో మర్దించి ఏర్పరచిన మార్గంలోనే అతడు కూడా సైన్యం లోపలికి ప్రవేశించాడు. తుఫానుగాలి చెట్లను పెకలించి వేసినట్లుగా భీముడు శత్రుసైన్యాన్ని సహరించడం ధృష్టద్యుమ్నుడు చూశాడు. అతని గదాఘాతానికి చతురంగ బలాలూ కూడా ఆర్తనాదాలు చేయసాగాయి. ధృష్టద్యుమ్నుడు అతనిని చేరుకొని తన రథం మీద ఎక్కించుకొన్నాడు. కౌగిలించుకొని సమాశ్వాసించాడు.

అప్పుడు మీ పుత్రులు ధృష్టద్యుమ్నుని మీద బాణవర్షం కురిపించసాగారు. ధృష్టద్యుమ్నుడు అద్భుతంగా యుద్ధం చేస్తాడు. శత్రువుల బాణవర్షానికి అతడు ఏ మాత్రం బాధపడలేదు. అతడు యోధులందరినీ తన బాణాలతో ముంచెత్తాడు. ఆ తరువాత కూడా మీ పుత్రులు ముందుకు రావడం గమనించి మహావీరుడయిన ద్రుపదకుమారుడు ప్రమోహనాస్త్రం ప్రయోగించాడు. దాని ప్రభావంతో ఆ వీరులందరూ మూర్ఛపోయారు. ద్రోణాచార్యునికి ఈ సంగతి తెలిసి వెంటనే అక్కడికి వచ్చాడు. చూసేసరికి భీమసేనుడు, ధృష్టద్యుమ్నుడు యుద్ధరంగంలో విహరిస్తూ ఉన్నారు. మీ పుత్రులు మూర్ఛితులై ఉన్నారు. అప్పుడు ఆచార్యుడు ప్రజ్ఞాస్త్రాన్ని ప్రయోగించి మోహనాస్త్రాన్ని నివారించాడు. దానితో వారికి తిరిగి చైతన్యం వచ్చింది. ఆ వీరులు లేచి భీమధృష్టద్యుమ్నుల ఎదుట తిరిగి యుద్ధానికి సిద్ధమై నిలుచున్నారు.

ఇటు యుధిష్ఠిరుడు తన సైనికులను పిలిచి - "అభిమన్యుడు మొదలైన పన్నెండుమంది మహారథులైన వీరులు కవచాదులతో సుసజ్జితులై, తమ శక్తి మేరకు

ప్రయత్నించి భీమ, ధృష్టద్యుమ్నుల దగ్గరకు చేరుకోవాలి. నాకు వారి సమాచారం తెలియాలి. నా మనస్సు వారి గురించి ఆందోళన పడుతోంది" అన్నాడు.

యుధిష్ఠిరుని ఆజ్ఞ విని వీరులైన యోధులందరూ "సరే మంచిది" అని బయలుదేరారు. అప్పటికి మధ్యాహ్నం అయింది. ధృష్టకేతువు, ద్రౌపదీ పుత్రులు, కేకయవీరులు – అభిమన్యుడు ముందు నడువగా పెద్దసైన్యంతో వెళ్లారు. వారు సూచీముఖమనే వ్యూహాన్ని పన్ని కౌరవసేనను ఛేదించి లోపలకు ప్రవేశించారు. అంతకుముందే కౌరవ వీరులను భీమసేనుడు, ధృష్టద్యుమ్నుడు భయభ్రాంతులను చేసి మూర్ఛ పొందించారు. కనుక వారు వీరిని అడ్డగించలేకపోయారు.

భీమసేనుడు, ధృష్టద్యుమ్నుడు – అభిమన్యుడు మొదలైన వీరులు తమ వద్దకు రావడం చూసి ఆనందించారు. మహోత్సాహంతో మీ సైన్యాన్ని సంహరించసాగారు. ఇంతలో ధృష్టద్యుమ్నుడు తమ గురువు ద్రోణాచార్యులు అక్కడకు రావడం చూశాడు. ఇక మీ కొడుకులను చంపే ప్రయత్నం మానుకొని, భీమసేనుని కేకయుని రథం ఎక్కించి అస్త్ర పారంగతుడైన ద్రోణాచార్యుని మీద దాడి చేశాడు. అతడు తన వైపు రావడం చూసి ద్రోణాచార్యుడు ఒక బాణం వేసి అతని విల్లు విరిచాడు. ఇంకొక నాలుగు బాణాలతో నాలుగు గుఱ్ఱాలను చంపి, సారథిని కూడా యమపురికి పంపాడు. ధృష్టద్యుమ్నుడు ఆ రథం నుండి దూకి అభిమన్యుని రథం ఎక్కాడు. ఆ సమయంలో పాండవసేన వణికిపోయింది. ద్రోణాచార్యుడు వాడి బాణాలు వేసి దానిని కల్లోలపరిచాడు. మరోవైపు భీష్ముడు కూడా పాండవసేనాసంహారం కావిస్తున్నాడు.

భీమ దుర్యోధనుల యుద్ధము.

సంజయుడు చెపుతున్నాడు – సూర్యుడు సంధ్యారాగ రంజితుడు అవుతూ ఉండగా దుర్యోధనుడు భీముని వధించాలని అతనిపై దాడి చేశాడు. తన చిరకాల ప్రత్యర్థి రావడం చూసి భీమసేనునికి కోపం కట్టలు తెంచుకొంది అతడు దుర్యోధనునితో – "ఎన్నో ఏళ్లుగా ఎదురుచూస్తున్న అవకాశం నా కిప్పుడు లభించింది. నీవు యుద్ధం విడిచి పారిపోకుండా ఉంటే నిన్ను తప్పకుండా ఇప్పుడు చంపి తీరుతాను. మా తల్లి కుంతి పడిన కష్టాలకు, మేము అనుభవించిన వనవాస క్లేశానికి, ద్రౌపది సహించిన అవమాన దుఃఖానికి – అన్నింటికీ నిన్ను చంపి ప్రతీకారం తీర్చుకొంటాను." అని చెప్పి ధనుస్సు ఎక్కుపెట్టి, దుర్యోధనుని మీద మండుతున్న అగ్ని శిఖల్లాంటి ఇరవై ఆరు బాణాలను వేశాడు. ఆపై రెండు బాణాలతో అతని విల్లు విరిచాడు. రెండింటితో అతని సారథిని చంపాడు. నాలుగు బాణాలతో నాలుగు గుఱ్ఱాలను యమలోకానికి పంపాడు. రెండు బాణాలతో ఛత్రాన్ని, ఆరింటితో ధ్వజాన్ని కూలగొట్టాడు. తరువాత అతని ఎదురుగానే గట్టిగా సింహనాదం చేశాడు.

ఇంతలో కృపాచార్యుడు వచ్చి దుర్యోధనుని తన రథం మీదకు ఎక్కించుకొన్నాడు. భీమసేనుడు అతనిని మిక్కిలిగా గాయపరిచి బాధించాడు. అందువల్ల అతడు రథం వెనుక భాగంలో కూర్చొని విశ్రాంతి తీసుకొన్నాడు. అనంతరం భీమసేనుని జయించడానికి ఎన్నో వేల రథాలతో జయద్రథుడు వచ్చి చుట్టుముట్టాడు. ధృష్టకేతుడు, అభిమన్యుడు, ద్రౌపదీ పుత్రులు, కేకయ రాజకుమారులు మీ కొడుకులతో యుద్ధం చేయసాగారు. ఇదే సమయంలో చిత్రసేనుడు, సుచిత్రుడు, చిత్రదర్శనుడు, చారుచిత్రుడు, సుచారుడు, నందకుడు, ఉపనందకుడు – ఈ ఎనిమిది మంది పేరుపొందిన వీరులు అభిమన్యుని రథాన్ని నలువైపుల ముట్టడించారు. ఇది చూసి అభిమన్యుడు ఒక్కొక్కరిని ఐదేసి బాణాలతో కొట్టాడు. అభిమన్యుని పరాక్రమాన్ని వారు సహించలేకపోయారు. అందువల్ల అతని మీద వాడి బాణాలు కురిపించసాగారు. దేవాసుర సంగ్రామంలో వజ్రధారి అయిన ఇంద్రుడు అసురులను భయపెట్టినట్లుగా . మీ సైనికులందరూ వణికి పోయేలా అభిమన్యుడు తన పరాక్రమం చూపాడు. తరువాత అతడు వికర్ణుని మీద పద్నాలుగు బాణాలు ప్రయోగించి అతని రథం మీది ధ్వజాన్ని కూల్చివేశాడు. అంతేకాదు సారథిని గుఱ్ఱాలను కూడా చంపివేశాడు. ఆ పై పదును పెట్టిన అనేక వాడి బాణాలను వికర్ణుని లక్ష్యంగా చేసుకొని వేశాడు. అవి అతని శరీరాన్ని చిల్లులు పొడిచి భూమి మీద దిగబడ్డాయి. వికర్ణుడు గాయపడడం చూసి అతని ఇతర సోదరులు అభిమన్యుడు మొదలైన మహావీరుల మీద విరుచుకుపడ్డారు.

దుర్ముఖుడు ఏడు బాణాలతో శ్రుతకర్మను తూట్లు పొడిచాడు. ఒక బాణంతో అతని ధ్వజాన్ని విరిచాడు. ఆపై ఏడింటితో సారథిని, ఆరింటితో గుఱ్ఱాలను చంపివేశాడు. దానితో శ్రుతకర్మకు చాలా కోపం వచ్చింది. గుఱ్ఱాలు లేని రథం మీదనే నిలబడి అతడు దుర్ముఖుని మీద మండుతున్న ఉల్క లాంటి శక్తిని విసిరాడు. అది దుర్ముఖుని భేదించి, శరీరాన్ని ఛిద్రం చేసి భూమిలో దూరిపోయింది. ఇటు శ్రుతకర్మ విరథుడుగా ఉండడం చూసి సుతసోముడు అతనిని తన

రథం ఎక్కించుకొన్నాడు. రాజా ! ఆ తరువాత పేరుగాంచిన మీ పుత్రుని జయత్సేనుని చంపాలని శ్రుతకీర్తి అతని ఎదుటకు వచ్చాడు. జయత్సేనుడు వేలగా అతని ధనుస్సును ఖండించాడు. తన సోదరుని ధనుస్సు విరిగిపోవడం చూసి శతానీకుడు సింహనాదం చేస్తూ అక్కడికి వచ్చాడు. అతడు తన గట్టి విల్లును మీటి పది బాణాలతో జయత్సేనుని గాయపరిచాడు. జయత్సేనుని దగ్గర అతని సోదరుడు దుష్కర్ణుడు కూడా ఉన్నాడు. అతడు నకులుని కొడుకైన శతానీకుని వింటిని విరుగకొట్టాడు. శతానీకుడు ఇంకొక విల్లు అందుకొని, అందులో బాణాలు సంధించి దుష్కర్ణుని లక్ష్యంగా చేసుకొని వేశాడు. ఒకదానితో అతని ధనుస్సును విరిచి, రెండింటితో సారథిని, పన్నెండింటితో గుఱ్ఱాలను చంపివేశాడు. దాతోపాటే అతనిని కూడా ఏడు బాణాలతో గాయపరిచాడు. తరువాత భల్లమనే బాణంతో దుష్కర్ణుని గుండె మీద గురి చూసి కొట్టాడు. ఆ దెబ్బకు అతడు పిడుగు పాటుకు విరిగి పడిన చెట్టువలె నేల కూలాడు. దుష్కర్ణుని దుస్థితి చూచి ఐదుగురు మహారథులు శతానీకుని నాలుగువైపుల నుండి చుట్టుముట్టారు. అతనిని బాణసముదాయంతో కప్పివేశారు. ఇది చూచిన కేకయ రాజకుమారులు కోపంతో శతానీకుని సహాయం కోసం పరుగున వచ్చారు. వారు దండెత్తడం చూసి, దుర్ముఖుడు, దుర్జయుడు, దుర్మర్షణుడు, శత్రుంజయుడు, శత్రుసహుడు మొదలైన మీ పుత్రులు వారిని ఎదిరించడానికి వచ్చి నిలిచారు. ఒకరి నొకరు శత్రువులుగా ఎంచుకొనే ఈ రాజులు సూర్యాస్తమయం తర్వాత రెండు గడియల, వరకు తమ భయంకర పోరాటాన్ని కొనసాగిస్తూనే ఉన్నారు. వేల రథికుల, ఆశ్వికుల కళేబరాలు చెల్లా చెదురుగా పడిఉన్నాయి. భీష్ముడు పాండవుల యొక్క, పాంచాలుర యొక్క సైన్యానికి యమలోకాన్ని చూపిస్తూనే ఉన్నాడు. ఈ రీతిగా పాండవ సైన్యాన్ని సంహరించి భీష్ముడు తన యోధులతో వెనక్కి మళ్లాడు. అతడు తన శిబిరానికి వెళ్లిపోయాడు. ఇటు యుధిష్ఠిరుడు కూడా భీమసేన ధృష్టద్యుమ్నులను చూచి మిక్కిలి ఆనందించాడు. వారి శిరస్సులను ప్రేమతో ఆఘ్రాణించాడు. తరువాత చాలా ఆనందంతో తన శిబిరానికి వెళ్లాడు.

ఏడవ దినము మధ్యాహ్నము వరకు జరిగిన యుద్ధము

సంజయుడు చెపుతున్నాడు - మహారాజా ! అప్పుడు యోధులందరూ తమ తమ శిబిరాలకు వెళ్లారు. రాత్రి అందరూ విశ్రమించారు. ఒకరి నొకరు యథాయోగ్యంగా గౌరవించుకొన్నారు. మరుసటి దినం మళ్లీ యుద్ధానికి సిద్ధం అయ్యారు. అప్పుడు మీ పుత్రుడు దుర్యోధనుడు అత్యంత చింతాగ్రస్తుడై భీష్మునితో - "తాతగారూ ! మీ సైన్యం చాలా భయంకరమైనది. దీని వ్యూహరచన కూడా చాలా జాగ్రత్తగా జరుగుతోంది. అయినా పాండవ పక్ష వీరులు దానిని ఛేదించి మన వీరులను చంపుతున్నారు. వారు మన వీరులను తికమకపెట్టి మంచి కీర్తిని పొందుతున్నారు. వజ్రంలాంటి అతి ధృఢమైన మకర వ్యూహాన్ని కూడా వారు ఛేదించేశారు. దానిలోపల ప్రవేశించి భీమసేనుడు మృత్యుదండంతో సమానమైన తన ప్రచండ బాణాలతో నన్ను గాయపరిచాడు. భీముని యొక్క రోషాకృతిని చూస్తే నాకు పై ప్రాణాలు పైనే పోయాయి. ఇంతవరకు నా మనసు కుదుటపడనే లేదు. మహాత్మా ! నేనయితే మీ సహాయం వల్లనే యుద్ధంలో జయించి పాండవుల పని పూర్తి చేసేయాలని అనుకొంటున్నాను" అన్నాడు.

దుర్యోధనుని మాటలు విని భీష్ముడు చిరునవ్వు నవ్వి - "రాజకుమారా ! నేనయితే అత్యధిక ప్రయత్నంతో పాండవుల సేనలోకి చొచ్చుకుపోతున్నాను. ఇక ముందు కూడా ప్రాణాలను పణంగా పెట్టి నేను పాండవ సేనతో సంపూర్ణ శక్తిని ఉపయోగించి యుద్ధం చేస్తాను. నేను నీ కోసం, ఈ శత్రుసేన అనే ఏమిటి, దేవతలందరినీ, దైత్యులనూ కూడా చంపడానికి వెనుకాడను. నేను పూర్ణశక్తితో పాండవులతో పోరాడతాను. నీకు అన్నివిధాలుగా ప్రీతిని కలిగిస్తాను" అని అన్నాడు.

పితామహుని మాటలు విని దుర్యోధనునికి చాలా సంతోషం కలిగింది. ప్రాతఃకాలం కాగానే భీష్ముడు స్వయంగా వ్యూహరచన చేశాడు. రకరకాల శస్త్రాలు ధరించిన కౌరవ సైన్యాన్ని అతడు మండల వ్యూహాకారంలో నిలిపాడు. అందులో అతి ముఖ్యులైన వీరులను - గజారోహులను, పదాతులను, రథికులను యథాస్థానంలో నియోగించాడు. ఈ రీతిగా భీష్ముని అధ్యక్షతన మీ సైన్యం ఎవరి స్థానాలలో వారు నిల్చుని యుద్ధానికి సిద్ధమయింది. యుద్ధోత్సాహులైన ఆ రాజులందరూ - ఎవరికి వారే భీష్ముని రక్షణ కోసమే నిలిచారా అనిపించింది. భీష్ముడు వారి రక్షణలో తత్పరుడై ఉన్నాడు. ఈ మండలవ్యూహం మిక్కిలి దుర్భేద్యమైనది. దీని ముఖం పశ్చిమదిశగా ఉంది.

ఈ పరమ దుర్జయమైన మండలవ్యూహాన్ని చూచి యుధిష్ఠిరుడు తన సైన్యాన్ని వజ్రవ్యూహంగా నిలిపాడు.

ఈ రీతిగా వ్యూహబద్ధమైన రెండు సేనలూ తమ తమ స్థానాలలో నిలబడ్డాయి. రథికులు, అశ్వికులు అందరూ సింహనాదాలు చేయసాగారు. యుద్ధం చేయడానికి ఉత్సుకత చూపుతూ వ్యూహాన్ని ఛేదించడానికి ముందుకు కదిలారు. ద్రోణాచార్యుడు విరాటునికి, అశ్వత్థామ శిఖండికి, దుర్యోధనుడు ధృష్టద్యుమ్నునికి ఎదురు వచ్చారు. నకుల సహదేవులు శల్యుని మీద, అవంతీరాకుమారులు విందాను విందులు ఇరావంతుని మీద దాడి చేశారు. రాజులందరూ అర్జునునితో పోరాడసాగారు. భీమసేనుడు యుద్ధానికి సాగిపోతూ కృతవర్మను, చిత్రసేనుని, వికర్ణుని, దుర్మర్షణుని అడ్డగించాడు. అభిమన్యుడు మీ పుత్రులతో తలపడ్డాడు. ప్రాగ్జ్యోతిషపతి భగదత్తుడు ఘటోత్కచుని మీద దాడి చేశాడు. అలంబుసుడు అనే రాక్షసుడు రణోత్సాహంతో ఉన్న సాత్యకి మీద, అతని సైన్యం మీద విరుచుకుపడ్డాడు. భూరిశ్రవుడు ధృష్టకేతుతో తలపడ్డాడు. యుధిష్ఠిరుడు శ్రుతాయువుతో, చేకితానుడు కృపాచార్యునితో, మిగిలిన వీరులందరూ భీష్మునితో పోరుకు సిద్ధమయ్యారు.

మీ పక్షంలోని అనేక రాజులు రకరకాల ఆయుధాలను తీసుకొని నాలుగు వైపుల నుండి అర్జునుని చుట్టుముట్టారు అర్జునుడు వారి మీద బాణవర్షం కురిపించసాగాడు. అవతలి వైపునుండి రాజులు కూడా అర్జునుని మీద బాణవర్షం కురిపిస్తున్నారు. ఈ దశలో కృష్ణార్జునులను చూచి దేవతలకు, గంధర్వులకు, దేవర్షికి, నాగులకు చాలా ఆశ్చర్యం కలిగింది. అర్జునుడు కోపంతో ఐంద్రాస్త్రం వేశాడు. తన బాణాలతో శత్రువుల బాణవర్షాన్నంతటినీ ఆపివేశాడు. అర్జునుని ఈ పరాక్రమం అందరినీ చకితులను చేసింది. అతని ఎదుటికి వచ్చిన రాజులు, అశ్వికులు, గజారోహులు అందరిలో ఏ ఒక్కడూ గాయపడకుండా లేడు. అప్పుడు వారంతా భీష్ముని మరుగు చేరారు. అర్జునుని పరాక్రమం అనే అగాధ జలంలో మునిగి పోతున్న ఆ వీరులకు అప్పుడు భీష్ములవారే ఓడ అయ్యారు. వారు ఈ రీతిగా పరిగెత్తి రావడంతో మీ సైన్యం చిందరవందర అయింది. తుఫాను వస్తే సముద్రం అల్లకల్లోలం అయినట్లుగా వారిలో కలకలం రేగింది.

ఇక భీష్ముడు మిక్కిలి చురుకుగా అర్జునుని ఎదుటకు వచ్చాడు. అతనితో యుద్ధం మొదలుపెట్టాడు. ఇటు ద్రోణాచార్యుడు బాణాలు వేసి విరాటుని గాయపరిచాడు. ఒక బాణంతో అతని ధ్వజాన్ని ఇంకొక దానితో అతని ధనుస్సును విరిచాడు. విరాటుడు వెంటనే ఇంకొక విల్లు అందుకొన్నాడు. మిక్కిలి తళతళ లాడే బాణాలు తీసుకొన్నాడు. మూడు బాణాలతో ఆచార్యుని నొప్పించాడు. నాలుగింటితో అతని గుఱ్ఱాలను చంపాడు. ఒక దానితో ధ్వజాన్ని విరుగకొట్టాడు. ఐదింటితో సారథిని చంపివేశాడు. ఒక దానితో ధనుస్సునూ ఖండించాడు. దీంతో ద్రోణాచార్యునికి చాలా కోపం వచ్చింది. అతడు ఎనిమిది బాణాలతో విరాటుని గుఱ్ఱాలను నాశనం చేశాడు, ఒక దానితో సారథిని చంపాడు. విరాటుడు రథం నుండి దూకి తన కొడుకు రథం ఎక్కాడు. అప్పుడు ఆ తండ్రీ కొడుకులు ఇద్దరూ భయంకరమైన బాణాలు వర్షిస్తూ బలవంతంగా ఆచార్యుని అడ్డుకోవడానికి ప్రయత్నించసాగారు. దీంతో విసుగెత్తిన ఆచార్యుడు రాజకుమారుడు శంఖుని పైన సర్పం లాంటి ఒక విషపూరిత బాణాన్ని వదిలాడు. ఆ బాణం శంఖుని హృదయంలో దూరి అతని రక్తంతో తడిసి ముద్దయి, భూమి పైన పడింది. శంఖుని చేతిలోని ధనుస్సు తండ్రివద్దనే జారి పడిపోయింది. అతడు యుద్ధ భూమిలోకి దొర్లిపోయాడు. పుత్రుని మరణం చూసి విరాటుడు భయపడిపోయాడు. ద్రోణాచార్యుని వదిలి రణరంగంనుండి తొలగిపోయాడు. అప్పుడు ద్రోణాచార్యుడు పాండవ సైన్యాన్ని వందలు వేలు భాగాలుగా విడగొట్టివేశాడు.

శిఖండి అశ్వత్థామను ఎదుర్కొని, మూడు బాణాలతో అతని కనుబొమల మధ్య దెబ్బకొట్టాడు. దీనితో క్రోధావిష్టుడైన అశ్వత్థామ అనేక బాణాలు కురిపిస్తూ అరనిముషంలోనే శిఖండి యొక్క ధ్వజాన్ని, సారథిని, గుఱ్ఱాలను, ఆయుధాలను ఖండించి పడేశాడు. గుఱ్ఱాలు చనిపోగానే అతడు రథం నుండి కిందికి దూకి కత్తి డాలు తీసుకొని మిక్కిలి క్రోధంతో డేగలాగా ఉరికాడు. రణభూమిలో కత్తితో తిరుగుతున్న శిఖండి మీద దెబ్బతీయడానికి అశ్వత్థామకు అవకాశం కూడా లభించలేదు. అయినా అతడు అతని మీద వేయి బాణాలు కుప్పించాడు. శిఖండి ఆ బాణవర్షాన్నంతటినీ తన కత్తితోనే ఖండించాడు. అశ్వత్థాను అతని కత్తిని డాలును కూడా ముక్కలు ముక్కలు చేశాడు. అనేకమైన ఉక్కు బాణాలతో శిఖండిని తూట్లు పొడిచాడు. ఇక అప్పుడు శిఖండి త్వరగా సాత్యకి రథాన్ని ఎక్కాడు.

ఇక్కడ సాత్యకి అలంబుస రాక్షసుని తన వాడి బాణాలతో గాయపరిచాడు. అందుపై అలంబుసుడు కూడా అర్ధచంద్రాకార బాణంతో సాత్యకి ధనుస్సును ఖండించాడు. పైగా అతనిని కూడా అనేక బాణాలతో గాయపరిచాడు. ఆపై అతడు రాక్షసమాయను పన్ని అతని మీద బాణాల జడివాన

కురిపించాడు. ఈ సమయంలో సాత్యకి యొక్క అద్భుతమైన పరాక్రమం చూడడానికి వీలు చిక్కింది. అలాంటి చురుక్కుమనిపించే బాణాలు తగిలినా కూడా అతడు రణ భూమిలో ఏ మాత్రం కంగారు పడలేదు. అర్జునుని వలన నేర్చుకొన్న ఇంద్రాస్త్రాన్ని ప్రయోగించాడు. దాని వలన ఆ రాక్షసమాయ అప్పుడే భస్మమయిపోయింది. ఆపై అతడు అనేక బాణాలు వర్షించి అలంబుసుని కప్పివేశాడు. ఈ రీతిగా సాత్యకి బాధించడంతో ఆ రాక్షసుడు అతనిని ఎదిరించడం మానివేసి, రణ భూమినుండి పారిపోయాడు. సాత్యకి తన వాడి బాణాలతో మీ పుత్రులమీద కూడా దెబ్బకొట్టాడు. వారు కూడా భయపడి పారిపోయారు.

అదే సమయంలో మహావీరుడు ధృష్టద్యుమ్నుడు తన వాడి బాణాలతో తమ పుత్రుడు దుర్యోధనుని కప్పివేశాడు. కాని దుర్యోధనుడు కంగారు పడలేదు. చాలా చురుకుగా అతడు తొంభై బాణాలు వేసి ధృష్టద్యుమ్నుని తూట్లు పొడిచాడు. ధృష్టద్యుమ్నుడు కోపించి అతని ధనుస్సును విరిచేశాడు. నాలుగు గుఱ్ఱాలను చంపివేశాడు. ఏడు బాణాలతో అతనిని కూడా గాయపరిచాడు. గుఱ్ఱాలు చనిపోగానే దుర్యోధనుడు రథం నుండి దూకి కత్తి తీసుకొని ధృష్టద్యుమ్నునివైపు, పరిగెత్తాడు. ఇంతలో శకుని వచ్చి అతనిని రథంపై ఎక్కించుకొన్నాడు.

ఈ రీతిగా దుర్యోధనుని ఓడించి ధృష్టద్యుమ్నుడు మీ సైన్యాన్ని చంపడం ఆరంభించాడు. అప్పుడే కృతవర్మ భీమసేనుని బాణాలతో ముంచెత్తాడు. భీమసేనుడు కూడా నవ్వి కృతవర్మ మీద బాణాల జడివాన కురిపించాడు. అతడు అతని నాలుగు గుఱ్ఱాలను చంపి, ధ్వజాన్ని విరిచి, సారథిని కూడా పడగొట్టాడు. కృతవర్మను కూడా అనేక బాణాలతో గాయపరిచాడు. గుఱ్ఱాలు చనిపోవడంతో కృతవర్మ మిక్కిలి చురుకుగా మీ బావమరిది వృషకుని రథం ఎక్కాడు. ఆపై భీమసేనుడు మిక్కిలి క్రోధంతో దండధరుడైన యమునిలా మీ సైన్యాన్ని సంహరించసాగాడు.

మహారాజా ! ఇంకా మధ్యాహ్నం కానేలేదు. విందానువిందులు ఇరావంతుని రాకను చూసి అతనిని ఎదిరించడానికి వచ్చారు. వారి నడుమ గగుర్పాటు కలిగించే యుద్ధం ఆరంభమయింది. ఇరావంతుడు క్రోధంతో ఇద్దరు సోదరులను తన వాడి బాణాలతో తూట్లు పొడిచాడు. ప్రతీకారంగా వారు కూడా ఇరావంతుని తమ బాణాలతో గాయపరిచారు. తిరిగి ఇరావంతుడు నాలుగు బాణాలతో అనువిందుని నాలుగు గుఱ్ఱాలను నేలకొరిగించాడు. రెండు పదునైన బాణాలతో అతని ధనుస్సును, ధ్వజాన్ని విరుగకొట్టాడు. అనువిందుడు తన రథం దిగి విందుని రథం ఎక్కాడు. ఆ ఇద్దరన్నదమ్ములూ ఒకే రథం మీద ఉండి, ఇరావంతునిపై మిక్కిలి చురుకుగా బాణాలు వర్షించడం మొదలుపెట్టారు. ఇరావంతుడు కూడా అలాగే క్రోధంతో వారిద్దరి మీదా బాణాసారం కురిపించి, వారి సారథిని చంపివేశాడు. వారి గుఱ్ఱాలు భయంతో ఉలికిపడి రథాన్ని అటు ఇటు ఈడ్చి వేయసాగాయి. ఈ రీతిగా వారిద్దరిని జయించి ఇరావంతుడు తన పరాక్రమాన్ని ప్రదర్శిస్తూ మహావేగంగా మీ సైన్యాన్ని నాశనం చేయసాగాడు.

ఈ సమయంలో రాక్షసరాజు ఘటోత్కచుడు రథం ఎక్కి భగదత్తునితో యుద్ధం చేస్తున్నాడు. అతడు బాణాల జడివాన కురిపించి ఇంచుమించుగా భగదత్తుని కప్పివేశాడు. అప్పుడతడు ఆ బాణాలన్నిటినీ ఖండించి మహా నిపుణంగా ఘటోత్కచుని మర్మస్థానాలలో దెబ్బకొట్టాడు. కాని అనేక బాణాలు తగిలి గాయపడినా అతడు అధైర్యపడలేదు. దానితో కోపించి భగదత్తుడు పద్నాలుగు తోమరాలను విసిరాడు. కాని ఘటోత్కచుడు వెంటనే వానిని ముక్కలు చేశాడు. పైగా డెబ్బై బాణాలతో భగదత్తుని దెబ్బ కొట్టాడు. భగదత్తుడు అతని నాలుగు గుఱ్ఱాలను చంపివేశాడు. గుఱ్ఱాలు లేని ఆ రథం మీదే ఉండి ఘటోత్కచుడు అతని మీద మహావేగంగా ఒక శక్తిని విసిరాడు. కాని భగదత్తుడు దానిని మూడుముక్కలు చేశాడు. అవి మధ్యలోనే నేలమీద పడిపోయాయి. శక్తి వ్యర్థం కావడం చూసి ఘటోత్కచుడు భయపడి రణ భూమి నుండి పారిపోయాడు. ఘటోత్కచుని బలపరాక్రమాలు సర్వత్ర విఖ్యాతమైనవి. అతనిని యుద్ధ భూమిలో యముడుగాని వరుణుడు గాని వెంటనే జయించలేరు. అటువంటి అతనినే ఈ రీతిగా ఓడించి భగదత్తుడు తన ఏనుగును అధిరోహించి పాండవ సైన్యాన్ని సంహరించసాగాడు.

ఇటు మద్రరాజు శల్యుడు తన సోదరి సంతానమైన నకుల సహదేవులతో యుద్ధం చేస్తున్నాడు. అతడు వారిద్దరినీ తన బాణాలతో ఒకేసారి కప్పేశాడు. సహదేవుడు కూడా బాణాలు వర్షించి అతని గమనాన్ని అడ్డగించాడు. సహదేవుని బాణాలు కప్పివేయడంతో, శల్యుడు అతని పరాక్రమానికి ముగ్ధుడయ్యాడు. తమ తల్లివైపు సంబంధీకుడు కావడంతో ఇద్దరన్నదమ్ములు కూడా తమ మామ పరాక్రమానికి సంతోషించారు. ఇంతలోనే మహావీరుడయిన శల్యుడు నాలుగు

బాణాలు వేసి నకులుని యొక్క నాలుగు గుఱ్ఱాలను యమపురికి పంపాడు. నకులుడు వెంటనే తన రథం దిగి తన సోదరుని రథం ఎక్కాడు. ఈ రీతిగా ఆ సోదరులిద్దరూ ఒకే రథం అధిరోహించి మిక్కిలి చురుకుగా బాణాలు వర్షించి మద్రరాజును కప్పివేశారు. అదే సమయంలో సహదేవుడు కోపంతో శల్యుని మీద ఒక బాణం వేశాడు. అది అతని శరీరాన్ని ఛేదించుకొని నేలపై పడింది. ఆ దెబ్బకు శల్యుడు వ్యాకులుడై రథం వెనుక భాగంలో కూర్చుండి పోయాడు. ఆ బాధతో మూర్ఛపోయాడు. అతడు స్మృతిలో లేకపోవడం చూసి సారథి రథాన్ని యుద్ధభూమి నుండి బయటకు తీసుకొని పోయాడు. ఇది చూచి మీ సైన్యంలోని వీరులందరూ విషాదం పొందారు. మహావీరులైన నకుల సహదేవులు తమ మామను ఓడించి హర్షధ్వానం, శంఖనాదం చేశారు.

ఏడవ దినము - మధ్యాహ్నమయిన వెనుక జరిగిన యుద్ధము.

సంజయుడు చెపుతున్నాడు - మహారాజా ! సూర్యుడు సరిగ్గా నడిమింటికి వచ్చేసరికి యుధిష్ఠిరుడు శ్రుతాయువును చూచి అతని వైపు తన గుఱ్ఱాలను పోనిచ్చి, తొమ్మిది బాణాలతో అతనిని గాయపరిచాడు. శ్రుతాయువు ఆ బాణాలను తొలగించుకొని యుధిష్ఠిరుని పై ఏడు బాణాలు వేశాడు. అవి అతని కవచాన్ని చీల్చి రక్తాన్ని రుచి చూశాయి. దీనితో యుధిష్ఠిరునికి చాలా కోపం వచ్చింది. అప్పుడతని కోపం చూసి అందరికీ ఇతడు ముల్లోకాలను భస్మం చేసివేస్తాడేమో అనిపించింది. ఇది చూసి దేవతలు ఋషులు అన్ని లోకాలకు శాంతి కలగాలని స్వస్తివాచనం చేయసాగారు. మీ సేన అయితే తమ ప్రాణాలమీది ఆశ వదిలేసుకుంది. కాని యుధిష్ఠిరుడు ధైర్యం వహించి తన క్రోధాన్ని అణిచి వేసుకొన్నాడు. శ్రుతాయువు యొక్క ధనుస్సును ఖండించి, అతని వక్షస్థలాన్ని తూట్లు పొడిచాడు. ఆపైన వెంటనే అతని సారథిని, గుఱ్ఱాలను కూడా చంపివేశాడు. యుధిష్ఠిరుని పరాక్రమం చూసి శ్రుతాయువు గుఱ్ఱాలు లేని తన రథాన్ని విడిచి పారిపోయాడు. ఈ రీతిగా యుధిష్ఠిరుడు శ్రుతాయువును ఓడించగానే దుర్యోధనుని సైన్యమంతా వెన్నుచూపి పారిపోసాగింది.

ఇంకొక వైపు చేకితానుడు కృపాచార్యుని బాణాలతో కప్పివేశాడు. కృపాచార్యుడు ఆ బాణాలనన్నిటినీ అడ్డుకొని, తన బాణాలతో అతనిని గాయపరిచాడు. ఆపైన అతని ధనుస్సును ఖండించాడు. సారథిని చంపాడు, గుఱ్ఱాలను, చక్రరక్షకులను కూడా మట్టిపాలు చేశాడు. అప్పుడు చేకితానుడు రథం నుండి దిగి గదను చేతిలోకి తీసుకొన్నాడు. ఆ గదతో అతడు కృపాచార్యుని గుఱ్ఱాలను, సారథిని చంపివేశాడు. కృపాచార్యుడు నేలమీద నిలుచునే అతని మీద పదహారు బాణాలు వేశాడు. ఆ బాణాలు చేకితానుని గాయపరిచి భూమిలోకి దిగిపోయాయి. దానితో అతని క్రోధం ఇనుమడించింది. అతడు తన గదను కృపాచార్యునిపైకి విసిరాడు. ఆచార్యుడు అది రావడం చూసి వేయి బాణాలతో దానిని అడ్డుకొన్నాడు. అప్పుడు చేకితానుడు కత్తిపట్టుకొని అతని పైకి వచ్చాడు. ఇటు కృపాచార్యుడు కూడా కత్తిపట్టుకొని చాలా వేగంగా అతని మీద దాడిచేశాడు. ఇప్పుడు వారిద్దరూ ఒకరి నొకరు పదునైన కత్తులతో దెబ్బకొడుతూ నేలమీద పడిపోయారు. యుద్ధంలో చాలా అలిసి పోవడం వలన ఇద్దరూ కూడా మూర్ఛపోయారు. ఇంతలో అక్కడకు కరకర్షణుడు వచ్చాడు. స్నేహవశాన చేకితానుని అవస్థ చూచి అతనిని తన రథం పైకి ఎక్కించుకొన్నాడు. అలాగే శకుని కూడా వేగంగా వచ్చి కృపాచార్యుని తన రథం ఎక్కించుకొన్నాడు.

ధృష్టకేతుడు తొంభై బాణాలతో భూరిశ్రవుని గాయపరిచాడు. అందుపై భూరిశ్రవుడు సూదులవలె గుచ్చుకొనే బాణాలతో ధృష్టకేతువు యొక్క సారథిని, గుఱ్ఱాలను చంపివేశాడు. ధృష్టకేతుడు అప్పుడు ఆ రథాన్ని వదిలి శతానీకుని రథం ఎక్కాడు. ఇదే సమయంలో చిత్రసేనుడు, వికర్ణుడు, దుర్మర్షణుడు అభిమన్యునిపై దాడి చేశారు. అభిమన్యుడు ఆ నీ పుత్రులు అందరిని రథహీనులుగా అయితే చేశాడు గాని, భీమసేనుని ప్రతిజ్ఞను గుర్తుకు తెచ్చుకొని వారిని చంపడం మాత్రం చేయలేదు. సేనాసహితంగా భీష్ముడు ఒంటరిగా ఉన్న బాలుడైన అభిమన్యుని వైపు వెళ్లడం చూసి అర్జునుడు శ్రీ కృష్ణునితో "హృషీకేశా ! ఈ రథాలు ఎక్కువగా కనిపిస్తున్నవైపు గుఱ్ఱాలను నడిపించండి" అన్నాడు.

అర్జునుడు ఇలా చెప్పాక శ్రీకృష్ణుడు యుద్ధం జరుగుతున్న వైపుకు రథాన్ని తోలాడు. అర్జునుడు తమ వీరులవైపు రావడం చూసి తమ సేన చాలా కంగారుపడింది. అర్జునుడు భీష్మునికి రక్షకులుగా ఉన్న రాజులవద్దకు చేరుకొని, వారిలో సుశర్మతో - "నీవు చాలా ఉత్తమ యోధుడవని నేను ఎరుగుదును. మాకు పూర్వ శత్రువువి. కాని చూడు. నేడు నీ ఈ అవినీతికి ఘోరమైన ఫలం లభించబోతోంది. నేడు

నీకు పరలోకవాసులైన నీ తాతలను చూపిస్తాను" అన్నాడు. అర్జునుని యొక్క ఈ మాటలను విని కూడా సుశర్మ ఆశ్చర్యంగా ఏమీ మాట్లాడలేదు. కాని అనేక రాజులతో కలిసి అర్జునుని ఎదుటకు వచ్చి అతనిని అన్నివైపుల నుండి చుట్టుముట్టి బాణాలను కురిపించడం ప్రారంభించాడు. అర్జునుడు ఒక్క క్షణంలో వారందరి విండ్లు విరిచేశాడు. వారందరిని మిగలకుండా చేయడానికి ఒకేసారి అందరినీ తన బాణాలతో తూట్లు పొడిచాడు. అర్జునుని దెబ్బలకు వారు రక్తంతో తడిసిపోయారు. వారి అవయవాలు ఛిన్నాభిన్నం అయ్యాయి. శిరసులు నేల మీద పొర్లసాగాయి. కవచాలు తుత్తునియలు అయి లేచిపోయాయి. వారి ప్రాణాలు శరీరాలనుండి హరించుకుపోయాయి. ఈ రీతిగా పార్థుని పరాక్రమంతో పరాజితులయి వారంతా ఒకేసారి నేలకు ఒరిగారు.

తన సహచరులైన రాజులందరూ ఈ రీతిగా చనిపోవడం చూసి త్రిగర్తరాజు సుశర్మ మిక్కిలి వేగంగా మిగిలిన రాజులను వెంట తీసుకొని ముందుకు వచ్చాడు. అర్జునుని మీద శత్రువులు దాడి చేస్తున్నారని చూసిన శిఖండి మొదలైన వీరులు అతని రక్షణకోసం రకరకాల అస్త్రశస్త్రాలు తీసుకొని అతనివైపు వెళ్లారు. త్రిగర్తరాజుతో పాటు అనేకులు రావడం చూసి అర్జునుడు గాండీవంతో అనేక వాడిబాణాలు వేసి వారందరినీ చక్క చేసేశాడు. ఆపై దుర్యోధనుడు, జయద్రథుడు మొదలైన రాజులను కూడా తరిమివేసి భీష్ముని వద్దకు వచ్చాడు. యుధిష్ఠిరుడు కూడా మద్రరాజును వదిలి భీమసేనుడు, నకుల సహదేవులతో కలిసి భీష్మునితోనే యుద్ధం చేయడానికి వచ్చాడు. కాని భీష్ముడు పాండుపుత్రులందరూ ఎదురుగా వచ్చినా కంగారు పడలేదు. ఈ సమయంలో శిఖండి అయితే పితామహుని చంపడానికే సంసిద్ధుడయ్యాడు. అతడు అతివేగంగా దాడి చేయడం చూసి శల్యుడు తన భీషణ శస్త్రాలతో వారించసాగాడు. కాని శిఖండి వేగంలో మార్పు ఏమీ రాలేదు. అతడు వారుణాస్త్రంతో శల్యుని అస్త్రశస్త్రాలన్నీ ఛిన్నాభిన్నం చేసివేశాడు.

భీమసేనుడు గద తీసుకొని జయద్రథుని వైపు వెళ్లాడు. అతడు తనవైపు మహావేగంతో రావడం చూసి జయద్రథుడు ఐదువందల వాడి బాణాలు వేసి అన్నివైపుల నుండి అతనిని గాయపరిచాడు. కాని వాటిని భీమసేనుడు ఏ మాత్రం లక్ష్య పెట్టలేదు. అతని కోపం పెరిగిపోయింది. సింధురాజు యొక్క గుఱ్ఱాలను చంపేశాడు. ఇది చూసి మీ కొడుకు చిత్రసేనుడు అతనిని అదుపు చేయాలని ముందుకు ఉరికాడు. భీమసేనుడు కూడా గర్జించి గద తిప్పుతూ అతనిపైకి ఉరికాడు. భీముని యొక్క యమదండం వంటి ఆ ప్రచండమైన గదను చూసి కౌరవులందరూ ఆ దెబ్బనుండి తప్పించుకోవడానికి మీ పుత్రుని వదిలేసి పారిపోయారు. గద తన మీదకు రావడం చూసి కూడా చిత్రసేనుడు భయపడలేదు. అతడు కత్తి డాలు తీసుకొని తన రథం మీది నుండి క్రిందికి దూకి ఇంకొకచోటికి వెళ్లిపోయాడు. ఆ గద చిత్రసేనుని రథం మీద పడి అతని సారథిని, గుఱ్ఱాలను కూడా నుజ్జునుజ్జు చేసింది. చిత్రసేనుడు విరథుడు కావడం చూసి వికర్ణుడు అతనిని తన రథంపైకి ఎక్కించుకొన్నాడు.

ఈ రీతిగా యుద్ధం చాలా భయంకరంగా జరుగుతూ ఉండగా భీష్ముడు యుధిష్ఠిరునికి ఎదురు పడ్డాడు. అప్పుడు పాండవ పక్ష వీరులు అందరూ వణికి పోయారు. ఇప్పుడు యుధిష్ఠిరుడు మృత్యుముఖంలోకి చొరపడ్డాడనే వారందరికీ అనిపించింది. ఇటు యుధిష్ఠిరుడు కూడా నకుల సహదేవులతో కలిసి భీష్మునిపై కలియ బడ్డాడు. అతడు వేల బాణాలు కుప్పించి అతనిని కప్పివేశాడు. కాని భీష్ముడు వాటినన్నిటినీ తట్టుకొని అరనిముషంలోనే తన బాణాలతో యుధిష్ఠిరుడు కనపడకుండా చేశాడు. యుధిష్ఠిరుడు క్రోధంతో భీష్మునిపై నారాచమనే బాణం వేశాడు. కాని పితామహుడు దానిని మధ్యలోనే ఖండించి యుధిష్ఠిరుని గుఱ్ఱాలను కూడా చంపేశాడు. యుధిష్ఠిరుడు వెంటనే నకులుని రథాన్ని ఎక్కాడు. భీష్ముడు తన ఎదుటికి వచ్చిన నకుల సహదేవులను కూడా బాణాలతో కప్పివేశాడు. అప్పుడు యుధిష్ఠిరుడు భీష్ముని వధించడానికి మార్గాలను ఆలోచించసాగాడు. అతడు తన పక్షంలోని రాజులందరితోను, సుహృదులతోను "అందరూ కలిసి భీష్ముని కొట్టండి" అని చెప్పాడు. ఇది విని రాజులందరూ అతనిని ముట్టడించారు. కాని భీష్ముడు అందరూ తనను చుట్టుముట్టినా తన ధనుస్సుతో అనేక వీరులను మట్టిపాలు చేస్తూ క్రీడించసాగాడు.

ఈ అతిఘోరయుద్ధం జరుగుతున్నపుడు రెండు పక్షాల సేనలలోను మిక్కిలి కలకలం చెలరేగింది. ఇరుపక్షాల వ్యూహాలు చెదిరిపోయాయి. ఈ సమయంలో శిఖండి మహావేగంగా పితామహుని ఎదిరించడానికి వ్చాడు. కాని భీష్ముడు అతని పూర్వపు స్త్రీత్వాన్ని గుర్తుచేసుకొని అతనిని ఏ మాత్రం పట్టించుకోకుండా సృంజయ వీరులవైపు వెళ్లిపోయాడు. భీష్ముడు

తమ ఎదుటికి రావడం చూసి వారందరూ మిక్కిలి హర్షంతో సింహనాదాలు, చేస్తూ శంఖాలు ఊదారు. అప్పుడు సూర్యభగవానుడు పశ్చిమ దిశగా జారిపోతున్నాడు. అప్పుడు యుద్ధం తీవ్రరూపంతో సాగుతోంది. ఇరుపక్షాల రథికులు, గజారోహులు ఒకరితో ఒకరు కలిసిపోయారు. ధృష్టద్యుమ్నుడు, సాత్యకి శక్తి తోమరాదులను వర్షిస్తూ కౌరవసేనను బాధించసాగారు. అందువల్ల మీ యోధులలో హాహాకారాలు చెలరేగాయి. వారి ఆర్తనాదాలు విని విందానువిందులు ధృష్టద్యుమ్నుని ఎదిరించారు. వారిద్దరూ అతని గుఱ్ఱాలను చంపి అతనిని బాణవర్షంతో ముంచెత్తారు. అతడు వెంటనే రథం నుండి దూకి, సాత్యకి యొక్క రథం ఎక్కాడు. అప్పుడు యుధిష్ఠిర మహారాజు అత్యంత పెద్ద సైన్యం తీసుకొని ఆ రాకుమారులు ఇద్దరి మీదా విరుచుకుపడ్డాడు. అలాగే నీ కొడుకు దుర్యోధనుడు కూడా పూర్తి సన్నద్ధతతో విందానువిందులకు అండగా నిలిచాడు.

అప్పుడు సూర్యదేవుడు అస్తాచల శిఖరాన్ని చేరుకొని కాంతిహీనుడు అవుతున్నాడు. ఇటు యుద్ధభూమిలో రక్తనదులు ప్రవహిస్తున్నాయి. అన్ని వైపుల రాక్షసులు, పిశాచులు, ఇతర మాంసాహార జంతువులు పొడసూపసాగాయి. అప్పుడు అర్జునుడు సుశర్మాది రాజులను ఓడించి తన శిబిరానికి మళ్ళిపోయాడు. నెమ్మది నెమ్మదిగా రాత్రి కాసాగింది. యుధిష్ఠిరుడు, భీమసేనుడు కూడా సైన్య సహితంగా తమ శిబిరాలకు తిరిగి వచ్చారు. ఇటు దుర్యోధనుడు, భీష్ముడు, ద్రోణాచార్యుడు, అశ్వత్థామ, కృపాచార్యుడు, శల్యుడు, కృతవర్మ మొదలైన కౌరవ వీరులు కూడా సేనలతో సహితంగా తమ తమ గుడారాలకు వెళ్లిపోయారు. ఈ రీతిగా రాత్రి కావడంతో కౌరవ పాండవులు ఇద్దరూ కూడా తమ తమ శిబిరాలకు వెళ్లిపోయారు. అక్కడ ఇరుపక్షాల వీరులు కూడా పరస్పర వీరత్వాన్ని కొనియాడసాగారు. వారు తమ శరీరాలలోని బాణాలను పెకలించుకొని రకరకాల జలాలతో స్నానాలు చేశారు. యథా ప్రకారం కాపలాదారులు పహరా కాయడానికి నియుక్తులయ్యారు.

ఎనిమిదవ రోజు యుద్ధము - ధృతరాష్ట్రుని ఎనిమిది మంది కొడుకుల వధ

సంజయుడు చెపుతున్నాడు - రాత్రి సుఖంగా విశ్రమించాక, తెల్లవారగానే మరల కౌరవ పాండవ పక్షాలలోని రాజులు యుద్ధం కోసం శిబిరాలనుండి వెలుపలికి వచ్చారు. రెండుపక్షాల సైనికులు యుద్ధభూమికి కదలగానే సముద్రపు ఘోషవలె పెద్ద కోలాహలం చెలరేగింది. అనంతరం దుర్యోధనుడు, చిత్రసేనుడు, వివింశతి, భీష్ముడు, ద్రోణాచార్యులు కలిసి మహాయత్నంతో కౌరవ సేనావ్యూహాన్ని రచించారు. ఆ మహావ్యూహం ఒక సాగరంలా ఉంది. ఏనుగులు, గుఱ్ఱాలు మొదలైన వాహనాలే అందులోని తరంగమాలలు. మొత్తం సైన్యానికంతటికీ ముందుగా భీష్ముడు నడిచాడు. అతనితో మాలవులు, దక్షిణభారత మరియు ఉజ్జయినీ యోధులు ఉన్నారు. వారి వెనకాల కులింద, పారవ, క్షుద్రక, మాలవ దేశీయ వీరులతో పాటు ద్రోణాచార్యుడున్నాడు. ద్రోణుని వెనుక మగధ కళింగాది దేశాల యోధులతోపాటు భగదత్తుడు నడిచాడు. అతని వెనుక బృహద్రథుడు అతనితోపాటు మేకల, కురువింద మొదలైన దేశాల యోధులున్నారు. బృహద్రథుని వెనుక త్రిగర్తరాజు నడుస్తున్నాడు. అతని వెనుక అశ్వత్థామ, అతని వెనుక మిగిలిన సైన్యంతోపాటు తమ్ములతో సహితంగా దుర్యోధనుడు, అందరికంటె చివరగా కృపాచార్యుడు నడుస్తున్నారు.

మహారాజా ! మీ వీరులు పన్నిన వ్యూహాన్ని చూచి ధృష్టద్యుమ్నుడు శృంగాటకమనే వ్యూహాన్ని పన్నాడు. అది చూపులకు భయంకరంగా శత్రుసేనకు నష్టం కలిగించేదిగా ఉంది. దాని రెండు శృంగాల స్థానాలలోను భీమసేనుడు, సాత్యకి ఉన్నారు. వారితో ఎన్నోవేల రథాలు, గుఱ్ఱాలు, పదాతి దళ సైన్యం ఉంది. వారిద్దరి నడుమ అర్జునుడు, యుధిష్ఠిరుడు, నకుల సహదేవులు ఉన్నారు. వారి తరువాత ఇతర ధనుర్ధరులైన రాజులు తమ సేనలతో కలిసి వ్యూహాన్ని పూర్తి చేశారు. వారి వెనుక అభిమన్యుడు, విరాటుడు, ద్రౌపదీ పుత్రులు, ఘటోత్కచుడు మొదలైనవారు ఉన్నారు. ఈ రీతిగా వ్యూహనిర్మాణం చేసుకొని పాండవులు కూడా విజయాభిలాషతో యుద్ధ రంగంలో నిల్చుని ఉన్నారు. రణ భేరులు మ్రోగాయి. శంఖాలు ఊదారు. ఒకరినొకరు హెచ్చరించుకొంటున్న, గట్టిగా పిలుచుకొంటున్న, అరచేతులు అప్పళిస్తున్న ధ్వనులు వ్యాపించసాగాయి. ఈ సంకుల నాదంతో దిక్కులన్నీ పిక్కటిల్ల సాగాయి. కౌరవ పాండవ పక్షవీరులు అనేకరకాల శస్త్రాస్త్రాలను ప్రయోగిస్తూ ఒకరినొకరు చంపుకోసాగారు. ఇంతలోనే తన రథ ఘోషతో దిక్కులను పిక్కటిల్ల చేస్తూ, ధనుష్టంకారంతో ప్రజలను మూర్ఛిల్ల చేస్తూ భీష్ముడు వచ్చేశాడు. అతనిని చూసి ధృష్టద్యుమ్నుడు మొదలైన మహావీరులు భైరవ నాదాలు చేస్తూ అతనిని ఎదిరించడానికి సిద్ధమయ్యారు. అంతటితో ఇరుపక్షాల మధ్య భీకరపోరు

ప్రారంభం అయింది. చతురంగబలాలు పరస్పరం తలపడ్డాయి.

మధ్యందిన మార్తాండునివలె భీష్ముడు క్రుద్ధుడై తన ప్రతాపం ప్రకటిస్తూంటే పాండవులు అతనివైపు తేరి చూడలేకపోయారు. భీష్ముడు సోమక, సృంజయ, పాంచాల రాజులను బాణాలతో యుద్ధభూమిలో పడవేయసాగాడు. వారు కూడా మృత్యుభయాన్ని వీడి, అతని పైనే విరుచుకుపడ్డారు. భీష్ముడు కొద్దిసేపటిలోనే ఆ మహారథికుల యొక్క చేతులు నరికేశాడు, తలలు ఎగురగొట్టాడు, రథికులను రథాలనుండి పడవేశాడు. అశ్వికుల తలలను నరికి అశ్వాలపై నుండి పడగొట్టాడు. పర్వతాలవంటి ఏనుగులు రణ భూమిలో మరణించి పడి ఉండడం కనిపించింది. ఆ సమయంలో మహావీరుడైన భీముడు తప్ప పాండవ పక్షంలోని ఏ ఒక్క వీరుడు కూడా భీష్ముని ఎదుట నిలువ లేకపోయారు. భీముడు ఒక్కడే అతనిని ఎడతెగకుండా ప్రహరించసాగాడు. భీమ, భీష్ముల మధ్య యుద్ధం జరిగే సమయంలో సైన్యమంతటా భయంకరమైన కోలాహలం చెలరేగింది. పాండవులు కూడా ఆనందంగా సింహనాదాలు చేయసాగారు.

ఆ నరమేధం జరుగుతూ ఉన్న సమయంలో దుర్యోధనుడు తన సోదరులతో కలిసి భీష్ముని రక్షించడం కోసం వచ్చాడు. ఇంతలో భీమసేనుడు భీష్ముని సారథిని చంపివేశాడు. సారథి చనిపోవడంతో గుఱ్ఱాలు రథాన్ని ఈడ్చుకొని పోయాయి. భీమసేనుడు యుద్ధరంగమంతా కలియ తిరగసాగాడు. అతడు ఒక వాడిబాణంతో నీ పుత్రుడయిన సునాభుని శిరసును ఖండించాడు. దానితో అతని సోదరులలో అక్కడ ఉన్న ఏడుగురు అతనిపైకి దూసుకు వచ్చారు. మహోదరుడు తొమ్మిది, ఆదిత్యకేతువు డెబ్బై, బహ్వాశి ఐదు, కుండధారుడు తొంభై, విశాలాక్షుడు ఐదు, పండితకుడు మూడు, అపరాజితుడు అనేకమైన బాణాలతో మహారథి అయిన భీమసేనుని గాయపరిచారు. శత్రువుల ఈ దెబ్బను భీమసేనుడు సహించలేకపోయాడు. అతడు ఎడమ చేతితో ధనువును వంచి, ఒక వాడి బాణంతో అపరాజితుని అందమైన శిరసును ఖండించివేశాడు. ఇంకొక బాణంతో కుండధారుని యమసదనానికి పంపించాడు. ఒక బాణాన్ని పండితకునిపై వేయగా అది అతని ప్రాణాలు హరించి భూమిలో కలిసిపోయింది. ఆపై మూడు బాణాలతో విశాలాక్షుని మస్తకం ఖండించాడు ఒక బాణాన్ని మహోదరుని గుండెలకు గురి చూసి కొట్టగా, అది అతని వక్షస్థలాన్ని చీల్చింది. అతడు ప్రాణాలు విడిచి నేలకు ఒరిగాడు. అనంతరం ఒక బాణంతో ఆదిత్యకేతుని ధ్వజాన్ని విరిచి, వేరొక దానితో అతని తలను కూడా ఎగురకొట్టాడు. క్రోధవశుడైన అతడు బహ్వాశిని కూడా యమలోకానికి అతిథిగా పంపాడు.

తదనంతరం నీ ఇతర పుత్రులు అందరూ రణ భూమి నుండి పరుగులు తీశారు. భీమసేనుడు సభలో కౌరవులను చంపుతానని చేసిన ప్రతిజ్ఞను ఈనాడే నెరవేరుస్తాడేమో అనే భయం వారి మనసులలో గూడు కట్టుకొంది. సోదరుల మరణం దుర్యోధనునికి చాలా బాధ కలిగించింది. అతడు "మీరంతా కలిసి భీమసేనుని చంపండి" అని తన సైనికులకు ఆజ్ఞాపించాడు. ఈ రీతిగా తమ బంధువుల మరణాన్ని చూచిన నీ కొడుకులకు విదురుని యొక్క మాటలు గుర్తుకు వచ్చాయి. వారు తమ మనసులలోనే "విదురుడు చాలా బుద్ధిమంతుడు. దివ్యదృష్టి కలవాడు. అతడు మన మేలు కోరి చెప్పిన మాటలు ఇప్పుడు నిజమవుతున్నాయి.' అనుకున్నారు.

అటు తరువాత దుర్యోధనుడు భీష్ముని చెంతకు వచ్చి, గొప్ప దుఃఖంతో వెక్కి వెక్కి ఏడ్చాడు. ఇలా అన్నాడు – "నా తమ్ముళ్లు మిక్కిలి ఆసక్తితోనే యుద్ధం చేశారు. వారిని భీమసేనుడు చంపివేశాడు. అంతేకాదు. ఇతర యోధులను కూడా అతడు సంహరిస్తున్నాడు. మీరు తటస్థంగా ఉండిపోయారు. పైగా మమ్మల్ని పూర్తిగా ఉపేక్షిస్తున్నారు. చూడండి. నా ప్రారబ్ధం ఎంత కఠినమైనదో ! నిజంగానే నేను చాలా చెడుదారిలోకి వచ్చాను" దుర్యోధనుని మాటలు ఎంత కటువుగా ఉన్నా, అవి విన్న భీష్ముని కన్నులలో నీళ్లు తిరిగాయి. అతడు – "నాయనా ! నేనూ, ద్రోణాచార్యుడూ, విదురుడూ, నీ తల్లి గాంధారీ కూడా ఈ పరిణామాన్ని నీకు వివరించాం. అయినా నీవు అప్పుడు గ్రహించలేదు. నేను ఇది కూడా చెప్పాను. నన్నూ, ద్రోణునీ ఈ యుద్ధంలో దించవద్దని. అయినా నీవు లక్ష్యపెట్టలేదు. ఇప్పుడు నీకు నేను ఈ నిజాన్ని చెపుతున్నాను. ధృతరాష్ట్ర పుత్రులలో ఎవరు ఎదురుపడినా భీమసేనుడు వారిని తప్పకుండా చంపివేస్తాడు. ఈ యుద్ధానికి అంతిమ ఫలం స్వర్గప్రాప్తియే అని భావించి నిలకడగా యుద్ధం చెయ్యి. పాండవులను ఇంద్రాది దేవతలు, రాక్షసులు కూడా జయించలేరు" అని అన్నాడు.

ధృతరాష్ట్రుడు అడుగుతున్నాడు – "సంజయా ! భీముడు ఒక్కడే నా కొడుకులలో చాలామందిని చంపివేశాడు కదా ! దీనిని చూచిన భీష్ముడు, ద్రోణాచార్యుడు, కృపాచార్యుడు

ఏమి చేశారు ? తండ్రీ ! నేనూ, భీష్ముడూ, విదురుడూ కూడా దుర్యోధనుని ఎంతగానో వారించాం. గాంధారి కూడా అతనికి నచ్చచెప్పింది. కాని ఆ మూర్ఖుడు మోహపూరితుడై ఒక్కటి కూడా వినలేదు. దానికి ఫలితమే నేడు అనుభవించవలసి వస్తోంది."

సంజయుడు చెప్పసాగాడు - "మహారాజా ! మీరు కూడా అప్పుడు విదురుని మాటలను మన్నించలేదు. మీ హితైషులు మీ పుత్రులను జూదం ఆడకుండా వారించమనీ, పాండవులకు ద్రోహం చేయవద్దనీ మీకు పదే పదే చెప్పారు. కాని మీరు ఏ మాత్రం వినదలచుకోలేదు. మరణం ఆసన్నం అయినవాడికి మందు వెగటు కల్గించినట్లుగా మీకు వారి మాటలు రుచించలేదు. ఈ రోజు కౌరవుల నాశనానికి ఇదే కారణం. సరే. ఇక సావధానులై యుద్ధవార్తలను వినండి. ఆ రోజు మధ్యాహ్న సమయంలో భయంకర యుద్ధం ఆరంభమయింది. ఎక్కువ సంఖ్యలో జనసంహారం జరిగింది. యుధిష్ఠిరుని ఆజ్ఞతో అతని సైన్యం అంతా క్రోధంతో భీష్ముని పైకి దండెత్తింది. ధృష్టద్యుమ్నుడు, శిఖండి, సాత్యకి, సమస్త సోమక యోధులతో పాటుగా ద్రుపదమహారాజు, విరాటుడు, కేకయరాజకుమారులు, ధృష్టకేతువు, కుంతిభోజుడు ఒక్కుమ్మడిగా భీష్ముని పైకి దండెత్తారు. అర్జునుడు, ద్రౌపదీ పుత్రులు, చేకితానుడు - వీరు దుర్యోధనుడు పంపిన రాజులను ఎదిరించారు. అభిమన్యుడు, ఘటోత్కచుడు, భీమసేనుడు కౌరవుల మీద దాడి చేశారు. ఈ రీతిగా మూడు భాగాలుగా చీలిపోయి పాండవులు కౌరవ సేనాసంహారం చేయసాగారు. అలాగే కౌరవులు కూడా తమ శత్రువులను నాశనం చేయసాగారు.

ద్రోణాచార్యుడు క్రుద్ధుడై సోమక సృంజయుల మీద దాడి చేసి వారిని యమలోకానికి పంపసాగాడు. సృంజయులలో హాహాకారాలు చెలరేగాయి. ఇంకొక వైపు భీమసేనుడు కౌరవ సంహారం ఆరంభించాడు. ఇరుపక్షాల సైనికులు పరస్పరం చంపుకోవడం, చావడం జరుగుతోంది. రక్తపు టేరులు ప్రవహిస్తున్నాయి. ఆ ఘోరసంగ్రామం యమలోకాన్ని వృద్ధి పొందిస్తోంది. భీమసేనుడు గజసైన్యంలోకి చొచ్చుకుపోయి వాటిని మృత్యుదేవతకు కానుకలుగా సమర్పిస్తున్నాడు. నకుల సహదేవులు మీ ఆశ్విక సైన్యంపై విరుచుకు పడ్డారు. వారు చంపిన వేనవేల గుఱ్ఱాల శవాలతో రణభూమి నిండి పోయింది. అర్జునుడు కూడా అనేక రాజులను చంపివేశాడు. ఆ కారణంగా అక్కడి నేల అంతా భయానకంగా ఉంది. భీష్మ ద్రోణ, కృపాశ్వత్థామలు, కృతవర్మ మొదలైన వారు క్రోధంతో యుద్ధం చేస్తున్నపుడు పాండవ సైన్యం, పాండవులు కుపితులైనపుడు మీ పక్షపు వీరులు నశించిపోతున్నారు. ఈ రీతిగా ఇరుపక్షాల సేనాసంహారం జరిగింది.

శకుని సోదరులు, ఇరావంతుడు చనిపోవుట

సంజయుడు చెపుతున్నాడు - "మహావీరులు కూడా నశించి పోతున్న ఆ సంగ్రామం జరుగుతూ ఉండగా శకుని పాండవులపై దాడి చేశాడు. పెద్ద సైన్యంతో కృతవర్మ కూడా అతనికి బాసటగా వచ్చాడు. వారిని అర్జునపుత్రుడు ఇరావంతుడు ఎదిరించాడు. ఇరావంతుడు నాగకన్య అయిన ఉలూచికి జన్మించాడు. అతడు మహాపరాక్రమ వంతుడు. శకుని, ఇంకా ఇతర గాంధార దేశపు వీరులు పాండవ సేనా వ్యూహాన్ని ఛేదించి లోనికి చొచ్చుకు రాగానే ఇరావంతుడు తన యోధులను "వీరులారా ! ఈ కౌరవ యోధులు తమ సహాయకులతో, వాహనాలతో సహితంగా మరణించే మార్గం చూడండి" అని హెచ్చరించాడు. ఆ ఇరావంతుని సైనికులందరూ 'సరే' అని చెప్పి దుర్జయమైన ఆ కౌరవసైన్యం పై విరుచుకుపడి, ఆ యోధులను కొట్టి కొట్టి చంపారు. తమ సైన్యం విధ్వంసం కావడం సుబలపుత్రులు సహించలేకపోయారు. వారు ఇరావంతుని నాలుగు వైపుల నుండి చుట్టుముట్టి వాడి బాణాలతో కొట్టసాగారు. ఇరావంతుని శరీరం అంతటా - వెనుకా, ముందూ కూడా అనేక గాయాలు తగిలి, శరీరమంతా రక్తంతో తడిసిపోయింది. అతడు ఒంటరిగా ఉన్నాడు. నాలుగు వైపుల నుండి అనేకులు అతనిని బాణాలతో కొడుతున్నారు. అయినా అతడు అధైర్యపడలేదు. బాధతో చలించి పోలేదు. తన తీవ్ర బాణాలతో అందరినీ తూట్లుపొడిచి మూర్ఛిల్ల చేశాడు. పైగా తన శరీరంలో గుచ్చుకొన్న ప్రాసాలను పెకలించి వాటినే సుబల పుత్రులపై మహావేగంగా విసిరివేశాడు. అనంతరం అతడు మెరుస్తున్న ఒక కత్తిని, డాలును చేతపట్టి సుబల పుత్రులను చంపడానికి పాదచారియై ముందుకు కదిలాడు. ఇంతలోకే వారు మూర్ఛనుండి తేరుకొని, క్రోధంతో ఇరావంతునిపై విరుచుకుపడ్డారు. అంతే కాదు. వెంటనే అతనిని బంధించడానికి ఉద్యుక్తులయ్యారు. కాని అతడు తనను సమీపించినవానిని సమీపించినట్లుగా తన చేతి కరవాలంతో ముక్కలు ముక్కలుగా నరికివేశాడు. శస్త్రాస్త్రాలు, బాహువులు, ఇతర అవయవాలు తెగి పడడంతో వారు ప్రాణాలు కోల్పోయి నేలకూలారు. వారిలో కేవలం వృషభుడనే రాజకుమారుడు మాత్రమే బ్రతికి బయటపడ్డాడు.

వారంతా పడిపోవడం చూసిన దుర్యోధనునికి చాలా కోపం వచ్చింది. అతడు అలంబుసుడు అనే రాక్షసుని వద్దకు వెళ్లాడు. ఆ రాక్షసుడు చూడడానికి చాలా భయంకరంగా ఉంటాడు. మాయావి. బకాసురుని చంపిన కారణంగా భీమసేనునితో వైరం పెంచుకొన్నాడు. అతనితో దుర్యోధనుడు "వీరవరుడా! చూడు. అర్జునుని కొడుకు అయిన ఈ ఇరావంతుడు చాలా బలవంతుడూ, మాయావీకూడా. అతడు నా సైన్యాన్ని చంపకుండా ఉండే ఉపాయం ఆలోచించు నీవు ఇచ్ఛానుసారంగా ఎక్కడికి కావాలంటే అక్కడికి వెళ్లగలవు. మాయాస్త్ర ప్రయోగంలో ప్రవీణుడివి. కాబట్టి ఎలాగయినా యుద్ధంలో ఇరావంతుడిని చంపు" అన్నాడు.

ఆ భయంకర రాక్షసుడు "సరే మంచిది" అని చెప్పి, సింహంలా గర్జిస్తూ, ఇరావంతుని సమీపించి, అతనిని చంపడానికి ముందుకు వెళ్లాడు. ఇరావంతుడు కూడా అతనిని చంపాలని ముందుకు ఉరికి అతనిని అడ్డుకొన్నాడు. అతడు తన వైపు రావడం చూసి రాక్షసుడు తన మాయను ప్రయోగించడం మొదలుపెట్టాడు. అతడు తన మాయతో రెండు వేల గుఱ్ఱాలను, వాటిని నడిపే ఆశ్వికులను సృష్టించాడు. ఆ ఆశ్వికులు కూడా రాక్షసులే వారి చేతులలో శూలాలు, పట్టిసాలు ఉన్నాయి. ఆ మాయావులయిన రాక్షసులకు, ఇరావంతుని సైన్యానికి నడుమ యుద్ధం జరిగింది. ఇరుపక్షాల వారూ పరస్పరం కొట్టుకొని చంపుకొన్నారు.

సైన్యం అంతా చనిపోయాక, రణోన్మత్తులయిన ఆ వీరులు ఇద్దరూ ద్వంద్వయుద్ధానికి తలపడ్డారు. రాక్షసుడు ఇరావంతుని మీద తలపడుతూ ఉంటే, అతడు అతని దెబ్బను కాచుకొంటున్నాడు. ఒకసారి రాక్షసుడు తనకు మిక్కిలి దగ్గరగా రావడంతో ఇరావంతుడు అతని వింటిని, బల్లేన్ని ఖండించివేశాడు. దానిపై అతడు తన మాయతో ఇరావంతుని మూర్ఛ పొందినట్టుగా చేసి ఆకాశంలోకి ఎగురగొట్టాడు. ఇది చూసి, ఇరావంతుడు కూడా అంతరిక్షంలో ఎగురుతూ తన మాయతో రాక్షసునికి మైకం కలిగించి, అతని అవయవాలను బాణాలతో తూట్లు పొడవసాగాడు. మహారాజా! బాణాలతో మాటిమాటికి ఖండించినా కూడా ఆ రాక్షసుడు మళ్లీ కొత్తరూపంతో, అదీ నవయువకుడిగా ప్రత్యక్షమవుతున్నాడు. రాక్షసులకు మాయ స్వాభావికంగానే ఉంటుంది. వారి ఆకారం కూడా వారు కోరుకొన్న రీతిగానే ఉంటుంది. ఈ రీతిగా తెగిపడుతున్న అతని ప్రతి అవయవం మళ్లీ మొలకెత్తుతోంది. ఇరావంతుడు కూడా క్రోధంతో అతనిని మాటి మాటికి పరశువుతో కొట్టసాగాడు. దానితో ఛేదించడం వలన అలంబుసుని శరీరం నుండి మిక్కిలిగా రక్తం కారుతోంది. అతడు పెడబొబ్బలు పెడుతున్నాడు. శత్రువు ఇలా తనకంటె ప్రబలంగా ఉండడం చూసిన అలంబుసుడు కోపం పట్టలేకపోయాడు. మహా భయంకరమైన రూపాన్ని సృష్టించి ఇరావంతుని పట్టుకోవాలని ప్రయత్నించాడు. ఆ రాక్షసమాయను చూసి ఇరావంతుడు కూడా మాయను ప్రయోగించాడు. ఇంతలో ఇరావంతుని తల్లి అయిన ఉలూచి యొక్క వంశంలోని ఒక నాగుడు అనేక నాగులను వెంటపెట్టుకొని అక్కడకు వచ్చి, ఇరావంతునికి అన్నివైపులా చుట్టూచేరి అతనిని రక్షించసాగాడు. ఇరావంతుడు ఆదిశేషు నిలా విరాడ్రూపాన్ని ధరించి, అనేక నాగులతో కలిసి ఆ రాక్షసుని కప్పివేశాడు. అప్పుడు అలంబుసుడు గరుత్మంతుని రూపం ధరించి ఆ నాగులను తినివేయసాగాడు. అతడు ఇరావంతుని తల్లియొక్క వంశంలోని ఆ నాగుల నందరినీ తినివేసి, అతనిని మాయతో మూర్ఛపొందించి, కత్తితో కొట్టాడు. చంద్రునివలె అందమైన ఇరావంతుని తల తెగి నేలమీద పడింది. ఈ రీతిగా అలంబుసుడు వీరుడయిన అర్జునుని యొక్క కుమారుని చంపగానే, రాజులందరితో పాటు కౌరవులు చాలా సంతోషించారు.

అర్జునునికి ఇరావంతుడు మరణించిన సంగతి తెలియదు. అతడు భీష్ముని రక్షిస్తున్న రాజులను సంహరిస్తున్నాడు. భీష్ముడు కూడా మర్మభేదులయిన బాణాలతో పాండవులలోని మహారథులను వణికిస్తూ, వారి ప్రాణాలను హరిస్తున్నాడు. అదే రకంగా భీముడు, ధృష్టద్యుమ్నుడు, సాత్యకి కూడా గొప్ప భయంకరమయిన యుద్ధం చేస్తున్నారు. ద్రోణాచార్యుని పరాక్రమం చూసి, పాండవుల మనసులలో చాలా భయం గూడు కట్టుకొంది. వారు తమలో తాము – "ద్రోణాచార్యుడు ఒంటరిగానే ఈ సైన్యం అంతటినీ సంపూర్ణంగా చంపడానికి సమర్థుడు. ఇక లోకంలోని ప్రసిద్ధులైన వీరులందరూ కూడా ఇతనితో పాటు ఉంటే ఇక విజయం గురించి చెప్పేది ఏముంది ?" అనుకోసాగారు. ఆ దారుణ సంగ్రామంలో ఇరుపక్షాల వీరులూ కూడా ఎదుటివారి ఉత్కర్షను సహించలేక, ఆవేశం పూనిన వారిలా మిక్కిలి శ్రమ కోర్చి పోరాడుతున్నారు.

ఘటోత్కచుని యుద్ధము

ధృతరాష్ట్రుడు సంజయుని – "సంజయా ! ఇరావంతుడు మరణించడం చూసి మహారథులయిన పాండవులు ఆ యుద్ధంలో ఏం చేశారు ?" అని అడిగాడు.

సంజయుడు చెప్పసాగాడు – "రాజా ! ఇరావంతుడు మరణించాడు. అది చూసి భీమసేనుని కొడుకు ఘటోత్కచుడు గట్టిగా వికటంగా గర్జించాడు. ఆ ధ్వనికి సముద్ర పర్వతారణ్యాలతో సహా భూమి మొత్తం గడగడ వణికింది. ఆకాశం, దిక్కులు పిక్కటిల్లాయి. ఆ భయంకర నాదం విన్న మీ సైనికుల కాళ్లల్లో మేకులు దిగగొట్టినట్లు అయింది. వారు గడగడ వణికిపోయారు. వారి శరీరాలనుండి చెమటలు కారాయి. అందరూ అత్యంతమూ దయనీయమైన స్థితికి చేరుకొన్నారు. ఘటోత్కచుడు క్రోధంతో ప్రళయ కాలయమునిలా ఉన్నాడు. అతని ఆకారం మహాభయంకరంగా ఉంది. అతని చేతిలో మండుతున్న త్రిశూలం ఉంది. రకరకాల ఆయుధాలు ధరించి సన్నద్ధమైన రాక్షససైన్యం అతనిని వెన్నంటి ఉంది. భయంకరమైన రాక్షససైన్యం రావడం, దానికి భయపడి తన సైన్యం వెన్ను చూపి పారిపోవడం గమనించిన దుర్యోధనునికి చాలా కోపం వచ్చింది. అంతే ఒక పెద్ద విల్లును చేతపట్టి మాటిమాటికి సింహనాదం చేస్తూ అతడు ఘటోత్కచునిపై దాడి చేశాడు. అతని వెనుక పదివేల గజసైన్యంతో బంగాళ దేశపు రాజు సహాయంగా వచ్చాడు. నీ కొడుకు గజసైన్యంతో రావడంచూసి ఘటోత్కచుడు కూడా క్రుద్ధుడయ్యాడు. ఆపై రాక్షసులకు, దుర్యోధన సైన్యానికి మధ్య గగుర్పాటు కలిగించే యుద్ధం ఆరంభమయింది. రాక్షసులు బాణాలు, శక్తులు, ఋష్టులు మొదలైన వానితో వీరులను సంహరించసాగారు.

దుర్యోధనుడు కూడా ప్రాణాలకు తెగించి రాక్షసుల మీద విరుచుకు పడి, వారిపై వాడిబాణాలను వర్షించసాగాడు. అతని చేతిలో ముఖ్యులైన రాక్షసులు చావసాగారు. అతడు నాలుగు బాణాలతో మహావేగుడు, మహారౌద్రుడు, విద్యుజ్జిహ్వుడు, ప్రమాధి – అనే నలుగురు రాక్షసులను సంహరించాడు తరువాత మళ్లీ రాక్షససైన్యం పై బాణాలను వర్షించసాగాడు. నీ పుత్రుని పరాక్రమం చూసి ఘటోత్కచుడు కోపంతో మండిపడ్డాడు. వేగంగా దుర్యోధనుని చేరుకొని, కోపంతో ఎర్రబడ్డ కన్నులతో – "క్రూరుడా ! ఎంతో కాలం నా తల్లిదండ్రులను అడవులలో తిరిగేలా చేశావు. ఈనాడు నిన్ను చంపి ఆ తల్లిదండ్రుల ఋణాన్ని తీర్చుకొంటాను." అని చెప్పి, పళ్లు పటపట కొరుకుతూ తన పెద్ద ధనుస్సునుండి బాణాలు కురిపిస్తూ దుర్యోధనుని కప్పివేశాడు. దుర్యోధనుడు కూడా పాతిక బాణాలతో అతనిని గాయపరిచాడు. పర్వతాలను కూడా ఛేదించగల ఒక మహాశక్తిని చేత పట్టి ఆ రాక్షసుడు నీ కొడుకును చంపాలని అనుకొన్నాడు. ఇది చూసి బంగాళ దేశపు రాజు మహావేగంగా తన ఏనుగును అతని ముందుకు నడిపాడు. దుర్యోధనుని రథం ఏనుగు చాటున ఉండిపోయి, ఆ దెబ్బకు కాచుకొంది. దీనితో మహాకుపితుడయిన ఘటోత్కచుడు ఏనుగు మీదనే ఆ శక్తిని ప్రయోగించాడు. ఆ దెబ్బ తగలడంతోనే ఏనుగు నేలకు ఒరిగి మరణించింది. బంగాళ రాజు దాని మీది నుండి నేలకు ఉరికాడు. ఏనుగు చచ్చిపోయింది. సైన్యం అంతా పరుగులు తీసింది. ఇది చూసి దుర్యోధనునికి చాలా బాధ కలిగింది. కాని క్షత్రియ ధర్మాన్ని పాటించి, అతడు వెనుకడుగు వేయలేదు. తాను నిల్చున్న చోటే కొండలా స్థిరంగా నిలబడ్డాడు. ఆపై కాలాగ్నివంటి ఒక తీక్ష్ణబాణాన్ని రాక్షసునిపై ప్రయోగించాడు. కాని అతడు దానిని తప్పించుకొని, తిరిగి మహాభయంకరంగా గర్జించి, సైన్యాన్ని అంతటినీ భయపెట్టసాగాడు. అతని భయంకరనాదాన్ని విని భీష్ముడు ఇతర యోధులను దుర్యోధనుని రక్షణ కోసం పంపించాడు. ద్రోణుడు, సోమదత్తుడు, బాహ్లీకుడు, జయద్రథుడు, కృపాచార్యుడు, భూరిశ్రవుడు, శల్యుడు, ఉజ్జయినీ రాజకుమారుడు బృహద్బలుడు, అశ్వత్థామ, వికర్ణుడు, చిత్రసేనుడు, వివింశతి, ఇంకా వారి వెనుక ఎన్నో వేలమంది రథికులు – వీరంతా దుర్యోధనుని రక్షించడానికి వచ్చారు. ఘటోత్కచుడు కూడా మైనాక పర్వతంలా నిర్భయంగా నిలబడి ఉన్నాడు. అతని సోదరులు, బంధువులు అతనిని రక్షిస్తున్నారు. ఇక ఇరుపక్షాల మధ్య గగుర్పొడిచే యుద్ధం ఆరంభమయింది. ఘటోత్కచుడు ఒక అర్ధచంద్రాకార బాణంతో ద్రోణుని ధనుస్సును విరిచేశాడు, ఒక బాణంతో సోమదత్తుని ధ్వజాన్ని విరిచాడు, మూడు బాణాలతో బాహ్లీకుని వక్షఃస్థలాన్ని ఛేదించాడు. ఆపై కృపాచార్యుని ఒక బాణంతో, చిత్రసేనుని మూడు బాణాలతో గాయపరిచాడు. ఒక బాణంతో వికర్ణుని భుజపుటెముకపై గురి చూసి కొట్టాడు. వికర్ణుడు రక్తంతో తడిసి ముద్దయి రథం వెనకాల కూలబడిపోయాడు. భూరిశ్రవుని పదిహేను బాణాలతో కొట్టాడు. అవి అతని కవచాన్ని భేదించి, నేలలో గుచ్చుకొనిపోయాయి. ఆ తరువాత అతడు అశ్వత్థామ, వివింశతుల సారథులపైన దాడి చేశాడు. ఆ ఇద్దరూ తమ తమ గుఱ్ఱాల పగ్గాలను వదిలి రథం యొక్క నొగలులో కూలబడ్డారు. జయద్రథుని ధ్వజాన్ని, ధనుస్సును ఖండించి వేశాడు. అవంతి రాజు యొక్క నాలుగు గుఱ్ఱాలు చచ్చిపోయాయి. ఒక వాడిబాణంతో రాజకుమారుడు

బృహద్బలుని గాయపరిచాడు. అనేక బాణాలతో శల్య మహారాజును తూట్లు పొడిచాడు.

ఈ రీతిగా కౌరవపక్ష వీరులందరినీ విముఖులుగా చేసి, అతడు దుర్యోధనుని వైపుకు చొచ్చుకు పోయాడు. అది చూసి కౌరవ వీరులు కూడా అతనిని చంపాలని ముందుకు దూసుకు వచ్చారు. ఘటోత్కచునిపై నాలుగు వైపుల నుండి బాణవర్షం కురవసాగింది. అతడు తీవ్రంగా గాయపడి బాధపడుతూన్న సమయంలో గరుడునిలా ఆకాశంలోకి ఎగిరిపోయాడు. తన భయంకర గర్జనతో అంతరిక్షాన్ని, దిక్కులను ప్రతిధ్వనింప చేశాడు. అతని కంఠధ్వని విని యుధిష్ఠిరుడు భీమసేనునితో – "ఘటోత్కచుడు ఆపదలో ఉన్నాడు. వెళ్లి అతనిని రక్షించు" అన్నాడు. అన్నగారి ఆజ్ఞను మన్నించి భీమసేనుడు సింహనాదం చేస్తూ, రాజులను భయకంపితులుగా చేస్తూ మహావేగంగా వెళ్లాడు. అతని వెనుకనే సత్యధృతి, సౌచిత్తి, శ్రేణిమంతుడు, వసుదానుడు, కాశీరాజ కుమారుడు అభిభువు, అభిమన్యుడు, ఉపపాండవులు ఐదుగురు, క్షత్రదేవుడు, క్షత్రధర్ముడు, సేనాసహితుడైన అనూపదేశపు రాజు నీలుడు మొదలైన మహావీరులందరూ బయలుదేరారు. ఈ వీరులందరూ అక్కడికి చేరుకొని ఘటోత్కచుని రక్షించసాగారు.

వీరు వస్తున్న కోలాహలం విని భీమసేనుని వల్ల భయంతో కౌరవ సైనికుల ముఖాలు వెలవెలబోయాయి. వారు ఘటోత్కచుని విడిచి వెనక్కి వెళ్లిపోయారు. తిరిగి ఇరుపక్షాల సైనికుల మధ్య ఘోరయుద్ధం జరిగింది. కొద్ది సేపటిలోనే అతి పెద్దదైన కౌరవ సైన్యం పారిపోయింది. ఇది చూచి దుర్యోధనుడు కుపితుడై భీమసేనుని ఎదుటికి వెళ్లి అర్ధచంద్రాకార బాణంతో అతని విల్లును విరగకొట్టాడు. పైగా మిక్కిలి వేగంగా ఒక బాణాన్ని అతని వక్షః స్థలంపై నాటాడు. దానితో భీమసేనుడు విలవిలలాడి అచేతనంగా ధ్వజస్తంభాన్ని ఆనుకొని ఉండిపోయాడు. అతని ఈ స్థితిని చూసి ఘటోత్కచుడు కోపంతో మండిపడుతూ, అభిమన్యుడు మొదలైన మహావీరులతో కలిసి దుర్యోధనునిపై విరుచుకుపడ్డాడు. అప్పుడు ద్రోణాచార్యుడు కౌరవ పక్షవీరులతో – "వీరులారా ! దుర్యోధనుడు ఆపత్సముద్రంలో మునిగి పోతున్నాడు. వెంటనే వెళ్లి అతనిని రక్షించండి." అని చెప్పాడు.

ఆచార్యుని మాట విని కృపాచార్యుడు, భూరిశ్రవుడు, శల్యుడు, అశ్వత్థామ, వివింశతి, చిత్రసేనుడు, వికర్ణుడు, జయద్రథుడు, బృహద్బలుడు, అవంతీరాజుకుమారుడు – వీరందరూ దుర్యోధనుని చుట్టూ రక్షణగా నిలుచున్నారు. ద్రోణాచార్యుడు తన గొప్పవింటిని ఎక్కుపెట్టి భీమసేనుని ఇరవైయారు బాణాలతో కొట్టాడు. ఆపై బాణవర్షంతో అతనిని కప్పివేశాడు. అప్పుడు భీమసేనుడు కూడా ఆచార్యుని ఎడమ పక్కటెముకపై పదిబాణాలతో కొట్టాడు. ఆ గట్టి దెబ్బ తగలడంతో వయోవృద్ధుడైన ఆచార్యుడు వెంటనే రథం వెనుక భాగంలో సొమ్మసిల్లి పడిపోయాడు. ఇది చూసి దుర్యోధనుడు, అశ్వత్థామ ఇద్దరూ కోపంతో భీమునివైపు పరుగుతీశారు. వారు రావడం చూసి భీమసేనుడు కూడా కాలదండం వంటి గదను చేతితో పట్టుకొని రథం నుండి ఉరికి, వారిద్దరినీ ఎదిరించడానికి సన్నద్ధుడై నిలుచున్నాడు. అనంతరం కౌరవులు మహారథి అయిన భీముని చంపాలనుకొని రకరకాలయిన శస్త్రాస్త్రాలను అతని గుండెలపై వర్షించసాగారు. అంతట అభిమన్యుడు మొదలైన పాండవ వీరులు కూడా భీముని రక్షించడానికి ప్రాణాలకు తెగించి పరుగున వచ్చారు. భీమసేనునికి ప్రియమిత్రుడయిన అనూపదేశపు రాజు నీలుడు అశ్వత్థామపై ఒక బాణం వేశాడు. ఆ బాణం అతని శరీరంలో దిగబడి, రక్తం స్రవించింది. అతనికి తీవ్రమైన నొప్పి కలిగింది. దానితో క్రుద్ధుడైన అశ్వత్థామ నీలుని నాలుగు గుఱ్ఱాలను చంపివేశాడు, ధ్వజాన్ని ఖండించి పడేశాడు, భల్లమనే ఒక బాణంతో అతని గుండెలను చీల్చివేశాడు. ఆ బాధతో నీలుడు మూర్ఛపోయి రథం వెనుక భాగంలో కూలబడ్డాడు. అతని దుఃస్థితిని చూసి ఘటోత్కచుడు తన పరివారంతో అశ్వత్థామపై దాడి చేశాడు. అతడు రావడం చూసి అశ్వత్థామ కూడా వేగంగా ముందుకు వచ్చాడు. ఘటోత్కచునికి ముందుగా వస్తున్న ఎంతోమంది రాక్షసులను అశ్వత్థామ సంహరిస్తున్నాడు. అశ్వత్థామ బాణాలకు రాక్షసులు మరణించడం చూసి ఘటోత్కచుడు భయంకరమైన మాయను ప్రయోగించాడు. దానితో అశ్వత్థామ కూడా మూర్ఛపోయాడు. కౌరవ పక్షంలోని యోధులందరూ మాయా ప్రభావంతో యుద్ధం మాని పారిపోసాగారు. వారికి తాము తప్ప ఇతర సైనికులందరూ ఆయుధాలతో ఛిన్నాభిన్నమై పోయి రక్తంతో తడిసి నేలమీద పడి కొట్టుకొంటున్నట్లు, ద్రోణాచార్యుడు, దుర్యోధనుడు, శల్యుడు, అశ్వత్థామ మొదలైన మహాధమర్ధరులు, ముఖ్యులైన కౌరవులు, మిగిలిన రాజులు అందరూ కూడా చనిపోయినట్లు, వేలకొద్దీ గుఱ్ఱాలు, అశ్వికులు నేలకూలినట్లు కనిపించింది. ఇది చూసి తమరి సైన్యం డేరాలవైపు పరుగులు తీసింది ఆ సమయంలో నేనూ, భీష్ముడూ కూడా ఎలుగెత్తి

"వీరులారా ! పారిపోకండి. ఇది రాక్షస మాయ. దీనిని నమ్మకండి. అని పిలిచి చెప్పినప్పటికీ మా మాటలను వారు నమ్మలేక పోయారు. శత్రుసైన్యం పారిపోవడం చూసి విజయం సాధించిన పాండవులు ఘటోత్కచునితో పాటు సింహనాదాలు చేశారు. నలువైపుల శంఖధ్వనులు మిన్ను ముట్టాయి. దుందుభులు మోగాయి. ఈ తుములనాదంతో యుద్ధ భూమి ప్రతిధ్వనించింది. ఈ రీతిగా సూర్యాస్తమయం అవుతూండగా దురాత్ముడయిన ఘటోత్కచుడు తమ సైన్యాన్ని నాలుగు వైపులకు పరుగులు పెట్టించాడు.

భీష్మ దుర్యోధనుల సంభాషణము - భగదత్తుడు పాండవులతో యుద్ధము చేయుట.

సంజయుడు చెపుతున్నాడు - ఆ మహాయుద్ధం జరుగుతూ ఉండగా దుర్యోధనుడు భీష్ముని వద్దకు వెళ్లి మిక్కిలి వినయంతో నమస్కరించి, ఘటోత్కచుని విజయం, తన పరాజయం గురించిన సంగతిని తెలియచేశాడు. ఆపై ఇలా అన్నాడు - "పితామహా ! పాండవులు శ్రీకృష్ణుని సహాయం తీసుకొన్నట్లుగా మేముకూడా నీ సహాయాన్ని తీసుకొనే శత్రువులతో ఘోరయుద్ధాన్ని మొదలుపెట్టాం. నాతో పాటు పదకొండు అక్షౌహిణుల సైన్యం సదా నీ ఆజ్ఞను పాటించడానికి సిద్ధంగా ఉంది. అయినా ఈ రోజు ఘటోత్కచుని సాయంతో పాండవులు నన్ను యుద్ధంలో ఓడించారు. ఈ అవమానాగ్నిలో నేను దహించుకుపోతున్నాను. మీ సహాయంతో ఆ అధముడైన రాక్షసుని స్వయంగా సంహరించాలనుకొంటున్నాను. కాబట్టి మీరు దయ ఉంచి నా మనోరథాన్ని ఈడేర్చండి."

అప్పుడు భీష్ముడు - "రాజా ! నీవు క్షత్రియ ధర్మాన్ని పాటించి ఎప్పుడూ యుధిష్ఠిరునితో గాని, లేదా భీమార్జున నకుల సహదేవులతో గాని యుద్ధం చేయాలి. ఎందుకంటే రాజు రాజుతోనే పోరాడడం ఉచితం. ఇతరులతో యుద్ధం చేయడానికి మేము ఉన్నాం కదా ! నేను, ద్రోణాచార్యుడు, కృపాచార్యుడు, అశ్వత్థామ, కృతవర్మ, శల్యుడు, భూరిశ్రవుడు, వికర్ణుడు, దుశ్శాసనుడు మొదలైన నీ సోదరులు - ఈ అందరం నీ కోసం ఆ మహాబలుడైన రాక్షసునితో పోరాడతాం. అయినా ఆ దుష్టునితో పోరాడడానికి ఇంద్రునితో సమానమైన పరాక్రమం కల భగదత్తుడు వెళ్తాడులే." అని చెప్పి, భగదత్తునితో - "మహారాజా ! మీరు వెళ్లి ఘటోత్కచుని ఎదిరించండి." అని అన్నాడు.

సేనాపతి ఆజ్ఞను పాటించి భగదత్తుడు సింహనాదం చేస్తూ మహావేగంగా శత్రువులవైపు కదిలాడు. అతడు రావడంచూసి, పాండవ వీరులయిన భీమసేనుడు, అభిమన్యుడు, ఘటోత్కచుడు, ద్రౌపదీ పుత్రులు, సత్యధృతి, సహదేవుడు, చేదిరాజు, వసుదానుడు, దశార్ణరాజు కోపంతో అతనిని ఎదుర్కొనడానికి వచ్చారు. భగదత్తుడు సుప్రతీకమనే తన ఏనుగుపై ఎక్కి ఆ మహారథులందరి పైనా దాడిచేశాడు. అనంతరం పాండవులకు భగదత్తునితో భీకరయుద్ధం మొదలయింది. మహాధనుర్ధరుడయిన భగదత్తుడు భీమునిపై దాడి చేసి, అతని మీద బాణవర్షం కురిపించ నారంభించాడు. భీమసేనుడు కూడా క్రోధంతో ఏనుగు కాళ్లను రక్షించే శతాధిక వీరులను చంపివేశాడు. అప్పుడు భగదత్తుడు తన ఏనుగును భీమసేనుని రథం వైపు నడిపాడు. ఇది చూసి పాండవ వీరులలో అనేకులు బాణ వర్షాన్ని కురిపిస్తూ ఆ ఏనుగును నాలుగు వైపులనుండి ముట్టడించారు. కాని భగదత్తుడు కించిత్తు కూడా భయపడలేదు. అతడు పంతంగా తన ఏనుగును ముందుకే నడిపాడు. అంకుశంపోట్లను, అంగుష్ఠ సంజ్ఞలను గ్రహించిన ఆ మదపుటేనుగు ఆ సమయంలో ప్రళయాగ్నిలాగా భయంకరంగా ఉంది. అది క్రోధంతో నిండిపోయి, అనేక రథాలను, గుఱ్ఱాలను, ఏనుగులను, వాటిపైనున్న వీరులతో సహితంగా చాపలా చుట్టి పడేసింది. వందల వేల పాదచారులైన సైనికులను నలిపి వేసింది. ఇదిచూసిన ఘటోత్కచుడు కుపితుడై ఆ ఏనుగును చంపడానికి మెరుగులు చిమ్ముతున్న త్రిశూలాన్ని ప్రయోగించాడు. కాని భగదత్తుడు తన అర్ధచంద్రాకార బాణంతో దానిని ఖండించాడు. పైగా అగ్నిశిఖవలె మండుతున్న ఒక మహాశక్తిని ఘటోత్కచునిపైకి విసిరాడు. ఆ శక్తి ఇంకా ఆకాశంలో ఉండగానే ఘటోత్కచుడు ఒక్కసారిగా ఎగిరి దానిని చేతితో పట్టుకొని రెండు మోకాళ్ల మధ్య అదిమిపెట్టి విరిచేశాడు. అది ఒక మహాద్భుతమైన విషయం అయింది. ఆకాశంలో నిలిచిన దేవతలు, గంధర్వులు, మునులూ కూడా దీనిని చూచి మిక్కిలిగా ఆశ్చర్యపోయారు. పాండవులు అతనిని మెచ్చుకొంటూ హర్షధ్వానాలు చేసారు. భగదత్తుడు దీనిని సహించలేకపోయాడు. అతడు తన వింటిని లాగి పెట్టి పాండవ వీరులపై బాణవర్షం కురిపించడం మొదలు పెట్టాడు. భీమసేనుని ఒకటి, అభిమన్యుని మూడు, ఘటోత్కచుని తొమ్మిది, కేకయరాజ కుమారులను ఐదు బాణాలతో తూట్లు పొడిచాడు. ఇంకొక బాణంతో క్షత్రదేవుని కుడిచేతిని నరికేశాడు. ఐదు బాణాలతో ద్రౌపదీపుత్రులు ఐదు గురిని గాయపరిచాడు. భీమసేనుని గుఱ్ఱాలను చంపివేశాడు. ధ్వజాన్ని విరిచేశాడు.

సారథిని యమలోకానికి పంపాడు. అటు తరువాత భీమసేనుని కూడా గాయపరిచాడు. ఆ బాధకు తట్టుకోలేక అతడు కొంతసేపు రథం వెనుక భాగంలోనే కూర్చుని ఉండిపోయాడు. అయినా గదను చేత పట్టి వేగంగా రథంలోంచి కిందికి ఉరికాడు. అతడు గద తీసుకొని రావడం చూసి కౌరవ సైనికులు భయభ్రాంతులయ్యారు. ఇంతలో అర్జునుడు కూడా శత్రువులను సంహరిస్తూ అక్కడకు చేరుకొన్నాడు. కౌరవుల మీద బాణవర్షం కురిపించాడు. ఆ సమయంలోనే భీమసేనుడు కృష్ణార్జునులకు ఇరావంతుని మరణం గురించి తెలియచేశాడు.

ఇరావంతుని మరణ వార్త విని అర్జునుడు శోకించుట - భీమసేనుడు కొంతమంది ధృతరాష్ట్ర పుత్రులను వధించుట.

సంజయుడు చెపుతున్నాడు - "రాజా ! తన కొడుకు ఇరావంతుని మరణ వార్త విన్న అర్జునునికి చాలా దుఃఖం కలిగింది. బరువుగా నిట్టూర్చాడు. అతడు శ్రీకృష్ణునితో - "మహాబుద్ధిశాలి అయిన విదురునికయితే ఈ కౌరవ పాండవ సంహారం గురించి ముందే తెలిసి ఉంటుంది. అందుకే అతడు ధృతరాష్ట్రమహారాజును వారించాడు కూడా, మధుసూదనా! ఈ యుద్ధంలో ఇంకా మన వీరులు ఎందరో కౌరవుల చేతిలో చనిపోయారు. మనం కూడా కౌరవ వీరులను అనేకులను సంహరించాం. ఈ నీచకర్మ అంతా మనం ధనం కోసమే కదా చేస్తున్నది. ఛీ ! ఈ పాడు ధనం కోసమే బంధువర్గం యొక్క వినాశనం జరుగుతోంది. అయ్యో ! ఇక్కడ చేరిన ఈ సోదరులందరినీ చంపి మనం పొందేది కూడా ఏమి ఉంటుంది ? ఆహా ! దుర్యోధనుడు చేసిన అపరాధాలవలనా, కర్ణశకునుల దుర్మంత్రం వలనా ఈ రోజు ఈ క్షత్రియ సంహారం జరుగుతోంది మధుసూదనా ! నాకయితే నా వారితో యుద్ధం చేయడం బాగుండలేదు. కాని ఈ క్షత్రియలోక మంతా నన్ను యుద్ధంలో అసమర్థునిగా భావిస్తారు. కాబట్టి త్వరగా మన గుఱ్ఱాలను కౌరవ సైన్యం వైపు నడిపించు. ఇక ఆలస్యం చేయడానికి వీలు లేదు" అన్నాడు.

అర్జునుడు ఇలా అనగానే గాలితో ఊసులాడగలిగిన ఆ గుఱ్ఱాలను శ్రీకృష్ణుడు ముందుకు ఉరికించాడు. ఇది చూసి నీ సైన్యంలో చాలా కలకలం చెలరేగింది. వెంటనే భీష్ముడు, కృపుడు, భగదత్తుడు, సుశర్మ అర్జునుని ఎదురించడానికి వచ్చారు. కృతవర్మ, బాహ్లీకుడు సాత్యకిని ఎదుర్కొన్నారు. అంబష్ఠరాజు అభిమన్యుని ఎదుటికి వచ్చి నిలిచాడు. వీరుకాక ఇతర వీరులు మిగిలిన యోధులతో తలపడ్డారు. అంతే, ఇక అత్యంత భీషణమయిన యుద్ధం మొదలయింది. యుద్ధరంగంలో నీ పుత్రులను చూడగానే భీమసేనునికి ఒళ్లంతా మండిపోయింది. ఇటు నీ పుత్రులు కూడా బాణవర్షంతో పూర్తిగా అతనిని కప్పివేశారు. దానితో అతని కోపం మరింత ప్రజ్వరిల్లింది. సింహంలాగ అతడు పెదవులు కొరకసాగాడు. వెంటనే అతడు ఒక వాడిబాణంతో వ్యూఢోరస్కుని కొట్టాడు. అతడు తత్క్షణమే ప్రాణాలు పోయి కింద పడ్డాడు. మరొక వాడిబాణంతో అతడు కుండలిని నేల పాలు చేశాడు. ఆపై అనేక వాడిబాణాలను అతి వేగంగా నీ పుత్రుల మీద ప్రయోగించాడు. భీమసేనుని యొక్క దుర్దండమైన ఆ వింటి నుండి దూసుకువచ్చిన ఆ బాణాలు మహావీరులయిన మీ పుత్రులను రథాలనుండి క్రిందికి పడత్రోశాయి. అనాధృష్టి, కుండభేది, వైరాటుడు, దీర్ఘలోచనుడు, దీర్ఘబాహువు, సుబాహువు, కనకధ్వజుడు - ఈ నీ వీరపుత్రులందరూ నేల కూలి, వసంత ఋతువులో పూచిన అనేక మామిడి చెట్లు నరకబడి నేలకూలినట్లుగా అనిపించింది. మిగిలిన నీ కొడుకులందరూ భీమసేనుని కాలయమునిలా భావించి రణరంగం నుండి పారిపోయారు.

భీమసేనుడు నీ పుత్రులను సంహరిస్తున్న సమయంలోనే ద్రోణాచార్యుడు అతనిపై అన్ని వైపుల నుండి బాణాలు కురిపించసాగాడు. అప్పుడు భీమసేనుడు చాలా అద్భుత కార్యం చేశాడు. ఒకవైపు ద్రోణాచార్యుని బాణాలను అడ్డుకుంటూనే అతడు ఇదివరకు చెప్పిన నీ పుత్రులను అందరినీ చంపివేశాడు. అదే సమయంలో భీష్ముడు, భగదత్తుడు, కృపాచార్యుడు అర్జునుని నిలువరించారు. కాని అతిరథుడయిన అర్జునుడు తన అస్త్రాలతో వారందరి అస్త్రాలను నిర్వీర్యం చేసి, మీ సైన్యంలోని ప్రధాన వీరులను అనేకులను మృత్యువుకు అప్పగించాడు. అభిమన్యుడు అంబష్ఠుని విరథునిగా చేశాడు. అతడు వెంటనే రథంనుండి దూకి అతనిపై కత్తి వేటువేసి, మహా చాకచక్యంగా కృతవర్మ రథాన్ని ఎక్కాడు. యుద్ధ కుశలుడయిన అభిమన్యుడు కత్తి వేటు పడడం చూసి అతివేగంగా ఆ దెబ్బనుండి కాచుకొన్నాడు. ఇది చూసి సమస్త సైన్యం "ఆహాహా !" అంటూ మెచ్చుకొన్నారు. ఈ రీతిగానే ధృష్టద్యుమ్నాది ఇతర వీరులు కూడా మీ సైన్యంతో పోరాడుతున్నారు. ఆ సమయంలో పరస్పరం కొట్టుకుంటూ, నరుకుకొంటూ ఇరుపక్షాల వీరులూ మహాకోలాహలంగా ఉన్నారు. ఇరుపక్షాలలోను కండ గల

వీరులు పరస్పరం జుట్లుపట్టుకొని, గోళ్లతో దంతాలతో రక్కుకొంటూ, తన్నులతో, పిడిగుద్దులతో కొట్టుకొంటూ యుద్ధం చేశారు. అవకాశం దొరికితే వారు చేతిచరుపులతో, కత్తులు, మోచేతి దెబ్బలతో కూడా తమ ప్రతిపక్షులను యమపురికి పంపుతున్నారు. తండ్రి కొడుకును, కొడుకు తండ్రిని దెబ్బ కొడుతున్నారు. వీరుల శరీరమంతా ఉడుకెత్తి పోతూ ఉంది. ఈ రీతిగా చాలా తీవ్రంగా యుద్ధం కొనసాగుతూ ఉంది. పరస్పరం తలపడడం వలన ఇరుపక్షాల వీరులూ అలిసిపోయారు. వారిలో చాలా మంది పారిపోయారు. ఇంకా చాలామంది నేలకు ఒరిగారు. ఇంతలో చీకటి పడింది. అప్పుడు కౌరవ పాండవులు తమ తమ సైన్యాలను వెనక్కు మళ్లించి, సమయానికి తగినట్లుగా తమ తమ డేరాలకు చేరి విశ్రమించారు.

దుర్యోధనుడు ప్రార్థించుట వలన భీష్ముడు పాండవసేనా సంహారానికి ప్రతిజ్ఞ చేయుట.

సంజయుడు చెపుతున్నాడు – "మహారాజా ! శిబిరానికి చేరుకొని దుర్యోధనుడు, శకుని, దుశ్శాసనుడు, కర్ణుడు – పాండవులను వారి అనుచరులతో సహా ఎలా జయించాలని తమలో తాము తర్కించుకోసాగారు. దుర్యోధనుడు ఇలా అన్నాడు – "ద్రోణాచార్యుడు, భీష్ముడు, కృపాచార్యుడు, శల్యుడు, భూరిశ్రవుడు పాండవుల విజృంభణను అరికట్టడం లేదు. దీనికి కారణమేమిటో నాకు తెలియడంలేదు. ఇలా అయితే పాండవుల వధ జరుగదు. కాని వారు నా సైన్యాన్ని మాత్రం చెల్లాచెదరు చేస్తున్నారు. కర్ణా ! అందుకే నా సైన్యం, ఆయుధాలు కూడా తరిగిపోయాయి. ఇప్పుడు పాండవులు దేవతలకు కూడా అవధ్యులుగా ఉన్నారు. వారితో ఇబ్బంది వచ్చి పడింది. నేను వీరిని ఎలా జయించగలను అని నాకు గొప్ప సందేహం కలుగుతోంది."

కర్ణుడు అన్నాడు – "భరతశ్రేష్ఠుడా ! చింతించకండి నేను మీ పని చేసిపెడతాను. ఇప్పుడు భీష్ముని త్వరగా ఈ యుద్ధం నుండి తప్పించాలి. అతడు యుద్ధం నుండి తప్పుకొని, ఆయుధం పక్కన పెడితే, నేను అతని ఎదురుగానే సమస్త సోమక వీరులతో సహా పాండవులను నశింపచేస్తాను. ఇది నిజమని నేను శపథం చేసి చెపుతున్నాను. భీష్ముడు ఎప్పుడూ పాండవుల పట్ల దయచూపుతూనే ఉంటాడు. పైగా అతనికి యుద్ధంలో ఆ మహావీరులను జయించే శక్తి కూడా లేదు. కాబట్టి మీరు వెంటనే భీష్ముని గుడారానికి వెళ్లండి. అతడు ఆయుధం విడిచిపెట్టేలా చేయండి."

దానికి దుర్యోధనుడు – "శత్రుదమనా ! నేను ఇప్పుడే భీష్ముని ప్రార్థించి నీ వద్దకు తిరిగి వస్తాను. భీష్ముడు తప్పుకొన్నాక నీవే యుద్ధం చేయాలి" అన్నాడు.

అనంతరం దుర్యోధనుడు తన సోదరులతో కలిసి భీష్ముని వద్దకు బయలుదేరాడు. దుశ్శాసనుడు అతనిని ఒక గుఱ్ఱంపై ఆసీనుని చేశాడు. భీష్ముని డేరావద్దకు చేరుకొని, అతడు గుఱ్ఱం పై నుండి దిగి, అతని పాదాలకు నమస్కరించాడు. అన్ని విధాలా అందమైన ఒక సింహాసనం మీద కూర్చున్నాడు. ఆ పై కన్నులు నీటితో నిండి పోగా చేతులు జోడించి గద్గద కంఠంతో – "తాతగారూ ! మీ ఆశ్రయం పొందే కదా మేము ఇంద్రునితో సహితంగా సమస్త దేవతలను కూడా జయించడానికి సాహసిస్తున్నాము. అలాంటిది తమ మిత్రులతో బంధువర్గంతో కూడిన ఈ పాండవుల సంగతి చెప్పేదేముంది ? కాబట్టి మీరు ఇప్పుడు నన్ను కనికరించాలి. మీరు పాండవులను, సోమకవీరులను చంపి మీ మాటను నిజమని నిరూపించుకోండి. ఒకవేళ పాండవుల మీద దయ, నాపట్ల ద్వేషంగాని ఉన్నట్లయితే, లేదా నా దౌర్భాగ్యం వలన మీరు పాండవులను రక్షిస్తూ ఉన్నట్లయితే మీ స్థానంలో కర్ణుని యుద్ధం చేయడానికి అనుమతించండి. అతడు తప్పకుండా పాండవులను వారి సుహృదులతోను బంధువర్గంతోను సహా ఓడిస్తాడు." అని మాత్రం భీష్మునితో చెప్పి దుర్యోధనుడు మౌనం వహించాడు.

మహామనస్వి అయిన భీష్ముడు తమ పుత్రుని వాగ్బాణాల తాకిడికి చాలా వ్యథ చెందాడు. అయినా అతడు అతనితో ఏ మాత్రం కటువుగా మాటలాడలేదు. అతడు చాలాసేపు దీర్ఘంగా ఉచ్ఛ్వాస నిశ్వాసలు తీస్తూ ఉండిపోయాడు. అనంతరం అతడు క్రోధభావాన్ని మార్చి దుర్యోధనుని బుజ్జగిస్తూ – "నాయనా ! దుర్యోధనా ! ఇలాంటి సూటి పోటి మాటలతో నన్నెందుకు బాధపెడతావు ? నేను నా శక్తినంతా ఉపయోగించి యుద్ధం చేస్తున్నాను. నీకు మేలు చేయాలనే అనుకొంటున్నాను. నీకు ప్రియం చేయడానికి నేను నా ప్రాణాలను కూడా ఆహుతి చేయడానికి సిద్ధంగా ఉన్నాను. చూడు – ఆ వీరుడు అర్జునుడు ఇంద్రుని కూడా ఓడించి ఖాండవ వనంలో అగ్నికి తృప్తి కలిగించాడు. ఇదే అతని అజేయత్వానికి సంపూర్ణ నిదర్శనం. గంధర్వులు నిన్ను బలవంతంగా పట్టి తీసుకొని పోయే సమయంలో కూడా అతడే కదా నిన్ను విడిపించాడు. అప్పుడు పరాక్రమవంతులయిన నీ ఈ సోదరులు, కర్ణుడు అయితే రణరంగాన్ని విడిచిపెట్టి పారిపోయారు. ఇది అతని

అద్భుత శక్తిని పరిచయం చేయడం లేదా ? విరాట నగరంలో ఇతడు ఒంటరిగానే మనందరినీ మట్టి కరిపించాడు. నన్నూ ద్రోణాచార్యునీ కూడా ఓడించి యోధుల వస్త్రాలన్నీ హరించాడు. అలాగే అశ్వత్థామను, కృపాచార్యుని, తన పరాక్రమం గురించి గొప్పలు చెప్పుకొనే కర్ణుని కూడా లోకువ చేసి ఉత్తరకు వారి వస్త్రాలను ఇచ్చాడు. ఇది కూడా అతని వీరత్వానికి సంపూర్ణ నిదర్శనమే. అయ్యో! జగద్రక్షకుడు, శంఖ చక్ర గదాధారి అయిన శ్రీకృష్ణ చంద్రుడు రక్షకుడుగా ఉన్న ఆ అర్జునుని యుద్ధరంగంలో ఎవరు జయించగలరు ? ఆ వసుదేవనందనుడు అనంతశక్తిమంతుడు, సృష్టి స్థితి లయ కారకుడు, సర్వేశ్వరుడు, దేవతలకు కూడా పూజ్యుడు, సనాతనుడు, పరమాత్మ. ఈ సంగతిని నారదాది మునులు నీకు అనేక పర్యాయాలు చెప్పిఉన్నారు. కాని మూర్ఖుడవై నీవు ఏమీ తెలుసుకోవడం లేదు. చూడు. ఒక్క శిఖండిని మినహాయించి మిగిలిన సోమకులందరినీ, పాంచాల వీరులను నేను చంపుతాను. ఇక నేనే వారి చేతులలో మరణిస్తానో వారినే నేను చంపుతానో నిన్ను మాత్రం సంతోషపెడతాను. ఈ శిఖండి ద్రుపదమహారాజు ఇంట్లో మొదట స్త్రీరూపంతో పుట్టాడు, ఆ పై వరప్రభావం వలన పురుషుడయ్యాడు. కాబట్టి నా దృష్టిలో ఈ శిఖండిని ఆడదే. కాబట్టి నా ప్రాణాల మీదికి వచ్చినా నేను అతని మీద చేయి ఎత్తను. ఇక నీవు ఆనందంగా వెళ్లి నిద్రపో. రేపు నేను భీషణ యుద్ధం చేస్తాను. ఆ యుద్ధం గురించి లోకులు ఈ భూమి ఉన్నంత కాలం చెప్పుకొంటారు".

రాజా ! భీష్ముడు ఇలా చెప్పాక దుర్యోధనుడు అతనికి శిరసు వంచి నమస్కరించాడు. తన డేరాకు తిరిగి వచ్చి నిద్రించాడు. మరుసటి రోజు తెల్లవారి లేవగానే అతడు రాజులందరినీ - "మీరందరూ మీ మీ సేనలతో సిద్ధం కండి. ఈ రోజు భీష్ముడు కుపితుడై సోమకవీరులను సంహరిస్తాడు." అని ఆజ్ఞాపించి, దుశ్శాసనునితో - "నీవు భీష్ముని రక్షించడానికి అనేక రథాలను సిద్ధం చేయించు. ఈ రోజు నీ ఇరవై రెండు సేనలకు అతనిని రక్షించమని ఆజ్ఞ ఇవ్వు, రక్షణ లేని సింహాన్ని తోడేలు చంపినట్లుగా తోడేలు వంటి శిఖండి చేతిలో భీష్ముని చావనీయకూడదు. ఈ రోజు శకుని, శల్యుడు, కృపాచార్యుడు, ద్రోణాచార్యుడు, వివింశతి - అతి జాగ్రత్తగా భీష్ముని రక్షించాలి. ఎందుకంటే అతడు సురక్షితంగా ఉంటేనే మనకు తప్పకుండా జయం లభిస్తుంది" అని చెప్పాడు. దుర్యోధనుని ఈ మాటలు విని యోధులందరూ అనేక రథాలతో భీష్ముని అన్నివైపులా చుట్టుముట్టి, నిలుచున్నారు. భీష్ముని చుట్టూ అనేక రథాలు ఆవరించి ఉండడం చూసి అర్జునుడు ధృష్టద్యుమ్నునితో - "ఈ రోజు భీష్ముని ఎదుట పురుష సింహుడు శిఖండిని నిలుపు. నేను అతనిని రక్షిస్తాను" అని చెప్పాడు.

తొమ్మిదవ రోజు యుద్ధము - శ్రీకృష్ణుడు చెర్నాకోలతో భీష్మునిపైకి ఉరుకుట.

సంజయుడు చెపుతున్నాడు - రాజా ! భీష్ముడు విశాలమైన తన సేనను తీసుకొని బయలుదేరాడు. దానిని అతడు సర్వతోభద్రమనే వ్యూహాకారంగా మలిచాడు. కృపాచార్యుడు, కృతవర్మ, శైబ్యుడు, శకుని, జయద్రథుడు, సుదక్షిణుడు, మీ పుత్రులు అందరూ భీష్మునితో పాటుగా సమస్త సైన్యానికి ముందు నిలుచున్నారు. ద్రోణాచార్యుడు, భూరిశ్రవుడు, శల్యుడు, భగదత్తుడు వ్యూహానికి కుడివైపు నిలుచున్నారు. అశ్వత్థామ, సోమదత్తుడు అవంతి రాజకుమారులు ఇద్దరూ తమ పెద్ద సైన్యంతో ఎడమవైపు నిలుచున్నారు. త్రిగర్త వీరులు చుట్టూ చేరి ఉండగా దుర్యోధనుడు వ్యూహానికి మధ్యభాగంలో ఉన్నాడు. మహారథి అలంబుసుడు, శ్రుతాయువు వ్యూహబద్ధమైన సైన్యాని కంతటికీ వెనుక భాగాన నిలుచున్నారు. ఈ రీతిగా మీ సైన్యంలోని వీరులందరూ వ్యూహాకారంలో నిలుచుని యుద్ధానికి సిద్ధంగా ఉన్నారు.

రెండోవైపు యుధిష్ఠిరుడు, భీమసేనుడు, నకులుడు, సహదేవుడు - సమస్త సైన్యాన్ని వ్యూహంగా మోహరించి నిలుచున్నారు. ధృష్టద్యుమ్నుడు, విరాటుడు, సాత్యకి, శిఖండి, అర్జునుడు, ఘటోత్కచుడు, చేకితానుడు, కుంతిభోజుడు, అభిమన్యుడు, ద్రుపదుడు, యుధామన్యువు, కేకయరాజ కుమారుడు - ఈ వీరులందరూ కూడా కౌరవులను ఎదిరించడానికి తమ సేనలను వ్యూహంగా మలిచి నిలుచున్నారు. అప్పుడు మీ పక్షపు వీరులు భీష్ముడు ముందు నడవగా పాండవుల వైపు కదిలారు. అలాగే భీమసేనుడు మొదలైన పాండవ యోధులు కూడా యుద్ధంలో విజయం పొందాలనే కోరికతో, భీష్మునితో యుద్ధం చేయడానికి ముందుకు నడిచారు. ఇక ఇరువైపుల నుండి ఘోరయుద్ధం జరిగింది. ఇరు పక్షాల వీరులు ఒకరివైపు ఒకరు పరుగులు తీసి కొట్టుకోసాగారు. ఆ భీషణ శబ్దానికి భూమి కంపించి పోయింది. ధూళి కారణంగా దేదీప్యమానుడైన సూర్యుడు కూడా కాంతిహీనంగా కనిపించాడు. ఆ సమయంలో మహా

భయాన్ని సూచిస్తూ గొప్ప ప్రచండమైన గాలి వీచింది. నక్కలు భయంకరంగా ఊళలు పెట్టసాగాయి. అందువల్ల మహాభయంకరమైన ప్రళయకాలం సమీపించిందని అనిపించింది. కుక్కలు రకరకాలుగా అరుస్తూ ఏడుస్తున్నాయి. ఆకాశం నుండి మండే ఉల్కలు భూమిపై రాలుతున్నాయి. ఈ అశుభముహూర్తంలో ఏనుగులు, గుఱ్ఱాలు, రాజులతో కూడి వచ్చి నిల్చున్న ఆ ఇరుపక్షాల సైనికుల యొక్క కలకలం మహా భయంకరంగా ఉంది.

అందరి కంటె ముందుగా మహావీరుడు అభిమన్యుడు దుర్యోధనుని సైన్యంపై తలపడ్డాడు. అతడు ఆ అనంతమైన సైన్య సముద్రంలో ప్రవేశించినపుడు అతనిని ఎవరూ అడ్డుకోలేక పోయారు. అతడు విడిచిన బాణాలతో అనేక క్షత్రియ వీరులు యమలోకానికి చేరుకొన్నారు. అతడు క్రోధంతో యమదండం వంటి భయంకర బాణాలను వర్షించి అనేక రథాలను, రథికులను, గుఱ్ఱాలను, ఆశ్వికులను, ఏనుగులను, దానిపైన ఉండే వీరులను చీల్చి చెండాడసాగాడు. అభిమన్యుని ఈ అద్భుత పరాక్రమం చూసి రాజులు ఆనందంతో అతనిని మెచ్చుకొన్నారు. ఆ సమయంలో అతడు కృపాచార్యుడు, ద్రోణాచార్యుడు, అశ్వత్థామ, బృహద్బలుడు, జయద్రథుడు - మొదలైన వీరులను కూడా భ్రమింపచేస్తూ అతిలాఘవంగా వేగంగా రణభూమిలో తిరగసాగాడు. అతడు తన ప్రతాపంతో శత్రువులను తపింపచేయడం చూసి క్షత్రియ వీరులందరికీ ఈ లోకంలో ఇద్దరు అర్జునులు ఉన్నారేమో అనిపించింది. ఈ రీతిగా అభిమన్యుడు మీ విశాలమైన సైన్యానికి కాలు నిలువనీయలేదు. మహావీరులకు కూడా వణుకు పుట్టించాడు. అందువల్ల అతని సుహృదులకు ఆనందం కలిగింది. అభిమన్యుని కారణంగా పరుగులు తీసిన మీ సైన్యం ప్రాణభయంతో ఆర్తనాదం చేసింది.

తన సైన్యం యొక్క ఘోరమైన ఆ ఆర్తనాదాలు విని దుర్యోధనుడు అలంబుసునితో - "మహాబాహూ ! వృత్రాసురుడు దేవతల సైన్యాన్ని చిందర వందర చేసినట్లుగా ఈ అర్జునుని కొడుకు మన సైన్యాన్ని పారదోలుతున్నాడు. యుద్ధంలో అతనిని అడ్డగించేవారు నీవు తప్ప వేరెవరూ నాకు కనిపించడం లేదు. ఎందుకంటే నీవు అన్ని విద్యలలో ప్రవీణుడివి. కాబట్టి నీవు వెంటనే వెళ్లి అతని పనిపూర్తి చేయి. ఇప్పుడు భీష్మద్రోణాది యోధులం మేము అందరం అర్జునుని వధిస్తాం" అన్నాడు.

దుర్యోధనుడు ఇలా చెప్పగానే మహాబలుడైన ఆ రాక్షసరాజు వర్షాకాలపు మేఘంలా గట్టిగా గర్జిస్తూ అభిమన్యుని వైపు బయలు దేరాడు. అతని భీషణ గర్జన విని పాండవ సైన్యంలో కలకలం బయలుదేరింది. ఆ సమయంలో ఎంతో మంది యోధులు భయంతో తమ ప్రాణాలకు నీళ్లు వదులుకొన్నారు. ఆ రాక్షసుడు అభిమన్యుని వద్దకు వచ్చి, అతనికి కొద్ది దూరంలోనే నిలబడి, అతని సైన్యాన్ని పరుగులు తీయించాడు. అతడు ఒక్కసారిగా పాండవుల యొక్క విశాలమైన సైన్యం మీద విరుచుకుపడ్డాడు. ఆ రాక్షసుని దెబ్బకు ఆ సైన్యంలో భయంకరమైన సంహారం జరిగింది. ఆపై ఆ రాక్షసుడు ద్రౌపదీ పుత్రుల ఎదుటికి వచ్చాడు. వారు ఐదుగురు కూడా కోపంతో అతనిపై వేగంగా దాడి చేశారు. ప్రతివింధ్యుడు వాడిబాణాలతో అతనిని గాయపరిచాడు. బాణాల జడివానకు అతని కవచం కూడా ముక్కలయి విరిగి పోయింది. ఇక ఆ ఐదుగురు సోదరులు అతనిని తూట్లు పొడవసాగారు. ఈ రీతిగా ఎక్కువ బాణాలు గుచ్చుకోవడం వలన అతడు మూర్ఛపోయాడు. కాని కొద్ది సేపటికే తేరుకొన్నాడు. కోపంతో అతని బలం రెట్టించింది. వెంటనే అతడు వారి ధనుర్బాణాలను, ధ్వజాలను నరికివేశాడు. ఆపై నవ్వుతూ ఒక్కొక్కరిని ఐదేసి బాణాలతో కొట్టాడు. వారి సారథులను, గుఱ్ఱాలను కూడా చంపివేశాడు. ఈ రీతిగా వారిని విరథులను చేసి, ఆ రాక్షసుడు వారిని చంపాలని వారిపైకి వేగంగా దూసుకువచ్చాడు. వారు ఆపదలో చిక్కుకోవడం చూసి అభిమన్యుడు వెంటనే వారి వైపు పరుగు తీశాడు. ఆ ఇద్దరి మధ్య ఇంద్ర వృత్రాసురుల మధ్యవలె మహాభయంకరమైన యుద్ధం జరిగింది. ఇద్దరూ క్రోధంతో చెమటలు కక్కుతూ తమలో తాము పోరాడారు. ఒకరి వైపు మరొకరు ప్రళయాగ్నులవలె ఉరిమి చూసుకోసాగారు.

అభిమన్యుడు మొదట మూడు, తరువాత ఐదు బాణాలతో అలంబుసుని తూట్లుపొడిచాడు. దానితో కోపించి అలంబుసుడు తొమ్మిది బాణాలతో అభిమన్యుని వక్షఃస్థలంపై కొట్టాడు. ఆ తరువాత అతడు వేల బాణాలు వేస్తూ అభిమన్యుని చీకాకు పరిచాడు. అప్పుడు అభిమన్యుడు కుపితుడై తొమ్మిది బాణాలతో అతని గుండెలను ఛేదించాడు. అవి అతని శరీరాన్ని ఛేదించి మర్మస్థానంలో గుచ్చుకొన్నాయి. ఇలా తన శత్రువు చేతిలో దెబ్బ తిని ఆ రాక్షసుడు యుద్ధరంగంలో తామసమైన మాయను ప్రయోగించాడు. దానివలన

యోధులందరి ముందు అంధకారం వ్యాపించింది. వారికి అభిమన్యుడు గాని, తమ పక్షం, శత్రుపక్షం వీరులు గాని కనపడలేదు. ఆ భీషణ అంధకారాన్ని చూసి అభిమన్యుడు భాస్కరమనే పేరు గల ప్రచండమైన అస్త్రాన్ని ప్రయోగించాడు. దానితో అన్ని వైపులా కాంతి ప్రసరించింది. ఇదే రీతిగా అతడు ఇంకా రకరకాల మాయలు ప్రయోగిస్తూంటే, అభిమన్యుడు వాటినన్నింటినీ తిప్పికొట్టాడు. మాయలు నశించిపోవడంతో అభిమన్యుని బాణాల వలన అతనికి చాలా వేదన కలిగింది. దానితో భయపడి తన రథాన్ని రణభూమిలోనే వదిలి అతడు పారిపోయాడు. మాయా యుద్ధం చేసిన ఆ రాక్షసుని ఈ రీతిగా ఓడించి అభిమన్యుడు మీ సైన్యాన్ని మర్దించసాగాడు.

అప్పుడు తమ సైన్యం పారిపోవడం చూసి భీష్ముడు ఇంకా అనేక ఇతర కౌరవ యోధులు ఆ ఒంటరిగా ఉన్న బాలుడిని నాలుగు వైపులనుండి చుట్టుముట్టి బాణాలతో తూట్లు పొడవసాగారు. కాని వీరుడైన అభిమన్యుడు బల పరాక్రమాలలో తన తండ్రి అర్జుననకు, మేనమామ శ్రీకృష్ణునకు సాటివస్తాడు. అతడు యుద్ధరంగంలో వారిద్దరితో సమానంగా పరాక్రమాన్ని ప్రదర్శించాడు. ఇంతలో అర్జునుడు తన పుత్రుని రక్షణ కోసం మీ సైనికులను సంహరిస్తూ భీష్ముని వద్దకు చేరుకొన్నాడు. అలాగే మీ తండ్రి భీష్ముడు కూడా అర్జునుని ఎదిరించడానికి అతని ఎదురుగా నిలబడ్డాడు. అప్పుడు మీ కొడుకులు రథాలు, గుఱ్ఱాలు, ఏనుగులతో అన్నివైపులా చేరి భీష్ముని రక్షించసాగారు. అలాగే పాండవులు కూడా అర్జునుని చుట్టుపక్కల నిలిచి భీషణ సంగ్రామానికి సిద్ధమయ్యారు. ఇక అందరికంటె ముందుగా కృపాచార్యుడు పాతిక బాణాలను అర్జునునిపై వేశాడు. దానికి సమాధానంగా సాత్యకి ముందుకు వచ్చి తన వాడి బాణాలతో కృపాచార్యుని గాయపరిచాడు. ఆపై అతనిని విడిచి అశ్వత్థామతో తలపడ్డాడు. అశ్వత్థామ సాత్యకి ధనుస్సును రెండు ముక్కలు చేసి అతనిని కూడా బాణాలతో తూట్లు పొడిచాడు. సాత్యకి వెంటనే ఇంకొక విల్లు అందుకొని అశ్వత్థామ గుండెలో భుజాలలో అరవై బాణాలు నాటాడు. అవి తీవ్రంగా గాయపరచడంతో అతనికి చాలా వేదన కలిగి మూర్ఛపోయాడు. ధ్వజస్తంభాన్ని ఆసరాగా చేసుకొని రథం వెనుక భాగంలో కూలబడిపోయాడు. కొద్దిసేపటిలోనే తేరుకొని పరాక్రమ వంతుడైన అశ్వత్థామ కోపంతో సాత్యకిని ఒక నారాచంతో కొట్టాడు. అది అతనిని గాయపరిచి భూమిలో దూరింది. తరువాత ఇంకొక బాణంతో అతడు అతని ధ్వజాన్ని ఖండించి పెద్దగా గర్జించాడు. ఆ తరువాత అతని మీద మహా ప్రచండంగా బాణవర్షం కురిపించాడు. సాత్యకి కూడా ఆ బాణసమూహాన్ని అంతటినీ ఖండించి, వెంటనే రకరకాల బాణాలను వర్షించి అశ్వత్థామను కప్పివేశాడు.

అప్పుడు ప్రతాపశాలి అయిన ద్రోణుడు పుత్రుని రక్షణకోసం సాత్యకి ఎదుటకు వచ్చాడు. తన వాడిబాణాలతో అతనిని జల్లెడలా తూట్లు పొడిచాడు. సాత్యకి కూడా అశ్వత్థామను విడిచి ఇరవై బాణాలతో ఆచార్యుని తూట్లు పొడిచాడు. అదే సమయంలో పరమ సాహసికుడయిన అర్జునుడు క్రోధంతో ద్రోణాచార్యుని ఎదిరించాడు. అతడు మూడు బాణాలు వేసి ద్రోణాచార్యుని గాయపరిచి, ఆపై బాణాలను వర్షించి అతనిని కప్పివేశాడు. దానితో ఆచార్యుని కోపాగ్ని ఒక్కసారిగా చెలరేగింది. అతడు మాటమాత్రంలోనే అర్జునుని బాణాలతో ముంచెత్తాడు. దుర్యోధనుడు సుశర్మను ద్రోణాచార్యునికి సహాయపడమని ఆదేశించాడు. అందుకని త్రిగర్తరాజు సుశర్మ కూడా తన ధనుస్సు ఎక్కుపెట్టి ఇనుపములుకుల బాణాలతో అతనిని కప్పివేశాడు. అర్జునుడు భీకరంగా సింహనాదం చేసి సుశర్మను, అతని కొడుకును తన బాణాలతో తూట్లు పొడిచాడు. ఆ ఇద్దరూ చావడానికి నిశ్చయించుకొని అతని మీద విరుచుకుపడ్డారు. అతని రథం మీద బాణవర్షం కురిపించారు. అర్జునుడు ఆ బాణవర్షాన్ని తన బాణాలతో వారించాడు. అతని ఆ హస్తలాఘవాన్ని చూచి దేవ దానవులు ఆనందించారు. ఆపై అర్జునుడు కుపితుడై కౌరవ సేనకు అగ్రభాగంలో నిల్చున్న త్రిగర్త వీరులమీద వాయవ్యాస్త్రాన్ని ప్రయోగించాడు. దానితో ఆకాశంలో అలబలం సృష్టిస్తూ గొప్ప ప్రచండ వాయువు పుట్టింది. అందువలన అనేక వృక్షాలు పెల్లగిలి పడిపోయాయి. అనేక వీరులు నేలకొరిగారు. అప్పుడు ద్రోణాచార్యుడు శైలాస్త్రాన్ని వేశాడు. దానితో వాయువు ఆగిపోయింది. దిక్కులన్నీ తెరిపినపడ్డాయి. ఈ రీతిగా అర్జునుడు త్రిగర్త రథికుల ఉత్సాహాన్ని చల్లబరిచి, వారిని పరాక్రమహీనులను చేసి యుద్ధభూమి నుండి పారదోలాడు.

రాజా ! ఈ రీతిగా యుద్ధం జరుగుతూండగానే మధ్యాహ్నం అయింది. భీష్ముడు తన వాడి బాణాలతో పాండవ సైనికులను వందలూ వేలుగా సంహరించసాగాడు.

అప్పుడు ధృష్టద్యుమ్నుడు, శిఖండి, విరాటుడు, ద్రుపదుడు భీష్ముని ఎదుటికి వచ్చి, అతనిపై బాణవర్షాన్ని కురిపించసాగారు. భీష్ముడు ధృష్టద్యుమ్నుని తూట్లు పొడిచి, మూడు బాణాలతో విరాటుని గాయపరిచి, ఇంకొక బాణాన్ని ద్రుపదునిపై వేశాడు. ఈ రీతిగా భీష్ముని చేతిలో గాయపడి ఆ వీరులకు కోపం పెరిగింది. ఇంతలో శిఖండి భీష్ముని తూట్లు పొడిచాడు. కాని అతనిని ఆడదానిగా భావించి అతడు అతనిపై దెబ్బ తీయలేదు. ధృష్టద్యుమ్నుడు అతని హృదయంపై, భుజాల మీద మూడు బాణాలతో కొట్టాడు. ద్రుపదుడు పాతిక, విరాటుడు పది, శిఖండి పాతిక బాణాలతో అతనిని గాయపరిచారు. భీష్ముడు మూడు బాణాలతో ముగ్గురు వీరులను తూట్లు పొడిచాడు. మరొక బాణంతో ద్రుపదుని విల్లు విరిచాడు. అతడు క్షణంలో మరొక విల్లు అందుకొని ఐదు బాణాలతో భీష్ముని, మరో మూడింటితో అతని సారథిని తూట్లు పొడిచాడు. ద్రుపదుని రక్షించడానికి భీమసేనుడు, ద్రౌపదీ పుత్రులు ఐదుగురు, కేకయసోదరులు ఐదుగురు, సాత్యకి, యుధిష్ఠిరుడు, ధృష్టద్యుమ్నుడు భీష్ముని వైపు చొచ్చుకు వచ్చారు. అలాగే మీ వైపు వీరులందరూ కూడా భీష్ముని రక్షించడానికి పాండవ సైన్యంపై విరుచుకుపడ్డారు. కౌరవ పాండవ సేనానుల మధ్య భీకరమైన యుద్ధం జరిగింది. రథికులు రథికులతో తలపడ్డారు. గజారోహులు, అశ్వారోహులు, కాల్బలం పరస్పరం కినిసి ఒకరి నొకరు చంపుకోసాగారు.

ఇంకొక వైపు అర్జునుడు తన వాడి బాణాలతో సుశర్మ యొక్క అనుచర రాజులను యమసదనానికి పంపాడు. సుశర్మ కూడా తన బాణాలతో అర్జునుని గాయపరిచాడు. అతడు డెబ్బై బాణాలతో శ్రీకృష్ణుని, తొమ్మిది బాణాలతో అర్జునుని దెబ్బకొట్టాడు. కాని అర్జునుడు వాటిని తన బాణాలతో అడ్డుకొని, సుశర్మ యొక్క అనేక వీరులను సంహరించాడు. ఈ రకంగా కల్పాంతకారి అయిన యముని వంటి అర్జునుని ధాటికి భయపడినవారై ఆ మహారథులందరూ రణరంగం విడిచి పారిపోయారు. వారిలో కొంతమంది గుఱ్ఱాలను, కొంతమంది రథాలను, కొంత మంది ఏనుగులను విడిచి ఎక్కడివారు అక్కడ పారిపోయారు. త్రిగర్త రాజు సుశర్మ, ఇతర రాజులు వారిని ఆపాలని మిక్కిలి ప్రయత్నం చేశారు. కాని వారు మళ్లీ యుద్ధరంగంలో అడుగు మోపలేదు. సైన్యం ఈ విధంగా పారిపోవడం చూసి మీ పుత్రుడు దుర్యోధనుడు త్రిగర్తరాజు రక్షణ కోసం సైన్యమంతటితో కలిసి భీష్ముని ముందుంచుకొని అర్జునుని వైపు కదిలాడు. అదే రకంగా పాండవులూ అర్జునుని రక్షణ కోసం పూర్తి సంసిద్ధతతో భీష్ముని వైపు కదిలారు.

ఇప్పుడు భీష్ముడు తన బాణాలతో పాండవ సైన్యాన్ని కప్పివేయడం ఆరంభించాడు. ఇంకొకవైపు సాత్యకి ఐదు బాణాలతో కృతవర్మను తూట్లు పొడిచాడు. పైగా వేల బాణాలను వర్షిస్తూ యుద్ధంలో స్థిరంగా నిలుచున్నాడు. అలాగే ద్రుపద మహారాజు తన వాడి బాణాలతో ద్రోణాచార్యుని తూట్లు పొడిచి, డెబ్బై బాణాలను అతని మీద, ఐదు అతని సారథి మీద వేశాడు. భీమసేనుడు తన ముత్తాత బాహ్లీకుని గాయపరిచి, భయంకరంగా సింహనాదం చేశాడు. చిత్రసేనుడు అనేక బాణాలతో అభిమన్యుని గాయపరిచినా కూడా అతడు వేల బాణాలను వర్షిస్తూ యుద్ధభూమిలో కదలక నిలబడి ఉన్నాడు. అతడు మూడు బాణాలతో చిత్రసేనుని తీవ్రంగా గాయపరిచాడు. ఆపై తొమ్మిది బాణాలతో అతని నాలుగు గుఱ్ఱాలను చంపి గట్టిగా సింహగర్జన చేశాడు.

అక్కడ ద్రోణాచార్యుడు ద్రుపదుని తూట్లు పొడిచి, అతని సారథిని కూడా గాయపరిచాడు. ఈ రీతిగా మిక్కిలి నొప్పి కలిగి అతడు యుద్ధ భూమి నుండి అవతలికి వెళ్లిపోయాడు. భీమసేనుడు మాటమాత్రంలోనే సైన్యం అంతా చూస్తుండగానే బాహ్లీకుని గుఱ్ఱాలను, సారథిని, రథాన్ని నష్టపరిచాడు. అందుకని అతడు వెంటనే లక్ష్మణకుమారుని రథం ఎక్కాడు. సాత్యకి అనేక బాణాలతో కృతవర్మను అడ్డుకొని భీష్ముని ఎదుటికి వచ్చాడు. అతడు తన పెద్ద వింటినుండి డెబ్బై వాడి బాణాలను వేసి అతనిని గాయపరిచాడు. పితామహుడు అతనిపై ఒక ఇనుప శక్తిని విసిరాడు. కాలుని వంటి ఆ కరాళశక్తి రావడం చూసి అతడు మహా చాకచక్యంగా ఆ దెబ్బను కాచుకొన్నాడు. అందుకని ఆ శక్తి సాత్యకి వరకు చేరకుండానే భూమిపైన పడిపోయింది. ఇప్పుడు సాత్యకి తన శక్తిని భీష్మునిపై వేశాడు. భీష్ముడు కూడా రెండు వాడి బాణాలతో దానిని రెండు ముక్కలు చేశాడు. అది కూడా భూమి పైన పడి పోయింది. ఈ రీతిగా శక్తిని ఖండించి భీష్ముడు తొమ్మిది బాణాలతో సాత్యకి గుండెపై కొట్టాడు. అప్పుడు రథ గజతురగ సైన్యంతో సహితంగా పాండవులందరూ సాత్యకి రక్షణ కోసం భీష్ముని

నలువైపులా ముట్టడించారు. అంతే కౌరవ పాండవుల మధ్య గొప్ప భయంకరమైన, గగుర్పాటు కలిగించే యుద్ధం జరగసాగింది.

ఇది చూచి దుర్యోధనుడు దుశ్శాసనునితో – "వీరశ్రేష్ఠుడా! ఇప్పుడు పాండవులు పితామహుని నాలుగు వైపులనుండి ముట్టడించారు. కనుక నీవు అతనిని రక్షించాలి" అని చెప్పాడు. దుర్యోధనుని ఆజ్ఞపై దుశ్శాసనుడు తన విశాల సేనా వాహినిని తీసుకొని భీష్ముని చుట్టూ మోహరించి నిలుచున్నాడు. శకుని ఒక లక్షమంది సుశిక్షితులైన ఆశ్వికులతో నకుల సహదేవులను, యుధిష్ఠిరుని ఎదుర్కొన్నాడు. దుర్యోధనుడు కూడా పాండవులను ఎదిరించడానికి పదివేల ఆశ్వికసైన్యం గల ఒక దళాన్ని సహాయంగా పంపాడు. అప్పుడు యుధిష్ఠిరుడు, నకుల సహదేవులు మహా లాఘవంగా ఆశ్విక సైన్య వేగాన్ని అరికట్టసాగారు. తమ వాడిబాణాలతో వారి శిరసులను ఎగురగొట్టసాగారు. వారి శిరసులు అలా క్రిందికి ధనధనమని పడుతూ ఉంటే చెట్ల నుండి పళ్లు రాలినట్లు అనిపించసాగింది. ఈ రీతిగా ఆ మహాసంగ్రామంలో తమ శత్రువులను ఓడించి పాండవులు శంఖ భేరీ నాదాలు చేశారు.

తన సైన్యం యొక్క ఓటమికి దుర్యోధనుడు మిక్కిలి చింతించాడు. అతడు మద్రరాజుతో – "రాజా ! చూడండి. నకుల సహదేవులతో కలిసి పాండవాగ్రజుడు మన సైన్యాన్ని పారద్రోలుతున్నాడు. మీరు దయచేసి వారిని ఆపండి. మీ బలపరాక్రమాలను అందరూ తట్టుకోలేరు" అన్నాడు. దుర్యోధనుని మాట పాటించి శల్యుడు రథసైన్యంతో యుధిష్ఠిరుని ఎదుటికి వచ్చాడు. అతని పెద్దసైన్యం అంతా ఒక్కసారిగా యుధిష్ఠిరుని మీద విరుచుకు పడింది. కాని ధర్మరాజు వెంటనే దానిని అరికట్టాడు. పది బాణాలు శల్యుని గుండె తాకేలా వేశాడు. అలాగే నకుల సహదేవులు కూడ అతనిని ఏడేసి బాణాలతో కొట్టారు. మద్రరాజు కూడా వారిని ఒక్కొక్కరిని మూడు బాణాలతో కొట్టాడు. ఆపై అరవై బాణాలతో గాయపరిచాడు. అదే సమయంలో ద్రోణాచార్యుడు ఐదేసి బాణాలతో సాత్యకి భీమసేనులను దెబ్బకొట్టాడు. వారిద్దరూ కూడా తిరిగి అతని మీద మూడేసి బాణాలను గురి చూసి వదిలారు.

ఆ తరువాత పాండవులు మళ్లీ పితామహునే ముట్టడించారు. కాని వారందరూ చుట్టుముట్టినా కూడా అజేయుడైన భీష్ముడు దావాగ్ని వలె తన ప్రతాపంతో వారిని దహించివేశాడు. అతడు అనేక రథాలను, గుఱ్ఱాలను, ఏనుగులను మనుష్యులు లేకుండా చేసేశాడు. ఉరుము వంటి అతని వింటి నారి యొక్క ధ్వనిని విని ప్రాణులన్నీ గడగడలాడి పోయాయి. అతని అమోఘ బాణాలు పడుతూనే ఉన్నాయి. భీష్ముని వింటినుండి వచ్చే బాణాలు యోధుల కవచాలనే కాదు. సూటిగా వారి శరీరాలను కూడా భేదించి బయటకు వస్తున్నాయి. చేది, కాశీ, కరూష దేశాల పద్నాలుగు వేల మహారథులు – యుద్ధంలో ప్రాణాలు అర్పించడానికి కూడా సిద్ధపడినవారు, ఎన్నడూ వెనకడుగు వేయనివారు – అటువంటి వారు కూడా తమ రథాలు, గుఱ్ఱాలు, ఏనుగులతో సహితంగా భీష్ముని ఎదుటపడి చచ్చి పరలోకాన్ని చేరుకొన్నారు.

ఈ భీషణ సంహారంతో పాండవసైన్యం ఆర్త నాదం చేస్తూ పరుగులు తీయసాగింది. ఇది చూసి శ్రీకృష్ణుడు తన రథాన్ని ఆపి, అర్జునునితో – "కుంతీనందనా ! నీవు ప్రతీక్షించే సమయం ఇప్పుడు ఆసన్నమయింది. నీవు కనుక ఇప్పుడు మోహవశుడవు కాకపోతే భీష్ముని పడగొట్టు. నీవు విరాట నగరంలో రాజులందరి సమక్షంలో సంజయుని – "యుద్ధరంగంలో నాతో తలపడే భీష్మద్రోణాది వీరులెవరైనా గాని – ఆ ధృతరాష్ట్ర సైనికులను వారి అనుయాయులతో సహితంగా చంపుతాను. అని అన్నావుగా ఆ మాటను ఇప్పుడు నిజం చేసి చూపించు. నీవు క్షత్రియ ధర్మాన్ని పాటించి నిస్సంకోచంగా యుద్ధం చేయి అన్నాడు. అందుపై అర్జునుడు కొంచెం అయిష్టంగానే – "సరే. భీష్ముడు ఉన్న చోటికి గుఱ్ఱాలను తోలు. నేను నీ ఆజ్ఞను పాటిస్తాను. అజేయుడైన భీష్ముని నేల కూలుస్తాను." అన్నాడు. అప్పుడు శ్రీకృష్ణుడు అర్జునుని తెల్లని గుఱ్ఱాలను భీష్ముని వైపు తోలాడు. అర్జునుడు యుద్ధం చేయడానికి భీష్ముని ఎదుటికి రాగానే యుధిష్ఠిరుని విశాలసైన్యం వెనక్కి తిరిగి వచ్చింది.

భీష్ముడు వెంటనే బాణాలను వర్షిస్తూ అర్జునుని రథాన్ని, సారథి గుఱ్ఱాలతో సహితంగా కప్పివేశాడు. మేఘాల్లా దట్టమైన బాణవర్షం కారణంగా వారికి పూర్తిగా కనిపించడం మానేసింది. అయినా శ్రీకృష్ణుడు ఏ మాత్రం కంగారు పడలేదు. భీష్ముని బాణాలతో తూట్లుపడిన గుఱ్ఱాలను నేరుగా తోలుతూనే ఉన్నాడు. అప్పుడు అర్జునుడు తన దివ్యధనుస్సును ఎక్కుపెట్టి, వాడిబాణాలతో భీష్ముని ధనుస్సును విరుగకొట్టి పడేశాడు. భీష్ముడు వెంటనే మరో విల్లు అందుకొని ఎక్కుపెట్టాడు. కాని అర్జునుడు క్రోధంతో దానిని కూడా విరిచేశాడు. అర్జునుని ఈ వేగాన్ని భీష్ముడు కూడా గొప్పగా ప్రశంసిస్తూ – "ఆహా !

వీరుడా ! కుంతీ పుత్రుడా ! అర్జునా! చాలా బాగుంది." అన్నాడు. ఇలా అంటూనే అతడు ఇంకొక విల్లును అందుకొని అర్జునునిపై బాణాల జడివాన కురిపించాడు. ఆ సమయంలో గుఱ్ఱాలను వల్గుగమనంతో (మండలాకారంగా గుండ్రంగా నడిపి) నడిపించి భీష్ముని బాణాలను వ్యర్థం చేసి శ్రీకృష్ణుడు రథసారథ్యంలో తనకు గల నైపుణ్యాన్ని ప్రదర్శించాడు. కాని యుద్ధం చేయడంలో అర్జునుని నిర్లిప్తత, భీష్ముడు యుధిష్ఠిరుని సైన్యంలోని అతి ముఖ్యమైన వీరులందరిని చంపి, ప్రళయాన్ని సృష్టించడం చూసి అతడు సహించలేక పోయాడు. వెంటనే అతడు గుఱ్ఱాల పగ్గాలను వదిలేసి, కిందికి దూకి, సింహంలా గర్జిస్తూ, పాదచారియై, చర్నాకోల పట్టుకొని భీష్మునివైపు ఉరికాడు. అతని పాదఘట్టనకు భూమి పగిలిపోతుందా అనిపించింది. కన్నులు కోపంతో ఎరుపెక్కాయి. ఆ సమయంలో మీ పక్షంలోని వీరులందరి హృదయాలూ శూన్యమైపోయాయి. అన్ని వైపులా "భీష్ముడు చనిపోయాడు" అనే కోలాహలమే వినిపించింది.

శ్రీకృష్ణుడు పీతాంబరం ధరించి ఉన్నాడు. అందువల్ల నీలమణి వంటి అతని నల్లని దేహం విద్యుల్లతతో శోభిస్తున్న నల్లని మేఘంలా పొడగట్టింది.(1) సింహం ఏనుగు మీదకు దూకినట్లుగా అతడు గర్జిస్తూ మహా వేగంగా భీష్ముని పైకి ఉరికాడు. కమలనయనుడు శ్రీకృష్ణుడు తన వైపు రావడం చూసి పితామహుడు తన పెద్ద వింటిని ఎక్కుపెట్టి, ఏ మాత్రం కంగారు పడకుండా అతనితో – "కమలలోచనా ! దయచెయ్యి. దేవా ! నీకు నమస్కృతులు. యదుశ్రేష్ఠా ! ఈ రోజు యుద్ధంలో నన్ను తప్పక చంపు. యుద్ధరంగంలో మీ చేతులలో మరణిస్తే నాకు కల్యాణమే సిద్ధిస్తుంది. గోవిందా ! నేడు నీవు యుద్ధానికి దిగడంతో ముల్లోకాలలోను నేను సమ్మానితుడినయ్యాను. మీరు మీకు నచ్చిన రీతిలో నన్ను ప్రహరించండి. నేను మీ దాసుడను." అన్నాడు. అదే సమయంలో అర్జునుడు వెనుకనుండి వచ్చి శ్రీకృష్ణ భగవానుని తన చేతులతో గట్టిగా పట్టుకొన్నాడు. అయినా కూడా అతడు అర్జునుని ఈడ్చుకొంటూ చాలా వేగంగా ముందుకు కదిలి పోయాడు. అర్జునుడు అలాగే పది అడుగులు సాగి చివరకు ఎలాగో అతనిని ఆపి, అతని రెండు కాళ్ళు పట్టుకొని, మిక్కిలి ప్రేమతో దైన్యంగా – "మహాబాహూ ! వెనక్కి మళ్లండి. మీరు ముందే చెప్పారు కదా యుద్ధం చేయనని. ఆ మాటను అసత్యం చేయకండి – మీరు అలా చేస్తే లోకులు మిమ్మల్ని "మిథ్యావాదులు" అంటారు. ఈ భారం అంతా నాకు వదిలిపెట్టండి. నేను పితామహుని వధిస్తాను. ఈ మాటను నేను నా ఆయుధం మీద, సత్యం మీద, పుణ్యం మీద శపథం చేసి మరీ చెపుతున్నాను." అని వేడుకొన్నాడు.

అర్జునుని మాటలు విని శ్రీకృష్ణుడు ఏమీ మాట్లాడకుండానే, కోపంతో తిరిగి వచ్చి రథం మీద కూర్చున్నాడు. భీష్ముడు మళ్లీ వారిద్దరి మీదా బాణవర్షం కురిపించసాగాడు. అతడు ఇంకా ఇతర యోధుల ప్రాణాలు హరించసాగాడు. మొదట్లో మీ సైన్యం ఎలా పారిపోయిందో, ఇప్పుడు మీ పినతండ్రి భీష్ముడు పాండవ సైన్యాన్ని అలా పరుగులు తీయించాడు. ఆ సమయంలో పాండవ పక్ష వీరులు వందలు వేలు సంఖ్యలో మరణించసాగారు. మధ్యాహ్న మార్తాండునిలా విజృంభిస్తున్న భీష్ముని వైపు ఒక్క క్షణం కూడా చూడలేమన్నంత నిరుత్సాహాన్ని వారు పొందారు. పాండవులు దిగ్భ్రమ చెందిన వారివలె భీష్ముని యొక్క అమానుష పరాక్రమాన్ని చూస్తూ ఉండిపోయారు. ఊబిలో చిక్కుకు పోయిన ఆవులవలె పరుగు లెత్తుతున్న పాండవ సైన్యానికి తమను రక్షించేవారు ఎవరూ కనపడలేదు. ఈ రీతిగా బలవంతుడయిన భీష్ముడు బలహీనులయిన పాండవ వీరులను చీమలను నలిపినట్లు నలిపేశాడు. ఇంతలో సూర్యాస్తమయం కాసాగింది. అందుకని రోజంతా యుద్ధంలో అలిసి పోయిన సేనలకు యుద్ధం విరమించాలని అనిపించింది.

పాండవులు భీష్ముని కలిసి అతని వధకు ఉపాయమడుగుట.

సంజయుడు చెప్పసాగాడు – "ఇరుసైన్యాల మధ్య యుద్ధం జరుగుతూనే ఉంది. ఇంతలో సూర్యుడు అస్తాద్రి చేరుకొన్నాడు. చీకటి పడే సరికి యుద్ధం ముగించారు. భీష్ముని బాణాల దెబ్బలకు పాండవసైన్యం భయపడి ఆయుధాలు పారేసి పారిపోయింది. ఒకవైపు భీష్ముడు క్రోధంతో మహావీరులను సంహరిస్తూనే ఉన్నాడు. సోమకక్షత్రియులు ఓడిపోయి నిరుత్సాహులై ఉండిపోయారు. ఇదంతా చూసి, ఆలోచించి యుధిష్ఠిరుడు సైన్యాన్ని వెనక్కి మళ్లించాలనే ఆలోచన చేశాడు. యుద్ధ విరమణకు ఆజ్ఞాపించాడు. ఆపై మీ సేనకూడా వెనక్కి తిరిగింది. భీష్ముని బాణాలతో పీడింపబడిన పాండవులు, అతని పరాక్రమం గుర్తుకు తెచ్చుకొంటే మాత్రం కొద్దిగా కూడా ప్రశాంతంగా ఉండలేక పోయారు. భీష్ముడు కూడా సృంజయులను, పాండవులను ఓడించి కౌరవులు తనను ప్రశంసిస్తుంటే వింటూ శిబిరానికి వెళ్లాడు.

రాత్రి వేళ మొదటి జాములో పాండవులు, వృష్ణివీరులు, సృంజయులు సమావేశమయ్యారు. ఆ సమావేశంలో వారందరూ "ఇప్పుడేమి చేస్తే మనకు మేలు జరుగుంతుంద"ని ప్రశాంతంగా ఆలోచించసాగారు. చాలా సేపు ఆలోచనలు జరిగాక యుధిష్ఠిరుడు శ్రీకృష్ణ భగవానుని వైపు చూసి "శ్రీకృష్ణా ! మీరు భీష్ముని యొక్క భయంకరమైన పరాక్రమాన్ని చూశారు కదా ! ఏనుగు అరటితోటను చాపచుట్టగా చుట్టేసినట్లు మన సైన్యాన్ని అతడు మర్దించేశాడు. ఎగిసిపడుతున్న మంటలా ఉన్న భీష్ముని వైపు కన్నెత్తి చూడడానికి కూడా మనకు ధైర్యం లేకపోయింది. కోపంతో ఉన్న యముడిని, వజ్రధారి అయిన ఇంద్రుని, పాశహస్తుడయిన వరుణుని, గదాధారి అయిన కుబేరుని అయినా యుద్ధంలో జయించగలం గాని క్రోధంతో ఉన్న భీష్మునిపై విజయం సాధించడం అసంభవం అనిపిస్తోంది. ఈ స్థితిలో నా బుద్ధి దుర్బలమై పోయి భీష్మునితో యుద్ధం చేయాలని నిశ్చయించి శోకసముద్రంలో మునిగిపోతున్నాను. కృష్ణా ! ఇప్పుడు నేను అడవికి వెళ్లిపోనా అనుకొంటున్నాను. అక్కడికి వెళ్లడంలోనే నాకు మేలు ఉందని అనిపిస్తోంది. యుద్ధంలో మాత్రం నా కేమీ ఆసక్తి లేదు. ఎందుకంటే భీష్ముడు నిరంతరం మన సైన్యాన్ని సంహరిస్తూనే ఉంటాడు. జ్వలిస్తున్న మంటలోకి దూకే మిడుతలు మృత్యుముఖంలో పడ్డట్లుగా ఉంది భీష్ముని సమీపించిన మన వారి పరిస్థితి. వాసుదేవా ! మన పక్షం క్షీణించిపోయింది. నా సోదరులు బాణాల దెబ్బలకు అమితంగా బాధపడుతున్నారు. అన్నగారి మీది గౌరవం కారణంగా వీరు కూడా నాతో పాటు రాజ్యభ్రష్టులు అయ్యారు. వీరు కూడా అడవులు పట్టుకొని తిరగవలసి వచ్చింది. నా కారణంగానే ద్రౌపది కూడా దుఃఖం పాలయింది. మధుసూదనా ! జీవితం అమూల్యమైనదని నేను భావిస్తాను. కాని ఇప్పుడు అదీ దుర్లభమే అవుతోంది. కాబట్టి ఇక జీవితంలోని శేషభాగాన్ని ఉత్తమ ధర్మాచరణంతో గడపాలని అనుకొంటున్నాను. కేశవా! మీరు మమ్మల్ని మీ కృపకు పాత్రులుగా భావించి నట్లయితే మాకు మేలు జరిగేలా, ధర్మానికి ఆటంకం కలుగకుండా ఉండేలా ఏదైనా ఒక ఉపాయం చెప్పండి"

యుధిష్ఠిరుని ఈ దీనమైన మాటలను విని శ్రీకృష్ణుడు అతనిని ఓదారుస్తూ - "ధర్మరాజా ! విచారించకు. నీ సోదరులు మహాపరాక్రమవంతులు. అజేయులు శత్రుసంహారం చేయగలిగినవారు. భీమార్జునులు అగ్ని వాయువులవలె మహా తేజశ్శాలులు. నకుల సహదేవులు కూడా చాలా పరాక్రమవంతులు. నీవు కావాలనుకొంటే నన్ను కూడా యుద్ధంలోకి దింపు. నీ మీద ఉన్న గౌరవంతో నేను భీష్మునితో యుద్ధం చేయగలను. అయ్యో ! నీవు చెప్పాలేగానీ, నేను యుద్ధంలో చేయలేనిది ఏముంది ? ఒకవేళ అర్జునునికి ఇష్టం లేకపోతే, నేను స్వయంగా భీష్ముని యుద్ధానికి పిలిచి, కౌరవులు అందరూ చూస్తూ ఉండగానే చంపుతాను. భీష్ముడు మరణించిన తరువాతనే నీకు విజయం లభిస్తుందని అనిపిస్తే నేను ఒక్కడినే అతనిని చంపుతాను. పాండవులకు శత్రువు నాకు కూడా శత్రువే - ఇందులో ఏమాత్రం సందేహం లేదు. నీ వాళ్లే నా వాళ్లు. నీ తమ్ముడు అర్జునుడు నాకు చెలికాడు, బంధువు. పైగా శిష్యుడు. అవసరమయితే అతని కోసం నేను నా శరీరాన్ని కూడా కోసి ఇవ్వగలను. అతడు కూడా నా కోసం ప్రాణాలు ఇవ్వగలడు.[2] "ఒకరినొకరు ఆపదల నుండి రక్షించుకోవాలి" అని మేము ప్రతిజ్ఞలు చేసుకొన్నాము. కాబట్టి మీరు ఆదేశించండి - నేటినుండి నేను కూడా యుద్ధం చేస్తాను. అర్జునుడు ఉపప్లావ్యంలో అందరి ఎదుటా "నేను భీష్ముని వధిస్తాను" అని ప్రతిజ్ఞ చేశాడు. దానిని నేను అన్ని విధాలా తీర్చాలి. అర్జునుడు ఏపని కోసం ఆజ్ఞాపిస్తే దానిని నేను తప్పక నెరవేర్చి తీరాలి. అయినా భీష్ముని చంపడం అంత పెద్ద విషయమా ఏమిటి ? అర్జునుని కయితే అది చాలా తేలిక. రాజా ! అర్జునుడు సిద్ధపడాలేగాని ఎంత అసంభవమైన కార్యమయినా చేయగలడు. దైత్య దానవులతో పాటు సమస్త దేవతలూ యుద్ధానికి వచ్చినా గాని అర్జునుడు వారందరినీ కూడా చంపగలడు. ఇక భీష్ముడు ఒకలెక్కా ఏమిటి ?" అన్నాడు.

యుధిష్ఠిరుడు - "మాధవా ! నీవు చెప్పినదంతా బాగానే ఉంది - కౌరవ పక్షంలోని వీరులందరూ కలిసినా నీ వేగాన్ని భరించలేరు. నీవంటి సహాయకుడు లభించిన పక్షానికి మనోరథం నెరవేరడంలో సందేహం ఏమి ఉంటుంది ? గోవిందా ! నీవు రక్షించడానికి సిద్ధంగా ఉంటే నేను ఇంద్రాది దేవతలను కూడా జయించగలను, భీష్ముడన్న మాటే ఏమిటి? కాని నా గౌరవం దక్కించుకోవడం కోసం నిన్ను అసత్యవాదివి కమ్మని అనలేను. నీవు నీ పూర్వప్రతిజ్ఞను అనుసరించి యుద్ధం చేయకుండానే నాకు సహాయం చెయ్యి. భీష్ముడు కూడా "నేను నీ కోసం యుద్ధం అయితే చేయలేను. కాని నీకు మేలు జరిగే సలహా మాత్రం ఇవ్వగలను." అని నాకు శపథం చేసి చెప్పాడు. అతడు నాకు రాజ్యమూ ఇవ్వగలడు,

మంచి సలహాకూడా ఇవ్వగలడు. కాబట్టి మన మందరం మీతో పాటుగా భీష్ముని వద్దకు వెళ్లుదాం. అతని వధకు ఉపాయాన్ని అతనినే అడుగుదాం. అతడు తప్పకుండా మనకు మేలు కలిగే మాటలే చెప్తాడు. అతడు ఎలా చెప్తే అలాగే చేయాలి. ఎందుకంటే మా తండ్రి చనిపోయినపుడు మేము పూర్తిగా పసిపిల్లలం. అప్పుడు అతడే మమ్మల్ని పెంచి పెద్ద చేశాడు. మాధవా ! ఆయన మా తండ్రికి తండ్రి. వృద్ధులు. అయినా మేము అతనిని చంపాలనుకొంటున్నాం. ఛీ ! ఈ క్షత్రియవృత్తి నింద్యమైనది" అన్నాడు.

తదనంతరం శ్రీకృష్ణ భగవానుడు యుధిష్ఠిరునితో - "మహారాజా ! మీ అభిప్రాయం నాకు నచ్చింది. మీ పితామహుడు దేవవ్రతుడు మిక్కిలి పుణ్యాత్ముడు. అతడు కేవలం చూపులతోనే అందరినీ భస్మం చేసివేయగలడు. కాబట్టి అతని వద్దకు వధోపాయం అడగడానికి తప్పకుండా వెళ్లవలసినదే. అందునా నీవు అడిగితే అతడు సత్యమే చెపుతాడు. అతడు ఎలాంటి సలహా ఇస్తాడో దానిని అనుసరించి మనం యుద్ధం చేద్దాం" అన్నాడు.

ఈ రీతిగా సంప్రదించుకొని పాండవులు, శ్రీకృష్ణుడు భీష్ముని శిబిరానికి వెళ్లారు. ఆ సమయంలో వారు తమ అస్త్రశస్త్రాలను, కవచాలను తీసివేశారు. అక్కడికి వెళ్లాక పాండవులు భీష్ముని పాదాల మీద తలలు వాల్చి నమస్కరించి "మేము మిమ్ము శరణు చొచ్చాం" అన్నారు. అప్పుడు భీష్ముడు వారందరినీ చూసి "వాసుదేవా ! మీకు స్వాగతం. పలుకుతున్నాను. ధర్మజ భీమధనంజయ నకుల సహదేవులకు కూడా స్వాగతం. మీకు సంతోషం చేకూర్చే ఏపని మీ కోసం చేయగలను ? కఠినాతికఠినమైన పని అయినా సరే చెప్పండి. నేను దానిని అన్నివిధాలా నెరవేర్చడానికి ప్రయత్నిస్తాను" అన్నాడు.

భీష్ముడు సంతోషంగా మాటిమాటికీ ఇలా అడుగుతూ ఉంటే, యుధిష్ఠిరుడు దైన్యం ఉట్టిపడుతూ ఉండగా - "ప్రభూ! ఏ ఉపాయం చేత ఈ ప్రజాసంహారం ఆపివేయబడుతుందో అది చెప్పండి. మీరు స్వయంగా మీ వధోపాయాన్ని చెప్పండి. వీరోత్తమా ! ఈ యుద్ధంలో మీ వేగాన్ని మేము ఎలా తట్టుకోగలం ? మాకయితే మీలో కించిత్తు కూడా అజాగ్రత్త కనపడడం లేదు. మీరు రథ గజ తురగ పదాతి సేనలను సంహరిస్తూ ఉంటే, ఎవరు మీపై విజయం పొందటానికి సాహసించగలరు ? తాతగారూ ! మా పెద్ద సైన్యం చాలా నష్టపోయింది. ఇప్పుడు చెప్పండి మేము మిమ్మల్ని ఎలా జయించగలం ? మా రాజ్యం మేము ఎలా పొందగలం ?" అని అడిగాడు.

అప్పుడు భీష్ముడు - "కుంతీనందనా ! నేను నిజం చెపుతున్నాను. నేను జీవించి ఉన్నంతవరకు నీకు విజయం ఏ విధంగానూ సాధ్యపడదు. నేను ఓడిపోతేనే మీరు విజయులు కాగలరు. కాబట్టి వాస్తవానికి మీకు జయించాలనే కోరికే ఉంటే, ఎంత తొందరగా వీలయితే అంత తొందరగా నన్ను చంపండి. నా మీద దెబ్బ కొట్టడానికి నేను మీకు అనుమతిని ఇస్తున్నాను. దీని వలన మీకు పుణ్యమే కలుగుతుంది. నేను చనిపోయాక అందరూ చనిపోయినట్లే అనుకో. కాబట్టి ముందుగా నన్నే చంపడానికి యత్నించు" అన్నాడు.

యుధిష్ఠిరుడు - "తాతగారూ ! అప్పుడు మిమ్మల్ని జయించగలిగే ఆ ఉపాయమేదో మీరే చెప్పండి. యుద్ధంలో మీరు కోపగిస్తే దండధరుడైన యమునివలె కనిపిస్తారు. ఇంద్ర యమ వరుణులనయినా జయించవచ్చును గాని మిమ్మల్ని ఆ ఇంద్రాది దేవతలు రాక్షసులు కూడా జయించలేరు" అన్నాడు.(3)

భీష్ముడు - "పాండు నందనా ! నీవు చెప్పినది నిజం. కాని నేను ఆయుధాన్ని దించినపుడు మీ మహావీరులు నన్ను చంపగలరు. యుద్ధంలో ఆయుధం విసర్జించిన వాడిని, పడిపోయినవానిని, కవచం తొడగనివానిని, ధ్వజాన్ని కిందికి దించిన వానిని, పారిపోతున్న వానిని, భయపడినవానిని, "నేను నీ వాడిని" అని శరణు చొచ్చిన వానిని, స్త్రీగాని, స్త్రీనామం ఉన్నవానినిగాని, వ్యాకులపడుతున్న వానినిగాని, ఒక్కపుత్రుడే ఉన్నవానినిగాని, లోకంలో అందరిచేత నిందింపబడే వానిని కాని నేను యుద్ధంలో ఎదిరించను. మీ సైన్యంలో ఉన్న శిఖండి పూర్వం స్త్రీరూపంలో జన్మించాడు. ఆ వెనుక పురుషుడయ్యాడు - ఈవిషయం మీకు కూడా తెలుసు. వీరుడైన అర్జునుడు శిఖండిని ముందుంచుకొని నా మీద బాణాలు వేయాలి. అతడు నా ముందు ఉన్నంతవరకు నేను విల్లు పట్టుకొని ఉన్నాగాని బాణాలు ప్రయోగించను. నన్ను చంపడానికి ఇది ఒక్కటే మార్గం. ఈ అవకాశాన్ని వినియోగించుకొని అర్జునుడు అతిత్వరగా నన్ను బాణాలతో గాయపరచవచ్చును. ఈ లోకంలో శ్రీకృష్ణార్జునులు తప్పవేరెవరూ అప్రమత్తుడనైన నన్ను చంపగలవారు కనిపించడంలేదు. కాబట్టి శిఖండి లాంటి పురుషుని ముందు పెట్టుకొని అర్జునుడు నన్ను నేల కూల్చవచ్చు. అలా అయితే మీకు విజయం కచ్చితంగా

లభిస్తుంది. నేను చెప్పినట్లుగా చేయండి. ధార్త రాష్ట్రులందరినీ చంపగలుగుతారు".

ఈ రీతిగా భీష్ముని నోటినుండి అతని మరణోపాయాన్ని తెలుసు కొన్న పాండవులు అతనికి ప్రణమిల్లి. తమ శిబిరాలకు తిరిగి వచ్చారు – భీష్ముని మాటలు తలచుకొని అర్జుననకు చాలా దుఃఖం కలిగింది. అతడు సంకోచిస్తూ శ్రీకృష్ణునితో – "మాధవా ! భీష్ముడు కురువంశంలో వృద్ధుడు, గురువు, పైగా మాకు తాతగారు. అతనితో నేను ఎలా యుద్ధం చేయను ? చిన్నతనంలో నేను అతని ఒడిలో ఆడుకొన్నాను. దుమ్ము కొట్టుకుపోయిన నా శరీరంతో ఎన్నిసార్లు అతని శరీరాన్ని మలినపరిచానో లెక్కే లేదు.(4) అతడు మా తండ్రికి తండ్రి అయినా, అతని ఒళ్లో కూర్చుని నేను అతనినే తండ్రి అని పిలిచేవాడిని. ఆ సమయంలో అతడు – "నాయనా ! నేను నీకు తండ్రిని కాను. మీ తండ్రికి తండ్రిని" అని తెలియ చెపుతూ ఉండేవాడు. ఇంత మమకారంతో నన్ను పెంచిన అతనిని ఎలా నేను చంపగలను ? అతడు నా సైన్యాన్ని అంతా నేలమట్టం చేసినా సరే, నేను జయించినా, నాశన మయిన సరే గాని అతనితో యుద్ధం మాత్రం చేయను. సరే కృష్ణా ! ఇందులో నీ అభిప్రాయమేమిటి ?" అని అడిగాడు.

శ్రీకృష్ణుడు – "అర్జునా ! నీవు ఇంతకుముందే భీష్ముని వధిస్తానని ప్రతిజ్ఞ చేసి ఉన్నావు. క్షత్రియుడవై ఉండీ ఇప్పుడు అతనిని చంపనని ఎలా అంటున్నావు ? నా అభిప్రాయమయితే అతనిని బాణాలు వేసి రథాన్నుండి పడగొట్టాలి. అలా అయితే గాని నీకు విజయం లభించదు. దేవతల యొక్క దృష్టికి ఈ విషయం ఇంతకు ముందే వచ్చింది. భీష్ముని పరలోక గమనానికి సమయం ఆసన్నమయింది. నియతి తప్పకుండా జరిగి తీరాలి. అందులో మార్పులేమీ ఉండవు. నా మాట ఒకటి విను. తన కంటె ఎవడయినా పెద్దవాడైనా, వృద్ధుడైనా, అనేకగుణ సంపన్నుడయినా, సరే ఆయుధం ధరించి చంపడానికి వస్తూంటే, అతనిని తప్పకుండా చంపవలసినదే. యుద్ధం చేయడం, ప్రజలను పాలించడం, యజ్ఞానుష్ఠానం – ఇవి క్షత్రియులకు సనాతన ధర్మం" అన్నాడు.

అర్జునుడు – "శ్రీకృష్ణా ! శిఖండి భీష్మునికి మృత్యుకారణమని నిశ్చయమై పోయింది. ఎందుకంటే అతనిని చూస్తూనే భీష్ముడు మరొకవైపు మరలిపోతున్నాడు. కాబట్టి శిఖండిని అతని ఎదుట ఉంచే మనం అతనిని యుద్ధరంగంలో పడగొట్టగలం. నేను ఇతరధనుర్ధరులను బాణాలతో కొట్టి అడ్డగించగలను. భీష్మునికి సహాయంగా ఎవరినీ రానివ్వను. శిఖండి అతనితో యుద్ధం చేస్తాడు" అన్నాడు. ఇలా నిశ్చయించుకొని పాండవులు శ్రీకృష్ణునితో పాటుగా ఆనందంగా తమ శిబిరాలకు వెళ్లారు.

పదవ రోజు - యుద్ధారంభము.

ధృతరాష్ట్రుడు సంజయుని – "సంజయా ! శిఖండి భీష్ముని ఎలా ఎదుర్కొన్నాడు ? భీష్ముడు పాండవులతో ఎలా యుద్ధం చేశాడు ?" అని అడిగాడు.

సంజయుడు చెప్పసాగాడు – "సూర్యోదయం కాగానే భేరీలు, మృదంగాలు, నగారాలు మోగాయి. నలువైపుల శంఖధ్వని వినిపించింది. అప్పుడు పాండవులు అందరూ శిఖండిని ముందుంచుకొని యుద్ధానికి బయలుదేరారు. సైన్యాన్ని వ్యూహాకారంగా నిలిపి, శిఖండి అందరికంటె ముందు నిలుచున్నాడు. భీమార్జును లిద్దరూ అతని రథచక్రాలను రక్షిస్తున్నారు. అతని వెనుక భాగంలో ద్రౌపదీ పుత్రులు, అభిమన్యుడు రక్షకులుగా నిలుచున్నారు. వారి వెనుక సాత్యకి, చేకితానుడు ఉన్నారు. ఆ ఇద్దరి వెనుక పాంచాలదేశపు వీరులతో ధృష్టద్యుమ్నుడు ఉన్నాడు. అతని వెనుక నకుల సహదేవులతో పాటు యుధిష్ఠిరుడు నిలుచున్నాడు. అతని వెనుక విరాటరాజు తన సైన్యంతో నిలుచున్నాడు. ఆ వెనుక ద్రుపదుడు, కేకయ రాజకుమారులు, ధృష్టకేతువు ఉన్నారు. వీరంతా పాండవసైన్యం యొక్క మధ్యభాగాన్ని రక్షిస్తున్నారు. ఈ రీతిగా సైన్యాన్ని వ్యూహంగా మలిచి పాండవులు ప్రాణాలకు తెగించి మీ సైన్యం మీద దాడికి దిగారు.

అలాగే కౌరవులు కూడా మహారథి అయిన భీష్ముని ముందు ఉంచుకొని పాండవుల వైపు కదిలారు. వెనుకనుండి నీ పుత్రులు అతనిని రక్షిస్తూ ఉన్నారు. వారి వెనుక ద్రోణాశ్వత్థామలు ఉన్నారు. వారిద్దరి వెనుక తన గజసైన్యంతో భగదత్తుడు నడుస్తున్నాడు. భగదత్తుని వెనుక కృపాచార్యుడు, కృతవర్మ ఉన్నారు. వారి తరువాత కాంభోజరాజు సుదక్షిణుడు, మగధరాజు జయత్సేనుడు, బృహద్బలుడు, సుశర్మ మొదలైన ధనుర్ధరులు ఉన్నారు. వీరు తమ సైన్యం యొక్క మధ్య భాగాన్ని రక్షిస్తున్నారు. భీష్ముడు ప్రతిదినమూ తన వ్యూహాన్ని మారుస్తూ ఉంటాడు. అతడు ఒకసారి రాక్షసుల మాదిరిగా, ఒకసారి పిశాచుల మాదిరిగా వ్యూహాన్ని నిర్మిస్తూ ఉంటాడు.

రాజా ! అనంతరం పాండవ సైన్యానికి, మీ సైన్యానికి మధ్య యుద్ధం మొదలయింది. ఇరుపక్షాల వారు ఒకరినొకరు ప్రహరించుకోసాగారు. అర్జునుడు మొదలైన పాండవులు

శిఖండిని ముందుంచుకొని బాణవర్షం కురిపిస్తూ భీష్ముని ఎదుటికి వచ్చి నిలిచారు. మహారాజా ! ఆ సమయంలో భీమసేనుని బాణపు దెబ్బలకు మీ సైనికులు రక్తధారలలో స్నానమాడుతూ పరలోక యాత్ర చేయసాగారు. నకుల సహదేవులు, మహారథి సాత్యకి కూడా తమ పరాక్రమంతో మీ సైన్యాన్ని బాధించసాగారు. మీ యోధులు చాలా వరకు చనిపోవడంతో పాండవుల యొక్క విశాలసైన్యాన్ని వారు అడ్డుకోలేక పోయారు. ఈ రీతిగా పాండవ వీరులు మీ సైన్యాన్ని కాలునికి ఆహారంగా సమర్పిస్తూంటే అది అన్ని దిక్కులకు పారిపోసాగింది. దానిని రక్షించేవారు ఎవరూ లేకపోయారు.

శత్రువులు తన సైన్యాన్ని సంహరించడం భీష్ముడు సహించలేక పోయాడు. అతడు ప్రాణాలకు తెగించి పాండవ, పాంచాల, సృంజయ వీరుల మీద బాణవర్షం కురిపించసాగాడు. అతడు పాండవులలోని ఐదుగురు ప్రధానమైన మహావీరులను ముందుకు రాకుండా నిరోధించాడు. పైగా వేలకొద్దీ గుఱ్ఱాలను, ఏనుగులను చంపివేశాడు. యుద్ధం మొదలైె పదవరోజు జరుగుతోంది. దావానలం అడవిని పూర్తిగా తగులపెట్టినట్లుగా భీష్ముడు శిఖండి సైన్యాన్ని భస్మీకృతం చేసివేస్తున్నాడు. అప్పుడు శిఖండి భీష్ముని గుండెపై మూడు బాణాలను నాటాడు. భీష్మునికి అవి గట్టిగానే గుచ్చుకొన్నాయి. అయినా శిఖండితో యుద్ధం చేయడానికి ఇష్టపడక, అతనితో నవ్వుతూ - "నీకు ఎలా ఇష్టమయితే అలా చెయ్యి. నా మీద నీవు బాణాలు వేసినా, వేయకపోయినా నేను నీతో ఎలాంటి యుద్ధమూ చేయను. బ్రహ్మ నిన్ను ఏ ఆడదాని శరీరంతో పుట్టించాడో, ఇప్పుడూ నీది అదే శరీరం. కనుక నిన్ను నేను శిఖండిని గానే భావిస్తాను" అన్నాడు.

అతని ఈ మాటలు విని శిఖండికి కోపంతో ఒళ్లు తెలియలేదు. అతడు - "మహాబాహూ ! నాకు నీ ప్రభావం తెలుసును. అయినా పాండవులకు ప్రియం చేయడానికి ఈనాడు నీతో యుద్ధం చేస్తాను. నేను సత్యశపథం చేసి చెపుతున్నాను - తప్పకుండా నిన్ను చంపుతాను. నా మాటలు విన్నాక నీకు ఏది ఉచిత మనిపిస్తే అది చెయ్యి. అంతే కాని నేను నిన్ను ప్రాణాలతో వదిలిపెట్టను. జీవితం ఆఖరి గడియలలో ఒకసారి ఈ లోకాన్ని చక్కగా చూసుకో" అన్నాడు.

ఇలా అని శిఖండి భీష్ముని ఐదు బాణాలతో తూట్లు పొడిచాడు. అర్జునుడు కూడా శిఖండి మాటలు విన్నాడు. ఇదే సమయం అనుకొని అతనిని మరింత రెచ్చగొట్టాడు. అతడు శిఖండితో "వీరుడా ! నీవు భీష్మునితో యుద్ధం చెయ్యి. నేను కూడా శత్రువులను అణిచివేస్తూ తిన్నగా నీతోపాటే ఉంటూ యుద్ధం చేస్తాను. భీష్ముని చంపకుండా వెనుతిరిగితే, లోకులు నిన్నూ, నన్నూ కూడా పరిహసిస్తారు. కాబట్టి శక్తివంచన లేకుండా ప్రయత్నించి భీష్ముని చంపు. అందువల్ల మనం పరిహాసానికి గురికాకుండా ఉంటాం" అన్నాడు.

ధృతరాష్ట్రుడు - "శిఖండి భీష్ముని మీద ఎలా దాడి చేశాడు ? పాండవసేనలోని ఏయే వీరులు అతనిని రక్షిస్తున్నారు ? పదవరోజున భీష్ముడు యుద్ధంలో పాండవ సృంజయులతో ఎలా యుద్ధం చేశాడు ?" అని అడిగాడు.

సంజయుడు చెప్పసాగాడు - రాజా ! ప్రతిరోజూ లాగే భీష్ముడు ఆ రోజు కూడా యుద్ధంలో శత్రుసంహారం కొనసాగించాడు. తన ప్రతిజ్ఞను అనుసరించి అతడు పాండవ సైన్యాన్ని నాశనం చేయసాగాడు. ఆ సమయంలో పాండవులు, పాంచాలురు కలిసికూడా అతని వేగాన్ని అడ్డుకోలేకపోయారు. వందల, వేల బాణాలు వర్షించి అతడు శత్రుసేనను అతలాకుతలం చేశాడు. ఇంతలో అక్కడికి అర్జునుడు వచ్చాడు. అతనిని చూస్తునే కౌరవసైన్యంలోని రథికులకు భయంతో వణుకు పుట్టింది. అర్జునుడు గట్టిగా ధనుష్టంకారం చేస్తూ మాటిమాటికీ సింహనాదం చేయసాగాడు. బాణవర్షం కురిపిస్తూ యుద్ధభూమిలో కాలునిలా తిరగసాగాడు. సింహగర్జన విని లేళ్లు పరుగుతీసినట్లుగా అర్జునుడు సింహనాదం చేయడంతో మీ సైన్యంలోని యోధులు భయకంపితులై పరుగుతీశారు. ఇది చూసి దుర్యోధనుడు భయంతో వ్యాకులుడై భీష్ముని - "తాతగారూ ! ఈ పాండవ వీరుడు అర్జునుడు నా సైన్యాన్ని భస్మం చేసివేస్తున్నాడు. చూడడంలేదా మీరు ? యోధులందరూ అటు ఇటు పరుగులు పెడుతున్నారు. భీముని కారణంగా కూడా సైన్యం చెల్లాచెదురు అవుతోంది. సాత్యకి, చేకితానుడు, నకుల సహదేవులు, అభిమన్యుడు, ధృష్టద్యుమ్నుడు, ఘటోత్కచుడు - వీరు అందరూ నా సైనికులను తరిమికొడుతున్నారు. మీరు తప్ప వారికి వేరెవరూ సహాయం చేసేవారు లేరు. మీరే ఆ ఆర్తులకు ప్రాణరక్షణ చేయండి" అని వేడుకున్నాడు.

మీ పుత్రుడు ఇలా అనగానే భీష్ముడు కొద్దిసేపు ఆలోచించి, మనసులోనే ఏదో నిశ్చయానికి వచ్చాడు. తరువాత అతనిని ఓదారుస్తూ - "దుర్యోధనా ! పదివేల మంది మహారథులైన క్షత్రియులను సంహరించాకనే నేను యుద్ధం నుండి

తప్పుకొంటానని నీకు ఆనాడే ప్రతిజ్ఞ చేసి చెప్పాను. ఇది నేను ప్రతిరోజూ చేసే పని. దీనిని ఇంతవరకు నేను పాటిస్తూ వచ్చాను. ఈ రోజు కూడా ఆ మహాకార్యాన్ని పూర్తి చేస్తాను. నేడు నేను అయినా చచ్చి యుద్ధ భూమిలో శయనిస్తాను లేదా పాండవులనైనా చంపుతాను" అన్నాడు.

ఈ మాట చెప్పి భీష్ముడు పాండవ సేన వద్దకు చేరుకొన్నాడు. తన బాణాలతో క్షత్రియులను సంహరించసాగాడు. ఆ రోజు పాండవులు అడ్డుకొంటూనే ఉన్నారు గాని భీష్ముడు తన అద్భుతశక్తిని ప్రదర్శిస్తూ ఒక లక్షమంది యోధులను సంహరించాడు. పాంచాలురలోని శ్రేష్ఠులైన వీరులందరి తేజస్సునూ హరించివేశాడు. మొత్తం మీద పదివేల ఏనుగులను, వీరులతో సహితంగా పదివేల గుఱ్ఱాలను, పూర్తిగా రెండు లక్షలమంది కాల్బలాన్ని నాశనం చేసి, అతడు పొగలేని నిప్పులా దేదీప్యమానంగా ప్రకాశించాడు. ఆ రోజు భీష్ముడు ఉత్తరాయణంలోని సూర్యునిలా తపింపచేశాడు. పాండవులు అతనికేసి కన్నెత్తి కూడా చూడలేకపోయారు.

అనంతరం పితామహుని ఈ పరాక్రమం చూసి అర్జునుడు శిఖండితో - "ఇప్పుడు నీవు భీష్ముని ఎదిరించు. అతనికి ఏమాత్రం భయపడవలసిన అవసరం లేదు. నేను వెంట ఉంటాను. బాణాలతో కొట్టి రథం నుండి కిందికి పడదోస్తాను" అన్నాడు. అర్జునుని మాటలువిని శిఖండి భీష్మునితో తలపడ్డాడు. అతనితో పాటే ధృష్టద్యుమ్నుడు, అభిమన్యుడు కూడా అతనిపై దండెత్తారు. ఆ పై విరాటుడు, ద్రుపదుడు, కుంతిభోజుడు, నకులుడు, సహదేవుడు, యుధిష్ఠిరుడు, అతని సైన్యంలోని సమస్త యోధులు భీష్మునిపై దాడి చేశారు. అప్పుడు మీ సైనికులు కూడా మహారథులను ఎదిరించడానికి ముందుకు వచ్చారు. ఎవరి శక్తికి, ఉత్సాహానికి తగినట్లుగా వారు తమ ప్రతిస్పర్ధులను ఎంచుకొన్నారు. చిత్రసేనుడు చేకితానునితో యుద్ధం చేశాడు. ధృష్టద్యుమ్నుని కృతవర్మ అడ్డుకొన్నాడు. భీమసేనుని భూరిశ్రవుడు ఎదుర్కొన్నాడు. వికర్ణుడు నకులుని ఎదిరించాడు. సహదేవుని కృపాచార్యుడు నిలువరించాడు. అలాగే ఘటోత్కచుని దుర్ముఖుడు, సాత్యకిని దుర్యోధనుడు, అభిమన్యుని సుదక్షిణుడు, ద్రుపదుని అశ్వత్థామ, యుధిష్ఠిరుని ద్రోణాచార్యుడు, శిఖండిని అర్జునుని దుశ్శాసనుడు అడ్డుకొన్నారు. వీరేకాక, మీ సైన్యంలోని ఇతర యోధులు కూడా భీష్ముని వైపుకు చొచ్చుకువచ్చే పాండవ వీరులను అడ్డగించారు.

వీరందరిలో కేవలం ధృష్టద్యుమ్నుడే తన శత్రువును ఓడించి ముందుకు వచ్చాడు. సైనికులను హెచ్చరిస్తూ - "వీరులారా ! ఏమిటి చూస్తున్నారు ? ఈ పాండు కుమారుడు అర్జునుడు భీష్ముని మీద దాడి చేస్తున్నాడు. మీరు కూడా ఇతనితో పాటు ముందుకు నడవండి - భయపడకండి. భీష్ముడు మిమ్మల్ని ఏమీ చేయలేడు. ఇంద్రుడు కూడా అర్జునుని ఎదిరించలేడు. ఇక భీష్ముని సంగతి ఏమిటికి ?" అని పురికొల్పాడు. సేనాపతి పలికిన ఈ మాటలు విని పాండవులలోని మహాయోధులు మహోల్లాసంతో భీష్ముని రథంవైపు కదిలారు. ఇది చూసి పితామహుని ప్రాణరక్షణ కోసం దుశ్శాసనుడు తన ప్రాణాలకు కూడా తెగించి అర్జునునిపై దాడి చేశాడు. అతనిని మూడు బాణాలతో గాయపరిచి, శ్రీకృష్ణునిపై ఇరవై బాణాలను వేశాడు. అర్జునుడు అతనిపై నూరు బాణాలను వేశాడు. అవి అతని కవచాన్ని ఛేదించి, రక్తాన్ని పానం చేయసాగాయి. దీనితో దుశ్శాసనునికి తీవ్రమైన కోసం వచ్చింది. అతడు అర్జునుని నుదుటి మీద మూడు బాణాలతో కొట్టాడు. అర్జునుడు అతని వింటిని ఖండించి, మూడు బాణాలతో అతని రథాన్ని విరుగకొట్టాడు. ఆపై వాడిబాణాలతో అతనిని కూడా తూట్లు పొడిచాడు. దుశ్శాసనుడు మరొక విల్లు తీసుకొని, పాతిక బాణాలను అర్జునుని భుజాలపై, గుండెపై నాటాడు. అర్జునుడు కోపంతో దుశ్శాసనునిపై యమదండం వంటి బాణాలను వేయసాగాడు. అప్పుడు దుశ్శాసనుడు అద్భుతమైన పరాక్రమం చూపాడు. అర్జునుని బాణాలు అతనిని చేరుకోకుండానే అతడు వాని నన్నింటినీ ఖండించి పడవేయసాగాడు. అంతేకాదు. అతడు ఒక వాడిబాణంతో అర్జునుని కూడా గాయపరిచాడు. అప్పుడు అర్జునుడు రాతి మీద అరగదీసి వాడిగా చేసిన అనేక బాణాలను ప్రయోగించాడు. అవి దుశ్శాసనుని శరీరంలో దిగబడిపోయాయి. దానితో అతనికి తీవ్రమైన బాధ కలిగి అర్జునుని ఎదిరించడం మానేసి భీష్ముని రథం మాటున దాగుకొన్నాడు. దుశ్శాసనుడు అర్జునుడు అనే మహాసాగరంలో మునిగిపోతూంటే భీష్ముడు అతనికి ద్వీపంలాగా ఆశ్రయమిచ్చాడు.

పదవరోజు యుద్ధ వృత్తాంతము.

సంజయుడు చెప్పసాగాడు - అనంతరం సాత్యకి భీష్ముని వైపు రావడం చూసి రాక్షసుడైన అలంబుసుడు అతనిని అడ్డుకొన్నాడు. అది చూసి సాత్యకి కోపంతో తొమ్మిది బాణాలతో అతనిని కొట్టాడు. రాక్షసునికి కూడా కోపం

వచ్చి తొమ్మిది బాణాలతో అతనిని కొట్టి తీవ్ర వేదన కలిగించాడు. అంతే. సాత్యకి క్రోధానికి హద్దు లేకపోయింది. అతడు రాక్షసునిపై బాణవర్షం కురిపించసాగాడు. అప్పుడు రాక్షసుడు సింహనాదం చేస్తూ వాడి బాణాలతో సాత్యకిని తూట్లు పొడవసాగాడు. అతనితో పాటు భగదత్తుడు కూడా అతని మీద వాడి బాణాలు కురిపించడం ప్రారంభించాడు. దానితో సాత్యకి అలంబుసుని వదిలి భగదత్తునే తన బాణాలకు లక్ష్యంగా చేసుకొన్నాడు. భగదత్తుడు సాత్యకి ధనుస్సును విరిచాడు. అతడు వెంటనే వేరే విల్లు అందుకొని అతనిని వాడి బాణాలతో తూట్లు పొడవసాగాడు. ఇది చూసి భగదత్తుడు ఒక భయంకరశక్తిని సాత్యకిపై ప్రయోగించాడు. కాని సాత్యకి బాణం వేసి దానిని రెండు ముక్కలుగా విరిచేశాడు.

ఇంతలో మహారథులైన విరాట ద్రుపదులు కౌరవసైన్యాన్ని వెనక్కి నెట్టుతూ భీష్ముని మీదికి దండెత్తి వచ్చారు. ఇటు నుండి అశ్వత్థామ ముందుకు వచ్చి వారిద్దరితో తలపడ్డాడు. విరాటుడు పది, ద్రుపదుడు మూడు బాణాలతో ద్రోణకుమారుని గాయపరిచారు. అశ్వత్థామ కూడా వారిద్దరి మీద అనేక బాణాలు కురిపించాడు కాని ఆ ముదుసలులు ఇద్దరూ అప్పుడు అద్భుతమైన పరాక్రమం చూసారు. అశ్వత్థామ వేసిన భయంకర బాణాలను వారిద్దరూ ప్రతిసారీ తిప్పికొట్టారు. ఒక వైపు సహదేవునితో కృపాచార్యుడు పోరాడుతున్నాడు. అతడు సహదేవుని డెబ్బై బాణాలతో కొట్టాడు. అప్పుడు సహదేవుడు అతని ధనుస్సును విరిచి తొమ్మిది బాణాలతో అతనిని తూట్లు పొడిచాడు. కృపాచార్యుడు వేరొక విల్లు తీసుకొని సహదేవుని గుండెపై పది బాణాలు నాటాడు. సహదేవుడు కూడా కృపాచార్యుని గుండెలపై బాణాలతో కొట్టాడు. ఈ రీతిగా వారిద్దరి నడుమ భయంకర యుద్ధం కొనసాగింది.

అనంతరం ద్రోణాచార్యుడు గొప్ప విల్లు చేతపట్టి పాండవసేనలో ప్రవేశించి దానిని నాలుగు వైపులకు తరిమికొట్టాడు. అతడు కొన్ని అశుభసూచకమైన శకునాలను చూసి తన కొడుకుతో – "నాయనా ! అర్జునుడు భీష్ముని చంపడానికి తన శక్తినంతా లగ్నం చేసేది ఈ రోజే. ఎందుకంటే నా బాణాలు ఎగిరిపడుతున్నాయి. ధనుస్సు తనంత తానే పైకి లేస్తోంది. అస్త్రాలు తమంత తామే ధనుస్సులో కుదురుకుంటున్నాయి. నా మనస్సులో క్రూరకర్మ చేయాలనే సంకల్పం కలుగుతోంది. చంద్ర సూర్యుల చుట్టూ నాలుగు వైపులా వలయాలు ఏర్పడుతున్నాయి. ఇది భయంకరమైన క్షత్రియ సంహారాన్ని సూచిస్తోంది. అంతేకాక రెండు సేనలలోనూ పాంచజన్య శంఖధ్వని, గాండీవ ధనుష్టంకారం వినపడుతున్నాయి. దీనితో ఇప్పుడు అర్జునుడు సమస్త యోధులను వెనుకకు నెట్టి భీష్ముని చేరుకున్నాడని నిశ్చయంగా అనిపిస్తోంది. భీష్మార్జునుల మధ్య యుద్ధం అనే సంగతి అనుకొంటేనే నా రోమాలు నిక్కపొడుచు కొంటున్నాయి. మనసులో ఉత్సాహం దిగజారిపోతోంది. చూస్తున్నాను. శిఖండిని ముందు ఉంచుకొని అర్జునుడు భీష్మునితో యుద్ధం చేయడానికి ముందుకు సాగుతూ ఉన్నాడు. యుధిష్ఠిరుని క్రోధం, భీష్మార్జునుల మధ్య సంఘర్షణ, నేను ఆయుధం పరిత్యజించడం – ఈ మూడూ ప్రజలకు అమంగళాన్ని సూచించేవే. అర్జునుడు మనస్వి, బలవంతుడు, శూరుడు, అస్త్రవిద్యా ప్రవీణుడు, వేగంగా పరాక్రమం చూపగలవాడు, అతి దూరంగా ఉన్న లక్ష్యాన్ని కూడా ఛేదించ గలిగినవాడు, శుభాశుభ శకునాలను ఎరిగినవాడు. ఇంద్రునితో సహితంగా దేవతలు ఎవరూ కూడా అతనిని యుద్ధంలో జయించలేరు. నాయనా ! నీవు అర్జునుని దారి విడిచి వెంటనే భీష్ముని రక్షణకోసం వెళ్లు. చూస్తున్నావు కదా ! ఈ భయంకర సంగ్రామంలో ఎలాంటి సంహారం జరుగుతోందో. అర్జునుని పదునైన బాణాలకు రాజుల కవచాలు ఛిన్నాభిన్నమై పోతున్నాయి. ధ్వజాలు, పతాకాలు, తోమరాలు, ధనుస్సులు, శక్తులు ముక్కలు ముక్కలయి పోతున్నాయి. మనం భీష్ముని ఆశ్రయించి జీవితాలను గడుపుకొంటున్నవాళ్లం. అతనికి ఇప్పుడు ఆపద వచ్చింది. కనుక నీవు ఇప్పుడు విజయాన్నీ, కీర్తినీ పొందడానికి వెళ్లు. బ్రాహ్మణ భక్తి, ఇంద్రియ నిగ్రహం, తపస్సు, సదాచారం మొదలైన సద్గుణాలు కేవలం యుధిష్ఠిరునిలోనే కనిపిస్తాయి. అప్పటికీ ఇంకా అతనికి అర్జున భీమ నకుల సహదేవులవంటి సోదరులు లభించారు. భగవంతుడైన వాసుదేవుడు తన సహాయంతో అతనిని సనాథుని చేశాడు. దుర్బుద్ధి అయిన దుర్యోధనుని మీద యుధిష్ఠిరునికి ఉన్న కోపమే సమస్త భారత ప్రజలను దగ్ధం చేస్తోంది. చూడు. శ్రీకృష్ణ భగవానుని రక్షణలో ఉన్న అర్జునుడు కౌరవ సైన్యాన్ని చీల్చి చెండాడుతూ ఇటే వస్తున్నాడు. యుధిష్ఠిరునికి నాలుగు వైపులా అతిరథులైన యోధులు ఉన్నారు. అతని వ్యూహంలోకి చొచ్చుకుపోవడం సముద్రంలోపలికి ప్రవేశించడమంత కష్టం. అయినా నేను

యుధిష్ఠిరుని వైపు వెళ్తున్నాను. సాత్యకి, అభిమన్యుడు, ధృష్టద్యుమ్నుడు, భీమసేనుడు, నకుల సహదేవులు అతనిని రక్షిస్తున్నారు. అటు చూడు. అభిమన్యుడు రెండవ అర్జునునివలె సైన్యానికి ముందు ముందు నడుస్తున్నాడు. నీవు నీ ఉత్తమ అస్త్రాలన్నీ ధరించు. భీమసేన ధృష్టద్యుమ్నులతో పోరాడడానికి వెళ్లు. తనకు ప్రీతి పాత్రుడయిన కొడుకు ఎల్లప్పుడూ జీవించిఉండాలని ఎవరు కోరుకోరు ? అయినా ఇప్పుడు క్షత్రియ ధర్మాన్ని పాటించి నిన్ను నా నుండి దూరం చేస్తున్నాను" అన్నాడు.

సంజయుడు చెపుతున్నాడు - ఆ సమయంలో భగదత్తుడు, కృపాచార్యుడు, శల్యుడు, కృతవర్మ, విందుడు, అనువిందుడు, జయద్రథుడు, చిత్రసేనుడు, దుర్మర్షణుడు, వికర్ణుడు - ఈ పదిమంది యోధులు భీమసేనునితో యుద్ధం చేస్తున్నారు. భీమసేనుని మీద శల్యుడు తొమ్మిది, కృతవర్మ మూడు, కృపాచార్యుడు తొమ్మిది, చిత్రసేన వికర్ణ భగదత్తులు పదేసి చొప్పున బాణాలు ప్రయోగించారు. వారితో పాటు జయద్రథుడు మూడు, విందానువిందులు ఐదేసి, దుర్మర్షణుడు ఇరవై బాణాలతో అతనిని గాయపరిచారు. భీమసేనుడు కూడా ఈ మహారథులందరినీ వేర్వేరుగా తన బాణాలతో తూట్లు పొడిచాడు. అతడు శల్యుని ఏడు, కృతవర్మను ఎనిమిది బాణాలతో తూట్లు పొడిచి, కృపాచార్యుని ధనుస్సును మధ్యకు విరిచేశాడు. తరువాత అతనిని ఏడు బాణాలతో గాయపరిచాడు. తరువాత విందానువిందులపై మూడేసి చొప్పున, దుర్మర్షణునిపై ఇరవై, చిత్రసేనునిపై ఐదు, వికర్ణునిపై పది, జయద్రథునిపై ఐదు బాణాలను నాటాడు. కృపాచార్యుడు ఇంకొక విల్లు అందుకొని భీమసేనుని పది బాణాలతో దెబ్బ కొట్టాడు. భీమసేనుడు కోపించి అతని మీద అనేక బాణాలను వర్షించాడు. ఆపై జయద్రథుని సారథిని, గుఱ్ఱాలను మూడు బాణాలతో యమలోకానికి పంపాడు. ఆ తరువాత రెండు బాణాలతో అతని వింటిని విరిచాడు. అప్పుడు అతడు తన రథం నుండి దూకి చిత్రసేనుని రథం ఎక్కాడు.

మహారథి అయిన భగదత్తుడు భీమసేనుని మీద ఒక శక్తిని ప్రయోగించాడు, జయద్రథుడు పట్టిస తోమరాలను, కృపాచార్యుడు శతఘ్నిని ప్రయోగించారు. శల్యుడు కూడా ఒక బాణంతో కొట్టాడు. వీరే కాకుండా ధనుర్ధరులైన ఇతర వీరులు కూడా భీమసేనుని ఐదేసి బాణాలతో కొట్టారు. భీమసేనుడు ఒక వాడి బాణంతో తోమరాన్ని నువ్వుల పొట్టులా చేసాడు. మూడు బాణాలతో పట్టిసాన్ని పొడి పొడి చేసేశాడు. తొమ్మిది బాణాలతో శతఘ్నిని విరిచేశాడు. అలాగే శల్యుడు, భగదత్తుడు వేసిన శక్తులను కూడా ఖండించి వేశాడు. దానితో పాటే యోధుల బాణాలను కూడా ముక్కలు ముక్కలు చేసేశాడు. అందరినీ మూడేసి బాణాలతో గాయపరిచాడు. ఇంతలో అర్జునుడు కూడా వచ్చి చేరాడు. భీమార్జునులు ఇద్దరూ అక్కడ ఒక్క చోట చేరడం చూసి మీ వీరులకు విజయం మీద ఆశ నశించింది. అప్పుడు దుర్యోధనుడు సుశర్మతో "నీవు నీ సైన్యంతో శీఘ్రంగా వెళ్లి భీమార్జునులను వధించాలి" అన్నాడు. అతని మాట విని సుశర్మ వేల రథికులను వెంట తీసుకొని వెళ్లి వారిద్దరినీ నాలుగు వైపులనుండి ముట్టడించాడు. ఇది చూసి అర్జునుడు మొదట శల్యుని తన బాణాలతో కప్పివేశాడు. తరువాత సుశర్మను, కృపాచార్యుని. మూడేసి బాణాలతో తూట్లు పొడిచాడు. ఆపై భగదత్తుని, జయద్రథుని, చిత్రసేనుని, వికర్ణుని, కృతవర్మను, దుర్మర్షణుని, విందుని, అనువిందుని - ఈ మహా వీరులందరినీ ఒక్కొక్కరిని మూడేసి బాణాలతో కొట్టాడు. జయద్రథుడు చిత్రసేనుని యొక్క రథం మీద ఉన్నాడు. అతడు తన బాణాలతో భీమార్జునులు ఇద్దరినీ గాయపరిచాడు. శల్యుడు, కృపాచార్యుడు కూడా అర్జునుని మీద మర్మభేదకాలైన బాణాలను ప్రహరించారు. అలాగే చిత్రసేనుడు మొదలైన కౌరవులు కూడా ఆ ఇద్దరు పాండవులను ఐదేసి బాణాలతో కొట్టారు. ఈ రీతిగా బాణాల తాకిడికి గురి అయినా వారిద్దరూ త్రిగర్తసైన్యాన్ని సంహరించసాగారు. అప్పుడు సుశర్మ తొమ్మిది బాణాలతో అర్జునుని బాధించి గట్టిగా సింహనాదం చేశాడు. అతని సేనలోని ఇతర రథికులు కూడా ఆ సోదరులు ఇద్దరినీ తూట్లు పొడవసాగారు. ఆ సమయంలో భీమార్జునులు ఇద్దరూ వందల కొద్దీ వీరుల యొక్క ధనుస్సులను, శిరస్సులను ఖండించి వారిని యుద్ధ భూమిలో నిద్రపుచ్చారు. అర్జునుడు యోధుల గమనాన్ని తన బాణాలతో అడ్డగించి, మరీ చంపుతున్నాడు. అతని ఆ పరాక్రమం చాలా అద్భుతంగా ఉంది. కృపాచార్యుడు, కృతవర్మ, జయద్రథుడు, విందానువిందులు - మొదలైన వీరులు భీమార్జునులను నిలువరించి ఎదిరిస్తున్నారుగాని, వారిద్దరూ కౌరవ సైన్యంలో తొక్కిసలాట సృష్టించారు. అప్పుడు కౌరవ సైన్యంలోని రాజులు అర్జునుని మీద అసంఖ్య బాణాలను వర్షించడం మొదలుపెట్టారు. కాని అర్జునుడు వారందరినీ తన బాణాలతో నిలువరించి మృత్యుముఖానికి పంపించాడు.

భీష్ముని వధ.

ధృతరాష్ట్ర మహారాజు అడుగుతున్నాడు – "సంజయా ! భీష్ముడు, కౌరవులు పదవరోజున పాండవులతో ఎలా యుద్ధం చేశారు ? ఆ మహాయుద్ధాన్ని అంతటినీ నాకు వివరంగా వినిపించు" అన్నాడు.

సంజయుడు చెప్పసాగాడు – కౌరవులతో కలిసి భీష్ముడు, పాంచాల వీరులతో కలిసి అర్జునుడు పరస్పరం యుద్ధం చేస్తున్న సమయంలో వారిలో ఎవరు జయిస్తారో ఎవరూ నిశ్చయంగా చెప్పలేకపోయారు. ఆ పదవరోజున వారిద్దరూ పరస్పరం తటస్థపడే సరికి చాలా సైన్యం సంహరింపబడింది. భీష్ముడు ఆ యుద్ధంలో వేల మంది వీరులను మట్టిపాలు చేశాడు. ధర్మాత్ముడైన భీష్ముడు పదిరోజులపాటు పాండవ సైన్యాన్ని తపింపచేసి, ఇక తన ప్రాణాలపట్ల నిర్లిప్తుడయ్యాడు. అతడు యుద్ధం చేస్తూనే ప్రాణత్యాగం చేయాలనే కోరికతో మనసులో "ఇక ఎక్కువ మంది వీరులను చంపను" అని అనుకొని, దగ్గరలోనే ఉన్న యుధిష్ఠిరునితో – "కుమారా ! యుధిష్ఠిరా ! నేను ఒక ధర్మానుకూలమైన మాటను చెపుతాను విను. నాయనా ! ఈ శరీరం పట్ల నాకు విరక్తి కలిగింది. ఈ సంగ్రామంలో అనేక ప్రాణులను సంహరిస్తూండగానే సమయం అంతాగడిచిపోయింది. కనుక నీవు నాకు ప్రియం చేయదలచుకొంటే అర్జునుని, పాంచాల సృంజయ వీరులను ముందుంచుకొని, నన్ను వధించడానికి ప్రయత్నించు"అన్నాడు.

భీష్ముని యొక్క ఈ అభిప్రాయాన్ని తెలుసుకొని సత్యాన్ని దర్శించగల యుధిష్ఠిరుడు సృంజయ వీరులను వెంట పెట్టుకొని అతని మీద దాడి చేశాడు. తన సైన్యానికి – "పదండి ముందుకు. యుద్ధంలో నిలకడగా ఉండండి. శత్రుంజయుడైన అర్జునునిచేత సురక్షితులై ఈ రోజు భీష్ముని ఓడించండి. మహాధనుర్ధరుడు, సేనాపతి అయిన ధృష్టద్యుమ్నుడు, భీమసేనుడు కూడా మిమ్మల్ని తప్పకుండా రక్షిస్తారు. సృంజయ వీరులారా ! నేడు మీరు భీష్ముని వల్ల ఏ మాత్రం కూడా కంగారు పడనక్కరలేదు. మనం శిఖండిని ముందు పెట్టుకొని తప్పకుండా అతనిని ఓడిస్తాం" అని ధైర్యం చెపుతూ ఆదేశించాడు.

అంతే, సమస్త యోధులు క్రోధాతురులై రణక్షేత్రంలో అడుగు ముందుకు వేశారు. వారు శిఖండిని, అర్జునుని ముందు పెట్టుకొని భీష్ముని పడగొట్టడానికి సంపూర్ణ ప్రయత్నం చేయసాగారు. ఇటు నీ కుమారుని ఆజ్ఞపై దేశ దేశాల రాజులు, ద్రోణాచార్యుడు, అశ్వత్థామ, తన సోదరులందరితో కలిసి దుశ్శాసనుడు, అనంతమైన సేనను తీసుకొని భీష్ముని రక్షించసాగారు. ఈ రీతిగా భీష్ముని ముందుంచుకొని మీ వీరులు అనేకులు శిఖండి మొదలైన పాండవయోధులతో పోరాడసాగారు. చేది, పాంచాల వీరులతో కలిసి అర్జునుడు శిఖండిని ముందుంచుకొని భీష్ముని ఎదుటికి వచ్చాడు. అలాగే సాత్యకి అశ్వత్థామతో, ధృష్టకేతువు పౌరవునితో, అభిమన్యుడు దుర్యోధనునితో అతని మంత్రులతో, సేనాసమేతుడైన విరాటుడు జయద్రథునితో, యుధిష్ఠిరుడు శల్యునితో, భీమసేనుడు గజారోహులైన మీ వీరులతోను యుద్ధం చేయసాగారు. మీ పుత్రులు, ఇంకా ఇతర రాజులు అనేకులు అర్జునుని, శిఖండిని చంపడానికి విరుచుకుపడ్డారు. ఈ భయంకరమైన తుముల యుద్ధంలో ఇరుపక్షాల సైనికులు ఇటు అటు పరుగులు తీయడంతో భూమి కంపించసాగింది. వారి భీషణమైన అరుపులతో దిక్కులు ప్రతిధ్వనించసాగాయి. రథికులు రథికులతో పోరాడుతున్నారు. ఆశ్వికులు ఆశ్వికులమీద విరుచుకుపడుతున్నారు. గజసైన్యం గజసైన్యంతో తలపడుతోంది. కాల్బలం కాల్బలంపై కత్తిదూసింది. ఇరుపక్షాల వారూ విజయం కోసం పిచ్చిపట్టినట్లున్నారు. అందుకని ఒకరినొకరు నరుక్కోవడానికి వారు చాలా తీవ్రమైన తుముల యుద్ధం చేస్తున్నారు.

రాజా ! ఒక వైపు పరాక్రమశాలి అయిన అభిమన్యుడు సేనాసమేతుడై మీ పుత్రుడు దుర్యోధనునితో యుద్ధం చేయసాగాడు. దుర్యోధనుడు కోపంతో తొమ్మిది బాణాలను అభిమన్యుని గుండెకు గురి చూసి కొట్టాడు. మరో మూడు బాణాలను అతనిపై వేశాడు. అంత అభిమన్యుడు మహారోషంతో అతనిని ఒక భయంకరమైన శక్తితో దెబ్బకొట్టాడు. అది మీదకు రావడం చూస్తూనే నీ కొడుకు ఒక వాడిబాణంతో దానిని రెండు ముక్కలుగా నరికేశాడు, ఇది చూసి అభిమన్యుడు అతని గుండెమీద, భుజలమీద మూడు బాణాలతో కొట్టాడు. ఆ తరువాత పది బాణాలతో తిరిగి అతని గుండెపై దెబ్బకొట్టాడు. దుర్యోధన – అభిమన్యుల యొక్క ఈ యుద్ధం భయంకరంగా, విచిత్రంగా ఉంది. అది చూసి రాజులందరూ వారిని మెచ్చుకోసాగారు.

అశ్వత్థామ సాత్యకి మీద తొమ్మిది బాణాలు వేసి, ఆపై ముప్పై బాణాలతో గుండెను, భుజాలను గాయపరిచాడు. ఇలా బాణాలతో తీవ్రంగా గాయపడి కూడా సాత్యకి అశ్వత్థామ మీద మూడు బాణాలు వేశాడు. మహారథి పౌరవుడు, ధనుర్ధరుడైన ధృష్టకేతుని బాణాలతో కప్పివేసి, తీవ్రంగా

గాయపరిచాడు. ధృష్టకేతుడు ముప్పై వాడి బాణాలతో పౌరవుని తూట్లు పొడిచాడు. ఆ తరువాత ఇరువురూ పరస్పరం ధనుస్సులను ఖండించుకొన్నారు. గుఱ్ఱాలను చంపుకొన్నారు. రథహీనులై కత్తులు దూసి యుద్ధం చేయసాగారు. ఇద్దరూ దున్నపోతు చర్మాలతో చేసిన డాలులను, మెరిసే కత్తులను తీసుకొని పరస్పరం ఎదురుపడి, రకరకాల పాదవిన్యాసాలతో యుద్ధానికి హెచ్చరికలు చేసుకొన్నారు. పౌరవుడు రోషంతో ధృష్టకేతుని నుదుటిపై దెబ్బకొడితే, ధృష్టకేతువు తన పదునైన కత్తితో పౌరవుని మెడ ఎముకపై దెబ్బ కొట్టాడు. ఈ రకంగా పరస్పర వేగం యొక్క తాకిడికి వారు భూమి మీదకు దొర్లిపోయారు. అదే సమయంలో మీ పుత్రుడు జయత్సేనుడు పౌరవుని, మాద్రీనందనుడు సహదేవుడు ధృష్టకేతుని రథాల మీద ఎక్కించుకొని రణరంగం నుండి బయటకు తీసుకొని పోయారు.

వేరొకవైపు ద్రోణా చార్యుడు ధృష్టద్యుమ్నుని వింటిని నరికి, ఏభై బాణాలతో అతనిని తూట్లు పొడిచాడు. ధృష్టద్యుమ్నుడు వేరొక విల్లు అందుకొని ఆచార్యుడు చూస్తూ ఉండగానే బాణాల వాన కురిపించసాగాడు. కాని మహారథి అయిన ద్రోణాచార్యుడు తన బాణాల జడివానతో వాని నన్నింటిని ఖండించి, ధృష్టద్యుమ్నుని మీద ఐదు బాణాలు వేశాడు. ధృష్టద్యుమ్నుడు కోపించి ఆచార్యుని మీద గద ప్రయోగించాడు. ఆచార్యుడు ఏభై బాణాలతో దానిని మధ్యలోనే ఖండించివేశాడు. ఇది చూసి ధృష్టద్యుమ్నుడు ఒక శక్తిని విసిరాడు. దానిని ద్రోణాచార్యుడు తొమ్మిది బాణాలతో ఖండించాడు. పైగా యుద్ధభూమిలో ధృష్టద్యుమ్నునికి పండ్లు పులిసిపోయేలా చేశాడు. ఈ రీతిగా ద్రోణ ధృష్టద్యుమ్నుల మధ్య గొప్ప తీవ్రమైన యుద్ధం జరిగింది.

ఇక్కడ అర్జునుడు భీష్ముని ఎదుటికి వచ్చి, అతనిని తన వాడిబాణాలతో నొప్పించసాగాడు. ఇది చూసి భగదత్తుడు తన మదపుటేనుగుపై అక్కడికి వచ్చాడు. తన బాణవర్షంతో అర్జునుని గమనానికి ఆటంకం కలిగించాడు. అప్పుడు అర్జునుడు తన వాడిబాణాలతో భగదత్తుని ఏనుగును గాయపరిచి, శిఖండిని – "ముందుకు పద ముందుకు పద. భీష్ముని సమీపించి అతనిని అంతం చెయ్యి" అని ఆదేశించి, శిఖండిని ముందుంచుకొని, మహావేగంగా భీష్మునివైపు కదిలిపోయాడు. అంతటితో ఇరుపక్షాల మధ్య ఘోరయుద్ధం జరుగసాగింది. మీ వీరులందరూ మహాకోలాహలంగా మిక్కిలి వేగంగా అర్జునుని వైపు ఉరికారు. కాని అర్జునుడు మీ ఆ విచిత్ర సైన్యాన్ని మాటలలోనే మట్టుపెట్టాడు. శిఖండి వెంటనే భీష్ముని ఎదుటికి వచ్చాడు. మహోత్సాహంతో అతనిపై బాణాలు వర్షించ సాగాడు. భీష్ముడు కూడా అనేక దివ్యాస్త్రాలతో శత్రువులను భస్మం చేయసాగాడు. అతడు అర్జునుని అనుయాయులైన అనేక సోమక వీరులను చంపివేశాడు. అంతే కాదు. పాండవుల యొక్క ఆ సైన్యాన్ని ముందుకు రాకుండా అడ్డుకొన్నాడు. మాటలలోనే అనేక రథాలు, గుఱ్ఱాలు, ఏనుగులు వీరులు లేనివై పోయాయి. ఈ సమయంలో భీష్ముని యొక్క ఒక్క బాణం కూడా వ్యర్థం కావడంలేదు. అవి ప్రపంచాన్ని మింగివేసే కాలునిలా ఉన్నాయి. అందుకని అతని దెబ్బకు దొరికిన చేది, కాశీ, కరూష దేశాల పద్నాలుగు వేల మంది వీరులు తమ ఏనుగులు, గుఱ్ఱాలు, రథాలతో సహితంగా యుద్ధ భూమిలో నేల కూలారు. ఆ సమయంలో యుద్ధరంగంలో భీష్మునికి ఎదురుపడిన సోమక వీరులలో ఒక్కనికి కూడా జీవితం మీద ఆశ లేకపోయింది. అందుకని అతనిని ఎదిరించడానికి ఎవరికీ కూడా ధైర్యం లేకపోయింది. కేవలం వీరాగ్రణి అయిన అర్జునుడు, అసమాన తేజస్వి అయిన శిఖండి మాత్రమే అతని ఎదుట నిల్చునే సాహసం చేశారు.

శిఖండి భీష్ముని ఎదుటికి వచ్చి పది బాణాలను అతని గుండెపై నాటాడు. కాని భీష్ముడు అతనిని స్త్రీగా భావించి అతని మీద ఎదురు దెబ్బ తీయలేదు. కాని శిఖండి ఈ విషయాన్ని గ్రహించలేకపోయాడు. అప్పుడు అతనితో అర్జునుడు – "వీరుడా ! అమాంతం ముందుకు వెళ్లి భీష్ముని వధించు. మాటిమాటికి నేను చెప్పవలసిన అవసరమేముంది? నీవు మహారథి అయిన భీష్ముని వెంటనే చంపు. నేను నిజం చెపుతున్నాను. యుధిష్ఠిరుని సైన్యంలో భీష్ముని ఎదుట నిలువగలిగిన వీరుడు నీవు తప్ప వేరెవరూ నాకు కనిపించడం లేదు" అన్నాడు. అర్జునుని మాటలు విని శిఖండి వెంటనే రకరకాల బాణాలతో భీష్ముని తూట్లు పొడిచాడు. కాని అతడు ఆ బాణాలను ఏ మాత్రం లక్ష్య పెట్టక తన బాణాలతో అర్జునుని అడ్డగించాడు. అదే రీతిగా అతడు బాణాల జడివాన కురిపించి పాండవ సైన్యాన్ని కూడా అమితంగా నష్టపరిచాడు. ఇంకొక వైపునుండి పాండవ సైన్యం కూడా తమ బాణాలతో పితామహుని పూర్తిగా కప్పివేసింది.

ఆ సమయంలో మీ పుత్రుడు దుశ్శాసనుని అద్భుత పరాక్రమం చూశాను. అతడు ఒకవైపు అర్జునునితో యుద్ధం చేస్తూనే, రెండో వైపు భీష్ముని రక్షణలో తత్పరుడై ఉన్నాడు.

ఆ సంగ్రామంలో అతడు అనేక రథికులను రథహీనులుగా చేశాడు. అశ్వారోహులను, గజారోహులను తన పదునైన బాణాలతో ఖండించి భూమిపై పొర్లించాడు. అంతేకాదు అనేకమైన ఏనుగులు కూడా అతని బాణాల వలన కలిగిన బాధకు తట్టుకోలేక అటు ఇటు పరుగులు తీశాయి. ఆ సమయంలో దుశ్శాసనుని జయించడానికి గాని, అతని ఎదుటికి వెళ్లడానికి గాని ఏ మహారథికి సాహసం లేకపోయింది. కేవలం అర్జునుడే అతని ఎదుటికి రాగలిగాడు. అతడు అతనిని ఓడించి మళ్లీ భీష్ముని మీదనే దాడి ఆరంభించాడు. ఇటు శిఖండి తన వజ్రసదృశమైన బాణాలతో భీష్ముని ప్రహరిస్తూనే ఉన్నాడు. కాని వాటివలన మీ తండ్రికి ఎలాంటి బాధ కలుగడం లేదు. అతడు వాటిని నవ్వుతూ సహిస్తున్నాడు. అప్పుడు నీ కొడుకు తన యోధులందరితో – "వీరులారా! మీరందరూ నలువైపుల నుండి అర్జునుని ముట్టడించండి. భయపడకండి ధర్మాత్ముడైన భీష్ముడు మిమ్మల్నందరినీ రక్షిస్తాడు. దేవతలందరూ కూడా కలిసికట్టుగా వచ్చినా వారు భీష్ముని ఎదుట నిలువలేరు. ఇక పాండవులు ఒక లెక్కలోని వారా ఏమిటి ? కాబట్టి అర్జునుడు ఎదురుగా రావడం చూసి వెనక్కి పారిపోకండి. నేను శక్తివంచన లేకుండా ఇతనిని ఎదిరిస్తాను. మీరందరూ జాగరూకులై నాకు సహాయం చేయండి" అన్నాడు.

మీ కుమారుని ఆవేశ పూరితమైన మాటలు విని యోధులందరికీ ఆవేశం కలిగింది. వారిలో విదేహ, కళింగ, దాసేరక, నిషాద, సౌవీర, బాహ్లిక, దరద, ప్రతీచ్య, మాలవ, అభీషాహ, శూరసేన, శిబి, బసాతి, శాల్వ, శక, త్రిగర్త, అంబష్ఠ, కేకయ మొదలైన దేశాల రాజులు ఉన్నారు. వీరందరూ మూకుమ్మడిగా అర్జునుని మీద విరుచుకుపడ్డారు. అర్జునుడు దివ్య బాణాలను స్మరించుకొని ధనుస్సుపై వాటిని సంధానించి అగ్ని మిడుతలను కాల్చివేసినట్లుగా ఆ రాజులందరినీ భస్మం చేసివేయసాగాడు. ఆ సమయంలో అర్జునుని బాణాలచేత గాయపడి రథ ధ్వజాలతో పాటుగా రథికులు, ఆశ్వికులతో పాటు అశ్వాలు, మావటీలు, వీరులతో సహితంగా ఏనుగులు పడిపోసాగాయి. భూమి అంతా బాణాలతో కప్పబడి పోయింది. మీ సైన్యం నలువైపులకు పారిపోసాగింది. ఈ రీతిగా సైన్యాన్ని పరుగులు పెట్టించి, అర్జునుడు దుశ్శాసనుని ప్రహరించడం మొదలుపెట్టాడు. అతని బాణాలు దుశ్శాసనుని శరీరాన్ని ఛేదించి భూమిలో దిగబడసాగాయి. కొంచెం సేపటిలోనే అతడు అతని గుర్రాలను, సారథిని చంపివేశాడు. ఆపై ఇరవై బాణాలు వేసి వివింశతి యొక్క రథాన్ని విరిచివేశాడు. ఐదు బాణాలతో అతనిని కూడా గాయపరిచాడు. ఆ తరువాత కృపాచార్యుని, వికర్ణుని, శల్యుని కూడా తూట్లు పొడిచి, వారిని రథహీనులుగా చేశాడు. అప్పుడు ఆ మహారథులందరూ పరాజితులై పారిపోయారు. మధ్యాహ్నం అవుతూ ఉండగా ఈ యోధులందరినీ ఓడించి అర్జునుడు పొగలేని అగ్నివలె దేదీప్యమానుడయ్యాడు. తీక్ష్ణకిరణాలతో లోకాన్ని తపింపచేసే సూర్యునివలె అతడు తన బాణాలతో ఇతర రాజులకు కూడా తాపం కలిగించాడు. బాణాలు వర్షించి మహావీరులు అందరినీ పార ద్రోలి యుద్ధరంగంలో అతడు కౌరవ పాండవుల నడుమ ఒక పెద్ద రక్తపుటేరునే ప్రవహింపచేశాడు. ఇంతలో తన దివ్యాస్త్రాలను ప్రయోగిస్తూ భీష్ముడు అర్జునుని మీదికి దండెత్తి వచ్చాడు. ఇది చూచి శిఖండి అతని మీదికి దాడి చేశాడు. అతనిని చూస్తూనే భీష్ముడు అగ్నివంటి తేజోవంతమైన తన అస్త్రాలను ఉపసంహరించేశాడు. అప్పుడు అర్జునుడు పితామహుని మూర్ఛితుని చేసి తమ సైన్యాన్ని సంహరించసాగాడు.

తదనంతరం శల్యుడు, కృపాచార్యుడు, చిత్రసేనుడు, దుశ్శాసనుడు, వికర్ణుడు దేదీప్యమానమయిన రథాలను అధిరోహించి పాండవుల మీదికి దండెత్తి వచ్చి, వారి సైన్యాన్ని గడగడ లాడించారు. ఆ పరాక్రమవంతుల చేతిలో చనిపోతున్న ఆ సేన అన్ని దిక్కులకు చెదిరి సాగింది. ఇటు భీష్ముడు కూడా తేరుకొని పాండవులను మర్మాఘాతాలతో నొప్పించసాగాడు. అలాగే అర్జునుడు కూడా తమ సైన్యంలోని అనేక ఏనుగులను చంపివేశాడు. అతని బాణపు దెబ్బలకు వేల మంది మనుష్యుల శవాలు నేల కొరుగుతూ కనిపించాయి. కుండలాలతో కూడిన యోధుల మస్తకాలు రణభూమిని కప్పివేశాయి. వీరులు నశించిపోతున్న ఆ యుద్ధరంగంలో భీష్ముడు, అర్జునుడు ఇద్దరే తమ పరాక్రమాన్ని చూపుతున్నారు. ఆ సమయంలో పాండవుల సేనాపతి మహారథి అయిన ధృష్టద్యుమ్నుడు అక్కడకు వచ్చి తన సైనికులతో – "సోమకులారా ! మీరు సృంజయులతో పాటు భీష్ముని మీద దాడి చేయండి" అని చెప్పాడు. సేనాపతి ఆజ్ఞను విని సోమకులు, సృంజయ వంశీయులయిన క్షత్రియులు బాణవర్షం చేత బాధింపబడినా గానీ భీష్ముని పైకి దండెత్తారు. రాజా ! మీ తండ్రి వారి బాణాల దెబ్బలకు గాయపడి మహాకోపంతో సృంజయులతో యుద్ధం చేయసాగాడు. పూర్వం పరశురాముడు నేర్పిన శత్రుసంహారకారకమైన అస్త్ర విద్యను

ఉపయోగించి భీష్ముడు శత్రుసేనను సంహరించసాగాడు. అతడు ప్రతిరోజు పాండవ సైన్యంలోని పదివేల మంది యోధులను సంహరిస్తున్నాడు. ఆ పదవ రోజున కూడా భీష్ముడు ఒంటరిగానే మత్స్య పాంచాల దేశాలకు సంబంధించిన అసంఖ్యాకమైన ఏనుగులను, గుఱ్ఱాలను సంహరించాడు. వాటితో పాటు మహారథులను కూడా యమలోకానికి పంపాడు. అనంతరం అతడు ఐదువేల రథికులను సంహరించాడు. ఆపై పద్నాలుగు వేల కాల్బలాన్ని, వేయి ఏనుగులను, పదివేల గుఱ్ఱాలను చంపాడు. ఇలా రాజులందరి సైన్యాలను సంహరించి భీష్ముడు విరాటుని తమ్ముడు శతానీకుని చంపివేశాడు. ఆ తరువాత ఒక వేయిమంది ఇతర రాజులను కూడా మృత్యువు సమీపానికి పంపాడు. అర్జునుని వెనుక వచ్చిన వీరులందరూ భీష్ముని ఎదుటికి వెళ్లగానే యమలోకానికి అతిథులయి పోయారు. భీష్ముడు ఈ మహాద్భుత పరాక్రమం చూపి చేతిలో ధనుస్సు పట్టుకొని రెండు సేనలమధ్య నిలబడి ఉన్నాడు. ఆ సమయంలో ఏ రాజూ అతని కేసి కన్నెత్తి చూడడానికి కూడా సాహసించలేకపోయాడు.

భీష్ముని ఆ పరాక్రమాన్ని చూసి శ్రీకృష్ణ భగవానుడు అర్జునునితో – "అర్జునా ! చూడు. ఈ భీష్ముడు రెండు సేనల నడుమ నిలబడి ఉన్నాడు. ఇప్పుడు నీవు గట్టిపట్టుతో అతనిని వధించు. అప్పుడే నీకు విజయం లభిస్తుంది. అతడు సైన్యాన్ని సంహరిస్తున్న చోటికి వెళ్లి బలవంతంగా అతని గమనాన్ని అడ్డుకో. నీవు తప్ప భీష్ముని బాణాల తాకిడిని తట్టుకొనే వారు వేరెవరూ లేరు" అన్నాడు. శ్రీకృష్ణుని ప్రేరణతో అర్జునుడు ఆ సమయంలో భీష్ముని రథం, ధ్వజం, గుఱ్ఱాలతో పాటు అతనిని కూడా కప్పివేసేంతగా బాణవర్షం కురిపించాడు. కాని పితామహుడు తన బాణాలతో అర్జునుని బాణాలను ముక్కలుగా ఖండించివేశాడు. అప్పుడు శిఖండి తన అత్యుత్తమ అస్త్రశస్త్రాలు తీసుకొని మహావేగంగా భీష్ముని వైపు ఉరికాడు. అర్జునుడు అతనిని రక్షించసాగాడు. భీష్ముని వెనుక ఉన్న యోధులందరినీ అర్జునుడు చంపివేశాడు. తాను కూడా అతని మీద దాడి చేశాడు. అతనితో పాటు సాత్యకి, చేకితానుడు, ధృష్టద్యుమ్నుడు, విరాటుడు, ద్రుపదుడు, నకులుడు, సహదేవుడు, అభిమన్యుడు, ద్రౌపదీ పుత్రులు ఐదుగురు కూడా ఉన్నారు. ఈ యోధులందరూ ఒకేసారి భీష్ముని మీద బాణవర్షం కురిపించసాగారు. కాని అతడు కొంచెం కూడా కంగారు పడలేదు. పైన చెప్పిన వీరులందరి యొక్క బాణాలను వెనక్కి తిప్పి కొట్టి, పాండవ సేనలోకి చొచ్చుకుపోయాడు. ఆటలాడు కొంటున్నట్లుగా వారి ఆయుధాలనన్నిటినీ ఛేదించ సాగాడు. శిఖండి యొక్క స్త్రీత్వాన్ని గుర్తుకు తెచ్చుకొని మాటిమాటికి నవ్వుకుంటూ అతని మీద బాణాలు వేయలేదు. అతడు ద్రుపదుని సైన్యంలోని ఏడుగురు మహారథులను చంపివేయగానే యుద్ధ భూమిలో మహాకలకలం చెలరేగింది. అదే సమయంలో అర్జునుడు శిఖండిని ముందుంచుకొని భీష్ముని సమీపానికి చేరుకొన్నాడు.

ఈ రీతిగా శిఖండిని ముందుంచుకొని పాండవులందరూ భీష్ముని నాలుగు వైపుల నుండి చుట్టుముట్టారు. అతనిని బాణాలతో, తూట్లు పొడవడం ఆరంభించారు. శతఘ్ని, పరిఘ, పరశువు, ముద్గరం, ముసలం, ప్రాసం, బాణం, శక్తి, తోమరం, కంపనం, నారాచం, వత్సదంతం, భుశుండి మొదలైన అస్త్రశస్త్రాలను ప్రహరించసాగారు. ఆ సమయంలో భీష్ముడు ఒక్కడే ఉన్నాడు. అతనిని చంపేవారి సంఖ్య అధికంగా ఉంది. అందువల్ల అతని కవచం ఛిన్నాభిన్నమై పోయింది. అతనికి చాలా బాధ కలిగింది. అతనికి మర్మస్థానాలలో తీవ్రగాయాలయ్యాయి. అయినా అతడు చలించలేదు. అతడు ఒక్కక్షణంలోనే రథపంక్తులను ఛేదించుకొని వెలుపలికి వస్తున్నాడు. తిరిగి సైన్యంలోకి ప్రవేశిస్తున్నాడు. ద్రుపదుని, ధృష్టకేతుని ఏ మాత్రం లెక్కచేయక అతడు పాండవ సేనలో ప్రవేశించాడు. తన వాడి బాణాలతో భీమసేనుడు, సాత్యకి, అర్జునుడు, ద్రుపదుడు, విరాటుడు, ధృష్టద్యుమ్నుడు – ఈ ఆరుగురు మహారథులను తూట్లు పొడవసాగాడు. ఆ మహారథులు కూడా అతని బాణాలను అడ్డుకొంటూ వేర్వేరుగా పదేసి బాణాలతో అతనిని తూట్లుపొడిచారు. మహారథి శిఖండి బాణాలతో తీవ్రంగా కొట్టాడు. కాని వానితో అతనికేమీ బాధ కలగలేదు. అప్పుడు అర్జునునికి కోపం వచ్చి అతని ధనుస్సును విరుగకొట్టాడు. అతని ధనుస్సు విరగడం కౌరవ వీరులు సహించలేకపోయారు. అప్పుడు ద్రోణాచార్యుడు, కృతవర్మ, జయద్రథుడు, భూరిశ్రవుడు, శలుడు, శల్యుడు, భగదత్తుడు – ఈ ఏడుగురు వీరులు క్రోధంతో మండిపడుతూ ధనంజయునిపై విరుచుకుపడ్డారు. తమ దివ్యాస్త్రాల నైపుణ్యాన్ని చూపిస్తూ అతనిని బాణాలతో కప్పివేశారు. అర్జునునిపై దాడి చేసిన ఈ కౌరవ వీరులందరూ మహాకలకలాన్ని సృష్టించారు. ఆ

సమయంలో వారి రథాల వద్ద "కొట్టు, ఇటు తీసుకురా. పట్టుకో. విరగకొట్టు. ముక్కలు ముక్కలుగా నరుకు" మొదలైన మాటలు వినబడసాగాయి.

ఆ మాటలు విని పాండవ వీరులు కూడా అర్జునుని రక్షించడానికి ఉరికి వచ్చారు. సాత్యకి, భీమసేనుడు, ధృష్టద్యుమ్నుడు, విరాటుడు, ద్రుపదుడు, ఘటోత్కచుడు, అభిమన్యుడు ఈ ఏడుగురు వీరులు తమ తమ చిత్రమైన ధనుస్సులు తీసుకొని క్రోధంతో కౌరవుల ఎదుటికి వచ్చి నిలిచారు. ఆపై రెండు దళాల మధ్య గగుర్పాటు కలిగించే తుములు యుద్ధం ఆరంభమయింది. దేవదానవుల యుద్ధాన్ని తలపించింది. భీష్ముని విల్లు విరిగిపోయింది. ఆ దశలో శిఖండి అతనిని పది బాణాలతో గుచ్చాడు. ఆ పై పది బాణాలతో అతని సారథిని కొట్టి, ఒక్కసారిగా రథం యొక్క ధ్వజాన్ని నరికి వేశాడు. భీష్ముడు ఇంకొక ధనుస్సును చేతిలోకి తీసుకొన్నాడు గాని అర్జునుడు దానిని కూడా నరికి వేశాడు. ఇలా భీష్ముడు ఎన్నో ధనుస్సులను తీసుకొన్నాడు. కాని అర్జునుడు అన్నిటినీ నరికేశాడు. పదే పదే విండ్లను విరిచేస్తూ ఉండడంతో భీష్మునికి చాలా కోపం వచ్చింది. పర్వతాలను కూడా నుగ్గునుగ్గు చేయగల ఒక పెద్ద గొప్ప శక్తిని అతడు అర్జునుని రథం మీదికి విసిరాడు. అది చూసి అర్జునుడు ఐదు బాణాలు వేసి ఆశక్తిని ముక్కలు ముక్కలు చేశాడు.

శక్తి ఖండించబడడం చూసి భీష్ముడు మనసులోనే ఇలా వితర్కించుకోసాగాడు – "శ్రీకృష్ణ భగవానుడే కనుక రక్షించకపోతే, నేను ఒక్క వింటితోనే సంపూర్ణంగా పాండవులందరినీ సంహరించ గలిగి ఉండేవాడిని. ఇప్పుడు పాండవులతో యుద్ధం చేయకపోవడానికి నా ఎదుట రెండు కారణాలు కనిపిస్తున్నాయి – మొదటిది – వీరు పాండు రాజు సంతానం కావడం వలన నాకు చంపతగనివారు. రెండవది మునుపు స్త్రీగా ఉన్న శిఖండి నాకు ఎదురుగా వచ్చాడు. నా తండ్రి సత్యవతీ మాతను వివాహమాడినపుడు సంతుష్టుడై నాకు రెండు వరాలు ఇచ్చాడు. "నీకు ఇష్టమైనపుడే మరణిస్తావు. యుద్ధంలో నిన్ను ఎవరూ చంపలేరు" అని సంగతులన్నీ ఇలా ఉంటే నేను ఇప్పుడు స్వచ్ఛందమరణాన్ని ఎందుకు స్వీకరించకూడదు ? ఎందుకంటే ఇప్పుడు దానికి కూడా సమయం వచ్చింది" అనుకొన్నాడు.

భీష్ముని యొక్క ఈ నిశ్చయాన్ని ఆకాశంలో ఉన్న ఋషులు, వసువులు గ్రహించారు. వారు భీష్ముని ఉద్దేశించి – "తండ్రీ ! నీ ఆలోచన మాకు కూడా ఇష్టమే. అవును. ఇప్పుడు అదే చెయ్యి. యుద్ధం నుండి నీ మనస్సు మళ్లించు" అన్నారు. వారి మాటలు పూర్తి కాగానే సువాసనతో కూడిన చల్లని గాలి మెల్లగా వీచింది. నీటి తుంపురులు పడసాగాయి. దేవదుందుభులు మోగాయి. భీష్ముని మీద పూలవాన కురిసింది. ఋషుల ఆ మాటలు వేరెవరికీ వినపడలేదు. కేవలం భీష్ముడే వినగలిగాడు. వ్యాసముని ప్రభావం వలన నేను కూడా విన్నాను. పైన చెప్పిన వసువుల యొక్క మాటలు విని భీష్ముడు తనపై తీక్ష్ణమైన బాణవర్షం కురుస్తున్నా కూడా అర్జునునిపై చేయి ఎత్తలేదు. ఆ సమయంలో శిఖండి కుపితుడై భీష్ముని గుండెలపై పది బాణాలు నాటాడు. కాని అతడు ఏ మాత్రం చలించలేదు. అప్పుడు అర్జునుడు పితామహుని ఇరవై అయిదు బాణాలతో కొట్టాడు. ఆ పై అతివేగంగా నూరు బాణాలతో అతని శరీరాన్ని అంతటినీ, మర్మస్థానాలనూ తూట్లు పొడిచాడు. అలాగే ఇతర రాజులు కూడా భీష్ముని మీద వేల బాణాలు ప్రహరించారు. భీష్ముడు తన బాణాలతో ఆ రాజుల అస్త్రాలన్నీ నివారించి, వారిని తూట్లు పొడిచాడు. తరువాత అర్జునుడు మళ్లీ భీష్ముని ధనుస్సును ఖండించివేశాడు. తొమ్మిది బాణాలతో అతనిని గుచ్చి, ఒక దానితో అతని ధ్వజాన్ని నరికివేశాడు. ఆ పై పది బాణాలను వేసి అతని సారథిని బాధించాడు. భీష్ముడు ఇంకొక విల్లు అందుకుంటే అర్జునుడు దానిని కూడా ఖండించాడు. క్షణక్షణానికి అతడు విల్లు అందుకొంటూనే ఉన్నాడు. అర్జునుడు వాటిని ఖండిస్తూనే ఉన్నాడు. ఇలా అనేక ధనుస్సులు విరిగి పోవడంతో భీష్ముడు అర్జునునితో యుద్ధం చేయడం కట్టిపెట్టాడు. అప్పుడు అర్జునుడు శిఖండిని ముందుంచుకొని పితామహుని తిరిగి ఇరవై అయిదు బాణాలతో కొట్టాడు. వాటితో తీవ్రంగా బాధపడిన పితామహుడు దుశ్శాసనునితో – "చూడు. ఈ మహావీరుడు అర్జునుడు ఈ రోజు క్రోధంతో నన్ను వేల బాణాలతో చిల్లులు పొడిచాడు. ఇతని బాణాలు నా కవచాన్ని ఛేదించి శరీరంలో గుచ్చుకొంటున్నాయి. ముసలం లాగా గాయపరుస్తున్నాయి. ఇవి శిఖండి యొక్క బాణాలు కావు. వజ్రంలాంటి ఈ బాణాలు తాకడంతోనే శరీరంలో విద్యుత్తు ప్రవహిస్తున్నట్లు ఉంది. ఇవి బ్రహ్మదండంవలె భయంకరమైనవి. వజ్రంవలె దుర్దమ్యమైనవి. నా మర్మస్థానాలను చీల్చి వేస్తున్నాయి. అర్జునునివి తప్ప వేరెవరి బాణాలూ నాకు ఇంత బాధ కలిగించవు" అన్నాడు.

ఇలా అని భీష్ముడు పాండవులను భస్మం చేస్తాడా అనిపించేలా క్రోధంతో అర్జునుని మీద తిరిగి ఒక శక్తిని

విసిరాడు. అర్జునుడు దానిని మూడు ముక్కలుగా నరికివేశాడు. అప్పుడు భీష్ముడు కత్తి, డాలు తీసుకొని రథం నుండి కిందికి దిగబోయాడు. ఇంకా పైన ఉండగానే అర్జునుడు ఒక బాణం వేసి అతని డాలును నూరు ముక్కలు చేశాడు. అది చూసి అందరికీ చాలా ఆశ్చర్యం కలిగింది. అర్జునుడు పదునైన బాణాలతో భీష్ముని రోమ రోమాలలో చిల్లులు పొడిచాడు. అతని శరీరంలో బాణాలు గుచ్చుకోని రెండంగుళాల స్థలం కూడా లేదు. ఈ రీతిగా కౌరవులు చూస్తూ ఉండగానే బాణాలతో శరీరం జల్లెడలా అయిపోయి మీ తండ్రి సూర్యాస్తమయ సమయంలో రథం నుండి పడిపోయాడు. అప్పుడు అతని తల తూర్పు వైపున ఉంది. అతడు పడిపోతూండగా దేవతలు, రాజులు హాహాకారాలు చేశారు. మహారాజా ! మహాత్ముడైన భీష్ముని ఆ స్థితిలో చూసి మా మనసులు దిమ్మెర పోయాయి. భూమి మీద పిడుగు పడినట్లుగా ధ్వని కలిగింది. అతని శరీరమంతటా బాణాలు గుచ్చుకొని ఉన్నాయి. అందుకని అతడు వాటి మీదనే పడుకొని ఉన్నాడు అతడు భూమిని స్పృశించలేదు. అంపశయ్య మీద పడుకొన్న భీష్ముని యొక్క శరీరంలో దివ్య భావావేశం కలిగింది. పడిపోతూ అతడు సూర్యుడు ఇంకా దక్షిణాయనంలో ఉన్నాడని గ్రహించాడు. అది మరణానికి ఉత్తమకాలం కాదు. కాబట్టి అతడు ప్రాణాలు విడిచిపెట్టలేదు. తెలివిగా ఉన్నాడు. ఆ సమయంలో అతనికి ఆకాశం నుండి ఒక దివ్యవాణి - "మహాత్ముడు భీష్ముడు శాస్త్రవేత్త లందరిలోనూ శ్రేష్ఠుడు కదా ! అతడు దక్షిణాయనంలో మృత్యువును స్వీకరించాడేమిటి ?" అని వినిపించింది. అది విని పితామహుడు "నేను ఇంకా జీవించే ఉన్నాను" అని బదులిచ్చాడు.

కౌరవ పితామహుడు భీష్ముడు నేల వ్రాలినా గాని ఇంకా ప్రాణాలను కాపాడుకొంటూ ఉత్తరాయణం కోసం నిరీక్షిస్తున్నాడని హిమవంతుని కూతురు గంగాదేవికి తెలియగానే, ఆమె మహర్షులను హంసల రూపంలో అతని వద్దకు పంపింది. వారు వచ్చి అంపశయ్య మీద ఉన్న భీష్ముని దర్శించి, అతనికి ప్రదక్షిణం చేశారు. తరువాత వారిలో వారు - "భీష్ముడు గొప్ప మహాత్ముడు కదా ! అయ్యో ! అతడు దక్షిణాయనంలో ఎందుకు శరీరం విడిచిపెడుతున్నాడు ?" అనుకొని, వారు వెళ్లిపోతూంటే భీష్ముడు వారితో - "హంసలారా ! మీకు నిజం చెపుతున్నాను. నేను దక్షిణాయనంలో దేహత్యాగం చేయను. ఉత్తరాయణం వచ్చాకనే నా స్థానానికి చేరుకుంటాను. ఇది నా మనసులో ముందే నిశ్చయించుకొన్నాను. తండ్రి గారి వరం వలన మృత్యువు నాకు స్వాధీనమై ఉంటుంది. కాబట్టి నియమిత సమయం వరకు ప్రాణధారణ చేయడం నాకు కష్టమేమీకాదు" అన్నాడు.

ఇలా చెప్పి అతడు పూర్వంలాగే అంపశయ్య మీద పడుకొన్నాడు. హంసగణం వెళ్లిపోయింది. ఆ సమయంలో కౌరవులు మూర్ఛపోయారు. కృపాచార్యుడు, దుర్యోధనుడు నిట్టూర్పులు విడుస్తూ రోదిస్తున్నారు. అందరిలోనూ విషాదం కారణంగా నిశ్శబ్దం అలముకొంది. వారి ఇంద్రియాలు జడత్వం వహించాయి. కొంతమంది అంతులేని విషాదంలో మునిగిపోయారు. యుద్ధం మీద ఎవరికీ మనసు లగ్నం కావడం లేదు. పెద్ద మొసలి తమ కాళ్లను పట్టుకొన్నట్లుగా ఎవరూ కూడా పాండవుల మీద దాడి చేయలేకపోయారు. ఇక కౌరవుల వినాశానికి ఎంతోకాలం పట్టదనే అనుమానమే అందరి మనసులలో కలిగింది.

పాండవులు జయించారు. కనుక వారి సైన్యంలో శంఖనాదాలు వినిపిస్తున్నాయి. సృంజయులు, సోమకులు ఆనందంతో పొంగిపోతున్నారు. భీమసేనుడు యుద్ధానికి సిద్ధపడుతూ సింహంలా గర్జించ సాగాడు. కౌరవ సేనలో కొంతమంది తెలివి తప్పి పడిపోయారు. కొంతమంది వెక్కి వెక్కి ఏడుస్తున్నారు. ఎంతోమంది తూలిపోతూ పడిపోతున్నారు. కొంతమంది క్షత్రియ ధర్మాన్ని నిందిస్తున్నారు. కొంతమంది భీష్ముని మెచ్చుకొంటున్నారు. భీష్ముడు ఉపనిషత్తులలో చెప్పిన యోగధారణను ఆశ్రయించి, ప్రణవాన్ని జపిస్తూ ఉత్తరాయణ కాలం కోసం ప్రతీక్షిస్తూ ఉన్నాడు.

సమస్త రాజులు, కర్ణుడు భీష్ముని కలిసికొనుట.

ధృతరాష్ట్రుడు - "సంజయా ! భీష్ముడు మహాబలవంతుడు. దైవ సమానుడు. తన తండ్రి కోసం ఆజన్మాంతం బ్రహ్మచర్యాన్ని పాటించాడు. రణరంగంలో అతడు పడిపోవడంతో, ఆ సమయంలో మన యోధుల గతి ఎలా ఉండి ఉంటుంది ? భీష్ముడు తన దయాస్వభావం కారణంగా శిఖండిమీద బాణప్రహారం చేయకూడదని నిశ్చయించు కొన్నప్పుడే ఇక పాండవుల చేతిలో కౌరవులు అవశ్యం మరణిస్తారని నేను తెలుసుకొన్నాను. అయ్యో ! నాకు ఇంతకుమించిన దుఃఖకరమైన సంగతి ఏముంటుంది ?

ఈ రోజు నేను నా తండ్రి మరణవార్తను వింటున్నాను. నిజానికి నా హృదయం వజ్రంతో చేసినదై ఉంటుంది. అందుకే ఈనాడు భీష్ముని మరణ వార్త విని కూడా ఇది నూరు ముక్కలుగా చితికి పోవడం లేదు. సంజయా ! కురుశ్రేష్ఠుడైన భీష్ముడు పడిపోయాక అనంతరం అతడేమైనా చేసి ఉంటే అది కూడా నాకు చెప్పు" అని సంజయుని అడిగాడు.

సంజయుడు చెప్పసాగాడు - సంధ్యాకాలంలో భీష్ముడు రణరంగంలో పడిపోగానే కౌరవులకు చాలా దుఃఖం కలిగింది. పాంచాల దేశపు వీరులు అయితే ఆనందాన్ని పొందసాగారు. భీష్ముడు అంపశయ్యమీద పడుకొని ఉన్నాడు. అప్పుడు తమ పుత్రుడు దుశ్శాసనుడు మహావేగంగా ద్రోణాచార్యుని సైన్యంలోకి వెళ్లాడు. అతడు రావడం చూసి కౌరవ సైనికులు మనసులలోనే "ఇతడేమి చెప్తాడో" అనుకొని అతని నలువైపులా మూగారు. దుశ్శాసనుడు ద్రోణాచార్యునికి భీష్ముని మరణ వార్తను తెలియచేశాడు. ఈ అప్రియమైన వార్తను వింటూనే ద్రోణాచార్యుడు మూర్ఛపోయాడు. కొద్ది సేపటికి తేరుకొని వెంటనే సైన్యానికి యుద్ధం కట్టిపెట్టమని ఆజ్ఞాపించాడు. కౌరవులు వెనక్కి మళ్లడం చూసి పాండవులు కూడా ఆశ్వికులైన వార్తాహరుల ద్వారా అన్ని వైపుల విస్తరించి ఉన్న తమసైన్యాన్ని యుద్ధం నుండి విరమింప చేశారు. క్రమంగా సైన్యం అంతా మళ్లిన తరువాత రాజులు తమ తమ కవచాలను, అస్త్రశస్త్రాలను విడిచి భీష్ముని చెంతకు చేరారు. కౌరవులు పాండవులు - రెండు పక్షాలలోని వీరులు భీష్మునికి ప్రణామం చేసి అక్కడ నిలుచున్నారు. అప్పుడు ధర్మాత్ముడయిన భీష్ముడు తన ఎదుట నిలిచిన రాజుల నుద్దేశించి - "మహాభాగ్యశాలులయిన మహారథులారా ! నేను మీకు స్వాగతం పలుకుతున్నాను. దైవసమానులయిన వీరులారా ! ఇప్పుడు మీ దర్శనంతో నాకు చాలా సంతోషం కలిగింది" అన్నాడు. ఇలా అందరినీ అభినందించి తిరిగి - "నా శిరస్సు కిందికి వ్రేలాడుతోంది. మీరు దీని కోసం ఒక తలగడను తీసుకురండి" అని కోరాడు. అది విని రాజులు సుతిమెత్తని, అత్యుత్తమమైన తలగడలను తీసుకువచ్చారు. - కాని అవి పితామహునికి నచ్చలేదు. అతడు నవ్వి - "రాజులారా ! ఈ తలగడలు వీరశయ్యకు పనికిరావు" అని, అర్జునుని వైపు చూసి - నాయనా ధనంజయా ! నా తల వ్రేలాడుతోంది. దీని కోసం వెంటనే ఈ శయ్యకు అనురూపమైన ఒక తలగడను తీసుకురా. నీవు ధనుర్ధరులందరిలో శ్రేష్ఠుడవు, శక్తిశాలివి. నీకు క్షత్రియ ధర్మం గురించిన జ్ఞానం ఉంది. నీ బుద్ధి నిర్మలమైనది. కాబట్టి నీవే ఈ పని చేయగలవు" అన్నాడు.

అర్జునుడు కూడా - "సరే మంచిది" అని ఆ ఆదేశాన్ని స్వీకరించాడు. భీష్ముని అనుమతి తీసికొని తన గాండీవాన్ని ఎక్కుపెట్టాడు. దానిలో అభిమంత్రించిన మూడు బాణాలను ఉంచి, అతడు వాటిని ప్రయోగించి, భీష్ముని తల పైకి లేపాడు. "నా ఉద్దేశ్యం అర్జునునికి అర్థమయింది" అనుకొని భీష్ముడు చాలా ఆనందించాడు. అతడు ఇచ్చిన వీరోచితమైన తలగడను పొంది భీష్ముడు. అర్జునుని ప్రశంసిస్తూ - "పాండునందనా! నీవు ఈ శయ్యకు తగిన తలగడను అమర్చావు. ఇది ఇలా కనుక జరుగకపోతే నాకు కోపం వచ్చి శపించి ఉందును. మహాబాహూ ! స్వధర్మరతుడైన క్షత్రియుడు సంగ్రామ భూమిలో ఈ రీతిగానే శరశయ్యపై శయనించాలి" అన్నాడు. అర్జునుని ఇలా ప్రశంసించాక అతడు ఇతర రాజులతో, రాజకుమారులతో "చూడండి మీరందరూ. అర్జునుడు ఎంత గొప్ప తలగడను అమర్చాడో ! ఇక నేను సూర్యుడు ఉత్తరాయణంలోకి ప్రవేశించే వరకు ఈ శయ్య మీదనే ఉంటాను. ఆ సమయంలో నా వద్దకు వచ్చిన వారు నా పరలోక యాత్రను చూడగలరు. నాకు సమీపంలోని నేలలో నీటి గుంట తవ్వించాలి. ఈ వందల బాణాలు గుచ్చుకొని ఉండగానే నేను సూర్యారాధన చేస్తాను. రాజులారా! అంతిమంగా నా కోరిక ఇదే - ఇక మీరు పరస్పరవైరం - విడిచి యుద్ధాన్ని ఆపివేయండి" అన్నాడు.

తదనంతరం బాణాలు పెరికి వేయడంలో సుశిక్షితులు, నిపుణులు అయిన వైద్యులు తమ పరికరాలతో పాటు భీష్మునికి చికిత్స చేయడం కోసం అక్కడికి విచ్చేశారు. వారిని చూసి భీష్ముడు మీ పుత్రునితో - "దుర్యోధనా ! ఈ వైద్యులకు ధనమిచ్చి గౌరవంగా సాగనంపు. ఈ దశకు చేరుకున్నాక ఇక నాకు వైద్యులతో పనేముంది ? క్షత్రియ ధర్మంలోని సర్వోత్తమగతి నాకు లభించింది. అంపశయ్య మీద శయనించిన తరువాత ఇక చికిత్స చేయించుకోవడం నాకు ధర్మం కాదు. ఈ బాణాలతో పాటుగానే నాకు దహన సంస్కారాలు జరగాలి" అన్నాడు.

పితామహుని మాటలు విని దుర్యోధనుడు వైద్యులకు ధనం మొదలైనవి ఇచ్చి గౌరవంగా సాగనంపాడు. అనేక దేశాల రాజులు అక్కడ గుమికూడి ఉన్నారు. భీష్ముని ధర్మనిష్ఠను, సాహసాన్ని చూచి వారంతా చాలా ఆశ్చర్యపడ్డారు. తదనంతరం కౌరవులు పాండవులు అంపశయ్య మీద పడి

ఉన్న భీష్మునికి ముమ్మారు ప్రదక్షిణం చేసి, అతనికి నమస్కరించి, అతని రక్షణకు తగిన ఏర్పాట్లు చేసి, వారంతా తమ తమ శిబిరాలకు తిరిగి వచ్చారు.

మహావీరులైన పాండవులు తమ శిబిరంలో సంతోషంగా కూర్చుని ఉన్నారు. ఆ సమయంలో శ్రీకృష్ణభగవానుడు వచ్చి యుధిష్ఠిరునితో - "రాజా ! చాలా అదృష్టం. మీకు విజయం లభిస్తోంది. భీష్ముడు పడిపోయాడు. మీరు ధన్యభాగులు. ఆ మహావీరుడు సమస్త శాస్త్రాలలోనూ పారంగతుడు. మనుష్యులకయితే అతడు అవధ్యుడే. దేవతలు కూడా అతనిని జయించలేరు. కాని మీ తేజస్సుకి అతడు దగ్ధమైపోయాడు." అన్నాడు.

యుధిష్ఠిరుడు - "కృష్ణా ! ఈ విజయమయితే నీ కృప వలన లభించిందే. నీవు భక్తుల భయాలను పోగొట్టేవాడవు. మేము నీ శరణుకోరి ఉన్నాం. నీవు రక్షకుడుగా ఉన్న వారికి విజయం లభిస్తే అది ఆశ్చర్యకరమైన విషయం కాదు. సర్వథా నిన్నే ఆశ్రయించిన వాడికి ఆశ్చర్యకరమైనదంటూ ఏదీ ఉండదని నా విశ్వాసం" అని భక్తితో పలికాడు. అతడు ఇలా అనగానే శ్రీకృష్ణుడు చిరునవ్వుతో - "మహారాజా ! ఇలా అనడం మీకే తగి ఉంది" అన్నాడు.

సంజయుడు చెప్పసాగాడు - "రాజా ! రాత్రి గడిచి తెల్లవారగానే కౌరవులు, పాండవులు భీష్ముని చెంతకు వచ్చారు. వారు వీరశయ్య మీద పడుకొని ఉన్న పితామహునికి ప్రణమిల్లారు. అందరూ అతని వద్ద నిలుచున్నారు. వేలకొద్దీ కన్యలు అక్కడికి వచ్చి భీష్ముని శరీరంపై చందనం, బుక్కా, పేలాలు పూలమాలలు సమర్పించి అతనిని పూజించారు. చూస్తున్న వారిలో స్త్రీలు, వృద్ధులు, బాలకులు, డోలు వాయించేవారు, నటులు, నర్తకులు, శిల్పులు - మొదలైన అన్ని తరగతులవారు ఉన్నారు. అందరూ అత్యంత శ్రద్ధతో అతనిని దర్శించుకోవాలని వచ్చారు. కౌరవులు, పాండవులు కూడా యుద్ధాన్ని కట్టిపెట్టి కవచాలు, ఆయుధాలు అవతల పెట్టి, పరస్పరం ప్రేమతో తమ తమ స్థాయీ భేదాన్ని అనుసరించి పితామహుని చెంత కూర్చున్నారు.

బాణపు గాయాలతో భీష్మునికి శరీరం మంటపుడుతోంది. బాధతో అతనికి తెలివి తప్పుతోంది. అతడు చాలా శ్రమపడి రాజులవైపు చూసి, "దాహం" అన్నాడు. వింటూనే రాజులందరూ లేచి నాలుగు వైపుల నుండి అత్యుత్తమ భోజనసామగ్రిని, చల్లని నీరు నింపిన కుండలను తెచ్చి భీష్మునకు, సమర్పించారు. అది చూచి భీష్ముడు - "ఇంతకు ముందు నేను అనుభవించిన మానవీయ భోగాలను వేటినీ ఇక నేను స్వీకరించను. ఎందుకంటే ఇప్పుడు నేను మానవలోకం కంటె వేరుగా బాణశయ్య మీద శయనించి ఉన్నాను" అన్నాడు. అని అతడు రాజుల బుద్ధిని నిందిస్తూ "ఇప్పుడు నేను అర్జునుని చూడాలనుకొంటున్నాను" అన్నాడు.

ఇది విని అర్జునుడు వెంటనే అతని సమీపానికి చేరుకొన్నాడు. ప్రణమిల్లి, రెండు చేతులు జోడించి, వినయంగా నిలుచుని - "తాతగారూ ! నాకు ఏమి ఆజ్ఞ ?" అని అడిగాడు. తన ఎదురుగా నిల్చున్న అర్జునుని చూచి భీష్ముడు ఆనందంతో - "నాయనా ! నీ బాణాలతో నా శరీరం మండిపోతోంది. మర్మస్థానాలలో చాలా బాధగా ఉంది. నోరు ఎండిపోతోంది. నాకు నీళ్ల ఇవ్వు. నీవు సమర్థుడివి. విధ్యుక్తమైన జలాన్ని నీవే త్రాగించగలవు" అన్నాడు.

అర్జునుడు "సరే మంచిది" అని చెప్పి పితామహుని అనుమతిని తీసుకొని తన రథం ఎక్కి గాండీవాన్ని ఎక్కుపెట్టాడు. ఆ ధనుష్టంకారం విని ప్రాణులన్నీ భయంతో వణికిపోయాయి. రాజులకు కూడా భయం కలిగింది. అర్జునుడు రథం మీద ఉండే పితామహునికి ప్రదక్షిణం చేశాడు. ప్రకాశించే ఒక బాణం లాగి, మంత్రం జపించి పర్జన్యాస్త్రంగా దానిని సంయోజన చేశాడు. అనంతరం అందరూ చూస్తూ ఉండగానే అతడు భీష్మునికి పక్కనే ఉన్న నేలలో దానిని గుచ్చుకొనేలా కొట్టాడు. అది తగలగానే భూమి నుండి అమృతం లాంటి మధురమైన, దివ్యమైన రుచి, వాసన కల చల్లని నిర్మలమైన నీటి ధార వెలువడింది. దానితో అర్జునుడు దివ్యకర్మలు చేసే భీష్మునికి తృప్తి కలిగించాడు. అర్జునుడు చేసిన ఈ అలౌకిక కృత్యాన్ని చూసి అక్కడ కూర్చున్న రాజులందరికీ చాలా ఆశ్చర్యం కలిగింది. వారందరికీ భయంతో వణుకు పుట్టింది. అప్పుడు నాలుగు వైపులా శంఖనాదాలు, దుందుభి ధ్వనులు మారుమ్రోగాయి. భీష్ముడు తృప్తిపడి, అందరి ఎదుట అర్జునుని ప్రశంసిస్తూ - "మహాబాహూ! నీలో ఇలాంటి పరాక్రమం ఉండడం ఆశ్చర్య మేమీ కాదు. నాకు నారదుల వారు నీవు పురాతన ఋషివైన నరుడవని, భగవానుడైన నారాయణుని సహాయంతో ఇంద్రాది దేవతలు కూడా చేయడానికి సాహసించలేని గొప్ప గొప్ప కార్యాలు చేస్తావని ముందే చెప్పారు. నీవు ఈ భూమండలంలో ఏకైక సర్వశ్రేష్ఠ ధనుర్ధరుడవు. ఈ యుద్ధాన్ని వారించమని నేను, విదురుడు, ద్రోణాచార్యుడు, పరశురాముడు, శ్రీకృష్ణభగవానుడు, సంజయుడు కూడా ఎంతగానో చెప్పాం. కాని దుర్యోధనుడు

ఎవరి మాటనూ వినలేదు. అతని బుద్ధి విపరీతంగా ఉంది. అతడు తెలివిమాలిన వానిలా ఉన్నాడు. ఎవరి మాటలనూ నమ్మడమే లేదు. ఎప్పుడూ శాస్త్రానికి విరుద్ధంగానే నడుచుకొంటున్నాడు. సరే. దాని ఫలం అతడే అనుభవిస్తాడు. భీమసేనుని బలంచేత అవమానితుడై యుద్ధంలో చనిపోతాడు. శాశ్వతంగా యుద్ధభూమిలో నిదురిస్తాడు" అన్నాడు.

భీష్ముని ఈ మాటలు విని దుర్యోధనునికి చాలా బాధ కలిగింది. అతనిని చూసి భీష్ముడు - "రాజా ! కోపం విడిచిపెట్టు. నా మాట విను. ఇది నీవు చూడలేదా ? అర్జునుడు ఎలా శీతల మధుర సుగంధ జలధారను పైకి తెచ్చాడో. ఇలాంటి పరాక్రమం చూపేవాడు ఈ లోకంలో వేరొకడు లేడు. ఆగ్నేయ, వారుణ, సౌమ్య, వాయవ్య, వైష్ణవ, ఐంద్ర, పాశుపత, బ్రాహ్మ, పారమేష్ఠ్య, ప్రాజాపత్య, ధాత్ర, త్వాష్ట్ర, సావిత్ర, వైవస్వత - ఇత్యాది అస్త్రాలను గురించి ఈ లోకంలో అర్జునుడు లేదా శ్రీకృష్ణ భగవానుడు మాత్రమే ఎరుగుదురు. మూడవ వానికి ఎవరికీ వాటి గురించి తెలియదు. కాబట్టి అర్జునుని ఏ విధంగానూ యుద్ధంలో జయించడం అసంభవం. అతడు చేసే పనులన్నీ అలౌకికములే. కాబట్టి నీవు ఇతనితో వెంటనే సంధి చేసుకోవాలని నా అభిప్రాయం. శ్రీకృష్ణుడు కోపించకముందే, భీమార్జున నకుల సహదేవులు నీ సేనను సర్వనాశనం చేయకముందే నీవు పాండవులతో మైత్రి చేసుకోవడం మంచిదని నాకు తోస్తోంది. నాయనా ! నా మరణంతోనే ఈ యుద్ధాన్ని ఆపివెయ్యి. శాంతించు. నా మాట పాటించు. ఇందులోనే నీకు, నీవంశానికి మేలు ఇమిడిఉంది. అర్జునుడు చూపిన ఈ పరాక్రమం నిన్ను హెచ్చరించడానికి సరిపోతుంది. ఇక మీ మధ్య పరస్పరం ప్రేమభావం, వృద్ధి పొందాలి. మిగిలిన రాజులందరి జీవితాలు రక్షింపబడాలి. పాండవులకు అర్ధరాజ్యాన్ని ఇవ్వు. యుధిష్ఠిరుడు ఇంద్రప్రస్థానికి వెళ్లి పోతాడు. రాజులందరూ ప్రేమగా ఒకరితో ఒకరు కలిసి ఉంటారు. తండ్రి కొడుకుతో, మామ మేనల్లుడితో, అన్న తమ్ముడితో కలిసి ఉంటారు. అజ్ఞానం వల్లగాని, మూర్ఖుడవైగాని సమయోచితమైన నా ఈ మాటలను లక్ష్యపెట్టక పోతే చివరికి పశ్చాత్తాప పడతావు. అందరూ నశించి పోతారు. ఇది నేను నిజంగా చెపుతున్నాను" అన్నాడు.

భీష్ముడు మంచి మనస్సుతో ఈ మాట చెప్పి ఊరకుండి పోయాడు. తిరిగి అతడు తన మనస్సును పరమాత్మలో లగ్నం చేశాడు. దుర్యోధనునికి ఈ మాటలు సరిగ్గా మరణించేవానికి మందు చేదయినట్లుగానే నచ్చలేదు.

భీష్ముడు మౌనం వహించాక రాజులందరూ తమ తమ శిబిరాలకు వెళ్లారు. అప్పుడే కర్ణుడు భీష్ముడు పడిపోయిన సంగతి తెలిసి కొద్దిగా భయపడుతూ త్వరత్వరగా అతని దగ్గరకు వచ్చాడు. అతడు అంపశయ్య మీద పడి ఉండడం చూసి అతనికి కన్నులలో నీరు తిరిగింది. అతడు గద్గదకంఠంతో - "మహాబాహూ ! భీష్మ పితామహా ! ఎప్పుడూ మిమ్మల్ని ద్వేషభావంతో చూస్తూ ఉండే ఆ రాధాపుత్రుడిని కర్ణుడిని మీ సముఖంలో నిలబడిఉన్నాను" అన్నాడు. అది విని భీష్ముడు కనురెప్పలు పైకెత్తి మెల్లగా కర్ణుని వైపు చూశాడు. తరువాత అక్కడంతా ఎవరూ లేక పోవడం గమనించి కాపలా వారిని కూడా అక్కడినుండి వెళ్లిపొమ్మన్నాడు. తండ్రి కొడుకును కౌగిలించుకొన్నట్లుగా, ఒక చేతితో కర్ణుని ముందుకు లాగి హృదయానికి హత్తుకొంటూ స్నేహపూర్వకంగా - "రావయ్యా ! నా ప్రతిస్పర్థీ! నీవు ఎప్పుడూ నాతో పేచీలు పెట్టుకొంటూనే వచ్చావు. నీవు కనుక నా దగ్గరకు రాకపోతే నిశ్చయంగా నీకు మేలు జరిగేది కాదు. మహాబాహూ ! నీవు రాధ కొడుకువు కావు. కుంతీపుత్రుడవు. నీ తండ్రి అధిరథుడు కాడు - సూర్యుడు. ఈ సంగతి నాకు వ్యాసుని వలన, నారదులవారి వలన తెలిసింది. ఇది పూర్తిగా నిజం. ఇందులో ఆవంతయినా సందేహం లేదు. నాయనా ! నేను నిజం చెపుతున్నాను. నీ మీద నాకు కొద్దిగా కూడా ద్వేషం లేదు. నీవు అకారణంగానే పాండవులను అధిక్షేపిస్తూ ఉండేవాడివి.(5) అందుకని నీ దుస్సాహసాన్ని దూరం చేయడానికే నేను కఠినంగా మాట్లాడుతూ ఉండేవాడిని. నీచులతో సావాసం చేయడం వలన నీ బుద్ధి గుణవంతులను కూడా ద్వేషించసాగింది. ఈ కారణంగానే కౌరవ సభలో నేను నిన్ను అనేక పర్యాయాలు కటువచనాలు పలికాను. నాకు తెలుసు. యుద్ధంలో శత్రువులు నీ పరాక్రమాన్ని తట్టుకోలేరు. నీవు బ్రాహ్మణ భక్తి కలవాడవు. పరాక్రమ వంతుడవు. దానం చేయడంలో మహానిష్ఠ కలవాడవు. అస్త్రాలను సంధించడంలో, హస్తలాఘవంలో, అస్త్రబలంలో నీవు శ్రీకృష్ణార్జునులతో సమానుడవు. నీవు ధైర్యంగా యుద్ధం చేస్తావు. తేజస్సులో, బలంలో దేవతలతో సమానుడవు. యుద్ధంలో నీ పరాక్రమం మానవాతీతమైనది. పూర్వం నీ పట్ల నాకు క్రోధం ఉండేది. దానిని నేను దూరం చేసుకొన్నాను. పురుష ప్రయత్నంతో విధివిధానాన్ని మార్చలేమని ఇప్పుడు నాకు నిశ్చయమయింది. పాండవులు నీకు తోడబుట్టిన

సోదరులు. నీవు నాకు ప్రియం చేయాలనుకొంటే మాత్రం వారితో నీవు కలిసిపో. నాతోనే ఈ వైరం అంతమవ్వాలి. భూమండలంలోని రాజులందరూ నేటినుండి సుఖంగా ఉండాలి" అన్నాడు.

కర్ణుడు – "మహాబాహూ ! మీరు చెప్పారే – నేను సూతపుత్రుడిని కాదని, కుంతీ పుత్రుడనని – ఇది నాకు కూడా తెలుసు. కాని కుంతి నన్ను వదిలివేసింది. సూతుడు నన్ను పెంచి పోషించాడు. ఇప్పటివరకు దుర్యోధనుని ఐశ్వర్యమంతా అనుభవించాను. ఇప్పుడు అతనికి ద్రోహం చేసే సాహసం నాకు లేదు. వసుదేవనందనుడు శ్రీకృష్ణుడు పాండవుల సహాయానికి ఎలా దృఢంగా నిలిచాడో, అలాగే నేను కూడా దుర్యోధనుని కోసం నా శరీరాన్ని, ధనాన్ని, ఆలుబిడ్డలను, కీర్తిని ధారపోశాను. జరగబోయే దానిని మార్చలేం. పురుష ప్రయత్నంతో దైవ విధానాన్ని ఎవరు తప్పించగలరు ? మీకు కూడా ఈ భూమండల వినాశనాన్ని సూచించే అపశకునాలు తెలిసినవే కదా ! మీరు సభలోనే చెప్పిఉన్నారు. నేను కూడా పాండవుల యొక్క శ్రీకృష్ణుని యొక్క ప్రభావాన్ని ఎరుగుదును. వారు మానవ మాత్రులకు అజేయులు. అయినా నేను యుద్ధంలో పాండవులను గెలువగలననే విశ్వాసం నా మనసులో ఉంది. ఈ వైరం చాలా దూరం సాగిపోయింది. ఇప్పుడు దానిని విరమించడం కష్టం. కాబట్టి నేను నా ధర్మాన్ని నిర్వహిస్తూ ఆనందంగా అర్జునునితో యుద్ధం చేస్తాను. యుద్ధం చేయడానికి నేను నిశ్చయించుకొన్నాను. ఇక మీరు అనుమతి ఇవ్వండి. మీ అనుమతి తీసుకొన్నాకనే యుద్ధం చేయాలని నా ఆలోచన. నా చపలత్వం కారణంగా ఇంతవరకు నేను పలికిన కటువచనాలను, మీ పట్ల చేసిన ప్రతికూలాచరణను మీరు క్షమించండి" అన్నాడు.

భీష్ముడు – "కర్ణా ! ఈ దారుణమైన వైరం నశించక పోతే నేను నీకు యుద్ధం చేయడానికి అనుమతినిస్తున్నాను. నీవు స్వర్గం పొందాలనే కోరికతోనే యుద్ధం చెయ్యి. క్రోధాహంకారాలు విడిచిపెట్టి నీ శక్తిని, ఉత్సాహాన్ని అనుసరించి రణంలో పరాక్రమం చూపు. ఎల్లప్పుడు సత్పురుషుల యొక్క ఆచరణనే పాటించు. అర్జునునితో యుద్ధం చేసి నీవు క్షత్రియ ధర్మంతో పొందగలిగే లోకాలకు వెళ్తావు. అహంకారాన్ని విడిచి నీ బలపరాక్రమాల మీద నమ్మకముంచి యుద్ధం చెయ్యి. క్షత్రియునికి ధర్మయుక్తమైన యుద్ధం కంటె మించిన వేరొక కల్యాణ కారకమైన సాధనమేదీ లేదు. కర్ణా ! నేను శాంతి కోసం మహా ప్రయత్నం చేశాను. కాని అందులో సఫలుడిని కాలేకపోయాను. ఈ నిజం నీతో చెపుతున్నాను" అన్నాడు.

రాజా ! భీష్ముడు ఇలా అన్న తరువాత కర్ణుడు అతనికి ప్రణామం చేసి, అతని ఆజ్ఞ తీసుకొని రథమెక్కి మీ పుత్రుడయిన దుర్యోధనుని వద్దకు వెళ్లాడు.

ఇది భీష్మ పర్వము

అధస్సూచికలు

(1) లలితపీతాంబరంబు విలాసమొప్ప
సింహనాదోద్భటం బగు చెలువుతోడ
మెఱుఁగువెలుఁగును గర్జయు మెఱయవచ్చు
కారుమొగిలనఁ గృష్ణునాకారమొప్పె. (భీష్మ-3-263)

(2) సఖుఁడు సంబంధి శిష్యుండు సవ్యసాచి
నాకు నతనికి నై యేను నరవరేణ్యా
కూర్మిమై నిత్తుఁ గండలు గోసియైన
నరయ నాతండు నాయెడ నట్టివాఁడ. (భీష్మ-3-283)

(3) చిచ్చఱ కన్ను మూసికొని చేతి త్రిశూలము డాఁచి లీలమై
వచ్చిన రుద్రుచందమున వ్రాలుదు వీవనిలోన నోర్వఁగా
వచ్చునె నిన్ను నెట్టిమగవారికి నీకృప నాశ్రయింపఁగా
వచ్చితి మెవ్విధిన్ గెలువవచ్చు మహాత్మ ! యెఱుంగఁజెప్పవే. (భీష్మ-3-299)

(4) నన్నుఁ బాంశుకేలి నున్న నర్మిలినెత్తి
మేనిధూళి దనదు మేను వొరయఁ
బ్రీతిఁగౌఁగిలించి మాతండ్రి గుణముల
గ్గించి కన్ను నీరు నించు నతఁడు. (భీష్మ-3-305)

(5) నీదెసఁగోపింతునె కుల
భేదముగాఁ బలుకుటయును బిడ్డలఁజెఱుపం
గా దని కినియుదు లే దన
రా దలఁతును నిన్ను నిష్ఠురంపుఁబలుకులన్. (భీష్మ-3-441)

॥ ఓం శ్రీగణేశాయ నమః ॥

సంక్షిప్త మహాభారతము

ద్రోణ పర్వము

కర్ణుడు యుద్ధమునకు సిద్ధపడుట - ద్రోణాచార్యుడు సేనాపతిగా అభిషేకింపబడుట.

నారాయణం నమస్కృత్య నరం చైవ నరోత్తమమ్ ।
దేవీం సరస్వతీం వ్యాసం తతో జయముదీరయేత్ ॥

నారాయణ స్వరూపుడైన శ్రీకృష్ణునికి, నరోత్తముడు అయిన అర్జునునికి, వారి లీలలను ప్రకటించే సరస్వతీదేవికి, దానిని రచించిన వ్యాసునికి నమస్కరించి, ఆసురభావాలను తొలగించి అంతఃకరణశుద్ధి కలిగించే మహాభారతాన్ని చదవాలి.

జనమేజయ మహారాజు – "బ్రహ్మర్షీ ! పాంచాల రాజకుమారుడు శిఖండి చేతిలో భీష్మ పితామహుడు కూలిపోయాడని విని ధృతరాష్ట్ర మహారాజు, అతని పుత్రుడు దుర్యోధనుడూ ఏమి చేశారు ? ఆ వృత్తాంతం యావత్తూ నాకు చెప్పండి" అని అడిగాడు.

వైశంపాయనుడు చెప్పసాగాడు – "రాజా ! భీష్ముని మరణవార్తను విని ధృతరాష్ట్ర మహారాజు ఒక్కసారిగా చింతాశోకాలలో మునిగిపోయాడు. అతనికి మనశ్శాంతి నశించింది. రాత్రింబవళ్లు అతనికి దుఃఖమే మిగిలింది. ఇంతలోనే అతని వద్దకు విశుద్ధహృదయుడు అయిన సంజయుడు వచ్చాడు. అతడు కౌరవుల శిబిరాన్నుండి రాత్రివేళ హస్తినాపురాన్ని చేరుకొన్నాడు. అతని వలన భీష్ముని మరణ వృత్తాంతం విని ధృతరాష్ట్రునకు మిక్కిలి దుఃఖం కలిగింది. అతడు దైన్యంతో ఏడుస్తూ – "మహాత్మా ! భీష్ముని మరణానికి మిక్కిలి శోకిస్తూ కౌరవులు తరువాత ఏమి చేశారు ? వీరులైన పాండవుల యొక్క విశాలమైన విజయవంతమైన సైన్యం ముల్లోకాలలో మిక్కిలి భయం కలుగచేయగలదు. అయ్యో ! ఈ దశలో ఇటువంటి మహాభయం వచ్చిపడినపుడు వీరులకు ధైర్యం చెప్పగలిగే మహారథులు దుర్యోధనుని సైన్యంలో ఎవరున్నారు ?" అని అడిగాడు.

సంజయుడు చెప్పసాగాడు – రాజా ! భీష్ముడు నేలకు ఒరిగాక మీ పుత్రులు ఏమేమి చేశారో మీరు శ్రద్ధగా వినండి. అతడు మరణించాక కౌరవులు పాండవులు ఇరువురూ వేర్వేరుగా ఆలోచనలు చేశారు. వారు క్షత్రియ ధర్మాన్ని నిందిస్తూ మహాత్ముడయిన భీష్మునికి ప్రణామం చేశారు. అతని రక్షణకు ఏర్పాట్లు చేసి తమలోతాము అతని గురించే మాట్లాడుకోసాగారు. అనంతరం పితామహుడు అనుమతించాక, అతనికి ప్రదక్షిణం చేసి, వారు తిరిగి యుద్ధానికి నడుం బిగించి బయలుదేరారు. కొద్ది సేపటిలోనే తూర్యారావాలు, భేరీ ధ్వనులతో పాటుగా మీ పుత్రులయొక్క, పాండవులయొక్క సైన్యాలు యుద్ధం చేయడానికి సిద్ధమయ్యాయి.

రాజా ! మీ యొక్క, మీ పుత్రుల యొక్క తెలివి తక్కువతనం వల్ల భీష్ముడు వధింపబడ్డాక ఇప్పుడు కౌరవులూ, అతని పక్షంలో ఉన్న రాజులందరూ మృత్యుముఖానికి చేరువయ్యారు. భీష్ముని పోగొట్టుకొని వారు శోకంలో మునిగిపోయారు. అతడు లేకపోవడంతో కౌరవసేన కూడా అనాథలా మిగిలిపోయింది. ఏదైనా ఆపద వచ్చినపుడు బంధువు గుర్తుకు వచ్చినట్లుగా కౌరవవీరుల దృష్టి అంతా కర్ణుని వైపు మళ్లింది. ఎందుకంటే అతడు భీష్ముని వలెనే గుణవంతుడు, శస్త్ర ధారులందరిలో శ్రేష్ఠుడు, అగ్నివంటి తేజస్సు కలవాడు. కర్ణుడు ఇద్దరు రథికులతో సమానం. కాని భీష్ముడు బలపరాక్రమాలు గలిగిన రథికులను లెక్కించే సమయంలో అతనిని అర్ధరథునిగా నిశ్చయించాడు. అందుకే పది రోజులవరకు, పితామహుడు యుద్ధం చేసినంతవరకు మహాయశస్వి అయిన కర్ణుడు సంగ్రామరంగంలో అడుగు మోపలేదు. ఇక సత్య ప్రతిజ్ఞుడయిన భీష్ముడు నేలవ్రాలాక మీ పుత్రులు కర్ణుని గుర్తుకు తెచ్చుకొన్నారు. వారు "ఇక నీవు యుద్ధం చేసే సమయం వచ్చింది" అని "కర్ణా ! కర్ణా!" అని పిలువసాగారు.

అప్పుడు మహారథి అయిన కర్ణుడు సముద్రంలో మునిగిపోతున్న నౌకవంటి మీ సైన్యాన్ని ఈ ఆపద నుండి గట్టెక్కించడానికి వెంటనే కౌరవుల వద్దకు వచ్చాడు. అతడు వారితో – "భీష్ముల వారిలో ధైర్యం, బుద్ధి, పరాక్రమం, తేజస్సు, సత్యం, స్మృతి మొదలైన అన్ని వీరోచిత గుణాలూ ఉన్నాయి. అతని వద్ద అనేక దివ్యాస్త్రాలు కూడా ఉన్నాయి. వానితో పాటే నమ్రత, లజ్జ, మధురభాషణం, సారళ్యం కూడా అతనిలో తక్కువేమీ కావు. అతడు ఇతరుల ఉపకారాన్ని గుర్తుపెట్టుకొంటాడు. బ్రాహ్మణ ద్వేషులను విరోధిస్తాడు. అతడు చల్లబడి పోవడంతో వీరులందరూ అంతరించినట్లు నాకు అనిపిస్తోంది" అన్నాడు. మహాప్రతాపశాలి అయిన

భీష్మని నిధనం, కౌరవుల పరాజయం గురించి ఆలోచించిన అతనికి అమితంగా దుఃఖం కలిగింది. అతడు కన్నులవెంట నీరు కారుస్తూ దీర్ఘంగా నిట్టూర్చసాగాడు. కర్ణుని యొక్క ఈ మాటలు విని మీ పుత్రులు, సైనికులు కూడా పరస్పరం విచారాన్ని వ్యక్తపరచసాగారు. మిక్కిలి ఆతురులై కన్నీరు కారుస్తూ పెద్దగా రోదనలు చేస్తూ ఏడువసాగారు. అప్పుడు రథికులలో శ్రేష్ఠుడయిన కర్ణుడు ఇతర మహారథులకు ఉత్సాహాన్ని పెంపొందిస్తూ - "భీష్ముడు నేల కూలడంతో సేనాపతి అంటూ ఎవరూ లేనికారణంగా కౌరవ సేన చాలా కలవరపడుతోంది. శత్రువులు దీనిని నిరుత్సాహపరుస్తూ అనాథను చేసివేశారు. కాని నేను భీష్మని లాగానే ఇప్పుడు ఈ సేనను రక్షిస్తాను. ఈ సమస్త భారం నా మీదే ఉందని నాకు అనిపిస్తోంది. నేను యుద్ధరంగమంతా కలయతిరుగుతూ నా బాణాలతో పాండవులను యమపురికి పంపుతాను, నా కీర్తిని లోకమంతటా చాటుతాను. లేదా శత్రువుల చేతిలో మరణించి నేల మీద శయనిస్తాను" అన్నాడు. ఆపై తన సారథిని "సూతుడా ! నీవు నాకు కవచాన్ని, శిరస్త్రాణాన్ని ధరింపచెయ్యి. వెంటనే నా రథాన్ని పదహారు అమ్ముల పొదులతోను, దివ్యధనుస్సులతోను కత్తులు, శక్తులు, గదలు, శంఖాలు మొదలైన సమస్త సామగ్రితోను నింపి గుఱ్ఱాలను పూన్చి తీసుకురా" అని ఆజ్ఞాపించాడు.

సంజయుడు చెపుతున్నాడు - రాజా ! ఇలా చెప్పి కర్ణుడు యుద్ధ సామగ్రితో నిండిన, ధ్వజపతాకాలతో అలంకరింపబడిన, అందమైన ఒక రథాన్ని ఎక్కి విజయకాంక్షతో బయలుదేరాడు. మొట్టమొదటగా అంపశయ్య మీద ఉన్న అమిత తేజస్వి, మహాత్ముడు అయిన భీష్మని వద్దకు చేరుకొన్నాడు. అతనిని చూచి కర్ణుడు వ్యాకులుడయ్యాడు. అతడు రథం దిగి చేతులు జోడించి భీష్మనికి ప్రణమిల్లాడు. కన్నులలో నీరు నిండగా, నాలుక తడబడుతూ ఉండగా - "భరతశ్రేష్ఠా ! నేను కర్ణుడను. మీకు శుభమగుగాక ! మీరు మీ పవిత్రదృష్టితో నన్ను తేరిపార చూడండి. మీ మంగళకరమైన మాటలతో నన్ను అనుగ్రహించండి. ధనాన్ని కూడబెట్టడంలోను, మంత్రాగంలోను, వ్యూహరచనలోను, శస్త్ర సంచాలనంలోను మీతో సమానులైన వారు కౌరవులలో ఎవరూ నాకు కనిపించడంలేదు. అర్జునునితో పోరాడగలిగినవారు మీరు కాక ఎవరున్నారు ? గొప్ప బుద్ధిమంతులు కూడా ఇదే మాట చెపుతున్నారు - "అర్జునుని వద్ద అనేక దివ్యాస్త్రాలున్నాయని, అతడు నివాత కవచాది రాక్షసుల తోను, సాక్షాత్తు మహాదేవునితో కూడా యుద్ధం చేశాడని. పైగా అతడు శంకరభగవానుని వలన దుర్లభమైనవరాన్ని కూడా పొందాడట. అయినా మీరు అనుమతిస్తే నేను ఇప్పుడే నా పరాక్రమంతో అతనిని నశింపచేయగలను" అన్నాడు.

రాజా ! కర్ణుడు ఇలా అనగానే, కురువృద్ధుడయిన భీష్ముడు ప్రసన్నుడై, దేశకాలాలకు తగినట్లుగా - "కర్ణా ! నీవు శత్రువుల యొక్క గర్వాన్ని అణచివేసేవాడవు, మిత్రులకు ఆనందాన్ని పెంచేవాడవు. దేవతలకు విష్ణువు ఆశ్రయుడు అయినట్లుగానే నీవు కౌరవులకు ఆధారంగా ఉండు. దుర్యోధనుని యొక్క విజయాన్ని కోరుకొన్నావు కనుకనే నీవు నీ బాహుబలంతో ఉత్కల, మేకల, పౌండ్ర, కళింగ, అంధ్ర, నిషాద, త్రిగర్త, బాహ్లీకాది దేశాల రాజులను జయించావు. వీరే కాకుండా అక్కడక్కడా ఇంకా అనేక వీరులను నీవు క్రిందుపరచావు. నాయనా ! చూడు. దుర్యోధనుడు కౌరవులకు చుక్కాని అయినట్లే నీవు కూడా అతనికి పూర్తిగా ఆసరా ఇవ్వు. వెళ్లు. నిన్ను నేను ఆశీర్వదిస్తున్నాను. శత్రువులతో యుద్ధం చెయ్యి. యుద్ధంలో కౌరవులకు మార్గదర్శనం చేసి, దుర్యోధనునికి విజయం చేకూర్చు. దుర్యోధనుడు లాగే నీవు కూడా నాకు మనుమడివే. ధర్మానుసారంగా నేను వారికి హితైషిని అయినట్లే నీకు కూడా" అని ఆశీర్వదించాడు.

భీష్మని మాటలు విని కర్ణుడు అతని కాళ్లకు నమస్కరించాడు. ఆపై సేనవైపు కదిలాడు. దానిని ఉత్సాహపరిచాడు. కర్ణుడు సైన్యానికి అంతటికీ ముందు రావడం చూసి దుర్యోధనాది సమస్త కౌరవులకు చాలా ఆనందం కలిగింది. వారు తాళాలు వాయిస్తూ, గంతులు వేస్తూ, సింహనాదాలు చేస్తూ, రకరకాలుగా ధనుష్టంకారాలు చేస్తూ కర్ణునికి స్వాగతం పలికారు. దుర్యోధనుడు కర్ణునితో - "కర్ణా ! ఇప్పుడు నీవు నా సేనకు రక్షకుడవు. కనుక ఇది సనాథ అని నేను భావిస్తున్నాను. ఏది చేస్తే మనకు మేలు కలుగుతుందో దాని గురించి నిర్ణయించు" అన్నాడు.

కర్ణుడు - "రాజా ! మీరు బహుబుద్ధిమంతులు. మీరు మీ ఆలోచన ఏమిటో చెప్పండి. ఎందుకంటే సాక్షాత్తూ రాజు కర్తవ్యాన్ని గురించి సరియైన నిర్ణయం తీసుకొన్నట్లుగా వేరెవరూ నిర్ణయించలేరు. కాబట్టి మేము మీ మాటనే వినాలనుకొంటున్నాం" అన్నాడు.

దుర్యోధనుడు - "వయసులో, బలంలో, విద్యలో పెద్దవాడు, ఆరితేరినవాడు అయిన భీష్మపితామహుడు ఇంతకు ముందు

సేనాపతిగా ఉన్నాడు. అతడు యోధులందరినీ కూడగట్టుకొని శత్రుసంహారం చేశాడు. భీకరంగా యుద్ధం చేస్తూ పది రోజులు మమ్మల్ని రక్షించాడు. ఇప్పుడతడు స్వర్గవాసానికి సిద్ధంగా ఉన్నాడు. కాబట్టి అతని స్థానంలో ఎవరిని సేనాపతిగా చేయడం ఉచితంగా ఉంటుందని నీవు ఆలోచిస్తున్నావు ? నాయకుడు లేకుండా సైన్యం ఒక్కక్షణం కూడా ఉండలేదు. నావికుడు లేని నౌక, సారథి లేని రథం ఎటుపడితే అటు సాగిపోయినట్లుగా సేనాపతి లేనిసైన్యం కూడా అసమర్థమైపోతుంది కాబట్టి నా పక్షంలోని వీరులందరినీ దృష్టిలో ఉంచుకొని భీష్ముని తరువాత ఎవరు తగిన సేనాపతియో నిర్ణయించు. ఈ పదవికి నీవు ఎవరిని చెప్తావో అతనినే మేము ఆనందంగా సేనాపతిని చేస్తాం" అన్నాడు.

కర్ణుడు – "ఇక్కడ ఉన్న రాజులందరూ చాలా గొప్పవారు, నిస్సందేహంగా ఈ పదవికి యోగ్యులు కూడా. వీరందరూ కులీనులు. రాటుదేలిన శరీరాలు కలవారు, యుద్ధవిద్యలో నిపుణులు, బలపరాక్రమాలు కలవారు, బుద్ధిసంపన్నులు. అందరూ శాస్త్రజ్ఞులు, బుద్ధిమంతులు, యుద్ధంలో వెన్ను చూపనివారే, కాని ఒకేసారి అందరినీ సేనానాయకులుగా చేయలేం. కాబట్టి అందరికంటె అధిక గుణవంతుడైన ఒకనినే ఆ పదవిలో నియమించాలి. సమస్త శస్త్రధారులలోను శ్రేష్ఠులైన ద్రోణాచార్యులవారినే సేనాపతిగా చేయడం ఉచితమని నా ఉద్దేశ్యం. ఎందుకంటే వీరు యోధులందరికీ ఆచార్యులు, గురువు వయోవృద్ధులు కూడా. వీరు సాక్షాత్తూ శుక్ర బృహస్పతులతో సమానులు. వీరిని ఎవరూ ఓడించను కూడా లేరు. కాబట్టి వీరు ఉండగా వేరెవరు మనకు సేనాపతి కాగలరు ? మీ ఈ గురుదేవులు సేనానాయకులందరికంటె, శస్త్రధారులందరికంటె, బుద్ధిమంతులు అందరికంటె శ్రేష్ఠులు. కాబట్టి దేవతలు కార్తికేయ స్వామిని తమకు సైన్యాధ్యక్షునిగా చేసుకొన్నట్లుగా మీరు వీరిని సేనాపతిని చేయండి" అన్నాడు.

కర్ణుని ఈ మాటలు విని దుర్యోధనుడు సైన్యం మధ్యలో నిలిచి ఉన్న ద్రోణాచార్యుని వద్దకు వెళ్లి "దేవా ! వర్ణంలో, కులంలో, పుట్టుకలో, విద్యలో, వయసులో, బుద్ధిలో, పరాక్రమంలో, యుద్ధకౌశలంలో, అజేయత్వంలో, అర్థజ్ఞానంలో, నీతిలో, విజయంలో, తపస్సులో, కృతజ్ఞతలో – ఇంకా అనేక గుణాలన్నింటిలోనూ మీరు అందరికంటె వృద్ధులు, పెద్దవారు. రాజులలో కూడా మీతో సమానులైన రక్షకులు మాకు ఎవరూ లేరు. కాబట్టి ఇంద్రుడు దేవతలను రక్షిస్తున్నట్లుగా మీరు మమ్మల్ని రక్షించండి. మీ నేతృత్వంలోనే మేము శత్రువులపై విజయం పొందాలనుకొంటున్నాం. కాబట్టి మీరు మాకు సేనాపతిగా ఉండడానికి అనుగ్రహించండి. మీరు మాకు సేనాధ్యక్షులయితే, మేము తప్పకుండా యుధిష్ఠిరుని, అతని అనుయాయులు, బంధువర్గంతో సహా జయించగలం" అని ప్రార్థించాడు.

దుర్యోధనుడు ఇలా అనగానే రాజులందరూ దానికి హర్షిస్తూ ద్రోణాచార్యునికి జయ జయ ధ్వానాలు చేశారు. వారందరూ ద్రోణాచార్యునికి ఉత్సాహాన్ని రెకెత్తించసాగారు. అప్పుడు ఆచార్యుడు దుర్యోధనునితో – "రాజా ! నేను షడంగ సహితమైన వేదాలు, మనువు రచించిన అర్థశాస్త్రం, శంకర భగవానులు ప్రసాదించిన బాణ విద్య, ఇంకా అనేక అస్త్రశస్త్రాలు ఎరుగుదును. నీవు విజయాభిలాషతో నాలో ఏయే గుణాలున్నాయని చెప్పావో, వాని నన్నిటినీ నిలుపుకుంటూ నేను పాండవులతో యుద్ధం చేస్తాను. కాని నేను ద్రుపదపుత్రుడైన ధృష్టద్యుమ్నుని ఏ రకంగానూ చంపలేను. ఎందుకంటే అతడు నన్ను చంపడానికే పుట్టాడు" అన్నాడు.

రాజా ! ఈ రీతిగా ఆచార్యులవారు అనుమతించగానే మీ పుత్రుడు దుర్యోధనుడు వారిని శాస్త్రోక్తంగా సేనాపతి పదవిలో అభిషేకించాడు. ఆ సమయంలో వాద్యఘోషలతో, శంఖధ్వనులతో అందరూ తమ ఆనందాన్ని వెల్లడించారు. పుణ్యాహవాచనం, స్వస్తివాచనం, సూత మాగధుల స్తోత్రపాఠాలు, బ్రాహ్మణుల జయ జయ నాదాలు – వీటితో ఆచార్యుల వారిని గౌరవించారు. ద్రోణుడు సేనాపతి కావడంతో అందరూ "ఇంక పాండవులను మనం జయించినట్టే" అని తలపోయసాగారు.

ద్రోణాచార్యుడు ప్రతిజ్ఞ చేయుట – అతడు మొదటి రోజు యుద్ధము.

సంజయుడు చెపుతున్నాడు – "రాజా ! సేనానాయకునిగా అధికారాన్ని పొంది, మహారథి అయిన ద్రోణుడు తన సైన్యాన్ని వ్యూహంగా మలిచి మీ పుత్రులతో సహితంగా యుద్ధ భూమికి కదిలాడు. అతనికి కుడివైపున సింధురాజు జయద్రథుడు, కళింగనరేశుడు, మీ పుత్రుడు వికర్ణుడు నడుస్తున్నారు. వారి వెనుక గాంధార దేశపు ఆశ్వికసైన్యంతో శకుని వారికి రక్షకుడుగా ఉన్నాడు. ఎడమవైపున కృపాచార్యుడు, కృతవర్మ, చిత్రసేనుడు, వివింశతి, దుశ్శాసనుడు మొదలైన వీరులున్నారు. వారి రక్షణ భారం సుదక్షిణుడు మొదలైన కాంభోజవీరులపై పడింది. వారితో పాటే శకయవన సేనలు కూడా నడుస్తున్నాయి. మద్ర, త్రిగర్త, అంబష్ఠ, మాలవ,

శిబి, శూరసేన, శూద్ర, మలద, సౌవీర, కితవ దేశాలవారు పూర్వపశ్చిమ దక్షిణోత్తర దేశాల యోధులందరూ, మీ పుత్రులతో కూడిన దుర్యోధనుని, కర్ణుని వెంబడించి నడిచారు. వారంతా తమ తమ సేనల యొక్క బలాన్ని, ఉత్సాహాన్ని పెంపొందింపచేస్తూ ఉన్నారు. యోధులందరిలో శ్రేష్ఠుడయిన కర్ణుడు సైన్యంలో శక్తిని ప్రసరింపచేస్తూ అందరి కంటె ముందు నడుస్తున్నాడు. ఇప్పుడు కర్ణుని చూసి ఎవరికీ భీష్ముడు లేడనే విచారం కూడా లేదు. "ఈ రోజు కర్ణుని ఎదురుగా చూసిన పాండవులు యుద్ధ భూమిలో నిలువలేరు. అరే ! కర్ణుడయితే దేవతలతో సహితంగా సాక్షాత్తూ ఇంద్రుని కూడా జయించగలడు. ఇక బలపరాక్రమాలు లేని ఈ పాండవుల సంగతికేముంది ? భీష్ముడు చాలా పరాక్రమవంతుడు అయితే కావచ్చు, కాని అతడు పాండవులను రక్షిస్తూ ఉండేవాడు. ఇక ఇప్పుడు కర్ణుడు వారిని తన వాడిబాణాలతో చిత్తు చిత్తు చేస్తాడు" – అందరి నోటా ఈ మాటలే వినబడుతున్నాయి.

రాజా ! ఈ రీతిగా సైనికులందరూ కర్ణుని ప్రశంసిస్తూ మనసులోనే అతనిపట్ల ఆదరం చూపుతూ నడుస్తున్నారు. యుద్ధభూమిని చేరుకొని ఆచార్యుడు తన సేనను శకటవ్యూహంగా మలిచాడు. అటు ధర్మరాజు పాండవసైన్యాన్ని క్రౌంచవ్యూహంగా నిలిపాడు. ఆ వ్యూహానికి ముఖ స్థానంలో పురుష శ్రేష్ఠులయిన కృష్ణార్జునులు నిలుచున్నారు. వారి రథంపై కపిధ్వజం ఎగురుతోంది. ఇటు మీ సేనాముఖంలో కర్ణుడున్నాడు. కర్ణార్జునులిద్దరూ ఒకరిపై ఒకరు విజయం సాధించాలని ఉవ్విళ్లూరుతూ ఉన్నారు. ఇద్దరూ ఒకరి ప్రాణాలు ఒకరు తీయగలిగిన వారే కాబట్టి ఇద్దరికీ కూడా ఒకరిపై ఒకరికి గుర్రుగా ఉంది. అదే సమయంలో అకస్మాత్తుగా మహారథి ద్రోణుడు ముందుకు వచ్చి సమస్త సైన్యం ముందు మీ పుత్రునితో – "రాజా ! భీష్ముని తరువాత నీవు నన్ను సేనాపతి పదవిలో ప్రతిష్ఠించావు. కనుక దానికి తగిన ఫలాన్ని ఇవ్వాలనుకొంటున్నాను చెప్పు. నీ కోసం ఏం చేయమంటావో నీకేది కావాలో అది వరంగా అడుగు" అన్నాడు.

అందుపై దుర్యోధనుడు కర్ణదుశ్శాసనులతో సంప్రతించి, ఆచార్యునితో – "మీరు నాకు వరం ఇవ్వాలనుకొంటే మహారథి యుధిష్ఠిరుని ప్రాణాలతో పట్టుకొని నా వద్దకు తెండి" అని అడిగాడు. ఇది విని ఆచార్యుడు – "కుంతీనందనుడు యుధిష్ఠిరుని నీవు బంధించమనే కోరావు. అతనిని వధించమని వరం అడగలేదు. అందుకతడు ధన్యుడు. కాని దుర్యోధనా ! నీకు అతనిని చంపించాలనే కోరిక ఎందుకు లేదు ? పాండవులను జయించాక, తిరిగి యుధిష్ఠిరునికి రాజ్యాన్ని అప్పగించి, నీ సౌహార్దభావాన్ని చూపాలని అనుకోవడం లేదుకదా ? ధర్మరాజు మీద నీకు చాలా స్నేహభావం ఉంది. అందుకు అతడు తప్పకుండా చాలా అదృష్టవంతుడు. అతని జన్మ సఫలం. అతని అజాతశత్రుత్వం కూడా నిజమైనదే" అన్నాడు.

రాజా ! ఆచార్యుడు ఇలా అనగానే నీ పుత్రుని హృదయంలో ఎప్పుడూ గూడుకట్టుకొని ఉండే భావం వెంటనే బయటపడిపోయింది. అతడు సంతృప్తిగా – "ఆచార్యపాదా ! యుధిష్ఠిరుని చంపడం వలన మనకు విజయం చేకూరదు. ఎందుకంటే మనం అతనిని చంపినప్పటికీ, మిగిలిన పాండవులు తప్పకుండా మనలను నాశనం చేస్తారు. పాండవులను అందరినీ అయితే దేవతలు కూడా చంపలేరు. కాబట్టి వారిలో ఎవరు మిగిలితే వాడే మనలను అంతం చేస్తాడు. సత్యప్రతిజ్ఞుడైన యుధిష్ఠిరుడు నాకు వశమయితే, నేను మళ్లీ జూదంలో అతనిని జయిస్తాను. అప్పుడు అతనిని అనుసరించే పాండవులు కూడా తిరిగి అడవులకు వెళ్తారు. ఈ రీతిగా చాలా రోజులకు నాకు సూటిగానే జయం లభిస్తుంది. అందుకే ఏ దశలోనూ నేను ధర్మరాజు వధను కోరుకోను" అన్నాడు.

ద్రోణాచార్యుడు గొప్ప వ్యవహార కుశలుడు. అతడు దుర్యోధనుని కపటంతో కూడిన అభిప్రాయాన్ని గ్రహించాడు. అందుకని అతడు ఒక షరతుతో వరం ఇస్తూ – "వీరుడైన అర్జునుడు యుధిష్ఠిరుని రక్షించకపోతే మాత్రం నీకు అతడు వశపడినట్లే అనుకో. అర్జునుని మీద దాడి చేయడానికి ఇంద్రాది దేవతలు, రాక్షసులు కూడా సాహసించలేరు. కాబట్టి ఆ పని నా వశంలో కూడా లేదు. "అతడు నాకు శిష్యుడు, నా దగ్గరే అస్త్రవిద్య నేర్చుకొన్నాడు" – అనడంలో సందేహం లేదు. అయినా అతడు యువకుడు. పుణ్యాత్ముడు కూడా. నా తరువాత అతడు ఇంద్రరుద్రుల నుండి కూడా అస్త్రాలు పొందాడు. పైగా అతనికి నీ మీద కోపం కూడా ఉంది. కాబట్టి అతడు ఉండగా, నేను ఈ పని చేయలేను. కనుక ఎలా వీలయితే, అలాగే అతనిని నీవు యుద్ధ భూమి నుండి దూరంగా తీసుకుపోవాలి. అంతే అర్జునుడు వెళ్లాక అయితే ధర్మరాజు నీ చేతిలోనివాడే. అర్జునుడు దూరంగా వెళ్లిపోయిన తరువాత, ధర్మరాజు ఒక్క క్షణమైన నా ఎదుట నిలబడితే నిస్సందేహంగా నేను అతనిని నీకు అప్పగిస్తాను" అన్నాడు.

రాజా ! ద్రోణాచార్యుడు ఇలా షరతుతో కూడిన ప్రతిజ్ఞ

చేసినప్పటికీ మూర్ఖులైన నీ పుత్రులు యుధిష్ఠిరుడు బంధింపబడ్డాడనే భావించారు. ద్రోణాచార్యునికి పాండవులపై ప్రేమ ఉంటుందని దుర్యోధనునికి తెలుసు. అందుకని అతని ప్రతిజ్ఞను స్థిరం చేయడానికి అతడా సంగతిని సైన్యంలోను, పాండవులందరికీ చాటింపువేయించాడు. ఆచార్యుడు యుధిష్ఠిరుని బంధించడానికి ప్రతిజ్ఞ చేశాడని వినగానే సైనికులందరూ సింహనాదాలు చేస్తూ తాళాలు మోగించసాగారు. తనకు విశ్వాస పాత్రులైన గుప్తచరుల ద్వారా ద్రోణుని యొక్క ఈ ప్రతిజ్ఞా సమాచారం తెలుసుకొన్న యుధిష్ఠిరుడు తన తమ్ముళ్లనూ, ఇతర రాజులనూ కూడా పిలిపించాడు. అర్జునునితో – "పురుష సింహమా ! ఆచార్యుడేమి చేయదలచుకొన్నాడో నీవు విన్నావా ? అతని ఆలోచన సఫలం కాకుండా ఉండే నీతితో పని జరిపించు. అతడు ఒక నియమంతో ప్రతిజ్ఞ చేశాడు. ఆ నియమం కూడా నీకు సంబంధించినదే. కాబట్టి నీవు నా దగ్గరే ఉండి యుద్ధం చెయ్యి. అందువల్ల ద్రోణుని ద్వారా దుర్యోధనుని కోరిక తీరజాలదు" అన్నాడు.

అర్జునుడు – "రాజా ! నేను ఆచార్యులవారిని చంపదలచుకోనట్లే, మీకు దూరంగా ఉండాలని కూడా అనుకోవడంలేదు. అలా చేస్తే అయ్యో ! యుద్ధరంగంలో మీ ప్రాణాలకు నేను నీళ్లు వదులుకొన్నట్లే కదా ! నక్షత్రాలతో పాటు మిన్ను విరిగి పడినా, భూమి బద్దలయినా సరే, నేను జీవించి ఉండగా, సాక్షాత్తు ఇంద్రుడినే సహాయకుడిగా తెచ్చుకున్నా కూడా ఆచార్యుడు మిమ్మల్ని బంధించలేడు. కాబట్టి నా శరీరంలో ప్రాణాలు ఉన్నంతవరకు మీరు ఆచార్యునికి ఏ మాత్రం భయపడనక్కరలేదు. నేను ఈ ప్రతిజ్ఞను మీరను అని నిశ్చయంగా చెపుతున్నాను. నాకు గుర్తు ఉన్నంతవరకు నేను ఎప్పుడూ అసత్యం ఆడలేదు, ఎప్పుడూ పరాజయం పాలు కాలేదు, ఎప్పుడూ ప్రతిజ్ఞ చేసి దానిని మీరలేదు" అన్నాడు.

మహారాజా ! ఆ పై పాండవుల శిబిరంలో శంఖ భేరీ మృదంగాలు, నగారాలు మోగసాగాయి. పాండవులు సింహనాదాలు చేశారు. వారి టంకారధ్వనులు, తాళాల శబ్దాలు ఆకాశంలో ప్రతిధ్వనించసాగాయి. అది చూసి మీ సేనలో కూడా వాద్యాలు మోగించారు. తరువాత వ్యూహాకారంలో నిలుచున్న రెండు సైన్యాలూ మెల్లమెల్లగా ముందుకు కదిలి పరస్పరం పోరాడసాగాయి. సృంజయవీరులు ఆచార్యుని సైన్యానికి నష్టం కలిగించాలని చాలా ప్రయత్నించారు గాని, అతడు రక్షిస్తున్న కారణంగా అలా చేయలేకపోయారు. అలాగే దుర్యోధనుని యొక్క వీరులు కూడా అర్జునుని చేత సురక్షితమైన పాండవ సేనపై పట్టు సాధించలేకపోయారు. ద్రోణాచార్యుడు వేస్తున్న భయంకరమైన బాణాలు పాండవ సేనకు తాపం కలిగిస్తూ, అన్నివైపులా దూసుకుపోతున్నాయి. ఆ సమయంలో వారిలోని ఏ వీరుడూ కూడా ఆచార్యుని స్థిరంగా చూడలేకపోతున్నాడు. ఈ రీతిగా పాండవ సైన్యాన్ని మూర్ఛపోయేలా చేసి, అతడు తన పదునైన బాణాలతో ధృష్టద్యుమ్నుని సైన్యాన్ని మర్దించసాగాడు. అతడు విడిచిన బాణాలకు అనేక రథికులు, ఆశ్వికులు, గజారోహులు, పదాతులు నశించిపోయారు. శత్రువులకు చాలా భయం కలిగింది. ఆచార్యుడు అంతటా కలయతిరుగుతూ వారిలో కల్లోలం రేపాడు. వారి భయాన్ని నాలుగింతలు చేశాడు. అప్పుడు యుద్ధ భూమిలో రక్తపుటేరులు ప్రవహిస్తున్నాయి. వందల కొద్దీ వీరులు యమపురికి పోతున్నారు. వారిని చూచి పిరికి మనసులు పగిలిపోతున్నాయి.

ఇక ఆచార్యునిపై అన్ని వైపులనుండి యుధిష్ఠిరాది మహావీరులందరూ విరుచుకుపడ్డారు. కాని పరాక్రమవంతులైన మీ వీరులు అతనిని నాలుగు వైపులా చుట్టిఉన్నారు. అప్పుడు గగుర్పాటు కలిగించే యుద్ధం ఆరంభమయింది. మహామాయావి అయిన శకుని సహదేవుని మీద దాడి చేసి, అతని సారథిని, ధ్వజాన్ని, రథాన్ని కూడా పదునైన బాణాలతో చిల్లులు పడేలా కొట్టాడు. అందుపై కోపించిన సహదేవుడు శకుని రథానికి ఉన్న ధ్వజాన్ని, ధనుస్సును కూడా విరిచివేసి, అతని సారథిని, గుఱ్ఱాలను చంపి, అరవై బాణాలతో అతనిని తూట్లు పొడిచాడు. అప్పుడు శకుని గద తీసుకొని రథం నుండి దూకి, దానితో సహదేవుని సారథిని రథం నుండి క్రిందికి పడవేశాడు. ఈ రీతిగా ఆ వీరులిద్దరూ రథహీనులై గదలు పట్టుకొని యుద్ధరంగంలో క్రీడించసాగారు.

ద్రోణుడు ద్రుపదుని పది బాణాలతో కొట్టాడు. అనేక బాణాలతో దానికి అతడు సమాధానమిచ్చాడు. అందుపై ఆచార్యుడు అంతకంటె ఎక్కువగా బాణాలు వేశాడు. భీమసేనుడు వివింశతిని ఇరవై బాణాలతో దెబ్బకొట్టాడు. కాని ఆ వీరుడు దానికి ఏ మాత్రం చెక్కుచెదరలేదు. అది చూసి అందరికీ చాలా ఆశ్చర్యం కలిగింది. పైగా అతడు సూటిగా భీమసేనుని గుఱ్ఱాలను చంపివేశాడు. అంతేకాక అతని ధ్వజాన్ని, ధనుస్సును కూడా ఖండించాడు. సైన్యం

అంతా అతనిని ప్రశంసించింది. శత్రువు యొక్క ఈ పరాక్రమాన్ని భీమసేనుడు సహించ లేకపోయాడు. అందుకని అతడు తన గదతో అతని గుఱ్ఱాలనన్నింటినీ చంపివేశాడు. ఇంకొక వైపు శల్యుడు అలవోకగా తన మేనల్లుడు నకులుని తూట్లు పొడవ సాగాడు. ప్రతాపశాలి అయిన నకులుడు మాటలలోనే శల్యుని గుఱ్ఱాలను, ఛత్రాన్ని, ధ్వజాన్ని, సారథిని, ధనుస్సును కూడా నాశనం చేసి, తన శంఖాన్ని ఊదాడు. ధృష్టకేతువు కృపాచార్యుడు వేసిన రకరకాల బాణాలను ఖండించి డెబ్బై బాణాలతో అతనిని తూట్లు పొడిచాడు. మూడు బాణాలతో అతని ధ్వజాన్ని విరుగకొట్టాడు. అప్పుడు కృపాచార్యుడు గొప్ప బాణవర్షం కురిపించి ధృష్టకేతుని నిలువరించి, అతనిని మిక్కిలిగా గాయపరిచాడు. సాత్యకి తన వాడి బాణాలతో కృతవర్మ గుండెలపై దెబ్బకొట్టాడు. పైగా అలవోకగా డెబ్బై బాణాలతో అతనిని గాయపరిచాడు. కృతవర్మ మహాలాఘవంగా నూట డెబ్బై బాణాలు వేశాడు. వాటితో గాయపడి కూడా సాత్యకి కొండలా కదలక నిలుచున్నాడు.

ద్రుపదుడు భగదత్తునితో పోరాడుతున్నాడు. వారి మధ్య అద్భుతమైన యుద్ధం జరుగుతోంది. భగదత్తుడు ద్రుపదుని అతని సారథితో పాటు తూట్లుపడేలా కొట్టాడు. అతని రథం మీద, ధ్వజం మీద కూడా బాణాలు వేశాడు. దానితో ద్రుపదుడు కోపించి భగదత్తుని గుండెపై బాణం నాటాడు. ఇంకొకవైపు భూరిశ్రవుడు, శిఖండి మహాభయంకరంగా యుద్ధం చేస్తున్నారు. భూరిశ్రవుడు, బాణాలను మహా జడివానగా కురిపించి శిఖండిని కప్పివేశాడు. శిఖండి కోపించి తొంభై బాణాలతో భూరిశ్రవుని అతని స్థానం నుండి పడదోశాడు. క్రూరకర్ములు, రాక్షసులు అయిన ఘటోత్కచుడు, అలంబుసుడు ఇద్దరూ వందల కొద్దీ మాయలు తెలిసినవారే. గర్వితులు కావడంతో ఒకరినొకరు తక్కువ చేసుకోవడంలో ఇద్దరూ సమానులే. వారు అందరినీ ఆశ్చర్యచకితులను చేస్తూ అంతర్ధానులై యుద్ధం చేయసాగారు. అలాగే చేకితాన అనువిందులకు, క్షత్రదేవ లక్ష్మణులకు మధ్య యుద్ధం జరుగుతోంది.

అప్పుడే పౌరవుడు గర్జిస్తూ అభిమన్యుని మీదికి ఉరికాడు. ఇద్దరి మధ్య గొప్ప ఘోరయుద్ధం మొదలయింది. పౌరవుడు బాణవర్షంతో పూర్తిగా అభిమన్యుని కప్పివేశాడు. అప్పుడు అభిమన్యుడు అతని ధ్వజాన్ని, ఛత్రాన్ని, ధనుస్సును ఖండించి నేల కూల్చాడు. ఆ పై ఏడుబాణాలతో పౌరవుని, ఐదింటితో అతని సారథిని గుఱ్ఱాలను గాయపరిచాడు. అనంతరం అతడు కత్తిడాలు తీసుకొని పౌరవుని రథం యొక్క నొగలు మీదికి దూకి, అక్కడినుండే అతని జుట్టు పట్టుకొన్నాడు. ఒక్క దెబ్బతో సారథిని రథం నుండి క్రిందికి పడదోసి, కత్తితో ధ్వజాన్ని ఎగురగొట్టాడు. పౌరవుని జుట్టు పట్టుకొని గుంజసాగాడు. జయద్రథుడు పౌరవుని యొక్క ఈ దుఃస్థితిని చూడలేకపోయాడు. అందుకని అతడు కత్తిడాలు తీసుకొని తన రథం నుండి దూకాడు. జయద్రథుడు రావడం చూసి అభిమన్యుడు పౌరవుని వదిలి వెంటనే డేగలాగ రథంపై నుండి ఎగిరి అతని ఎదుటకు వచ్చాడు. జయద్రథుడు అతని మీద ప్రాసం, పట్టిసం, కత్తి మొదలైన అనేక ఆయుధాలు కురిపించాడు. కాని అభిమన్యుడు వానినన్నింటినీ కత్తితోనే ఖండించి వేశాడు. పైగా డాలుతో అడ్డుకొన్నాడు. ఆ ఇద్దరి వీరులవేగం చూడవలసినదే. వారు కత్తులు తిప్పడంలోను, ఝళిపించడంలోను, అడ్డుకోవడంలోను, బయటివైపు లోపలివైపు తిప్పడంలోను, ఏమాత్రం తేడా తెలియడం లేదు. ఆ ఇద్దరు వీరులూ బయటివైపు లోపలివైపు తిరుగుతూ యుద్ధం చేయడంలో అద్భుతమైన పాదవిన్యాసాలు చూపుతున్నారు. ఇంతలో అభిమన్యుని డాలు తగిలి జయద్రథుని కత్తి విరిగిపోయింది. అందుకని అతడు వెంటనే తన రథం ఎక్కేశాడు. అదే సమయంలో అదను చూసి అభిమన్యుడు కూడా తన రథం అధిరోహించాడు.

అభిమన్యుడు రథం ఎక్కడం చూసి కౌరవ పక్షంలోని రాజులందరూ కలిసి అతనిని చుట్టుముట్టారు. అందుకని అతడు జయద్రథుని వదిలి సేననంతటిని బాధించసాగాడు. అప్పుడు శల్యుడు అగ్నిజ్వాలలా మండే ఒక భయంకర శక్తిని అతని మీద ప్రయోగించాడు. అభిమన్యుడు ఎగిరి దానిని మధ్యలోనే పట్టుకొని దానినే తన చేతి బలం కొద్దీ శల్యునిపై విసిరాడు. అది శల్యునిసారథిని చంపి అతనిని క్రిందకు పడవేసింది. ఇది చూసి విరాటరాజు, ద్రుపదుడు, ధృష్టకేతుడు, యుధిష్ఠిరుడు, సాత్యకి, కేకయరాజ కుమారులు, భీమసేనుడు, ధృష్టద్యుమ్నుడు, శిఖండి, నకుల సహదేవులు, ద్రౌపదీపుత్రులు "ఆహా ఆహా" అంటూ మెచ్చుకోలు ధ్వనులతో ఆకాశాన్ని మారుమోగించారు. వారు అభిమన్యునికి మరింత సంతోషం కలిగిస్తూ గట్టిగా సింహనాదాలు చేశారు.

సారథి చనిపోవడం చూసి శల్యుడు గట్టి ఇనుప గదను ఎత్తి క్రోధంతో రొప్పుతూ రథం నుండి కిందికి దూకాడు. అతడు దండధరుడైన యమునివలె అభిమన్యునివైపు

లంఘించడం చూసి వెంటనే భీమసేనుడు తన బరువైన గదతో అతని ఎదుటకు వచ్చాడు. యుద్ధంలో భీమసేనుని యొక్క గదాప్రహారాన్ని మద్రరాజు తప్పించి వేరెవరూ సహించలేరు. అలాగే మద్రరాజు యొక్క గదావేగాన్ని సహించేవాడు కూడా భీమసేనుడు తప్ప వేరొకరెవరూ లేరు. ఆ వీరులిద్దరూ గదలు తిప్పుతూ మండలాకారంగా తిరగసాగారు. ఇద్దరూ సమానంగానే యుద్ధం చేస్తున్నారు. ఎవరూ కూడా ఎక్కువని, తక్కువని అనిపించడంలేదు. చివరికి భీమసేనుని ఆఘాతాలకు శల్యుని యొక్క భారీగద ముక్కలు ముక్కలయింది. శల్యుని ప్రహారాలకు భీమసేనుని గద నిప్పురవ్వలు కక్కుతూ వర్షాకాలంలో ఆర్ద్రపురుగులు ఆవరించిన వృక్షంవలె కనబడసాగింది. ఈ రీతిగా ఆ రెండు గదలూ పరస్పరం ఢీకొని మాటిమాటికి నిప్పులు చిమ్ముతున్నాయి. ఇద్దరి మీదా గదాప్రహారాలు పడినా, వారు ఏమాత్రం జంకలేదు. చివరికి ఇద్దరూ తీవ్రంగా గాయపడి రణరంగంలో సొమ్మసిల్లి పడిపోయారు – శల్యుడు చాలా బాధతో దీర్ఘంగా నిశ్వసించసాగాడు. అతనిని కృతవర్మ వెంటనే తన రథంలోకి ఎక్కించుకొని తీసుకొని పోయాడు. భీమసేనునికి కొద్దిసేపటిలోనే తెలివివచ్చి లేచినిల్చుని తిరిగి గదను చేతపట్టి యుద్ధరంగంలో ప్రత్యక్షమయ్యాడు.

శల్యుడు యుద్ధరంగం నుండి నిష్క్రమించడం చూసి చతురంగబలాలతో పాటు మీ పుత్రులు కూడా హడలెత్తిపోయారు. విజయం పొందిన పాండవుల చేత బాధింపబడుతూ అటు ఇటు పరుగులు తీశారు. ఈ రీతిగా కౌరవులపై పైచేయి సాధించిన పాండవులు మాటిమాటికి సింహనాదాలు, హర్షధ్వనులు చేయసాగారు. కాహళులు, మృదంగాలు, నగారాలు మొదలైనవి మోగించసాగారు. శత్రువుల చేతిలో విశాలమైన కౌరవవాహిని అత్యంతమూ పీడింపబడి పారిపోవడం చూచి ద్రోణాచార్యుడు వారిని గొంతెత్తి పిలుస్తూ – "వీరులారా ! యుద్ధరంగం విడిచి పారిపోకండి" అని హెచ్చరించసాగాడు.

ఆపై ఆగ్రహంతో పాండవసేనలోకి చొచ్చుకుపోయి, యుధిష్ఠిరునికి ఎదురుపడ్డాడు. యుధిష్ఠిరుడు అతనిని వాడి బాణాలతో గాయపరిచాడు. అందుపై ఆచార్యుడు అతని ధనుస్సును విరిచి మహావేగంగా అతనిపై దాడి చేశాడు. ఈ రోజు అతడు ధర్మరాజును పట్టుకోవాలని అనుకొన్నాడు. అందుకని అతనిని వారించడానికి ఎదుటపడిన యోధులందరినీ అతడు ప్రహరిస్తూ కల్లోలపరిచాడు. అతడు పన్నెండు బాణాలతో శిఖండిని, ఇరవైతో ఉత్తమౌజుని, ఐదింటితో నకులుని, ఏడింటితో సహదేవుని, పన్నెండింటితో యుధిష్ఠిరుని, మూడేసి బాణాలతో ద్రౌపదీ పుత్రులను, ఐదింటితో సాత్యకిని పదింటితో విరాటరాజును గాయపరిచాడు. ఇంతలో యుగంధరుడు అతని గమనాన్ని అటకాయించాడు. అప్పుడు ఆచార్యుడు యుధిష్ఠిరుని ఇంకా గాయపరిచి, ఒక బల్లెంతో యుగంధరుని రథం నుండి కిందికి పడగొట్టాడు. ఇంతలో ధర్మరాజును రక్షించడానికి విరాటరాజు, ద్రుపదుడు, కేకయ రాజకుమారులు, సాత్యకి, శిబి, వ్యాఘ్రదత్తుడు, సింహసేనుడు – ఈ వీరులందరూ అనేక బాణాలను వర్షించి ఆచార్యుని మార్గాన్ని అడ్డగించారు. పాంచాల దేశీయుడైన వ్యాఘ్రదత్తుడు ఏభై బాణాలు వేసి ద్రోణుని గాయపరిచాడు. దానితో అక్కడున్నవారిలో కోలాహలం చెలరేగింది. సింహసేనుడు కూడా ఆచార్యుని బాణాలతో తూట్లు పొడిచాడు. పైగా ఆ మహావీరులందరినీ భయభ్రాంతులను చేస్తూ హర్షంతో అట్టహాసం చేశాడు. కాని ద్రోణాచార్యుడు కోపంతో ఆ వీరులిద్దరి శిరస్సులనూ ఎగురగొట్టాడు. ఇతర మహావీరులను కూడా బాణజాలంతో కప్పివేసి మృత్యువులాగ యుధిష్ఠిరుని ఎదుటికి వచ్చి నిలిచాడు. ఆచార్యుని ఆ పరాక్రమం చూసి సైనికులందరూ – "ఈయన ఇప్పుడు యుధిష్ఠిరుని పట్టుకొని మన మహారాజునకు అప్పగిస్తారు" అని అనసాగారు.

మీ సైనికులు ఇలా చర్చించుకుంటూ ఉండగానే, అర్జునుడు మహావేగంగా తన రథఘోషతో దిక్కులన్నింటిని ప్రతిధ్వనింప చేస్తూ అక్కడికి చేరుకొన్నాడు. అతడు రణభూమిలో రక్తపుటేరును ప్రవహింపచేశాడు. అందులో రథాలు సుడిగుండాలు అనిపిస్తున్నాయి. వీరుల ఎముకలతో నిండి ఉన్న శవాలు అనే ఒడ్లను ఒరుసుకుంటూ ఆ ఏరు ప్రవహిస్తోంది. అందులో బాణాలనే నురుగు, ప్రాసాలనే చేపలు ఉన్నాయి. ఆ రక్తపుటేరు దాటి వచ్చి అతడు కౌరవ వీరులను యుద్ధ భూమినుండి తరిమి కొట్టాడు. పైగా మహాఘోరమైన తన బాణవర్షంతో శత్రువులను అచేతనులుగా చేసి అతడు ఒక్క ఉదుటున ద్రోణాచార్యుని ఎదుటికి వచ్చాడు. అర్జునుడు కురిపించిన బాణవర్షానికి దిక్కులు, అంతరిక్షం, ఆకాశం, భూమి – ఏదీ కనిపించలేదు. అంతా బాణమయమే అనిపించింది.

ఇంతలోకే సూర్యుడు అస్తమించాడు. చీకటి వ్యాపించసాగింది. అందువల్ల శత్రువు ఎవరో మిత్రుడు ఎవరో గుర్తించడం కష్టమయింది. ఇది చూచి ద్రోణాచార్యుడు,

దుర్యోధనుడు తమ సైన్యాన్ని యుద్ధం కట్టిపెట్టమని ఆదేశించారు. అర్జునుడు కూడా తన సైన్యాన్ని శిబిరంవైపు మళ్లించాడు. ఈ రీతిగా శత్రువులకు ఒళ్లు పులిసిపోయేలా చేసి అతడు శ్రీకృష్ణునితో పాటు సమస్త సైన్యం వెనుక ఆనందంగా తన శిబిరంవైపు వెళ్లాడు. ఆ సమయంలో సృంజయ వీరులు అతనిని ఋషులు సూర్యుని స్తుతించినట్లుగా స్తోత్రం చేశారు.

అర్జునుడు సంశప్తకులతో యుద్ధము చేయుట.

సంజయుడు చెప్పసాగాడు - "రాజా ! ఇరుపక్షాల సైనికులు తమ తమ శిబిరాలకు వెళ్లి తమ స్థాయి, తమ సేనావిభాగం అనుసరించి విశ్రాంతి తీసుకొన్నారు. సేనను మళ్లించాక ద్రోణాచార్యుడు చాలా ఖిన్నుడై మిక్కిలి సంకోచిస్తూ దుర్యోధనుని వైపు చూసి - "నేను ముందే చెప్పానుకదా అర్జునుడు ఉండగా దేవతలు కూడా యుధిష్ఠిరుని బంధించలేరని. ఈ రోజు యుద్ధంలో మీరు ప్రయత్నం చేసినప్పటికీ అర్జునుడు ఈ మాట చేసి చూపించాడు. నేను చెప్పిన దానిని మీరు సంశయించకండి. ఈ కృష్ణార్జునులు అజేయులు. మీరు ఏదైనా ఉపాయంతో అర్జునుని దూరంగా తీసుకువెళ్లగలిగితే యుధిష్ఠిరుడు మీకు వశమవుతాడు. ఎవరైనా వీరుడు అతనిని యుద్ధానికి రెచ్చగొట్టి వేరేవైపు తీసుకువెళ్లితే అతడు అతనిని ఓడించకుండా ఎప్పుడూ తిరిగిరాడు. ఈ మధ్యలో అర్జునుడు ఉండడు కాబట్టి ధృష్టద్యుమ్నుని ఎదురుగానే సమస్త సైన్యాన్ని నెట్టి వేసి నేను యుధిష్ఠిరుని పట్టుకొంటాను. అర్జునుడు లేనప్పుడు యుధిష్ఠిరుడు నేను తనవైపు రావడం చూసి యుద్ధ భూమిని విడిచి పారిపోకపోతే అతడు పట్టుబడినట్లే అనుకోండి" అన్నాడు.

ఆచార్యుని మాటలు విని త్రిగర్తరాజు అతని సోదరులు - "రాజా ! అర్జునుడు ఎప్పుడూ మమ్మల్ని చులకనగా చూస్తున్నాడు. ఆ మాట తలచుకొంటేనే రాత్రింబవళ్లు మాకు శరీరం దహించుకుపోతోంది. మాకు నిద్ర కూడా పట్టడం లేదు. అతడు అదృష్టంకొద్దీ మాకు ఎదురుపడితే మేము అతనిని వేరే తీసుకువెళ్లి చంపుతాం. మేము మీకు నిజంగా ప్రతిజ్ఞ చేసి చెపుతున్నాం. ఇక భూమిపై అర్జునుడయినా ఉండడు, లేదా త్రిగర్తులయినా ఉండరు. మేము చెప్పిన ఈ మాటలకు ఏమీ వెనుకముందులాడడం లేదు" అన్నారు. రాజా ! సత్యరథుడు, సత్యవర్మ, సత్యవ్రతుడు, సత్యేషువు, సత్యకర్ముడు - ఈ ఐదుగురు సోదరులు ఇలా ప్రతిజ్ఞ చేసి, పదివేల రథాలను, సైనికులను తీసుకొని అక్కడినుండి వెళ్లారు. అలాగే ముప్పై వేల రథాలతో మాలవ, తుండికేర వీరులు, పదివేల రథాలను, మావేల్లక, లవిత్థ, మద్రక వీరులను తీసుకొని తన తమ్ముళ్లతోపాటు త్రిగర్త దేశీయ ప్రస్థలేశ్వరుడయిన సుశర్మ కూడా రణక్షేత్రానికి వెళ్లాడు. ఆ తరువాత భిన్నభిన్న దేశాలకు చెందిన పదివేల మంది ఎన్నదగిన రథికులు కూడా శపథం చేయడానికి ముందుకువచ్చారు. వారు అగ్నిని ప్రజ్వరిల్లచేసి యుద్ధం చేయాలని నియమం పెట్టుకొన్నవారు. ఆ అగ్నినే సాక్షిగా చేసుకొని దృఢమైన నిశ్చయింతో ప్రతిజ్ఞ చేశారు. వారు అందరూ వింటూ ఉండగా గట్టిగా గొంతెత్తి - "యుద్ధ భూమిలో అర్జునుని మేము చంపకుండా, అతని చేత హింసింపబడి వెన్ను చూపి తిరిగివస్తే - వ్రతహీనులు, బ్రహ్మఘ్నులు, మద్యపాయులు, గురుపత్నీ సంగమం చేసేవారు, బ్రాహ్మణ ధనాన్ని హరించేవారు, రాజు అన్నాన్ని దొంగిలించేవారు, శరణాగతులను నిర్లక్ష్యం చేసేవారు, యాచకుల మీద చేయిచేసుకొనేవారు, ఇళ్లకు నిప్పు పెట్టేవారు, గోవులను చంపేవారు, అపకారం చేసేవారు, బ్రాహ్మణ ద్రోహులు, శ్రాద్ధం పెట్టిన రోజున మైథునం జరిపేవారు, ఆత్మవంచకులు, తాకట్టు సొమ్మును హరించేవారు, ప్రతిజ్ఞా భంగం చేసేవారు, నపుంసకులతో యుద్ధం చేసేవారు, నీచులను అనుసరించేవారు, నాస్తికులు, తల్లిదండ్రులను అగ్నిని విడిచిపెట్టిన వారు, ఇంకా అనేక పాపాలు చేసినవారు పొందే లోకాలనే మేమూ పొందుతాం. యుద్ధ భూమిలో అర్జునుని వధించడం అనే దుష్కరమైన కర్మను మేము చేయగలిగితే నిస్సందేహంగా ఇష్టలోకాలను పొందుతాం" అని పలికారు. రాజా ! ఇలా అని వారు యుద్ధానికి అర్జునుని రెచ్చగొట్టి పిలుస్తూ దక్షిణదిశగా వెళ్లారు.

ఆ వీరులు పిలవడంతో అప్పుడే అర్జునుడు యుధిష్ఠిరునితో - మహారాజా ! యుద్ధానికి పిలిస్తే నేను వెనుకడుగువేయను. ఇది నా నియమం. ఇప్పుడు సంశప్తక యోధులు నన్ను యుద్ధానికి పిలుస్తున్నారు. చూడండి. తన తమ్ముళ్లతో కలిసి ఈ సుశర్మ యుద్ధానికి నాకు సవాలు విసురుతున్నాడు. కాబట్టి సైన్యసహితంగా అతనిని సంహరించడానికి నాకు మీరు అనుజ్ఞనివ్వండి. నేను ఈతని సవాలును సహించలేను. మీరు నిజమని నమ్మండి. వీరందరూ చనిపోయేవారే" అన్నాడు.

యుధిష్ఠిరుడు – "సోదరా ! ద్రోణుడు చేసిన ప్రతిజ్ఞను నీవు వినే ఉన్నావుకదా ! ఇప్పుడు అది ఫలించకుండా ఉండే ఉపాయం చూడు. ద్రోణాచార్యులవారు బలవంతులు, పరాక్రమవంతులు, శస్త్ర విద్యాపారంగతులు. యుద్ధంలో అలసట అంటే ఏమిటో ఎరుగరు. వారు నన్ను పట్టుకొంటానని ప్రతిజ్ఞ చేశారు" అన్నాడు.

దానికి అర్జునుడు – "రాజా ! ఈ సత్యజిత్తు యుద్ధంలో మిమ్మల్ని ఈ రోజు రక్షిస్తాడు. ఈ పాంచాలరాజు కుమారుడు ఉండగా ఆచార్యుడు తన కోరికను నెరవేర్చుకోలేడు. ఈ పురుష సింహుడు యుద్ధంలో చనిపోతే వీరులందరూ చుట్టూ ఉన్నా సరే మీరు యుద్ధరంగంలో ఏ విధంగానూ నిలబడకండి.

అప్పుడు మహారాజు యుధిష్ఠిరుడు అర్జునుడు వెళ్లడానికి అనుమతించాడు. అతడిని కౌగిలించుకొని ప్రేమగా చూస్తూ ఆశీర్వదించాడు. ఈ రీతిగా అతనివద్ద సెలవు తీసుకొని అర్జునుడు త్రిగర్తులవైపు వెళ్లాడు. అర్జునుడు వెళ్లి పోవడంతో దుర్యోధనుని సైన్యానికి చాలా సంతోషం కలిగింది. వారు మహోత్సాహంగా యుధిష్ఠిరుని పట్టుకోవడానికి ప్రయత్నించసాగారు. ఆ పై ఆ రెండు సైన్యాలూ వర్షాకాలంలో ఉప్పొంగే గంగాయమునలవలె మహావేగంతో పరస్పరం తలపడ్డాయి.

సంశప్తకులు ఒక చతురస్ర భూమిలో తమ రథాలను చంద్రాకారంలో నిలిపి సంఘటితంగా ఉన్నారు. అర్జునుడు తమ వైపు రావడం చూసి వారు మహా సంతోషంతో పెద్దగా కోలాహలం చేయసాగారు. ఆ శబ్దం దిగ్దిగంతాలలో, ఆకాశంలో వ్యాపించింది. వారు అమితసంతోషంగా ఉండడం చూసి, అర్జునుడు చిరునవ్వుతో శ్రీకృష్ణునితో – "దేవకీ నందనా ! నేడు మరణాసన్నులైన ఈ త్రిగర్త బంధువులను చూడు. వీరు ఏడవవలసిన సమయంలో ఆనందంగా ఉన్నారు" అన్నాడు. ఇలా అని అర్జునుడు వ్యూహబద్ధమైన త్రిగర్త సేనను సమీపించాడు. అక్కడకు చేరుకొని అతడు తన దేవదత్త శంఖాన్ని పూరించి, ఆ గంభీర నాదంతో దిక్కులన్నీ, ప్రతిధ్వనింప చేశాడు. ఆ శబ్దానికి భయపడి సంశప్తక సైన్యం రాయిలా నిశ్చేష్టమై పోయింది. వారి యొక్క గుఱ్ఱాల కన్నులు విచ్చుకున్నాయి. చెవులు, రోమాలు నిక్కపొడుచుకొన్నాయి. కాళ్లు స్తంభించిపోయాయి. విపరీతంగా రక్తం కక్కుకుంటూ మూత్ర విసర్జన చేయసాగాయి. కొద్ది సేపటికే వారు తెలివి తెచ్చుకొని, సైన్యాన్ని చక్కదిద్దుకొని, ఒక్కసారిగా అర్జునుని మీద అనేక బాణాలు వేశారు. కాని అర్జునుడు ఐదు పది బాణాలతోనే ఆ వేల బాణాలను మధ్యలోనే ఖండించేశాడు. తిరిగి వారు అర్జునుని మీద పదేసి బాణాలు వేశారు. అర్జునుడు వారిలో ఒక్కొక్కరిని మూడేసి బాణాలతో గాయపరిచాడు. తరువాత వారు అర్జునుని ఐదేసి బాణాలతో గుచ్చితే, అర్జునుడు వారిని రెండేసి బాణాలతో గుచ్చి బదులిచ్చాడు.

అప్పుడు సుబాహుడు ముప్పై బాణాలతో అర్జునుని కిరీటాన్ని దెబ్బకొట్టాడు. దానితో అర్జునుడు ఒక బాణంతో అతని అంగుళి త్రాణాన్ని ఖండించి బాణవర్షంతో ఇంచుమించుగా అతనిని కప్పివేశాడు. అప్పుడు సుశర్మ, సురథుడు, సుధర్ముడు, సుధన్వుడు, సుబాహుడు అతనిని పదేసి బాణాలతో గురి చూసి కొట్టారు. అర్జునుడు వాటి నన్నింటినీ వేర్వేరుగా ఖండించాడు. వారి ధ్వజాలను కూడా విరిచిపారేశాడు. ఆ పై సుధన్వుని ధనుస్సును విరిచి అతని గుఱ్ఱాలను కూడా చంపివేశాడు. శిరస్త్రాణంతో అలంకరింపబడిన అతని శిరస్సును కూడా ఖండించి, మొండెం నుండి వేరు చేశాడు. సుధన్వుడు మరణించడంతో అతని అనుచరులందరూ భయకంపితులయ్యారు. దుర్యోధనుని సైన్యంవైపు పరుగులు తీశారు. అర్జునుడు తన వాడి బాణాలతో త్రిగర్తులను నురుమాడసాగాడు. అందుకని వారు మృగాలవలె భయపడుతూ ఎక్కడి వారక్కడే అచేతనులు అవుతున్నారు. అప్పుడు త్రిగర్తరాజు ఆవేశంతో వీరులారా ! చాలు పరిగెత్తడం మానండి. భయపడకండి మీరు సమస్త సైన్యం ఎదుట ప్రతిజ్ఞ చేశారు. అయ్యో ! ఇక దుర్యోధనుని సేన వద్దకు వెళ్లి ఈ ముఖాలతో ఏమని చెప్తారు? యుద్ధరంగంలో ఇలాంటి పని చేశాక అయ్యో ! లోకంలో మీరు ఎందుకు పరిహాసంపాలు కారు ? కాబట్టి వెనుతిరగండి. మన మందరం కలిసి మన శక్తి కొద్దీ పరాక్రమిద్దాం" అని హెచ్చరించాడు. రాజు ఇలా చెప్పినమీదట ఆ వీరులు పరస్పరం హర్షం వ్యక్తం చేస్తూ శంఖధ్వనులతో కోలాహలం చేయసాగారు తరువాత ఆ సంశప్తకులు, నారాయణ సంజ్ఞ కల గోపకులూ చచ్చినా వెనుతిరగ కూడదని నిశ్చయించుకొని యుద్ధ భూమికి వచ్చారు.

సంశప్తకులు మళ్లీ తిరిగి రావడం చూసి అర్జునుడు శ్రీకృష్ణ భగవానునితో – "హృషీకేశా ! గుఱ్ఱాలను తిరిగి సంశప్తకుల వైపు తోలండి. వీరు బొందిలో ప్రాణాలు ఉండగా యుద్ధ భూమిని విడిచిపోరని తెలుస్తోంది. ఈ రోజు మీరు నా అస్త్రబలాన్ని, వింటి నైపుణ్యాన్ని, బాహుపరాక్రమాన్ని

చూడండి. మహేశ్వరుడు ప్రాణులను సంహరించినట్లు నేను వీరిని ఇప్పుడు నేలకూల్చుతాను" అన్నాడు.

అప్పుడు నారాయణ సైన్య వీరులు మహాక్రుద్ధులై అర్జునుని నాలుగువైపుల బాణజాలంతో చుట్టుముట్టారు. ఒక్క క్షణంలోనే శ్రీకృష్ణ సహితంగా అర్జునుడు కనపడకుండా చేసేశారు. దీనితో అర్జునుని క్రోధం ప్రజ్వరిల్లింది. అతడు గాండీవాన్ని సరిగ్గా పట్టుకొని శంఖనాదం చేసి, వారి మీద విశ్వకర్మాస్త్రాన్ని ప్రయోగించాడు. దానితో అర్జునుని యొక్క శ్రీకృష్ణుని యొక్క వేల రూపాలు వేర్వేరుగా కనిపించసాగాయి. తమ శత్రువుల యొక్క ఆ అనేక రూపాలను చూసి నారాయణ సేనవీరులు మహాభ్రాంతిలో మునిగిపోయారు. ఒకరినొకరు అర్జునునిగా భావించి "ఇతడు అర్జునుడు, ఇతడు కృష్ణుడు" అంటూ తమలోతామే కొట్టుకోసాగారు ఈ రీతిగా ఆదివ్యాస్త్రం యొక్క మాయలోపడి వారు తమలోతామే పోరాడుకొని మరణించారు. వారు వేసిన బాణాలన్నీ భస్మం చేస్తూ ఆ అస్త్రం వారందరినీ యమలోకానికి తీసుకుపోయింది.

ఇక అర్జునుడు అలవోకగా తన బాణాలతో లవిత్థ, మాలవ, మావేల్లక, త్రిగర్త వీరులను బాధించసాగాడు. అప్పుడు కాలుడు ప్రేరేపించగా ఆ క్షత్రియ వీరులందరూ కూడా అర్జునుని మీద అనేక రకాల బాణాలు వేశారు. వారి భీషణ బాణ వర్షానికి పూర్తిగా కప్పబడిపోయిన కారణంగా అర్జునుడు కనపడలేదు, రథం గాని కృష్ణుడు గానీ కనపడలేదు. ఈ రీతిగా తమ లక్ష్యం సిద్ధించిందనుకొని ఆ వీరులు మహాసంతోషంగా కృష్ణుడు అర్జునుడు చనిపోయారని చెప్తూ, వేలకొద్దీ భేరీలు, మృదంగాలు, శంఖాలు వాయిస్తూ భీషణ సింహనాదాలు చేయసాగారు. అదే సమయంలో శ్రీకృష్ణుడు పిలుస్తూ - "అర్జునా ! నీ వెక్కడున్నావు ? నాకు కనపడడం లేదు" అన్నాడు. శ్రీకృష్ణుని ఈ మాట విని అర్జునుడు మహావేగంగా వాయవ్యాస్త్రాన్ని వేశాడు. దానితో వారి బాణవర్షం ఛిన్నా భిన్నమై పోయింది. వాయుదేవుడు వారి గుఱ్ఱాలు, ఏనుగులు, రథాలతో సహితంగా ఆ సంశప్తక వీరులను కూడా ఎండుటాకులవలె ఎగురగొట్టేశాడు. ఈ రీతిగా వ్యాకులపాటు కలిగించి అతడు వేలకొద్దీ సంశప్తకులను తన వాడి బాణాలతో చంపివేశాడు. ప్రళయకాలంలో రుద్రుడు సంహారలీల కావించినట్లుగా ఆ సమయంలో అర్జునుడు యుద్ధ భూమిలో గొప్ప బీభత్సకాండను చేయసాగాడు. అర్జునుని వేటులకు వ్యాకులపడి త్రిగర్తుల యొక్క గుఱ్ఱాలు, ఏనుగులు, రథాలు వారివైపే పరుగుతీస్తూ, యుద్ధభూమిలో పడి, ఇంద్రునికి అతిథులు అవుతున్నాయి. ఈ రీతిగా ఆ ప్రాంతమంతా చనిపోయిన మహావీరుల యొక్క మాంస ఖండాలతో అన్నివైపులా నిండిపోయింది.

ద్రోణాచార్యుడు పాండవులను ఓడించుట - సత్యజిదాదులు వధింపబడుట.

సంజయుడు చెపుతున్నాడు - "రాజా ! ఈ రీతిగా అర్జునుడు సంశప్తకులతో పోరాడడానికి వెళ్లాక, ద్రోణాచార్యుడు తన సైన్యాన్ని వ్యూహంగా నిలిపి, యుధిష్ఠిరుని పట్టుకోవాలనే ఆలోచనతో యుద్ధభూమికి వచ్చాడు. ద్రోణాచార్యుని సైన్యం గరుడవ్యూహంతో ఉండడం చూసి యుధిష్ఠిరుడు దానిని ఎదిరించడానికి తన సైన్యాన్ని మండలార్ధ వ్యూహంగా నిలిపాడు. కౌరవుల గరుడవ్యూహానికి ముఖస్థానంలో ద్రోణుడున్నాడు. శిరఃస్థానంలో తమ్ముళ్లతో కలిసి దుర్యోధనుడు ఉన్నాడు. నేత్రస్థానంలో కృతవర్మ కృపాచార్యులు ఉన్నారు. మెడ స్థానంలో భూతశర్మ, క్షేమశర్మ, కరకాక్షుడు, ఇంకా కళింగ, సింహళ, పూర్వ దేశ, శూర, ఆభీర, దశేరక, శక, యవన, కాంబోజ, హంసపథ, శూరసేన, దరద, మద్ర, కేకయ మొదలైన దేశాల వీరులు ఆయుధాలను ధరించి చతురంగబలాల రూపంలో నిలిచి ఉన్నారు. కుడివైపు అక్షౌహిణి సైన్యంతో భూరిశ్రవుడు, శల్యుడు, సోమదత్తుడు, బాహ్లీకుడు ఉన్నారు. ఎడమవైపున అవంతిరాజు కుమారులు విందాను విందులు, కాంబోజరాజు సుదక్షిణుడు ఉన్నాడు. వారి వెనుక ద్రోణుని కొడుకు అశ్వత్థామ ఉన్నాడు. పృష్ఠస్థానంలో కళింగ, అంబష్ఠ, మగధ, పౌండ్ర, మద్ర, గాంధార, శకున, పూర్వదేశ, పర్వతీయ ప్రదేశ, వసాతి - మొదలైన దేశాల వీరులున్నారు. తోక భాగంలో నీ పుత్రులతోను, ఇంకా జాతి కుటుంబాల వారితోనూ కలిసి భిన్నభిన్న దేశాల సైనికులను తీసుకొని కర్ణుడు నిలుచుని ఉన్నాడు. హృదయ స్థానంలో జయద్రథుడు, సంపాతి, ఋషభుడు, జయుడు, భూమింజయుడు, వృషుడు, క్రాథుడు, నిషధరాజు పెద్ద సైన్యంతో పాటు నిలుచున్నారు. ఈ ప్రకారం రథ గజ తురగ పదాతి సైన్యంతో ద్రోణాచార్యుడు పన్నిన ఆ గరుడ వ్యూహం తుపానుగాలికి చెలరేగిన సముద్రమా అనిపించింది. దాని మధ్య భాగంలో ఏనుగును అధిష్ఠించి ఉన్న భగదత్తుడు బాలసూర్యునిలా శోభిల్లుతున్నాడు.

ఈ అజేయమైన, అతిమానుషమైన వ్యూహాన్ని చూచి యుధిష్ఠిరుడు ధృష్టద్యుమ్నునితో - "వీరుడా ! ఈ రోజు నేను ద్రోణాచార్యుని చేతికి చిక్కకుండా ఉండేలా ప్రయత్నించు" అన్నాడు.

ధృష్టద్యుమ్నుడు – "మహారాజా ! ద్రోణాచార్యుడు ఎంత ప్రయత్నించినా మీరు అతనికి చిక్కరు. ఈ రోజు అతనిని, అతని అనుచరులను నేను అడ్డుకొంటాను. నేను జీవించి ఉండగా మీకు ఎటువంటి విచారమూ అక్కరలేదు. ద్రోణాచార్యుడు యుద్ధంలో నన్ను ఏ విధంగానూ జయించలేడు."

ఇలా చెప్పి, మహావీరుడయిన ధృష్టద్యుమ్నుడు బాణవర్షాన్ని కురిపిస్తూ స్వయంగాద్రోణాచార్యుని ఎదిరించడానికి వచ్చాడు. ఈ అపశకునాన్ని (ధృష్టద్యుమ్నుడు ద్రోణుని వధించడానికి పుట్టినవాడు). చూచి ఆచార్యుడు కొద్దిగా కలత చెందాడు. అప్పుడు నీ పుత్రుడు దుర్ముఖుడు ధృష్టద్యుమ్నుని అడ్డుకొన్నాడు. ఆ వీరులిద్దరికీ గొప్ప భయంకరమైన యుద్ధం అయింది. ఈ ఇద్దరూ యుద్ధంలో మునిగి ఉండగా, ద్రోణాచార్యుడు తన బాణాలతో యుధిష్ఠిరుని సైన్యాన్ని నానారకాలుగా ఛిన్నాభిన్నం చేయసాగాడు. అందువల్ల అక్కడక్కడా పాండవుల వ్యూహం చెదిరి పోయింది. ఇక ఆ యుద్ధం ఉన్మత్తుల యుద్ధం లాగా నియమరహితంగా మారి పోయింది. ఆ సమయంలో పరస్పరం నీ-నా అనే జాడ కూడా లేకుండా పోయింది. ఈ రీతిగా ఘోరమైన సంకుల యుద్ధం జరుగుతూ ఉండగా ఆచార్యుడు అందరినీ భ్రమలో పడవేసి యుధిష్ఠిరునిపై దాడి చేశాడు.

ఆచార్యుడు తన సమీపానికి రావడం చూసి యుధిష్ఠిరుడు నిర్భయంగా బాణాలు కురిపిస్తూ అతనిని ఎదిరించాడు. అప్పుడే సత్యజిత్తు కూడా అతనిని రక్షించడానికి ఆచార్యుని వైపుకు వచ్చాడు. అతడు తన అస్త్రకౌశలాన్ని ప్రదర్శిస్తూ వాడియైన కొనదేలిన ఒక బాణంతో ఆచార్యుని గాయపరిచాడు. ఐదు బాణాలతో అతని సారథిని మూర్ఛితుని చేశాడు. పది బాణాలతో గుఱ్ఱాలను గాయపరిచాడు. పదేసి బాణాలతో ఇద్దరు పార్శ్వరక్షకులను తూట్లు పొడిచాడు. చివరిగా అతని ధ్వజాన్ని కూడా నరికివేశాడు. అప్పుడు ద్రోణుడు మర్మ భేదులయిన పది బాణాలతో సత్యజిత్తును గాయపరిచి అతని ధనుస్సును బాణాలను కూడా నరికివేశాడు. సత్యజిత్తు వెంటనే ఇంకొక ధనుస్సు తీసుకొని ఆచార్యుని ముప్పై బాణాలతో దెబ్బకొట్టాడు. ఈ రీతిగా ద్రోణుడు సత్యజిత్తుకు చిక్కడం చూసి పాంచాలదేశీయుడైన వృకుడు కూడా అతనిని వంద బాణాలతో దెబ్బ తీశాడు. ఇది చూసి పాండవులు హర్షనాదాలు చేశారు. ఈ సమయంలో వృకుడు ఆ వేశంతో ద్రోణుని వక్షఃస్థలంపై వంద బాణాలను నాటాడు. అప్పుడు ద్రోణుడు సత్యజిత్తు, వృకుడు ఇద్దరి యొక్క ధనుస్సులను ఖండించి, కేవలం ఆరు బాణాలతో గుఱ్ఱాలు సారథితో సహా వృకుని చంపివేశాడు. సత్యజిత్తు ఇంకొక విల్లు అందుకొని ద్రోణాచార్యుని అతని సారథిని గుఱ్ఱాలతో సహా గాయపరిచాడు. అతని ధ్వజాన్ని కూడా నరికివేశాడు. సత్యజిత్తు తనను బాధించడం ఆచార్యుడు సహించలేకపోయాడు. అతనిని చంపడానికి బాణాలను జడివానగా కురిపించసాగాడు. అతని గుఱ్ఱాల మీద, ధనుస్సు, ధ్వజం మీద, పిడికిలిమీద సారథిమీద, పార్శ్వరక్షకులు ఇద్దరిమీదా వేల బాణాలు వేశాడు. తన ధనుస్సు పదే పదే విరిగిపోతున్నా సత్యజిత్తు ఆచార్యుని ఎదుటనే నిలబడి ఉన్నాడు. యుద్ధభూమిలో అతని ఆ ఉత్సాహాన్ని చూచి ఒక అర్ధచంద్రాకార బాణంతో ఆచార్యుడు అతని శిరసును ఎగురకొట్టాడు. ఆ పాంచాల మహావీరుడు చనిపోవడంతో యుధిష్ఠిరుడు ద్రోణాచార్యునివల్ల భయంతో తన గుఱ్ఱాలను వేగంగా తోలించుకొని యుద్ధ భూమినుండి పారిపోయాడు.

ఇప్పుడు మత్స్యరాజు విరాటుని చిన్నతమ్ముడు శతానీకుడు ఆచార్యుని ఎదుటకు వచ్చాడు. అతడు ఆరు వాడి బాణాలతో సారథి, గుఱ్ఱాలతో సహితంగా ద్రోణాచార్యుని తూట్లు పొడిచి పెద్దగా అట్టహాసం చేశాడు. ఆ పై అతని మీద వందల కొద్దీ బాణాలు వేశాడు. అతడు పెద్దగా అట్టహాసం చేయడం చూసి ఆచార్యుడు మహావేగంగా క్షురప్రమనే ఒక బాణాన్ని వేసి కుండలశోభితమైన అతని శిరస్సును ఖండించాడు. ఇది చూసి మత్స్యదేశ వీరులందరూ పారిపోసాగారు. ఈ రీతిగా మత్స్యవీరులను జయించి, ద్రోణాచార్యుడు చేది, కరూష, కేకయ, పాంచాల, సృంజయ పాండవ వీరులను కూడా పెక్కుసార్లు ఓడించాడు. దావాగ్ని అడవిని దహించినట్లుగా ఆవేశంతో ఆచార్యుడు సేనలను విధ్వంసం చేయడం చూసి సృంజయ వీరులందరూ వణికి పోయారు.

ఆచార్యుడు తమ సైన్యాన్ని భస్మం చేయడం చూసి యుధిష్ఠిరాదులు అతని మీద నాలుగు వైపులనుండి విరుచుకుపడ్డారు. వారిలో శిఖండి ఐదు, క్షత్రవర్మ ఇరవై, వసుదానుడు ఐదు, ఉత్తమౌజుడు మూడు, క్షత్రదేవుడు ఏడు, సాత్యకి వంద, యుధామన్యుడు ఎనిమిది, యుధిష్ఠిరుడు పన్నెండు, ధృష్టద్యుమ్నుడు పది, చేకితానుడు మూడు బాణాలతో అతనిని గాయపరిచారు. అప్పుడు ద్రోణుడు అందరికంటె ముందుగా దృఢసేనుని నేలకూల్చాడు. తరువాత తొమ్మిది బాణాలతో క్షేమరాజును గాయపరిచాడు. దాంతో

అతడు మరణించి రథం పైనుండి పడిపోయాడు. తరువాత అతడు పన్నెండు బాణాలతో శిఖండిని, ఇరవైతో ఉత్తమౌజుని గాయపరిచాడు. భల్లమనే ఒక బాణంతో వసుదానుని యమపురికి పంపాడు. తరువాత ఎనభై బాణాలతో క్షత్రవర్మను, ఇరవై ఆరింటితో సుదక్షిణుని దెబ్బకొట్టాడు. ఒక భల్లంతో క్షత్రదేవుని రథం నుండి పడగొట్టాడు. అనంతరం అరవై నాలుగు బాణాలతో యుధామన్యుని, ముప్పైతో సాత్యకిని తూట్లు పొడిచి మహావేగంగా అతడు ధర్మరాజు ఎదుటికి వచ్చాడు. ఇది చూసి యుధిష్ఠిరుడు తన గుఱ్ఱాలను వేగంగా తోలించుకొని యుద్ధ భూమినుండి తప్పుకొన్నాడు. ఇక ఆచార్యుని ఎదుటకు ఒక పాంచాల రాజకుమారుడు వచ్చి నిలిచాడు. ఆచార్యుడు వెంటనే అతని వింటిని నరికి, సారథి, గుఱ్ఱాలతో పాటు అతని పని కూడా పూర్తి చేసేశాడు. ఆ రాజకుమారుడు చనిపోవడంతో సైన్యంలో నాలుగువైపులా "ద్రోణుని చంపండి ద్రోణుని చంపండి" అనే కోలాహలం చెలరేగింది. అయినా అత్యంత ఆవేశంతో ఉన్న ఆ పాంచాల, మత్స్య, కేకయ, సృంజయ, పాండవ వీరులను ద్రోణాచార్యుడు కంగారులో ముంచివేశాడు. అతడు కౌరవుల చేత సురక్షితుడై సాత్యకి, చేకితానుడు, ధృష్టద్యుమ్నుడు, శిఖండి, వృద్ధక్షేముడు, చిత్రసేనుని యొక్క కొడుకు సేనాబిందుడు, సువర్చుడు - ఈ వీరులందరినీ, ఇంకా ఇతర రాజులను యుద్ధంలో ఓడించాడు. అలాగే అతని పక్షంలోని ఇతర యోధులు కూడా ఆ మహాసమరంలో విజయులై అన్ని వైపుల పాండవ పక్ష వీరులను మర్దించసాగారు.

కౌరవ పాండవ వీరుల ద్వంద్వ యుద్ధము.

సంజయుడు చెపుతున్నాడు - "మహారాజా ! తరువాత కొద్దిసేపటికే పాండవ సైన్యం తిరిగివచ్చి ద్రోణుని చుట్టుముట్టింది. వారి పాదాల తాకిడికి పైకి ఎగసిన ధూళి మా సైన్యాన్ని కప్పివేసింది. ఈ రీతిగా కనుమరుగు కావడంతో ఆచార్యుడు చనిపోయాడని మేము అనుకొన్నాం. అప్పుడు దుర్యోధనుడు "ఎక్కడి వారక్కడే పాండవ సైన్యాన్ని అడ్డుకోండి" అని తనసేనకు ఆదేశించాడు. అది విని మా పుత్రుడు దుర్మర్షణుడు భీమసేనుని చూసి అతని ప్రాణాల మీది దప్పికతో బాణాలను వర్షిస్తూ అతని ఎదుటికి వచ్చాడు. అతడు తన బాణాలతో భీమసేనుని కప్పివేశాడు. భీమసేనుడు అతనిని బాణాలతో గాయపరిచాడు. ఈ రీతిగా ఇద్దరికీ భీకర యుద్ధం జరిగింది. ప్రభువు యొక్క ఆజ్ఞ పాటించి కౌరవపక్షంలోని బుద్ధిమంతులు, పరాక్రమవంతులు అయిన యోధులు తమ రాజ్యం, ప్రాణాలు పోతాయనే భయం విడిచి శత్రువుల ఎదుటికి వచ్చి నిలిచారు. ఈ సమయంలో పరాక్రమశాలి అయిన సాత్యకి ద్రోణాచార్యుని పట్టుకోవడానికి వస్తున్నాడు. అతనిని కృతవర్మ నిలువరించాడు. క్షత్రవర్మ కూడా ఆచార్యుని వైపుకే ముందుకు సాగుతున్నాడు. అతనిని జయద్రథుడు తన వాడి బాణాలతో అడ్డుకొన్నాడు. అందుపై క్షత్రవర్మ కోపించి జయద్రథుని ధనుస్సును, ధ్వజాన్ని నరికి వేశాడు. పైగా పదినారాచాలతో అతని మర్మస్థానం మీద ఆఘాతం చేశాడు. అప్పుడు జయద్రథుడు ఇంకొక ధనుస్సు తీసుకొని క్షత్రవర్మ మీద బాణాల జడివాన కురిపించడం మొదలు పెట్టాడు.

మహారథి యుయుత్సుడు కూడా ద్రోణాచార్యుని వద్దకు వచ్చే ప్రయత్నంలోనే ఉన్నాడు. అతనిని సుబాహువు అడ్డుకున్నాడు. కాని యుయుత్సుడు క్షురప్రములనే రెండు బాణాలతో సుబాహుని యొక్క రెండు చేతులను నరికివేశాడు. ధర్మరాజును మద్రరాజు శల్యుడు అడ్డగించాడు. ధర్మరాజు శల్యుని మీద మర్మభేదులయిన అనేక బాణాలను వేశాడు. శల్యుడు కూడా అతనిని అరవై నాలుగు బాణాలతో గాయపరిచి సింహగర్జన చేశాడు. యుధిష్ఠిరుడు రెండు బాణాలతో అతని ధనుస్సును, ధ్వజాన్ని విరుగకొట్టాడు. అలాగే తన సైన్యంతోపాటు ద్రుపదరాజు కూడా ద్రోణుని వైపు సాగుతున్నాడు. అతనిని బాహ్లికుడు, అతని సైన్యం బాణాలు కురిపిస్తూ అడ్డుకొంది. వృద్ధులైన ఆ ఇద్దరి మధ్య, వారిసేనల మధ్య తుములయుద్ధం జరిగింది. అవంతిరాజులు విందాను విందులు తమ సైన్యంతో విరాటరాజు సైన్యం మీద దాడి చేశారు. వారి మధ్య కూడా దేవాసుర సంగ్రామంలా భీకర యుద్ధం జరిగింది. అదే రీతిగా మత్స్యవీరులకు కేకయ వీరులతో మహా సంకుల సమరం జరిగింది. ఆ యుద్ధంలో అశ్వారోహులు, గజారోహులు, రథికజనం అందరూ నిర్భయులై పోరాడారు.

ఒక వైపు నకులుని కొడుకు శతానీకుడు కూడా బాణాలు వర్షిస్తూ ఆచార్యుని వైపు రాసాగాడు. అతనిని భూతకర్ముడు అడ్డుకొన్నాడు. అప్పుడు శతానీకుడు వింటినారియందు చక్కగా సంధానించిన మూడు బాణాలతో భూతకర్ముని తలను, చేతులను నరికివేశాడు. భీమసేనుని కొడుకు సుతసోముడు బాణాసారం కురిపిస్తూ ద్రోణాచార్యుని పైనే దాడిచేయాలనుకొన్నాడు. అతనిని వివింశతి అటకాయించాడు. కాని సుతసోముడు సూటిగా లక్ష్యాన్ని ఛేదించగల బాణాలతో

తన పినతండ్రిని తూట్లు పొడిచి తాను మాత్రం స్థిరంగా నిలుచున్నాడు. అదే సమయంలో భీమరథుడు ఆరు వాడి బాణాలతో సాల్వుని అతని గుఱ్ఱాలతో, సారథితోపాటు యముని దగ్గరకు పంపాడు. శ్రుతకర్మ కూడా రథమెక్కి ద్రోణునివైపే సాగాడు. అతనిని చిత్రసేనునికొడుకు వారించాడు. మీ ఆ మనుమలిద్దరూ ఒకరినొకరు చంపాలనే కోరికతో చాలా ఘోరయుద్ధం చేశారు. అదే సమయంలో యుధిష్ఠిరుని కొడుకు ప్రతివింధ్యుడు ద్రోణుని దగ్గరకు చేరుకుంటున్నాడని చూసిన అశ్వత్థామ మధ్యలోనే వచ్చి అతనిని అడ్డగించాడు. అతనిపై కోపగించి ప్రతివింధ్యుడు తన వాడిబాణాలతో అతనిని గాయపరిచాడు. ద్రౌపది యొక్క కొడుకులు అందరూ బాణాలను కురిపిస్తూ అశ్వత్థామను కప్పివేశారు. అర్జునుని కొడుకు శ్రుతకీర్తిని ద్రోణుని వైపు వెళ్లకుండా దుశ్శాసన పుత్రుడు అటకాయించాడు. కాని అతడు తన తండ్రివలెనే గొప్ప వీరుడు. అతడు మూడు వాడి బాణాలతో అతని ధనుస్సును, ధ్వజాన్ని, సారథిని తూట్లు పొడిచి తాను ద్రోణుని ఎదుటికి చేరుకొన్నాడు.

రాజా ! పటచ్చరుడు, రాక్షసుని కూడా వధించగలిగిన వీరుడు. రెండు సైన్యాలలో కూడా ప్రసిద్ధి కెక్కాడు. అతనిని లక్ష్మణుడు ఎదుర్కొన్నాడు. అతడు లక్ష్మణుని ధనుస్సును, ధ్వజాన్ని ఖండించి అతనిపై బాణవర్షం కురిపించాడు. ద్రుపదుని పుత్రుడు శిఖండిని మహామతి వికర్ణుడు ఎదుర్కొన్నాడు. అప్పుడు శిఖండి బాణాలను వలలా విస్తరింపచేసి, అతనిని అడ్డుకొన్నాడు. కాని నీ కొడుకు దానిని వెంటనే చిందరవందర చేశాడు. ఉత్తమౌజుడు సూటిగా ఆచార్యుని చేరుకోవడానికి వెళ్తున్నాడు. అతనిని అంగదుడు అడ్డుకొన్నాడు. ఆ పురుషసింహుల మధ్య జరిగిన తీవ్రయుద్ధాన్ని చూచి సైనికులందరూ ప్రశంసించారు. మహాధనుర్ధరుడు దుర్ముఖుడు పురుజిత్తును ఆచార్యుని వైపు వెళ్లకుండా ఆపాడు. పురుజిత్తు బాణంతో అతని కనుబొమల మధ్య కొట్టాడు. కర్ణుడు కేకయ రాజకుమారులను ఐదుగురిని ఎదుర్కొన్నాడు. వారు ఆగ్రహంతో కర్ణునిపై బాణవర్షం కురిపించడం మొదలుపెట్టారు. కర్ణుడు కూడా చాలా సార్లు వారిని తన బాణజాలంచేత పూర్తిగా కప్పివేశాడు. ఈ రీతిగా కర్ణుడు, కేకయ రాజకుమారులు పరస్పర బాణవర్షం చేత కప్పబడిన కారణంగా తమ గుఱ్ఱాలు, సారథి, ధ్వజాలు, రథాలతో సహితంగా కనిపించడం మానేశారు. మీ ముగ్గురు కొడుకులు దుర్జయుడు, విజయుడు, జయుడు - నీలుని, కాశ్యుని, జయత్సేనుని ముందుకు రాకుండా నిరోధించారు. అలానే క్షేమధూర్తి, బృహత్తు - ఈ ఇద్దరన్నదమ్ములూ ద్రోణుని వైపు వెళ్తున్న సాత్యకిని తమ వాడి బాణాలతో గాయపరిచారు. వారిద్దరితో సాత్యకికి గొప్ప అద్భుతమైన యుద్ధం జరిగింది. అంబష్ఠరాజు ఒంటరిగానే ఆచార్యునితో యుద్ధం చేయాలనుకొన్నాడు. అతనిని చేదిరాజు బాణవర్షంతో అడ్డగించాడు. అప్పుడు అంబష్ఠుడు ఎముకలను చూర్ణం చేయగల ఒక శలాకతో చేదిరాజును గాయపరిచాడు. వృష్ణివంశీయుడైన వృద్ధక్షేముని పుత్రుడు ఆవేశంగా వెళ్తొంటే కృపాచార్యుడు అతనిని చిన్న చిన్న బాణాలతోనే అడ్డగించాడు. ఆ ఇద్దరు వీరులు రకరకాల యుద్ధాలు చేయడంలో ఆరితేరిన వారు. ఆ సమయంలో వారి చేతులను చూస్తున్నవారికి ఇంక ఏ సంగతి కూడా స్ఫురించనంత తన్మయత కలుగుతుంది. సోమదత్తుని పుత్రుడు భూరిశ్రవుడు ఆచార్యుని వైపు వస్తున్న మణిమంతుని ఎదిరించాడు. మణిమంతుడు అమితవేగంతో భూరిశ్రవుని ధనుస్సును, అంపపొదిని, ధ్వజాన్ని, సారథిని, ఛత్రాన్ని ఖండించి రథం నుండి పడగొట్టాడు. అప్పుడు భూరిశ్రవుడు రథం నుండి దూకి ఒరనుండి ఒక కత్తి తీసుకొని, గుఱ్ఱాలు, సారథి, ధ్వజం, రథంతో సహితంగా అతనిని చంపివేశాడు. ఆపై అతడు తన రథం ఎక్కి ఇంకొక విల్లు తీసుకొని, తానే గుఱ్ఱాలను నడుపుకొంటూ పాండవ సైన్యాన్ని నలిపి వేయసాగాడు. అలాగే దుర్జయులయిన పాండవ వీరులు రావడం చూసి వారిని వృషకేతుడు తన బాణాల జడివానతో అటకాయించాడు.

అప్పుడే ద్రోణాచార్యుని మీద దాడి చేయాలనే ఆలోచనతో ఘటోత్కచుడు గద, పరిఘ, కత్తి, పట్టిసం, ఇనుపగుదియ, రాళ్లు, కర్రలు, భుశుండి, ప్రాసం, తోమరం, బాణం, ముసలం, ముద్గరం, చక్రం, భిందిపాలం, పరశువు, ధూళి, గాలి, నిప్పు, నీరు, బూడిద, గడ్డి, చెట్లు మొదలైన వాటితో సమస్త సైన్యాన్ని గాయపరుస్తూ, నాశనం చేస్తూ, అటు ఇటు పరుగులు తీస్తూ ముందుకు వచ్చాడు. అతనిమీద రాక్షసరాజు అలంబుసుడు రకరకాల ఆయుధాలతో దెబ్బ కొట్టాడు. ఆ రాక్షస వీరులు ఇద్దరికీ ఘోరయుద్ధం జరిగింది.

ఈ రీతిగా మీ యొక్క పాండవుల యొక్క సైన్యాలలోని రథ గజ తురగ పదాతి దళాలు వందల కొద్దీ ద్వంద్వ యుద్ధం చేశాయి. అప్పుడు ద్రోణుని చంపకుండా రక్షించడానికి జరిగిన యుద్ధం ఇంతకు ముందు ఎప్పుడూ కన్నదీ విన్నదీ కాదు. రాజా ! అక్కడ ఎక్కడెక్కడయితే యుద్ధాలు జరిగాయో,

వాటిలో కొన్ని ఘోరమైనవి, కొన్ని భయంకరమైనవి, కొన్ని విచిత్రమైనవి.

అర్జునుడు సంశప్తకులను నాశనము చేయుట - భగదత్తుని చంపుట.

ధృతరాష్ట్రుడు సంజయుని – "సంజయా ! పాండవులు ఈ రీతిగా మరలివచ్చి యుద్ధం కోసం వేర్వేరుగా విడిపోయినపుడు, నా పుత్రులు, వారు ఏ రీతిగా యుద్ధం చేశారు ?" అని అడిగాడు.

సంజయుడు చెప్పసాగాడు – "రాజా ! అందరూ యుద్ధానికి సన్నద్ధులు కాగా, మీ పుత్రుడు దుర్యోధనుడు గజసైన్యాన్ని తీసుకొని భీమసేనుని మీద దాడి చేశాడు. కాని యుద్ధ కుశలుడైన భీముడు కొద్దిసేపటిలోనే ఆ గజవ్యూహాన్ని ఛేదించాడు. అతని బాణాలకు ఏనుగుల మదమంతా దిగిపోయింది. అవి ముఖం తిప్పుకొని పారిపోయాయి. అలా భీమసేనుడు ఆ సైన్యాన్ని అంతటినీ నలిపివేశాడు. ఇది చూచి దుర్యోధనుడు ఆగ్రహం పట్టలేక భీమసేనుని ఎదుటికి వచ్చి తన వాడి బాణాలతో అతనిని తూట్లు పొడవసాగాడు. కాని ఒక్కక్షణంలోనే భీమసేనుడు బాణాలు వర్షించి అతనిని గాయపరిచాడు. పైగా రెండు బాణాలు వేసి అతని ధ్వజంలో చిత్రితమై ఉన్న మణిమయమైన ఏనుగును, ధనుస్సును ఖండించివేశాడు. ఇలా దుర్యోధనుడు భీమసేనుని చేతిలో బాధపడడం చూసి అంగదేశపు రాజు ఏనుగును అధిరోహించి భీమసేనుని ఎదుటికి వచ్చాడు. అతని ఏనుగు తన వైపు రావడం చూసి భీమసేనుడు బాణవర్షంతో దాని తలను తీవ్రంగా గాయపరిచాడు. దాంతో అది బాధపడుతూ నేల మీద కూలిపోయింది. ఏనుగు పడిపోవడంతో దానితో పాటే అంగరాజు కూడా నేల మీద పడ్డాడు. ఆ సమయంలోనే భీమసేనుడు మహావేగంగా ఒక బాణంతో అతని శిరసును ఎగురగొట్టాడు. అది చూసి అతని సైన్యం గాభరాతో పారి పోయింది.

అనంతరం ఐరావత వంశంలో పుట్టిన, మహావిశాలకాయం గల ఒక గజరాజును అధిరోహించి ప్రాగ్జ్యోతిషరాజు భగదత్తుడు భీమసేనుని మీద దాడి చేశాడు. అతని ఏనుగు మహాకోపంతో తన ముందరి కాళ్లు రెండింటితో, తొండంతో భీమసేనుని రథాన్ని, గుర్రాలను ఒక్కసారిగా నలిపివేసింది. భీమసేనునికి "అంజలివేధ" విద్య తెలుసును. (ఏనుగు పొట్టమీద ఒక విశేష స్థానంలో అరచేతితో తపతప కొట్టడాన్ని అంజలి వేధమంటారు. అది ఏనుగుకి చాలా ఇష్టంగా ఉంటుంది. ఆపై మావటీడు అంకుశంతో పొడిచినా అది ముందుకు కదలదు. అలా చేసి భీమసేనుడు తన మీదకు వస్తున్న ఏనుగును లొంగదీసుకొన్నాడు.) అందుకని అతడు పారిపోలేదు. పైగా పరుగెత్తి వెళ్లి దాని పొట్ట కింద దూరి మాటిమాటికి దానిని అరచేతితో చరచసాగాడు. ఆ ఏనుగు పదివేల ఏనుగుల బలం కలది. అది భీమసేనుని పడగొట్టిన తరువాత రెచ్చిపోయింది. అందుకని మహావేగంగా కుమ్మరి వాని సారెలా తిరగసాగింది. అప్పుడు భీమసేనుడు కిందినుండి ఇవతలికి వచ్చి దానికి ఎదురుపడ్డాడు. ఏనుగు అతనిని తొండంతో పడగొట్టి మోకాళ్లతో నొక్కసాగింది. భీమసేనుడు తన శరీరాన్ని మెలితిప్పి దాని తొండంలోంచి బయటకు వచ్చాడు మళ్లీ దాని శరీరం కింద దూరాడు. కొంచెంసేపటికి అతడు అక్కడి నుండి బయటకు వచ్చి మహావేగంగా పరుగు తీశాడు. ఇది చూసి సమస్త సైన్యంలో గొప్ప కోలాహలం బయలుదేరింది. పాండవ సేన ఆ ఏనుగుకి చాలా భయపడి, భీమసేనుడు ఉన్నచోటికే చేరింది.

మహారాజు యుధిష్ఠిరుడు పాంచాల వీరులను వెంట పెట్టుకొని భగదత్తుని అన్ని వైపుల నుండి చుట్టుముట్టాడు. అతనిపై వందల వేల బాణాలతో దెబ్బకొట్టాడు. కాని భగదత్తుడు పాంచాల వీరుల ఆ ప్రహారాన్ని తన అంకుశంతోనే కొరగానిదిగా చేశాడు. తన ఏనుగుతోనే పాంచాల పాండవ వీరులను తొక్కించసాగాడు. యుద్ధరంగంలో భగదత్తుడు చూపినది అద్భుతమైన పరాక్రమం. ఆ తరువాత దశార్ణ దేశపురాజు ఏనుగు నెక్కి భగదత్తుని మీదికి వచ్చాడు. ఇక రెండు ఏనుగుల మధ్య గొప్ప భయంకరమైన యుద్ధం మొదలయింది. భగదత్తుని ఏనుగు వెనక్కి వెళ్లినట్లే వెళ్లి ఒక్కసారిగా దశార్ణరాజు ఏనుగు యొక్క పక్కటెముకలు విరిగిపోయేలా డీకొట్టింది. అది వెంటనే నేల కూలింది. అదే సమయంలో భగదత్తుడు మిలమిల మెరిసే ఏడు తోమరాలతో ఏనుగు మీద ఉన్న దశార్ణ రాజును చంపివేశాడు.

యుధిష్ఠిరుడు గొప్ప రథ సైన్యాన్ని తీసుకొని భగదత్తుని నలువైపుల ముట్టడించాడు. కాని ప్రాగ్జ్యోతిషనరేశుడు తన ఏనుగును సూటిగా సాత్యకి రథం పైకి తోలాడు. ఏనుగు ఆ రథాన్ని పైకి ఎత్తి అమిత వేగంతో దూరంగా విసిరివేసింది. సాత్యకి రథం నుండి దూకి పారిపోయాడు. అప్పుడు కృతి యొక్క కొడుకు రుచిపర్వుడు భగదత్తుని మీదికి వచ్చాడు. అతడు రథంపై ఉన్నాడు. కాలునివలె బాణవర్షం కురిపించసాగాడు. కాని భగదత్తుడు ఒకే ఒక్క బాణంతో

అతనిని యమపురికి పంపాడు. రుచిపర్వుడు చనిపోయాక అభిమన్యుడు, ద్రౌపదీపుత్రులు, చేకితానుడు, ధృష్టకేతువు, యుయుత్సుడు మొదలైన యోధులందరూ భగదత్తుని యొక్క ఏనుగును చీకాకు పరచసాగారు. దానిని చంపడానికి వారు దానిపై బాణాలను వర్షించసాగారు. కాని మావటీడు దానిని అంకుశంతో, వేళ్లతో, పొడిచి పొడిచి ముందుకు నడుపగానే అది తొండాన్ని చాచి చెవులు, కన్నులు స్థిరంగా ఉంచుకొని శత్రువులవైపు బయలు దేరింది. అది యుయుత్సుని గుఱ్ఱాలను కాళ్లతో తొక్కి అతని సారథిని చంపి వేసింది. అప్పుడు యుయుత్సుడు వెంటనే రథం నుండి దూకి పారిపోయాడు.

ఇక అభిమన్యుడు పన్నెండు, యుయుత్సుడు పది, ద్రౌపదీ పుత్రులు, ధృష్టకేతుడు మూడేసి బాణాలతో కొట్టి దానిని గాయపరిచారు. శత్రువుల బాణాలు దానికి చాలా బాధ కలిగించాయి. మావటీడు మళ్లీ దానిని ఉపాయంగా ముందుకు నడిపాడు. దానితో కోపం ఎక్కువై అది శత్రువులను పైకి ఎత్తి పారవేస్తూ తన కుడి ఎడమలకు విసిరి వేయసాగింది. దాంతో వీరులందరికీ భయం పట్టుకొంది. గజారోహులు, అశ్వారోహులు, రథికులు, రాజులు అందరూ భయపడి పరుగెత్తసాగారు. వారి కోలాహలంతో గొప్ప ధ్వని బయల్దేరింది. గాలి తీవ్రంగా వీచడంతో ఆకాశం, సైనికులందరూ ధూళితో కప్పివేయబడ్డారు.

ఈ రీతిగా భగదత్తుడు అనేక విధాలుగా పరాక్రమం ప్రదర్శిస్తూ ఉండగా, ఆకాశంలో ధూళి ఎగరడం, ఏనుగు ఘీంకారం విని అర్జునుడు కృష్ణునితో - "మధుసూదనా ! ప్రాగ్జ్యోతిషనరేశుడు భగదత్తుడు ఏనుగును ఎక్కి ఈ రోజు మన సైన్యం మీద విరుచుకుపడుతున్నాడని అనిపిస్తోంది. ఈ ఘీంకారం అతని ఏనుగుదే. సందేహం లేదు. యుద్ధంలో అతడు ఇంద్రుడికంటె తక్కువ వాడేమీ కాదని నా అభిప్రాయం. ఈ లోకంలోని గజారోహులలో అతడే సర్వశ్రేష్ఠుడని చెప్పవచ్చు. ఈ రోజు అతడు ఒక్కడే సమస్త పాండవ సైన్యాన్ని నాశనం చేయవచ్చు. మన మిద్దరం తప్పించి ఆ ఏనుగును అడ్డుకునే సమర్థులు ఇంకెవరూ లేరు. కాబట్టి త్వరగా అతని వైపు నడు" అన్నాడు.

అర్జునుడు ఇలా అన్నాక శ్రీకృష్ణుడు రథాన్ని భగదత్తుడు పాండవసేనా సంహారం చేస్తున్నచోటికి తీసుకువచ్చాడు. అతడు వెళ్లిపోవడం చూసి పద్నాలుగు వేలమంది సంశప్తకులు, పదివేల త్రిగర్తులు, నాలుగు వేల మంది నారాయణ సేన వీరులు వెనుక నుండి పిలువసాగారు. అర్జునుడు సందిగ్ధంలో పడ్డాడు "ఇప్పుడు నేను సంశప్తకుల వైపు వెళ్లనా ? యుధిష్ఠిరుని దగ్గరకు వెళ్లనా ? ఈ రెండింటిలో ఏ పని చేస్తే ఎక్కువ మేలు కలుగుతుంది ?" అని ఆలోచించాడు. చివరకు అతని ఆలోచన సంశప్తకవధ వైపే మొగ్గింది. అందుకని అతడు తానొక్కడే వేలమంది వీరులను చంపాలనే ఆలోచనతో తిరిగి సంశప్తకులవైపు తిరిగాడు.

సంశప్తక వీరులు ఒకేసారి వేలకొద్దీ బాణాలను అర్జునుని మీద వేశారు. వాటితో కప్పబడి, కృష్ణార్జునులు, గుఱ్ఱాలు, రథం కూడా కనుమరుగయ్యాయి. అర్జునుడు మాటలలోనే బ్రహ్మాస్త్రంతో వాటిని నాశనం చేశాడు. ఆ పై అతని బాణాలతో అనేక ధ్వజాలు, గుఱ్ఱాలు, సారథులు, ఏనుగులు, మావటీలు యుద్ధభూమిలో తెగిపడ్డారు. చేతులలో ఋష్టులు, ప్రాసాలు, కత్తులు, పులిగోళ్లు, ముద్గరాలు, పరశువులు మొదలైన ఆయుధాలు ఉండగానే అనేక వీరుల యొక్క ఆ బాహువులు యుద్ధ భూమిలో తెగిపడ్డాయి. వారి శిరస్సులు ఎక్కడికక్కడే దొర్లుతున్నాయి. అర్జునుని పరాక్రమం చూసి శ్రీకృష్ణునికి ఆశ్చర్యం కలిగింది. అతడు - "పార్థా ! ఈ రోజు నీవు చేసిన ఈ పనిని ఇంద్రయమకుబేరులు కూడా చేయలేరు. యుద్ధంలో వందల వేల సంశప్తక వీరులు ఒక్కసారిగా కూలిపోవడం నేను ప్రత్యక్షంగా చూశాను" అన్నాడు.

ఈ రీతిగా అక్కడున్న సంశప్తక వీరులలో అధికులను చంపివేసి, అర్జునుడు శ్రీకృష్ణునితో - 'ఇక భగదత్తుని వైపు నడు" అన్నాడు. అప్పుడు శ్రీకృష్ణుడు మహావేగంగా గుఱ్ఱాలను ద్రోణాచార్యుని సైన్యం వైపు మళ్లించాడు. ఇది చూసి సుశర్మ తన సోదరులతో కలిసి అతనిని వెంబడించాడు. అప్పుడు అర్జునుడు శ్రీకృష్ణుని - "అచ్యుతా ! చూడు. ఇటు సుశర్మ తన సోదరులతో కలిసి నన్ను యుద్ధానికి రెచ్చగొట్టి పిలుస్తున్నాడు. ఇక అటు ఉత్తరదిశగా మన సైన్యం నాశనమవుతోంది. చెప్పు. ఈ రెండింటిలో ఏ పని మనకు ఎక్కువ మేలు కలిగిస్తుంది ?" అని అడిగాడు. అది విని శ్రీకృష్ణుడు సుశర్మ వైపు రథం తిప్పాడు. అర్జునుడు వెంటనే ఏడు బాణాలతో సుశర్మను తూట్లు పొడిచి రెండు బాణాలతో అతని వింటిని, ధ్వజాన్ని నరికివేశాడు. ఆ పై ఆరు బాణాలతో సారథి, గుఱ్ఱాలతో సహా అతని సోదరుని యమపురికి పంపాడు. అప్పుడు సుశర్మ కంగు తిని అర్జునునిపై ఒక ఇనుప శక్తిని, శ్రీకృష్ణునిపై ఒక తోమరాన్ని విసిరాడు. అర్జునుడు మూడేసి బాణాలతో శక్తిని, తోమరాన్ని రెండింటిని

ఖండించాడు. అంతేకాక బాణ వర్షంతో సుశర్మను మూర్ఛ పొందించి ద్రోణునివైపు తిరిగాడు.

అతడు తన బాణవర్షంతో కౌరవ సైన్యాన్ని కప్పివేశాడు. వెంటనే భగదత్తుని ఎదుటకు వచ్చి నిలిచాడు. భగదత్తుడు మేఘంలా నల్లగా ఉన్న ఏనుగుపై అధిష్ఠించి ఉన్నాడు. అతడు అర్జునుని మీద బాణవర్షం కురిపించడం మొదలు పెట్టాడు. కాని అర్జునుడు మధ్యలోనే ఆ బాణాలన్నిటినీ ఖండించివేశాడు. అందుపై భగదత్తుడు కూడా అర్జునుని యొక్క బాణాలను అడ్డుకొని, శ్రీకృష్ణుని, అతనిని బాణాలతో గాయపరిచాడు. అప్పుడు అర్జునుడు అతని ధనుస్సును ఖండించాడు. అంగరక్షకులను చంపి వేశాడు. భగదత్తునితో క్రీడిస్తున్నట్లుగా యుద్ధం చేయసాగాడు. భగదత్తుడు అతనిపై పద్నాలుగు తోమరాలు వేశాడు. కాని అతడు ఒక్కొక్కదానిని రెండు ముక్కలుగా ఖండించివేశాడు. ఆ పై అర్జునుడు భగదత్తుని ఏనుగు యొక్క కవచాన్ని చీల్చిపారేశాడు. భగదత్తుడు శ్రీకృష్ణునిపై ఒక లోహపు శక్తిని విసిరాడు. కాని అర్జునుడు దానిని రెండు ముక్కలు చేశాడు. అంతేకాక అతని ఛత్రాన్ని, ధ్వజాన్ని, ఖండించి అతనిని పది బాణాలతో తూట్లు పొడిచాడు. ఇది భగదత్తునికి చాలా విస్మయం కలిగించింది.

ఈ రీతిగా అర్జునుని బాణాలతో తూట్లు పడిన భగదత్తుడు మహావేశంతో అతని శిరస్సుపై అనేక బాణాలు వేశాడు. దాంతో అతని కిరీటం కొంచెం వంగింది. కిరీటాన్ని సరిచేసుకొంటూ అర్జునుడు భగదత్తునితో – "రాజా ! ఇక నీవు ఈ లోకాన్ని తృప్తిగా చూసుకో" అన్నాడు. ఇది విని భగదత్తుడు కోపం పట్టలేకపోయాడు. అతడు కృష్ణార్జునుల మీద బాణవర్షం కురిపించసాగాడు. ఇది చూసి అర్జునుడు మహావేగంగా అతని ధనుస్సును, అంపపొదిని ఖండించాడు. డెబ్బైరెండు బాణాలతో అతని మర్మస్థానాలను తూట్లు పొడిచాడు. అత్యంత వేదనకు లోనైన భగదత్తుడు వైష్ణవాస్త్రాన్ని ఆవాహన చేశాడు. దానితో అంకుశాన్ని అభిమంత్రించి, దానిని అర్జునుని గుండెకు గురి చూసి విసిరాడు. భగదత్తుడు వేసిన అస్త్రం సర్వనాశనం చేసేది. కాబట్టి శ్రీకృష్ణుడు అర్జునుని మరుగుపుచ్చి దానిని తన ఛాతీ మీదనే భరించాడు.[1] దానితో అర్జునుని మనసుకు చాలా కష్టం కలిగింది. అతడు శ్రీకృష్ణునితో – "దేవా ! మీరు "నేను యుద్ధం చేయను కేవలం సారథ్యం మాత్రమే చేస్తాను" అని ప్రతిజ్ఞ చేశారు. కాని ఇప్పుడు మీరు ప్రతిజ్ఞా పాలనం చేయలేదు. నేను ఆపదలో పడినా, లేక అస్త్ర నివారణ చేయడంలో అసమర్థుడినయినా మీరు ఇలా చేయడం ఉచితంగా ఉంటుంది. నా చేతిలో ధనుర్బాణాలు ఉంటే దేవాసురులు మనుష్యులతో సహా లోకాలన్నింటినీ గెలువ గల సమర్థుడిని అని కూడా మీకు తెలుసు" అన్నాడు.

ఇది విని శ్రీకృష్ణభగవానుడు అర్జునునికి రహస్యం చెపుతూ – "కుంతీనందనా ! విను. నీకు నేనొక రహస్య విషయం చెపుతున్నాను. ఇది పూర్వమెప్పుడో జరిగింది. నేను నాలుగు రూపాలను ధరించి ఎల్లప్పుడూ లోకాలనన్నిటినీ రక్షించడంలో తత్పరుడినై ఉంటాను. నన్నే అనేక రూపాలుగా విభజించుకొని లోకహితం చేస్తూ ఉంటాను. (నారాయణ నామంతో ప్రసిద్ధమైన) నా యొక్క ఒక రూపం ఈ భూమి మీద తపస్సు చేస్తూ ఉంటుంది. రెండో రూపం జగత్తు యొక్క శుభాశుభ కర్మల మీద దృష్టి పెడుతుంది. మూడవది మానవ లోకంలోకి వచ్చి రక రకాల కర్మలు చేస్తూ ఉంటుంది. నాలుగవది వేల సంవత్సరాలు వరకు నీటిలో శయనించి ఉంటుంది. ఆ నా యొక్క నాలుగవ రూపం వేల సంవత్సరాల తర్వాత నిద్రనుండి లేచినపుడు, వరాలు పొందదగిన భక్తులకు, ఋషులకు, మహర్షులకు ఉత్తమ వరదానం చేస్తుంది. ఒకసారి అలాంటి సమయంలోనే పృథ్వీదేవి వెళ్లి నన్ను "నా పుత్రుడు (నరకాసురుడు) దేవతలకు, అసురులకు అవధ్యుడు కావాలని, అతని వద్ద వైష్ణవాస్త్రం ఉండాలని" వరం అడిగింది. పృథ్వి యొక్క ప్రార్థన విని నేను ఆమె యొక్క పుత్రునికి అమోఘమైన వైష్ణవాస్త్రాన్ని ఇచ్చాను. "పృథ్వీ ! ఈ అమోఘమైన వైష్ణవాస్త్రం నరకాసురుని రక్షణకోసమే అతని దగ్గర ఉంటుంది. ఇప్పుడు అతనిని ఎవరూ చంపలేరు." అని కూడా ఆమెతో చెప్పాను. భూదేవి మనోరథం తీరింది. ఆమె అలాగే అని వెళ్లిపోయింది. నరకాసురుడు దుర్ధర్షుడై శత్రువులను పీడించసాగాడు. అర్జునా ! ఆ వైష్ణవాస్త్రమే నరకాసురుని నుండి భగదత్తునికి సంక్రమించింది. ఇంద్రరుద్రాదులయిన దేవతలు మొదలుకొని అన్ని లోకాలలోను ఎవరూ కూడా ఈ అస్త్రం చేత చావనివారు ఉండరు. కాబట్టి నీ ప్రాణాలను రక్షించడం కోసమే నేను ఈ అస్త్రం యొక్క దెబ్బను స్వయంగా సహించాను. ఈ అస్త్రాన్ని వ్యర్థం చేయగలిగాను. ఇక భగదత్తుని వద్ద ఈ దివ్యాస్త్రం లేదు. కాబట్టి నీవు ఈ అసురుని చంపు" అన్నాడు.

శ్రీకృష్ణుడు ఈ రీతిగా చెప్పాక, అర్జునుడు వెంటనే తీక్ష బాణాలను కురిపిస్తూ భగదత్తుని కప్పి వేశాడు. అతని ఏనుగు యొక్క కుంభస్థలం మధ్యలో బాణంతో కొట్టాడు.

ఆ బాణం చివరి భాగం తోకతో సహా దాని మస్తకంలో దిగబడింది. ఆ పై భగదత్తుడు మాటిమాటికీ తోలినప్పటికీ కూడా ఏనుగు ముందుకు నడువ లేకపోయింది. బాధతో ఘీంకరిస్తూ అది ప్రాణాలు విడిచింది. అప్పుడు శ్రీకృష్ణుడు అర్జునునితో – "పార్థా ! ఈ భగదత్తుడు పెద్ద వయసువాడు. ఇతని తల వెంద్రుకలు నెరిసిపోయాయి. కనురెప్పలు పైకి ఎత్తలేని కారణంగా తరచుగా ఇతనికి కన్నులు కనబడవు. ఇతడు ఇప్పుడు కన్నులు బాగా తెరచుకొని ఉండడానికి గుడ్డపట్టీతో కనురెప్పల్ని నుదుటిపైకి కట్టి ఉంచాడు" అన్నాడు.

శ్రీకృష్ణుడు చెప్పడంతో అర్జునుడు బాణం వేసి భగదత్తుని శిరసు మీది పట్టీని త్రుంచివేశాడు. పట్టీ పోవడంతో భగదత్తునికి కన్నులు కనబడలేదు. అనంతరం ఒక అర్ధచంద్రాకార బాణాన్ని వేసి అర్జునుడు భగదత్తుని గుండెను చీల్చివేశాడు. అతని హృదయం విచ్చిపోయింది. ప్రాణపక్షి ఎగిరిపోయింది. చేతినుండి విల్లంబులు జారిపడిపోయాయి. మొదట అతని శిరసు నుండి తలపాగా జారిపోయింది. తరువాత అతడు కూడా నేలమీదకు వాలిపోయాడు. ఈ రీతిగా అర్జునుడు ఆయుద్ధంలో ఇంద్రునికి స్నేహితుడయిన భగదత్తుని వధించాడు. కౌరవ పక్షంలోని ఇతర యోధులను కూడా సంహరించాడు.

శకుని కర్ణుల పరాజయము.

సంజయుడు చెపుతున్నాడు – భగదత్తుని సంహరించాక అర్జునుడు దక్షిణ దిక్కుకు మరలాడు. అటునుండి గాంధార రాజు సుబలుని యొక్క కొడుకులు వృషకుడు, అచలుడు అనే ఇద్దరు వచ్చి అర్జునుని యుద్ధంలో పీడించసాగారు. ఒకరు ముందునుండి, ఒకరు వెనుక నుండి అర్జునుని బాణాలతో గుచ్చసాగారు. అప్పుడు అర్జునుడు తన వాడి బాణాలతో వృషకుని యొక్క సారథిని, ధనుస్సును, ఛత్రాన్ని, ధ్వజాన్ని, రథాన్ని, గుఱ్ఱాలను ముక్కలు ముక్కలుగా నరికివేశాడు. అంతేకాక, అనేక అస్త్రాలతో, బాణసముదాయంతో గాంధార దేశపు వీరులను తూట్లు పొడిచి వ్యాకుల పరిచాడు. ఆపై మహాకోపంతో ఐదువందల గాంధార వీరులను యమలోకానికి పంపించాడు.

వృషకుని గుఱ్ఱాలు, రథం కూలి పోవడంతో అతడు క్రిందికి దూకి తన సోదరుడు అచలుని యొక్క రథం ఎక్కి, ఇంకొక విల్లు అందుకొన్నాడు. ఇక ఆ ఇద్దరు సోదరులు కలిసి ఒకరినొకరు అంటుకొని కూర్చున్నారు. అలా ఉండగానే అర్జునుడు వారిద్దరిని ఒకే బాణంతో చంపివేశాడు. ఇద్దరూ ఒకేసారి రథం నుండి కిందికి పడిపోయారు. రాజా ! తన ఇద్దరు మామలు చనిపోవడం చూసి నీ పుత్రుని కన్నులలో నీళ్లు తిరిగాయి. సోదరులు మరణించడం చూసి మాయావి అయిన శకుని కృష్ణార్జునులను మాయలో ముంచడానికి ఉపక్రమించాడు. ఆ సమయంలో దిక్కుల నుండి, మూలలనుండి, అర్జునుని మీద ఇనుప గుళ్లు, రాళ్లు, శతఘ్నులు, శక్తులు గదలు, పరిఘలు, కత్తులు, శూలాలు, ముద్గరాలు, పట్టిసలు, ఋష్టులు, నఖాలు, ముసలాలు, పరశువులు, ఛురికలు, బాణాలు, ప్రాసలు మొదలైన అనేక అస్త్ర శస్త్రాలు వర్షంలా కురవ సాగాయి. గాడిదలు, ఒంటెలు, ఎద్దులు, సింహాలు, పులులు, చిరుతలు, ఎలుగులు, కుక్కలు, గద్దలు, కోతులు, పాములు, ఇంకా అనేక రాక్షసులు, పక్షులు, ఆకలితో, కోపంతో అన్నివైపుల నుండి అర్జునుని మీదికి విరుచుకుపడ్డాయి.

అర్జునుడు దివ్యాస్త్ర కోవిదుడే కనుక వెంటనే బాణవృష్టి కురిపిస్తూ ఆ జంతువులను చంపసాగాడు. అర్జునుని దృఢమైన బాణాల దెబ్బలకు ఆ ప్రాణులన్నీ గట్టిగా ఆక్రందిస్తూ నశించిపోయాయి. ఇంతలో అర్జునుని రథాన్ని చీకటులు ఆవరించాయి. ఆ చీకటి లోంచి ఒక కటువైన స్వరం వినిపించసాగింది. కాని అతడు జ్యోతిషమనే అత్యంత ఉత్తమమైన అస్త్రాన్ని ప్రయోగించి ఆ భయంకరమైన అంధకారాన్ని చెదర గొట్టాడు. చీకటి తొలగిపోగానే అక్కడ భయంకరమైన వర్షధారలు కురియసాగాయి. అర్జునుడు ఆదిత్యాస్త్రాన్ని ప్రయోగించి ఆ జలధారలను ఇంకింపచేశాడు. ఈ రీతిగా శకుని ఎన్ని మాయలు పన్నినా, అర్జునుడు వాని నన్నింటినీ తేలికగా తన అస్త్ర బలంతో ఛేదించాడు. మాయలన్నీ నశించిపోగానే శకునిని అర్జునుడు బాణ ఘాతాలతో విశేషంగా బాధించాడు. దానితో భయపడి అతడు రణభూమి నుండి తొలగిపోయాడు.

అనంతరం అర్జునుడు కౌరవసేనను విధ్వంసం చేయసాగాడు. అతడు బాణవృష్టి కురిపిస్తూ ముందుకు సాగిపోతూనే ఉన్నాడు. కాని వీరుడయిన ఒక్క ధనుర్ధరుడు కూడా అతనిని ఆపలేక పోయాడు. అతని బాణఘాతాలకు నీ సైన్యం అటు ఇటు పరుగులుతీసింది. ఆ సమయంలో కంగారు పడిన మీ సైన్యం స్వపక్ష వీరులనే సంహరించింది. అర్జునుడు గుఱ్ఱాల మీద, ఏనుగుల మీద, రథాల మీద రెండో బాణం వేయనేలేదు. ఒక్క బాణంతోనే అవన్నీ ప్రాణాలు కోల్పోయి నేలకూలాయి. చనిపోయిన మనుష్యుల, ఏనుగుల,

గుఱ్ఱాల కళేబరాలతో నిండిపోయిన రణ భూమి అద్భుతమైన శోభను సంతరించుకొంది. యోధులందరూ బాణాల తాకిడికి వ్యథ చెంది తండ్రి కొడుకును, కొడుకు తండ్రిని విడిచిపెట్టి వెళ్లిపోతున్నారు. మిత్రుడు మిత్రుని మాట పట్టించుకోవడం లేదు. వారు తమ తమ వాహనాలను కూడా విడిచి పారిపోతున్నారు.

ఇటు ప్రక్క ద్రోణాచార్యుడు తన వాడిబాణాలతో పాండవ సైన్యాన్ని చీల్చి చెండాడుతున్నాడు. అద్భుత పరాక్రమం కలిగిన ద్రోణాచార్యుడు యోధులందరినీ ఈ రీతిగా నలిపి వేస్తున్న తరుణంలో ధృష్టద్యుమ్నుడు అతనిని నలువైపుల నుండి ముట్టడించాడు. వారిరువురి మధ్య భయంకరమైన యుద్ధం కొనసాగింది. ఇంకొక వైపు పరాక్రమంలో అగ్నితుల్యుడైన నీలుడు తన బాణాలతో కౌరవ సేనను భస్మం చేస్తున్నాడు. అతడు ఈ విధంగా సైన్యాన్ని సంహరించడం చూసి అశ్వత్థామ నవ్వుతూ – "నీలుడా ! నీవు బాణాగ్నితో యోధులను ఎందుకు సంహరిస్తావుగాని, సాహసం ఉంటే నాతో పోరాడు" అన్నాడు. ఈ ధిక్కారాన్ని సహించలేక నీలుడు బాణాలతో అశ్వత్థామను తూట్లు పొడిచాడు. అతడు కూడా మూడు బాణాలతో నీలుని ధనుస్సును, ధ్వజాన్ని, ఛత్రాన్ని ఖండించివేశాడు. ఇది చూసి నీలుడు కత్తి డాలు చేత పట్టి రథం నుండి దూకి అశ్వత్థామ శిరస్సును ఖండిద్దామనే అనుకొన్నాడు కాని ఇంతలో అతడే ఒక భల్లంతో కుండలసహితమైన నీలుని శిరసును ఖండించి పడవేశాడు. నీలుడు నేలకొరిగాడు. అతని మరణానికి పాండవులందరూ చాలా ఖిన్నులయ్యారు.

ఇంతలో సంశప్తకులను జయించి అర్జునుడు – ద్రోణాచార్యుడు పాండవ సేనను సంహరిస్తున్న చోటికి వచ్చి, కౌరవ వీరులను తన శస్త్రాగ్నితో భస్మం చేయసాగాడు. అతని బాణాల తాకిడికి ఎంతో మంది గజారోహులు, అశ్వికులు, పదాతులు నేలకొరిగారు. చాలా మంది ఆర్తనాదాలు చేయసాగారు. ఎంతోమంది పడుతూనే ప్రాణాలు వదిలేశారు. వారిలో పడుతూ లేస్తూ పారిపోయే వారిని రణనీతిని గుర్తుంచుకొని అర్జునుడు చంపలేదు. పారిపోతున్న వారు "కర్ణా ! కర్ణా !" అని ఆర్త నాదాలు చేయసాగారు. శరణార్థులైన వారి ఆక్రందనలను విని కర్ణుడు "భయపడకండి" అంటూ అర్జునుని ఎదిరించడానికి వచ్చాడు. అస్త్రవేత్తలతో శ్రేష్ఠుడయిన కర్ణుడు ఆగ్నేయాస్త్రాన్ని ప్రయోగించాడు. కాని అర్జునుడు దానిని చల్లార్చివేశాడు. అలాగే కర్ణుడు కూడా అర్జునుని యొక్క వాడి బాణాలను నివారించడమే కాకుండా, బాణవర్షం కురిపిస్తూ సింహనాదం చేశాడు. అప్పుడు ధృష్టద్యుమ్నుడు, భీముడు, సాత్యకి కూడా అక్కడికి వచ్చి కర్ణుని తమ బాణాలతో తూట్లు పొడవసాగారు. కర్ణుడు మూడు బాణాలతో ఆ ముగ్గురి యొక్క విండ్లను విరుగకొట్టాడు. అంత వారు కర్ణునిపై శక్తి ఆయుధాలను ప్రయోగించి సింహాలలా గర్జించారు. కర్ణుడు కూడా మూడేసి బాణాలతో ఆ శక్తులను ముక్కలుగా చేసి, అర్జునునిపై బాణధారలు వర్షిస్తూ గర్జించాడు. ఇది చూసి అర్జునుడు ఏడు బాణాలతో కర్ణుని గాయపరిచి, అతని చిన్నతమ్ముణ్ణి చంపి వేశాడు. ఆపై అతని రెండవ సోదరుడైన శత్రుంజయుని కూడా ఆరుబాణాలతో మృత్యుతీరానికి చేర్చాడు. అనంతరం ఒక బల్లెంలాంటి బాణంతో విపాటుని శిరస్సును కూడా ఖండించి అతనిని రథం నుండి పడవేశాడు. ఈ రీతిగా కౌరవులందరూ చూస్తూ ఉండగానే కర్ణుని ఎదురుగానే అతని తమ్ముళ్లను ముగ్గురిని అర్జునుడు ఒక్కడే చంపివేశాడు.

అనంతరం భీముడు కూడా రథంపైనుండి కిందికి దూకి కత్తి చేతబట్టి కర్ణుని పక్షం వారిని పదిహేను మందిని చంపి, తిరిగి రథం ఎక్కాడు. ఆ తరువాత అతడు ఇంకొక విల్లు తీసుకొని కర్ణుని పది, అతని సారథిని, గుఱ్ఱాలను ఐదేసి బాణాలతో గాయపరిచాడు. అలాగే ధృష్టద్యుమ్నుడు కత్తి డాలు తీసుకొని ముందుకు ఉరికి, చంద్రవర్మను, నిషధరాజు బృహత్ క్షత్రుని చంపి, తిరిగి రథం ఎక్కాడు. అటు తరువాత ఇంకొక విల్లు చేత పట్టి, సింహనాదం చేస్తూ డెబ్బది మూడు బాణాలతో కర్ణుని తూట్లుపొడిచాడు. సాత్యకి కూడా ఇంకొక విల్లు తీసుకొని అరవై నాలుగు బాణాలతో కర్ణుని గాయపరిచి సింహంలా గర్జించాడు. ఆపై రెండు బాణాలతో అతడు కర్ణుని వింటిని విరిచివేశాడు. మరొక మూడు అతని బాహువులను, వక్షః స్థలాన్ని గురి చూసి కొట్టాడు.

కర్ణుడు సాత్యకి అనే సముద్రంలో మునిగిపోతూంటే దుర్యోధనుడు, ద్రోణాచార్యుడు, జయద్రథుడు వచ్చి అతనిని రక్షించారు. ఆ తరువాత మీ సైన్యంలోని రథికులు, గజారోహులు, కాల్బలం కర్ణుని రక్షణ కోసం పరుగెత్తుకువచ్చారు. ఇటు పక్క ధృష్టద్యుమ్నుడు, భీమసేనుడు, అభిమన్యుడు, నకులుడు, సహదేవుడు సాత్యకికి రక్షణగా వచ్చారు. ఈ రీతిగా అక్కడ సమస్త యోధుల యొక్క నాశనానికి భయంకరమైన యుద్ధం ఆరంభం అయింది. ఇరుపక్షాల వీరులు ప్రాణాలను లెక్కచేయకుండా

పోరాడసాగారు. ఇంతలో సూర్యుడు అస్త్రాద్రికి చేరుకొన్నాడు. అప్పుడు అలసి సొలసిన, రక్తంతో తడిసి ముద్దయిన ఇరుపక్షాల వీరులు పరస్పరం చూసుకొంటూ మెల్లమెల్లగా తమ శిబిరాలవైపు మళ్లారు.

చక్రవ్యూహ రచన - అభిమన్యుని యొక్క ప్రతిజ్ఞ

సంజయుడు చెప్పసాగాడు - "రాజా ! ఆ రోజు అర్జునుడు మన సైన్యాన్ని ఓడించి యుధిష్ఠిరుని రక్షించి ద్రోణాచార్యుని సంకల్పం సాగనివ్వలేదు. శత్రువులది పై చేయి కావడం చూసి దుర్యోధనునికి కోపమూ, దుఃఖమూ కలిగాయి. మర్నాడు తెల్లవారగానే అతడు వీరులందరి ఎదుటా ద్రోణాచార్యునితో స్వాభిమాన పూర్వకంగా - "ద్విజోత్తమా ! నిజంగా మేము నీ శత్రుకోటిలోని వారమే. అందుకే కదా యుధిష్ఠిరుడు నీకు సమీపానికి వచ్చినా బంధించలేదు. శత్రువు నీ కళ్ల ఎదుటే ఉండి, అతనిని పట్టుకోవాలని నీవు కోరుకొంటే దేవతలందరితో కలిసి వచ్చినా పాండవులు అతనిని నీ బారినుండి రక్షించలేరు. మీరు మొదట ఎంతో దయతో నాకు వరాన్ని అనుగ్రహించారు. కాని తరువాత దానిని పూర్తి చేయలేదు" అన్నాడు.

దుర్యోధనుడు ఇలా అనగానే ద్రోణాచార్యుడు కొంచెం ఖిన్నుడై, "రాజా ! నీవు అలా అనుకోవద్దు. నేను ఎప్పుడూ నీకు ప్రియాన్నే చేస్తున్నాను. కాని ఏమి చేయను ? అర్జునుడు రక్షకుడుగా ఉంటే, సురాసుర గంధర్వ, సర్ప, రాక్షసులతో కూడిన లోకమంతా కూడా అతనిని జయించలేదు. విశ్వవిధాత శ్రీకృష్ణుడు, అర్జునుడు ఉన్నచోట శంకరుని బలంతప్ప ఇతరుల బలం ఏమి పని చేస్తుంది ? నాయనా ! నీకు ఇప్పుడు మాట ఇస్తున్నాను. ఇది తప్పక జరుగుతుంది. ఈ రోజు పాండవ పక్షంలోని శ్రేష్ఠుడయిన వీరుని ఒకనిని చంపుతాను దేవతలు కూడా ఛేదించలేని వ్యూహాన్ని ఈ రోజు పన్నుతాను. అయితే నీవు అర్జునుని ఎలాగైనా ఇక్కడి నుండి దూరంగా తీసుకుపోవాలి. యుద్ధ విద్యలన్నీ ఎరిగినవాడు, చేయగలిగినవాడు అర్జునుడు. అతడు యుద్ధ సంబంధమైన విజ్ఞానాన్ని అంతటినీ నానుండి, ఇతరుల నుండి తెలుసుకొన్నాడు" అన్నాడు.

ద్రోణాచార్యుడు చెప్పినది విని సంశప్తకులు మళ్లీ అర్జునుని యుద్ధానికి పిలిచి, అతనిని దక్షిణ దిశగా తీసుకుపోయారు. అప్పుడు అర్జునుడు శత్రువులతో కనీ వినీ ఎరుగని రీతిగా ఘోరమైన యుద్ధం చేశాడు. ఇక్కడ ద్రోణాచార్యుడు ఇంద్రునితో సమానమైన పరాక్రమం కల రాజులతో చక్రవ్యూహం పన్నాడు. ఆ వ్యూహం యొక్క ఆకుల స్థానంలో సూర్యసమాన తేజులయిన రాజకుమారులను నిలిపాడు. దాని మధ్య భాగంలో దుర్యోధనుడు, అతనితో పాటు కర్ణకృపాచార్య దుశ్శాసనులు నిలుచున్నారు. వ్యూహం యొక్క అగ్రభాగంలో ద్రోణాచార్యుడు, జయద్రథుడు నిలుచున్నారు. జయద్రథుని పక్కన అశ్వత్థామతో పాటు, నీ ముప్పది మంది కొడుకులు, శకుని, శల్యుడు, భూరి శ్రవుడు ఉన్నారు. అనంతరం కౌరవ పాండవుల మధ్య మరణమే విరామం అన్నట్లుగా గగుర్పాటు కలిగించే యుద్ధం మొదలయింది.

ద్రోణాచార్యుని చేత సురక్షితమైన ఆ వ్యూహం మీద పాండవ సైన్యం భీముని నాయకత్వంలో విరుచుకుపడింది. సాత్యకి, చేకితానుడు, ధృష్టద్యుమ్నుడు, కుంతిభోజుడు, ద్రుపదుడు, అభిమన్యుడు, క్షత్రవర్మ, బృహత్క్షత్రుడు, చేదిరాజు, ధృష్టకేతుడు, నకుల సహదేవులు, ఘటోత్కచుడు, యుధామన్యుడు, శిఖండి, ఉత్తమౌజుడు, విరాజుడు, ఉపపాండవులు, శిశుపాలుని కొడుకు, కేకయ రాజకుమారులు, వేలకొద్దీ సృంజయ వంశ రాజులు, ఇంకా ఇతర వీరులు అనేకులు యుద్ధోత్సాహంతో వెంటనే ద్రోణాచార్యునిపై దాడి చేశారు. వారంతా తన్ను సమీపించడం చూసి కూడా ద్రోణుడు ఏమాత్రం చలించకుండా, బాణాలను వర్షిస్తూ వారిని ముందుకు రాకుండా అడ్డుకొన్నాడు. పాంచాల సృంజయ క్షత్రియులు కలిసికట్టుగా కూడా ద్రోణుని ఎదుర్కోలేకపోయారు. అటువంటి ద్రోణుని అద్భుత పరాక్రమాన్ని మన వారందరూ అప్పుడు చూడగలిగారు. ద్రోణాచార్యుడు క్రోధంతో ముందుకు దూసుకురావడం చూసిన యుధిష్ఠిరుడు అతనిని ఆపడానికి ఎన్ని విధాలుగానో ఆలోచించాడు. అతనిని ఎదిరించడం ఇతరులకు కష్టమని ఎంచి, ఆ గురుతర బాధ్యతను అతడు అభిమన్యునికి అప్పగించాడు. అభిమన్యుడు తన తండ్రి, మేనమామల పరాక్రమానికి తీసిపోనివాడు. శత్రుపక్ష వీరులను చంపగలిగిన మహా తేజస్వి. యుధిష్ఠిరుడు అతనితో - "నాయనా ! అభిమన్యూ ! చక్రవ్యూహాన్ని ఛేదించడం మాకు ఎవరికీ తెలియదు. దానిని నీవు, అర్జునుడు, శ్రీకృష్ణుడు లేకుంటే ప్రద్యుమ్నుడు ఛేదించగలరు. అంతే తప్ప ఐదవవాడు ఎవడూ దానిని ఛేదించలేడు. కాబట్టి నీవు వెంటనే ఆయుధ సహితుడవై ద్రోణుడు పన్నిన ఆ వ్యూహాన్ని ఛేదించు. లేకపోతే యుద్ధం నుండి తిరిగివచ్చిన అర్జునుడు మనలను నిందిస్తాడు" అన్నాడు.

అభిమన్యుడు - "ద్రోణుని సైన్యం ఎంత బలిష్ఠమూ, భయంకరమూ అయినా గానీ, నేను నా తండ్రుల విజయం కోసం ఈ వ్యూహాన్ని ప్రవేశిస్తాను. నా తండ్రి నాకు ఈ వ్యూహభేదనం చేసే ఉపాయం చెప్పి ఉన్నాడు. కాని తిరిగి రావడం చెప్పలేదు. నేను అక్కడ ఏదైనా ఆపదలో చిక్కుకొంటే మాత్రం తిరిగి రాలేను" అన్నాడు.

యుధిష్ఠిరుడు - "వీరుడా ! నీవు ఈ వ్యూహాన్ని ఛేదించి మాకు దారి చూపు. నీవు వెళ్లిన దారిలో నీ వెనుకనే మేము వచ్చి, నిన్ను అన్ని వైపుల నుండి రక్షిస్తాం" అన్నాడు.

భీముడు - నేను, ధృష్టద్యుమ్నుడు, సాత్యకి, పాంచాల, మత్స్య, ప్రభద్ర, కేకయ దేశ వీరులు అందరమూ నీ వెంటే ఉంటాం. ఒక్కసారి నీవు వ్యూహాన్ని ఛేదిస్తే, అక్కడ మహావీరులను సంహరించి మేము వ్యూహాన్ని విధ్వంసం చేస్తాము" అన్నాడు.

అభిమన్యుడు - "మంచిది. నేను ఇక ద్రోణుని ఆ దుర్ధర్షమైన సైన్యంలోకి చొచ్చుకుపోతాను. ఈ రోజు నా తండ్రి, మేనమామల వంశాలకు మేలు చేకూరేలా నా పరాక్రమాన్ని ప్రదర్శిస్తాను. అందువలన, నా మేనమామ, తండ్రి కూడా సంతోషిస్తారు. నేను బాలుడినే అయినప్పటికీ, ఒంటరిగా శత్రుసైన్యాన్ని కాలునికి ఆహారంగా ఎలా సమర్పిస్తానో అందరూ ఈ రోజు చూస్తారు. నేను బ్రతికి ఉండగా యుద్ధంలో నా ఎదుటికి వచ్చి ప్రాణాలతో ఎవరయినా బయటపడితే నేను అర్జునునికి కొడుకునేకాను, సుభద్రగర్భంలో జన్మించినవాడినీ కాను" అని ప్రతిజ్ఞ చేశాడు.

యుధిష్ఠిరుడు - "సుభద్రాకుమారా ! నీవు ద్రోణుని సైన్యాన్ని ఛేదించడానికి ఉత్సాహం చూపుతున్నావు. వీరత్వాన్ని ప్రకటించే నీ ఈ బలం సదా వృద్ధిపొందుగాక !" అని దీవించాడు.

అభిమన్యుడు వ్యూహమున ప్రవేశించి, పరాక్రమించుట.

సంజయుడు చెపుతున్నాడు - "ధర్మరాజు చెప్పినది విని అభిమన్యుడు రథాన్ని ద్రోణుని వద్దకు పోనిమ్మని సారథికి చెప్పాడు. పదే పదే అతడు అలా చెప్పడం విని సారథి "అభిమన్యూ ! పాండవులు నీ మీద చాలా పెద్ద భారమే మోపారు. నీవు కొంచెం ఆలోచించుకో. తరువాత యుద్ధం చేద్దువుగాని. ద్రోణాచార్యులవారు ధనుర్విద్యాపండితులు. అస్త్రవిద్యలో చాలా పరిశ్రమ చేసినవారు. ఇటు చూస్తే నీవు చాలా సుఖంగా సుకుమారంగా పెరిగిన వాడవు. యుద్ధ విద్యలో అతనితో సమానంగా నిపుణుడవూ కావు." అని హెచ్చరించాడు.

అభిమన్యుడు అతని మాటలు విని నవ్వుతూ - "సూతుడా! ఈ ద్రోణాచార్యులూ, క్షత్రియసమూహం అనే ఏమిటి ? సాక్షాత్తు ఇంద్రుడు దేవతలతో కలిసివచ్చినా, లేదా ఆ శంకరుడే ప్రమథగణాలతో దిగి వచ్చినా వారితో కూడా యుద్ధం చేస్తాను. వీళ్లను చూస్తే నాకేమీ వింతగా లేదు. ఈ సేన అంతా కలిసినా నాలో పదహారోవంతుకు కూడా సరితూగరు. ఇదే అన్నమాట ఏమిటి ? విశ్వవిజేతలయిన మా మామ శ్రీకృష్ణుడు, తండ్రి అర్జునుడు కూడా విపక్షంలో ఉన్నా నాకు భయంలేదు" అన్నాడు. ఇలా సారథి మాటలను గణించక రథాన్ని ద్రోణుని వద్దకు తీసుకుపొమ్మని ఆజ్ఞాపించాడు. సారథికి ఈ మాటలు సంతోషం కలుగచేయలేదు. అయినా గుఱ్ఱాలను ద్రోణుని వైపునకు తోలాడు. పాండవులు అభిమన్యుని వెంట నడిచారు. అతడు రావడం చూసి కౌరవులందరూ ద్రోణుడు ముందు నడవగా అతనిని ఎదిరించడానికి సిద్ధమయ్యారు.

అర్జునుని కొడుకు అతని కంటె పరాక్రమశాలి. అతడు ద్రోణాది మహావీరులతో యుద్ధం చేయగోరి, ఏనుగు ముందు సింహం పిల్లలా నిలుచున్నాడు. అభిమన్యుడు వ్యూహం వైపు ఇరవై అడుగులు ముందుకు కదిలాడో లేదో అంతలోనే కౌరవులు అతనిపై విరుచుకుపడ్డారు. కాని అస్త్రచాలనంలో అభిమన్యుడు మహావేగశాలి. తన ఎదుటికి వచ్చిన ప్రతి వీరుని మర్మభేదులైన తన బాణాలతో కొట్టసాగాడు. అతని వాడిబాణాలు తగిలి ఎందరో వీరులు నేలకొరిగారు. వీరుల శవాలతో, వారి అవయవాలతో ఆ ప్రాంతమంతా కప్పబడి పోయింది. ధనుర్బాణాలు, కత్తిడాలులు, అంకుశతోమరాలు మొదలైన అనేక ఆయుధాలతో భూషణాలంకృతాలైన వీరుల బాహువులను అభిమన్యుడు ఖండించివేశాడు. రథాలను విరిచేశాడు. అతడొక్కడే విష్ణువు వలె పరాక్రమించాడు. రాజా! ఆ సమయంలో నీ కొడుకులు, నీ పక్షం వాళ్లు దిక్కులు చూస్తూ పారిపోవడానికి దారి వెతుక్కోసాగారు. వారి నోళ్లు ఎండిపోయాయి. చూపులు ఒక చోట నిలువడం లేదు. చెమటలు కారుతున్నాయి. రోమాలు నిక్క పొడుచుకొన్నాయి. శత్రువును జయిస్తామనే ఆశ వారికి పోయింది. ఏమైనా కాస్త ఉత్సాహం మిగిలి ఉందంటే - అది అక్కడినుండి పారిపోవడానికే. చనిపోయిన కొడుకులను, తండ్రులను, తమ్ముళ్లను, బంధువులను అందరినీ విడిచి ఎవరికి వారే తమ ప్రాణాలను కాపాడుకోవాలని గుఱ్ఱాలను,

ఏనుగులను తొందర తొందరగా అదిలిస్తూ పారిపోయారు.

మహాతేజశ్శాలి అయిన అభిమన్యుడు తన సైన్యాన్ని చిందరవందర చేయడం చూసి దుర్యోధనుడు కోపంతో అతని ఎదుటికి వచ్చాడు. ద్రోణాచార్యుని ఆజ్ఞతో చాలా మంది వీరులు దుర్యోధనుని చుట్టూ చేరి అతనిని రక్షించసాగారు. అప్పుడు ద్రోణుడు, అశ్వత్థామ, కృపాచార్యుడు, కర్ణుడు, కృతవర్మ, శకుని, బృహద్బలుడు, శల్యుడు, భూరిశ్రవుడు, శలుడు, పౌరవుడు వృషసేనుడు అందరూ కలిసి అభిమన్యునిపై వాడిబాణాలు కురిపించి అతనిని కప్పివేశారు. ఈ రీతిగా అభిమన్యుని ఏమార్చి వారు దుర్యోధనుని రక్షించారు.

నోటి ముందరి కూడు తీసేసినట్లుగా దుర్యోధనుడు తప్పించుకొని పోవడం అభిమన్యుడు సహించలేకపోయాడు. గొప్ప బాణవర్షం కురిపించి వారి గుఱ్ఱాలు, సారథులతో సహితంగా ఆ వీరులను అందరినీ కొట్టి తరిమేసి సింహంలా గర్జించాడు. ద్రోణాది మహావీరులు ఆ సింహనాదాన్ని సహించలేక రథాలతో అతని చుట్టూ చేరి బాణసమూహాన్ని వర్షించారు. కాని అభిమన్యుడు ఆ బాణాలన్నిటినీ మధ్యలోనే ఖండించివేసి, వెంటనే వాడి బాణాలతో వారిని గాయపరిచాడు. అతని పరాక్రమం మహాద్భుతం. అప్పుడు అభిమన్యుడు, కౌరవవీరులు పరస్పరం ఎడతెగకుండా ప్రహరించుకొన్నారు. ఎవరూ వెనుకంజ వేయడం లేదు. ఆ ఘోరయుద్ధంలో దుస్సహుడు తొమ్మిది బాణాలతో అభిమన్యుని తూట్లు పొడిచాడు. దుశ్శాసనుడు పన్నెండు, కృపాచార్యుడు మూడు, ద్రోణుడు పదిహేడు, వివింశతి డెబ్బై, కృతవర్మ ఏడు, బృహద్బలుడు ఎనిమిది, అశ్వత్థామ ఏడు, భూరిశ్రవుడు మూడు, శల్యుడు ఆరు, శకుని రెండు, దుర్యోధన మహారాజు మూడు బాణాలు వేశారు.

మహారాజా ! ఆ సమయంలో అభిమన్యుడు నృత్యం చేస్తున్న వాడిలా అన్ని వైపులా తిరుగుతూ ఆ మహారథికులందరినీ మూడేసి బాణాలతో వేధించాడు. నీ కొడుకులందరూ కలిసి అతనిని భయపెట్టాలని చూసే సరికి అతనికి కోపం వచ్చి తన అస్త్రశిక్షా పాటవాన్నంతా ప్రదర్శించాడు. ఇంతలో అశ్మక రాజు పుత్రుడు మహావేగంగా వచ్చి అభిమన్యుని అడ్డగించి పది బాణాలతో అతనిని తూట్లు పొడిచాడు. అభిమన్యుడు అలవోకగా పది బాణాలతో అతని గుఱ్ఱాలను, సారథిని, ధ్వజాన్ని, ధనుస్సును, భుజాలను, తలను కూడా ఖండించి నేల కూల్చాడు.

అభిమన్యుని చేతిలో అశ్మకరాకుమారుని మరణం చూసి సేన యావత్తూ భయంతో పరుగులు తీసింది. కర్ణ కృప ద్రోణ అశ్వత్థామలు, శకుని శల శల్య భూరిశ్రవసులు, క్రాథ సోమదత్త వివింశతి వృషసేన సుషేణులు, కుండభేది ప్రతర్దన బృందారక లలిత్థ ప్రబాహు దీర్ఘలోచనులు, దుర్యోధనుడు – వీరందరూ క్రోధంతో అభిమన్యుని మీద బాణవర్షం కురిపించారు. ఆ మహాధనుర్ధరుల బాణాలతో అభిమన్యుడు గాయాలపాలయి కూడా, కవచంతోపాటు శరీరాన్ని కూడా చీల్చివేసే ఒక వాడి బాణాన్ని కర్ణునిపై వేశాడు. అది కర్ణుని కవచాన్నే కాకుండా శరీరాన్ని కూడా చీల్చుకుని వెలుపలికి వచ్చి భూమిలో గుచ్చుకొంది. ఆ దుస్సహమైన దెబ్బకు కర్ణుడు నొప్పితో విలవిలలాడి ఆ యుద్ధ భూమిలో వణికిపోయాడు. అలాగే అభిమన్యుడు కోపంతో మరో మూడు బాణాలతో సుషేణ, దీర్ఘలోచన, కుండభేదులను కూడా చంపివేశాడు.

అప్పుడు కర్ణుడు ఇరవై అయిదు, అశ్వత్థామ ఇరవై, కృతవర్మ ఏడు బాణాలతో అభిమన్యుని గాయపరిచారు. అతని శరీరమంతటా బాణపు రంధ్రాలే. అయినా అతడు దండధరుడైన యమునిలా రణ రంగమంతా కలయతిరిగాడు. శల్యుడు తనకు సమీపంలో ఉండడం చూసి అభిమన్యుడు బాణవర్షంతో అతనిని కప్పివేశాడు. పైగా భీషణమైన సింహనాదంతో మీ సైన్యాన్ని బెదరగొట్టాడు. మర్మ భేదులైన అతని బాణాలకు గాయపడిన శల్యుడు రథం వెనుక భాగానికి చేరి మూర్ఛితుడయ్యాడు. శల్యుని అవస్థ పరికించిన సైన్యం ద్రోణుడు చూస్తుండగానే పరుగులు తీసింది. అప్పుడు దేవతలు, పితరులు, చారణులు, సిద్ధులు, యక్షులు, మనుష్యులు కూడా అభిమన్యుని కీర్తిని గానం చేస్తూ అతనిని ప్రశంసించారు.

శల్యుని చిన్నతమ్ముడు తన అన్న మద్రరాజును అభిమన్యుడు యుద్ధభూమిలో మూర్ఛితుని చేశాడని విని క్రోధంతో బాణవర్షం కురిపిస్తూ అతనిని సమీపించాడు. వస్తూనే అతడు పది బాణాలతో అభిమన్యుని గుఱ్ఱాలను సారథి సహితంగా గాయపరిచి సింహనాదం చేశాడు అభిమన్యుడు బాణాలతో అతని గుఱ్ఱాలు, ఛత్రం, ధ్వజం, సారథి, కాడి, నొగలు, చక్రం, ఇరుసు, ధనుస్సు, అల్లెత్రాడు, పతాక, చక్ర రక్షకులు – ఇలా రథంలోని సమస్త సామగ్రిని తునుకలుగా చేసి అతని చేతులు, కాళ్ల, మెడ, తల కూడా నరికి పడవేశాడు. దానితో అతని అనుచరులు మహా భయంతో

అన్ని దిక్కులకు పరుగులు తీశారు. అభిమన్యుని పరాక్రమం చూసి జనులందరూ ప్రశంసించారు. అప్పుడు అతడు దివ్యాస్త్రాలతో శత్రుసేనను సంహరిస్తూ నలువైపులా తానే కనపడ్డాడు. అతని ఈ అలౌకిక కృత్యాన్ని చూసి నీ సైనికులు వణికిపోయారు. అదే సమయంలో నీ కొడుకు దుశ్శాసనుడు మహావేగంగా, క్రోధంతో అరుస్తూ బాణవర్షం కురిపిస్తూ అభిమన్యునిపై దాడి చేశాడు. వచ్చీ రాగానే అతనిని అభిమన్యుడు ఇరవై ఆరు బాణాలతో కొట్టాడు. అభిమన్యుడు, దుశ్శాసనుడు కూడా రథం నడపడంలో ఆరితేరినవారు. వారు కుడి ఎడమలుగా మండలాకార గమనంలో తిరుగుతూ యుద్ధం చేయసాగారు.

దుశ్శాసన కర్ణుల పరాజయము - జయద్రథుని పరాక్రమము

సంజయుడు చెప్పసాగాడు - "రాజా ! అప్పుడు అభిమన్యుడు పరిహసిస్తూ దుశ్శాసనునితో - "దుర్మతీ ! నీవు నా తండ్రుల రాజ్యాన్ని అపహరించావు. ఆ కారణంగానూ నీ లోభం, అజ్ఞానం, ద్రోహం, దుస్సాహసం కారణంగానూ పాండవులు నీ మీద చాలా కోపంతో ఉన్నారు. అందుకే నీకు ఇలాంటి రోజు దాపురించింది. దానికి ఈనాడు భయంకరమైన ఫలాన్ని అనుభవించు. కుపిత అయిన తల్లి ద్రౌపది యొక్క, బదులు తీర్చుకోవాలనుకొనే భీమసేనుని యొక్క కోరిక తీర్చి నేను ఈ రోజు వారి ఋణాన్ని తీర్చుకొంటాను. నీవు యుద్ధరంగాన్నుండి పారిపోకుండా ఉంటే, ఈనాడు నా చేతుల నుండి ప్రాణాలతో బయటపడలేవు" ఇలా అని అభిమన్యుడు దుశ్శాసనుని రొమ్ముపై కాలాగ్నివంటి బాణాన్ని నాటాడు. ఆ బాణం అతని రొమ్మున దిగి గొంతులోని ఎముకను చీల్చి, బయటకు వచ్చింది. తదనంతరం వింటిని చెవులవరకు లాగి తిరిగి ఇరవై అయిదు బాణాలతో దుశ్శాసనుని కొట్టాడు. దానితో బాగా గాయపడి, అతడు రథం వెనుక భాగానికి వెళ్లి మూర్ఛితుడయ్యాడు. అది చూసి సారథి వెంటనే అతనిని రణ భూమినుండి దూరంగా తీసుకొని పోయాడు. అప్పుడు యుధిష్ఠిరుడు మొదలైన పాండవులు, ద్రౌపదీ పుత్రులు, సాత్యకి, చేకితానుడు, ధృష్టద్యుమ్నుడు, శిఖండి, కేకయరాజు, ధృష్టకేతుడు, మత్స్య పాంచాల, సృంజయ వీరులు చాలా ఆనందంగా ద్రోణుని సైన్యాన్ని నష్టపరచాలని ముందుకు కదిలారు. కౌరవ పాండవ సైన్యాలనడుమ మహాయుద్ధం జరగసాగింది. ఇటు కర్ణుడు మహాకుపితుడై అభిమన్యునిపై వాడి బాణాలు వర్షిస్తూ, అతనిని ధిక్కరించి అతని అనుచరులను కూడా బాణాలతో గుచ్చాడు. అభిమన్యుడు కూడా వెంటనే అతనిని డెబ్బై మూడు బాణాలతో తూట్లు పొడిచాడు. అప్పుడు అతని గమనాన్ని ఎవరూ అడ్డుకోలేక పోయారు. తరువాత కర్ణుడు తన ఉత్తమ అస్త్రవిద్యా కౌశలాన్ని ప్రదర్శిస్తూ అభిమన్యుని వందల బాణాలతో తూట్లు పొడిచాడు. అభిమన్యుడు బాధపడినా అధైర్యపడలేదు. అతడు వాడిబాణాలతో మహావీరుల విండ్లను తుంచి, కర్ణుని కూడా బాగా గాయపరిచాడు. ఆ వెంటనే అతని ఛత్రం, ధ్వజం, సారథి, గుఱ్ఱాలు - అన్నిటినీ కూడా హేలగా త్రుంచివేశాడు. కర్ణుడు కూడా చాలా బాణాలు వేశాడు కాని అభిమన్యుడు ఏ మాత్రం చలించకుండా అన్నిటినీ సహించాడు. క్షణకాలంలో ఒకే బాణంతో కర్ణుని వింటిని, ధ్వజాన్ని కూడా ఖండించి వేశాడు. కర్ణుడు ఆపదలో చిక్కుకు పోవడం చూసి అతని చిన్నతమ్ముడు సుదృఢుడు విల్లు ఎక్కుపెట్టి అభిమన్యుని ఎదిరించడానికి వచ్చాడు. అతడు వస్తూనే పది బాణాలు వేసి అభిమన్యుని ఛత్రం, ధ్వజం, సారథి గుఱ్ఱాలతో పాటుగా తూట్లు తూట్లుగా కొట్టాడు. ఇది చూసి నీ కొడుకులంతా ఆనందించారు. అభిమన్యుడు నవ్వుతూ ఒక్కబాణంతోనే అతని తలను నరికేశాడు. రాజా! తమ్ముడు చనిపోవడం చూసి కర్ణునికి చాలా బాధ కలిగింది. ఇటు అభిమన్యుడు కర్ణుని యుద్ధవిముఖుని చేసి, ఇతర ధనుర్ధరులపై దాడి చేశాడు. కోపంతో అతడు చతురంగ బలాలతో కూడిన సైన్యాన్ని సంహరించసాగాడు. కర్ణుడైతే అతని బాణాలతో చాలా బాధపడి ఉన్నాడు కాబట్టి వేగవంతమైన తన గుఱ్ఱాలను తోలుకుంటూ రణ భూమినుండి పారిపోయాడు. దానితో వ్యూహం చెదిరిపోయింది. మిడుతల దండులాంటి నీటిధారవంటి అభిమన్యుని బాణాల చేత ఆకాశమంతా కప్పబడి పోవడం వలన ఏమీ తెలియరావడం లేదు. సింధురాజు జయద్రథుడు తప్ప వేరు ఎవరూ అక్కడ నిలువలేక పోయారు. అభిమన్యుడు బాణాలతో సైన్యాన్ని దగ్ధం చేస్తూ వ్యూహంలో కలయ తిరుగుతున్నాడు. రథాలు, ఏనుగులు, గుఱ్ఱాలు, మనుష్యులు చనిపోతున్నారు. తలలు లేని మొండెములు రణభూమి అంతటా పడిఉన్నాయి. అభిమన్యుని బాణాల ధాటికి కౌరవసైన్యం నుజ్జునుజ్జు అయి ప్రాణాలు దక్కించుకోవడానికి పరుగులు తీయసాగింది. ఆ సమయంలో తమకు ఎదురుగా ఉన్న తమ సైన్యంలోని వారినే దెబ్బ తీసి ముందుకు సాగిపోతున్నారు. అభిమన్యుడు

వారిని తరిమి తరిమి కొడుతున్నాడు. వ్యూహమధ్యంలో అభిమన్యుడు గడ్డివాము మీద మండుతున్న అగ్నిలా ఉన్నాడు.

ధృతరాష్ట్రుడు – "సంజయా ! అభిమన్యుడు వ్యూహంలో ప్రవేశించినపుడు అతనితో పాటు యుధిష్ఠిరుని సైన్యంలోని ఇతర వీరులు ఎవరయినా వెళ్లారా ? లేదా ?" అని అడిగాడు.

సంజయుడు – "మహారాజా ! యుధిష్ఠిరుడు, భీమసేనుడు, శిఖండి, సాత్యకి, నకుల సహదేవులు, ధృష్టద్యుమ్నుడు, విరాటుడు, ద్రుపదుడు, కేకయరాజు, ధృష్టకేతువు, మాత్స్యులు మొదలైన యోధులు వ్యూహాకారంగా సంఘటితమై అభిమన్యుని రక్షణకోసం అతనిని వెన్నంటి నడిచారు. వారు దాడి చేయడం చూసి మీ సైనికులు పారిపోసాగారు. అప్పుడు మీ అల్లుడు జయద్రథుడు దివ్యాస్త్రాలను ప్రయోగించి పాండవులను సేనాసహితంగా అడ్డుకొన్నాడు.

ధృతరాష్ట్రుడు "సంజయా ! జయద్రథుడు ఒంటరిగా కోపోద్రిక్తులై ఉన్న పాండవులను అడ్డగించాడంటే అతని మీద పెనుభారం పడిందని అనుకుంటున్నాను. ఆహా ! పాండవులను అడ్డగించగలగడానికి అతడు ఏమి తపస్సు చేశాడో" – అన్నాడు.

సంజయుడు చెప్పాడు – జయద్రథుడు అరణ్యంలో ద్రౌపదిని అపహరించినపుడు భీమసేనుని చేతిలో పరాభవం పొందాడు. ఆ అవమాన దుఃఖంతో అతడు శంకరుని ఆరాధిస్తూ కఠోరతపస్సు చేశాడు. భక్తవత్సలుడైన శంకరుడు అతనిపై దయతలచి స్వప్నంలో సాక్షాత్కరించి – "జయద్రథా! నాకు నీపై అనుగ్రహం కలిగింది. కావలసిన వరం కోరుకో" అన్నాడు. అతడు ప్రణమిల్లి – "నేను ఒక్కడినే పాండవులందరినీ యుద్ధంలో జయించాలి" అని అడిగాడు. భగవానుడు – "సౌమ్యుడా ! నీవు అర్జునుని తప్ప మిగిలిన నలుగురు పాండవులను జయించగలుగుతావు" అన్నాడు. "మంచిది అలాగే కానివ్వండి" అంటూండగానే అతనికి నిద్రాభంగమయింది. ఈ వరదానం వల్లనూ, దివ్యాస్త్రబలం చేతను జయద్రథుడు ఒంటరిగానే అయినా పాండవులను ముందుకు కదలనీయలేదు. అతని అల్లెత్రాటి ధ్వని వినిపిస్తూనే శత్రువీరులలో భయం వ్యాపించింది. మీ సైనికులలో గొప్ప సంతోషం వెల్లివిరిసింది. ఆ సమయంలో భారమంతా జయద్రథునిపై పడడం చూసి మీ క్షత్రియ వీరులందరూ కోలాహలంగా యుధిష్ఠిరుని సేనపై విరుచుకుపడ్డారు. అభిమన్యుడు చెదరగొట్టిన వ్యూహభాగాన్ని జయద్రథుడు మళ్లీ యోధులతో నింపాడు. ఆపై అతడు సాత్యకిని మూడు బాణాలతో, భీమసేనుని ఎనిమిది, ధృష్టద్యుమ్నుని అరవై, విరాటుని పది బాణాలతో కొట్టాడు. ఇలాగే ద్రుపదుని ఐదు, శిఖండిని ఏడు, కేకయ రాజకుమారులను ఇరవై అయిదు, ద్రౌపదీ పుత్రులను ఒక్కొక్కరిని మూడింటితో, యుధిష్ఠిరుని డెబ్బై బాణాలతో కొట్టాడు. ఆ వెంటనే ఇతర యోధులను కూడా పెద్ద బాణవర్షంతో వెనుకడుగు వేయించాడు. అతడు చేసిన ఈ పని అద్భుతంగా ఉంది. అప్పుడు యుధిష్ఠిరుడు హేలగా జయద్రథుని ధనుస్సును ఒక వాడిబాణంతో విరగకొట్టాడు. జయద్రథుడు రెప్పపాటు కాలంలో ఇంకొక ధనుస్సు అందుకొని యుధిష్ఠిరుని పదిబాణాలతో, ఇతర యోధులను మూడేసి చొప్పున బాణాలతో తూట్లు పొడిచాడు. అతని చేతి వేగం చూసి భీమసేనుడు మూడు బాణాలతో అతని వింటిని, ధ్వజాన్ని, ఛత్రాన్ని విరిచేశాడు. జయద్రథుడు తిరిగి ఇంకొక విల్లు అందుకొన్నాడు. దానికి నారి బిగించి భీముని ధనుస్సును, ధ్వజాన్ని, గుఱ్ఱాలను సంహరించాడు. గుఱ్ఱాలు చనిపోవడంతో భీముడు రథం నుండి దూకి సాత్యకి రథం ఎక్కాడు. జయద్రథుని యొక్క ఆ పరాక్రమం చూసి మీ సైనికులు ఆనందంతో అతనిని మెచ్చుకోసాగారు. ఇంతలో ఉత్తరదిశలో యుద్ధం చేస్తున్న గజసైన్యాన్ని సంహరించి అభిమన్యుడు పాండవులకు దారి చూపాడు, కాని జయద్రథుడు దానిని కూడా అటకాయించాడు. మత్స్య, పాంచాల, కేకయ పాండవ వీరులు ఎంతో ప్రయత్నించారు కాని జయద్రథుని తప్పించలేకపోయారు. మీ శత్రుపక్షంలోని వీరులు ద్రోణుని సైన్యవ్యూహాన్ని ఎవరు ఛేదించాలని ప్రయత్నించినా వారి నందరినీ జయద్రథుడు వరదాన ప్రభావం చేత నిలువరించాడు.

అభిమన్యుడు కౌరవసేనలోని ప్రముఖ వీరులను సంహరించుట.

సంజయుడు చెపుతున్నాడు – అనంతరం దుస్సాధ్యుడైన అభిమన్యుడు ఆ సైన్యంలోకి చొచ్చుకుపోయి ఒక మహా తిమింగలం సముద్రంలో అల్లకల్లోలం రేపినట్లుగా ఉపద్రవం కలిగించాడు. మీ సైన్యంలోని ముఖ్యులైన వీరులందరూ రథాలతో అభిమన్యుని చుట్టుముట్టి ఉన్నారు. కాని అతడు వృషసేనుని సారథిని చంపి, అతని వింటిని కూడా విరిచేశాడు. బలిష్ఠుడైన వృషసేనుడు కూడా బాణాలతో అభిమన్యుని గుఱ్ఱాలను బాధించసాగాడు. గుఱ్ఱాలు రథాన్ని ఈడ్చుకొంటూ అక్కడి నుండి లాగుకొనిపోయాయి. ఇలా విఘ్నం కలగడంతో

సారథి రథాన్ని దూరంగా తప్పించేశాడు. కాసేపటికే అభిమన్యుడు తిరిగి రావడం చూసి వసాతీయుడు వెంటనే అతనిని ఎదిరించి అరవై బాణాలతో గాయపరిచాడు. ఒకే ఒక్క బాణాన్ని అభిమన్యుడు అతని రొమ్ముపై నాటి, అతనిని చంపివేశాడు. ఇది చూసి కోపంతో అభిమన్యుని చంపడానికి మీ పక్షంలోని గొప్ప గొప్ప క్షత్రియులందరూ అతనిని చుట్టుముట్టారు. వారి మధ్య గొప్ప యుద్ధం జరిగింది. కుపితుడైన అభిమన్యుడు వారి ధనుర్బాణాలను ముక్కలుగా నరికి, కుండల మాలాలంకృతాలైన వారి శిరస్సులను కూడా ఖండించివేశాడు.

మద్రరాజు కొడుకు రుక్మరథుడు భీతిల్లిన సైన్యానికి ధైర్యం చెప్పాడు. – "వీరులారా ! భయపడకండి. నేనుండగా ఈ అభిమన్యునికి ఏ లోకమూ లేదు. సందేహించకండి. నేను ఇతనిని ప్రాణాలతో పట్టుకొంటాను" అని చెప్పి, అతడు అభిమన్యునివైపు దూసుకువెళ్లి, అతని రొమ్మున, కుడి ఎడమ భుజాల మీద మూడేసి బాణాలతో కొట్టి సింహనాదం చేశాడు. అభిమన్యుడు అతని ధనుస్సును ఖండించి, వెంటనే అతని రెండు భుజాలను శిరస్సును కూడా ఖండించి నేల కూల్చాడు.

రాజకుమారుడైన రుక్మరథునికి చాలామంది స్నేహితులున్నారు. వారు కూడా యుద్ధంలో ఒళ్లు తెలియకుండా పోరాడేవారే. వారందరూ తమ విండ్లెక్కుపెట్టి బాణవర్షంతో అభిమన్యుని కప్పివేశారు. ఇది చూచి దుర్యోధనునికి చాలా ఆనందం కలిగింది. "ఇక అభిమన్యుడు యమలోకానికి వెళ్లినట్లే" అనుకొన్నాడు. కాని అప్పుడు అభిమన్యుడు గంధర్వాస్త్రాన్ని ప్రయోగించాడు. అది బాణవర్షాన్ని కురుస్తూ ఒకసారి ఒకటి, ఒకసారి వంద, ఒకసారి వెయ్యి చొప్పున కనిపించసాగింది. అభిమన్యుడు రథచాలన నైపుణ్యంతోను, గంధర్వాస్త్రం యొక్క మాయతోను ఆ రాజకుమారులను మోహితులను చేసి వారి శరీరాలను ఖండఖండాలుగా చేసివేశాడు. ఎంతోమందియొక్క ధనుస్సులు, ధ్వజాలు, గుఱ్ఱాలు, సారథులు, భుజాలు, మస్తకాలు ఖండించాడు. ఒక్క అభిమన్యుడు ఇంత మంది రాజపుత్రులను చంపడం చూసి దుర్యోధనునికి భయం కలిగింది. చతురంగ బలాలూ యుద్ధ భూమిలో కూలిపోవడం చూసి, అతడు అభిమన్యుని సమీపించాడు. వారిద్దరి మధ్య యుద్ధం ఆరంభమయింది. ఇంకా క్షణకాలం కూడా పూర్తికానే లేదు – వందల కొద్దీ బాణాలు తగిలి తట్టుకోలేక దుర్యోధనుడు పారిపోయాడు.

ధృతరాష్ట్రుడు – "సూతుడా ! నీవు చెపుతున్నట్లుగా, ఒంటరిగా అభిమన్యుడు చాలామంది వీరులతో యుద్ధం చేయడం, అందులోనూ అతడే విజయం పొందడం – నాకు వెంటనే నమ్మబుద్ధి కావడంలేదు. నిజానికి సుభద్ర కొడుకు పరాక్రమం అద్భుతం. కాని ధర్మం మీద నమ్మకం ఉన్నవారికి ఇది అద్భుతమేమీ కాదు. సంజయా ! దుర్యోధనుడు పారిపోవడం, వందల రాకుమారులు మరణించడం జరిగినపుడు నా పుత్రులు అభిమన్యుని విషయంలో ఏమి చేశారు ?" అని అడిగాడు.

సంజయుడు చెప్పసాగాడు – "మహారాజా ! ఆ సమయంలో మీ వీరుల నోళ్లు ఎండిపోయాయి. కన్నులు భయంతో నిండిపోయాయి. శరీరంలో రోమాలు నిక్కపొడుచుకున్నాయి. శరీరాలు చెమటలు కారుతున్నాయి. శత్రువును జయించాలనే ఉత్సాహం లేనేలేదు. అందరూ పారిపోయే యత్నంలోనే ఉన్నారు. చనిపోయిన కొడుకులను, తండ్రులను, సోదరులను, బంధువులను అందరినీ వదిలి ఎవరికివారు తమ తమ గుఱ్ఱాలను, ఏనుగులను తోలుకొని పారిపోతున్నారు. వారంతా ఆ విధంగా నిరుత్సాహులై పారిపోవడం చూసి, ద్రోణుడు, అశ్వత్థామ, బృహద్బలుడు, కృపాచార్యుడు, దుర్యోధనుడు, కర్ణుడు, కృతవర్మ, శకుని – వీరందరూ క్రోధంతో, యుద్ధం చేస్తూ విజయం పొందుతున్న అభిమన్యుని వైపు వేగంగా కదిలారు. కాని అభిమన్యుడు వీందరినీ తిరిగి ఎన్నో సార్లు రణవిముఖులుగా చేశాడు. కేవలం లక్ష్మణకుమారుడే అతనికి ఎదురుగా నిలబడ్డాడు. పుత్రప్రేమతో దుర్యోధనుడు కూడా అతని వెనుకనే తిరిగి వచ్చాడు. దుర్యోధనుని వెనుక ఇతర మహారథులందరూ తిరిగి రావలసి వచ్చింది. అందరూ కలిసి అభిమన్యునిపై బాణాలు కురిపించసాగారు. కాని అభిమన్యుడు వారందరినీ ఓడించి, లక్ష్మణుని ఎదుటికి వెళ్లి, అతని రొమ్మున, భుజాలపైన వాడిబాణాలతో కొట్టాడు. పైగా లక్ష్మణునితో – "సోదరా ! ఒక్కసారి ఈ లోకాన్ని చక్కగా చూసుకో. ఎందుకంటే ఇప్పుడే నీవు పరలోకయాత్ర చేయవలసిఉంది. నేడు నీ బంధువర్గం అంతా చూస్తుండగానే నిన్ను పరలోకానికి పంపుతాను" అన్నాడు. ఇలా చెప్పి అభిమన్యుడు లక్ష్మణ కుమారునిపై ఒక భల్లాన్ని ప్రయోగించి, అందమైన ముక్కు, సుందరమైన కనుబొమలు, కలిగి, ఉంగరాల జుట్టుతో కుండలాలతో అలంకృతమైన శిరస్సును మొండెం నుండి వేరు చేశాడు.

లక్ష్మణ కుమారుడు మరణించడం చూసి జనులందరూ

హాహాకారాలు చేశారు. దుర్యోధనుడు తన కొడుకు మరణించడంతో కోపం పట్టలేకపోయాడు. అతడు క్షత్రియులందరినీ పిలిచి - "ఇతనిని చంపండి" అని చెప్పాడు. అప్పుడు ద్రోణ కృపకర్ణా శ్వత్థామలు, బృహద్బలుడు, కృతవర్మ - ఈ ఆరుగురు అభిమన్యుని నలువైపుల చుట్టుముట్టారు. కాని అభిమన్యుడు వాడిబాణాలతో గాయపరిచి వారిని మళ్లీ తరిమికొట్టాడు. ఆ పై జయద్రథుని సైన్యం వైపు మళ్లాడు. ఇది చూసి కళింగ నిషాద వీరులతో కలిసి క్రాథపుత్రుడు గజసైన్యంతో వచ్చి అభిమన్యుని మార్గాన్ని అడ్డగించి అతనితో భయంకరమైన యుద్ధం చేశాడు. అభిమన్యుడు ఆ గజసైన్యాన్ని సంహరించాడు. అనంతరం క్రాథపుత్రుడు అభిమన్యునిపై బాణాలను వర్షించాడు. ఇంతలో పారిపోయిన ద్రోణాదిమహావీరులు కూడా తిరిగివచ్చి ధనుష్టంకారాలు చేస్తు అభిమన్యునిపై దాడి చేశారు. కాని అతడు వారందరినీ తన బాణాలతో అడ్డుకొని, క్రాథపుత్రుని మిక్కిలిగా బాధించాడు. తరువాత అసంఖ్యాక బాణాలను వర్షించి అతని ధనుర్బాణాలను, కేయూరాలను, బాహువులను, కిరీటాన్ని, చివరికి తలను కూడా ఖండించివేశాడు. దానితోపాటే అతని ఛత్రాన్ని, ధ్వజాన్ని, సారథిని, గుఱ్ఱాలను కూడా యుద్ధ భూమిలో కూల్చివేశాడు. క్రాథుడు పడిపోవడంతో సేనలోని అధిక సంఖ్యాకులైన వీరులు యుద్ధానికి విముఖులై పారిపోసాగారు.

అప్పుడు ద్రోణుడు మొదలైన ఆరుగురు మహారథులు తిరిగి అభిమన్యుని ముట్టడించారు. ఇది చూసి అభిమన్యుడు ద్రోణుని ఏభై, బృహద్బలుని ఇరవై, కృతవర్మను ఎనభై, కృపాచార్యుని అరవై, అశ్వత్థామను పది బాణాలతో జల్లెడ పట్టాడు. అనంతరం అతడు కౌరవుల కీర్తిని హెచ్చించే బృందారకుని మీ పుత్రులు చూస్తూ ఉండగానే చంపి వేశాడు. అప్పుడు అభిమన్యునిపై ద్రోణుడు వంద, అశ్వత్థామ ఎనిమిది, కర్ణుడు ఇరవైరెండు, కృతవర్మ ఇరవై, బృహద్బలుడు ఏభై, కృపాచార్యుడు పది బాణాలను వేశారు. ఈ రీతిగా వారందరూ అన్ని వైపుల నుండీ బాధిస్తున్నా గాని సుభద్రా కుమారుడు వారందరినీ పదేసి బాణాలతో కొట్టి గాయపరిచాడు. ఆ తరువాత కోసలరాజు అభిమన్యుని రొమ్మున ఒక బాణం నాటాడు. అభిమన్యుడు కూడా అతని గుఱ్ఱాలను, ధ్వజాన్ని, ధనుస్సును, సారథిని ఖండించి నేలకూల్చాడు. రథహీనుడైన కోసల రాజు కత్తిని డాలును చేతపట్టి అభిమన్యుని శిరసును నరకాలని యోచించాడు. ఇంతలోనే అభిమన్యుడు అతని రొమ్మున బాణాన్ని నాటాడు. అది తగలడం తోటే కోసలరాజు హృదయం ఛిద్రమయింది. అతడు రణ భూమిలో పడిపోయాడు. వెంటనే అభిమన్యుడు అశుభవాక్యాలు పలుకుతున్న అక్కడి పది వేలమంది బలిష్ఠులైన రాజులను కూడా వధించాడు. ఈ రీతిగా అభిమన్యుడు బాణవర్షంతో మీ వీరుల రాకను అడ్డుకొని రణభూమిలో విహరించసాగాడు.

అభిమన్యుని వీరవిహారము - అతని మరణము.

సంజయుడు చెపుతున్నాడు - "తరువాత కర్ణుడు, అభిమన్యుడు యుద్ధం చేస్తూ రక్తసిక్తాంగులయ్యారు. ఆపై కర్ణుని యొక్క ఆరుగురు మంత్రులు ముందుకు వచ్చారు. వారంతా విచిత్రయుద్ధం చేసేవారు. కాని అభిమన్యుడు వారిని గుఱ్ఱాలు, సారథులతో సహా నాశనం చేశాడు. ఇతర యోధులను కూడా పదేసి బాణాలతో తూట్లు పొడిచాడు. అతడు చేసిన ఈ పని అద్భుతంగా కనిపించింది. తదనంతరం మగధరాజు కొడుకును ఆరుబాణాలతో యమసదనానికి పంపాడు. గుఱ్ఱాలు సారథితో సహా అశ్వకేతుని సంహరించాడు. అటు తరువాత మర్తికావతక దేశ రాజు భోజుని క్షురప్రమనే బాణంతో మృత్యుతీర్థంలో దించి, బాణ వర్షం కురిపిస్తూ సింహనాదం చేశాడు. ఇంతలో దుశ్శాసనుని కొడుకు వచ్చి నాలుగు బాణాలతో నాలుగు గుఱ్ఱాలను, ఒక దానితో సారథిని, మరి పదింటితో అభిమన్యుని కూడా తూట్లు పడేలా కొట్టాడు. అభిమన్యుడు కూడా ఏడు బాణాలతో దుశ్శాసనసుతుని గాయపరిచి - "ఓరీ ! నీ తండ్రేమో పిరికివాడిలా యుద్ధం విడిచి పారిపోయాడు. ఇప్పుడు యుద్ధానికి నీవు వచ్చావా ? నీకు యుద్ధం చేయడం తెలుసు. అదే పెద్ద అదృష్టం. కాని ఈ రోజు నిన్ను ప్రాణాలతో వదలను". అంటూ అతనిపై ఒక వాడిబాణాన్ని వేశాడు. కాని అశ్వత్థామ మూడు బాణాలతో దానిని ఖండించాడు. అభిమన్యుడు అశ్వత్థామ ధ్వజాన్ని ఖండించి, మూడు బాణాలతో శల్యుని నొప్పించాడు. అతడు కూడా అభిమన్యుని తొమ్మిది బాణాలతో కొట్టాడు. అభిమన్యుడు శల్యుని ధ్వజాన్ని ఖండించి, అతని పార్శ్వరక్షకులను, సారథిని కూడా చంపివేశాడు, పైగా ఆరు బాణాలతో శల్యుని కూడా తూట్లుపడేలా కొట్టాడు. శల్యుడు పారిపోయి ఇంకొక రథం ఎక్కాడు. అటు తరువాత అభిమన్యుడు శత్రుంజయుడు, చంద్రకేతుడు, మేఘవేగుడు, సువర్చసుడు, సూర్యభానుడు - ఈ ఐదుగురు రాజులను వధించి శకునిని కూడా గాయపరిచాడు. శకుని కూడా మూడు బాణాలతో అతనిని తూట్లు పొడిచి, దుర్యోధనునితో -

"చూడు. వీడు ముందు నుండీ మనను ఒక్కొక్కరిగా కొడుతూనే ఉన్నాడు. ఇక మనం అందరం కలిసి ఇతనిని కొట్టాలి" అన్నాడు.

అనంతరం కర్ణుడు ద్రోణాచార్యుని - అభిమన్యుడు మొదటి నుండీ మనందరినీ నురుమాడుతూనే ఉన్నాడు. ఇతనిని చంపడానికి తగిన ఉపాయం ఏదైనా మాకు చెప్పండి" అని అడిగాడు. ద్రోణాచార్యుడు అందరికీ వినిపించేలా - "ఈ పాండవ కుమారుని చురుకుదనం చూడండి. బాణం సంధించడం, విడవడం కూడా తెలియకుండా ఈ రథమార్గంలో అతని ధనుస్సు మాత్రం వృత్తాకారంగా కనిపిస్తోంది. అతడెక్కడున్నాడో కనిపించడం లేదు. అతడు తన బాణాలతో నన్ను నిలువెల్లా తూట్లు పొడిచాడు. నా ప్రాణాలు కడపట్టాయి. అయినా అతని పరాక్రమం చూసి నాకు సంతోషంగా ఉంది. తన చేతుల చురుకుదనంతో ఇతడు అన్నిదిక్కులలో బాణాలను వర్షిస్తున్నాడు. ఇప్పుడు ఇతనికి, అర్జునునికి మధ్య తేడా ఏమీ కనిపించడం లేదు." అన్నాడు. ఇది విని అభిమన్యుని బాణాలతో దెబ్బ తిన్న కర్ణుడు మళ్లీ ద్రోణునితో - "ఆచార్యా ! అభిమన్యుడు నన్ను చాలా బాధిస్తున్నాడు. నేను ధైర్యం ఉగ్గబట్టుకొని ఉండాలి అనుకొని ఇంతవరకు నిలబడ్డాను. ఈ పరాక్రమశాలి అయిన కుర్రవాని బాణాలు నా హృదయాన్ని చీరేస్తున్నాయి" అన్నాడు.

కర్ణుని మాటలు విని ద్రోణుడు నవ్వి మెల్లగా - "ఈ కుర్రవాడు స్వయంగా అతిశీఘ్రమైన పరాక్రమం చూపేవాడు అనేది మొదటి సంగతి. రెండవది అతని కవచం అభేద్యమైనది. ఇతని తండ్రి అర్జునునికి నేను నేర్పిన "కవచధారణ" విద్య పూర్తిగా ఇతనికి కూడా తప్పకుండా తెలుసు. కాబట్టి ఇతని ధనుస్సును, అల్లెత్రాటిని త్రుంచగలిగితే, పగ్గాలు తెంపి, పార్శ్వరక్షకులను, సారథిని చంపగలిగితే, అప్పుడు పని జరుగుతుంది. రాధేయుడా ! నీవు గొప్ప విలుకాడివి. చేయగలిగితే ఈ పని చెయ్యి. అన్ని విధాలా ఇతనిని అసహాయుడిని చేసి పారద్రోలు. వెనకనుండి దెబ్బకొట్టు. ఇతని చేతిలో విల్లు ఉన్నంత వరకు దేవతలు గాని, అసురులు గాని ఇతనిని జయించలేరు" అని చెప్పాడు.

ఆచార్యుని మాటలు విని కర్ణుడు అభిమన్యుని ధనుస్సును త్రుంచి వేశాడు. అతనికి విల్లు, రథం లేకపోవడం చూసి మిగిలిన మహావీరులు అందరూ అతివేగంగా అతనిపై బాణాలు కురిపించారు. విల్లు విరిగింది. రథానికి నీళ్ల వదులుకోవలసి వచ్చింది. అయినా అతడు తన ధర్మాన్ని పాటించాడు. కత్తి డాలు చేతపట్టి ఆ బాలవీరుడు ఆకాశానికెగిరాడు. తన లాఘవ శక్తితో గరుడునిలా పైన గిరికీలు కొడుతూనే ఉన్నాడు, అంతలో ద్రోణాచార్యుడు క్షురప్రమనే బాణంతో అతని కత్తిని ముక్కలు ముక్కలు చేశాడు. కర్ణుడు డాలును విరుగకొట్టాడు.

ఇప్పుడతని చేతిలో కత్తి కూడా లేదు. శరీరమంతా బాణాలు దిగబడి ఉన్నాయి. ఆదశలో అతడు ఆకాశాన్నుండి కిందికి దిగి కోపంతో చక్రాన్ని చేతిలోకి తీసుకొని ద్రోణాచార్యుని మీదికి లంఘించాడు. అప్పుడతడు చక్రధారి అయిన శ్రీమహావిష్ణువులా ప్రకాశించాడు. అతనిని చూసి రాజులందరూ భయపడ్డారు. అందరూ కలిసి అతని చక్రాన్ని ముక్కలు ముక్కలు చేశారు. అప్పుడు అభిమన్యుడు పెద్ద గదను చేతపట్టి అశ్వత్థామ మీదికి విసిరాడు. మండుతున్న వజ్రాయుధంలా అది కాలికేయుని, అతని అనుచరులను డెబ్బై ఏడుమంది గాంధారులను బలి తీసుకొంది. ఆపై పదిమంది వసాతీయ మహారథులను, ఏడుగురు కేకయ మహారథులను చంపి, పది ఏనుగులను కూడా మట్టుపెట్టింది. ఆ తరువాత అతడు దుశ్శాసనుని కొడుకు యొక్క రథాన్ని, గుఱ్ఱాలను గదతో పొడిపొడి చేశాడు. దానితో అతనికి చాలా కోపం వచ్చింది. తాను కూడా గద తీసుకొని అభిమన్యుని మీదికి ఉరికాడు. ఇద్దరూ ఒకరి నొకరు చంపుకోవాలని గదలతో కొట్టుకోసాగారు. ఇద్దరికీ గద దెబ్బ తగిలింది. ఇద్దరూ వెంటనే కిందపడ్డారు. దుశ్శాసన కుమారుడు మొదట పైకి లేచాడు. అభిమన్యుడు ఇంకా లేస్తూ ఉండగానే అతని తలపై గదతో మోదాడు. ఆ ప్రచండాఘాతంతో పాపం అభిమన్యుడు మళ్లీ స్పృహ తప్పి చనిపోయాడు. మహారాజా! ఈ రీతిగా ఆ ఒక్క బాలుడిని అనేకులు కలిసి చంపివేశారు.

ఆకాశం నుండి విరిగిపడిన చంద్రునిలా(2) రణ భూమిలో పడి ఉన్న అతనిని చూసి అంతరిక్షంలోని ప్రాణులు కూడా హాహాకారాలు చేయసాగాయి. అందరూ ఒక్కుమ్మడిగా - "ద్రోణుడు, కర్ణుడు వంటి ఆరుగురు ప్రధాన మహారథికులు కలిసి ఈ ఒంటరి బాలకుని వధించారు. దీనిని మేము ధర్మంగా అంగీకరించలేము" అన్నారు. చంద్ర సూర్యులవంటి కాంతి గల అభిమన్యుడు ఈ రీతిగా పడిఉండడం చూసి మీ యోధులందరికీ పట్టరాని ఆనందం కలిగింది. పాండవులకు అంతులేని విషాదం కలిగింది. రాజా ! అభిమన్యుడు ఇంకా బాలుడే, ఇంకా యౌవనంలో అడుగుపెట్టనే లేదు. ఆ వీరుని

మరణంతో యుధిష్ఠిరుడు - "వీరులారా ! మృత్యువు ఆసన్నమయినా అభిమన్యుడు యుద్ధంలో వెన్నుచూపలేదు. మీరు కూడా అతనిలాగా ధైర్యంగా ఉండండి. భయపడవద్దు మనం తప్పకుండా యుద్ధంలో జయిస్తాం" అని హెచ్చరించాడు. ఇలా చెప్పి ధర్మరాజు దుఃఖితులైన తన సైనికులను ఓదార్చాడు. రాజా! అభిమన్యుడు శ్రీకృష్ణునితో అర్జునునితో సమానమైన పరాక్రమం గలవాడు. అతడు పదివేల మంది రాకుమారులను, మహారథి అయిన కోసలేశుని చంపి చనిపోయాడు. అతనికి అక్షయమైన పుణ్యలోకాలు కలుగుతాయి అనడంలో ఏ మాత్రం సందేహంలేదు. కాబట్టి అతని గురించి శోకించకూడదు.

మహారాజా ! ఈ రీతిగా మనవాళ్లు పాండవులలోని ఆ ఉత్తమ వీరుని చంపి, అతని బాణాలతో పీడింపబడి రక్తమోడుతూ, సాయంకాలానికి తమ గుడారాలకు చేరుకొన్నారు. వస్తూ, శత్రువులు కూడా మహాదుఃఖంతో నిరుత్సాహులై శిబిరాలకు వెళ్లడం చూశారు. అప్పుడు ఉత్తమ వీరులు రక్తపుటేరులను ప్రవహింపచేశారు. అవి వైతరణిలా భయంకరంగా, దాటశక్యం కానివిగా ఉన్నాయి. రణభూమి మధ్యలో ప్రవహించే ఆ నది బ్రతికి ఉన్నవారిని, చనిపోయిన వారిని కూడా అందరినీ తన ప్రవాహంతో కొట్టుకుపోతోంది. చాలా మొండేలు అక్కడ నాట్యం చేస్తున్నాయి. ఆ యుద్ధ రంగం చూడడానికి చాలా భయంకరంగా ఉంది.

యుధిష్ఠిరుని విలాపము - వ్యాసుడు మరణోత్పత్తిని వర్ణించుట.

సంజయుడు చెపుతున్నాడు - "మహారాజా ! అభిమన్యుడు మరణించిన తరువాత పాండవ యోధులందరూ రథాలు దిగి, కవచాలు తీసివేసి, ధనుస్సులు విసిరివేసి, యుధిష్ఠిర మహారాజు చుట్టూ చేరి కూర్చుని, మనసులో అభిమన్యుని తలపోస్తూ అతని యుద్ధాన్ని గుర్తుచేసుకోసాగారు. తమ్ముని కొడుకు అభిమన్యుని వంటి వీరుడు చనిపోవడంతో, దానిని తలచుకొని యుధిష్ఠిరుడు చాలా దుఃఖిస్తూ విలపించసాగాడు. "ఆవుల మందలోకి చొరబడిన సింహం పిల్లలా కేవలం నాకు ప్రియం చేయడానికే ద్రోణుడు పన్నిన వ్యూహంలోకి చొచ్చుకుపోయాడు. యుద్ధంలో అతని ముందు గొప్ప గొప్ప ధనుర్ధరులు, అస్త్ర విద్యా నిపుణులు అయిన వీరులు కూడా నిలువ లేకపోయారు. మనకు గట్టి శత్రువైన దుశ్శాసనుని తన బాణాలతో శీఘ్రంగా కొట్టి తరిమేశాడు. ఆ వీరుడు అభిమన్యుడు ద్రోణసైన్యం అనే మహాసాగరాన్ని దాటినప్పటికీ దుశ్శాసనకుమారుని దగ్గరకు వెళ్లి మృత్యువాత పడ్డాడు. అభిమన్యుడు చంపబడినాక ఇక నేను అర్జునునికి, సుభద్రకు నా ముఖం ఎలా చూపను ? అయ్యో ! పాపం అతడు తన అనుగుకొడుకును చూడలేదు గదా ! శ్రీకృష్ణునికి, అర్జునునికి ఈ విషాద వార్తను ఎలా చెప్పను ? ఆహా ! నేను ఎంతటి కఠినాత్ముడను ! భోజన శయన సమయాలలోను, పల్లకిలో ఊరేగేటపుడు, భూషణ వస్త్రాలు ధరించేటపుడు ముందు ఉండవలసిన వాడిని యుద్ధంలో నేను ముందు నిలిపానే ! ఇంతవరకు ఆ తరుణవయస్కుడు యుద్ధ కళలో పూర్తిగా ప్రవీణుడు కూడా కాలేదు. ఇక ఎలా కుశలంగా తిరిగి వస్తాడు? అర్జునుడు బుద్ధిమంతుడు, లోభంలేనివాడు, సంకోచం కలవాడు, క్షమ కలవాడు, రూపవంతుడు, బలవంతుడు, పెద్దలను మన్నించేవాడు, వీరుడు, సత్యపరాక్రముడు. అతని చేతలను దేవతలు కూడా ప్రశంసిస్తారు. శరణు కోరిన శత్రువులకు కూడా అభయం ఇస్తాడు. ఇటువంటి వానియొక్క బలవంతుడైన కొడుకును కూడా మనం కాపాడ లేకపోయాం. బలంలోనూ, పౌరుషంలోనూ తనకు సాటిలేని ఆ అర్జునకుమారుడు చనిపోవడం చూసి, నాకు ఇప్పుడు విజయం పట్లనే ఉత్సాహం లేకుండా పోయింది. అతడు లేకుండా మహీరాజ్యం, అమరత్వం, అథవా స్వర్గాధికారం కూడా నాకు ఎందుకు కొరగావు".

యుధిష్ఠిరుడు ఇలా విలపిస్తూ ఉండగా అక్కడకు వ్యాసమహర్షి విచ్చేశాడు. యుధిష్ఠిరుడతనికి యథోచిత సత్కారాలు చేసి, అతడు ఆసీనుడయ్యాక, అభిమన్యుని మరణంతో శోకసంతప్తుడై ఇలా అన్నాడు - "మునివరా ! సుభద్రానందనుడు యుద్ధం చేస్తుండగా అధర్మపరులైన అనేక యోధులు అతనిని చుట్టి సంహరించారు. నేనతనితో - "మాకు వ్యూహంలోకి ప్రవేశించడానికి మార్గం సుగమం చెయ్యి" అని చెప్పాను. అతడలాగే చేశాడు. అతడు లోపలికి ప్రవేశించాక మేము కూడా అతని వెనుకనే లోపలికి ప్రవేశిస్తున్నాం. కాని జయద్రథుడు మమ్మల్ని అడ్డగించాడు. వీరులు తమకు దీటైన వీరులతో యుద్ధం చేయాలి. కాని శత్రువులు అతని పట్ల వ్యవహరించిన తీరు చాలా అనుచితంగా ఉంది. ఇందుకే నా మనసు చాలా బాధపడుతోంది. మాటిమాటికి అదే ఆలోచన వస్తోంది. ఏ మాత్రం శాంతి కలగడం లేదు"

వ్యాసుడు - "యుధిష్ఠిరా ! నీవు చాలా తెలివైనవాడవు. శాస్త్రాలు తెలిసినవాడవు. నీవంటి వారు కష్టాలు వచ్చినపుడు

అజ్ఞానంలో పడరు. అభిమన్యుడు యుద్ధరంగంలో అనేక వీరులతో తలపడి, ఆరితేరిన యోధులతో సమానంగా పరాక్రమం చూపి, స్వర్గలోకం చేరుకొన్నాడు. భారతా ! విధాత సంకల్పాన్ని ఎవరూ మార్చలేరు. మృత్యువు దేవతలను, గంధర్వులను, దానవులను కూడా తీసుకుపోతుంది. ఇక మనుష్యుల సంగతికేముంది ?" అని ఓదార్చాడు.

యుధిష్ఠిరుడు - మునిపుంగవా ! వీరుడైన ఈ రాజకుమారుడు శత్రువుల చేతికి చిక్కి మృత్యువాత పడ్డాడు. చనిపోయాడని అంటున్నారు. కాని వీరిని మరణించారని ఎందుకంటారు ? అని నాకు సందేహం కలుగుతోంది. ఎవరికి మరణం కలుగుతుంది ? ఎందుకు కలుగుతుంది ? అది ప్రజలను ఎలా చంపుతుంది ? పరలోకానికి ఎలా తీసుకువెళ్తుంది ? పితామహా ! ఇవన్నీ నాకు చెప్పు" అని అడిగాడు.

వ్యాసుడు చెపుతున్నాడు - "అభిజ్ఞులు ఈ విషయమై ప్రాచీన కథను ఒకదానిని చెపుతారు. ఇది వింటే నీకు మమకారబంధం కారణంగా కలిగిన దుఃఖం పోతుంది. ఈ ఉపాఖ్యానం పాపాలను పోగొడుతుంది. ఆయువు పెంచుతుంది, శోకాన్ని నశింపచేస్తుంది. మిక్కిలి శుభప్రదమైనవి. వేదాధ్యయనమంత పవిత్రమైనది. ఆయుష్మంతుడైన పుత్రుని, రాజ్యాన్ని సంపదను కోరుకొనే ద్విజులు ప్రతిదినం ప్రాతః కాలం ఈ కథను వినాలి.

పూర్వం సత్యయుగంలో అకంపనుడనే రాజు ఉండేవాడు. అతనిపై శత్రువులు దాడి చేశారు. అతని కొడుకు పేరు హరి. అతడు బలంలో నారాయణునితో, యుద్ధంలో ఇంద్రునితో సమానుడు. అతడు ఆ యుద్ధంలో దుష్కరమైన పరాక్రమం చూపి, చివరకు శత్రువుల చేతిలో మరణించాడు. అందువల్ల రాజుకు చాలా దుఃఖం కలిగింది. రాజుకు పుత్రశోకం కలిగిందనే సంగతి తెలుసుకొని నారదమహర్షి వచ్చాడు. రాజు అతనిని యథాశాస్త్రంగా పూజించి, కూర్చున్న తరువాత - "దేవా ! నా కొడుకు ఇంద్రునిలా, విష్ణువులా కాంతి మంతుడు, మహాబలశాలి. అతనిని శత్రువులు అనేకులు కలిసి యుద్ధంలో చంపివేశారు. "అసలు ఈ మృత్యువు ఏమిటి ? దీని బలం, పరాక్రమం, శక్తి ఎటువంటిది ?" అనేది ఇప్పుడు నేను వినాలని తెలుసుకోవాలని అనుకొంటున్నాను" అని అడిగాడు.

రాజు మాటలు విని నారదులవారు ఇలా చెప్పసాగారు - "రాజా ! సృష్టి సమయంలో మొదట పితామహుడు ప్రాణులన్నిటినీ సృష్టించి, వాటి సంహారం జరుగకపోవడం చూసి దాని విషయమై ఆలోచించసాగాడు. ఆలోచించి, ఆలోచించి, ఏమీ తోచకపోవడంతో అతనికి కోపం వచ్చింది. ఆ కోపం కారణంగా ఆకాశంలో అగ్ని పుట్టి, అన్ని దిక్కులకూ వ్యాపించింది. బ్రహ్మదేవుడు ఆ అగ్నితోనే భూమిని, ఆకాశాన్ని, సంపూర్ణ చరాచర జగత్తును మండించడం మొదలు పెట్టాడు. ఇది చూచి రుద్రుడు బ్రహ్మను శరణు చొచ్చాడు. శంకరుడు వచ్చిన మీదట బ్రహ్మ జనులహితం కోసం అతనితో - "కుమారా ! నీవు ఇచ్ఛానుసారంగా జన్మించిన వాడవు. నా వలన వరం పొందదగినవాడవు. చెప్పు. నీ కోరిక ఏమిటి ? నీ అభీష్టం నెరవేరుస్తాను" అన్నాడు.

రుద్రుడు - "ప్రభూ ! మీరు అనేకవిధాల ప్రాణులను సృష్టించారు. కాని అవన్నీ ఇప్పుడు మీ క్రోధాగ్నిలో దగ్ధమైపోతున్నాయి. వాటి స్థితి చూసి నాకు జాలి కలుగుతోంది. దేవా ! వాటిని అనుగ్రహించండి" అని వేడుకొన్నాడు.

బ్రహ్మ - "భూదేవి లోకభారంతో బాధపడుతోంది. ఇదే నన్ను సంహారానికి ప్రేరేపించింది. ఈ విషయంలో ఎంత ఆలోచించినా నాకు ఉపాయమేదీ స్ఫురించలేదు. అందువల్ల చాలా కోపం వచ్చింది" అని చెప్పాడు.

రుద్రుడు - "దేవా ! సంహారానికై మీరు కోపించకండి. ప్రజలపై అనుగ్రహం చూపండి. మీ క్రోధంవలన పుట్టిన అగ్ని పర్వతాలు, వృక్షాలు, నదులు, జలాశయాలు, గడ్డి, గాదం - మొదలైన స్థావర జంగమ రూపమైన సంపూర్ణ జగత్తును దగ్ధం చేస్తోంది. ఇప్పుడు మీరు కోపాన్ని ఉపసంహరించండి. ఈ వరం నాకు ప్రసాదించండి. ప్రజాహితం కోసం, వాటి ప్రాణాలు కాపాడే ఏదైనా ఉపాయం ఆలోచించండి" అన్నాడు.

నారదుడు చెపుతున్నాడు - "శంకరుని మాటలు విని బ్రహ్మ ప్రజలకు మేలు చేయగోరి ఆ అగ్నిని మరల తనలోనే లయం చేసుకొన్నాడు. దానిని లీనం చేసుకొనే సమయంలో, అతని ఇంద్రియాలన్నింటి నుండి ఒక స్త్రీ వ్యక్తమయింది. ఆమె నల్లగా, ఎఱ్ఱగా, పచ్చగా ఉంది. ఆమె నాలుక, ముఖం, కన్నులు కూడా ఎరుపే. బ్రహ్మ దానిని మృత్యువుగా పిలిచాడు. ఆమెతో - "నేను లోక సంహారం కోసం క్రోధం ప్రకటించాను. దాని నుండే నీవు పుట్టావు. కాబట్టి నీవు నా ఆదేశాన్ని పాటించి ఈ చరాచర జగత్తునంతటినీ సంహరించు. ఇదే నీకు శుభం కలిగిస్తుంది" అన్నాడు.

బ్రహ్మ చెప్పిన మాటలు విని. ఆ స్త్రీ పెద్ద ఆలోచనలో పడిపోయింది. వెక్కివెక్కి ఏడవ సాగింది. ఆమె కన్నీటిని బ్రహ్మ దోసిటియందు పట్టాడు. ఆమెను కూడా ఓదార్చాడు. అప్పుడు మృత్యువు - "దేవా ! మీరు నన్ను ఎందుకు ఇలాంటి స్త్రీగా పుట్టించారు ? తెలిసి నేను కీడు కలిగించే ఈ కఠోరమైన పని చేయనా ? నేను కూడా పాపానికి భయపడుతున్నాను. నేను బాధించిన జనులు ఏడుస్తారు. ఆ దుఃఖితుల కన్నీరు నాకు చాలా భయం కలిగిస్తుంది. కాబట్టి నేను మిమ్మల్ని వేడుకొంటున్నాను. నాకు వరమివ్వండి. నేను ఈ రోజు నుండి ధేనుకాశ్రమంలో మీ ఆరాధనలో నిమగ్నమై తీవ్రమైన తపస్సు చేస్తాను. ఏడుస్తూ, విలపిస్తూ ఉండే లోకుల ప్రాణాలుతీసే పనిని నేను చేయలేను" అన్నది. బ్రహ్మ - "మృత్యువా ! ప్రజాసంహారం కోసమే నీవు జన్మించావు. వెళ్లు. ప్రజలందరినీ నాశనం చేయి. ఇందులో విచారించవలసిన అవసరమేమీ లేదు. ఇలాగే జరగాలి. ఇందులో మార్పు ఏమీ జరగదు నీవు నా ఆజ్ఞ పాటించు. ఇందులో నీకు నింద ఏమీ కలుగదు" అని శాసించాడు.

బ్రహ్మదేవుడు ఇలా అన్నాక, ఆ కన్య ప్రజాసంహారం చేస్తానని మాట ఇవ్వకుండానే తపస్సు చేయగోరి ధేనుకాశ్రమానికి వెళ్లిపోయింది. అక్కడినుండి పుష్కరం, గోకర్ణం, నైమిశం, మలయాచలం - మొదలైన తీర్థాలకు తిరిగి తిరిగి తన అభిరుచికి తగినట్లుగా కఠిన నియమాలను పాటిస్తూ శరీరాన్ని శుష్కింపచేసుకోసాగింది. ఆమె అనన్య భావంతో కేవలం బ్రహ్మయందే దృఢమైన భక్తి నిలిపించిది. తన ధర్మవర్తనతో పితామహుని ప్రసన్నం చేసుకొంది.

అప్పుడు బ్రహ్మ ప్రసన్నమైన మనసుతో - "మృత్యువూ ! ఎందుకు ఇంత కఠోరమైన తపస్సు చేస్తున్నావో చెప్తే బాగుంటుంది" అని అడిగాడు మృత్యువు - "ప్రభూ ! మీ నుండి నేను ఈ వరాన్నే కోరుకుంటున్నాను - నేను ప్రజలను నాశనం చేయలేను. నాకు అధర్మంవలన చాలా భయం కలుగుతోంది. అందుకే తపస్సులో మునిగిపోయాను. దేవా! భయపీడితురాలను అబలను. నాకు అభయమివ్వండి. నేను నిరపరాధినైన స్త్రీని. చాలా దుఃఖాన్ని అనుభవిస్తున్నాను. మిమ్మల్ని దయాభిక్ష అడుగుతున్నాను. నాకు శరణు ఇవ్వండి" అని దీనంగా ప్రార్థించింది. బ్రహ్మదేవుడు - కల్యాణీ! ఈ ప్రజాసమూహాన్ని సంహరించడం వలన నీకు పాపం కలుగదు. నా మాట ఎన్నటికీ అసత్యం కాజాలదు. కాబట్టి నీవు నాలుగురకాల ప్రజలను నాశనం చేయి. సనాతన ధర్మం నిన్ను పవిత్రంగా ఉంచుతుంది. లోకపాలురు, యముడు, రకరకాల రోగాలు నీకు సహాయకులుగా ఉంటాయి. పైగా దేవతలు, నేను - అందరమూ కూడా నీకు వరమిస్తాం" అని నచ్చచెప్పాడు.

అది విని మృత్యువు బ్రహ్మ పాదాలకు శిరసు వంచి నమస్కరించింది. చేతులు జోడించి - "ప్రభూ ! ఈ పని నావలన తప్ప జరగదంటే మీ ఆజ్ఞ నాకు శిరోధార్యం. ఇప్పుడు ఒక మాట చెపుతున్నాను. వినండి. లోభం, క్రోధం, అసూయ, ఈర్ష్య, ద్రోహం, మోహం, నిర్లజ్జత, పరస్పరం దూషించుకోవడం - అనే నానా దోషాలే ప్రాణుల శరీరాలను నశింపచేస్తాయి" - అన్నది. బ్రహ్మ - "మృత్యువూ! అలాగే జరుగుతుంది. నేను దోసిట పట్టిన నీ కన్నీటి బిందువులే రోగాలుగా మారి ఆయువు తీరిన ప్రాణులను నశింపచేస్తాయి. నీకు పాపం అంటదు. భయపడకు. కామ క్రోధాలు విడిచి జీవులందరి ప్రాణాలు హరించు. ఇందువల్ల నీకు అక్షయధర్మం లభిస్తుంది. మిథ్యావరణం ముసుగులో ఉన్న వారిని అధర్మమే చంపుతుంది. అసత్యంతోనే ప్రాణులు తమ్ము తాము పాప పంకంలో ముంచుకొంటాయి" అని వరమిచ్చాడు.

నారదుడు చెప్పసాగాడు - మృత్యువు అనే పేరుగల స్త్రీ బ్రహ్మయొక్క ఉపదేశంతో, విశేషించి అతడు శాపమిస్తాడనే భయంతో అతని ఆజ్ఞను శిరసావహించింది. ఆనాటి నుండి ఆమె కామక్రోధాలు విడిచి అనాసక్తంగా ప్రాణులకు అంత్యకాలం సమీపించినపుడు, వారి ప్రాణాలను హరిస్తోంది. ఇదే ప్రాణులకు మృత్యువు. దీని వలననే రోగాలు పుట్టాయి. ప్రాణులను రుజావంతులనుగా చేసే రోగాన్నే వ్యాధి అంటారు. అంత్యకాలం వచ్చినపుడు ప్రాణులందరికీ మృత్యువు సంభవిస్తుంది. కాబట్టి రాజా ! నీవు ఊరికే శోకించకు. మరణించాక ప్రాణులందరూ పరలోకానికి వెళ్తారు. అక్కడినుండి ఇంద్రియాలు వృత్తులతో సహితంగానే ఇక్కడికి తిరిగివస్తారు. దేవతలు కూడా పరలోకంలో తమ కర్మ భోగాలు పూర్తి అయ్యాక తిరిగి ఈ మర్త్యలోకంలో జన్మిస్తారు. కాబట్టి పుత్రుని గురించి నీవు శోకించనక్కరలేదు. అతడు వీరులకు యోగ్యమైన రమణీయ లోకాలను చేరుకొని, అక్కడ స్వర్గానందాన్ని అనుభవిస్తాడు. ప్రజలను సంహరించడానికి బ్రహ్మదేవుడే స్వయంగా మృత్యువును పుట్టించాడు. కాబట్టి సమయం వచ్చినపుడు అది అందరినీ సంహరిస్తూనే ఉంటుంది. ఇది తెలుసుకొన్న ధీరుడు చనిపోయిన వారి గురించి శోకించడు. ఈ సృష్టి అంతా విధాత చేసినదే. ఆయన

తన ఇచ్ఛానుసారంగా దీనిని ఉపసంహరిస్తాడు. కాబట్టి చనిపోయిన నీ కొడుకును గురించిన శోకం విడిచిపెట్టు" అన్నాడు.

వ్యాసుడు చెపుతున్నాడు - నారదుడు చెప్పిన అర్థవంతమైన మాటలు విని రాజు అకంపనుడు అతనితో - "దేవా ! నా దుఃఖం తీరిపోయింది. ఇప్పుడు ఆనందంగానే ఉన్నాను. మీ నోటినుంచి ఈ కథను విన్న నేను కృతార్థుడిని. మీకు ప్రణామాలు" అన్నాడు. రాజు సంతోషంగా అన్న మాటలు విని దేవర్షి నారదుడు వెంటనే నందనవనానికి వెళ్లిపోయాడు. రాజా ! యుధిష్ఠిరా ! ఈ ఉపాఖ్యానాన్ని విన్నవారికి, చెప్పినవారికి పుణ్యం, యశస్సు, ఆయువు, ధనం, స్వర్గ ప్రాప్తి కలుగుతాయి. మహారథికుడు అభిమన్యుడు యుద్ధంలో విల్లు, కత్తి, గద, శక్తి ఉపయోగిస్తూనే మరణించాడు. అతడు చంద్రుని యొక్క నిర్మలమైన పుత్రుడు. తిరిగి చంద్రునిలోనే లీనమయ్యాడు. కాబట్టి నీవు ధైర్యం చిక్కబట్టుకో ! మోహం విడిచిపెట్టి తమ్ముళ్లతో కలిసి వెంటనే యుద్ధానికి సిద్ధమై వెళ్లు" - అన్నాడు.

వ్యాసుడు పరలోకగతులైన షోడశమహారాజుల చరిత్ర చెప్పుట

యుధిష్ఠిరుడు - మునివరా ! ప్రాచీన కాలంలోని పుణ్యాత్ములు, సత్యవాదులు, గౌరవశాలులు అయిన రాజర్షులు చేసిన కర్మలను, ఇంకా వారి యథార్థ వచనాలను చెప్పి నాకు సాంత్వన చేకూర్చండి" అని అడిగాడు.

వ్యాసుడు చెప్పసాగాడు - పూర్వం శైబ్యుడనే రాజుకు సృంజయుడనే కొడుకున్నాడు. అతడు రాజు అయ్యాక అతనికి దేవర్షి అయిన నారదునితో, పర్వతునితో మైత్రి ఏర్పడింది. ఒకసారి ఆ ఇద్దరు ఋషులు సృంజయుని కలుసుకోవడానికి అతని ఇంటికి వచ్చారు. రాజు వారికి శాస్త్రవిధిని అనుసరించి ఆతిథ్య సత్కారాలు చేశాడు. వారిద్దరూ సంతోషంగా అక్కడ కాలం గడుపసాగారు.

సృంజయుడు పుత్రకాంక్షతో బ్రాహ్మణులను యథాశక్తి సేవించాడు. ఆ బ్రాహ్మణులు వేదవేదాంగవేత్తలు, తపః స్వాధ్యాయ నిరతులు. అతని సేవకు మిక్కిలి సంతోషించిన ఆ బ్రాహ్మణులు నారదునితో - "దేవా ! మీరు సృంజయుని కోరిక ప్రకారం అతనికి పుత్రుని ప్రసాదించండి" అన్నారు. నారదుడు "తథాస్తు" అని చెప్పి, సృంజయునితో - "రాజా ! బ్రాహ్మణులు నిన్ను అనుగ్రహించారు. నీకు పుత్రుని ప్రసాదించాలనుకొంటున్నారు. అందువల్ల నీకు శుభం అగుగాక! నీకు ఎటువంటి పుత్రుడు కావాలో వరం అడుగు" అన్నాడు.

నారదుడు చెప్పినది విని రాజు చేతులు జోడించి - "దేవా! నాకు యశస్వి, తేజస్వి, శత్రువులను జయించగలవాడు కావాలి. అతని మలమూత్రాలు ఉమ్మి, చెమట కూడ సువర్ణ మయంగా ఉండాలి" అని కోరుకొన్నాడు. రాజుకు అటువంటి పుత్రుడే కలిగాడు. అతనికి సువర్ణష్ఠీవి "అనే పేరు కలిగింది. పై వరదానం వలన రాజు ఇల్లు నిరంతరం ధనంతో నిండిపోసాగింది. అతడు తన భవనం, ప్రాకారాలు, గోడలు, కోట, బ్రాహ్మణుల ఇళ్లు, మంచాలు, పరుపులు, రథాలు, భోజనపాత్రలు మొదలైన ఆవశ్యక వస్తువులన్నిటినీ బంగారంతో తయారు చేయించాడు. కొంతకాలానికి రాజు ఇంట్లో దొంగలు పడ్డారు. వారు రాకుమారుడు సువర్ణష్ఠీవిని బలవంతంగా ఎత్తుకొని అడవికి తీసుకుపోయారు. కాని వారికి బంగారం ఎలా వస్తుందో తెలియలేదు. అందుకని ఆ మూర్ఖులు రాజకుమారుని చంపివేసారు. అతని శరీరం చీల్చి చూశారు. కాని ఏమీ ధనం లభించలేదు. అతని ప్రాణాలు పోగానే, ధనం లభిస్తుందనే వరదానం కూడా నశించిపోయింది. తెలివితక్కువ దొంగలు ఆ అద్భుత రాకుమారుని చంపి, తమలో తాము పోట్లాడుకొని వారు కూడా చనిపోయారు. చివరికి వారు అసంభావ్యమనే నరకంలో పడ్డారు.

చనిపోయిన కొడుకును చూసి రాజుకు చాలా దుఃఖం కలిగింది. కరుణ కలిగేలా ఏడవసాగాడు. ఈ వార్త తెలిసి దేవర్షి నారదుడు అక్కడ ప్రత్యక్షమయ్యాడు. అతడు - "సృంజయా ! తీరని కోరికలతో నీవు కూడా ఒకరోజు చనిపోతావు. ఇక ఇతరుల గురించి ఇంత శోకించడమెందుకు? ఇతరుల సంగతికేమిటి ? అవిక్షితుని పుత్రుడు మరుత్తు కూడా జీవించి ఉండలేక పోయాడు బృహస్పతితో ఉండేవైరం కారణంగా సంవర్తుడు రాజు మరుత్తుతో యజ్ఞం చేయించాడు. శంకరభగవానుడు రాజర్షి మరుత్తుకు సువర్ణమయమైన గిరిశిఖరాన్ని ప్రసాదించాడు. అతని యజ్ఞశాలలో ఇంద్రాది దేవతలు, బృహస్పతి సమస్త ప్రజాపతి గణం విరాజిల్లుతూ ఉంటుంది. యజ్ఞ సామగ్రి అంతా బంగారంతో చేయబడినదే. ఈ యజ్ఞాలలో బ్రాహ్మణులకు పాలు, పెరుగు, నెయ్యి, తేనె, రుచికరమైన భక్ష్యభోజ్యాలు, కావలసిన వస్త్రాలు, ఆభరణాలు ఇవ్వబడుతూ ఉండేవి. మరుత్తు యొక్క ఇంటిలో వాయుదేవుడు వంట చేస్తూ ఉంటాడు. విశ్వేదేవులు సభాసదులు. అతడు దేవతలను, పితరులను ఋషులను

హవిష్యం, శ్రాద్ధం, స్వాధ్యాయముల ద్వారా తృప్తి పరుస్తూ ఉంటాడు. శయ్యలు, ఆసనాలు, జలపాత్రలు, సువర్ణరాశి - ఈ అపారధనమంతా అతడు బ్రాహ్మణులకు స్వేచ్ఛగా దానం చేసేవాడు. ఇంద్రుడు కూడా అతని మేలు కోరుతూ ఉండేవాడు. అతని రాజ్యంలో ప్రజలను రోగాలు, వ్యాధులు పీడించేవికావు. అతడు శ్రద్ధాళువు. శుభకర్మల ద్వారా పొందదగిన అక్షయ పుణ్యలోకాలను పొందాడు. మరుత్తు తరుణావస్థలో ప్రజలు, మంత్రులు, ధర్మపత్ని, పుత్రులు, సోదరులతో కలిసి ఉంటూ వేయి సంవత్సరాల పాటు రాజ్యాన్ని పాలించాడు. ఇటువంటి ప్రతాపవంతుడైన రాజు కూడా నీకంటె, నీ కొడుకు కంటె మించినవాడే కదా ! అతడే మృత్యువును తప్పించుకోలేకపోయాడు. నీ పుత్రుని గురించి విచారించకు.

నారదుడు ఇంకా చెప్పసాగాడు - "రాజు సుహోత్రుడు కూడా చనిపోయాడు. అతడు తన కాలంలో అద్వితీయ వీరుడు. దేవతలు కూడా అతనివైపు కన్నెత్తి చూడలేకపోయేవారు. అతడు ప్రజాపాలనం, ధర్మం, దానం, యజ్ఞం, చేసేవాడు. ధర్మబద్ధంగా దేవతలను ఆరాధించేవాడు. శత్రువులపై విజయం సాధించేవాడు. తన గుణాలతో ప్రజలనందరినీ ఆనందపరిచేవాడు. అతడు మ్లేచ్ఛులను, బందిపోటులను నాశనం చేసి, ఈ సంపూర్ణ మహారాజ్యాన్ని పాలించాడు. అతనిని ఆనందింపచేయడం కోసం మేఘుడు అనేక సంవత్సరాలపాటు అతని రాజ్యంలో సువర్ణవృష్టి కురిపించాడు. అక్కడ బంగారపునదులు ప్రవహించాయి. అందులో బంగారపు మొసళ్లు, చేపలు ఉండేవి. మేఘాలు అభీష్ట వస్తువులను కురిపించేవి. రాజ్యంలో ఒక క్రోసు పొడవు వెడల్పులు కల బావులు ఉండేవి. వాటిలో కూడా సువర్ణమయమైన మొసళ్లు, తాబేళ్లు ఉండేవి. వాటినన్నిటినీ చూస్తే రాజుకు ఆశ్చర్యం కలిగేది. అతడు కురుజాంగల దేశంలో యజ్ఞం చేసి, ఆ అపార సువర్ణరాశిని బ్రాహ్మణులకు పంచిపెట్టాడు. రాజు సుహోత్రుడు వేయి అశ్వమేధాలు, వంద రాజసూయాలు, గొప్ప గొప్ప దక్షిణలు కల అనేక క్షత్రియయజ్ఞాలు, నిత్యనైమిత్తిక యజ్ఞాలు ఎన్నింటినో చేశాడు. సృంజయా ! ఆ సుహోత్రుడు కూడా నీకంటె, నీ కొడుకు కంటె మించినవాడే. అతడినీ మృత్యువు వదలలేదు. ఇది ఆలోచించి నీవు నీ కొడుకు కోసం విచారపడకు.

నారదుడు తిరిగి చెప్పసాగాడు - "భూమిని చర్మంలాగా చుట్టివేసిన ఆ ఉశీనరపుత్రుడు శిబిచక్రవర్తి కూడా మరణించాడు. అతడు భూమండలాన్నంతటినీ జయించి అనేక అశ్వమేధయాగాలు చేశాడు. పది కోట్ల బంగారు నాణేలు దానం చేశాడు. ఇంకా ఏనుగులు, గుఱ్ఱాలు, పశువులు, ధాన్యం, మృగాలు, ఆవులు, మేకలు, గొఱ్ఱెలు మొదలైన వాటితో పాటు అనేక భూభాగాలు బ్రాహ్మణులకు ఇచ్చాడు. మేఘం కురిసే వర్షధారలు, ఆకాశంలోని నక్షత్రాలు, గంగా తీరంలోని ఇసుకరేణువులు, మేరుపర్వతం మీది శిలాఖండాలు, సముద్రంలోని రత్నాలు, జలచరాలు ఎన్నో అన్ని గోవులను శిబి బ్రాహ్మణులకు దానంగా ఇచ్చాడు. శిబితో సమానమైన కార్యభార వాహకుని వేరొక మహాపురుషుని ప్రజాపతి కూడా భూత భవిష్యద్వర్తమానాల్లో ఎప్పుడూ చూడలేదు. యాచకుల యొక్క మనోరథాలు సంపూర్ణంగా తీర్చే అనేక యజ్ఞాలు అతడు చేశాడు. ఆ యజ్ఞాలలో యజ్ఞస్తంభాలు, ఆసనాలు, సదనాలు, ప్రాకారాలు, బాహ్యద్వారాలు అన్ని వస్తువులూ సువర్ణమయమే. యజ్ఞ వాటికలో పెద్ద పెద్ద పెరుగుకుండలు, పాల కుండలు నిండుగా ఉండి నదులుగా ప్రవహిస్తున్నాయి. అన్నపురాశులు కొండలవలె ఉన్నాయి. అక్కడ "సజ్జనులారా ! స్నానాలు చేసి, ఎవరికి రుచించినవి వారు తినండి, త్రాగండి" అని చాటింపు వేస్తున్నారు. శిబి చేసిన పుణ్యకర్మకు శంకర భగవానుడు ప్రసన్నుడై - "రాజా! ఎల్లవేళలా దానం చేస్తున్నా నీ సంపద తరిగిపోదు. ఇలాగే నీ శ్రద్ధ, యశము, పుణ్యకర్మలు అక్షయం అవుతాయి. నీ కోరిక ప్రకారమే అందరూ నీపట్ల ప్రేమగా ఉంటారు. చివరికి నీకు ఉత్తమలోకాలు ప్రాప్తిస్తాయి." అని వరం ఇచ్చాడు.

ఇన్ని ఉత్తమమైన వరాలు పొందిన శిబి చక్రవర్తి సమయం ఆసన్నం కాగానే దివ్యలోకాలకు వెళ్లిపోయాడు. అతడు నీకంటె, నీ పుత్రుని కంటె కూడా మించిన పుణ్యాత్ముడు. అతడే మృత్యువు నుండి తప్పించుకోలేక పోయాడంటే, నీవు నీ పుత్రుని గురించి శోకించనక్కర లేదు.

సృంజయా ! ప్రజలను కన్నబిడ్డలలా ప్రేమించే దశరథనందనుడు రాముడు కూడా పరమలోకాలకు చేరుకొన్నాడు. అతడు మిక్కిలి తేజశ్శాలి, అమిత గుణవంతుడు, తండ్రి ఆజ్ఞ మేరకు భార్య సీతతో, తమ్ముడు లక్ష్మణునితో కలిసి పద్నాలుగు ఏళ్లు వనవాసం చేశాడు. జనస్థానంలో ఉంటూ తాపసులైన మునులను రక్షించడం కోసం పద్నాలుగు వేలమంది రాక్షసులను వధించాడు. అక్కడ ఉంటున్నప్పుడే లక్ష్మణునితో పాటు రాముని కూడా ఏమార్చి రావణుడనే రాక్షసుడు అతని ధర్మపత్ని సీతను అపహరించాడు.

దేవతలకు, దైత్యులకు కూడా అవధ్యుడైన, పైగా బ్రాహ్మణులకు, దేవతలకు కంటక ప్రాయుడైన రావణుని రాముడు అనుచరులతో సహా చంపివేశాడు. దేవతలు అతనిని స్తుతించారు. ప్రపంచమంతటా అతని కీర్తి వ్యాపించింది. దేవతలు, ఋషులు అతనిని సేవించసాగారు. విశాల సామ్రాజ్యాన్ని పొంది ప్రాణులందరినీ దయతో చూశాడు. ధర్మబద్ధంగా ప్రజలను పరిపాలిస్తూ అశ్వమేధయాగాన్ని చేశాడు.

శ్రీరామచంద్రుడు ఆకలిదప్పులను జయించాడు. సమస్త మానవాళికి రోగాలను పోగొట్టాడు. కళ్యాణమయ గుణసంపన్నుడు. తన తేజస్సుతో ఎల్లప్పుడూ ప్రకాశిస్తూ ఉండేవాడు. ప్రాణులు అందరికంటె మిక్కిలి తేజశ్శాలి. రాముని పాలనలో భూమిపై దేవతలు, ఋషులు మానవులు కలిసి జీవించే వారు. అతని రాజ్యంలో ప్రజల ప్రాణాదిపంచ వాయువులు క్షీణించేవి కావు. అందరికీ ఆయువు వృద్ధి పొందుతూ ఉండేది. యువకులు ఎవరూ మరణించేవారు కారు. దేవతలు, పితృదేవతలు వేదవిధుల చేత తృప్తులై హవ్య కవ్యములను స్వీకరిస్తూ ఉండేవారు. అతని రాజ్యంలో క్రిమికీటకాదులు పేరుకు కూడా లేవు. విషసర్పాలు లేవు. ఎవరూ నీటిలో మునిగికాని అగ్నిప్రమాదంలో కాని చనిపోలేదు. అప్పటివారు అధర్మపరులు, లోభులు, మూర్ఖులు కారు. అన్ని వర్ణాల వారూ శిష్టులు, బుద్ధిమంతులు, కర్తవ్యపాలన పరాయణులు.

జనస్థానంలో రాక్షసులు దేవపితృ పూజలను భగ్నం చేస్తూంటే రాముడు వారిని సంహరించి మరల వాటిని ఆచరింప చేశాడు. ఆ రోజులలో ఒక్కొక్కరికి వేయి మంది సంతానం ఉండేది. వారి ఆయుర్దాయం కూడా వేయి సంవత్సరాలు ఉండేది. పెద్దలు చిన్నలకు శ్రాద్ధక్రియలు చేసే అవసరం ఉండేది కాదు. శ్రీరామచంద్రుడు నల్లని కాంతితో, తరుణ వయస్కుడై, కొద్దిగా ఎరుపుదనం కలిగిన కన్నులతో ఉండేవాడు. ఆజానుబాహుడు. సింహమధ్యముడు. సర్వజనులకు మనోహరుడు. పదికొండు వేల యేళ్లు భూమిని పాలించాడు. ఆనాటి వారి నాలుకలపై కేవలం రామనామమే తాండవించేది. చివరిలో అతడు, తన సోదరులతో సహా ఇద్దరిద్దరు పుత్రుల ద్వారా ఎనిమిది రాజవంశాలను స్థాపించి, నాలుగు వర్ణాల వారితో కలిసి సశరీరంగా పరమధామం చేరుకొన్నాడు. సృంజయా ! నీకంటె, నీ పుత్రునికంటె సర్వశ్రేష్ఠుడైన రాముడే ఈ భూమిపై లేడంటే, ఇక నీవు నీ పుత్రుని గురించి శోకించడమెందుకు ?

షోడశమహారాజుల చరిత్ర

నారదుడు మళ్లీ చెప్పడం ప్రారంభించాడు - "సృంజయా! భగీరథ మహారాజు కూడా మరణించాడని విన్నాం కదా ! అతడు యజ్ఞం చేసినపుడు గంగకు ఇరు తీరాలలోను బంగారపు ఇటుకలతో స్నాన ఘట్టాలు నిర్మించాడు. బంగారు నగలతో అలంకరించబడిన పదిలక్షల మంది కన్యలను బ్రాహ్మణులకు దానం చేశాడు. కన్యలందరూ రథాల మీదే కూర్చున్నారు. ఆ రథాలకు నాలుగేసి గుఱ్ఱాలను కట్టారు. ప్రతి రథం వెనుక సువర్ణమాలలు అలంకరించిన వందేసి ఏనుగులు నడిచాయి. ప్రతి ఏనుగు వెనుక వెయ్యేసి గుఱ్ఱాలు, ప్రతి గుఱ్ఱం వెనుక వందేసి గోవులు, గోవుల వెనుక మేకల, గొఱ్ఱెల గుంపులు ఉన్నాయి. ఈ రీతిగా అతడు పెక్కు దక్షిణలు ఇచ్చాడు. గంగ ఈ సంరంభానికి భయపడి "నన్ను రక్షించు" అంటూ భగీరథుని చెంత చేరింది. అందువల్ల ఆమె అతనికి కుమార్తెయై భాగీరథి అనే పేరు పొందింది. గంగాదేవి కూడా అతనిని తండ్రిగానే పిలిచేది. ఏ బ్రాహ్మణుడు ఏ వస్తువు కోరినా జితేంద్రియుడైన రాజు దానిని వెంటనే ఆనందంగా ఇచ్చేవాడు. భగీరథ మహారాజు బ్రాహ్మణుల కృపకు పాత్రుడై బ్రహ్మలోకాన్ని పొందాడు. సృంజయా ! అతడు నీకంటె, నీ పుత్రుని కంటె ఎన్నో రెట్లు అధికుడు. అతడే జీవించి లేడంటే ఇతరుల సంగతి ఎందుకు ? కాబట్టి నీవు నీ కొడుకుకోసం విచారించకు.

తాను చేసిన వంద యాగాలలో లక్షమంది తత్త్వజ్ఞానులైన బ్రాహ్మణులను యాజ్ఞికులుగా నియమించుకొన్న దిలీప మహారాజు కూడా మరణించాడు. అతడు యజ్ఞం చేసినపుడు ధనధాన్య సమృద్ధమైన ఈ భూమినంతటినీ బ్రాహ్మణులకు దానమిచ్చాడు. అతని యజ్ఞాలలో బంగారపు బాటలు పరిచారు. ఇంద్రాది దేవతలు అతనిని సాక్షాత్తు ధర్మునిగా తలచి, అతని యజ్ఞానికి విచ్చేశారు. అతని సభాభవనం సువర్ణమయమై సదా ప్రకాశించేది. అక్కడ అన్నపు కొండలు, రసనదులు ఉండేవి. బంగారపు యూపస్తంభాలు అనేకం ఉండేవి. గంధర్వరాజు విశ్వావసువు అక్కడ ఆనందంగా వీణ వాయించేవాడు. సత్యవాది అయిన ఆ రాజును అందరూ కొనియాడేవారు. ఇతర రాజుల వద్ద లేని ఒక అద్భుత విశేషం అతని వద్ద ఉంది - యుద్ధసమయంలో అతడు నీటిలో కూడా వెళ్లేవాడు. అప్పుడు అతని రథచక్రాలు నీటిలో మునిగేవి కావు. అతని దర్శనం చేసుకొన్నవారు కూడా స్వర్గలోకానికి అర్హులయ్యేవారు. ఖట్వాంగుని (దిలీపుని)

గృహమందు - స్వాధ్యాయ శబ్దము, ధనుష్టంకారము, అతిథులను ఉద్దేశించిన తినండి, త్రాగండి, భిక్ష స్వీకరించండి - అనే మాటలు - ఈ అయిదు శబ్దాలు ఎప్పుడూ వినపడుతూ ఉండేవి. నీ కంటె నీ పుత్రుని కంటె ఎంతో అధికుడైన దిలీపుడు కూడా బ్రతికి ఉండలేక పోయాడు. ఇక నీ పుత్రుని కోసం శోకం ఎందుకు ?

యువనాశ్వుని కొడుకు మాంధాత కూడా మరణించాడు. అతడు దేవాసురమానవ లోకాలను మూడింటిని గెలిచాడు. ఒక రోజు యువనాశ్వుడు వేటకు వెళ్లాడు. అక్కడ గుఱ్ఱము అలిసిపోయింది. అతనికి కూడా దాహం వేసింది. ఇంతలో దూరంగా పొగ కనిపిస్తే దానిని పట్టుకొని అతడు యజ్ఞమంటపానికి చేరుకొన్నాడు. అక్కడ నేతితో కలిసిన నీరుంటే దానిని త్రాగేశాడు. ఆ మంత్ర పూతమైన నీరు కడుపులోకి చేరగానే బాలుని రూపంగా మారింది. అతని కోసం వైద్యులైన అశ్వినీ కుమారులను పిలిపించారు. వారు అతని గర్భం నుండి బాలుని తీశారు. అతడు దేవతల తేజస్సుతో ప్రకాశిస్తున్నాడు. తండ్రి ఒడిలో ఉన్న అతనిని చూసి దేవతలు "ఇతడు ఎవరి పాలు త్రాగుతాడు ?" అని తమలో తాము అనుకోసాగారు. ఇది విని అందరికంటె ముందుగా ఇంద్రుడు "మాం ధాతా - నా పాలు త్రాగుతాడు" అన్నాడు.

సరిగ్గా అప్పుడే ఇంద్రుని వేళ్లనుండి నేయి, పాలు స్రవించసాగాయి. ఇంద్రుడు జాలిపడి "మాం ధాతా" అన్న కారణంగా అతనికి "మాం ధాత" అనే పేరు వచ్చింది. ఇంద్రుని చేతి పాలు, నేయి త్రాగి అతడు దిన దినాభివృద్ధి చెందసాగాడు. పన్నెండు రోజులలోనే అతడు పన్నెండేళ్ల బాలునిలా పెరిగాడు. రాజు అయ్యాక మాంధాత ఒక్క రోజులోనే సమస్త భూమండలాన్ని జయించాడు. అతడు ధర్మాత్ముడు, ధైర్యశాలి, వీరుడు, సత్యప్రతిజ్ఞుడు, జితేంద్రియుడు. అతడు జనమేజయుని, సుధన్వుని, గయుని, పూరుని, బృహద్రథుని, అసితుని, నృగుని కూడా ఓడించాడు. సూర్యుని యొక్క ఉదయాస్తమయాల నడిమి ప్రాంతమంతా మాంధాత యొక్క రాజ్యమనే చెప్పుకొంటారు.

మాంధాత వంద అశ్వమేధాలు వంద రాజసూయాలు చేశాడు. వందయోజనాలు విస్తీర్ణం కల మత్స్యదేశాన్ని బ్రాహ్మణులకు దానం ఇచ్చాడు. అతని యజ్ఞంలో తేనె పాల నదులు నలువైపుల చుట్టి ప్రవహించేవి. ఆ నదుల మధ్యలో ఘృతకుండాలు ఉండేవి. పెరుగు నురుగులా కన్పించేది. బెల్లపురసమే వాటిలోని నీరు. అతని యజ్ఞానికి దేవాసురులు, మనుష్యులు, యక్షులు, గంధర్వులు, సర్పాలు, పక్షులు, ఋషులు, ఉత్తమ బ్రాహ్మణులు విచ్చేశారు. మూర్ఖుడు ఒక్కడు కూడా అక్కడ లేడు. సముద్రపర్యంతం ఉన్న ధనధాన్య సమృద్ధమైన భూమినంతటినీ అతడు బ్రాహ్మణులకు ఇచ్చివేశాడు. సమయం రాగానే అతడు కూడా ఈ లోకం నుండి అస్తమించాడు. దిక్కులన్నిటా తన కీర్తిని వ్యాపింపచేసి అతడు పుణ్యలోకాలకు చేరుకొన్నాడు. సృంజయా! అతడు కూడా నీకంటె నీ కొడుకుకంటె అధికుడే. అతడే మృత్యువునుండి తప్పించుకోలేక పోయాడు. ఇక ఇతరుల సంగతి ఎందుకు ? కనుక నీవు నీ కొడుకు గూర్చి విచారించవలసిన పని లేదు.

నహుషనందనుడు యయాతి కూడా మరణించాడు. అతడు వంద రాజసూయాలు, వంద అశ్వమేధాలు, వంద వాజపేయాలు, వెయ్యి పుండరీక యాగాలు, వెయ్యి అతిరాత్రి యాగాలు చేశాడు. ఇంకా చాతుర్మాస్య, అగ్నిష్టోమాది అనేక యజ్ఞాలు చేసి, వాటి అన్నిటిలోను బ్రాహ్మణులకు భూరిదక్షిణలు ఇచ్చాడు. సరస్వతీనది, సముద్రుడు ఇంకా పర్వత సహితమైన ఇతర నదులనేకం యజ్ఞం చేసే యయాతికి నేయి, పాలు సమర్పించాయి. అనేక యజ్ఞాలు చేసి, పరమాత్ముని పూజించిన అతడు భూమిని నాలుగు భాగాలుగా చేసి, ఋత్విక్కు అధ్వర్యువు, హోత, ఉద్గాత - అనే నలుగురికీ పంచిపెట్టాడు. దేవయాని, శర్మిష్ఠల యందు ఉత్తమ సంతానాన్ని పొందాడు. భోగాలపట్ల ఆసక్తితో శాంతి లభించనప్పుడు ఈ క్రింది విధంగా మననం చేసుకొంటూ తన ధర్మపత్నితో కలిసి వానప్రస్థాశ్రమం స్వీకరించాడు. అతడు మననం చేసినది -"ఈ భూమిపై ఉన్న ధాన్యం, యవలు, సువర్ణం, పశుసంపద, స్త్రీలు - మొదలైన భోగ్యపదార్థాలు అన్నీ కలిసి కూడా ఒక్క మనుష్యుని తృప్తి పరచడానికి సరిపోవు. ఇలా ఆలోచించి మనసును శాంతింప చేయాలి" - అని.

ఈ రీతిగా యయాతి ధైర్యంగా కోరికలను త్యజించి, తన పుత్రుని పట్టాభిషిక్తుని చేసి తాను అడవికి వెళ్లిపోయాడు. సృంజయా ! అతడూ నీకంటె నీ కొడుకు కంటె అధికుడే. అతడూ మరణించాడు. కనుక నీవు నీ కొడుకు కోసం శోకించనక్కరలేదు.

నాభాగుని కొడుకు అంబరీషుడు కూడా మరణించాడు. అతడు ఒక్కడే పది లక్షల మంది వీరులతో యుద్ధం చేశాడు. ఒకసారి శత్రువులు అతనిని జయించాలనుకొని వచ్చి

యుద్ధంలో నలువైపులా ముట్టడించారు. ఆ అస్త్రవిద్యా వేత్తలు అందరూ రాజును అనరాని మాటలు అన్నారు. అప్పుడు అంబరీషుడు తన దేహబలం, అస్త్రబలం, హస్తలాఘవం యుద్ధనైపుణ్యాం ప్రదర్శించి శత్రువుల ఆయుధాలను, గొడుగులను, ధ్వజాలను, రథాలను ముక్కలు ముక్కలుగా విరిచివేశాడు. వారు తమ ప్రాణాలు కాపాడుకోవడానికి ఆర్తులై అతనిని శరణు వేడుకొన్నారు. ఈ రీతిగా ఆ శత్రువులందరినీ లొంగదీసుకొని, ఈ భూమిని అంతటినీ జయించి శాస్త్ర విధిని అనుసరించి వంద యజ్ఞాలు చేశాడు. ఆ యజ్ఞాలలో ఉత్తములైన బ్రాహ్మణులు ఇతరులు కూడా అన్ని విధాలా సమృద్ధమైన ఉత్తమ భోజనాన్ని చేసి సంతృప్తులయ్యారు. రాజు కూడా అందరినీ బాగా సత్కరించాడు. దానితోపాటే దక్షిణలు కూడా అధికపరిమాణంలో ఇచ్చాడు. మూర్ధాభిషిక్తులైన వందల కొద్దీ రాజులను, రాజ కుమారులను దండ కోశ సహితంగా (రాజ్యంతో పాటు) అతడు బ్రాహ్మణులకు అప్పగించాడు. అతనిని చూచి సంతోషించిన మహర్షులు – "అసంఖ్యాకమైన దక్షిణలు ఇచ్చే అంబరీషుడు చేసిన యజ్ఞం వంటి యజ్ఞాన్ని ఇంతకుముందు రాజులు ఎవరూ చేయలేదు, ఇకపై ఎవరూ చేయబోరు" అని చెప్పుకొన్నారు. అతడు నీకంటె నీపుత్రుని కంటె ఎంతో ఉన్నతుడు. అతడు కూడా మరణించాడు. కనుక నీవు నీ కొడుకు కోసం శోకించే పని లేదు.

అనేక యజ్ఞాలు చేసిన శశిబిందు మహారాజు కూడా మరణించాడని విన్నావు కదా ! అతనికి లక్షమంది భార్యలు, వారికి ఒక్కొక్కరికి వేయిమంది పుత్రులు ఉన్నారు. ఆ పుత్రులందరూ పరాక్రమవంతులు, వేద విద్వాంసులు, ఉత్తమ ధనుర్ధరులు అందరూ అశ్వమేధయాగాలు చేశారు. శశిబిందు మహారాజు తాను చేసిన అశ్వమేధ యాగంలో బ్రాహ్మణులకు తన కొడుకులను ఇచ్చివేశాడు. ప్రతిరాజకుమారుని వెంట వందమంది చొప్పున సువర్ణ భూషితలయిన కన్యలు, ఒక్కొక్క కన్య వెనుక వందేసి ఏనుగులు, ఒక్కొక్క ఏనుగు వెంట వందేసి రథాలు, ప్రతి రథం వెనుక వందేసి గుఱ్ఱాలు, ప్రతి గుఱ్ఱం వెనుక వెయ్యేసి గోవులు, ప్రతి గోవు వెనుక ఏభై చొప్పున గొఱ్ఱెలు ఉన్నాయి. ఈ అపారధనాన్ని శశిబిందు మహారాజు తన మహాయజ్ఞంలో బ్రాహ్మణులకు దానం చేశాడు. ఆ యజ్ఞంలో అన్నపురాశులు కొండలవలె అనేక క్రోసులవరకు విస్తరించి ఉన్నాయి రాజు చేసిన అశ్వమేధయాగం పూర్తి అయ్యాక పదమూడవ అన్నపు కొండ మిగిలిపోయింది. అతని పాలనలో ప్రజలందరూ ఆనందంగా పుష్టిగా ఉండేవారు. ఎటువంటి విఘ్నాలూ ఉండేవి కావు. రోగాలు లేవు. చాలా కాలం రాజ్యం చేశాక చివరికి దివ్యలోకాలకు చేరుకొన్నాడు. సృంజయా ! అతడు నీకంటె నీ పుత్రుని కంటె కూడా అధికుడేకదా ! అతడే లేనపుడు, ఇక నీవు నీ పుత్రుని గురించి శోకించే పనిలేదు.

షోడశ మహారాజుల చరిత్ర, యుధిష్ఠిరుని శోకనివృత్తి

నారదులవారు చెపుతున్నారు – "అమూర్తరయుని కొడుకు గయుడు కూడా చనిపోయాడు. అతడు వందేళ్లపాటు అగ్నిహోత్ర కార్యాలు చేశాడు. ప్రతిదినం హోమావశిష్టమైన అన్నాన్నే తినేవాడు. అందుపై అగ్నిహోత్రుడు ప్రీతుడై రాజును వరం కోరుకోమన్నాడు. అప్పుడు గయుడు – "తపస్సు, బ్రహ్మచర్యం, వ్రతనియమం, పెద్దలకృప – వీని ద్వారా వేదజ్ఞానం పొందాలనుకొంటున్నాను. ఇతరులకు ఇబ్బంది కలిగించకుండా స్వధర్మానుసారంగా నడుచుకొని, అక్షయ సంపదను పొందాలనుకొంటున్నాను. ప్రతిదినం బ్రాహ్మణులకు దానం చేయాలి. అందులో నాకు శ్రద్ధ ఇనుమడించాలి. నా కులంలోని స్త్రీనే వివాహమాడాలి. ఆమె పతివ్రతయై ఉండాలి. ఆమె ద్వారానే నాకు కొడుకు కలగాలి. అన్నదానంలో నాకు శ్రద్ధ పెరగాలి, ధర్మం మీదనే మనసు నిలవాలి. నేను చేసే ధర్మకార్యాలకు విఘ్నం ఎన్నడూ కలగకూడదు" అని కోరుకొన్నాడు.

'అలాగే' అని చెప్పి అగ్నిదేవుడు అంతర్ధానమయ్యాడు. గయ మహారాజు కోరికలన్నీ తీరాయి. ధర్మంతోనే శత్రువులను జయించాడు. వంద సంవత్సరాల పాటు మిక్కిలి శ్రద్ధతో దర్శ, పౌర్ణమాస, ఆగ్రయణ, చాతుర్మాస్యాది అనేక యజ్ఞాలు చేసి, భూరి దక్షిణలు ఇచ్చాడు. ప్రతిదినం ప్రాతః కాలంలో లేచి లక్షాఇరవై వేల గోవులను, పదివేల గుఱ్ఱాలను, లక్ష బంగారు నాణేలను దానం ఇచ్చేవాడు. అశ్వమేధ యాగం చేసి, నేలను మణిమయమైన ఇసుకతో బంగారంతో నింపి, దానిని బ్రాహ్మణులకు దానం చేశాడు. సముద్ర నదీ నదాలలో, వన ద్వీపాలలో, నగరాలలో దేశాలలో, ఆకాశంలో స్వర్గంలో నివసించే నానావిధ ప్రాణులు అన్నీ ఆ యజ్ఞ సంపత్తితో తృప్తి పొంది "గయుని యజ్ఞంతో ఎవరి యజ్ఞమూ సాటిరాదు" – అని కీర్తించాయి. ముప్పై ఆరు యోజనాల పొడవు, ముప్పై యోజనాల వెడల్పు గల ఇరవై నాలుగు

సువర్ణమయమైన వేదికలు నిర్మింపచేశాడు. అవి తూర్పు నుండి పడమరగా నిర్మింపబడ్డాయి. వేదికలపై ముత్యాలు, వజ్రాలు పరిచారు. అవన్నీ వస్త్రా భూషణాదులతో పాటు బ్రాహ్మణులకు దానం చేశాడు. యజ్ఞం చివరిలో భోజనాలు అయ్యాక ఇంకా 25 అన్నపు రాశుల కొండలు మిగిలిపోయాయి. యజ్ఞంలో రసాలు నదులై పారాయి. ఒక చోట వస్త్రాలు, ఒక చోట భూషణాలు గుట్టలుగా ఉన్నాయి. సుగంధ ద్రవ్యాలు రాశులుగా పోసిఉన్నాయి. ఆ యజ్ఞం వలన గయుడు ముల్లోకాలలోను ప్రసిద్ధి చెందాడు. అనంతరం అక్షయ పుణ్యాలు ఇచ్చే అక్షయవటం, పవిత్ర తీర్థమైన బ్రహ్మసరోవరం కూడా అతని కారణంగానే ప్రఖ్యాతి వహించాయి. సృంజయా ! ఆ గయుడు నీకంటె, నీ పుత్రుని కంటె కూడా అధికుడే. అతడే జీవించి లేడు. ఇక నీ పుత్రుని గురించి విచారించ నక్కరలేదు.

సంకృతి కొడుకు రంతిదేవుడు కూడా జీవించి లేడు. ఇంటికి వచ్చిన అతిథులైన బ్రాహ్మణులకు అమృతం వంటి తీయని పక్వ అపక్వ ఆహారపదార్థాలు వండి వడ్డించడానికి అతని వద్ద రెండు లక్షల వంటశాలలు ఉండేవి. రంతి దేవుడు ప్రతి పక్షంలోను బంగారుతో పాటు వేల ఎడ్లను దానం చేసేవాడు. ఒక్కొక్క ఎద్దుతో వందేసి గోవులు ఉండేవి. వాటితోపాటు ఎనిమిదేసి వందల బంగారు నాణేలు ఇచ్చేవాడు. వాటితోపాటు యజ్ఞానికి, అగ్నిహోత్ర కార్యానికి పనికి వచ్చే సామగ్రి ఉండేది. ఈ నియమాన్ని అతడు వందేళ్ల వరకు కొనసాగించాడు. ఋషులకు కమండలువులు, ఘటాలు, పాత్రలు, శయ్యలు, ఆసనాలు, వాహనాలు, భవనాలు, ఇళ్లు, వృక్షాలు, అన్నం, ధనం - అన్నీ ఇచ్చేవాడు. అవన్నీ బంగారు మయములే. రంతి దేవుని అలౌకిక సంపదను చూచి పురాణ వేత్తలు - "రంతిదేవుని వద్ద ఉన్నంత సంపూర్ణ ధన భాండారాన్ని మనం కుబేరుని ఇళ్లల్లో కూడా చూడలేదు. ఇక మనుష్యులవద్ద ఎలా ఉంటుంది ?" అని అతనిని కీర్తించేవారు. అతని వద్ద ఉన్నదంతా బంగారు మయమే. దానినే అతడు యజ్ఞంలో బ్రాహ్మణులకు దానం చేసేవాడు.

అతడు సమర్పించిన హవ్యకవ్యాలను దేవతలు, పితృదేవతలు ప్రత్యక్షంగా వచ్చి స్వీకరించేవారు. బ్రాహ్మణుల కోరికలన్నీ అతని వద్దనే తీరుతూ ఉండేవి. సృంజయా ! అతడు కూడా నీకంటె, నీ పుత్రునికంటె శ్రేష్ఠుడే. అతడే మరణించినప్పుడు, ఇక నీవు నీ కొడుకు కోసం విచారించే పనిలేదు.

దుష్యంతుని కొడుకు భరతుడు కూడా మరణించాడు. అతడు అడవిలో ఉండగా బాల్యంలోనే ఇతరులకు కష్టసాధ్యమైన పరాక్రమాన్ని చూపించాడు. అతడు బాలుడిగా ఉన్నప్పుడు సింహాలను లొంగ దీసుకొని కట్టివేసి ఈడుస్తూ ఉండేవాడు. అజగరాల కోరలను పీకేవాడు. పారిపోయే ఏనుగులను దంతాలు పట్టుకొని లొంగదీసుకొనేవాడు. వందేసి సింహాలను ఒక్కసారే పట్టుకొని ఈడ్చేసేవాడు. ఈ రీతిగా అతడు అన్నిరకాల జీవులను దమించడం (అణచడం) చూసి బ్రాహ్మణులు అతనికి "సర్వదమనుడు" అని పేరు పెట్టారు.

భరతచక్రవర్తి యమునా తీరంలో వంద, సరస్వతీ తీరంలో మూడు వందలు, గంగా తీరంలో నాల్గువందలు అశ్వమేధ యాగాలు చేశాడు. తరువాత కూడా వేయి అశ్వమేధాలు, వంద రాజసూయాలు చేసి ఉత్తమ దక్షిణలు ఇచ్చాడు. అగ్నిష్టోమ, అతిరాత్రి, విశ్వజిత్ యాగాలు, పదిలక్షల వాజపేయ యాగాలు అనుష్ఠించాడు. ఆ శకుంతలకొడుకు ఈ అన్ని యజ్ఞాలలోను బ్రాహ్మణులకు అంతులేని ధనాన్ని ఇచ్చి వారిని తృప్తిపరిచాడు. సృంజయా ! భరతుడు కూడా నీకంటె, నీ కొడుకు కంటె శ్రేష్ఠుడే. అతడూ మరణించాడు. ఇక నీ కొడుకు కోసం నీవు ఏడువనక్కరలేదు.

రాజసూయ యజ్ఞంలో మహర్షులు సమ్రాట్టు పదవిలో అభిషేకించిన పృథు మహారాజు కూడా మరణించాడు. మహా యత్నంతో అతడు ఈ పృథివిని వ్యవసాయయోగ్యం చేసి ప్రసిద్ధికి తెచ్చాడు. కనుక అతనికి పృథువు అనే పేరు వచ్చింది. పృథువుకు ఈ భూమి కామధేనువే అయింది. విత్తకుండానే పంటలు పండేవి. గోవులన్నీ కూడా కామధేనువులుగానే ఉండేవి. ఆకుల నుండి మధువు కురిసేది. కుశలు సువర్ణమయంగా ఉంటూనే సుఖకరంగా కోమలంగా కూడా ఉండేవి. కనుకనే ప్రజలు దానినుండే వస్త్రాలు నేసుకొని ధరించేవారు, వాటి మీదే శయనించేవారు. చెట్ల పళ్లు అమృతంలా మధురంగా రుచిగా ఉండేవి. ప్రజలు వాటినే ఆహారంగా తీసుకొనేవారు. ఎవరూ ఆకలితో అలమటించేవారు కాదు. అందరూ ఆరోగ్యవంతులే. అందరి కోరికలూ తీరేవి. ఎవరికీ ఎటువైపు నుండీ భయమనేదే లేదు. అందువలన ప్రజలు తమ ఇచ్ఛానుసారంగా చెట్లకిందనో, గుహలలోనో నివసించేవారు ఆ రోజులలో దేశాలు నగరాలు అనే విభజన లేదు. మనుష్యులందరూ సుఖంగా, సంతుష్టిగా ఉండేవారు.

పృథు మహారాజు నీటిలో ప్రయాణం చేసేటపుడు ప్రవాహం ఆగిపోయేది. పర్వతాలు అతనికి దారి ఇచ్చేవి. అతని రథం

మీది ధ్వజం ఎప్పుడూ విరిగిపోలేదు. ఒకసారి అతని వద్దకు వనస్పతులు, పర్వతాలు, దేవతలు, అసురులు, మనుష్యులు, సర్పాలు, సప్తర్షులు యక్షులు, గంధర్వులు అప్సరసలు, పితరులు అందరూ వచ్చి "మీరే మా సమ్రాట్టులు, మీరే మమ్మల్ని కష్టాలనుండి రక్షించచగలరు. మీరే మాకు ప్రభువులు, రక్షకులు, తండ్రి. మేము అనంతకాలం వరకు తృప్తిగా సుఖాన్ని అనుభవించేలా వరం ఇవ్వండి" అని అడిగారు. అది విని రాజు సరే ! నన్నాడు.

అనంతరం పృథుమహారాజు అనేక యజ్ఞాలు చేసి, ఎవరికి ఏమి కావాలో వారికి అవి ఇచ్చి అందరి మనోవాంఛలను తీర్చి వారిని తృప్తి పరిచాడు. లోకంలో ఉండే పదార్థాలనే సువర్ణంతో తయారు చేయించి, అశ్వమేధ యజ్ఞంలో బ్రాహ్మణులకు దానమిచ్చాడు. డెబ్బై ఆరువేల బంగారపు ఏనుగులను తయారు చేయించి బ్రాహ్మణులకు ఇచ్చాడు. బంగారపు భూమిని చేయించి మణులతో అలంకరించి దానమిచ్చాడు. సృంజయా ! అతడు నీకంటె, నీ పుత్రునికంటె శ్రేష్ఠుడు. అతడే మృత్యువునుండి తప్పించుకోలేక పోయాడు. నీవు నీ కొడుకు గురించి ఏడవడం ఎందుకు ?

వ్యాసమహర్షి చెప్తున్నాడు - యుధిష్ఠిరా ! ఈ రాజుల కథలు విని, సృంజయుడు ఏమీ మాట్లాడకుండా ఉండిపోయాడు. అతడు మౌనంగా ఉండడం చూసి నారదమహర్షి - "రాజా ! నేను చెప్పింది విన్నావా ? లేదా ? అర్థమయిందా ? లేదా ? శూద్ర స్త్రీతో సంబంధంగల బ్రాహ్మణునికి పెట్టిన శ్రాద్ధ భోజనంలా నేను చెప్పినదంతా వ్యర్థమై పోలేదు కదా ! అని అడిగాడు. అతని మాటలు విని సృంజయుడు చేతులు జోడించి "మునీశ్వరా ! ప్రాచీన రాజర్షుల యొక్క ఈ కథలను వినిన నాకు విచారం దూరమయింది. ఇక నా హృదయంలో ఏమాత్రం వ్యథ లేదు. చెప్పండి. ఇప్పుడు నన్ను ఏం చేయమంటారో !" అని అన్నాడు.

నారదుడు - "నీ శోకం దూరమయింది కదా ! ఇది చాలా మంచి విషయం. ఇక నీకు ఏమి కావాలో నన్ను అడుగు" అన్నాడు.

సృంజయుడు - "మీరు నాపట్ల ప్రసన్నులయ్యారు. ఇదే నాకు చాలా సంతోషం. మీ అనుగ్రహం ఉంటే ఈ లోకంలో ఏదీ దుర్లభంకాదు" అన్నాడు.

నారదుడు - "బందిపోట్లు నీ కొడుకును జంతువును చంపినట్లు అన్యాయంగా చంపివేశారు. అతడు నరకంలో పడి కష్టాన్ని అనుభవిస్తున్నాడు. కాబట్టి అతడిని నేను నరకం నుండి తప్పించి నీకు తిరిగి అప్పగిస్తున్నాను" అన్నాడు.

వ్యాసుడు చెప్పసాగాడు - ఇలా అన్నాడో లేదో అద్భుతమైన కాంతితో ఆ సృంజయ పుత్రుడు అక్కడ కనిపించాడు. అతడిని చూసి రాజుకు చాలా ఆనందం కలిగింది. సృంజయుని కొడుకు తన ధర్మాన్ని పాటించడం ద్వారా కృతార్థుడు కాలేదు, అతడు భయపడుతూ ప్రాణాలు వదిలాడు. కనుక నారదుడు అతనిని పునర్జీవితుని చేశాడు. కాని అభిమన్యుడు మాత్రం పరాక్రమశాలి, కృతార్థుడు. అతడు యుద్ధరంగంలో వేల శత్రువులను మృత్యుముఖానికి పంపి, ఎదిరిస్తూ ప్రాణత్యాగం చేశాడు. యోగులు, నిష్కామకర్ములు, తాపసులు పొందే అక్షయమైన ఉత్తమ గతులనే నీ కొడుకు కూడా పొందాడు. అభిమన్యుడు చంద్రుని రూపం పొందాడు. తన కిరణాలతో ప్రకాశిస్తూ ఉంటాడు అతని కోసం శోకించడం ఉచితం కాదు. ఇలా అనుకొని నీవు ధైర్యం చిక్కబట్టుకో. శోకిస్తే దుఃఖం తీవ్రమవుతుంది. కనుక బుద్ధిమంతుడు శోకాన్ని విడిచి, తన మేలు కోసం యత్నించాలి. మృత్యువు యొక్క పుట్టుక, అది చేసిన అసమానమైన తపస్సు సంగతి నీవు విన్నావు. మృత్యువుకు అందరూ సమానమే. సంపద చంచలమైనది. ఈ విషయం సృంజయుని కొడుకు మరణించడం, పునర్జీవితుడు కావడం అనే కథ వలన స్పష్టం అవుతోంది. కాబట్టి యుధిష్ఠిర మహారాజా ! నీవు శోకించకు అన్నాడు.

ఇది చెప్పి వ్యాసభగవానుడు అక్కడి నుండి మాయమయ్యాడు. అనంతరం యుధిష్ఠిరుడు ప్రాచీన రాజుల యజ్ఞ సంపదను తలచుకొని మనసులోనే వారిని కొనియాడి, శోకం త్యజించాడు. "అర్జునికి నేను ఏమి చెప్పాలి" అనుకొని తిరిగి చింతలో మునిగిపోయాడు.

అర్జునుడు జయద్రథుని వధకు ప్రతిజ్ఞ పూనుట.

సంజయుడు చెప్పసాగాడు - మహారాజా ! సూర్యాస్తమయం కాగానే శత్రుసంహారం చాలించి సైనికులందరూ తమ తమ గుడారాలకు వెళ్లసాగారు. అప్పుడే అర్జునుడు కూడా తన దివ్యాస్త్రాలతో సంశప్తకులను వధించి రథాన్ని అధిరోహించి శిబిరం వైపు సాగిపోయాడు. వెళ్తూండగా అతడు శ్రీకృష్ణుని - కేశవా ! ఎందుకో తెలియడంలేదు. నా గుండె కొట్టుకొంటోంది. శరీరం నీరసించి పోతోంది. తప్పక ఏదో అనిష్టం జరిగే ఉంటుంది. ఈ సంగతి మనసులోంచి బయటకు రావడం లేదు. భూమి మీదా, దిక్కులన్నిటియందు

జరుగుతున్న భయంకర ఉత్పాతాలు నన్ను భయపెడుతున్నాయి. చెప్పండి. మా అన్నగారు యుధిష్ఠిరుడు, అతని మంత్రులు కుశలమే కదా !" అని అడిగాడు.

శ్రీకృష్ణుడు - "విచారించకు, మంత్రులతో పాటు యుధిష్ఠిరుడు కుశలంగానే ఉంటాడు. ఈ అపశకునాన్ని బట్టి ఇంకేదో అనిష్టం జరిగి ఉంటుందనిపిస్తోంది" అన్నాడు.

తర్వాత ఆ వీరులిద్దరూ సంధ్యావందనం చేసుకొని, తిరిగి రథ మెక్కి, యుద్ధాన్ని గురించి ముచ్చటించుకొంటూ ముందుకు కదిలారు. అర్జునుడు గుడారం సమీపించి, అది కళాకాంతులు లేకుండా ఆనంద విహీనంగా ఉండడం గమనించాడు. చింతామగ్నుడై అతడు శ్రీకృష్ణునితో - "జనార్దనా ! ఈ రోజు శిబిరంలో మంగళ వాద్యాలు మోగడంలేదు. దుందుభిధ్వానాలు, శంఖనాదాలు కూడా లేవు. వీణావాదనం, మంగళ గీతాలు లేవు. వంది జనులు స్తోత్రాలు చేయడం లేదు. మన సైనికులు నన్ను చూచి ముఖం దించుకొంటున్నారు. నా స్వజనుల వ్యాకులపాటును చూసి నా గుండెదడ తగ్గడం లేదు. రోజూలా అభిమన్యుడు సోదరులతో కలిసి నవ్వుతూ నేడు నాకు ఎదురు రావడం లేదు" అని కీడు శంకిస్తూ పలికాడు.

ఈ రీతిగా వారిద్దరూ మాట్లాడుకొంటూ శిబిరం చేరుకొని, అక్కడ పాండవులు అత్యంతమూ ఖిన్నులై ఉత్సాహం నశించి ఉండడం చూశారు. సోదరుల, పుత్రుల ఈ దీనస్థితిని చూసి, అభిమన్యుడు అక్కడ లేకపోవడంతో అర్జునుడు మిక్కిలి వ్యాకులపాటుతో - "ఈ రోజు మీ అందరి ముఖాలలో విషాదం గోచరిస్తోంది. ఇక్కడ అభిమన్యుడు కనపడడంలేదు. మీరంతా నాతో సంతోషంగా మాట్లాడడం లేదు. కారణం ఏమిటి ? ఈ రోజు ద్రోణాచార్యులవారు చక్రవ్యూహం పన్నారని విన్నాను. మీలో బాలుడైన అభిమన్యుడు తప్ప వేరెవరూ ఆ వ్యూహాన్ని ఛేదించలేరు. అభిమన్యునికి కూడు నేను అందులోనుండి బయటకు వచ్చే పద్ధతి ఇప్పటికీ చెప్పలేదు. మీరంతా కలిసి ఆ బాలుడిని శత్రువ్యూహంలోకి పంపి ఉండలేదు కదా ! అభిమన్యుడు ఆ వ్యూహాన్ని అనేక పర్యాయాలు ఛేదించి యుద్ధంలో చనిపోలేదు కదా ! అతడు సుభద్రా ద్రౌపదులకు మిక్కిలి ఇష్టుడు. తల్లి కుంతికి, శ్రీకృష్ణునికి ముద్దుబిడ్డ. కాలవశుడై ఎవడు అతనిని వధించాడు ? అయ్యో ! అతడు నవ్వుతూ ఎలా మాట్లాడేవాడు ? ఎప్పుడూ పెద్దల కనుసన్నలలో మెలిగేవాడు. బాల్యంలోనే అతని పరాక్రమానికి సాటి ఎవరూ లేరు. ఎంత ముద్దుగా మాట్లాడేవాడు ? ఈర్ష్యా ద్వేషాలు అతనిని స్పృశించనుకూడా లేదు. అతడు మహోత్సాహుడు. పొడవైన చేతులు, తామర రేకులవంటి కన్నులు. కలవాడు. తన సేవకుల పట్ల అమితమైన దయ కలవాడు. నీచ పురుషులతో సాంగత్యం ఎన్నడూ చేయడు. అతడు, కృతజ్ఞుడు, జ్ఞాని, అస్త్రవిద్యాకుశలుడు. యుద్ధంలో వెనుకంజవే.డు. యుద్ధాన్ని అతడు మెచ్చుకొంటూ ఉంటాడు. శత్రువులు అతనిని చూస్తేనే భయభ్రాంతులవుతారు. అతడు తనవారికి ప్రియం చేయాలనుకొంటాడు. తన తండ్రుల విజయాన్ని కాంక్షిస్తూ ఉంటాడు. శత్రువుమీద ముందుగా ఎన్నడూ బాణం వేయడు. యుద్ధంలో ఎప్పుడూ నిర్భయుడే. రథికులలో మహారథిగా ఎన్నబడిన ఆ వీరుడు అభిమన్యుని ముఖం చూడకుండా నా మనసు ఎలా శాంతిస్తుంది ? నా కంటె ఈ దుఃఖం సుభద్రకే ఎక్కువ. పాపం సుభద్ర పుత్రుని మరణ వార్త వింటూనే దుఃఖంతో విలపిస్తూ ప్రాణత్యాగం చేస్తుంది. అభిమన్యుని చూడకపోతే సుభద్ర ద్రౌపది నన్ను ఏమంటారో! వారిద్దరికీ నేను ఏం సమాధానం చెప్పను ? కోడలు ఉత్తర విలపించడం తలచుకోగానే నా హృదయం వేయి ముక్కలు కావడంలేదు. నిజంగా అది వజ్రంతో చేయబడి ఉంటుంది" అని విలపించసాగాడు.

ఈ రీతిగా పుత్రశోకంతో విలపిస్తూ అతనినే గుర్తు చేసుకొంటూ కన్నీరు కారుస్తున్న అర్జునుని శ్రీకృష్ణుడు పట్టుకొని ఓదారుస్తూ - "మిత్రమా ! ఇంతగా బాధపడకు. యుద్ధంలో వెన్ను చూపని వీరులకు ఏదో ఒక రోజున ఈ మార్గంలో వెళ్లక తప్పదు. యుద్ధమే జీవికగా గల క్షత్రియులకు విశేషించి ఇదే మార్గం. శాస్త్రజ్ఞులు అందరూ వారికి ఇలాగే నిర్ణయించారు. యుద్ధంలో శత్రువులను ఎదిరిస్తూన్నప్పుడే మరణించాలని వీరులందరూ కోరుకొంటారు. అభిమన్యుడు ఎందరో గొప్ప వీరులను రాజకుమారులను యుద్ధంలో సంహరించాడు. శత్రువుల ఎదుట నిలిచి వీరులు కోరుకొనే మరణాన్ని పొందాడు. నీ దుఃఖం చూసి, ఈ నీ సోదరులు మిత్రులు ఇంకా దుఃఖిస్తున్నారు. వారిని ఓదార్చు. నీవు తెలుసుకోవలసిన తత్త్వాన్ని తెలుసుకొన్నావు. నీవు శోకించకూడదు" అన్నాడు.

కృష్ణభగవానుడు ఈ రీతిగా సముదాయించేసరికి అర్జునుడు తన సోదరులతో - "అభిమన్యుని మరణ వృత్తాంతం నేను మొదటినుండీ వినాలనుకొంటున్నాను. మీరంతా అస్త్రవిద్యా నైపుణ్యం కలవారు. చేతులలో ఆయుధాలు ధరించి అక్కడ నిలుచున్నారు. ఆ స్థితిలో

అతడు ఇంద్రునితో యుద్ధం చేస్తున్నా మరణించకూడదు. అయినప్పుడు మీరు ఉండగా అతడు ఎలా చనిపోయాడు? పాండవులు, పాంచాలురు నా కొడుకును రక్షించే సామర్థ్యం లేనివారని తెలిస్తే నేనే అక్కడుండి అతనిని రక్షించుకొనేవాడిని" అన్నాడు.

ఇలా అని అర్జునుడు మౌనం వహించాడు. అప్పుడు యుధిష్ఠిరుడు లేదా కృష్ణుడు తప్పవేరెవరూ అతని వైపు చూడడానికి గాని, మాట్లాడటానికి గాని సాహసించలేక పోయారు. యుధిష్ఠిరుడు – "మహాబాహూ ! నీవు సంశప్తకులతో పోరాడడానికి వెళ్లినప్పుడే ద్రోణాచార్యుడు నన్ను పట్టుకోవడానికి తీవ్రంగా ప్రయత్నించాడు. రథ సైన్యాన్ని వ్యూహాకారంలో మలిచి పదేపదే ప్రయత్నిస్తూంటే, మేము కూడా వ్యూహాకారంగా సంఘటితమై అతని దాడిని తిప్పి కొడుతూ ఉన్నాం. కాని ద్రోణాచార్యుడు తన వాడిబాణాలతో మమ్మల్ని బాధించసాగాడు. ఆ పరిస్థితిలో వ్యూహ భేదనం మాట అటుంచు. కనీసం మేము అతనివైపు కన్నెత్తి కూడా చూడలేకపోయాం. ఈ స్థితి వచ్చాక మేమంతా అభిమన్యునితో – "నాయనా ! నీవు వ్యూహాన్ని ఛేదించు" అన్నాం. మేము చెప్పడం వలననే సహింపశక్యం కాని ఈ భారం మోయడానికి అతడు అంగీకరించాడు. నీవు నేర్పిన విద్యతో అతడు వ్యూహాన్ని ఛేదించి అందులో ప్రవేశించాడు. మేము కూడా అతడు ఏర్పరచిన మార్గంలో వ్యూహంలో ప్రవేశించడానికి అతని వెనకాలే వెళ్తూ ఉండగా నీచుడైన జయద్రథుడు శంకరుడు ఇచ్చిన వరబలంతో మమ్మల్ని అడ్డుకొన్నాడు. ద్రోణుడు, కృపుడు, కర్ణుడు, అశ్వత్థామ, బృహద్బలుడు, కృతవర్మ – ఈ ఆరుగురు మహారథులు అతనిని అన్నివైపుల నుండి చుట్టుముట్టారు అలా చుట్టుముట్టినా ఆ బాలవీరుడు తన శక్తి కొద్దీ వారిని జయించడానికి పూర్తిగా ప్రయత్నం చేశాడు. కాని వారందరూ కలిసి అతనిని రథహీనుని చేశారు. అతడు ఒంటరిగా నిస్సహాయుడై ఉన్నప్పుడు, దుశ్శాసనుని కొడుకు సంకటస్థితిలో ఉన్న అతనిని చంపివేశాడు. అతడు ముందుగా వేయి ఏనుగులను, గుఱ్ఱాలను, రథాలను, మనుష్యులను సంహరించాడు. తరువాత ఎనిమిది వేల రథాలను, తొమ్మిది వందల ఏనుగులను చంపాడు. ఆ తరువాత రెండు వేల మంది రాజకుమారులను, ఇంకా అనేకులైన పేరులేని వీరులను సంహరించి బృహద్బలుని కూడా స్వర్గానికి అతిథిగా పంపాడు. అటు తరువాతనే తాను మరణించాడు. ఇదే మాకు అన్నిటికీ మించిన శోకహేతువు" అని వివరించాడు.

ధర్మరాజు చెప్పినది విని అర్జునుడు "హా పుత్రా !" అంటూ కరుణ ఉట్టిపడేలా నిట్టూర్పులు విడుస్తూ, అత్యంత శోక వివశుడై నేల మీదకు ఒరిగిపోయాడు. అందరి ముఖాల మీద విషాదం అలముకొంది. అందరూ అర్జునుని చుట్టూ చేరి ఒకరిని ఒకరు రెప్పవాల్చకుండా చూసుకోసాగారు. కొంత సేపటికి అర్జునునికి తెలివి వచ్చింది. అతడు క్రోధంతో – "నేను మీ అందరి ఎదుటా ప్రతిజ్ఞ చేస్తున్నాను. జయద్రథుడు కౌరవులను విడిచి పారిపోకుండా ఉంటే, శ్రీకృష్ణుని గాని, యుధిష్ఠిరుని గాని శరణు కోరకపోతే, రేపు తప్పక అతనిని చంపుతాను. కౌరవులకు ప్రియం చేయడానికే జయద్రథుడు ఆ బాలుని వధకు కారకుడయ్యాడు. కాబట్టి రేపు తప్పకుండా అతనిని మృత్యు ముఖానికి పంపిస్తాను. రేపు అతనిని చంపకపోతే తల్లిదండ్రులను చంపినవాడు, గురుపత్నీ సంగమం చేసినవాడు, చాడీలు చెప్పేవాడు, సాధువులను నిందించేవాడు, ఇతరుల మీద అపవాదు వేసేవాడు, తాకట్టు సొమ్మును అపహరించేవాడు, విశ్వాసఘాతకుడు పొందిన గతినే నేను కూడా పొందుతాను. వేద పండితులైన బ్రాహ్మణులను, పెద్దలను, వృద్ధులను, సాధువులను, గురుజనులను అనాదరించేవారు, బ్రాహ్మణులను, గోవులను, అగ్నిని కాలితో స్పృశించేవారు, నీటిలో మలమూత్రాలు, ఉమ్మి వేసేవారు – ఇట్టి వారికి పట్టిన దుర్గతే రేపు జయద్రథుని చంపకపోతే నాకు కూడా కలుగుతుంది. నగ్నంగా స్నానం చేసేవాడు, అతిథిని నిరాశపరిచేవాడు, వడ్డీ వ్యాపారం చేసేవాడు, అబద్ధాలు ఆడేవాడు, మోసగాడు, ఆత్మవంచకుడు, ఇతరులపై మిథ్యా రోపణలు చేసేవాడు, చుట్టూ ఉన్నవారికి పెట్టకుండానే మధురపదార్థాలు తినేవాడు ఎటువంటి దుర్గతిని అనుభవిస్తాడో, అదే గతి జయద్రథుని చంపక పోతే నాకూ కలుగుగాక ! శరణాగతుని విడిచిపుచ్చిన వానికి, చెప్పినట్లు నడుచుకొనే సజ్జనుని పోషించని వానికి, ఉపకారం చేసిన వానిని నిందించేవానికి, పొరుగున నివసించే మంచి యోగ్యుడైన వ్యక్తికి శ్రాద్ధదానం ఇవ్వకుండా అయోగ్యుడైన వ్యక్తికి ఇచ్చేవానికి, శూద్ర స్త్రీతో సంబంధం ఉన్నవానికి శ్రాద్ధాన్నం పెట్టేవానికి, మద్యం తాగేవానికి, ఆడిన మాట తప్పేవానికి, కృతఘ్నునికి, యజమానిని నిందించే వానికి – ఎటువంటి దుర్గతి కలుగుతుందో అటువంటిదే జయద్రథుని చంపని నాకూ కలుగుతుంది. ఎడమ చేతితో తినేవాడు, ఒళ్లో పెట్టుకొని తినేవాడు, మోదుగు ఆకు మీద కూర్చునేవాడు, పొగాకు నమిలేవాడు, ధర్మాన్ని ఆచరించనివాడు, ప్రాతః కాలంలో

నిద్రించేవాడు, చలికి భయపడే బ్రాహ్మణుడు, యుద్ధానికి భయపడే క్షత్రియుడు, శాస్త్రనింద చేసేవాడు, పగటిపూట నిద్రించేవాడు లేదా మైథునం చేసేవాడు, ఇంటికి నిప్పుపెట్టేవాడు, అగ్నిహోత్రం అన్నా అతిథులన్నా వైముఖ్యం చూపేవాడు, గోవులు తాగే నీటికి అడ్డంకులు కలిగించేవాడు, రజస్వలతో సంగమించేవాడు, వెలకు కన్యను అమ్ముకొనేవాడు, ఎక్కువ మందికి పౌరోహిత్యం చేసేవాడు, బ్రాహ్మణుడై ఉండీ సేవకావృత్తితో జీవితం గడిపేవాడు, నోటితో మైథునం చేసేవాడు, బ్రాహ్మణునికి దానం చేయాలని సంకల్పించి కూడా లోభంతో ఇవ్వనివాడు, – వీరందరికీ దుఃఖం కలిగించే ఏ గతి పడుతుందో అదే జయద్రథుని చంపకపోతే నాకు పడుతుంది. పైన నేను చెప్పిన పాపాత్ములకు, చెప్పని పాపాత్ములకు కూడా పట్టే దుర్గతే నాకూ పడుతుంది – రేపు నేను జయద్రథుని చంపక పోతే. ఇక నా రెండవ ప్రతిజ్ఞ కూడా వినండి. రేపు సూర్యాస్తమయంలోగా జయద్రథుని చంపకపోతే, స్వయంగా నేనే అగ్నికి ఆహుతి అవుతాను. దేవతలు, అసురులు, మనుష్యులు, పక్షులు, నాగులు, పితరులు, రాక్షసులు, బ్రహ్మర్షులు, దేవర్షి, ఈ చరాచర జగత్తు, దీనికంటె వేరైనదీ – వీరందరూ కలిసి కూడా నా శత్రువును రక్షించలేరు. జయద్రథుడు పాతాళంలో దాగినా, ఇంకా కిందికి పోయినా, లేదా అంతరిక్షంలోనికి, దేవతల పట్టణంలోనికి, దైత్యుల నగరంలోకి పారిపోయి దాగుకొన్నా కూడా నేను రేపు నా వందలకొద్దీ బాణాలతో ఆ అభిమన్యుని శత్రువు యొక్క శిరసును ఖండించి తీరుతాను" అన్నాడు.

ఇలా అని అర్జునుడు గాండీవధనుష్టంకారం చేశాడు. ఆ ధ్వని అంతరిక్షంలో ప్రతిధ్వనించింది. అర్జునుని ఆ ప్రతిజ్ఞ విని శ్రీకృష్ణభగవానుడు తన పాంచజన్య శంఖాన్ని పూరించాడు. అర్జునుడు దేవదత్త శంఖాన్ని పూరించాడు. ఆ శంఖ నాదానికి ఆకాశ పాతాళాలతో సహితంగా ఈ జగత్తంతా కంపించి పోయింది. అప్పుడు శిబిరంలో యుద్ధవాద్యాలు మోగాయి. పాండవులు సింహనాదాలు చేశారు.

ద్రోణాచార్యుడు జయద్రథునికి ధైర్యము చెప్పుట.

సంజయుడు చెపుతున్నాడు – "మహారాజా ! దూతలు జయద్రథునికి అర్జునుని ప్రతిజ్ఞ గురించి తెలియచేశారు. వింటూనే జయద్రథుడు శోక విహ్వలుడయ్యాడు. చాలా సేపు ఆలోచించి, అతడు రాజుల సమావేశంలోకి వెళ్లి అక్కడ ఏడవ సాగాడు. అర్జునుని వలన కలిగిన భయానికి కారణాన్ని అతడు సంకోచిస్తూ ఇలా చెప్పాడు – "రాజులారా ! పాండవుల హర్షధ్వని విని నాకు చాలా భయం కలుగుతోంది. మృత్యువు సమీపించిన వానిలా నా శరీరం స్వాధీనం తప్పుతోంది. నిశ్చయంగా అర్జునుడు నన్ను చంపుతానని ప్రతిజ్ఞ చేశాడు. అందుకే కదా శోక సమయాన్ని కూడా పాండవులు హర్షంగా భావిస్తున్నారు. విషయం ఇదే అయితే అర్జునుని ప్రతిజ్ఞను దేవతలు, గంధర్వులు, అసురులు, నాగులు, రాక్షసులు కూడా తప్పించలేరు. ఇక రాజుల సంగతి చెప్పేదేముంది ? మీకు మేలు కలగాలి. ఇక్కడినుండి నాకు సెలవిప్పించండి. నేను వెళ్లి పాండవులకు కనబడని చోట దాక్కుంటాను".

జయద్రథుడు ఈ రీతిగా భయంతో వ్యాకులుడై విలపిస్తూ ఉండడం చూసి దుర్యోధనుడు – "పురుషశ్రేష్ఠా ! నీవు ఇంతగా భయపడకు. యుద్ధంలో పూర్తిగా క్షత్రియ వీరుల మధ్య ఉండే నిన్ను ఎవరు పట్టుకోగలుగుతారు ? నేను, కర్ణుడు, చిత్రసేనుడు, వివింశతి, భూరిశ్రవుడు, శలుడు, శల్యుడు, వృషసేనుడు, పురుమిత్రుడు, జయుడు, భోజుడు, సుదక్షిణుడు, సత్యవ్రతుడు వికర్ణుడు, దుర్ముఖుడు, దుశ్శాసనుడు, సుబాహుడు, కళింగరాజు, విందుడు, అనువిందుడు, ద్రోణుడు, అశ్వత్థామ, శకుని – వీళ్లు, ఇంకా అనేక రాజులు తమ తమ సైన్యాలతో నీ రక్షణ కోసమే కదులుతారు. నీవు మనసులోని చింతను వీడు. సింధురాజా! నీవు స్వయంగానే ఉత్తముడైన మహారథివి. పరాక్రమశాలివి. పాండవులకు ఎందుకు భయపడుతున్నావు ? నా సైన్యం యావత్తూ నీ రక్షణకు సావధానంగా ఉంటుంది. నీ భయాన్ని పారద్రోలు" అన్నాడు.

రాజా ! నీ పుత్రుడు ఇలా ఓదార్చగానే జయద్రథుడు అతనిని వెంటపెట్టుకొని రాత్రివేళలో ద్రోణాచార్యుని వద్దకు వెళ్ళాడు. ఆచార్యుని పాదాలకు నమస్కరించి, అతడు – "స్వామీ ! దూరాన ఉన్న లక్ష్యాన్ని ఛేదించడంలో, చేతి వేగంలో, గట్టి లక్ష్యాన్ని కొట్టడంలోను ఎవరు గొప్ప ? నేనా ? అర్జునుడా ?" అని అడిగాడు.

ద్రోణాచార్యుడు – "నాయనా ! నీకు, అర్జునునికీ కూడా నేనే గురువును అయినప్పటికీ అభ్యాసంలోను, కష్ట సహిష్ణుతలోను అర్జునుడు నిన్ను మించినవాడు. అయినా నీవు అతనికి భయపడనక్కరలేదు. ఎందుకంటే నేను నీకు రక్షకుడను. నా చేతులు ఎవరిని రక్షిస్తూ ఉంటాయో, అతనిపై దేవతలు కూడా ఆధిక్యం చూపలేరు. అర్జునునికి చొరశక్యం కాని వ్యూహం పన్నుతాను. కనుక భయపడకు. మంచి ఉత్సాహంతో యుద్ధం చెయ్యి. నీ వంటి వీరుడు

మృత్యువుకు భయపడనే కూడదు. ఎందుకంటే తపస్సు చేసిన వారు పొందే లోకాలను క్షత్రియ ధర్మం పాటించేవారు అనాయాసంగా పొందగలుగుతారు" అని చెప్పాడు.

ఈ రీతిగా ఓదార్పు లభించాక జయద్రథుని భయం దూరమయింది. అతడు యుద్ధం చేయాలనే ఆలోచించాడు. అప్పుడు తమ సేనలో కూడా హర్షధ్వనులు వినిపించాయి.

అర్జునుడు జయద్రథుని వధించడానికి ప్రతిజ్ఞ చేసినపుడు శ్రీకృష్ణుడు అర్జునునితో - "ధనంజయా ! నీవు నీ సోదరుల సమ్మతినీ తీసుకోలేదు. నన్ను సలహా అడుగనూ లేదు. అయినా జనులందరికీ వినిపించేలా జయద్రథుని చంపుతానని ప్రతిజ్ఞ చేసేశావు. ఇది నీ దుస్సాహసమే. ఇందువల్ల అందరూ మనను ఎగతాళి చేయరా ? నేను కౌరవుల గుడారానికి నా గూఢచారులను పంపాను. వారు ఇప్పుడే అక్కడి నుండి వచ్చి సమాచారాన్ని వినిపించారు. నీవు సింధురాజు వధకు ప్రతిజ్ఞ చేసిన సంగతి తెలిసింది. దీనితో దుర్యోధనుని మంత్రులు నిరుత్సాహులు, భయభ్రాంతులు అయ్యారు. జయద్రథుడు కూడా చాలా శోకించాడు. రాజసభకు వెళ్లి దుర్యోధనునితో - "రాజా ! అర్జునుడు తన కొడుకును చంపినది నేనే అనుకొంటున్నాడు. అందుకని అతడు తన సేనామధ్యంలో నిలబడి నన్ను చంపుతానని ప్రతిజ్ఞ చేశాడు. ఇది సవ్యసాచి చేసిన ప్రతిజ్ఞ. దీనిని దేవగంధర్వులు, అసురులు, నాగులు, రాక్షసులు ఎవరూ అన్యథాకరించలేరు. మహాయుద్ధంలో తమ అస్త్రాలతో అర్జునుని అస్త్రాలను నివారించగల ధనుర్ధరుడెవరూ నీ సైన్యంలో నాకు కనబడడంలేదు. శ్రీకృష్ణుని సహాయంతో అర్జునుడు దేవతలతో సహితంగా ముల్లోకాలను నశింపచేయ గలడని నా విశ్వాసం, కాబట్టి నేనిక్కడ నుండి వెళ్లిపోవడానికి అనుమతిని కోరుతున్నాను. లేదా నీకు సరైనదిగా తోస్తే అశ్వత్థామ ద్రోణాచార్యుల నుండి నన్ను రక్షిస్తామనే హామీ ఇప్పించు" అని అడిగాడు. అప్పుడు దుర్యోధనుడు స్వయంగా వెళ్లి ద్రోణాచార్యుని అనేక విధాలుగా ప్రార్థించాడు. జయద్రథుని రక్షణకు పూర్తిగా ఏర్పాట్లు జరిగాయి. రథం కూడా సిద్ధమయింది. రేపటి యుద్ధంలో కర్ణుడు, భూరిశ్రవుడు, అశ్వత్థామ, వృషసేనుడు, కృపాచార్యుడు, శల్యుడు - ఈ ఆరుగురు మహారథులు ముందు ఉంటారు. ముందు సగభాగం శకటాకారంలోను, వెనుక పద్మాకారంలోనూ ఉండేలా ద్రోణాచార్యుడు వ్యూహం రచించాడు. పద్మవ్యూహానికి మధ్యలో కర్ణిక నడుమ ఉండే సూచీవ్యూహం వద్ద జయద్రథుడు ఉంటాడు. మిగిలిన వీరులందరూ అతనిని నలువైపుల నుండి రక్షిస్తూ ఉంటారు. పైన చెప్పిన ఆరుగురు మహారథులు ధనుర్బాణాల ప్రయోగంలోను, పరాక్రమంలోను, శారీరక బలంలోను దుస్సహులు. వారిలో ఒక్కొక్కరి పరాక్రమం గురించి యోచించు. ఇక వారందరూ కలిసి ఉంటే అప్పుడు వారిని జయించడం సాధ్యం కాదు. ఇప్పుడిక మనమేలు దృష్టిలో పెట్టుకొని కార్యసిద్ధికోసం నేను రాజనీతిజ్ఞులయిన మంత్రులతో, హితైషులతో సంప్రదింపులు జరుపుతాను" అని చెప్పాడు.

అర్జునుడు - "మధుసూదనా ! కౌరవులలో నీవు ఎవరిని అధిక బలవంతులుగా భావిస్తున్నావో వారి పరాక్రమం నాలో సగం కూడా ఉండదని నా ఉద్దేశ్యం. సాధ్యులు, రుద్రులు, వసువులు, అశ్వినీకుమారులు, ఇంద్రుడు, వాయువు, విశ్వేదేవులు, గంధర్వులు, పితరులు, గరుడుడు, సముద్రుడు, ఈ భూమి, దిక్కులు, దిక్పాలకులు, గోలోకము, అడవి జంతువులు - ఈ సంపూర్ణ చరాచర ప్రాణులన్నీ సింధురాజును రక్షించడానికి వచ్చినా నేను సత్యంమీదా, నా ఆయుధాల మీదా ఒట్టు వేసి చెపుతున్నాను - రేపు జయద్రథుని నా బాణాలతో సంహరించడం మీరు చూస్తారు. నేను యమ, కుబేర, వరుణ, ఇంద్ర రుద్రుల నుండి పొందిన భయంకరమైన అస్త్రాలను రేపు యుద్ధంలో జనులందరూ చూస్తారు. జయద్రథుని రక్షణకై నిలుచున్నవారు వేసే అస్త్రాలనన్నిటినీ నేను బ్రహ్మాస్త్రంతో ఖండించి పడవేస్తాను. కేశవా ! రేపు ఈ భూమిపై నా బాణాలకు తెగిపడిన రాజకుమారుల తలలు పరచుకొని ఉండడం నీవు చూస్తావుగా. హృషీకేశా ! గాండీవం వంటి దివ్య ధనుస్సు ఉంది. నేను వీరుడిని, నీవు సారథివి ఇవన్నీ సమకూడినప్పుడు నేను ఎవరిని జయించలేను ? దేవా ! మీ అనుగ్రహంతో ఈ యుద్ధంలో నాకు సాధ్యం కానిది ఏమి ఉంటుంది ? శత్రువులు నా వేగాన్ని సహించలేరని మీకు తెలిసినదేకదా ! అయినా ఎందుకు మీరు నన్ను సిగ్గుపడేలా చేస్తున్నారు ? బ్రాహ్మణులలో సత్యము, సాధువులలో నమ్రత, యజ్ఞాలలో లక్ష్మి ఉండడం ఎంత నిశ్చయమో, నారాయణుడు ఉన్నచోట విజయం కూడా అంతే నిశ్చయం రేపు తెల్లవారే సరికి నారథం సిద్ధంగా ఉండేలా ఏర్పాటు చేయండి. ఎందుకంటే మన మీద చాలా భారమైన పని పడింది" అన్నాడు.

సుభద్ర విలపించుట - శ్రీకృష్ణుడు ఓదార్చుట

సంజయుడు చెపుతున్నాడు - తదనంతరం అర్జునుడు శ్రీకృష్ణునితో - "దేవా ! ఇప్పుడు మీరు సుభద్రను, ఉత్తరను సముదాయించండి ఎలాగైనా సరే వారి శోకం తగ్గేలా చూడండి." అని ప్రార్థించాడు. శ్రీకృష్ణుడు చాలా విచారంగా అర్జునుని శిబిరంలోకి వెళ్లాడు. పుత్రశోకంతో తల్లడిల్లుతున్న తన చెల్లెలిని ఓదార్చసాగాడు. అతడు - "సోదరీ ! నీవూ, కోడలు ఉత్తరా శోకించకండి. కాలుని వలన ప్రతి జీవికీ ఒక రోజున ఇలాంటి స్థితి వస్తుంది. నీ కొడుకు ఉత్తమ వంశంలో పుట్టాడు. ధీరుడు, వీరుడు, పైగా క్షత్రియుడు. ఈ మరణం అతనికి యోగ్యమైనదే. కాబట్టి శోకం విడిచిపెట్టు. చూడు. గొప్ప గొప్ప సత్పురుషులు తపస్సు, బ్రహ్మచర్యం, శాస్త్రజ్ఞానం, సద్బుద్ధి ద్వారా పొందాలనుకొనే ఉత్తమ గతి నీ పుత్రునికి కూడా లభించింది. నీవు వీరమాతవు, వీరపత్నివి, వీరకన్యవు. పైగా వీరునికి సోదరివి. కల్యాణీ ! నీ కొడుకుకు చాలా ఉత్తమగతి లభించింది. నీవు అతనికోసం శోకించకు. పిల్లవాడిని చంపించిన పాపాత్ముడు జయద్రథుడు అమరావతికి వెళ్లి దాగుకొన్నాకానీ ఇక అర్జునుని చేతినుండి తప్పించుకోలేడు. జయద్రథుని తల తెగి స్యమంతపంచకం వెలుపలకు వెళ్లి పడిందని రేపే నీవు వింటావు. పరాక్రమవంతుడైన అభిమన్యుడు క్షత్రియధర్మాన్ని పాటించి సజ్జన గతిని పొందాడు. అలాంటి గతిని మేము, ఇతర శస్త్రధారులైన క్షత్రియులు పొందాలనుకొంటాము. చెల్లాయీ ! శోకించడం మాని కోడలికి ధైర్యం చెప్పు. అర్జునుడు చేసిన ప్రతిజ్ఞ సరియైనదే. దానిని ఎవరూ తిప్పలేరు. నీ భర్త చేయదలచుకొన్నది నిష్ఫలం కాదు. మనుష్యులు, నాగులు, పిశాచులు, రాక్షసులు, పక్షులు, దేవతలు అసురులు కూడా యుద్ధంలో జయద్రథునికి సహాయకులుగా వచ్చినా కూడా అతడు రేపు జీవించి ఉండలేడు" అని సముదాయించాడు.

శ్రీకృష్ణుని మాటలు విని సుభద్రకు దుఃఖం ఉప్పొంగి వచ్చింది. ఆమె మిక్కిలి దుఃఖంతో విలపిస్తూ - "అయ్యో ! కొడుకా ! నీవు లేక నేను ఈ రోజు దురదృష్టవంతురాలిని అయ్యాను. నాయనా ! నీవు నీ తండ్రి అంతటి పరాక్రమశాలివి. అయినా యుద్ధంలో ఎలా మరణించావు ? పాండవులు, వృష్ణివంశీయులు, పాంచాలురు బ్రతికి ఉండగానే నిన్ను ఎవరు అనాథలా చంపివేశారు ? అయ్యో ! నిన్ను చూడాలని ఆత్రుతగా ఉంది. నేడు భీమసేనుని బలం వ్యర్థం. అర్జునుడు ధనుస్సు ధరించడం, వృష్ణి, పాంచాల వీరవరుల పరాక్రమం వ్యర్థం. కేకయ, చేది, మత్స్య, సృంజయ వీరులను కూడా పదే పదే నిందించాలి. వీరంతా నీవు యుద్ధానికి వెళ్తే నిన్ను రక్షించలేకపోయారు. ఈ రోజు ఈ పుడమి అంతా శూన్యంగా, శ్రీవిహీనంగా కనిపిస్తోంది. నా శోకాకుల నేత్రాలు అభిమన్యునికై వెదకుతున్నాయి. కాని చూడలేకపోతున్నాను. అయ్యో ! శ్రీకృష్ణుని మేనల్లుడవు. గాండీవధారి అర్జునునికి అతిరథుడవైన పుత్రుడవు. అయినాకూడా రణభూమిలో నీవు ఎలా పడిపోయావయ్యా ? నేను నిన్ను ఎలా చూడగలను? తండ్రీ ! ఎక్కడ ఉన్నావురా ? రా ! నా ఒళ్లో వచ్చి కూర్చో, అభాగ్యురాలైన నీ ఈ తల్లి నిన్ను చూడాలని తహతహ లాడుతోంది. హో వీరా ! స్వప్నంలోని సంపత్తిలా కనిపించి నీవు ఎక్కడ దాక్కున్నావయ్యా ? అయ్యో ! ఈ మానవ జీవితం నీటి బుడగలా ఎంత చంచలమైనది ? నాయనా ! నీవు అకాలంలో వెళ్లిపోయావు. తరుణ వయస్కురాలయిన ఈ నీ భార్య శోకంలో మునిగిపోయింది. ఈమెకు నేను ఏమని ధైర్యం చెప్పను ? నిశ్చయంగా కాలగతి తెలుసుకోవడం విద్వాంసులకు కూడా కష్టమే. అయినా శ్రీకృష్ణుని వంటి సహాయకులు బ్రతికి ఉండగానే నీవు అనాథలా మరణించావు. వత్సా ! యజ్ఞాలు, దానాలు చేసేవారు, ఆత్మజ్ఞానులైన బ్రాహ్మణులు, బ్రహ్మచారులు, పుణ్యతీర్థాలలో స్నానమాచరించేవారు, కృతజ్ఞులు, ఉదారులు, గురుసేవ చేసేవారు, సహస్ర గోవులను దానం చేసేవారు, పొందేగతి నీకు కూడా కలుగునుగాక ! పతివ్రత అయిన స్త్రీ, సదాచార వంతుడయిన రాజు, దీనుల పట్ల దయ గలవాడు, చాడీలు చెప్పేవాడికి దూరంగా ఉండేవాడు, ధర్మశీలుడు, నియమవంతుడు, అతిథి సత్కారాలు చేసేవాడు - వీరికి కలిగే గతి నీకూ కలుగునుగాక ! నాయనా ! ఆపదలలో సంకట సమయాలలో ధైర్యంగా తమ్ము తాము సంబాళించు కొనేవారు, ఎప్పుడూ తల్లిదండ్రులను సేవించేవారు, తన భార్యయందే సంతృప్తి చెందేవారు, - వీరికి కలిగిన గతే నీకూ కలగాలి. మాత్సర్య రహితులు, అందరినీ సాంత్వన దృష్టితో చూసేవారు, క్షమా గుణం కలవారు, ఎవరినీ మాటలతో గాయపరచనివారు, మద్యమాంసాలకు, మద గర్వాలకు మిథ్యా వాక్కులకు దూరంగా ఉండేవారు, ఇతరులకు కష్టం కలిగించనివారు, సంకోచ స్వభావం కలవారు, సంపూర్ణమైన శాస్త్రజ్ఞానం కలవారు, జ్ఞానానంద పరిపూర్ణులు, జితేంద్రియులు - ఇటువంటి సత్పురుషులకు కలిగే గతి నీకు కూడా కలుగునుగాక !" అన్నది.

ఈ రీతిగా శోకంతో చిక్కి, దైన్యంగా విలపిస్తున్న సుభద్ర దగ్గరకు ద్రౌపది, ఉత్తర కూడా వచ్చిచేరారు. ఇక ఆమె దుఃఖానికి అంతులేకపోయింది. అందరూ వెక్కి వెక్కి ఏడుస్తున్నారు. ఉన్మత్తులవలె నేలపై పొడి పొర్లుతూ స్పృహ తప్పిపోయారు. వారి అవస్థను చూచి శ్రీకృష్ణుడు మిక్కిలి దుఃఖపడుతూ వారిని స్పృహలోకి తెచ్చే ఉపాయాలు చేయసాగాడు. నీళ్ల చల్లి వారిని తెలివిలోకి తెచ్చి - "సుభద్రా! ఇక కొడుకు గురించి శోకించకు. ద్రౌపదీ ! నీవు ఉత్తరకు ధైర్యం చెప్పు. అభిమన్యుడు ఉత్తమగతిని పొందాడు. మన వంశంలోని ఉత్తమ పురుషులు అందరూ యశస్వి అయిన అభిమన్యుని గతినే పొందాలని మేమంతా కోరుకొంటున్నాం. మహారథి అయిన నీ కొడుకు ఒంటరిగా చేసి చూపిన పనినే మేము, మా స్నేహితులు అందరూ కూడా చేస్తాం" అని ధైర్యం చెప్పాడు.

సుభద్రను, ద్రౌపదిని, ఉత్తరను ఈ రీతిగా ఓదార్చి శ్రీకృష్ణభగవానుడు తిరిగి అర్జునుని వద్దకు వచ్చాడు. చిన్నగా నవ్వుతూ - "అర్జునా ! నీకు మేలు కలుగుగాక ! ఇక వెళ్లి పడుకో. నేనూ వెళ్తున్నాను" అన్నాడు. ఇలా చెప్పి అతడు అర్జునుని శిబిరం వద్ద ద్వారపాలకులను నిలబెట్టి, కొంతమంది శస్త్రధారులైన రక్షకులను సహాయకులుగా నియమించాడు. అనంతరం తాను దారుకుని వెంట బెట్టుకొని తన శిబిరానికి వెళ్లాడు. చేయదగిన ఎన్నో విషయాల గురించి ఆలోచిస్తూ శయ్యపై వాలాడు. అర్ధరాత్రివేళ అతనికి మెలకువ వచ్చింది. అప్పుడు అర్జునుని ప్రతిజ్ఞ గుర్తుకు వచ్చి దారుకునితో - "పుత్ర శోకంతో ఆర్తుడై అర్జునుడు "రేపు నేను జయద్రథుని చంపుతాను" అని ప్రతిజ్ఞ చేసేశాడు. కాని ద్రోణుడు రక్షిస్తున్న వానిని ఇంద్రుడు కూడా సంహరించలేడు. కాబట్టి సూర్యాస్తమయానికి ముందుగానే అర్జునుడు జయద్రథుని చంపేలా నేను ప్రణాళిక వేస్తాను. దారుకా ! నాకు భార్య, మిత్రుడు, బంధువర్గం - ఎవరూ కూడా అర్జునుని మించి ప్రీతి పాత్రులు కారు. అర్జునుడు లేని ఈ లోకాన్ని ఒక్కక్షణం కూడా చూడలేను. అలా జరుగనే జరుగదు. అర్జునుని కోసం నేను కర్ణదుర్యోధనాది మహావీరులు అందరినీ వారి గుఱ్ఱాలు, ఏనుగులతో సహితంగా సంహరిస్తాను. రేపు ఈ ప్రపంచానికంతటికీ అర్జునునికి నేను మిత్రుడినేనే సంగతి తెలుస్తుంది. అతనిని ద్వేషించేవాడు నన్నూ ద్వేషిస్తాడు. అతనికి అనుకూలుడు నాకూ అనుకూలుడే. అర్జునుడు నా శరీరంలో సగ భాగం అని నీవు మనస్సులో నిశ్చయంగా తెలుసుకో. తెల్లవారగానే నారథం సిద్ధం చేసి ఉంచు. దానిలో సుదర్శన చక్రం, కౌమోదకీగద, దివ్యశక్తి, శార్ఙ్గ ధనుస్సుతో సహా అన్ని అవసరమైన సామగ్రి ఉంచు. గుఱ్ఱాలను కట్టి ఎదురు చూస్తూ ఉండు. నా పాంచజన్యం పూరించగానే అతి వేగంగా నా దగ్గరకు రథం తీసుకొనిరా. అర్జునుడు ఏఏ వీరులను వధించాలని ప్రయత్నిస్తాడో అక్కడల్లా అతనికి అవశ్యం విజయం లభిస్తుందని నేను ఆశిస్తున్నాను" అన్నాడు.

దారుకుడు - "పురుషోత్తమా ! మీరు సారథులుగా ఉంటే అతనికి విజయం నిశ్చయంగా కలుగుతుంది. పరాజయమనేది ఎలా సంభవించగలదు ? అర్జునుని విజయం కోసం మీరు నన్ను చేయమని ఆదేశించినది తెల్లవారగానే నెరవేరుస్తాను" అని సమాధానం ఇచ్చాడు.

అర్జునుని స్వప్న వృత్తాంతము -
శ్రీకృష్ణుడు యుధిష్ఠిరునికి ధైర్యము చెప్పుట

సంజయుడు చెపుతున్నాడు - అర్జునుడు తన ప్రతిజ్ఞను నిలబెట్టుకొనే విషయమై ఆలోచిస్తూ పడుకొన్నాడు. అతడు చింతించడం తెలుసుకొని స్వప్నంలో శ్రీకృష్ణుడు అతనికి దర్శనమిచ్చాడు. భగవానుని చూస్తూనే అర్జునుడు లేచి, అతనికి కూర్చోడానికి ఆసన మిచ్చి తాను మౌనంగా నిలబడ్డాడు. శ్రీకృష్ణుడు అతని నిశ్చయం తెలుసుకొని - "ధనంజయా ! నీకు ఎందుకు విచారం కలుగుతోంది ? బుద్ధిమంతుడు ఆలోచిస్తూ ఉండకూడదు. అందువల్ల పని పాడవుతుంది. చేయడానికి యోగ్యమైన పని వస్తే చేసెయ్యి. ప్రయత్నం లేని మనిషి యొక్క శోకం అతనికి శత్రువులా పనిచేస్తుంది" అన్నాడు.

భగవంతుడు ఇలా అనగానే అర్జునుడు - కేశవా ! నా కుమారుని చంపడానికి కారకుడైన జయద్రథుని నేను రేపు చంపుతానని మహాగొప్ప ప్రతిజ్ఞ చేశాను. కాని నా ప్రతిజ్ఞను భంగపరచడానికి కౌరవులు తప్పకుండా జయద్రథుని అందరికీ వెనుక నిలబెడతారని ఆలోచిస్తున్నాను. మహారథులు అందరూ అతనిని రక్షిస్తూ ఉంటారు. పదకొండు అక్షౌహిణుల సైన్యంలో చావగా మిగిలినవారు అందరూ అతని చుట్టూ ఉంటే జయద్రథుని నేను ఎట్లా చూడను ? కనపడకపోతే ప్రతిజ్ఞ నెరవేర్చడం కుదరదు. ప్రతిజ్ఞా భంగం అయితే నావంటివాడు ఎలా జీవించి ఉండగలడు ? అన్ని ఉపాయాలూ దుఃఖదాయకంగానే ఉన్నాయి. అందుకే నా ఆశ నిరాశగా పరిణమిస్తోంది. అంతే కాకుండా ఈ రోజులలో సూర్యుడు తొందరగా అస్తమిస్తాడు. ఈ కారణాలన్నిటివల్లా నేను ఇలా

అంటున్నాను" అని చెప్పాడు.

అర్జునుని చింతకు కారణం విన్న శ్రీకృష్ణుడు – "పార్థా ! శంకరునివద్ద పాశుపతమనే దివ్యమైన ఒక సనాతన అస్త్రం ఉంది. దానితో అతడు పూర్వం దైత్యులందరినీ సంహరించాడు. నీకు ఆ అస్త్రం గురించిన జ్ఞానం కలిగితే తప్పకుండా రేపు జయద్రథుని వధించగలవు. ఒక వేళ ఆ జ్ఞానం లేకపోతే మనసులోనే శంకర భగవానుని ధ్యానించు అలా చేస్తే అతని దయవల్ల నీవు ఆ మహాస్త్రాన్ని పొందగలవు" అని చెప్పాడు.

శ్రీకృష్ణ భగవానుని మాటలు విని అర్జునుడు ఆచమించి నేలపై ఆసనం పరచుకొని కూర్చున్నాడు. ఏకాగ్ర చిత్తంతో శంకరుని ధ్యానించసాగాడు. అనంతరం అర్జునుడు శుభకరమైన బ్రాహ్మముహూర్తంలో శ్రీకృష్ణునితోపాటు తాను కూడా ఆకాశంలో ఎగరడం ధ్యానావస్థలో చూశాడు. అప్పుడు వారు వాయువేగంతో పయనిస్తున్నారు. శ్రీకృష్ణుడు అతని కుడి చేతిని పట్టుకొని ఉన్నాడు. ఉత్తరదిశగా ముందుకు సాగి వారు హిమాలయంలోని పవిత్ర ప్రదేశాలను, మణిమంత పర్వతాన్ని చూశారు. అక్కడ దివ్యజ్యోతి మిణుకు మిణుకు మంటోంది. సిద్ధులు, చారణులు అక్కడ విహరిస్తున్నారు. మార్గంలో అద్భుత భావాలను దర్శిస్తూ వారు ముందుకు వెళ్లగా శ్వేతపర్వతం కనపడింది. దగ్గరలోనే కుబేరుని విహారవనం ఉంది. అందులోని సరోవరంలో తామరలు వికసించిఉన్నాయి. కొద్ది దూరంలోనే అగాధ జలంతో నిండిన గంగానది ప్రవహిస్తోంది. ఆ తీరంలో ఋషుల పవిత్రాశ్రమాలు ఉన్నాయి. దాని ముందు మందరా చలానికి సంబంధించిన రమణీయ ప్రదేశాలు దృష్టిగోచరమయ్యాయి. అక్కడ కిన్నరుల సంగీత స్వరలహరులు వినిపిస్తున్నాయి. ఇలా అనేక దివ్యస్థానాలు గడిచాక వారిద్దరూ పరమ ప్రకాశమానమైన ఒక పర్వతాన్ని చూశారు. దాని శిఖరం మీద శంకర భగవానుడు విరాజిల్లుతున్నాడు. వేల సూర్యుల కాంతితో దేదీప్యమానంగా వెలుగొందుతున్నాడు. అతని చేతిలో త్రిశూలం, తల మీద జటాజూటం శోభనిస్తున్నాయి. తెల్లని శరీరం మీద వల్కలం, మృగచర్మం చుట్టుకొని భగవానుడు భూతనాథుడు పార్వతీ దేవితోపాటు కూర్చున్నాడు. తేజస్వులైన భూత గణం వారి సేవలో ఉపస్థితమై ఉంది. బ్రహ్మవాదులైన ఋషులు దివ్యస్తోత్రాలతో అతనిని స్తుతిస్తున్నారు.

అతని వద్దకు చేరుకొని కృష్ణభగవానుడు, అర్జునుడు నేలకు శిరసులు తాకించి అతనికి నమస్కరించారు. ఆ నరనారాయణులు ఇద్దరూ రావడం చూసి శంకరభగవానునికి ఆనందం కలిగింది. అతడు నవ్వుతూ – వీరరరులారా ! మీ ఇద్దరికీ స్వాగతం. లేవండి విశ్రమించండి. మీ కోరిక ఏమిటో వెంటనే చెప్పండి. మీరు వచ్చిన పని పూర్తిగా నెరవేరుస్తాను" అని అన్నాడు.

శివుని మాటలు విని కృష్ణార్జునులు ఇద్దరూ చేతులు జోడించి, నిలబడి అతనిని స్తుతించసాగారు. "భగవాన్ ! మీరే భవుడు, శర్వుడు, రుద్రుడు, వరదుడు, పశుపతి, ఉగ్రుడు, కపర్ది, మహాదేవుడు, భీముడు, త్ర్యంబకుడు, శాంతి, ఈశానుడు మొదలైన పేర్లతో ప్రసిద్ధులు. మీకు మేము పదే పదే నమస్కరిస్తున్నాము. మీరు భక్తులపై దయ చూపేవారు. ప్రభూ ! మా మనోరథం సిద్ధింపచేయండి" అని వేడుకొన్నారు.

అనంతరం అర్జునుడు మనసులోనే శివుని, కృష్ణుని పూజించుకొని, శంకరునితో – దేవా ! నేను దివ్యాస్త్రాన్ని కోరుకొంటున్నాను" అన్నాడు. అది విని శంకరుడు చిరునవ్వుతో – "శ్రేష్ఠుడైన పురుషుడా ! నేను మీ ఇద్దరినీ స్వాగతిస్తున్నాను. మీ కోరిక తెలిసింది. మీరు దేనికై వచ్చారో అది ఇప్పుడే ఇస్తాను. ఇక్కడికి సమీపంలోనే అమృతమయమైన ఒక దివ్య సరోవరం ఉంది. అందులోనే నా దివ్యధనువును, బాణాన్ని ఉంచాను. అక్కడికి వెళ్లి బాణసహితంగా వింటిని తీసికొని రండి" అని చెప్పాడు.

మంచిదని చెప్పి ఆ వీరులిద్దరూ శివుని పార్షదులతో కలిసి ఆ సరోవరానికి వెళ్లారు. అక్కడకు వెళ్లి వారు రెండు నాగులను చూశారు. ఒకటి సూర్యమండలంలా ప్రకాశిస్తోంది. రెండవది వేయి తలలు కలిగినది. ముఖం నుండి అగ్నిజ్వాలలు వెలువడుతున్నాయి. కృష్ణార్జునులు ఇద్దరూ సరోవరజలంతో ఆచమించి, ఆ నాగులను సమీపించారు. చేతులు జోడించి శివునికి ప్రణామం చేస్తూ శతరుద్రీయం పఠించసాగారు. అప్పుడు శంకర భగవానుని ప్రభావం వలన రెండు మహానాగాలు తమ స్వరూపాలు విడిచి ధనుర్బాణాలుగా మారాయి. అది చూసి వారిద్దరికీ చాలా ఆనందమయింది. దేదీప్యమానమయిన ఆ ధనుర్బాణాలను తీసుకొని శంకరుని వద్దకు వచ్చారు. అక్కడకు వచ్చివారు ఆ అస్త్రాలను శంకరునికి సమర్పించారు. అప్పుడు శంకరుని ప్రక్కటెముకలో నుండి ఒక బ్రహ్మచారి వెలువడ్డాడు. అతడు వీరాసనంలో కూర్చుని ఆ ధనుస్సునుపైకి ఎత్తాడు. శాస్త్రోక్తంగా దానిలో బాణం సంధించి లాగాడు. అర్జునుడు అదంతా శ్రద్ధగా చూస్తున్నాడు. అప్పుడు ఆ బ్రహ్మచారి ఆ ధనుర్బాణాలను తిరిగి

సరోవరంలోనికి విసిరివేశాడు. అనంతరం మహాదేవుడు ప్రసన్నుడై పాశుపతమనే తన ఘోరాస్త్రాన్ని అర్జునునకు ప్రసాదించాడు. అది పొందిన అర్జునుని సంతోషానికి అవధులు లేకపోయాయి. అతని శరీరం పులకించింది. తన్ను తాను కృతార్థునిగా భావించాడు. కృష్ణార్జునులిద్దరూ తిరిగి మహాదేవునకు నమస్కరించి, అతని అనుజ్ఞ తీసుకొని తమ శిబిరానికి వెళ్లారు. (ఇదంతా అర్జునుడు స్వప్నంలోనే దర్శించాడు).

సంజయుడు చెపుతున్నాడు - ఇక్కడ శ్రీకృష్ణుడు, దారుకుడు కబుర్లు చెప్పుకుంటూ ఉండగానే తెల్లవారిపోయింది. ఇంకొక వైపు యుధిష్ఠిరుడు కూడా మేలుకొనే ఉన్నాడు. అతడు లేచి స్నాన గృహానికి వెళ్లాడు. అక్కడ స్నానం చేసి శ్వేత వస్త్రాలు ధరించి ఉన్న నూట ఎనిమిది మంది స్నాతకులైన యువకులు నీటి కడవలను పట్టుకొని నిలుచుని ఉన్నారు. యుధిష్ఠిరుడు ఒక సన్నని బట్ట కట్టుకొని శ్రేష్ఠమైన ఆసనం మీద కూర్చున్నాడు. ఆ మంత్ర పూతమైన జలంతో స్నానం చేయసాగాడు. అతడు స్నానపూజాది కాలు నిర్వర్తించి వచ్చి కూర్చున్నాడో లేదో ద్వారపాలకుడు వచ్చి "మహారాజా ! శ్రీకృష్ణ భగవానులు వేంచేస్తున్నారు" అనే వార్త తెలిపాడు. రాజు - "అతనిని స్వాగత పూర్వకంగా తోడ్కొని రా" అన్నాడు. అనంతరం శ్రీకృష్ణుడు ఒక అందమైన ఆసనం మీద విరాజిల్లి ఉండగా యుధిష్ఠిరుడు అతనిని విధివిధానంగా పూజించాడు. తరువాత ఇతర సభ్యులు కూడా వస్తున్నట్లు తెలిసింది. రాజు అనుమతితో ద్వారపాలకుడు వారిని కూడా లోనికి తోడి తెచ్చాడు. విరాటుడు, భీమసేనుడు, ధృష్టద్యుమ్నుడు, సాత్యకి, చేదిరాజు ధృష్టకేతుడు, ద్రుపదుడు, శిఖండి, నకులుడు, సహదేవుడు, యుధామన్యుడు, సుబాహుడు, ఉపపాండవులు - వీరే కాక ఇతరక్షత్రియ మహాపురుషులెందరో యుధిష్ఠిరుని సేవించడానికి వచ్చి ఉత్తమాసనాలను అలంకరించారు. శ్రీకృష్ణుడు సాత్యకి ఒకే ఆసనంపై కూర్చున్నారు. అప్పుడు యుధిష్ఠిరుడు అందరూ వింటూ ఉండగా శ్రీకృష్ణునితో - "భక్తవత్సలా ! దేవతలు ఇంద్రుని ఆశ్రయించుకొని ఉన్నట్లుగానే మేమూ మిమ్మల్ని శరణు పొంది యుద్ధంలో విజయాన్ని, సుస్థిరమైన సుఖాన్ని పొందాలనుకొంటున్నాం. సర్వేశ్వరా ! మా సుఖం, మా ప్రాణరక్షణ - అంతా మీ అధీనమే. మా మనసులు మీయందే లగ్నం అయ్యేలా, అర్జునుని ప్రతిజ్ఞ నిజమయ్యేలా మీరు అనుగ్రహించండి. ఈ దుఃఖరూపమైన మహాసాగరం నుండి మీరే మమ్మల్ని ఉద్ధరించాలి. పురుషోత్తమా ! మీకు పదివేల నమస్కారాలు. దేవర్షి నారదుడు మిమ్మల్ని ప్రాచీనుడైన నారాయణ ఋషి అని చెపుతారు. మీరే వరాలను ఇచ్చే విష్ణువు. ఆ మాటను నేడు నిజమని నిరూపించండి" అన్నాడు.

శ్రీకృష్ణ భగవానుడు - "అర్జునుడు బలవంతుడు, అస్త్ర విద్యలు తెలిసినవాడు, పరాక్రమవంతుడు యుద్ధంలో నేర్పరి, తేజస్వి, అతడు తప్పకుండా మీ శత్రువులను సంహరిస్తాడు. అగ్ని కట్టెలను కాల్చినట్లుగా అర్జునుడు ధృతరాష్ట్ర పుత్రుని సైన్యాన్ని కాల్చివేసేలా నేను కూడా ప్రయత్నం చేస్తాను. అభిమన్యుని చంపించిన పాపాత్ముడు జయద్రథుని అర్జునుడు తన బాణాలతో సంహరించి, తిరిగి ఇక్కడి మనుష్యులకు కనబడని చోటుకు పంపిస్తాడు. ఇంద్రునితో పాటు సమస్త దేవతలు కూడా అతనిని రక్షించడానికి దిగి వచ్చినా, ఈ రోజు యుద్ధంలో ప్రాణాలు కోల్పోయి అతడు యమపురానికి వెళ్లక తప్పదు. రాజా ! అర్జునుడు ఈ రోజు జయద్రథుని చంపాకనే మీ దగ్గరకు వస్తాడు. కాబట్టి శోకాన్ని, చింతను వదిలిపెట్టండి" అన్నాడు.

వీరి మధ్య ఇలా సంభాషణ జరుగుతూనే ఉంది, ఇంతలో అర్జునుడు తన మిత్రులతో కలిసి రాజు యొక్క దర్శనం కోసం అక్కడకు వచ్చాడు. లోపలికి వచ్చి యుధిష్ఠిరునికి ప్రణమిల్లి, ఎదుట నిలబడ్డాడు. అతనిని చూస్తూనే యుధిష్ఠిరుడు లేచి ఎంతో ప్రేమతో ఆలింగనం చేసుకొన్నాడు. అతని శిరసును ఆఘ్రాణించి చిరునవ్వు నవ్వుతూ - "అర్జునా! నేడు ప్రసన్నంగా ఉన్న నీ ముఖకాంతి, శ్రీకృష్ణుని యొక్క ప్రసన్నత్వం వలన యుద్ధంలో మీ విజయం నిశ్చితమని తెలుస్తోంది" అన్నాడు. అర్జునుడు - "సోదరా ! రాత్రి నేను కేశవుని దయవలన ఒక మహాద్భుతమైన కలను చూశాను" అని తన మేలుకోరే వారందరికీ ధైర్యం కలగడానికి శంకరుని దర్శనం ఎలా అయిందో ఆ తన స్వప్నవృత్తాంతం అంతా వినిపించాడు. అది విని వారందరూ ఆశ్చర్యచకితులై మహాదేవునికి నమస్కరించి - "ఇది చాలా మంచిగా జరిగింది" అనుకోసాగారు.

తదనంతరం అందరూ ధర్మజుని అనుమతిని తీసుకొని కవచాదులు ధరించి, తొందరగా యుద్ధానికి బయలుదేరారు. అందరి మనసులలోనూ ఆనందం ఉత్సాహం. సాత్యకి, శ్రీకృష్ణుడు, అర్జునుడు కూడా యుధిష్ఠిరునికి ప్రణమిల్లి యుద్ధం చేయడానికి ప్రసన్నంగా అతని శిబిరం నుండి బయటకు వచ్చారు. సాత్యకి శ్రీకృష్ణుడు ఒకే రథం ఎక్కి

అర్జునుని శిబిరానికి వెళ్లారు. అక్కడకు వెళ్లి శ్రీకృష్ణుడు సారథిలా అర్జునుని రథాన్ని సమస్త సామగ్రితో అలంకరించి సిద్ధంచేశాడు. ఇంతలో అర్జునుడు కూడా తన దైనిక కర్మలను పూర్తి చేసుకొని ధనుర్బాణాలు ధరించి బయటకు వచ్చాడు. రథానికి ప్రదక్షిణం చేసి, దానిని ఎక్కాడు. సాత్యకి, శ్రీకృష్ణుడు అర్జునునికి ముందు కూర్చున్నారు. శ్రీకృష్ణుడు గుఱ్ఱాల పగ్గాలను చేతిలోకి తీసుకొన్నాడు. అర్జునుడు వారిద్దరితో కలిసి యుద్ధానికి బయలుదేరాడు. ఆ సమయంలో విజయాన్ని సూచించే అనేక రకాల శుభశకునాలు కనిపించాయి. కౌరవుల సైన్యంలో దుర్నిమిత్తాలు పొడసూపాయి. శుభ శకునాలు చూసి అర్జునుడు సాత్యకితో - యుయుధానా ! ఈ కనబడుతున్న నిమిత్తాలను బట్టి ఈ రోజు నిశ్చయంగా యుద్ధంలో విజయం కలుగుతుందని తెలుస్తోంది. కాబట్టి జయద్రథుడు నా పరాక్రమానికై ప్రతీక్షిస్తున్న చోటికి ఇక నేను వెళతాను. ఇప్పుడు యుధిష్ఠిరుని రక్షణ భారం నీ మీద ఉన్నది. ఈ లోకంలో యుద్ధంలో నిన్ను ఓడించగల వీరులు ఎవరూ కూడా లేరు. నీవు సాక్షాత్తు శ్రీకృష్ణునంతటి వాడవు. నీ మీదా లేదా ప్రద్యుమ్నుని మీదనే నాకు ఎక్కువ నమ్మకం. నా గురించిన ఆలోచన మాని అన్ని విధాలా రాజు రక్షణలోనే ఉండు. వాసుదేవుడు, నేను ఉన్నచోట విపత్తి కలిగే అవకాశం లేదు" అన్నాడు. అర్జునుడు ఇలా చెప్పాక సాత్యకి - "చాలా మంచిది" అని చెప్పి యుధిష్ఠిరుడు ఉన్న చోటికి వెళ్లాడు.

ధృతరాష్ట్రుడు విచారించుట - సంజయుడు దెప్పిపొడుచుట.

ధృతరాష్ట్రుడు అన్నాడు - "సంజయా ! అభిమన్యుడు మరణించాక దుఃఖంతో శోకమగ్నులైన పాండవులు తెల్లవారాక ఏమి చేశారు ? నా పక్షం వారు ఏ ఏ యోధులు యుద్ధం చేశారు ? అర్జునుని పరాక్రమం తెలిసి ఉండీ వారు అతనిపట్ల తప్పు చేశారు. ఇలాంటి స్థితిలో నిర్భయంగా ఎలా ఉండగలరు? శ్రీకృష్ణభగవానుడు ప్రాణులందరి పట్ల దయతలచి కౌరవ పాండవులకు సంధి చేయాలనే కోరికతో ఇక్కడికి వచ్చినపుడు నేను మూర్ఖుడైన దుర్యోధనునితో - "నాయనా ! వాసుదేవుడు చెప్పినట్లుగా తప్పకుండా సంధి చేసుకో. మంచి అవకాశం చేతికి వచ్చింది. దుర్యోధనా ! దీనిని వదులుకోకు. శ్రీకృష్ణుడు నీ మేలు కోసమే చెపుతున్నాడు. స్వయంగా సంధికోసం ప్రార్థిస్తున్నాడు. ఇతని మాట వినకపోతే, యుద్ధంలో నీకు విజయం అసంభవం" అని చెప్పాను.

శ్రీకృష్ణుడు స్వయంగా అనునయ పూర్వకంగా విషయాలు చెప్పాడు. కాని అతడు పట్టించుకోలేదు. అన్యాయాన్ని ఆశ్రయించిన కారణంగా మన మాటలు అతనికి సరైనవనిపించలేదు. ఆ దుష్టబుద్ధి కాలునికి వశీభూతుడు. అందుకే అతడు నన్ను అవహేళన చేస్తూ కర్ణ దుశ్శాసనుల మతాన్ని అనుసరించాడు. వాళ్లు ఆడిన జూదం కూడా నాకు ఇష్టం లేదు. విదురుడు, భీష్మలవారు, శల్యుడు, భూరిశ్రవుడు, పురుమిత్రుడు, జయుడు, అశ్వత్థామ, కృపుడు, ద్రోణుడు - వీరు అందరూ కూడా జూదం జరగనివ్వకూడదనుకొన్నారు. నా కొడుకు వీరందరి అభిప్రాయం ప్రకారం నడుచుకొంటే తన జ్ఞాతిసోదరులతో, మిత్రసుహృదులతో కలిసి చిరకాలం సుఖంగా జీవితం గడిపేవాడు. - "పాండవులు సరళ స్వభావులు, మధుర భాషులు. సోదర బంధువర్గానికి ప్రియం చేకూర్చేవారు. కులీనులు, ఆదరణీయులు, బుద్ధిమంతులు కాబట్టి వారికి తప్పకుండా సుఖం కలుగుతుంది. ధర్మం ఆచరించేవాడు ఎప్పుడూ అన్ని చోట్లా సుఖాన్ని పొందుతాడు. మరణించాక అతనికి శుభం, ఆనందం చేకూరుతాయి. పాండవులు రాజ్యాన్ని అనుభవించడానికి యోగ్యులు. దానిని పొందడానికి తగిన శక్తి కూడా ఉంది. పాండవులతో ఏమి చెప్పామో అదే చేద్దాం. వారు ఎప్పుడూ ధర్మమార్గంలోనే నడుస్తారు. శల్యుడు, సోమదత్తుడు, భీష్ముడు, ద్రోణుడు, వికర్ణుడు, బాహ్లీకుడు, కృపుడు, ఇతర పెద్దలు, వృద్ధులు మీ హితం కోరి ఏది చెప్పినా దానిని పాండవులు తప్పక ఒప్పుకొంటారు. శ్రీకృష్ణుడు ధర్మాన్ని ఎన్నడూ విడువడు. పాండవులు శ్రీకృష్ణునే అనుసరిస్తారు. నేను కూడా ధర్మయుక్తమైన మాటలు చెపితే వారు దానిని వదలరు. ఎందుకంటే పాండవులు ధర్మాత్ములు" అని కూడా నేను చెప్పాను.

సంజయా ! ఈ రీతిగా కొడుకు ఎదుట నేను గిలగిలలాడుతూ ఎంతో చెప్పాను. కాని ఆ మూర్ఖుడు నాది ఒక్కటీ వినలేదు. శ్రీకృష్ణుని వంటి సారథి, అర్జునుని వంటి యోధుడు ఉన్న పక్షానికి పరాజయం అన్నదే లేదు. కాని నేను ఏమి చేయను ? దుర్యోధనుడు నా ఈ ఏడుపును పట్టించుకోవడం లేదు. సరే ఇక ముందు సంగతి చెప్పు. దుర్యోధనుడు కర్ణదుశ్శాసనులు, శకుని వీరంతా కలిసి ఏమి ఆలోచన చేశారు ? మూర్ఖుడైన దుర్యోధనుడు అన్యాయంగా చేసే యుద్ధంలో మూకుమ్మడిగా చేరిన నా పుత్రులందరూ ఎటువంటి కార్యం వెలగబెట్టారు ? లోభి, మందబుద్ధి, క్రోధి, రాజ్యాన్ని అపహరించాలని అనుకొనేవాడు, రాగాంధుడు అయిన

దుర్యోధనుడు అన్యాయమో, న్యాయమో ఏది చేశాడో అదంతా చెప్పు" అన్నాడు.

సంజయుడు అంటున్నాడు - మహారాజా ! నేను ప్రత్యక్షంగా అంతా చూశాను. మీకు సమాచారమంతా వినిపిస్తాను. స్థిరంగా ఉండి వినండి. ఈ విషయంలో మీరు చేసిన అన్యాయమూ తక్కువ కాదు. నీరు ఎండిపోయాక నదికి ఆనకట్ట కట్టినట్లుగా ఇప్పుడు మీరు విచారించి లాభం లేదు. కాబట్టి శోకించకండి. యుద్ధ సమయం ఆసన్నమయినపుడే మీరు మీ కొడుకులను ఆపగలిగితే, లేదా కౌరవులను "ఈ ఉద్దండుడైన దుర్యోధనుని బంధించండి" అని ఆజ్ఞాపించినట్లయితే, లేదా కొడుకులపట్ల స్వయంగా తండ్రిగా కర్తవ్యం పాటించి కొడుకును సన్మార్గంలో పెట్టినట్లయితే ఈనాడు వచ్చిపడిన సంకటం మీకు ఎన్నడూ వచ్చేది కాదు. ఈ లోకంలో మీరు గొప్ప బుద్ధిమంతులని అనుకొంటూ ఉంటారు. అయినా సనాతన ధర్మానికి నీళ్లు వదిలి మీరు దుర్యోధనుడు, కర్ణుడు, శకుని ఏదంటే దానికి తల ఊపారు. ఇప్పుడు మీరు విలపిస్తూ చెప్పినదంతా స్వార్థలోభాలకు వశమవడం వల్ల వచ్చిందే. విషం కలిపిన తేనెలా ఇది పైకి తీయగా ఉన్నా, దానిలోపల ప్రాణాలు తీసే చేదు ఉంది. శ్రీకృష్ణ భగవానుడు మీరు రాజధర్మం నుండి భ్రష్టులయ్యారని తెలిసికొన్నప్పటినుండి మీపట్ల ఆదరభావం చూపడంలేదు. మీ పుత్రులు పాండవులను తిట్టారు. అప్పుడు కూడా మీరు వారిని వారించలేదు. పుత్రులకు రాజ్యం ఇప్పించాలనే లోభం మీకే అందరికంటె ఎక్కువ. దాని ఫలితమే కదా ఇప్పుడు లభిస్తోంది. ముందు మీరు వారి తాత తండ్రుల రాజ్యాన్ని లాగివేసుకొన్నారు. ఇప్పుడు పాండవులు స్వయంగా ఈ భూమండలాన్ని అంతటినీ జయిస్తున్నారు. మీరు దానిని అనుభవించండి. యుద్ధం శిరసు మీద మ్రోగుతూ ఉంది. ఇప్పుడేమో మీరు పుత్రుల యొక్క అనేక దోషాలను ఏకరువు పెట్టి వారిని నిందిస్తున్నారు. ఇప్పుడు ఈ మాటలు శోభావహం కావు. సరే పోనివ్వండి. పాండవులకు, కౌరవులకు జరిగిన ఘోరయుద్ధం గురించి పూర్తి వృత్తాంతాన్ని వినండి అన్నాడు.

ద్రోణాచార్యుడు శకట వ్యూహము పన్నుట - అర్జునుడు అందు ప్రవేశించుట.

సంజయుడు చెపుతున్నాడు - తెల్లవారాక ద్రోణాచార్యుడు తన సైన్యాన్ని శకట వ్యూహంలో నిలిపాడు. ఆ సమయంలో అతడు శంఖధ్వానం చేస్తూ చాలా వేగంగా అటు ఇటు తిరుగుతున్నాడు. సైన్యం అంతా యుద్ధానికి సమాయత్తమై ఉత్సాహంగా ఉండగా ద్రోణుడు జయద్రథునితో - నీవు, భూరిశ్రవుడు, కర్ణుడు, అశ్వత్థామ, శల్యుడు, వృషసేనుడు, కృపాచార్యుడు లక్ష గుఱ్ఱపుదళం, అరవై వేల రథాలు, పద్నాలుగు వేల గజ సైన్యం, ఇరవై ఒక్క వేయి కాల్బలం తీసుకొని మాకు ఆరు కోసుల వెనుక ఉండండి. అక్కడ ఇంద్రాది దేవతలు కూడా నిన్ను ఏమీ చేయలేరు. ఇక పాండవులు అనగా ఎంత ? అక్కడ నీవు నిర్భయంగా ఉండు" అన్నాడు.

ద్రోణాచార్యుడు ఇలా ధైర్యం చెప్పాక సింధురాజు జయద్రథుడు గాంధార మహావీరులతో, గుఱ్ఱపు దళంలో కలిసి వెళ్లాడు. ఈ పదివేల సింధు దేశపు గుఱ్ఱాలు చక్కగా తయారయి, మెల్లని నడకతో సాగేవి. అనంతరం మీ పుత్రుడు దుశ్శాసనుడు, వికర్ణుడు సింధురాజు కోసం సేనాగ్రాన నిలుచున్నారు. ద్రోణాచార్యుడు పన్నిన ఈ చక్ర శకటవ్యూహం 24 కోసుల పొడవు కలిగి, వెనుక భాగాన పది కోసుల వరకు వ్యాపించి ఉంది. దాని వెనుక పద్మగర్భమనే అభేద్యమైన వ్యూహం ఉంది. ఆ పద్మగర్భవ్యూహంలో సూచీముఖమనే ఒక రహస్య వ్యూహం ఏర్పాటు చేయబడింది. ఈ రీతిగా ఈ మహావ్యూహాన్ని రచించి ద్రోణాచార్యుడు దాని ముందు నిల్చున్నాడు. సూచీవ్యూహం యొక్క ముఖభాగంలో మహాధనుర్ధరుడైన కృతవర్మను నియమించాడు. అతని వెనుక కాంభోజరాజు, జలసంధుడు వారి వెనుక దుర్యోధనుడు, కర్ణుడు నిలబడ్డారు. శకటవ్యూహం యొక్క అగ్రభాగాన్ని రక్షించడానికి ఒక లక్షమంది యోధులు నియమింపబడ్డారు. ఈ అందరి వెనుక సూచీవ్యూహానికి పార్శ్వ భాగంలో పెద్ద సైన్యంతో జయద్రథుడు నిలుచున్నాడు. ద్రోణాచార్యుడు పన్నిన ఈ శకట వ్యూహాన్ని చూచి దుర్యోధనునికి చాలా ఆనందం కలిగింది.

ఈ రీతిగా కౌరవుల వ్యూహరచన పూర్తి అయ్యాక, భేరీ మృదంగాల ధ్వని, వీరుల కోలాహలం కొనసాగుతోంది. ఇంతలో రౌద్రముహూర్తంలో రణభూమిలో అర్జునుడు కనిపించాడు. ఇటు నకులునికొడుకు శతానీకుడు, ధృష్టద్యుమ్నుడు పాండవసేనకు వ్యూహరచన చేశారు. అప్పుడు కుపితుడైన యమునిలా, వజ్రధారి అయిన ఇంద్రునిలా తేజోవంతుడు సత్యనిష్ఠుడు, ప్రతిజ్ఞా నిర్వహణ దక్షుడు, నారాయణుని అనుసరించే నరుడు వీరవరుడు అయిన అర్జునుడు తన దివ్యరథాన్ని ఎక్కి గాండీవ ధనుస్సుతో టంకారం చేస్తూ యుద్ధభూమిలో కాలుమోపాడు. అతడు

తన సేనకు అగ్రభాగంలో నిల్చుని శంఖాన్ని పూరించాడు. అతనితో పాటే శ్రీకృష్ణ చంద్రుడు కూడా తన పాంచజన్యాన్ని ఊదాడు. ఆ రెండు శంఖధ్వనులతో మీ సైనికులకు వెంట్రుకలు నిక్కపొడుచుకొన్నాయి. శరీరం కంపించసాగింది. వారు చేష్టలుడిగారు. వారి ఏనుగులు, గుఱ్ఱాలు మొదలైన వాహనాలు మలమూత్ర విసర్జన చేశాయి. ఈ రీతిగా మీ సైన్యం అంతా వ్యాకులత పొందింది. అప్పుడు వారిలో ఉత్సాహం నింపేందుకు తిరిగి శంఖ భేరీ మృదంగ నగారాలు మోగసాగాయి.

అర్జునుడు సంతోషంతో శ్రీకృష్ణుని చూచి – "హృషీకేశా! మీరు గుఱ్ఱాలను దుర్మర్షణుని వైపు పోనీయండి నేను అతని గజసైన్యాన్ని ఛేదించి శత్రుదళంలో ప్రవేశిస్తాను" అన్నాడు. ఇది విని శ్రీకృష్ణుడు దుర్మర్షణునివైపు రథాన్ని తోలాడు. అంతే ఇక రెండు వైపుల నుండి గొప్ప తుములు యుద్ధం ఆరంభమయింది. మీ పక్షపు రథికులు అందరూ శ్రీకృష్ణార్జునులపై బాణవర్షం కురిపించారు. అప్పుడు మహాబాహువు అర్జునుడు కుపితుడై తన బాణాలతో వారి శిరసులను ఎగురగొట్ట సాగాడు. క్షణాల్లోనే రణ భూమిఅంతా వీరుల మస్తకాలు పరచుకొన్నాయి. అంతేకాదు గుఱ్ఱాల తలలు, ఏనుగుల తొండాలు కూడా సర్వత్ర పడిఉండడం కనిపించింది. మీ వీరులకు ఎక్కడ చూచినా అర్జునుడే కనబడసాగాడు. వారు మాటిమాటికి "అర్జునుడు ఇక్కడ ఉన్నాడు" "అర్జునుడు ఎక్కడ ఉన్నాడు ?" "అర్జునుడు అక్కడ నిలుచున్నాడు" అని గట్టిగా అరవసాగారు. ఈ భ్రమలో పడి వారిలో కొందరయితే తమలో తాము, మరికొందరు తమ మీదనే దాడి చేసుకుంటున్నారు. అప్పుడు చావు మూడిన వారికి ప్రపంచమంతా అర్జునమయంగా కనబడసాగింది. కొందరు రక్తంతో తడిసి ముద్దయి మరణాసన్నులయ్యారు. కొందరు తీవ్రాఘాతంతో మూర్ఛిల్లుతున్నారు. కొందరు పడిపోయి తమ బంధువుల కోసం ఎలుగెత్తి పిలుస్తున్నారు.

ఈ రీతిగా అర్జునుడు దుర్మర్షణుని గజసైన్యాన్ని సంహరించాడు. దానితో చావగా మిగిలిన మీ పుత్రుని సేన భయంతో పరుగులు తీసింది. అర్జునుని బాణపు దెబ్బలకు, అది అతని వైపు ముఖం తిప్పి కూడా చూడలేకపోయింది. ఈ రీతిగా వీరులందరూ యుద్ధభూమి విడిచి పారిపోయారు. వారి ఉత్సాహం నీరుకారిపోయింది. తమ సైన్యం ఈ రీతిగా చిందవందర కావడం చూసి దుశ్శాసనుడు పెద్ద గజసైన్యంతో అర్జునుని మీదికి వచ్చి, అతనిని నలువైపుల నుండి ముట్టడించాడు. అప్పుడు ఒక్క క్షణకాలం పాటు దుశ్శాసనుడు మహోగ్రరూపం ధరించాడు. ఇటు అర్జునుడు గట్టిగా సింహనాదం చేశాడు. తన బాణాలతో శత్రువుల గజ సైన్యాన్ని చీల్చి చెండాడు. ఆ ఏనుగులు గాండీవ నిర్ముక్తాలైన వేలకొద్దీ వాడి బాణాలతో గాయపడి భయంకరంగా చీత్కారం చేస్తూ టపటపా నేల కూలాయి. వాటి కుంభస్థలాలపై కూర్చున్న వారి తలలను కూడా అర్జునుడు బాణాలతో ఎగురగొట్టాడు. అప్పుడు అర్జునుని చురుకుదనం చూసితీరవలసినదే. అతడు ఎప్పుడు బాణం ఎక్కుపెడుతున్నాడో, ఎప్పుడు వింటినారి లాగుతున్నాడో, ఎప్పుడు బాణం వదులుతున్నాడో, ఎప్పుడు అంపపొదినుండి ఇంకో బాణం తీస్తున్నాడో – ఏమీ తెలియడం లేదు. మండలాకారంగా ఉన్న వింటితో నృత్యం చేస్తున్నట్లుంది. అర్జునుని చేతిలో ఈ రీతిగా చావు దెబ్బతిన్న దుశ్శాసనుని సైన్యం, తమ నాయకునితో పాటుగా పారిపోయింది. ద్రోణాచార్యుని వద్ద ఉంటే సురక్షితంగా ఉండవచ్చని వేగంగా శకటవ్యూహంలోకి దూరిపోయింది.

అర్జునుడు దుశ్శాసనుని సైన్యాన్ని సంహరించి జయద్రథుని సమీపించడానికి ద్రోణాచార్యుని సైన్యంపై విరుచుకుపడ్డాడు. ఆచార్యులవారు వ్యూహ ద్వారం వద్ద నిలుచున్నారు. అర్జునుడు వారి ఎదుటికి చేరుకొని, శ్రీకృష్ణుని అనుమతితో చేతులు జోడించి – "బ్రాహ్మణోత్తమా! మీరు నాకు మేలు కోరేవారు, తండ్రితో సమానులు. అశ్వత్థామను రక్షించినట్లే నన్ను కూడా రక్షించాలి. నేడు మీ దయవల్ల నేను సింధురాజు జయద్రథుని చంపాలనుకొంటున్నాను. నా ప్రతిజ్ఞను చెల్లించండి" అని ప్రార్థించాడు.

అర్జునుడు ఈ రీతిగా అనేసరికి ఆచార్యుడు చిరునవ్వుతో – "అర్జునా ! నన్ను ఓడించకుండా నీవు జయద్రథుని గెలువలేవు" అని చెప్పి నవ్వుతూనే అర్జునుని, అతని రథాన్ని, గుఱ్ఱాలను, ధ్వజాన్ని, సారథిని కూడా వాడి బాణాలతో కప్పివేశాడు. అప్పుడిక అర్జునుడు కూడా ద్రోణాచార్యుని బాణాలను అడ్డగించి, అత్యంత భీషణమైన బాణాలతో అతనిపై దాడి చేశాడు. ద్రోణుడు వెంటనే అతని బాణాలను ఖండించి, విషాగ్నులు వలె జ్వలిస్తున్న బాణాలతో కృష్ణార్జునులిద్దరినీ గాయపరిచాడు. దానితో ధనంజయుడు లక్షల కొద్దీ బాణాలు వేసి ఆచార్యుని సేనను సంహరించసాగాడు. అతని బాణాలకు తెగిపడి అనేకులు

వీరులు, గుఱ్ఱాలు, ఏనుగులు నేల రాలసాగాయి. ద్రోణుడు ఐదు బాణాలతో శ్రీకృష్ణుని, 73 బాణాలతో అర్జునుని గాయపరిచి, మరి మూడింటితో అతని ధ్వజాన్ని ఛిద్రం చేశాడు. పైగా ఒక్కక్షణంలోనే బాణవర్షం కురిపించి అర్జునుడు కనపడకుండా చేశాడు.

ద్రోణార్జునుల మధ్య యుద్ధం ఇలా అంతకంతకు తీవ్రం కావడం చూసి శ్రీకృష్ణుడు ఆ రోజు జరగవలసిన ప్రధాన కార్యం గురించి ఆలోచించి అర్జునునితో – "అర్జునా ! అర్జునా! చూడు. మనం ఇక్కడ ఇలా సమయాన్ని గడిచిపోనీయకూడదు. మనం ఈ రోజు మహాకార్యాన్ని చేయాలి. కాబట్టి ద్రోణాచార్యుని విడిచి మనం ముందుకు సాగిపోవాలి" అని హెచ్చరించాడు. అర్జునుడు "మీరు ఎలా అనుకుంటే అలా చేయండి" అన్నాడు. అప్పుడు అర్జునుడు ఆచార్యునికి ప్రదక్షిణంగా బాణం వేస్తూ ముందుకు సాగిపోయాడు. అందుపై ద్రోణుడు – "పార్థా ! ఎక్కడికి వెడుతున్నావు ? యుద్ధంలో శత్రువును ఓడించకుండా నీవు ఎక్కడికీ కదలకూడదు" అన్నాడు. అర్జునుడు – "మీరు నాకు శత్రువులు కారు. గురువులు. నేను కూడా మీకు శిష్యుడిని. కొడుకుతో సమానం. ప్రపంచంలో మిమ్మల్ని ఓడించగలిగిన వాడెవడూలేడు" అంటూనే జయద్రథుని వధించడానికి ఉత్సుకుడై మహావేగంతో కౌరవ సైన్యంలో ప్రవేశించాడు. అతని వెనుకనే అతని చక్రరక్షకులైన పాంచాల రాకుమారులు యుధామన్యుడు, ఉత్తమౌజుడు కూడా వెళ్లారు.

ఇప్పుడు జయుడు, కృతవర్మ, కాంబోజ రాజు, శ్రుతాయువు అతనిని ముందుకు సాగకుండా అడ్డుకొన్నారు. విజయాభిలాషతో ఉన్న ఆ వీరులకు అర్జునునికి మధ్య తీవ్రయుద్ధం జరిగింది. కృతవర్మ అర్జునునిపై పది బాణాలు వేశాడు. అర్జునుడు 103 బాణాలతో అతనిని మూర్ఛపోయేలా కొట్టాడు. అతడు కృష్ణార్జును లిద్దరిపై చెరొక పాతిక బాణాలు వేశాడు. అర్జునుడు అతని విల్లు విరిచి 73 బాణాలతో అతనిని గాయపరిచాడు. కృతవర్మ వెంటనే మరొక విల్లు అందుకొని ఐదు బాణాలతో అర్జునుని రొమ్ముపై గట్టి దెబ్బ కొట్టాడు. అప్పుడు శ్రీకృష్ణుడు అర్జునునితో – "పార్థా ! నీవు కృతవర్మపై దయచూపకు. ఇప్పుడు బంధుత్వం పక్కన పెట్టి గట్టిగా బలం చూపి కొట్టు" అన్నాడు. దానిపై అర్జునుడు కృతవర్మను మూర్ఛితుని చేసి కాంబోజ వీరుని సైన్యం వైపు నడిచాడు.

అర్జునుడు ఇలా ముందుకు సాగడం చూసి, మహాపరాక్రమవంతుడైన శ్రుతాయుధుడు తన పెద్ద వింటిని ఎక్కుపెట్టి మహాక్రోధంతో అతని ఎదుటికి వచ్చాడు. అతడు అర్జునునిపై మూడు, శ్రీకృష్ణునిపై 70 బాణాలు వేసి, ఒక వాడి బాణంతో అతని ధ్వజాన్ని కొట్టాడు. వెంటనే అర్జునుడు అతని ధనుస్సును విరిచి, అమ్ముల పొదిని కూడా తునుకలుగా ఖండించి వేశాడు. అతడు వేరొక విల్లు తీసుకొని అర్జునుని హృదయం మీద భుజాల మీద తొమ్మిది బాణాలు వేశాడు. దానితో అర్జునుడు వేల బాణాలు వేసి శ్రుతాయుధుని చిక్కుల పాలు చేశాడు. అతని సారథిని, గుఱ్ఱాలను కూడా చంపివేశాడు. మహాబలుడైన శ్రుతాయుధుడు రథం నుండి దూకి చేతితో గద పట్టుకొని అర్జునుని వైపు పరుగుతీశాడు. ఇతడు వరుణుని కొడుకు. మహానది పర్ణాశ ఇతని తల్లి. తల్లి పుత్రప్రేమతో తన కొడుకు శత్రువులకు అవధ్యునిగా ఉండాలని వరుణుని కోరింది. అందుపై వరుణుడు ప్రసన్నుడై – "నేను నీకు ఈ వరం ఇస్తున్నాను. దానితో పాటే ఈ దివ్యాస్త్రాన్ని కూడా ఇస్తున్నాను. దీనివలన నీ పుత్రుడు అవధ్యుడు అవుతాడు. కాని ప్రపంచంలో మనుష్యుడు అమరుడవడం ఏ రకంగానూ సంభవించదు. పుట్టినవాడు నశించక తప్పదు" అన్నాడు. ఇలా అని వరుణుడు శ్రుతాయుధునికి అభిమంత్రించిన ఒక గదను ఇచ్చి "ఈ గదను నీవు యుద్ధం చేయనివారి మీద ప్రయోగించకూడదు. అలా చేస్తే ఇది నీమీదే పడుతుంది" అని హెచ్చరించాడు. కాని ఇప్పుడు శ్రుతాయుధుని నెత్తిపై మృత్యువు తిరుగాడుతోంది. కాబట్టి అతడు వరుణుని మాటలను ఏమాత్రం లక్ష్య పెట్టలేదు. దానితో కృష్ణుని దెబ్బకొట్టాడు. భగవానుని విశాలవక్షాన్ని అది తాకింది. వెంటనే వెనక్కు మళ్లి శ్రుతాయుధుని సంహరించింది. శ్రుతాయుధుడు యుద్ధం చేయని శ్రీకృష్ణునిపై గదాప్రహారం చేశాడు. కాబట్టి అది వెనుతిరిగి అతనికే చేటు తెచ్చింది. ఈ రీతిగా వరుణుడు చెప్పినట్లే శ్రుతాయుధుడు మరణించాడు. అతడు అందరూ చూస్తూ ఉండగానే ప్రాణాలు కోల్పోయి నేలపై పడిపోయాడు.

శ్రుతాయుధుడు మరణించడం చూసి, కౌరవసేన యావత్తుకూ, నాయకులకూ కూడా కాళ్లు తేలిపోయాయి. అప్పుడు కాంబోజ రాజు కొడుకు, పరాక్రమశాలి అయిన సుదక్షిణుడు అర్జునుని ఎదుటికి వచ్చాడు. అర్జునుడు అతనిపై ఏడు బాణాలు వేశాడు. అవి ఆ వీరుని గాయపరిచి భూమిలో దిగబడిపోయాయి. సుదక్షిణుడు మూడు బాణాలతో శ్రీకృష్ణుని తూట్లు పొడిచి, ఐదు బాణాలను అర్జునునిపై వేశాడు. అర్జునుడు అతని వింటిని, ధ్వజాన్ని విరిచి, మిక్కిలి వాడి

అయిన రెండు బాణాలతో అతనిని కూడా గాయపరిచాడు. అప్పుడు సుదక్షిణుడు మిక్కిలి కోపించి ధనంజయునిపై ఒక భయంకర శక్తిని విసిరాడు అది అతనిని గాయపరిచి, నిప్పుల వర్షం కురిపిస్తూ భూమిపై పడింది. శక్తి యొక్క దెబ్బకు అర్జునుడు గాఢమైన మూర్ఛలో మునిగిపోయాడు. మూర్ఛ తేరాక అతడు కంకపత్రాలతో కూడిన బాణాలతో సుదక్షిణుని, అతని గుఱ్ఱాలను, ధ్వజాన్ని, వింటిని, సారథిని కూడా గాయపరిచాడు. పైగా ఇంకా అనేక బాణాలు వేసి అతని రథాన్ని ముక్కలుగా విరిచేశాడు. అనంతరం మిక్కిలి పదునుగల ఒక బాణంతో అతడు సుదక్షిణుని రొమ్మును చీల్చేశాడు. దాంతో అతని కవచం పగిలిపోయింది. శరీరం ఛిన్నాభిన్నమయింది. కిరీటం, అంగదాది ఆభరణాలు అటు ఇట్లు చెల్లా చెదురై పోయాయి. ఆ పై కర్ణి అనే ఒక బాణంతో అర్జునుడు అతనిని నేల కూల్చాడు.

రాజా ! ఈ రీతిగా వీరులైన శ్రుతాయుధుడు, సుదక్షిణుడు చనిపోగానే మీ సైన్యం కోపంతో అర్జునునిపై విరుచుకుపడింది. అభీషాహులు, శూరసేనులు, శిబి, వసాతి జాతులకు చెందిన వీరులు అతనిపై బాణవర్షం కురిపించారు. అర్జునుడు వారిలో ఆరువేలమంది యోధులను బాణాలతో అంతం చేసేశాడు. వారు నలువైపుల నుండి అతనిని ముట్టడించారు. కాని అర్జునుడు తన వైపు ఎలా వస్తున్నవారిని అలాగే గాండీవం నుండి వదులుతున్న బాణాలతో తలలను, చేతులను ఎగుర కొడుతున్నాడు. తెగిపడిన వారి తలలతో రణభూమి నిండిపోయింది. ధనంజయుడు ఈ రీతిగా వారిని సంహరిస్తూ ఉండగా శ్రుతాయువు, అచ్యుతాయువు అతని ఎదుటికి వచ్చి తలపడ్డారు. ఆ వీరులిద్దరూ అర్జునునికి కుడిఎడమల బాణవర్షం కురిపించసాగారు. వేల బాణాలు వేసి ఇంచుమించు అతనిని కప్పివేశారు.

అప్పుడు శ్రుతాయువు మహా కోపంతో అర్జునుని మీదికి మిక్కిలి వేగంగా తోమరాన్ని విసిరి కొట్టాడు. దాని దెబ్బ తగిలి ఒక్కసారిగా అతడు నిశ్చేష్టుడైపోయాడు. ఇంతలోనే అచ్యుతాయువు అతని మీద అత్యంత తీక్ష్ణమయిన త్రిశూలాన్ని విసిరాడు. ఆ దెబ్బ అర్జునునికి ఉరిసిన పుండు మీద ఉప్పు చల్లినట్లయింది. అతడు తీవ్రంగా గాయపడి రథంలోని ధ్వజస్తంభాన్ని ఆనుకొని కూలబడిపోయాడు. అర్జునుడు మరణించాడనుకొని నీ సైన్యంలో గొప్ప కోలాహలం చెలరేగింది. అర్జునుడు అచేతనుడు కావడం చూసి శ్రీకృష్ణుడు మిక్కిలి చింతించి, తన మధుర వాక్కులతో అతనిని మేలుకొలుపసాగాడు. దానితో బలం పుంజుకొని అతడు మెల్లమెల్లగా తెలివి తెచ్చుకోసాగాడు. ఈ రీతిగా అది అతనికి కొత్తజన్మే అయింది. శ్రీకృష్ణుడు, అతని రథమూ బాణాలతో కప్పబడి ఉండడమూ, ఇద్దరు శత్రువులు ఎదుట నిలిచి ఉండడమూ అతడు చూశాడు. అంతే అతడు వెంటనే ఐంద్రాస్త్రం ప్రయోగించాడు. దాని నుండి వేల కొద్దీ బాణాలు వెలువడుతున్నాయి. అతడు ఆ వీరులిద్దరి మీదా దెబ్బకొట్టాడు. వారు వేసిన బాణాలన్నీ కూడా అర్జునుని బాణాలతో విరిగిపోయి ఆకాశంలో ఎగురుతున్నాయి. క్షణకాలంలోనే అతని బాణాలతో శిరస్సులు, భుజాలు తెగి ఆ ఇద్దరు మహారథులు నేల కూలారు.

ఈ రీతిగా శ్రుతాయువు, అచ్యుతాయువు మరణించడం చూసి, లోకులందరికీ మహాశ్చర్యం కలిగింది. అనంతరం వారి అనుచరులను ఏభైమంది రథికులను అర్జునుడు సంహరించి, ఆపై ఇంకా అత్యుత్తమ వీరులను సంహరిస్తూ కౌరవసేన వైపు ముందుకు సాగిపోయాడు.

శ్రుతాయువు, అచ్యుతాయువు వధింపబడడం చూసి, వారి పుత్రులు నియతాయువు, దీర్ఘాయువు క్రోధంతో బాణవర్షం కురిపిస్తూ అర్జునుని ఎదుటికి వచ్చారు. కాని అర్జునుడు మిక్కిలి కుపితుడై ఒక్క ముహూర్తకాలంలోనే వారిని బాణాలతో యమసదనానికి పంపాడు. ఏనుగు కమలవనాన్ని చిందరవందర చేసినట్లుగా అర్జునుడు కౌరవ సైన్యాన్ని చీల్చి చెండాడాడు. ఆ సమయంలో అతనిని ఏ క్షత్రియ వీరుడూ కూడా అడ్డుకోలేకపోయాడు. ఇంతలోనే అంగదేశీయులు, పూర్వీయులు, దాక్షిణాత్యులు, కళింగదేశీయులు అయిన రాజులు దుర్యోధనుని ఆజ్ఞపై గజసైన్యంతో అతని మీద దాడి చేశారు. కాని అర్జునుడు గాండీవనిర్ముక్తాలైన బాణాలతో తత్క్షణమే వారితలలను, భుజాలను ఎగురకొట్టాడు. ఈ యుద్ధంలో గజారోహులైన అనేక మంది మ్లేచ్ఛ వీరులు ధనంజయుని బాణాలకు ఛిద్రశరీరులై నేలకొరిగారు. అర్జునుడు తన బాణజాలంతో సమస్త సైన్యాన్ని కప్పివేశాడు. ముండిత శిరస్కులు, అర్ధముండిత శిరస్కులు, జటాధారులు, గడ్డాల వారు, ఆచారహీనులు అయిన మ్లేచ్ఛులను తన శస్త్ర కౌశలంతో తుత్తునియలు చేశాడు. అతని బాణాలకు తూట్లుపడి వందల కొద్దీ పర్వత ప్రాంతపు వీరులు భీతులై రణ భూమినుండి పారిపోయారు. ఈ రీతిగా గుఱ్ఱాలు, రథాలు, ఏనుగులతో పాటు అనేక వీరులను సంహరిస్తూ వీరుడైన

అర్జునుడు రణ భూమిలో విహరించసాగాడు.

ఇప్పుడు అంబష్ఠరాజు అతనిని ఎదుర్కొన్నాడు. అర్జునుడు మహోమురుకుగా వాడి బాణాలతో అతని గుఱ్ఱాలను చంపివేసి, విల్లు కూడా విరుగ కొట్టాడు. అంబష్ఠుడు ఒక బరువైన గదతో పదే పదే కృష్ణార్జునులను మోదసాగాడు. అప్పుడు అర్జునుడు రెండు బాణాలతో గదతో సహితంగా అతని రెండు చేతులను తెగనరికాడు. ఒక బాణంతో అతని శిరసును ఎగురకొట్టాడు. ఈ రీతిగా అతడు చచ్చి, అతని మొండెం నేల మీద పడింది.

దుర్యోధనునికి ద్రోణాచార్యుడు అభేద్యకవచము నిచ్చుట.

సంజయుడు చెపుతున్నాడు - రాజా ! ఈ రీతిగా అర్జునుడు జయద్రథుని వధించడానికి ద్రోణాచార్యుని యొక్క, కృతవర్మ యొక్క సైన్యాలను చీలికలు చేసి వ్యూహంలో ప్రవేశించడం, అతని చేతిలో సుదక్షిణ శ్రుతాయువులు మరణించడం, తన సైన్యం పారిపోవడం చూసి, మీ కొడుకు దుర్యోధనుడు ఒక్కడే తన రథం మీద ఎక్కి మహావేగంగా ద్రోణాచార్యుని వద్దకు వెళ్లి - "ఆచార్యా! అర్జునుడు మన విశాల సేనావాహినిని చిందర వందర చేసి లోపలకు ప్రవేశించాడు. ఇక అతనిని ఎలా చంపాలో మీరు ఆలోచించాలి. మేము అన్నిటికంటె మించి మీ మీదే ఎక్కువ నమ్మకం ఉంచాం. అగ్ని గడ్డిగాదాలను ఎలా కాల్చివేస్తుందో అర్జునుడు అలా మన సైన్యాన్ని సంహరిస్తున్నాడు. అర్జునుడు ప్రాణాలతో మిమ్మల్ని దాటుకొని సేనలో ప్రవేశించలేడని మన పక్షపు రాజులందరూ పూర్తిగా విశ్వసించారు. కాని అతడు మీ ఎదురుగానే వ్యూహంలో చొరబడడం నేను చూస్తూనే ఉన్నాను. ఈ రోజు నా సైన్యం అంతా వికలమై నశించిపోతున్నట్లు అనిపిస్తోంది. సింధురాజు మరి తన ఇంటికి వెళ్లిపోతున్నాడు. అర్జునుని అడ్డుకొనే వరం ఇప్పుడు నాకు మీరు ప్రసాదించకపోతే నేను అతనిని ఎప్పుడూ అడ్డుకోలేను. నేను మూర్ఖంగా మీ రక్షణను నమ్ముకొని సింధురాజును కూడా సముదాయించి ఒప్పించాను. యమదంష్ట్రలలో చిక్కుకొన్న మానవుడైనా బ్రతికి బయటపడతాడేమోగాని, యుద్ధంలో అర్జునుని చేతికి చిక్కితే జయద్రథుడు ఏ రకంగానూ మిగలడని నా నమ్మకం. కాబట్టి సింధురాజును రక్షించే ఉపాయం చూడండి. నేను కంగారులో ఏదైనా అనుచితంగా మాట్లాడి ఉన్నట్లయితే కోపించక ఏదో ఒక రకంగా అతనిని రక్షించండి" అని ప్రాధేయపడ్డాడు.

ద్రోణాచార్యుడు - "రాజా ! నీ మాటలను నేను తప్పుగా అనుకోవడంలేదు. నీవు నాకు అశ్వత్థామవంటి వాడవే. కాని నేను నిజం చెపుతున్నాను. శ్రద్ధగా విను అర్జునునికి సారథి శ్రీకృష్ణుడు. అతని గుఱ్ఱాలు కూడా మహావేగం కలవి. కాబట్టి కొద్దిగా దారి దొరికినా కూడా వారు తక్షణం వెంటనే చొచ్చుకుపోగలరు. నేను ధనుర్ధరులు అందరి ఎదుటా యుధిష్ఠిరుని పట్టుకొంటానని ప్రతిజ్ఞ చేశాను. ఇప్పుడు అర్జునుడు అతని వద్దలేడు. అతడు సేనకు ముందు భాగాన ఉన్నాడు. కాబట్టి నేను వ్యూహద్వారాన్ని విడిచి అర్జునునితో తలపడేందుకు వెళ్లను. నీవు కులంలోను, పరాక్రమంలోను అర్జునునితో సమానుడవు. పైగా మహీపాలుడవు. కాబట్టి నీ సహాయకులను తీసుకొని నీవే ఒక్కడవు అర్జునునితో యుద్ధం చేయి. దేనికీ భయపడకు" అని నచ్చచెప్పాడు.

దుర్యోధనుడు - "ఆచార్యపాదా ! మిమ్మల్నే దాటి వెళ్లిన అర్జునుని నేను ఎలా అడ్డుకోగలను ? అతడు శస్త్రధారులందరి కంటె శ్రేష్ఠుడు. యుద్ధంలో వజ్రధరుడయిన ఇంద్రుని అయినా జయించడం సులభం కాని అర్జునుని గెలవడం అంత సులభం కాదని నా ఉద్దేశ్యం. కృతవర్మను, మిమ్మల్ని కూడా ఓడించినవాడు, శ్రుతాయుధుడు, సుదక్షిణుడు, అంబష్ఠుడు, శ్రుతాయువు, అచ్యుతాయువు - వీరందరినీ మట్టు పెట్టినవాడు, వేలమంది మ్లేచ్ఛులను సంహరించినవాడు - అటువంటి శస్త్రకుశలుడు, దుర్జయుడు, వీరుడు అయిన అర్జునుని ఎదుర్కొని ఎలా యుద్ధం చేయగలను ?" అని వాపోయాడు.

ద్రోణాచార్యుడు - "కురురాజా ! నీవు సరిగ్గా చెప్పావు. అర్జునుడు అవశ్యం దుర్జయుడే. కాని అతనిని తబ్బిబ్బు చేయగల ఒక ఉపాయాన్ని నేను నీకు ప్రసాదిస్తాను. ఈ రోజు నీవు శ్రీకృష్ణుని ఎదురుగానే అర్జునునితో యుద్ధం చేస్తావు. ఈ అద్భుత విషయాన్ని నేడు వీరులందరూ తిలకిస్తారు. నేను నీ ఈ సువర్ణకవచాన్ని బాణాలు కాని, ఇతర అస్త్రాలు కాని నీ మీద ప్రభావం చూపలేని విధంగా మంత్రిస్తాను. ముల్లోకాలు యుద్ధానికి నీకు ఎదురైనా కూడా నీకు ఏమీ భయం ఉండదు. కాబట్టి ఈ కవచాన్ని ధరించి నీవు క్రోధాతురుడైన అర్జునునితో స్వయంగా యుద్ధానికి వెళ్లు" అని ఆశ్వాసించాడు.

ఇలా చెప్పి ఆచార్యుడు వెంటనే ఆచమించి, శాస్త్ర విధిని అనుసరించి మంత్రోచ్చారణం చేస్తూ దుర్యోధనునికి కాంతులీనే ఆ కవచాన్ని ధరింపచేసి "పరమాత్ముడు, బ్రహ్మ, బ్రాహ్మణులు నీకు శుభం కలిగించుదురుగాక !" అని అన్నాడు. ఆ

తరువాత అతడు - "శంకరభగవానుడు ఈ మంత్రాన్ని, కవచాన్ని ఇంద్రునికి ఇచ్చాడు. దీనితోనే అతడు వృత్రాసురుని యుద్ధంలో వధించాడు. ఇంద్రుడు ఈ మంత్రమయ కవచాన్ని అంగిరసునికి ఇచ్చాడు. అంగిరసుడు దీనిని తన పుత్రుడు బృహస్పతికి, బృహస్పతి అగ్నివేశ్యునకు ఇచ్చారు. అగ్నివేశ్యుడు ఈ కవచాన్ని నాకు ఇచ్చాడు. దానిని నేడు నేను శరీర రక్షణ నిమిత్తం మంత్రోచ్చారణ పూర్వకంగా నీకు ధరింపచేశాను" అని కూడా చెప్పాడు.

సాత్యకి, ధృష్టద్యుమ్నుడు ద్రోణాచార్యునితో యుద్ధము చేయుట.

సంజయుడు చెపుతున్నాడు - రాజా ! కృష్ణార్జునులు కౌరవసైన్యంలో ప్రవేశించారు. వారి వెనుక దుర్యోధనుడు కూడా వెళ్లాడు. అప్పుడు పాండవులు సోమక వీరులతో మహా కోలాహలంగా ద్రోణాచార్యునిపై దాడి చేశారు. దానితో రెండు వైపులా గొప్ప తీవ్రమైన యుద్ధం మొదలయింది. ఆ సమయంలో జరిగినట్టి యుద్ధం నేనంతకు ముందు ఎప్పుడూ చూడలేదు, వినను లేదు. ధృష్టద్యుమ్నుడు, పాండవులు ఆచార్యునిపై పదే పదే ప్రహారం చేస్తున్నారు. ఆచార్యుడు బాణవర్షం కురిపిస్తున్నట్లుగానే ధృష్టద్యుమ్నుడు కూడా బాణాల జడివానను కురిపిస్తున్నాడు. పాండవుల రథసైన్యం మీద ద్రోణుడు ఎక్కడెక్కడ బాణాలు వేస్తున్నాడో, ఆయావైపుల నుండి బాణాలు వేస్తూ ధృష్టద్యుమ్నుడు వాటిని తప్పిస్తున్నాడు. ఈ రీతిగా ఎంత ప్రయత్నించినా ధృష్టద్యుమ్నుని ఎదిరించడంలో అతని సేన మూడు భాగాలుగా విడిపోయింది. పాండవుల దెబ్బకు కంగారుపడి కొంతమంది యోధులు కృతవర్మ సైన్యంలో కలిశారు. కొంతమంది జలసంధుని వైపు వెళ్లారు. కొంతమంది ద్రోణాచార్యుని వద్దనే ఉండిపోయారు. మహారథి ద్రోణుడు తన సైన్యాన్ని సంఘటిత పరచడానికి ప్రయత్నిస్తూనే ఉన్నాడు. కాని ధృష్టద్యుమ్నుడు దానిని సరిసమానంగా విచ్ఛిన్నం చేస్తూనే ఉన్నాడు. దుష్టుడైన రాజు పాలనలో దేశం దుర్భిక్షం, మహామారి, బందిపోట్ల కారణంగా నశించిపోయినట్లుగా చివరికి మీ సైన్యం ఛిన్నాభిన్నం అయింది.

ఈ రీతిగా పాండవుల దెబ్బకు సైన్యం మూడు ముక్కలు కాగానే ద్రోణుడు పట్టరాని కోపంతో పాంచాలురను గాయపరచసాగాడు. అప్పుడు అతని రూపం జ్వలించే ప్రళయాగ్నిలా ఉంది. ఆచార్యుని బాణాలకు తపించిన ధృష్టద్యుమ్నుని సైన్యం ఎండకు తపించినట్లుగా అటు ఇటు తిరగసాగింది. ఈ రీతిగా ద్రోణాచార్యుని, ధృష్టద్యుమ్నుని బాణాలతో బాధపడిన ఇరు పక్షాల వీరులు ప్రాణాల మీది ఆశ వదలుకొని అన్నివైపుల నుండి పూర్తి శక్తిని వినియోగిస్తూ యుద్ధం చేయసాగారు.

ఇదే సమయంలో భీముని వివింశతి, చిత్రసేనుడు, వికర్ణుడు - ఈ ముగ్గురు సోదరులు చుట్టుముట్టారు. శిబిపుత్రుడు గోవాశనుడు వేయి మంది వీరులను తీసుకొని కాశీరాజు అభిభూకుని కొడుకు పరాక్రాంతుని అడ్డగించాడు. మద్రరాజు శల్యుడు యుధిష్ఠిరుని ఎదిరించాడు. దుశ్శాసనుడు సాత్యకిపై విరుచుకుపడ్డాడు. నేను నా నాల్గువందల వీరుల సైన్యాన్ని తీసుకొని చేకితానుని దారిని నిలువరించాను. శకుని ఏడువందల గాంధార వీరులతో నకులుని ఎదిరించాడు. అవంతి దేశపు విందానువిందులు మత్స్యరాజు విరాటుని ఎదుట నిలిచారు. మహారాజు బాహ్లీకుడు శిఖండిని నిలువరించాడు. అవంతిరాజు ప్రభద్రకుడు వందమంది వీరులను వెంట పెట్టుకొని ధృష్టద్యుమ్నుని ఎదిరించాడు. ఘటోత్కచరాక్షసునిపై అలాయుధుడు దండెత్తాడు.

మహారాజా ! ఆ సమయంలో సింధురాజు జయద్రథుడు సమస్త సేనకు వెనుక ఉన్నాడు. కృపాచార్యుడు మొదలైన మహాధనుర్ధరులు అతనికి రక్షకులుగా నియమితులయ్యారు. అతనికి కుడివైపున అశ్వత్థామ, ఎడమవైపున కర్ణుడు, భూరి శ్రవుడు మొదలైన వారు అతని వెనుక భాగాన రక్షకులుగా ఉన్నారు. వీరేకాక కృపాచార్యుడు, వృషసేనుడు, శలుడు, శల్యుడు మొదలైన అనేక రణ దుర్మదులైన వీరులు కూడా అతని రక్షణకోసమే యుద్ధం చేస్తున్నారు.

వ్యూహముఖం దగ్గర పైన పేర్కొన్న వీరులకు ద్వంద్వ యుద్ధం జరుగుతోంది. మాద్రీపుత్రులైన నకుల సహదేవులు బాణవర్షాన్ని కురిపించి తమ పట్ల వైరభావం కల శకునికి ఊపిరాడకుండా చేశారు. అప్పుడు అతనికి ఏ ఉపాయమూ స్ఫురించలేదు. అతని పరాక్రమమంతా వ్యర్థమై పోయింది. బాణాల దెబ్బకు చాలా ఇబ్బందిపడి, మిక్కిలి వేగంగా గుఱ్ఱాలను ముందుకు ఉరికించి ద్రోణాచార్యుని సైన్యంలో చేరిపోయాడు. ధృష్టద్యుమ్నునితో పోరాడుతున్న ద్రోణాచార్యుడు చాలా అచ్చెరువు గొలిపే రీతిలో బాణవర్షం కురిపించాడు. ద్రోణుడు, ధృష్టద్యుమ్నుడు ఇద్దరూ కూడా అనేక వీరుల మస్తకాలను ఎగురగొట్టారు. ఆచార్యుడు తనకు అతి సమీపంగా రావడం చూసి ధృష్టద్యుమ్నుడు విల్లు కిందపెట్టి, చేతిలోకి కత్తి డాలు తీసుకొని అతనిని వధించడానికి తన

రథం నొగలనుండి అతని రథం పైకి దూకాడు. ఆచార్యుడు వంద బాణాలతో అతని డాలును, పది బాణాలతో కత్తిని ముక్కలుగా ఖండించాడు. పైగా 64 బాణాలతో అతని గుఱ్ఱాల పని పూర్తి చేశాడు. రెండు బాణాలతో అతని ధ్వజాన్ని, ఛత్రాన్ని ఖండించి, పార్శ్వరక్షకులను కూడా నేల కూల్చాడు. అటుపిమ్మట అతడు ధనుస్సును చెవుల వరకు లాగి ధృష్టద్యుమ్నునిపై ప్రాణాంతకమైన ఒక బాణం వేశాడు. కాని సాత్యకి 14 వాడి బాణాలతో దానిని మధ్యలోనే తుంచివేసి ఆచార్యుని గుప్పిట్లో చిక్కుకొన్న ధృష్టద్యుమ్నుని రక్షించాడు. ఈ రీతిగా ద్రోణుని తోడి యుద్ధంలోకి సాత్యకి వచ్చాడు. పాంచాల వీరులు ధృష్టద్యుమ్నుని రథం పైకి ఎక్కించుకొని వెంటనే దూరంగా తీసుకుపోయారు.

ఇక ఆచార్యుడు సాత్యకిపై బాణాలు కురిపించ నారంభించాడు. సాత్యకి గుఱ్ఱాలు కూడా మహావేగంతో ద్రోణుని ఎదుటకు వచ్చినిలుచున్నాయి. ఆ వీరులిద్దరూ పరస్పరం వేల బాణాలు వేసుకొంటూ ఘోరయుద్ధం చేయసాగారు. వారిద్దరూ ఆకాశంలో బాణాలు వలలా వ్యాపింపచేశారు. దశ దిశల యందు బాణాలను పరిచారు. బాణాల వల వ్యాపించడంతో అన్నివైపుల అంధకారం అలముకొంది. సూర్యకాంతి, వాయుచలనం కూడా ఆగిపోయాయి. ఇద్దరి శరీరాలు రక్తంతో తడిసిపోయాయి. వారి ఛత్రాలు, ధ్వజాలు తెగిపడ్డాయి. వారిద్దరూ ప్రాణాలు తీసే బాణాలను ప్రయోగిస్తున్నారు. ఆ సమయంలో మన యొక్క, యుధిష్ఠిరుని యొక్క పక్షపు వీరులు నిలబడి ద్రోణసాత్యకుల యుద్ధాన్ని తిలకించసాగారు. విమానాలు ఎక్కి వచ్చిన బ్రహ్మ, చంద్రుడు మొదలైన దేవతలు, సిద్ధులు, చారణులు, విద్యాధరులు, నాగులు కూడా ఆ పురుషసింహులు ముందుకు దూకడం, వెనకకు తగ్గడం, వారి రకరకాల ఆయుధచాలన నైపుణ్యం చూసి మిక్కిలి ఆశ్చర్యపడ్డారు. ఈ రీతిగా వారిద్దరూ తమ తమ చేతిలాఘవం చూపుతూ ఒకరినొకరు బాణాలతో తూట్లు పొడుచుకొన్నారు. ఇంతలో సాత్యకి తన గట్టి బాణాలతో ఆచార్యుని ధనుర్బాణాలను ఖండించాడు. క్షణంలో ద్రోణుడు ఇంకొక ధనుస్సు ఎక్కుపెట్టాడు. కాని సాత్యకి దానిని కూడా ఖండించాడు. ఈ రీతిగా ద్రోణుడు ఎక్కుపెట్టిన విండ్లన్నింటినీ సాత్యకి ఖండించి వేశాడు. ఈ రీతిగా ద్రోణుని వంద విండ్లను ఖండించాడు. ఇది ఎంత నిపుణంగా జరిగిందంటే - ఆచార్యుడు ఎప్పుడు ధనుస్సు ఎక్కుపెట్టాడో, సాత్యకి ఎప్పుడు దానిని ఖండించాడో ఎవరికీ తెలియలేదు. సాత్యకి చేసిన ఈ అద్భుతకార్యం చూసి ద్రోణుడు మనసులోనే - పరశురాముడు, కార్తవీర్యుడు, అర్జునుడు, భీష్ముడు - వీరిలో ఉన్న అస్త్ర బలమే సాత్యకిలోనూ ఉందని అనుకొన్నాడు.

అనంతరం ద్రోణాచార్యుడు ఒక కొత్త విల్లు అందుకొన్నాడు. దానిపై ఎన్నో అస్త్రాలు సంధించాడు. కాని సాత్యకి తన అస్త్ర కౌశలంతో ఆ అస్త్రాలనన్నిటినీ ఖండించివేశాడు. పైగా ఆచార్యునిపై వాడిబాణాలు కురిపించాడు. ఇది అందరికీ చాలా ఆశ్చర్యం కలిగించింది. చివరికి ఆచార్యుడు మిక్కిలి కుపితుడై సాత్యకిని సంహరించడానికి దివ్యమైన ఆగ్నేయాస్త్రం వేశాడు. ఇది చూసి సాత్యకి దివ్యమైన వారుణాస్త్రం ప్రయోగించాడు. ఆ వీరులిద్దరూ దివ్యాస్త్రాలు ప్రయోగించడం చూసి పెద్దగా హాహాకారాలు వినిపించాయి ఎంతవరకు వచ్చిందంటే ఆకాశంలో పక్షులు ఎగరడం కూడా ఆగిపోయింది. యుధిష్ఠిరుడు, భీమసేనుడు, నకుల సహదేవులు అన్నివైపుల నుండి సాత్యకిని రక్షించసాగారు. ధృష్టద్యుమ్నునితోపాటు విరాట రాజు, కేకయనరేశుడు మత్స్య శాల్వ దేశపు సేనలను తీసుకొని ద్రోణుని ఎదుటకు వచ్చి నిలిచారు. ఇంకొక వైపు దుశ్శాసనుని నేతృత్వంలో వేలమంది రాజకుమారులు ద్రోణుని శత్రువులు ముట్టడించడం చూసి అతని సహాయం కోసం వచ్చారు. ఇరుపక్షాల వీరులనడుమ గొప్ప తుముల యుద్ధం ఆరంభమయింది. ఆ సమయంలో దుమ్ము, బాణవర్షం కారణంగా ఏదీ కనబడడం లేదు. కనుక ఆ యుద్ధం హద్దులు లేనిదయింది. అందులో తన పక్షంవారు, పరాయి పక్షంవారు అనే జ్ఞానం కూడా లేకపోయింది.

విందానువిందుల వధ - శ్రీకృష్ణుడు గుఱ్ఱములను సేద తీర్చుట.

సంజయుడు చెపుతున్నాడు - రాజా ! ఇక సాయంకాలం అవుతోంది. కౌరవ పక్షంలోని వీరులలో కొందరు రణరంగంలో నిల్చుని పోరాడుతున్నారు. కొందరు తిరిగి వస్తున్నారు. కొందరు వెన్ను చూపి పారిపోతున్నారు. ఈ రీతిగా పగలు నెమ్మది నెమ్మదిగా గడిచి పోతోంది. కృష్ణార్జునులు సరాసరి జయద్రథునివైపుకే సాగుతున్నారు. అర్జునుడు బాణాలతో రథానికి దారి కల్పిస్తున్నాడు, శ్రీకృష్ణుడు అందులోంచి ముందుకు సాగిపోతున్నాడు. రాజా ! అర్జునుడు ఎక్కడకు వెళితే అక్కడల్లా మీ సైన్యం బీటలు వారుతోంది. అతని కొయ్య బాణాలు, లోహపు బాణాలు అనేకమంది శత్రువులను

బలి తీసుకొంటూ వారి రక్తాన్ని పానంచేస్తున్నాయి. అతడు రథం నుండి కోసెడు దూరం వరకు శత్రుసంహారం చేస్తున్నాడు. అర్జునుని రథం చాలా వేగంగా తిరుగుతోంది. ఆ సమయంలో అది సూర్య, ఇంద్ర, రుద్ర, కుబేరుల రథాలను ఓడించింది.

రథసైన్యం మధ్యలోకి వచ్చేసరికి ఆ గుఱ్ఱాలు ఆకలితో దాహంతో అలమటించాయి. అతికష్టం మీద రథాన్ని లాగసాగాయి. అవి పర్వతంలా చచ్చి పడిఉన్న వేల ఏనుగులు, గుఱ్ఱాలు, మనుష్యులు, రథాలు మీదుగా దారి చేసుకొంటూ వెళ్లవలసివస్తోంది. ఈ సమయంలో అవంతి దేశపు రాజకుమారులు ఇద్దరూ తమ సైన్యంతో పాటు అర్జునుని ఎదుటికి వచ్చినిలిచారు. వారు మహోత్సాహంతో అర్జునునిపై 64, శ్రీకృష్ణునిపై 70, గుఱ్ఱాలపై 100 బాణాలు వేసి గాయపరిచారు. అర్జునుడు కోపించి తొమ్మిది బాణాలను వారి మర్మస్థానాలలో నాటుకొనేలా వేసి, రెండు బాణాలతో వారి ధనుస్సులను, ధ్వజాలను కూడా తునిమేశాడు. వారు వేరే విండ్లు అందుకొని మహాకోపంతో అర్జునుని మీద బాణవర్షం కురిపించసాగారు. అర్జునుడు వెంటనే మళ్లీ వారి ధనుస్సులను ఖండించాడు. మరిన్ని బాణాలు వేసి వారి గుఱ్ఱాలను, సారథులను, పార్శ్వరక్షకులను, ఇంకా అనేకమంది సహచరులను చంపివేశాడు. ఆపై క్షురప్రమనే ఒక బాణంతో పెద్ద వాడైన విందుని శిరస్సు ఖండించాడు. అతడు చచ్చి కింద పడ్డాడు. విందుడు చనిపోవడం చూసి అనువిందుడు చేత గద పట్టి రథం నుండి దూకి, తన అన్న మరణాన్ని తలచుకొంటూ, దానితో శ్రీకృష్ణుని నుదుటిపై దెబ్బ కొట్టాడు. కాని కృష్ణుడు ఏమాత్రం చలించలేదు. అర్జునుడు వెంటనే ఆరు బాణాలతో అతని చేతులు, కాళ్లు, తల, మెడ నరికి వేశాడు. అతడు కొండ శిఖరంలా నేలకూలాడు.

విందానువిందుల మరణం చూసి, వారి సహచరులు మిక్కిలి క్రోధంతో వేలకొద్దీ బాణాలు కురిపిస్తూ అర్జునుని పైకి దూసుకువచ్చారు. అర్జునుడు చురుకుగా తన బాణాలతో వారిని సంహరించి, ముందుకు సాగిపోయాడు. అతడు మెల్లగా కృష్ణునితో – "గుఱ్ఱాలు బాణాలు దెబ్బకు విలవిలలాడుతున్నాయి. పైగా బాగా అలిసిపోయాయి. జయద్రథుడు ఇంకా దూరంలోనే ఉన్నాడు. ఈ స్థితిలో ఇప్పుడు నీకు ఏది చెయ్యడం ఉచితమనిపిస్తోంది ? నాకు తోచింది నేను చెపుతున్నాను. వినండి. మీరు గుఱ్ఱాలను నిశ్చింతగా వదలండి. వాటి శరీరాలనుండి బాణాలు తీయండి" అని చెప్పాడు. అర్జునుడు ఇలా అన్నాక శ్రీకృష్ణుడు – "పార్థా ! నీవు చెప్పినట్లే నాకు అనిపించింది" అన్నాడు. అర్జునుడు – "కేశవా ! నేను కౌరవసైన్యాన్ని అంతటినీ ఆపి ఉంచుతాను. ఈ మధ్యలో మీరు యథావత్తుగా పనంతా చక్కపెట్టండి" అని చెప్పి అర్జునుడు రథం నుండి దిగాడు. ధనుస్సు తీసుకొని జాగరూకుడై కొండలా స్థిర భావంతో నిలుచున్నాడు. ఈ సమయంలో విజయాభిలాషులైన క్షత్రియులు అతడు నేలపై నిలబడడం చూసి "ఇది మంచి అదను" అని గట్టిగా అరుస్తూ అతనివైపు వేగంగా వచ్చారు. వారు పెద్ద రథసైన్యంతో ఒంటరిగా ఉన్న అర్జునుని చుట్టుముట్టారు. తమ విండ్లను ఎక్కుపెట్టి రకరకాల ఆయుధాలతో, బాణాలతో అతనిని కప్పివేశారు. కాని పరాక్రమశాలి అయిన అర్జునుడు తన అస్త్రాలతో వారి అస్త్రాలను అన్ని వైపులా ఆపివేసి, అందరినీ అనేక బాణాలతో కప్పివేశాడు. అసంఖ్యాకమైన కౌరవసేన సముద్రంలా ఉంది. అందులో బాణాలు తరంగాలవలె, ధ్వజాలు తుమ్మెదల వలె ఉన్నాయి. ఏనుగులనే నౌకలు కదులుతున్నాయి. కాల్బలం చేపలవలె కల్లోలం రేపుతోంది. శంఖ దుందుభుల ధ్వని దాని (సముద్రం యొక్క) ఘోషవలె ఉంది. లెక్కలేని రథాలు దాని యొక్క అనంత తరంగ పంక్తులు. తలపాగలు తాబేళ్లు. వెల్లగొడుగులు, పతాకలు నురుగు, ఏనుగుల శరీరాలు బండరాళ్లు అనిపిస్తున్నాయి. అర్జునుడు చెలియలికట్టయై దానిని తన బాణాలతో ఆపివేస్తున్నాడు.

ధృతరాష్ట్రుడు అడిగాడు – "సంజయా ! అర్జునుడు శ్రీకృష్ణుడు నేలపై నిలబడి ఉన్నప్పుడు, అటువంటి అవకాశం పొంది కూడా కౌరవులు వారిని ఎందుకు చంపలేకపోయారు ?"

సంజయుడు చెప్పాడు – "రాజా ! లోభం అనే ఒక్క గుణమే సమస్త గుణాలను ఎలా ఆపివేస్తుందో అలాగే అర్జునుడు నేలమీద నిలబడి కూడా రథస్థులైన రాజులందరినీ ఆపి ఉంచాడు. అప్పుడు శ్రీకృష్ణుడు ఆత్రుతగా తన ప్రియసఖుడైన అర్జునునితో – "అర్జునా ! ఇక్కడ రణభూమిలో మంచి జలాశయం ఏదీ లేదు. నీ గుఱ్ఱాలు నీళ్లు తాగనంటున్నాయి" అన్నాడు. అర్జునుడు వెంటనే అస్త్రం వేసి భూమిని పగిల్చి గుఱ్ఱాలకు నీళ్లు తాగడానికి అనువైన అందమైన ఒక సరోవరాన్ని ఏర్పరచాడు. ఆ సరోవరం చాలా విశాలంగా స్వచ్ఛమైన జలాలతో నిండి ఉంది. ఒక్కక్షణంలో ఏర్పడిన ఆ సరోవరాన్ని చూడడానికి అక్కడకు నారదమునీంద్రుడు కూడా వచ్చాడు. అద్భుతకృత్యాలు చేసే

అర్జునుడు అందులో బాణాలతో ఒక కుటీరం నిర్మించాడు. దాని స్తంభాలు వెదురుతోను, కప్పు బాణాలతోనే నిర్మింపబడింది. దానిని చూసి శ్రీకృష్ణుడు నవ్వి "బాగా చేశావు" అని మెచ్చుకొన్నాడు. అనంతరం అతడు వెంటనే రథం నుండి దూకి బాణాలు గుచ్చుకొన్న గుఱ్ఱాలను విడిపించాడు. మున్ను ఎన్నడూ చూడని అర్జునుని అద్భుత పరాక్రమం చూసి సిద్ధులు, చారణులు, సైనికులు "ఆహా !" అని మెచ్చుకొన్నారు అన్నిటిని మించిన ఆశ్చర్యకరమైన విషయం ఏమిటంటే గొప్ప గొప్ప మహారథులు కూడా కింద నిలుచున్న అర్జునునితో యుద్ధం చేసికూడా అతనిని వెనుకడుగు వేయించలేకపోయారు. శ్రీకృష్ణుడు స్త్రీల నడుమ నిలుచున్నట్లుగా విలాసంగా నవ్వుతూ, అర్జునుడు ఏర్పరచిన బాణ కుటీరానికి గుఱ్ఱాలను తీసుకొని పోయాడు. మీ సైనికులందరి ఎదుటనే నిర్భయంగా వాటిని సేదతీర్చాడు. అతడు గుఱ్ఱాల మనసెరిగిన నేర్పరికదా ! కొద్దిసేపటిలోనే అతడు గుఱ్ఱాల శ్రమను, అలసటను, వణకును, గాయాలను పోగొట్టి, తన చేతులతో వాటి బాణాలను పెరికివేసి, మృదువుగా మర్దన చేసి, నేలమీద పరుండ బెట్టి వాటికి నీరు త్రాగించాడు. ఈ రీతిగా అవి స్నానం చేసి, నీరు త్రాగి, గడ్డిమేసి తేరుకోగానే తిరిగి వాటిని రథానికి కట్టాడు. అనంతరం అర్జునునితో కలిసి రథం ఎక్కి తిరిగి మహావేగంగా బయలుదేరాడు.

అప్పుడు మీ పక్షంలోని వీరులు – "అయ్యో కృష్ణార్జునులు మనం ఇక్కడ ఉండగానే వెళ్లి పోయారు. వారిని మన మేమీ చేయలేకపోయాం. ఛీ ! మనమెందుకు ? బాలుడు ఆటబొమ్మను నిర్లక్ష్యం చేసినట్లుగా వారు ఒకే రథం ఎక్కి మనసైన్యాన్ని ఏ మాత్రం పట్టించుకోకుండా ముందుకు వెళ్లిపోయారు" అనుకొన్నారు. వారు చేసిన ఆ అద్భుతకృత్యాన్ని చూచి వారిలో కొంత మంది రాజులు – "దుర్యోధనుడు ధృతరాష్ట్ర మహారాజు చేసిన తప్పుకి ఈ సమస్త భూమండలం నిస్సహాయంగా వినాశం వైపుసాగుతోంది. కాని ధృతరాష్ట్ర మహారాజుకు ఈ సంగతి ఇంకా తెలియడంలేదు" అనుకొన్నారు.

కౌరవపక్ష వీరులు ఇలా మాట్లాడుకొంటూ ఉండగా సూర్యుడు అస్తాద్రివైపు జారిపోతున్నాడు. అందుకని అర్జునుడు మహావేగంగా జయద్రథునివైపు దూసుకుపోతున్నాడు. ఎవరూ అతనిని అడ్డుకోలేకపోతున్నారు. అతడు సమస్త సైన్యానికి కాళ్లాడకుండా చేశాడు. శ్రీకృష్ణుడు సైన్యాన్ని చుట్టబెడుతూ మహావేగంగా గుఱ్ఱాలను తోలుతున్నాడు. తన పాంచజన్యాన్ని పూరిస్తున్నాడు. ఇది చూచి శత్రుపక్షవీరులు మిక్కిలి ఖిన్నులయ్యారు. ధూళివలన సూర్యుడు కూడా ఎక్కువగా కప్పివేయబడ్డాడు. బాణాలు గుచ్చుకొనే బాధకు సైనికులు కృష్ణార్జునులవైపు చూడనుకూడా లేకపోతున్నారు.

అర్జునుడు దుర్యోధనుడు మొదలైన ఎనమండుగురితో యుద్ధము చేయుట.

సంజయుడు చెపుతున్నాడు – "రాజా ! ఇక కృష్ణార్జునులు నిర్భయంగా జయద్రథవధ గురించి తమలోతాము మాట్లాడుకోసాగారు. ఆ మాటలు విని శత్రువులకు చాలా భయం కలిగింది. వారిద్దరూ తమలోతాము "జయద్రథుని ఆరుగురు మహారథులు తమ మధ్యలో ఉంచుకొన్నారు. కాని ఒక్కసారి అతని మీద దృష్టిపడితే మాత్రం అతడు మన చేతులనుండి తప్పించుకోలేడు. దేవతలతో కలిసి స్వయంగా ఇంద్రుడు అతనిని రక్షించినా కానీ, మనం అతనిని చంపితీరుతాం" అని అనుకోసాగారు. అప్పుడు వారిద్దరి ముఖాలలో వెలుగును చూసి మీ పక్షపు వీరులు "వీరు తప్పకుండా జయద్రథుని వధిస్తారు" అనుకొన్నారు.

ఇదే సమయంలో కృష్ణార్జునులు జయద్రథుని చూచి హర్షంతో గట్టిగా అరిచారు. వారు ముందుకు సాగడం చూసి మీ పుత్రుడు దుర్యోధనుడు జయద్రథుని రక్షించడానికి వారికంటె ముందుగా బయలుదేరాడు. ద్రోణాచార్యుడు అతనికి కవచం తొడిగాడు. అందుకని అతడు రథం ఎక్కి ఒంటరిగానే రణరంగంలోకి దూకాడు. దుర్యోధనుడు అర్జునుని దాటుకొని ముందుకు వచ్చేసరికి మీ సైన్యంలో సంతోషంతో వాద్యాలు బోరుకొల్పాయి. అప్పుడు శ్రీకృష్ణుడు అర్జునునితో – "అర్జునా ! చూడు. ఇప్పుడు దుర్యోధనుడు మనకంటె ముందుగా వెళ్తున్నాడు. నాకిది చాలా ఆశ్చర్యంగా అనిపిస్తోంది. ఇతనితో సమానుడైన వేరొక రథికుడు లేడని తెలుస్తోంది. ఇప్పుడు సమయాన్ని బట్టి ఇతనితో యుద్ధం చేయడమే ఉచితమని నేను అనుకొంటున్నాను. ఈ రోజు నీకితడు లక్ష్యంగా మారాడు. ఇది నీకు సాఫల్యమే అనుకో. లేకపోతే ఈ రాజ్యలోభి నీతో యుద్ధం చేసి చావడానికి ఎందుకు వస్తాడు ? నేడు అదృష్టం కొద్దీ ఇతడు నీ బాణాలకు ఎర అవుతున్నాడు. కాబట్టి అతడు వెంటనే ప్రాణాలు కోల్పోయేలా చెయ్యి. పార్థా ! దేవతలు, అసురులు, మనుష్యులతో కూడిన ముల్లోకాలు కూడా నిన్ను ఎదిరించలేవు. ఇక ఈ దుర్యోధనుడు అనగాఎంత" అన్నాడు. అది విని అర్జునుడు "మంచిది. ఇప్పుడు నేను ఈ పని చేసే తీరాలంటే మీరు అన్నిపనులూ

మాని దుర్యోధనునివైపు నడువండి” అన్నాడు.

ఈ రీతిగా తమలోతాము మాట్లాడుకొంటూ కృష్ణార్జునులు ఆనందంగా దుర్యోధనుని సమీపించడానికి తమ తెల్లని గుఱ్ఱాలను ముందుకు పరుగెత్తించారు. ఈ సంకట స్థితిలో కూడా దుర్యోధనుడు భయపడలేదు. వారు తన ఎదుటికి రాగానే వారిని అడ్డగించాడు. అది చూచి అతనివైపు క్షత్రియులందరూ అతనిని ప్రశంసించసాగారు. రాజుగారు రణరంగంలో యుద్ధం చేయడం చూసి మీ యావత్తు సైన్యంలో కోలాహలం చెలరేగింది. దీనితో అర్జునునికి కోపం హెచ్చింది. అప్పుడు దుర్యోధనుడు నవ్వుతూ అతనిని యుద్ధానికి ఆహ్వానించాడు. కృష్ణార్జునులు ఇద్దరూ కూడా మహోల్లాసంతో ఆర్భాటంగా తమ తమ శంఖాలు పూరించారు వారి ఆనందం చూసి కౌరవులందరూ దుర్యోధనుని ప్రాణాల విషయంలో నిరాశ పడ్డారు. మహాభయంతో - “అయ్యయ్యో ! మహారాజు మృత్యువు పంజాలో చిక్కుకొన్నాడు. మృత్యువు పంజాలో చిక్కుకొన్నాడు” అనుకోసాగారు. వారి కోలాహలం విని దుర్యోధనుడు - “భయపడవద్దు. ఇప్పుడే నేను కృష్ణార్జునులను మృత్యువు దగ్గరకు పంపుతాను” అన్నాడు.

ఇలా అని అతడు మూడు వాడి బాణాలతో అర్జునుని కొట్టాడు. నాలుగు బాణాలతో అతని నాలుగు గుఱ్ఱాలను తూట్లు పొడిచాడు. ఆ పైన పది బాణాలను శ్రీకృష్ణుని వక్షః స్థలంపై నాటాడు. ఒక భల్లంతో అతని కొరడాను విరగకొట్టి నేలపై పడేశాడు. అందుపై అర్జునుడు చాలా జాగ్రత్తగా అతనిపై 14 బాణాలు వేశాడు. కాని అవి అతని కవచానికి తగిలి నేలమీద పడ్డాయి. అవి నిష్ఫలం కావడం చూసి అతడు మళ్లీ 14 బాణాలు వేశాడు. కాని అవి కూడా దుర్యోధనుని కవచానికి తగిలి కింద పడ్డాయి. ఇది చూసి శ్రీకృష్ణుడు అర్జునునితో - “ఈ రోజు నేను చాలా వింతవిషయాన్ని చూస్తున్నాను. చూడు నీ బాణాలు రాతిమీద వేసిన బాణాలవలె ఏమీ పనిచేయడం లేదు. పార్థా ! నీ బాణాలు వజ్రపాతమై భయంకరంగా శత్రువుల శరీరాల్లోకి చొచ్చుకుపోతూ ఉంటాయి. కాని ఇదేమి వింత ? నేడు అవి ఏమీ పనికిరావడం లేదు” అన్నాడు. అర్జునుడు - “శ్రీకృష్ణా! తెలిసింది. దుర్యోధనునికి ఈ శక్తి ద్రోణాచార్యులవారు ఇచ్చారు. ఇతడు కవచ ధారణం చేసిన తీరు నా అస్త్రాలకు కూడా అభేద్యమైనది. ఇతని కవచంలో ముల్లోకాల శక్తి ఇమిడి ఉంది. దీనిని ఆచార్యులవారు మాత్రమే ఎరుగుదురు. ఆయన కృపవల్ల నేను ఎరుగుదును. ఈ కవచాన్ని బాణాల ద్వారా ఏ విధంగానూ భేదించలేము. అంతేకాదు. ఇంద్రుడు కూడా తన వజ్రాయుధంతో దాన్ని ఛేదించలేడు. కృష్ణా ! ఈ రహస్యం అంతా నీకూ తెలుసుకదా ! ఇక నన్ను అడిగి ఇలా మోహపెడతా వెందుకు ? ముల్లోకాలలోను జరిగినది, జరుగుతున్నది, జరుగబోతున్నది - అంతా కూడా నీకు తెలిసినదే. ఈ సమస్త విషయాలూ తెలిసినవారు మీ కంటె ఎవరూ లేరు. ఇది నిజం, దుర్యోధనుడు ఆచార్యుడిచ్చిన కవచాన్ని ధరించి ఇప్పుడు నిర్భయంగా నిలబడి ఉన్నాడు. అయినా ఇప్పుడు మీరు నా ధనుస్సు యొక్క, చేతుల యొక్క పరాక్రమాన్ని చూద్దురుగాని కవచంతో సురక్షితంగా ఉన్నా ఇతనిని నేను ఈ రోజు ఓడిస్తాను” అన్నాడు.

ఇలా చెప్పి అర్జునుడు కవచాన్ని భేదించగల, మానవాస్త్రంతో అభిమంత్రించిన అనేక బాణాలను సంధించాడు. కాని దుర్యోధనుడు అన్నిరకాల అస్త్రాలను ఖండించే బాణాలతో వాటిని వింటి మీదనే తుంచివేశాడు. ఇది చూసి అర్జునునికి చాలా ఆశ్చర్యం కలిగింది. అతడు శ్రీకృష్ణునితో - “జనార్దనా ! ఈ అస్త్రాన్ని నేను రెండోసారి ప్రయోగించను. ఎందుకంటే అలా చేస్తే ఈ అస్త్రం నన్ను నా సేననే సంహరిస్తుంది” అన్నాడు. ఇంతలోనే దుర్యోధనుడు తొమ్మిదేసి బాణాలతో అర్జునుని, శ్రీకృష్ణుని గాయపరిచాడు. పైగా వారి మీద అనేక బాణాలను కురిపించాడు. అతని భీకరమైన బాణవర్షాన్ని చూచి మీ పక్షపు వీరులందరూ ఆనందించారు. వాద్య ఘోషతో సింహనాదాలు చేశారు. అప్పుడు అర్జునుడు కాలుని వంటి భయంకరమైన వాడిబాణాలతో దుర్యోధనుని గుఱ్ఱాలను, ఇద్దరు పార్శ్వరక్షకులను చంపివేశాడు. ఆపై అతని వింటిని, అమ్ముల పొదిని ఖండించాడు. ఈ రీతిగా అతనిని విరథుని చేసి, రెండు బాణాలతో అతని అరచేతులను ఛిద్రం చేశాడు. దుర్యోధనుడు ఇలా ఆపదలో చిక్కుకోవడం గమనించి అనేకమంది ధనుర్ధరులు అతని రక్షణకోసం పరుగున వచ్చారు. వారు అర్జునుని నలువైపులా ముట్టడించారు. జనసమూహం చుట్టుముట్టడం వల్లనూ, భీషణమైన బాణవర్షం కారణంగానూ అర్జునుడూ కనపడలేదు. శ్రీకృష్ణుడూ కనపడలేదు. చివరకు వారి రథం కూడా కనుమరుగయింది.

అప్పుడు అర్జునుడు గాండీవాన్ని లాగి పట్టి భయంకరంగా టంకారం కావించాడు. గొప్ప బాణవర్షంతో శత్రు సంహారం మొదలు పెట్టాడు. శ్రీకృష్ణుడు ఉచ్చైస్స్వనంతో పాంచజన్యం ఊదాడు. ఆ శంఖధ్వనికి, గాండీవ టంకారానికి భయభీతులై

బలవంతులు, బలహీనులు కూడా నేల మీద వాలిపోయారు. పర్వతాలు, సముద్రాలు, ద్వీపాలు పాతాళంతో పాటుగా భూమి అంతా ప్రతిధ్వనించింది. మీ వైపు వారు అనేక వీరులు కృష్ణార్జునులను చంపడానికి చాలావేగంగా పరుగున వచ్చారు. భూరిశ్రవుడు, శలుడు, కర్ణుడు, వృషసేనుడు, జయద్రథుడు, కృపాచార్యుడు, శల్యుడు, అశ్వత్థామ - ఈ ఎనిమిదిమంది వీరులు ఒకేసారి అతనిపై దాడి చేశారు. వారందరితో పాటు దుర్యోధనుడు జయద్రథుని రక్షించాలనే ఉద్దేశ్యంతో అతనిని నలువైపులా ముట్టడించాడు. అశ్వత్థామ 73 బాణాలతో శ్రీకృష్ణుని, మూడింటితో అర్జునుని కొట్టాడు. ఐదు బాణాలతో అతని ధ్వజం, గుఱ్ఱాల మీదా దెబ్బతీశాడు. ఇక అప్పుడు అర్జునుడు అత్యంతమూ కుపితుడై అశ్వత్థామపై 600 బాణాలు వేశాడు. అలాగే పదిబాణాలతో కర్ణుని, మూడిటితో వృషసేనుని, తూట్లు పొడిచి, శల్యుని యొక్క బాణంతో పాటు వింటిని కూడా ఖండించివేశాడు. శల్యుడు వెంటనే మరొక విల్లు తీసుకొని అర్జునుని గాయపరిచాడు. ఆపై అతనిని భూరిశ్రవుడు మూడు, కర్ణుడు ఇరవైరెండు, వృషసేనుడు ఏడు, జయద్రథుడు 73, కృపాచార్యుడు పది, మద్రరాజు పది బాణాలతో తూట్లు పొడిచారు. అందుపై అర్జునుడు నవ్వుకొని, తన చేతులపస చూపుతూ కర్ణుని మీద పన్నెండు, వృషసేనుని మీద మూడు బాణాలువేసి, బాణంతోపాటు శల్యుని విల్లు విరుగకొట్టాడు. ఆపై ఎనిమిది బాణాలతో అశ్వత్థామను, ఇరవైఐదింటితో కృపాచార్యుని, నూటితో జయద్రథుని గాయపరిచాడు. ఆ తరువాత అతడు అశ్వత్థామపై 70 బాణాలను మళ్లీ వేశాడు. అప్పుడు భూరిశ్రవుడు కుపితుడై శ్రీకృష్ణుని కొరడాను విరుగ కొట్టాడు. అర్జునుని 73 బాణాలతో దెబ్బకొట్టాడు. అందుపై అర్జునుడు వంద బాణాలతో ఆ శత్రువులందరినీ ముందుకు రాకుండా ఆపివేశాడు.

శకటవ్యూహము వద్ద కౌరవ పాండవ వీరుల సంగ్రామము

ధృతరాష్ట్ర మహారాజు అడిగాడు - సంజయా ! అర్జునుడు జయద్రథుని వైపు వెళ్లినపుడు ద్రోణాచార్యుడు అడ్డగించిన పాంచాల వీరులు కౌరవులతో ఎలా పోరాడారు ?"

సంజయుడు చెపుతున్నాడు - "రాజా ! ఆ రోజు మధ్యాహ్నం కౌరవ పాంచాలుర మధ్య జరిగిన తీవ్రమైన యుద్ధంలో ద్రోణాచార్యుడే ప్రధానలక్ష్యం. పాంచాల పాండవ వీరులందరూ ద్రోణుని రథం వద్దకు చేరి అతని సైన్యాన్ని ఛిన్నాభిన్నం చేయడానికి గొప్ప గొప్ప ఆయుధాలు ప్రయోగించసాగారు. అందరికంటె ముందు కేకయ వీరుడు బృహత్క్షత్రుడు వాడి వాడి బాణాలను వర్షిస్తూ ద్రోణుని ఎదుటికి వచ్చాడు. క్షేమధూర్తి వందల కొద్దీ బాణాలను కురిపిస్తూ అతనిని ఎదుర్కొన్నాడు. చేదిరాజు ధృష్టకేతుడు ఆ తరువాత ఆచార్యునిపై విరుచుకు పడ్డాడు. వీరధన్వుడు అతనిని ఎదిరించాడు. ఈ రీతిగానే సహదేవుని దుర్ముఖుడు, సాత్యకిని వ్యాఘ్రదత్తుడు, ద్రౌపదీ పుత్రులను సోమదత్తుని పుత్రుడు, భీమసేనుని అలంబుష రాక్షసుడు అడ్డగించారు.

అప్పుడే యుధిష్ఠిరుడు ద్రోణాచార్యునిపై తొంభై బాణాలు వేశాడు. అప్పుడు ఆచార్యుడు సారథి, గుఱ్ఱాలతో సహితంగా అతని మీద ఇరవై అయిదు బాణాలతో దెబ్బకొట్టాడు. కాని ధర్మరాజు తన చేతివేగం చూపుతూ ఆ బాణాలన్నిటినీ తన బాణవర్షంతో ఆపు చేశాడు. దీనితో ద్రోణుని కోపం హెచ్చింది. ఆయన యుధిష్ఠిరుని విల్లు విరిచాడు. అతివేగంగా వేల బాణాలను వర్షించి అతనిని అన్ని వైపులనుండి కప్పి వేశాడు. దీనితో అతిఖిన్నుడై ధర్మరాజు, ఆ విరిగిన వింటిని విసిరివేసి ఇంకొక ప్రచండమైన ధనుస్సు తీసుకొని ఆచార్యుడు వేసిన బాణాలను ఖండించాడు. అతడు ద్రోణునిపై అత్యంత భయానకమైన గదను వేసి, ఉల్లాసంగా ఆర్భాటించాడు. గద తన వైపు రావడం చూసి ఆచార్యుడు బ్రహ్మాస్త్రాన్ని ప్రయోగించాడు. అది గదను భస్మం చేసి యుధిష్ఠిరునివైపు వచ్చింది. ధర్మరాజు బ్రహ్మాస్త్రంతోనే దానిని శమింపచేశాడు. పైగా ఐదు బాణాలతో ఆచార్యుని తూట్లు పొడిచి, అతని ధనుస్సును విరుగకొట్టాడు. విరిగిన ధనుస్సును అవతల పారవేసి ద్రోణుడు యుధిష్ఠిరునిపై గదను విసిరాడు. అది తన వైపు రావడం చూసి ధర్మరాజు కూడా ఒక గదను ఎత్తి విసిరాడు. ఆ గదలు పరస్పరం ఘర్షించుకొని నిప్పులు కక్కాయి. అనంతరం రెండూ కింద పడిపోయాయి. ఇప్పుడు ద్రోణాచార్యునికి కోపం ఇనుమడించింది. నాలుగు వాడిబాణాలతో యుధిష్ఠిరుని గుఱ్ఱాలను చంపివేశాడు. భల్లంతో అతని వింటిని విరిచివేశాడు. మరి మూడు బాణాలతో అతనిని కూడా చాలా పీడించాడు. గుఱ్ఱాలు మరణించడంతో యుధిష్ఠిరుడు వెంటనే రథం దిగి సహదేవుని రథం ఎక్కి వేగంగా ముందుకు సాగి యుద్ధరంగాన్ని విడిచి వెళ్లాడు.

ఇంకొక వైపు మహాపరాక్రమశాలి బృహత్ క్షత్రుడు రావడం చూసి, క్షేమధూర్తి బాణాలతో అతని వక్షః స్థలంపై కొట్టాడు. బృహత్ క్షత్రుడు అతి వేగంగా తొంభై బాణాలతో క్షేమధూర్తిని

కొట్టాడు. క్షేమధూర్తి ఒక వాడి బాణంతో కేకయరాజు ధనుస్సును విరిచి, అతడిని కూడా ఒక బాణంతో గాయపరిచాడు. కేకయరాజు ఇంకొక ధనుస్సు తీసుకొని నవ్వుతూ నవ్వుతూ క్షేమధూర్తి యొక్క గుఱ్ఱాలను, సారథిని, రథాన్ని నాశనం చేశాడు. ఇంకొక వాడి బాణంతో కుండల మండితమైన అతని శిరస్సును శరీరం నుండి వేరు చేశాడు. తరువాత అతడు పాండవులకు హితం కోరి అకస్మాత్తుగా మీ సేనపై విరుచుకుపడ్డాడు.

చేదిరాజు ధృష్టకేతుని వీరధన్వుడు ఎదిరించాడు. వారిద్దరూ పరస్పరం పోరాడుతూ వేల బాణాలతో ఒకరినొకరు గాయపరచుకొన్నారు. వీరధన్వుడు కోపించి ఒక భల్లంతో ధృష్టకేతుని ధనుస్సును రెండు ముక్కలుగా నరికేశాడు. చేదిరాజు దానిని విసిరివేసి ఒక ఇనుప శక్తిని రెండు చేతులతో ఎత్తి వీరధన్వుని మీద విసిరాడు. ఆ భయంకరమైన దెబ్బకు వీరధన్వుని గుండె పగిలి రథం నుండి క్రిందపడ్డాడు.

ఇంకొకవైపు దుర్ముఖుడు సహదేవునిపై 60 బాణాలు వేసి గట్టిగా ఆస్ఫాలనం చేశాడు. సహదేవుడు అలవోకగా అనేక తీవ్రమైన బాణాలతో తూట్లు పొడిచాడు. దుర్ముఖుడు అతనిపై తొమ్మిది బాణాలు వేశాడు. సహదేవుడు ఒక భల్లంతో దుర్ముఖుని ధ్వజాన్ని ఖండించి, నాలుగు వాడిబాణాలతో నాలుగు గుఱ్ఱాలను చంపివేశాడు. మిక్కిలి వాడియైన ఇంకొక బాణంతో అతని వింటిని విరిచాడు. అనంతరం అతని సారథిని కూడా తల నరికేశాడు. ఐదు బాణాలతో అతనిని కూడా గాయపరిచాడు. దుర్ముఖుడు గుఱ్ఱాలు లేని తన రథాన్ని వదిలి నిరమిత్రుని రథం ఎక్కాడు. దీనిపై కోపించిన సహదేవుడు ఒక భల్లంతో నిరమిత్రుని ప్రహరించాడు. అందుపై త్రిగర్త రాజపుత్రుడు నిరమిత్రుడు రథం నొగలిపై నుండి కింద పడ్డాడు. నిరమిత్రుడు చనిపోవడం చూసి త్రిగర్త సైన్యంలో హాహాకారాలు వ్యాపించాయి. అదే సమయంలో ఇంకొక అద్భుతం జరిగింది. ఒక్క క్షణకాలంలో నకులుడు మీ కొడుకు వికర్ణుని ఓడించాడు.

సైన్యంలోని రెండవ భాగంలో వ్యాఘ్రదత్తుడు తన వాడి బాణాలతో సాత్యకిని కప్పివేశాడు. సాత్యకి తన హస్తలాఘవంతో వాటినన్నింటిని నిలుపు చేసి, తన బాణాలతో ధ్వజం, సారథి, గుఱ్ఱాలతో పాటుగా వ్యాఘ్రదత్తుని కూడా నేలకూల్చాడు. మగధరాజకుమారుడు మరణించాక, మగధ దేశపు వీరులు అనేకులు వేలకొద్దీ బాణాలు, తోమరాలు, భిందిపాలాలు, ప్రాసలు, ముద్గరాలు, ముసలాలు మొదలైన ఆయుధాలతో దెబ్బకొడుతూ సాత్యకితో యుద్ధం చేయసాగారు.కాని సాత్యకి అవలీలగా వారి నందరినీ ఓడించాడు. సాత్యకి దెబ్బలకు భీతిల్లి పారిపోతున్న మీ సైన్యంలో ఒక్కడు కూడా అతని ఎదుట నిలువడానికి సాహసించలేదు. ఇది చూచిన ద్రోణునికి చాలా కోపం వచ్చి, తానే అతని మీద దాడి చేశాడు.

ఇటు శలుడు ద్రౌపదీ పుత్రులను ఒక్కొక్కరిని ముందు ఐదేసి, తరువాత ఏడేసి బాణాలతో తూట్లు పొడిచాడు. దానితో వారికి చాలా నొప్పి కలిగింది. వారికి తల తిరిగిపోయి, ఏమి చేయాలో తోచలేదు. ఇంతలో నకులుని పుత్రుడు శతానీకుడు రెండు బాణాలతో శలుని తూట్లు పొడిచి గర్జించాడు. అలాగే ఇతర ద్రౌపదీపుత్రులు కూడా మూడేసి బాణాలతో అతనిని గాయపరిచారు. అంతట శలుడు వారిలో ఒక్కొక్కరి మీదా ఐదేసి బాణాలు వేశాడు. ఒక్కొక్క బాణంతో ప్రతి ఒక్కరి వక్షః స్థలాన్ని గాయపరిచాడు. అందుపై అర్జునుని కొడుకు నాలుగు బాణాలతో అతని గుఱ్ఱాలను చంపివేశాడు. భీమసేనుని కొడుకు అతని ధ్వజాన్ని ఖండించాడు. నకులుని కొడుకు సారథిని రథం నుండి క్రిందికి పడగొట్టాడు. సహదేవసుతుడు అతని శిరసును ఒక వాడి బాణంతో మొండెంనుండి వేరు చేశాడు. అతని తల తెగిపడడం చూసి మీ సైనికులు భయంతో అటు ఇటు పరుగులు తీశారు.

ఒక వైపు భీమసేనునితో అలంబుషుడు యుద్ధం చేస్తున్నాడు. భీమసేనుడు తొమ్మిది బాణాలతో ఆ రాక్షసుని గాయపరిచాడు. దానితో ఆ రాక్షసుడు భీకరంగా గర్జిస్తూ భీమసేనునివైపు పరుగెత్తుకువచ్చి అతనిని ఐదు బాణాలతో తూట్లు పొడిచి, మూడువందలమంది రథికులను మట్టుపెట్టాడు. ఇంకా నాలుగువందల మంది వీరులను చంపి, ఒక బాణంతో భీమసేనుని గాయపరిచాడు. ఆ బాణం భీమసేనునికి లోతుగా గుచ్చుకొని అతడు అచేతనంగా రథంలో కూలబడిపోయాడు. కొద్దిసేపటికి అతనికి తెలివి వచ్చింది. తన భీషణమైన వింటిని ఎక్కుపెట్టి నలువైపులనుండి అలంబుసుని బాణాలతో ముంచెత్తసాగాడు. ఆ సమయంలో అతనికి భీమసేనుడే తన అన్న బకాసురుని చంపాడని గుర్తుకు వచ్చింది. దానితో అతడు ఉగ్రుడై భీమునితో – "దుష్టుడా ! మహాబలుడైన మా అన్న బకుని నీవు చంపినప్పుడు నేను అక్కడ లేను. ఈ రోజు నీవు ఆ ఫలాన్ని అనుభవిస్తావు" అని పలికి, అంతర్ధానమయ్యాడు. భీమసేనునిపై గొప్ప బాణవర్షాన్ని కురిపించసాగాడు. భీమసేనుడు కూడా ఆకాశమంతటా బాణాలు నింపేశాడు. వాటితో బాధ కలిగి

రాక్షసుడు తన రథం మీదికి మరలి వచ్చాడు. కాని నేలపైకి దిగి సూక్ష్మరూపం ధరించి ఆకాశానికి ఎగిరి పోయాడు. అతడు క్షణక్షణమూ పైకి, కిందికీ, పెద్దది చిన్నది, స్థూలం – సూక్ష్మం ఇలా విభిన్న రకాలుగా రూపాలు ధరించి మేఘంలా గర్జించసాగాడు. అతడు ఆకాశంలో నిలిచి శక్తి, కుణపం, ప్రాసం, శూలం పట్టిసం, తోమరం, శతఘ్ని, పరిఘ, భిందిపాలం, పరశువు, శిల, ఖడ్గం, గుడం, ఋష్టి, వజ్రం – మొదలైన అనేక అస్త్ర శస్త్రాలను వర్షించాడు. అందువల్ల భీమసేనుని యొక్క సైనికులు అనేకమంది చనిపోయారు. అందుకు భీమసేనుడు కోపించి విశ్వకర్మాస్త్రమును ప్రయోగించాడు. దానితో తీవ్రంగా బాధ పొంది మీ సైనికులు పారిపోవడం మొదలుపెట్టారు. ఆ అస్త్రం రాక్షసుని మాయలను అన్నిటినీ నశింపచేసి, అతనికి కూడా తీవ్రవేదన కలిగించింది. ఈ రీతిగా భీమసేనుని చేత తీవ్రంగా పీడింపబడి అతడు అతనిని వదిలి ద్రోణాచార్యుని సైన్యంలోకి వెళ్లిపోయాడు. ఆ మహాబలుడైన రాక్షసుని జయించి పాండవులు దిక్కులు పిక్కటిల్లేలా సింహనాదాలు చేశారు.

అప్పుడు హిడింబాసుతుడు ఘటోత్కచుడు అలంబుషుని ఎదుటికి వచ్చి, అతనిని వాడి బాణాలతో తూట్లు పొడవసాగాడు. దానితో అలంబుషునికి కోపం ఎక్కువై, ఘటోత్కచుని గట్టి దెబ్బ కొట్టాడు. ఇలా వారిరువురి మధ్య భీషణసంగ్రామం మొదలయింది. ఘటోత్కచుడు అలంబుషుని గుండెలపై ఇరవై బాణాలు గుచ్చి పదే పదే సింహనాదం చేశాడు. అలంబుసుడు కూడా రణకర్కశుడైన ఘటోత్కచుని గాయపరిచి, తన సింహనాదంతో ఆకాశం పిక్కటిల్ల చేశాడు. ఇద్దరూ అనేక మాయలు పన్ని ఒకరిని ఒకరు భ్రమపెట్టుకోసాగారు. మాయా యుద్ధంలో నేర్పరులు కాబట్టి వారు దానినే ఆశ్రయించారు. ఘచోత్కచుడు చూపిన మాయలనన్నిటినీ అలంబుసుడు చెదరగొట్టాడు. అందువల్ల భీమసేనుడు మొదలైన ఎంతోమంది మహారథికులకు కోపం హెచ్చి, వారు కూడా అలంబుసునిపై విరుచుకుపడ్డారు.

అలంబుసుడు వజ్రాయుధం లాంటి తన ప్రచండ ధనువును ఎక్కుపెట్టి భీమసేనునిపై పాతిక, ఘటోత్కచునిపై ఐదు, యుధిష్ఠిరుని మీద మూడు, సహదేవుని మీద ఏడు, నకులుని మీద డెబ్బై మూడు, ద్రౌపదీపుత్రుల మీద ఐదేసి బాణాలను వేసి, భీషణ సింహనాదం చేశాడు. అందుపై భీషసేనుడు తొమ్మిది, సహదేవుడు ఐదు, యుధిష్ఠిరుడు వంద, నకులుడు అరవైనాలుగు, ద్రౌపదీ పుత్రులు ఐదేసి బాణాలతో అతనిని తూట్లు పొడిచారు. ఘటోత్కచుడు వానిపై ఏభై బాణాలువేసి, డెబ్బై బాణాలతో దెబ్బకొడుతూ గట్టిగా అట్టహాసం చేశాడు. ఆ భీషణ సింహనాదానికి పర్వతాలు, అడవులు, వృక్షాలు, జలాశయాలతో సహితంగా భూమి అంతా కంపించిపోయింది. అప్పుడు అలంబుసుడు ప్రతి ఒక్క వీరుని ఐదేసి బాణాలతో కొట్టాడు. దానితో ఘటోత్కచుడు, పాండవులు మిక్కిలి ఉత్తేజితులై అతనిపై నలుదిక్కుల నుండి వాడి వాడి బాణాలు కురిపించసాగారు. విజయులైన పాండవుల దెబ్బకు అప్పటికే సగం చచ్చిన వాడు ఒక్కసారిగా కింకర్తవ్యతావిమూఢుడై పోయాడు. అతని ఆ స్థితి చూచి యుద్ధ దుర్మదుడైన ఘటోత్కచుడు అతనిని వధించాలనుకొన్నాడు. అతడు తన రథంపైనుండి అలంబుసుని రథం మీదికి దూకి, అతనిని నలిపివేశాడు. పైగా అతనిని రెండు చేతులతో పైకెత్తి గిరగిరా తిప్పి నేలకు విసిరికొట్టాడు. ఇది చూచి అతని సైన్యమంతా భయపడిపోయింది. వీరుడైన ఘటోత్కచుని దెబ్బకు అలంబుసుని అవయవాలన్నీ విరిగి, ఎముకలు నుగ్గు నుగ్గు అయ్యాయి. ఈ రీతిగా అలంబుసుడు చావడం చూసి పాండవులు ఆనందంతో సింహనాదాలు చేశారు. మీ సైన్యంలో హాహాకారాలు చెలరేగాయి.

ద్రోణసాత్యకుల యుద్ధము - యుధిష్ఠిరుడు సాత్యకిని అర్జునుని వద్దకు పంపుట.

ధృతరాష్ట్రుడు – “సంజయా ! సాత్యకి ద్రోణాచార్యుని ఎలా నిలువరించగలిగాడు ? ఇప్పుడు ఆ వృత్తాంతాన్ని అంతా నాకు వివరంగా చెప్పు” అని అడిగాడు.

సంజయుడు చెప్పసాగాడు – రాజా ! సాత్యకి మన సేనలను నలిపివేయడం చూచిన ఆచార్యుడు స్వయంగా తానే అతని ఎదుటికి వచ్చాడు. అతడు శీఘ్రంగా తన ఎదుటికి రావడం చూసి సాత్యకి అతనిపై ఇరవైఅయిదు బాణాలు వేశాడు. ఆచార్యుడు చురుకుగా అతనిని ఐదు వాడి బాణాలతో తూట్లు పొడిచాడు. ఆ బాణాలు అతని కవచాన్ని చీల్చుకొని వచ్చి నేలపై పడ్డాయి. దానితో సాత్యకి కోపించి ద్రోణుని ఏభై బాణాలతో గాయపరిచాడు. ఆచార్యుడు కూడా అనేక బాణాలతో అతనిని తూట్లు పొడిచాడు. అప్పుడు ఆచార్యుని బాణపు దెబ్బలకు అతడు ఎంతగా విలవిలలాడాడంటే అతనికి ఏమి చేయాలో కూడా తోచలేదు. ముఖం కిందికి దిగిపోయింది. ఇది చూచి మీ కుమారులు సైనికులు ఆనందంతో పదే పదే సింహనాదాలు చేయసాగారు. వారి భీషణ నాదాలు విని, సాత్యకి ఆపదలో పడడం చూసి,

యుధిష్ఠిరుడు ధృష్టద్యుమ్నునితో - "ద్రుపదపుత్రా ! నీవు భీమసేనుడు మొదలైన వీరులందరినీ వెంట పెట్టుకొని సాత్యకి రథం వైపు వెళ్లు. నీ వెనుకే నేను కూడా సైనికులందరినీ తీసుకొని వస్తాను. ఇప్పుడు సాత్యకిని ఉపేక్షించకు. అతడు కాలుని నోట్లో చిక్కాడు" అన్నాడు.

ఇలా చెప్పి యుధిష్ఠిరుడు సాత్యకిని రక్షించడానికి సైన్యాన్ని అంతటినీ తీసుకొని ద్రోణాచార్యునిపై దాడి చేశాడు. కాని ఆచార్యుడు తన బాణవర్షంతో ఆ మహారథులందరినీ నొప్పించసాగాడు. అప్పుడు పాండవ సృంజయవీరులకు తమను రక్షించేవాడు ఎవడూ కనపడలేదు. ద్రోణాచార్యుడు పాంచాల పాండవసైన్యంలోని ముఖ్యమైన వీరులను సంహరించసాగాడు. అతడు వందల కొద్దీ వేల కొద్దీ పాంచాల, సృంజయ, మత్స్య, కేకయ వీరులను ఓడించాడు. అతని చేతిలో ఛిద్రమైన వీరులందరూ గట్టిగా ఆర్తనాదాలు చేస్తున్నారు. అప్పుడు దేవతలు, గంధర్వులు, పితరులు, అందరి నోటినుండి "చూడు. ఈ పాంచాల పాండవ మహారథులు తమ సైనికులతో సహితంగా పారిపోతున్నారు" అనే మాటలే వినపడుతున్నాయి.

ఈ వీరుల యొక్క భీషణ సంహారం జరుగుతున్నప్పుడే యుధిష్ఠిరుని చెవులకు పాంచజన్య శంఖధ్వని వినపడింది. అది విని ఖిన్నుడై అతడు - "పాంచజన్యధ్వని వినపడుతోంది. కౌరవులు ఆనందంతో కోలాహలం చేస్తున్నారు. ఇందువల్ల అర్జునుడు ఆపదలో చిక్కుకొన్నాడని అనిపిస్తోంది" అనుకోసాగాడు. ఈ ఆలోచన రాగానే అతని హృదయం వ్యాకులమయింది. అతడు గద్గద స్వరంతో సాత్యకితో - "శినిపుత్రా ! ఆపద వచ్చినపుడు మిత్రధర్మంగా పూర్వం సజ్జనులు ఏది నిశ్చయించి చెప్పారో, ఇప్పుడది చూపవలసిన అవసరం వచ్చింది. నేను యోధులందరినీ పరిశీలించి చూశాను, కాని నీకంటె మించి వేరెవరూ నాకు హితునిగా కనపడలేదు. ఆపద సమయంలో తనంటే ఇష్టమున్నవానిని, తనకు అనుకూలమైన వానిని ఉపయోగించుకోవాలని నా ఉద్దేశ్యం. నీవు శ్రీకృష్ణుని వంటి పరాక్రమం కలవాడవు. అతని లాగే పాండవులకు ఆశ్రయమైన వాడివి. కాబట్టి నేను నీపై ఒక భారం మోపుతున్నాను. అది నీవు ఒప్పుకోవాలి. ఇప్పుడు నీ బంధువు, చెలికాడు, గురువు అయిన అర్జునుడు ఆపదలో ఉన్నాడు. నీవు రణరంగంలో అతని వద్దకు వెళ్లి సహాయపడు. మిత్రుని కోసం పోరాడుతూ ప్రాణత్యాగం చేసేవాడు, బ్రాహ్మణులకు భూదానం చేసేవాడు - ఈ ఇద్దరూ సమానులే. నా దృష్టిలో మిత్రులకు అభయదానం చేసేవారు ఒకరు శ్రీకృష్ణుడు, రెండు నీవు. అతడు కూడా మిత్రులకోసం తన ప్రాణాలను సమర్పిస్తాడు. చూడు. ఒక పరాక్రమశాలి విజయం పొందాలనే లాలసతో యుద్ధంలో తెగింపు చూపుతుంటే, వీరుడే అతనికి సహాయం చేయగలడు, సాధారణులైన ఇతరులెవరూ ఈ పని చేయలేరు. కాబట్టి ఈ భీషణ సంగ్రామంలో అర్జునుని రక్షించేవాడవు నీవు తప్ప వేరెవరూ లేరు. అర్జునుడు కూడా నీవు చేసిన అనేక కృత్యాలను ప్రశంసిస్తూ నాతో - "సాత్యకి నాకు మిత్రుడు, శిష్యుడు. అతనికి నేను ఇష్టుడను. నాకు అతడంటే ఇష్టం. నాతో పాటు ఉండి అతడూ కౌరవ సంహారం చేస్తాడు. అతనితో సమానుడైన సహాయకుడు నాకు వేరెవరూ ఉండబోరు" అని ఎన్నోసార్లు అన్నాడు. తీర్థాటన చేస్తూ నేను ద్వారకకు వచ్చినపుడు కూడా అర్జునునిపట్ల నీకున్న భక్తిభావాన్ని చూశాను. ఇప్పుడు ద్రోణుని చేత కవచం తొడిగించుకొని దుర్యోధనుడు అర్జునునివైపు వెళ్లాడు. ఎందరో ఇతర మహారథులు కూడా అక్కడకు ముందుగానే చేరుకొన్నారు. కాబట్టి నీవు చాలా తొందరగా వెళ్లాలి. భీమసేనుడు, మేము అందరం సైనికులతో సహా సిద్ధంగా ఉంటాము, ద్రోణాచార్యుడు నిన్ను వెంటాడితే మేము అతనిని ఇక్కడే ఆపివేస్తాము. చూడు. మన సైన్యం యుద్ధభూమి నుండి పారిపోతోంది. రథికులు, గుఱ్ఱపుదళం, కాల్బలం అటు ఇటు పరుగులు తీయడంతో అంతటా దుమ్మురేగుతోంది. అర్జునుని సింధు సౌవీర దేశవీరులు చుట్టు ముట్టారని అనిపిస్తోంది. వీరందరూ జయద్రథుని కోసం ప్రాణాలయినా అర్పించడానికి సిద్ధం, కాబట్టి వారిని పరాజితులు చేయకుండా జయద్రథుని జయించడం సాధ్యం కాదు. ఈ రోజు అర్జునుడు సూర్యోదయ సమయంలోనే కౌరవ సేనలో ప్రవేశించాడు. ఇప్పుడు పగలు జారిపోతోంది. ఇంతవరకు అతడు జీవించి ఉన్నాడో లేదో కూడా తెలియదు. కౌరవసైన్యం సముద్రంలా అపారమైనది. యుద్ధంలో సూటిగా దేవతలు కూడా దాని ఎదుట నిలువలేరు. అందులోకి అర్జునుడు ఒంటరిగానే ప్రవేశించాడు. అతనిని గురించిన చింతతో ఈ రోజు యుద్ధం చేయడానికి కూడా మనస్సు రావడం లేదు. జగత్పతి శ్రీకృష్ణుడు అయితే ఇతరులను కూడా రక్షించగలవాడే. కనుక అతనిని గురించి నాకు ఏ చింతాలేదు. నేను నీతో నిజం చెపుతున్నాను. ముల్లోకాలు ఏకమై శ్రీకృష్ణునితో యుద్ధానికి వచ్చినా కూడా, యుద్ధంలో వాటినన్నింటినీ కూడా అతడు జయించగలడు. ఇక ధృతరాష్ట్ర

పుత్రుని ఈ అత్యల్ప సైన్యం సంగతి చెప్పేది ఏముంది ? కాని అర్జునుని విషయం అలా కాదు. చాలా మంది యోధులు ఒక్కుమ్మడిగా బాధిస్తే అతడు ప్రాణాలు కోల్పోతాడు. కాబట్టి అర్జునుడు వెళ్లిన దారిలోనే నీవు కూడా తొందరగా అతని వద్దకు వెళ్లు. ఈ కాలంలో వృష్ణివంశవీరులలో నీవూ, ప్రద్యుమ్నుడూ - ఇద్దరే అతిరథులుగా భావించబడుతున్నారు. నీవు అస్త్ర చాలనంలో సాక్షాత్తు నారాయణునంతటివాడవు. బలంలో బలరామునంతటివాడవు. పరాక్రమంలో అర్జునునంతటివాడవు. కాబట్టి నేను నీకు అప్పగించిన కార్యాన్ని పూర్తి చేయి. ప్రాణాలను లెక్కచేయకుండా రణరంగంలో నిర్భయంగా తిరుగు. సోదరా ! చూడు. అర్జునుడు నీకు గురువు. శ్రీకృష్ణుడు నీకూ అర్జునునికీ - ఇద్దరికీ కూడా గురువు. ఈ కారణంగా కూడా నిన్ను నేను వెళ్లమని ఆదేశిస్తున్నాను. నీవు నా మాటలను కొట్టివేయకు. ఎందుకంటే నేను కూడా నీ గురువుకు గురువును. ఇందులో శ్రీకృష్ణునికి, అర్జునునికి, నాకు ఒకటే అభిప్రాయం. కాబట్టి నీవు నా ఆజ్ఞను మన్నించి అర్జునుని వద్దకు వెళ్లు" అని సవివరంగా చెప్పాడు.

ధర్మరాజు చెప్పిన ప్రేమయుక్తమైన, మధురమైన, సమయోచితమైన, యుక్తియుక్తమయిన మాటలను విని సాత్యకి -"రాజా ! అర్జునుని సహాయకోసం మీరు నాతో చెప్పిన న్యాయయుక్తమయిన మాటలను విన్నాను. అలా చేయడం వలన నా కీర్తి పెరుగుతుంది. అర్జునుని కోసం నాకు నా ప్రాణాలను దాచుకోవాలని ఏమాత్రం లోభంలేదు. అందులోనూ మీరు ఆజ్ఞాపిస్తే ఈ రణరంగంలో నేను చేయనిదంటూ ఏముంటుంది ? ఈ అల్పసైన్యం మాట ఎందుకు ? మీరు చెప్తే నేను దేవతలు, అసురులు మనుష్యులతో సహితంగా ఈ ముల్లోకాలతోను యుద్ధం చేయగలను. నేను మీకు నిజం చెపుతున్నాను. నేడు ఈ దుర్యోధనుని సైన్యంతో అన్నివైపుల నుండి యుద్ధం చేస్తాను. దానిని ఓడించుతాను. నేను క్షేమంగా అర్జునుని దగ్గరకు చేరుకొంటాను. జయద్రథుని వధ జరిగాక తిరిగి మీ వద్దకు వస్తాను. కాని బుద్ధిమంతుడయిన అర్జునుడు శ్రీకృష్ణుడు నాతో చెప్పి ఉంచిన మాటలను కూడా నేను మీకు నివేదించాలను కొంటున్నాను. అర్జునుడు సమస్త సేనామధ్యంలో శ్రీకృష్ణుని ఎదుటనే నాకు చాలా గట్టిగా చెప్పాడు - "నేను జయద్రథుని చంపి తిరిగి వచ్చే వరకు, నీవు చాలా జాగ్రత్తగా మహారాజును రక్షించాలి. నేను నీ మీదా లేక మహారథి అయిన ప్రద్యుమ్నుని మీదనే మహారాజు యొక్క రక్షణ భారం అప్పగించి, నిశ్చింతగా జయద్రథుని వద్దకు వెళ్లగలను. నీకు ద్రోణుని గురించి బాగా తెలుసు. ఆయన కౌరవపక్ష వీరులందరిలో శ్రేష్ఠులు. ఆయన ధర్మరాజును పట్టుకొంటానని ప్రతిజ్ఞ చేశారు. కాబట్టి వారు అదే దృష్టితో ఉంటారు. పైగా ఇతనిని పట్టుకొనే శక్తి కూడా వారికి ఉన్నది. కాని గుర్తుంచుకో. సత్యవాది అయిన యుధిష్ఠిరుడు వారి చేతిలో పడితే మనమంతా తప్పకుండా తిరిగి అడవికి వెళ్లవలసివస్తుంది. కాబట్టి నీవు ఈ రోజు విజయం, కీర్తి, నా ఆనందం కోసం యుద్ధరంగంలో మహారాజును రక్షిస్తూ ఉండు" అని చెప్పాడు. మహారాజా ! ఈ రీతిగా పార్థుడు ద్రోణాచార్యుని వలన ఎప్పుడూ సంశయంతో ఉండడం వలన నేడు మీ రక్షాభారం నాకు అప్పగించాడు. నాకు కూడా రణరంగంలో అతనిని ఎదిరించేవాడు ప్రద్యుమ్నుడు ఉన్నట్లయితే, అతనికి మీ రక్షణ భారం అప్పగించి ఉందును. అతడు అర్జునునిలాగే మిమ్మల్ని రక్షించేవాడు. కాని ఇప్పుడు నేను వెళ్తే, మిమ్మల్ని ఎవరు రక్షిస్తారు ? పైగా అర్జునుని గురించిన చింత మీకు అక్కరలేదు. అతడు ఏదైనా భారం తానువహిస్తే, దాని గురించి ఆందోళనపడడు. మీరు చెప్తున్న సౌవీర సింధుదేశీయులు, ఉత్తరీయులు, దాక్షిణాత్యులు, అయిన వీరులు, కర్ణాది వీరులు రణాంగణంలో కోపావిష్టుడయిన అర్జునునికి పదహారవవంతు కూడా సాటిరారు. ఈ భూమి అంతటా నిండిఉన్న దేవతలు, అసురులు, మనుష్యులు, రాక్షసులు, కిన్నరులు, నాగులు మొదలైన చరాచర జీవులు పార్థునితో యుద్ధానికి సిద్ధమైనా గానీ, వారందరూ కూడా అతని ఎదుట నిలువలేరు. ఈ విషయాలన్నీ దృష్టిలో పెట్టుకొని మీరు అర్జునుని విషయంలో ఏమీ శంకించనక్కరలేదు. మహాపరాక్రమ వంతులు, వీరవరులు అయిన కృష్ణార్జునులు ఉన్నచోట పనికి ఎలాంటి ఆటంకమూ కలగదు. మీరు మీ సోదరుని దివ్యశక్తిని, శస్త్రనైపుణ్యాన్ని, యోగాన్ని, సహనశీలతను, కృతజ్ఞతను, దయను గమనించండి. పైగా నేను అతని దగ్గరకు వెళ్లిపోతే, ఆ సమయంలో ద్రోణాచార్యుడు చేసే విచిత్ర అస్త్రప్రయోగాన్ని గురించి కూడా ఆలోచించండి. రాజా ! తన ప్రతిజ్ఞ నెరవేర్చుకోవడం కోసం ద్రోణాచార్యుడు చాలా ఉత్సుకతతో ఉన్నాడు. కాబట్టి మీరు మిమ్మల్ని కాపాడుకునే ఉపాయం చూడండి. ఇది మాత్రం ఆలోచించండి - నేను వెళ్తే మిమ్మల్ని ఎవరు రక్షిస్తారు ? ఈ విషయంలో నాకు పూర్తిగా నమ్మకం కుదిరితే, నేను అర్జునుని వద్దకు

వెళ్లగలను" అని తన సందేహాన్ని వివరించాడు.

యుధిష్ఠిరుడు - "సాత్యకీ ! నీవు చెప్పినది బాగానే ఉంది. కాని నా రక్షణ కోసం నిన్ను ఉంచి, అర్జునునికి సహాయం పంపే విషయంలో ఆలోచిస్తే నాకు నీవు వెళ్లడమే చాలా మంచిది అనిపిస్తోంది. కాబట్టి నీవు ఇప్పుడు అర్జునుని వద్దకు వెళ్లడానికి ప్రయత్నించు. నా రక్షణ భీమసేనుడు చూసుకొంటాడు. అతడే కాకుండా తమ్ముళ్లతో పాటు ధృష్టద్యుమ్నుడు, అనేకమంది వీరులైన రాజులు, ద్రౌపదీ పుత్రులు, కేకయ రాజకుమారులు ఐదుగురు, రాక్షసుడు ఘటోత్కచుడు, విరాటుడు, ద్రుపదుడు, మహారథి శిఖండి, మహాబలి ధృష్టకేతుడు, కుంతిభోజుడు, నకుల సహదేవులు, ఇంకా పాంచాల సృంజయ వీరులూ కూడా జాగ్రత్తగా నన్ను రక్షిస్తారు. వీరి వలన ద్రోణుడు గాని, కృతవర్మ గాని తమ సైన్యంతో సహా నా వద్దకు చేరుకోడానికి గాని, బంధించడానికి గాని సమర్థులుకారు చెలియలికట్ట సముద్రాన్ని ఆపినట్లుగా ధృష్టద్యుమ్నుడు ఆచార్యుని ఆపుతాడు. అతడు కవచం, బాణం, ఖడ్గం, ధనుస్సు, ఆభరణాలు ధరించే ద్రోణుని నాశనం కోసం జన్మించాడు. కాబట్టి నీవు అతనిపై పూర్తిగా నమ్మకం ఉంచి, వెళ్లిరా. ఏ రకంగానూ చింతించవద్దు" అని ధైర్యం చెప్పాడు.

సాత్యకి, - "మీ ఆలోచనను బట్టి మీ రక్షణకు ఏర్పాటు జరిగి ఉంటే, నేను అర్జునుని వద్దకు తప్పకుండా వెళ్తాను. మీ ఆజ్ఞను పాటిస్తాను. నేను నిజం చెపుతున్నాను - ముల్లోకాలలోను నాకు అర్జునుని కంటె అధిక ప్రియమయిన వ్యక్తి లేడు. నాకు అతని మాట ఎంత గౌరవించదగినదో అంతకంటె ఎక్కువగా మీ ఆజ్ఞ శిరోధార్యం. శ్రీకృష్ణుడు, అర్జునుడు - ఈ ఇద్దరూ కూడా మీమేలు కోరేవారు. వారికి ఇష్టమైనది చేసే సాధనంగా నన్ను మీరు భావించండి. జయద్రథుడు అర్జునునికి భయపడి తన సేనతో సహితంగా అశ్వత్థామ, కృపాచార్యుడు, కర్ణుడు - వీరి రక్షణలో నిల్చున్నచోటు, పార్థుడు అతనిని వధించడానికి వెళ్లినచోటు ఇక్కడి నుండి మూడు యోజనాల దూరం ఉంటుందని నా ఉద్దేశ్యం. అయినా జయద్రథుని వధ జరగడానికి ముందే నేను అతని దగ్గరకు చేరుకొంటానని నాకు పూర్తి విశ్వాసం ఉంది. మీరు ఆజ్ఞాపించినపుడు నావంటివాడు ఎవడు యుద్ధం చేయకుండా ఉంటాడు ? రాజా ! నేను వెళ్లవలసినచోటు నాకు బాగా తెలుసు. నేను హలం, శక్తి, గద, ప్రాసం, డాలు, కత్తి, ముష్టి, తోమరం, బాణం, ఇంకా ఇతరమైన ఆయుధాలు అనేకం ధరించి ఉన్న ఈ సైన్యమనే సముద్రాన్ని తుఫానుగాలిగా ఊపివేస్తాను" అన్నాడు.

అనంతరం యుధిష్ఠిర మహారాజు అనుమతి తీసుకొని సాత్యకి అర్జునుని కలుసుకోవడానికి తమ సైన్యంలో ప్రవేశించాడు.

సాత్యకి కౌరవసేనను ప్రవేశించుట.

సంజయుడు చెపుతున్నాడు - "సాత్యకి యుద్ధం చేయడానికి మీ సైన్యంలో ప్రవేశించినపుడు, తన సేనతోపాటు యుధిష్ఠిరుడు సాత్యకిని వెన్నంటి, ద్రోణాచార్యుని నిలువరించడానికి అతని రథంపై దాడి చేశాడు. అప్పుడు రణోన్మత్తుడైన ధృష్టద్యుమ్నుడు, వసుదానుడనే రాజు పాండవసైన్యాన్ని ఎలుగెత్తి సంబోధించి - "అరే ! రండి, రండి, వేగంగా పరుగుతీయండి. శత్రువులను దెబ్బకొట్టండి. అందువల్ల సాత్యకి సులభంగా ముందుకు వెళ్లగలుగుతాడు. చూడండి. అనేకమంది మహారథులు అతనిని ఓడించడానికి ప్రయత్నిస్తున్నారు" అని ఉత్సాహపరిచారు. ఇలా చెప్తూ అనేకమంది మహారథులు అమితవేగంగా మన మీద దాడి చేశారు. వారిని వెనుకకు నెట్టడానికి మనవాళ్లు కూడా వారిపై ఎదురుదాడి చేశారు సరిగ్గా అదే సమయంలో సాత్యకి రథం ముందు గొప్ప కోలాహలం చెలరేగింది. ఆ మహారథికుడు కురిపించిన బాణాల జడివానకు మీ పుత్రుని సైన్యం ముక్కలయిపోయింది. అది చెల్లాచెదరై ఇటు అటు పరుగులు తీసింది. అది ఛిన్నాభిన్నం కావడంతోనే సాత్యకి సేనాముఖంలో నిలిచిన ఏడుగురు వీరులను చంపివేశాడు. ఆ తరువాత ఇంకా అనేకమంది రాజులను అగ్నిసదృశమైన తన బాణాలతో యముని ఇంటికి పంపాడు. అతడు ఒక్క బాణంతో వందమంది వీరులను, వంద బాణాలతో ఒక్కొక్కవీరుని తూట్లు పొడుస్తున్నాడు. పశుపతి పశువులను సంహరించినట్లుగా అతడు గజదళాన్ని, అశ్వికదళాన్ని, సారథులు గుఱ్ఱాలతో సహితంగా రథికులను విధ్వంసం చేసివేస్తున్నాడు. ఈ రీతిగా సాత్యకి చురుకుగా బాణాల జడివాన కురిపిస్తూ ఉండగా, మీ సైనికులలో ఎవరూ కూడా అతని ఎదుటికి వెళ్లడానికి సాహసించలేదు. అతని బాణవర్షానికి గాయపడి అతనిని చూడగానే రణభూమి విడిచి పారిపోయేంతగా వారు భయపడి పోయారు. సాత్యకి వేగానికి అతడొక్కడే అనేక రూపాలలో కనిపించినట్లుగా వారు భ్రమపడసాగారు. వారు ఎక్కడికి వెళ్లినా అక్కడ సాత్యకి కనిపించాడు.

ఈ రీతిగా మీ సైనికులను అనేకమందిని చంపి, సైన్యాన్ని మిక్కిలి చిందరవందర చేసి అతడు అందులో ప్రవేశించాడు. ఆపై అర్జునుడు వెళ్లిన మార్గంలోనే వెళ్లాలని అతడు భావించాడు. కాని ఇంతలో ద్రోణుడు అతనిని అడ్డుకొని మర్మభేదులయిన ఐదు బాణాలతో గాయపరిచాడు. సాత్యకి కూడా ఆచార్యుని మీద ఏడు వాడిబాణాలతో దెబ్బకొట్టాడు. అప్పుడు ద్రోణుడు సారథి, గుర్రాలతో సహితంగా సాత్యకిపై ఆరుబాణాలను వేశాడు. ఆచార్యుని ఈ పరాక్రమాన్ని సాత్యకి సహించలేకపోయాడు. అతడు భీషణ సింహనాదం చేస్తూ అతనిని క్రమంగా పది, ఆరు, ఎనిమిది చొప్పున బాణాలతో గాయపరిచాడు. తరువాత ఇంకొక పదిబాణాలు వేసి, ఒక దానితో అతని సారథిని, నాలుగింటితో నాలుగు గుర్రాలను, మరి ఒకదానితో అతని ధ్వజాన్ని ఛిద్రం చేశాడు అందుపై ద్రోణుడు మహావేగంగా మిడుతలదండులా బాణాల్ని కురిపిస్తూ అతని సారథిని, రథాన్ని, ధ్వజాన్ని, గుర్రాలతో పాటుగా ఒకేసారి కప్పివేశాడు. అప్పుడు ద్రోణుడు - "అరే ! నీ గురువయితే పిరికివాడిలా నా ఎదుట యుద్ధాన్ని వీడి పారి పోయాడు. నేను యుద్ధం చేయడంలో లీనమై ఉండగానే అతడు నాకు ప్రదక్షిణ చేశాడు. ఇప్పుడు కనుక నీవు నాతో యుద్ధం చేస్తే ప్రాణాలు దక్కించుకోలేవు" అన్నాడు. సాత్యకి - "బ్రహ్మన్ ! నీకు మేలగుగాక ! నేను ధర్మరాజు ఆజ్ఞపై అర్జునుని వద్దకే వెళ్తున్నాను కాబట్టి ఇక్కడ నా సమయం గడిచిపోకూడదు. శిష్యులు ఎప్పుడూ తమ గురువుల మార్గాన్నే అనుసరిస్తూ ఉంటారు. కాబట్టి నా గురువు వెళ్లినట్లుగానే, నేను కూడా ఇప్పుడే వెళ్లిపోతున్నాను" అన్నాడు.

రాజా ! ఇలా అని సాత్యకి వెంటనే ద్రోణాచార్యుని విడిచి అక్కడి నుండి వెళ్లిపోయాడు. అతడు ముందుకు సాగిపోతూంటే కోపం పట్టలేని ఆచార్యుడు అనేక బాణాలు వేస్తూ అతనిని వెన్నంటి వెళ్లాడు. కాని సాత్యకి వెనక్కి తిరగలేదు. అతడు వాడి బాణాలు వేస్తూ కర్ణుని యొక్క విశాల సేనావాహినిని తూట్లు పరుస్తూ కౌరవుల అపారసైన్యంలోకి ప్రవేశించాడు. సైన్యం అటూ ఇటూ పరుగులు తీయడం, సాత్యకి లోపల ప్రవేశించడంతో కృతవర్మ అతనిని చుట్టుముట్టాడు. అతడు ఎదురుపడడంతో సాత్యకి నాలుగు బాణాలతో అతని నాలుగు గుర్రాలను గాయపరిచి, పదహారు బాణాలను అతని గుండెలపై నాటాడు. అది అతని కవచాన్ని, శరీరాన్ని కూడా చీల్చుకొని, రక్తంతో తడిసి నేలలో దూరింది. తరువాత అతడు అనేక బాణాలతో సాత్యకి వింటిని, బాణాలను కూడా తునిమివేశాడు. సాత్యకి వెంటనే ఇంకొక విల్లందుకొని, వేల బాణాలతో కృతవర్మను, అతని రథాన్ని కప్పివేశాడు. ఒక భల్లంతో అతని సారథి తలను త్రుంచి వేశాడు. సారథి లేక పోవడంతో గుర్రాలు పరుగుతీశాయి. కృతవర్మ కంగారు పడిపోయాడు. కాని వెంటనే తమాయించుకొని, తానే స్వయంగా గుర్రాల పగ్గాలు పట్టుకొని, నిర్భయంగా శత్రువులను బాధించసాగాడు. ఇంతలోనే సాత్యకి కృతవర్మ సైన్యాన్ని దాటుకొని కాంబోజ రాజు సైన్యం వైపు సాగిపోయాడు. అక్కడ కూడా అనేక మంది వీరులు అతనిని ముందుకు వెళ్లకుండా అడ్డుకొన్నారు.

కౌరవసేన ఓటమి గురించి సంజయ ధృతరాష్ట్రుల చర్చ - కృతవర్మ పరాక్రమము

ధృతరాష్ట్ర మహారాజు అన్నాడు - "సంజయా ! మన సైన్యం సువ్యవస్థితము, గుణసంపన్నమూ అయినది వ్యూహరచన కూడా శాస్త్రబద్ధంగానే జరిగింది. మనం దానిని ఎప్పుడూ బాగానే గౌరవిస్తూ ఉన్నాము. దానికి కూడా మనమంటే చాలా మంచి అభిప్రాయమే ఉంది. అందులో కూడా మరీ వృద్ధులు గాని, బాలురు గాని, దుర్బలులుగాని, లావువారు గాని, పొట్టివారు గాని లేరు. అందరూ బలవంతులూ, ఆరోగ్యవంతులూ, మనం వారిని మోసంచేసి, ఉపకారం చేసీ, బంధుత్వం కారణంగానూ చేర్చుకోలేదు. మనం పిలువకుండా వచ్చినవారు గాని, జీతం బత్తెం లేకుండా పట్టుకువచ్చిన వారు కాని లేరు. మనం మహారథులయిన అనేకులైన వీరులను ఏరి ఏరి చేర్చుకున్నాం. వారిలో కొందరిని యోగ్యతానుసారంగా జీతాలిచ్చి, కొందరిని ప్రియంగా మాట్లాడి సంతుష్టులను చేశాం. మన సైన్యంలో కొద్ది జీతం పొందేవాడుగాని, అసలు జీతం లేనివాడు గాని లేనేలేడు. నేను, నా పుత్రులు, బంధువులు అందరినీ దానాలతో, మన్ననలతో, ఆసనాదులతో సత్కరిస్తూనే ఉన్నాం. అయినా కానీ కృష్ణార్జునులు సూటిగా సురక్షితంగా మన సైన్యం లోకి ప్రవేశించారు. ఎవరూ వారిని ఏమీ చేయలేకపోయారు. చివరికి సాత్యకి కూడా వారిని నలిపివేశాడు. ఇందులో విధి తప్పించి, ఎవరి దోషము ఉందని అనగలం ?

సరే. అర్జునుడు జయద్రథుని ఎదుటకు రావడం, సాత్యకి నిర్భయంగా తన సైన్యంలోకి ప్రవేశించడం చూసి, ఆ సమయంలో దుర్యోధనుడు ఏమి చేయాలనుకొన్నాడు ? అర్జునుడు, సాత్యకి తన సైన్యాన్ని గడిచిపోవడం, కౌరవ యోధులు రణరంగంలోంచి పారిపోవడం చూసి నా కొడుకు

చాలా చింతించి ఉంటాడనే నేను అనుకొంటున్నాను సాత్యకితో సహితంగా కృష్ణార్జునులు సైన్యంలో ప్రవేశించారనే మాట విని ఇప్పుడు నాకు కూడా చాలా ఆందోళన కలిగింది. సరే. ద్రోణాచార్యుడు పాండవులను వ్యూహద్వారం వద్ద నిలువరించాడు కదా ! అక్కడ వారితో యుద్ధం ఎలా జరిగిందో నాకు చెప్పు. అర్జునుడు సింధురాజును వధించడానికి ఏమి ఆలోచన చేశాడో అది కూడా చెప్పు" అని అడిగాడు.

సంజయుడు చెప్పసాగాడు - "రాజా ! ఈ ఆపదంతా తమవల్లనే కలిగింది. కాబట్టి మిగిలిన సాధారణ మానవులలా మీరు ఈ విషయంలో చింతించకండి. బుద్ధిమంతులు, సుహృదులు అయిన విదురాదులు ముందుగానే "పాండవులను రాజ్యం నుండి వెళ్లగొట్టకండి" అని చెప్పినా, మీరు ఆ మాటలను వినలేదు. హితైషులయిన సుహృదులమాట విననివారు గొప్ప ఆపదలలో చిక్కుకొని మీవలెనే విచారిస్తూ ఉంటారు. శ్రీకృష్ణుడు కూడా సంధికోసం మిమ్మల్ని ఎంతగానో ప్రార్థించాడు. కాని మీరు ఆయన కోరిక కూడా తీర్చలేదు. దానితో మీ గుణహీనత, పుత్రపక్షపాతం, ధర్మంపట్ల అవిశ్వాసం, పాండవుల పట్ల మాత్సర్యం, కుటిలత్వం, ఇవన్నీ తెలుసుకొని, అసహాయత ఉట్టిపడేలా మీరు మాట్లాడిన మాటలు మీ నోటివెంటనే విని, సర్వలోకేశ్వరుడయిన శ్రీకృష్ణుడు కౌరవ పాండవుల మధ్య ఈ మహాయుద్ధాన్ని కల్పించాడు. ఈ భీషణసంహారం మీ అపరాధం వల్లనే జరుగుతోంది. నాకయితే ముందుగాని, వెనుక గాని, మధ్యలో గాని మీరు చేసిన పుణ్యకార్యమేదీ కనపడడం లేదు ఈ పరాజయానికి తమరే మూలమని నా అభిప్రాయం. కాబట్టి ఈ భీషణ సంగ్రామం ఎలా జరిగిందో జాగ్రత్తగా వినండి.

సాత్యకి మీ సేనలో ప్రవేశించినపుడు, భీమసేనుడు మొదలైన పాండవ వీరులు కూడా మీ సైనికులపై విరుచుకుపడ్డారు. వారు మహాక్రోధంతో దాడి చేయడం చూసి మహారథి కృతవర్మ వారు ముందుకు రాకుండా ఒంటరిగానే అడ్డుకొన్నాడు. అప్పుడు కృతవర్మ యొక్క అద్భుత పరాక్రమాన్ని నేను చూశాను. పాండవ వీరులందరూ కలిసి కూడా యుద్ధంలో అతనిని అణగతొక్క లేకపోయారు. అప్పుడు భీముడు మూడు, సహదేవుడు ఇరవై, ధర్మరాజు ఐదు, నకులుడు వంద, ధృష్టద్యుమ్నుడు మూడు, ద్రౌపదీ పుత్రులు ఏడేసి బాణాలతో అతనిని గాయపరిచారు. విరాట ద్రుపదులు శిఖండి ఐదేసి బాణాలతో కొట్టి ఆపై ఇరవై బాణాలతో అతనిని ఇంకా దెబ్బతీశారు. కృతవర్మ ఈ వీరులందరినీ ఐదేసి బాణాలతో తూట్లు పరిచి, భీమసేనుని ఏడు బాణాలతో కొట్టి అతని ధనుస్సును, ధ్వజాన్ని ఖండించి కిందపడేశాడు. ఆపై మహావేగంగా డెబ్బై బాణాలతో అతని గుండెలపై కొట్టాడు. కృతవర్మ బాణాలకు మిక్కిలి గాయపడి అతడు కంపిస్తూ మూర్ఛపోయాడు. కొద్ది సేపయ్యాక తేరుకొని, భీమసేనుడు అతని గుండెలపై అయిదు బాణాలను నాటాడు. దానితో కృతవర్మ శరీరం రక్తసిక్తమయింది. కోపించి అతడు మూడు బాణాలతో భీముని దెబ్బకొట్టాడు. ఇతర వీరులను కూడా మూడేసి బాణాలతో ఛిద్రం చేశాడు. వారందరూ కూడా అతనిపై ఏడేసి బాణాలను వేశారు. కృతవర్మ ఒక క్షురప్రంతో శిఖండి విల్లు విరిచాడు. శిఖండి కోపించి కత్తి డాలు చేతపట్టి, కత్తిని గిరగిరాతిప్పి కృతవర్మ రథం పైకి విసిరాడు. అది అతని వింటిని, బాణాన్ని ఖండించి భూమిపై పడింది. కృతవర్మ వెంటనే ఇంకొక విల్లు తీసుకొని పాండవులను ఒక్కొక్కరిని మూడేసి బాణాలతో ఛిద్రం చేశాడు. శిఖండిని ఎనిమిది బాణాలతో గాయపరిచాడు. శిఖండి కూడా వేరే విల్లు తీసుకొని వాడి బాణాలతో కృతవర్మను నిలువరించాడు. దానితో కోపం వచ్చి కృతవర్మ శిఖండిపై విరుచుకుపడ్డాడు. ఆ సమయంలో వారిద్దరూ వాడి బాణాలతో ఒకరినొకరు నొప్పించుకొంటూ ప్రళయకాల సూర్యులవలె అనిపించారు. కృతవర్మ డెబ్బైమూడు బాణాలతో శిఖండిపై దాడి చేసి, ఆపై ఏడు బాణాలతో గాయపరిచాడు. దానితో అతడు మూర్ఛపోయాడు. చేతి నుండి విల్లమ్ములు జారిపోయాయి. ఇది చూసి సారథి వేగంగా రథాన్ని యుద్ధరంగం నుండి బయటకు తోలుకుపోయాడు.

రథం వెనుక భాగాన శిఖండి మూర్ఛితుడై పడి ఉండడం చూసి, ఇతర పాండవ వీరులందరూ కృతవర్మను తమ రథాలతో చుట్టుముట్టారు. కాని కృతవర్మ అద్భుతమైన పరాక్రమం చూపించాడు. అతడు ఒక్కడే ఆ వీరులందరినీ, వారి సైన్యాన్ని ఓడించాడు. పాండవులను జయించి అతడు పాంచాల, సృంజయ, కేకయ వీరులను కూడా ఒళ్లు పులిసిపోయేలా చేశాడు. చివరికి కృతవర్మ యొక్క బాణవర్షంతో వ్యథ చెంది ఆ మహాయోధులందరూ యుద్ధ రంగం విడిచి పారిపోయారు.

సాత్యకి కృతవర్మాది వీరులతో యుద్ధము చేయుట.

సంజయుడు చెపుతున్నాడు - "రాజా ! ఇప్పుడు మీరడిగినది వినండి. కృతవర్మ పాండవసైన్యాన్ని

పారదోలుతున్నపుడు సాత్యకి మహావేగంగా అతని ఎదుటికి వచ్చాడు. కృతవర్మ అతనిపై వాడి బాణాలను కురిపించసాగాడు. అందుపై సాత్యకి అతివేగంగా ఒక భల్లాన్ని, నాలుగు బాణాలను వేశాడు. బాణాలతో అతని గుఱ్ఱాలు చచ్చిపోయాయి, భల్లంతో ధనుస్సు విరిగిపోయింది. ఇంకా అనేక బాణాలతో కృతవర్మ యొక్క పృష్ఠ రక్షకులను, సారథిని కూడా గాయపరిచాడు. ఈ రీతిగా అతనిని విరథుని చేసి మహావీరుడైన సాత్యకి తన వాడి బాణాలతో అతని సైన్యానికి పెద్దగా ఇబ్బంది కలిగించాడు. ఆ బాణవర్షానికి తట్టుకోలేక కృతవర్మ యొక్క సైన్యం చెల్లా చెదురయింది. అప్పుడు సాత్యకి ముందుకు వెళ్లి, బాణాలు కురిపిస్తూ గజసైన్యంతో యుద్ధం చేయసాగాడు.

సాత్యకి వేస్తున్న వజ్రతుల్యమైన బాణాలకు బాధపడి యుద్ధం చేసే ఏనుగులు యుద్ధరంగాన్ని వదిలి పారిపోసాగాయి. వాటి దంతాలు విరిగాయి. శరీరాలు రక్తసిక్తం అయ్యాయి. శిరసులు, కుంభస్థలాలు పగిలిపోయాయి. చెవులు, నోరు, తొండం ఛిన్నాభిన్నమయ్యాయి. వాటి మావటీలు చనిపోయారు. పతాకాలు విరిగిపడ్డాయి. మర్మస్థలాలు చీలిపోయాయి. ఘంటలు విరిగి పడ్డాయి. ధ్వజాలు విరిగాయి. అంబారీలు పనికిరాకుండా పోయాయి. గజారోహులు నశించి పోయారు. సాత్యకి నారాచం, వత్సదంతం, భల్లం, అంజలికం, క్షురప్రం, అర్ధచంద్రం - ఇత్యాది బాణాలతో వాటిని మిక్కిలిగా గాయపరిచాడు. దానితో అవి ఘీంకరిస్తూ, రక్తం కక్కుకుంటూ, మలమూత్రాలు విసర్జిస్తూ అటూ ఇటూ పరిగెత్తసాగాయి.

ఆ సమయంలోనే ఒక ఏనుగుపై ఎక్కి మహాబలుడైన జలసంధుడు తన ధనుస్సు తిప్పుతూ సాత్యకిపై దాడి చేశాడు. అకస్మాత్తుగా తనపై ఏనుగు దాడి చేయడం చూసి సాత్యకి బాణాలతో దానిని నిరోధించాడు. జలసంధుడు సాత్యకి రొమ్ముపై బాణాలతో కొట్టాడు. సాత్యకి బాణం వేద్దామనుకొనే లోపలే జలసంధుడు ఒక నారాచంతో అతని ధనుస్సును విరిచేసి, ఐదు బాణాలతో అతనిని కూడా గాయపరిచాడు. అనేక బాణాలతో గాయపడికూడా సాత్యకి ఏమాత్రం అధైర్యపడలేదు. వెంటనే ఇకొంక విల్లు తీసుకొని అరవై బాణాలతో జలసంధుని విశాలమైన వక్షః స్థలం మీద కొట్టాడు. జలసంధుడు కత్తి డాలు తీసుకొని, కత్తిని గిరగిరా తిప్పి సాత్యకి పై విసిరాడు. అది అతని ధనుస్సును ఖండించి క్రిందపడింది. సాత్యకి మరొక విల్లు తీసుకొని నారిని మోగిస్తూ, ఒక వాడి బాణంతో జలసంధుని తూట్లు పొడిచాడు. రెండు క్షురప్రములనే బాణాలతో అతని భుజాలను ఖండించాడు. మూడవ క్షురప్రంతో అతని శిరసును ఖండించాడు.

జలసంధుడు మరణించడం చూసి మీ సైన్యంలో హాహాకారాలు చెలరేగాయి. మీ యోధులు వెన్ను చూపి ఎక్కడి వారక్కడే పారిపోవడానికి ప్రయత్నించసాగారు. ఇంతలో సర్వశ్రేష్ఠ ధనుర్ధారి ద్రోణాచార్యుడు తన గుఱ్ఱాలను పరుగెత్తిస్తూ సాత్యకి ఎదుటకు వచ్చాడు. ఇది చూసి ముఖ్యులైన కౌరవులందరూ ఆచార్యునితో పాటుగా అతనిపై విరుచుకుపడ్డారు. సాత్యకిపై ద్రోణుడు 77, దుర్మర్షణుడు 12, దుస్సహుడు 10, వికర్ణుడు 30, దుర్ముఖుడు 10, దుశ్శాసనుడు 8, చిత్రసేనుడు 2 బాణాలు వేశారు. మహారాజు దుర్యోధనుడు, ఇతర మహారథులు కూడా భీషణమైన బాణవర్షం కురిపిస్తూ అతనిని బాధించసాగారు. కాని సాత్యకి వేర్వేరుగా వారందరి బాణలకూ సమాధానాలు ఇచ్చాడు. అతడు ద్రోణుని మూడు, దుస్సహుని తొమ్మిది, వికర్ణుని ఇరవై అయిదు, చిత్రసేనుని ఏడు, దుర్మర్షణుని పన్నెండు, వివింశతిని ఎనిమిది, సత్యవ్రతుని తొమ్మిది విజయుని పది బాణాలతో కొట్టాడు. దుర్యోధనునిపై విరుచుకుపడి. బాణాలతో అతనిని తీవ్రంగా గాయపరిచాడు. ఇద్దరి మధ్య తుములయుద్ధం ఆరంభమయింది. ఇద్దరూ తమ ధనుస్సులను చక్కగా పట్టుకొని బాణవర్షం కురిపిస్తూ ఒకరినొకరు కనపడకుండా చేసుకొన్నారు. దుర్యోధనుని బాణాలు సాత్యకిని తీవ్రంగా గాయపరిచాయి. సాత్యకి కూడా మీ పుత్రుని బాణాలతో తూట్లు పొడిచాడు. మీ ఇతర పుత్రులు కూడా ఆవేశంతో సాత్యకిపై బాణాల జడివాన కురిపించారు. కాని అతడు ఒక్కొక్కరి మీదా ముందు ఐదేసి బాణాలను వేసి, తరువాత ఏడేసి బాణాలతో గట్టిదెబ్బ కొట్టాడు. ఆపై ఎనిమిది బాణాలతో మహావేగంగా దుర్యోధనునిపై దెబ్బకొట్టాడు. తరువాత అతని ధనుస్సును, ధ్వజాన్ని కూడా ముక్కలు చేశాడు. తిరిగి నాలుగు వాడి బాణాలతో నాలుగు గుఱ్ఱాలను చంపి, ఒక బాణంతో సారథిని కూడా చంపివేశాడు. ఇక దుర్యోధనుడు నిలువ లేకపోయాడు అతడు పారిపోయి చిత్రసేనుని రథం ఎక్కాడు. ఈ రీతిగా తమ రాజు సాత్యకి చేతిలో పరాభవం పొందడం చూసి అన్నివైపులా హాహాకారాలు చెలరేగాయి.

ఆ కోలాహలం విని కృతవర్మ మహావేగంగా అక్కడికి వచ్చాడు. అతడు ఇరవై ఆరు బాణాలతో సాత్యకిని, ఐదింటితో సారథిని, నాలుగింటితో నాలుగు గుఱ్ఱాలను గాయపరిచాడు.

దానిపై సాత్యకి అతి శీఘ్రంగా ఎనభై బాణాలను వేశాడు. వాటితో కృతవర్మ గాయపడి కంపించిపోయాడు. ఆ తరువాత సాత్యకి అరవైమూడు బాణాలతో అతని నాలుగు గుఱ్ఱాలను, ఏడింటితో సారథిని తూట్లు పొడిచాడు. ఆపై అత్యంత తేజోమయమయిన బాణాన్ని కృతవర్మపై వేశాడు. అది అతని కవచాన్ని చీల్చి రక్తంతో తడిసి భూమిపై పడింది. దాని దెబ్బకు కృతవర్మ శరీరం రక్తసిక్తమయింది. చేతి నుండి ధనుర్బాణాలు జారిపోయాయి. మహా బాధతో రథం మీద మోకాళ్లపై కూలబడిపోయాడు.

ఈ రీతిగా కృతవర్మను ఓడించి సాత్యకి ముందుకు సాగాడు. ఇప్పుడు ద్రోణాచార్యుడు అతని ఎదుటికి వచ్చి, బాణాలు కురిపించసాగాడు. అతడు మూడు బాణాలను సాత్యకి నుదుట నాటాడు. ఇంకా అనేక బాణాలతో అతనిని దెబ్బకొట్టాడు. కాని సాత్యకి రెండేసి బాణాలతో వాని నన్నింటిని ఖండించి వేశాడు. అందుపై ఆచార్యుడు విలాసంగా ముందు ముప్పై, తరువాత ఏభై బాణాలు వేశాడు. సాత్యకికి క్రోధం భగ్గుమంది. అతడు తొమ్మిది వాడి బాణాలతో ద్రోణుని దెబ్బకొట్టాడు. అతని ఎదురుగానే వందబాణాలతో అతని సారథిని, ధ్వజాన్ని కూడా ఛిద్రం చేశాడు. సాత్యకి యొక్క ఈ చురుకుదనాన్ని చూసి ఆచార్యుడు డెబ్బై బాణాలతో అతని సారథిని తూట్లు పొడిచి, మూడింటితో అతని గుఱ్ఱాలను గాయపరిచాడు. ఆ పై ఒక బాణంతో రథానికున్న ధ్వజాన్ని, ఖండించి, ఇంకొక దానితో అతని ధనుస్సును ఖండించాడు. దానితో సాత్యకి ఒక పెద్ద గదను ఎత్తి ద్రోణునిపై వేశాడు. అది తన మీదకు రావడం చూసి ఆచార్యుడు దానిని మధ్యలోనే అనేక బాణాలతో ముక్కలు చేసి పడేశాడు. అతడు మళ్లీ ఇంకొక విల్లు తీసుకొని, అనేక బాణాలు వర్షించి, ద్రోణుని కుడి చేతిని గాయపరిచాడు. అతనికి చాలా బాధ కలిగింది. అప్పుడతడు ఒక అర్ధచంద్ర బాణంతో సాత్యకి యొక్క ధనుస్సును విరిచి, ఒక శక్తితో అతని సారథిని మూర్ఛ పొందించాడు. అప్పుడు సాత్యకి ఒక అతిమానుషమైన పనిచేశాడు. అతడు ద్రోణాచార్యునితో యుద్ధం చేస్తూనే గుఱ్ఱాల కళ్లాలు కూడా జాగ్రత్తగా పట్టుకొన్నాడు. ఆ పై ఒక బాణంతో ద్రోణుని సారథిని నేల కూల్చి, అతని గుఱ్ఱాలను అటు ఇటు పరుగులు తీయించాడు. అవి అతని రథాన్ని తీసుకొని యుద్ధ భూమిలో అనేక ప్రదక్షిణాలు చేశాయి. అప్పుడు రాజులు, రాజకుమారులు అందరూ కోలాహలం చేయసాగారు. కాని సాత్యకి బాణాలచేత నొప్పి కలిగి వారు అందరూ రణ భూమిని వదిలి పారిపోయారు. దీనితో ద్రోణ మీసేన మళ్లీ అస్తవ్యస్తమై చిందర వందర అయిపోసాగింది. సాత్యకి బాణాలకు తీవ్రమైన వేదన పొంది ఆచార్యుని గుఱ్ఱాలు రథాన్ని ఈడ్చుకుపోయి, మళ్లీ వ్యూహద్వారం దగ్గరకు తీసుకువెళ్లి నిలిపాయి. పాండవులు, పాంచాలురు ప్రయత్నించి తమ వ్యూహం భగ్నం చేయడం చూసి ద్రోణుడు ఇక తిరిగి సాత్యకివైపు వెళ్లే ఆలోచనను విరమించుకొన్నాడు. పాండవులను పాంచాలురను ముందుకు రానీయకుండా నిలువరించి వ్యూహాన్ని రక్షించసాగాడు.

సాత్యకి అనార్యులతో యుద్ధము చేయుట - ధార్తరాష్ట్రులను ఓడించుట.

సంజయుడు చెపుతున్నాడు - "రాజా ! ఈ రీతిగా ద్రోణాచార్యుడు, కృతవర్మ మొదలైన మీ వీరులను ఓడించి సాత్యకి తన సారథితో - "సూతుడా ! మన శత్రువులను ముందు కృష్ణార్జునులు భస్మం చేసివేశారు. వీరిని ఓడించడంలో మనం నిమిత్త మాత్రులం. పురుష శ్రేష్ఠుడయిన అర్జునుడు చావగొట్టిన వారినే మనమూ చావగొడుతున్నాం" అన్నాడు. ఇలా అని ఆ శినికులభూషణుడు అన్నివైపులకూ బాణాలను వర్షిస్తూ తన శత్రువులపై విరుచుకుపడ్డాడు. అతడు ముందుకు సాగడం చూసి సుదర్శనుడనే రాజకుమారుడు క్రోధంతో ఎదురువచ్చాడు. బలవంతంగా అతనిని నిలువరించసాగాడు. అతడు సాత్యకిపై వందల బాణాలు కురిపించాడు. కాని అవి తన వద్దకు చేరకుండానే అతడు వాటిని ముక్కలు చేశాడు. అలాగే సాత్యకి వేసిన బాణాలను కూడా అతడు రెండేసి, మూడేసి ముక్కలుగా ఖండించివేశాడు. తరువాత అతడు చెవులవరకు లాగి మూడు బాణాలను వేశాడు. అవి సాత్యకి కవచాన్ని చీల్చి శరీరంలో గుచ్చుకొన్నాయి. వెనువెంటనే నాలుగు బాణాలతో అతడు సాత్యకి గుఱ్ఱాలను కూడా దెబ్బకొట్టాడు. అప్పుడు సాత్యకి మిక్కిలి వేగంగా తన వాడి బాణాలతో సుదర్శనుని నాలుగు గుఱ్ఱాలను చంపి పెద్దగా అట్టహాసం చేశాడు. ఆపై ఒక భల్లంతో సుదర్శనుని సారథి యొక్క శిరసును ఖండించి, ఒక క్షురప్రంతో కుండలమండితమైన అతని మస్తకాన్ని కూడా మొండెం నుండి వేరు చేశాడు. ఈ రీతిగా దుర్యోధనుని మనుమడైన సుదర్శనుని సంహరించి సాత్యకి మిక్కిలి ఆనందించాడు. అతడు తన బాణాల జడివానతో మీ సేనను పక్కకు ఒత్తిగిల చేసి, అందరినీ విస్మయ పరుస్తూ అర్జునునివైపు బయలుదేరాడు. మార్గంలో అతని ఎదుట

పడిన శత్రువునల్లా అగ్నిలాగ తన బాణాలకు ఆహుతి చేస్తున్నాడు. అతని ఈ అద్భుత పరాక్రమాన్ని గొప్ప గొప్ప వీరులందరూ ప్రశంసించారు.

అతడు తన సారథితో – "అర్జునుడు ఈ చుట్టు పక్కలే ఎక్కడో ఉన్నాడని తెలుస్తోంది. ఎందుకంటే అతని గాండీవధ్వని వినపడుతోంది నాకు కలిగిన శకునాలను బట్టి సూర్యాస్తమయం లోగానే అతడు జయద్రథుని వధిస్తాడని నిశ్చయంగా అనిపిస్తోంది. ఇప్పుడు నీవు కొద్దిసేపు గుఱ్ఱాలకు విశ్రాంతిని ఇవ్వు. ఆ తరువాత శత్రుసేన అంటే దుర్యోధనాది రాజులు, కాంబోజులు, యవన, శక, కిరాత, దరద, బర్బర, తామ్రలిప్తకాది అనేక మ్లేచ్ఛులు ఉన్న వైపు రథాన్ని పోనియ్యి. వీరంతా నాతో యుద్ధం చేయడానికే సిద్ధంగా ఉన్నారు. రథాలు, గుఱ్ఱాలు, ఏనుగులతోపాటు వీరందరినీ సంహరిస్తేనే మనం ఈ దుస్తరమైన వ్యూహాన్ని కడచినట్లని నీవు అనుకో" అన్నాడు.

సారథి – "వార్ష్ణేయా ! సాక్షాత్తూ పరశురాముడే క్రోధంతో మీ ఎదుటికి వచ్చినా కూడా నాకు కంగారు లేదు. ఈ గోష్పాదమంత సైన్యంతో యుద్ధం అనగా ఎంత ? చెప్పండి. ఏ మార్గం ద్వారా మిమ్మల్ని అర్జునుని వద్దకు తీసుకు వెళ్లను?" అన్నాడు.

సాత్యకి – "నేను నేడు ఈ ముండులను సంహరించాలి. కాబట్టి నీవు నన్ను కాంబోజులవైపే తీసుకువెళ్లు. నా గురువు అర్జునుని వద్ద నేర్చుకొన్న అస్త్రవిద్యా కౌశలాన్ని నేడు నేను చూపిస్తాను. క్రోధంతో నేను ఏరి ఏరి యోధులందరినీ వధిస్తూంటే దుర్యోధనునికి ఈ లోకంలో ఇద్దరు అర్జునులు ఉన్నారనే భ్రమకలగాలి. ఈ రాజుల ఎదుటే వేలకొద్దీ వీరులను చంపి మహాత్ములయిన పాండవుల పట్ల నాకు ఉన్న ప్రేమ, భక్తి చాటుకొంటాను. నా బలపరాక్రమాలు, కృతజ్ఞత ఈ రోజు కౌరవులకు తెలిసి రావాలి" అన్నాడు.

సాత్యకి ఇలా అన్నాక, సారథి చాలా వేగంగా గుఱ్ఱాలను తోలి, వెంటనే అతనిని యవనుల చెంతకు చేర్చాడు. సాత్యకి తమ సైన్యాన్ని సమీపించడం చూసి వారు మహాలాఘవంగా బాణవర్షం కురిపించసాగారు. కాని సాత్యకి వారి బాణాలను, ఇంకా ఇతర అస్త్రాలను తన వాడి బాణాలతో మధ్యలోనే ఖండించివేశాడు. కనీసం వాటితాలూకు పొల్లుకూడా అతని సమీపానికి రాలేకపోయింది. అనంతరం అతడు బాణాలను వర్షిస్తూ వారి తలలను, భుజాలను ఖండించసాగాడు. ఆ బాణాలు వారి లోహకవచాలను, కాంస్య కవచాలను చీల్చి, శరీరాలను ఛేదించి భూమిలో దిగబడ్డాయి. ఈ రీతిగా వీరుడైన సాత్యకి చంపిన వందల మంది మ్లేచ్ఛులు ప్రాణాలు కోల్పోయి నేల కూలారు. అతడు ధనుస్సును చెవుల వరకు లాగి, వేస్తున్న బాణాలకు ఒక్కొక్క పర్యాయం ఐదేసి మంది, ఆరుగురు, ఏడుగురు, ఎనమండుగురు చొప్పున యవనులు మరణిస్తున్నారు. ఈ రీతిగా అతడు వేలమంది కాంబోజులను, శకులను, శబరులను, కిరాతులను, బర్బరీకులను నేలపాలు చేసి, రణభూమిని మాంసంతో, రక్తంతో చిత్తడి చిత్తడిగా అగమ్యంగా చేశాడు. సాత్యకి బాణాలకు చచ్చిపడిన వీరులతో భూమి అంతా నిండిపోయింది. వారిలో చావగా మిగిలిన కొద్దిమంది ప్రాణభయంతో యుద్ధభూమినుండి పారిపోయారు.

రాజా ! ఈ రీతిగా దుర్జేయమైన కాంబోజ యవన శకుల యొక్క సైన్యాన్ని పరుగులు తీయించి సాత్యకి మీ పుత్రుని యొక్క సైన్యంలోకి ప్రవేశించాడు. వారిని కూడా ఓడించాక, రథం ముందుకు నడపమని సారథిని ఆదేశించాడు. అతడు అర్జునుని సమీపానికి చేరుకోవడం చూసి మీ సైనికులు, చారణులు అతనిని ప్రశంసించారు. ఇంతలోనే మీ పుత్రులు దుర్యోధనుడు, చిత్రసేనుడు, దుశ్శాసనుడు, వివింశతి, శకుని, దుస్సహుడు, దుర్మర్షణుడు, క్రథుడు – వెనుక నుండి వెళ్లి అతనిని చుట్టుముట్టారు. సాత్యకి ఏమాత్రం భయపడలేదు. అర్జునుని కంటె కూడా నైపుణ్యం ప్రదర్శిస్తూ వారితో యుద్ధం చేయసాగాడు. దుర్యోధనుడు మూడు బాణాలతో అతని సారథిని, నాలుగింటితో నాలుగు గుఱ్ఱాలను తూట్లు పొడిచి, సాత్యకిపై మొదట మూడు, తరువాత ఎనిమిది బాణాలు నాటాడు. దుశ్శాసనుడు 16, శకుని 25, చిత్రసేనుడు 5, దుస్సహుడు 15, బాణాలతో అతనిని కొట్టారు. సాత్యకి అలవోకగా వారందరినీ మూడేసి బాణాలతో తూట్లు పొడిచాడు. తరువాత శకుని యొక్క విల్లు ఖండించి, మూడు బాణాలను దుర్యోధనుని వక్షఃస్థలంపై నాటాడు. చిత్రసేనుని 100, దుస్సహుని 10, దుశ్శాసనుని 20 బాణాలతో గాయపరిచాడు. ఆ పై అతడు ప్రతి ఒక్క వీరుని మరో ఐదేసి బాణాలతో కొట్టాడు. ఒక భల్లంతో దుర్యోధనుని సారథిని చావుదెబ్బ కొట్టాడు. అతడు ప్రాణహీనుడై నేల కూలాడు. సారథి మరణంతో గుఱ్ఱాలు ఊరికే పరుగులు తీస్తూ రథాన్ని రణభూమి నుండి బయటకు లాక్కుపోయాయి. ఇది చూసి మీ ఇతర పుత్రులు, సైనికులు కూడా రణరంగం విడిచి పారిపోయారు. ఇలా మీ సైన్యాన్నంతటినీ చిందరవందర చేసి, అతడు తిరిగి అర్జునునివైపు బయలుదేరాడు.

కాని అతడు కొద్ది దూరం వెళ్లగానే దుర్యోధనుని ఆజ్ఞపై ఆ వీరులు అందరూ సంశప్తకులతో కలిసి మళ్లీ తిరిగి వచ్చారు. దుర్యోధనుడు కూడా వారికి ముందు నడిచాడు. వారితో మూడువేల ఆశ్వికసైన్యం ఉంది. మహావేశంతో చేతులలో రాళ్లు పట్టుకొని శక, కాంబోజ, బాహ్లీక, యవన, కుళింద, తంగణ, అంబష్ఠ, పైశాచ, బర్బర, పార్వతీయ యోధులు సాత్యకివైపు పరుగు తీశారు. దుశ్శాసనుడు "వాడిని చంపండి" అంటూ వారిని ఉత్సాహపరిచాడు. సాత్యకిని వారు నలువైపులా ముట్టడించారు అప్పుడు సాత్యకి యొక్క అద్భుత పరాక్రమం చూచాను. అతడు ఒంటరిగా నిర్భయుడై వారందరితో యుద్ధం చేశాడు. రథ, గజ, తురగ దళాలతో పాటు ఆ అనార్యులందరినీ సంహరించసాగాడు. అతని దెబ్బలకు తాళలేక పారిపోతూంటే దుశ్శాసనుడు వారితో - "ఓరీ ! ఎందుకు పారిపోతున్నారు ? మీరు రాళ్లతో కొట్టడంలో మహానేర్పరులు. సాత్యకికి ఇది బొత్తిగా తెలియదు. కాబట్టి మీరు రాళ్లను కురిపించి ఇతనిని చంపండి'' అన్నాడు. అది విని వారు వెనక్కి తిరిగి వచ్చారు. ఏనుగు తలకాయల వంటి పెద్ద పెద్ద రాళ్లతో అతని ఎదుటికి వచ్చారు. చాలా మంది అతనిని కొట్టడానికి వడిసెలలను తీసుకొని అన్ని వైపులనుండి దిగ్బంధనం చేసి నిలుచున్నారు. శిలాయుద్ధం చేయడానికి వచ్చిన వారిపై సాత్యకి బాణవర్షం కురిపించ సాగాడు. వారు కురిపించిన రాళ్లను సాత్యకి బాణాలతో ఛిన్నాభిన్నం చేసేశాడు. ఆ రాతి ముక్కలు తగిలి తమ సైన్యమే చనిపోయింది. క్షణాలలో ఐదువందల మంది శిలాధారులయిన వీరులు చేతులు తెగి నేలకూలారు.

వ్యాత్త ముఖ, అయోహస్త, శూల హస్త, దరద, తంగణ, ఖస, లంపాక, కుళిందాది అనేక వీరులు సాత్యకిపై రాళ్లవాన కురిపించారు. కాని యుద్ధకుశలుడైన సాత్యకి బాణాల జడివానతో ఆ రాళ్లను కూడా ముక్కలు ముక్కలు చేశాడు. అతని బాణపు ములుకులదెబ్బ తేనెటీగల ముల్లల్లా చురుక్కుమనిపించసాగాయి. ఆ బాధ భరించలేక మనుష్యులు, గుఱ్ఱాలు, ఏనుగులు రణభూమిలో నిలువలేకపోయాయి. చావగా మిగిలిన ఏనుగులు రక్తసిక్తమై, కుంభస్థలంలోని ఎముకలు విరిగి ఉన్నాయి. అందుకని అవి కూడా నిస్సహాయంగా సాత్యకి రథాన్ని విడిచి యుద్ధ భూమి నుండి పారిపోయాయి. సాత్యకితో పోరాటానికి వచ్చిన మీ పుత్రులు కూడా అతని దెబ్బల తాకిడికి ఓర్చుకోలేక ద్రోణాచార్యుని సైన్యంలోకి వెళ్లి కలిశారు. దుశ్శాసనునితో కలిసి దాడి చేసిన రథికులు కూడా భయపడి ద్రోణుని రథం వైపు వెళ్లిపోయారు.

సాత్యకి దుశ్శాసన త్రిగర్త వీరులతో యుద్ధము చేయుట.

సంజయుడు చెపుతున్నాడు - "రాజా ! దుశ్శాసనుని రథం తన వద్దకు వచ్చి నిలువ గానే ద్రోణాచార్యుడు అతనితో - "దుశ్శాసనా ! ఈ రథికులు అందరూ ఎందుకు పారిపోతున్నారు ? దుర్యోధన మహారాజు క్షేమమేనా ? జయద్రథుడు ఇంకా బ్రతికే ఉన్నాడు కదా ! నీవు రాజకుమారుడవు. రాజునకు తమ్ముడవు. పైగా యువరాజ్య పదవిని పొందినవాడవు. అలాంటి నువ్వు యుద్ధం నుండి ఎలా పారిపోతున్నావు ? నీవు ఇంతకు ముందు ద్రౌపదితో - "జూదంతో మేము గెలుచుకున్న దాసివి నీవు. నీవు ఇప్పుడు స్వేచ్ఛగా మా అన్న దుర్యోధన మహారాజు యొక్క వస్త్రాలు తెచ్చి ఇవ్వు. ఇప్పుడు నీకు ఎవడూ భర్త లేడు. వీళ్లంతా నూనె లేని నువ్వులవలె సారహీనం అయిపోయారు'' అని అన్నావుకదా! పాంచాలురతో, పాండవులతో నీవే స్వయంగా వైరం పెట్టుకొన్నావు. ఇప్పుడేమో సాత్యకి ఎదుటపడగానే నీవు ఎలా భయపడతావు ? కపటద్యూతంలో పాచికలు పట్టుకొన్నప్పుడు ముందుగా నీవు అనుకోలేదుకదూ - ఏదో ఒక రోజున ఈ పాచికలే క్రూరబాణాలవుతాయని. శత్రుసంహారకుడా ! నీవు సేనా నాయకుడవు. పట్టుగొమ్మవు. నీవే భయపడి పారిపోతే, ఇక సంగ్రామ భూమిలో ఎవరు నిలుస్తారు ? నేడు ఒంటరిగానే ప్రాణాలకు తెగించి సాత్యకి నుండే నీవు పారిపోదలచుకొంటే, ఇక భీమార్జున నకుల సహదేవులను చూస్తే ఏమి చేస్తావు ? నీవు మహాగొప్ప మగవాడివిలే. వెళ్లు. వెంటనే గాంధారి గర్భంలో దూరు. ఈ భూమి మీద ఎక్కడకు పారిపోయినా నీ జీవితానికి రక్షణ ఉండజాలదు. పారిపోవాలనే నీకు అనిపిస్తే యుధిష్ఠిరునికి ఈ రాజ్యాన్ని అప్పగించు "పాండవులు యుద్ధంలో అజేయులని, నీవు వారితో సంధి చేసుకో'' అని భీష్ములవారు మొదటే మీ అన్న దుర్యోధనునికి చెప్పారు. కాని ఆ మందమతి వారి మాటలు ఒప్పుకోలేదు. భీమసేనుడు నీ రక్తం కూడా త్రాగుతాడని నేను విన్నాను. అతని ఆలోచన స్థిరమైనదే. అలాగే జరుగుతుందేమో. పాండవులతో విరోధం పెట్టుకొన్నప్పుడు భీమసేనుని పరాక్రమం నీవు ఎరుగవా ? ఇప్పుడు రణరంగం విడిచి పారిపోతున్నావు ? ఇప్పుడు సాత్యకి ఉన్నచోటుకి నీ రథాన్ని త్వరగా తీసుకువెళ్లు. లేకుంటే

నీవు లేకపోవడం చేత ఈ సైన్యం అంతా పారిపోతుంది. వెళ్లు. యుద్ధంలో వీరుడైన సాత్యకితో తలపడు" అన్నాడు.

ఆచార్యుడు ఇలా అంటే దుశ్శాసనుడు మారు పలుకలేదు. అతడు ఈ మాటలన్నీ వినీవిననట్లుగా - యుద్ధంలో వెన్ను చూపని యవనుల యొక్క భారీసైన్యాన్ని తీసుకొని సాత్యకివైపు బయలుదేరాడు. ఎంతో జాగ్రత్తగా అతనితో యుద్ధం చేయసాగాడు. ద్రోణాచార్యుడు కూడా క్రోధంతో మధ్యదారిలో పాంచాల పాండవ సేనలమీద విరుచుకుపడ్డాడు. వందల మంది యోధులను యుద్ధభూమి నుండి తరిమి కొట్టాడు. ఆ సమయంలో ఆచార్యుడు తన పేరు చెప్పిమరీ పాండవ పాంచాల మత్స్య వీరులను ఘోరంగా సంహరించాడు. ఈ రీతిగా సైన్యాన్ని పరాజయం పాలు చేస్తూ ఉండగా, అతని ఎదుటికి పాంచాల రాజకుమారుడు వీరకేతుడు వచ్చాడు. అతడు ఐదు వాడి బాణాలతో ద్రోణుని, ఒక దానితో ధ్వజాన్ని, ఏడింటితో అతని సారథిని తూట్లు పొడిచాడు. వేగవంతుడైన ఆ పాంచాల రాజకుమారుని ద్రోణుడు వశపరచుకోలేకపోవడమే అప్పుడు ఆశ్చర్యకరమైన విషయం. ద్రోణుని గమనానికి ఆటంకం కలగడంతో యుధిష్ఠిరునికి విజయం కోరుకొనే పాంచాల వీరులు అతనిని నలువైపుల నుండి ముట్టడించారు. అందరూ కలిసి అతనిపై, బాణాలు, తోమరాలు, రకరకాల అస్త్రశస్త్రాలను వర్షించసాగారు. అప్పుడు ఆచార్యుడు వీరకేతుని రథం మీద ఒక గొప్ప భయంకరమైన బాణం వేశాడు. అది అతనిని గాయపరిచి భూమిలోకి దూరింది. ఆ దెబ్బకు ప్రాణాలు పోయి ఆ పాంచాలకులతిలకుడు రథంనుండి కింద పడిపోయాడు.

ఆ మహాధనుర్ధరుడైన రాజకుమారుడు మరణించడంతో పాంచాల వీరులు మహావేగంగా ద్రోణాచార్యుని ముట్టడించారు. చిత్రకేతుడు, సుధన్వుడు, చిత్రవర్ముడు, చిత్రరథుడు - ఈ పాంచాల రాజకుమారులందరూ తమ సోదరుని మరణానికి దుఃఖించి ద్రోణునితో యుద్ధానికి సిద్ధమై వర్షాకాలపు మేఘాల వలె బాణవర్షాన్ని కురిపించారు. ద్రోణుడు కుపితుడై వారి మీద బాణాలను వలలా వ్యాపింప చేశాడు. దానితో వారికి దిక్కుతోచలేదు. ద్రోణుడు చిరునవ్వుతో వారి గుఱ్ఱాలను, సారథులను, రథాలను కూడా నష్టపరిచి, మిక్కిలి పదునైన భల్లాలతో వారి శిరసులను కూడా ఖండించి పడేశాడు. ఈ రీతిగా ఆ పాంచాల రాజకుమారులను చంపి ద్రోణుడు తన ధనుస్సును మండలాకారంగా తిప్ప సాగాడు.

ఇది చూచి ధృష్టద్యుమ్నుడు ఉద్విగ్నతకు లోనయ్యాడు. అతని కన్నులలో నీరు తిరిగింది. అతడు క్రోధంతో ద్రోణుని రథంపై విరుచుకుపడ్డాడు. ధృష్టద్యుమ్నుని బాణాలతో ద్రోణుని గమనం ఆగిపోవడం చూసి రణభూమిలో గొప్ప హాహాకారాలు చెలరేగాయి. అతడు క్రోధంతో ఉక్కిరి బిక్కిరై ఆచార్యుని రొమ్ముపై తొంభై బాణాలు నాటాడు. దానితో అతడు రథం యొక్క పీఠంపైనే మూర్ఛపోయాడు. ధృష్టద్యుమ్నుడు ధనుస్సు పక్కన పెట్టి వాడి కత్తిని పైకెత్తి తన రథం నుండి దూకి వెంటనే ఆచార్యుని రథంపైకి ఎక్కాడు. అతడు కొంచెం ఉంటే అతని శిరస్సును ఖండించేవాడే, కాని ఆచార్యునికి స్పృహవచ్చింది. ధృష్టద్యుమ్నుడు తనను అంతం చేయడానికే వచ్చాడని చూసిన ద్రోణుడు దగ్గర నుండే దెబ్బ కొట్టే వితస్తమనే బాణాన్ని వేశాడు. ఆ బాణాలతో ఉత్సాహభంగం కాగా ధృష్టద్యుమ్నుడు వెంటనే అతని రథం నుండి దూకి తన రథం ఎక్కేశాడు. ఇక అప్పుడు వారిద్దరూ పరస్పరం బాణాలతో తూట్లు పొడుచుకోసాగారు. వారిద్దరూ ఆకాశాన్ని, దిక్కులను, భూమిని సంపూర్ణంగా బాణాలతో కప్పివేశారు. వారి యుద్ధాన్ని చూపరులందరూ కొనియాడారు. ద్రోణుడు ధృష్టద్యుమ్నుని యొక్క సారథి తలను తుంచాడు. అందువల్ల అతని గుఱ్ఱాలు రణభూమినుండి తొలగిపోయాయి. ఇక ఆచార్యుడు సృంజయ పాంచాల వీరులతో యుద్ధం చేయసాగాడు. వారిని ఓడించి తిరిగి తన వ్యూహముఖానికి వచ్చి నిలుచున్నాడు.

ఇటు దుశ్శాసనుడు వర్షిస్తున్న మేఘంలా బాణాలు కురిపిస్తూ సాత్యకి ఎదుటకు వచ్చాడు. అతడు రావడం చూసి సాత్యకి అతనివైపు దూసుకువచ్చి, ఒక్కసారిగా అతనిని తన బాణాలతో కప్పివేశాడు. దుశ్శాసనుడు, అతని అనుచరులు అలా బాణాలతో కప్పబడి భయంతో సైనికుల ఎదుటనే రణభూమి వీడి పారిపోయారు. దుశ్శాసనుడు వందలకొద్దీ బాణాలతో తూట్లు పడడం చూసి దుర్యోధనుడు త్రిగర్త వీరులను సాత్యకి యొక్క రథం వైపు పంపాడు. మూడు వేల మంది ఆ రథిక యోధులు యుద్ధానికి కృత నిశ్చయులై సాత్యకిని నలువైపుల నుండి రథ పంక్తులతో ముట్టడించారు. కాని సాత్యకి బాణాల జడివాన కురిపించి, ఆ సైన్యంలో ముందు వరుసలో ఉన్న ఐదువందలమంది యోధులను క్షణంలో సంహరించేశాడు. ఇక మిగిలినవారు ప్రాణాలమీది తీపితో ద్రోణాచార్యుని రథం వైపు వెళ్లిపోయారు.

ఈ రీతిగా త్రిగర్త వీరులను సంహరించి సాత్యకి మెల్లమెల్లగా అర్జునుని రథం వైపుకు సాగిపోతున్నాడు. ఆ

సమయంలో దుశ్శాసనుడు మళ్లీ అతనిపై తొమ్మిది బాణాలను వేశాడు. సాత్యకి అతనిపై ఐదు బాణాలు వేసి, అతని ధనుస్సును ఖండించాడు. ఈ రీతిగా అందరినీ విస్మయపరిచి, అతడు తిరిగి అర్జునుని రథంవైపు సాగాడు. దీనితో దుశ్శాసనునికి క్రోధం హెచ్చింది. అతడు సాత్యకి ప్రాణాలు హరించాలని అతనిపై ఒక లోహశక్తిని ప్రయోగించాడు. కాని సాత్యకి వాడి బాణాలతో దానిని నూరు ముక్కలు చేశాడు. దుశ్శాసనుడు ఇంకొక ధనుస్సు తీసుకొని, అతనిని బాణాలతో తూట్లుపొడిచి సింహంలా గర్జించాడు. సాత్యకికి కోపం భగ్గుమంది. అతడు దుశ్శాసనుని రొమ్ముపై మూడు బాణాలు నాటి గాయపరిచి, ఒకదానితో అతని ధనుస్సును, మరి రెండింటితో అతని రథం మీది ధ్వజాన్ని, శక్తిని కూడా ఖండించి వేశాడు. ఇంకా ఎన్నో వాడి బాణాలనువేసి అతని పార్శ్వరక్షకులను ఇద్దరినీ చంపివేశాడు. త్రిగర్తసేనాపతి అతనిని తన రథం ఎక్కించుకొని తీసుకొని పోయాడు. సాత్యకి కొంతసేపు అతనినే వెన్నంటాడు. కాని అతనికి భీమసేనుని ప్రతిజ్ఞ గుర్తుకువచ్చి అతనిని చంపలేదు. రాజా ! భీమసేనుడు మీ సభలోనే పుత్రులందరినీ చంపుతానని ప్రతిజ్ఞ చేశాడు. అందుకని సాత్యకి దుశ్శాసనుని చంపలేదు. అతనిని రణరంగంలో ఓడించి మహావేగంగా అర్జునుని వైపు సాగిపోయాడు.

ద్రోణాచార్యుడు పాంచాల వీరులను ఓడించుట.

సంజయుడు చెపుతున్నాడు - ఇటు మధ్యాహ్నం తరువాత ద్రోణాచార్యుల వారికి సోమకులతో మరల ఘోరయుద్ధం జరిగింది. ఆ యోధులు మేఘాలవలె గర్జిస్తున్నారు. ద్రోణుడు ఎఱ్ఱని గుఱ్ఱాలు పూన్చిన తనరథం ఎక్కి మధ్యమ గతిలో పాండవులపై దాడి చేశాడు. వాడి బాణాలతో తాను ఎంచుకొన్న వీరులపై బాణవర్షం కురిపిస్తూ యుద్ధంలో క్రీడిస్తున్నాడు. కేకయరాజకుమారులు ఐదుగురిలో బృహత్ క్షత్రుడు అతని ఎదుటికి వచ్చి వాడి వాడి బాణాలతో అతనిని నొప్పించసాగాడు. ద్రోణుడు కుపితుడై అతనిపై పదిహేను బాణాలు వేశాడు, కాని అతడు వాటిని మధ్యలోనే ఖండించాడు. అతని వేగాన్ని చూచి ఆచార్యుడు నవ్వి, తిరిగి అతనిపై ఎనిమిది బాణాలను నాటాడు. ఇది చూచి బృహత్ క్షత్రుడు అంతటి పదునుగల బాణాలనే వేసి వాటిని తిప్పికొట్టాడు. బృహత్క్షత్రుని ఈ దుష్కరకార్యం మీ సైన్యానికి ఆశ్చర్యం కలిగించింది. అంత ద్రోణుడు అత్యంత దుర్జయమైన బ్రహ్మాస్త్రాన్ని ప్రయోగించాడు. బృహత్క్షత్రుడు బ్రహ్మాస్త్రంతోనే దానిని ఎదుర్కొని, ఆచార్యుని అరవై బాణాలతో కొట్టాడు. అందుపై ద్రోణుడు ఒక నారాచాన్ని అతనిపై వేశాడు. అది అతని కవచాన్ని చీల్చి భూమిలో దిగబడింది. కుపితుడైన బృహత్క్షత్రుడు అతనిని డెబ్బై బాణాలతోను, అతని సారథిని ఒక బాణంతోను గాయపరిచాడు. ఆచార్యుడు బాణవర్షంతో బృహత్ క్షత్రునికి ఊపిరి ఆడకుండా చేశాడు. అతని నాలుగు గుఱ్ఱాలను చంపివేశాడు. ఒక బాణంతో సూతుని, రెండింటితో ధ్వజాన్ని, ఛత్రాన్ని ఖండించి కింద పడేశాడు. ఆ తరువాత ఒక బాణాన్ని బలంగా లాగి బృహత్క్షత్రుని రొమ్మున నాటాడు. అతని గుండెలు చీలిపోయి నేల కూలాడు.

మహారథి బృహత్ క్షత్రుడు చనిపోయాక, శిశుపాలుని కొడుకు ధృష్టకేతుడు ద్రోణాచార్యుని పైకి ఉరికాడు. అతడు ఆచార్యుని అతని రథాన్ని, ధ్వజాన్ని, గుఱ్ఱాలను అరవై బాణాలతో కొట్టాడు. ద్రోణుడు క్షురప్రమనే ఒక బాణంతో అతని వింటిని విరిచాడు. ఆ మహావీరుడు ఇంకొక ధనుస్సు తీసుకొని బాణాలతో అతనిని తూట్లు పొడిచాడు. ద్రోణుడు నాలుగు బాణాలతో అతని నాలుగు గుఱ్ఱాలను చంపివేశాడు. ఆపై అలవోకగా అతని సారథి శిరసును మొండెం నుండి వేరు చేశాడు. ఆపై ఇరవై అయిదు బాణాలను ధృష్టకేతునిపై వేశాడు. అతడు రథంనుండి దిగి, ఆచార్యునిపై గదను విసిరాడు. అది రావడం చూసి అతడు వేల బాణాలతో దానిని ముక్కలు ముక్కలు చేశాడు. దానితో కోపించిన ధృష్టకేతుడు ద్రోణునిపై ఒక తోమరాన్ని, శక్తిని ప్రయోగించాడు. ద్రోణుడు ఐదేసి బాణాలతో ఆ రెండింటిని వ్యర్థం చేశాడు. ఆ పై అతనిని చంపడానికి ఒక వాడి బాణం వేశాడు. అది అతని కవచాన్ని, గుండెను చీల్చి భూమిలో దిగబడింది.

ఈ రీతిగా చేదిరాజు మరణించాక, అస్త్ర విద్యా విశారదుడైన అతని పుత్రునకు చాలా రోషం కలిగి అతని స్థానంలో నిలుచున్నాడు. కాని ద్రోణుడు నవ్వుతూనే అతనిని కూడా యమరాజుకు అప్పగించాడు. జరాసంధుని పుత్రుడు తరువాత అతని ఎదుటకు వచ్చాడు. అతడు తన బాణాల జడివానతో యుద్ధ రంగంలో ద్రోణుడు కనపడకుండా చేశాడు. అతని ఈ వేగాన్ని చూసి ఆచార్యుడు వందల వేల బాణాలు కురిపించనారంభించాడు. ఈ రీతిగా ఆ మహారథిని రథంలో ఉండగానే బాణాలతో కప్పివేసి, ధనుర్ధరులందరి ఎదుటా చంపివేశాడు. అప్పుడు పాంచాల, చేది, సృంజయ, కాశీ, కోసలదేశ మహారథులు అందరూ మహోత్సాహంగా ద్రోణునితో పోరాటానికి అతనిపై దాడి చేశారు. వారు ద్రోణుని చంపడానికి

తమ శక్తినంతా వెచ్చించారు. కాని ఆచార్యుడు తన వాడి బాణాలతో వారినే యమపురికి పంపించాడు. ద్రోణుడు అలా చేయడం చూసి క్షత్రధర్ముడు అతని ఎదుటికి వచ్చి, ఒక అర్ధచంద్రాకార బాణంతో అతని వింటిని విరుగకొట్టాడు. ఆచార్యుడు ఇంకొక వింటిని తీసుకొని, దానిపై వాడి బాణాన్ని ఒక దానిని ఎక్కుపెట్టి, చెవి వరకు లాగి విడిచిపెట్టాడు. అది క్షత్రధర్ముని హృదయాన్ని చీల్చింది. అతడు రథం నుండి క్రిందికి పడిపోయాడు. ఈ విధంగా ధృష్టద్యుమ్నుని కుమారుడు మరణించగానే సైన్యమంతా కంపించిపోయింది. ఇప్పుడు ఆచార్యుని చేకితానుడు ఎదిరించాడు. అతడు ద్రోణుని పది బాణాలతో గాయపరిచి అతని రొమ్ముపై దెబ్బకొట్టాడు. నాలుగు బాణాలతో అతని సారథిని, మరి నాలుగు బాణాలతో నాలుగు గుఱ్ఱాలను తూట్లు పొడిచాడు. అప్పుడు ఆచార్యుడు మూడు బాణాలను అతని రొమ్మున, భుజాలపై నాటాడు. ఏడు బాణాలతో ధ్వజాన్ని ఖండించి మూడింటితో సారథిని చంపివేశాడు. సారథి లేకపోవడంతో గుఱ్ఱాలు రథాన్ని ఈడ్చుకొని వెళ్లిపోయాయి.

చేకితానునికి సారథి లేకపోవడం చూసి ద్రోణుడు అక్కడ గుమికూడి ఉన్న చేది, పాంచాల, సృంజయ వీరులను చెల్లాచెదురు చేశాడు. అప్పుడతడు మిక్కిలిగా ప్రకాశించాడు. అతని వెంట్రుకలు చెవుల వరకు నెరిశాయి. వయస్సు దాదాపు ఎనభై అయిదు సంవత్సరాలు. ఇంత వయోవృద్ధుడయినా గాని రణభూమిలో పదహారేళ్ల పడుచువానిలా తిరగసాగాడు.

భీముడు ధృతరాష్ట్ర పుత్రులను అనేకులను వధించుట.

సంజయుడు చెపుతున్నాడు - "రాజా ! ఈ రీతిగా ద్రోణాచార్యుడు పాండవసేనా వ్యూహాన్ని ఎక్కడికక్కడే నలిపేస్తూ ఉంటే, పాంచాల, సోమక, పాండవ వీరులు అక్కడినుండి దూరంగా పారిపోయారు. ఇక ధర్మరాజుకు తనను రక్షించేవారెవరూ కనబడలేదు. అతడు అర్జునుని చూడడం కోసం అన్ని వైపులకు దృష్టులను సారించాడు. కాని అతనికి అర్జునుడు కాని, సాత్యకి కాని కనబడలేదు. ఇలా ఎంతసేపు చూచినా అతనికి అర్జునుడు కనబడలేదు. అతని గాండీవధ్వనీ వినపడలేదు. దానితో అతని ఇంద్రియాలన్నీ ఒక్కసారిగా బాధతో తుళ్లిపడ్డాయి. ఒక్కసారిగా శోకగ్రస్తుడయ్యాడు. భీమసేనుని పిలిచి - "సోదరా ! భీమసేనా! రథం ఎక్కి ఒంటరిగానైనా దేవతలను, గంధర్వులను, అసురులను ఓడించగల, మా ఆ తమ్ముడు అర్జునుని యొక్క గుర్తులేమీ నాకు కనబడడం లేదు" అన్నాడు. ధర్మరాజు ఇలా కంగారు పడడం చూసి భీమసేనుడు - "రాజా ! మీరు ఇలా కంగారుపడడం నేను ఇంతకు ముందు ఎన్నడూ చూడలేదు, వినలేదు, ఇంతకు ముందు మేము ఎప్పుడయినా దుఃఖంతో ధైర్యం కోలుపోతే మీరే మాకు ధైర్యం చెప్పేవారు. మహారాజా ! ఈ లోకంలో నేను చేయలేనిది గాని, అసాధ్యమని తలచి వదలివేసేది గానీ ఏ పనీలేదు. మీరు నన్ను ఆదేశించండి. మనసులో దిగులు మానండి" అన్నాడు. అంతట యుధిష్ఠిరుడు, కన్నీటితో, దీర్ఘంగా నిశ్వసిస్తూ - "తమ్ముడూ! చూడు. శ్రీకృష్ణుడు రోషంతో పూరిస్తున్న పాంచజన్య శంఖ ధ్వని వినపడుతోంది. దీనివల్ల నీ తమ్ముడు అర్జునుడు మరణ శయ్యపై ఉన్నాడని, అతడు చనిపోవడం వలన శ్రీకృష్ణుడు యుద్ధం చేస్తున్నాడని నాకు నిశ్చయంగా అనిపిస్తోంది. ఇదే నా దుఃఖానికి కారణం. అర్జున సాత్యకులను గురించిన చింత నా శోకాగ్నిని జ్వలింపచేస్తోంది. చూడు. వారిని గూర్చిన ఏ గుర్తూ నాకు కనిపించడం లేదు. వారిద్దరూ మరణించాకనే శ్రీకృష్ణుడు యుద్ధం చేస్తున్నాడని అనుమానం కలుగుతోంది. తమ్ముడూ! నేను నీ కంటె పెద్దవాడిని. నీవు నా మాట మన్నిస్తే అర్జునుడు, సాత్యకి ఉన్న చోటుకు నీవు కూడా వెళ్లు. నీవు సాత్యకిని అర్జునుని కంటె మించి జాగ్రత్తగా చూసుకో. అతడు నాకు ప్రియం చేయాలని దుర్గమమూ, భయంకరమూ అయిన భారతీయ సేనను దాటుకొని అర్జునునివైపు వెళ్లాడు. అంతో ఇంతో వీరులయితే మాత్రం ఈ విశాలవాహిని సమీపానికే చేరలేరు. శ్రీకృష్ణుడు, అర్జునుడు, సాత్యకి కుశలంగా కనబడితే మాత్రం నీవు సింహనాదం చేసి నాకు సూచించు" అన్నాడు. భీమసేనుడు - "మహారాజా ! ఇంతకు ముందు బ్రహ్మదేవుడు, ఇంద్రుడు, వరుణుడు ఎక్కిన రథాన్ని ఈనాడు కృష్ణార్జునులు ఎక్కివెళ్లారు. కాబట్టి వారి గురించి శంకించవలసిన విషయమేమీ లేనప్పటికీ నేను మీ ఆజ్ఞను తలదాల్చి వెళ్తున్నాను. మీరు ఏరకంగానూ చింతించకండి. నేను ఆ పురుషసింహులను కలుసుకొని మీకు సూచన అందిస్తాను" అన్నాడు.

ధర్మరాజుతో ఇలా చెప్పి, భీమసేనుడు అక్కడి నుండి వెళ్తూ ధృష్టద్యుమ్నునితో - "మహాబాహూ ! మహారథి ద్రోణుడు ఏ రీతిగా యుక్తులు పన్ని ధర్మరాజును పట్టుకోవడానికి కృతనిశ్చయంతో ఉన్నాడో నీకు తెలుసు. కాబట్టి మహారాజును రక్షించడానికి నేను ఇక్కడ ఉండవలసినంత అవసరం, అర్జునుని వద్దకు వెళ్లడంలో లేదు. ఇదే విషయాన్ని అర్జునుడు

కూడా చెప్పాడు. కాని ఇప్పుడు మహారాజు ఆజ్ఞాపిస్తే ఏమీ చెప్పలేక పోయాను. జయద్రథునికి మృత్యువు దగ్గర పడుతోంది. అయినా నేను అక్కడికే వెళ్లవలసిస్తోంది. ధర్మరాజు యొక్క ఆజ్ఞను నేను ఏవిధమైన అడ్డూ చెప్పకుండా అంగీకరించవలసివచ్చింది. అర్జునుడు, సాత్యకి వెళ్లిన దారిలోనే నేనూ వెళతాను. కనుక నీవు బాగా జాగ్రత్తగా ఉంటూ ధర్మరాజును రక్షించాలి" అని చెప్పాడు.

అప్పుడు ధృష్టద్యుమ్నుడు భీమసేనునితో - "పార్థా ! మీరు నిశ్చింతగా వెళ్లిరండి. నేను మీరు చెప్పినట్లే అన్నీ చేస్తాను. యుద్ధంలో ద్రోణాచార్యుడు ధృష్టద్యుమ్నుని వధించకుండా ధర్మరాజును బంధించలేడు" అని పలికాడు.

ఇది విని మహాబలుడైన భీమసేనుడు తన అన్నగారికి నమస్కరించి, అతనిని ధృష్టద్యుమ్నుని రక్షణలో ఉంచి అర్జునునివైపు బయలు దేరాడు. వెళ్లేటపుడు ధర్మరాజు అతనిని ఆలింగనం చేసుకొని, మూర్ధాఘ్రాణం చేశాడు. భీమసేనుడు బయలుదేరే సమయంలో తిరిగి పాంచజన్యం యొక్క ధ్వని వినపడింది. త్రిలోకభయంకరమైన ఆ పాంచజన్య ధ్వని విని ధర్మరాజు మళ్లీ - "చూడు. అదిగో శ్రీకృష్ణుని శంఖధ్వని భూమ్యాకాశాలను ప్రతిధ్వనింప చేస్తోంది. నిశ్చయంగా అర్జునునికి ఆపద కలిగితే శ్రీకృష్ణుడు కౌరవులతో యుద్ధం చేస్తున్నాడు. కాబట్టి తమ్ముడూ ! భీమసేనా ! నీవు తొందరంగా అర్జునుని వద్దకు వెళ్లు" అన్నాడు.

ఇక భీమసేనుడు శత్రువులకు తన భయంకరత్వాన్ని ప్రకటిస్తూ బయలుదేరాడు. అతడు తన వింటి నారిని లాగుతూ బాణవర్షం కురిపిస్తూ కౌరవసేన యొక్క అగ్రభాగాన్ని నురుమాడసాగాడు. అతని వెనుకనే ఇతర పాంచాల సోమక వీరులుకూడా ముందుకు సాగారు. దుశ్శలుడు, చిత్రసేనుడు, కుండభేది, వివింశతి, దుర్ముఖుడు, వికర్ణుడు, శలుడు, విందుడు, అనువిందుడు సుముఖుడు, దీర్ఘబాహుడు, సుదర్శనుడు, బృందారకుడు, సుహస్తుడు, సుషేణుడు, దీర్ఘలోచనుడు, అభయుడు, రౌద్రకర్ముడు, సువర్ముడు, దుర్విమోచనుడు మొదలైన తమ పుత్రులు అనేకమంది సైనికులను, పదాతి దళాలను తీసికొని అతనిని ఎదిరించడానికి వచ్చి నలువైపుల నుండి చుట్టుముట్టారు. కాని భీముడు మహావేగంగా వారిని వెనక్కినెట్టి, ద్రోణుని సైన్యంపై విరుచుకుపడి అతని ముందున్న గజసైన్యంపై బాణపు జడివాన కురిపించాడు. క్షణాలలో ఆ సైన్యాన్ని నాశనం చేశాడు. అడవిలో శరభమృగం అరిస్తే జంతువులన్నీ చెల్లా చెదరైనట్లుగా, ఏనుగులన్నీ ఘీంకరిస్తూ అటు ఇటు పరుగులు తీయసాగాయి.

ఆ తరువాత అతడు చాలా ఉత్సాహంగా ద్రోణాచార్యుని సేనపై దాడి చేశాడు. ఆచార్యుడు అతనిని ముందుకు సాగకుండా ఆపి, నవ్వుతూ ఒక బాణంతో అతని నుదుటిపై కొట్టాడు. అతడు భీమునితో - "భీమసేనా ! నన్ను జయించకుండా నీ శక్తితో నీవు శత్రుసేనను ప్రవేశించలేవు. నీ సోదరుడు అర్జునుడు నా అనుమతితోనే ప్రవేశించాడు. కాని నీవు నన్ను దాటుకొని ఈ లోపలకు రాలేవు" అన్నాడు. గురువుగారి మాటలు విని భీమసేనుని కన్నులు కోపంతో ఎఱ్ఱబడ్డాయి. అతడు నిర్భయంగా - "బ్రాహ్మణోత్తమా ! అర్జునుడు మీ అనుమతితో రణ భూమిని ప్రవేశించాడనడం నిజంకాదు. అతడు ఇంద్రుని సైన్యంలోకి కూడా చొరబడగల దుర్ధర్షుడు. అతడు మిమ్మల్ని ఎంతో గౌరవిస్తాడు. అలా చేసి మీ గౌరవాన్ని పెంచాడు. నేను అర్జునునిలా దయాళుడను కాను. నేను మీ శత్రువును భీముడిని" అన్నాడు. అని చెప్పి కాలదండం లాంటి తన గదను ఎత్తి గిరగిరా తిప్పి ద్రోణాచార్యుని పైకి విసిరాడు. ద్రోణుడు వెంటనే రథం నుండి దూకేశాడు. ఆ గద - గుఱ్ఱాలను, సారథిని, ధ్వజంతో పాటుగా ఆ రథాన్ని నుగ్గునుగ్గు చేసి, ఇంకా ఎంతో మంది వీరులను పిప్పిచేసింది.

ఇక్కడ ఆచార్యుడు ఇంకొక రథం ఎక్కి వ్యూహం యొక్క ముఖద్వారం వద్దకు వచ్చి యుద్ధానికి సిద్ధమై నిలుచున్నాడు. మహాపరాక్రమవంతుడైన భీమసేనుడు తన ఎదుట నిలిచిన రథసేనపై క్రోధంతో బాణాలను కురిపించసాగాడు. ఆ సైన్యంలో ఉన్న మీ కుమారులు భీమసేనుని బాణాలకు నష్టపోతున్నా అతనిపై విజయం సాధించాలనే కాంక్షతో సరిసమానంగా యుద్ధం చేస్తున్నారు. దుశ్శాసనుడు మహాక్రోధంతో భీమసేనుని చంపాలనే ఉద్దేశ్యంతో అతనిపై అత్యంత తీక్ష్ణమైన లోహమయమైన రథశక్తిని విసిరాడు. కాని భీమసేనుడు మధ్యలోనే దానిని రెండు ముక్కలు చేశాడు. ఆ తరువాత అతడు మూడు వాడి బాణాలతో కుండభేది, సుషేణుడు, దీర్ఘలోచనుడు - ఈ ముగ్గురు సోదరులను చంపివేశాడు. అయినా మీ వీరపుత్రులు పోరాడుతూనే ఉన్నారు. ఇంతలోనే అతడు బృందారకుని, అభయుని, రౌద్రకర్ముని, దుర్విమోచనుని కూడా చంపివేశాడు. అప్పుడు నీ పుత్రులు అతనిని నలువైపులనుండి ముట్టడించి బాణవర్షం కురిపించసాగారు. భీమసేనుడు నవ్వుతూ మీ పుత్రులు విందుని, అనువిందుని, సువర్మను యముని ఇంటికి

పంపాడు. సుదర్శనుని గాయపరిచాడు. అతడు నేలకూలి మరణించాడు. ఈ రీతిగా భీమసేనుడు అన్నివైపులా కనిపెట్టి చూసి, కొద్దిసేపటిలోనే తన వాడి బాణాలతో ఆ రథ సైన్యాన్ని నాశనం చేశాడు. ఆ పై సింహగర్జనకు జంతువులు పారిపోయినట్లుగా, అతని రథచక్రాల ఘోష విని మీ పుత్రులు తలోవైపుకూ పారిపోయారు. భీమసేనుడు పారిపోయే ఆ సైన్యాన్ని కూడా వెంబడించి అన్ని వైపులా కౌరవ సైన్యాన్ని సంహరించసాగాడు. ఇలా చాలా సంహారం జరిగాక వారు భీమసేనుని వదిలి, తమ గుఱ్ఱాలను పరుగులు తీయిస్తూ రణభూమినుండి నిష్క్రమించారు. భీముడు యుద్ధంలో వారందరినీ ఓడించి గట్టిగా అట్టహాసం చేశాడు.

అతడు రథ సైన్యాన్ని కూడా గడిచి ముందుకు సాగాడు. ఇది చూసి ద్రోణుడు అతనిని అడ్డగించడానికి బాణవర్షం కురిపించసాగాడు. మీ పుత్రుల ప్రేరణతో ఎంతోమంది ధనుర్ధరులైన రాజులు కూడా అతనిని నలువైపులా ముట్టడించారు. అంత అతడు సింహంలా గర్జిస్తూ భయంకరమైన గదను ఒకదానిని ఎత్తి మహావేగంగా మీదికి విసిరాడు. అది ఎంతోమంది సైనికులను మట్టుపెట్టింది. భీమసేనుడు గదతోనే మీ ఇతర సైనికులను కూడా ప్రహరించాడు. దానితో భయపడిన వారు సింహం యొక్క వాసన పసిగట్టిన మృగాలు పరుగులు తీసినట్లుగా పారిపోయారు.

భీమసేనుడు ఇలా కౌరవ సంహారం చేస్తూండగా ద్రోణాచార్యుడు అతని ఎదుటకు వచ్చాడు. అతడు బాణాలను వర్షిస్తూ భీమసేనుడు ముందుకు సాగకుండా అడ్డుకున్నాడు. వారిద్దరికీ ఘోరయుద్ధం జరిగింది. భీమసేనుడు తన రథం నుండి దూకి ద్రోణుని బాణాలను లెక్కచేయకుండా అతని రథం వద్దకు వెళ్లి, దాని నొగలు పట్టుకొని దూరంగా విసిరివేశాడు. ద్రోణుడు ఇంకొక రథం ఎక్కి మళ్లీ వ్యూహముఖం దగ్గరకు వచ్చాడు. తన గురువు నిరుత్సాహంగా తన ఎదుటికి మళ్లీరావడం చూసి భీమసేనుడు మహావేగంగా అతని వద్దకు వెళ్లి ఇరుసు పట్టుకొని, ఆ రథాన్ని కూడా దూరంగా నేలకు విసిరికొట్టాడు. ఈ రీతిగా భీమసేనుడు ద్రోణునియొక్క ఎనిమిది రథాలను అనాయాసంగా విసిరి విసిరి నష్టపరిచాడు. మీ యోధులందరూ ఈ వింతను ఆశ్చర్యంతో కళ్లప్పగించి చూస్తూ ఉండిపోయారు.

తుఫాను చెట్లను నశింపచేసినట్లుగా యుద్ధంలో క్షత్రియులను నాశనం చేస్తూ భీమసేనుడు ముందుకు సాగిపోయాడు. కొంత దూరం వెళ్లేసరికి కృతవర్మ రక్షిస్తున్న భోజసైన్యం అతని కంటపడింది. కాని అతడు దానిని కూడా రకరకాలుగా నష్టపరిచి ముందుకు వెళ్లిపోయాడు. ఆ తరువాత కాంబోజ సైన్యాన్ని, యుద్ధకుశలులైన అనేక ఇతర మ్లేచ్ఛులను గడిచిన పిమ్మట అతనికి యుద్ధం చేస్తున్న సాత్యకి కనిపించాడు. అప్పుడిక అర్జునుని చూడాలనే కోరికతో చాలా జాగ్రత్తగా తన రథంతో వేగంగా ముందుకు సాగిపోయాడు. మీ యోధులను అనేక మందిని దాటుకొని అతడు కొద్దిగా ముందుకు వెళ్లాడో లేదో జయద్రథుని వధించడానికి యుద్ధం చేస్తున్న అర్జునుని చూశాడు. అతనిని చూసి వర్షాకాలపు మేఘంలా చాలా గట్టిగా అట్టహాసం చేశాడు. భీమసేనుడు చేసిన ఆ సింహనాదం శ్రీకృష్ణార్జునులకూ వినపడింది. అప్పుడు వారిద్దరూ అతనిని చూడడం కోసం సింహనాదాలు చేస్తూ వచ్చి అతనిని కలుసుకొన్నారు. మహారాజా ! భీమసేనుని యొక్క అర్జునుని యొక్క సింహనాదాలు విని ఇక్కడ యుధిష్ఠిరునికి సంతోషం కలిగింది. అతని చింత అంతా దూరమై, అర్జునుని విజయం మీద పూర్తిగా ఆశ కూడా కలిగింది. భీమసేనుని సింహనాదం విని సంతోషంతో మనసులోనే – "భీమా ! నీవు చక్కగా సూచన చేశావు. నీవు మీ అన్న చెప్పినది చేసి చూపించావు. తమ్ముడూ ! నీవు ద్వేషించిన వారికి ఎన్నడూ యుద్ధంలో విజయం లభించదు. శ్రీకృష్ణార్జునుల సింహనాదాలు కూడా నాకు వినిపించేలా చేశావు. ఇది నా అదృష్టం. ఇంద్రుని జయించి ఖాండవవనంలో అగ్నికి తృప్తి గావించినవాడు, ఒక్కవింటితో నివాతకవచులను జయించిన వాడు, విరాట నగరంలో గోహరణ నిమిత్తం కలిసికట్టుగా వచ్చిన కౌరవులందరినీ పరాజయం పాలు చేసినవాడు, దుర్యోధనుని విడిపించడానికి గంధర్వరాజు చిత్రరథుని అవమానించినవాడు, శ్రీకృష్ణుడు సారథిగా కలవాడు, నాకు పరమ ఇష్టుడు. అయిన అర్జునుడు ఇంకా బ్రతికే ఉన్నాడు – ఇది ఎంత ఆనందించదగిన విషయం. శ్రీకృష్ణుని రక్షణలో సూర్యాస్తమయానికి ముందే తన ప్రతిజ్ఞను పూర్తి చేసుకొని తిరిగి వచ్చే అర్జునుని నేను కలుసుకోగలనా ? అర్జునుని చేతిలో జయద్రథుడు, భీముని చేతిలో తన తమ్ముళ్లు చనిపోవడం చూసి, మందబుద్ధి అయిన దుర్యోధనుడు చావగా మిగిలిన వీరులను రక్షించుకోవడానికి వైరం విడిచి మాతో సంధి చేసుకోవాలనుకొంటాడా ?" – అని యుధిష్ఠిరుడు కరుణార్ద్రుడై ఒకవైపు రకరకాల సందేహాలలో

కొట్టు మిట్టాడుతూండగా మరొకవైపు తుములయుద్ధం జరుగుతూ ఉంది.

భీమసేనుడు కర్ణుని ఓడించుట - దుర్యోధనుడు యుధామన్యు - ఉత్తమౌజులతో యుద్ధము చేయుట.

ధృతరాష్ట్రుడు అడిగాడు – "సంజయా ! యుద్ధ భూమిలో క్రోధోద్రిక్తుడైన భీముని ముందు నిలువగలిగిన వీరుడు ముల్లోకాలలోనూ నాకు కనబడలేదు. ఆహా ! రథం మీద రథాన్ని ఎత్తి విసిరికొట్టే వాడు, ఏనుగుపై ఏనుగును వేసి చంపేవాడు, – ఇటువంటివాడి ముందు, ఇతరుల మాట ఎందుకు, సాక్షాత్తూ ఇంద్రుడైనా ఎలా నిలువగలడు ? భీముని వలన ఉన్నంత భయం నాకు అర్జునునివలనగాని, శ్రీకృష్ణుని వలన గాని, సాత్యకి వలన గానిలేదు, ధృష్టద్యుమ్నుని వలన కూడా లేదు. సంజయా ! ఈ విషయం చెప్పు నాకు. భీముడనే ప్రచండాగ్ని నా పుత్రులను దహించి వేస్తూంటే ఏయే వీరులు అతనిని అడ్డుకొన్నారు ?"

సంజయుడు చెప్పసాగాడు – "రాజా ! భీమసేనుడు ఈ రీతిగా గట్టిగా సింహనాదం చేసినపుడు, కర్ణుడు కూడా భీషణంగా సింహనాదం చేస్తూ యుద్ధం చేయడానికి అతని ఎదుటకు వచ్చాడు. తన ఎదుట అతనిని చూడగానే భీమసేనుడు క్రోధంతో మండిపడుతూ అతని మీద వాడి బాణాలను వర్షించసాగాడు. కర్ణుడు కూడా బదులుగా బాణాలు కురిపిస్తూ, వాటిని ధైర్యంగా తట్టుకొంటున్నాడు. అప్పుడు భీమసేనుని భీషణ సింహనాదం విని అనేకమంది వీరుల చేతుల నుండి విండ్లు జారి నేలపడ్డాయి. ఎంతో మందికి కత్తులు జారిపోయాయి. కొందరికయితే ప్రాణాలు కూడా పోయాయి. వారి గుఱ్ఱాలు, ఏనుగులు మొదలైన వాహనాలు భయపడి, నిరుత్సాహంతో మలమూత్రాలు విసర్జించసాగాయి. ఇది చూసి కర్ణుడు భీమసేనునిపై ఇరవై బాణాలను వేసి, ఐదు బాణాలతో అతని సారథిని తూట్లు పొడిచాడు. దానిపై భీముడు అతని వింటిని విరిచి పది బాణాలతో అతనిని కూడా గాయపరిచాడు. ఆపై మరో మూడు బాణాలను వేగంగా అతని రొమ్మున నాటాడు. ఈ గట్టి దెబ్బకు కర్ణుడు కొద్దిగా చలించాడు. అయినా అతడు ధనుస్సును చెవుల వరకు లాగి భీమసేనునిపై బాణాలు కురిపించసాగాడు. అప్పుడు భీమసేనుడు ఒక క్షురప్రబాణంతో అతని అల్లెత్రాటిని తుంచివేసి, ఒక భల్లంతో సారథిని రథం నుండి క్రిందికి పడగొట్టి, అతని నాలుగు గుఱ్ఱాలను నేలకూల్చాడు. దీనితో భయపడి కర్ణుడు వెంటనే తన రథం నుండి దూకి వృషసేనుని రథం ఎక్కాడు.

ఈ రీతిగా యుద్ధంలో కర్ణుని ఓడించి భీమసేనుడు మేఘంలా గట్టిగా గర్జించాడు. ఆ సింహనాదాన్ని విని భీముడు కర్ణుని ఓడించాడని యుధిష్ఠిరునికి తెలిసింది. దానితో అతడు చాలా ఆనందించాడు. ఇటు తన సైన్యం చిందరవందర కావడం, అర్జునుడు, సాత్యకి, భీమసేనుడు జయద్రథుని దగ్గరకు చేరుకోవడం చూసి దుర్యోధనుడు మహావేగంగా ద్రోణాచార్యుని దగ్గరకు వెళ్లాడు. అతనితో – "ఆచార్యపాదా! అర్జునుడు, భీమసేనుడు, సాత్యకి – ఈ ముగ్గురు మహారథులు మన ఈ విశాల సైన్యాన్ని ఓడించి, ఏ ఆటంకం లేకుండా సూటిగా సింధురాజు వద్దకు చేరుకొన్నారు. ఈ ముగ్గురూ ఎవరికీ లొంగడంలేదు. అక్కడ కూడా మనసైన్యాన్ని సంహరిస్తూనే ఉన్నారు. గురువుగారూ ! సాత్యకి, భీముడు ఏ రీతిగా మిమ్మల్ని ఓడించి బయటపడ్డారు ? ఇది సముద్రాన్ని ఇంకింపచేసినట్లుగా లోకాన్ని ఆశ్చర్యంలో ముంచెత్తుతోంది. ఈ ముగ్గురూ మిమ్మల్ని దాటుకుని వచ్చారంటే ఈ యుద్ధంలో అభాగ్యుడైన దుర్యోధనుని నాశనం తప్పక జరుగుతుందని నాకు నిశ్చయమైపోయింది. మంచిది. ఏది జరగాలో అదే జరిగింది. ఇక ముందు జరుగబోయే దానిని గురించి ఆలోచించండి. సింధురాజును రక్షించడానికి మనము ఏమి చేయాలో, దానిని నిశ్చయించి, ఆ ఏర్పాట్లు చేయండి" అన్నాడు.

ద్రోణుడు – "నాయనా ! ఇప్పుడు మనం చేయవలసినది విను. చూడూ. ముగ్గురు పాండవ మహావీరులు మనసేనను దాటుకొని లోనికి ప్రవేశించారు. క్రోధోద్రిక్తుడైన అర్జునుని చూసి ఇప్పుడు జయద్రథుడు భయపడుతున్నాడు. అతనిని రక్షించడం మనకు అన్నింటికంటె ముఖ్యం. కాబట్టి మనం ప్రాణాలకు తెగించి అతనిని రక్షించాలి. ఈ యుద్ధం అనే జూదంలో మన గెలుపు ఓటములు దానిపైనే ఆధారపడి ఉన్నాయి. కనుక జయద్రథుని రక్షించడానికి ఎక్కడెక్కడ గొప్ప గొప్ప వీరులు తత్పరులై ఉన్నారో, అక్కడికి నీవు వెంటనే వెళ్లి ఆ రక్షకులను రక్షించు. నేను ఇక్కడే ఉండి నీవద్దకు ఇతర యోధులను కూడా పంపుతాను. నేను స్వయంగా పాంచాల పాండవ సృంజయ వీరులను ముందుకు రాకుండా ఆపుతాను" అన్నాడు.

ఆచార్యుని మాటలు విని దుర్యోధనుడు ఆ మహాభారాన్ని వహించి, తన అనుయాయులతో పాటు వెంటనే అక్కడి

నుండి బయలు దేరాడు. అర్జునుడు కౌరవసేనలోకి చొచ్చుకువచ్చినపుడు కృతవర్మ అతని చక్రరక్షకులైన ఉత్తమౌజ యుధామన్యులను లోపలికి వెళ్లనీయలేదు. ఇప్పుడు వారు బయటవైపు నుండే వెళ్లి, మధ్య నుండి సైన్యంలో దూరి అర్జునునికి వద్దకు చేరుకొన్నారు. ఇది చూసి దుర్యోధనుడు చాలా వేగంగా వారి వద్దకు చేరుకొని, ఆ సోదరులతో నిలకడగా యుద్ధం చేయసాగాడు. యుధామన్యుడు ముప్పై బాణాలతో దుర్యోధనుని, ఇరవైతో అతని సారథిని, నాలుగింటితో నాలుగు గుఱ్ఱాలను దెబ్బకొట్టాడు. దుర్యోధనుడు ఒక బాణంతో అతని యొక్క ధ్వజాన్ని, ఇంకొక బాణంతో అతని ధనుస్సును విరుగ కొట్టాడు. ఆపై ఒక బాణంతో అతని సారథిని క్రిందికి పడగొట్టి, నాలుగింటితో అతని గుఱ్ఱాలను తూట్లు పొడిచాడు. దానితో యుధామన్యునకు కోపం వచ్చి ముప్పై బాణాలను దుర్యోధనుని రొమ్మున నాటాడు. ఉత్తమౌజుడు అతని సారథిని గాయపరిచి యమపురికి పంపాడు. దుర్యోధనుడు ఆ పాంచాల రాకుమారుడు ఉత్తమౌజుని నాలుగు గుఱ్ఱాలను, అతనికి ఇరు పక్కల ఉండే ఇద్దరు సారథులను చంపివేశాడు. గుర్రాలు, సారథి కూడా మరణించడంతో ఉత్తమౌజుడు వెంటనే తన సోదరుడు యుధామన్యుని రథం ఎక్కాడు. అక్కడి నుండి అతడు దుర్యోధనుని గుఱ్ఱాలపైన ఎక్కువ బాణాలు కురిపించసాగాడు. అవి చచ్చిపడిపోయాయి దుర్యోధనుని వింటిని, అమ్ములపొదిని కూడా విరిచేశాడు. దుర్యోధనుడు రథం నుండి దూకి గద చేత పట్టి ఆ ఇద్దరు సోదరులవైపు వచ్చాడు. అతని రాక చూసి వారిద్దరూ కూడా రథం నుండి కిందికి దూకారు. దుర్యోధనుడు క్రోధంతో సారథిని, ధ్వజాన్ని, గుఱ్ఱాలతో పాటు రథాన్ని కూడా తన గదతో నుగ్గు నుగ్గు చేశాడు. తరువాత వెంటనే అతడు శల్యుని రథం ఎక్కాడు. ఇటు ఆ ఇద్దరు పాంచాల రాజకుమారులు కూడా వేరే రథాలు ఎక్కి అర్జునుని వద్దకు వెళ్లారు.

రాజా ! ఆ సమయంలో భీమసేనుడు కూడా తన్ను వెన్నంటిన కర్ణుని వదిలించుకొని కృష్ణార్జునుల దగ్గరకు వెళ్లాలనే ఉత్సుకతతో ఉన్నాడు. కాని అతడు ఆ వైపుకు వెళ్తుండగానే కర్ణుడు వెనకాలే వెళ్లి, అతనిపై బాణాలు కురిపించసాగాడు. పైగా రెచ్చ గొడుతూ – "భీమా ! ఇప్పుడు అర్జునుని చూడడానికి తహతహలాడుతూ నాకు వెన్నిచ్చి ఎలా పారిపోతావు ? ఇది కుంతీపుత్రునికి తగినది కాదు. కొంచెం నా ముందు నిలిచి నా మీద బాణాలు కురిపించు" అన్నాడు. కర్ణుని ఈ సవాలును భీమసేనుడు సహించలేకపోయాడు. అతడు తన రథాన్ని వెనక్కి తిప్పి అతనితో యుద్ధం చేయడం మొదలుపెట్టాడు. అతడు ముందుగా బాణాలు కురిపించి కర్ణుని అనుయాయులను కడతేర్చాడు. ఆ పైన అతనిని కూడా చంపడానికి కోపంతో రకరకాలుగా బాణాలు కురిపించసాగాడు. ఇరవైఒక్క బాణాలతో కర్ణుని శరీరం ఛిద్రం చేశాడు. కర్ణుడు కూడా ఐదేసి బాణాలతో అతని గుఱ్ఱాలను గాయపరిచాడు. కొద్దిసేపటికే కర్ణుడు వేసిన బాణాలతో భీమసేనుడు, అతని రథం, ధ్వజం సారథి – అన్నీ ఆచ్ఛాదితమై పోయాయి. అతడు అరవై నాలుగు బాణాలతో భీమసేనుని అతి దృఢమైన కవచాన్ని ఛేదించి, మర్మభేదకాలైన అనేక నారాచాలతో అతనిని గాయపరిచాడు. ఆ సమయంలో కర్ణుడు గుప్పించిన బాణాలకు భీమసేనుని శరీరం ఏదుపంది ముళ్ల శరీరంలా అనిపించింది.

కర్ణుని ఈ వ్యవహారాన్ని భీమసేనుడు సహించలేకపోయాడు. అతని కన్నులు క్రోధంతో ఎఱ్ఱబడ్డాయి. కర్ణునిపై ఇరవై అయిదు నారాచాలు వేశాడు. ఆపై మరి పద్నాలుగు బాణాలతో మరింత గాయపరిచాడు. ఒక బాణంతో అతని ధనుస్సును నరికివేశాడు. మహావేగంగా సారథిని, నాలుగు గుఱ్ఱాలను సంహరించి, మెరుగులు కక్కే అనేక బాణాలను అతని రొమ్మున నాటాడు. అవి అతనిని గాయపరిచి నేలపై పడ్డాయి. కర్ణునికి తన పరాక్రమం పట్ల చాలా గర్వం. కాని ఇప్పుడు అతని విల్లు విరిగి పోయింది. అందుకని అతడు చాలా ఇరకాటంలో పడిపోయాడు. చివరికి ఇంకొక రథం ఎక్కడానికి పరుగుతీశాడు.

భీమసేనుడు కర్ణుని ఓడించి, ఏడుగురు ధృతరాష్ట్ర పుత్రులను వధించుట.

ధృతరాష్ట్రుడు అడిగాడు – సంజయా ! కర్ణుడయితే సాక్షాత్తూ మహాదేవుని శిష్యుడయిన పరశురామునివద్ద అస్త్ర విద్యనేర్చుకొన్నాడు. అతనిలో శిష్యునికి ఉండవలసిన గుణాలన్నీ ఉన్నాయి. అయినా భీమసేనుడు అతనిని ఈ రీతిగా ఆటలలో గెలిచినట్లు ఎలా గెలువగలిగాడు ? నా పుత్రులయితే అందరి కంటె అతని మీదనే ఎక్కువగా నమ్మకం పెట్టుకొన్నారు. అప్పుడు భీముని ఎదుట నుండి పారిపోతున్న కర్ణుని చూచి దుర్యోధనుడు ఏమన్నాడు ? ఆ తరువాత భీముడు ఏ రీతిగా యుద్ధం చేశాడు ? రణరంగంలో అగ్నిలా మండిపడుతున్న అతనిని చూచి కర్ణుడు ఏం చేశాడు ?"

సంజయుడు చెపుతున్నాడు – "రాజా ! అప్పుడు ఇంకొక రథం ఎక్కి కర్ణుడు భీమసేనుని వైపు వచ్చాడు. అప్పుడతని కోపం చూచి మీ పుత్రులందరూ ఇక భీముడు అగ్నికీలలకు ఆహుతి అయ్యాడనే అనుకొన్నారు. కర్ణుడు ధనుష్టంకారం చేస్తూ, చేతితో ఆస్ఫాలిస్తూ భీమసేనుని మీద దాడి చేశాడు. దానితో ఆ ఇద్దరు యోధులు, క్రోధ ఘూర్ణితమైన రెండు సింహాలలా, ఎగసిపడుతున్న రెండు డేగలలా, క్రోధంతో ఉన్న రెండు శరభమృగాల్లా పరస్పరం యుద్ధం చేయసాగారు. రాజా! జూదం ఆడినప్పుడు, వనవాసం చేసినపుడు, విరాటనగరంలో అజ్ఞాత వాసం చేసే సమయంలోను, పాండవులు అనేక కష్టాలు పడ్డారు. మీ పుత్రులు వారి విశాల సామ్రాజ్యాన్ని, రత్నాదులను హరించారు. మీ పుత్రుల మాట విని మీరు కూడా వారికి నిరంతరం రకరకాల కష్టాలు కలిగించారు. పుత్రులతో సహితంగా నిరపరాధిని అయిన కుంతీ దేవిని లాక్షాగృహంలో భస్మం చేసివేయాలనే ఆలోచన చేశారు మీరు. మీ పుత్రులు దుష్టులై నిండు కొలువులో ద్రౌపదిని అనేకవిధాలుగా ఇబ్బందులపాలు చేశారు. దుశ్శాసనుడు ఆమె జుట్టు పట్టుకొని ఈడ్చాడు. కర్ణుడు ఆమెతో – "ఇప్పుడు వీరు నీ భర్తలు కారు. వేరే ఎవరినైనా భర్తగా వరించు" అని కఠినంగా మాట్లాడాడు. ఈ విషయాలన్నీ భీమునకు అప్పుడు గుర్తుకు వచ్చాయి. కాబట్టి అతడు తన ప్రాణాల మీద ఆశ విడిచి ధనుష్టంకారం చేస్తూ కర్ణునిమీద విరుచుకు పడ్డాడు. అతడు తన బాణాలవలతో కర్ణుని రథం మీద సూర్యకిరణాలు పడకుండా కప్పివేశాడు. కర్ణుడు తన వాడి బాణాలతో ఆ వలను ఛేదించి, భీమసేనునిపై తొమ్మిది బాణాలను నాటాడు. దీనికి జవాబుగా భీమసేనుడు మళ్లీ కర్ణుడిని బాణాలతో కప్పివేశాడు. ఆ ఇద్దరి రణ క్షేత్రం ఆ సమయంలో యమలోకంలా భయంకరంగా, చూడశక్యం గాకుండా ఉంది. ఇతర మహాయోధులు ఆ యుద్ధాన్ని ఆశ్చర్యంగా తిలకించసాగారు. ఇరువురూ కూడా ఒకరిపై ఒకరు బాణాలు వేసుకొంటూ ఆకాశాన్నంతా బాణమయం చేసేశారు. బాణాల మెరుపులతో అందులో కాంతులు వెలువడసాగాయి. ఇద్దరు వీరుల బాణాల తాకిడికి గుఱ్ఱాలు, ఏనుగులు, మనుష్యులు చస్తూ చస్తూ భూమిపై గిల గిల కొట్టుకోసాగారు. రాజా ! అప్పుడు మీ పుత్రునివైపు అనేకమంది యోధులు నేలకూలారు. వారిలో కొందరు చనిపోయి పడిపోతే, కొందరు ఊరికే పడిపోయారు. ఈ రీతిగా క్షణాలలోనే ఆ రణరంగ మంతా ఏనుగులు, గుఱ్ఱాలు, మనుష్యుల శవాలతో కప్పబడిపోయింది.

రాజా ! ఇక కర్ణుడు కోపంతో భీముని మీద ముప్పై బాణాలను నాటాడు. భీముడు మూడు బాణాలతో అతని ధనుస్సు విరిచి ఒక భల్లంతో అతని సారథిని రథం నుండి కిందికి పడగొట్టాడు. ఇంద్రుడు వజ్రాన్ని ప్రయోగించినట్లుగా కర్ణుడు ఒక మహాశక్తిని గిర గిర తిప్పి భీమసేనుని మీద వేశాడు. కాని భీముడు దానిని మధ్యలోనే ఏడు బాణాలతో నరికివేసి, కర్ణుని మీద యమదండం వంటి వాడి బాణాలను కురిపించసాగాడు. కర్ణుడు తన పెద్ద వింటిని లాగి తొమ్మిది బాణాలు వేశాడు. భీముడు వాటిని తొమ్మిది బాణాలతోనే ఖండించివేశాడు. ఆపై కర్ణుని ధనుస్సును కూడా విరిచి వేశాడు. తన బాణాల జడివానతో కర్ణుని గుఱ్ఱాలను చంపి, సారథిని నేల కూల్చాడు.

కర్ణుడు ఆపదలో చిక్కుకోవడం చూసి దుర్యోధనుడు తన తమ్ముడు దుర్జయుని "ఓరీ ! నీవు వెంటనే మూతి మీద మీసంలేని ఈ భీముని చంపి కర్ణుని రక్షించు" అని ఆదేశించాడు. అతడు సరే అని బాణాలు కురిపిస్తూ భీమసేనుని వైపు వెళ్లాడు. అతడు తొమ్మిది బాణాలను భీమసేనునిపై, ఎనిమిదింటిని అతని గుఱ్ఱాలమీదా వేశాడు. ఆరింటితో అతని సారథిని, మూడింటితో ధ్వజాన్ని, ఏడింటితో సూటిగా అతనిని తూట్లుపొడిచాడు. దీనితో భీమసేనుని కోపం ప్రజ్వరిల్లింది. అతడు తన వాడి బాణాలతో అతని మర్మస్థానాలను ఛేదించి సారథి, గుఱ్ఱాలతో పాటు అతనిని కూడా యమునికి అప్పగించాడు. దుర్జయుని ఈ స్థితిని చూసి కర్ణునికి హృదయం బరువెక్కియింది. అతడు విలపిస్తూ అతని చుట్టూ తిరిగాడు. ఈ మధ్యలో భీమసేనుడు కర్ణుని రథాన్ని ముక్కలుగా విరిచేశాడు.

ఈ రీతిగా విరథుడై మళ్లీ పరాజయం పొలయినా కూడా కర్ణుడు ఇంకొక రథంపై ఎక్కి, మళ్లీ భీమసేనుని ఎదుటికి వచ్చి, అతనిని బాణాలతో తూట్లు పొడవసాగాడు. భీమసేనుడు అతనిపై పది బాణాలు వేసి, ఆపై డెబ్బై బాణాలతో గాయపరిచాడు. కర్ణుడు తొమ్మిది బాణాలతో భీమసేనుని రొమ్మును చీల్చి, ఒకదానితో అతని ధ్వజాన్ని నరికివేశాడు. ఆ తరువాత శరీరాన్నంతటినీ చీరేసి వెలుపలికివచ్చే, అత్యంత తీక్ష్ణమైన ఒక బాణాన్ని వేశాడు. అది భీమసేనుని గాయపరిచి భూమిని చీల్చుకొంటూ లోపలకు దూరిపోయింది. అప్పుడు భీమసేనుడు వజ్రకఠినమైన, నాలుగు బారల పొడవు, ఆరుకోణాలు గల ఒక బరువైన గదను ఎత్తి విసిరి కర్ణుని

గుఱ్ఱాలను చంపివేశాడు. రెండు బాణాలతో అతని ధ్వజాన్ని నరికి, సారథిని కూడా చంపివేశాడు. కర్ణుడు గుఱ్ఱాలు లేని రథాన్ని విడిచి తన ధనుస్సు మీటుతూ నిలుచున్నాడు. అప్పుడు కర్ణుని యొక్క అద్భుతపరాక్రమాన్ని చూశాను. అతడు విరథుడైనా భీమసేనుని అటకాయించే ఉన్నాడు. అప్పుడు దుర్యోధనుడు దుర్ముఖునితో – "సోదరా ! దుర్ముఖా ! చూడు. భీమసేనుడు కర్ణుని విరథుని చేశాడు. కాబట్టి నీవు అతని వద్దకు రథం తీసుకువెళ్ళు" అన్నాడు. ఇది విని దుర్ముఖుడు భీమసేనునిపై బాణవర్షం కురిపిస్తూ అతి వేగంగా కర్ణునివైపు వెళ్లాడు. యుద్ధభూమిలో కర్ణునికి సహాయంగా దుర్ముఖుడు రావడం చూసి భీమసేనునికి చాలా ఆనందం కలిగింది. తన బాణాలతో కర్ణుని నిలువరించి అతనివైపే తన రథాన్ని పోనిచ్చాడు. అక్కడకు చేరుకొని తత్క్షణమే తొమ్మిది బాణాలతో దుర్ముఖుని యమపురికి పంపాడు.

ఇక కర్ణుడు ఊగిసలాటమాని పద్నాలుగు బాణాలతో భీమసేనుని దెబ్బకొట్టాడు. ఆ బాణాలు అతని కుడి భుజాన్ని గాయపరిచి భూమిలోకి దిగబడ్డాయి. అపుడు భీమసేనుడు మూడు బాణాలతో కర్ణుని, ఏడింటితో అతని సారథిని తూట్లు పొడిచాడు. ఆ బాణాల దెబ్బకు కర్ణుడు విలవిలలాడాడు. తన గుఱ్ఱాలను అదిలించి వేగంగా యుద్ధ భూమి నుండి వెళ్లిపోయాడు. అయినా భీమసేనుడు తన వింటిని మోగిస్తూ ఇంకా అక్కడే నిలబడి ఉన్నాడు.

ధృతరాష్ట్రుడు చెప్పసాగాడు – "సంజయా ! పౌరుషం ఎందుకూ పనికి రాదయ్యా ! ఛీ ! అది వ్యర్థం. నేను దైవమే ముఖ్యమనుకొంటాను. చూడు. కర్ణుడు అంత జాగ్రత్తగా యుద్ధం చేశాడా, అయినా భీముని అదుపు చేయలేకపోయాడు. "కర్ణుడు చాలా బలవంతుడు. పరాక్రమశాలి. మహా ధనుర్ధరుడు. శ్రమకు ఓర్చుకొనేవాడు. "అతని సహాయమే నాకు ఉంటే నేను యుద్ధంలో దేవతలను కూడా జయించగలను. ఇక పాండవులనగా ఎంత ?" అనే మాటలను దుర్యోధనుని నోటివెంట నేను ఎన్నో మార్లు విన్నాను. ఆ కర్ణుడే భీమసేనుని చేతిలో ఓడిపోయి యుద్ధంలో పారిపోతూంటే చూసి దుర్యోధనుడు ఏమన్నాడు ? సంజయా! ఆహా! భీముని ఎదుట నిలబడే సాహసం ఎవరు చేయగలరు? యముని ఇంటికి వెళ్లి ఎవరైనా తిరిగిరావడం సంభవంకాని, భీమసేనుని ఎదుటికి వెళ్లి ఎవరూ వెనక్కి తిరిగికాలేరు. మూఢుడైనవాడు అజ్ఞానంతో కోపోద్రిక్తుడై భీముని ఎదుటికి వెళ్తే, మిడుతలు అగ్నిలో పడినట్లే. భీమసేనుడు మన సభలో కౌరవులందరి యెదుట నా పుత్రులను చంపుతానని ప్రతిజ్ఞ చేశాడు. అది గుర్తుకు తెచ్చుకొని, కర్ణుడు పరాజితుడు కావడం చూసి ఉంటారు. కర్ణుడు విరథుడై భీమసేనుని చేతిలో పరాజయం పొందడం చూసి, దుర్యోధనునికి తప్పకుండా శ్రీకృష్ణుని అవమానించినందుకు పశ్చాత్తాపం కలిగిఉంటుంది. అయ్యో ! సాక్షాత్తూ యమునిలా నిలిచిన భీమసేనుని ఎదుటికి తన ప్రాణాలు కాపాడుకోవాలని అనుకొనేవాడు ఎవడు మాత్రం వెళ్తాడు ? నా ఉద్దేశ్యంలో బడబానల జ్వాలలలో పడికూడా ఎవరయినా బ్రతుకవచ్చునేమోగాని, భీమసేనుని ఎదుటపడి ఎవరూ బ్రతికి ఉండలేరు. కాబట్టి తమ్ముడూ ! ఇక నా పుత్రుల జీవితం ఆపదలోపడ్డట్లే"

సంజయుడు చెప్పాడు – "కురురాజా ! ఈ మహాభయం దాపురించాక మీరు ఆలోచించడం మొదలుపెట్టారు. కాని లోకానికి సంభవించిన ఈ సంహారానికి మూలం మీరే అనడంలో మాత్రం ఎటువంటి సందేహమూ లేదు. మీ పుత్రుల మాటలకు లోబడి మీరే ఈ మహావైరాన్ని ముడివేశారు. మీకు ఎంతో చెప్పడం జరిగింది. కాని మృత్యువు సమీపించినవాడు మేలు చేసే పథ్యాన్ని సేవించనట్లుగా మీరు కూడా ఎవరు చెప్పినా వినలేదు. రాజా ! మీరు స్వయంగానే ఈ దుర్భరమైన విషాన్ని తాగారు. కాబట్టి ఇప్పుడు మీరే దాని ఫలితాన్నంతా అనుభవించండి.

అదలా ఉంచండి. ఇప్పుడు యుద్ధం ఎలా ఎలా జరిగిందో అదంతా నేను చెపుతాను. కర్ణుడు భీముని చేతిలో ఓడిపోవడం చూసి, మీ ఐదుగురు కొడుకులు దుర్మర్షణుడు, దుస్సహుడు, దుర్మదుడు, దుర్ధరుడు, జయుడు సహించ లేక ఒక్కుమ్మడిగా భీమునిపై విరుచుకుపడ్డారు. వారు అతనిని నలువైపులా ముట్టడించి, తమ బాణాలను మిడుతలదండులా అంతటా వ్యాపింపచేశారు. వారు అనుకోకుండా రావడంతో భీమసేనుడు నవ్వుతూ వారికి ఎదురువెళ్లాడు. మీ పుత్రులు భీమసేనుని ఎదుటికి వెళ్లడం చూసిన కర్ణుడు తాను కూడా అక్కడికే తిరిగి వచ్చాడు. ఇక కౌరవులందరూ కలిసి అతనిని అన్నివైపుల నుండి ముట్టడిచేసి బాణాలు కురిపించసాగారు. కాని భీమసేనుడు ఇరవై అయిదు బాణాలతోనే సారథి గుఱ్ఱాలతో పాటుగా ఆ అయిదుగురు సోదరులను యమునికి అప్పగించాడు. అప్పుడు భీముడు అద్భుతమైన పరాక్రమం చూపించాడు. అతడు ఒకవైపు తన బాణాలతో కర్ణుని నిలువరిస్తూనే మరొకపక్క మీ పుత్రులను సంహరించాడు.

కర్ణ భీమసేనుల భీషణ సంగ్రామము - కర్ణుడు భీమసేనుని పరాభవించుట.

సంజయుడు చెపుతున్నాడు - "రాజా ! ప్రతాపశాలి అయిన కర్ణునికి మీ పుత్రుల మరణం చూసి చాలా కోపం వచ్చింది. అతనికి తన జీవితం కూడా భారమనిపించింది. తాను చూస్తూ ఉండగానే భీమసేనుడు మీ పుత్రులను చంపడం తన వల్ల జరిగిన తప్పుగా భావించాడు. ఇంతలో భీమసేనుడు కర్ణునిపై తీవ్రబాణాలను కురిపించాడు. కర్ణుడు అలవోకగా భీమసేనుని ముందు ఐదు బాణాలతో తరువాత డెబ్బై బాణాలతో గాయపరిచాడు. దానికి బదులుగా భీమసేనుడు అతి తీక్ష్ణమైన ఐదు బాణాలతో కర్ణుని మర్మస్థానాలను తూట్లుపొడిచి, ఒక భల్లంతో అతని ధనుస్సును ఖండించాడు. కర్ణుడు ఖిన్నుడై వేరొక వింటిని తీసుకొని భీమసేనునిపై బాణవర్షం కురిపించసాగాడు. ఇంతలో భీముడు అతని సారథిని, గుఱ్ఱాలను కూడా చంపివేశాడు. వింటిని కూడా రెండు ముక్కలు చేశాడు. కర్ణుడు రథం నుండి దూకి ఒక గద ఎత్తి క్రోధంతో భీమునిపై విసిరాడు. కాని అతడు అందరూ చూస్తూ ఉండగా దానిని మధ్యలోనే అడ్డుకొన్నాడు.

కర్ణుడు ఇక భీమసేనునిపై ఇరవై అయిదు బాణాలు వేశాడు. భీముడు తొమ్మిది బాణాలతో దానికి బదులిచ్చాడు. ఆ బాణాలు కర్ణుని కవచాన్ని చీల్చి అతని కుడిభుజంలో గుచ్చుకొని, ఆపై నేల మీద పడ్డాయి. ఈ రీతిగా భీమసేనుని బాణాలతో నిరంతరం కప్పబడి కర్ణుడు మళ్లీ యుద్ధం నుండి వెనుకంజ వేయసాగాడు. ఇది చూచి దుర్యోధనుడు తన తమ్ముళ్లను - "ఓరీ ! అన్ని వైపుల నుండి జాగ్రత్త పడుతూ వెంటనే కర్ణుని వైపు కదలండి" అని ఆజ్ఞాపించాడు. అన్నగారి మాటలు విని మీ పుత్రులు చిత్రుడు, ఉపచిత్రుడు, చిత్రాక్షుడు, చారు చిత్రుడు, శరాసనుడు, చిత్రాయుధుడు, చిత్రవర్మ బాణాలు కురిపిస్తూ భీమునిపై దాడి చేశారు. కాని భీమసేనుడు వారు రావడం చూసి ఒక్కొక్క బాణంతోనే వారిని నేల కూల్చాడు. మహారథులయిన మీ పుత్రులు ఈ రీతిగా చావడం చూసి కర్ణునికి కన్నులలో నీరు తిరిగింది. అతనికి విదురుని మాటలు గుర్తుకురాసాగాయి. కాని కొద్దిసేపటికే అతడు వేరొక రథం ఎక్కి మళ్లీ భీమసేనుని వైపు వచ్చి అతనిపై బాణవర్షం కురిపించసాగాడు. కర్ణుడు వేసిన బాణాలతో అతడు ఒక్కసారిగా కప్పబడిపోయాడు. అతని శరీరం గాయాలతో నిండిపోయింది. కర్ణుడు బాణాలు వేసే వేగానికి అతని ధనుస్సు, ధ్వజం, ఉపస్కరం (సామగ్రి ఉండేపెట్టి) ఛత్రం, చర్నాకోల, కాడి నుండి కూడా బాణాలు కురుస్తున్నట్లు అనిపించసాగింది. అతని ఈ ప్రబలవేగానికి ఆకాశమంతా బాణాలు వ్యాపించాయి. కాని కర్ణుడు బాణాలతో భీముని కప్పి వేసినట్లుగానే భీముడు కూడా అతని మీద బాణాల జడివాన కురిపించసాగాడు. ఆ సమయంలో భీమసేనుని అద్భుతపరాక్రమం చూసి మీ యోధులు కూడా అతనిని ప్రశంసించసాగారు. కౌరవ పాండవపక్షాలకు చెందిన భూరిశ్రవుడు, సాత్యకి, శ్రీకృష్ణుడు, అర్జునుడు - ఈ పది మంది వీరులు "సాధు సాధు" అంటూ గట్టిగా సింహనాదాలు చేశారు.

అప్పుడు దుర్యోధనుడు తన పక్షపు రాజులతో, రాజకుమారులతో, ముఖ్యంగా తన తమ్ముళ్లతో - "ధనుర్ధరులారా ! చూడండి. భీమసేనుడు వేసిన బాణాలు కర్ణునికి నష్టం కలిగించవచ్చు. దానికంటె ముందుగానే మీరు అతనిని రక్షించే ప్రయత్నం చేయండి అన్నాడు. దుర్యోధనుని ఆజ్ఞ పాటించి అతని ఏడుగురు సోదరులు భీమసేనునిపై విరుచుకుపడి అతనిని నలువైపుల నుండి ముట్టడించారు. వారు భీమునిపై బాణవర్షం కురిపించి, అతనిని బాగా నొప్పించసాగారు. అప్పుడు మహాబలవంతుడైన భీముడు సూర్యకిరణాలవలె తళతళలాడే ఏడు బాణాలను వారిపై వేశాడు. అవి వారి హృదయాలను చీల్చి, రక్తాన్ని త్రాగి, ఆవలివైపు నుండి బయటకు వచ్చాయి. ఈ రీతిగా వాటితో మర్మస్థలాలు ఛిద్రమైన కారణంగా ఆ ఏడుగురు సోదరులు తమ రథాలనుండి నేలకూలారు. రాజా ! ఈ రీతిగా భీమసేనుని చేతిలో మీ పుత్రులు శత్రుంజయుడు, శత్రుసహుడు, చిత్రుడు, చిత్రాయుధుడు, దృఢుడు, చిత్రసేనుడు, వికర్ణుడు అనే ఏడుగురు చనిపోయారు. మరణించిన ఆ మీ పుత్రులలో తనకు ఇష్టుడయిన తమ్ముడు వికర్ణుని కోసం పాండుసుతుడు భీమసేనుడు మిక్కిలిగా రోదించాడు. అతడు - "సోదరా ! వికర్ణా ! ధృతరాష్ట్ర పుత్రులందరినీ చంపుతానని నేను ప్రతిజ్ఞ చేశాను. అందుకే నీవు కూడా చచ్చిపోయావు. ఇలా చేసి నేను నా ప్రతిజ్ఞను నెరవేర్చుకొన్నాను. తమ్ముడూ నీవు విశేషించి యుధిష్ఠిరునికి, మాకు మేలు చేయడంలో తత్పరుడవై ఉండేవాడివి. అయ్యో ! యుద్ధం చాలా కఠోర ధర్మం కదా!" అని విలపించాడు.

ఆ తరువాత అతడు గట్టిగా సింహనాదం చేశాడు.

అది విని యుధిష్ఠిరునికి చాలా ఆనందం కలిగింది. ఇటు తమ యొక్క ఇరవై ఒక్క మంది పుత్రులు యుద్ధభూమిలో రాలిపోవడం చూసి దుర్యోధనునికి విదురుని మాటలు జ్ఞప్తికి రాసాగాయి. అతడు మనసులోనే - "విదురుడు మా మేలు కోరి చెప్పినదంతా ఇప్పుడు ప్రత్యక్షంగా కనిపిస్తోంది" అని అనుకొన్నాడు. ఎంత ఆలోచించినా కూడా అతనికి ఈ సమస్యకు సమాధానం దొరకలేదు. రాజా ! ద్యూత సమయంలో ద్రౌపదిని సభలోకి రప్పించి, దుర్బుద్ధి కలిగిన మీ పుత్రుడు దుర్యోధనుడు కర్ణుడు ఆమెతో - "కృష్ణా ! పాండవులు ఇప్పుడు నష్టపోయి ఎప్పటికీ దుర్గతితో కూరుకుపోయారు. నీవు వేరొక భర్తను ఎంచుకో" అన్నారు. దాని ఫలితమే ఈనాడు ఎదురయింది. విదురులవారు ఎంతో లబలబలాడుతూ వేడుకొన్నా కాని, అతనికి మీ నుండి సంతోషకరమైన సమాధానం లభించలేదు. ఇప్పుడు మీరు, దుర్యోధనుడు ఆ దుష్టబుద్ధికి తగిన ఫలాన్ని అనుభవించండి. నిజానికి ఈ గొప్ప అపరాధం మీదే సుమా!

ధృతరాష్ట్రుడు అన్నాడు - సంజయా ! ఇందులో విశేషించి నా అపరాధమే ఎక్కువ. నేడు దాని ఫలమే ప్రత్యక్షంగా లభిస్తోంది. ఈ మాటను నేను శోకంతోపాటు స్వీకరించాల్సిందే. కాని జరగవలసిందేదో జరిగిపోయింది. ఇక ఇప్పుడు ఈ విషయంలో ఏం చేయాలి ? మంచిది. నేను చేసిన అన్యాయం వలన ఇకపై వీరులు ఎలా మరణించారో అది చెప్పు.

సంజయుడు చెప్పసాగాడు - "మహారాజా ! కర్ణ భీమసేనులు ఇద్దరూ మేఘం నీటిని వర్షించినట్లుగా బాణాలను కురిపించసాగారు. భీమ నామాంకితమైన బాణాలు అనేకం కర్ణునికి ప్రాణాంతకమై అతని శరీరంలో గుచ్చుకుంటున్నాయి. అదే విధంగా కర్ణుడు వేసిన వందలూవేలు బాణాలు కూడా భీమసేనుని కప్పివేస్తున్నాయి. భీముడు వదిలిన బాణాలు మీ సైన్యాన్ని సంహరిస్తున్నాయి. యుద్ధంలో చనిపోయిన ఏనుగులు, గుఱ్ఱాలు, మనుష్యుల కారణంగా రణభూమి అంతా తుఫానుకి పెల్లగింపబడి పడిపోయిన చెట్లతో నిండి పోయినట్లు అనిపించింది. భీమసేనుని బాణాలకు తట్టుకోలేక మీ యోధులు రణరంగం విడిచి పారిపోతున్నారు. కర్ణ భీమసేనుల బాణాల బాధకు తట్టుకోలేక సింధు సౌవీర, కౌరవ సేనలు యుద్ధభూమికి దూరంగా పోయి నిలుచున్నాయి. ఆ సమయంలో యుద్ధంలో చనిపోయిన ఏనుగులు, గుఱ్ఱాలు, మనుష్యుల రక్తంతో ఏర్పడిన భయంకరమైన నది ప్రవహించసాగింది. అందులో చనిపోయిన ఏనుగులు, గుఱ్ఱాలు, మనుష్యులు తేలుతున్నాయి.

రాజా ! ఇప్పుడు కర్ణుడు భీమసేనుని మూడు బాణాలతో కొట్టి, అనేక చిత్రవిచిత్రమైన బాణాలను కురిపించసాగాడు. భీమసేనుడు కర్ణి అనే పేరు గల బాణాన్ని అత్యంత తీక్ష్ణమైనదానిని ఒక దానిని కర్ణుని చెవికి తగిలేలా వేశాడు. దానితో కుండలంతో పాటు అతని చెవి తెగి కిందపడింది. తరువాత భీముడు ఒక బాణంతో అతని రొమ్మున ప్రహరించి, ఇంకా పది బాణాలు వేశాడు. అవి అతని నుదుటికి గుచ్చుకొన్నాయి. ఈ రీతిగా గట్టిగా గాయపడడం వలన కర్ణునికి మూర్ఛ వచ్చింది అతడు రథ కూబరాన్ని ఆనుకుని కళ్లు మూసుకొన్నాడు. కొద్దిసేపటికి తెలివి వచ్చింది. మహావేగంగా భీమసేనుని రథం వైపు వెళ్లి, అతని మీద వందబాణాలు వేశాడు. భీమసేనుడు క్షురప్రమనే బాణంతో అతని ధనుస్సును ఖండించి అట్టహాసం చేశాడు. కర్ణుడు ఇంకొక విల్లు అందుకొన్నాడు గాని భీమసేనుడు దానిని కూడా విరుగకొట్టాడు. ఇలా ఒక్కొక్కటిగా కర్ణుని విండ్లను పద్దెనిమిదింటిని భీముడు విరుగకొట్టాడు. సింధు సౌవీర కౌరవవీరులలో అనేకులను భీముడు చంపివేయడం, అతడు చంపిన ఏనుగులు, గుఱ్ఱాలు, మనుష్యులతో రణభూమి అంతా నిండిపోవడం చూసి కర్ణునకు మిక్కిలి కోపం కలిగింది. భీముని మీద అతితీవ్రమైన బాణాలను వర్షించసాగాడు. కానీ భీముడు వానిలో ఒక్కొక్క దానిని మూడేసి బాణాలతో ఖండించి, అతనిపై భీషణ బాణవర్షం కురిపించసాగాడు.

ఇక కర్ణుడు తన అస్త్ర కౌశలంతో అనేక బాణాలను వేసి భీముని యొక్క అమ్ములపొదిని, వింటిని, నారిని, గుఱ్ఱాల కళ్లేన్ని, జీనులను నరికివేశాడు. గుఱ్ఱాలను చంపి, ఐదు బాణాలతో సారథిని కూడా ఎగురకొట్టాడు. ఈ రీతిగా విల్లు లేకపోవడంతో మహాబలియైన భీముడు ఒక శక్తిని ఎత్తి క్రోధంతో దానిని కర్ణుని రథంపై వేశాడు. కర్ణుడు పదిబాణాలతో దానిని మధ్యలోనే ఖండించివేశాడు. ఇక భీముడు కత్తి డాలు చేత పట్టుకొని కత్తిని గిరగిరా తిప్పి కర్ణుని రథం మీదికి విసిరాడు. అది కర్ణుని వింటిని నారితో సహా ఖండించి నేలపైపడింది. అప్పుడు కర్ణుడు ఇంకొక విల్లు తీసుకొని భీముని చంపాలనే ఉద్దేశ్యంతో అతనిపై బాణాలను కురిపించసాగాడు. కర్ణుని బాణాలకు తట్టుకోలేక బాధపడి భీముడు ఆకాశంలోకి గెంతాడు. అతని ఈ అద్భుతాన్ని చూసి కర్ణుడు మిక్కిలి గాభరాపడి, తన రథంలో

దాగుకొని, భీమసేనుని దెబ్బనుండి తన్నుతాను కాపాడుకొన్నాడు. కర్ణుడు గాభరాతో రథం వెనుక దాగుకొన్నాడని చూసిన భీమసేనుడు అతని ధ్వజాన్ని పట్టుకొని నిలిచి గరుడుడు సర్పాన్ని లాగినట్లుగా కర్ణుని రథం బయటకు లాగడానికి ప్రయత్నించ సాగాడు కర్ణుడు అతనిపై చాలా వేగంగా దాడి చేశాడు. భీమసేనుని ఆయుధాలు అయిపోయాయి. అందుకని కర్ణుని రథం వచ్చే దారినుండి రక్షించుకోవడానికి, అర్జునుని చేత చచ్చిన ఏనుగుల శవాలలో దాగుకొన్నాడు. పైగా అతనిని ప్రహరించడానికి ఒక ఏనుగు కళేబరాన్ని పైకెత్తాడు. కాని కర్ణుడు తన బాణాలతో దానిని ముక్కలు ముక్కలు చేశాడు. ఇక అప్పుడు భీముడు ఆ ముక్కలనే విసర నారంభించాడు. పైగా రథ చక్రాలు లేదా గుఱ్ఱాలు – ఏ వస్తువు కనిపిస్తే దానిని ఎత్తి కర్ణుని మీదికి విసరసాగాడు. అతడు విసిరిన దానినల్లా కర్ణుడు ఖండించివేస్తున్నాడు.

ఇక భీముడు పిడిగుద్దులు గుద్ది కర్ణుని చంపాలనుకొన్నాడు. కాని అర్జునుని ప్రతిజ్ఞ గుర్తుకు వచ్చి, తాను అందుకు సమర్థుడయినా, అతనిని చంపాలనే ఆలోచనను విరమించుకొన్నాడు. ఈ సమయంలో కర్ణుడు తన వాడి బాణాలతో పదేపదే కొడుతూ భీముని మూర్ఛపొందించాడు. కాని కుంతిమాట జ్ఞాపకం వచ్చి శస్త్రహీనుడైన దశలో అతడు కూడా అతనిని చంపలేదు. అయినా అతని దగ్గరకు వెళ్లి అతని శరీరంలో తన వింటి కొనను గుచ్చాడు. దాని స్పర్శ తగలడం తోనే భీమసేనునికి కోపం పెల్లు బికింది. అతడు ఆ ధనుస్సును లాగుకొని కర్ణుని మస్తకానికి వేసి కొట్టాడు. ఆ దెబ్బతిన్న కర్ణునికి కన్నులు ఎఱ్ఱబడ్డాయి. అతడు అతనితో – "ఒరే మూతి మీద మీసం లేదా! మూర్ఖుడా ! పొట్టపెంచినవాడా ! నీకు అస్త్ర శస్త్రాలు పట్టుకునే తెలివైతే లేదుగాని, యుద్ధం చేయాలనే ఉత్సాహం ఎంతగా ఉందంటే నాతోనే తలపడేంత చాంచల్యం ఉంది. ఓరీ దుర్బుద్ధీ ! రకరకాల ఆహార పానీయాది వస్తువులు ఎక్కడ ఎక్కువగా ఉంటాయో నీవు అక్కడే ఉండాలి. యుద్ధంలో నీవు ఎప్పుడూ ముఖం చూపించకూడదు. నీవు పళ్లు, పువ్వులు, మూలాలు మొదలైనవి తినడంలోను, వ్రతనియమాదులు పాటించడంలోను మాత్రమే తప్పకుండా కుశలుడివి. కాని యుద్ధం చేయడం నీకు తెలియదు. ఆహా ! ఎక్కడి యుద్ధం? ఎక్కడి మునివృత్తి ? సోదరా ! నీకు యుద్ధం చేసే తెలివిలేదు. అడవిలో ఉంటేనే నీకు ఆనందంగా ఉంటుంది. కాబట్టి నీవు అడవికే వెళ్లు. అంతగా నీకు పోరాడాలని ఉంటే ఇతరులతో పోరాడు. కాని నావంటి వీరుల ఎదుటికి రావడం నీకు శోభ కలిగించదు. నావంటి వీరులతో పోరాడితే ఇదిగో ఇలాంటిదే, లేదా ఇంతకంటె కూడా దుర్గతి కలుగుతుంది. ఇక నీవు అర్జునుని వద్దకో. కృష్ణుని వద్దకో వెళ్లు. వారు నిన్ను రక్షిస్తారు లేదా ఇంటికి వెళ్లు. కుంకా ! యుద్ధం చేసి ఏమి పొముకుంటావు ?" అని నోటికి వచ్చినట్లు అన్నాడు.

కర్ణుడు పలికిన ఈ కఠిన వచనాలు విని భీమసేనుడు యోధులందరిముందు హేళనగా – "ఓరీ దుష్టుడా ! నేను నిన్ను ఎన్నోమార్లు ఓడించాను. నీ నోటివెంట ఇలాంటి బడాయి, తిరుగుబోతు మాటలు ఎందుకు వస్తున్నాయి ? జయపరాజయములు అనేవి ఇంద్రునికి కూడా ఉన్నాయని మన ప్రాచీనులు గమనిస్తూనే వచ్చారు. ఓరీ హీనవంశజుడా! ఇప్పుడైనా నీవు నాతో మల్లయుద్ధం చేసి చూడు. మహాబలుడు, మహాభోగి అయిన కీచకుని పడవేసినట్లుగానే ఈ రాజులందరి ఎదుట నిన్ను కూడా యమునికి అప్పగించనా ?" అన్నాడు.

బుద్ధిమంతుడయిన కర్ణుడు భీమసేనుని మాటలలోని ఆంతర్యాన్ని గ్రహించి ధనుర్ధారులందరి ఎదుటనే యుద్ధం నుండి విరమించుకొన్నాడు. భీమసేనుని విరథుని చేసి, శ్రీకృష్ణార్జునుల సమక్షంలోనే కర్ణుడు అనకూడని మాటలు అనడంతో, శ్రీకృష్ణుని ప్రోత్సాహంతో అర్జునుడు అతనిపై ఎన్నో బాణాలు వేశాడు. గాండీవం నుండి వెలువడిన ఆ బాణాలు కర్ణుని శరీరంలో దిగబడ్డాయి. వాటితో బాధ కలిగి, అతడు వెంటనే మహావేగంగా భీమసేనుని ఎదుట నుండి పారిపోయాడు. అప్పుడు భీమసేనుడు సాత్యకి రథం ఎక్కి అర్జునుని వద్దకు చేరుకొన్నాడు. అదే సమయంలో అర్జునుడు మహాలాఘవంగా కర్ణుని లక్ష్యంగా చేసుకొని కాలుని వంటి ఒక కరాళబాణాన్ని వేశాడు. కాని అశ్వత్థామ దానిని మధ్యలోనే ఖండించాడు. దీనితో కుపితుడై అర్జునుడు అశ్వత్థామను అరవై నాలుగు బాణాలతో గాయపరిచి "కొద్దిగా నిలు. పారిపోకు" అని గట్టిగా అరిచి చెప్పాడు. కాని అర్జునుని బాణాల తాకిడికి తట్టుకోలేక బాధపడిన అశ్వత్థామ రథాలతో, మదపుటేనుగులతో నిండిన సేనలో దూరిపోయాడు. అర్జునుడు తనబాణాలతో ఆ సైన్యాన్ని బాధిస్తూ కొంతదూరం అతనిని వెంబడించాడు కూడా. అనంతరం అతడు అనేక ఏనుగులను, గుఱ్ఱాలను, మనుష్యులను చీల్చివేస్తూ ఆ సైన్యాన్ని సంహరించసాగాడు.

సాత్యకి అర్జునుని చేరుకొనుట - అర్జునుడు ధర్మరాజుకై చింతించుట.

ధృతరాష్ట్రుడు అడిగాడు - "సంజయా ! దేదీప్యమానమైన నాకీర్తి రోజు రోజుకీ తగ్గిపోతోంది. మా యోధులు అనేకులు చనిపోతున్నారు. ఇది నా కాలమహిమ అనుకుంటున్నాను. జయద్రథుడు ఇక జీవించి ఉండడనే నా అనుమానం. మంచిది. ఆ యుద్ధం ఎలా జరిగిందో యథాతథంగా వర్ణించు. ఆ విశాలవాహినిని ఒంటరిగానే మథించి లోపల ప్రవేశించిన ఆ సాత్యకి యుద్ధాన్ని నీవు యథాతథంగా వర్ణించు"

సంజయుడు చెప్పసాగాడు - "రాజా ! సాత్యకి తెల్లని గుర్రాలు పూన్చిన తన రథం ఎక్కి అట్టహాసం చేస్తూ వెళ్తున్నాడు. మీ యోధులందరూ కలిసికూడా అతనిని నిలువరించలేకపోయారు. ఈ దశలో అలంబుసుడు అతని ఎదుటకు వచ్చి అతనిని అడ్డుకోవడానికి ప్రయత్నించాడు. మహారాజా ! వారిద్దరి మధ్యా జరిగిన యుద్ధం లాంటిది ఏదీ ఇది వరకు జరగలేదు. అప్పుడు రెండు పక్షాల వీరులు వారి యుద్ధాన్నే చూడసాగారు. అలంబుసుడు సాత్యకిని పదిబాణాలతో గట్టిగా కొట్టాడు. కాని సాత్యకి వాటిని మధ్యలోనే ఖండించాడు. ఆ పై అతడు ధనుస్సును చెవులవరకు లాగి సాత్యకి మీద మూడు వాడి బాణాలు వేశాడు. అవి అతని కవచాన్ని చీల్చి, శరీరంలో గుచ్చుకొన్నాయి. తరువాత నాలుగు బాణాలతో అలంబుసుడు అతని నాలుగు గుర్రాలను కూడా గాయపరిచాడు. అప్పుడు సాత్యకి నాలుగు వాడి బాణాలతో అలంబుసుని నాలుగు గుర్రాలను చంపివేశాడు. ఒక భల్లంతో అతని సారథి తలను తుంచి, అలంబుసుని కుండల మండితమైన శిరసును కూడా మొండెంనుండి వేరు చేశాడు.

ఈ రీతిగా అలంబుసుని పని పూర్తి చేసి, అతడు మీ సైన్యాన్ని చీల్చి వేస్తూ అర్జునునివైపు సాగిపోయాడు. ఆ అపారసైన్య సముద్రంలో అతడు ఇలా ప్రవేశించాడో లేదో చాలా మంది త్రిగర్త వీరులు అతని మీద విరుచుకుపడి అతనిని నాలుగువైపులా ముట్టడించి బాణవర్షాన్ని కురిపించసాగారు. కాని సాత్యకి భారతీ సైన్యంలో ప్రవేశించి, ఒక్కడే ఏభై మంది రాజకుమారులను ఓడించాడు. ఆ సమయంలో ఆ మహావీరుడు నృత్యం చేస్తున్నట్లు ఉంది. ఒంటరిగానే అయినా కూడా వంద మంది రథికులతో సమానంగా ఒకసారి తూర్పున, ఒకసారి పశ్చిమాన, ఒకసారి ఉత్తరాన, ఒకసారి దక్షిణాన కనిపించసాగాడు. అతని ఈ అద్భుత పరాక్రమం చూసి త్రిగర్త వీరులు గాభరాపడి పారిపోయారు. ఇక శూరసేన దేశపు యోధులు బాణవర్షం కురిపిస్తూ అతడు ముందుకు వెళ్లకుండా అడ్డుపడ్డారు. వారిని కొద్దిసేపు ఎదిరించి, ఆపై అతడు కళింగదేశీయ వీరులతో తలపడ్డాడు. ఆపై దుస్తరమైన కళింగసేనను గడిచి అతడు అర్జునుని వద్దకు చేరాడు. నీటిలో ఈదేవాడు గట్టును చేరుకొని ఎలా విశ్రాంతిగా ఉంటాడో అలాగే అర్జునుని చూసి పురుష సింహుడైన సాత్యకికి ఎంతో శాంతి లభించింది.

అతడు రావడం చూసి శ్రీకృష్ణుడు అర్జునునితో - "అర్జునా! చూడు. నీ వెనుకనే సాత్యకి వస్తున్నాడు. ఆ మహాపరాక్రమశాలి నీకు శిష్యుడు, చెలికాడు, అతడు వీరులందరినీ గడ్డిపరకలలా భావించి ఓడించాడు. అతనికి నీవు ప్రాణాలకంటె ఇష్టుడవు. ఇప్పుడు ఇతడు కౌరవ యోధులను భయంకరంగా సంహరించి ఇక్కడకు చేరుకొన్నాడు. అతడు తన బాణాలతో ద్రోణాచార్యుని, భోజవంశీయుడైన కృతవర్మను కూడా అవమానించాడు. నిన్ను చూడడానికి ఇతడు అనేక యోధులను చంపి ఇక్కడకు వచ్చాడు. ఇతనిని ధర్మరాజు నీ సౌకర్యం కోసం పంపించాడు. అందుకే ఇతడు తన బాహుబలంతో శత్రుసేనను చీల్చుకొంటూ ఇక్కడకు చేరుకొన్నాడు" అని చెప్పాడు.

అప్పుడు అర్జునుడు కొంచెం దుఃఖితుడై - "మహాబాహూ! సాత్యకి నా వద్దకు వస్తున్నాడు - ఇందువల్ల నాకు ఆనందంగా లేదు. ఇతడు ఇక్కడికి వచ్చేశాక ధర్మరాజు జీవించి ఉన్నాడా లేదా అని నాకు నిశ్చయం కావడం లేదు. ఇతడు అతనినే రక్షిస్తూ ఉండవలసింది. ఈ సమయంలో అతనిని విడిచి ఇతడు ఇక్కడికి ఎందుకు వస్తున్నాడు ? ఇప్పుడు ధర్మరాజు ద్రోణునికి అందుబాటులో ఉన్నాడు. ఇక్కడ చూస్తే జయద్రథుడు ఇంకా చావలేదు. అందుపై కూడా ఈ భూరిశ్రవుడు సాత్యకి వైపు వెళ్తున్నాడు. ఇప్పుడు సాత్యకి అలిసిపోయాడు. అతని సారథి, గుర్రాలు కూడా శిథిలమై పోయి ఉన్నాయి. కాని భూరిశ్రవుడు ఇప్పటికి ఏమీ అలసి పోలేదు పైగా అతనికి అనేక సహాయకులు సిద్ధంగా ఉన్నారు. ఈ స్థితిలో ఇతడు భూరిశ్రవునితో పోరాడి కుశలంగా ఉండగలడా ? ధర్మరాజు ద్రోణుని వలన భయంలేకుండా ఇతనిని నా వద్దకు పంపించాడు - ఇది అతని పొరపాటు అని నేను అనుకొంటున్నాను. అతడు నిరంతరం అతనిని పట్టుకొనే యోచనలోనే ఉన్నాడు. ఈ సమయంలో మహారాజు కుశలంగా ఉండి ఉంటాడా ?" అన్నాడు.

సాత్యకి భూరిశ్రవుల యుద్ధము - సాత్యకి భూరిశ్రవుని వధించుట.

సంజయుడు చెపుతున్నాడు - రాజా ! రణదుర్మదుడైన సాత్యకి రావడం చూసి భూరిశ్రవుడు కోపంతో అతనివైపు వెళ్లి - "ఆహా ! నేడు ఈ యుద్ధరంగంలో నా చిరకాల వాంఛ నెరవేరింది. నీవు రణరంగం నుండి తొలగి పోకుండా ఉంటే ప్రాణాలతో ఉండవు" అన్నాడు. అందుపై సాత్యకి చిరునవ్వుతో - "కురుపుత్రా ! నీతో యుద్ధం చేయడానికి నాకు ఏమాత్రం భయంలేదు. కేవలం మాటలతో నన్ను ఎవరూ భయపెట్టలేరు. కాబట్టి వ్యర్థ ప్రలాపనలతో ఏం లాభం ? కాస్త పని చేసి చూపించు. వీరశ్రేష్ఠుడా ! నీ ప్రగల్భాలు విని నాకు నవ్వు వస్తోంది. నీతో రెండు చేతులూ కలపడానికి నా మనస్సు చాలా ఉవ్విళ్లూరుతోంది. ఈ రోజు నిన్ను చంపకుండా యుద్ధరంగం నుండి వెనుతిరగను" అన్నాడు.

ఈ రీతిగా ఒకరిని ఒకరు గంటుమాటలాడుకొని ఆ ఇద్దరు క్రోధంతో యుద్ధానికి తలపడ్డారు. భూరిశ్రవుడు సాత్యకి తమ బాణాలతో యుద్ధానికి తలపడ్డారు. భూరిశ్రవుడు సాత్యకిని తన బాణాలతో కప్పివేసి, అతనిని చంపడానికి, ముందు పది బాణాలతో గాయపరిచి, ఆపై అనేక వాడి బాణాలను జడివానలా కురిపించాడు. కాని సాత్యకి తన అస్త్రనైపుణ్యంతో వాటిని మధ్యలోనే ఖండించాడు. ఆ తరువాత వారు పరస్పరం రకరకాల ఆయుధాలు ప్రయోగించారు. ఇద్దరూ ఇద్దరి గుఱ్ఱాలనూ చంపివేసి, ధనుస్సులను విరిచేశారు. ఈ రీతిగా ఇద్దరూ విరథులై కత్తి డాలు చేతపూని పరస్పరం తమ గతి విశేషాలను చూపసాగారు. ఆ వీరులు భ్రాంతం, ఉద్భ్రాంతం, ఆవిద్ధం, ఆప్లుతం, సృతం, సంపాతం, సముదీర్ణం మొదలైన అనేకవిధాల గతి విశేషాలను చూపుతూ, అవకాశం దొరికి నపుడల్లా ఒకరిపై ఒకరు ఖడ్గప్రహారాలు చేసుకోసాగారు. ఇద్దరూ తమ ప్రతిభను, వేగాన్ని, లాఘవాన్ని, నైపుణ్యాన్ని ప్రదర్శిస్తూ ఒకరిని ఒకరు క్రిందు చేయాలని చూడసాగారు. చివరికి ఇద్దరూ ఖడ్గ ప్రహారాల చేత ఒకరి డాలు మరొకరు విరగకొట్టారు. ఆపై మల్లయుద్ధం మొదలుపెట్టారు. ఇద్దరూ అందులో నిష్ణాతులే. వారి వక్షః స్థలాలు వెడల్పుగా, బాహువులు పొడవుగా ఉన్నాయి. కాబట్టి వారు తమ ఇనుప గుదియల వంటి బాహువులతో మర్దించుకోసాగారు. మల్లయుద్ధంలో ఇద్దరూ అత్యుత్తమ ప్రతిభావంతులే. ఇద్దరూ మంచి బలశాలులే, కాబట్టి వారు బాహువులు అప్పళించడం, చుట్టు తిరగడం, పట్టు పట్టడంలోని నైపుణ్యాన్ని చూసి యోధులకు చాలా ఆనందం కలిగింది. ఆ సమయంలో ఆ ఇద్దరు వీరులు పోరాడుతూంటే ఆ యుద్ధ భూమిలో పర్వతం. వజ్రాయుధం ఢీకొన్న రీతిగా భయంకరమైన శబ్దాలు కలుగసాగాయి. వారు భుజాలు చరుచుకుంటూ, తలకు తల తాటిస్తూ, పాదాలు కదుపుతూ, తోమరం, అంకుశం, లాసనం అనే పేర్లు గల కుస్తీపట్లు ప్రదర్శించి పొట్టపై మోకాళ్ల మీద కూర్చొని, నేలపై గుండ్రంగా తిరుగుతూ, వెనక్కి ముందుకు జరుగుతూ, ముష్టిఘాతాలు ఇస్తూ, పడుతూ, పైకి ఎగురిదూకుతూ గొప్పగా యుద్ధం చేశారు. మల్లయుద్ధంలో ఉండే 22 పట్లను అందరికీ చూపుతూ వారు నిలకడగా కుస్తీపట్టారు.

చివరికి సింహం ఏనుగును తరిమినట్లుగా భూరి శ్రవుడు సాత్యకిని భూమిపై ఈడుస్తూ ఒకేసారి ఎత్తి నేలకేసి కొట్టాడు. రొమ్ముపై గుద్ది, అతని జుట్టు పట్టుకొన్నాడు. ఒరలో నుండి కత్తి తీశాడు. అతడు కుండలమండితమైన సాత్యకి శిరసును ఖండించడానికి సిద్ధంగా ఉన్నాడు. సాత్యకి కూడా అతని పట్టునుండి విడిపించుకోవడానికి కుమ్మరివాడు కఱ్ఱతో సారెను తిప్పినట్లు, జుట్టు పట్టుకొన్న భూరిశ్రవుని చేతితో పాటు తన తలను తిప్పుతూ ఉన్నాడు. ఇంతలో అదే సమయంలో శ్రీకృష్ణుడు అర్జునునితో - "మహాబాహూ ! చూడు. నీ శిష్యుడు సాత్యకి ఇప్పుడు భూరిశ్రవుని పంజాలో చిక్కుకొన్నాడు. అతడు ధనుర్విద్యలో నీ కంటె తక్కువవాడేమీ కాదు. ఈనాడు భూరిశ్రవుడు సత్యపరాక్రముడయిన సాత్యకిని మించిపోయాడంటే అతని పరాక్రమం నిజమైనది కాదనిపిస్తోంది" అన్నాడు. శ్రీకృష్ణుడు ఇలా అనగానే అర్జునుడు మనసులోనే భూరిశ్రవుని పరాక్రమాన్ని కొనియాడాడు. ఆపై వాసుదేవునితో - "మాధవా ! ఇప్పుడు నా దృష్టి జయద్రథునిపై లగ్నమై ఉంది. కాబట్టి నేను సాత్యకిని చూడలేకపోతున్నాను. అయినా ఈ యదుపుంగవుని రక్షించడానికి నేను ఒక దుష్కరకార్యం చేస్తాను" అని పలికి శ్రీకృష్ణుని మాటను గౌరవిస్తూ అతడు గాండీవంలో ఒక వాడి బాణాన్ని సంధించాడు. దానితో కత్తిపట్టుకొన్న భూరిశ్రవుని చేతిని నరికి వేశాడు.

ఇది చూసి అందరికీ చాలా బాధ కలిగింది. భూరిశ్రవుడు సాత్యకిని వదలి వేరుగా నిలుచుని అర్జునుని దూషించసాగాడు. అతడు అర్జునునితో "అర్జునా ! నేను ఇతరునితో యుద్ధంలో మునిగి ఉన్నాను. నా చూపు నీవైపు లేనే లేదు. ఈ దశలో

నా చేతిని ఖండించి నీవు చాలా క్రూరకర్మ చేశావు. ధర్మరాజు అడిగితే "యుద్ధభూమిలో సాత్యకితో యుద్ధంలో మునిగి ఉన్న భూరిశ్రవుని నేను చంపాను" అనే చెప్తావా ? నీకు ఈ అస్త్ర నీతిని స్వయంగా ఇంద్రుడు నేర్పాడా ? లేక మహాదేవుడా ? లేక ద్రోణాచార్యుడా? ఈ లోకంలో నీవు అస్త్ర ధర్మవేత్తలలో అందరికంటె గొప్ప వాడవని అనిపించుకుంటున్నావు. అయినా, అయ్యో ! ఇతరునితో యుద్ధం చేసేటపుడు నీవు నన్ను ఎందుకు ప్రహరించావు ? మత్తులో ఉన్నవానిని, భయపడినవానిని, విరథుని, ప్రాణభిక్ష కోరినవానిని, దుఃఖంలో మునిగి ఉన్నవానిని మనసున్నవారు ఎప్పుడూ ప్రహరించరు. అయినా నీవు నీచులు మాత్రమే చేసే అత్యంత హేయమైన పాపకర్మ ఎందుకు చేశావు ? సజ్జనులు ఎప్పుడూ అలా చేయరు. మంచివారు చేసే పనులను చేయడం సజ్జనులకు చాలా సులభమని దుర్జనులు చేసే పనులు చేయడం వారికి చాలకష్టమని చెప్తారు లోకులు. ఎక్కడ ఎవరి సాంగత్యంలో ఉంటే వారిపై వారి ప్రభావమే సులువుగా పడుతుంది. ఇదే విషయం నీలోనూ కనబడుతోంది. నీవు రాజవంశంలో, అందులోనూ కురుకులంలో పుట్టావు. పైగా సదాచారివి కూడా. అయినా ఇప్పుడు క్షత్రధర్మం నుండి ఎలా దిగజారావు ? ఈ పనిని నీవు తప్పకుండా శ్రీకృష్ణుని అనుమతితోనే చేసి ఉంటావు. అటువంటి నీకు ఇలా చేయడం ఉచితం కాదు" అన్నాడు.

అర్జునుడు బదులుగా – "రాజా ! నిజానికి ముసలివారు అవడంతో పాటు మనుష్యుల బుద్ధి కూడా ముసలిదైపోతుంది. అందుకనే తలా తోకా లేని ఈ కబుర్లన్నీ మీరు చెపుతున్నారు. మీకు శ్రీకృష్ణుని గురించి బాగా తెలుసు. అయినా నన్నూ, అతనినీ నిందిస్తున్నారు. మీరు యుద్ధధర్మాలు తెలిసినవారు. సమస్త శాస్త్ర రహస్యాలు తెలిసినవారు. నేను కూడా ఎటువంటి అధర్మం చేయను. ఈ సంగతి తెలిసి కూడా మీరు ఇటువంటి లేనిపోనిమాటలు ఎందుకు అంటారు ? క్షత్రియులు తమ సోదరులు, తండ్రి, సంబంధులు, బంధుజనాలు, అందరితో కలిసి శత్రువులతో యుద్ధం చేస్తూ ఉంటారు. అటువంటప్పుడు నేను నాకు శిష్యుడు, బంధువు అయిన సాత్యకిని రక్షించకుండా ఎందుకుంటాను ? ఇతడు నాకు కుడిభుజం లాంటివాడు. తన ప్రాణాలను సైతం లెక్కచేయకుండా మా కోసం యుద్ధం చేస్తున్నాడు. యుద్ధభూమిలో కేవలం తన్ను మాత్రమే రక్షించుకోకూడదు. ఎవరికోసం ఎవరు యుద్ధం చేస్తున్నారో వారికి అతని రక్షణ గురించి కూడా దృష్టి తప్పక ఉండాలి. అతనిని రక్షించడం వలన యుద్ధంలో రాజే రక్షింపబడతాడు. యుద్ధభూమిలో సాత్యకి నా ఎదుటనే చనిపోవడం చూస్తే నాకు పాపం కలుగుతుంది. కాబట్టే నేను అతనిని రక్షించాను. ఇతరులతో యుద్ధంలో నిమగ్నమై ఉండగా నేను మిమ్మల్ని మోసగించానని చెప్పి మీరు నన్ను నిందించారే – అదంతా మీ బుద్ధిభ్రమ. తన పక్షంలోని ఎదుటి పక్షంలోని యోధులందరూ పోరాడేటప్పుడు మీరు సాత్యకితో పోరాడుతున్నారు. అప్పుడే నేను ఈ పని చేశాను. ఆహా ! ఈ సైన్య సముద్రంలో ఒక యోధునికి ఒక యోధునితోనే యుద్ధం ఎలా సంభవమవుతుంది ? మిమ్మల్ని మీరే నిందించుకోవాలి. ఎందుకంటే మిమ్మల్ని మీరే రక్షించుకోలేనపుడు. మీ ఆశ్రితులను ఎలా రక్షిస్తారు ?" అన్నాడు.

అర్జునుడు ఇలా అన్నాక భూరిశ్రవుడు సాత్యకిని వదిలిపెట్టి ప్రాయోపవేశం చేయడానికి సిద్ధమయ్యాడు. అతడు ఎడమ చేతితో బాణాలను పరుచుకొని, బ్రహ్మలోకానికి చేరాలనే కోరికతో ప్రాణాలను వాయువులో, నేత్రాలను సూర్యునిలో, మనసును స్వచ్ఛమైన జలంలో హోమం చేసి, మహోపనిషద్బ్రహ్మను ధ్యానిస్తూ యోగయుక్తుడై మునివ్రతాన్ని అవలంబించాడు. అప్పుడు సైన్యంలోని వారందరూ శ్రీకృష్ణార్జునులను నిందించ సాగారు. కాని వారు బదులుగా కఠినోక్తులు ఏమీ పలుకలేదు. కాని అర్జునుడు వారి యొక్క, భూరిశ్రవుని యొక్క మాటలను సహించలేకపోయాడు. అతడెటువంటి కోపాన్ని ప్రదర్శించకుండా – "నా పక్షంలోని వారెవరయినా నా బాణం చేరేంత అందుబాటులో ఉంటే అతనిని ఎవరూ చంపలేరు – అనేది నా ప్రతిజ్ఞ అని ఇక్కడి రాజులందరకూ తెలుసు. భూరిశ్రవా ! నా ఈ నియమం గురించి ఆలోచిస్తే నన్ను నిందించడం మంచిది కాదు. ఆయుధం పట్టిన నీ చేతిని నరికిన నేను ఏ అధర్మం చేయలేదు. బాలకుడైన అభిమన్యునివద్ద ఏ ఆయుధమూ లేదు. అతని రథం, కవచం కూడా విరిగి పోయాయి. అయినా మీ వాళ్లందరూ కలిసి అతనిని చంపివేశారు. ఈ పనిని ధర్మాత్ముడెవరయినా మంచి దనగలడా ?" అని అన్నాడు. అర్జునుని మాటలు విని భూరిశ్రవుడు తల కిందికి దించుకొన్నాడు. ముఖం దించుకొని మౌనంగా ఉండిపోయాడు.

అప్పుడు అర్జునుడు – "నాకు ధర్మరాజు, భీమసేనుడు, నకుల సహదేవుల పట్ల ఉన్నప్రేమే మీ మీద కూడా ఉంది. నేనూ, మహానుభావుడైన శ్రీకృష్ణుడు మీరు ఉశీనరుని

పుత్రుడయిన శిబి చక్రవర్తి పొందిన పుణ్యాలోకాలను పొందాలని అనుమతిస్తూన్నాం" అన్నాడు.

శ్రీకృష్ణుడు - "రాజా ! నీవు నిత్యాగ్నిహోత్రివి. సర్వదా ప్రకాశమానమైన, బ్రహ్మాది దేవతలు కూడా అభిలషించే లోకానికి నీవు నావలె గరుడునిపై ఎక్కి వెళ్లు" అన్నాడు.

ఆ సమయంలో సాత్యకి లేచి నిర్దోషి అయిన భూరిశ్రవుని శిరసు ఖండించడానికి కత్తి ఎత్తాడు. శ్రీకృష్ణుడు, అర్జునుడు, భీమసేనుడు, యుధామన్యుడు, ఉత్తమౌజుడు, అశ్వత్థామ, కృపాచార్యుడు, కర్ణుడు, వృషసేనుడు, జయద్రథుడు అందరూ అతనిని వారించారు. కాని అందరూ అరుస్తూ ఉన్నా కూడా, నిరశన దీక్షలో ఉన్న భూరిశ్రవుని శిరస్సును అతడు ఖండించి వేశాడు. ఆ పై తన్ను నిందిస్తున్న కౌరవులను రెచ్చగొడుతూ - "కపటధర్మాచరణం చేస్తున్న పాపాత్ములారా! నేను భూరిశ్రవుని చంపకూడదని ధర్మపన్నాలు చెపుతున్నారే, ఆనాడు మీరు సుభద్రాసుతుని, ఆయుధాలు లేని బాలకుని అభిమన్యుని చంపారే, అప్పుడెక్కడికి పోయింది మీ ధర్మం? యుద్ధంలో నన్ను అవమానించి, నన్ను నేలపై ఈడ్చి, జీవించి ఉండగానే కాలితో తన్నినవాడు మునివ్రతం ధరించి అయినా సరే జీవించి ఉంటే నేను తప్పకుండా అతనిని చంపుతాను ఇది నా ప్రతిజ్ఞ" అన్నాడు.

రాజా ! సాత్యకి ఇలా అన్న తరువాత కౌరవులలో ఒక్కడు కూడా ఏమీ మాట్లాడలేదు. కాని వనంలోని మునులలాగ ఉన్న భూరిశ్రవుని ఈ రీతిగా చంపడం ఎవరికీ మంచిదిగా తోచలేదు. భూరిశ్రవుడు తన జీవితకాలంలో ఎన్నో దానాలు చేశాడు. ఎన్నో మార్లు మంత్రపూతమైన జలంతో అభిషేకించబడ్డాడు. కనుక అతడు దేహత్యాగం చేసి పరమ పుణ్యతేజోపూర్ణమైన భూమ్యాకాశాలను అవలోకిస్తూ ఊర్ధ్వలోకానికి చేరుకొన్నాడు.

అర్జునుడు జయద్రథుని వధించుట.

ధృతరాష్ట్ర మహారాజు - "సంజయా ! భూరిశ్రవుడు చనిపోయాక యుద్ధం ఎలా జరిగిందో నాకు వివరించిచెప్పు" అని అడిగాడు.

సంజయుడు చెప్పసాగాడు - "మహారాజా ! భూరిశ్రవుడు పరలోకగతుడైనాక అర్జునుడు శ్రీకృష్ణునితో - "మాధవా ! జయద్రథుడు ఉన్నచోటికే గుఱ్ఱాలను తీసుకునిపో. ఇప్పుడు జయద్రథునికి మూడే మార్గాలున్నాయి. యుద్ధంలో పోరాడుతూ చనిపోతే వెంటనే స్వర్గలోకం చేరుకొంటాడు. వెన్ను చూపి పారిపోయినపుడు నా బాణానికి గురైతే నరకానికి పోతాడు. పారిపోతే అపకీర్తిని మూటకట్టుకొంటాడు. ఇప్పుడు సూర్యుడు వేగంగా అస్తాద్రివైపు పయనిస్తున్నాడు. కాబట్టి నీవు నా ప్రతిజ్ఞ నెరవేరేలా నేను జయద్రథుని చంపగలిగేలా, నీవు గుఱ్ఱాలను వేగంగా తీసుకువెళ్లు" అన్నాడు.

అశ్వవిద్యాకుశలుడైన శ్రీకృష్ణభగవానుడు గుఱ్ఱాలను జయద్రథుని రథంవైపు తోలాడు. అర్జునుడు జయద్రథుని వధించడానికి ముందుకు సాగడం చూసి, దుర్యోధనుడు కర్ణునితో - "వీరశ్రేష్ఠా ! ఇక కొద్దిగానే పగలు మిగిలిఉంది. ఇప్పుడు నీవు నీ బాణాలతో శత్రువు మీద దాడిచేయి. ఇప్పుడు ఎలాగైనా పగటి సమయం గడచిపోతే, ఇక నిశ్చయంగా విజయం మనదే. ఎందుకంటే సూర్యాస్తమయం వరకు జయద్రథుని రక్షించగలిగితే అర్జునుని ప్రతిజ్ఞ భంగమవుతుంది. అతడు స్వయంగా అగ్నిప్రవేశం చేస్తాడు. తదుపరి అర్జునుడు లేకపోవడంతో అతని సోదరులు, అనుయాయులు ఒక్కక్షణం కూడా బ్రతికి ఉండలేరు. ఈ రీతిగా నిష్కంటకమైన రాజ్యాన్ని మనం అనుభవించవచ్చు. కాబట్టి నీవు, అశ్వత్థామను, కృపాచార్యుని, శల్యుని, నన్ను, ఇతర యోధులను కలుపుకొని అర్జునునితో పూర్తి శక్తిని వినియోగించి యుద్ధం చేయి" అన్నాడు.

దుర్యోధనుని ఈ మాటలు విని కర్ణుడు - "ప్రచండంగా ప్రహరించే మహాధనుర్ధరుడైన భీమసేనుడు తన బాణాలతో నా శరీరాన్ని చాలా శిథిలం చేసేశాడు. అయినా "యుద్ధంలో నిలబడి తీరాలి" అనే నియమం కారణంగానే నేనిక్కడ నిలబడిఉన్నాను. భీముని విస్తృతబాణాలతో పీడింపబడిన నా శరీరంలో అటు ఇటు కదలడానికి కూడా శక్తి లేదు. అయినా, అర్జునుడు జయద్రథుని చంపకూడదు - అనే ఉద్దేశ్యంతో నేను యథాశక్తి యుద్ధం చేస్తాను ఎందుకంటే నా జీవితం నీ కోసమే కదా !" అన్నాడు.

దుర్యోధనుడు, కర్ణుడు ఇలా మాట్లాడుకొంటున్నప్పుడే, అర్జునుడు తన వాడి బాణాలతో మీ సైన్యాన్ని సంహరించ సాగాడు. ఏనుగులు, గుఱ్ఱాలు, ధ్వజాలు, ఛత్రాలు, ధనుస్సులు, చామరాలు, యోధుల శిరస్సులు అనేకం అతని బాణాలతో తెగి, అన్ని వైపులా పడుతున్నాయి. అగ్ని గడ్డీ గాదాన్నీ మాడ్చి మసిచేసినట్లుగా అర్జునుడు క్షణాలలో మీ సైన్యాన్ని సంహరించాడు. ఇలా అధికాంశం యోధులు మరణించాక, వారు ముందుకు సాగుతూ జయద్రథుని చేరుకొన్నారు. అర్జునుని పరాక్రమాన్ని మీ పక్షపు వీరులు సహించలేకపోయారు. అందుకని జయద్రథుని రక్షణకోసం

దుర్యోధనుడు, కర్ణుడు, వృషసేనుడు, శల్యుడు, అశ్వత్థామ, కృపాచార్యుడు, స్వయంగా జయద్రథుడు కూడా అతనిని నలువైపులా ముట్టడించారు. ఈ మహారథులందరూ జయద్రథుని తమ వెనుక దాచి, కృష్ణార్జునులను వధించడానికి నిర్భయంగా నలువైపులా తిరగసాగారు. సూర్యుడు ఎఱ్ఱబడిపోయాడు. వారంతా అతనిని దాచేదారి వెతుకుతున్నారు. అర్జునునిపై వందల కొద్దీ వాడి బాణాలను వర్షించసాగారు. కాని రణోన్మదుడైన అర్జునుడు ఆ బాణాలను రెండేసి, మూడేసి, ఎనిమిదేసి ముక్కలుగా నరికేసి ఆ యోధులందరినీ తూట్లు పొడవసాగాడు.

ఇప్పుడు అతనిపై అశ్వత్థామ పాతిక, వృషసేనుడు ఏడు, దుర్యోధనుడు ఇరవై, కర్ణుడు, శల్యుడు మూడేసి చొప్పున బాణాలతో గట్టి దెబ్బ కొట్టారు. ఈ రీతిగా అందరూ భయంకరంగా పెడబొబ్బలు పెడుతూ అతనిని పదే పదే తూట్లు పొడవసాగారు. ఇక తొందరలోనే సూర్యాస్తమయం అయిపోవాలి అనే కోరికతో వారు తమ రథాలను దగ్గరగా చేర్చి మండలాకారంగా నిలుచున్నారు. ఇలా నాలుగు వైపులనుండి అతని మీద బాణవర్షం కురిపించసాగారు. అయినా ఇప్పుడు కూడా దుర్ధర్షవీరుడయిన అర్జునుడు మీ సైన్యంలోని అనేక వీరులను నేలకొరిగించి, సింధురాజువైపుకి సాగిపోతున్నాడు. అప్పుడు కర్ణుడు వేగంగా బాణాలు వేస్తూ అతనిని అడ్డుకోవాలని ప్రయత్నించాడు. అతడు అర్జునునిపై ఏభై బాణాలతో దెబ్బకొట్టాడు. అర్జునుడు అతని ధనుస్సును విరిచి తొమ్మిది బాణాలను అతని రొమ్మున నాటాడు. కర్ణుడు వెంటనే ఇంకొక ధనుస్సు పుచ్చుకొని ఎనిమిదివేల బాణాలతో ఒక్కసారిగా అర్జునుని కప్పివేశాడు. అర్జునుడు కూడా తన హస్తలాఘవాన్ని ప్రదర్శిస్తూ యోధులందరూ చూస్తూ ఉండగానే అతనిని బాణాలతో కప్పివేశాడు. ఇలా వారిద్దరూ బాణాలతో కప్పబడి పోయినా ఒకరినొకరు బాణాలతో కొట్టుకొంటూనే ఉన్నారు. వారు చాలా వేగంగా లాఘవంగా యుద్ధం చేస్తూంటే అక్కడ నిలబడిన యోధులందరూ వారి యుద్ధాన్ని తిలకించసాగారు. ఇంతలో అర్జునుడు వింటిని చెవివరకు లాగి నాలుగు బాణాలతో కర్ణుని గుఱ్ఱాలను చంపివేసి, ఒక భల్లంతో సారథిని రథం నుండి నేల కూల్చాడు.

కర్ణుడు విరథుడు కావడం చూసి అశ్వత్థామ అతనిని తన రథంపైకి ఎక్కించుకొన్నాడు. అతడు మళ్లీ అర్జునునితో పోరాటం కొనసాగించాడు. అదే సమయంలో శల్యుడు అర్జునుని ముప్పై బాణాలతో కొట్టాడు. కృపాచార్యుడు ఇరవై బాణాలతో శ్రీకృష్ణుని, పన్నెండింటితో అర్జునుని తూట్లు పొడిచాడు. సింధురాజు నాలుగింటితో, వృషసేనుడు ఏడు బాణాలతో శ్రీకృష్ణుని, అర్జునుని గాయపరిచాడు. అలాగే అర్జునుడు కూడా అశ్వత్థామపై అరవై నాలుగు బాణాలను, శల్యునిపై వంద, జయద్రథునిపై పది, వృషసేనునిపై మూడు, కృపాచార్యునిపై ఇరవై బాణాలు వేసి గాయపరిచాడు. వీరందరూ అర్జునుని ప్రతిజ్ఞను భంగం చేయాలని ఒక్కుమ్మడిగా అతనిపై విరుచుకుపడ్డారు. వారు పెద్ద పెద్ద గదలను, లోహపు పరిఘలను, శక్తులను, ఇంకా రకరకాల ఇతర ఆయుధాలను అతనిపై ఒకేసారి ప్రయోగించారు. కాని అర్జునుడు తనపై ఈ రీతిగా దాడి చేస్తున్న కౌరవ సేనను చూసి నవ్వి, మీ వీరులను అనేకులను విధ్వంసం చేస్తూ ముందుకు సాగుతున్నాడు.

రాజా ! అర్జునుడు తన వింటి నారిని మీటినప్పుడల్లా ఇంద్రుని వజ్రాయుధంలా భయంకరమైన ధ్వని వెలువడుతోంది. అది విని మీ సైన్యం పిచ్చివారిలా తిరుగుడు పడుతున్నారు. అతడు ఎప్పుడు బాణం తీస్తున్నాడో, ఎప్పుడు సంధిస్తున్నాడో, ఎప్పుడు నారి లాగుతున్నాడో, ఎప్పుడు వదలుతున్నాడో కూడా తెలియనంత వేగంగా బాణాలు వేస్తున్నాడు. అతడు కుపితుడై ఐంద్రాస్త్రం ప్రయోగించాడు. అందులోనుండి వందలు, వేలు దివ్య బాణాలు వెలువడ్డాయి. కౌరవులు కూడా ఆయుధాలను కురిపిస్తూ ఆకాశాన్ని చీకటిమయం చేసేశారు. అర్జునుడు అభిమంత్రించిన దివ్యాస్త్రాల బాణాల ద్వారా దానిని భగ్నం చేశాడు. ఆ సమయంలో పరాక్రమం చాటుకొంటూ అతని ఎదుటికి వచ్చిన వీరులందరూ మంటలలో పడిన మిడుతల్లా నశించిపోయారు. ఈ రీతిగా ఎందరో వీరుల జీవితాలను, కీర్తిని కూడా నశింపచేస్తూ, యుద్ధరంగంలో అతడు మూర్తీభవించిన మృత్యువులా విహరించసాగాడు. ఆ సమయంలో అర్జునుడు సృష్టించిన అస్త్రప్రళయంలో అనేక వీరులు మునిగిపోయారు. తలలు, బాహువులు, వేళ్లు తెగిన శరీరాలతో, తొండాలు దంతాలు విరిగిన ఏనుగులతో, మెడలు గాయపడిన గుఱ్ఱాలతో, విరిగిన రథాలతో, పేగులు వెలికి వచ్చి, కాళ్లు చేతులు తెగి కదలలేక సొమ్మసిల్లి పడిఉన్న వందల వేలవీరులతో ఆ విశాలమైన యుద్ధభూమి పిరికివారికి మహాభయం కలిగించేదిగా ఉంది. మూర్తీ భవించిన కాలుడిలా ఉన్న అర్జునుని యొక్క అపూర్వపరాక్రమాన్ని చూసి కౌరవులలో

గొప్ప అలజడి వ్యాపించింది. ఈ రీతిగా భయానక కృత్యాలతో తన భీషణత్వాన్ని అచ్చువేసి, అతడు గొప్ప గొప్ప మహారథికులను గడచి ముందుకు సాగాడు.

అర్జునుడు జయద్రథునివైపు సాగిపోవడం చూసి కౌరవ యోధులు జయద్రథుని ప్రాణాలపై ఆశలు వదలుకొని రణభూమి నుండి మరలిపోసాగారు. ఈ సమయంలో అర్జునుని ఎదుటికి వచ్చిన వీరుడిపైనే ప్రాణాంతకమైన అతని బాణాలు పడుతున్నాయి. అర్జునుడు మీ సైన్యాన్నంతటినీ శవాలతో నింపేశాడు. ఈ రీతిగా మీ చతురంగ బలాలనూ వ్యాకులపరచి అతడు జయద్రథుని ఎదుటికి వచ్చాడు. అతడు అశ్వత్థామను ఏభై, వృషసేనుని మూడు, కృపాచార్యుని తొమ్మిది, శల్యుని పదహారు, కర్ణుని ముప్పై రెండు, జయద్రథుని అరవై నాలుగు బాణాలతో తూట్లు పొడిచి గట్టిగా సింహనాదం చేశాడు. జయద్రథుడు అర్జునుని బాణాలను సహించలేక పోయాడు. అతడు అంకుశం పోటు తిన్న ఏనుగులా క్రోధోద్రిక్తుడయ్యాడు. అందుకని అతడు మూడు బాణాలతో శ్రీకృష్ణుని, ఆరింటితో అర్జునుని తూట్లు పొడిచి, ఎనిమిది బాణాలతో గుఱ్ఱాలను గాయపరిచి, ఒక బాణాన్ని అతని ధ్వజంపై వేశాడు. కాని అర్జునుడు అతడు వేసిన బాణాలన్నింటినీ నిష్ఫలం చేసి, ఒకేసారి రెండు బాణాలను ప్రయోగించి అతని సారథి తలను, ధ్వజాన్ని నరికివేశాడు. సూర్యుడు వేగంగా అస్తాద్రిని సమీపించడం చూసి శ్రీకృష్ణుడు అర్జునునితో – "పార్థ ! ఇప్పుడు జయద్రథుని ఆరుగురు మహారథులు తమ మధ్యలో ఉంచుకొన్నారు. కాబట్టి యుద్ధంలో వారు ఆరుగురినీ ఓడిస్తే తప్ప జయద్రథుని చంపడం జరగదు. కాబట్టి జయద్రథునికి సూర్యుడు అస్తమించాడు అని స్పష్టంగా తెలిసేలా ఇప్పుడు నేను సూర్యుని మరుగు పుచ్చడానికి ఒక ఉపాయాన్ని చేస్తాను. దానితో అతడు ఆనందంగా నిన్ను చంపడానికి ఇవతలకు వస్తాడు. తన్ను తాను రక్షించుకోవడానికి ఎటువంటి ప్రయత్నమూ చేయడు. ఆ సమయంలో నీవు అతనిని ప్రహరించు. సూర్యుడు అస్తమించాడనుకొని ఉపేక్షించకు" అన్నాడు. అర్జునుడు "మీరు ఎట్లా చెపితే అట్లాగే జరుగుతుంది" అన్నాడు.

అప్పుడు యోగీశ్వరుడు అయిన కృష్ణుడు యోగయుక్తుడై సూర్యుని కప్పివేయడానికి అంధకారాన్ని ఉత్పాదించాడు. అంధకారం వ్యాపించడంతో మీ యోధులందరూ సూర్యుడు అస్తమించాడు అనుకొని, అర్జునుడు నశించిపోతాడనే ఊహతో గొప్ప ఆనందంలో మునిగిపోయారు. ఆనందంతో వారికి సూర్యునివైపు చూడాలనే ధ్యాసకూడా లేకపోయింది. అదే సమయంలో జయద్రథుడు తల పైకెత్తి, సూర్యుని వైపు చూశాడు. అప్పుడు శ్రీకృష్ణుడు అర్జునునితో మళ్లీ – "వీరుడా! చూడు. సింధురాజు నీవలని భయాన్ని విడిచిపెట్టి సూర్యునివైపు చూస్తున్నాడు. ఈ దుష్టుని సంహరించడానికి ఇదే మంచి సమయం. వెంటనే ఇతని శిరసు ఎగురకొట్టి నీ ప్రతిజ్ఞ చెల్లించుకో" అన్నాడు. శ్రీకృష్ణుని మాటలు విని పరాక్రమవంతుడైన అర్జునుడు తన ప్రచండ బాణాలతో మీ సైన్యాన్ని నురుమాడసాగాడు. అతడు కర్ణ వృషసేనుల విండ్లను విరిచి, ఒక భల్లంతో శల్యుని సారథిని నేలకూల్చాడు. మామా అల్లుళ్లయిన కృపాశ్వత్థామలను బాగా గాయపరిచాడు. ఈ రీతిగా మీ మహారథులందరినీ మిక్కిలి వ్యాకులపరచి, అతడు దివ్యాస్త్రంతో అభిమంత్రితమైన, గంధపుష్పాదులతో పూజింపబడిన, ఇంద్రుని వజ్రాయుధం లాంటి ఒక బాణాన్ని పైకి తీశాడు. దానిని శాస్త్రోక్తంగా వజ్రాస్త్రంలో అభిమంత్రించి, అతివేగంగా గాండీవంలో సంధించాడు. ఇప్పుడు శ్రీకృష్ణుడు తొందర పెట్టాలనే ఉద్దేశ్యంతో సూచన ఇస్తూ మళ్లీ – "ధనంజయా ! సూర్యుడు అస్తాచలాన్ని చేరుకొంటూ ఉన్నాడు. దుష్టుడైన జయద్రథుని తలను వెంటనే ఖండించు. చూడు. ఇతని వధగురించి ఒక విషయం నీకు చెపుతాను. ఇతని తండ్రి జగత్ప్రసిద్ధుడైన వృద్ధక్షత్ర మహారాజు ఇతనికి వయసు చాలా గడిచిపోయాక ఈ పుత్రుడు కలిగాడు. ఇతని గురించి వృద్ధక్షత్రునికి ఆకాశవాణి "రాజా ! మీ పుత్రుడు కులశీల దమాది గుణాలతో సూర్య చంద్ర వంశీయులతో సమానుడు అవుతాడు. ఈ క్షత్రియ ప్రవరుని లోకంలో శూరులందరూ గౌరవిస్తారు. కాని యుద్ధరంగంలో యుద్ధం చేస్తూఉండగా ఒక క్షత్రియ శ్రేష్ఠుడు అకస్మాత్తుగా ఇతని తలను నరుకుతాడు" అని చెప్పింది. ఇది విని సింధురాజు వృద్ధక్షత్రుడు చాలా సేపు ఆలోచించాడు. తరువాత అతడు పుత్రప్రేమకు లోనై తన బంధువులతో – "నా పుత్రుని శిరసును భూమిపై పడవేసినవాని శిరస్సుకూడా తప్పకుండా నూరు ముక్కలు అవుతుంది". అని పలికారు. ఇలా అని అతడు జయద్రథునికి రాజ్యాభిషేకం చేసి అడవులకు వెళ్లిపోయి. గొప్ప ఉగ్రమైన తపస్సు చేయసాగాడు. ఇప్పుడు అతడు శమంతపంచకానికి అవతల గొప్ప ఘోరమైన తపస్సు చేస్తున్నాడు. కాబట్టి నీవు దివ్యాస్త్రంతో ఇతని తలను ఖండించి వృద్ధక్షత్రుని ఒడిలో పడవేయి. నీవు దీనిని భూమిపై పడవేస్తే మాత్రం నిస్సందేహంగా నీ శిరస్సు కూడా నూరు ముక్కలవుతుంది"

అని చెప్పాడు.

శ్రీకృష్ణుని మాటలు విని అర్జునుడు ఆ వజ్రతుల్యమైన బాణాన్ని వేశాడు. అది సింధురాజు శిరసును తుంచి, దానిని డేగలాగ ఆకాశంలో ఎగురకొడుతూ శమంతపంచక క్షేత్రం వెలుపలకు తీసుకుపోయింది. ఆ సమయంలో మీ వియ్యంకుడు వృద్ధక్షత్రుడు సంధ్యోపాసన చేస్తున్నాడు. ఆ బాణం ఆ శిరసును అతని ఒడిలో పడేసింది. అది అతనికి ఏమాత్రం తెలియలేదు. వృద్ధక్షత్రుడు జపం పూర్తయి లేవగానే, ఆ శిరస్సు అతని ఒడి నుండి నేలపై పడింది. అది పడుతూనే అతని శిరస్సు కూడా నూరు ముక్కలయింది.

రాజా ! అర్జునుడు ఈ రీతిగా జయద్రథుని చంపిన తరువాత శ్రీకృష్ణుడు ఆ అంధకారాన్ని తొలగించాడు. అప్పుడు ఇదంతా శ్రీకృష్ణుడు పన్నిన మాయ అని మీ పుత్రులందరికీ తెలిసింది. ఈ రీతిగా అర్జునుడు ఎనిమిది అక్షౌహిణుల సైన్యాన్ని సంహరించి మీ అల్లుడైన జయద్రథుని వధించాడు. జయద్రథుని మరణం చూచి నీ కొడుకులు కన్నీరు కార్చారు. తమ విజయం గూర్చి నిరాశ చెందారు. ఇటు జయద్రథుని వధ జరిగాక శ్రీకృష్ణుడు, అర్జునుడు, భీమసేనుడు, సాత్యకి, యుధామన్యుడు, ఉత్తమౌజుడు తమ తమ శంఖాలను పూరించారు. ఆ మహాశంఖ ధ్వనిని విని యుధిష్ఠిరునికి "అర్జునుడు సింధురాజును చంపాడు" అని నిశ్చయంగా తెలిసింది. అప్పుడు అతడు వాద్యాలు మోగింపించి ద్రోణునిపై దాడి చేశాడు. సూర్యాస్తమయం అయ్యాక సోమకులకు, ఆచార్యునికి నడుమ గగుర్పాటు కలిగించే యుద్ధం జరిగింది. వారందరూ ఆచార్యుని ప్రాణాలు తీయాలని యుద్ధం చేయసాగారు. ఇటు వీర శ్రేష్ఠుడు అర్జునుడు కూడా తన ప్రతిజ్ఞను నెరవేర్చుకొని, అన్ని వైపులనుండి మీ యోధులను సంహరించసాగాడు.

కృపాచార్యుడు మూర్ఛిల్లుట - కర్ణసాత్యకుల సంగ్రామము

ధృతరాష్ట్రుడు "సంజయా ! అర్జునుడు జయద్రథుని చంపినపుడు నా పక్షంలోని యోధులు ఏమి చేశారు ?" అని అడిగాడు.

సంజయుడు చెప్పసాగాడు - "భారతా ! యుద్ధంలో సింధురాజు అర్జునుని చేతిలో మరణించడం చూసి కృపాచార్యుడు క్రోధంతో అతనిపై గొప్ప బాణవర్షం కురిపించాడు. ఇంకొక వైపునుండి అశ్వత్థామ కూడా దాడి చేశాడు. ఇద్దరూ రెండు వైపులనుండి అర్జునునిపై వాడి బాణాలను కురిపించసాగారు. దానితో అర్జునునికి చాలా నొప్పి కలిగింది. కృపాచార్యుడు గురువు, అశ్వత్థామ గురుపుత్రుడు. కనుక అర్జునుడు వారి ప్రాణాలు తీయాలనుకోలేదు. కనుక అతడు మెల్లమెల్లగా బాణాలు వేయసాగాడు. అయినా అతడు వేసినవి వారిని విశేషంగా గాయపరిచాయి. బాణాలు బాగా గుచ్చుకోవడంతో వారిద్దరికీ చాల బాధ కలిగింది. కృపాచార్యుడు రథం వెనుక భాగంలో కూలబడిపోయాడు. అతనికి మూర్ఛ వచ్చింది. ఇది చూసి సారథి అతనిని యుద్ధ భూమినుండి బయటకు తీసుకొనిపోయాడు. అతడు తప్పుకోగానే అశ్వత్థామ కూడా అక్కడనుండి పారిపోయాడు. కృపాచార్యుడు తన బాణాలతో పీడింపబడి మూర్ఛపోవడం చూసి, అర్జునునికి చాలా జాలికలిగింది. అతని కన్నులనుండి నీరు కారసాగింది - చాలా దైన్యంతో రథం మీదనే కూలబడి - "పాపాత్ముడైన దుర్యోధనుడు పుట్టగానే విదురులవారు "ఈ బాలుడు మీ వంశాన్ని నాశనం చేస్తాడు. ఇతనిని మృత్యువుకు అప్పగిస్తేనే క్షేమం. ఇతని వలన కురువంశప్రముఖులైన మహారథులందరికీ చాలా భయం కలుగుతుంది" అని ధృతరాష్ట్రునితో చెప్పారు. సత్యవాది అయిన ఆ మహాత్ముడు చెప్పినది ఇప్పుడు నిజమయింది. దుర్యోధనుని కారణంగానే నేడు నాగురువు బాణశయ్య మీద పరుండడం చూస్తున్నాను. క్షత్రియుల ఈ నడవడి బలపౌరుషాలు చీకొట్ట దగినవి. నా వంటివాడు ఎవడు బ్రాహ్మణ గురువులకు ద్రోహం చేస్తాడు ? అయ్యో ! శరద్వంతుని పుత్రుడు, నాకు గురువు, ద్రోణునికి పరమ మిత్రుడు అయిన ఈ కృపుడు నేడు నా బాణాలతోనే పీడింపబడి రథం మీద పడి ఉన్నాడు. ఇష్టం లేకపోయినా కూడా నేను బాణాలతో వారిని తీవ్రంగా గాయపరిచాను. ఇప్పుడతనికి కలిగిన కష్టం చూసి నా ప్రాణాలు నీరయిపోతున్నాయి. పూర్వం అస్త్ర విద్యాశిక్షణ ఇచ్చేటపుడు ఒకసారి కృపాచార్యులవారు - "కురునందనా ! శిష్యుడు గురువు మీద ఏ విధంగానూ ప్రహారం చేయకూడదు" అని చెప్పారు. ఆ మహాత్ముడు, సత్పురుషుడు అయిన ఆచార్యుని ఆదేశాన్ని నేను ఈ రోజు యుద్ధంలో పాటించలేదు. గోవిందా ! ఛీ ! వీరిపై కూడా మాటిమాటికీ చెయ్యి ఎత్తుతున్న నాబతుకు ఎందుకు ?" అని విలపించసాగాడు.

అర్జునుడు ఇలా విలపిస్తూ ఉండగానే రాధేయుడు సింధురాజు మరణించడం చూసి అతనిపై దాడికి దిగాడు. ఇది చూసి పాంచాల రాకుమారులు ఇద్దరూ, సాత్యకి వెంటనే

అతనిపై దాడి చేశారు. కర్ణుడు రావడం చూసి అర్జునుడు వికసించిన ముఖంతో శ్రీకృష్ణ భగవానునితో - "జనార్దనా ! ఇదిగో చూడు. కర్ణుడు సాత్యకి రథం వైపు సాగుతున్నాడు. యుద్ధంలో సాత్యకి భూరిశ్రవుని చంపడం ఇతడు సహించలేకపోతున్నాడు. కాబట్టి కర్ణుడు వెళ్తున్న చోటికే మీరు కూడా గుఱ్ఱాలను తోలుకొని వెళ్లండి" అన్నాడు. అర్జునుడన్న మాటలు విని శ్రీకృష్ణుడు సమయోచితంగా - "పాండునందనా ! కర్ణునికి సాత్యకి ఒక్కడూ సరిపోతాడు. అయినా పాంచాల రాజపుత్రులు ఇద్దరూ తోడుండగా ఇక చెప్పేదేముంది ? ఇప్పుడు కర్ణునితో నీవు యుద్ధచేయడం సరికాదు. ఎందుకంటే అతని వద్ద ఇప్పుడు ఇంద్రుడిచ్చిన శక్తి ఉంది. నిన్ను చంపడానికే దానిని ఎంతో కష్టపడి దాచుకొంటున్నాడు. దానిని ఇంచుమించుగా పూజిస్తున్నాడు. కాబట్టి కర్ణుని మామూలుగా సాత్యకి వద్దకే వెళ్లనీ, నాకు ఆ దుర్మార్గుని అంత్యకాలం తెలుసు. సమయం వచ్చినపుడు చెపుతాను. అప్పుడు నీవు నీ బాణాలతో అతనిని నేల కూల్చుదువుగాని" అన్నాడు.

ధృతరాష్ట్రుడు - "సంజయా ! భూరి శ్రవుడు, జయద్రథుడు చనిపోయాక కర్ణునితో సాత్యకి యుద్ధం చేసినపుడు, సాత్యకివద్ద ఎటువంటి రథమూ లేనే లేదుగదా అతడు ఎవరి రథం ఎక్కాడు ?" అని అడిగాడు.

సంజయుడు చెప్పసాగాడు - "మహారాజా ! శ్రీకృష్ణ భగవానునికి భూత భవిష్యత్తులు తెలుసు. భూరి శ్రవుడు సాత్యకిని ఓడిస్తాడని అతనికి ముందుగానే మనసులో తెలిసిపోయింది. కాబట్టి అతడు తన సారథి దారుకునికి "నీవు తెల్లవారుతూనే నా రథం సిద్ధం చేసి ఉంచు" అని ఆజ్ఞాపించాడు. రాజా ! దేవతలు, గంధర్వులు, యక్షులు, సర్పాలు, రాక్షసులు గాని, మనుష్యులు గాని ఎవరూ కూడా కృష్ణార్జునులను జయించలేరు. బ్రహ్మాది దేవతలు, సిద్ధపురుషులు ఈ ఇరువురి యొక్క అనుపమ ప్రభావాన్ని ఎరుగుదురు. ఇక యుద్ధ వార్తలు వినండి. సాత్యకికి రథం లేకపోవడం, కర్ణుడు అతనిపై దాడి చేయడం చూసి శ్రీకృష్ణ భగవానుడు తన పాంచజన్యమహాశంఖాన్ని ఋషభస్వరంతో పూరించాడు. శంఖనాదం వినడం తోటే దారుకునికి శ్రీకృష్ణుని సందేశం అర్థమయింది. రథాన్ని అతనివద్దకు తెచ్చాడు. సాత్యకి శ్రీకృష్ణుని ఆజ్ఞతో దానిని అధిరోహించాడు. ఆ రథం విమానంలా ప్రకాశిస్తోంది. సాత్యకి అది ఎక్కి బాణాల జడివాన కురిపిస్తూ కర్ణుని వైపు వెళ్లాడు. అప్పుడు అర్జునుని చక్రరక్షకులు యుధామన్యుడు, ఉత్తమౌజుడు కూడా కర్ణునిపై దాడి చేశారు. కర్ణుడు కూడా బాణాలను వర్షిస్తూ క్రోధంతో సాత్యకి పై దాడి చేశాడు. వారిద్దరి మధ్య జరిగినట్టి యుద్ధం ఈ భూమి మీద గాని, దేవలోకంలో గాని దేవతలు, గంధర్వులు, అసురులు, నాగులు రాక్షసుల మధ్యకూడా జరిగిందని వినలేదు. వారిద్దరి యొక్క అద్భుతమైన పరాక్రమాన్ని చూసి యోధులందరూ యుద్ధాన్ని కట్టిపెట్టి, వారిద్దరి అలౌకిక యుద్ధాన్ని ముగ్ధులై చూడసాగారు. దారుకుని సారథి కృత్యం కూడా అద్భుతం. అతడు రథాన్ని ఒకసారి ముందుకు దూకిస్తూ, ఒకసారి వెనుకకు నడుపుతూ, ఒక్కొక్కసారి మండలాకారంగా నాలుగు వైపులకీ తిప్పుతూ, ఒక్కొక్కసారి బాగా ముందుకి వెళ్లి అకస్మాత్తుగా తిరిగి రావడం చేస్తున్నాడు. అతని రథసంచాలకత్వంలోని నైపుణ్యం చూసి ఆకాశంలో నిలిచి ఉన్న దేవతలు, గంధర్వులు, దానవులు కూడా విస్మయంతో ముగ్ధులవుతున్నారు. అందరూ చాలా కుతూహలంగా కర్ణసాత్యకుల యుద్ధం చూస్తున్నారు. ఆ వీరులిద్దరూ ఒకరిపై ఒకరు బాణాల జడివానను కురిపిస్తున్నారు. సాత్యకి తన బాణపు దెబ్బలతో కర్ణుని బాగా గాయపరిచాడు. కర్ణుడు కూడా భూరిశ్రవ జలసంధుల మరణంతో క్రోధోద్రిక్తుడై ఉన్నాడు. సాత్యకిని తన చూపులతో భస్మం చేసి వేస్తున్నట్లుగా పదే పదే మహావేగంగా అతనిపై దాడి చేస్తున్నాడు. కాని సాత్యకి అతడు కోపంగా ఉండడం చూసి తన బాణవర్షంతో సూటిగా తూట్లు పొడిచాడు. యుద్ధంలో వారిద్దరికీ సాటిలేదు. ఇద్దరూ ఇద్దరి అంగ ప్రత్యంగాలు ఛేదిస్తున్నారు. కొద్దిసేపటికే సాత్యకి కర్ణుని శరీరాన్ని అంతటినీ గాయాలతో నింపేశాడు. ఒక భల్లాన్ని వేసి అతని సారథిని రథం నుండి పడగొట్టాడు. అంతేకాదు తన వాడి బాణాలతో కర్ణుని నాలుగు తెల్లని గుఱ్ఱాలను కూడా చంపివేశాడు. ఆపై ధ్వజాన్ని నరికి రథాన్ని కూడా నూరు ముక్కలు చేశాడు. ఈ రీతిగా సాత్యకి మీ పుత్రులు చూస్తూ ఉండగానే కర్ణుని విరథుని చేశాడు.

అప్పుడు కర్ణుని కొడుకు వృషసేనుడు, మద్రరాజు శల్యుడు, ద్రోణనందనుడు అశ్వత్థామ వచ్చి సాత్యకిని అన్ని వైపుల నుండి చుట్టు ముట్టారు. అటు కర్ణుడు విరథుడు కావడంతో సైన్యమంతటా హాహాకారాలు వ్యాపించాయి. కర్ణుడు విషాదంగా నిట్టూరుస్తూ వెంటనే దుర్యోధనుని రథం ఎక్కాడు. సాత్యకి కర్ణుని, మీ పుత్రులను చంపడానికి సమర్థుడే కాని అర్జునుని, భీమసేనుని ప్రతిజ్ఞలను నిలుపడానికి వారి ప్రాణాలను తీయలేదు. కేవలం వారిని గాయపరిచి, వ్యాకుల పెట్టి

వదిలేశాడు. రెండవసారి జూద మాడినపుడు భీమసేనుడు మీ పుత్రులను, అర్జునుడు కర్ణుని చంపుతామని ప్రతిజ్ఞలు చేశారు. కర్ణాది ముఖ్య వీరులు సాత్యకిని చంపడానికి పూర్తిగా ప్రయత్నించారు కాని సఫలులు కాలేకపోయారు. అశ్వత్థామ, కృతవర్మ, ఇంకా అనేక వందల మంది క్షత్రియ వీరులను సాత్యకి ఒక్కడే తన వింటితో పరాజితులను చేశాడు. అతడు కృష్ణార్జునులతో సమానమైన పరాక్రమం కలవాడు. అతడు మీ సైన్యాన్ని అంతటినీ అలవోకగా గెలిచాడు. ఆ తరువాత దారుకుని తమ్ముడు అందమైన ఒక రథాన్ని అలంకరించి సాత్యకి వద్దకు తెచ్చాడు. దానినే అధిష్ఠించి సాత్యకి మళ్లీ సేనపై దాడి చేశాడు. ఆ తరువాత దారుకుడు యథేచ్ఛగా శ్రీకృష్ణుని దగ్గరకు వెళ్లాడు. ఇటు కౌరవులు కూడా కర్ణుని కోసం ఒక అందమైన రథాన్ని తెచ్చారు. దానికి గొప్ప వేగం కలిగిన ఉత్తమమైన గుఱ్ఱాలు పూన్చి ఉన్నాయి. ఆ రథంపై యంత్రం ఉంది. పతాక ఎగురుతోంది. అనేక రకాల శస్త్రాలు ఉన్నాయి. సారథి మంచి యోగ్యుడు. ఆ రథం ఎక్కి కర్ణుడు కూడా శత్రువులపై దాడి చేశాడు. రాజా ! ఆ యుద్ధంలో భీమసేనుడు ఇరవై ఒక్కమంది మీ పుత్రులను చంపాడు. ఈ రీతిగా మీ అవినీతి కారణంగానే ఈ భయంకరమైన సంగ్రామం జరిగింది.

అర్జునుడు కర్ణుని నిందించుట - యుధిష్ఠిరుడు అర్జునాదులను కలిసికొనుట.

సంజయుడు చెప్పసాగాడు - "మహారాజా ! ఒకటి భీముని రథం విరిగిపోవడం, రెండు కర్ణుడు అతనిని తన వాగ్బాణాలతో బాగా నొప్పించడం - ఈ రెండింటితో అతనికి చాలా కోపం వచ్చి అర్జునునితో - "ధనంజయా ! విన్నావా ? నీ ఎదురుగుండానే కర్ణుడు నన్ను" ఓరీ నపుంసకా ! మూఢుడా! తిండిపోతా ! అనాగరికుడా ! బాలుడా ! నీవు యుద్ధం చేయడం మానుకో" అన్నాడు. నాగురించి నోటివెంట ఇలాంటి మాటలు ఆడినవాడు నాకు వధ్యుడే. కబట్టి నీవు ఇతనిని చంపేటపుడు నా మాట కూడా గుర్తుంచుకో. నా మాట నిజమయ్యేలా ప్రయత్నించు" అన్నాడు.

భీమసేనుని మాటలు విని అర్జునుడు ముందుకు వెళ్లి, కర్ణుని సమీపించి - "పాపాత్ముడా ! కర్ణా ! నిన్ను నీవే పొగుడుకుంటూ ఉంటావు. రణరంగంలో నిలిచిన వీరులకు చివరికి రెండే మిగులుతాయి - గెలవడం లేదా ఓడడం. నేడు సాత్యకి నిన్ను యుద్ధంలో రథహీనుని చేశాడు. నీ అవయవాలన్నీ వికలమై పోయాయి. నీవు మృత్యువు దరిదాపులకు వెళ్లావు. అయినా నీ మృత్యువు నా చేతిలో జరగాలి. ఇది ఆలోచించే సాత్యకి నిన్ను ప్రాణాలతో వదిలేశాడు. దైవయోగం వలన నీవు కూడా ఏదో ఒకలా భీమసేనుని విరథుని చేశావు. కాని అలా చేసి నీవు మాట్లాడిన కటువైన మాటలు మహాపాపం. ఇది నీచులపని. నీవు సూత పుత్రుడవుకదా ! నీ తెలివి అనాగరికులలాగే ఎందుకు ఉండదు ? మహాపరాక్రమ శాలి అయిన భీమసేనుని నీవు పలికిన అప్రియవాక్యాలు సహింపదగినవి కావు. ఆర్యుడు భీమసేనుడు నిన్ను ఎన్నోమార్లు రథహీనుని చేశాడు. అప్పుడు ఈ సేన యావత్తూ చూసింది. నేనూ, శ్రీకృష్ణుడూ కూడా చూశాం. కాని ఒక్కసారి కూడా అతడు నీ గురించి నోరు తెరవలేదు. ఇంతయినా కూడా నీవు అతని గురించి ఎన్నో కటువచనాలు పలికావు. నేను లేనపుడు మీ అందరూ కలిసి అభిమన్యుని వధించారు. ఆ అన్యాయానికి ఇప్పుడు నీవు తొందరలోనే ఫలం అనుభవిస్తావు. ఇప్పుడు నేను సేవకులు, పుత్రులు, బంధువర్గంతో పాటుగా నిన్ను చంపుతాను. నీవు చూస్తూ ఉండగానే యుద్ధంలో నీ కొడుకు వృషసేనుని చంపుతాను. ఆ సమయంలో ఇతరులు ఎవరైనా మూఢులై నా దగ్గరకు వస్తే వారిని కూడా సంహరిస్తాను - ఈ మాట నేను నా ఆయుధాల మీద ఒట్టువేసి మరీ చెపుతున్నాను" అన్నాడు.

ఈ రీతిగా అర్జునుడు కర్ణుని కొడుకును సంహరిస్తానని ప్రతిజ్ఞ చేసినపుడు రథికులు మహాతుములనాదం చేశారు. భయంకరమైన ఆ సంగ్రామం ఇంకా నడుస్తూనే ఉంది. ఇంతలో సూర్యుడు అస్తాచలం చేరుకొన్నాడు. అర్జునుని ప్రతిజ్ఞ నెరవేరింది. కనుక శ్రీకృష్ణ భగవానుడు అతనిని ఆలింగనం చేసికొని - "విజయా ! నీవు మహాప్రతిజ్ఞను చేసి నెరవేర్చుకొన్నావు ఇది చాలా అదృష్టం ఇది కూడా చాల మంచి విషయం - పాపాత్ముడైన వృద్ధక్షత్రుడు కొడుకుతో సహామరణించాడు. భారతా ! కౌరవసేనను ఎదిరించి దేవతా బలమైనా ఓడిపోక తప్పదు అనడంలో ఏమాత్రం సందేహం లేదు. అర్జునా ! ఈ సైన్యాన్ని ఆయుధంతో లొంగదీయగల వీరుడిని నిన్ను తప్ప వేరెవరినీ ముల్లోకాలలోనూ నేను చూడలేదు. ఈ రోజు నీవు ఒంటరిగా ప్రకటించిన పరాక్రమం వేరెవరూ చూపలేరు. ఇలాగే నీవు బంధువర్గంతో సహా కర్ణుని చంపితే అభినందనలు అందచేస్తాను" అని ప్రశంసించాడు.

అర్జునుడు – "మాధవా ! ఇదంతా నీ దయే. అందువల్లనే ప్రతిజ్ఞ పూర్తి చేయగలిగాను. నీవు స్వామిగా, రక్షకుడివిగా ఉన్నవానికి విజయం కలగడంలో ఆశ్చర్యమేముంది ?" అన్నాడు. అర్జునుడు ఇలా అన్నాక శ్రీకృష్ణభగవానుడు మెల్లగా గుఱ్ఱాలను తోలుతూ యుద్ధంలోని దారుణ దృశ్యాలను అర్జునునికి చూపసాగాడు. అతడు అర్జునునితో – "అర్జునా! రణరంగంలో విజయాన్ని, మహాకీర్తిని పొందాలనుకొన్న వీరులైన ఈ రాజులే నీ బాణాలతో నేడు మరణించి భూమిపై శయనిస్తున్నారు. వీరి అవయవాలన్నీ ఛిన్నాభిన్నమై పోయాయి. వీరు చాలా వికలులై మరణించారు. శరీరాలలో ప్రాణాలు లేకపోయినా కూడా, శరీరాలపై ప్రకాశిస్తున్న కాంతితో వారు జీవించి ఉన్నట్లుగా కనపడుతున్నారు. వారితో పాటే వారి ఆయుధాలు, వాహనాలు ఇక్కడ పడిఉన్నాయి. వాటితో ఈ రణభూమి అంతా నిండిపోయి ఉంది" అన్నాడు.

ఈ రీతిగా రణరంగాన్ని చూపిస్తూ శ్రీకృష్ణ భగవానుడు తనవారితో కలిసి తన పాంచజన్య శంఖాన్ని పూరించాడు. తరువాత యుధిష్ఠిరునివద్దకు వెళ్లి ప్రణామం చేసి, – "మహారాజా ! అదృష్టవశాత్తు మీ శత్రువు మరణించాడు. అందుకు నీకు నా అభినందనలు. నీ తమ్ముడు తన ప్రతిజ్ఞ నెరవేర్చుకొన్నాడు. ఇది చాలా సంతోషించదగిన విషయం" అన్నాడు. ఇది విని యుధిష్ఠిరుడు రథం నుండి కిందికి దిగి కృష్ణార్జునులను ఆలింగనం చేసుకొన్నాడు. అప్పుడతనికి ఆనందం ఉప్పొంగి కన్నీటితో తడిసిపోయాడు. అతడు – "కమలాక్షా ! నీ నోటి వెంట ఈ శుభవార్త విని నా ఆనందానికి అంతులేకుండా పోయింది. నిజానికి అర్జునుడు ఈ అద్భుతకార్యం చేశాడు. ప్రతిజ్ఞ నెరవేర్చి, ఆ ప్రతిజ్ఞా భారంనుండి విముక్తులైన మహావీరులయిన మిమ్మల్ని ఇద్దరినీ అదృష్టవశాత్తు నేడు చూడగలుగుతున్నాను. పాపాత్ముడు జయద్రథుడు చనిపోయాడు. ఇది గొప్ప మేలు కృష్ణా ! నీ వల్ల సురక్షితుడై అర్జునుడు జయద్రథుని వధించడం నాకు చాలా ఆనందంగా ఉంది. నీవు ఎప్పుడూ సర్వవిధాలా మాకుమేలు జరిగే పనులలోనే నిమగ్నమై ఉంటావు. జనార్దనా ! దేవతలకు కూడా సాధ్యం కాని పనిని అర్జునుడు మీ బుద్ధి, బల, పరాక్రమాల వల్లనే సాధించగలిగాడు. ఈ చరాచర జగత్తుఅంతా మీ దయవల్లనే తమ తమ వర్ణాశ్రమాలకు ఉచితమైన మార్గంలో జపహోమాది కర్మలు నిర్వర్తిస్తోంది. మొదట్లో ఈ దృశ్యప్రపంచం అంతా ఏకార్ణవమగ్నమై అంధకారంలో ఉండేది. మీ అనుగ్రహంవల్ల మళ్లీ ఇది జగద్రూపంలో వ్యక్తమయింది. సృష్టికర్తవు, అవ్యయుడవు, ఇంద్రియాలకు అధిష్ఠాతవు నీవే. నిన్ను దర్శించినవాడు ఎన్నటికీ అజ్ఞానంలో పడడు. మీరు పురాణ పురుషులు. దేవాధిదేవులు. సనాతన గురువులు. మిమ్మల్ని శరణు పొందినవారికి మోహం కలుగదు. హృషీకేశా ! నీవు ఆద్యంత రహితుడవు. విశ్వవిధాతవు. అవికారివి. మీ భక్తులు గొప్ప గొప్ప ఆపదలను తరించగలరు. మీరు పరమ పురాతన పురుషులు. పరాత్పరులు. పరమేశ్వరుడవైన నిన్ను శరణు పొందిన వారికి ముక్తి కలుగుతుంది. నాలుగు వేదాలు ఎవరిని కీర్తిస్తూ ఉంటాయో, వేదాలన్నిటిలో ఎవరు ప్రశంసింపబడినారో ఆ శ్రీకృష్ణ పరమాత్ముని శరణు పొంది నేను సాటిలేని శుభాలను పొందుతాను. పురుషోత్తమా ! నీవు పరమేశ్వరుడవు సర్వేశ్వరుడవు. ఈశ్వరేశ్వరుడవు ఇంతకంటె మించి ఏమి చెప్పను ? సర్వేశ్వరుడవైన నీకు నమస్కరిస్తున్నాను. మాధవా! నీవే సమస్త సృష్టిలయకారణుడవు సర్వాత్మవు. నీకు అభ్యుదయమగుగాక ! నీవు ధనంజయునికి మిత్రుడవు, హితుడవు, రక్షకుడవు, నిన్ను శరణు చొచ్చినవారు మీ చరిత్రలను ఎరిగినవారు. వారు కొద్దిరోజుల క్రితమే మీ మహిమను, ప్రభావాన్ని వివరించారు. అసితుడు, దేవలుడు, మహాతపశ్శాలి నారదుడు, మా తాతగారు వ్యాసులవారు కూడా మీ మహిమను గానం చేస్తూ ఉంటారు. మీరు తేజఃస్వరూపులు, పరబ్రహ్మలు, సత్య తపోరూపులు. కళ్యాణమయులు. జగత్తుకు ఆదికారణులు. స్థావర జంగమరూపమైన ఈ జగత్తును మీరే సృష్టించారు. జగదీశ్వరా ! ప్రళయకాలంలో ఇది ఆద్యంత రహితుడవు పరమేశ్వరుడవు అయిన నీలోనే లీనమవుతుంది. వేదవేత్తలు నిన్ను ధాత, అజన్మ, అవ్యక్త, భూతాత్మ, మహాత్మ, అనంత, విశ్వతోముఖ మొదలైన నామాలతో పిలుస్తూ ఉంటారు. నీ రహస్యం గూఢమైనది. అన్నిటికీ ఆది కారణుడవు. ఈ జగత్తుకు ఏలికవు. నీవే పరమదేవుడైన నారాయణుడవు పరమాత్మవు. ఈశ్వరుడవు. జ్ఞానస్వరూపుడవైన శ్రీహరివి, ముముక్షులకు ఆశ్రయ భూతుడవు. విష్ణుభగవానుడవు నీవే. మీ తత్త్వాన్ని దేవతలు కూడా తెలుసుకోలేరు. ఇలా సర్వగుణ సంపన్నుడైన పరమాత్మవైన నిన్ను మేము మా స్నేహితునిగా చేసుకొన్నాము" అని కీర్తించాడు.

యుధిష్ఠిరుని మాటలు విని శ్రీకృష్ణుడు – ధర్మరాజా! మీ ఉగ్రతపస్సు, పరమధర్మం, సాధుత్వం, సరళత్వం కారణంగానే పాపాత్ముడయిన జయద్రథుడు మరణించాడు.

శాస్త్రజ్ఞానం, బాహుబలం, ధైర్యం, శీఘ్రత, అమోఘబుద్ధి - దీనిలో అర్జునునితో సమానుడైన వాడు ఈ లోకంలో ఎక్కడా ఎవరూ లేరు. కనుకనే మా తమ్ముడు రణ భూమిలో శత్రుసేనను సంహరించి సింధురాజు తలను నరికాడు" అన్నాడు.

ఇది విని యుధిష్ఠిరుడు అర్జునుని కౌగిలించుకొని, అతని శరీరాన్ని నిమురుతూ - "అర్జునా ! దేవతలందరితో కూడి ఇంద్రుడు కూడా చేయలేని పనిని నీవు ఈనాడు చేసి చూపావు. అదృష్టవశాత్తు నీ తలమీద బరువు దిగిపోయింది. జయద్రథుని చంపి నీ ప్రతిజ్ఞ చెల్లించుకొన్నావు" అని ప్రశంసించాడు. అనంతరం భీమసేనుడు, సాత్యకి కూడా వచ్చారు. చేతులు జోడించి నిల్చున్న ఆ వీరులను చూచి యుధిష్ఠిరుడు వారిని అభినందించాడు. అతడు - "నేడు ఈ మహాసైన్య సాగరాన్నుండి బయటపడిన మీ ఇద్దరినీ చూడడం చాలా ఆనందంకరమైన విషయం. మీ ఇద్దరూ యుద్ధంలో విజయులయ్యారు. మిమ్మల్ని ఎదిరించిన ద్రోణాచార్యుడు, కృతవర్మ ఓటమిపాలయ్యారు. నానారకాల ఆయుధాలతో మీరు కర్ణుని ఓడించారు. శల్యుడు కూడా దెబ్బతిని పరారయ్యాడు. మీ ఇద్దరూ క్షేమంగా ఉండడం చూసి ఇప్పుడు నాకు చాలా ఆనందంగా ఉంది. మీరు నా ఆజ్ఞను పాటిస్తూ నాపట్ల గౌరవంతో కట్టుబడి ఉన్నారు. యుద్ధంలో మీకు ఎప్పుడూ ఓటమి లేదు. నేను చెప్పినదానికి అనుగుణంగానే ఉన్నారు మీరిద్దరూ. అదృష్టం వల్ల నేడు మీరిద్దరూ ప్రాణాలతో బ్రతికి ఉండడం చూస్తున్నాను" అన్నాడు.

భీమసేన సాత్యకులను ఈ రీతిగా అభినందించి యుధిష్ఠిరుడు వారిని మళ్లీ ఆలింగనం చేసుకొని, ఆనందబాష్పాలు రాల్చాడు. రాజా ! ఆ సమయంలో పాండవుల యొక్క సేన యావత్తూ ఆనందమగ్నం అయింది. మహా ఉత్సాహంతో యుద్ధంలో మనసు లగ్నం చేసింది.

దుర్యోధనుడు ద్రోణునిపై కోపించుట - కర్ణదుర్యోధనుల సంవాదము

సంజయుడు చెపుతున్నాడు - "రాజా ! జయద్రథుడు మరణించడంతో నీ పుత్రుడు దుర్యోధనుడు కన్నీరు కార్చసాగాడు. అతని స్థితి చాలా దయనీయంగా ఉంది. శత్రువులమీద విజయం పొందాలనే అతని ఉత్సాహమంతా నీరుకారిపోయింది. అర్జునుడు, భీమసేనుడు, సాత్యకి కౌరవసేనను ఎక్కువగా సంహరించారు. ఇది చూసి అతని ముఖం వెలవెలపోయింది. కన్నులు నీటితో నిండిపోయాయి. అతడు మనసులో - "ఈ భూమిపై అర్జునునితో సమానుడైన వీరుడు లేడు. అతనికి క్రోధం కలిగితే అతని ఎదుట ద్రోణాచార్యుడు, కర్ణుడు, అశ్వత్థామ, కృపాచార్యుడు కూడా నిలువలేరు. ఈ రోజు యుద్ధంలో అతడు మా మహారథులందరినీ ఓడించి సింధురాజును వధించాడు. కాని ఒక్కరు కూడా అతనిని ఆపలేకపోయారు. అయ్యో ! మా యొక్క ఇంత పెద్దసైన్యాన్ని పాండవులు అన్ని విధాలా నష్టపరిచారు. ఎవరి మీది నమ్మకంతో మేము యుద్ధానికి కత్తులు నూరామో, ఎవరి పరాక్రమాన్ని ఆశ్రయించుకొని సంధిప్రస్తావన చేసిన శ్రీకృష్ణుని గడ్డిపరకలా భావించామో ఆ కర్ణునికూడా అర్జునుడు యుద్ధంలో ఓడించాడు" అని అనుకోసాగాడు.

మహారాజా ! ఈ జగతికి అంతటికి ద్రోహం చేసిన మీ పుత్రుడు దుర్యోధనుడు ఇలా ఆలోచిస్తూ లోపల్లోపల వ్యాకులపడ్డాడు. అప్పుడు ద్రోణాచార్యుని దర్శనంకోసం అతనివద్దకు వెళ్లి కౌరవసేనకు కలిగిన మహావిపత్తును గూర్చిన సమాచారమంతా అతనికి నివేదించాడు. శత్రువులు విజయం సాధించారని, కౌరవులు విపత్సముద్రంలో మునిగి పోయారని కూడా చెప్పాడు. ఇంకా - "ఆచార్యా ! అర్జునుడు ఏడు అక్షౌహిణుల మన సైన్యాన్ని నాశనం చేసి, మీ శిష్యుడైన జయద్రథుని కూడా వధించాడు. అయ్యో ! మనకు విజయం సాధించి పెట్టాలని తమ ప్రాణాలను కూడా త్యజించి, యమలోకపు దారిని పట్టిన ఉపకారులైన ఆస్నేహితుల ఋణం మనం ఎలా తీర్చుకోగలం ? మన కోసం ఈ భూమిని జయించాలనుకొన్న ఈ భూపాలురు భూమండలంలోని తమ సంపదలను వదిలివేసి తామే భూమిపై నిదురిస్తున్నారు. ఇలా స్వార్థం కోసం మిత్రులను చంపి, ఇప్పుడు నేను వేయి సార్లు అశ్వమేధయాగాలు చేసినాకూడా పవిత్రుడిని కాలేను. నేను ఆచార భ్రష్టుడిని. పతితుడిని. నా వాళ్లందరికీ నేను ద్రోహం చేశాను. ఆహా ! రాజులందరి మధ్య నేను తనలో లీనమయ్యేలా ఈ భూమి ఎందుకు బద్దలు కావడం లేదు ? నా తాతగారు రక్తసిక్తాంగుడై అంపశయ్యమీద పడిఉన్నాడు. అతడు యుద్ధంలో దెబ్బతిన్నాడు. అయినా అతనిని నేను రక్షించలేకపోయాను. కాంబోజరాజు, అలంబుసుడు, ఇంకా అనేకమంది మిత్రులు చనిపోవడం చూసి కూడా ఇంకా నేను బ్రతికి ఉండడంవలన ప్రయోజనమేమిటి ? ఆచార్యవర్యా ! నేను చేసిన

యజ్ఞయాగాదులు, నూతులు బావులు తవ్వించడం వంటి పుణ్యకార్యాల మీదా, నా పరాక్రమం మీదా, నా పుత్రుల మీదా మీ ఎదుటనే ఒట్టువేసి మరీ చెపుతున్నాను. ఇక నేను పాండవులతో పాటు సమస్త పాంచాల రాజులను చంపాకనే శాంతిస్తాను. లేదా నా కోసం యుద్ధం చేస్తూ అర్జునుని చేతిలో ప్రాణాలు కోల్పోయిన వారి లోకానికే నేనూ వెళ్తాను. ఈ దశలో నా సహాయకులే నాకు సాయం చేయడం లేదు. ఇతరుల మాట అలా ఉంచండి. స్వయంగా మీరే మమ్మల్ని నిర్లక్ష్యం చేస్తున్నారు అర్జునుడు మీకు ప్రియ శిష్యుడు కదా ! అందుకే ఇలా అయింది. ఇప్పుడు మాత్రం కేవలం కర్ణుడే మనస్ఫూర్తిగా నా విజయం కోరుకొంటున్నాడని నేను గమనించాను. మిత్రులెవరో సరిగా గుర్తించకుండానే వారిని మిత్రకార్యంలో వినియోగించిన మూర్ఖుని కార్యాలన్నీ ధ్వంసమవుతాయి. జయద్రథుడు, భూరిశ్రవుడు, అభీషాహుడు, శిబి, వసాతి మొదలైన రాజులెందరో నా కోసం యుద్ధంలో చనిపోయారు. వారులేని నాకు ఈ జీవితం వ్యర్థం. కాబట్టి వారు వెళ్లిన చోటికే వెళ్తాను. మీరు కేవలం పాండవులకే ఆచార్యులు. ఇప్పుడు నాకు వెళ్లడానికి అనుమతినివ్వండి'' అని ఆక్రోశించాడు.

రాజా ! మీ పుత్రుని మాటలు విని ద్రోణాచార్యుడు మనసులోనే చాలా బాధపడ్డాడు. కొద్దిసేపు మౌనంగా ఏదో ఆలోచిస్తూ ఉండిపోయాడు. ఆపై చాలా వ్యథతో – "దుర్యోధనా ! ఎందుకు నీవు నన్ను నీ వాగ్బాణాలతో ఛేదిస్తున్నావు ? అర్జునుని యుద్ధంలో గెలవడం అసంభవమని నేను నీకు ఎప్పుడూ చెపుతూనే ఉన్నాను. ముల్లోకాలలోనూ సర్వశ్రేష్ఠుడైన వీరుడని మనం అనుకొనే భీష్మపితామహుడు కూడా పడిపోయినపుడు విదురుడు – "నాయనా ! దుర్యోధనా! ఈ కౌరవసభలో శకుని విసురుతున్న పాచికలను పాచికలు అనుకోకు. ఇవి ఒక రోజున వాడి బాణాలుగా మారతాయి'' అని చెప్పనే చెప్పాడు. ఆ పాచికలే అర్జునుని చేతిలో బాణాలై మనను చంపుతున్నాయి. అప్పుడు విదురుడు చెప్పినది నీ తలకెక్కలేదు. విదురుడు ధీరుడు, మహాత్ముడు, నీ మేలు కోరి అతడు మంచిమాటలు చెప్పాడు. కాని నీవు విజయోల్లాసంలో ఆ మాటలు పెడచెవిని పెట్టావు. ఈ రోజు జరుగుతున్న ఈ భయంకర మారణ హోమం, అతని మాటలు విననిదానికి ఫలితం. తన హితైషులు, మిత్రులు చెప్పే హితవాక్యాలను అవహేళన చేసి, ఇచ్చవచ్చినట్లుగా వ్యవహరించే మూర్ఖుడు కొద్దికాలానికే శోచనీయ స్థితికి చేరుకొంటాడు. అంతేకాదు నీవు ఇంకొక పెద్ద గొప్ప అన్యాయాన్ని చేశావు. మా అందరి ఎదుటనే ద్రౌపదిని సభకు పిలిపించి అవమానించావు. ఆమె గొప్పవంశంలో పుట్టింది. సమస్త ధర్మాలను పాటిస్తుంది. ఆమెను ఇలా అవమానించడం తగదు. గాంధారీనందనా ! ఆ పాపానికే ఈ మహాఫలం వచ్చిపడింది. ఈ లోకంలో ఆ ఫలం కనుక లభించకపోతే పరలోకంలో నీవు అంతకంటె ఎక్కువ దండనను అనుభవించవలసిఉంటుంది. పాండవులు నాకు పుత్రతుల్యులు. ఎప్పుడూ ధర్మాన్ని ఆచరిస్తూ ఉంటారు. బ్రాహ్మణుడనని చెప్పుకొంటూ వారికి ద్రోహం చేసినవాడిని నేను తప్ప ఇంక ఎవరుంటారు ? దుర్యోధనా ! నీవైతే మరణించలేదు. కర్ణుడు, కృపాచార్యుడు, అశ్వత్థామ, శల్యుడు – వీరందరూ ఇంకా బ్రతికే ఉన్నారు. అయినప్పుడు సింధురాజు ఎందుకు మరణించాడు ? మీరంతా కలిసి అతనిని ఎందుకు రక్షించలేకపోయారు ? జయద్రథుడు విశేషించి నిన్ను, నన్ను తన ప్రాణాలు కాపాడతామని నమ్ముకొని ఉండిపోయాడు. అయినా కూడా అర్జునుని చేతి నుండి అతనిని రక్షించలేకపోయాము. ఇప్పుడిక నీ ప్రాణాలను కాపాడేవారు కూడా ఎవరూ కనిపించడంలేదు. గొప్ప గొప్ప మహారథులు అందరి మధ్య జయద్రథుడు, భూరిశ్రవుడు చనిపోయినపుడు ఇక అక్కడ ఎవరిని నీవు రక్షకునిగా ఆశపడతావు ? ఇంద్రునితో సహితంగా దేవతలందరూ కూడా చంపలేని ఆ భీష్మాచార్యులు మృత్యుముఖంలో పడినప్పటి నుండి ఇక ఈ భూమి నీకు దక్కదని ఆలోచిస్తూనే ఉన్నాను. ఇలా చూడు పాండవ సృంజయ సేనలు కలిసికట్టుగా నా మీద దాడిచేస్తున్నాయి. దుర్యోధనా ! ఇప్పుడు పాంచాల రాజులందరినీ చంపనిదే నేను ఈ కవచం విప్పను. నేడు యుద్ధంలో నీకు మేలు కలిగే పనే చేస్తాను. నా పుత్రుడు అశ్వత్థామ వద్దకువెళ్లి చెప్పు. అతడు యుద్ధంలో తన ప్రాణాలు కాపాడుకొంటూ, ఎలాగైనా సోమకులను సంహరించాలని, వారిని ప్రాణాలతో వదిలిపెట్టవద్దని. దయ, దమం, సత్యం, సరళత్వం మొదలైన సద్గుణాలు కలిగి ఉండు. ధర్మప్రధానమైన కార్యాలనే ఎప్పటికీ చేస్తూ ఉండు. బ్రాహ్మణులను సంతృప్తిపరచు. నీ శక్త్యనుసారం వారిని సత్కరించు. ఎన్నడూ అవమానించకు. ఎందుకంటే వారు అగ్నిజ్వాలలవలె మహాతేజోవంతులు. రాజా ! నేను ఇప్పుడు మహా సంగ్రామం కోసం శత్రుసైన్యంలోకి వెళ్తున్నాను. నీకు శక్తి ఉంటే సైన్యాన్ని రక్షించు. ఎందుకంటే కోపంతో మండిపడుతున్న కౌరవులకు, సృంజయులకు ఈ రోజు

రాత్రి కూడా యుద్ధం జరుగుతుంది” అని తీవ్రంగా పలికాడు. ఇలా అని ద్రోణాచార్యుడు పాండవులతో సృంజయులతో యుద్ధం చేయడానికి వెళ్లిపోయాడు.

ఆచార్యుని ప్రేరణతో దుర్యోధనుడు కూడా యుద్ధం చేయాలనే నిశ్చయించుకొన్నాడు. అతడు కర్ణునితో – “చూడు శ్రీకృష్ణుని సహాయంతో అర్జునుడు ద్రోణాచార్యుని వ్యూహాన్ని ఛేదించి, యోధులందరి ఎదుటనే సింధురాజును వధించాడు. నా సైన్యం అధికాంశం అర్జునుని చేతిలో నశించిపోయింది. ఇంక కొద్దిగానే మిగిలిఉంది. ఈ యుద్ధంలో ద్రోణాచార్యుడు అర్జునుని అడ్డుకోవడానికి పూర్తిగా ప్రయత్నించి ఉన్నట్లయితే, అతడు లక్షప్రయత్నాలు చేసినా కూడా దుర్భేద్యమైన ఆ వ్యూహాన్ని చెదరకొట్ట కలిగేవాడు కాదు. కాని అతడు ద్రోణునికి చాలా ఇష్టుడు. అయినా ఆచార్యులవారు జయద్రథునికి అభయం ఇచ్చి కూడా అర్జునునికి వ్యూహంలో ప్రవేశించడానికి దారి ఇచ్చారు. అతడు ముందే జయద్రథుని ఇంటికి వెళ్లడానికి అనుమతించి ఉన్నట్లయితే ఇంత పెద్ద మారణహోమం జరిగి ఉండేదికాదు. మిత్రుడా ! జయద్రథుడు తన ప్రాణాలు రక్షించుకోవడం కోసం ఇంటికి వెళ్లడానికి సిద్ధపడ్డాడు. కాని అధముడినయిన నేనే ద్రోణుని అభయం పొంది అతనిని ఆపివేశాను. ఈనాటి యుద్ధంలో చిత్రసేనుడు మొదలైన నా తమ్ముళ్లు కూడా మనం చూస్తూ ఉండగానే భీమసేనుని చేతిలో చనిపోయారు” అన్నాడు.

కర్ణుడు – “సోదరా ! నీవు ఆచార్యుని నిందించకు. వారు తమ బలం, శక్తి, ఉత్సాహం అనుసరించి ప్రాణాలకు కూడా తెగించి యుద్ధం చేస్తూనే ఉన్నారు. అర్జునుడు ద్రోణుని దాటుకొని సేనలో ప్రవేశించాడు. ఇందులో అతని దోషమేమీ నాకు కనపడలేదు. నేను కూడా ఆ రణాంగణంలో నీతోనే ఉండి చాలా ప్రయత్నించాను. అయినా సింధురాజు మరణించాడు. కాబట్టి ఇందులో ప్రారబ్ధమే ప్రధానమని అనుకో. మనిషి ప్రయత్నశీలుడై ఎప్పుడూ నిశ్శంకితుడై తన కర్తవ్యాన్ని పాటించాలి. కార్యసిద్ధి దైవాధీనం. మనం కపటంతో పాండవులను మోసగించాం. వారిని చంపడానికి విషమిచ్చాం. లాక్షాగృహంలో దహించాం. జూదంలో ఓడించాం. రాజనీతి సహాయంతో వారిని అడవులకు కూడా పంపాం. ఈ రీతిగా మనం ప్రయత్నించి వారికి ప్రతికూలంగా చేసినదంతా ప్రారబ్ధం వలన వ్యర్థం అయింది. అయినా కూడా దైవం నిరర్థకమని భావించి నీవు ప్రయత్నపూర్వకంగా యుద్ధమే చేస్తున్నావు.

రాజా ! ఈ రీతిగా కర్ణదుర్యోధనులు ఎన్నో మాటలు మాట్లాడుకొంటున్నారు. ఇంతలో యుద్ధభూమిలో వారికి పాండవసేన కనబడింది. మళ్లీ మీ పుత్రులకు శత్రువులతో తీవ్రమైన యుద్ధం మొదలయింది.

యుధిష్ఠిరుడు దుర్యోధనుని ఓడించుట - ద్రోణుడు శిబిని వధించుట. భీముడు దుర్మద దుష్కర్ణాదులను చంపుట.

సంజయుడు చెపుతున్నాడు – “రాజా ! కౌరవ పాంచాలురు పరస్పరం పోరాడుతున్నారు. యోధులందరూ పరస్పరం తలపడి, బాణ, తోమర శక్తి ఆయుధాలతో తూట్లు పొడుచుకొని యమలోకానికి పోతున్నారు. కొద్దిసేపటికే యుద్ధం తీవ్రతరమయింది. రక్తపునది ప్రవహించసాగింది. అప్పుడు దుర్యోధనుని బాణపు దెబ్బలు తిని పాంచాలవీరులు ఇటు అటు పరుగులు తీశారు. అతని బాణాలతో పీడింపబడి పాండవ సైనికులు నేలకొరిగారు. ఆ సమయంలో మీ పుత్రుడు చూపినంత పరాక్రమం కౌరవ పక్షంలోని ఇతర వీరులెవరూ చూపలేదు. దుర్యోధనుడు పాండవసైన్యాన్ని నష్టపరచడం చూసి పాంచాల వీరులు భీముని ముందు ఉంచుకొని అతనిపై విరుచుకుపడ్డారు. అతడు భీమసేనుని పది, నకుల సహదేవులను మూడేసి చొప్పున, విరాట ద్రుపదులను ఆరేసి బాణాలతో శిఖండిని వంద ధృష్టద్యుమ్నుని డెబ్బై, యుధిష్ఠిరుని ఏడు, కేకయ చేది దేశవీరులను అనేక వాడి బాణాలతోను తూట్లు పొడిచాడు. ఆపై సాత్యకిని ఐదు, ద్రౌపదీ పుత్రులను మూడేసి చొప్పున ఘటోత్కచుని అనేక బాణాలతో తూట్లు పొడిచి, సింహనాదం చేశాడు. అంతేకాకుండా వందలకొద్దీ వీరులను, వారి ఏనుగులను నరికేశాడు. అప్పుడు పాండవసేన రణభూమి నుండి పారిపోసాగింది. ఇది చూసి ధర్మరాజు మీ పుత్రుని చంపాలని అతనివైపు వెళ్లాడు. దుర్యోధనుడు మూడు బాణాలతో ధర్మరాజు సారథిని గాయపరిచి, ఒక బాణంతో అతని వింటిని విరుగకొట్టాడు. ధర్మరాజు వెంటనే ఇంకొక విల్లు తీసుకొని రెండు భల్లాలతో దుర్యోధనుని వింటిని మూడు ముక్కలు చేశాడు. పది వాడి బాణాలతో అతనిని తూట్లు పొడిచాడు. యుధిష్ఠిరుడు వేసిన బాణాలు దుర్యోధనుని మర్మస్థానాలను ఛేదించి భూమిలోకి చొచ్చుకు పోయాయి. అనంతరం ధర్మరాజు దుర్యోధనునిపై ఒక భయంకరమైన బాణం వేశాడు దాని దెబ్బకు అతడు మూర్ఛపోయి రథం మీదనే దొర్లిపడ్డాడు. వెంటనే తెప్పరిల్లి మళ్లీ ఒక గట్టి విల్లుతీసుకొన్నాడు. ఇంతలో పాంచాల వీరుడు అతని వద్దకు

వచ్చాడు. అతడు రావడం చూసి ద్రోణాచార్యుడు దుర్యోధనుని రక్షించడానికి మధ్యలోనే అతనిని అడ్డగించాడు. మళ్లీ మీ వారికి శత్రుసైన్యంతో మహాయుద్ధం జరుగసాగింది.

అప్పుడు అర్జునుడు, సాత్యకి, యుధిష్ఠిరుడు, భీమసేనుడు, నకులుడు, సహదేవుడు, సేనాసహితంగా ధృష్టద్యుమ్నుడు, విరాటకేకయ మత్స్య శాల్వ రాజులు, ద్రుపదుడు – అందరూ ద్రోణాచార్యునిపై దాడి చేశారు. ద్రౌపదీ పుత్రులు ఐదుగురు, ఘటోత్కచుడుకూడా తమ తమ సైన్యాలతో అతని వైపే కదిలారు. యుద్ధ నైపుణ్యం కలిగిన ఆరువేల మంది పాంచాలురు, ప్రభద్రకులు కూడా శిఖండిని ముందుచుకొని ద్రోణునిపైనే దాడి చేశారు. ఈ రీతిగా పాండవ పక్షంలోని ఇతర యోధులందరూ కూడా ఒకేసారి ద్రోణాచార్యుని వైపుకే మరలారు. ఆ వీరులందరూ యుద్ధానికి సంసిద్ధులయ్యేసరికి కాళరాత్రి మొదలయింది. అప్పుడు ద్రోణాచార్యుడు, సృంజయుల మధ్య అతి తీవ్రమైన యుద్ధం జరిగింది. లోకమంతా చీకట్లు వ్యాపించడంతో ఏమీ కనబడడంలేదు. తన పరభేదం కూడా తెలియడంలేదు. ఆ ప్రదోష సమయంలో అందరూ ఉన్మత్తులవలె ఉన్నారు. యుద్ధభూమిలోని ధూళి రక్తధారలలో అణగిపోయింది. రాత్రివేళ ఆ ఘోరయుద్ధంలో పాండవ సృంజయులు క్రోధంతో ఒక్కుమ్మడిగా ద్రోణాచార్యునిపై విరుచుకుపడ్డారు. కాని ఆచార్యుడు తన ఎదుట పడినవారిలో కొందరిని యమలోకానికి పంపాడు, మిగిలినవారిని కొట్టి తరిమేశాడు. ద్రోణుడు ఒక్కడే వేల ఏనుగులను, పదివేల రథాలను, లక్షల కాల్బలాన్ని, పదిలక్షల ఆశ్వికులను నరికివేశాడు. ధృష్టద్యుమ్నుని కొడుకులను, కేకయులను కూడా వేగవంతమైన బాణాలతో గాయపరిచి ప్రేతలోకానికి పంపాడు.

ఈ రీతిగా ద్రోణాచార్యుడు శత్రుసంహారం చేయడం చూసి ప్రతాపశాలి అయిన శిబి అతని ఎదుటకు వచ్చినిలిచాడు. పాండవసేనలోని ఆ మహారథి రావడం చూసి ద్రోణాచార్యుడు పది బాణాలతో కొట్టి అతనిని గాయపరిచాడు. శిబి కూడా దానికి ప్రతిగా ముప్పై బాణాలతో ద్రోణుని గాయపరిచి, ఒక భల్లంతో అతని సారథిని కూడా చంపిపడేశాడు. ద్రోణుడు అతని గుఱ్ఱాలను, సారథిని చంపి, అతని తలను కూడా శరీరం నుండి వేరు చేశాడు. ఇంతలో దుర్యోధనుడు ద్రోణుని కోసం వెంటనే వేరొక సారథిని పంపాడు. అతడు వచ్చి గుఱ్ఱాల కళ్ళాలు చేతిలోకి తీసుకోగానే ద్రోణుడు మళ్లీ శత్రువులపై దాడి చేశాడు.

ఇటు కళింగ రాజ పుత్రుడు తన సేనతోపాటు భీమసేనునిపై పడ్డాడు. ఇంతకు ముందు భీమసేనుడు అతని తండ్రి కళింగ రాజును చంపిన కారణంగా అతనిపై ఆ రాజపుత్రునికి తీవ్రకోపం ఉంది. అతడు మొదట భీమసేనుని ఐదు బాణాలతో గాయపరిచి, ఆపై ఏడు బాణాలతో తూట్లు పొడిచాడు. ఆ తరువాత అతని సారథి విశోకుని మూడు బాణాలతో కొట్టి, ఒక బాణంతో అతని ధ్వజాన్ని నరికివేశాడు. దానితో భీమసేనునికి పట్టరాని కోపం వచ్చింది. అతడు తన రథం నుండి దూకి అతని రథంపైకే ఎక్కి, క్రోధంతో గట్టిగా అతనిపై పిడిగుద్దులు కురిపించాడు. భీముడు అత్యంత బలశాలి. అతని పిడిగుద్దులకు అతని ఎముకలన్నీ చిట్లిపోయాయి. అతని ఆ దుస్థితిని చూసి అతని సోదరులు, కర్ణుడు ఓర్చుకోలేకపోయారు. వారు విష సర్పాలవంటి బాణాలతో భీమసేనుని తూట్లు పొడవసాగారు. అప్పుడు భీమసేనుడు అతని రథం వదిలి ధ్రువుని రథం ఎక్కాడు. ధ్రువుడు కూడా ఎడతెగకుండా అతనిపై బాణాలు వేస్తూనే ఉన్నాడు. మహాబలవంతుడైన భీముడు అతనిని కూడా పిడిగుద్దులతో చంపివేశాడు. ఆ పై అతడు జయరాతుని రథం ఎక్కి సింహనాదం చేస్తూ అతనిని ఎడమచేతితో ఒక పోటు పొడిచాడు. అలా కర్ణుని ఎదుటనే అతనిని కూడా చంపివేశాడు. అపుడు కర్ణుడు భీమసేనుని ఒక బంగారు శక్తితో కొట్టాడు. కాని భీముడు దానిని అలవోకగా చేతితో పట్టుకొని, తిరిగి కర్ణునిపైకే దానిని విసిరాడు. కర్ణునిపైకి వస్తున్న ఆ శక్తిని శకుని బాణంతో ఖండించాడు. అద్భుత పరాక్రమం గల భీముడు యుద్ధంలో ఈ రీతిగా మహాపరాక్రమం చూపి తిరిగి తన రథాన్ని ఎక్కి మీ సేనపై దాడి చేశాడు. క్రోధంతో యముడిలా మీదకువస్తున్న భీముని చూచి మీ పుత్రులు బాణాలు వేసి అతనిని ముందుకు రాకుండా ఆపివేసి బాణాలతో అతనిని కప్పివేశారు. ఇది చూసి భీముడు బాణాలు వేసి దుర్మదుని సారథిని, గుఱ్ఱాలను యమలోకానికి పంపాడు. దుర్మదుడు వెళ్లి దుష్కరుని రథం ఎక్కాడు. ఇప్పుడు ఒకేరథంపై నుండి అన్నదమ్ములు ఇద్దరూ భీమునిపై దాడి చేసి, అతనిని వాడి బాణాలతో నొప్పించ సాగారు. అప్పుడు భీముడు కర్ణుడు, అశ్వత్థామ, దుర్యోధనుడు, కృపాచార్యుడు, సోమదత్తుడు, బాహ్లీకుడు చూస్తూ ఉండగా దుర్మద, దుష్కర్ణుల రథాన్ని కాలి తాపులతో భూమిలోకి తొక్కివేశాడు. ఆపై మీ ఇద్దరు పుత్రులను పిడిగుద్దులు కురిపించి ప్రాణాలు తోడేసి, గట్టిగా సింహంలా గర్జించాడు.

కౌరవ సైన్యంలో హాహాకారాలు చెలరేగాయి. అప్పుడు భీముని చూసి రాజులందరూ - "ఇతడు భీముడు కాదు. భీముని రూపంలో సాక్షాత్తూ రుద్రుడే కౌరవులతో యుద్ధం చేస్తున్నాడు" అన్నారు. మహారాజా ! ఇలా అని రాజులందరూ పారిపోయారు. అందరికీ పై ప్రాణాలు పైనే పోయాయి. అందరూ తమ తమ వాహనాలను వేగంగా పరుగెత్తిస్తున్నారు. ఆ సమయంలో ఎవరికి వారే పరుగులు తీశారు.

ఈ రీతిగా ఆ ప్రదోష సమయంలో భీముడు కౌరవ సైన్యాన్ని సులువుగా సంహరించేశాడు. దీనితో నకుల సహదేవులకు, ద్రుపద విరాటులకు, కేకయులకు, యుధిష్ఠిరునికి చాలా ఆనందం కలిగింది. వారు భీమసేనుని ప్రశంసించారు.

అశ్వత్థామ ఘటోత్కచుల ఘోరయుద్ధము.

సంజయుడు చెపుతున్నాడు - భూరి శ్రవుడు ప్రాయోపవేశ దీక్షలో ఉన్నపుడు సాత్యకి అతనిని చంపాడని భూరిశ్రవుని తండ్రి సోమదత్తునికి సాత్యకిపై చాలా కోపంగా ఉంది. సోమదత్తుడు తొమ్మిది బాణాలతో సాత్యకిని నొప్పించాడు. సాత్యకి కూడా తొమ్మిది బాణాలతో అతనిని గాయపరిచాడు. సాత్యకి బలవంతుడు అతని ధనుస్సు కూడా చాలా గట్టిది కనుక అతని దెబ్బకు సోమదత్తుడు విపరీతంగా గాయపడ్డాడు. రథం మీదనే మూర్ఛపోయాడు. అది చూసి అతని సారథి అతనిని రణభూమి నుండి పక్కకు తీసుకుపోయాడు. సాత్యకిని వధించాలని ద్రోణుడు ఉరికాడు. అతడు రావడం చూసి యుధిష్ఠిరాదులు సాత్యకిని రక్షించడానికి అతని చుట్టూ చేరి నిలుచున్నారు. అనంతరం ద్రోణునకు పాండవులతో యుద్ధం ఆరంభమయింది. ద్రోణుడు పాండవ సైన్యాన్ని బాణాలతో కప్పివేసి, యుధిష్ఠిరుని కూడా బాగా గాయపరిచాడు. సాత్యకిపై పది, ధృష్టద్యుమునిపై ఇరవై, భీమసేనునిపై తొమ్మిది, నకులునిపై ఐదు, సహదేవునిపై ఎనిమిది, శిఖండిపై వంద, ద్రౌపదీ పుత్రులు ఒక్కొక్కరిపై ఐదేసి, విరాటునిపై ఎనిమిది, ద్రుపదునిపై పది, యుధామన్యునిపై మూడు, ఉత్తమౌజునిపై ఆరు బాణాలను వేసి నొప్పించాడు. ఆ తరువాత ఇతరులను కూడా గాయపరిచి అతడు యుధిష్ఠిరుని వైపు ముందుకు కదిలాడు. అతని బాణాల దెబ్బలకు ఆర్తనాదాలు చేస్తూ పాండవ సైనికులు అన్ని దిక్కులకూ పారిపోయారు. ఆచార్యుని బాణాలు అతని ఎదుట పడిన ప్రతివీరుని శిరస్సును ఖండించి భూమిలో దిగబడుతున్నాయి. ఈ రీతిగా ద్రోణుని బాణాల తాకిడికి గురైై పాండవసైన్యం అర్జునుడు చూస్తూ ఉండగానే భయంతో పరుగులు తీసింది.

ఇది చూసి అర్జునుడు శ్రీకృష్ణునితో - "గోవిందా ! రథాన్ని ఇప్పుడు ఆచార్యుని వైపు మరలించు" అన్నాడు. శ్రీకృష్ణుడు గుఱ్ఱాలను ద్రోణుని రథంవైపు తోలాడు. భీమసేనుడు కూడా తన సారథి విశోకుని "నన్ను ఆచార్యుని రథం వద్దకు తీసుకువెళ్లు" అని ఆదేశించాడు. అతని ఆజ్ఞానుసారం విశోకుడు కూడా అర్జునుని రథం వెనుక తన రథాన్ని పోనిచ్చాడు. ఆ ఇద్దరు సోదరులు సంసిద్ధులై ద్రోణునివైపు వెళ్లడం చూసి పాంచాల, సృంజయ, మత్స్య, చేది, కారూష, కోశల, కేకయ వీరులు వారికి సహాయంగా వచ్చారు. మహారాజా ! అనంతరం అక్కడ ఒళ్లు గగుర్పొడిచే ఘోరసంగ్రామం మొదలయింది. భీమార్జునులు తమతో పెద్దసంఖ్యలో రథికులను తీసుకొని మీ సేనకు దక్షిణోత్తర భాగాలలో ఆవరించి నిల్చున్నారు. వారిద్దరినీ అక్కడ చూసి సాత్యకి ధృష్టద్యుమ్నులు కూడా వచ్చారు. భూరిశ్రవుని వధించిన తీరుకి అశ్వత్థామ చాలా మండిపడుతున్నాడు. అతడు సాత్యకి రావడం చూసి అతనిని చంపాలని నిశ్చయించుకొని అతనిపై దాడి చేశాడు. ఇది చూసి భీమసేనుని పుత్రుడు ఘటోత్కచుడు క్రోధంతో తన శత్రువును అడ్డుకొన్నాడు. ఘటోత్కచునిది ఇనుపరథం. దానికి ఎనిమిది చక్రాలున్నాయి. అది చాలా పెద్దగా భయంకరంగా ఉంది. దానిపై ఎక్కి అతడు అశ్వత్థామ పైకి వచ్చాడు. ఒక అక్షౌహిణి రాక్షససైన్యం అతనికి నలువైపులా ఉంది, కొందరి చేతులలో త్రిశూలాలు, కొందరి చేతులలో ముద్గరాలు, కొందరి చేతులలో రాళ్లు, ఇంక కొందరి చేతులలో వృక్షాలు ఉన్నాయి. ఘటోత్కచుడు ప్రళయ కాలంలో దండధారి అయిన యమునిలా అనిపిస్తున్నాడు. అతడు ఎక్కుపెట్టిన మహాధనుస్సు చూచి రాజసమూహం భయంతో తల్లడిల్లిపోయింది. భీమకాయుడైన ఆ రాక్షసుడు పర్వతంలా చాలా ఎత్తయినవాడు. పెద్ద పెద్ద గడ్డాలు మీసాల వలన అతని ముఖం మహాభయంకరంగా కనపడుతోంది. చెవులు చిలుకకొయ్యలవలె, గడ్డం పెద్దదిగా, తలవెంద్రుకలు నిక్కపొడుచుకొని, కన్నులు భయంకరంగా, ముఖం మెరుస్తూ, పొట్టలోపలికి పోయి ఉంది. ఇదీ అతని ఆకారం. కంఠబిలం ఒక పెద్ద గొయ్యిలా అనిపిస్తోంది. నెత్తి మీది వెంద్రుకలను కిరీటం కప్పి వేసింది. అతడు నోరు తెరుచుకొని నిలబడి యమునిలా అందరికీ భయంకలిగిస్తూ ఉన్నాడు. శత్రువులు అతనిని చూడగానే ఠారెత్తిపోతున్నారు. రాక్షసరాజు ఘటోత్కచుడు చేతితో విల్లు పట్టుకొని రావడం చూసి దుర్యోధనుని సైన్యంలో అలజడి రేగింది. అందరూ భయంతో

తల్లడిల్లిపోయారు. ఆ రాక్షసుని సింహనాదంతో అత్యంతమూ భయపడిన ఏనుగులు మూత్ర విసర్జన చేశాయి. మనుష్యులు వ్యథ చెందారు. అక్కడ నలువైపుల నుండి రాళ్లవాన ఆరంభమయింది. రాత్రి సమయం కావడంతో రాక్షసులబలం అధికమయింది. వారు విసురుతున్న లోహచక్రాలు, భుశుండులు, ప్రాసలు, తోమరాలు, శూలాలు, శతఘ్నులు, పట్టిసాలు, మొదలైన అస్త్రశస్త్రాలు అక్కడ వర్షించ సాగాయి. గొప్ప భయంకరమయిన యుద్ధం మొదలయింది. అది చూసి కౌరవ పక్షంలోని రాజులకు, మీ పుత్రులకు, కర్ణునికి కూడా చాలా బాధకలిగింది. వారు దిక్కులు పట్టుకుపారిపోయారు. ఆ సమయంలో ఒకే ఒక్క వీరుడు అశ్వత్థామ ఏమాత్రం చలించకుండా తన స్థానంలో నిలిచి ఉన్నాడు. అతడు ఘటోత్కచుడు ప్రయోగించిన మాయను తన బాణాలతో నశింపచేశాడు.

మాయ నశించి పోవడంతో ఘటోత్కచుని కోపానికి అవధులు లేకపోయాయి. అతడు భయంకరమైన బాణాలను ప్రయోగించసాగాడు. ఆ బాణాలన్నీ అశ్వత్థామ శరీరంలో గుచ్చుకొన్నాయి. అప్పుడు అశ్వత్థామకు కూడా కోపంవచ్చింది. పది బాణాలతో ఘటోత్కచుని నొప్పించాడు. దానితో అతని మర్మస్థానంలో గట్టి దెబ్బ తగిలింది. అత్యంత పీడితుడై అతడు లక్షాకులు గల ఒక చక్రాన్ని, అంచులకు ఛురికలు తగిలించిన దానిని అశ్వత్థామకు గురి చూసి వదిలాడు, కాని అశ్వత్థామ బాణం వేసి చక్రాన్ని ముక్కలు ముక్కలు చేశాడు. అది వ్యర్థమై నేలమీద పడిపోయింది. ఇది చూసి ఘటోత్కచుడు తన బాణాలను వర్షించి అశ్వత్థామను కప్పివేశాడు. ఇంతలోకే ఘటోత్కచుని పుత్రుడు అంజన పర్వుడు అక్కడకు వచ్చాడు. తుఫాను వేగాన్ని పర్వతం అడ్డుకొన్నట్లుగా అతడు అశ్వత్థామ వేగానికి అడ్డుతగిలాడు. అప్పుడు అశ్వత్థామ ఒక బాణంతో అంజనపర్వుని ధ్వజాన్ని, రెండింటితో ఇద్దరు సారథులను, మూడింటితో త్రివేణుకను, ఒకదానితో ధనుస్సును, నాలుగింటితో నాలుగు గుఱ్ఱాలను చంపివేశాడు. విరథుడైన అతడు కత్తి ఎత్తాడు. కాని అశ్వత్థామ దానిని కూడా వాడిబాణంతో రెండు ముక్కలుగా విరుగకొట్టాడు. అప్పుడు అంజనపర్వుడు గద గిరగిరా తిప్పి వేశాడు. దానిని కూడా అశ్వత్థామ బాణాలతో కొట్టి పడేశాడు. అప్పుడిక అతడు ప్రళయకాల మేఘంలా గర్జిస్తూ రథంనుండి ఆకాశానికి ఎగిరిపోయి, అక్కడి నుండి వృక్షాలను వర్షించసాగాడు. అది చూసి అశ్వత్థామ ఆ మాయావిని బాణాలతో నొప్పించసాగాడు. అప్పుడు అతడు కిందికి దిగి వచ్చి వేరొకరథం ఎక్కాడు. అప్పుడే అశ్వత్థామ అంజన పర్వుని చంపివేశాడు.

అశ్వత్థామ చేతులలో తన కొడుకు చనిపోవడం చూసి ఘటోత్కచుడు మండిపడ్డాడు. అశ్వత్థామ వద్దకు వెళ్లి - "ద్రోణకుమారా ! యుద్ధంలో ఎన్నడూ వెనుకంజవేయని పాండవుల పుత్రుడిని నేను. రాక్షసరాజును. రావణునితో సమానమైన బలం కలవాడిని. నీవు ఈ రణభూమిలో నిల్చుంటే సరి, ప్రాణాలతో వెళ్లలేవు. నేడు నీ యుద్ధోత్సాహాన్ని నశింప చేస్తాను" అన్నాడు. అన్నాక ఎరుపెక్కిన కన్నులతో ఆ మహాబలుడు అశ్వత్థామ వైపుకి ఉరికి, అతనిపై రథపుటిరుసు వంటి బాణాలను వర్షించసాగాడు. కాని ఘటోత్కచుని బాణాలు ఇంకా సమీపానికి రాకుండానే అశ్వత్థామ వాటిని ఖండించి వేస్తున్నాడు. ఇలా అంతరిక్షంలో బాణాలతో మరో సంగ్రామం జరుగుతున్నట్లుంది. రెండు వైపులనుండి బాణాలు ఢీకొనినపుడు నిప్పురవ్వలు వెలువడుతున్నాయి. అవి ఆకాశంలో మిణుగురుపురుగులనే భ్రాంతిని కలిగిస్తున్నాయి.

రణకోవిదుడైన అశ్వత్థామ తన మాయను నశింపచేయడంతో ఘటోత్కచుడు మళ్లీ ఆకాశంలో అదృశ్యంగా ఉండి, ఇంకొక మాయనుపన్నాడు. వృక్షాలతో నిండి అనేక శిఖరాలు కల పెద్ద పర్వతంలా అతడు మారిపోయాడు. పర్వతాల నుండి సెలయేళ్లు ప్రవహించినట్లుగానే ఈ పర్వతం నుండి కూడా శూలాలు, ప్రాసాలు, కత్తులు, ముసలాలు మొదలైనవి ప్రవహించసాగాయి. ఇదంతా చూసినా అశ్వత్థామ చలించలేదు. అతడు చిరునవ్వుతో ఆ పర్వతం మీద వజ్రాస్త్రాన్ని ప్రయోగించాడు. దాని స్పర్శ తగలడంతోనే ఆ గిరిరాజం వెంటనే కరిగిపోయింది. అతడు ఈ సారి ఇంద్రధనుస్సుతో కూడిన నల్లని మేఘంలా మారి అశ్వత్థామను రాళ్లవానతో కప్పివేశాడు. అశ్వత్థామ అస్త్రవేత్తలలో శ్రేష్ఠుడు. అతడు వాయవ్యాస్త్రాన్ని సంధించి, ఆ కాలమేఘాన్ని పటాపంచలు చేశాడు. ఆ పై అతడు బాణవర్షంతో దిక్కులన్నీ కప్పివేసి, పాండవ సైన్యంలోని ఒక లక్ష రథికులను మట్టుపెట్టాడు.

అనంతరం కోపంతో ఘటోత్కచుడు అశ్వత్థామ రొమ్మున పది బాణాలను నాటాడు. వాటి దెబ్బకు అశ్వత్థామ కంపించి పోయాడు. ఇంతలో ఘటోత్కచుడు అంజలికమనే బాణంతో అతని ధనుస్సును కూడా విరుగకొట్టాడు. అశ్వత్థామ ఇంకొక దృఢమైన విల్లు అందుకొని ఘటోత్కచునిపై వాడి బాణాలను

వర్షించసాగాడు. ఘటోత్కచుడు కోపం పట్టలేకపోయాడు. క్రూరకర్ములైన తన రాక్షస సైన్యాన్ని – "వీరులారా ! ఈ అశ్వత్థామను చంపండి" అని ఆదేశించాడు. ఆదేశించినదే తడవుగా ఆ భయంకరులైన రాక్షసులు ఎఱ్ఱని కన్నులతో, నోళ్లు తెరుచుకొని, రకరకాల ఆయుధాలు చేత ధరించి అశ్వత్థామను చంపడానికి పరుగులు తీశారు. వారు అశ్వత్థామ శిరసుపై శక్తి, శతఘ్ని, పరిఘ, వజ్రం, శూలం, పట్టిసం, కత్తి, గద, భిందిపాలం, ముసలం, పరశువు, ప్రాసం, తోమరం, కుణపం, కంపనం, ముద్గరం మొదలైన శత్రుధ్వంసకరమైన ఆయుధాలను వర్షించసాగారు.

అశ్వత్థామ నెత్తిమీద శస్త్రాల జడివాన కురవడం చూసి మీ యోధులందరూ దుఃఖించసాగారు. కాని అతడు మాత్రం కొంచెం కూడా చలించలేదు. వజ్రసదృశమైన వాడి బాణాలతో ఆ ఘోరశస్త్రవర్షాన్ని విధ్వంసం చేస్తున్నాడు. తన బాణాలను దివ్యాస్త్రాల మంత్రాలతో అభిమంత్రించి రాక్షస సేనను సంహరించసాగాడు. అతని బాణాలకు గాయపడి రాక్షససైన్యం తల్లడిల్లింది. అశ్వత్థామ దెబ్బలకు వారందరికీ కోపం వచ్చి అతనిపై విరుచుకుపడ్డాడు. అప్పుడు అశ్వత్థామ ఇతరులెవరూ చూపలేని అద్భుత పరాక్రమాన్ని ప్రదర్శించాడు. అతడు ఘటోత్కచుడు చూస్తూ ఉండగానే ప్రజ్వలిస్తున్న తన బాణాలతో అతని సేనను భస్మం చేసేశాడు. అప్పుడు క్రోధఘూర్ణితుడై ఘటోత్కచుడు పళ్లు నూరుతూ, పెదవులు కొరుకుతూ, అరచేతులు అప్పళిస్తూ, సింహనాదం చేస్తూ, ఎనిమిది గంటలు కట్టి ఉన్న ఒక అశనిని అశ్వత్థామపై వేశాడు. కాని అతడు దూకి ఆ అశనిని చేతితో పట్టుకొని తిరిగి దానిని ఘటోత్కచునిపైనే వేశాడు. ఘటోత్కచుడు రథంలోంచి దూకేశాడు. ఆ భయంకరమైన అశని అతని గుఱ్ఱాలను, సారథిని, ధ్వజాన్ని, రథాన్ని భస్మం చేసి భూమిలో కలిసి పోయింది. అశ్వత్థామ యొక్క ఆ పరాక్రమాన్ని చూసి యోధులందరూ అతనిని ప్రశంసించారు. తన రథం కాలిపోవడంతో వింటిని చేతితో పట్టుకొని అతడు అశ్వత్థామ రొమ్మున వాడి బాణాలను నాటాడు. అదే విధంగా ధృష్టద్యుమ్నుడు కూడా నిర్భయంగా అశ్వత్థామ హృదయాన్ని వాడి బాణాలతో గాయపరచసాగాడు. ఇటు వైపు అశ్వత్థామ కూడా వేల బాణాలను వారిపై వర్షిస్తున్నాడు. వారిద్దరూ తమ అస్త్రాలతో అతని బాణాలను ఖండిస్తున్నారు. ఈ రీతిగా వారిమధ్య అతి తీవ్రంగా మిక్కిలి భయంకరమైన యుద్ధం ఆరంభమయింది. ఇతరులకు అసంభవమైన పరాక్రమాన్ని అశ్వత్థామ చూపసాగాడు. కన్నుమూసి తెరిచేలోపల అతడు గుఱ్ఱాలను, సారథిని, ఏనుగులతో పాటు ఒక అక్షౌహిణి రాక్షస సైన్యాన్ని మట్టుపెట్టాడు. భీమసేనుడు, ఘటోత్కచుడు, ధృష్టద్యుమ్నుడు, నకుల సహదేవులు, యుధిష్ఠిరుడు, కృష్ణార్జునులు కూడా చూస్తూ ఉండిపోయారు. అతని బాణపు దెబ్బలకు ఏనుగులు శృంగాలు విరిగి పడిన పర్వతాలవలె నేల కూలి పడిపోయాయి. అతడు తన నారాచాలతో పాండవులను నొప్పించి ద్రుపదుని కొడుకు సురథుని చంపివేశాడు. ఆపై ద్రుపదుని తమ్ముడు శత్రుంజయుని పని పూర్తి చేశాడు. ఆ తరువాత బలానీకుడు, జయానీకుడు, జయాశ్వుడు – వీరి ప్రాణాలను హరించాడు. ఆపై శతాహ్వయుని యమపురికి పురికి పంపాడు. అనంతరం మూడు బాణాలతో హేమమాలి, పృషధ్రుడు, చంద్రసేనులను వధించాడు. అటుపిమ్మట కుంతిభోజుని పదిమంది కొడుకులను కూడా పది బాణాలతో యమలోకానికి అతిథులుగా చేశాడు. అనంతరం అతడు యమదండం వంటి ఘోరమైన బాణాన్ని వింటికి సంధించి ఘటోత్కచుని రొమ్ముపై ప్రహరించాడు. ఆ మహాబాణం అతని రొమ్మును చీల్చి భూమిలో దిగబడింది. ఘటోత్కచుడు మూర్ఛపోయి నేలవాలాడు. అతడు చనిపోయాడని తలచి ధృష్టద్యుమ్నుడు రథాన్ని అశ్వత్థామ వద్ద నుండి దూరంగా తొలగించి తీసుకుపోయాడు. యుధిష్ఠిరుని సైన్యంలోని రాజులందరూ పారిపోయారు. వీరవరుడు అశ్వత్థామ పాండవసైన్యాన్ని ఓడించి సింహంలా గర్జించాడు. అప్పుడు ఇతరులందరూ, మీ పుత్రులు కూడా ద్రోణపుత్రుని మిక్కిలి సమ్మానించారు. సిద్ధులు, గంధర్వులు, పిశాచులు, నాగులు, సుపర్ణులు, పితరులు, పక్షులు, రాక్షసులు, భూతాలు, అప్సరసలు, దేవతలు కూడా అశ్వత్థామను ప్రశంసించసాగారు.

ధృతరాష్ట్ర పుత్రులు పదిమంది మరణించుట - కర్ణకృపుల వివాదము - అశ్వత్థామ కోపించుట.

సంజయుడు చెపుతున్నాడు – "మహారాజా ! అశ్వత్థామ కుంతిభోజుని పదిమంది కొడుకులను, వేలమంది రాక్షసులను సంహరించడం చూసి, యుధిష్ఠిరుడు, భీమసేనుడు, ధృష్టద్యుమ్నుడు, సాత్యకి మళ్లీ యుద్ధంలో మనసు లగ్నం చేశారు. యుద్ధంలో సాత్యకి కనపడగానే సోమదత్తుడు మళ్లీ అగ్గిరవ్వ అయ్యాడు. అతడు పెద్దగా బాణవర్షం కురిపిస్తూ సాత్యకిని కప్పివేశాడు. ఇరుపక్షాల మధ్య భయంకర యుద్ధం మళ్లీ కొనసాగింది. సోమదత్తుడు సమీపిస్తూ ఉండడం చూసి

సాత్యకిని రక్షించడానికి భీమసేనుడు పది బాణాలతో అతనిని గాయపరిచాడు. సోమదత్తుడు కూడా అతనిని వంద బాణాలతో నొప్పించాడు. ఇది చూసి సాత్యకి కోపించి వజ్రసదృశమైన పది వాడి బాణాలతో సోమదత్తుని గాయపరిచాడు. అనంతరం భీమసేనుడు సాత్యకి పక్షం వహించి సోమదత్తుని శిరసుపై భయంకరమైన ఒక పరిఘతో గట్టిగా కొట్టాడు. దానితోపాటు సాత్యకి కూడా అగ్ని సదృశమైన మెరుగులు కక్కే బాణాలను అతని రొమ్మున నాటాడు, పరిఘ, బాణాలు ఒకేసారి తగలడంతో సోమదత్తుడు మూర్ఛితుడై పడిపోయాడు.

కొడుకు మూర్ఛపోవడంతో బాహ్లీకుడు వారిపై దాడిచేశాడు అతడు వర్షాకాలపు మేఘంలా బాణవర్షం కురిపించసాగాడు. భీముడు మళ్లీ సాత్యకి పక్షాన తొమ్మిది బాణాలతో బాహ్లీకుని నొప్పించాడు. ప్రతీపుని కుమారుడు బాహ్లీకుడు కోపించి భీముని రొమ్ముపై శక్తితో ప్రహరించాడు. ఆ దెబ్బకు భీముడు కంపించి, మూర్ఛపోయాడు. కొద్దిసేపటికే తెప్పరిల్లి, అతనిపై గదను విసిరాడు. దాని దెబ్బకు బాహ్లీకుని శిరసు మొండెం నుండి వేరయింది. అతడు వజ్రాహతికి కూలిన పర్వతంలా నేలకూలాడు.

బాహ్లీకుడు చనిపోయాక, మీ పుత్రులు నాగదత్తుడు, దృఢరథుడు, మహాబాహువు, అయోభుజుడు, దృఢుడు, సుహస్తుడు, విరజుడు, ప్రమాథి, ఉగ్రుడు, అనుయాయి - అనే పదిమంది బాణాలతో భీమసేనుని బాధించసాగారు. వారిని చూస్తునే భీమసేనుడు కోపంతో మండిపడి, ఒక్కొక్కరి మర్మస్థానాలలోను బాణాలు నాటసాగాడు. ఆ గురితప్పని దెబ్బలకు మీ కొడుకుల ప్రాణాలు పక్షులలా ఎగిరిపోయాయి. వారు కళ తప్పి రథాలనుండి క్రిందికి పడిపోయారు. అనంతరం భీముడు మీ బావమరుదుల యొక్క ఏడుగురు మహాయోధులను చంపివేసి, నారాచాలతో శతచంద్రుని కూడా మృత్యుతీరానికి చేర్చాడు. అతడు చనిపోవడం చూసి శకుని సోదరులు గవాక్షుడు, శరభుడు, విభుడు, సుభగుడు, భానుదత్తుడు - అనే ఐదుగురు వెంటనే వచ్చి, భీమునిపై శరవర్షం కురిపించారు. వారు బాధిస్తూంటే భీమసేనుడు ఐదు బాణాలు వేసి ఆ ఐదుగురిని సంహరించాడు. వారు మృత్యువు నోటికి చిక్కడం చూసి కౌరవపక్షపు రాజులు విచలితులయ్యారు. ఇటు యుధిష్ఠిరుడు కూడా మీ సేనను సంహరించసాగాడు. అతడు అంబష్ఠ, మాలవ, త్రిగర్త, శిబి దేశాల యోధులను యమలోకానికి పంపాడు. అంతేకాదు యుధిష్ఠిరుడు అభీషాహ, శూరసేన, బాహ్లీక, వసాతి వీరులను కూడా వధించి భూమిని నెత్తుటితో ముంచెత్తాడు. అతడు తన బాణాలతో మద్రదేశీయ యోధులను కూడా ప్రేతలోకవాసులను చేశాడు.

అప్పుడు మీ కొడుకు ద్రోణాచార్యుని యుధిష్ఠిరునివైపు ప్రోత్సహించాడు. ఆచార్యుడు వాయవ్యాస్త్రాన్ని ప్రయోగించాడు. కాని యుధిష్ఠిరుడు అటువంటి అస్త్రంతోనే దానిని ఎదుర్కొన్నాడు. ద్రోణుడు కోపం పట్టలేకపోయాడు. అతడు యుధిష్ఠిరునిపై వారుణ, యామ్య, ఆగ్నేయ, త్వాష్ట్ర, సావిత్ర - మొదలైన అస్త్రాలను ప్రయోగించాడు. కాని వాటికి యుధిష్ఠిరుడు ఏమాత్రం భయపడలేదు. అతడు కూడా దివ్యాస్త్రాలు ఉపయోగించి వాటినన్నింటిని నిష్ఫలం చేశాడు. అప్పుడు ద్రోణుడు ఐంద్ర ప్రాజాపత్య అస్త్రాలను వెలువరించాడు. యుధిష్ఠిరుడు మాహేంద్రాస్త్రాన్ని ప్రయోగించి ఆ అస్త్రాలను నాశనం చేశాడు.

తన అస్త్రాలన్నీ వరుసగా వ్యర్థం కావడం చూసి ద్రోణాచార్యునికి కోపం వచ్చి, యుధిష్ఠిరుని అంతం చేయాలని బ్రహ్మాస్త్రాన్ని ప్రయోగించాడు. అప్పుడు నలువైపులా చీకటి కమ్ముకొని ఉంది. బ్రహ్మాస్త్రానికి ప్రాణులన్నీ భయంతో వణికిపోయాయి. యుధిష్ఠిరుడు బ్రహ్మాస్త్రంతోనే దానిని శమింపచేశాడు. ద్రోణాచార్యుడు యుధిష్ఠిరుని వదిలి ఎరుపెక్కిన కన్నులతో అక్కడి నుండి తొలగిపోయి, వాయవ్యాస్త్రంతో ద్రుపదుని సైన్యాన్ని సంహరించసాగాడు. అతనికి భయపడి పాంచాల దేశపు వీరులు పారిపోయారు. సరిగా అదే సమయంలో అర్జునుడు, భీమసేనుడు గొప్ప రథికసైన్యంతో ద్రోణుని వద్దకు వచ్చారు. అర్జునుడు దక్షిణ దిక్కునుండి, భీముడు ఉత్తర దిశనుండి ద్రోణుని సైన్యాన్ని చుట్టుముట్టారు. వారిద్దరూ అతనిపై బాణాలను జడివానలా కురిపించాడు. అప్పటికి అక్కడికి కేకయ, సృంజయ, పాంచాల, మత్స్య, సాత్వత వీరులు కూడా వచ్చి చేరుకున్నారు. అర్జునుడు కౌరవ సేనను నురుమాడసాగాడు. ఒక వైపు గాఢాంధకారంలో ఏమీ తెలియడంలేదు, ఇంకొక వైపు నిద్ర అందరినీ బాధిస్తోంది. అందుకని మీ సైన్యం అప్రతిహతంగా నాశనమవుతోంది. ఆ సమయంలో ద్రోణాచార్యుడు, మీ పుత్రుడు పాండవ యోధులను అడ్డుకోవడానికి చాలా ప్రయత్నం చేశారు కాని ఫలితం లేకపోయింది.

అప్పుడు దుర్యోధనుడు కర్ణునితో - "మిత్రుడా ! యుద్ధంలో ఇప్పుడు మహారథులందరినీ నీవే కాపాడాలి. ఈ పాంచాల, కేకయ, మత్స్య, పాండవ మహా యోధులందరూ మనను

చుట్టి ఉన్నారు" అన్నాడు. కర్ణుడు - "భారతా ! అధైర్యపడకు నేను నీ ఎదుట నిజంగా ప్రతిజ్ఞ చేస్తున్నాను. ఈ రోజు యుద్ధంలో ఇంద్రుడు రక్షకుడుగా వచ్చినా సరే, నేను అతనిని కూడా ఓడించి, అర్జునుని చంపుతాను. నేను ఒక్కడినే పాంచాలురను, పాండవులను నాశనం చేస్తాను. పాండవులలో అందరికంటె బలవంతుడు అర్జునుడు. కనుక అతనిపైనే ఇంద్రుడిచ్చిన శక్తిని ప్రయోగిస్తాను. అతడు చనిపోయాక, మిగిలిన నలుగురన్నదమ్ములు నీకు లొంగిపోతారు, లేదా అడవులకు పారిపోతారు. కురురాజా ! నేను బతికి ఉన్నంతవరకు నీవు దుఃఖించకు. ఇక్కడ గుమికూడిన పాంచాల, కేకయ, వృష్ణి వంశీయులతో సహితంగా పాండవులందరినీ ఒంటరిగానే గెలుస్తాను. వారి ధ్వజాలను నా బాణాలతో ఎగురకొట్టి ఈ భూమండలమంతా నీకు స్వాధీనం చేస్తాను" అని ధైర్యం చెప్పాడు.

కర్ణుడు ఇలా అనగానే కృపాచార్యుడు నవ్వి - "బాగు. బాగు. కర్ణా ! నీవు గొప్ప వీరుడివి. మాటలు పేర్చడంలోనే పనులు పూర్తయితే, నిన్ను పొందిన కురురాజు దిక్కుగల వాడయ్యాడు. నీవు ఇతనివద్ద చాలా ఎక్కువగా మాట్లాడుతున్నావు, గాని ఎప్పుడూ పరాక్రమాన్ని మాత్రం చూపలేదు, దాని ఫలితం కూడా ప్రత్యక్షం కాలేదు. యుద్ధంలో నీవు పాండవులను ఎన్నో మార్లు ఎదుర్కొన్నావు, కాని అన్ని చోట్లా నీవే ఓడిపోయావు. కర్ణా ! అవునా ! కాదా ? గంధర్వులు దుర్యోధనుని బంధించి తీసుకొని పోతున్నపుడు సైన్యం అంతా యుద్ధం చేస్తూనే ఉంది. నువ్వు ఒక్కడివిమాత్రం అందరికంటె ముందుగా పారిపోయావు. విరాటనగరంలో కూడా కౌరవులు అందరూ కూడి ఉన్నారు. అక్కడ అర్జునుడు ఒక్కడే అందరినీ ఓడించాడు. నీవు కూడా నీ తమ్ముళ్లతో పాటు ఓడిపోయావు. ఒంటరిగా అర్జునుని ఎదిరించడానికే నీకు శక్తి లేదు. అయినప్పుడు కృష్ణునితో సహితంగా పాండవులందరినీ జయించే సాహసం ఎలా చేస్తావు ? సోదరా ! మాట్లాడకుండా యుద్ధం చేయి. నీవు బడాయి మాటలు బాగానే విసురుతున్నావు. మాట్లాడకుండా పరాక్రమం ప్రదర్శించడమే సత్పురుషుల లక్షణం. అర్జునుని బాణాలు నీమీద పడనంత వరకూ మాత్రమే ఇలా వదరుతూ ఉంటావు. అతని బాణాలకు గాయపడితే అప్పుడే ప్రగల్భాలన్నీ మరిచిపోతావు. క్షత్రియులు బాహుబలంలో, బ్రాహ్మణులు వాక్కులలో శూరులు. అర్జునుడు ధనుస్సు తిప్పడంలో శూరుడు, కాని కర్ణుడు మాత్రం మాటలతో కోటలు కట్టడంలో శూరుడు. తన పరాక్రమంతో శంకర భగవానుని కూడా సంతుష్టిపరచిన ఆ అర్జునుని ఆహా ! ఎవరు కొట్టగలరు?" అన్నాడు.

కృపాచార్యుని మాటలు విని కర్ణుడు రోషంతో - "వర్షాకాలపు మేఘాలవలె శూరులెప్పుడూ గర్జిస్తూనే ఉంటారు. భూమిలో విత్తిన గింజలలా అవి శీఘ్రంగానే ఫలితాలను కూడా ఇస్తాయి. అయ్యవారూ ! నేను గర్జిస్తూంటే తమరికేమిటి నష్టం? కృష్ణసాత్యకులతో పాటు పాండవులందరినీ వధించి, నిష్కంటకమైన ఈ మహీరాజ్యాన్ని దుర్యోధనునికి ఇచ్చివేసినపుడు, నా గర్జనకు ఫలితం చూద్దురుగాని" అన్నాడు.

కృపాచార్యుడు - "సూతపుత్రా ! నీ ఇచ్చకాలపై, ప్రలాపాలపై నాకు నమ్మకం లేదు. నీవు ఎప్పుడూ శ్రీకృష్ణుని, అర్జునుని, యుధిష్ఠిరుని తిడుతూనే ఉంటావు. యుద్ధంలో కుశలులైన కృష్ణార్జునులు ఉన్న పక్షానికే విజయం నిశ్చయం. దేవతలు, గంధర్వులు, యక్షులు, మనుష్యులు, సర్పాలు, రాక్షసులు కూడా కవచం తొడిగి యుద్ధానికి వచ్చినా సరే, వారిద్దరినీ జయించలేరు. ధర్మపుత్రుడైన యుధిష్ఠిరుడు బ్రాహ్మణ భక్తుడు, సత్యవాది, జితేంద్రియుడు, గురువులను, దేవతలను గౌరవించేవాడు, సదా ధర్మపరాయణుడు, అస్త్ర విద్యలో విశేషపాండిత్యం కలవాడు, ధైర్యవంతుడు, కృతజ్ఞత కలవాడు. అతని తమ్ముళ్లు కూడా బలవంతులు, అస్త్ర విద్యలో సాధన చేసిన వారు. వారందరూ బుద్ధిమంతులు, ధర్మాత్ములు, యశస్వులు. వారి బంధువులు కూడా ఇంద్రునితో సమానమైన పరాక్రమం కలవారు. వారి పట్ల ప్రేమ ఉన్నవారు. కాబట్టి పాండవులు ఎప్పటికీ నశించిపోరు. భీమార్జునులు తలచుకొంటే తమ అస్త్రబలంతో దేవాసుర మనుష్య యక్షరాక్షస భూతనాగ గణాలతో పాటుగా ఈ సంపూర్ణ జగత్తును నాశనం చేయగలరు. యుధిష్ఠిరుడు కూడా రోషదృక్కులతో చూస్తే చాలు ఈ భూమండలాన్నంతటినీ భస్మం చేసివేయగలడు. అపరిమిత బలవంతుడయిన శ్రీకృష్ణుడు ఎవరి పక్షాన కవచధారణ చేయడానికి కూడా సిద్ధంగా ఉన్నాడో, ఆ శత్రువులను జయించే సాహసం నీవు ఎలా చేయగలవు ?" అని నిలదీశాడు.

అది విని కర్ణుడు నవ్వి - "అయ్యవారూ ! పాండవుల గురించి మీరు చెప్పిందంతా నిజమే అంతేకాదు. ఇంకా ఎన్నో గుణాలు ఉన్నాయి పాండవులలో. ఇది కూడా నిజమే. వారిని ఇంద్రాది దేవతలు, యక్ష గంధర్వులు, పిశాచులు, నాగులు, రాక్షసులు, కూడా జయించలేరు. అయినా నేను

వారిపై విజయం సాధిస్తాను. నాకు ఇంద్రుడు ఒక అమోఘమైన శక్తిని ఇచ్చాడు. దానితో నేను యుద్ధంలో అర్జునుని చంపుతాను. అతడు చనిపోయాక అతని సోదరులు ఏ విధంగానూ ఈ రాజ్యాన్ని అనుభవించలేరు. వారందరూ నశించిపోయాక సముద్రపర్యంతమైన ఈ భూమి అంతా అనాయాసంగానే కురురాజుకు వశమవుతుంది. నీవు ముసలివాడవు కాబట్టి యుద్ధం చేయడానికి అసమర్థుడవు. దానితో పాటు నీకు పాండవులంటే ప్రేమ. అందుకే మూర్ఖంగా నన్ను అవమానిస్తున్నావు. కాని, గుర్తు పెట్టుకో. నా విషయంలో మళ్లీ ఏదైనా అప్రియం మాట్లాడావో నీ నాలుక తెగకోస్తాను. దుర్బుద్ధి బ్రాహ్మణుడా ! నీవు కౌరవులను భయపెట్టడానికి పాండవులను స్తుతిస్తున్నావా ? నాకయితే పాండవులలో విశేష ప్రభావమేదీ కనిపించలేదు. ఇరుపక్షాల సైన్యమూ సమానంగానే నష్టపోతున్నాయి. ద్విజాధమా ! ఎవరినైతే నీవు విశేష బలసంపన్నులని అనుకొంటున్నావో, వారితో నేను నా శక్తినంతా ధారపోసి యుద్ధం చేస్తాను. విజయం ప్రారబ్ధాధీనం" అని ఈసడించి పలికాడు.

సూతపుత్రుడు కర్ణుడు తన మేనమామను పరుష వాక్కులతో నిందించడం విని అశ్వత్థామ, కత్తి చేతపట్టి వేగంగా కర్ణుని మీదికి దూసుకువచ్చాడు. దుర్యోధనుడు చూస్తూ ఉండగానే కర్ణునివద్దకు వచ్చి నిలిచి మహాక్రోధంతో – "ఓరీ ! నీచుడా ! నా మేనమామ నిజమయిన వీరుడు. అర్జునునిలో ఉన్న గుణాలనే ప్రశంసిస్తున్నాడు. అయినా నీకు అర్జునుని పట్ల ఉన్న ద్వేషంతో ఇతనిని అవమానిస్తున్నావు. నీ పరాక్రమాన్ని నీవే పొగడుకొంటున్నావు. కాని నిన్ను ఓడించి అర్జునుడు నీవు చూస్తూ ఉండగానే జయద్రథుని వధించాడు. అప్పుడేమయింది నీ పరాక్రమం ? నీ అస్త్రశస్త్రాలు ఎక్కడికి పోయాయి ? యుద్ధంలో సాక్షాత్తు మహాదేవునే సంతుష్టుని చేసిన వానిని జయించాలని నీవు వ్యర్థంగా పగటికలలు కంటున్నావు. శ్రీకృష్ణుడు తోడుగా ఉన్న అర్జునుని ఇంద్రాది దేవతలుగాని, అసురులుగాని ఓడించలేరు. ఇక నీవు ఎలా జయిస్తావు ? నరాధమా ! నిలు. ఇప్పుడే నీ శిరసును శరీరాన్నుండి వేరుచేస్తాను" అని తీవ్రంగా పలికాడు.

అని అతడు మహావేగంగా కర్ణుని మీదికి వెళ్లాడు. కాని స్వయంగా దుర్యోధనుడు, కృపాచార్యుడు అతనిని పట్టుకొని ఆపారు. కర్ణుడు – "ఈ దుర్బుద్ధి, నీచుడు అయిన బ్రాహ్మణుడు తన్ను తాను మహావీరుడనని, పోటరినని అనుకొంటున్నాడు. కురురాజా ! నీవు ఆపకు. విడిచిపెట్టు ఇతనికి నా పరాక్రమం కాస్త రుచి చూపిస్తాను" అన్నాడు.

అశ్వత్థామ – "మూర్ఖసూతపుత్రా ! నీ ఈ అపరాధాన్ని మేము కాబట్టి సహిస్తున్నాం కాని నీ ఈ విర్రవీగుతున్న అహంకారాన్ని అర్జునుడు తప్పకుండా నాశనం చేస్తాడు" అన్నాడు.

దుర్యోధనుడు – "సోదరా ! అశ్వత్థామా ! శాంతించు. నీవు ఇతరులను గౌరవిస్తావు. ఈ అపరాధాన్ని క్షమించు. నీవు కర్ణుని మీద ఎలాంటి కోపం చూపరాదు. విప్రవర్యా ! నేను నీ మీద, కర్ణుడు, కృపుడు, ద్రోణుడు, శల్యుడు, శకుని మీదనే ఈ మహాకార్యాభారాన్ని మోపాను" అని అనునయించాడు.

ఈ రీతిగా రాజు నచ్చచెప్పడంతో అశ్వత్థామ క్రోధం చల్లారింది. కృపాచార్యుని స్వభావం కూడా చాలా మృదువైనది. అతడు వెంటనే దయచూపిస్తూ – "సూతపుత్రా ! మేము నీ అపరాధాన్ని క్షమించాము. కాని పెరుగుతున్న నీ గర్వాన్ని మాత్రం అర్జునుడు తప్పకుండా తొలగించి వేస్తాడు" అన్నాడు.

అర్జునుడు కర్ణుని ఓడించుట – అశ్వత్థామ దుర్యోధనుల సంవాదము.

అనంతరం పాండవ పాంచాల వీరులు కర్ణుని నిందిస్తూ నలువైపులనుండి ఒక్కసారిగా అక్కడకు వచ్చారు. వారి దృష్టి కర్ణుని మీద పడగానే వారు గట్టిగా అరుస్తూ – "వీడు పాండవులకు బద్ధ శత్రువు. నిత్యపాపి, సర్వానర్థాలకు మూలంవీడే. ఎందుకంటే వీడు దుర్యోధనునికి వత్తాసు పలుకుతూ ఉంటాడు. ఇతనిని చంపండి" అన్నారు. ఇలా అంటూ క్షత్రియ వీరులందరూ కర్ణుని చంపడానికి అతనిపై దాడి చేసి పెద్దగా బాణవర్షాన్ని కురిపిస్తూ, అతనిని కప్పివేశారు. ఆ మహాయోధులందరూ తన మీద దాడిచేయడం చూసి, కర్ణుడు బాణాలతో కొడుతూ పాండవ సైన్యాన్ని ముందుకు రాకుండా అడ్డుకొన్నాడు. ఆ సమయంలో కర్ణుని అద్భుతమైన నైపుణ్యాన్ని మేమందరం చూశాం. కర్ణుడు రాజులు వేసిన బాణ సమూహాన్ని నివారించి, వారి రథాలపై, గుఱ్ఱాలపై తన నామాంకితమైన బాణాలను వేశాడు. ఆ దెబ్బకు గిలగిలలాడుతూ అవి అటు ఇటు పరుగులుతీశాయి. కర్ణుని బాణాల తాకిడికి గుఱ్ఱాలు, ఏనుగులు, రథికులు గుంపులు గుంపులుగా చనిపోవడం కనిపించింది.

కర్ణుని ఈ చాకచక్యాన్ని అర్జునుడు సహించలేకపోయాడు – అతడు అతనిపై మూడు వందల వాడి బాణాలను వేశాడు. అతని ఎడమ చేతిని ఒక బాణంతో నొప్పించాడు. దానితో

అతని చేతినుండి విల్లుజారి కిందపడింది. కాని అరనిముషంలోనే అతడు తిరిగి ఆ వింటిని పైకెత్తి అర్జునుని బాణ సమూహంతో కప్పివేశాడు. కాని అర్జునుడు అలవోకగా ఆ బాణవర్షాన్ని ఉపసంహరించాడు. వారిద్దరూ పోరాడుతూ పరస్పరం బాణవృష్టి కురిపించసాగారు. ఇంతలోనే అర్జునుడు కర్ణుని పరాక్రమం చూసి మహావేగంగా అతని ధనుస్సును మధ్యకు తుంచివేశాడు. ఆపై నాలుగు భల్లాలను వేసి అతని నాలుగు గుఱ్ఱాలను యమలోకానికి పంపాడు. తరువాత సారథి శిరస్సును కూడా తుంచివేశాడు. మరి నాలుగు బాణాలతో అతని శరీరాన్ని తూట్లు పొడిచాడు. ఆ బాణాలకు కర్ణునికి ఎనలేని బాధ కలిగింది. అతడు గుఱ్ఱాలు లేని తనరథం నుండి దిగి కృపాచార్యుని రథం ఎక్కాడు. ఆ సమయంలో అతని శరీరమంతటా బాణాలు దిగబడి ఉన్నాయి. వాటితో అతడు ముళ్ల జంతువులా అనిపించాడు. కర్ణుడు పరాజయం పాలు కావడం చూసి మీ యోధులందరూ ధనంజయుని బాణాలకు క్షతులై తలోదిక్కుకూ పారిపోయారు.

వారు పారిపోవడం చూసి దుర్యోధనుడు వారికి ధైర్యం చెప్తూ మరల్చసాగాడు. అతడు - "వీరులారా ! మీరు ఉత్తమ క్షత్రియులు. పారిపోవడం మీకు శోభస్కరం కాదు. ఇటు చూడండి, నేను స్వయంగా అర్జునుని చంపడానికి వెళ్తున్నాను. పాంచాలురు, సోమకులతో పాటుగా అర్జునుని నేను స్వయంగా చంపుతాను" అని ధైర్యం చెప్పాడు. ఇలా చెప్పి దుర్యోధనుడు క్రోధంతో పెద్దసైన్యంతో అర్జునునివైపు కదిలాడు. ఇది చూచి కృపాచార్యుడు అశ్వత్థామవద్దకు వచ్చి అతనితో - ఈ రోజు దుర్యోధన మహారాజు అమర్షంతో ఉన్నాడు. కోపంతో తన ఆలోచనాశక్తిని పోగొట్టుకొన్నాడు. మిడుత మాడిపోవడానికి దీపం దగ్గరకు వెళ్లినట్లుగా, ఇతడు తన సర్వనాశనం కోసమే అర్జునునితో యుద్ధానికి తలపడుతున్నాడు. మన ఎదుటనే ఇతడు అర్జునునితో పోరాడి తన ప్రాణాలు పోగొట్టుకొంటాడు. అంతకుముందే నీవు వెళ్లి అతనిని ఆపు" అన్నాడు.

తన మేనమామ ఇలా చెప్పగానే అశ్వత్థామ దుర్యోధనుని వద్దకు వెళ్లి - "గాంధారీనందనా ! నేను నీ మేలు కోరే వాడిని. నేను బ్రతికి ఉండగా, నన్ను అవమానిస్తూ మీరు ఒంటరిగా యుద్ధం చేయకూడదు. అర్జునుని జయించడం విషయమై మీకు సందేహం అక్కరలేదు మాట్లాడకుండా నిలబడండి. నేను వెళ్లి అర్జునుని అడ్డగిస్తాను" అన్నాడు.

దుర్యోధనుడు - "విప్రవర్యా ! ఆచార్యుల వారయితే తమ కొడుకులవలె పాండవులను రక్షిస్తున్నారు. నీవు కూడా ఎప్పుడూ వారిపట్ల ఉపేక్షనే చూపిస్తున్నావు. నీ పరాక్రమం ఎందుకు తగ్గిపోయిందో నాకు తెలియదు. బహుశః నా దురదృష్టం కావచ్చు. లేదా నీవు ధర్మరాజుకు, ద్రౌపదికి ప్రియం చేయాలని అనుకొని ఉండవచ్చు. అశ్వత్థామా ! నా పై ప్రసన్నుడవు కా. నా శత్రువులను సంహరించు నీవు పాంచాలురను, సోమకులను వారి అనుచరులతో పాటుగా మట్టుపెట్టు. ఆ పై మిగిలిన వారిని నీ సంరక్షణలో ఉంటూ నేను స్వయంగా మృత్యు తీరానికి చేరుస్తాను. ముందు వెళ్లి పాంచాలురను, సోమకులను, కేకయులను అడ్డగించు. ఎందుకంటే వీరు అర్జునుని చేత సురక్షితులై నా సైన్యాన్ని హతమారుస్తున్నారు. ముందైనా సరే వెనుక అయినా సరే. ఈ పని నీవు చేస్తేనే అవుతుంది. కాబట్టి పాంచాలురను నీవు వారి సేవకులతో పాటుగా చంపు. నీవు ఈ జగతిని పాంచాల రహితం చేస్తావని సిద్ధ పురుషులు చెప్పారు. ఈ మాట ఎన్నటికీ అసత్యం కాబోదు. ఇంద్రునితో పాటుగా దేవతలెవరూ కూడా నీ బాణాల దెబ్బలను తట్టుకోలేరు. ఇక పాండవుల పాంచాలుర సంగతికేముంది ? వీరవర్యా ! చూడు. నా ఈ సైన్యం అర్జునుని బాణాలకు బాధపడి పారిపోతోంది. కాబట్టి వెంటనే వెళ్లు. వెళ్లు. ఆలస్యం కాకూడదు" అన్నాడు.

దుర్యోధనుడు ఇలా చెప్పాక, అశ్వత్థామ ఇలా సమాధానం ఇచ్చాడు. "మహాబాహూ ! నీవు చెప్పినది అంతా బాగానే ఉంది నాకు, నా తండ్రికి పాండవులంటే ఇష్టం. అలాగే వారికీ మేమిద్దరం ఇష్టులమే. కాని ఈ మాట యుద్ధ సమయంలో నిలువదు. ఆ సమయంలో మేము ప్రాణాలపై ఆశను వదలుకొని నిర్భయులమై పూర్తిశక్తితో యుద్ధం చేస్తాం. కాని నీవు చాలా లోభివి, కపటివి. అందరినీ శంకించడం నీ స్వభావం అయిపోయింది. నీ బలాన్ని చూసుకొని నీవు మిడిసి పడుతున్నావు. మా మీద నీకు విశ్వాసం లేకపోవడానికి ఇదే కారణం. సరే నేను ఇప్పుడు వెళ్తున్నాను. నీ మేలు కోరి ప్రాణాలమీది మోహం విడిచి ప్రయత్నపూర్వకంగా శత్రువులతో యుద్ధం చేస్తూ ఉంటాను. వారిలోని ముఖ్యులైన వీరులను ఎంచి ఎంచి చంపుతాను. పాంచాలురను, సోమకులను వధించి తీరుతాను. వారి మరణం చూసి నాతో పోరుకు వచ్చినవారిని కూడా యమలోకానికి పంపుతాను. నా చేతులకు అందేంత దూరంలోకి వచ్చినవారు నా నుండి తప్పించుకొని పోలేరు" అని పలికాడు.

ఈ రీతిగా మీ పుత్రునితో పలికి అశ్వత్థామ ధనుర్ధరులందరినీ పారద్రోలుతూ యుద్ధం చేయడానికి శత్రువుల ఎదుటికి వచ్చి నిలిచాడు. అతడు కేకయ, పాంచాల రాజులను ఎలుగెత్తి పిలిచి - "మహారథులారా ! మీరంతా ఒక్కుమ్మడిగా నన్ను ప్రహరించండి" అన్నాడు. ఇది విని ఆ వీరులందరూ అశ్వత్థామ మీద అస్త్ర శస్త్రాలను వర్షించసాగారు. అశ్వత్థామ వారి అస్త్రాలను నివారించి, పాండవుల యొక్క ధృష్టద్యుమ్నుని యొక్క ఎదుటనే వారిలో పదిమందిని చంపివేశాడు. అశ్వత్థామ కొట్టిన దెబ్బలకు పాంచాల, సోమక క్షత్రియులు అక్కడి నుండి తొలగిపోయి, అటు ఇటు అన్ని వైపులకు పారిపోయారు. అప్పుడు ధృష్టద్యుమ్నుడు అశ్వత్థామను ఎదిరించి, మర్మభేదకాలైన బాణాలతో అతనిని నొప్పించాడు. మిక్కిలిగా గాయపడడంతో అశ్వత్థామ కోపించి, బాణం చేతితో పట్టుకొని - "ధృష్టద్యుమ్నా! స్థిరంగా నిలిచి క్షణకాలం ప్రతీక్షించు. ఇప్పుడే కొద్ది సేపటిలోనే నిన్ను తీక్ష్ణ బాణాలతో కొట్టి యమలోకానికి పంపుతాను" అన్నాడు. ఇలా చెప్పి, అతడు ధృష్టద్యుమ్నుని బాణాలతో కప్పివేశాడు. అప్పుడు పాంచాల రాజకుమారుడు అశ్వత్థామను హెచ్చరిస్తూ - ఓరీ బ్రాహ్మణా ! నీవు నా ప్రతిజ్ఞను గూర్చిగాని, నా పుట్టుకలోని ప్రయోజనాన్ని గూర్చి గాని ఎరుగవా ? ఈ రాత్రి తెల్లవారకముందే నీ తండ్రిని చంపి, ఆపై నిన్ను వధిస్తాను. బ్రాహ్మణోచితవృత్తిని విడిచి క్షత్రియ ధర్మాన్ని అవలంబించిన బ్రాహ్మణుడు సర్వులకు వధ్యుడే" అన్నాడు.

ధృష్టద్యుమ్నుని ఈ కఠినమైన మాటలను విని అశ్వత్థామ ప్రచండకోపంతో మండిపడి, "నిలు నిలు" అంటూ తన బాణవర్షంతో అతనిని కప్పివేశాడు. అటు ధృష్టద్యుమ్నుడు కూడా అశ్వత్థామ మీద రక రకాల బాణాలను ప్రయోగించాడు. వారిద్దరి బాణవర్షంతో ఆకాశం, దిక్కులు నిండిపోయాయి. ఘోరాంధకారం వ్యాపించింది. కనుక వారిద్దరూ ఒకరికొకరు కనపడకుండానే యుద్ధం చేయసాగారు. ఇద్దరి యుద్ధం తీరు చాలా అద్భుతం, సుందరం. ఇద్దరి నైపుణ్యం చూడతగినది ఆ సమయంలో రణభూమిలో నిలిచి ఉన్న వీరులందరూ ఆ ఇద్దర్నీ ప్రశంసించసాగారు. ఆ యుద్ధంలో అశ్వత్థామ ధృష్టద్యుమ్నుని యొక్క ధనుస్సు, ధ్వజం, ఛత్రం నరికి వేశాడు. పార్శ్వరక్షకులను, సారథిని, నాలుగు గుఱ్ఱాలను కూడా సంహరించాడు. ఆ తరువాత తన వాడి బాణాలతో కొట్టి అతడు వందలు వేలుగా పాంచాలురను పారద్రోలాడు అతని ఈ పరాక్రమం చూసి పాండవసేన అతలాకుతలమయింది. అతడు వంద బాణాలతో వందమంది పాంచాలురను చంపి, మూడు వాడి బాణాలు వేసి శ్రేష్ఠులయిన ముగ్గురు మహారథుల ప్రాణాలు తీశాడు. ఆపై ధృష్టద్యుమ్నుడు, అర్జునుడు చూస్తూ ఉండగానే అక్కడున్న అసంఖ్యాకులైన పాంచాలురను సంహరించాడు. వారి రథాలు, ధ్వజాలు నుగ్గు నుగ్గు అయ్యాయి.

ఇక సృంజయులలో పాంచాలురలో పలాయనం ప్రారంభమయింది. ఈ రీతిగా మహారథి అశ్వత్థామ యుద్ధంలో శత్రువులను జయించి గట్టిగా అట్టహాసం చేశాడు. అప్పుడు కౌరవులు అతనిని మిక్కిలి ప్రశంసించారు.

కౌరవ సేనా సంహారము - సోమదత్తుని వధ - యుధిష్ఠిరుని పరాక్రమము - ఇరుపక్షములు దీపకాంతిలో యుద్ధము చేయుట.

సంజయుడు చెపుతున్నాడు - "అనంతరం యుధిష్ఠిరుడు, భీమసేనుడు అశ్వత్థామను చుట్టుముట్టారు. ఇంతలో దుర్యోధనుడు ద్రోణాచార్యునితోపాటు పాండవులపై దాడిచేశాడు. వారి మధ్య తిరిగి ఘోరయుద్ధం జరుగసాగింది. ఆ సమయంలో భీమసేనుడు కుపితుడై అంబష్ఠ, మాలవ, బంగాళ, శిబి, త్రిగర్త దేశాల వీరులను యమలోకానికి సాగనంపాడు. ఆపై అభీషాహ, శూరసేన వీరులను, ఇంకా రణోన్మత్తులైన ఇతర క్షత్రియులనూ వధించి వారి రక్తంతో భూమిని బురద నేలగా చేశాడు. ఇంకొకవైపు అర్జునుడు కూడా మద్ర, మాలవ, పర్వతీయ ప్రదేశాల యోధులను తన వాడి బాణాలతో మృత్యుతీరానికి చేర్చాడు. ఇటు ద్రోణాచార్యుడు కూడా వాయవ్యాస్త్రాన్ని ప్రయోగించి పాండవ యోధులను సంహరించసాగాడు. అతని దెబ్బలకు బాధపడిన పాంచాలయోధులు భీమార్జునులు చూస్తూ ఉండగానే పారిపోయారు. ఇది చూసి ఆ అన్నదమ్ములిద్దరూ వెంటనే ద్రోణునిపై దండెత్తి వచ్చారు. అర్జునుడు దక్షిణాన, భీముడు ఉత్తరాన, ఇద్దరూ ద్రోణాచార్యునిపై చాలా పెద్ద బాణవర్షాన్ని కురిపించసాగారు. ఇది చూసి సృంజయ, పాంచాల, మత్స్య, సోమకక్షత్రియులు ఆ ఇద్దరి సహాయం కోసం వచ్చి చేరారు. అదే రీతిగా మీ పుత్రుని పక్షంలోని మహారథులైన యోధులు కూడా గొప్ప పెద్ద సైన్యంతో ద్రోణాచార్యుని రథానికి దగ్గరగా వచ్చారు. కౌరవసేనపై మళ్లీ అర్జునుని బాణాల వేటులు తగులుతున్నాయి. అంధకారం కారణంగా ఏమీ తెలియకపోవడం. ఒకటయితే, రెండవది నిద్రతో అందరికీ వ్యాకులపాటు కలిగింది. ఆ కారణంగా మీ సేన భయంకరంగా

సంహరింపబడుతోంది. చాలా మంది రాజులు తమ వాహనాలను అక్కడే వదలి భయంతో నలుదిక్కులకు పరుగులు తీస్తున్నారు.

ఇంకొకవైపు సోమదత్తుడు ధనుష్టంకారం చేస్తున్నాడు. అది చూసి సాత్యకి తన సారథితో - "సూతా ! నన్ను సోమదత్తుని దగ్గరకు తీసుకువెళ్లు. నా బద్ధశత్రువు సోమదత్తుని చంపనిదే ఇప్పుడు నేను యుద్ధం నుండి వెనుదిరగను" అన్నాడు. ఇది విని సారథి గుఱ్ఱాలను ముందుకు దూకించి, సాత్యకిని సోమదత్తుని వద్దకు చేర్చాడు. అతడు రావడం చూసి సోమదత్తుడు కూడా అతనిని ఎదిరించడానికి ముందుకు వచ్చాడు. అతడు సాత్యకి రొమ్మున అరవై బాణాలు నాటి అతనిని గాయపరిచాడు. తిరిగి సాత్యకి కూడా తీక్ష్ణసాయకాలతో సోమదత్తుని నొప్పించాడు. ఇద్దరూ పరస్పర బాణాల దెబ్బలకు క్షతగాత్రులై రక్తమోడుతూ పూచిన తంగేడు వృక్షాలలా శోభిల్లారు. ఇంతలో సోమదత్తుడు అర్ధచంద్రాకార బాణాన్ని వేసి సాత్యకి యొక్క పెద్ద వింటిని విరిచాడు. ఆపై పాతిక బాణాలతో అతనిని గాయపరిచి ఆ వెంటనే మరో పది బాణాలు వేశాడు. అప్పటికి సాత్యకి ఇంకొక ధనుస్సు తీసుకొని వెంటనే సోమదత్తుని ఐదు బాణాలతో తూట్లు పొడిచాడు. ఆపై అతడు అలవోకగా ఒక భల్లాన్ని వేసి అతని బంగారు ధ్వజాన్ని ఖండించాడు. అప్పుడు సోమదత్తుడు మళ్లీ పాతిక బాణాలతో సాత్యకిని కొట్టాడు. దానితో కోపించి సాత్యకి ఒక వాడి క్షురప్రంతో సోమదత్తుని ధనుస్సును ఖండిచాడు. సోమదత్తుడు ఇంకొక విల్లు అందుకొని బాణాలతో సాత్యకిని ముంచెత్తాడు. అప్పుడు సాత్యకి పక్షాన భీమసేనుడు కూడా సోమదత్తునిపై పది బాణాలు వేశాడు. సోమదత్తుడు కూడా భీముని వాడి బాణాలతో గాయపరిచాడు. అనంతరం భీమసేనుడు ఒక పరిఘను సోమదత్తుని రొమ్ముకు గురి చూసి వేశాడు. కాని సోమదత్తుడు దానిని రెండు ముక్కలు చేశాడు. సాత్యకి నాలుగు బాణాలతో అతని నాలుగు గుఱ్ఱాలను చంపివేశాడు. ఒక భల్లంతో సారథి శిరసును ఖండించాడు. అనంతరం సాత్యకి జ్వలిస్తున్న అగ్నిలా ఉన్న ఒక బాణాన్ని వేశాడు. అది సోమదత్తుని గుండెలో దూరి, అతడు రథంనుండి పడి మరణించాడు.

సోమదత్తుడు మరణించడం చూసి కౌరవ యోధులు బాణాల జడివాన కురిపిస్తూ సాత్యకి మీద విరుచుకుపడ్డారు. ఇది చూసి యుధిష్ఠిరుడు ఇంకా తక్కిన పాండవులతో, ప్రభద్రక వీరులతో పాటు పెద్దసైన్యాన్ని తీసుకొని ద్రోణాచార్యుని సైన్యం వైపుకు కదిలాడు. అతడు ఆచార్యుడు చూస్తూ ఉండగానే బాణాలతో కొట్టి మీ సైన్యాన్ని పారదోలాడు. ఇది చూసి ద్రోణాచార్యుడు కన్నులు ఎఱ్ఱబడగా యుధిష్ఠిరునిపైకి దూసుకువెళ్లి అతని రొమ్మున ఏడు బాణాలు నాటాడు. యుధిష్ఠిరుడు కూడా ఐదు బాణాలతో ద్రోణాచార్యుని నొప్పించాడు. ఆచార్యుడు యుధిష్ఠిరుని ధ్వజాన్ని, వింటిని విరిచాడు. యుధిష్ఠిరుడు ఇంకొక విల్లు అందుకొని గుఱ్ఱాలు, సారథి, ధ్వజం, రథంతో పాటుగా ద్రోణాచార్యునిపై ఎడతెగకుండా వేయి బాణాలు కురిపించాడు. ఇది ఒక అద్భుతం. అతని బాణ ఘాతాలకు బాధతో విలావిలలాడి ఆచార్యుడు రెండు గడియలవరకు రథం మీదే మూర్ఛితుడై పడి ఉన్నాడు. తెలివి వచ్చాక మహాక్రోధంతో అతడు యుధిష్ఠిరునిపై వాయవ్యాస్త్రం ప్రయోగించాడు. యుధిష్ఠిరుడు ఏ మాత్రం చలించకుండా తన అస్త్రంతో ఆచార్యుని అస్త్రాన్ని శాంతింపచేసి, అతని వింటిని కూడా ఖండించాడు. ఆచార్యుడు ఇంకొకవిల్లు అందుకొన్నాడు కాని యుధిష్ఠిరుడు దానిని కూడా ఒక వాడి బాణంతో ఖండించివేశాడు.

ఈ మధ్యలో శ్రీకృష్ణ భగవానుడు యుధిష్ఠిరునితో - "మహాబాహూ ! నేను చెప్పేది కాస్త విను. ద్రోణాచార్యునితో యుద్ధం చేయకు. అతడు యుద్ధంలో ఎప్పుడూ నిన్ను పట్టుకోవాలనే ప్రయత్నం చేస్తూ ఉంటాడు. కాబట్టి అతనితో నీవు యుద్ధం చేయడం నాకు ఉచితంగా తోచడం లేదు. అతని నాశనం కోసమే పుట్టిన ధృష్టద్యుమ్నుడే అతనిని వధిస్తాడు. నీవు గురువుతో యుద్ధం మాని దుర్యోధనుడు ఉన్నవైపు వెళ్లు. రాజు రాజుతోనే యుద్ధం చేయాలి. కాబట్టి నీవు రథ గజతురగ సైన్యాలతో నా సహాయంతో భీమార్జునులు కౌరవులతో యుద్ధం చేస్తున్న చోటికే వెళ్లు" అన్నాడు. శ్రీకృష్ణుని మాటలు విని యుధిష్ఠిరుడు కొద్దిసేపు మనసులోనే ఆలోచించుకొన్నాడు. ఆపై వెంటనే భీమసేనుడున్న చోటికి వెళ్లిపోయాడు. ఇక్కడ ద్రోణుడు ఆ రాత్రి పాండవ, పాంచాల సైన్యాన్ని హతమార్చ సాగాడు.

ధృతరాష్ట్రుడు - "సంజయా ! పాండవులు మనసేనను కకావికలం చేస్తున్నప్పుడు, సైనికులందరూ పరాక్రమం క్షీణించి అంధకారంలో మునిగిపోయినప్పుడు మీరంతా ఏమి ఆలోచించుకొన్నారు ? ఇరు పక్షాలకు వెలుతురు ఎలా లభించింది ?" అని అడిగాడు.

సంజయుడు చెపుతున్నాడు - "మహారాజా ! దుర్యోధనుడు ఆదేశించి, చావగా మిగిలిన సైనికులను వ్యూహాకారంలో నిలబెట్టించాడు. దానికి అగ్రభాగాన ద్రోణుడు, వెనుక భాగాన శల్యుడు ఉన్నారు. అశ్వత్థామ, కృతవర్మ, శకుని, దుర్యోధనుడు నాలుగు వైపులా తిరుగుతూ ఆ రాత్రి సేనను రక్షించసాగారు. అతడు కాల్బలానికి "మీరు కత్తులు పక్కనపెట్టి, వెలుగుతున్న కాగడాలను చేతులతో పైకెత్తి పట్టుకోండి" అని ఆజ్ఞాపించాడు. సైనికులు సంతోషంగా ఆ ఆజ్ఞను పాటించారు. కౌరవులు ప్రతిరథం దగ్గర ఐదు, ప్రతి ఏనుగువద్ద మూడు, ఒక్కొక్క గుఱ్ఱం వద్ద ఒక్కొక్కటి చొప్పున దీపాలను ఏర్పాటు చేశారు. పదాతి సైనికులు చేతితో నూనెను, కాగడాను పట్టుకొని దీపాలను వెలిగిస్తూ ఉన్నారు. ఈ రీతిగా ఒక్కక్షణంలోనే మీ సైన్యం అంతటా వెలుతురు ప్రసరించింది.

మన సైన్యం అంతటా ఈ రీతిగా దీపాలతో కాంతులు ప్రసరించడం చూసి పాండవులు కూడా తమ పదాతి సైనికులకు వెంటనే దీపాలు వెలిగించమని ఆజ్ఞాపించారు. వారు ప్రతి రథం ముందు పది చొప్పున, ప్రతి ఏనుగు ముందు ఏడేసి చొప్పున, దీపాలను ఏర్పాటు చేశారు. రెండు దీపాలను గుఱ్ఱాల మూపులపైన, రెండు ప్రక్కలవైపు, ఒకటి రథం యొక్క ధ్వజంపైన, రెండు రథం వెనుక భాగంలోను వెలిగించారు. ఈ రీతిగా సైన్యమంతటా ముందు వెనుకల, అటు పక్క, ఇటు పక్క, మధ్య మధ్యలోను కూడా పదాతి సైనికులు వెలుగుతున్న కాగడాలను చేతితో పట్టుకొని తిరుగుతూ ఉన్నారు. ఈ ఏర్పాటు రెండు పక్షాలలోనూ ఉంది. రెండు పక్షాలలోని దీపకాంతి భూమ్యాకాశాలలో, దిక్కులన్నిటా వ్యాపించింది. స్వర్గం వరకు వ్యాపించిన ఆ మహాకాంతితో యుద్ధసూచన పొంది దేవతలు, గంధర్వులు, యక్షులు, సిద్ధులు, అప్సరసలు, కూడా అక్కడికి వచ్చిచేరారు. ఇటు యుద్ధంలో మరణించిన వీరులు నేరుగా స్వర్గానికి పైకి ఎక్కివెళ్తున్నారు. ఈ రీతిగా స్వర్గవాసుల రాక పోకలతో ఆ రణభూమి దేవలోకంలా అనిపించసాగింది.

దుర్యోధనుడు సైనికులను ప్రోత్సహించుట - కృతవర్మ పరాక్రమము - సాత్యకి భూరిని వధించుట - ఘటోత్కచ అశ్వత్థామల యుద్ధము.

సంజయుడు చెపుతున్నాడు - "మహారాజా ! ఇంతకు ముందు ధూళి, చీకటితో నిండిన ప్రదేశమంతా దీపాల వెలుతురుతో ప్రకాశిస్తోంది. రత్నఖచితమైన బంగారు దివిటీల పైన సుగంధతైలం నింపిన వేలకొద్దీ దీపాలు తళుకులీనుతున్నాయి. అసంఖ్యాక నక్షత్రాలతో ఆకాశం శోభాయమానంగా ఉన్నట్లుగా ఆ దీపమాలలతో రణభూమి శోభిల్లుతోంది. ఆ సమయంలో గజసైన్యం గజసైన్యంతో, ఆశ్వికదళం ఆశ్వికదళంతో తలపడింది. రథికులు రథికులను ఎదిరించారు. భయంకరమైన సేనాసంహారం మొదలయింది. అర్జునుడు మహా వేగంగా రాజులను వధిస్తూ కౌరవ సైన్యాన్ని మట్టుపెట్టసాగాడు.

ధృతరాష్ట్రుడు - "సంజయా ! అర్జునుడు క్రోధంతో దుర్యోధనుని సైన్యంలో చొరబడినపుడు అతడు ఏమి చేయాలనుకొన్నాడు ? ఏయే వీరులు అర్జునుని ఎదిరించడానికి ముందుకు వచ్చారు ? ద్రోణాచార్యుడు యుద్ధం చేస్తూంటే అతని వెనుక ఎవరెవరు రక్షకులుగా నిలిచారు ? ఎవరు అతనికి ముందున్నారు ? ఎవరెవరు కుడిఎడమల చక్రరక్షకులుగా నియమితులయ్యారు ? ఇవన్నీ నాకు చెప్పు" అని అడిగాడు.

సంజయుడు చెప్పసాగాడు - "ఆ రాత్రి దుర్యోధనుడు ద్రోణుని సలహా తీసుకొని తన తమ్ముళ్లు, కర్ణుడు, వృషసేనుడు, శల్యుడు, దుర్ధర్షుడు, దీర్ఘబాహువులతోను వారందరి అనుచరులతోనూ "మీరంతా పూర్తిగా సావధానులై పరాక్రమిస్తూ వెనుకనే ఉండి ద్రోణుని రక్షించండి. కృతవర్మ దక్షిణం వైపు, శల్యుడు ఉత్తరం వైపు చక్రాలను రక్షిస్తారు". అని చెప్పాడు. త్రిగర్త దేశవీరులలో చావగా మిగిలినవారిని అందరినీ ఆచార్యునికి ముందు ఉండమని మీ పుత్రుడు ఆదేశించాడు. వారితో "వీరులారా ఆచార్యులవారు చాలా జాగ్రత్తగా యుద్ధం చేస్తున్నారు. పాండవులు కూడా మిక్కిలి జాగరూకులై వారిని ఎదుర్కొంటున్నారు. కాబట్టి మీరు కూడా జాగరూకులై ఆచార్యులవారిని ధృష్టద్యుమ్నుని బారినుండి రక్షించండి. పాండవ సైన్యంలో ధృష్టద్యుమ్నుని తప్పించి వేరెవరూ ద్రోణునితో తలపడి లొంగదీసుకొనేవారు నాకు కనపడడంలేదు. కాబట్టి ఇప్పుడు ఆచార్యులవారిని రక్షించడమే మనకు అన్నిటికంటె మించిన పని. సురక్షితులై ఉంటే, ఆచార్యులవారు తప్పకుండా పాండవులను, సృంజయులను, సోమకులను నాశనం చేస్తారు. అశ్వత్థామ ధృష్టద్యుమ్నుని చంపుతాడు. కర్ణుడు అర్జునుని ఓడిస్తాడు. యుద్ధదీక్ష పూని నేను భీమసేనునిపై విజయం సాధిస్తాను. వీరు చనిపోయాక మిగిలిన పాండవులు తేజోహీనులవుతారు. అప్పుడిక వారిని నా యోధులందరూ నాశనం చేయగలరు. ఈ రీతిగా చిరకాలానికి నాకు విజయం సంభవించడం

స్పష్టంగా గోచరిస్తోంది" అని అన్నాడు.

ఇది చెప్పి దుర్యోధనుడు యుద్ధం చేయమని ఆదేశం ఇచ్చాడు. పరస్పర విజయ కాంక్షతో ఇరుపక్షాల మధ్య ఘోరయుద్ధం జరుగసాగింది. ఆ సమయంలో అర్జునుడు కౌరవసైన్యాన్ని, కౌరవులు అర్జునుని రకరకాల అస్త్రశస్త్రాలతో బాధించసాగారు. రాత్రివేళ జరిగిన ఆ యుద్ధం మునుపెన్నడూ కనీ వినీ ఎరుగనంత భయంకరంగా ఉంది. అటు యుధిష్ఠిరుడు పాండవులకు, పాంచాలురకు, సోమకులకు - "మీరంతా ద్రోణుని వధించడానికి ఒక్కుమ్మడిగా విరుచుకుపడండి" అని ఆజ్ఞాపించాడు. రాజు ఆజ్ఞ పొంది ఆ పాంచాల సృంజయాది క్షత్రియ వీరులు భైరవ నాదం చేస్తూ ద్రోణునిపైకి దండెత్తారు. అప్పుడు కృతవర్మ యుధిష్ఠిరుని, భూరి సాత్యకిని అడ్డగించారు. సహదేవుని కర్ణుడు, భీమసేనుని దుర్యోధనుడు ఎదిరించారు. శకుని నకులుని ముందుకు రాకుండా అడ్డుకొన్నాడు. శిఖండిని కృపాచార్యుడు, ప్రతివింధ్యుని దుశ్శాసనుడు ఎదిరించారు. అనేక రకాల మాయలు తెలిసిన రాక్షసుడు ఘటోత్కచుని అశ్వత్థామ నిలువరించాడు. ఈ రీతిగానే ద్రోణుని పట్టుకోవడానికి వస్తున్న ద్రుపదుని వృషసేనుడు ఎదిరించాడు. శల్యుడు విరాటుని వారించాడు. నకులుని కొడుకు శతానీకుడు కూడా ద్రోణునివైపు ముందుకు చొచ్చుకువస్తూంటే అతనిని చిత్రసేనుడు బాణాలు వేసి నిలువరించాడు. మహారథి అర్జునుని రాక్షస రాజు అలంబుసుడు ఎదిరించాడు.

అనంతరం ద్రోణాచార్యుడు శత్రుసేనలను సంహరించడం మొదలుపెట్టాడు. కాని పాంచాల రాజకుమారుడు ధృష్టద్యుమ్నుడు అక్కడికి చేరుకొని అడ్డు తగిలాడు. పాండవుల వైపు నుండి పోరాటానికి వచ్చిన ఆయా ఇతర వీరులను మీ మహారథులు తమ పరాక్రమంతో నిలువరించారు. కృతవర్మ యుధిష్ఠిరుని అడ్డుకొన్నప్పుడు, అతడు ముందుగా అతనిని ఐదింటితో, ఆపై ఇరవై బాణాలతో కొట్టి నొప్పించాడు. దానితో కృతవర్మకు కోపంవచ్చి, ఒక భల్లంతో కొట్టి యుధిష్ఠిరుని విల్లు విరుగకొట్టాడు. ఏడుబాణాలతో అతనిని కూడా గాయపరిచాడు. యుధిష్ఠిరుడు వేరొక విల్లు పుచ్చుకొని కృతవర్మ భుజాలపైన, రొమ్మున పది బాణాలతో కొట్టాడు. ఆ దెబ్బకు అతడు కంపించిపోయి. రోషంతో అతనిని ఏడు బాణాలతో తీవ్రంగా గాయపరిచాడు. అప్పుడు యుధిష్ఠిరుడు అతని వింటిని, దాని పిడిని కూడా ఖండించిపడేశాడు. ఆపై ఐదు వాడి బాణాలతో అతనిని ప్రహరించాడు. ఆ బాణాలు అతని అమూల్యమైన కవచాన్ని ఛేదించి భూమిలోకి దూరిపోయాయి. కృతవర్మ రెప్పపాటులో వేరొక ధనుస్సును చేతిలోకి తీసుకొని యుధిష్ఠిరుని అరవై, అతని సారథిని తొమ్మిది బాణాలతో నొప్పించాడు. ఇది చూసి యుధిష్ఠిరుడు అతనిపై శక్తిని వేశాడు. ఆ శక్తి కృతవర్మ యొక్క కుడి చేతిని చీల్చి భూమిలో దిగబడింది. అప్పుడు కృతవర్మ అరనిముషంలోనే యుధిష్ఠిరుని గుఱ్ఱాలను, సారథిని చంపి, అతనిని విరథుని చేశాడు. అప్పుడతడు కత్తి డాలు తీసుకొన్నాడు. కాని కృతవర్మ వాటిని కూడా ముక్కలు చేశాడు. ఆపై వంద బాణాలు వేసి అతని కవచాన్ని చీల్చివేశాడు. ఈ రీతిగా విల్లు ముక్కలయింది. రథం నిష్ప్రయోజనమయింది. కవచం ఛిన్నాభిన్నమయింది. అప్పుడిక అతని బాణాల తాకిడికి నొప్పి భరించలేక యుధిష్ఠిరుడు అక్కడినుండి తొలగిపోయాడు. అప్పుడు కృతవర్మ ద్రోణాచార్యుని రథచక్రాన్ని రక్షించసాగాడు.

మహారాజా ! భూరి సాత్యకిని ఎదిరించాడు. సాత్యకి కోపంతో ఐదు వాడి బాణాలను అతని రొమ్మున గుచ్చుకొనేలా నాటాడు. దానితో రక్తం ధారగా స్రవించసాగింది. భూరి కూడా సాత్యకి భుజాలమధ్య పదిబాణాలతో కొట్టాడు. ఇది చూసి సాత్యకి అలవోకగా భూరి వింటిని విరుగకొట్టి, ఆపై అతని రొమ్మున తొమ్మిది బాణాలను నాటి, అతనిని గాయపరిచాడు. భూరి కూడా వేరే ధనుస్సు తీసుకొని వెంటనే బదులుగా మూడు బాణాలతో సాత్యకిని గాయపరిచి, ఒక బాణంతో అతని వింటిని ఖండించాడు. ఇక సాత్యకి కోపానికి హద్దులేకపోయింది. అతడు ప్రచండవేగం కల ఒక శక్తిని భూరి రొమ్మున ప్రహరించాడు. ఆ శక్తి అతని అవయవాలను చీరేసింది. అతడు ప్రాణాలు కోల్పోయి రథం నుండి కిందపడ్డాడు.

అతడు చనిపోవడం చూసి అశ్వత్థామ మహావేగంగా సాత్యకిపై దాడి చేశాడు. అతనిపై బాణాల జడివాన కురిపించాడు. ఇది చూచి ఘటోత్కచుడు భయంకరంగా గర్జిస్తూ అశ్వత్థామపై విరుచుకుపడ్డాడు. రథపుటిరుసులాంటి స్థూల బాణాలను వర్షించసాగాడు. అతడు వజ్రం లాంటి, అశని లాంటి దేదీవ్యమానమైన బాణం, క్షురప్రం, అర్ధచంద్రం, నారాచం, శిలీముఖం, వారాహకర్ణం, నాలీకం వికర్ణం మొదలైన అస్త్రాలను జడివానలా కురిపించసాగాడు. ఇది చూసి అశ్వత్థామ దివ్యాస్త్రాలతో అభిమంత్రించిన బాణంవేసి, ఆ ఘోర అస్త్రవృష్టిని శాంతింపచేశాడు. రాక్షసునిపై తన బాణాలను వర్షించసాగాడు.

ఘటోత్కచుడు, అశ్వత్థామల మధ్య ఘోరయుద్ధం జరుగసాగింది.

అప్పుడు రాత్రి గాఢాంధకారం బాగా అలముకొంది. ఘటోత్కచుడు అశ్వత్థామ రొమ్మున పది బాణాలను నాటాడు. ఆ దెబ్బకు అతని శరీరం అంతా కంపించిపోయింది. మూర్ఛితుడై రథ ధ్వజాన్ని ఆనుకొని కూలబడిపోయాడు. కొద్దిసేపటికే తెప్పరిల్లి అతడు యమదండం వంటి భయంకరమైన ఒక బాణాన్ని ఘటోత్కచునిపై వేశాడు. ఆ బాణం అతని గుండెను చీల్చి భూమిలో గుచ్చుకు పోయింది. ఘటోత్కచుడు మూర్ఛితుడై రథం మీదే పడిపోయాడు. అతనికి స్పృహలేకపోవడం చూసి సారథి వెంటనే రణభూమి నుండి బయటకు తీసుకొని పోయాడు.

భీమసేనుడు దుర్యోధనుని, కర్ణుడు సహదేవుని, శల్యుడు విరాటుని, శతానీకుడు చిత్రసేనుని ఓడించుట.

సంజయుడు చెపుతున్నాడు – "భీమసేనుడు యుద్ధం చేస్తూ ద్రోణాచార్యుని రథం వైపు సాగుతూ ఉండగా, దుర్యోధనుడు అతనిని బాణాలతో నొప్పించాడు. భీముడు కూడా అతనిని పది బాణాలతో కొట్టి గాయపరిచాడు. దుర్యోధనుడు మళ్లీ ఇరవై బాణాలతో అతనిని నొప్పించాడు. భీమసేనుడు పది బాణాలతో అతని ధనుస్సును, ధ్వజాన్ని విరుగకొట్టాడు. ఆపై తొంభై బాణాలు వేసి అతనిని తీవ్రంగా గాయపరిచాడు. దెబ్బ తిని దుర్యోధనుడు మండి పడుతూ వేరొక విల్లు తీసుకొని భీముని వాడి బాణాలతో అతి తీవ్రంగా నొప్పించాడు. క్షురప్రంతో అతని వింటిని విరిచి, ఇంకా పది బాణాలతో అతనిని గాయపరిచాడు. భీముడు ఇంకొక విల్లు తీసుకొన్నాడు. కాని దుర్యోధనుడు దానిని కూడా ఖండించివేశాడు. ఈ రీతిగా మూడవ, నాలుగవ, ఐదవ విల్లు కూడా విరిచేశాడు. భీముడు ఏ విల్లు తీసుకొంటే ఆ వింటినల్లా మీ పుత్రుడు విరుగకొట్టి పారేశాడు. అప్పుడు భీముడు దుర్యోధనునిపై ఒక శక్తిని విసిరాడు. కాని దుర్యోధనుడు దానిని కూడా మూడు ముక్కలు చేశాడు. అనంతరం భీముడు ఒక పెద్ద గదను చేతితో పట్టుకొని మిక్కిలి వేగంగా తిప్పి దుర్యోధనుని రథం పైకి విసిరాడు. ఆ గద మీ పుత్రుని గుఱ్ఱాల యొక్క సారథి యొక్క ప్రాణాలు తోడేసి రథాన్ని కూడా నుగ్గునుగ్గు చేసింది. దుర్యోధనుడు భీమునివల్ల భయంతో ముందుగానే తప్పుకొని నందకుని రథం ఎక్కాడు. అప్పుడు భీమసేనుడు కౌరవుల పట్ల తిరస్కారంతో గట్టిగా సింహనాదం చేసి మీ సైనికులలో హాహాకారాలను రేకెత్తించాడు.

ఇంకొక వైపు ద్రోణుని ఎదుర్కొనడానికి సహదేవుడు ముందుకు వస్తుంటే కర్ణుడు అతనిని అడ్డుకొన్నాడు. సహదేవుడు కర్ణుని తొమ్మిది బాణాలతో గాయపరిచి, ఆ పై మరో పది బాణాలతో కొట్టాడు. కర్ణుడు కూడా సహదేవుని వంద బాణాలతో తూట్లు పొడిచి, వెంటనే బదులు తీర్చుకొన్నాడు. పైగా అతడు ఎక్కుపెట్టిన వింటిని కూడా ఖండించాడు. సహదేవుడు వేరొక విల్లుతీసుకొని కర్ణునిపై మళ్లీ ఇరవై బాణాలను వేశాడు. కర్ణుడు అతని గుఱ్ఱాలను, సారథిని కూడా పరలోకానికి పంపాడు. విరథుడైన సహదేవుడు కత్తి, డాలు చేతపట్టాడు. కాని కర్ణుడు వాడి బాణం వేసి దానిని కూడా ముక్కలు ముక్కలు చేశాడు. సహదేవుడు క్రోధంతో ఒక పెద్ద బరువైన గదను కర్ణుని రథం మీదికి విసిరాడు. కాని కర్ణుడు బాణాలతో దానిని కూడా వడగొట్టాడు. అతడు శక్తిని ప్రయోగించాడు. కర్ణుడు దానిని కూడా విరుగకొట్టాడు. సహదేవుడు రథం నుండి కిందికి దూకి రథచక్రాన్ని చేతితో పట్టుకొని దానిని కర్ణునిపైకి విసిరి వేశాడు. ఆ చక్రం శీఘ్రంగా తన వైపు రావడం చూసి సూతపుత్రుడు వేలకొద్దీ బాణాలు గుప్పించి, దానిని కూడా ముక్కలు ముక్కలు చేశాడు. అప్పుడు సహదేవుడు ఈషాదండాలను, రథపుటిరుసులను, చనిపోయిన ఏనుగుల శరీర భాగాలను, చనిపోయిన గుఱ్ఱాల, మనుష్యుల శరీరాలను, ఒక్కొక్కటిగా తీసి కర్ణుని కొట్టసాగాడు. కాని అతడు అన్నిటిని బాణాలతో ఖండించిపడేశాడు. ఇక సహదేవుడు తనకు ఆయుధాలు లేవని అనుకొని, యుద్ధాన్ని వదిలి వెళ్లిపోయాడు. కర్ణుడు అతని వెనుకనే పరుగున వెళ్లి పరిహాసంగా – "ఓరీ చంచలుడా ! నేడు మొదలు నీవు నీకంటె గొప్ప యోధులతో యుద్ధం చేయకు" అన్నాడు.

ఈ రీతిగా వ్యంగ్యంగా మాటలాడి, కర్ణుడు పాండవ పాంచాల సైన్యం వైపుకి వెళ్లాడు. అప్పుడు సహదేవుడు మృత్యువు సమీపానికి చేరుకొన్నాడు. కర్ణుడు కావాలనుకొంటే అతనిని చంపగలడు. కాని కుంతికి ఇచ్చిన వరదానం గుర్తుకు వచ్చి అతడు సహదేవుని చంపలేదు. సహదేవుని మనసు చాలా నొచ్చుకొంది. అతడు కర్ణుని బాణాలతోనే బాధపడి ఉన్నాడు. పైగా అతని వాగ్బాణాలతో కూడా మనసుకు చాలినంత పెద్ద గాయం తగిలింది. అందుకని అతనికి జీవితంపై విరక్తిలాంటిది కలిగింది. మహావేగంగా వెళ్లి పాంచాల

రాజకుమారుడు జనమేజయుని రథం ఎక్కాడు.

ఇదే రీతిగా ద్రోణుని ఎదిరించడానికి విరాటుడు, కూడా తన సైన్యంతో వస్తుండగా మధ్యలోనే శల్యుడు అడ్డగించి బాణవర్షంతో కప్పివేశాడు. అతడు మహావేగంగా వంద బాణాలతో విరాటరాజును కొట్టాడు. విరాటరాజు కూడా వెంటనే దానికి బదులు తీర్చుకొన్నాడు. అతడు మొదట తొమ్మిది, తరువాత డెబ్భైమూడు, ఆపై వంద బాణాలు వేసి శల్యుని గాయపరిచాడు. శల్యుడు అతని రథాశ్వాలను నాలుగింటిని చంపి, రెండు బాణాలతో సారథిని, ధ్వజాన్ని కూడా నరికేశాడు. విరాటుడు రథం నుండి దిగి ధనుస్సు ఎక్కుపెట్టి వాడి బాణాలను కురిపించసాగాడు. తన సోదరుడు విరథుడు కావడం చూసి శతానీకుడు రథం తీసుకొని అతనికి సహాయంగా వచ్చాడు. అతడు రావడం చూసి మద్రరాజు శల్యుడు అనేక బాణాలు వేసి అతనిని యమలోకానికి పంపాడు.

తన వీరబంధువు మరణించాక విరాటుడు వెంటనే అతని రథం ఎక్కి క్రోధంతో కళ్లు ఇంతలు చేసుకొని శల్యుని రథం కనపడనంతగా బాణ వర్షం కురిపించాడు. మద్రరాజు సేనాపతి అయిన విరాటుని రొమ్మున ఒక బాణాన్ని చాలా గట్టిగా నాటాడు. ఆ దెబ్బను అతడు తట్టుకోలేక మూర్ఛితుడై రథం మీద కూలబడిపోయాడు. సారథి అతనిని రణ భూమి నుండి దూరంగా తీసుకొని పోయాడు. ఇటు శల్యుడు వందల కొద్దీ బాణాలు వర్షించి విరాటుని సైన్యాన్ని సంహరించసాగాడు. దానితో ఆ సైన్యం ఆ రాత్రివేళ పారిపోసాగింది. అది చూసి కృష్ణార్జునులు శల్యుడున్నచోటికి వచ్చారు. కాని రాక్షసరాజు అలంబుసుడు అక్కడికి వచ్చి మధ్యలోనే వారిని అడ్డుకొన్నాడు. అర్జునుడు నాలుగు వాడి బాణాలు వేసి అతనిని నొప్పించాడు. అలంబుసుడు భయంతో పారిపోయాడు. అతనిని ఓడించి అర్జునుడు వెంటనే ద్రోణుని సమీపానికి చేరుకొని, కాల్బలం మీదా, గజారోహుల మీదా, అశ్వికుల మీదా బాణ సమూహం కురిపించాడు. అతని దెబ్బలకు కౌరవ సైనికులు పెనుగాలికి పెళ్లగింపబడిన వృక్షాలలా నేల కొరిగారు. మహారాజా ! ఈ రీతిగా అర్జునుడు సంహారానికి ఉపక్రమించగానే మీ పుత్రుని సైన్యమంతటా తొక్కిసలాట ఆరంభమయింది.

ఒక వైపునుండి నకులుని కొడుకు శతానీకుడు తన బాణాగ్నితో కౌరవ సేనను భస్మం చేస్తూ వస్తుండగా, అతనిని మీ పుత్రుడు చిత్రసేనుడు అడ్డగించాడు. శతానీకుడు చిత్రసేనుని ఐదు బాణాలతో కొట్టాడు. చిత్రసేనుడు కూడా పది బాణాలతో కొట్టి బదులు తీర్చుకొన్నాడు. శతానీకుడు అత్యంత తీక్ష్ణమయిన తొమ్మిది బాణాలను చిత్రసేనుని రొమ్మున నాటి అతని శరీరం మీది కవచాన్ని ఛేదించాడు. ఇంకా అనేక తీక్ష్ణసాయకాలతో అతని రథం యొక్క ధ్వజాన్ని, ధనుస్సును కూడా నరికివేశాడు. అతడు ఇంకొక విల్లు అందుకొని శతానీకుని తొమ్మిది బాణాలతో కొట్టాడు. శతానీకుడు కూడా అతని నాలుగు గుఱ్ఱాలను, సారథిని చంపివేశాడు. ఒక అర్ధచంద్రాకార బాణంతో అతని రత్న ఖచితమైన వింటిని కూడా నరికివేశాడు. ధనుస్సు విరిగిపోయింది. గుఱ్ఱాలు, సారథి మరణించారు. అందువల్ల రథహీనుడై చిత్రసేనుడు వెంటనే పోయి కృతవర్మ రథాన్ని ఎక్కాడు.

వీరుల ద్వంద్వ యుద్ధము - ధృష్టద్యుమ్న అర్జున సాత్యకుల విజృంభణము.

సంజయుడు చెపుతున్నాడు - "ద్రోణాచార్యుని ఎదిరించడానికి ద్రుపదుడు తన సైన్యంతో ముందుకు వస్తున్నాడు. అప్పుడు వృషసేనుడు అసంఖ్యాకంగా బాణాలు కురిపిస్తూ అతని ఎదుటికి వచ్చాడు. ద్రుపదుడు కర్ణనందనుని భుజాలపై, రొమ్మున అరవై బాణాలతో కొట్టాడు. వృషసేనుడు క్రోధంతో రథస్థుడైన ద్రుపదుని రొమ్మును అనేక వాడి బాణాలతో కొట్టాడు. ఈ రీతిగా ఇద్దరూ పరస్పరం శరీరాలను గాయపరుచుకొన్నారు. ఇద్దరి శరీరాలలోను బాణాలు గుచ్చుకొని ఉండడం కనిపించింది. ఇద్దరూ రక్తసిక్తాంగులయ్యారు. ఈ మధ్యలో ద్రుపదుడు ఒక భల్లాన్ని వేసి, వృషసేనుని విల్లు విరిచాడు. వృషసేనుడు ఇంకొక గట్టి విల్లు తీసుకొని ఎక్కుపెట్టి ద్రుపదునికి గురి చేసి ఒక భల్లాన్ని వేశాడు. ఆ భల్లం ద్రుపదుని హృదయాన్ని ఛేదించి భూమిలో దూరింది. ఆ దెబ్బకు రాజు మూర్ఛపోయాడు. సారథి తన కర్తవ్యాన్ని స్మరించి అతనిని దూరంగా తీసుకొనిపోయాడు. ఆ భయంకరమైన రాత్రివేళ ద్రుపదుని సైన్యం రణ భూమినుండి పారిపోయింది. వృషసేనునికి భయపడి సోమకులు కూడా అక్కడ నిలువలేదు. ప్రతాపశాలి అయిన వృషసేనుడు సోమక వీరులను అనేక మందిని ఓడించి, శీఘ్రంగా యుధిష్ఠిరుని వద్దకు వచ్చాడు.

ఇంకొక వైపు ప్రతివింధ్యుడు క్రోధంతో కౌరవ సైన్యాన్ని దగ్ధం చేస్తున్నాడు. అతనిని ఎదిరించడానికి మీ పుత్రుడు దుశ్శాసనుడు వచ్చాడు. అతడు ప్రతివింధ్యుని నుదుటిపై మూడు బాణాలను వేసి తీవ్రంగా గాయపరిచాడు. ప్రతి వింధ్యుడు కూడా ముందు తొమ్మిది బాణాలతో, ఆపై

ఏడు బాణాలతో దుశ్శాసనుని నొప్పించాడు. దుశ్శాసనుడు ఉగ్రమైన సాయకాలతో ప్రతివింధ్యుని గుఱ్ఱాలను చంపి, ఒక భల్లంతో అతని సారథిని కూడా యమలోకానికి పంపాడు. ఆపై అతని రథాన్ని కూడా ముక్కలుగా విరిచేశాడు. తరువాత ఒక క్షురప్రంతో అతని వింటిని కూడా నరికేశాడు. ప్రతివింధ్యుడు సుతసోముని రథం ఎక్కి, విల్లు చేతపట్టి మీ పుత్రుని బాణాలతో నొప్పించసాగాడు. తరువాత మీ యోధులు పెద్ద సైన్యంతో వచ్చి మీ పుత్రునికి అన్ని వైపులా చేరి యుద్ధం చేయసాగారు. అప్పుడు రెండు సేనల మధ్య గొప్ప తుముల యుద్ధం జరిగింది.

అలాగే ఒక పక్క నకులుడు కూడా మీ సైన్యాన్ని సంహరిస్తూ ఉండగా, అతనిని ఎదుర్కొవడానికి శకుని మహాక్రోధంతో వచ్చాడు. వారిద్దరికీ పరస్పరవైరం ఉంది. ఇద్దరూ వీరులే. ఇద్దరూ ఒకరినొకరు చంపుకోవాలని బాణాలతో నొప్పించుకోసాగారు. నకులుడు బాణ వర్షం కురిపిస్తున్నట్లుగానే శకుని కూడా కురిపిస్తున్నాడు. శరీరాలలో బాణాలు దిగబడడంతో వారిద్దరూ ముళ్లచెట్లులా కనిపిస్తున్నారు. ఇంతలో శకుని కర్ణి అనే బాణాన్ని నకులుని రొమ్మున నాటాడు. దాని కఠినమైన దెబ్బకు నకులునికి మూర్ఛవచ్చింది. అతడు రథం వెనుక కూలబడిపోయాడు. తెప్పరిల్లాక అతడు శకునిని అరవై బాణాలతో కొట్టాడు. తరువాత వంద నారాచాలను అతని రొమ్ముపై ప్రహరించాడు. బాణం ఎక్కుపెట్టిన అతని వింటిని కూడా మధ్యకు నరికేశాడు. అనంతరం ధ్వజాన్ని ఖండించి కింద పడేశాడు. ఒక వాడి బాణంతో అతని రెండు పిక్కలను చీరేశాడు. ఈ దెబ్బను శకుని తట్టుకోలేకపోయాడు. తెలివి తప్పి రథంలో దబ్బున కూలిపోయాడు. అప్పుడు సారథి అతనిని యుద్ధ భూమి నుండి బయటకు తీసుకొనిపోయాడు. నకులుని సారథి తన రథాన్ని ద్రోణుని వద్దకు తీసుకువెళ్లాడు.

ఇంకొకవైపు కృపాచార్యుడు శిఖండిని ఎదిరించాడు. అతడు దగ్గరకు రావడం చూసి శిఖండి తొమ్మిది బాణాలతో గాయపరిచాడు. కృపాచార్యుడు కూడా మొదట ఐదు బాణాలు వేసి, తరువాత ఇరవై బాణాలతో అతనిని వేటువేశాడు. అప్పుడు వారి మధ్య ఘోరయుద్ధం ఆరంభమయింది. శిఖండి ఒక అర్ధచంద్రాకార బాణంతో కృపాచార్యుని వింటిని ఖండించాడు. అతడు శిఖండిపై శక్తిని ప్రయోగించాడు. కాని శిఖండి అనేక బాణాలతో ఆ శక్తిని ముక్కలు ముక్కలు చేశాడు. అప్పుడు కృపాచార్యుడు ఇంకొక విల్లు తీసుకొని శిఖండిని వాడి బాణాలతో కప్పివేశాడు. దానితో డీలాపడి అతడు రథం వెనుక భాగంలో కూర్చుండిపోయాడు. అతడు ఆ దశలో ఉండడంచూసి కృపాచార్యుడు ఎడతెరిపి లేకుండా అతనిపై బాణాలు వర్షించసాగాడు. అప్పుడతడు పారిపోయి దూరంగా నిలుచున్నాడు. ఇది చూసి పాంచాల సోమక వీరులు అతనికి నలువైపులా చేరి చుట్టూ నిలబడ్డారు. అదే రీతిగా నీ కొడుకులు కూడా పెద్ద సైన్యంతో కృపాచార్యునికి నలువైపులా నిలుచున్నారు. తిరిగి రెండు పక్షాల మధ్య ఘోరయుద్ధం జరిగింది. ఆ సమయంలో ఎవరూ తమ వారిని కూడా గుర్తించలేకపోతున్నారు. ఏమీ తెలియని స్థితిలో తండ్రి కొడుకును, కొడుకు తండ్రిని చంపుకొంటున్నారు. మిత్రుడు మిత్రుని ప్రాణం తీస్తున్నాడు. మామ అల్లుడిమీదా, అల్లుడు మామ మీదా ప్రహారం చేస్తున్నారు. ఇరుపక్షాల వారూ కూడా తమ వారిపైనే వేటు వేస్తున్నారు. రాత్రిపూట జరిగే ఆ ఘోరయుద్ధంలో ఎలాంటి నియమాలు గాని ఎటువంటి హద్దులు గాని లేకపోయాయి.

ఆ ఘోరయుద్ధం అలా జరుగుతూండగానే ధృష్టద్యుమ్నుడు కూడా ద్రోణునిపై దాడి చేశాడు. అతడు మాటిమాటికి ధనుష్టంకారం చేస్తూ ద్రోణుని వైపుకు రాసాగాడు. అతడు రావడం చూసి పాండవ, పాంచాల వీరులు నలువైపుల అతని చుట్టూ చేరి నిలుచున్నారు. అతడు ఈ విధంగా సురక్షితంగా ఉండడం చూసి మీ పుత్రులు కూడా చాలా జాగ్రత్తగా ఆచార్యుని రక్షించసాగారు. ఈ మధ్యలోనే ధృష్టద్యుమ్నుడు ద్రోణుని రొమ్మున ఐదు బాణాలు నాటి సింహనాదం చేశాడు. ద్రోణుని పక్షాన కర్ణుడు పది, అశ్వత్థామ ఐదు, ద్రోణుడు స్వయంగా ఏడు, శల్యుడు పది, దుశ్శాసనుడు మూడు, దుర్యోధనుడు ఇరవై, శకుని ఐదు బాణాలు వేసి ధృష్టద్యుమ్నుని తూట్లు పొడిచారు. అతడు ఏ మాత్రం చలించకుండా ఆ ఏడుగురు మహాయోధులను బాణాలతో గాయపరిచాడు. ద్రోణుని, అశ్వత్థామను, కర్ణుని, మీ పుత్రుని మూడేసి బాణాలతో తూట్లు పొడిచాడు. అప్పుడు వారిలో ఒక్కొక్కరు ఐదేసి బాణాలతో తిరిగి ధృష్టద్యుమ్నుని కొట్టారు. ద్రుమసేనుడు కుపితుడై మొదట ఒక బాణంతో, ఆ పిదప మూడు బాణాలతో ధృష్టద్యుమ్నుని గాయపరిచాడు. ధృష్టద్యుమ్నుడు కూడా అతనిని మూడు బాణాలతో కొట్టి, ఒక భల్లంతో అతని శిరసును నరికి శరీరం నుండి వేరు చేశాడు.

ఆ తరువాత అతడు ఆ మహారథులను కూడా బాణాలతో తీవ్రంగా కొట్టాడు. ఒక భల్లంతో కర్ణుని విల్లు విరిచాడు. కర్ణుడు ఇంకొక విల్లు అందుకొని ధృష్టద్యుమ్నునిపై బాణాలు కురిపించాడు. కర్ణుని క్రోధాన్ని చూచి, మిగిలిన ఆరుగురు యోధులు ధృష్టద్యుమ్నుని వధించాలని వెంటనే అతనిని ముట్టడించారు. ధృష్టద్యుమ్నుడు శత్రువుల పంజాకు చిక్కడం చూసి సాత్యకి బాణాలతో జడివాన కురిపిస్తూ అక్కడికి వచ్చాడు. ఆ మహాయోధుడిని చూస్తూనే కర్ణుడు పది బాణాలు అతనిపై వేశాడు. సాత్యకి కూడా అందరూ చూస్తూ ఉండగానే కర్ణుని పది బాణాతో నొప్పించాడు. కర్ణుడు, విపాటం, కర్ణి, నారాచం, వత్సదంతం, చురకత్తులతో సాత్యకిని గాయపరిచి, ఇంకా అనేక బాణాలతో అతనిని గాయపరిచాడు. ఆ యుద్ధంలో మీ పుత్రులు, కర్ణుడు కూడా సాత్యకిని అన్నివైపుల నుండి సూది మొన కలిగిన బాణాలతో ప్రహరించారు. కాని అతడు తన బాణాలతో అందరి బాణాలను నివారించి, ఒక బాణంతో వృషసేనుని రొమ్మును చీల్చాడు. ఆ దెబ్బకు వృషసేనుడు మూర్ఛపోయి, విల్లు వదలివేసి రథం మీదే పడిపోయాడు. అయితే కర్ణుడు సాత్యకిని తన బాణాలతో బాధించసాగాడు. అలాగే సాత్యకి కూడా కర్ణుని పదేపదే నొప్పించసాగాడు. ఇటు మీ యోధులు సాత్యకిని వధించాలనుకొని, అతనిపై వాడి బాణాలను కురిపించసాగారు. అతడు ఉగ్రబాణాలతో శత్రువుల తలలను తరుగసాగాడు. అతడు మీ వీరులను వధిస్తూ ఉండగా, వారి ఆక్రందనలు ప్రేతాత్మల ఛీత్కారాలలా వినబడసాగాయి. ఆ ఆర్తనాదాలతో రణ భూమి అంతా ప్రతిధ్వనించింది. అందువల్ల ఆ రాత్రి మిక్కిలి భయంకరంగా అనిపించింది. సాత్యకి బాణాలకు ఆర్తులై తన సేన అంతా ఇటు అటు పరుగులు తీయడం దుర్యోధనుడు చూశాడు. గట్టిగా వినిపిస్తున్న ఆర్తనాదాలు కూడా విన్నాడు. అప్పుడు సారథితో - "ఆ కోలాహలం వినపడేచోటికి నా రథాన్ని పోనివ్వు" అని చెప్పాడు. అతడు ఆజ్ఞాపించిన వెంటనే సారథి గుఱ్ఱాలను సాత్యకి రథం వైపు తోలాడు. దుర్యోధనుడు సమీపానికి వచ్చీరాగానే సాత్యకి అతనిని పన్నెండు బాణాలతో తూట్లు పొడిచాడు. దుర్యోధనుడు కూడా కోపంతో పది బాణాలతో సాత్యకిని గాయపరిచాడు. సాత్యకి మీ పుత్రుని రొమ్మున ఎనభై బాణాలు నాటి, ఆపై అతని గుఱ్ఱాలను యమలోకానికి పంపాడు. ఆ వెంటనే సారథిని కూడా చంపివేశాడు. ఒక భల్లంతో అతని వింటిని కూడా విరిచివేశాడు. విల్లు, రథం కూడా లేని దుర్యోధనుడు వెంటనే కృతవర్మ రథం ఎక్కాడు. ఈ రీతిగా దుర్యోధనుడు పరాజితుడై వెన్ను చూపగానే, సాత్యకి అర్థరాత్రివేళ తిరిగి మీ సైన్యాన్ని తన బాణాలతో తరిమి కొట్టసాగాడు.

ఇంకొకవైపు శకుని వేల కొద్దీ గజ, అశ్వ, రథిక సైన్యంతో అర్జునుని నలువైపుల నుండి ముట్టడించి, అతని మీద అనేక రకాల అస్త్రశస్త్రాలను వర్షించ సాగాడు. ఆ క్షత్రియ యోధులందరూ కాల చోదితులై మహాస్త్ర శస్త్రాలను వర్షిస్తూ అర్జునునితో యుద్ధం చేయసాగారు. అర్జునుడు మహాసంహారం కావిస్తూ ఆ సైన్యాన్ని అంతటినీ ముందుకు రాకుండా అడ్డగించాడు. శకుని అలవోకగా వాడి బాణాలతో అర్జునుని నొప్పించి, వంద బాణాలతో అతని మహారథాన్ని కూడా ముందుకు రాకుండా ఆపేశాడు. అర్జునుడు కూడా శకునిని ఇరవై బాణాలతో, ఇతర మహాయోధులను మూడేసి బాణాలతోను కొట్టాడు. ఆపై శకుని ధనుస్సును ఖండించి, అతని నాలుగు గుఱ్ఱాలను యమలోకానికి పంపించాడు. అప్పుడు శకుని ఆ రథం నుండి దిగి, ఉలూకుని రథం ఎక్కాడు. ఒకే రథం మీద ఉన్న మహాయోథులైన ఆ ఇద్దరు తండ్రీ కొడుకులు అర్జునునిపై బాణవర్షం కురిపించసాగారు. అర్జునుడు కూడా వారిద్దరినీ పదునైన బాణాలతో గాయపరిచి అనేక వేల బాణాలతో మీ సైన్యాన్ని తరిమి కొట్టసాగాడు. ఆ సమయంలో సైన్యం అంతా చిందరవందర అయి నలుదిక్కులకు పారిపోయింది. ఈ రీతిగా ఆ యుద్ధంలో మీ సైన్యంపై విజయం సాధించి కృష్ణార్జునులు హర్షాతిరేకంతో శంఖాలు ఊదారు.

అటు ధృష్టద్యుమ్నుడు మూడు బాణాలతో ద్రోణాచార్యుని నొప్పించి, అతని వింటి నారిని తెగనరికాడు. ద్రోణుడు ఆ వింటిని అవతల పెట్టి ఇంకొకటి తీసుకొని ధృష్టద్యుమ్నునిపై ఏడు, అతని సారథిపై ఐదు బాణాలు వేశాడు. కాని ధృష్టద్యుమ్నుడు ఆ అస్త్రాలన్నింటినీ తన బాణాలతో నివారించి, కౌరవ సేనను సంహరించసాగాడు. చూస్తూ ఉండగానే రణ భూమిలో రక్తం ఏరులా ప్రవహించింది. ఈ రీతిగా మీ సేనను ఓడించి, ధృష్టద్యుమ్నుడు, శిఖండి తమ తమ శంఖాలను ఊదారు.

ద్రోణుడు, కర్ణుడు పాండవ సేనను సంహరించుట కర్ణఘటోత్కచుల యుద్ధము

సంజయుడు చెపుతున్నాడు - "మహారాజా ! పాండవులు తన సైన్యాన్ని నాశనం చేయడం, అది పారిపోవడం చూసి, దుర్యోధనునకు చాలా కోపం వచ్చింది. అతడు వెంటనే

ద్రోణాచార్యుని, కర్ణుని వద్దకు వెళ్లి, అమర్ష భావంతో - "ఇప్పుడు పాండవసైన్యం మన సైన్యాన్ని విధ్వంసం చేసి వేస్తోంది. మీ ఇద్దరూ దానిని జయించడానికి సమర్థులై ఉండి కూడా అసమర్థులవలె తమాషా చూస్తున్నారు మీరు నన్ను విడిచి పెట్టదలచుకోకపోతే మీ యోగ్యతకు తగినట్లుగ పరాక్రమించి యుద్ధం చేయండి" అన్నాడు.

ఆ వ్యంగ్యోక్తులను విని, ఆ ఇద్దరు వీరులు పాండవులను ఎదిరించడానికి ముందుకు కదిలారు. అలాగే పాండవులు కూడా తమ సైన్యంతో పదే పదే అట్టహాసం చేస్తూ వారిద్దరి మీదా విరుచుకు పడ్డారు. ద్రోణాచార్యుడు కోపంతో సాత్యకిని ఇరవై బాణాలతో నొప్పించాడు. ఆ వెంటనే కర్ణుడు పది, మీ పుత్రులు ఏడు, వృషసేనుడు పది, శకుని ఏడు బాణాలను వేశారు. అటు ద్రోణాచార్యుడు పాండవ సైన్యాన్ని సంహరించడం చూసి సోమక వీరులు వెంటనే అక్కడికి చేరుకొని, అన్ని వైపుల నుండి ద్రోణాచార్యునిపై బాణాలు కురిపించసాగారు. ద్రోణుడు కూడా నాలుగు వైపులకీ బాణాల జడివాన కురిపిస్తూ క్షత్రియుల ప్రాణాలు తీయడం మొదలుపెట్టాడు. అతని దెబ్బలకు గిలగిలలాడి పాంచాల యోధులు ఆర్తనాదాలు చేయసాగారు. ఒకడు తండ్రిని వదిలి పారిపోతే, వేరొకడు కొడుకులను వదిలాడు. ఎవరికీ కూడా తన తోడ పుట్టిన తమ్ముడని, మామ అని, అల్లుడని జ్ఞానం లేకపోయింది. మిత్రులను, సంబంధీకులను, బంధువర్గాన్ని విడిచివేసి, అందరూ వేగంగా పారిపోతున్నారు. అందరికీ తమ తమ ప్రాణాలతోనే లంకె. కృష్ణార్జునులు, భీమసేనుడు, యుధిష్ఠిరుడు, నకుల సహదేవులు, చూస్తూ ఉండగానే వారి సైన్యం ద్రోణుని దెబ్బలు తట్టుకోలేక మండుతున్న వేల కాగడాలను పారవేసి, ఆ రాత్రి వేళ పారిపోయింది. అన్ని వైపులా అంధకారమే రాజ్యమేలుతోంది. ఏమీ తెలియడం లేదు. కేవలం కౌరవ సైనికుల దీపకాంతిలోనే శత్రువులు పరుగులు తీయడం కనిపించింది. పారిపోతున్న సైన్యానికి వెనుక నుండి కూడా బాణాలు వర్షించి ద్రోణుడు, కర్ణుడు వారిని చంపివేస్తున్నారు.

ఇదంతా చూసి శ్రీకృష్ణుడు అర్జునునితో అర్జునా ! ద్రోణుడు, కర్ణుడు ధృష్టద్యుమ్న సాత్యకులను, ఇంకా పాంచాల యోధులందరినీ కూడా తమ బాణాలతో మిక్కిలిగా గాయపరుస్తున్నారు. వారి బాణ వర్షానికి మీ యోధుల ప్రాణాలు కడంటుతున్నాయి. ఇక సైన్యం ఆపినా ఆగడం లేదు." అన్నాడు. కృష్ణుడు ఇలా అన్నాక కృష్ణార్జునులు ఇద్దరూ కలిసి సైనికులతో "పాండవసేనాయోధులారా ! మీరు భయపడి పారిపోకండి. భయాన్ని మీ హృదయాలనుండి పారద్రోలండి, మేము ఇప్పుడే వ్యూహరచన చేసి ద్రోణ కర్ణులను దండించే ప్రయత్నం చేస్తాము" అన్నారు.

శ్రీకృష్ణార్జునులు ఇలా అంటూండగానే భీమసేనుడు తన సైన్యాన్ని మరలించుకొని శీఘ్రంగా అక్కడికి చేరుకొన్నాడు. అతడు రావడం చూసి కృష్ణుడు మళ్లీ అర్జునునితో - "పాండునందనా ! ఇదిగో చూడు. భీమసేనుడు సోమక పాంచాల యోధులను వెంట పెట్టుకొని మహావేగంగా ద్రోణకర్ణులవైపు వెడుతున్నాడు. ఇప్పుడు సైన్యానికి ధైర్యం కలిగించడానికి నీవు కూడా వారితో పాటు కలిసి యుద్ధం చేయి." అన్నాడు.

అనంతరం కృష్ణార్జునులు ద్రోణకర్ణుల వద్దకు వెళ్లి సేనకు అగ్రభాగంలో నిల్చున్నారు. ఆపై యుధిష్ఠిరుని యొక్క మహాసైన్యం కూడా తిరిగి వచ్చింది. ద్రోణుడు, కర్ణుడు మళ్లీ శత్రుసేనలను సంహరించడం మొదలు పెట్టారు. ఇరుపక్షాల మధ్య తీవ్రయుద్ధం జరుగసాగింది. ఆ సమయంలో మీ సైనికులు కూడా ఉన్మత్తుల వలె చేతులలోని దివిటీలను విసిరివేసి, పాండవులతో యుద్ధం చేయసాగారు. నలువైపులా అంధకారం, ధూళి వ్యాపించి ఉన్నాయి. స్వయంవరంలో రాజులు తమ పేర్లను చెప్పుకొని పరిచయం చేసుకొన్నట్లుగా ఆ యుద్ధరంగంలో ప్రహరించే యోధుల నోటివెంట వారి వారి పేర్లు వినవస్తున్నాయి. దీపాల వెలుతురు కనపడుతూ ఉన్న చోట్లల్లో కాల్బలం మిడుతలదండులా విరుచుకు పడుతోంది. ఈ రీతిగా యుద్ధం చేస్తూ ఉండగానే ఆ రాత్రివేళ చీకటి దట్టమయింది.

కర్ణుడు ధృష్టద్యుమ్నుని రొమ్మున మర్మభేదకాలైన పది బాణాలను నాటాడు. ధృష్టద్యుమ్నుడు కూడా కర్ణుని పది బాణాలతో నొప్పించి, వెంటనే బదులు తీర్చుకొన్నాడు. ఈ రీతిగా వారిద్దరూ పరస్పరం బాణాలతో నొప్పించుకో సాగారు. కొద్ది సేపటికే కర్ణుడు ధృష్టద్యుమ్నుని గుర్రాలను చంపి, సారథిని గాయపరిచాడు. పైగా వాడి బాణాలతో అతని వింటిని నరికి, ఒక భల్లంతో సారథిని కూడా చంపివేశాడు. అప్పుడు ధృష్టద్యుమ్నుడు ఒక భయంకరమైన పరిఘతో కొట్టి కర్ణుని గుర్రాలను నుజ్జునుజ్జు చేశాడు. ఆపై యుధిష్ఠిరుని సైన్యంలోకి వెళ్లి సహదేవుని రథం ఎక్కాడు. ఇక్కడ కర్ణుని యొక్క సారథి అతని రథానికి కొత్త గుర్రాలను కట్టాడు. ఇక కర్ణుడు మళ్లీ పాంచాల యోధులను తన బాణాలతో

బాధించసాగాడు. అందుకని ఆ సైన్యం భయపడిపోయి యుద్ధం నుండి పారిపోయింది. ఆ సమయంలో పాంచాల సృంజయులకు ఆకు చప్పుడయినా కర్ణుడు వస్తున్నాడని సందేహించేంతగా భయం కలిగింది. కర్ణుడు పారిపోయే ఆ సైన్యాన్ని కూడా వెంటపడి బాణాలు వేసి తరిమి కొట్టాడు.

తన సైన్యం పారిపోవడం చూసి యుధిష్ఠిరుడు కూడా పారిపోవాలనే తలపుతో అర్జునునితో - "ధనంజయా ! నీవు బంధువుగా, సహాయకుడివిగా ఉన్న మన సైన్యం యొక్క ఆర్తనాదాలు కూడా నిరంతరం వినపడుతూ ఉన్నాయి. వీళ్లు కర్ణుని బాణాల దెబ్బలకు విలవిలలాడుతున్నారు. ఇప్పుడు కర్ణుని వధించడానికి ఏం చెయ్యాలో, అది చెయ్యి" అన్నాడు. ఇది విని అర్జునుడు శ్రీకృష్ణునితో - "మధుసూదనా ! ఈ రోజు యుధిష్ఠిర మహారాజు కర్ణుని పరాక్రమం చూసి భయపడి పోయాడు. ఒక వైపు ద్రోణాచార్యుడు మన సైనికులను చావు దెబ్బ కొడుతున్నాడు. ఇంకొకవైపు కర్ణుని భయం నీడలా వ్యాపించింది. అందుకని వారు పరుగులు తీస్తున్నారు. వారికి నిలువ నీడ లేదు పరుగెడుతున్నవారిని కూడా కర్ణుడు వెంటపడి బాణాలతో కొట్టడం నేను చూస్తున్నాను. కాబట్టి ఇప్పుడు కర్ణుడున్న చోటికి తీసుకువెళ్లు. ఈ రోజు నేను అతనిని చంపడమో, లేక అతడు నన్నో - ఈ రెండింటిలో ఏదో ఒకటి జరుగుతుంది" అన్నాడు.

శ్రీకృష్ణభగవానుడు - "అర్జునా ! నిన్ను, ఘటోత్కచుని మినహాయించి వేరెవరూ కర్ణుని ఎదుర్కొనేవారు లేరు. కాని అతనితో నీవు యుద్ధం చేసే సమయం ఇంకా రాలేదు. కారణమేమంటే అతనివద్ద ఇంద్రుడిచ్చిన అమోఘమైన శక్తి ఉంది. అది అతడు నీ కోసమే దాచిఉంచాడు. నా ఉద్దేశ్యంలో ఘటోత్కచుడే ఇప్పుడు కర్ణుని ఎదిరించాలి. అతని వద్ద దివ్యము, రాక్షసము, ఆసురము - అనే మూడురకాల ఆయుధాలు ఉన్నాయి. కాబట్టి అతడు తప్పక కర్ణునిపై విజయం సాధిస్తాడు." అన్నాడు.

శ్రీకృష్ణుడు ఇలా చెప్పాక, అర్జునుడు ఘటోత్కచుని పిలిపించాడు. అతడు కవచం, ధనుస్సు, బాణం, కత్తి మొదలైన వాటితో సన్నద్ధుడై అర్జునుని ఎదుటకు వచ్చాడు. కృష్ణార్జునులకు నమస్కరించి శ్రీకృష్ణునివైపు చూసి - "మీ సేవకోసం వచ్చాను. ఆజ్ఞాపించండి ఏమి చేయమంటారు ?" అని అడిగాడు. భగవానుడు నవ్వుతూ - "నాయనా ! ఘటోత్కచా ! నేను చెప్పేది విను. ఈ రోజు నీ పరాక్రమం చూపే సమయం వచ్చింది. ఈ పని ఇతరులవలన అయ్యేది కాదు. నీ వద్ద ఎన్నోరకాల ఆయుధాలు ఉన్నాయి. రాక్షసమాయ ఉండనే ఉన్నది. హిడింబానందనా ! చూస్తున్నావుకదా ! గొడ్లకాపరి గోవులను తోలినట్లుగా కర్ణుడు నేడు మన పాండవ సైన్యాన్ని తరిమికొడుతున్నాడు. మన దళంలోని ప్రధాన క్షత్రియులందరినీ అతడు చంపివేస్తున్నాడు. అతని బాణాల దెబ్బలకు మన సైనికులు నిలువ లేకపోతున్నారు. యుద్ధరంగం నుండి పారిపోతున్నారు. ఇలా కర్ణుడు సంహరించడంలో నిమగ్నమైఉన్నాడు. అతనిని అడ్డగించేవాడు నీవు తప్ప వేరెవరూ కనపడడం లేరు. ఇప్పుడు నీ బలం అంతులేనిది. మాయ దుస్తరమైనది ఎందుకంటే రాత్రివేళ రాక్షసబలం ఎక్కువగా పెరుగుతుంది. వారి పరాక్రమానికి అంతు ఉండదు. శత్రువులు వారిని అణచలేరు. ఈ అర్ధరాత్రివేళ నీవు నీ మాయను వ్యాపింపచేసి మహాధనుర్ధరుడైన కర్ణుని చంపు. ధృష్టద్యుమ్నాది వీరులు ద్రోణుని కూడా వధిస్తారు" అని చెప్పాడు.

శ్రీకృష్ణుడు చెప్పడం పూర్తికాగానే అర్జునుడు కూడా ఘటోత్కచునితో "నాయనా ! నిన్ను, సాత్యకిని, భీమసేనుని మాత్రమే మన సైన్యంలో ప్రధాన వీరులని నేను అనుకొంటున్నాను. ఈ రాత్రి నీవు కర్ణునితో ద్వంద్వయుద్ధం చేయి. మహారథి సాత్యకి వెన్నంటి నిన్ను రక్షిస్తాడు. సాత్యకి సహాయంతో నీవు కర్ణుని వధించు" అన్నాడు.

ఘటోత్కచుడు - "భారతా ! నేను ఒక్కడినే కర్ణద్రోణులకు, ఇంకా ఇతర క్షత్రియ వీరులకు కూడా సరిపోతాను. భూమి ఉన్నంతవరకు లోకులు చెప్పుకొనేలా ఈ రోజు రాత్రి నేను సూతపుత్రునితో యుద్ధం చేస్తాను. నేడు రాక్షసధర్మాన్ని ఆశ్రయించి నేను కౌరవసైన్యాన్ని అంతటినీ సంహరిస్తాను. ఎవరినీ ప్రాణాలతో వదలను" అన్నాడు.

ఇలా అని ఘటోత్కచుడు మీ సైన్యాన్ని భయభ్రాంతులకు గురిచేస్తూ కర్ణునివైపు బయలుదేరాడు. కర్ణుడు కూడా అలవోకగా అతనిని ఎదుర్కొన్నాడు. ఆపై అట్టహాసం చేస్తున్న ఆ ఇద్దరు వీరులమధ్య ఘోరసంగ్రామం ఆరంభమయింది.

(రెండవ) అలంబుసుని వధ - కర్ణ ఘటోత్కచుల యుద్ధము

సంజయుడు చెపుతున్నాడు - "మహారాజా ! ఘటోత్కచుడు కర్ణుని వధించడానికి అతని రథం వైపుకు రావడం చూసి దుర్యోధనుడు దుశ్శాసనునితో - "తమ్ముడూ! యుద్ధంలో కర్ణుడు పరాక్రమించడం చూసి, ఈ రాక్షసుడు అతనిపై మహావేగంగా దాడి చేస్తున్నాడు. నీవు పెద్ద సైన్యాన్ని తీసుకొని వెళ్లి అతనిని నిలువరించి, కర్ణుని రక్షించు" అన్నాడు.

దుర్యోధనుడు ఇది చెప్తూ ఉండగానే జటాసురుని కొడుకు అలంబుసుడు అతని వద్దకు వచ్చి - "దుర్యోధనా ! నీవు అనుమతి ఇస్తే నీ ప్రసిద్ధ శత్రువులను వారి అనుయాయులతో సహితంగా మట్టుపెట్టాలనుకొంటున్నాను. నా తండ్రి పేరు జటాసురుడు. అతడు రాక్షసులందరికీ నాయకుడు. ఈ నీచ పాండవులు అతనిని కొద్ది రోజుల క్రితమే చంపివేశారు. నేను దానికి బదులు తీర్చుకోవాలనుకొంటున్నాను. మీరు ఈ పనికి నన్ను నియోగించండి" అన్నాడు.

ఇది విని దుర్యోధనునకు చాలా సంతోషం కలిగింది. అతడు "అలంబుషా ! శత్రువులను జయించడానికి ద్రోణుడు, కర్ణుడు మొదలైన వారితో పాటు నేనే ఎక్కువ. అయినా నా ఆజ్ఞతో క్రూరకర్ముడైన ఘటోత్కచుని నాశనం చేయి" అన్నాడు. అలంబుసుడు "తథాస్తు" అని చెప్పి, ఘటోత్కచుని యుద్ధానికి రమ్మని రెచ్చగొట్టి పిలిచాడు. అతనిపై అనేక రకాల ఆయుధాలను వర్షించ నారంభించాడు. కాని ఘటోత్కచుడు ఒక్కడే అలంబుసుని, కర్ణుని, కౌరవుల యొక్క దుస్తరమైన సైన్యాన్ని చుట్టివేశాడు. అతని మాయాబలం చూసి అలంబుసుడు ఘటోత్కచునిపై బాణ సమూహాన్ని జడివానలా కురిపించాడు. పైగా తన బాణాలతో పాండవసేనను కొట్టి పారద్రోలాడు. అలాగే ఘటోత్కచుని బాణాలకు మీ సైన్యం కూడా క్షతగాత్రమై వేల దివిటీలను విసిరేసి పారిపోసాగింది.

అనంతరం అలంబుసుడు క్రోధంతో ఘటోత్కచునిపై పది బాణాలు వేశాడు. అతడు కూడా భయంకరంగా అట్టహాసం చేస్తూ అలంబుసుని గుఱ్ఱాలను, సారథిని చంపి, అతని ఆయుధాలను కూడా ముక్కలు ముక్కలు చేశాడు. అలంబుసుడు క్రోధంతో ఘటోత్కచునిపై గట్టిగా పిడిగుద్దులు కురిపించాడు. ఆ పిడిగుద్దులకు ఘటోత్కచుడు కంపించిపోయాడు. తిరిగి అతడు కూడా అలంబుసునిపై పిడిగుద్దులు కురిపించి, నేలపై పడవేసి, రెండు మోచేతులతో పొడవసాగాడు. అలంబుసుడు ఎలాగో ఘటోత్కచుని పట్టునుండి తప్పించుకొని, అతనిని నేలపై పడవేసి, రోషంతో తానూ అతనిని మర్దించసాగాడు. ఈ రీతిగా మహాకాయులైన ఆ రాక్షసులు ఇద్దరూ బొబ్బలుపెడుతూ పోరాడసాగారు. వారి మధ్య గగుర్పాటు కలిగించే యుద్ధం జరుగుతోంది. వారిద్దరూ మహాపరాక్రమ వంతులు, మాయావులు. మాయాబలంలో ఒకరికొకరు తమ విశేషాన్ని ప్రదర్శిస్తూ యుద్ధం చేస్తున్నారు. ఒకరు నిప్పు అయితే ఇంకొకరు సముద్రం. ఒకరు పాము అయితే మరొకరు గరుడుడు అవుతున్నారు. అలాగే ఒక్కొక్కసారి మేఘం - ఈదురుగాలి, పర్వతం - వజ్రం, ఒక్కొక్కసారి ఏనుగు - సింహంలా మారి కనిపిస్తున్నారు. ఒకడు సూర్యుడయితే రెండవవారు రాహువై అతనిని మింగడానికి వస్తున్నాడు. ఈ రీతిగా ఒకరిని ఒకరు చంపుకోవడానికి ఇద్దరూ కూడా అనేక మాయలను సృష్టిస్తున్నారు. వారి యుద్ధ విన్యాసం గొప్పవిచిత్రంగా ఉంది. వారు పరిఘ, గద, ప్రాసం, ముద్గరం, పట్టిసం, ముసలం, కొండ శిఖరాలతో పరస్పరం ప్రహరించుకొంటున్నారు. వారి మాయాశక్తి చాలా గొప్పది. అందుకని వారు ఇరువురు ఒకసారి అశ్వికులుగా మారి యుద్ధం చేస్తే, మరొకసారి ఇద్దరు గజారోహుల రూపంలో యుద్ధం చేస్తున్నారు. ఒక్కొక్కసారి ఇద్దరు పదాతి సైనికులవలె యుద్ధం చేస్తూ కనిపిస్తున్నారు.

ఈ లోగా అలంబుసుని చంపాలని ఘటోత్కచుడు పైకి ఎగిరి, డేగలాగా ఒక్కఉదుటున అతనివి పట్టుకొన్నాడు. పైకి ఎత్తి అతనిని నేలకువేసి కొట్టి, కత్తి దూసి అతని తలను నరికేశాడు. రక్తం ఓడుతున్న ఆ తలను పట్టుకొని ఘటోత్కచుడు దుర్యోధనుని దగ్గరకు వెళ్లి, దానిని అతని రథం పైకి విసిరి - "ఇడుగో నీ సహాయం కోసం వచ్చిన బంధువు. వీడిని నేను చంపాను. చూశావుకదా వీడిపరాక్రమం? ఇక నీకూ కర్ణునికీ ఇదే దశ పట్టడం చూస్తావు" అన్నాడు. ఇలా అని ఘటోత్కచుడు వాడి బాణాలను వర్షిస్తూ కర్ణునివైపు వెళ్లాడు. ఆ సమయంలో మనుష్యులకు, రాక్షసులకు మధ్య అత్యంత భయంకరమైన, ఆశ్చర్య జనకమైన యుద్ధం కొనసాగింది.

ధృతరాష్ట్రుడు - "సంజయా ! అర్ధరాత్రివేళ కర్ణుడు, ఘటోత్కచుడు ఎదురుపడినపుడు, వారి మధ్య ఎలాంటి యుద్ధం జరిగింది ? ఆ రాక్షసుని ఆకారం ఎలా ఉంది ? అతని రథం, గుఱ్ఱాలు, అస్త్రశస్త్రాలు ఎలాంటివి ?" అని అడిగాడు.

సంజయుడు చెప్పసాగాడు - "ఘటోత్కచుని శరీరం చాలా పెద్దది. అతని ముఖం రాగిలాగా, కన్నులు ఎఱ్ఱని రంగులో ఉన్నాయి. పొట్ట అంటుకుపోయి ఉంది. తలవెంట్రుకలు నిక్కపొడుచుకొని ఉన్నాయి. గడ్డాలు మీసాలు నల్లగా ఉన్నాయి. చెవులు చిలుకకొయ్యాలా, గడ్డం పెద్దదిగా, నోటి వెడల్పు చెవుల వరకు వ్యాపించి ఉంది, కోరలు పదునుగా భయంకరంగా ఉన్నాయి. నాలుక, పెదవులు రాగిలాగా ఎఱ్ఱగా,

పొడవుగా ఉన్నాయి. కనుబొమలు దట్టంగా, ముక్కు బండగా ఉంది. శరీరం నల్లనిరంగుతో, కంఠం ఎత్తుగా, దేహం కొండలా భయంకరంగా ఉంది. భుజాలు వెడల్పుగా ఉన్నాయి. తలకాయ పెద్దది. ఆకారం గుండ్రంగా ఉంది. చర్మం దళసరి. తల పైభాగం కేవలం సాగిన మాంసపిండమే. దానిపై వెంట్రుకలు మొలవలేదు. నాభి కప్పబడి ఉంది. నితంబభాగం లావుగా ఉంది. భుజాలపై భుజబందులు మొదలైన ఆభరణాలు శోభిస్తున్నాయి. తలపై కాంతులీనే కిరీటం, చెవులకు కుండలాలు మెడలో బంగారు గొలుసు ఉన్నాయి. అతడు కంచుతో చేయబడిన మెరుస్తున్న కవచాన్ని ధరించి ఉన్నాడు. అతని రథం కూడా చాలా పెద్దది. దానిపై నలువైపులా ఎలుగు చర్మం పరచబడి ఉంది. అది నాలుగు వందల హస్తాల పొడవు వెడల్పులు కలిగి ఉంది. ఉత్తమమైన అన్ని రకాల ఆయుధాలు అందులో ఉన్నాయి. దానిపైన జెండా ఎగురుతోంది. అది ఎనిమిది చక్రాలతో నడుస్తోంది. ఆ చక్రాల చప్పుడు మేఘగర్జనను కూడా తలదన్నుతోంది. ఆ రథానికి వంద గుఱ్ఱాలు కట్టబడి ఉన్నాయి. అవి చాలా భయంకరమైనవి, కామ రుపాన్ని ధరించగలవి, మనో వేగంతో నడిచేవి. అతని సారథి వేపేరు విరూపాక్షుడు అతని ముఖం కుండలాల కాంతితో దీప్తి మంతంగా ఉంది. అతడు గుఱ్ఱాల పగ్గాలు పట్టుకొని వాటిని అదుపులో ఉంచుతున్నాడు.

ఇటువంటి రథం ఎక్కి వస్తున్న ఘటోత్కచుని చూసి, కర్ణుడు మహాగర్వంతో ముందుకు వచ్చి వెంటనే అతనిని నిలువరించాడు. ఇద్దరూ అత్యంతవేగం కల ధనుస్సులను తీసుకొని ఒకరినొకరు గాయపరచుకొంటూ బాణాలతో కప్పివేసుకొన్నారు. ఇద్దరూ శక్తులతో, బాణాలతో గాయపరచుకొంటున్నారు. ఆ రాత్రిపూట యుద్ధం, ఒక ఏడాది పాటు సాగిందా అన్నంత సుదీర్ఘంగా నడిచింది. ఇంతలో కర్ణుడు దివ్యాస్త్రాలను ప్రయోగించాడు. ఇది చూసి ఘటోత్కచుడు రాక్షస మాయను ప్రయోగించాడు. అప్పుడు పెద్ద రాక్షససైన్యం పుట్టుకు వచ్చింది. కొందరి చేతులలో శూలాలు, కొందరి చేతులలో ముద్గరాలు ఉన్నాయి. కొందరు బండరాళ్లు పట్టుకొని, కొందరు వృక్షాలు పట్టుకొని ఉన్నారు. ఆ సైన్యం చుట్టూ నడుస్తూండగా ఘటోత్కచుడు పెద్దవిల్లు పట్టుకొని ముందుకు వస్తూంటే అతనిని చూసి రాజులందరూ అదిరిపోయారు. ఘటోత్కచుడు భీషణంగా సింహనాదం చేశాడు. అది విని ఏనుగులు భయంతో మూత్ర విసర్జన చేశాయి. మనుష్యులయితే చాలా అదలిపోయారు. అన్నివైపుల నుండి భయంకరంగా రాళ్లవాన కురియసాగింది. అర్ధ రాత్రివేళ రాక్షసుల బలం పెరిగింది. వారు విసురుతున్న లోహచక్రాలు, భుశుండులు, శక్తులు, తోమరాలు, శూలాలు, శతఘ్నులు, పట్టిసలు, మొదలైన ఆయుధాలు వర్షంలా కురుస్తున్నాయి. మహారాజా ! మిక్కిలి భయంకరమూ, ఉగ్రమూ అయిన ఆ యుద్ధాన్ని చూసి మీ పుత్రులు, సైనికులు అదలిపోయి యుద్ధభూమినుండి పారిపోయారు. గర్వంతో కర్ణుడు ఒక్కడే అక్కడ నిలుచున్నాడు. అతడే మాత్రం వ్యథ చెందలేదు. అతడు తన బాణాలతో ఘటోత్కచుని మాయను ఉపసంహరించాడు.

మాయ నశించిపోగా ఘటోత్కచునికి అభిమానంతో కూడిన కోపం కలిగింది. ఘోరమైన బాణాలతో ప్రహరించసాగాడు. ఆ బాణాలు కర్ణుని శరీరాన్ని ఛేదించి భూమిలో కలిసిపోయాయి. కర్ణుడు పది బాణాలతో ఘటోత్కచుని నొప్పించాడు. అతని మర్మ స్థానాలకు గట్టి దెబ్బ తగిలింది. కోపం వచ్చి అతడు ఒక దివ్య చక్రాన్ని చేతపట్టి దానిని కర్ణునిపైకి ప్రయోగించాడు. కాని కర్ణుని బాణాలకు ఆ చక్రం ముక్కలై, భాగ్యహీనుని సంకల్పంలాగా, సఫలం కాకముందే నశించిపోయింది ఇక ఘటోత్కచుని కోపం హద్దు మీరింది. అతడు బాణవర్షంతో కర్ణుని కప్పివేశాడు. సూతపుత్రుడు కూడా వెంటనే తన సాయకాలతో ఘటోత్కచుని రథాన్ని కప్పివేశాడు. అప్పుడు ఘటోత్కచుడు ఒక గదను తిప్పి కర్ణునిపైకి విసిరాడు, కాని కర్ణుడు దానిని బాణాలతో ఖండించివేశాడు. ఇది చూసి ఘటోత్కచుడు ఆకాశంలోకి ఎగిరిపోయి అక్కడినుండి వృక్షాలను వర్షించసాగాడు. కర్ణుడు కూడా కిందనుండే బాణాలు వేస్తూ మాయావి అయిన ఆ రాక్షసుని నొప్పించసాగాడు. అతడు రాక్షసుని యొక్క గుఱ్ఱాలను అన్నిటినీ చంపివేసి, రథాన్ని కూడా ముక్కలు చేశాడు. అప్పటికి ఘటోత్కచుని శరీరంలో బాణం గుచ్చుకోని చోటు రెండు అంగుళాలు కూడా మిగలలేదు. అతడు తన దివ్యాస్త్రంతో కర్ణుని దివ్యాస్త్రాలను ఖండించి అతనితో మాయా యుద్ధం చేయసాగాడు.

అతడు ఆకాశంలో అదృశ్యంగా ఉండి బాణాలు వేయడం ఆరంభించాడు. ఆ బాణాలు కూడా కనపడడం లేదు. అతడు మాయతో అందరినీ భ్రాంతిలో పడవేస్తూ తిరుగుతున్నాడు. ఆ మాయాబలంతోనే మహాభయంకరమైన అశుభకరమైన ముఖంగా మారి కర్ణుని దివ్యాస్త్రాలను మింగివేస్తున్నాడు. ఇంకా అతడు ధైర్యాన్ని కోల్పోయి

నిరుత్సాహుడు అయినట్లుగా అనేక ముక్కలుగా ఖండితుడై పడిపోతూ కన్పించసాగాడు. దానితో అతడు చనిపోయాడనుకొని కౌరవులలోని ప్రముఖ వీరులు బొబ్బలు పెట్టసాగారు. ఇంతలోనే అతడు కొత్తకొత్త రూపాలు ధరించి అన్ని దిక్కులలోనూ కనిపించసాగాడు. చూస్తుండగానే అతనికి వందల కొద్దీ తలలు, పొట్టలు మొలిచాయి. శరీరాన్ని పెద్దదిగా పెంచి మైనాక పర్వతంలా కనిపించాడు. కొద్దిసేపటికే అంగుష్ఠపరిమాణంలోకి మారిపోయాడు. సముద్రంలోని ఉత్తుంగ తరంగంలా ఎగసిపడుతూ, ఒకసారి పైన, ఒకసారి అటు ఇటు కాసాగాడు. ఒక్కక్షణంలో భూమిని చీల్చుకొని నీటిలో మునిగిపోయాడు. మళ్లీ పైకి వచ్చి ఇంకొకచోట కనపడ్డాడు. ఆ తరువాత ఆకాశం నుండి దిగివచ్చి అతడు మళ్లీ తన సువర్ణ ఖచితమైన రథం ఎక్కాడు. మళ్లీ మాయాప్రభావంతోనే భూమ్యాకాశాలలో, దిక్కులలో తిరిగి, కవచంతో సన్నద్ధుడై కర్ణుని రథం వద్దకు వచ్చి – "సూతపుత్రా! నిలు. నిలు నీవు నానుండి ప్రాణాలు దక్కించుకొని ఎక్కడికి పోతావు ? నేడు ఈ రణరంగంలో నీ యుద్ధోత్సాహాన్ని నేను తీరుస్తాను" అన్నాడు.

ఇలా అని ఆ రాక్షసుడు మళ్లీ ఆకాశంలోకి ఎగిరిపోయి, కర్ణునిపై రథపుటిరుసుల వంటి లావు బాణాలను వర్షించసాగాడు. అతని బాణవర్షాన్ని కర్ణుడు దూరం నుండే ఖండించిపడవేశాడు. ఈ రీతిగా తన మాయ నశించిపోవడంతో ఘటోత్కచుడు మళ్లీ అదృశ్యమై, కొత్తమాయను సృష్టించసాగాడు. ఒక్కక్షణంలో ఒక మహా ఎత్తయిన పర్వతంలా మారి, నీటి ప్రవాహంలా శూలాలు, ప్రాసాలు, కత్తులు, ముసలాలు మొదలైన అస్త్ర శస్త్రాలను వర్షించసాగాడు. కర్ణుడు ఏమాత్రం భయపడకుండా, నవ్వుతూ ఒక దివ్యాస్త్రాన్ని ప్రయోగించాడు. ఆ అస్త్రం తాకగానే ఆ పర్వతరాజం పేరుకి కూడా మిగలలేదు. ఇంతలో ఆ రాక్షసుడు ఇంద్రధనుస్సుతో కూడిన మేఘం అయి ఉప్పొంగిపోతూ వచ్చి సూతపుత్రునిపై రాళ్లవాన కురిపించసాగాడు. కాని కర్ణుడు వాయవ్యాస్త్రాన్ని సంధించి ఆ కాలమేఘాన్ని వెంటనే ఎగురకొట్టాడు. అంతేకాదు అతడు బాణ సమూహంతో దిక్కులన్నింటిని కప్పివేసి, ఘటోత్కచుడు వేస్తున్న అస్త్రాలనన్నింటినీ నాశనం చేశాడు.

అప్పుడు ఘటోత్కచుడు కర్ణుని ఎదుట మహామాయను ప్రయోగించాడు. ఘటోత్కచుడు రథం ఎక్కి రావడం కర్ణుడు చూశాడు. అతనివెంట పెద్ద రాక్షససైన్యం ఉంది. కొందరు రాక్షసులు ఏనుగులమీద, కొందరు రథాల మీద, కొందరు గుఱ్ఱాల మీద ఎక్కారు. వారివద్ద అనేక రకాల ఆయుధాలు, కవచాలు కనిపిస్తున్నాయి. ఘటోత్కచుడు దగ్గరగా వస్తూనే కర్ణుని ఐదు బాణాలతో నొప్పించాడు. రాజులందరినీ భయభ్రాంతులను చేస్తూ భైరవస్వరంతో పెడబొబ్బలు పెట్టాడు. అంజలికమనే బాణంతో కర్ణుని చేతిలోని వింటిని విరిచాడు. కర్ణుడు వేరొక విల్లుతీసుకొని ఆకాశ చారులైన ఆ రాక్షసులవైపు బాణాలు వేయడం మొదలుపెట్టాడు. దానితో వారికి చాలా నొప్పి కలిగింది. గుఱ్ఱాలు, సారథులతోపాటు, ఏనుగులతో సహితంగా ఆ రాక్షససైన్యం అంతా కర్ణుని చేతిలో సమసిపోయింది. అప్పుడు ఘటోత్కచుడు తప్పించి పాండవ పక్షంలోని వేల మంది యోధులలో ఎవరూ కూడా కర్ణునివైపు కన్నెత్తి చూడ లేకపోయారు.

ఘటోత్కచుడు కోపంతో మండిపడ్డాడు. అతని కన్నులు నుండి నిప్పుకలు రాలుతున్నాయి. అతడు చేతులు అప్పళిస్తూ, పెదవులను పళ్లతో అదిమిపెట్టి, మాయాబలంతో మళ్లీ ఇంకొక రథాన్ని నిర్మించుకొన్నాడు. ఏనుగులతో సమానంగా బలిసిన, పిశాచాల వంటి ముఖాలు కలిగిన గాడిదలు ఆ రథానికి కట్టబడిఉన్నాయి. అతడు ఆ రథం ఎక్కి, కర్ణుని ఎదుటికి వెళ్లి అతనిపై ఒక భయంకరమైన అశనిని ప్రయోగించాడు. కర్ణుడు తన ధనుస్సును రథంపై పెట్టి, దూకి ఆ అశనిని చేతితో పట్టుకొన్నాడు. దానిని మళ్లీ ఘటోత్కచుని మీదికే వేశాడు. ఘటోత్కచుడు రథం నుండి దూకి దూరంగా వెళ్లి నిలబడ్డాడు. కాని ఆ అశని యొక్క వేడిమికి గాడిదలు, సారథి ధ్వజంతో పాటు ఆ రథం కాలి బూడిదైపోయింది. ఆపై ఆ అశని భూమిలో కలిసిపోయింది. కర్ణుని ఈ పరాక్రమం చూసి దేవతలు కూడా ఆశ్చర్యపోయారు. సమస్త జీవకోటి అతనిని ప్రస్తుతించింది. పైన చెప్పినట్లుగా పరాక్రమం చూపిన తరువాత కర్ణుడు తన రథం అధిష్ఠించి, మళ్లీ రాక్షస సేనపై బాణాలు కురిపించసాగాడు. ఘటోత్కచుడు గంధర్వ నగరంలా మళ్లీ అదృశ్యమైపోయి, మాయతో కర్ణుని దివ్యాస్త్రాలను నశింపచేయసాగాడు. అయినా కర్ణుడు ధైర్యం కోల్పోలేదు. ఆ రాక్షసునితో యుద్ధం చేస్తూనే ఉన్నాడు.

ఘటోత్కచుడు తాను అనేక రూపాలుగా మారి, కౌరవ యోధులను భయభ్రాంతులుగా చేశాడు. ఆపై సింహాలు, వ్యాఘ్రాలు, పెద్ద పులులు, అగ్ని కెరటాలలా నాలుకలు చాపుతున్న పాములు, ఇనుపముక్కులు కలిగిన పక్షులు అన్ని దిక్కులనుండి కౌరవసేనపై విరుచుకుపడ్డాయి. ఘటోత్కచుడు కర్ణుని బాణాలకు గాయపడి అంతర్ధానమై

పోయాడు, కాని మాయామయమయిన పిశాచులు, రాక్షసులు, యాతుధానులు, కుక్కలు, భయంకరమైన ముఖాలు కల తోడేళ్లు అన్ని వైపుల నుండి పుట్టుకువచ్చి కర్ణుని తినేసేలా అతని వైపు ఉరికాయి. రక్తంతో ఎఱ్ఱగా ఉన్న భయంకరమైన అస్త్రశస్త్రాలను తీసుకొని కఠినంగా మాట్లాడుతూ అతనిని బెదిరించసాగాయి.

కర్ణుడు అందులోని ప్రతి ఒక్కరిని అనేక బాణాలతో కొట్టి తూట్లుపొడిచాడు. దివ్యాస్త్రంతో ఆ రాక్షసమాయను సంహరించి, ఘటోత్కచుని గుఱ్ఱాలను కూడా యమలోకానికి పంపాడు. ఇలా మళ్లీ తన మాయ నశించిపోవడంతో "ఇప్పుడే నిన్ను మృత్యుముఖానికి పంపుతాను" అని చెప్పి ఘటోత్కచుడు మళ్లీ అంతర్ధానమయ్యాడు.

భీమసేన అలాయుధుల యుద్ధము - ఘటోత్కచుడు అలాయుధుని సంహరించుట.

సంజయుడు చెపుతున్నాడు - "రాజా ! ఇలా కర్ణఘటోత్కచుల మధ్య యుద్ధం జరుగుతూ ఉండగానే అలాయుధుడనే ఒక రాక్షసుడు పూర్వవైరం తలచుకొని పెద్దసైన్యంతో దుర్యోధనుని వద్దకు వచ్చి యుద్ధలాలసతో - "మహారాజా ! మీకు తెలిసే ఉంటుంది - భీమసేనుడు మా బంధువులయిన హిడింబుని, బకుని, కిర్మీరుని వధించాడు. కాబట్టి నేడు మేము స్వయంగా ఘటోత్కచుని సంహరిస్తాము. అలాగే శ్రీకృష్ణుని, పాండవులను వారి అనుచరులతో సహితంగా చంపి తింటాము. మీరు మీ సైన్యాన్ని వెనక్కి తీసుకోండి. ఈ రోజు పాండవులతో ఈ రాక్షసులే యుద్ధం చేస్తారు" అన్నాడు.

అతని మాటలు విని దుర్యోధనునికి చాలా సంతోషం కలిగింది. అతడు తన బంధువులందరితో కలిసి - "సోదరా! నీవు నీ సైన్యంతో కలిసి ముందు నిలబడు. నీకు సహాయంగా ఉండి మేము కూడా శత్రువులతో పోరాడుతాము. నా యోధుల మనసులు వైరాగ్నితో మండిపోతున్నాయి. వారు సుఖంగా కూర్చోలేరు" అన్నాడు.

"సరే మంచిది" అని చెప్పి రాక్షసరాజు అలాయుధుడు రాక్షసులను వెంటపెట్టుకొని మహాఉత్సాహంగా యుద్ధానికి వెళ్లాడు. ఘటోత్కచుని వద్ద ఉన్నటువంటి మహా కాంతిమంతమైన రథం వంటిదే అలాయుధుని వద్ద కూడా ఉంది. దాని ఘోష కూడా సాటిలేనిదే దాని మీద కూడా ఎలుగు చర్మం పరిచిఉంది. పొడవు వెడల్పులు కూడా అలాగే నాలుగు వందల హస్తాలు. దానికిలాగే ఏనుగులవలె బలిసిన వంద గుఱ్ఱాలు కట్టబడి ఉన్నాయి. అతని విల్లు కూడా అతిదృఢమైన నారితో పెద్దదిగా ఉంది. అతని బాణాలు కూడా రథపుటిరుసులాగ లావుగా పొడవుగా ఉన్నాయి. ఘటోత్కచునిలాగే అతడు కూడా మహావీరుడు. కాని ఆకారంలో మాత్రం అతడు ఘటోత్కచుడికన్నా అందగాడు.

మహారాజా ! అలాయుధుని రాకతో కౌరవులకు చాలా ఆనందం కలిగింది. సముద్రంలో మునిగిపోతున్నవాడికి నావ దొరికినట్లయింది. వారు తమకు పునర్జన్మ లభించినట్లే తలపోశారు. ఆ సమయంలో కర్ణునికీ, ఘటోత్కచునికీ అలౌకికమయిన యుద్ధం జరుగుతోంది. ద్రోణుడు, అశ్వత్థామ, కృపాచార్యుడు మొదలైన వారు ఘటోత్కచుని పరాక్రమం చూసి దడుసుకొన్నారు. అందరి మనసులలోనూ ఆందోళనే. అంతటా హాహాకారాలు చెలరేగాయి. అందరూ కర్ణుని ప్రాణాలపట్ల నిరాశగా ఉన్నారు. కర్ణుడు గొప్ప ఆపదలో చిక్కుకొన్నాడని గ్రహించి దుర్యోధనుడు అలాయుధుని పిలిచి "ఈ కర్ణుడు ఘటోత్కచునితో పోరాడుతున్నాడు. యుద్ధంలో యథాశక్తి తన పరాక్రమం చూపుతున్నాడు. వీరవరుడా ! నీవు కోరినట్లే, ఆ కోరిక ననుసరించియే ఈ యుద్ధంలో ఘటోత్కచుని, నీ వంతుగా చేశాం. ఇక నీవు పరాక్రమం చూపి అతనిని చంపు. ఈ పాపాత్ముడు తన మాయాబలంతో కర్ణుని ఎక్కడ ముందుగా చంపేస్తాడో ! అతని గురించి పట్టించుకో" - అన్నాడు.

దుర్యోధనుడు ఇలా చెప్పగానే అలాయుధుడు "చాలా మంచిది" అని చెప్పి, ఘటోత్కచునిపై దాడి చేశాడు. ఘటోత్కచుడు శత్రువు తన ఎదుటికి రావడం చూసి, కర్ణుని వదిలి, అతనినే బాణాలతో కొట్టి బాధించసాగాడు. రాక్షసులిద్దరూ కోపావేశంతో పోరాడసాగారు. ఘటోత్కచుడు అలాయుధుని చేతిలో చిక్కుకోవడం గమనించి భీమసేనుడు తన రథం ఎక్కి బాణవృష్టి కురిపిస్తూ అక్కడికి వచ్చాడు. ఇది చూసి అలాయుధుడు ఘటోత్కచుని వదిలి భీమసేనుని బెదిరించాడు. అతని రాక్షసానుచరులు కూడా అనేకరకాల అస్త్ర శస్త్రాలతో భీమునిపై విరుచుకుపడ్డారు.

అనేకమంది రాక్షసులు బాణాలతో తూట్లు పొడుస్తున్నాగాని, అతి బలవంతుడయిన భీమసేనుడు ఒక్కొక్కరిని ఐదేసి వాడి బాణాలతో కొట్టి, అందరినీ గాయపరిచాడు. భీమునితో యుద్ధం చేస్తున్న క్రూరరాక్షసులు అతని దెబ్బలకు తాళలేక భయంకరంగా చీత్కారాలు చేస్తూ పది దిక్కులకూ పరుగులు తీశారు. ఇది చూసి అలాయుధుడు భీమసేనుని వైపు చాలా

వేగంగా వచ్చి, అతనిపై బాణవృష్టి కురిపించాడు. భీమసేనుడు వేసిన ఎన్నో బాణాలను అతడు ఖండించాడు. ఇంక ఎన్నిటినో చేతితో పట్టుకొన్నాడు. భీముడు మళ్లీ అతనిపై బాణాలు కురిపించాడు. కాని అతడు వాడిబాణాలతో పడగొట్టి మళ్లీ వాటిని వ్యర్థం చేశాడు. భీముని ధనుస్సును కూడా ముక్కలు చేశాడు. సారథిని, గుఱ్ఱాలను కూడా చంపివేశాడు.

గుఱ్ఱాలు, సారథి చనిపోవడంతో భీముడు రథం నుండి దిగి గట్టిగా బొబ్బలుపెడుతూ, ఆ రాక్షసుని మీద పెద్ద బరువైన గదను ప్రహరించాడు. అలాయుధుడు కూడా గదతోనే ఆ గదను కొట్టి పడేశాడు. అప్పుడు భీముడు ఇంకొక గదను చేతపట్టి, ఆ రాక్షసునితో తుముల యుద్ధం చేయసాగాడు. అప్పుడు ఒకరిపై ఒకరు చేసుకొంటున్న గదాఘాతాల వల్ల కలిగే శబ్దానికి భూమి కంపించిపోయింది. కొద్దిసేపటికే వారు గదలు విసిరేసి ముష్టియుద్ధం చేయసాగారు. వారి ముష్టి ఘాతాలకు పిడుగులు పడుతున్న చప్పుడయింది. ఈ రీతిగా పోరాడుతూ, వారు కోపావేశంతో రథం యొక్క చక్రాలు, కాడులు, ఇరుసులు మొదలైన ఇతర ఉపకరణాలతో, ఏది దగ్గరగా కనిపిస్తే దానితోనే ఒకరిని ఒకరు కొట్టుకోసాగారు. ఇద్దరి శరీరాల నుండి రక్తం ధారలై కారుతోంది.

శ్రీకృష్ణుడు ఈ స్థితి చూసి, భీముని రక్షించడానికి ఘటోత్కచునితో – "మహాబాహూ ! చూడు. నీ ఎదురుగానే అందరూ చూస్తూ ఉండగానే అలాయుధుడు భీముని తన చేతికి చిక్కించుకొన్నాడు. కాబట్టి ముందుగా రాక్షసరాజు అలాయుధునే వధించు. తరువాత కర్ణుని చంపవచ్చు." అన్నాడు. శ్రీకృష్ణుని మాటవిని ఘటోత్కచుడు కర్ణుని విడిచి అలాయుధునితోనే తలపడ్డాడు. ఇక ఆ రాత్రివేళ ఆ ఇద్దరు రాక్షసుల మధ్య తుములయుద్ధం కొనసాగింది. అలాయుధుడు కోపంతో చాలా పెద్ద పరిఘ ఒక దానితో ఘటోత్కచుని నెత్తిపై మోదాడు. దానితో అతనికి కొద్దిగా తెలివి తప్పినట్లయింది. కాని ఆ బలశాలి తన్ను తాను నిలదొక్కుకొని అలాయుధునిపై ఒక పెద్ద గదను వేశాడు. అతి వేగంగా విసిరిన ఆ గద అలాయుధుని గుఱ్ఱాలను, సారథిని, రథాన్ని చూర్ణం చేసింది.

అలాయుధుడు రాక్షసమాయతో గంతువేసి ఆకాశంలోకి ఎగిరి పోయాడు. అతడు పైకి వెళ్లగానే రక్తవర్షం కురిసింది. ఆకాశంలో నల్లని మేఘాలు ఆవరించాయి, మెరుపులు మెరుస్తున్నాయి. వడగళ్ల వానతో పాటు పిడుగులు పడసాగాయి. ఆ మహాయుద్ధంలో చాలా గట్టిగా దబదబమనే చప్పుడు వ్యాపించింది. అతని మాయను చూసి ఘటోత్కచుడు కూడా ఆకాశం లోకి ఎగిరి, ఇంకొక మాయను సృష్టించి, అలాయుధుని మాయను నశింపచేశాడు. అలాయుధుడు ఘటోత్కచునిపై రాళ్లవాన కురిపించాడు. కాని ఘటోత్కచుడు బాణాల జడివానతో ఆ రాళ్లను ముక్కలు చేశాడు. ఇద్దరూ పరస్పరం రకరకాల ఆయుధాలు ప్రయోగించుకొన్నారు. లోహపు పరిఘలు, శూలాలు, గదలు, ముసలాలు, ముద్గరాలు, పినాకాలు, కత్తులు, తోమరాలు, ప్రాసాలు, కంపనాలు, నారాచాలు, భల్లాలు, బాణాలు, చక్రాలు, పరశువులు, లోహపు గోళాలు, భిందిపాలాలు, గోశీర్షాలు, ఉలూఖలాలు మొదలైన అస్త్రశస్త్రాలతోను, భూమి నుండి పెరికిన జమ్మి, మఱ్ఱి, పాకర, రావి, సేమర మొదలైన పెద్ద పెద్ద చెట్లతోను వారు పరస్పరం కొట్టుకోసాగారు. అనేకరకాల పర్వత శిఖరాలతో కూడా వారు ఒకరినొకరు కొట్టుకొన్నారు. ఆ ఇద్దరు రాక్షసుల యుద్ధం పూర్వకాలంలోని వాలిసుగ్రీవుల యుద్ధాన్ని మించి పోయింది. ఇద్దరూ పరుగునవచ్చి ఒకరి పిలకను ఒకరు పట్టుకొన్నారు. ఆపై చేతులతో పోరాడుతూ పెనవేసుకుపోయారు. అప్పుడే ఘటోత్కచుడు అలాయుధుని బలవంతముగా పట్టుకొని, అతివేగంగా తిప్పి, నేలకువేసి కొట్టాడు. ఆపై కుండల మండితమైన అతని శిరసును ఖండించి పెద్దగా బొబ్బలు పెట్టాడు. ఆ శిరసును దుర్యోధనుని ఎదుటికి విసిరివేశాడు.

అలాయుధుడు చనిపోవడం చూసి దుర్యోధనుడు తన సేనతో పాటుగా మిక్కిలి వ్యాకులుడయ్యాడు.

కర్ణుడు అమోఘ శక్తితో ఘటోత్కచుని వధించుట.

సంజయుడు చెపుతున్నాడు – మహారాజా ! అలా యుధుని చంపి ఘటోత్కచుడు మనసులోనే ఎంతో ఆనందించి, మీ సైన్యం ఎదుట నిలిచి సింహనాదం చేయసాగాడు. అతని గర్జన విని మీ యోధులకు చాలా భయం కలిగింది. ఇటు కర్ణుని మీద అతని శత్రువులు బాణాలు కురిపిస్తున్నారు. అతడు ధైర్యంగా వారి అస్త్రశస్త్రాలను నాశనం చేస్తున్నాడు. పైగా వజ్రసదృశమైన బాణాలతో శత్రువులను సంహరించసాగాడు. అతని బాణాలకు ఎంతో మంది వీరుల అవయవాలు ఛిన్నాభిన్నమైనాయి. కొందరికి సారథులు చనిపోతే, కొందరికి గుఱ్ఱాలు నశించిపోయాయి. కర్ణుని ఎదుట తమ్ము రక్షించుకోవడం ఏవిధంగానూ సాధ్యం కాదని తెలిసి ఆ యోధులందరూ యుధిష్ఠిరుని సైన్యంలోకి పారిపోయారు.

తన పక్షంలోని యోధులు కర్ణునికి ఓడిపోయి పారిపోవడం చూసి ఘటోత్కచునికి కోపం వచ్చి, మేలైన రథం ఎక్కి సింహంలా గర్జిస్తూ కర్ణుని ఎదిరించడానికి వచ్చాడు. వస్తూనే అతడు వజ్రసదృశమైన బాణాలతో కర్ణుని నొప్పించాడు. ఇద్దరూ కూడా ఒకరిపై ఒకరు కర్ణి, నారాచం, శిలీముఖం, నాలీకం, దండం, అశని, వత్సదంతం, వారాహకర్ణం, విపాటం, శృంగం, క్షురప్రం మొదలైన వాటిని వర్షించుకోసాగారు. వారి అస్త్రవర్షంతో ఆకాశం నిండిపోయింది.

మహారాజా ! కర్ణుడు యుద్ధంలో ఎలాగూ ఘటోత్కచుని మించలేకపోవడంతో, అతడు ఒక భయంకర అస్త్రాన్ని ప్రయోగించాడు. దానితో అతని రథం, గుఱ్ఱాలు, సారథి కూడా నశించిపోయారు. ఘటోత్కచుడు విరథుడవడంతోనే అంతర్ధానమయ్యాడు. అతడు అదృశ్యుడవడం చూసిన కౌరవయోధులు గట్టిగా ఎలుగెత్తి "మాయతో యుద్ధం చేసే ఈ రాక్షసుడు యుద్ధంలో తాను కనపడనప్పుడు, కర్ణుని ఎలా చంపకుండా ఉంటాడు ?" అనసాగారు, ఇంతలో కర్ణుడు బాణజాలంతో దిక్కులు అన్నింటిని కప్పివేశాడు. బాణాలవల్ల ఆకాశంలో చీకటి కమ్ముకొంది. అయినా ఏ ప్రాణీ కూడా పై నుండి చచ్చి కిందపడలేదు. ఆ తరువాత మేము అందరం అంతరిక్షంలో ఆ రాక్షసుని మాయను చూశాము. ముందు అతడు ఎఱ్ఱని మేఘాల రూపంలో వ్యక్తమయ్యాడు. ఆ పై మండుతున్న అగ్నికీలలా భయంకరంగా కనపడసాగాడు. ఆ తరువాత నుండి మెరుపులు వచ్చాయి, ఉల్కాపాతం జరిగింది. వేలకొద్దీ దుందుభులు మ్రోగినట్లుగా భయంకరమైన ధ్వని ఉద్భవించింది. ఆ తరువాత బాణాలు, శక్తులు, ఋష్టులు, ప్రాసలు, ముసలాలు, పరశువులు, కత్తులు, పట్టిసాలు, తోమరాలు, పరిఘులు, గదలు, శూలాలు, శతఘ్నులు వర్షించసాగాయి. వేలసంఖ్యలో పెద్దపెద్ద బండరాళ్లు పడసాగాయి. పిడుగులు పడ్డాయి. నిప్పులా జ్వలించే చక్రాలు పడ్డాయి. కర్ణుడు ఆ అస్త్రవర్షాన్ని బాణాలతో నివారించాలని చూశాడు. కాని సాధ్యపడలేదు. బాణాల దెబ్బలకు గుఱ్ఱాలు పడిపోతున్నాయి. పిడుగు పాటులకు ఏనుగులు నేలకు ఒరుగుతున్నాయి. అనేక అస్త్రాల తాకిడికి గొప్ప గొప్ప మహాయోధులందరూ మట్టికలిసిపోతున్నారు. పడిపోయే సమయంలో వారు చేసే ఆర్తనాదాలు నలువైపులా వ్యాపిస్తున్నాయి. ఘటోత్కచుడు వేసిన అనేక భయంకరమైన అస్త్రశస్త్రాలకు గురై దుర్యోధనుని సైనికులు మహా ఆందోళనతో అటు ఇటు పారిపోతున్నారు. అన్ని వైపులా హాహాకారాలు చెలరేగాయి. అందరూ విషాదమగ్నులై భయభ్రాంతులయ్యారు. ఆ సమయంలో మీ పుత్రుని సైన్యంలో భయంకరమైన మోహం ఆవరించింది. ఎంతోమంది వీరులు వస్తున్నారు, చెల్లా చెదరు అయిపోతున్నారు. వారి తలలు నరకబడుతున్నాయి. అవయవాలు ఛిన్నాభిన్నం అవుతున్నాయి. ఈ దశలో వారు రణభూమిలో పడి ఉన్నారు. కొన్ని చోట్ల రాళ్లతో చితికిపోయిన గుఱ్ఱాలు, ఏనుగులు కనపడుతున్నాయి. రథాలు నుజ్జు నుజ్జు అయిపోయాయి.

అప్పుడు కాలుని ప్రేరణచేత క్షత్రియ నాశనం జరుగుతోంది. కౌరవులందరూ గాయపడి పారిపోతూ ఎలుగెత్తి – "కౌరవులారా ! పారిపోండి. ఇది సైన్యంకాదు. ఇంద్రాది దేవతలు పాండవ పక్షం వహించి మనలను నాశనం చేస్తున్నారు" అని అరవసాగారు. ఈ రీతిగా విపత్సముద్రంలో మునిగిపోయిన కౌరవులకు కర్ణుడే ద్వీపమై రక్షించాడు. అతడు శస్త్రవర్షాన్ని అంతటినీ తన గుండెలపై భరిస్తూ ఒక్కడే రణరంగంలో నిలిచాడు. ఇంతలో ఘటోత్కచుడు కర్ణుని నాలుగు గుఱ్ఱాలను లక్ష్యంగా చేసుకొని ఒక శతఘ్నిని వేశాడు. ఆ దెబ్బకు గుఱ్ఱాలు మోకాళ్లమీద కూలబడిపోయాయి. వాటి పళ్లు ఊడిపోయాయి. కళ్లు, నాలుక వెళ్లుకొచ్చాయి. ప్రాణాలు కోల్పోయి పడిపోయాయి.

గుఱ్ఱాలు చనిపోవడంతో కర్ణుడు రథం దిగి మనసులోనే ఏదో ఆలోచించుకొన్నాడు. అప్పుడు కౌరవయోధులు పారిపోతున్నారు. రాక్షస మాయకు వారి దివ్యాస్త్రాలు నశించిపోయాయి. అయినా కర్ణుడు భయపడలేదు. అతడు ఆ సమయానికి తగినట్లుగా చేయవలసిన దానిని గురించి ఆలోచిస్తున్నాడు. అప్పుడు ఆ భయంకర మాయాప్రభావాన్ని చూసి కౌరవులందరూ కలిసి కర్ణునితో – "సోదరా ! ఇప్పుడు నీవు వెంటనే ఈ రాక్షసుని సంహరించు లేకపోతే ఈ కౌరవులందరూ ఇప్పుడే నశించిపోతారు. భీమసేనుడు, అర్జునుడు మననేమి చేస్తారు ? ఇప్పుడు అర్ధరాత్రి వేళ ఈ రాక్షసుని ప్రతాపం విపరీతంగా పెరుగుతోంది. కాబట్టి ఇతనినే నాశనం చేయి. మాలో ఈ భయంకర సంగ్రామం నుండి ఎవరు బయటపడతారో వారే సేనాసహితులై పాండవులతో యుద్ధం చేస్తాం. కాబట్టి నీవు ఇంద్రుడిచ్చిన శక్తితో ఈ భయంకర రాక్షసుని సంహరించు. కర్ణా ! కౌరవులందరూ ఇంద్రునితో సమానమైన బలం గలవారు. ఈ రాత్రి యుద్ధంలో కౌరవులందరూ సైనికులతో సహితంగా ఎప్పటికీ మరణించకూడదు" అన్నారు.

నిశీథ సమయం. రాక్షసుడు కర్ణుని నిరంతరంగా ప్రహరిస్తున్నాడు. సైన్యం అంతటా అతనివల్ల ప్రమాదం వ్యాపించిఉంది. ఇటు కౌరవులు బాధతో ఆర్తనాదాలు చేస్తున్నారు. ఇదంతా చూసి, విని, కర్ణుడు రాక్షసునిపై శక్తిని ప్రయోగించాలని యోచించాడు. ఇక అతడు శత్రువు యొక్క ఆఘాతాలను సహించలేకపోయాడు. అతనిని వధించడానికి కర్ణుడు "వైజయంతి" అనే పేరుగల సహింపశక్యం కాని శక్తిని చేతిలోకి తీసుకొన్నాడు. మహారాజా ! ఎన్నో ఏళ్లుగా కర్ణుడు అర్జునుని చంపడానికి సురక్షితంగా దాచుకొన్న శక్తే అది. అతడు ఎప్పుడూ దానిని పూజిస్తూ ఉండేవాడు. మృత్యుదేవతకు సహోదరివంటి, చాచిన కాలుని యొక్క నాలుకలా ఉన్న శక్తిని కర్ణుడు ఘటోత్కచునిపై వేశాడు. దానిని చూస్తూనే రాక్షసుడు భయపడి పోయాడు. వింధ్యాద్రి వంటి విశాల శరీరం ధరించి అక్కడి నుండి పారిపోయాడు. రాత్రివేళ జ్వలిస్తున్న ఆ శక్తి రాక్షసుని మాయనంతటినీ భస్మం చేసి, అతని రొమ్మున గట్టిగా గుచ్చుకొని దానిని చీల్చి వేసి పైకి వెళ్లి నక్షత్రమండలంలో కలిసి పోయింది. ఘటోత్కచుడు భీకరంగా అరుస్తూ తనకు ప్రేమాస్పదమైన ప్రాణాలకు నీళ్లు వదులుకొన్నాడు. అప్పుడు శక్తి యొక్క దెబ్బకు అతని మర్మస్థలం విదీర్ణమైపోయింది. అయినా అతడు శత్రువులను నాశనం చేయడానికి ఆశ్చర్య జనకమైన రూపాన్ని ధరించాడు. తన శరీరాన్ని పర్వతంలాగా చేశాడు. అటుపై కింద పడ్డాడు. అతడు చనిపోయి కూడా తన పర్వతాకార శరీరంతో కౌరవ సేనలోని ఒక భాగాన్ని సంహరించాడు. అతని శరీరం కింద ఒక అక్షౌహిణిసేన అణిగిపోయి మరణించింది. ఈ రీతిగా అతడు చనిపోతూ కూడా పాండవులకు మేలే చేశాడు. మాయ నశించింది. రాక్షసుడు చనిపోయాడు. ఇది చూసి కౌరవ యోధులు హర్షనాదాలు చేశారు. దానితో పాటే శంఖాలు, భేరీలు, ఢోలులు, నగారాలు మోగాయి కర్ణుని ప్రశంసించసాగారు. అతడు దుర్యోధనుని రథం ఎక్కి తన సైన్యంలో ప్రవేశించాడు.

ఘటోత్కచుని మృతికి భగవానుడు సంతసించుట భగవానునివలన కర్ణుని బుద్ధి మందగించుట.

సంజయుడు చెపుతున్నాడు - ఘటోత్కచుని మరణంతో పాండవులందరూ శోక మగ్నులయ్యారు. అందరూ కన్నీరు కారుస్తున్నారు. కాని వాసుదేవునికి మాత్రం చాలా సంతోషం కలిగింది. అతడు ఆనందంలో మునిగిపోయాడు. అతడు గట్టిగా సింహనాదం చేసి, ఆనందంతో ఊగిపోతూ నాట్యం చేయసాగాడు. అర్జునుని కౌగిలించుకొని, అతని వీపు మీద తట్టుతూ పలుపర్యాయాలు గట్టిగా కేకవేశాడు. భగవానుడు ఇంతగా ఆనందించడం చూసి అర్జునుడు - "మధుసూదనా! నేడు నీకు అసమయంలో ఇంతటి ఆనందం ఎందుకు కలుగుతోంది ? ఘటోత్కచుడు చనిపోవడంతో మేమంతా శోకించవలసిన సమయం కలిగింది. సేన యావత్తు యుద్ధానికి విముఖమై పారిపోతోంది. మాకు కూడా చాలా ఆందోళనగా ఉంది. అయినా నీవు సంతోషంగా ఉన్నావు. దీనికేమీ చిన్నా చితకా కారణం అయి ఉండదు. జనార్దనా ! చెప్పు. ఈ ఆనందానికి కారణమేమిటి ? ఇది అంతగా దాచవలసిన విషయం కాకపోతే తప్పక చెప్పు. నేను ధైర్యం కోల్పోతున్నాను" అని అడిగాడు.

శ్రీకృష్ణ భగవానుడు చెపుతున్నాడు - "ధనంజయా ! నాకు నిజంగానే ఆనందించే సమయం వచ్చింది. కారణం వినాలనుకొంటున్నావా ? విను. కర్ణుడు ఘటోత్కచుని చంపాడనే నీకు తెలుసు. కాని ఇంద్రుడిచ్చిన శక్తిని నిష్ఫలం చేసి (ఒక రకంగా) ఘటోత్కచుడే కర్ణుని చంపాడని నేను అంటాను. ఇక కర్ణుడు చనిపోయాడనే భావించు. కర్ణుని చేతిలో శక్తి ఉన్నంతవరకు ఈ లోకంలో అతని ఎదుట నిలువగలిగిన వాడు ఎవడూ లేడు. అతని వద్ద కవచకుండలాలు కూడా ఉంటే అతడు దేవతలతో పాటు ముల్లోకాలను కూడా జయించగలడు. ఆ దశలో ఇంద్ర కుబేర యమ వరుణులు కూడా యుద్ధంలో అతనిని ఎదిరించలేరు. నేను, నీవు సుదర్శన చక్రం, గాండీవం చేపట్టి కూడా అతనిని జయించడానికి అసమర్థులం అవుతాం. నీకు మేలు చేయడానికే ఇంద్రుడు కపటంతో అతనికి కుండలాలు, కవచం లేకుండా చేశాడు. దానికి బదులుగా ఇంద్రుడు అతనికి అమోఘమైన శక్తి ఇచ్చినప్పటినుండీ, అతడు ఎప్పుడూ నిన్ను చనిపోయిన వానిగానే భావిస్తున్నాడు. ఇప్పుడు అతనికి అవన్నీ లేకపోయినా కూడా నీవు తప్ప వేరెవరూ అతనిని చంపలేరు. కర్ణుడు బ్రాహ్మణులయందు భక్తికలవాడు, సత్యవాది, తపస్వి, దీక్షాధారి, శత్రువుల మీద కూడా దయ చూపేవాడు. అందుకనే అతడు వృష (ధర్మం) అని పిలువబడుతాడు. దేవతలందరూ నలువైపుల నుండీ కర్ణునిపై బాణవర్షం కురిపించినా, దైత్యులు అతని మీద రక్తమాంసాలు ఎగజిమ్మినా వారు అతనిని గెలువలేరు. కవచకుండలాలు, ఇంద్రుడిచ్చిన శక్తి లేకపోవడంతో ఈనాడు కర్ణుడు సాధారణ మనుష్యునిలా అయిపోయాడు. అయినా అతనిని చంపడానికి ఒకే ఉపాయం ఉంది. అతడు

బలహీనుడిగా కనపడినప్పుడు, అజాగ్రత్తగా ఉన్నప్పుడు, రథచక్రం ఇరుక్కుపోయి ఇబ్బందిలో పడినప్పుడు నా సూచన మీద దృష్టి నిలిపి జాగ్రత్తగా అతనిని చంపాలి. నీ మేలు కోరే నేను జరాసంధుని, శిశుపాలుని మొదలైన వారిని ఒక్కొక్కరిగా చంపించాను. అలాగే హిడింబుడు, కిర్మీరుడు, బకుడు, అలాయుధుడు మొదలైన రాక్షసులను కూడా నేనే చంపించాను. జరాసంధుడు, శిశుపాలుడు మొదలైన వారు ముందుగానే చంపక పోతే ఇప్పుడు చాలా భయంకరులై ఉండేవారు. దుర్యోధనుడు తన సహాయం కోసం వారిని తప్పకుండా ప్రార్థించి ఉండేవాడు. వారు మన మీది ద్వేషంతో కౌరవుల పక్షం వహించేవారు. దుర్యోధనుని సహాయంతో వారు సంపూర్ణ భూమండలాన్ని జయించి ఉండేవారు. వారిని ఏ ఉపాయాలతో నశింపచేశానో విను. పూర్వం ఒకప్పుడు రోహిణీ నందనుడు బలరాముడు జరాసంధుని అవమానించాడు. దానితో కోపించి అతడు మమ్మల్ని చంపడానికి సర్వసంహారకమైన గదను ప్రయోగించాడు. ఆ గద తన మీదకు రావడం చూసి బలరాముడు దానిని నాశనం చేయడానికి స్థూణాకర్ణమనే అస్త్రాన్ని ప్రయోగించాడు. ఆ అస్త్ర వేగానికి ప్రతిహతమై ఆ గద భూమి మీద పడింది. పడగానే భూమి బీటలు వారి పర్వతాలు కంపించి పోయాయి. గద పడిన చోట జర అనే రాక్షసి నివసిస్తోంది. గదాఘాతంతో అది తన పుత్రులతో బంధువులతో పాటుగా మరణించింది.

జరాసంధుడు వేర్వేరుగా రెండు ఖండాలుగా జన్మించాడు. ఆ ఖండాలను ఈ జర అనే రాక్షసియే కలిపి బతికించింది. అందుకే అతని పేరు జరాసంధుడు అయింది. అతనికి గద – జర అనే రెండూ ప్రధానమైన ఆధారాలు. ఆ రెండూ అతనికి లేకుండా పోయాయి. అందుకే భీమసేనుడు నీ ఎదురుగా అతనిని వధించగలిగాడు. అలాగే నీ మేలు కోసమే ఏకలవ్యుని బొటన వ్రేలుని నరికించాను. చేదిరాజు శిశుపాలుని నీ ఎదుటనే చంపాను. అతనిని కూడా దేవతలు గాని, అసురులు గాని యుద్ధంలో జయించలేరు. అతడు, అతనివంటి దైవ ద్రోహులను నాశనం చేసేందుకే నేను అవతరించాను. హిడింబాసురుడు, బకుడు, కిమ్మీరుడు – వీరు రావణునంతటి బలవంతులు. బ్రాహ్మణులన్నా, యజ్ఞాలన్నా ద్వేషిస్తారు. లోకకల్యాణం కోసం భీమసేనుని చేత వారిని చంపించాను. అలాగే ఘటోత్కచునిచేత అలాయుధుని చంపించాను. కర్ణుని ద్వారా శక్తిని ప్రయోగింపచేసి ఘటోత్కచుని చంపకపోతే, నేను అతనిని వధించవలసివచ్చేది. ఇతని ద్వారా మీకు ప్రియం చేకూరేలా చేయాలి. అందుకే నేను ముందుగానే ఇతనిని వధించలేదు. ఘటోత్కచుడు బ్రాహ్మణ ద్వేషి, యజ్ఞాలను నాశనం చేసేవాడు. ఈ పాపాత్ముడు ధర్మానికి హాని కలిగిస్తున్నాడు. అందుకే ఈ రీతిగా ఇతనిని నశింపచేశాను. ధర్మహాని కారకులందరూ నాకు వధ్యులే. నేను ధర్మస్థాపన కోసం ప్రతిజ్ఞ చేశాను. వేదం, సత్యం, దమం, పవిత్రత, ధర్మం, లజ్జ, శ్రీ, ధైర్యం, క్షమ ఎక్కడ ఉంటాయో, అక్కడ ఎప్పుడూ నేను క్రీడిస్తూ ఉంటాను. ఇది నేను ప్రతిజ్ఞ చేసి చెపుతున్నమాట. ఇక నీవు కర్ణుని చంపడం విషయమై చింతించనక్కరలేదు. నీవు కర్ణుని, భీమసేనుడు దుర్యోధనుని చంపగలిగే ఉపాయం నేను చెపుతాను. ఇప్పుడు మాత్రం ఇంకొక వైపు దృష్టి పెట్టవలసిన అవసరం ఉంది. మీ సైన్యం నలుదిక్కులకు పారిపోతోంది. కౌరవ సైనికులు చివరివరకూ తరిమి కొడుతూ ఉన్నారు.

ధృతరాష్ట్రుడు – "సంజయా ! కర్ణుని శక్తి ఒక్కవీరునే చంపి నిష్ఫలం అయిపోయేది అయితే, అతడు అందరినీ కాదని అర్జునునిపైనే దానిని ఎందుకు ప్రయోగించలేదు ? అర్జునుడు చనిపోతే పాండవులు అందరూ, సృంజయులు తమంత తామే చనిపోతారు. అర్జునుడు సూతపుత్రునితో యుద్ధానికి రాలేదు కదా అంటావేమో, అప్పుడు స్వయంగా అతడే అతని కోసం వెదకాలి. యుద్ధానికి ఎవరైనా పిలిస్తే వెనుకడుగు వేయనని అర్జునునికి ప్రతిజ్ఞ ఉందికదా !" అని అడిగాడు.

సంజయుడు చెప్పాడు – "మహారాజా ! శ్రీకృష్ణ భగవానుని బుద్ధి మనకంటె గొప్పది. కర్ణుడు తన శక్తితో అర్జునుని చంపాలనుకొంటున్నాడని అతనికి తెలుసు. అందుకే అతడు కర్ణునితో ద్వంద్వ యుద్ధానికి ఘటోత్కచుని నియమించాడు. ఇలాంటి ఎన్నో ఉపాయాలతో భగవానుడు అర్జునుని రక్షిస్తూ వస్తున్నాడు. మరీ ముఖ్యంగా కర్ణుని అమోఘశక్తి నుండి అతడే అర్జునుని రక్షించాడు. కాని పక్షంలో అది తప్పకుండా అతనిని సంహరించిఉండేది.

ధృతరాష్ట్రుడు – "సంజయా ! కర్ణుడు చాలా తెలివైన వాడుకదా ! అతడు స్వయంగానే అర్జునునిపై ఇంతవరకు ఆ శక్తిని ఎందుకు ప్రయోగించలేదు ? నీవు కూడా గొప్ప ఆలోచనా పరుడివే. నీవైనా కర్ణునికి ఈ మాట ఎందుకు గుర్తు చేయలేదు ?" అని అడిగాడు.

సంజయుడు చెప్పాడు - "మహారాజా ! ప్రతిదినం రాత్రి వేళ దుర్యోధనుడు, శకుని, నేను, దుశ్శాసనుడు - మేమంతా కర్ణుని - "సోదరా ! రేపటియుద్ధంలో నీవు సైన్యాన్ని అంతటినీ విడిచిపెట్టి ముందు అర్జుననే చంపాలి. అప్పుడే మనం పాండవులను, పాంచాలురను బానిసలలాగా ఏలగలుగుతాం. అలా కాని పక్షంలో నీవు శ్రీకృష్ణునే చంపు. ఎందుకంటే పాండవులకు అతడే బలం, అతడే రక్షకుడు, అతడే ఆధారం" అని ప్రార్థిస్తూ ఉండేవాళ్లం.

రాజా ! కర్ణుడు శ్రీకృష్ణుని చంపితే, నిస్సందేహంగా ఈ రోజు భూమండలమంతా అతనికి వశమవుతుంది. అతడు కూడా అతని మీద శక్తిని ప్రయోగించాలనే అనుకొన్నాడు. కాని యుద్ధంలో శ్రీకృష్ణ భగవానుని సమీపించగానే అతడా విషయం మరిచిపోయేలా అతనిని మోహం కమ్మేసేది. అటునుండి భగవానుడు ఎప్పుడూ కూడా గొప్ప గొప్ప మహాయోధులను కర్ణునితో యుద్ధానికి పంపుతూ ఉండేవాడు. అతడు నిరంతరం కర్ణుని శక్తిని ఎలా వ్యర్థం చేయాలా అనే చింతలోనే ఉండేవాడు. మహారాజా ! కర్ణుని బారినుండి అర్జునుని ఇలా రక్షిస్తూ ఉన్నవాడు తన్ను మాత్రం ఎందుకు రక్షించుకోడు ? ముల్లోకాలలోనూ జనార్దనునిపై విజయం పొందగలిగినవాడు ఎవడూ లేడు.

ఘటోత్కచుడు చనిపోయాక సాత్యకి కూడా భగవానుని ఇదే ప్రశ్న అడిగాడు. "దేవా ! కర్ణుడు ఆ అమోఘశక్తిని అర్జునుని మీదనే వేయాలని నిశ్చయించుకొన్నప్పుడు, ఇంతవరకు అతని మీద ఎందుకు వేయలేదు ?" అని.

శ్రీకృష్ణ భగవానుడు చెప్పాడు - దుర్యోధనుడు, దుశ్శాసనుడు, శకుని, జయద్రథుడు - వీరంతా కలిసి అతనికి - "కర్ణా ! అర్జునుని మీద తప్ప నీవు ఇంకెవరి మీదా శక్తిని ప్రయోగించకు. అతడు చనిపోయాక పాండవులు, సృంజయులు తమంత తామే నశించిపోతారు" అని ఇదే సలహా ఇస్తూ ఉండేవారు. యుయుధానా ! కర్ణుడు కూడా వారికి అలాగే చేస్తానని ప్రతిజ్ఞ చేశాడు. అతని హృదయంలో ఎప్పుడూ అర్జునుని వధించాలనే ఆలోచనే గూడు కట్టుకొని ఉండేది. కాని నేనే అతనిని మోహంలో పడవేస్తూ ఉండేవాడిని. అతడు అర్జునునిపై శక్తిని ప్రయోగించకపోవడానికి ఇదే కారణం. సాత్యకీ ! ఆ శక్తి అర్జునునికి మృత్యుస్వరూపం. ఇదే ఆలోచిస్తూ నాకు రాత్రివేళల నిద్రపట్టేది కాదు. ఇప్పుడు అది ఘటోత్కచునిపై పడడంతో వ్యర్థమైపోయింది. ఇది చూసి అర్జునుడు మృత్యువు బారినుండి తప్పించు కొన్నాడని నాకు అనిపిస్తోంది. అర్జునుని రక్షించడం నేను ఎంత ముఖ్యమని అనుకొన్నానంటే, తల్లి, తండ్రి, నీవంటి తోబుట్టువులు, చివరికి నా ప్రాణాలు రక్షించుకోవడం కూడా అంత ముఖ్యమనుకోలేదు. త్రిలోకరాజ్యం కంటె దుర్లభమైన దానిని కూడా, అర్జునుడు లేకుండా పొందాలని నేను అనుకోను. అందుకే అర్జునుడు నేడు చచ్చి బ్రతికాడు అనుకో. ఇది తలచుకొనే నాకు చాలా ఆనందంగా ఉంది. ఈ రాత్రివేళ కర్ణునితో పోరాడటానికి నేను రాక్షసుని పంపడానికి కారణం ఇదే. అతడు తప్ప వేరెవరూ కర్ణుని అణచలేరు" అని.

మహారాజా ! అర్జునునికి నిరంతరం ప్రియం, హితం చేయడంలోనే నిమగ్నమై ఉండే శ్రీకృష్ణ భగవానుడు సాత్యకి అడిగిన మీదట ఇదే సమాధానాన్ని ఇచ్చాడు.

ధృతరాష్ట్రుడు - "సంజయా ! ఇందులో కర్ణ దుర్యోధనులది, శకునిది, అందరి కంటె మించి నీది తప్పు ఉంది. ఆ శక్తి కేవలం ఒక్కవీరునే సంహరిస్తుందని, ఇంద్రాది దేవతలు కూడా దాని దెబ్బ తప్పించుకోలేరని మీ అందరికీ తెలుసు. అయినా కర్ణుడు దానిని శ్రీకృష్ణుని మీద గాని, అర్జునుని మీదగాని ఎందుకు వేయలేదు ? (మీరంతా యుద్ధం జరిగే సమయంలో ఎందుకు గుర్తు చేయలేదు ?") అన్నాడు.

సంజయుడు - "మహారాజా ! మేము రోజూ రాత్రివేళ అతనికి అలాగే చేయమని చెపుతూ ఉండేవాళ్లం. కాని తెల్లవారగానే దైవవశాత్తు కర్ణుని యొక్క, ఇతర యోధుల యొక్క బుద్ధి కూడా నశించి పోతూ ఉండేది. చేతిలో శక్తి ఉన్నా కూడా, అతడు శ్రీకృష్ణుని గాని అర్జునుని గాని చంపలేదంటే, అందుకు దైవమే ప్రధాన కారణమని అనుకొంటున్నాను" అన్నాడు.

యుధిష్ఠిరుని విషాదము - శ్రీకృష్ణ వ్యాసాదులు ఓదార్చుట

ధృతరాష్ట్రుడు - "సంజయా ! ఇక ముందరి సంగతి చెప్పు. ఘటోత్కచుడు చనిపోయాక కౌరవ పాండవుల మధ్య యుద్ధం ఎలా జరిగింది ?" అని అడిగాడు.

సంజయుడు చెప్పసాగాడు - "మహారాజా ! కర్ణుడు ఆ రాక్షసుని చంపిన తరువాత మీ సైనికులందరికీ ఆనందం కలిగింది. వారు ఎలుగెత్తి హర్ష ధ్వానాలు చేశారు. అతి వేగంగా అటు ఇటు కలయతిరిగిగారు. అటు ఆ ఘోరాంధకారంలో రాత్రివేళ పాండవ సేనాసంహారం జరుగుతోంది. దానితో యుధిష్ఠిరుని మనసు చిన్నబోయింది. అతడు భీమసేనునితో - "మహాబాహూ ! ధృతరాష్ట్రుని

సైన్యాన్ని నిలువరించు. నాకయితే ఘటోత్కచుని మరణం ఆందోళన కలిగిస్తోంది. నావల్ల ఏమీ కాదు" అని చెప్పి తన రథం మీద కూర్చుండి పోయాడు. కన్నుల నీరు కారుతోంది. నిట్టూర్పులు వెలువడుతున్నాయి. అప్పుడు కర్ణుని పరాక్రమం చూసి అతడు ధైర్యం కోల్పోయాడు.

అతని ఈ అవస్థ చూసి శ్రీకృష్ణ భగవానుడు – "కుంతీనందనా ! విచారించకు. ఈ వ్యాకులపాటు నీకు తగదు. ఇది అజ్ఞానుల పని. లే. యుద్ధం చెయ్యి. ఈ మహాసంగ్రామం యొక్క గురుతరభారం వహించు. నీవే ఆందోళన పడితే, ఇక విజయం సాధించడం సందిగ్ధమే అవుతుంది" అని హెచ్చరించాడు. శ్రీకృష్ణుని మాటలు విని యుధిష్ఠిరుడు కన్నులు తుడుచుకొంటూ – "మహాబాహూ ! నాకు ధర్మగతి తెలుసు. చేసిన ఉపకారాన్ని మరిచి పోయేవానికి బ్రహ్మహత్యాపాపం చుట్టుకొంటుంది. జనార్దనా ! ఘటోత్కచుడు అప్పటికి ఇంకా బాలుడు. అయినా అర్జునుడు అస్త్ర ప్రాప్తికోసం తపస్సు చేయడానికి వెళ్లాడని తెలుసుకొని అడవిలో మాకు గొప్ప సహాయం చేశాడు. అదే రీతిగా ఈ మహాయుద్ధంలో కూడా అతడు మా కోసం తీవ్రంగా పరాక్రమించాడు. అతడు నాకు భక్తుడు. నా పట్ల ప్రేమ కలవాడు. నాకు కూడా అతని మీద మిక్కిలి వాత్సల్యం. అందుకనే అతని మరణానికి నేను శోకంతో తపించిపోతున్నాను. ఉండుండి మూర్ఛలా వస్తోంది. దేవా ! కౌరవులు మన సైన్యాన్ని ఎలా తరుముతున్నారో చూడండి. మహాయోధుడు ద్రోణుడు, కర్ణుడు ఎంత తీరుబడిగా కనిపిస్తున్నారో ! ఎలా హర్షనాదాలు చేస్తున్నారో ! జనార్దనా ! మీరు, మేము బ్రతికి ఉండగానే ఘటోత్కచుడు కర్ణుని చేతిలో ఎందుకని మరణించాడు ? అర్జునుడు చూస్తూ ఉండగానే అతడు మరణించాడు. వీరవరుడా ! ఇప్పుడు నేనే స్వయంగా కర్ణుని చంపడానికి వెళ్తాను" అని అన్నాడు. ఇలా అని తన మహాధనువుతో టంకారం చేస్తూ చాలా తొందరపడుతూ బయలు దేరాడు.

ఇది చూసి శ్రీకృష్ణ భగవానుడు అర్జునునితో – "ఈ యుధిష్ఠిర మహారాజు కర్ణుని చంపడానికి బయలు దేరుతున్నాడు. ఇప్పుడు అతనిని ఒంటరిగా వదలడం మంచిది కాదు." అని చెప్పి, అతడు మహావేగంగా గుఱ్ఱాలను తోలి, దూరంగా వెళ్లి పోయిన రాజును పట్టుకొన్నాడు. ఇంతలో వ్యాసమహర్షి అతని దగ్గర ప్రత్యక్షమై – "కుంతీనందనా ! కర్ణునితో ఎన్ని మారులు పోరాటాలు జరిగినా అర్జునుడు ప్రాణాలు దక్కించుకొన్నాడు. ఇది చాలా అదృష్టం. అతడు అర్జునుని వధించడానికే ఇంద్రుడు ఇచ్చిన శక్తిని దాచి ఉంచుకొన్నాడు. ద్వంద్వ యుద్ధంలో అతనిని ఎదిరించడానికి అర్జునుడు వెళ్లకపోవడం మంచిదయింది. వెళ్లినట్లయితే నేడు కర్ణుడు ఇతని మీదనే ఆ శక్తిని ప్రయోగించి ఉండేవాడు. ఇలాంటి స్థితిలో నీవు ఇంకా భయంకరమైన ఆపదలో చిక్కుకొని ఉండేవాడివి. సూతపుత్రుని చేతిలో ఘటోత్కచుడు చావడమే మంచిది అయింది. కాలుడే ఇంద్రశక్తితో అతనిని నాశనం చేశాడు. ఇలా అనుకొని నీవు క్రోధం, శోకం పొందకూడదు. యుధిష్ఠిరా ! ప్రాణులందరికీ ఒకరోజున ఇదే గతి పడుతుంది. కాబట్టి నీవు చింతించడం మాని, నీ తమ్ములందరితో కలిసి కౌరవులను ఎదిరించు. నేటికి ఐదవ రోజున ఈ భూమిపై నీకు అధికారం కలుగుతుంది. ఎల్లప్పుడూ ధర్మం గురించే ఆలోచించు. దయ, తపస్సు, దానం, క్షమ, సత్యం మొదలైన సద్గుణాలను ఆనందంగా పాటించు. ధర్మం ఎక్కడ ఉంటుందో విజయం అక్కడ ఉంటుంది" అని ఓదార్చి వ్యాసులవారు అక్కడే అంతర్ధానమయ్యారు.

అర్జునుని ఆజ్ఞపై సేనలు రణభూమియందే నిదురించుట – ద్రోణదుర్యోధనులు పరుషముగా సంభాషించుట.

సంజయుడు చెపుతున్నాడు – "వ్యాసులవారు ఈ రీతిగా అనునయించాక యుధిష్ఠిరుడు తాను కర్ణుని చంపాలనే ఆలోచనను విరమించుకొన్నాడు. కాని ధృష్టద్యుమ్నునికి – వీరవరుడా ! నీవు ద్రోణాచార్యుని ఎదిరించు. ఎందుకంటే అతనిని నాశనం చేయడం కొరకే నీవు ధనుర్బాణాలతో, కవచంతో, ఖడ్గంతో అగ్నినుండి పుట్టావు. సంపూర్ణోత్సాహంతో ద్రోణునిపై దాడి చేయి. అతనికి నీవు ఏ విధంగానూ భయపడనక్కరలేదు. జనమేజయుడు, శిఖండి, యశోధరుడు, నకుల సహదేవులు, ద్రౌపదీ పుత్రులు, ప్రభద్రకగణం, ద్రుపదుడు, విరాటుడు, సాత్యకి, కేకయరాజ కుమారులు, అర్జునుడు – వీరందరూ ద్రోణుని చంపడానికి నాలుగువైపుల నుండి ముట్టడి చేయండి. అలాగే మన రథ, గజ, తురగ, పదాతి యోధులు కూడా ద్రోణుని రథం నుండి పడగొట్టే ప్రయత్నం చేయండి" అని ఆజ్ఞాపించాడు.

యుధిష్ఠిరుడు ఇలా ఆజ్ఞాపించగానే సైనికులందరూ ద్రోణాచార్యుని చంపడానికి అతనిపై విరుచుకుపడ్డారు. వారు అకస్మాత్తుగా రావడం చూసి ద్రోణాచార్యుడు తన శక్తినంతా

ఉపయోగించి ముందుకు రాకుండా నిలువరించాడు. అప్పుడు దుర్యోధనుడు కూడా ద్రోణాచార్యుని ప్రాణాలు కాపాడడానికి పాండవుల మీద దాడి చేశాడు. తిరిగి రెండు పక్షాలమధ్య యుద్ధం ఆరంభమయింది. ఆ సమయంలో గొప్ప గొప్ప వీరులకు కూడా నిద్రతో కళ్లు మూసుకుపోతున్నాయి. అలసటతో వారి శరీరాలు సడలిపోతున్నాయి. వారికి ఏం చేయాలో కూడా తోచడంలేదు. ఆ భయంకరమైన అర్ధరాత్రి నిద్రాంధులైన సైనికులకు వేల జాములలా అనిపించసాగింది. ఎవరిలోనూ యుద్ధం చేయాలనే ఉత్సాహంలేదు. అందరూ జావకారి దీనంగా ఉన్నారు. మీ సైనికులవద్ద, శత్రుసైనికులవద్ద కూడా ఎలాంటి అస్త్రాలు గాని, బాణాలు గాని లేవు, అయినా క్షత్రియ ధర్మాన్ని దృష్టిలో పెట్టుకొని వారు సైన్యాన్ని విడిచిపెట్టలేకపోతున్నారు. కొంతమంది అయితే నిద్రతో ఎంతగా అంధులయ్యారంటే ఆయుధాలు విసిరేసి నిద్రపోతున్నారు. కొంతమంది ఏనుగుల మీద, కొంతమంది రథాల మీద, కొంతమంది గుఱ్ఱాల మీదనే కునుకుపాట్లు పడుతున్నారు. గాఢాంధకారంలో నిద్రతో కళ్లు మూతలు పడుతున్నాయి. అయినా కూడా వీరులు తమ శత్రుపక్షపు వీరులను సంహరిస్తూనే ఉన్నారు. కొంతమంది నిద్రతో ఎంతగా తెలివి తప్పి ఉన్నారంటే శత్రువులు వారిని చంపుతున్నారని కూడా వారికి తెలియడం లేదు.

సైనికుల ఈ అవస్థ చూసి అర్జునుడు అన్ని దిక్కులూ నినదించేలా ఎలుగెత్తి – "యోధులారా ! ఇప్పుడు మీ వాహనాలు అలిసిపోయాయి. మీరు కూడా నిద్రతో అంధులవుతున్నారు. కాబట్టి మీకు అంగీకారం అయితే కొద్దిసేపు పోరాటం ఆపి, ఇక్కడే నిద్రించండి. చంద్రోదయం అయినాక, నిద్రావేగం తగ్గినపుడు, అలసట తీరాక ఇరుపక్షాల వారూ తిరిగి యుద్ధం ఆరంభించవచ్చు" అన్నాడు.

ధర్మాత్ముడయిన అర్జునుని మాటను అందరూ అంగీకరించారు. ఇరుపక్షాల సైనికులు యుద్ధం ఆపు చేసి విశ్రాంతి తీసుకోసాగారు. అర్జునుని ఈ నిర్ణయాన్ని దేవతలు, ఋషులు కూడా పొగిడారు. విశ్రాంతి లభించడంతో మీ సైనికులకు కూడా సుఖంగానే ఉంది. వారు అర్జునుని ప్రశంసిస్తూ – "మహాబాహూ ! అర్జునా ! నీలో వేదాలు, అస్త్రాలు, బుద్ధి, పరాక్రమం, ధర్మం – అన్నీ ఉన్నాయి. జీవుల పట్ల దయచూపడం నీకు తెలుసు. నీవు మాకు ఇచ్చిన విశ్రాంతికి బదులుగా నీకు మేలు కలగాలని మేము కూడా భగవంతుని ప్రార్థిస్తాము. వీరవర్యా ! నీ కోరికలన్నీ ఈడేరుగాక !" అని అనసాగారు.

వారు ఈ రీతిగా పార్థుని ప్రశంసిస్తూనే నిద్రావశులై పడుకొన్నారు. కొంతమంది గుఱ్ఱాల మూపుల మీద పడుకొన్నారు. కొందరు రథాల మీదనే ముడుచుకొన్నారు. కొంతమంది ఏనుగుల కుంభస్థలాల మీద నిద్రపోయారు. ఇంక కొంతమంది నేల మీదనే పడుకొని పోయారు. అనేక రకాల ఆయుధాలు, గదలు, కత్తులు, పరశువులు, ప్రాసాలు, కవచాలు ధరించే జనులంతా వేర్వేరుగా పడుకొన్నారు. రాజా! అప్పుడు బాగా అలిసిపోయిన ఏనుగులు, గుఱ్ఱాలు, సైనికులు – అందరూ యుద్ధం విరమించి గాఢనిద్రలోకి జారిపోయారు.

ఆ తరువాత రెండు గడియలకు తూర్పు దిక్కున నక్షత్ర కాంతిని క్షీణింపచేస్తూ చంద్రదేవుడు ఉదయించాడు. క్షణకాలంలోనే జగత్తంతా వెలుతురుతో నిండింది. అంధకారం పేరుకి కూడా లేదు. చంద్రకిరణాల మృదుస్పర్శతో సైన్యం అంతా మేలుకొంది. ఉత్తమలోకాలు పొందాలనే కోరిక ఉన్న రెండు పక్షాల యోధుల మధ్య లోక సంహార కారకమైన యుద్ధం ఆరంభమయింది.

ఆ సమయంలో దుర్యోధనుడు ద్రోణాచార్యునివద్దకు వెళ్లి, అతనికి ఉత్సాహం కలిగించడానికి, ఉత్తేజ పరచడానికి కోపంతో – "ఆచార్యా ! ఇప్పుడు శత్రువులు అలిసిపోయి విశ్రాంతి తీసుకొంటున్నారు. ఉత్సాహం కోల్పోయారు. ముఖ్యంగా మన గుప్పిట్లో చిక్కుకొన్నారు. ఈ స్థితిలో కూడా యుద్ధంలో వారిపట్ల ఏరకమైన దయా ఉండకూడదు. నేటి వరకు ఇలాంటి అవకాశాలలో మేము మిమ్మల్ని సంతోషంగా ఉంచడానికి అన్నిరకాలుగా మిమ్మల్ని క్షమిస్తూ వస్తున్నాము. దానికి ఫలితంగా పాండవులు అలిసిపోయినప్పటికీ కూడా బలవంతులు అవుతూ ఉన్నారు. బ్రహ్మాస్త్రం మొదలైన దివ్య అస్త్రాలన్నీ కలగలిపి ఏ ఒక్కనివద్దనో ఉన్నాయంటే అది తమరే. లోకంలో పాండవులుగాని, మేము గాని – ఏ ధనుర్ధరుడయినా యుద్ధంలో మీతో సమానుడు కాలేడు. ద్విజోత్తమా ! మీరు మీ దివ్యాస్త్రాలతో దేవతలు, అసురులు గంధర్వులు సహితంగా ముల్లోకాలను సంహరించగలరు అనడంలో కొంచెం కూడా సందేహం లేదు. ఇంత శక్తి శాలురు అయి ఉండి కూడా మీరు పాండవులను మీ శిష్యులని భావించి, లేదా నా దౌర్భాగ్యం కారణంగానో వారిని క్షమిస్తూనే ఉంటున్నారు" అన్నాడు.

దుర్యోధనుని ఈ మాటలు విని ద్రోణాచార్యుడు కుపితుడై – "దుర్యోధనా ! నేను వృద్ధుడనయిపోయాను. అయినా

యుద్ధంలో శక్తివంచన లేకుండా పోరాడుతూనే ఉన్నాను. కాని నీకు విజయం అందించడానికి ఇప్పుడు నేను నీచకర్మలకు కూడా దిగవలసివస్తుందని తెలుస్తోంది. వీరందరికీ ఆ అస్త్రాల గురించి తెలియదు, నాకు తెలుసు. కాబట్టి నేను ఆ అస్త్రాలనే ప్రయోగించి వారిని చంపాలికదూ! దీనిని మించిన దుశ్చర్య ఇంకొకటి ఏముంటుంది ? చెడైనా, మంచి అయినా ఏ పని గానీ నీవు చేయించాలి అనుకుంటే, నీవు చెప్పడంతోనే అదంతా చేస్తాను. అంతేగానీ, నా ఇష్టంతో నేను అశుభకర్మలు చేయలేను. సమస్త పాంచాల రాజులను సంహరించి యుద్ధంలో పరాక్రమం చూపిన తరువాతనే ఇక కవచం విప్పుతాను. ఇందుకోసం నేను నా కత్తిని పట్టి ప్రతిజ్ఞ చేస్తున్నాను. కాని యుద్ధంలో అర్జునుడు అలిసిపోయాడని నీవు అనుకొంటున్నావే అది నీ తప్పు. అర్జునుని యొక్క నిజమైన పరాక్రమాన్ని నేను చెపుతాను. విను. సవ్యసాచికి కోపం వస్తే మాత్రం అతనిని దేవతలు, గంధర్వులు యక్షులు, రాక్షసులు కూడా జయించలేరు. ఖాండవవనంలో అతడు ఇంద్రుని ఎదిరించాడు. తన బాణాలతో అతడు కురిపించిన వర్షాన్ని అడ్డుకొన్నాడు. బలగర్వంతో మిడిసిపడుతున్న యక్షులను, నాగులను, దైత్యులను పరాజయం పాలు చేశాడు. జ్ఞాపకం ఉందో లేదో ఘోషయాత్రా సమయంలో చిత్రసేనాది గంధర్వులు నిన్ను బంధించి తీసుకుపోతున్నప్పుడు అర్జునుడే విడిపించలేదా ? దేవతలకు శత్రువులైన నివాత కవచులనే దైత్యులను, దేవతలు కూడా స్వయంగా చంపలేని వారిని అర్జునుడే ఓడించాడు. హిరణ్యపురంలో నివసించే వేల దానవులను జయించిన పురుషసింహుడు అర్జునుని మనుష్యుడు ఎలా జయించగలడు ? అన్నిరకాల ప్రయత్నాలు చేసినప్పటికీ అతడు మీ సేనను సర్వనాశనం చేస్తున్నాడు. ఇదంతా నీవు రోజూ నీ కళ్లతో చూస్తూనే ఉన్నావు" అని పలికాడు.

మహారాజా ! ఈ రీతిగా ద్రోణాచార్యుడు అర్జునుని ప్రశంసిస్తూ ఉన్నప్పుడు, మీ పుత్రుడు కోపించి – "ఈ రోజు నేను, దుశ్శాసనుడు, కర్ణుడు శకునిమామ అందరం కలిసి కౌరవ సైన్యాన్ని రెండు భాగాలుగా విభజించి రెండు చోట్ల మోహరిస్తాము. యుద్ధంలో అర్జునుని చంపుతాము" అన్నాడు. ఇది విని ఆచార్యుడు నవ్వుతూ – "మంచిది. వెళ్లు. భగవంతుడే రక్షిస్తాడు. ఆహా ! గాండీవధారి అయిన అర్జునుని నాశనం చేయగల క్షత్రియుడు ఎవడు ? దుర్యోధనా ! మనుష్యుని మాట ఎందుకు ? ఇంద్రయమవరుణ కుబేరులు, అసురులు, నాగులు, రాక్షసులు కూడా అతనికి ఏమీ హాని చేయలేరు. నీవు చెపుతున్నది మూర్ఖులు చేసే పని. మంచిది. యుద్ధంలో అర్జునుని మార్కొని ఎవరు క్షేమంగా ఇంటికి తిరిగి రాగలరు? నీవు నిర్దయుడవు. పాపంలోనే నీ మనసు కొట్టుమిట్టాడుతోంది. అందుకే నీవు అందరినీ సందేహిస్తూ ఉంటావు. నీ మేలుకోరి, నీకు హితం చేసేవారిని కూడా నీవు అనరాని మాటలు అంటూ ఉంటావు. నీవు ఉత్తమ వంశంలో పుట్టిన క్షత్రియుడవు. వెళ్లుమరి. నీ కోసం నీవే అర్జునునితో స్వయంగా పోరాడి, అతడిని చంపు. ఈ నిరపరాధులైన సైనికులు అందరి ప్రాణాలను తీయాలని ఎందుకనుకొంటావు? నీవే ఈ వైరానికంతటికీ మూలకారణం. కాబట్టి నీవే స్వయంగా వెళ్లి అర్జునుని ఎదిరించు. నీతో పాటు కపటద్యూతంలో ఆరితేరిన నీ మామకూడా వస్తాడు. ఈ అక్షధూర్తుడు, ఇతరులను మోసం చేయడంలోనే తన బుద్ధిని చూపేవాడు, నీకు పాండవుల నుండి విజయాన్ని ఇప్పిస్తాడా ! నీవు కూడా కర్ణునితో కలిసి మహోత్సాహంతో ధృతరాష్ట్రునితో "తండ్రిగారూ ! నేను, కర్ణుడు, దుశ్శాసనుడు ముగ్గురమూ కలిసి పాండవులను జయిస్తాం" అని పదే పదే చెపుతూ ఉండే వాడవుకదా ! నీవు పలికే ఈ ప్రగల్భాలు సభలో నేను ఎన్నోసార్లు విన్నాను. ఇప్పుడు వారిని వెంటపెట్టుకొని ప్రతిజ్ఞ పూర్తి చేసుకో. చెప్పిన మాట నిజం చేసి చూపించు. అక్కడ చూడు. నీ శత్రువు అర్జునుడు నిర్భయుడై ఎదురుగానే నిలబడి ఉన్నాడు. క్షత్రియ ధర్మాన్ని పాటించి యుద్ధం చేయి. అర్జునుని చేతిలో గెలవడం కంటె దెబ్బలు తినడం కూడా నీకు ఒక్కొక్కసారి మంచిదే. వెళ్లు నిర్భయంగా పోరాడు" అని దెప్పి పొడిచాడు.

ఇలా అని ద్రోణాచార్యుడు శత్రువులవైపుకి వెళ్లిపోయాడు. సైన్యాన్ని రెండు భాగాలుగా చేసి యుద్ధం ఆరంభించాడు.

రెండు పక్షాల ద్వంద్వ యుద్ధము – విరాట ద్రుపదులు మరణించుట. కర్ణ భీములు – అర్జున ద్రోణులు తలపడుట.

సంజయుడు చెపుతున్నాడు – మహారాజా ! రాత్రి మూడు వంతులు గడిచి, ఒక వంతు మిగిలి ఉండగా, కౌరవ పాండవులు మహాఉత్సాహంతో యుద్ధం చేయసాగారు. కొద్దిసేపటికే వెన్నెల మాసిపోయి, తూర్పుదిక్కున ఆకాశం ఎర్రబడుతూ అరుణోదయం అయింది. అప్పుడు ఇరుపక్షాల యోధులు, సంధ్యావందనం కోసం తమ తమ వాహనాలు

దిగి, సూర్యునికి అభిముఖులై జపం చేస్తూ చేతులు జోడించి నిలుచున్నారు.

అనంతరం కౌరవసేన మళ్లీ రెండు భాగాలుగా విడిపోయి, ద్రోణాచార్యుడు దుర్యోధనుని వెంట పెట్టుకొని సోమక, పాండవ, పాంచాల యోధులపై దాడి చేశాడు. కౌరవ సేన రెండుగా విభక్తం కావడం చూసి శ్రీకృష్ణుడు అర్జునునితో - "ధనంజయా ! శత్రువులను ఎడమ చేతి వైపూ ద్రోణాచార్యుడు కుడివైపు ఉండేలా చేయి" అన్నాడు. అర్జునుడు కృష్ణ భగవానుని మాట పాటించి అలాగే చేశాడు. కృష్ణుని అభిప్రాయం భీముడు గ్రహించి - "అర్జునా ! క్షత్రియకాంత పుత్రులను ఎందుకు కంటుందో దానిని చేసి చూపించే సమయం వచ్చింది. కాబట్టి ఇప్పుడు నీ పరాక్రమం చూపి సత్యం, సంపద, కీర్తి, ధర్మం సముపార్జించు ఈ శత్రుసైన్యాన్ని సంహరించు" అన్నాడు.

అప్పుడు అర్జునుడు కర్ణద్రోణులను దాటుకొని, శత్రువులను నలువైపులా ముట్టడించాడు. అతడు సేనకు అగ్రభాగాన నిలబడి, గొప్ప గొప్ప క్షత్రియ వీరులను తన బాణాగ్నితో దగ్ధం చేయసాగాడు. కాని అతనిని ఎవరూ ముందుకు రాకుండా అడ్డుకోలేకపోయారు. ఇంతలో దుర్యోధన, కర్ణ, శకునులు అర్జునునిపై శరాసారం కురిపించ సాగారు. కాని అతడు తన అస్త్రాలతో వారి అస్త్రాలను నివారించి, ఒక్కొక్కరిని పదేసి బాణాలతో తూట్లుపొడిచాడు. ఆ సమయంలో బాణవృష్టితో పాటు ధూళి కూడా వర్షించసాగింది. నలువైపులా గాఢాంధకారం వ్యాపించింది. అందువల్ల మేము ఒకరినొకరం గుర్తించలేకపోయాము. యోధులు పేరు చెప్పుకొనే పరస్పరం యుద్ధం చేస్తున్నారు. రథాలు విరిగిపోగా ఎంతోమంది రథికులు పరస్పరం జుట్లు, కవచాలు, చేతులు పట్టుకొని కలబడుతున్నారు. ఎంతోమంది మరణించిన గుఱ్ఱాలను, ఏనుగులను అతుక్కుపోయి ప్రాణాలు కోల్పోయారు.

అప్పుడు ద్రోణాచార్యుడు యుద్ధ భూమిలో ఉత్తర దిక్కుగా వచ్చి నిలుచున్నాడు. అతనిని చూస్తూనే పాండవ సైన్యం భయంతో వణికి పోయింది. కొంతమందిలో భయం నిలువెల్లా వ్యాపించింది. కొంతమంది పారిపోయారు. కొంతమది మనసులో దిగులు పడుతూ నిల్చున్నారు. కొంతమందిని నిరుత్సాహం కమ్మేసింది. కొంతమంది ఆశ్చర్య చకితులై చూస్తూ ఉండిపోయారు. వారిలో గుండెదిటవు కలవారు క్రోధంతో అమర్షంతో నిండి పోయారు. కొంతమంది పరాక్రమవంతులు ప్రాణాలకు తెగించి ద్రోణాచార్యునిపై విరుచుకుపడ్డారు. ద్రోణాచార్యుని బాణాలు పాంచాల రాజులపై ఎక్కువగా పడ్డాయి. వారు ఆ బాధను భరిస్తూనే యుద్ధంలో నిలిచి ఉన్నారు.

ఇంతలో విరాట ద్రుపదులు ద్రోణుని మీదికి దండెత్తి వచ్చారు. ద్రుపదుని మనుమలు ముగ్గురు, చేది దేశీయ యోధులు వారికి బాసటగా నిలిచారు. ద్రోణుడు మూడు వాడి బాణాలతో ద్రుపదుని ముగ్గురు మనుమల ప్రాణాలను హరించాడు. ఆ పై అతడు చేది కేకయ సృంజయ మత్స్య దేశీయ మహారథులను కూడా ఓడించాడు. ద్రుపద విరాటులకు కోపం వచ్చి ద్రోణునిపై బాణ వర్షం కురిపించారు. ద్రోణుడు ఆ బాణాలను అడ్డుకొని, తన బాణాలతో వారిద్దరినీ కప్పివేశాడు. వారిద్దరూ కోపం పట్టలేక తాము కూడా ద్రోణుని బాణాలతో నొప్పించసాగారు. ఇది చూసి ద్రోణుడు క్రోధోద్రిక్తుడై అతి తీక్ష్ణమయిన భల్లాలతో వారిద్దరి విండ్లను విరిచివేశాడు. ధనుస్సు విరిగిపోవడంతో విరాటుడు పది తోమరాలను, ద్రుపదుడు భయంకరమైన శక్తిని ఒకదానిని ప్రయోగించారు. ద్రోణుడు కూడా వాడి భల్లాలతో ఆ పది తోమరాలను ఖండించి, సాయకాలతో ద్రుపదుని శక్తిని కూడా ఖండించాడు. ఆపై రెండు భల్లాలతో విరాట ద్రుపదులను అంతమొందించాడు.

ఇలా విరాట ద్రుపదులు, కేకయ, చేది, మత్స్య, పాంచాల వీరులు, ద్రుపదుని పౌత్రులు ముగ్గురు చనిపోవడంతో, ద్రోణుని పరాక్రమం చూసి ధృష్టద్యుమ్నునికి మిక్కిలి కోపం, దానితోపాటే దుఃఖం కూడా కలిగింది. అతడు మహాయోధులందరి మధ్య "నేడు ద్రోణుని ప్రాణాలతో విడిచిపెట్టి తిరిగి వచ్చినా, అతని చేత అవమానం పొంది బదులు తీర్చుకోలేకపోయినా - యజ్ఞయాగాదులు చేయడం, నూతులు, బావులు తవ్వించడం వంటి పుణ్యకార్యాలకు తప్పినట్లే. అతని క్షత్రియత్వం బ్రహ్మతేజస్సు నశించిపోవునుగాక" అని శపథం చేశాడు. ధనుర్ధరులందరి ముందూ ఇలా చాటించి ధృష్టద్యుమ్నుడు తన సేనతో పాటు ద్రోణునిపై దండెత్తి వచ్చాడు. పాండవులు, పాంచాలురు ఒక వైపునుండి ద్రోణునిపై బాణాలను కురిపిస్తున్నారు. మరొకవైపు దుర్యోధనుడు, కర్ణుడు, శకుని మొదలైన ప్రధాన వీరులు అతనికి రక్షణగా నిలుచున్నారు. తమ మహాయోధులందరితో కలిసి పాంచాలురు ద్రోణుని అణగదొక్కడానికి పూర్తిగా ప్రయత్నం చేస్తున్నారు. కాని వారు అతనివైపు కన్నెత్తి కూడా చూడలేకపోతున్నారు.

ఆ సమయంలో భీముడు కోపంతో బాణాలు వేస్తూ మీ సైన్యాన్ని పారతోలుతూ ద్రోణుని సైన్యంలో ప్రవేశించాడు. ఆ వెనుకనే ధృష్టద్యుమ్నుడు కూడా ద్రోణుని దగ్గరకు చేరుకొన్నాడు. అప్పుడు అతి తీవ్రమయిన యుద్ధం జరిగింది. భయంకరమైన సంహారం కొనసాగుతోంది. రథికులు గుమికూడి పరస్పరం తాకుతూ యుద్ధంలో తలపడసాగారు. యుద్ధానికి విముఖులై పారిపోయేవారి వీపులమీద, ప్రక్కల దెబ్బలు తగులుతున్నాయి. ఇలా తీవ్రయుద్ధం కొనసాగుతూ ఉండగానే సూర్యభగవానుడు పూర్తిగా ఉదయించాడు. అప్పుడు ఇరుపక్షాల సైనికులు కవచాలు ధరించి ఉండగానే సూర్యోపస్థానం చేశారు. మళ్లీ యథాప్రకారం యుద్ధం జరగసాగింది. సూర్యోదయానికి పూర్వం, ఎవరు ఎవరితో పోరాడుతున్నారో, వారు వారితోనే తిరిగి ద్వంద్వయుద్ధం ఆరంభించారు. రెండు పక్షాల యోధులు అతిసమీపంగా ఉండి ఎదుర్కొంటున్నారు. అందుకని కత్తుల, తోమరాల, పరశువుల దెబ్బలతో అక్కడి దృశ్యం చాలా భయంకరంగా తయారయింది. ఏనుగులు, గుఱ్ఱాలు తెగిపడి, రక్తం కాలువలై ప్రవహిస్తోంది. మహారాజా ! ఆ సమయంలో ద్రోణుని, అర్జునుని మినహాయించి మిగిలిన సమస్తసైన్యం విక్షిప్తమై, వ్యాకులమై, భయపూర్ణమై, ఆతురమైపోసాగింది. ద్రోణుడు, అర్జునుడు మాత్రమే తమ తమ పక్షాలకు రక్షకులుగా, గాభరాపడుతున్న వారికి ఆసరాగా ఉన్నారు. శత్రుపక్షంలోని వారు ఆ ఇద్దరి ఎదుట పడినపుడే యమలోకపు బాట పడుతున్నారు. కౌరవ పాంచాల సేనలు చాలా ఉద్విగ్నంగా ఉన్నాయి. ఒక వైపు సమస్త సైన్యం పోరాటంలో చిక్కుకొని ఉంది. ఇంకొకవైపు దుమ్ము రేగి అందరినీ కప్పి వేస్తోంది. అందుకని ఆ మహాసంహారం జరిగే సమయంలో కర్ణుడు, ద్రోణుడు, అర్జునుడు, యుధిష్ఠిరుడు, భీమసేనుడు, నకుల సహదేవులు, ధృష్టద్యుమ్నుడు సాత్యకి, దుశ్శాసనుడు, అశ్వత్థామ, దుర్యోధనుడు, శకుని, కృపుడు, శల్యుడు, కృతవర్మ, ఇంక ఏ వీరుని కూడా మేము చూడలేకపోయాము. భూమి, ఆకాశం, చివరికి మా శరీరాలు కూడా గుర్తించలేకుండా అయిపోయాయి. మళ్లీ చీకటిపడిందేమో అనిపించింది. ఎవరు కౌరవులో ఎవరు పాండవులో, పాంచాలురో గుర్తించడానికి వీలులేకపోయింది.

ఆ సమయంలో దుర్యోధన దుశ్శాసనులు నకుల సహదేవులతో తలపడ్డారు. కర్ణుడు భీమసేనునితో, అర్జునుడు ద్రోణాచార్యునితో పోరాడుతున్నారు. ఉగ్రస్వభావులయిన ఈ మహారథుల యొక్క అలౌకిక సంగ్రామం సాగుతోంది. వారు విచిత్రగమనంతో తమ రథాలను నడుపుతున్నారు. ఆ యుద్ధం ఎంత భయంకరంగా, ఆశ్చర్యజనకంగా ఉందంటే రథికులందరూ నాలుగువైపులా నిలబడిపోయి, ఆ వింతను చూడసాగారు. నకులుడు నీ కొడుకుపై పై చేయి సాధించి వందల కొద్దీ బాణాలను వర్షించాడు. దానితో అక్కడ కోలాహలం చెలరేగింది. దుర్యోధనుడు కూడా నకులునిపై పైచేయి సాధించడానికి ప్రయత్నం చేశాడు కాని, నకులుని పట్ల అతని ప్రయత్నం ఏమీ సాగలేదు. అతడు బాణ వర్షంతో బాధించి, అతనిని తన ఎదుటనుండి పారతోలాడు.

ఇంకొకవైపు దుశ్శాసనుడు కోపంతో సహదేవునిపై దాడి చేశాడు. అతడు వచ్చి రాగానే మాద్రీనందనుడు ఒక భల్లంతో కొట్టి, అతని సారథి శిరసును ఎగురగొట్టాడు. ఆ పని ఎంత త్వరగా జరిగిందంటే, ఏ సైనికునికి గాని, స్వయంగా దుశ్శాసనునికి గాని తెలియనే లేదు. కళ్లెం పట్టి నడిపేవాడు లేకపోవడంతో గుఱ్ఱాలు స్వేచ్ఛగా పరుగులు తీస్తూంటే అప్పుడు దుశ్శాసనునికి తన సారథి మరణించాడని అర్థం అయింది. అతడు తానే గుఱ్ఱపు కళ్లెం పట్టుకొని యుద్ధం చేయసాగాడు. సహదేవుడు వాడి బాణాలతో ఆ గుఱ్ఱాలను కొట్టసాగాడు. బాణాల తాకిడికి బాధపడిన గుఱ్ఱాలు అటు ఇటు పరుగులు తీయసాగాయి. దుశ్శాసనుడు గుఱ్ఱాల పగ్గం పట్టుకొన్నప్పుడు ధనుస్సును పక్కన పెడుతున్నాడు. ధనుస్సును ఉపయోగిస్తున్నప్పుడు పగ్గాలు విడిచి పెడుతున్నాడు. ఈ మధ్యలో అదను చూసుకొని సహదేవుడు అతనిని తూట్లు పొడుస్తున్నాడు. ఇది చూసి కర్ణుడు అతని రక్షణకై మధ్యలో దూసుకువచ్చాడు. భీమసేనుడు సంసిద్ధుడై మూడు భల్లాలతో కర్ణుని భుజాలపై, వక్షః స్థలంపై గాయం చేసి సింహనాదం చేశాడు.

కర్ణుడు కూడా వాడి బాణాలను వర్షిస్తూ భీమసేనుని నిలువరించాడు. ఇక ఇద్దరి మధ్య తుములయుద్ధం మొదలయింది. భీమసేనుడు గదను ఉపయోగించి కర్ణుని రథకూబరాన్ని విరుగకొట్టాడు. అది నూరు ముక్కలయింది. కర్ణుడు భీముని గదనే తీసుకొని దానిని తిప్పి అతని రథం మీదికే విసిరాడు. కాని భీముడు ఇంకొకగదతో ఆ గదను ముక్కలు చేశాడు. ఆపై కర్ణుని మీద ఒక గొప్ప బరువైన గదను విసిరాడు. కాని అతడు అనేక బాణాలతో ఆ గదను తిరగకొట్టాడు. తిరిగి ఆ గద మళ్లీ భీముని రథం పైనే పడింది. దాని దెబ్బకు అతని రథం యొక్క పెద్ద ధ్వజం విరిగి పడింది. సారథి మూర్ఛపోయాడు. దానితో భీమసేనుని

కోపం పెచ్చుమీరింది. అతడు తన సాయకాలతో కర్ణుని ధ్వజాన్ని, ధనుస్సును ఖండించాడు. కర్ణుడు వేరొక విల్లు తీసుకొని వాడి బాణాలతో అతని గుఱ్ఱాలను, పార్శ్వరక్షకులను, సారథిని చంపివేశాడు. విరథుడైన భీముడు నకులుని రథం ఎక్కాడు.

అలాగే మహారథి ద్రోణుడు, అర్జునుడు కూడా విచిత్ర రీతులతో యుద్ధం చేయసాగారు. సైన్యమధ్యంలో రథాన్ని విచిత్ర గతులతో నడుపుతూ ఒకరిని ఒకరు లొంగదీసుకోవాలని ప్రయత్నం చేయసాగారు. అప్పుడు వారిద్దరి పరాక్రమం చూసి యోధులందరూ ఆశ్చర్యచకితులయ్యారు. అర్జునుని గెలవడానికి ఆచార్యులవారు ఏయే ఉపాయాలను ప్రయోగిస్తున్నారో అతడు వాటికన్నిటికీ వెంటనే ప్రతీకారం చేస్తున్నాడు. అప్పుడు ద్రోణాచార్యుడు వరుసగా ఇంద్ర, పాశుపత, త్వాష్ట్ర, వాయవ్య, వారుణాస్త్రాలు ప్రయోగించాడు, కాని అర్జునుడు ద్రోణుని వింటి నుండి వెలువడగానే వాటినన్నిటినీ దివ్యాస్త్రాల ద్వారా ఉపశమింపచేశాడు. అది చూసి ద్రోణుడు మనసులోనే అర్జునుని మెచ్చుకొని, అతని వంటి శిష్యుని పొందిన తన్ను శస్త్రవేత్తలందరిలోకీ శ్రేష్ఠునిగా భావించాడు. వారిద్దరి యుద్ధాన్ని చూడడానికి ఆకాశంలో వేలమంది దేవతలు, గంధర్వులు, ఋషులు, సిద్ధులు గుంపులుగా గుమికూడారు. ద్రోణార్జునులను ప్రశంసిస్తున్న వారి మాటలు కూడా వినబడుతున్నాయి.

తదనంతరం ద్రోణుడు బ్రహ్మాస్త్రాన్ని ప్రయోగించాడు. అది అర్జునుని, ఇతర ప్రాణులందరినీ తపింపచేయసాగింది. ఆ అస్త్రం ప్రయోగించగానే పర్వతాలు, వనాలు, వృక్షాలు సహితంగా భూమి ఊగిసలాడసాగింది. సముద్రాలలో తుఫాను చెలరేగింది. ఇరుపక్షాల సైన్యం భయభ్రాంతమయింది. కాని అర్జునుడు ఏమాత్రం చలించలేదు. అతడు బ్రహ్మాస్త్రం తోనే దానిని నశింపచేశాడు. ఆపై ఉపద్రవమంతా శాంతించింది. తరువాత ద్రోణార్జునుల మధ్య ఘోరయుద్ధం జరిగింది.

సాత్యకి దుర్యోధనుల యుద్ధము - ద్రోణుడు ఘోరముగా పోరుట - ఋషులు అస్త్రత్యాగము చేయుమని ద్రోణునకు చెప్పుట. అశ్వత్థామ మరణవార్త విని ద్రోణుడు జీవితముపై విరక్తి చెందుట.

సంజయుడు చెపుతున్నాడు - మహారాజా ! అప్పుడు దుశ్శాసనుడు ధృష్టద్యుమ్నునితో యుద్ధం చేస్తున్నాడు. అతడు ధృష్టద్యుమ్నుని తన బాణాలతో బాగా బాధించాడు. అప్పుడు అతనికి కూడా కోపం వచ్చి మీ పుత్రునియొక్క గుఱ్ఱాలపై బాణాలను కురిపించసాగాడు. ఒక్క క్షణంలో కురిసిన బాణ సముదాయంతో దుశ్శాసనుని రథం కప్పబడిపోయి, ధ్వజం, సారథితో పాటుగా కనుమరుగయింది. ధృష్టద్యుమ్నుని బాణాలు దుశ్శాసనుని చాలా బాధించసాగాయి. అందుకని అతడు ఇంక అతని ఎదుట నిలువ లేక వెన్ను చూపి పారిపోయాడు. ఇలా దుశ్శాసనుని యుద్ధవిముఖుని చేసి, ధృష్టద్యుమ్నుడు వేలాదిగా బాణాలను వర్షిస్తూ ద్రోణాచార్యుని దగ్గరకు చేరుకొన్నాడు.

అప్పుడు జరుగుతున్న యుద్ధం సర్వథా ధర్మానుకూలంగా ఉంది. ఎవరూ నిరాయుధుని దెబ్బ కొట్టేవారుకాదు. ఆ యుద్ధంలో కర్ణి, నాళీకం, విషం పూసిన బాణం, వాస్తికం, సూచి, కపిశం, ఆవు లేదా ఏనుగు ఎముకలతో చేసిన బాణం, రెండు పళ్లు కలిగి అపవిత్రమైన లేదా వంకరటింకరగా చేయబడిన బాణం - వీటినన్నిటినీ ప్రయోగించేవారు కాదు. అందరూ ధర్మయుక్తమైన యుద్ధం చేసి ఉత్తమ లోకాలను, మంచి కీర్తిని పొందాలని అనుకొనేవారు.

ఇంతలో సాత్యకి దుర్యోధనులు తారసపడ్డారు. వారు ఇద్దరూ నిర్భయులై పోరాడసాగారు. వెంటనే చిన్నప్పటి సంగతులు గుర్తుకు తెచ్చుకొని పరస్పరం ప్రేమగా చూసుకొంటూ నవ్వుకోసాగారు. దుర్యోధనుడు తాను చేస్తున్న పనిని ఈసడించుకొంటూ, ప్రియ మిత్రుడైన సాత్యకితో - "మిత్రమా ! ఏ కారణంగా నేను నీ మీద, నీవు నా మీద పోరు సల్పుతున్నామో ఆ క్రోధలోభ మోహ అమర్షాలతో కూడిన క్షత్రియాచారం నీచమైనది. నీవు నాకు ప్రాణంకంటె మిన్న. నా మీద కూడా నీకు అటువంటి ప్రేమ. కాని నేడు ఈ యుద్ధ భూమిలో మనం అది అంతా మరచిపోయాం" అన్నాడు.

దుర్యోధనుడు అన్నదానికి సాత్యకి - "రాజా ! క్షత్రియుల వ్యవహారమే ఇంత. వారు తమ గురువులతో కూడా పోరాడుతారు. నేను నీకు ఇష్టుడిని అయితే వెంటనే చంపు. ఆలస్యం చేయకు. నీకారణంగా నేను పుణ్యాత్ముల లోకాలకు వెళ్తాను. ఇక నేను జీవించి ఉండి, నా మిత్రులకు కలిగే ఆపదలను చూడగోరను." అని స్పష్టంగా సమాధానమిచ్చి, తన ప్రాణాలను కూడా లెక్క చేయకుండా వెంటనే దుర్యోధనుని ఎదిరించడానికి సిద్ధమయ్యాడు. అప్పుడు దుర్యోధనుడు పది బాణాలతో సాత్యకిని కొట్టాడు. సాత్యకి

కూడా అతనిపై వరుసగా ఏభై, ముప్పై, పది బాణాలను కురిపించాడు. దుర్యోధనుడు తిరిగి అలవోకగా సాత్యకిని ముప్పై బాణాలతో తూట్లు పొడిచి, ఒక క్షురప్రంతో అతని వింటిని కూడా విరిచి వేశాడు. సాత్యకి ఇంకొక ధనుస్సు తీసుకొని హస్తలాఘవం చూపుతూ మీ పుత్రునిపై బాణాల జడివాన కురిపించాడు. దుర్యోధనుడు ఆ బాణాలను తన సాయకాలతో ముక్కలు చేసి, డెబ్బైమూడు బాణాలతో సాత్యకిని వేధించాడు. తిరిగి అతడు వింటిని ఎక్కుపెట్టగానే సాత్యకి అతని ధనుస్సును ఖండించి, అనేక బాణాలతో అతనిని కూడా గాయపరిచాడు. దుర్యోధనుడు బాధతో ఆక్రందిస్తూ ఇంకొక రథం ఎక్కాడు. కొద్ది సేపటికి ఆ బాధ కొద్దిగా తగ్గగానే సాత్యకి రథం మీద బాణాలు కురిపిస్తూ అతడు మళ్లీ ముందుకు వచ్చాడు. అలాగే సాత్యకి కూడా దుర్యోధనుని రథంపై బాణాలు కురిపించాడు. తిరిగి ఇద్దరి మధ్య భయంకరమైన యుద్ధం ఆరంభమయింది. అక్కడ సాత్యకిదే పైచేయి కావడం చూసి, కర్ణుడు మీ పుత్రుని రక్షణకోసం వెంటనే అక్కడికి వచ్చాడు. భీమసేనుడు దీనిని సహించలేకపోయాడు. అతడు కూడా బాణ వృష్టి కురిపిస్తూ వెంటనే అక్కడికి వచ్చి పడ్డాడు. కర్ణుడు అలవోకగా వాడి బాణాలు వేసి భీమసేనుని ధనుస్సును, బాణాన్ని ఖండించి, అతని సారథిని చంపివేశాడు. భీమసేనుడు కోపంపట్టలేక గదతో శత్రువు యొక్క ధనుస్సును, ధ్వజాన్ని, సారథిని, రథ చక్రాలను నాశనం చేశాడు. కర్ణుడు దీనిని సహించలేక రకరకాల అస్త్రాలను, బాణాలను ప్రయోగిస్తూ భీమునితో పోరసాగాడు. అలాగే భీమసేనుడు కూడా కుపితుడై కర్ణునితో యుద్ధం చేయసాగాడు. ఇంకొక వైపు ద్రోణాచార్యుడు ధృష్టద్యుమ్నాది పాంచాల వీరులను బాధించసాగాడు. అది ద్రోణాచార్యుడు సేనానాయకత్వం వహించిన ఐదవ రోజు. అతడు నిలువెల్లా కోపంతో మండిపడుతూ పాంచాల వీరులను దారుణంగా సంహరిస్తున్నాడు. శత్రువులు కూడా ధైర్యవంతులే. వారు అతనితో యుద్ధం చేస్తూ ఏమాత్రం భయపడడంలేదు. పాంచాల వీరులు చనిపోవడం, ద్రోణుడు ప్రబలంగా ఉండడం చూసి పాండవులకు చాలా భయం కలిగింది. వారికి విజయం మీద ఆశ సన్నగిల్లింది. ఈ మహా అస్త్రవేత్త అయిన ఆచార్యుడు మన అందరినీ కూడా నాశనం చేయడుగదా అనే సందేహం వారికి కలిగింది.

కుంతీపుత్రులు భయపడడం చూసి, శ్రీకృష్ణుడు - "పాండవులారా ! ద్రోణాచార్యుడు ధనుర్ధారులలో ఉత్తమోత్తముడు. అతని చేతిలో ధనువున్నంతవరకు అతనిని ఇంద్రాది దేవతలు కూడా గెలువలేరు. అతడు ఆయుధం పడవేస్తేనే, ఏ మనుష్యుడు అయినా అతనిని చంపగలుగుతాడు. అశ్వత్థామ చనిపోయాక అతడు యుద్ధం చేయడని నేను అనుకొంటున్నాను. కాబట్టి ఎవరయినా వెళ్లి అతనికి అశ్వత్థామ మరణవార్త తెలపండి" అని సూచించాడు.

మహారాజా ! అర్జునునికి ఈ విషయం ఎంతమాత్రం నచ్చలేదు. కాని మిగిలిన వారందరినీ పరికిస్తూ ఉండి పోయాడు. యుధిష్ఠిరుడు మాత్రం అతికష్టం మీద ఈ మాటకు అంగీకరించాడు. మాళవరాజు ఇంద్రవర్మ దగ్గర ఒక ఏనుగు ఉంది. దాని పేరు అశ్వత్థామ. తన సైన్యం లోనిదే అయిన ఆ ఏనుగును భీమసేనుడు గదతో మోది చంపి సంకోచిస్తూనే ద్రోణాచార్యుని ఎదుటికి వెళ్లి బిగ్గరగా "అశ్వత్థామ చచ్చిపోయాడు" అని అడావిడి చేయసాగాడు. మనసులో ఆ ఏనుగును ఉద్దేశించి భీముడు ఈ అబద్ధం ఆడాడు.

ఈ అప్రియమైన వార్తను విన్న వెంటనే ద్రోణాచార్యుడు వాడిపోయాడు. అతని శరీరం పట్టు సడలిపోయింది. కాని అతనికి తన పుత్రుని బలం సంగతి తెలుసు. అందుకని ఇది అబద్ధమేమో అని సందేహించాడు. అయినా ధైర్యం కోల్పోకుండా అతడు ధృష్టద్యుమ్నునిపై దాడి చేసి వేల బాణాలు కురిపించాడు. ఇది చూసి ఇరవైవేల మంది పాంచాల యోధులు నలువైపుల నుండి బాణాల జడివాన కురిపిస్తూ ద్రోణాచార్యుని కప్పివేశారు. ద్రోణుడు వారి బాణాలను నిర్వీర్యం చేసి, వారందరినీ సంహరించడానికి బ్రహ్మాస్త్రం ప్రయోగించాడు. ఆ అస్త్రం పాంచాలుర శిరస్సులను, భుజాలను నరికిపడవేయసాగింది. మరణించిన ఆ వీరుల శవాలు నేలపై అంతా పరుచుకొన్నాయి. ఆచార్యుడు ఆ ఇరవై వేలమంది పాంచాలవీరులను మట్టు పెట్టేశాడు. ఆపై వసుదానుని శిరస్సును శరీరం నుండి వేరుచేశాడు. ఆ తరువాత ఐదువందల మంది మాత్స్యులను, ఆరువేల మంది సృంజయులను, పదివేల ఏనుగులను, పదివేల గుఱ్ఱాలను సంహరించాడు.

ఈ రీతిగా క్షత్రియులను అంతమొందించడానికి ద్రోణాచార్యుడు ధృడంగా, నిలిచిఉండడంతో అగ్నిదేవుని ముందుంచుకొని, విశ్వామిత్రుడు, జమదగ్ని, భరద్వాజుడు, గౌతముడు, వసిష్ఠుడు, కశ్యపుడు, అత్రిముని అతనిని

బ్రహ్మలోకానికి తీసుకొని వెళ్లడానికి అక్కడికి విచ్చేశారు. వారి వెంట సికతుడు, పృశ్ని, గర్గుడు, వాలఖిల్యులు, భృగువు, అంగిరుడు మొదలైన వారు కూడా ఉన్నారు. వారంతా సూక్ష్మరూపధారులై ఉన్నారు. మహర్షులు ద్రోణాచార్యునితో - "ద్రోణా ! ఆయుధం అవతలపెట్టు. ఇక్కడ నిలిచి ఉన్న మాకేసిచూడు. ఇంతవరకు నీవు అధర్మంగా యుద్ధం చేశావు. ఇప్పుడు నీకు మరణించే సమయం వచ్చింది. ఇప్పటికైనా మిక్కిలి క్రూరమైన ఈ కర్మను విడిచిపెట్టు. నీవు వేదవేదాంగవేత్తవు. సత్యధర్మములయందు తత్పరుడవు. అన్నిటి కంటె గొప్పవిషయం-నీవు బ్రాహ్మణుడవు. నీకు ఈ పని శోభనీయదు. నీ సనాతన ధర్మమునందే నిలిచి ఉండు. మానవలోకంలో నీవు జీవించేకాలం పూర్తి అయింది. బ్రహ్మాస్త్రం తెలియని వారి మీద కూడా నీవు బ్రహ్మాస్త్రాన్ని ప్రయోగించావు. నీవు చేసిన ఈ పని మంచిదికాదు. ఈ అస్త్రశస్త్రాలన్నీ విసిరి పారవెయ్యి. ఇకపైన ఇలాంటి పాపకృత్యం చేయకు" అని బోధించారు.

ఆచార్యుడు ఋషుల యొక్క ఈ మాటలను విన్నాడు. భీమసేనుడు చెప్పిన దాని గురించి కూడా ఆలోచించాడు. ఎదురుగా ధృష్టద్యుమ్నుని చూశాడు. ఈ అన్ని కారణాలవల్లా అతడు చాలా దుఃఖితుడయ్యాడు. ఇప్పుడతనికి అశ్వత్థామ మరణంపై సందేహం కలిగింది. అతడు వ్యథితుడై యుధిష్ఠిరుని - "నాకొడుకు నిజంగా మరణించాడా లేదా?" అని అడిగాడు. త్రిలోకరాజ్యాధిపత్యం పొందడానికైనా సరే యుధిష్ఠిరుడు అబద్ధం ఆడడని ద్రోణుని మనస్సులో గట్టి నమ్మకం. బాల్యం నుండీ అతని నిజాయితీ పట్ల ఆచార్యునికి విశ్వాసం ఉంది.

ఇటు శ్రీకృష్ణ భగవానుడు ఇక ద్రోణుడు పాండవులను నామమాత్రావశిష్టంగా కూడా ఉండనివ్వడని అనుకొన్నాడు. అందుకని అతడు ధర్మరాజుతో - "ద్రోణుడు ఇలాగే కోపంతో ఇంకొక్కపూట యుద్ధం చేసినా నీ సేన సర్వనాశనం అయిపోతుంది. ఇది నిజం. కాబట్టి ద్రోణుని బారినుండి మమ్మల్ని కాపాడు. ఇతరుల ప్రాణాలు రక్షించడానికి ఎప్పుడయినా ఒకసారి అసత్య మాడవలసివచ్చినా, అందువలన అసత్యం పలికినవానికి పాపం అంటదు" అని నచ్చచెపుతూ పలికాడు.

వారిద్దరూ ఇలా మాట్లాడుకుంటూ ఉండగానే భీమసేనుడు - "మహారాజా ! ద్రోణుని వధకు ఉపాయం తెలుసుకొని నేను మీ సైన్యంలో తిరుగుతున్న మాలవనరేశుడు ఇంద్రవర్మ యొక్క అశ్వత్థామ అనే ఏనుగును చంపాను. ఆపై ద్రోణుని వద్దకు వెళ్లి - "అశ్వత్థామ చచ్చిపోయాడు" అని చెప్పాను. అతడు నా మాటలను నమ్మలేదు. అందుకనే మిమ్మల్ని అడుగుతున్నాడు. కాబట్టి మీరు శ్రీకృష్ణుని మాటకు అంగీకరించి ద్రోణునితో "అశ్వత్థామ చనిపోయాడు" అని చెప్పండి. మీరు చెప్తే అతడు ఇంక యుద్ధం చేయడు. ఎందుకంటే మీరు సత్యవాదులు. ఈ విషయం ముల్లోకాలలోనూ ప్రసిద్ధమే అన్నాడు.

మహారాజా ! భీముని మాటను విని, శ్రీకృష్ణుని ప్రోద్బలంతో యుధిష్ఠిరుడు అలా చెప్పడానికి సిద్ధమయ్యాడు. అతనికి అసత్యం వలన భయం మెండుగా ఉంది. అయినా విజయం పట్ల ఆసక్తి ఉన్న కారణంగా ద్రోణాచార్యునితో "అశ్వత్థామ చనిపోయాడు" అని గట్టిగా చెప్పి, నెమ్మదిగా "కాని ఏనుగు" అని పలికాడు.(3) ఇంతకు ముందు యుధిష్ఠిరుని రథం భూమికి నాలుగు అంగుళాలపైన నడిచేది. ఆ రోజు అతని నోటి వెంట అసత్యం వెలువడగానే రథం నేలను తాకింది. మహారథి ద్రోణుడు యుధిష్ఠిరుని నోటివెంట ఆ మాట విని పుత్రశోకంతో కుమిలిపోతూ బ్రతకాలనే ఆశ వదిలేసుకొన్నాడు. ఋషులు చెప్పిన ప్రకారం తాను పాండవులపట్ల తప్పు చేశానని అనుకోసాగాడు.

ద్రోణాచార్యుని వధ.

సంజయుడు కొనసాగిస్తున్నాడు - "మహారాజా ! ద్రుపద మహారాజు ద్రోణుని నాశనం కోరి గొప్పయజ్ఞం చేసి, ప్రజ్వరిల్లుతున్న అగ్ని నుండి ధృష్టద్యుమ్నుని పొందాడు. ఆ ధృష్టద్యుమ్నుడు - ద్రోణుడు చాలా ఉద్విగ్నంగా ఉండడం, అతని మనస్సు శోకాకులితమై ఉండడం చూశాడు. ఆ అవకాశాన్ని సద్వినియోగం చేసుకోవడం కోసం అతనిపై దాడి చేశాడు. ధృష్టద్యుమ్నుడు విజయాన్ని అందించే ఒక సుదృఢమైన విల్లు చేతితో పట్టుకొని, దానిపై అగ్నితుల్యమై ధగధగలాడే ఒక బాణాన్ని సంధించాడు. ఇది చూసి ద్రోణుడు అతనిని నిలువరించడానికి ఆంగిరసమనే పేరుగల వింటిని, బ్రహ్మదండం వంటి అనేక బాణాలను చేతిలోకి తీసుకొన్నాడు. ఆ బాణాలను వర్షిస్తూ అతడు ధృష్టద్యుమ్నుని కప్పివేసి, అతనిని గాయపరిచాడు. అంతేకాక అతని బాణాన్ని, ధనుస్సును, ధ్వజాన్ని తెగనరికి సారథిని కూడా చంపివేశాడు. ధృష్టద్యుమ్నుడు విలాసంగా మరొక వింటిని ఎత్తి, సూది వలె మొన తేలిన ఒక బాణంతో ఆచార్యుని గుండెపై

కొట్టాడు. ఆ గాఢమైన దెబ్బకు అతనికి తల తిరిగిపోయింది. అప్పుడతడు పదునైన అంచుగల ఒక భల్లాన్ని తీసుకొని, దానితో అతని వింటిని మళ్లీ ఖండించాడు. అంతేకాదు. ఇంకా అతని వద్ద ఎన్ని విల్లు ఉన్నాయో వాటినన్నిటినీ ఖండించాడు. కేవలం గద, కత్తి – ఈ రెండింటినీ మాత్రమే మిగిల్చాడు ఆ తరువాత అతడు ధృష్టద్యుమ్నుని తొమ్మిది బాణాలతో తూట్లు పొడిచాడు. అప్పుడు ఆ మహారథి తన గుఱ్ఱాలను ద్రోణుని రథం యొక్క గుఱ్ఱాలకు తాకించి, బ్రహ్మాస్త్రం వేయాలని అనుకొన్నాడు. ఇంతలోనే ద్రోణుడు అతని ఈషను, చక్రాన్ని, రథం యొక్క బంధనాలను ఖండించాడు. ధనుస్సు, ధ్వజం, సారథి ఇంతకు ముందే నశించిపోయాయి. ఇంత గొప్ప విపత్తులో చిక్కుకొని ధృష్టద్యుమ్నుడు గదపై కెత్తాడు. కాని ఆచార్యుడు వాడి సాయకాలతో దానిని కూడా ముక్కలు ముక్కలు చేశాడు. ఇక అతడు మెరుస్తున్న కత్తిని చేతితో పట్టుకొన్నాడు. తన రథం నుండి ద్రోణాచార్యుని రథం పైకి చేరుకొని, అతని గుండెలపై ఆ కత్తిని గుచ్చాలని అతని ఆలోచన. ఇది చూసి ద్రోణుడు శక్తినిపైకి ఎత్తాడు. దానితో ధృష్టద్యుమ్నుని నాలుగు గుఱ్ఱాలను ఒక్కటొక్కటిగా నరికివేశాడు. ఇద్దరి గుఱ్ఱాలూ ఒకే చోట కలిసి ఉన్నాగాని, అతడు తన ఎఱ్ఱని గుఱ్ఱాలను రక్షించగలిగాడు. అతడు చేసిన ఈ పనిని ధృష్టద్యుమ్నుడు సహించ లేకపోయాడు. అతడు ద్రోణుని మీదికి ఉరికి కత్తితో అనేక విన్యాసాలు చూపసాగాడు. ఈ మధ్యలో వైతస్తికంఅనే పేరుగల వేలకొద్దీ బాణాలను వేసి ఆచార్యుడు అతని కత్తిని డాలును ముక్కలు ముక్కలు చేశాడు. పైన చెప్పిన బాణం దగ్గిరనుండి యుద్ధం చేయడంలో ఉపయోగపడుతుంది. వేతసంతో తయారయిన కారణంగా దానిని వైతస్తికం అంటారు. ద్రోణుడు, కృపుడు, అర్జునుడు, కర్ణుడు, ప్రద్యుమ్నుడు, సాత్యకి, అభిమన్యుడు – వీరి వద్ద తప్ప ఇంక ఎవరివద్దా ఈ బాణం లేదు.

కత్తిని ముక్కలు చేశాక ద్రోణాచార్యుడు తనశిష్యుడైన ధృష్టద్యుమ్నుని చంపాలని ఒక ఉత్తమ బాణాన్ని ధనుస్సుపై సంధించాడు. సాత్యకి దీనిని చూశాడు. అతడు పది వాడి బాణాలను వేసి, కర్ణ దుర్యోధనుల ఎదుటనే ద్రోణుని ఆ అస్త్రాన్ని ఖండించి, ధృష్టద్యుమ్నుని ద్రోణుని బారినుండి రక్షించాడు. అప్పుడు సాత్యకి – ద్రోణుడు, కర్ణుడు, కృపాచార్యుడు – వీరి మధ్య నిర్భయంగా తిరుగుతున్నాడు. అతని ధైర్యం చూసి కృష్ణార్జునులు అతనిని ప్రశంసిస్తూ మెచ్చుకోసాగారు. అర్జునుడు శ్రీకృష్ణునితో – "జనార్దనా ! చూశావు కదా ! ఆచార్యుని వద్ద ఉన్న ముఖ్య మహాయోధుల మధ్యలో సాత్యకి క్రీడిస్తూ విహరిస్తున్నాడు. అతనిని చూసి నాకు చాలా సంతోషం కలుగుతోంది. ఇరు పక్షాల సైనికులు నేడు అతని పరాక్రమాన్ని ముక్తకంఠంతో ప్రశంసిస్తున్నారు" అన్నాడు.

సాత్యకి ద్రోణాచార్యుని బాణాన్ని ఖండించగానే, దుర్యోధనాది మహావీరులందరికీ చాలా కోపం వచ్చింది. కృపాచార్యుడు, కర్ణుడు, మీ కొడుకు అతనిని సమీపించి మహావేగంగా పదును పెట్టిన బాణాలను వేయసాగారు. ఇది చూసి యుధిష్ఠిరుడు, నకుల సహదేవులు, భీమసేనుడు అక్కడికి వచ్చారు. సాత్యకికి నలువైపులా నిలబడి అతనిని రక్షించసాగారు. తనమీద అకస్మాత్తుగా కురుస్తున్న బాణవర్షాన్ని సాత్యకి అడ్డుకొన్నాడు. దివ్యాస్త్రాలతో శత్రువుల అస్త్రాలనన్నిటినీ నశింపచేశాడు.

అప్పుడు ధర్మరాజు తన పక్షంలోని క్షత్రియ యోధులతో "మహారథులారా ! చూస్తారేమిటి ? శక్తినంతా ఉపయోగించి ద్రోణాచార్యుని మీద దాడి చేయండి. వీరవరుడైన ధృష్టద్యుమ్నుడు ఒక్కడే ద్రోణునితో తలపడి, శక్తివంచన లేకుండా అతనిని చంపడానికి చూస్తున్నాడు. అతడు ఈ రోజున అతనిని చంపుతాడని ఆశిస్తున్నాను. ఇప్పుడు మీరు కూడా ఒక్కుమ్మడిగా అతని మీద విరుచుకుపడండి" అని చెప్పాడు. యుధిష్ఠిరుడు ఆజ్ఞాపించగానే సృంజయ వీరులు ద్రోణుని చంపాలని ముందుకు కదిలారు. వారు రావడం చూసి ద్రోణాచార్యుడు "ఈ రోజు మరణం తప్పదు" అని నిశ్చయించుకొని మహావేగంగా వారివైపు ఉరికాడు. అప్పుడు భూమి కంపించింది. ఉల్కలు రాలాయి. ద్రోణునికి ఎడమ కన్ను, ఎడమ భుజం అదిరాయి. ఇంతలో ధృష్టద్యుమ్నుని సైన్యం అతనిని నలువైపులనుండీ ముట్టడించింది. అప్పుడతడు క్షత్రియసంహారం కోసం మళ్లీ బ్రహ్మాస్త్రాన్ని సంధించాడు. ఆ సమయంలో ధృష్టద్యుమ్నునికి రథం లేదు. అతని ఆయుధాలు కూడా విరిగిపోయాయి. అతని ఈ అవస్థను చూసి, భీమసేనుడు వెంటనే అతని వద్దకు వెళ్లి. తన రథం ఎక్కించుకొని – "వీరశ్రేష్ఠుడా ! ఆచార్యుని ఎదుర్కొనే సాహసం నీవు తప్ప ఇంకెవరూ చేయలేరు. అతనిని చంపే భారం నీదే" అన్నాడు.

భీమసేనుని మాటలు విని ధృష్టద్యుమ్నుడు ఒక గట్టి వింటిని చేతపట్టి ద్రోణుని వెనుకకు నెట్టాలని అతని మీద బాణవర్షం కురిపించసాగాడు. ఆపై ఇద్దరూ క్రోధంతో ఒకరిపై ఒకరు బ్రహ్మాస్త్రం మొదలైన దివ్యాస్త్రాలను ప్రయోగించసాగారు. ధృష్టద్యుమ్నుడు గొప్ప గొప్ప అస్త్రాలతో ద్రోణాచార్యుని కప్పివేసి, అతడు వేసిన అస్త్రాలనన్నిటినీ ఖండించి, అతనికి రక్షకులుగా ఉన్న వసాతి, శిబి, బాహ్లీకులను కౌరవ యోధులను కూడా గాయపరిచాడు. ద్రోణుడు అతని వింటిని విరిచివేసి, సాయకాలతో అతని మర్మస్థానాలను నొప్పించాడు. దానితో ధృష్టద్యుమ్నునికి భరింపరాని వేదన కలిగింది.

ఇక భీమసేనుడు ఊరుకోలేక పోయాడు. అతడు ఆచార్యుని రథం వద్దకు వెళ్లి, అతనికి అతిదగ్గరగా చేరి మెల్లగా – "బ్రాహ్మణుడు తనకు విహితమైన పని వదిలి, యుద్ధం చేయకపోతే క్షత్రియులు ఇంత భీకరంగా సంహరింపబడరు. ప్రాణిహింస చేయకూడదు – అనేది సమస్త ధర్మాలలోను శ్రేష్ఠమైనదిగా చెప్పబడుతోంది. దానికి మూలం బ్రాహ్మణుడు. మీరయితే ఆ బ్రాహ్మణులలో కూడా అందరికంటె ఉత్తములయిన వేదవేత్తలు. బ్రాహ్మణులు అయి కూడా స్త్రీ, పుత్ర, ధన లోభంతో మీరు చండాలుని వలె మ్లేచ్ఛులను, ఇతర రాజులను కూడా సంహరిస్తున్నారు. ఎవని కోసం మీరు కత్తిపట్టారో, ఎవరి ముఖం చూసి బతుకుతున్నారో ఆ అశ్వత్థామ మీ దృష్టికి దూరంగా చంపివేయబడ్డాడు. ఈ వార్త మీకు చేరలేదా ? యుధిష్ఠిరుడు చెప్పినా కూడా మీకు నమ్మకం లేదా ? అతని మాటలనయితే సందేహించకూడదు" అన్నాడు.

భీముడు చెప్పినది విని ద్రోణాచార్యుడు విల్లు కింద పడేశాడు. తన పక్షంలోని యోధులను ఎలుగెత్తి పిలిచి – "కర్ణా ! కృపాచార్యా ! దుర్యోధనా ! ఇక మీరు స్వయంగా యుద్ధం చేయడానికి ప్రయత్నించండి – ఇదే నేను మీకు పదేపదే చెప్పదలచుకొన్నది. ఇప్పుడు నేను అస్త్రత్యాగం చేస్తున్నాను" అని చెప్పి అతడు అశ్వత్థామ పేరును పలవించసాగాడు. అస్త్ర శస్త్రాలనన్నింటినీ విసిరివేసి, రథం వెనుక భాగంలో కూర్చుని, ప్రాణులందరికీ అభయదాన మిస్తూ ధ్యానమగ్నుడయ్యాడు.

ధృష్టద్యుమ్నునికి ఇది ఒక అవకాశం చేతికి చిక్కింది. అతడు ధనుర్బాణాలను పక్కన పెట్టి కత్తి చేతితో పట్టుకొన్నాడు. ద్రోణాచార్యుడు యోగనిష్ఠతో ఉన్నాడు. ధృష్టద్యుమ్నుడు అతనిని చంపాలనుకొంటున్నాడు. ఇది చూసి అందరూ హాహాకారాలు చేయసాగారు. అందరూ ఏక కంఠంతో అతనిని నిందించారు.

ఇటు ఆచార్యుడు ఆయుధం విసర్జించి పరమజ్ఞాన రూపంలో కూర్చుని ఉన్నాడు. యోగ ధారణ ద్వారా మనసులోనే పురాణపురుషుడైన విష్ణుని ధ్యానించసాగాడు. అతడు ముఖం కొద్దిగా పైకెత్తి, రొమ్ము విరుచుకొని నిటారుగా ఉన్నాడు. విశుద్ధ సత్త్వస్థితిలో ఉండి, హృదయకమలంలో ఏకాక్షర బ్రహ్మను ప్రణవాన్ని ధారణ చేసి, దేవదేవేశ్వరుడు, అవ్యయుడు అయిన పరమాత్మను ధ్యానిస్తున్నాడు. అనంతరం శరీరాన్ని విడిచి, గొప్పగొప్ప యోగులకు కూడా దుర్లభమైన ఆ ఉత్తమగతిని పొందాడు. సూర్యుని వంటి తేజోరూపంతో అతడు ఊర్ధ్వలోకానికి వెళ్తుండగా ఆకాశమంతా దివ్యకాంతితో ప్రకాశించింది. ఈ రీతిగా ఆచార్యుడు బ్రహ్మలోకానికి వెళ్లాడు. ధృష్టద్యుమ్నుడు మోహగ్రస్తుడై అక్కడ మౌనంగా నిలుచున్నాడు. మహారాజా! మహాత్ముడైన ద్రోణాచార్యుడు యోగయుక్తుడై పరమపదానికి వెళ్తున్నప్పుడు మనుష్యులలో కేవలం నేను, కృపాచార్యుడు, శ్రీకృష్ణుడు, అర్జునుడు, యుధిష్ఠిరుడు – ఈ ఐదుగురమూ అతనిని దర్శించగలిగాము. ఇతరులెవరికీ అతని మహిమను గూర్చిన జ్ఞానం లేకపోయింది.

అటుపిమ్మట ధృష్టద్యుమ్నుడు ద్రోణుని ఒంటిపై చేయివేశాడు. అప్పుడు ప్రాణులందరూ అతనిని నిందించారు. ద్రోణుని శరీరంలో చైతన్యం లేదు. అతడేమీ మాట్లాడడం లేదు ఈ దశలో ధృష్టద్యుమ్నుడు కత్తితో అతని తలను నరికి, మిక్కిలి ఉప్పొంగిపోతూ కత్తిని తిప్పుతూ సింహనాదం చేశాడు. ఆచార్యుని శరీరం శ్యామలవర్ణం. అతనికి 85 ఏళ్లు నిండాయి. చెవుల వరకు వెండ్రుకలు నెరిసిపోయి ఉన్నాయి. అయినా కూడా మీ హితం కోసం అతడు యుద్ధంలో పదహారేళ్ల యువకుని లాగ విహరించాడు.

అర్జునుడు ఎలుగెత్తిపిలిచి – "ద్రుపదకుమారా ! ఆచార్యుని వధించకు. అతడు బ్రతికి ఉండగానే ఎత్తుకొని తీసుకురా" అంటూనే ఉన్నాడు, కాని అతడు వినలేదు. మీ సైనికులు కూడా "చంపకు చంపకు" అని అరుస్తూనే ఉన్నారు. అర్జునుడయితే కరుణావశుడై ధృష్టద్యుమ్నుని వెనుక పరిగెత్తాడు. కాని ఏమాత్రం ఫలితం లేకపోయింది. అందరూ అరుస్తూనే ఉన్నారు, గాని అతడు అతనిని వధించేశాడు. రక్తంతో తడిసిపోయిన ఆచార్యుని యొక్క శవం రథం

నుండి కిందపడిపోయింది. అతని శిరస్సును ధృష్టద్యుమ్నుడు మీ పుత్రుల ఎదుటికి విసిరివేశాడు. ఆ యుద్ధంలో మీ యోధులు చాలామంది చనిపోయారు. మృతప్రాయులైన వారి సంఖ్య కూడా తక్కువేమీ కాదు. ద్రోణుడు చనిపోవడంతో అందరి స్థితి శవసదృశమై పోయింది. మన పక్షంలోని రాజులు ద్రోణుని మృతశరీరం గురించి వెదికారు. కాని అక్కడ ఎన్నోశవాలు చెల్లా చెదురుగా పడి ఉన్నాయి. అతని శరీరం మాత్రం దొరకలేదు.

అనంతరం భీమసేన ధృష్టద్యుమ్నులు ఒకరినొకరు కౌగలించుకొని సైన్యమధ్యంలో సంతోషంతో నృత్యం చేయసాగారు. భీముడు – "పాంచాల రాజకుమారా ! కర్ణుడు, దుష్టుడైన దుర్యోధనుడు చనిపోయినపుడు తిరిగి ఇలాగే నిన్ను హృదయానికి అత్తుకొంటాను" అన్నాడు.

తండ్రి మృతికి కోపించిన అశ్వత్థామ నారాయణాస్త్రమును ప్రయోగించుట.

సంజయుడు చెపుతున్నాడు – "మహారాజా ! ద్రోణాచార్యుడు చనిపోయాక కౌరవులకు చాలా దుఃఖం కలిగింది. వారి కన్నులనుండి కన్నీరు కారింది. పోరాడాలనే ఉత్సాహం మాయమయింది. వారు ఆర్తస్వరంతో విలపిస్తూ మీ పుత్రుని చుట్టూ చేరారు. దుర్యోధనుడు ఇక అక్కడ నిలువలేకపోయాడు. ఇంకొక చోటికి పారిపోయాడు. మీ సైనికులు ఆకలిదప్పులతో వికలులై ఉన్నారు. వారు వడగాలి కెరటాలకు కమిలిపోయినట్లుగా అత్యంతమూ ఖిన్నులై కన్పట్టారు. ద్రోణుని మరణంతో అందరిలో భయం వ్యాపించింది. అందుకని అందరూ పారిపోయారు. గాంధార రాజు శకుని, సూతపుత్రుడు కర్ణుడు, మద్రరాజు శల్యుడు, కృపాచార్యుడు, కృతవర్మ కూడా తమ తమ సేనలతో పారిపోయారు. దుశ్శాసనుడు కూడా ఆచార్యుని మరణవార్త విని గాభరాపడ్డాడు. అతడు కూడా గజసైన్యాన్ని తీసుకొని పరుగెత్తి బయటపడ్డాడు. మిగిలిన సంశప్తకులను వెంటపెట్టుకొని సుశర్మకూడా వలాయనం చిత్తగించాడు. కొంతమంది ఏనుగులనెక్కి, కొంతమంది రథాలపై పారిపోయారు. కొంతమంది గుఱ్ఱాలను రణభూమిలోనే వదిలి పారిపోయి నిలబడ్డారు. కొంతమంది తండ్రులతో త్వరగా పరుగెత్తమని చెప్తూంటే, కొంతమంది సోదరులతో చెపుతున్నారు. కొంతమంది మామలను, మిత్రులను హెచ్చరిస్తూ పారిపోతున్నారు.

ఈ రీతిగా మీ సైన్యం భయపడి, అశక్తమై పరుగులు తీస్తూంటే అశ్వత్థామ దుర్యోధనుని వద్దకువెళ్లి – "భారతా ! మీ సైన్యం భయంతో ఎందుకు పారిపోతోంది ? నీవు దానిని ఆపడానికి ఎందుకు యత్నించడం లేదు ? ఇంతకు ముందులా నీ మనసు స్వస్థంగా ఉన్నట్లు కనిపించడం లేదు. కర్ణాదులు కూడా ఇక్కడ నిలువ లేకపోతున్నారు. రోజంతా భయానక యుద్ధం జరిగినా సైన్యానికి ఇటువంటి దశ ఎన్నడూ కలుగలేదు. ఏ మహాయోధుడు మరణించాడని మీ సైన్యం ఈ దశకు చేరుకొంది ? చెప్పు" అని అడిగాడు.

ద్రోణపుత్రుని యొక్క ఈ ప్రశ్నను వినికూడా దుర్యోధనుడు ఆ ఘోరమైన అప్రియవార్తను నోటితో చెప్పలేకపోయాడు – అతని వైపు చూస్తూ కేవలం కన్నీరు కార్చసాగాడు. అనంతరం అతడు కృపాచార్యుని "సైన్యం పారిపోవడానికి మీరైనా కారణం చెప్పండి" అని అడిగాడు.

అప్పుడు కృపాచార్యుడు మాటిమాటికి విచారంలో మునిగి పోతూ అశ్వత్థామకు ద్రోణుని మరణవార్తను చెప్పసాగాడు. అతడు – "నాయనా ! మేమంతా ద్రోణాచార్యుని ముందుంచుకొని పాంచాల రాజులతో యుద్ధం చేస్తున్నాము. ఆ యుద్ధంలో చాలామంది కౌరవ యోధులు చనిపోవడంతో నీ తండ్రి కోపించి బ్రహ్మాస్త్రాన్ని ప్రయోగించాడు. భల్లం అనే బాణాలతో వేలమంది శత్రువులను తుదముట్టించాడు. అప్పుడు కాలుని ప్రేరణతో పాండవులు, కేకయులు, మత్స్యులు, మరీ ఎక్కువగా పాంచాల వీరులనుండి ఎవరయితే ద్రోణుని రథానికి ఎదురు పడ్డారో వారంతా నశించిపోయారు. అంతటితో పాంచాల వీరులు పారిపోయారు. వారి బలపరాక్రమాలు ధూళిలో కలిసి పోయాయి. వారు ఉత్సాహం కోల్పోయి అచేతనులై పోయారు.

ద్రోణుని బాణాలకు వారు పడే బాధను చూసి పాండవుల విజయాన్ని కోరుకొనే శ్రీకృష్ణుడు – ఈ ద్రోణాచార్యుని మనుష్యులు ఎన్నటికీ జయించలేరు. ఇంద్రుడే ఇతనిని ఓడించలేడంటే ఇతరుల సంగతి చెప్పేదేమిటి ? అశ్వత్థామ చనిపోయాక ఇతడు యుద్ధం చేయడని నా విశ్వాసం. కాబట్టి ఎవరయినా వెళ్లి అతనికి అశ్వత్థామ మరణించాడని అబద్ధపు వార్త చెప్పాలి" అన్నాడు. ఈ విషయాన్ని అందరూ అంగీకరించారు కాని అర్జునునకు నచ్చలేదు. యుధిష్ఠిరుడు కూడా అతికష్టంమీద దానికి ఒప్పుకున్నాడు. భీమసేనుడు సంకోచిస్తూ మీ తండ్రి వద్దకు వెళ్లి "అశ్వత్థామ చచ్చిపోయాడు" అని చెప్పాడు. కాని మీ తండ్రి అతనిని విశ్వసించలేదు.

ఈ మధ్యలో భీమసేనుడు మాలవరాజు ఇంద్రవర్మ యొక్క ఏనుగును అశ్వత్థామ అనే పేరుగల దానిని చంపాడు. దీనిని యుధిష్ఠిరుడు కూడా చూశాడు. ద్రోణుడు నిజం తెలుసుకోవాలని యుధిష్ఠిరుని – "అశ్వత్థామ చనిపోయాడా ? లేదా ?" అని అడిగాడు. అబద్ధం ఆడడం ఎంతపాపమో తెలిసికూడా యుధిష్ఠిరుడు "అశ్వత్థామ చనిపోయాడు. కాని ఏనుగు" అని చెప్పాడు. చివరి వాక్యాన్ని మీ తండ్రిగారికి వినపడనంత మెల్లగా చెప్పాడు. ఇప్పుడతనికి నీవు చనిపోయావని నిశ్చయమైంది. అతడు విలపిస్తూ బాధపడసాగాడు. ఇక యుద్ధంలో ముందటి ఉత్సాహం లేదు. అతడు దివ్యాస్త్రాలను అన్నిటినీ వదిలివేశాడు. సమాధిస్థితిలో కూర్చుండి పోయాడు. అప్పుడు ధృష్టద్యుమ్నుడు దగ్గరకు వెళ్లి ఎడమ చేతితో అతని జుట్టును పట్టుకొని అతని తలను శరీరం నుండి వేరు చేశాడు. యోధులందరూ అరుస్తూ "చంపకు చంపకు" అని చెప్తూనే ఉన్నారు. అర్జునుడయితే రథం దిగి అతని వెనుక పడ్డాడు. చేతులు పైకెత్తి వారిస్తూ – "ఆచార్యుని ప్రాణాలతో తీసుకురా. చంపకు" అని మాటిమాటికి చెప్తూనే ఉన్నాడు. ఈ రీతిగా అందరూ వద్దని అంటూనే ఉన్నారు, కాని ఆ క్రూరుడు నీ తండ్రిని చంపివేశాడు. అతడు చనిపోయాక మా ఉత్సాహమంతా పోయింది. అందుకే పారిపోతున్నాం." అని వివరించాడు.

ధృతరాష్ట్రుడు – "సంజయా ! ద్రోణాచార్యునికి మానవ, వారుణ, ఆగ్నేయ, బ్రాహ్మ, ఇంద్ర, నారాయణాస్త్రాలు తెలుసు. అతడు ధర్మతత్పరుడు. అయినా ధృష్టద్యుమ్నుడు అతనిని అధర్మంగా చంపాడు. అతడు శస్త్రవిద్యలో పరశురామునితో, యుద్ధంలో ఇంద్రునితో పోటీ పడుతూ ఉంటాడు. పరాక్రమంలో కార్తవీర్యునితో, బుద్ధికి బృహస్పతితో సమానుడు. పర్వతంలా స్థిరుడు. అగ్నిలా తేజోవంతుడు గాంభీర్యంలో సముద్రునికూడా లెక్క చేయడు. అటువంటి ధర్మాత్ముడైన తండ్రిని ధృష్టద్యుమ్నుడు అధర్మంగా చంపాడని విని అశ్వత్థామ ఏమన్నాడు ?" అని అడిగాడు.

సంజయుడు చెప్పసాగాడు – "పాపాత్ముడైన ధృష్టద్యుమ్నుడు తన తండ్రిని అన్యాయంగా చంపాడని విన్న అశ్వత్థామ మొదట ఏడిచాడు. అతని కన్నులవెంట నీరు కారింది. కాని తరువాత అతనిలో రోషం పొంగింది. అతని శరీరమంతా క్రోధంతో మరిగిపోయింది. మాటిమాటికి కన్నీరు తుడుచుకొంటూ అతడు దుర్యోధనునితో – "రాజా ! నా తండ్రి ఆయుధం విసర్జించాడు. అయినా ఆ నీచులు నా తండ్రిని చంపించారు. ఆ ధర్మధ్వజులు (పేరుకి మాత్రం ధర్మాన్ని ధ్వజంగా కలిగినవారు) చేసిన పాపం నాకిప్పుడవగత మయింది. యుధిష్ఠిరుడు నైచ్యంతో చేసిన ఆ క్రూరకర్మను కూడా విన్నాను. నా తండ్రి యుద్ధంలో మరణించి తప్పక వీరలోకానికి వెళ్తాడు. కాబట్టి అతని గురించి నాకు దిగులు లేదు. ధర్మంలో ప్రవృత్తుడై ఉన్నప్పటికీ, అతని జుట్టు పట్టుకొని, సైనికులందరి ఎదుటా అతనిని అవమానించాడే – అదే నాకు మర్మవిదారకంగా ఉంది. నావంటి పుత్రుడు జీవించి ఉండగానే, ఈ రోజును చూడవలసివచ్చింది. దురాత్ముడయిన ధృష్టద్యుమ్నుడు నన్ను అవమానించి, ఈ మహాపాపానికి ఒడికట్టాడు. దీని భయంకర పరిణామాన్ని అతడు త్వరలోనే అనుభవిస్తాడు. యుధిష్ఠిరుడు కూడా ఎంత అసత్యవాది ! అతడు పెద్ద గొప్ప అన్యాయం చేసి, మోసంతో నా తండ్రి ఆయుధం విసర్జించేలా చేశాడు. కాబట్టి నేడు ఈ భూమి ధర్మరాజుగా చెప్పబడుతున్న వాని యొక్క రక్తాన్ని పానం చేస్తుంది. నేడు నేను సత్యం మీద, నా ఇష్టాపూర్త కర్మల మీద ఒట్టుచేసి చెపుతున్నాను. ఈ పాంచాలురనందరినీ పూర్తిగా సంహరించకుండా నేను ఎప్పటికీ జీవించి ఉండను. అన్ని రకాల ఉపాయాలతో పాంచాలురను నాశనం చేయడానికే ప్రయత్నిస్తాను. కోమలమో, కఠినమో, ఏ కర్మ చేసి అయినా సరే పాపాత్ముడయిన ధృష్టద్యుమ్నుని వధించి తీరుతాను. పాంచాలురను సర్వనాశనం చేయకుండా నాకు శాంతి లభించదు. ఈ లోకంలోను, పరలోకంలోను మహాభయం నుండి తండ్రిని రక్షిస్తాడనే లోకంలో ప్రజలంతా పుత్రుడు కావాలని కోరుకొంటారు. కాని నేను జీవించి ఉండగానే, నా తండ్రి పుత్రహీనునిలా దుర్దశను పొందాడు. నావంటి పుత్రుని పొంది కూడా నాతండ్రి జుట్టు పట్టుకొని ఈడ్వబడినాడంటే ఛీ ! నా దివ్యాస్త్రాలెందుకు ? ఛీ ! నా భుజబలమెందుకు ? పరలోకవాసి అయిన నా తండ్రి ఋణంనుండి ఋణ విముక్తుడినయ్యే పని ఇక నేను చేస్తాను. ఉత్తమ పురుషుడు ఎప్పుడూ తన్ను తాను ప్రశంసించుకోడు. అయినా నా తండ్రి మరణం నాకు సహింపశక్యం కాకుండా ఉంది. అందుకని నా పరాక్రమాన్ని చెపుతున్నాను. వినండి. ఈ రోజు శ్రీకృష్ణుడు, పాండవులు నా పరాక్రమాన్ని చూచెదరుగాక ! వారి సైన్యాన్ని అంతటినీ మట్టిలో కలిపివేసి, ప్రళయం సృష్టిస్తాను. రథం ఎక్కి యుద్ధభూమికి చేరుకున్న

నన్ను నేడు దేవతలు, గంధర్వులు, అసురులు, నాగులు, రాక్షసులు కూడా గెలువలేరు. లోకంలో నన్ను, అర్జునుని మించిన అస్త్రవేత్త మరొకడు లేడు. శ్రీకృష్ణునికి గాని, అర్జునునికి గాని తెలియని అస్త్రం ఒకటి నాకు తెలుసు. భీమసేన, యుధిష్ఠిర, నకుల సహదేవులకు, ధృష్టద్యుమ్న శిఖండులకు, సాత్యకికి కూడా దాని గురించి తెలియదు. పూర్వం ఒకసారి నా తండ్రి నారాయణునకు నమస్కరించి అతనిని శాస్త్రోక్తంగా పూజించాడు. భగవంతుడు అతని పూజను స్వీకరించి, వరం కోరుకొమ్మని అడిగాడు. మా తండ్రి సర్వోత్తమమైన నారాయణాస్త్రాన్ని అతని నుండి యాచించాడు. అప్పుడు భగవంతుడు - "ఈ అస్త్రాన్ని నేను నీకు ఇస్తున్నాను. ఇక యుద్ధంలో నిన్ను ఎదిరించగలవాడు ఎవడూ ఉండడు. కాని, బ్రాహ్మణా ! దీనిని తొందరపడి ప్రయోగించకూడదు. ఎందుకంటే ఇది శత్రువును నాశనం చేయకుండా మరలి రాదు. అవధ్యుని కూడా వధించి తీరుతుంది. దీనిని శాంతింపచేయడానికి ఒక్కటే ఉపాయం. శత్రువు తన రథాన్ని విడిచిపెట్టి దిగిపోవాలి. ఆయుధాలు కింద పెట్టి, చేతులు జోడించి దీనిని శరణు పొందాలి. ఇక ఏ ఇతర ఉపాయం చేతకూడా దీనిని నివారించడం సాధ్యం కాదు" అని చెప్పి అతడు ఆ అస్త్రాన్ని ప్రసాదించాడు. నా తండ్రి ఆ అస్త్రాన్ని గ్రహించి నాకు కూడా దానిని నేర్పాడు. భగవంతుడు అస్త్రం ఇచ్చే సమయంలో - "నీవు ఈ అస్త్రంతో ఎన్నోరకాల దివ్యాస్త్రాలను నాశనం చేయగలవు. యుద్ధంలో మహాతేజస్విగా కనపడతావు" అని కూడా చెప్పాడు. ఇలా చెప్పి భగవానుడు తన పరమధామానికి వెళ్ళిపోయాడు. ఈ నారాయణాస్త్రం నాకు నా తండ్రి వలన లభించింది. దీనితో నేను యుద్ధంలో పాండవ, పాంచాల, మత్స్య, కేకయులను చంపివేస్తాను. పాండవులను అవమానించి నా సమస్త శత్రువులను విధ్వంసం చేస్తాను. బ్రాహ్మణుని పట్ల, గురువు పట్ల ద్రోహం చేసిన పాంచాల కుల కళంకుడయిన ధృష్టద్యుమ్నుని కూడా నేడు ప్రాణాలతో వదిలి పెట్టను" అని శపథం చేశాడు.

అశ్వత్థామ మాటలు విని పారిపోతున్న సైన్యం తిరిగి వచ్చింది. మహారథులందరూ గట్టిగా శంఖాలు ఊదసాగారు. భేరీలు మోగాయి. వేలనగారాలు మోగించసాగారు. ఆ వాద్యాల హోరుతో భూమ్యాకాశాలు ప్రతిధ్వనించాయి. మేఘ గంభీర నాదంతో సమానమైన ఆ తుములనాదం విని పాండవ యోధులు ఒక్కచోటికి చేరి చర్చించుకో సాగారు. ఈ మధ్యలో అశ్వత్థామ ఆచమనం చేసి దివ్యమైన నారాయణాస్త్రాన్ని ప్రయోగించాడు.

అర్జునుడు యుధిష్ఠిరుని నిందించుట - భీముని క్రోధము - ధృష్టద్యుమ్నుడు ద్రోణుని ఆక్షేపించి, సాత్యకితో వాదులాడుట.

సంజయుడు చెపుతున్నాడు - "మహారాజా ! నారాయణాస్త్రం వేయగానే మేఘసహితమైన గాలితెరలు లేచాయి. మబ్బులు లేకుండానే ఉరుములు ఉరుముతున్నాయి. పుడమి ఉయ్యాలలూగింది. సముద్రంలో తుఫాను వచ్చింది. పెద్ద పెద్ద నదీ ప్రవాహాలన్నీ వ్యతిరేకదిశగా సాగుతున్నాయి. కొండ శిఖరాలు విరిగి పడుతున్నాయి. ఆ ఘోరమైన అస్త్రాన్ని చూసి దేవతలు, దానవులు, గంధర్వులలో గొప్ప భయం వ్యాపించింది. రాజలోకం అంతా భయంతో వణికిపోయింది.

ధృతరాష్ట్రుడు - "సంజయా ! ఆ సమయంలో పాండవులు ధృష్టద్యుమ్నుని రక్షించడానికి ఏమి ఆలోచించారు ?" అని అడిగాడు.

సంజయుడు చెప్పసాగాడు - "కౌరవ సేనలోని తుములనాదాన్ని విని యుధిష్ఠిరుడు అర్జునునితో - "ధనంజయా ! ధృష్టద్యుమ్నుడు ద్రోణుని చంపిన తరువాత కౌరవులు చాలా దుఃఖిస్తూ, విజయం మీది ఆశవదిలి వేసుకొన్నారు. తమ ప్రాణాలు కాపాడుకోవడానికి పారిపోతున్నారు. ఇప్పుడు చూస్తే మళ్ళీ వారిసైన్యం తిరిగివస్తోంది. ఎవరు దీనిని మళ్లించారు ? ఈ విషయంలో నీకేమైనా తెలిస్తే చెప్పు. ద్రోణుడు చనిపోవడంతో, కౌరవ పక్షం వహించి సాక్షాత్తు ఇంద్రుడే యుద్ధానికి వస్తున్నాడనిపిస్తోంది. వారి భైరవనాదం విని మన రథికులు గాభరాపడ్డారు. అందరికీ రోమాలు నిక్క పొడుచుకొన్నాయి. ఎవరు ఈ మహాయోధుడు - సైన్యాన్ని యుద్ధానికి మళ్లిస్తున్నది ?" అన్నాడు.

అర్జునుడు - "పుట్టగానే ఉచ్చైఃశ్రవసం వలె సకిలిస్తే, ఆ ధ్వనికి భూమి కదిలిపోయి ముల్లోకాలు భయంతో వణికి పోయాయి. ఆ కంఠధ్వని విని అదృశ్యప్రాణి ఏదో అతనికి "అశ్వత్థామ" అనిపేరు పెట్టడం జరిగింది. ఆ వీరుడే ఈ అశ్వత్థామ, అతడే సింహనాదం చేస్తున్నాడు. అప్పుడు ధృష్టద్యుమ్నుడు అనాథలాగా ఎవని జుట్టు పట్టుకొని చంపివేశాడో, అతని పక్షమే వహించి ఇప్పుడతడు అతని క్రూరకర్మకు ప్రతీకారం తీర్చుకొనేందుకు వచ్చాడు. మీరు కూడా రాజ్యలోభంతో అబద్ధమాడి గురువును మోసం చేశారు.

ధర్మం తెలిసిఉండి కూడా ఈ మహాపాపం చేశారు. కాబట్టి అన్యాయంగా వాలిని వధించిన కారణంగా శ్రీరామచంద్రునికి అపకీర్తి కలిగినట్లుగానే మీ విషయంలో కూడా అబద్ధం ఆడి గురువును చంపించినందుకు స్థిరమైన కళంకం ముల్లోకాలలోనూ వ్యాపిస్తుంది. ఆచార్యులవారు - "పాండునందనుడు యుధిష్ఠిరుడు సమస్త ధర్మాలు తెలిసినవాడు, నా శిష్యుడు ఇతడు ఎప్పుడూ అబద్ధమాడడు" అని అనుకొన్నారు. అలాంటి గట్టి నమ్మకంతోనే వారు మిమ్మల్ని విశ్వసించారు. కాని మీరు సత్యాన్ని చాటు చేసుకొని నేరుగా అబద్ధమాడేశారు. 'ఏనుగు చచ్చింది' అందుకని అశ్వత్థామ మరణం గూర్చి చెప్పారు. ఆపై వారు ఆయుధం పడేసి అచేతనులై పోయారు. ఆ సమయంలో వారు ఎంత వ్యాకులపాటుకు గురైనారో అది మీరు కూడా చూసే ఉన్నారు. పుత్రప్రేమతో శోకమగ్నులై, రణ విముఖులై ఉన్న గురువును సనాతన ధర్మాన్ని అవహేళన చేసి మీరే ఆయుధంతో చంపించి వేశారు. తండ్రి మరణంతో అశ్వత్థామ కుపితుడయ్యాడు. ధృష్టద్యుమ్నుని అతడు ఈనాడు కాలునికి ఆహారంగా సమర్పించాలనుకొంటున్నాడు శస్త్రహీనుడైన గురువును అధర్మంగా చంపించి, ఇప్పుడు మీరు మీ మంత్రులతోపాటు అశ్వత్థామను ఎదిరించడానికి వెళ్లండి. శక్తి ఉంటే ధృష్టద్యుమ్నుని రక్షించండి. మనమందరం కలిసి కూడా ధృష్టద్యుమ్నుని రక్షించలేమని నా అభిప్రాయం. నేను పదే పదే వద్దని చెపుతూనే ఉన్నాను, అయినా శిష్యుడై ఉండికూడా ఇతడు గురుహత్యా చేశాడు. దీనికి కారణం ఇదే - మనందరి ఆయుస్సు చాలా భాగం తరిగిపోయి, ఇంక కొద్దిగానే మిగిలి ఉంటుంది. అందుకనే మన మెదళ్లు భ్రష్టుపట్టాయి, మనం ఈ మహాపాపం చేశాం. ఎప్పుడూ తండ్రిలాగా మన మీద వాత్సల్యం చూపే, ధర్మదృష్టితో కూడా మనకు తండ్రే అయిన ఆ గురుదేవుని క్షణ భంగురమయిన రాజ్యం కారణంగా మనం చంపించాం. ధృతరాష్ట్రుడు పుత్రులతో పాటుగా రాజ్యాన్ని అంతటినీ భీష్మ ద్రోణులకు అప్పగించాడు. వారు ఎల్లప్పుడూ వారి సేవలోనే ఉండేవారు. నిరంతరం గౌరవిస్తూ ఉండేవారు. అయినా ఆచార్యుల వారు తన పుత్రునికంటె కూడా నన్నే ఎక్కువగా తలచేవారు. అయ్యో ! నేను ఎంత పెద్ద భయంకరమైన పాపంచేశాను ! రాజ్యసుఖాల మీది లోభంతో గురుహత్యా చేయించాను. "అర్జునుడు నాకోసం తండ్రి, సోదరుడు, భార్య, కొడుకు, చివరికి ప్రాణాలను కూడా త్యజించగలడని" నా గురుదేవుని విశ్వాసం. కాని నేను ఎంత రాజ్యలోభిగా గుర్తింపు పొందాను. వారు చనిపోతూ ఉండగా నేను మౌనంగా చూస్తూ ఊరుకొన్నాను. ఒకటి - ఆయన బ్రాహ్మణుడు, రెండు వృద్ధుడు, మూడు ఆచార్యుడు. ఆ పైన వారు తమ ఆయుధాన్ని కిందపడేసి గొప్ప ముని వృత్తిని అవలంబించి ఉన్నారు. ఈ దశలో రాజ్యం కోసం వారిని హత్య చేయించి, ఇక నేను జీవించి ఉండడం కంటె మరణించడమే మేలని అనుకొంటున్నాను" అని వాపోయాడు.

సంజయుడు చెపుతున్నాడు - మహారాజా ! అర్జునుని మాటలు విని అక్కడున్న మహారథులెవ్వరూ నోరు మెదపలేదు. ఎవరూ కూడా మంచిదని గాని, చెడ్డదని గాని అనలేదు. అప్పుడు భీమసేనుడు మహాకోపంతో - "పార్థా ! వనవాసి అయిన ముని లాగా, లేదా ఉత్తమ వ్రతాన్ని ఆచరించే బ్రాహ్మణుని లాగా నీవు కూడా ధర్మోపదేశం చేయడానికి కూర్చున్నావులా ఉంది. ఆపదలలో తన్ను, ఇతరులను రక్షించుకొనేవాడు, యుద్ధంలో శత్రువులను నాశనం చేయడమే జీవికగా కలవాడు, స్త్రీలు, సత్పురుషుల పట్ల క్షమాభావం కలవాడు, అయిన క్షత్రియుడు అచిరకాలంలోనే ధర్మాన్ని, యశస్సు, సంపదను పొందుతాడు. క్షత్రియులకు ఉండవలసిన సమస్త సద్గుణాలు కలిగి ఉన్న నీవు మూర్ఖుల వలె మాట్లాడడం బాగుండలేదు. నాయనా ! నీ మనసు ధర్మంపై లగ్నమై ఉంది, నీలో దయ ఉంది - ఇది చాలామంచి సంగతే. కాని ధర్మం ప్రవృత్తిగానే ప్రవర్తిస్తూ ఉన్నప్పటికీ, నీ రాజ్యం అధర్మంగా లాగుకోబడింది. శత్రువులు ద్రౌపదిని సభలోకి తీసుకువచ్చి జుట్టుపట్టి ఈడ్చారు. మనమందరం నార చీరలు కట్టి పదమూడేళ్లు వనాలకు పంపబడ్డాం. ఏం, మనపట్ల ఇలా ప్రవర్తించడం తగినదేనా ? ఇవన్నీ సహించి ఊరుకోవలసిన విషయాలు కావు. అయినా మనం సహించాం. మనం ఏం చేసినా క్షత్రియ ధర్మాన్ని పాటిస్తూనే చేశాం. శత్రువులు చేసిన ఆ అధర్మాన్ని గుర్తుకు తెచ్చుకొని నీ సహాయంతో నేడు వారిని వారి సహాయకులతో సహా చంపుతాను. నేను కోపంతో ఈ భూమిని బద్దలుకొట్టగలను పర్వతాలను పగులకొట్టి చిందరవందర చేయగలను. నా యొక్క బరువైన గద దెబ్బతో కొండలమీది పెద్ద పెద్ద వృక్షాలను పెకలించగలను. ఇంద్రాది దేవతలు, రాక్షసులు, అసురులు, నాగులు, మనుష్యులు కూడా కలిసికట్టుగా యుద్ధానికి వచ్చినా

గాని వారిని బాణాలతో కొట్టి తరిమి వేయగలను. నీ సోదరుని ఈ పరాక్రమం తెలిసి కూడా నీవు అశ్వత్థామకు భయపడకూడదు. లేదా నీవు సోదరులందరితో కలిసి ఇక్కడే ఉండు నేను ఒంటరిగానే గద చేతపట్టి శత్రువులను ఓడిస్తాను" అన్నాడు.

భీమసేనుడు ఇలా అన్నాక ధృష్టద్యుమ్నుడు - "అర్జునా! బ్రాహ్మణునికి వేదాలు చదవడం, చదివించడం, యజ్ఞాలు చేయడం, చేయించడం, దానం ఇవ్వడం, ప్రతి గ్రహించడం - అనే ఆరు విహితకృత్యాలు. ఇందులో ఏకర్మను ద్రోణాచార్యుడు పాటించాడు ? తన ధర్మాన్నుండి భ్రష్టుడై అతడు క్షత్రియ ధర్మాన్ని స్వీకరించాడు. ఈ స్థితిలో నేను అతనిని వధిస్తే నీవు నన్ను ఎందుకు నిందిస్తున్నావు ? బ్రాహ్మణుడనని చెప్పుకొన్నవాడు ఇతరులపట్ల మాయను ప్రయోగిస్తుంటే, అతనిని మాయతోనే చంపినట్లయితే అందులో అనుచితమేముంది ? నీకు తెలుసు - నేను ఈ పని కోసమే పుట్టానని. అయినా నన్ను గురుహంతకుడని ఎందుకు అంటున్నావు ? క్రోధానికి వశుడై బ్రహ్మాస్త్రాన్ని ఎరుగనివారిని కూడా బ్రహ్మాస్త్రంతో నాశనం చేసేవానిని అన్నిరకాల ఉపాయాలతో ఎందుకు చంపకూడదు ? అతడు ఇతరులనేకాదు. నా అన్నదమ్ములనూ చంపాడు అందుకని బదులుగా అతని శిరస్సును నరికినా కూడా నా కోపం చల్లారలేదు. భగదత్తుడు నీ తండ్రికి మిత్రుడు. అతడిని చంపి నీవు అధర్మం చేయనట్లే నేను కూడా ధర్మంగానే శత్రువును వధించాను. నీవు యుద్ధంలో నీ తాతగారిని కూడా చంపి ధర్మాన్ని పాటించినట్లు భావిస్తే, నేను పాపాత్ముడయిన శత్రువును చంపితే దానిని అధర్మమని ఎందుకు అనుకొంటున్నావు ? నా చెల్లెలు ద్రౌపదిని, ఆమె పుత్రులను దృష్టిలో ఉంచుకొనే నేను నీ పరుష వాక్కులనన్నిటినీ సహించి ఊరుకొన్నాను. ఇందుకు మరోకారణమేమీ లేదు. అర్జునా ! నీ అన్నగారు అసత్యవాదీ కాడు, నేను పాపాత్ముడినీ కాను. ద్రోణాచార్యుడు తన తప్పువల్లనే చంపబడ్డాడు. కనుక వెళ్లి యుద్ధం చేయి" అన్నాడు.

ధృతరాష్ట్రుడు - "సంజయా ! షడంగాలతో సహితంగా వేదాలను అన్నిటినీ అధ్యయనం చేసిన మహాత్ముడు, సాక్షాత్తు ధనుర్వేదాన్ని ప్రతిష్ఠించిన వాడు అయిన ద్రోణాచార్యుని ఆ నీచుడు, క్రూరుడు, గురుహంతకుడు అయిన ధృష్టద్యుమ్నుడు నిందిస్తూ ఉంటే ఇతర క్షత్రియులెవరూ అతనిని కోపించలేదా ? ఛీ ! క్షత్రియత్వానికి ఎంత కళంకం? చెప్పు. ఆ అనుచిత వాక్యాలు విని పాండవులు కాని, ఇతర ధనుర్ధరులైన రాజులు కాని ధృష్టద్యుమ్నునితో ఏమన్నారు?" అని అడిగాడు.

సంజయుడు చెప్పాడు - "మహారాజా ! ఆ సమయంలో అర్జునుడు ధృష్టద్యుమ్నునివైపు ఓరగా చూశాడు. కన్నీరు కారుస్తూ, నిట్టూర్పులు విడుస్తూ - "అవమానం - అవమానం" అన్నాడు. యుధిష్ఠిరుడు, భీమసేనుడు, నకుల సహదేవులు, శ్రీకృష్ణుడు మొదలైన వారంతా సంకోచంతో మౌనం వహించారు. సాత్యకి మాత్రం ఊరుకోలేక పోయాడు. అతడు - "అరే ! అమంగళాలు వదరుతున్న పాపాత్ముడయిన ఈ నరాధముడిని వెంటనే చంపేవారు ఎవరూ ఇక్కడ లేరా ఏమిటి? ఓరీ నీచుడా ! ఉత్తములయిన వారి సభలో కూర్చుని ఇటువంటి వంకర మాటలు ఆడడానికి నీకు సిగ్గుగా లేదూ? నీ నాలుక వేయి ప్రక్కలు ఎందుకు కాలేదు ? నీ తల ఎందుకు పగిలిపో లేదు ? గురువును నిందించేటపుడు నీవు పాతాళంలోనికి ఎందుకు కూరుకుపోలేదు ? స్వయంగా ఇంత నీచమయిన పనిచేసి, పైగా గురువును నిందిస్తావా ? నిన్ను చంపవలసినదే. ఒక్కక్షణం నీవు జీవించి ఉన్నా లోకానికి ఏమీ ఉపయోగం లేదు. నరాధమా ! ధర్మాత్ముడయిన గురువు జుట్టు పట్టుకొని అతనిని వధించడానికి సిద్ధమయిన ఉత్తమ పురుషుడు నీవు తప్ప వేరెవరుంటారు ? నీవు నీ వెనుక ముందు ఏడుతరాల వారిని నరకంలో ముంచేశావు. మళ్లీ నా దగ్గర ఇలాంటి మాటలను నోటి వెంటరానిచ్చావో, వజ్రసమానమైన గదతో మోది నీ తల ఎగురకొడతాను. నీవు హంతకుండవు. బ్రహ్మ హత్యా పాపం నీకు అంటుతుంది. అందుకని లోకులు నిన్ను చూసి ప్రాయశ్చిత్తం కోసం సూర్యనారాయణుని దర్శిస్తారు. ఉండు నాగద దెబ్బ ఒక్కటి కాసుకో, నేను కూడా నీ గద దెబ్బలను ఎన్నిటినో కాసుకొంటాను" అని క్రోధోద్రిక్తుడై పలికాడు.

ఈ రీతిగా సాత్యకి ద్రుపదుని కొడుకును ధిక్కరించి మాట్లాడగా, అతడు కూడా కోపంతో అతని మాటలను కొట్టి పారేస్తూ - "విన్నాను విన్నాను నీ మాటలన్నీ, దానికి నిన్ను క్షమిస్తున్నాను కూడా. నీలాంటి నీచమానవులకు సత్పురుషులను ఆక్షేపించడం సహజమేకదా ! లోకంలో క్షమను ఎక్కువగా ప్రశంసిస్తున్నప్పటికీ, పాపాత్ములను క్షమించకూడదు. ఎందుకంటే అతడు క్షమించిన వానిని

ఓడిపోయినట్లుగా భావిస్తాడు. నీవు ఆపాదమస్తకం దురాచారుడవు, నీచుడవు, పాపాత్ముడవు. స్వయంగా నిందార్హుడవు. అయినా ఇతరులను నిందించాలనుకొంటావు. భూరిశ్రవుని చెయ్యి నరకబడింది. అతడు ప్రాణాంతకమైన నిరశన దీక్ష వహించి కూర్చున్నాడు. అప్పుడు అందరూవద్దంటున్నా కూడా నీవు అతని శిరసును ఖండించావు. ఇంతకు మించినపాపం ఇంకేమి ఉంటుంది. స్వయంగా అటువంటి పని చేసినవాడు ఇతరులకేమి చెప్తాడు? నీవు గొప్ప ధర్మాత్ముడవే అయితే భూరి శ్రవుడు నిన్ను తన్ని, నేలపై పడేసి ఈడుస్తున్నప్పుడు, నీవు అతనిని ఎందుకు చంపలేదు ? నీవు స్వయంగా పాపాత్ముడవు అయి ఉండీ, నన్ను ఎందుకు పరుషంగా మాట్లాడతావు ? ఇక నోరు మూసుకో. ఇకపై ఇలాంటి మాటలు నోటి వెంట రానీకు. లేకుంటే బాణాలు వేసి ఇప్పుడే నిన్ను యమలోకానికి పంపుతాను. మాట్లాడకుండా యుద్ధం చెయ్యి. కౌరవులతో పాటుగా పరలోకానికి వెళ్లేఉపాయం చూడకు" అన్నాడు.

ధృష్టద్యుమ్నుని ఈ పరుషవాక్యాలు విని సాత్యకి కోపంతో వణికిపోయాడు. కన్నులు ఎర్రబడ్డాయి. గద చేత్తో పట్టుకొని ధృష్టద్యుమ్నుని ఎదుటికి ఒక్క గంతులో చేరుకొని, "ఇప్పుడు నేను పరుష వాక్యాలేమీ పలుకకుండా కేవలం నిన్ను హతమారుస్తాను. ఎందుకంటే నీవు దానికే తగినవాడవు" అన్నాడు. ఇలా మహాబలి సాత్యకి ధృష్టద్యుమ్నుని పైకి అకస్మాత్తుగా దూకడం చూసి శ్రీకృష్ణుని సూచనతో భీమసేనుడు తన రథం నుండి దిగి, సాత్యకిని రెండు చేతులతో పట్టుకొన్నాడు. కాని అతడు బలవంతంగా ముందుకు వెళ్లాడు. అప్పుడు అతని శరీరం చెమటలు కారుతోంది. భీమసేనుడు పరుగెత్తుకు వెళ్లి ఆరు అడుగులలో సాత్యకిని పట్టుకొని తన రెండు కాళ్లను దగ్గరకు చేర్చి గట్టిగా నిలబడి ఎలాగో అతనిని అదుపులోనికి తెచ్చాడు. ఇంతలో సహదేవుడు కూడా తన రథం నుండి దిగి అక్కడికి చేరుకొని – "నరవరా ! అంధక, వృష్ణి, పాంచాలురకంటె మించి మాకు వేరెవరూ మిత్రులు లేరు. మీరు మాకు ఎలా మిత్రులో అలాగే మేము కూడా మీకు మిత్రులం. మీరు అన్ని ధర్మాలూ తెలిసినవారు. మిత్రధర్మాన్ని దృష్టిలో ఉంచుకొని నీ కోపాన్ని అదుపులో ఉంచుకో. నీవు ధృష్టద్యుమ్నుని అపరాధాన్ని క్షమించు. ధృష్టద్యుమ్నుడు నీది క్షమిస్తాడు" అని వేడుకొన్నాడు.

సహదేవుడు సాత్యకిని చల్లబరుస్తూ ఉండగా, ధృష్టద్యుమ్నుడు తేలికగా – "భీమసేనా ! విడువు. విడిచిపెట్టు సాత్యకిని. అతడు యుద్ధోద్రేకంతో మదించి ఉన్నాడు. ఇప్పుడే వాడిబాణాలతో అతని కోపాన్నంతా దించి వేస్తాను. అతని జీవన యాత్రను కూడా సమాప్తి చేస్తాను" అన్నాడు.

అతని మాటలు విని సాత్యకి పాములా బుసలు కొడుతూ భీమసేనుని చేతులనుండి విడిపించుకోవడానికి ప్రయత్నం చేయసాగారు. ఇద్దరు వీరులూ తమతమ స్థానాలలోనే నిల్చుని ఎద్దులవలె రంకెలు వేస్తున్నారు. ఇది చూసి శ్రీకృష్ణభగవానుడు, అర్జునుడు వెంటనే వారి మధ్యకు వచ్చి, అతి ప్రయత్నం మీద వారిద్దరినీ శాంతింపచేశారు. ఈ రీతిగా కోపంతో కన్నులు ఎఱ్ఱబడిన ఆ వీరధనుర్ధరులు ఇద్దరూ పరస్పరం పోట్లాడుకోకుండా ఆపి, పాండవ పక్ష యోధులు శత్రువులను ఎదిరించడానికి సన్నద్ధులై నిలిచారు.

నారాయణాస్త్ర ప్రభావము - శ్రీకృష్ణుడు ఉపాయముతో దానిని నివారించుట - అశ్వత్థామతో ధృష్టద్యుమ్న భీమసేన సాత్యకులు ఘోరయుద్ధము చేయుట.

సంజయుడు చెపుతున్నాడు – "రాజా ! అనంతరం అశ్వత్థామ దుర్యోధనునికి తన ప్రతిజ్ఞను మళ్లీ వినిపిస్తూ – "ధర్మకంచుకం ధరించిన యుధిష్ఠిరుడు యుద్ధం చేస్తూ ఆచార్యునికి మోసపూరితమైన మాటను చెప్పి, అతడు శస్త్రత్యాగం చేయడానికి బాధ్యునిగా చేశాడు. కాబట్టి నేడు అతడు చూస్తూ ఉండగానే అతని సైన్యాన్ని పారద్రోలుతాను. ధృష్టద్యుమ్నుని కూడా చంపుతాను. యుద్ధభూమిలో నా ఎదుటికి వచ్చి యుద్ధం చేస్తే నేను ఈ పాండవులందరినీ వధించి తీరుతాను. ఇది నా సత్యప్రతిజ్ఞ. కాబట్టి నీవు సైన్యాన్ని మళ్లించి తీసుకొని నడు" అని చెప్పాడు.

అతని మాట విని మీ పుత్రుడు సైన్యాన్ని వెనక్కి మళ్లించి భయం విడిచి, మిక్కిలి గట్టిగా సింహనాదం చేశాడు. మళ్లీ కౌరవ పాండవుల మధ్య యుద్ధం ఆరంభమయింది. వేనవేల శంఖాలు, భేరులు మోగాయి. అప్పుడే అశ్వత్థామ పాండవ సైన్యాన్ని లక్ష్యంగా చేసుకొని నారాయణాస్త్రాన్ని ప్రయోగించాడు. దాని నుండి వేల బాణాలు వెలువడి ఆకాశంలో వ్యాపించాయి. వాటి మొనలన్నీ మండుతున్నాయి. వాటితో అంతరిక్షం, దిక్కులు కప్పబడిపోయాయి. ఆ పైన ఇనుప గుండ్లు, చతుశ్చక్రాలు, ద్విచక్రాలు, శతఘ్నులు, గదలు, నలువైపులా

ఛురికలు అంటుకొని సూర్యమండలంలో ఉన్న చక్రాలు వెలువడ్డాయి. ఈ రీతిగా అనేక విధాలయిన శస్త్రాలతో ఆకాశం నిండిపోయి ఉండడం చూసి పాండవ, పాంచాల సృంజయులు ఆందోళనపడిపోయారు. పాండవ యోధులు ఎక్కడెక్కడ యుద్ధం చేస్తున్నారో అక్కడక్కడ ఆ అస్త్రం యొక్క వేగం పెచ్చుపెరుగుతోంది. దానితో పాండవ సేన భస్మమై పోతోంది. ఈ సంహారం చూసి ధర్మరాజుకు చాలా భయం కలిగింది. తన సేన చేష్టలు దక్కి పారిపోవడం, అర్జునుడు ఉదాసీనంగా నిలుచుండడం చూసి అతడు యోధులందరినీ ఉద్దేశించి - "ధృష్టద్యుమ్నా ! పాంచాల సైన్యంతో నీవు పరుగెత్తు. సాత్యకీ ! నీవు కూడా వృష్ణి, అంధకులతో పాటు వెళ్లిపో. ఇక ధర్మాత్ముడయిన శ్రీకృష్ణుడు ఏమి చేయగలడో అది చేస్తాడు. ఇతడు సమస్త జగత్కల్యాణం జరగాలని ఉపదేశిస్తూ ఉంటాడు, తనకు మేలు ఎందుకు చేసుకోడు ? నేను సైనికులందరికీ చెపుతున్నాను - ఎవరూ యుద్ధం చేయకండి. సోదరులతో కలిసి నేను అగ్నిప్రవేశం చేయడానికి వెళ్తున్నాను. అర్జునుడు నా గురించి ఎలాంటి కోరిక కోరుకొన్నాడో, అది వెంటనే నెరవేరాలి. ఎందుకంటే అతని మేలును సదా కోరుకొనే ఆచార్యుని నేను చంపించానుకదా ! కాబట్టి అతని కోసం నేను కూడా బంధువులతో సహితంగా చనిపోతాను" అన్నాడు.

యుధిష్ఠిరుడు ఇలా చెప్తూఉండగానే శ్రీకృష్ణ భగవానుడు రెండు చేతులూ పైకెత్తి అందరినీ ఆపి, - "యోధులారా ! మీ ఆయుధాలన్నీ వెంటనే కింద పెట్టి, వాహనాలనుండి దిగండి. నారాయణాస్త్రాన్ని శాంతింపచేయడానికి ఇది ఒక్కటే ఉపాయంగా చెప్పబడింది. నేలపై నిలుచున్న నిరాయుధులను ఈ అస్త్రం చంపదు. దీనికి విరుద్ధంగా ఈ అస్త్రానికి ఎదురు పడి ఏయే యోధులు యుద్ధం చేసినా ఆయా యోధులలో కౌరవులే అధిక బలవంతులవుతారు. ఈ అస్త్రాన్ని ఎదిరించాలని కనీసం మనసులో అనుకొన్నా, వారు రసాతలంలో దాగుకొన్నా ఈ అస్త్రం వారిని చంపకుండా విడిచిపెట్టదు" అని అన్నాడు.

శ్రీకృష్ణ భగవానుని మాటలు విని యోధులందరూ చేతుల నుండీ, మనసు నుండీ కూడా శస్త్రత్యాగం చేయాలని అనుకోసాగారు. అందరూ అస్త్రాలను విడిచిపెట్టడానికి సిద్ధం కావడం చూసి భీమసేనుడు - "వీరులారా ! ఎవరూ అస్త్రాలు పారవేయవద్దు. నేను నా బాణాలతో అశ్వత్థామ అస్త్రాలను వారిస్తాను. ఈ బరువైన గదతో అతని అస్త్రాలను నాశనం చేసి, అతనిని కూడా కాలుని వలె ప్రహరిస్తాను. ఇంతవరకు నారాయణాస్త్రాన్ని ఎదిరించిన యోధులెవరూ లేకపోతే, కౌరవ పాండవులు చూస్తూఉండగానే నేడు నేను దీనిని ఎదిరిస్తాను. అర్జునా ! నీవు నీ గాండీవాన్ని కిందపెట్టకు లేకపోతే చంద్రునికి లాగా నీకు కళంకం వస్తుంది. అది నీ నిర్మలత్వాన్ని మాపుచేస్తుంది" అన్నాడు.

అర్జునుడు - "అన్నయ్యా ! నారాయణాస్త్రం, గోవులు, బ్రాహ్మణులు వీరి ఎదురుగా నా అస్త్రాన్ని కింద పెట్టాలని నా వ్రతం" అన్నాడు.

అర్జునుడు ఇలా అన్నాక, భీమసేనుడు ఒంటరిగానే మేఘంలా గర్జిస్తూ అశ్వత్థామను ఎదిరించడానికి వెళ్లి అతనిపై బాణసముదాయాన్ని కురిపించాడు. అశ్వత్థామకూడా అతనిని గేలిచేసి, అతని మీద నారాయణాస్త్రంతో అభిమంత్రితమైన బాణాలను జడివానలా కురిపించసాగాడు. మహారాజా ! భీమసేనుడు ఆ అస్త్రాన్ని ఎదుర్కోవడానికి బాణాలు వేయగానే గాలితోడ్పాటుతో అగ్ని ప్రజ్వలించినట్లుగా ఆ అస్త్రం యొక్క వేగం పెరగసాగింది. అది ముందుకు రావడం చూసి భీముడు తప్ప పాండవ సేనలోని సైనికులందరూ భయంతో వణికిపోయారు. అందరూ తమ దివ్యాయుధాలను కింద పడవేసి, రథాలు, ఏనుగులు, గుఱ్ఱాలు మొదలైన వాహనాల నుండి దిగి పోయారు. ఆ ప్రబలమైన అస్త్రం అన్ని వైపులనుండి తప్పుకొని భీముని నెత్తిపై పడింది. దాని తేజస్సుతో కప్పివేయబడి భీముడు కనిపించకుండా అయిపోయాడు. దానితో ప్రాణులందరూ, అందునా పాండవులు హాహాకారాలు చేయసాగారు. భీమసేనునితో పాటు అతని రథం, గుఱ్ఱాలు, సారథి కూడా అశ్వత్థామ యొక్క అస్త్రం చేతకప్పబడి, అగ్నిలోపల ప్రవేశించాయి. ప్రళయకాలంలో సంవర్తకాగ్ని సంపూర్ణ చరాచర జగత్తును భస్మంచేసి పరమాత్ముని ముఖంలో ప్రవేశించినట్లుగా ఆ అస్త్రం భీమసేనుని దగ్ధం చేయడానికి, అతనిని నలువైపుల నుండి చుట్టుముట్టింది. దాని తేజస్సు భీమునిలోనికి ప్రవేశించింది. ఇది చూసి అర్జునుడు, శ్రీకృష్ణుడు ఇద్దరూ వెంటనే రథం నుండి దిగి, భీమునివైపు పరుగుతీశారు అక్కడికి చేరి ఇద్దరూ అగ్నిలో ప్రవేశించారు, కాని అస్త్రత్యాగం చేసిన కారణంగా ఆ అగ్ని వారిని దహించలేకపోయింది. నారాయణాస్త్రాన్ని శాంతింపచేయడానికి ఇద్దరూ భీమసేనుని, అతని ఆయుధాలను గట్టిగా లాగివేయసాగారు. వారు

లాగుతుంటే భీముడు ఇంకా గట్టిగా గర్జించసాగాడు. దానితో ఆ భయంకరమైన అస్త్రం కూడా ఉగ్రరూపం దాల్చసాగింది.

అప్పుడు శ్రీకృష్ణ భగవానుడు భీమునితో - "పాండునందనా ! ఇదేమిటి ? వద్దంటున్నా, నీవు యుద్ధం మానవేమి ? ఇప్పుడు యుద్ధంతోనే కౌరవులను గెలువ గలిగితే, మేము, ఈ రాజులందరూ యుద్ధమే చేసే వాళ్లం. ఇక్కడ పంతం పనికిరాదు. నీ పక్షంలోని యోధులందరూ రథాలనుండి దిగిపోయారు. నీవు కూడా తొందరగా దిగు" అన్నాడు. వెంటనే శ్రీకృష్ణుడు అతనిని రథం నుండి కిందికి లాగాడు. కిందికి దిగి, అతడు ఇలా ఆయుధాలు నేలపై పడేశాడో లేదో నారాయణాస్త్రం శాంతించింది.

ఈ రీతిగా దుస్సహమైన ఆ తేజస్సు చల్లారిన, తరువాత, దిక్కులన్నీ తెరపిన పడ్డాయి. చల్లని గాలి వీచింది. పశుపక్ష్యాదుల కోలాహలం అణిగిపోయింది. ఏనుగులు, గుఱ్ఱాలు మొదలైన వాహనాలన్నీ క్షేమంగా ఉన్నాయి. చావునుండి తప్పించుకొన్న పాండవ సైన్యంలో ఇక అప్పుడు మీ పుత్రులను నాశనం చేయడానికి మళ్లీ హర్షం వెల్లువెత్తింది. అప్పుడు దుర్యోధనుడు అశ్వత్థామతో - "అశ్వత్థామా ! ఒకసారి మళ్లీ ఆ అస్త్రాన్ని ప్రయోగించి చూడు. ఆ పాంచాలసైన్యం గెలుపుకోసం మళ్లీ యుద్ధ భూమికి వచ్చి నిలుచుంది అన్నాడు. మీ పుత్రుడు ఇలా అనగానే అశ్వత్థామ దైన్యంతో నిట్టూర్పు విడుస్తూ" రాజా ! ఈ అస్త్రాన్ని రెండోసారి ప్రయోగిస్తే అది మన మీదికే వచ్చిపడుతుంది. శ్రీకృష్ణుడు దీనిని శాంతింపచేసే ఉపాయం చెప్పివేశాడు. లేకుంటే శత్రువులందరూ నేడు సంపూర్ణంగా వధింపబడే ఉండేవారు" అన్నాడు. దుర్యోధనుడు - "తమ్ముడూ ! నీవు సమస్త అస్త్రవేత్తలలోనూ శ్రేష్ఠుడవు ఈ అస్త్రాన్ని ఇంకొక సారి ప్రయోగించడానికి వీలు కాకపోతే ఇతర అస్త్రాలతోనే వారిని సంహరించు. ఎందుకంటే వారందరూ గురుదేవుని చంపిన హంతకులు. నీవద్ద ఎన్నో దివ్యాస్త్రాలు ఉన్నాయి. నీవు చంపాలని అనుకొంటే మాత్రం కోపించిన ఇంద్రుడు కూడా నీ నుండి ప్రాణాలు దక్కించుకొని, బ్రతికి వెళ్లలేడు" అన్నాడు.

తండ్రి మరణం గుర్తుకు రావడంతో అశ్వత్థామకు మళ్లీ కోపం వచ్చి, ధృష్టద్యుమ్నునివైపు కదిలాడు. దగ్గరికి వెళ్లి, మొదట ఇరవై ఆ తరువాత ఐదు బాణాలతో అతనిని గాయపరిచాడు. ధృష్టద్యుమ్నుడు కూడా అరవై నాలుగు బాణాలు వేసి, అశ్వత్థామను తూట్లు పొడిచాడు. ఇరవై బాణాలతో సారథిని, నాలుగు బాణాలతో నాలుగు గుఱ్ఱాలను గాయపరిచాడు. ధృష్టద్యుమ్నుడు అశ్వత్థామను మాటిమాటికి నొప్పించి, పుడమి కంపించి పోయేలా గర్జించసాగాడు. అశ్వత్థామ కోపించి, ధృష్టద్యుమ్నునిపై పది బాణాలు వేశాడు. ఆపై రెండు ఛురికలతో అతని ధనుస్సును, ధ్వజాన్ని ఖండించి వేశాడు. ఆ తరువాత అనేక ఇతర సాయకాలతో ధృష్టద్యుమ్నుని బాధించి, సారథిని, గుఱ్ఱాలను చంపి, అతనిని విరథుని చేశాడు. అనంతరం అతని సైనికులను కూడా కొట్టి తరిమి వేశాడు. ఇది చూసి సాత్యకి తనరథంతో అశ్వత్థామ దగ్గరకు చేరుకొన్నాడు. చేరుకొన్నాక, మొదట ఎనిమిది, తరువాత ఇరవై బాణాలతో అశ్వత్థామను నొప్పించాడు. అనంతరం సారథిని, గుఱ్ఱాలను గాయపరిచాడు. ఆపై అతని వింటిని, ధ్వజాన్ని విరిచి, రథాన్ని విరుగకొట్టాడు. అనంతరం అతని రొమ్మున ముప్పైబాణాలను నాటాడు.

అప్పుడు దుర్యోధనుడు ఇరవై, కృపాచార్యుడు మూడు, కృతవర్మ పది, కర్ణుడు ఏభై, దుశ్శాసనుడు వంద, వృషసేనుడు ఏడు బాణాలను వేసి సాత్యకిని గాయపరిచారు. అప్పుడు సాత్యకి ఒక్కక్షణంలోనే ఆ మహారథులందరినీ విరథులుగా చేసి, యుద్ధ భూమి నుండి పారద్రోలాడు. ఇంతలో అశ్వత్థామ వేరొక రథం ఎక్కి, వందల కొద్దీ బాణాలు కురిపిస్తూ సాత్యకిని అడ్డుకోసాగాడు. అతడు రావడం చూసి సాత్యకి మళ్లీ అతని రథాన్ని ముక్కలు చేసి, అతనిని కొట్టి తరిమేశాడు. సాత్యకి యొక్క ఆ పరాక్రమాన్ని చూసి పాండవులు పదే పదే శంఖాలు పూరించి, సింహనాదాలు చేయసాగారు. ఈ రీతిగా ద్రోణపుత్రుని విరథుని చేసి, సాత్యకి వృషసేనుని యొక్క మూడు వేలమంది మహారథులను, కృపాచార్యుని యొక్క పదిహేను వేల ఏనుగులను, శకుని యొక్క ఏభై వేల గుఱ్ఱాలను సంహరించాడు. ఈ మధ్యలో అశ్వత్థామ మళ్లీ ఇంకొక రథం ఎక్కి కోపంతో సాత్యకిని చంపడానికి వచ్చాడు. సాత్యకి మళ్లీ అతనిని వాడి బాణాలతో నొప్పించసాగాడు. దానితో బాధ కలిగిన అశ్వత్థామ హేళనగా - "సాత్యకీ ! ఆచార్యుని చంపినవారికి నీవు సహాయపడుతున్నావు. కాని ఈ ధృష్టద్యుమ్నుడు నీవు - ఇద్దరూ కూడా నాకు ఆహారమై పోతారు. ఏ రకంగానూ తప్పించుకు పోలేరు. యుయుధానా! నేను నాసత్యం మీదా, తపస్సు మీదా ఒట్టువేసి చెపుతున్నాను. పాంచాలురను యావన్మందినీ చంపికాని నేను సుఖంగా ఉండలేను. పాండవులకు,

వృష్ణివంశీయులకు ఎంత సేన ఉందో అంతా కూడా నీవు ఒక చోటకు చేర్చినా కాని, నేను సోమకులను సంహరించి తీరుతాను" అన్నాడు.

ఇలా అని అశ్వత్థామ సాత్యకి మీద ఒక వాడి బాణం వేశాడు. అది సాత్యకి కవచాన్ని ఛేదించి, అతనిని తీవ్రంగా గాయపరిచింది. కవచం ఛిన్నాభిన్నమై పోయింది. అతని చేతినుండి ధనుర్బాణాలు జారిపోయాయి. రక్తసిక్తాంగుడై అతడు రథం వెనుక భాగంలో కూలబడ్డాడు. ఇది చూసి సారథి అతనిని అశ్వత్థామ ఎదుటినుండి మరొక చోటికి తీసుకుపోయాడు. అనంతరం అర్జునుడు, భీమసేనుడు, బృహత్క్షత్రుడు, చేది రాజకుమారుడు, సుదర్శనుడు - ఈ అయిదుగురు మహారథులు వచ్చి, అందరూ నలువైపుల నుండి అశ్వత్థామను ముట్టడించారు. వారు ఇరవై అడుగుల దూరంలో ఉండి, అశ్వత్థామను ఐదేసి బాణాలతో కొట్టారు. అశ్వత్థామ కూడా ఒకేసారి ఇరవై అయిదు బాణాలు వేసి వారి బాణాలనన్నిటినీ ఖండించాడు. ఆ తరువాత అతడు బృహత్క్షత్రుని ఏడు, సుదర్శనుని మూడు, అర్జునుని ఒకటి, భీమసేనుని ఆరు బాణాలతో తూట్లు పొడిచాడు. అప్పుడు చేదిదేశపు యువరాజు ఇరవై, అర్జునుడు ఎనిమిది, ఇతరులందరూ మూడేసి బాణాలతో అశ్వత్థామను గాయపరిచారు. అశ్వత్థామ అర్జునుని ఆరు, శ్రీకృష్ణుని పది, భీమసేనుని ఐదు, చేది యువరాజును నాలుగు, సుదర్శనుని, బృహత్ క్షత్రుని రెండేసి బాణాలతో కొట్టాడు. ఇంకా భీమసేనుని సారథిని ఆరు బాణాలతో గాయపరిచి, రెండు బాణాలతో అతని ధ్వజాన్ని, ధనుస్సును ఖండించాడు. అనంతరం తన బాణవర్షంతో అర్జునుని కూడా నొప్పించి, అతడు సింహనాదం చేశాడు. తన రథానికి దగ్గరలోనే ఉన్న సుదర్శనుని రెండు చేతులను, తలను మూడు బాణాలతో ఎగుర గొట్టాడు. రథ శక్తితో పౌరవుడయిన బృహత్ క్షత్రుని చంపి వేశాడు. అగ్ని తుల్యమై తేజోవంతమైన బాణాలతో చేది దేశపు యువరాజు యొక్క సారథిని గుఱ్ఱాలతోపాటు యమపురికి పంపాడు.

ఇది చూసి భీమసేనుని ఆగ్రహం కట్టలు తెంచుకుంది. అతడు వందలకొద్దీ వాడి బాణాలతో అశ్వత్థామను కప్పివేశాడు. కాని అశ్వత్థామ తన సాయకాలతో అతని బాణవర్షాన్ని నశింపచేసి, కోపంతో అతనిని కూడా గాయపరిచాడు. భీమసేనుడు యమదండంతో సమానమైన భయంకరమైన పదినారాచాలను వేశాడు. అవి అశ్వత్థామ యొక్క మెడ పక్కనున్న అంసాన్ని ఛేదించి లోనికి చొచ్చుకుపోయాయి. ఈ దెబ్బకు విలవిలలాడుతూ అతడు కన్నులు మూసుకొన్నాడు. ధ్వజస్తంభాన్ని ఆసరా చేసుకొని కూర్చుండి పోయాడు. కొద్దిసేపటికి తేరుకొని అతడు వంద బాణాలతో భీమసేనుని కొట్టాడు. ఈ రీతిగా ఇద్దరూ వర్షాకాలపు మేఘాలవలె ఒకరిపై ఒకరు బాణాలను వర్షించుకో సాగారు. "మహారాజా ! ఆ యుద్ధంలో భీమసేనుని అద్భుత బలపరాక్రమాలు, శౌర్యం, ప్రభావం, ప్రయత్నం ఇవన్నీ మాకు తెలిసివచ్చాయి. అతడు అశ్వత్థామను చంపాలని గొప్ప భయంకరమైన బాణవర్షం కురిపించాడు. ఇటు అశ్వత్థామ కూడా మహా గొప్ప అస్త్రవేత్త. అతడు అస్త్రాల మాయాజాలంతో అతని బాణవర్షాన్ని అడ్డుకొని, ధనుస్సును విరిచివేశాడు. అనేక బాణాలతో అతనిని గాయపరిచాడు. ధనుస్సు విరిగి పోవడంతో భీముడు భయంకరమైన రథశక్తిని చేతిలోకి తీసుకొని మహావేగంగా తిప్పి దానిని అశ్వత్థామరథంపై వేశాడు. కాని అతడు ఒక వాడి బాణంతో దానిని ముక్కలు చేశాడు. ఈ మధ్యలో భీమసేనుడు ఒక గట్టి విల్లు తీసుకొని అనేక బాణాలు వేస్తూ అశ్వత్థామను తూట్లు పొడిచాడు. అప్పుడు అశ్వత్థామ ఒక బాణంతో భీమసేనుని సారథి యొక్క నుదుటిని చీరేశాడు. ఆ దెబ్బకు అతడు మూర్ఛపోయాడు. అతని చేతుల నుండి గుఱ్ఱాల కళ్లెం జారిపోయింది. సారథి స్పృహ తప్పడంతోనే గుఱ్ఱాలు పారిపోయాయి. గెలుపొందిన అశ్వత్థామ ఆనందంగా శంఖాన్ని పూరించాడు. పాంచాల యోధులు, భీమసేనుడు భయపడి అటు ఇటు పారిపోయారు.

అశ్వత్థామ ఆగ్నేయాస్త్రమును ప్రయోగించుట - వ్యాసమహర్షి అతనికి కృష్ణార్జునుల మహిమను చెప్పుట.

సంజయుడు చెపుతున్నాడు - "మహారాజా ! తమ సైన్యం పారిపోతూ ఉండడం గమనించిన అర్జునుడు అశ్వత్థామను ఓడించడానికి స్వయంగా ముందుకు వచ్చి అతనిని అడ్డుకొన్నాడు. సోమక మత్స్య రాజులతో కలిసి అతడు కౌరవుల వైపు తిరిగాడు. అర్జునుడు అశ్వత్థామ వద్దకు చేరుకొని - "నీకు ఉన్న శక్తి విజ్ఞానాలను, శౌర్య పరాక్రమాలను, కౌరవుల పట్ల ఉన్న ప్రేమను, మా పట్ల ఉన్న ద్వేషాన్ని అంతా ఇప్పుడు మా మీద చూపించు. ధృష్టద్యుమ్నుని, లేదా శ్రీకృష్ణునితో పాటు నన్ను ఎదిరించడానికి

రా. నీవు ఈ రోజులలో చాలా ఉద్దండుడవైనావు. నేను నీ గర్వాన్ని అంతటినీ దూరం చేస్తాను" అన్నాడు.

రాజా ! అశ్వత్థామ చేది దేశపు యువరాజును, పురువంశీయుడైన బృహత్‌క్షత్రుని, సుదర్శనుని చంపి, ధృష్టద్యుమ్నుని, సాత్యకి భీమసేనులను కూడా ఓడించాడు కదా ! - ఈ అనేక కారణాలతో అర్జునుడు వివశుడై అశ్వత్థామతో ఇలా అప్రియంగా మాట్లాడాడు. వాడియైన, మర్మభేదులైన అతని మాటలను విని అశ్వత్థామ కృష్ణార్జునులపై కినుక వహించాడు. అతడు జాగరూకుడై రథం మీద కూర్చుని ఆచమించి ఆగ్నేయాస్త్రాన్ని సంధించాడు. దానిని మంత్రాలతో అభిమంత్రించి ప్రత్యక్షంగా గాని, పరోక్షంగా గాని ఎంతమంది శత్రువులున్నారో అందరినీ అంతమొందించే ఉద్దేశ్యంతో ప్రయోగించాడు. ఆ బాణం పొగలేని నిప్పులా దేదీప్యమానంగా ఉంది. దానిని వదలగానే ఆకాశంలో అతి భయంకరమైన బాణవర్షం కురిసింది. నలువైపులా వ్యాపించిన అగ్నిజ్వాలలు అర్జునుని పైకి కూడా వచ్చాయి. అప్పుడు పిశాచులు, రాక్షసులు ఒక్కపెట్టున పెడబొబ్బలు పెట్టారు. గాలి వేడెక్కింది, సూర్యకాంతి మాసి పోయింది. మేఘాల నుండి రక్తం వర్షించింది, ముల్లోకాలు తపించిపోయాయి. ఆ అస్త్రం యొక్క తీవ్రతకు జలాశయాలు వేడెక్కిన కారణంగా అందులో ఉన్న జీవజాలం తటతట కొట్టుకోసాగింది. దిక్కులు, మూలలు, భూమ్యాకాశాలు, అన్ని వైపులనుండి బాణవర్షం కురుస్తోంది. వజ్రతుల్యమైన ఆ బాణాల వేగవంతమైన తాకిడికి శత్రువులు దగ్ధమై మంటలకు తగలబడిన వృక్షాలవలె కూలి పోతున్నారు. పెద్ద పెద్ద ఏనుగులు నలువైపులా ఘీంకరిస్తూ కమిలి పోయి నేల కూలుతున్నాయి. కొన్ని భయంతో పారిపోతున్నాయి. మహా ప్రళయకాలంలోని సంవర్తకాగ్ని సమస్త ప్రాణులను కాల్చిబూడిద చేసినట్లుగా ఆ ఆగ్నేయాస్త్రం పాండవసైన్యాన్ని దగ్ధం చేసి వేస్తోంది. ఇది చూసి మీ పుత్రుడు విజయోత్సాహంతో ఉల్లాసంగా సింహనాదం చేయసాగాడు. వేల కొద్దీ వాద్యాలు భోరుకొల్పాయి.

అప్పుడు ఘోరాంధకారం అలముకొంది. అర్జునుడు, అతని అక్షౌహిణీ సేన ఎవరికీ కనపడలేదు. అశ్వత్థామ అసూయాకోపాలతో వేసిన అస్త్రం వంటిది మనం ఇంతకు ముందు విన్నదీ కన్నదీ కాదు. అశ్వత్థామ వేసిన అస్త్రాలన్నిటినీ నాశనం చేయడానికి అర్జునుడు బ్రహ్మాస్త్రాన్ని ప్రయోగించాడు. అంతే. క్షణంలోనే అంధకారమంతా పటాపంచలయింది. చల్లని గాలి వీచసాగింది. దిక్కులన్నీ వెలుగొందసాగాయి. కాంతి ప్రసరించాక అక్కడ ఒక అద్భుత విషయం గోచరించింది. పాండవుల యొక్క అక్షౌహిణీ సేన ఆ అస్త్రం యొక్క తీవ్రతకు నామరూపాలు లేకుండా దగ్ధమై పోయింది. కాని శ్రీకృష్ణుని యొక్క, అర్జునుని యొక్క శరీరాలకు ఏ మాత్రం వేడిమి తగలలేదు. మంటల నుండి బయటపడి పతాక, ధ్వజం, గుఱ్ఱాలు, ఆయుధాలతో అర్జునుని రథం ప్రకాశిస్తూ అక్కడ అందంగా కనిపిస్తోంది. అది చూసి నీ కొడుకులకు చాలా భయం కలిగింది, పాండవుల సంతోషానికి మేరలేకపోయింది. వారు శంఖాలు, భేరీలు మోగించసాగారు. శ్రీకృష్ణార్జునులు కూడా శంఖాలు పూరించారు. ఆ మహాపురుషులిద్దరూ ఆగ్నేయాస్త్రం నుండి తప్పించుకోవడం చూసి అశ్వత్థామ మథన పడుతూ "ఏమి జరిగి ఉంటుంది" అని ఆలోచిస్తూ ఉండిపోయాడు. తరువాత అతడు తన చేతిలోని విల్లును విసిరివేసి, రథం నుండి దిగిపోయి "అవమానం ఛీ ! ఛీ ! ఇదంతా అబద్ధం" అనుకొంటూ రణభూమి నుండి తొలగిపోయాడు. ఇంతలో అతనికి వ్యాసమహర్షి ప్రత్యక్షమయ్యాడు. ఎదురుగా అతనిని చూచి ప్రణమిల్లి, అత్యంత దీనంగా గద్గదకంఠంతో - "భగవాన్ ! దీనిని మాయ అనాలా ? దైవేచ్ఛ అనాలా ? అంతా ఏమి జరుగుతోందో నాకేమీ అర్థం కావడం లేదు. ఈ అస్త్రం ఎలా వ్యర్థం అయింది ? నేను ఏమి తప్పు చేశాను? లేకుంటే శ్రీకృష్ణార్జునులు ప్రాణాలతో సురక్షితంగా ఉండడం ఈ లోకం తలకిందులు అవుతోందనడానికి ఏదైనా సూచనయా ? నేను ప్రయోగించిన ఈ అస్త్రాన్ని అసురులు, గంధర్వులు, పిశాచులు, రాక్షసులు, సర్పాలు, యక్షులు, మనుష్యులు కూడా ఏ రకంగానూ అన్యథా చేయలేరు. అయినా కూడా ఇది కేవలం ఒక్క అక్షౌహిణి సేనను మాత్రమే కాల్చి శాంతించింది. శ్రీకృష్ణార్జునులు కూడా మరణ శీలురైన మానవులే కదా ! వీరిద్దరూ ఎందుకు చావలేదు ? మీరు నా ప్రశ్నకు సూటిగా సమాధానమివ్వండి. నేను దీనిని వినాలనుకొంటున్నాను" అని అడిగాడు.

వ్యాసుడు చెప్పాడు - "నీవు ఆశ్చర్యంతో అడుగుతున్న విషయం చాలా మహత్త్వపూర్ణమైనది. నీ మనసును ఏకాగ్రం చేసుకొని విను. పూర్వం ఒకసారి మన పూర్వులకు కూడా పూర్వుడు, విశ్వవిధాత అయిన నారాయణ భగవానుడు ఒక ప్రత్యేకమైన పని మీద ధర్మునికి పుత్రునిగా

అవతరించాడు. అతడు హిమాలయాలలో ఉంటూ గొప్ప కఠినమైన తపస్సు చేశాడు. అరవై ఆరు వేల సంవత్సరాల పాటు కేవలం గాలి ఆహారంగా తన శరీరాన్ని శుష్కింపచేసుకొన్నాడు. ఆ తరువాత కూడా అతడు అంతకు రెట్టింపు సంవత్సరాలు మళ్లీ అతి గొప్పతపస్సు చేశాడు. దానితో శంకర భగవానుడు ప్రసన్నుడై అతనికి దర్శన మిచ్చాడు. విశ్వేశ్వరుని దర్శించి నారాయణఋషి ఆనందమగ్నుడయ్యాడు. అతనికి ప్రణమిల్లి మిక్కిలి భక్తి భావంతో భగవంతుని స్తుతించసాగాడు. "ఆదిదేవా ! ఈ భూమిపై ప్రవేశించి మీ పురాతన సృష్టిని రక్షించినవాడు, ఈ విశ్వానికి రక్షకుడు, సమస్త ప్రాణులను సృష్టించే ప్రజాపతి కూడా మీ నుండే వ్యక్తమయ్యాడు. దేవతలు, అసురులు, నాగులు, రాక్షసులు, పిశాచులు, మనుష్యులు, పక్షులు, గంధర్వులు, యక్షులు - మొదలైన విభిన్న ప్రాణిసముదాయమంతా మీ నుండే పుట్టింది. ఇంద్రయమ వరుణ కుబేర స్థానాలు, పితృలోకం, విశ్వకర్మ యొక్క అందమైన శిల్పకళ మొదలైనవన్నీ మీ నుండే ఆవిర్భవించాయి. ఆకాశం, వాయువు, అగ్ని, జలం, భూమి - అనే పంచభూతాలు, వాటి గుణాలైన శబ్ద స్పర్శ రూప రస గంధాలు మీ నుండే ఉత్పత్తిఅయ్యాయి. కాలం, బ్రహ్మ, వేదాలు, బ్రాహ్మణులు, ఈ సంపూర్ణ చరాచర జగత్తు మీ నుండే వ్యక్తమయ్యాయి. నీటి నుండి పుట్టిన జీవులు, దానికంటె భిన్నంగా కనిపిస్తూ ఉన్నప్పటికీ నశించిన తరువాత ఆ నీటిలోనే కలిసిపోయినట్లుగా, ఈ సమస్త విశ్వం మీ నుండే వ్యక్తమై మీలోనే లీనమవుతోంది. ఇలా సమస్త ప్రాణుల ఉత్పత్తిలయాలకు అధిష్ఠానంగా మిమ్మల్ని తెలుసుకొన్న విద్వాంసులు మీ సాయుజ్యాన్ని పొందుతారు.

మనోబుద్ధులకు అతీతమైన స్వరూపం కల పినాకధారి అయిన భగవానుడు నీలకంఠుడు నారాయణఋషి స్తోత్రం చేసిన పిమ్మట వరం అనుగ్రహిస్తూ - "నారాయణా ! నా దయవలన ఏరకమైన శస్త్రాలు గాని, వజ్ర, అగ్ని, వాయువులు గాని, తడిసిన లేదా ఎండిన పదార్థాలు గాని, స్థావర జంగమాలయిన ప్రాణులు గాని నిన్ను ఏవిధంగానూ గాయపరచలేవు. యుద్ధ భూమిలో ప్రవేశిస్తే నీవు నాకంటె కూడా అధిక బలిష్ఠుడవు అవుతావు" అని పలికాడు. ఈ రీతిగా శ్రీకృష్ణుడు, ఇంతకు ముందే శంకర భగవానుని నుండి అనేక వరాలు పొందిఉన్నాడు. ఆ నారాయణ భగవానుడే మాయతో ఈ లోకాన్ని మోహింపచేస్తూ ఇతని రూపంలో విహరిస్తున్నాడు. నారాయణ ఋషి తపస్సు నుండే నరుడు వ్యక్తమయ్యాడు. అర్జునుడు అతని అవతారమే అని గ్రహించు. అతని ప్రభావం కూడా నారాయణునితో సమానమైనదే. ఈ ఋషులిద్దరూ లోకంలో ధర్మమర్యాదను నిలుపడానికి ప్రతియుగంలోనూ అవతరిస్తూ ఉంటారు. అశ్వత్థామా ! నీవు కూడా పూర్వ జన్మలో శంకర భగవానుని ప్రసన్నం చేసుకోవడానికి కఠోర నియమాలను పాటిస్తూ నీ శరీరాన్ని కృశింపచేసుకొన్నావు. దానికి ప్రసన్నుడై భగవానుడు నీవు మనసులో కోరుకొన్న కోరికలను ఎన్నిటినో వరదానంగా అనుగ్రహించాడు. సర్వమయుడైన శంకరుని రూపాన్ని తెలుసుకొని ఎవరు లింగరూపంలో అతనిని ఆరాధిస్తారో, అతనికి సనాతనమైన శాస్త్రజ్ఞానం, ఆత్మజ్ఞానం కలుగుతాయి. శివలింగాన్ని సర్వ భూత మయునిగా తెలుసుకొని అర్చించిన వారిపై శంకరుడు గొప్ప దయ కలిగి ఉంటాడు.

వేదవ్యాసుడు చెప్పిన మాటలు విని అశ్వత్థామ మనసులోనే శంకరునికి ప్రణమిల్లాడు. శ్రీకృష్ణుని మహిమపట్ల బుద్ధి కుదిరింది. శరీరం పులకించగా అతడు వ్యాసమహర్షికి నమస్కరించాడు. సైన్యం వైపు చూసి డేరాలలోనికి వెళ్లమని ఆదేశించాడు. అనంతరం కౌరవ పాండవ పక్షాలు రెండింటికీ చెందిన సేనలు తమ తమ శిబిరాలకు వెళ్లాయి. ఈ రీతిగా వేదపారంగతుడైన ద్రోణాచార్యుడు ఐదు రోజుల పాటు పాండవ సేనా సంహారం కావించి బ్రహ్మలోకం చేరుకొన్నాడు.

వ్యాసుడు అర్జునునికి శంకరుని మహిమను చెప్పుట.

ధృతరాష్ట్రుడు - "సంజయా ! ధృష్టద్యుమ్నుడు అతిరథ వీరుడైన ద్రోణాచార్యుని చంపిన తరువాత నా కొడుకులు, పాండవులు అటుపై ఏమి చేశారు ?" అని అడిగాడు.

సంజయుడు చెపుతున్నాడు - మహారాజా ! ఆ రోజు యుద్ధం ముగిశాక, వేదవ్యాసమహర్షి ఇచ్ఛానుసారంగా తిరుగుతూ అకస్మాత్తుగా అర్జునుని వద్దకు వచ్చాడు. అతనిని చూసి అర్జునుడు - "మహర్షీ ! నేను బాణాలతో శత్రుసేనను సంహరిస్తూ ఉండగా, అగ్ని సదృశుడై, తేజశ్శాలి అయిన ఒక మహాపురుషుడు నాకు ముందు నడుస్తూ ఉండడం నేను చూశాను. అతడే శత్రువులను నాశనం చేస్తున్నాడు, కాని లోకులు నేను చేసినట్లుగా భావించే వారు. నేను

కేవలం అతని వెనుకనే నడిచేవాడిని. భగవాన్ ! చెప్పండి. ఆ మహాపురుషుడు ఎవరు ? అతని చేతిలో త్రిశూలం ఉంది. సూర్యునిలా ప్రకాశిస్తున్నాడు. తన కాళ్లతో భూమిని స్పృశించడం లేదు. త్రిశూలంతో ప్రహరిస్తూ కూడా అతడు దానిని చేతినుండి ఎప్పుడూ విడిచిపెట్టలేదు. అతని తేజస్సుతో, ఒక్క త్రిశూలాయుధం నుండే వేల కొద్దీ కొత్తకొత్త త్రిశూలాలు పుట్టుకొని వచ్చేవి" అని అడిగాడు.

వ్యాసమహర్షి చెప్పాడు - "అర్జునా ! నీవు శంకర భగవానుని దర్శించావు. తేజోమయుడు, అంతర్యామి అయిన ఆ ప్రభువు జగత్తు అంతటికీ ఈశ్వరుడు. అందరినీ శాసించేవాడు. వరాలు ఇచ్చేవాడు. నీవు ఆ భువనేశ్వరుని శరణు పొందు. ఆయన మహాదేవుడు. విశాల హృదయుడు సర్వత్ర వ్యాపించి ఉన్నప్పటికీ జటాధారి, త్రినేత్రుడుగా రూపం ధరించి ఉంటాడు. అతనికి రుద్రుడనే పేరు ఉంది. గొప్ప భుజాలు కలవాడు. అతని శిరసుపై జటలు, శరీరంపై వల్కలాలు శోభిస్తూ ఉంటాయి. అందరినీ సంహరించేవాడు అయినప్పటికీ నిర్వికారుడు. ఎవరి చేతా ఓటమి లేనివాడు. అందరికీ సుఖాన్ని ఇచ్చేవాడు. సర్వసాక్షి. జగదుత్పత్తి కారణుడు. జగత్తుకు ఆధారభూతుడు విశ్వాత్మ, విశ్వవిధాత, విశ్వరూపుడు. అతడే కర్మలకు అధిష్ఠాత అనగా కర్మలకు ఫలితాలను ఇచ్చేవాడు. సర్వులకు కల్యాణ కారకుడు. స్వయంభువు భూతపతి. భూతభవిష్యద్వర్తమానాలకు కారణుడు కూడా అతడే. అతడే యోగం, యోగేశ్వరుడూ, అతడే స్వర్గం, అతడే సర్వలోకేశ్వరుడు సర్వ శ్రేష్ఠుడు, సర్వలోక శ్రేష్ఠుడు, శ్రేష్ఠతముడు అయిన పరమేష్ఠి కూడా అతడే. ముల్లోకాల సృష్టికర్త అతడే. త్రిభువనాలకు అధిష్ఠాన భూతుడైన విశుద్ధ పరమాత్మ అతడే. భవుడు భయానకుడయినా చంద్రుని కిరీట రూపంగా ధరించినవాడు. ఆ సనాతన పరమేశ్వరుడు సర్వ వాగీశ్వరేశ్వరుడు, అజేయుడు. జన్మ జరామరణాది వికారాలు అతనిని తాకనైనా తాకలేవు. జ్ఞాన స్వరూపుడు. జ్ఞానగమ్యుడు. జ్ఞానంలో సర్వశ్రేష్ఠుడు, భక్తులపై దయచూపి, వారి మనోవాంఛితాలను వరంగా ప్రసాదించేవాడు. శంకర భగవానుని దివ్య పార్షదులు నానారూపాలలో కనపడుతూ ఉంటారు. వారందరూ మహాదేవుని ఎల్లప్పుడూ పూజిస్తూ ఉంటారు. నాయనా ! సాక్షాత్తూ ఈ శంకర భగవానుడే ఆ తేజోమయుడైన పురుషుడు. నీ మీద దయతలచి నీ ముందు భాగాన నడుస్తూ ఉన్నాడు. గగుర్పాటు కలిగించే ఆ ఘోరయుద్ధంలో అశ్వత్థామ, కృపాచార్యుడు, కర్ణుడు వంటి మహాధనుర్ధరులు రక్షిస్తున్న సైన్యాన్ని నానారూపధారి అయిన మహేశ్వరుడు తప్ప ఇతరులెవరు నశింపచేయగలరు ? పైగా అతడే వచ్చి ముందు నిలబడితే అతనిని ఎదిరించి నిలవడానికి ఎవరు సాహసించగలరు ? ముల్లోకాలలోనూ అతనికి సాటిరాగల ప్రాణి ఏదీ లేదు. యుద్ధంలో శంకర భగవానుడు ఆగ్రహిస్తే, అతని వాసన కూడా శత్రువులకు స్పృహ తప్పించి వణికిస్తుంది సగం చచ్చిన వారిలా పడి పోతారు. ఎల్లప్పుడూ అనన్య భావంతో ఉమానాథుడైన శివుని ఉపాసించే భక్తులు ఈ లోకంలో సుఖాలు పొంది, చనిపోయిన పిమ్మట పరమపదాన్ని పొందుతారు. కాబట్టి కుంతీనందనా ! నీవు కూడా ఈ క్రింద చెప్పబడినట్లుగా శాంత స్వరూపుడైన శంకరునికి నీలకంఠుడు, సూక్ష్మస్వరూపుడు, అత్యంతతేజస్వి, సంసార సాగరాన్ని తరింపచేసే సుందర తీర్థమైనవాడు, సూర్య స్వరూపుడు, దేవాధిదేవుడు, అనంతరూపధారి, సహస్ర నేత్రుడు, కోరికలను సంపూర్ణంగా తీర్చేవాడు, పరమ శాంతుడు, అందరినీ పాలించేవాడు, అయిన భూత నాథునికి సదా నమస్కారం" అని సదా నమస్కరించు. అతడు సహస్ర శీర్షుడు, సహస్రనేత్రుడు, సహస్ర బాహుడు, సహస్రపాదుడు, కుంతీనందనా ! వరదాయకుడు, భువనేశ్వరుడు అయిన ఆ శివమహాదేవుని నీవు శరణు పొందు. అతడు నిర్వికారుడై ప్రజలను పాలిస్తాడు. అతని శిరసుపై జటాజూటం శోభిల్లుతోంది. అతడు ధర్మ స్వరూపుడు, ధర్మానికి స్వామి, అనంతకోటి బ్రహ్మాండాలను ధరించిన కారణంగా అతని ఉదరం, శరీరం విశాలమైనవి. అతడు వ్యాఘ్రచర్మాన్ని కప్పుకొని ఉంటాడు. బ్రాహ్మణుల పట్ల దయగలవాడు. బ్రాహ్మణ ప్రియుడు "చేతిలో త్రిశూలం, డాలు, కత్తి, పినాకం మొదలైన ఆయుధాలతో శోభిల్లేవాడు, శరణాగత వత్సలుడు అయిన ఆ శివుని శరణు పొందుతున్నాను" అని అతని శరణు పొందాలి. దేవతలకు స్వామి, కుబేరునికి సఖుడు అయిన శివమహాదేవునికి ప్రణామం. సుందరమైన వ్రతాన్ని ఆచరించేవాడు, సుందరమైన ధనుస్సును ధరించేవాడు, ధనుర్వేదానికి ఆచార్యుడు, ఉగ్రాయుధధరుడు, దేవోత్తముడు అయిన రుద్రునికి నమస్కారం. అనేక రూపాలు, అనేక ధనుస్సులు కలవాడు, స్థాణువు, తపస్వి అయిన శివమహాదేవునికి ప్రణామం. గణపతి, వాక్పతి, యజ్ఞపతి, జలాధి దేవతాపతి. అయిన వానికి, పీతవర్ణునికి, సువర్ణ

సదృశమైన కాంతితో విరాజిల్లే జటాజూటం కలవానికి శంకర భగవానునికి ప్రణామం.

ఇక మహాదేవుడు చేసిన కర్మలను నా బుద్ధి జ్ఞానాలను అనుసరించి వివరిస్తాను. అతడు ఆగ్రహిస్తే దేవతలు, గంధర్వులు, అసురులు, రాక్షసులు పాతాళంలో దాగుకొన్నా సుఖంగా ఉండలేరు. ఒకసారి దక్షుడు శంకరుని అవహేళన చేశాడు. దానితో అతని యజ్ఞానికి మహాఉపద్రవం కలిగింది. దేవతలందరిలో భయం ఆవహించింది. అతనికి అతని యజ్ఞ భాగం ఇచ్చాకనే దక్షుని యజ్ఞం పూర్తి అయింది. అప్పటినుండి దేవతలందరూ కూడా అతనికి భయపడుతూనే ఉంటారు.

పూర్వకాలంలో ముగ్గురు బలవంతులైన రాక్షసులు ఆకాశంలో తమ నగరాలను నిర్మించుకొన్నారు. ఆ నగరాలు విమానాలవలె ఆకాశంలో విహరిస్తూ ఉంటాయి. ఆ మూడు నగరాలూ - ఒకటి ఇనుముతో, రెండవది వెండితో, మూడవది బంగారంతో నిర్మింపబడ్డాయి. బంగారు నగరానికి కమలాక్షుడు, వెండి నగరానికి తారకాక్షుడు అధిపతులు ఇనుప నగరంలో విద్యున్మాలి నివసించేవాడు. ఆ నగరాలను ఛేదించడానికి ఇంద్రుడు తన అస్త్రాలను అన్నిటినీ ప్రయోగించాడు, కాని అతడు కృతార్థుడు కాలేక పోయాడు. అప్పుడు ఇంద్రాది దేవతలందరూ దుఃఖిస్తూ శంకర భగవానుని శరణు చొచ్చారు. అక్కడికి వెళ్లి వారు - "భగవాన్! త్రిపుర నివాసులైన ఈ దైత్యులకు బ్రహ్మదేవుడు వరాలు ఇచ్చాడు. ఆ గర్వంతో మిడిసిపడుతూ భయంకరులైన ఈ దైత్యులు ముల్లోకాలను బాధిస్తున్నారు. మహాదేవా ! మీరు తప్ప వేరెవరూ వారిని నాశనం చేయడానికి సమర్థులు కారు. ఈ దేవద్రోహులను మీరే వధించండి" అని వేడుకొన్నారు.

దేవతలు ఇలా ప్రార్థించగానే శంకర భగవానుడు వారికి మేలు చేయకోరి "తథాస్తు" అని పలికాడు. గంధమాదనం, వింధ్యాచలం - అనే రెండు పర్వతాలను తన రథానికి ధ్వజాలుగా చేసుకొన్నాడు. సముద్రాలు, అడవులతో సహితంగా ఈ సమస్త భూమండలం రథం అయింది. నాగరాజు శేషుని రథానికి ఇరుసుస్థానంలో ఉంచాడు. చంద్రసూర్యులు రథచక్రాలుగా అమరాయి. ఏలపత్రుని కొడుకును, పుష్పదంతుని కాడికి చీలలుగా అమర్చాడు మలయాచలం కాడి అయింది. తక్షక సర్పానికి కాడిని బంధించే త్రాటి యొక్క పని అప్పగించబడింది. పరాక్రమ శాలిఅయిన శంకర భగవానుడు ప్రాణులందరినీ గుఱ్ఱాల యొక్క కళ్లేలలో సమ్మిళితం చేశాడు. నాలుగు వేదాలు రథానికి నాలుగు గుఱ్ఱాలు అయ్యాయి. ఉపవేదాలు కళ్లెంగా మారాయి. గాయత్రీ సావిత్రులు పలుపుత్రాళ్లుగా అయ్యారు. ఓంకారం చెర్నాకోలగా బ్రహ్మదేవుడు సారథిగా అయ్యారు. మందరాచలానికి గాండీవ ధనుస్సు యొక్క ఆకృతి ఈయబడింది. వాసుకిసర్పం ఆ వింటికి నారిగా అయింది. విష్ణుభగవానుడు శ్రేష్ఠమైన బాణంగా, అగ్ని దేవుడు దానికి ములికిలా ఏర్పడ్డారు. వాయువు బాణానికి రెక్కలుగా, వైవస్వతుడు బాణానికి తోకగా అమిరారు. మెరుపు ఆ బాణానికి పదునుగా మారింది. మేరువు ప్రధాన ధ్వజం అయింది. ఈ రీతిగా సర్వదేవమయమైన దివ్య రథం సిద్ధమయింది. శంకరుడు దానిని అధిష్ఠించాడు. దేవతలందరూ అప్పుడతనిని స్తుతించారు. శంకరుడు ఆ రథంలో ఒక వేయి సంవత్సరాల పాటు ఉన్నాడు. మూడు పట్టణాలూ ఆకాశంలో ఒకే చోటికి చేరినపుడు అతడు మూడు ముళ్లు, మూడు ములుకులు గల బాణంతో ఆ మూడు పట్టణాలను భేదించాడు. దానవులు అతని వైపు కన్నెత్తి కూడా చూడలేకపోయారు. కాలాగ్నివంటి బాణంతో ఆ ముల్లోకాలు భస్మమైపోయేటపుడు పార్వతీ దేవి కూడా చూడడానికి అక్కడికి వచ్చింది. ఆమె ఒడిలో ఒక పిల్లవాడు ఉన్నాడు. అతనికి తలపై పంచ శిఖలు ఉన్నాయి. పార్వతి దేవతలను "ఇతడెవరు ?" అని అడిగింది. ఈ ప్రశ్నతో ఇంద్రుని హృదయంలో అసూయాగ్ని ప్రజ్వరిల్లింది. అతడు ఆ బాలకునిపై వజ్రాయుధం ప్రయోగించాలను కొన్నాడు. కాని ఆ బాలుడు నవ్వుతూ అతని చేతిని స్తంభింపచేశాడు. వజ్రాయుధంలో పాటు ఆ ఎత్తినచేయి ఎత్తినట్లుగానే ఉండిపోయింది.

ఆ చేయి అలా ఉంచుకొనే ఇంద్రుడు దేవతలందరితో కలిసి బ్రహ్మ దేవుని శరణు చొచ్చి, అతనికి నమస్కరించి - "భగవాన్ ! పార్వతీ మాత ఒడిలో ఒక అపూర్వబాలకుడు ఉన్నాడు. మేము అతనిని గుర్తించలేకపోయాము. అతడు యుద్ధం చేయకుండా క్రీడగానే మమ్మల్ని జయించాడు. అందుకని మిమ్మల్ని అడుగుతున్నాం - అతడెవరని" అని అడిగాడు. అతని మాటలు విని బ్రహ్మదేవుడు అమిత తేజస్వి అయిన ఆ బాలకుని ధ్యానించాడు. రహస్యమంతా తెలుసుకొని దేవతలతో - ఆ బాలకుని రూపంలో ఉన్నది చరాచర జగత్తుకు స్వామి అయిన శంకరుడే. అతని కంటె శ్రేష్ఠుడయిన దేవుడు లేడు. కాబట్టి ఇప్పుడు మీరు నాతో కూడా వచ్చి అతనినే శరణు పొందండి" అన్నాడు. అప్పుడు బ్రహ్మదేవునితో

పాటు దేవతలందరూ మహా దేవుని వద్దకు వెళ్లారు. అతడే సర్వదేవతలలో శ్రేష్ఠుడని తెలుసుకొని బ్రహ్మదేవుడు అతనికి ప్రణమిల్లి – "భగవాన్ ! నీవే యజ్ఞానివి. నీవే ఈ విశ్వానికి ఆధారుడవు. నీవే అందరికీ శరణు ఇచ్చేవాడవు. అందరినీ సృష్టించే మహాదేవుడవు నీవే, పరమధామం లేదా పరమపదం నీ స్వరూపమే. నీవే ఈ సంపూర్ణ చరాచర జగత్తును వ్యాపింపచేశావు. భూతభవిష్యత్తులకు స్వామివైన జగదీశ్వరా ! ఈ ఇంద్రుడు నీ ఆగ్రహంతో బాధపడుతున్నాడు. ఇతనిని దయచూడు" అని స్తుతించాడు.

బ్రహ్మస్తుతి విని మహేశ్వరుడు ప్రసన్నుడైనాడు. దేవతలపై దయచూపడానికే అతడు పక్కున నవ్వాడు. అయినా దేవతలందరూ పార్వతీసహితంగా మహదేవుని ప్రసన్నుని చేసుకొన్నారు. శివుని కోపంతో స్తంభించిన ఇంద్రుని చేయి చక్కబడింది. ఆ శంకర భగవానుడే రుద్రుడు, శివుడు, అగ్ని, సర్వజ్ఞుడు, ఇంద్రుడు, వాయువు, అశ్వినీ కుమారులు అతడే మెరుపు, మేఘం, సూర్యుడు, చంద్రుడు, వరుణుడు, కాలుడు, మృత్యువు, యముడు, రాత్రి, పగలు, మాసం, పక్షం, ఋతువు, సంవత్సరం, సంధ్య, ధాత, విధాత, విశ్వాత్మ, విశ్వకర్మ కూడా అతడే. నిరాకారుడై ఉండీ దేవతలందరి ఆకారమూ ధరిస్తాడు. దేవతలందరూ అతనిని స్తుతిస్తూ ఉంటారు. అతడు ఒక్కడుగా, అనేకులుగా, వందలు, వేలు, లక్షలుగా ఉంటాడు. వేదం తెలిసిన బ్రాహ్మణులు అతనికి "శివము, ఘోరము" అనే రెండు శరీరాలు ఉన్నాయని చెపుతారు. అవి రెండూ వేరు వేరు. ఆ రెండూ కూడా ఎన్నో భేదాలుగా అవుతాయి. అతని ఘోరశరీరం అగ్ని, సూర్యాదుల రూపంలో ప్రకటం అవుతూండగా, అతని సౌమ్య శరీరం జలం, నక్షత్రం, చంద్ర రూపాలలో ఉంటుంది. వేద వేదాంగాలు, ఉపనిషత్తులు, పురాణాలు, అధ్యాత్మ శాస్త్రాలలో ఉండే పరమ రహస్యం ఆ మహాదేవుడే. అర్జునా ! ఇదయ్యా మహాదేవుని మహిమ. ఇంతమాత్రమే కాదు అది అత్యంత మహిమోపేతము అనంతమూ అయినది. నేను వేయి సంవత్సరాలపాటు చెపుతూనే ఉన్నాగాని, అతని గుణాలకు అంతం ఉండదు.

అన్ని రకాల గ్రహప్రాతికూల్యంతో బాధలు పొందే వారు, అన్ని రకాల పాపాలలో కూరుకుపోయినవారు కూడా అతనిని శరణు పొందితే, అతడు ప్రసన్నుడై, వారికి పాపతాపాల నుండి విముక్తి కలిగిస్తాడు. ఆయురారోగ్యైశ్వర్యాలు, ధనం, మిక్కిలిగా భోగసామగ్రి ప్రసాదిస్తాడు. కుపితుడయితే మాత్రం అందరినీ సంహరిస్తాడు. మహాభూతాలకు ఈశ్వరుడు కాబట్టి మహేశ్వరుడు అయ్యాడు. వేదాలలో కూడా శతరుద్రియమనే, అనంతరుద్రియమనే పేర్లతో ఇతని ఉపాసన చెప్పబడింది. శంకర భగవానుడు దివ్యము, మానవీయము అయిన అన్నిభోగాలకు స్వామి. సంపూర్ణ విశ్వంలో వ్యాప్తమై ఉన్నాడు కనుక అతడే విభుడు లేక ప్రభువు. శివలింగాన్ని పూజిస్తే మహాదేవుడు చాలా ప్రసన్నుడవుతాడు. అతనికి అన్ని వైపుల కన్నులున్నప్పటికి విలక్షణమైన, అగ్నిమయమైన ఒక నేత్రం కూడా వేరుగా ఉంది. అది ఎప్పుడూ ప్రజ్వలిస్తూ ఉంటుంది. అతడు సర్వలోకాలలో వ్యాప్తమై ఉండడం వలన సర్వుడని పిలువబడతాడు. అన్ని పనులలోను అన్ని రకాల ప్రయోజనాలను సిద్ధింపచేస్తూ ఉంటాడు. మనుష్యులందరి శుభాలను కోరుతాడు. అందుకని అతనిని 'శివుడు' అంటారు. మహావిశ్వాన్ని పాలించడం చేత మహాదేవుడని, స్థితికి హేతువు కావడం వలన స్థాణువని, అన్నిటి ఉద్భవానికి కారణం కనుక భవుడని అంటారు. 'కపి' అనేది శ్రేష్ఠత్వానికి, 'వృష' అనేది ధర్మానికి వాచకాలు. అతడు తన రెండు కన్నులు మూసుకొని బలవంతంగా లలాటంలో మూడవ కన్నును ఉత్పాదించాడు. అందుకని అతడు త్రినేత్రుడయ్యాడు.

అర్జునా ! నీవు శత్రుసంహారం చేస్తూ ఉండగా చూసినది పినాక ధారి అయిన ఆ మహాదేవునే, జయద్రథుని గురించి ప్రతిజ్ఞ చేసినపుడు స్వప్నంలో శ్రీకృష్ణుడు పర్వతరాజు అయిన హిమాలయ శిఖరం మీద నీకు దర్శనమిప్పించిన ఆ శంకర భగవానుడే ఇక్కడ నీకు ముందుగా నడిచాడు. నీవు దానవులను సంహరించిన అస్త్రాలను ఇచ్చినవాడు, ఇతడే. మహాదేవుని ఈ శతరుద్రీయ ఉపాఖ్యానం నీకు వినిపించాను. ఇది ధనం, కీర్తి, ఆయువులను వృద్ధి పొందిస్తుంది. పరమ పవిత్రమైనది. వేదాలతో సమానమైనది శంకర భగవానుని ఈ చరిత్ర యుద్ధంలో విజయాన్ని కలిగిస్తుంది. శతరుద్రీయ ఉపాఖ్యానాన్ని ఎప్పుడూ పఠించేవాడు, వినేవాడు, శంకరుని భక్తుడు ఉత్తమమైన అన్ని కోరికలను పొందుతాడు. అర్జునా! వెళ్లు యుద్ధం చెయ్యి. నీకు పరాజయం కలుగదు ఎందుకంటే నీకు మంత్రిగా, రక్షకుడుగా, పార్శ్వవర్తిగా శ్రీకృష్ణభగవానుడు ఉన్నాడు" అని ఉపదేశించాడు.

సంజయుడు చెపుతున్నాడు - "మహారాజా ! పరాశరనందనుడు వ్యాసమహర్షి అర్జునునికి ఇది చెప్పి ఎలా వచ్చినవాడు అలాగే వెళ్లిపోయాడు.

వేదాలను స్వాధ్యాయం చేయడం వలన కలిగే ఫలితమే. ఈ పర్వాన్ని చదివినా, వినినా కూడా వస్తుంది. ఇందులో వీరులైన క్షత్రియుల మహాకీర్తి వర్ణింపబడింది. నిత్యమూ దీనిని పఠించేవాడు, వినేవాడు అన్ని పాపాలనుండి ముక్తుడవుతాడు. దీనిని పఠించడం వలన బ్రాహ్మణులకు యజ్ఞఫలం, క్షత్రియులకు యుద్ధంలో మంచి కీర్తి లభిస్తాయి. మిగిలిన రెండు వర్ణాల వారికీ పుత్ర పౌత్రాది అభీష్ట వస్తువులు లభిస్తాయి.

ఇది ద్రోణ పర్వము

అధస్సూచికలు

(1) అప్పుడు శౌరి పార్థునకు నడ్డముగాఁ దనమే నమర్చి ను
గ్గప్పెసలారు పేరురమునన్ ధరియించిన నమ్మహాస్త్ర మం
దొప్పె నవారుణాంబుజకృతోజ్జ్వల మాలిక యై చిరస్థితిం
జొప్పడి నూతనాభ్రతల శోభితమైన మెఱుంగుచాడ్పునన్.
(ద్రోణ-1-355)

(2) నెత్తుటఁ దోఁగి నేల యెఱనింగి తెరంగుననుండె నక్కుమా
రోత్తముఁడందుఁ జంద్రుక్రియ నొప్పె సితాయుధఖండ భూషణో
దాత్తమణి ప్రతానములు తారల చందమునొంది యందమై
యత్తఱి నుల్లసిల్లె వసుధాధిప చూపఁబడిందు చూడ్కికిన్.
(ద్రోణ-2-127)

(3) బలముకొలఁది నెలుంగెత్తి వర్ణసమితి
యచ్చుపడఁగ నశ్వత్థామ సచ్చెననియె
నని పదంపడి యల్లన యతని చెవికి
వినఁగ రాకుండఁ గుంజరమనియె నధిప !
(ద్రోణ-5-315)